யங் சாங்

சீன தேசத்து சிச்சுவான் மாநிலத்தில் உள்ள ஈபின் நகரில் 1952ஆம் ஆண்டு யங் சாங் பிறந்தார். சிச்சுவான் பல்கலைக்கழக ஆங்கிலத்துறை மாணவியாகச் சேரும்முன்பு, அதாவது கலாச்சாரப் புரட்சிக் காலத்தில்(1966-76) இவர் ஒரு விவசாயப் பெண்ணாகவும், செருப்பு அணியாத மருத்துவராகவும், எஃகு உற்பத்தியாளராகவும், மின்சாரத்துறை ஊழியராகவும் பணியாற்றியிருக்கிறார். பின்னர் அவர் அதே பல்கலைக்கழகத்தில் இணை விரிவுரையாளராகப் பதவியேற்றார். 1978 இல் இவர் சீனாவில் இருந்து வெளியேறி இங்கிலாந்து சென்றார். யார்க் பல்கலைக்கழகம் இவருக்கு கல்வி உதவித்தொகை வழங்கியது. 1982 ஆம் ஆண்டு ஆங்கில மொழியியல் பாடத்தில் முனைவர் பட்டம் பெற்றார். இவர்தான் சீனக் குடியரசிலிருந்து இங்கிலாந்து பல்கலைக்கழகத்தில் கல்வி பயின்று முனைவர் பட்டம் பெற்ற முதல் பெண்மணி.

இப்போது யங் சாங் இலண்டனில் வசித்து வருகிறார். இவரின் கணவரான ஜான் ஹாலிடேயுடன் இணைந்து, 2005 ஆம் ஆண்டு இவர் எழுதி வெளியிட்ட மாவோவின் வாழ்க்கை வரலாறு நூல் மிகுந்த பாராட்டுப் பெற்றது.

நான் வாசித்த இருபதாம் நூற்றாண்டின் சோகச் சுயசரிதைகளில், சீனாவில் எழுதப்பட்ட 'போர்ப் பறவைகள்'தான் மிகவும் ஆழ்ந்த சிந்தனைத்தடம் உடைய, நெஞ்சைப் பதற வைத்த துயர சம்பவங்கள் நிறைந்த நூல். மயிர்க்கூச்செறிய வைக்கின்ற கீழ்த்திசை நாடுகளின் தேவதைக் கதைகள்போல இந்நூல் ஓரளவு நகர்ந்தாலும், யங் சாங்கின் நினைவலைகளை இரத்தினச் சுருக்கமாகவும் துணிச்சலுடனும் வெளிப்படுத்தும் பாங்கு தெளிவாக அமைந்துள்ளது.

காலின் தப்ரான்,
ஸ்பெக்டேட்டர்.

'போர்ப் பறவைகள்' என்னும் இந்நூல் ஓர் ஒப்பற்ற விசித்திரமான படைப்பு. இதில் வருகின்ற ஒவ்வொரு நிகழ்வுகளும் விசித்திரமானவை. இந்நூலை வாசிக்க கையில் எடுத்தால் கீழே வைக்க மனம் வராது என்பதால் இது அமோக விற்பனையானது என்று சொல்வதோடு, பெருமளவில் இந்நூல் எத்திசையிலும் கவனம் பெற்றதே இதற்கான காரணம் என்றும் சொல்லலாம். இரக்கக் குணம், அரக்கத்தனம் போன்ற அத்தனை உணர்வுகளையும் இந்நூல் வெளிப்படுத்துகின்றது. வியப்பு- விரக்தி- அத்துடன் குருட்டுத்தனம் குடியிருக்கும் மையப் பகுதியை நோக்கிப் பாய்ச்சப்படும் அறிவொளியைப் பார்க்கும் ஆனந்தம் - இவை எல்லாம் சேர்ந்த கூட்டுக்கலவையே இந்நூல்.

மினட் மாரின்,
சண்டே டெலிகிராம்.

நெஞ்சத்தை நெகிழ வைத்து, ஆழ்ந்த வேதனைக்கு ஆட்படுத்திய ஒரு நூல்; ஒரு தேசத்தின் மூளைச்சாவு பற்றி எடுத்துக்கூறும் மறக்க முடியாத சொல்லோவியம் இது.

J. G. பாலார்ட்,
சண்டே டைம்ஸ்.

யங் சாங்கின் அறிவாற்றலில் எழுந்த ஒப்பற்ற சாதனை இது.

டெரிக் டேவிஸ்
ஃபைனான்சியல் டைம்ஸ்.

இது முற்றிலும் அரிதான ஒரு படைப்பு. யங் சாங் ஒரு கைதேர்ந்த கதை சொல்லி. நினைத்துக்கூடப் பார்க்கமுடியாத சில துயரங்களை, மிகுந்த பக்குவத்துடன் இந்நூல் முழுவதும் கையாண்டிருக்கிறார்.

பினலப்பி ஃபிட்ஜெரல்ட்
இலண்டன் ரிவ்யூ ஆஃப் புக்ஸ்.

ஆண்டுகள் கடந்து என் ஞாபக அடுக்குகளில் குடிகொண்டிருக்கும் 'போர்ப் பறவைகள்' என்னும் இந்நூல், நீங்காவொன்னாத் தாக்கத்தை என்னுள் ஏற்படுத்திவிட்டது.

மைக்கில் இக்னேட்டிஃப்,
டைம் லிட்டரரி சப்ளிமெண்ட்.

என் உள்ளத்தைக் கொள்ளைகொண்ட வியத்தகு காப்பியம் இந்நூல். குடும்ப நினைவுகளைக் குறிப்பிடும் ஒரு வாழும் வரலாறு. சீன தேசத்தை ஒரு நவீன சீனாவாகப் பார்க்கமுயற்சிக்கும் பரந்த பார்வை. மானுடத்தின் விதிகளை நிர்ணயித்த எதேச்சதிகாரர்களின் தாக்கங்களையும் யுத்தங்கள் ஏற்படுத்திய வீண் விளைவுகளையும் வெளிச்சத்திற்குக் கொண்டுவந்த உண்மையான படைப்பு இந்நூல்.

ரிச்சர்ட் ஹெல்லெர்,
மெயில் ஆன் சண்டே.

போர்ப் பறவைகள்

சீன தேசத்து மூன்று புதல்விகள்

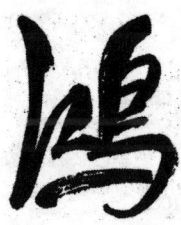

யங் சாங்

தமிழில்

லியோ ஜோசப்

எதிர்
வெளியீடு

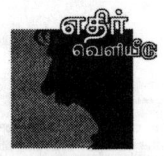

போர்ப் பறவைகள்
சீன தேசத்து மூன்று புதல்விகள்
யங் சாங்
தமிழில்: லியோ ஜோசப்

முதல் பதிப்பு: டிசம்பர் 2019
எதிர் வெளியீடு,
96, நியூ ஸ்கீம் ரோடு, பொள்ளாச்சி 642 002.
தொலைபேசி: 04259 226012, 99425 11302.
விலை: ரூ. 900

Por Paravaigal
Wild Swans - Three Daughters of China
Jung Chang
Translated by Leo Joseph

Copyright© Globalflair Ltd 1991, 2003.

This Edition is Published in an arrangement with Globalflair Ltd, England
First Edition: December 2019

Published by
Ethir Veliyeedu, 96, New Scheme Road, Pollachi 642 002.
email: ethirveliyedu@gmail.com
www.ethirveliyedu.in
Price: ₹ 900

ISBN: 978-93-87333-73-4
Cover Design: Santhosh Narayanan
Printed at Jothy Enterprises, Chennai.

All rights reserved. No part of this book may be reprinted or reproduced or utilised in any form or by any electronic, mechanical or other means, now known or hereafter invented, including photocopying and recording, or in any information storage or retrieval system, without permission in writing from the Publisher.

இந்நூலைப் பார்க்கக் கொடுத்துவைக்காமல் இறந்துபோன என் பாட்டிக்கும் தந்தைக்கும்.

மொழிபெயர்ப்பாளர் உரை

ஒரு மொழியில் ஒரு படைப்பாளன் பதியம் போட்டுள்ள அவனது உணர்வுகளை உள்வாங்கிக் கொண்டு, அந்த உணர்வுகளை அதன் சுடர் மழுங்காது என் தமிழுக்கு கடத்துவதுதான் மொழி பெயர்ப்பாளன் என்ற முறையில் என் கடமையாக இருந்தது. அந்த வகையில், முகம் தெரியாத யங் சாங் அம்மையாரின் உணர்வுகளை உள்வாங்கி, அதன் கூர் மழுங்காது, அப்படியே தமிழுக்குக் கொண்டுவர முயற்சித்திருக்கிறேன். சீன மொழியைத் தாய்மொழியாகக் கொண்ட யங் சாங், ஆங்கிலத்தில் இந்நூலை எழுதினாலும், ஆங்கிலத்தை தாய்மொழியாகக் கொண்ட யங் சாங்கின் கணவர் ஆங்காங்கே அவருக்கு கைகொடுத்திருப்பது பட்டவர்த்தனமாகப் புலப்படுகிறது.

'மொழிபெயர்ப்பும் ஒரு படைப்பாற்றலே' என்று தோழர் சந்திரகாந்தன் என்னை உற்சாகப்படுத்திய பிறகுதான் எனக்கு மொழிபெயர்ப்பில் ஓர் ஈடுபாடு ஏற்பட்டது. 'மொழி பெயர்ப்பாளர்கள்' துரோகம் செய்யக் கூடியவர்கள் என்ற ஒரு கூற்று நிலவி வந்தது. ஆனால், மொழிபெயர்ப்பு செய்யப்பட்ட செய்திகள் வெளிவரவில்லையென்றால் பல தேசங்கள் இன்னும் அறியப்படாமலே இருந்திருக்கும்.

இந்நூல் முழுவதும் பரவலாகப் பேசப்படுபவை இரண்டு அம்சங்கள்; ஒன்று, மாவோவை மையப்படுத்தி எடுத்துக் கொள்ளப்பட்டுள்ள கம்யூனிச அரசியல். இன்னொன்று, 'போர்ப் பறவைகள்' என்று குறிப்பிடப்பட்டுள்ள சீன தேசத்து இம்மூன்று புதல்விகளும் எதிர்கொள்ளும் வாழ்க்கைப் போராட்டங்கள். அது மட்டுமல்லாது, இந்நூல் சீன நாட்டு சமயம் பற்றிப் பேசுகிறது. அந்நாட்டு மூடநம்பிக்கைகள் பற்றிப் பேசுகிறது. கலாச்சாரப் புரட்சி, முன்னோக்கிய பிரமாண்டப் பாய்ச்சல், பஞ்சம், ஆறுகள், மலைகள், கிராம மக்கள் வாழ்க்கை முறை, விவசாயம், வர்த்தகம், கலாச்சாரப் புரட்சியில் கேட்ட மரண ஓலங்கள், தண்டனைக்கு பயந்து செய்து கொண்ட தற்கொலைகள்... இப்படி பல நிகழ்வுகள் பற்றி இந்நூல் பேசுகிறது.

மாவோவுக்கு அங்கு நடத்தப்பட்ட விசுவாச நடனம் மிகவும் பிடிக்கும். மாவோவின் கைகளுக்குக் கொண்டு சேர்க்கப்பட்ட அரசியல் பல வளர்ச்சிகள் மட்டுமல்லாது, பல பேரிடர்களையும், பல உயிரிழப்புகளையும்(கலாச்சாரப் புரட்சியில் பல மில்லியன் உயிரிழப்புகள் என்று சொல்லப்பட்டுள்ளது) கண்டிருக்கிறது. இவ்வளவு இருந்தும் யங் சாங், மாவோவை ஒரு கடவுளுக்கு இணையாக இதயத்தில் வைத்துப் பூசித்ததாகச் சொல்வது ஆச்சரியத்திற்கு இடமளிக்கிறது.

13.5 மில்லியன்களுக்கு மேல் இந்நூல் உலகம் முழுவதும் விற்பனையாகி உள்ளது என்ற செய்தி உண்மையில் வியப்படைய வைக்கிறது.

'போர்ப் பறவைகள்' என்னும் இந்நூல் வெளிவருவதற்கு சிறந்த முறையில் தட்டச்சு செய்து கொடுத்த பிரியா பால மாணிக்கம் அவர்களுக்கும், இந்நூலை வெளியிடுகின்ற எதிர் வெளியீடு பதிப்பகத்தாருக்கும் என் நெஞ்சார்ந்த நன்றிகள்.

அன்புடன்
S. லியோ ஜோசப்
மதுரை

பொருளடக்கம்

படவிளக்கக் குறிப்புகள் ... 15
நன்றிகள் ... 17
வம்சாவழி வரைபடம் ... 19
காலவரிசை ... 21
நூலாசிரியர் குறிப்பு ... 29
வரைபடம் ... 32

1. 'மூன்று அங்குல தங்க லில்லி மலர்கள்'
   இராணுவத் தளபதியின் ஆசை நாயகி (1909-1933) — 35

2. 'சமவெளிப் பகுதியின் குளிர்ந்த நீர் கூடச் சுவையாக உள்ளது'
   ஒரு மஞ்சு டாக்டரை பாட்டி மணந்து கொள்கிறாள் (1933-1938) — 75

3. 'என்ன ஒரு அற்புதமான இடம்' என்று மக்கள்
   அனைவரும் மஞ்சுக்குவோ பற்றிச் சொல்லுகிறார்கள்
   ஜப்பானியர் ஆளுகையின் கீழ் மக்கள் வாழ்க்கை (1938 - 1945) — 109

4. 'உங்களுக்கென்று சொந்த நாடில்லாத அடிமைகளே'
   வெவ்வேறு தலைவர்களால் ஆளப்பட்டவர்கள் (1945-1947) — 133

5. 'பத்து கிலோ அரிசிக்கு மகள் விற்பனை'
   நவ சீனாவிற்கான யுத்தத்தில் (1947-1948) — 166

6. 'காதல் பற்றிய பேச்சு'
   ஒரு புரட்சித் திருமணம் (1948-1949) — 203

7. 'ஐந்து மலைகளைக் கடந்து'
   அம்மாவின் நீண்ட பயணம் (1949-1950) — 247

8. 'எழில்மிகு உயர்ந்த பட்டாடையுடன் வீடு திரும்புதல்'
   குடும்பத்திற்கும் வழிப்பறி கொள்ளையர்களுக்கும் (1949-1951) — 266

9. 'ஒருவன் ஆட்சி அதிகாரத்திற்கு வருகின்றபோது, அவன் வீட்டு
   கோழி, குஞ்சுகளும் சொர்க்கத்தை அனுபவிக்கும்!'
   அப்பழுக்கற்ற ஒரு மனிதனோடு வாழ்தல் (1951-1953)   299

10. 'இடையூறுகள் உன்னை சிறந்த கம்யூனிஸ்ட் ஆக மாற்றும்'
    அம்மா சந்தேகத்திற்கு ஆளாகிறாள்! (1953-1956)   343

11. 'வலதுசாரி ஒழிப்பு இயக்க நடவடிக்கைக்கு பிறகு
    யாரும் வாயை திறக்கவில்லை'
    சீனா அமைதியடைந்தது (1956-1958)   364

12. 'கெட்டிக்காரி, உணவு இல்லாமல் விருந்து படைப்பாள்'
    பஞ்சம் (1958-1963)   392

13. 'ஆயிரத்தில் ஒருத்தியம்மா நீ'
    ஒரு தங்கக் கூண்டில் (1958-1965)   428

14. 'எனக்கு அப்பாவைப் பிடிக்கும்; அம்மாவைப் பிடிக்கும்;
    இவர்கள் எல்லாரையும்விட பெருந்தலைவர் மாவோவை மிகவும் பிடிக்கும்'
    மாவோவின் கோட்பாடு (1964-1965)   455

15. 'முதலில் அழித்துவிடு, பிறகு தன்னையே அது கட்டமைத்துக் கொள்ளும்'
    கலாச்சாரப் புரட்சி தொடங்குகிறது (1965-1966)   483

16. 'நாங்கள் விண்ணில் உள்ள சுவர்க்கத்திற்கு பறப்போம்;
    பூமிக்குள் ஊடுருவிச் செல்வோம்'
    மாவோவின் செங்காவலர்கள் (ஜூன் - ஆகஸ்ட் 1966)   499

17. 'எங்கள் குழந்தைகள் 'கருப்புகளாக' ஆக வேண்டுமா?'
    எங்கள் பெற்றோர்களின் குழப்பம் (ஆகஸ்ட் - அக்டோபர் 1966) 525

18. 'மாபெரும் அரிய செய்திகளை விட'
    பீக்கிங் நகர் யாத்திரை (அக்டோபர் - டிசம்பர் 1966)   544

19. 'குற்றம் சுமத்த மனமிருந்தால் அதற்கு சாட்சியும் இடமளிக்கிறது'
    என் பெற்றோர்களின் வலியும், வேதனையும்... (1966-1967)   569

20. 'நான் மனசாட்சியை விற்பதில்லை'
    அப்பா கைதாகிறார் (1967-1968)   600

21. 'தக்க தருணத்தில் கிடைக்கப்பெற்ற உதவி'
என் உடன்பிறப்புகளும் நண்பர்களும் (1967-1968)   645

22. 'தொழிலாளர் உழைப்பின் மூலம் சிந்தனைச் சீர்திருத்தம்!'
இமயமலைகளின் எல்லைக்கு (ஜனவரி – ஜூன் 1969)   676

23. 'நீ எவ்வளவு புத்தகங்கள் வாசிக்கின்றாயோ
அவ்வளவுக்கு முட்டாளாகி விடுகிறாய்'
நான் ஒரு விவசாயியாக வேலை செய்கிறேன்; செருப்பு அணியாத
மருத்துவராகவும் வேலை செய்கிறேன் (ஜூன் 1969-1971)   724

24. 'வாழ்நாளில் தாமதமாகக் கோரும் என் மன்னிப்பை
ஏற்றுக்கொள்ள வேண்டுகிறேன்'
அப்பாவும் அம்மாவும் சித்திரவதைக் கூடாரங்களில் (1969-1972)   764

25. 'தென்றலில் தவழ்ந்து வரும் நறுமணம்'
மின் ஊழியரின் கை வண்ணத்தோடு கலந்த புதியதோர்
வாழ்க்கையும் ஆறு ஆபத்தான தருணங்களும் (1972-1973)   791

26. 'வெளிநாட்டுக்காரர்கள் விடும் அசுத்தக் காற்றை முகர்ந்து பார்த்து,
'நல்ல வாசனையாக இருக்கிறது' என்று சொல்ல வேண்டும்'
மாவோ கண்ட ஒப்பாரிக் களத்தில்
ஆங்கிலம் கற்றுக் கொண்டது (1972-1974)   815

27. 'இதைப் போய் சொர்க்கம் என்று சொன்னால்,
நரகத்தை என்னவென்று சொல்வது'
அப்பாவின் மரணம் (1974-1979)   845

28. 'பறந்து சென்றுவிட நடத்திய போராட்டம்' (1976-1978)   880

முடிவுரை ... 899

படவிளக்கக் குறிப்புகள்

என்னுடைய பாட்டனார் ஜெனரல் ஷுவே ஸி – ஹெங்.

அம்மா, பாட்டி, டாக்டர் ஸியா மற்றும் இதர குடும்ப உறுப்பினர்கள் – ஜிங்கு நகர், 1939.

டாக்டர் ஸியா.

அம்மாவுக்குப் பதிமூன்று வயது, 1944.

அம்மாவின் முதல் தோழன் ஹு.

பாட்டியின் சகோதரி லான் மற்றும் அவளது கணவரான 'விசுவாசம்', 1946.

ஜிங்குவின் கம்யூனிஸ்ட் படை வீரர்கள், 1948.

உள்நாட்டுப் போரின்போது 'விடுதலைக் காலணிகளின்' அடிப்பகுதியில் கொள்கை முழக்க வாசகங்களைத் தீட்டுதல்.

1948 ஆம் ஆண்டு கம்யூனிஸ்ட் வீரர்கள் ஜிங்கு நகரைத் தாக்குதல்.

1949 ஆம் ஆண்டு செப்டம்பர் மாதம் என் பெர்றோர்கள் நான்ஜிங் நகரில்.

1953 ஆம் ஆண்டு ஜுன் மாதம் அம்மா ஈபின் நகரை விட்டுப் புறப்படும் முன் அம்மாவுக்குக் கொடுக்கப்பட்ட பிரிவு உபச்சார விழா.

என் பெற்றோர்கள், பாட்டி, சகோதரி மற்றும் நான், 1953.

ஜின் – மிங், ஸியாவோ–ஹெய் மற்றும் என்னுடன் என் பாட்டியும் அம்மாவும், 1954.

1949 ஆம் ஆண்டின் பிற்பகுதியில் அப்பா மஞ்சூரியாவிலிருந்து சிச்சுவானுக்கு மேற்கொண்ட பயணம்.

1959 ஆம் ஆண்டு செங்குடு நகரில் அம்மா ஆற்றிய உரை.

எனக்கு வயது ஆறு.

1958 ஆம் ஆண்டு செங்குடுவில் அம்மா, என் சகோதர சகோதரி ஆகியோருடன் நான்.

1958 ஆம் ஆண்டு செங்குடுவில் ஸியாவோ-ஹாங், ஸியாவோ-ஹெய் மற்றும் ஜின்-மிங் ஆகியோருடன் நான்.

1966 ஆம் ஆண்டு நவம்பர் மாதம் தியானன்மன் சதுக்கத்தில் ஒரு செங்காவலராக நான்.

1966 ஆம் ஆண்டின் வசந்த காலத்தில் அப்பா எடுத்துக்கொண்ட கடைசிப் புகைப்படம்.

1971 ஆம் ஆண்டின் பிற்பகுதியில் லின் பியாவோவின் மரணத்திற்குப் பிறகு மியி என்ற இடத்திலிருந்த தண்டனை முகாமில் ஜின்-மிங்குடன் அப்பா.

1971 ஆம் ஆண்டு எருமை மாட்டுப்பொட்டல் என்ற இடத்திலுள்ள தண்டனைக் கூடாரத்தில் அம்மா.

1976 ஆம் அண்டு, என் பாட்டியின் சகோதரரான யூ-லின் அவரது குடும்பத்தாருடன்.

1969 ஆம் ஆண்டு ஜனவரி மாதம் இமயமலையின் அடிவாரத்திற்கு அனுப்பப்படுதல்.

1973 ஆம் ஆண்டு செப்டம்பர் மாதம் செங்குடுவில் உள்ள இயந்திரத் தொழிற்சாலையில் மின் ஊழியர் குழுவினரோடு நான்.

1974 ஆம் ஆண்டு நவம்பர் மாதம் சிச்சுவான் பல்கலைக்கழகத்தில் பட்டப்படிப்பின்போது நான் பெற்ற இராணுவப் பயிற்சி.

1975 ஆம் ஆண்டு அக்டோபர் மாதம் சாங்ஜியாங் நகரில் ஃபிளப்பினோ மாலுமி மற்றும் ஆண் தோழர்களோடு நான்.

1975 ஆம் அண்டு ஜனவரி மாதம் சிச்சுவான் பல்கலைக்கழகத்திற்கு வெளியே என் வகுப்புத் தோழர்களுடன் நான்.

1975 ஆம் ஆண்டு ஏப்ரல் மாதம் அப்பாவின் இறுதிச் சடங்கிற்கு முன்பு செங்குடுவில் நான்.

அப்பாவிற்கான நினைவேந்தல்.

1978 ஆம் ஆண்டு செப்டம்பர் மாதம் சீனாவிலிருந்து இங்கிலாந்து புறப்படுவதற்கு சற்று முன்பு பீக்கிங் நகரில்.

1990 ஆம் ஆண்டின் கோடையில் இத்தாலியில் நான்.

நன்றிகள்

‘போர்ப் பறவைகள்’ என்னும் இந்நூல் உருவாவதற்கு ஜான் ஹாலிடே பெருமளவில் உதவிகரமாக இருந்தார். என்னுடைய ஆங்கில நடையைச் செம்மைப்படுத்தியதுதான் அவர் இந்நூலுக்கு ஆற்றிய பணிகளில் மிகச்சிறந்ததாகக் கருதப்படுகிறது. எங்களிடையே நடைபெற்ற அன்றாட விவாதங்களில் என் கதைக்கும் என் கற்பனைக்கும் அதிகம் முக்கியத்துவம் கொடுக்க என்னை வலியுறுத்தினார். மிகச் சரியாக எழுதுவதற்கு, மிகச் சரியான ஆங்கில நடையைத் தேர்ந்தெடுத்துக் கொடுப்பதில் பேருதவிகரமாக இருந்தார். அவரின் ஆழமான வரலாற்று அறிவின் துணைகொண்டும், நுணுக்கமான விவரங்களின் துணைகொண்டும் நான் அச்சமின்றி எழுதியதோடு, அவைகளை இறுதி வடிவம் கொடுப்பதற்கு, அவர் தந்த தீர்வை நம்பியே எழுதத் தொடங்கினேன்.

அனைவரும் தயக்கமின்றி அணுகக்கூடிய மனிதர்தான் டோசி ஈடி என்னும் முகவர். என்னை எழுதத் தூண்டியதற்கு இவரே முதன்முதற் காரணம் என்று சொல்லலாம்.

நியூயார்க்கின் சைன்செஸ்டெர் என்ற இடத்திலுள்ள ஆலிஸ் மெய்ஹியூ, சார்லஸ் ஹெய்வட், ஜாக் மேக்கியோன் மற்றும் விக்டோரிய மேயர் ஆகியோருடன், லண்டனிலுள்ள ஹார்ப்பர் காலின்ஸ் எனும் இடத்தில் வாழும் சைமன் சிங், கெரோல் ஓ’ பிரெய்ன் மற்றும் ஹெலன் எல்லிஸ் ஆகிய அறிவுலக ஜாம்பவான்களுடன் எனக்கு ஏற்பட்ட தொடர்பை ஒரு பெறும் பேறாகக் கருதுகிறேன். நுண்மான் நுழைபுலம் மிக்க, ஆளுமைப் புலம் நிறைந்த சைமன் & ஷுஸ்டரில் வாழும் என்னுடைய பதிப்பாசிரியை ஆலிஸ் மெய்ஹியூ அவர்களுக்கு என் சிரம் தாழ்ந்த வணக்கங்களைத் தெரிவித்துக் கொள்கிறேன். என்னுடைய கையெழுத்தை சீரிய முறையில் புதுப்பித்துக் கொடுத்த ஹார்ப்பர் காலின்ஸிலுள்ள ராபர்ட் லெய்ஸிக்கு நான் மிகவும் நன்றிக்கடன் பட்டுள்ளேன். தொலைபேசியில் பேசும் ஆரி ஹுவென்பூன்

அவர்களின் அன்புமிக்க உரையாடல் எனக்கு மிகச்சரியான ஊக்க மருந்தாக அமைந்திருந்தது. இந்நூலின் வளர்ச்சிக்குத் தோள்கொடுத்து நின்ற அத்தனை நல்ல உள்ளங்களுக்கும் என் நெஞ்சார்ந்த நன்றியைக் காணிக்கையாக்கிக் கொள்கிறேன்.

என் நண்பர்கள் எனக்களித்த இடைவிடாத உற்சாகம்தான் இந்நூலுக்கான ஊற்றுக்கண்ணாக அமைந்திருந்தது. அவர்கள் அனைவருக்கும் என் இதயப்பூர்வமான நன்றியை இதன்மூலம் தெரிவித்துக்கொள்கிறேன். குறிப்பாக பீட்டர் லிட்டக்கர், ஐஃபூ என், எம்மா டென்னண்ட், ஹேவன் மேக் கோன்மேக், ஹார்பர்ட் பிக்ஸ், ஆர்.ஜி.டைடுமேன், ஹ்யூபேகர், யான் ஜியாசி, சூ லின் குன், ஜான் சௌஸ், கிலேர் பெப்ளோ, ஆண்ட்ரி டாய்ட்ச், பீட்டர் சிம்கின், ரான் சர்க்கர், வானிசா கிரீன் ஆகிய அனைவரும் ‘போர்ப் பறவைகள்’ என்னும் பாலம் கட்டுவதற்கு கல்லெடுத்துக் கொடுத்தவர்கள். தொடக்கத்திலிருந்தே இந்நூலுக்கு முக்கியமான ஆலோசனை வழங்கியவர்களில் கிளெவ் லிண்ட்லி என்பவர்தான் தலைமை தாங்கியவர் என்று சொல்லலாம்.

சீனாவில் உள்ள என் உடன் பிறப்புகள், என் உறவுகள், உற்ற நண்பர்கள் அனைவரும் தங்களுக்கு ஏற்பட்ட நிகழ்வுகளைப் பெருந்தன்மையோடு இந்நூலில் இடம் பெறுவதற்கு அனுமதி அளித்தார்கள். அவர்களின் அனுமதி கிடைத்திருக்கவில்லை என்றால் ‘போர்ப் பறவைகள்’ வெளிவருவதற்கு சாத்தியமே இல்லை.

இந்நூலின் பெரும்பகுதியான நிகழ்வுகள் என் அம்மாவைச் சார்ந்ததாகவே இருக்கும். என் அம்மா சந்தித்த நிகழ்வுகளை இந்நூல் முழுவதும் திறம்படச் செய்திருக்கிறேன் என்று நான் நம்புகிறேன்.

யங் சாங்

லண்டன்

மே, 1991.

வம்சாவழி வரைபடம்

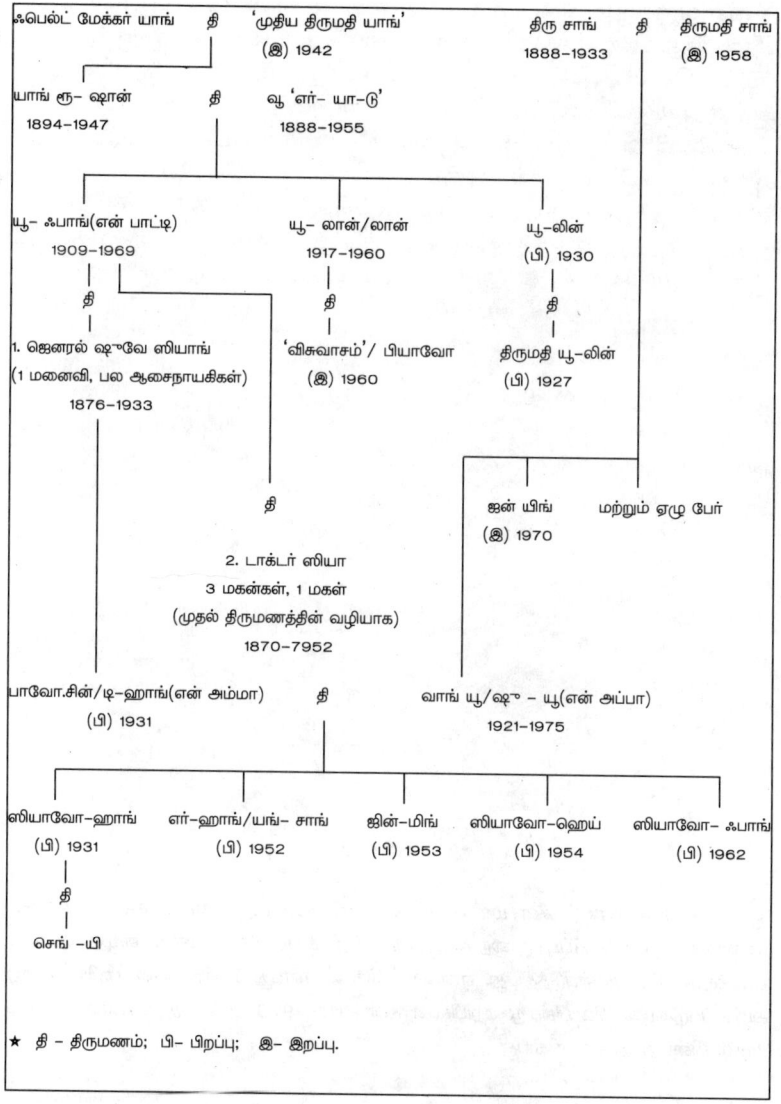

ஃபெல்ட் மேக்கர் யாங்
தி
'முதிய திருமதி யாங்'
(இ) 1942
திரு சாங்
1888–1933
தி
திருமதி சாங்
(இ) 1958
யாங் ரூ- ஷான்
1894–1947
தி
வூ 'எர்- யா-டு'
1888–1955
யூ- ஃபாங்(என் பாட்டி)
1909–1969
யூ- லான்/லான்
1917–1960
யூ-லின்
(பி) 1930
தி
தி
தி
1. ஜெனரல் ஷுவே ஸியாங்
(1 மனைவி, பல ஆசைநாயகிகள்)
1876–1933
'விசுவாசம்'/ பியாவோ
(இ) 1960
திருமதி யூ-லின்
(பி) 1927
தி
ஜன் யிங்
(இ) 1970
மற்றும் ஏழு பேர்
2. டாக்டர் ஸியா
3 மகன்கள், 1 மகள்
(முதல் திருமணத்தின் வழியாக)
1870–7952
பாவோ.சின்/டி-ஹாங்(என் அம்மா)
(பி) 1931
தி
வாங் யூ/ஷு - யூ(என் அப்பா)
1921–1975
ஸியாவோ-ஹாங்
(பி) 1931
எர்-ஹாங்/யங்- சாங்
(பி) 1952
ஜின்-மிங்
(பி) 1953
ஸியாவோ-ஹெய்
(பி) 1954
ஸியாவோ- ஃபாங்
(பி) 1962
தி
செங் -யி
★ தி – திருமணம்; பி- பிறப்பு; இ- இறப்பு.

★ 1949 ஆம் ஆண்டு சீன மக்கள் குடியரசு நிறுவப்பட்ட பின்னர், சீன அரசாங்கம் 'பின்யின்' ஒலிபெயர்ப்பு முறையைப் பின்பற்றி சீனப் பெயர்களை எழுத ரோமன் எழுத்துகளைப் பயன்படுத்தியது. எனவே 'பீக்கிங்' என்பது மேற்குலகில் 'பீஜிங்' என்று அறியப்படுகிறது. பின்யின் முறையினை சீன அரசு 1958 இல் ஏற்றுக்கொண்டு 1979 முதல் பின்பற்றத்தொடங்கியது.

காலவரிசை

வருடம்	நூல் ஆசிரியர் மற்றும் அவரது உறவினர்கள் சார்ந்த நிகழ்வுகள்	பொது நிகழ்வுகள்
1870	டாக்டர். ஸியா பிறந்தார்	மஞ்சு பேரரசு (1644–1911)
1876	ஷுவே ஷி – ஹெங் (பாட்டனார்) பிறந்தார்	
1909	பாட்டி பிறந்தாள்	
1911		பேரரசர் வீழ்த்தப்பட்டார்; குடியரசு; இராணுவத் தளபதிகள்
1921	அப்பா பிறந்தார்	
1922–24	இராணுவத் தளபதி ஆட்சியில் பீக்கிங் நகரின் தலைமைக் காவலராக ஜெனரல் ஷுவே பொறுப்பேற்றார்.	
1924	பாட்டி ஜெனரல் ஷுவேயின் ஆசை நாயகி ஆனாள். ஷுவே பதவி இழந்தார்.	
1927		சியாங் காய்–ஷெக்கின் தலைமையில் கோமிங்டாங் சீனாவின் பெரும் பகுதிகளை இணைத்தார்.
1931	அம்மா பிறந்தாள்	ஜப்பான் மஞ்சுரியாவின் மேல் படையெடுத்தது.

வருடம்	நூல் ஆசிரியர் மற்றும் அவரது உறவினர்கள் சார்ந்த நிகழ்வுகள்	பொது நிகழ்வுகள்
1932		ஜப்பானியர்கள் எக்ஸியான் மற்றும் ஜிங்குவைக் கைப்பற்றினார். பு-யி- யின் தலைமையில் மஞ்சுக்குவோ உருவானது.
	அம்மாவும் பாட்டியும் ஹூலாங் புறப்பட்டனர்.	
1933	ஜெனரல் ஷூவே இறந்தார்.	
1934-1935		யான்'ஆனை நோக்கி கம்யூனிஸ்டுகளின் நெடும்பயணம்.
1935	பாட்டி டாக்டர் ஸியாவைத் திருமணம் செய்தாள்.	
1936	டாக்டர் ஸியா, பாட்டி மற்றும் அம்மா மூவரும் ஜிங்குவில் குடியேறினார்கள்.	
1937		ஜப்பான் சீனாவைத் தீவிரமாக தாக்கியது. கம்யூனிஸ்டுகளும் கோமிங்டாங்கும் ஓரணியில் இணைத்து கைகோர்த்துக் கொண்டனர்.
1938	அப்பா கம்யூனிஸ்ட் கட்சியில் இணைந்தார்.	
1940	யான்'ஆனை நோக்கி அப்பா நடை பயணம் மேற்கொண்டார்.	
1945		ஜப்பான் சரணடைந்தது. ரஷ்யர்களும், சீனக்கம்யூனிஸ்ட் மற்றும் கோமிங்டாங்கும் ஜிங்குவை ஆக்கிரமித்தன.
	அப்பா சாவ் யாங் சென்றார்.	

வருடம்	நூல் ஆசிரியர் மற்றும் அவரது உறவினர்கள் சார்ந்த நிகழ்வுகள்	பொது நிகழ்வுகள்
1946–48	சாவ் யாங் என்ற இடத்தைச் சுற்றிலும் இருந்த கொரில்லாப் படையினருடன் அப்பா இணைந்தார்.	கம்யூனிஸ் – கோமிங்டாங் உள்நாட்டு போர். (1949–50)
	அம்மா மாணவ தலைவி ஆனாள். கம்யூனிஸ் உளவுத்துறையில் இணைந்தார்.	
1948	அம்மா கைது செய்யப்பட்டாள்.	ஜிங்கு நகர் கைப்பற்றப்பட்டது.
	அப்பா – அம்மா சந்திப்பு	
1949	பெற்றோர்களின் திருமணம், ஜின் குவை விட்டு நான்ஜிங் சென்றனர். அம்மாவுக்கு கருச் சிதைவு ஏற்பட்டது.	
	அப்பா ஈபினைச் சென்றடைந்தார்.	மக்கள் குடியரசு உருவாக்கம். கம்யூனிஸ்டுகள் சிச்சுவானைக் கைப்பற்றினர். சியாங் காய் ஷெக் தாய்வானுக்கு பயணம்.
1950	அம்மா ஈபினுக்கு சென்றாள்; உணவு பொருட்கள் சேகரித்தாள். வழிப்பறிக் கொள்ளையர்களுடன் சண்டையிட்டாள்.	
		நிலச் சீர்திருத்தம் கொரிய யுத்தத்தில் சீனா. (1953– ஜூலை வரை)
	ஸியாவோ –ஹாங் பிறந்தாள்.	

காலவரிசை 23

வருடம்	நூல் ஆசிரியர் மற்றும் அவரது உறவினர்கள் சார்ந்த நிகழ்வுகள்	பொது நிகழ்வுகள்
1951		புரட்சியாளர்களை அடக்கி வைப்பதற்கான பிரச்சாரத் திட்டங்கள். (ஹு–கே கொல்லப்பட்டான்)
	திருமதி. டிங் அவர்களின் பொறுப்பில் உள்ள ஈபின் இளைஞர் அமைப்பிற்கு அம்மா தலைமை ஏற்றாள். கட்சியின் நிரந்தர உறுப்பினரானாள். பாட்டியும் டாக்டர் ஸியாவும் ஈபினை வந்தடைந்தனர்.	
		மூன்று தீமைகளுக்கான விளக்க உரைக் கூட்டம். ஐந்து தீமைகளுக்கான விளக்க உரைக் கூட்டம்.
1952	இதுதான் நான் பிறந்த ஆண்டு. டாக்டர் ஸியா இறந்தார். அப்பா ஈபின் நகரின் ஆளுனரானார்.	
1953	ஜின் – மிங் பிறந்தான். எங்கள் குடும்பம் செங்குடுவிற்கு இடம் பெயர்ந்தது. கிழக்கு மாகாண பொது விவகாரத்துறை தலைமைப் பொறுப்பாளராக அம்மா நியமனம் செய்யப்பட்டார்.	
1954	சிச்சுவான் மாகாணத்தில் பொது விவகாரத்துறையின் துணைத் தலைவராக அப்பா நியமனம் செய்யப்பட்டார். ஜியவோ–ஹெய் பிறந்தான்.	

வருடம்	நூல் ஆசிரியர் மற்றும் அவரது உறவினர்கள் சார்ந்த நிகழ்வுகள்	பொது நிகழ்வுகள்
1955	அம்மா தடுப்புக் காவலில் வைக்கப்பட்டாள்.	மறைவாக இருந்த புரட்சி எதிர்ப்பாளர்களைக் கண்டறிவதற்கான திட்டம். (ஜிங்கு நண்பர்கள் பழி சுமத்தப்பட்டார்கள்.)
	குழந்தைகள் அனைவரும் மழலையர் பள்ளிகளில் சேர்க்கப் பட்டோம். அம்மா விடுதலையானார்.	
1956		நூறு மலர்கள்.
1957		வலதுசாரிகளுக்கான எதிர்ப்பு இயக்கம்.
1958		முன்னோக்கிய பிரமாண்டப் பாய்ச்சல். எஃகு உலையும் சமுதாயக் கூட்டுக் குழுவும்.
	நான் பள்ளிக்குச் செல்லத் தொடங்கினேன்.	பஞ்சம் (1961 வரை)
1959		பெங் டெகாய் மாவோவுக்கு அறைகூவல் விடுத்தது, தண்டிக்கப்பட்டார்.
1962	ஸியாவோ-ஃபெங் பிறந்தான்.	
1963		லெய் ஃபெங்-கிடமிருந்து அறிந்து கொண்டது மாவோவின் கொள்கைக் குரல் ஓங்கி ஒலித்தது.

வருடம்	நூல் ஆசிரியர் மற்றும் அவரது உறவினர்கள் சார்ந்த நிகழ்வுகள்	பொது நிகழ்வுகள்
1966		கலாச்சாரப்புரட்சி தொடங்கப் பட்டது.
	அப்பா பலிகடா ஆக்கப்பட்டு தடுப்புக்காவலில் வைக்கப்பட்டார். மேல் முறையீட்டுக்காக அம்மா பீக்கிங் நகர் சென்றாள். அப்பா விடுதலை செய்யப்பட்டார். நான் செங்காவலர் இயக்கத்தில் இணைந்தேன். பீக்கிங் நோக்கிய பயணம்; செங்காவலர் இயக்கத்திற்குச் செல்வதைத் தவிர்த்து வந்தேன்.	
1967	என் பெற்றோர்கள் சிரவதைக்குட்படுத்தப்பட்டார்கள்.	
		சில மார்ஷல்கள் கலாச்சார புரட்சியைத் தடுத்து நிறுத்தும் முயற்சியில் தோல்வி கண்டார்கள். டிங் தம்பதியினர் கிச்சுவானில் பொறுப்பேற்றார்கள்.
	அப்பா மாவோவுக்கு கடிதம் எழுதினார்; கைதானார். மனநலம் பாதிக்கப்பட்டது. சூ என்லாயைச் சந்திக்க அம்மா பீக்கிங் சென்றாள். என் பெற்றோர்கள் செங்குடுவில் தடுப்புக்காவலில் வைக்கப்பட்டு விடுவிக்கப் பட்டார்கள். (1969)	
1968		சிச்சுவானில் புரட்சிக் குழு உருவாக்கப்பட்டது.
	எங்கள் குடியிருப்பு வளாகத்திலிருந்து எங்கள் குடும்பம் வெளியேற்றப்பட்டது.	

வருடம்	நூல் ஆசிரியர் மற்றும் அவரது உறவினர்கள் சார்ந்த நிகழ்வுகள்	பொது நிகழ்வுகள்
1969	அப்பா மியி தண்டனை முகாமிற்கு அனுப்பப்பட்டார். நான் வலுக்கட்டாயமாக நிங்னானுக்கு அனுப்பப்பட்டேன்.	
		9–ஆவது மாநாடு கலாச்சாரப் புரட்சியை முறைப்படுத்தியது.
	பாட்டி இறந்தாள். டேயாங் பகுதியில் நான் ஒரு விவசாயியாக பணியாற்றினேன். அம்மா லிசாங் தண்டனை முகாமிற்கு அனுப்பப்பட்டாள்.	
1970	ஜன்–யிங் அத்தை இறந்தாள். நான் ஒரு செருப்பு அணியாத மருத்துவரானேன்.	
		டிங் தம்பதியினரின் பதவி பறிக்கப் பட்டது.
1971	அம்மா நோய்வாய்ப்பட்டாள். செங்குடு மருத்துவமனையில் சேர்க்கப்பட்டாள்.	
		வின் பியாவோ இறந்தார்.
	அம்மா விடுதலை செய்யப்பட்டார். நான் செங்குடுவுக்குத் திரும்பி வந்து உலோகத் தொழிற்சாலையிலும், மின் ஊழியராகவும் பணிபுரிந்தேன்.	
1972		நிக்சன் வருகை புரிந்தார்.
	அப்பா விடுதலை செய்யப்பட்டார்.	

வருடம்	நூல் ஆசிரியர் மற்றும் அவரது உறவினர்கள் சார்ந்த நிகழ்வுகள்	பொது நிகழ்வுகள்
1973	நான் சிச்சுவான் பல்கலைக் கழகத்தில் சேர்ந்தேன்.	டெங் சியோபிங் மீண்டும் பொறுப்பேற்றார்.
1975	அப்பா இறந்தார். நான் வெளிநாட்டினரை முதன் முதலாகச் சந்தித்தேன்.	
1976		சூ என்லாய் இறந்தார்; டெங் பதவியிலிருந்து வெளியேற்றப்பட்டார். தியானன்மன் சதுக்கத்தில் கிளர்ச்சி. மாவோ இறந்தார். நால்வர் குழு கைது செய்யப்பட்டது.
1977	நான் உதவிப் பேராசிரியராகப் பொறுப்பேற்றேன். ஒரு கிராமத்திற்கு அனுப்பப்பட்டேன்.	டெங் மீண்டும் பதவி ஏற்றார்.
1978	நான் பிரிட்டன் செல்வதற்கான கல்வி உதவித் தொகை கிடைக்கப் பெற்றேன்.	

நூலாசிரியர் குறிப்பு

‘ஜங்’ என்னும் எழுத்துகளைக்கொண்ட என் பெயர் ‘யங்’ என்று உச்சரிக்கப்படுகிறது.

என் குடும்ப உறுப்பினர்கள் பெயர்களும் அரசியல் பிரபலங்களின் பெயர்களும் இயல்பாக வழக்கத்தில் உள்ள பெயர்களே. ஒரு சில தனிப்பட்டவர்களின் பெயர்கள் மாற்றம் செய்யப்பட்டுள்ளன.

இரண்டு ஆங்கில உச்சரிப்புக் குறியீடுகள் மட்டுமே மிகவும் கடினமானவை. X என்ற குறியீடும் Q என்ற குறியீடும் முறையே ‘ஸி’ மற்றும் ‘கி’ என்று உச்சரிக்கப்படுகிறது.

இங்கே குறிப்பிடப்பட்டுள்ள சில சீன அமைப்புகளின் செயல்பாடுகளைத் தெளிவாக விளக்கும் பொருட்டு, அவற்றின் பெயர்களை மாற்றி எழுதியிள்ளேன். ‘சீனப் பரப்புரைத் துறை’ *(xuan-chuan-bu)* என்பதை ‘வெளிவிவகாரத் துறை’ என்றும் ‘கலாச்சாரப் புரட்சிக் குழு’ *(Zhong-yang-wen-ge)* என்பதைக் ‘கலாச்சாரப் புரட்சி அதிகாரம்’ என்றும் மாற்றி எழுதியுள்ளேன்.

鴻

USSR
N
W
E
S
XINJIANG
PAKISTAN
QINGHAI
TIBET
HIMALAYA MOUNTAINS
NEPAL
BHUTAN
INDIA
China
0
200
400
600 miles
BURMA

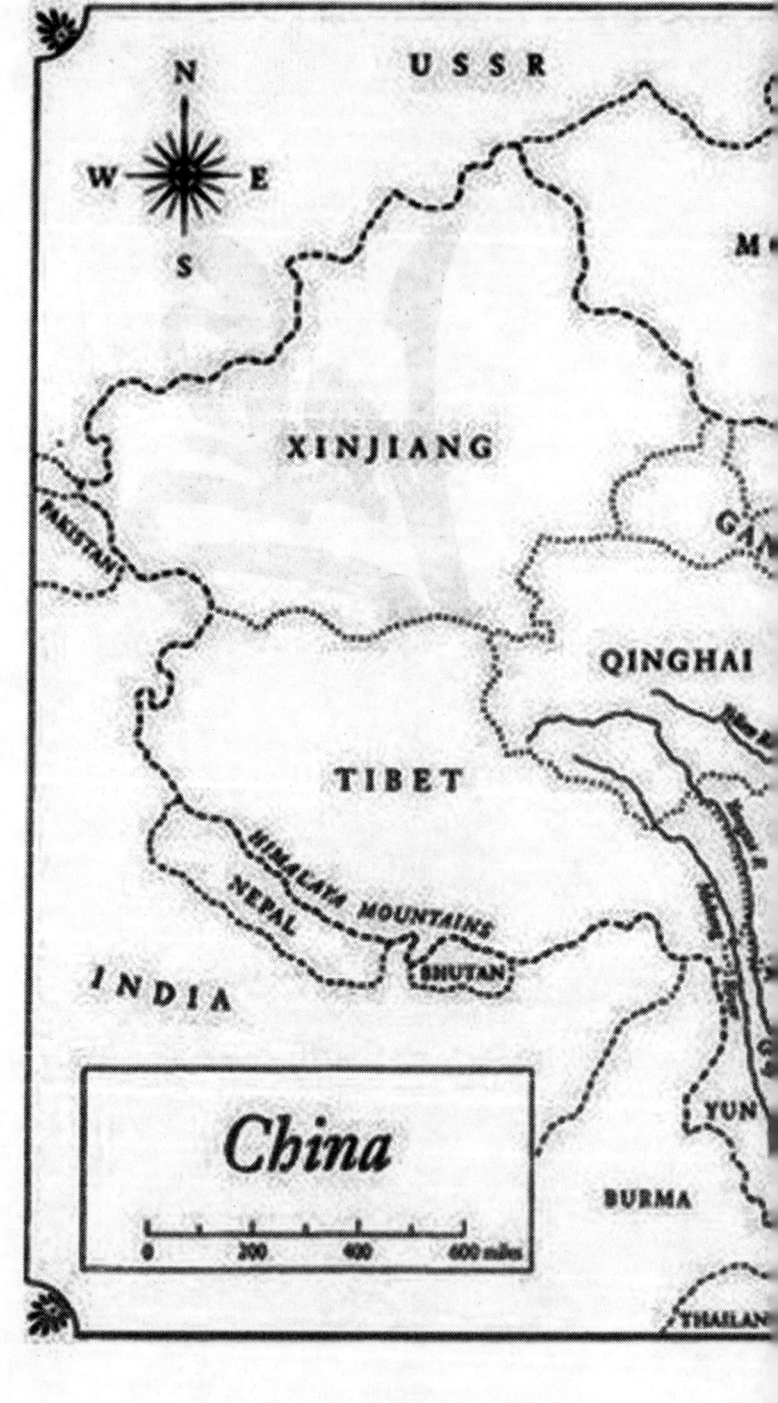

USSR
USSR
HINGGAN MOUNTAINS
HEILONGJIANG
Harbin
MANCHURIA
JILIN
INNER MONGOLIA
LIAONING
NORTH KOREA
SEA OF JAPAN
SOUTH KOREA
JAPAN
Tianjin
HEBEI
SHANXI
SHANDONG
YELLOW SEA
HENAN
ANHUI
SHAANXI
HUBEI
Wuhan
ZHEJIANG
EAST CHINA SEA
JIANGSI
HUNAN
FUJIAN
GUIZHOU
TAIWAN
GUANGXI
GUANGDONG
PACIFIC OCEAN
Hong Kong
VIETNAM
SOUTH CHINA SEA

1

'மூன்று அங்குல தங்க லில்லி மலர்கள்'

இராணுவத் தளபதியின் ஆசை நாயகி
1909-1933

அப்போது என் பாட்டிக்கு வயது பதினைந்து. அவளின் பதினைந்தாவது வயதில் வலுவற்ற நிலையிலிருந்த சீன தேசத்தின் அரசாங்கப் பாதுகாப்பு இராணுவத் தளபதியாக இருந்த ஒருவருக்கு ஆசை நாயகியாக ஆகிவிட்டாள். இது நடந்த 1924 ஆம் ஆண்டு சீன தேசம் ஒரு குழப்பத்தின் பிடியில் சிக்கி இருந்தது. பாட்டி வாழ்ந்து வந்த மஞ்சூரியா உட்பட, சீனாவின் பெரும்பகுதிகள் இராணுவத் தளபதிகளால் ஆளப்பட்டு வந்தன. அம்மாநிலத் தலைநகரான ஈக்ஸியான் என்னும் நகரின் பாதுகாப்பு அதிகாரிதான் பாட்டியின் தந்தையார். அவர்தான் இராணுவத் தளபதிக்கு பாட்டியோடு தொடர்பு ஏற்படுத்திக் கொடுத்தார். ஈக்ஸியான் நகர் மஞ்சூரியா மாநிலத்தின் தென்மேற்கில் அதாவது, சீனப்பெருஞ்சுவரின் வடக்கிலிருந்து நூறு மைல் தொலைவிலும், பீக்கிங் நகரின் வட கிழக்கிலிருந்து 250 மைல் தொலைவிலும் இருந்தது.

சீனாவின் எல்லா நகரங்களைப் போலவும் ஈக்ஸியான் நகரமும் ஒரு கோட்டை போல வடிவமைத்துக் கட்டப்பட்டிருந்தது. அந்நகரைச் சுற்றி முப்பது அடி உயரமும், பன்னிரண்டு அடி அகலமும் கொண்ட சுவர் எழுப்பப்பட்டிருந்தது. டாங் என்னும் அரசப் பரம்பரையினர் (கி.பி. 618-907) காலத்தில் கட்டப்பட்ட இச்சுவர் மீது வீரர்கள் மறைந்து

நின்று எதிரிகளை அம்பு எய்து தாக்குவதற்கு வசதியாக இந்தச் சுவர் வடிவமைத்துக் கட்டப்பட்டிருந்தது. மேலும், இச்சுவரின் மீது ஆங்காங்கே, சம இடைவெளிகளில் பதினாறு கொத்தளங்கள் காணப்பட்டன. அத்துடன் இச்சுவர் வழியாக குதிரை வீரன் ஒருவன் விரைந்து செல்லுமளவுக்கு வசதியாக இடம்விட்டுக் கட்டப்பட்டிருந்தது. நகரின் உள்ளே நுழைவதற்கு நான்கு வழிகள் இருந்தன. ஒவ்வொரு வழியிலும் பலமான கதவுகளைக் கொண்ட நுழைவாயில்கள் இருந்தன. அத்துடன் மதிற்சுவர்களைச் சுற்றி ஆழமான அகழிகள் அமைக்கப்பட்டிருந்தன.

அந்நகரில் அமைக்கப்பட்டிருந்த மணிக்கூண்டு, அனைவர் கண்களையும் கவரக்கூடிய வகையில் காணப்பட்டது ஒரு சிறப்பு அம்சம் ஆகும். மிக உயரமாகவும், ஆடம்பரமாகவும், அலங்காரமாகவும் கருங்கற்களால் கட்டப்பட்டிருந்த அந்த மணிக்கூண்டு, அப்பகுதியில் புத்தமதம் அறிமுகமான காலமாகக் கருதப்பட்ட ஆறாம் நூற்றாண்டில் கட்டப்பட்டது. நேரத்தை அறிந்து கொள்ளும்பொருட்டு ஒவ்வொரு இரவிலும் இந்த மணி ஒலிக்கப்பட்டது. அத்துடன் இந்த மணிக்கூண்டு வெள்ளப்பெருக்கு, தீப்பிடித்தல் போன்ற அபாயங்களையும், தவறாமல் அறிவித்து வந்திருக்கிறது. ஈக்ஸியான் நகரம் மாபெரும் சந்தை கூடும் இடமாகவும் அமைந்திருந்தது. இந்நகரில் அமைந்திருந்த சமவெளிப் பகுதிகளில் பருத்தி, சோளம், மொச்சை, எள்ளு, பேரியினக்காய், ஆப்பிள், திராட்சை போன்றவை விளைவிக்கப்பட்டன. நகரின் மேற்கு திசையில் இருந்த குன்றுகளிலும் புல்வெளிகளிலும் விவசாயிகள் ஆடுமாடுகள் மேய்த்து வந்தனர்.

என் முப்பாட்டனாரான யாங் ரூ - ஷான் 1894 ஆம் ஆண்டில் பிறந்தார். அப்போது சீனதேசம் முழுவதையும் ஒரு பேரரசர் பீக்கிங்கை தலைமையிடமாகக் கொண்டு ஆண்டு வந்தார். 1644 ஆம் ஆண்டு மஞ்சூரியாவிடம் இருந்து சீனாவைக் கைப்பற்றிய மஞ்சூஸ் என்ற அரச வம்சத்தைச் சேர்ந்தவர்தான் அப்பேரரசர். இப்படியாகத்தான் அவர்கள் சீனாவிற்குள் நுழைந்தார்கள். ஹான் என்று அழைக்கப்பட்ட யாங் மரபினர்கள் தான் சீனாவின் பெருவாரியான மக்களாக வாழ்ந்தனர். இம்மக்களின் பெரும் முயற்சியால்தான் இன்றுள்ள சீனப்பெருஞ்சுவரின் வடக்குப் பகுதி கட்டியெழுப்பப்பட்டது.

எங்களின் அப்போதைய பரம்பரையில் என் முப்பாட்டனார் மட்டும்தான் ஆண் குழந்தை. அதனால் அவருக்கு அதிக முக்கியத்துவம் கொடுக்கப்பட்டது. ஒரு ஆண் மகன் மட்டுமே தன் குடும்பப் பெயரை சுவீகரித்துக் கொள்ள முடியும். ஆண் மகன்

36 'மூன்று அங்குல தங்க லில்லி மலர்கள்'

இல்லையென்றால், அந்தக் குடும்பத்தின் வம்சாவழிப் பெயர் அழிந்துவிடும். ஆண் வாரிசு இல்லாத சீனதேசத்துக் குடும்பங்கள், தங்களின் முன்னோருக்குச் செய்த அதிகபட்ச துரோகமாகக் கருதப்பட்டு வந்தன. சிறந்த பள்ளி ஒன்றைத் தேர்ந்தெடுத்து அப்பள்ளியில் அவரை சேர்த்து விட்டார்கள். அவர் பள்ளியில் சேர்க்கப்பட்டதற்கான ஒரே இலக்கு, படித்து முடித்தபின், சீன அரசாங்கத்தின் உயர்ந்த அரசுப் பதவி ஒன்றை அடைய வேண்டும் என்பதே. அன்றைய காலகட்டத்தில் சீனதேசத்தின் ஒவ்வொரு ஆண் மகனுக்கும் அதுவே லட்சியமாக இருந்து வந்தது. ஒருவர் அரசாங்க அலுவலரானால், அவருக்கு ஓர் அதிகாரம் வந்து சேரும். ஓர் அதிகாரம் வந்து சேர்ந்தால், அவருக்கு அதிகமான பணம் வந்து சேரும். இந்த அதிகாரமோ அல்லது பணமோ இல்லாத ஒரு சீன தேசத்து குடிமகன், தன்னை அழிக்க வரும் அதிகார வர்க்கத்திடமிருந்தோ, அல்லது அங்கே அவ்வப்போது தோன்றும் கலகக்கார கும்பலிடமிருந்தோ தன்னைக் காப்பாற்றிக் கொள்ள இயலாது போய்விடும். அங்கே முறையான 'சட்டம், ஒழுங்கு' சார்ந்த கட்டமைப்புகள் என்பதே இல்லாமல் இருந்தது. நீதி என்பது தான்தோன்றித்தனமாக காணப்பட்டது. அராஜகச் செயல்கள் நிரந்தரமாகவும், கட்டுப்படுத்தப்படாமலும் அரங்கேறி வந்தன. ஓர் அரசாங்க அதிகாரி வைத்ததுதான் அங்கே சட்டம். அங்கு நடந்து வந்த அநீதிக்கும், அராஜகத்துக்கும் ஒரு சாதாரண குடிமகன், அதாவது இராஜாங்கக் குடிமகன் அல்லாத ஒரு சாமானியன் தப்பிக்க வேண்டுமென்றால், அவன் ஒரு இராஜாங்கப் பதவியில் அமர்ந்து கொள்ள வேண்டும். யாங் என்பவரின் தந்தை தன்னைப்போல தன் மகனும் தன் குலத் தொழிலான ஒட்டுக் கம்பளித்துணி வேலை செய்ய வந்துவிடக் கூடாது என்பதற்காக, தன்னையும் தன் குடும்பத்தாரையும் தியாகம் செய்தாவது, மகனின் கல்விக்காக உழைத்துச் சம்பாதிக்கவேண்டும் என்று முடிவெடுத்தார். அங்கிருந்த தையற்காரரிடமும், ஆடை தயாரிப்பவர்களிடமும் அந்தக் குடும்பத்துப் பெண்கள் இரவு பகல் பாராது தையல் வேலை செய்து வந்தனர். பணத்தை மிச்சப்படுத்துவதற்காக மண்ணெண்ணெய் விளக்கைக்கூட மிகமிகக் குறைத்து வைத்துக்கொண்டு, அந்தக் குறைவான வெளிச்சத்தில் வேலை செய்து தங்கள் கண்களைக் கெடுத்துக் கொண்டனர். நீண்ட நேர வேலையின் விளைவாக விரல் மூட்டுகளில் வீக்கமும் வலியும் உண்டானது.

சீனப் பாரம்பரியத்தின்படி, என் முப்பாட்டனார் தன்னுடைய 14ஆவது வயதிலேயே திருமணம் செய்துகொண்டார். அவருக்கு மனைவியாக வந்தவள், அவரைவிட ஆறு வயது மூத்தவள். தன் கணவனை வளர்த்தெடுப்பதற்கு பணி செய்ய வேண்டுமென்பது

மனைவியின் பாரம்பரியக் கடமைகளில் முக்கியமான ஒன்றாக கருதப்பட்டு வந்தது.

என் முப்பாட்டனாரின் மனைவியான என் முப்பாட்டி, அவள் காலத்து லட்சக்கணக்கான சீனப் பெண்களில் ஒரு சிறந்த எடுத்துக்காட்டாக விளங்கியவள். என் முப்பாட்டியார் 'வூ' என்னும் இனத்தவரான, மிருகங்களின் தோல்களைப் பதப்படுத்தும் தொழில் செய்யும் குடும்பத்திலிருந்து வந்தவள். அந்த குடும்பம் ஒரு கல்வி அறிவற்ற குடும்பம் என்று சொல்ல முடியாது. அவர்களுக்கு எந்த இராஜாங்கப் பணியும் இல்லை. மேலும் அவள் ஒரு பெண் என்பதால், அவளுக்கென்று ஒரு பெயர் கூடச் சூட்டப்படாமலேயே இருந்து வந்தாள். அவள், இரண்டாவது பிறந்த மகள் ஆகையால் அவள் 'இரண்டாவது பெண்' என்றே அழைக்கப்பட்டு வந்தாள். அவள் குழந்தையாக இருந்தபோதே, தந்தை இறந்து விட்டார். எனவே அவளுடைய மாமா ஒருவரால் அவள் வளர்க்கப்பட்டு வந்தாள். அவளுக்கு ஆறு வயது ஆகி இருந்தபோது ஒருநாள், அவளுடைய மாமா, அவருடைய நண்பர் ஒருவரோடு சேர்ந்து உணவருந்திக் கொண்டிருந்தார். அந்த மனிதரின் மனைவி தாய்மை அடைந்திருந்தாள். அந்த மனிதர்கள் உணவருந்திக் கொண்டிருந்தபோது நடந்த பேச்சு வார்த்தையில், தாய்மை அடைந்திருக்கும் அவரது மனைவிக்கு ஆண்குழந்தை பிறந்தால், தன் ஆறு வயது மருமகளை அவனுக்குத் திருமணம் செய்து கொடுப்பது என்று அப்போது முடிவு செய்யப்பட்டது. இந்த ஆணும் பெண்ணும் திருமணத்துக்கு முன்பு ஒருவரை ஒருவர் பார்த்துக் கொண்டது இல்லை. இவர்கள் காதல் வயப்படுவது, உண்மையில் ஓர் அவமானமாகவும், குடும்பத்துக்கு ஏற்படும் ஒரு களங்கமாகவும் கருதப்பட்டு வந்தது. அது ஒரு விரும்பத்தகாத செயல் என்பதால் மட்டுமல்ல - சீனாவில் காதல் விவகாரங்கள் பண்டைய மரபாக இருந்து வந்திருந்த போதிலும், இளம் வயதினர்களை இது போன்ற இக்கட்டான சூழல்களுக்கு ஆளாகி விடக் கூடாது என்ற காரணத்தாலும், அவர்கள் அப்படிச் சந்தித்துக் கொள்வது ஓரளவு ஒழுக்கங் கெட்ட செயலாகக் கருதப்பட்ட காரணத்தாலும், திருமணம் என்பது எல்லாவற்றிற்கும் மேலானது என்று கருதப்பட்டதாலும், இது இரண்டு இல்லங்களுக்கிடையே ஏற்படவிருக்கும் ஒரு பந்தமாகப் பார்க்கப்பட்டது. அதிர்ஷ்டவசமாக, திருமணம் செய்துகொண்ட பிறகே ஒருவரை ஒருவர் காதலித்துக் கொள்ள வேண்டும்.

ஓரளவு நிறைவான வாழ்க்கையை வாழ்ந்து வந்த என் முப்பாட்டனார், திருமணம் செய்து கொண்ட தன் 14ஆவது வயதில்

ஒரு சிறுவனைவிடக் கொஞ்சம் பெரியவனாக இருந்தார். முதல் இரவின்போது அவர் அந்த அறைக்குப் போக விரும்பவில்லை. அவரது அம்மாவின் அறைக்குச் சென்று, அங்கேயே தூங்கி விட்டார். தூக்கத்தில் அவரைத் தூக்கிக் கொண்டுபோய் முதலிரவு அறைக்குள் போட்டுவிட்டு வர வேண்டியதாகி விட்டது. ஆனால், அவர் செல்லம் கொடுத்து கெடுத்து வளர்க்கப்பட்டிருந்தாலும், ஆடை மாற்றிக் கொள்ளக்கூட அடுத்தவர் உதவி தேவைப்படுவதாக இருந்திருந்தாலும், 'ஒரு குழந்தை பிறப்பதற்கு எப்படி விதை போட வேண்டும்' என்று மனைவி சொன்னதைக் கேட்டுத் அதை நன்கு தெரிந்து வைத்திருந்தார். 1909 ஆம் ஆண்டு, ஒரு கோடைக்காலத் தொடக்கத்தில், திருமணம் ஆன ஓர் ஆண்டுக்குள், ஐந்தாம் வளர்பிறையின் ஐந்தாம் நாளில் என் பாட்டி பிறந்தாள். என் முப்பாட்டியை விட, பாட்டி நல்ல நிலையில் பிறந்து வளர்ந்து வந்தாள். ஏனென்றால், என் பாட்டிக்கென்று ஒரு பெயர் வைக்கப்பட்டிருந்தது. அது யுஃபாங் என்ற பெயர். யு என்றால் 'மரகதம்' என்று அர்த்தம். இது அவர்களின் குழந்தைகளுக்குச் சூட்டப்படும் பாரம்பரியப் பெயர். ஃபாங் என்பதன் பொருள் 'நறுமண மலர்கள்' என்பதாகும்.

பாட்டி பிறந்தபோது இருந்த உலகம், எதையும் அறுதியிட்டுச் சொல்ல முடியாத ஒரு குழப்பமான உலகமாக இருந்தது. ஏறத்தாழ 260 ஆண்டுகளாக சீனாவை ஆண்டுவந்த மஞ்சு பேரரசு அப்போது நிலை தடுமாறி நின்றது. 1894-95 ஆம் ஆண்டு ஜப்பான், மஞ்சூரியாவில் உள்ள சீனாவைத் தாக்கியது. அதனால் சீனா மோசமான அழிவைச் சந்தித்தது. அது மட்டுமல்லாது, பல இடங்களையும் அது இழந்தது. 1900 ஆம் ஆண்டு தேசப்பற்று மிக்க 'பாக்ஸர் ரிபெல்லியன்' என்று சொல்லப்பட்ட சீனாவின் இரகசியக் கழகம், எட்டு வகையான அந்நிய வெளிநாட்டு படைகள் கொண்டு ஒடுக்கப்பட்டது. இந்த அந்நிய படைகளின், துணைப் பிரிவுப் படைகளில் சில மஞ்சூரியாவிலும், சில படைகள் பெருஞ்சுவர் நெடுகிலும் தங்கிவிட்டன. அதன்பிறகு 1904-1905 ஆம் ஆண்டுகளில் ஜப்பானும் ரஷ்யாவும் கைகோர்த்துக் கொண்டு மஞ்சூரியாவின் சமவெளிப் பகுதிகளைக் கடுமையாகத் தாக்கின. ஜப்பானின் இந்த வெற்றியின் காரணமாக, மஞ்சூரியாவை சுற்றி இருந்த படைகள் ஆதிக்கம் செய்ய ஆரம்பித்தன. சீனாவை ஆண்டு வந்த ஐந்து வயது நிரம்பியவரான பு யி என்னும் பேரரசர், பதவியிலிருந்து தூக்கி எறியப்பட்டார். பிறகு சீனா ஒரு குடியரசு ஆட்சியாக அமைக்கப்பட்டு, நாட்டு மக்கள் அனைவரையும் தன்பால் கவர்ந்திழுக்கும் ஆற்றல் கொண்ட சன் யாட்சென் என்பவரிடம் அதன் தலைமை ஒப்படைக்கப்பட்டது.

புதிதாகத் தோற்றுவிக்கப்பட்ட குடியரசு ஆட்சியும் விரைவில் வீழ்ந்தது. அத்துடன் அது பல குறு நிலங்களாக சிதறுண்டது. அங்கு மஞ்சு வம்சம் மட்டுமே ஆதியிலிருந்து ஆண்டு வந்ததால், மஞ்சூரியாவுக்கு குடியரசு மீது அதிருப்தி ஏற்பட்டது. அந்நிய நாடுகள், குறிப்பாக ஜப்பான் போன்ற நாடு, தன்னுடைய எல்லையை இன்னும் விரிவுபடுத்திக் கொள்ளும் முயற்சியில் ஈடுபட்டது. இதுபோன்ற நெருக்கடிகளின் காரணமாக, பழைய அமைப்பு முறைகள் அழிந்து போயின. அதன் விளைவாக ஆட்சி, அதிகாரம், நீதி, நிர்வாகம், அரசு அலுவல்கள் ஆகிய அனைத்தும் நீர்த்துப் போய்விட்டன. இந்தச் சந்தர்ப்பத்தைப் பயன்படுத்திக் கொண்டு, உள்ளூர் தாதாக்களாக விளங்கிய சிலரிடம் தங்கம், வெள்ளி, ஆபரணங்கள் போன்றவற்றைக் கையூட்டாகக் கொடுத்து தங்களை முன்னிலைப்படுத்திக் கொள்ள சிலர் முயன்றனர். நல்ல வருவாய் ஈட்டிக் கொள்ளக்கூடிய ஒரு பெரிய பதவியை பெற்றுக் கொள்ளும் அளவுக்கு என் முப்பாட்டனார் பணக்காரர் இல்லை. 30 வயது ஆகியும், அவரின் சொந்த ஊரான ஈக்ஸியான் நகர் காவல் அதிகாரியின் பதவிக்குமேல், ஒரு படி கூட தன்னை உயர்த்திக் கொள்ள அவரால் முடியவில்லை. அதனால், அவர் சில திட்டங்களை வகுத்து வைத்திருந்தார். ஆனால், விலை மதிப்பில்லாத பொக்கிஷம் ஒன்று அவரிடம் இருந்தது. அவர் மகள்தான் அந்த பொக்கிஷம்.

ஆனால் அந்த மகளுக்கு வரமாக வந்த 'பொக்கிஷம்' குதித்தோடும் அவளது அழகான நீண்ட பாதங்கள்தான். இது சீன மொழியில் 'மூன்று அங்குல தங்க லில்லி மலர்கள்' என்று அழைக்கப்பட்டது. வசந்த காலத் தென்றலில் வில்லோ மரத்தளிர்கள் அசைந்தாடுவதுபோல அவளது நடை நளினமாக இருக்கும் என்பது இதற்குப் பொருள். குட்டை விரல்களின் காரணமாக ஒரு பெண் தள்ளாடித் தள்ளாடி நடந்து வருவது ஆண்களுக்குள் ஓர் இன்பக் கிளர்ச்சியை தூண்டி விடும்.

ஆனால் அவளுக்கு அளிக்கப்பட்டிருந்த மாபெரும் சொத்து அவளுடைய குதித்தோடும் அழகான நீண்ட பாதங்கள். பாட்டிக்கு இரண்டு வயது ஆகி இருந்த போது அவளின் பாதங்கள் கட்டப்பட்டன. பாட்டியின் அம்மா சுமார் 20 அடி நீளமுள்ள வெள்ளைத்துணியை எடுத்து கட்டை விரலை மட்டும் அப்படியே விட்டுவிட்டு, மற்ற நான்கு விரல்களையும் உட்புறமாக மடக்கி அந்த வெள்ளைத் துணியால் சுற்றி கட்டி வைத்துவிட்டாள். பாதங்கள் நன்றாக மடங்குவதற்காக துணியால் கட்டப்பட்ட இடத்தில் ஒரு கல்லைத் தூக்கி வைத்தாள். பாட்டி வலியால் அலறித் துடிப்பாள்.

வேண்டாம் என்று கெஞ்சுவாள். அவள் அலறுவதைத் தடுப்பதற்காக வாய் உள்ளே துணியை வைத்து அடைத்து விடுவாள். பாட்டி வலி தாங்க முடியாமல் மயங்கி விழுந்து விடுவாள்.

இந்த அவஸ்த்தை பல ஆண்டுகளாக தொடர்ந்தது. விரல் எலும்புகள் உடைந்த பின்பும், இரவு என்று பாராமலும், பகல் என்றும் பாராமலும் எப்போதும் பாதங்கள் கட்டப்பட்டே இருக்கும். கட்டுப் போடாமல் விட்டால், விரல்கள் மீண்டும் நீண்டு விடும். பாட்டி தொடர்ந்து வருடக் கணக்காக, இந்த தாங்க முடியாத வலியோடவே வாழ்ந்து வந்தாள். அந்தக் கட்டுகளை அவிழ்த்து விடச் சொல்லி பாட்டி அவள் அம்மாவிடம் கெஞ்சுவாள். பாட்டியின் அம்மா 'ஓ' வென்று அழுது விடுவாள். கட்டப்படாமல் விடப்பட்ட பாதங்கள் வாழ்க்கையை அழித்து விடும் என்றும், பாட்டியின் எதிர்கால நன்மைக்காகவே இவ்வாறு செய்வதாகவும் சொன்னாள்.

அந்த காலங்களில், ஒரு பெண் திருமணமாகி புகுந்த வீட்டுக்குப் போகின்றபோது, மாப்பிள்ளை வீட்டார் முதலில் கவனிப்பது பெண்ணின் பாதங்களை மட்டுமே. நீண்ட பாதங்கள் (அதாவது, இயற்கையாக விடப்பட்ட பாதங்கள்) கொண்ட ஒரு பெண்ணால் புகுந்த வீட்டுக்கு தீங்கு ஏற்படும் என்பது ஒரு பொதுவான கருத்தாக இருந்து வந்தது. அப் பெண்ணின் மாமியார், மருமகளின் பாவாடையைத் தூக்கி அவளது பாதத்தைப் பார்த்து, கால் விரல்கள் நான்கு அங்குலத்திற்கு மேல் நீண்டு இருந்தால், ஆதங்கப்பட்டு பாவாடையை பட்டென்று இறக்கி விடுவாள். திருமண வீட்டிற்கு வந்த விருந்தினர் அனைவர் மத்தியிலும் அந்த நேரத்தில் மணப்பெண் தர்ம சங்கடத்தோடு தவித்துப் போய் நிற்பாள். வந்திருப்பவர்கள் அவள் பாதங்களைப் பார்ப்பார்கள். இவள் குடும்பத்துக்கு இலாயக்கில்லாதவள் என்று அவதூறாகப் பேசுவார்கள். சில சமயங்களில், சில தாய்மார்கள், மகள் படும் வேதனையை தாங்கிக் கொள்ள முடியாமல் பாதத்தில் கட்டியிருந்த துணியை அவிழ்த்து விடுவார்கள். அந்தப் பெண் வளர்ந்து பெரியவளாகி, புகுந்த வீட்டில் படும் அவமானத்தையும், சமுதாயத்தால் படும் அவமானத்தையும் தாங்க முடியாமல், தன் தாய் இந்த விஷயத்தை அப்போது ஏன் கவனிக்கவில்லை என்று தாயைத் திட்டுவாள்.

ஆயிரம் ஆண்டுகளுக்கு முன்னாள், ஓர் பேரரசரின் ஆசை நாயகியாக இருந்த ஒருத்தியின் உருப்படாத கற்பனையில் அறிமுகப் படுத்தப்பட்டதுதான் இந்த விரல் வைத்திய நடவடிக்கை. கால்களுக்குமேல் ஆடையைத் தூக்கிப் பிடித்துக் கொண்டு தள்ளாடித் தள்ளாடி வரும் பெண்களைப் பார்ப்பதால் மட்டும்

ஆண்கள் உணர்ச்சி வசப்பட்டு விடுவது இல்லை. பூ வேலைப்பாடு கொண்ட காலுறைகளால் மறைக்கப்பட்ட கால்களைக் கொண்ட பெண்கள் விளையாடுவதைக் பார்த்துக்கூட ஆண்கள் உணர்ச்சி வசப்படுவதுண்டு. பெண்கள் பெரியவர்கள் ஆகிவிட்ட பிறகும் கூட துணி சுற்றுவதை நிறுத்திக் கொள்வதில்லை. அப்படியே விட்டால் பாதங்கள் நீண்டு விடுமோ என்ற பயம்தான் அதற்கு காரணம். தூங்கும்போது மட்டும் அந்தக் கட்டுகளை இலேசாகத் தளர்த்தி விடுவார்கள். அப்போதும் அவர்கள் மெல்லிய காலுறைகளை அணிந்து கொள்வார்கள். பெண்களின் கட்டப்படாத பாதங்களை ஆண்கள் பார்த்ததில்லை என்று சொல்லலாம். உள்ளங்கால் தசை அழுகும் நிலைகூட ஆகிவிடும். கட்டுகளைப் பிரித்தால் நாற்றம் வரும். நான் குழந்தையாக இருந்தபோது பாட்டி இந்த சிகிச்சையால் மிகவும் வேதனைப்பட்டதைப் பார்த்திருக்கிறேன். கடை வீதிகளுக்குப் போய்விட்டு வீட்டுக்கு வந்தவுடன் பாட்டி செய்கின்ற முதல்வேலை, பாத்திரத்தில் வெந்நீரை நிரப்பி, அதில் தன் பாதங்களை நனைத்தபிறகு தான் பாட்டி நிம்மதியடைவாள். பிறகு பாதங்களில் காய்ந்து போயிருக்கும் தோள்களைப் பிய்த்து விடுவாள். எலும்பு உடைந்ததால் ஏற்படும் வலி மட்டுமல்ல. கால் கட்டுகளுக்குமேல் நீண்டு வளர்ந்து வரும் விரல் நகங்களாலும் வலி ஏற்படும்.

உண்மையாகப் பார்க்கப் போனால், என் பாட்டியின் பாதங்கள் எப்போது துணி போட்டுக் கட்டப்பட்டதோ, அப்போதுதான் அந்த நடைமுறை நிரந்தரமாக நிறுத்தப்பட்டது. அந்த நேரத்தில்தான், அதாவது 1917-ல் என் பாட்டியின் தங்கை பிறந்தாள். நல்ல வேளையாக காலில் கட்டுப் போடும் சிகிச்சை முறை முற்று பெற்று விட்டதால், பாட்டியின் தங்கை இந்த அவஸ்தையிலிருந்து தப்பித்து விட்டாள்.

இருப்பினும், பாட்டி பெரியவளாக வளர்ந்து வந்து கொண்டிருந்த போது, இதே பாதம் கட்டும் சிகிச்சை, பெண்கள் திருமணம் செய்து கொள்ள மிகவும் இன்றியமையாததாகக் கருதப்பட்டதால், அதே நடைமுறை ஈக்ஸியான் போன்ற சிறு நகரங்களில் தொடர்ந்து இருந்து வந்தது. ஆனால், அதுவும் ஆரம்ப காலகட்டத்தில் மட்டும் தான் அப்படி இருந்து வந்தது. பாட்டியைப் பற்றிய அவள் அப்பாவின் அக்கறை, தன் மகளை ஒரு உயர்வான நிலைக்குக் கொண்டு வரவேண்டும் அல்லது அரச குடும்பத்து ஆண் மக்களுக்கு ஆசை நாயகியாக ஆக்க வேண்டும் என்பதுதான். கீழ் நிலையில் உள்ள பெண்களுக்கு கல்வி அறிவு தேவையில்லாத ஒன்று என்று அன்றைய கால கட்டத்தில் எல்லாராலும் ஏற்றுக் கொள்ளப்பட்ட

42 'மூன்று அங்குல தங்க லில்லி மலர்கள்'

அந்த கருத்தை உதாசீனப்படுத்தி விட்டு, பாட்டியை பெண்கள் பயிலும் பள்ளி ஒன்றில் சேர்த்து விட்டார். அந்தப் பள்ளி அந்நகரில் 1905-ல் தொடங்கப்பட்டிருந்தது. அப்பள்ளியில் சீன நாட்டு சதுரங்க ஆட்டம், மக-ஜங் ஆட்டம் போன்ற விளையாட்டுகளை நேர்த்தியாகக் கற்றுக் கொண்டாள். ஓவியம், தையல், பூ வேலைப்பாடு போன்ற கலைகளையும் கற்றுக் கொண்டாள். அவளுக்கு பிடித்தமான பூ வேலை - ஒரு ஜோடி வாத்துகளை (அரச குடும்பத்து வாத்துகள்) வரையும் பூ வேலைதான். (அது அன்னப் பறவையை அடையாளப்படுத்துகிறது. ஏனென்றால், அவை எப்போதும் ஜோடியாகவே நீந்தி வரும்) அதை, தான் அணிந்து கொள்ளும் மெல்லிய காலுறைகள் மீது, பூவேலை செய்து அணிந்து கொள்வாள். அவளின் திறமைகளுக்கு சிகரம் வைத்தாற்போல, 'கிண்' என்று சொல்லக்கூடிய சிதார் போன்றுள்ள ஓர் இசைக்கருவியைப் பயிற்றுவிக்க தனி ஆசிரியர் நியமிக்கப்பட்டார்.

பாட்டி அந்நகரின் அழகு தேவதை. கோழிக் குஞ்சுகளுக்கு நடுவே நிற்கும் வெண்ணிறக் கொக்கு போல அவள் இருந்ததாக உள்ளூர்வாசிகள் பேசிக் கொள்வார்கள். 1924 ஆம் ஆண்டு பாட்டிக்கு வயது பதினைந்து. பாட்டியின் அப்பாவுக்கு ஏற்பட்ட ஒரே கவலை பொக்கிஷம் போன்ற அவரின் மகளுக்கு வயது ஏறிக்கொண்டே போகிறதே என்ற கவலைதான். தன் வாழ்க்கையை வளமாக்கிக் கொள்ள ஒரே வாய்ப்பு அதுதான். அந்த ஆண்டுதான் இராணுவத் தளபதி அரசாங்கத்தின் மாநகராட்சி பாதுகாப்பு ஆய்வாளரான ஜெனரல் ஷு-வே-ஸி-ஹெங், பீக்கிங் நகரைப் பார்வையிட வந்தார்.

லூலாங் என்னும் இடத்தில் 1876 ஆம் ஆண்டில் ஜெனரல் ஷு-வே பிறந்தார். லூலாங் என்னும் நகர் பீஜிங் நகரிலிருந்து, கிழக்கில் 100 மைல் தொலைவில், பெருஞ்சுவருக்குத் தெற்கில், அதாவது வடசீனாவின் பரந்த சமவெளிப்பகுதி மலைகளைத் தொடும் வரை உள்ள எல்லைக்கப்பால் உள்ளது. ஒரு திண்ணைப் பள்ளிக்கூட ஆசிரியரின் நான்கு மகன்களில் மூத்த மகன் அவர்.

அவர் கம்பீரமான தோற்றமும் ஆளுமைத்திறனும் கொண்டவர். எவரையும் எளிதில் தன்வயப்படுத்தக்கூடிய கவர்ச்சியுள்ளவர். முகத்தைப் பார்த்து ஒருவனது எதிர்காலத்தை கணிக்கக்கூடிய பல அவதானிகள், ஷு-வேக்கு நாட்டின் பெரிய பதவிக்கு வரக்கூடிய சிறப்பு அம்சங்கள் உள்ளன என்று அவதானித்துக் கூறினர். ஷு-வே புகழின் உச்சியில் இருந்த ஒரு மிகச்சிறந்த கையெழுத்துக் கலைஞன். 1908 ஆம் ஆண்டு வாங் குவை ஸிங் என்னும் இராணுவத்தளபதி, லூலாங் நகரைப் பார்வையிட வந்தபோது, அங்குள்ள ஒரு முக்கியமான கோவில் வாசலில் பதிக்கப்பட்டிருந்த பெயர்

பலகையை பார்த்து விட்டார். அப்போது அதை எழுதியவரை அவர் பார்க்க வேண்டும் என கேட்டுக் கொண்டார். அந்த இராணுவத் தளபதி வாங், 32 வயது நிரம்பிய கையெழுத்துக் கலைஞனான ஷுவேவைத் தன்னோடு அழைத்துச் சென்று இராணுவப் பணியில் பொறுப்பு ஏற்கச் செய்தார்.

அவர் அதில் தனது திறமையை அபாரமாக வெளிப்படுத்தினார். விரைவில் இராணுவத் துறையில், ஒரு 'இராணுவ வழங்கல் அதிகாரி' பதவிக்கு உயர்ந்து விட்டார். புதிய புதிய இடங்களுக்குப் பயணம் செய்தார். லூலாங் நகரைச் சுற்றிலும், மஞ்சூரியா அருகில் உள்ள பெருஞ்சுவருக்கு மறுபக்கமும் பல உணவு விடுதிகளை வாங்கிப் போட்டுக்கொண்டார். மத்திய மங்கோலியாவில் ஏற்பட்ட ஓர் உள்நாட்டுக் கிளர்ச்சியை அடக்க தளபதி வாங் அவர்களுக்கு இவர் துணை நின்றதால், இவருடைய அபார வளர்ச்சிக்கு வாங் ஆதரவு அளித்தார். மிகமிகக் குறுகிய காலத்திற்குள் அதிர்ஷ்டக்காற்று அவர்மீது வீசியதால் லூலாங் நகரில் 81 அறைகள் கொண்ட ஒரு மாபெரும் மாளிகையைக் கட்டிக் கொண்டார்.

அந்த பேரரசு முடிவுக்கு வந்த பத்து ஆண்டுக் காலத்தில், அந்நாட்டில் எந்த அரசும் ஆட்சி அமைக்கவில்லை. பீக்கிங்கின் மத்திய அரசைப் கைப்பற்ற பலம் பொருந்திய இராணுவத் தளபதிகளிடையே சண்டை நடந்தது. வூ பெய் ஃபூ என்பவரின் தலைமையில் நடத்தப்பட்ட ஷுவேயின் படை, 1920-களில் பீக்கிங்கில் நடைபெற்றுக் கொண்டிருந்த பொம்மை ஆட்சி மீது ஆதிக்கம் செலுத்தத் தொடங்கியது. 1922ஆம் ஆண்டு ஷுவே பீக்கிங்கின் மாநகர இன்ஸ்பெக்டர் ஜெனரல் ஆகவும், பொதுப்பணித்துறையின் தலைவராகவும் பொறுப்பேற்றுக் கொண்டார். சீனப் பெருஞ்சுவரின் இரண்டு பக்கங்களிலும் இருந்த சுமார் 20 பகுதிகளையும் பத்தாயிரத்துக்கும் மேற்பட்ட குதிரைப்படைக் காவலர்களையும், தரைப்படை பிரிவினரையும் கட்டுப்பாட்டுக்குள் வைத்திருந்தார். காவல் துறைப் பதவி அவருக்கு ஓர் அதிகாரத்தையும், பொதுப் பணித்துறைப் பதவி மக்கள் ஆதரவையும் அவருக்கு அளித்தன.

அரசுக்கு மக்கள் அளித்து வரும் ஆதரவு என்பது எப்போதும் நிரந்தரம் என்று சொல்ல முடியாது. 1923 மே மாதம் தளபதி ஷுவே தரப்பினர், ஒரு ஆண்டுக்கு முன்னாள் ஜனாதிபதியாகப் பதவி அமர்த்தப்பட்ட லீ யாங் ஹாங் என்பவரை பதவியிலிருந்து இறக்க வேண்டும் என்று முடிவெடுத்தனர். ஒரு கிறிஸ்த்தவ இராணுவத் தளபதியான ஃபெங் யூ-ஸியாங் என்பவரோடு கைகோத்துக் கொண்ட ஷுவே, பத்தாயிரம் வீரர்கள் கொண்ட

தன் படையினைக் கொண்டு பீக்கிங்கின் அரசு அலுவலகங்களைச் சுற்றி வளைத்துக் கொண்டு தன் மக்களுக்கு கொடுத்துத் தீர்க்க வேண்டிய பணத்தை, அந்த திவாலாவான அரசிடம் கோரினார். ஆனால், ஜனாதிபதி லீ என்பவரை அவமானப்படுத்தி, அவரை பதவியைவிட்டு இறக்குவதே ஷுவேயின் உண்மையான நோக்கமாக இருந்தது. லீ பதவியை விட்டு இறங்க மறுத்து விட்டார். எனவே, ஜனாதிபதி மாளிகைக்குச் செல்லும் குடிநீரையும், மின் இணைப்பையும் துண்டிக்க வேண்டும் என்று தன் ஆட்களுக்கு ஷுவே ஆணையிட்டார். அதனைத் தொடர்ந்து சில நாட்களில் ஜனாதிபதி மாளிகையின் நிலைமை மிகவும் மோசமடைந்தது. தண்ணீர் இல்லாமல் நாற்றமெடுக்கத் தொடங்கிய ஜனாதிபதி மாளிகையை விட்டு, ஜூன் 13ஆம் தேதி இரவோடு இரவாக தனது தலைமை இடத்தை, எழுபது கல் தென் கிழக்கில் உள்ள தியான்ஜின் என்னும் இடத்திற்கு மாற்றினார்.

சீன தேசத்தில், ஓர் அலுவலகத்தின் அதிகாரம், அதன் தலைமைப் பொறுப்பாளரிடத்தில் மட்டும் இல்லை; அதன் அதிகாரம் அந்த அலுவலக முத்திரையிலும் இருந்தது. ஜனாதிபதியின் கையொப்பமோ, அத்துடன் அலுவலக முத்திரையோ இல்லாத எந்த ஒரு ஆவணமும் செல்லுபடி இல்லாமல் போய்விடும். இவை ஏதும் இல்லாமல் யாரும் ஜனாதிபதி பொறுப்பு ஏற்றுவிட முடியாது என்பதை நன்கு அறிந்திருந்த ஜனாதிபதி லீ, பிரான்சு நாட்டு கிறிஸ்த்தவ பணிக் குழுவால் நடத்தப்பட்டு வந்த ஒரு மருத்துவமனையில் சிகிச்சை பெற்றுக் கொண்டிருந்த தன் ஆசை நாயகி ஒருத்தியிடம் அந்த அலுவலக முத்திரையை பத்திரமாக ஒப்படைத்து விட்டு சென்றிருந்தார்.

ஜனாதிபதி லீ, தியான்ஜின் என்னும் இடத்தை நெருங்கிக் கொண்டிருந்த போது ஆயுதம் தாங்கிய காவல் துறையினர் அவர் சென்று கொண்டிருந்த இரயிலை நிறுத்தினர். அலுவலக முத்திரைகளை ஒப்படைக்குமாறு காவல் துறையினர் லீயை வலியுறுத்தினர். முத்திரைகள் எங்கே மறைத்து வைக்கப்பட்டுள்ளன என்பதை முதலில் வெளியிட மறுத்த லீ, பல மணி நேர பேச்சு வார்த்தைக்குப் பிறகு இணங்கி வந்தார். அன்று விடியற்காலை 3.00 மணிக்கு ஜெனரல் ஷுவே பிரெஞ்ச் மருத்துவமனையில் சிகிச்சை பெற்று வந்த ஜனாதிபதியின் அந்த ஆசை நாயகியைச் சென்று பார்த்தார். ஷுவேவைக் கண்டதும் அவள் வேறு பக்கம் திரும்பிக் கொண்டாள். 'ஒரு சாதாரண காவல் துறை அதிகாரியிடம் எப்படி நான் ஜனாதிபதியின் அலுவலக முத்திரைகளை ஒப்படைப்பது' என்று இறுமாப்புடன் கேட்டாள். இதைக் கேட்டவுடன் கம்பீரமான

காவல்துறை சீருடையில் நின்ற ஜெனரல் ஷுவே பார்த்த பார்வையில் மிரண்டுபோன அந்த ஆசை நாயகி, அரசாங்க முத்திரைகளை அவர் கையில் ஒப்படைத்துவிட்டாள்.

அடுத்து வந்த நான்கு மாத காலங்களாக, சீனாவில் நடைபெறவிருந்த முதல் தேர்தலில் தன்னுடைய படைப்பிரிவைச் சார்ந்த சாவ் குன் என்பவரை ஜனாதிபதியாக்க ஷுவே தன்னுடைய காவல்துறையை பயன்படுத்திக் கொண்டார். 804 பாராளுமன்ற உறுப்பினர்களுக்கும் கையூட்டுக் கொடுக்க வேண்டியிருந்தது. ஷுவேவும், ஜெனரல் ஃபெங்கும் பாராளுமன்றக் கட்டிடத்தைச் சுற்றி காவலர்களை நிறுத்தி வைத்திருந்தனர். முறையாக வாக்களிப்பவர்களுக்கு சரியான சன்மானம் உண்டு என்று தெரியப்படுத்தப்பட்டது. இந்தத் தகவல் பல துணை நிலை அதிகாரிகளை தலைநகரை விட்டு வெளியேற வைத்தது. இதற்குள் தேர்தலுக்கான ஆயத்தப்பணிகள் அனைத்தும் தயாராகி விட்டன. பீக்கிங் நகரில் மட்டும் 555 நாடாளுமன்ற உறுப்பினர்கள் இருந்தனர். தேர்தலுக்கு நான்கு நாட்களுக்கு முன்பு, நீண்ட இழுபறிக்குப் பிறகு, நபருக்கு 5000 சில்வர் யான் என்ற அளவிலான ஒரு கணிசமான தொகை கொடுக்கப்பட்டது. 1923 அக்டோபர் மாதம் 5ஆம் தேதி 480 வாக்குகள் பெற்று சாவ் குன் சீனாவின் ஜனாதிபதியாகத் தேர்வு செய்யப்பட்டார். ஷுவே சகல அதிகாரங்களுடன் கூடிய தளபதியாகப் பதவி உயர்வு பெற்றார். அத்துடன் 17 நபர்கள் ‘சிறப்பு ஆலோசகர்களாகப்’ பதவி உயர்வு பெற்றார்கள். இவர்கள் அனைவரும் இராணுவத் தளபதிகள் மற்றும் ஜெனரல் ஆகியோரின் குறிப்பிடத்தக்க ஆசை நாயகிகள் ஆவர். இந்த நிகழ்வு, சீன நாட்டு வரலாற்றில் எப்படி எல்லாம் ஒரு தேர்தல் நடத்தப்படக் கூடாது என்பதற்கு இது ஒரு மோசமான உதாரணம். சீனாவில் ஜனநாயகம் பயன் தராது என்பதற்கு இந்நிகழ்வை சுட்டிக்காட்டி மக்கள் இன்னும் விவாதித்து வருகிறார்கள்.

அடுத்த ஆண்டு ஒரு கோடைகாலத் தொடக்கத்தில் ஜெனரல் ஷுவே ஈக்ஸியான் நகரைப் பார்வையிட வந்தார். அது ஒரு பெரிய நகரமாக இல்லாவிடினும், சில செயல்திட்ட கட்டமைப்புகளுக்கு அது சரியான நகரமாக அமைந்திருந்தது. இங்குதான் பீக்கிங் நகர அரசு ஆணைகள் முடிவெடுக்கப் பட்டு, செயல்படத் தொடங்கின. அத்துடன் அதிகாரம் அனைத்தும், முன்னாள் காவல் துறை உயர் அதிகாரியும், வடகிழக்கின் மாபெரும் இராணுவத் தளபதியுமான சாங் ஸோ-லின் என்பவரின் கையில் இருந்தது. அலுவல் ரீதியாக ஜெனரல் ஷுவே ஆய்வு மேற்கொள்வதற்காக ஈக்ஸியான் வந்தார். அத்துடன் அந்த நகரில் இவருக்கு தனிப்பட்ட ஒரு ஈடுபாடு இருந்தது. ஈக்ஸியான் நகரில் இவருக்கு சொந்தமாக முக்கியமான

தானியக் கிடங்கும், பெரிய பெரிய கடைகளும் இருந்தன. அத்துடன் அவருக்கு ஒரு அடமானக் கடையும் இருந்தது. அந்தக் கடை ஒரு வங்கியாகவும் செயல்பட்டு வந்தது. அந்தப்பகுதி வாழ் மக்களுக்கு இதிலிருந்து வட்டிக்கு பணம் வழங்கப்பட்டு வந்தது.

என் முப்பாட்டனாரைப் பொறுத்தவரை, பெரிய அந்தஸ்தில் உள்ள ஒருவரிடம் நெருங்கிப் பழகும் அரிய வாய்ப்பு, வாழ்க்கையில் ஒரு முறைதான் கிட்டியது. ஜெனரல் ஷுவே அவர்களுக்கு 'பாதுகாப்பாக செல்லும் பணியை மேற்கொள்வது' என்ற ஒரு திட்டத்தை தனக்குள் வகுத்துக் கொண்டார். தன் மகளை ஷுவே என்னும் ஜெனரலுக்கு திருமணம் செய்து கொடுக்க விரும்புவதாக அவர் மனைவியிடம் சொன்னார். மனைவியின் சம்மதத்தை எதிர்பார்த்து இதை அவளிடம் அவர் சொல்லவில்லை. ஏதோ ஒரு தகவலுக்காக மட்டும் அவளிடம் தெரிவித்தார். அவ்வாறு மனைவியிடம் பெயருக்கு தகவல் தெரிவிப்பது அன்றைய வழக்கமாக அங்கு நிலவி வந்தது. என் முப்பாட்டனார் தன் மனைவியின்மீது அக்கறை எடுத்துக் கொண்டதே இல்லை. அவள் அழுது புலம்பினாள்; ஆனால் எதுவும் பேசவில்லை. இது பற்றி மகளிடம் ஒரு வார்த்தைக்கூடச் சொல்லக்கூடாது என்று என் முப்பாட்டனார் மனைவியிடம் கண்டித்துச் சொல்லி விட்டார். மகளின் சம்மதத்தை கேட்கவேண்டும் என்ற பேச்சுக்கே அங்கே இடமில்லை. திருமணம் என்பது ஒரு பரிவர்த்தனை மட்டுமே. அங்கே உணர்வுகளுக்கு கிஞ்சித்தும் இடம் இல்லை. திருமணம் நிகழும் நேரத்தில் சொல்லிக் கொண்டால் போதும்.

ஜெனரல் ஷுவேவுடன் அவர் ஏற்படுத்திக் கொள்ளும் தொடர்பு வெளிப்படையாகத் தெரிய வேண்டாம் என்று கருதினார். தானே முன்வந்து வெளிப்படையாகத் தன் மகளை அவருக்கு அர்ப்பணித்தால், அவர் மகளின் மதிப்பும் மரியாதையும் குறைந்து விடும். மேலும் அவரது ஆசை நிராகரிக்கப்படவும் வாய்ப்பிருக்கிறது. தனக்கு என்ன வெகுமதி வழங்கப்படவிருக்கிறது என்பதை ஜெனரல் ஷுவே புரிந்து கொள்ள வாய்ப்பு கொடுக்கப்படவேண்டும். அன்றைய காலகட்டத்தில் உயர்ந்த அந்தஸ்தில் உள்ள பெண்மணிகள் அந்நிய மனிதர்களுக்கு அறிமுகம் செய்து வைக்கப்பட மாட்டார்கள். ஆகவே, ஜெனரல் ஷுவே தன் மகளை பார்ப்பதற்கு முப்பாட்டனார் யாங், ஒரு வாய்ப்பை ஏற்படுத்திக் கொடுத்தார். இந்தச் சந்திப்பு ஒரு சந்தர்ப்பவசத்தால் நிகழ்ந்தது போல இருந்தது.

ஈக்ஸியான் நகரில் 900 ஆண்டு பழமையான புத்த தேவாலயம் ஒன்று இருந்தது. விலை உயர்ந்த மரங்களைக் கொண்டு கட்டப்பட்ட

அந்த புத்த ஆலயம் 100 அடி உயரத்தில் நின்றது. ஓர் எழில்மிகு நகரில், ஒரு சதுர மைல் பரப்பளவில், சைப்ரஸ் மரங்கள் அதிகமாக அணி வகுத்து நிற்கும் சூழலில் அந்த ஆலயம் அமைந்திருந்தது. ஆலயத்தின் உட்புறத்தில் அழகாக வண்ணம் தீட்டப்பட்ட புத்தரின் மரச்சிற்பம் முப்பது அடி உயரத்தில் நின்றது. சுவர்களின் நாற்புறமும் புத்தரின் வாழ்க்கை வரலாறு, ஓவியங்களாகத் தீட்டப்பட்டிருந்தது. வருகை புரிந்திருக்கும் மரியாதைக்குரிய மனிதரை அழைத்துச் செல்ல உகந்த இடம் இந்த ஆலயம்தான் என்று யாங் முடிவெடுத்தார். கௌரவமான குடும்பத்தைச் சேர்ந்த பெண்கள், தாங்களே தனியாகச் சென்றுவரக்கூடிய சில இடங்களில், ஆலயங்களும் குறிப்பிடத்தக்கவை.

குறிப்பிட்ட ஒரு நாளில் பாட்டி அந்த புத்த ஆலயத்திற்குச் செல்ல வேண்டும் என்று முப்பாட்டனார் பாட்டிக்கு அறிவுறுத்தி இருந்தார். புத்தர் மீது தனது பக்தியை வெளிப்படுத்த நறுமணத் திரவியங்கள் கொண்டு குளித்து முழுகிவிட்டு, புத்த ஆலயத்திற்கு செல்லுமுன் ஒரு சிறிய கோவில் பீடத்தின் முன்பாக, நறுமணப் பொருட்கள் எரிந்து வெளியிடும் புகை நடுவே அமர்ந்து நீண்ட நேரம் மனதை ஒரு நிலைப்படுத்தி தியானம் செய்தாள். புத்தரின் ஆலயத்திற்குச் சென்று வழிபடும் பொருட்டு ஆழ்ந்த மன அமைதியில் திளைத்திருக்க வேண்டும் என்றும், வேண்டாத எந்தவிதமான உணர்வுகளுக்கும் ஆட்படாமல் இருக்க வேண்டும் என்றும் என் முப்பாட்டனார் எதிர்பார்த்தார். ஒரு குதிரை வண்டியை வாடகைக்கு அமர்த்திக் கொண்டு, ஒரு பெண்ணைத் துணைக்கு அழைத்துக் கொண்டு ஆலயம் நோக்கிப் புறப்பட்டார். நீல நிறத்தில் பாட்டி ஜாக்கெட் அணிந்திருந்தாள். அதன் ஓரங்கள் தங்கநிற நூல் கொண்டு பூ வேலைப்பாடுகள் செய்யப்பட்டிருந்தன. தங்கக்கோடுகள் போட்டது போல எடுப்பாகத் தெரிந்தது. ஜாக்கெட்டின் வலது பக்கத்தில் வண்ணத்துப்பூச்சி அமைப்பில் பொத்தான்கள் பொருத்தப்பட்டிருந்தன. மடிப்பு மடிப்புகளாகத் தைக்கப்பட்டிருந்த கருஞ்சிவப்பு நிறத்தில் பாவாடை அணிந்திருந்தாள். அந்தப் பாவாடை சின்னச் சின்ன பூக்கள் பதிக்கப்பட்டது போல, பூ வேலைப்பாடுகள் கொண்டிருந்தன. அவளது நீண்ட கருங்கூந்தல் ஒற்றை ஜடையாகப் பிண்ணி தொங்க விடப்பட்டிருந்தது. மிக அரிதாகக் காணப்படும் சிறிய சிகப்பு நிறப் பூ ஒன்று அவள் தலையிலிருந்து முளைத்து எட்டிப் பார்ப்பது போல செருகப்பட்டிருந்தது. இந்த புத்த ஆலயத்திற்கு வருவதற்கு தகுந்தாற்போல, அவள் எந்த ஒரு ஒப்பனையும் செய்து கொள்ளவில்லை. ஆனால், மென்மையான ஓர் உயர் ரக வாசனைத் தைலம் பூசி இருந்தாள். உள்ளே நுழைந்ததும், அந்த மாபெரும் புத்த

சிற்பத்தின் முன்னால் முழந்தாளிட்டாள். அந்த மரச் சிற்பத்திற்கு முன்னால் பலமுறை வீழ்ந்து வணங்கி, பின் முழந்தாளிட்டு, கூப்பிய கரங்களுடன் பிரார்த்தித்தாள்.

பாட்டி பிரார்த்தனை செய்து கொண்டிருந்தபோது, அவள் தந்தை ஜெனரல் ஷுவேயுடன் அங்கே வந்தார். இருவரும் ஒதுங்கி நின்று பாட்டியைக் கவனித்தார்கள். என் முப்பாட்டனார் ஒரு அருமையான திட்டம் வகுத்து வைத்திருந்தார். என் பாட்டி முழங்கால் படியிட்டிருந்த அவளது தோற்றத்திலிருந்து, அவளது மேலாடையைப் போல அவளது பட்டுப் பாவாடையின் ஓரங்களும் தங்கம் போல் ஜொலித்தன. அது மட்டுமல்லாமல், அவள் அணிந்திருந்த பூப்போட்ட பட்டுத் துணியால் ஆன கால் உள்ளுறைகளுக்குள் காணப்பட்ட அவளின் மென்மையான சின்னஞ் சிறிய பாதங்களும் வெளிப்பட்டன.

பாட்டியின் பிரார்த்தனை முடிவுற்றபின், புத்தரின் முன்பு மூன்று முறை வீழ்ந்து வணங்கினாள். அவள் முழங்காலிருந்து எழுந்திருக்க முயன்றபோது அவள் கால்கள் தடுமாறின. கட்டுப்போட்டு சீர் செய்யப்பட்ட சிறிய பாதங்களே இந்த தடுமாற்றத்திற்கு காரணம் ஆனது. தன்னோடு உதவிக்கு வந்த பெண்ணின் கையைப் பிடித்துக் கொண்டு சமாளித்து எழுந்தாள். அவளது தந்தையாரும், ஜெனரல் ஷுவேவும் அவளை நோக்கி வந்தார்கள். அவர்களைப் பார்த்த வெட்கத்தில் பாட்டி தலையைக் குனிந்து கொண்டாள். அவ்விடத்திலிருந்து திரும்பி வெளியே நடக்கத் தொடங்கினாள். அப்படி நடந்து கொண்டதுதான், அந்தச் சூழலுக்கு மிக உகந்ததான செயல் ஆகியது. பாட்டியின் தந்தையார் அவளுக்கு முன்னே சென்று, அவளை ஜெனரலுக்கு அறிமுகப்படுத்தினார். பாட்டி சீன நாட்டு வழக்கப்படி முழங்கால்களை மடக்கி தலைகுனிந்து அவருக்கு வணக்கம் தெரிவித்தாள். அந்த நேரம் முழுவதும் அவளது தலை குனிந்தபடியே இருந்தது.

பதவிக்கேற்றபடி கம்பீரமான சீருடை அணிந்திருந்த ஜெனரல் அங்கே நடந்த சந்திப்பைப் பற்றி பணிவாக நின்றிருந்த தன்னுடைய கீழ்நிலை அதிகாரியான யாங்கிடம் எதுவும் சொல்லவில்லை. ஆனால் அவர் ஏதோ ஒரு வகையில் அவள்பால் ஈர்க்கப்பட்டிருக்கிறார் என்பதை முப்பாட்டனாரால் புரிந்து கொள்ள முடிந்தது. அடுத்த கட்ட நடவடிக்கை இருவரையும் நேரில் சந்திக்க வைக்க வேண்டியதுதான். இரண்டு நாட்கள் கழித்து, இதனால் எவ்வளவு பணம் அழிந்தாலும் பரவாயில்லை என்று அந்நகரின் மிக உயர்ந்த கலையரங்கம் ஒன்றை யாங் வாடகைக்கு அமர்த்திக் கொண்டார். அங்கே இசை நாடக நிகழ்ச்சி ஒன்றை

ஏற்பாடு செய்தார். அந்த நிகழ்ச்சிக்கு ஜெனரலை மரியாதையின் நிமித்தம் அழைத்து வந்தார். மற்ற சீன நாட்டு அரங்குகளைப் போல இதுவும் செவ்வக வடிவில் ஆகாயம் தெரியுமாறு அமைக்கப்பட்டிருந்தது. அரங்கின் மூன்று பக்கங்களும் மரத் தூண்கள் நிறுத்தப்பட்டு அதன்மீது கட்டப்பட்டிருந்தது. நான்காவது பக்கம் மேடை அமைக்கப்பட்டிருந்தது. மேடை திறந்தவெளியாக விடப்பட்டிருந்தது. அதில் திரையோ இதர மறைப்புகளோ இல்லாத திறந்தவெளி, ரசிகர்கள் அமரும் இடமாக இருந்தது. மேலை நாட்டு அரங்கங்கள் போல் இல்லாமல், ஒரு சிற்றுண்டிச் சாலை போல இருந்தது. திறந்தவெளியில் இருக்கைகளில் அமர்ந்திருந்த ஆண்கள், எதையாவது மென்று கொண்டும், குடித்துக் கொண்டும் இருந்தனர். மற்றொரு பக்கம், அவையடக்கத்துடன் பெண்கள் சிறிய இருக்கைகள் மீது அமர்ந்திருந்தனர். பாதுகாப்புக்கு வந்த பெண்கள் அவர்கள் பக்கத்தில் நின்றிருந்தனர். ஜெனரல் இருக்குமிடத்திலிருந்து பாட்டியை பார்க்கும் வசதியுடன் முப்பாட்டனார் ஏற்பாடு செய்திருந்தார்.

ஆலயத்தில் அணிந்திருந்த ஆடையைவிட இப்போது பாட்டி அணிந்திருந்த ஆடை எடுப்பாகவும், ஈர்க்கும் வகையிலும் இருந்தது. அவள் அணிந்திருந்த வெண்பட்டுத் துகிலில் சிறந்த பூ வேலைப்பாடுகள் நிறைந்து காணப்பட்டன. அவளது தலையிலும் அதிகமான ஆபரணங்கள் சூடப்பட்டிருந்தன. பாட்டி தன் தோழியர்களிடம் குதூகலமாகப் பேசிக் கொண்டும் சிரித்துக் கொண்டும் இருந்ததால், அவளிடம் இயற்கையாகக் குடி கொண்டிருந்த இளமைத்துடிப்பும், உற்சாகமும் பிரவாகம் எடுத்து ஓடியது. ஜெனரல் ஷுவே அப்போது மேடை நிகழ்வுகளைக் கண்டு கொண்டதாகத் தெரியவில்லை.

மேடை நிகழ்ச்சிகள் முடிந்தவுடன் சீன தேசத்துப் பாரம்பரிய விளையாட்டான 'விளக்கு-விடுகதை' என்ற ஒரு விளையாட்டு வந்தது. இந்த விளையாட்டுக்கு தனித்தனி அறைகள், அதாவது ஆண்களுக்கு ஓர் அறை என்றும், பெண்களுக்கு ஓர் அறை என்றும் ஒதுக்கப்படும். ஒவ்வொரு அறையிலும் காகிதத்தால் செய்யப்பட்ட பெரிய லாந்தர் விளக்குகள் 12 இருக்கும். ஒவ்வொரு விளக்கின் மீதும் பல விடுகதைகள் எழுதி ஒட்டப் பட்டிருக்கும். அதில் யார் அதிகமான விடுகதைகளுக்கு விடை சொன்னார்களோ அவர்களே ஜெயித்தவர்கள். அவர்களுக்குப் பரிசு. அதில் ஆண்கள் விளையாட்டில் வெற்றி பெற்று பரிசு பெற்றவர் ஜெனரல் ஷுவே. அதே மாதிரி பெண்களில் வெற்றிப் பெற்றுப் பரிசு பெற்றவர் உண்மையில் என் பாட்டிதான்.

என் பாட்டியின் அழகையும் அறிவையும் புகழ்வதற்கான ஒரு வாய்ப்பை ஜெனரல் ஷுவேவுக்கு என் முப்பாட்டனார் ஏற்படுத்திக் கொடுத்தார். இது நடந்து முடிந்து இரண்டு இரவுகள் கழித்து ஜெனரலை வீட்டிற்கு விருந்துக்கு அழத்தார். அன்றைய இரவு முழு நிலவு. தெளிவான வானம். சிதார் வாசிப்பை கேட்க ஏற்ற சூழலாக அமைந்த ரம்மியமான நேரம் அது. இரவு உணவு முடிந்ததும் ஆண்கள் வராந்தாவில் அமர்ந்திருந்தனர். என் பாட்டியை அழைத்து நிலா முற்றத்தில் சிதார் வாசிக்க சொன்னார்கள். அந்தக் கொடிப் பந்தலின் கீழ், மாலையில் மலர்ந்த மலர்களின் சுகந்தத்தில் லயித்தபடி அமர்ந்திருந்த ஜெனரல் ஷுவேவை பாட்டியின் வாசிப்பு கிறங்க வைத்தது. அந்த இரவு வேளையில், முழு நிலா ஒளியில், என் பாட்டியிடம் மனதைப் பறி கொடுத்து விட்டதாக ஜெனரல் ஷுவே சொன்னார். பிறகு என் அம்மா பிறந்தபோது அம்மாவுக்கு ‘பாவோ கின்’ என்ற பெயரை ஜெனரல் சூட்டினார். அதற்கு இனிமையான ‘சிதார்’ என்று பொருள்.

அந்த இரவுப் பொழுதிற்குள் பாட்டியை ஏற்றுக்கொள்ள ஜெனரல் ஒத்துக் கொண்டார். பாட்டியிடம் நேரில் இதைச் சொல்லவில்லை. பாட்டியின் தந்தையாரிடம் சொன்னார். அதுவும் திருமணம் செய்து கொள்வதாக ஜெனரல் ஒத்துக் கொள்ளவில்லை. அவரின் ஆசை நாயகியாக ஆக்கிக் கொள்ளத்தான் ஒத்துக் கொண்டார். ஆனால் என் முப்பாட்டனார் யாங், வேறு எதையும் எதிர்பார்க்கவில்லை. ஜெனரல் குடும்பத்தார், ஷுவேக்கு நீண்ட நாட்களுக்கு முன்பாக திருமண ஏற்பாடுகள் செய்திருக்கலாம். அந்தத் திருமணமும் அவர்களுக்குரிய அந்தஸ்தின் அடிப்படையில் நிறைவேற்றப்பட்டிருக்கலாம். எப்படிப் பார்த்தாலும், யாங் வழியினர், ஜெனரலுக்கு தங்கள் பெண்ணைத் திருமணம் செய்து கொடுக்க தகுதி இல்லாதவர்கள் என்றுதான் சொல்ல வேண்டும். ஆனால், ஜெனரல் ஷுவே போன்ற அந்தஸ்தில் உள்ள ஆண்கள், யாங் வீட்டுப் பெண்களை ‘ஆசை நாயகி’களாக வேண்டுமென்றால் வைத்துக் கொள்ளலாம். மனைவியர் என்பவர்களை உடல் சுகங்களுக்காக அவர்கள் ஒருபோதும் வைத்துக் கொள்வதில்லை. அதற்கெல்லாம் அவர்களின் ஆசை நாயகிகள் இருக்கிறார்கள். அவர்கள் அதைப் பார்த்துக் கொள்வார்கள். ஆசை நாயகியர்களுக்கு ஒருசில வரையறுக்கப்பட்ட அதிகாரங்கள் வழங்கப் பட்டிருக்கும். ஆனால் அவர்களின் மனைவியர்களுக்கு உள்ள அந்தஸ்துகளோடு இவர்கள் நெருங்க முடியாது. ஆசைநாயகி என்பவர்கள் ஒரு கட்டுக்குள் வைக்கப்பட்டிருந்தவர்கள். அவர்களை ஏற்றுக் கொள்வதும், உதறி விடுவதும் ஆண்களின் விருப்பு வெறுப்புக்கேற்ப அமையும். இந்நிகழ்வு நடக்க விருப்பதற்கு ஓரிரு நாட்களுக்குமுன்பு,

பாட்டியின் அம்மா, 'இந்த ஏற்பாடு சட்டப்பூர்வமான மனைவி அந்தஸ்த்துக்கு இல்லை; இரகசிய உறவுக்கான, அதாவது, ஆசைநாயகிக்கான ஏற்பாடுதான்' என்று பாட்டிக்கு சொன்ன போதுதான் அவருக்கு முதன்முதலில் இந்த விஷயம் தெரிய வந்தது. பாட்டி தலை கவிழ்ந்து அழுதுகொண்டே இருந்தாள். ஆசை நாயகி என்பதை நினைத்துப் பார்க்கவே அவளுக்கு அருவருப்பாக இருந்தது. ஆனால், பாட்டியின் தந்தை கறாராக இந்த முடிவை எடுத்து விட்டார். பெற்றோர்கள் எடுத்த முடிவை நிராகரிப்பது என்பது பிள்ளைகளால் நினைத்துப் பார்க்க முடியாதது. பெற்றோர்கள் எடுத்த முடிவு பற்றிக் கேள்வி கேட்பது என்பது பெற்றோருக்குச் செய்யும் துரோகம் ஆகும். பெற்றோர்களின் விருப்பத்திற்கு சம்மதம் தெரிவிக்காவிட்டால்கூட, அதை ஒன்றும் பெரிதாக எடுத்துக்கொள்ள மாட்டார்கள். 'அம்மா அப்பாவைப் பிரிந்து செல்ல மனம் இல்லை' என்று எடுத்துக் கொள்வார்கள். ஆனால், அப்பா அம்மாவின் விருப்பத்திற்கு மாறாக 'முடியாது' என்று சொல்ல விரும்பினால், அதற்கு தற்கொலை செய்து கொள்வதைத் தவிர வேறு வழி கிடையாது.

பாட்டி உதட்டைக் கடித்துக் கொண்டாள். ஆனால் ஒன்றும் பேசவில்லை. உண்மையில் அவளுக்குப் பேசுவதற்கு ஏதுமில்லை. சரி என்று சம்மதம் தெரிவிப்பது, பெற்றோர்களை பிரிந்து செல்வதற்கு சம்மதம் தெரிவிப்பது போல் ஆகிவிடும். அது பெண் என்பதற்கு இழுக்கு தேடிக் கொள்வது போல் ஆகும்.

தன் மகள் எவ்வளவு இக்கட்டான நிலையில் இருக்கிறாள் என்பதை அறிந்த பாட்டியின் அம்மா, முடிந்தவரை அந்த ஜெனரலைத் தேர்ந்தெடுத்துக் கொள்வது உகந்தது என்று தன் மகளுக்கு எடுத்துச் சொல்லத் தொடங்கினாள். பாட்டியின் அப்பா தன் மனைவிக்கு ஷுவேவின் அருமை பெருமைகளையும், அதிகாரங்களையும் விபரமாகச் சொல்லி இருக்கிறார். 'ஜெனரல் ஷுவே, பீக்கிங் நகரில் கால் அடி வைத்துவிட்டால் போதும், நகரமே நடுங்குகிறது' என்று பீக்கிங் மக்கள் பேசிக் கொள்வதாகவும் மனைவியிடம் சொல்லி இருக்கிறார். ஜெனரலின் கம்பீரத்தையும், அவரது யுத்தத் திறமைகளையும் கேட்டு, உண்மையில் பாட்டிக்கு அவர்பால் ஓர் ஈர்ப்பு ஏற்பட்டு விட்டது. வசீகர வார்த்தைகளால் அவர் தன்னைப் புகழ்ந்து பேசியிருப்பதாக தந்தை மூலம் கேட்டிருக்கிறாள். அந்தப் புகழுரைகள் இன்னும் விரிவாக இப்போது விவரிக்கப்பட்டது. ஈக்ஸியான் நகரில் இந்த ஜெனரல் ஷுவேக்கு இணை எந்த ஆணும் இல்லை என்று தெரிந்து கொண்டாள். பதினைந்தே வயதான பாட்டிக்கு 'ஆசை நாயகி' என்றால் என்னவென்றே தெரியவில்லை.

இருப்பினும், அவரது அன்பை முழுமையாக அடைந்து இன்பமாக வாழலாம் என்று ஏற்றுக் கொண்டாள்.

ஈக்ஸியான் நகரில் அவளுக்கென்று வாங்கவிருக்கும் அந்தப் புது வீட்டில் அவள் தங்க வேண்டுமென்று சொல்லி விட்டார். அந்த வீட்டில் தங்கினால்தான் அவளின் குடும்பத்துக்கு அருகில் அவள் இருக்க முடியும். அத்துடன் அவள் முக்கியமானவளாகவும் கருதப்படுவாள். ஷுவேயின் சொந்த வீட்டில் தங்குவதால், அவரது மனைவியின் அதிகாரத்திற்கும் மற்ற ஆசை நாயகிகளின் அதிகாரத்திற்கும் அவள் கட்டுப்பட்டு நடக்க வேண்டியிருக்கும். ஜெனரல் ஷுவே போன்ற சர்வ அதிகாரம் கொண்ட ஒரு நபரின் வீட்டில் வாழும் பெண்கள் கிட்டத்தட்ட சிறைக் கைதிகள் போலத்தான் வாழ வேண்டும். அவர்களின் பாதுகாப்பற்ற நிலை தோற்றுவிக்கும் விளைவுகளால், எதற்கெடுத்தாலும் அவர்கள் மத்தியில் சண்டையும் சச்சரவும் இருந்துகொண்டே இருக்கும். அவர்கள் கணவன்மார்களின் ஆதரவு மட்டுமே அவர்களுக்கு கிடைக்கும் ஒரே பாதுகாப்பு. பாட்டிக்கென்று சொந்தமாக ஒரு வீடு வழங்குவதாக ஜெனரல் ஷுவே கூறியது, ‘எல்லாமே கிடைத்துவிட்டது போல’ முப்பாட்டிக்கு ஆகி விட்டது. ஒரு திருமணச் சடங்கு போல செய்து அவளை ஆசை நாயகியாக ஆக்கிக் கொள்வதாக அவர் வாக்குறுதி அளித்ததை, அவளுக்கும் அவள் குடும்பத்தாருக்கும் பெரும் வெகுமதி கிடைத்ததுபோல் கருதி பூரித்துப் போனாள்.

முக்கியமாக இதில் கிடைத்த இறுதி அனுகூலம் என்னவென்றால், பாட்டியின் தந்தை இப்போது மன நிறைவடைந்து விட்டார். இனி அவர் பாட்டியின் அம்மாவை நன்கு கவனித்துக் கொள்வார் என்று பாட்டி நம்பினாள்.

யாங்கின் மனைவியான என் முப்பாட்டிக்கு காக்காய் வலிப்பு நோய் வந்துவிட்டது. இதனால் தன் கணவன் என்ன நினைப்பாரோ என்ற கவலை முப்பாட்டிக்கு ஏற்பட்டுவிட்டது. முப்பாட்டி எப்போதும் தன் கணவருக்கு கீழ்படிந்து நடந்தாள். ஆனால் அவர், முப்பாட்டியை ஒரு குப்பையைப் போலவே பாவித்தார். பாட்டியின் உடல் நலத்தின் மீது அக்கறை எடுத்துக் கொண்டதே இல்லை. இவ்வளவு ஆண்டுகளாகியும், அவள் தனக்கு ஒரு மகனைப் பெற்றுத் தரவில்லையே என்ற குற்றத்தை அவள்மீது சுமத்திக் கொண்டே இருந்தார். என் பாட்டியை பெற்றெடுத்த பிறகு முப்பாட்டிக்கு தொடர்ந்து கருச்சிதைவு ஏற்பட்டுக் கொண்டே வந்தது. மீண்டும் அவளுக்கு 1917-ல் தான் ஒரு குழந்தை பிறந்தது; அதுவும் பெண் குழந்தைதான்.

முப்பாட்டனாரின் முழுச் சிந்தனையும் ஆசை நாயகிகளை அடைவதற்குத் தேவையான பணம் ஈட்டுவதிலேயே இருந்தது. இந்தத் திருமணம், அவரது ஆசையை நிறைவேற்றிக்கொள்ள ஏதுவாக அமைந்தது. நிச்சயதார்த்த அன்பளிப்புகள் என்ற பெயரில் தேவைக்கதிகமாக எல்லாவற்றையும் முப்பாட்டனாருக்கு ஷுவே வாரி வழங்கினார். அந்த அன்பளிப்பு பொருட்கள் விலை உயர்ந்தவை. அத்துடன் ஜெனரல் ஷுவேயின் அந்தஸ்த்துக்கு ஏற்ப அப்பொருட்கள் அமைந்திருந்தன.

திருமண நாள் அன்று, பூ வேலைப்பாடு கொண்ட கருஞ்சிவப்பு நிறத்தாலான பட்டுத்துணியாலும், வெண்பட்டுத் துகிலாலும் அலங்காரம் செய்யப்பட்ட ஒரு பல்லக்கு முப்பாட்டனார் யாங் வீட்டிற்கு முன்னால் நிறுத்தப்பட்டிருந்தது. ஒரு பெண்ணின் பெருமை சாற்றக்கூடிய ஃபீனிக்ஸ் பறவை வரையப்பட்ட மென்மையான கண்ணாடிக் கூண்டு விளக்குகள், மற்றும் பதாகைகள் தாங்கிய மாபெரும் ஊர்வலம் ஒன்று பல்லக்கின் முன்னே சென்றது. திருமண நாள் அன்று, யாங் வீட்டு முன்புறம் வெண்பட்டுத் துகில்கள் தொங்கின. சீன நாட்டு வழக்கப்படி இத்திருமணம் இரவு நேரத்தில் நடைபெற்றது. சிவப்பு விளக்குகள் ஜொலித்துக் கொண்டிருந்தன. இன்னிசைக் கச்சேரியின் சத்தம் விண்ணைப் பிளந்தது. ஒரு நல்ல திருமணத்திற்கு சிறந்த எடுத்துக்காட்டு இது போன்ற இன்னிசைச் சத்தம்தான். இந்தச் சத்தம் இல்லாமல் ஒரு நிகழ்வு நடக்கிறதென்றால், அது ஏதோ ஓர் அவமானகரமான நிகழ்வு என்று கருதப்பட்டது. பாட்டி அற்புதமான ஆடைகள் அணிந்திருந்தாள். பூ வேலைப்பாடுகள் நிறைந்த சிவப்பு நிறப் பட்டு உடையால் அவள் முகம் மூடப்பட்டிருந்தது. எட்டு நபர்களால் தூக்கிவரப்பட்ட பல்லக்கில் பாட்டி புது வீட்டிற்கு வந்தாள். பல்லக்கின் உட்புறத்தில் வெயிலின் வெப்பம் அதிகமாக இருந்ததால், பாட்டி திரைச்சீலையை இலேசாகக் கொஞ்சம் விலக்கினாள். எட்டிப் பார்த்த அவள், அவளின் திருமண ஊர்வலத்தைக் காண இவ்வளவு மக்கள் கூடியிருப்பது கண்டு, அகமகிழ்ந்து போனாள். இது ஒரு சாதாரண ஆசை நாயகியின் ஊர்வலத்திலிருந்து முற்றிலும் மாறுபட்டிருந்தது. ஒரு சாதாரண ஆசை நாயகிக்கு எளிமையான நிறத்தில், சாதாரண துணியால் மூடிய, இரண்டு அல்லது நான்கு பேர் மட்டுமே சுமந்து செல்லும் பல்லக்கு வரும். அங்கே ஊர்வலமோ, இசைக் கச்சேரியோ, பதாகைகளோ இருக்காது. ஆனால் பாட்டியின் ஊர்வலமோ நகர் முழுவதும் வலம் வந்தது. விலையுயர்ந்த திருமணப் பொருட்களை சுமந்து வந்த வண்டிகளும், பரிசுப் பொருட்கள் அடங்கிய கூடைகளும், அவள் பின்னால் அணிவகுத்து வந்தன. நகரின் நான்கு திசைகளையும்

சுற்றி வந்த ஊர்வலம், பாட்டி வாழப் போகும் புது வீட்டை வந்தடைந்தது. அந்த வீடு நேர்த்தியாகக் கட்டப்பட்ட மாபெரும் மாளிகையாக இருந்தது. பாட்டிக்கு மிகுந்த திருப்தி. அவள் பெருமிதமும் கௌரவமும் அடையும் அளவுக்கு அந்த நிகழ்ச்சி ஆடம்பரமாக அமைந்து இருந்தது. ஈக்ஸியான் நகரில் நடந்த ஊர்வலத்தில் இதுவே நினைவில் நிற்கக் கூடியதாக அமைந்து விட்டது.

பாட்டி அந்த வீட்டை அடைந்தபோது, ஜெனரல் ஷுவே, உள்ளூர் பிரமுகர்கள் புடை சூழ, கம்பீரமாக இராணுவ உடையில் வந்து அமர்ந்திருந்தார். சிவப்பு நிறத்தில் மெழுகு திரிகளும், கண்ணைக் கவரும் வாயு விளக்குகளும் வீட்டின் நடுப்பகுதியில் ஏற்றப்பட்டிருந்தன. அங்கே வானமும் பூமியும் செதுக்கி பதிக்கப்பட்டிருந்த ஒரு பலகைக் கல் முன்னே வீழ்ந்து வணங்கினார்கள். அது முடிந்து எழுந்த இருவரும், ஒருவரை ஒருவர் வணங்கிக் கொண்டார்கள். முன்னோர்களின் வழக்கப்படி, பாட்டி மட்டும் திருமண அறைக்குள் சென்றாள். பிறகு, பிரமாண்டமான விருந்து ஏற்பாடு செய்யப்பட்டிருந்த அறைக்குள் ஜெனரல் ஷுவே தன் சகாக்களுடன் சென்றார்.

மூன்று நாட்களும் ஜெனரல் ஷுவே வீட்டைவிட்டு வெளியே செல்லவில்லை. பாட்டிக்கு ஒரே மகிழ்ச்சி. அவர்மீது இவள் அன்பைப் பொழிந்தாள். ஆனால் அவரோ இவள் மீது வெறித்தனமாக அன்பு காட்டினார். மிக முக்கியமான விஷயங்கள் பற்றி அவர் பாட்டியிடம் கலந்தாலோசிப்பது இல்லை. 'நம்மூர் பெண்களுக்கு நீண்ட கூந்தலும் குறைவான அறிவுமே இருக்கிறது' என்ற அந்தப் பழங்கதையையே சொல்லி, எதையும் பாட்டியோடு விவாதிப்பதில்லை. சீன தேசத்து ஆண் மகன், தன் குடும்பத்துக்குள்ளேயே அதிகமாக எதையும் பேசி விடாமலும், கௌரவமாக நடந்து கொள்ள வேண்டும் என்றும் எதிர்பார்க்கப்படுகிறான். அதனால் பாட்டியும் அதிகம் பேசாமல், காலையில் எழுந்திருக்கும் போது கணவனின் காலைப் பிடித்து விடுவது, மாலையில் 'கின்' என்ற இசைக்கருவியை வாசிப்பது என்று அமைதியாக இருந்தாள். ஒரு வாரம் கழித்து 'நான் புறப்படுகிறேன்' என்று திடீரென்று ஷுவே சொன்னார். அவர் எங்கே போகிறார் என்றும் சொல்லவில்லை. 'எங்கே போகிறீர்கள்' என்றும் கேட்பதும் நல்லதல்ல என்று அவள் புரிந்து கொண்டு, எதுவும் கேட்கவில்லை. அவர் திரும்பி வரும்வரை காத்திருக்க வேண்டியதுதான் அவள் வேலை. அப்படியே ஆறு ஆண்டுகள் காத்திருந்தாள்!

1924 செப்டம்பர் மாதம், வட சீனாவில் இருந்த இரு பெரும் படைத் தளபதிகளுக்கிடையே சண்டை மூண்டது. பீக்கிங் நகர் காவற்படையின் துணைத் தலைமை அதிகாரியாக ஜெனரல் ஷுவே பதவி உயர்வு அளிக்கப்பட்டார். ஆனால் ஒரு சில வாரங்களிலேயே, இவருக்கு துணை நின்ற கிறிஸ்த்தவராக இருந்த படைத் தளபதியான ஜெனரல் ஃபெங் இப்போது அணி மாறி விட்டார். ஜெனரல் ஷுவேயும் ஜெனரல் ஃபெங்கும் சேர்ந்து போராடி சென்ற ஆண்டு ஜனாதிபதியாக ஆக்கிய சாவ் குன் நவம்பர் மாதம் 3ஆம் தேதியன்று, பதவி விலக வேண்டுமென்று நிர்ப்பந்திக்கப்பட்டார். அதே நாளன்று பீக்கிங் நகர் காவற்படை கலைக்கப்பட்டது. அடுத்த இரண்டு நாள் கழித்து பீக்கிங் நகர காவல்துறை அலுவலகமும் கலைக்கப்பட்டது. ஜெனரல் ஷுவேயும் தலைநகரை விட்டு அவசர அவசரமாக வெளியேற வேண்டியதாகிவிட்டது. ஃபிரெஞ்சுக்காரர்கள் சலுகை விலையில் அவருக்கு வழங்கிய தியான்ஜினில் உள்ள வீட்டில் ஷுவே ஓய்வு எடுத்தார். அந்த வீடு நகருக்கு வெளியே இருந்த பாதுகாப்பான வீடு. ஜெனரல் ஷுவே ஜனாதிபதி லீயை ஜனாதிபதி மாளிகையை விட்டு வெளியேறுமாறு வற்புறுத்திய போது, ஜனாதிபதி லீ வந்து தஞ்சமடைந்த அதே இடம்தான் இது.

இதற்கிடையில் மீண்டும் தொடங்கப்பட்ட யுத்தத்தில் என் பாட்டி எதிர்பாராத விதமாக சிக்கிக்கொண்டாள். வடகிழக்கில் இருந்த பெரும் இரயில்வே நகரங்களை, குறிப்பாக,ஈக்ஸியான் நகரைக் கைப்பற்றுவதே இரு படைத்தளபதிகளின் குறிக்கோளாக இருந்தது. ஜெனரல் ஷுவே அங்கிருந்து புறப்பட்டுச் சென்ற குறுகிய காலத்திலேயே பொது மக்களிடையே பெரும் கலகம் மூண்டது. எல்லா இடங்களும் சூறையாடப்பட்டன. எல்லாவற்றையும் இழந்த படைத்தளபதிகளிடம், இத்தாலி நாட்டு ஆயுதக் கம்பெனி ஒன்று, சூறையாடப்பட்ட ஊர்கள் அடமானப் பொருட்களாக ஏற்றுக்கொள்ளப்படும் என்று விளம்பரப்படுத்தியது. கற்பழிப்பு என்பது அன்றாடம் நடக்கும் சாதாரண நிகழ்ச்சி ஆகிவிட்டது. மற்ற பெண்களைப் போல, என் பாட்டியும் முகத்தில் கரியைப் பூசிக்கொண்டு அவலட்சணமாகக் காட்சியளித்தாள். நல்லவேளையாக இந்த முறை,ஈக்ஸியான் சண்டையில் எந்தப் பாதிப்பும் இல்லாமல் ஈக்ஸியான் தப்பித்தது. ஒரு வழியாக இந்த யுத்தம் தென் பகுதிக்கு நகர்ந்து சென்றதால், எல்லாம் இயல்பு வாழ்க்கைக்கு திரும்பியது.

அந்த வீட்டில் என் பாட்டிக்கு இயல்பு வாழ்க்கை என்பது கால நேரத்தைக் கடத்துவதாகவே அமைந்திருந்தது. அந்த வீடு வடசீன பாணியில் கட்டப்பட்ட வீடு. எப்படிப்பட்ட தட்பவெப்ப நிலையும்

தாங்குமாறு அந்த வீடு வடிவமைத்துக் கட்டப்பட்டிருந்தது. அந்நாட்டுத் தட்ப வெப்ப நிலையில் பனி உறையும் குளிர் காலமும் வரும். சுட்டு எரிக்கும் கோடை காலமும் வரும். இடையில் வசந்த காலமும் வராது; இலையுதிர் காலமும் வராது. கோடையில் 95° ஃபாரன்ஹீட் இருக்கும். அது அப்படியே குளிர்காலத்தில் 20° ஃபாரன்ஹீட்டுக்கு இறங்கிவிடும். சைபீரியாவிலிருந்து புறப்பட்டு வரும் சூறாவளிக் காற்று, சமவெளிப் பகுதியைக் கடந்து இங்கு வந்து தாக்கும். சூறாவளிக் காற்று சுமந்து வரும் தூசு, கண்களை நிரப்பிவிடும். தோல் வெடித்து விடும். ஆண்டின் நீண்ட நாட்களுக்கு இந்தக் காற்று வீசும். இந்தக் காலங்களில் மக்கள் தலையையும் முகத்தையும் பாதுகாத்துக் கொள்ள தலைக்கவசம் அணிந்து கொள்வார்கள். வீடுகளின் நடுமுற்றத்தை ஒட்டியுள்ள அறைகளின் கதவுகள், சூரிய வெளிச்சம் தாராளமாக உள்ளே வர, தெற்கு பக்கமாக திறந்து விடப்பட்டிருக்கும். வடக்கு பக்கம் உள்ள சுவர்கள் காற்று மற்றும் தூசுகளின் தாக்கத்தைத் தாங்கிக் கொள்ளும்.

அவ்வீட்டின் வடக்குப்பக்கம் ஒரு பெரிய அறை இருந்தது. அதுதான் பாட்டியின் அறை. வீட்டின் இரண்டு பக்கங்களும் உள்ள அறைகள் பணியாட்களுக்கும் மற்ற பல காரியங்களுக்காகவும் ஒதுக்கப்பட்டிருந்தன. முக்கியமான அறைகளின் தரையில் ஓடுகள் பதிக்கப்பட்டிருந்தன. மரக் கதவுகளில் காகிதங்கள் ஒட்டப்பட்டிருந்தன. சரிவாகக் கட்டப்பட்டிருந்த வீடுகளின் மேற்கூரைகள் வழவழப்பான கருப்புநிற ஓடுகளால் பதியப்பட்டிருந்தன.

அந்தச் சுற்று வட்டாரத்தைப் பொறுத்தவரை அது ஓர் ஆடம்பரமான வீடு. பாட்டியின் அப்பா அம்மாவால் நினைத்துக்கூடப் பார்க்க முடியாத பிருமாண்டம் அது. ஆனால் அந்த வீட்டில் பாட்டி தனியாக, பரிதாபமாக உட்கார்ந்திருந்தாள். வேலையாட்கள், வாயிற்காப்போன், சமையல் ஆள், இரண்டு பணிப்பெண்கள் - இப்படி ஏகப்பட்ட ஏவல் ஆட்கள் இருந்தார்கள். அவர்களின் வேலை பாட்டிக்கு பணி செய்வது மட்டுமல்ல. காவல் வேலையும், அதேசமயம் வேவு பார்க்கும் வேலையும் செய்ய வேண்டும். எக்காரணத்தை முன்னிட்டும் பாட்டியை வெளியே, அதுவும் தனியாக அனுப்பக்கூடாது. ஷுவே புறப்படும் முன், அவரது ஆசை நாயகி ஒருத்திக்கு நேர்ந்த சம்பவத்தை எடுத்துக்கூறி பாட்டிக்கு எச்சரிக்கை செய்திருக்கிறார். அந்த ஆசை நாயகிக்கும் வேலை ஆள் ஒருவனுக்கும் இருந்த கள்ளத் தொடர்பை ஜெனரல் கண்டுபிடித்து விட்டார். எனவே கட்டிலோடு அவளை சேர்த்து கட்டிப்போட்டு விட்டு, வாயில் துணியை வைத்து அடைத்து விட்டார். அவள்

வாயில் திணிக்கப்பட்டிருந்த துணியில் எரிசாராயத்தை சொட்டுச் சொட்டாக விழச்செய்து, அது சிறிது சிறிதாக மூச்சுக் குழாயை அடைக்க, அவள் மூச்சுத்திணறி இறந்து விட்டாள். அவளுக்கு நேர்ந்த இந்தக் கொடுமையான கதையைப் பாட்டியிடம் சொன்னார். 'உடனடியாகச் சாகும் ஆனந்தத்தை என்னால் அவளுக்குக் கொடுக்க முடியவில்லை; ஒரு பெண்ணைப் பொறுத்தவரை கணவனுக்குத் துரோகம் செய்வது உலகின் மிகப்பெரிய கொடுமை' என்று சொன்னார். பாலியல் துரோகம் என்று ஒன்று நடக்கும் பட்சத்தில், ஜெனரல் ஷுவே போன்ற நபர்கள், தவறு செய்த ஆண்களைவிட பெண்களே அதிகம் தண்டிக்கப்பட வேண்டும் என்று கருதுவார்கள். 'நான் இந்த விஷயத்தில் என்ன செய்தேன் தெரியுமா? அவனைச் சுட்டுக் கொன்று விட்டேன்' என்று சாதாரணமாகச் சொன்னார். இதெல்லாம் உண்மையில் நடந்ததா, இல்லையா என்று பாட்டிக்குத் தெரியாது. ஆனால், பாட்டி தன் 15-வது வயதில் அது கேட்டு வெலவெலத்துப் போனாள்.

அன்றிலிருந்து பாட்டி, பயந்து பயந்தே வாழ்ந்து வந்தாள். ஏனென்றால், வெளியில் எங்கும் போக முடியாது. அந்த நான்கு சுவர்களுக்கிடையே தன் வாழ்க்கையை அமைத்துக் கொள்ள வேண்டும். அவளுடைய வீட்டிலேயே அவளால் ஒரு எஜமானியம்மாவாக இருக்க முடியவில்லை. தன்னுடைய வேலை ஆட்களிடமே நயந்து நடந்து கொள்ள வேண்டியிருந்தது. அப்படி இல்லையென்றால், அவளைப் பற்றி ஓர் அவதூறான கதையைக் கட்டி விடுவார்கள். அது தவிர்க்கமுடியாத ஒன்றாக அப்போது இருந்து வந்தது. அதனால், அவள் பணியாட்களுக்குத் தேவையானவைகளை அள்ளிக் கொடுப்பாள். அத்துடன் 'தாயம்' விளையாட்டுக்கு ஏற்பாடு செய்வாள். தாயத்தில் ஜெயித்தவர்கள், வேலை ஆட்களுக்கு ஏராளமான பரிசுப்பொருட்கள் கொடுக்க வேண்டும்.

பாட்டிக்கு ஒரு போதும் பணப் பற்றாக்குறை இருந்ததே இல்லை. ஜெனரல் ஷுவே தனது அடகுக்கடை ஆட்கள் மூலமாக மாதம் தோறும் தவறாமல் பாட்டிக்கு போதுமான பணம் அனுப்பி வைத்து விடுவார். தாய விளையாட்டில் அவளுக்கு ஏற்பட்ட இழப்பையும் இதன்மூலம் அவர் சரி செய்து விடுவார்.

சீனாவில் உள்ள எல்லா ஆசை நாயகிகளுக்கும் தாயம் விளையாடுவது ஓர் இயல்பு வாழ்க்கை மாதிரி. அது போல அபின் என்னும் போதை மருந்தை எடுத்துக் கொள்வதும் எங்கும் காணப்படும் இயல்பான ஒன்று. அதுமட்டுமல்லாது, மனிதர்களை மன மகிழ்வுடன் வைத்துக்கொள்ள இந்த அபின் பயன்படுத்தப்பட்டு

வந்தது. இது இல்லாமல் வாழ்க்கையும் இல்லை; தூக்கமும் இல்லை என்ற நிலையும் இருந்து வந்தது. அநேக ஆசை நாயகிகள், தங்கள் தனிமையைச் சமாளிக்க இந்தப் போதை பொருளுக்கு அடிமையாகி இருந்தனர். ஜெனரல் ஷுவேயும் இந்தப் போதைப் பொருளைப் பயன்படுத்திக் கொள்ளுமாறு பாட்டியிடம் சொல்லியிருக்கிறார். ஆனால், பாட்டி அதை ஏற்றுக் கொள்ளவில்லை.

வீட்டை விட்டு வெளியே போவதற்கு அனுமதிக்கப்பட்ட ஒரே நிகழ்ச்சி இசை நாடக நிகழ்ச்சிதான். இது இல்லாத போது வீட்டில் முடங்கிக் கிடக்க வேண்டியதுதான். பாட்டி நிறைய வாசிப்பாள்; நாவல், நாடகம் என்று நிறைய வாசிப்பாள். தோட்டம் போட்டு, அதில் தனக்குப் பிடித்தமான பூக்களை - செம்பருத்தி, மாலையில் மட்டும் மலரும் ஷெரான் ரோஜாப் பூக்கள் போன்றவற்றை நடு முற்றத்தில் பானைகளில் வைத்து வளர்த்து வந்தாள். சிறு வகை மரங்களையும் தொட்டியில் வளர்த்து வந்தாள். அந்தத் தங்க கூண்டு வீட்டில் பூனை வளர்ப்பது அவளுக்கு ஆறுதல் தந்தது.

பாட்டியின் அம்மா அப்பாவைப் பார்க்க அவளுக்கு அனுமதி இருந்தது. அதுவும் ஒருவகைச் சலிப்போடுதான் அனுப்பி வைக்கப்படுவாள். ஆனால், இரவு அம்மா அப்பாவோடு தங்க அனுமதி இல்லை. பார்த்துப் பேசுவதற்கு அனுமதிக்கப்பட்ட ஒரே மனிதர்கள், அப்பாவும் அம்மாவும்தான். ஆனால் அவர்களைப் பார்க்கப் போவதும் பெரும்பாடாக இருந்தது. ஜெனரல் ஷுவேயுடன் ஏற்பட்டிருந்த உறவால் பாட்டியின் தந்தைக்கு உள்ளூர் காவல் நிலையத்தில் உதவி அதிகாரி பதவி உயர்வு கிடைத்தது. அத்துடன் நிலமும் பணமும் கிடைத்தது. தான் வாழ்கின்ற அவலமான வாழ்க்கையை எடுத்துச் சொல்ல பாட்டி வாயைத் திறந்தால் போதும் - ஒரு நல்ல குடும்பத்துப் பெண் தன்னுடைய ஆசை அபிலாஷைகளை அடக்கிக் கொள்ள வேண்டும் என்றும், தன் கணவனுக்கு பிடித்த மாதிரி நடந்து கொள்வதைத் தவிர வேறு எந்த எண்ணமும் அவளுக்கு இருக்கக்கூடாது என்றும் ஒரு பாடமே நடத்தி விடுவார். கணவன் அருகில் இல்லாமல் வாழும் வாழ்க்கை நல்லதுதான். அதை ஒரு பெண் ஏற்றுக்கொள்ள வேண்டுமே தவிர, குறையாக முறையிடக்கூடாது. ஒரு நல்ல குடும்பத்துப் பெண் தனக்கென்று ஒரு குறிப்பிட்ட சிந்தனையைப் பெற்றிருக்கக்கூடாது. அப்படிப் பெற்றிருக்கும் பட்சத்தில், அவள் ஒரு வெட்கக்கேடான பெண்ணாகக் கருதப்படுவாள்.

'உன்னை ஒரு கோழிக்குஞ்சுக்கு கட்டிக் கொடுத்தால், நீ அதற்கு கட்டுப்பட்டு நடக்க வேண்டும். உன்னை ஒரு நாய்க்குக் கட்டிக் கொடுத்தால், அந்த நாய்க்கு நீ விசுவாசமாக இருக்க வேண்டும்'

என்பன போன்ற சீன நாட்டு மேற்கோள்களைச் சுட்டிக் காட்டிப் பேசுவார்.

ஆறு ஆண்டுகள் ஓடிவிட்டன. ஆரம்பத்தில் ஓரிரு கடிதங்கள் வரும். பிறகு அதுவும் இல்லை. ஒரே அமைதிதான். அவளின் உணர்ச்சிகளை அழித்துக்கொள்ள முடியாமலும், உடல் சுகம் கிடைக்காத ஏமாற்றத்தாலும், அவளின் குறுகிய பாதங்கள் காரணமாக எட்டி அடி எடுத்து வைத்து வீட்டிற்குள்ளேயே நடக்க முடியாத காரணத்தாலும், அந்த வீட்டிற்குள்ளேயே ஒரு நடை பிணமாகக் கிடந்தாள். ஆரம்பத்தில் ஏதாவது தகவல்கள் வரும் என்று நம்பினாள். ஜெனரல் ஷுவேயோடு அவள் வாழ்ந்த குறுகிய கால வாழ்க்கையின் நினைவுகள் அவள் மனதில் வந்து போய்க் கொண்டிருந்தன. உடலாலும் உள்ளத்தாலும் அவரிடம் சரணடைந்த பழைய நறுமண நினைவுகளையே அசைபோட்டுப் பார்த்துக் கொண்டிருந்தாள். சீனாவெங்கும் அவருக்கு உள்ள பல ஆசைநாயகிகளில் அவளும் ஒருத்தியாக இருந்த போது, அவர் இல்லாத வாழ்க்கையை நரகமாக உணர்ந்த அவள், எஞ்சியுள்ள காலத்தை அவரோடுதான் வாழ வேண்டும் என்ற நம்பிக்கை அவளுக்கு அறவே அற்றுப் போய்விட்டது. அவரால் இந்த வகையான வாழ்க்கை அவளுக்கு கிட்டியதால், இன்னும் அவருக்காக அவள் வாழ்ந்து கொண்டிருந்தாள்.

வாரங்கள் மாதங்கள் ஆகின. மாதங்கள் வருடங்கள் ஆகின. அவளின் ஏக்கம் கொஞ்சம் கொஞ்சமாக மங்கத் தொடங்கியது. ஜெனரலைப் பொறுத்தவரை பாட்டி அவருக்கு ஒரு விளையாட்டுப் பொருள். எப்போது அவருக்கு ஏதுவாக இருக்குமோ அப்போது அவளைப் பயன்படுத்திக் கொள்வார். சலிப்படைந்த அவள் மனம் எதிலும் ஈடுபாடற்று இருந்தது. தனிமையில் தவித்து கொதிப்படைந்திருந்த அவள் மனநிலை, வன்முறைச் செயல்களில் இறங்கி விடாமல் கட்டுப்படுத்திக்கொள்ள, அந்த 'கை நீண்ட பாதுகாப்பு ஆடையை' அணிந்து கொள்ள வைத்தது. அந்த ஆடையின் கைகள் எப்போதவது விரல்களைத்தாண்டி நீண்டு விடும்பட்சத்தில், அவளாலே அவளுக்கு எதுவும் செய்து கொள்ள முடியாது என்று தெரிந்து கொள்கிறபோது அவளுக்கு எரிச்சல் வந்து விடுகிறது. அதுபோன்ற சில சமயங்களில் அவள் மயங்கி தரையில் விழுந்து விடுகிறாள். எஞ்சிய காலங்களிலும் இதுபோல் மூர்ச்சையடைந்து விழும்படி ஆகிவிட்டன.

வீட்டைவிட்டு வெளியே சென்றிருந்த அவள் கணவர், ஆறு ஆண்டுகளுக்கு பிறகு திடீரென்று ஒரு நாள் அவள் முன்பு வந்து நின்றார். அவளை விட்டுவிட்டு அவர் பிரிந்து சென்றபோது

ஏற்பட்ட உணர்வலைகள், இப்போது மீண்டும் சந்தித்தபோது ஏற்படவில்லை. அவர் பிரிந்து சென்றதிலிருந்து, எப்போது தன் உடலையும் மனதையும் தன் கணவரிடம் ஒப்படைப்போம் என்று பாட்டி ஏங்கிக் கொண்டிருந்தாள். ஆனால், இப்போது அவளிடம் எஞ்சியிருந்த உணர்வலைகள் எல்லாம் வற்றிப் போய் உணர்ச்சியற்ற எந்திரமாக அவரிடம் நடந்து கொண்டாள். தன்னுடைய வேலையாட்கள் யாரையும் தான் வேதனைப்படுத்தி இருப்போமோ, அதனால் தன்னை ஏதேனும் கதை கட்டி, அதை கணவரின் கவணத்துக்குக் கொண்டுசென்று விடுவார்களோ… அதனால் தன் வாழ்க்கை வீணாகிப் போய் விடுமோ என்ற பயம் அவளை வாட்டி வதைத்துக் கொண்டிருந்தது. ஆனால் எல்லாம் சுமூகமாகச் சென்றது. இப்போது 50 வயது பூர்த்தியடைந்த ஜெனரல், மிகவும் சாந்தமாகக் காணப்பட்டார். பழைய கம்பீரம் கொஞ்சம் குறைந்திருந்தது. பாட்டி எதிர்பார்த்தபடியே, இவ்வளவு நாட்கள் ஜெனரல் எங்கே இருந்தார் என்றோ, ஏன் அவளை அப்படியே விட்டுச் சென்றார் என்றோ, எந்த வார்த்தையும் அவளோடு அவர் பகிர்ந்து கொள்ளவில்லை. பாட்டியும் அதுபற்றி அவரிடம் எதுவும் கேட்கவும் இல்லை. துருவித் துருவி கேட்டால் ஏதாவது பிரச்சினை வந்து விடுமோ என்ற பயத்தில், அவள் எதுபற்றியும் கேட்காமல் விட்டுவிட்டாள்.

இந்த ஆறு ஆண்டுக் காலங்களில் உண்மையில் ஜெனரல் வெகுதூரம் எங்கும் சென்றுவிடவில்லை. வசதிபடைத்த ஓர் ஓய்வுபெற்ற அதிகாரியின் வாழ்க்கையை அவர் அமைதியாக வாழ்ந்து கொண்டிருந்தார். தியான்ஜின் நகரில் உள்ள பங்களாவில் சிறிது காலமும், லூலாங் நகருக்கருகில் உள்ள தனது கிராமத்து பண்ணை வீட்டில் சிறிது காலமும் என்று வாழ்ந்து வந்தார். அவர் கொடிகட்டிப் பறந்தது 'கடந்த' காலம் ஆகிவிட்டது. இராணுவத்தளபதி என்ற பதவியும், நிலப்பிரபுத்துவத் திட்டங்களும் முற்றிலும் இப்போது ஒழிக்கப்பட்டுவிட்டன. சியாங் காய்-ஷெக் என்பவர் தலைமையில் இயங்கி வந்த கோமிங்டாங் அல்லது தேசியக்கட்சி என்ற தனிப்பட்ட சக்திதான் இப்போது இராணுவத் தளபதி ஆட்சியையும், நிலப்பிரபுத்துவத்தையும் ஒரு முடிவுக்குக் கொண்டு வந்தது. கடந்த காலத்தில் ஏற்பட்ட (மேற்கண்ட) குழப்பங்களை முடிவுக்கு கொண்டு வந்ததையும், ஒரு புதிய, உறுதியான தொடக்கத்தை தோற்றுவித்ததையும் குறிக்கும் பொருட்டு கோமிங்டாங் இயக்கம் தலைநகரை (வட தலைநகர்) பீக்கிங்கிலிருந்து நான்ஜிங் (தென் தலைநகர்) என்ற இடத்திற்கு மாற்றியது. 1928 ஆம் ஆண்டு, அப்பகுதியில் வேகமாக முன்னேறி வந்த ஜப்பானியர்கள், மஞ்சூரியாவை ஆட்சி செய்து

வந்த மூத்த மார்ஷல் ஆன சாங் ஸோ- லின் என்பவரைக் கொன்று போட்டனர். மூத்த மார்ஷலின் மகனான சாங் சுவே லியாங் (இளைய மார்ஷல்) என்பவர் கோமிங்டாங் என்ற இயக்கத்துடன் தன்னை இணைத்துக் கொண்டார். சீனாவின் தேசியக் கட்சியாக இருந்த கோமிங்டாங் அணியினர், மஞ்சூரியாவில் சிறப்பாக செயல்பட முடியாவிட்டாலும், கோமிங்டாங்குடன் இணைந்து மஞ் சூரியை சீனாவின் ஏனைய பகுதிகளோடு முறையாக இணைத்துக் கொண்டனர்.

ஜெனரல் ஷுவே மீண்டும் பாட்டி வீட்டுக்கு வந்தும், அவர் நீண்டநாள் பாட்டியோடு தங்கியிருக்கவில்லை. முதல் தடவை போலவே, இம்முறையும் சிறிது நாள் தங்கி விட்டு, உடனடியாகப் போக வேண்டும் என்று சொன்னார். புறப்படுவதற்குச் சற்று முன்பு, லூ லாங்கிற்கு தன்னோடு வந்துவிடுமாறு பாட்டிக்கு உத்திரவிட்டார். பாட்டியின் இதயம் சில நொடிப்பொழுது நின்று போனது போல் இருந்தது. தன்னோடு வரச்சொல்லி அவர் உத்தரவிட்டால், அவரது மற்ற ஆசை நாயகிகளோடு ஒரே வீட்டில் அவருக்கு மனைவியாக வாழ்வது ஓர் ஆயுள் தண்டனை போன்றது. அவள் உடல், பயத்தால் நடுங்கியது. அவர் கால்களை பிடித்து விட்டுக் கொண்டிருந்தபடியே அவள் 'ஈக்ஸியானிலேயே இருந்து விடுகிறேனே' என்று கெஞ்சிக் கேட்டுக் கொண்டாள். என் பெற்றோர்களிடமிருந்து என்னை தொலை தூரத்திற்கு அழைத்துச் சென்றுவிட மாட்டேன் என்று அவர்களிடம் அவர் சொன்னதை நினைவூட்டி, தற்போது பாட்டியின் தாய் உடல்நலமின்றி இருப்பதாகவும், அவள் நீண்டநாள் ஆசைப்பட்ட மூன்றாவது ஒரு மகனை பெற்றெடுத்திருக்கிறாள் என்றும் சொன்னாள். 'ஒரு மகளுக்குரிய கடமையான பெற்றோர்களைக் கவனித்துக் கொள்ளும் க்கடமையை நான் ஈக்ஸியானிலிருந்தே நிறைவேற்ற வேண்டும். என் கணவரும், தலைவருமாகிய நீங்கள் எப்போதெல்லாம் என் மீது இரக்கப்பட்டு என்னைப் பார்க்க ஈக்ஸியான் வருவீர்களோ, அப்போதெல்லாம் ஒரு மனைவிக்குரிய கடமையை உங்களுக்கு நிறைவேற்றுவேன்' என்று கெஞ்சிக் கேட்டுக் கொண்டாள்.

அடுத்தநாள் புறப்படுவதற்கான ஏற்பாடுகளை செய்து கொண்டு, அவர் மட்டுமே புறப்பட்டுச் சென்றார். தங்கம், வெள்ளி, இரத்தினம், முத்து, மரகதம் என வகை வகையான ஆபரணங்களை அள்ளி வழங்கினார். இந்த வழியில்தான் பெண்களை மகிழ்ச்சிப்படுத்த முடியும் என்று, இவர் மாதிரி மனிதர்கள் அறிந்து வைத்திருக்கிறார்கள். பாட்டி போன்ற பெண்மணிகளுக்கு நகைகள் மட்டுமே ஆயுள் காப்பீடாக அமைந்திருந்தது.

ஜெனரல் சென்ற சிறிது நாட்களில், பாட்டி தாய்மை அடைந்திருப்பது தெரிய வந்தது. ஆண்டின் மூன்றாம் நிலவுச் சுழற்சியின் 17ஆம் நாள், 1931 ஆம் ஆண்டின் வசந்த காலத்தில், பாட்டி ஒரு பெண் மகவைப் பெற்றெடுத்தாள். அந்தப் பெண் மகவுதான் என் தாய். இந்த மகிழ்ச்சியான செய்தியை ஜெனரல் ஷுவேவுக்கு கடிதத்தின் மூலம் தெரியப்படுத்தினாள். அவரும் குழந்தைக்கு பாவ் கீன் என்று பெயரிட்டு அழைக்குமாறும், பயணம் செய்வதற்கு ஏதுவாக உடல்நலம் தேறியபின் லூலாங்கிற்கு குழந்தையைக் கொண்டு வருமாறும் கடிதம் எழுதினார். குழந்தை பெற்றுக் கொண்டதில் பாட்டிக்கு மட்டற்ற மகிழ்ச்சி. வாழ்க்கையை வாழ்வதற்கான ஓர் ஆதாரம் கிடைத்து விட்டதாக அவள் உணர்ந்தாள். பாட்டி தன் பாசத்தை எல்லாம் குழந்தையின் மீது கொட்டினாள். இவ்வாறு மகிழ்ச்சி கரைபுரண்டு ஓடி ஓராண்டு முடிந்தது. ஜெனரல் ஷுவே குழந்தையை லூலாங்கிற்கு குழந்தையைக் கொண்டு வருமாறு பாட்டிக்கு பலமுறை கடிதம் எழுதி விட்டார். ஆனால் பாட்டி ஏதோ ஒரு காரணத்தைச் சொல்லி தட்டிக் கழித்துக் கொண்டே வந்தாள். 1932 ஆம் ஆண்டு, கோடை காலத்தின் மத்தியில், ஜெனரல் ஷுவேக்கு உடல்நிலை மிகவும் மோசமடைந்துள்ளதால், உடனடியாக குழந்தையைக் கொண்டு வந்து அவரிடம் காட்ட வேண்டும் என்ற தகவலைத் தாங்கிய ஒரு தந்தி வந்தது. தந்தி வந்த விதம் அறிந்த பாட்டி இனிமேலும் மறுப்பதற்கு வாய்ப்பில்லை என்று தெரிந்து கொண்டாள்.

லூலாங் 200 மைல் தூரம். வெளியில் எங்குமே சென்றிராத என் பாட்டிக்கு, இந்தப் பயணம் ஒரு சுமையாகப் பட்டது. தன் குறுகிய பாதங்களோடு இவ்வளவு தூரம் பயணிப்பது இன்னும் கடினமாக இருந்தது. ஒரு கையில் குழந்தையையும், இன்னொரு கையில் மூட்டை முடிச்சையும் தூக்கிச் செல்வது இயலாத காரியமாக இருந்தது. பாட்டி தன் 14 வயது தங்கையையும் தன்னோடு அழைத்துச் செல்ல வேண்டும் என்று முடிவெடுத்துக் கொண்டாள். யூலான் என்னும் பெயர் கொண்ட தன் தங்கையை 'லான்' என்று அழைப்பது அவர்கள் வழக்கம்.

அந்தப் பயணம் ஒரு மாபெரும் சாதனையாக இருந்தது. அந்தப் பயணம் உடல் நலத்தைச் சேதப்படுத்தும் அளவுக்கு மோசமாக இருந்தது. சீன நிலப்பரப்பில் தன்னுடைய ஆக்கிரமிப்பை விரிவுபடுத்திக் கொண்டே வந்த ஜப்பான், 1931 ஆம் ஆண்டு செப்டம்பர் மாதம் மஞ்சூரியாவின் மீது முழு அளவிலான ஒரு படையெடுப்பை நடத்தியது. 1932 ஜனவரி மாதம் 6 ஆம் தேதி ஜப்பான் நாட்டுத் துருப்புகள் ஈக்ஸியான் நகரைக் கைப்பற்றின.

அடுத்த இரண்டு மாதங்களில், ஜப்பான் ஒரு புதிய நாட்டை உருவாக்கி அதற்கு மஞ்சுகு (மஞ்சு நாடு) என்று பெயரிட்டு விட்டதாகப் பிரகடனப் படுத்தியது. வடகிழக்கு சீனாவின் பெரும் பகுதியை, அவர்கள் குறிப்பிட்ட மஞ்சு நாடு உள்ளடக்கி இருந்தது. (இது பிரான்ஸ், ஜெர்மனி ஆகிய இரண்டு நாடுகளும் சேர்ந்த ஒரு நிலப்பரப்பின் அளவு) மஞ்சுகு ஒரு சுதந்திர நாடு என்று ஜப்பான் பிரகடனப்படுத்தியது. ஆனால், உண்மையில், அது ஜப்பானின் பொம்மையாக விளங்கியது. புதிய நாட்டின் தலைவராக 'பு யி' என்பவரை நியமித்தனர். இவர் அப்போது ஒரு சிறுவனாக, சீனாவின் கடைசிப் பேரரசராக இருந்தவர். ஆரம்பத்தில் இவர் ஒரு தலைமை அதிகாரி என்று அழைக்கப்பட்டு வந்தார். பிறகு, 1934ல் மஞ்சுகுவின் பேரரசராக ஆக்கப்பட்டார். இந்த விபரம் எல்லாம் பாட்டிக்கு எதுவுமே தெரியாது. காரணம் பாட்டிக்கு வெளி உலகத் தொடர்பே இல்லாமல் இருந்தது. அந்நாட்டு குடிமக்களுக்கு தங்களை தற்போது ஆண்டு கொண்டிருக்கும் மன்னர் யார் என்று தெரிந்திருக்கவில்லை. அநேக குடிமக்களுக்கு பு யி-தான் தங்களின் உண்மையான அரசர் என்றும், மஞ்சுவின் பேரரசர் என்றும், அவரே அந்நாட்டு 'கடவுளின் மைந்தன்' என்னும் பட்டத்துக்குரியவர் என்றும் நினைத்து வந்தனர்.

அது ஒரு கோடை காலம். அது நடந்தது 1932 ஆம் ஆண்டு. என் பாட்டி, பாட்டியின் தங்கை, என் அம்மா அனைவரும் ஒரு இரயிலில் அமர்ந்து இருந்தனர். அந்த இரயில்,ஈக்ஸியான் நகரின் தெற்குத் திசையில், மஞ்சூரியா வழியில், சீனப் பெருஞ்சுவர் மலை முகட்டிலிருந்து சமுத்திரம் வரை சரிந்து கிடக்கும் ஷான் ஹைகுவான் (மாவட்டம்) வரை செல்லக்கூடியது. அந்த இரயில் சத்தம் போட்டுக் கிளம்பி, கடற்கரைச் சமவெளி வழியாகச் சென்ற போது, நீண்டு விரிந்து கிடந்த அந்த மண்ணின் மாற்றத்தைக் கண்டார்கள். மஞ்சூரிய சமவெளிப் பகுதியின் மஞ்சள் நிறம் கொண்ட மண் வளமற்ற மண். ஆனால் இந்த மண் கருப்பு நிறம் கலந்த மண் ஆக இருந்தது. இந்த மண்ணில் விளையும் தாவரங்கள் அதிக நெருக்கமாக காணப்பட்டன. வடகிழக்குப் பகுதியின் மண்ணில் விளையும் தாவரங்களைவிட இங்கு விளையும் தாவரங்கள் செழிப்பாகவும், நெருக்கமாகவும் காணப்பட்டன. வெகு விரைவில் இரயில் சீனப் பெருஞ்சுவரைக் கடந்து சென்றது. இரயில் இப்போது கடற்கரையை விட்டு உள்பகுதிக்குள் திரும்பியது. சுமார் ஒரு மணி நேரம் கழித்து சாங்கிலி என்னும் இடத்தில் இரயில் நின்றது. இரயில் நின்ற அந்த பச்சை வண்ணக் கட்டிடம் சைபீரிய நாட்டு இரயில் நிலையம் போல் தெரிந்தது.

பாட்டி ஒரு குதிரை வண்டியை அமர்த்திக் கொண்டாள். குண்டும் குழியும் நிறைந்த அந்தச் சாலை வழியாக வடக்கில் இருக்கும் ஜெனரல் ஷுவேயின் மாளிகை நோக்கிப் பயணம் செய்தார்கள். ஜெனரலின் மாளிகை யாங்ஹேயிங் நகரிலிருந்து 20 மைல் தொலைவில் இருந்தது. ஒரு காலத்தில் இந்த இடம் இராணுவத் தளமாக இருந்திருக்கிறது. மஞ்சு பேரரசர்களும் அவர்களது படைபலங்களும் அடிக்கடி இங்கே வருகை புரிந்திருக்கின்றன. அதனால்தான் இந்த சாலை 'இராஜபாட்டை' என்றும் பெரும் பெயர் பெற்றது. அந்தப் பாதையின் இரு மருங்கிலும் உயரமான மரங்கள் அணிவகுத்து நிற்பது போலக் காட்சியளித்தன. அம்மரத்தளிர்களில் சூரிய கிரணங்கள் பட்டுத் தெறித்தது, பார்ப்பதற்கு ரம்மியமாக இருந்தது. அதற்கடுத்தாற்போல் இருந்த மணற்பாங்கான இடத்தில் குழப்பேரி மரங்கள் நிறைந்த பழத்தோட்டம் இருந்தது. ஆனால் இதையெல்லாம் பாட்டியால் பார்த்து ரசிக்க முடியவில்லை. காரணம், அந்த சாலையில் கிளம்பிய புழுதியில் அவள் மூழ்கடிக்கப்பட்டு இருந்தாள். இதையெல்லாம்விட, இறங்கியபின் தனக்கு எப்படிப்பட்ட வரவேற்பு இருக்குமோ என்ற எண்ணத்தில் பீதி அடைந்து இருந்தாள்.

பாட்டி முதலில் அந்த மாளிகையைப் பார்த்ததும், அதன் கம்பீரம் கண்டு பிரமித்து நின்றாள். அந்த மாபெரும் முன் கதவருகில் ஆயுதம் தாங்கிய காவலாளிகள் விரைப்புடன் நின்று கொண்டிருந்தார்கள். சிங்கங்கள் ஓய்வுடன் படுத்திடுப்பது போல பயங்கரமான சிலைகள் வரிசையாகக் காணப்பட்டன. இன்னும் அங்கே எட்டுக் கற்சிலைகள் வரிசையாகக் காணப்பட்டன. இச்சிலைகள் குதிரைகள் கட்டிப் போடப்படுவதற்காகப் பயன்பட்டன. அந்த எட்டுச் சிலைகளில் நான்கு சிலைகள் யானைகளாகவும், நான்கு சிலைகள் குதிரைகளாகவும் நின்றன. இவ்விரு விலங்குகளின் சப்தம் காதில் விழுவது அதிர்ஷ்டம் என்பதால் அந்த இரண்டு விலங்குகளும் தேர்வு செய்யப்பட்டு, சிலையாக வடிக்கப்பட்டிருந்தன. சீன மொழியில் 'யானை' என்பதற்கும் 'உயர் அலுவலகம்' என்பதற்கும் ஒரே மாதிரியான உச்சரிப்பு (ஸியாங்) வரும். அதே மாதிரி 'குரங்கு' என்பதற்கும் 'மேன் மக்கள்' என்பதற்கும் ஒரே மாதிரி (பௌ) உச்சரிப்பு வரும்.

பாட்டி வந்த வண்டி, வெளிக்கதவிலிருந்து உள்பக்கம் நோக்கிச் சென்றபோது எதிரே நின்ற மாபெரும் சுவரைப் பார்த்து மலைத்து நின்றாள். அடுத்து இரண்டாவது கதவு வந்தது. இது பண்டைய சீன நாட்டு கட்டிடக் கலையின் வடிவமைப்பு. வெளியில் இருந்து பார்க்கும் அந்நியர்களுக்கு உள்ளே இருக்கும் ஒருவரின்

பொக்கிஷங்கள் என்னவென்று தெரிந்து கொள்ள இயலாதவாறு அந்தக் கதவு சுவர் போல் அமைக்கப்பட்டிருந்தது. அத்துடன் எதிரிகளுக்கு வெளியிலிருந்து முன் கதவு வழியாக அம்பு எய்யவோ, தாக்குதல் நடத்தவோ முடியாது.

உள்ளே நுழைந்த அடுத்த நொடியே வேலையாள் ஒருவன் திடீரென்று பாட்டியின் அருகில் தோன்றினான். அது கண்டு பாட்டி திடுக்கிட்டுப் போனாள். அவள் பாட்டியின் கைகளிலிருந்த குழந்தையை எந்த கேள்வி கேட்பாடுமின்றி வெடுக்கென்று பிடுங்கிக்கொண்டு அங்கிருந்து மறைந்து விட்டான். இன்னொரு வேலையாள் வந்து பாட்டியை வீட்டினுள் அழைத்துச் சென்று, ஜெனரல் ஷுவே மனைவியின் அறையைக் காட்டினாள்.

அந்த அறைக்குள் சென்றதும் பாட்டி முழந்தாளிட்டு, தலை வணங்கி ஆராதித்து 'உங்களுக்கு என் தலை தாழ்ந்த வணக்கம்' என்று அன்றைய சமூக ஆச்சாரங்களுக்கேற்பக் கூறினாள். பாட்டியின் தங்கைக்கு உள்ளே வர அனுமதி இல்லை. ஒரு வேலைக்காரியைப் போல வெளியே நிறுத்தப்பட்டாள். ஒரு ஆசை நாயகியின் உறவினர்கள் யாரும் அந்தக் குடும்பத்து ஆட்களாக நடத்தப்படுவது இல்லை. நீண்டநேரம் தெண்டனிட்ட படியே வீழ்ந்து கிடந்த என் பாட்டியை, ஜெனரலின் மனைவி எழுந்து நிற்குமாறு உத்திரவிட்டாள். அவளின் உத்தரவுப்படி, அந்தக் குடும்பத்தில் பாட்டியின் அந்தஸ்த்துக்கு உரிய, அதாவது ஓர் வேலையாளுக்கு மேலான - ஜெனரலின் மனைவிக்கு கீழான ஆசை நாயகியின் அந்தஸ்த்துக்கு உரிய ஓர் இடம் வழங்கப்பட்டது.

ஜெனரலின் மனைவி பாட்டியை உட்காருமாறு பணித்தாள். பாட்டிக்கு ஒரு நொடிப்பொழுது நேரத்தில் முடிவெடுக்க வேண்டியதாகிவிட்டது. சீன நாட்டு மேட்டுக் குடிகளின் மரபின்படி, எந்த இடத்தில் ஒருவர் தானாக அமர்கின்றாரோ, அது அவருக்குரிய அந்தஸ்தை எடுத்துக்காட்டுகிறது. அந்த அறை வடக்குத் திசையின் இறுதியில் ஜெனரலின் மனைவி அமர்ந்திருந்தாள். அது அவளின் அந்தஸ்துக்கு உரிய இடம். அவளின் இடத்துக்கு அடுத்து, ஒரு மேஜை அளவு இடைவெளி விட்டு, ஒரு நாற்காலி போடப்பட்டு இருந்தது. அந்த நாற்காலியும் தெற்கு நோக்கி இருந்தது. அதுதான் ஜெனரலின் சிம்மாசனம். அதன் இரு பக்கங்களிலும் இருக்கைகள் வரிசையாக அவரவர்கள் அந்தஸ்துக்கு ஏற்றாற்போல் போடப்பட்டிருந்தன. பாட்டி பின்புறமாக நெளிந்து, தன் பணிவைக் காட்டும் பொருட்டு, கதவு ஓரத்தில் போடப்பட்டிருந்த ஓர் இருக்கையில் போய் அமர்ந்தாள்.

ஜெனரலின் மனைவி பாட்டியை கொஞ்சம் முன்னால் வந்து அமருமாறு பணித்தாள். அவளின் பெருந்தன்மையைக் காட்டிக் கொள்ளும் பொருட்டு அவ்வாறு பணித்தாள்.

பாட்டி இருக்கையில் அமர்ந்தவுடன் ஜெனரலின் மனைவி, இனிமேல் இந்தக் குழந்தையை தன் சொந்தக் குழந்தையைப் போலவே வளர்க்கப் போவதாகவும், அந்தக் குழந்தை தன்னை (ஜெனரலின் மனைவியை) அம்மா என்று அழைக்கப் போவதாகவும், பாட்டியை அது அம்மா என்று அழைக்காது என்றும் பாட்டியிடம் கூறினார். பாட்டி தன் குழந்தையை அந்த வீட்டின் இளைய ராணியாக வளர்க்க வேண்டும். அதற்கேற்றாற் போல பாட்டி நடந்து கொள்ள வேண்டும்.

ஒரு வேலைக்காரப் பெண் அங்கு வரவழைக்கப்பட்டு, அவள் அந்த இடத்தை விட்டு பாட்டியை அழைத்துச் சென்றாள். பாட்டியின் இதயம் சுக்கு நூறாக வெடித்து விடும் போலிருந்தது. வெடித்துச் சிதறவிருந்த தன் அழுகையை தன் அறைக்குச் செல்லும்வரை அடக்கிக் கொண்டாள். ஜெனரலுடைய அடுத்த ஆசைநாயகியைச் சந்திக்கச் செல்லும் வரை அவள் கண்கள் கண்ணீரைத் தேக்கி இருந்தன. இந்த ஆசை நாயகிதான் ஜெனரலின் இதயத்துக்கு இதமானவள். குடும்பத்தை நிர்வாகம் செய்து வந்தவள். இவள் அழகாக, கனிவான முகத்துடன் காணப்பட்டாள். இதில் பாட்டிக்கு ஆச்சரியம் என்னவென்றால், இவள் நல்லவளாகவும் அன்பானவளாகவும் தெரிந்ததால் பாட்டி இவளைக் கண்டதும் அப்படியே அழுது தீர்த்துவிட வேண்டும் என விரும்பியவள், அழுகையைச் சற்று அடக்கிக் கொண்டாள். முற்றிலும் புதியதான இந்தச் சூழலில், எச்சரிக்கையாக இருப்பதுதான் முக்கியம் என்று அவளின் உள்ளுணர்வு உணர்த்தியது.

அதன்பிறகு ஒருநாள், பாட்டி தன் கணவனைப் பார்க்க அழைத்துச் செல்லப்பட்டாள். தன் குழந்தையையும், அதாவது என் அம்மாவை எடுத்துச் செல்ல அனுமதிக்கப்பட்டாள். ஜெனரல் கட்டிலில் படுத்திருந்தார். இந்த வகையான கட்டில் வடசீனாவில் பரவலாகப் பயன்படுத்தப்பட்டு வந்தது. பெரிய அளவில், செவ்வக வடிவில் இருந்த அக்கட்டில், அடியில் கனகனவென்று இருந்த செங்கல் அடுப்புக்கு மேல் இரண்டரை அடி உயரத்தில் இருந்தது. கட்டிலில் மல்லாந்தவாறு படுத்திருந்த ஜெனரலை சுற்றி முழந்தாளிட்டவாறு இரண்டு பணிப்பெண்களோ அல்லது ஆசைநாயகிகளோ அவரது கால் கைகளையும் வயிற்றையும் பிடித்து விட்டுக் கொண்டிருந்தனர். அவர் கண்கள் மூடி இருந்தன. அவரது தேகம் இளைத்து வெளிறிப் போயிருந்தது. பாட்டி கட்டிலின் ஓரத்தில் சாய்ந்து கொண்டு

நின்றபடி கணவனை மெல்லிய குரலில் கூப்பிட்டாள். அவர் கண்களைத் திறந்து பார்த்து இலேசாகப் புன்னகை செய்தார். பாட்டி குழந்தையை எடுத்து கட்டிலின் மீது வைத்து, 'இதோ, பாவ் கீன்' என்றாள். பெரு முயற்சி எடுத்து, அம்மாவின் தலையை அன்பொழுகத் தடவிக் கொடுத்து, 'உன்னை உரித்து வைத்திருக்கிறது குழந்தை. பாவ் கீன் மிகவும் அழகாக இருக்கிறாள்' என்று சொல்லி விட்டு மீண்டும் கண்களை மூடிக் கொண்டார்.

பாட்டி கணவரை கூப்பிட்டுப் பார்த்தாள். ஆனால் அவரது கண்கள் மூடியே இருந்தன. கணவனின் உடல்நிலை மிகவும் மோசமடைந்து விட்டதோ; ஒருவேளை அவர் இறந்து விடுவாரோ என்று குழம்பினாள். குழந்தையைக் கட்டிலிருந்து எடுத்து மார்போடு வைத்து அணைத்து இறுகத் தழுவிக் கொண்டாள். ஒரு நொடிப் பொழுதிற்குள், பக்கத்தில் பார்த்துக் கொண்டிருந்த ஜெனரலின் மனைவி வெடுக்கென்று கையைப் பிடித்து இழுத்தாள். அடிக்கடி ஜெனரலை தொந்தரவு செய்யக்கூடாது என்று எச்சரித்து அனுப்பினாள். அவளைக் கூப்பிட்டால் மட்டுமே அறையை விட்டு வெளியே வரவேண்டும்.

பாட்டி அதிர்ந்து போனாள். ஒரு ஆசை நாயகி என்ற வகையில், அவளின் எதிர்காலமும், அவள் மகளின் எதிர்காலமும் ஆபத்தான நிலையில் இருந்தது. அவளுக்கு அங்கே எந்த உரிமையும் இல்லை. இப்பொழுது ஜெனரல் இறந்தால், அவளுக்கு எந்த ஒரு நாதியும் இல்லை. ஜெனரலின் மனைவியின் தயவு இருந்தால்தான் வாழலாம். பாட்டியின் வாழ்வும் சாவும் அவள் கையில்தான் இருந்தது. அவள் நினைத்தால், பாட்டியை என்ன வேண்டுமானாலும் செய்யலாம். ஒரு பணக்காரனுக்கு பண்டம் மாற்றி விடலாம்; அல்லது ஒரு விபச்சார விடுதியில் நல்ல விலைக்கு விற்று விடலாம். இப்படியெல்லாம் நடப்பது அங்கு ஒன்றும் புதியது அல்ல. அப்படி ஏதும் நேர்ந்தால் பாட்டி தன் மகளைப் பார்க்கவே முடியாது. தாயும் சேயும் எவ்வளவு விரைவில் முடியுமோ, அவ்வளவு விரைவில் இந்த இடத்தை விட்டு தப்பிவிட வேண்டும் என்று தீர்மானித்துக் கொண்டாள்.

பாட்டி அறைக்கு திரும்பி வந்து தன்னை ஆசுவாசப்படுத்திக்கொள்ள பெருமுயற்சி எடுத்தாள். அங்கிருந்து தப்பிக்க தீவிரமாக சிந்தித்தாள். அவள் மேலும் சிந்திக்க சிந்திக்க, அவள் தலையில் இரத்தம் பெருக்கெடுத்து ஓடுவது போல உணர்ந்தாள். அவள் கால்கள் சோர்ந்து போயின. ஊன்றிக் கொள்ள ஏதுமில்லாமல் ஒரு அடிகூட எடுத்து வைக்க முடியாது போலிருந்தது. அவள் மனமுடைந்து மீண்டும் மீண்டும் அழுதாள். இடையில் எரிச்சலும் வந்தது. ஏனென்றால், தப்பிக்க எந்த மார்க்கமும் தெரியவில்லை. தன்னைத்

தவிக்க விட்டுவிட்டு, ஜெனரல் இறந்து விடுவாரோ என்ற எண்ணம்தான் பாட்டியை வேதனைப்படுத்தியது.

கொஞ்சம் கொஞ்சமாக தன்னைக் கட்டுப்படுத்திக் கொண்டு தீவிரமாகச் சிந்திக்கத் தொடங்கினாள். அந்த மாளிகையின் கட்டிட அமைப்பை கவனிக்கத் தொடங்கினாள். நான்கு பக்கமும் சுற்றுச் சுவர்கள். அதற்குள்ளே பல முற்றங்களாக பிரித்து பிரித்துக் கட்டப்பட்டிருந்த மாளிகையில், தோட்டம்கூட பாதுகாப்பை கருத்திற்கொண்டுதான் கட்டப்பட்டிருந்ததே தவிர, அங்கே அழகு உணர்ச்சிக்கு எள்ளளவும் இடமில்லை. சில சைப்ரஸ் மரங்கள், சில பூர்ச்ச மரங்கள், சில பிளம்ஸ் மரங்கள் ஆகிய அத்தனை மரங்கள் இருந்தும் எந்த மரமும் சுவரை ஒட்டி இல்லை. திருடனோ கொலைகாரனோ வந்தால்கூட, மறைந்து கொள்ள ஒரு வளர்ந்த செடி கூட இல்லை. தோட்டம் வழியாகச் செல்லும் இரண்டு பெரிய கதவுகளும் பூட்டப்பட்டிருந்தன. முன் கதவருகே ஆயுதம் தாங்கிய காவலர்களால் 24 மணி நேரமும் காவலில் இருந்து வந்தனர். அந்த மாளிகையை விட்டு வெளியே செல்ல பாட்டிக்கு கண்டிப்பாக அனுமதி இல்லை. ஜெனரலைத் தினமும் சென்று பார்க்கலாம். அதுவும் ஒரு நிபந்தனையில், பெண்கள் துணையுடன் செல்ல வேண்டும். அவரது கட்டிலுக்கருகே மெல்ல அடி எடுத்து வைத்து நடந்து சென்று, ‘வணக்கம், பிரபு’ என்று மெதுவாக உச்சரிக்க வேண்டும்.

இதற்கிடையில், அந்த மாளிகையில் இருந்த முக்கியமான நபர்கள் பற்றி பாட்டி தெளிவாகக் கேட்டுத் தெரிந்து கொண்டாள். ஜெனரலின் மனைவியைத் தவிர, அங்கிருந்த ஆசைநாயகிகளில், அவரின் இரண்டாவது ஆசை நாயகியைத்தான் பாட்டி மதித்து நடந்தாள். பாட்டியை அன்பாகவும் மரியாதயாகவும் நடத்துமாறு அங்கிருந்த பணியாட்களுக்கு இவள் உத்திரவிட்டிருந்ததை பாட்டி தெரிந்து கொண்டாள். அது பாட்டிக்குக் கொஞ்சம் ஆறுதலாக இருந்தது. இது போன்ற குடும்பங்களில், பணிசெய்ய நியமிக்கப்பட்டிருந்த வேலையாள் நடந்து கொள்ளும் முறையும்கூட அவர்களது அந்தஸ்த்துக்கு ஏற்பத்தான் அமையும். அந்த வேலையாட்கள் தங்களுக்குப் பிடித்தவரை மகிழ்ச்சிப்படுத்த அநியாயத்துக்கு விழுந்து விழுந்து உழைப்பார்கள். இவர்களுக்கு பிடிக்காதவரை உதாசீனப்படுத்தி விடுவார்கள்.

இங்கே உள்ள இரண்டாவது ஆசை நாயகிக்கு அம்மாவைவிட ஒரு வயது அதிகம் உள்ள ஒரு மகள் இருந்தாள். இதுவே அந்த இரண்டு ஆசைநாயகிகளுக்குமிடையே ஓர் இணக்கம் ஏற்பட ஏதுவாக இருந்தது. அங்கே அம்மாவைத் தவிர வேறு

குழந்தைகள் இல்லாததால் ஜெனரலுக்கு பாட்டிமீது ஒரு ஈடுபாடு ஏற்பட்டிருந்தது.

இந்த இரண்டு ஆசை நாயகிகளும் ஒருவருக்கொருவர் நட்புக் கொண்ட ஒரு மாதத்தில், ஜெனரலின் மனைவியைப் போய்ப் பார்த்து, வீட்டிற்கு போய் தனது துணிமணிகளை எடுத்து வர வேண்டும் என்று பாட்டி அவளிடம் வேண்டுகோள் வைத்தாள். ஜெனரலின் மனைவியும் அதற்கு சம்மதித்தாள். ஆனால், குழந்தையைத் தூக்கிக் கொண்டு போய் தன் பெற்றோர்களிடம் காண்பித்து விட்டு, அவர்களிடம் சொல்லி விட்டு வருகிறேன் என்று பாட்டி அவளிடம் சொன்னபோது, குழந்தையைக் கொடுக்க அவள் மறுத்து விட்டாள். ஜெனரல் ஷுவேயின் வாரிசு வீட்டை விட்டு வெளியே போகக் கூடாது.

பாட்டி மட்டும் தனியாக, புழுதி படிந்த அந்தச் சாலையின் வழியாக சாங்கிலிக்குப் புறப்பட்டாள். வண்டிக்காரன் பாட்டியை இரயில் நிலையத்தில் இறக்கி விட்டான். அங்கே சுற்றிக் கொண்டிருந்த ஒரு சிலரிடம் பாட்டி விசாரித்தாள். இரண்டு குதிரைக்காரர்கள் கிடைத்தார்கள். அவர்களும் பாட்டியை அழைத்துச் செல்ல சம்மதித்தனர். இரவு வரட்டும் என்று காத்திருந்தாள். இரவு வந்ததும், ஹூலாங்கிற்கு திரும்பி குறுக்கு வழியில் குதிரையில் பயணத்தைத் தொடங்கினர். அதில் ஒரு குதிரைக்காரன், குதிரையின் கடிவாளத்தைக் கையில் பிடித்துக்கொண்டு முன்னால் அமர்ந்து குதிரையைச் செலுத்தினான். பாட்டி பின்னால் சேணத்தின் மீது அமர்ந்து சென்றாள்.

பாட்டி ஷுவேவின் மாளிகைக்கு திரும்பி வந்து சேர்ந்ததும், பின்பக்க கதவு வழியாகச் சென்று, பாட்டி வந்திருப்பதை இரகசிய அடையாளத்தின் மூலம் தெரிவித்தாள். ஓரிரு நிமிடங்கள்தான் பாட்டி காத்துக் கொண்டு நின்றாள். இருந்தாலும் அது அவளுக்கு ஒரு மணிநேரக் காத்திருப்பு போலத் தெரிந்தது. கதவு திறந்தது. அந்த நிலவொளியில் தோன்றிய உருவம் வேறு யாருமல்ல. பாட்டியின் தங்கையே தான். அவள் கையில் இருந்த குழந்தையும் அம்மாதான். கதவைத் திறந்து விட்டது பாட்டியின் சமீபத்திய தோழியான இரண்டாம் ஆசை நாயகி. உடனே அவள், அந்தக் கதவு பலவந்தமாகத் திறக்கப்பட்டது போல் காட்டிக்கொள்ள அதைக் கோடரி கொண்டு உடைத்து வைத்தாள்.

அந்த நேரத்தில் அம்மாவை கட்டித் தழுவக்கூட பாட்டிக்கு நேரம் இல்லை. அது மட்டுமல்லாமல், குழந்தையை எழுப்ப விரும்பவும் இல்லை. அது வீணாகச் சத்தம் போட்டு காவல்காரர்களுக்குக்

காட்டிக் கொடுத்து விடும். பாட்டியும், பாட்டியின் தங்கையும் ஆளுக்கொரு குதிரையில் ஏறிக் கொண்டனர். குழந்தையாக இருந்த அம்மா ஒரு குதிரைக்காரன் முதுகில் கட்டி வைக்கப்பட்டாள். அந்த இரவில் பயணம் தொடங்கியது. குதிரைக்காரர்களுக்கு போதுமான ஊதியம் கொடுக்கப்பட்டது. வேகமாகப் பறந்து சென்றார்கள். விடிவதற்கு முன்பே சாங்கிலியை அடைந்து விட்டனர். இரயில் புறப்படுமுன்பே போய் அமர்ந்து விட்டனர். ஒரு வழியாக, இருட்டத் தொடங்கிய நேரத்தில் இரயில் ஈக்ஸியான் நகரை வந்தடைந்தது. இரயிலிருந்து இறங்கிய பாட்டி தடுமாறித் தரையில் விழுந்து விட்டாள். எழுந்திருக்க முடியாமல் நீண்ட நேரம் தரையில் கிடந்தாள்.

பாட்டி எப்படியோ பத்திரமாக வந்து சேர்ந்தாள். லூலாங்கிலிருந்து 200 மைல் தொலைவில் உள்ள, ஷுவேயின் வீட்டார்களால் தேடி வர முடியாத தூரத்திற்கு பாட்டி சாதுரியமாக வந்து சேர்ந்துவிட்டாள். வேலையாட்களுக்கு பயந்து அம்மாவை அவள் வீட்டிற்கு மீண்டும் கொண்டு போக விரும்பவில்லை. ஆகவே, பாட்டியின் பழைய பள்ளித் தோழி ஒருத்தியிடம் அம்மாவை பத்திரமாக மறைத்து வைத்துக் கொள்ள முடியுமா என்று கேட்டுப் பார்த்தாள். பாட்டியின் தோழி அவளது மாமனார் வீட்டில் இருந்தாள். டாக்டர் ஸியா என்று அழைக்கப்பட்ட அவளது மாமனார் ஒரு மஞ்சு டாக்டர். எல்லாராலும் அன்பான மனிதர் என்று அறியப்பட்ட அவர், நம்பியவர்களுக்கு துரோகம் இழைக்காதவர்.

வெறும் ஆசை நாயகியான என் பாட்டியை ஜெனரல் குடும்பத்தார் தேடிப் பிடிக்க வேண்டும் என்று அவ்வளவாகக் கண்டுகொள்ளவில்லை. ஆனால், அவர்களின் வாரிசான என் அம்மாதான் அவர்களுக்கு முக்கியம். இரயிலில் வரும்போது குழந்தைக்கு உடல்நிலை மிகவும் மோசமாகி, அதன்பிறகு இறந்துவிட்டது என்று சொல்லி ஒரு தந்தியை லூலாங்கிற்கு அனுப்பி விட்டாள் பாட்டி. தொடர்ந்து வேதனையோடு காத்திருந்தாள். இந்த நேரத்தில் பாட்டியின் மனநிலை இங்கும் அங்கும் ஊசலாடியது. பாட்டி சொன்ன கதையை அந்தக் குடும்பத்து ஆட்கள் உண்மையென நம்பி விட்டார்கள் என்று பாட்டி உணர்ந்து கொண்டாள். ஆனால் பாட்டி தன்னைத்தானே குழப்பத்தில் ஆழ்த்திக் கொண்டாள். அதாவது தன்னையும் குழந்தையையும் மீட்டுக் கொண்டுவர அடியாட்கள் அனுப்பப்படலாம் என்ற எண்ணம் அவளை வாட்டி வதைத்துக் கொண்டிருந்தது. ஜெனரலின் குடும்பம், சாகக்கிடக்கும் ஜெனரலைப் பற்றி மட்டும்தான் எண்ணிக் கவலைப்பட்டுக் கொண்டிருப்பார்களே தவிர, பாட்டியைப் பற்றிக்

கவலைப்பட மாட்டார்கள். இதுபோன்ற நேரங்களில், பெண் குழந்தைகள் தங்கள் அருகில் இல்லாமல் இருப்பதே பொதுவாக தாய்மார்களுக்கு ஒரு சாதகமான சூழல் ஆகும்.

ஷுவேயின் குடும்பம் தன்னைத் தனியே விட்டுவிடும் என்று உணர்ந்துகொண்ட பாட்டி ஈக்ஸியானில் உள்ள அவளது வீட்டில் அம்மாவோடு அமைதியாக வாழத் தொடங்கினாள். தன் கணவன் இங்கு வரமாட்டார் என்று தெரிந்துகொண்ட பாட்டி, வேலையாட்கள் பற்றியும் கவலைப்படவில்லை. சுமார் ஓராண்டுக்கு மேலாக லூலாங்கிலிருந்து எந்தத் தகவலும் இல்லை. *1933* ஆம் ஆண்டு அந்த வசந்த காலத்தில் ஒருநாள், தந்தி ஒன்று வந்தது. ஜெனரல் ஷுவே இறந்துவிட்டார் என்ற தகவலைத் தாங்கிய தந்தி அது. இறுதி ஊர்வலத்தில் பாட்டியும் கலந்து கொள்ள வேண்டும் என்ற தகவலும் அதில் இருந்தது.

செப்டம்பர் மாதம் தியான்ஜின் என்ற இடத்தில் ஜெனரல் ஷுவே இறந்து விட்டார். அவரது பூத உடல், சிவப்பு நிற பட்டுத் துணியால் போர்த்தப்பட்ட, பளபளப்பான சவப்பெட்டியில் வைத்து லூலாங் கொண்டு வரப்பட்டது. ஜெனரலின் பூத உடல் தாங்கிய சவப்பெட்டியுடன் இன்னும் இரண்டு சவப் பெட்டிகளும் வந்தன. அதில் ஒன்று இதேமாதிரி சிவப்பு நிற பட்டுத் துணியால் மூடப்பட்டு வந்த பளபளப்பான சவப்பெட்டி. இன்னொன்று, சாதாரண மரப்பலகையில் செய்யப்பட்ட, மூடப்படாத சவப்பெட்டி. இதில் முதல் சவப்பெட்டி ஜெனரலின் ஆசைநாயகிகளில் ஒருத்தியின் பூத உடலைத் தாங்கி வந்தது. இவள் ஜெனரலோடு மரணத்தில் சேர்ந்து செல்ல வேண்டுமென்பதற்காகவே போதைப் பொருளை அதிகமாக உட்கொண்டவள். இந்நிகழ்வு, தாம்பத்திய விசுவாச வாழ்க்கையின் உச்சகட்டமாகக் கருதப்பட்டது. ஜெனரல் ஷுவேபால் இவள் கொண்டிருந்த தாம்பத்திய உறவை பறைசாற்றும் பொருட்டு, பின்னாளில் வந்த புகழ்பெற்ற வூ பெய்ஃபூ என்னும் படைத்தலைவன் அவள் பெயர் பொறிக்கப்பட்ட பெயர்ப்பலகையை ஜெனரல் ஷுவேவின் மாளிகையில் பதித்து வைத்தான். இன்னொரு சவப்பெட்டியில், இரண்டு ஆண்டுகளுக்கு முன்பு டைஃபாய்டு காய்ச்சலினால் இறந்து போன இவரது ஆசைநாயகி ஒருத்தியின் பூத உடலின் எச்சங்கள் கொண்டு வரப்பட்டன. அன்றைய வழக்கப்படி, இரண்டு ஆண்டுகளுக்கு முன்னாள் புதைக்கப்பட்ட இந்த ஆசைநாயகியின் உடல், இவர் அருகில் புதைக்கப்பட வேண்டுமென்பதற்காக மீண்டும் தோண்டி எடுத்து கொண்டு வரப்பட்டது. இந்தச் சவப்பெட்டி எந்த அலங்காரமும் செய்யப்படாமல் கொண்டு வரப்பட்டது. காரணம்

அவள் கொடிய வியாதியால் மரணமடைந்ததால் ஏதேனும் கேடு உண்டாகலாம் என்ற காரணத்தால் அவ்வாறு செய்யப்பட்டது. உடல்கள் விரைவில் அழுகி விடக் கூடாதென்பதற்காக பாதரசமும், மரக்கரியும் சவப்பெட்டியில் போட்டு வைக்கப்பட்டிருந்தன. ஒவ்வொரு பூத உடல்களின் வாய்களிலும் முத்துக்கள் வைக்கப்பட்டிருந்தன.

ஜெனரல் ஷுவேயும், அவரது மற்ற இரண்டு ஆசை நாயகிகளும் ஒரே சமாதியில் அடக்கம் செய்யப்பட்டனர். அவரது மனைவியும், இதர ஆசைநாயகிகளும் இறந்தபின் அவரின் அருகே புதைக்கப்படுவார்கள். ஈமச் சடங்குகளின் போது, இறந்த மனிதனின் மகன், அதற்கென்று உரிய ஒரு கொடியைக் கையில் பிடித்துக்கொண்டு இறந்தவரின் ஆவியை அழைத்து, அந்த ஈமச்சடங்கை நிறைவேற்ற வேண்டும். இறந்தவருக்கு ஆண் வாரிசு இல்லாததால், சடங்குகளை நிறைவேற்றுவதற்காக, அவருடைய சகோதரரின் ஒரு வயது மட்டுமே நிரம்பிய மகனை, ஜெனரலின் மனைவி அந்த இடத்திலே தத்து எடுத்தாள். அச்சிறுவன் இன்னொரு சடங்கையும் நிறைவேற்ற வேண்டும். சவப்பெட்டியின் அருகே முழந்தாளிட்டு 'நகம் வளர வேண்டாம்' என்று உரத்தச் சொல்ல வேண்டும். பண்டைய பழக்கவழக்கப்படி, இந்தச் சடங்கை நிறைவேற்ற வில்லையென்றால், நகம் வளர்ந்து அவரைக் காயப்படுத்தும் என்று நம்பினார்கள்.

ஜெனரல் ஷுவே தனது சமாதிக்காக அந்த இடத்தை சாஸ்திரப்படி தானே தேர்வு செய்திருந்தார். அந்த இடம் ஓர் அழகான, அமைதியான இடம். பின்பக்கம், வடதிசையில் மலைகள் சூழ்ந்திருந்தன. அதன் முன்புறம் ஒரு நீரோடையை நோக்கி அது அமைந்திருந்தது. தென் திசையில் யூகலிப்டஸ் மரங்கள் ஓங்கி வளர்ந்தபடி நின்று கொண்டிருந்தன. சமாதிக்காக தேர்வு செய்யப்பட்ட இடம் - மலைகளும், சூரிய ஒளியைப் பிரதிபலிக்கும் நீரோடையும் நல்ல வளர்ச்சியைத் தரும் என்று நம்பிக்கையை வெளிப்படுத்தியது.

ஆனால் பாட்டி அந்த இடத்தைப் பார்க்கப் போகவில்லை. ஜெனரலின் அடக்க சடங்குகளில் கலந்துகொள்ள வரச்சொல்லி அனுப்பிய அழைப்பை அவள் கண்டுகொள்ளவில்லை. அதனால், அடுத்து என்ன நடந்தது என்றால், அடகுக்கடை மேலாளர் அவளுக்கு வரவேண்டிய பணத்தைக் கொண்டுவந்து கொடுக்கவில்லை. ஒருவாரம் கழித்து பாட்டியின் பெற்றோர்களுக்கு ஜெனரல் ஷுவேயின் மனைவியிடமிருந்து ஒரு கடிதம் வந்தது. என் தாத்தாவான ஜெனரல் ஷுவே கடைசியாகப் பேசிய வார்த்தை,

என் பாட்டியை அவள் விருப்பப்படி விட்டுவிட வேண்டும் என்று சொன்ன வார்த்தைகள் தானாம். என்ன இது? இப்படி ஒரு அற்புதமான விடுதலையா? அவளுக்கு கிடைத்த அதிர்ஷ்டத்தை அவளாலே நம்ப முடியவில்லை.

பாட்டி, தன் இருபத்து நான்காவது வயதில் விடுதலை அடைந்தாள்.

1949 ஆம் ஆண்டு சீன மக்கள் குடியரசு நிறுவப்பட்ட பின்னர், சீன அரசாங்கம் 'பினின்' ஒலிபெயர்ப்பு முறையைப் பின்பற்றி சீனப் பெயர்களை எழுத லத்தீன் எழுத்துகளைப் பயன்படுத்தியது. கோட்பாட்டில் 'பீக்கிங்' என்பது மேற்குலகில் 'பீஜிங்' என்று அறியப்பட்டது.

'மூன்று அங்குல தங்க லில்லி மலர்கள்'

2

‘சமவெளிப் பகுதியின் குளிர்ந்த நீர் கூடச் சுவையாக உள்ளது’

ஒரு மஞ்சு டாக்டரை பாட்டி மணந்து கொள்கிறாள்

1933–1938

ஜெனரல் ஷுவேயின் மனைவியிடமிருந்து பாட்டியின் பெற்றோருக்கு வந்த கடிதத்தில், பாட்டியை அவர்கள் வந்து அழைத்துச் செல்ல வேண்டுமென்று அறிவுறுத்தி இருந்தது. அந்த கடிதத்தில் வெளிப்படுத்தப் பட்டிருந்த விஷயம், அவர்களின் வழக்கப்படி மறைமுகமான முறையில் எழுதப்பட்டிருந்தாலும், ‘பாட்டி அவ்விடத்தை விட்டு வெளியேற வேண்டும்’ என்று தெளிவாக உத்திரவிடப்பட்டிருந்தது.

பாட்டியின் தந்தை அரைகுறை மனதோடுதான் பாட்டியை வீட்டிற்கு அழைத்து வந்தார். ஏற்கனவே அவர், ஒரு சாதாரண குடும்பப் பிரஜை என்ற பிம்பத்திலிருந்து மாறி, ஜெனரல் ஷுவேயுடன் தொடர்பு ஏற்படுத்திக் கொண்ட தருணத்திலிருந்து, வெளி உலகத்திற்கு அவர் பொறுப்புள்ள போலீஸ் அதிகாரி ஆகிவிட்டார். அதுபோல அவர் ஈக்ஸியான் நகரின் துணை போலீஸ் அதிகாரியாகப் பதவி உயர்வு பெற்றதும், உயர் அதிகாரி என்ற அந்தஸ்தும் பெற்று பெரும் பணக்காரர் ஆகி விட்டார். பல சொத்துகளுக்கு அதிபதியும் ஆகி,‘ஓப்பியம்’ என்னும் போதை மருந்து புகைக்கும் தரத்தையும் எட்டி விட்டார். முப்பாட்டனாருக்கு காவல்துறையில் பதவி உயர்வு கிடைத்ததும், ஓர் ஆசைநாயகியும் கிடைத்து

விட்டாள். அவள் ஒரு மங்கோலியப் பெண். இந்தப் பெண், முப்பாட்டனாருக்கு அவரது உயர் அதிகாரி கொடுத்த அன்பளிப்பு. தனக்குக் கீழ் பணியாற்றி வரும், ஒரு காவல்துறை அதிகாரிக்கு இதுபோன்று ஆசை நாயகிகளை அன்பளிப்பாக வழங்குவது அன்றைய வழக்கத்திலிருந்தது. ஜெனரல் ஷுவேவுக்கு வேண்டிய ஒரு நபருக்கு, வேண்டியதைச் செய்து கொடுப்பதால் உள்ளூர் காவல் துறையினருக்கு ஒரு மகிழ்ச்சி. ஆனால், என்னுடைய முப்பாட்டனாரோ, அவருடைய பங்குக்கு அவரே ஒரு ஆசை நாயகியைத் தேடிக் கொண்டார். அவருடைய பதவிக்கு எவ்வளவு ஆசை நாயகிகளை வைத்துக் கொள்ள முடியுமோ அவ்வளவு பேரை வைத்துக் கொள்வது அவருக்கு சிறப்பு. இது ஒரு மனிதனுடைய அந்தஸ்தைப் பறைசாற்றியது. இவர் ஒன்றும் எங்கேயும் தேடி அலைய வேண்டியதில்லை. இவரின் ஆசை நாயகிக்கே ஒரு சகோதரி இருந்தாள்.

பாட்டி தன் பெற்றோர்கள் வீட்டிற்கு வந்து விட்டாள். பத்து ஆண்டுகளுக்கு முன்பு பாட்டி வீட்டை விட்டுப் புறப்பட்டபோது இங்கு இருந்த நிலைமை முற்றிலும் இப்போது மாறி இருந்தது. கவலையால் பாதிக்கப்பட்ட அம்மாவோடு இப்போது மூன்று மனைவிமார்கள் அங்கே இருந்தனர். அந்த ஆசை நாயகிகளில் ஒருத்திக்கு ஒரு மகள் பிறந்திருந்தாள். அந்தக் குழந்தைக்கு என் அம்மா வயது. பாட்டிக்கு ‘லான்’ என்று அழைக்கப்படுகிற ஒரு தங்கை. 16 வயது ஆகியும் அவளுக்கு இன்னும் திருமணம் ஆகவில்லை. இஃதெல்லாம் சேர்ந்துதான் முப்பாட்டனாருக்கு பெரிய எரிச்சல் ஏற்பட்டது.

கொதிக்கிற எண்ணெய்ச் சட்டியிலிருந்து நழுவிய மீன், எரிகிற அடுப்பில் விழுந்த கதையாக ஆகிவிட்டது பாட்டியின் கதை. பாட்டி மீதும், அவள் அம்மாவின் மீதும் முப்பாட்டனாருக்கு அடங்காத ஆத்திரம் வந்தது. அவருக்கு அவர் மனைவி அங்கு இருப்பதே முதலில் பிடிக்கவில்லை. இப்போது அவருக்கு இரண்டு ஆசை நாயகிகள் வந்து விட்டதால், மனைவி மீது வெறுப்புதான் ஏற்பட்டது. மனைவியைவிட ஆசை நாயகிகளையே இப்போது அவருக்கு அதிகம் பிடித்திருந்தது. மனைவி எங்கேயோ, எப்படியோ சாப்பிட்டுக் கொள்ளட்டும் என்று விட்டுவிட்டு ஆசை நாயகிகளுடனே ஆசையாக உண்டு களித்தார். தனக்கென்று ஒரு தனி உலகத்தையே படைத்து வைத்துக் கொண்டிருந்த முப்பாட்டனாருக்கு இப்போது அவரது மகள் வந்திருப்பது எரிச்சலையும், ஏமாற்றத்தையும் தந்தது.

தன் மகள் கணவனை இழந்து விட்டு விதவையாக வந்திருப்பதால், அவளை தனக்கு ஒரு பீடையாக முப்பாட்டனார் கருதினார். அந்தக் காலங்களில், ஒரு பெண்ணின் கணவன் இறந்து விட்டால், அவளது சாபக் கேட்டால்தான் அவன் இறந்து விட்டான் என்ற ஓர் ஐதீகம் இருந்து வந்தது. முப்பாட்டனார் தன் மகளான என் பாட்டியை ஒரு சாபக்கேடாகத்தான் பார்த்தார். அவரின் ஐசுவரியங்களுக்கு அவள் ஒரு பீடையாக இருந்ததால், அவளை வீட்டை விட்டு வெளியேற்றி விட்டால் நல்லது என்று நினைத்தார்.

இந்த இரண்டு ஆசை நாயகிகளும் என் முப்பாட்டனாருக்கு கண்டபடி தூபம் போட்டனர். பாட்டி மீண்டும் அந்த வீட்டிற்கு வருவதற்கு முன்னர், எல்லாமே இந்த இரண்டு ஆசை நாயகிகள் விருப்பப்படியே நடைபெற்று வந்து கொண்டிருந்தன. என்னுடைய முப்பாட்டியார் மிகவும் பெருந்தன்மை வாய்ந்த பெண்மணி. கொஞ்சம் பயந்த சுபாவமும்கூட. ஆசை நாயகிகளை விட இவளுக்கே அங்கே முன்னுரிமை அதிகமாக இருக்க வேண்டும் என்றாலும், ஆசைநாயகிகளின் விருப்பு வெறுப்புகளின்படி இவள் நடந்து கொண்டாள். 1930 ஆம் ஆண்டு, என் முப்பாட்டி ஓர் ஆண் குழந்தையைப் பெற்றெடுத்தாள். அந்தக் குழந்தையின் பெயர் யூ-லின். என் முப்பாட்டனார், எதிர்பாராத விதமாக இறந்துபோகும் பட்சத்தில், அவரின் சொத்துபத்துகள் எல்லாம் தானாக அவர் மகனுக்குப் போய்ச் சேர்ந்து விடும். இதனால், ஆசை நாயகிகளின் எதிர்காலப் பாதுகாப்பு என்பது கேள்விக்குறியாகி விடும். ஆகவே, முப்பாட்டனார் தன் மகன் மீது அன்பு காட்டுகிறபோது, ஆசை நாயகிகள் இருவரும் இவர்மீது எரிந்து விழுந்தனர். யூ-லின் பிறந்ததிலிருந்து இந்த இருவரும் முப்பாட்டியார் மீது மானசீகமாகப் போர் தொடுக்கத் தொடங்கி விட்டனர். அதன் விளைவாக முப்பாட்டியார் சொந்த வீட்டிலேயே செயலற்று நிற்க வேண்டியதாகி விட்டது. இவர்கள், முப்பாட்டியாரோடு பேச வேண்டுமென்று வந்தால், அது திட்டுவதற்காகத்தான் இருக்கும். பார்க்க வேண்டி வந்தால் கடுகடுப்பாகத்தான் இருக்கும். முப்பாட்டியாருக்கு தன் கணவரிடமிருந்து எந்த ஆறுதலும் கிடைக்கவில்லை. தனக்கு ஓர் ஆண் மகனைப் பெற்றுக் கொடுத்தும் அவள் மீது கொண்டிருந்த வெறுப்பு தணிந்த பாடில்லை. கை பட்டால் குற்றம்; கால் பட்டால் குற்றம் என்று ஆகி விட்டது.

என் பாட்டி, அவள் அம்மாவை விட மன வலிமையான பெண்மணி. கடந்த பத்தாண்டுக் கால வாழ்க்கை அப்படி அவளை வலிமைப்படுத்தி வைத்திருந்தது. முப்பாட்டனாருக்குக் கூட பாட்டி என்றால் கொஞ்சம் பயம் இருக்கும். இதுவரை அப்பாவுக்குக்

ஒரு மஞ்சு டாக்டரை பாட்டி மணந்து கொள்கிறாள் 77

காட்டிய அடிமைத்தனம் எல்லாம் போதும்; இனி தனக்காகவும், தன் தாயாருக்காகவும் போராட்டம் நடத்தப் போவதாக தனக்குள்ளே சொல்லிக் கொண்டாள். பாட்டி அந்த வீட்டில் இருந்தவரை, ஆசை நாயகிகள் இருவரும் வாலைச் சுருட்டிக் கொண்டும், பாட்டியைக் கண்டால் ஓர் அசட்டுச் சிரிப்பு சிரித்துக் கொண்டும் இருந்து வந்தனர்.

இந்தச் சூழலில்தான், அம்மா வளர்ச்சி அடைந்து இரண்டிலிருந்து நான்கு வயது வரை வந்து விட்டாள். பாட்டியின் அரவணைப்பில் அம்மா இருந்து வந்தாலும், அந்த வீட்டில் ஏற்பட்டிருந்த ஒரு வகையான இறுக்கத்தை அம்மாவால் உணர்ந்து கொள்ள முடிந்தது.

இருபதுக்கும் முப்பதுக்கும் இடைப்பட்ட வயதில் பாட்டி பேரழகியாகக் காணப்பட்டாள். அத்துடன் பாட்டி எதிலும் கை தேர்ந்தவள். பல ஆண் மகன்கள் பாட்டியின் கைப்பிடிக்க அவள் தந்தையாரைக் கேட்டுப் பார்த்தனர். பாட்டி, ஒருவனுக்கு ஆசை நாயகியாக இருந்துவிட்ட காரணத்தால், அவளை முறைப்படி மணந்து கொள்ள வரும் ஆண்கள் வசதியற்றவர்களாகவும், முப்பாட்டனாரோடு ஈடு கொடுக்க முடியாதவர் களாகவும் இருந்தனர்; செயல்பாடு அற்றவர்களாகவும், காரியம் சாதிக்க இயலாதவர்களாகவும் காணப்பட்டனர்.

வன்மமும் பழியும் நிறைந்த ஆசை நாயகிகள் வாழ்க்கை பாட்டிக்கு போதும் போதும் என்று ஆகிவிட்டது. அந்த வாழ்க்கையின் ஒரே வாய்ப்பு, ‘ஒன்று பிறருக்கு பலியாவது, அல்லது பிறரை பலியாக்குவது.’ இரு வேறுபட்ட கருத்துகளுக்கு அங்கே இடம் இல்லை. தான் தனியாக விடப்பட வேண்டும்; அம்மாவை அமைதியான சூழலில் வளர்க்க வேண்டும் என்பது தான் பாட்டியின் ஒரே ஆவல்.

பாட்டியை மறுமணம் செய்து கொள்ளச் சொல்லி அவளின் தந்தையார் நெருக்கடி கொடுத்துக் கொண்டு வந்தார். சில சமயங்களில் கடுமையாகப் பேசி நெருக்கடி கொடுத்தார்; சில சமயங்களில் நல்ல விஷயங்களைச் சொல்லி, சமாதானமாக பேசி பார்த்தார். ஆனால், பாட்டிக்கும் வேறு போக்கிடம் இல்லை. வேறு எந்த வழியும் இல்லை. வேறு வேலைக்குச் செல்லவும் அனுமதி இல்லை. இப்படி இருக்கையில், நெருக்கடி பொறுக்க முடியாமல், பாட்டி பெரும் மனக் கலக்கத்திற்கு உள்ளானாள்.

ஒரு மருத்துவரை பாட்டியின் அப்பா, தன் வீட்டிற்கு அழைத்து வந்தார். அவர் பெயர் டாக்டர் ஸியா. பாட்டி, ஜெனரலின் மாளிகையிலிருந்து வந்த பிறகு, இந்த மருத்துவர் ஸியா என்பவர்

78 ‘சமவெளிப் பகுதியின் குளிர்ந்த நீர் கூடச் சுவையாக உள்ளது’

வீட்டில்தான் சுமார் மூன்று ஆண்டுகளுக்கு முன்பு அம்மா மறைத்து வைக்கப்பட்டிருந்தாள். பாட்டி இவ்வளவு நாட்கள் அந்த மருத்துவரின் மருமகளுக்கு தோழியாய் இருந்திருக்கிறாள். இருப்பினும், பாட்டியை ஒருநாள்கூட அவர் பார்த்ததில்லை. கற்பு நெறி ஒழுக்கத்தை ஓரளவு கடுமையாகக் கடைப்பிடித்து வந்த காலம் அது. முதல்முறையாக அந்த டாக்டர் ஸியா பாட்டியின் அறைக்குள் நுழைந்து, அவளைப் பார்த்தபோது அவர் கண்களை அவரால் நம்ப முடியவில்லை. என்ன இது? இப்படி ஒரு பேரழகியா? பாட்டியின் அழகை கண்ட அதிர்ச்சியில் அறையைவிட்டு வெளியே ஓடி வந்து விட்டார். வெளியே நின்ற தனது பணியாளன் காதுகளில் வார்த்தைகளால் சொல்ல முடியாமல் ஏதேதோ உளறி, கடைசியாக தனக்கு உடல் நலமில்லை என்று சொல்லி முடித்தார். கடைசியாக தன் உள்ளக் கிடக்கையை ஒருநிலைப்படுத்திக் கொண்டு, அவளருகில் போய் அமர்ந்து, கொஞ்சம் கொஞ்சமாகப் பேசத் தொடங்கி, பின் நீண்ட நேரம் பேசினார். பாட்டி முதன்முதலாக ஓர் ஆண் மகனைப் பார்த்து, தன் மனதில் உள்ளதை வெளிப்படையாகப் பேசித் தீர்த்தாள் என்றால், அது டாக்டர் ஸியாவாகத்தான் இருந்திருக்கும். தன் கணவன் அல்லாத ஒரு அந்நியனிடம் தன் மனக் கவலைகளையும், தான் கொண்டிருந்த நம்பிக்கையையும் அவர்மீது இறக்கி வைத்தாள். டாக்டர் கௌரவமானவராகவும், அன்பான மனிதராகவும் இருந்தார். இவர் புரிந்து கொண்டதுபோல, பாட்டியை வேறு யாரும் இதுவரை புரிந்து கொள்ளவில்லை என்று பாட்டிக்கு புரிந்தது. சில நாட்களில் இவர்கள் இருவரும் காதல் வயப்பட்டனர். டாக்டர் தன் காதலைப் பாட்டியிடம் தெரிவித்தார். அத்துடன் பாட்டியை முறையான மனைவியாக ஆக்கிக் கொள்ளச் சம்மதம் தெரிவித்தார். அம்மாவையும் தன் சொந்த மகள் போல வளர்க்க விரும்புவதாகவும் வாக்குறுதி அளித்தார். ஆனந்தக் கண்ணீரோடு பாட்டி அதை ஏற்றுக் கொண்டாள். பாட்டியின் தந்தையாருக்கும் மிக்க மகிழ்ச்சி; அத்துடன் தன்னால் எந்த சீர்வரிசை, வரதட்சிணையும் கொடுக்க இயலாது என்ற முக்கியத் தகவலையும் டாக்டர் ஸியாவிடம் மென்மையாகத் தெரிவித்து விட்டாள். அப்படி வாங்குவது தனது கருத்துக்கு மாறுபட்ட விஷயம் என்று டாக்டர் ஸியா சொன்னார்.

ஈக்ஸியான் நகரில் டாக்டர் ஸியா பாரம்பரிய மருத்துவ சிகிச்சை மையத்தை ஏற்படுத்தி இருந்தார். மருத்துவத் துறையில் அவருக்கு பெயரும் புகழும் கிடைத்தது. எங்கள் முன்னோர்களைப் போலவோ, அல்லது அநேக சீனத்து மக்களைப் போலவோ அவர் ஒரு ஹான் என்னும் சீன இனத்தவர் இல்லை. அவர் மஞ் சூரியாவின் பூர்வீக குடிமக்களான ஒரு மஞ்சு இனத்தவர். ஒரு

ஒரு மஞ்சு டாக்டரை பாட்டி மணந்து கொள்கிறாள் 79

சமயத்தில் மஞ்சு பேரரசர்களுக்கு அவரது குடும்பம் ராஜாங்க வைத்தியர்களாக இருந்திருக்கிறார்கள். இவர்களது மருத்துவ சேவைக்காக வெகுமதியும் அளிக்கப்பட்டிருக்கிறார்கள்.

சிறந்த மருத்துவர் என்ற பெயரால் மட்டும் அவர் எல்லாராலும் அறியப்படவில்லை. அவர் அன்பான மனிதர் என்பதையும், ஏழை மக்களுக்கு இலவசமாக வைத்தியம் பார்த்து விடுபவர் என்பதையும் அறிந்திருந்தார்கள். முரட்டு உருவம் கொண்டவர். ஆறு அடி உயரம். கரடுமுரடான உருவகமாக இருந்தாலும், உள்ளத்தால் இனிமையான பண்பாளர். அவர்களது பாரம்பரிய உடையான நீண்ட அங்கியும் மேலாடையும் அணிவார். பழுப்புநிறக் கருணைக் கண்கள். அழகான குறுந்தாடி. கீழ்நோக்கி வளைந்த மீசை. அவரின் முகமும், அவரின் மொத்த உருவமும் அமைதியின் மறு உருவாகக் காணப்பட்டது.

பாட்டியை டாக்டருக்கு திருமணம் பேசிய போது அவர் மிகவும் வயதான மனிதர். அப்போது அவருக்கு 65 வயது. மனைவியை இழந்தவர். அவருக்கு மூன்று மகன்களும் ஒரு மகளும் இருந்தனர். எல்லாருக்கும் திருமணம் ஆகி விட்டது. அவரது மூன்று மகன்களும் ஒரே குடும்பமாக அவரோடு வாழ்ந்து வந்தார்கள். அதில் மூத்த மகன் குடும்பத்தையும், நிலங்களையும், விவசாயத்தையும் கவனித்து வந்தார். இரண்டாவது மகன், தந்தையாரோடு மருத்துவமனையில் வேலை செய்து வந்தார். மூன்றாவது மகன், அதாவது பாட்டியுடைய பள்ளித் தோழியின் கணவர், ஓர் ஆசிரியர். இந்த மூன்று மகன்களுக்கும் மொத்தம் எட்டுக் குழந்தைகள். அதில் ஒரு பேரனுக்கு திருமணம் ஆகி ஒரு குழந்தையும் இருந்தது.

ஒரு நாள் டாக்டர் ஸியா தன் மகன்களை அழைத்து தனது திட்டங்களை அவர்களுக்கு எடுத்துரைத்தார். மகன்கள் ஒன்றும் புரியாது ஒருவரை ஒருவர் பார்த்துக் கொண்டனர். தந்தையாரின் திட்டங்களைக் கேட்டு அங்கு ஒரு மயான அமைதி நிலவியது. அதில் மூத்த மகன் பேசினார்: 'அப்பா, அவள் உங்களுக்கு ஆசைநாயகியாக வரப் போகிறாள் என்று நான் நினைக்கிறேன்' என்றாள். டாக்டர் என் பாட்டியை முறையான மனைவியாக ஏற்றுக் கொள்ளப் போவதாகச் சொல்லி, தன் முதல் மகன் கூறிய யூகத்தை நிராகரித்தார். 'பாட்டியை அவர்களின் மாற்றாந்தாயாகப் பார்க்க வேண்டும். மூத்த உறுப்பினர்களில் ஒருவராக வைத்துப் பார்க்க வேண்டும், தந்தையாருக்கு இணையான இடத்தில் வைத்துப் போற்றி வணங்க வேண்டும்' என்று டாக்டர் ஸியா கூறியது அவரது மகன்களுக்கு பயங்கரமான விளைவுகளை ஏற்படுத்தக் கூடியதாகி விட்டது. ஒரு சாதாரண சீனக் குடும்பத்தில், இளைய தலைமுறையினர், அவரவர் உறவுமுறைகளுக்கேற்றவாறு,

முதியோர்களுக்குப் பணிந்து, பயபக்தியோடு அவர்களை வணங்க வேண்டும். அதிலும் டாக்டர் ஸியா மஞ்சு வம்சத்து கடுமையான ஆச்சார முறைகளைக் கொண்டவர். இளைய தலைமுறையினர் முதியவர்களுக்கு ஒவ்வொரு காலையிலும், அதேமாதிரி ஒவ்வொரு மாலையிலும் குறிப்பிட்ட மரியாதையைச் செலுத்த வேண்டும். அவ்வேளைகளில் ஆண்கள் முழந்தாளிட்டும், பெண்கள் மண்டியிட்டும் வணங்கி, மரியாதை செலுத்த வேண்டும். திருவிழா, பண்டிகை போன்ற சிறப்பு தினங்களில் ஆண்கள் நெடுஞ்சாண்கிடையாக தரையில் விழுந்து கும்பிட வேண்டும். இதில் உண்மை என்னவென்றால், பாட்டி ஒருவருக்கு ஏற்கனவே ஆசைநாயகியாக இருந்தவள். அத்துடன் வயது வேறுபாடும் இருந்தது. அந்தஸ்த்தில் குறைந்தவர்களுக்கு தலை வணங்க வேண்டும், அதிலும் அந்தக் குடும்பத்து நபர்கள் அத்தனை பேரையும் விட இளையவளான பாட்டிக்கு தலைவணங்கி மரியாதை செய்வது டாக்டரின் மகன்களுக்கு தர்மசங்கடமாக இருந்தது. அதை அவர்களால் ஜீரணித்துக் கொள்ள முடியவில்லை.

குடும்பத்தினர் அனைவரும் ஒன்று சேர்ந்து ஒருவகையான ஆத்திரத்தில் தங்கள் வேலைகளைச் செய்யத் தொடங்கினர். பாட்டியின் வகுப்புத் தோழியான அவ்வீட்டு மருமகள் கூட எரிச்சல் பட்டாள். மாமனார் செய்து கொண்ட இத்திருமண ஏற்பாடு, தன் வயது வகுப்புத் தோழியை ஒரு புதிய உறவுக்கு கொண்டு வந்து விட்டதே என்று எரிச்சல் பட்டாள். தன்னுடைய பழைய தோழியாக இனிமேல் ஒரே மேஜையில் பாட்டியுடன் உட்கார்ந்து உணவருந்த முடியாது; அல்லது சமமாக அவளுடன் உட்காரக்கூட முடியாது. பாட்டி கையைக் கட்டிக் கொண்டு உட்கார்ந்திருக்கும்போது, இவள் பாட்டிக்கு எல்லாப் பணிவிடைகளையும் செய்ய வேண்டியிருந்தது. ஏன் காலில் விழுந்து வணங்கவும் வேண்டியிருந்தது.

அந்தக் குடும்பத்தில் உள்ள அத்தனைபேரும், அதாவது அவரின் மகன்கள், மருமக்கள், பேரப் பிள்ளைகள், ஏன் கொள்ளுப்பேரன் கூட, தனித்தனியாக டாக்டரிடம் சென்று, தங்கள் இரத்த உறவுகளின் கோரிக்கைகளை யோசித்துப் பார்க்குமாறு அவரிடம் கெஞ்சிக் கேட்டுக் கொண்டனர். முழந்தாள் படியிட்டும், மண்டியிட்டும், நெடுஞ்சாண்கிடையாகக் காலில் விழுந்தும், அழுது புலம்பியும் கேட்டுப் பார்த்தார்கள்.

உண்மையில் டாக்டர் ஒரு மஞ்சு வம்சத்தினர் என்றும், பண்டைய மஞ்சு கலாச்சாரத்தின்படி, இந்த அஸ்தஸ்தில் உள்ள ஒரு மனிதன் ஒரு ஹேன் இனத்துச் சீனப் பெண்ணை மணந்து கொள்ள சம்பிரதாயம் அனுமதிக்காது என்றும் டாக்டர் ஸியாவிடம்

கெஞ்சிப் பார்த்தனர். அந்தச் சட்டம் எல்லாம் நீண்ட நாட்களுக்கு முன்பே நீக்கப்பட்டு விட்டதாக டாக்டர் பதில் அளித்தார். நீங்கள் சரியான மஞ்சு இனத்து மனிதர் என்றால், அந்தச் சம்பிரதாயத்தை கடைப்பிடித்தே ஆக வேண்டும் என்று அவரின் மகன்கள் கேட்டுக் கொண்டனர். பாட்டியின் வயது வித்தியாசத்தையே திரும்பத் திரும்ப வலியுறுத்திச் சொன்னார்கள். டாக்டர் ஸியாவுக்கு பாட்டியின் வயதைப் போல இரண்டு மடங்கு அதிகம். 'வயதான மனிதனை மணந்து கொண்ட ஓர் இளம் பெண், உண்மையில் வேறு எவனோ ஒருவனுக்கு மனைவியாக இருப்பாள்' என்று ஒரு மகன், தந்தைக்கு தைக்கிற மாதிரி பழைய சொல்லாடல் ஒன்றை எடுத்துச் சொன்னார்.

குடும்ப பந்தத்தைக் காரணம் காட்டி டாக்டரை மிரட்டியதுதான் அவருக்கு வலித்தது. அதிலும், வேறு ஒருவனுக்கு ஆசை நாயகியாக இருந்த ஒருத்தியை முறையான மனைவியாக ஆக்கிக் கொள்வது சமுதாயத்தில் தங்களுக்கு அவமானத்தைத் தேடித் தரும் என்று அவர்கள் வைத்த வாதம் அவருக்கு இன்னும் வலித்தது. இத்திருமணத்தில் தன் குடும்பத்து மக்களின் மானம் காற்றில் பறந்து விடும் என்றும், தனக்கும் இழுக்கு வந்து சேரும் என்றும் அவர் நன்கு அறிந்திருந்தார். ஆனால், என் பாட்டியின் சந்தோஷம்தான் முதலில் அவருக்கு முக்கியம் என்பதை அவர் உணர்ந்திருந்தார். பாட்டியை அவர் தன் ஆசை நாயகியாக ஏற்றுக் கொண்டாரேயானால், அது பாட்டிக்கு ஒன்றும் அவமானம் ஆகி விடாது. ஆனால், அந்த ஒட்டு மொத்த குடும்பத்துக்குமே அவள் அடிமையாக இருக்க வேண்டும். பாட்டி அவரின் முறையான மனைவி ஆகவில்லை என்றால், அவரின் அன்பு மட்டுமே பாட்டியின் பாதுகாப்புக்கு போதும் என்று சொல்ல முடியாது.

ஒரு வயதான மனிதனின் ஆசையை நிறைவேற்றி வைக்குமாறு டாக்டர் ஸியா தன் குடும்பத்தினரைக் கெஞ்சிக் கேட்டுக் கொண்டார். ஆனால் அவர்களும், அவர்கள் சார்ந்த சமுதாயமும், அவரின் பொறுப்பற்ற ஆசைகளுக்கு ஒருபோதும் இடம் கொடுக்கக் கூடாது என்ற எண்ணத்திற்கு ஆட்பட்டனர். வயதானதின் காரணமாக அவருக்கு ஏற்பட்ட குழப்பம் அது என்று சிலர் குறிப்பிட்டுச் சொன்னார்கள். 'உங்களுக்கு மகன்கள் இருக்கிறார்கள்; மருமக்கள் இருக்கிறார்கள்; பேரக் குழந்தைகள் இருக்கிறார்கள்; ஏன், ஒரு கொள்ளுப்பேரன் கூட இருக்கிறான். உங்கள் குடும்பம் ஒரு பெரிய குடும்பம். மரியாதைக்குரிய வளமான குடும்பம். இதற்குமேல் உங்களுக்கு வேறு என்ன வேண்டும்? நீங்கள் ஏன் அந்தப் பெண்ணைத் திருமணம் செய்து கொள்ள வேண்டும்?' என்று அக்கம் பக்கத்தோர் கேட்டார்கள்.

இப்படியே வாதப் பிரதிவாதங்கள் வளர்ந்துகொண்டே வந்தன. அதிகமான உறவினர்களும் நண்பர்களும் களத்திற்கு வந்தனர். எல்லாரும், மகன்கள் சார்பாக வரிந்து கட்டிக்கொண்டு பேசினார்கள். இந்தத் திருமணம் கிறுக்குத்தனமான ஒன்று என்று கூட்டத்தோடு கூட்டமாக குறைபட்டுக் கொண்டனர். பிறகு அவர்கள் தங்கள் வன்மங்களை எல்லாம் பாட்டியின் பக்கம் திருப்பினர். 'இறந்தவன் கல்லறையின் ஈரம் காயும் முன்பே இன்னொரு திருமணமா?' 'அந்தப் பெண், காரியத்தைக் கச்சிதமாக முடித்துக் கொண்டாள். அவருக்கு ஆசை நாயகியாக வர அவள் மறுத்து விட்டாள். அப்படி வந்து விட்டால், முறையான மனைவியாக வரமுடியாதே. உண்மையிலேயே உங்கள் மீது அவளுக்கு அன்பிருந்தால் அவள் ஏன் உங்கள் ஆசை நாயகியாக வரக்கூடாது?' என்று பேசினார்கள். எல்லாமே பாட்டிக்குச் சாதகமாக இருப்பதாக அவர்கள் நம்பினார்கள்: 'திட்டம் போட்டு டாக்டர் ஸியாவைத் திருமணம் செய்து கொண்டு, அந்தக் குடும்பத்தைத் தன் கட்டுப்பாட்டிற்குள் கொண்டு வந்து, பிறகு அவரின் பிள்ளைகளையும் பேரப் பிள்ளைகளையும் அடக்கி ஆளலாம் என்ற திட்டத்தை அவள் மனதில் கொண்டுள்ளாள்.'

டாக்டர் ஸியாவின் பணத்தின் மீது பாட்டி கை வைக்கவிருப்பதாக அவர்கள் டாக்டருக்கு அடி எடுத்துக் கொடுத்தார்கள். சமுதாய நல்லெண்ணம், நீதிநெறி, டாக்டர் ஸியாவின் நலம் ஆகிய தலைப்புகளின் கீழ் கலந்தாலோசனை செய்த டாக்டரின் உறவினர்கள், டாக்டரின் சொத்துக்கள் பற்றிய உள்நோக்கத்துடன்தான் ஆலோனை வழங்கினார்கள். பாட்டி, டாக்டரின் முறையான மனைவி ஆகி விட்டால், அந்தக் குடும்பத்து நிர்வாகம், பொறுப்பு எல்லாமே பாட்டியின் கைக்கு வந்து விடும். அப்புறம் டாக்டரின் சொத்துகள் மீது பாட்டி கை வைத்து விடுவாள் என்று அவரின் உறவினர்கள் பயந்தார்கள்.

டாக்டர் ஸியா ஒரு பெரும் பணக்காரர். ஈக்ஸியான் நகரைச் சுற்றி அவருக்கு 2000 ஏக்கர் பண்ணை இருந்தது. சீனப் பெருஞ்சுவரின் தென்புறத்தை ஒட்டியே அவருக்கு நில புலங்கள் இருந்தன. நகரின் மத்தியில் உயர்ரக செங்கற்களால் கட்டப்பட்ட அலங்கார மாளிகை இருந்தது. வெந்நிற வர்ணம் பூசப்பட்ட கட்டிடம் அது. அற்புதமான வடிவமைப்பில் அமைந்த மேற்கூரைகள். ஓவியங்கள் ஒட்டப்பட்ட சுவர்கள், தூண்கள் இதர இணைப்புகள் வெளியே தெரியாதவாறு அற்புதமான வேலைப்பாடுகள். டாக்டரின் வசதியை பறைசாற்ற இந்த வீடு ஒன்றே எடுத்துக்காட்டு. அப்புறம் அவருக்கென்றே உரிய

மருத்துவப் பணி. அத்துடன் ஒரு பெரிய மருந்துக்கடை. இப்படி எவ்வளவோ சொல்லலாம்.

இது விஷயத்தில் என்ன செய்வது என்று சரியான வழி தெரியாததால், அந்தக் குடும்பத்தார்கள் பாட்டியிடம் நேரடியாக மோதி விடுவது என்ற முடிவுக்கு வந்தார்கள். டாக்டர் ஸியாவின் ஒரு மருமகளான, அம்மாவின் பள்ளித் தோழி, அம்மாவைச் சந்தித்தாள். கொஞ்சம் தேநீர் - கொஞ்சம் அரட்டை ஆகியவைகளை முடித்துவிட்டு, அவள் வந்த விஷயத்தில் இறங்கினாள். கண்ணீரில் நனைந்திருந்த பாட்டி, வழக்கம் போல தன் தோழியின் கரங்களை ஆதரவோடு பற்றினாள். 'நீ என்னுடைய இடத்தில் இருந்தால் என்ன செய்வாய்?' என்று பாட்டி கேட்டாள். தோழியிடம் இருந்து பதில் ஏதும் வராததால், பாட்டியே தொடர்ந்து பேசினாள்; 'ஓர் ஆசைநாயகியின் வாழ்க்கை என்றால் என்னவென்று தெரியுமா? அந்த ஒரு கோரமான வாழ்க்கையை நீ விரும்புவாயா? ஒருபோதும் மாட்டாய். இங்கு கன்ஃபூஷியஸ் கூற்று ஒன்றை உனக்கு நினைவுபடுத்துகிறேன். "'என் இதயம் உன் இதயமாக இருந்தால் என்ன செய்வாய்?' என்று கேட்கிறார்."

அந்தத் தோழி ஓர் உறுத்தலோடு வீட்டிற்குப் போனாள். அவளது தோல்வியை முறையிட்டாள். அதற்குமேல் பாட்டியை வற்புறுத்த தனக்கு மனம் வரவில்லை என்று சொன்னாள். டாக்டர் ஸியாவின் மகனான டீ-கை என்பவரும் அம்மாவின் தோழிமீது இரக்கப்பட்டது போல தெரிந்தது. இந்த டீ-கை என்பவர் டாக்டர் ஸியாவின் இரண்டாவது மகன். இவர் அப்பாவோடு மருத்துவமனையில் வேலை செய்கிறார். மற்ற இரண்டு சகோதரர்களை விட இவரே டாக்டர் ஸியாவுக்கு நெருக்கமானவர். இந்தத் திருமணத்திற்கு ஏன் எல்லாரும் ஆதரவு கொடுக்கக் கூடாது என்று கேட்டார். மூன்றாவது மகனின் மனைவி கூட, பாட்டியின் பரிதாபமான நிலையை விளக்கிச் சொல்ல சொல்ல, அவளும் தன் பிடியை தளர்த்திக் கொண்டாள்.

இந்த விவகாரத்தில் மிகவும் ஆக்ரோஷமாக நடந்து கொண்டது டாக்டரின் மூத்த மகனும், அவரது மனைவியும்தான். மற்ற இரண்டு மகன்களின் மனநிலை அங்குமிங்கும் ஊசலாடிக் கொண்டிருந்ததை அறிந்த முதல் மகனின் மனைவி 'அவர்களுக்கு இதைப் பற்றியெல்லாம் எந்தக் கவலையுமில்லை. அவர்களுக்கென்று தனித்தனி வேலையும் வருமானமும் இருக்கின்றன. வரவிருக்கின்ற பெண்மணி, அவர்களை தங்களோடு வைத்துக் கொள்வாள். ஆனால் உங்களுக்கு என்ன இருக்கிறது? வயதான உங்கள் அப்பாவின் பண்ணைக்கு நீங்கள் ஒரு மேலாளர் மட்டுமே. கடைசியில்

'சமவெளிப் பகுதியின் குளிர்ந்த நீர் கூடச் சுவையாக உள்ளது'

அந்தப் பண்ணை அவளுக்கும் அவள் மகளுக்கும் போய்ச் சேர்ந்து விடும். பாவப்பட்ட நானும், என் குழந்தைகளும் என்ன கதிக்கு ஆளாவோம்? எங்களுக்கு ஆதரவளிக்க என்ன இருக்கிறது? நம்மை நாமே மாய்த்துக் கொள்ளத்தான் வேண்டுமா? உண்மையில் அதைத்தான் உங்கள் அப்பா விரும்புகிறாரா? என்னை நான் மாய்த்துக் கொண்டுதான் அவர்களை மகிழ்ச்சிப்படுத்த வேண்டுமா?' என்று கண்ணீரும் கம்பலையுமாகப் புலம்பினாள். 'நாளைவரை பொறுத்துக்கொள்' என்று அவள் கணவன் கோபத்துடன் பதில் சொன்னான்.

அடுத்த நாள் காலை தூக்கம் கலைந்து படுக்கையிலிருந்து விழித்துப் பார்த்தபோது, குடும்பத்தினர் அனைவரும், டீ-கை யைத் தவிர, பதினைந்து நபர்களும், படுக்கை அருகில் மண்டியிட்டு கிடந்தனர். 'விழுந்து கும்பிடுங்கள்' என்று மூத்த மகன் சத்தமிட்டுச் சொன்ன அடுத்த நிமிடமே எல்லாரும் ஒன்றாக அவர் காலடியில் குப்புற வீழ்ந்தார்கள். 'அப்பா, உங்கள் மகன்களாகிய நாங்களும், நம்முடைய ஒட்டுமொத்த குடும்பத்தினரும் எங்கள் மூச்சு உள்ளவரை உங்கள் காலடியில் கிடப்போம்.'

டாக்டர் ஸியாவுக்கு வந்த ஆத்திரத்தில் அவரது உடம்பெல்லாம் நடுங்கியது. முதலில் எல்லாரையும் எழுந்திருக்கச் சொல்லி கத்தினார். யாரும் எழுந்திருக்கவில்லை. 'இல்லை, அப்பா. எழுந்திக்க மாட்டோம். இந்தத் திருமணத்தை நிறுத்தினாலொழிய நாங்கள் எழுந்திருக்க மாட்டோம்' என்று மூத்த மகன் பேசினார். டாக்டர் ஸியா தனது நிலைப்பாட்டை நியாயப்படுத்த விரும்பினார். ஆனால், மூத்த மகனோ கோபாவேசத்தில் கூச்சல் போட்டார். இறுதியாக டாக்டர் ஸியா, 'நீங்கள் எதை மனதில் வைத்துக் கொண்டு இவ்வாறெல்லாம் செய்கிறீர்கள் என்று எனக்குத் தெரியும். நான் நீண்ட நாளுக்கு இந்தப் பூமியில் வாழப் போவதில்லை. உங்களுக்கு வரவிருக்கின்ற மாற்றாந்தாய் உங்களை எல்லாம் எப்படி நடத்தப் போகிறாள் என்றுதான் நீங்கள் கவலைப்பட்டுக் கொண்டிருக்கிறீர்கள். எனக்கு எள்ளளவும் அவளைப் பற்றி சந்தேகம் இல்லை. உங்களை நன்றாகப் பார்த்துக் கொள்வாள். அவள் மிகவும் நல்லவள் என்று எனக்கு நன்றாகத் தெரியும். அவளின் நன்னடத்தையை விட வேறு எந்த உத்திரவாதத்தை நான் உங்களுக்கு கொடுத்துவிட முடியும்...' என்று கேட்டார்.

'நன்னடத்தை' என்ற வார்த்தையை டாக்டர் உச்சரித்ததும் மூத்த மகன் வெடித்து விட்டார். 'ஒருத்தனுக்கு வைப்பாட்டியாக இருந்தவளைப் போய் எப்படி 'நன்னடத்தை' உள்ளவள் என்று சொல்வீர்கள்? முதல் திருமணத்திலேயே எந்த ஒரு பெண்ணும்

ஒருவனுக்கு ஆசைநாயகியாக ஆகச் சம்மதிக்க மாட்டாள்' என்று கொந்தளித்தார். பிறகு அவர், என் பாட்டியை அவதூறாகப் பேச ஆரம்பித்து விட்டார். அதைக்கேட்ட டாக்டருக்கு அதற்குமேல் பொறுமை இல்லை. அவர் வைத்திருந்த கைத்தடியால் மூத்த மகனை விளாசித் தள்ளி விட்டார்.

வாழ்நாள் முழுவதும் டாக்டர் வாழ்ந்த வாழ்க்கைக்கு அடையாளமே அவர் கடைப்பிடித்த அமைதியும் பொறுமையும்தான். அவரின் காலடியில் வீழ்ந்து கிடந்த குடும்பத்தினர் இன்னும் நடுங்கிப் போயினர். கொள்ளுப் பேரன் பயத்தில் அலறிவிட்டான். மூத்த மகன் ஒரு நிமிடம் விதித்துப் போய் நின்றார். பிறகு மீண்டும் கத்திப் பேச ஆரம்பித்து விட்டார். உடலில் உண்டான வலியால் மட்டுமல்ல; அவர்கள் குடும்பத்தினர் முன்பு, இப்படி அடித்து அவமானப்படுத்தி விட்டாரே என்ற ஆத்திரத்தில் கத்தினார். டாக்டர் ஸியாவுக்கு வந்த கோபத்தில் சிறிது நேரம் செயலிழந்து நின்றார். அவரது மகன் பாட்டியை மிகவும் ஏளனமாகப் பேசினார். 'வாயை மூடுடா' என்று டாக்டர் ஸியா உரத்த குரலில் சத்தம் போட்டுவிட்டு, மீண்டும் அந்தக் கைத்தடியால் அவர் பலம் கொண்டவரை மகனை அடித்தார். அவர் அடித்த வேகத்தில் அந்தக் கைத்தடி இரண்டாக முறிந்து விட்டது.

மூத்த மகனுக்கு ஏற்பட்ட அவமானமும் வலியும் ஒரு சில நிமிடங்கள் அவரை நிலைகுலைய வைத்தது. பிறகு அவர் கைத் துப்பாக்கியை கையில் எடுத்துக்கொண்டு தந்தையின் முகத்தை நேருக்கு நேர் நோக்கினார். 'ஒரு விசுவாசமான குடிமகன், தான் இறந்து, அந்த இறப்பின் மூலம் தன் மன்னனுக்கு தன் எதிர்ப்பைக் காட்டுவான். ஓர் உண்மையான மகனும் அப்படித்தான் தன் எதிர்ப்பை தன் தந்தையிடம் காட்டிக் கொள்வான். என் எதிர்ப்பை உங்களிடம் காட்டிக்கொள்ள நான் மேற்கொள்ளும் வழியும் என் மரணம்தான்' என்று சொல்லி முடித்ததும் ஒரு வெடிச்சத்தம் கேட்டது. மூத்த மகன் நிலை குலைந்து தரையில் சாய்ந்தார். ஒரு துப்பாக்கி ரவையை தன் மார்பில் செலுத்திக்கொண்டு வீழ்ந்தார்.

ஒரு குதிரை வண்டி விரைந்து வந்து அவரை அருகில் இருந்த மருத்துவமனைக்கு கொண்டு சென்றது. ஆனால், அடுத்தநாள் மருத்துவ மனையில் அவன் உயிர் பிரிந்தது. தன்னை மாய்த்துக் கொள்ளும் நோக்கம் அவருக்கு இல்லை. ஆனால் தன் தந்தையின் மீது ஏற்பட்ட ஆத்திரத்தாலும் ஏமாற்றத்தாலும், தன்னை வெளிப்படுத்திக் கொள்ள வேண்டிய கட்டாய சூழலில் இவ்வாறு செய்து விட்டார்.

மகனின் மரணம் டாக்டர் ஸியாவை நிலை தடுமாற வைத்து விட்டது. அவர் வழக்கம் போல அமைதியாக இருப்பது போல தன்னைக் காட்டிக் கொண்டாலும், அவரின் அமைதி ஆழ்ந்த வேதனையின் வெளிப்பாடு என்று அவரை அறிந்தவர்கள் தெரிந்து கொண்டார்கள். வானமே இடிந்து வீழ்ந்தாலும் மனக்கலக்கம் அடையாத அந்த மனிதர், இப்போது சோகத்தின் பிடியில் சிக்கி தன்னை இழந்து கொண்டிருந்தார்.

இந்தச் செய்தி கேட்டு, ஈக்ஸியான் நகரே கொந்தளித்துக் கொண்டிருந்தது. இந்த இறப்புக்கு டாக்டர் ஸியா மட்டும் காரணம் அல்ல, என் பாட்டிதான் முழுப் பொறுப்பு என்று பாட்டியை எல்லோரும் கரித்துக் கொட்டினார்கள். எது வந்தாலும் தன்னை தடுத்து நிறுத்திவிட முடியாது என்று வெளிக்காட்டிக் கொள்ள விரும்பினார் டாக்டர் ஸியா. தன் மகனின் இறுதிச் சடங்குகள் முடிந்தவுடனே, திருமணத்திற்கான ஒரு தேதியை குறித்துவிட்டார். புதிதாக வரவிருக்கும் உங்கள் அம்மாவுக்கு உரிய மரியாதையைச் செலுத்த வேண்டும் என்று தன் குடும்பத்தாருக்கு எச்சரிக்கை விடுத்தார். நகரின் முக்கியமான நபர்களுக்கு அழைப்பிதழ்களையும் அனுப்பி விட்டார். அழைப்பிதழ் பெற்றவர்கள் திருமணத்திற்கு வருகை புரிந்து அன்பளிப்புகள் வழங்க வேண்டும் என்ற நியதி கட்டாயமாக இருந்து வந்தது. திருமணம் மிகப்பெரிய கொண்டாட்டமாக அமைய வேண்டும் என்று பாட்டியிடமும் சொல்லி விட்டார். தன் மீது சுமத்தப்பட்டுள்ள குற்றச் சாட்டாலும், டாக்டருக்கு என்ன நேருமோ என்ற அச்சத்தாலும் பாட்டி பயந்து போயிருந்தாள். ஆனால், தான் எந்த தவறும் செய்யவில்லை என்று தன்னைத் தானே பாட்டி தேற்றிக் கொண்டாள். 'வருவது வரட்டும், பார்த்துக் கொள்ளலாம்' என்று துணிந்து நின்றாள். திருமணம் சிறப்பாகக் கொண்டாடப் பட வேண்டும் என்று தனது சம்மதத்தை தெரிவித்துக் கொண்டாள். திருமண தினத்தன்று, அலங்கரிக்கப்பட்ட கோச் வண்டியில், இசைக் கலைஞர்கள் புடை சூழ, பாட்டி தந்தையாரின் வீட்டை விட்டுப் புறப்பட்டாள். மஞ்சு கலாச்சாரத்தின்படி, பாட்டி புகுந்த வீடு செல்லும் பாதித்தூரம் வரை முப்பாட்டனார் அனுப்பிய கோச் வண்டி பாட்டியைச் சுமந்து செல்லும். மீதமுள்ள பாதி தூரத்தை மாப்பிள்ளை வீட்டார் அனுப்பும் கோச் வண்டி வந்து பாட்டியை அழைத்துச் செல்லும். இரு தரப்பினரும் சந்திக்கும் அந்த இடத்தில், ஐந்து வயது நிரம்பிய பாட்டியின் சகோதரன் யூ-லின், கோச் வண்டியின் கதவருகில் மூட்டை சுமப்பது போல் குனிந்தபடி நின்றான். இதன் பொருள், 'டாக்டர் ஸியாவின் கோச் வண்டி வரை தன் சகோதரியை முதுகில் சுமந்து கொண்டு வந்தேன்' என்பதாகும். டாக்டர்

ஸியாவின் வீட்டை அடைந்ததும் மறுபடியும் இதுபோல குனிந்தபடி நின்றான். எந்த ஒரு பெண்ணும் மாப்பிள்ளை வீட்டிற்குள் அடி எடுத்து வைத்து விடக்கூடாது. அப்படி நடந்து விட்டால், அவளது அந்தஸ்துக்கு இழப்பு ஏற்பட்டு விடும் என்ற ஐதீகம் இருந்து வந்தது. அதனால் அவள் அந்த வீட்டுக்குள் நுழைய வெட்கப்படுவதால், ஊரறிய அவன் அவளைச் சுமந்து செல்ல வேண்டும்.

திருமணக் கொண்டாட்டாங்கள் நடைபெறவிருந்த அந்த அறைக்கு பாட்டி, தோழியர்கள் புடை சூழ அழைத்துச் செல்லப்பட்டாள். சிவப்பு நிற பூப்போட்ட பட்டுத்துணியால் போர்த்தப்பட்டிருந்த மேஜை முன்பாக டாக்டர் ஸியா நின்று கொண்டிருந்தார். அந்தப் பட்டுத்துணியில் வானம், பூமி, பேரரசர், முன்னோர்கள், ஆசிரியர்கள் முதலிய உருவங்கள் பொறிக்கப்பட்ட தகடுகள் ஒட்டப்பட்டிருந்தன. அவர் தலையில் அணிந்திருந்த தொப்பி, கிரீடம் போல அமைந்திருந்தது. நீண்ட, இறுக்கமில்லாத, அழகான பூ வேலைப்பாடுகள் செய்யப்பட்ட, பாரம்பரிய மஞ்சு இனத்து அங்கி அணிந்திருந்தார். பூர்வீக மஞ்சுக் குடிமக்களிடமிருந்து வழிவழியாக வந்த இவ்வகை அங்கி, குதிரையேற்றத்திற்கும், அம்பு எய்வதற்கும் வசதியாக இருந்தது. ‘வானம், பூமி’ ஆகிய வார்த்தைகளைத் தாங்கியிருந்த மேஜை முன் முழந்தாள் படியிட்டு வணங்கி, பிறகு தலை குப்புற வீழ்ந்து வணங்கினார். இவ்வாறாக ஐந்து முறை வணங்கி விட்டு, பிறகு திருமணச் சடங்கு நடைபெறும் இடத்தை நோக்கி தனியாக நடந்து சென்றார்.

அடுத்து, இரண்டு தோழியர் துணையோடு அங்கு வந்த பாட்டி, அந்த மேஜையின் முன்பு ஐந்து முறை மண்டியிட்டு வணங்கினாள். ஐந்து முறையும் தன் வலது கையால் தலையை தொட்டு, தொட்டு, மரியாதை செய்தாள். மணப்பெண்ணுக்குரிய கனமாக சிகை அலங்காரம் செய்யப்பட்டிருந்ததால், அவளால் தலை குப்புற விழுந்து வணங்க முடியவில்லை. பிறகு டாக்டரைப் பின் தொடர்ந்து திருமணச் சடங்குகள் நடைபெறவிருந்த இடத்திற்குச் சென்றாள். அங்கே சென்றபின் பாட்டியின் முகத்தை மூடி இருந்த சிகப்புத் திரையை டாக்டர் ஸியா அகற்றினார். பாட்டியோடு வந்த தோழியர் இருவரும் குடுவை வடிவத்திலிருந்த இரண்டு பூச்சாடிகளை தம்பதியர் இருவர் கைகளிலும் வழங்கினார்கள். தம்பதியர் இருவரும் அந்தப் பூச்சாடிகளை ஒருவருக்கொருவர் மாற்றிக் கொண்டனர். பிறகு தோழியர் இருவரும் வெளியேறினார்கள். டாக்டரும் பாட்டியும் சிறிது நேரம் தனிமையில் அமைதியாக அமர்ந்திருந்தனர். சிறிது நேரத்தில், திருமணத்திற்கு வருகை புரிந்திருந்த உறவினர்களையும் நண்பர்களையும் வரவேற்க

டாக்டர் ஸியா சென்று விட்டார். தனிமையில் விடப்பட்ட பாட்டி அமைதியாக, அந்த இடத்தில் இருந்த ஒரு திண்டின் மீது அசையாமல் அமர்ந்திருந்தாள். அந்த ஜன்னலில் திருமண அடையாளத்தைக் குறிக்கும் ஆபரணத்தின் வரைபடம் ஒன்று பெரிய அளவில் தொங்கிக் கொண்டிருந்தது. இதற்கு 'திருமண நாற்காலியில் அமர்தல்' என்று பொருள்தரும். ஒரு பெண்ணின் அடிப்படைக் குணாதிசயமான அமைதியை இது குறிப்பதாகும். விருந்தினர்கள் எல்லாரும் சென்றபின் டாக்டர் ஸியாவின் உறவினரான ஓர் இளைஞன் உள்ளே வந்தான். அவன் பாட்டியின் ஆடையைப் பிடித்து மூன்று முறை இழுத்தான். அதன் பிறகுதான் அவள் திண்டை விட்டு இறங்கி வர அனுமதி கிடைத்தது. பாட்டியின் இரண்டு தோழியர்களின் உதவியால் கனமான அந்த 'மணப்பெண் ஆடையை' மாற்றி, ஒரு சாதாரண சிவப்பு நிற ஆடையை அணிந்து கொண்டாள். தலைமீது போர்த்தப்பட்டிருந்த முக்காட்டினையும் அகற்றினாள். தலையில் அமர்ந்து கண்சிமிட்டிக் கொண்டிருந்த சின்னஞ்சிறு ஆபரணங்களையும் அகற்றினாள். முடியைக் கலைந்து இரண்டு கொண்டைகளாகப் போட்டுக் கொண்டாள்.

இவ்வாறாக 1935 ஆம் ஆண்டில் அம்மாவின் வயது நான்காகவும், பாட்டியின் வயது 26 ஆகவும் இருந்தபோது, அந்த பிரம்மாண்டமான டாக்டரின் வீட்டில் பாட்டி அடியெடுத்து வைத்தாள். அந்த வீட்டு காம்பவுண்ட் சுவருக்குள்ளேயே எல்லா வசதிகளும் அடங்கியிருந்தன. அறுவைச் சிகிச்சையும் அங்கே நடைபெற்றது. வீதியை நோக்கி மருந்துக் கடையும் அமையப் பெற்றிருந்தது. பிரபல டாக்டர்கள் தங்களுக்கென்று மருந்துக்கடை வைத்துக் கொள்வது வழக்கமாக இருந்து வந்தது. அங்கு பாரம்பரிய சீன மருந்துகள், மூலிகை மருந்துகள், விலங்குகளிலிருந்து தயாரிக்கப்பட்ட மருந்துகள் என பலதரப்பட்ட மருந்துகள் விற்பனை செய்யப்பட்டு வந்தன. மேற்கண்ட மருந்துகள் மூன்று பணியாளர்களைக் கொண்டு தயாரிக்கப்பட்டு வந்தன.

அவ்வீட்டு காம்பவுண்ட் சுவரின் முகப்புத் தோற்றம் தங்க நிறத்தால் அலங்கரிக்கப்பட்டிருந்தது. வெளிப்புறச் சுவரின் நடுவின், ஸியாவின் இல்லம் என்பதைப் பறைசாற்றும் தங்க எழுத்துக்களைக் கொண்ட பட்டயம் ஒன்று பதிக்கப்பட்டிருந்தது. கடைக்குச் சற்றுத்தள்ளி வேலைக்காரர்களுக்கும் சமையற்காரர்களுக்குமான வீடுகள் தனித்தனியாக ஒதுக்கப்பட்டிருந்தன. அதற்கும் அப்பால் பெரிய தோட்டம் இருந்தது. அதில் சைப்ரஸ் மரங்களும், பிளம்ஸ் பழ மரங்களும் இருந்தன. அங்கே உள்ள தரையில் புற்கள் காணப்படவில்லை. காரணம் அங்கே நிலவும் தட்பவெப்பநிலை

89

அப்படி. அங்கே பரந்து காணப்படும் மண் பழுப்பு நிறத்தில், கடினமான வளமற்ற மண் ஆக இருந்தது. கோடையில் புழுதியை கிளப்பி விடும் மண் அது. குளிர் காலத்தின் பனிப் பொழிவால் சேறு உண்டாக்கும் மண். டாக்டர் ஸியாவுக்கு பறவைகள் என்றால் கொள்ளைப் பிரியம். தோட்டத்தில் பலவிதமான பறவைகளை வளர்த்து வந்தார். எப்படிப்பட்ட தட்பவெப்பநிலை நிலவினாலும் கட்டாயம் அந்தப் பறவைகளின் பாட்டுகளைக் கேட்டபடி, சீன நாட்டில் பொதுவாக செய்யப்படும் உடற்பயிற்சியை மேற்கொள்வார்.

தனது மகன் மறைவுக்குப் பிறகு அவரது குடும்பம் அவருக்கு இழைத்த தவறை டாக்டர் ஸியா பொறுமையோடும் அமைதியோடும் தாங்கிக் கொண்டார். அதனால் ஏற்பட்ட வலியை அவர் பாட்டியோடு பகிர்ந்து கொள்ளவில்லை. சீன தேசத்து ஆண்களைப் பொறுத்தவரை அவர்களுக்கு இறுக்கமான மேல் உதடு கட்டாயமாகத் தேவை என்று சொல்லப்படுகிறது. அவருக்குள்ளே அமைதியாக அனுபவித்து வந்த வேதனைகளை பாட்டி நன்கு அறிந்து கொண்டாள். பாட்டி அவரை உள்ளன்போடு நேசித்தாள். அவருடைய தேவைகளை முழுமனதோடு நிறைவேற்றி வந்தாள்.

அந்தக் குடும்பத்தார் வெளித்தோற்றத்தில் பாட்டிக்கு மரியாதை கொடுப்பதாகக் காட்டிக் கொண்டாலும், பாட்டியைப் பொதுவாக ஏளனமாகத் தான் பார்த்தார்கள். ஆனாலும் பாட்டி அவர்களிடம் இன்முகத்தோடு நடந்து கொண்டாள். பாட்டியின் பள்ளித் தோழியான அவ்வீட்டு மருமகள் கூட பாட்டியை உதாசீனப்படுத்தினாள். அக்குடும்பத்து மூத்த மகனின் மரணத்திற்கு பாட்டியே பொறுப்பு என்று பாட்டியின் மீது சுமத்திய பழி அவளை வருத்திக் கொண்டிருந்தது.

அந்த மஞ்சு குடும்பத்திற்கு ஏற்ப தன்னுடைய பழக்கவழக்கங்கள் எல்லாவற்றையும் பாட்டி மாற்றிக் கொண்டாள். பாட்டி, அம்மாவோடு ஓர் அறையில் படுத்துக் கொண்டாள். டாக்டர் ஸியா இன்னொரு தனி அறையில் படுத்துக் கொண்டார். ஒவ்வொரு அதிகாலையிலும், அவர் எழுந்திருக்கும் முன்பே, அந்தக் குடும்பத்தார் விழித்து எழுந்து வரும் சத்தத்தை கேட்டு, பாட்டிக்கு ஏற்பட்ட பயம் அவளை நடுங்க வைக்கும். வேக வேகமாக எழுந்து முகத்தை அலம்பிக் கொண்டு ஒவ்வொருவருக்கும் முறையே வணக்கத்தையும் வாழ்த்தையும் பரிமாறிக் கொள்ள வேண்டும். அதைவிட, தன் தலையில் 'விக்' வைத்து கொண்டு, கடினமான முறையில் தலை முடியைத் தயார் செய்ய வேண்டும். அப்படிச் செய்தால்தான் அந்தத் தலைமுடி கனமான முக்காட்டுத் துணியைத்

தாங்கிக் கொள்ளும். பாட்டிக்கு வழக்கமாக அடுத்து அடுத்துக் கிடைக்கும் வரவேற்பு 'காலை வணக்கம்' என்ற வரவேற்புதான். அநேகமாக, இது தான் அவர்கள் பாட்டியிடம் பேசும் வார்த்தையாக இருக்கும். பாட்டியை அவர்கள் குனிந்து வணங்குகின்றபோது, அவர்களிடமிருந்து ஒருவகையான வெறுப்பு வெளிப்படுவது பாட்டிக்கு நன்கு தெரிந்தது. இந்த நேர்மையற்ற சம்பிரதாயங்கள் பாட்டிக்கு மேலும் மேலும் எரிச்சலை ஊட்டியது.

திருவிழா சமயங்களிலோ, அல்லது பண்டிகைக் காலங்களிலோ குடும்பத்தார் அனைவரும் பாட்டியை வந்து குனிந்து வணங்க வேண்டியிருக்கும். அப்படி அவர்கள் வருகின்ற போது, தான் அமர்ந்திருந்த நாற்காலியை விட்டு பாட்டி எழுந்து அந்தப் பக்கம் நகர்ந்து போய் நின்று அவர்களின் மரியாதையை ஏற்றுக் கொள்வாள். மஞ்சு குடும்பக் கலாச்சாரம் பாட்டியையும் டாக்டர் ஸியாவையும் பிரித்தே வைக்க சதி செய்தது. அவர்கள் இருவரும் ஒன்றாகச் சேர்ந்து உட்கார்ந்து சாப்பிட விடாமல் பார்த்துக் கொள்வார்கள். ஒரு மருமகள் 'பரிமாறுகிறேன்' என்ற பெயரில் பாட்டியின் பின்னாடியே நின்று கொண்டிருப்பாள். அவளுடைய இறுக்கமான முகத்தைப் பார்த்து பாட்டி சாப்பிட்டு முடிக்காமல் பாதியிலேயே எழுந்து போய் விடுவாள்.

பாட்டி, தன் புகுந்த வீட்டில் குடியேறிய பின் ஒரு சமயம், அம்மாவுக்கு மிகவும் பிடித்துப் போயிருந்த அவ்வீட்டுத் திண்டின் மீது போய் அம்மா அமர்ந்து விட்டாள். இதைக் கண்ட டாக்டரின் முகம் கோபத்தால் சிவந்தது. கொதித்துப் போன அவர், அம்மாவை அந்த இடத்திலிருந்து தரதரவென்று இழுத்து கொண்டு போய் வெளியே போட்டார். காரணம், அவ்வீட்டின் சிறப்புக்குரிய அந்த இடத்தில் அம்மா அமர்ந்து விட்டாள். அது மட்டும்தான் அவர் அம்மாவை நோகடித்தது. மஞ்சு குடும்பக் கலாச்சாரத்தின்படி அவரது அந்த இருப்பிடம் புனிதமானது.

டாக்டர் ஸியாவின் இல்லமான தன் புகுந்த வீட்டிற்கு சென்ற பிறகுதான் பாட்டிக்கு முதல்முறையாக உண்மையான சுதந்திரம் கிடைத்தது. ஆனால், அதுவே ஒரு சூழ்ச்சியில் சிக்கிக் கொள்வது போலத்தான் இருந்தது. அம்மாவைப் பொறுத்தவரை பிடித்தும், பிடிக்காததுமாய் இரண்டும் கெட்டான் நிலையில் இருந்தாள். டாக்டர் ஸியா அம்மா மீது அளவுக்கதிகமான அன்பைப் பொழிந்தார். தான் பெற்ற மகளைப் போல வளர்த்து வந்தார். அம்மாவும் டாக்டரை 'அப்பா' என்றே அழைத்து வந்தாள். அவர், தன் பெயரையே அம்மாவுக்கு சூட்டினார். இன்று வரை அம்மா அந்தப் பெயரையே தாங்கி வருகிறாள். அதற்குப் பிறகு அம்மாவுக்கு

ஒரு மஞ்சு டாக்டரை பாட்டி மணந்து கொள்கிறாள்

சூட்டப்பட்ட புதிய பெயர் 'டி-ஹாங்' என்பதாகும். இது இரண்டு பொருள்களைக் கொண்ட பெயராகும். 'ஹாங்' என்பது அன்னப் பறவைகள்என்ற பொருளைத் தருகிறது. 'டி' என்பது குடும்பப் பெயர். அதற்கு நற்பண்பு என்ற பொருள் தரும்.

டாக்டர் ஸியாவின் குடும்பத்தாருக்கு பாட்டியை நேருக்கு நேர் அவமானப்படுத்தும் தைரியம் இருந்ததில்லை. அப்படிச் செய்தால் அது ஒருவரின் தாய்க்கு செய்யும் துரோகமாகக் கருதப்பட்டது. ஆனால் அம்மாவின் விஷயமே வேறு. பாட்டியின் அரவணைப்பிற்கப்பால், அந்த வீட்டுச் சிறு பிள்ளைகளின் மிரட்டல்கள்தாம் அம்மாவுக்கு முதன்முதலில் நினைவுக்கு வரும். அதுபோன்ற சந்தர்ப்பங்களில் அம்மா அழுகையை அடக்கிக் கொள்வாள். அவர்கள் உடம்பில் ஏற்படுத்திய காயங்களையோ, சிராய்ப்புகளையோ தன் அம்மாவிடம் காட்டிக் கொள்ள மாட்டாள். ஆனால், என்ன நடந்திருந்தாலும் அது பாட்டிக்கு தெரிந்து விடும். பாட்டி இதுபற்றி டாக்டர் ஸியாவிடம் மூச்சுக்கூட விட மாட்டாள். அவருடைய பேரக் குழந்தைகளால் ஏற்பட்ட இதைப் போய் அவரிடம் சொல்லி, அவரைக் கோபப்பட வைக்கவோ, பிரச்சினையை இன்னும் பெரிதாக்கவோ பாட்டி ஒருபோதும் விரும்பியதில்லை. ஆனால், அம்மாதான் பாவம். 'என்னைக் கொண்டு போய்த் தாத்தா, பாட்டியிடம் விட்டு விடுங்கள்' என்று பாட்டியிடம் கெஞ்சுவாள். 'அல்லது ஜெனரல் ஷுவே வாங்கிக் கொடுத்த வீட்டில் விட்டு விடுங்கள்' என்று கத்துவாள். ஏனென்றால் ஜெனரல் வீட்டில் அம்மா ஓர் இளவரசி போல வளர்க்கப்பட்டு வந்தாள். ஆனால், காலப்போக்கில் நிலைமையை உணர்ந்து கொண்ட அம்மா, 'தாத்தா பாட்டி வீட்டில் விட்டு விடுங்கள்' என்று சொல்லி அழுவதை நிறுத்தி விட்டாள். ஏனென்றால், இது ஒன்றுதான் பாட்டியின் கண்களிலிருந்து கண்ணீர் வருவதற்கான காரணம் என்று புரிந்து கொண்டாள்.

அம்மாவுக்கு மிகவும் நெருக்கமானவர்கள் அவளின் செல்லப் பிராணிகள்தான். ஆந்தை வளர்த்தாள். கரு மைனா வளர்த்தாள். இந்த மைனா ஓரிரு வார்த்தைகளை உச்சரிக்கும். பருந்து, பூனை, வெள்ளை எலிகள், வெட்டுக்கிளிகள் ஆகியவற்றை வளர்த்து வந்தாள். சில வண்டுகளைப் பிடித்து பாட்டிலில் போட்டு வளர்த்து வந்தாள். பாட்டியைத் தவிர அம்மாவுக்கு நெருக்கமான மனித உறவு யாரென்றால், அது டாக்டர் ஸியாவின் கோச் வண்டி ஓட்டுபவரான-பெரியவர் 'லீ' என்பவர்தான். அந்த ஆள், உடல் உறுதியான மனிதர். சொர சொரப்பான தோலை உடையவர். சீனாவின் வடக்கு எல்லையான மங்கோலியாவும், முன்னாள் சோவியத் யூனியனும்

சந்திக்கும் இடமான ஹிகன் மலைப்பகுதியிலிருந்து வந்தவர். கருந்தோல் கொண்டவர். படியாத தலைமுடி, பெருத்த உதடுகள், மேல் நோக்கி வளைந்த மூக்கு இவை எல்லாவற்றையும் வைத்துப் பார்த்தால் அவன் சீனர்கள் மத்தியில் மாறுபட்ட மனிதனாகத் தோன்றுவார். உண்மையில் பார்த்தால், அவர் ஒரு சீனாக்காரன் போலவே இருக்க மாட்டார். மெலிந்து பனைமரம் போல உயரமாக, ஆனால் நரம்பு போல உறுதியாக இருப்பார். அவரை வேட்டைக்காரராகவும், பொறி வைத்துப் பிடிப்பவராகவும், சஞ்சீவி மருந்து வேர்களைத் தோண்டி எடுப்பவராகவும், கரடிகளையும், மான்களையும், ஓநாய்களையும் வேட்டை ஆடுபவராகவும் அவரது தந்தை அவரை வளர்த்திருந்தார். ஒரு கால கட்டத்தில் அவர்கள் செய்து வந்த (மிருகங்களின்) தோல் வியாபாரம் 'அமோகமாக' ஓடியது. இறுதியாக சில கொள்ளைக்காரர்களின் ஆதிக்கத்தால் அவர்களின் தோல் வியாபாரம் ஒரு முடிவுக்கு வந்தது. இந்தக் கொள்ளைக்காரர்கள் சாங் ஸோ-லின் என்னும் பெயர் கொண்ட மார்ஷலின் கையாட்கள். பெரியவர் லீ அவர்களை 'கொள்ளைக்கார நாய்கள்,' 'வேசி மகன்கள்' என்று குறிப்பிடுவார். அம்மாவுக்கு இந்தத் தகவல் தெரிந்த போது மார்ஷல் ஜப்பான் நாட்டின் ஜென்ம விரோதியாக இருந்திருக்கிறார். இவரை வடகிழக்கு தேசத்தின் கதாநாயகன் என்று பெரியவர் லீ கேலியாகப் பேசி வந்தது அம்மாவுக்கு இறுதிவரை நினைவிருந்தது.

பெரியவர் லீ அம்மாவின் செல்லப் பிராணிகளைக் கவனித்துக் கொண்டார். அத்துடன் அவர் வெளியிடங்களுக்கு செல்லும்போது அம்மாவை உடன் அழைத்துச் செல்வார். அப்படிச் செல்லும் அந்தக் குளிர்காலப் பயணங்களில் அம்மாவுக்குப் பனிச்சறுக்கு விளையாட்டு கற்றுக் கொடுப்பார். வசந்தகாலங்களில் பனிக்கட்டிகள் உருகி நீராக ஓடும் சமயங்களில் மக்கள் சமாதிகளைக் கழுவிச் சுத்தப்படுத்தும் வருடாந்தர சடங்குகளையும், அவர்கள் முன்னோர்களின் சமாதிகளைச் சுற்றி மலர்ச்செடிகள் நடுவதையும் இவர்கள் இருவரும் ஆர்வமுடன் கண்டு களிப்பார்கள். கோடை காலங்களில் மீன் பிடிக்கவும், காளான் பறிக்கவும் சென்று விடுவார்கள். இலையுதிர் காலங்கள் வருகின்றபோது, நகரின் எல்லைக்கப்பால் சென்று முயல் வேட்டையாடுவார்கள்.

மஞ்சூரியாவின் நீண்ட மாலைப் பொழுதுகளில் சூறாவளிக் காற்று சமவெளிப் பகுதிகளில் சுற்றிச் சுற்றி அடிக்கும். மூடப்பட்ட ஜன்னல்களுக்குள் பனிக்கட்டிகள் உருவாகி விடும். அது போன்ற சமயங்களில் பெரியவர் லீ அம்மாவை அழைத்து, மடி மீது அமர வைத்து, வடதிசையில் படர்ந்துள்ள மலைகள் பற்றிய

அதிசயமான கதைகளைக் கூறுவார். அம்மா கட்டிலில் படுத்து தூங்குமுன், கற்பனைக்கெட்டாத உயரமுள்ள மரங்களையும், விசித்திரமான வடிவமும் வாசனையும் கொண்ட மலர்களையும், மெட்டமைத்து பாவடுவதைப் போல பாடக்கூடிய வண்ண வண்ண பறவைகளையும் கற்பிதம் செய்து பார்த்துக் கொண்டாள். அத்துடன் 'சின்செங்' என்னும் சிரஞ்ஜீவி மருந்து மர வேர்களையும் சிறுமிகளோடு ஒப்பிட்டு கற்பனை செய்து பார்த்துக் கொண்டாள். அந்த மரவேர்களைத் தோண்டி வெட்டி எடுத்தவுடன், அவைகளை சிவப்பு நிறக் கயிற்றால் கட்டிப் போட்டு விட வேண்டும்; இல்லையேல் அவை சிதறி ஓடிவிடும்.

பெரியவர் லீ அம்மாவுக்கு மிருகங்கள் பற்றி இதுவரை சொல்லப் பட்டிராத கதைகளையெல்லாம் சொன்னார். வடக்கு மஞ்சூரியா மலைகளைச் சுற்றித் திரியும் புலிகள் சாதுவானவை; அவைகளைச் சீண்டினாலொழிய எந்த உயிருக்கும் எந்தத் தீங்கும் செய்ய மாட்டா. அவருக்குப் புலிகள் மேல் கொள்ளைப் பிரியம். ஆனால் கரடிகளின் குணாதிசயங்கள் முற்றிலும் மாறுபட்டவை. அவைகள் கொடிய விலங்குகள். அவைகளின் கண்ணில் படாமல் ஒதுங்கி விடுவது நல்லது. அசம்பாவிதமாக நீங்கள் ஒரு கரடியைச் சந்திக்க நேரிட்டு விட்டால், நீங்கள் அசையாமல் அதே இடத்தில் நிற்க வேண்டும். அந்தக் கரடி அதன் தலையைத் தொங்க விடும்வரை அந்த இடத்தில் நிற்க வேண்டும். ஏனென்றால், கரடியின் பிடரியில் நீண்ட முடி தொங்கும். அது தன் தலையைத் தொங்க விடும்போது முடி அதன் கண்களை மறைத்து விடுவதால் எதிரே உள்ளவற்றை பார்க்க இயலாது. ஆனால் ஓர் ஓநாயை நீங்கள் சந்தித்து விட்டால் நீங்கள் திரும்பி ஓடி விடக்கூடாது. ஏனென்றால், அதன் வேகத்தை மிஞ்சி நீங்கள் ஓடிவிட முடியாது. நீங்கள் அதை எதிர்த்து உங்கள் பயத்தைக் காட்டிக் கொள்ளாமல் நேருக்கு நேர் நின்று அதை முறைத்துப் பார்க்க வேண்டும். அதன்பிறகு திரும்பி மெதுவாக, மிகவும் மெதுவாக நடந்து செல்ல வேண்டும். இது நடந்து பல வருடங்களுக்குப் பிறகு, முதியவர் லீ அவர்கள் சொன்ன இந்த விதிமுறைகள் ஒருமுறை அம்மாவின் உயிரைக் காப்பாற்றியது.

அம்மாவுக்கு ஐந்து வயது ஆகி இருந்தபோது ஒருநாள், டாக்டர் ஸியாவின் தோட்டத்தில் அம்மாவின் செல்லப் பிராணிகளோடு பேசிக் கொண்டு இருந்திருக்கிறாள். அப்போது டாக்டரின் பேரக்குழந்தைகள் எல்லாரும் திடீரென ஓடிவந்து கூட்டமாக அம்மாவைச் சூழ்ந்து கொண்டார்கள். அந்தக் குழந்தைகள் அம்மாவின் பெயரைச் சொல்லி, கைகளால் இடித்துத் தள்ளத் தொடங்கினர். போகப் போக அடியும் உதையும் அம்மாவின்மீது

பலமாக இறங்கியது. அவர்கள் அம்மாவை அந்தத் தோட்டத்தின் மூலைக்கு இழுத்துச் சென்று, அங்கிருந்த ஒரு பாழுங் கிணற்றில் தள்ளி விட்டார்கள். அது ஓர் ஆழமான தண்ணீர் இல்லாத வறண்ட கிணறு. உடைந்த கற்கள், செங்கற்கள்; போன்றவை அதனடியில் கிடந்தன. அம்மாவின் அலறல் சத்தம் கேட்டு அக்கம் பக்கத்தோர் ஓடி வந்தனர். இதைக்கேட்டு பெரியவர் லீ ஓர் ஏணியுடன் ஓடி வந்தார். அந்த ஏணியை கிணற்றுக்குள் விட்டு, சமையற்காரர் ஒருவரை ஏணியை ஆடவிடாமல் இறுக்கமாகப் பிடித்துக் கொள்ளச் சொன்னார். பெரியவர் லீ ஏணி வழியாக கிணற்றுக்குள் இறங்கினார். தகவல் தெரிந்த பாட்டி அலறி அடித்துக்கொண்டு ஓடி வந்தாள். ஒரு சில நிமிடங்களில் பெரியவர் லீ அம்மாவை ஏணி வழியாக மேலே தூக்கி வந்து விட்டார். மயக்க மடைந்திருந்த அம்மாவின் காயங்களுக்கு கட்டுப்போட்டு, மருந்து தடவியபின் அம்மாவை பாட்டியிடம் கொடுத்தார். பாட்டி அம்மாவை டாக்டர் ஸியாவின் மருத்துவமனைக்கு கொண்டு சென்றாள். அம்மாவை பரிசோதனை செய்த டாக்டர் ஸியா இடுப்பு எலும்புகளில் ஒன்று உடைந்திருந்ததாகச் சொன்னார். பல வருடங்களுக்கு பிறகும், உடைந்த அந்த எலும்பு சரியாகவில்லை. அந்த அசம்பாவிதம் அம்மாவை நிரந்தரமாக, இலேசான ஊனமாக்கி விட்டது.

என்ன நடந்தது என்று டாக்டர் ஸியா அம்மாவிடம் கேட்ட போது, நம்பர் ஆறு (பேரன்) தன்னைக் கிணற்றுக்குள் தள்ளி விட்டதாக கூறினாள். டாக்டர் ஸியாவின் மன நிலையை எப்போதும் கவனமாகக் கவனித்து வந்து கொண்டிருக்கும் பாட்டி, அம்மாவைப் பேச விடாமல் வாயடைத்து விட்டாள். ஏனென்றால், நம்பர் ஆறு அவரது செல்லம்! டாக்டர் ஸியா அறையை விட்டு வெளியேறியபின், நம்பர் ஆறு பற்றி டாக்டரிடம் முறையிட வேண்டாம் என்றும், அது டாக்டரைக் கோபப்படுத்தி விடும் என்றும் பாட்டி அம்மாவைக் கேட்டுக் கொண்டாள். இடுப்பில் ஏற்பட்ட பாதிப்பால் அம்மா சில நாட்கள் வீட்டுக்குள்ளே முடங்கிக் கிடந்தாள். அவ்வீட்டுக் குழந்தைகள் அம்மாவை முற்றிலும் ஒதுக்கி விட்டனர்.

இது நடந்து முடிந்த உடனேயே, பல நாட்கள் வெளியே தங்கும் பொருட்டு டாக்டர் ஸியா வீட்டை விட்டுப் புறப்பட்டார். ஒரு வெளி மாநிலத் தலைநகரான ‘ஜிங்கு’ என்னும் இடத்திற்கு புறப்பட்டார். அந்நகர் தென் திசையில் 25 கிலோ மீட்டர் தொலைவில் இருந்தது. அங்கு ஒரு வேலை தேடிச் சென்றார். குடும்பத்தில் ஏற்பட்ட குழப்பம் அவருக்கு தாங்கிக் கொள்ள முடியாது போய்விட்டது. ஆபத்தில் முடிந்திருக்க வேண்டிய

ஒரு மஞ்சு டாக்டரை பாட்டி மணந்து கொள்கிறாள் 95

அம்மாவுக்கு ஏற்பட்ட விபத்து, கவலைக்குள்ளாக்காமல் போனது சற்று அவருக்கு ஆறுதல் அளித்தது.

இது ஒரு சாதாரண முடிவு அல்ல. சீனாவில் ஒரு வீட்டில் பல தலைமுறைகள் சேர்ந்து ஒன்றாக வாழ்வது மிகப்பெரிய பேராகக் கருதப்பட்டது. அதுபோன்ற குடும்பங்களைக் கௌரவிக்கும் பொருட்டு, சில தெருக்களுக்கு 'ஐந்து தலைமுறைகள் சேர்ந்து வாழும் ஒரு குடும்பம்' என்று பெயரிட்டு விடுவார்கள். ஓரிரு தலைமுறைகளிலேயே பிரிந்து விடும் குடும்பங்கள் பரிதாபமாகப் பார்க்கப்படுவதும் உண்டு. ஆனால், டாக்டர் ஸியா, தன்னுடைய பொறுப்புகளைப் பாட்டி மிகவும் குறைத்து விட்டதாக எண்ணி, பாட்டியை எப்போதும் இன்முகத்தோடுதான் நோக்குவார்.

பாட்டிக்கு நிம்மதிதான். இருந்தாலும், பாட்டி அதைக் காட்டிக் கொள்ளவில்லை. உண்மையில், அம்மாவுக்கு இந்த விபத்து ஏற்பட்ட பிறகு, டாக்டர் ஸியாவை இடத்தைவிட்டு வெளியேறுமாறு பாட்டி மென்மையாக சொல்லிக் கொண்டிருந்தாள். இந்தக் கூட்டுக்குடும்பம் பாட்டிக்கு போதும் போதும் என்று ஆகிவிட்டது. இந்தக் குடும்பத்தில் சேர்ந்து வாழ்ந்த பாடும் இல்லை; தனிமையை அனுபவித்த பாடும் இல்லை.

டாக்டர் ஸியா தனது சொத்துகளை குடும்பத்தில் உள்ள அனைவருக்கும் பிரித்துக் கொடுத்து விட்டார். மஞ்சுப் பேரரசர்களால், தன் முன்னோர்களுக்கு அளிக்கப்பட்ட வெகுமதிப் பொருட்களை மட்டும் தனக்காக எடுத்துக் கொண்டார். இறந்து போன மூத்த மகனின் மனைவியும், கைம் பெண்ணுமான தன் மூத்த மருமகளுக்கு தன்னிடம் இருந்த நில புலங்கள் அனைத்தையும் கொடுத்து விட்டார். இரண்டாவது மகனுக்கு மருந்துக்கடை கொடுக்கப்பட்டது. மூன்றாவது மகனுக்கு வீடு கொடுக்கப்பட்டது. பெரியவர் லீ யையும் இன்னும் பிற பணியாட்களையும் விட்டு விடாமல் அவர்களுக்கும் தேவையான பொருளுதவி செய்து கவனித்துக் கொண்டார். அப்போது டாக்டர் ஸியா பாட்டியைப் பார்த்து 'வெறுங்கையோடு வருவதற்கு நீ தயாரா?' என்று கேட்டார். 'நீங்களும், என் மகளும் மட்டும் எனக்குப் போதும்' என்று பாட்டி சொன்னாள். 'அன்பு என்ற ஒன்று மட்டும் இருந்தால் பச்சைத் தண்ணீர்கூட தேனாக சுவைக்கும்.'

1936 ஆம் ஆண்டு உறைய வைக்கும் ஒரு மார்கழிக் குளிரில், அந்தக் குடும்பமே வாசலில் கூடி நின்றது - இவர்களை வழியனுப்பி வைப்பதற்காக! எல்லாருடைய கண்களும் இயல்பாகவே காணப்பட்டன. ஆனால் டி-கை என்னும் அவரது மகனின் கண்கள்

மட்டும் கசிந்தன. அவர் மட்டுமே பாட்டியின் திருமணத்திற்கு தலை அசைத்தவர். பெரியவர் லீ கோச் வண்டியை இரயில் நிலையத்திற்கு செலுத்தினார். அம்மா கசிந்த கண்களோடு பெரியவர் லீ யிடம் பிரியாவிடை பெற்றார். ஆனால் அதேசமயம், அம்மா இரயிலில் ஏறியவுடன் துள்ளிக் குதித்தாள். குழந்தையாய் இருந்த அம்மாவுக்கு இரயில் ஏறுவது அதுவே முதல் அனுபவம். அம்மா இரயிலில் குதித்துக் குதித்து விளையாடினாள். ஜன்னலில் எட்டி எட்டிப் பார்த்தாள். அம்மாவுக்கு ஒரே குதூகலமாக இருந்தது.

ஜிங்கு ஒரு மாபெரும் நகரம். ஒரு இலட்சம் மக்களைக் கொண்ட நகரம். மஞ்சுக்குவோவின் ஒன்பது மாநிலங்களில் இது ஒரு மாநிலத்தின் தலைநகர். இது கடல்கரையிலிருந்து 10 மைல்கள் தள்ளி இருக்கின்றது. இங்குதான் மஞ்சூரியா, சீனப் பெருஞ்சுவருக்கு மிக அருகாமையில் வருகிறது. ஈக்ஸியான் போல இதுவும் சுற்றுச்சுவர் அமையப்பெற்ற ஒரு நகரம். ஆனால் இந்நகரம் மிக வேகமாக வளர்ந்து வரும் ஒன்று. இந்நகர் தனது எல்லைகளைத் தாண்டியும் விரிந்து விட்டது. ஏராளமான நெசவு ஆலைகளும், இரண்டு எண்ணெய் சுத்திகரிப்பு ஆலைகளையும் கொண்டுள்ள பெருமை இதற்கு உண்டு. அத்துடன், இது ஒரு முக்கியமான இரயில் சந்திப்பு நிலையமும், இதற்கென்று ஒரு விமான நிலையமும் இருந்தது.

ஒரு மாபெரும் யுத்தம் நடத்தி முடித்தபின், 1932 ஆம் ஆண்டு ஜப்பானியர் இத்தலைநகரைக் கைப்பற்றினர். அதன்பிறகு ஜிங்கு போர்த் தந்திரங்களுக்கு சாதகமான இடமாக அமைந்துவிட்டது. மஞ்சூரியா முற்றுகையிடப்பட்ட பிறகு ஜிங்கு ஒரு முக்கியத்துவம் வாய்ந்த இடமாக ஆகி விட்டது. ஜப்பானுக்கும், அமெரிக்க ஐக்கிய நாடுகளுக்கும் இடையே ஏற்பட்ட மாபெரும் இராஜதந்திர கருத்து வேறுபாடுகளுக்கு இந்த இடம் மையமாக கவனம் பெற்றது. பத்து வருடங்களாகத் தொடர்ந்து நடந்து வந்த நிகழ்வுகளில் ஜிங்கு முத்துத் துறைமுகத்தை தாக்குவதற்கு முக்கியக் காரணமாக அமைந்தது.

1931 ஆம் ஆண்டு செப்டம்பர் மாதம் ஜப்பானியர் மஞ்சூரியாவை முற்றுகையிட்ட போது, தனது தலைநகரான முக்டெனை ஜப்பானியர் வசம் ஒப்படைத்து விட்டு ஓடிவிடுமாறு (இளம்) உயர்நிலை போர்படைத் தலைவரான சாங் சுயே லியாங் நெருக்கடி கொடுக்கப்பட்டார். உடனே அவர் சுமார் இரண்டு இலட்சம் துருப்புகளோடு ஜிங்குவுக்கு இடம் பெயர்ந்து விட்டார். ஜிங்குவை தனது தலைமை இடமாக நிர்ணயித்துக் கொண்டார். இதுபோன்ற ஆரம்ப கட்டத் தாக்குதல்களில் ஒன்றான இந்த முதல் தாக்குதலில், வரலாற்றில் முதல்முறையாக ஜப்பானியர் வான்வெளித் தாக்குதலாக அணுகுண்டுத் தாக்குதல் நடத்தினர். ஜப்பானியத் துருப்புகள்

வெற்றிகரமாக ஜிங்கு உள்ளே புகுந்து வெறியாட்டத் தாக்குதல் நடத்தினர்.

இந்நகரில்தான், 66 வயது நிரம்பிய டாக்டர் ஸியா தனது வாழ்க்கையை அடிப்படைக் கட்டத்திலிருந்து தொடங்க வேண்டியிருந்தது. அந்நகரில் அமைந்துள்ள குடிசைப் பகுதிகளில், ஆற்றின் அணைக்கரையின் அருகில் அமைந்துள்ள ஒரு பள்ளமான பகுதியில், பத்துக்கு எட்டு அளவில் அமைந்துள்ள ஒரு மண் குடிசை வீடுதான், அவர் வாடகை கொடுக்கும் சக்திக்கு ஏதுவாக அமைந்தது. அங்கிருந்த பல குடிசைவாசிகளுக்கு மேல் கூரை போடுவதற்குக் கூட வசதி இல்லாமல் இருந்தது. நெளி நெளியாக வளைக்கப்பட்ட இரும்பு தகட்டைக் கொண்டு நான்கு சுவர்களையும் மூடி வைத்திருப்பார்கள். அடிக்கடி வீசும் பலமான காற்றில் அந்தத் தகடுகள் பறந்து போய் விடும். அதனால் காற்று கிளப்பி விடாமல் இருக்க அந்தத் தகட்டின் மீது நான்கு மூலைகளிலும் கனமான கற்களை வைத்துப் பாதுகாப்பார்கள். இந்தக் குடிசைப்பகுதி, நகரின் கடைசியில் இருந்தது. ஆற்றின் அடுத்த பக்கம் சோளக் கொல்லைகள் இருந்தன. இவர்கள் மார்கழியின் தொடக்கத்தில் அங்கே வந்தபோது, பழுப்பு நிறத்தில் இருக்கும் மண் உறைந்து கட்டியாகி விடும். ஆற்று நீரும் அப்படித்தான். இந்தக் கட்டத்தில் ஆற்றின் அகலம் 30 அடி இருக்கும். இளவேனிற்காலம் வந்தவுடன், பனிகட்டி உருகி ஓடத் தொடங்கி விடும். இதனால் குடிசையைச் சுற்றி உள்ள தரைப்பகுதி புதை மணலாக மாறிவிடும். குளிர்காலம் தொடங்கிய உடனேயே அது உறைந்து விடுவதால் முகத்துவாரத்தில் அடைத்துக்கொண்டு ஓடாமல் நின்று விடும். கோடை காலத்தில் நீர்ப்பெருக்கு இருப்பதால் கொசுத் தொல்லை அதிகமாகி விடும். அதேசமயம் ஆற்றின் கரைகள் முறையாகப் பேணப்படாததால், ஆற்றின் நீர் மட்டம் உயருகின்றபோது, தண்ணீர் எப்போதும் வீடுகளுக்குள் புகுந்து மிகுந்த சிரமத்திற்குள்ளாக்கி விடும்.

அம்மாவால் தாங்கிக் கொள்ள முடியாத ஒன்று அங்கு நிலவும் கடுங்குளிர்தான். எல்லாச் செயல்பாடுகளும் வீட்டில் உள்ள திண்டில்தான் நடைபெறும். வீட்டின் பெரும்பகுதி திண்டாக அமைந்திருந்தது. ஒரு மூலையில் அடுப்பு இருந்தது. அவர்கள் மூவரும் அந்த திண்டில்தான் படுத்து உறங்கினார்கள். அங்கு மின் வசதி இல்லை. கழிவுநீர் வடிகாலும் இல்லை. ஏதோ பெயருக்கு கட்டப்பட்டிருந்த கழிப்பறையையே அனைவரும் பயன்படுத்த வேண்டியிருந்தது.

வீட்டிற்கு எதிரே பளிச்சென்று ஒரு கோவில் இருந்தது. அது அக்கினி தேவனுக்கு உரிய கோவில். அந்தக் கோவிலுக்கு வழிபட

98 'சமவெளிப் பகுதியின் குளிர்ந்த நீர் கூடச் சுவையாக உள்ளது'

வருபவர்கள் ஸியாவின் குடிசைக்கு எதிரேதான் குதிரைகளைக் கட்டிப்போட்டு விட்டு செல்வார்கள். தட்பவெப்பநிலை சீராக இருக்கிறபோது, டாக்டர் ஸியா, அம்மாவை அழைத்துக்கொண்டு ஆற்றங்கரை வழியாக மாலை நேரங்களில் நடந்து செல்வார். சூரியன் அஸ்தமிக்கும் ரம்மியமான மாலை நேரத்தில், பண்டைய மரபுவழிக் கவிதைகளை மனப்பாடமாக்கச் சொல்லிக் கொடுப்பார். பாட்டி இவர்களோடு இதில் சேர்ந்து கொள்ள மாட்டாள். சீனாவில் கணவனும் மனைவியும் சேர்ந்து நடந்து செல்வது வழக்கத்தில் இல்லை. மேலும் பாட்டியின் பாதங்கள் மடக்கிக் கட்டப்பட்டதால் நடந்து செல்வதற்கு ஏதுவாக இராது.

அவர்களைப் பட்டினிக் கொடுமை வாட்டி வதைத்தது. ஈக்ஸியானில் உள்ள குடும்பத்திற்கு டாக்டர் ஸியாவின் பண்ணையிலிருந்து உணவு தானியங்கள் வந்து இறங்கும். அதில் ஜப்பானியர்கள் தங்கள் பங்குகளை எடுத்துக்கொண்டது போக, மீதம் ஓரளவு அரிசி வரும். இப்போது அந்த வரவும் நின்று விட்டது. பண்ணையிலிருந்து கிடைக்கக்கூடிய உணவு தானியங்களில் பெருமளவு ஜப்பானியர் எடுத்துக் கொண்டனர். உள்ளூரில் உற்பத்தியாகும் பெரும்பாலான உணவு தானியங்கள் வலுக்கட்டாயமாக ஜப்பானுக்கு ஏற்றுமதி செய்யப்பட்டு வந்தன. அதிலும், விளைச்சலில் கிடைக்கும் அரிசியும் கோதுமையும் மஞ்சூரியாவில் முகாமிட்டிருக்கும் ஜப்பானிய இராணுவத்தினருக்குச் சென்று விட்டன. உள்ளூர் மக்களுக்கு எப்போதாவது கொஞ்சம் சோளமோ அல்லது மக்காச் சோளமோ கிடைக்கும். அதுவும் அடிக்கடி கிடைப்பது அரிது. ஆனால், அம்மக்களின் அன்றாட உணவாக கருவாலிக்கொட்டையைத்தான் சமைத்து சாப்பிட்டார்கள். அந்த உணவும் சப்பென்று இருக்கும். அதன் நாற்றம் குமட்டிக் கொண்டு வரும்.

பாட்டிக்கு இந்த வறுமை என்னவென்றே தெரியாது. ஆனால், இந்தக் காலம் பாட்டியின் சந்தோஷமான காலம் என்று சொல்லலாம். டாக்டர் ஸியா பாட்டியை மிகவும் நேசித்தார். எப்போதும் அம்மா பாட்டியோடவே இருந்தாள். மஞ்சு இன சடங்கு முறைகளையோ, செயல்பாடுகளையோ கடைப்பிடிக்கச் சொல்லி யாரும் பாட்டியை நிர்ப்பந்திக்கவில்லை. அந்த மண் குடிசை எப்போதும் சிரிப்பலைகளாலும், இனிய உரையாடல்களாலும் நிறைந்திருந்தது. டாக்டரும் பாட்டியும் மாலை நேரங்களில் உட்கார்ந்து சீட்டு விளையாட்டில் பொழுதைக் கழிப்பார்கள். அந்த சீட்டு விளையாட்டின் சட்டதிட்டம் என்னவென்றால், டாக்டர் ஆட்டத்தில் தோற்றுவிட்டால், பாட்டி மூன்று முறை அவர்

கன்னத்தில் அடிக்க வேண்டும். ஆனால் பாட்டி தோற்று விட்டால், மூன்று முறை பாட்டியை அவர் முத்தமிட வேண்டும்.

பாட்டி பக்கத்து வீட்டுப் பெண்களோடு நல்ல நட்புறவு கொண்டு விட்டாள். அது பாட்டிக்கு புதியதோர் அனுபவமாக இருந்தது. தன்னிடம் பெரிய படிப்போ பதவியோ இல்லாவிட்டாலும், ஒரு டாக்டரின் மனைவி என்ற பெயரில் பாட்டிக்கு மதிப்பும் மரியாதையும் இருந்தது. பல ஆண்டுகள் பாட்டி அவமானம் அடைந்திருக்கிறாள். ஒரு ஜடப் பொருளைப் போல நடத்தப்பட்டிருக்கிறாள். இப்போது நிம்மதியும் சுதந்திரமும் அவளைச் சூழ்ந்திருந்தது.

அவ்வப்போது, பாட்டியின் நட்பு வட்டாரம் ஒன்றுகூடி, மஞ்சு வழக்கப்படி, கைகளால் தாளம் போட்டு ஆடிப் பாடி மகிழ்வார்கள். அவர்கள் இட்டுக் கட்டும் பாடல் மிக எளிமையானதாக இருக்கும். திருமணம் ஆன பெண்கள், அவர்களின் படுக்கை அறை வாழ்க்கை சார்ந்த பாடலைப் பாடுவார்கள். அவர்கள் அனுபவித்த ஆண் சுகம் பற்றிய கேள்விகளை திருமணம் ஆகாத கன்னிப் பெண்கள், திருமணம் ஆன பெண்களிடம் கேட்பார்கள். படிப்பறிவு இல்லாத பெண்களே அதில் அதிகம் இடம் பெற்றிருப்பதால் வாழ்க்கையில் ஏற்படும் சில உண்மைகளை இதன்மூலம் கேட்டுத் தெரிந்து கொள்வார்கள். இந்தப் பாடல்களின் மூலம், அவர்களின் தாம்பத்திய வாழ்க்கையைப் பற்றியும், தங்கள் கணவன்மார்கள் பற்றியும் பல விஷயங்களை ஒருவருக்கொருவர் பகிர்ந்து கொள்வார்கள். வதந்தி களையும் பரப்பி விடுவார்கள்.

இந்த ஆட்டம் பாட்டிக்கு மிகவும் பிடித்திருந்தது. அதில் பாடுவதற்காக வீட்டில் பாட்டி பயிற்சி எடுப்பாள். திண்டின் மேல் அமர்ந்து கொண்டு, இடது கையால் கைத்தாளம் போட்டுக் கொண்டு, அதன் தாளத்திற்கேற்ப பாடுவாள். பாடலின் வார்த்தைகள் அவள் மனம் போன போக்கில் இருக்கும். டாக்டர் ஸியா வார்த்தைகளை எடுத்துக் கொடுப்பார். பாட்டியின் கூட்டத்தில் சேர்ந்து கொள்ள அம்மாவுக்கு வயதில்லை. ஆனால் பாட்டி பயிற்சி எடுத்துக் கொள்ளும் போது அம்மா அதைக் கவனிப்பாள். அம்மாவுக்கு அதில் ஓர் ஈர்ப்பு இருந்தது. டாக்டர் பாட்டிக்கு என்ன என்ன வார்த்தைகளை எடுத்துக் கொடுப்பார் என்று அறிந்து கொள்ள ஆவலாக இருப்பாள். அது வேடிக்கையாக இருக்கும் என்று அம்மா நினைத்துக் கொண்டாள். ஏனென்றால், அது கேட்டு அவர்கள் இருவரும் அவ்வளவு சிரித்துக் கொள்வார்கள். பாட்டி அம்மாவுக்கு அதைத் திருப்பிச் சொல்லிக் கொடுத்தபோதும், அதன் பொருள் என்னவென்று அம்மாவால் புரிந்துகொள்ள முடியவில்லை.

100 'சமவெளிப் பகுதியின் குளிர்ந்த நீர் கூடச் சுவையாக உள்ளது'

ஆனாலும், அவர்கள் வாழ்க்கை ஒரு சுமையாக இருந்தது. அன்றாடப் பிழைப்பு அவர்களுக்கு ஒரு போராட்டமாகப் போய்விட்டது, அரிசியும் கோதுமையும் அவர்களுக்கு கள்ளச் சந்தையில்தான் கிடைத்தன. ஆகவே ஜெனரல் ஷுவே பாட்டிக்குப் போட்ட நகைகளைக் கொஞ்சம் கொஞ்சமாக கழற்றி விற்று வந்தாள். பாட்டி சாப்பிட மாட்டாள். கேட்டால், 'நான் சாப்பிட்டு விட்டேன்' என்பாள். அல்லது 'பசி இல்லை' என்பாள். அல்லது 'பிறகு சாப்பிட்டுக் கொள்கிறேன்' என்பாள். பிறகு பாட்டி நகைகளை விற்று வந்த விஷயம் டாக்டருக்கு தெரிய வந்தவுடன் அவர் அதைத் தடுத்து விட்டார். 'நான் வயதானவன். நான் ஒரு நாள் இறந்த பிறகு, இந்த நகைகளை நம்பி நீ பிழைப்பு நடத்த வேண்டியிருக்கலாம்' என்று சொல்லி விற்கவிடாமல் தடுத்து விட்டார்.

இன்னொருவரின் மருந்துக் கடையில் டாக்டர் ஸியா மாதச் சம்பளத்திற்கு வேலை செய்து வந்தார். இந்த வேலை அவரது முழுத் திறமையையும் வெளிப்படுத்தும் வாய்ப்பைக் கொடுக்கவில்லை. ஆனாலும், அவர் தனது கடின உழைப்பை அதில் வெளிப்படுத்தினார். கொஞ்சம் கொஞ்சமாக அவரது பெயரும் புகழும் பரவத் தொடங்கியது. முதன்முதலாக ஒரு நோயாளிக்கு சிகிச்சை அளிக்க அவரது வீட்டிற்கு டாக்டர் அழைக்கப் பட்டார். மாலையில் வீடு திரும்பியபோது துணியில் சுற்றப்பட்டிருந்த பொட்டலம் ஒன்றை அவர் கையில் கொண்டு வந்தார். மனைவியையும் மகளையும் பார்த்து கண் சிமிட்டியபடி இது என்னவென்று சொல்ல முடியுமா என்று கேட்டார். ஆவி பறக்கும் அந்தப் பொட்டலத்தை அம்மாவின் கண்கள் கவனிக்கத் தவறவில்லை. பார்த்த மாத்திரத்திலே அந்தப் பொட்டலத்தை அம்மா பிரித்து விட்டாள். சுருட்டிக் கட்டப்பட்டிருந்த அந்த கோதுமை சப்பாத்திகளை அவசர அவசரமாக விழுங்கிவிட்டு, அம்மா நிமிர்ந்து டாக்டரின் மலர்ந்த கண்களைப் பார்த்தாள். அந்த நேரத்தில் மகிழ்ச்சியால் நிறைந்திருந்த டாக்டரின் கண்களை, 50 ஆண்டுகளாகியும் அம்மா இன்னும் நினைவுபடுத்திச் சொல்கிறாள். அந்தச் சாதாரண கோதுமை சப்பாத்திகளின் ருசியில் வேறு எதையும் சாப்பிட்டதில்லை என்று, இன்றுகூட அதை அம்மா நினைவு கூறுகிறாள்.

வீடுகளுக்குச் சென்று நோயாளிகளைக் கவனிப்பது டாக்டர்களுக்கு மிகவும் முக்கியம். ஏனென்றால், தங்கள் அழைப்பை ஏற்று வீட்டிற்கு வந்து சிகிச்சை அளித்த டாக்டருக்கு சில குடும்பங்கள், டாக்டர் வாங்கும் மாதச் சம்பளத்தை விடக் கூடுதலாகக் கொடுப்பார்கள். சிகிச்சை பெற்று குணம் அடைந்த நோயாளிகள்,

அதிலும் அவர்கள் பணக்காரர்களாக இருந்தால், டாக்டருக்கு அடிக்கடி சரியான சன்மானம் கிடைக்கும். நன்றி, விசுவாசமிக்க குணமடைந்த நோயாளிகள் புத்தாண்டு, அதுபோல இன்னும் பல சமயங்களில் மதிப்புமிக்க அன்பளிப்புகளை வழங்குவார்கள். இவ்வாறாக வீடுகளுக்குச் சென்று நோயாளிகளைக் கவனித்ததால் டாக்டரின் வருமானத்தில் நல்ல முன்னேற்றம் தெரிந்தது.

டாக்டரின் புகழ் எங்கும் வேகமாகப் பரவியது. மாநில ஆளுநரின் மனைவி ஒரு நாள் 'கோமா'வில் விழுந்து விட்டார். ஆளுநர், டாக்டர் ஸியாவை அழைத்தார். டாக்டர் ஸியா ஆளுநரின் மனைவியைக் காப்பாற்றி விட்டார். இந்நிகழ்வு இறந்துபோன ஒருவரை உயிர் எழுப்பிக் கொண்டுவந்ததற்கு இணையாகப் பார்க்கப்பட்டது. மாநில ஆளுநர் ஒரு பதாகையைக் கொண்டு வரச் சொல்லி உத்திரவிட்டு, அதில் தன் கைப்பட இவ்வாறு எழுதினார்: 'மக்களுக்கும் சமுதாயத்திற்கும் வாழ்வளிப்பவர் டாக்டர் ஸியா.' இப்பதாகையை நகர் முழுவதும் ஊர்வலமாக எடுத்துச் செல்ல வேண்டும் என்று உத்திரவிட்டார்.

இது நடந்து முடிந்த கையோடு, டாக்டர் ஸியாவிடம் இன்னொரு உதவி நாடி ஆளுநர் வந்தார். ஆளுநருக்கு ஒரு மனைவியும், பன்னிரண்டு ஆசை நாயகிகளும் இருந்தனர். அதில் ஒருத்தி கூட ஆளுநருக்கு குழந்தை பெற்றுக் கொடுக்க இயலவில்லை. குழந்தைப் பேறு வைத்தியத்தில் டாக்டர் ஸியா கை தேர்ந்தவர் என்று ஆளுநர் கேள்விப்பட்டு அவரிடம் வந்தார். டாக்டர் ஸியா ஆளுநருக்கும் மற்றும் அந்த 13 பெண்களுக்கும் ஒரு அமுதக் கஷாயம் ஒன்றை குடித்து வர வேண்டும் என்று சொல்லிக் கொடுத்தார். அந்தப் 13-இல் பலர் கர்ப்பமடைந்து விட்டனர். இதில் குறைபாடு இருந்தது ஆளுநரிடமே என்று டாக்டர் கண்டு கொண்டார். இராஜதந்திரம் அறிந்த டாக்டர் ஸியா ஆளுநருக்கு மருந்து கொடுத்ததோடு, மற்ற 13 பேருக்கும் மருந்து கொடுத்து விட்டார். இரட்டிப்பு மகிழ்ச்சியடைந்த ஆளுநர் அதைவிடப் பெரிய பதாகை ஒன்றை கொண்டுவரச் செய்து அதில் இவ்வாறு எழுதினார்: 'குவான்யின் அவதாரம்.' (குழந்தைப் பாக்கியம் கொடுக்கும் புத்தத் தேவதையின் பெயர்) முன்பு வந்த ஊர்வலத்தை விட பெரிய ஊர்வலம் இப்புதிய பதாகையைச் சுமந்து டாக்டர் ஸியாவின் வீட்டிற்குச் சென்றது. இதன்பிறகு டாக்டரின் புகழ் கேட்டு, 400 மைல்களுக்கு அப்பால் உள்ள சீனாவின் வடகோடி மாநிலத் தலைநகரான ஹார்பின் என்ற நகரிலிருந்து கூட மக்கள் டாக்டர் ஸியாவைப் பார்க்க வந்தனர். மஞ்சுக்குவோவின் நான்கு புகழ்பெற்ற டாக்டர்களில் இவரும் ஒருவர் ஆகிவிட்டார்.

1937 ஆம் ஆண்டு முடிவதற்குள், அதாவது, அவர்கள் ஜிங்கு வந்து ஓராண்டுக் காலத்திற்குள் ஒரு பெரிய பங்களாவில் குடியேறிவிட்டனர். இந்த பங்களா, நகரில் வடக்கு திசையில் இருந்தது. பழைய ஆற்றங்கரையோரத்து குடிசை வீட்டைவிட உயர்ந்த ரக வீடு. அந்த வீடு மண் சுவர் வீடு. இது சிவப்பு செங்கற்களால் கட்டப்பட்ட பங்களா. அந்த வீடு எல்லாப் புழக்கத்திற்கும் ஒரே இடம்தான். இந்தப் பங்களாவில் படுக்கை அறைகளே மூன்று என்றால் பார்த்துக்கொள்ள வேண்டியதுதான். அதே பங்களாவில் ஸியா மீண்டும் தனது டாக்டர் தொழிலைத் தொடங்கினார். ஒரு பெரிய அறையை அறுவைச் சிகிச்சைக்காக ஒதுக்கிக் கொண்டார்.

அந்த பங்களாவை ஒட்டிய பகுதியில் இன்னும் இரண்டு குடும்பங்கள் தங்கி இருந்தன. டாக்டர் ஸியாவின் பங்களாவில் மட்டும்தான், அந்தப் பகுதியில் உள்ள கதவு வழியாக நேரடியாக முற்றத்துக்குள் வரலாம். இந்த இரண்டு வீடுகளும் வீதியை நோக்கி அமைக்கப்பட்டிருந்தன. முற்றத்தின் முடிவில்ன் உறுதியான சுற்றுச்சுவர் இருந்தது. அந்த முற்றத்திற்கு செல்ல வேண்டுமென்றால், சுற்றி வந்து தெருப்பக்கம் உள்ள கதவு வழியாகச் செல்ல வேண்டும். முற்றத்தின் வடதிசையிலும் உறுதியான சுற்றுச்சுவர் இருந்தது. முற்றத்தில் சைப்ரஸ் மற்றும் சீன தேக்கு மரங்கள் வளர்ந்து நின்றன. அந்த மூன்று குடும்பங்களும் அந்த மரங்களில் கொடிக்கயிறு கட்டி துணி போட்டுக் கொள்ளப் பயன்படுத்தினர். கடும் குளிரைத் தாங்கக்கூடிய ரான் ரோசாச் செடிகளும் இருந்தன. கோடையில், பாட்டிக்கு மிகவும் பிடித்தமான, ஓராண்டுக் காலம் மட்டுமே வாழக்கூடிய பூச்செடிகளான செவ்வந்தி, டாலியா, நித்திய கலியாணி போன்ற செடிகளை வளர்த்து வந்தாள்.

டாக்டருக்கும் பாட்டிக்கும் குழந்தை பிறக்கவில்லை. 65 வயதில் தன்னுடைய உயிர் அணுக்களை வெளியிடாமல் தேக்கி வைப்பதுதான் ஓர் ஆணின் உடலுக்கு சிறப்பு என்ற கொள்கையைக் கடைப்பிடித்து வந்தார். பல ஆண்டுகள் கழித்து பாட்டி இந்த விஷயத்தை இரகசியமாக அம்மாவுக்கு சொல்லியிருக்கிறாள். அதாவது, இடைவிடா தியானப் பயிற்சிகளின் மூலம், உயிர் அணுக்களை வெளியிடாமல் உச்சத்தை அடையும் முறையை டாக்டர் கண்டுபிடித்திருக்கிறார். அபரிமிதமான உடல் நலத்தை அவர் அந்த வயதிலும் பெற்றிருந்திருக்கிறார். அவர் வியாதியில் வீழ்ந்ததே இல்லை. எப்போதும் அதிகாலையில் குளிர்ந்த நீரில் குளிப்பார். 100க்கும் கீழே உள்ள குளிர் நீரிலும் குளித்திருக்கிறார். மதுபானங்கள், புகையிலை போன்றவைகளை அவர் தொட்டதே இல்லை.

ஒரு மஞ்சு டாக்டரை பாட்டி மணந்து கொள்கிறாள் 103

ஸை-லி-புய் (பகுத்தறிவுச் சமூகம்) என்ற அவர் சார்ந்திருந்த மதக் கலப்பு இல்லாத ஓர் அமைப்பின் கடுமையான கட்டுப்பாடுகளை அவர் கடைப்பிடித்து வந்தார்.

அவரே ஒரு டாக்டராக இருந்தாலும், தான் எந்த மாத்திரை மருந்தும் எடுத்துக் கொள்ளாமல் கவனமாக இருப்பார். ஆரோக்கியமான உடம்புதான் நல்ல உடல் நலத்திற்கு முக்கியம். பிடிவாதமாக மருத்துவ சிகிச்சையை மறுத்துவிடுவார். உடலில் உள்ள ஒரு உறுப்புக்கு மருந்து கொடுத்து குணமளித்தால், அது வேறு ஒரு உறுப்பைத் தாக்கி செயலிழக்க வைத்து விடும் என்பதில் ஆழ்ந்த நம்பிக்கை கொண்டவர். எனவே வீரியம் நிறைந்த மருந்து மாத்திரைகளை அவர் பயன்படுத்த மாட்டார். ஏனென்றால் ஒவ்வொரு மாத்திரை மருந்துக்கும் ஒரு பக்க விளைவு உண்டு. பாட்டியும் அம்மாவும் அடிக்கடி அவருக்குத் தெரியாமல் மருந்து மாத்திரை எடுத்துக் கொண்டார்கள். பாட்டியோ, அல்லது அம்மாவோ உடல்நலம் பாதிக்கப்பட்டால், அவர் வேறு ஒரு வைத்தியரை அழைத்து வருவார். அவர் சீன முறையின் பாரம்பரிய வைத்தியம் தெரிந்தவராக இருப்பார். அத்துடன் அவர் ஒரு மாந்திரீகராகவும் இருப்பார். துர்ஷ்ட தேவதைகளின் ஆதிக்கத்தால் செயல்படும் சில வியாதிகளை சில மந்திரங்களின் துணை கொண்டுதான் குணப்படுத்த வேண்டியிருக்கும்.

அம்மாவுக்கு நிறைந்த மகிழ்ச்சி. வாழ்க்கையில் முதல்முறையாக எல்லாவற்றிலும் நிம்மதி அடைந்தாள். அவள் மனதில் இருந்த இறுக்கம் எல்லாம் இளகிவிட்டது. இரண்டு ஆண்டுகளாக அம்மா தன் தாத்தா பாட்டியின் கைகளில் இருந்த மனமகிழ்ச்சி மீண்டும் வந்தது. ஓராண்டுக் காலம் டாக்டர் ஸியாவின் சொந்த வீட்டில் இருந்தபோது, அவரது பேரப் பிள்ளைகளின் அடாவடித்தனத்தால் அம்மாவின் மனதில் ஏற்பட்டிருந்த இறுக்கம் எல்லாம் இறங்கி விட்டது.

அங்கு ஒவ்வொரு மாதமும் ஏதாவது ஒரு திருவிழா வரும். அந்தச் சமயங்களில் அம்மாவுக்கு ஏகப்பட்ட மகிழ்ச்சியாக இருக்கும். அரசாங்க அலுவலகங்களுக்கும், பள்ளிகளுக்கும், ஜப்பானிய தொழிற்சாலைகளுக்கும் மட்டுமே ஞாயிறு விடுமுறை தினம். மற்றவர்களுக்கு திருவிழா நாட்களில் மட்டுமே, அன்றாடப் பணிகளிலிருந்து விடுமுறை கிடைக்கும்.

ஆண்டின் பன்னிரண்டாம் நிலவுச் சுழற்சியின் 23-ஆம் நாள் அன்று, அதாவது சீனப் புத்தாண்டு தொடக்கத்தின் ஏழு நாட்களுக்கு முன்பு, கோலாகலமான குளிர்கால விழாத் தொடங்கும். மரபு

வழிக் கதைகளின்படி, ஒவ்வொரு வீட்டிலும், அடுப்புகளுக்கு மேல் தங்கியிருக்கும் சமையற்கூட தெய்வம் இன்றுதான் தன் மனைவியுடன், தங்கள் முழு உருவங்களுடன் விண்ணுலகம் எழுந்து செல்லும். அங்கு சென்று, அங்குள்ள விண்ணுலகப் பேரரசரிடம் ஒவ்வொரு குடும்பத்தாரின் நன்மை தீமைகளை எடுத்துச் சொல்லும். சமையற்கூட தெய்வம் எடுத்துக்கூறிய நற்சான்றுகளுக்கேற்ப அடுத்த ஆண்டு அபரிமிதமான அளவில் அந்தக் குடும்பத்துக்கு படியளக்கப்படும். அடுத்து அடுப்பில் நெருப்பு பற்ற வைக்குமுன், சமையற்கூடத் தெய்வம் விண்ணுலகம் செல்லும் முகத்தான், ஒவ்வொரு குடும்பத்தினரும், இத்தெய்வங்களின் படத்தின் முன்னால் வீழ்ந்து வணங்குவார்கள். இத்தெய்வங்களின் உதடுகளில் தேனைத் தொட்டு தடவிவிடுமாறு பாட்டி அம்மாவிடம் அடிக்கடிச் சொல்லுவாள். சோளத் தட்டை கொண்டு செய்த, உயிர் உள்ளது போன்ற சிறிய குதிரையையும், அது போலச் செய்த சில வேலைக்காரர்களின் உருவங்களையும் நெருப்பில் போட்டு எரிப்பார்கள். அதனால், சமையற்கூடத் தெய்வங்கள் இவர்கள்மீது சிறப்புக் கவனம் செலுத்தும். அதனால் இக்குடும்பத்தின் சார்பாக பல நன்மைகளை விண்ணுலகப் பேரரசரிடம் எடுத்துச் சொல்வார்கள்.

அதற்கு அடுத்து வரும் சில நாட்கள், வகை வகையான திண்பண்டங்கள் செய்வதிலேயே முடிந்து விடும். இறைச்சி, பலவிதமான வடிவங்களில் வெட்டப்பட்டு, அரிசியும், சோயா பீன்ஸ்ம் மாவாக அரைக்கப்படும். இவைகளைச் சேர்த்து ரொட்டி, சப்பாத்தி, மாக்கொழுக்கட்டை இப்படிப் பலவிதமான திண்பண்டங்கள் செய்யப்படும். இப்படியாகச் செய்யப்பட்ட திண்பண்டங்கள் புத்தாண்டு வரும்வரை நிலவறையில் கொண்டுபோய் பத்திரப்படுத்தி வைக்கப்படும். நிலவறையில் 20^0 ஃபாரன்ஹீட்டுக்கு குறைவான குளிராக இருப்பதால், அந்த அறை இயற்கையான குளிர்சாதனப் பெட்டியாக செயல்படும்.

சீன நாட்டின் புத்தாண்டு தின நள்ளிரவில், மத்தாப்பு கொளுத்தி வெடி வெடிப்பார்கள். அம்மாவுக்கு மத்தாப்பு, வெடி என்றால் கொள்ளை ஆசை. அம்மா, டாக்டர் ஸியாவையும் பாட்டியையும் பின்தொடர்ந்து, வாசலை விட்டு வெளியே வந்து, அதிர்ஷ்ட தேவதை எந்தத் திசையிலிருந்து வருவதாகச் சொல்லப்படுகிறதோ, அந்தத் திசைநோக்கி அனைவரும் தரையில் விழுந்து வணங்குவார்கள். அந்த தெருவெங்கும் இதேபோல் எல்லாரும் தரையில் விழுந்து வணங்குவார்கள். 'உன் மீது அதிர்ஷ்ட மழை பொழியட்டும்' என்று ஒருவரை ஒருவர் வாழ்த்திக் கொள்வார்கள்.

சீன நாட்டு புத்தாண்டு தினத்தன்று ஒருவருக்கொருவர் பரிசுப் பொருட்களைப் பரிமாறிக் கொள்வார்கள். கிழக்கில் அதிகாலைப் பொழுதை ஜன்னல் வழியாகப் பார்த்தவுடன், அம்மா படுக்கையை விட்டு துள்ளிக் குதித்து எழுந்து, விரைந்து தயாராகி, புத்தாடைகளுக்குள் புகுந்து விடுவாள். புத்தம் புதிய ஜாக்கெட் என்னும் மேலாடை, புதிய கால் சட்டை, புதிய காலுறைகள், புதிய செருப்புகள் ஆகியவைகளைப் பார்த்ததும் அம்மா சந்தோஷத்தில் துள்ளிக் குதிப்பாள். பிறகு அம்மாவும் பாட்டியும் புறப்பட்டு அக்கம் பக்கத்தோரை பார்க்கச் செல்வார்கள். வயதில் மூத்தோர்களை விழுந்து வணங்குவார்கள். அம்மாவின் தலை, தரை தொட்டு வணங்கும். ஒவ்வொரு முறையும், அம்மாவுக்கு ஒரு சிவப்பு நிற சுருக்குப் பை கிடைக்கும். அந்தச் சுருக்குப் பை நிறைய காசு வைத்துக் கொடுப்பார்கள். இவ்வாறு பெறப்பட்ட சுருக்குப் பைகள் ஆண்டு முழுவதும் அம்மாவின் கைச்செலவுக்குப் போதும்.

அடுத்த பதினைந்து நாட்கள் வரை நண்பர்களையும், உறவினர்களையும் பெரியவர்கள் சந்தித்து, 'நல்ல காலம் பிறக்கட்டும்' என்று வாழ்த்துவார்கள். நல்ல காலம் என்பது பணம்தான். பணம் மட்டும்தான். சராசரி சீன மக்களுக்கு ஒரே குறிக்கோள். சீன மக்கள் ஏழை மக்கள். டாக்டர் ஸியாவின் வீட்டிலும், இதுபோன்ற இன்னும் சில வீடுகளிலும் தாராளமாக புலால் உணவு எடுத்துக்கொள்ளும் நேரம், இந்த நேரம் தான்.

இந்தக் கொண்டாட்டங்கள் 15-வது நாள் அன்று உச்சக்கட்டத்தை அடையும். அன்று இரவு தொடங்கியதும், ஆட்ட பாட்டங்களோடு விளக்குகளை ஏந்திச் செல்லும் ஓர் ஊர்வலம் நடைபெறும். இந்த ஊர்வலத்தை அக்கினி தேவன் பார்வையிட வருவார். நெருப்பின் அபாயத்தை அறிவிக்கும்பொருட்டு அக்கினி தேவன் அருகில் உள்ள எல்லா வீடுகளுக்கும் எடுத்துச் செல்லப்படுவார். ஏனெனில், அங்கே உள்ள அநேக வீடுகள் மரங்களாலும், கீற்றுகளாலும் கட்டப்பட்டிருக்கும். வறண்ட காலங்களில் காற்று அதிகமாக வீசும். நெருப்பு அபாயம் எப்போதும் அங்கே நிலவுவதால் அதன் அச்சுறுத்தல் எப்போதும் இருந்து கொண்டே இருக்கும். ஆகையால், கோவிலில் உள்ள அக்கினி தேவனுக்கு காணிக்கைப் பொருட்கள் ஆண்டு முழுவதும் வந்து குவிந்து கொண்டிருக்கும். அக்கினி தெய்வத்தை சுமந்து செல்லும் ஊர்வலம் அக்கோயிலிலிருந்துதான் தொடங்கும். அந்தக் கோயில் டாக்டர் ஸியா முதன்முதலில் ஜிங்கு வந்து தங்கியிருந்த குடிசை வீட்டுக்கு எதிரே இருந்தது. அக்கினி தேவனின் சாயலில், செந்நிற தலைமுடி, தாடி, கண் புருவங்கள் ஆகிய பயங்கர உருவ அமைப்பு கொண்ட ஒரு

மனிதனை, ஓர் ஆடம்பரமான பல்லக்கில் அமரவைத்து, எட்டு இளைஞர்கள் தூக்கிச் செல்வர். தொடர்ந்து இந்த ஊர்வலத்தில் பல மனிதர்களால் அணிவகுத்து உருவாக்கப்பட்ட 'டிராகன்' என்று சொல்லப்பட்ட விலங்குப்பறவை, சிங்கம், மற்றும் அலங்கார மிதவை ஊர்தி, மற்றும் இடுப்பில் கட்டப்பட்ட பல வண்ணப் பட்டு துணிகளை ஆட்டி ஆட்டி நடனமாடிச் சென்ற யாங்கோ நடனக்குழுவினர் முதலியவர்கள் சென்றனர். அந்த ஊர்வலத்தைத் தொடந்து வானவெடியும், முரசுகளின் ஒலியும், ஜால்ராவின் சத்தமும் விண்ணைப் பிளந்தன. அம்மா ஊர்வலத்தில் துள்ளிக் குதித்துக் கொண்டே வந்தாள். ஒவ்வொரு குடும்பத்தாரும் செய்த பலகாரங்களை, சாமி செல்லும் வழியெங்கும் படையல்களாகப் பரப்பி வைத்தனர். அதைக்கண்ட அம்மாவுக்கு எச்சில் ஊறியது. ஆனால், சாமி எந்தப் படையலையும் தொட்டுக்கூடப் பார்க்காமல் அசைந்து அசைந்து வேகமாகச் சென்றது. ''இறைவனுக்குப் புகழ்: மானுட வயிற்றுக்கு படையல்கள்'' என்று பாட்டி தன் மகளுக்குச் சொன்னாள். வறுமை நிறைந்த அந்த நாட்களில், திருவிழாக்கள் எப்போது வரும் என்று அம்மா ஆவலோடு எதிர் பார்ப்பாள். அதுதான் அம்மாவின் வயிற்றுக்குத் தீணி போடும் காலம்.

ஓராண்டு நடைபெற்ற உள்ளூர்த் திருவிழாவில் பாட்டி, அக்கோவிலில் வரிசையாக இருந்த களிமண் சிலைகளை அம்மாவுக்கு காண்பித்தாள். அச்சிலைகள் திருவிழாவுக்காக மீண்டும் வர்ணம் பூசி அழகுபடுத்தப் பட்டிருந்தன. எவ்வாறு மக்கள் தாங்கள் செய்த பாவங்களுக்காக நரகத்தில் தண்டிக்கப்படுகின்றார்கள் என்று ஒரு காட்சியை அச்சிலைகள் விளக்கிக் காட்டுவதுபோல வரிசைப்படுத்தி வைக்கப்பட்டிருந்தன. அதில், ஒரு சிலையை பாட்டி அம்மாவுக்குக் காண்பித்தாள். முள்ளம்பன்றி தலை போன்ற முடியையும், தவளையைப் போன்று துருத்திக் கொண்டிருக்கும் பயங்கரக் கண்களையும் கொண்ட இரண்டு வேதாளங்கள், ஒரு மனிதனுடைய நாக்கை வெளியே சுமார் ஒரு அடி நீளத்திற்கு இழுத்து வைத்து அறுக்கிறார்கள். அம்மனிதன் அவ்வாறு துன்புறுத்தப்படுவதற்கு காரணம் - அவன் சென்ற பிறவியில் பொய் சொன்னான் என்று பாட்டி சொன்னாள். இப்படி அம்மா பொய் சொன்னால் என்ன ஆகும்!

அந்த பரபரப்பான ஜனக்கூட்டங்கள் மத்தியிலும், எச்சில் ஊற வைக்கும் பலகாரக் கடைகள் மத்தியிலும், வரிசை வரிசையாக பன்னிரண்டு வரிசைகள் கொண்ட சிலைகள் நிறுத்தி வைக்கப்பட்டிருந்தன. ஒவ்வொரு சிலையும் ஒரு நீதிக் கதையை எடுத்துச் சொல்வதாக அமைந்திருந்தது. பாட்டி ஒவ்வொரு சிலை

ஒரு மஞ்சு டாக்டரை பாட்டி மணந்து கொள்கிறாள் 107

சொல்லும் நெஞ்சைப் பதற வைக்கும் நிகழ்ச்சிகளை அம்மாவுக்கு அடுத்தடுத்துச் சொல்லிக் கொண்டே வந்தாள். ஒரு கட்டத்தில், ஒரு குறிப்பிட்ட வரிசை கொண்ட சிலைகள் அருகே வந்த பாட்டி, அம்மாவுக்கு எந்த விளக்கமும் சொல்லாமல் வேகமாக அடுத்த வரிசைக்கு அழைத்துச் சென்று விட்டாள். பல வருடங்களுக்கு பிறகு, இரண்டு ஆண்கள் ஒரு பெண்ணை இரண்டாகப் பிளந்து ஆளுக்குப் பாதியாக எடுத்துக் கொள்கிறார்கள் என்று அச்சிலை விளக்குவதை அம்மா தெரிந்து கொண்டாள். அந்தப் பெண் ஒரு விதவை. கணவன் இறந்ததும் மறுமணம் செய்து கொள்கிறாள். இரண்டு கணவன்மார்களும் அவளைப் பிளந்து ஆளுக்குப் பாதியாக எடுத்துச் செல்கிறார்கள். ஏனென்றால், அந்த ஒரு பெண் இரண்டு ஆண்களுக்குரிய உடைமை. அந்தக் காலங்களில், பல விதவைகள் இதுபோன்ற கதைகள் கேட்டு பயந்திருந்தனர். மறுமணம் செய்து கொள்ளாமல் தன் கணவனுக்கு விசுவாசமாக இருந்திருக்கிறார்கள். எவ்வளவு துன்பங்களுக்கு அவர்கள் ஆளானாலும், 'கணவனே தெய்வம்' என்று இருந்திருக்கிறார்கள். மறுமணம் செய்து கொள்ளத் தங்கள் குடும்பத்தார்களே அவர்களை கட்டாயப்படுத்தினால் கூட, அப்பெண்கள் தங்களை மாய்த்துக் கொண்டிருக்கிறார்கள். டாக்டர் ஸியாவை மறுமணம் செய்து கொள்ள பாட்டி எடுத்த முடிவு ஒரு சாதாரண முடிவு அல்ல என்று அம்மா உணர்ந்து கொண்டாள்.

3

'என்ன ஒரு அற்புதமான இடம்' என்று மக்கள் அனைவரும் மஞ்சுக்குவோ பற்றிச் சொல்லுகிறார்கள்

ஜப்பானியர் ஆளுகையின் கீழ் மக்கள் வாழ்க்கை

1938 – 1945

1938 ஆம் ஆண்டின் ஆரம்பத்தில் அம்மாவுக்கு கிட்டத்தட்ட ஏழு வயது ஆகிவிட்டது. நல்ல அறிவும், படிப்பில் மிகுந்த அக்கறையும் அம்மாவுக்கு இருந்தது. சீனப் புத்தாண்டு முடிந்தபின் தொடங்கும் கல்வி ஆண்டில் அம்மாவைக் கட்டாயம் பள்ளியில் சேர்த்துவிட வேண்டும் என்று அம்மாவின் பெற்றோர்கள் முடிவெடுத்தார்கள்.

கல்வித்துறை முழுவதும் ஜப்பானியர்களின் கட்டுப்பாட்டின் கீழ் இருந்தது. அதிலும் குறிப்பாக வரலாற்றுப் பாடமும், நன்னெறிக் கல்வியும் அவர்களால் அக்கறையுடன் கவனிக்கப்பட்டு வந்தன. சீனமொழி தவிர்க்கப்பட்டு, ஜப்பானிய மொழி, பள்ளிக்கூடங்களில் போதனா மொழியாக இருந்தது. தொடக்கக் கல்வியில் நான்காம் நிலைக்குமேல் ஜப்பானிய மொழியே கட்டாயப் போதனா மொழியாக இருந்தது. பெரும்பாலான ஆசிரியர்கள் ஜப்பானியர்களாகவே இருந்தனர்.

1939 ஆம் ஆண்டு செப்டம்பர் மாதம் 11ஆம் நாள் தொடக்கப் பள்ளியில் அம்மா இரண்டாம் ஆண்டு படித்துக் கொண்டிருந்தபோது, மஞ்சுக்குவோவின் பேரரசர் பு யி, அவரது மனைவியுடன் ஜிங்கு நகருக்கு ராஜாங்க வருகை புரிந்தார். பேரரசிக்கு மலர் கொத்துக் கொடுத்து வரவேற்க

அம்மாதான் தேர்வு செய்யப்பட்டாள். மஞ்சுக்குவோவின் கொடியான மஞ்சள் நிற காகிதக் கொடியை கைகளில் பிடித்துக் கொண்டு மக்கள் கூட்டம் சூழ்ந்து நின்றது. அம்மாவின் கைகளில் பெரிய பூக்கொத்து ஒன்று கொடுக்கப்பட்டது. ஒரு பக்கம் பேரரசரை வரவேற்கும் இசைக்குழு. மறு பக்கம் அவர்களுக்கே உரிய, காலையில் அணியும் கோட், சூட் அணிந்த செல்வந்தர்கள். இவர்களுக்கு நடுவில் அம்மா ஒரு தன்னம்பிக்கையோடு நின்றாள். அதே போன்று அம்மாவின் வயதுள்ள ஒரு சிறுவன், பேரரசருக்கு மலர் கொத்து கொடுப்பதற்காக அம்மாவின் அருகில் விறைப்பாக நின்று கொண்டிருந்தான். அரச தம்பதியினர் அருகே வந்ததும், இசைக்குழு மஞ்சுக்குவோவின் தேசிய கீதத்தை இசைத்தது. தேசிய கீதத்திற்கான மரியாதையுடன் அனைவரும் நிமிர்ந்து நின்றனர். அம்மா முன்னோக்கி நடந்து சென்று, பேரரசியை வணங்கி, மலர்க்கொத்தை பேரரசியிடம் கொடுத்தாள். பேரரசி வெள்ளை உடையில் வந்திருந்தாள். அரசியார் முழங்கை வரை வெள்ளை நிறத்தில் அழகான கையுறைகளை அணிந்திருந்தாள். அதைக்கண்ட அம்மா அரசியாரின் அழகில் லயித்துப் போனாள். இதற்கிடையில் இராணுவ உடையில் தோன்றியிருந்த பேரரசர் பு யி யையும் அம்மா பார்க்கத் தவறவில்லை. தடித்த சோடா புட்டி கண்ணாடிக்குள் தெரிந்த அவரின் கண்களைப் பார்த்து, பேரரசரின் கண்கள் பன்றிக் கண்கள் போல் இருக்கின்றனவே என்று எண்ணினாள்.

அம்மா ஒரு சிறந்த முன்மாதிரி மாணவி என்பதால் மட்டும் அவள் பேரரசிக்கு மலர்கொத்து கொடுக்க தேர்வு செய்யப்படவில்லை; டாக்டர் ஸியாவைப் போல, பள்ளிப் பதிவேடுகளில் அம்மா எப்போதும் தன்னுடைய தேசிய நாட்டை 'மஞ்சு' என்றுதான் பதிவு செய்தாள். ஏனெனில் மஞ்சுக்குவோ, மஞ்சு நாட்டு மக்களின் சொந்த, சுதந்திர மாநிலமாகக் கருதப்பட்டது. ஜப்பானியர்களுக்கு பு யி குறிப்பிடத்தக்க வகையில் பயன்பட்டு வந்தார். பெரும்பாலான மக்களைப் பொறுத்தவரை, அவர்கள் மஞ்சு பேரரசின் கீழ் இருந்து வருவதாகவே எண்ணிக் கெண்டனர். டாக்டர் ஸியா தன்னை ஒரு விசுவாசமுள்ள குடிமகனாகவே எண்ணி வந்தார். அதே கருத்தையே பாட்டியும் கொண்டிருந்தாள். பொதுவாக, கணவன் கொண்டிருக்கும் கருத்தையே மனைவியும் பின்பற்றுவதுதான் கணவனுக்கு செலுத்தும் மரியாதையாகக் கருதப்பட்டது. இது இயல்பாகவே பாட்டிக்கு அமைந்திருந்தது. பாட்டி, டாக்டர் ஸியா மீது திருப்தியுற்றிருந்தாள். கணவனுக்கு மாறுபட்ட கருத்து என்பது அவள் மனதில் எள்ளளவும் இருந்ததில்லை.

 'என்ன ஒரு அற்புதமான இடம்' என்று மக்கள் அனைவரும் மஞ்சுக்குவோ பற்றிச் சொல்லுகிறார்கள்

அம்மா மஞ்சுக்குவோ நாட்டைச் சேர்ந்தவள் என்றும், அதன் அருகாமையில் உள்ள நாடுகளில் இரண்டு நாடுகள் சீனாவின் குடியரசு நாடுகள் என்றும், அதில் ஒன்று பகையாளியான சியாங் காய் ஷெக் என்பவரின் ஆளுகைக்குட்பட்டது என்றும், இன்னொன்று நட்புறவுள்ள 'வாங் ஜிங் வெய்' என்பவரின் ஆட்சியின்கீழ் இருந்த சீனாவின் ஒரு பகுதி என்றும் (ஜப்பானியரின் பொம்மை அரசாக இந்த ஆட்சி இருந்து வந்தது) அம்மாவுக்கு பள்ளிப்பாடம் நடத்தி இருக்கிறார்கள். மஞ்சூரியாவின் ஒரு பகுதியாக இருந்த சீனாவைப் பற்றிய விபரம் அம்மாவுக்கு சொல்லிக் கொடுக்கப்படவில்லை.

மஞ்சுக்குவோவின் பணிவுள்ள மக்களாகத் திகழ வேண்டும் என்று மாணாக்கர்களுக்கு கற்பிக்கப்பட்டது. அம்மா பள்ளியில் முதன்முதலாகக் கற்றுக்கொண்ட பாடல்.

சிவப்பு உடை அணிந்த மாணவர்களும்
பச்சை உடை அணிந்த மாணவியரும்
வீதிகளில் நடந்து வருகிறார்கள்.
மஞ்சுக்குவோ என்னும் நாடு எவ்வளவு
மகிழ்ச்சியான ஒரு நாடு என்று
எல்லாரும் சொல்லி வருகிறார்கள்
நீ ஆனந்தமாக இருக்கிறாய்
நான் ஆனந்தமாக இருக்கிறேன்
தேசத்து குடிமக்கள் அத்தனைபேரும்
கவலைகள் மறந்து ஆனந்தமாகப் பணிபுரிகிறார்கள்
அமைதியாக வாழ்கிறோம்

இந்த பூமியில் ஒரு சொர்க்கம் இருக்கிறது என்றால், அது மஞ்சுக்குவோ நாடு தான் என்று ஆசிரியர்கள் சொன்னார்கள். அப்படி மஞ்சுக்குவோ ஒரு சொர்க்கபுரி என்றால், அது ஜப்பானியர்களுக்குத்தான் சொர்க்கபுரி என்று அந்த வயதிலே அம்மாவுக்கு புரிந்தது. ஜப்பானிய மாணவர்கள், அவர்களுக்கு என்று தனியாக உள்ள பள்ளியில்தான் பயின்றார்கள். அப்பள்ளி சிறப்பு உபகரணங்களைக் கொண்டிருந்தது. அதிக குளிர் இல்லாமல் வெது வெதுப்பாக அமைக்கப்பட்டிருந்தது. தரை எல்லாம் வழுவழு வென்றிருக்கும். ஜன்னல்கள் வசதியாக இருக்கும். உள்ளூர், சீன மாணவர்களுக்கு பாழடைந்த கோவில்களே பள்ளிக்கூடங்களாக ஒதுக்கப்பட்டன. அல்லது யாராவது தனியார்கள் தானமாகக் கொடுத்த இடிந்த வீடுகளே பள்ளிகளாக இருக்கும். அங்கு நிலவும் தட்பவெப்ப நிலையை சீராக்கிக் கொள்ள வாய்ப்பிருக்காது.

இந்தக் காலங்களில், பாட வேளைகளில் கூட, கடுங்குளிரிலிருந்து தங்களைப் பாதுகாத்துக் கொள்ள மாணவர்கள் அனைவரும் அந்தக் கட்டிடத்தைச் சுற்றி சுற்றி ஓட வேண்டி இருக்கும்.

ஆசிரியர்கள் அனைவரும் ஜப்பானியர் என்பதைவிட, ஜப்பானிய நடைமுறைகளையே கடுமையாகக் கையாண்டவர்கள் என்று சொல்லலாம். சாதாரணமாக மாணவர்களை அடிப்பதில் கூட அவர்களின் முறையையே பின்பற்றினர். அவர்கள் விதித்துள்ள ஒழுங்குகளுக்கு மாறாக ஒரு மாணவி அவளது ஜடையை காது மடல்களுக்கு கீழே கவனக்குறைவாகவோ அல்லது தவறுதலாகவோ தொங்க விட்டு விட்டால், அடி உதை போன்ற தண்டனை கட்டாயம் உண்டு. மாணவர்களையும், மாணவிகளையும் கன்னங்களில் பலம் கொண்ட மட்டும் அறைவார்கள். மாணவர்களை 'நச்நச்' என்று மட்டையால் தலைகளில் அடிப்பார்கள். இதில் இன்னொரு தண்டனை என்னவென்றால், சிறுவர்களை பனிக்கட்டிகள் மீது மணிக்கணக்காக முழங்காலில் நிற்க வைத்து விடுவார்கள்.

உள்நாட்டு சிறுவர்கள் தெருக்களில் ஒரு ஜப்பானியரை வழியில் கண்டுவிட்டால், அவரைப் பணிந்து வணங்கி ஒதுங்கி நிற்க வேண்டும். அந்த ஜப்பானியர் இவர்களைவிட வயதில் குறைந்தவர்களாக இருந்தாலும் இப்படிச் செய்ய வேண்டும். ஜப்பானியச் சிறுவர்கள், எதிரே வரும் உள்நாட்டுச் சிறுவர்களை நிறுத்தி கன்னத்தில் ஓர் அறை விடுவார்கள். இவ்வாறு அவர்கள் அறைவதற்கு எந்த முகாந்திரமும் இருக்காது. உள்நாட்டுச் சிறுவர்கள் ஜப்பானிய ஆசிரியர்களைப் பார்க்கிறபோதெல்லாம் பணிந்து வணங்க வேண்டும். நம் எதிரே வரும் ஜப்பானிய ஆசிரியர் ஒரு சூறாவளிக் காற்று மாதிரி என்று அம்மா அடிக்கடி அவள் தோழியரிடம் வேடிக்கையாகச் சொல்வாள். புற்கள் வளர்ந்துள்ள வயல்களில் சூறைக்காற்று வீசுகின்றபோது, புற்கள் வளைந்து கொடுப்பது போல, ஜப்பானிய ஆசிரியர்களைப் பார்க்கின்றபோது அந்தப் புற்களைப் போல வளைந்து கொடுக்க வேண்டி இருக்கிறது என்று சொல்வாள்.

பல பெரியவர்கள் ஜப்பானியர்களுக்குப் பயந்து அவர்களுக்கு கும்பிடு போடுவார்கள். ஆனால், ஆரம்பத்தில் ஜப்பானியர்களைச் சந்தித்தபோது டாக்டர் ஸியா குடும்பத்தாருக்கு எந்த பயமோ, பாதிப்போ ஏற்பட்டதில்லை. ஈக்ஸியான் நகரின் காவல்துறை துணை அலுவலர் பதவி வகித்து வந்த என் முப்பாட்டனாரைப் போன்று, மஞ்சு இனத்து மக்களும், சீனாவின் ஹான் இனத்து மக்களும் ஜப்பான் அரசாங்கத்தின் நடுநிலை அந்தஸ்து உள்ள பதவிகளையும், கீழ்நிலை அந்தஸ்து உள்ள பதவிகளையும் வகித்து வந்தார்கள்.

1940 ஆம் ஆண்டிற்குள் சுமார் 15,000 பேர் ஜிங்கு நகரில் குடியேறி விட்டனர். ஸியாவின் வீட்டுக்கு அடுத்த வீட்டில் இருந்தது ஒரு ஜப்பானியக் குடும்பம். அம்மா அந்தக் குடும்பத்தாரோடு நட்புடன் பழகி வந்தாள். அந்த வீட்டுக்காரரர் ஓர் அரசாங்க அலுவலர். ஒவ்வொருநாளும் அவர் அலுவலகம் செல்வதற்காக ரிக்‌ஷாவில் ஏறுகின்றபோது, அவரது மனைவி தன் மூன்று குழந்தைகளையும் வாசலுக்கு அழைத்து வந்து காத்துக்கொண்டு நின்று அன்போடு வணங்கி அவரை வழி அனுப்புவாள். அதன்பிறகு அடுப்பு எரிப்பதற்காக நிலக்கரி உருண்டை தயாரிக்கும் வேலையில் ஈடுபடுவாள். அந்தப் பெண்மணி, உடனடியாக அழுக்ககாகக்கூடிய வெள்ளை நிற கையுறைகளை ஏன் அணிந்து கொண்டிருந்தாள் என்ற காரணத்தை இதுவரை அம்மாவாலும், பாட்டியாலும் புரிந்துகொள்ள முடியவில்லை.

அந்த ஜப்பானியப் பெண்மணி அடிக்கடி பாட்டியைப் பார்க்க வந்தாள். அவள் வீட்டில் பெரும்பாலும் தனியாகத்தான் இருந்தாள். எப்போதாவதுதான் அவளைக் கணவரோடு சேர்த்து காணலாம். சாக்கி என்று சொல்லப்படும் ஒரு வகை ஜப்பானிய மதுபானத்தைக் கொஞ்சம் எடுத்து வருவாள். பாட்டி சோயா மொச்சையிலிருந்து தயாரித்த தின்பண்டம் போல, ஒரு தின்பண்டத்தைச் செய்து கொடுப்பாள். பாட்டி ஜப்பானிய மொழியில் ஏதாவது சொல்லுவாள். அதுபோல அவளும் சீன மொழியில் ஏதோ கொஞ்சம் சொல்லுவாள். ஒருவருக்கொருவர் ஏதாவது ஒரு பாடலை பாடிக் கொள்வார்கள். உணர்ச்சிவசப்பட்டு கண்ணீர் விட்டுக் கொள்வார்கள். இவர்களது தோட்டங்களிலும் தங்கள் வேலைகளைப் பரிமாறிக் கொள்வார்கள். அவள் பயன்படுத்தும் தோட்டக் கருவிகளைப் பார்த்து பாட்டி அசந்து போயிருக்கிறாள். அவர்கள் தோட்டத்தில் வந்து விளையாடுமாறு அம்மாவை அவர்கள் அடிக்கடிக் கூப்பிடுவார்கள்.

ஆனால், ஜப்பானியர்கள் விளைவித்த தீங்குகளை டாக்டர் ஸியாவால் கண்டுகொள்ளாமல் இருக்க முடியவில்லை. பரந்து விரிந்து கிடந்த வடக்கு மஞ்சூரியாவில் இருந்த சிற்றூர்களை ஜப்பானியர் தீ வைத்துக் கொளுத்தினார்கள். அதிலிருந்து தப்பியவர்களை அவர்களுக்குச் சாதகமான ஒரு குக்கிராமத்தில் ஒன்று சேர்த்து அடைத்து வைத்திருந்தார்கள். சுமார் 50 இலட்சம் மக்களுக்கு மேல், அதாவது மொத்த ஜனத்தொகையில் ஆறில் ஒரு பகுதியினர் வீடு, வாசல்களை இழந்து நின்றனர். ஒரு இலட்சம் மக்களுக்கு மேல் இறந்து விட்டனர். கூலித் தொழிலாளர்கள் நிலக்கரிச் சுரங்கங்களில் இறங்கி, நிலக்கரியை ஜப்பானுக்கு

ஏற்றுமதி செய்வதற்கு ஜப்பானியர்களின் அடிமையாக சாகும்வரை வேலை செய்தார்கள். ஏனென்றால், மஞ்சூரியா இயற்கை வளமிக்க ஒரு நாடு. அநேக மக்கள் சோறு தண்ணீர் இல்லாமல், தப்பி ஓட முடியாமல் திராணியற்றுக் கிடந்தனர்.

ஜப்பானியர் தங்களுக்கு இழைத்து வரும் கொடுமைகளை பேரரசர் தெரிந்து கொள்ளாமல் இருக்கிறாரே என்று டாக்டர் ஸியா கண்டன குரல் எழுப்பிக் கொண்டே இருந்தார். ஏனென்றால், பேரரசர் ஜப்பானியர்களிடம் கைதியாகி விட்டார் என்று கூடச் சொல்லலாம்.

'அண்மை நட்பு நாடு' என்று இதுவரை சொல்லப்பட்டு வந்த ஜப்பான் நாட்டை இப்போது 'மூத்த சகோதரர் நாடு' என்று குறிப்பிட்ட பேரரசர் பு-யி, இறுதியாக 'தாய் நாடு' என்று கூறும் அளவுக்கு வந்து விட்டார். ஆத்திரமடைந்த டாக்டர், கையால் மேஜையை ஆங்காரமாக அடித்து 'வடிகட்டிய முட்டாள், பயந்தாங்கொள்ளி' என்று பேரரசரைக் வசை பாடினார். 'அங்கு நடந்த கொடுமைகளுக்கு பேரரசர் எவ்வாறு பொறுப்பேற்றுக் கொள்வார்' என்ற கேள்விக்கு, இரண்டு அசம்பாவிதங்கள் டாக்டர் ஸியாவின் வாழ்க்கையைப் புரட்டிப் போடும்வரை புரியாமல்தான் இருந்தது என்று சொன்னார்.

1941 ஆம் ஆண்டின் பிற்பகுதியில் ஒருநாள், டாக்டர் ஸியா அறுவைச் சிகிச்சையில் மூழ்கி இருந்தபோது, இவர் முன்பின் பார்த்திராத ஒரு மனிதர் உள்ளே வந்தார். அந்த மனிதர் அணிந்திருந்த ஆடை, அவரைப் 'பாவம்' என்று பறைசாற்றியது. எலும்பும் தோலுமாகக் காணப்பட்ட அவரது உடல் கூனி குறுகிப் போய் இருந்தது. அவர் ஒரு இரயில்வே கூலித் தொழிலாளி என்றும், தாங்க முடியாத வயிற்று வலியால் துன்பப்படுவதாகவும் ஸியாவிடம் கூறினார். வருடம் 365 நாளும் விடிந்ததிலிருந்து படுக்கப் போகும் வரை கனமான மூட்டை சுமப்பதுதான் அவரது வேலை. அவருக்கு ஒன்றும் வழி தெரியவில்லை. இந்நிலையில் அவரது வேலை பறிபோய் விட்டால், அவரது மனைவியையும், அவரது பச்சிளங் குழந்தையையும் காப்பாற்ற முடியாதே என்று வேதனைப்பட்டார்.

அவர் இப்போது வழக்கமாகச் சாப்பிட்டு வரும் உணவை அவரது வயிற்றுக்கு செரிமானமாக்கும் சக்தி இல்லை. இனிமேல் அரிசி ஜப்பானியர்களுக்கும், அவர்களோடு இணைந்து கூட்டாட்சியில் உள்ள ஒரு சிலருக்கும் ஒதுக்கி வைத்துக் கொள்ளப்படும் என்று 1939 ஆம் ஆண்டு ஜூன் மாதம் முதல் தேதி அரசாங்கம் ஓர் அறிக்கை வெளியிட்டது. சீன நாட்டில் உள்ள பெருவாரியான மக்கள் எளிதில் செரிமானம் ஆகாத சிறு தானியங்களையும், மக்காச் சோளத்தையுமே

உண்டு உயிர் வாழ வேண்டியிருந்தது. டாக்டர் ஸியா அவருக்கு தேவையான மருந்து மாத்திரைகளைக் கொடுத்தார். அதற்கு அவர் பணம் வாங்கிக் கொள்ளவில்லை. அத்துடன் கள்ளச் சந்தையிலிருந்து பாட்டி வாங்கி வைத்திருந்த அரிசியிலிருந்து கொஞ்ச அரிசியை எடுத்து அவருக்கு கொடுத்து அனுப்புமாறு பாட்டியிடம் சொன்னார்.

கொஞ்சநாள் கழித்து அந்த மனிதர் கடின உழைப்பை மேற்கொண்ட சிறைக்கூடாரம் ஒன்றில் இறந்து விட்டதாக டாக்டர் ஸியா அறிந்து கொண்டார். டாக்டர் ஸியாவிடம் சிகிச்சை முடிந்து வீட்டிற்குச் சென்ற அவர், டாக்டர் கொடுத்த அரிசியை சமைத்து சாப்பிட்டு விட்டு வேலைக்குச் சென்றிருக்கிறார். வேலைக்குச் சென்ற இடத்தில் ஏதோ ஒரு காரணத்தால் வாந்தி எடுத்திருக்கிறார். இவர் எடுத்த வாந்தியில் அரிசிச் சோறு தென்பட்டதை ஒரு ஜப்பானியக் காவலர் கண்டுபிடித்து விட்டார். எனவே அந்த மனிதர் 'பொருளாதாரக் குற்றவாளி' என்ற பெயரில் கைது செய்யப்பட்டு ஜப்பானியர் முகாம் ஒன்றிற்கு இழுத்து வரப்பட்டிருக்கிறார். அங்கே அவர் பரிதாபமாகக் கிடந்து, ஒரு சில நாட்கள் மட்டும் உயிரோடு இருந்திருக்கிறார். இந்தத் துயரச் சம்பவம் கேட்ட அவரது மனைவி, தன் குழந்தையோடு தண்ணீரில் விழுந்து மூழ்கி தற்கொலை செய்து கொண்டு விட்டார்.

இந்நிகழ்வு டாக்டர் ஸியாவையும் பாட்டியையும் மீளாத் துயரத்தில் ஆழ்த்தி விட்டது. அந்த மனிதரின் மரணத்திற்கு இவர்கள் காரணமாகி விட்டார்களே என்று வருத்தப்பட்டார்கள். 'சோறு ஒரு மனிதனைக் காப்பாற்றும்; அதே சமயம் அவனைக் கொல்லவும் செய்யும். ஒரு பை அளவு அரிசி - அதற்கு மூன்று உயிர்கள் பலி' என்று அடிக்கடி சொல்லிக் கொள்வார். அன்றிலிருந்து டாக்டர் ஸியா, 'பு யி ஒரு கொடுங்கோலன்' என்று அழைக்கத் தொடங்கி விட்டார்.

இது நடந்த சில நாட்களில் ஸியாவின் குடும்பத்தின் மீது இன்னொரு இடி இறங்கியது. டாக்டர் ஸியாவின் கடைசி மகன் ஈக்ஸியான் நகரில் உள்ள ஒரு பள்ளியில் ஆசிரியராகப் பணியாற்றி வந்தார். மஞ்சுக்குவோவில் உள்ள ஒவ்வொரு பள்ளியிலும், ஜப்பானிய தலைமை ஆசிரியர் அறையில் பு-யி பேரரசரின் படம் ஒன்று பெரிதாக மாட்டப்பட்டிருக்கும். தலைமை ஆசிரியர் அறைக்குள் நுழையும் ஒவ்வொருவரும் அந்தப் படத்திற்கு முன் குனிந்து நின்று வணக்கம் செலுத்த வேண்டும். ஒருநாள் டாக்டர் ஸியாவின் மகன் அந்தப் படத்திற்கு மரியாதை செலுத்த மறந்து விட்டார். இது கண்ட தலைமை ஆசிரியர் அவர்மீது சீறி விழுந்தார். அந்தப் படத்திற்கு குனிந்து வணங்கி மரியாதை செய்ய வேண்டும் என்று

சொல்லி தலைமை ஆசிரியர் அவர் கன்னங்களில் மாறி மாறி அறைந்தார். அவர் நிலை தடுமாறி தரையில் விழுந்து விட்டார். டாக்டர் ஸியாவின் மகனுக்கு ஆத்திரம் வந்தது: ‘தினமும் நான் தலைகுப்புற வணங்கி நிற்க வேண்டுமா? ஒரு நொடிப்பொழுதுகூட நான் நிமிர்ந்து நிற்கக் கூடாதா? இன்று காலை பள்ளியில் நடந்த பிரார்த்தனையில் நான் என் மரியாதையைச் செலுத்தி விட்டேனே’ என்றார். தலைமை ஆசிரியர் மீண்டும் அவரை அறைந்து விட்டுக் கத்தினார்: ‘இது உன்னுடைய பேரரசர். மஞ்சூரியனாகிய உனக்கு அடிப்படைப் பண்புகள் தெரிந்திருக்க வேண்டும்;’ பதிலுக்கு டாக்டர் ஸியாவின் மகனும் கத்தினார் : ‘என்ன பெரிய பண்பு? என்ன, அது வெறும் காகிதம்தானே’. அந்த நேரத்தில் உள்ளூர்வாசிகளான இரண்டு ஆசிரியர்கள் ஓடி வந்து, இதற்குமேல் எதையும் பேசி மாட்டிக் கொள்ளாதவாறு அவரைத் தடுத்தார்கள். ஒருவழியாக அவர் நிதானத்திற்கு வந்து, நிலைமையைப் புரிந்து அந்தப் படத்திற்கு மரியாதை செய்தார்.

அன்று மாலை இவரது நண்பன் ஒருவன் இவர் வீட்டிற்கு வந்து, அவன் கேள்விப்பட்டதை ஸியாவின் மகனுக்கு சொன்னான். நீ ஒரு ‘சமூகக் குற்றவாளி’ என்று உனக்கு முத்திரை குத்தப்பட்டிருக்கிறது. ‘உன்னைச் சிறையில் தள்ளக்கூடிய அளவு உள்ள குற்றம் அது. ஏன், இதனால் உன்னைக் கொல்லக் கூடச் செய்யலாம்’ என்று சொல்லிவிட்டு சென்றான். இது கேட்ட ஸியாவின் மகன் ஓடி விட்டார். அதன்பிறகு அவரது குடும்பத்தாருக்கு அவரைப் பற்றிய எந்தச் செய்தியையும் தெரிந்து கொள்ள முடியவில்லை. ஒருவேளை அவர் பிடிபட்டு, சிறையிலோ அல்லது கூலித் தொழிலாளர் முகாமிலோ கொல்லப்பட்டிருக்கலாம். இந்த மரண அடியிலிருந்து டாக்டர் ஸியாவால் மீள முடியவில்லை. இதனால் டாக்டர் ஸியா மஞ்சுக்குவோவின் மீதும், பேரரசர் பு-யின் மீதும் நிரந்தர எதிரியானார்.

இந்தக் கதை இத்துடன் முடிவடைந்து விடவில்லை. இனி டாக்டருக்கு மிஞ்சி இருப்பது ஒரே மகன் டி-கை என்பவன் மட்டும்தான். ‘இவர் குற்றவாளியின் அண்ணன்’ என்று உள்ளூர் அடியாட்கள் இவரிடம் பணம் கேட்டு மிரட்டினார்கள். அத்துடன் இவர் தம்பியை ‘அண்ணன் என்ற முறையில் கவனிக்கத் தவறி விட்டார்’ என்றும் குற்றம் சுமத்தினார்கள். டி-கை, தன்னால் இயன்றதை அந்த அடியாட்களுக்குக் கொடுத்தார். ஆனால், அந்தக் கூட்டம் அவரிடம் கூடுதலாகக் கேட்டு மிரட்டியது. இறுதியில் அவர் தன் மருந்து கடையை விற்று அவர்களுக்கு கொடுத்துவிட்டு ஈக்ஸியான் நகரை விட்டு வெளியேறி முக்டன் என்னும் இடத்தில்

குடியேறினார். அங்கே ஒரு புதிய கடையைத் தொடங்கிக் கொண்டார்.

இத்தருணத்தில் டாக்டர் ஸியாவுக்கு வெற்றி மேல் வெற்றி கிடைத்தது. அவர் ஜப்பானியர்களுக்கும் உள்ளூர்வாசிகளுக்கும் சிகிச்சை அளித்து வந்தார். ஒரு மூத்த ஜப்பானிய அதிகாரிக்கு சிகிச்சை அளித்து முடித்தபின் 'இந்த ஆள் சாக வேண்டும்' என்று சொல்லுவார். ஆனால் அவரது தனிப்பட்ட எண்ண ஓட்டம், ஒருபோதும் அவரது மருத்துவ ரீதியான மனோபாவத்தைப் பாதித்ததில்லை. 'என்னைத் தேடிவரும் ஒரு நோயாளி, என் போன்ற ஒரு சக மனிதன்' என்று சொல்லிக் கொள்வார். 'ஒரு மருத்துவர் இதைத்தான் எண்ணிக் கொள்ள வேண்டும். எப்படிப்பட்ட மனிதன் அவன் என்று எண்ணிப் பார்க்கக் கூடாது.'

இந்த நேரத்தில் பாட்டி, அவளது அம்மாவை அங்கே ஜிங்கு நகருக்கு அழைத்துக் கொண்டு வந்து விட்டாள். டாக்டர் ஸியாவைத் திருமணம் செய்து கொள்வதற்காக வீட்டை விட்டு பாட்டி புறப்பட்டு வந்தபோது முப்பாட்டியாரை அப்படியே, முப்பாட்டனாரோடு விட்டுவிட்டு வந்தாள். முப்பாட்டனாரும் அவரது மனைவியை வெறுத்து வந்தார். அவரது மங்கோலிய ஆசை நாயகிகள் இருவரும் முப்பாட்டியாரை வெறுத்து வந்தனர். எங்கே அந்த இரண்டு ஆசை நாயகிகளும், தனக்கும் தன் சிறு வயது மகன் யூ-லினுக்கும் விஷம் கொடுத்து கொன்று விடுவார்களோ என்ற பயம் முப்பாட்டிக்கு இருந்து வந்தது. முப்பாட்டியார் உணவு அருந்தும்போது, வழக்கமாக சீனர்கள் சாப்பிடும் முறைப்படி இரண்டு சில்வர் கம்பிகளைப் பயன்படுத்தி உணவு அருந்துவாள். சீன மக்களிடையே ஒரு நம்பிக்கை இருந்தது. அதாவது விஷமோ, அல்லது விஷம் கலந்த உணவோ, அந்த சில்வர் கம்பிகளில் பட்டால், சில்வர் கம்பிகள் கறுப்பாக மாறிவிடும். சாப்பாட்டை அவளோ அல்லது அவள் மகனோ கைகளால் தொடுவதில்லை. அந்த உணவை நாய்க்குப் போட்டு, அதைச் சோதித்துப் பார்த்த பிறகுதான் முப்பாட்டியார் சாப்பிடுவார். என் பாட்டி அந்த வீட்டை விட்டு சென்ற சில மாதங்களுக்குப்பிறகு உணவருந்திய அந்த நாய் ஒரு நாள் இறந்து விட்டது. வாழ்க்கையில் முதல் முறையாக அவளுக்கு கணவரோடு தாங்க முடியாத அளவு மனக்கசப்பு ஏற்பட்டு விட்டது. அவளது மாமியார் ஆதரவு முப்பாட்டியாருக்கு கிடைத்தது. அந்த வீட்டை விட்டு யூ-லினோடு வெளியேறி ஒரு வாடகை வீட்டைப் பிடித்து அங்கே தங்கிக் கொண்டாள். முப்பாட்டியின் மாமியாருக்கும் தன் மகன்மீது வெறுப்பு ஏற்பட்டு, அவளும் வீட்டைவிட்டு வந்து மருமகளோடு சேர்ந்து கொண்டாள். அதற்குப் பிறகு அவள் தன்

மகனைப் பார்க்கவே இல்லை. அவளது மரணப் படுக்கையில்தான் தன்னைப் பார்க்க வந்த மகனைப் பார்த்தாள்.

முதல் மூன்று ஆண்டுகளுக்கு என் முப்பாட்டனார் திரு.யாங், அவரது மனைவிக்கு பண உதவி அளித்து வந்தார். 1939 ஆம் ஆண்டின் தொடக்கத்தில் அதையும் நிறுத்தி விட்டார். டாக்டர் ஸியாவும் பாட்டியும்தான் அந்த மூவருக்கும் ஆதரவு அளித்து வந்தார்கள். அந்தக் காலகட்டத்தில் அங்கே ஜீவனாம்சச் சட்டம் நடைமுறையில் இல்லை. முறையான சட்டதிட்டங்கள் இல்லாததால், ஒரு மனைவி முற்றிலும் தன் கணவனின் தயவில்தான் வாழ வேண்டியிருந்தது. என் முப்பாட்டியாரின் மாமியார் திருமதி. யாங் 1942 ஆம் ஆண்டு இறந்தபின், முப்பாட்டியும் அவளது மகன், யூ-லினும் ஜிங்கு சென்று, டாக்டர் ஸியாவின் வீட்டில் குடியேறினர். என் முப்பாட்டியார், தன்னையும் தன் மகனையும் அடுத்தவர்கள் தயவில் வாழ வேண்டிய இரண்டாம் தர, மூன்றாம் தர குடிமக்களாக தங்களை எண்ணிக் கொண்டாள். அவர்கள் வீட்டு துணிமணிகளைத் துவைத்துப் போடுவதிலும், பத்துப் பாத்திரங்களை கழுவி வைப்பதிலும், தன் மகளையும் டாக்டர் ஸியாவையும் நயந்து கொள்வதிலுமே அவள் காலம் கழிந்தது. என் முப்பாட்டியார் புத்தரின் தீவிர பக்தை. மீண்டும் அவள் ஒரு பெண்ணாகப் பிறந்து விடக்கூடாது என்றுதான் புத்தரிடம் தினம்தோறும் தவறாமல் வேண்டிக் கொள்வாள். 'நான் ஒரு பூனையாகவோ, நாயாகவோ பிறந்து விட்டுப் போகிறேன். ஆனால், ஒரு பெண்ணாக மட்டும் பிறந்து விடக் கூடாது' என்பதே அவளது நிரந்தரப் பிரார்த்தனையாக இருந்தது.

என் பாட்டி, அவள் மிகவும் நேசித்து வந்த தன் தங்கை 'லான்' என்பவளையும் ஜிங்குவுக்கு அழைத்து வந்து விட்டாள். லான், ஈக்ஸியான் நகரில் உள்ள ஒருவனைத் திருமணம் செய்து கொண்டாள். ஆனால், அவனோ நாளடைவில் ஓரினச் சேர்க்கையில் முற்றிலும் நாட்டம் கொண்டு விட்டான். அவன், தன் மனைவி லானை, ஒரு பணக்கார மாமா ஒருவனிடம் ஒப்படைத்தான். அந்த மாமா தாவர எண்ணெய் மில் ஒன்றின் முதலாளி. அந்த மில்லில் லான் வேலை செய்ய வேண்டியிருந்தது. அந்த மாமா அந்த வீட்டுப் பெண்கள் பலரைக் கற்பழித்திருக்கிறார். கற்பழிக்கப்பட்ட பெண்கள் வரிசையில் அவரது பேத்தியும் உண்டு. காரணம், அவர்தான் அந்தக் குடும்பத் தலைவர். குடும்பத்தார் அத்தனைபேர் மீதும் ஆதிக்கம் செலுத்துபவர். லானால் தன்னுடைய எதிர்ப்பைக் காட்ட இயலவில்லை. ஆனால், அவளது கணவன் அவளை அவனுடைய மாமாவின் தொழில் பங்குதாரராக ஏற்றுக்கொள்ளக் கேட்டபோது

லான் முடியாது என்று மறுத்து விட்டாள். என் பாட்டி முடிந்தளவு தன் தங்கையிடமிருந்து அவள் கணவன் விலகிக் கொள்ள அவனுக்கு தேவையான பணத்தை கொடுத்தாள். ஏனென்றால், ஒரு மனைவி தன் கணவனிடமிருந்து விவாகரத்து கோரக் கூடாது. அதனால், பாட்டி அவளை ஜிங்குவுக்கு அழைத்து வந்து, அங்கு அவளுக்கு மறுமணம் செய்து விட்டாள். அவனது பெயர் பி-யோ.

பி-யோ ஒரு சிறைக் காவலர். பி-யோ தம்பதியினர் அடிக்கடி பாட்டியைப் பார்க்க வருவார்கள். பி-யோ தன்னைப் பற்றி கூறிய கதை பாட்டியை மயிர்க் கூச்செறிய வைத்தது. அந்தச் சிறைச்சாலை அரசியல் கைதிகளால் நிரம்பி வழிந்தது. அந்தக் கைதிகள் எதற்கும் துணிந்தவர்கள். ஜப்பானியர்கள் இவர்களை எவ்வளவு கொடுமைப்படுத்தினாலும், பயப்படாமல் எதிர்த்து நின்று பேசக் கூடியவர்கள். இந்தக் கைதிகளைத் துன்புறுத்திக் காயப்படுத்துவதே ஜப்பானியர்களின் வேலை. ஆனால், காயப்பட்ட கைதிகளுக்கு மருத்துச் சிகிச்சை என்பது கிடையாது. காயப்பட்ட புண்கள் அழுகிப் போய்விடும்.

பி-யோ, டாக்டர் ஸியாவை தன் கைதிகளுக்கு மருத்துவ சிகிச்சை அளிக்க அழைத்தார். டாக்டர் ஸியாவுக்கு முதலில் அறிமுகப்படுத்தப்பட்ட கைதி, பி-யோவின் நண்பரான டாங் என்பவன் ஆவான். இவன் கைதிகளுக்கு மரண தண்டனை நிறைவேற்றுபவன். ஒரு மரண தண்டனைக் கைதியை நாற்காலியில் அமர வைத்திருப்பார்கள். அந்தக் கைதியின் கழுத்து கயிறால் சுற்றப்பட்டிருக்கும். கழுத்தைச் சுற்றியுள்ள கயிறு கொஞ்சம் கொஞ் சமாக இறுக்கப்படும். மரண அவஸ்த்தையை கொஞ்சம் கொஞ்சமாக கொடுத்து அந்தக் கைதியைக் கொல்லுவார்கள்.

டாங்கின் மன அமைதி பாதிக்கப்பட்டிருப்பதாகவும், மரண தண்டனை நிறைவேற்றும் சமயங்களில் டாங் குடித்து விடுவதாகவும் டாக்டர் ஸியாவுக்கு அவரது மைத்துனர் சொல்லக் கேட்டுத் தெரிந்து கொண்டார். டாக்டர் ஸியா, டாங்கை தன் வீட்டிற்கு வரவழைத்தார். நிறைய அன்பளிப்புகள் டாங்குக்கு கொடுத்தார். டாங் மரண தண்டனைக் கைதியின் கழுத்தை கயிறால் இறுக்குகின்ற போது, சாகும் அளவுக்கு இறுக்கி விடாமல், பாதியில் இறுக்குவதை நிறுத்திவிடுமாறு டாக்டர் ஸியா ஆலோசனை வழங்கினார். டாங் செய்வதை ஜப்பானியர்கள் பார்த்துக் கொண்டிருப்பார்கள் என்று சொன்னான். ‘பொதுவாக ஜப்பானியர்களோ அல்லது அவர்களது ஆட்களோ தண்டனை நிறைவேற்றப்படும் இடத்திற்கு வந்து விடுவார்கள். சில சமயங்களில் மரண தண்டனை நிறைவேற்றப்படும் ஒரு கைதி முக்கியமான நபர் இல்லை என்றால்,

அவர்கள் அந்த இடத்திற்கு வருவதில்லை. சில சந்தர்ப்பங்களில் மரண தண்டனைக் கைதியின் உயிர் பிரியும் வரை அவர்கள் உட்கார்ந்திருப்பதில்லை. அதுபோன்ற சூழல்களில் கயிற்றை இறுக்குவதை நிறுத்திக் கொள்வேன்' என்று டாங் கூறினான்.

கொல்லப்பட்ட கைதிகளின் உடல்களை ஒரு வண்டியில் அள்ளிப் போட்டு, நகருக்கு வெளியே உள்ள தென் மலை என்ற வறண்ட பூமியாக இருந்த ஓர் இடத்திற்கு எடுத்துச் சென்று அங்கே உள்ள ஒரு பள்ளத்தில் கொட்டுவார்கள். மனித உடல்களை உண்டு வாழும் காட்டு நாய்கள் நிறைந்த இடம் அது. அந்தக் காலகட்டங்களில், எந்தக் குடும்பத்தினரும் தங்களுக்கு பெண் குழந்தைகள் பிறப்பதை விரும்புவதில்லை. அப்படிப் பிறந்த பெண் சிசுக்களை கொன்று அந்தக் குழிகளில்தான் கொண்டுவந்து கொட்டுவார்கள்.

பிணம் ஏற்றி வரும் வண்டி ஓட்டுபவருடன் டாக்டர் ஸியா நட்பு ஏற்படுத்திக் கொண்டார். அவ்வப்போது அவனுக்கு செலவுக்குப் பணம் கொடுப்பார். எப்போதவது அவனும் டாக்டர் ஸியாவின் அறுவைச் சிகிச்சை அறைக்குள் வருவான். அப்படி வரும் அவன் கூறும் அர்த்தமற்ற விஷயங்களைக் கேட்டு டாக்டர் ஸியா அலுத்துப்போய் விடுவார். அவன் என்ன சொல்கிறான் என்று டாக்டருக்குப் புரியாது; ஏன், அவனுக்கே புரியாது. ஒருமுறை அவன் மயானத்தை பற்றி பேச ஆரம்பித்து விட்டான். 'உங்களின் இந்த முடிவுக்கு நான் காரணம் இல்லை என்று மரித்த ஆவிகளுக்கு கூறினேன். அடுத்த ஆண்டு, ஓராண்டு நிறைவு விழாக் கொண்டாட இங்கே வாருங்கள் ஆவிகளே என்று சொன்னேன். ஆனால், அதற்கிடையில், நீங்கள் மறுபிறவி எடுக்க நல்ல உடல்களைத் தேடி பறந்து செல்ல விரும்பினால், உங்கள் தலை எந்தத் திசையில் கிடத்தப் பட்டுள்ளதோ, அந்தத் திசை நோக்கிப் பறந்து செல்லுங்கள். அதுவே உங்களுக்கு சிறந்த வழிஎன்று சொன்னேன்' என்றான். டாங்கும் வண்டிக்காரனும் அவர்கள் செய்வது பற்றி ஒருவார்த்தைகூட நேருக்கு நேர் பேசிக் கொள்வதில்லை. அவர்கள் எத்தனை உயிர்களைக் காப்பாற்றி இருக்கிறார்கள் என்று டாக்டர் ஸியாவுக்கும் தெரியாது. யுத்தம் முடிவுக்கு வந்தபின், பிணங்களை எடுத்து, வந்த விலைக்கு அவைகளை விற்று, அதன்மூலம் கிடைத்த பணத்தைக் கொண்டு டாங், வீடும் நிலமும் வாங்கி விட்டான். வண்டிக்காரன் நாளடைவில் இறந்து விட்டான்.

அவர்கள் ஹான்-சென் என்னும் ஒருவனின் உயிரைக் காப்பாற்றினார்கள். அவன் பாட்டியின் தூரத்து உறவினன். சகோதரன் முறை. ஜப்பானியர்களோடு நடத்திய போராட்டத்தில் இவன் முக்கியமானவன். ஏனென்றால், சீனப் பெருஞ்சுவரின்

வடக்கில் உள்ள ஜிங்கு மிக முக்கியமான இரயில்வே சந்திப்பு. 1937 ஜூலை மாதம், ஜப்பானியர்கள், சீனர்களைப் படுகொலை செய்வதற்கான திட்டம் தீட்டுவதற்காக அந்த இடமே தேர்வு செய்யப்பட்டது. அதனால், அந்த இடத்திற்கு பலத்த பாதுகாப்பு கொடுக்கப்பட்டிருந்தது. ஓர் ஒற்றன், ஹான்-சென் போராளிகள் அமைப்பில் ஊடுருவிவிட்டான். அதன் விளைவாக, ஹான்-சென்னின் கூட்டத்தினர் அனைவரும் கைது செய்யப்பட்டனர். கைது செய்யப்பட்ட அனைவரும் மிகுந்த கொடுமைப்படுத்தப்பட்டனர். அவர்கள் மூக்குகளில் மிளகாய்த் தண்ணீரை ஊற்றினார்கள். அவர்கள் முகங்களை செருப்பால் அடித்தார்கள். அந்தச் செருப்பின் வெளிப்புறம் ஆணிகள் பதிக்கப்பட்டிருக்கும். அதில் பலருக்கு மரண தண்டனை அளித்தார்கள். நீண்ட நாட்களுக்கு முன்பே ஹான்-சென் இறந்து விட்டான் என்று டாக்டர் ஸியா குடும்பத்தினர் நினைத்துக் கொண்டிருந்தனர். ஆனால் ஒருநாள் பி-யோ சொன்ன பிறகுதான் தெரிந்தது - ஹான்-சென் உயிரோடு இருப்பது. ஆனால் எந்த நேரமும் அவனுக்கு மரண தண்டனை நிறைவேற்றப் படலாம் என்று டாக்டர் ஸியா தெரிந்து கொண்டார். டாக்டர் ஸியா உடனடியாக டாங்கைத் தொடர்பு கொண்டார்.

ஹான்-சென் தூக்கிலிடப்படும் அன்றைய இரவு டாக்டர் ஸியாவும் பாட்டியும் ஒரு வண்டி எடுத்துக் கொண்டு அந்த தென் மலைப் பொட்டலுக்கு விரைந்தார்கள். மரங்கள் அடர்ந்த ஓரிடத்தில் வண்டியை மறைவாக நிறுத்தி விட்டு காத்திருந்தார்கள். அங்கே உள்ள காட்டு நாய்கள், பிணங்களைத் தோண்டும் சத்தம் கேட்டது. அத்துடன் அழுகிய உடல்களின் நாற்றமும் வீசியது. நீண்டநேரம் கழித்து ஒரு வண்டி வந்தது. அந்த வண்டிக்காரன் வண்டியை விட்டு இறங்கி பெட்டியிலிருந்து சடலங்களை பள்ளத்தில் கொட்டியது இருளில் அரைகுறையாகத் தெரிந்தது. வண்டிக்காரன் வேலையை முடித்து விட்டுச் சென்றதும், இவர்கள் அந்தப் பள்ளத்தை நோக்கி சென்றார்கள். அங்கே கிடந்த ஒவ்வொரு சடலத்தையும் தொட்டுத் தடவிப் பார்த்து ஹான்-சென்னைக் கண்டுபிடித்தார்கள். அவன் உயிரோடு இருக்கிறானா, இல்லையா என்று தெரிந்து கொள்ள முடியவில்லை. ஒரு வழியாக அவனுக்கு மூச்சு இழுத்துக் கொண்டிருப்பதைக் கண்டு கொண்டார்கள். அவனை மிகக் கொடுமையாகத் தாக்கி இருக்கிறார்கள். பெருமுயற்சி எடுத்து அவனைத் தூக்கிக் கொண்டுவந்து வண்டியில் கிடத்தி, வீட்டிற்கு எடுத்து வந்து விட்டார்கள்.

அவர்கள் வீட்டின் மூலையில் உள்ள ஒரு சிறிய அறையில் அவனை மறைத்து வைத்தார்கள். அந்த அறையின் ஒரு வாசல் வழியாக அம்மாவின் அறைக்கு செல்ல முடியும். அம்மாவின் அறை வழியாக மட்டுமே, அவளது பெற்றோர்கள் அறையிலிருந்து வெளியே செல்ல முடியும். அந்த அறைக்கு யாரும் எதேச்சையாகக்கூட போக முடியாது. அங்குள்ள வீடுகளில் அந்த வீடு மட்டும் கொள்ளைப்புறம் செல்வதற்கு வீட்டிலிருந்து நேரடி வழி இருந்ததால், யாரும் அவனை கவனிக்காதவரை, அவன் அங்கு பாதுகாப்பாக இருக்கலாம். காவல்துறையினராலோ அல்லது அருகாமையில் இதற்கென அமைக்கப்பட்டிருந்த குழுவாலோ அடிக்கடி வீடுகளில் நுழைந்து செய்யப்படும் 'சோதனை' என்ற அபாயத்திற்கு அங்கே எப்போதும் வாய்ப்பு இருந்தது. ஜப்பானியர்கள் ஆளுகையின் தொடக்கத்திலிருந்து, 'அருகாமை கட்டுப்பாட்டுக் குழு' என்ற அமைப்பை அங்கங்கே ஏற்படுத்தி, அக்குழு எல்லாவற்றையும் கண்காணிக்கத் தொடங்கியது. அங்கங்கே காணப்படும் பெரும்புள்ளிகளில் சிலரைத் தேர்வு செய்து, இக்குழுக்களுக்கு தலைவராக நியமிக்கப்பட்டார்கள். இந்தக் குழுத் தலைவர்கள் வரி வசூலித்தல், மற்றும் சட்ட விரோதச் செயல்பாடுகள் நடைபெறாமல் 24 மணி நேரமும் கண்காணித்து வந்தனர். இது ஒரு வகை குண்டர்கள் குழு. இவர்களின் வேலை அரசாங்கத்துக்காக வேவு பார்த்து தகவல் சொல்வதும், பாதுகாப்பு அளிப்பதுவும் ஆகும். குற்றவாளிகளைக் காவல்துறைக்கு பிடித்துக் கொடுப்பவர்களுக்கு தாராளமான வெகுமதி அளிக்கப்பட்டது. மஞ்சுக்குவோ காவல்துறையினரை விட இந்தக்குழு மக்களை அதிகமாக மிரட்டியது. உண்மையில், காவல் துறையினரில் பலர் ஜப்பானியர்களுக்கு எதிராகச் செயல்பட்டனர். இவர்களின் முக்கிய வேலை ஜனங்களின் பதிவு அறிக்கை சரியாக உள்ளதா என்று சோதனை செய்வதுதான். ஆனால், இவர்கள் சோதனையிட வருவதை, 'சோதனையிட வருகிறோம், சோதனையிட வருகிறோம். பதிவு அறிக்கையை சரி பார்க்க வருகிறோம்' என்று சத்தம் போட்டு சொல்லிக்கொண்டே வருவார்கள். எனவே மறைந்து கொள்பவர்களுக்கு போதுமான அவகாசம் கிடைக்கும். இந்த அறிவிப்புச் சத்தம் கேட்கிறபோதெல்லாம், அறையின் ஒரு மூலையில் அடைந்து வைத்திருக்கும் கரும்பு தோகை கட்டுகளுக்கு மத்தியில் அவனை பாட்டி மறைத்து விடுவாள். போலீஸ் சாதாரணமாக வீட்டில் நுழைந்து, பெயருக்கு ஒரு பார்வையிட்டு விட்டு, நாற்காலியல் அமர்ந்து பாட்டி கொடுக்கும் தேநீரைக் குடித்து விட்டு வெளியேறும். வெளியே போகும்போது 'இதெல்லாம்

122 'என்ன ஒரு அற்புதமான இடம்' என்று மக்கள் அனைவரும் மஞ்சுக்குவோ பற்றிச் சொல்லுகிறார்கள்

சும்மா, ஒரு பெயருக்குத்தான். உங்களுக்குத்தான் தெரியுமே...' என்று அதையும் சொல்லிவிட்டுப் போவார்கள்.

அப்போது அம்மாவுக்கு வயது பதினொன்று. அங்கே நடந்து கொண்டிருப்பது பற்றி பாட்டி அம்மாவுக்கு தெரிவிக்காவிட்டாலும், ஹான்-சென் அங்கே தங்கி இருப்பது பற்றி அம்மா யாரிடமும் மூச்சுக்கூட விடவில்லை. சிறுவயதிலிருந்து நாகரிகம் பண்பாட்டை நன்கு கற்றுக் கொண்டவள் அம்மா.

ஹான்-சென்னின் உடல்நலம் மீண்டும் தேறி வர, பாட்டி அவனுக்குத் தேவையான பணிவிடைகளைச் செய்து வந்தாள். மூன்று மாதத்தில் அவன் உடல் நலம் நன்கு தேறி விட்டது. ஒரு நாள் அவன் விடை பெற்றான். அது ஓர் உணர்ச்சிப்பூர்வமான பிரிவு. 'அக்கா, அத்தான். நான் என் வாழ்நாள் முழுவதும் உங்களுக்கு கடமைப்பட்டிருக்கிறேன். எனக்கு வாய்ப்புக் கிடைக்கிறபோது, என் நன்றிக் கடனை உங்கள் இருவருக்கும் வந்து திருப்பிச் செலுத்துவேன்' என்று கண்ணீர் மல்கக் கூறி விடை பெற்றான். மூன்று ஆண்டுகள் கழித்து மீண்டும் திரும்பி வந்து அவன் சொன்ன வார்த்தையைக் காப்பாற்றினான்.

அம்மாவும், அம்மாவின் வகுப்பு தோழியரும், யுத்தத்தில் ஜப்பானியரின் முன்னேற்றம் பற்றிய செய்திகளை ஊடகங்கள் வாயிலாக வகுப்புகளில் போட்டுக் காட்டினார்கள். மான அவமானங்களுக்கு அப்பாற்பட்டு அவர்கள் நடத்திய வெறியாட்டம், மாணவர்கள் மனதில் பயத்தை ஆழமாகப் பதிய வைக்க வேண்டும் என்று பெருமையாகச் சொல்லிக் கொண்டார்கள். ஜப்பானிய இராணுவ வீரர்கள், சீனர்களை இரண்டாக வெட்டி பிளந்து போட்டதையும், கைதிகளை மரத்தில் கட்டி வைத்து நாய்களை ஏவிவிட்டு, நாய்கள் அவர்களைக் கடித்துக் குதறியதையும் அந்தப் படத்தொகுப்பில் காண்பித்தார்கள். சீனக் கைதிகளை அடித்து நொறுக்குவதற்காக, ஜப்பானிய வெறியர்கள் அவர்களை நெருங்கி வருகின்ற போது, கைதிகளின் கண்களில் தெரியும் ஓர் உயிர் பயத்தை, அந்தப் படம் நெருக்கமாகக் காண்பித்தது. பதினொன்று, பன்னிரண்டு வயது பள்ளி செல்லும் சிறுமிகள், அதைப் பார்த்து கண்களை மூடிக் கொள்ளவில்லை என்பதையும், பயத்தால் அலறாமல் இருக்க வாய்களில் கைக்குட்டைகளை வைத்து திணித்துக் கொள்ளவில்லை என்பதையும் கவனித்தார்கள். இதைப் பார்த்ததிலிருந்து அம்மா பல ஆண்டுகள் தூக்கத்தில் கெட்ட கனவுகளையே கண்டு வந்தாள்.

1942 ஆம் ஆண்டு தங்கள் இராணுவ வீரர்களை தென் கிழக்கு ஆசியா, பசிபிக் பெருங்கடல் மற்றும் சீனா போன்ற பகுதிகளில் நிறுவியதால், ஜப்பானியர்களுக்கு கூலியாட்கள் பற்றாக்குறை ஏற்பட்டுவிட்டது. ஜப்பானிய மாணவிகளைப் போலவே அம்மாவின் வகுப்பில் படித்த அனைவரும் நெசவு ஆலைகளில் வேலை செய்ய சேர்த்து விடப்பட்டனர். உள்ளூர்ச் சிறுமிகள் நான்கு மைல் தூரம் நடந்து செல்ல வேண்டியிருந்தது. ஜப்பானியக் குழந்தைகள் டிரக் வண்டிகளில் சென்றனர். உள்ளூர் சீனக்குழந்தைகளுக்கு பூஞ்சை பிடித்த மக்காச்சோளத்தை கஞ்சியாக காய்ச்சி ஊற்றிக் கொடுப்பார்கள். அந்தக் கஞ்சியில் பூச்சி, புழுக்களும் மிதக்கும். ஜப்பானியக் குழந்தைகளுக்கு கறிக் குழம்புடன் கூடிய மதிய உணவு, சத்தான காய்கறிகளுடன் கூடிய பழங்கள் ஆகியவை கட்டிக் கொடுக்கப்படும்.

ஜப்பானிய சிறுமிகளுக்கு எளிதான வேலைகளைக் கொடுப்பார்கள். அவை கதவு, ஜன்னல்களைத் துடைப்பது போன்ற எளிய வேலைகளாக இருக்கும். ஆனால் உள்ளூர் சீனக் குழந்தைகளுக்கு நூல் நூற்கும் சிக்கலான எந்திரங்களை இயக்கும் கடினமான வேலைகளைக் கொடுப்பார்கள். இதுபோன்ற எந்திரங்களை இயக்குவது அனுபவப்பட்ட வயதானவர்களுக்கே ஆபத்தாக முடியும். வேகமாக ஓடிக் கொண்டிருக்கும் நெசவு எந்திரங்களில் நூல் அறுந்து விட்டால், எந்திரம் ஓடிக் கொண்டிருக்கும் போதே அறுந்த நூலை எடுத்து, முடிந்து இணைக்க வேண்டும். அந்தச் சிறுமிகள் உடனடியாக அறுந்து போன நூலைக் கண்டுபிடித்து எடுக்க வேண்டும். மிகவும் விரைந்து முடிச்சுப் போட்டு இணைக்க வேண்டும். இல்லையென்றால் ஜப்பானிய மேற்பார்வையாளர் சீனச் சிறுமிகளை காட்டுத்தனமாக அடிப்பான்.

பெண்கள் அனைவரும் கதி கலங்கி விட்டார்கள். அவர்களுக்கு ஏற்பட்ட படபடப்பு, பசி, மயக்கம் ஆகிய அனைத்தும் பல விபத்துகளுக்கு அவர்களை இட்டுச் சென்றன. அம்மாவோடு படித்த ஆண், பெண்களில் பாதிக்கு மேல் எந்திரங்களால் கைகளையும், விரல்களையும் இழந்தார்கள். ஒருநாள் எந்திரத்தில் ஓடிக்கொண்டிருந்த தறிநாடா அறுந்து, அருகில் நின்று கொண்டிருந்த ஒரு பெண்ணின் கண்ணைத் தாக்கியதை அம்மா கண்டாள். அந்த பெண்ணை மருத்துவமனைக்கு அழைத்துச் செல்லும் வழியெங்கும் அவள் கவனமாக வேலை செய்யவில்லை என்று அந்த மேற்பார்வையாளர் திட்டிக்கொண்டே வந்தார்.

தொழிற்சாலையில் பணியாற்றிய காலம் முடிந்தபின், அம்மா உயர்நிலைப் பள்ளியில் சேர்க்கப்பட்டாள். பாட்டியின் சிறு

வயதிலேயே காலம் மாறிவிட்டது. இளம் பெண்கள் தங்கள் வீட்டு நான்கு சுவர்களுக்குள்ளே முடங்கிக் கிடக்கக் கூடாது. பெண்கள் உயர்நிலைக் கல்வி பெற வேண்டும் என்பது சமூகத்தால் அங்கீகரிக்கப்பட்ட ஒன்றாக இருந்தது. ஆனாலும், ஆண்களும் பெண்களும் தனித்தனியாகக் கல்வி கற்றுக் கொள்ள வேண்டும் என்ற நியதி இருந்தது. கல்வி கற்க வரும் பெண்களை 'அன்பான மனைவியாகவும், சிறந்த தாயாகவும்' ஆக்க வேண்டியது கல்வி நிலையங்களின் இலட்சியமாகவும் இருந்து வந்தது. 'பெண்களுக்கான நல் வழிகள்' என்று ஜப்பானியர்கள் குறிப்பிட்ட கல்வியையே அப்பெண்கள் கற்றுக் கொள்ள வேண்டியதாக இருந்தது. அதாவது, வீட்டைக் கவனித்துக் கொள்வது, சமையல் வேலை செய்வது, தையல் வேலை செய்வது, தேநீர் தயாரிக்கும் வேலை செய்வது, பூக்கட்டுவது, துணிகளில் பூ வேலைப்பாடு செய்வது, ஓவியம் வரைவது, கலைத் திறன்களை மேற்கொள்வது போன்ற வேலைகள் பெண்களுக்கு கற்றுக் கொடுக்கப்பட்டன. மிகமிக முக்கியமாக கருதப்பட்டு, பெண்களுக்கு கற்றுக் கொடுக்கப்பட்ட கல்வி, 'பெண்கள் எவ்வாறு தங்கள் கணவன்மார்களை சந்தோஷப்படுத்துவது' என்பதுதான். இந்த வகைக் கல்வியில் எப்படி உடுத்துவது, எப்படி சிகை அலங்காரம் செய்து கொள்வது, எப்படி குனிவது, இதை எல்லாம் விட முக்கியமாக எந்தக் கேள்வியும் கேட்காமல் எப்படி பணிவாக நடந்து கொள்வது போன்ற கல்வி முறைகள் இதில் அடங்கியது. பாட்டி, அம்மாவுக்கு இதை எல்லாம் கற்றுக் கொள்ளப் பணித்த போது, அம்மா இதை எல்லாம் எதிர்க்கும் ஒரு போராளியாகக் காணப்பட்டாள். அம்மா இந்த வகைகளில் எந்த வேலையையும் கற்றுக் கொள்ளவில்லை. சமையல் செய்யக் கூடக் கற்றுக் கொள்ளவில்லை.

சில குறிப்பிட்ட வகை உணவுப் பதார்த்தங்களை எப்படிச் செய்வது, எப்படி பூத்தொடுப்பது போன்றவற்றில் செய்முறைத் தேர்வுகள் நடத்தப்பட்டன. தேர்வுக்குழுவில் உள்ளூர் அலுவலர்களும் ஜப்பானிய அலுவலர்களும் கலந்து இருந்தனர். இந்தக் குழு தேர்வை மதிப்பீடு செய்தது. அத்துடன் பெண்களையும் மதிப்பீடு செய்து வந்தது. பெண்களாகவே வடிவமைத்து தைத்துக் கொண்ட சமையல் ஆடைகளை அணிந்து கொண்டபடி, அவர்களின் புகைப்படங்கள் அறிவிப்பு பலகையில் ஒட்டப்பட்டிருக்கும். இதில் வரும் சீனப் பெண்களில் யாரையேனும் ஜப்பானிய அதிகாரிகள் தேர்ந்தெடுத்து அவர்களை கலப்புத் திருமணம் செய்து கொண்டனர். ஜப்பானியர்களுக்கும், சீனர்களுக்குமிடையே நடந்த கலப்பு திருமணத்திற்கு வரவேற்பு இருந்தது. ஜப்பான் நாட்டில் உள்ள

முன்பின் பார்த்திராத ஒரு மாப்பிள்ளையைத் திருமணம் செய்து கொள்ள, பொருத்தமான பெண்களை இங்கிருந்து தேர்ந்தெடுத்து அழைத்துச் செல்வார்கள். இதற்கு சம்மந்தப்பட்ட பெண்களுக்கோ அல்லது அந்தக் குடும்பத்தாருக்கோ முழுச் சம்மதம் இருக்கும். பயிற்சிக் காலம் முடிந்தபின், அம்மாவின் பள்ளித் தோழி ஒருத்தி, இதுபோன்று ஜப்பான் செல்ல தேர்வு செய்யப்பட்டாள். ஆனால், அவள் கப்பலைத் தவற விட்டு விட்டாள். ஜப்பான் வீழ்ச்சியடைந்தும் அவள் ஜிங்குவிலே தங்கி விட்டாள்.

முன்பு ஆட்சியிலிருந்த சீன அரசர்கள் விளையாட்டு விழாக்களை நிறுத்தி வைத்திருந்தனர். ஜப்பானியர்கள் விளையாட்டுத்துறையில் அதிக ஆர்வம் காட்டி வந்தனர். விளையாட்டு என்பது அம்மாவுக்கு மிகவும் பிடித்த ஒரு துறை. 'இடுப்பு வலி' தொந்தரவிலிருந்து அம்மா குணமடைந்து விட்டாள். அம்மா ஓட்டத்தில் கை தேர்ந்தவள். ஒரு முக்கியமான ஓட்டப் பந்தயத்தில் ஓடுவதற்கு அம்மா தேர்வு செய்யப்பட்டாள். இரண்டு மூன்று வாரங்களாக அம்மா ஓடுவதற்கு பயிற்சி அளிக்கப்பட்டாள். அந்த நாளுக்காக அனைவரும் ஆவலுடன் காத்திருந்தனர். அம்மாவின் பயிற்சியாளர் ஒரு சீனர். பயிற்சி தொடங்குவதற்கு முதல் நாள், அவர் அம்மாவை தனியாக அழைத்துச் சென்று, 'நீ இந்தப் போட்டியில் ஜெயிக்கக் கூடாது, ஏன் என்ற காரணத்தை என்னிடம் கேட்க வேண்டாம்' என்று கூறி விட்டார். அம்மா புரிந்து கொண்டாள். 'ஜப்பானியர்கள் சீனர்களிடம் தோற்றுப் போவதை ஒருபோதும் விரும்புவதில்லை' என்று அம்மாவுக்கு தெரியும். அந்த ஓட்டத்தில் கலந்து கொள்ள இன்னொரு சீனப் பெண்ணும் தேர்வு செய்யப்பட்டிருந்தாள். இதே தகவலை அவளிடம் தெரிவிக்குமாறு அம்மாவிடம் அவர் தெரிவித்து விட்டு, 'இதை நான் சொன்னதாகச் சொல்ல வேண்டாம். நீயாகத் தெரிவித்ததாக இருக்கட்டும்' என்று கேட்டுக் கொண்டார். போட்டி தொடங்கியது. அந்த ஓட்டத்தில் அம்மா ஆறாவது இடத்தில் கூட வரமுடியவில்லை. அம்மாவின் தோழியர் அனைவரும் அவள் முயற்சி எடுத்து ஓடவில்லை என்று குறைபட்டுக் கொண்டனர். ஆனால், இன்னொரு பெண்ணோ தோல்வியைத் தாங்கிக் கொள்ள முடியாதவள். முயற்சி செய்து ஓடி, முதல் இடத்தில் வந்து விட்டாள்.

ஆனால், ஜப்பானியர்கள் இதைப் பழி தீர்த்துக்கொள்ள நீண்ட நாட்கள் எடுத்துக் கொள்ளவில்லை. தினமும் பள்ளியில் காலை இறை வணக்கம் இருக்கும். அந்த இறைவணக்கம் தலைமை ஆசிரியர் தலைமையில் நடைபெறும். அவருக்கு மாணவர்கள் வைத்திருக்கும் பெயர் 'கழுதை'. ஏனென்றால், அவர் பெயர்

உச்சரிக்கப்படும்போது வரும் வார்த்தைக்கு, சீன மொழியில் 'கழுதை' என்ற பொருள் தரும். அந்த மனிதர் ஓர் அதிகாரத் தொனியில் உத்தரவுகளைப் பிறப்பிப்பார். தாழ்ந்து பணிந்து வணங்கப்பட வேண்டிய நான்கு முக்கியமான விஷயங்களை தன்னுடைய கரகரப்பான குரலில் தெரிவித்தார். முதலாவதாக, 'இராஜாங்க தலைநகருக்கு தொலை தூரத்திலிருந்து செலுத்தப்படும் தாழ்ந்து பணிந்த வணக்கம்' என்று டோக்கியோ நகர் இருக்கும் திசையைச் சுட்டிக் காட்டினார். அடுத்தாக 'தேசிய தலைநகருக்கு, சிரம் தாழ்ந்த வணக்கம்' என்று மஞ்சுக்குவோவின் தலைநகரான ஸிங்கிங் இருக்கும் திசையைச் சுட்டிக் காட்டினார். அடுத்து 'தெய்வீகப் பேரரசர் அவர்களுக்கு இதயப்பூர்வமான சிரம் தாழ்ந்த வணக்கம்' என ஜப்பான் நாட்டு பேரரசரைக் குறிப்பிட்டார். 'இராஜாங்க ஓவியத்தின் இதயப்பூர்வமான சிரம் தாழ்ந்த வணக்கம்' என்று பு யி யின் படத்தைச் சுட்டிக் காட்டினார். அதற்குப் பிறகு ஆசிரியர்களை வணங்கும் நிகழ்ச்சி வந்தது.

அதே நாள் காலை வணக்கம் செலுத்தும் நிகழ்வு முடிந்ததும் நேற்றைய தினம் நடந்த விளையாட்டுப் போட்டியில் முதலாவதாக வந்த அப்பெண்ணை, அவள் நின்று கொண்டிருந்த வரிசையிலிருந்து, 'இங்கே வாடி,' என்று சொல்லி இழுத்து, பேரரசர் பு யி க்கு அவள் செலுத்திய சிரம் தாழ்ந்த வணக்கம் 90°பாகைக்கும் குறைவாக இருந்தது என்ற குற்றத்தை கழுதை அவள்மீது சுமத்தினார். அதற்காக அவள் கன்னங்களில் மாறி மாறி அறைந்து, கீழே தள்ளி காலால் மிதித்து, அவளைப் பள்ளியிலிருந்து விலக்கி விட்டதாக அறிவித்தார். இது அவளுக்கும், அவள் குடும்பத்தாருக்கும் ஏற்பட்ட மாபெரும் இழப்பும் அவமானமுமாக ஆகிவிட்டது.

உடனடியாக அவளது பெற்றோர்கள் அவளை ஒரு சாதாரண அரசுப் பணியாளர் ஒருவருக்கு திருமணம் செய்து கொடுத்து விட்டார்கள். ஜப்பான் நாட்டின் வீழ்ச்சிக்குப் பிறகு இவளது கணவன் 'ஜப்பானியரின் கூட்டாளி' என்று முத்திரை குத்தப்பட்டான். இதன் விளைவாக இவனது மனைவிக்கு ஒரு இராசாயனத் தொழிற்சாலையில் ஒரு சாதாரண வேலைதான் கிடைத்தது. அப்போது மாசுக்கட்டுப்பாடு என்பது இல்லாத காலம். 1984-இல் அம்மா மீண்டும் ஜிங்கு சென்றபொது அவளைப் பார்க்க வேண்டுமென்று எங்கும் தேடியிருக்கிறாள். அவள் இராசாயனப் பொருட்கள் மத்தியில் பணியாற்றியிருந்ததால், அம்மா அவளைப் பார்த்தபோது கிட்டத்தட்ட பார்வையை இழந்தவளாகவே அவளைப் பார்த்திருக்கிறார்கள். அவளது விதியின் திருவிளையாடலை எண்ணி அந்தப் பெண் வேதனைப்படாமல் அதை வேடிக்கையாக எடுத்துக்

கொண்டாள். 'ஓர் ஆட்டத்தில் ஒரு ஜப்பானியப் பெண்ணைத் தோற்கடித்ததால் என் பிழைப்பு இந்த நிலைக்கு ஆளானது' என்று சோகத்தை சுவைபடச் சொன்னாள். அப்போதுகூட அவள் ஆட்டத்தில் ஜெயித்ததற்கு வருத்தமடையவில்லை.

மஞ்சுக்குவோ நகர் வாழ் மாந்தர்கள் அனைவரும் தங்களைச் சுற்றி என்ன நடந்து கொண்டிருந்தது என்பதைத் தெரிந்து கொள்ள முடியாமல் இருந்தனர். அது மட்டுமல்லாது யுத்தத்தில் ஜப்பான் நாட்டின் வெற்றி தோல்வி எப்படிப் போய்க் கொண்டிருந்தது என்றும் தெரிந்து கொள்ள முடியவில்லை. யுத்தம் எங்கோ தொலைதூரத்தில் நடந்து கொண்டிருந்தது. ஆனால், உண்மையான செய்தி மறைக்கப்பட்டு, வானொலியில் சொல்லக் கேட்டது என்னவோ பிரச்சாரம் மட்டும்தான். ஆனால், ஜப்பான் ஏதோ இக்கட்டில் சிக்கியிருக்கிறது என்பதை நடைபெற்று வந்த சூழல்களிலிருந்து மக்கள் உணர்ந்து கொண்டார்கள். உணவுத் தட்டுப்பாடு ஏற்பட்டதிலிருந்துதான் ஜப்பானின் பரிதாப நிலையை மக்கள் புரிந்து கொண்டார்கள்.

1943 ஆம் ஆண்டுதான் முதன்முதலில் உண்மையான செய்தி வெளி வந்தது. ஜப்பானின் நேச நாடுகளில் ஒன்றான இத்தாலி சரணடைந்த விஷயத்தை செய்தித்தாள் வெளியிட்டது. 1944 ஆம் ஆண்டின் மத்தியில், மஞ்சுக்குவோவில் பணியாற்றிய ஜப்பானிய அலுவலக நபர்கள் இராணுவத்தில் சேர்க்கப்பட்டனர். அதன்பிறகு, 1944 ஆம் ஆண்டு ஜூலை மாதம் 29ஆம் தேதி அமெரிக்க நாட்டு பி-29 என்னும் ஆயுதம் தாங்கிய போர் விமானங்கள், ஜிங்கு நகரின் மீது முதல்முறையாக விண்ணில் பறந்து திரிந்தன. ஆனால், அந்த விமானங்கள் அந்நகரின் மீது எந்த குண்டுகளையும் வீசவில்லை. அணுகுண்டு வீச்சிலிருந்து தப்பிக்க ஒவ்வொரு வீட்டிலும் பதுங்கு குழிகள் தயார் செய்து வைத்துக் கொள்ள வேண்டுமென்று ஜப்பானியர்கள் உத்திரவிட்டனர். ஒவ்வொரு பள்ளிகளிலும் அணு வீச்சுப் பயிற்சி கட்டாயமாக மேற்கொள்ளப்பட்டது. ஒரு நாள் அம்மாவின் வகுப்பில் உள்ள ஒரு பெண் தீ அணைக்கும் கருவியைத் தூக்கிக் கொண்டு வந்து விட்டாள். கொண்டு வந்தவள், தனக்குப் பிடிக்காத ஒரு ஜப்பானிய ஆசிரியர் மீது பீச்சி அடித்து விட்டாள். முன்பெல்லாம் இதற்கு கடுமையான தண்டனை இருந்து வந்தது. இப்போது அவளுக்கு எந்தத் தண்டனையும் இல்லை. அவளுக்கு அதிர்ஷ்டம் அடித்தது.

எலிகளையும், பூச்சிகளையும் ஒழித்துக் கட்ட வேண்டும் என்ற நீண்ட காலத்திட்டம் ஒன்று அங்கே இருந்தது. பள்ளி மாணவர்கள் எலிகளைப் பிடித்து அதன் வால்களை வெட்டி எடுத்து, ஒரு காகித

உறையில் சேகரித்து அதை காவல் துறையினரிடம் ஒப்படைக்க வேண்டும். அதே போல பூச்சிகளைப் பிடித்து அவைகளைச் சேகரித்து ஒரு கண்ணாடி பாட்டிலில் போட்டு கொடுக்க வேண்டும். எலியின் வால்களையும், இறந்த பூச்சிகளையும் காவல் துறையினர் எண்ணிப் பார்ப்பார்கள். அதுபோல 1944 ஆம் ஆண்டு ஒரு நாள், அம்மா ஒரு பாட்டில் நிறைய பூச்சிகளை அடைத்து அதை மஞ்சுக்குவோ காவல்துறையினரிடம் கொடுத்திருக்கிறாள். அதை வாங்கிப் பார்த்த போலீஸ்காரர்,'இது ஒருவேளை சாப்பாட்டிற்கு போதாதே' என்று சொல்லி இருக்கிறார். அம்மாவின் முகத்தில் ஆச்சரியம் மலர்ந்ததைக் கவனித்த அந்த போலீஸ்காரர்,'உனக்குத் தெரியாதா? பூச்சிகள் என்றால், ஜப்பானியர்களுக்கு கொள்ளைப் பிரியம். பூச்சிகளை வறுத்து விரும்பிச் சாப்பிடுவார்கள்' என்று சொல்லி இருக்கிறார். இப்போதெல்லாம் அவர் ஜப்பானியர்களை ஒரு பொருட்டாக மதிப்பதில்லை என்பதை அவர் கண்கள் அம்மாவுக்கு காண்பித்துக் கொடுத்தன.

அம்மா தன் இளம் வயதில் மகிழ்ச்சியாக வாழ்க்கையைத் தொடங்கிய காலகட்டம். ஆனால் 1944 ஆம் ஆண்டின் வசந்தகாலத்தில் ஒரு கரிய மேகம் சூழ்ந்தது. அந்த இல்லம், முன்பு இருந்த மகிழ்ச்சியை இழந்து கொண்டிருந்தது. அம்மாவின் பெற்றோர்களுக்கிடைய ஒரு கருநாகம் புகுந்தது போல அம்மா உணர்ந்தாள். நல்லுறவின்மை தலை தூக்கியது.

சீன வருடத்தின் எட்டாம் மாத நிலவின் 15ஆவது நாள், வசந்த கால விழாவின் மத்தியில், 'குடும்ப ஒற்றுமை விழா' நடந்தது. அன்று இரவு ரம்மியமான நிலவொளியில், பாட்டி ஒரு மேஜையைக் கொண்டு வந்து போடுவாள். அதன்மீது முலாம் பழத்தை வெட்டி வைப்பாள். வட்டமான கேக் வைக்கப்பட்டிருக்கும். இப்படி முன்னோர்களின் பழக்கப்படி எல்லா உணவு வகைகளும் வைக்கப்பட்டிருக்கும். குடும்ப ஒற்றுமைக்காக நடக்கும் அந்த விழா, அந்தத் தேதியில் வருவதற்கான காரணம், சீன மொழியில் 'ஒற்றுமை' என்பதற்கும் 'வட்டம்' என்பதற்கும் ஒரே பதமே பயன்படுத்தப்பட்டு வருகிறது. வசந்தகால முழுநிலவு முற்றிலும் வட்டமாக தெரிவது ரம்மியமாகக் காணப்படும். அன்றைய தினத்தில் எடுத்துக் கொள்ளப்படும் அனைத்து உணவுப் பொருட்களும் வட்டமாகவே வடிவமைக்கப்பட்டிருக்கும்.

இந்த பால் போன்ற முழு நிலவு ஒளியில், பாட்டி, அம்மாவுக்கு நிலவு பற்றிய கதைகளை நிறையச் சொல்லுவாள். நிலவில் ஒரு நிழல் விழுகிறதே, அது கேஸியா என்று சொல்லக்கூடிய ராட்சத மரத்தின் நிழல். 'ஊ-கங்' என்னும் பெயர் கொண்ட ஒரு தெய்வம், தன்

வாழ்நாள் முழுவதையும் செலவு செய்து, அம்மரத்தை வெட்ட முயற்சி செய்தது, ஆனால் அந்த மரம் மந்திர சக்தி வாய்ந்த மரம். ஆகையால், அந்த தெய்வம் திரும்பத் திரும்பத் தோல்வியைத் தழுவியது என்று அம்மாவுக்கு கதை சொல்லுவாள். அம்மா, ஆகாயத்தை மெய் மறந்து பார்த்து ரசிப்பாள். வானத்து முழு நிலவை அம்மா தன்னையே மறந்து பார்த்து ரசிப்பாள். ஆனால் அந்த இரவு மட்டும், நிலவை வார்த்தைகளால் வர்ணித்துக் கூற அம்மாவுக்கு அனுமதி இல்லை. ஏனென்றால், 'வட்டம்' என்ற வார்த்தையை அம்மாவின் உதடுகள் உச்சரிப்பதை அவள் தடுத்து விடுவாள். காரணம், டாக்டர் ஸியாவின் குடும்பம் ஆளுக்கொரு திசையாக உருக்குலைந்து விட்டது. அந்த நாள் முழுவதும் டாக்டர் ஸியா மன நிம்மதியை இழந்து, துயரத்தில் ஆழ்ந்திருப்பார். அன்று மட்டுமல்ல, அந்த விழா வருவதற்கு பல நாட்கள் முந்தியும், பல நாட்கள் பிந்தியும் விரக்தியோடுதான் காணப்படுவார். பாட்டியின் கதை சொல்லும் அற்புதமான பாங்கு, அன்றைய தினம் அவ்வளவு சோபிக்காது.

1944 ஆம் ஆண்டு நடந்த அவ்விழாவில், அம்மாவும் பாட்டியும் ஒர் அடர்ந்த கொடிப் பந்தலின் அடியில் அமர்ந்து கொண்டு, இலைகளின் ஊடே தெரிந்த இடைவெளிகளில், பளிச்சென்று பரந்து விரிந்து கிடந்த வானத்தைக் கண்டு மகிழ்ந்து கொண்டிருந்தார்கள். 'இன்று மட்டும் நிலவு அநியாயத்திற்கு வட்டமாகத் தெரிகிறது' என்று அம்மா சொல்லத் தொடங்கிய போது, சட்டென்று பாட்டி இடை மறித்தாள். அடுத்த நொடியே பாட்டிக்கு அழுகை வெடித்தது. பாட்டி வேகமாக வீட்டிற்குள் ஓடினாள். பாட்டி தேம்பித் தேம்பி அழும் சத்தம் அம்மாவுக்கு கேட்டது. 'நீங்கள், உங்கள் மகன்களிடமும், பேரன்களிடமும் திரும்பச் சென்று விடுங்கள். என்னையும் என் மகளையும் விட்டு, உங்கள் வழியை நீங்கள் பார்த்துக் கொள்ளுங்கள்' என்று சொல்லி தேம்பியழுதாள். அழுகையின் ஊடே, 'அது என்னுடைய தவறா அல்லது நீங்கள்தான் செய்த தவறா? உங்கள் மகனே தன்னை மாய்த்துக் கொண்டான். நாம் ஏன் ஆண்டுக்காண்டு அந்தச் சோகத்தைச் சுமந்து கொண்டிருக்க வேண்டும்? உங்கள் பிள்ளைகளைப் போய் பார்க்க விரும்பினால், நான் ஏன் அதைத் தடுக்கப் போகிறேன்? அவர்கள்தான் உங்களை வந்து பார்ப்பதற்கு மறுக்கிறார்கள்' என்று சொல்லி பாட்டி அழுதாள். இவர்கள் ஈக்ஸியான் வந்தபிறகு, டாக்டரின் இரண்டாவது மகனான டி-கை மட்டும்தான் இவர்களை வந்து பார்த்தான். டாக்டர் ஸியா எந்த வார்த்தையும் பேசி அம்மா அப்போது கேட்கவில்லை.

ஏதோ நடக்கக் கூடாதது நடந்துவிடப் போகிறதோ என்று அம்மா அப்போதிலிருந்து உள்ளூர எண்ணிக் கொண்டாள். வர வர டாக்டர்

ஸியா, பேசுவதை நிறுத்திக் கொண்டார். அம்மாவும் எப்படியோ அவரிடம் பேசுவதைத் தவிர்த்து வந்தாள். பாட்டி எப்போதும் அழுத கண்களோடுதான் காணப்பட்டாள். டாக்டர் ஸியாவின் பையன்களை மீறி திருமணம் செய்து கொண்டதால் வந்த வினையின் காரணமாக, பாட்டியும் டாக்டர் ஸியாவும் ஒருநாள்கூட சந்தோஷமாக இருந்ததில்லையே என்று தனக்குத்தானே பாட்டி சொல்லிக் கொண்டு வேதனைப்பட்டாள். பாட்டி அம்மாவை நெஞ்சோடு அணைத்து இறுகத் தழுவிக் கொண்டு, 'என் உலகமே நீதான்' என்று சொல்லிக் கொள்வாள்.

ஜிங்கு நகர் மீது கார் காலம் சூழ்ந்தது. அம்மா தன் இயல்புக்கு மாறாக, சோகம் சூழ்ந்தவளாகக் காணப்பட்டாள். டிசம்பர் மாதக் குளிர் காலத்தில், தெளிந்து கிடந்த வானில் பி 29எஸ் என்னும் அமெரிக்க நாட்டு விமானம் அணு ஆயுதம் தாங்கி இரண்டாவது முறை பறந்தும்கூட அம்மாவின் வேதனை அதை வேடிக்கை பார்த்தும் குறையாமல் இருந்தது உண்மை.

ஜப்பானியர்களை வர வர பயம் கவ்விக் கொண்டது. ஒரு நாள் அம்மாவின் பள்ளித் தோழி ஒருத்தி கையில் ஒரு புத்தகம் வைத்திருந்தாள். அந்தப் புத்தகம் தடை செய்யப்பட்ட சீன எழுத்தாளர் ஒருவரால் எழுதப்பட்டது. அந்தப் புத்தகத்தை அவள் வாசிக்க, நகரைத் தாண்டி ஓர் அமைதியான இடம் தேடிச் சென்றாள். அங்கே மிகப்பெரிய பள்ளம் ஒன்று தென்பட்டது. அது ஒரு பதுங்கு குழியாக இருக்கலாம் என்று எண்ணிக் கொண்டாள். இருளில் எதையோ தடவியவள், ஏதோ ஒன்றைத் தொட்டாள். அது அவள் விரல்களுக்கு மின்சார ஸ்விட்ச் போன்று பட்டது. அவள் அதைத் தொட்டவுடன் காதைக் கிழிக்கும் சத்தம் ஒன்று வெடித்தது. அவள் தொட்டது ஓர் அபாய அறிவிப்பு கருவி. சத்தம் கேட்டுத் திடுக்கிட்டு பயந்த அவள், கால் தடுமாறி விழுந்த அந்த இடம் ஓர் ஆயுதக் கிடங்கு. அவள் கால்கள் அதிர்ச்சியில் செயலிழந்து மரத்துவிட்டன. அவள் தப்பித்து நடக்க முயற்சித்தாள். சுமார் இருநூறு அடி தூரம் ஓடுமுன்பே சில ஜப்பானிய சிப்பாய்கள் அவளைப் பிடித்துக் கொண்டனர். அவளைத் தரதரவென்று இழுத்துச் சென்றனர்.

இரண்டு நாட்கள் கழித்து, பள்ளி மாணவர்கள் அனைவரும் மேற்கு வாசலுக்கு அந்தப்புறம் உள்ள பனி படர்ந்து கிடக்கும் ஒரு மைதானத்திற்கு அணிவகுத்து அழைத்துச் செல்லப்பட்டனர். அந்த இடம் ஸியாவலிங் ஆறு வளைந்து ஓடும் ஓரிடம். அந்த இடத்தைச் சுற்றியுள்ள அக்கம் பக்கத்தோர்களையும் இராணுவத் தலைமை வரச்சொல்லி உத்தர விட்டிருந்தது. 'ஜப்பான் நாட்டிற்கு கீழ்ப்படிய மறுக்கும் ஒருவனுக்கு கொடுக்கப்படும் தண்டனையை

மாணவர்கள் நேரில் காண வேண்டும்' என்று அவர்களிடம் கூறினார்கள். திடீரென்று, ஜப்பானிய காவலர்கள் அம்மா நின்றிருந்த இடத்திற்கு முன்னால், அவளின் தோழியை இழுத்துக் கொண்டு வந்து நிறுத்தினார்கள். அவள் கால்கள் சங்கிலியால் பிணைக்கப் பட்டிருந்ததால் அவளால் நடக்க முடியவில்லை. அவளைக் கொடூரமாக அடித்து சித்திரவதை செய்திருக்கிறார்கள். அவள் கன்னங்கள் வீங்கிப் போயிருந்ததால், அம்மாவால் அவளைச் சட்டென அடையாளம் காண முடியவில்லை. அதன்பின் ஜப்பானிய இராணுவ வீரர்கள் தப்பாக்கிகளை உயர்த்தி, அந்தப் பெண்ணை நோக்கி குறி வைத்தார்கள். அப்போது அந்தப்பெண் ஏதோ சொல்ல முயன்றது போல் தெரிந்தது. ஆனால் அவளிடமிருந்து எந்த சத்தமும் வெளியே வரவில்லை. துப்பாக்கிகள் வெடிக்கும் சத்தம் கேட்டது. குண்டுகளால் துளைக்கப்பட்ட அப்பெண்ணின் உயிரற்ற உடல் மண்ணில் சரிந்து, அவள் உடலிலிருந்து சிதறிய ரத்தம் பனிக்கட்டியின் மீது ஓடிக் கரைந்தது. 'கழுதை' என்று மாணவர்களால் சொல்லப்பட்ட அந்த ஜப்பானியத் தலைமை ஆசிரியர் மாணவர்கள் வரிசையை நோட்டமிட்டார். பயங்கர முயற்சி எடுத்து அம்மா தன் உணர்ச்சிகளை கட்டுப்படுத்திக் கொண்டாள். அம்மா தன்னை வலுக்கட்டாயப்படுத்திக் கொண்டு, அந்த வெண்ணிற உறைபனியை, இரத்தத்தால் சிவப்பாக்கியபடி, வீழ்ந்து கிடந்த தன் தோழியின் உயிரற்ற உடலைப் பார்த்தாள்.

யாரோ ஒருவர் கட்டப்படுத்த முடியாமல் தேம்பி அழும் சத்தம் அம்மாவுக்குக் கேட்டது. அது அம்மாவுக்கு மிகவும் பிடித்த தணக்கா என்னும் ஜப்பானிய ஆசிரியைதான் அப்படி அழுதாள். உடனடியாக 'கழுதை' தணக்காவின் மீது பாய்ந்து, அவள் கன்னத்தில் அறைந்து, காலால் எட்டி உதைத்தார். தணக்கா நிலை தடுமாறி தரையில் விழுந்தாள். தன்னை மீண்டும் மிதிக்க வரும் அவன் செருப்பு கால்களிலிருந்து தப்பிக்க உருண்டு உருண்டு ஒதுங்கிப் போனாள். ஆனால் அவனோ, மிருகத்தனமாக அவளை கீழே போட்டு மிதித்தான். 'ஜப்பானிய இனத்துக்கே இவள் துரோகம் இழைத்து விட்டாள்' என்று கத்தினான். ஒரு வழியாக 'கழுதை' அந்த ஆசிரியையைத் துன்புறுத்தியதை நிறுத்தி விட்டு, மாணவர்களை நோக்கி, 'கலையலாம்' என்று உரக்கக் கத்தினார்.

கீழே சுருண்டு விழுந்து அடிபட்டு கிடந்த அம்மாவின் ஆசிரியையும், அம்மாவின் அன்புத் தோழியின் உயிரற்ற உடலையும் கடைசியாக ஒருமுறை பார்த்தாள். அம்மா, தன் உள்ளத்தில் பொங்கியெழுந்த அடக்க முடியாத ஆத்திரத்தை ஒருவாறு அடக்கிக் கொண்டாள்.

4

'உங்களுக்கென்று சொந்த நாடில்லாத அடிமைகளே'

வெவ்வேறு தலைவர்களால் ஆளப்பட்டவர்கள்

1945 – 1947

ஜெர்மன் நாடு சரணடைந்தது என்ற செய்தியும், ஐரோப்பாவில் போர் முடிவுக்கு வந்துவிட்டது என்ற செய்தியும் 1945 ஆம் ஆண்டு மே மாதம் ஜிங்கு நகர் முழுவதும் பரவியது. ஆயுதம் தாங்கிய அமெரிக்க நாட்டு போர் விமானங்கள் எங்கள் தலைக்கு மேல் பறந்து கொண்டிருந்தன. பி-29எஸ் போர் விமானம் மஞ்சூரியாவின் மற்ற இடங்களில் குண்டு மழை பொழிந்தது. எப்படியோ ஜிங்கு மீது குண்டு வீசப்படவில்லை. ஜப்பான் மிக விரைவில் தோல்வியைத் தழுவப் போகிறது என்ற உணர்வு எங்கள் நகர் முழுவதும் பரவியது.

ஆகஸ்ட் மாதம் எட்டாம் தேதி, அம்மா படித்த பள்ளி மாணவர்கள் அனைவரையும் ஒரு ஆலயத்திற்கு அழைத்துச் சென்று, ஜப்பானின் வெற்றிக்காக பிரார்த்திக்க வேண்டுமென்று உத்திரவிடப்பட்டது. அடுத்த நாள், சோவியத் துருப்புகளும், மங்கோலியத் துருப்புகளும் மஞ்சுக்குவோவின் உள்ளே ஊடுருவின. ஆயுதம் தாங்கிய அமெரிக்க போர் விமானம் இரண்டு அணுகுண்டுகளை ஜப்பான் மீது வீசியது என்ற செய்தி வந்தது. இச்செய்தி கேட்டு உள்ளூர்வாசிகள் மகிழ்ந்து கொண்டாடினர். அடுத்தடுத்து நடத்தப்பட்ட விமானத் தாக்குதல்களால் எல்லாரும் பீதியடைந்தனர். பள்ளிக்கூடங்கள் காலவரையின்றி

மூடப்பட்டன. அம்மா விமானத் தாக்குதல்களிலிருந்து பாதுகாத்துக் கொள்ள வீட்டில் பதுங்குமிடம் தோண்டுவதற்கு உதவியாக இருந்தாள்.

ஆகஸ்ட் மாதம் 13ஆம் நாள் ஜப்பானியர்கள் சமாதானமாகப் போக விரும்பியதாக ஸியா குடும்பத்தினருக்கு தகவல் வந்தது. இரண்டு நாட்கள் கழித்து, ஸியாவின் பக்கத்து வீட்டு சீன அரசு ஊழியர் ஒருவர் அவசரமாக வீட்டிற்குள் ஓடிவந்து, அவசரச் செய்தி ஒன்று வானொலி மூலம் ஒலிபரப்பப்படவிருக்கிறது என்று சொல்லிவிட்டு ஓடினார். டாக்டர் ஸியா வைத்தியத்தை நிறுத்திவிட்டு, பாட்டியை அழைத்துக் கொண்டு போய் வானொலிக்கு முன்னால் அமர்ந்தார். செய்தி வந்தது: 'ஜப்பான் நாட்டு பேரரசர் சரணடைந்தார்.' அந்த நிமிடமே அடுத்த செய்தி வந்தது: 'மஞ்சுக்குவோவின் பேரரசர் பு யி பதவி துறந்தார்.' மக்கள் ஆங்காங்கே வீதிகளில் கூடி மகிழ்ச்சியில் ஆர்ப்பரித்தனர். பள்ளிக்கூடத்தில் என்ன நடக்கிறது என்பதைத் தெரிந்து கொள்ளும் ஆர்வத்தில் அம்மா பள்ளிக்கு ஓடினாள். அந்த இடம் வெறிச்சோடிக் கிடந்தது. ஒரு அலுவலக அறையிலிருந்து மட்டும் முனகல் சத்தம் போன்று ஒரு சத்தம் கேட்டது. அம்மா மெதுவாக எட்டிப் பார்த்தாள். அங்கே ஜப்பானிய ஆசிரியர்கள் ஒருவரை ஒருவர் கட்டிப்பிடித்து அழுது கொண்டிருந்தார்கள்.

அன்று இரவு முழுவதும் அம்மாவால் தூங்க முடியவில்லை. விடிவதற்கு முன்பே அம்மா எழுந்து விட்டாள். காலையில் அம்மா வாயிற் கதவைத் திறந்தபோது வீதியில் மக்கள் கூட்டமாக நிற்பதைப் பார்த்தாள். ஒரு ஜப்பானியப் பெண் மற்றும் இரண்டு குழந்தைகளின் சடலங்கள் அங்கே கிடந்தன. ஒரு ஜப்பானிய அதிகாரியின் குடும்பத்தார் அனைவரும் தூக்கிலிட்டுக் கொல்லப்பட்டனர்.

ஜப்பான் சரணடைந்த சில நாட்களில் டாக்டர் ஸியாவின் பக்கத்து வீட்டில் இருந்த ஜப்பானியர் அனைவரும் ஒருநாள் இறந்து கிடந்தனர். அவர்கள் விஷம் குடித்து தற்கொலை செய்து கொண்டதாக சிலர் சொன்னார்கள். ஜிங்கு நகர் முழுவதும் ஒரே தற்கொலைகளும், தூக்குப் போட்டு கொண்ட செய்திகளுமாகவே வந்து கொண்டிருந்தன. ஜப்பானியக் குடும்பங்கள் சூறையாடப்பட்டன. பரம ஏழையாக இருந்த அம்மாவின் அண்டை வீட்டுக் குடும்பம் ஒன்று, திடீரென்று விலை உயர்ந்த பல பொருட்களை விற்பனைக்கு கொண்டு வந்தது அம்மாவுக்கு தெரிந்தது. பள்ளி மாணவர்கள் ஜப்பானிய ஆசிரியர்களை ஆத்திரம் தீர பழி வாங்கிக் கொண்டார்கள். ஆசிரியர்களை ஆசை தீர அடித்துத் துன்புறுத்தினார்கள். இன்னும் சில ஜப்பானியர்கள் தங்கள் குழந்தைகள் 'எப்படியாவது காப்பாற்றப்படுவார்கள்' என்ற

நம்பிக்கையில் சீனர்கள் வீட்டு வாசற்படிகளில் போட்டு விட்டு ஓடினார்கள். ஜப்பானியப் பெண்களில் பலர் கற்பழிக்கப்பட்டனர். பல பெண்கள் தங்கள் தலைகளை மொட்டையடித்துக் கொண்டு ஆண்களைப் போல வேடமணிந்து தப்பித்து செல்ல முயன்றனர்.

ஜப்பானிய ஆசிரியையான தணக்காவைப் பற்றி அம்மா மிகுந்த கவலைப்பட்டாள். அந்த ஒரு ஆசிரியை மட்டும்தான் சீன மாணவர்களை ஒருபோதும் அடிக்காதவள். அம்மாவின் தோழி கொல்லப்பட்டதற்காக வருத்தம் தெரிவித்த ஒரே ஜப்பானிய ஆசிரியை அவள்தான். தணக்காவை வீட்டில் மறைத்து வைத்துக் கொள்ளலாமா என்று அம்மா பெற்றோர்களைக் கேட்டாள். பாட்டி பதட்டமடைந்தாள். எதுவும் சொல்லவில்லை. டாக்டர் ஸியா சரி என்று சம்மதித்தார்.

அம்மா, தன் சித்தி லான்னிடமிருந்து சில உடைகளை வாங்கி கொண்டு வந்தாள். தணக்காவும், லானும் கிட்டத்தட்ட ஒரே உருவத்தில் இருந்தார்கள். தணக்கா அந்த அடுக்குமாடி வீட்டில் மறைந்து இருந்தது கண்டு, அம்மா அவளை எங்கள் வீட்டிற்கு அழைத்து வந்தாள். அம்மாவின் சித்தியிடமிருந்து வாங்கி வந்த ஆடைகள் அவளுக்கு சரியாக இருந்தன. சராசரி ஜப்பானியப் பெண்களை விட தணக்கா சற்று உயரமாகவே இருப்பாள். அதனால், அவள் ஒரு சீனாக்காரி போலத்தான் தெரியும். அப்படி யாரேனும் சந்தேகப்பட்டுக் கேட்டால், அவள் அம்மாவின் சித்தி மகள் என்று சொல்லி விடலாம் என்றார்கள். இந்த உறவு சீனப் பெண்கள் மத்தியில் நிறைய உண்டு. எனவே, இதை யாரும் ஆராய்ச்சி செய்ய மாட்டார்கள். தணக்காவுக்கு கடைசி அறையை ஒதுக்கிக் கொடுத்தார்கள். அந்த அறைதான் ஒரு சமயத்தில் ஹான்-சென்னுக்கு பாதுகாப்பு கொடுத்து தங்க வைக்கப்பட்டிருந்த அறை.

ஜப்பானியர்கள் சரணடைந்ததால் ஏற்பட்ட வெற்றிடமும், மஞ்சுக்குவோ பேரரசின் வீழ்ச்சியும் ஜப்பானியர்களை மட்டும் பாதிக்க வில்லை. ஜிங்குவில் ஏகப்பட்ட பாதிப்புகள் தோன்றின. நள்ளிரவில் துப்பாக்கிச் சத்தம் கேட்கும். உதவிக்கான அபயக்குரல் அவ்வப்போது கேட்டுக் கொண்டே இருக்கும். குடும்பத்தில் உள்ள ஆண்கள் அனைவரும் அதாவது, பதினைந்து வயது நிரம்பிய பாட்டியின் தம்பியான யூ-லின் மற்றும் டாக்டர் ஸியாவிடம் மருத்துவப் பயிற்சி பெறுபவர்கள் உட்பட, அனைவரும் இரவில் கையில் கம்பு, கத்தி, கற்கள், கோடரி ஆகியவைகளை ஆயுதங்களாகத் தாங்கிக்கொண்டு மாடி மீது ஏறி நின்று காவல் காத்து வந்தனர். பாட்டி எதற்கெடுத்தாலும் பயப்படுவாள். ஆனால் அம்மா எதற்கும் பயப்பட மாட்டாள். பாட்டி அம்மாவைப் பார்த்து

ஆச்சரியப்படுவாள். 'உனக்கு உன் அப்பாவின் இரத்தம் ஓடுகிறது' என்று அடிக்கடி அம்மாவைப் பார்த்துக் கூறுவாள்.

ஜப்பான் வீழ்ச்சிக்குப் பிறகு எட்டு நாட்கள் வரை கொலை, கொள்ளை, கற்பழிப்பு போன்ற சம்பவங்கள் தொடர்ந்து அரங்கேறி வந்தன. 'சோவியத் செஞ்சேனை' என்ற புதிய இராணுவம் ரஷ்யாவிலிருந்து வந்து கொண்டிருக்கிறது என்ற தகவல் வந்தது. நாளை வரவிருக்கும் ரஷ்ய இராணுவத்தினரை வரவேற்க பொதுமக்கள் அனைவரும் இரயில் நிலையம் செல்ல வேண்டும் என்று நகரத் தலைவர்கள் கேட்டுக் கொண்டார்கள். டாக்டர் ஸியாவும் பாட்டியும் வீட்டில் இருந்தார்கள். ஆனால் அம்மாவோ, முக்கோண வடிவத்தில் செய்யப்பட்ட கலர் கொடியை கையில் பிடித்துக் கொண்டு, மிகுந்த உற்சாகத்தோடு ரயில் நிலையம் செல்லும் மாபெரும் கூட்டத்தில் தானும் ஆவலோடு கலந்து கொண்டாள். இரயில் உள்ளே நுழைந்ததும், கூட்டத்தினர் கைகளிலிருந்த கொடிகளை ஆட்டிக் கொண்டு 'உளா', 'உளா' (வாழ்க, வாழ்க என்ற பொருள் கொண்ட 'உரா' என்ற ரஷ்ய வார்த்தைக்கு இணையான சீன வார்த்தை) என்று கோஷம் போட்டார்கள். சோவியத் இராணுவத்தினரை வெற்றிவாகை சூடக்கூடிய வீரர்களாகவும், அழகான குறுந்தாடி வைத்திருப்பவர்களாகவும், பறந்து செல்லும் ஆற்றல் கொண்ட குதிரைகளில் சவாரி செய்து வருபவர்களாகவும் அம்மா கற்பனை செய்து வைத்திருந்தாள். ஆனால் அம்மா பார்த்ததோ, மிகச் சாதாரணமான உடை அணிந்து வந்த, வெளிறிப்போன தோல்களைக் கொண்ட சாதாரண மனிதர்கள்! இதைவிடுத்து, அம்மா இப்போதுதான் முதன்முதலாக வெள்ளைக்கார மனிதர்களைப் பார்க்கிறாள்.

சுமார் ஆயிரம் ரஷ்ய துருப்புகள் ஜிங்குவில் முகாமிட்டிருந்தன. ரஷ்ய துருப்புகள் முதலில் இங்கே வந்ததும் மக்கள் அவர்களுக்கு நன்றி உடையவர்களாக இருந்தனர். ஏனென்றால், அவர்களால்தான் ஜப்பானியர்களை விரட்டி அடிக்க முடிந்தது. ஆனால், இவர்களால் புதிய சிக்கல் ஒன்று உருவாகியது. ஜப்பானியர் வீழ்ச்சிக்குப் பிறகு இங்குள்ள பள்ளிகள் எல்லாம் மூடப்பட்டன. அம்மா ஒரு தனியாரிடம் கல்வி பயின்று வந்தாள். ஒரு நாள் அம்மா பாடம் முடிந்து வீடு திரும்பிக் கொண்டிருந்த போது, சாலையின் ஓரத்தில் ஒரு டிரக் வண்டி நிறுத்தப்பட்டிருந்ததைக் கண்டாள். ரஷ்ய சிப்பாய்கள் அதன் அருகே நின்றுகொண்டு நெசவு செய்த புதுத்துணி சுருள் ஒன்றை கையில் வைத்து நீட்டிக் கொண்டிருந்தனர். ஜப்பானியர் ஆட்சியின்கீழ் துணிகள் பங்கீடு

செய்துதான் வழங்கப்பட்டன. இப்போது அம்மா அதைப் பார்க்க வேண்டுமென்று அதன் அருகில் சென்றாள். கடைசியில் பார்த்தால், அம்மா ஆரம்பப் பள்ளியில் படித்துக் கொண்டிருந்த போது வேலை செய்த ஆலைத் தறியில் நெய்யப்பட்ட துணி அது. அவர்கள் இந்தத் துணியைக் கொடுத்து அதற்குப் பதிலாக கைக் கடிகாரம், சுவர்க் கடிகாரம் மற்றும் அலங்காரப் பொருட்கள் ஆகியவற்றைப் பெற்றுக் கொள்கிறார்கள். ஒரு பெரிய பெட்டியின் அடியில் ஒரு கடிகாரத்தைப் போட்டு மூடி வைத்தது இப்போது அம்மாவுக்கு நினைவு வந்தது. வேக வேகமாக ஓடிப் போய் அந்தப் பெட்டியைக் கிண்டிப் பார்த்தாள். அந்தப் பழைய கடிகாரம் எப்படியோ உடைந்து இருந்ததால், துணி வாங்க முடியாதே என்று அம்மா ஏமாற்றமடைந்தாள். ஆனால், அந்தச் சிப்பாய்கள் அதை மிகுந்த மகிழ்ச்சியோடு வாங்கிக் கொண்டார்கள். அதற்கு பதிலாக, இளஞ்சிவப்பு நிறத்தில் பூப் போட்ட வெள்ளை நிறத் துணிச்சுருள் ஒன்றைக் கொடுத்தார்கள். என்ன இந்த ரஷ்யக்காரர்கள் ஓட்டை உடைசல் பொருட்களுக்கும், பாசிமணிக்கும் இவ்வளவு ஆர்வம் காட்டுகிறார்களே என்று இரவு நேரச் சாப்பாட்டு வேளையில் அவர்களைப் பற்றி நம்பிக்கையில்லாமல் வீட்டில் பேசிக் கொண்டார்கள்.

தொழிற்சாலைகளிலிருந்து பொருட்களை அள்ளி, ரஷ்யர்கள் விநியோகம் மட்டும் செய்யவில்லை, அங்குள்ள தொழிற்சாலைகள் முழுவதையும், அதாவது ஜிங்குவில் உள்ள இரண்டு எண்ணெய் சுத்திகரிக்கும் தொழிற்சாலைகள் உட்பட, அனைத்துத் தொழிற்சாலைகளையும் அக்கு வேறு ஆணி வேராகக் கழற்றி, அவைகளைக் கப்பல்கள் மூலம் ரஷ்யாவுக்கு துடைத்து அனுப்பிக் கொண்டிருந்தனர். ரஷ்யர்களின் இந்த செயல்பாட்டுக்கு எந்திரங்களைச் 'செப்பனிடுதல்' என்று சொல்லிக் கொண்டார்கள். ஆனால் சீனர்கள் 'எங்கள் தொழிற்சாலைகளைத் துடைத்தெடுத்து ரஷ்யாவுக்கு அனுப்பிக் கொண்டிருக்கிறார்கள்' என்று புரிந்து கொண்டார்கள்.

ரஷ்ய ராணுவத்தினர் சாதாரணமாக சீனர்கள் வீட்டிற்குள் புகுந்து, அவர்களுக்கு பிடித்த பொருட்களை எடுத்துக் கொண்டார்கள். குறிப்பாக, கடிகாரங்களையும், துணிமணிகளையும் விட்டு வைப்பதில்லை. ரஷ்ய சிப்பாய்கள் சீனப் பெண்களைக் கற்பழித்த செய்தி காட்டுத் தீ போல எங்கும் பரவியது. தங்களை மீட்க வந்தவர்களுக்குப் பயந்து பெண்கள் மறைந்து கொள்ள ஓடினார்கள். வெகுவிரைவில் அந்நகரே கோபத்தில் கொந்தளித்தது.

டாக்டர் ஸியாவின் வீடு நகருக்கு வெளியில் இருந்தது. அவ்வீடு பாதுகாப்பு குறைவாகவே இருந்தது. அம்மாவின் தோழி ஒருத்தி தனது வீடு ஒன்றை ஸியா குடும்பத்திற்கு வாடகைக்கு தருவதாக கூறினாள். அந்த வீடு நகரின் சுற்றுச் சுவருக்கு உள்ளேயே அமைந்திருந்தது. உடனே அவர்கள் இருந்த அந்த வீட்டைக் காலி செய்துவிட்டு, புது வீட்டிற்கு சென்றபோது, ஜப்பானிய ஆசிரியையும் அவர்களோடு கூட்டிக் கொண்டு சென்று விட்டார்கள். இந்த இட மாற்றத்தால் அம்மா தினமும் ஆசிரியர் வீட்டிற்குச் சென்றுவர நீண்ட தூரம் நடக்க வேண்டியதாகி விட்டது. அதாவது, போக அரை மணி நேரம்; வர அரை மணி நேரம் ஆனது. தானே அம்மாவைக் கொண்டு போய் ஆசிரியர் வீட்டில் விட்டுவிட்டு, திரும்பி வரும்போது அழைத்து வருவதாகவும் டாக்டர் ஸியா உறுதியாகச் சொன்னார். ஆனால், அம்மா அவருக்குத் தொந்தரவு கொடுக்க விரும்பவில்லை. திரும்பி வருகிறபோது அம்மா பாதி தூரம் நடந்து வந்து, அதிலிருந்து டாக்டர் ஸியா வந்து அம்மாவை அழைத்துச் சென்றால் போதும் என்று அம்மா சொல்லி விட்டாள். ஒருநாள், ஒரு வண்டியில் கூத்தும் கும்மாளமுமாக வந்த ரஷ்ய சிப்பாய்கள், அம்மாவைப் பார்த்து வண்டியை நிறுத்த, வண்டியிலிருந்து குதித்து அம்மாவை நோக்கி ஓடினார்கள். அம்மா தன்னுடைய பலம் கொண்ட மட்டும் விரைந்து ஓடினாள். அவர்களும் அம்மாவை விடாமல் துரத்தினார்கள். ஒரு நூறு மீட்டர் தூரத்தில் அம்மா வளர்ப்புத் தந்தையார் டாக்டர் ஸியா வருவதைக் கண்டாள். அவர் தனது கைத்தடியை ஓங்கிச் சுழற்றிக் கொண்டு வந்தார். சிப்பாய்கள் அம்மாவை நெருங்கி விட்டார்கள். உடனே அம்மா, தனக்கு மிகவும் பழக்கமான, அருகில் இருந்த ஒரு பாழடைந்த பள்ளிக்குள் நுழைந்து விட்டாள். அந்தப் பாதை அம்மாவுக்குப் பழக்கமானது. ஆனால் புதிதாய் வருபவர்களைக் குழப்பி விடும் சிக்கலான பாதை அது. அம்மா சுமார் ஒரு மணி நேரம் அங்கே மறைந்திருந்தாள். பின்பக்க வழியாக ஓசை படாமல் நழுவி பத்திரமாக வீடு வந்து விட்டாள். அந்த சிப்பாய்கள் அம்மாவைத் துரத்திக் கொண்டு ஒரு கட்டிடத்திற்குள் ஓடினார்கள். ஆனால், நல்ல வேளை, அங்கே இருந்த வழித்தடம் அவர்களை குழப்பி விட்டதால், அவர்கள் வெளியே வந்து விட்டார்கள்.

ரஷ்யர்கள் வந்து சேர்ந்த ஒரு வாரம் கழித்து, நகரக் குழுத் தலைவர், அடுத்த நாள் மாலை நடைபெறவிருக்கும் கூட்டத்தில் கலந்து கொள்ளுமாறு அம்மாவைக் கேட்டுக் கொண்டார். அடுத்த நாள் அங்கு சென்ற அம்மா, அவர்களைப் பார்த்தபோது அம்மாவுக்கு அருவருப்பாகப் பட்டது. ஏனெனில் அங்கிருந்த சீன ஆண்களும், அதேபோல சில பெண்களும் ஒரு பாமரத்தனமாக, அழுக்கடைந்த

'உங்களுக்கென்று சொந்த நாடில்லாத அடிமைகளே'

ஆடைகளோடு காணப்பட்டார்கள். எட்டு வருடங்களாக எப்படிப் போராடி ஜப்பானியர்களைத் தோற்கடித்தோம்! அதனால் ஒரு சாதாரண மனிதன் கூட, நவ சீனத் தலைவராக வரமுடியும் என்று அங்கே பேசினார்கள். அவர்கள் கம்யூனிஸ்ட்க்காரர்கள். அதாவது, சீனக் கம்யூனிஸ்ட்கள். எந்த ஆரவாரமோ, அறிவிப்போ இன்றி நேற்று அவர்கள் நகருக்குள் வந்திருக்கிறார்கள். கூட்டத்தில் இருந்த பெண் கம்யூனிஸ்ட்கள் ஒழுங்கற்ற உடை உடுத்தி இருந்தனர். அதாவது, ஆண்களைப் போல் ஆடை அணிந்திருந்தனர். இதைக்கண்டு அம்மாவுக்கு தோன்றிய எண்ணம்: 'ஜப்பானியர்களைத் தோற்கடித்து விட்டீர்கள் என்று எப்படி நீங்கள் சொல்லிக் கொள்கிறீர்கள்? உங்கள் கைகளில் ஒரு துப்பாக்கி கூட இல்லை; உங்களால் நல்ல உடை உடுத்திக் கொள்ளக்கூட முடிய வில்லை' என்று எண்ணினாள். அம்மாவைப் பொறுத்தவரை கம்யூனிஸ்டுகள் பாவப்பட்ட ஏழைகள். பிச்சைக்காரர்களை விட வறுமைப்பட்டவர்கள்.

கம்யூனிஸ்ட்கள் பற்றி அம்மா ஒரு கற்பனையில் இருந்திருக்கிறாள். அவர்கள் அமானுஷ்யமான மனிதர்கள்; பெரிய பலசாலிகள்; அழகான மாந்தர்கள் என்றெல்லாம் கற்பனை செய்து வைத்திருக்கிறாள். ஆனால், அம்மா அவர்களை நேரில் பார்த்ததும் ஏமாற்றமடைந்து விட்டாள். அம்மாவின் சித்தப்பாவான சிறை அதிகாரி பி-யோ, தூக்குத் தண்டனை நிறைவேற்றுபவரான டாங் ஆகியோர், 'கம்யூனிஸ்ட்கள், தைரியமான கைதிகள்' என்று சொல்லி இருக்கிறார்கள். 'அவர்களுக்கு இரும்பு மாதிரி உடம்பு. அவர்களின் கொள்கைக் குரல்களை கம்பீரமாக, எழுச்சியுடன் எழுப்புவார்கள். அவர்கள் தூக்கிலிடப்பட்டு, தூக்குக் கயிறு அவர்கள் குரல்வளைகளை நெறிக்கும் வரை ஜப்பானியர்களைத் திட்டித் தீர்ப்பார்கள்' என்று டாங் சொல்லி இருக்கிறான்.

பொதுமக்கள் அமைதி காக்குமாறு கம்யூனிஸ்ட்கள் துண்டு பிரசுரங்கள் வழங்கினார்கள். ஜப்பானிய ஆதரவாளர்களை அவர்கள் கைது செய்தார்கள். ஜப்பானிய பாதுகாப்புப் படைக்கு துணை நின்றவர்களையும் கைது செய்தார்கள். அப்படிக் கைது செய்யப்பட்டவர்களில், என்னுடைய முப்பாட்டியாரின் தந்தையாகிய யாங் என்பவரும் ஒருவர். அவர் இதுவரை ஈக்ஸியான் நகரின் துணை காவல்துறை அதிகாரியாகப் பணியில் இருந்தவர். அவர் பணியாற்றிய சிறையிலேயே அவர் அடைக்கப்பட்டார். அவருடைய மேல் அதிகாரியான தலைமைக் காவல்துறை அதிகாரி தூக்கிலிட்டுக் கொல்லப்பட்டார். கம்யூனிஸ்ட்கள் நிலைமையைக் கட்டுக்குள் கொண்டு வந்தார்கள். பொருளாதாரம் சீர் அடையத்

தொடங்கியது. புழக்கத்தில் இல்லாமலிருந்த உணவு தானியங்கள் மிக எளிதாகக் கிடைக்கும் அளவு முன்னேற்றம் பெற்றது. டாக்டர் ஸியா தன் மருத்துவப்பணியை மீண்டும் தொடர்ந்தார். அம்மா பயின்ற பள்ளி மீண்டும் செயல்படத் தொடங்கியது.

கம்யூனிஸ்ட்கள் உள்ளூர் மக்கள் வீடுகளில் தங்கிக் கொண்டனர். அவர்கள் கண்ணியத்துடன் நடந்து கொண்டார்கள். போலித்தனம் இல்லாத எதார்த்தவாதிகளாக இருந்தனர். குடும்பத்தினர்கள் மத்தியில் அமர்ந்து கலந்து பேசினார்கள். 'நம்மிடம் போதுமான கல்வி அறிவு பெற்ற மக்கள் இல்லை' என்று அம்மாவின் தோழி ஒருத்தியிடம் சொன்னார்கள். 'வந்து எங்களோடு சேர்ந்து கொள்ளுங்கள். உங்களை ஒரு மண்டலத்தின் தலைவி ஆக்கிக் காட்டுகிறோம்' என்றும் சொல்லி இருக்கிறார்கள்.

கம்யூனிஸ்ட்களுக்கு புதுக் களப் பணியாளர்கள் தேவைப் பட்டார்கள். ஜப்பான் வீழ்ச்சியுற்றபோது கம்யூனிஸ்ட் போராளிகளும், கோமிங்டாங் போராளிகளும் (இவர்கள் 1928 ஆம் ஆண்டுவரை தேசியப் போராளிகள் என்றும் அதன்பிறகு 1947 வரை குடியரசு சீனாவின் கோமிங்டாங் போராளிகள் என்று அழைக்கப்பட்டனர்) தங்களால் எவ்வளவு இயலுமோ அவ்வளவு நிலப் பரப்பை ஆக்கிரமதித்துக் கொள்ள முயன்றனர். ஆனால், கோமிங்டாங் போராளிகள் வசம் மிகுதியான படைபலம் இருந்தது. ஜப்பான் நாட்டுடன் போரிடும் பொருட்டு, சுமார் எட்டு ஆண்டுகளாக உள்நாட்டுப் போர் தற்காலிகமாக நிறுத்தப்பட்டிருந்தது. இந்த உள்நாட்டுப் போரைத் தொடரும் பொருட்டு, இந்த இரண்டு போராட்ட இயக்கங்களும் தங்களின் கைகள் ஓங்க வேண்டுமென்று போராடின. உண்மையில் பார்க்கப் போனால், கம்யூனிஸ்ட் போராளிகளுக்கும், கோமிங்டாங் போராளிகளுக்குமிடையே ஏற்கனவே யுத்தம் ஆரம்பித்து விட்டது. இதில் மஞ்சூரியாதான் முக்கியமான யுத்த களமாகத் திகழ்ந்தது. ஏனெனில், மஞ்சூரியாதான் பொருளாதார வளம் கொண்டிருந்த இடமாக இருந்து வந்தது. கம்யூனிஸ்ட்களுக்கு, மஞ்சூரியா அருகாமையில் இருந்ததால் ரஷ்யாவிலிருந்த எந்த உதவியும் கிடைக்காத நிலையிலும், அவர்கள் தங்கள் துருப்புகளை மஞ்சூரியாவில் கொண்டு போய் நிலைநிறுத்தி விட்டார்கள். ஆனால் அதேசமயம், அமெரிக்கர்கள் சுமார் ஒரு லட்சம் கோமிங்டாங் துருப்புகளை நீர் வழியாக வட சீனாவில் கொண்டு வந்து இறக்கி, கோமிங்டாங் படைத்துறை அதிகாரி சியாங் காய்-ஷெக்கிற்கு உதவினார்கள். ஒரு கட்டத்தில், ஜிங்கு நகரிலிருந்து 30 மைல் தொலைவில் உள்ள ஹலுபூவோ என்னும் துறைமுகத்தில்,

இவர்களில் சிலரைக் கொண்டு போய் இறக்க அமெரிக்கர்கள் முடிவு செய்தனர். ஆனால் சீனக் கம்யூனிஸ்ட்களின் கண்டனத்திற்குப் பயந்து அந்த முடிவை திரும்பப் பெற்றுக் கொண்டனர். கோமிங்டாங் படையை பெருஞ்சுவரின் தென் பகுதியில் கொண்டு போய் இறக்கி அங்கிருந்து இரயில் மூலம் வட திசைக்கு செல்ல அமெரிக்கா வலியுறுத்தியது. வேற்று நாட்டு விமானத்தாக்குதல்கள் இவர்கள்மீது நடத்தாதவாறு அமெரிக்க விமானப்படை இவர்களுக்கு பாதுகாப்பு அளித்தது. பீக்கிங் நகரையும், தியான்ஜின் நகரையும் முற்றுகையிட 50000 அமெரிக்க கடற்படை வீரர்களை வடக்கு சீனாவில் இறக்கியது.

சியாங் காய்-ஷெக்கின் கோமிங்டாங் இயக்கத்தை முறையான சீன அரசாங்கமாக ரஷ்யர்கள் ஏற்றுக் கொண்டார்கள். ஸ்டாலின் உத்தரவிற் கிணங்க, சோவியத் நாட்டு செஞ்சேனையினர் நவம்பர் மாதம் 11-ஆம் தேதிக்கு முன்பே, அதாவது, வெற்றி பெற்ற 30 மாதங்களுக்குள் ஜிங்குவை விட்டு சோவியத் செஞ்சேனை வெளியேறி மஞ்சூரியாவின் வடக்கு பகுதிக்கு நகர்ந்து விட்டது. சீனக் கம்யூனிஸ்ட்கள் அந்நகரை தங்கள் கட்டுப்பாட்டில் கொண்டு வரட்டும் என்ற நோக்கத்தில் அவர்களை தனித்து விட்டுவிட்டு செஞ்சேனை சென்றுவிட விரும்பியது. அந்த ஆண்டு நவம்பர் மாதக் கடைசியில் ஒரு நாள் மாலை அம்மா பள்ளிக்கூடம் விட்டு வீட்டிற்கு வந்து கொண்டிருந்தாள். அப்போது ரஷ்ய ராணுவப்படையினர் தங்கள் ஆயுதங்களையும், பாதுகாப்பு கருவிகளையும் அவசரம் அவசரமாகக் கட்டி எடுத்துக் கொண்டு, தெற்கு வாசலை நோக்கி விரைவாக நகர்ந்தார்கள். இதைக் கண்ணுற்ற அம்மா, சுற்றுப்புறத்தில் எங்கோ கடும் யுத்தம் நடந்து கொண்டிருக்கிறது என்று புரிந்து கொண்டாள். கம்யூனிஸ்ட்கள் வெளியேறிக் கொண்டிருக்கிறார்கள் என்பதையும் ஊகித்தாள்.

கம்யூனிஸ்ட்களின் தலைவரான மாவோவின் கருத்துப்படியே ரஷ்யத் துருப்புகள் நகரங்களை விட்டு வெளியேறின. நகரங்களில் நீடித்திருக்க வேண்டாம். கோமிங்டாங் படைகள் நகரங்களை நோக்கி முன்னேறிக் கொண்டிருக்கின்றன. நகரங்களிலிருந்து பின்வாங்கி கிராமப்புறங்களை நோக்கி கம்யூனிஸ்ட்கள் திரும்ப வேண்டும் என்பது தலைவரின் கருத்து. 'நகரங்களைச் சூழ்ந்துள்ள சிற்றூர்களையே சுற்றி வளைக்க வேண்டும். அதன்பிறகு, கடைசியில் நகரைக் கைப்பற்ற வேண்டும்' என்பதே புதிய திருப்புமுனைக்கான மாவோவின் அறிவுரை.

சீனக் கம்யூனிஸ்ட்கள் வெளியேறியபின், ஒருநாள், ஒரு புதிய இராணுவப் படை நகருக்குள் வந்தது. ஒரு சில மாதங்களுக்குள் நகருக்குள் வந்த நான்காவது படை இது. இந்த இராணுவ வீரர்கள்

கண்ணைக் கவரும் வகையில் சீருடைகளில் தோற்றம் அளித்தனர். பளபள வென்றிருந்த அமெரிக்க ஆயுதங்களைக் கைகளில் வைத்திருந்தனர். இவர்கள்தாம் கோமிங்டாங் இயக்கத்தினர். மக்கள் அனைவரும் தங்கள் வீட்டைவிட்டு வெளியே ஓடி வந்து வீதிகளில் ஒன்று திரண்டு கைதட்டி ஆர்ப்பரித்தனர். அம்மா அந்தக் கூட்டத்தில் வளைந்து நெளிந்து ஓடி முன்னே வந்தாள். திடீரென்று அம்மா ஓர் ஆர்வ மேலீட்டால் கையை அசைத்து சந்தோஷமாகக் கத்தினாள். இந்தப் படைவீரர்கள்தான் உண்மையில் ஜப்பானியர்களை விரட்டி அடித்தவர்கள் போல் தெரிகிறது என்று அம்மா மனதுக்குள் எண்ணிக் கொண்டாள். உற்சாகம் கரை புரண்டு ஓட, இந்த திறமையான புதிய வீரர்களைப் பற்றி பெற்றோர்களிடம் சொல்ல வேண்டுமென்று அம்மா வீட்டிற்குத் திரும்பி ஓடினாள்.

ஜிங்கு திருவிழாக்கோலம் பூண்டிருந்தது போல இருந்தது. புதிய இராணுவத்தினரை தங்கள் இல்லங்களில் தங்க வைத்துக் கொள்ள நான், நீ என்று போட்டியிட்டுக் கொண்டனர். டாக்டர் ஸியாவின் வீட்டில் தங்கிக் கொள்ள ஒரு இராணுவ அதிகாரி வந்தார். அவர் மிகுந்த கண்ணியத்துடன் நடந்து கொண்டார். டாக்டர் குடும்பத்தார் அனைவருக்கும் அவரை மிகவும் பிடித்து விட்டது. கோமிங்டாங் படைகள் ஒழுங்கைப் பாதுகாத்து அமைதியை நிலை நாட்டுவார்கள் என்று நம்பிக்கை கொண்டார்கள்.

ஆனால், நல்லெண்ணம் கொண்ட சீனக் குடிமக்கள், கோமிங்டாங் மிகுந்த ஏமாற்றத்தை அளித்து விட்டதாக உணர்ந்து கொண்டார்கள். இதில் உள்ள பல அதிகாரிகள், சீனாவின் பல பகுதிகளில் இருந்து வந்தவர்கள். அவர்கள் உள்ளூர் மக்களை ஒரு பூச்சி புழுவைப் பார்ப்பது போல பார்த்துப் பேசுவார்கள். ‘வாங் - கோ நூ’ (போக்கிடம் இல்லாத அடிமைகள்) என்று பேசுவார்கள். ஜப்பானியர்களின் பிடியிலிருந்து சீனர்களை மீட்டதால் கோமிங்டாங்கிற்கு எந்த அளவுக்கு நன்றிக்கடன் பட்டிருக்க வேண்டும் என்று பிரசங்கம் செய்தார்கள். ஒரு நாள் அம்மாவின் பள்ளியில், அப்பள்ளி மாணவர்களுக்கும், கோமிங்டாங் அதிகாரிகளுக்கும் ஒரு விருந்து கொடுக்கப்பட்டது. அதில் ஓர் அதிகாரியின் மகளான மூன்று வயதுப் பெண் குழந்தை இவ்வாறு தன் பேச்சை தொடங்கியது: ‘ஜப்பானியர்களின் காலடியில் அடிமைகளாகக் கிடந்த உங்களை, கோமிங்டாங் ஆகிய நாங்கள் எட்டு ஆண்டுகளுக்கு மேலாக ஜப்பானியர்களோடு யுத்தம் நடத்தி மீட்டெடுத்திருக்கிறோம்....’ அம்மாவும், அவளது தோழியர் சிலரும் இந்தப் பேச்சைக் கேட்டு வகுப்பை விட்டு வெளியில் சென்று விட்டார்கள்.

கோமிங்டாங் வீரர்கள் ஆசை நாயகிகளைத் தேடிப் பிடிக்க அலைந்து கொண்டிருந்தது அம்மாவுக்கு அறவே பிடிக்கவில்லை. **1946** ஆம் ஆண்டிற்குள் ஜிங்கு நகரே கோமிங்டாங் வீரர்களால் நிரம்பி வழிந்தது. அந்நகரில் இருந்த பெண்கள் மட்டும் படிக்கும் ஒரே பள்ளி அம்மா படித்த பள்ளிதான். அதிகாரிகளும் அலுவலர்களும் கூட்டம் கூட்டமாக, ஆசை நாயகிகளை தேடி பள்ளிக்கூடங்களைச் சுற்றிச் சுற்றி வருவார்கள். ஒரு சிலர் தங்களுக்கு பெண் பார்க்கவும் சுற்றி வருவார்கள். சில பெண்கள் தாங்களே இவர்களை விரும்பித் திருமணம் செய்து கொண்டு போய் விடுவார்கள். சில பெண்கள் பெற்றோர்கள் சொல்வதை தட்ட முடியாமல் இவர்களைத் திருமணம் செய்து கொள்வார்கள். இவர்களைத் திருமணம் செய்து கொண்டால், நல்ல வாழ்க்கை தம் பெண்களுக்கு அமையும் என்று எண்ணி பெற்றோர்கள் அவர்களுக்கு திருமணம் செய்து கொடுத்தார்கள்.

அம்மாவுக்கு பதினைந்து வயது. அது ஒரு பெண்ணுக்கு உயர்ந்தபட்ச திருமண வயது. அம்மா நாளொரு மேனியும் பொழுதொரு வண்ணமுமாக வளர்ந்து ஓர் அழகான பெண்ணாக நின்றாள். பள்ளி என்னும் வானில் அம்மா ஒரு மின்னும் தாரகை. அநேக அதிகாரிகள் அம்மாவைக் கைப்பிடிக்க ஆசைப்பட்டார்கள். ஆனால் அவர்களில் யாரையும் அம்மாவுக்கு பிடிக்கவில்லை என்று பெற்றோர்களிடம் சொல்லி விட்டாள். இராணுவ உயர் அதிகாரிகளில் ஒருவர் அம்மாவுக்கு அனுப்பிய தங்கக் கட்டிகளை திருப்பி அனுப்பி விட்டதால், அவர், அம்மாவை பல்லக்கு வைத்து தூக்கிச்சென்று விடுவதாக மிரட்டினார். இதை அவர் பெற்றோர்களிடம் கூறியதை அம்மா கதவருகில் நின்று ஒற்றுக் கேட்டு விட்டாள். அவன் முகத்துக்கு நேராகப் போய் நின்று, ‘அப்படி என்னைத் தூக்கிச் சென்றால், அந்தப் பல்லக்கிலேயே என் உயிரை மாய்த்துக் கொள்வேன்’ என்று சொல்லி கோபத்தில் வெடித்தாள். ஆனால், அதிர்ஷ்டவசமாக, அந்த துருப்புகள் அனைத்தும் அந்நகரை விட்டு வெளியேறுமாறு மேலிடத்திலிருந்து உத்தரவு வந்தது.

தானே ஒரு நல்ல கணவனைத் தேடிக்கொள்ள வேண்டுமென்று அம்மா முடிவெடுத்து விட்டாள். அங்குள்ள பெண்களின் நடைமுறைகளில் இவள் நம்பிக்கை இழந்து விட்டாள். ஆசைநாயகிகள் என்னும் நடைமுறையையே அம்மா வெறுத்தாள். அம்மாவுக்கு பெற்றோர்களின் ஆதரவு இருந்தது. ஆனால், சில மனிதர்கள் அன்பளிப்பு என்ற பெயரில் அதையும் இதையும் கொடுத்து நச்சரித்துக் கொண்டிருந்தனர். ஆனால் அவர்களின்

கோபத்துக்கு ஆளாகாமல், மிகச் சாதுரியமாக அவர்களின் கோரிக்கையை பெற்றோர்கள் நிராகரிக்க வேண்டியிருந்தது.

அம்மாவின் ஆசிரியைகளில் ஒரு பெண் மிகவும் அழகானவள். அவள் பெயர் செல்வி லியூ. செல்வி லியூவுக்கு அம்மாவை மிகவும் பிடிக்கும். சீனாவில், உங்களை ஒரு குடும்பத்தாருக்குப் பிடித்து விட்டால், அந்தக் குடும்பத்தார் உங்களை அந்தக் குடும்பத்தில் ஒருவராக ஆக்கி விடுவார்கள். என் பாட்டியின் காலத்தைப் போல, இன்றைய காலத்தில் வாழும் ஆணும் பெண்ணும் தனித்தனியாகப் பிரிக்கப்படாமல் இருந்தாலும், ஆண்களும் பெண்களும் கலந்து கொள்ளும் வாய்ப்புகள் மிகவும் அரிதாக இருந்தன. ஒரு தோழியின் வீட்டிற்கு வரும் ஒரு பெண்ணுக்கு, அவளுடைய சகோதரனையோ சகோதரிகளையோ அறிமுகப்படுத்தி வைப்பது வழக்கமாக இருந்தது. இதனால் பெற்றோர்கள் பார்த்து ஏற்பாடு செய்து வைக்கும் திருமணத்தில் விருப்பம் இல்லாத ஆண்கள் பெண்கள், ஒருவரை ஒருவர் புரிந்து கொள்வதற்கு இது நல்ல வாய்ப்பாக அமையும். செல்வி லியூ அம்மாவை அவளின் சகோதரனுக்கு அறிமுகம் செய்து வைத்தாள். ஆனால், லியூவின் பெற்றோர்கள் இவர்கள் நட்பை ஏற்றுக்கொள்ள வேண்டுமே.

1946 ஆம் ஆண்டின் தொடக்கத்தில் லியூவின் வீட்டில் சீனப் புத்தாண்டு தினத்தைக் கொண்டாட அம்மாவை அழைத்தார்கள். அந்த விழா வெகு சிறப்பாகக் கொண்டாடப்பட்டது. ஜிங்கு நகரில் இருந்த பெரிய பெரிய வியாபாரிகளில் திரு.லியூவும் ஒருவர். 19 வயதுள்ள அவரது மகன் உலக அனுபவம் தெரிந்த இளைஞனாகக் காணப்பட்டான். கரும்பச்சை நிறத்தில் கோட் அணிந்திருந்தான். ஒரு கைக்குட்டையை மடித்து கோட் பாக்கெட்டில் செருகி வைத்திருந்தது மிகவும் எடுப்பாக அனைவர் கண்களையும் கவர்ந்து இழுத்தது. பீக்கிங் நகரில் உள்ள ஒரு பல்கலைக கழகத்தில் படித்துக் கொண்டிருந்தான். அவன் ரஷ்ய மொழியும், இலக்கியமும் எடுத்து படித்தான். அம்மாவுக்கு அவனைப் பிடித்திருந்தது. அந்தக் குடும்பமும் அம்மாவை ஏற்றுக் கொண்டது. அம்மாவிடம் ஒரு வார்த்தை கூடக் கேட்காமல் அந்தக் குடும்பத்தார், அம்மாவை பெண் கேட்டு, டாக்டர் ஸியாவிடம் ஒரு நபரை அனுப்பி வைத்தார்கள்.

டாக்டர் ஸியா அவருடைய காலகட்ட சக மனிதர்களைப் போல் இல்லாமல், பெருந்தன்மை கொண்ட மனிதராக இருந்தார். இது தொடர்பாக அம்மாவின் கருத்தை ஸியா கேட்டார். லியூவுடன் 'நட்பாக' இருக்க அம்மா ஒத்துக் கொண்டாள். அம்மாவின் காலத்தில், ஒரு இளைஞனும், இளம் பெண்ணும் பொது

இடத்தில் பேசிக் கொண்டிருப்பதை யாரேனும் பார்த்தால், குறைந்தபட்சம் அவர்கள் விரைவில் திருமணம் செய்து கொள்ளப் போகிறவர்களாய் இருக்க வேண்டும். அம்மாவின் விருப்பம் எல்லாம் மகிழ்ச்சியாகவும் சுதந்திரமாகவும் இருக்க வேண்டும்; திருமணம் செய்து கொள்ள வேண்டும் என்ற நிபந்தனையில்லாமல் ஆண்களோடு நட்போடு பழக வேண்டும் என்பதுதான். அம்மாவை நன்கு புரிந்து வைத்திருந்த பாட்டியும் டாக்டர் ஸியாவும், லியூ குடும்பத்தினரிடம் அளவோடு நடந்து கொண்டனர். அவர்கள் கொடுக்க விரும்பிய சம்பிரதாய அன்பளிப்புகளை ஸியா குடும்பத்தார் ஏற்றுக் கொள்ளவில்லை. சீன நாட்டு வழக்கத்தின்படி, ஒரு பெண் வீட்டார் திருமணத்திற்கான சம்மதத்தை உடனடியாக தெரிவித்துவிட மாட்டார்கள். அப்படி அவர்கள் மாப்பிள்ளை வீட்டு அன்பளிப்புகளை ஏற்றுக் கொண்டால், திருமணத்திற்கு சம்மதம் என்று அர்த்தம் ஆகிவிடும். மாப்பிள்ளை வீட்டாரின் அன்பளிப்பை ஏற்றுக் கொள்ளாததால், அவர்களுக்குள் ஒரு நல்லுறவு இல்லாமல் போய்விடுமோ என்று டாக்டரும், பாட்டியும் வேதனைப்பட்டார்கள்.

இளைஞன் லியூவுடன் சேர்ந்து அம்மா கொஞ்ச நேரம் வெளியில் சென்றாள். அவன் அம்மாவை இங்கிதமாகவும், நாகரிகமாகவும் அழைத்துச் சென்றான். அம்மாவின் உறவினர்களும், நண்பர்களும், அண்டை வீட்டாரும் இவர்களின் ஜோடிப் பொருத்தம் அற்புதமாக இருப்பதாகப் பேசிக் கொண்டார்கள். பாட்டியும், டாக்டர் ஸியாவும் அவர்களை அழகான தம்பதியர் என்று நினைத்துக் கொண்டார்கள். டாக்டர் ஸியாவும் பாட்டியும் அவனைத் தங்கள் மருமகனாகவே பாவித்துக் கொண்டார்கள். ஆனால், அம்மா அவனை, ஒரு ஆழமான அறிவோ, அனுபவமோ இல்லாதவனாகத்தான் பார்த்தாள். அவன் பீக்கிங் நகருக்குக் கூடப் போனதில்லை என்பதைக் கவனித்தாள். சோம்பேறித்தனமாக வீட்டுக்குள்ளே முடங்கிக் கிடப்பவனாகவும், ஆழமான அறிவை வளர்த்துக் கொள்ளாது நுனிப்புல் மேய்வதிலேயே சுகம் காண்பவனாகவும் தெரிந்தது. புகழ்பெற்ற சீன இலக்கியமான ட்ரீம் ஆஃப் த ரெட் சேம்பர் (சிவப்பு அறையின் கனவு) என்ற புத்தகம் சீன இலக்கிய வாசகர்கள் அனைவரும் வாசித்த புத்தகம். அந்த நூலைக் கூட இவன் வாசித்ததில்லை என்பதை அம்மா தெரிந்து கொண்டாள். இது பற்றி ஏமாற்றமடைந்து விட்டதாக அம்மா அவனிடம் கூறியபோது 'சீன இலக்கியங்களில் எனக்கு அவ்வளவு ஆர்வம் என்று சொல்ல முடியாது. உண்மையில் எனக்குப் பிடித்தது எல்லாம் அந்நிய நாட்டு இலக்கியங்களே' என்று அலட்டிக் கொள்ளாமல் சொன்னான். அவனுடைய மேதாவித்தனத்தைக் காட்டிக்கொள்ளும் பொருட்டு,

சரி 'மேடம் போவரி வாசித்திருக்கிறாயா? எனக்கு எப்போதுமே பிடித்தது இதுதான். மாபசாண்ட்டின் படைப்புகளிலேயே மிகச் சிறந்தது இது தான் என்று எனக்குப் படுகிறது.'

'மேடம் போவரி' என்னும் நூலை அம்மா வாசித்து விட்டாள். ஆனால் அதை எழுதியது மாபசாண்ட் அல்ல, 'ஃபுளோபர்' என்பவர்தான் அதை எழுதியவர் என்று அம்மாவுக்கு தெரியும். இவன் ஒரு அலட்டல் பேர்வழி என்பதை அம்மா புரிந்து கொண்டாள். அதனால் அவனை அடிக்கடி சந்திக்க வேண்டியதை தவிர்த்து வந்தாள். அப்படி அவனைத் தட்டிக் கழித்து வந்ததால் அம்மா ஓர் அதிகப் பிரசங்கி என முடிவு செய்யப்பட்டாள்.

லியூ சூதாட்டத்தில் நாட்டம் உள்ளவன். அதிலும் 144 கட்டைகளைக் கொண்டு 4 பேர் ஆடக்கூடிய மாஜாங் ஆட்டத்தை விரும்பி விளையாடுவான். ஆனால் அம்மாவுக்கு அந்த ஆட்டம் பிடிக்கவே பிடிக்காது. ஒரு நாள் மாலை நேரத்தில், லியூ மா-ஜாங் ஆட்டத்தில் மூழ்கி இருந்தபோது ஒரு பணிப்பெண் உள்ளே வந்து, 'இன்று இரவு படுக்கைக்கு எந்தப் பெண்ணை லியூ விரும்புவார்' என்று கேட்டாள். அதற்கு லியூ எந்த உணர்ச்சியையும் காட்டிக் கொள்ளாமல், 'அந்தப் பெண்' என்று சொன்னான். இதைக்கேட்ட அம்மா ஆத்திரத்தின் எல்லைக்கே சென்று விட்டாள். ஆனால், அவனோ, 'இதற்கு ஏன் அம்மா இவ்வளவு ஆத்திரப்படுகிறாள்' என்பது போல புருவத்தை மட்டும் சுளித்து விட்டு அமைதியாகி விட்டான். பிறகு, அவன் ஓர் அதிகாரத் தோரணையில் சொன்னான்: 'ஜப்பானியப் பழக்க வழக்கங்களில் இது ஒரு சாதாரண விஷயம். எல்லாரும் இதை மேற்கொண்டு வருகிறார்கள். இதற்கு படுக்கை அறைப் பணிவிடை என்று சொல்வதுண்டு.' காலத்திற்கு ஒவ்வாத சிந்தனை உள்ளவள், பொறாமைக்காரி என்று தன்னையே அம்மா உணர்ந்து கொள்ளச் செய்ய வேண்டும் என அவன் முயற்சி எடுத்தான். இவை பெண்களுக்கு இருக்கக்கூடாத மோசமான குணங்கள் என்று சீனாவில் வாழையடி வாழையாக கருதப்பட்டு வந்தது. அத்துடன் இந்தக் குணங்கள் ஒரு மனைவியிடம் இருந்தால், அவளை அவள் கணவன் விலக்கி விடுவதற்கு சீனாவில் அதிக வாய்ப்பு இருந்தது. அம்மா உள்ளுக்குள் எரிந்து கொண்டிருந்தாள். ஆனாலும், வாயைத் திறந்து எதுவும் சொல்லவில்லை.

இதுபோன்ற காதல் விளையாட்டுகளிலும், காமக் களியாட்டங்களிலும் நாட்டம் உள்ள ஒரு கணவனோடு நிம்மதியாக வாழ முடியாது என்று அம்மா தீர்மானம் செய்து விட்டாள். தன்னை நேர்மையாக நேசிப்பவன், இதுபோன்ற களியாட்டங்கள் மூலம் தன்னைக் காயப்படுத்தாத ஒருவன் வேண்டுமென்று அம்மா

விரும்பினாள். இந்த உறவை முறித்துக்கொள்ள வேண்டும் என்று அன்று மாலையே முடிவெடுத்து விட்டாள்.

சில நாட்களில் லியூவின் தந்தை திடீரென இறந்து விட்டார். அந்தக் காலத்தில், ஒரு மனிதனின் இறுதி ஊர்வலம் ஆடம்பரமாக இருக்க வேண்டும்; அதுவும் அந்த மனிதன் ஒரு குடும்பத் தலைவனாக இருந்து விட்டால், அந்த ஊர்வலம் மிகப் பிரம்மிப்பாக இருக்கும். உறவினர்கள், நண்பர்கள், அனைவரையும் அழைத்து ஒரு மிகப்பெரிய ஊர்வலத்தை நடத்த அவர்களால் செலவு செய்ய முடியவில்லை என்றால், அந்தக் குடும்பத்தாருக்கு அது பெரிய இழுக்காக அமையும். இழவு வீட்டிலிருந்து மயானக் கரை வரை செல்லும் இறுதி ஊர்வலம் இது என்பதை விட, இந்த ஊர்வலம் மிகப்பெரிய அளவில் பிரமாண்டமாக அமைய வேண்டும் என்று லியூ குடும்பத்தினர் விரும்பினர். அந்தக் குடும்பத்தார் அனைவர் முன்னிலையிலும், இறந்தவரின் 'தலையை மண்ணில் வைக்கும்' புத்த மந்திரங்களை ஓதுவதற்கு புத்தத் துறவிகள் அழைக்கப்பட்டிருந்தனர். இந்த நிகழ்ச்சி நடந்து முடிந்தவுடன் குடும்பத்தார் அனைவரும் கதறி அழுதனர். இறந்ததிலிருந்து அடக்கம் செய்யப்படவிருக்கும் 49ஆம் நாள் வரை இந்த அழுகையும் புலம்பலும் நிற்காமல், அன்றைய நள்ளிரவு வரை கேட்டுக் கொண்டே இருக்க வேண்டும். அத்துடன், இறந்த ஆன்மா மேலுலகத்தில் செலவு செய்யும் பொருட்டு, காகிதத்தால் ஆன பண நோட்டுகளை நெருப்பிலிட்டு எரிக்க வேண்டும். இந்த மாபெரும் செயலைச் செய்ய இயலாத சில குடும்பத்தினர், இத்தொழில் செய்யும் கூலி ஆட்களிடம் இந்த வேலையை ஒப்படைத்து விடுவார்கள். லியூ குடும்பத்தினர் 'தந்தை பாசம்' மிகுந்தவர்கள். அதனால் அவர்கள் மிகுந்த சிரத்தையுடன் இந்த ஈமக் காரியங்களைச் செய்தார்கள். அவர்களின் உறவினர் கூட்டம் மிகுந்த எண்ணிக்கையில் இருந்ததால், அனைவரும் சேர்ந்து அழுகை, புலம்பலோடு இச்சடங்குகளைச் செய்து முடித்தார்கள்.

இந்த 42ஆவது நாள் அழகான சந்தனப் பேழையில் வைக்கப்பட்டிருந்த அவரது பூதஉடல், அவரது வீட்டின் முன்பு அமைக்கப்பட்டிருந்த பெரிய கூடாரத்தில் பார்வைக்கு வைக்கப்பட்டது. அன்றிலிருந்து ஏழு நாட்கள், ஒவ்வொரு இரவுப் பொழுதிலும், இறந்தவர், மேலுலகில் ஓர் உயரமான மலை உச்சியில் ஏறி நின்று, கீழே நிற்கும் தன் குடும்பத்தினரைப் பார்ப்பார். தன் குடும்பத்தினர் அனைவரும் தவறாமல் அங்கு வந்து நின்று அவரை அக்கறையுடன் மேல் நோக்கிப் பார்த்தால்தான் அவர் சந்தோஷப்படுவார். அப்படி இல்லையெனில், அவருக்கு அமைதி

கிட்டாது என்று ஓர் ஐதீகம் இருந்தது. மருமகளாக வரவிருப்பதாக எண்ணிக்கொண்ட என் அம்மாவும் அங்கே இருக்க வேண்டும் என்று அக்குடும்பத்தார்கள் விரும்பினார்கள்.

அம்மா அதை மறுத்து விட்டாள். தன்மீது அன்பு காட்டிய லியூவின் தந்தையின் மறைவு குறித்து அம்மா மிகுந்த வேதனைப்பட்டாள். ஆனால் அவர்கள் விருப்பப்படி, இந்நிகழ்வில் கலந்து கொண்டால், அம்மாவிற்கு லியூவைத் திருமணம் செய்து கொள்வதைத் தவிர வேறு வழி இல்லாமல் போய்விடும். அம்மா வர வேண்டும் என்ற செய்தி தாங்கி வந்த தூதுவர்கள், ஸியாவின் வீட்டிற்கு வந்த வண்ணம் இருந்தனர்.

இந்தச் சூழ்நிலையில் அவர்களின் உறவை நிராகரிப்பது, இறந்து போன லியூவின் ஆன்மாவை ஏமாற்றமடையச் செய்வது ஆகும். அது நேர்மையான செயலும் அல்ல என்று ஸியா அம்மாவிடம் கூறினார். லியூவுடன் ஆன உறவை அம்மா நிராகரிப்பதை டாக்டர் ஸியா மறுக்கவில்லை. ஆனாலும், இந்த சோகம் நிறைந்த சூழலில், லியூவின் குடும்பத்தாரின் உணர்வுகளை விட, அம்மாவின் ஆசை இரண்டாம்பச்சமாகத்தான் இருக்க வேண்டும் என்று ஸியா கருதினார். பாட்டியின் ஆசையும் அம்மா, அதில் கலந்து கொள்ள வேண்டும் என்பதுதான். அத்துடன் பாட்டி, 'தான் திருமணம் செய்து கொள்ளவிருக்கும் ஒருவன், வெளிநாட்டு எழுத்தாளர் ஒருவர் பெயரை தவறாகச் சொல்லி விட்டான் என்பதற்காகவும், அவன் பல பெண்களோடு அப்படியும் இப்படியும் நடந்து கொள்கிறான் என்பதற்காகவும், அவனை ஒரு பெண் நிராகரித்து விட்டாள் என்று சொல்லி யாராவது கேள்விப்பட்டிருக்கிறார்களா? பணக்கார இளைஞர்கள் பெண்களோடு சுற்றுவதும், காதல் களியாட்டங்களில் ஈடுபடுவதும் இயல்புதானே. மேலும், ஆசை நாயகிகள் பற்றி நீ ஏன் கவலைப்பட வேண்டும்? நீ ஒரு உறுதியான பெண். உன் கணவனை உன் கட்டுப்பட்டில் வைத்துக் கொள்ள உன்னால் முடியும்.'

அம்மா விரும்பிய வாழ்க்கையின் நிலைப்பாடு இதுவல்ல என்று அவள் எடுத்துரைத்தாள். அம்மாவின் மனத்தளவில் பாட்டி அதை ஒத்துக் கொண்டாள். ஆனால் அம்மாவை வீட்டில் வைத்துக் கொள்வது, மடியில் நெருப்பைக் கட்டி வைத்துக் கொள்வது போல. ஏனென்றால், கோமிங்டாங் அதிகாரிகள் அம்மாவைப் பெண் கேட்டு நெருக்கடி கொடுத்துக் கொண்டிருக்கிறார்கள். 'ஒரே ஒருவர் வந்து உன்னைக் கேட்டால், தர முடியாது என்று சொல்லலாம். ஆனால் கேட்பவர்கள் எல்லாருக்கும் முடியாது என்று சொல்ல முடியுமா?' என்று பாட்டி கேட்டாள். 'சாங் உனக்குப் பிடிக்கவில்லை என்றால், லீயைத் திருமணம் செய்து கொள். நன்றாக யோசித்துப் பார்.

148 'உங்களுக்கென்று சொந்த நாடில்லாத அடிமைகளே'

மற்ற இளைஞர்களை விட லியூ குடும்பத்தைச் சார்ந்த லீ உனக்கு நல்லவனாகப் படவில்லையா? அவனை நீ திருமணம் செய்து கொண்டு விட்டால், எந்த அதிகாரியும் அதன் பிறகு உன்னைப் பெண் கேட்டு வர மாட்டார்கள். என்ன நடக்குமோ, ஏது நடக்குமோ என்று ஒவ்வொரு நாளும் உயிரைக் கையில் பிடித்துக் கொண்டிருக்கிறேன். இந்த வீட்டை விட்டு உன்னை அனுப்பி வைத்த அன்றுதான் எனக்கு நிம்மதி', என்று அம்மாவிடம் பாட்டி புலம்பினாள். 'எனக்கு அன்பும் ஆதரவும் அளிக்காத ஒருவனைத் திருமணம் செய்து கொண்டு வாழ்வதைவிட, நான் செத்து மடிந்து விடுவதுமேல்' என்று அம்மா அழுதாள்.

லியூவின் குடும்பத்தார் அம்மாவின் மீது கடும் கோபம் கொண்டிருந்தனர். அதுபோல டாக்டர் ஸியாவும், பாட்டியும் அம்மாவின்மீது கோபம் கொண்டிருந்தார்கள். அவர்கள் அம்மாவின் மீதும் மட்டுமல்ல டாக்டர் ஸியாவின் மீதும் பாட்டியின் மீதும் அதிருப்தியுற்றிருந்தனர். பல நாட்களாக ஸியாவும் பாட்டியும் அம்மாவிடம் விவாதித்துப் பார்த்தார்கள்; போராடிப் பார்த்தார்கள்; கெஞ்சிப் பார்த்தார்கள்; அதட்டிப் பார்த்தார்கள்; அழுது பார்த்தார்கள். அதனால் எந்தப் பலனும் இல்லை. அவ்வீட்டுத் திண்டின் மீது இருந்த அவரது ஆசனத்தில், அம்மா குழந்தையாக இருந்தபோது அமர்ந்ததற்காக டாக்டர் ஸியா அம்மாவை அடித்தபிறகு, இப்போதுதான் முதல்முறையாக அம்மாவின் மீது அவர் எரிந்து விழுந்தார். 'ஸியா குடும்பத்தின் நற்பெயருக்கு ஓர் அவமானத்தைத் தேடித் தந்து கொண்டிருக்கிறாய். உன் போன்ற ஒரு மகள் எனக்குத் தேவை இல்லை' என்றார். அம்மா எழுந்து நின்றாள். வார்த்தைகளை நெருப்பு போலக் கக்கினாள்: 'நல்லது. என் போன்ற ஒரு மகள் உங்களுக்குத் தேவை இல்லை, அல்லவா? நான் வருகிறேன்' என்று சொல்லிவிட்டு, தன் துணிமணிகளை அள்ளி ஒரு பையில் திணித்துக் கொண்டு ஒரு புயலைப் போல அம்மா வீட்டை விட்டு வெளியேறினாள்.

பாட்டியின் காலத்தில், இதுபோன்று வீட்டை விட்டு வெளியேறு பவர்களுக்கு வாழ்க்கை ஒரு கேள்விக்குறியாக ஆகி விடும். அப்படிப்பட்ட பெண்களுக்கு வேலை வாய்ப்பு என்பது அப்போது இல்லவே இல்லை. அப்படியே கிடைத்தாலும் ஒரு வீட்டில் பாத்திரம் தேய்த்துக் கழுவும் வேலைதான் கிடைக்கும். அதுவும் யாராவது தெரிந்தவர்கள் பரிந்துரை செய்ய வேண்டியிருந்தது. ஆனால் இப்போது நிலைமை தலைகீழாக மாறிவிட்டது. 1946-க்கு பிறகு பெண்கள் சொந்தக் கால்களில் நிற்கலாம். சுயமாக வேலை தேடிக் கொள்ளலாம். மருத்துவம், கல்வி

நிலையங்கள் போன்ற பல வழிகள் இருந்தன. அம்மா பயின்ற பள்ளியில் ஆசிரியர் பயிற்சி நிறுவனம் ஒன்று இருந்தது. மூன்று ஆண்டு பள்ளிப்படிப்பு முடித்த பெண்களுக்கு அந்நிறுவனத்தில் இலவசக் கல்வியும், இலவசமாகத் தங்குமிடமும் கொடுத்தார்கள். அதில் சேர்வதற்கான ஒரே நிபந்தனை- பட்டதாரிகள் கட்டாயம் ஆசிரியர்களாக வேண்டும். பணம் செலுத்த முடியாத ஏழைக் குடும்பங்களிலிருந்து வந்தவர்களும், பல்கலைக்கழகத்தில் தங்களால் சேர இயலாதவர்களும் இந்நிறுவனத்தில் அதிகமானோர் வந்து ஆர்வமுடன் சேர்ந்தார்கள். இந்தப் பயிற்சி நிறுவனம் இருப்பதால், யாரும் உயர்நிலைப் பள்ளிப் படிப்போடு நின்று விடுவதில்லை. 1945-க்கு பிறகுதான் பெண்கள் பல்கலைக்கழகத்தில் சேர்ந்து படிக்கலாம் என்ற எண்ணம் உருவானது. ஜப்பானியரின் ஆட்சிக் காலத்தில் அவர்கள் உயர்நிலைப் பள்ளியைக் கூடத் தாண்ட முடியாது. அதுவும் அங்கு, பெண்கள் எப்படி குடும்பத்தை நிர்வகிப்பது என்றுதான் சொல்லிக் கொடுக்கப்பட்டது.

ஆசிரியர் பயிற்சி நிறுவனத்தை இரண்டாவது வாய்ப்பாகப் பார்த்ததால், அம்மாவுக்கு இதுவரை அதில் சேரும் எண்ணம் ஏற்படவில்லை. அம்மா எப்போதும் தன்னை ஒரு பல்கலைக்கழக மாணவியாகவே பாவித்து வந்தாள். அம்மா ஆசிரியர்ப் பயிற்சி நிறுவனத்துக்கு விண்ணப்பித்தபோது, அவர்கள் ஆச்சரியப்பட்டுப் போனார்கள். தான் ஆசிரியத் தொழிலை மேற்கொள்ள வேண்டும் என்று ஒரு தீராத ஆசையுடன் இருந்ததாக அவர்களிடம் பெயருக்கு சொன்னாள். ஆனால், அடிப்படைத் தேவையான மூன்றாண்டு பள்ளிப்படிப்பை அம்மா இன்னும் முடிக்கவில்லை. ஆனால், அம்மா பள்ளியின் சிறந்த மாணவி என்று அவர்களுக்குத் தெரிய வந்தது. அம்மாவை நிறுவனத்தில் எடுத்துக் கொள்ள வேண்டும் என்ற நோக்கத்துடன் சிறிய தேர்வு ஒன்றை அம்மாவுக்காக நடத்தினார்கள். அதில் அம்மா சிறிது சிரமப்பட்டு தேர்ச்சி பெற்றாள். பள்ளியிலே தங்கி படிக்கத் தொடங்கி விட்டாள். இதற்கிடையில் பாட்டி அம்மாவைத் தேடி ஓடி வந்து விட்டாள். வீட்டிற்கு வருமாறு அம்மாவிடம் பாட்டி கெஞ்சினாள். அம்மாவும் அதற்கு உடன்பட்டாள். வீட்டிற்குப் போக வேண்டும், அங்கு அடிக்கடி தங்க வேண்டி வரும் என்றும் நிறுவனத்திடம் அம்மா கேட்டுக் கொண்டாள். ஆனால் பள்ளி வளாகத்தில் எப்போதும் தனக்கு ஓர் இடம் இருக்க வேண்டும் என்றும் வலியுறுத்திக் கேட்டுக் கொண்டாள். பெற்றோர்கள் அம்மாவை எவ்வளவுதான் நேசித்தாலும், யாரையும் சார்ந்திருக்க வேண்டாம் என்று அம்மா தீர்மானம் செய்து கொண்டாள். அம்மாவைப் பொறுத்தவரை ஆசிரியர்ப் பயிற்சி நிறுவனமே உயர்வாகப்பட்டது. பட்டப்

படிப்பை முடித்தவுடன் அப்படிப்பு அம்மாவின் வேலைக்கு உத்தரவாதம் அளித்தது. ஆனால் பல்கலைக்கழகப் பட்டதாரிகளால் அவ்வளவு எளிதாக வேலை தேடிக் கொள்ள முடியவில்லை. இன்னொரு சிறப்பு - இங்கு இலவசக் கல்வி அளிக்கப்படுகிறது. அத்துடன் டாக்டர் ஸியாவும் பொருளாதாரக் கஷ்டத்தால் பாதிக்கப்பட்டிருந்தார்.

சில தொழிற்சாலைகளை ரஷ்யர்கள் உடைத்து எடுக்காமல் அப்படியே விட்டுச் சென்றிருக்கிறார்கள். அதுபோன்ற தொழிற்சாலைகளை கோமிங்டாங் அதிகாரிகள் பொறுப்பு எடுத்துக் கொண்டார்கள். அவைகளை மீண்டும் இலாபகரமாக இயக்குவது மிகவும் கடினம் என்று அவர்களுக்கு தெளிவாகப் பட்டது. நன்றாக இயங்கி வரும் சில தொழிற்சாலைகளையும் பொறுப்பில் எடுத்துக் கொண்டார்கள். ஆனால் அதிலிருந்து வரும் வருமானத்தின் பெரும் பகுதியை கோமிங்டாங் அதிகாரிகள் தங்கள் சட்டைப் பைகளில் திணித்துக் கொண்டார்கள்.

அரசியல் ஆதாயம் தேடும் கோமிங்டாங் இயக்கத்தைச் சார்ந்தவர்கள், ஜப்பானியர்கள் விட்டுச் சென்ற நவீன வசதிகளுடன் கூடிய வீடுகளில் குடியேறினார்கள். ஜப்பானியர்கள் குடியிருந்த டாக்டர் ஸியாவின் பழைய வீட்டுக்கு அடுத்த வீட்டில் இப்போது உயர் அரசு அலுவலர் ஒருவர் தனது புதிய ஆசைநாயகியுடன் குடியேறினார். திரு.ஹான் என்னும் ஜிங்குவின் மாநகராட்சித் தலைவர் ஒ‿ு சாதாரண ஆள்; திடீரென்று பணக்காரர் ஆகிவிட்டார். அதனால் அவர் ஏகப்பட்ட ஆசைநாயகிகளைத் சேர்த்துக் கொண்டார். அதனால் அந்த மாநகராட்சி அரசாங்கத்தை ‘ஹான் குடும்பத்தினர்’ என்று அழைக்கத் தொடங்கி விட்டனர். ஏனென்றால், அவரின் ஆசைநாயகிகள் கூட்டமும், நண்பர்கள் கூட்டமும், உறவினர்கள் கூட்டமும் அவ்வரசாங்கத்தில் நிரம்பி வழிந்ததால் அவ்வாறு அழைக்கத் தொடங்கினர்.

கோமிங்டாங் ஈக்ஸியானைக் கையகப்படுத்திக்கொண்டபோது, முப்பாட்டனார் யாங்கை அவர்கள் விடுதலை செய்து விட்டார்கள். முன்னாள் ஜப்பானியர்களும், சில சீனர்களும் சேர்ந்து முன்னாள் தேசதுரோகிகள் வசமிருந்த சொத்துக்களைப் பறிமுதல் செய்ததன் மூலம், கோமிங்டாங் அதிகாரிகள் தங்கள் வாழ்க்கை வளத்தைப் பெருக்கிக் கொண்டார்கள் என்று உள்ளூர்வாசிகள் நம்பினார்கள். தனது ஆசைநாயகிகளில் ஒருத்திக்கு பிறந்து, திருமணம் ஆகாமலிருந்த தன் மகள் ஒருத்தியை யாங், கோமிங்டாங் அதிகாரி ஒருவருக்கு திருமணம் செய்து கொடுப்பதின் மூலம், தன்னுடைய சொத்துக்களை காப்பாற்றிக் கொள்ள முயற்சி எடுத்தார்.

ஆனால், அவர் ஒரு தரைப்படை இடைநிலை அதிகாரியாக மட்டும் இருந்ததால், யாங்கிங்கு முழுமையான பாதுகாப்பு கொடுக்கும் அதிகாரம் வழங்கப்படவில்லை. எனவே யாங்கின் சொத்துகள் அனைத்தும் பறிமுதல் செய்யப்பட்டன. திடீரென்று பிச்சைக்காரனாகி விட்ட யாங்கை, உள்ளூர்வாசிகள் 'சாக்கடைவாசி' என்று பேசத் தொடங்கி விட்டனர். இது பற்றிக் கேள்விப்பட்ட அவரது மனைவி, பணமோ, பொருளோ அல்லது வேறு எந்த உதவியோ அவருக்கு செய்யக் கூடாது என்று தன் பிள்ளைகளுக்கு உத்திரவிட்டு விட்டாள்.

1947 ஆம் ஆண்டு, யாங் சிறையிலிருந்து விடுதலை பெற்ற ஓராண்டுக்குள், அவரது கழுத்தில் ஒரு புற்றுநோய்க் கட்டி வளர்ந்து விட்டது. தனக்கு மரணம் நெருங்கிவிட்டதை யாங் உணர்ந்து கொண்டார். தன்னுடைய பிள்ளைகளைப் பார்க்க விரும்பிய செய்தியை ஜிங்குவிற்கு சொல்லி அனுப்பினார். முப்பாட்டியார் மறுத்து விட்டார். ஆனால் அவர் தம் மக்கள் தன்னைப் பார்க்க வர வேண்டுமென்று கெஞ்சிக் கேட்டு, செய்தி அனுப்பிக் கொண்டே இருந்தார். கடைசியில் அவரது மனைவி இளகிவிட்டாள். பாட்டி, லான் மற்றும் யூ-லின் ஆகிய மூவரும் இரயில் மூலம் ஈக்ஸியான் சென்றார்கள். பாட்டி, தன் அப்பாவைப் பார்த்து பத்து ஆண்டுகளுக்கு மேல் ஆகி இருந்தது. அவர் உருக்குலைந்து, எலும்பும் தோலுமாகத் தரையில் கிடந்தார். தன் குழந்தைகளைப் பார்த்ததும் அவர் கண்ணீர் மல்க அழுதார். அவரை மன்னிக்க அவர்களுக்கு மனம் வரவில்லை. அவர்களுடைய அம்மாவை அவர் நடத்திய விதத்தையும், அவர்களை அவர் நடத்திய விதத்தையும் நினைத்துப் பார்த்த அவர்களுக்கு அவரை மன்னிக்கும் மனம் கொஞ்சம்கூட வரவில்லை. யாரோ, எவரோ போல் ஓரிரு வார்த்தைகள் பேசினார்கள். யாங், அவர் மகன் யூ-லினைப் பார்த்து 'என்னை அப்பா என்று ஒருமுறை கூப்பிட மாட்டாயா?' என்று கெஞ்சினார். ஆனால், யூ-லின் மறுத்து விட்டார். உருக்குலைந்து போயிருந்த அவரது முகம் நம்பிக்கை இழந்து தவித்தது. பாட்டி தனது தம்பியைக் கூப்பிட்டு, 'போகட்டும், ஒரே ஒரு முறை அப்பா என்று கூப்பிடு. போகட்டும்' என்று கெஞ்சிக் கேட்டுக் கொண்டாள். அவனும் சரியென்று பல்லைக் கடித்துக் கொண்டு 'அப்பா' என்று அழைத்தான். அவர் யூ-லினின் கையைப் பற்றிக் கொண்டு, 'புத்திசாலியாக நடந்து கொள். ஒரு சிறிய தொழில் தொடங்கி நடத்து. அரசாங்க வேலை தேடி கெட்டுப் போய் விடாதே. அரசாங்க வேலை நம்மை அழித்து விடும். அரசு வேலை தான் என்னை இப்படி ஆக்கி விட்டது.' இதுதான் அவரது குடும்பத்தாருக்குச் சொன்ன கடைசி வார்த்தைகள்.

152   *'உங்களுக்கென்று சொந்த நாடில்லாத அடிமைகளே'*

அவர் இறந்தபோது ஒரே ஒரு ஆசைநாயகிதான் அவர் அருகில் இருந்தாள். ஒரு சவப்பெட்டிக்கு கூட சேமித்து வைக்க முடியாமல் இறந்தார். ஒரு கைப் பெட்டியில் அவர் உடலை வைத்து, எந்த சடங்குமின்றி புதைக்கப் பட்டார். அப்போது அவர் குடும்பத்தார் யாரும் அங்கே இல்லை.

ஊழல் நாடெங்கும் தலை விரித்தாடியது. ஊழலைக் கட்டுப்படுத்த சிறப்பு அமைப்பு ஒன்றை சியாங் காய்-ஷெக் தொடங்கினார். அதன் பெயர் 'புலி அடிக்கும் படை' என்பதாகும். ஏனெனில், ஊழல் செய்யும் அரசு ஊழியர்களை மக்கள் கொடிய புலிக்கு ஒப்பிட்டார்கள். அதனால் பொது மக்கள் தங்கள் புகார்களைக் கூறலாம் என்று கேட்டுக் கொண்டார்கள். ஆனால் இந்தச் செயல்பாடு பணக்காரர்களிடம் மிரட்டிப் பணத்தைப் பறிக்கும் செயல்பாடாக அமைந்து விட்டது. 'புலி அடிக்கும் படை' பணம் பறிக்கும் படையாக மாறியது.

இதைவிட மோசமான ஒன்று நடந்தது. அதுதான் அப்பட்டமாகக் கொள்ளையடித்த நிகழ்ச்சி. டாக்டர் ஸியாவை அவ்வப்போது இராணுவ வீரர்கள் சந்திக்க வருவார்கள். அவர்கள் டாக்டருக்கு மிகுந்த மரியாதை செலுத்துவார்கள். பின் அவர்கள் நடுங்கிய குரலில், 'மரியாதைக்குரிய டாக்டர் ஸியா அவர்களே, எங்கள் இராணுவ வீரர்கள் சிலருக்கு மிகுந்த பணத் தட்டுப்பாடு ஏற்பட்டுள்ளது. கொஞ்சம் எங்களுக்கு பணம் கொடுத்து உதவி செய்ய முடியுமா?' என்று வாயைப் பிளந்துகொண்டு கேட்பார்கள். அந்த வேண்டுகோளை மறுப்பது புத்திசாலித்தனம் இல்லை. அங்கு யாரேனும் கோமிங்டாங் வீரர்களைக் கடந்து சென்றால், அவர்களைப் பிடித்து கம்யூனிஸ்ட்கள் என்று குற்றம் சாட்டுவார்கள். பிறகு இது கைது, அடி, உதை, துன்புறுத்தல் என்ற அளவில் போய் நிற்கும். வீரர்கள் இவரது அறுவை சிகிச்சை அறைக்குள் இறுமாப்புடன் நடந்து வருவார்கள். பத்துக் காசு கூடக் கொடுக்காமல் ஊசி போட வேண்டும், மருந்து கொடுக்க வேண்டும் என்று கேட்பார்கள். அவர்களுக்கு இலவச மருத்துவ சிகிச்சை அளிக்க டாக்டர் தயங்குவதே இல்லை. இலவச மருத்துவ சிகிச்சை அளிப்பது ஒரு டாக்டரின் கடமை என்று கருதுபவர் அவர். ஆனால் சிப்பாய்கள் சிலர் டாக்டரின் அனுமதி இல்லாமல் மருந்து மாத்திரைகளை அள்ளிச் செல்வார்கள். அதை வெளியில் விற்று காசாக்கிக் கொள்வார்கள். மருந்து மாத்திரை வேறு பற்றாக்குறையாக டாக்டருக்கு வழங்கப்பட்டு வந்தது.

உள்நாட்டுப் போர் தீவிரமடைந்ததால் ஜிங்கு நகரிலிருந்த படை வீரர்கள் அனைவரும் வீறு கொண்டு எழுந்தனர். சியாங்

காய்-ஷெக்கின் நேரடிக் கட்டுப்பாட்டில் இருந்த மத்திய இராணுவப் படையினர் மற்றவர்களைப் பார்க்கிலும் கட்டுப்பாடு மிகுந்தவர்கள். இதரப் படையினர் மத்திய அரசிடமிருந்து ஊதியம் பெறுவதில்லை. அவர்கள் தங்களுக்கான உணவு மற்றும் இதர தேவைகளைத் தாங்களே பார்த்துக் கொள்ள வேண்டியதுதான்.

ஆசிரியர்ப் பயிற்சி நிறுவனத்தில் 'பய்' என்னும் பெயர் கொண்ட ஓர் அழகான, துடிப்பான, பதினேழு வயது பெண் ஒருத்தியுடன் அம்மாவுக்கு ஒரு நெருக்கமான நட்பு ஏற்பட்டது. அம்மா அவளை மிகவும் ரசித்தாள். பெரிதும் மதித்தாள். கோமிங்டாங் இயக்கம் பற்றி அம்மா நம்பிக்கை இழந்து பேசிய போது, 'ஒரு பெரிய கானகத்தைப் பார். மரங்களைத் தனித்தனியாகப் பார்க்காதே' என்று பய் அம்மாவுக்குச் சொல்லுவாள். 'குறைபாடுகள் என்று இல்லாத எந்த சக்தியும் இல்லை' என்று சொல்லுவாள். அவள் கோமிங்டாங்கின் தீவிர ஆதரவாளர். அதனால் அவள் கோமிங்டாங் உளவுச் செய்திப் பிரிவுகள் ஒன்றில் தன்னை இணைத்துக் கொண்டாள். பயிற்சியில், தன் சக தோழியர்களைப் பற்றிய புகார்களைத் தெரிவிக்க வேண்டும் என்று அவளிடமிருந்து எதிர் பார்க்கப்பட்டது அவளுக்கு தெளிவாகப் புரிந்தது. அவள் தனது மறுப்பைத் தெரிவித்து விட்டாள். சில நாட்கள் கழித்து ஒரு நள்ளிரவில், படுக்கை அறையில் ஒரு வெடிச்சத்தம் கேட்டது. தோழியர்கள் கதவைத் திறந்து பார்த்தபோது, தலையணையின் மீது இரத்த வெள்ளத்தில் பய் இறந்து கிடந்தாள். என்ன நடந்தது என்று ஒரு வார்த்தை கூடச் சொல்ல முடியாமல் இறந்து கிடந்தாள். இந்தச் செய்தி 'மஞ்சள் நிற வழக்கு' என்று செய்தித்தாள்களில் வெளி வந்தது. அதன் பொருள் உணர்ச்சி வசப்பட்டு செய்யப்பட்ட காதல் கொலை என்பதாகும். பய் தன்னைத் தவிர வேறு யாருடனும் பழகக்கூடாது என்று ஆத்திரம் அடைந்த யாரோ ஒருவரால் கொல்லப்பட்டிருக்கிறாள் என்றும் சிலர் பேசிக் கொண்டனர். ஆனால், இதை யாரும் நம்பவில்லை. ஆண்கள் சம்மந்தப்பட்ட இடங்களில் மிகுந்த அடக்கத்துடனும், பண்புடனும் நடந்து கொண்டாள். பய் கோமிங்டாங் இயக்கத்திலிருந்து தன்னை விடுவித்துக் கொள்ள முயற்சி எடுத்ததால் அவள் கொல்லப்பட்டாள் என்று அம்மாவுக்கு செய்தி கிடைத்தது.

இந்தச் சோகச் சம்பவம் அங்கே முடிவடையவில்லை. நகைக்கடை உரிமையாளரான ஒரு பெரிய பணக்கார வீட்டில், பய்யின் தாய் வேலை செய்து வந்தாள். மகளின் மரணச் செய்தி கேட்டு நெஞ்சடைத்துப் போனாள். இறந்து போன பய்க்கு அநேக காதலர்கள் இருந்தார்கள் என்றும், அவர்களுக்குள்ளே கடுமையான

வாக்குவாதம் நடந்தது என்றும், அதனால் அவள் இறுதியில் கொலை செய்யப்பட்டாள் என்றும் தன் மகள் பற்றிய அவதூறான தினத்தாள் செய்தியைப் பார்த்து பய்யின் தாய் ஆத்திரமடைந்தாள். ஒரு பெண்ணுக்கு புனிதமான பொக்கிஷம் அவளது கற்புதான். அவள் அதை மரணம் வரை பாதுகாத்து வந்தவள். பய் இறந்து சில நாட்கள் கழித்து, அவள் தாய் தூக்கிலிட்டு தற்கொலை செய்து கொண்டாள். சில தாதாக்கள் அவளின் முதலாளியை சென்று பார்த்து அவர்தான் பய்யின் தாய் மரணத்திற்குக் காரணம் என்று குற்றம் சாட்டினார்கள். இந்தப் பொய்க் காரணத்தைக் கூறி அவனிடம் இந்த தாதாக்கள் பணம் பறிக்கத் தொடங்கினர். மிக விரைவில் அவன் நகைக்கடையைப் பறிகொடுத்து தெருவுக்கு வந்து விட்டான். ஒரு நாள் டாக்டர் ஸியாவின் வீட்டுக் கதவு தட்டப்பட்டது. 35 வயது மதிக்கத்தக்க ஒருவன் கோமிங்டாங் சீருடையில் காணப்பட்டான். உள்ளே வந்த அவன் அம்மாவை வீழ்ந்து வணங்கினான். வணங்கி எழுந்தவன் பாட்டியை 'அக்கா' என்று அழைத்தான். டாக்டர் ஸியாவை 'அத்தான்' என்று அழைத்தான். மிடுக்காக உடை அணிந்து கொண்டு, திட காத்திரமாக, நின்ற அவனை அடையாளம் கண்டு கொள்ள அவர்களுக்கு நீண்ட நேரம் பிடிக்கவில்லை. அவன்தான், கொலைத் தண்டனையிலிருந்து காப்பாற்றப்பட்டு, பழைய வீட்டில் மூன்று மாதங்களாக மறைத்து வைத்து சிகிச்சையளிக்கப்பட்டு உயிர்பிச்சை அளிக்கப்பட்ட ஹான்-சென் என்பவன். அவனோடு சீருடையில் உயரமாகத் தோன்றிய இன்னொரு இளைஞன், ஒரு பட்டாளத்தான் போன்று தோற்றமளிக்காமல், ஒரு கல்லூரி மாணவன் போல் தோற்றமளித்தான். ஹான்-சென் அவனைத் தன் நண்பன் ஜுக் என்று அறிமுகப்படுத்தினார். அம்மாவுக்கு பார்த்த உடனே அவனைப் பிடித்து விட்டது.

டாக்டர் ஸியாவின் வீட்டை விட்டுச் சென்ற பிறகு, ஹான்-சென் கோமிங்டாங் உளவுப் பிரிவில் ஒரு பெரிய அதிகாரி ஆகி விட்டான். ஜிங்கு நகரில் அமைந்துள்ள அதன் கிளைகள் ஒன்றின் பொறுப்பில் இருந்தான். 'அக்கா, உங்கள் குடும்பம் தான் எனக்கு உயிர்ப்பிச்சை அளித்தது. உங்களுக்கு எப்போதாவது, ஏதாவது தேவைப்படுகின்றபோது, எனக்கு ஒரு வார்த்தை சொல்லி அனுப்பினால் போதும். அந்தக் காரியம் உங்களுக்கு அங்கே ஆகி இருக்கும்' என்று சொல்லிவிட்டு விடை பெற்றுச் சென்றார்.

ஹான்-சென்னும், ஜுக்கும் அடிக்கடி அங்கு வந்து சென்றார்கள். முன்னால் தூக்கு தண்டனை நிறைவேற்றியவனும், ஹான்-சென் உயிரைக் காப்பாற்றிக் கொடுத்தவனுமான டாங் என்பவனுக்கும், பாட்டியின் தங்கை கணவரும், முன்னாள் சிறைசாலைக்

வெவ்வேறு தலைவர்களால் ஆளப்பட்டவர்கள் 155

காப்பாளருமாக இருந்த பி-யோ என்பவருக்கும் ஹான்-சென் உளவுத்துறை அமைப்பில் வேலை வாங்கிக் கொடுத்து விட்டார்.

ஜுக் பாட்டியின் வீட்டாரோடு மிகுந்த நெருக்கமாகி விட்டான். தியான்ஜின் பல்கலைக் கழகத்தில் ஜுக் அறிவியல் பாடம் எடுத்துப் படித்துக் கொண்டிருந்தான். ஜிங்கு ஜப்பானியரின் ஆதிக்கத்தின் கீழ் வந்தவுடன் ஜுக் ஓடிவந்து கோமிங்டாங் அமைப்பில் சேர்ந்து விட்டான். இப்படி ஒருநாள் ஜுக் வந்தபோது, அம்மா அவனை, அங்கிருந்த தனது ஆசிரியை தணக்காவுக்கு அறிமுகம் செய்து வைத்தாள். இவர்கள் பார்த்துக்கொண்ட உடனே ஒருவருக்கொருவர் பிடித்து விட்டது. அவர்கள் திருமணம் செய்து கொண்டார்கள். ஒரு வாடகை வீடு எடுத்து அதில் இருவரும் தங்கிக் கொண்டார்கள். ஒருநாள் ஜுக் தன் துப்பாக்கியைத் துடைத்துக் கொண்டிருந்த போது, எதிர்பாராமல் அவனது விரல்கள் துப்பாக்கி விசையின் மீது அழுத்தி விட்டன. துப்பாக்கி வெடித்தது. அந்த துப்பாக்கிக் குண்டு கீழே தூங்கிக் கொண்டிருந்த நிலக்கிழாரின் இளைய மகன் நெஞ்சில் பாய்ந்தது. தங்கள் மகனைச் சுட்டுக் கொன்றதற்காக ஜுக்கின் மீது புகார் கொடுக்க அவர்களுக்கு தைரியம் வரவில்லை. ஏனென்றால், ஜுக் உளவுத்துறைப் பிரிவில் இருக்கிறான்; அவன் நினைத்தால் யாரையும் எளிதில் ஒரு கம்யூனிஸ்ட் என்று குற்றம் சாட்ட முடியும். அவர்கள் வைத்தது தான் சட்டம். ஒருவரை வாழ வைக்கவும், சாக வைக்கவும் அவர்களுக்கு முடியும். ஜுக்குவின் அம்மா மகனை இழந்த குடும்பத்தாருக்கு இழப்பீடாக ஏகப்பட்ட தொகை பணமாகக் கொடுத்தாள். ஜுக், தான் செய்த தவறுக்காக மிகவும் மனம் வருந்தினான். ஆனால் பாதிக்கப்பட்ட குடும்பம் இவன் மீது எந்தக் கோபத்தையும் காட்டிக் கொள்ளவில்லை. இந்தக் குடும்பத்தார் அவன்மீது தாக்குதல் தொடுக்கக்கூடும் என்று அவன் நினைப்பான் என்ற பயம் மேலிட்டதால், அவர்கள் அவன்மீது ஆத்திரப்படுவதற்கு மாறாக, அவன்மீது நன்றி பாராட்டினார்கள். ஆனால் அவனால் இந்த மனவேதனையை தாங்கிக்கொள்ள முடியவில்லை. வீட்டை காலி செய்து கொண்டு வெகு தொலைவில் சென்று விட்டான்.

அம்மாவின் சகோதரியான லானின் கணவன் பி-யோ உளவுத் துறைப் பிரிவிலிருந்து நல்ல வளர்ச்சி பெற்றார். அவருக்கு வேலை வாய்ப்புக் கொடுத்தவர்கள் மீது அவர் மிகவும் பிரியமாக இருந்தார். அவர், தன் பெயரை 'ஸியாவோ-ஷெக்' (சியாங் காய்-ஷெக்கின் விசுவாசமான ஆள்) என்று மாற்றிக் கொள்ளும் அளவுக்கு விசுவாசத்துடன் இருந்தார். ஜுக்கின் தலைமையின் கீழ் உள்ள மூவர் குழுவில் இவரும் ஓர் உறுப்பினர். ஆரம்பத்தில்

யாரேனும் ஜப்பானிய ஆதரவாளர்கள் இருந்தால் அவர்களைப் பிடித்து வெளியேற்ற வேண்டியதுதான் இவர்களது வேலை. ஆனால், நாளடைவில் இது, கம்யூனிஸ்ட்களுக்கு ஆதரவு காட்டும் மாணவர்களை அடையாளம் காணும் பணியாக மாறியது. கொஞ்சநாள் விசுவாசமான பி-யோ, தனக்கிடப்பட்ட பணியை செவ்வனே நிறைவேற்றி வந்தார். ஆனால் அவரது மனசாட்சி அவரை உறுத்தத் தொடங்கியது. மக்களை சிறைக்கு அனுப்பும் பொறுப்பாளியாகவோ, அல்லது குற்றவாளிகளை கொலைக் களத்திற்கு அனுப்பும் பொறுப்பாளியாகவோ அவர் ஆக விரும்பவில்லை. எனவே அவர் தனக்கு மாறுதல் வேண்டி விண்ணப்பித்தார். அவருக்கு சோதனைச் சாவடியில் வாட்ச்-மேன் வேலை கொடுத்தார்கள். கம்யூனிஸ்ட்கள் ஜிங்கு நகரை விட்டு வெளியேறினார்கள். ஆனால், வெகு தூரத்தில் சென்றுவிட வில்லை. ஜிங்குவை சுற்றியுள்ள சிறு சிறு இடங்களில் தங்கிக் கொண்டு, கோமிங்டாங் இயக்கத்தோடு போரிடும் முயற்சியில் மும்முரமாக ஈடுபட்டனர். கம்யூனிஸ்ட்கள் எந்தவிதமான உணவுப் பொருட்களையும், எங்கிருந்தும் பெற்று விடக் கூடாது என்று ஜிங்கு நகர அதிகாரிகள் மிகுந்த கவனத்துடன் செயல்பட்டு வந்தார்கள்.

'விசுவாசம்' (பி-யோ) உளவுத் துறையில் இருந்தபோது கிடைத்த அதிகாரத்தால் நல்ல வருமானம் இருந்தது. கொஞ்சம் கொஞ்சமாக அவர் மாறத் தொடங்கினார். கஞ்சாப் பழக்கத்திற்கு அடிமையாக ஆரம்பித்தார். பின் வயிறு முட்டக் குடித்தார். சூதாட்டத்தில் ஈடுபட்டார். விபச்சாரம் செய்யும் பெண்களுடன் தொடர்பு ஏற்படுத்திக் கொண்டார். அதனால் இரகசிய நோயை இழுத்துக் கொண்டார். அவர் தன்னை மாற்றிக் கொண்டு நன்னடத்தை உள்ளவராக வர வேண்டும் என்று பாட்டி அவருக்கு நிறையப் பணம் கொடுத்து உதவினாள். ஆனால் அவர் மாறுவதாக இல்லை. இது இப்படியிருக்கையில் டாக்டர் ஸியாவின் குடும்பத்தினருக்கு வரவர உணவுப் பொருட்களின் பற்றாக்குறை அதிகரித்துக் கொண்டே வந்தது. இவர் டாக்டர் ஸியா குடும்பத்தினரை தன் வீட்டிற்கு அடிக்கடி அழைத்து உணவளித்து வந்தார். டாக்டர் ஸியா பாட்டியை அதற்கு அனுப்புவதில்லை. 'அது நேர்மையான வழியில் வந்தது அல்ல. நாம் அதைத் தொடக்கூட நினைக்கக் கூடாது' என்று டாக்டர் ஸியா சொன்னார். ஆனால் சுவைபடச் சாப்பிட்டால் என்ன என்ற சபலம் அம்மாவைச் சில நேரங்களில் ஆட்கொண்டு விடும். அந்த நேரங்களில் பாட்டி, அம்மாவையும், யூ-லினையும் அழைத்துக் கொண்டு, ஒரு நிறைவான உணவு அருந்தி விட்டு வரலாம் என்று இரகசியமாக பி-யோ வீட்டிற்கு சென்று விடுவாள்.

முதன்முதலில் கோமிங்டாங் இயக்கத்தினர் ஜிங்கு நகர் வந்தபோது யூ-லினுக்கு வயது 15. டாக்டர் ஸியாவிடம் மருத்துவம் பயின்று வந்து கொண்டிருந்தார். எதிர்காலத்தில் சிறந்த ஒரு டாக்டராக வெளி வருவார் என்ற நம்பிக்கைக்கான அறிகுறிகள் அவரிடம் இருப்பதாக ஸியா எண்ணினார். இதற்கிடையில், பாட்டியின் அம்மா, சகோதரி, சகோதரன் ஆகியோர் அனைவரும், வாழ்வாதாரத்திற்கு தன் கணவரையே நம்பி இருந்ததால், பாட்டி அந்த வீட்டின் குடும்பத் தலைவி என்ற பொறுப்பை ஏற்க வேண்டியிருந்தது. ஆகவே பாட்டி பார்த்தாள்: யூ-லினுக்கு திருமணம் செய்து வைத்து விட வேண்டிய நேரம் வந்து விட்டது என்று தீர்மானித்தாள். ஒரு நல்ல பெண்ணைப் பார்த்து முடிவு செய்தாள். அந்தப் பெண் யூ-லினை விட மூன்று வயது மூத்தவள். அவள் ஓர் ஏழைக் குடும்பத்துப் பெண். அவள் நல்ல உழைப்பாளியாகவும் சாமர்த்தியசாலியாகவும் இருக்க வேண்டும் என்று பாட்டி நம்பினாள். பெண் பார்க்கும் படலத்தில் பாட்டியோடு அம்மாவும் சேர்ந்து கொண்டாள். வந்திருப்பவர்களை வரவேற்று வணங்குவதற்கு, அவள் பச்சை நிற வெல்வட் ஆடையுடன் அறையை விட்டு வெளியே வந்தாள். அந்த ஆடையை அவள் இரவல் வாங்கி வந்து அணிந்திருந்தாள். இந்தத் தம்பதியருக்கு 1946 ஆம் ஆண்டு பதிவுத் திருமணம் நடந்தது. மேற்கத்திய பாணியில் மணப்பெண் அணிந்திருந்த வெள்ளை நிற வெல்வெட் முக்காட்டுத் துகில், வாடகைக்கு வாங்கப் பட்டிருந்தது. அப்போது யூ-லினுக்கு பதினாறு வயதும் மணப்பெண்ணுக்கு பத்தொன்பது வயதும் நிறைந்திருந்தது.

யூ-லினுக்கு ஏதாவது ஒரு நல்ல வேலை தேடிக் கொடுக்குமாறு பாட்டி ஹான்-சென்னைக் கேட்டுக் கொண்டாள். உப்பு என்பது மிக முக்கியமான உணவுப் பொருளாக இருந்தது. அதை நாட்டுப் புறங்களுக்கு கொண்டு சென்று விற்பனை செய்யக்கூடாது என்று அதிகாரிகள் தடை விதித்திருந்தனர். ஆனால் அந்த அதிகாரிகளே கள்ளத்தனமாக உப்பு விற்று பணம் ஈட்டிக் கொண்டிருந்தனர். யூ-லினுக்கு உப்பு காவல் அதிகாரி என்ற ஒரு வேலையை ஹான்-சென் வாங்கிக் கொடுத்தான். யூ-லின் உப்புக் காவல் அதிகாரியாக நியமிக்கப்பட்டதிலிருந்து, உப்பைக் கைப்பற்ற வந்த கம்யூனிஸ்ட் கொரில்லாக்களுடனும், கோமிங்டாங் வீரர்களுடனும் சண்டையிட நேர்ந்தது. இந்தச் சண்டையில் பலர் கொல்லப்பட்டனர். இந்த வேலை என்னவோ ஆபத்தான வேலையாகப்பட்டது. மனசாட்சி அவரை உறுத்தியது. சில மாதங்களில் அவர் அந்த வேலையை விட்டு விட்டார்.

இதற்கிடையில், நாட்டுப் புறங்களில் தனக்கிருந்த கட்டுப்பாட்டை கோமிங்டாங் கொஞ்சம் கொஞ்சமாக இழந்து கொண்டிருந்தது. இராணுவத்திற்கு ஆள் சேர்ப்பது என்பது மிக மிகக் கடினமான வேலையாகவும் இருந்தது. இளைஞர்கள் மத்தியில் இராணுவத்தில் சேர்வதற்கான ஆர்வம் குறைந்து கொண்டே வந்தது. உள்நாட்டுப்போர் இரத்தக்களரியாக ஆனது. நாளுக்குநாள் உயிர்ச்சேதம் கூடிக்கொண்டே போனது. படைக்கு ஆள் சேர்க்கும் அபாயமும், அதனால், பட்டாளத்தில் சேருவதற்கான ஆர்வத்தை தூண்ட வேண்டிய அபாயமும் கூடிக்கொண்டே போனது. யூ-லினை காப்பாற்ற வேண்டுமென்றால் அவரைச் சீருடைப் பணியிலிருந்து விடுவித்து வேறு ஒரு வாழ்வாதாரத்தைக் கொடுக்க வேண்டும். எனவே, பாட்டி அவருக்கு உளவுத்துறைப் பிரிவில் ஒரு வேலை பெற்றுக் கொடுக்குமாறு ஹான்-சென்னைக் கேட்டுக் கொண்டாள். ஆனால் அவனோ, ஒரு பண்பான இளைஞனுக்கு அந்த இடம் தகுதியில்லை என்று பாட்டியின் முகத்தில் அடித்தாற்போலச் சொல்லி மறுத்து விட்டான்.

ஹான்-சென் தன் பணியின் மீது முற்றிலும் நம்பிக்கை இழந்திருந்தான் என்ற விபரம் பாட்டியால் புரிந்து கொள்ள முடியவில்லை. ‘விசுவாசம்’ பி-யோவைப் போல ஹான்-சென்னும் அபின் பழக்கத்திற்கு அடிமையாகி விட்டான். நிரந்தரக் குடிகாரனும் ஆகிவிட்டான். விபச்சாரிகளோடும் தொடர்பு ஏற்படுத்திக் கொண்டான். கண்ணெதிரே, அவன் தன்னைத்தானே அழித்துக் கொண்டு வந்தான். ஹான்-சென் எப்போதும் சுயகட்டுப்பாடு உள்ள மனிதன். உறுதியான ஒரு ஒழுக்கசீலன். அவனைப் போன்றவர்களை அவன் வழியே விடுவது விரும்பத்தக்கது அல்ல. பழங்காலத்து மருத்துவமான ‘திருமணம்’ ஒன்றே அவனை செம்மைப் படுத்தும் என்று பாட்டி எண்ணினாள். பாட்டி இந்தச் செய்தியை அவனிடம் முன்மொழிந்த போது அவன் அதை வன்மையாக மறுத்து விட்டான். ஏனென்றால், அவனுக்கு இனி வாழ விருப்பம் இல்லை. இதைக்கேட்டு பாட்டி அதிர்ச்சியடைந்து விட்டாள். ஏன் திருமணத்திற்கு மறுக்கிறான் என்று பாட்டி அவனை வலியுறுத்திக் கேட்ட போது, அவன் அழுதான். அதை அவன் பாட்டிக்கு சொல்லக்கூடிய சூழ்நிலையில் இல்லை என்பதையும், பாட்டி எந்த உதவியும் அவனுக்கு செய்ய முடியாது என்பதையும் சொன்னான்.

ஜப்பானியர் மீது ஏற்பட்ட வெறுப்பால் ஹான்-சென் கோமிங்டாங் படையில் சேர்ந்தான். அவன் இயல்பாக நினைத்த ஒன்று, அவன் எதிர்காலத்தையே புரட்டிப் போட்டு விட்டது. அவன் உளவுத்துறைப் பிரிவில் சேர்ந்ததால் என்ன ஆனது என்றால், அவன் உடன்பிறப்பு

போன்ற சீனர்களை அவன் கைகளாலே காவு வாங்குவதை அவனால் தடுக்க முடியவில்லை. ஆனால் அவனால் இதிலிருந்து வெளியேறவும் முடியவில்லை. அம்மாவின் கல்லூரித் தோழியான பய்க்கு என்ன நடந்ததோ அதுதான் இதை விட்டு வெளியேற முயன்ற அனைவருக்கும் நடந்தது. அதைவிட்டு வெளியேறு வதற்கான ஒரே வழி தற்கொலை செய்து கொள்வதுதான் என்பதை ஹான்-சென் உணர்ந்து கொண்டான். ஆனால் தற்கொலை செய்து கொள்வதற்கு முன், தன் எதிர்ப்பைத் தெரிவித்து, அதன் காரணமாகத் தற்கொலை செய்து கொள்வதுதான் வழக்கமான ஒன்றாக நிலவி வந்தது. அதனால் ஒருவன் தற்கொலை செய்து கொண்டபின் அவன் குடும்பத்தாருக்கு தொந்தரவு வந்து சேரும். அதனால் தன்னுடைய மரணம் இயற்கையாக அமைய வேண்டும் என்று தீர்மானம் செய்து கொண்டான். அதனால்தான் தீய பழக்கங்களில் தன்னை ஈடுபடுத்திக் கொண்டு தன் உடலை சாவுக்கு தயார்படுத்தி வந்தான். அதனால்தான் மருத்துவ சிகிச்சை எதையும் எடுத்துக் கொள்ள அவன் மறுத்து வந்தான்.

1947 ஆம் ஆண்டு வந்த சீனப் புத்தாண்டு விழாவை தன் சகோதரனோடும், வயதான தந்தையோடும் சேர்ந்து கொண்டாட அவன் ஈக்ஸியான் நகரில் உள்ள தன் வீட்டிற்கு வந்தான். இதுதான் அவனது கடைசி சந்திப்பு என்று அங்கே தங்கினான். அவன் உடல்நிலை மிகவும் மோசமடைந்தது. அடுத்து வந்த கோடைகாலத்தில் அவன் இறந்து விட்டான். ‘ஒரு மகனுக்குரிய கடமையை செய்ய முடியாமல் சாகப் போகிறேன் என்றும், தந்தைக்குச் செய்ய வேண்டிய சிறப்பான இறுதி ஊர்வலத்தை நிறைவேற்றாமல் சாகப் போகிறேன்’ என்றும் சாகும் தருவாயில் ஹான்-சென் பாட்டியிடம் சொல்லி வேதனைப்பட்டிருக்கிறான்.

ஆனால் அவன் பாட்டிக்கும், பாட்டி குடும்பத்தினருக்கும் செய்ய வேண்டிய கடமையைச் செய்யாமல் அவன் இறந்துவிடவில்லை. அவன் யூ-லினை உளவுத்துறைப் பணியில் சேர்த்துக் கொள்ள மறுத்து விட்டாலும், அவனுக்கு ஒரு அடையாள அட்டையைப் பெற்றுக் கொடுத்து விட்டான். அந்த அடையாள அட்டை யூ-லின் ஒரு உளவுத்துறை அலுவலர் என்பதைப் பறைசாட்டியது. யூ-லின் உளவுத்துறையில் எந்தப் பணியும் செய்யவில்லை. ஆயுதப்படைக்கு ஆள் சேர்க்கும் அபாயத்திலிருந்து அந்த அடையாள அட்டை அவனைக் காப்பாற்றி வந்தது. அவன் வீட்டிலேயே இருந்து டாக்டர் ஸியாவின் மருந்துக் கடையில் உதவியாக இருந்து வந்தான்.

அம்மாவின் பள்ளி ஆசிரியர்களில் ஒருவராக ‘காங்’ என்னும் ஆசிரியர் மிகவும் அன்பானவர். அவர் அம்மாவுக்கு சீன

இலக்கியம் போதித்து வந்தார். அவர் அறிவும் அழகும் உள்ள ஓர் ஆசிரியர். அம்மாவுக்கு அவர் மீது மிகுந்த மரியாதை உண்டு. தென்மேற்கு சீனாவில் இருந்த குண்மிங் நகரின் கோமிங்டாங் இயக்கத்தின் எதிர்ப்பு நடவடிக்கைகளில் அவர் ஈடுபட்டிருந்ததாக அம்மாவிடமும், மற்ற பெண்களிடமும் கூறினார். ஒரு கிளர்ச்சியின் போது கை எறி குண்டு வீசப்பட்டதில் அவரது காதலி இறந்து விட்டதாகவும் கூறினார். கம்யூனிஸ்ட்களுக்கு ஆதரவாக அவர் ஆற்றிய உரை, அம்மாவை மிகவும் கவர்ந்து விட்டது.

1947 ஆம் ஆண்டின் தொடக்கத்தில், ஒரு நாள் காலை, பள்ளியில் வாயிற் காவலாளி அம்மாவை வாசலில் தடுத்து நிறுத்தினான். அவன் அம்மாவின் கையில் ஒரு குறிப்பைக் கொடுத்து, காங் சென்று விட்டதாகச் சொன்னான். கோமிங்டாங் உளவுத்துறை உளவாளிகளில் இரகசியமாக கம்யூனிஸ்ட்களுக்கு வேலை செய்யும் சிலர், காங்கிற்கு இரகசியத் தகவல் கொடுத்துவிட்ட விஷயம் அம்மாவுக்கு தெரியாது. அந்த நேரத்தில் அம்மா, கம்யூனிஸ்ட்கள் பற்றி அதிகமாக எதுவும் தெரிந்திருக்கவில்லை. அத்துடன், காங் கம்யூனிஸ்ட்களில் ஒருவர் என்பதும் அம்மாவுக்கு தெரியாது. அம்மாவுக்கு தெரிந்ததெல்லாம், காங்கை கைது செய்யப் போகிறார்கள் என்பதுவும், அவர் கைது நடவடிக்கையிலிருந்து தப்பித்துக் கொள்ள வேண்டும் என்பதுதான்.

அம்மாவின் கைக்கு வந்த குறிப்பு, தன் ஆசிரியர் காங் எழுதி அனுப்பியது. அதிலிருந்து காணப்பட்ட ஒரே வார்த்தை; ‘அமைதி’. அதிலிருந்து இரண்டு விஷயங்கள் அம்மாவால் புரிந்து கொள்ள முடிந்தது. தன் காதலியின் நினைவாக, அவளுக்கு இவர் எழுதிய கவிதையின் வரியிலிருந்த ‘அமைதி’ நம் ஒற்றுமை வலுப்பெறுவதாகவும், நம் தைரியத்தை இழந்து விடக் கூடாது என்று கேட்டுக் கொள்வதாகவும், ‘அமைதி’ என்ற வார்த்தை அமைந்திருந்தது. அத்துடன் அவசரப்பட்டு எதையும் தவறாக முடிவு எடுத்து விடக்கூடாது என்று எச்சரிப்பதாகவும் அது அமைந்திருந்தது. அதற்குள் அம்மா அஞ்சாமை என்னும் மதிப்பீட்டை தனக்குள் ஏற்படுத்திக் கொண்டாள். மாணவர்கள் மத்தியில் தனக்கென்று ஓர் ஆதரவு பெற்றுக் கொண்டாள். ஒரு புதிய தலைமை ஆசிரியை வரவிருப்பது அம்மாவுக்குத் தெரிய வந்தது. அந்த அம்மையார் கோமிங்டாங்கின் தேசியக் கூட்டமைப்பின் பிரதிநிதி. இரகசியப் பணி ஆற்றுவதில் கை தேர்ந்தவள். அவள் உளவுத் துறையிலிருந்து பல நபர்களைத் தன்னோடு அழைத்து வந்திருந்தாள். அவர்களில் ஒருவனான யாவே-ஹான் என்னும் பெயருடைய அவன், ஒரு அரசியல் மேற்பார்வையாளர். மாணவர்கள் பற்றிய இரகசியத் தகவல் அறிந்து சொல்வது தான் அவனுக்கிடப்பட்ட பணி. கல்வி

அலுவலக மேற்பார்வையாளர்தான் கோமிங்டாங் அணியின் மாவட்டச் செயலாளர்.

தூரத்து உறவினனான ஹூ என்பவன்தான் அம்மாவின் நெருங்கிய தோழன். ஹூவின் தந்தையார் ஜிங்கு, முக்டன், ஹார்பின் போன்ற முக்கிய நகரங்களில் பல்பொருள் அங்காடி பல வைத்து நடத்தி வந்தார். ஒரு மனைவியும் இரண்டு ஆசை நாயகிகளும் அவருக்கு இருந்தனர். அவர் மனைவி, கஸின் ஹூ என்னும் ஓர் ஆண் மகவைப் பெற்றெடுத்தாள். அவரது ஆசை நாயகிகளுக்கு எந்தக் குழந்தையும் பிறக்கவில்லை. எனவே அந்த இரண்டு ஆசை நாயகிகளும் கஸின் ஹூவின் அம்மாவை பொறாமைக் கண் கொண்டு பார்த்தார்கள். ஒரு நாள் இரவு அவளுடைய கணவன் வீட்டில் இல்லாத நேரம் பார்த்து, ஆசை நாயகிகள் இருவரும் ஹூவின் அம்மாவிற்கும், அதே போல அந்த வீட்டு வேலைக்கார இளைஞனுக்கும் உணவில் மயக்க மருந்து கலந்து கொடுத்து, இருவரையும் ஒரே அறையில் போட்டு அடைத்து விட்டனர். திரும்பி வந்து, தன் மனைவி வீட்டு வேலைக்காரனோடு ஒரே அறையில் படுத்திருந்ததைப் பார்த்த திரு ஹூ ஆத்திரத்தில் உறைந்து போனார். அந்த வீட்டின் மூலையில் இருந்த ஒரு சிறிய அறையில் அவர் மனைவியைப் போட்டு அடைத்து வைத்து விட்டார். அம்மாவைப் பார்க்கக் கூடாது என்று தன் மகனுக்கும் உத்தரவு போட்டு விட்டார். இது தனது ஆசை நாயகிகள் திட்டமிட்டுச் செய்த சூழ்ச்சியாக இருக்குமோ என்று அவருக்கு மெல்லிய சந்தேகக் கீற்று மின்னலிட்டது. அதனால் அவர் தன் மனைவியை வெறுத்து வெளியில் அனுப்பிவிடவில்லை. அப்படிச் செய்திருந்தால் அது பெருத்த அவமானத்தை அளித்திருக்கும். ஆசை நாயகிகளால் தன் மகனுக்கு ஆபத்து வருமோ என்ற அச்சத்தில், அவனை ஜிங்கு நகரில் உள்ள ஒரு பள்ளியில் தங்கிப் படிக்க அனுப்பி வைத்து விட்டார். அவன் தான் இப்போது அம்மாவின் நெருங்கிய தோழன். அப்போது அம்மாவுக்கு ஏழு வயது. அவனுக்கு பன்னிரண்டு. அவனுடைய அம்மா தனிமையிலே அடைபட்டுக் கிடந்ததால், சிறிது நாட்களில் பைத்தியமாகி விட்டாள்.

கஸின் ஹூ எளிதில் உணர்ச்சி வசப்படக்கூடியவனாக வளர்ந்து வந்தான். வெளி உலகத்தைப் பார்க்காமல் ஓரிடத்திலேயே முடங்கிக் கிடந்தான். அவனுக்கு எது நடந்து விட்டாலும் அதிலிருந்து மீள முடியாமல் இருந்தான். இது பற்றி எப்போதாவது அம்மாவிடம் பேசுவான். அவன் குடும்பத்தில் நடந்த கதை, அம்மாவின் குடும்பத்திலேயே பாதிக்கப்பட்ட பெண்களின் கதையையும், பற்பல தாய்மார்களுக்கும், மகள்களுக்கும், மனைவிமார்களுக்கும்,

ஆசை நாயகிகளுக்கும் நடந்த எண்ணற்ற சோகச் சம்பவங்களைப் பிரதிபலித்தது. பெண்களின் கையாலாகாத்தனம், காட்டு மிராண்டித்தனமான பண்டைய கேடுகெட்ட கலாச்சாரங்கள், பழமையில் ஊறிப்போன பழக்கவழக்கங்கள், உதவாக்கரை ஒழுக்க நெறிமுறைகள் இவை எல்லாவற்றின் மீதும் அம்மாவுக்கு ஆத்திரம் ஆத்திரமாக வந்தது. அப்படியே ஏதேனும் மாற்றங்கள் ஏற்பட்டாலும், அதைச் சில கண்மூடிப் பழக்கவழக்கங்கள் மண்ணைப் போட்டு மூடி விடுகின்றன. பழைய கட்டுப் பெட்டித்தனங்களைப் பார்த்து அம்மா பொறுமை இழந்து விட்டாள்.

அம்மா பள்ளியில் தெரிந்து கொண்டது: ஓர் அரசியல் கட்சி, 'மாற்றத்தைக் கொண்டு வருவோம்' என்று பகிரங்கமாக உறுதியளித்தது. அக்கட்சி கம்யூனிஸ்ட் கட்சி. பதினெட்டே வயது நிரம்பிய, அம்மாவின் நெருங்கிய தோழியான ஷுு என்பவளிடமிருந்துதான் இந்தத் தகவல் வந்தது. அவள் வீட்டாரோடு ஏற்பட்ட மனக்கசப்பால் வீட்டைவிட்டு வெளியேறி வந்து இப்பள்ளியில் சேர்ந்து படித்துக் கொண்டிருந்தாள். பன்னிரண்டு வயது பையனுக்கு அவளைத் திருமணம் செய்து கொடுக்க அவள் அப்பா கட்டாயப்படுத்தியதால் அவள் வீட்டை விட்டு வந்து விட்டாள். ஒரு நாள் ஷுு வந்து அம்மாவிடம் விடை பெறுவதாகச் சொன்னாள். அவள் இரகசியமாகக் காதலித்தவனோடு ஓடி கம்யூனிஸ்ட் கட்சியில் சேர்ந்து கொள்ளவிருப்பதாகச் சொன்னாள். 'கம்யூனிஸ்ட்கள்தான் எங்களது நம்பிக்கை.' இதுதான் அம்மாவைப் பிரியும் போது அவர்கள் கூறிய கடைசி வார்த்தை.

இந்த சமயத்தில் அம்மா கஸின் ஹுவுடன் அதிக நெருக்கமாகி விட்டாள். அத்துடன் அவன் தன் மீது காதல் வயப்பட்டு விட்டான் என்பதையும் அம்மா அறிந்து கொண்டாள். ஒரு மேனாமினுக்கியான லியூவைப் பார்த்த கஸின் ஹு, அவன்மீது பொறாமை கொண்டிருந்ததிலிருந்து அவன் தன்னைக் காதலிக்கிறான் என்று அம்மா புரிந்து கொண்டாள். லியூவுக்கும் அம்மாவுக்கும் இடையே நிலவி வந்த உறவு பிளவுபட்டு விட்டதால் கஸின் ஹுவுக்கு பரம ஆனந்தம். அதனால், அவன் தினமும் ஒருமுறை வந்து அம்மாவைப் பார்த்து விடுவான்.

1947 ஆம் ஆண்டு மார்ச் மாதம் ஒரு நாள் மாலை அம்மாவும். ஹுவும் ஒரு திரைப்படத்திற்குச் சென்றார்கள். அந்தத் திரையரங்கில் இரண்டு வகையான டிக்கெட்டுகள் கொடுக்கப்பட்டன. நாற்காலியில் உட்கார்ந்து கொண்டு பார்ப்பதற்கான ஒரு டிக்கெட்டும், நின்று கொண்டே பார்ப்பதற்கான ஒரு டிக்கெட்டும் கொடுக்கப்பட்டன. அம்மாவுக்கு உட்கார்ந்து பார்ப்பதற்கான

டிக்கெட்டும், அவனுக்கு நின்று கொண்டே பார்ப்பதற்கான டிக்கெட்டும் வாங்கி வந்தான். அவன் பணம் பற்றாக்குறை என்று காரணம் சொன்னான். அம்மாவுக்கு இதுமுற்றிலும் ஆச்சிரியமாகப் பட்டது. அம்மா அவன் நின்று கொண்டிருந்த பக்கத்தையை திருட்டுத்தனமாகத் திரும்பி திரும்பி பார்த்துக் கொண்டிருந்தாள். திரைப்படம் பாதி ஓடிக் கொண்டிருந்த போது, அழகாக ஆடையணிந்திருந்த ஓர் இளம் பெண், மெதுவாக நகர்ந்து போய் அவன் அருகில் நின்று கொண்டதை அம்மா கவனித்து விட்டாள். ஓரிரு நொடிப் பொழுதுகளில் அவர்களின் கரங்கள் இரண்டும் உரசிக் கொண்டன. அம்மா சட்டென்று எழுந்துபோய் அவனை இழுத்துக் கொண்டு வெளியே வந்து விட்டாள். அவர்கள் இருவரும் வெளியே வந்தபின், அம்மா நடந்தது என்னவென்று விசாரித்தாள். முதலில் அப்படி எதுவும் நடக்கவில்லை என்று அவன் மழுப்பினான். ‘என்னால் இதை தாங்கிக் கொள்ள முடியவில்லை’ என்று அம்மா தெளிவுபடுத்திய போது, இதைப் பற்றி பிறகு விபரமாகச் சொல்கிறேன் என்று நிறுத்திக் கொண்டான். அம்மாவுக்கு சில விஷயங்களைப் புரிந்து கொள்ள முடியாது என்று சொன்னான். ஏனென்றால், அம்மாவுக்கு வயது போதாது. இருவரும் திரும்பி வீட்டிற்கு வந்தபோது அம்மா அவனை வீட்டிற்குள் வரச்சொல்லி அழைக்க மறுத்து விட்டாள். அதன்பிற்கு தொடர்ந்து அம்மாவைப் பார்க்க வந்தான். அம்மா அவனைப் பார்க்க மறுத்து விட்டாள்.

சில நாட்கள் கழித்து, நடந்த எல்லாவற்றிற்காக அவனிடம் வருத்தம் தெரிவிக்கவும், அவனிடம் சமாதானமாகப் போகவும், அவன் வருகையை எண்ணி அம்மா வாசலையே பார்த்துக் கொண்டிருந்தாள். ஒருநாள் மாலை கடுமையான பனிப்பொழிவு. அவன் யாரோ ஒருவனோடு வீட்டிற்கு வருவதை அம்மா பார்த்தாள். அம்மா என்ற ஒருத்தி அவ்வீட்டில் இருப்பதற்கான நினைவே இல்லாதது போல, நேராக அவ்வீட்டில் வாடகைக்கு குடியிருக்கும் யூ-வூ என்பவனைப் பார்க்கச் சென்றான். சிறிது நேரம் கழித்து திரும்பி வந்த அவன் வேகமாக அம்மாவின் அறைக்குச் சென்றான். போலீஸ் அவனைத் தேடிக் கொண்டிருப்பதால், உடனடியாக ஜிங்கு நகரை விட்டு வெளியேற வேண்டும் என்று அவசரமாக, மெல்லிய குரலில் அம்மாவிடம் சொன்னான். ஏன் என்று அம்மா கேட்டதற்கு அவன் கூறிய பதில், ‘நான் ஒரு கம்யூனிஸ்ட்.’ வெளியேறிய அவன் பனி கொட்டிக் கொண்டிருந்த இரவில் கலந்து காணாமல் போனான்.

திரைப்பட அரங்கில் நடந்த நிகழ்வுகூட. கஸின் ஹூவின் இரகசிய வேலை என்று இப்போதுதான் அம்மாவுக்கு புரிய வந்தது. அவள் இதயம் சுக்கு நூறாக உடைந்து போனது. அவனிடம் மீண்டும் தன்

அன்பைப் பொழிய இனி அவகாசம் இல்லையே என்று அழுதாள். தன் வீட்டில் தங்கியிருக்கும் யூ-வூவும் கூட மறைமுக கம்யூனிஸ்ட் தானா? கஸின் ஹூ, யூ-வூ தங்கி இருந்த வீட்டிற்கு அழைத்து வரப்பட்டதே அங்கு மறைந்து கொள்வதற்குத்தான். கஸின் ஹூவும், யூ-வும் இன்று மாலை வரை ஒருவருக்கொருவர் அறிமுகம் இல்லாதிருந்தது. கஸின் ஹூ அங்கே தங்குவதில் எந்தத் தடையும் இல்லை என்று அவர்கள் இருவரும் உணர்ந்து கொண்டார்கள். ஏனென்றால் அவனுக்கும் அம்மாவுக்கும் இருந்த உறவு அனைவரும் நன்கு அறிந்ததே. காவல்துறையினர் அவனைத் தேடி வீட்டிற்கு வந்தால், யூ-வூவும் கூட பிடிபடுவான். அந்த இரவே ஜிங்கு நகர எல்லையிலிருந்து 20 கிலோமீட்டர் தொலைவில் உள்ள கம்யூனிஸ்ட் கட்டுப்பாட்டு அறைக்குச் செல்ல எத்தனித்தான். ஒருசில நாட்களில், வசந்தகால மொட்டுகள் வெடிக்குமுன், நகரின் எல்லையை விட்டு தப்பிக்க முயற்சித்த போது ஹூ பிடிபட்டான் என்ற செய்தி யூ-வூவை வந்தடைந்தது. அவனோடு துணைக்கு வந்தவன் சுட்டுக் கொல்லப்பட்டான். அடுத்து வந்த செய்தி ஹூவுக்கு மரண தண்டனை நிறைவேற்றப்பட்டது.

கோமிங்டாங் இயக்கத்திற்கு எதிரான எண்ணங்களில் அம்மா மேலும் மேலும் வலுப்பெற்றுக் கொண்டே வந்தாள். இதற்கான ஒரே ஒரு மாற்றுச் சக்தி கம்யூனிஸ்ட்தான் என்று புரிந்து கொண்டாள். ‘பெண்களுக்கெதிரான வன்கொடுமைகளை முறியடிப்போம்’ என்று அவர்கள் கூறும் வாக்குறுதிதான் அம்மாவை முற்றிலும் ஈர்த்தது. இதுவரை அதாவது, அம்மாவின் 15-ஆவது வயது வரை தன்னை கம்யூனிஸ்ட் கட்சியில் ஈடுபடுத்திக் கொள்ளத் தயாராக இல்லை. ஹூவின் மரணம்தான் அம்மாவை மாற்றியது. அம்மா ஒரு கம்யூனிஸ்ட் ஆக முடிவெடுத்து விட்டாள்.

5

‘பத்து கிலோ அரிசிக்கு மகள் விற்பனை’

நவ சீனாவிற்கான யுத்தத்தில்

1947–1948

சில மாதங்களுக்கு முன்பு, பழக்கமான நண்பர் ஒருவரின் அறிமுகத்தோடு முதன்முதலாக இவ்வீட்டிற்கு யூ-வூ வந்தார். ஸியா குடும்பத்தினர் வாடகை வீட்டிலிருந்து வடதிசை வாசலுக்கு அருகில், மதிற்சுவருக்கு உடபக்கத்தில் ஒரு பெரிய வீட்டில் குடியேறினார்கள். வாடகையில் பங்கெடுத்துக் கொள்ளக்கூடிய இன்னொரு வசதியான நபரை ஸியா தேடிக் கொண்டிருந்தார். அப்போது கோமிங்டாங் அதிகாரியின் சீருடை அணிந்து யூ-வூ வந்து சேர்ந்தார். அவரோடு ஒரு பெண்ணும் வந்தாள். தன் மனைவி என்று அவளை அறிமுகப்படுத்தினார். அவள் கையில் ஒரு குழந்தை இருந்தது. ஆனால் உண்மையில் அவள், அவருடைய மனைவி இல்லை. அவள் அவருக்கு துணை அதிகாரியாக இருந்தவள். அந்தக் குழந்தை அவளுடையதுதான். ஆனால் அவள் கணவர் வேறு எங்கோ தூரத்தில் கம்யூனிஸ்ட் படையில் இருந்தார். காலப்போக்கில் இந்தக் ‘குடும்பம்’ நிஜமான குடும்பம் ஆகிவிட்டது. பிறகு இந்தத் தம்பதியினருக்கு இரண்டு குழந்தைகள் பிறந்துவிட்டன. இவளின் கணவரும், யூ-வூவின் மனைவியும் சேர்ந்து மறுதிருமணம் செய்து கொண்டார்கள்.

யூ-வூ *1938*-இல் கம்யூனிஸ்ட் கட்சியில் சேர்ந்தார். ஜப்பான் வீழ்ச்சியுற்ற உடனேயே, கம்யூனிஸ்ட்களின் போர்க்காலத்

தலைமை இடமான யான்’ஆன் என்னும் இடத்திலிருந்து ஜிங்கு நகருக்கு அனுப்பப்பட்டார். அவர் அங்கிருந்து செய்திகளைச் சேகரித்து, ஜிங்கு நகருக்கு வெளியே இருந்த கம்யூனிஸ்ட் தரப்பினருக்கு உடனுக்குடன் அனுப்பவேண்டும். ஜிங்குவின், ஒரு மாவட்டத்திற்கு கோமிங்டாங் இயக்க தகவல் அமைப்பு தலைவர் என்ற பொறுப்பில் இருந்து யூ-வூ செயல்பட வேண்டும் என்பது கம்யூனிஸ்ட் அவருக்கிட்ட பணி. அந்த சமயத்தில் கோமிங்டாங் இயக்கப் பதவிகள், அதாவது உளவுத்துறை அமைப்பு பதவிகள் உள்பட, கிட்டத்தட்ட அனைத்தும் வெளியில் விற்பனைக்கு வந்துவிட்டன. வசதிக்கேற்ப பதவிகளை வாங்கிக் கொள்ளலாம் என்ற நிலைக்கு வந்துவிட்டது. இராணுவத்தில் சேரவேண்டும் என்ற கெடுபிடிகளிலிருந்து தங்களைக் காப்பாற்றிக் கொள்ளவும், ரௌடிகளிடமிருந்து தங்களைப் பாதுகாத்துக் கொள்ளவும், தவறான முறையில் அடுத்தவர்களிடமிருந்து பணம் பறித்துக் கொள்ளவும், தமக்குத் தேவையான பதவிகளை விலை கொடுத்துப் பெற்றுக் கொண்டனர். திட்டங்களைத் திறம்படச் செயலாக்கம் செய்வதற்காக, ஜிங்குவில் உள்ள பற்பல அதிகாரிகளின் துணை கொண்டு கோமிங்டாங் அமைப்பிற்குள் கம்யூனிஸ்ட்கள் எளிதாக ஊடுருவ முடிந்தது.

தனக்கிடப்பட்ட பணியை யூ-வூ திறம்படச் செய்தார். அதிகார பீடத்தில் உள்ளவர்களோடு ஒரு தொடர்பு ஏற்படுத்திக் கொள்வதற்காகவும், தன்னைச் சுற்றி ஒரு பாதுகாப்பு வளையத்தை ஏற்படுத்திக் கொள்வதற்காகவும், சூதாட்டமும் கேளிக்கையும் நடத்தி, விருந்தும் கொடுத்து வந்தார். வந்து கொண்டும் போய்க்கொண்டுமிருந்த கோமிங்டாங் அதிகாரிகளோடும், அலுவலர்களோடும் கலந்து பழகியதால், அவருக்கு ‘மாமன், மச்சான்’ உறவுகளும் பெருகிக் கொண்டே இருந்தன. பல்வேறு தரப்பட்ட மனிதர்கள் கலந்திருந்தாலும், யாரும் எந்தக் கேள்வியும் அவரைக் கேட்கவில்லை.

அங்கு அடிக்கடி வருபவர்களுக்காக யூ-வூ இன்னொரு வழிமுறையையும் கண்டு வைத்திருந்தார். டாக்டர் ஸியாவின் மருத்துவமனை எப்போதும் திறந்தே இருக்கும். அனாவசியமாக வீதிகளில் நடந்து செல்லும் யூ-வூவின் நண்பர்கள் டாக்டர் ஸியாவின் மருத்துவமனையில் திடீரென்று நுழைந்து அதன் வழியாக நடுவீடு வரை சென்று விடுவார்கள். இங்கு டாக்டர் ஸியா பொறுமையைக் கடைப்பிடித்தார். அவருடைய பகுத்தறிவுப் பாசறை இயக்கம் சூதாட்டத்தையும் மதுவையும் விலக்கி வைத்திருந்தாலும், யூ-வூவின் ரௌடிக் கும்பல்களை பொறுமையோடு சகித்துக் கொண்டார்.

அம்மா இதைக் கண்டு குழம்பிப் போனாள். ஆனால் தனது மாற்றாந் தந்தையின் சகிப்புத்தன்மைக்காக அம்மா அமைதியானாள். யூ-வூ-வுடைய உண்மையான முகம் எதுவென்று டாக்டர் ஸியா ஏற்கனவே தெரிந்து கொண்டிருந்தார் என்ற விவரத்தினை பின்னாளில் பல ஆண்டுகளுக்குப் பிறகு அம்மா அதை மீண்டும் நினைவுத்துப் பார்த்து தெரிந்து கொண்டாள்.

கோமிங்டாங், கஸின் ஹூவைக் கொன்றுவிட்டார்கள் என்று கேள்விப்பட்டதும், அம்மா யூ-வூவைச் சந்தித்து கம்யூனிஸ்ட் இயக்கத்தில் சேர்ந்து பணி செய்யப் போவதாக அவரிடம் கூறினாள். அம்மாவுக்கு வயது போதாது என்ற காரணத்தைக் கூறி அம்மாவின் கோரிக்கையை அவர் நிராகரித்து விட்டார்.

பள்ளியில் அம்மா தனக்கென்று ஒரு தனிப்பெயர் எடுத்திருந்தாள். அதனால் தன் நற்பெயரை முன்னிட்டு கம்யூனிஸ்ட் தன்னை நாடி வருவார்கள் என்று அம்மா எதிர்பார்த்தாள். எதிர்பார்த்தபடி வந்தார்கள். ஆனால் அம்மாவைச் சோதனை செய்யவே வந்தார்கள். அம்மாவின் தோழியான சூ என்பவள், கம்யூனிஸ்ட் கட்டுப்பாட்டுப் பகுதிக்குச் செல்லும் முன்பு அம்மாவைப்பற்றி தன் நெருங்கிய கம்யூனிஸ்ட் தோழர் ஒருவரிடம் கூறியிருந்தாள். அவனை அவளுடைய தோழர் என்று அம்மாவுக்கு அறிமுகப்படுத்தினாள். அந்த மனிதன் திடீரென்று ஒருநாள் அம்மாவிடம் வந்து, ஜிங்குவின் வடக்கு இரயில் நிலையத்திற்கும் தெற்கு இரயில் நிலையத்திற்கும் இடையில் உள்ள சுரங்கத்திற்கு செல்லுமாறு கேட்டுக் கொண்டான். சுமார் 25 வயது மதிக்கத்தக்க, அழகான தோற்றமுடைய, ஷாங்காய் நகரப் பாஷை பேசும் மனிதன் ஒருவன் அம்மாவை அங்கே தொடர்பு கொள்வான் என்று கூறினான். பிறகு அந்த மனிதனின் பெயர் லியாங் என்று கண்டுபிடிக்கப்பட்டது. அந்த மனிதன்தான் அம்மாவின் நிர்வாகி ஆனான்.

மாவோ எழுதிய 'கூட்டணி அரசாங்கம்' போன்ற இலக்கியங்களையும், நிலச் சீர்திருத்தம் மற்றும் கம்யூனிஸக் கொள்கைகள் அடங்கிய துண்டுப் பிரசுரங்களையும் விநியோகம் செய்வதே அம்மாவுக்கு கொடுக்கப்பட்ட முதல் வேலை. எரி பொருளுக்கு பயன்படுத்தப்பட்டு வந்த சோளத் தட்டைக் கட்டுகளுக்கு இடையே அந்த இலக்கியங்களையும் துண்டுப் பிரசுரங்களையும் மறைத்து வைத்துக் கட்டி, அதை இரகசியமாக நகருக்குள் கொண்டு செல்ல வேண்டும். துண்டுப் பிரசுரங்களை மறுபடியும் காய்ந்த செடி கொடிகளின் நடுவில் வைத்து சுருட்டிக் கட்டிக்கொண்டு தூக்கிச் செல்ல வேண்டும்.

சில சமயங்களில் யூ-லின் மனைவி வந்து அந்தக் கட்டுகளை வாங்கிக் கொண்டு, அம்மாவின் உதவி ஆட்கள் எப்போது அங்கு வந்து அந்தக் கட்டுகளை வாங்கிக் கொள்வார்கள் என்று தெருவைப் பார்த்து நிற்பாள். மேலும் அவள் அந்தப் பிரசுரங்களை சோளத் தட்டையில் மறைத்துக் கட்டவும், நாட்டு மருந்துகளுக்கிடையே மறைத்து வைத்துக் கொண்டு செல்லவும் உதவுவாள். மாணவர்கள் அந்த இலக்கியங்களை இரகசியமாக வாசிப்பார்கள். இடதுசாரி நாவல்களை கிட்டத்தட்ட பகிரங்கமாக வாசிக்கலாம் என்றிருந்த போதிலும் மாணவர்கள் அந்த இலக்கியங்களை இரகசியமாக வாசித்தார்கள். அதில் அனைவருக்கும் பிடித்தமான நாவல் மாக்ஸிம் கோர்க்கி எழுதிய 'தாய்' என்னும் நாவல்தான்.

ஒருநாள், மாவோ எழுதிய 'புதிய ஜனநாயகம்' என்பதின் துண்டு பிரசுரம் ஒன்றை அம்மாவின் பள்ளித்தோழி ஒருத்திக்குக் கொடுத்தாள். ஏதோ ஒரு நினைவில் அதைப் பையில் திணித்த அம்மாவின் அந்தத் தோழி அதை மறந்தே போனாள். அப்படியே கடை வீதிக்கு சென்ற அவள், பையிலிருந்து பணம் எடுப்பதற்காகப் பையைத் திறந்தவள், அந்த துண்டுப் பிரசுரம் நழுவிக் கீழே விழுவதை அவள் கவனிக்கவில்லை. எதேச்சையாக அங்கே நின்றிருந்த இரண்டு உளவுத்துறை நபர்கள், மஞ்சள் நிறக் காகிதத்தை வைத்து அதை அடையாளம் கண்டு கொண்டார்கள். அந்த மாணவியைத் தூக்கிக் கொண்டுபோய் கோமிங்டாங் அலுவலர்கள் விசாரணை நடத்தியிருக்கிறார்கள். அவர்கள் கொடுத்த தண்டனை தாங்க முடியாமல் அவள் இறந்து விட்டாள்.

கோமிங்டாங் உளவுத் துறையினர் கையில் சிக்கிய பல பேர் மரணமடைந்திருக்கிறார்கள். அவர்கள் கையில் சிக்கினால் ஆபத்துதான் என்பதை அம்மா புரிந்து கொண்டாள். மாறாக, இந்நிகழ்வால் பயந்து பணிந்து போக வேண்டிய அம்மா எதையும் எதிர்கொள்ள துணிந்து விட்டாள். தான் கம்யூனிஸ்ட் இயக்கத்தின் ஓர் அங்கம் என்ற எண்ணம் அம்மாவை இன்னும் வலுப்படுத்தியது.

மஞ்சூரியாதான் உள்நாட்டுப் போரில் முக்கியமான யுத்த களமாக விளங்கியது. ஜிங்கு மாநகரில் சீனாவுக்காக நடைபெற்ற கடுமையான போராட்டத்தின் விளைவால் ஜிங்கு நகர் மிகவும் மோசமடைந்து கொண்டே வந்தது. அங்கு போர் முனைக்கென்று குறிப்பிட்ட இடம் எதுவும் இல்லாமல் இருந்தது. மஞ்சூரியாவின் வட பகுதியையும், அதனைச் சுற்றியுள்ள பெரும் பகுதியான சிற்றூர்களையும் கம்யூனிஸ்ட் கைப்பற்றிக் கொண்டது. வடக்குப் பகுதியில் உள்ள ஹார்பின் என்னும் இடத்தைத் தவிர, மற்ற முக்கிய நகரங்களையும், பெரும் துறைமுகங்களையும், இரயில்வே சார்ந்த

இடங்களையும் கோமிங்டாங் தன்வசப்படுத்திக் கொண்டது. 1947 ஆம் ஆண்டு இறுதிக்குள், முதல்முறையாக, அப்பகுதியில் இருந்த கம்யூனிஸ்ட் படைகளின் எண்ணிக்கை, எதிரிகளின் எண்ணிக்கையை மிஞ்சிவிட்டது. அந்த ஆண்டில் 3,00,000 கோமிங்டாங் வீரர்களைச் செயல் இழக்கச் செய்து விட்டனர். எண்ணற்ற விவசாயிகள் கம்யூனிஸ்ட் படையில் வந்து சேர்ந்து விட்டனர். இன்னும் பல விவசாயிகள் வெளியில் இருந்து ஆதரவு கொடுத்து வந்தனர். அதற்கு தனிப்பட்ட மிக முக்கியமான காரணம் எதுவாக இருந்தது என்றால், 'உழுதவனுக்கே நிலம் சொந்தம்' என்ற சீர்திருத்தத்தை கம்யூனிஸ்ட் கொண்டு வந்தார்கள். அந்தக் கட்சியைச் சார்ந்திருந்தால், தாங்கள் உழுது வந்த நிலத்தை தாங்களே சொந்தமாக்கிக் கொள்ளலாம் என்பதை உணர்ந்து கொண்டார்கள்.

அந்த நேரத்தில், ஜிங்கு நகரைச் சுற்றியுள்ள பெருவாரியான இடங்களை கம்யூனிஸ்ட் கைப்பற்றிக் கொண்டது. தங்கள் உற்பத்திப் பொருட்களை விற்கும் பொருட்டு விவசாயிகள் நகருக்குள் செல்ல விருப்பமின்றி இருந்து வந்தனர். காரணம், அவர்கள் கோமிங்டாங் சோதனைச் சாவடிகள் வழியாகத்தான் நகருக்குள் செல்ல வேண்டியிருந்தது. அவ்வழியாகச் செல்வது விவசாயிகளுக்கு பெருந் தொந்தரவாக இருந்தது. அவர்களின் விளை பொருளுக்கு அதிகமான வரி விதித்தார்கள்; அல்லது அவற்றை பறிமுதல் செய்து கொண்டார்கள். உணவு தானியங்களின் விலை நாளுக்கு நாள் விஷம் போல் ஏறியது. பேராசை கொண்ட வியாபாரிகள் தானியங்களைப் பதுக்கி வைத்துக் கொண்டதாலும், அதிகாரிகள் செய்து வந்த ஊழல் நடவடிக்கைகளாலும் நிலைமை நாளுக்கு நாள் மோசமடைந்து கொண்டே வந்தது.

கோமிங்டாங் முதலில் பொறுப்பேற்றதும் 'அதிகாரப்பூர்வமான பணம்' என்று சொல்லப்பட்ட புதிய பணத்தாள் ஒன்றை வெளியிட்டனர். அதனால் அவர்கள் பணவீக்கத்தை கட்டுப்படுத்த இயலவில்லை என்பது வெளிப்படையான விஷயமாகிவிட்டது. தான் திடீரென இறந்து விட்டால், பாட்டியின் கதியும், அம்மாவின் கதியும் என்ன ஆவது என்ற கவலை டாக்டர் ஸியாவுக்கு எப்போதும் இருந்து வந்தது. இப்போது அவருக்கு கிட்டத்தட்ட எண்பது வயது ஆகி இருந்தது. அவரது சேமிப்பு எல்லாவற்றையும் புதிதாக அறிமுகம் செய்யப்பட்ட பணத்தின் மூலம்தான் சேமிப்பில் போட்டிருந்தார். ஏனென்றால், எந்த அரசாங்கம் மீது அவருக்கு அவ்வளவு நம்பிக்கை! குறுகிய காலத்தில் அதிகாரப் பூர்வமான பணத்திற்கு பதிலாக 'கோல்டன் யான்' என்னும் ஒரு புதிய நாணயம் வெளியிடப்பட்டது. அதன் மதிப்பும் விரைவில் மிக

மோசமாகக் குறைந்து விட்டது. அம்மா பள்ளிக்கட்டணம் செலுத்த வேண்டிய பணத்தைக் கொண்டு செல்ல, வாடகைக்கு ஒரு ரிக்ஷாவை ஏற்பாடு செய்து அது நிறைய புதிய பணத்தை கட்டுக்கட்டாக அள்ளிப் போட்டுக் கொண்டு செல்ல வேண்டியதாகி விட்டது. (மரியாதையைக் காப்பாற்றிக் கொள்ளும் பொருட்டு 10,000 யான் நோட்டுக்கு மேல் எந்தப் பணமும் அச்சடிக்கப்படுவதை சியாங் காய்-ஷெக் மறுத்து விட்டார்) ஆகவே டாக்டர் ஸியா சேமிப்புகள் மொத்தமும் வீணாகி விட்டன.

1947-48 ஆம் ஆண்டு முழுவதும் பொருளாதார நிலை கொஞ்சம் கொஞ்சமாக மோசமடைந்து கொண்டே வந்தது. உணவு தானியப் பற்றாக் குறைக்கு எதிராகவும், விலைவாசி ஏற்றத்திற்கு எதிராகவும் போராட்டங்கள் நடத்தப்பட்டன. மாபெரும் எண்ணிக்கையில் இருந்த கோமிங்டாங் பட்டாளத்திற்கு ஜிங்குதான் முக்கியமான விநியோக தளமாக இருந்து வந்தது. 1947 ஆம் ஆண்டு டிசம்பர் மாத மத்தியில் 20 ஆயிரம் பேர் கொண்ட கும்பல், உணவு தானியங்கள் பதுக்கி வைக்கப்பட்டிருந்த முக்கியமான இரண்டு இடங்களை சூறையாடியது.

ஒரு தொழில் மட்டும் எல்லாவற்றையும் முந்திக் கொண்டு வளர்ச்சி பெற்றது. பணக்காரர்களுக்கு பணிவிடை செய்ய வேலைக்காரப் பெண்களும், படுக்கை அறையைப் பகிர்ந்து கொள்ளும் விலைமாதர்களும் அமோகமாக விற்பனை செய்யப்பட்டனர். அடுத்தவேளை உணவுக்காக தங்கள் குழந்தைகளை விற்பனை செய்யும் பிச்சைக்காரர்கள் பெருகி வந்தனர். எலும்பும் தோலுமாக, நைந்து போன ஆடை அணிந்து, பசியால் வாடி, சோர்வுற்றிருந்த ஒரு பெண் நிற்க முடியாமல், பனி படர்ந்த தரையில் சரிந்து வீழ்ந்ததை அம்மா வகுப்பிலிருந்தபடியே கவனித்தாள். அவளுக்கு அருகில், ஒரு பத்து வயது மதிக்கத்தக்க, முகத்தில் சோகத்தை மட்டுமே சுமந்த, உணர்ச்சியற்ற ஒரு பெண் நின்று கொண்டிருந்தாள். அவள் முதுகில், சட்டையின் உட்புறமாக ஒரு நீண்ட குச்சி செருகப்பட்டிருந்தது. அக்குச்சியில் ஓர் அட்டை பொருத்தப்பட்டிருந்தது. அந்த அட்டை தாங்கியிருந்த வாசகம்: ‘10 கிலோ அரிசிக்கு என் மகள் விற்பனை.’

தங்கள் வருமானத்துக்குள் வாழத் தெரியாதவர்கள் ஆசிரியப் பெருமக்கள் ஆவார்கள். ஆசிரியர்கள், தங்கள் சம்பளத்தைக் கூட்டித் தர வேண்டும் என்ற கோரிக்கையை வைத்துக் கொண்டே இருந்தார்கள். இதற்கு அரசு எடுக்கும் நடவடிக்கை மாணவர்கள் கல்விக் கட்டணத்தை கூட்டுவதே. இதனால் எந்தப் பலனும் இல்லை. பெற்றோர்கள் கூடுதலான கல்விக் கட்டணத்தை செலுத்த இயலாதவர்களாக இருந்தனர். அம்மாவின் பள்ளி ஆசிரியர் ஒருவர்,

அவர் சாப்பிட்ட உணவு நச்சுத்தன்மை அடைந்திருந்ததால், இறந்து விட்டார். தெருவில் கிடந்த கறித்துண்டு ஒன்றை எடுத்து வந்து சாப்பிட்டு விட்டார். அந்த இறைச்சி அழுகிப்போனது என்று தெரிந்திருந்தும் பசி பொறுக்க முடியாமல் 'சாப்பிட்டுத்தான் பார்ப்போமே' என்ற எண்ணத்தில் அதைச் சாப்பிட்டு விட்டார்.

இதற்குள், மாணவர்கள் கழகத்திற்கு அம்மா தலைவியாக ஆக்கப்பட்டாள். 'ஆசிரியர்கள் ஆதரவையும், மாணவர்கள் ஆதரவையும் பெற வேண்டும்' என்று மாணவர் பேரவை ஆலோசகர் லியாங் என்பவர் அம்மாவுக்கு அறிவுரை வழங்கினார். அம்மா, பொது மக்கள் மத்தியில் பிரச்சார கூட்டங்கள் நடத்தி, வறுமைப்பட்டுள்ள ஆசிரியர்களுக்கு நல்ல உள்ளங்கள் தாராளமாக உதவ முன் வரவேண்டும் என்று கேட்டுக் கொண்டாள். அம்மாவும், அம்மாவின் தோழிகள் சிலரும் திரைப்பட அரங்கிற்கும், நாடக அரங்குகளுக்கும் சென்று, காட்சிகள் ஆரம்பிக்கும் முன், உதவும் கரங்கள் முன்வர வேண்டும் என்று பிரச்சாரம் செய்தார்கள். பாடல்கள் பாடியும், நடனங்கள் ஆடியும் நன்கொடை பெற்று வந்தார்கள். பழைய துணிகள் மற்றும் பயன்படுத்தப்பட்ட பழைய பொருட்களை விற்று முயற்சி எடுத்துப் பார்த்தார்கள். இந்த முயற்சி எந்தப் பலனும் தரவில்லை. மக்கள் பெரும்பாலும், ஒன்று வறுமையில் பாதிக்கப்பட்டிருந்தனர். அல்லது கஞ்சத்தனத்தில் கெட்டியாக இருந்தனர்.

ஒரு நாள் அம்மா அவசராக நடந்து சென்று கொண்டிருந்தபோது, அவளின் தோழி ஒருத்தியுடன் எதிர்பாராத விதமாக மோதிக் கொண்டாள். அந்தப் பெண், படைத்துறை அதிகாரி ஒருவரின் பேத்தி; ஒரு கோமிங்டாங் அதிகாரியின் மனைவி. அந்நகரின் மிக முக்கியமான சொகுசு விடுதி ஒன்றில், அன்று மாலை ஒரு விருந்து நிகழ்ச்சி நடைபெறவிருப்பதாகவும், அந்நிகழ்ச்சிக்கு சுமார் 50 கோமிங்டாங் அதிகாரிகளும், அவர்களது மனைவிமார்களும் வருவார்கள் என்றும் அவள் தெரிவித்தாள். அந்நாட்களில் கோமிங்டாங் அதிகாரிகளுக்கென்று ஏகப்பட்ட கேளிக்கை நிகழ்ச்சிகள் நடைபெறும். இத்தகவல் கேட்டதும் அம்மா பள்ளிக்கு விரைந்து ஓடினாள். அங்கு எத்தனை பேரைச் சந்திக்க முடியுமோ அத்தனை பேரைச் சந்தித்தாள். அன்று மாலை சரியாக 5.00 மணிக்கு, அந்நகரின் முக்கிய இடமான, பதினொன்றாம் நூற்றாண்டு 'அறுபது அடி கற் கோபுரத்துக்கு' முன்னால் வந்து கூடுமாறு அம்மா தன் தோழியருக்கு அறிவுறுத்தியிருந்தாள். அந்த அமைப்பின் தலைவியாக அம்மா அங்கே சென்றபோது சுமார் நூறு பெண்கள் கூடியிருந்து, அம்மாவின் ஆணைக்காக காத்திருந்தார்கள். அம்மா, தன் திட்டத்தை

அவர்களுக்கு விளக்கினாள். சுமார் 6.00 மணி அளவில் ஏராளமான அதிகாரிகள் கோச் வண்டிகளிலும், ரிக்ஷாக்களிலும் வந்து இறங்கினார்கள். பெண்கள் கண்ணைக் கவரும் பட்டாடைகளிலும், ஜொலிக்கின்ற அணிகலன்களோடும் காணப்பட்டார்கள்.

இந்த விருந்து குடியும் கும்மாளமுமாகத்தான் இருக்கும் என்று அம்மா தீர்மானித்துக் கொண்டாள். அம்மா தலைமையில் தோழியர்கள் அழகாக அணிவகுத்து விடுதியின் உள்ளே வந்தனர். கோமிங்டாங் கலாச்சாரச் சீரழிவு அங்கே கட்டவிழ்த்து விடப்பட்டிருந்தது. அம்மா அங்கே கிடந்த ஒரு மேஜை மீது ஏறி நின்றாள். அவள் நீல நிறத்தில் அணிந்திருந்த காட்டன் கவுன், கண்ணைப் பறிக்கும் ஆடை ஆலங்காரங்களுக்கு மத்தியில், ஆடம்பரமில்லாத அழகாக அம்மாவைக் காட்சிப்படுத்தியது. ஆசிரியர்கள் எந்த அளவு வறுமையின் விளிம்பில் இருக்கிறார்கள் என்பதை ஒரு சிறிய உரையாக எடுத்துக் கூறினாள். அம்மா தன் உரையை கீழ்க்கண்டவாறு முடித்தாள்: 'நீங்கள் அனைவரும் பெருந்தன்மை மிக்கவர்கள் என்பதை நாங்கள் நன்கு அறிவோம். இந்தச் சந்தர்ப்பத்தில் உங்கள் சட்டைப் பைகளைத் திறந்து உங்கள் பெருந்தன்மையை மகிழ்ச்சியோடு எங்களுக்கு காட்டுங்கள்.'

அதிகாரிகள் அனைவரும் ஒரே இடத்தில் குழுமியிருந்தனர். அங்கே யாரும் கஞ்சத்தனம் காட்ட விரும்பவில்லை. கிட்டத்தட்ட அவர்கள் தங்களைப் பெருமையாகக் காட்டிக்கொள்ள முயற்சி எடுக்க வேண்டியிருந்தது. உண்மையில் அவர்கள், அழையாத விருந்தாளிகளாக உள்ளே நுழைந்தவர்களை அப்புறப்படுத்தி விடுவார்கள். அம்மாவும் தோழியரும், விருந்தினர்கள் சூழ்ந்திருந்த ஒவ்வொரு மேஜையாகச் சென்றனர். அவர்கள் வாக்களித்த நன்கொடைகளை ஒரு ஏட்டில் குறித்துக் கொண்டனர். அடுத்தநாள் காலை, முதல் வேலையாக, அந்தந்த அதிகாரிகளின் வீடுகளுக்குச் சென்று, அவர்களின் நன்கொடைகளைப் பெற்றுக் கொண்டனர். உடனடியாக அந்தப் பணம், தேவைப்பட்ட ஆசிரியர்களுக்கு வழங்கப்பட்டது. ஆசிரியர்கள் மாணவியர்களுக்கு மிகுந்த நன்றி பாராட்டினார்கள். உடனடியாக மாணவியர்கள் பணத்தை ஆசிரியர்களுக்கு வழங்கியதால், அதன் மதிப்பு காலாவதியாவதற்குள் அதைப் பயன்படுத்திக் கொண்டார்கள். ஏனென்றால் ஒரு சில மணி நேரத்திற்குள் பண மதிப்பு காலாவதியாகி விடலாம்.

அம்மாவுக்கு எதிராக எந்தக் கண்டனக் குரலும் எழவில்லை. ஏனென்றால், விருந்தில் இருந்தவர்கள் நன்கொடை எழுதாமலோ அல்லது எழுதிய நன்கொடையைக் கொடுக்காமலோ இருந்துவிட்டால், அது அவர்களுக்கு அவமானமாக ஆகிவிடும்.

அதனால் அவர்கள் அதுபோன்ற தர்ம சங்கடங்களை உண்டாக்கிக் கொள்ள விரும்பவில்லை. அப்படி ஏதேனும் நடந்து விட்டால், அடுத்த நிமிடமே அது நகர் முழுவதும் பரவி விடும். இந்த விதியை அம்மா வெற்றிகரமாக அவர்களுக்கு எதிராக ஆக்கிக் கொண்டாள். கோமிங்டாங் மேட்டுக்குடியினரின் இந்த ஆடம்பரச் செலவு அம்மாவை அதிர்ச்சிக்குள்ளாக்கியது. மக்கள் வீதிகளில் பட்டினியில் செத்துக் கொண்டிருக்கிறார்கள். ஆனால் இவர்களோ, குடியும் கும்மாளமுமாக கொட்டமளிக்கிறார்கள். இந்நிகழ்வு, அம்மாவை இன்னும் அதிகமாக கம்யூனிஸ்ட்களோடு ஐக்கியப்படுத்திக் கொள்ள வைத்தது.

உணவுதான் பெரிய பிரச்சினை என்றாலும், உடையும் மிகுந்த பற்றாக்குறையாக இருந்தது. சிற்றூர்களுக்கு துணி விற்பனை செய்வது கோமிங்டாங் அதிகாரிகளால் தடை விதிக்கப்பட்டிருந்தது. வாயிற் காப்பாளன் பணியிலிருந்த 'விசுவாசமான பி-யோ'வின் முக்கியமான வேலை, நகரிலிருந்து துணிகள் கடத்தப்பட்டு கம்யூனிஸ்ட்களுக்கு விற்பதை தடுத்து நிறுத்துவது தான். கள்ளச் சந்தையாளர்கள், கோமிங்டாங் அதிகாரிகளின் ஆட்கள், இரகசிய கம்யூனிஸ்ட்கள் ஆகியோர்களின் கூட்டுக் கலவைதான் இந்தக் கடத்தல்காரர்கள்.

வழக்கமான நடைமுறை என்னவென்றால், 'விசுவாசமும்' அவரது பணியாளர்களும் வண்டிகளை நிறுத்தி அதில் உள்ள துணிகளைப் பறிமுதல் செய்வார்கள். பறிமுதல் முடிந்தவுடன் கடத்தல்காரர்களை விட்டுவிடுவார்கள். எப்படி என்றால், மீண்டும் இதே போன்று வண்டியில் துணிகளைக் கடத்தி வருவார்கள், அப்போதும் தடுத்து நிறுத்தி துணிகளைப் பறிமுதல் செய்து கொள்ளலாம் என்ற நம்பிக்கையில் அவர்களை விட்டுவிடுவார்கள். சில சமயங்களில் இவர்கள் கடத்தல்காரர்களுடன் பேச்சுவார்த்தை நடத்தி விகிதாச்சார முறையில் பங்கு போட்டுக் கொள்வார்கள். பேச்சு வார்த்தை கடத்தல் காரர்களோடு நடக்கிறதோ என்னவோ, விசுவாசக் காவலர்கள், கம்யூனிஸ்ட்கள் இருக்கும் பகுதிகளுக்கு எப்படியாவது துணிகளை விற்று விடுவார்கள்.

ஒரு நாள் இரவு நம் 'விசுவாசம்' கடமை ஆற்றிக் கொண்டிருந்த போது, ஓர் ஓட்டை வண்டி அவர் முன்னால் ஆடி அசைந்து வந்து நின்றது. வழக்கம் போல 'விசுவாசம்' தன் 'கண் துடைப்பு' வேலையை கவனமாக மேற்கொண்டார். வண்டிக்காரனை மிரட்டுவதுபோல அடுக்கடுக்காக இருந்த துணிகளைக் குத்திப் புரட்டிப் பார்த்து விட்டு பெருமிதமாக நடந்து வருவார். வண்டியில் உள்ள பொருட்களின் மதிப்பையும், வண்டிக்காரனின்

எதிர்ப்பாற்றலையும் நம் 'விசுவாசம்' கணக்குப் போட்டுப் பார்த்துக் கொள்வார். வண்டிக்காரனோடு பேச்சுக் கொடுத்துப் பார்த்து அவனுடைய முதலாளி யார் என்று தெரிந்து கொள்வார். வண்டியில் இப்போது இருந்தது பெரிய அளவிலான சரக்காக இருந்ததால், விடிந்து வீட்டிற்குப் போவதற்குள் சோதனையை முடிக்க இயலாமல் அதிக அளவு நேரம் எடுத்துக் கொண்டார்.

'விசுவாசம்' வண்டிக்காரனுக்கு அருகில் இருந்து எழுந்து, சுற்று முற்றும் நன்கு கவனித்துப் பார்த்து விட்டு சரக்கை மீண்டும் நகருக்குள் எடுத்துச் செல்லுமாறு உத்தரவிட்டார். ஊரை ஏமாற்றுகின்ற விசுவாசத்தின் உத்தரவை சிரமேற்கொண்டு செயல்படுவது போல வண்டிக்காரன் செயல்பட்டான்.

நள்ளிரவு நேரம். கதவை யாரோ பலமாகத் தட்டும் சப்தம் கேட்டு தூக்கத்திலிருந்த பாட்டி எழுந்தாள். கதவை திறந்தபோது அங்கே 'விசுவாசம்' நின்று கொண்டிருந்தார். ஒரு இரவுப் பொழுதுக்கு மட்டும் வண்டிச் சரக்குகளை அந்த வீட்டில் இறக்கி வைத்துக் கொள்ள அனுமதி கேட்டார். பாட்டி ஒத்துக் கொள்ள வேண்டியிருந்தது. ஏனென்றால், சீனப் பழக்கவழக்கத்தில் உறவினர்கள் வேண்டுகோளை தட்டுவது வழக்கத்தில் இல்லை.

அது நல்லதோ, கெட்டதோ, அதையெல்லாம் புறந்தள்ளி, உறவினர்கள் கேட்கும் வேண்டுகோளுக்கு முன்னுரிமை கொடுக்க வேண்டும். இதுபற்றி டாக்டர் ஸியாவிடம் பாட்டி எதையும் சொல்லவில்லை. அவர் நன்கு தூங்கிக் கொண்டிருந்தார்.

விடியுமுன் 'விசுவாசம்' இரண்டு வண்டிகளோடு வாசலில் வந்து நின்றார். சரக்குகள் அந்த வண்டிகளுக்கு மாற்றப்பட்டன. விடியத் தொடங்கி விட்டதால் வண்டிகளை விரைவாக விரட்டிச் சென்றார். அவர் சென்று அரை மணி நேரம் கூட ஆகி இருக்காது. ஆயுதம் தாங்கிய காவல் படையினர் வந்து, வீட்டைச் சுற்றி வளைத்துக் கொண்டனர். சரக்குகளைப் பாட்டி வீட்டில் இறக்கிய வண்டிக்காரன் வேறு ஒரு உளவுத் துறைக்காக ஊழியம் செய்தவன். எனவே அவன் தன் உயர் அதிகாரிகளுக்குத் தகவல் தெரிவித்து விட்டான். தங்களது வணிகப் பொருட்களை மீட்கும் பொருட்டு பாட்டி வீட்டை காவல் படையினர் சுற்றி வளைத்தனர்.

சரக்குகள் வீட்டை விட்டு அப்புறப்படுத்தப்பட்டதால், பாட்டியும் டாக்டர் ஸியாவும் நிம்மதிப் பெருமூச்சு விட்டனர். அவர்கள் நிம்மதியடைந்தாலும், காவல்துறை வருகையால் அம்மாவுக்கு ஆபத்து வரும் போலிருந்தது. கம்யூனிஸ்ட் துண்டுப் பிரசுரங்களை அம்மா வீட்டில் மறைத்து வைத்திருந்தாள். போலீஸ் வந்ததும்

அவைகளை அள்ளிக்கொண்டு கழிப்பறைக்கு ஓடினாள். அவற்றை தம் காற்சட்டைக்குள் வைத்து மறைத்துக் கொண்டாள். பின் ஒரு கோட் எடுத்து மாட்டிக் கொண்டு, முகத்தில் எந்த பரபரப்பையோ அல்லது சலனத்தையோ காட்டிக் கொள்ளாமல், பள்ளிக்கு புறப்பட்டு விட்டது போல பாவனை செய்தாள். போலீஸ் அம்மாவை தடுத்து நிறுத்தி அவளை சோதனை போட வேண்டும் என்றது. போலீஸ் தன்னை மோசமாக நடத்துவதாக ஜுக் மாமாவிடம் முறையிடப் போவதாக போலீசாரிடம் கத்தினாள்.

இந்த நிமிடம் வரை, இந்தக் குடும்பத்தாருடைய உளவுத்துறை தொடர்பு பற்றி போலீசாருக்கு எந்த அபிப்பிராயமும் இல்லை. துணிகளை யார் பறிமுதல் செய்து கொண்டு போனார்கள் என்ற எண்ணமும் போலீசாருக்கு இல்லை. ஜிங்கு நிர்வாகம் முற்றிலும் குழப்பத்தில் இருந்தது. ஏனென்றால், அதிக எண்ணிக்கையிலான கோமிங்டாங் படைகள் அங்கே முகாமிட்டிருந்தன. ஏராளமான கோமிங்டாங் துருப்புகள் நகரத்தில் மையமிட்டிருந்ததாலும், ஒவ்வொருவரும் தனக்கென்று ஒரு ஆயுதத்தைக் கையில் ஏந்திக்கொண்டு சுதந்திரமாகச் சுற்றித் திரிந்ததாலும் ஜிங்குவின் நிர்வாகம் குழப்பத்தின் பிடியில் சிக்கியிருந்தது. ‘விசுவாசமும்’ அவரது சகாக்களும் சரக்குகளை கையாடல் செய்தபோது, அவர்கள் யாருக்காக வேலை செய்கிறார்கள் என்று வண்டிக்காரன் கேட்கவில்லை.

அம்மா ஜுக்கின் பெயரை உச்சரித்ததும், அந்த அதிகாரியின் மனநிலையில் ஒரு மாற்றம் ஏற்பட்டது. ஜுக் என்பவர் இவரின் மேலதிகாரியின் நண்பர். இவர் சைகை காட்டியதும், உதவியாளர்கள் துப்பாக்கிகளைக் கீழே இறக்கினார்கள். அவர்களின் அதிகாரத் தோரணையை மாற்றிக் கொண்டார்கள். வந்திருந்த அதிகாரி பணிவுடன் குனிந்து ஒரு மரியாதைக்குரிய குடும்பத்திற்கு தொல்லை கொடுத்ததற்காக மனம் வருந்தி மன்னிப்புக் கேட்டார். அங்கிருந்த இடைநிலை போலீஸ்காரர்கள், தங்கள் அதிகாரியை விட அதிக அளவு ஏமாற்ற மடைந்தனர். கொள்ளைப் பொருட்கள் இல்லை என்றால், பணம் இல்லை. பணம் இல்லை என்றால் உணவு இல்லை. தரையைத் தேய்த்துக் கொண்டு, எந்த வார்த்தையும் பேசாமல் அவ்விடத்தை விட்டு நடந்து சென்றார்கள்.

அந்த நேரத்தில் ஜிங்கு மாநகரில், ‘வடகிழக்கு எக்ஸைல் பல்கலைக் கழகம்’ என்று ஒரு புதிய பல்கலைக் கழகம் தொடங்கப்பட்டது. கம்யூனிஸ்ட் ஆதிக்கத்திலிருந்த வடகிழக்கு மஞ்சூரியாவிலிருந்து தப்பி ஓடி வந்த ஆசிரியர்களுக்காகவும் மாணவர்களுக்காகவும் தொடங்கப்பட்ட பல்கலைக்கழகம் இது. அங்கு நடைமுறையில்

இருந்து வந்த கம்யூனிஸக் கொள்கைகள் மிகவும் கடுமையானவை. பல நிலவுடைமையாளர்கள் படுகொலை செய்யப்பட்டனர். நகரங்களில் சிறு தொழிற்சாலை உரிமையாளர்களும், பெரும் வியாபாரிகளும் கடுமையாக கண்டனம் செய்யப்பட்டனர். அவர்களது உடைமைகள் பறிமுதல் செய்யப்பட்டன. அநேக அறிவு ஜீவிகள் வசதியான குடும்பங்களிலிருந்து வந்தவர்கள். தங்கள் குடும்பங்கள் கம்யூனிஸ்ட் ஆதிக்கத்தில் துன்புறுவதைக் கண்டு துன்புற்றார்கள்.

எக்ஸைல் பல்கலைக் கழகத்தில் ஒரு மருத்துவக் கல்லூரி இருந்தது. மருத்துவக் கல்லூரியில் சேர்ந்து படிக்க வேண்டும் என்பது அம்மாவின் விருப்பமாக இருந்தது. ஒரு டாக்டராக வேண்டும் என்பது அம்மாவின் கனவு. ஒரு வகையில் டாக்டர் ஸியாவின் வற்புறத்துதலினால் அம்மாவுக்கு இந்த ஆசை வந்திருக்கலாம். இன்னொரு வகையில், மருத்துவப் பணி பெண்களுக்கான முழு சுதந்திரத்தையும் கொடுக்கும் ஒரு பணி ஆகவும் இருந்தது. ஸியா அம்மாவின் இந்தக் கருத்துக்கு உற்சாகமான வரவேற்பளித்தார். கம்யூனிஸ்ட் கட்சி அம்மாவுக்கென்று சில திட்டங்கள் வைத்திருந்தது. *1948* பிப்ரவரி மாதம், பகுதி நேரப் படிப்பாக மருத்துக் கல்லூரியில் அம்மா பதிவு செய்து கொண்டாள்.

கோமிங்டாங் மற்றும் கம்யூனிஸ்ட்களுக்கிடையே தங்களின் ஆதிக்கத்தை நிலைநாட்டிக் கொள்ள, எக்ஸைல் பல்கலைக் கழகத்தை போராட்ட தளமாகக் கொண்டு இரண்டு கட்சிகளும் கடுமையாக போராட்டம் நடத்தி வந்தனர். மஞ்சூரியாவில் எவ்வளவு மோசமாக தாங்கள் நடந்து கொண்டோம் என்று கோமிங்டாங் தெரிந்துகொண்டு, அறிவு ஜீவிகளையும் மாணவர்களையும் தென் பகுதிக்கு தப்பிச் செல்ல அறிவுறுத்தினர். அங்கிருந்த கல்வி அறிவு பெற்ற மானுடர்களை கம்யூனிஸ்ட்கள் இழக்க விரும்பவில்லை. நிலச் சீர்திருத்த முறைகளை மாற்றி அமைத்துக் கொண்டார்கள். நகர் வாழ் முதலாளிகள் கௌரவமான முறையில் இனிமேல் நடத்தப்படுவார்கள் என்றும், வசதியான குடும்பங்களிலிருந்து வந்த அறிவு ஜீவிகளுக்கு பாதுகாப்பு வழங்கப்படும் என்றும் கம்யூனிஸ்ட் ஆணை பிறப்பித்தது. ‘ஜிங்கு கம்யூனிஸ்ட் இரகசிய அமைப்பு’ மேற்கண்ட நியாயமான சீர்திருத்தப்பட்ட கொள்கைகளைக் கொண்டு ஆசிரியர்களையும் மாணவர்களையும் வேறு எங்கும் செல்லாமல் அங்கேயே தங்கி இருக்க வேண்டும் என்று வேண்டிக் கொண்டது. அம்மாவின் செயல்பாட்டிற்கு இந்த அறிவிப்பு முக்கியமான ஒன்றாக அமைந்து விட்டது.

கம்யூனிஸக் கொள்கைகள் அங்கு இவ்வளவு தூரம் சீர்திருத்தம் செய்யப்பட்டும், சில ஆசிரியர்களும், மாணவர்களும் அந்த இடத்தை உடனடியாகக் காலி செய்வதுதான் தங்களுக்கு பாதுகாப்பு என்று முடிவெடுத்துக் கொண்டனர். அந்த ஆண்டு ஜுன் மாத இறுதியில், ஒரு கப்பல் நிறைய மாணவர்களும் ஆசிரியர்களும், தென்மேற்கில் சுமார் 250 மைல்களுக்கு அப்பால் உள்ள தியான்ஜின் என்னும் இடத்திற்கு கடல் வழியாகப் புறப்பட்டனர். தியான்ஜின்னில் அவர்கள் இறங்கியபோது, உண்ண உணவிற்கும், தங்க இடத்திற்கும் திண்டாடிப் போனார்கள். அங்கிருந்த கோமிங்டாங், மாணவர்களைத் தங்கள் படைகளில் சேர்ந்து கொள்ள வற்புறுத்தினார்கள். ‘தாய்நாடு திரும்ப போராடுங்கள்’ என்று மாணவர்கள் அறிவுறுத்தப்பட்டனர். இதற்காகவா இவர்கள் மஞ்சூரியாவை விட்டு இவ்வளவு தூரம் வந்தார்கள்? மாணவர்களோடு இரகசியமாக கப்பலில் புறப்பட்டு வந்த கம்யூனிஸ்ட் பணியாளர்கள் ஒரு நல்ல முடிவு எடுக்குமாறு மாணவர்களுக்கு வேண்டுகோள் விடுத்தனர். அதன்படி ஜுலை மாதம் 5-ஆம் நாள், தியான்ஜின் நகரின் மத்தியில் ‘உணவும் உறைவிடமும்’ கோரி மாணவர்கள் போராட்டம் நடத்தினர். போராட்டத்தைக் கலைக்க இராணுவத்தினர் துப்பாக்கி சூடு நடத்தினர். மாணவர்கள் பலர் காயமடைந்தனர். இன்னும் பல மாணவர்கள் பலத்த காயமடைந்தனர். பெரும் எண்ணிக்கையிலான மாணவர்கள் துப்பாக்கிச் சூட்டில் கொல்லப்பட்டனர்.

இந்த செய்தி ஜிங்கு நகரில் பரவத் தொடங்கியதும், தியான்ஜின் சென்ற மாணவர்களுக்கான ஆதரவை திரட்ட வேண்டும் என அம்மா முடிவெடுத்தாள். அங்கிருந்த ஏழு உயர்நிலை மற்றும் தொழில்நுட்பப் பள்ளிகளின் மாணவர் அமைப்பு பொறுப்பாளர்களை உடனடியாக அழைத்து அம்மா ஒரு கூட்டம் நடத்தினாள். இந்தக் கூட்டம் ‘ஜிங்கு மாணவர்கள் குழுமக் கூட்டமைப்பு’ என்ற இயக்கத்தைத் தோற்றுவித்தது. இதற்கு அம்மாதான் தலைவியாகத் தேர்ந்தெடுக்கப்பட்டாள். தியான்ஜின்னில் உள்ள மாணவர்களுக்கு தங்களின் ஆதரவைத் தெரிவித்து ஒரு தந்தி அனுப்புவது என்றும், இங்குள்ள இராணுவ அவசர சட்ட ஆணை அதிகாரியான ஜெனரல் கியூ அவர்களின் தலைமை இடத்திற்கு மாணவர்கள் ஊர்வலமாகச் சென்று புகார் மனு அளிப்பது என்றும் அந்தக் கூட்டத்தில் தீர்மானம் நிறைவேற்றப்பட்டது.

அம்மாவின் தோழியர்கள் அனைவரும் அவளின் அடுத்த உத்தரவிற்காக பள்ளியில் காத்துக் கொண்டிருந்தனர். அன்று வானம்

இருண்டு மழை பெய்ததால் தரையெங்கும் சேறும் சகதியுமாக இருந்தது. இருள் சூழ்ந்து விட்டது. அம்மாவிடமிருந்தோ அல்லது மற்ற ஆறு பொறுப்பாளர்களிடமிருந்தோ எந்தத் தகவலும் அவர்களுக்கு கிடைக்கவில்லை. கடைசியாக அவர்களுக்குக் கிடைத்த தகவலின்படி மாணவர்கள் அமைப்புக் கூட்டம் நடந்து கொண்டிருந்தபோது அங்கு போலீஸ் புகுந்து, பொறுப்பாளர்களை அழைத்துச் சென்றுவிட்டது. அம்மாவின் பள்ளியில் இருந்த அரசியல் மேற்பார்வையாளரான யாவோ-ஹான் என்பவர்தான் இத்தகவலை மாணவர்களுக்கு அறிவித்தார்.

அந்தப் பொறுப்பாளர்கள் இராணுவ அவசர சட்ட ஆணை அதிகாரியின் தலைமை அலுவலகத்திற்கு அழைத்துச் செல்லப்பட்டனர். சிறிது நேரம் அவர்களைக் காத்திருக்க வைத்துவிட்டு, ஜெனரல் கியூ நிதானமாக அடி எடுத்து வைத்து உள்ளே வந்தார். மேஜைக்கு எதிர்பக்கம் மாணவர்கள் நின்றார்கள். மாணவர்கள் மீது அக்கறை கொண்ட தொனியில், ஆத்திரம் இல்லாது வருத்தம் கலந்த தொனியில் ஜெனரல் மாணவர்களிடம் பேசத் தொடங்கினார். 'நீங்கள் எல்லாம் அனுபவம் இல்லாத இளம் வயதினர். அவசரப்பட்டு விளைவுகள் என்ன வரும் என்று தெரியாது எதையாவது செய்யக் கூடியவர்கள்' என்று சொன்னார். மேலும், 'உங்களுக்கு அரசியலைப் பற்றி என்ன தெரியும்? கம்யூனிஸ்ட்காரர்களால் நீங்கள் இயக்கப்படுகிறீர்கள் என்பது உங்களுக்குத் தெரியுமா? நீங்கள் உங்கள் படிப்பில் கவனமாக இருக்க வேண்டும்' என்றார். 'உங்கள் தவறுகளை உணர்ந்து, ஒப்புதல் வாக்குமூலத்தில் கையொப்பமிட வேண்டும். அத்துடன் உங்களை இயக்கும் கம்யூனிஸ்ட்காரர்கள் யார் என்றும் சொல்ல வேண்டும். அப்படிச் செய்தால் நான் உங்களை விடுவித்து விடுவேன்' என்றார். தன் வார்த்தைக்கு என்ன விளைவு ஏற்பட்டிருக்கிறது என்று எதிர்பார்த்து சிறிது நேரம் காத்திருந்தார்.

அவருடைய பேச்சும் எண்ணமும் கொடுமையானது என்று அம்மா கண்டு கொண்டாள். அம்மா இரண்டு அடி முன்னோக்கி நடந்து போய் நின்று உறுதியான குரலில், 'சொல்லுங்கள் இராணுவ அதிகாரி அவர்களே! நாங்கள் என்ன தவறு செய்தோம்? சொல்லுங்கள்' என்று கேட்டாள். ஜெனரலுக்கு ஆத்திரம் வந்தது. 'கலகத்தை உண்டாக்குகிற கம்யூனிஸ்ட் கொள்கைக்காரர்கள் உங்களைப் பயன்படுத்துகிறார்களே, இந்த ஒரு தவறு மட்டும் போதாதா?' என்று கேட்டார். அம்மா எதிர்த்துக் கத்தினாள். 'எந்த கம்யூனிஸ்ட் கொள்கைக்காரர்கள்? உங்கள் பேச்சைக் கேட்டுத்தான், எங்கள் கம்யூனிஸ்ட் இயக்கத்திலிருந்து விலகி தியான்ஜின்

ஓடி விட்டார்கள். ஆகவேதான் எங்கள் மாணவர்கள் அங்கே இறந்திருக்கிறார்கள். அவர்களைச் சுட்டுக் கொன்றிருக்கிறீர்களே, கொல்லப்படும் அளவு அவர்கள் என்ன செய்தார்கள்? அக்கிரம அநியாயம் ஏதும் அவர்கள் செய்தார்களா? சொல்லுங்கள்' அம்மாவுக்கும் அவருக்குமிடையே கடும் வாக்குவாதம் நடைபெற்றது. ஜெனரல் பொறுக்க முடியாமல் மேஜைமீது ஓங்கிக் குத்தினார். பின் தன் காவலர்களை வரச் சொல்லிக் கத்தினார். 'அவ்ளைப் பிடித்துக் கொண்டுபோய் எல்லாவற்றையும் காட்டுங்கள்' என்றார். பிறகு அவர் அம்மாவை நோக்கி, 'நீ இப்போது எங்கே நின்று கொண்டிருக்கிறாய் என்று உனக்குப் புரிகிறதா?' என்று கேட்டார். அந்தக் காவலர்கள் அம்மாவைப் பிடிக்க வருமுன், அம்மா முன்னால் சென்று மேஜை மீது தன் முட்டியால் ஓங்கிக் குத்திவிட்டு, 'நான் எங்கே இருந்தாலும் சரி, எந்த தவறும் நான் செய்ததில்லை' என்று அதிர்ந்தாள்.

அடுத்த நொடி, அம்மாவின் இரண்டு கைகளையும் பிடித்து மேஜையை விட்டு தரதரவென இழுத்துச் செல்லப்பட்டாள். பிறகு படி வழியாக கீழே இருளடைந்திருந்த ஓர் அறைக்கு அம்மாவை இழுத்துச் சென்றார்கள். சற்று தொலைவில் கிழிந்து தொங்கிய ஆடை அணிந்திருந்த ஒருவனைக் கண்டாள். அவன் ஒரு பலகையில் அமர்ந்து தூணில் சாய்ந்து கொண்டிருப்பது போல் பார்ப்பதற்கு தெரிந்தது. அவன் தலை ஒரு பக்கமாகச் சாய்ந்திருந்தது. அவன் தலை தூணில் கட்டப்பட்டிருந்ததும், அவன் கால்கள் பலகையில் கட்டப்பட்டிருந்ததும் பிறகு அம்மாவால் புரிந்து கொள்ள முடிந்தது. இரண்டு நபர்கள் செங்கற்களை எடுத்து அவனது குதிகால்களுக்கு கீழே பொருத்தி வைத்தனர். அப்படி ஒவ்வொரு செங்கலாக பொருத்திக் கொண்டே போகப் போக அந்த மனிதன் வேதனையால் தவித்தான். அவன் தலையெங்கும் இரத்தம் வழிந்து கொண்டிருப்பதை அம்மா கண்டாள். அத்துடன் அவன் எலும்புகள் நொறுக்கப்படுவது போன்ற சத்தம் அம்மாவின் காதுகளில் விழுந்தது போலிருந்தது. அடுத்து அம்மா கண்ட காட்சி, அடுத்த அறையில் நடந்தது. அம்மாவை அழைத்துச் சென்ற அந்த அதிகாரி ஓரிடத்தில் நின்றபோது, அவர்களுக்கு அருகில் தென்பட்ட மனிதன் அம்மாவின் கவனத்தைக் கவர்ந்தான். அவன் கைகளைச் சேர்த்து ஒரு குறுக்குச் சட்டத்தில் கட்டி, அவன் அதிலிருந்து தொங்க விடப்பட்டிருந்தான். அவனது இடுப்புக்கு மேல் எந்த துணியும் இல்லை. அவன் தலையிலிருந்து தொங்கிய முடி அவன் முகத்தை மறைத்திருந்ததால் அவன் யாரென்று அம்மாவால் கண்டுகொள்ள முடியவில்லை. தரையில் எரிந்து கொண்டிருந்த நெருப்புக்கருகில் ஒரு மனிதன் அமைதியாக சிகரெட் பிடித்துக் கொண்டிருந்தான். அம்மா பார்த்த

போது, அந்த மனிதன், எரிந்து கொண்டிருந்த நெருப்பிலிருந்து ஓர் இரும்பு கம்பியை இழுத்தான். ஒரு கை அளவு கனமான அந்தக் கம்பி கனகனவென்று தனலாய்ச் சிவந்திருந்தது. அந்த மனிதன் பல்லைக் கடித்துக் கொண்டு, குறுக்குச் சட்டத்திலிருந்து தொங்கிக் கொண்டிருந்த மனிதனின் மார்பில் தனலைக் கக்கிக் கொண்டிருந்த கம்பியை வைத்து இழுத்தான். அம்மாவின் காதுகளில் அவன் வேதனையில் அலறும் சத்தம் கேட்டது. பழுக்கக் காய்ச்சிய இரும்புக்கம்பி கொண்டு, அவன்மீது இழுக்கப்பட்டதால், அந்த இடம் பொசுங்கிய சத்தமும், அதனால் உண்டான எரியும் வாடையும் அம்மாவுக்கு அடித்தது. ஆனால், அதைக்கண்டு அம்மாவுக்கு கலக்கமோ மயக்கமோ ஏற்படவில்லை. மாறாக, அவளுக்குள் ஓர் உத்வேகத்தையும், அடங்காத ஆத்திரத்தையும் உண்டாக்கிய அந்தக் கோரக் காட்சிகள், அம்மாவின் உறுதியை இன்னும் கூர் தீட்டிக் கொடுத்தன.

இப்போது ஒப்புதல் வாக்குமூலம் எழுதிக் கொடுத்து விடுகிறாயா என்று அந்த அதிகாரி கேட்டார். எனக்குப் பின்னால் எந்தக் கம்யூனிஸ்டும் இல்லை என்று அதையே ஆணித்தரமாகச் சொல்லி எழுதிக் கொடுக்க மறுத்தாள். அம்மாவைக் கட்டித் தூக்கிக் கொண்டு போய் ஒரு சிறிய அறையில் போட்டார்கள். அந்த அறையில் ஒரு கட்டிலும் போர்வையும் இருந்தது. அந்த அறையில் அம்மா, அடுத்தடுத்த அறைகளில் நடைபெற்ற கோரச் சம்பவங்களின் அலறல்களைக் கேட்டுக் கொண்டும், தன்னால் எந்தப் பெயரையும் அவர்கள் இஷ்டத்துக்கு எழுதிக் கொடுக்க முடியாது என்று வலுக்கட்டாயமாக மறுத்துக் கொண்டும் பல நாட்கள் அங்கே கிடந்தாள்.

ஒரு நாள் அம்மாவை அந்தக் கட்டிடத்திற்கு அப்பால் உள்ள ஒரு இடத்திற்கு அழைத்து வந்தார்கள். அந்த இடத்தில் புல் பூண்டுகள் முளைத்திருந்தன. குப்பை கூழங்கள் கொட்டிக் கிடந்தன. அம்மாவை அந்தச் சுவரில் காய்ந்தபடி நிற்கச் சொல்லி உத்திரவிட்டார்கள். அம்மாவுக்கு அடுத்தாற்போல், அவள் கண் பார்வையில் ஒருவன் கொடூரமாகத் தண்டிக்கப்பட்டானே அவனை நிறுத்தி இருந்தார்கள். அவனால் நிற்க முடியவில்லை. தாங்கி பிடிக்கப்பட்டிருந்தான். பல சிப்பாய்கள் ஆயுதமேந்தி அணிவகுத்து நின்றனர். ஒரு ஆள் வந்து அம்மாவின் கண்களைக் கட்டினான். கண்ணைக் கட்டியபின் அம்மாவால் பார்க்க முடியாமல் போனாலும், கைகளால் கண்களை மூடிக் கொண்டாள். அம்மா சாவதற்கு தயாராகி விட்டாள். ஒரு மாபெரும் இலட்சியத்துக்காக சாகப் போகிறோம் என்று பெருமைப்பட்டுக் கொண்டாள்.

துப்பாக்கி வெடித்த சத்தம் அம்மாவுக்கு கேட்டது. ஆனால் அவளுக்கு எதுவும் ஆகவில்லை. ஓரிரு நிமிடங்கள் கழித்து அம்மாவின் கண்கட்டு அவிழ்க்கப்பட்டது. அம்மா சுற்றும் முற்றும் பார்த்தாள். அம்மாவுக்கு அருகில் நிறுத்தப்பட்டிருந்த மனிதன் தரையில் வீழ்ந்து கிடந்தான். ஆரம்பத்தில் அம்மாவை இருட்டு அறைக்கு அழைத்துச் சென்ற அதிகாரி பல்லைக் கடித்தபடி அங்கே வந்தான். இந்த 17 வயது சிறுமி எந்தச் சேதாரமுமில்லாமல் கற்சிலை போல் நிற்கிறாளே என்று வாயடைத்து நின்றான். அம்மா மென்மையாக ‘உங்கள் குற்றச்சாட்டு எதையும் என்னால் ஒத்துக்கொள்ள முடியாது’ என்று அந்த அதிகாரியிடம் கூறினாள்.

மீண்டும் அந்த அறைக்கே அம்மா அழைத்துச் செல்லப்பட்டாள். அம்மாவுக்கு தொல்லையோ, தண்டனையோ கொடுக்கவில்லை. சில நாட்கள் கழித்து அம்மா விடுவிக்கப்பட்டாள். கடந்த ஒரு வார காலமாக கம்யூனிஸ்ட்காரர்கள் அம்மாவை விடுவிக்க இரகசியமாக காய் நகர்த்திக் கொண்டிருந்தார்கள். பாட்டி தினமும் இராணுவ ஆணை அதிகாரி தலைமை அலுவலகத்திற்கு சென்றாள். அங்கு போய் அழுது கொண்டும், கெஞ்சிக் கொண்டும், செத்து விடுவேன் என்று மிரட்டிக் கொண்டும் இருந்தாள். தன்னிடம் சிகிச்சை பெற வந்த இராணுவ அதிகாரிகளை டாக்டர் ஸியா கையில் எதையாவது வாங்கிக் கொண்டு சென்று பார்த்து வந்தார். தன்னோடு நெருக்கமாக இருந்த உளவுத் துறையையும் டாக்டர் ஸியா அணுகினார். இளங்கன்று பயமறியாது என்பது போல நடந்து கொண்டாளே தவிர, அவள் ஒரு கம்யூனிஸ்ட் இல்லை என்று பலர் அம்மாவைப் பற்றி நல்ல அபிப்ராயத்துடன் எழுதிக் கொடுத்தார்கள்.

இவ்வளவு நடந்தும் அம்மா எள் அளவு கூடப் பயந்தவளாகத் தெரியவில்லை. சிறையை விட்டு வெளியே வந்த அடுத்த கணமே தியான்ஜின் நகரில் இறந்த மாணவர்களுக்கான நினைவேந்தல் நிகழ்வுகளுக்கான பணிகளைத் தொடங்கினாள். இந்நிகழ்வுக்கு அதிகாரக் குழுவும் அனுமதி அளித்தது. அரசாங்க ஆலோசனையின்படி சென்ற மாணவர்களுக்கு ஏற்பட்ட கதியை எண்ணி ஜிங்கு நகரமே கடுங்கோபத்தில் இருந்தது. இது இப்படி இருக்கையில், அந்தக் கல்விப் பருவம் முற்றிலும் முடியும் முன்பே, தேர்வு கூட நடத்தாமல் பள்ளிகளுக்கு அவசர அவசரமாக விடுமுறை விடப்பட்டது. மாணவர்களை வீட்டிற்கு அனுப்பினால், அவர்களிடையே தோன்றும் ஒற்றுமை உணர்வைக் குலைத்து விடலாம் என்ற நம்பிக்கையில் இப்படி செய்யப்பட்டது.

இந்தக் கட்டத்தில், இரகசிய அமைப்பானது, கம்யூனிஸ்ட் கட்டுப்பாட்டு மையங்களுக்கு செல்லுமாறு,

அதன் உறுப்பினர்களுக்கு அறிவுறுத்தியது. அங்கு செல்ல விருப்பமில்லாதவர்கள் அல்லது அங்கு செல்ல இயலாதவர்கள், அவர்களது இரகசிய செயல்பாடுகளை தற்காலிகமாக நிறுத்தி வைக்க வேண்டுமென்று இரகசிய அமைப்பு உத்தரவிட்டது. இந்த இரகசிய அமைப்பை தடுத்து நிறுத்த கோமிங்டாங் கடும் நடவடிக்கை எடுத்துக் கொண்டிருந்தது. பல இரகசிய அமைப்புகள் கைது செய்யப்பட்டு, கொல்லப்பட்டுள்ளன. லியாங் அங்கே புறப்பட்டுக் கொண்டிருந்தார். அவர் அம்மாவையும் புறப்படச் சொன்னார். ஆனால், பாட்டி அதற்கு சம்மதிக்கவில்லை. 'அம்மா ஒரு கம்யூனிஸ்ட்' என்று யாருக்கும் சந்தேகம் வரவில்லை. மீறி அவள் கம்யூனிஸ்ட்களுடன் சேர்ந்து சென்றால் அந்த சந்தேகம் வலுப்பெறும். அப்படியே அவள் சென்றால், அவள் விடுதலை பெற அவளுக்காக பரிந்து பேசிய அத்தனைபேர் முகத்திலும் கரியைப் பூசுவதா? இப்போது அம்மா அங்கு சென்றால் எல்லாரும் சிக்கலில் மாட்டிக் கொள்வது போல் ஆகிவிடும் என்று பாட்டி சொன்னாள்.

எனவே அம்மா அங்கேயே தங்கிவிட்டாள். ஆனால் அம்மாவுக்கு, இறங்கி செயல்படுவதில் ஆர்வம் அதிகமாக இருந்தது. அம்மா, ஆலோசனை வேண்டி யூ-வூவிடம் சென்றாள். கம்யூனிஸ்ட் கட்டுப்பாட்டு மையத்திற்கு செல்லாமல் இங்கே தங்கியிருந்து கம்யூனிஸ்ட் இயக்கத்துக்காக செயல்பட்டு வரும் ஒரே மனிதர் யூ-வூ மட்டுமே. லியாங்கையோ அல்லது அம்மாவுக்கு தெரிந்தவர்களையோ யூ-வூக்குத் தெரியாது. அவர்கள் எல்லாம் தனித்தனி இரகசியப் பிரிவுகளைச் சார்ந்தவர்கள். அவைகள் எல்லாம் தனித்தனியாகச் செயல்பட்டு வருபவை. ஆகவே, அவர்கள் மாட்டிக் கொண்டாலோ அல்லது கடுமையாகத் தண்டிக்கப்பட்டாலோ, தங்களுக்குத் தெரிந்த ஒரு சிலரது பெயரை மட்டும்தான் அவர்கள் வெளிப்படுத்த முடியும்.

வடகிழக்கு எல்லையில் ஜிங்கு நகர்தான் கோமிங்டாங் படைகளுக்கு தேவையான அனைத்துப் பொருட்களையும் வழங்கும் முக்கியமான இடமாகவும், சிறந்த செயல்பாட்டு தளமாகவும் விளங்கி வந்தது. ஐந்து இலட்சத்துக்கும் மேற்பட்ட கோமிங்டாங் படை வீரர்கள் இருந்தனர். அவர்கள் பாதுகாப்பு இல்லாதிருந்த இரயில் தடங்கள் வழியாக அங்கங்கே நிறுத்தப்பட்டிருந்தனர். முக்கியமான நகரங்களைச் சுற்றியிருந்த கிராமங்களையும் படைவீரர்கள் கண்காணித்து வந்தனர். 1948 ஆம் ஆண்டின் கோடை காலத்திற்குள், பல்வேறு அதிகாரிகளின் தலைமையின் கீழ் சுமார் இரண்டு இலட்சம் படைவீரர்கள் ஜிங்கு நகரில் மட்டும் இருந்தனர். தனக்குக் கீழ் பணியாற்றிய பெரிய அதிகாரிகள் மீது சியாங் காய்-ஷெக்

சின்னச்சின்ன விஷயங்களுக்கு எரிந்து விழுந்தார். இதனால் அந்த அதிகாரிகள் அதிருப்திக்குள்ளானார்கள். பல துருப்புகள் முறையாக வழி நடத்தப்படவில்லை. அதன் விளைவாக ஒருவர் மீது ஒருவர் கொண்டிருந்த நன்மதிப்பை இழந்துவிட்டனர். சியாங்கிடமிருந்த அனுபவமிக்க அமெரிக்க நாட்டு ஆலோசகர்கள் உட்பட, போர்த்தந்திரமிக்க பலர் சியாங் முற்றிலும் மஞ்சூரியாவை விட்டு வெளியேறி விட வேண்டும் என்று எண்ணினார்கள். சியாங் காய்-ஷெக் தனது படைகளை ஜிங்குவை விட்டு வெளியேற்ற வேண்டும். அது கடல் வழியாகவோ அல்லது தரை வழியாகவோ, தானாகவோ அல்லது வேறு ஒரு நிர்ப்பந்தத்தின் மூலமாகவோ அங்கிருந்து வெளியேறுவதுதான் ஜிங்குவிற்குப் பாதுகாப்பு. ஜிங்கு நகர், பெருஞ்சுவருக்கு வடக்கு திசையில் 100 மைல் தூரத்தில் தான் இருந்தது. அதாவது சீனாவுக்கு மிக அருகாமையில் இருந்தது. அங்கு கோமிங்டாங் நிலைமை மற்ற இடங்களைக் காட்டிலும் மிகுந்த பாதுகாப்புடன் இருந்தது. மேலும் கடல் வழியாக வந்த ஆயுதங்கள், பொருட்கள் மூலம் ஜிங்கு இன்னும் வலுப்பெற்றது. இங்கிருந்து குலுடாவ் தெற்கில் 30 மைல் தொலைவில் இருந்தது. அது இரயில் நிலையத்துடன் இணைப்பு பெற்றிருந்தது.

1948 வசந்த காலத்தில், சிமெண்ட் கலந்த இரும்புப் பாளங்கள் கொண்டு, ஜிங்கு நகரைச் சுற்றி ஒரு வலுவான பாதுகாப்பு கோட்டை கட்ட வேண்டுமென்று கோமிங்டாங் திட்டமிட்டு, அதன் வேலை தொடங்கப் பட்டது. கம்யூனிஸ்ட்களிடம் பீரங்கி வண்டியோ, கனரக இராணுவ வண்டியோ இல்லை என்றும், மிகுந்த பாதுகாப்பு வசதியுள்ள கோட்டையை கம்யூனிஸ்ட்களுக்கு தாக்கத் தெரிந்த அனுபவம் இல்லை என்றும் கோமிங்டாங் கணக்குப் போட்டது. ஜிங்கு நகர், ஆயுத வசதிகளுடன் தன்னிறைவு கொண்ட கோட்டைகளால் சூழப்பட்டிருக்க வேண்டும் என்றும், ஆறு அடி அகலமும், ஆறு அடி ஆழமும் கொண்ட பதுங்குகுழிகள் கோட்டையுடன் இணைக்கப்பட்டிருக்க வேண்டும் என்றும், அதனைச் சுற்றி முள்கம்பி வேலி போடப்பட்டிருக்க வேண்டும் என்றும் கோமிங்டாங் தீர்மானம் செய்தது. இந்தப் பாதுகாப்பு அமைப்பு வேலையைப் பார்வையிட வந்த மஞ்சூரியாவின் முதன்மை இராணுவ அதிகாரி ஜெனரல் வெய்-லி-குவாங் இத்தகைய கோட்டையில் யாரும் எளிதில் நுழைந்து விட முடியாது என்று பிரகடனப்படுத்தி விட்டுச் சென்றார்.

ஆனால், கட்டுமானப் பொருட்கள் சரிவரக் கிடைக்கப் பெறாமல் போனதாலும், முறையான திட்டமிடல் இல்லாத காரணத்தாலும், மிக முக்கியமாக, இந்த வேலையில் ஊழல்

மிகுந்திருந்ததாலும், இந்தப் பணி நிறைவுக்கு வரவில்லை. கட்டிடப்பணிப் பொறுப்பாளர், கட்டுமானப் பொருட்களைக் கையாடல் செய்து, அவைகளை கள்ளச் சந்தையில் விற்று காசாக்கிக் கொண்டார். சித்தாள் பணியாளர்களுக்கு சாப்பாட்டுக்குக்கூட கூலி கொடுக்கவில்லை. அந்த செப்டம்பர் மாதத்திற்குள், அதாவது கம்யூனிஸ்ட்கள், நகரின் அனைத்துச் சாலைகளையும் துண்டித்த போது மூன்றில் ஒரு பங்கு வேலை மட்டுமே கோட்டைகளில் முடிவடைந்திருந்தது.

இந்தப் புதிய பாதுகாப்பு கோட்டைகளைப் பற்றிய தகவல்களும், கோமிங்டாங் படை வீரர்களின் தற்போதைய நிலைமை பற்றிய தகவல்களும் கம்யூனிஸ்ட்களுக்கு கட்டாயம் தெரிந்து கொள்ளப்பட வேண்டியிருந்தது. கம்யூனிஸ்ட்கள் எண்ணிலடங்காத போர் வீரர்களைத் திரட்டியிருந்தனர். அதாவது வெற்றி வாய்ப்புத் தரக்கூடிய இறுதிப் போருக்கு சுமார் இரண்டரை இலட்சம் வீரர்கள் திரட்டப்பட்டு விட்டனர். அனைத்து கம்யூனிஸ்ட் படை வீரர்களின் முதன்மை தலைவரான ஷு தே, உடனடியாக லின் பியாவோ என்னும் வட்டாரப் படைத் தளபதிக்கு 'ஜிங்குவைக் கைப்பற்றுங்கள்; சீன தேசமே நம் கைக்குள் வந்துவிடும்' என்று செய்தி அனுப்பினார். இறுதித் தாக்குதல் தொடங்குவதற்குமுன், அன்றாடச் செய்திகள் அவ்வப்போது அனுப்பப்பட வேண்டும் என்று யூ-வூவின் படைப் பிரிவுக்கு தகவல் கொடுக்கப்பட்டது. அவருக்கு இன்னும் கொஞ்சம் கூடுதலான வீரர்கள் அவசரமாகத் தேவைப்பட்டனர். அம்மா, தனக்கும் வேலை தருமாறு அவரை அணுகியபோது, அவரும் அவருடைய மேற்பார்வையாளர்களும் ஆச்சரியப்பட்டனர்.

சில கம்யூனிஸ்ட் படை அதிகாரிகள் நகரின் சூழல் பற்றி தகவல்கள் சேகரித்து அனுப்ப மாறுவேடங்களில் அனுப்பப்பட்டனர். தனியாக ஒரு மனிதன் மட்டுமாக அங்கு சுற்றிக் கொண்டிருந்தால் அது பிறருக்கு சந்தேகத்தை ஏற்படுத்தும். காதல் வயப்பட்ட ஜோடிகளாக சுற்றித் திரிந்தால் யாருக்கும் அவ்வளவாகச் சந்தேகம் வராது. இந்த நேரத்தில், ஆண்களும் பெண்களும் ஜோடியாக பொது இடங்களுக்குச் செல்வது அங்கீகரிக்கப்பட்டு விட்டதாக கோமிங்டாங் அரசு தெரிவித்துவிட்டது. இங்கே உளவு அறியச் செல்லும் கம்யூனிஸ்ட் அதிகாரிகள் அனைவரும் ஆண்களே. அம்மா அவர்களோடு ஒரு பெண் தோழியாகச் சேர்ந்து சென்றால், அவர்களின் இலக்கு வெற்றியடையும்.

குறிப்பிட்ட நேரத்தில், ஒரு குறிப்பிட்ட இடத்திற்குச் செல்லுமாறு யூ-வூ அம்மாவுக்கு தெரிவித்தார். வெளிர் நீல நிறத்தில் ஒரு

கௌனும், தலையில் செந்நிறத்தில் ஒரு பூவும் சூடிக்கொண்டு அம்மாவை புறப்பட்டு வரச் சொன்னார். ஒரு கம்யூனிஸ்ட் அதிகாரி, கோமிங்டாங் செய்தித்தாளான *'முதன்மை நாளேடு'* என்னும் செய்தித்தாளை முக்கோண வடிவில் மடித்து வைத்துக் கொண்டு வருவான். அவன் தன்னை யாரென்று அடையாளப் படுத்திக் கொள்ளும் பொருட்டு, தனது இடது கன்னத்தில் வழியும் வியர்வையை மூன்றுமுறை துடைப்பான். அதன்பிறகு தனது வலது கன்னத்தில் வழியும் வியர்வையை மூன்றுமுறை துடைப்பான்.

அந்த குறிப்பிட்ட நாளில், பாதுகாப்பு எல்லைக்குட்பட்ட வடக்கு கோட்டை சுவருக்கு அப்பால் இருக்கும் ஒரு சிறிய கோவிலுக்கு அம்மா சென்றாள். செய்தித்தாளை முக்கோண வடிவில் மடித்து வைத்திருந்த ஒரு மனிதன் அம்மாவிடம் வந்து சரியான சமிக்சைகளை செய்து காட்டினான். அம்மா, தன் வலது கையால் அவனது வலது கன்னத்தை மூன்று முறை துடைத்தாள். அவன் தனது இடது கையால் அம்மாவின் இடது கன்னத்தை மூன்று முறை துடைத்தான். பின் அம்மா அவன் கரங்களைப் பற்றினாள். கரங்களைக் கோர்த்தபடி இருவரும் நடந்து சென்றனர்.

அவன் யார், என்ன செய்து கொண்டிருக்கிறான் என்று அம்மாவுக்கு புரியவில்லை. இதுபற்றி அம்மாவும் எதுவும் அவனிடம் கேட்கவில்லை. பெரும்பாலும் எதுவும் பேசிக்கொள்ளாமலே நடந்து சென்றார்கள். யாரேனும் அவர்களைக் கடந்து செல்லும் போது மட்டும் ஏதாவது பேசிக் கொள்வார்கள். எந்த இடையூறும் இல்லாமல் அவர்களது பணி தொடர்ந்து கொண்டிருந்தது.

நகர்ப்புற எல்லைகளுக்கும் இரயில் நிலையங்களுக்கும் சென்று செய்தி சேகரிக்கும் நபர்கள் இன்னும் அதிகமாகத் தேவைப்பட்டார்கள். தகவல் பெறுவது ஒரு முக்கியமான விஷயம். நகருக்கு வெளியே தகவல் கொண்டு செல்வது இன்னொரு முக்கியமான விஷயம். ஜூலை மாதத்திற்குள் அனைத்து சோதனைச் சாவடிகளும் மூடப்பட்டு விட்டன. உள்ளே வரும் எதுவும், அதே போல வெளியே செல்லும் எதுவும் முற்றிலும் சோதனையிடப் பட்டன. அம்மா திறமையிலும் தைரியத்திலும் வளர்ந்திருந்ததால் யூ-வூ அம்மாவிடம் இதுபற்றி விவாதிக்க விரும்பினார். கம்யூனிஸ்ட் கட்சியுடைய உயர் அதிகாரிகளின் வாகனங்கள் சோதனையிடப்படாமல் உள்ளே சென்று வெளியே வரலாம். இப்போது அம்மாவுக்கு ஒரு நபரின் ஞாபகம் வந்தது. உள்ளூர் கமாண்டர், ஜெனரல் ஜி-யின் பேத்தி ஒருத்தி அம்மாவின் வகுப்பு தோழி. அந்தத் தோழியின் சகோதரன் ஒருவன், அவள் தாத்தாவின் படைப்பிரிவு ஒன்றின் கர்னலாக இருந்தான்.

186 *'பத்து கிலோ அரிசிக்கு மகள் விற்பனை'*

ஜி என்பவர்கள் ஜிங்கு நகரைச் சேர்ந்த குடும்பத்தினர். அந்தக் குடும்பத்தாருக்கு நகரில் நல்ல செல்வாக்கு இருந்தது. அந்த தெருவே அவர்களது தான். அதனால் அந்த தெருக்கு 'ஜி தெரு' என்று பெயர். அங்கு ஒரு பெரிய பூங்காவும் அதனைச் சுற்றி ஒரு பெரிய சுற்றுச்சுவரும் இருந்தது. அம்மா அடிக்கடி அவளது தோழியோடு அந்தப் பூங்காவிற்குச் சென்று பொழுதைக் கழிப்பதுண்டு. அதனால் தோழியின் சகோதரன் 'ஹூ-கே' என்பவனிடம் அம்மாவுக்கு பழக்கம் உண்டு.

20 வயது மதிக்கத்தக்க ஹூ-கே கவர்ச்சியாகக் காணப்பட்டான். பொறியியல் படிப்பில் பல்கலைக்கழகப் பட்டம் பெற்றவன். வசதி வாய்ப்பான குடும்பங்களில் பிறந்து வளர்ந்த மற்ற இளைஞர்களைப் போல இவன் ஓர் ஆடம்பரப் பிரியன் இல்லை. அம்மாவுக்கு அவனைப் பிடிக்கும். அவனுக்கும் அம்மாவைப் பிடிக்கும். டாக்டர் ஸியா குடும்பத்தினர் விடுக்கும் அன்பான அழைப்புகளுக்கு இவன் ஓடோடி வருவான். அம்மாவை தேநீர் விருந்துக்கு அழைப்பான். பாட்டிக்கும் அவனை அப்படிப் பிடிக்கும். உயர்ந்த நாகரிகம் தெரிந்தவன். மிகச் சரியானவன் என்று பாட்டி அவனைப் பற்றி தீர்மானம் செய்து கொண்டாள்.

சிறிது நாட்களில் ஹூ-கே , அம்மாவை அவள் சம்மதத்துடன் வெளியில் அழைத்துச் சென்றான். ஆரம்பத்தில் அவனது சகோதரி துணைக்கு வருவது போல அவர்களோடு சேர்ந்து வந்தாள். நாளடைவில் ஏதோ சில நொண்டிச் சாக்குகளைச் சொல்லி விட்டு அவள் வருவதில்லை. அவள் தன் சகோதரனைப் பற்றி அம்மாவிடம் புகழ்ந்து தள்ளுவாள். தாத்தாவுக்கு இவன் மட்டும்தான் செல்லம் என்றெல்லாம் சொன்னாள். இவள் என் அம்மாவைப் பற்றியும் அவனிடம் சொல்லி இருப்பாள் போல் தெரிந்தது. எப்படியென்றால், அம்மாவைப் பற்றிய எல்லாத் தகவல்களும் அவனுக்குத் தெரிந்திருந்தது. அம்மாவின் தீவிரவாதப் போக்கிற்காக கைது செய்யப்பட்டிருந்ததுகூட அவனுக்கு தெரிந்திருந்தது. அவர்கள் இருவரும் ஒத்த கருத்து கொண்டவர்கள் என்பதை அவர்கள் புரிந்து கொண்டார்கள். கோமிங்டாங் இயக்கம் பற்றி அவன் ஒளிவுமறைவு இல்லாமல் வெளிப்படையாகப் பேசினான். ஒருமுறையோ இருமுறையோ கோமிங்டாங் கர்னலின் சீருடையைப் பிடித்து இழுந்திருக்கிறான். யுத்தம் மிக விரைவில் முடிந்து விடும் என்று நிம்மதியோடு பேசினான். அதன்பிறகு அவன் பொறியியல் பணிக்கு செல்லவிருப்பதாகக் கூறினான். கோமிங்டாங் ஆயுள் முடிந்து விடும் என்று அவன் நினைப்பதாக அம்மாவிடம் கூறினான். அவனுடைய

அடிமனதில் உள்ள எண்ணங்களை அவன் மறைப்பதாக அம்மா உணர்ந்தாள்.

அவன், தன்மீது மிகுந்த ஆர்வம் கொண்டுள்ளான் என்று அம்மா உறுதி செய்து கொண்டு விட்டாள். அவனுடைய செயல்பாடுகளுக்கு பின்னால் அரசியல் காரணங்கள் இருக்குமோ என்று அம்மா குழம்பினாள். அவள் மூலமாகக் கம்யூனிஸ்ட்களுக்குச் சொல்லப்படும் ஒரு செய்தியைப் பெற அவன் முயற்சி எடுக்கிறான் என்று அம்மா உறுதியாக நம்பினாள். அதாவது அவனுக்கு கோமிங்டாங்கைப் பிடிக்காது என்றும், அம்மாவுக்கு உதவி செய்வதற்காகவே அவன் கோமிங்டாங்கில் இருக்கிறான் என்றும் அம்மா கம்யூனிஸ்ட்களுக்குச் சொல்ல வேண்டும் என்று எதிர்பார்த்தான்.

அம்மாவும் அவனும் கருத்தொருமித்த கூட்டுச் சதியாளர்கள் ஆனார்கள். ‘உன்னுடைய துருப்புகளோடு நீயும் சேர்ந்து கம்யூனிஸ்ட்களிடம் சரணடைந்து விடலாமே’ (அவ்வப்போது அது சாத்தியமாக இருந்தது) என்று அம்மா ஒரு நாள் ஒரு கருத்து தெரிவித்தாள். ‘நான் ஒரு சாதாரண படைவீரர் தலைவன்தான். என் துருப்புகளுக்கு நான் ஆணையிட முடியாது’ என்றான். ‘இது தொடர்பாக நீ உன் தாத்தாவோடு பேசிப் பார்த்தால் என்ன?’ என்று அம்மா கேட்டாள். ‘இது பற்றி வாயைத் திறந்தாலே அந்த கிழவன் என்னைச் சுட்டுக் கொன்று விடுவான்’ என்றான்.

அம்மாவும் யூ-வூவும் செய்திப் பரிமாற்றங்களில் தொடர்ந்து ஈடுபட்டிருந்தனர். ஹு-கே வுடன் நட்பை வளர்த்துக் கொள்ளுமாறு அம்மாவை யூ-வூ கேட்டுக் கொண்டார். ஹு-கே யின் ஜீப்பில் அம்மாவை எங்காவது வெளியில் அழைத்துச் செல்லுமாறு அவனிடம் கேட்கச் சொல்லி யூ-வூ அம்மாவுக்கு அறிவுறுத்தினார். மூன்று, நான்கு முறை இவ்வாறு அம்மாவை அவன் ஜீப்பில் அழைத்துச் சென்றான். அப்படி அவர்கள் ஒவ்வொரு முறையும் சென்றபோது, அவர்கள் ஒரு பழங்காலத்து கழிப்பறை அருகில் செல்லும் போது, அம்மா அந்த கழிப்பறையைப் பயன்படுத்த வேண்டிய அவசியம் தனக்கு இருப்பதாகச் சொன்னாள். அவ்வாறு அம்மா கழிப்பறையின் உள்ளே போய், அந்தக் கழிப்பறைத் துவாரத்தில் ஒரு செய்தியை (செய்தி அடங்கிய காகிதத்தை) மறைத்து வைத்தாள். அவன் வெளியில் ஜீப்பில் அமர்ந்திருந்தான். அவன் அதுபற்றி எந்தக் கேள்வியும் கேட்டதில்லை. அவனுடைய பேச்சு எல்லாம் அவனைப் பற்றியும், அவன் குடும்பத்தாரைப் பற்றிய கவலை கொண்டதாகவுமே இருக்கும். அப்படிச் சுற்றி வளைத்து பேசிக் கொண்டிருந்த போது கம்யூனிஸ்ட்கள் அவனைக் கொல்லப்

போவதாக பேச்சுவாக்கில் சொன்னான். 'மேற்கு வாசலில் நான் விரைவில் ஆவியாக அலையப் போவதை நினைத்தால் எனக்குப் பயமாக இருக்கிறது' என்றான். ('மேற்குதிசை சொர்க்கம்' என்பது இறந்தோர்கள் சென்று சேருமிடம். ஏனென்றால் அந்த இடமே அழிவில்லாத நிரந்தரமான இடம். எனவே, சீனாவில் உள்ள பல இடங்களைப் போல, ஜிங்கு நகரில் உள்ள மரண தண்டனை நிறைவேற்றப்படும் கொலைக்களம் மேற்கு வாசலுக்கு அப்பால் இருந்தது). அம்மாவிடம் இதைச் சொல்லிய அவன் அவளிடமிருந்து தனக்கு ஆதரவான பதில் ஏதும் சொல்ல மாட்டாளா என்று அம்மாவின் கண்களை ஆழமாக உற்றுப் பார்த்தான்.

கோடைகாலம் முழுவதும் கோமிங்டாங் நிலைமை சீரழிந்து கொண்டே வந்தது. இராணுவ நடவடிக்கைகளால் மட்டும் என்று சொல்ல முடியா விட்டாலும், ஊழல் உச்சத்திற்கு சென்றதும் ஒரு காரணம் என்று சொல்லலாம். நினைத்துப் பார்க்க முடியாத அளவு விலைவாசி ஏறி இருந்தது. 1947-க்குள் 100,000 சதவிகிதமும், 1948-க்குள் 2,870,000 சதவிகிதமும் கோமிங்டாங் பகுதிகளில் எண்ணிக்கை அளவில் ஏறி இருந்தது. சீன மக்களின் முக்கிய உணவு தானியமான சோளம், ஜிங்கு நகரில் மட்டும் ஒரே இரவில் 70 மடங்கு உயர்ந்துவிட்டது. பொது ஜனங்களின் நிலைமை நாளுக்குநாள் மோசமடைந்து கொண்டே வந்தது. அதேசமயம் ஏராளமான உணவு தானியங்கள் இராணுவத்திற்கு போய்ச் சேர்ந்தன. அப்படி இராணுவத்திற்கு வந்த உணவு தானியங்களில் பெரும்பங்கு அதன் கமாண்டர்களால் கள்ளச் சந்தைகளில் விற்கப்பட்டன.

கோமிங்டாங் ஹை கமாண்ட், நிர்வாக வசதிக்காக பிரிக்கப்பட்டது. மஞ்சூரியாவில் உள்ள பெரிய நகரான முக்டன் நகரை விட்டு விட்டு, ஜிங்கு நகரைக் கைப்பற்ற வேண்டுமென சியாங் காய்-ஷெக் பரிந்துரைத்தார். ஆனால் இந்தத் தெளிவான திட்டத்தை உயர் மட்ட ஜெனரல்களை ஏற்றுக் கொள்ளச் செய்ய அவரால் இயலவில்லை. இதில் தலையிடும் அமெரிக்க ஆலோசகர்கள் மீது சியாங்-காய்-ஷெக் அதிக நம்பிக்கை வைத்திருந்தார். உயர் அதிகாரிகள் மத்தியில் தோல்வி மனப்பான்மை மனதளவில் குடிகொண்டு விட்டது.

செப்டம்பர் மாத இறுதிக்குள் மஞ்சூரியாவில் உள்ள பலமான கோட்டைகளான முக்டன், சாங்சன் (மஞ்சுக்குவோவின் பழைய தலைநகர் சிங்கிங்) மற்றும் ஜிங்கு ஆகிய மூன்று இடங்களையும் கோமிங்டாங் தன் வசப்படுத்தி வைத்திருந்தது. சுமார் 300 மைல்கள் நீளமான இரயில்பாதை அந்நகரங்களை இணைப்பில் வைத்திருந்தது. அதே நேரத்தில் கம்யூனிஸ்ட்கள் இந்த மூன்று நகரங்களையும் சுற்றி வளைக்க முயற்சித்துக் கொண்டிருந்தனர். ஆனால் எங்கிருந்து

இவர்களின் தாக்குதல் தொடங்கும் என்று கோமிங்டாங்கால் புரிந்து கொள்ள முடியவில்லை. உண்மையில், இம்மூன்று நகர்களில் தங்களுக்கு காரியம் நிறைவேற சாதகமான இடமாக தென்பகுதியில் அமைந்திருந்தது ஜிங்கு நகர்தான். ஏனென்றால், ஜிங்கு நகர் வீழ்ச்சியடைந்தால், மற்ற இரண்டு நகர்களும் அனைத்து வகைகளிலும் துண்டிக்கப்பட்டுவிடும். கம்யூனிஸ்ட்களுக்கு பெரும் எண்ணிக்கையிலான வீரர்கள் தயார் நிலையில் இருந்தனர். ஆனால் கோமிங்டாங் துருப்புகளோ, எப்போது வேண்டுமானாலும் தாக்கப்படக் கூடிய இரயில் தடங்களையும், மிகக் குறுகிய அளவில் அமைந்துள்ள விமானத் தளங்களையும் நம்பி இருந்தது.

1948 ஆம் ஆண்டு செப்டம்பர் மாதம் 12ஆம் நாள் ஜிங்குவின் மீது தாக்குதல் தொடங்கியது. விமானத்தில் முக்டன் சென்ற ஜான் எஃப் மெல்பி என்னும் அமெரிக்க நாட்டுத் தூதர் ஒருவர் செப்டம்பர் மாதம் 23ஆம் நாள் தனது நாட்குறிப்பில் இவ்வாறு எழுதுகிறார்: வடதிசையில் மஞ்சூரியா செல்லும் வழியெங்கும் சின்சோ (ஜிங்கு) வில் இருந்த போர் விமானங்களை கம்யூனிஸ்ட் பீரங்கிகள் தூள் தூள் ஆக்கிச் சென்றன. அடுத்த நாள், செப்டம்பர் 24ஆம் தேதி கம்யூனிஸ்ட் படை முன்னேறி மிக அருகில் வந்து விட்டது. அடுத்த இருபத்து நான்கு மணி நேரம் கழித்து சியாங்-காய்-ஷெக், தனது ஜெனரல் வெய் லி ஹயாங் என்பவருக்கு, 15 படைப் பிரிவுகளுடன் முக்டன் நகரை விட்டு தப்பித்து வருமாறும், ஜிங்குவைப் பாதுகாக்குமாறும் ஓர் உத்தரவு பிறப்பித்தார். ஜெனரல் வெய் எந்த முடிவும் எடுக்க முடியாமல் குழம்பி நின்றார். செப்டம்பர் 26-க்குள் கம்யூனிஸ்ட், கிட்டத்தட்ட ஜிங்குவைத் தனிமைப்படுத்தி விட்டது.

அக்டோபர் முதல் தேதிக்குள் ஜிங்கு நகர் முற்றிலும் முற்றுகையிடப் பட்டுவிட்டது. வடக்கில் 25 மைல் தொலைவில் இருந்த என் பாட்டியின் சொந்த ஊரான ஈக்ஸியான், அன்றே வீழ்ந்தது. சியாங் காய்-ஷெக், முக்டனுக்கு பறந்து சென்று, அங்கிருந்து, இன்னும் ஒரு ஏழு படை பிரிவுகளுக்கு, வேகமாகவும் விவேகமாகவும் ஜிங்குவைக் காப்பாற்றும் யுத்தத்தில் ஈடுபட வேண்டும் என்று ஆணை பிறப்பித்தார். ஆனால், அக்டோபர் 9ஆம் தேதி வரை ஜெனரல் வெய் என்பவரை முக்டனை விட்டு வெளியில் கொண்டுவரக் கூட முடியவில்லை. உத்திரவிட்டு இரண்டு வாரகாலம் கடந்தும் 11 படைப்பிரிவுகள் தான் வெளியேறி வர முடிந்தது; 15 படைப்பிரிவுகளும் ஒட்டு மொத்தமாக வெளியேற முடியவில்லை. அக்டோபர் மாதம் 6ஆம் தேதி சியாங் காய்-ஷெக் ஹலுடாவோவுக்குப் பறந்து சென்று, அங்கிருந்த வீரர்களுக்கு ஜிங்குவைக் காப்பாற்றுமாறு உத்தரவிட்டார். சில வீரர்கள் ஏதோ

190 'பத்து கிலோ அரிசிக்கு மகள் விற்பனை'

கொஞ்சம் முயற்சித்துப் பார்த்தார்கள். ஆனால் அவ்வீரர்கள் முதலில் தனிமைப்படுத்தப்பட்டு, பிறகு அழிக்கப்பட்டு விட்டனர்.

கம்யூனிஸ்ட்கள் தங்கள் முற்றுகைப் போராட்டத்தை ஜிங்குவின் மீது திருப்பினர். யூ-வூ அம்மாவை அணுகி ஒரு சிக்கலான பணியை அவளுக்கு கொடுத்தான். ஹ-கே யின் படைப்பிரிவுக்கு வெடிபொருள் பகிர்மானம் செய்யக்கூடிய கிடங்கிலிருந்து வெடி பொருட்களைக் கடத்தி வருமாறு யூ-வூ அம்மாவுக்கு உத்தரவிட்டான். துப்பாக்கி வெடி மருந்து பொருட்கள் ஒரு பெரிய முற்றத்தில் குவித்து வைத்து பாதுகாக்கப்பட்டிருந்தது. அதன் நான்கு சுவர்களின் மீதும் முட்கம்பிகளால் கூரை வேயப்பட்டிருந்தது. அந்த முட்கம்பிகளுக்கும் மின் இணைப்பு கொடுக்கப்பட்டிருந்ததாகப் பேசப்பட்டு வந்தது. அதன் உள்ளே செல்வோரும், அதிலிருந்து வெளியே செல்வோரும் சோதனையிடப்பட்டு அனுப்பப்பட்டார்கள். அதன் உள்ளே பணியாற்றிய வீரர்கள் அனைவரும் சூதாட்டத்திலும், மது அருந்துவதிலும்; தங்கள் பொழுதைக் கழித்து வந்தனர். சில சமயங்களில் விலை மாதர்களும் உள்ளே அழைத்து வரப்பட்டனர். உள்ளே நடனமும் நடைபெற்று வந்தது. உள்ளே சென்று நடனம் ஆடுவதைப் பார்க்க விரும்புவதாக அம்மா ஹ-கே யிடம் கூறினாள். அவனும் எந்தக் கேள்வியும் கேட்காமல் சம்மதித்து விட்டான்.

வெடிபொருட்கள் அடுத்தநாள் அம்மாவிடம் ஒப்படைக்கப்பட்டன. வெடி பொருட்கள் கொடுத்த நபரை அம்மா இதற்கு முன்பு பார்த்ததில்லை. அவள் அவற்றைத் தனது கைப்பையில் போட்டுக்கொண்டு, ஹ-கே யுடன் வெடிப் பொருட்களுள்ள ஆயுதக் கிடங்கிற்குச் சென்றாள். அவர்களை யாரும் சோதனையிடவில்லை. அவர்கள் உள்ளே வந்ததும் அந்த இடத்தைச் சுற்றிக் காட்டுமாறு அம்மா ஹ-கே யிடம் கேட்டாள். அம்மாவுக்கு அறிவுறுத்தப் பட்டவாறு தன் கைப்பையை அம்மா காரில் விட்டுவிட்டு சென்றாள். அவர்கள் அவ்விடத்தை விட்டு நகர்ந்ததும் இரகசியப் பணியாளர்கள் வெடி பொருட்களை காரிலிருந்து அப்புறப்படுத்தினார்கள். அவற்றை அப்புறப்படுத்த போதுமான அவகாசம் கொடுக்கும்பொருட்டு அம்மா வேண்டுமென்றே மிக மெதுவாக அங்குமிங்கும் உலவினாள். அவளோடு இணைந்து சென்றதில் ஹ-கே மகிழ்ச்சி அடைந்தாள்.

அந்த இரவு, விண் அதிரும் வெடிச்சத்தத்தால் நகரே குலுங்கியது. அணுகுண்டு வெடித்த சத்தம் தொடர்ந்து எங்கும் கேட்டுக்கொண்டே இருந்தது. வெடிகலன்களும், கை எறி குண்டுகளும் வானில் தீப்பந்தங்கள் போல தெரிந்தன. ஆயுதக்கிடங்கு இருந்த

தெருவெங்கும் நெருப்பு ஜுவாலைகளே தென்பட்டன. நூறு அடி தூர சுற்று வட்டாரத்தில் உள்ள வீடுகளின் ஜன்னல்கள் அதிர்ந்தன. வெடித்து சிதறின. ஹூ-கே அம்மாவை அடுத்தநாள் காலை ஜி யின் மாளிகைக்கு வரச்சொல்லி அங்கே அவளை வரவேற்றான். அவன் கண்கள் குழி விழுந்து காணப்பட்டன. கடந்த இரவுப் பொழுது முழுவதையும் அவன் தூங்காமல் கழித்தான். வழக்கத்தை விட இப்போது கொஞ்சம் கவனமாக அம்மாவை வரவேற்றான்.

கொஞ்ச நேர மயான அமைதிக்குப் பிறகு 'செய்தி தெரியுமா?' என்று அம்மாவைக் கேட்டான். அம்மாவின் முகபாவம் அவனுக்குள் இருந்த பயத்தை ஆமோதித்தது. அவனது சொந்தப்படைப் பிரிவை அவனே முடக்கிப் போட வைத்து விட்டான். ஒரு விசாரணை நிச்சயம் உண்டு என்று சொன்னான். 'வெடிகுண்டு என் தலையைத் துண்டாடி விடுமோ என்று பயந்துவிட்டேன்' என்று சொல்லிவிட்டு உயிர் பிழைத்ததில் நிம்மதியடைந்தான். அவனுக்காக அனுதாபப்பட்டுக் கொண்டிருந்த அம்மா, 'உங்களை யாரும் சந்தேகப்பட முடியாது என்று நிச்சயமாகத் தெரியும். உங்களுக்கு வெகுமதி உண்டு என்றும் எனக்கு நிச்சயமாகத் தெரியும்' என்றாள். இதைக் கேட்டதும், ஹூ-கே எழுந்து நின்று அம்மாவுக்கு சல்யூட் அடித்தான். 'உன்னுடைய வாழ்த்துக்கு நன்றி' என்றான்.

கம்யூனிஸ்ட் பீரங்கி குண்டுகள் நகரை சிதறடிக்கத் தொடங்கிவிட்டன. வெடிகலன்கள் வெடித்த சத்தம் கேட்டு முதலில் அம்மா வெலவெலத்துப் போனாள். சத்தம் கூடப் போகப் போக அதைத் தாங்கிக் கொள்ளப் பழக்கிக் கொண்டாள். தொடர்ந்து இடி முழக்கம் போல அச்சத்தம் கேட்டுக் கொண்டே இருந்தது. இந்தச் சத்தம் சிலருக்கு மரண பயத்தை ஏற்படுத்தியது. இந்த முற்றுகைச் சத்தம் டாக்டர் ஸியா வீட்டு ஆச்சாரமான சடங்குமுறைகளையும் ஒரு முடிவுக்கு கொண்டு வந்துவிட்டது. முதல்முறையாக, வீட்டில் உள்ள அனைவரும், ஆண்களும் பெண்களும், வீட்டுக்காரர்களும், வேலைக்காரர்களும் ஒன்றாக உட்கார்ந்து சாப்பிட்டார்கள். இதற்கு முன்பு, இவர்கள் எட்டுத் தொகுதிகளாக உட்கார்ந்து சாப்பிட்டிருக்கிறார்கள். எட்டுத் தொகுதிகளுக்கும் எட்டு விதமான சாப்பாடு இருக்கும். அப்படி ஒரு நாள், இரவு உணவுக்காக மேஜையைச் சுற்றி அமர்ந்திருந்தபோது, ஜன்னல் வழியாக ஒரு வெடிகுண்டு, மேஜை மீது வந்து விழுந்தது. விளையாடிக் கொண்டிருந்த யூ-ஹூன்னுடைய ஒரு வயதுக் குழந்தை, சத்தம் கேட்டு அலறி உணவு மேஜைக்கு அடியில் பதுங்கிக் கொண்டான். நல்லவேளை, அந்த வெடிகுண்டு வெடிக்காததால், எந்தப் பாதிப்பும் ஏற்படவில்லை.

முற்றுகைப் போராட்டம் தொடங்கிய உடனேயே உணவுத் தட்டுப்பாடு வந்துவிட்டது. கள்ளச் சந்தையில்கூட எதுவும் கிடைக்கவில்லை. பத்து கோடி கோமிங்டாங் டாலர் கொடுத்தால்கூட ஒரு பவுண்ட் சோளம் கிடைக்கவில்லை. பாட்டி கொஞ்சம் சோளமும் சோயா பீன்ஸ்ம் சேர்த்து வைத்திருந்தாள். பாட்டியுடைய சகோதரியின் கணவனான 'விசுவாசம்' பி-யோ, தன் செல்வாக்கைப் பயன்படுத்தி, கிடைத்ததை வாங்கிக் கொடுத்தார். யுத்தத்தின் போது வெடித்து சிதறிய வெடிகுண்டு டாக்டர் ஸியா வீட்டுக் கழுதையை கொன்று விட்டது. அதை அவர்கள் அறுத்துச் சமைத்து சாப்பிட்டார்கள்.

அக்டோபர் 8ஆம் நாள் இரண்டரை இலட்சம் கம்யூனிஸ்ட் போர் வீரர்கள் தாக்குதல் வேலையை நடத்தினர். போர்ப்படை ஆயுதங்கள் தீவிரமாக யுத்த களத்தில் செயல்பட்டன. பீரங்கிகள் இலக்கு தவறாமல் தாக்கி வந்தன. கோமிங்டாங் தலைமைக் கமாண்டர் ஆன ஜெனரல் ஃபான் ஹான் ஜியே, 'நான் எங்கு சென்றாலும் அங்கெல்லாம் கம்யூனிஸ்ட்கள் தொடர்ந்து வருவது போல் தெரிகிறது' என்றார். பல பீரங்கிகள் தகர்க்கப்பட்டன. கட்டுமானம் முற்றுப் பெறாத காப்பு அரண்களின் பாதுகாப்பு அமைப்புகள் தீக்கிரையாக்கப்பட்டன. அதுபோல சாலைகளும், இரயில் பாதைகளும் தீக்கிரையாக்கப்பட்டன. தொலைபேசியும் தொலைத்தொடர்பும் துண்டிக்கப்பட்டன. மின்சாரம் நின்று போனது.

அக்டோபர் 13ஆம் நாள் நகரைச் சுற்றி அரைகுறையாக அமைக்கப்பட்டிருந்த பாதுகாப்பு கோட்டைகள் எல்லாம் இடிந்து வீழ்ந்தன. ஒரு இலட்சம் கோமிங்டாங் துருப்புகளுக்குமேல் நகரின் மத்திய பகுதியில் யுத்தம் செய்தவர்கள் அவசர அவசரமாக யுத்தம் புரிவதிலிருந்து விலகிக் கொண்டனர். பஞ்சப் பராரியாகக் காணப்பட்ட 12 பேர் கொண்ட வீரர்கள் கும்பல் ஒன்று டாக்டர் ஸியா வீட்டிற்குள் அதிரடியாகப் புகுந்தது. அக் கும்பல் தங்களுக்கு பசி தாங்க முடியவில்லை என்றும், ஏதாவது சாப்பிடத் தருமாறும் கேட்டுக் கொண்டது. இரண்டு நாட்களாக அவர்கள் எதுவும் சாப்பிடவில்லை. டாக்டர் ஸியா அவர்களை அன்புடன் வரவேற்றார். யூ-ஹூவின் மனைவி உடனடியாக ஒரு பெரிய அண்டாவை அடுப்பில் ஏற்றி, அதில் சோளத்தைக் கொட்டி வேக வைத்து நூடுல்ஸ் தயாரித்து விட்டாள். நூடுல்ஸ் தயாரானவுடன் அதை சூடு தணிவதற்காக கொட்டி வைத்து விட்டு, அடுத்த அறையில் இருந்த வீரர்களை அழைக்கச் சென்றாள். அவள் அங்கிருந்து திரும்பியபோது, வெளியிலிருந்து பாய்ந்து வந்த ஒரு

வெடிகுண்டு அண்டாவில் விழுந்து வெடித்தது. அண்டாவில் இருந்த நூடுல்ஸ், அறையெங்கும் சிதறிக் கிடந்தது. யூ-லூவின் மனைவி அங்கு கிடந்த ஒரு சிறிய மேஜைக்கு அடியில் தாவிப் போய் நின்று பதுங்கிக் கொண்டாள். அவளுக்கு பின்னால் வந்த ஒரு படை வீரனின் கால்களைப் பற்றி இழுத்து வெளியே தள்ளி விட்டாள். பாட்டி இதைக் கண்டு கதிகலங்கிப் போனாள். அவன் திரும்பிப் பார்த்துத் துப்பாக்கி விசையைத் தட்டி விட்டிருந்தால் என்ன ஆகி இருக்கும் என்று, அவன் தூரத்தில் மறைந்தபின் பாட்டி அவள் காதுகளில் முணுமுணுத்தாள்.

முற்றுகை முடியும் கடைசிக்கட்டம் வரை, பீரங்கிகள் இலக்குகளைக் குறி தவறாமல் தாக்கி வந்தன. ஒருசில சாதாரண வீடுகள் காக்கப்பட்டன. வெடி மருந்துகள் வெடித்து கக்கிய நெருப்பாலும், புகையாலும் பொதுமக்கள் மூச்சுத் திணறினர். நெருப்பை அணைக்க தண்ணீர் இல்லை. ஆகாயம் முழுவதும் கரும்புகையாக மாறியது. கரும்புகை தொடர்ந்து மேலெழுந்த் வாறு இருந்தது. பக்கத்தில் இருந்ததை பகலில்கூட பார்க்க முடியாமல் கரும்புகை கண்ணை மறைத்தது. பீரங்கியின் வெடிச்சத்தம் காதுகளைச் செவிடாக்கியது. ஜனங்கள் புலம்பும் சத்தம் அம்மாவின் காதுகளில் கேட்டது. ஆனால் அந்தச் சத்தம் எங்கிருந்து கேட்கிறது; அங்கே என்ன நடக்கிறது என்று சொல்ல முடியவில்லை.

அக்டோபர் மாதம் 14ஆம் நாள் இறுதித் தாக்குதல் தொடங்கியது. இடைவிடாமல், நகர் முழுவதும் 900 பீரங்கிகள் வெடித்தன. குடும்பத்தினர் அனைவரும் தாங்கள் ஏற்கனவே தயாரித்து வைத்திருந்த பதுங்கு குழிகளுக்குள் தஞ்சம் புகுந்து கொண்டனர். ஆனால் டாக்டர் ஸியா தன் இடத்தை விட்டு எங்கும் நகரவில்லை. தனது அறையில் ஜன்னலுக்கு அருகில் இருந்த அந்த இடத்தில் அமைதியாக அமர்ந்திருந்து புத்தரைத் தியானித்துக் கொண்டிருந்தார். ஒரு கட்டத்தில், ஒன்று இரண்டு பூனைக்குட்டிகள் அல்ல, பதினான்கு பூனைக்குட்டிகள் ஒரு சேர ஓடி வந்து அந்த அறையில் பதுங்கிக் கொண்டன. டாக்டருக்கு மிகுந்த மகிழ்ச்சி. 'பூனைகள் பதுங்கிக் கொள்ள ஒரு இடத்தைத் தேர்வு செய்கின்றன வென்றால், அந்த இடம் அதிர்ஷ்டமான இடம்' என்றார். ஒரு துப்பாக்கிக் குண்டுகூட அறைக்கு உள்ளே வந்து விழவில்லை; ஒரு பூனைக்குட்டிகூட சாகவும் இல்லை. பதுங்கு குழிக்கு தஞ்சம் பெறாத இன்னொரு ஜீவன் என் பாட்டி மட்டும்தான். ஓக் மர மேஜைக்கு அடியில் சுருண்டு கொண்டு படுத்துக் கொண்டாளே தவிர, வேறு எங்கும் நகரவில்லை. யுத்தம் முடிந்து பார்த்தபோது,

மெத்தை மேல் கிடந்த உறையும், மேஜைமேல் கிடந்த துணியும் சல்லடை போல் காணப்பட்டன.

ஒரு வெடிகுண்டுத் தாக்குதல் நடத்தப்பட்ட நேரம், கீழே பதுங்கு குழியில் தங்கியிருந்து யூ-ஹூவின் ஆண் குழந்தை சிறுநீர் கழிக்க வேண்டும் என்றான். அவனை அவனுடைய அம்மா வெளியே அழைத்துச் சென்றாள். அவள் சென்ற சிறிது நேரத்தில், அவள் இருந்த பதுங்கு குழி சுவர் இடிந்து விழுந்தது. பிறகு அம்மாவும் பாட்டியும் மேலே வந்து வீட்டிற்குள் பாதுகாப்பான இடத்தைத் தேடிக் கொண்டார்கள். அம்மா சமையற்கட்டிற்கருகில் சுருட்டிக்கொண்டு படுத்துவிட்டாள். ஆனால் சிறிது நேரத்தில் வெடிகுண்டு துண்டுகள் செங்கற் சுவரைத் தாக்கின. வீடு அதிர்ந்தது. வீடு அதிர்ந்ததால் அம்மா ஓடிப் போய் பின்புறத் தோட்டத்திற்குள் புகுந்து கொண்டாள். கடும் புகையால் ஆகாயம் இருண்டு காணப்பட்டது. தலைக்கு மேல் துப்பாக்கிக் குண்டுகள் சீறிப் பாய்ந்த வண்ணம் இருந்தன. சுவர்களின் மீது பட்டு தெறித்து, வெடி மருந்துகளை வாரி இறைத்தன. எங்கும் கொட்டித் தீர்க்கின்ற பேய்மழை போல் சத்தம் கேட்டுக்கொண்டே இருந்தது. இந்த பயங்கரச் சத்தத்துடன் மனிதர்களின் புலம்பலும் அலறலும் கலந்து ஒலித்தன.

அடுத்தநாள் அதிகாலை கோமிங்டாங் வீரர்கள் அடங்கிய கும்பல் ஒன்று வீட்டை உடைத்துக்கொண்டு உள்ளே வந்தது. அங்கிருந்த மூன்று குடும்பத்திலிருந்த சுமார் 20 நபர்களை அக்கும்பல் இழுத்து வந்தது. அந்தத் துருப்புகள் மிகவும் உணர்ச்சி வசப்பட்டிருந்தனர். அந்த தெருவிற்கடுத்துள்ள ஒரு கோவிலில் அவர்களது பீரங்கி படை முகாமிட்டிருந்தது. அது குறி தவறாமல் சுட்டு வீழ்த்தக்கூடிய பீரங்கிப்படை. அந்த 20 நபர்களில் யாரோ ஒருவர்தான் அவர்கள் முகாமிட்டிருந்ததைக் காட்டிக் கொடுத்துள்ளார்கள் என்று அவர்களை திட்டினார்கள். யார் காட்டிக் கொடுத்தது சொல்லுங்கள் என்று மிரட்டினார்கள். யாரும் எதுவும் பேசாதிருந்ததால், அம்மாவைப் பிடித்து இழுத்து, இவளாகத்தான் இருக்கும் என்று சொல்லி சுவர்மீது மோதினார்கள். பாட்டி இதைக்கண்டு வெலவெலத்துப் போனாள். பாட்டி உடனடியாக ஓடிப்போய் கொஞ்சம் தங்கக் காசுகளை அள்ளிக்கொண்டு வந்து அவர்கள் கைகளில் திணித்தாள். பாட்டியும் டாக்டர் ஸியாவும் அவ்வீரர்கள் முன் மண்டியிட்டு அம்மாவை விட்டுவிடுமாறு கெஞ்சினார்கள். டாக்டர் ஸியா பயந்து போனதை இப்பொழுதுதான் முதல்முறையாகப் பார்ப்பதாக யூ-ஹூவின் மனைவி கூறினாள். ‘அவள் சிறிய பெண். அவள் இதுபோன்று

எதையும் செய்யவில்லை. நான் சொல்வதை தயவுசெய்து நம்புங்கள்' என்று டாக்டர் ஸியா அந்த படை வீரர்களிடம் கெஞ்சினார்.

கோமிங்டாங் சிப்பாய்கள் தங்கக் காசுகளை எடுத்துக்கொண்டு அம்மாவை விட்டு விட்டார்கள். ஆனால் அவர்கள் இழுத்துக் கொண்டு வந்த குடும்பத்தினரை துப்பாக்கி முனையில் ஒன்றுதிரட்டி இரண்டு அறைகளில் போட்டு பூட்டி விட்டனர். 'இனிமேல் எப்படி உளவு சொல்வீர்கள், பார்ப்போம்' என்றார்கள். அந்த அறைகள் முழுவதும் அடர்ந்த இருளாக இருந்தது. அவர்கள் அனைவரும் உயிரைக் கையில் பிடித்துக்கொண்டு இருந்தனர். அடுத்த சிறிது நேரத்தில் வெடிச்சத்தம் குறைந்து கொண்டே வருவதை அம்மா கவனித்தாள். சத்தம் இப்போது வேறு மாதிரிக் கேட்டது. இதுவரை கேட்டு வந்த துப்பாக்கிக் குண்டுகள் சத்தத்தோடு, நாட்டு வெடிகுண்டுகள் வெடிக்கும் சத்தமும் கலந்து கேட்டது. துப்பாக்கி முனைகளில் பொருத்தப்பட்டிருக்கும் கத்திகள் மோதிக்கொள்ளும் சத்தமும் கேட்டது. 'உங்கள் கைகளில் இருக்கும் ஆயுதங்களைக் கீழே போடுங்கள். உங்களுக்கு உயிர்ப்பிச்சை அளிக்கிறோம்' என்ற குரல் ஓங்காரமாக ஒலித்தது. அங்கே இரத்தத்தை உறைய வைக்கும் பயத்தின் அலறலும், வேதனையின் விரக்தியும் நிலவியது. ஆயுதங்கள் எழுப்பிய சத்தமும், ஆட்கள் எழுப்பிய சத்தமும் நெருங்கி, நெருங்கி வந்தது. அந்த சத்தம், கோமிங்டாங் படை வீரர்கள் பயந்து, தப்பி ஓடிய பூட்ஸ் சத்தம் என்பதை அம்மா தெரிந்து கொண்டாள்.

இப்போது எந்தச் சத்தமும் எங்கும் கேட்கவில்லை. ஆனால் டாக்டர் ஸியா வீட்டின் பக்கத்து வீட்டுக் கதவு தட்டப்படும் சத்தம் கேட்டது. மிகுந்த குழப்பத்துடன் போய் அறைக் கதவைத் திறந்து பார்த்தார். கோமிங்டாங் வீரர்கள் யாரையும் அங்கே காணோம். எல்லாரும் ஓடி விட்டார்கள். பிறகு வெளிக்கதவைத் திறந்து யார் என்று கேட்டார். ஒரு குரல், 'நாங்கள் மக்கள் படை. உங்களைக் காப்பாற்ற வந்திருக்கிறோம்' என்று தெளிவாகச் சொன்னது. கதவைத் திறந்து விட்டவுடன், தொளதொளவென்று சீருடை அணிந்திருந்த படை வீரர்கள் திமுதிமுவென்று உள்ளே நுழைந்தனர். அவர்கள், தங்கள் இடது கரங்களில், தோற்பட்டைக்கு கீழே, வெள்ளைத் துணியை சுற்றுப்பட்டை போல் கட்டியிருந்ததை அந்த இருளிலும் அம்மா கவனித்தாள். முனையில் கத்தி பொருத்தப்பட்டிருந்த துப்பாக்கிகளை கைகளில் தயாராக வைத்திருந்தார்கள். 'பயப்படாதீர்கள்' என்று தைரியப்படுத்தினார்கள். 'நாங்கள் ஒன்றும் செய்ய மாட்டோம். நாங்கள் உங்கள் படை. மக்கள் படை. கோமிங்டாங் படையினர் உங்கள் வீட்டில் இருக்கிறார்களா என்று சோதனை போட

வந்திருக்கிறோம்' என்றார்கள். அது வேண்டுகோளாகாவும் இல்லை; அதிகாரத் தோரணையாகவும் இல்லை. அந்த வீரர்கள் சோதனை என்ற பெயரில் வீட்டைப் புரட்டிப் போடவில்லை. உண்பதற்கு எதையும் கேட்கவில்லை. எந்தப் பொருளையும் எடுத்துக் கொள்ளவில்லை. சோதனை முடிந்ததும் கிளம்பி விட்டார்கள். அன்பொழுக விடை பெற்றுச் சென்றார்கள்.

இந்த வீரர்கள் வீட்டிற்குள் நுழைந்து வந்த அதே நேரத்தில் கம்யூனிஸ்ட் படையினர் நகரைக் கைப்பற்றிக் கொண்டனர். அம்மாவுக்கு மகிழ்ச்சியில் தலை கால் புரியவில்லை. இந்த முறை கம்யூனிஸ்ட்கள் தொளதொளவென்று அணிந்திருந்த, கிழிந்த சீருடைகளை அம்மா ஏளனமாகப் பார்க்கவில்லை.

டாக்டர் ஸியாவின் வீட்டில் அடைக்கப்பட்டிருந்த அனைவரும், திரும்பி தங்கள் வீடுகளுக்கு போய், தங்கள் வீடுகளைச் சேதப்படுத்தி இருக்கிறார்களா அல்லது தங்கள் வீடுகளைச் சூறையாடி விட்டார்களா என்பதைத் தெரிந்து கொள்ள ஆர்வமாக இருந்தார்கள். உண்மையில் ஒரு வீட்டை மட்டும் இடித்துத் தரைமட்டம் ஆக்கி விட்டனர். அதேபோல வீட்டில் விடப்பட்டிருந்த ஒரு கருவுற்றிருந்த பெண்ணையும் கொன்று போட்டு விட்டார்கள்.

அண்டை வீட்டுக் குடும்பத்தினர் வீட்டை விட்டுப் புறப்பட்ட அடுத்த நிமிடம் பக்கத்துக் கதவு தட்டப்படும் சத்தம் கேட்டது. அம்மா போய் கதவைத் திறந்தாள். ஆறு கோமிங்டாங் வீரர்கள் பயந்து நடுங்கியவாறு வெளியில் நின்று கொண்டிருந்தனர். அவர்களைப் பார்க்க பரிதாபமாக இருந்தது. அவர்கள் கண்களில் பயமும் தயக்கமும் தெரிந்தன. திடீரென்று அவர்கள் டாக்டர் ஸியாவின் கால்களிலும், பாட்டியின் கால்களிலும் வீழ்ந்து, அவர்களை மன்னிக்குமாறும், டாக்டர் ஸியா போட்டிருந்த பழைய சட்டை ஏதாவது இருந்தால் கொடுக்குமாறும் கெஞ்சிக் கேட்டார்கள். டாக்டர் அவர்கள் மீது பரிதாபப்பட்டு, பழைய சட்டைகளைக் கொண்டு வந்து கொடுத்தார். அவைகளை வாங்கி அவசர அவசரமாக சீருடைமீது அணிந்து கொண்டு புறப்பட்டுச் சென்றார்கள்.

விடியற்காலை வெளிச்சம் பரவத் தொடங்கியதும், யூ-லின் மனைவி போய் வெளிக்கதவைத் திறந்தாள். எங்கு பார்த்தாலும் மனித உடல்கள் மண்ணில் மடிந்து கிடந்தன. அதைக்கண்டு அவள் அலறி அடித்துக் கொண்டு உள்ளே ஓடி வந்து விட்டாள். இவள் அலறிக்கொண்டு ஓடி வந்த சத்தம் கேட்டு, அம்மா போய் வெளியே எட்டிப் பார்த்தாள். தெருவெங்கும் பிணங்கள். சில உடல்களுக்குத் தலையில்லை; கை இல்லை; கால் இல்லை. சில உடல்களின்

நவ சீனாவிற்கான யுத்தத்தில் 197

வயிற்றிலிருந்து குடல்கள் சரிந்து கிடந்தன. சில உடல்களைச் சுற்றி இரத்தம் குளமாக உறைந்து கிடந்தது. மனித உடல்களின் கைகளும் கால்களும், சதைத் துண்டுகளும் தந்திக் கம்பங்களில் தொங்கிக் கொண்டிருந்தன. தெருவில் கசிந்து கொண்டிருந்த சாக்கடை நீரை, மனித உடல்களின் இரத்தமும், சதையும், துண்டிக்கப்பட்ட உறுப்புகளும் அடைத்திருந்தன.

ஜிங்குவை கைப்பற்றுவதற்கான யுத்தம் ஒரு எளிய காரியம் இல்லை. அது ஓர் இமாலயச் சாதனை. இறுதி யுத்தம் மட்டும் 31 மணி நேரம் நீடித்தது. இந்த உள்நாட்டுப்போர் பல வழிகளில் திருப்புமுனையாக அமைந்திருந்தது. 20 ஆயிரம் கோமிங்டாங் வீரர்கள் இந்த யுத்தத்தில் கொல்லப்பட்டனர்; 80,000 வீரர்கள் சிறைப்பிடிக்கப்பட்டனர். 18 ஜெனரல்களுக்கும் குறையாமல் கைது செய்யப்பட்டனர். அவர்களில் ஜிங்கு படைப்பிரிவுகளின் கோமிங்டாங் தலைமை கமாண்டர், ஜெனரல் ஃபான் ஹான்-ஜியா என்பவர், சாதாரண குடிமகன் போல் மாறு வேடமணிந்து தப்பிக்க முயன்றவர். யுத்தக் கைதிகள் சிறைக் கூடாரங்களுக்கு அழைத்துச் செல்லப்பட்டபோது, தெரு முழுவதும் கைதிகளால் நிரம்பி வழிந்தது. அம்மா தன் தோழி ஒருத்தியையும் அந்தக் கூட்டத்தில் பார்த்தாள். அவள் கோமிங்டாங் அதிகாரியான தன் கணவனோடு கூடாரத்திற்கு சென்றாள். காலைநேரப் பனிக்காற்றிலிருந்து பாதுகாத்துக் கொள்ள இருவரும் போர்வையால் மூடிக் கொண்டு சென்றார்கள்.

எவன் ஒருவன் ஆயுதங்களைக் கீழே போட்டு விட்டு சரணடைந்தானோ, அவனுக்கு தண்டனை நிறைவேற்றுவதில்லை என்பது கம்யூனிஸக் கொள்கை; கைதிகளை மனித நேயத்தோடு நடத்த வேண்டும் என்பதும் கம்யூனிஸக் கொள்கை. கைதியான படை வீரர்களில் பலர் ஏழ்மையான விவசாயக் குடும்பங்களிலிருந்து வந்தவர்கள். இவர்களைத் தம்பக்கம் ஈர்க்க இந்தக் கொள்கைகள் கைகொடுக்கும். கம்யூனிஸ்ட்கள் வசம் சிறைக்கூடாரங்கள் என்று எதுவும் இல்லை. மேல்மட்ட அதிகாரிகளையும், நடுத்தர அதிகாரிகளையும் வைத்துக்கொண்டு, இதர வீரர்களை உடனடியாக விடுதலை செய்து விட்டனர். அவர்கள் படை வீரர்களுக்கு இழைக்கப்பட்ட அநீதிகளைக் கூட்டம் போட்டு பேசினார்கள். நிலமற்ற விவசாயிகளின் பாடு எவ்வளவு மோசம் என்று அக்கூட்டத்தில் பேசப்பட்டது. இதில் புரட்சி என்பது என்னவென்றால், 'நிலமற்ற விவசாயிகளுக்கு நிலம் வழங்குவதுதான்' என்று கம்யூனிஸ்ட் விளக்கம் அளித்தார்கள். அப்படை வீரர்களுக்கு முடிவெடுக்க ஒரு வாய்ப்பு அளிக்கப்பட்டது. கம்யூனிஸ்ட் இயக்கத்தில் சேர்ந்து கோமிங்டாங் இயக்கத்தை

பூண்டோடு ஒழித்துக் கட்டிவிட்டு, தங்கள் நிலங்களை இனி யாரும் பிடுங்கி விடமாட்டார்கள் என்று தைரியமாக வாழ்வது என்று முடிவெடுத்தார்கள். பல வீரர்கள் அவர்களோடு தங்கி கம்யூனிஸ்ட் அணியில் சேர்ந்து கொண்டனர். சிலரது கிராமங்களில் சண்டை நடந்து கொண்டிருந்ததால் அவர்களால் தங்களது சொந்த ஊருக்குச் சென்றடைய இயலவில்லை. வெகுஜன மக்களை வெற்றி கொள்ளும் மிகச்சிறந்த முறை, மக்களின் இதயங்களையும் மனதையும் வெற்றி கொள்வதுதான். இது பண்டைக்கால சீன யுத்த தந்திரங்களிலிருந்து மாவோ கற்றுக் கொண்ட பாடம். கைதிகளிடம் காட்டும் இந்தக்கொள்கை மாபெரும் வெற்றியைத் தேடித் தந்தது. ஜிங்குவின் முற்றுகைக்கு பிறகு அதிக எண்ணிக்கையிலான கோமிங்டாங் படை வீரர்கள் தாங்களாகவே வலிய முன்வந்து பிடிபட்டுக் கொண்டனர். நடந்த உள்நாட்டு யுத்தத்தில் சுமார் 1.75 மில்லியன் கோமிங்டாங் வீரர்கள் சரணடைந்து கம்யூனிஸ்ட் அணியில் தங்களை இணைத்துக் கொண்டனர். சென்ற ஆண்டு நடந்த உள்நாட்டு போரில் மட்டும் கோமிங்டாங் துருப்புகளில் இறந்தவர்களின் எண்ணிக்கை 20 சதவிகிதத்தைக் கடந்தது.

சிறைப்படுத்தப்பட்ட கமாண்டர்களில் ஒருவர் தன் மகளோடு பிடிபட்டார். அவரின் மகள் ஒரு நிறைமாதக் கர்ப்பிணிப் பெண்ணாக இருந்தாள். அதனால் அந்த கமாண்டர் தானும் தன் மகளோடு ஜிங்குவில் தங்கிக் கொள்ளலாமா என்று கம்யூனிஸ்ட் உயர் அதிகாரிகளைக் கேட்டார். ஒரு தந்தை தன் மகளுக்கு பிரசவம் பார்ப்பது நன்றாக இருக்காது. எதற்கும் உங்கள் மகளுக்கு உதவி செய்ய ஒரு ‘பெண் தோழியை’ அனுப்புகிறோம் என்று அந்தக் கம்யூனிஸ்ட் அதிகாரி கூறினார். ஏதோ ஒரு பேச்சுக்கு இப்படிச் சொல்கிறார்கள் என்று அந்த கோமிங்டாங் கமாண்டர் நினைத்தார். பிறகு, தன் மகள் சிறந்த முறையில் பிரசவம் பார்க்கப்பட்டிருக்கிறாள் என்பதையும், தன் மகளுக்குப் பிரசவம் பார்த்த பெண், கம்யூனிஸ்ட் உயர் அதிகாரியின் மனைவி என்பதையும் அறிந்து கொண்டார். கம்யூனிஸ்ட்கள் கைதிகள்பால் கொண்டுள்ள கொள்கை ஒரு நுணுக்கமான சிக்கல்கள் சேர்ந்த ஒரு கலவை. அது அரசியல் ஆதாயமும், மனிதநேயச் சிந்தனையும் சேர்ந்த ஒரு கூட்டுக்கலவை. கம்யூனிஸ வெற்றிக்கு இது அடி நாதமாகவும் ஆதார சுருதியாகவும் விளங்கியது. எதிரிகளை முற்றிலும் முறியடித்து வீழ்த்துவது மட்டும் கம்யூனிஸ்ட் நோக்கம் அல்ல. ஆனால் முடிந்தவரை எதிரிகளின் ஒற்றுமையைக் குலைப்பதும் அவர்களது நோக்கமாகும். கம்யூனிஸ்ட்களிடம் இருந்த படை பலத்தால் கோமிங்டாங்குடைய நம்பிக்கையையும் மன உறுதியையும் குலைத்து அதன் மூலம் அவர்களை வீழ்த்தினார்கள்.

அடுத்ததாகச் செய்யப்பட்ட முதல் வேலை உடல்களை அப்புறப்படுத்துவதுதான். கம்யூனிஸ்ட் படை வீரர்களே இவ்வேலையை முற்றிலும் மேற்கொண்டனர். உடனடியாகப் பிணங்களை அப்புறப்படுத்த வேண்டி இருந்ததாலும், தங்கள் வீடுகளைச் சுற்றிக் கிடக்கும் இடிமானங்களை சுத்தப்படுத்த வேண்டியிருந்ததாலும், சுற்றியிருந்தவர்கள் இவ்வேலையில் மும்முரமாக ஈடுபட்டனர். நீண்ட வரிசையில் பிணங்கள் சுமந்த வண்டிகளும், அதைவிட நீண்ட வரிசையில் தங்கள் தோள்களில் கூடைகளை சுமந்து செல்லும் மனிதர்களும் கண்ணுக்கெட்டிய தூரம்வரை பல நாட்களாகக் காணப்பட்டனர். மீண்டும் இயல்புநிலை திரும்பியதால், அம்மா ஒருமுறை சுற்றி வந்து பார்த்தபோது, அவளுக்குத் தெரிந்த பல நபர்கள் இப்போது இல்லாமல் போயிருப்பது தெரிய வந்தது. சிலர் ஆயுதங்களால் நேரடியாக தாக்குண்டு இறந்திருக்கிறார்கள். சிலர் இடிந்து விழுந்த வீடுகளின் இடிபாடுகளுக் கிடையில் சிக்குண்டு இறந்திருக்கிறார்கள்.

முற்றுகை எல்லாம் முடிந்த அடுத்த நாள், நகர மாந்தர்கள் அனைவரும் தாமதமின்றி தங்கள் இயல்பு வாழ்க்கையைத் தொடரலாம் என்ற அறிவிப்புகள் தாங்கிய பிரசுரங்கள் ஊரெங்கும் ஒட்டப்பட்டன. டாக்டர் ஸியா நரம்பு மண்டலப் படத்தை எடுத்து மருத்துவமனையில் தொங்க விட்டார். மருத்துவமனையும் மருந்துக் கடையும் இனி இயங்கும் என்பதற்கான அடையாளம் அந்த நரம்பு மண்டலப் படம் ஆகும். அதன்பிறகு, டாக்டர் ஸியாதான் அந்நகரில் முதன்முதலில் கடையைத் திறந்த மருத்துவர் என்று கம்யூனிஸ நிர்வாகம் அறிவித்தது. மனித உடல்கள் இன்னும் முழுமையாக அப்புறப்படுத்தப்படாத நிலைமையிலும், அக்டோபர் 20ஆம் நாள் எல்லாக் கடைகளும் திறக்கப்பட்டன. அதற்கடுத்து இரண்டு நாட்கள் கழித்து, பள்ளிகள் எல்லாம் திறக்கப்பட்டன. அலுவலகங்களும் வழக்கம் போல சரியான நேரங்களில் செயல்படத் தொடங்கின.

அன்றைய தினத்தில் கம்யூனிஸ்ட் நிர்வாகத்திற்கு தீர்த்து வைக்க வேண்டிய அவசரப் பிரச்சினை உணவு பிரச்சினைதான். புதிய கம்யூனிஸ்ட் அரசாங்கம் விவசாயிகளை அழைத்து உணவு தானியங்களை நகரில் விற்பனை செய்யுமாறு வலியுறுத்திக் கேட்டுக் கொண்டது. நாட்டுப்புறங்களில் உணவு தானியங்கள் என்ன விலைக்கு விற்கப்பட்டதோ, அதைப்போல இனனொரு மடங்கு விலை வைத்து நகரில் விற்குமாறு கேட்டுக் கொண்டது. சோளத்தின் விலை கிடுகிடுவென இறங்கியது. 100 மில்லியன் கோமிங்டாங் டாலரில் இருந்த ஒரு பவுண்ட் சோளத்தின் விலை இப்போது 2,200 டாலருக்கு இறங்கியது. ஒரு சாதாரண தொழிலாளி,

200 'பத்து கிலோ அரிசிக்கு மகள் விற்பனை'

தன்னுடைய ஒருநாள் உழைப்பில் கிடைத்த ஊதியத்தைக் கொண்டு நான்கு பவுண்ட் சோளம் வாங்கலாம். பசி, பட்டினி என்ற பயம் விலகிவிட்டது. ஆதரவற்றோர்களுக்கு உணவு தானியங்கள், உப்பு, நிலக்கரி போன்றவற்றை கம்யூனிஸ்ட் அரசாங்கம் நிவாரணமாக வழங்கியது. கோமிங்டாங் நிர்வாகம் இதுபோல எதையும் செய்ததில்லை. கம்யூனிஸ நிர்வாகம், ஒவ்வொன்றையும் இதுபோல பார்த்துப் பார்த்துச் செய்ததால், ஜனங்கள் மத்தியில் கம்யூனிஸ்ட் அரசாங்கத்தின் மதிப்பும் மரியாதையும் உயர்ந்து நின்றது.

கம்யூனிஸ்ட் படை வீரர்களின் ஒழுக்கமும் கட்டுபாடுமே மக்களின் மனதைக் கொள்ளையடித்ததற்கான இன்னொரு முக்கியக் காரணம். வீடுகளைச் சூறையாடுவதும், பெண்களைக் கற்பழிப்பதும் மட்டும் இப்போது நின்றுவிட்டது என்பதைவிட, படை வீரர்கள் எல்லாரும், மக்களுக்கு எடுத்துக்காட்டாக கண்ணியம் மிக்க வாழ்க்கையை வாழ்ந்து காட்டி வந்தார்கள். கோமிங்டாங் துருப்புகள் இதிலிருந்து முற்றிலும் முரண்பட்டிருந்தன.

ஜிங்கு நகர் மிகுந்த எச்சரிக்கை உணர்வுடன் இருந்தது. அமெரிக்க விமானங்கள் சந்தேகப்படும்படி வானில் பறந்தன. அக்டோபர் 23ஆம் தேதியன்று பெருவாரியான கோமிங்டாங் படை வீரர்கள், ஒரே நேரத்தில், ஹலுடாவோவிலிருந்தும் வடகிழக்கிலிருந்தும் இருபுறத் தாக்குதல் நடத்தி, ஜிங்குவை கைப்பற்றும் முயற்சியில் தோல்வி கண்டது. ஜிங்கு தங்களிடமிருந்து பறிபோனதால், முக்டன் மற்றும் சாங்சன் ஆகிய பகுதிகளைச் சுற்றியிருந்த பெரும்படையினர் சரணடைந்தனர். நவம்பர் மாதம் 2-ஆம் தேதிக்குள் மஞ்சூரியா முழுவதும் கம்யூனிஸ்ட்கள் கைவசம் ஆனது.

சட்ட ஒழுங்கை மீண்டும் கட்டுக்குள் கொண்டு வந்ததிலிருந்தும், பொருளாதார நிலைமையை மீண்டும் தூக்கி நிறுத்தி செயல்பட வைத்ததிலிருந்தும் கம்யூனிஸ்ட்களின் ராஜாங்கத் திறமை நன்கு புலப்படத் தொடங்கியது. டிசம்பர் 3ஆம் தேதி ஜிங்குவில் இருந்த அனைத்து வங்கிகளும் செயல்படத் தொடங்கின. அடுத்தநாள் மின் இணைப்பு வேலைகள் எல்லாம் திறம்படச் செயல்படத் தொடங்கின. டிசம்பர் 29ஆம் நாள் புதியதொரு ‘தெரு நிர்வாக’ அமைப்பு ஏற்படுத்தப்பட்டுள்ளதாக பிரசுரங்கள் மூலம் தெரிவிக்கப்பட்டது. இந்த அமைப்பின்கீழ், பழைய குழுக்கள் இருந்த இடத்தில் இப்போது ‘குடியிருப்போர் குழு’ என்ற அமைப்பு செயல்படும். கம்யூனிஸ்ட் கட்டுப்பாட்டு நிர்வாக அமைப்பில் குடியிருப்போர் குழு என்ற அமைப்பே பிரதான நிறுவனமாக ஆக்கப்பட்டது. அடுத்தநாள் எங்கும் தண்ணீர் கிடைக்கும் வசதி

செய்யப்பட்டது. 31-ஆம் தேதியன்று நிறுத்தப்பட்டிருந்த இரயில் போக்குவரத்தும் தொடங்கியது.

மலிந்து போய்விட்ட கோமிங்டாங் பணமதிப்பை கம்யூனிஸ்ட் அரசாங்கம் 'பெருஞ்சுவர்' என்னும் பணத்திற்கு மாற்றிக்கொள்ள, ஒரு நியாயமான நாணய மாற்று விலையை நிர்ணயம் செய்து கொடுத்தது. இதனால் கம்யூனிஸ்ட் நிர்வாகம் விலைவாசி ஏற்றத்தையும், பண வீழ்ச்சியையும் கூட திறம்பட கட்டுப்படுத்தியது.

கம்யூனிஸ்ட் இயக்கம் ஆட்சிக்கு வந்த தருணத்திலிருந்து, புரட்சிக்கான வேலைகளில் தன்னை அர்ப்பணித்துக் கொள்ள வேண்டும் என்ற அடங்காத ஆசையில் அம்மா இருந்து வந்தாள். கம்யூனிஸ்ட்களின் அனைத்து விளைவுகளுக்கும் தன்னுடைய முக்கியப் பங்களிப்பு இருக்க வேண்டும் என்று உணர்ந்து கொண்டாள். இந்த வேலைகளுக்காக துடிப்போடு காத்துக் கொண்டிருந்த அம்மாவை கட்சிப்பிரதிநிதி ஒருவர் ஒருநாள் வந்து சந்தித்தார். அவர், ஜிங்கு நகரின் வாலிபர் படை அமைப்பு பொறுப்பாளரை அம்மா சந்திக்க வேண்டும் என்ற அழைப்பு ஆணையை அம்மாவிடம் கொடுத்தார். அந்த அமைப்பு பொறுப்பாளரின் பெயர்தான் தோழர் வாங் யூ என்பதாகும்.

6

‘காதல் பற்றிய பேச்சு’

ஒரு புரட்சித் திருமணம்

1948 – 1949

ஜிங்குவில் மிகச்சிறந்த தட்பவெப்பம் நிலவிய ஓர் இனிமையான வசந்தகாலத்தின் காலை நேரத்தில் தோழர் வாங் என்பவரைப் பார்க்க அம்மா புறப்பட்டாள். கோடைகால வெப்பம் முடிந்திருந்தது. இதமான காற்று வீசியது. கோடை ஆடைகள் அணிந்து கொள்ளும் அளவு காலநிலை வெதுவெதுப்பாக மாறி இருந்தது. எல்லாருக்கும் எரிச்சல் ஏற்படுத்திக் கொண்டிருந்த காற்றும் புழுதியும் முடிவுக்கு வந்திருந்த நேரம்.

அம்மா பாரம்பரியமாக அணிந்து கொள்ளும் இறுக்கமில்லாத, வெளிர் நீல நிறத்தில் கௌன் அணிந்திருந்தாள். கழுத்தைச் சுற்றி வெள்ளை நிற ஸ்கார்ஃப் அணிந்திருந்தாள். தற்காலத் தோற்றத்திற்கேற்றாற் போல் முடியைக் குட்டையாக வெட்டி விட்டுக் கொண்டாள். புதிய அரசாங்க தலைமையிடக் கட்டிட முன்புற வாசலில் அம்மா நடந்து போய்க் கொண்டிருந்தபோது, ஓர் மரத்தடியில், தோட்டத்தில் பூ பயிரிடுவதற்காக அமைக்கபட்டிருந்த ஒரு பாத்தியின் ஓரத்தில், ஒரு மனிதன் பல் துளக்கிக் கொண்டு நின்றான். அவன் முதுகுப் புறம் மட்டுமே அம்மாவுக்கு தெரிந்தது. அவன் வேலை முடியட்டும் என்று அம்மா காத்துக் கொண்டு நின்றாள். அவன் திரும்பியபோது அம்மா அவனைப் பார்த்தாள். அவன் முப்பது வயதுக்கும் கீழேதான் இருப்பான்.

கருத்த முகம். ஏக்கத்தையோ, ஏமாற்றத்தையோ காட்டிக் கொண்டிருந்த படர்ந்த கண்கள். தொளதொள வென்று அணிந்திருந்த சீருடையில் ஒல்லியாகக் காணப்பட்டான். தன்னைவிடக் குட்டையாக இருப்பானோ என்று அம்மா எண்ணினாள். வேலையில் நாட்டமில்லாது ஆழ்ந்த சிந்தனையில் இருப்பவன் போல் தெரிந்தது. அம்மாவின் பார்வைக்கு அவன் ஒரு கவிஞன் போலக் காணப்பட்டான். 'தோழர் வாங் அவர்களே, மாணவர்கள் அமைப்பிலிருந்து வரும் ஸியா டி ஹாங் நான்தான். உங்கள் அழைப்பின்படி செயலாற்ற வந்திருக்கிறேன்' என்றாள்.

'வாங்' என்னும் பெயர் எனக்குத் தந்தையாக வரவிருக்கும் அவரின் புனைப்பெயர். சில தினங்களுக்கு முன்புதான் அவர் கம்யூனிஸ்ட் படையினரோடு ஜிங்கு நகருக்குள் வந்திருக்கிறார். 1945 ஆம் ஆண்டிலிருந்து அந்தப் பகுதியின் கொரில்லாப் படைக்கு கமாண்டராக இருந்திருக்கிறார். இப்போது அவர் தலைமைச் செயலகத்தின் முதன்மை அதிகாரியாகவும், கம்யூனிஸ்ட் கட்சிக்கான ஜிங்கு நிர்வாகக் குழு உறுப்பினராகவும் இருந்தார். கல்வி, இலக்கியம், சுகாதாரம், ஊடகம், பொழுதுபோக்கு, விளையாட்டு இளைஞர் நலம், பொதுமக்கள் நலம் ஆகிய துறைகளை உள்ளடக்கிய பொது விவகாரத்துறையின் முதன்மை அதிகாரியாக விரைவில் நியமனம் செய்யப்படவிருந்தார். அந்தப் பதவி ஒரு முக்கியமான பதவியாகக் கருதப்பட்டது.

சிச்சுவான் என்னும் தென்மேற்கு மாநிலத்தில் உள்ள, ஈபின் என்னும் நகரில் 1921 ஆம் ஆண்டு இவர் பிறந்தார். இது ஜிங்குவிலிருந்து சுமார் 1200 மைல் தொலைவில் உள்ளது. 30 ஆயிரம் ஜனத்தொகையைக் கொண்ட ஈபின் என்ற இடம் மின் என்னும் நதி, பொன் மணல் என்னும் நதியோடு சேருமிடத்தில் இருக்கிறது. மின் நதி, பொன்மணல் நதியோடு சேருமிடத்தில்தான், சீனாவின் மிக நீளமான 'யாங்ஸி' என்னும் நதி உருவாகிறது. சிச்சுவான் மாநிலத்தின் மிகுந்த செழிப்பான பகுதிகளில் ஈபினும் ஒரு செழிப்பான பகுதி. இந்த இடத்திற்கு 'சொர்க்கத்தின் தானியக் கிடங்கு' என்ற சிறப்பு பெயரும் உண்டு. தேயிலை வளர்ச்சிக்கு மிகச்சிறந்த தட்பவெப்பநிலை உள்ள இடம் இது. இங்கிலாந்து நாட்டில் அருந்தப்படும் பெரும் பகுதியிலான தேயிலை இங்கு விளைவிக்கப்பட்டு ஏற்றுமதி செய்யப்பட்டதாகும்.

ஒன்பது குழந்தைகளில், என் தந்தை ஏழாவதாகப் பிறந்தார். அவரது தந்தையார் 12 வயதிலிருந்து ஒரு மில் முதலாளியிடம் குறைந்த சம்பளத்தில் வேலை செய்து வந்தார். அவர் பெரியவரானதும், அதே மில்லில் வேலை செய்த தனது சகோதரனுடன் சேர்ந்து,

தங்களுக்கென்று சொந்தமாக ஒரு தொழில் தொடங்க முடிவெடுத்தார். ஒரு சில ஆண்டுகளில் அவர்கள் தொழில் நல்ல வளர்ச்சி பெற்றது. அதனால் அவர்களால் சொந்தமாக ஒரு வீடும் வாங்க முடிந்தது.

இவர்களின் வளர்ச்சியைக் கண்டு பொறாமைப்பட்ட இவர்களது முன்னாள் முதலாளி, தனது பணத்தைத் திருடித்தான் இந்தச் சகோதரர்கள் இருவரும் தொழில் தொடங்கி இருக்கிறார்கள் என்று, இவர்கள் மீது நீதிமன்றத்தில் வழக்குத் தொடர்ந்து விட்டார். இந்த வழக்கு ஏழு ஆண்டுக் காலம் நடந்தது. இந்த வழக்கிலிருந்து தங்களை விடுவித்துக் கொள்ள, தங்களின் சொத்துக்கள் அனைத்தையும் செலவிட வேண்டியதாகிவிட்டது. இந்த வழக்கில் சம்பந்தப்பட்டிருந்த அனைவரும் இந்தச் சகோதரர்களிடமிருந்து பணத்தைப் பறிப்பதிலேயே குறியாக இருந்தனர். அதிகாரிகளையும் இவர்களால் திருப்திப்படுத்த இயலவில்லை. என் தாத்தாவைச் சிறையில் தள்ளி விட்டார்கள். தன் சகோதரனை விடுவிக்க ஒரே வழி, தன் முன்னாள் முதலாளியை வழக்கை வாபஸ் பெறச் செய்ய வேண்டியதுதான். இதை நிறைவேற்ற வேண்டுமானால், இவர் ஆயிரம் வெள்ளிக் காசுகள் சம்பாதிக்க வேண்டும். இந்த வழக்கு இவர்களை அழித்துவிட்டது. உழைத்து களைத்து, விரக்தி அடைந்த என் சிறிய தாத்தா 34 வயதிலலே இறந்து விட்டார்.

இரண்டு குடும்பங்களையும் என் தாத்தா கவனித்துக் கொள்ள வேண்டியதாயிற்று. இரண்டு குடும்பங்களிலும் மொத்தம் 15 பேர் இருந்தனர். தாத்தா மீண்டும் தன் தொழிலைத் தொடங்கினார். 1920 ஆம் ஆண்டின் இறுதிக்குள் தாத்தா நல்ல நிலைக்கு வந்து விட்டார். படை தலைவர்கள் மத்தியில் பெருவாரியான அளவு சண்டை நடைபெற்று வந்த கால கட்டம் அது. படைத் தலைவர்கள் கண்டபடி வரி வசூல் செய்தனர். இவர்கள் வசூலித்த வரிச்சுமையும், முன்பு ஏற்பட்ட 'பொருளாதாரப் பேரழிவு' ஏற்படுத்திய விளைவுகளும் சேர்ந்து நெசவுத்தொழில் செய்வதில் பெரும் சிரமத்தைக் கொடுத்தது. அளவுக்கதிகமான வேலைச்சுமைகளின் காரணமாகவும், தாங்கிக்கொள்ள முடியாத மனச்சுமைகளின் காரணமாக தனது 45ஆவது வயதினிலேயே, 1933 ஆம் ஆண்டு தாத்தா காலமானார். கடன் அடைப்பதற்காக தொழிற்சாலை விற்கப்பட்டது. குடும்பங்கள் பிரிந்தன. அன்றையக் காலகட்டத்தில் படை, பட்டாளத்தில் சேருவதுதான் கடைசிப் புகலிடமாக இருந்தது. அப்படியே அந்தக் குடும்பத்தினர் சிலர் பட்டாளத்தில் சேர்ந்தனர். எப்போதும் சண்டை நடந்து கொண்டிருந்ததால், படை வீரர்கள் சண்டையில் தங்களை மாய்த்துக் கொள்வது எளிமையான காரியமாக

இருந்தது. மற்ற சகோதரர்களும், ஆளுக்கொரு வேலையைத் தேடிக் கொண்டார்கள். அவரவர்கள் தகுதிக்கேற்றவாறு பெண்களை திருமணம் செய்து கொண்டனர். அப்பாவின் சகோதரன் மகள் ஒருத்தியை அவருக்கு மிகவும் பிடிக்கும். 15 வயது நிரம்பிய அவளை, அவளை விட 30, 40 வயது மூத்த ஒருவனுக்கு, அதுவும் கஞ்சாவே கதி என்று கிடந்த ஒருவனுக்கு திருமணம் செய்து கொடுத்தார். அவள் மணப்பெண் கோலத்தில் இருந்த போது, பல்லக்கு வந்து அவளை அழைத்துச் சென்றது. அப்போது அப்பா, இனிமேல் எப்போது அவளைப் பார்க்கப் போகிறோமோ என்ற ஆதங்கத்தில் அவள் பின்னாலே ஓடினார்.

அப்பாவுக்கு புத்தகங்கள் வாசிப்பது என்றால் ஓர் அலாதிப் பிரியம். தனித்துவம் கொண்ட, உயர்ந்த உரைநடைகளை மூன்று வயதிலேயே வாசிக்கத் தொடங்கி விட்டார். தாத்தா இறந்தபிறகு அப்பா பள்ளிக்கூடம் செல்வதை நிறுத்தி விட்டார். அப்பாவுக்கு அப்போது 13 வயதுதான். படிப்பை நிறுத்துவதை அவரால் தாங்கிக் கொள்ள முடியவில்லை. ஏதாவது ஒரு வேலை தேடிக்கொள்ள வேண்டிய சூழலுக்கு அப்பா தள்ளப்பட்டார். அதனைத் தொடர்ந்து, 1935 ஆம் அண்டு ஈபின் நகரை விட்டுப் புறப்பட்டு யாங்ஸி நதியைக் கடந்து சாங்ஸிங் என்னும் நகரை அடைந்தார். சாங்ஸிங், ஈபின் நகரைவிடப் பெரிய நகரம். அங்கு மளிகைக் கடையில் ஒரு வேலை கிடைத்தது. ஒரு நாளைக்கு 12 மணி நேரம் அந்தக் கடையில் வேலை செய்ய வேண்டும். அவருடைய முதலாளி ஒரு பிரம்பு நாற்காலியில் சாய்வாக அமர்ந்து கொண்டிருப்பார். அப்படியே நாற்காலியோடு இருவர் தங்கள் தோள்களில் அவரைத் தூக்கிக் கொண்டு செல்ல வேண்டும். அவர் போகுமிடமெங்கும், ஒரு பெரிய பாட்டிலில் அப்பா அவருக்கு குடிதண்ணீர் சுமந்து கொண்டு செல்ல வேண்டும். அப்பாவின் வேலைகளில் இதுவும் ஒன்று. இந்தத் தண்ணீர்ப் பாட்டிலை அவரது நாற்காலியில் தாராளமாக வைத்துக் கொள்ளலாம். ஆனால் தண்ணீருக்கென்று தனியாக ஒரு வேலையாள் வைத்துக் கொண்டிருக்கும் பெருமையை பறை சாற்றுவதற்காக இப்படிச் செய்தார். அப்பாவுக்கு சம்பளம் என்று எதுவும் கிடையாது. இரவு தூங்குவதற்கு கொஞ்சம் இடம். தினம் இரு வேளைச் சாப்பாடு, அவ்வளவுதான். இரவு சாப்பாடு கிடையாது. ஒவ்வொரு இரவும் பசியோடுதான் அப்பா படுக்கச் செல்வார்.

அப்பாவின் மூத்த சகோதரியும் சாங்ஸிங்கில்தான் வசித்து வந்தாள். அவள் ஓர் ஆசிரியருக்குத் திருமணம் செய்து கொடுக்கப்பட்டாள். என் தாத்தா இறந்துவிட்டதால் அவரது மனைவி (பாட்டி) இவர்களோடு வந்து தங்கி இருந்தாள். ஒருநாள் இரவு அப்பாவுக்கு

அகோரப் பசி. சகோதரி வீட்டு சமையற்கட்டுக்குள் சென்று அங்கு கிடைத்த சக்கரை வள்ளிக்கிழங்கை எடுத்து சாப்பிட்டு விட்டார். இதைக்கண்ட அவரது சகோதரி அப்பா மீது சீறி விழுந்தாள்: 'அம்மாவை வைத்து சாப்பாடு போடுவதே எனக்கு பெரும் கஷ்டமாக இருக்கிறது. இதில், சகோதரனுக்கும் சாப்பாடு போடுவது என்பது...' என்று சொல்லித் திட்டினாள். அப்பா மனம் உடைந்து போனார். அதன்பிறகு அந்த வீட்டுப்பக்கம் அப்பா திரும்பிப் பார்க்கவே இல்லை.

ஒருநாள் அப்பா அவருடைய முதலாளியிடம் இரவு உணவு கொடுக்குமாறு கேட்டார். அவர் உணவு தர மறுத்தது மட்டுமல்லாது அப்பாவை கேவலமாகப் பேசி விட்டார். அவர்மீது கோபித்துக்கொண்டு அங்கிருந்து புறப்பட்டு அப்பா ஈபினுக்கே மீண்டும் சென்று விட்டார். அங்கு கிடைத்த வேலையை செய்து கொண்டு இருந்தார். இந்தக் கடையில் வேலை செய்ய முடியாத போது அடுத்த கடையைத் தேடிப் போனார். அவருடைய சொந்த வாழ்க்கையில் மட்டுமல்ல; அவரைச் சுற்றிலும் கஷ்டங்களையே சந்தித்தார். ஒவ்வொரு நாளும் வேலைக்குச் செல்லுமிடத்திற்கு அவர் நடந்து சென்று கொண்டிருக்கும் போது வழியில் ரொட்டி விற்கும் ஒரு வயதான மனிதரைக் கடந்துதான் செல்வார். அப்பாவைவிட கஷ்டத்தில் உழன்று கொண்டிருக்கும், கூன் விழுந்த அந்தக் கிழவன், ஒரு குருடன். வழிப்போக்கர்களின் கவனத்தை தம் பக்கம் திருப்புவதற்காக நெஞ்சை அள்ளும் பாடல் ஒன்றை அவர் பாடுவார். அப்பா அந்தப் பாடலைக் கேட்கும்போதெல்லாம், சமுதாயம் மாற வேண்டும் என்று தனக்குள்ளே சொல்லிக் கொண்டார்.

அப்பா இந்த துன்பங்களிலிருந்து விடுபட ஒரு வழியைத் தேடிக் கொண்டிருந்தார். முதன்முதலில் அவர் கேட்ட 'கம்யூனிஸம்' என்ற வார்த்தையை அப்பா நினைவுபடுத்திப் பார்த்துக் கொண்டேயிருந்தார். 1928 ஆம் ஆண்டு அப்போது அப்பாவுக்கு ஏழு வயது. வீட்டுக்கு வெளியே விளையாடிக் கொண்டிருந்தார். அருகில் இருந்த ஒரு சாலையின் சந்திப்பில் திடீரென்று ஒரு பெரும் கூட்டம் கூடியது. அப்பா கூட்டத்தை விலக்கிக் கொண்டு முன்னால் ஓடி நின்று பார்த்தார். அங்கே ஒருவன் தரையில் சப்பணமிட்டு அமர்ந்திருந்தான். அவனது கைகள் இரண்டும் பின்புறமாகச் சேர்த்துக் கட்டப்பட்டிருந்தன. அவனுக்கருகில் நின்று கொண்டிருந்த ஒரு தடியன் கைகளில் ஒரு பெரிய வெட்டரிவாள் வைத்திருந்தான். தரையில் அமர்த்தப்பட்டிருந்த இளைஞன், அவனுடைய கருத்துகளைக் கூறவும், கம்யூனிஸம் என்பது பற்றிப் பேசவும் அனுமதி கொடுக்கப்பட்டான். பிறகு கைகளில்

அரிவாளோடு கொலைத் தண்டனை நிறைவேற்ற, அந்த மனிதன் அரிவாளை ஓங்கி அவன் கழுத்தை வெட்டும் பொழுது, அப்பா பயத்தில் அலறிக் கொண்டு, கண்களை மூடிக் கொண்டார். இந்த நிகழ்ச்சியைக் கண்டு அப்பா நடுங்கி விட்டார்தான். இருந்தாலும், சாவின் விளிம்பில் இருந்தபோதும்கூட அந்த மனிதனின் அஞ் சாமையும் அமைதியும் அப்பாவை யோசிக்க வைத்தது.

1930 ஆம் ஆண்டுகளின் பிற்பகுதியில் ஈபின் நகரின் பின்தங்கிய ஒரு கடைக்கோடிப் பகுதியின் ஓரிடத்தில் கம்யூனிஸ்ட் ஒரு மாபெரும் இரகசியக் கூட்டத்தை ஏற்பாடு செய்யத் தொடங்கியது. ஜப்பானியர்களை எதிர்த்து அவர்களை முறியடிக்கவே இந்தக் கூட்டம் போடப்பட்டது. ஜப்பானியர்கள் மஞ்சூரியாவை முற்றுகையிடுவதையும், சீனாவுக்குள் அத்துமீறி நுழைந்து அதை ஆக்கிரமிப்பதையும் கண்டு கொள்ளாமல் கம்யூனிஸ்ட்களை முற்றிலும் அழித்து நிர்மூலமாக்குவதை சியாங் காய்-ஷெக் தனது கொள்கையாகக் கொண்டிருந்தார். 'சீனர்கள், சீனர்களோடு மல்லுக் கட்டிக் கொள்ளக்கூடாது' என்பதை, கம்யூனிஸ்ட்கள் தங்கள் கொள்கைக் குரலாகக் கொண்டிருந்தனர். அத்துடன் சியாங் காய்-ஷெக் ஜப்பானியர்களை எதிர்த்துப் போராடுவதில் கவனம் செலுத்த வேண்டும் என்ற நிர்ப்பந்தத்தையும் கம்யூனிஸ்ட்கள் கொடுத்தனர். 1936 ஆம் ஆண்டு டிசம்பர் மாதம், சியாங், தனது சொந்த ஜெனரல்கள் இருவரால் கடத்தப்பட்டார். அதில் ஒருவர்தான் இளம் மார்ஷல் ஆன சாங் சுவேலியாங் என்பவர். இவர் மஞ் சூரியாவைச் சேர்ந்தவர். ஆனால் சியாங் கம்யூனிஸ்ட்களால் காப்பாற்றப்பட்டார். சியாங், ஜப்பானியர்களுக்கு எதிராக ஒரு ஐக்கிய முற்போக்கு கூட்டணியை உருவாக்க வேண்டும் என்ற ஒப்பந்தத்துடன்தான் கம்யூனிஸ்ட்கள் அவரை விடுவித்தார்கள். வேறு வலியில்லாமல் அவர் தனது சம்மதத்தை தெரிவிக்க வேண்டியிருந்தது. ஏனென்றால், இவ்வாறு செய்வதால் கம்யூனிஸம் அங்கு வேரூன்றி வளர்ந்து விடும் என்று அவர் நன்கு அறிந்திருந்தார். 'ஜப்பானியர்கள் நம் தோல் மீது தொற்றியிருக்கும் ஒரு வியாதிதான். ஆனால் கம்யூனிஸ்ட்கள் என்பதோ இதயத்தில் தோன்றியிருக்கும் ஒரு பெரு நோய்' என்று சியாங் கூறினார். கம்யூனிஸ்ட் இயக்கமும், கோமிங்டாங் இயக்கமும் ஜப்பானை எதிர்ப்பதில் கூட்டணி இயக்கங்களாக இருந்தாலும், பல இடங்களில் கம்யூனிஸ்ட்கள் அந்தரங்கமாகவே செயல்பட்டு வந்தனர்.

1937 ஆம் ஆண்டு ஜூலை மாதம் ஜப்பானியர்கள் முழு முயற்சியோடு, தீர்க்கமான முறையில் சீனாவை எதிர்த்து யுத்தத்தை தொடங்கினர். அனைவரும் நாட்டுக்கு என்ன நேரிடப் போகிறதோ

என்று கலங்கிப் போயிருந்தனர். அப்பா இந்த சமயத்தில் ஒரு புத்தகக் கடையில் வேலை செய்து கொண்டிருந்தார். அந்தப் புத்தகக்கடை இடது-சாரிப் புத்தகங்களை அதிகமாக விற்பனை செய்து கொண்டிருந்தது. அங்கிருந்து ஒவ்வொரு புத்தகத்தையும், இரவு பகல் பாராது, வரி விடாமல் வாசித்து விடுவார்.

புத்தகக் கடையில் வேலை செய்ததோடு அப்பா ஒரு திரை அரங்கிலும் வேலை செய்தார். பெரும்பாலான அமெரிக்கப் படங்கள் ஊமைப் படங்களாக வந்ததால், அப்படங்களின் கதைகளை, திரைமறைவில் நின்று கொண்டு ஒவ்வொரு காட்சிகளாக விளக்கிச் சொல்லுவார். அத்துடன் ஜப்பானியர் களுக்கு எதிராக அரங்கேற்றப்பட்ட மேடை நாடகங்களிலும் நடித்தார். அப்பா ஒல்லியாக, அழகாக இருந்ததால் பெண் வேடமேற்று நடித்தார்.

நாடகக் கலைஞர்களை அப்பா மிகவும் நேசித்தார். இந்த நண்பர்கள் மூலமாகத்தான் அப்பா கம்யூனிஸ்ட் இரகசிய அமைப்போடு முதன்முதலில் தொடர்பு ஏற்படுத்திக் கொண்டார். ஜப்பானியர்களை முறியடிக்க வேண்டும், நேர்மையான சமுதாயத்தை உருவாக்க வேண்டும் என்ற கம்யூனிஸ்ட்களின் நிலைப்பாடு அப்பாவின் மனதில் கொழுந்து விட்டு எரியத் தொடங்கியது. அதனால் அவர் 1938 ஆம் ஆண்டில் கம்யூனிஸ்ட் கட்சியில் சேர்ந்து விட்டார். அப்போது அப்பாவுக்கு வயது 17. சிச்சுவான் மாகாணத்தில் கம்யூனிஸ்ட்களின் நடவடிக்கைகளை மிகுந்த எச்சரிக்கையோடு கோமிங்டாங் அதிகாரிகள் கவனித்து வந்த நேரம் அது. சிச்சுவான் மாகாணத் தலைநகரான நான்ஜிங் 1937-இல் ஜப்பானியர் கைவசம் கொண்டுவரப்பட்டது. ஆகவே சியாங் காய்-ஷெக் தன் அரசாங்கத்தை சாங்ஸிங்குக்கு மாற்றிவிட்டார். இந்த இடமாற்றம் சிச்சுவான் மாகாணத்தில் காவல்துறை நடவடிக்கைக்கு இடமளித்தது. அதனால் அப்பாவின் நாடகக்குழு சிதறுண்டது. அவர்களில் சிலர் கைது செய்யப்பட்டனர். சிலர் ஆளுக்கொரு பக்கமாகத் தப்பி ஓடினர். நாட்டிற்காக எதுவும் செய்ய முடியவில்லையே என்று அப்பா மிகுந்த ஏமாற்றமடைந்தார்.

ஒரு சில ஆண்டுகளுக்கு முன்பு, கம்யூனிஸ்ட் துருப்புகள், சிச்சுவான் மாகாணத்தின் சின்னஞ்சிறிய பகுதிகள் வழியாக 6000 மைல் தூரம் கொண்ட ஒரு ‘நெடும் பயணத்தை’ மேற்கொண்டது. இறுதியாக அந்த நெடும் பயணம், சிச்சுவான் மாகாணத்தின் வடமேற்கில் உள்ள யான்’ஆன் என்னும் ஒரு சிறிய நகரைச் சென்று அடைந்தது. அப்பா நாடகக் குழுவில் இருந்த போது, யான்’ஆன் நட்புக்கும் நம்பிக்கைக்கும் பெயர் பெற்ற இடம் என்றும், ஊழல்

அற்ற, திறமையான மக்களைக் கொண்ட இடம் என்றும் நாடகக் கலைஞர்கள் விவாதித்திருந்திருக்கிறார்கள். இதுபோன்ற இடம்தான் அப்பாவின் கனவு ஆக இருந்தது. 1940 ஆம் ஆண்டின் தொடக்கத்தில் அப்பா தனது தனிப்பட்ட நெடும் பயணம் ஆக யான்'ஆனுக்கு புறப்பட்டு விட்டார். முதலில் அப்பா சாங்ஸிங் நகருக்குச் சென்றார். அங்கு அப்பாவின் மைத்துனர் ஒருவர் இருந்தார். அவர் சியாங் காய்-ஷெக்கின் படை அதிகாரியாக இருந்தார். கோமிங்டாங் படை ஆக்கிரமிப்பு பகுதிகளிலிருந்து கடந்து செல்ல தனக்கு உதவுமாறும், யான்'ஆன் நகரைச் சுற்றி சியாங் காய்-ஷெக் அமைத்துள்ள பாதுகாப்பு பகுதிகளிலிருந்து தப்பித்துச் செல்ல உதவுமாறும் அப்பா அவரது மைத்துனருக்கு ஓர் கடிதம் எழுதினார். இப்படியாக அப்பாவுக்கு அந்தப் பயணம் முடிய நான்கு மாதங்கள் ஆகி விட்டன. அந்த இடத்தை சென்றடைய 1940 ஏப்பிரல் மாதம் ஆகி விட்டது.

வடமேற்கு சீனாவின் வறண்ட கடைக்கோடிப் பகுதியில் உள்ள 'மஞ்சள் நில மேட்டுப் பகுதி' என்னும் இடத்தில் யான்'ஆன் நகர் அமைந்துள்ளது. நகர் முழுவதும் வரிசையாக குகைகள் காணப்பட்டன. இந்தக் குகைகளை மிஞ்சும் வகையில் ஒன்பது அடுக்குத் தளங்களான புத்த சமயக்கோயில் அமைந்திருந்தது. ஐந்து ஆண்டுகளுக்கும் மேலாக அப்பா இந்தக் குகையைத்தான் தன் இருப்பிடமாக வைத்துக் கொண்டிருந்தார். மாவோ ஸெடாங்கும், அவரது எஞ்சியுள்ள படை வீரர்களும், நெடும் பயணத்தின் முடிவில், அதாவது 1935-1936 ஆம் ஆண்டின் முன்னும் பின்னுமாக வந்து சேர்ந்தனர். இவர்களது குடியரசு ஆட்சியின் தலைநகராக இந்நகரைத் தேர்ந்தெடுத்தார்கள். யான்'ஆன் நகரைச் சுற்றியுள்ள பகுதிகள் அனைத்தும் எதிராளிகள். சீன நாட்டின் ஒதுக்குப்புறமாக உள்ள நகரம் யான்'ஆன். அதனால் இந்நகர் அந்நியர்களின் தாக்குதல்களுக்கு ஆளாகாமல் இருந்தது இதன் சிறப்பு.

மார்க்சிய, லெனினியக் கல்வி பெறுவதற்காக, பெருமைக்குரிய கல்வி நிறுவனங்களில் ஒன்றான கட்சிப் பள்ளிக்கு அப்பா விண்ணப்பித் திருந்தார். அதற்கான நுழைவுத் தேர்வு மிகக் கடினமாக இருக்கும். ஈபின் புத்தகக் கடையில் ஒன்றுவிடாமல் புத்தகங்களை வாசித்ததின் பலனாக, அப்பா முதல் இடத்தில் தேர்ச்சி பெற்றார். அப்பாவோடு தேர்வு எழுதியவர்கள் எல்லாரும் வியந்து போயினர். அவர்களில் பலர் ஷாங்காய் போன்ற பெரு நகரங்களிலிருந்து வந்தவர்கள். அது மட்டுமல்லாது அப்பாவை ஒரு பட்டிக்-காட்டானைப்போல் பார்த்தவர்கள். அந்தக் கல்வி நிறுவனத்தில் அப்பாதான் மிக இளம் வயது ஆய்வாள மாணவன்.

அப்பாவுக்கு யான்'ஆன் மிகவும் பிடித்திருந்தது. அந்த மக்கள் அனைவரும் எதிலும் ஆர்வம் உள்ளவர்களாக, நல்ல எண்ணம் கொண்டவர் களாக, சாதிக்கும் மனிதர்களாக அப்பாவின் கண்களுக்கு பட்டனர். கோமிங்டாங் அதிகாரிகளைப் போல இல்லாமல், கம்யூனிஸ்ட் தலைவர்கள் எளிமையான வாழ்க்கையை மேற்கொண்டனர். யான்'ஆன் ஒரு ஜனநாயக நாடு இல்லை. ஆனால் இதற்கு முன்னால் அப்பா இருந்த இடத்தில் நிலவிய ஆட்சியைப் பார்க்கின்றபோது இது ஒரு சொர்க்கபுரியாக இருந்தது.

மாவோ 1942 ஆம் ஆண்டு குறை தீர்க்கும் கூட்டங்களை கூட்டி, யான்'ஆன்னில் நடைபெறும் நடைமுறைகளைப் பற்றிய குறைநிறைகள் வரவேற்கப்படுவதாக அறிவித்தார். வாங் ஷி வேய் என்னும் மாணவன் தலைமையில், அப்பா உள்பட, சில ஆய்வு மாணவர்கள், போதுமான சுதந்திரம் அளிக்கப்படவில்லை என்றும், தனி மனிதக் கருத்துகள் தலைவர்களால் மதிப்பளிக்கப்படவில்லை என்றும் நிர்வாகத்தை விமர்சித்து சுவரொட்டிகள் ஒட்டி விட்டார்கள். இதனால் நகரில் கொந்தளிப்பு ஏற்பட்டது. மாவோவே நேரில் வந்து சுவரொட்டிகளை வாசித்துப் பார்த்தார்.

எழுதப்பட்ட விஷயம் அவருக்கு எரிச்சலூட்டியது. வாங் ஷி-வேய், டிராட்ஸ்கிட் புரட்சியின் மூலம் உலகம் முழுவதும் கம்யூனிஸக் கருத்துகளைப் பரப்பியவரான இரஷ்ய நாட்டு லியோன் டிராட்ஸ்கியின் அரசியல் கொள்கைகளைப் பின்பற்றுபவர்கள் என்றும், ஒற்றன் என்றும் குற்றம் சாட்டப்பட்டார். அக்கல்வி நிறுவனத்திலேயே மிகவும் இளையவரான என் அப்பா, சிறு பிள்ளைத்தனமாக இந்தக் காரியத்தைச் செய்து விட்டார் என்று மார்க்சிய தத்துவஞானியும், அக்கல்வி நிறுவனத்தின் முக்கிய பொறுப்பில் இருந்தவருமான ஐ சை-கி என்பவர் தெரிவித்தார். அடிக்கடி ஐ சை-கி, அப்பாவை கெட்டிக்காரர் என்றும், புத்திக் கூர்மை உள்ளவர் என்றும் பாராட்டுவார். இப்போது அப்பாவும், அவரது நண்பர்களும் இடைவிடாத விமர்சனத்துக்கு உள்ளாக்கப்பட்டார்கள். அத்துடன் மாதக் கணக்காக தொடர்ந்து வந்த கட்சிக் கூட்டங்களில், அப்பாவும் அவரது நண்பர்களும் தன்னிலை விளக்கம் கொடுக் வேண்டும் என்று நிர்பந்திக்கப்பட்டார்கள். யான்'ஆன் நகரில் குழப்பம் ஏற்படுத்தி விட்டார்கள் என்றும், கட்சியின் கட்டுப்பாட்டிற்கும் ஒற்றுமைக்கும் குந்தகம் விளைவித்து விட்டார்கள் என்றும், இதனால் ஜப்பானியர்களிடமிருந்து சீனாவைக் காப்பாற்றும் சீரிய முயற்சிக்கு பாதகம் ஏற்பட்டுவிட்டது என்றும், வறுமையிலிருந்தும் அநீதியிலிருந்தும் சீனாவை காப்பாற்றுவதில் சிரமங்கள் ஏற்படும் என்றும் அப்பா உள்ளிட்டோர் மீது

குற்றங்களை அடுக்கினார்கள். கட்சியின் நன்மைக்காக, கட்சியின் கட்டுப்பாடுகளுக்கு முற்றிலும் கீழ்ப்படிந்து போக வேண்டும் என்று கட்சித் தலைவர்களால் தொடர்ந்து வலியுறுத்தப்பட்டு வந்தது.

கல்வி நிறுவனங்கள் மூடப்பட்டுவிட்டன. மத்திய கம்யூனிஸ்ட் பள்ளியில் வேலை செய்யும், ஓரளவு படிப்பறிவு பெற்ற விவசாயிகளுக்கு, பண்டைய சீன வரலாறு போதிக்கும் பொருட்டு அப்பா அனுப்பப்பட்டார். அங்கு ஏற்பட்ட அனுபவங்கள் அவரை மாற்றி அமைத்து விட்டன. மற்ற இளைஞர்களைப் போல, தன் உயிரையும் உணர்வையும் யான்'ஆன் மக்களுக்காக அர்ப்பணித்தார். தனக்கு ஏற்பட்ட மனக்கசப்புகளால், தான் ஏமாற்றப்பட்டு விட்டதாக தன்னை எண்ணிக்கொள்ள அவர் அனுமதிக்க வில்லை. தனக்கு ஏற்பட்ட அவமானங்களை நியாயம் தான் என்று மட்டும் அவர் எண்ணிக்கொள்ளவில்லை. ஓர் உன்னதமான அனுபவமாகவும், சீனாவைப் பாதுகாக்கும் பொருட்டு, தன்னை சத்திய சோதனை செய்து கொள்ளும் பணியாகவும் ஆக்கிக் கொண்டார். சுய கட்டுப்பாடு, ஒழுக்கம், சுய அர்ப்பணிப்பு, கீழ்ப்படிதல் ஆகிய பண்புகளால்தான் இது சாத்தியம் என்று நம்பினார்.

இங்கு முயற்சி எடுத்து கட்டாயமாகச் செய்யப்பட வேண்டிய பணிகள் குறைவு. பல இடங்களுக்கு சுற்றுப்பயணம் செய்து அங்குள்ள நாட்டுப்புற இலக்கியங்களை சேகரித்துக் கொண்டார். அத்துடன் மேற்கத்திய நடனமான, பால்ரூம் டான்ஸ் என்னும் நடனத்தை மிக நளினமாகவும் அழகாகவும் ஆடக் கற்றுக் கொண்டார். யான்'ஆன் நகரில் உள்ள ஒவ்வொருவருக்கும் பிடித்தமான இந்நடனத்தை கம்யூனிஸ்ட் தலைவர்கள் மட்டுமல்ல, அடுத்த பிரதம அமைச்சராக வரவிருந்த சூ என்லாய் அவர்களுக்கும் இந்நடனம் மிகவும் பிடித்திருந்தது. மொட்டை குன்றுகளின் அடிவாரத்தில், வண்டல் மண்ணை அள்ளிக் கொண்டு வரும் நதியான யான் நதி, சீனாவின் பிரசித்தி பெற்ற மஞ்சள் நதியுடன் கலக்கிறது. அப்பா நீந்துவதற்காக அந்த நதிக்கு அடிக்கடிச் செல்வார். ஆற்றில் மல்லாந்தபடி மகிழ்ச்சியோடு நீந்துகிற போது, உயர்ந்து உறுதியாக நிற்கும் புத்தர் ஆலயத்தை அப்பா பிரமிப்பாகப் பார்த்ததுண்டு.

யான்'ஆன் நகர வாழ்க்கை மிகுந்த சிரமமான வாழ்க்கை. இருந்தாலும் அதில் ஒரு ஆனந்தம் இருக்கும். 1942 ஆம் ஆண்டு, தான் போட்டிருந்த முற்றுகை வளையத்தை சியாங் காய்-ஷெக் இன்னும் இறுக்கப் படுத்தினார். உணவு, உடை மற்றும் அத்தியாவசியமான பொருள்களை வழங்குவதில் கெடுபிடி கொண்டு வந்தார். ஒவ்வொருவரும் களைக்கொட்டை கையில் எடுத்து வேலை

செய்ய வேண்டும் என்றும், இராட்டை சுற்றி நூல் நூற்க வேண்டும் என்றும், அவரவர் தேவைகளை அவரவர்களே பூர்த்தி செய்து கொள்ள வேண்டும் என்றும் மாவோ ஒவ்வொருவரையும் கேட்டுக் கொண்டார். அப்பா அற்புதமாக நூல் நூற்பார்.

யுத்த காலம் முழுவதும் அப்பா யான்'ஆன் நகரிலேயே இருந்தார். நகரைச் சுற்றி முற்றுகை வளையம் கெடுபிடியாக இருந்தாலும், ஜப்பானின் எல்லைக்கப்பால் உள்ள வடக்கு சீனாவில் உள்ள பல பகுதிகளில் கம்யூனிஸ்ட் தனது கட்டுப்பாட்டை மேலும் பலப்படுத்தியது. மாவோ தெளிவாகக் கணக்குப் போட்டார். கம்யூனிஸ்ட்க்கு மிக மிகத் தேவையான நகரை அது கைப்பற்றி விட்டது. யுத்தத்தின் முடிவில், 18 முக்கியப்பட்ட நகரங்களில் உள்ள, சீன நாட்டு மக்கள் தொகையில் 20 சதவிகிதமான 95 மில்லியன் மக்களை ஒரு வகையான கட்டுப்பாட்டுக்குள் கொண்டு வந்தாகிவிட்டது. அதற்கு இணையாக, இக்கட்டான சூழல்களிலும் அரசாங்கத்தை நடத்துவது, பொருளாதாரத்தைக் கையாள்வது எப்படி என்பதில் கம்யூனிஸ்ட்களுக்கு சிறந்த அனுபவம் கிடைத்து விட்டது. இது எதிர்காலத்தில் மிகுந்த பயன் அளிக்கக் கூடியதாக அமைந்துவிட்டது. கம்யூனிஸ்ட்களின் ஒருங்கிணைப்புத் திறமையும், அவர்களது கட்டுப்பாட்டு அமைப்பும் எப்போதும் போற்றத்தக்கதாக ஆகிவிட்டது.

1945 ஆம் ஆண்டு ஆகஸ்ட் மாதம் 9ஆம் நாள் சோவியத் துருப்புகள் வடகிழக்கு சீனப்பகுதிகளில் ஊடுருவியது. இரண்டு நாட்களுக்கு பிறகு, சீன கம்யூனிஸ்ட், ஜப்பானியர்களுக்கு எதிராக சோவியத் துருப்புகளுக்கு படைபல ஒத்துழைப்புக் கொடுத்தது. ஆனால், அதை சோவியத் படைகள் ஏற்றுக் கொள்ள மறுத்துவிட்டன. ஸ்டாலின், சியாங் காய்-ஷெக்குடன் கை கோர்த்துக் கொண்டார். அடுத்த நிமிடமே, ஆயுதப் படைகளையும், அரசியல் ஆலோசகர்களையும் மஞ்சூரியாவுக்குள் பிரவேசிக்குமாறு சீனக் கம்யூனிஸ்ட் ஆணையிட்டது. இந்நடவடிக்கை எதிர்பாராத ஏதோ ஒரு நிகழ்வுக்கு தொடக்கமாகப் போகிறது என்று ஒவ்வொருவரும் புரிந்து கொண்டனர்.

ஜப்பான் சரணடைந்த ஒரு மாதம் கழித்து, யான்'ஆன்னை விட்டு புறப்பட்டு சாவ்யாங் நகருக்கு செல்லுமாறு அப்பாவுக்கு ஆணை வந்தது. இந்நகர் மத்திய மங்கோலியா எல்லையை ஒட்டி, கிழக்கில் 700 மைல் தொலைவில், தென்மேற்கு மஞ்சூரியாவில் அமைந்துள்ளது.

ஒரு புரட்சித் திருமணம் 213

இரண்டு மாத கால நீண்ட நடை பயணத்துக்குப் பிறகு அப்பாவும் அவரது குழுவும் நவம்பர் மாதம் சாவ்யாங் நகரை வந்தடைந்தனர். இந்தப் பூமியின் பெரும்பகுதி யான்'ஆன்னைப் போலவே மொட்டைக் குன்றுகளாகவும், பயனற்ற மலைகளாகவும் காணப்பட்டன. மூன்று மாதங்களுக்கு முன்பு இந்தப் பகுதி மஞ்சுக்குவோவின் பிடியிலிருந்த ஒரு பகுதியாக இருந்தது. உள்ளூர் கம்யூனிஸ்ட் குழு ஒன்று இதைக் கைப்பற்றி தன் சொந்த அரசாங்கமாக அறிவித்துக் கொண்டது. அதன்பிறகு கோமிங்டாங் இரகசியப் படை, கம்யூனிஸ்ட் செய்த அதே வேலையைச் செய்தது. இதை அறிந்த கம்யூனிஸ்ட் படை ஜிங்குவிலிருந்து விரைந்து வந்து, கோமிங்டாங் கவர்னரை கைது செய்து, கம்யூனிஸ்ட் அரசாங்கத்தை சதி செய்து கவிழ்த்ததற்காக அவரைத் தூக்கிலிட்டுக் கொன்றது.

யான்'ஆன் அரசாங்க அனுமதியின்படி, அப்பாவின் குழு சாவ்யாங் நகரப் பொறுப்பை ஏற்றுக் கொண்டது. 100,000 மக்கள் தொகையைக் கொண்ட நகரான சாவ்யாங்கின் நிர்வாக பொறுப்பேற்ற ஒரு மாத காலத்திற்குள் முறையாக செயல்படத் தொடங்கியது. அப்பா துணைமுதல்வர் ஆனார். பொறுப்பேற்றவுடன் முதல் வேலையாக, கம்யூனிஸ்ட் கட்சியின் கொள்கைகள் அடங்கிய விளம்பர சுவரொட்டிகள் ஒட்டப்பட்டன. கைதிகள் அனைவரும் விடுதலை செய்யப்பட்டனர். அடகுக் கடைகள் இழுத்து மூடப்பட்டன. அடகு வைக்கப்பட்ட பொருட்கள் இலவசமாக உரியவர்களுக்கு மீட்டுக் கொடுக்கப்பட்டன. விபச்சார விடுதிகள் ஒழிக்கப்பட்டன. விலைமாதர்களுக்கு, அவர்கள் முதலாளிகளால் 6 மாத ஜீவாதார ஊதியம் வழங்கப்பட்டது. உணவு தானியக் கடைகள் திறக்கப்பட்டன. வறியோர்க்கு உணவு தானியங்கள் வழங்கப்பட்டன. ஜப்பானியர்களுக்கும், அவர்களது கூட்டுத் தொழிலாளர்களுக்கும் சொந்தமான சொத்துகள் பறிமுதல் செய்யப் பட்டன. சீனநாட்டுத் தொழிற்சாலைகளும், வர்த்தகமும் காப்பாற்றப்பட்டன.

கம்யூனிஸ்ட் கொள்கைகள் வேகமாகப் பிரபலமடையத் தொடங்கின. அந்நகரின் ஜனத்தொகையில் அதிகஅளவு எண்ணிக்கையில் இருந்த, ஏழை மக்களுக்கு இது பெருமளவு அனுகூலமாக இருந்தது. சாவ்யாங் நகர் இதுவரை ஒரு சராசரி அரசாங்க செயல்பாடுகளைக்கூட அனுபவித்ததில்லை. இராணுவத் தலைவர்கள் ஆட்சிக் காலத்தில் வெவ்வெறு படையினரால் இந்நகர் சூறையாடப்பட்டது. அதன் பிறகு ஜப்பானியர்கள் இந்நகரைக் கைப்பற்றி, பத்தாண்டு காலம் இம்மக்களின் வாழ்வாதாரங்களை கொள்ளையடித்துச் சென்றார்கள்.

அப்பா பதவியேற்றுக் கொண்ட ஓரிரு வாரங்களில், கம்யூனிஸ்ட் படை வலுவற்ற நிலையில் இருந்த நகரங்களையும், செய்தித் தொடர்பு கொள்ளக்கூடிய முக்கிய வழித்தடங்களையும் விட்டுவிட்டு வருமாறும், நெடுந்தூரச் சாலைகளை அப்படியே விட்டுவிட்டு அவைகளின் இரு மருங்கிலும் உள்ள இடங்களை ஆக்கிரமிக்க வேண்டுமெனவும், நாட்டுப்புறங்களுக்கிடையில் இருக்கும் பெரு நகரங்களைக் கைப்பற்ற வேண்டுமெனவும் மாவோவிடமிருந்து வந்த ஆணையில் காணப்பட்டது. அப்பாவின் சேனைகள் சாவ்யாங் நகர்ப் பகுதியை விட்டு மலைப்பகுதிகளுக்கு வந்து சேர்ந்தன. அம்மலை அடிவாரப் பகுதிகளில் உணவு தானியப் பயிர் விளைச்சல்களைப் பார்க்க முடியாது. காட்டுப் புற்கள் மட்டுமே மண்டிக் கிடக்கும். எங்காவது ஒருசில ஹாஸல் கொட்டை மரங்கள் காணப்படும். மற்றபடி உண்பதற்கு உதவாத காட்டுப் பழங்கள் மலிந்து கிடக்கும். இரவில் அவ்விடங்களின் தட்பவெப்பநிலை 30^{0}F-க்கு இறங்கி, எங்கும் பனிக்கட்டிப் பாளங்களாகக் கிடக்கும். அங்கு யாரேனும் தெரியாமல் கம்பளிப் போர்வை இன்றி இரவு நேரங்களில் வெளியில் வந்து விட்டால், குளிரில் உறைந்து இறந்து விடுவார்கள். அங்கு உண்பதற்கு எதுவும் கிடைக்காது. ஜப்பானியர்களின் வீழ்ச்சியைக் கண்ட மகிழ்ச்சி, வடகிழக்குப் பிரதேசங்களில் இவர்களின் ஆதிக்கம் - போன்ற கம்யூனிஸ்ட்களின் வெற்றி எல்லாம் ஓரிரு வாரங்களில் புஸ்வானம் ஆகியது. அப்பாவும், அவருடைய ஆட்களும் குகைளிலும், ஏழை விவசாயிகளின் குடிசைகளிலும் தங்க வேண்டியதாகிவிட்டது. எல்லாமே ஒரு தேக்க நிலைக்கு வந்துவிட்டது.

கம்யூனிஸ்ட்டும், கோமிங்டாங்கும் அடுத்த முழு அளவிலான உள்நாட்டுப்போருக்கு மறுதொடக்கம் கொடுக்க ஆயத்த வேலைகளைச் செய்தன. சியாங் காய்-ஷெக் தனது தலைநகரை மீண்டும் நான்சிங் என்னும் நகருக்கு மாற்றிவிட்டார். அத்துடன் ஏராளமான துருப்புகளை அமெரிக்க நாட்டு உதவியுடன் வடக்கு சீனாவுக்கு மாற்றினார். அவர்களது போர்த் தந்திரங்களுக்கு சாதகமாக இருக்கக்கூடிய அத்தனை இடங்களையும், எவ்வளவு விரைவில் முடியுமோ அவ்வளவு விரைவில் வளைத்துப் பிடிக்குமாறு இரகசிய உத்தரவு இட்டார். கம்யூனிஸ்ட்களை தங்களோடு இணைத்துக் கொண்டு ஒரு கூட்டாட்சி மேற்கொள்ள சியாங் காய்-ஷெக்குடன் பேச்சு வார்த்தை நடத்துவதற்காக ஜியார்ஜ் மார்ஷல் என்னும் அமெரிக்க நாட்டு முன்னணி ஜெனரல் ஒருவர் சீனாவுக்கு அனுப்பப்பட்டார். இதில் கம்யூனிஸ்ட், கோமிங்டாங்குக்குக் கீழ் இரண்டாவது நிலையில் இடம் வகிக்க வேண்டும். 1946 ஆம் ஆண்டு ஜனவரி மாதம் 10ஆம் நாள் ஒரு தற்காலிக போர் நிறுத்த

ஒப்பந்தம் கையெழுத்தானது. இந்த ஒப்பந்தம் ஜனவரி 13 அன்று அமலுக்கு வந்தது. அடுத்தநாள் 14ஆம் தேதி கோமிங்டாங் சாவ்யாங் நகருக்குள் நுழைந்தது. அடுத்து எந்த தாமதமும் செய்யாமல், ஏராளமான ஆயுதம் தாங்கிய போலீஸ் படைகளை அங்கே நிறுவியது. உளவுப்பிரிவுச் செய்தித் தொடர்பையும் ஏற்படுத்தியது. உள்ளூர் 'படைத் தலைவர்'களைக் கொண்டு ஆயுதம் தாங்கிய பறக்கும் படை ஒன்றையும் நிர்வகித்தது. மொத்தத்தில் ஒரு நான்காயிரம் போர் வீரர்களை ஒருங்கிணைத்து, அந்தப் பகுதியில் உள்ள கம்யூனிஸ்ட்களை கூண்டோடு ஒழித்துவிட வேண்டும் என்று கோமிங்டாங் முடிவெடுத்தது. பிப்ரவரி மாதம் முழுவதும் அப்பாவும் அவரது சேனையும் கோமிங்டாங்கிடமிருந்து மறைந்து இருப்பதற்காக இடம் தேடி, இடம் தேடி ஓடிக்கொண்டே இருந்தனர். அப்படித் தேடிய இடங்களும் உடல் நலத்திற்குக் கேடான இடங்களாகவே அமைந்து வந்தன. பரம ஏழைகளாக வாழ்ந்து வரும் விவசாயிகள் மத்தியிலேயே அதிக நாட்கள் மறைந்து வாழ்ந்தனர். ஏப்பிரல் மாதத்திற்குள் அவர்கள் எங்கும் நகர முடியாத ஒரு நிலை ஏற்பட்டு விட்டது. எனவே அவர்கள் சிறு சிறு குழுக்களாகப் பிரிய வேண்டியதாகியது. திடீர் தாக்குதல் நடத்தும் கொரில்லாப் போர்முறை அவர்கள் தப்பிக்க கைகொடுக்கும் ஒரே வழி என்று ஆகிவிட்டது. இறுதியில் ஆறு வீட்டுக் கிராமம் என்று சொல்லக் கூடிய ஓர் இடத்தைத் தங்கும் இடமாக அப்பா தேர்வு செய்து கொண்டார். இந்த இடம் ஜிங்குவிலிருந்து மேற்கில் 60 மைல் தொலைவில் இருந்தது. இந்த இடம் ஒரு மலைப்பிரதேசம். இங்கிருந்துதான் ஸியாவ்லிங் என்னும் ஆறு தொடங்குகிறது.

கொரில்லாக்களுக்கு மிகவும் குறைவான ஆயுதங்களே இருந்தன. அவர்கள் உபயோகப்படுத்துவதற்கு துப்பாக்கிகளை உள்ளூர் போலீஸ் படையிடமிருந்து வாங்க வேண்டியிருந்தது; அல்லது நில உடைமையாளர்களிடமிருந்து கடன் வாங்கிக் கொள்ள வேண்டியிருந்தது. மேலும் மஞ்சுக்குவோவின் முன்னாள் படை வீரர்கள் மற்றும் காவல் துறையினரிட மிருந்தும் வாங்க வேண்டியிருந்தது. அப்பா இருந்த பகுதிகளில், கம்யூனிஸ்ட் கொள்கையின் முக்கியக்கூறு: ஏழை விவசாயிகள் குடியிருக்கும் வீடுகளுக்கான வாடகைத்தொகையைக் குறைப்பது; அதுபோல, அவர்கள் தங்கள் முதலாளிகளிடமிருந்து வாங்கிய கடன்களுக்கு வட்டித் தொகையைக் குறைப்பது; நிலச்சுவான்தார்களிடமிருந்து உணவு தானியங்களையும், உடைகளையும் பிடுங்கி ஏழை விவசாயிகளுக்கு வழங்குவது ஆகியவைகள் ஆகும்.

தொடக்கத்தில் வளர்ச்சி என்பது மந்தமாக இருந்தாலும், ஜுலை மாத இறுதிவாக்கில், சோளம் உயரமாக வளர்ந்து அறுவடைக்கு காத்திருந்தது. இவர்களை மறைத்துக் கொள்ளும் அளவு சோளம் உயரமாக வளர்ந்திருந்தது. தனித்தனியாகப் பிரிந்து சென்ற கொரில்லாக் குழுக்கள், ஆறு வீட்டுக் கிராமத்திற்கு வந்து சேர்ந்து, கோவில் கூரைக்கு பாதுகாப்புக் கொடுப்பது போல வளர்ந்து நின்ற மரத்தடியில் அப்பா கூட்டியிருந்த கூட்டத்தில் கலந்து கொண்டனர். 'வாட்டர் மார்ஜின்' என்ற சீன நாட்டு கதைப் புத்தகத்தின் கதாநாயகனான சீனாவின் ராபின்குட் கதையைச் சொல்லி அப்பா கூட்டத்தை தொடங்கினார். 'இந்த இடம்தான் நமக்கு நீதியின் தலைமை இடம். மக்களை எப்படி தீயவர்களின் பிடியிலிருந்து விடுவிப்பது; எப்படி நீதியை நிலை நாட்டுவது என்பது பற்றி விவாதிக்கத்தான் நாம் இங்கே கூடியிருக்கிறோம்.'

இந்த நேரத்தில் அப்பாவின் கொரில்லாக் குழுக்கள் மேற்கு பகுதியில் யுத்தம் நடத்தினார்கள். அங்கே யுத்தம் நடத்தும் பல கிராமங்களில், மங்கோலியர்கள் வசித்து வந்த கிராமங்களும் இருந்தன. *1946* நவம்பர் மாதம், குளிர் காலம் முடியும் தருவாயில், கோமிங்டாங் அவர்களது தாக்குதலை முன்னெடுத்தனர். ஒருநாள், மறைந்திருந்து தொடுக்கப்பட்ட தாக்குதலில் அப்பா சிக்கிக் கொண்டார் என்றுதான் சொல்ல வேண்டும். பொறி பறக்கும் துப்பாக்கி சூடு ஒன்று நடத்தி அப்பா எப்படியோ தப்பி விட்டார். அப்பாவின் ஆடைகள் நார்நாராகக் கிழிந்துவிட்டன. அவரின் ஆண்குறி கால்சட்டை வழியாகத் தொங்கிக் கொண்டிருந்தது. அப்பாவின் தோழர்கள் அதைக்கண்டு சிரிக்கும் அளவுக்கு ஆகிவிட்டது.

ஒரே இடத்தில் இரண்டு நாட்கள்கூட அவர்களால் தொடர்ந்து தூங்க முடியாது. அப்படியே தூங்கினாலும், ஓர் இரவில் பல தடவை எழுந்து இடம் பெயர வேண்டும். தூங்கும்போது சட்டையை கழற்றி வைத்து விட்டுக்கூட தூங்க முடியாது. அவர்களின் அப்போதைய அன்றாட வாழ்க்கை, மறைந்திருந்து மேற்கொள்ளப்படும் திடீர் தாக்குதல்களாலும், திடீரென்று சுற்றி வளைத்துக் கொள்வது போன்ற ஆபத்துக்களாலும் நிறைந்திருந்தது. அவர்களது கொரில்லாக் குழுக்களில் பெண்களும் சேர்ந்திருந்தனர். அப்பா, பெண்களை, போய்விடுமாறு கேட்டுக் கொண்டார். போரில் தாக்குண்டவர்களும், இயலாதவர்களும் பெருஞ்சுவருக்கு அருகில் உள்ள பாதுகாப்பான தென் பகுதிக்கு சென்று விடுமாறு கேட்டுக் கொண்டார். இதுபோன்றவர்கள், கோமிங்டாங் ஆக்கிரமிப்பு பகுதிகளைக் கடந்து செல்வது மிகவும் ஆபத்தானது. சிறு சத்தம் கூட உயிருக்கு

ஆபத்தை விளைவிக்கக் கூடியதாக இருந்தது. எனவே குழந்தைகளை அங்கே இருந்த விவசாயிகள் வசம் ஒப்படைத்து விட்டு வருமாறு அப்பா உத்திரவிட்டார். ஒரு பெண்மணி தன் குழந்தையை விட்டுவிட்டு தான் மட்டும் வரமுடியாது என்று சொல்லி விட்டாள். 'ஒன்று குழந்தை விட்டு விட்டு வா, அல்லது நம் இராணுவ நீதி மன்றத்திற்கு பதில் சொல்ல வேண்டும்' என்று உறுதியாகச் சொல்லி விட்டார். அவள் குழந்தையை விட்டு விட்டு வந்தாள்.

அடுத்து வந்த சில மாதங்களில், கிழக்கு திசையில் ஜிங்கு மாவட்டத்தை நோக்கி அப்பாவின் படை நகர்ந்தது. பின் மஞ்சூரியாவிலிருந்து மத்திய சீனா செல்லும் ரயில் பாதைக்கு நகர்ந்தது. கம்யூனிஸ்ட் படை அங்கு வந்து சேருமுன்பே அப்பாவின் படை ஜிங்கு நகரின் மேற்கில் உள்ள மலைப்பகுதிகளில் யுத்தம் நடத்திக் கொண்டிருந்தது. கோமிங்டாங், கம்யூனிஸ்ட்களை 'அழிக்கும் திட்டத்தை' மேற்கொண்டு செயல்பட்டது. ஆனால் கோமிங்டாங் முயற்சி தோல்வியடைந்தது. 25 வயது நிரம்பி இருந்தபோது, அப்பாவின் தலைக்கு விலை நிர்ணயம் செய்யப்பட்டிருந்தது. அத்துடன் ஜிங்கு மாவட்டம் முழுவதும் 'தேடுப்படுவோர்' பிரசுரத்தில் அப்பாவின் பெயர் ஒட்டப்பட்டிருந்தது. அம்மா இந்தப் பிரசுரத்தைக் கண்ணுற்றாள். அப்பாவைப் பற்றி நிறையக் கேள்விப்படத் தொடங்கினாள். கோமிங்டாங் உளவுப் பிரிவில் இருந்த உறவினர்கள் மூலம் அப்பாவைப் பற்றியும், அப்பாவின் கொரில்லாப் போர் முறைகளைப் பற்றியும் நிறையக் கேள்விப்பட்டாள்.

அப்பாவின் கொரில்லாக் குழுக்கள் பின்வாங்கி திரும்பிச் செல்லுமாறு வற்புறுத்தப்பட்டன. கம்யூனிஸ்ட் படையினர் நிலச்சுவான்தார்களிடமிருந்து பிடுங்கி ஏழை விவசாயிகளுக்கு வழங்கிய உணவுப் பொருட்களையும் உடைகளையும் கோமிங்டாங் பிடுங்கிக் கொண்டார்கள். சில இடங்களில் விவசாயிகள் கொடுமையாகத் துன்புறுத்தப்பட்டனர். பலர் கொலையும் செய்யப்பட்டனர். யாரெல்லாம் கொலை செய்யப்பட்டார்கள் என்றால், பட்டினியின் காரணமாக, கிடைத்த உணவை உண்டு பசியாறிய விவசாயி களிடம், அவர்கள் உண்ட உணவுப் பொருட்களைத் திருப்பிக் கேட்டு, அவர்கள் கொடுக்க இயலாதபோது அவர்கள் கொன்று போடப்பட்டார்கள்.

ஆறு வீட்டுக் கிராமத்தில் இருந்த பெரும் நிலச் சுவான்தாரரான, ஜின்டிங்-குவான் என்னும் ஒருவன் தலைமைப் போலீஸ் அதிகாரியாக இருந்தான். அவன் அந்தக் கிராமத்தில் இருந்த பல பெண்களை மிருகத்தனமாக பாலியல் வன்கொடுமைக்கு

உட்படுத்தியிருந்தவன். அவன் கோமிங்டாங் படையுடன் ஓடிவிட்டான். அப்பாவின் படை, அவன் தப்பிவிட்டதை அறிந்து அங்கேயே அப்பாவின் தலைமையில் ஒரு கூட்டம் நடத்தப்பட்டு, அக்கூட்டத்தில் அவன் வீட்டைத் திறந்து அவனது தானியங்களை அள்ளி, இல்லாத ஏழை விவசாயிகளுக்கு வழங்குவது என்று தீர்மானிக்கப்பட்டது. அவனது வீட்டையும், தானிய அறையையும் திறந்தது. ஜின், கோமிங்டாங் படைகளோடு திரும்பி வந்து பார்த்து விவசாயிகளை அடிபணிந்து நிற்க வைத்தான். கம்யூனிஸ்ட்கள் பிடுங்கிக் கொடுத்த உணவை உண்ட விவசாயிகள் கொடுமைப்படுத்தப்பட்டனர். அவர்களது வீடுகளும் இடித்து நாசம் செய்யப்பட்டன. அவர்களை வீழ்ந்து வணங்க மறுத்து, உணவுப் பொருட்களையும் திரும்பிக் கொடுக்க மறுத்த ஒரு விவசாயியை எரித்துக் கொன்று விட்டனர்.

1947 ஆம் ஆண்டு வசந்தகாலத்தில் அதிர்ஷ்டக்காற்று மாறி வீசத் தொடங்கி விட்டது. அந்த ஆண்டு மார்ச் மாதம், அப்பாவின் சேனை மீண்டும் சாவ்யாங் நகரைக் கைப்பற்றியது. அதற்கடுத்து வெகுவிரைவில் அதன் சுற்றுப் பகுதிகள் எல்லாம் அப்பாவின் கைவசம் வந்தன. இந்த வெற்றியைக் கொண்டாடும் முகத்தான் ஒரு விருந்தும், அதனைத் தொடர்ந்து கேளிக்கை நிகழ்ச்சிகளும் ஏற்பாடு செய்யப்பட்டன. மனிதர்களின் பெயர்களைக் கொண்டு விடுகதை போடுவது அப்பாவுக்கு கைவந்த கலை. இதனால் நண்பர்கள் மத்தியில் அப்பாவுக்கு நல்ல பெயர்.

கம்யூனிஸ்ட்கள் மக்கள் நலன் கருதி நிலச்சீர்திருத்தம் கொண்டு வந்தார்கள். அவர்கள் பல நில உடைமையாளர்களிடமிருந்து நிலங்களைப் பிடுங்கி, அதை நிலமற்ற ஏழை விவசாயிகளுக்கு சமமாகப் பங்கிட்டுக் கொடுத்தார்கள். ஜின் டிங்-குவான் கைது செய்யப்பட்டிருந்தான். அப்படி இருந்தும், ஆறு வீட்டுக் கிராமத்தில் இருந்த விவசாயிகள், பறிமுதல் செய்யப்பட்ட அவனது நிலங்களை முதலில் பெற்றுக்கொள்ள மறுத்து வந்தனர். அவன் கைது செய்யப்பட்டிருந்தும், விவசாயிகள் குப்புற வீழ்ந்து அவனை வணங்கினார்கள். அப்பா நேரில் சென்று பல விவசாயக் குடும்பத்தினரைச் சந்தித்து, மெல்ல மெல்லப் பேசி, அவனைப் பற்றி ஒரு பயங்கர உண்மையைத் தெரிந்து கொண்டார். சாவ்யாங் அரசாங்கம் ஜின்னைச் சுட்டுக் கொல்லுமாறு தீர்ப்பு வழங்கியிருந்தது. ஏற்கனவே ஜின் எந்த ஏழை விவசாயியை எரித்துக் கொன்றானோ, அந்தக் குடும்பத்தினரும், அவனால் பாதிக்கப்பட்ட இன்னும் சில குடும்பத்தினரும், அதே வழியில் அவனை எரித்துக் கொல்லத் திட்டம் தீட்டி இருந்தனர். நெருப்புத் தழல் அவனது

உடலைச் சுற்றி பற்றி எரிந்த போது, அவன் எந்த வேதனையையும் வெளிக்காட்டிக் கொள்ளாமல், தன் இதயத்தை எரி உண்ணும் வரை பல்லைக் கடித்துக்கொண்டு இருந்து விட்டு இறந்தான். மரண தண்டனை நிறைவேற்றப்பட வேண்டிய செய்தியை பெற்ற கம்யூனிஸ்ட்கள், விவசாயிகள் தங்கள் விருப்பப்படி அவனுக்கு கொடுக்கவிருந்த மரண தண்டனையை கம்யூனிஸ்ட்கள் மறுக்கவில்லை. கொள்கை அளவில் கம்யூனிஸ்ட்கள் ஒரு மனிதனுக்கு தண்டனை கொடுப்பதை ஏற்றுக் கொள்ளாவிட்டாலும், விவசாயிகள் அவனைப் பழிதீர்த்துக் கொள்ளும் விருப்பத்திற்கு குறுக்கே நிற்கவில்லை.

ஒருசில நில உடைமையாளர்கள் ஜின்னைப் போன்று பெரு முதலாளிகள் மட்டுமல்ல, விவசாயிகள் மீது அதிகாரம் செலுத்துவதிலும் ஆனந்தம் கொண்டவர்கள். உள்ளூர் விவசாயிகளை உயிர் பயம் காட்டி மிரட்டி வைப்பார்கள். இவர்களுக்கு 'இ-பா' (கொடுங்கோலர்கள்) என்று பெயர்.

சில பகுதிகளில், சாதாரண நிலச்சுவான்தார்கள் கூட கொலைத் தண்டனைக்கு உள்ளாக்கப்பட்டார்கள். இவர்களுக்கு 'ஸ்டோன்ஸ்' என்று பெயர். ஸ்டோன்ஸ் என்றால் புரட்சிக்கு முட்டுக்கட்டையாக விளங்குபவர்கள் என்று பொருள். 'சந்தேகப்படுமாறு இருக்கிறதா? கொன்று விடுங்கள்' இதுதான் அவர்களுக்கென்று உள்ள தாரக மந்திரம். இதைத் தவறான கொள்கை என்று அப்பா நினைத்தார். 'யார், யார் கைகளில் சந்தேகத்திற்- கிடமின்றி இரத்தக் கறை படிந்திருக்கிறதோ, அவர்கள் மட்டுமே மரண தண்டனைக்கு உள்ளாக்கப்பட வேண்டும்' என்று தன்னுடைய சகாக்களிடமும், பொதுக் கூட்டங்களில் மக்களிடமும் சொல்லி வந்தார். மேல் அதிகாரிகளுக்கு அப்பா கொடுத்த அறிக்கைகளில், மனித உயிர்கள் விஷயத்தில் மிகுந்த கவனம் பெற வேண்டும் என்றும், அதிகப்படியான மரண தண்டனை வழங்குவது கட்சியின் புரட்சிகர நடவடிக்கைகளுக்கு பின் விளைவுகளை ஏற்படுத்தும் என்றும் அடிக்கடி தெரிவித்து வந்தார். 1948 பிப்ரவரி மாதம் அப்பா ஆற்றிய உரையை பலர் விரும்பியதால், கம்யூனிஸ்ட் தலைவர்கள், தண்டனை நிறைவேற்றுவதை நிறுத்தச் சொல்லி உத்திரவிட்டனர்.

கம்யூனிஸ்ட் படையின் முக்கியமான துருப்புகள் நெருங்கி வந்து கொண்டிருந்தன. 1948-ன் தொடக்கத்திலேயே அப்பாவின் கொரில்லாக் குழுக்கள், தலைமைப் படையுடன் இணைந்து கொண்டது. ஜிங்குவிலிருந்து ஹலுடாவோ வரை உள்ள அமைப்பு நிலவரச் செய்திகளைச் சேகரிக்கும் உளவுத்துறைப் பிரிவின் பொறுப்பு அதிகாரியாக அப்பா நியமனம் செய்யப்பட்டார்.

கோமிங்டாங் துருப்புகள் எங்கெங்கே நிறுத்தி வைக்கப்பட்டுள்ளன என்ற தகவலையும், அவர்களின் உணவு நிலவரம் பற்றிய செய்திகளையும் உடனுக்குடன் அறிந்து தகவல் தெரிவிக்க வேண்டியது அப்பாவுக்கு இடப்பட்ட பணி. யூ-வூ உட்பட கோமிங்டாங் ஏஜெண்ட்களிலிருந்துதான் அப்பா அதிகமான தகவல் திரட்டி அனுப்பினார். இவ்வகையான தகவல் திரட்டுகளிலிருந்துதான் முதன் முதலாக அம்மாவைப் பற்றிய தகவல்களை அப்பா கேட்டு தெரிந்து கொண்டார்.

மெலிந்த தேகக் கட்டுடைய, கண்களில் கனவுகளைத் தேக்கி வைத்துக் கொண்டிருந்த மனிதரை, அந்த அக்டோபர் மாதக் காலை வேளையில் அம்மா பார்த்தபோது கொள்ளைப்புறத்தில் பல் துலக்கிக் கொண்டிருந்த அம்மனிதர், தனது கொரில்லா சகாக்கள் மத்தியில் செய்ய வேண்டிய வேலைகளையும் மிகச் சாதுரியமாகச் செய்யக்கூடியவராகப் பார்க்கப்பட்டார். அவர் தினந்தோறும் பல் துலக்குவது அவரது சகாக்கள் மத்தியிலும் விவசாயிகள் மத்தியிலும் ஒரு புதினமாகத் தெரிந்தது. மூக்கைச் சிந்தி தெருவில் போட்டுவிட்டுப் போகும் மக்கள் மத்தியில், இவர் கைக் குட்டையைக் கட்டாயம் பயன்படுத்துவார். அந்தக் கைக்குட்டையை அடிக்கடித் துவைப்பார். மற்ற சிப்பாய்களைப் போல, இவர் பயன்படுத்தும் கைக்குட்டையை, எல்லாரும் பயன்படுத்தும் வாஷ்பேஸினில் நனைத்துப் பிழிவதில்லை. அப்படிச் செய்தால் கண் வியாதி பரவும் என்பதில் கவனமாக இருப்பார். பொது அறிவிலும், புத்தக அறிவிலும் புலமை பெற்றவர் என்ற புகழைப் பெற்றவர். பண்டைய இலக்கியங்களையும் கவிதைகளையும் வாசிப்பதோடு, யுத்த களத்திற்கு கூட அவைகளை அள்ளிக்கொண்டு வருவார் என்பது ஓர் உண்மை.

'தேடப்படுவோர்' சுவரொட்டியை முதன்முதலில் அம்மா பார்த்த போதும், உறவினர்கள் மூலம் இந்த ஆபத்தான கொள்ளைக்காரனைப் பற்றி கேள்விப்பட்டபோதும், அவர்கள், கொள்ளைக்காரனுடைய திறமைகளை இரசிப்பதாகவும், அதேநேரம் அவனுக்கு அவர்கள் பயப்பட்டு வருவதாகவும் அம்மா கூறினாள். அந்த மாபெரும் கொரில்லாச் சண்டைக்காரன் ஒரு போர் வீரனைப் போன்ற தோற்றமளிக்காததால், இதுகுறித்து அம்மா கொஞ்சம் கூட ஏமாற்றமடையவில்லை.

அப்பாவும், அம்மாவைப் பற்றியும் அவளது தைரியத்தைப் பற்றியும் தெரிந்து கொண்டிருந்தார். உண்மையில் 17 வயதே நிரம்பிய ஒரு பெண், ஆண்களுக்கு உத்தரவிடுவது மாபெரும் விஷயம். அப்பா, அம்மாவை ஒரு பயங்கர வேதாளமாக

இருப்பாளோ என்பது போலக் கற்பனை செய்து வைத்திருந்தாலும், ஒரு இரசிக்கத்தக்க, ஒரு சுதந்திரமான பெண் என்று எண்ணிக் கொண்டார். அம்மாவிடம், அழகும் பெண்மையும் இருந்ததோடு, ஆளை மயக்கும் கவர்ச்சியும் இருப்பது கண்டு ஆனந்தப்பட்டார். அம்மாவின் குரலில் தேன் வடிந்ததையும், அவள் பேச்சைக் கேட்டு அவர் கிரக்கம் அடைந்ததையும் கண்டு, 'சீனாவில் இவளைப் போல் எங்கு தேடினாலும் கிடைக்காது' என்று எண்ணினார். இப்படிப் பார்ப்பது அப்பாவின் உயர்ந்த குணம். பொறுப்பற்ற தன்மையும், அர்த்தமில்லாமல் அதிகமாகப் பேசிக் கொண்டிருப்பதுவும் அப்பாவுக்கு பிடிக்காதது.

அப்பா அழகாகச் சிரித்ததை அம்மா கவனிக்கத் தவறவில்லை. அப்பாவுக்கு தும்பைப் பூவைப் போன்ற வெண்மையான பற்கள். மற்ற கொரில்லாக்களின் காவி படிந்த பற்களையும், தெத்துப் பற்களையும் பார்த்து, அப்பாவின் வெண் பற்களை வியக்கத் தொடங்கினாள். அவர் பேசிய அழகைக் கண்டும் அம்மா சொக்கிப் போனாள். ஃபுளோபர்ட்டையும், மாப்பசாண்ட்டையும் போட்டுக் குழப்பிக் கொண்ட மனிதனைப் போல இல்லாமல், கற்றுத் தேர்ந்த, விபரம் அறிந்த ஒரு மனிதராக அம்மாவின் மனதில் பட்டது.

மாணவர்கள் அமைப்பு மேற்கொள்ளும் பணிகள் பற்றிய விபரங்களைத் தெரிவிக்க அவர்கள் அங்கே வந்திருப்பதாக அம்மா கூறியபோது, மாணவர்கள் எந்த மாதிரியான புத்தகங்களை வாசிக்கிறார்கள் என்று அம்மாவை அப்பா கேட்டார். மாணவர்கள் படிக்கும் புத்தகங்களின் பட்டியலை எடுத்து அம்மா அவரிடம் நீட்டினாள். 'மார்க்சிஸ்ட் தத்துவங்கள் பற்றியும், அதன் வரலாறு பற்றியும் மாணவர்கள் மத்தியில் வந்து ஓர் உரை ஆற்ற முடியுமா?' என்று அப்பாவிடம் அம்மா கேட்டாள். அதற்கு சரி என்று சம்மதித்தவர், அப்பள்ளியில் எத்தனைபேர் இருக்கிறார்கள் என்று அப்பா கேட்டார். அம்மா விரல் நுனியில் வைத்திருந்த பள்ளிப் புள்ளி விபரங்களை அவரிடம் கூறினாள். அதில் எத்தனை சதவிகித மாணவர்கள் கம்யூனிஸ்ட் கட்சியுடன் தங்களை இணைத்துக் கொண்டுள்ளார்கள் என்ற அப்பாவின் கேள்விக்கு உடனடியாக அதன் எண்ணிக்கையை எடுத்துத் துல்லியமாகக் கூறினாள் அம்மா.

அப்பா ஒரு சில தினங்களில் அப்பள்ளிக்கு உரையாற்ற வந்து விட்டார். மாவோவின் படைப்புகள் பற்றி தெளிவாகப் பேசினார். மாவேவின் அடிப்படைக் கோட்பாடுகள் பற்றி நீண்ட உரை நிகழ்த்தினார். அங்கிருந்த பெண்களும், அம்மாவும், அப்பாவின் உரையில் கட்டுண்டு கிடந்தார்கள்.

கம்யூனிஸ்ட் கட்சி மாணவர்களை ஹார்பின் என்னும் இடத்திற்கு சுற்றுலா அழைத்துச் செல்ல ஏற்பாடு செய்து கொண்டிருப்பதாக அப்பா ஒரு நாள் மாணவர்கள் மத்தியில் கூறினார். ஹார்பின் என்ற இடம் மஞ்சூரியாவின் வடக்கில் உள்ளது. இது கம்யூனிஸ்ட்களின் தற்காலிகத் தலைநகராக இருந்தது. இருமருங்கிலும் ஓங்கி வளர்ந்துள்ள மரங்கள் நிரம்பிய அகலமான, அழகான நீண்ட சாலைகள்; கண்ணைக் கவரும் மாளிகைகள்; சிறந்த கடைகள்; மேற்கத்திய பாணியில் அமைக்கப்பட்டிருந்த சிற்றுண்டிச் சாலைகள்; இந்த அழகு அம்சங்களை எல்லாம் கொண்ட ஹார்பின் நகரை உருவாக்கியவர்கள் ரஷ்ய நாட்டினர். அதனால், இந்நகர் 'கீழ்த்திசை நாடுகளின் பாரிஸ்' என்று அழைக்கப்பட்டது. புது இடங்களைப் பார்க்கச் செல்லும் சுற்றுலா என்றுதான் மாணவர்களுக்கு சொல்லப்பட்டது. ஆனால்,'கோமிங்டாங் மீண்டும் ஜிங்குவைக் கைப்பற்றும் முயற்சியில் இறங்கியுள்ளது. அவ்வாறு ஜிங்கு, அவர்களால் மீண்டும் கைப்பற்றப்பட்டால், கம்யூனிச ஆதரவர்களான ஆசிரியர்கள், மாணவர்கள், உயர் பதவி வகிக்கும் டாக்டர்கள் போன்றவர்களை ஒழித்துக் கட்ட கோமிங்டாங் எண்ணி யுள்ளார்கள். ஆனால் இதைப் பகிரங்கமாகச் சொல்லாமல் இரகசிய வேலையில் ஈடுபட்டுள்ளார்கள்' என்று கம்யூனிஸ்ட் கவலைப்படுவதுதான் இந்தச் சுற்றுலாவின் உள்நோக்கம். அம்மாவுடன் சேர்த்து 170 பேர் இச்சுற்றுலாவுக்கு தேர்வு செய்யப்பட்டனர்.

நவம்பர் மாதக் கடைசியில் அம்மா மிகுந்த மகிழ்ச்சியோடு இரயிலில் ஏறிப் புறப்பட்டாள். பனி படர்ந்த ஹார்பின் நகர். ரம்மியமான பழங்கால மாட மாளிகைகள்; அவை வெளிப்படுத்திய ஆழ்ந்த அர்த்தங்களிலும், காதல் கவிதைகளிலும் ரஷ்யர்களின் உணர்ச்சிப் போக்கு நிலை கொண்டிருந்த இந்த இடத்தில்தான் எந்தையும் தாயும் காதலில் கசிந்துருகி ஒருவரையொருவர் இழந்து இருந்தார்கள். அம்மாவுக்கு காதல் கடிதங்களை நெஞ்சுருக அப்பா வரைந்து நீட்டியது இந்த இடத்தில்தான். அக்கவிதைகள் செம்மொழியின் வசீகரத்தில் எழுதப்பட்டிருந்ததால் அவை சிறப்புடைத்தவை என்றாலும், அவை கையெழுத்து கலை கொண்டு எழுதப்பட்டது என்பதைக் கண்டறிந்த அம்மா, அப்பாவைத் தன் மதிப்பின் இமயத்தில் ஏற்றி விட்டாள்.

புத்தாண்டுக்கு முந்தைய இரவு. அம்மாவையும், அம்மாவின் தோழி ஒருத்தியையும், தன் இருப்பிடத்திற்கு அப்பா அழைத்திருந்தார். ஒரு பழங்காலத்து ரஷ்ய விடுதியில் தங்கியிருந்தார். அந்த விடுதி மாய மந்திரக் கதைகளில் வரும் வீடு போல பிருமாண்டமாக இருந்தது.

அம்மா வீட்டினுள் நுழைந்த போது அப்பாவின் மேஜையில் ஒரு பாட்டில் இருந்ததைக் கண்டாள். அது ஒரு பிரான்ஸ் நாட்டு மதுபான வகை என்பதை அம்மா வாசித்து தெரிந்து கொண்டாள். அப்பா இதுவரை ஒருபோதும் மது அருந்தியதில்லை. ஆனால், மேல் நாட்டுப் புத்தகங்களில் அதைப் பற்றிப் படித்திருக்கிறார்.

இதற்கிடையில், இவர்கள் இருவரின் காதல் விவகாரங்கள் அம்மாவின் தோழியர் மத்தியில் பரவத் தொடங்கியது. அம்மா மாணவர் அமைப்பு தலைவி பொறுப்பில் இருந்ததால், அடிக்கடி அப்பாவைச் சந்தித்து தகவல் கொடுக்க வேண்டியிருந்தது. அப்படி அப்பாவைச் சந்திக்கச் சென்ற அம்மா, விடியற் காலை வரை வீடு திரும்புவதில்லை என்ற செய்தியும் பரவியது. அப்பா மீது அபிமானம் கொண்டிருந்த பல பெண்கள் இருந்தனர். அதில் அம்மாவோடு வரும் தோழி ஒருத்தியும் உண்டு. ஆனால், அப்பா, அம்மாவைப் பார்க்கும் விதம், ஒருவரை ஒருவர் கேலியும் கிண்டலும் செய்து கொள்ளும் விதம், கிடைக்கும் தனிமையை தவற விடாது ஒருவரையொருவர் தழுவிக் கொள்ளும் விதம் ஆகியவைகளிலிருந்து அம்மாவை அவர் காதலிக்கிறார் என்பதைப் புரிந்து கொண்டாள். அம்மாவின் தோழி நள்ளிரவில் புறப்படுகிற போது, அம்மா அங்கேயே தங்கப் போகிறாள் என்பதை அவள் புரிந்து கொண்டாள்.

அன்று இரவு, அவர்கள் இருவரும் உரையாடிக் கொண்டிருக்கையில், உனக்கு வேறு எந்த ஆணோடாவது பழக்கவழக்கம் இருந்திருக்கிறதா என்று அப்பா கேட்டார். அம்மா இதற்கு முன்பு நேசித்த ஒரே ஆண் மகன் அவளது உறவினனான ஹூ என்பவன் மட்டும்தான். ஆனால், கோமிங்டாங் அவனைத் தூக்கிலிட்டுக் கொன்று விட்டது என்றாள். புதிய கம்யூனிஸ்ட் நீதிநெறிக் கோட்பாடுகளின்படி ஆணுக்குப் பெண் சமம் என்பதால், அப்பாவின் முந்தைய அனுபவங்களை அம்மாவோடு பகிர்ந்து கொண்டார். அப்பா ஈபின் நகரில் இருந்தபோது ஒரு பெண்ணோடு காதல் அனுபவம் இருந்தது என்பதையும், அதைவிட்டு யான்'ஆன் வந்தபோது அதையும் விட்டுவிட்டு வந்து விட்டதாக அம்மாவிடம் சொன்னார். யான்'ஆன் நகரில், சில பெண் தோழியர்கள் அப்பாவுக்கு இருந்ததாகவும், 'திருமணம்' என்ற வார்த்தைக்கே யுத்தம் இடம் அளிக்காமல் செய்து விட்டதாகவும் கூறினார். முன்னாள் பெண் தோழியர்களில் ஒருத்தி, யான்'ஆன் கல்வி நிறுவனத்தின், அப்பா எடுத்திருந்த பாடப்பிரிவின் துறைத் தலைவராக இருந்த சென் போடா என்பவரைத் திருமணம் செய்து

224 'காதல் பற்றிய பேச்சு'

கொண்டதாகவும், அதன்பிறகு அவன் மாவோவின் செயலாளர் ஆகும் அளவுக்கு வளர்ந்து விட்டான் எனவும் சொன்னார்.

ஒருவருக்கொருவர் மனம்விட்டு தங்கள் கடந்த கால வாழ்க்கையைப் பற்றி ஒளிவு மறைவின்றிப் பேசிக் கொண்டபிறகு, ஜிங்கு நகர கட்சிக் குழுவுக்கு கடிதம் எழுதி அம்மாவைத் திருமணம் செய்து கொள்வதற்கு அனுமதி கேட்கப் போவதாக அம்மாவிடம் அப்பா கூறினார். இது மிக முக்கியமான விதிமுறை. கட்சியிடம் அனுமதி கேட்பது என்பது குடும்பத்தினரிடமும் அனுமதி கேட்பது போலவும் ஆகிவிடும் என்று அம்மா கருதினாள். கம்யூனிஸ்ட் கட்சி புதிய குடும்பத்தலைவன். அந்த இரவு, உரையாடல் எல்லாம் ஓரளவு முடிந்தவுடன் அம்மா, தனது முதல் அன்பளிப்பை அப்பாவிடமிருந்து பெற்றுக் கொண்டாள். அது ஒரு ரஷ்ய நாட்டு காதல் கதை: 'அது காதல் மட்டும்தான்.'

அடுத்தநாள் அம்மா, தன் மனதுக்கு மிகவும் பிடித்தமான ஒரு ஆணைச் சந்தித்து விட்டதாக வீட்டிற்கு கடிதம் எழுதினாள். உடனடியாக பாட்டியிடமிருந்தும், டாக்டர் ஸியாவிடமிருந்தும் சந்தோஷமான செய்தி எதுவும் வரவில்லை. ஆனால் ஒரு வருத்தமான தகவல் வந்தது. என்னவென்றால், அப்பா ஒரு கம்யூனிஸ்ட் அதிகாரியாக இருப்பதால், சீன மக்கள் மத்தியில் அதிகாரிகள் மீது நல்லெண்ணம் இருப்பதில்லை என்பதாகத் தகவல் வந்தது. அது மட்டுமில்லாது, அவர்கள் கொண்டுள்ள அதிகாரம் பெண்களை கௌரவமாக நடத்தாது; அவருக்கு ஏற்கனவே திருமணம் ஆகி இருக்கும் என்றும், அம்மாவை அவர் ஆசை நாயகியாகத்தான் வைத்துக் கொள்ள விரும்புவார் என்றும் பாட்டி எடுத்தவுடன் முடிவு கட்டி விட்டாள். மஞ்சூரியாவில் இருந்த திருமண வயது வந்த இளைஞர்களை விட இவர் மிகவும் மூத்தவர்.

ஒரு மாதக்கால இறுதியில் ஹார்பின் நகரில் உள்ள சுற்றுலாக் குழு பாதுகாப்பாக ஜிங்கு திரும்பலாம் எனத் தீர்மானம் செய்யப்பட்டது. அம்மாவுடன் திருமணம் பற்றிப் பேசலாம் என்று அப்பாவுக்கு கட்சி அனுமதி அளித்துவிட்டது. இன்னும் இரண்டு ஆண்கள் கூட விண்ணப்பித்திருந்தார்கள். ஆனால் அந்த விண்ணப்பங்கள் தாமதமாக கட்சிக்கு வந்து சேர்ந்தன. அதில் ஒருவன்தான் கட்சி இரகசிய அமைப்பின் கட்டுப்பாட்டு அலுவலராக இருந்த லியாங் என்பவன். இதனால் ஏற்பட்ட ஏமாற்றத்தில் அவன், தன்னை ஜிங்குவிலிருந்து வேறு எங்காவது மாற்றி விடுமாறு கேட்டுக் கொண்டான். அதனால், இவனும் சரி, இன்னொருவனும் சரி தாங்கள் விண்ணப்பித்ததைப் பற்றி அம்மாவிடம் மூச்சுக்கூட விடவில்லை.

ஒரு புரட்சித் திருமணம்

ஜிங்கு மாவட்டத்தின் பொது விவகாரத்துறையின் தலைமைப் பொறுப்பாளராக அப்பா நியமனம் செய்யப்பட்டார். சில நாட்களுக்கு பின் அப்பாவைத் தம் வீட்டாருக்கு அறிமுகப்படுத்த, அம்மா அவரை வீட்டிற்கு அழைத்து வந்தார். அப்பா கதவைத் திறந்து உள்ளே அடி எடுத்து வைத்ததும் பாட்டி தன் முகத்தைத் திருப்பிக் கொண்டாள். அப்பா பாட்டியை நலம் விசாரித்த போதும், பாட்டி பதில் ஏதும் சொல்லவில்லை. கொரில்லா யுத்தக் காலங்களில் அப்பா மிகுந்த தொல்லைகளுக்குட்பட்டதால், கருத்து, மெலிந்து போய் இருந்தார். அதனால் அப்பாவுக்கு 40 வயதுக்கு மேல் இருக்கும் என்றும், நிச்சயமாக அவர் திருமணம் செய்து கொள்ளாமல் இருந்திருக்க முடியாது என்றும் பாட்டி முடிவு செய்து கொண்டாள். டாக்டர் ஸியா அப்பாவை அமைதியாகவும் கொளரவமாகவும் வரவேற்றார்.

அப்பா அங்கு நீண்டநேரம் தங்கவில்லை. அவர் புறப்பட்டுச் சென்றபின் பாட்டி அழுது கண்ணீர் வடித்துக்கொண்டே இருந்தாள். அதிகாரிகள் யாரும் நல்லவர்கள் இல்லையே என்று சொல்லிச் சொல்லி அழுதாள். அப்பாவுடன் பேசியதின் மூலமாகவும், அப்பாவைப் பற்றி அம்மா கொடுத்திருந்த விபரங்கள் மூலமாகவும், கம்யூனிஸ்ட்கள் தங்கள் அதிகாரிகள் மீது கொண்டுள்ள கட்டுப்பாடுகள் காரணமாகவும், அப்பா போன்ற அதிகாரிகள், யாரையும் ஏமாற்ற முடியாது என்று டாக்டர் ஸியா அப்பாவை நம்பினார். பாட்டிக்கு அரைகுறையாகத்தான் நம்பிக்கை வந்தது. ‘அவர் சிச்சுவான் மாகாணத்துக்காரர். இவ்வளவு தூரத்திலிருந்து வரும் ஒரு மனிதனை எந்த வகையில் கம்யூனிஸ்ட்கள் தேர்வு செய்தார்கள்?’

பாட்டி அப்பாவைப் பற்றிய சந்தேகங்களையும் கேள்விகளையும் மாறி மாறிக் கேட்டுக்கொண்டே இருந்தாள். ஆனால், வீட்டில் பாட்டியைத் தவிர மற்ற எல்லாருக்கும் அவரைப் பிடித்துப் போயிருந்தது. டாக்டர் ஸியா அப்பாவுடன் மிகவும் நெருக்கமாகி விட்டார். மணிக் கணக்காக அவரோடு பேசிக் கொண்டிருப்பார். யூ-லின்னுக்கும், அவரது மனைவிக்கும் அப்பாவைப் பிடித்துப் போய் விட்டது. யூ-லின்னின் மனைவி மிகவும் ஏழைக் குடும்பத்துப் பெண். இவளுடைய தாத்தா, தன் மகளை (அதாவது யூ-லின் மனைவியின் அம்மா) சூதாட்டத்தில் பணயம் வைத்து ஆடித் தோற்றுவிட்டதால், அவளை அவளுக்கு விருப்பம் இல்லாத அந்த இடத்தில் கட்டாயமாகத் திருமணம் செய்து கொடுத்து விட்டார்கள். ஜப்பானியர்கள் சுற்றி வளைத்ததில் இவளது சகோதரன் மாட்டிக்

கொண்டதால், அவன் அடிமை வேலைக்கு ஆட்படுத்தப் பட்டான். அதனால் அவன் உடல்நலம் மிகவும் பாதிக்கப்பட்டது.

யூ-லின்னை அவள் திருமணம் செய்து கொண்ட நாளிலிருந்து விடியற்காலை 3.00 மணிக்கே எழுந்துவிட வேண்டும். மஞ்சு உணவுப் பழக்க வழக்கத்தின்படி என்னென்ன உணவு வகைகள் தயாரிக்க வேண்டுமோ, அத்தனையும் தயாரிக்க வேண்டும். பாட்டிதான் குடும்பத்தை நிர்வாகம் செய்து வந்தாள். அவர்கள் இந்தக் குடும்பத்தின் வம்சாவழியில் வந்தாலும், யூ-லின்னின் மனைவி தன்னை எப்போதும் தாழ்வானவளாகவே எண்ணி வந்தாள். அவளும் அவளது கணவன் யூ-லின்னும் டாக்டர் ஸியாவின் கீழ் இருந்து வந்ததால் அவ்வாறு எண்ணினாள். அப்பாதான் அவளை சமமாக நடத்திய முதல் நபர். இப்படி சமமாக நடத்துவது, சீன நாட்டு கலாச்சாரத்திற்கு முற்றிலும் மாறுபட்டது. அவர்கள் இருவருக்கும் டிக்கெட் வாங்கிக் கொடுத்து திரைப்படத்திற்கு அனுப்புவார். அதை இவர்கள் இருவருக்கும் மிகுந்த அந்தஸ்த்து கொடுத்ததாக எடுத்துக் கொண்டார்கள். ஆடம்பரமோ, அதிகாரமோ இல்லாத ஓர் அதிகாரியை இப்போதுதான் அவர்கள் முதன்முதலாகச் சந்திக்கிறார்கள். கம்யூனிஸ்ட்கள், பண்பாடுகளில் மிதமிஞ்சிய முன்னேற்றம் பெற்று விட்டார்கள் என்று யூ-லின்னின் மனைவி உணர்ந்து கொண்டாள்.

ஹார்பின் சுற்றுலாவிலிருந்து வந்த இரண்டு மாதத்திற்குள் அப்பாவும் அம்மாவும் தங்கள் விண்ணப்பத்தைப் பதிவு செய்து விட்டார்கள். தலைமுறை தலைமுறையாக திருமணம் என்பது இரண்டு குடும்பத்தார்களுக்கிடையே ஏற்படுத்திக் கொள்ளும் ஓர் ஒப்பந்தம். அரசாங்க அலுவலகத்தில் திருமணத்தைப் பதிவு செய்து கொள்வதோ அல்லது திருமணச் சான்று வழங்குவது என்பதோ நடைமுறையில் இல்லை. இப்பொழுது உள்ள நடைமுறையில், யாரெல்லாம் புரட்சியில் பங்கெடுத்துக் கொண்டார்களோ, அவர்களுக்கு கம்யூனிஸ்ட் கட்சிதான் குடும்பத் தலைவனாக செயல்பட்டு வந்தது. இதுதான் இதன் அமைப்பு விதிகள்: ‘28-7 தரைப்படைப் பிரிவு ஐ’ இதில் கண்டுள்ள ஆண் குறைந்தபட்சம் 28 வயது நிரம்பியவனாக இருக்க வேண்டும்; கம்யூனிஸ்ட் கட்சியில் குறைந்தபட்சம் ஏழு ஆண்டுகளாவது பணி செய்திருக்க வேண்டும்; தரைப்படைப்பிரிவு கமாண்டருக்கு இணையான ஒரு பதவி வகித்திருக்க வேண்டும். இதில் ‘ஐ’ என்பது, இதில் வரும் பெண்ணுக்கு உரிய தகுதியைக் குறிப்பதாகும். இந்தப் பெண் குறைந்தபட்சம் ஓராண்டாவது கட்சியில் பணியாற்றி இருக்க வேண்டும். சீனக் கணக்கீட்டின்படி, அப்பாவுக்கு 28 வயது நிரம்பி

இருந்தது. பத்து ஆண்டுகளுக்கும் மேலாக அப்பா கட்சியில் பணியாற்றி இருக்கிறார். கமாண்டர் பதவிக்கு இணையான பதவியில் இருந்திருக்கிறார். அம்மா கட்சியில் முழு நேரப் பணியாளராக இல்லாவிட்டாலும், அம்மா இரகிசிய அமைப்பில் ஆற்றிய பணி 'ஐ' என்னும் விதியை சமன் செய்து விட்டதாக ஏற்றுக்கொள்ளப்பட்டது. ஹார்பின் சுற்றுலாப் பணி முடித்து வந்ததால், பெண்கள் விவகாரங்களை முன்னெடுத்துச் செல்லும் அமைப்பான, 'பெண்கள் கழகத்தில்' முழு நேரப் பணியாளராக அம்மா வேலை செய்திருக்கிறாள். ஆசைநாயகிகளாக இருந்து வந்தவர்களுக்கு விடுதலை வாங்கிக் கொடுப்பது, விபச்சார விடுதிகளை நிரந்தரமாக மூடுவது, பெண்கள் படை வீரர்களுக்கு காலணிகள் தயாரித்துக் கொடுப்பது, படை வீரர்கள் குழந்தைகளுக்கு கல்வி கொடுப்பது, அவர்களுக்கு வேலை வாய்ப்புகள் ஏற்படுத்திக் கொடுப்பது, அவரவர்க்கு உள்ள உரிமைகளைப் புரியும்படி எடுத்து உரைப்பது, விருப்பத்திற்கு மாறாகப் பெண்களை திருமணத்துக்கு நிர்ப்பந்திப்பதை நிறுத்தவது போன்ற செயல்பாடுகளை மேற்பார்வையிடுவது போன்றவை பெண்கள் கழகத்தின் முக்கியப் பணிகள் ஆகும்.

பெண்கள் கழகம் என்பது இப்பொழுது அம்மாவின் பணிக்குழுவில் இருந்தது. இக்கழக அமைப்பு முற்றிலும் கட்சிக் கட்டப்பாட்டின் கீழ் இயங்கி வந்தது. நகர மாதர்கள் அனைவரும் இந்த அமைப்பின் கீழ் வந்தார்கள். இந்த அமைப்பு ஓர் இராணுவத்தைப்போல, பணியாளர்களின் ஒவ்வொரு வாழ்க்கை நிலைகளையும் கவனித்து சீர்திருத்தம் செய்து வந்தது. அம்மா இந்தக் கழக அமைப்பின் எல்லைக்குள் வசிக்க வேண்டும். அத்துடன் அம்மா திருமணம் செய்து கொள்ள வேண்டும் என்றால், இக்கழகத்தின் அனுமதி பெற வேண்டும். அப்பா கட்சியின் ஓர் உயர் அதிகாரியாக இருந்து வந்ததால், அனுமதி விஷயத்தை இக்கழகம் அவர் மேற்பார்வையில் விட்டுவிட்டது. ஜிங்கு மாவட்ட கட்சிக் கமிட்டி அப்பாவின் பதவியை முன்னிட்டு எழுத்துப் பூர்வமான அனுமதியை விரைந்து வழங்கி விட்டது. மேற்கு லியாவ்னிங் மாகாணத்திற்கான கட்சி கமிட்டியிடமிருந்து தடை இல்லை என்ற அனுமதி வர வேண்டியிருந்தது. இதில் தடை ஏதும் இருக்காது என்ற நம்பிக்கையில் மே மாதம் 4-ஆம் தேதி திருமணத்திற்கு நாள் குறிக்கப்பட்டது. அன்று அம்மாவின் 18ஆவது பிறந்தநாள்.

அன்றைய தினம் படுக்கை பொருட்கள் அடங்கிய பையுடனும், துணிமணிகளுடனும் அப்பாவின் இருப்பிடத்திற்குச் செல்ல அம்மா தயாராகி விட்டாள். அம்மாவுக்கு பிடித்தமான வெளிர்

நீல நிறத்தில் கௌன் அணிந்து கொண்டாள். கழுத்தைச் சுற்றி வெண்ணிற பட்டுத்துணியைச் சுற்றிக் கொண்டாள். பாட்டி இதைப் பார்த்து திகைத்து நின்றாள். ஒரு மணப்பெண் மாப்பிள்ளை வீட்டிற்கு தானே செல்வது இதுவரை கேள்விப்பட்டிராத விஷயம். மாப்பிள்ளை வீட்டார் பல்லக்கு அனுப்பி அதில் மணப்பெண்ணை அழைத்து வருவது வழக்கம். மணப்பெண்ணே வலிய மாப்பிள்ளை வீட்டுக்குப் போகிறாள் என்றால், அவள் ஏதோ ஒரு சோரம்போன பெண்ணாகத்தான் இருக்க வேண்டும். அவனும் அதை ஏற்றுக் கொள்கிறான் என்றால், அவனுக்கு அதில் முழு விருப்பம் இல்லை என்றுதான் அர்த்தம். அம்மா பையை எடுத்து தோளில் போட்டுக்கொண்டு, 'இதைப் பற்றியெல்லாம் யார் கவலைப்படுகிறார்கள்' என்றாள். 'தொன்றுதொட்டுள்ள ஆடம்பரமான திருமணம் தன் மகளுக்கு நடக்கப் போவதில்லையே' என்ற எண்ணம் பாட்டியை வேதனைப்படுத்தியது. ஒரு பெண் குழந்தை என்று பிறந்து விட்டால் போதும், அடுத்த நொடியே அதற்கென,தேவையான வரதட்சணைப் பொருட்களைச் சேகரிக்கத் தொடங்கி விடுவாள் அப்பெண் குழந்தையின் அம்மா. பண்டைய கலாச்சாரங்களின்படி, ஒரு டஜன் வெண்பட்டுத்துகிலால் தைக்கப்பட்ட பஞ்சு மெத்தைகள். நூல் வேலைப்பாடுகள் செய்யப்பட்ட இளவம் பஞ்சுத் தலையணைகள், திரைச் சீலைகள், கட்டிலில் விரிக்கப்படும் மென்மையான விரிப்புகள் இவை எல்லாம் அம்மாவுக்கு சீதனமாகக் கட்டி வைக்கப்பட்டிருக்கின்றன. ஆனால் அம்மா இந்த பழைய பஞ்சாங்கம் எல்லாம் தேவையில்லை என்று தூக்கிப் போட்டு விட்டாள். இந்தக் கட்டுப்பெட்டி பழக்க வழக்கங்கள் எல்லாம் ஒழிக்கப்பட வேண்டும் என அம்மாவும் அப்பாவும் விரும்பினார்கள். ஒருவர் மீது ஒருவர் கொண்டுள்ள அன்புக்கு முன்னால் இவை எல்லாம் ஒன்றுமில்லை என்று உணர்ந்தார்கள். அந்த இரண்டு புரட்சிப் புதுமணத் தம்பதியர்கள் மத்தியில் அன்பு ஒன்றே பிரதானமாகப் போற்றப்பட்டதே தவிர, வேறு எந்தக் குப்பையையும் இல்லை.

அந்தப் பையை தோளில் சுமந்தபடி அம்மா, அப்பா இருக்குமிடம் நோக்கி நடக்கத் தொடங்கினாள். மற்ற அலுவலர்களைப் போல, அப்பாவும் அவர் பணியாற்றிய நகர கட்சிக் கமிட்டி கட்டிடத்திலேயே தங்கி இருந்தார். பணியாளர்களின் பங்களாக்கள் வரிசையாகக் கட்டப்பட்டிருந்தன. இரவு நேரம் ஆகி இருந்ததால், அக்கம்பக்கத்தோர் அனைவரும் தூங்கப் போய் விட்டனர். அம்மா குனிந்து அப்பாவின் செருப்பைக் கழற்றத் தொடங்கினாள். அப்போது யாரோ கதவைத் தட்டும் சத்தம் கேட்டது. வெளியே நின்று கொண்டிருந்தவன் மாகாண கட்சி கமிட்டியிலிருந்து

வந்தவன். கையில் கொண்டு வந்திருந்த செய்தியை அப்பாவிடம் கொடுத்தான். அந்தச் செய்தி; 'இப்போது அவர்கள் இருவரும் திருமணம் செய்து கொள்ளக்கூடாது.' உதடுகளைக் கடித்துக் கொண்டதன்மூலம் அம்மாவின் ஏமாற்றம் அப்போது வெளிப்படடது. மெல்லத் தலை குனிந்தாள். அமைதியாகப் பையை எடுத்துத் தோளில் மாட்டிக் கொண்டாள். 'பிறகு வந்து பார்க்கிறேன்' என்ற வார்த்தைகளை உதிர்த்துவிட்டு வெளியேறினாள். அங்கே அழுகை இல்லை; கண்ணீர் இல்லை; எந்தக் காட்சியும் இல்லை; எந்தக் கோபத்தின் அடையாளமும் வெளிப்படவில்லை. அப்பாவின் மனதில் அது ஆழமாகப் பதிந்து விட்டது. நான் குழந்தையாக இருந்தபோது அப்பா அடிக்கடிச் சொல்வது: 'உன் அம்மா பாவம்' என்பதுதான். 'காலம் எப்படியெல்லாம் மாறி விட்டது! நீ உன் அம்மாவைப் போல இல்லை. நீ அது மாதிரியெல்லாம் செய்யக்கூடாது. ஒரு ஆணின் செருப்பைக் கழற்ற குனிந்ததைப் போல!' என்று அப்பா விளையாட்டாகச் சொல்லுவார்.

திருமணம் தள்ளிப் போனதற்கான காரணம், மாகாணக் கமிட்டி அம்மா மீது கொண்டிருந்த சந்தேகம்தான். கோமிங்டாங் உளவுத்துறையோடு அம்மாவின் குடும்பத்தாருக்கு எவ்வாறு தொடர்பு ஏற்பட்டிருந்தது என்பதுதான் முக்கியமான கேள்வியாகக் கேட்கப்பட்டது. அம்மாவின் பதில் உண்மையானதாக இருக்க வேண்டும் என்று சொன்னார்கள். அது நீதிமன்றத்தில் சாட்சியங்கள் சமர்ப்பிப்பது போல இருந்தது.

எவ்வாறு ஒவ்வொரு கோமிங்டாங் அலுவலர்களும் அம்மாவைக் கைப்பிடிக்க முயன்றார்கள் எனவும், ஏன், கோமிங்டாங் வாலிபர் அமைப்பு உறுப்பினர்கள் சிலரோடு அம்மா நட்பாய் இருந்ததையும் அம்மா விளக்கமாக எடுத்துரைத்தாள். அம்மாவின் நட்பு வட்டத்துக்கள் இருந்த பலர் ஜப்பானிய எதிர்ப்பாளர்கள் என்பதையும், சமூக அக்கறை உள்ளவர்கள் என்பதையும் சுட்டிக் காட்டினாள். 1945-இல் கோமிங்டாங் ஜிங்குவுக்குள் வந்தபோது, அதையே அவர்கள் சீன அரசாங்கமாகப் பார்த்தார்கள். அம்மாவே அந்த இயக்கத்தில் சேர்ந்திருக்க வேண்டும். அப்போது பதினான்கு வயதே நிரம்பிய சிறுமியாக இருந்தாள். உண்மையில் அம்மாவின் நட்பு வட்டத்துக்குள் இருந்த பலர் மிக விரையில் கம்யூனிஸ்ட்களால் ஈர்க்கப்பட்டிருந்தனர்.

அம்மாவின் விசாரணையில் கட்சி இருவேறு கருத்துக்களால் பிளவு பட்டிருந்தது. 'அம்மாவின் நண்பர்கள் நாட்டுப்பற்றால் அவ்வாறு செயல் பட்டார்கள்' என்று கட்சியின் நகரக் கமிட்டியும், 'சந்தேகக் கண் கொண்டு பார்க்கும்படியாகத் தான்

அவர்கள் செயல்பட்டிருக்கிறார்கள்' என்று கட்சியின் மாநிலப் பொறுப்பாளர்களும் வாதிட்டனர். 'அம்மாவுக்கும், அம்மாவின் நண்பர்களுக்குமிடையே இருந்த உறவை வேறுபடுத்திக் காட்ட வேண்டும' என்று கேட்டார்கள். மனிதர்களிடையே 'வேறுபடுத்திக் காட்டுவது' என்பது, கட்சிக்கு 'உள்ளே' இருப்பவர்களிடையேயும், கட்சிக்கு 'வெளியே' இருப்பவர்களிடையேயும் உள்ள இடைவெளியை அதிகப்படுத்தவே கம்யூனிஸ்ட்கள் ஏற்படுத்திய ஒரு சிறந்த வழிமுறை. கட்சியிலிருந்து மாறுபடுவதற்கு எந்த ஒரு சிறிய சந்தர்ப்பமும் அளிக்கக் கூடாது. அது தன் சொந்தக்காரியமாக இருந்தாலும் மாறுபாடு கூடாது. அம்மா திருமணம் செய்து கொள்ள வேண்டுமானால், அவளது நண்பர்களோடு தொடர்பு வைத்துக்கொள்ளக் கூடாது.

ஆனால், அம்மாவின் வேதனையெல்லாம் கோமிங்டாங் கர்னல் ஹூ-கே என்னும் அம்மாவின் உறவினன் ஒருவனுக்கு என்ன ஆயிற்றோ என்ற வேதனைதான். யுத்தம் எல்லாம் முடிந்து, கம்யூனிஸ்ட் வெற்றி பெற்ற களிப்பில் அம்மா இருந்தாலும், ஹூ-கே நலமாக இருக்கிறானா என்று பார்க்க வேண்டும் என்ற உந்துதல்தான் மேலோங்கி இருந்தது. இரத்தம் தேங்கிக் கிடந்த வீதிகளின் வழியாக ஜுங் மாளிகைக்கு அவனைத் தேடி விரைந்தோடினாள். ஆனால் அங்கு எதுவும் தெரியவில்லை. வீதிகள் தெரியவில்லை; வீடுகள் தெரியவில்லை; அங்கு கண்டதெல்லாம் பிணக்குவியல்கள்தான். ஹூ-கே வை அங்கே காண முடியவில்லை.

வசந்த காலத்தில், திருமணத்திற்கு அம்மா தன்னைத் தயார்படுத்திக் கொண்டிருந்தபோது அவன் உயிரோடு இருப்பதைக் கண்டுகொண்டாள். ஒரு கைதியாக, அதுவும் ஜிங்குவிலே இருந்தான். யுத்தத்தின்போது எப்படியோ தப்பித்து தெற்கு நோக்கி ஓடிய அவன் தியான்ஜின் சென்று விட்டான். 1949 ஆம் ஆண்டு கம்யூனிஸ்ட் தியான்ஜின்னைக் கைப்பற்றியபோது, அவன் கைது செய்யப்பட்டு மீண்டும் இங்கு கொண்டு வரப்பட்டான்.

ஒரு சாதாரண போர்க்கைதியைப் போல அவன் கருதப்படவில்லை. காரணம் ஜிங்கு மாவட்டத்தில் அவன் குடும்பத்துக்கு இருந்த செல்வாக்கு. மாவட்டத்தில் செல்வாக்கு நிறைந்த மனிதர்கள் பட்டியலில் அவன் குடும்பத்தாரும் இடம் பெற்றிருந்தனர். அங்குள்ள மக்களின் நன்மதிப்பைப் பெற்றிருந்தனர் அக்குடும்பத்தினர். அதனால் கம்யூனிஸ்ட்களுக்கு அவர்கள் ஆபத்தானவர்கள். அவர்களின் கம்யூனிஸ்ட் எதிர்ப்புக்குணம் புதிய கம்யூனிஸ்ட் அமைப்புக்கு அச்சுறுத்தலாக தெரிந்தது.

அவன் செய்த குற்றங்கள் தெரிய வந்தபிறகு அவன் நியாயமான முறையில் நடத்தப்படுவான் என்ற நம்பிக்கை அம்மாவுக்கு இருந்தது. உடனடியாக அம்மா அவன் சார்பாக மேல்முறையீடு செய்தாள். அப்போது அமலில் இருந்த நடைமுறையின்படி, 'பெண்கள் கழக' அமைப்பின் பொறுப்பாளராக இருந்த பெண்மணியிடம் முதலில் அம்மா பேச வேண்டும். அதன்பின் அந்த விஷயம் மேலதிகாரிக்கு அனுப்பப்படும். யார் இறுதி முடிவு எடுப்பார்கள் என்று அம்மாவுக்கு தெரியவில்லை. இதுபற்றி நன்கு அறிந்திருந்த யூ-வூவை அம்மா பார்க்கப் போனாள். ஹு-கே வுடன் அம்மாவுக்கு என்ன தொடர்பு இருந்தது என்று அவனிடம் விபரமாகக் கூறினாள். கர்னலுக்காக (ஹு-கே) உத்தரவாதம் கொடுக்குமாறு அவனிடம் அம்மா கேட்டுக் கொண்டாள். ஹு-கே பற்றி விபரமாக யூ-வூ ஒரு கடிதம் எழுதினான். 'அம்மாவின் மீதிருந்த அன்பினால்தான் அவன் அவ்வாறு நடந்திருக்கக் கூடும் என்றும், அளவுகடந்த அன்பின் காரணமாக, அவனை அறியாமலே அவன் கம்யூனிஸ்ட்க்கு உதவி செய்து கொண்டிருந்தான்' என்ற கூடுதலான தகவலையும் சேர்த்து எழுதினாள்.

அம்மா வேறு ஒரு இரகசிய அமைப்புத் தலைவரைச் சென்று பார்த்தாள். கர்னல் செய்த நன்மைகளை அவர் நன்கு அறிந்தவர். ஹு-கே கம்யூனிஸ்ட்க்கு செய்த உதவியை அவர் சொல்ல மறுத்து விட்டார். கம்யூனிஸ்ட்க்கு வந்த விஷயங்கள் எல்லாம் ஹு-கே மூலமாகத்தான் வந்தது என்ற உண்மையை அவர் வேண்டுமென்றே சொல்ல விரும்பவில்லை. ஏன் அப்படிச் சொல்லவில்லையென்றால், அந்த மரியாதை எல்லாம் தனக்கு வராமல் அவருக்குப் போய்விடும் என்ற எண்ணத்தில் அவர் நடந்த உண்மையைச் சொல்லவில்லை. அவனும் அம்மாவும் காதலித்துக் கொள்ள வில்லை என்பதையும் அம்மா சொன்னாள். அதை அம்மாவால் ஆதாரங்களோடு சொல்ல முடியவில்லை. அவர்கள் இருவருக்குமிடையே நடந்தவை அனைத்தையும் அம்மா வெளிப்படையாகக் கூறினாள். ஆனால் அம்மா கூறியதெல்லாம் அவனுக்கு சாதகமான சாட்சியாக எடுத்துக் கொள்ளப்பட்டது. இதுபோன்ற சாட்சியம் கட்சிக்கு ஒரு பெரிய பின்னடைவை ஏற்படுத்திக் கொடுத்துவிடும்.

இந்த சூழல்கள் இப்படியே போய்க் கொண்டிருந்தபோது, அம்மாவும் அப்பாவும் தங்களது திருமணத் தயாரிப்பில் மும்முரமாக இருந்தனர். இந்தச் சூழல் அவர்களது திருமண உறவில் இருள் படர்ந்தது போலக் காட்டியது. இருப்பினும், அம்மா அடைந்த குழப்பநிலை கண்டு அப்பா மிகுந்த இரக்கப்பட்டார். ஹு-கே

வுக்கு நியாயம் கிடைக்க வேண்டும். நியாயமாக நடத்தப்பட வேண்டும் என்று விரும்பினார். பாட்டி, கர்னலை தன் மருமகனாகக் கருதி அவனுக்கு அளிக்கும் ஆதரவால், தீர்ப்பு அவனுக்கு சாதகமாக அமைந்துவிடும் என்று எண்ணி அதை அப்படியே விட்டுவிடக்கூடாது என்று அப்பா நினைத்தார்.

மே மாதம் கடைசியில் திருமணத்திற்கான அனுமதி வந்தது. அம்மா அப்போது பெண்கள் கழக கூட்டத்தில் கலந்து கொண்டிருந்தாள். யாரோ ஒரு ஆள் உள்ளே வந்து அம்மா கையில் அந்தக் குறிப்பைத் திணித்து விட்டுப் போனான். அந்த குறிப்பு நகர கட்சித் தலைவர் லின் ஸியாவோ ஸியாவிடமிருந்து வந்தது. இவர், மஞ்சூரியாவின் கம்யூனிஸ்ட் படைகளை முன்நின்று நடத்திய தலைமை ஜெனரல் லின்-பியாவோ என்பவரின் சகோதரி மகன். அந்தக் குறிப்பில் இவ்வாறு எழுதப்பட்டிருந்தது: ‘மாகாணப் பொறுப்பாளர்கள் சம்மதம் தெரிவித்து விட்டார்கள். எந்தக் கூட்ட நாட்டத்திலும் ஈடுபட்டுக் கொள்ளாமல் விரைவாக வந்து திருமணம் செய்து கொள்ள வேண்டும்.’

அம்மா தன்னை அமைதிப்படுத்திக் கொண்டாள். அந்தக் கூட்டத்திற்கு தலைமை வகித்துக் கொண்டிருந்த பெண்மணியிடம் நேரில் சென்று அந்தக் குறிப்பைக் கொடுத்தாள். அப்பெண்மணி தலை அசைத்து போகலாம் என்று சம்மதம் தெரிவித்தாள். அம்மா நேராக அப்பாவின் இருப்பிடம் நோக்கி ஓடினாள். அம்மா இன்னும் அந்த நீல நிற ‘லெனின் சூட்’ அணிந்திருந்தாள். அது அரசு ஊழியர்கள் அணிந்து கொள்ளும் சீருடை. தொள தொள வென்றிருந்த காற்சட்டைகள் அணிந்திருந்தாள். அம்மா கதவைத் திறந்ததும் உள்ளே லின் ஸியாவோ ஸியாவும், இன்னும் பல கட்சித் தலைவர்களும், மெய்க்காப்பாளர்களும் இருப்பதைக் கண்டாள். அவர்கள் அனைவரும் இப்போதுதான் வந்திருப்பது போலத் தெரிந்தது. டாக்டர் ஸியாவை அழைத்து வர வீட்டிற்கு வாகனம் அனுப்பி இருப்பதாக அப்பா கூறினார். ‘உன் மாமியாரை அழைக்கவில்லையா?’ என்று லின் கேட்டார். அப்பா எதுவும் பேசாமல் அமைதியாக இருந்தார். ‘அது நன்றாக இருக்காதே’ என்று லின் சொல்லிவிட்டு பாட்டியை அழைத்து வர அவரே இன்னொரு வாகனம் அனுப்ப ஏற்பாடு செய்தார். அம்மாவுக்கு வருத்தமாகப் போய்விட்டது. ஆனால், பாட்டிக்கு கோமிங்டாங் உளவுத்துறையோடு இருந்த தொடர்பால், அப்பாவுக்கு இப்படி விருப்பமில்லாமல் போய் விட்டது என்று எண்ணிக் கொண்டாள். ‘இதில் அம்மாவின் தப்பு என்ன இருக்கிறது?’ என்றுதான் அம்மா இன்னும் நினைத்துக் கொண்டிருந்தாள். ஆனால், அப்பாவைப்

பாட்டி நடத்தியதின் விளைவாகத்தான் அப்பா இப்படி நடந்து கொள்கிறார் என்று அம்மாவுக்கு தோன்றவில்லை.

அது ஒரு திருமணச் சடங்கு, சம்பிரதாயம் என்று சொல்ல முடியாது. பலர் வந்திருந்தனர். தம்பதியர்களை வாழ்த்துவதற்காக டாக்டர் ஸியா வந்திருந்தார். எல்லாரும் வட்டமாக அமர்ந்து விருந்து உண்டனர். அது நகர கட்சிக் கமிட்டி ஏற்பாடு செய்திருந்த நண்டு கறி விருந்து. பொதுவாகத் திருமணங்களை சிக்கனமாகச் செய்து முடிக்க வேண்டுமென்று கம்யூனிஸட் முயற்சி எடுத்தது. வழக்கமாக திருமணங்கள் தகுதிக்கு மீறி ஆடம்பரமாகச் செலவு செய்து நடத்தப்பட்டு வந்தன. திருமணத்திற்கு ஆடம்பரமாகச் செலவு செய்து நொடித்துப் போனது அங்கு ஒன்றும் புதிது அல்ல. யான்'ஆன் நகரில் நடந்து வந்த திருமணங்களில் பரிமாறப்பட்டது போல, அப்பாவும் அம்மாவும் தங்கள் திருமணத்திலும் பேரீச்சம்பழங்களும், நிலக்கடலைப் பருப்பும் பரிமாறினார்கள். அத்துடன் உலர் பழங்களும் பரிமாறப்பட்டன. அங்கு பரிமாறப்பட்டவை அனைத்தும் தலைமுறை தலைமுறையாக மனித உறவுகள் ஒற்றுமைப்படுவதை உணர்த்தும் அடையாளமாக இருந்தன. சிறிது நேரத்தில் டாக்டர் ஸியாவும், வந்திருந்த விருந்தினரும் விடை பெற்றுச் சென்றார்கள். பெண்கள் கழக உறுப்பினர்கள் அனைவரும், தங்கள் கூட்டத்தை முடித்து விட்டு, தாமதமாக வருகை புரிந்தார்கள்.

டாக்டர் ஸியாவுக்கும் பாட்டிக்கும் இத்திருமணம் பற்றி எதுவும் தெரியாது. முதலாவதாக அனுப்பப்பட்ட வாகன ஓட்டுநரும் சொல்லவில்லை. இரண்டாவது வாகனம் வந்த போதுதான், தன் மகள் திருமணம் செய்து கொள்ளப் போகிறாள் என்ற தகவல் பாட்டிக்கு தெரிய வந்தது. பாட்டி அங்கே விரைந்து சென்று, ஜன்னல் வழியாகப் பார்த்தாள். பெண்கள் கழக உறுப்பினர்கள் அவர்களுக்குள் ஏதோ முணுமுணுத்துக் கொண்டிருந்தனர். பின்பு, பின்புறக் கதவு வழியாக அவர்கள் வெளியேறினார்கள். பின் அப்பாவும் அங்கிருந்து புறப்பட்டு விட்டார். அழுகை வெடிக்கும் விளிம்பில் அம்மா இருந்தாள். கழகப் பெண்கள் அம்மாவை நோகடித்தனர். பாட்டிக்கு கோமிங்டாங் உளவுப் பிரிவோடு தொடர்பு இருந்தது என்றதால் மட்டுமல்ல. பாட்டி ஆசை நாயகியாக இருந்தாள் என்ற காரணத்தாலும் அவளை நோகடித்துப் பேசினார்கள். கம்யூனிஸ்ட் பெண்கள் பத்தாம் பசலித்தனத்திலிருந்து விடுவிக்கப்பட்டிருந்தாலும், படிப்பறிவில்லாத விவசாயக் குடும்பப் பின்னணியிலிருந்து வந்த பெண்கள் என்பதுதான் உண்மை. இன்னும் தங்கள் பழைய பழக்க வழக்கங்களை மாற்றிக் கொள்ளவில்லை.

நல்ல பெண்கள் ஆசை நாயகிகளாக ஆக ஒருபோதும் சம்மதிக்க மாட்டார்கள் என்பது இப்பெண்களின் அபிப்ராயம். ஒரு மனைவிக்கு உள்ள அந்தஸ்து ஆசை நாயகிக்கும் இருக்கிறது என்றும், ஆசை நாயகி விரும்பாத போது அந்தத் 'திருமணத்திலிருந்து' விலகிக் கொள்ளலாம் என்றும் கம்யூனிஸ்ட் அறுதியிட்டுப் பிரகடனப்படுத்தியிருந்தும், பெண்கள் இன்னும் பிற்போக்குத் தனத்தில்தான் இருக்கிறார்கள். 'பெண்கள் கழக' உறுப்பினர்களாகிய இந்தப் பெண்கள்தான்,'பெண்கள் விடுதலை' என்னும் கட்சிக் கொள்கையை நிலைநிறுத்தப் போகிறார்கள்!

அம்மா பாட்டியிடம் பேசிக் கொண்டே ஆடைகளை மாற்றிக் கொண்டாள். பணிக்கு செல்ல வேண்டியுள்ளதாகப் பாட்டியிடம் அம்மா கூறினாள். 'கம்யூனிஸ்ட்கள் திருமணத்திற்கென்று யாருக்கும் விடுமுறை கொடுப்பதில்லை. உண்மையில் நானும், தொடர்ந்து வேலைக்குப் போகப் போகிறேன்' என்றாள் அம்மா. திருமணச் சடங்கு போன்ற பெரிய விவகாரங்களில் கம்யூனிஸ்ட்கள் ஏனோதானோ என்று முடிவு எடுப்பது முற்றிலும் மாறுபட்டது. பழமை சார்ந்த பல விதிகளை இவர்கள் தகர்த்து எறிந்து விட்டார்கள். அதில் இந்தத் திருமணமும் ஒன்று என்று பாட்டி எண்ணினாள்.

தற்சமயம், மில் தொழிற்சாலையில் வேலை செய்யும் பெண்களுக்கு எழுதப் படிக்கச் சொல்லிக் கொடுப்பதும், ஆண்களுக்குப் பெண்கள் சமம் என்ற உண்மையை உணர்த்துவதும்தான் அம்மாவின் தலையாய பணிகளில் ஒன்று. இந்த மில் தொழிற்சாலைதான் ஜப்பானியர்கள் வசமிருந்தபோது அம்மா வேலை செய்த தொழிற்சாலை. இது இன்னும் தனியார் வசம்தான் இருந்தது. அந்த மில்லில் வேலை செய்த தொழிலாளர்களைக் கண்காணிக்கும் பொறுப்பில் இருந்தவர்களில் ஒருவர், பெண்களை அடிக்க வேண்டுமென்று தோன்றுகிறபோதெல்லாம் அவர் கூப்பிட்டு அடிப்பது அவர் வழக்கமாம். அந்த மனிதரை முதலில் வீட்டிற்கு அனுப்பியது அம்மாவின் சாதனைதான். அது மட்டுமல்லாது ஃபோர்மன் என்ற ஓர் ஆண் வகிக்கும் பதவிக்கு ஒரு பெண் தேர்ந்தெடுக்கப்பட்டதற்கும் அம்மாதான் காரணம். இந்தச் சாதனைக்காக அம்மாவுக்கு கிடைக்க வேண்டிய மரியாதை வேறு ஒரு காரணத்தை முன்னிட்டு, கழகத்தின் அதிருப்தியால் தடங்கலாக்கப்பட்டது.

படை வீரர்களுக்கு காலணிகள் தயாரித்துக் கொடுக்கும் பொறுப்பு பெண்கள் கழகத்திற்கு கொடுக்கப்பட்டது. அம்மாவுக்கு இந்த வேலை தெரியாததால், பாட்டியின் உதவியையும், பாட்டியின்

சகோதரியின் உதவியையும் நாடினாள். வேலைப்பாடுகளுடன் கூடிய காலணிகள் தயாரிக்கப்பட்டன. அம்மாவுக்கு கொடுக்கப்பட்ட எண்ணிக்கையை விடக் கூடுதலாகச் செய்யப்பட்ட அழகான காலணிகளை பெண்கள் கழகத்தின் முன் அம்மா சமர்ப்பித்தாள். ஆனால் ஆச்சரியம் என்னவென்றால் அம்மா பாராட்டப்படுவதற்குப் பதிலாக, ஒரு குழந்தையைப் போல மோசமாக வசை மொழி வாங்கிக் கட்டியிருக்கிறாள். இந்த உலகத்தில் செருப்பு தயாரிக்கத் தெரியாத ஒருத்தியும் இருப்பாளா என்று கழக பெண்மணி ஒருவரால் நினைத்துக் கூடப் பார்க்க முடியவில்லை. இது எப்படி இருந்தது என்றால், ஒரு மனிதனுக்கு சாப்பிடத் தெரியாது என்று சொல்வது போல இருந்தது. கழகக் கூட்டத்தில் அம்மா இது விஷயமாக கேவலமாக விமர்சிக்கப் பட்டாள்.

பெண்கள் கழக பொறுப்பாளர்களிடம் அம்மாவுக்கு நல்ல நட்புறவு இல்லை. அவர்கள் அனைவரும் வயதான, பழமைவாதிகளான விவசாயக் குடும்பப் பெண்கள். நீண்டகாலம் கொரில்லா யுத்தத்தில் போராடி அலுத்துப் போனவர்கள். அம்மாவைப் போல படித்த, கம்யூனிஸ்ட் ஆண்களை கவரக் கூடிய, நகரத்துப் பெண்களை அவர்களுக்குப் பிடிக்காது. கம்யூனிஸ்ட் கட்சியில் சேர்ந்து கொள்ள அம்மா விண்ணப்பித்தாள். அதற்கு அம்மா தகுதி இல்லாதவள் என்று நிராகரித்து விட்டார்கள்.

அம்மா வீட்டிற்குப் போய்விட்டு வருகின்ற ஒவ்வொரு முறையும் கழகத்திலிருந்து ஏதாவது ஒரு வசைமொழி அம்மாவுக்கு இருந்தது. ‘அதிகமான குடும்பப் பற்று உள்ளவள்’ என்ற குற்றச்சாட்டு அம்மாவின்மீது சுமத்தப்பட்டது. இது ‘பூர்ஷ்வா மனப்பான்மை’ என்று கழகம் அம்மா மீது முத்திரை குத்தியது. அதனால் அம்மா, பெற்ற தாயைப் பார்ப்பதைக்கூட மிக மிகக் குறைத்து விட்டாள்.

‘எந்த புரட்சியாளரும் சனிக்கிழமை தவிர இரவுப் பொழுதுகளில் கட்சி அலுவலகத்திற்கு வெளியில் தங்கக்கூடாது’ என்று எழுதப்படாத விதி ஒன்று அப்போது கட்சியில் இருந்தது. பெண்கள் கழகம்தான் அம்மாவுக்கு ஒதுக்கப்பட்ட தூங்கும் இடம். அப்பா தூங்குமிடம் அடுத்ததுதான். இரண்டையும் ஓர் உயரமில்லா மண் சுவர் ஒன்று பிரித்து வைத்திருந்தது. இரவு நேரத்தில் அந்தக் கட்டைச் சுவர்மீது ஏறிக் குதித்து, அடுத்துள்ள சிறிய தோட்டத்தைக் கடந்து அப்பாவின் அறைக்கு அம்மா சென்று விடுவாள். விடிவதற்கு முன்னால் திரும்பி வந்து விடுவாள். இந்த விஷயம் ஒருநாள் வெளிச்சத்திற்கு வந்து விட்டது. கட்சிக் கூட்டங்களில் அம்மாவும் அப்பாவும் மோசமாக விமர்சனம் செய்யப்பட்டார்கள். கம்யூனிஸ்ட் கட்சியினர் ஒரு மாபெரும் புத்தாக்கத்தை கொண்டு வந்தனர். இது

நிறுவனங்கள் சார்ந்த புத்தாக்கம் அல்ல. இது மனித வாழ்க்கையில் - 'புரட்சியில் பங்கெடுத்துக் கொண்ட மனிதர்களின்' வாழ்க்கையில் கொண்டு வந்த ஒரு புத்தாக்கம். தனி நபருக்கு என்று எதுவும் இல்லை. சொந்தக் கருத்து என்று எதுவும் இல்லை. அது கட்சி சார்ந்தது. இனிமேல் தனக்கென்று ஒரு பொருளோ அல்லது ஓர் அபிப்ராயமோ கிடையாது. சிறிய விஷயங்கள் கூட அரசியல் முத்திரை குத்தப்பட்டு பெரிதாக்கப்பட்டது. கட்சிக் கூட்டங்களே நீதிமன்றங்களாயின. அதுவும் கம்யூனிஸ்ட்களின் தனி மனித விருப்பு வெறுப்புக்கு ஏற்றவாறே தீர்ப்புகள் அமைந்தன.

அப்பா வாய்மொழியாகத் தன்னிலை விளக்கம் கொடுத்தார். அம்மா எழுத்து மூலம் விளக்கமளித்தாள். 'காதலுக்கு முன்னுரிமை கொடுக்கலாம். ஆனால் புரட்சி என்று வருகின்றபோது காதலைத் தவிர்த்துவிட்டு புரட்சிக்கே முன்னுரிமை கொடுக்க வேண்டும்' என்று அம்மாவுக்கு அறிவுறுத்தப்பட்டது, அம்மாவுக்கு அது தவறாகப் பட்டது. ஒருத்தி ஒரு இரவு தன் கணவனோடு தங்கிவிட்டாள் என்றால், அதனால் புரட்சிக்கு என்ன பொல்லாப்பு வந்து விடப் போகிறது? அந்தப் பகுப்பாய்வு கொரில்லா காலத்தில் ஒரு விதிக்கு வேண்டுமானால் அது பொருந்தும். அனால் இப்போது அது பொருந்தாது. அம்மா தன்னிலை விளக்கம் எழுதிக் கொடுக்க விரும்பவில்லை. அப்பா எழுதிக் கொடுப்பதையும் விரும்பவில்லை. 'புரட்சி இன்னும் வெற்றி பெறவில்லை. யுத்தம் இன்னும் நடந்து கொண்டிருக்கிறது. விதியை மீறி விட்டோம். தவறுகளை ஏற்றுக்கொள்ள வேண்டும். ஒரு புரட்சிக்கு இரும்பு போன்று வளைக்க முடியாத விதிமுறைகள் வேண்டும். உன்னால் புரிந்து கொள்ள முடியாவிட்டாலும் சரி, கட்சிக்கு கட்டுப்பட்டுத்தான் செயல்பட வேண்டும்' என்று அப்பா அம்மாவுக்கு ஆலோசனை கூறினார்.

இதன்பிறகு ஒரு சோகச் சம்பவம் நடந்தேறியது. ஹார்பின் நகரின் பிரதிநிதியாக இருந்த கவிஞர் பியான் என்பவன் அம்மாவின் நெருங்கிய நண்பனாக இருந்தான். இவன் ஒருமுறை தற்கொலை செய்து கொள்ள முயன்றான். 'இளம்பிறை' பள்ளியின் கல்வியாளராக விளங்கிய ஹயு ஷி என்பவனின் சீடனாக இவன் இருந்தான். பின்னாளில் இந்த ஹயு ஷி அமெரிக்க ஐக்கிய நாடுகளின் கோமிங்டாங் தூதுவனாக பொறுப்பேற்றான். அப்பள்ளி கலை, இலக்கியம், கவிதை ஆகியவற்றின் மீது கவனம் செலுத்தியது. குறிப்பாக ஆங்கிலக் கவிஞர் கீட்ஸ் மீது அதிகக் கவனம் செலுத்தியது. யுத்தம் நடந்த நேரத்தில் பியான் கம்யூனிஸ்ட் இயக்கத்தில் சேர்ந்து கொண்டான். பிறகு அவனுடைய கவிதைகள்

புரட்சிக்கு இணக்கம் இல்லாததாகக் கருதப்பட்டது. கட்சியின் பரப்புரைக்குதான் அவனது கவிதை தேவைப்பட்டது. அவன் இதை மனதளவில் ஓரளவு ஏற்றுக் கொண்டிருந்தாலும், அவனது மனவெழுச்சி அத்தனையும் படைப்பாக வர முடியவில்லை என்று மனமுடைந்து சோர்ந்து விட்டான். மீண்டும் தன்னால் எழுத முடியாது என்ற எல்லைக்கு வந்து விட்டான். இருப்பினும் 'எனக்கு கவிதை இல்லையேல், எனக்கு வாழ்க்கையும் இல்லை' என்று சொன்னான்.

அவனுடைய தற்கொலை முயற்சி கட்சியை அதிர்ச்சியடைய வைத்து விட்டது. எவனொருவன் கட்சிக்குள் வந்து, அதன்பிறகு கட்சியின் தாராளக் கொள்கை கண்டு ஏமாந்து போகிறானோ, அவனெல்லாம் தற்கொலைக்கு தள்ளப்படுகிறான் என்று மக்கள் எண்ணிக் கொள்ளும் நிலை வந்தால், அது கட்சிக்கு மிகுந்த தாக்கத்தை ஏற்படுத்தும். ஜிங்குவில் உள்ள கட்சி அலுவலர்களின் குழந்தைகள் படிக்கும் பள்ளியில் பியான் ஆசிரியராக வேலை செய்தான். அப்பகுதியின் பெரும்பாலான மக்கள் படிப்பறிவில்லாத பாமரத்தனமாக இருந்தனர். கட்சி அப்பள்ளியில் ஒரு விசாரணையை மேற்கொண்டு ஒரு முடிவுக்கு வந்தது; அம்மாவின் மீது கொண்டிருந்த ஒரு தலைக்காதல் நிறைவேறாததால், பியான் தற்கொலை முயற்சியில் ஈடுபட்டான். அம்மா, பியானை நேசிப்பதாகக் கூறி, அதன்பின், அம்மாவுக்கு அதைவிடச் சிறந்த பம்பர் பரிசு போன்ற அப்பா கிடைத்தவுடன் அவனைக் கை கழுவி விட்டதாக பெண்கள் கழக விமர்சனக் கூட்டத்தில் பேசப்பட்டது. அம்மாவுக்கு ஆத்திரம் தலைக்கேறியது. இப்படி நாக்கில் நரம்பில்லாமல் பேசுவதற்கு என்ன ஆதாரம் இருக்கிறது என்று அம்மா கேட்டாள். அவர்களுக்கு எந்த ஆதாரத்தைக் காட்ட முடியும்?

இந்த விஷயத்தில் அப்பாவின் ஆதரவு அம்மா பக்கம்தான் இருந்தது. ஹார்பின்னுக்கு சுற்றுலா சென்றிருந்தபோது, பியானும் அம்மாவும் சந்தித்துக் கொண்டபோதுகூட, அம்மா, அப்பாவைத்தான் காதலித்தாள். அந்தக் கவிஞரை அல்ல என்று அப்பாவுக்கு நன்கு தெரிந்திருந்தது. பியான், அவனுடைய கவிதைகளை அம்மாவுக்கு வாசித்துக் காட்டிக் கொண்டிருந்ததை அப்பா பார்த்தார். அம்மா அவனுடைய கவிதைகளை ரசித்ததும் அப்பாவுக்குத் தெரியும். ஆனால் அதில் எந்தத் தவறும் இருப்பதாக அப்பா நினைக்கவில்லை. ஆனால் வதந்திகளைக் கிளப்பிவிடும் பெண்களின் வாயைக் கட்ட அப்பாவாலும் முடியவில்லை; அம்மாவாலும் முடியவில்லை. கழக உறுப்பினர்களாக இருந்த பெண்கள் பழி பாவத்துக்கு அஞ்சாதவர்களாக இருந்தனர்.

'காதல் பற்றிய பேச்சு'

இந்த வதந்தியின் உச்சகட்டம் என்னவென்றால், ஹூ கே- வின் சார்பாக அம்மா செய்திருந்த மேல் முறையீடு நிராகரிக்கப்பட்டு விட்டது. அதனால் அம்மா மனமுடைந்து போனாள். அம்மா ஹூ-கே-வுக்கு வாக்குறுதி அளித்திருந்தாள். அம்மா அவனைத் தவறாக வழிநடத்தி விட்டோமோ என்று யோசித்தாள். அம்மா தவறாது சிறைக்கு சென்று அவனைப் பார்த்து வந்தாள். ஒவ்வொரு முறையும் அவனுடைய வழக்கு சீராய்வு செய்யப்படுவதற்கு அவள் எடுத்துக் கொண்டிருக்கும் முயற்சிகளை அவனிடம் கூறி வந்தாள். கட்சி அவனைக் கண்டுகொள்ளாமல் அப்படியே விட்டுவிடும் என்பதை அம்மாவால் நினைத்துக்கூடப் பார்க்க முடியவில்லை. அம்மா எதார்த்தமாக, நல்ல எண்ணத்துடன் அவனை ஊக்கப்படுத்த முயற்சி எடுத்து வந்தாள். ஆனால் இந்த முறை, அம்மாவைச் சிவந்த கண்களோடும், நம்பிக்கை இழந்த முகத்தோடும் கண்டபோது, அவனும் நம்பிக்கை இழந்து வாடி நின்றான். அவர்கள் இருவரும் சேர்ந்து அழுதார்கள். இவர்கள் அழுது கொண்டிருந்தது சிறைக் காவலர்களின் கண்களில் பட்டது. இவர்கள் இருவருக்குமிடையே ஒரு மேஜை இருந்தது. அந்த மேஜை மீது கை வைத்துக் கொண்டு அழுது கொண்டிருந்தார்கள். ஹூ-கே அம்மாவின் கரங்களைப் பற்றினான். அம்மா தன் கரங்களை அவனிடமிருந்து விடுவித்துக் கொள்ளவில்லை.

அம்மா சிறைக்கு சென்று வந்து கொண்டிருந்த தகவல் அப்பாவின் காதுகளுக்கு எட்டியது. ஆரம்பத்தில் அப்பா ஒன்றும் சொல்லவில்லை. அம்மாவின் இக்கட்டானநிலை கண்டு அம்மாமீது பரிதாபப்பட்டார். ஆனால் நாளாக நாளாக அப்பா ஆத்திரம் கொண்டார். பியானின் தற்கொலை முயற்சி பற்றிய பேச்சு சூடு பிடித்துக் கொண்டிருக்கும் இந்த நேரத்தில், அம்மாவுக்கு கோமிங்டாங் கர்னலோடு தொடர்பு இருக்கிறது என்ற தகவலும், அவர்கள் இப்போதும் தேன் நிலவு கொண்டாடி வருகிறார்கள் என்ற தகவலும் அப்பாவுக்கு எரிச்சலூட்டியது. அப்பாவுக்கு ஆத்திரம் எல்லை மீறியது. ஆனாலும் இவருடைய சொந்த விருப்பு வெறுப்பைக் கொண்டு எந்த முடிவும் எடுக்க முடியாது. கர்னல் பற்றி கட்சி எடுக்கும் முடிவுதான் இவரது முடிவு. ‘கோமிங்டாங் மீண்டும் ஆட்சியைப் பிடித்தால், அதன் அதிகாரத்தை நிலை நிறுத்த ஹூ-கே மாதிரி ஆட்கள் முதல் ஆளாக இருப்பார்கள்’ என்றார் அப்பா. அதுபோன்ற ஆபத்தை கம்யூனிஸ்ட் செய்யாது. நம்முடைய புரட்சி வாழ்வா சாவா என்ற நிலையில் உள்ளது என்றார். ஹூ-கே எப்படி யெல்லாம் கம்யூனிஸ்ட்க்கு உதவி இருக்கிறான் என்று அம்மா எடுத்துச் சொல்ல முயற்சி எடுத்தபோது, அம்மா அடிக்கடி அவனை சிறையில் சென்று பார்த்ததால் அவன்

ஒன்றும் நல்லவன் ஆகி விடவில்லையே, கைகளைப் பிணைத்துக் கொள்வதில்தானே முடிந்திருக்கிறது என்று அப்பா பதில் சொன்னார். கன்ஃபூஷியஸ் காலத்திலிருந்து, ஓர் ஆணும் பெண்ணும் பொது இடங்களில் தொட்டுக் கொள்வதாக இருந்தால், அவர்கள் இருவரும் திருமணம் செய்து கொண்டிருக்க வேண்டும், அல்லது இருவரும் காதலர்களாகவாவது இருக்க வேண்டும். அப்படியே இருந்தாலும், அது மிகவும் அபூர்வமாகத்தான் இருக்கும். அம்மாவும் ஹூ-கே யும் கரங்களைப் பிணைத்துக் கொண்டிருந்தார்கள் என்ற உண்மை, அவர்கள் இருவரும் காதலர்கள் என்பதற்கான ஆதாரமாக எடுத்துக் கொள்ளப்பட்டது. அத்துடன் அவன் கம்யூனிஸ்ட்களுக்கு செய்த சேவை 'சரியான' காரணங்களின் அடிப்படையில் செய்யவில்லை என்றும் எடுத்துக் கொள்ளப்பட்டது. அப்பா கூறிய காரணங்களை மறுப்பது கடினம் என்று அம்மா புரிந்து கொண்டாள். ஆனால், இதனால் அம்மா மனமுடைந்து நம்பிக்கை இழந்து விடவில்லை.

அம்மாவால் உணரப்பட்ட இந்த சிக்கலான மிகைப்படுத்தப்பட்ட நிலை அவளைச் சுற்றியுள்ள அவளது உறவினர்களுக்கும் மற்றும் பல பெண்களுக்கும் நடந்து கொண்டிருக்கும் நிகழ்வாகத்தான் இருந்தது. கம்யூனிஸ்ட் வந்தபோது, யாரேனும் கோமிங்டாங்குக்கு வேலை செய்தவர்கள் இருந்தால் உடனடியாக எங்களுக்கு தகவல் தெரிவிக்க வேண்டும் என்று அறிவுறுத்தியது. அம்மாவின் மாமா யூ-லின் கோமிங்டாங்குக்காக வேலை செய்ததே இல்லை. ஆனால் அதன் உளவுப்பிரிவு அடையாள அட்டை ஒன்று வைத்திருந்தார். இத்தகவலை புதிதாகப் பொறுப்பேற்றுள்ள அதிகாரிகளுக்கு தெரிவிக்க வேண்டும் என்பதை உணர்ந்து கொண்டார். ஆனால் அவருடைய மனைவியும், என்னுடைய பாட்டியும் அவ்வாறு செய்ய வேண்டாம் என்று தடுத்து விட்டார்கள். ஆனால் உண்மையைச் சொல்லி விடுவதுதான் உகந்தது என்று அவர் எண்ணினார். அதனால் அவர் மிகவும் தர்ம சங்கடமான நிலையில் இருந்தார். அவராக இதைச் சொல்லாமல், கம்யூனிஸ்ட் அவரைப் பற்றிய உண்மைகளைக் கண்டுபிடித்து விட்டால், அவரின் நிலைமை பரிதாபத்திற்கிடமாகிவிடும். ஆனால் அவரே முன்வந்ததால், அவரே சந்தேகப்படுவதற்கான காரணங்களுக்கு உள்ளாகி விட்டார்.

கட்சியின் தீர்ப்பு: 'கடந்த காலக் கட்சிக் களங்கம் அவருக்கு இருக்கிறது. அதற்கு தண்டனை ஏதுமில்லை. ஆனால் கட்சிக் கட்டுப்பாட்டின் கீழ் வேலை செய்ய வேண்டும்.' இந்தத் தீர்ப்பு நீதி மன்றத்தால் வழங்கப்படவில்லை. கட்சிக்குழு உறுப்பினர்களால் வழங்கப்பட்டது. இதனுடைய பொருள் சரியாகப் புரியவில்லை.

ஆனாலும், இதனால், ஒரு 30 ஆண்டு காலத்திற்கு, அரசியல் சூழல்களையும், கட்சியின் தலைவர்களையும் சார்ந்து யூ-லின்னின் வாழ்க்கை நிலை அமைந்திருக்க வேண்டும். அந்த நாட்களில் மற்ற கம்யூனிஸ்ட் தலைமையிடங்களைக் காட்டிலும், ஜிங்கு கம்யூனிஸ்ட் தலைமையிடம் கொஞ்சம் நீக்குப் போக்குடன் நடந்து கொண்டதால், இவர், டாக்டர் ஸியாவின் மருந்துக்கடையில் வேலை செய்ய அனுமதிக்கப்பட்டார்.

பாட்டியுடைய சகோதரியின் கணவன் 'விசுவாசம்' பி-யோ, வேளாண் பண்ணையில் வேலை செய்ய வேண்டுமென்ற தண்டனையுடன் நாட்டுபுறத்திற்கு அனுப்பப்பட்டார். அவர் மீது எந்தக் கொலைக்குற்றமும் இல்லை. அதனால் அவர் 'கண்காணிப்பு வளையத்திற்குள்' இருக்க வேண்டும் என்ற தீர்ப்பு வழங்கப்பட்டது. சிறையில் அடைப்பதற்கு பதிலாக, அவர் தப்பிவிடாமல் மக்கள் கவனித்துக் கொள்வார்கள் என்பது அதன் பொருள். அவர் குடும்பத்தாரும் அவர் போகும் இடத்திற்குப் போகலாம். அவர்கள் புறப்படுமுன், 'விசுவாசம்' மருத்துவமனைக்கு செல்ல வேண்டியிருந்தது. அவர் இரகசிய நோயை இழுத்துக் கொண்டிருந்தார். இரகசிய நோய்களை முற்றிலும் ஒழித்து விட வேண்டும் என்று கம்யூனிஸ்ட் கட்சி பிரச்சாரம் செய்து கொண்டு வந்தது.

'கண்காணிப்பின் கீழ்' மேற்கொள்ளப்பட்ட அவரது பணி மூன்று ஆண்டுகள் வரை நீடித்தது. நன்னடத்தையில் விடுதலை செய்யப்பட்ட கைதி செய்வது போல இவனது வேலைகள் அமைந்திருந்தன. கண்காணிப்பின் கீழ் இருக்கும் கைதிகள் ஒரு வகை சுதந்திரம் அனுபவித்தார்கள். ஆனால், அவர்கள், ஒரு குறிப்பிட்ட கால இடைவெளியில் தாங்கள் செய்தவைகள் பற்றியும், தாங்கள் செய்ய எண்ணியுள்ளவைகள் பற்றியும், காவல் துறைக்கு ஒரு விபரமான அறிக்கை சமர்ப்பிக்க வேண்டும். அவர்கள் காவல் துறையால் இரகசியமாக இல்லாமல் வெளிப்படையாகக் கண்காணிக்கப்பட்டு வந்தார்கள்.

அவர்களது முறையான கண்காணிப்பு காலம் முடிந்தபிறகு, எளிமையான கண்காணிப்பு வளையத்துக்குள், அதாவது யூ-லின் போன்ற மக்கள் இருக்கக்கூடிய எளிமையான கண்காணிப்பு வளையத்துக்குள் வருவார்கள். ஒரு பொதுவான முறை என்னவென்றால் அக்கம்பக்கத்திலுள்ள, இதற்கென்று குறிக்கப்பட்ட இரண்டு தனித்தனி நபர்களால் கண்காணிக்கப் படும் முறை. இவர்களுக்கு 'இரண்டு யோக்கியர்களுக்கிடையில் ஒரு அயோக்கியன்' என்ற பெயர் வழங்கி வந்தது. குடியிருப்போர்

சங்கத்திலிருந்து இதற்கென்று தேர்வு செய்யப்பட்ட சில நபர்கள் அந்த அயோக்கியனைப் பற்றி விவரங்களும் தகவல்களும் அளிக்க அவர்களுக்கு அனுமதிக்கப்பட்டது. மக்கள் மன்றத் தீர்ப்பு மிகச் சரியான தீர்ப்பு. இதுவே ஆட்சியின் ஒரு முக்கியக் கருவியாக எடுத்துக் கொள்ளப்படுகிறது. ஏனென்றால், அரசு ஒழுங்கான முறையில் செயல்பட மக்கள் மன்றத் தீர்ப்பு, செயல்பாடு மிக்க மனிதர்களின் ஆலோசனையையும் ஆதரவையும் பெற்றுக் கொண்டதுண்டு.

உளவுத்துறை அதிகாரியாக இருந்த ஜுக் அம்மாவுக்கு ஆசிரியையாக இருந்த ஜப்பான் நாட்டைச் சேர்ந்த செல்வி தணக்கா என்பவளைத் திருமணம் செய்து கொண்டான். உழைத்து பிழைக்க வேண்டும் என்பது இவனுக்கு வழங்கப்பட்ட தண்டனை. இவன் சீனாவின் கடைக்கோடி எல்லைக்கு தண்டனை அனுபவிக்க அனுப்பப்பட்டான். இவனுடன் இன்னும் பல கோமிங்டாங் அதிகாரிகளும் அனுப்பப்பட்டனர். 1959-ல் பொது மன்னிப்பின் கீழ் விடுதலை செய்யப்பட்டான். அவன் மனைவி மீண்டும் ஜப்பானுக்கே திருப்பி அனுப்பப்பட்டு விட்டாள். சோவியத் யூனியனைப் போல, சிறைத் தண்டனை பெற்ற எல்லாரும் சிறைச்சாலைக்கு அனுப்பப்படவில்லை. ஆபத்தான இடங்களில் கடினமான வேலை செய்வதற்கும், மிக மோசமான மாசுபடுத்தப்பட்டுள்ள இடங்களில் வேலை செய்வதற்கும் அனுப்பப்பட்டார்கள்.

உளவுத்துறையில் வேலை செய்தவர்கள் உட்பட, பல கோமிங்டாங் முக்கியப் பணியாளர்கள் தண்டிக்கப்படவில்லை. அம்மா படித்த பள்ளியின் மேற்பார்வையாளர், கோமிங்டாங்கின் மாவட்ட செயலாளர் ஆக இருந்தவர். ஆனால், இவர், அம்மா உட்பட, பல கம்யூனிஸ்ட்களின் உயிரைக் காப்பாற்றியதற்கான ஆதாரமும், பல கம்யூனிஸ்ட் ஆதரவாளர்களின் உயிர்களைக் காப்பாற்றியதற்கான சாட்சியங்களும் இருந்தன. ஆகவே இவர் விடுதலை செய்யப்பட்டார்.

கோமிங்டாங் உளவுத்துறைக்காக பணி ஆற்றிய பள்ளித் தலைமை ஆசிரியையும் இன்னும் இரண்டு ஆசிரியைகளும் எப்படியோ மறைவாக இருந்து வந்தனர். இறுதியாக அவர்கள் தாய்வான் நாட்டுக்கு தப்பிச் சென்று விட்டார்கள். அம்மாவின் கைதுக்கு காரணமாக இருந்த அரசியல் மேற்பார்வையாளர் யாவோ-ஹான் என்பவனும் அவ்வாறே தப்பி விட்டான்.

உயர் பதவி வகித்த ஜெனரல்களையும், கடைசிப் பேரரசரான பு-யி போன்றவர்களையும் கம்யூனிஸ்ட்கள் விட்டு விட்டார்கள். காரணம், அவர்கள் கட்சிக்கு தேவைப்பட்டார்கள். 'சின்ன சின்ன சியாங் காய்-ஷெக்குகளை கொன்று விடுவோம். பெரிய பெரிய சியாங் காய்-ஷெக்குகளை கொல்ல வேண்டாம்' இது மாவோவின் அரசியல் கொள்கை. பு-யி போன்றவர்களை உயிரோடு விட்டு வைப்பது, வெளிநாட்டவர் மத்தியில் கம்யூனிஸ்ட்களுக்கு வரவேற்பை ஏற்படுத்தும் என்று மாவோ காரணம் கூறினார். இந்தக் கருத்து பற்றி நேரடியாக எதிர்ப்புக் காட்டாவிட்டாலும் பொதுமக்கள் மத்தியில் இது மனநிறைவற்ற கருத்தாகவே நிலவி வந்தது.

அம்மாவின் குடும்பத்திற்கு பெரும் துயர் வந்த நேரம் அது. அம்மாவின் மாமா யூ-லின், சிறிய தாயார் லான் இவர்களின் எதிர்காலம், லானின் கணவனான 'விசுவாசம்' என்பவரோடு பிண்ணிப் பிணைந்திருந்ததால், அவர்கள் இனி என்ன செய்வதென்று குழப்பத்திலும் தனிமைப்படுத்தப்பட்டும் இருந்தனர். ஆனால், அம்மாவின் இதயத்தின் ஒரு மூலையில் கோமிங்டாங் மீது ஓர் அழுத்தமான அபிமானம் இருந்தது என்று அடுத்தடுத்து தன்நிலை விளக்கம் எழுதிக் கொடுக்க வேண்டுமென்று பெண்கள் கழகம் அம்மாவுக்கு ஆணையிட்டது.

சிறையிலிருந்த ஹூ-கே யை அம்மா அடிக்கடி பார்க்கச் சென்று வந்து கொண்டிருந்தாள். இவ்வாறு பெண்கள் கழக அனுமதி இல்லாமல் அவனைப் பார்க்கச் சென்றது தவறு என்று உணர்த்தி மேற்கொண்டு அவ்வாறு செல்லாமல் தடுத்து நிறுத்தப்பட்டாள். அவ்வாறு அனுமதி பெற வேண்டுமென்று யாரும் அம்மாவுக்குச் சொல்லவில்லை. 'புரட்சி இயக்கத்திற்கு புதிதாக வந்தவர்களை' அவர்கள் விருப்பத்திற்கு விட்டு விட வேண்டும் என்ற ஒரே காரணத்தினால், அம்மா சிறைக்கு சென்று அவனைப் பார்ப்பதற்கு கழகம் எந்தத் தடையும் விதிக்கவில்லை. சுய கட்டுப்பாடு, ஒழுக்கம் என்ற எல்லையை அடைவதற்கு அம்மாவுக்கு எவ்வளவு காலம் ஆகும் என்றும், எப்போது கட்சியின் அறிவுரைகளை கேட்கத் தொடங்குவாள் என்றும் கட்சி காத்துக் கொண்டிருந்தது. 'எவற்றிற்கெல்லாம் நான் விளக்கம் கேட்டுத் தெரிந்துகொள்ள வேண்டும்' என்று அம்மா கேட்டாள். 'எதற்கும்' என்று பதில் சொன்னார்கள். சீனக் கம்யூனிச ஆட்சியில், வரையறுத்துச் சொல்லப்படாத 'எதற்கும்', அதிகாரப்பூர்வமான அனுமதி வாங்க வேண்டிய அவசியம் அடிப்படை ஆதாரமாகி விட்டது. தாங்கள் சுயமாக எந்த முடிவையும் எடுக்க வேண்டாம் என்பதை எல்லாரும்

நன்றாகக் கற்றுக் கொண்டு விட்டார்கள் என்பதுதான் இதன் பொருள்.

தனது உலகமாகவே நினைத்து வந்த பெண்கள் கழகத்திலிருந்து அம்மா தனிமைப்படுத்தப்பட்டாள். ஹூ-கே வெளியில் வர அம்மாவைப் பயன்படுத்துகிறான் என்ற வதந்தி பரவியது. 'எப்படி ஒரு பிரச்சினைக்கு உள்ளாகி இருக்கிறாள், பாருங்கள்,' என்றும்,'எல்லாம் இவளுடைய முட்டாள்தனத்தால்தான்' என்றும், ஆண்களோடு இவளுக்கு உள்ள தொடர்புகளைப் பாருங்கள் என்றும், என்ன மனிதர்கள் இவர்கள் என்றும், எல்லாப் பெண்களும் பேசிக் கொண்டார்கள். தன்மீது குற்றம் சுமத்தும் கூட்டம் தன்னைச் சுற்றி இருப்பதாக அம்மா உணர்ந்தாள். புதிய விடுதலை இயக்கத்தில் இடம் பெற்றிருந்த தோழர்கள் எனப்பட்டவர்கள், தன் உயிரைப் பணயம் வைத்து பாதுகாத்து வந்த தன் நடத்தையையும், செயல்பாடுகளையும் சந்தேகப்பட்டு கேள்வி எழுப்பினார்கள் என்று அம்மா வேதனைப்பட்டாள். நடந்து கொண்டிருந்த பெண்கள் கழக கூட்டத்திலிருந்து வெளியேறிப் போய் திருமணம் செய்து கொண்டாள். 'காதல்தான் முதலில்' என்னும் பாவத்தைக் கட்டிக் கொண்டாள் என்றும் அம்மாவை விமர்சித்துப் பேசினார்கள். கட்சித் தலைவர்தான் தன்னைப் போக அனுமதித்ததாக அம்மா கூறினாள். 'கட்சிக் கூட்டத்திற்கு முன்னுரிமை கொடுப்பதுதான் ஒரு சிறந்த கம்யூனிஸ்டுட்க்கு உரிய மனப்போக்கு' என்று பெண்கள் அமைப்புத் தலைவி வெடுக்கென்று கூறினாள்.

பதினெட்டு வயது நிரம்பி, சமீபத்தில் திருமணம் முடிந்து, ஒரு புதிய வாழ்க்கையைத் தொடங்கப் போகிறோம் என்ற நம்பிக்கையில் ஆழ்ந்திருந்த அம்மா குழப்பமான ஒரு மனநிலையில் தனிமையில் விடப்பட்டுவிட்டதாக உணர்ந்தாள். எது சரி, எது தவறு என்ற தன்னுடைய உறுதியான முடிவில் அம்மா ஆழ்ந்த நம்பிக்கை கொண்டிருந்தாள். ஆனால் இப்போது தன்னுடைய காரண காரியக் கருத்தின்மீது ஒரு முரண்பாடு ஏற்பட்டிருப்பது போலவும், தான் மிகவும் நேசித்த தன் கணவன், தன் மீது கொண்டுள்ள அபிப்ராயத்தில் முரண்பட்டிருப்பது போலவும் அம்மாவுக்கு பட்டது. முதல்முறையாக அம்மா தன் மீதே சந்தேகப்படத் தொடங்கினாள்.

கட்சியையோ, புரட்சி இயக்கத்தையோ அம்மா குறை சொல்லவில்லை. பெண்கள் கழகத்தையும் குறை சொல்லவில்லை. ஏனென்றால், அவர்கள் எல்லாரும் கட்சித் தோழர்கள்: கழகக் குரல்கள். அவர்கள் மீது குறையில்லை. ஆனால், அம்மாவின் ஆத்திரம் அப்பாவின் மீது திரும்பியது. அப்பாவின் நம்பிக்கையோ,

விசுவாசமோ அம்மா மீது சார்பாக இல்லை. தோழர்களோடு சார்ந்து கொண்டு அம்மாவுக்கு எதிராக இருந்தது. அப்பா, அம்மாவுக்கு காட்ட வேண்டிய அன்பையும் ஆதரவையும் பொது இடங்களில் காட்ட முடியாது என்பதால், அம்மா, அப்பாவின் அன்பை தனிமையில் எதிர்பார்த்தாள். ஆனால் அது அம்மாவுக்கு அப்பாவிடமிருந்து கிடைக்கவில்லை. திருமணம் ஆன தொடக்கத்திலிருந்தே அம்மாவுக்கும் அப்பாவுக்கும் இடையில், அடிப்படைக் கருத்து வேறுபாடு இருந்து வந்தது. கம்யூனிஸ்ட் கட்சிக்கு அப்பாவின் அர்ப்பணம் ஒரு புனிதமானது. தன் மனைவியிடம், பொது இடங்களில் எப்படிப் பேசுவாரோ அதே கம்யூனிஸ மொழியைத்தான், அவர்களது தனிமையிலும் பேசினார். அம்மா நீக்குப் போக்குத் தெரிந்தவள். உணர்ச்சிகளுக்கும், காரண காரியங்களுக்கும் உருவம் கொடுப்பவள் அம்மா. தனிமைக்கும் அந்தரங்கத்திற்கும் இடமளித்தவள் அம்மா. ஆனால் அப்பா அப்படி அல்ல.

ஜிங்குவில் தொடர்ந்து இருப்பது அம்மாவுக்கு நெருப்புமேல் இருப்பது போல் இருந்தது. ‘உடனடியாக நான் இந்த ஊரை விட்டு கிளம்ப விரும்புகிறேன்’ என்று அப்பாவிடம் சொன்னாள். அப்பாவுக்கு பதவி உயர்வு கிடைக்கவிருக்கும் சூழலிலும் அவர் சரி என்று சம்மதித்தார். தனது சொந்த ஊரான ஈபினுக்கு போக வேண்டும் என்ற காரணத்தைக் காட்டி, அப்பா மாறுதல் கேட்டு நகர கட்சி கமிட்டிக்கு விண்ணப்பித்தார். நான் செய்ய விரும்பாத ஒன்று மாறுதல் கேட்டு விண்ணப்பிப்பதுதான் என்று சொன்ன மனிதன், இப்போது மாறுதல் கேட்டு விண்ணப்பிக்கிறானே என்று கட்சி கமிட்டி ஆச்சரியப்பட்டது. சீன கம்யூனிஸ வரலாற்றில், அதிகாரிகள் தங்கள் உறவினர்களுக்கு சலுகை அளித்து விடுவார்கள் என்ற காரணத்தை முன்னிறுத்தி, அவர்கள் தங்களின் சொந்த ஊரைவிட்டு வெகு தூரத்தில் உள்ள இடங்களில் பணி அமர்த்தப்பட வேண்டும் என்ற ஒரு விதி இருந்து வந்தது.

1949 ஆம் ஆண்டின் கோடை காலத்தில் கம்யூனிஸ்ட்கள் ஓர் உந்து சக்தியுடன் தெற்கு நோக்கி வேகமாக முன்னேறிச் சென்று கொண்டிருந்தனர். சியாங் காய்-ஷெக்கின் தலைநகரான நான்சிங்கைக் கைப்பற்றினர். விரைவில் சிச்சுவானையும் கைப்பற்றும் உறுதியில் இருந்தனர். மஞ்சூரியாவில் அவர்களுக்கு ஏற்பட்ட அனுபவம், உடனடியாக உண்மையாகவும், உள்ளூர் வாசிகளாகவும் இருக்கக்கூடிய நிர்வாகிகள் அவசரமாகத் தேவைப்பட்டார்கள்.

அப்பாவின் மாறுதலைக் கட்சி ஏற்றுக்கொண்டது. திருமணம் ஆன இரண்டு மாத காலத்திற்குள், விடுதலை ஆன ஓராண்டு முடிவடையும் முன்பே, வதந்தியும் வெறுப்பும் ஏற்படுத்திய விளைவால் அம்மாவின் சொந்த ஊரை விட்டு அவர்கள் வெளியேறுகிறார்கள். அம்மாவுக்கு விடுதலையால் ஏற்பட்ட ஆனந்தம் இப்போது மாறாத் துயராக மாறி விட்டது. கோமிங்டாங் ஆளுகைளின் கீழ் என்ன நடக்குமோ என்ற பதற்றத்தில்தான் எல்லாச் செயல்களையும் அம்மா செய்தாள். அத்துடன் எல்லாச் செயல்களையும் சரியாகத்தான் செய்தாள் என்று எளிதாக உணர்ந்து கொள்ள முடிந்தது. அது அம்மாவுக்கு தைரியத்தையும் மன உறுதியையும் கொடுத்தது. ஆனால், இப்பொழுது தான் செய்வதெல்லாம் தவறாகவே முடிகிறதென்று அம்மா உணர்ந்தாள். அம்மா இதுபற்றி அப்பாவிடம் பேச்சு எடுக்கின்ற போதெல்லாம், கம்யூனிஸ்ட் ஆவது ஒரு துன்பகரமான நிலை என்று அம்மாவுக்கு கூறுவார். அது அப்படித்தான் இருக்க வேண்டும் என்ற நியதி அதற்கு இருந்தது.

7

'ஐந்து மலைகளைக் கடந்து'

அம்மாவின் நீண்ட பயணம்

1949 – 1950

ஜிங்குவை விட்டு புறப்படுவதற்கு சற்று முன்பு, கட்சியில் அம்மா தற்காலிக உறுப்பினர் ஆக்கப்பட்டாள். பெண்கள் கழகத்தை கண்காணித்து வந்த துணை மேயர் அவர்களுக்கு நன்றி. அம்மா புதிய இடத்திற்குப் போக வேண்டியிருந்ததால் அவளுக்கு உறுப்பினர் பதவி கட்டாயத் தேவை என்று வாதாடி இவர்தான் உறுப்பினர் பதவி பெற்றுக் கொடுத்தார். தன்னைத் தகுதியானவள் என்று அம்மா நிரூபித்துக் கொள்ளும் பட்சத்தில், ஓராண்டின் முடிவில் கட்சியின் ஆயுட்கால உறுப்பினர் ஆகிவிடலாம் என்று இத்தீர்மானம் முன்மொழிந்தது.

தென்மேற்கு நோக்கி பயணம் செய்து கொண்டிருந்த நூறு நபர்களுக்கு மேல் கொண்ட கூட்டத்தில் அம்மாவும் அப்பாவும் சேர்ந்து கொண்டார்கள். இவர்களில் பெரும்பாலனவர்கள் சிச்சுவான் செல்கிறவர்கள். இதில் அதிக எண்ணிக்கை ஆண்களே; இவர்கள் அனைவரும் தென் மேற்கிலிருந்து வந்து பணியாற்றிய கம்யூனிஸ்ட் அதிகாரிகள். இதில் ஒரு சில பெண்கள் சிச்சுவான் ஆண்களைத் திருமணம் செய்து கொண்ட மஞ்சூரியப் பெண்கள். இந்தப் பயணத்தைப் பொறுத்தவரை பயணிகள், குழுக்கள் குழுக்களாக அமைக்கப்பட்டிருந்தனர். அவர்களுக்கு பசுமைப்படைச்

சீருடை வழங்கப்பட்டது. அவர்கள் செல்லும் வழியில் அங்கங்கே உள்நாட்டு யுத்தம் நடைபெற்றுக் கொண்டிருந்தது.

1949 ஆம் ஆண்டு ஜூலை மாதம் 27ஆம் நாள் பாட்டி, டாக்டர் ஸியா, கம்யூனிஸ்ட் கட்சியில் அம்மாவைச் சந்தேகக் கண் கொண்டு நோக்கிய அம்மாவின் தோழிகள் பலர் அம்மாவை வழியனுப்ப இரயில் நிலையத்துக்கு வந்தார்கள். அவர்கள் அனைவரும் இரயில் நிலையத்தில் நின்று அம்மாவுக்கு பிரியாவிடை கொடுத்துக் கொண்டிருந்தபோது பல்வேறு உணர்வுகளால் அம்மாவின் மனநிலை உருக்குலைந்து போனது. ஒரு பறவை, அதன் கூண்டை உடைத்துக் கொண்டு வெளியே வந்து வானில் சிறகடித்துப் பறப்பது போன்ற எண்ணங்களை அம்மாவுடைய இதயத்தின் ஒரு பகுதி உணர்ந்தது. தான் நேசித்து வந்த மனிதர்களை, அதிலும் குறிப்பாக தனக்கு உயிரூட்டி உருக்கொடுத்த தன் அம்மாவை மீண்டும் இனி ஒரு முறையாவது பார்க்க முடியுமா என்ற எண்ணங்களை அம்மாவுடைய இதயத்தின் இன்னொரு பகுதி உணர்ந்தது. சிச்சுவான் இன்னும் கோமிங்டாங் ஆளுகையின் கீழ்தான் இருந்தது. ஆகவே இந்தப் பயணம் அபாயகரமான ஒன்றாகத்தான் இருந்தது. அத்துடன் அது நினைத்துப் பார்க்க முடியாத தூரம். ஆயிரம் மைல்கள் பயணம் செய்ய வேண்டும். மீண்டும் ஒருமுறை ஜிங்குவிற்கு வரமுடியுமா என்று அவளால் எண்ணிப் பார்க்கக்கூட முடிய வில்லை. அம்மாவுக்கு அழுகை வெடித்து விடும் போல் இருந்தது. வெடித்துக் கிளம்பிய அழுகையைத் தொண்டைக்குள்ளேயே அடக்கிக் கொண்டாள். அம்மா அழுதால் பாட்டியால் தாங்கிக்கொள்ள முடியாது என்று அம்மாவுக்கு தெரியும். அம்மாவின் கண் பார்வையிலிருந்து பாட்டி மறையும்வரை, அப்பா அம்மாவை சமாதானப்படுத்திக் கொண்டே வந்தார். மன உறுதியோடு இருக்க வேண்டும் என்று அப்பா, அம்மாவுக்கு சொன்னார். 'புரட்சி இயக்கத்தில், சேரவிருக்கும் இளம் மாணவியான அம்மா, ஐந்து மலைகளைத் தாண்டிப் போக வேண்டும்' என்றார். ஐந்து மலைகளைத் தாண்டி என்பதின் பொருள் - குடும்பம், தொழில், அன்பு, வாழ்க்கைமுறை, மனித உழைப்பு ஆகியவைகளை சுவீகரித்துக் கொண்டு வாழத் தொடங்க வேண்டும் என்பதாகும். அம்மாவைப் போன்று படிப்பறிவு பெற்றவர்கள் அனைவரும் பூர்ஷ்வாத்தனங்களுக்கு முற்றுப்புள்ளி வைக்க வேண்டும்; மக்கள் தொகையில் 80 சதவிகிதத்தைக் கொண்டுள்ள விவசாய மக்களோடு இணைந்திருக்க வேண்டும் என்பதே கட்சிக் கொள்கை ஆகும். இந்தக் கொள்கைகளை அம்மா ஆயிரம் முறை கேட்டு விட்டாள். புதிய சீனாவை உருவாக்க ஒவ்வொருவனும் தன்னையே சீர்திருத்திக் கொள்ள வேண்டும் என்பதை அம்மா

ஏற்றுக் கொண்டாள். உண்மையில், எதிர்காலத்தில் 'பூமியின் புயல்' என்னும் சவாலை எவ்வாறு சந்திப்பது என்பது பற்றி அம்மா ஒரு கவிதையே எழுதி இருக்கிறாள். ஆனால் இன்னும் கொஞ்சம் அன்பும், மன முதிர்ச்சியும், சுய புரிதலும் தனக்கு தேவை என்பதை அம்மா உணர்ந்து கொண்டாள். ஆனால் இவை எல்லாம் அப்பாவிடமிருந்து தனக்கு கிடைக்க வில்லையே என்ற ஆதங்கம் அம்மாவுக்கு எப்போதும் இருந்தது.

250 மைல் தூரம் தென்மேற்கு திசையில் பயணம் செய்து இரயில் பாதை முடிவுற்ற இடம்தான் தியான்ஜின். அனைவரும் அங்கே இறங்கிக் கொண்டார்கள். அம்மாவுக்கு அந்நகரைச் சுற்றிக் காட்ட அப்பா விரும்பினார். அந்தக் கட்டடங்கள் எல்லாமே வெளிநாட்டு பாணியில் அளவுக்கதிகமான ஆடம்பரமாகக் கட்டப்பட்டிருந்தன. ஒரு நூற்றாண்டுக் கால பிரான்சு நாட்டு அரண்மனைகள் - அதில் இத்தாலியக் கலை கொஞ்சம் கலந்திருந்தது. அவைகள் ஆஸ்ட்ரோ-ஹங்கேரிய பாணியில் கட்டப்பட்ட கண்கவரும் வசந்த மாளிகைகள். அது ஒவ்வொரு நாட்டினரையும் ஈர்த்துக் கொண்டு சீன மக்களையும் ஈர்க்கும் பொருட்டு உருவாக்கப்பட்ட பல வேறுபட்ட வேலைப்பாடுகள் கொண்ட எட்டு நாட்டுக் கட்டிடக் கலைகளின் சுருக்கம். குட்டையான, கனமான சாம்பல் நிற ஜப்பானியக் கட்டிடங்களின் சுவர்களை மட்டுமே மஞ்சூரியாவில் பார்த்துப் பழகிய அம்மா, பச்சை நிறக் கூரைகள் கொண்ட, மஞ்சள் மற்றும் செந்நிறம் கலந்த ரஷ்யாவின் கட்டிடச் சுவர்களை முதல் முறையாகப் பார்த்து பிரமித்துப் போனாள். இதுபோன்ற வசந்த மாளிகைகளை அம்மா வாழ்க்கையில் இப்போதுதான் முதன்முறையாகப் பார்த்தாள். அப்பா ஏகப்பட்ட வெளிநாட்டு இலக்கியங்களைப் படித்திருந்தார். ஐரோப்பியக் கட்டிடக் கலைகளின் வர்ணனைகள் அப்பாவை அதிகம் ஈர்த்திருக்கின்றன. இப்போதுதான் முதன்முறையாக அவைகளை நேரில் பார்த்தார். அப்பாவின் அதிக ஆர்வ மேலீட்டால் அம்மா தூண்டிவிடப்படும் போது, அப்பா நிறைய பிரச்சினைகளை சந்திக்க நேரிடும் என்று அம்மா யூகித்தாள். ஆனால், சீனாவில் வரிசையாக வளர்க்கப்பட்டிருந்த மரங்களிலிருந்து வந்த நறுமணம் அந்த வீதியெங்கும் பரவியது; அந்த நறுமணம் நிறைந்த வீதிகளில் வைக்கப்பட்டிருந்த அருவருப்பு நிறைந்த குப்பைத்தொட்டிகள் போல் அம்மாவின் மனநிலை இருந்தது. அம்மா ஏற்கனவே பாட்டியை விட்டு வெகுதூரம் வந்திருக்கிறாள். அம்மாவுக்கு ஆறுதலாக அப்பா எதுவும் பேசாமல் வந்ததால் அவர் மீது ஏற்பட்ட கோபத்தை அம்மாவால் கட்டுப்படுத்திக் கொள்ள முடியவில்லை.

இதுவரை வந்த இரயில் பாதை முடிவடைந்து விட்டது. இனிமேல்தான் பயணம் தொடக்கம் என்று சொல்லலாம். கால்நடையாக நடந்துதான் அவர்கள் பயணத்தைத் தொடர வேண்டியிருந்தது. போகும் வழி எங்கும் நிலவுடைமையாளர்களின் அட்டகாசம், வழிப்பறிக் கொள்ளையர்களின் பயமுறுத்தல், கோமிங்டாங் படை நடத்தும் துப்பாக்கிச் சூடு போன்ற ஆபத்துகளைக் கடந்து செல்ல வேண்டும். அங்கு பயணம் மேற்கொண்ட மக்களிடையே மூன்றே மூன்று துப்பாக்கிகள்தான் இருந்தன. அதில் ஒன்று அப்பாவிடம் இருந்தது. ஆனால் வழி நெடுக, ஆங்காங்கே இருந்த கம்யூனிஸ்ட் அதிகாரிகள் சிறு சிறு படைகளைப் பாதுகாப்புக்கு அனுப்பி வைத்தனர். ஆனால் பொதுவாக அவர்கள் இரண்டே இரண்டு எந்திரத் துப்பாக்கிகள் வைத்திருப்பார்கள்.

தினந்தோறும் நீண்ட தூரம் நடக்க வேண்டும். கரடுமுரடான பாதை. பெட்டி படுக்கைகளையும், தட்டுமுட்டுச் சாமான்களையும் தலையில் சுமந்து செல்ல வேண்டும். கொரில்லா யுத்தத்தில் ஈடுபட்டிருந்தவர்களுக்கு இது நன்கு பழக்கப்பட்டிருக்கும். ஆனால், ஒரே நாள் நடையில் அம்மாவின் உள்ளங்கால்கள் முழுவதும் கொப்பளங்கள் தோன்றி விட்டன. ஒரு நிமிடம் ஓய்வெடுக்கக் கூட வழியில்லை. அன்று இரவு அம்மாவின் உள்ளங்கால்களை வெந்நீரில் நனைத்து வைத்து கொள்ள வேண்டும் என்றும் கொப்பளங்களை ஊசியால் குத்தி உள்ளே இருக்கும் நீரை வெளியேற்றி விட வேண்டும் என்றும் அவளோடு நடந்து வந்த பெண்கள் ஆலோசனை கூறினார்கள். அப்படி செய்ததால் அம்மாவுக்கு உடனடி நிவாரணம் கிடைத்தது. ஆனால் அடுத்த நாள் நடக்கத் தொடங்கியதும் வெட்டுக்காயம் ஏற்பட்டது போல வலிக்கத் தொடங்கியது. ஒவ்வொரு நாள் காலையிலும் பயணத்தை தொடங்கிய போது, பல்லைக் கடித்துக் கொண்டு வலியைத் தாங்கிக் கொண்டாள்.

அவர்கள் பயணம் மேற்கொண்ட பல இடங்களில் பாதையே இல்லை. அவர்களின் நடைபயணம் மிக மோசமாக இருந்தது. அதுவும் மழை பெய்து விட்டால் போதும், வழுக்கி வழுக்கி அடிக்கும். அம்மா வழியெங்கும் வழுக்கி விழுந்து எழுந்ததை எண்ணிச் சொல்ல முடியாது. பயணம் முடிந்த அந்த இரவில் அம்மாவைப் பார்த்தால், அவள் உடம்பெங்கும் சேறும் சகதியும் அப்பி இருக்கும். இரவு வந்து நடை பயணம் முடிந்ததும் 'தொப்'பென்று கீழே விழுந்து விடுவாள். அடித்துப் போட்டது போல அசைவில்லாமல் கிடப்பாள்.

ஒரு நாள், கொட்டிக் கொண்டிருந்த மழையில் 30 மைல்களுக்கு மேல் நடக்க வேண்டியிருந்தது. வெப்பநிலை அப்போது 90°F க்கு மேல் இருந்தது. அம்மா மழையிலும் நனைந்தாள்; வியர்வையிலும் நனைந்தாள். அவர்களின் பயணம் ஒரு மலை உச்சியில் ஏறி இறங்க வேண்டியிருந்தது. 3000 அடி உயரம். அம்மா சோர்ந்து விட்டாள். அம்மா சுமந்து வந்த பெட்டி, படுக்கை ஆகியவைகளின் சுமை, பாறாங்கல்லை விடக் கனமாக இருந்தது. நெற்றியிலிருந்து வழிந்த வியர்வை கண்ணை மறைத்தது. வாய் வழியாக மூச்சை பலமாக உள் இழுத்துக் கொள்ள வேண்டியிருந்தது. இருந்தும் போதுமான காற்று நுரையீரலுக்கு சென்று சுவாசிக்க முடியவில்லை. கண்கள் இருட்டிக் கொண்டு வந்ததால், ஆயிரக்கணக்கான நட்சத்திரங்கள் நடனமாடியது போல கண்களில் காட்சியளித்தது. அடுத்த அடி எடுத்து வைக்க முடியவில்லை. மலை உச்சியை அடைந்ததும் அம்மாவின் கஷ்டம் எல்லாம் முடிவுக்கு வந்து விட்டது போல மகிழ்ந்தாள். ஆனால் அந்த மகிழ்ச்சி நீடிக்கவில்லை. உச்சியிலிருந்து இறங்குவது, ஏறியதை விடக் கடினமாகத் தெரிந்தது. கெண்டைக் கால்களில் சதைப் பிடிப்பு வந்து விட்டது. காடுகள் நிறைந்த மலைப்பகுதி. செங்குத்தான சரிவு. அதில் மலை முகட்டிலிருந்தே மிகமிக ஒடுக்கமான பாதை. கவனமாக மெல்ல மெல்ல அடி எடுத்து வைக்க வேண்டும். கீழ் நோக்கிப் பார்த்தபோது அம்மாவின் கால்கள் நடுங்கத் தொடங்கின. அந்த அதள பாதாளத்தில் விழப் போவது நிச்சயம் என்று உணர்ந்தாள். பல சமயங்களில் அங்கங்கே இருந்த மரங்களைப் பற்றிக் கொண்டாள். இல்லையேல், தலைகுப்புற வீழ்ந்திருப்பாள்.

மலையைக் கடந்து முடிந்ததும் அடுத்து அவர்கள் கடக்க வேண்டியிருந்தவை பல ஆறுகள். நொங்கும் நுரையுமாக தண்ணீர் கரை புரண்டு ஓடிய ஆறுகள். ஆற்றில் இறங்கி நடக்கத் தொடங்கியதும் தண்ணீர் இடுப்புக்கு மேல் ஏறத் தொடங்கியது. தரையில் கால் ஊன்றி நடப்பது அம்மாவுக்கு இயலாமல் போய் விட்டது. ஆற்றின் நடுவில் போய்க் கொண்டிருந்தபோது அம்மா தடுமாறி விட்டாள். ஆறு தன்னை அடித்துக் கொண்டு போகப் போகிறது என்று அம்மா உணர்ந்து கொண்டாள். அப்போது ஒரு ஆள் அம்மாவை எட்டிப் பிடித்துக் கொண்டான். இந்த நேரத்தில் தன் தோழி ஒருத்தியை அம்மா அங்கே கண்டாள். அந்தத் தோழியின் கணவன் அவன் மனைவியை தூக்கிக்கொண்டு செல்வதை கண்டாள். வேதனையைக் கட்டுப்படுத்த முடியாமல் அம்மா அழுது விட்டாள். அந்த மனிதர் கட்சியில் ஓர் உயர் அதிகாரியாக இருந்தும், கார் வைத்துக் கொள்ள அவருக்கு அதிகாரம் இருந்தும்,

அம்மாவின் நீண்ட பயணம் 251

தன் மனைவியோடு நடந்து வர வேண்டும் என்ற ஆசையில் காரைப் பயன்படுத்த மறுத்து விட்டார்.

அப்பா, ஆற்றைக் கடக்க அம்மாவைத் தூக்கிச் செல்ல வில்லை. தன்னுடைய மெய்க்காப்பாளரோடு அப்பா ஒரு ஜீப்பில் வந்து கொண்டிருந்தார். போக்குவரத்துக்கு அப்பா ஒரு குதிரையோ அல்லது ஒரு வாகனமோ வைத்துக் கொள்ளலாம். ஏனென்றால், அவர் உயர் பதவியில் இருந்தார். தன்னையும் அப்பா ஜீப்பில் அழைத்துச் செல்வார் என்று அவ்வப்போது அம்மா எதிர்பார்த்தாள். குறைந்தபட்சம் தான் சுமந்து வரும் பெட்டி, படுக்கையையாவது வாங்கிக் கொள்வார் என்று எதிர்பார்த்தாள். ஆனால் அப்பா அது போன்று எதையும் செய்யவில்லை. ஆற்றில் தடுமாறி மூழ்கவிருந்த நிகழ்ச்சியை நினைத்துப் பார்த்த அம்மா, இதற்குமேல் தாமதிக்காமல் உடனடியாக அப்பாவுடன் பேசி ஒரு முடிவுக்கு வந்துவிட வேண்டுமென்று தீர்மானம் செய்து கொண்டாள். அன்றைய பொழுது அம்மாவுக்கு அபாயகரமாக முடிந்தது. இதில் இன்னும் வேதனை என்னவென்றால், அம்மா வழி எங்கும் வாந்தி எடுத்துக் கொண்டே வந்தாள். கொஞ்ச தூரமாவது அப்பா தன்னுடைய ஜீப்பில் அம்மாவை அழைத்துச் சென்றிருக்கலாமே? அப்பா அவ்வாறு செய்ய முடியாது என்று மறுத்து, அதற்கு அவர் கூறிய காரணம்: அம்மாவுக்கு வாகனம் வைத்துக் கொள்ள கட்சி அனுமதி அளிக்கவில்லை. அனுமதி அளிக்கப்படாத ஒருவரை வாகனத்தில் அழைத்துச் செல்வது மனைவிக்கு சலுகை காட்டுவதாக ஆகிவிடும் என்றார். உறவினர்களுக்கு சலுகை காட்டக் கூடாது என்ற பழம்பெரும் கட்சி மரபினை மீறக்கூடாது. அது மட்டுமல்ல, அம்மா இன்னும் கொஞ்சம் கஷ்டங்களை அனுபவிப்பது நல்லது என்று அப்பா எதிர்பார்த்தார். ‘உங்களைப் போன்ற அதிகாரத்தில் உள்ளவர்தானே அவர்? அவர் ஏன் தன் மனைவியைத் தூக்கிக் கொண்டு வந்து ஆற்றைக் கடந்து விட்டார்’ என்று அம்மா கேட்டதற்கு, ‘அது வேறு விஷயம். அப்பெண்மணிக்கு கம்யூனிஸ்ட் கட்சியில் நீண்ட அனுபவம் இருந்தது. 1930களில் அந்தப் பெண்மணி கிம் ஐஐசங் என்பவரோடு சேர்ந்து கொரில்லாப் படை ஒன்றை வழி நடத்தியவள். பின் நாட்களில் கிம் ஐஐசங் என்பவர், வடகிழக்கில் ஜப்பானியர்களோடு உயிரைப் பணயம் வைத்துப் போராடி வட கொரியாவின் அதிபர் ஆனார். அவள் மேற்கொண்ட புரட்சிப் போராட்டங்களின் விளைவுகளினால் வந்த இழப்புகளில் ஒன்றுதான், தன் முதல் கணவனைப் பறி கொடுத்தாள். ஸ்டாலினிடமிருந்து வந்த உத்திரவின் பேரில் அவளது கணவன் தூக்கிலிடப்பட்டு இறந்தான். உன்னை அந்தப் பெண்ணோடு ஒப்பிட்டுப் பார்த்துக் கொள்ள முடியாது’ என்று அப்பா சொன்னார்.

'அந்தப் பெண் ஒரு இளம் வயது மாணவிதான். அவள் அதிக சலுகைகள் பெற்று சீராட்டப் படுகிறாள் என்று மக்கள் எண்ணினால், பிரச்சினை அந்தப் பெண்ணுக்குத்தான். முழு நேர கட்சி உறுப்பினர் ஆக நீ கொடுத்த விண்ணப்பம் இன்னும் பரிசீலிக்கப்படாமல் இருக்கிறது' என்பதை அப்பா, அம்மாவுக்கு நினைவூட்டி, 'இது எல்லாம் உன் எதிர்கால நன்மைக்குத்தான்' என்று சொன்னார். 'முடிவு உன் கையில்தான் உள்ளது. ஒன்று இப்போது நீ ஜீப்பில் ஏறி வர வேண்டும்; அல்லது கட்சியில் நிரந்தர உறுப்பினர் ஆக வேண்டும். எது வேண்டும் என்று நீயே முடிவு செய்து கொள். ஏதாவது ஒன்றைத் தான் நீ தேர்வு செய்து கொள்ளலாம்' என்றார்.

அவர் கூறியதில் ஒரு முக்கியத்துவம் இருந்தது. அவர்கள் மேற்கொண்டிருந்த புரட்சி அடிப்படையிலேயே விவசாயிகளுக்கான புரட்சி. விவசாயிகள் முடிவில்லாத் துயரத்தை அனுபவித்து வந்தார்கள். வசதி வாய்ப்புகளை அனுபவித்து வரும் மக்களைப் பார்த்து விவசாயிகள் மனம் புழுங்கிக் கொண்டிருந்தார்கள். புரட்சியில் பங்கெடுத்துக் கொண்டுள்ள எவரும் தங்களைப் பண்படுத்திக் கொள்ளும் பொருட்டு இன்னல்களைச் சமாளிக்க தயாராக இருக்க வேண்டும். யான்'ஆன் நகரிலும், கொரில்லா யுத்தத்திலும் அப்பா இதுபோன்ற இன்னல்களைச் சமாளித்தார்.

அம்மாவுக்கு இந்தக் கொள்கை புரிந்தது. ஆனால் அப்பாவுக்கு தன் மீது பரிவு இல்லையே என்ற உண்மையை நினைத்துப் பார்க்காமல் இருக்க முடியவில்லை. அம்மா நலமின்றி இருந்தபோதும், பயணம் முழுவதும் களைத்து சோர்வடைந்து விட்டபோதும், பெட்டி படுக்கைகளை தூக்க முடியாமல் சுமந்து கொண்டு சென்றபோதும், உடம்பெங்கும் வியர்த்துக் கொட்டியபோதும், வழியெங்கும் வாந்தி எடுத்துக்கொண்டு வந்தபோதும், கால்கள் இரண்டும் கட்டைபோல் செயல் இழந்து போனபோதும் அப்பா தன்னைக் கண்டு கொள்ளவில்லையே என்பதை நினைக்காமல் இருக்க முடியவில்லை.

ஓர் இரவில் அம்மாவால் அதற்குமேல் பொறுத்துக்கொள்ள முடியாததால் முதல் முறையாகக் கதறி அழுது விட்டாள். வழக்கமாக அந்தப் பயணக்குழுவினர் ஒரு வகுப்பறை போன்றோ அல்லது ஒரு சரக்கு அறை போன்றோ உள்ள ஒரு காலியான இடத்தில் இரவு தங்குவார்கள். அந்த இரவு கோவில் முகப்பில் இருந்த தரையில் கூட்டமாகச் சேர்ந்து படுத்து தூங்கினார்கள். அம்மாவுக்கு அருகில் அப்பா படுத்திருந்தார். அம்மா முதலில் அழத் தொடங்கிய போது, முகத்தை வேறு பக்கம் திருப்பிக் கொண்டு, அழுகையை அடக்க முயற்சி செய்தாள். அப்பா உடனடியாக எழுந்து அம்மாவின்

வாயைப் பொத்தினார். அம்மாவின் அழுகையின் ஊடே, அப்பா, அம்மாவின் காதுகளில் ஏதோ முணுமுணுப்பது அம்மாவுக்கு கேட்டது. 'அழாதே, நீ அழுவது எல்லாருக்கும் கேட்டுவிடும். நீ அழுவது எல்லாருக்கும் தெரிந்தால் அவர்கள் விமர்சனம் செய்யத் தொடங்கி விடுவார்கள். நீ அவர்களால் விமர்சிக்கப்பட்டால் அது ஆபத்தில் முடியும்' என்றார். அதன் பொருள் என்னவென்றால், அம்மாவின் தோழியர்கள், 'இவள் புரட்சிக்கு தகுதியற்றவள் என்றும், கோழை என்றும் முத்திரை குத்தி விடுவார்கள்' என்பது அதன் பொருள். அழுகையை அடக்கிக் கொண்டு, கண்ணீரைத் துடைத்துக் கொள்ள வேண்டும் என்றும் அப்பா, அம்மாவின் கைகளில் கைக்குட்டையை திணித்ததை அம்மா உணர்ந்து கொண்டாள்.

அடுத்தநாள், அம்மா ஆற்றில் விழுந்தபோது காப்பாற்றினாரே, அந்த மனிதர் அம்மாவைத் தனியாக அழைத்துச் சென்று, அவள் அழுதது தொடர்பாக அவள்மீது புகார் கொடுக்கப்பட்டுள்ளதாக அம்மாவிடம் தெரிவித்தார். 'மேட்டுக்குடி சீமாட்டி' போல அம்மா நடந்து கொண்டதாக பயணக்குழு பேசிக் கொண்டது. அப்பாவுக்கு அம்மாவின் மீது இரக்கம் இல்லாமல் இல்லை. ஆனால் அடுத்தவர்கள் அம்மாவைப் பற்றிப் பேசுவதையும் சீர்தூக்கிப் பார்க்க வேண்டியிருந்தது. ஒரு பத்து அடி தூரம் நடந்த உடனேயே அழுதுவிடுவது என்பது அவமானம் இல்லையா என்று கேட்டார். அம்மா ஒரு சரியான புரட்சிவாதி போலத் தன்னைப் பாவித்துக் கொள்ளவில்லை. அன்றைய தினத்திலிருந்து என்ன உடல் வேதனை வந்தாலும் அம்மா ஒருமுறை கூட அழவில்லை.

பெரும் முயற்சி எடுத்து அம்மா தொடர்ந்து நடந்து வந்தாள். அவர்கள் செல்ல வேண்டிய ஷான்டோங் மாநிலம் மிகவும் அபாயகரமான இடம். இரண்டு மாதங்களுக்கு முன்புதான் அந்த இடம் கம்யூனிஸ்ட்கள் கைக்கு வந்தது. ஒரு சமயம் அவர்கள் ஆழமான பள்ளத்தாக்கு ஒன்றின் வழியாக நடந்து கொண்டிருந்தார்கள். மலை மீதிருந்து அவர்கள் மேல் துப்பாக்கி குண்டு மழை பொழிந்தது. அம்மா ஒரு பாறையின் பின்னால் மறைந்து கொண்டாள். சுமார் 10 நிமிடங்களுக்கு அந்தத் துப்பாக்கிச் சூடு தொடர்ந்து நடந்தது. ஓரளவு துப்பாக்கி சூடு குறைந்ததும், அவர்களில் ஒருவர் குண்டு அடிபட்டு இறந்து விட்டது தெரிய வந்தது. துப்பாக்கி சூடு நடத்தியவர்கள் அங்கேயுள்ள வழிப்பறிக் கொள்ளைக்காரர்கள். பலர் காயமடைந்திருந்தனர். குண்டுக்கு இரையான மனிதனை சாலை ஓரத்தில் குழி தோண்டிப் புதைத்து விட்டுச் சென்றனர். அப்பாவும், அதேபோல சில அதிகாரிகளும்

தங்கள் வாகனங்களையும் குதிரைகளையும் காயமடைந்தவர்களுக்குக் கொடுத்து உதவினர்.

40 நாட்கள் மேற்கொண்ட நீண்ட நெடும் பயணம். பயணத்தின் ஊடே ஆங்காங்கே சின்னச் சின்ன சண்டைகள். ஒரு வழியாக, ஜிங்குவிலிருந்து சரியாகத் தெற்கில் 700 மைல் தூரத்தில் உள்ள நான்சிங் நகரை வந்தடைந்தார்கள். இந்நகர் கோமிங்டாங் தலைநகராக இருந்திருந்தது. இந்நகர் 'சீனாவின் உலைக் களம்' என்று அழைக்கப்படும். செப்டம்பர் மாதத்தில் அந்த இடம் ஒரு அடுப்பைப் போல சூடாக இருக்கும். அந்தப் பயணக்குழு, படை வீரர்கள் குடியிருப்பு வளாகத்தில் தங்களுக்கான வீடுகளைப் பெற்றுக் கொண்டனர். மூங்கில் மெத்தையுடைய படுக்கை அம்மாவுக்கு ஒதுக்கப்பட்டது. அளவுகடந்த வெப்பம் சூழ்ந்துள்ள அந்த இடத்தில் அவர்களால், எவ்வாறு தங்கள் மூட்டை முடிச்சுகளையும், பெட்டி படுக்கைகளையும், குழந்தைகளையும் அவசர அவசரமாக எடுத்துக்கொண்டு செல்ல வேண்டும் என்பது பற்றி இராணுவப் பயிற்சி எடுத்துக் கொண்டனர். இராணுவத்தின் ஒரு அடையாளமான கட்டுப்பாட்டைக் கடைப்பிடிக்க வேண்டியிருந்தது. காக்கி சீருடையாக கனமான மேற்சட்டையும், கால்சட்டையும் அணிந்தனர். கழுத்து வரை பட்டன் போட்டுக் கொள்ள வேண்டும். காலர் பட்டனைக் கழற்றவே கூடாது. அப்படி ஆடை அணிந்து கொள்ளும் போது அம்மாவுக்கு மூச்சுத் திணறல் வந்தது. அம்மாவின் முதுகுப்பகுதியில் திட்டுத்திட்டாக வியர்த்திருந்தது. அனைவரும் இரண்டு மடங்கு கனமுள்ள தொப்பி அணிய வேண்டியிருந்தது. தலைமுடி வெளியே தெரியாத அளவு இறுக்கமான தொப்பிகளை எல்லாரும் அணிய வேண்டும். இதனால் அம்மாவுக்கு தலை முழுவதும் வியர்த்து வடிந்தது. தொப்பியின் ஓரம் எப்போதும் வியர்வையால் நனைந்தே இருக்கும்.

எப்போதாவது அவர்கள் வெளியே சென்று வர அனுமதிக்கப்பட்டனர். அப்போதெல்லாம் அம்மா செய்யும் முதல் வேலை, லாலி பாப் ஐஸ் வாங்கி விழுங்குவதுதான். அந்தக் குழுவில் இருந்த அநேகர் இதுபோன்ற பெரு நகரங்களில் வாழ்ந்து பழக்கப்படாதவர்கள். இதுபோன்ற லாலி பாப் ஐஸ்களை சுவைத்துப் பார்த்தபின் அவர்களுக்கு ஆனந்தம் பிடிபடவில்லை. குடியிருப்பு வளாகத்தில் உள்ள தங்கள் தோழர்களுக்காக நிறைய லாலிபாப் வாங்கிக் கொண்டார்கள். அவைகளை தங்கள் கைத் துண்டுகளில் கவனமாக சுற்றி எடுத்துக் கொண்டார்கள். அங்கு சென்று தங்கள் தோழர்களுக்கு கொடுக்க பிரித்துப் பார்த்தபோது வெறும் தண்ணீர்தான் இருந்தது.

அம்மாவின் நீண்ட பயணம்

நான்சிங் நகரில் அவர்கள் பல அரசியல் தலைவர்களின் உரைகளைக் கேட்டனர். எதிர்காலத்தில் சீனாவின் தலைவராக வரவிருந்த டெங் சியாபெங் என்பவரின் எழுச்சி மிகுந்த உரையைக் கேட்டனர். அதேபோல எதிர்கால வெளியுறவுத் துறை அமைச்சராக வரவிருந்த ஜெனரல் சென் யீ அவர்களின் உரையையும் கேட்டனர். அம்மாவும் அவள் கட்சி தோழியர்களும் மத்தியப் பல்கலைக்கழகத்தின் வளாகத்தில் இருந்த மர நிழலில் அமர்ந்து உரையைக் கேட்டனர். ஆனால் உரை நிகழ்த்தும் கட்சித் தலைவர்களோ சுட்டெரிக்கும் வெயிலில் தொடர்ச்சியாக மூன்று, நான்கு மணி நேரம் நின்று கொண்டு உரையாற்றினார்கள். என்னதான் சுட்டெரிக்கின்ற வெயிலாக இருந்தாலும் தலைவர்களின் உரையில் மக்கள் கட்டுண்டு கிடந்தார்கள்.

ஒருநாள் அம்மாவும் அவளது குழுவினர்களும் நீண்ட தூரம் ஓடிவிட்டு திரும்பி வரவேண்டியிருந்தது. முதுகில் சுமைகளுடன், குடியரசைத் தோற்றுவித்த, குடியரசுத் தந்தையான சன்-யாட்-சென் சமாதி வரை ஓடித் திரும்பி வர வேண்டியிருந்தது. அப்படி திரும்பி வந்தபோது அம்மாவின் அடி வயிற்றில் ஒரு வலி ஏற்பட்டது. அதே இரவு, நகரின் ஒரு பகுதியில், சீனாவின் புகழ்பெற்ற முன்னணி நட்சத்திரங்கள் பங்கேற்ற, 'பீக்கிங் இசை நாடக' நிகழ்ச்சி ஒன்று நடைபெற்றது. பீக்கிங் இசைநாடகம் என்றால் பாட்டிக்கு கொள்ளை பிரியம். அதை அப்படியே அம்மாவும் சுவீகரித்துக் கொண்டாள். அந்த நிகழ்ச்சிக்கு போக வேண்டும் என்று அம்மாவுக்கு அளவுகடந்த ஆசை.

அன்று இரவு அம்மா, தன் கட்சி தோழியரோடு இசை நாடக நிகழ்ச்சிக்கு கிளம்பி விட்டாள். அது ஐந்து மைல் தூரம். அப்பா அவருடைய வாகனத்தில் சென்று விட்டார். போகும்போதே அம்மாவுக்கு அடி வயிறு வலித்தது. திரும்பி விடலாமா என்று யோசித்தாள். இருந்தாலும் மனதைத் திடப்படுத்திக் கொண்டு அவளுக்கு பிடித்த நிகழ்ச்சிக்கு சென்று விட்டாள். பாதி நிகழ்ச்சியின் போது அம்மாவால் வயிற்று வலியைத் தாங்கிக் கொள்ள முடியவில்லை. அப்பாவைத் தேடிக் கண்டுபிடித்து, அவரது வாகனத்தில் அம்மாவை வீட்டிற்கு அழைத்துச் செல்லுமாறு கேட்டாள். ஆனால், அம்மா வயிற்று வலி பற்றி அப்பாவிடம் எதுவும் சொல்லவில்லை. டிரைவர் எங்கே இருக்கிறான் என்று அப்பா சுற்றும்முற்றும் பார்த்தார். அவன், அந்த நாற்காலியில் ஆணி அறைந்தாற் போல அமர்ந்து கொண்டு, வாயைப் பிளந்தபடி நிகழ்ச்சியைப் பார்த்துக் கொண்டிருந்தான். 'அவனைப் பார். எவ்வளவு ஆனந்தமாக நிகழ்ச்சியை ரசித்துக் கொண்டிருக்கிறான்

பார். என் மனைவியின் விருப்பத்தை நிறைவேற்றுவதற்காக அவனைப் போய் இந்த நேரத்தில் தொந்தரவு செய்யலாமா?' என்று அம்மாவைப் பார்த்துக் கேட்டார். 'வயிற்று வலியால் நான் துடித்துக் கொண்டிருப்பது உங்களுக்குப் புரிய வில்லையா' என்று கேட்பது போல பார்த்து விட்டுத் திரும்பி நடந்தாள்.

தாங்க முடியாத வலி. அந்த வலியோடு தனியாக வீட்டிற்கு நடந்தே வந்தாள். வரும் வழியில், அம்மாவுக்கு ஏற்பட்டிருந்த அந்த வலியில், கண்ணில் கண்டதெல்லாமே சுற்றுவது போலிருந்தது. அந்த நள்ளிரவில், ஆகாயத்தில் நட்சத்திரக் கூட்டங்கள் நிறைந்திருந்தும் அம்மா நடந்து சென்ற பாதை இருளாகவே இருந்தது. அதனால் மெல்ல மெல்ல அடி எடுத்து வைத்து சோர்ந்து நடந்து சென்றாள். அவள் செல்ல வேண்டிய பாதை சரியாகக் கண்களுக்குப் புலப்படவில்லை. அதனால், எவ்வளவு தூரம் நடந்து வந்திருக்கக் கூடும் என்றும் புரியவில்லை. வீட்டை அடைந்தபோது எங்கும் வெறிச்சோடிக் கிடந்தது. இரவுக் காவலர்களைத் தவிர எல்லாரும் நாடக நிகழ்ச்சிக்கு சென்று விட்டனர். எப்படியோ தட்டுத்தடுமாறி படுக்கையில் சென்று விழுந்தாள். தன் கீழாடை முழுவதும் இரத்தத்தால் நனைந்திருந்ததை அந்த விளக்கு வெளிச்சத்தில் கண்டாள். அம்மா கட்டிலில் விழுந்தபோது, அவள் தலை கட்டிலில் மோதியதில் அவள் மூர்ச்சையடைந்தாள். அப்போது அம்மா தாங்கியிருந்த முதற் குழந்தைக்கான கரு கலைந்தது. அம்மாவின் அருகில் அப்போது யாருமில்லை. தனிமையில் கிடந்தாள்.

சிறிது நேரத்துக்குள் நிகழ்ச்சி முடிந்து அப்பா வீட்டிற்கு வந்தார். காரில் வந்ததால் மற்ற எல்லாருக்கும் முன்பாக அவர் வீட்டிற்கு வந்து விட்டார். அம்மா படுக்கையில் சுருண்டு கிடந்ததைப் பார்த்தார். களைப்பில் அப்படிப் படுத்திருக்கிறாள் என்றுதான் முதலில் நினைத்தார். ஆனால் அம்மாவின் ஆடை இரத்தத்தில் நனைந்திருப்பதைக் கண்டு அம்மா மூர்ச்சையாகி இருப்பதைத் தெரிந்து கொண்டார். அப்பா அவசரமாக ஓடிச்சென்று டாக்டரை அழைத்து வந்தார். அம்மாவுக்கு கரு கலைந்திருப்பதை டாக்டர் கண்டு கொண்டார். அவர் இராணுவ டாக்டராக இருந்ததால் அடுத்து என்ன செய்ய வேண்டும் என்று அறியாத குழப்பத்தில், நகரில் உள்ள ஒரு மருத்துவமனைக்கு தொலைபேசியில் தொடர்பு கொண்டு உடனடியாக ஒரு ஆம்புலன்ஸ் அனுப்ப வேண்டும் என்று கேட்டுக் கொண்டார். மருத்துவமனை ஒத்துக்கொண்டது. ஆனால் ஒரு நிபந்தனையில் ஒத்துக் கொண்டது. அதாவது, இராணுவ டாக்டர், ஆம்புலன்ஸ்க்கும், அவசர அறுவை சிகிச்சைக்கும்,

மருத்துவமனைக்கும் சில்வர் டாலர் செலுத்திவிட வேண்டும் என்ற நிபந்தனை. டாக்டர் கையில் சில்வர் டாலர் இல்லை. இருப்பினும் அப்பா அதைக் கொடுப்பதாக ஏற்றுக் கொண்டார். அம்மா புரட்சி இயக்கத்தில் இருந்ததால் தானாக காப்பீட்டு உதவி கிட்டியது.

கிட்டதட்ட அம்மா இறந்து விட்டாள் என்றுதான் சொல்ல வேண்டும். உடனடியாக அம்மர்வுக்கு இரத்தம் கொடுக்க வேண்டும். அத்துடன் கர்ப்பப்பையையும் சுத்தம் செய்ய வேண்டும். அறுவைச் சிகிச்சை முடிந்து அம்மா கண் திறந்து பார்த்தபோது, கட்டிலின் ஒரு ஓரத்தில் அப்பா அமர்ந்திருப்பதைப் பார்த்தாள். அப்போது அம்மா முதன்முதலில் கூறியது: 'எனக்கு விவாகரத்து வேண்டும்.' அப்பா கெஞ்சினார். அம்மா தாய்மையடைந்திருந்தது அப்பாவுக்கு கொஞ்சம்கூடத் தெரியாது. அம்மாவுக்கும் இது அறவே தெரியாது. 'மாதவிலக்கு' தள்ளிப் போனது அம்மாவுக்கு தெரியும். ஆனால் நீண்டதூர நடைப் பயணத்தால் ஏற்பட்ட களைப்பின் காரணமாக இப்படி இருக்கலாம் என்று எண்ணிக் கொண்டாள். கருச்சிதைவு என்றால் தனக்கு என்னவென்றே தெரியாது என்று அப்பா வாதாடினார். இனிமேல் அம்மாவை கண்ணுக்குள் வைத்து தாங்குவேன் என்று சத்தியம் செய்தார். அம்மாவை அளவுக்கு மீறி நேசித்ததாகவும், இனிமேல் அம்மாவுக்காக தன்னை மாற்றிக் கொள்வதாகவும் அப்பா திரும்பத் திரும்பக் கூறினார்.

அம்மா நினைவிழந்து கிடந்தபோது, அவளின் இரத்தக் கரைபடிந்திருந்த துணிகளை அப்பா துவைத்துப் போட்டார். எந்த ஒரு சீன நாட்டு ஆண் மகனும் செய்திராத செயல் இது. எப்படியோ ஒருவழியாக விவாகரத்து கோருவதை நிறுத்திக் கொள்வதாக அம்மா சம்மதித்தாள். ஆனால், உடனடியாக மஞ்சூரியாவுக்கு திரும்பிச் செல்ல வேண்டும் என்றும்; அங்கே தனது மருத்துவப்படிப்பைத் தொடர வேண்டும் என்றும் அம்மா வலியுறுத்தினாள். புரட்சி இயக்கத்தில் தன்னால் தொடர்ந்து இருக்க முடியாது என்றும், இவ்வளவு நாட்கள் அதற்காக பாடுபட்டிருந்திருந்தாலும் இனிமேல் அதில் இருக்க முடியாது என்றும் அம்மா கூறினாள். அதில் ஆர்வத்துடன் செயல்பட்டதால் அம்மாவுக்கு கிடைத்தது என்னவோ அவமானம்தான். 'நான் அதிலிருந்து விலகி விடுவேன்' என்றாள் அம்மா. அதிலிருந்து விலகக்கூடாது என்று அப்பா ஆர்வத்தோடு மறுத்தார். 'அதிலிருந்து நீ விலகினால் அதன் பொருள் என்னவென்று உனக்குத் தொயுமா? வாழ்க்கையின் சவால்களைக் கண்டு நீ பயந்து ஓடி ஒதுங்குகிறாய் என்பதுதான் அதன் பொருள். முறையான அனுமதியின்றி படைத்துறையை விட்டு வெளியேறியவள் என்று முத்திரை குத்தப்படுவாய். அது உன் எதிர்காலத்தைப்

பாழாக்கிவிடும். உன் கல்லூரி உன்னை அங்கீகரித்தாலும், உன்னால் ஒரு நல்ல வேலை வாய்ப்பைப் பெற்றுக் கொள்ள முடியாது. எஞ்சியுள்ள உன் வாழ்க்கையில் பாரபட்சமாய் நடத்தப்படுவாய்' என்று அப்பா அறிவுறுத்தினார். புரட்சி இயக்கத்திலிருந்து தன்னை விடுவித்துக் கொள்வது என்பது ஓர் உடைக்க முடியாத தடை ஆணை என்பது அம்மாவுக்கு இன்னும் சரியாகப் புரியவில்லை. ஏனென்றால், ஒரு வகையில், இது எழுதப்படாத சட்டம். அப்பாவின் குரலில் தொனித்த உறுதியை அம்மா கண்டு கொண்டாள். புரட்சி இயக்கத்தோடு நீ ஒருமுறை ஐக்கியமாகி விட்டால், அதிலிருந்து மீளவே முடியாது.

அக்டோபர் மாதம் முதல் தேதி, அம்மா மருத்துவமனையில் இருந்தபோது, அம்மாவும் அவளது தோழியர்களும் ஒரு சிறப்பு ஒலிபரப்பைக் கேட்பதற்காக எல்லாரையும் தயாராக்கினார்கள். அந்த மருத்துவமனையில் ஒலிபெருக்கிக் கருவிகள் மூலம் அவசர வானொலி ஒலிபரப்பை அனைவரும் கேட்பதற்காக ஏற்பாடு செய்யப்பட்டிருந்தது. பீக்கிங்கில் உள்ள அமைதியின் சொர்க்கவாசல் என்று சொல்லக்கூடிய தியானமன் சதுக்கத்திலிருந்து 'சீன மக்கள் குடியரசு' தொடங்கப்படுவதைப் பிரகடனப்படுத்தும் மாவோவின் உரையைக் கேட்பதற்காக அனைவரும் அந்த இடத்தில் ஒன்று கூடினர். அம்மா ஒரு குழந்தையைப் போல அழுதாள். அம்மா எதற்காகக் கனவு கண்டாளோ, எதற்காக உயிரைக் கொடுத்து போராட்டம் நடத்தினாளோ, எதற்காக இவ்வளவு நாட்கள் நம்பிக்கையோடு காத்திருந்தாளோ அந்த சீனா இதோ இப்போது வந்துவிட்டது. அம்மா தன்னை முழுமையாக அர்ப்பணிக்க காத்திருந்த தேசம் இதோ உருவாகிவிட்டது. 'சீன தேசத்து குடிமக்கள் நிமிர்ந்து எழுந்து நின்று விட்டார்கள்' என்று அறிவிப்பு விடுத்த மாவோவின் குரலைக் கேட்டதும், தான் அடைந்த தடுமாற்றத்திற்காக அம்மா தன்னையே நொந்து கொண்டாள். சீன தேசத்தைக் காப்பாற்றும் பரந்த நோக்கில் பார்க்கிறபோது, தான் அனுபவித்த துன்பம் எல்லாம் ஒரு தூசுக்கு சமம் என்று எண்ணினாள். இப்போது நாட்டின் நிலையை எண்ணி மிகுந்த பெருமைப்பட்டாள். அம்மாவின் மனதுக்குள் தேசிய உணர்வு பெருக்கெடுத்தது. 'புரட்சி இயக்கத்தை விட்டு என்ன நேர்ந்தாலும் பின்வாங்க மாட்டேன்' என்று அம்மா தனக்குள்ளே சத்தியம் செய்து கொண்டாள். மாவோவின் அந்தச் சிறிய பிரகடன உரை நிறைவு பெற்றதும், அம்மாவும் அவளது தோழியர்களும் ஆனந்தக் கூத்தாடினார்கள். தங்கள் தொப்பிகளைக் கழற்றி வானில் வீசிப் பறக்கவிட்டு மகிழ்ந்தார்கள். (ரஷ்ய நாட்டினரிடமிருந்து சீனக் கம்யூனிஸ்ட் அதைக் கற்றுக் கொண்டதின் அடையாளமாக அப்படி

அம்மாவின் நீண்ட பயணம்

தொப்பிகளைப் பறக்க விட்டார்கள்) பிறகு தங்கள் ஆனந்தக் கண்ணீரைத் துடைத்துக் கொண்டு, இந்த மாபெரும் நிகழ்ச்சியைக் கொண்டாடும் முகத்தான் விருந்து நிகழ்வுக்கு ஏற்பாடு செய்தார்கள்.

அம்மாவுக்கு கருச்சிதைவு ஏற்பட்ட சில நாட்களுக்கு முன்பு, அம்மாவும் அப்பாவும் முதன்முதலாக ஒரு புகைப்படம் எடுத்துக் கொண்டார்கள். இருவரும் இராணுவச் சீருடையில் இருந்தார்கள். ஆழமான சிந்தனையும், ஏதோ ஒரு எதிர்பார்ப்பும் அவர்கள் கண்களில் காணப்பட்டன. கோமிங்டாங் வசமிருந்த தலைநகரைத் தாங்கள் கைப்பற்றி அதில் நுழைந்ததைக் கொண்டாடும் நினைவாக அப்படம் எடுக்கப்பட்டது. அப்படத்தின், நகல் ஒன்றை அம்மா பாட்டிக்கு அனுப்பி வைத்தாள்.

அக்டோபர் 3ஆம் நாள் அப்பாவின் படைகள் அந்த இடத்தை விட்டு நகர்ந்தது. கம்யூனிஸ துருப்பு சிச்சுவானை நெருங்கிக் கொண்டிருந்தது. இன்னும் ஒரு மாதத்திற்கு அம்மா மருத்துவமனையிலேயே தங்க வேண்டியாகி விட்டது. அதன்பிறகு, கோமிங்டாங் கட்சிக்கு நிதி உதவி அளித்து வந்த சியாங் காய்-ஷெக்கின் மைத்துனனான குங் என்பவருக்கு முன்பு சொந்தமாக இருந்து வந்த ஒரு வசதியான மாளிகையில் அம்மா தங்க வைக்கப்பட்டாள். நான்ஜிங் விடுதலை பற்றி எடுக்கவிருக்கின்ற ஆவணப் படத்தில் அம்மா உள்ளிட்ட அனைவரும் பாத்திரம் ஏற்று நடிக்க வேண்டியுள்ளதாகத் தகவல் தெரிவிக்கப்பட்டது. அவர்களுக்கு சீருடையைத் தவிர்த்து பொதுமக்கள் அணியும் ஆடைகள் வழங்கப்பட்டன. அவர்கள் சாதாரண குடிமக்கள் ஆடைகள் அணிந்து கொண்டு கம்யூனிஸ்ட்களை வரவேற்க வேண்டும். குறைபாடுகள் நிறைந்திருந்த நடைமுறைச் செயல்பாடுகள், ஆவணப் படங்களாகப் புத்தாக்கம் செய்யப்பட்டு, அவை சீனாவெங்கும் திரையிடப்பட்டுக் காட்டப்பட்டன.

ஏறக்குறைய இரண்டு மாதங்கள் அம்மா நான்ஜிங் நகரிலே தங்கினாள். அப்பாவிடமிருந்து அவ்வப்போது தந்தி வரும். அல்லது கட்டுக்கட்டாக கடிதங்கள் வரும். தினமும் அப்பா கடிதம் எழுதுவார். எங்கெங்கே தபால் அலுவலகம் அவர் கண்களில் தென்படுகிறதோ அங்கெல்லாம் அக்கடிதங்களை அனுப்பி வைத்து விடுவார். அம்மாவை எவ்வளவு ஆழமாக நேசித்தார் என்பதையும், தன்னை மாற்றிக் கொள்வதாகச் சத்தியம் செய்து கொடுத்ததையும், அம்மா புரட்சி இயக்கத்தை பாழடித்து விட்டு ஜிங்கு சென்று விடக் கூடாது என்பதையும் ஒவ்வொரு கடிதத்திலும் மறக்காமல் குறிப்பிட்டிருப்பார்.

டிசம்பர் மாதக் கடைசியில், அம்மாவுக்கும், அதேபோல உடல்நலக் குறைவின் காரணமாக விட்டுச் செல்லப்பட்டிருந்த இன்னும் சில தோழர் தோழியர்களுக்கும் நீராவிக் கப்பலில் இடம் இருப்பதாக தகவல் சொல்லப் பட்டது. பகற்பொழுதுகளில் கோமிங்டாங் அபாயகரமான வெடிகுண்டு வீசுவதால், இரவு ஆனதும் அவர்கள் துறைமுகத்திற்கு வருமாறு பணிக்கப் பட்டனர். துறைமுகம் முழுவதும் கடுமையான பனிப்படலம் சூழ்ந்திருந்தது. விமானத் தாக்குதலுக்கு இடம் கொடாதவாறு முன்னெச்சரிக்கையாக சில விளக்குகள் அணைக்கப்பட்டிருந்தன. இரத்தத்தை உறைய வைக்கும் கடுமையான குளிர்காற்று ஆற்றைக் கடந்து வீசிக் கொண்டிருந்தது. துறைமுகத்தில் அம்மா மணிக்கணக்காக காத்துக் கொண்டிருக்க வேண்டியிருந்தது. குளிர்காற்றால் மறத்துப் போயிருந்த பாதங்களை தரையில் ஓங்கி உதைத்துக் கொண்டிருந்தாள். ‘விடுதலைச் செருப்புகள்’ என்று சொல்லப்பட்ட சாதாரண பருத்தி நூல்களால் செய்யப்பட்ட காலணிகளை அணிந்திருந்தாள். அந்தக் காலணிகள் மீது ‘சியாங் காய்-ஷெக்கை முறியடிப்போம்’ என்றும் ‘நம் தாய் மண்ணைப் பாதுகாப்போம்’ என்றும் அச்சிடப்பட்டிருந்தன.

இவர்களை ஏற்றிச் சென்ற நீராவிக் கப்பல் யாங்ஸி நதி வழியாக மேற்கு நோக்கிச் சென்றது. சுமார் 200 மைல்கள், அதாவது ஆங்விங் என்னும் நகர் வரை இரவு நேரத்தில் மெதுவாகச் சென்றது. பகல் நேரங்களில் கோமிங்டாங் விமானத் தாக்குதல்களிடமிருந்து தப்பித்துக் கொள்ள, ஆற்றிலிருந்த கோரைகளின் மறைவில் நீராவிக் கப்பலை நிறுத்திவிட்டு மறைந்திருந்தனர். படை வீரர்களைச் சுமந்து வந்த அந்த நீராவிக் கப்பலின் மேல்தளத்தில் எந்திரத் துப்பாக்கிகள் பொருத்தப்பட்டிருந்தன. அதில் இராணுவ ஆயுதங்களும் துப்பாக்கி ரவைகளும் ஏராளமாக இருந்தன. அந்தப்பகுதியில் கோமிங்டாங் வீரர்களுக்கும், நிலவுடமையாளர்களின் அடியாட்களுக்குமிடையே அடிக்கடி வாய்த்தகராறும் கைகலப்பும் நடந்து வந்தன. இப்படியாக ஒருமுறை பகற்பொழுதிற்காக நீராவிக் கப்பலை கோரைகள் நிறைந்துள்ள இடம் பார்த்து ஓரங்கட்டியபோது அங்கு நடைபெற்ற கலவரத்தில் சில கோமிங்டாங் வீரர்கள் நீராவிக் கப்பலுக்குள் ஏற வந்து விட்டனர். அம்மாவும் மற்ற பெண்களும் நீராவிக் கப்பலின் மேல்தளத்திற்கு சென்று பதுங்கிக் கொண்டனர். கப்பலில் வந்த எங்கள் பாதுகாப்பு படையினர் அவர்களை அடித்து விரட்டி விட்டனர். அதனால் கப்பல் இன்னும் சற்று தொலைவில் போய் நங்கூரம் போட்டு நிறுத்தப்பட்டது.

சிச்சுவான் எல்லை தொடங்கும் யாங்ஸி ஆற்றை அடைந்தபோது, அந்த ஆறு மிகமிகக் குறுகலான பகுதியாகச் சென்றது. சாங்கிங்

நகரிலிருந்து வந்த இரண்டு சிறிய படகுகளில் அவர்கள் மாறினார்கள். இராணுவப் பொருட்களும், சில அதிகாரிகளும் ஒரு படகிலும், மற்றவர்கள் இன்னொரு படகிலும் ஏறிக் கொண்டனர்.

யாங்ஸி நதியும், கோர்ஜஸ் பள்ளத்தாக்கும் 'நரகத்தின் வாசல்கள்' என்று அழைக்கப்பட்டன. அந்த மாலை நேரம் 'சுள்'ளென்று காய்ந்து கொண்டிருந்த குளிர்கால வெயில் திடீரென்று மறைந்தது. என்ன ஆயிற்று என்று அம்மா பார்த்தாள். ஆச்சரியம். நதியின் இருமருங்கிலும் உயரமான பாறைகள் செங்குத்தாக எழுந்து நின்றன. படகு பாறையின் மீது மோதி நொருங்கி விடுவது போல் தோன்றியது. பாறைகள் முழுவதும் செடி கொடிகளால் மூடி இருந்தன. ஆகாயத்தையே மறைக்கும் அளவுக்கு அப்பாறைகள் உயரமாக எழுந்து நின்றன. அடுத்து அடுத்து தோன்றிய பாறைகள் இன்னும் செங்குத்தாகத் தெரிந்தன. ஒரு கனமாக கருவியைக் கொண்டு பாறையைப் பிளந்து சொர்க்கத்திலிருந்து வழி அமைத்திருந்ததைப்போல அந்த இடம் அமைந்திருந்தது.

அந்தச் சிறிய படகு அந்த இடத்திலிருந்து முன்னேறிச் செல்ல முடியாமல் போராடியது. ஆற்றின் வேகம், நீர்ச்சுழற்சி, சில இடங்களில் நீரில் மூழ்கியிருந்த பாறைகள் இவை எல்லாம் ஆபத்தில் கொண்டு சென்று விடும் போல் இருந்தது. சில நேரங்களில் நீரின் வேகம் படகை பின்னுக்குத் தள்ளிக் கொண்டு போய்விட்டது. வேகமான நீர்ச்சுழற்சியில் எந்த நேரம் படகு தண்ணீரில் கவிழுமோ என்று பயம் வந்தது. படகு இப்போது இந்தப் பாறையில் மோதி விடுமோ அல்லது அந்தப் பாறையில் மோதி விடுமோ என்று அம்மா பதைபதைப்புடன் வந்தாள். ஆனால் இதுபோன்ற ஒவ்வொரு சந்தர்ப்பங்களிலும் படகோட்டி இலாவகமாக படகைச் செலுத்தி காப்பாற்றி வந்தான்.

சென்ற மாத இறுதியில் சிச்சுவானின் பெரும் பகுதியை கம்யூனிஸ்ட் கைப்பற்றியது. சியாங் காய்-ஷெக் போராட்டத்தை கைவிட்டுவிட்டு தாய்வானுக்கு தப்பி ஓடி விட்டதால், சில கோமிங்டாங் படை வீரர்கள் செய்வதறியாது அங்கேயே மாட்டிக் கொண்டார்கள். அதனால் அவர்களின் நடமாட்டம் அங்கே காணப்பட்டது. சில கோமிங்டாங் கும்பல் ஒன்று ஆயுதங்கள் ஏற்றி வந்த எங்கள் முதல் கப்பலை வெடி வைத்து தகர்த்து விட்டதால் நிலைமை மோசமானது. அம்மா கப்பலில் நின்று கொண்டிருந்தபோது அவளுக்கு நூறு அடி தூரத்திற்கு முன்னால்தான் கப்பல் வெடித்துச் சிதறியது. திடீரென்று அந்த நதியே அப்போது தீப்பிடித்து எரிவது போலத் தெரிந்தது. தீப்பிடித்து வெடித்துச் சிதறிய பலகை ஒன்று அம்மாவின் கப்பலை நோக்கிப் பாய்ந்து வந்தது. எரிந்து

கொண்டு பறந்து வரும் அப்பலகையின் தாக்குதலிலிருந்து தப்ப முடியாது என்று அம்மா தீர்மானித்து விட்டாள். ஆனால், எப்படியோ ஒரு கடுகளவு தூரம் அது விலகிப் போனதால் அம்மா தப்பித்தாள். பயத்திற்கான அடையாளமோ அல்லது மகிழ்ச்சிக்கான அடையாளமோ அவர்கள் முகங்களில் காணப்படவில்லை. மரணத்தின் வாசலுக்கு சென்று வந்தது போல மரத்துப் போய் நின்றார்கள். முதல் கப்பலில் சென்ற பல பாதுகாப்புப் படையினர் பலர் கொல்லப்பட்டனர்.

அம்மா ஒரு புதுமையான உலகத்தில் புகுந்தது போல உணர்ந்தாள். அப்படி ஒரு தட்பவெப்பநிலையும், இயற்கைச் சூழலும் அமைந்த ஓர் இடம் அது. உயர்ந்த மலைகளுக்கிடையே ஓடும் நதிகளைக் கொண்ட பள்ளத் தாக்குகள் ஓங்கி வளர்ந்த மூங்கில் மரக் கிளைகளால் மூடி மறைக்கப்பட்டிருந்தது பார்ப்பதற்கு பயமாகவும், இதுவரை பார்த்திராத புதுமையாகவும் இருந்தது. குரங்குகள் கிளைகள் விட்டு கிளைகள் தாவி ஆனந்தக் கூத்தாடிக் கொண்டிருந்தன. ஜிங்குவைச் சுற்றி அமைந்திருந்த சமவெளிப் பகுதியை அடுத்து, கண்ணுக்கெட்டிய தூரம் வரை, செங்குத்தாகக் காணப்படும் அழகான, அதேசமயம் ஆபத்தான பாறைகள் அனைவரையும் ஸ்தம்பிக்க வைக்கும் புதுமையாக இருந்தது.

சில சந்தர்ப்பங்களில் கருமையான கற்கள் படிக்கட்டுகள் போன்று அமைந்திருக்கும் பாறைகளின் அடியில் படகை நிறுத்தி இருப்பார்கள். ஆகாயத்தில் தவழும் மேகங்களுக்கிடையில் மறைந்து இருக்கும் மலை உச்சிக்கு இந்தப் படிக்கட்டுகள் இட்டுச் செல்வது போல அமையப் பெற்றிருக்கும். பெரும்பாலும் மலைஉச்சியில் ஏதாவது ஒரு ஊர் இருக்கும். நிரந்தரமாக அங்கே அடர்ந்த பனிமூட்டம் நிலவுவதால் பகல் நேரங்களில் கூட அங்கு வாழும் மக்கள் எண்ணெய் விளக்குகளை ஏற்றி வைத்திருப்பார்கள். மலைகளிலும் நதிகளிலும் ஈரமான குளிர்காற்று வீசும். அங்கு வாழ் விவசாயிகள் அட்டைக் கருப்பாகவும், எலும்பும், தோலுமாகவும், மெல்லிய உருவமாகவும், கூர்மையான முக அமைப்பைக் கொண்டவர்களாகவும், பெரிய பெரிய கண்களைக் கொண்டவர்களாகவும், இதுவரை பார்த்திராத புதுமையான மனிதர்களாகவும் அம்மாவுக்குத் தெரிந்தது. நீண்ட வெள்ளை நிறத்துணியில் நெற்றியைச் சுற்றி முண்டாசு போலக் கட்டிக் கொள்கிறார்கள். சீன நாட்டில் வெள்ளை நிறம் என்பது துக்கத்தின் நிறமாக இருப்பதால், அவர்கள் துக்கத்தை அணிந்து கொள்கிறார்களோ என்று ஆரம்பத்தில் எண்ணிக் கொண்டாள்.

ஜனவரி மாத மத்தியில் அம்மா சாங்கிங் நகரை அடைந்து விட்டாள். ஜப்பானுக்கு எதிராக போர் நடந்த போது இந்நகரம் கோமிங்டாங்கின் தலைநகராக இருந்தது. இந்நகரிலிருந்து, இன்னும் சிறிய ஒரு படகில் ஏறி, அடுத்தகட்டமாக லூசோவ் என்னும் இடத்தை அடைந்தாள். 100 மைல் தொலைவில் இருந்த இந்த இடத்தை அடைய, படகு ஆற்று நீரை எதிர்த்து துடுப்பு வலித்து செல்ல வேண்டும். அம்மா லூசோவ் சென்றதும், அவளுக்கு சோம்பன் என்ற ஒரு படகு அனுப்பப்பட்டிருக்கிறது என்றும், அதில் ஏறி நேராக யூபின் வந்துவிட வேண்டும் என்றும் ஒரு செய்தி காத்திருந்தது. வந்து சேர வேண்டிய இடத்திற்கு அப்பா உயிரோடு வந்து விட்டார் என்பதற்கான முதல் தகவலை இதன்மூலம் அம்மா தெரிந்து கொண்டாள். இப்போது அம்மாவுக்கு அப்பாவின் மீது கொண்டிருந்த ஆத்திரம் எல்லாம் காணாமற் போய்விட்டது. அப்பாவைப் பார்த்து நான்கு மாதங்கள் ஆகிவிட்டன. இந்த நான்கு மாத காலங்களிலும் ஒரு தவிப்பு இருந்தது என்னவோ உண்மைதான். வழியெங்கும் அப்பா பார்த்து ரசித்திருக்க வேண்டிய, கவிஞர்கள் பாடிய இயற்கை காட்சிகளை அம்மா கற்பனை செய்து பார்த்தாள். அப்பா வழியில் கண்ட காட்சிகளைக் கொண்டு அம்மாவுக்கு கவிதை புனைந்திருப்பார் என்று எண்ணும்போது அம்மாவின் மனதுக்குள் மழை பொழிந்தது.

அன்றைய தினம் மாலையில் அம்மா புறப்பட எல்லாம் ஏதுவாக இருந்தது. அடுத்தநாள் காலை அவள் கண்விழித்து எழுந்தபோது சன்னமாகக் காணப்பட்டு வந்த பனிப்பொழிவுக்கு இடையே ஊடுருவி வந்த சூரிய வெயில் அம்மாவுக்கு இதமாக இருந்தது. ஆற்றின் இருமருங்கிலும் அமைந்திருந்த மலைகள் பச்சைப்பசேலென்றும், கம்பீரமாகவும் காணப்பட்டன. அம்மா மன அமைதியோடு படகில் படுத்துக்கொண்டே,படகின் முன்பகுதி தண்ணீரைக் கிழித்துக்கொண்டு செல்லும்போது ஏற்படும் சலசலவென்ற ஓசையை ரசித்துக் கொண்டு வந்தாள். அன்று மாலையே அம்மா ஈபின் வந்தடைந்தாள். அடுத்த நாள் சீன நாட்டு புத்தாண்டு நாள். அம்மாவின் முதல் பார்வையே அந்நகரின் தோற்றத்தின்மீது பதிந்தது: ஆகாயத்து மேகங்கள் ஊடே அந்நகர் மிதப்பது போன்ற ஒரு கற்பனைக் காட்சி. இறங்க வேண்டிய இடத்திற்கு படகு வந்துவிட்டது. அம்மாவின் கண்கள் அப்பாவைத் தேடின. கடைசியாக, மூடுபனியின் ஊடே மங்கலாகத் தெரிந்த அப்பாவைக் கண்டாள். அப்பா இராணுவ உடையில் நின்று கொண்டிருந்தார். அதாவது மெய்க்காப்பாளர்கள் அவரைச் சுற்றி நின்றனர். நதிக்கரைகள் மணலும் கூழாங்கற்களும் நிறைந்திருந்தன. நகரம் மலை உச்சி வரை ஏறிச் செல்வது போல

இருந்தது. அவைகளில் ஒரு சில வீடுகள் நீண்ட, மெல்லியதான கம்புகளால் கட்டப்பட்டிருந்தன. அந்த வீடுகள் காற்றில் ஆடிக் கொண்டிருப்பதைப் பார்த்தால் அவை எந்த நேரமும் விழுந்து விடலாம் போல இருந்தன.

படகுத்துறையில் படகு கட்டப்பட்டது. படகுக்காரன் ஒரு மரப் பலகையை எடுத்து வைத்து அம்மா இறங்குவதற்குப் பாதையமைத்துக் கொடுத்தான். அப்பாவின் மெய்க்காப்பாளர்கள் அம்மாவின் உடைமைகளை எடுத்துக் கொண்டனர். அம்மா அந்த நடைபாலத்தில் துள்ளிக்குதித்து ஓடி வந்தாள். அம்மாவை அலாக்காகத் தூக்கி தரையில் விட அப்பா தன் கரங்களை நீட்டினார். ஆனால், அவ்வாறு செய்ய அந்த பொது இடம் உகந்தது அல்ல. அம்மாவைப் போல அப்பாவும் ஆனந்தமாக இருக்கிறார் என்பதை அறிந்த அம்மா பூரித்துப் போனாள்.

8

'எழில்மிகு உயர்ந்த பட்டாடையுடன் வீடு திரும்புதல்'

குடும்பத்திற்கும் வழிப்பறி கொள்ளையர்களுக்கும்

1949 – 1951

ஈபின் நகரம் எப்படிப்பட்ட நகரமாக இருக்கும் என வழி எங்கும் அம்மா கற்பனை செய்து பார்த்துக் கொண்டே வந்தாள். மின்சார வசதி இருக்குமா? யாங்ஸியில் பார்த்துக் கொண்டு வந்தது போல உயரமான மலைகள் அங்கே இருக்குமா? திரை அரங்குகள் இருக்குமா? அப்பாவுடன் மலைமேல் ஏறி நின்று அந்நகரைப் பார்த்தபோது இப்படி ஒரு சொர்க்க- புரிக்கா நாம் வந்திருக்கிறோம் என்று அம்மா அசந்து போனாள். ஈபின் நகர், இரண்டு நதிகள் சங்கமிக்கும் கடல் முனையை நோக்கியவாறு ஒரு மலைமீது எழுந்து நிற்கிறது. இந்த இரண்டு நதிகளில் ஒன்று தெளிந்த நீரையும், இன்னொன்று அழுக்கான நீரையும் கொண்டு வந்து சேர்க்கின்றன. ஊரெங்கும் மின் விளக்குகள் ஜொலித்துக் கொண்டிருந்தன. அங்குள்ள வீடுகளின் சுவர்கள் களிமண்ணையும் மூங்கிலையும் கொண்டு எழுப்பப் பட்டுள்ளன. கூரைகளில் வேயப்பட்டிருந்த ஓடுகள் மெல்லியதாகவும், எந்த நேரமும் உடையக்கூடியதாகவும் அம்மாவின் கண்களுக்குத் தெரிந்தன. காற்றையும், பனியையும் தாங்கக்கூடிய கடினமான தன்மையுடைய, மஞ்சூரியாவில் பயன்படுத்தப்பட்ட ஓடுகளை ஒப்பிடும்போது, இந்த ஓடுகள் மெல்லிய இழை போன்று காணப்பட்டன. தூரத்தில் நின்று பனி மூட்டத்திற்கு ஊடே

பார்த்தபோது, கற்பூர மரங்களாலும், தேயிலைச் செடிகளாலும் மூடி வைக்கப்பட்ட பசுமையான மலைகளின் மத்தியில், அந்தச் சின்னச் சின்ன மூங்கில் வீடுகளும், மண் சுவர் வீடுகளும் அம்மாவின் கண்களுக்கு ரம்மியமாகத் தெரிந்தன. அம்மா சுமந்து வந்த பெட்டி படுக்கைகள் இறக்கப்பட்டு, அப்பாவின் மெய்க்காப்பாளர்கள் அவைகளை எடுத்துக் கொண்டனர். யுத்தத்தின் விளைவுகளால் சின்னாபின்னமாக்கப்பட்டுக் கிடந்த சிற்றூர்களையும் நகரங்களையும் பார்த்துக் கொண்டு வந்த அம்மாவுக்கு, யுத்தத்தின் சுவடுகளே இல்லாத இந்நகரைப் பார்த்தபோது, அம்மா மிகவும் மகிழந்து போனாள். இந்நகரைப் பாதுகாத்து வந்த, கிட்டத்தட்ட 7000 கோமிங்டாங் காவற்படை வீரர்கள் யுத்தம் செய்யாமல் சரணடைந்து விட்டனர்.

அப்பாவுக்கு ஒரு பிரமாண்டமான மாளிகை ஒதுக்கப்பட்டிருந்தது. இந்த மாளிகையில் அலுவலகமும் வீடும் ஒருங்கே அமைக்கப்பட்டிருந்தன. அம்மா, அப்பாவுடன் அந்த மாளிகையில் குடியேறினாள். அங்கே ஓர் அற்புதமான தோட்டம் இருந்தது. அம்மா தன் வாழ்நாளில் பார்த்திராத தோட்டம் அது. பப்பாளி மரங்கள், வாழை மரங்கள், இன்னும் எத்தனை எத்தனையோ பெயர் தெரியாத மரங்கள். என்ன ஓர் அபூர்வமான தோட்டம் அது. அருகில் ஒரு குளம். தங்க நிற மீன்கள் அதில் நீந்திக் கொண்டிருந்தன. ஓர் ஆமையும் அதில் காணப்பட்டது. அப்பாவுடைய படுக்கை அறையில் இரண்டு கட்டில்கள் போடப்பட்டிருந்தன. மிக மிருதுவான மெத்தை. ஈபின் நகரத்தில் குளிர்காலத்தில் கூட எல்லாருக்கும் பஞ்சு மெத்தை இருந்தால் போதும். இங்கே இரத்தத்தை உறைய வைக்கும் குளிர்காற்று இல்லை. மஞ்சூரியாவைப் போல புழுதிப் படலம் இல்லை. சுகாதாரமாக மூச்சு விடுவதற்கு முகத்தைத் துணியால் மூடிக் கொள்ள வேண்டிய அவசியம் இல்லை. கிணறுகூட எதைக் கொண்டும் மூடப்படவில்லை. கிணற்றருகில் ஒரு மூங்கில் கம்பு நடப்பட்டிருந்தது. தண்ணீர் இறைத்துக் கொள்ள ஒரு வாளி அதில் தொங்க விடப்பட்டிருந்தது. அருகே துணி துவைப்பதற்கென்று ஒரு கல் அமைக்கப்பட்டிருந்தது. பனை நார் கொண்டு அது சுத்தப்படுத்தப் பட்டது. இதுபோன்ற செயல்பாடுகளுக்கு மஞ்சூரியாவில் இடமில்லை. அங்கு அணிந்து கொண்டிருக்கும் ஆடைகள் உடனடியாக தூசு படிந்து அழுக்குப்பட்டு விடும், அல்லது பனியால் மூடப்பட்டு விடும். அம்மா தன் வாழ்க்கையில் முதல்முறையாக அரிசிச் சோறும், சைவ உணவும் சாப்பிட்டாள்.

அதற்கு அடுத்த வாரங்கள்தான் அம்மா அப்பாவின் உண்மையான தேன்நிலவுக் காலங்கள். அம்மாவின் வாழ்க்கையில்

முதல்முறையாக, எந்த விதமான விமர்சனங்களுக்கும் உட்படாமல், அப்பாவோடு இன்புற்று வாழ்ந்தாள். அங்கு நிலவிய சூழல் ஆரவாரமில்லாமல் அமைதியாக இருந்தது. கம்யூனிஸ்ட்கள் வெற்றிக் களிப்பில் திளைத்திருந்தனர். புது மணத் தம்பதிகள் சனிக்கிழமை இரவுகளில் மட்டும்தான் ஒன்று சேரவேண்டும் என்று அப்பாவோடு பணிபுரியும் அலுவலர்கள் நிர்ப்பந்திக்கவில்லை.

ஈபின் நகர், இரண்டு மாதங்களுக்கும் முன்னதாகவே, அதாவது 1949 ஆம் ஆண்டு டிசம்பர் மாதம் 11-ஆம் நாள் கம்யூனிஸ்ட்கள் கைக்கு வந்து விட்டது. அப்பா ஆறு நாட்கள் தாமதமாக அங்கே வந்து சேர்ந்தார். அப்பா வந்தவுடன் அவர் ஈபின் மாவட்டத்திற்கு தலைவர் ஆக்கப்பட்டார். (ஈபின் சிச்சுவான் மாநிலத்தின் ஒரு மாவட்டத் தலைநகர்.) ஒரு மில்லியன் ஜனத்தொகை கொண்ட மாநிலம் அது. அதில் ஈபின் நகரில் மட்டும் 100,000 மக்கள் வாழ்ந்து வந்தனர். படகின் மூலம் வந்த அப்பாவோடு நான்ஜிங் நகரில், (நான்ஜிங், கிழக்கு ஜிங்கு மாநிலத்தின் தலைநகர்) 'புரட்சியில் இணைந்திருந்த' நூறு மாணவர்களும் வந்தார்கள். படகு யாங்ஸி நதிக்கு வந்தடைந்தும், நதிக்கரையில் அமைந்துள்ள ஈபின் அனல் மின் நிலையத்தில் முதலில் படகு நின்றது. இந்த இடம் கம்யூனிஸ்ட்களின் ரகசியப் பாதுகாப்பு கோட்டையாக விளங்கி வந்தது. நூற்றுக்கணக்கான ரகசிய ஊழியர்கள் அப்பாவை வரவேற்க படகுத்துறைக்கு வந்து காத்திருந்தார்கள். வரவேற்பு மந்திரங்களை முழங்கிக் கொண்டும், சீன நாட்டு புதிய கம்யூனிஸ்ட் கொடிகளைத் தாங்கிக் கொண்டும், ஐந்து நட்சத்திரங்கள் கொண்ட சிறிய காகிதச் செங் கொடிகளை கைகளில் தூக்கிப் பிடித்துக் கொண்டும் வந்தார்கள். அந்த கொடிகளில் இடம் பெற்றிருந்த நட்சத்திரங்கள் தவறான இடத்தில் இருந்தன. அங்கிருந்த கம்யூனிஸ்ட்கள் நட்சத்திரங்களை சரியான இடத்தில் வைப்பது பற்றி அறிந்திருக்கவில்லை. பணியாளர்கள் மத்தியில் உரையாற்றுவதற்கு இன்னொரு அலுவலரோடு அப்பா நதிக்கரைக்கு வந்தார். அப்பா அவர்கள் மத்தியில் ஈபின் நகரப் பாணியில் உரையாற்றியது அவர்களுக்கு மிகுந்த உற்சாகத்தையும் மகிழ்ச்சியையும் கொடுத்தது. மற்ற தோழர்கள் அணிந்திருந்ததைப் போன்ற சாதாரண இராணுவ தொப்பி ஒன்றை அணியாமல், 1920களிலும், 1930களிலும் கம்யூனிஸ்ட் படையினர் அணிந்திருந்த எட்டு முனைகள் கொண்ட தொப்பி ஒன்றை அப்பா அணிந்திருந்தார். அது உள்ளூர்த் தோழர்களுக்கு விநோதமாகத் தெரிந்தாலும், அப்பாவுக்கு அது நன்றாக அமைந்திருந்தது.

பிறகு படகின் மூலம் ஆற்றைக் கடந்து நகருக்கு வந்து சேர்ந்தனர். அப்பா ஊரை விட்டுப் போய் பத்து ஆண்டுகளாகி விட்டன. அப்பாவுக்கு அவர் குடும்பத்தின் மீது கொள்ளைப் பிரியம். அதிலும் அவரது கடைக்குட்டித் தங்கையின் மீது அவ்வளவு பிரியம். யான்'ஆன்னில் இருந்தபோது, தன் புதிய வாழ்க்கை பற்றியும், ஒரு நாள் அவளும் தன்னோடு வந்து விட வேண்டும் என்றும் ஆர்வத்தோடு அவளுக்கு கடிதம் எழுதுவார். பிறகு கோமிங்டாங்கின் பலத்த கெடு பிடியால் கடிதப் போக்குவரத்து நின்று போனது. அதன்பிறகு அப்பாவிடமிருந்து எந்தத் தொடர்பும் இல்லாமல் போனது. நான்ஜிங்கில் அப்பா, அம்மாவோடு எடுத்துக்கொண்ட புகைப்படத்தை அவர்களுக்கு அனுப்பி, அதைப் பார்த்த பிறகுதான் அப்பாவைப் பற்றிய செய்தியைப் புரிந்து கொண்டார்கள். இதற்கு முன்பு அவர்களுக்கு அப்பா கடந்த ஏழு ஆண்டுகளாக உயிரோடு இருக்கும் தகவலே தெரியாமல் இருந்தது. அதுவரை அவர்கள் அப்பாவைப் பார்க்க முடியாமல் தவித்தார்கள். அப்பாவை நினைத்து நினைத்து அழுதார்கள். அப்பா பத்திரமாகத் திரும்பி வர வேண்டும் என்று புத்தரிடம் தொழுதார்கள். அப்பா புகைப்படத்துடன், தான் விரைவில் ஈபின் வரவிருப்பதாகவும், தன் பெயரை மாற்றிக் கொண்டதாகவும் ஒரு குறிப்பும் அனுப்பி இருந்தார். அப்பா யான்'ஆன்னில் இருந்தபோது மற்ற எல்லாரையும் போல அவரும் வாங் யூ என்னும் புனைப் பெயரைச் சூட்டிக் கொண்டார். 'யூ' என்றால் பாமர மக்களுக்கு இவர் தன்னலமற்ற ஒரு தியாகச் சுடர் என்று பொருள். பிறர் நலன்களில் அக்கறை கொண்டவர் என்று அர்த்தம் ஆகும். இங்கு வந்ததும் தன் உண்மையான பெயரான 'சாங்' என்பதற்கு மாறிவிட்டார். அத்துடன் தன் புனைப்பெயரையும் சேர்த்து 'சாங் ஷு - யூ' என்று வைத்துக் கொண்டார்.

பரம ஏழையாக, பசியும் பட்டினியுமாக, வேலை தேடி அலைந்தவராக, பத்து ஆண்டுகளுக்கு முன்னால் வெளியேறிப் போனார்; ஒரு பத்து ஆண்டு காலத்திற்குள், 30 வயதுக்குள், சர்வ அதிகாரமும் கொண்டவராக இப்போது வீடு திரும்பி இருக்கிறார். இதுவே சீனப் பரம்பரையினரின் கனவு. சீன மொழியில் குறிப்பிட்டுள்ள 'எழில்மிகு உயர்ந்த பட்டாடையுடன் வீடு திரும்புதல்' என்ற பொருள்படும் சீனப் பழங்கூற்று. அப்பாவின் குடும்பம் அவரைப்பற்றி பெருமைப்பட்டுக் கொண்டது. கம்யூனிஸ்ட்கள் பற்றி அவர்கள் புதுமையான பல விஷயங்களைக் கேள்விப்பட்டதால், பிரிந்து சென்ற பத்தாண்டுகளுக்குப் பின் அப்பா எப்படியெல்லாம் இருந்தார் என்று பார்க்க அவர்கள் விரும்பினார்கள். அதிலும் அப்பாவின் அம்மா, அவரின் புது வாழ்க்கையை அறிந்து கொள்ள மிகவும் ஆர்வமாக இருந்தார்.

அப்பா மனதார வாய்விட்டு சிரித்துப் பேசினார். எப்போதும் வேடிக்கையும் விளையாட்டுமாக இருப்பதற்கு அப்பா ஓர் சிறந்த உதாரணம். அப்பா இறுதிவரை தன்னை மாற்றிக் கொள்ளவில்லை. இதனால் அப்பாவிடம் அம்மாவுக்கு மிகுந்த மன நிறைவு. பரம்பரையாக வந்த அவர்களில் ஒழுக்கக் கட்டுப்பாடுகளினால் ஏற்பட்ட ஆனந்தத்தை தங்களில் விழிகளில் ததும்பிய கண்ணீரால் காட்டிக் கொண்டனர். அப்பாவின் கடைக்குட்டித் தங்கை இன்னும் அதிகமாக நெகிழ்ந்து போனாள். தன்னுடைய நீண்ட சடைகளை தோள்களில் தூக்கிப் போட்டு விளையாடிக் கொண்டு தெளிவாகப் பேசுவாள். தன்னுடைய பேச்சில் ஒரு அழுத்தம் கொடுக்க வேண்டிய கட்டம் வருகின்ற போது தலையை சாய்த்துக் கொண்டு பேசுவாள். இது சிச்சுவான் நாட்டுப் பெண்களின் குறும்புத்தனம் என்பதின் அடையாளம் என்று அறிந்து கொண்டு அப்பா மனதுக்குள் புன்முறுவல் செய்வார். வடக்கில் மேற்கொண்ட பத்தாண்டுக் கால கட்டுப்பாடான வாழ்க்கையில் இதையெல்லாம் அப்பா மறந்து விட்டார்.

உணர்ச்சிப் பெருக்கை வெளிப்படுத்தும் தருணங்கள் ஏராளமாக உள்ளன. அப்பா வீட்டை விட்டு சென்றதிலிருந்து அங்கே என்ன நடந்தது என்பதை அப்பாவின் அம்மா தெளிவாக நினைவில் வைத்திருந்தாள். அப்போது ஒரு விஷயம் மட்டும் அவளை வருத்திக் கொண்டிருப்பதாகச் சொன்னாள். சாங் விங் நகரில் அவளைக் கவனித்துக் கொண்டிருந்த தன் மூத்த மகளுக்கு என்ன ஆகப் போகிறதோ என்ற கவலைதான் அது! அந்த மூத்த மகளின் கணவன் இறந்து விட்டான். அவன் கொஞ்ச நிலங்களை அவளுக்காக வைத்து விட்டு இறந்திருக்கிறான். அந்த நிலத்தை அவள் குத்தகைக்கு விட்டிருக்கிறாள். அப்போது ஒரு செய்தி பரவி வந்தது; கம்யூனிஸ்ட்கள் நிலச்சீர்திருத்தம் கொண்டுவரவிருக்கிறார்கள். அதனால் அந்த மூத்த மகள் நிலச்சுவான்தார் என்று வகைப்படுத்தப்பட்டு, அவளின் நிலத்தை கம்யூனிஸ்ட்கள் பறித்துக் கொள்வார்கள் என்ற பயம் அந்தக் குடும்பத்தைப் பற்றிக் கொண்டது. அந்தக் குடும்பத்துப் பெண்கள் குழம்பிப் போனார்கள். கம்யூனிஸ்ட்கள் மீது எதிர்க் குற்றச்சாட்டு வைத்தனர். 'எங்கள் மகளுக்கு என்ன ஆகும்? அவள் எப்படி வாழப் போகிறாள்? கம்யூனிஸ்ட்கள் எப்படி இதுபோன்ற ஒரு காரியத்தைச் செய்யலாம்?'

அப்பாவுக்கு அழுகையும் ஆத்திரமுமாக வந்தது. 'என்னுடைய வெற்றிக் களிப்பை இன்றைக்கு உங்களோடு பகிர்ந்து கொள்வதற்கான இந்த நாளை ஆவலோடு எதிர்பார்த்திருந்தேன்.

'எழில்மிகு உயர்ந்த பட்டாடையுடன் வீடு திரும்புதல்'

எல்லா அநீதிகளும் ஒரு கடந்த கால விஷயமாக போகிறது. நல்ல விஷயங்கள் நடக்கப் போவதற்கான காலம் இது. சந்தோஷப்படுங்கள். உங்களுக்கு எப்படி இந்த அவநம்பிக்கை வந்தது? நீங்கள் மட்டும்தான் இதில் குற்றம் கண்டுபிடிக்க...' என்று அப்பா வெடித்து விட்டார். தாங்க முடியாமல் அப்பா ஒரு சிறுபிள்ளைப் போல அழுதார். அப்பாவைப் பொறுத்தவரை ஏமாற்றத்தின் வெளிப்பாடாக வந்த அழுகை அது. அவர்களைப் பொறுத்தவரை ஒரு குழப்பத்தின் வெளிப்பாடாக வந்த உணர்ச்சிப் பெருக்கு அது. அவர்களுக்கு அது சந்தேகத்திற்குரியதாகவும், நிச்சயமற்றதாகவும் தெரிந்தது.

அப்பாவின் அம்மா, நகருக்குச் சற்று தள்ளி இருந்த அந்தப் பழைய காலத்து வீட்டில் வாழ்ந்து வந்தாள். அவளின் கணவன் இறந்தபோது அந்த வீட்டை அவளுக்கு விட்டுச் சென்றார். அது ஓரளவுக்கு ஆடம்பரமான நாட்டுப்புறத்து வீடு. செங்கற்களாலும் மரத்தாலும் கட்டப்பட்ட வீடு அது. போக்குவரத்துச் சாலைக்கு சற்று தள்ளி, உயர்ந்த மதில்கள் சூழ்ந்த வீடு. வீட்டிற்கு முன் ஒரு பெரிய தோட்டம் இருந்தது. பின்புறத்தில் குளிர் காலத்தில் காய்க்கக்கூடிய பிளம்ஸ் மரங்கள் காணப்பட்டன. அவைகளிலிருந்து ஒரு இனிய நறுமணம் வீசிக் கொண்டே இருக்கும். அதனை அடுத்து ஓங்கி வளர்ந்த மூங்கில் மரங்கள் இருந்தன. அந்த மரங்கள் அந்த இடத்திற்கு ஒரு வனப்பை உண்டாக்கிக் காட்டின. அந்தப் பகுதியே மிகவும் தூய்மையாக இருந்தது. அந்த வீட்டு ஜன்னல்கள் எல்லாம் பளிச்சென்று இருந்தன. ஒரு பொட்டுத் தூசு கூடப் பார்க்க முடியாது. மர சாமான்கள் எல்லாம் அழகான படாக் மரத்தில் செய்யப்பட்டிருந்தன. அவைகள் கருஞ் சிவப்பு நிறத்திலும், இன்னும் சில கருமை நிறத்திலும் காணப்பட்டன. அம்மா முதன்முதலில் அந்த வீட்டிற்கு வந்தபோது அந்த வீட்டை நேசிக்கத் தொடங்கி விட்டாள்.

இங்கே ஒரு முக்கியமான கட்டம் வருகிறது. சீன நாட்டு வழக்கப்படி, ஒரு திருமணம் ஆன பெண்ணின் மீது சகல அதிகாரமும் செலுத்தக்கூடிய ஒரு நபர் யார் என்றால், அது அப்பெண்ணின் மாமியாராகத்தான் இருக்க முடியும். அம்மாமியாருக்கு மருமகள் கீழ்ப்படிந்து தான் நடக்க வேண்டும். மாமியார் மருமகளை ஆட்டிப் படைப்பாள். இந்த மருமகள் ஒரு நல்ல நாளில் மாமியார் ஆகிறபோது, தனக்கு வாய்த்த மருமகளை தன் இஷ்டப்படி ஆட்டிப் படைப்பாள். இவ்வாறு பாதிக்கப்படும் மருமகள்களை மீட்டு எடுப்பதுதான் கம்யூனிஸ்ட்களின் முக்கியமான கோட்பாடு. கம்யூனிஸ்ட் கட்சி சார்ந்த மருமகள்கள்

கொடுமையானவர்கள், அவர்கள் தங்கள் மாமியார்களின் தலை முடியைப் பிடித்து ஆட்டி வைப்பார்கள் என்பன போன்ற வதந்திகள் ஏராளமாக இருந்தன. அப்படி இருக்கையில் அம்மா எவ்வாறு அந்தக் குடும்பத்தில் வாழப் போகிறாள் என்பதைப் பார்க்க எல்லாரும் ஒரு வகைக் கலக்கத்துடன் காத்திருந்தனர்.

அப்பாவின் குடும்பம் பெரிய குடும்பம். அன்றைக்கு அனைவரும் ஒன்று கூடி விட்டனர். அம்மா அந்த வீட்டின் முன் வாசலை நோக்கி நடந்து வந்தபோது 'வருகிறாள், வருகிறாள்' என்று கிசுகிசுக்கும் சத்தம் அம்மாவின் காதுகளில் விழுந்தது. தொலைதூர வடதிசையிலிருந்து வந்திருக்கும் கம்யூனிஸ்ட் மருமகளைப் பார்க்க வேண்டுமென்ற ஆவலில் குதித்து குதித்து எட்டிப் பார்க்க முயன்ற குழந்தைகளை பெரியவர்கள் அதட்டி அடக்கி வைத்தார்கள்.

அம்மா முதன்முதலில் அவ்வீட்டிற்குள் நுழைந்தபோது, ஒரு ஓரத்தில் அந்தக் காலத்து படாக் மர சாய்வு நாற்காலியில் அவளது மாமியார் அமர்ந்திருந்தார். அவள் அமர்ந்திருக்கும் அந்த அறையின் இரு பக்கங்களிலும், பாரம்பரிய பழக்கவழக்கத்திற்கேற்ப, படாக் மரத்தில் அழகாக கடைசல் வேலைகள் செய்யப்பட்ட நாற்காலிகள் போடப்பட்டிருந்தன. இரண்டு இரண்டு நாற்காலிகளுக்கிடையில் ஒரு சிறிய மேஜை போடப்பட்டிருந்தது. அதன் மீது ஒரு சிறிய அழகான பூச்சாடி இருக்கும். அல்லது வேறு ஏதேனும் ஒரு அலங்காரப் பொருள் வைக்கப்பட்டிருக்கும். அந்த அறையின்; மையப்பகுதி வரை நடந்து வந்த அம்மா, தன் மாமியாரின் முகத்தை நிமிர்ந்து பார்த்தாள். அமைதி தவழ்ந்த முகம். எடுப்பான கன்னங்கள் (அவை அப்படியே அப்பாவுக்கு வந்திருந்தன). சின்னஞ் சிறிய கண்கள். கூர்மையான முகவாய். மென்மையான உதடுகள் முன்னோக்கிக் குவிந்திருந்தன. ஒல்லியான தேகம். பாதி மூடியிருந்த கண்கள் தியானத்தில் அமர்ந்திருந்தது போல் காட்டியது. அப்பாவின் கைகளைப் பிடித்துக் கொண்டு மெதுவாக மாமியாரை நோக்கி அம்மா நடந்து சென்றாள். அவள் அமர்ந்திருந்த நாற்காலி வந்ததும் அம்மா நின்று கொண்டாள். மாமியார் முன் முழந்தாள் படியிட்டாள். பின் மும்முறை தரையில் வீழ்ந்து மாமியாரின் காலடிகளை வணங்கினாள். இது தான் அங்கே கடைப்பிடித்து வந்த முறையான பழக்கம். இந்த இளம் கம்யூனிஸ்ட் பெண் இப்படியெல்லாம் செய்வாளா என்று கூடியிருந்தவர்கள் எல்லாம் அதிர்ந்து போனார்கள். எல்லாரும் நிம்மதிப் பெருமூச்சு விட்டதால் அந்த அறையே கொஞ்ச நேரம் அதிர்வுக்குள்ளாகியது. அப்பாவின் பங்காளிகளும், அக்கா தங்கைகளும் 'இப்படி ஒரு மருமகளா? அய்யோ, நம்ப முடியவில்லை. என்ன அடக்க ஒடுக்கம்!

என்ன அழகு! என்ன ஒரு மரியாதை! அம்மா, உண்மையில் நீங்கள் கொடுத்து வைத்தவர்கள்' என்று அவளின் காதுகளில் கிசுகிசுத்தார்கள்.

அன்பால் அனைவரையும் பணியவைக்கும் தன் பண்பு குறித்து அம்மா சற்று பெருமைப்பட்டுக் கொண்டாள். அடுத்து அவள் என்ன செய்ய வேண்டும் என்பது பற்றி அப்பாவும் அம்மாவும் சிறிது விவாதித்துக் கொண்டார்கள். காலில் விழுந்து வணங்கும் சடங்கை இந்தத் தம்பதிகள் ஒழித்துக் கட்டி விடுவார்கள் என்று கம்யூனிஸ்ட்கள் பேசிக் கொண்டார்கள். ஏனெனில், இச்சடங்கு மனித மாண்புக்கு இழுக்கு என்று கம்யூனிஸ்ட்கள் கோட்பாடாகக் கொண்டிருந்தனர். ஆனால் அம்மா இதற்கு மட்டும் ஒரு விதி விலக்கு வேண்டும் என்று கேட்டுக் கொண்டாள். அப்பாவும் சம்மதம் தெரிவித்தார். அம்மாவை வேதனைப்படுத்த அப்பா விரும்பவில்லை. கருச்சிதைவு ஆனதற்கு பிறகு அப்பா அம்மாவைக் கஷ்டப்படுத்த விரும்பவில்லை. அத்துடன் காலில் வீழ்ந்து வணங்குவது சற்று வித்தியாசமானது. கம்யூனிஸ்ட்களுக்கு இது யோசித்துப் பார்க்க வேண்டிய ஒரு விஷயம். அப்பாவிடமிருந்து இது எதிர்பார்க்கப்பட்டாலும், அவர் அவ்வாறு காலில் விழுந்து வணக்கம் செலுத்தவில்லை.

அப்பாவின் குடும்பத்து பெண்கள் அனைவரும் புத்த சமயத்தை சார்ந்தவர்கள். திருமணம் ஆகாமல் இருந்த அப்பாவின் சகோதரி, ஜன்-யிங் என்பவள் குறிப்பிட்டுச் சொல்லும் அளவுக்கு ஒரு பக்திப் பழம். அந்தப் பெண், அம்மாவை புத்தர் சிலையை வழிபட அவர்களின் குல தெய்வக் கோவிலுக்கு அழைத்துச் சென்றாள். இது சீனப் புத்தாண்டு தினத்தன்று தொடங்கப்பட்டது. அதன்பின் குளிர்காலத்தில் காய்க்கும் பிளம்ஸ் மரத் தோட்டத்திற்கும், அதன் பின்னால் உள்ள மூங்கில் மரத் தோட்டத்திற்கும் அழைத்துச் சென்றாள். ஜன்-யிங் அத்தை ஒவ்வொரு மலருக்கும், அதுபோல ஒவ்வொரு மரத்திற்கும் ஒரு சக்தி உண்டு என்று நம்பினாள். மூங்கில் மரங்கள் பூ பூக்கக் கூடாது என்று 12 முறை மூங்கில் மரங்களை வீழ்ந்து வணங்கி வேண்டிக் கொள்ளுமாறு அத்தை அம்மாவிடம் கேட்டுக் கொண்டாள். மூங்கில் மரங்கள் பூத்தால், அதை ஓர் அபாய அறிவிப்பாக சீனர்கள் நம்பினார்கள். இதெல்லாம் அம்மாவுக்கு வேடிக்கையாகத் தெரிந்தது. அம்மாவின் விளையாட்டுப் பருவத்தை நினைவூட்டியது. ஆனால் அப்பா இதையெல்லாம் ஏற்றுக்கொள்ள விரும்பவில்லை. இதெல்லாம் கம்யூனிஸ்ட்களின் கருத்துகளுக்கு உதவிபுரியும் செயல்பாடு என்று கூறி அம்மா, அப்பாவை ஆற்றுப்படுத்தினாள். சீனாவின் பண்டைய கலாச்சாரப்

பழக்கவழக்கங்களை கம்யூனிஸ்ட்கள் ஒழித்து அழித்து விடுவார்கள் என்று கோமிங்டாங் கூறி இருந்தது. இப்படியெல்லாம் நடந்து விடாது என்று மக்கள் தெரிந்து கொள்வது முக்கியம் என்று அம்மா கூறினாள்.

அப்பாவின் குடும்பத்தார் அனைவரும் அம்மா மீது அன்பைப் பொழிந்தார்கள். பாட்டி மிகவும் அனுசரித்துப் போகக் கூடியவளாக இருந்தாள். அவளுக்கு முரண்பாடு என்பது கிடையாது. யார் மீதும் தவறாக மதிப்பீடு செய்தது கிடையாது. ஜன்-யிங் அத்தையின் வட்ட வடிவ முகத்தில் அம்மைத் தழும்புகள் அழியாமல் இருந்தன. ஆனால், அத்தையின் கண்கள் அனைவரையும் ஈர்க்கும் சக்தி கொண்டவை. அனைவரும் அத்தையோடு இணக்கமாகவும் இயல்பாகவும் பழகினார்கள். இந்த இடத்தில், புதிய மாமியார் வீட்டு ஜனங்களோடு, தன் தாயை அம்மாவால் ஒப்பிட்டுப் பார்க்காமல் இருக்க முடியவில்லை. அம்மாவின் உத்வேகத்தையும், உற்சாகத்தையும் இழக்கவிடாமல் அவர்கள் பார்த்துக் கொண்டார்கள். அம்மாவை இயல்பாகவும், இனிமையாகவும் அவர்கள் நடத்தியதால், அம்மா தன் சொந்த வீட்டில் இருப்பது போல உணர்ந்தாள். ஜன்-யிங் அத்தை சிச்சுவான் நாட்டு சாப்பாடு வகைகளை சுவையாகச் சமைத்துக் கொடுத்தாள். இது வடநாட்டு சமையலைவிட முற்றிலும் மாறுபட்டிருந்தது. அந்த உணவு வகைகளுக்கு அவர்கள் கவர்ச்சியான பெயர்களைச் சூட்டி இருந்தார்கள். அது அம்மாவுக்கு மிகவும் பிடித்திருந்தது. அவைகளின் பெயர்கள்: ‘பறக்கும் நாகத்துடன் புலி போரிடுகிறது’, ‘ஆசைநாயகி கோழிக்குழம்பு’, ‘சூடான வாத்து சூப்பு’, ‘பால் குடிக்கும் தங்கச் சேவல் அதிகாலை கூவி எழுப்புகிறது’; அம்மா அடிக்கடி அந்த வீட்டிற்கு சென்று, அனைவரோடும் அமர்ந்து உணவருந்தி வந்தாள். அப்போது பிளம்ஸ் தோட்டத்தையும், பாதாம் மரங்களையும், வசந்த காலங்களில் வெண்மைக் காடுகள் போல் பூ பூக்கும் குழிப் பேரி மரங்களையும் பார்த்து ரசித்துக் கொண்டே உணவருந்துவாள். சாங் குடும்பத்து பெண்கள் அம்மாவுக்கு ஓர் உள்ளார்ந்த வரவேற்பு கொடுத்து வந்தார்கள். அவர்கள் காட்டிய அன்பு அம்மாவுக்கு இதமாக இருந்தது.

ஈபின் மாநில அரசாங்கத்தில் அம்மாவுக்கு பொது விவகாரத் துறையில் ஒரு பணி ஒதுக்கப்பட்டது. அலுவலகத்தில் அம்மா சிறிது நேரம் இருப்பாள். அம்மா தன் பணியில் கொடுத்த முன்னுரிமை, பொது ஜனங்களுக்கு உணவு அளிப்பதுதான். இது ஆரம்பத்தில் சிறிது சிரமமாக இருந்தது.

கோமிங்டாங் தலைவர்களின் கடைசி இருப்பிடம் தென்மேற்குதான். 1949 ஆம் ஆண்டு டிசம்பர் மாதம் சியாங் காய்-ஷெக் தாய்வானுக்கு தப்பி ஓடி விட்டதால், இரண்டரை இலட்சம் கோமிங்டாங் வீரர்கள் சிச்சுவான் நகரில் போக்கிடமின்றி தவித்து நின்றனர். நகரங்களைக் கைப்பற்றுமுன், நாட்டுப்புறப் பகுதிகள் சிலவற்றை கம்யூனிஸ்ட்கள் கைப்பற்றாமல் விட்டு விட்டனர். அதில் சிச்சுவான் பகுதியும் ஒன்று. கோமிங்டாங் படைப்பிரிவுகள் ஒழுங்கான அமைப்பு இன்றி இருந்தன. ஆனால் எப்போதும் முழு ஆயுதங்களுடன் இருந்தன. சிச்சுவான் நகரின் தென் பகுதியில் இருந்த பல கிராமங்கள் கோமிங்டாங் கைவசம் இருந்தன. கோமிங்டாங் ஆதரவாளர்களான நிலப் பிரபுக்கள், அவர்களுக்கு உணவு பொருட்கள் வழங்கி வந்தனர். நகர் வாழ் மக்களுக்கு உணவு அளிப்பது கம்யூனிஸ்ட்களின் அவசரத் தேவையாக இருந்தது. அதுபோல கம்யூனிஸ்ட் படை வீரர்களுக்கும், கம்யூனிஸ்ட்களிடம் சரணடைந்த கோமிங்டாங் வீரர்களுக்கும் உணவளிப்பதும் அவசரத் தேவையாக இருந்தது.

தொடக்கத்தில் உணவுப் பொருட்கள் பெறும் பொருட்டு மக்களை கம்யூனிஸ்ட்கள் வெளியில் அனுப்பி வைத்தனர். பல நிலபிரபுக்கள் தங்களுக்கென்று சொந்தமாக படைகளை வைத்திருந்தனர். இப்போது அந்தப் படைகள் கோமிங்டாங்குடன் கைகோர்த்துக் கொண்டன. அம்மா ஈபின் வந்தடைந்த சில நாட்களில் இந்தப் படைகள் ஒன்றுகூடி தெற்கு சிச்சுவானில் ஒரு மாபெரும் கிளர்ச்சியை ஏற்படுத்தின. ஈபின் நகர் பட்டினிச் சாவைச் சந்திக்கும் ஆபத்தில் இருந்தது.

உணவு தானியங்கள் திரட்டும் நோக்கத்துடன், படைத் தலைவர்கள் தலைமையில், அரசு அலுவலர்களைக் கொண்ட ஆயுதம் தாங்கிய குழுக்கள் அனுப்பப்பட்டன. கிட்டத்தட்ட எல்லாருமே இதில் ஈடுபடுத்தப்பட்டனர். அரசு அலுவலகங்கள் வெறிச்சோடிக் கிடந்தன. ஈபின் மாநிலம் முழுமையிலும் அரசு அலுவலகங்களில் இரண்டே இரண்டு பெண்கள் மட்டும் இருக்க அனுமதிக்கப்பட்டனர். ஒன்று வரவேற்பு பொறுப்பு ஏற்றிருந்த ஒரு பெண்; இன்னொன்று, அப்போது பிரசவமாகி இருந்த பெண்.

அம்மா இதுபோன்ற பல பயணங்களை மேற்கொண்டிருக்கிறாள். ஒரு பயணம் பல நாட்கள் தொடர்ந்திருக்கின்றது. அம்மாவின் குழுவில் 13 பேர் அடங்கி இருந்தனர். அதில் ஆறு படை வீரர்களும், ஏழு பொது மக்களும் கலந்திருந்தனர். பாய், தலையணை கொண்ட ஒரு படுக்கை; ஒரு சாக்கு அரிசி; ஒரு கனமான குடை; இவை எல்லாவற்றையும் முதுகில் சுமந்து செல்ல வேண்டும். அந்தக்குழு காடு, மலைகள் வழியாக கிராமங்களைச்

சென்றடைய வேண்டியிருந்தது. சீனர்கள் பொதுவாகச் சொல்லும் 'ஆட்டுக் குடல் பாதைகள்' என்ற மலைப் பாதைகளில் வளைந்து நெளிந்து செல்வதோடு, செங்குத்தான பாறைகள், மலைகளையும், ஆழமான பள்ளத்தாக்குகளையும் கடந்து செல்ல வேண்டும். கிராமங்களைத் தேடிக் கண்டுபிடித்து வந்த பிறகு, அங்குள்ள வீடுகளுக்குள் நாற்றம் நிறைந்த ஒரு வீட்டிற்கு செல்ல வேண்டும். அவ்வீடுகளில் உள்ள ஏழை விவசாயிகளோடு நட்புணர்வோடு உரையாட வேண்டும். 'கம்யூனிஸ்ட் அரசாங்கம் உங்களைப் போன்ற ஏழை விவசாயிகளுக்கு நிலமும், மகிழ்ச்சியான வாழ்க்கையையும் அமைத்துக் கொடுக்கும்' என்று சொல்லி விட்டு,'எந்த நிலப்பிரபு அளவுக்கு அதிகமான நெல் சேமித்து வைத்திருக்கிறான்?' என்று கேட்டுத் தெரிந்து கொள்ள வேண்டும். எந்த அலுவலர்கள் வந்தாலும் அவர்களைப் பார்த்து பயப்படுவதும், சந்தேகப்படுவதும் அங்கிருந்த விவசாயிகளின் வழக்கமாக இருந்தது. பலர் கம்யூனிஸ்ட்கள் பற்றியும், அவர்களது கொள்கைகள் பற்றியும் அரைகுறையாகத் தெரிந்து கொண்டு, அவர்களைப் பற்றிய தவறான எண்ணங்களையே மனதில் கொண்டிருந்தனர். வடக்கு சீன மக்கள் பேசும் மொழியையும், அம்மக்களின் அங்க அசைவுகளையும் எளிதில் புரிந்து கொண்ட அம்மா, தெளிவாகப் பேசும் திறமையையும், கேட்பவர்களைத் தன் வயப்படுத்தும் ஆற்றலையும் கொண்டிருந்தாள். புது கம்யூனிஸக் கொள்கைகளை எடுத்துரைப்பது அம்மாவுக்கு கை வந்த கலை. அந்தக் குழு, நிலப்பிரபுக்கள் இருக்கும் இடத்தை தெரிந்து கொள்வதில் வெற்றியடைந்து விட்டால், அந்த நிலபிரபுக்களை நேரில் போய் சந்தித்து, 'நிர்ணயிக்கப்பட்ட கொள்முதல் விலைக்கு நெல்லை விற்றால், அதற்குரிய பணம் கைமேல் கொடுக்கப்படும்' என்று பேச வேண்டும். பலர் வாய் பேசாமல் பயந்து நடுங்கிப் போயிருந்தனர். சிலர் இந்தக் குழு எங்கே தங்கி இருக்கிறது என்ற தகவலை நிலப்பிரபுவின் ஆயுதம் தாங்கிய கும்பலுக்கு தெரிவித்தனர். சிலர் இந்தக் குழுவை துப்பாக்கியால் சுட முயற்சித்ததால், அம்மாவும் அவளது தோழர், தோழியரும் இரவு முழுவதும் கவனமாக இருந்தனர். சில சமயங்களில் தாக்குதல்களைத் தவிர்ப்பதற்காக இடங்களை மாற்றிக் கொண்டே இருந்தனர்.

ஆரம்பத்தில் இந்தக் குழு ஏழை விவசாயிகள் வீடுகளில் தங்கி இருந்தது. கொள்ளைக்காரர்கள், அம்மாவின் குழுக்களுக்கு உதவி செய்த விவசாயிகளைக் கண்டுபிடித்து, அந்த விவசாயிகளை அடியோடு அழித்து விடுவார்கள். பல உயிர் இழப்புகளுக்குப் பிறகு, ஏழை எளிய மக்களின் உயிர்களைப் பணயம் வைக்கக் கூடாது என்ற முடிவுக்கு அக்குழுக்கள் வந்தன. அதனால் அவர்கள்

திறந்த வெளியிலோ, அல்லது பாழடைந்த கோயில்களிலோ இரவுப் பொழுதுகளைக் கழித்தனர்.

மூன்றாம் கட்ட பயணத்தின் போது, வாந்தி, தலை சுற்றல், மயக்கத்தினால் அம்மா மிகவும் அவதிப்பட்டாள். இப்போது இரண்டாம் முறையாக அம்மா தாய்மையடைந்திருந்தாள். வேறு வழியில்லாமல் ஓய்வு எடுப்பதற்காக ஈபின் திரும்பி விட்டாள். ஆனால் அந்த குழு உடனடியாக அடுத்த கட்ட பயணத்திற்கு தயாராக வேண்டியிருந்தது. தாய்மையடைந்துள்ள ஒரு பெண் என்ன செய்ய வேண்டும் என்பது பற்றிய தெளிவில்லாமல் இருந்தது. அப்பயணத்தில் இம்முறை கலந்து கொள்ள வேண்டுமா, வேண்டாமா என்ற குழப்பத்தில் இருந்தாள் அம்மா. அதில் கலந்து கொள்ள அம்மா விரும்பினாள். ஆனால் சுய தியாகம் அந்த நேரத்தில் அம்மாவுக்குத் தேவைப்பட்டது. எதைப்பற்றியாவது குறைபட்டுக் கொள்வதோ அல்லது எதன் மீதாவது பழி போடுவதோ அவமான கரமாகக் கருதப்பட்டது. ஐந்து மாதங்களுக்கு முன்பு நடந்த கருச்சிதைவை எண்ணி அம்மா கதிகலங்கிப் போனாள். போக்குவரத்து வசதியோ, மருத்துவ வசதியோ இல்லாத அந்தக் காடுகளில் மீண்டும் ஒரு கருச்சிதைவு ஏற்பட்டால், நினைக்கவே அம்மாவுக்கு நெஞ்சு பதறியது. அதிலும் இந்தப் பயணம் தினமும் கொள்ளைக்காரர்களோடு யுத்தம் நடத்த வேண்டியிருந்தது. ஓடுவது மிகவும் முக்கியம் - அதுவும் வேகமாக ஓட வேண்டியது மிக மிக முக்கியம். நடந்தாலே அம்மாவுக்கு மூச்சு இரைத்தது.

இருப்பினும் அம்மா போக வேண்டும் என்ற முடிவெடுத்து விட்டாள். இன்னொரு பெண்ணும் அக்குழுவில் இருந்தாள். அவளும் தாய்மையடைந்திருந்தாள். ஒருநாள் மதியம் ஆள் அரவம் இல்லாத வீட்டின் முன் மதிய உணவுக்காகத் தங்கினார்கள். அந்த வீட்டு உரிமையாளர் வேறு எங்கோ சென்றிருக்கலாம் என்று எண்ணிக் கொண்டார்கள். செடி கொடிகள் நிறைந்திருந்த அந்த முற்றத்தைச் சுற்றி தோற்பட்டை அளவு உயரமுள்ள சுவர் அங்கங்கே இடிந்து விழுந்து கிடந்தது. மரத்தாலான வெளிக்கதவு திறந்தே இருந்தது. கவனிப்பாரற்றுக் கிடந்த அந்த சமையற்கட்டில் உணவு தயாரிக்க முற்பட்டனர். அப்போது நடுத்தர வயதில் உள்ள ஒரு ஆள் அங்கே வந்தான். அவன் தோற்றம், அவன் ஒரு விவசாயி என்று காட்டிக் கொடுத்தது. அவன் வைக்கோலாலான செருப்பை அணிந்திருந்தான். தொளதொளவென்று கால்சட்டை அணிந்திருந்தான். அவன் தலையில் வெள்ளை நிறத்தில் முண்டாசு கட்டி இருந்தான். ‘பட்டாக்கத்தி படை’ என்ற கொள்ளைக்காரக் கும்பல் புறப்பட்டு வருவதாகவும், அந்தக் கும்பல், குறிப்பாக

அம்மாவையும், இன்னொரு பெண்ணையும் பிடிக்க வந்து கொண்டிருப்பதாகவும் அந்த விவசாயி தகவல் கூறினான். ஏனென்றால், இந்த இரு பெண்களும்தான் கம்யூனிஸ்ட் உயர் அதிகாரிகளின் மனைவிமார்கள் என்று அவர்கள் தெரிந்து கொண்டனர்.

அங்கு வந்து தகவல் கூறிய அந்த ஆள் சாதாரண விவசாயி அல்ல. அவன் கோமிங்டாங் படையின் நகரத் தலைவராக இருந்தவன். அங்கிருந்த பல ஊர்கள் அவன் ஆளுமையின் கீழ் இருந்தன. இப்போது இக்குழுக்கள் தங்கியிருக்கும் ஊரும் அவ்வூர்களில் ஒன்றாக இருந்தது. பட்டாக்கத்தி படையினர் முன்னாள் கோமிங்டாங் வீரர்களின் ஒத்துழைப்பையும், நிலப் பிரபுக்களின் ஒத்துழைப்பையும் நாடினார்கள். அதுபோல இந்த முன்னாள் கோமிங்டாங் நகரத் தலைவரின் ஒத்துழைப்பையும் நாட முயற்சித்தார்கள். அவனும் பட்டாக்கத்தி படையில் சேர்ந்திருந்தாலும், தன் முடிவை தானே எடுத்துக் கொள்பவனாக இருந்தான். ஆகவே கம்யூனிஸ்ட்களுக்கு துப்பு கொடுத்து விட்டான். அவர்கள் தப்பித்துச் செல்வதுதான் அவர்களுக்கு நல்லது என்று சொல்லி அவர்கள் தப்பிச் செல்ல உதவியும் செய்தான்.

குழுவினர் அனைவரும் குதித்து தப்பி ஓடினர். ஆனால் அம்மாவாலும், கருவுற்றிருந்த இன்னொரு பெண்ணாலும் வேகமாக ஓட முடியவில்லை. அந்த ஆள், இவர்கள் இருவர்களையும் அவ்விடத்தை விட்டு சுவர் வழியாக வெளியேற்றி, அருகில் இருந்த ஒரு வைக்கோல் போரில் வைத்து மறைத்து விட்டான். சமையல்காரன் மட்டும் சமையற்கட்டிலே சமையல் செய்த உணவை கட்டி எடுத்துக் கொள்வதிலும், சூடாக இருந்த வாணலியை (இது குறிப்பாக சீன நாட்டு சமையல் செய்யும் இருப்புச்சட்டி) தண்ணீர் ஊற்றி சூட்டைத் தணித்து அதையும் எடுத்துக் கொள்வதிலும் மும்முரமாக இருந்தான். அவர்களுக்கு சோறும் வாணலியும் எந்தச் சூழலிலும் தவிர்க்க முடியாதவை. இரும்பு வாணலியை போகுமிடமெல்லாம் புதிதாக வாங்குவது, குறிப்பாக யுத்தகாலத்தில், மிகவும் கடினம். இன்னும் இரண்டு படை வீரர்களும் அவனுக்கு உதவி செய்ய வந்து அவனைத் துரிதப்படுத்தினார்கள். ஒரு வழியாக அந்த சமையற்காரன் சோற்றையும் வாணலியையும் எடுத்துக் கொண்டபின் மூவரும் பின் கதவு வழியாக ஓடினார்கள். அதற்குள் முன் கதவு வழியாக நுழைந்த கொள்ளைக்காரக் கும்பல், கொஞ்ச தூரம் ஓடுவதற்குள் அவர்களைப் பிடித்து விட்டது. பிடிபட்ட அவர்களை வெட்டிக் கொன்று விட்டனர். அந்தக் கும்பலிடம் போதுமான துப்பாக்கியோ மற்ற

278 *'எழில்மிகு உயர்ந்த பட்டாடையுடன் வீடு திரும்புதல்'*

ஆயுதங்களோ இல்லை. அதனால் கண்ணுக்குத் தெரிய தப்பி ஓடிக் கொண்டிருந்த கம்யூனிஸ்ட்களை அவர்கள் விட்டு விட்டார்கள். வைக்கோல் போரில் ஒளிந்து கொண்டிருந்த அம்மாவையும், இன்னொரு பிள்ளைத்தாய்ச்சிப் பெண்ணையும் அவர்களால் கண்டுபிடிக்க முடியவில்லை.

இது நடந்த குறுகிய காலத்தில், அந்தக் கொள்ளைக் கும்பலும், அதன் தலைவனும் பிடிபட்டார்கள். அந்தக் கொள்ளைக் கும்பல் தலைவன் அக்கும்பலுக்கு தலைவனாக இருந்ததுடன் உள்ளூர் தாதாவாகவும் இருந்து வந்தான். இவையே அவனைத் தூக்கிலிடப் போதுமான ஆதாரங்களாக இருந்தன. ஆனால், அவன், அம்மாவின் குழுவுக்கு துப்பு கொடுத்து இரண்டு கருவுற்றிருந்த பெண்களின் உயிர்களைக் காப்பாற்றியிருக்கிறான். அந்தச் சமயத்தில், மூன்று நபர் அடங்கிய மறு சீராய்வுக் குழு ஒரு மரண தண்டனையை அங்கீகரிக்க வேண்டும். நடுவர் தீர்ப்பாயத்தின் தலைவராக அப்பா இருந்தார். இன்னொரு தலைவராக, அந்த இன்னொரு கருவுற்றிருந்த பெண்ணின் கணவர் இருந்தார். மூன்றாவது நபர் உள்ளூர் காவல்துறை தலைவர் இருந்தார்.

நடுவர் தீர்ப்பாயத்தில் கருத்துப் பிளவு ஏற்பட்டது. இன்னொரு கருவுற்றிருந்த பெண்ணின் கணவராக இருந்த தீர்ப்பாயத் தலைவர், அந்த ஆள் பிழைத்துப் போகட்டும் என்று வாக்களித்தார். ஆனால் அப்பாவும், காவல்துறை தலைவரும் மரண தண்டனையை உறுதிப்படுத்தினார்கள். அவனை விட்டு விடுங்கள் என்று அம்மாவும் கெஞ்சிப் புலம்பினாள். ஆனால், அப்பா தன் பிடியை தளர்த்திக் கொள்ளவே இல்லை. அம்மா கேட்டுக் கொண்டது போலவே அவனும் உயிர்ப் பிச்சை கேட்டு மன்றாடினான். இந்தக் குழுவை குறிப்பாகக் கண்டறிந்து அவன் ஏன் துப்பு கொடுத்தான் என்றால், இந்தக் குழுவில் முக்கியமான இரண்டு உயர் அதிகாரிகளின் மனைவிமார்கள் இருந்தார்கள். அவர்களின் ஆதரவால் தனக்கு உயிர்ப் பிச்சை கிடைக்கும் என்று அவன் நம்பினான். ‘அவன் நிறையக் கொள்ளையடித்திருக்கிறான். கொலை செய்திருக்கிறான்’ என்று அப்பா வலியுறுத்திக் கூறினார். அந்தப் பெண்ணின் கணவன் அப்பாவின் கூற்றை மறுத்துப் பேசினார். ‘தீர்ப்பு வழங்குவதில் நமது சொந்த விருப்பு வெறுப்புகளுக்கு இடம் கொடுத்தால், புதிய நவ சீனாவுக்கும் பழைய சீனாவுக்கும் என்ன வேறுபாடு இருக்கும்?’ என்றார். கடைசியில் அந்த ஆள் தூக்கிலிடப்பட்டான்.

இந்தத் தீர்ப்புக்காக அம்மாவால் அப்பாவை மன்னிக்க முடியவில்லை. அவன் இறந்துவிடக் கூடாது என்று எதிர்பார்த்தாள். ஏனென்றால், அந்த ஆள் பல உயிர்களைக் காப்பாற்றி இருக்கிறான்.

குறிப்பாக அப்பா அவனைக் காப்பாற்ற கடமைப்பட்டிருந்தார். அம்மா இந்நிகழ்வை எப்படி எடைபோட்டுப் பார்த்தாளோ, அப்படித்தான் எல்லாச் சீனப்பெருங்குடி மக்களும் பார்த்திருக்க வேண்டும். ஆனால், அந்த இன்னொரு பெண்ணின் கணவன் அவன் மனைவியை நேசித்ததுபோல அப்பா அவர் மனைவியை நேசிக்கவில்லை என்றுதான் அப்பாவின் அந்தத் தீர்ப்பு காட்டியது.

தீர்ப்புக் கூறி முடித்த அடுத்த நொடியே அம்மாவின் குழு மீண்டும் ஊர்களுக்குள் அனுப்பப்பட்டது. அம்மா ஒரு சிசுவைச் சுமந்து கொண்டிருப்பதின் காரணமாக பல இன்னல்களுக்கு ஆளானாள். வாந்தி எடுத்துக்கொண்டே வந்தாள். களைத்துச் சோர்ந்து போய் உட்கார்ந்து விடுவாள். வைக்கோற்போருக்குள் மறைந்து கொள்ள ஓடியதால் ஏற்பட்ட வயிற்று வலி இன்னும் குறையவில்லை. இன்னொரு பெண்ணின் கணவன் இனி ஒருபோதும் தன் மனைவியை இதுபோன்று எங்கும் அனுப்பக் கூடாது என்ற முடிவுக்கு வந்து விட்டார். 'என் மனைவியை நான் காப்பாற்ற வேண்டும்' என்று கூறினார். 'அது மட்டுமல்ல. தாய்மை அடைந்துள்ள எல்லாப் பெண்களையும் காப்பாற்றுவேன். அந்தப் பெண்கள் இதுபோன்ற ஆபத்தான வேலைகளில் ஈடுபடுத்தப்படாமல் பார்த்துக் கொள்வேன்' என்றார். ஆனால் அம்மாவின் குழுத் தலைவியான திருமதி 'மீ' என்பவள் அவரின் கருத்தை கடுமையாக எதிர்த்தாள். மீ என்பவள் ஒரு விவசாயப் பெண்மணி. கொரில்லாவில் பணியாற்றியவள். ஒரு விவசாயப் பெண்மணி தாய்மை அடைந்திருந்தால், அவள் ஓய்வு எடுப்பது என்பதை நினைத்துக்கூடப் பார்க்க முடியாது. அப்பெண்மணி குழந்தை பெற்றுக் கொள்ளும்வரை பணி ஆற்றுவாள். தொப்புள் கொடியை கதிர் அரிவாளால் அறுத்து எறிந்துவிட்டு வந்து பணியை மேற்கொண்ட எத்தனையோ பெண்களின் வரலாறு எவ்வளவோ இருக்கின்றன. திருமதி மீ தன் குழந்தையை யுத்த களத்தில்தான் ஈன்றெடுத்தாள். அந்தக் குழந்தையை அப்படியே விட்டு விட்டு மீ தன் பணியைத் தொடரச் சென்று விட்டாள். ஒரு குழந்தையின் அழுகைச் சத்தம் அந்த படையையே ஆபத்துக்குள்ளாக்கி இருக்ககூடும். குழந்தையை அப்படியே விட்டுச் சென்ற அவள், மற்ற பெண்களும் அதையே பின்பற்ற வேண்டும் என்று அவள் எதிர்பார்த்தது போலத் தெரிந்தது. ஒரு கடுமையான வாதத்தை அப்பெண்மணி முன்வைத்து, அம்மாவை தொடர்ந்து களத்திற்கு சென்று பணியாற்ற வலியுறுத்தினாள். அந்தச் சமயத்தில், மூத்த அதிகாரிகளைத் தவிர, கட்சி உறுப்பினர்கள் திருமணம் செய்து கொள்ள அனுமதிக்கப்படவில்லை. அதன் விளைவாக, ஒரு பெண் தாய்மை அடைந்திருக்கிறாள் என்றால், அவள் மேல் அதிகாரி

ஒருவரின் மனைவியாகத்தான் இருக்க முடியும். அந்தப்பெண் களப்பணிக்கு செல்லவில்லையென்றால், வேறு எந்தப் பெண்ணை களப்பணிக்குச் செல்லுமாறு கட்சி கேட்டுக் கொள்ள முடியும்? அப்பா அப்பெண்மணியின் கருத்துகளோடு ஒத்துப் போனார். தொடர்ந்து அம்மா களப்பணி ஆற்ற வேண்டும் என்று அப்பா விரும்பினார்.

இன்னொரு முறை கருச்சிதைவு ஏற்பட்டாலும் பரவாயில்லை என்று களப்பணியை ஏற்றுக் கொண்டாள். அம்மா இறப்பதற்கும் தயாராகி விட்டாள். ஆனால், அம்மா களப்பணிக்குச் செல்வதை எதிர்த்து அப்பா கருத்துக் கூறுவார் என்று அம்மா நம்பியிருந்தாள். அப்படிச் செய்திருந்தால் அம்மாவின் பாதுகாப்பை அவர் முன்னிலைப்படுத்தினார் என அம்மா மகிழ்ச்சி அடைந்திருப்பாள். ஆனால், அப்பா, தன் முன்னுரிமையை முதலில் புரட்சிக்குத்தான் கொடுத்தார் என்று அம்மா தெரிந்து கொண்டபோது, அவளால் அந்த ஏமாற்றத்தைத் தாங்கிக் கொள்ள முடியவில்லை.

மலைகளின் மீதும், குன்றுகளின் மீதும் ஏறி இறங்கி களைத்துப் போன அம்மா பல வாரங்கள் வேதனையிலும், களைப்பிலும் கழித்தாள். வருத்தங்களும், வாக்குவாதங்களும் கூடிக்கொண்டே சென்றன. இதரக் குழுக்களில் வந்த உறுப்பினர்கள் கொள்ளைக் கும்பலால் பிடிபட்டு, சித்திரவதை செய்யப்பட்டு, பின் கொலை செய்யப்பட்ட செய்தி தினந்தோறும் வந்தபடியே இருந்தது. அவர்கள் குறிப்பாகப் பெண்களை மிகவும் கொடூரப்படுத்தி கொலை செய்திருக்கிறார்கள். இவ்வாறு அப்பாவின் சகோதரி மகள் ஒருத்தியைக் கொலைசெய்து, நகருக்கு வெளியே வீசிவிட்டுச் சென்றிருக்கிறார்கள். அவள் கற்பழிக்கப்பட்டு, பிறகு கழுத்து அறுபட்டு கொலை செய்யப்பட்டிருக்கிறாள். அவளின் பெண்ணுறுப்பு உருக்குலைக்கப்பட்டிருந்தது. ஒரு சிறு வாக்குவாதம் நடந்து கொண்டிருந்த போது, ஓர் இளம் பெண் பட்டாக்கத்தி படையினரால் பிடிபட்டு விட்டாள். இவர்களை ஆயுதம் ஏந்திய கம்யூனிஸ்ட்கள் சூழ்ந்து கொண்டனர். அதனால் பட்டாக்கத்தி படையினர் அப்பெண்ணைக் கட்டிப் போட்டு, ஆயுதம் ஏந்திய கம்யூனிஸ்ட்களை பின்வாங்கிச் சென்று விடுமாறு அந்தப் பெண்ணை விட்டு உரக்கச் சொல்லச் செய்தனர். ஆனால் அவளோ, 'நீங்கள் தொடர்ந்து உங்கள் பணியைக் கவனியுங்கள். என்னைப் பற்றிக் கவலைப்படாதீர்கள்' என்று கத்தினாள். கம்யூனிஸ்ட்களைத் தப்பித்துச் செல்லுமாறு அவள் உரக்கச் சொன்ன ஒவ்வொரு முறையும், ஒரு கொள்ளைக்காரன் அவளது தசையை ஒவ்வொரு துண்டாக வெட்டி எடுத்தான். அந்தப் பெண்ணைத் துண்டு

துண்டாக வெட்டி கூறு போட்டுக் கொன்றார்கள். இதுபோன்ற பல சம்பவங்களுக்குப் பிறகு, உணவு, தானியங்கள் சேகரிக்கும் பணிக்கு பெண்களை அனுப்புவதில்லை என்ற முடிவுக்கு வந்தார்கள்.

இதற்கிடையில் ஜிங்கு நகரில் இருக்கின்ற பாட்டி அம்மாவைப் பற்றியே நினைத்துக் கவலைப்பட்டுக் கொண்டிருந்தாள். ஈபின் நகர் வந்து விட்டதாக அம்மா எழுதிய கடிதம் பாட்டிக்கு கிடைத்தவுடன், மகிழ்ச்சி பிடிபடாமல், பாட்டி அம்மாவைப் பார்க்க கிளம்பி விட்டாள். 1950-ம் ஆண்டு மார்ச் மாதம் தன்னந் தனியாக நீண்டதொரு பயணத்தை தொடங்கி விட்டாள்.

இந்த மாபெரும் தேசத்தின் இதர பகுதிகள் பற்றி பாட்டிக்கு எதுவும் தெரியாது. சிச்சுவான் மாநிலம் மலைகளையும் சமவெளிப் பகுதி களையும் கொண்டது மட்டுமல்ல, அன்றாடத் தேவைக்குரிய அத்தியாவசியப் பொருட்கள் கூடக் கிடைக்காத ஒரு இடம். ஆனால் பாட்டியின் ஆசை யெல்லாம் மகளுக்குத் தேவையான அத்தனை பொருட்களையும் கொண்டு செல்ல வேண்டும் என்பது தான். ஆனால், நாடு இன்னும் திடீர் திடீரென தோன்றும் இன்னல்களுக்கு உள்ளாகித்தான் இருந்தது. அத்துடன் பாட்டி மேற்கொள்ளவிருந்த வழி எங்கும் யுத்தம் இன்னும் முடிந்தபாடில்லை. இவ்வளவு தூரம் கனமான பல பொருட்களை தூக்கிச் செல்ல வேண்டும் என்று பாட்டி உணர்ந்திருந்தாள். நீண்ட தூரம் நடந்து செல்ல வேண்டும் என்றும் தெரிந்திருந்தாள். தன்னுடைய குறுகிய பாதங்கள் இவ்வளவு தூரம் நடக்க ஒத்துழைக்காது என்றும் தெரிந்திருந்தாள். ஆகவே, எடுத்துச் செல்ல விரும்பிய பொருட்களை ஓரளவு குறைத்துக் கொண்டு, எஞ்சிய பொருட்களை ஒரே கட்டாகக் கட்டி எடுத்துக் கொண்டு புறப்படத் தயாரானாள்.

பாட்டி டாக்டர் ஸியாவை மணந்தபிறகு, அவளது பாதங்கள் ஓரளவு வளர்ந்திருந்தன. மஞ்சு இனப்பெண்கள் குறுகிய பாதங்களுக்காக செயற்கையாகக் கட்டிக் கொள்வதில்லை. ஆகவே, பாட்டி தன் பாதக் கட்டுகளை பிறித்து எறிந்து விட்டதால், அவள் பாதங்கள் கொஞ்சம் வளர்ந்திருந்தன. ஆனாலும் கட்டு போடப்பட்ட பாதங்கள் போல பாட்டியின் பாதங்களிலும் வலி இருந்தது. உடைந்த பாத எலும்புகள் தேறி வராது. எனவே பாதங்களுக்கு இயல்பான உருவம் கிடைக்காது. ஊனமுள்ள பாதங்கள் போல சுருங்கி இருக்கும். பாட்டி தன் பாதங்களை இயல்பான பாதங்கள் போல் தோன்ற வேண்டுமென்று ஆசைப்பட்டாள். எனவே பாட்டி தன் காலணிகளுக்குள் பருத்தித் துணியை திணித்துக் கொள்வாள்.

பாட்டி புறப்படுத்வதற்கு முன்பு, லின் ஸியாவோ - ஸியா என்பவர் பாட்டியின் கையில் ஒரு பத்திரத்தைக் கொடுத்தார். இந்த மனிதர் தான் பாட்டியை என் பெற்றோர்கள் திருமண நிகழ்ச்சிக்கு அழைத்து வந்தவர். அந்தப் பத்திரம், பாட்டி 'புரட்சி இயக்கப் பெண்ணின் தாய்' என்பதை சுட்டிக் காட்டி இருந்தது. இதன் வாயிலாக, பாட்டி செல்லுமிடமெல்லாம் உணவு, உறைவிடம், பணம் ஆகியவைகளை கட்சி அமைப்புகள் வழங்கும். அம்மா, அப்பா அங்கே சென்றபோது மேற்கொண்ட வழித்தடங்களையே பாட்டியும் மேற்கொள்ள வேண்டியிருந்தது. பல தூரங்களை இரயிலிலும், சில தூரங்களை டிரக் வண்டிகளிலும், போக்குவரத்து வாகனங்கள் செல்ல முடியாத தூரங்களை நடந்தும் கடக்க வேண்டியிருந்தது. அப்படி ஒரு நாள், ஒரு திறந்த டிரக் வண்டியில் பாட்டி பயணம் செய்தபோது கம்யூனிஸ்ட் கட்சியைச் சார்ந்த பெண்களும், சிறுவர் சிறுமிகளும் கூட வந்தனர். குழந்தைகள் சிறுநீர் கழிக்க வேண்டுமென்பதற்காக வண்டி ஓரிடத்தில் நிறுத்தப்பட்டது. வண்டி நின்றதோ இல்லையோ, துப்பாக்கிக் குண்டுகள் சரமாரியாக வெடித்தன. வண்டியைச் சுற்றிலும் குண்டுகள் பாய்ந்தன. பாட்டி சட்டென உட்கார்ந்து கொண்டதால், தலைக்கு ஒரு அங்குலம் மேலாக துப்பாக்கி குண்டு பாய்ந்து சென்றதால் பாட்டியின் உயிர் தப்பியது. வண்டியில் இருந்த காவல்படையினர் தங்களின் எந்திரத்துப்பாக்கிகளால் திருப்பிச் சுட்டதால் அவர்கள் அடங்கிப் போய் விட்டார்கள். அவர்கள் கோமிங்டாங் வீரர்கள் என்று பிறகு தெரிந்தது. இந்த துப்பாக்கி சூட்டில் பாட்டி குண்டு அடி படாமல் தப்பினாள். ஆனால் பல சிறுவர் சிறுமியர்களும், சில காவல் படையினரும் இறந்து விட்டார்கள்.

பாட்டி வூஹான் என்னும் இடத்திற்கு வந்து சேர்ந்தாள். இந்த இடம் மத்திய சீனாவில் இருந்தது. பாட்டி மூன்றில் இரண்டு பகுதி தூரத்தை கடந்திருந்தாள். அடுத்து யாங்ஸி நதி வழிப் பயணம். அந்த வழியில் கொள்ளையர்களின் தாக்குதல் அதிகமாக இருப்பதால் அந்தப் பயணம் ஆபத்தானது என்று பாட்டிக்கு தெரிவிக்கப்பட்டது. நிலைமை சீராகும் வரை பாட்டி ஒரு மாதம் காத்திருந்தாள். அப்படியிருந்தும் பாட்டி பயணம் செய்த படகு பல இடங்களில் தாக்குதல் நடத்தப்பட்டது. அந்தப் படகு கொஞ்சம் பழையது. தட்டையாக, திறந்தவெளியுள்ளதாக இருந்தது. எனவே, அதன் காவல் படையினர், படகின் இரு பக்கங்களிலும் மணல் மூட்டை கொண்டு நான்கு அடி உயரத்திற்கு சுவர்போல் எழுப்பினர். அதில் துப்பாக்கிகளை பொருத்திக் கொள்ளும் வசதி செய்து கொண்டனர். அது நடமாடும் ஒரு கோட்டை போலக் காணப்பட்டது. வெளியிலிருந்து துப்பாக்கி தாக்குதல் வந்தால், படகை வேகமாகச்

செலுத்தி, மணல் மூட்டைகளின் மறைவிலிருந்து காவல் படையினர் திருப்பித் தாக்குவார்கள். பாட்டி நீராவிக் கப்பலின் கீழ்ப்பகுதிக்குச் சென்று துப்பாக்கிச் சூடு ஓயும் வரை கீழே பதுங்கி இருப்பாள்.

ஈச்சாங் என்ற இடத்தில் பாட்டி வேறு ஒரு சிறிய படகுக்கு மாறினாள். அந்தப் படகு யாங்ஸி நதி வழியாக நகர்ந்து சென்றது. அடுத்து பனை ஓலைகளால் மூடப்பட்ட ஒரு சிறிய படகில் பயணித்து மே மாத இறுதிக்குள் பாட்டி ஈபின் நகரை நெருங்கி விட்டாள்.

அந்தப் படகு 12 நபர்களால் துடுப்பு வலிக்கப்பட்டு நீரின் எதிர்த் திசையில் நகர்த்தப்பட்டது. அவர்கள் சிச்சுவான் மாநில பரம்பரைப் பாடல்களைப் பாடிக்கொண்டே துடுப்பு வலித்தார்கள். அந்நதியின் தெளிவான நீரைக் கிழித்துக்கொண்டு, அலைகளைப் பரப்பிக்கொண்டே படகு முன்னேறிச் சென்றது. அவர்கள் பாடிய பாடல்களில், அவர்கள் கடந்து வந்த ஊர்களின் பெயர்கள் இடம் பெற்றன. மலைகளின் பழம்பெருமைகளும், மூங்கில் காடுகளின் சிறப்புகளும் சேர்த்துப் பாடப்பட்டன. அவர்களின் உணர்வுகளின்; வெளிப்பாடாக அந்தப் பாடல் அமைந்திருந்தது. சிருங்கார ரசம் ததும்பிய அப்பாடலில் பாட்டி சற்று கிறங்கிப் போனாள். அந்தப் பாடகர்கள் தங்கள் கண்களில் துடிப்போடு, அப்படகில் பயணித்த ஒரு பெண்ணைப் பார்த்து கண் அடித்துப் பாடினார்கள். அந்தப் பாடலின் உள்ளக் கிடக்கைகளைப் பாட்டியால் புரிந்து கொள்ள முடியவில்லை. காரணம், அப்பாடலின் மொழி வடிவங்களை, அதாவது அந்த மொழி உச்சரிக்கப்பட்ட முறையை பாட்டியால் புரிந்து கொள்ள முடியவில்லை. காரணம், அது சிச்சுவான் மொழி வடிவத்தில் இருந்தது. ஒரு மென்மையான சிரிப்பும், ஒரு காதல் களிப்பும் அப்பாடல்களில் வெளிப்பட்டதால், அது ஒரு சிருங்காரப் பாடல் என்பதைப் புரிந்து கொண்டாள் பாட்டி. சிச்சுவான் மக்களின் தனி மனித நடத்தை முறைகள், அவர்கள் உணவு வகைகளில் காரம் ‘சுள்’ளென்று இருப்பது போல அதுவும் இருக்கும் என்று பாட்டி கேள்விப்பட்டிருக்கிறாள். பாட்டி மிகவும் உற்சாகமான மனநிலையில் இருந்தாள். அம்மா மரணத்தின் விளிம்பிலிருந்து பலமுறை தப்பியிருக்கிறாள் என்பதும் பாட்டிக்கு தெரியாது; ஒருமுறை தனக்கு கருச்சிதைவு ஆகி இருக்கிறது என்பதையும் அம்மா பாட்டிக்கு சொல்லவில்லை.

பாட்டி மே மாத மத்தியில் சென்றடைந்தாள். இரண்டு மாத காலப் பயணம். உடல் வலியாலும், மன வலியாலும் வேதனைப்பட்டுக் கொண்டிருந்த அம்மா, பாட்டியைப் பார்த்ததும் மகிழ்ச்சியின் எல்லைக்கே சென்று விட்டாள். அப்பா அவ்வளவு மகிழ்ச்சி

அடைந்தார் என்று சொல்ல முடியாது. அமைதியான சூழ்நிலையில் அம்மாவோடு அப்பா ஈபினில் தனித்து இருந்தது இதுவே முதல் தடவை ஆகும். அப்பா, தன் மாமியாரை விட்டு வெகுதூரம் தள்ளித்தான் இருக்கிறார். மாமியாரிடமிருந்து ஆயிரம் மைல்களுக்கு அப்பால் இருக்கிறோம் என்று அப்பா நினைத்துப் பார்த்தபோது, இதோ அப்பாவின் மாமியார் அங்கே நிற்கிறாள். தாய்க்கும் மகளுக்கும் உள்ள பந்தங்களுக்கிடையில், அப்பா ஒன்றுமில்லை என்று அவருக்கு நன்கு தெரியும்.

பாட்டியிடம் அப்பா கொண்டுள்ள தேவையற்ற கோபத்தை நினைத்து அப்பாவின்மீது அம்மா கடும்சினம் கொண்டாள். கொள்ளைக்கார கும்பலின் தாக்குதல் கடுமையாக இருந்தபோது, பாதி இராணுவ வாழ்க்கைமுறை மீண்டும் அமலுக்கு கொண்டு வரப்பட்டது. அதனால் அப்பா அம்மா இருவரும் அதிக அளவு பிரிந்தே இருந்ததால், மிக அரிதாகத்தான் அம்மா, அப்பாவோடு ஒரு சில இரவுகளை கழித்திருப்பாள். ஊரகப் பகுதிகளில் உள்ள நிலைமைகளை ஆய்வு செய்யவும், விவசாயிகளின் குறைபாடுகளைக் கேட்டு அறியவும், பல்வேறு வகையான பிரச்சினைகளைத் தீர்த்து வைக்கவும், குறிப்பாக உணவு தானியங்கள் போதுமான அளவு இருக்கின்றனவா என்பதை உறுதிப்படுத்திக் கொள்ளவும், அப்பா நாடெங்கிலும் ஊர் ஊராக சுற்றித் திரிவார். ஈபினில் இருந்தபோதும் இரவு பகலாக அலுவலகத்தில் இருப்பார். அப்பாவும் அம்மாவும் ஒருவரை ஒருவர் பார்த்துக் கொள்ளும் நேரம் மிக மிகக் குறைவு. அவர்கள் இருவரும் தங்கள் பணியின் நிமித்தம் ஆளுக்கொரு பக்கமாகச் சென்று விடுவார்கள்.

பாட்டியின் வருகையால் மறைந்திருந்த பல காயங்கள் மீண்டும் புதுப்பிக்கப்படத் தொடங்கின. அம்மாவும் அப்பாவும் இருந்த அறையைப் பாட்டிக்கு ஒதுக்கிக் கொடுத்தார்கள். அந்த சமயத்தில் கட்சி அதிகாரிகள் அனைவருக்கும் கட்சி வழங்கும் ஒரு தொகையைக் கொண்டே அவர்கள் வாழ்க்கை நடத்தி வந்தார்கள். அவர்களுக்கு மாதச் சம்பளம் என்று எதுவும் கிடையாது. ஒரு இராணுவத்தில் உள்ளதைப் போலவே, இந்த அதிகாரிகளுக்கு வீடு, உணவு, உடை, அன்றாடத் தேவைகள், கைச் செலவுக்கு கொஞ்சம் பணம் என்று அரசாங்கம் வழங்கி வந்தது. எல்லாரும் அரசாங்க உணவு விடுதிகளில்தான் உணவு அருந்த வேண்டும். ஆனால் அந்தச் சாப்பாடு மோசமாகத்தான் இருக்கும். சரியாகச் செரிமானம் ஆகாது. வேறு எந்த வழியிலாவது வந்த பணம் உங்களிடம் இருந்தால் கூட, நீங்கள் வீடுகளில் சமையல் செய்து கொள்ள அனுமதி கிடையாது.

பாட்டி அணிந்திருந்த சில நகைகளை விற்று சமையலுக்கு தேவையான சாமான்களை வாங்கினாள். அம்மா தாய்மை அடைந்திருந்ததால், இந்த நேரத்தில் ஊட்டமாகச் சாப்பிட வேண்டும் என்பதற்காக தனியாகச் சமையல் செய்வதில் அக்கறையாக இருந்தாள். அதற்குள், அம்மா பூர்ஷ்வா போக்கில் நடந்து கொள்கிறாள் என்றும், விசேஷமான மருத்துவ சிகிச்சை எடுத்துக் கொள்கிறாள் என்றும், தனியாக சமையல் செய்து கொள்கிறாள் என்றும் அடுக்கடுக்கான பல குற்றச்சாட்டுகள் திருமதி மீ வழியாக வந்து கொண்டிருந்தன. சகல வசதிகளையும் அனுபவித்து வருகிறாள் என்ற விமர்சனமும் அம்மாவைப் பற்றிப் பரவியது. பாட்டியை அங்கே வைத்துக் கொள்வது அம்மாவின் புத்தாக்கச் சிந்தனைகளுக்கு இடையூறாக இருக்கும். அப்பா கட்சி அமைப்புக்கு தன்னிலை விளக்கம் கொடுத்து விட்டு, பாட்டி, வீட்டில் தனி சமையல் செய்வதை நிறுத்தச் சொல்லி விட்டார். அம்மாவுக்கு இது எரிச்சலைக் கொடுத்தது. பாட்டிக்கும் இது பிடிக்கவில்லை. 'ஒரே ஒரு தடவையாவது எனக்கு ஆதரவாகச் செயல்பட மாட்டீர்களா? நான் சுமந்து கொண்டிருக்கும் குழந்தை உங்களுடையது; அதுபோல என்னுடைய குழந்தையும் அது. அந்த சிசு நல்லமுறையில் பாதுகாக்கப்பட வேண்டும்' என்று அம்மா ஆத்திரமாகப் பேசினாள். வேறு வழியில்லாமல் அப்பா ஓரளவு ஒத்துக் கொண்டார். இதனால், பாட்டி வாரத்திற்கு ஒருமுறை வீட்டில் சமைக்கலாம். அதற்குமேல் கூடாது. இது கூட சட்டத்தை மீறிய செயல்தான் என்று அப்பா கூறினார்.

இது, மிக முக்கியமான சட்டத்தை பாட்டி மீறியதாக ஆகிவிட்டது. குறிப்பிட்ட உயர் அதிகாரிகள் மட்டுமே தங்கள் பெற்றோர்களைத் தங்களோடு வைத்துக்கொள்ள அனுமதி இருந்தது. ஆனால் அம்மாவுக்கு அந்த அனுமதி இல்லை. ஏனெனில், அதிகாரிகள் ஊதியம் பெற்றுக் கொள்வதில்லை. அவர்களின் குடும்பத்தினரை அரசாங்கம் கவனித்துக் கொள்ளும். எனவே குடும்பத்தினர் எண்ணிக்கையை கூட்டிக் கொள்ளாமல் அரசாங்கம் பார்த்துக் கொள்ளும். அப்பாவுக்கு எல்லாச் சலுகைகளும் உள்ள தகுதி இருந்தும், அவரின் அம்மாவை ஜன்-யிங் அத்தையின் பாதுகாப்பில் விட்டு வைத்திருந்தார். பாட்டி அரசாங்கத்திற்கு பாரமாக இருக்க வேண்டாம் என்று அம்மா சுட்டிக் காட்டினாள். ஏனென்றால், பாட்டிக்கு தன்னை பாதுகாத்துக் கொள்ள போதுமான நகைகள் இருக்கிறதென்றும், அதனால் ஜன்-யிங் அத்தை, தன்னோடு தங்கி இருக்க பாட்டியை வரச்சொல்லி இருக்கிறாள் என்றும் அம்மா கூறினாள். திருமதி மீ, என் பாட்டி அங்கேயே இருக்கக்கூடாது

என்றும், அவள் மஞ்சூரியாவுக்கு கிளம்பிச் செல்ல வேண்டும் என்றும் கூறினாள். அப்பா இதை ஏற்றுக் கொண்டார்.

அம்மா, இந்தத் தடவை அப்பாவோடு கடுமையான வாக்குவாதத்தில் ஈடுபட்டாள். ஆனால் அப்பாவோ, 'விதி என்றால் விதிதான். விதியை வளைப்பதற்கு நான் யாரோடும் இணக்கம் கொள்ள மாட்டேன்' என்று பிடிவாதமாக இருந்தார். ஆட்சி அதிகாரத்தில் இருந்த ஒருவன், விதிகளுக்கு மேலானவன் என்ற இறுமாப்பு கொண்டு இருந்ததுதான் பழம் சீனாவின் பெருங்குற்றம். ஆனால் கம்யூனிஸ்ட் புரட்சியின் முக்கியமான சாராம்சம் என்னவென்றால், உயர் அதிகாரிகளும் ஒரு சராசரி மனிதனைப் போல, விதிகளுக்கு உட்பட்டவர்கள்தாம். அம்மாவுக்கு அழுகையும் ஆத்திரமுமாக வந்தது. இன்னொரு கருச்சிதைவு வந்து விடுமோ என்ற பயம் சூழ்ந்திருந்தது. ஒருவேளை அம்மாவின் பாதுகாப்புக் கருதி, குழந்தை பிறக்கும் வரை பாட்டியை அங்கேயே தங்க வைத்துக் கொள்ளலாம் என்று நம்பினாள். ஆனால் அப்பா அதையும் மறுத்து விட்டார். 'இதுபோன்ற சின்னச் சின்ன விவகாரங்களில்தான் ஊழல் தொடங்குகிறது. இதுபோன்ற விவாகரங்கள்தாம், நம் புரட்சியை மெல்ல மெல்ல அழித்து ஒழித்து விடும்' என்று அப்பா கண்டிப்போடு பேசினார். இதற்குமேல் அவரோடு வாதிடுவதற்கு அம்மாவிடம் வார்த்தைகள் இல்லை. அவருக்கு எந்தவித உணர்ச்சியும் இல்லை என்று அம்மா புரிந்து கொண்டாள். அவர் அம்மாவை நேசிக்கவும் இல்லை என்று எண்ணிக் கொண்டாள்.

பாட்டி புறப்பட்டு போக வேண்டியதாகி விட்டது. அப்பாவை இதனால் அம்மா மன்னிக்கத் தயாராகவில்லை. உயிரைப் பணயம் வைத்து இரண்டு மாத காலத்திற்கு மேலாகப் பயணம் செய்து அம்மாவைப் பார்க்க வந்த பாட்டிக்கு, அம்மாவோடு ஒரு மாதகாலம் கூடத் தங்க முடியவில்லை. அம்மாவுக்கு இன்னொரு கருச்சிதைவும் வந்து விடுமோ என்ற பயம் இருந்தது. ஈபின் நகர மருத்துவ சிகிச்சையின் மீது பாட்டிக்கு நம்பிக்கை ஏற்படவில்லை. பாட்டி புறப்படுவதற்கு முன், ஜன்-யிங் அத்தையைப் பார்த்து, மனதார அவளை வீழ்ந்து வணங்கிவிட்டு, 'என் மகளை உன் கைகளில் ஒப்படைத்து விட்டுச் செல்கிறேன்' என்று கண்ணீர் மல்கக் கூறினாள். அத்தையும் வேதனை அடைந்து விட்டாள். அம்மாவைப்பற்றி அத்தை மிகுந்த கவலைப்பட்டாள். குழந்தை பிறக்கும்வரை பாட்டி அங்கே இருக்க வேண்டும் என்று அத்தை விரும்பினாள். இது விஷயயமாக தன் சகோதரனைப் பார்த்து பேசினாள். ஆனால் அப்பாவோ தன் கருத்தை கொஞ்சம்கூட மாற்றிக் கொள்ளவில்லை.

கனமான இதயத்தோடு, கண்ணீர் மல்க, படகுத்துறைக்கு பாட்டி அம்மாவோடு தாங்கித் தாங்கி நடந்து வந்தாள். ஒரு சிறிய படகில் ஏறி, தான் மேற்கொள்ளவிருக்கும் நீண்ட நெடிய பயணம் தன்னை மஞ்சூரியாவில் கொண்டு போய் சேர்த்து விடுமா என்ற நிச்சயமற்ற நம்பிக்கையில் பயணம் செய்யத் தொடங்கினாள் பாட்டி. அம்மா ஆற்றங்கரையில் நின்று கொண்டு, இனி ஒரு முறை தன் அம்மாவைப் பார்த்து விட முடியுமா என்ற நிச்சயமில்லாத நம்பிக்கையில், பனிப் படலத்தில் படகு மறையும்வரை கைகளை ஆட்டிக் கொண்டே நின்றாள்.

1950-ஆம் ஆண்டு ஜூலை மாதம் கட்சியில் அம்மாவின் தற்காலிக உறுப்பினர் பதவி முடியவிருந்தது. கட்சி அம்மாவை ஏகப்பட்ட கேள்விகள் கேட்டு விசாரணைக்கு உட்படுத்தியது. மூன்றே மூன்று உறுப்பினர்களைத் தேர்வு செய்தது. அம்மா, அப்பாவின் மெய்க்காப்பாளர், அம்மாவின் தலைவி திருமதி மீ. ஈபின் நகரக் கட்சி உறுப்பினர்கள் சிலர் இந்த மூவர் கூட்டணி பொருத்தமற்றதாகத் தெரிகிறதே என்று கருதினர். மற்ற இரண்டு முழு நேர உறுப்பினர்கள்கூட அம்மாவின் விண்ணப்பத்தை நிராகரிப்பதிலேயே கவனம் செலுத்தி வந்தார்கள். ஆனால், அவர்கள் நேரடியாக அம்மாவை வேண்டாம் என்று சொல்லவில்லை. கேள்வி கேட்டு வாட்டி வதைத்தோடு, தன்னிலை விளக்கம் கேட்டுத் தொல்லை கொடுத்தார்கள்.

அம்மா கொடுத்த ஒவ்வொரு தன்னிலை விளக்கத்திற்கும் அவர்கள் ஒரு விளக்கம் கேட்டார்கள். மற்ற இருவரும் அம்மா பூர்ஷ்வா பானியில் நடந்து கொண்டதாக குற்றமும் சாட்டினார்கள். உணவு தானியங்கள் பெறுவதற்கு கிராமப்புறங்களுக்கு செல்ல அம்மா விரும்பவில்லை என்று குற்றம் சுமத்தினார்கள். கட்சியின் விருப்பங்களுக்கு ஒத்துழைப்பு கொடுத்து கிராமப் புறங்களுக்கு சென்றதாக அம்மா வாதிட்டாள். 'ஆ! அதெல்லாம் சும்மா. நீ முழு மனதோடு செல்லவில்லை' என்று மறுத்துப் பேசினார்கள். அடுத்து அவர்கள் சுமத்திய குற்றச்சாட்டு - அம்மா தனியாக சமைத்து சாப்பிட்டுக் கொண்டது; அதைவிடப் பெரிய குற்றச்சாட்டு, பாட்டியை வைத்து சமைத்து போடச் சொல்லி சாப்பிட்டது; கருவுற்றிருந்த மற்ற பெண்களைவிட அம்மா அதிக சலுகை எடுத்துக் கொண்டது போன்ற குற்றச்சாட்டு. பிறக்கவிருக்கிற குழந்தைக்கு புது துணி வாங்கி வைத்திருந்ததாக திருமதி மீ யும் புகார் கூறினாள். 'பிறந்த குழந்தை புதிய துணி போட்டுக் கொள்வது பற்றி நாம் கேள்விப்பட்டிருக்கிறோமா? இதெல்லாம் ஓர் ஏதேச்சதிகாரப் போக்கு. ஏன் மற்ற குழந்தைகளை மூடிக் கொள்வது போல

இவளும் பழைய துணி கொண்டு தன் குழந்தையை மூடிக் கொள்ளக் கூடாதா?' என்று கேட்டாள். உண்மை என்னவென்றால், பாட்டி அம்மாவை தனித்து விட்டுச் சென்றதனால் ஏற்பட்ட வேதனையை அம்மா வெளிக் காட்டிக் கொண்டதால், 'குடும்ப பந்தத்துக்கு முன்னுரிமை' கொடுத்தது என்ற குற்றம் வேண்டுமானால் மெய்ப்பிக்கப்படலாம்.

1950 ஆம் ஆண்டின் காலம்தான் மறக்க முடியாத அளவு வெப்பமாக இருந்த காலம். 100^{0}F ஹீட்டுக்கு மேல் வெப்பம் இருந்தது. அதனால் அம்மா தினமும் குளித்தாள். இதற்கும் கடுமையான எதிர்ப்பு கிளம்பிது. திருமதி மீ வடக்கிலிருந்து வந்துள்ளதால், அங்குள்ள மக்களைப் போல அடிக்கடி குளிக்க மாட்டாள். தண்ணீர் பற்றாக்குறை இதற்கு ஒரு காரணம். கொரில்லாவில் இருந்த ஆண்களுக்கும், பெண்களுக்குமிடையே, யாருக்கு அதிகமான அளவில் 'புரட்சிப் பூச்சிகள்' (தலையில் இருக்கும் பேன்) உள்ளன என்ற போட்டி வரும். உடல் தூய்மை உள்ளவர்கள் உழைக்கும் வர்க்கமாக கருதப்பட மாட்டார்கள். கொளுத்திய கோடைகாலம் முடிந்து வசந்த காலம் வந்ததும், அப்பாவின் மெய்க்காப்பாளர்கள் ஒரு குற்றம் சுமத்தும் பேச்சில் ஈடுபட்டனர்; அதாவது அம்மா கோமிங்டாங் சீமாட்டிகள் போல் நடந்து கொண்டாள். அப்பா குளித்துவிட்டு மீதம் வைத்த வெந்நீரை அம்மா பயன்டுத்தினாளாம். அந்த சமயத்தில், எரிபொருளை மிச்சப்படுத்துவதற்காக, ஒரு குறிப்பிட்ட உயர் அதிகாரிகள் மட்டுமே வெந்நீர் பயன்படுத்திக் கொள்ள அனுமதியளிக்கப்பட்டிருந்தது. அப்பா அந்த உயர் அதிகாரிகள் வரிசையில் வந்தார். ஆனால் அம்மாவுக்கு அந்தத் தகுதி இல்லை. பிரசவம் நெருங்க நெருங்க குளிர்ந்த தண்ணீரை அம்மா தொடவே கூடாது என்று அப்பா குடும்பத்தில் உள்ள பெண்கள் அனைவரும் அம்மாவுக்கு கடுமையான உத்தரவு போட்டு விட்டார்கள். மெய்க்காப்பாளர்களின் விமர்சனத்தைக் கேட்டபிறகு, அப்பா பயன்படுத்திய மிச்சமிருந்த வெண்ணீரை அம்மாவைத் தொட அனுமதிக்கவில்லை. தன் பக்கம் உள்ள நியாயத்தைப் பார்க்காமல் கட்சிக் கட்டுப்பாடுகளையே முதன்மையாகக் கண்ணோக்கும் அப்பாவின்மீது எரிந்து விழவேண்டும் போலிருந்தது அம்மாவுக்கு.

மக்களின் வாழ்க்கையில் கட்சி தலையிடுவது 'சிந்தனைச் சீர்திருத்தம்' என்னும் கருத்தின் மையப் புள்ளியாக இருந்தது. வெளிப்புறக் கட்டப்பாடுகளை மட்டும் மாவோ விரும்பவில்லை. அளவில் சிறியதோ, பெரியதோ மனக் கட்டுப்பாட்டையும் வலியுறத்தினார் மாவோ. புரட்சி இயக்கத்தில் இருந்தவர்களுக்கு

வாரம்தோறும் 'ஆத்ம பரிசோதனை' கூட்டங்கள் நடத்தப்பட்டன. ஒழுக்கமற்ற சுய சிந்தனைகளுக்காக தாங்களே சுய ஆய்வு செய்து கொள்ள வேண்டும். அடுத்தவர்கள் நம்மீது கூறுகின்ற விமர்சனங்களையும் ஏற்றுக்கொள்ளப் பக்குவப்படுத்திக் கொள்ள வேண்டும். இந்தக் கூட்டங்கள், தான் பிறரைவிட ஒழுக்கசீலன் என்று இறுமாப்புக் கொண்டுள்ள மனிதர்கள் தங்கள் குணங்களைச் சரிசெய்து கொள்ளவும், தாழ்வான எண்ணங்கள் கொண்டவர்கள் தங்களை மேம்படுத்திக் கொள்ளவும் பயன்பட்டன. விவசாய வழித் தோன்றல்களாக வந்தவர்கள், பூர்ஷ்வா பின்புலங்களிலிருந்து வந்தவர்களை கரித்துக் கொட்டிக் கொண்டிருந்தார்கள். எல்லாரும், எல்லாவற்றையும் விட விவசாயிகளாகத் தங்களை மாற்றிக் கொள்ள வேண்டும் என்பதுதான் இதன் உட்கருத்து. ஏனென்றால், கம்யூனிஸ புரட்சி என்பது விவசாயிகள் புரட்சி என்பதின் சாரம் ஆகும். இந்தச் செயல்பாடுகள் கற்றோர்களின் குற்ற உணர்வுகளைச் சரி செய்வதாக அமைந்திருந்தது. கற்றவர்கள் விவசாயிகளின் வாழ்க்கைத் தரத்தை விட மேம்பட்டிருந்தனர். கற்றவர்கள், தங்களைச் விவசாயிகளோடு சமப்படுத்திக் கொள்ள இக்கூட்டங்கள் பயன்பட்டன.

கம்யூனிஸ்ட்களின் கட்டுப்பாட்டு நடவடிக்கைகளுக்கு, கூட்டங்கள் நடத்துவது ஒரு முக்கியமான அம்சமாக இருந்தது. மக்களுக்கு ஓய்வு நேரம் என்பது கொடுக்கப்படக் கூடாது. தனியார் முனைவு என்பதற்கு இடமில்லை. கம்யூனிஸ்ட்களை ஆதிக்கம் செய்யும் இந்தப் பெருந்தன்மையற்ற செயல் - தனி மனிதர்களின் சொந்த விஷயங்களில் கட்சி ஈடுபடுவது- அவர்கள் தங்களை முழுமையாக ஆன்மப் பரிசோதனை செய்யப் பயன்படும் என்று சொல்லி நியாயப்படுத்தப்பட்டது. உண்மையில் தாழ்ந்த சிந்தனை என்பது புரட்சியின் அடிப்படைக் குணாதிசயமாக இருந்தது. (புரட்சியின் இந்த அடிப்படை சிந்தனையில் தனிமையைக் குலைக்கும் எண்ணமும், அறியாமையும் மேலோங்கிக் காணப்பட்டது. கட்டுப்பாட்டுக் கொள்கைகளுடன் பொறாமையும் இணைந்து காணப்பட்டது.) வாரந்தோறும், பிறகு மாதந்தோறும் தன்னிலை விளக்கம் கேட்டு அம்மாவை வதைத்தெடுத்தார்கள்.

இந்தக் கசப்பான செயல்முறைகளுக்கு அம்மா தலையசைக்க வேண்டியிருந்தது. கம்யூனிஸ்ட் கட்சியால் நிராகரிக்கப்பட்ட ஒருவனுக்கு, புரட்சிக்கான ஒரு வாழ்க்கை அவனைப் பொறுத்தவரை அர்த்தமற்றது. ஒரு கத்தோலிக்க கிறிஸ்தவன், அவன் மதத்தை விட்டு வெளியேற்றப்பட்டால் எப்படி இருக்குமோ, அதேதான் ஒரு கம்யூனிஸ்ட் கட்சிக்காரனுக்கும். இதுதான் கட்சியின் நிரந்தர நடவடிக்கை. அப்பா இதற்கெல்லாம் ஆளாகி இருக்கிறார்.

பிறகு புரட்சியில் சேர்ந்து கொள்வதற்கான ஓர் அம்சமாக இதை ஏற்றுக் கொண்டிருக்கிறார். உண்மையில், அப்பா இதை இன்னும் அனுபவித்து வருகிறார். இதெல்லாம் துன்பம் தரும் அனுபவங்கள் என்ற உண்மையை கட்சி ஒருபோதும் மறைத்துச் சொல்லியதில்லை. அம்மாவின் மன வேதனையெல்லாம் இயல்பானது என்று அம்மாவுக்குச் சொன்னார்.

இதெல்லாம் முடிந்தபிறகு, கட்சியின் நிரந்தர உறுப்பினர் பொறுப்பு அம்மாவுக்கு கொடுக்கக்கூடாது என்று, அம்மாவோடு தேர்வு செய்யப்பட்ட இருவரும் எதிர்த்து வாக்களித்தனர். இதன்பிறகு அம்மா சோர்ந்து போனாள். அம்மா புரட்சியோடு தன்னை அர்ப்பணித்துக் கொண்டவள். அம்மாவை புரட்சி ஏற்றுக்கொள்ளவில்லை என்ற நிலையை அம்மாவால் ஜீரணித்துக் கொள்ள முடியவில்லை. கட்சியின் கொள்கை கோட்பாடுகளுக்கு ஓர் ஒளியாண்டு தூரம் தள்ளி இருக்கும் இந்த இருவரும் சில பொருத்தமற்ற காரணங்களை முன்னிறுத்தி அம்மாவை உள்ளே வரவிடாமல் நிறுத்தியது அம்மாவுக்கு நினைத்துப் பார்க்கவே வேதனையாக இருந்தது. வளர்ச்சிப் பாதையில் சென்று கொண்டிருக்கும் ஓர் அமைப்பிலிருந்து அம்மாவைத் தள்ளி வைத்திருந்தது, புரட்சியே 'அம்மா ஒரு தவறான பேர்வழி' என்று சொல்லியது போலிருந்தது. அம்மாவைப் பொறுத்தவரை கட்சியில் இடம் பெறுவது என்பது மிக மிக முக்கியம். இல்லையென்றால் அவள் மோசமானவள் என்றும், எதற்கும் தகுதியற்றவள் என்றும் முத்திரை குத்தப்பட்டு ஒதுக்கி வைக்கப்படுவாள்.

உலகமே தனக்கு எதிராகச் செயல்படுவதாக எண்ணி அம்மா வருந்தினாள். மனிதர்களைப் பார்ப்பதற்கே அம்மா பயந்தாள். அதனால் அதிக நேரங்களைத் தனிமையில் கழித்தாள். ஒரு மூலையில் உட்கார்ந்து மனம் விட்டு அழுதாள். தனிமையில் நேரத்தைக் கழிப்பதைக்கூட அவள் மறைக்க வேண்டியிருந்தது. இல்லையேல், 'புரட்சியில் அவள் நம்பிக்கை இழந்து விட்டாள்' என்று அம்மாவைத் தீர்மானித்து விடுவார்கள். அம்மாவால் கட்சியைக் குறை கூற முடியவில்லை. கட்சி சரியான பாதையில் போய்க் கொண்டிருந்தது. அப்பாவைத்தான் அம்மா குறை சொன்னாள். அவர் ஏன் முதலில் அம்மாவைத் தாய்மை ஆக்கினார்? அம்மா நிராகரிக்கப்பட்டபோதும், பலரால் எதிர்க்கப்பட்டபோதும் அப்பா, ஏன் அம்மா சார்பாகப் பேசவில்லை? அம்மா படகு துறைமுகத்தில் அங்குமிங்கும் நடந்து கொண்டு, யாங்ஸி நதியில் ஓடிக் கொண்டிருக்கும் கலங்கிய நீரை பார்த்துக் கொண்டு, 'தற்கொலை செய்து கொள்ளலாமா? அதன்மூலம் அப்பாவைத்

தண்டிக்கலாமா? அம்மா இறந்து கிடப்பதைக் கண்டால், அப்பா எவ்வாறெல்லாம் வேதனைப்படுவார்' என்றும் சிந்தித்துக் கொண்டிருந்தாள்.

அம்மாவின் 'இரகசிய அமைப்பு' வழங்கிய சிபாரிசை உயர் அதிகாரிகள் அங்கீகரிக்க வேண்டும். இந்த உயர் அதிகாரிகள் குழுவில் மூன்று பெருந்தகையான அறிவு ஜீவிகள் இருந்தனர். அம்மா அநியாயமாக நடத்தப்பட்டிருப்பதாக இவர்கள் எண்ணினார்கள். இரகசிய அமைப்பின் சிபாரிசை செல்லாததாக்குவதற்கு கட்சிக் கட்டுப்பாடுகள் அறிவு ஜீவிகளுக்கு அனுமதியளிக்கவில்லை என்று, அந்த அறிவு ஜீவிகள் அதைக் காலதாமதப்படுத்திக் கொண்டு வந்தார்கள். பார்க்கப் போனால் இவ்வாறு கால தாமதப்படுத்துவது எளிதாக்கப்பட்டது. ஏனென்றால், இம்மூவரும் ஒரே சமயத்தில், ஒரே இடத்தில் ஒன்று கூடுவதில்லை. அப்பாவைப் போலவும், இன்னும் பல ஆண் அதிகாரிகளைப் போலவும், இம்மூவரும் உணவு தானியங்கள் திரட்டும் பொருட்டும், கொள்ளைக்கார கும்பல்களை அடக்கும்பொருட்டும், நாட்டுப்புறங்களுக்கு சென்று விடுவார்கள். இப்பொழுது ஈபின் பாதுகாப்பற்ற நிலையில் இருந்தது தெரிய வந்தது. தாய்வானுக்கும் பர்மாவுக்கும் தப்பிச் செல்லும் வழிகளும் அடைக்கப்பட்டுள்ளன. நிலவுடைமையாளர்கள், வழிப்பறிக் கொள்ளையர்கள், ரௌடிக் கும்பல்கள் ஆகியவை அடங்கிய கோமிங்டாங் படை ஈபின் நகரை முற்றுகையிட்டது. வெகு விரைவில் ஈபின் கோமிங்டாங்கிடம் வீழ்ந்து விடும் போலிருந்தது. இம்முற்றுகை பற்றிக் கேள்விப்பட்ட அப்பா நாட்டுப் புறப்பணியை விட்டு வேகமாக நகருக்கு விரைந்தார்.

நகரின் சுற்றுச்சுவருக்கு அப்பால் யுத்தம் தொடங்கியது. சுற்றுச் சுவர்களை ஒட்டி தாவரப் பயிர்ச்செடிகள் வளர்ந்திருந்தன. இதைப் பாதுகாப்பாக பயன்படுத்திய எதிரிகள், சுற்றுச்சுவரை நெருங்கி வடக்கு வாசல் கதவை ஆயுதங்களால் அடித்துத் தாக்கினார்கள். யுத்தத்தின் முன்னணியில் பட்டாக்கத்திப் படைப் பிரிவினர் இருந்தனர். இந்தப் படைப் பிரிவினர் தங்களோடு நிராயுதபாணியான விவசாயிகளை முன்னிறுத்திச் சென்றார்கள். இந்தப் பாவப்பட்ட விவசாயிகள் 'புனித நீர்' என்று சொல்லப்பட்ட ஒருவகைத் தீர்த்தத்தைக் குடித்துவிட்டு வந்தார்கள். இந்தப் புனிதநீர் எதிரிகளின் துப்பாக்கிக் குண்டுகளிலிருந்து தங்களைக் காப்பாற்றும் என்ற நம்பிக்கை அவர்களுக்கு. அவர்களுக்குப் பின்னால் கோமிங்டாங் வீரர்கள் அணி வகுத்துச் சென்றனர். கம்யூனிஸ்ட் படையின் தலைவர் கோமிங்டாங் படையைத்தான் குறி வைத்தார்.

விவசாயிகள் பயந்து ஓடி விடுவார்கள் என்று அவர் நம்பியதால் விவசாயிகளை அவர் குறி வைக்கவில்லை.

அம்மா ஏழு மாதக் கர்ப்பிணியாக இருந்தாலும், மற்ற பெண்களோடு சேர்ந்து கம்யூனிஸ்ட் படை வீரர்களுக்கு உணவும் தண்ணீரும் கொடுத்து வந்தாள். பள்ளியில் கொடுக்கப்பட்ட பயிற்சி இப்போது அம்மாவுக்கு பயன்பட்டது. முதலுதவி செய்வதில் அம்மா திறமையானவள். தைரியசாலியும் கூட. ஒருவார கால யுத்தத்திற்கு பிறகு கோமிங்டாங் படை வீரர்கள் ஆயுதங்களை அப்படியே போட்டுவிட்டு ஓடிவிட்டார்கள். இனி யாரும் அந்தப் பக்கம் எட்டிப் பார்க்காத அளவுக்கு கம்யூனிஸ்ட் படை அவர்களை விரட்டி விட்டது.

அடுத்து, உடனடியாக ஈபின் முழுவதும் நிலச் சீர்திருத்த வேலை தொடங்கி விட்டது. அவ்வாண்டு கோடை காலத்தில் நிலச் சீர்திருத்தச் சட்டத்தை அமலுக்குக் கொண்டு வந்தது. சீனாவை முற்றிலும் மாற்றி அமைப்பதற்கு இந்தத் திட்டத்தையே உச்சபச்ச திட்டமாக கம்யூனிஸ்ட் கையில் எடுத்துக் கொண்டது. 'நிலம் மீட்புத் திட்டம்' என்னும் இந்த அடிப்படைத் திட்டம் அமல்படுத்தப்பட்டு, அனைத்து நிலங்களும் அனைவருக்கும் பங்கீடு செய்து வழங்கப்பட்டது. அதுபோல் கால்நடைகளும், குடியிருப்புகளும் பங்கீடு செய்யப்பட்டன. இதனால் ஒவ்வொரு விவசாயக் குடிமகனும் சமமான அளவில் விளை நிலங்களைப் பெற்றனர். நிலவுடைமையாளர்கள், இதர விவசாயக் குடிமக்களுக்கு கிடைத்த பங்கீடு அளவுக்கு அவர்களும் வைத்துக்கொள்ள அனுமதிக்கப்பட்டனர். அப்பாவும் இத்திட்டத்தின் கீழ் வந்து நின்று செயல்படுத்தப்பட்டார். அம்மாவும் நிறை மாதக் கர்ப்பிணி ஆகி விட்டதால் கிராமப் பணிகளுக்கு செல்வதிலிருந்து விலக்கு அளிக்கப்பட்டாள்.

ஈபின் ஒரு வளமான நகரம். 'ஓராண்டு காலம் உழைத்தால்,ஈராண்டு காலம் படுத்துக்கொண்டு சாப்பிடலாம்' என்ற உள்ளூர் கூற்று ஒன்று உள்ளது. ஆனால் தொடர்ச்சியாக வந்த யுத்தம், செழிப்பான அந்த மண்ணை பாழடித்து விட்டது. இதன் உச்சக் கட்டமாக வந்ததுதான் யுத்தத்திற்கு கட்ட வேண்டிய அளவுக்கதிகமான வரிச்சுமை. ஜப்பானோடு போரிட்ட எட்டு ஆண்டு காலமும் வரிகட்ட வேண்டி வந்தது. சியாங்-காய்-ஷெக் யுத்த காலத்தில் தலைநகரை சிச்சுவானுக்கு மாற்றியபோதுதான் அழிவு, பேரழிவுக்கு அடிகோலியது. அப்போது ஊழல் பெருச்சாளிகளும், அரசியல் ஆதாயம் தேடும் ஆபத்தானவர்களும் இம்மாநிலத்தில் வந்து குவிந்து விட்டனர். 1949 ஆம் ஆண்டு கோமிங்டாங் சிச்சுவானை

கடைசிப் புகலிடமாகக் கொண்டு, மக்களுக்கு சுமக்க முடியாத வரி விதித்த போதுதான், கம்யூனிஸ்ட் அங்கே மக்களுக்கான கடைசித் துரும்பாக வந்து சேர்ந்தது. பேராசை கொண்ட நிலப்பிரபுக்கள் வளமான மாநிலத்தை வறண்ட பாலைவனத்தைப் போல ஆக்கி விட்டார்கள். எண்பது சதவிகித விவசாயக் குடிமக்களால் தங்கள் குடும்பத்திற்கு பசியாற உணவளிக்க முடியவில்லை. விவசாயம் பாழடைந்து போனதால் விவசாயிகள் இலை தழைகளையும், பன்றிகள் தின்னும் சர்க்கரை வள்ளிக்கிழங்கு இலைகளையும் உண்டு உயிர் பிழைத்தார்கள். நாடெங்கும் பசியும் பட்டினியும் தலை விரித்தாடியது. உணவு கிடைக்கப் பெறாத மக்களின் ஆயுட்காலம் நாற்பது ஆண்டுக்கு குறைந்து விட்டது. இந்த வளமான நாடு இவ்வளவு தூரம் வறட்சியானதற்கான காரணங்களில் ஒன்று, அப்பாவைக் கவர்ந்திழுத்த கம்யூனிஸம்தான். கம்யூனிஸ்ட் கோட்பாடுகளுக்கு முதலிடம் கொடுத்ததுதான்.

ஈபினில் நிலச்சீர்திருத்தம் கிளர்ச்சிகளுக்கு இடமளிக்காமல் கொண்டு வரப்பட்டது. கம்யூனிஸ்ட் ஆட்சிக்கு வந்த முதல் ஒன்பது மாதங்களில் ஆத்திரப்பட்ட நிலவுடைமையாளர்கள் கிளர்ச்சியில் ஈடுபட்டனர். ஏற்கனவே பல நிலவுடைமையாளர்கள் யுத்தத்தில் கொல்லப்பட்டார்கள். பலர் தூக்கிலிடப்பட்டார்கள். ஆனால் ஒரு வன்முறை நிகழ்ச்சி நடைபெற்றது. ஆத்திரப்பட்ட கட்சி உறுப்பினர் ஒருவர் நிலவுடைமையாளர் ஒருவரின் குடும்பப் பெண்களை கற்பழித்து விட்டு, அப்பெண்களின் மார்பகங்களை அறுத்து, உடல்களை வெட்டிக் கூறுபோட்டு விட்டான். அப்பா அம்மனிதனுக்கு மரண தண்டனை அளித்து விட்டார்.

கொள்ளைக்காரக் கும்பல் ஒன்று ஓர் இளம் பல்கலைக்கழகக் கம்யூனிஸ்ட் பட்டதாரி ஒருவனைப் பிடித்துக் கொண்டார்கள். அப்போது அந்தப் பட்டதாரி உணவுப் பொருட்கள் சேகரிக்க கிராமங்களுக்கு சென்றிருந்தான். அந்தக் கொள்ளைக்கும்பல் தலைவன், அந்தப் பட்டதாரி இளைஞனை இரண்டாக வெட்டி வீசச் சொன்னான். இந்தக் கொள்ளைக் கும்பல் தலைவன் பின்னொரு சமயத்தில் கம்யூனிஸ்ட் நிலச் சீர்திருத்த குழுத்தலைவன் கைகளில் அகப்பட்டான். நிலச்சீர்திருத்தக் குழுவின் தலைவன் அவனை அடித்தே கொன்றான். இந்தக் குழுத்தலைவன் பட்டதாரி இளைஞனின் நண்பனாக இருந்தவன். இந்தக் குழுத்தலைவன், அந்தக் கொள்ளை கும்பல் தலைவனைக் கொன்றதோடு நிற்காமல், அவனைப் பழிவாங்கும் நோக்கத்தில், அவன் இதயத்தை அறுத்து எடுத்து, மென்று தின்றான். அந்தக் குழுத் தலைவனை பணியிலிருந்து நீக்கம் செய்ய அப்பா உத்திரவிட்டார். ஆனால், அவனைச் சுட்டுக்

கொல்லவில்லை. காரணம் இந்தக் கொடூரச் செயலை செய்த அவன், ஓர் அப்பாவி மனிதனை அவ்வாறு செய்யவில்லை; ஒரு கொலைகாரனை, ஒரு கொடியவனை அவ்வாறு செய்தான்.

நிலச்சீர்திருத்தம் முடிவடைய ஓராண்டுக்காலம் ஆனது. பல நிலவுடைமையாளர்கள் தங்களின் அதிகபட்ச நிலங்களையும், அதிகமான வீடுகளையும் இழந்தது அவர்களுக்கு பேரிழப்பாக இருந்தது. எந்தவிதமான எதிர்ப்பு நடவடிக்கைகளிலும் கலந்து கொள்ளாத, கம்யூனிஸ்ட் இரகசிய அமைப்புக்கு ஒத்துழைப்பு வழங்கிய பெருந்தன்மையான நிலவுடைமை யாளர்கள், மரியாதையாக நடத்தப்பட்டார்கள். உள்ளூர் நிலவுடைமையாளர்களுக்கும், அப்பா அம்மாவுக்கும் நெருங்கிய நட்புறவு இருந்து வந்தது. அந்நிலவுடைமையாளர்களின் நிலங்களை அவர்களிடமிருந்து எடுத்து விவசாயிகளுக்கு பகிர்ந்தளிக்குமுன், அவர்களின் மாபெரும் மாளிகைகளில் அப்பா அம்மாவுக்கு விருந்தளிக்கப்பட்டது.

உலகமே தெரியாத அளவு அப்பா தன் பணியில் மூழ்கியிருந்தார். நவம்பர் மாதம் எட்டாம் தேதி அம்மா தன் முதல் பெண் குழந்தையைப் பெற்றெடுத்தபோது அப்பா ஊரில் இல்லை. டாக்டர் ஸியா அம்மாவுக்கு டி-ஹாங் என்று பெயரிட்டார். டி என்பது எங்கள் பரம்பரைப் பெயர். ஹாங் என்பது அன்னப் பறவைகளின் குணாதிசயங்களை கொண்டிருந்ததால், அம்மாவுக்கு அப்பெயரை வைத்தார். அதனால் அப்பா, என் அக்காவுக்கு ஸியாவோ-ஹாங் என்று பெயரிட்டார். இதற்கு என் 'அம்மாவைப் போன்று' (ஸியாவோ) என்ற பொருள் ஆகும். என் அக்கா பிறந்த ஏழாவது நாளில், ஒரு பிரம்புத் தொட்டியில் அம்மாவை வைத்து இரண்டு பெண்களைக் கொண்டு தூக்கி வரச் செய்து, அம்மாவை மருத்துவமனையிலிருந்து ஜன்-யிங் அத்தை வீட்டுக்கு அழைத்துக் கொண்டு வந்தாள். அப்பா சில வாரங்கள் கழித்து வீட்டுக்கு வந்து அம்மாவிடம் பேசியது: நீ ஒரு கம்யூனிஸ்ட் என்பதால், மனிதர்கள் உன்னைச் சுமந்து வர, நீ அனுமதித்திருக்கக் கூடாது. 'குழந்தை பெற்றுக் கொண்ட பெண்கள் நடக்கக்கூடாது' என்று பழம்பெரும் அனுபவங்கள் கூறுகின்றன என்று அம்மா பதிலுரைத்தாள். அதற்கு அப்பா, 'குழந்தையைப் பெற்றுப் போட்டுவிட்டு அடுத்த நொடியே வயலில் இறங்கி வேலையைத் தொடர்கிறாளே, அந்த ஏழை விவசாயப் பெண்ணை யார் சுமந்து வருவது?' என்று கேட்டார்.

'கட்சியில் இருப்பதா வேண்டாமா' என்ற கவலையிலும் குழப்பத்திலும் அம்மா நீடித்திருந்தாள். கட்சியின் மீதோ அல்லது அப்பாவின் மீதோ காட்ட முடியாத கோபத்தை அம்மா குழந்தையின்

மீது காட்டினாள். மருத்துவமனையிலிருந்து வீட்டிற்கு வந்த அன்று குழந்தை இரவு முழுவதும் அழுதது. பொறுமை இழந்த அம்மா, எரிந்து விழுந்து, குழந்தையை கையால் அடித்து விட்டாள். அடுத்த அறையில் தூங்கிக் கொண்டிருந்த அத்தை ஜன்-யிங் எழுந்து ஓடிவந்து, 'நீ மிகவும் சோர்ந்து போய் விட்டாய். குழந்தையை நான் பார்த்துக் கொள்கிறேன்' என்று கூறினாள். அதிலிருந்து குழந்தையை அத்தை பார்த்துக் கொண்டாள். ஒரு சில வாரங்கள் கழித்து அம்மா தன் சொந்த ஊருக்கு திரும்பிச் சென்றபிறகு, அத்தை ஜன்-யிங் குடும்பத்தோடு அக்கா இருந்து விட்டாள்.

அந்த இரவு அக்காவை அடித்ததை எண்ணி அம்மா இன்றுவரை அழுது கொண்டே இருக்கிறாள். அம்மா அக்காவை பார்க்கச் சென்றபோது, அவள் ஓடி ஒளிந்து கொண்டாள். ஜெனரல் ஷுவே இல்லத்தில் அம்மா சிறு குழந்தையாக இருந்தபோது என்ன நடந்ததோ, அதே சோகச் சம்பவம் இப்போது அம்மாவுக்கு திரும்ப நடந்தது. தன்னை 'அம்மா' என்று அழைக்கக் கூடாது என்று அக்காவுக்கு உத்தரவிட்டு விட்டாள்.

அக்காவைக் கவனித்துக் கொள்ள அத்தை ஒரு தாதிப் பெண்ணை நியமித்தாள். அரசு வழங்கும் ஊதியங்களின் விதிமுறைப்படி, அரசு அலுவலர்களின் குடும்பங்களில் பிறந்த குழந்தைகளுக்கு, அரசாங்கமே ஊதியம் கொடுத்து தாதிப் பெண்களை வேலைக்கு அமர்த்தி வந்தது. இந்த தாதிப் பெண்களுக்கு தேவைப்பட்டால் அரசாங்கமே மருத்துவ உதவியும் இலவசமாகச் செய்து கொடுத்தது. இவர்கள் அரசு அலுவலர்களைப் போலவே நடத்தப்பட்டு வந்தார்கள். குழந்தைகள் ஈரப்படுத்தும் துணிகளை அவர்கள் அலச வேண்டியதில்லை. எனவே, அவர்கள் அவ்வீட்டு வேலைக்காரர்கள் இல்லை. 'புரட்சியில் ஈடுபட்டுள்ளவர்களைக் கவனித்துக் கொள்ளும் கட்சியின் சட்ட விதிகளின்படி, உயர்மட்ட அரசாங்க அதிகாரிகளுக்கு திருமணம் செய்து கொள்ள அனுமதி உண்டு. அவர்களின் பதவிகளுக்கேற்றபடி குழந்தைகளைப் பெற்றுக் கொள்ளலாம்.' அந்த விதி பிறப்பிக்கப்பட்டதிலிருந்து, அவர்களின் குழந்தைகளைக் கவனித்துக் கொள்ள தாதிப் பெண்களுக்கு அரசாங்கம் ஊதியம் வழங்கியது.

இந்தத் தாதிப் பெண்ணுக்கு இருபது வயதிருக்கும். அவளது குழந்தை இறந்தே பிறந்தது. அவள் ஒரு நிலவுடைமையாளர் குடும்பத்தில் திருமணம் செய்து கொடுக்கப்பட்டாள். அவர்கள் இப்போது நிலங்களை இழந்து, வருமானம் இல்லாமல் இருக்கிறார்கள். அவள் விவசாய வேலை செய்ய விரும்பவில்லை. ஈபின் நகரில் ஆசிரியப் பணிபுரியும் தன் கணவனோடு அவள் வாழ விரும்பினாள். அத்தையோடு அவள் மனமொத்த நட்பு

கொண்டிருந்ததால், அத்தையின் தொடர்பில் எப்போதும் அவள் இருந்து வந்தாள். அதனால் அவள் தன் கணவனோடு சாங் குடும்பத்தில் சென்று பணி புரிந்து வந்தாள்.

அம்மா தன் வேதனைகளிலிருந்து கொஞ்சம் கொஞ்சமாக விடுபட்டு வந்தாள். குழந்தை பிறந்தபிறகு ஒரு மாத காலம் மகப்பேறு விடுப்பு அம்மாவுக்கு கொடுக்கப்பட்டது. அப்போது அம்மா தன் மாமியாரோடும், நாத்தனாரோடும் இருந்தாள். அம்மா மீண்டும் பணிக்குத் திரும்பியபோது முற்றிலும் புதிய, 'ஈபின் நகர கம்யூனிஸ்ட் இளைஞர் அணியில்' பணியமர்த்தப் பட்டாள். இது அம்மண்டலத்தின் முற்றிலும் மாற்றி அமைக்கப்பட்ட இயக்கமாக இருந்தது. இந்த ஈபின் மண்டலம் என்பது 7500 சதுர மைல்கள் பரப்பளவைக் கொண்டிருந்தது. அதில் இரண்டு மில்லியனுக்கு மேற்பட்ட மக்கள் தொகை இருந்தது. இம்மண்டலம் ஒன்பது உள்ளாட்சிக் கோட்டங்களாகப் பிரிக்கப்பட்டன. அவைகளின் ஈபினும் ஒன்று. அப்பா 'நால்வர் குழுவில்' ஒருவராகப் பொறுப்பேற்றிருந்தார். இந்த நால்வர் குழுதான் முழு மண்டலத்தையும் ஆட்சி புரிந்து வந்தது. அத்துடன் அப்பா மண்டலப் பொது விவகாரத்துறையின் தலைவராகி இருந்து அதை நிர்வகித்து வந்தார்.

இந்த புதிய அமைப்பு திருமதி மீ என்பவருக்கு மாறுதல் கொடுத்து விட்டு, புதிய தலைவியாக ஒரு பெண்மணியை அந்த இடத்தில் நியமனம் செய்தது. அந்தப் பெண்மணிதான் 'ஈபின் நகர பொது விவகாரத்துறைத் தலைவி.' இளைஞர் அணி இத்துறையின் கட்டுப்பாட்டின் கீழ் வந்தது. கம்யூனிஸ்ட் நவ சீனாவில், ஒரு நிர்வாகத்துறைத் தலைவர் அல்லது தலைவியின் ஆளுமை, மேற்கத்திய நாடுகளில் இருந்ததைவிட மிகவும் மேம்பாடு உடையதாக இருந்தது. தலைவர் அல்லது தலைவியின் நிலைப்பாடுதான் கட்சியின் நிலைப்பாடு. ஒரு மனிதனின் வாழ்க்கையில் ஒரு மேம்பாட்டை கொண்டு வந்து சேர்ப்பது, ஒரு நல்ல தலைமையைப் பெற்றிருப்பதுதான் காரணமாக அமையும்.

அம்மாவின் புதிய தலைவியான அப்பெண்மணியின் பெயர் ஷாங் ஸி டிங். 1950 ஆம் ஆண்டு இந்தப் பெண்மணியும், இவளது கணவனும் திபெத்தைக் கைப்பற்றும் பணிக்கு தேர்வு செய்யப்பட்டிருந்த ஓர் இராணுவப் படையில் பணிபுரிந்தார்கள். சிச்சுவான்தான் திபெத்தை காவல் செய்யும் இடமாக இருந்தது. இப்போது இவர்கள் இருவரும் ஈபின் நகருக்கு பணி செய்ய அனுப்பப்பட்டார்கள். அவளது கணவனின் பெயர் லியூ ஜி - டிங். இவர் தன் பெயரை 'ஜி-டிங்' (டிங் என்னும் பெயரோடு இணைத்துக் கொண்டு) என்று, தன் மனைவி மீது கொண்டுள்ள ஈடுபாட்டை வெளிப்படுத்திக் கொள்ளும்

பொருட்டு, மாற்றிக் கொண்டார். இதனால் இவர்களை 'இரட்டை டிங்குகள்' என்று அழைத்தார்கள்.

வசந்த காலத்தில், இளைஞர் அணித் தலைவியாக அம்மா பதவி உயர்வு பெற்றாள். 20 வயது கூட நிறைவு பெறாத ஒரு பெண்ணுக்கு இப்படி ஒரு முக்கியமான பொறுப்பு! அம்மாவின் மனதளவில் ஒரு அமைதி நிலையை எட்டினாள். இந்த சமயத்தில்தான் 1951 ஆம் ஆண்டு ஜுன் மாதம் நான் அம்மாவின் வயிற்றில் ஜனித்தேன்.

9

‘ஒருவன் ஆட்சி அதிகாரத்திற்கு வருகின்றபோது, அவன் வீட்டு கோழி, குஞ்சுகளும் சொர்க்கத்தை அனுபவிக்கும்!’

அப்பழுக்கற்ற ஒரு மனிதனோடு வாழ்தல்

1951–1953

அம்மா, திருமதி டிங், ஒரு மூன்றாவது பெண்மணி ஆகிய மூன்று நபர்களைக் கொண்ட கம்யூனிஸ்ட் கட்சியின் புதிய அடித்தளக்குழுவில் அம்மா இப்போது இணைந்து இருந்தாள். ஈபின் நகரின் இரகசிய அமைப்பில் இருந்தபோது அம்மாவுடன் மிகுந்த நெருக்கமாக இருந்தவள்தான் இந்த மூன்றாவது பெண்மணி. அம்மாவின் தனிப்பட்ட விவகாரங்களில் தொடர்ந்து தலையிடுவது, தன்னிலை விளக்கம் கொடுக்கச் செய்வது போன்ற தொல்லைகள் உடனடியாக முடிவுக்கு வந்தன. அம்மா கட்சியில் முழுநேர உறுப்பினராக, கட்சியின் அடித்தளக்குழு வாக்களித்து விட்டது. ஜூலை மாதம் அம்மாவுக்கு முழு நேரக் கட்சி உறுப்பினர் பொறுப்பு அளிக்கப்பட்டது.

அம்மாவின் புதிய தலைவியான திருமதி டிங் ஓர் அழகான பெண்மணி என்று சொல்ல முடியாது. அனால் அவளது மெலிந்த தேகம், மீண்டும் ஒருமுறை பார்க்கத் தோன்றும் உதடுகள், புள்ளி புள்ளியான முகம், சுண்டியிழுக்கும் கண்கள், பட்டென்று கூறும் பதில்கள் எல்லாமே அவளது முழு ஆளுமையை வெளிக்காட்டின. அம்மா அவளை ஆராதிக்கத் தொடங்கினாள்.

திருமதி மீ மாதிரி, திருமதி டிங் அம்மாவை வெட்டிவிட வில்லை. அம்மாவுக்கு பிடித்ததைச் செய்துகொள்ள அனுமதித்தாள். புதினங்கள் வாசிக்க அம்மாவை அனுமதித்தாள். மார்க்ஸிஸ்ட் அடையாள அட்டைப் படங்கள் இல்லாத புத்தகங்களை அம்மா வாசிக்க நேர்ந்தால், அம்மா ஒரு 'பூர்ஷ்வா அறிவு ஜீவி' என்பது போல ஆயிரத்தெட்டு கேள்விக்கனைகளைத் தொடுத்தார்கள். அம்மா தானாக திரைப்படத்திற்கு செல்ல திருமதி டிங் அனுமதித்தாள். இதனால் அம்மா மிகுந்த மகிழ்ச்சியடைந்தாள். அதற்கு முன்பு புரட்சி இயக்கத்தில் இருந்தவர்கள் சோவியத் ரஷ்யத் திரைப்படங்களை மட்டுமே பார்க்க வேண்டும். அதுவும் தனியாகச் செல்லாமல் கட்சி அமைப்புகளோடு சேர்ந்து செல்ல வேண்டும். அதேசமயம், தனியார் திரையரங்குகள், சார்லி சாப்ளின் போன்ற பழைய அமெரிக்க திரைப் படங்களைத் திரையிட்டு வந்தன. அம்மாவுக்கு பிடித்த இன்னொரு முக்கியமான விஷயம் என்னவென்றால், அம்மா இனி தினமும் குளிக்கலாம்.

ஒரு நாள் அம்மா திருமதி டிங்குவுடன் கடை வீதிக்கு சென்றாள். அங்கு கிடைத்த போலந்து நாட்டிலிருந்து வந்திருந்த, கருஞ்சிவப்பு நிறத்தில் பூ போட்டிருந்த பருத்தி துணி ஒன்றை வாங்கினாள். இதற்கு முன்னால் அத்துணியைப் பார்த்திருக்கிறாள். ஆனால் அடுத்தவர்களின் விமர்சனத்து உள்ளாக வேண்டியிருக்குமே என்ற பயத்தில் அம்மா அதை வாங்கிக் கொள்ளவில்லை. அம்மா ஈபின் வந்தவுடன் பட்டாளச் சீருடையை விடுத்து 'லெனின் சூட்' அணிந்து கொள்ள வேண்டும். ஒரு பருத்தி துணியால் தைக்கப்பட்ட சாயம் போன ஒரு சட்டையை லெனின் சூட்டுக்குள் அணிந்து கொள்ள வேண்டும். இந்தச் சட்டையை கட்டாயம் அணிந்து கொள்ள வேண்டும் என்று எந்த விதியும் இல்லை. ஆனால் எல்லாரும் இந்தச் சட்டையை அணிந்து வருவது போல, யாரேனும் ஒருவர் அணிந்து வரவில்லையென்றால், அவர் அடுத்தவர்களின் கேலி கிண்டல்களுக்கு உள்ளாக வேண்டும். வண்ண வண்ண ஆடைகளை அணிந்து கொள்ள அம்மாவுக்கு ஆசை. புதிதாக வாங்கிய துணியை எடுத்துக் கொண்டு அம்மாவும் திருமதி டிங்குவும், அளவுகடந்த ஆனந்தத்தில் சாங் வீட்டிற்கு ஓடினார்கள். சில நிமிடங்களில், ஆளுக்கு இரண்டு ஜாக்கெட்களாக நான்கு ஜாக்கெட்டுகள் தைத்துக் கொண்டார்கள். அடுத்தநாள் அவர்கள் இருவரும் லெனின் சூட்டுக்குள்ளே இந்த ஜாக்கெட்டை அணிந்து கொண்டார்கள். உள் ஜாக்கெட் சிவப்பு நிற காலரை வெளியே தெரியுமாறு அம்மா துணிச்சலாக எடுத்து விட்டுக் கொண்டாள். அன்று முழுவதும் அம்மாவுக்கு மகிழ்ச்சி பிடிபடவில்லை. திருமதி டிங் துணிச்சலாக இன்னும் ஒருபடி மேலே போய், சட்டைக் காலரை சீருடைக்கு மேல்

எடுத்து விட்டுக் கொண்டது மட்டுமல்லாமல், கைகளையும் மேலே சுருட்டி விட்டுக் கொண்டாள்.

அம்மா எதிர்பார்த்தபடி எல்லாருடைய பார்வைகளும் 'நீ மட்டும் இப்படி அணிந்து கொள்ளலாமா?' என்று கேட்பது போலிருந்தது. திருமதி டிங் அம்மாவின் தாடையைத் தொட்டு நிமிர்த்தியபடி 'உன்னை யார் கேட்கப் போகிறார்கள்' என்று சொன்னாள். அம்மாவுக்கு அப்படி ஒரு நிம்மதி. தன் தலைவி சம்மதம் கொடுத்ததால் யாருடைய விமர்சனத்தையும் பற்றி அம்மா கவலைப்படவில்லை. வார்த்தையால் சொன்னால் என்ன, அல்லது பார்வையால் சொன்னால் என்ன? எதற்கும் அம்மா கவலைப்படவில்லை.

தைரியமாக திருமதி டிங் விதிகளைச் சற்று தளர்த்திக் கொள்வது ஏனென்றால், அவளது கணவன் கட்சியில் ஓர் உயர் அதிகாரி. அதிகாரத்தைப் பயன்படுத்துவதில் அவர் நீக்குப்போக்குடன் நடந்து கொள்வார். அப்பாவின் வயதை ஒத்த திரு டிங், கூர்மையான மூக்கும் கூர்மையான தாடையையும் கொண்டிருந்த அவர் கொஞ்சம் கூன் போட்டிருந்தார். ஈபின் மண்டலக் கம்யூனிஸ்ட் கட்சியின் செயலாண்மைத் துறைத் தலைவர். பதவி உயர்வு அளிப்பது - பதவியிலிருந்து இறக்குவது, தவறுகளுக்கு தண்டனை அளிப்பது போன்ற அலுவல்கள் இத்துறையின் கட்டுப்பாட்டில் வந்ததால், அத்துறை முக்கியக் கவனம் பெற்றது. கட்சி உறுப்பினர்களின் பட்டியல் இத்துறையின் பொறுப்பில் இருந்தது. அது மட்டுமல்லாது,ஈபின் மண்டலத்தை நிர்வகித்து வந்த நால்வர் குழுவில், அப்பாவைப் போல இவரும் ஓர் உறுப்பினர்.

இளைஞர் அணியில் அம்மா, தன் வயதை ஒத்தவர்களுடன் பணியாற்றி வந்தாள். அம்மாவோடு இதற்கு முன்பு பணியாற்றிய வயது முதிர்ந்தவர்கள், நீதிமான்கள், விவசாய வேலையிலிருந்து அலுவலகப் பணிக்கு வந்தவர்கள் ஆகியவர்களை விட, இப்போது பணியாற்றி வருகின்றவர்கள் நிரம்பக் கற்றவர்கள், கவலையற்றவர்கள், பார்க்கின்ற எதையும் நயம்பட ரசிக்கிறவர்கள். அம்மாவின் இப்போதைய சக பணியாளர்கள் நடனத்தை ரசிப்பவர்கள், ஒன்றாகச் சேர்ந்து சுற்றுலா செல்வதில் ஆர்வம் உடையவர்கள்; புத்தகங்களையும், தத்துவங்களையும் பற்றி மணிக்கணக்காகப் பேசி மகிழ்பவர்கள்.

அம்மா மேற்கொண்டிருந்த பதவி ஒரு பொறுப்பான பதவியாக இருந்ததால், அம்மாவுக்கு மதிப்பும் மரியாதையும் கூடியது. அம்மா திறமையும் செயலாக்கமும் கொண்டவள் என்று அனைவரையும்

நினைக்கத் தூண்டியது. அம்மாவுக்கு கொஞ்சம் கொஞ்சமாக எல்லாவற்றிலும் ஒரு நம்பிக்கை கூடத் தொடங்கியது. முற்றிலும் அப்படியே அப்பாவைச் சார்ந்திருந்தது குறையத் தொடங்கியது. அதனால் அப்பாவினால் அடைந்த ஏமாற்றமும் குறையத் தொடங்கியது. தவிர, அப்பாவின் மனப்போக்குகளை பயன்படுத்த பழகிக் கொண்டாள். அப்பா தன்னை முன்னிலைப்படுத்த வேண்டும் என்ற எதிர்பார்ப்பை நிறுத்திக் கொண்டாள். உலக நடப்புகளோடு ஒரு அமைதியும், இணக்கமும் பெற்றாள்.

அம்மாவுக்கு இன்னொரு பதவி உயர்வு கிடைத்ததன் அனுகூலமாக, பாட்டியை தன்னோடு நிரந்தரமாக வைத்துக்கொள்ள அம்மாவுக்கு சட்டம் இடம் கொடுத்தது. ஒரு நீண்ட நெடிய பயணத்துக்குப்பிறகு, 1951 ஆம் ஆண்டு ஆகஸ்ட் மாத இறுதியில், பாட்டியும் டாக்டர் ஸியாவும் ஈபின் வந்தனர். மீண்டும் போக்குவரத்து சாதனங்கள் சரியாகச் செயல்படத் தொடங்கின. முறையாக இயக்கப்பட்டு வந்த இரயில்களிலும், படகுகளிலும் பயணித்து வந்து சேர்ந்தார்கள். பாட்டியும், டாக்டர் ஸியாவும் உயர் அதிகாரி ஒருவரைச் சேர்ந்தவர்களாகையால், அவர்கள் தங்குவதற்கு அரசாங்கச் செலவிலேயே வீடு ஒதுக்கப்பட்டது. விருந்தினர் இல்லக் காம்பவுண்டுக் குள்ளேயே, மூன்று அறைகள் கொண்ட வீடு ஒன்று அளிக்கப்பட்டது. அரசு அங்காடிகள் மூலம் அரிசி, மண்ணெண்ணெய் போன்ற அத்தியாவசியப் பொருட்கள் வழங்கப்பட்டன. அப்பொருட்கள் அவர்களின் குடியிருப்பு மேலாளர்களைக் கொண்டு விநியோகம் செய்யப்பட்டன. அங்காடிகள் மூலம் வழங்கப்படாத சில பொருட்களை வாங்கிக் கொள்ள சிறு தொகை அவர்களுக்கு கொடுக்கப்பட்டது. என் அக்காவும், அக்காவைக் கவனித்துக் கொண்ட தாதிப் பெண்ணும் அவர்களோடு இருந்தனர். அம்மாவுக்கு கிடைத்த ஓய்வு நேரம் முழுவதும் பாட்டியின் அறுசுவை உணவை உண்டு சுவைப்பதிலே கழிந்தது.

அம்மா மிகவும் நேசித்த பாட்டியையும், டாக்டர் ஸியாவையும் தன்னோடு வைத்துக் கொள்வதில் அம்மாவுக்கு அளவுகடந்த ஆனந்தம். அந்த நேரத்தில் அவர்கள் ஜிங்குவை விட்டு இங்கு வந்திருப்பது நிம்மதியைக் கொடுத்தது. ஏனென்றால், மஞ்சூரியாவுக்கு மிக அண்மையில் இருந்த கொரியாவில் இப்போது போர் தொடங்கி விட்டது. 1950-ன் இறுதி வாக்கில், கொரியாவுக்கும் சீனாவுக்கும் இடையே உள்ள எல்லைப் பகுதியில் இருந்த யாலு ஆற்றங்கரையில் அமெரிக்கா தனது துருப்புகளை நிறுத்தி இருந்தது.

 'ஒருவன் ஆட்சி அதிகாரத்திற்கு வருகின்றபோது, அவன் வீட்டு கோழி, குஞ்சுகளும் சொர்க்கத்தை அனுபவிக்கும்!'

தாழ்வாகப் பறந்து சென்ற அமெரிக்க விமானங்கள் மஞ்சூரியா மீது குண்டுகள் வீசித் தாக்கின.

இதில் அம்மா முதன்முதலில் தெரிந்து கொள்ள விரும்பிய செய்தி, கர்னல் ஹு-கே என்ன ஆனான் என்பதுதான். ஜிங்குவின் வடக்கு வாசல் ஆற்றங்கரை வளைவில் அவனுக்கு மரண தண்டனை கொடுக்கப்பட்டது என்ற செய்தி கேட்டு அம்மா மனமுடைந்து போனாள்.

இறந்த உடல் முறையாகப் புதைக்கப்படவில்லையென்றால், அது மிக மோசமான விளைவை உண்டுபண்ணும் என்பது சீன மக்கள் நம்பிக்கையாக இருந்தது. இறந்த உடலை துணியால் சுற்றி, பூமியில் ஆழமான குழி வெட்டி அதில் புதைக்கப்பட்டால்தான் அது அமைதியடையும் என்று நம்பினார்கள். இது ஒரு மத நம்பிக்கை. ஆனால் நடைமுறையில், இறந்த உடல் ஒன்று புதைக்கப்படவில்லை என்றால், நாய்கள் அந்த உடலைக் கடித்து குதறித் தின்று விடும். பறவைகள் அந்த உடலின் எலும்புகளை விட்டு, எல்லாவற்றையும் கொத்தித் தின்று விடும். முற்காலத்தில் மரண தண்டனை நிறைவேற்றப்பட்ட ஒரு நபரின் உடல், பொதுமக்களின் பார்வைக்கு, ஒரு பாடமாகவோ அல்லது ஒரு பயமுறுத்தலுக்காகவோ மூன்று நாட்களுக்கு வைக்கப்பட்டிருக்கும். அதன் பிறகுதான் அந்த உடல் எடுத்துக்கொண்டு போய் அடக்கம் செய்யப்படும். ஆனால் இப்போது, மரண தண்டனை நிறைவேற்றப்பட்ட ஒரு நபரின் உடலை, உடனடியாக அதன் உறவினர்கள் வந்து பெற்றுக்கொண்டு புதைத்துவிட வேண்டும். அப்படி அவர்களால் செய்ய முடியவில்லை என்றால், அரசாங்கமே அதன் செலவில் ஆட்களைக் கொண்டு புதைத்து விடும்.

பாட்டியே அந்தக் கொலைக்களத்திற்கு சென்றாள். ஹு-கேயின் உடல் தரையில் வீசப்பட்டுக் கிடந்தது. அவன் உடலின் ஒரு பகுதி முழுவதும் குண்டுகளால் துளைக்கப்பட்டிருந்தது. அவனோடு சேர்த்து இன்னும் 15 நபர்களுக்கு மரண தண்டனை அளிக்கப்பட்டிருந்தது. உறைந்து கிடந்த அவர்களின் இரத்தம், பனி படர்ந்திருந்த அந்த இடத்தை சிவப்பு படலமாக்கிக் காட்டியது. அவனுக்கு உறவினர் என்று சொல்லிக் கொள்ள யாருமே அந்நகரில் இல்லை. எனவே பாட்டி, அடக்கம் செய்யும் கூலி ஆட்கள் சிலரை அழைத்துக் கொண்டுபோய், அவனை முறையாக அடக்கம் செய்து விட்டு வந்தாள். இறந்த அவன் உடலைத் துணியால் சுற்றிக் கட்ட வேண்டும் என்பதற்காக நீளமான சிவப்பு நிறப் பட்டுத்துணியை பாட்டியே வாங்கிக் கொண்டு சென்று, அவன் உடலை சுற்றிக் கட்ட வைத்தாள். அம்மாவுக்கு தெரிந்திருந்த வேறு யாரேனும் அங்கே

அப்பழுக்கற்ற ஒரு மனிதனோடு வாழ்தல் 303

இறந்து கிடந்தார்களா என்று அம்மா பாட்டியிடம் கேட்டாள். ஆமாம். பாட்டி எதேச்சையாக ஒருத்தியை சந்தித்தாள். அவள், தன் கணவனின் உடலையும், தன் சகோதரனின் உடலையும் தேடிக் கண்டு கொண்டாள். அவர்கள் இருவரும் கோமிங்டாங்கைச் சேர்ந்த மாவட்டத் தலைவர்கள்.

யூ-லின் மனைவியான பாட்டியின் சொந்த நாத்தனாரே பாட்டியைத் திட்டி விட்டாள் என்ற செய்தி கேட்டு அம்மா அதிர்ந்து போனாள். பாட்டி வீட்டுப் பொறுப்புகளை கையில் எடுத்துக்கொண்டு வீட்டை நிர்வகித்து வந்தபோது, பாட்டியின் நாத்தனார் வீட்டில் உள்ள கடினமான வேலைகளைச் செய்து வந்தாள். அடக்குமுறையை எதிர்த்தும், சுரண்டலை எதிர்த்தும் ஒவ்வொரு குடிமகனும் குரல் எழுப்ப வேண்டும் என்றும் கம்யூனிஸ்ட் வலியுறுத்தியது. எனவே, யூ-லின் மனைவியின் காழ்ப்புணர்ச்சிக்கு அரசியல் வடிவம் கொடுக்கப்பட்டது. ஹூ-கே யின் உடலைக் கண்டுபிடித்து எடுத்து பாட்டி அதை அடக்கம் செய்ததால், ஒரு தேச துரோகக் குற்றவாளியின் உடலை நல்லடக்கம் செய்த பாட்டியின் செயலை வன்மையாக கண்டனம் செய்து திட்டித் தீர்த்தாள். அக்கம் பக்கத்தோர் அனைவரும் ஒன்று கூடி ஒரு கண்டனக் கூட்டம் போட்டு, பாட்டி செய்த தவறை உணர வேண்டும் என்று வலியுறுத்தினார்கள். அக்கூட்டத்தில் கலந்து கொண்ட பாட்டி புத்திசாலித்தனமாக, எதுவும் பேசாமல், அக்கண்டனத்தை அமைதியாக ஏற்றுக் கொண்டாள். ஆனால் பாட்டியின் அடி மனதில் கம்யூனிஸ்ட்கள் பற்றியும், தன் நாத்தனார் பற்றியும் எரிமலை போல் கொதித்துக் கொண்டிருந்தாள்.

இந்நிகழ்வு பாட்டிக்கும் அப்பாவுக்குமிடையே ஒரு கசப்புணர்வை ஏற்படுத்தியது. பாட்டி செய்த செயலை கேள்வியுற்ற அப்பாவின் கோபம் தலைக்கேறியது. பாட்டிக்கு கம்யூனிஸ்ட்களை விட கோமிங்டாங் மீது தான் அதிக அக்கறை உள்ளது என்று கூறினார். ஆனால் அதில் கொஞ்சம் பொறாமையும் கலந்திருந்ததுதான் உண்மை. பாட்டி எப்போதாவது அப்பாவோடு அபூர்வமாகப் பேசினாலும், ஹூ-கே மீது இருந்த பாசத்தைக் காட்டிக் கொள்வாள். அத்துடன் அப்பாவை விட அம்மாவுக்கு அவன்தான் நல்ல பொருத்தம் என்றும் எண்ணுவாள்.

பாட்டிக்கும் அப்பாவுக்கும் இடையில் அம்மா மாட்டிக் கொண்டாள். ஹூ-கே யின் மரணத்தால் ஏற்பட்ட சோகத்திற்கும், கம்யூனிஸ்ட் கட்சியின் தொடர்பால் ஏற்பட்ட அரசியல் சிக்கலுக்குமிடையிலும் அம்மா மாட்டிக் கொண்டாள்.

 'ஒருவன் ஆட்சி அதிகாரத்திற்கு வருகின்றபோது, அவன் வீட்டு கோழி, குஞ்சுகளும் சொர்க்கத்தை அனுபவிக்கும்!'

புரட்சிக்கு எதிர்ப்பாளர்களின் செயல்பாடுகளைக் கட்டுப்படுத்தவே அந்தக் கர்னலின் மரணதண்டனை இராணுவ நடவடிக்கையின் ஒரு பகுதியாக நிகழ்த்தப்பட்டது. கோமிங்டாங் அமைப்பிற்கு ஆதரவு தரக்கூடிய அதிகாரம் உள்ள பெரும் பதவியில் உள்ளவர்களைக் களைவதே புரட்சியின் நோக்கமாகும். இது 1950-ல் தொடங்கிய கொரியப் போரினால் தூண்டப்பட்டது. அமெரிக்க ஐக்கிய நாட்டுத் துருப்புகள் நேராக மஞ்சூரியாவின் எல்லைக்கு வந்தபோது அத்துருப்புகள், அடுத்து சீனாவைத் தாக்கக் கூடும் அல்லது சியாங் காய்-ஷெக்கை ஏவிவிட்டு தாக்கக்கூடும்; அல்லது இரண்டும் சேர்ந்து கொண்டு தாக்கக்கூடும் என்று மாவோ பயந்தார். எனவே, வட கொரியர்கள் சார்பாக, அமெரிக்கத் துருப்புகளை எதிர்த்துத் தாக்க மாவோ ஒரு மில்லியன் இராணுவ வீரர்களை கொரியாவுக்கு அனுப்பி வைத்தார்.

சியாங் காய்-ஷெக் தாய்வானை விட்டு நகராமல் இருந்தாலும், பர்மாவில் இருந்த கோமிங்டாங் படைகளைக் கொண்டு, தென்மேற்கு சீனாவின் மீது போர் தொடுக்க அமெரிக்க ஐக்கிய நாடுகள் ஏற்பாடு செய்தது. கடற்கரைகளில் அடிக்கடி குண்டுகள் போடப்பட்டன. பல முகவர்கள் கொண்டு வந்து இறக்கப்பட்டனர். நாச வேலைகளும், உள்ளடி வேலைகளும் அதிகரித்தன. கோமிங்டாங் படைவீரர்களும், கலகக்கார கும்பலும் அதிக எண்ணிக்கையில் அங்கே இருந்து வந்தனர். ஊரகப் பகுதிகளிலும் பெருவாரியான போராட்டங்களும் வெடித்துக் கொண்டிருந்தன. எங்கே கோமிங்டாங் ஆதரவாளர்கள் வந்து புதிதாக தொடங்கியுள்ள ஆட்சியை குப்புறக் கவிழ்த்து விடுவார்களோ என்று கம்யூனிஸ்ட்கள் கவலைப்பட்டார்கள். சியாங் காய்-ஷெக் மீண்டும் ஆட்சியைப் பிடிக்க காய் நகர்த்தினால், அவர்கள் ஐந்தாம் படை வேலைகளிலும் இறங்கிச் செய்வார்கள். அங்கே இருந்து கொண்டு, எதிரிகளை ஒழித்துக் கட்டி, மக்களின் மனங்களில் இவர்களின் உறுதியான நிலைப்பாட்டை பதிய வைப்பது ஒரு சிறந்த வழி என்பதை மக்களுக்கு தெரியப்படுத்திக் கொள்ள விரும்பினார்கள். அதையே அம்மக்களும் தொடர்ந்து விரும்பி வந்தார்கள். எப்படியோ அவர்களது இரக்கமற்ற சிந்தனைக்கேற்ப கருத்துகள் மாறுபட்டன. புதிய கம்யூனிஸ்ட் இயக்கத்தினர், தாங்கள் எதற்கும் சளைத்து விடக்கூடாது என்று தீர்மானித்துக் கொண்டார்கள். ஓர் அரசியல் சாணக்கியத்தனம் இவ்வாறு கூறுகிறது: அவர்களை நாம் ஒழித்துக் கட்டவில்லையென்றால், அவர்கள் வந்து நம்மை ஒழித்துக் கட்டி விடுவார்கள்.

இந்த விவாதத்தோடு அம்மா ஒத்துப் போகவில்லை. ஆனால் இது பற்றி அப்பாவிடம் பேசுவதற்கு எந்த விஷயமும் இல்லை என்று அம்மா முடிவு செய்து விட்டாள். உண்மையில் அம்மா எப்போதாவதுதான் அப்பாவைப் பார்க்க முடிந்தது. அப்பாவின் பெருவாரியான நேரம் ஊரகப் பகுதிகளிலும், பிரச்சினைகளைத் தீர்த்து வைப்பதிலுமே கரைந்து கொண்டிருந்தது. அரசு அதிகாரிகள் காலை 8.00 மணி தொடங்கி இரவு 11.00 மணி வரை பணிபுரிய வேண்டியிருந்தது. வாரத்தில் ஏழு நாட்களும் உழைக்க வேண்டியிருந்தது. அப்பாவோ அல்லது அம்மாவோ அல்லது இருவருமோ இரவு நீண்ட நேரம் கழித்துத்தான் வீட்டிற்கு வருவார்கள். ஒருவரோடு ஒருவர் பேசிக் கொள்ளவும் நேரம் இருக்காது. அவர்களின் குழந்தை அவர்களோடு இல்லை. அம்மா, அப்பா அரசாங்க உணவு விடுதியில் சாப்பிட்டுக் கொண்டார்கள். வீட்டு வாழ்க்கை என்பது அவர்களுக்கு இல்லாமல் போய் விட்டது.

நிலச் சீர்திருத்தம் ஒருவாறு முடிவுக்கு வந்தவுடன், மாநிலம் முழுவதும் நடைபெற்று வந்த சாலை அமைக்கும் பணியை மேற்பார்வையிட அப்பா சென்று விட்டார். பொதுவாக ஈபின் நகரையும், உலகின் பிற இடங்களையும் இணைக்கும் பாதை நதிவழிப் பாதையாகவே இருந்து வந்தது. யூனான் மாநிலத்தின் தென்பகுதிக்கு சாலை வசதி வேண்டும் என்று அரசாங்கம் முடிவெடுத்தது. ஒரே ஒரு ஆண்டில் மட்டும், எந்த எந்திரங்களையும் பயன்படுத்தாமல், மலைப் பகுதிகளிலும், பல ஆறுகளின் குறுக்கேயும் சுமார் எண்பது மைல் தூரத்திற்கு மேல் சாலை அமைத்திருக்கிறார்கள். இதில் பணியாற்றிய கூலி ஆட்கள் விவசாயிகள் கூட்டம்தான். இவர்கள் உணவுக்காக உழைத்து வந்தவர்கள்.

சாலைப்பணியில் ஈடுபட்டிருந்த விவசாயிகள் மண்ணைத் தோண்டியபோது, ஒரு டைனோசாரின் எலும்புக்கூடு மண்வெட்டியில் பட்டு இலேசாகச் சேதமடைந்தது. அதை அப்பா மேற்பார்வையிட்டு, அந்த எலும்புக் கூட்டை சேதமடையாமல் கவனமாகத் தோண்டி எடுக்கச் செய்து அதைப் பத்திரமாக பீக்கிங் அருங்காட்சியகத்திற்கு கப்பல் மூலம் அனுப்பி வைத்தார். எலும்புக்கூடு தோண்டி எடுக்கப்பட்ட பள்ளத்திலிருந்து விவசாயிகள் தங்கள் பன்றிப் பட்டிகளைக் கட்டிக்கொள்ள ஆழமாகத் தோண்டி மண் எடுத்து வந்ததால் கி.மு.200 ஆண்டுகளுக்கு முன்னதாக அங்கு இருந்து வந்த புராதனச் சமாதிகளை அவர்கள் சேதப்படுத்தி விடாமல் பாதுகாக்கும் பொருட்டு, அப்பா சில படை வீரர்களை அங்கு அனுப்பி வைத்தார்.

ஒரு நாள் பாறைகள் சரிந்து விழுந்ததில் சிக்கி இரண்டு விவசாயிகள் இறந்து விட்டார்கள். இரவு வேளையில், மலைப் பாதைகளின் வழியாக, விபத்து நடந்த இடத்தை அப்பா பார்வையிடச் சென்றார். ஒரு மேல் அதிகாரி ஒருவர் இது போன்ற ஆபத்தான இடத்திற்கு வருவது அதுவே முதல்முறை என்று தெரிந்து கொண்டு, ஏழை விவசாயிகள் மேல் இவ்வளவு கரிசனம் கொண்டிருந்த அப்பாவைக் கண்டு அவர்கள் பூரித்துப் போனார்கள். இந்த ஆட்சிக்கு முன்னாள் இருந்த அதிகாரிகள் வெளியே புறப்பட்டு வருகிறார்கள் என்றால், அது தங்கள் சட்டைப் பைகளை நிரப்பிக் கொள்ளத்தான் வருகிறார்கள் என்பதுதான் உண்மையாக இருந்தது. அப்பாவின் இச்செயலைக் கண்ட விவசாயிகள், உண்மையில் கம்யூனிஸ்ட்கள் பிறரை வாழ வைக்கப் பிறந்தவர்கள் என்று நம்பினார்கள்.

இதற்கிடையில், புதிய கம்யூனிஸ்ட் அரசாங்கத்திற்கு பொதுமக்களின் ஆதரவுகளைத் தேடுவதுதான் அம்மாவின் முக்கியப் பணியாக இருந்தது. அதிலும் குறிப்பாக தொழிலாளர்களின் ஆதரவு தேடுவதுதான் மிகமிக முக்கியமாக இருந்தது. 1951 ஆம் ஆண்டு தொடக்கத்திலிருந்தே தொழிற்சாலைகளைப் பார்வையிடுவது, அவர்கள் மத்தியில் உரையாற்றுவது, அவர்களின் குறைகளைக் கேட்டு அறிந்து கொள்வது, பிரச்சினைகளை வகைப்படுத்துவது போன்ற வேலைகளை அம்மா கவனித்து வந்தாள். இளம் தொழிலாளர்களிடம் கம்யூனிஸ சித்தாந்தங்களை விளக்கிக் கூறுவது, அவர்களை இளைஞர் அணியிலும் கம்யூனிஸ்ட் கட்சியிலும் சேர்வதற்கு ஊக்கப்படுத்துவது போன்ற வேலைகளையும் அம்மா சேர்த்து கவனித்து வந்தாள். அம்மா தன் வாழ்நாளில் இரண்டு துறைகளை மிக இன்றியமையாததாகக் கவனித்து வந்தாள். அப்பா மேற்கொண்டு வந்ததைப் போல, கம்யூனிஸ்ட்கள் தொழிலாளர்களோடு தொழிலாளர்களாகவும், விவசாயிகளோடு விவசாயிகளாகவும் வாழ வேண்டும் என்றும், அவர்களின் தேவைகளை அறிந்து செயல்பட வேண்டும் என்றும் எதிர்பார்க்கப்பட்டாள்.

நகருக்கு வெளியே இருந்த ஒரு தொழிற்சாலையில் மின் காப்பு சர்க்யூட் அமைத்துக் கொடுக்கப்பட்டிருந்தது. அத்தொழிலாளர்களின் வாழ்க்கை மிகக் கேவலமாக இருந்தது. நிறைய எண்ணிக்கையிலான பெண்கள், அரைகுறையாகக் கட்டப்பட்டிருந்த மூங்கில் வீடுகளில் தூங்கி வந்தார்கள். அவர்களுக்கு மூன்று வேளை உணவு ஒரு நாளும் கிடைத்ததில்லை. மாதம் இரண்டு முறை இறைச்சி சாப்பாடு போடுவார்கள். கடின உழைப்பை உறிஞ்சிய அவர்களுக்கு உணவு ஒருபோதும் போதிய அளவு கிடைத்ததில்லை. தொடர்ந்து ஒரே

இடத்தில் குளிர்ந்த நீரில் எட்டு மணி நேரம் நின்றுகொண்டு பீங்கான் பொருட்களைக் கழுவிக் கொண்டிருப்பார்கள். நல்ல உணவு இல்லாமலும், இடம் தூய்மை இல்லாமலும் பலர் காச நோயால் பாதிக்கப்படுவது இயல்பாகி விட்டது. சாப்பாட்டுப் பாத்திரங்களும், சமையல் பாத்திரங்களும் முறையாக கழுவிப் பேணப்படவில்லை.

மார்ச் மாதம் ஒரு நாள் அம்மா இருமியபோது, சளியோடு இரத்தமும் சேர்ந்து வந்தது. காசநோய்தான் அது என்று அம்மா தெரிந்து கொண்டாள். ஆனால் வேலையை நிறுத்தவில்லை. யாரும் இதில் குறுக்கிடவில்லை என்று அம்மாவுக்கு மகிழ்ச்சி. அவள் செய்யும் பணியில் நம்பிக்கை இருந்தது. அவள் பணியினால் கிடைத்த நல்ல பலன்கள் குறித்து அம்மாவுக்கு மட்டற்ற மகிழ்ச்சி. தொழிற்சாலையின் வளர்ச்சியில் நல்ல முன்னேற்றம் தெரிந்தது. இளம் தொழிலாளர்களுக்கு அம்மாவை மிகவும் பிடித்துப் போய்விட்டது. அம்மா ஆற்றிய தீவிரப் பணியின் பலனாக, பலர் தங்களைக் கட்சியில் இணைத்துக் கொண்டார்கள். புரட்சி இயக்கத்திற்கு அவளுடைய அர்ப்பணமும், தியாகமும் முற்றிலும் தேவை என்பதை உணர்ந்து கொண்ட அம்மா அதற்காக ஊண் உறக்கமின்றி உழைத்தாள்; வாரத்தின் ஏழு நாட்களும் உழைத்தாள். மாதக்கணக்காக ஓய்வின்றி உழைத்ததின் விளைவாக அம்மா படுக்கையில் வீழ்ந்து விட்டாள். நுரையீரல் பாதிப்பு ஏற்பட்டு விட்டது. இந்த நேரத்தில் நானும் அவள் வயிற்றில் ஜனித்து விட்டேன்.

நவம்பர் மாதம் ஒரு நாள் அம்மா தொழிற்சாலையிலேயே மயங்கி தரையில் விழுந்து விட்டாள். அவசர அவசரமாக அம்மாவை மருத்துவமனைக்கு கொண்டு சென்றார்கள். அந்த மருத்துவமனை வெளிநாட்டு மதத்தினரால் நிறுவப்பட்டிருந்தது. அந்த மருத்துவமனையில் அம்மாவுக்கு சீனக் கத்தோலிக்க கிறிஸ்தவர்கள் சிகிச்சை அளித்தார்கள். இன்னும் அந்த மருத்துவமனையில் ஒரு ஐரோப்பிய அருட்தந்தை தங்கி இருந்து சிகிச்சை அளித்துக் கொண்டிருந்தார். சில அருட்சகோதரிகளும் அவருக்கு துணையாக இருந்தனர். வீட்டிலிருந்து சாப்பாடு கொண்டு வந்து அம்மாவுக்கு கொடுக்கலாம் என்று பாட்டிக்கு திருமதி.டிங் உத்தரவு கொடுத்து விட்டாள். இதுவரை சாப்பிடாத சாப்பாட்டை எல்லாம் அம்மா ஒரு நாளில் சாப்பிட்டாள். ஒரு முழுக் கோழி, பத்து முட்டைகள், அப்புறம் ஒரு நாளில் ஒரு கிலோ ஆட்டுக்கறி, இப்படி அளவில்லாமல் சாப்பிட்டாள். அதன் பலன்தான் அவள் வயிற்றிலேயே நான் முரட்டு உருவமாக வளர்ந்து விட்டேன். எடையும் எக்கச்சக்கமாகக் கூடிவிட்டது.

'ஒருவன் ஆட்சி அதிகாரத்திற்கு வருகின்றபோது, அவன் வீட்டு கோழி, குஞ்சுகளும் சொர்க்கத்தை அனுபவிக்கும்!'

அந்த மருத்துவமனையில் காசநோய்க்கென்று சிறிதளவே மாத்திரை மருந்துகள் இருந்தன. திருமதி டிங் அந்த மருத்துவமனையில் இருந்த காசநோய் மருந்துகள் அனைத்தையும் அம்மாவுக்காக வரவழைத்து விட்டாள். இதைக் கேள்விப்பட்ட அப்பா, அந்த மருந்துகளில் பாதியையாவது மருத்துவமனைக்கு திருப்பிக் கொடுக்குமாறு திருமதி டிங்கிடம் கோரிக்கை வைத்தார். ஆனால் டிங் அப்பாவைக் கடிந்து கொண்டாள். 'நீங்கள் பேசுவதில் ஏதாவது அர்த்தம் இருக்கிறதா? எல்லா மருந்துகளும் இருந்தாலும் ஒரு நபருக்கு போதாது. என்மீது உங்களுக்கு நம்பிக்கை இல்லையென்றால், நீங்களே போய் டாக்டரிடம் கேளுங்கள். அதுமட்டுமல்ல, உங்கள் மனைவி என் கட்டுப்பாட்டின் கீழ் வேலை செய்கிறவள். அவளைப் பற்றிய எந்த முடிவும் நான்தான் எடுக்கவேண்டும்' என்று அவள் பொறிந்து தள்ளினாள். அப்பாவையே எதிர்த்து அம்மாவுக்காகப் பரிந்து பேசிய அப்பெண்மணியை அம்மா எப்போதும் நன்றியோடு நினைத்துக் கொண்டாள். அதற்குமேல் அப்பா வற்புறுத்தவில்லை. அம்மாவின் உடல் நலத்திற்கும், அவரது கொள்கை கோட்பாடுகளுக்குமிடையே நின்று அப்பா திணறினார். அம்மாவின் உடல் நலனில் மீது உள்ள அக்கறை சராசரி மனிதர்கள்மீது காட்ட வேண்டிய அக்கறையை மிஞ்சிப்போய் விடக் கூடாது. ஓரளவு மருந்தாவது மற்றவர்களுக்கு மிச்சப்படுத்த வேண்டும் என்று அப்பா குழம்பினார்.

அம்மாவின் கருவறையில் என் உருவம் பெரிதாகி, மேல்நோக்கி வளைந்ததால், அவளின் நுரையீரல்கள் நெருக்கப்பட்டு, சுருங்கத் தொடங்கின. 'உன் குழந்தையின் வளர்ச்சி ஒரு சிறப்பு' என்று டாக்டர்கள் சொன்னார்கள். ஆனால் அந்த பாராட்டுதல் அம்மா உட்கொண்ட அமெரிக்க மருந்துகளுக்குத்தான் போய்ச் சேரவேண்டும். அத்துடன் திருமதி டிங்குக்கும் நன்றி தெரிவிக்க வேண்டும் என்று அம்மா எண்ணினாள். அம்மா 1952 பிப்ரவரி மாதம் வரை மூன்று மாதங்கள் மருத்துவமனையில் தங்கினாள். திடீரென்று ஒரு நாள் அம்மாவை அவசர அவசரமாக அழைத்து 'உடனடியாக மருத்துவமனையை விட்டுக் கிளம்புங்கள். உங்கள் பாதுகாப்புக்காகச் சொல்கிறோம்' என்று பயமுறுத்தினார்கள். அப்போது அம்மா எட்டு மாதக் கர்ப்பிணி. பீக்கிங் நகரில் தங்கியிருந்த வெளிநாட்டு அருட்தந்தை ஒருவர் வீட்டில் துப்பாக்கிக் குண்டுகள் காணப்பட்டதாகவும், அதனால் எல்லா வெளிநாட்டுக் கிறிஸ்தவத் துறவிமார்கள் மீதும் சந்தேகக் கண்கள் விழுந்து விட்டதாகவும் அம்மாவின் தோழி அம்மாவிடம் கூறியிருக்கிறாள்.

அப்பழுக்கற்ற ஒரு மனிதனோடு வாழ்தல் 309

அம்மாவுக்கு மருத்துவமனையை விட்டுக் கிளம்ப மனம் வரவில்லை. வண்ண வண்ண மலர்கள் பூத்துக் குலுங்கும் ஓர் அழகிய தோட்டத்தில் அந்த மருத்துவமனை அமையப் பெற்றிருந்தது. அந்தச் சமயத்தில் சீனாவில் எங்கும் கிடைக்காத மருத்துவக் கவனிப்பும், அற்புதமான சுற்றுப்புறச் சூழலும் அம்மாவுக்கு மிகுந்த ஆறுதலாக இருந்தது. வேறு வழியில்லாததால், 'மக்களின் முதல் தர மருத்துவனை' என்று அழைக்கப்பட்ட மருத்துவமனைக்கு அம்மாவை மாற்றினார்கள். இம்மருத்துவமனை இயக்குநர் ஒரு பிரசவம் கூட இதுவரை பார்த்ததில்லை. இவர் கோமிங்டாங் இராணுவத்தில் டாக்டராகப் பணியாற்றியவர். அப்படியே இப்போது அவர் கம்யூனிஸ்ட் கட்டுப்பாட்டின்கீழ் வந்திருக்கிறார். பிரசவம் பார்ப்பதில் குறை ஏற்பட்டு அம்மா இறந்து விட்டால், அப்பா பெரிய அதிகாரியாக இருப்பதால் தனக்கு ஆபத்து வந்து விடுமே என்று அந்த இயக்குநர் அஞ்சினார்.

நான் இந்த பிரபஞ்சத்தை எட்டிப் பார்க்க வேண்டிய தருணம் வந்தவுடன், நகரில் வேறு எங்காவது உள்ள ஒரு வசதியான மருத்துவமனைக்கு அம்மாவை அழைத்துச் செல்லுமாறு அம்மருத்துவமனை இயக்குநர் கேட்டுக் கொண்டார். நான் வயிற்றில் இருந்தபோது அம்மாவின் நுரையீரலுக்கு கொடுக்கப்பட்டு வந்த அழுத்தம், நான் வெளியேறி, அதனால் அந்த அழுத்தம் திடீரென்று நின்று போனால், அம்மாவின் நுரையீரல் பாதிப்படைந்து, இரத்தப் போக்கும் கட்டுப்படாமல் போகலாம் என்று அந்த மருத்துவர் பயந்தார். ஆனால் அப்பா அவரின் கோரிக்கையை மறுத்துவிட்டார். தன் மனைவி சக மனிதர்களைப் போலத்தான் நடத்தப்பட வேண்டும் என்றும், ஏற்கனவே கம்யூனிஸ்ட்கள் சிறப்புச் சலுகை எதுவும் பெற்றுக் கொள்ள மாட்டோம் என்று உறுதிமொழி அளித்திருக்கிறார்கள் என்று அப்பா கூறினார். இதைக் கேட்டதும் அம்மா 'இந்த மனிதர் எப்போதும் என் நலனில் அக்கறை காட்ட மாட்டார். அத்துடன், நான் பிழைத்தாலும் சரி, இறந்தாலும் சரி என்றுதான் நினைப்பார்' என்று அம்மா எண்ணிக் கொண்டாள்.

1952 ஆம் ஆண்டு மார்ச் மாதம் 25ஆம் நாள். அன்றுதான் நான் இந்த மண்ணில் அவதரித்த நாள். இந்தப் பிரசவம் கொஞ்சம் சிக்கலாகக் காணப்பட்டதால், வேறு ஒரு மருத்துவமனையிலிருந்து இன்னொரு டாக்டரும் வரவழைக்கப் பட்டார். இன்னும் பல டாக்டர்கள், இன்னும் பல பணிப்பெண்கள், தேவையான அளவைவிட அதிகமான பிராணவாயு, இரத்தம் செலுத்தும் உபகரணம், இவை எல்லாவற்றுடன் திருமதி டிங்கும் வந்து இறங்கினாள். சீனாவில் பொதுவாக பிரசவம் பார்க்கும் சிகிச்சைக்கு ஆண்கள்

 'ஒருவன் ஆட்சி அதிகாரத்திற்கு வருகின்றபோது, அவன் வீட்டு கோழி, குஞ்சுகளும் சொர்க்கத்தை அனுபவிக்கும்!'

அனுமதிக்கப்படுவதில்லை. ஆனால் இது ஒரு சிக்கலான பிரசவம் என்பதால், அந்த இயக்குநர் அப்பாவை எங்கும் போய்விடாமல் அடுத்த அறையில் காத்திருக்கச் சொன்னார். எதுவும் அசம்பாவிதம் ஏற்பட்டு விட்டால், தன் பாதுகாப்புக்காக அந்த இயக்குநர் இந்த ஏற்பாடுகளைச் செய்தார். என் தலை வெளியே வந்து விட்டது. ஆனால் என் தோற்பட்டைகள் இயல்பானதை விட சற்று அகலமாக இருந்தால், வெளியே வர முடியவில்லை. அத்துடன் நான் மிகவும் கனத்துப் போய் இருந்திருக்கிறேன். பணிப்பெண்கள் என் தலையைப் பிடித்து பலமாக வெளியே இழுத்தார்கள். நான் பிதுங்கிப் போய் வெளியே வந்தபோது, நீலமும் சிவப்பும் கலந்த நிறத்தில் காணப்பட்டேன். அத்துடன் நான் உயிரோடு இருந்தேனா இல்லையா என்பது அவர்களுக்கு குழப்பமாக இருந்தது. என்னைக் கொண்டுபோய் முதலில் வெண்ணீரில் முக்கினார்கள்; பிறகு குளிர்ந்த நீரில் முக்கினார்கள். பிறகு என் கால்கள் இரண்டையும் பிடித்து தூக்கி தொங்க விட்டார்கள். என் கன்னங்களை அறைவது போல அடித்தார்கள். இதற்குப் பிறகுதான் நான் அழத் தொடங்கியிருக்கிறேன். வீறிட்டு அழுதிருக்கிறேன். நான் அழுததனால் எனக்கு உயிர் இருக்கிறது என்று தெரிந்து, அவர்களுக்கு அப்போதுதான் உயிர் வந்தது. எடை மட்டும் பத்து பவுண்டுக்கு மேல் இருந்திருக்கிறேன். அம்மாவின் நுரையீரலுக்கும் எந்த பாதிப்பும் இல்லாமல் குணமாகி விட்டது.

ஒரு பெண் டாக்டர் என்னைத் தூக்கிக் கொண்டுபோய் அப்பாவிடம் காட்டினாள். 'என்ன, குழந்தைக்கு கண்கள் துருத்திக் கொண்டிருக்கின்றன' இதுதான் அப்பா என்னைப் பார்த்துவிட்டு முதலில் பேசியது. இதைக் கேட்டு அம்மாவின் மனம் வாடி விட்டது. 'இல்லை, இல்லை குழந்தைக்கு அகன்ற அழகான கண்கள்' என்று ஜன்-யிங் அத்தை கூறினாள்.

பிரசவித்த தாய்மார்களுக்கு ஒருவகைப் பத்தியச் சாப்பாடு உண்டு. நொதிக்க வைத்த அரிசிக் கஞ்சியுடன், சர்க்கரை சாறில் பதப்படுத்தப்பட்ட முட்டை, அம்மாவுக்கு சாப்பிடக் கொடுக்கப்பட்டது. மற்ற மருத்துவமனைகளைப் போல, இங்கேயும் பிரசவித்த தாய்மார்களுக்கு பத்தியச் சாப்பாடு சமைத்துக் கொடுக்க சமையற்கட்டு இருந்தது. அதில் சம்மந்தப்பட்ட குடும்பத்தார்கள் சமைத்து சாப்பிடுவார்கள். அம்மா சாப்பிடுவதற்கு உடல்நிலை அனுமதியளித்த அடுத்த நொடியில் சாப்பாடு தயாராகி விட்டது.

நான் பிறந்த செய்தி டாக்டர் ஸியாவின் காதுகளுக்கு எட்டியதும், 'ஓ! இன்னொரு அன்னப் பறவை பிறந்து விட்டதா?' என்று மகிழ்ச்சியடைந்தார். எனக்கு எர்-ஹாங் என்று பெயர்

சூட்டப்பட்டது. இதற்கு இரண்டாம் அன்னப் பறவை என்று பொருள்.

டாக்டர் ஸியாவின் இத்தனை ஆண்டு வாழ்க்கையில் எனக்கு பெயர் வைத்தது அவர் செய்த கடைசிச் செயலாகத் தெரிந்தது. நான் பிறந்த நான்கு நாட்கள் கழித்து, தன்னுடைய 82-ஆவது வயதில் டாக்டர் ஸியா காலமானார். அவர் ஒரு டம்ளர் பால் குடித்துவிட்டு கட்டிலில் சாய்ந்து படுத்திருக்கிறார். பால் கொடுத்து விட்டு ஒரு நிமிடம் வெளியே சென்ற பாட்டி, டம்ளரை வாங்குவதற்கு அறைக்கு திரும்பி வந்தவள், பால் தரையில் கொட்டிக் கிடந்ததையும், டம்ளர் கீழே விழுந்து கிடந்ததையும்தான் பார்த்தாள். அடுத்த நிமிடமே அமைதியான முறையில் அவர் உயிர் பிரிந்திருக்கிறது.

சீனாவில் இறுதி ஊர்வலம் மிக முக்கியமான நிகழ்ச்சியாக இருக்கும். இவ்வாறு இறுதி ஊர்வலத்தை ஆடம்பரச் செலவு செய்து அமர்க்களப்படுத்திய பல பாமரச் சீனர்கள், கடைசியில் தெருவுக்கு வந்திருக்கிறார்கள். பாட்டி டாக்டர் ஸியாவை ஆழமாக நேசித்திருக்கிறாள். அதனால் டாக்டர் ஸியாவை இப்போது பெருமைப்படுத்திவிட விரும்பினாள். மூன்று காரியங்கள் செய்ய வேண்டும் என்று வலியுறுத்திச் சொன்னாள். ஒன்று, ஒரு ஆடம்பரமான சவப்பெட்டி; இரண்டு, சவப்பெட்டியை வண்டியில் வைத்து இழுத்துச் செல்லாது, சவ அடக்கத் தொழிலாளர்கள் வரவழைக்கப்பட்டு, அவர்கள் அதைத் தூக்கிச் செல்ல வேண்டும். மூன்றாவதாக, மரித்தோர்களுக்கான மந்திரங்கள் ஓத புத்தத் துறவிகள் வரவழைக்கப்பட்டு, சூவோனா என்று சொல்லப்பட்ட இசைக் கலைஞர்கள் வழக்கப்படி விண்ணதிர இசைக்க வேண்டும் என்ற கோரிக்கைகளை வைத்தாள். முதல் இரண்டு கோரிக்கைகளை அப்பா ஏற்றுக் கொண்டார். பாட்டியின் மூன்றாவது கோரிக்கைக்கு அப்பா தன் 'வீட்டோ பவரைப்' பயன்படுத்தி விட்டார். இதுபோன்ற தேவையற்ற முறைகளை விரையச் செலவு என்றும், பிரபுத்துவச் செயல் என்றும் கம்யூனிஸ்ட்கள் கருதினார்கள். சீன வழக்கப்படி, பரம ஏழை மக்கள்தான் ஆடம்பரமின்றி அமைதியான முறையில் இறுதி ஊர்வலத்தை நிறைவேற்றுவார்கள். வாத்திய முழக்கம்தான் இறுதி ஊர்வலத்தில் மிகவும் இன்றியமையாததாகக் கருதப்பட்டது. இது இறந்தவர் 'வாழ்ந்ததற்கான' அடையாளத்தையும், அவருக்கு காட்ட வேண்டிய மரியாதையையும் குறிப்பதாக எடுத்துக் கொள்ளப்பட்டிருந்தது. புத்தத் துறவிகளோ, சூவோனா இசை முழக்கமோ இருக்கக் கூடாது என்பதில் அப்பா உறுதியாக இருந்தார். பாட்டிக்கு அப்பா மீது அடங்காத ஆத்திரம் வந்தது. பாட்டியைப் பொறுத்தவரை தன் கணவரின் இறுதி ஊர்வலத்திற்கு இது மிக

 'ஒருவன் ஆட்சி அதிகாரத்திற்கு வருகின்றபோது, அவன் வீட்டு கோழி, குஞ்சுகளும் சொர்க்கத்தை அனுபவிக்கும்!'

அவசியத் தேவையாகப்பட்டது. இருவருக்குமிடையே நடந்த கடுமையான வாக்குவாதத்தில், ஆத்திரத்திலும் வேதனையிலும் பாட்டி மயக்கமடைந்து விழுந்து விட்டாள். பாட்டிக்கு தன் வாழ்நாளில் ஏற்பட்ட உச்சக்கட்டத் துக்கம் இது என்பதால் இவ்வாறு நேர்ந்து விட்டது. அம்மாவுக்கு இதனால் எதுவும் ஆகி விடுமோ என்ற அச்சத்தில் பாட்டி இந்த விஷயத்தை அம்மாவிடம் சொல்லவில்லை. அதுவும் அம்மா மருத்துவமனையில் இருந்ததால், அப்பாவிடம்தான் நேரிடையாக பாட்டி எதையும் சொல்ல வேண்டும். அடக்கம் முடிந்து பாட்டி நெஞ்சுடைந்து போனதால் பாட்டி இரண்டு மாதத்திற்கு மருத்துவமனையில் இருக்க வேண்டியதாகிவிட்டது.

ஈபின் நகரின் எல்லையில், யாங்ஸி ஆற்றங்கரைக்கு மேல் உள்ள மலை உச்சியில் டாக்டர் ஸியா அடக்கம் செய்யப்பட்டார். பைன், சைப்ரஸ், சாம்பிராணி மரங்கள் போன்ற பல வகை மரங்கள் அவரது புதைவிடத்திற்கு நிழல் கொடுத்தன. ஈபின் நகருக்கு வந்த குறுகிய காலத்தில், டாக்டர் ஸியா அனைவரின் அன்பையும் மதிப்பையும் பெற்று விட்டார். டாக்டர் ஸியா வாழ்ந்து வந்த விருந்தினர் இல்ல மேலாளர், டாக்டர் ஸியா இறந்தவுடன் தேவையான அனைத்தையும் அம்மாவுக்காக செய்து கொடுத்ததோடு தனது ஊழியர்களையும் இறுதி ஊர்வலத்தில் கலந்து கொள்ளச் செய்தார்.

தன் முதுமையில் டாக்டர் ஸியா மிகுந்த மகிழ்ச்சியுடன் இருந்தார். மஞ்சூரியாவில் காணக் கிடைக்காத, மிதமான தட்பவெப்பநிலைகளில் மலரக்கூடிய, பல விசித்திரமான மலர்களை பார்த்து பார்த்து ரசிப்பார். அதனால் ஈபின் நகரை மிகவும் நேசித்தார். அவர் வாழ்வின் இறுதிவரை திடகாத்திரமான உடல்நலத்துடன் இருந்தார். ஈபின் நகரில், அவரது வீட்டில், அவரும் அவரது மனைவியும் சிறந்த முறையில் கவனிக்கப்பட்டு, வீட்டுக்கு தேவையான உணவுப்பொருட்களை கொண்டு வந்து வழங்கப்பட்ட சூழலில் நல்ல வாழ்க்கையை வாழ்ந்தார். சமூகப் பாதுகாப்பு இல்லாத ஒரு சமுதாயத்தில், முதுமையில் நன்கு பேணிப் பாதுகாத்து பராமரிக்கப்பட்டு வர வேண்டும் என்பது ஒவ்வொரு சீனக் குடிமகனின் கனவாக இருந்து வந்தது. இதை டாக்டர் ஸியா நன்கு அனுபவித்தார். இது அவருக்கு கிடைத்த அற்புதமான வாய்ப்பு.

டாக்டர் ஸியா ஒவ்வொரு மனிதரிடமும் இனிமையாகப் பழகினார். அப்பாவிடமும் அப்படித்தான் பழகினார். ஒரு சிறந்த கொள்கையாளர் என்று அப்பாவும் அவரை ஆராதித்தார். உலக விஷயம் தெரிந்த ஒரு மனிதர் என்று அப்பாவை நினைத்தார். டாக்டர் ஸியா அநேக அதிகாரிகளை தன் வாழ்நாளில்

சந்தித்திருக்கிறார். ஆனால் அப்பாவைப் போல் யாரையும் பார்த்ததில்லை என்று டாக்டர் ஸியா அடிக்கடி கூறுவார். ஊழல் அற்ற ஒரு அதிகாரி என்பவர் யாருமில்லை; ஆனால், அப்பா தன் பதவியை ஒருபோதும் தவறாகப் பயன்படுத்தியதில்லை. தன் குடும்பத்தாரின் நலன்களுக்காகக்கூட தன் அதிகாரத்தைப் பயன்படுத்தியதில்லை.

இந்த இரண்டு மாமனிதர்களும் மணிக்கணக்காகப் பேசிக் கொள்வார்கள். அறநெறிகள் சார்ந்த மதிப்பீடுகளைப் பரிமாறிக் கொள்வார்கள். அப்பாவின் வாதம் ஒரு கொள்கை உறுதிப் பிடிப்பில் இருக்கும். ஆனால் டாக்டர் ஸியாவின் வாதம் மனிதாபிமானப் பண்பாட்டின் பிடியில் இருக்கும். 'கம்யூனிஸ்ட்கள் பல நல்ல காரியங்களைச் செய்திருக்கிறீர்கள். ஆனால், நீங்கள் அநேக மக்களைக் கொன்று போட்டிருக்கிறீர்கள். மனிதர்கள் கொல்லப்படக்கூடாது' என்று டாக்டர் ஸியா அப்பாவிடம் குறைபட்டுக் கொண்டார். 'யாரைப் போன்ற மனிதர்களை நீங்கள் குறிப்பிடுகின்றீர்கள்?' என்று அப்பா கேட்டார். 'பகுத்தறிவுச் சமூகத்தின் விற்பன்னர்களைக் கொன்று போட்டிருக்கிறீர்கள் என்று சொல்கிறேன்' என்று தான் சார்ந்திருந்த ஒரு சமயப் பிரிவினையை சுட்டிக்காட்டி டாக்டர் ஸியா சொன்னார். 'புரட்சியின் எதிர்ப்பாளர்கள்' என்று சமயத் தலைவர்கள் கொலை செய்யப்பட்டிருக்கிறார்கள். இந்த புதிய ஆட்சிமுறை துறவற சமூகத்தினரை அடக்கி ஒடுக்கி வைத்திருக்கிறது. ஏனென்றால், அவர்கள் எல்லா மக்களின் நம்பிக்கைக்கு பாத்திரமாகி இருக்கிறார்கள். ஆனால் மக்களில் சிலர், கம்யூனிஸ்ட்களின் நம்பிக்கைக்கு உரியவர்களாக இருப்பதையும், சிலர் மதத் தலைவர்களின் நம்பிக்கைக்கு உரியவர்களாக இருப்பதையும் கம்யூனிஸ்ட்கள் விரும்புவதில்லை. அவர்கள் மோசமான மனிதர்கள் இல்லை. அவர்களின் சமய அமைப்புமுறை அப்படியே இருந்து விட்டுப் போனால் என்ன? என்று டாக்டர் ஸியா கேட்டார். சிறிதுநேரம் அவர்களிடையே நீண்ட அமைதி நிலவியது. கோமிங்டாங்குடன் கம்யூனிஸ்ட் போரிட்டது 'வாழ்வா சாவா' என்ற நிலைக்கு தள்ளப்பட்டிருந்தது என்று கம்யூனிஸ்ட்டை ஆதரித்துப் பேசினார் அப்பா. டாக்டர் ஸியாவின் பேச்சில் அப்பாவுக்கு முற்றிலும் உடன்பாடு ஏற்படவில்லை. ஏனெனில், கட்சியைத் தாங்கிப் பிடிக்க வேண்டிய கட்டாயம் அப்பாவுக்கு இருந்தது.

'ஒருவன் ஆட்சி அதிகாரத்திற்கு வருகின்றபோது, அவன் வீட்டு கோழி, குஞ்சுகளும் சொர்க்கத்தை அனுபவிக்கும்!'

பீக்கிங்கின் படைத்தலைவர் ஆட்சியில் காவல்படை தலைமை அதிகாரியாக இருந்த என்னுடைய பாட்டனார் ஜெனரல் ஷுவே (1922 – 1924).

அம்மா, பாட்டி, அம்மாவின் வளர்ப்புத் தந்தை டாக்டர் ஸியா; ஜிங்குவில் 1939 ஆம் ஆண்டு. நடுவில் நிற்பவர், அம்மாவும் டாக்டர் ஸியாவும் செய்து கொண்ட திருமணத்தை, ஏற்றுக்கொண்ட ஒரே குடும்ப உறுப்பினர், டாக்டர். ஸியாவின் இரண்டாவது மகனான டி–கெய். டாக்டர் ஸியாவின் மூத்த மகன்; திருமணத்திற்கு தன் எதிர்ப்பைக் காட்டும் பொருட்டு துப்பாக்கியால் தன்னை சுட்டு மாய்த்துக் கொண்டான். வலது புரத்தில் ஓரமாக நிற்பவன் டி–கெய்யின் மகன்.

டாக்டர் ஸியா.

1944 ஆம் ஆண்டு மஞ்சுக்குவோவின் ஒரு பள்ளி மாணவியாக 13 வயதில் அம்மா.

அம்மாவின் முதல் ஆண் நண்பன் ஹூ – இப்புகைப்படத்தின் பின்புறத்தில் அவன் எழுதிய கவிதை: காற்றும் தூசும் என் சகாக்கள்; இந்த பூமியின் இறுதிதான் என் இல்லம்.

– தி எக்ஸைல்

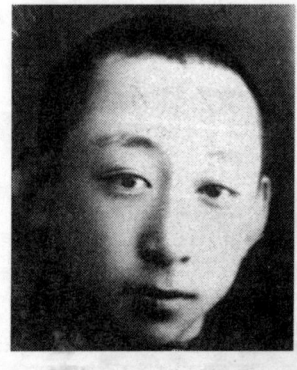

1947 ஆம் ஆண்டு ஹூவின் தந்தை அவனை சிறையிலிருந்து விடுவித்த பிறகு, தான் உயிரோடு இருக்கும் விஷயத்தை அம்மா தெரிந்து கொள்ளட்டும் என்பதற்காக, இப்படத்தை தன் நண்பன் ஒருவனிடம் கொடுத்து, அதை அம்மாவிடம் சேர்ப்பிக்கச் சொன்னான். தொடர் யுத்தத்தின் காரணமாக, ஜிங்குவை கம்யூனிஸ்ட் கைப்பற்றும் வரை அம்மாவை அவனால் சந்திக்க முடியவில்லை. அம்மாவைச் சந்தித்த போது, அம்மா, அப்பாவைக் காதலிக்கிறாள் என்ற விபரத்தைத் தெரிந்து கொண்ட அந்த நண்பன், அப்படத்தை அம்மாவிடம் சேர்ப்பிக்க வேண்டாம் என்று முடிவெடுத்தான். 1985 ஆம் ஆண்டு சந்தர்ப்ப வசத்தால் அவன் அம்மாவைச் சந்தித்தபோதுதான் அப்படத்தை அம்மாவிடம் சேர்ப்பித்தான். அதன்பிறகு, கலாச்சாரப் புரட்சியில் ஹூ இறந்து விட்டான் என்ற தகவல் அம்மாவுக்கு தெரிய வந்தது.

என் பாட்டியின் சகோதரி லான், அவளது கணவன் 'விசுவாசம்' மற்றும் அவர்களது ஆண் குழந்தை ஆகியோர் 1946ம் ஆண்டு கோமிங்டாங் உளவுத்துறையில் சேர்ந்தபோது.

1948 ஆம் ஆண்டு ஜிங்குவை முற்றுகையிட்டபோது, தப்பிய கோமிங்டாங் கோட்டை வாயில் ஒன்றின் வழியாக கம்யூனிஸ்ட் படை வீரர்கள் நடந்து செல்கின்றனர்.

சுதந்திரச் செருப்புகளின் உட்பகுதியில் உள்நாட்டுப்போர் நடந்த போது முழக்க வாசகத்தை எழுதுகிறார்கள். (இது) நமது நாட்டைக் காப்போம். சியாங் காய்-ஷெக்கை முறியடிப்போம்.

1948 ஆம் ஆண்டு கம்யூனிஸ்ட் வீரர்கள் ஜிங்குவைத் தாக்கியபோது

1949 ஆம் ஆண்டு செப்டம்பர் மாதம் முதல் கருச்சிதைவு ஆனதற்கு சில தினங்களுக்கு முன்பு மஞ்சூரியாவிலிருந்து சிச்சுவான் செல்லும் வழியில் இருந்த முன்னாள் கோமிங்டாங் தலைநகரான நான்ஜிங் என்னும் நகரில் அப்பாவும் அம்மாவும்

1953 ஆம் ஆண்டு ஜூன் மாதம் அம்மா ஈபின் நகரை விட்டுப் புறப்பட்டபோது கொடுக்கப்பட்ட பிரியாவிடை. (பின்புறம் இடமிருந்து) அப்பாவின் தங்கையும், என் அம்மாவும் (முன்புறம்) அப்பாவின் அம்மா, நான், அம்மாவின் அம்மா, ஸியாவோ – ஹாங், ஜின்–மிங், ஜன்–யிங் அத்தை.

பின்புறம் அப்பா, அம்மா, கீழே பாட்டி, கையில் ஸியாவோ ஹாங்குடன், தாதிப்பெண், கையில் நான் – 1953 ஒரு வசந்த காலத்தில் செங்குடு வந்தபோது

பாட்டி, ஒரு கையில் நான் (இரண்டு வயதில் தலையில் ரிப்பனுடன்) இன்னொரு கையில் ஜின்-மிங்; என் அம்மா கைகளில் ஸியாவோ-ஹெய், ஸியாவோ-ஹாங் நின்று கொண்டு செங்குடுவில் 1954-ன் பிற்பகுதியில்

1949 ஆம் ஆண்டின் பிற்பகுதி, மஞ்சூரியாவிலிருந்து சிச்சுவானுக்கு மேற்கொண்ட பயணத்தில், உற்சாகமான மனநிலையில் இருந்தபோது அப்பா இப்புகைப்படத்தில் சிக்குண்டார்.

1958 செங்குடுவில் அம்மா உரையாற்றியபோது

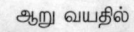

ஆறு வயதில்

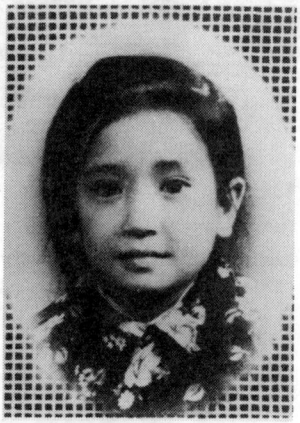

1958 ஆம் ஆண்டு தொடக்கத்தில் செங்குடுவில் அம்மாவுடன் (இடமிருந்து) ஸியாவோ-ஹாங், ஜின்-மிங், ஸியாவோ-ஹெய், நான் ஈபின் நகரில் மிகுந்த உடல்நலம் பாதிக்கப்பட்டிருந்த அப்பாவின் அம்மாவிற்கு இந்தப் புகைப்படத்தை எடுத்துக்கொண்டு வந்து காட்ட வேண்டும் என்பதற்காக அப்பா அவசரம் அவசரமாக ஏற்பாடு செய்து எடுக்கப்பட்ட புகைப்படம். அவசரக் கோலம் அம்மாவின் வாரப்படாத தலைமுடியில் தெரியும்.

மருத்துவமனையை விட்டு வந்த பாட்டி, அப்பா அம்மாவோடு வந்து இருந்தாள். அக்காவும், அக்காவைக் கவனித்துக்கொண்ட தாதிப் பெண்ணும் அங்கேதான் வந்து இருந்தார்கள். என்னுடைய தாதியும் நானும் அவ்வீட்டு ஒரு அறையில் இருந்தோம். என் தாதிக்கு ஒரு குழந்தை இருந்தது. அந்தக் குழந்தை, நான் பிறப்பதற்கு 12 நாட்கள் முன்னதாகப் பிறந்த குழந்தை அது. பிழைப்பிற்காகவே அவள் இந்த தாதிப்பணியை ஏற்றுக் கொண்டாள். அவளது கணவன் ஒரு கைத் தொழிலாளி. சூதாட்டத்தில் ஈடுபட்டதற்காகவும், அபின் என்னும் போதைப் பொருள் விற்றதாகவும் அவன் சிறைத் தண்டனை பெற்றிருந்தான். இவை இரண்டையும் கம்யூனிஸ்ட்கள் பெரும் குற்றமாகக் கருதினார்கள். ஈபின் நகர், மிகப்பெரிய அபின் விற்பனைத் தளமாக விளங்கி வந்தது. அங்கு மட்டும் கிட்டத்தட்ட 25000 பேர் அபினுக்கு அடிமைப்பட்டிருந்தனர். இந்த அரசாங்கத்திற்கு முன்பு, அபின், பணத்தைப் போன்று ஒரு பண்டமாற்றுப் பொருளாக இருந்து வந்தது. சமூக விரோதக் கும்பலுக்கும், அபின் விற்பனைக்கும் ஒரு நெருங்கிய தொடர்பு இருந்தது. கோமிங்டாங் அரசாங்கத்தின் வரவு செலவுத்திட்ட அறிக்கையில் இந்தப் போதை மருந்துக்கென்று ஒரு கணிசமான தொகை ஒதுக்கப்பட்டது. கம்யூனிஸ்ட் அரசாங்கம் பொறுப்பேற்ற இரண்டு ஆண்டு காலத்திற்குள் அபின் என்னும் போதை மருந்து முற்றிலும் ஒழிக்கப்பட்டு விட்டது.

என்னுடைய செவிலித்தாயின் நிலைமையிலிருந்த பல பெண்களுக்கு, சமூகப்பாதுகாப்பு என்பதோ, வேலை கிடைக்காதோர்களுக்கான நிவாரணம் என்பதோ கிடைக்கப் பெறாமல் இருந்தது. ஆனால், அவள் எங்கள் வீட்டுப் பணிக்கு வந்ததால் அரசாங்கம் அவளுக்கு ஊதியம் அளித்து வந்தது. அந்தப் பணத்தை, அவளின் குழந்தையைக் கவனித்துக் கொண்டு வந்த அவளது மாமியாருக்கு அனுப்பி விடுவாள். அவள் மெலிந்த தேகமுடைய அழகான நிறம் கொண்டவள். வட்டமடிக்கும் உருண்டை கண்கள். கொண்டைக்குள் சிக்கி இருக்கும் அவள் கருங்கூந்தல், கீழே அவிழ்ந்து தொங்கும் அழகே ஒரு தனி அழகு. அவளது சொந்தக் குழந்தையைப் போல என்மீது அன்பைப் பொழிவாள்.

பொதுவாக சதுர வடிவில் அமையப்பெற்ற தோற்பட்டைகள் ஒரு பெண்ணுக்கு அழகாக இருக்காது என்று கருதப்பட்டது. சீராக வளரும் பொருட்டு என் தோற்பட்டைகள் இறுக்கமாகக் கட்டிவிடப்பட்டன. இதனால் நான் அழுது கத்தி அடம் பிடித்தேன். அந்தச் சமயங்களில் என் செவிலித்தாய், கட்டுகளை அவிழ்த்து

விட்டு, வீட்டிற்கு வரும் நபர்களிடம் என் கைகளை ஆட்டி மகிழ்ச்சியைத் தெரிவிக்கச் செய்வாள். அவர்களது கைகளையும் பற்றிக் கொள்ளச் செய்வாள். இது என் இளம் வயதிலிருந்து எனக்கு மிகவும் பிடிக்கும். நான் சிசுவாக அம்மாவின் வயிற்றில் இருந்தபோது, அம்மா மகிழ்ச்சியுடன் இருந்ததின் விளைவாகத்தான், இதுபோன்ற நல்ல குணாதிசயங்கள் என்னிடமிருந்து வெளிப்பட்டதாக அம்மா நம்பினாள்.

நாங்கள் ஒரு பழைய நிலவுடைமையாளரின் வீட்டில் குடியிருந்தோம். அங்கேதான் அப்பாவின் அலுவலகமும் இருந்தது. அவ்வீட்டில் ஒரு பெரிய தோட்டம் இருந்தது. அந்தத் தோட்டத்தில் சீனநாட்டு மிளகும், வாழைத் தோட்டமும், நறுமணப்பூக்களும், உள்ளூர் தட்பவெப்பநிலைத் தாவரங்களும் இருந்தன. அதைப் பராமரித்து வந்த தோட்டக்காரனுக்கு அரசாங்கம் சம்பளம் வழங்கி வந்தது. அப்பா அவருக்கென்று உருளைக் கிழங்கு, மிளகாய்ச்செடி போன்ற தாவரங்களை வளர்த்து வந்தார். இந்த வேலை அப்பாவுக்கு மிகவும் பிடித்திருந்தது. அத்துடன், ஒவ்வொரு கம்யூனிஸ்ட்டும் இதுபோன்ற உடல் உழைப்பை மேற்கொள்ள வேண்டும் என்ற கொள்கையைக் கொண்டிருந்தார். ஆனால் முன்பிருந்த உயர் அதிகாரிகள் இதுபோன்ற வேலையை இழிவாகக் கருதினார்கள்.

அப்பாவுக்கு என்மீது உயிர். நான் தவழத் தொடங்கியதும், அப்பா குப்புறப் படுத்துக் கொள்வார். நான் அவர்மீது ஏறி இறங்கி விளையாடுவேன்.

நான் பிறந்த பிறகு அப்பாவுக்கு ஈபின் மண்டல ஆளுநராகப் பதவி உயர்வு கிடைத்தது. அது கட்சியின் முதல்நிலை செயலாளருக்கு கீழ் உள்ள பதவி. (கட்சியும், அரசாங்கமும் முறைப்படி வெவ்வேறானது; ஆனால் உண்மையில் இரண்டும் பிரிக்க முடியாதது)

மீண்டும் அப்பா முதன்முதலாக ஈபின் நகருக்கு திரும்பி வந்ததும், அவரது உறவினர்களும் நண்பர்களும் தங்களுக்கு அப்பா மிகுந்த உதவிகரமாக இருப்பார் என்று எதிர்பார்த்தார்கள். உயர் பதவியில் இருக்கும் ஒருவர் தங்களது உறவினர்களுக்கு ஏதாவது செய்வார் என்ற எதிர்பார்ப்பு பொதுவாக சீனாவில் இருந்தது. 'ஒருவன் ஆட்சி அதிகாரத்திற்கு வருகின்றபோது, அவன் வீட்டு கோழி, குஞ்சுகளும் சொர்க்கத்தை அனுபவிக்கும்' என்று ஒரு சொலவடை சீனாவில் உண்டு. உறவினர்களுக்கு உதவுவதும், வேண்டியவர்களுக்கு சலுகை காட்டுவதும் ஊழலுக்கு சாலை போட்டுக் கொடுக்கும் என்பதில் அப்பா உறுதியாக இருந்தார். முந்தைய சீன அரசாங்கங்களில், ஊழல்தான் எல்லா தவறுகளுக்கும் அடிப்படைக் காரணமாக

 'ஒருவன் ஆட்சி அதிகாரத்திற்கு வருகின்றபோது, அவன் வீட்டு கோழி, குஞ்சுகளும் சொர்க்கத்தை அனுபவிக்கும்!'

அமைந்திருந்தது. கம்யூனிஸ்ட்காரரர்கள் எப்படி நடந்து கொள்கிறார்கள் என்பதை பொதுமக்கள் உன்னிப்பாகக் கவனித்து வருகிறார்கள் என்பதை அப்பா தெளிவாகப் புரிந்து கொண்டார்.

அப்பாவின் கண்டிப்பு ஏற்கனவே அவரை அவரது குடும்பத்தாரிடமிருந்து தொடர்பு இல்லாமல் செய்துவிட்டது. அப்பாவின் ஒன்றுவிட்ட சகோதரன் ஒருவன் உள்ளூர் திரையரங்கு ஒன்றில் டிக்கெட் கொடுக்கும் வேலைக்கு அப்பாவை சிபாரிசு செய்யச் சொன்னான். உரிய வழியாகச் சென்று அந்த வேலையைக் கேட்க வேண்டுமென்று சிபாரிசு செய்ய மறுத்து விட்டார். இதுவரை இப்படி ஓர் உயர் அதிகாரி உறவினர் ஒருவருக்கு சிபாரிசு செய்ய மறுத்து யாரும் கேள்விப்பட்டதில்லை. ஆனால், அப்பா மறுத்து விட்டார். அதற்குப் பிறகு அப்பாவிடம் சலுகை கேட்டு யாரும் அந்தப் பக்கம் வருவதில்லை. ஆனால் அப்பா ஆளுநராக நியமிக்கப்பட்டவுடன் வேறு ஒன்று நடந்து விட்டது. அப்பாவின் அண்ணன்மார்களில் ஒருவர் தேயிலை வியாபாரத்தில் தலைசிறந்து விளங்கினார். 1950 களில் பொருளாதாரம் நல்ல வளமுடன் இருந்தது. உற்பத்தி பெருகியது. உள்ளூர் தேயிலை நிர்வாக வாரியம் அவருக்கு மேலாளராக பதவி உயர்வு அளிக்க விரும்பியது. ஒரு குறிப்பிட்ட அளவுக்கு மேல் செய்யப்பட வேண்டிய பதவி உயர்வுகள் அனைத்தையும் அப்பாதான் கண்காணிக்க வேண்டும். அவரின் பதவி உயர்வுக்கான கடிதம் அப்பாவின் உத்தரவு க்காக அவர் மேஜைக்கு வந்தபோது, அப்பா அதை நிராகரித்து விட்டார். இதைக்கேட்டு, அப்பாவின் குடும்பமே கொதித்தெழுந்தது. அம்மாவும் கொதித்தெழுந்தாள். ‘அவருக்கு பதவி உயர்வு கொடுப்பது நீங்கள் கிடையாது. அது அவரது நிர்வாகம்’ என்று அம்மா வெடித்தாள். ‘நீ ஒன்றும் அவனுக்கு உதவி செய்ய வேண்டாம். ஆனால் அவனுக்கு வரும் வாய்ப்பை நீ தடுக்கக் கூடாது’ என்று எல்லாரும் அப்பாவிடம் மொழிந்தார்கள். ‘அண்ணனுக்கு அந்த அளவு திறமை இல்லை. நான் ஆளுநராக இல்லாவிட்டாலும், அவருக்கு பதவி உயர்வு கிடைக்காது’ என்று அப்பா மறுத்துக் கூறினார். மேலதிகாரியின் விருப்பத்தின்படி நடந்து கொள்வது நீண்டகாலமாக இங்கு நடைமுறையில் இருந்து வந்திருக்கிறது என்று குறிப்பிட்டுச் சொன்னார். தேயிலைத்துறை நிர்வாக வாரியம் அப்பாவின் மீது ஆத்திரப்பட்டது. காரணம், தங்களின் பரிந்துரையில் ஏதேனும் உள்நோக்கம் இருக்கலாம் என்பதுபோல அப்பாவின் நடவடிக்கை காட்டியுள்ளது. கடைசியில் எல்லாரும் அப்பாவின்மீது மனக்கசப்பைக் காட்டும்படி ஆகிவிட்டது. அன்றிலிருந்து அப்பாவின் அண்ணன் அவரிடம் பேசுவதே இல்லை.

அப்பா ஒருபோதும் தன் கொள்கையை மாற்றிக் கொள்ளாதவர். பழைய பஞ்சாங்க முறைகளை எதிர்த்து அறப்போர் நடத்தக்கூடியவர்தான் அப்பா. இந்த வழியில் தான் எல்லாரும் நடந்து கொள்ள வேண்டும் என்று வற்புறுத்தக்கூடியவர். ஆனால், நீதி நேர்மைக்கான ஓர் ஒழுக்கக் கட்டுப்பாடு என்பது அங்கே இல்லை. எனவே நீதியை நிலைநாட்ட, அடுத்தவர்களைவிட, தன் சொந்த உள்ளுணர்வுகளையே அதிகம் சார்ந்திருப்பவர்தான் அப்பா. தன் சக பணியாட்களை அவர் அதிகம் கலந்து கொள்வதில்லை. காரணம், அப்பாவின் உறவினர்களைச் சுட்டிக்காட்டி 'அவர்கள் என்ன யோக்கியமானவர்களா?' என்று யாரும் கேட்டுவிடக்கூடாது என்பதில் அப்பா கவனமாக இருந்தார்.

1953 ஆம் ஆண்டு சீனக் குடிமையியல் பணிகளுக்கான பணியாளர்கள் தரவரிசைப்பட்டியல் நிறுவப்பட்டபோதுதான், அப்பா நீதிக்காக நடத்திய தனது சொந்த தர்ம யுத்தம் உச்சக்கட்டத்தை அடைந்தது. அரசுப் பணியாளர்களும், அனைத்து அதிகாரிகளும் 26 பிரிவுகளாகப் பிரிக்கப்பட்டனர். இந்தப் பிரிவுகளில் 26-ஆவது பிரிவான கீழ்நிலைப்பிரிவு, உயர்நிலைப் பிரிவு வாங்கியதில் இருபதில் ஒரு பகுதி பணம் மட்டுமே ஊதியமாகப் பெற்றது. அவரவர்களுக்கு கிடைக்கும் மானியத்திலும், உழைப்புக்குக் கிடைத்த கொசுறுப் பணத்திலும் கொஞ்சம் வேறுபாடு இருக்கும். இந்த 'அமைப்பு முறை' தான் அனைத்தையும் தீர்மானித்தது. ஒருவனுக்கு கிடைத்தது விலை உயர்ந்த கம்பளி ஆடையாக இருந்தாலும், அல்லது மிக மலிவான பருத்தி ஆடையாக இருந்தாலும் அதை அந்த அமைப்பு தான் தீர்மானித்தது. ஒருவனுக்கு கழிப்பறை வீட்டுக்குள்ளே கிடைத்தாலும் அல்லது திறந்த வெளியே கழிப்பறையாகக் கிடைத்தாலும் அதை அந்த அமைப்புதான் தீர்மானித்தது.

அவரவர் பிரிவுகளுக்கேற்ப, அவரவர்களுக்கு செய்தியோ, தகவலோ பரிமாறப்பட்டது. கம்யூனிஸ அமைப்பு முறையில் ஒரு முக்கியமான விஷயம் என்னவென்றால், செய்திகள் அனைத்தும் கடுமையாகக் கட்டுப்படுத்தப்பட்டது மட்டுமல்ல, செய்திகள் கறாராகப் பிரிக்கப்பட்டு, அதிலும் யாருக்கு எந்தச் செய்தி போய்ச் சேர வேண்டுமோ அந்தச் செய்தி மட்டும், அதிலும் தேவையான செய்தி பொது மக்களுக்கு மட்டுமல்ல, கட்சி உறுப்பினர்களுக்கும் கொண்டு சேர்க்கப்பட்டது.

இந்த தரவரிசைப் பிரிவுமுறை தங்கள் வாழ்க்கையில் மிக முக்கியத்துவம் வாய்ந்த ஒன்றாக அமையப் போகிறது என்று அரசுப் பணியாளர்கள் உணர்ந்து கொள்ளக்கூடிய நேரத்தில்கூட, அதன் இறுதிச் சிறப்பம்சம் என்னவென்று தெளிவாக தெரிந்து

326 'ஒருவன் ஆட்சி அதிகாரத்திற்கு வருகின்றபோது, அவன் வீட்டு கோழி, குஞ்சுகளும் சொர்க்கத்தை அனுபவிக்கும்!'

கொள்ள முடியாவிட்டாலும், தனக்கு என்ன தரம் கிடைக்குமோ என்று ஒவ்வொருவரும் கலக்கமடைந்து கொண்டிருந்தனர். தரவரிசையில் அப்பாவுக்கு உயர் அதிகாரிகள் பதவி வரிசையில் 11-வது இடம் ஒதுக்கப்பட்டது. ஈபின் மண்டலத்தில் உள்ள ஒவ்வொருவரைப் பற்றியும் நன்கு ஆய்வுசெய்து அவர்களைத் தர வரிசைக்குட்படுத்துவதுதான் அப்பாவுக்கு ஒப்படைக்கப்பட்ட பொறுப்பு. இவ்வாறு தரவரிசைப்படுத்தும் பட்டியலில், அப்பாவுக்கு மிகவும் பிடித்தவரான, அவரது கடைசித் தங்கையின் கணவரும் வந்தார். அவரை அப்பா இரண்டு வரிசைகள் கீழே இறக்கினார். அம்மா பணிபுரிந்த இலாக்கா, அம்மாவை 15-வது தரப் பிரிவுக்கு பரிந்துரை செய்தது. ஆனால், அப்பா 17-வது பிரிவுக்கு அம்மாவை இறக்கி விட்டார்.

அரசுப் பணியில், இந்த தரவரிசைப் பிரிவுக்கும், ஒரு மனிதனுடைய தகுதிக்கும் நேரிடையாக எந்தத் தொடர்பும் இல்லை. தரம் உயர்த்துதல் அவசியமானதாக இல்லாமல், தனி நபர் ஒருவருக்கு பதவி உயர்வு அளிக்கலாம். நாற்பது ஆண்டு காலங்களில், அம்மா இரண்டுமுறை மட்டுமே தர உயர்வு செய்யப்பட்டாள். 1962 ஆம் ஆண்டு ஒரு முறையும் 1982 ஆம் ஆண்டு ஒரு முறையும் அதுவும் ஒவ்வொரு முறையும் ஒரு தர உயர்வு தான் பெற்றாள். 1990-இல் அம்மா 15-வது தர வரிசையில்தான் இருந்தாள். 1980-இல் அம்மாவுக்கு இருந்த தரவரிசையின்படி ஒரு விமான டிக்கெட்டோ, அல்லது இரயிலில் ஒரு மிருதுவான இருக்கையோ பெற்றுக்கொள்ள பணி ரீதியான தகுதி இல்லை. 14 ஆம் தரவரிசை பிரிவினருக்கும், அதற்குமேல் உள்ளவர்களுக்குமே இச்சலுகைகளுக்கான தகுதி இருந்தது. 1953-இல், இதெல்லாம் அப்பாவின் கைங்கரியத்தால் நடந்தேறியது. தனது சொந்த நாட்டில், வசதியாகப் பயணம் செய்ய முடியாத அளவு, நாற்பது ஆண்டுகள் கழித்தும், தரவரிசைப் பிரிவு என்னும் ஏணிப்படிகளில் மிகவும் கீழ்ப்படியிலேயே அம்மா இருந்தாள். தங்கும் விடுதியில்கூட, குளியல் அறை வசதியுடன் கூடிய ஒரு நல்ல அறையில் தங்க முடியவில்லை. இந்த வசதி 13, மற்றும் அதற்கு மேற்பட்ட பிரிவினருக்குத்தான் இருந்தது. அம்மா தங்கி இருந்த வீட்டிற்கு கூடுதல் சக்தி கொண்ட மின் இணைப்பு மாற்றித் தர விண்ணப்பித்த போது, அந்த வசதியெல்லாம் 13 ஆம் பிரிவினருக்கு மேல் உள்ளவர்களுக்குத் தான் கிடைக்கும் என்று கூறி, அந்த நிர்வாகம் மறுத்து விட்டது.

அப்பா எடுத்த இந்த நடவடிக்கைகளால் அவரது குடும்பம் தாங்க முடியாத ஆத்திரத்தில் இருந்தது. ஆனால் பொதுமக்கள் இக்காரியங்களால் அப்பாவை ஆராதித்தார்கள். இதனால் அப்பாவின்

பெயரும் புகழும் இன்று வரை நிலைத்திருக்கிறது. 1952 ஆம் ஆண்டில் ஒரு நாள், அங்கிருந்த ‘முதல் தர நடுவிலைப்பள்ளி’ என்ற பள்ளியின் தலைமை ஆசிரியர், தங்கள் பள்ளி ஆசிரியர்களுக்கு போதுமான தங்கும் இடம் இல்லை என்று அப்பாவிடம் கூறி இருக்கிறார். ‘அப்படியா? அப்படியானால் எங்கள் வீட்டில் வந்து தங்கிக் கொள்ளச் சொல்லுங்கள். எங்கள் குடும்பத்தில் உள்ள மூன்று நபர்களுக்கு அது அதிகபட்சமான இடம்’ என்று எதையும் யோசிக்காமல் சொல்லி விட்டார். அந்த மூன்று பேரும், அவரது சகோதரி ஜன்-யிங், ஊனமுள்ள அப்பாவின் சகோதரன், அவரின் அம்மா. இவர்கள் அனைவரும் அந்த வீட்டையும் தோட்டத்தையும் ஆராதித்தார்கள். பள்ளிக்கூடத்தார்களுக்கு பரம திருப்தி. குடும்பத்தாருக்கு மகிழ்ச்சி இல்லை. நகரத்தின் மையப்பகுதியில் ஒரு சிறிய வீட்டை தன் குடும்பத்தாருக்கு அப்பா ஏற்பாடு செய்து கொடுத்த போதும், அப்பாவின் அம்மாவுக்கு அவர்மீது மிகுந்த வருத்தம். ஆனால் அவளின் பெருந்தன்மையும், புரிந்துணர்வும் அவளை எதுவும் பேசாமல் அமைதிப்படுத்தி விட்டது.

அப்பாவைப் போல எல்லோரும் ஊழல் இல்லாத தூய்மையான கரங்களை உடையவர்கள் என்று சொல்ல முடியாது. கம்யூனிஸ அரசாங்கம் ஆட்சிக்கு வந்த உடனேயே பல சிக்கல்களைச் சந்தித்தது. இது ஊழல் அற்ற அரசாங்கமாக இருக்கும் என்று உறுதிமொழி கொடுத்ததால், கோடிக்கணக்கான மக்களின் ஆதரவு கட்சிக்கு கிடைத்தது. இருப்பினும் சில அதிகாரிகள் இலஞ்சம் வாங்கினார்கள். சிலர் தங்கள் நண்பர்களுக்கும் உறவினர்களுக்கும் சலுகைகளை வாரி வழங்கினார்கள். சிலர் சீனாவில் தொன்றுதொட்டு நடந்து வரும் கேளிக்கை நிகழ்ச்சிகளிலும் விருந்து உபச்சாரங்களிலும் பணத்தை வாரி இறைத்தார்கள். இதற்கான செலவுகள் அரசாங்க கஜானாவிலிருந்து எடுத்ததால், கஜானா மிக விரைவில் காலியாகி விட்டது. நொடித்துப் போன அரசாங்கம் பொருளாதாரத்தை புணரமைப்புச் செய்யும் முயற்சி நடந்தது. அத்துடன் கொரியப்போர் அரசுப் பணத்தில் பாதியை விழுங்கி ஏப்பம் விட்டது.

சில அதிகாரிகள் அரசாங்கப் பணத்தை பெருவாரியாகக் கையாடல் செய்யத் தொடங்கி விட்டனர். அரசாங்கம் கவலை கொண்டது. ஆட்சிக் கட்டிலில் அமரவைத்த மக்களின் நல்லெண்ணம், அதுபோல, வெற்றியைத் தேடித் தந்த கட்சியின் ஒழுக்கக் கட்டுப்பாடு, அர்ப்பணம் ஆகிய அனைத்தும் சடசடவென சரியத் தொடங்கின. 1951 ஆம் ஆண்டின் பிற்பகுதியில், ஊழல், அரசுப் பணத்தை விரையமாக்குதல், அதிகார வர்க்கம் ஆகியவைகளுக்கு எதிராக ஓர் இயக்கம் தொடங்குவது என தீர்மானம் செய்யப்பட்டது.

 ‘ஒருவன் ஆட்சி அதிகாரத்திற்கு வருகின்றபோது, அவன் வீட்டு கோழி, குஞ்சுகளும் சொர்க்கத்தை அனுபவிக்கும்!’

'மூன்று தீமைகளை ஒழிக்கும் திட்டம்' என்று இதற்கு பெயரிடப்பட்டது. சில ஊழல் அதிகாரிகளை அரசாங்கம் தூக்கிலிட்டது; பலரைச் சிறையில் தள்ளியது. இன்னும் பலரின் பதவிகள் பறிக்கப்பட்டன. பெரும் அளவிலான ஊழல் மற்றும் அரசுப் பணம் கையாடல் போன்ற தவறுகளில் ஈடுபட்ட, முதிர்ந்த கம்யூனிஸ்ட் படைவீரர்கள் பொது மக்களுக்கு பாடமாக இருக்க வேண்டும் என்று, தூக்கிலிட்டு கொல்லப்பட்டனர். அதன்பிறகு, ஊழல் புரிந்தோர் கடுமையாகத் தண்டிக்கப்பட்டனர். அடுத்த ஒரு இருபது ஆண்டுகளில் அதிகாரிகள் மத்தியில் ஊழல் என்பது இல்லாமல் போய்விட்டது.

அப்பா தனது மண்டலத்தின் ஊழல் ஒழிப்பு செயல்திட்ட பொறுப்பை ஏற்றுக் கொண்டார். அவரின் கட்டுப்பாட்டில் உள்ள பகுதியில் ஊழல் செய்யும் பெரிய அதிகாரிகள் யாரும் இல்லை. ஊழலற்ற தூய்மையான ஆட்சியை வழங்குவோம் என்று கம்யூனிஸ்ட் வழங்கிய வாக்குறுதியைக் காப்பாற்றுவது முக்கியமான ஒன்றாகக் கருதினார். ஒரு சிறிய அற்பமான காரியமாக இருந்தால்கூட, அது விதியை மீறி செய்யப்பட்டிருந்தால், அது எந்த அதிகாரியாக இருந்தாலும் வந்து தன்னிலை விளக்கம் கொடுக்க வேண்டியிருந்தது. உதாரணத்திற்கு, அரசாங்கக் காரியம் இல்லாமல், தனக்கு வேண்டிய ஒருவருடன் அரசாங்கத் தொலைபேசியில் பேசினாலோ, அல்லது அரசாங்கக் காரியமின்றி தனக்கு வேண்டிய ஒருவருக்கு அரசாங்க பேப்பர் ஒன்றை எடுத்து கடிதம் எழுதினாலோ, அந்த அதிகாரி தன்னிலை விளக்கம் கொடுக்க வேண்டியிருந்தது. அரசாங்க உடைமைகளை உபயோகிப்பதில் அலுவலர்கள் மிகுந்த கவனத்துடன் செயல்பட்டு வந்தனர். அரசு விவகாரங்களைத் தவிர சொந்தமாக ஏதும் எழுத வேண்டியிருக்கும் பட்சத்தில், அவர்கள் அரசாங்க மையைக் கூட பயன்படுத்துவதில்லை.

இவ்வகை கட்டுப்பாட்டு முறைகளைப் பின்பற்றுவதில், ஒரு கடும் தவம் மேற்கொள்வது போன்ற ஆர்வமும் பெருமையும் இருந்தது. இந்த சின்னச் சின்ன விஷயங்களின் மூலமாக சீன மக்களின் மனதில் ஒரு புதிய மனப்பாங்கினை விதைத்து விடலாம் என்று அப்பா நம்பினார். அரசாங்க உடைமை எது, தனியார் உடைமை எது என்று முதல முறையாக தெளிவாக உணர்த்திக் காட்டப்பட்டது. அரசு அலுவலர்கள் இனிமேல் பொதுமக்களின் பணத்தை தங்கள் பணம் போல பாவிக்க மாட்டார்கள். அத்துடன் அவர்கள், தங்கள் பதவிகளைத் தவறாகப் பயன்படுத்த மாட்டார்கள். அப்பாவோடு பணிபுரியும் அநேக அலுவலர்கள் இந்தப் பக்குவத் தன்மையைக்

கைக் கொண்டார்கள். தவமுயற்சி எடுத்து மேற்கொள்ளும் இச்செயல்பாடுகள் நவ சீனாவை உருவாக்கக்கூடிய உன்னதமான நோக்கத்திற்கு வழி வகுக்கும் என்று திடமாக நம்பினார்கள்.

'மூன்று தீமைகளை ஒழிக்கும் திட்டம்' கம்யூனிஸ்ட் கட்சியினரையே களை எடுக்கும் திட்டமாகச் செயல்படுத்தப்பட்டது. ஆனால் இரு பிரிவினர் மட்டுமே ஊழல் புரிபவர்களாகப் பார்க்கப்பட்டனர். ஆனால் ஊழல் பெருச்சாளிகள் கட்சிக்கு வெளியில்தான் அதிகமாக இருந்தார்கள். பெரு முதலாளிகள்தான் அந்த ஊழல் பெருச்சாளிகளாக இருந்தனர். அந்த பெரு முதலாளிகள் எனப்படுபவர்கள் மில் முதலாளிகளும்,பெரும் வியாபாரிகளும் ஆவார்கள். இதுவரை யாரும் அவர்கள் மீது கை வைத்ததில்லை. பழைய பழக்கவழக்கங்கள் மக்கள் மனதில் ஆழமாகப் பதிந்து விட்டன. 1952 ஆம் ஆண்டு, மூன்று தீமைகளை ஒழிக்கும் திட்டம் வேகமாக சூடு பிடிக்கத் தொடங்கியவுடன், அதனை ஒட்டி இன்னொரு திட்டமும் தொடங்கப்பட்டது. இத்திட்டம் 'ஐந்து தீமைகள் திட்டம்' என்று அழைக்கப்பட்டது. இத்திட்டம் முதலாளிகளைக் குறி வைத்தது. லஞ்சம், வரிஏய்ப்பு, மோசடி, அரசு உடைமையை சுரண்டுவது, லஞ்சம் கொடுத்து பொருளாதார தகவல்களைப் பெற்றுக் கொள்வது ஆகிய இவைகளை ஒழிப்பதுதான் இத்திட்டத்தின் இலக்கு. பல பெருமுதலாளிகள் இக்குற்றங்களில் இரண்டொரு குற்றங்களையாவது செய்து வந்தார்கள். அவர்களுக்கு வழக்கம் போல ஒரு அபராதத் தொகை தண்டனையாக விதிக்கப்பட்டது. இத்திட்டத்தைக் கொண்டு பணமுதலாளிகளை கம்யூனிஸ்ட்கள் இணக்கமாகப் பேசி பணிய வைத்தனர், அல்லது மிரட்டிப் பணிய வைத்தனர். இந்த வழியில், அரசுப் பொருளாதாரம் சீரமைக்கப்பட்டது. இதில் பலர் சிறையில் அடைக்கப்படவில்லை.

ஒன்றிணைக்கப்பட்ட இந்த இரண்டு திட்டங்களும், சீனாவின் சிறப்பு அம்சமாக, கம்யூனிஸ்ட் கட்சியின் தொடக்க காலத்தில் இருந்த கட்டுப்பாட்டு வழிமுறைகள் ஆகும். 'பணிக்குழுமங்கள்' என்று அழைக்கப்பட்ட 'செயல்பாட்டு அணிகள்' தொடங்கி நடத்தப்பட்ட 'தீவிர செயல் திட்டம்' தான் இதில் மிக முக்கியமானது.

கம்யூனிஸ்ட் கட்சியின் உயர்மட்ட அதிகாரிகளால் கண்காணிக்கப்பட்ட அரசாங்க அலுவலகப் பணியாளர்களைக் கொண்டுதான் 'செயல்பாட்டு அணிகள்' நிறுவப்பட்டன. பீக்கிங்கிலிருந்த நடுவண அரசு, மாநில அதிகாரிகளையும், அரசுப் பணியாளர்களையும் ஆழமாக ஆய்வு செய்து தேர்ந்தெடுப்பதற்காக மாநிலங்கள் தோறும் பல குழுக்களை அனுப்பி வைத்தது. இந்தக்

குழுக்கள், மாநிலங்களில் அடுத்தகட்ட அலுவலர்களை ஆய்வு செய்ய இன்னும் சில குழுக்களை உருவாக்கின. இவ்வாறாகத் தொடர்ந்து அடிமட்ட அளவு வரை சென்றன. குறிப்பிட்ட செயல் திட்டக் குழுவால் ஆய்வு செய்யப்படாத யாரும், ஒரு செயல்பாட்டு அணியில் உறுப்பினராக முடியாது.

செயல் திட்டங்கள் மூலம் 'மக்களை ஒருங்கிணைப்பதற்காக' இக்குழுக்கள் அனைத்து அமைப்புகளுக்கும் அனுப்பப்பட்டன. மேல்மட்ட அதிகாரிகள் பிறப்பித்த செயல்முறை ஆணைகளைப் படித்துக் காட்ட ஒவ்வொரு மாலை நேரங்களிலும் கூட்டங்கள் கட்டாயமாகக் கூட்டப்பட்டன. குழு உறுப்பினர்கள் உரையாற்றுவார்கள்; விளக்கம் அளிப்பார்கள்; கூட்டத்திலிருந்து எழுந்து நின்று தங்களுக்கு சந்தேகத்திற்குரியவர்களாகத் தோன்றுபவர்களை வெளிப்படுத்தலாம். தங்களை யாரென்று காட்டிக் கொள்ளும் அவசியமில்லாமல் தங்களின் சந்தேகத்திற்குரியவர்களின் பெயர்களை எழுதி அதற்குரிய பெட்டிகளில் போடலாம். இந்தக் குழுக்கள் ஒவ்வொரு சந்தேகங்களையும், விவகாரங்களையும் ஆய்வு செய்யும். குற்றங்கள் ஆய்வில் உறுதிப்படுத்தப்பட்டால், இந்தக் குழு அந்த குற்றத்திற்கான தீர்ப்பை அல்லது தண்டனையை விதித்து, அந்தக் கருத்துருக்களை, தங்களின் மேல்மட்ட அதிகாரிகளின் ஒப்புதலுக்காக அனுப்பி வைக்கும்.

குற்றவாளி என்று கருதப்பட்ட ஒருவன், அவன் குற்றம் செய்ததற்கான ஆதாரத்தைக் காட்டச் சொல்லி அவன் கேட்கலாம். அவனுக்காக வாதாடுவதற்கு வாய்ப்பு அளிக்கப்படும். அப்படியெல்லாம் இருந்தும், அங்கு ஒரு நேர்மையான மேல் முறையீட்டு அமைப்பு இல்லை. இந்த குழுக்கள், அவர்களுக்கு பல வகையான தீர்ப்புகள் அளிக்கும்; பொதுமக்கள் மத்தியில் கண்டனம் தெரிவிப்பது, பதவியிலிருந்து விடுவித்து அனுப்புவது, குற்றவாளியைத் தொடர்ந்து கண்காணிப்பது போன்ற தீர்ப்புகள் அளிக்கப்படும். அதிகபட்ச தண்டனையாக ஊரகப் பகுதிகளில் உள்ள வயல்களில் கடின உழைப்பை மேற்கொள்ள வேண்டும். மிகுந்த அவசரமான வழக்குகள் மட்டுமே கட்சிக் கட்டுப்பாட்டின் கீழ் உள்ள முறையான நீதிமன்றத்துக்கு செல்ல வேண்டும். செயல்திட்டம் நடைபெறும் ஒவ்வொரு முறையும், மேல்மட்ட அதிகாரிகளிடமிருந்து வழிகாட்டும் விதிமுறைக் குறிப்புகள் வழங்கப்படும். அதனைப் பின்பற்றி செயல்பாட்டு குழுவினர் கவனமுடன் நடந்து கொள்ள வேண்டும். தனிப்பட்ட ஒரு வழக்குக்கு அந்த விதிமுறைக் குறிப்புகள் வருகின்றபோது,

குறிப்பிட்ட செயல்பாட்டு குழுவினரின் தீர்ப்பு மிக முக்கியமான ஒன்றாகக் கருதப்படும்.

பீக்கிங் அரசாங்கத்தால் நடத்தப்படும் ஒவ்வொரு செயல் திட்டத்திலும், வெவ்வேறு தகுதியுடையவர்கள், தங்களுடன் பணி புரிபவர்களாலேயே ஆய்வு செய்யப்பட்டு தேர்ந்தெடுக்கப்படுகிறார்கள். இவர்கள் காவலர்களால் தேர்ந்தெடுக்கப்படுவதில்லை. இது கட்சியைக் கட்டுப்படுத்தவும் அனைவரும் ஈடுபாட்டுடன் செயல்படவும் மாவோ கண்டறிந்த முக்கியமான வழிமுறையாகும். நெடுங்காலமாக பழமைவாத மனநிலையில் உள்ள சமுதாயத்தில், அரசு நடவடிக்கைகளை மீறித் தவறு செய்பவர்கள் சிலர் மக்களின் கண்காணிப்பிலிருந்து தப்பிச் செல்ல நேரிடும். ஆனால் திறமையும், செயல் திறனும் அநியாய விலை கொடுத்தே பெறப்பட்டது. ஏனென்றால் தெளிவில்லாத நெறிமுறைகளைக் கொண்டே கட்சியின் செயல்திட்டங்கள் செயல்படுத்தப் பட்டன. மேலும் வீண் பேச்சுகளாலும் தனிமனித பழிவாங்கும் பாரம்பரிய உணர்வுகளாலும் பல அப்பாவிகள் தண்டிக்கப்பட்டனர்.

தன் அம்மாவுக்காகவும், ஊனமுள்ள தன் சகோதரனுக்காகவும், தனக்காகவும் ஜன்-யிங் அத்தை நெசவு வேலை செய்து வந்தாள். இரவெல்லாம் தூங்காமல் விடியவிடிய வேலை செய்து வந்தாள். அந்த மங்கலான விளக்கு வெளிச்சத்தில் வேலை செய்து வந்ததால் அவளின் கண் பார்வை பாதிக்கப்பட்டு விட்டது. 1952-ஆம் ஆண்டில் அவள் சம்பாதித்த பணத்தைக் கொண்டும், கடன் வாங்கிய பணத்தைக் கொண்டும் இரண்டு நெசவு எந்திரங்களை வாங்கினாள். இரண்டு தோழியர்களையும் வேலைக்கு வைத்துக் கொண்டாள். அவர்கள் வருமானத்தைப் பிரித்துக் கொண்டாலும், பார்க்கப் போனால் அத்தைதான் அவர்கள் இருவருக்கும் சம்பளம் கொடுத்து வந்தாள். ஏனென்றால், எந்திரங்கள் அத்தைக்கு சொந்தமானவை. ஐந்து தீமைகள் திட்டத்தின் கீழ், எவனொருவன் அடுத்தவர்களை வேலைக்கு அமர்த்தி வைத்திருக்கிறானோ, அவன் சந்தேகக் கண் கொண்டு பார்க்கப்பட்டு வந்தான். ஜன்-யிங் அத்தை செய்து வந்ததைப் போன்ற சிறு தொழில்கூட கண்காணிப்பின் கீழ் கொண்டு வரப்பட்டது. எனவே அத்தை அவர்களை வேலையை விட்டு விலகிச் செல்லும்படிக் கேட்டுக் கொண்டாள். அத்தை இவ்வாறு செய்வதற்காக வருத்தப்பட வேண்டாம் என்று அவர்களை வேண்டிக் கொண்டாள். வேலையை விட்டுச் செல்வதுதான் நல்லது என்று அந்த இரண்டு பேருமே அத்தையிடம் கூறி விட்டார்கள். வேறு யாரேனும் அத்தையைக் குறைபட்டுக் கொண்டால், அது

 'ஒருவன் ஆட்சி அதிகாரத்திற்கு வருகின்றபோது, அவன் வீட்டு கோழி, குஞ்சுகளும் சொர்க்கத்தை அனுபவிக்கும்!'

நாங்கள்தான் காரணமாக இருக்கும் என்று அத்தை எண்ணி விடுவாளோ என்று அவர்கள் இருவரும் வருத்தப்பட்டார்கள்.

1953 ஆம் ஆண்டு மத்தியில் 'மூன்று தீமைகள் மற்றும் ஐந்து தீமைகள் திட்டங்கள்' ஓய்வு நிலைக்கு வந்தன. பண முதலாளிகள் பணிந்து வந்தார்கள். கோமிங்டாங் முற்றிலும் ஒழிக்கப்பட்டது. அதிகாரிகளுக்கு வந்த தகவல்கள் நம்பகத்தன்மை இல்லாததால், தீவிரக் கூட்டங்கள் நடத்தும் திட்டங்கள் முடிவுக்கு வந்தன. வழக்குகள் தனித்தனி நபர்கள் வாரியாகப் பார்க்கப்பட்டன.

1953 ஆம் ஆண்டு மே மாதம் அம்மா தன் மூன்றாவது குழந்தையைப் பெற்றெடுக்க மருத்துவமனை சென்றாள். மே மாதம் 23ஆம் நாள் குழந்தை பிறந்தது. ஆண் குழந்தை. ஜின் மிங் என்று பெயரிடப்பட்டான். அது ஒரு கிறிஸ்தவ ஸ்தாபனம் நடத்திய மருத்துவமனை. அந்த மருத்துவமனையில்தான் நானும் பிறந்தேன். அந்த மருத்துவமனை தற்போது இல்லை. சீனாவெங்கும் இதுபோன்ற மருத்துவமனைகள் அப்புறப்படுத்தப்பட்டன. அம்மா இப்போது ஈபின் நகர பொது விவகாரத்துறைக்கு தலைவியாகப் பதவி உயர்வு அளிக்கப்பட்டாள். இன்னும் அத்துறை, திருமதி டிங்கின் கீழ்தான் இருந்தது. திருமதி டிங் இப்போது நகரின் கட்சி செயலராக நியமிக்கப்பட்டிருந்தாள். அந்த நேரத்தில் பாட்டி கடுமையான ஆஸ்த்துமா நோயால் பாதிக்கப்பட்டு, அந்த மருத்துவமனையில் சேர்க்கப்பட்டிருந்தாள். எனக்கு ஏற்பட்ட தொப்புள் குழி தொற்று நோயால் நானும் அந்த மருத்துவமனையில் சேர்க்கப்பட்டிருந்தேன். என் செவிலித்தாயும் என்னோடு மருத்துவமனையில் இருந்தாள். நாங்கள் 'புரட்சி' இயக்கத்தைச் சார்ந்த குடும்பம். ஆகையால், எங்களுக்கு சிறந்த இலவச மருத்துவ சிகிச்சை அளிக்கப்பட்டது. அதிகாரிகளுக்கும் அவர்களது குடும்பத்தார்களுக்கும் டாக்டர்கள் மருத்துவமனையில் அபூர்வமான படுக்கை வசதிகள் செய்து கொடுத்தார்கள். பெருவாரியான பொது மக்களுக்கு அரசாங்க மருத்துவ வசதி செய்து கொடுக்கப்படவில்லை. எடுத்துக்காட்டாக, விவசாயிகள் பணம் கட்டித்தான் மருத்துவச் சிகிச்சை பெற்றுக்கொள்ள வேண்டியிருந்தது.

ஜன்-யிங் அத்தையும், அக்காவும் இந்தச் சமயத்தில் வெளியில் தோழிகளுடன் தங்கி இருந்தார்கள். அதனால் அப்பா மட்டும் வீட்டில் தனியாக இருந்தார். ஒருநாள் தன் பணிகள் பற்றிய அறிக்கை ஒன்றினைச் சமர்ப்பிக்க திருமதி டிங் அப்பாவைத் தேடி வீட்டிற்கு வந்தாள். அங்கு அவள், தனக்கு தலைவலி வந்து விட்டதாகவும், அதனால் கொஞ்சம் படுத்து ஓய்வெடுக்க வேண்டுமென்றும் டிங் அப்பாவிடம் கூறினாள். அப்பா அவளை ஒரு கட்டிலில் படுக்க

வைத்தார். அந்தச் சமயத்தில் அவள், அப்பாவை இழுத்து அணைத்து முத்தமிட முயற்சித்தாள். அப்பா சட்டென்று விலகிக் கொண்டார். 'நீங்கள் சோர்வுற்றிருப்பதாகக் கூறினீர்கள்' என்று சொல்லிவிட்டு, அறையை விட்டு வெளியேறினார். சில நிமிடங்கள் கழித்து அப்பா மீண்டும் அந்த அறைக்குள் வந்தார். மிகுந்த கடுமையுடன் காணப்பட்டார். கண்ணாடி டம்ளரில் தண்ணீர் கொண்டு வந்த அப்பா, அதை அருகில் கிடந்த மேஜை மேல் வைத்தார். திருமதி டிங்கை அப்பா அப்போது எது வேண்டுமானாலும் செய்து கொண்டிருக்கலாம். 'நான் என் மனைவியை மட்டும் நேசிக்கிறேன் என்பதை நீங்கள் தெரிந்து கொள்ள வேண்டும்' என்று சொல்லிவிட்டு, கதவை சாத்தி விட்டு அறையை விட்டு வெளியேறினார். கண்ணாடி டம்ளருக்கு அடியில் ஒரு காகிதம் இருந்தது. 'கம்யூனிஸ்ட்களுக்கு கற்பு அவசியம்' என்று அதில் எழுதப்பட்டிருந்தது.

சில நாட்களுக்குப் பிறகு அம்மா மருத்துவமனையிலிருந்து வீட்டிற்கு வந்தாள். அம்மா குழந்தையுடன் வீட்டிற்குள் அடி எடுத்து வைத்ததும், 'அடுத்த நிமிடமே நாம் ஈபின் நகரை விட்டு வெளியேறி விட வேண்டும். அதுதான் நல்லது' என்று அப்பா ஒரு குண்டைத் தூக்கிப் போட்டார். இவருக்கு என்ன ஆனது என்று அம்மாவால் கற்பனை செய்து கூடப் பார்க்க முடியவில்லை. நடந்ததை அப்படியே அம்மாவிடம் கூறினார். கொஞ்ச நாட்களாக அந்தப் பெண்மணி அப்பாவை ஒரு மாதிரியாக பார்த்து வந்ததாகக் கூறினார். அம்மா ஆத்திரப்பட்டாள் என்பதைவிட அதிர்ச்சிதான் அடைந்தாள். 'அதற்கு ஏன் இவ்வளவு அவசரமாகக் கிளம்ப வேண்டும்?' என்று அம்மா கேட்டாள். 'அவள் நினைத்ததை முடிப்பவள்' என்று அப்பா சொன்னார். 'மீண்டும் அவள் முயற்சி செய்வாள். அத்துடன், கெட்ட எண்ணம் கொண்ட பேய் அவள். உனக்கு அவள் ஏதாவது செய்து விடுவாளோ என்ற பயம்தான் எனக்கு. நீ அவளுக்கு கீழே வேலை செய்வதால் அவளுக்கு அது ஒன்றும் கஷ்டமான காரியம் இல்லை.' என்றார். 'அவ்வளவு மோசமானவளா?' என்று அம்மா கேட்டாள். 'அவள் கோமிங்டாங்கின் சிறைக்காவலர் ஒருவரைச் சீரழித்து விட்டதாகவோ என்னவோ, ஒரு வதந்தி பரவியதைக் கேள்விப்பட்டேன்' என்றார். 'ஆனால் சிலர் வதந்திகளைப் பரப்பி விடுவதில் ஆர்வம் உடையவர்கள். அது போகட்டும். அவள் எப்படியாவது உங்களை மயக்கி விடுவாள்' என்று சொல்லி அம்மா புன்னகைத்தாள். 'ஆனால், அவள் என்னை ஏதாவது செய்து விடுவாள் என்று நீங்கள் நினைக்கிறீர்களா? இங்கு அவள்தான் எனக்கு உயிர்த் தோழியாக இருந்தாள்' என்று அம்மா கூறினாள்.

 'ஒருவன் ஆட்சி அதிகாரத்திற்கு வருகின்றபோது, அவன் வீட்டு கோழி, குஞ்சுகளும் சொர்க்கத்தை அனுபவிக்கும்!'

'உனக்கு அது புரியாது. 'அவமானத்தால் ஏற்பட்ட ஆத்திரம்' என்று ஒன்று இருக்கிறது. அதைத்தான் அவள் யோசித்துக் கொண்டிருப்பாள். நான், புண்படும் மாதிரிப் பேசக்கூடிய ஆள் இல்லை. நான் அவளை அவமானப்படுத்தி விட்டேன் என்று நினைக்கிறேன். அதுதான் எனக்கு வருத்தமாக இருக்கிறது. அவள் பழி தீர்த்துக் கொள்ளும் ஒரு பெண்.'

அப்பா எப்படி அந்தப் பெண்மணியை உதறித் தள்ளியிருப்பார் என்று அம்மா தெளிவாகக் கற்பனை செய்து பார்த்தாள். திருமதி டிங் இவ்வளவு கீழ்த்தரமானவளா என்றும், அவர்களுக்கு கெடுதல் செய்யக் கூடியவளா அவள் என்றும் அம்மாவால் கற்பனை செய்து பார்க்க முடியவில்லை. அதனால்தான் இதற்கு முன்னால் ஈபின் மாநில ஆளுநராக இருந்த திரு. ஷு என்பவரைப் பற்றி அப்பா எடுத்துக் கூறினார்.

திரு. ஷு என்பவர் ஓர் ஏழை விவசாயியாக இருந்தவர். இவர் நெடும் பயணத்தின்போது செம்படையில் சேர்ந்தார். அவருக்கு டிங்கைப் பிடிக்காது. அவளின் காதல் விளையாட்டுகளுக்காக அவளைத் திட்டுவார். அவள் தலை பின்னிக்கொண்டு வரும் முறையை அவர் எதிர்த்துப் பேசுவார். அப்போது அவர் எரிச்சலின் எல்லைக்கே போய் விடுவார். அவளது சடையை வெட்டிவிடும்படி பலமுறை கூறியிருக்கிறார். 'உங்கள் வேலையைப் பாருங்கள்' என்று திருமதி டிங் அவரிடம் பேசி விடுவாள். அவருக்கு கோபம் இன்னும் கூடுதலாக வரும். அதனால் அவளுக்கு அவர்மீது வன்மம் ஏற்பட்டு விட்டது. தன் கணவனின் உதவியோடு அந்த மனிதரை பழிவாங்க வேண்டும் என்று முடிவெடுத்து விட்டாள்.

திரு. ஷு-வின் அலுவலகத்தில் ஒரு பெண் பணிபுரிந்து வந்தாள். தாய்வானுக்கு ஓடிவிட்ட முன்னாள் கோமிங்டாங் அதிகாரியாக இருந்த ஒருவருக்கு அவள் ஆசைநாயகியாக இருந்தவள். இவள் திரு.ஷுவை வளைத்துப் போட முயற்சி எடுப்பதாகத் தெரிந்தது. திரு.ஷு திருமணம் ஆனவர். திரு.ஷுவுக்கும் இவளுக்குமிடையே இரகசிய உறவு இருந்ததாக வதந்தி பரவிக் கொண்டிருந்தது. திருமதி டிங், இந்த பெண்ணைப் பிடித்து, திரு.ஷு தன்னைப் பாலியல் பலாத்காரம் செய்ததாக எழுதி இருந்த ஒரு புகார் மனுவில் கையொப்பமிடச் சொல்லி திருமதி டிங் இவளை மிரட்டினாள். திரு.ஷு ஒரு ஆளுநராக இருந்தும், டிங் தம்பதியினர் மிகவும் பயங்கரமானவர்கள் என்று அவர்களுக்குப் பயந்து இவள் கையொப்பமிட்டு விட்டாள். முன்னாள் கோமிங்டாங் ஆசைநாயகியாக இருந்த ஒரு பெண்ணை தன் பதவியை பயன்படுத்தி தவறான உறவுக்கு உட்படுத்த முயன்றதாக திரு.ஷு

அப்பழுக்கற்ற ஒரு மனிதனோடு வாழ்தல் 335

குற்றம் சுமத்தப்பட்டார். அனுபவம் வாய்ந்த ஒரு கம்யூனிஸ்ட்க்கு இது ஒரு மன்னிக்க முடியாத குற்றம்.

ஒருவனது பெயரையும் புகழையும் கெடுக்க வேண்டுமென்றால் அவன் மீது தொடர்ந்து பல்வேறு குற்றச்சாட்டுகளைக் கொடுத்துக் கொண்டே இருக்க வேண்டும் என்பது சீனாவில் இருந்து வந்த நடைமுறைகளில் ஒன்று. டிங் தம்பதியினர் திரு.ஷு மீது சுமத்துவதற்கு இன்னுமொரு குற்றச்சாட்டைக் கண்டுபிடித்து விட்டார்கள். பீக்கிங்கில் முன்மொழியப்பட்ட ஒரு கட்சிக் கொள்கையை திரு.ஷு ஒருமுறை ஏற்றுக்கொள்ள மறுத்து விட்டார். அத்துடன் கட்சியின் உயர்மட்ட அதிகாரிக்கு அக்கொள்கை சார்ந்த தனது கருத்துக்களை எழுதிவிட்டார். கட்சிச் சாசனங்களின்படி அவருக்கு அவ்வாறு எழுதுவதற்கு உரிமை இருந்தது. 'நெடும் பயணத்தை' வழி நடத்திய முதிர்ந்த அதிகாரியாக ஷு சிறப்புச் சலுகை கொண்ட பதவியில் இருந்தார். எனவே அவர்மீது சுமத்தப்பட்ட குற்றச்சாட்டை திறந்த மனதுடன் எதிர்கொள்ள முன் வந்தார். டிங் தம்பதியினர் அதைப் பயன்படுத்திக் கொண்டு அவர் கட்சிக் கொள்கைகளுக்கு முரண்பட்டவர் என்ற குற்றச்சாட்டைச் சுமத்தினர்.

இந்த இரண்டு குற்றச்சாட்டுகளையும் சேர்த்து அவர்மீது சுமத்தி, அவரைக் கட்சியைவிட்டு விலக்கி வீட்டிற்கு அனுப்ப டிங் தம்பதியினர் தீர்மானித்தனர். இந்தக் குற்றச்சாட்டுகளை திரு.ஷு கடுமையாக மறுத்தார். முதல் குற்றச்சாட்டு முற்றிலும் உண்மைக்கு புறம்பானது என்று ஷு மறுத்தார். 'அந்தப் பெண் மீது அதுபோன்ற எத்தனிப்பு எதுவும் என்னால் நடைபெற வில்லை; அரசு சார்ந்த வேலைகளை மட்டுமே அவளிடம் பணித்துள்ளேன்' என்று கூறினார். இரண்டாவது குற்றச்சாட்டைப் பொறுத்தவரை தான் எந்தத் தவறும் செய்யவில்லை என்றும், கட்சிக் கொள்கைகளை எதிர்க்கும் எண்ணம் தனக்கு எப்போதும் இருந்ததில்லை என்றும் விளக்கினார். அம்மண்டலத்தை நிர்வகித்து வந்த கட்சிக்குழு நான்கு நபர்களைக் கொண்டிருந்த ஒரு குழு. திரு.ஷு, டிங், முதன்மைச் செயலாளர், மற்றும் அப்பா ஆகியோர்தான் அந்தக் குழு. இப்பொழுது திரு.ஷுவை மற்ற மூன்று நபர்கள் தீர்ப்பிட வேண்டும். அவர்மீது சுமத்தப்பட்ட குற்றச்சாட்டுகளை அப்பா மறுத்தார். ஷு குற்றமற்றவர் என்று அப்பா நன்றாக உணர்ந்தார்.

இவ்வழக்கு வாக்கெடுப்புக்கு விடப்பட்டது. அப்பாவின் வாக்கு தோல்வியடைந்தது. எனவே திரு. ஷுவுக்கு பதவி பறிக்கப்பட்டது. கட்சியின் முதன்மை செயலாளர், திரு. டிங்கை ஆதரித்தார். அவர் இந்த முடிவு எடுத்ததற்கு ஒரு காரணம், திரு. ஷு

செஞ்சேனையின் தவறான கிளையில் இருந்திருக்கிறார். 1930-களின் தொடக்கத்தில் சிச்சுவான் மாநிலத்தின் நான்காவது அணி என்று அழைக்கப்பட்ட ஒரு முன்னணியின் மூத்த அதிகாரியாக திரு. ஷு இருந்து வந்தார். இந்த நான்காவது அணி, 1935 ஆம் ஆண்டு 'நெடும் பயணம்' சென்றபோது, மாவோவால் நடத்தப்பட்ட செஞ்சேனைப் பிரிவுடன் சேர்ந்து கொண்டது. இதன் கமாண்டர் சாங்குவா-டாவோ, செம்படையின் தலைமைப் பதவிக்கு மாவோவுடன் போட்டியிட்டு தோல்வியுற்றார். பிறகு அவர் தன் துருப்புகளுடன் நெடும் பயணத்தை விட்டு வெளியேறினார். கடைசியாக பல இழப்புகளுக்கு பிறகு மீண்டும் மாவோவுடன் சேர்ந்து கொள்ளுமாறு அறிவுறுத்தப்பட்டார். ஆனால் 1938 ஆம் ஆண்டு கம்யூனிஸ்ட், யான்'ஆன்னை அடைந்தபோது இவர் கோமிங்டாங்குடன் சேர்ந்து கொண்டார். எவன் ஒருவன் நான்காம் அணியில் சேர்ந்திருந்தானோ அவன் மீளா இழுக்கைச் சுமந்து திரிந்தான். மாவோவுக்கு இழைத்த முறையற்ற செயலால் அவர்கள் சந்தேகக்கண் கொண்டு பார்க்கப்பட்டனர். சிச்சுவானிலிருந்து வந்திருந்த நான்காம் அணியைச் சார்ந்திருந்த பலருக்கு இந்த விஷயம் கலக்கமுற வைப்பதாக இருந்தது.

கம்யூனிஸ்ட் ஆட்சிக்கு வந்ததும், மேற்கண்டவாறு இழுக்குற்றவர் களாக கருதப்பட்ட பலர் ஏதாவது ஒரு புரட்சி இயக்கத்தில் சேர்ந்தனர். இவர்களுடன், அஞ்சா நெஞ்சம் படைத்த கம்யூனிஸ்ட்கள், தங்களை அர்ப்பணித்துக் கொண்ட கம்யூனிஸ்ட்கள், கற்றறிந்த அறிவு ஜீவிகளாகிய கம்யூனிஸ்ட்கள் ஆகியோர்களை மாவோ நேரிடையாக கண்காணிக்கவில்லை. முன்னால் உளவுத்துறை உறுப்பினர்கள், ஈபின் நகரில் ஒருவகை நெருக்கடிக்கு உட்பட்டதை உணர்ந்தார்கள். இதில் சேர்ந்து கொண்ட இன்னும் ஒரு சிக்கல் என்னவென்றால், அந்தப் பகுதியில் இருந்து வந்த உளவுப்படையினர், வசதிவாய்ப்பான பின்புலம் கொண்டவர்கள். கம்யூனிஸ்ட்களின் கைகளில் அவர்கள் மிகவும் கஷ்டப்பட்டார்கள். ஏனென்றால், கம்யூனிஸ்ட் படையுடன் சேர்ந்து கொண்ட வீரர்களை விட அந்தப்பகுதி உளவுப் படையினர் சிறந்த கல்வியாளர்களாக இருந்தனர். படை வீரர்கள் விவசாயப் பின்புலத்தில் இருந்து வந்தவர்கள். இவர்களில் பலர் எழுத்தறிவு இல்லாதவர்கள். எனவே உளவுப்படைப்பிரிவினர் பொறாமைக்கு உள்ளானார்கள்.

அப்பாவோ ஒரு கொரில்லாப் போராளியாக இருந்தாலும் உளவுப்படை மக்களோடு உணர்வுப்பூர்வமான ஒரு நெருக்கத்தை மேற்கொண்டிருந்தார். எக்காரணத்தைக் கொண்டும் நியாயமற்ற

முறையில் செயல்படும் எந்த அமைப்புடனும் ஒத்துப்போக அப்பா மறுத்து விட்டார். உளவுப் படைப்பிரிவு சார்ந்த முன்னாள் உறுப்பினர்களுக்காக அப்பா வெளிப்படையாகப் பேசினார். கம்யூனிஸ்ட்களை 'உளவுப் பிரிவினர்' என்றும், 'வெளிப்படைப் பிரிவினர்' என்றும் பிரித்துப் பார்ப்பது வேடிக்கையாக உள்ளது என்று அப்பா அடிக்கடி கூறுவார். ஆனால், உண்மையில் உளவுப்படை அமைப்பிலிருந்து தான் அப்பா அதிகமான நபர்களைத் தன்னோடு பணியாற்ற விரும்பித் தேர்ந்தெடுத்திருந்தார். ஏனெனில் அவர்கள் மிக சாதுரியமானவர்கள்.

திரு. ஷு போன்ற நான்காம் அணி மனிதர்களை குற்றவாளிகளாகப் பார்ப்பது ஏற்றுக்கொள்ள முடியாத ஒன்று என்று அப்பா கருதினார். அவருக்கு வழங்கப்பட்ட தீர்ப்பை மறுபரிசீலனை செய்ய வேண்டும் என்று அப்பா போராடினார். மேற்கொண்டு சிக்கல்களில் மாட்டிக் கொள்ளாமலிருக்க திரு. ஷு முதலில் ஈபின் நகரை விட்டு வெளியேற வேண்டும் என்று அப்பா அவருக்கு அறிவுரை கூறினார். அப்படியே, எங்கள் குடும்பத்தாரோடு கடைசி உணவை அருந்தி கை கழுவி விட்டு உடனடியாக அங்கிருந்து ஷு வெளியேறினார். சிச்சுவான் மாநிலத் தலைநகரான செங்குடு என்னும் இடத்திற்கு மாறுதல் வாங்கிக் கொண்டு சென்றார். அங்கு, மாநில வனத்துறையில் ஒரு எழுத்தர் பதவி கொடுக்கப்பட்டது. அங்கிருந்தபடி 'பீக்கிங் மத்தியக் குழு'வுக்கு மேல் முறையீட்டுக் கடிதம் ஒன்றை அனுப்பி வைத்தார். அந்தக் கடிதத்தில் அப்பாவின் பரிந்துரை பற்றியும், தன்னைப் பற்றிய விபரங்களை அப்பாவிடம் கேட்டுத் தெரிந்து கொள்ளுமாறும் குறிப்பிட்டிருந்தார். அப்பாவும் அவரது மேல்முறையீட்டுக் கடிதத்திற்கு பரிந்துரை செய்து எழுதியிருந்தார். சிறிது நாட்கள் கழித்து 'கட்சிக் கொள்கையை எதிர்த்த' குற்றத்திலிருந்து விடுவிக்கப்பட்டார். ஆனால் அந்த பாலியல் பலாத்கார வழக்கு நிலுவையில் இருந்தது. புகார் அளித்த முன்னாள் ஆசைநாயகியான அந்தப் பெண், தன்னுடைய புகார் மனுவை விலக்கிக்கொள்ள முடியாது என்று மறுத்து விட்டாள். ஆனால் அவள் இப்போது அளித்த வாக்குமூலம் நம்ப முடியாததாகவும், முன்னுக்குப் பின் முரணாகவும் இருந்ததால், அதை நன்கு புரிந்து கொண்ட நடுவர் மன்றம், அவ்வழக்கு ஜோடிக்கப்பட்ட வழக்கு என்று தீர்ப்பளித்தது. பீக்கிங் வனத்துறை அமைச்சரகத்தில் ஓர் உயர் பதவி அவருக்கு அளிக்கப்பட்டது. ஆனால் பழைய நிலைமைக்கு அவரால் வர முடியவில்லை.

டிங் தம்பதியினர் பழைய விஷயங்கள் முடிவுக்கு வந்து விடாமல் பார்த்துக் கொள்வதில் கவனமாக இருப்பார்கள் என்பதால், தனது

 'ஒருவன் ஆட்சி அதிகாரத்திற்கு வருகின்றபோது, அவன் வீட்டு கோழி, குஞ்சுகளும் சொர்க்கத்தை அனுபவிக்கும்!'

கருத்தை அம்மாவைப் புரிந்து கொள்ள வைப்பதில் வெற்றி பெற அப்பா போராடிக் கொண்டிருந்தார். அப்பா இன்னும் பல நிகழ்ச்சிகளை அம்மாவுக்கு உதாரணங்களாகச் சொல்லி, உடனடியாக அந்த இடத்தைவிட்டுப் புறுப்பட வேண்டிய அவசியத்தையே அம்மாவுக்கு வலியுறுத்தினார். அடுத்த நாளே அப்பா பயணத்தைத் தொடங்கி விட்டார். செங்குடுவுக்கு, வடக்கு நோக்கி ஒரு நாள் பயணம். நேரிடையாக அப்பா, அந்த மாநில ஆளுநரைப் போய் சந்தித்தார். அவர் அப்பாவுக்கு நன்கு பழக்கமான மனிதர். தனது சொந்த ஊரில் பணியாற்றுவது கடினமாக உள்ளது என்றும், உறவினர்களுக்கு சலுகை காட்ட வேண்டும் என்ற கோரிக்கை எழுந்து கொண்டே இருக்கிறது என்றும், அதனால் தன்னை வேறு எங்காவது மாற்றிவிட வேண்டும் என்றும் கோரிக்கை வைத்தார். டிங் தம்பதியினரின் சாகசச் செயல்களை முறியடிக்க போதுமான ஆதாரங்கள் இல்லாமையால், மாறுதலுக்கான உண்மைக் காரணங்களை மறைத்து விட்டு தன் சொந்தக் காரணங்களைக் காட்டினார்.

மாவோவின் மனைவியான ஜியாங் குயிங் கட்சியில் சேர்ந்து கொள்வதற்காக கொடுக்கப்பட்ட விண்ணப்பத்தை, ஆளுநராக இருந்த லீடா-சாங் தான் முறையாகப் பரிந்துரை செய்தவர். அப்பாவின் நிலைகண்டு ஆளுநர் இரக்கப்பட்டார். ஆனால், உடனடியாக மாறுதல் தர இயலாது என்று கூறினார். செங்குடு நகரில் அப்பாவின் தகுதிக்கேற்ற பணியிடங்கள் எல்லாம் நிரப்பப்பட்டு விட்டன. ஆனால், அதற்குமேல் காத்திருக்க முடியாது என்றும், எந்தப் பணியாக இருந்தாலும் ஏற்றுக் கொள்வதாகவும் அப்பா கூறிவிட்டார். ஆளுநர் எவ்வளவோ பேசிப் பார்த்தும் அப்பா இணங்காததால், ஆளுநர் அம்முயற்சியைக் கைவிட்டுவிட்டு, ‘கலைகள் மற்றும் கல்வி அலுவலகத்தின்’ தலைமைப் பணியிடத்தை எடுத்துக் கொள்ளுமாறு கூறினார். ‘ஆனால், உங்கள் திறமைக்கு தகுந்த பதவி இல்லை’ என்றும் கூறினார். அது பற்றிக் கவலைப்படவில்லை; அந்தப் பதவி போதும் என்று அப்பா கூறி விட்டார்.

அங்கிருந்து ஈபின் நகருக்கு திரும்ப முடியாமல் போனதில் அப்பாவுக்கு மிகுந்த வருத்தம். உடனடியாக வந்துவிடுமாறு அம்மாவுக்கு அப்பா ஒரு செய்தி அனுப்பினார். அம்மா குழந்தை பெற்ற உடனேயே அப்பா இருக்குமிடத்திற்கு பயணம் மேற்கொள்வது இயலாத காரியம் என்று அப்பாவின் குடும்பத்தினா கூறி விட்டனர். ஆனால் திருமதி டிங் எதுவும் செய்து விடுவாளோ என்று அப்பா கலக்கமடைந்தார். ‘குழந்தை பெற்றபின் உடல் நலம்

பெறும் காலம்' என்ற காலம் எவ்வளவு சீக்கிரம் முடியுமோ அதை அவ்வளவு சீக்கிரமாக முடித்து விட்டு வருமாறு சொல்லி, எங்களை கொண்டுவந்து சேர்க்குமாறு ஈபினுக்கு தன் மெய்க்காப்பாளர் ஒருவரை அப்பா அனுப்பி வைத்தார்.

என் தம்பி ஜின்-மிங் பயணம் செய்ய இயலாத கைக்குழந்தை என்பதால், அவன் அங்கேயே இருக்கட்டும் என்று தீர்மானம் செய்யப்பட்டது. தம்பியின் செவிலித்தாயும், அக்காவின் செவிலித்தாயும் உறவினர்களுடன் ஊரிலே இருக்க விரும்பினார்கள். என் தம்பியின் செவிலித்தாய்க்கு அவன் என்றால் உயிர். எனவே அவனை அவளோடு வைத்துக் கொள்ள விரும்புவதாக அம்மாவிடம் கேட்டுக் கொண்டாள். அம்மாவும் ஒத்துக் கொண்டாள். அம்மாவுக்கு அவள் மீது அவ்வளவு நம்பிக்கை.

ஜுன் மாத இறுதியில் ஒரு விடியற்காலையில் அம்மா, பாட்டி, அக்கா, நான் மற்றும் என் செவிலித்தாய் உட்பட அனைவரும் அப்பாவின் மெய்க்காப்பாளர் உதவியுடன் ஈபின் நகரை விட்டு புறப்பட்டோம். இரண்டே இரண்டு கைப்பெட்டிகளில் மட்டும் தேவையான துணிமணிகளை எடுத்து திணித்துக் கொண்டு ஒரு ஜீப்பில் ஏற்றி அடைக்கப்பட்டோம். அன்றைய கால கட்டத்தில் என் பெற்றோர்களைப் போன்ற அதிகாரிகளுக்கு அடிப்படைத் தேவையான ஆடை போன்றவைகளைத் தவிர வேறு சொந்தமாக எந்த உடைமைகளும் கிடையாது. காலையில் நைஜியாங் நகரை அடையும்வரை, குண்டும் குழியுமான சாலை வழியாகப் பயணித்தோம். அன்றையதினம் மிகுந்த வெப்பமான நாள். இரயிலுக்காக மணிக்கணக்காகக் காத்திருந்தோம்.

ஒரு வழியாக இரயில் வந்தது. திடீரென்று எனக்கு இயற்கை உபாதையிலிருந்து விடுபட வேண்டிய உந்துதல் ஏற்பட்டது. என் செவிலித்தாய் என்னைப் பிடித்து நிறுத்தி, என்னைத் தூக்கி அவள் தோள் மீது வைத்துக் கொண்டு, நடைபாதையின் கடைசி வரை சென்றாள். இரயில் உடனே புறப்பட்டு விடுமோ என்று பயந்து, அம்மா அவளைக் கூப்பிட்டாள். இதற்கு முன் இரயிலையே பார்த்திராதவள் என் செவிலித்தாய்; இரயில் புறப்படும் நேரம் எதுவும் தெரியாதவள்; என்னைத் தூக்கிக்கொண்டு சுற்றி வந்தவள்; 'இரயில் ஓட்டுநரைக் கொஞ்சம் பொறுத்துக் கொள்ளச் சொல்லுங்கள். எர்-ஹாங் சிறுநீர் கழிக்க இறங்க வேண்டும்' என்றாள். அவளைப்போல, எல்லாருமே என் தேவைகள்தாம் முக்கியம் என்று கருதுவார்கள் என்று அவள் நினைத்தாள்.

340

நாங்கள் இரயிலில் ஏறியவுடன், எங்களின் தகுதிகளுக்கேற்ப பிரிந்து பிரிந்து செல்ல வேண்டியதாகி விட்டது. அம்மா, அக்காவைத் தூக்கிக் கொண்டு இரண்டாம் வகுப்பு படுக்கை வசதி கொண்ட கம்பார்ட்மெண்ட்டுக்குச் சென்று விட்டாள். இன்னொரு இடத்தில் பாட்டிக்கு மிருதுவான இடம் ஒதுக்கப்பட்டிருந்தது. ‘தாய், சேய்களுக்கான பிரிவு’ என்ற கம்பார்ட்மெண்ட்க்கு செவிலித்தாய் என்னை அழைத்துக் கொண்டு சென்று விட்டாள். அங்கு அவளுக்கு ஓர் இரும்பு இருக்கையும், எனக்கு ஒரு கட்டிலும் கிடைத்தன. மெய்க்காப்பாளருக்கு நான்காம் வகுப்பு கிடைத்தது.

ரயில் மெல்ல மெல்ல நகரத் தொடங்கியது. அம்மா நெற்பயிர்களையும் கரும்புத் தோட்டங்களையும் கண்டு களித்துக்கொண்டே வந்தாள். மேற்சட்டையின்றி, வரப்புகள் மீது நடந்து கொண்டிருந்த விவசாயக் கூலிகளை வைக்கோல் கொண்டு பின்னப்பட்ட தொப்பியுடன் பார்த்தபோது, தூக்கக் கலக்கத்தில் எழுந்து வந்தவர்கள் போல் தெரிந்தது. அங்கிருந்த சின்னச் சின்ன வயல்களில் ஒவ்வொன்றாக நீர் பாய்ச்சிக் கொண்டிருந்தார்கள்.

அம்மா ஆழந்த சிந்தனையில் இருந்தாள். நான்கு ஆண்டு காலத்தில் இரண்டாவது முறையாக அம்மா, அப்பா, அப்பாவின் குடும்பம் ஓரிடத்திலிருந்து தங்களுக்கு மிகவும் பிடித்திருந்த இன்னொரு இடத்திற்கு நகர வேண்டியதாகி விட்டது. முதலில் அம்மாவின் சொந்த ஊரான ஜிங்குவிலிருந்து - இப்போது அப்பாவின் சொந்த ஊரான ஈபினிலிருந்து. அவர்கள் பிரச்சினைகளுக்கு புரட்சி இயக்கம் ஒரு தீர்வு தந்தது போல் தெரியவில்லை. பார்க்கப் போனால், புது புதுப் பிரச்சினைகள் உருவாகி வருகின்றன. புரட்சி இயக்கம் என்பது மனிதர்களால் ஏற்படுத்தப்பட்டது. அதில் அவர்கள் கண்ட தோல்விகள் அவர்கள் மீது சுமத்தப்பட்டன என்ற உண்மையை முதல்முறையாக அம்மா குழப்பத்துடன் சிந்தித்துப் பார்த்தாள். ஆனால் இந்தத் தோல்விகளுக்கு புரட்சி இயக்கம் முக்கியமான காரணம் அல்ல. இயக்கத்தில் உள்ள ஒரு சில தீய எண்ணம் கொண்டவர்களாலேயே இந்தத் தோல்விகள் உண்டாக்கப்பட்டன.

முற்பகல் நேரத்தில் அந்த இரயில் செங்குடு நகரில் நுழைந்தபோது, அந்நகரின் புதிய வாழ்க்கையை எதிர்கொள்ள அம்மா தன்னைப் புத்தாக்கப் படுத்திக் கொண்டாள். அந்நகரைப் பற்றி அம்மா நிறையக் கேள்விப்பட்டிருக்கிறாள். செங்குடு ஒரு பழைய சாம்ராஜ்யத்தின் தலைநகராக இருந்திருக்கிறது. அந்நகரின் தலைசிறந்த உற்பத்தியின் காரணமாக ‘பட்டு நகரம்’ என்ற சிறப்புப் பெயர் பெற்றிருந்தது. ‘செம்பருத்தி நகரம்’ என்ற இன்னொரு சிறப்பு பெயரும் இதற்கு உண்டு. கோடையில்

ஒருமுறை வீசிய பலத்த காற்றில் செம்பருத்தி இதழ்களால் இந்நகரமே மூடப்பட்டுவிட்டதால், இந்நகருக்கு இப்பெயர் வந்தது. அம்மாவுக்கு இப்போது வயது இருபத்து இரண்டு. இருபது ஆண்டுகளுக்கு முன்னால் அம்மாவின் தாயான என் பாட்டி, படைத்தலைவன் என்ற பதவி கொண்ட கணவனுக்கு சொந்தமான ஒரு வீட்டில், அவளுடைய வேலையாட்களின் கண்கொத்திப் பாம்புக் கண்களின் கண்காணிப்பில், கிட்டத்தட்ட ஓர் அடிமையாக, மஞ்சூரியாவில் ஒரு வாழ்க்கையை வாழ்ந்து வந்தாள். அவள் கணவனுக்கு அவள் ஒரு விளையாட்டுப் பொருள்; ஆண்களின் உடைமை. அம்மாவாவது குறைந்தபட்சம், ஒரு சுதந்திரப் பிறவி. அம்மா என்னதான் சோகச் சூழலில் இருந்தால்கூட அந்தக் கால சீனப் பெண்ணான பாட்டியின் சோகச் சூழல் அம்மாவோடு ஒப்பிட முடியாத ஒன்று என்று அம்மாவுக்கு நிச்சயமாகத் தெரிந்திருந்தது. கம்யூனிஸ்ட் புரட்சிக்கு மிகுந்த நன்றிக்கடன் பட்டிருப்பதாக அம்மா அடிக்கடி சொல்லிக் கொண்டாள். இரயில் செங்குடுவை அடைந்தபோது 'புரட்சி இயக்கம்' என்ற மாபெரும் காரணத்திற்கு உழைப்பதற்காக அம்மா தன்னை முழுமையாகத் தயார்படுத்திக் கொண்டாள்.

'ஒருவன் ஆட்சி அதிகாரத்திற்கு வருகின்றபோது, அவன் வீட்டு கோழி, குஞ்சுகளும் சொர்க்கத்தை அனுபவிக்கும்!'

10

‘இடையூறுகள் உன்னை சிறந்த கம்யூனிஸ்ட் ஆக மாற்றும்’

அம்மா சந்தேகத்திற்கு ஆளாகிறாள்!

1953–1956

இரயில் நிலையத்திற்கு அப்பா வந்து எங்களைச் சந்தித்தார். காற்று அசையவில்லை. முந்தைய இரவு மேற்கொண்ட கார் பயணமும், அனல் காற்று வீசிய இரயில் பயணமும் அம்மாவையும் பாட்டியையும் அடித்துப் போட்டு விட்டன. சிச்சுவான் மாநில அரசாங்க விருந்தினர் இல்லம் ஒன்றிற்கு எங்களை அழைத்துச் சென்றார். அதுதான் எங்களுக்கான தற்காலிகத் தங்குமிடமாக இருந்தது. அம்மாவிற்கான மாறுதல் மிகத் துரிதமாக ஏற்பாடு செய்யப்பட்டது. அதனால் எந்தப் பணியிடம் என்று நிச்சயிக்கப்பட முடியவில்லை. நாங்கள் தங்குவதற்கு தகுந்த இடத்தை ஏற்பாடு செய்ய கால அவகாசமும் இல்லை.

செங்குடு நகர் சிச்சுவான் மாநிலத்தின் தலைநகரம். அப்போதைக்கு சுமார் 65 மில்லியன் மக்கள் தொகையைக் கொண்ட சீனாவின் மிகப் பெரிய மாநிலம் அதுதான். அரை மில்லியன் மக்கள் தொகையைக் கொண்ட மாபெரும் நகர்தான் செங்குடு. கிறிஸ்த்து பிறப்புக்கு ஐந்து நூற்றாண்டுகளுக்கு முன்பு உருவாக்கப்பட்ட நகர் இது. பதிமூன்றாம் நூற்றாண்டில் மார்கோ போலோ இங்கு வருகை புரிந்தார். இந்நகரின் செழிப்பு அவரை மிகவும் கவர்ந்தது. பீக்கிங் நகரைப் போலவே இந்நகரமும் வடிவமைத்து உருவாக்கப்பட்டிருந்தது. தெற்கு வடக்கு

அச்சில் அமைக்கப்பட்ட பிரதான கோட்டைக் கதவுகள், இந்நகரை கிழக்கு மேற்கு என்ற இரு பகுதிகளாகப் பிரித்துக் காட்டியது. இதற்கென வகுக்கப்பட்ட வளர்ச்சித் திட்டத்தை விட 1953 ஆம் ஆண்டிற்குள் ஏற்பட்ட அசுர வளர்ச்சி; கிழக்கு, மேற்கு, புறநகர் என மூன்று நிர்வாக மாவட்டங்கள் என பிரிக்கப்பட்டது.

அங்கு குடியேறிய ஒரு சில வாரங்களில் அம்மாவுக்கு மீண்டும் அரசு வேலை வழங்கப்பட்டது. அப்பாவைக் கலந்தாலோசனை பண்ணித்தான் அம்மாவுக்கு வேலை கொடுக்கப்பட்டது. ஆனால், சீனாவின் பண்டைய பழக்க வழக்கத்தின்படி அம்மாவை இது தொடர்பாக கலந்தாலோசிக்கவில்லை. அப்பாவின் நேரடிக் கட்டுப்பாட்டின் கீழ் வராதவரை, எந்த வேலையானாலும் அம்மாவுக்கு கொடுக்கலாம் என்று அப்பா கூறினார். நகரின் கிழக்கு மாவட்ட பொது விவகாரத் துறையின் தலைமைப் பணியிடத்தில் அம்மா நியமிக்கப்பட்டாள். ஒருவர் தங்கும் இடத்திற்கு அவர் பணிபுரியும் இலாக்காவே பொறுப்பு எடுத்துக் கொள்ள வேண்டும். எனவே அந்த இலாக்காவுக்கு சொந்தமான அறைகளே அம்மாவுக்கு தங்குமிடமாக ஒதுக்கப்பட்டன. எனவே நாங்களும் அந்த அறைகளில் சென்று குடியேறினோம். அப்பா தனது அலுவலகத்திலேயே தங்கிக் கொண்டார்.

கிழக்கு மாவட்ட நிர்வாக அலுவலகங்கள் இருந்த அதே வளாகத்தில்தான் எங்கள் குடியிருப்புகளும் இருந்தன. அரசு அலுவலகங்கள் எல்லாம் பெரிய பெரிய மாளிகைகளில் அமைக்கப் பெற்றிருந்தன. இந்த மாளிகைகள் எல்லாம் கோமிங்டாங் அதிகாரிகளிடமிருந்தும் நிலப்பிரபுக் களிடமிருந்தும் பிடுங்கப்பட்டவை. அனைத்து அரசு அலுவலர்களும், உயர் அதிகாரிகளும்கூட, அவரவர் அலுவலகங்களிலேயே தங்கிக் கொண்டனர். அரசு அலுவலர்களுக்கு தங்கள் குடியிருப்புகளில் சமைக்க அனுமதியில்லை. அவர்கள் அரசாங்க உணவு விடுதிகளிலேயே உணவு அருந்தி கொள்ள வேண்டும். எல்லாரும் தாங்கள் கொண்டு வந்திருந்த குடுவைகளில் இங்கிருந்துதான் வெந்நீர் பெற்றுச் சென்றனர்.

சனிக்கிழமை மட்டும்தான் திருமணம் ஆன தம்பதிகள் சேர்ந்து கொள்ளலாம். அரசு அலுவலக தம்பதியினர் மகிழ்ச்சியாக இருக்கும் சூழலை 'சனி விடுமுறை' என்று மறைமுகமாகச் சொல்லிக் கொண்டனர். மிகுந்த கட்டுப்பாடுகளுக்கு உட்பட்டிருந்த வாழ்க்கைமுறை இந்தச் சந்தர்ப்பத்தில் கொஞ்சம் கொஞ்சமாகத் தளர்த்தப்பட்டது. திருமணம் ஆன இளம் தம்பதியினர் கொஞ்சம் கூடுதலான நேரம் எடுத்து மகிழ்ந்து குலாவி இருந்தனர். ஆனால்,

அவர்கள் மகிழ்ச்சியாக இருந்ததென்னவோ அவர்களின் அலுவலக வளாகத்திற்கு உள்ளேதான்.

தொடக்கக்கல்வி, நலவாழ்வு, பொழுதுபோக்கு போன்ற பல பிரிவுகள் சார்ந்த பணிகள் அம்மாவின் இலாக்காவில் உள்ளடங்கி இருந்தன. பொது மக்களின் அபிப்ராயங்களைக் கேட்டறிந்து கொண்டு செயல்படுவதும் அம்மாவின் பணியாக இருந்தது. ¼ மில்லியன் மக்களின் தேவைகளைப் பூர்த்தி செய்யும் பொறுப்பை அம்மா தன் இருபத்தி இரண்டாவது வயதில் எடுத்துக் கொள்ள வேண்டியிருந்தது. அம்மாவை நாங்கள் அபூர்வமாகத்தான் பார்த்துக் கொள்ள முடிந்தது. அம்மா அந்த அளவு வேலையில் மும்முரமாக இருந்தாள். உணவு தானியங்கள், பருத்தி, சமையல் எண்ணெய், இறைச்சி ஆகிய அடிப்படைப் பொருட்கள் மீது அரசாங்கம் ஒரு ஏகபோக உரிமையைக் கொண்டுவர விரும்பியது (ஒருங்கிணைந்த வாங்கலும் விற்றலும்) இதனால், விவசாயிகளின் விளைபொருட்களை அரசாங்கத்திடம் விற்கச் செய்ய வேண்டியதுதான் இதன் நோக்கம். அரசாங்கம் அப்பொருட்களை வாங்கி, அதைப் பங்கீடு செய்து, கிராம மக்களுக்கும், பற்றாக்குறை ஏற்பட்டுள்ள நகரியங்களுக்கும் விநியோகம் செய்யும்.

சீனக் கம்யூனிஸ்ட் கட்சி ஒரு புதிய கொள்கையை அறிமுகப் படுத்தியது. அத்துடன் அக்கொள்கையைப் பரப்புரை செய்து அதை மக்களிடம் கொண்டு சேர்க்கும் பணியையும் மேற்கொண்டது. மாற்றம் என்று ஒன்று வந்தால், அது மக்களின் நலன் கருதியே என்பதை மக்களை ஏற்றுக் கொள்ள வைப்பது அம்மாவுடைய பணியின் ஒரு பகுதி. இம்முறை இக்கொள்கையின் *சாரம் என்னவென்றால்*, சீனாவின் மக்கள்தொகை கட்டுக்கடங்காமல் பெருகிவிட்டது. மக்களுக்கு தேவையான உணவும் உடையும் அளிக்கும் பிரச்சினைக்கு முடிவே இல்லை. அடிப்படைத் தேவையான உடையையும் உணவையும் வழங்கவேண்டும் என்று அரசாங்கம் முடிவு செய்து கொண்டது. ஒரு சிலர் உணவு தானியங்களைத் தேவைக்கு அதிகமாகப் பதுக்கி வைத்திருந்த போதும் அத்தியாவசியப் பொருட்களை முடக்கி வைத்திருந்த போதும் யாரும் பட்டினி கிடக்கக் கூடாது என்று அரசாங்கம் தீர்மானித்தது. இந்தப் பணியை அம்மா மிகுந்த உற்சாகத்தோடும், அர்ப்பணிப்போடும் எடுத்துக் கொண்டாள். ஒவ்வொரு நாளும், ஒவ்வொரு இடங்களிலும் இந்த விஷயத்தை எடுத்துக்கொண்டு மேடைகளில் முழங்கினாள். நான்காவது சிசு அம்மாவின் வயிற்றில் இருந்த கடைசி மாதத்தில் கூட, இரு சக்கர வாகனத்தில் சுற்றித்

அம்மா சந்தேகத்திற்கு ஆளாகிறாள்!

திரிந்து பணியாற்றினாள். அந்தப் பணியை அம்மா உள்ளன்போடு செய்தாள். அதில் ஆழ்ந்த நம்பிக்கை வைத்து செய்தாள்.

அந்தக் கடைசி நிமிடத்தில்தான் அம்மா மருத்துவமனை சென்று அடுத்த குழந்தையைப் பெற்றுக் கொண்டாள். 1954 ஆம் ஆண்டு செப்டம்பர் மாதம் 15ஆம் நாள் அம்மாவுக்கு நான்காவதாக ஓர் ஆண் குழந்தை பிறந்தது. இந்தப் பிரசவமும் ஆபத்திலிருந்துதான் மீண்டது. டாக்டர் எழுந்து வீட்டிற்குப் போக முடிவெடுத்து தயாராகி விட்டார். அப்போது அம்மா அவரைத் தடுத்து நிறுத்தினாள். அம்மாவுக்கு ஏற்பட்டிருந்த உதிரப்போக்கு முடிவுக்கு வருவது போல் தெரியவில்லை. எங்கோ ஏதோ தவறு நடந்து விட்டது என்று அம்மா புரிந்து கொண்டாள். எனவே அம்மா டாக்டரிடம், தொடர்ந்து தங்கியிருந்து தன்னைப் பரிசோதனை செய்து சிகிச்சை அளிக்குமாறு வலியுறுத்தி வேண்டிக் கொண்டாள். அம்மாவின் அறுந்து போன தொப்புள் கொடியின் துணுக்கு கண்டுபிடிக்கப்பட முடியவில்லை. அதைக் கண்டறிய ஆபத்தான அறுவைச் சிகிச்சை ஒன்றை மேற்கொள்ள வேண்டியிருந்தது. ஆகவே டாக்டர் அம்மாவை மயக்கமடைந்த நிலையிலேயே வைத்திருந்து மீண்டும் தொப்புள்கொடி துணுக்கை கருப்பையில் தேடத் தொடங்கினார். ஒரு வழியாகக் கண்டுபிடிக்கப்பட்ட அந்தத் தொப்புள்கொடி துணுக்குத்தான் அம்மாவின் உயிரை அன்று காப்பாற்றியது.

அரசாங்கத்தின் ஏகபோக உரிமைக் கொள்கைக்கு ஆதரவு திரட்டும் பணியில் அப்பா கிராமங்களைச் சுற்றி அலைந்து கொண்டிருந்தார். இப்போது அப்பா 10-ஆவது தரப் பிரிவுக்கு உயர்த்தப்பட்டு, சிச்சுவான் மாநில முழுமைக்குமான பொது விவகாரத் துறையின் துணை இயக்குநராக பதவி உயர்வு அளிக்கப்பட்டார். பொது மக்களிடையே சென்று, இதுபற்றிய அவர்களின் அபிப்ராயங்களைக் கேட்டறிவதுதான் அப்பாவின் பணிகளில் மிக முக்கியமான பணி. குறிப்பிட்ட இக்கொள்கையை அவர்கள் எப்படி உணர்கிறார்கள்? என்னென்ன குறைபாடுகள் இக்கொள்கையில் அவர்கள் கண்டிருக்கிறார்கள்? சீன நாட்டு ஜனத்தொகையின் பெரும் பகுதி விவசாயிகளாக இருப்பதால், அவர்களை நாடி பிடித்துப் பார்ப்பதற்காகவே அப்பா நாட்டுப்புறங்களில் சுற்றித் திரிந்தார். அம்மாவைப் போலவே, அப்பாவும் அவர் பணியில் ஐக்கியமாகிக் கொண்டார். இந்த பணிதான் அரசாங்கத்தையும் கட்சியையும், மக்களோடு தொடர்பு ஏற்படுத்திக் கொள்ள வழி வகுத்தது.

அம்மா பிரசவித்த ஏழாம் நாள் அன்று, அப்பாவின் சக பணியாளர் ஒருவர், அம்மாவை வீட்டுக்கு கொண்டு வரும் பொருட்டு, வாகனம் ஒன்றை மருத்துவமனைக்கு அனுப்பி வைத்தார். கணவன் ஒருவன்

பணி நிமித்தமாக வெளியில் இருக்கும்போது, கட்சி நிர்வாகம் அவனது மனைவியின் நலனில் அக்கறை எடுத்துக் கொள்ள வேண்டும் என்பது கட்சியில் ஏற்றுக் கொள்ளப்பட்டிருந்தது. 'வீடு' அரை மணி நேர நடை பயணத் தூரத்தில் இருந்ததால், அந்தச் சலுகையை அம்மா ஏற்றுக் கொண்டாள். சிறிது நாட்கள் கழித்து அப்பா திரும்பி வந்ததும், அந்தச் சக பணியாளரைக் கடுமையாகக் கடிந்து கொண்டார். அப்பா ஒரு அலுவலக வாகனத்தில் பயணம் செய்யும் போது மட்டும்தான் அம்மா அந்த வாகனத்தில் செல்லலாம் என்று விதி அறுதியிட்டுக் கூறுகிறது. அப்பா அங்கு இல்லாதபோது, அம்மா ஓர் அரசு வாகனத்தைப் பயன்படுத்துவது உறவினர்களுக்கு காட்டும் சலுகை என்ற குற்றம் என்று அப்பா கடிந்து கொண்டார். அம்மாவுக்கு ஓர் ஆபத்தான அறுவைச் சிகிச்சை செய்யப்பட்டு உடல் நலம் மிகவும் மோசமடைந்திருந்த காரணத்தால்தான் ஒரு வாகன ஏற்பாட்டிற்கு உத்தரவு அளித்ததாக அந்தப் பணியாளர் கூறினார். 'விதி என்றால் விதி தான்' என்று அப்பா அவரை மறுத்துப் பேசினார். அப்பாவின் இந்தத் தீவிரத் துறவுக் கடினத்தன்மையை மீண்டும் எதிர் கொள்வதை அம்மா கசப்பாக உணர்ந்தாள். குழந்தை பிறந்து உடல்நலம் பாதிக்கப்பட்டிருந்தபோது அப்பா, அம்மாவின் மீது தொடுத்த இரண்டாவது தாக்குதல் இது. அம்மாவை வீட்டிற்கு அழைத்துச் செல்லாமல் அப்பா எங்கே போனார்? அவர் இங்கு இருந்திருந்தால் சட்டத்தை மீறும் சந்தர்ப்பம் ஏற்பட்டிருக்காதே என்று அம்மா கூறினாள். அவசரப் பணியில் அகப்பட்டுக் கொண்டதாக அப்பா கூறினார். அவருக்கு அதுதான் முக்கியம். அப்பாவுக்கு பணியில் இருந்த ஈடுபாட்டை அம்மா புரிந்து கொண்டாள். அம்மாவும் அப்படித்தானே இருந்தாள். இருந்தாலும் அம்மா, அப்பாவிடம் எதிர்பார்த்து ஏமாந்து போனாள்.

என் தம்பி ஸியாவோ-ஹெய் பிறந்த இரண்டாம் நாளில் எக்ஸிமா என்னும் தோல் நோய் அவனைத் தொற்றிக் கொண்டது. அதிகமான வேலைப் பலுவால், கோடைகாலத்தில் பச்சை நிற ஆலிவ் பழங்களை வேக வைத்து சாப்பிட முடியாமல் போனதால்தான் தம்பிக்கு இந்நோய் வந்ததாக அம்மா கருதினாள். உடல் சூட்டை ஆலிவ் பழங்கள் தணிப்பதாகவும், இல்லாவிடில் உடலில் வேனற் கட்டிகள் தோன்றும் என்றும் சீனாவில் ஒரு நம்பிக்கை இருந்தது. பல மாதங்களாக என் தம்பி ஸியாவோ-ஹெய்யின் கைகள் கட்டிலோடு சேர்த்து கட்டி விடப்பட்டன. இப்படிச் செய்ததால், அவனே தன் உடம்பைச் சொரிந்து கொள்வதிலிருந்து தவிர்க்கப்பட்டது. அவனுக்கு ஆறு மாதங்கள் முடிந்தபோது அவனை ஒரு தோல் நோய் மருத்துவமனைக்கு கொண்டு சென்றார்கள். இந்த நேரத்தில்

அம்மா சந்தேகத்திற்கு ஆளாகிறாள்!

முப்பாட்டியாருக்கு உடல்நலம் பாதிக்கப்பட்டிருந்ததாகத் தகவல் வந்ததும், பாட்டி ஜிங்குவுக்கு விரைந்து சென்றாள்.

ஸியாவே-ஹெய்யின் செவிலித்தாய் ஒரு கிராமத்துப் பெண். அவளுக்கு கருநாகம் போன்ற கருங்கூந்தல், ஆளை மயக்கும் அழகான கண்கள். எதிர்பாரதவிதமாக அவளின் குழந்தையையே அவள் கொன்று விட்டாள். படுத்துக்கொண்டே குழந்தைக்கு தாய்பால் ஊட்டிக் கொண்டிருந்தவள் அப்படியே அயர்ந்து தூங்கி விட்டாள். குழந்தை மீது புரண்டு படுத்து தூங்கி விட்டதால் குழந்தை மூச்சுத் திணறி இறந்து விட்டது. தனக்கு தெரிந்த நபர்கள் மூலமாக அத்தை ஜன்-யிங்கைச் சென்று பார்த்து, எங்கள் குடும்பத்திற்கு வேலைக்கு வர வேண்டுமென்று அத்தையை சிபாரிசு செய்யச் சொல்லி அந்தச் செவிலி கேட்டிருக்கிறாள். ஒரு பெரிய நகரத்திற்கு சென்று அங்கு சந்தோஷமாக இருக்க வேண்டுமென்பது அவளது ஆவல். அவள் கணவனைத் தவிர்த்து நகரத்திற்கு சென்று சந்தோஷமாக அனுபவிக்க வேண்டும் என்பதுதான் அவள் விருப்பம் என்று அக்கம் பக்கத்துப் பெண்கள் சொல்லியும், அத்தை அவளுக்கு சிபாரிசு செய்து விட்டாள். அத்தை திருமணம் ஆகாத பெண்ணாக இருந்தாலும், அடுத்தவர்கள் சந்தோஷமாக இருப்பது கண்டு, அதிலும் ஆணும் பெண்ணும் சந்தோஷமாக சுகித்திருப்பது கண்டு அவள் பொறாமைப்பட்டுக் கொண்டதில்லை. உண்மையில் அவர்களுக்காக அத்தை சந்தோஷப்படுவாள். அவள் எல்லாவற்றையும் நன்கு புரிந்து கொள்ளக் கூடியவள்; யாரையும் எதற்காகவும் தவறாகப் பார்க்கத் தெரியாதவள்.

சிறிது நாட்களில் அந்த வளாகத்தில் இருந்த பிணங்களைப் புதைக்கும் வேலைக்காரன் ஒருவனுக்கும், இந்தச் செவிலிக்கும் இரகசிய உறவு ஏற்பட்டது தெரிய வந்தது. அப்பா அம்மா இது அவளின் சொந்த விஷயம் என்று அதைக் கண்டு கொள்ளவில்லை.

என் தம்பியை தோல் நோய் மருத்துவமனைக்கு கொண்டு சென்றபோது அவனது செவிலித்தாயும் அங்கு சென்றாள். ஏற்கனவே பரவி இருந்த பால்வினை நோய்களை கம்யூனிஸ்ட் வந்து கிட்டத்தட்ட ஒழித்து விட்டார்கள். இருப்பினும் இந்த நோய்களை இழுத்துக் கொண்ட சிலரும் அந்த மருத்துவமனையில் சிகிச்சை பெற்று வந்தனர். ஒரு நாள் பால்வினை நோய்வாய்ப்பட்டவர்கள் இருந்த வார்டில் இந்த செவிலியும் படுத்திருந்தாள். இச்செய்தியை மருத்துவமனை ஆட்கள் அம்மாவிடம் தெரிவித்து விட்டு, தம்பிக்கு அவள் தாய்ப்பால் கொடுப்பது நல்லது அல்ல என்றும் கூறி விட்டார்கள். அம்மா அந்தச் செவிலியை வேலைக்கு வர வேண்டாம் என்று நிறுத்தி விட்டாள். அதன்பிறகு, என்னுடைய

செவிலித்தாயை தம்பியை கவனித்துக் கொள்ளுமாறு கூறினார்கள். அதன்பிறகு, இன்னொரு தம்பி ஜின்-மிங்கை கவனித்துக் கொண்டு வந்த செவிலித்தாய், ஈபினிலிருந்து இங்கு வரவழைக்கப்பட்டாள்.

1954 ஆம் ஆண்டின் இறுதியில் ஜின்-மிங்கின் செவிலித்தாய், தன் கணவனோடு வாழ்வது கடினமாக இருப்பதாகவும், தினமும் குடித்துவிட்டு வந்து அவளை அடிப்பதாகவும், அதனால் அவள் எங்களுடன் வந்து விட விரும்புவதாகவும் அம்மாவுக்கு ஒரு கடிதம் எழுதினாள். ஜின்-மிங் ஒரு மாதக் குழந்தையாக இருந்தபோது பார்த்தது. அதன்பிறகு அம்மா 18 மாதங்களாக அவனைப் பார்க்கவில்லை. ஆனால், அவன் அங்கு வந்தது எங்களுக்கெல்லாம் தொல்லையாக இருந்தது. நீண்ட நாட்களாக அம்மாவை அவன் தொடக்கூட விடமாட்டான். அவன் ‘அம்மா’ என்று கூப்பிடுவது அவனுடைய செவிலித்தாயைத் தான்.

அப்பாகூட தம்பி ஜின்-மிங்கைத் தொட முடியாது. ஆனால் அப்பா என்னோடு மிகுந்த பாசமாக விளையாடுவார். அவர் தரையில் தவழ்ந்து செல்வார்; நான் அவர் முதுகில் ஏறி சவாரி செய்வேன். நான் முகர்ந்து பார்க்க வேண்டும் என்பதற்காக அவர் சட்டைக் காலரில் பூக்களை செருகி வைப்பார். அப்பா அப்படிச் செய்ய மறந்து விட்டால், நான் தோட்டத்தை நோக்கி கையை நீட்டி, உடனடியாக யாரேனும் பூக்களைப் பறித்துக் கொண்டு வருமாறு குரல் எழுப்புவேன். அப்பா என் கன்னத்தில் அடிக்கடி முத்தமிடுவார். அப்பா தன் முகமுடியை வழிக்காமல் முத்தமிட்டால், ‘தாடி குத்துகிறது; தாடி குத்துகிறது’ என்று உச்சக் குரலில் சத்தமிடுவேன். அதன்பிறகு பல மாதங்களாக அப்பாவை ‘தாடிக்காரர்’ என்றுதான் கூப்பிடுவேன். பிறகு வலிக்காமல், மென்மையாக முத்தமிடுவார். கட்சி அலுவலகத்தின் உள்ளேயும் வெளியேயும் அந்த அலுவலர்கள் என்னோடு ஓடிப்பிடித்து விளையாடுவார்கள். அப்பொழுது அவர்களுக்கெல்லாம் ஆளுக்கொரு பட்டப்பெயர் வைத்து விடுவேன். அவர்களுக்கு ‘ரைம்ஸ்’ சொல்லிக் காட்டுவேன். மூன்று வயது ஆகுமுன்பே அவர்கள் எனக்கு ‘குட்டி இராஜதந்திரி’ என்று பெயர் வைத்து விட்டார்கள்.

அந்த அலுவலக அதிகாரிகள் பொழுதுபோக்காக விளையாடி மகிழ என் குழந்தைத்தனமான செயல்கள் பயன்பட்டதால் நான் அங்கு பிரபலமானேன். நான் மொழுமொழுவென்று இருந்ததால் என்னை அவர்கள் மடியில் தூக்கிவைத்து கொஞ்சி விளையாடுவார்கள்.

எனக்கு மூன்று வயது முடிந்தவுடன் நான் ஒரு மழலையர் பள்ளிக்கு அனுப்பப்பட்டேன். ஏன் என்னை வீட்டிலிருந்து கட்டாயமாகத் தூக்கிச் செல்கிறார்கள் என்று புரியாமல் குழம்பினேன். கைகால்களை உதறி அழுது, தலையில் இருந்த ரிப்பனை கிழித்துப் போட்டு அடம் பிடித்தேன். பள்ளியில் வேண்டுமென்றே ஆசிரியர்களுக்குத் தொல்லை கொடுத்தேன். தினந்தோறும் மேஜைமீது பாலைக் கொட்டி விடுவேன். மீன் எண்ணெய் மாத்திரைகளையும் குப்புறக் கொட்டி விடுவேன். மதிய உணவுக்குப் பின் நன்றாகத் தூங்க வேண்டும். அந்தப் பெரிய தூங்கும் அறையில் மற்ற குழந்தைகளுக்கு பயப்படுகிறமாதிரி பேய்க் கதைகள் சொல்லுவேன். தூங்காமல் வாசற்படி அருகில் அமர்ந்து கதை பேசிக் கொண்டிருந்தது ஒருநாள் கண்டுபிடிக்கப்பட்டு எனக்கு அடி விழுந்தது.

பிறகு தெரிந்தது - எங்களைப் பள்ளியில் கொண்டுபோய் அடைத்துப் போட்டதற்கு காரணம், வீட்டில் எங்களைப் பார்த்துக் கொள்ள ஆள் இல்லை என்பதுதான். 1955 ஆம் ஆண்டு ஜூலை மாதம் ஓர் நாள், கிழக்கு மாவட்டத்தில் உள்ள அனைத்து அரசு அலுவலர்களும், அம்மா உட்பட சுமார் 800 அலுவலர்களும் அடுத்த உத்தரவு வரும்வரை தங்கள் அலுவலகங்களிலே தங்கி இருக்க வேண்டும் என்று அறிவுறுத்தப்பட்டது. புதிய அரசியல் திட்டம் ஒன்றும் தொடங்கப்பட்டது. இம்முறை, இத்திட்டத்தின்கீழ் 'புரட்சி இயக்கத்தை இரகசியமாக எதிர்க்கும் புல்லுருவிகளை' கண்டுபிடித்து அடையாளம் காட்டுவதுதான் அவர்கள் செய்ய வேண்டிய பணி. ஒவ்வொருவரையும் தனித்தனியாக சோதனை போட வேண்டியிருந்தது.

அம்மாவும் இன்னும் பல பணியாட்களும் இதை முழு மனதோடு ஏற்றுக் கொண்டனர். இவர்கள் துறவற வாழ்க்கையைப் போன்று கட்டுப்பாடு மிகுந்த வாழ்க்கையை வாழ்ந்து கொண்டிருந்தார்கள். புதிய கட்சி பலமான கட்டமைப்போடு இருக்கிறது என்பதை உறுதி செய்துகொள்ள, ஒவ்வொரு அலுவலர்களையும் சோதனையிடுவது கட்சிக்கு மிகுந்த தேவையாகப் பட்டது. கட்சியின் கட்டுப்பாட்டு வாழ்க்கையைக் குறை சொல்லிக் கொண்டிருப்பதை விடுத்து, கட்சிக்குள்ளிருக்கும் புல்லுருவிகளைக் களை எடுப்பதில் அம்மாவும் அவளது தோழர் தோழியரும் தங்களை அர்ப்பணம் செய்து கொண்டார்கள்.

ஒரு வார காலம் கழித்து அம்மாவின் சக பணியாளர்கள் அனைவரும் சோதனைகள் நிறைவு பெற்று சுதந்திரமாக அனுப்பப்பட்டார்கள். சில விதிவிலக்குகளில் அம்மாவும் ஒரு ஆளாகக் கொண்டு

வரப்பட்டாள். கடந்த கால விஷயங்கள் சிலவற்றை தெளிவுபடுத்த வேண்டும் என்று அம்மாவிடம் சொன்னார்கள். அம்மாவின் சொந்த அறையிலிருந்து வெளியேறி, அலுவலகக் கட்டிடத்திலிருந்த ஓர் அறையில் இரவு பகல் தங்க வேண்டும் என்று சொல்லப்பட்டது. அந்த அறையில் அம்மா நீண்ட நாட்கள் தங்க வேண்டியிருக்கும் என்பதற்காக, வீட்டிற்கு சென்று எல்லா ஏற்பாடுகளையும் செய்வதற்கு சில நாட்கள் அவகாசம் அளிக்கப்பட்டது.

சில கம்யூனிஸ்ட் எழுத்தாளர்களுக்கு, குறிப்பாக ஹூ ஃபெங் என்னும் ஆசிரியருக்கு எதிராக இப்புதிய திட்டம் மாவோவால் முடுக்கி விடப்பட்டது. இந்த எழுத்தாளர் மாவோவின் அடிப்படைக் கொள்கைகளை எதிர்க்கவில்லை. ஆனால், "எழுத்தாளர்கள் சுயமாகச் சிந்திக்கும் சுதந்திரத்திற்கு அவர்கள் இழைத்த துரோகத்தை ஏற்றுக்கொள்ள முடியவில்லை" என்ற ஹூ ஃபெங்கின் கருத்தைத்தான் மாவோவால் ஏற்றுக்கொள்ள முடியவில்லை. எழுத்தாளர்கள் சுயமாகச் சிந்திப்பது, மாவோவின் ஆளுமைக்கு ஆபத்தாகி விடுமோ என்று அவர் பயந்தார். ஒட்டுமொத்த நவசீனாவும் ஒரே மாதிரிச் சிந்திக்க வேண்டும், ஒரே மாதிரிச் செயல்பட வேண்டும் என்பதை மாவோ ஆழமாக வலியுறுத்தி வந்தார். தேசத்தை ஒருங்கிணைக்க, தேசத்தை ஒன்றுபடுத்த கட்டுப்பாடுகள் மிகுந்த நடவடிக்கை எடுக்கப்பட வேண்டும், இல்லையேல் தேசம் சிதறுண்டு போகும் என்பதில் ஆழமான நம்பிக்கை கொண்டிருந்தார். இதனால் ஏராளமான எழுத்தாளர்களைக் கைது செய்து, 'புரட்சி இயக்கத்தின் புல்லுருவிகள்' என்று முத்திரை குத்தப்பட்டு, அவர்களுக்கு மரண தண்டனை உட்பட, கடும் தண்டனைகள் நிறைவேற்றப் பட்டன.

இதுவே சீன நாட்டில் ஒரு தனிப்பட்ட பிரஜை தனது கருத்தை சுதந்திரமாக வெளியிடுவது என்பது அவனுக்கான முடிவின் தொடக்கமாக அடையாளப்படுத்தியது. கம்யூனிஸ்ட் ஆட்சிக்கு வந்தவுடன் எல்லாச் செய்தி ஊடகங்களும் கட்சிக் கட்டுப்பாட்டின் கீழ் கொண்டுவரப்பட்டன. அன்றிலிருந்து, கட்சிக் கட்டுப்பாட்டில் கொண்டுவரப்பட்ட ஊடகங்களின் குரலும், தேசத்தின் ஒட்டுமொத்த குரலும், ஒரே குரலாக ஒலித்தது.

எதேச்சதிகார நாட்டு ஒற்றர்களையும், கோமிங்டாங் ஒற்றர்களையும், முன்னாள் கோமிங்டாங் அதிகாரிகளையும், சமதர்மக் கொள்கையின் ஆதர்வாளர்களான டிராட்ஸ்கிஸ்ட்களையும், கம்யூனிஸ்ட் கட்சிக் கருங்காலிகளையும் தேடித் தேடிக் கண்டுபிடித்து களை எடுக்க வேண்டுமென்று மாவோ உறுதிப்படுத்தினார். கோமிங்டாங்கும், அமெரிக்க ஏகாதிபத்தியமும் மீண்டும் ஆட்சிக்கு வருவதற்கு

இவர்கள் வேலை செய்து வருகிறார்கள் என்றும், இவர்கள் பீக்கிங் அரசை அங்கீகரிக்க மறுத்தவர்கள் என்றும், வெறுப்பு என்ற வளையம் கொண்டு சீனாவை வளைத்து கொண்டிருக்கிறார்கள் என்றும் மாவோ முன்மொழிந்தார். புரட்சி இயக்கத்தின் புல்லுருவிகளைக் களையெடுப்பதற்காக இத்திட்டம் முன்பு கொண்டு வரப்பட்டது. இத்திட்டத்தின் கீழ்தான் அம்மாவின் தோழரான ஹூ-கே தூக்கிலிடப்பட்டான். ஆனால், இப்போதைய இலக்கு, கட்சிப்பணியாளர்களோ, அல்லது அரசுப் பணியாளர்களோ யாரெல்லாம் கோமிங்டாங் இயக்கத்துடன் இரகசியத் தொடர்பு கொண்டு, கோமிங்டாங் விசுவாசிகளாக இருந்தார்களே, அவர்களை நோக்கியே இத்திட்டம் ஏவி விடப்பட்டிருந்தது.

கம்யூனிஸ்ட் கட்சி ஆட்சிக்கு வருவதற்கு முன்பே மக்கள் ஒவ்வொருவரின் முழு விபரக் குறிப்புகளையும் திரட்டி ஆவணப்படுத்துவது அக்கட்சியின் கட்டுப்பாட்டு அமைப்புக்கு மிக மிக முக்கியமானதாக ஆகி விட்டது. கட்சி உறுப்பினர்களின் விபரக்குறிப்புகள் கட்சியின் 'செயலாக்கத் துறையால்' பராமரிக்கப்பட்டது. கட்சி உறுப்பினர் அல்லாத, அரசாங்கத்துக் காகப் பணியாற்றிய அனைவரின் தகவல் கோப்புகளும் அந்தந்த துறை அதிகாரிகளால் பெறப்பட்டு, அவைகள் தனி மேலாண்மை அதிகாரிகளால் பராமரிக்கப்பட்டு வந்தன. ஒவ்வொரு அரசுப் பணியாளரின் விபரங்கள் அந்தந்த ஆண்டு, அந்தந்த துறைத் தலைமை அதிகாரிகள் மூலம் தயாரிக்கப்பட்டு கோப்பில் வைக்கப்பட்டன. எந்த அலுவலருக்கும் தங்களின் சொந்த விபரக் குறிப்புகளைப் படித்துப் பார்த்து தெரிந்து கொள்ள அனுமதி இல்லை. அதற்கென்று நியமிக்கப்பட்ட சிறப்பு அதிகாரிகள் மட்டும் அடுத்தவர் விபரக் குறிப்புகளை படித்து தெரிந்து கொள்வார்கள்.

'ஒரு நபர் எப்படிப்பட்டவராக இருந்தாலும், கடந்த காலத்தில் அவர் கோமிங்டாங்குடன் கொண்டிருந்த தொடர்பு பற்றி மட்டும் தெரிந்து கொண்டால் போதும்' என்பது தான் இப்புதிய திட்டத்தின் இலக்காக எடுத்துக் கொள்ளப்பட்டிருந்தது. இதுவரை கோமிங்டாங் இயக்கத்துடன் எந்தத் தொடர்பும் கொண்டிராத அலுவலர்களைக் கொண்டிருந்த குழு, இந்த ஆய்வை மேற்கொண்டது. சந்தேகத்துக்குட்படுத்தப்பட்டவர்களில் அம்மா மிக முக்கியமான நபர் ஆகி விட்டாள். எங்கள் குடும்ப செவிலித்தாய்மார்கள் கூட, அவர்களின் குடும்பப் பின்னணி காரணமாக இந்த இலக்குக்கு ஆட்படுத்தப்பட்டிருந்தனர்.

மாநில அரசாங்க அலுவலர்கள், கடைநிலை ஊழியர்கள், வாகன ஓட்டுநர்கள், தோட்டக்காரர்கள், சமையற்காரர்கள், காவல்

பொறுப்பாளர்கள் ஆகியோர்களை ஆய்வு செய்வதற்கு செயற்குழு ஒன்று பொறுப்பெடுத்துக் கொண்டது. என் செவிலித்தாயின் கணவன் போதைப்பொருள் கடத்திய குற்றத்திற்காகவும், சூதாடிய குற்றத்திற்காகவும் சிறையில் அடைக்கப் பட்டிருந்தான். அதன் காரணமாக என் செவிலித்தாய் 'வேண்டத் தகாதவளாகி' விட்டாள். ஜின்-மிங்கின் செவிலி ஒரு கோமிங்டாங் சீமான் குடும்பத்தில் வாழ்க்கைப்பட்டவள். அவளின் கணவன் ஒரு சாதாரண கோமிங்டாங் அதிகாரி. ஆகவே செவிலித்தாய்மார்கள் பொறுப்பான பதவிகளில் நியமிக்கப்படுவதில்லை. கட்சியும் அவர்கள் விஷயங்களில் ஆழமாக ஆராய்ந்து பார்ப்பதில்லை. அதனால் அவர்களை எங்கள் வீட்டிற்கு வராமல் நிறுத்த வேண்டியதாகிவிட்டது.

அம்மா மீது நடவடிக்கை எடுக்கப்படுமுன், அம்மாவுக்கு இத்தகவல் தெரிவிக்கப்பட்டது. இத்தகவலை அம்மா இரண்டு செவிலியருக்கும் தெரிவித்த போது அவர்கள் நிலைகுலைந்து போனார்கள். என்னையும், ஜின்-மிங்கையும் அவர்கள் அவ்வளவு நேசித்தார்கள். மீண்டும் ஈபினுக்கு அனுப்பப்பட்டால் தன் வருமானமும் போய் விடுமே என்று என் செவிலித்தாய் மிகுந்த வேதனைப்பட்டாள். அதனால், ஈபின் ஆளுநருக்கு அம்மா ஒரு கடிதம் எழுதி, அவளுக்கு ஒரு வேலை வாய்ப்பு வழங்குமாறு கேட்டுக் கொண்டாள். அதன்படி அவளுக்கு ஒரு வேலை கிடைத்தது. அவளுக்கு ஒரு தேயிலைத் தோட்டத்தில் வேலை கொடுக்கப்பட்டது. அதனால், தன் இளையமகளை அவளுடன் அழைத்துச் செல்ல முடிந்தது.

ஜின்-மிங்கின் செவிலிக்கு மீண்டும் தன் கணவனிடம் செல்ல விருப்பம் இல்லை. செங்குடுவில், ஒரு காவல் பொறுப்பாளன் ஒருவனுடன் ஏற்பட்ட காதல் உறவால், அவனைத் திருமணம் செய்து கொள்ள விரும்பினாள். தனக்கு விவாகரத்து வாங்கித் தந்து உதவிடுமாறு அம்மாவிடம் அவள் கண்ணீர் மல்கக் கெஞ்சினாள். அப்பொழுதுதான் அவள் தன் காதலனைத் திருமணம் செய்து கொள்ள முடியும். அப்பொழுது விவாகரத்துப் பெறுவது அவ்வளவு எளிதான காரியம் அல்ல. ஆனால், என் பெற்றோர்கள் ஒரு வார்த்தை, அதுவும் அப்பா ஒரு வார்த்தை சொன்னால் போதும்; பேருதவியாக இருக்கும் என்று வேண்டினாள். அம்மாவுக்கு அந்தச் செவிலியை மிகவும் பிடிக்கும். அதனால், அவளுக்கு உதவி செய்ய விரும்பினாள். அவளுக்கு விவாகரத்து கிடைத்து, அந்தப் புதைகுழிப் பொறுப்பாளனை திருமணம் செய்து கொண்டால், தானாகவே அவள் 'மேல்தட்டு வர்க்கத்திலிருந்து' விடுவிக்கப்பட்டு, உழைக்கும் வர்க்கத்திற்கு வந்து விடுவாள். அதற்கு பிறகு அவள் எங்கள் வீட்டை

விட்டுப் போக வேண்டிய அவசியம் இருக்காது. இது விபரமாக அம்மா, அப்பாவிடம் பேசினாள். ஆனால் அப்பா இந்தப் பேச்சை எடுத்தவுடனே மறுத்து விட்டார். 'எப்படி உன்னால் விவாகரத்து பெற்றுக் கொடுக்க முடியும்? கம்யூனிஸ்ட்கள் குடும்பங்களை பிரித்து விடுகிறார்கள் என்று மக்கள் கண்டனம் தெரிவிக்க மாட்டார்களா?' என்று கேட்டார். 'ஆனால், நம் குழந்தைகளை யோசித்துப் பார்க்க வேண்டாமா?' என்று அம்மா கேட்டாள். 'இரண்டு பெண்களும் வீட்டை விட்டுப் போக வேண்டியதாகி விட்டால், குழந்தைகளை அப்போது யார் பார்த்துக் கொள்வார்கள்?' என்று அம்மா கேட்டாள். அதற்கும் அப்பா பதில் வைத்திருந்தார். 'குழந்தைகளை மழலையர் பள்ளிக்கு அனுப்பு.'

வேறு வழி இல்லை. அவள் சென்று விடத்தான் வேண்டும் என்று அம்மா அந்தப் பெண்ணிடம் கூறியபோது, அவள் நிலை குலைந்து நின்றாள். ஜின்-மிங்குக்கு நினைவில் இருக்கத் தொடங்கிய முதல் சம்பவமே அவன் செவிலித்தாய் வீட்டைவிட்டு வெளியேறிச் சென்றதுதான். ஒருநாள் மாலை, மங்கிய வெளிச்சத்தில் அவனை முன் கதவுக்கு தூக்கிச் சென்றார்கள். நாட்டுப்புற உடையில் அங்கே, கதவருகே அவள் நின்று கொண்டிருந்தாள். அவள் கைகளில் தன்னைத் தூக்கித் தழுவ வேண்டும் என்று ஜின்-மிங் விரும்பினான். அவள் சற்று தள்ளி நின்று கொண்டிருந்தாள். இவன், அவள் தன்னைத் தூக்க வேண்டுமென்று இரு கைகளையும் அவளை நோக்கியே நீட்டிக் கொண்டிருந்தான். அவள் கண்களிலிருந்து கண்ணீர் பெருக்கெடுத்து ஓடிக் கொண்டிருந்தது. அவள் முற்றத்திலிருந்து இறங்கி வெளியே நடக்கத் தொடங்கினாள். ஜின்-மிங்கிற்கு தெரியாத யாரோ ஒருவர் அவளுடன் இருந்தார். அவள் கதவைக் கடந்து வெளியேறுமுன் ஒரு தடவை நின்று அவனைத் திரும்பிப் பார்த்தாள். அவன் கை, கால்களை உதறிக் கொண்டு அலறினான். ஆனால் யாரும் அவனை அவளருகே தூக்கிச் செல்லவில்லை. அங்கே அவள் ஒரு சிலை போல நீண்டநேரம் நின்று அவனையே பார்த்துக் கொண்டிருந்தாள். பிறகு சட்டெனத் திரும்பி மறைந்து விட்டாள். ஜின்-மிங் அதன்பிறகு அவளைப் பார்க்கவே இல்லை.

பாட்டி இன்னும் மஞ்சூரியாவில்தான் இருந்தாள். காசநோய் வந்து சமீபத்தில் முப்பாட்டி இறந்து விட்டாள். இராணுவக் குடியிருப்புக்குள் அம்மாவைக் கைதியாக கொண்டு வருமுன் அம்மா நான்கு குழந்தைகளையும் மழலையர் பள்ளிகளுக்கு அனுப்ப வேண்டியதாகி விட்டது. இது திடீரென்று ஏற்பட்ட நிகழ்வு ஆகையால் நகராட்சி மழலையர் பள்ளிகள் எதிலும் ஒரு குழந்தைக்கு

மேல் சேர்த்துக் கொள்ள முடியவில்லை. எனவே நாங்கள் நால்வரும் தனித்தனியாக நான்கு பள்ளிகளுக்கு செல்ல வேண்டியிருந்தது.

அம்மா விசாரணை செய்யப்பட புறப்பட்ட போது, 'கட்சிக்காரர்களிடம் நெஞ்சார நேர்மையுடன் நடந்து கொள். முழு நம்பிக்கையுடன் செயல்படு. நல்ல தீர்ப்புக் கிடைக்கும்' என்று அப்பா அறிவுறுத்தி அனுப்பினார். அம்மாவுக்கு அங்கே ஒரு வெறுப்புணர்ச்சிதான் மேலோங்கி இருந்தது. தனிமையும், ஓர் அரவணைப்பும் அம்மாவுக்கு அப்போது தேவைப்பட்டது. அப்பாவின்மேல் கொண்ட கோபத்துடனேயே, கோடைகாலத்தில் ஒருநாள் அம்மா இரண்டாம் முறை விசாரணைக்காக சிறைக்குச் சென்றாள். இந்த முறை தனது கட்சிக்காரர்களாலேயே விசாரணை நடைபெற்றது.

விசாரணைக்கு உட்படுத்தப்பட்டபோது அம்மாவுக்கு எந்தக் குற்ற உணர்வும் எழவில்லை. ஒருவரின் பின்னணியில் ஏற்பட்டிருந்த விஷயங்களை துடைத்து எடுப்பது என்பதுதான் இதன் பொருள். கம்யூனிஸ்ட் கட்சியின் நலனுக்காக இவ்வளவு தியாகம் புரிந்திருந்தும், இவ்வளவு விசுவாசமாக இருந்தும், இப்படி ஒரு அவமானகரமான அனுபவத்திற்கு ஆட்படுத்தப்பட்டதை எண்ணி அம்மா மனம் கலங்கினாள். அம்மா கொண்டிருந்த 'நல்லதே நடக்கும்' என்ற நன்னம்பிக்கை, சுமார் ஏழு ஆண்டுகளாக அவள்மீது படர்ந்திருந்த சந்தேகம் என்னும் கார்மேகம் நிரந்தரமாகக் கலையப்படும் என்ற நம்பிக்கையை ஊட்டியது. எதை எண்ணியும் அம்மா வெட்கப்படவில்லை. எதையும் மறைக்கவும் இல்லை. அவள் தன்னையே அர்ப்பணித்துக் கொண்ட தனது கம்யூனிஸ்ட் கட்சி தன்னை ஏற்றுக்கொள்ளும் என்று திடமாக நம்பினாள்.

அம்மாவை விசாரணை செய்ய மூன்று பேர் அடங்கிய சிறப்பு குழு ஒன்று வந்தது. அக்குழுவின் தலைவர் திரு.குவாங் என்பவர் ஆகும். அவர் செங்குடு நகரின் பொது விவகாரத்துறையின் பொறுப்பில் இருந்தார். அவர், அப்பாவின் பதவிக்கு கீழேயும், அம்மாவின் பதவிக்கு மேலேயும் உள்ள ஒரு பதவியைப் பெற்றிருந்தார். அவரது குடும்பத்தார்களும் எங்கள் குடும்பத்தார்களும் மிக நெருக்கமான நட்புக் கொண்டவர்கள். அவர், அம்மாவின் மீது இன்னும் அன்பு பாராட்டியிருந்தும், இப்போது எதுவும் பேசாமலும், கண்டு கொள்ளாமலும் நடந்து கொண்டார்.

பல்வேறு தரப்பட்ட பெண்களை அம்மாவுக்காக ஏற்பாடு செய்திருந்தனர். அம்மா எங்கு சென்றாலும், கழிப்பறைக்குச் சென்றாலும், அப்பெண்கள் அவளுடன் கூடச் சென்றனர்.

அம்மா சந்தேகத்திற்கு ஆளாகிறாள்! 355

அம்மாவோடுதான் அவர்கள் படுத்து உறங்கினார்கள். 'இது உங்களின் பாதுகாப்புக்கு' என்று அம்மாவிடம் சொல்லி வைத்தார்கள். அம்மா தற்கொலை செய்து கொள்ளாமல் பாதுகாப்பதற்கோ, அல்லது வேறு யாருடனும் சேர்ந்து கூட்டுச் சதி செய்து விடாமல் பாதுகாப்பதற்கோதான் இந்த ஏற்பாடு என்று அம்மா புரிந்து கொண்டாள்.

அம்மாவின் பாதுகாப்புக்கு என்று வந்த பெண்களில் பலர் சுழற்சி முறையில் வந்தார்கள். அவர்களில் ஒரு பெண் அதிலிருந்து விடுவிக்கப் பட்டாள். காரணம், அவளே விசாரணைக்கு உட்படுத்தப்பட வேண்டியிருந்தது. அம்மாவின் பாதுகாப்புக்கு வந்தவர்கள் அனைவரும் அன்றாடம், அம்மா நடந்து கொண்டவிதம் பற்றிய குறிப்புகளை எழுதிக் கோப்பிட வேண்டும். அவர்கள் அனைவருமே அம்மாவுக்கு தெரிந்தவர்கள்தான். எப்படியெனில், அவர்கள் அம்மாவின் இலாக்காவில் பணியாற்றாவிட்டாலும், அந்த மாவட்ட அலுவலகங்களில் பணியாற்றியவர்கள். அதனால் அம்மாவை வெளியில் செல்ல மட்டும் அனுமதிக்காமல், மற்றபடி தோழமையுடன் பழகினார்கள். அன்புடன் நடத்தினார்கள்.

விசாரணை அதிகாரிகளும், அம்மாவின் பாதுகாப்பு பெண்களும், 'ஓர் இனிய உரையாடல் நடக்கப் போவது' போன்ற ஒரு அமர்வு ஒன்றை ஏற்படுத்திக் கொடுத்தார்கள். ஆனால் இந்த உரையாடலின் கருப்பொருள் மிகுந்த வேதனை அளிக்கக்கூடிய ஒன்று என்பதுதான் உண்மை. குற்றம் புரிந்தவர் என்றோ, குற்றம் அற்றவர் என்றோ ஊகம் செய்து பார்க்க முடியாதது. ஏனென்றால், அதற்கு சட்டப்பூர்வமான வழிமுறைகள் இல்லை; ஒருவர் தன்னைப் பாதுகாத்துக் கொள்ள வாய்ப்புகள் குறைவு.

அம்மாவைப் பற்றிய குறிப்புகள் அடங்கிய கோப்பு, அவள் வாழ்க்கையின் ஒவ்வொரு கட்டத்தையும் உள்ளடக்கி இருந்தது. உளவுத் துறையில் பணியாற்றிய ஒரு மாணவியாய், ஜிங்குவில் 'பெண்கள் அமைப்பின்' அங்கத்தினராய், ஈபின் நகரின் அரசாங்கப் பணியாளராய்ப் பட்டியலிட்டுக் காண்பித்தது. அம்மா பணியாற்றிய இலாக்காவின் தலைமைப் பொறுப்பாளர்களால் வழங்கப்பட்டிருந்த குறிப்புகள் அவைகள். முதலாவதாக வந்த வழக்கு, 1948 ஆம் ஆண்டு கோமிங்டாங் சிறையிலிருந்து விடுதலை ஆகி வந்த வழக்கு. அம்மாவின் குடும்பத்தாருக்கு அவளை எப்படி வெளியே கொண்டுவர முடிந்தது? அவள் மீது சுமத்தப்பட்டிருந்த குற்றச்சாட்டு மிக்க் கடுமையானதாக இருந்தும், எப்படி அவளை வெளியே கொண்டு வர முடிந்தது? சிறையில் அவள் துன்புறுத்தப்படக் கூட இல்லை. அப்படியானால் அவளின் கைது ஒரு நாடகமா? அவளுக்கு

கம்யூனிஸ்ட்கள் கொடுத்த நற்சான்றுகளைக் கொண்டு, அம்மா கோமிங்டாங் ஏஜென்ட் ஆகி, காரியங்கள் சாதித்துக் கொள்ளவா என்பன போன்ற சந்தேகங்கள் எழுப்பப்பட்டன.

அடுத்த வழக்கு அம்மாவுக்கு ஹு-கேயுடன் இருந்த நட்பு. ஜிங்குவில் அம்மா பெண்கள் அமைப்பில் இருந்தபோது, அதன் துறைத் தலைவர், இவர்கள் நட்பு பற்றி மோசமாக விமர்சித்து விபரக் குறிப்புகள் தயாரித்திருந்தது அனைவரும் அறிந்தது. 'ஹு-கே, அம்மாவின் மூலம் கம்யூனிஸ்ட்களிடமிருந்து உதவி பெற்றுக்கொள்ள முயற்சி எடுத்தது போல, ஏன் அம்மாவும் அதே போன்ற உதவி கோமிங்டாங்கிடமிருந்து பெற்றுக் கொள்ள முயற்சி எடுத்திருக்கக் கூடாது' என்ற குற்றத்தை இப்போது அம்மாமீது சுமத்தினார்கள்.

அம்மாவைத் திருமணம் செய்துகொள்ள விரும்பிய கோமிங்டாங் நண்பர்கள், கம்யூனிஸ்ட்கள் பற்றித் தெரிந்து கொள்ள அம்மாவின் உதவியை எதிர்பார்த்தார்களா என்றும், கோமிங்டாங் பற்றித் தெரிந்து கொள்ள அம்மா அவர்களைப் பயன்படுத்திக் கொண்டாரா என்றும் விசாரிக்கப்பட்டது. மீண்டும் கடுமையான சந்தேகத்துக்குட்படுத்தும் அதே கேள்வி: 'ஒரு சாதாரண வேலை தேடி கம்யூனிஸ்ட் கட்சியின் உள்ளே புகுந்து கோமிங்டாங்குக்காக வேலை செய்ய யாரேனும் கேட்டுக் கொண்டார்களா!'

தன்னைக் குற்றமற்றவள் என்பதை நிரூபிக்க முடியாத இக்கட்டான நிலைமைக்கு அம்மா தள்ளப்பட்டாள். அந்த மக்கள் எல்லாம் தூக்கிலிட்டுக் கொல்லப்பட்டார்களா, அல்லது தாய்வானுக்கு தப்பிச் சென்று விட்டார்களா, அல்லது அவர்கள் எங்கே இருக்கிறார்கள் என்று அம்மாவுக்கு தெரியாதா என்று இதையேதான் திருப்பி திருப்பிக் கேட்டார்கள். எது எப்படி இருந்தாலும் 'அவர்கள் கோமிங்டாங் ஜனங்கள். அவர்களின் வார்த்தை நம்புவதற்கில்லை. நான் உங்களை எப்படி இணங்க வைக்க முடியும்?' இதே கேள்விகளை அவர்கள் திரும்பத் திரும்பக் கேட்டதால் சில நேரங்களில் அம்மாவுக்கு எரிச்சல் வந்து விட்டது.

அம்மாவின் சித்தப்பா கோமிங்டாங்குடன் கொண்டிருந்த தொடர்பு பற்றிக் கூட விசாரித்தார்கள். கம்யூனிஸ்ட் ஜிங்குவைக் கைப்பற்றும் காலத்திற்கு முன்பு கோமிங்டாங் இளைஞர் அணியில் சேர்ந்திருந்த அம்மாவின் பள்ளித் தோழியர் ஒவ்வொருவர் பற்றியும் விசாரிக்கப்பட்டது. ஜப்பானியர் வீழ்ச்சிக்குப் பிறகு, யாரெல்லாம் கோமிங்டாங் இளைஞர் அணியின் கிளைத் தலைவர்களாக நியமிக்கப்பட்டார்களோ, அவர்கள் எல்லாம் 'புரட்சி இயக்கத்தின்

எதிர்ப்பாளர்கள்' என்று புதிய திட்டத்தின் குறிப்பாணை அவர்களை வகைப்படுத்தியது. மஞ்சூரியாவின் உண்மை நிலை வேறு என்று அம்மா வாதிட முயற்சித்தாள். ஜப்பானியர்களின் ஆளுகையின் போது, தாய் நாடான சீனாவின் பிரதிநிதித்துவத்தை மஞ்சூரியா கொண்டிருந்தது. மாவோவே ஒரு கட்டத்தில் கோமிங்டாங் இயக்கத்தின் உயர் அதிகாரியாக இருந்தவர்தான். அம்மா இதை சொல்லிக் கொள்ளவில்லை. அத்துடன் அம்மாவின் தோழர் தோழியர் அனைவரும் இரண்டு ஆண்டுக் காலத்திற்கு தங்களின் ஆதரவை கம்யூனிஸ்ட் கட்சிக்கு மாற்றிக் கொண்டார்கள். ஆனால், இப்படி மாறிய அம்மாவின் தோழர் தோழியர் அனைவரும் புரட்சி இயக்கத்தின் எதிரிகள் என்று அம்மாவுக்கு கூறினார்கள். முறைகேடான இயக்கம் எதிலும் அம்மா சார்ந்திருந்ததில்லை. ஆனால், அம்மாவால் பதில் சொல்ல முடியாத ஒரு கேள்வியை அவர்கள் கேட்டார்கள் 'கோமிங்டாங் ஜனங்களுடன் உங்களுக்கு எப்படி இவ்வளவு தொடர்பு இருந்தது?'

விசாரணைக்காக அம்மா ஆறு மாதங்கள் நிறுத்தி வைக்கப்பட்டாள். அந்த சமயங்களில் நடத்தப்பட்ட பெரும் ஊர்வலங்களில் அம்மா கலந்து கொண்டாள். அந்த ஊர்வலங்களில் 'எதிரியின் ஏஜெண்ட்கள்' பலர் பகிரங்கமாகக் கண்டனம் செய்யப்பட்டனர். பலர் தண்டனை அறிவிக்கப் பட்டனர்; பலர் விலங்கிடப்பட்டு சிறைக்கு அனுப்பப்பட்டனர். இலட்சக் கணக்கான எழுச்சிக் கரங்களோடும், இடிமுழக்கம் போன்ற இலட்சியக் குரல்களோடும் இந்நிகழ்வு நடந்தது. 'புரட்சி இயக்க எதிர்ப்பாளர்களும்' தங்கள் தவறுகளை ஒத்துக் கொண்டதால் அவர்களுக்கு எளிய தண்டனைகள், அதாவது சிறைக்கு அனுப்பப்படாமல் எளிய தண்டனைகள் வழங்கப்பட்டன. இப்படி குற்றத்தை ஒத்துக் கொண்டவர்களில் அம்மாவின் தோழி ஒருத்தியும் இருந்தாள். ஊர்வலத்தில் முடிவில் அவள் தற்கொலை செய்து கொண்டு இறந்து விட்டாள். விசாரணையின் போது ஏற்பட்ட விரக்தியில் அவள் தவறான தகவல் கொடுத்து இருக்கிறாள். ஏழு ஆண்டுகளுக்குப் பிறகு கட்சி அவளை குற்றமற்றவள் என்று ஒத்துக் கொண்டது.

'பாடம் கற்றுக் கொள்ள வேண்டும்' என்னும் நோக்கத்தில் அம்மா ஊர்வலங்களுக்கு அனுப்பப்பட்டாள். உறுதியான உள்ளம் கொண்டிருந்தவளாகையால், ஒரு சிலரைப் போல, எந்தப் பயமும் அவளைப் பாதிக்கவில்லை. ஏமாற்று வித்தைகளாலோ, தேன் தடவிய கேள்விகளாலோ அம்மா மயங்கி விடவில்லை. மிகத் தெளிவான மனநிலையில் இருந்தாள். அம்மா தன் உண்மையான வாழ்க்கை வரலாற்றை எழுதினாள்.

அம்மா தூங்காமல் வேதனையில் விழித்திருந்த இரவுகள் ஏராளம். அவள் நடத்தப்பட்ட கசப்பான விதங்களை அவளால் நினைத்துப் பார்க்காமல் இருக்க முடியவில்லை. புழுக்கம் நிறைந்த கோடைகாலத்தில், வலைக்கு வெளியே கொசுக்களின் சத்தத்தை கேட்டுக் கொண்டிருந்த போதும், இலையுதிர் காலத்தில், ஜன்னலில் அடித்துக் கொண்டிருந்த மழை சத்தத்தைக் கேட்டுக் கொண்டிருந்த போதும்,ஈரம் கலந்த குளிர்கால அமைதியைக் கேட்டுக் கொண்டிருந்த போதும், அவள் மீது அநியாயமாக விழுந்திருந்த சந்தேகத்தையே அசை போட்டுக் கொண்டிருந்தாள். குறிப்பாக கோமிங்டாங் செய்த கைது பற்றித்தான் அதிகமாக அசை போட்டுக் கொண்டிருந்தாள். அப்போது அவள் நடந்து கொண்ட விதத்தைப் பற்றி பெருமைப்பட்டுக் கொண்டாள். புரட்சி இயக்கத்திலிருந்து தான் விலக்கப்பட இது ஒரு காரணமாக அமையும் என்று அம்மா ஒருபோதும் கனவு கண்டதில்லை.

கட்சி தனது தூய்மையை பேணிக் காக்க முயல்கிறபோது, கட்சியை குற்றம் சாட்டக்கூடாது என்று அம்மா தன்னையே திடப்படுத்திக் கொண்டாள். சீன நாட்டு பிரஜை ஒவ்வொருவனும் ஒரு குறிப்பிட்ட அளவிலான அநீதிக்கு தன்னையே பழக்கப்படுத்திக் கொள்வதுண்டு. குறைந்தபட்சம், ஒரு தகுதியான காரணத்திற்காக அம்மா இப்போது தன்னை அவ்வாறு ஆட்படுத்திக் கொண்டாள். கட்சியானது தன் உறுப்பினர்களிடமிருந்தும் ஓர் அர்ப்பணத்தை வேண்டுகின்றபோது, கட்சி கூறிய வார்த்தைகளை தனக்குள் அம்மா அடிக்கடி கூறிக் கொண்டாள்; 'நீ சோதனைக்கு உட்படுத்தப்படுகிறாய். இடையூறுகள் உன்னை சிறந்த கம்யூனிஸ்ட் ஆக மாற்றும்.'

'புரட்சியின் எதிர்ப்பாளி' என்று தன்னை வகைப்படுத்திவிட வாய்ப்பிருக்குமோ என்பதையே ஆழ்ந்து அசை போட்டாள். அப்படி ஏதும் நடந்து விட்டால், அம்மாவின் குழந்தைகள் எல்லாம் கலங்கப்பட்டு விடுவார்கள். எங்களின் எதிர்காலம் இருண்டு விடும். இந்த ஆபத்தைத் தவிர்ப்பதற்கான ஒரே வழி, அப்பாவை அம்மா விவாகரத்து செய்து விட்டு, எங்களையும் விட்டு விலகி விடுவதுதான். இரவு முழுவதும், தொல்லை தரப்போகும் விளைவுகளை எண்ணி எண்ணி, ஒரு முடிவுக்கு வந்தாள். இனிமேல் கண்ணீர் சிந்தக் கூடாது. அம்மாவின் பாதுகாப்பு பெண்கள் அவளருகே உறங்கிக் கொண்டிருப்பதால், இவள் புரண்டு கூடப் படுக்க முடியாது. அவர்கள் எவ்வளவுதான் உயிர்த் தோழிகளாக இருந்தாலும், அம்மா தும்மினால் கூட அதை பதிவு செய்து காட்டி விடுவார்கள். அழுதால், 'கட்சி அவளைக் காயப்படுத்தி விட்டதாக அழுகிறாள்' என்று அர்த்தம் எழுதி விடுவார்கள். அல்லது 'கட்சியின்

கீழ் அவள் நம்பிக்கையை இழந்து விட்டாள்' என்று எழுதுவார்கள். அதனால் இறுதித்தீர்ப்பு அம்மாவுக்கு பாதகமாக அமையும்.

அவ்வளவு வேதனையையும் பொறுத்துக்கொண்டு, அம்மா தனக்குத்தானே சொல்லிக் கொண்டது 'கட்சியின் மீது நான் நம்பிக்கை வைத்துள்ளேன்' என்பதுதான். தன் குடும்பத்திலிருந்து தற்போது அம்மா துண்டிக்கப்பட்டிருப்பது அம்மாவுக்கு தாங்க முடியாத வேதனை அளித்தது. குழந்தைகளைப் பார்க்க முடியாமல் தவித்தாள். அம்மாவுக்கு அப்பா கடிதமும் எழுதவில்லை. நேரிலும் சென்று பார்க்கவில்லை. கடிதம் எழுதுவதும் நேரில் சென்று சந்திப்பதும் தடை செய்யப்பட்டது. அம்மாவுக்கு இப்போது எல்லாவற்றையும் விடத் தேவைப்பட்டது - தலை சாய்த்துக் கொள்ள ஒரு தோள்; அல்லது ஆதரவான ஒரு வார்த்தை.

ஆனால் அம்மாவுக்கு தொலைபேசி அழைப்புகள் வந்தன. தொலைபேசியின் அந்தப் பக்கத்திலிருந்து 'ஜோக்ஸ்' கேட்கும், அல்லது அம்மாவை மகிழச் செய்வது போன்ற நம்பிக்கையான வார்த்தைகள் வரும். இரகசியக் கோப்புகளின் பாதுகாப்பு பொறுப்பில் இருந்த அந்தப் பெண்ணின் மேஜைமீது தொலைபேசி இருந்தது. அந்த துறை முழுவதற்கும் வைக்கப் பட்டிருந்த ஒரே ஒரு தொலைபேசிக் கருவி அது மட்டும்தான். அம்மாவுக்கு தொலைபேசி அழைப்பு வந்து அம்மா பேசத் தொடங்கினால், அந்த அறை முழுவதும் அம்மாவின் பாதுகாப்பு பெண்கள் சூழ்ந்து நிற்பார்கள். அம்மாவை அவர்களுக்கு பிடித்திருந்ததாலும், அவள் தாராளமாகப் பேசிவிட்டுப் போகட்டும் என்ற எண்ணத்தாலும், அம்மா பேசுவதை அவர்கள் கவனித்துக் கொண்டு நிற்பதில்லை. இரகசியக் கோப்புகளின் பாதுகாப்பு பொறுப்பில் இருந்த பெண், பாதுகாப்பு குழுவில் இல்லாததால், அம்மாவின் நடவடிக்கைகளைக் கவனிக்கவோ அல்லது குறிப்பு எழுதவோ அவளுக்கு உத்தரவிடப்படவில்லை. அம்மாவுக்கு வரும் தொலைபேசி அழைப்புகளால் தொந்தரவு ஏதும் அவளுக்கு இல்லை என்பதை பாதுகாப்பு பெண்கள் உறுதி செய்து கொண்டார்கள். அவர்கள் எழுதி வைக்கும் குறிப்பு இதுதான்: 'இயக்குநர் சாங் தொலைபேசியில் பேசினார். குடும்ப விவகாரங்களைப் பேசிக் கொண்டார்கள்.' 'என்ன அன்பான கணவர்' அவர் என்று அவர்கள் பேசிக்கொண்ட வார்த்தைதான் அங்கு வலம் வந்து கொண்டிருந்ததாம். அம்மாவின் மீது அவ்வளவு அன்பும் அக்கறையும் கொண்ட கணவர் அவர். அம்மாவுக்கு பாதுகாப்புக் குழுவில் இருந்த திருமணம் ஆகாத பெண் ஒருத்தி, 'இவரைப் போன்ற ஒரு கணவர் எனக்கு கிடைத்தால் எவ்வளவு நன்றாக இருக்கும்' என்று வேண்டிக் கொண்டாள்.

'இடையூறுகள் உன்னை சிறந்த கம்யூனிஸ்ட் ஆக மாற்றும்'

அம்மாவை தொலைபேசியில் அழைத்தது அப்பா இல்லை என்றோ, ஜப்பானுக்கு எதிராக நடந்த யுத்தத்தின்போது கோமிங்டாங்கிலிருந்து கம்யூனிஸ்ட்டுக்கு வந்த ஓர் உயர் அதிகாரி அவர் என்றோ அங்கு யாருக்கும் தெரியாது. ஒரு காலத்தில் அவர் கோமிங்டாங் அதிகாரியாக இருந்ததால் அவர் குற்றமற்றவர் என்று நிரூபிக்கப்பட்ட பிறகும் அவரை சந்தேகத்திற்கு உட்படுத்தி, 1947-ல் அவரை கம்யூனிஸ்ட் சிறையில் அடைத்தது. அம்மாவுக்கு நம்பிக்கையூட்டும் பொருட்டு, தன் அனுபவங்களிலிருந்து பல நிகழ்வுகளை அவர் எடுத்துக் கூறினார். உண்மையில் அவர் அம்மாவின் வாழ்நாள் தோழராக இருந்திருக்கிறார். அப்பா இந்த ஆறுமாத காலங்களில் ஒருமுறைகூட அம்மாவைத் தொலைபேசியில் கூப்பிட்டு பேசியதில்லை. இத்தனை ஆண்டுகாலம் அப்பா கம்யூனிஸ்ட்டில் இருந்ததால், கட்சியானது விசாரணைக்கு உட்படுத்தி இருக்கும் ஒரு நபரோடு வெளியிலிருந்து யாரும் தொடர்பு கொள்ளக் கூடாது - கணவனாக இருந்தாலும் தொலைபேசியில்கூடப் பேசக்கூடாது என்று அப்பாவுக்கு நன்கு தெரியும். அம்மாவுக்கு ஆறுதல் சொல்லப் போய், கட்சி தன்னை வேறு மாதிரிப் பார்த்து விடக் கூடாது என்று அப்பா புரிந்திருந்தார். அம்மாவுக்கு அன்பும் ஆதரவும் தேவைப்படும் இந்நேரத்தில், அப்பா தன்னை நிராதரவாக விட்டதற்காக அம்மா ஒரு நாளும் அப்பாவை மன்னிக்க மாட்டாள். 'கட்சிதான் எனக்கு முதலில்' என்பதை அப்பா மீண்டும் ஒருமுறை நிரூபித்திருக்கிறார்.

ஜனவரி மாதத்தில் ஒரு நாள் காலை, கொட்டும் மழை எவ்வாறு புற்களை சாய்த்துப் போடுகின்றது என்பதை அம்மா வெறித்துப் பார்த்துக் கொண்டு நின்றபோது, விசாரணைக் குழுத்தலைவர் திரு.குவாங் அம்மாவை அழைப்பதாக ஓர் உத்தரவு வந்தது. அம்மா மீண்டும் பணிக்குச் செல்வதற்கு அனுமதிக்கப்படுவதாகவும், விசாரணையிலிருந்து வெளியே செல்லலாம் என்றும் அவர் கூறினார். ஆனால் ஒவ்வொரு இரவும் அங்கு வந்து தன்னை ஆஜர் படுத்தி விட்டுச் செல்ல வேண்டும் என்றும் கூறினார். அம்மாவைப் பற்றி கட்சி இன்னும் இறுதி முடிவு எடுக்கவில்லை.

விசாரணையில் முன்னேற்றம் காண முடியவில்லை என்று அம்மா உணர்ந்து கொண்டாள். சந்தேகத்திற்கு உட்படுத்தப்பட்ட அநேகர் தங்களை குற்றமற்றவர் என்றோ குற்றம் உள்ளவர் என்றோ நிரூபித்துக் கொள்ள முடியவில்லை. இதனால் அம்மா திருப்திப்பட்டுக் கொள்ள முடியாவிட்டாலும், ஆறுமாத காலத்திற்கு பிறகு குழந்தைகளைப் பார்க்கப் போகிறோமே என்ற எண்ணம் அவளுக்கு நிறைவளித்தது.

நாங்கள் பல்வேறு பள்ளிகளில் படித்துக் கொண்டிருந்தபோதும், அபூர்வமாகத்தான் எங்களால் அப்பாவைப் பார்க்க முடிந்தது. அவர் எப்போதும் நாட்டுப்புறங்களில்தான் பணி செய்து கொண்டிருப்பார். அப்பா செங்குடு வந்தால், தன் மெய்க்காப்பாளரை பள்ளிக்கு அனுப்பி, சனிக்கிழமைகளில் என்னையும் அக்காவையும் எப்போதாவது அழைத்து வரச் சொல்வார். அவரது மகன்கள் இருவரையும் அழைத்து வரச் சொல்லமாட்டார். அவர்கள் சின்னஞ் சிறிய குழந்தைகள் ஆகையால், அவர்களைச் சமாளிக்க முடியாது என்று கருதி அவர்களை அழைத்து வரச் சொல்ல மாட்டார். அப்பாவுக்கு வீடுதான் அலுவலகம். நாங்கள் அப்பாவைப் பார்க்க அங்கு சென்றால், அவர் எப்போதும் எங்கோ ஒரு கூட்டத்திற்கு போய் இருப்பதாகச் சொல்வார்கள். அவரது மெய்க்காப்பாளர் எங்களை அலுவலக அறையில் வைத்து பூட்டிப் போட்டு விடுவார். சோப்புத் தண்ணீரிலிருந்து நீர்க்குமிழிகள் ஊதி விடுவது தான் எங்கள் விளையாட்டு. அதைத்தவிர வேறு ஒன்றும் செய்ய முடியாது. ஒருநாள் எங்களுக்கு பொழுதே போகாததால், நான் சோப்பு தண்ணீரை எடுத்துக் குடித்து விட்டேன். அதனால் பல நாட்கள் உடல்நலம் பாதிக்கப்பட்டு கிடந்தேன்.

விசாரணையிலிருந்து விடுவிக்கப்பட்டதும், அம்மா முதலில் அவள் சைக்கிளில் தாவி உட்கார்ந்து வேக வேகமாக மிதித்து எங்கள் பள்ளிகளுக்கு வந்தாள். அம்மாவுக்கு 2½ வயதான ஜின்-மிங் மீதுதான் அதிகக் கவலை. அவனைப்பற்றி எதுவும் தெரிந்து கொள்ள நேரம் இல்லை. ஆனால், ஆறு மாதங்களாக உபயோகப்படுத்தப்படாமல் கிடந்த சைக்கிளில் ஏறி அமர்ந்ததும்தான் தெரிந்தது. டயர்களில் காற்று இல்லை என்பது. தள்ளிக்கொண்டே வந்து ஓரிடத்தில் சைக்கிளை நிறுத்தி காற்று அடித்துக் கொண்டாள். அம்மா வாழ்க்கையில் ஒருபோதும் பொறுமை இழந்ததில்லை. ஆனால் அன்று சைக்கிளுக்கு காற்று அடிக்கும் அந்தக் கடையை அம்மா சுற்றி சுற்றி நடந்து திரிந்தபோது, அவன் அசட்டையாக வேலை செய்வது கண்டு அம்மா பொறுமை இழந்தாள்.

அம்மா ஜின்-மிங்கைத்தான் முதலில் பார்க்கச் சென்றாள். உள்ளே சென்றதும் அந்த ஆசிரியை அம்மாவை ஏற இறங்கப் பார்த்தாள். அவள் பார்வையில் ஓர் இங்கிதம் இல்லை. வார இறுதி நாட்களில் பெற்றோர்கள் வந்து அழைத்துச் செல்லாத ஓரிரு குழந்தைகளில் ஜின்-மிங்கும் ஒருவன் என்று அந்த ஆசிரியை அம்மாவிடம் கூறினாள். அப்பாகூட அத்தி பூத்தாற்போல அவனைப் பார்க்க வருவார். ஆனால் வீட்டிற்கு அழைத்துச் செல்ல மாட்டார். ஜின்-மிங்கிற்கு அம்மா வந்திருப்பதைத் தெரிவித்ததும், அவன் 'சென், அம்மா தானே?' என்று கேட்டிருக்கிறான். 'நீங்கள் சென்

இல்லை தானே?' என்று அந்த ஆசிரியை அம்மாவிடம் கேட்டாள். 'சென் என்பவள் அவனது செவிலித்தாய். நான்தான் அவனது அம்மா' என்று அம்மா விளக்கமாகக் கூறினாள். அப்போது மற்ற பெற்றோர்கள் வந்து அவரவர் குழந்தைகளை கூட்டிச் சென்றபோது, ஜின்-மிங் ஒரு மூலையில் மறைந்து கொண்டான். 'நீங்கள் அவனது மாற்றாந்தாயாகத்தான் இருக்க வேண்டும்' என்று குற்றம் சாட்டுவது போல ஆசிரியை கூறினாள். அம்மாவால் அதற்குமேல் விளக்கிச் சொல்ல முடியவில்லை.

ஜின்-மிங் அழைத்து வரப்பட்டபோது, தொலைவிலேயே நின்று கொண்டு அம்மாவிடம் வர மறுத்து விட்டான். அங்கேயே நின்று கொண்டு, ஆத்திரமாக அம்மாவை பார்க்க மறுத்து விட்டான். அம்மா வாங்கிக் கொண்டு வந்திருந்த சில 'பீச்' பழங்களைக் காட்டி, அருகில் வரச் சொல்லி, அப்பழங்களை உரித்தாள். ஆனால் ஜின்-மிங் அசைவதாகத் தெரியவில்லை. அந்தப் பழங்களை ஒரு கைக்குட்டையில் கொட்டி, மேஜை மீது வைத்து அவனை நோக்கித் தள்ளி விட்டாள். அம்மா கையை எடுத்ததும் வெடுக்கென்று ஒரு பழத்தை எடுத்து அப்படியே விழுங்கி விட்டான். பிறகு அடுத்த பழத்தை எடுத்துச் சாப்பிட்டான். சில நொடிகளில் அனைத்துப் பழங்களும் முடிந்து விட்டன. அம்மா விசாரணைக்கு உட்படுத்தப்பட்டதிலிருந்து, முதல்முறையாக அப்போது அம்மாவின் கண்களிலிருந்து கண்ணீர் உருண்டோடியது.

அம்மா என்னைப் பார்க்க வந்த அந்த மாலை நேரம் எனக்கு நினைவிருக்கிறது. நான் கிட்டத்தட்ட நான்கு வயதை அடைந்து விட்டேன். நான் மரக்கட்டிலில் படுத்திருந்தேன். கட்டிலைச் சுற்றிலும் சட்டங்கள் பொருத்தப்பட்டிருக்கும். ஒரு சட்டம் இறக்கி விடப்பட்டு, அம்மா கட்டிலில் வந்து அமர்ந்து என் கைகளைப் பற்றிக் கொண்டு அமர்ந்திருந்தாள். நான் அப்போது தூக்கத்தில் இருந்திருக்கிறேன். என்னுடைய சாதனைகளையும், நான் செய்த குறும்புகளையும் அம்மாவிடம் சொல்லிவிட விரும்பினேன். நான் தூங்கி விட்டால், அம்மா காணாமல் மறைந்து விடுவாளே என்று கவலைப்பட்டேன். நான் தூங்கிவிட்டேன் என்று நினைத்து எப்போதெல்லாம் என் கையை அம்மா விடுவிப்பாளோ, அப்போதொல்லாம் நான் அம்மாவின் கையை இறுகப் பற்றிக் கொண்டு அழத் தொடங்கி விடுவேன். சில சமயம் நள்ளிரவு வரைகூட அம்மா காத்துக் கொண்டிருக்க வேண்டியிருக்கும். இப்போது அம்மா புறப்பட்டபோதும் அழுதேன். ஆனால் அம்மா என் கைகளை விடுவித்து கொண்டு சென்று விட்டாள். அம்மாவின் 'பரோல்' நேரம் முடிந்து விட்டது என்பது எனக்குத் தெரியாது.

11

'வலதுசாரி ஒழிப்பு இயக்க நடவடிக்கைக்கு பிறகு யாரும் வாயை திறக்கவில்லை'

சீனா அமைதியடைந்தது
1956-1958

எங்களைக் கவனித்துக் கொள்ள செவிலித்தாய்மார்கள் இல்லாததாலும், ஒவ்வொருநாள் மாலையிலும் அம்மா விசாரணைக்குழு முன்பு ஆஜர் ஆக வேண்டியிருந்ததாலும், குழந்தைகளாகிய நாங்கள் எங்கள் மழலையர் பள்ளிகளிலேயே தங்கிக்கொள்ள வேண்டியிருந்தது. எப்படியும் அம்மாவால் எங்களைப் பார்த்துக் கொள்ள முடியாது. சீனாவின் எல்லாப் பகுதிகளிலும் சென்று சமதர்மக் கொள்கையை பரப்புரை செய்யும் பணியில் அம்மா தீவிரமாக இருந்தாள்.

அம்மா விசாரணைக்கு உட்பட்டிருந்தபோது, சீனாவை ஒட்டு மொத்தமாக மாற்ற வேண்டும் என்னும் முயற்சியை மாவோ துரிதப்படுத்தினார். 1955 ஆம் ஆண்டு ஜூலை மாதத்தில், கூட்டு வேளாண்மைத் திட்டத்தை வேகப்படுத்த வேண்டும் என்று அழைப்பு விடுத்தார். இதுவரை தனியார் கைகளில் இருந்து வந்த தொழிற்சாலைகளும், வர்த்தகங்களும் தேசிய உடைமையாக்கப்படும் என்று அதே ஆண்டு நவம்பரில் யாரும் எதிர்பாராத வேளையில் அறிவித்தார்.

இந்த இயக்கப் பணிக்கு அம்மா நேரடியாக நியமிக்கப்பட்டாள். இக்கொள்கையின்படி, தனியார் வணிகத் தொழில்களை அரசாங்கம் எடுத்துக் கொள்ளும்.

ஆனாலும், அந்தந்த தொழில்களின் முன்னாள் உரிமையாளர் களையும் அரசாங்கம் கூட்டுச்சேர்த்துக் கொள்ளும். அந்தந்த தொழில்களின் மொத்த மதிப்பீட்டுத் தொகையில் 5 சதவிகிதத்தை 20 ஆண்டுகளுக்கு அதன் உரிமையாளர்களுக்கு அரசாங்கம் வழங்கும். அதிகாரப்பூர்வமான பணவீக்கமும், விலைவாசி ஏற்றமும் இல்லாததால், இத்தொகை மொத்த மதிப்பீட்டுத் தொகைக்கு இணையாக இருக்கும். அதன் உரிமையாளர்கள் அதன் மேலாளராக இருந்து செயல்படுவார்கள். அவர்களுக்கு ஒப்பீட்டளவில் ஊதியம் வழங்கப்படும். ஆனால், அதன் தலைமைப் பொறுப்பு கட்சி பொறுப்பாளர்களிடம் இருக்கும்.

அம்மா, அவள் மாவட்டத்தில் இருந்த நூற்றுக்கும் மேற்பட்ட அரிசி ஆலைகளுக்கும், கடைகளுக்கும், உணவு விடுதிகளுக்கும், தங்கும் விடுதிகளுக்கும், அரசுடைமை ஆக்கப்படும் செயல்பாட்டிற்கும் மேற்பார்வையிடும் பணிக்குழுவின் பொறுப்பாளராக நியமிக்கப்பட்டாள். அம்மா இன்னும் பரோலில் இருந்து வந்த போதும் ஒவ்வொருநாளும் மாலையில் விசாரணைக் குழு முன்பு ஆஜர் ஆக வேண்டியிருந்தபோதும் தன் சொந்தப்படுக்கையில் உறங்க முடியாமல் பாதுகாப்புப் பெண்களுக்கு நடுவில்தான் படுத்து உறங்க வேண்டிய நிலையில் இருந்தபோதும் அம்மாவுக்கு இந்த மிகப்பெரிய பொறுப்பு வழங்கப்பட்டது.

கட்சி அம்மாவுக்கு ஓர் அவலமான முத்திரை குத்தியிருந்தது. 'எப்போதும் கண்காணிப்பின் கீழ் இருக்க வேண்டிய ஒரு வேலைக்காரி' என்பதுதான் அந்த முத்திரை. இது வெளிப்படையாக எல்லாருக்கும் தெரியாது. அம்மாவுக்கும், அந்த வழக்கை விசாரிக்கும் அதிகாரிகளுக்கும் மட்டும் தெரியும். தற்போதைய பணிக்குழுவுக்கும் அம்மா ஆறு மாதங்கள் விசாரணையின் கீழ் இருந்தது தெரியும். ஆனால், அதன் கண்காணிப்பின் கீழ் அம்மா இன்னும் இருந்து வருவது தெரியாது.

அம்மா விசாரணையில் இருந்தபோது, தற்சமயத்திற்கு பாட்டி சிறிது நாட்கள் மஞ்சூரியாவில் இருக்குமாறு அவளுக்கு ஒரு கடிதம் எழுதிக் கொண்டாள். அம்மா விசாரணையில் இருந்து கொண்டிருப்பது பாட்டிக்கு தெரியவந்தால், அவள் வேதனைப்படுவாள் என்று பாட்டிக்கு வேறு சில பொய்க் காரணங்களைச் சொல்லி வைத்தாள்.

'நாட்டுடமை ஆக்கும்' திட்டம் தொடங்கப்பட்டபோது பாட்டி இன்னும் ஜிங்குவில்தான் இருந்தாள். பாட்டியும் அந்த திட்டத்தில் சிக்கிக் கொண்டது, அப்போது தான் அவளுக்கு புரிந்தது.

பாட்டியும் டாக்டர் ஸியாவும் 1951-ஆம் ஆண்டு ஜிங்குவை விட்டுப் புறப்பட்டபோது, அவரது மருந்துக் கடையை பாட்டியின் சகோதரன் யூ-லின் வசம் ஒப்படைத்துவிட்டு சென்றனர். 1952-ஆம் ஆண்டு டாக்டர் ஸியா இறந்தபோது, மருந்துக்கடையின் உரிமம் பாட்டிக்கு வந்தது. இப்போது அதை அரசாங்கம் எடுத்துக் கொள்ளத் திட்டம் வந்துள்ளது. நாட்டுடமை ஆக்கும் ஒவ்வொரு திட்டத்திலும், பணிக்குழு உறுப்பினர்களும், மேலாண்மைக்குழுவும், அரசு அலுவலர்களும் கொண்ட ஒரு பிரதிநிதிக் குழுவும் நியமிக்கப்பட்டு, இந்த இரண்டு குழுக்களும் அதன் விலை மதிப்பை நிர்ணயம் செய்யும். அதன் அடிப்படையில் அரசாங்கம், உரிமையாளருக்கு ஒரு 'நியாயமான தொகையை' வழங்கும். இந்த இரண்டு குழுக்களும், அதன் மேலதிகாரிகளை மகிழ்ச்சிப்படுத்த, ஒரு கேவலமான விலையை நிர்ணயம் செய்யும். அப்படியேதான், டாக்டர் ஸியாவின் மருந்துக்கடையும் அடிமாட்டு விலைக்கு நிர்ணயம் செய்யப்பட்டது. ஆனால், அதிலும் பாட்டிக்கு ஓர் அனுகூலம் இருந்தது. அதாவது, பாட்டி ஒரு 'சிறு முதலாளி' என்ற இனத்தில் வகைப்படுத்தப்பட்டாள். அதனால், அரசாங்கத்தின் பார்வையோ, அல்லது பொதுமக்கள் பார்வையோ அதிகமாக பாட்டியின் மீது விழவில்லை. ஆனால், நிர்ணயிக்கப்பட்ட விலை பாட்டிக்கு திருப்தி இல்லையென்றாலும், சரி போகட்டும் என்று சம்மதித்து விட்டாள்.

நாட்டுடமை ஆக்கும் திட்டத்தின் ஒரு பகுதியாக, வாத்திய முழக்கத்துடன் ஊர்வலங்கள் நடத்தப்பட்டன. இடைவிடாது விளக்க பொதுக்கூட்டங்கள் போட்டு பேசப்பட்டன. அதில் சில கூட்டங்கள் பெரு முதலாளிகளுக்காகப் போடப்பட்டன. எல்லாரும் தங்கள் சொத்துக்களை அரசாங்கம் எடுத்துக்கொள்ள முழுமனதுடனும், நன்றியுடனும் சம்மதம் தெரிவித்ததைப் பாட்டி தெரிந்து கொண்டாள். அவர்கள் பயந்து போய் எதிர்பார்த்ததைவிட இது எவ்வளவோ மேல் என்று அனைவரும் கூறினார்கள். சோவியத் யூனியனில், அப்படியே தொழில்கள் அனைத்தும் பறிமுதல் செய்யப்பட்டதாக அவர்கள் கேள்விப்பட்டிருக்கிறார்கள். ஆனால், இங்கு சீனாவில், உரிமையாளர்களுக்கு நஷ்டஈடு வழங்கப்படுகிறது. மேலும் அவர்களின் வர்த்தகங்களை அரசாங்கத்திடம் ஒப்படைக்க வேண்டும் என்று உத்தரவிடப்படவில்லை. முதலாளிகள் அதற்கு உடன்பட வேண்டும் என்றார்கள். உண்மையில் அனைவரும் இதற்கும் உடன்பட்டனர்.

இத்திட்டத்தில் தன் மகள் செயல்பட்டு வருவதால், பாட்டி தன் ஆத்திரத்தையோ ஆதங்கத்தையோ காட்ட முடியாமல் குழம்பினாள். தன் மகளின் வளர்ச்சியை எண்ணி மகிழ்ச்சியடைய முடியவில்லை.

இந்த மருந்துக்கடை வியாபாரம் என்பது டாக்டர் ஸியாவின் உழைப்பால் வந்தது. இப்போது பாட்டியின் பிழைப்பு அந்த மருந்துக்கடைதான். அவளுடைய மகள் வாழ்க்கையும் அதைச் சார்ந்திருந்தது என்றெல்லாம் எண்ணி, அந்தக்கடை அவ்வாறு முடிந்ததில் பாட்டிக்கு ஒரு தயக்கம் இருந்தது.

நான்கு ஆண்டுகளுக்கு முன்பு கொரியா யுத்தம் நடைபெற்ற போது, அரசாங்கம் போர் விமானங்கள் வாங்க வேண்டும் என்பதற்காக தங்களிடமிருந்த முதலீடுகளையோ, வேறு ஏதேனும் விலை மதிப்புள்ள பொருட்களையோ வழங்க வேண்டும் என்று பொது மக்களைக் கேட்டுக் கொண்டது. பாட்டிக்கு அவள் நகைகளைக் கொடுக்க விருப்பம் வரவில்லை. அந்த நகைகள் எல்லாம் ஜெனரல் ஷுவேயும், டாக்டர் ஸியாவும் அவளுக்கு அளித்தவை. சில சமயங்களில் அந்த நகைகள்தான் வருமானம் வருவதற்கான ஒரே ஆதாரமாக இருந்தது. அத்துடன் அது மிகுந்த உணர்வுப் பூர்வமான சொத்தாகவும் இருந்தது. ஆனால் அம்மா அரசாங்கத்திற்காக குரல் கொடுத்தாள். (நகைகள் எல்லாம் பழங்காலப் பழக்கமாகப் போய்விட்டது) மக்களைச் சுரண்டியதால் வந்ததன் விளைவுதான் அந்த நகைகள் என்பது கட்சியின் கொள்கை என்று எடுத்துரைத்து, அவைகளை அரசாங்கத்திடம் கொடுத்து விடுவது நல்லது என்று அம்மா பாட்டிக்கு சொன்னாள். அத்துடன் அமெரிக்க ஏகாதிபத்திய தாக்குதலிலிருந்து சீனா காப்பாற்றப்பட வேண்டும் என்றும் சொன்னாள். இது பாட்டிக்கு புரியாத விஷயம். அம்மா தன் கருத்தை பாட்டிக்கு எடுத்துரைத்தாள்: 'அம்மா, இந்தப் பொருட்கள் எல்லாம் இனிமேல் உங்களுக்கு எதற்கு? இப்பொழுதெல்லாம் இதுபோன்ற நகைகளை யாரும் அணிந்து கொள்வதில்லை. அத்துடன் உங்கள் வாழ்க்கைக்கு இது ஆதாரமாக இருக்கப் போவதில்லை. இப்போது நமக்கு பொது உடைமை அரசாங்கம் வந்து விட்டது. இனிமேல் சீனா ஒரு ஏழை நாடாக இருக்கப் போவதில்லை. அதைப் பற்றியெல்லாம் நீங்கள் ஏன் கவலைப்படவேண்டும்? எப்படிப் பார்த்தாலும் நான் உங்களுக்கு இருக்கிறேன். நான் உங்களைப் பார்த்துக் கொள்வேன். இனிமேல் நீங்கள் கவலைப்பட வேண்டிய அவசியமே இல்லை. அரசாங்கத்திற்கு நன்கொடை வழங்கச் செய்ய மற்றவர்களையும் நான் ஆயத்தப்படுத்த வேண்டும். என் பணியின் ஒரு பகுதி அது. என் அம்மாவே அதற்கு உதவ முன்வரவில்லை என்றால், நான் எப்படி அடுத்தவர்களிடம் போய்க் கேட்பது?' பாட்டி தயாராகி விட்டாள். பாட்டி தன் மகளுக்காக எதையும் செய்வாள். எல்லா நகைகளையும் கொடுத்து விட்டாள். ஒரு ஜோடி கைவளையல், ஒரு ஜோடி தோடு, ஒரு மோதிரம் போன்ற டாக்டர் ஸியா திருமண அன்பளிப்பாகக் கொடுத்த நகைகளை

மட்டும் வைத்துக் கொண்டு, மற்ற எல்லா நகைகளையும் கொடுத்து விட்டாள். அரசாங்கத்திடமிருந்து அதற்கான ரசீதுகளையும், தேசப்பற்றுக்கான பாராட்டுதல்களையும் பெற்றுக் கொண்டாள்.

பாட்டி தன் உணர்வுகளை வெளிக்காட்டிக் கொள்ளாவிட்டாலும், நகைகளை இழந்ததில் அவளுக்கு கொஞ்சம் வருத்தம் இருந்தது. அதில் ஓர் உணர்ச்சிப்பூர்வமான ஈடுபாடு மட்டுமல்ல; நடைமுறையில் கவனிக்கப்பட வேண்டிய ஒன்றாகவும் அவளுக்கு அது இருந்தது. பாதுகாப்பும் ஆதரவுமற்ற நிலையிலேயேயுமே பாட்டி கடைசிவரை வாழ்ந்து விட்டாள். கம்யூனிஸ்ட் கட்சி தன்னைக் கவனித்துக் கொள்ளும் என்றும் முழுமையாக நம்பிவிட முடியுமா? நிரந்தரமாகக் காப்பாற்றுமா? என்று பாட்டி சிந்தித்துக் கொண்டாள்.

நான்கு ஆண்டுகள் கழித்து, இப்பொழுது, தன்னோடு என்றும் வைத்துக் கொள்ள விரும்பிய, உண்மையில் தன் கடைசிக் கையிருப்பான ஒன்றை, அரசாங்கத்திடம் ஒப்படைக்க வேண்டிய சூழ்நிலை மீண்டும் பாட்டிக்கு நேர்ந்து விட்டது. இந்தமுறை மறுப்பதற்கு எந்த வாய்ப்பும் இல்லை. ஆனாலும் பாட்டி நியாயமான ஒத்துழைப்பை நல்கினாள். பாட்டி, தன் மகளை மனம் கோண வைக்க விருப்பமில்லை. கொஞ்சம் கூட தன் மகள் தன்னால் தர்ம சங்கடத்திற்கு ஆளாக்கப்படக்கூடாது என்று பாட்டி விரும்பினாள்.

மருந்துக் கடையை நாட்டுடைமையாக்கும் செயல்முறைக்கு நீண்ட கால அவகாசம் தேவைப்பட்டது. அந்தச் செயல்பாடு தாமதமாகிக் கொண்டே சென்றதால் பாட்டி மஞ்சூரியாவிலேயே தங்கியிருந்தாள். அம்மாவுக்கு விசாரணையிலிருந்து முழுச் சுதந்திரம் கிடைத்து, அம்மா தன் சொந்த இல்லத்துக்கு வரும் வரையிலும் பாட்டியை சிச்சுவானுக்கு வர வேண்டாம் என்று அம்மா சொல்லி விட்டாள். 1956 ஆம் ஆண்டு கோடைகாலம் முடியும் தருவாயில், அம்மாவுக்கு முழுச் சுதந்திரம் கிடைத்து, 'பரோலும்' நீக்கப்பட்டதாக அறிவிக்கப்பட்டது. அதன்பிறகு கூட, அம்மாவின் விடுதலை ஒரு நிரந்தர முடிவுக்கு கொண்டு வரப்பட்டதாகத் தெரியவில்லை.

அந்த ஆண்டின் இறுதியில்தான் வழக்கு ஒரு முடிவுக்கு கொண்டு வரப்பட்டது. செங்குடு கம்யூனிஸ்ட் கட்சியின் உயர்மட்ட அதிகாரிகளால் வெளியிடப்பட்ட தீர்ப்பு, அம்மாவின் நடவடிக்கைகள் மீது நம்பிக்கையூட்டுவதாகவும், அம்மாவுக்கு கோமிங்டாங் இயக்கத்துடன் எந்தத் தொடர்பும் இல்லை என்பது நிச்சயப்படுத்தப்பட்டதாகவும் பறை சாற்றியது. அதிகாரப்

பூர்வமாக குற்றத்திலிருந்து விடுவிக்கப்பட்டதாக வெளியிடப்பட்ட இறுதியான முடிவு அது. இதர பல வழக்குகள் போல, போதுமான சாட்சியங்கள் இல்லாது வழக்கு தள்ளுபடியாகிவிடும் என்று அம்மா தெரிந்திருந்தாள். அதனால் அம்மா முற்றிலும் விடுதலை பெற்று விட்டதால் நிம்மதியடைந்தாள். இல்லையேல் அந்த இழுக்கு அம்மாவின் வாழ்க்கை முழுவதும் ஒரு நிரந்தர வடுவாக இருந்து கொண்டிருக்கும். இப்போது அந்த அத்தியாயம் முடிவுக்கு வந்து விட்டது. விசாரணைக் குழுத்தலைவர் திரு.குவாங்குக்கு நன்றி பாராட்டினாள். அரசு அலுவலர்கள் பெரும்பாலும் தங்களைப் பாதுகாத்துக் கொள்ளும் பொருட்டு, அதிகார வர்க்கத்திற்கு துதி பாடுதல் என்னும் தவறினைச் செய்து வந்தார்கள். அப்படிப் பார்க்கின்றபோது, அம்மா கூறிய உண்மைகளை ஏற்றுக்கொண்டு முடிவுசெய்ய திரு.குவாங்குக்கு இன்னும் கொஞ்சம் மனோதிடம் தேவைப்பட்டது.

என்ன ஆகப்போகிறதோ என்ற அச்சத்துடன் 18 மாத காலமாக இருந்து வந்த அம்மா, இப்போது மீண்டும் ஒரு தெளிவுக்கு வந்தாள். அத்துடன், அம்மாவுக்கு அதிர்ஷ்டமும் இருந்தது. புதிய திட்டம் செயல்படுத்தப்பட்டதின் விளைவாக, 1,60,000 ஆண்களும் பெண்களும், ‘புரட்சி இயக்கத்தின் புல்லுருவிகள்’ என்று முத்திரை குத்தப்பட்டதால், அடுத்து வந்த முப்பது ஆண்டு காலத்திற்கு அவர்களின் வாழ்க்கை இருண்டு போனது. கோமிங்டாங் இயக்கப் பணியாளர்களாக, அம்மாவின் ஜிங்கு நகர நண்பர்களும் இருந்திருக்கின்றனர். இறுதியாக அவர்கள் ‘புரட்சி இயக்கப் புல்லுருவிகள்’ என்று பகிரங்கப்படுத்தப்பட்டதால், அவர்கள் வேலையிலிருந்து விரட்டப்பட்டு, கூலி வேலை செய்து பிழைப்பு நடத்துமாறு அனுப்பப்பட்டனர்.

இந்த செயல்திட்டம், கோமிங்டாங் தொடர்புடைய அனைத்தையும் வேரோடு அழித்தொழிக்கக் காரணமாக இருந்தது. அதுவே முதன்மை பெற்றது. சீன வரலாற்றில், ஒரு மனிதன் முறைகேடானவன் என்று தெரியவரும் பட்சத்தில், அவனது இனமே, அதாவது அவன் வீட்டு ஆண்கள், பெண்கள், குழந்தைகள், நேற்றுப் பிறந்த குழந்தை உட்பட அனைவரும் சில சந்தர்ப்பங்களில் கொல்லப்பட்டனர். ஒருவர் குற்றவாளி என்று தெரியப்பட்டால், அவர் வாழும் பகுதி முழுவதும் ஆபத்துக்கு உள்ளாக்கப்படும்.

கம்யூனிஸ்ட்கள் இதுவரை ‘தரம் தாழ்ந்த’ பின்னணியில் இருந்த மக்களைக் கட்சிக்குள் உள்வாங்கிக் கொண்டார்கள். அவர்கள் எதிரிகளாக இருந்தவர்களின் மகன்களும், மகள்களும் நல்ல நிலைகளுக்கு உயர்ந்து விட்டனர். உண்மையாகவே, தொடக்ககால

கம்யூனிஸ்ட் தலைவர்களே 'மோசமான' பின்னணியில் இருந்து வந்தவர்கள்தான். ஆனால் 1955 ஆம் ஆண்டிற்கு பிறகு, கட்சிக்கு வரும் ஒருவரின் குடும்பத்தரம் முக்கியமாகப் பார்க்கப்பட்டது. காலப்போக்கில் மாவோ கட்சிக்கு ஆபத்தானவர்களை ஒவ்வொருவராக களையெடுத்தபோது, பலியாகி மாட்டிக் கொள்பவர்களின் எண்ணிக்கை மிகவும் அதிகரித்தது. மேலும் அவர்களின் குடும்ப உறுப்பினர்களும் உறவினர்களும் சேர்ந்து பலியாகித் தண்டிக்கப்பட்டார்கள்.

இதுபோன்ற தனிப்பட்ட வேதனைகள் இருந்தபோதும், இப்போது கடைப்பிடிக்கப்பட்ட கடினமான செயல்பாடுகளால் சீனா உறுதியான நிலைப்பாட்டுடன் இருந்தது. இந்நூற்றாண்டில் இதுவரை கண்டிராத அளவு 1956 ஆம் ஆண்டில் சீனா ஓர் உறுதியான நிலைப்பாடு கொண்டிருந்தது. அந்நிய படையெடுப்புகள், உள்நாட்டு யுத்தம், பெருவாரியான பட்டினிச்சாவு, வழிப்பறி, விலைவாசி ஏற்றம் போன்ற இவை எல்லாம் கடந்தகால நிகழ்வுகளாயின. சீன மக்களின் கனவாகிய உறுதிப்பாடு, அம்மா அனுபவித்த துன்பங்களை சீன மக்கள் அனுபவித்த போதெல்லாம், சீன மக்களின் கனவாகிய உறுதியான நிலைப்பாடு அவர்களுக்கு தெம்பூட்டியது.

1956 ஆம் ஆண்டின் கோடைகாலத்தில் பாட்டி செங்குடு நகருக்கு வந்தாள். பாட்டி செய்த முதல்வேலை மழலையர் பள்ளிகளுக்கு ஓடிப்போய், எங்களை மீண்டும் அம்மாவின் தங்குமிடத்திற்கு கொண்டு வந்ததுதான். பாட்டிக்கு அடிப்படையில் மழலையர் பள்ளி என்றாலே பிடிக்காது. கூட்டத்தில் விடப்பட்ட குழந்தைக்கு தனிக்கவனம் எப்படிக் கிடைக்கும் என்று பாட்டி கேட்டாள். நானும் அக்காவும் ஒருவாறு சமாளித்துக் கொண்டு தங்கி இருந்தோம். ஆனால், பாட்டியைப் பார்த்ததும் வீட்டிற்கு செல்ல வேண்டும் என்று அழ ஆரம்பித்து விட்டோம். என் தம்பிகள் இருவரும் வேறு மாதிரி. 'ஜின்-மிங் யாருடனும் பேசமாட்டான். அவன் வயதுப் பிள்ளைகளைத் தவிர பெரியவர்கள் யாரையும் தொடக்கூட விட மாட்டான். எப்போதும் செவிலித் தாயைத் தான் கேட்பான்' என்று ஆசிரியை முறையிட்டாள். ஆனால் ஸியாவோ-ஹெய்யைப் பார்த்தவுடன் பாட்டி கதறி விட்டாள். முகத்தில் எந்தச் சலனமுமில்லாமல், ஒரு மரப்பாச்சிக் கட்டையைப் போல உட்கார்ந்திருந்தான். அவனை ஓரிடத்தில் கொண்டு போய் உட்கார வைத்தால், அதே இடத்தில் ஆடாமல் அசையாமல் உட்கார்ந்திருப்பான். ஓரிடத்தில் நிற்க வைத்தால், அங்கேயே மரம் மாதிரி நின்று கொண்டிருப்பான். கழிப்பறைக்குச் செல்வதற்கு

370 'வலதுசாரி ஒழிப்பு இயக்க நடவடிக்கைக்குப் பிறகு யாரும் வாயைத் திறக்கவில்லை'

எப்படிக் கேட்க வேண்டும் என்று தெரியாது. அவனால் அழத்தான் முடியுமா என்று கூடத் தெரியாது. அப்படியே அவனைத் தூக்கி அணைத்துக் கொண்ட பாட்டி, அப்போதிலிருந்து அவனைத் தன் 'செல்லமாக' ஆக்கிக் கொண்டாள்.

அம்மாவின் வீட்டிற்கு வந்தபிறகுதான் பாட்டியின் ஆத்திரத்திற்கும் அறியாமைக்கும் வடிகால் கிடைத்தது. அம்மாவையும் அப்பாவையும் 'இரக்கமற்ற பெற்றோர்கள்' என்றாள். அம்மாவுக்கு வேறு வழியில்லை என்பது பாட்டிக்கு புரியவில்லை.

எங்கள் நான்கு பேரையும் பாட்டியால் பார்த்துக் கொள்ள இயலாததால், வயதில் கூடுதலான நானும் அக்காவும் பள்ளிக்கு போக வேண்டியதாகி விட்டது. திங்கட்கிழமை தோறும், அழுது அடம் பிடித்துக் கொண்டு, கைகால்களை உதறிக் கொண்டு, தலைமுடியைப் பிய்த்துக் கொண்டு முரண்டு பிடிக்கும் எங்களை அப்பாவும், அவரது உதவியாளரும் தங்கள் தோள்களில் தூக்கிச் சுமந்து கொண்டு செல்வார்கள்.

இது கொஞ்ச நாட்கள் தொடர்ந்தது. பிறகு எப்படியோ ஓர் ஏமாற்று வேலையை நான் கற்றுக் கொண்டேன். பயங்கரக் காய்ச்சல் என்று சொல்லி பள்ளியில் படுத்து விடுவேன். டாக்டர்கள் வந்து பார்த்து விட்டு என்னை வீட்டிற்கு அனுப்பி விடுவார்கள். வீட்டிற்கு வந்த அடுத்த நொடியே என் காய்ச்சல் மாயமாய் மறைந்து விடும். அதன்பிறகு ஒரு வழியாக எனக்கும் அக்காவுக்கும் வீட்டிலிருக்க அனுமதி கிடைத்தது.

மலர்களும் மரங்களும், மேகமும் மழையும், பாட்டியைப் பொருத்த வரை இதயமும் கண்ணீரும் கொண்ட மனித ஜீவிகள். அவைகளுக்கு நல்லொழுக்கங்களும் உண்டு. சீனக் குழந்தைகளின் பழக்க வழக்கங்களைப் பின்பற்றுவதுதான் எங்களுக்கு நல்லது. (சொல் பேச்சு கேட்பது - கீழ்படிந்து நடப்பது) இல்லையேல் எல்லாத் தீமைகளும் எங்களுக்கு வரும். ஆரஞ்சுப் பழங்கள் சாப்பிட்டால், விதைகளை விழுங்கக் கூடாது என்று பாட்டி பயமுறுத்துவாள். "நான் சொல்வதை இப்போது நீங்கள் கேட்கவில்லையென்றால், பிறகு இந்த வீட்டிற்குள் உங்களால் நுழைய முடியாது. ஆரஞ்சுப் பழத்தில் உள்ள ஒவ்வொரு விதையும், ஒரு குட்டிக் குழந்தை மரம் மாதிரி. அந்தக் குட்டி குழந்தை உங்களைப் போல வளரத் தொடங்கும். உங்கள் வயிற்றில் மெதுவாக அது வளரும். கொஞ்சம் கொஞ்சமாக வளர்ந்து கொண்டே வரும். அப்புறம் ஒரு நாள் அய்-யா! அது உங்கள் தலையை பிளந்து கொண்டு வெளியே வரும். அதன் உடலில் இலைகள் முளைக்கும். காய் காய்த்து பழம்

பழுக்கும். ஆரஞ்சுப்பழம். பிறகு அது வாசல் கதவை விட உயரமாக வளர்ந்து விடும்.

என் தலையில் ஆரஞ்சு மரம் முளைக்கும் என்று பாட்டி சொன்னது என்னைக் கவர்ந்தது. ஒருநாள் வேண்டுமென்றே ஓர் ஆரஞ்சுப் பழ விதையை விழுங்கி விட்டேன். ஒரே ஒரு விதைதான். ஆர்ச்சார்டு மரம் எல்லாம் தலையில் வளருவது எனக்குப் பிடிக்கவில்லை. ஏனென்றால் அது பெரிய மரமாக இருக்கும். அன்று முழுவதும் ஆர்வத்தால் ஏதாவது வருகிறதா என்று என் தலையைத் தொட்டுத் தொட்டுப் பார்த்துக் கொண்டேன். என் தலையில் வளர்ந்து வரும் ஆரஞ்சுப் பழங்களைச் சாப்பிடலாமா என்று பாட்டியிடம் அடிக்கடி கேட்டேன். ஆரஞ்சு விதையைச் சாப்பிட்டதனால் நான் கீழ்ப்படியாதவள் என்று பாட்டி தெரிந்து கொள்ளாமல் இருக்க நான் கவனமாக இருந்து கொண்டேன். மரம் முளைப்பதைப் பாட்டி கண்டுகொண்டால், எப்படியோ தெரியாமல் நடந்து விட்டது என்று சமாளிக்க வேண்டும் என்று முடிவு செய்து கொண்டேன். அன்று இரவு என்னால் தூங்க முடியவில்லை. ஏதோ ஒன்று என் தலைக்கு உள்ளிருந்து வெளியே வர முட்டுவது போல உணர்ந்தேன்.

வழக்கமாகப் பாட்டி சொல்லும் கதைகளைக் கேட்டு ஆனந்தமாகத் தூங்குவேன். பாட்டி ஏராளமான சீனக் கதைகளை வைத்திருந்தாள். மிருகங்கள், பறவைகள் மற்றும் புராணக் கதைகள், தேவதைக் கதைகள் போன்ற கதைப்புத்தகங்கள் ஏராளமாக எங்களிடம் இருந்தன. ஹான்ஸ் கிறிஸ்டியன் ஆண்டர்சன், ஈசோப் கதைகள் போன்ற குழந்தைகளுக்கான வெளிநாட்டுக் கதைகளும் இருந்தன. லிட்டில் ரெட் ரைடிங் ஹுட், ஸ்நோ வொய்ட்டும் ஏழு குள்ளர்களும், சிண்ட்ரெல்லா போன்ற கதை மாந்தர்கள் எல்லாம் என் இள வயதுத் தோழர்கள்.

இந்தக் கதைகளோடு மழலையர் பாடல்களையும் சேர்த்து ரசிப்போம். செய்யுள்களோடு இவைகளைப் படிப்பது புது அனுபவமாக இருக்கும். சீன மொழியே இராகங்களின் அடிப்படையில் அமைந்ததுதான். குறிப்பாக அவைகளுக்கு சங்கீதப் பண்புகள் இருந்தன. பண்டைய செம்மொழிச் செய்யுள்களை பாட்டி சொல்லச் சொல்ல, நான் அதைக் கேட்டு மெய் மறந்து போனேன். ஆனால் அதன் பொருள் அப்போதைக்கு விளங்கவில்லை. அச்செய்யுட்களை பாட்டி, பண்டைய பாணியில், ஏற்ற இறக்கத்துடனும், நிறுத்தியும் இராகம் போட்டு பாடிக் காண்பிப்பாள். கி.மு.500 ஆண்டுகளுக்கு முன்பு உள்ள பாடல்களை பாட்டி எங்களுக்கு பாடிக் காட்டியதை, அம்மா ஒரு நாள் கேட்டுவிட்டு, அதை நிறுத்துமாறு பாட்டியைக் கேட்டுக்

கொண்டாள். அதன் அர்த்தங்களை இப்போது குழந்தைகள் புரிந்து கொள்ள வேண்டிய அவசியம் இல்லை. அதன் உச்சரிப்பில் உள்ள ஓசை நயத்தை அவர்கள் உணர்ந்து கொள்ளட்டும் என்று பாட்டி வற்புறுத்துவாள். இருபது ஆண்டுகளுக்கு முன்னால், ஈக்ஸியானை விட்டு வந்தபோது தன்னுடைய 'சிதார்' என்னும் இசைக்கருவியை விட்டுவிட்டு வந்ததை பாட்டி இன்றும் சொல்லிச் சொல்லி வருத்தப்படுவாள்.

படுக்கப் போகுமுன் கதை கேட்கும் பழக்கமும் என் தம்பிகளுக்கு இல்லை. அக்கா என்னோடுதான் படுத்து தூங்குவாள். அவளுக்கும் என்னைப் போன்று கதை என்றால், அவ்வளவு பிடிக்கும். அதிலும் அக்காவுக்கு அபாரமான ஞாபக சக்தி. புஷ்கினின் 'மீனவனும் தங்க மீன்களும்' என்னும் நீண்ட கவிதைகளை, தன்னுடைய மூன்றாவது வயதிலேயே ஒரு சிறு தவறு கூட இல்லாமல் மனப்பாடமாகச் சொல்லி அனைவரையும் அசத்தி விடுவாள்.

எங்கள் குடும்பம் ஒரு தெளிந்த நீரோடை போல அமைதியாக ஓடிக் கொண்டிருந்தது. அப்பா மீது அம்மாவுக்கு எவ்வளவுதான் மனக்குறை ஏற்பட்டிருந்தாலும், அவர்களுக்குள் வாக்குவாதமோ, கருத்து முரண்பாடோ வந்ததில்லை. அதுவும் குழந்தைகளாகிய எங்கள் முன்பு எதையும் காட்டிக் கொண்டதில்லை. நாங்களும் வளர்ந்து கொண்டு வந்ததால், எங்களை அப்பா அதிகமாகத் தொட்டு தூக்கி அன்பு காட்டுவதில்லை. ஒரு தந்தை தன் பெண் குழந்தைகளைக் கைகளில் தூக்கி வைத்துக்கொண்டு முத்தமிடுவதோ, அல்லது அணைத்துக் கொள்வதோ சீன வழக்கத்தில் இல்லை. பையன்களை முதுகில் ஏற்றி வைத்துக் கொண்டு தரையில் தவழ்ந்து செல்வதும், தலையை வருடிக் கொடுப்பதும், தோளைத் தட்டிக் கொடுப்பதும் அப்பாவின் வழக்கம். மகள்களாகிய எங்களிடம் இதுபோன்று அன்பு காட்டுவதில்லை. எங்களுக்கு மூன்று வயது ஆனபிறகு, சீன நாட்டுப் பண்பாடுகளின்படி, மகள்களாகிய எங்களோடு நெருக்கத்தை தவிர்த்து, எங்களைக் கைகளால் தூக்குவதாக இருந்தாலும் மிகுந்த கவனத்தோடு தான் அப்பா தூக்குவார். நாங்கள் படுத்திருக்கும் அறைக்குள் எங்கள் அனுமதி இல்லாமல் வரமாட்டார்.

எவ்வளவுதான் எங்கள் மீது அம்மாவுக்கு பாசம் இருந்தாலும், அவளும் எங்களத் தொட்டு தூக்கி அன்பு பாராட்டுவதில்லை. ஏனென்றால், அம்மா ஒரு வகை கொள்கைகளுக்கு உடன்பட்டிருப்பவள். கடுமையான கம்யூனிஸ்ட் கட்டுப்பாட்டு வாழ்க்கைக்கு உட்பட்டிருப்பவள். 1950-களின் தொடக்கத்தில், ஒரு கம்யூனிஸ்ட், அதன் புரட்சி இயக்கத்திற்கு மட்டுமே

தன்னை ஈடுபடுத்திக் கொண்டிருக்க வேண்டும். கட்சி விசுவாசி ஒருவர் தங்கள் குழந்தைகளிடம் அதிகமாக அன்பு காட்டிக் கொண்டிருந்தால், அவரின் விசுவாசம் வேறு பக்கம் சரிவதாக அடுத்தவர்களை முகம் சுளிக்க வைக்கும். சாப்பாட்டு நேரம், தூங்கும் நேரத்தைத் தவிர உள்ள ஒவ்வொரு நொடிப் பொழுதையும் புரட்சிக்காக தியாகம் செய்ய வேண்டும். தங்கள் குழந்தைகளைத் தூக்கி வைத்து கொஞ்சிக்கொண்டு, புரட்சி இயக்கத்திற்காக எதுவும் செய்யாமல் இருக்கும் ஒருவர் விரைவில் வீட்டிற்கு அனுப்பப்படுவார்.

இதைப் பழக்கத்திற்கு கொண்டு வர அம்மா ஆரம்பத்தில் மிகுந்த சிரமப்பட்டாள். அம்மாவின் கட்சிப் பணியாளர்களால் நிரந்தரமாக அம்மா மீது சுமத்தப்பட்ட குற்றச்சாட்டு - அம்மாவுக்கு 'குடும்பம்தான் முதலில்' என்ற குற்றச்சாட்டுதான். இறுதியில் கட்சிக்காக இடைவிடாது உழைக்க வேண்டும் என்று அம்மா தன்னை பக்குவப்படுத்திக் கொண்டாள். எல்லா வேலைகளையும் முடித்துவிட்டு அம்மா இரவு வீட்டிற்கு வரும்போது, நாங்கள் தூங்கத் தொடங்கி இரண்டு சாமங்கள் ஆகி இருக்கும். அப்போது அம்மா எங்கள் அருகில் வந்து அமர்ந்து எங்கள் முகத்தையும், நாங்கள் மூச்சு விடும் முறையையும் கவனித்துப் பார்ப்பாள். அன்றைய தினத்தில் அம்மாவுக்கு அதுதான் ஆனந்தமான நேரம்.

அம்மாவுக்கு எப்பொழுதெல்லாம் நேரம் கிடைக்கிறதோ அப்பொழு தெல்லாம் எங்களை ஆரத்தழுவி தலையெங்கும் வருடி விட்டு அங்கங்கே கிச்சுகிச்சு மூட்டுவாள். அது எங்களுக்கு அவ்வளவு ஆனந்தமாக இருக்கும். அம்மாவின் மடி மீது தலை சாய்த்துப் படுத்து, என் காதுகளை அவள் விரலால் குடைந்து விடுகிறபோது நான் சொர்க்கத்துக்கே சென்று விடுவேன். காதுகளைக் குடைந்து விடுவது மகிழ்ச்சியின் உச்ச கட்டமாக இருக்கும். சிலர் தங்கள் தோள்களில் ஒரு பெரிய கழியைச் சுமந்து செல்வார்கள். அந்தக் கழியின் ஒரு முனையில் பிரம்பு நாற்காலி ஒன்று கட்டித் தொங்கவிடப்பட்டிருக்கும். அதன் மறுமுனையில் பஞ்சு போன்று மிருதுவான இருபதுக்கும் மேற்பட்ட காது குடையும் குச்சிகள் தொங்கவிடப் பட்டிருப்பதை சிறுவயதில் பார்த்திருக்கிறேன்.

1956 தொடக்கத்திலிருந்து அரசு அலுவலர்களுக்கு ஞாயிற்றுக்கிழமை விடுமுறை வழங்கப்பட்டது. அப்பா, அம்மா எங்களை விளையாட்டு மைதானங்களுக்கும், பூங்காக்களுக்கும் அழைத்துச் செல்வார்கள். அங்கே நாங்கள் ஊஞ்சலில் ஆடுவோம். ரங்கராட்டினத்தில் ஏறிச் சுழலுவோம். புல் தரையில் படுத்து உருண்டு விளையாடுவோம். அப்போது ஒருமுறை குட்டிக்கரணம்

அடித்துக்கொண்டு வருகிறபோது தடுமாறி விட்டேன். அம்மா அப்பா என்னை நிறுத்தி விடுவார்கள் என்று உருண்டு வந்து கொண்டிருந்தேன். ஆனால் எப்படியோ தவறி, அங்கிருந்த மரத்தில் அடுத்தடுத்து மோதிக் கொண்டேன். அந்நிகழ்ச்சி இன்னும் என் நினைவில் பசுமையாகப் பதிந்திருக்கிறது.

அப்பா அம்மா அடிக்கடி வீட்டிற்கு வராமலே இருந்து விடுவதைக் கண்டு பாட்டி வெறுத்துப் போனாள். 'என்ன பெற்றோர்கள் இவர்கள்' என்று சலித்துக் கொண்டாள். அந்தக் குறையை நிறைவு செய்ய, பாட்டி எங்கள் மீது அன்பைப் பொழிந்தாள். எங்களுக்காக எப்போதும் உழைத்தாள். எங்கள் நான்கு பேரையும் பாட்டி ஒருத்தியால் சமாளிக்க முடியாததால், ஜன்-யிங் அத்தையை வரச்சொல்லி அம்மா அழைத்தாள். அத்தையும் பாட்டியும் ஒருவருக்கொருவர் மிகுந்த இணக்கமாக இருந்தார்கள். 1957 ஆம் ஆண்டின் தொடக்கத்தில், அவர்கள் ஒரே இடத்தில் இருக்கத் தொடங்கியதிலிருந்து அவர்களின் இணக்கம் தொடர்ந்து நீடித்து வந்தது. கிறிஸ்தவப் பாதிரியார் ஒருவர் குடியிருந்த இடத்திற்கு நாங்கள் புதிதாக குடியேறியபோதும் அவர்கள் இருவரும் எங்களுக்காக எங்களோடு வந்தார்கள். அப்பாவும் எங்களோடு வந்து விட்டார். ஆகவே முதல்முறையாக ஒட்டுமொத்தக் குடும்பமும் ஒரே வீட்டில் வசிக்கத் தொடங்கினோம்.

அந்தப் பெண்ணுக்கு வயது 18. அவள் முதன்முதலில் வீட்டு வேலைக்கு வந்தபோது பூப்போட்ட காட்டன் துப்பட்டாவும் சட்டையும் அணிந்திருந்தாள். (ஆடம்பரமான நகர்வாழ் மக்களாகவும், கம்யூனிஸ்ட் கட்டுப்பாடுள்ள மக்களாகவும் தோற்றமளிக்கும் பொருட்டு, கண்ணைப் பறிக்காத வண்ணங்களில் ஆடை உடுத்தும் நகர்வாழ் மாந்தர்கள் கூட, அவள் பளபளப்பாக ஆடை அணிந்து வருவது போலப் பார்த்தார்கள்.) நகர்வாழ் நாகரிகம் நிறைந்த பெண்கள், ரஷ்யப் பெண்களைப் போன்று தங்கள் உடைகளை வடிவமைத்துத் தைத்து அணிந்து கொள்கிறார்கள். ஆனால் எங்கள் வீட்டில் வேலை செய்யும் பெண் பாரம்பரிய விவசாயிகள் பாணியில் உடை உடுத்தினாள். அந்த உடையின் இடது பக்கத்தில் பொத்தான்கள் இருக்கும். அந்தப் பொத்தான்களும் செயற்கை முறையில் அல்லாமல் காட்டன் பொத்தான்களாக இருக்கும். பெல்ட் அணியாமல், காட்டன் வளையங்களைப் பயன்படுத்தி டிரவுசர் அணிந்திருந்தாள். விவசாயக் குடும்பங்களிலிருந்து நகரத்திற்கு வரும் பெண்கள் தங்களை நாட்டுப்புறமாகக் காட்டிக் கொள்ளாமல், நாகரிகமாக ஆடை அணிந்து வருவார்கள். அவள் அணிந்து வந்திருந்த

சீனா அமைதியடைந்தது 375

ஆடை, அவள் குணாதிசயங்களின் பலத்தை பறை சாற்றியது. அவளது கைகள் முரட்டுத்தனமாக இருந்தன. வெட்கம் கலந்த தன்னடக்கமான புன்னகை அவள் முகத்தில் தவழ்ந்தது. அவளின் ரோஜாப் பூப்போன்ற கன்னங்களில் இரண்டு மருக்கள் எடுப்பாகத் தோற்றமளித்தன. எங்கள் வீட்டார் அனைவருக்கும் அவளைப் பார்த்த மாத்திரத்தில் பிடித்துப் போய் விட்டது. எங்களோடு தான் உணவருந்தினாள். அத்தையுடனும் பாட்டியுடனும் சேர்ந்து வீட்டு வேலைகளைக் கவனித்தாள். பெரும்பாலும் அம்மா அப்பா வீட்டில் இல்லாத சூழல்களில் இரண்டு நெருங்கிய தோழிகள் கிடைத்ததில் பாட்டிக்கு மகிழ்ச்சி. அம்மாதான் வீட்டில் பெரும்பாலும் இருப்பதில்லையே.

அந்த வேலைக்காரப் பெண் நிலவுடைமையாளர் குடும்பத்திலிருந்து வந்தவள். நாட்டுப்புறத்தை விட்டு வெளியேறிவிட வேண்டும் என்று திடமான முடிவோடு இருந்தாள். அங்கு நிலவிய பாரபட்சம் பார்க்கப்பட்ட நிலை அவளுக்கு பிடிக்கவில்லை. தாழ்ந்த குடும்பப் பின்னணி உள்ளவர்களும் வேலையில் சேரலாம் என்ற வாய்ப்பு 1957 ஆம் ஆண்டு மீண்டும் வந்தது. 1955 ஆம் ஆண்டுத் திட்டம் நிறைவுக்கு வந்தது. நெருக்கடியும், கெடுபிடியும் நிதான நிலைக்கு வந்தன.

ஒவ்வொருவரும் அவர்கள் பிறந்த இடத்தை பதிவு செய்ய வேண்டும் என்ற திட்டத்தை கம்யூனிஸ்ட் தொடங்கியது. யாரெல்லாம் நகரவாசிகளாகத் தங்களைப் பதிவு செய்து கொண்டார்களோ அவர்களுக்கு ரேஷன் கடைகள் மூலம் உணவு தானியங்கள் கிடைத்தன. இவள் கிராமத்து நபர் என்று பதிவு செய்யப்பட்டிருந்ததால் அவளுக்கு உணவுக்கு வழியில்லை. எங்கள் குடும்பத்திற்கு வழங்கப்பட்ட ரேஷன், எங்கள் தேவைக்கு அதிகமாக இருந்ததால், அவளுக்கு உணவளிப்பதில் எங்களுக்கு எந்தச் சிரமமும் இருக்கவில்லை. ஓராண்டுக்கு பிறகு, அம்மா அவளது பிறந்த இடப் பதிவை செங்குடு நகருக்கு மாற்றி விட்டாள்.

எங்கள் குடும்பம்' அவளுக்கு சம்பளம் கொடுத்தது. 1956 ஆம் ஆண்டின் இறுதியில் எங்கள் வீட்டு வேலையாட்களுக்கு கொடுக்கப்பட்டு வந்த அரசாங்கப் படி நிறுத்தப்பட்டு விட்டது. அதே நேரம் அப்பாவின் மெய்க்காப்பாளரும் நிறுத்தப்பட்டார். அவருக்குப் பதிலாக பொதுவான ஓர் பணியாளர் நியமிக்கப்பட்டார். தேநீர் வாங்கிக் கொடுப்பது, வெளியூர்ப் பயணங்களுக்கு வாகனங்கள் ஏற்பாடு செய்து கொடுப்பது போன்ற வேலைகளை அப்பாவுக்கு ஏனோதானோவென்று செய்து கொடுத்தார். அப்பாவுக்கும் அம்மாவுக்கும் அவர்கள் அரசுப்பணியின் தகுதிக்கு

ஏற்றாற்போல வரையறுக்கப்பட்ட ஊதியம் வழங்கப்பட்டது. அம்மாவுடைய பணியின் தரப்பிரிவு 17-ம், அப்பாவின் தரப்பிரிவு 10-ம் ஆக இருந்தது. அப்பாவின் ஊதியம் அம்மா வாங்கியதைப் போல இருமடங்கு கூடுதலாக இருந்தது. அத்தியாவசியப் பொருட்கள் மிக மலிவாகக் கிடைத்தன. நுகர்வோர் சமூகம் என்ற பேச்சுக்கே இடமில்லை. ஆகவே, அவர்களின் ஒருங்கிணைந்த ஊதியம், எங்களின் போதுமான அளவுக்கு மேல் இருந்தது. 'உயர்மட்ட அதிகாரிகள்' (காயோ-கான் என்று சீன மொழியில் இதற்கு பெயர்) என்ற சிறப்புப் பிரிவில் அப்பாவும் ஓர் உறுப்பினர். 13-ஆம் தரத்திற்கு மேற்பட்ட அதிகாரிகளுக்கு 'உயர்மட்ட அதிகாரிகள்' என்ற பதம் பயன்படுத்தப்பட்டது. இந்தத் 'தர' அதிகாரிகள் மட்டும் சுமார் 200 பேர் சிச்சுவான் மாநிலத்தில் இருந்தார்கள். 72 மில்லியன் மக்கள்தொகை கொண்ட மாநில முழுமைக்கும், 10 ஆம் தர உயர் அதிகாரிகளும், அவர்களுக்கு மேல் உள்ளவர்களும் சுமார் 20 பேருக்கும் குறைவாகவே இருந்தனர்.

1956 ஆம் ஆண்டின் வசந்த காலத்தில் 'நூறு மலர்கள்' என்னும் கொள்கை ஒன்றை மாவோ அறிவித்தார். 'நூறு மலர்கள் மலரட்டும்' என்ற சொற்றொடரிலிருந்து (சீன மொழியில் பாய்-பூவ கிஃபாங்) இது எடுக்கப்பட்டது. கலை, இலக்கியம், அறிவியல் ஆய்வு ஆகியவைகளுக்கு கொள்கை அளவில் அதிக சுதந்திரம் கொடுப்பதுதான் இதன் நோக்கம் ஆகும். சீனாவின் சான்றோர் பெருமக்களுக்கு கம்யூனிஸ்ட் அரசாங்கம் ஆதரவு அளிக்க விரும்பியது. தொழில்துறைகள் தேசிய உடைமை ஆக்கப்பட்டதின் 'பிந்தைய மீட்பு' என்ற ஒன்றை கொண்டு வரவிருந்ததால், மேற்கண்ட சான்றோர்களை ஆதரிக்கும் திட்டம் அரசாங்கத்திற்கு தேவையாகப்பட்டது.

நாட்டு மக்களின் கல்வி அறிவு எப்போதும் மிகத் தாழ்ந்த நிலையில்தான் இருந்தது. மக்கள் தொகையோ அதிகம் - அதற்குள் 600 மில்லியன் ஆகிவிட்டது. ஒரு சிறந்த வாழ்க்கைத் தரம் என்பதை பெரும்பான்மை மக்கள் அனுபவிக்கவில்லை. அரசாங்கம் எப்போதும் சர்வாதிகாரக் கொள்கையையே கொண்டிருந்தது. அதனால் பொதுமக்களை அறியாமை என்னும் பிடியிலேயே வைத்திருந்தது. அதன் விளைவாக மக்கள் அடங்கி ஒடுங்கித்தான் இருக்க வேண்டியிருந்தது. மொழிப்பிரச்சினை வேறு இருந்து வந்தது. சீன மொழியின் எழுத்துமுறை மிகுந்த சிக்கலைக் கொடுத்துக் கொண்டிருந்தது. சீன மொழியின் ஆயிரக்கணக்கான எழுத்துக் குறியீடுகளுக்கும் அதன் உச்சரிப்பு ஓசைகளுக்கும் தொடர்பு இல்லாமல் இருந்தது. ஒவ்வொரு எழுத்தும் வெவ்வேறு

கோடுகளையும் கொண்டிருந்தது. அவைகளைத் தனித்தனியாக நினைவில் கொள்ள வேண்டும். எழுத்தறிவு இல்லாத மக்கள் கோடிக்கணக்கில் இருந்தனர்.

எவரேனும் ஒருவர், ஏதோ ஒரு கல்வி அறிவு பெற்றிருந்தால், அவர் 'அறிவு ஜீவி' என்று அழைக்கப்பட்டார். இந்த அறிவு ஜீவிகள் என்ற பிரிவில் தாதிகள், மாணவர்கள், நடிகர்கள், அதுபோல பொறியாளர்கள், தொழில் நுட்பக் கலைஞர்கள், எழுத்தாளர்கள், மருத்துவர்கள், ஆசிரியர்கள், விஞ்ஞானிகள் ஆகியோர் அடங்குவர்.

'நூறு மலர்கள்' கொள்கையின் கீழ், நாட்டு மக்கள் அனைவரும் உழைப்பு என்னும் இறுக்கத்திலிருந்து ஓராண்டு காலம் ஓய்வு எடுத்துக் கொண்டார்கள். அதன்பிறகு, 1957 ஆம் ஆண்டு வசந்த காலத்தில், கீழிருந்து மேல் மட்டம் வரை உள்ள அரசு அலுவலர்களின் குறை நிறைகளை விவாதிக்கச் சொல்லி அறிவி ஜீவிகளை அரசாங்கம் அவசரப்படுத்தியது. இது கட்சிக் கட்டுப்பாடுகளை இன்னும் தளர்த்துவதற்கு வழி வகுக்கும் என்று அம்மா எண்ணினாள். மாவோ ஆற்றிய உரையைக் கேட்ட அம்மா, இரவில் உறங்க முடியாத அளவு நெகிழ்ந்து போனாள். உண்மையில் சீனா ஒரு நவீனத்துவமான, குடியரசுக் கட்சியைப் பெறவிருக்கிறது. குடியரசுக் கட்சி, அதாவது நம் நாட்டை ஊக்கப்படுத்துவதற்கு தேவையான விமர்சனங்களை வரவேற்கும் ஒரு கட்சியைப் பெறவிருக்கிறது என்று அம்மா மகிழ்ந்தாள். உண்மையில் அம்மா ஒரு கம்யூனிஸ்ட் ஆக இருப்பதற்கு தன்னைத்தானே பெருமைப்படுத்திக் கொண்டாள்.

அரசு அதிகாரிகளை விமர்சனங்களுக்கு உள்ளாக்கப் போவதாக மாவோ ஓர் உரை ஆற்றினார். அவர் வெளியிட்ட சில குறிப்புரைகள் அரசு அலுவலர்களுக்கு தெரிவிக்கப்படவில்லை. மாவோவையோ அல்லது அவரது ஆட்சியையோ எதிர்க்கும் துணிச்சல் யாருக்கு இருக்கிறதோ, அவர்களைக் கண்டறிய வேண்டுவதற்கான குறிப்புகளை மாவோ அரசு அலுவலர்களுக்கு வழங்கவில்லை. இதற்கு ஓராண்டுக்கு முன்பு, சோவியத் நாட்டு தலைவரான குருச்சேவ், தன்னுடைய 'இரகசிய உரையில்' ஸ்டாலினை பகிரங்கமாக கண்டனம் செய்து பேசினார். தன்னை ஸ்டாலினோடு ஒப்பிட்டுப் பார்த்துக் கொண்ட மாவோவுக்கு குருச்சேவ் உரை அதிர்ச்சியைத் தந்தது. ஹங்கேரிய நாட்டுக் கிளர்ச்சி மாவோவை மேலும் நிலைகுலைய வைத்தது. அங்கு நிறுவப்பட்ட கம்யூனிஸ்ட் ஆட்சியை அகற்றி, அப்புறப்படுத்த எடுத்துக்கொண்ட வெற்றிகரமான முதல் முயற்சி அது. கல்வி அறிவு பெற்றிருந்த சீன மக்களின் பெரும் பகுதியினர், கட்சிக்

கட்டுப்பாடுகள் ஓர் அளவோடு தளர்த்தப்பட்டால் அதை அவர்கள் ஆதரிப்பார்கள் என்பதை மாவோ புரிந்து வைத்திருந்தார். ‘சீன ஹங்கேரியக் கிளர்ச்சியை’ மாவோ கட்டுப்படுத்த விரும்பினார். விமர்சனங்களை வரவேற்பதாக மாவோ கூறியிருப்பது வெறும் கண்துடைப்புதான். இதுபோன்ற விமர்சனம் செய்யும் ஒவ்வொரு தீவிர எதிர்ப்பாளனையும் கண்டு களை எடுக்கத்தான் இம்முயற்சி என்று மாவோ ஹங்கேரியத் தலைவர்களிடம் கூறினார்.

உழைப்பாளர்களையோ அல்லது விவசாயிகளையோ எண்ணி மாவோ கவலைப்பட்டதில்லை. ஏனெனில், அவர்களுக்கு வயிறு நிறையச் சாப்பாடும், அடிப்படைத் தேவைகளும் கிடைத்தால் போதும். அவர் கம்யூனிஸ்ட்களுக்கு விசுவாசமாக இருப்பார்கள் என்று மாவோ நம்பிக்கை கொண்டிருந்தார். தனது அரசாட்சியை எதிர்த்து கேள்வி கேட்கும் அறிவுத் தெளிவு அவர்களுக்கு இல்லை என்பதை அடிப்படையிலே மாவோ தெரிந்து கொண்டிருந்தார். ஆனால் மாவோ அறிவு ஜீவிகள் மீதுதான் எப்போதும் ஒரு ‘கண்’ வைத்திருந்தார். ஹங்கேரி நாட்டில் அறிவு ஜீவிகள் தங்கள் கைத்திறமையைக் காண்பித்து விட்டார்கள். மற்ற நாட்டு அறிவு ஜீவிகளைவிட, அவர்கள் அதிகமாக சிந்திப்பார்கள் என்பதை மாவோ தெரிந்து கொண்டார்.

மாவோ விரித்திருந்த வலையைப் புரிந்து கொள்ளாத அறிவு ஜீவிகளும், அரசு அலுவலர்களும் அரசுக்கு எதிரான விமர்சனங்களை எழுப்பி அவைகளை, எழுதவும் செய்தார்கள். ‘அறிவு ஜீவிகளும் அரசு அலுவலர்களும் என்ன சொல்ல நினைக்கிறார்களோ, அதை அப்படியே சொல்லலாம்’ என்று மாவோ வெளிப்படுத்தினார். ஆர்வ மேலீட்டால் குதூகலம் அடைந்த அம்மா தன் கட்டுப்பாட்டில் இருந்த பள்ளிக்கூடங்கள், மருத்துவமனைகள், பொழுது போக்குமிடங்கள் போன்ற எல்லா இடங்களிலும் இது பற்றிப் பெருமையாகப் பேசினாள். கருத்தரங்குகளில் இதுபோன்று வந்த அனைத்துக் கருத்துகளும் வெளியிடப்பட்டன. சுவரொட்டிகள் மூலமாகவும் வெளியிடப்பட்டன. விபரம் அறிந்த மக்கள் செய்தித்தாள்கள் மூலமாகவும் அரசாங்கத்திற்கெதிரான கண்டனங்களை தெரியப்படுத்திக் கொண்டார்கள்.

அம்மாவும் இந்த விமர்சனத்துக்குள் கொண்டு வரப்பட்டாள். அதில் முக்கியமான ஒன்று பள்ளி சார்ந்ததாக இருந்தது. சில முதன்மைப் பள்ளிகளுக்கு (சீன மொழியில் ஹோங்டியான்) அம்மா முன்னுரிமை கொடுத்து விட்டதாக வந்த கண்டனம்தான் அது. சீனாவில் அரசாங்கத்தால் நியமிக்கப்பட்ட ஏராளமான பள்ளிகளும், பல்கலைக்கழகங்களும் இருந்தன. அப்பள்ளிகளுக்கு அரசாங்கம்

அதிகக் கவனம் செலுத்தியது. அவைகளுக்கு தேவையான ஆசிரியர்களையும் அடிப்படை வசதிகளையும் அரசாங்கம் செய்து கொடுத்து வந்தது. இப்பள்ளிகளில் சிறந்த மாணவர்கள் தேர்ந்தெடுக்கப்பட்டனர். 'முதன்மைப்' பல்கலைக்கழகங்கள் போன்ற உயர் கல்வி நிறுவனங்கள், அவர்கள் சேர்வதற்கு உயர் தகுதி வாய்ந்தவர்கள் என்று பல்கலைக் கழகங்கள் உறுதியளித்தன. சராசரிப் பள்ளிகளில் பணியாற்றிய ஆசிரியர்கள், அம்மா சில முதன்மைப் பள்ளிகளுக்கு அதிகக் கவனம் செலுத்தி வருகிறாள் என்று முறையிட்டனர்.

ஆசிரியர்களும் தரவாரியாக வகைப்படுத்தப்பட்டார்கள். சிறந்த ஆசிரியர்களுக்கு 'கௌரவ தரம்' வழங்கப்பட்டது. இதனால் அவர்களுக்கு கூடுதல் ஊதியம், உணவு தட்டுப்பாடு சமயங்களில் அவர்களுக்கு போதுமான உணவு தானியங்கள், சிறந்த வீட்டு வசதிகள், திரைப்படங்களுக்கான நுழைவுச் சீட்டுகள் போன்றவை வழங்கப்பட்டன. அம்மாவின் கண்காணிப்பில் இருந்த 'கௌரவ தரம்' வாய்ந்த ஆசிரியர்கள் 'தாழ்ந்த பின்னணியில் இருந்து வந்தவர்கள்' போலத் தெரிந்தது. 'மேட்டுக்குடிப் பின்னணியிலிருந்து' வந்த ஆசிரியர்களைவிட அவர்களுக்கே அம்மா அதிக முக்கியத்துவம் கொடுத்து வருவதாக கௌரவ தரவரிசைப் பட்டியலில் வராத ஆசிரியர்கள் முறையிட்டுக் கொண்டனர். 'முதன்மைப் பள்ளிகளைப் பொறுத்தவரை எந்தப் பாராபட்சமும் காண்பித்துக் கொண்டதில்லை' என்று அம்மா விளக்கம் அளித்தாள். தனக்கு பதவி உயர்வு கிடைப்பதற்காக பணித் தகுதிகளைத் தவறாகப் பயன்படுத்தியதில்லை என்று வலியுறுத்திக் கூறினாள்.

அம்மா மீது தொடுக்கப்பட்ட ஒரு கண்டனத்தை மட்டும் அவள் கடுமையாக எதிர்த்தாள். ஒரு தொடக்கப்பள்ளித் தலைமை ஆசிரியை 1945 ஆம் ஆண்டு, அதாவது அம்மாவுக்கு முன்னதாகவே கம்யூனிஸ்ட் கட்சியில் சேர்ந்தவள். அம்மா ஆணையிடுவதில் அவளுக்கு விருப்பம் இல்லை. அப்பாவின் செல்வாக்கினால்தான் அம்மாவுக்கு இந்தப் பதவி கிடைத்தது என்று அம்மாவை நேரிடையாகத் தாக்குவாள்.

இன்னும் பல குற்றச்சாட்டுகளும் வந்தன. தங்களின் பள்ளிகளுக்கான ஆசிரியர்களை உயர் அதிகாரிகள் தேர்வு செய்து கொடுப்பதைவிட, தாங்களே தேர்வு செய்து கொள்ள வேண்டும் என்று பள்ளித் தலைமை ஆசிரியர்கள் கோரிக்கை வைத்தார்கள் 'மூலிகைப் பொருட்களையும் இதர மருந்துகளையும் நாங்களே வாங்கிக் கொள்கிறோம். அரசாங்கம் வாங்கி எங்களுக்கு வழங்குவதால் எங்கள் தேவைகள் பூர்த்தியாகவில்லை' என்று மருத்துவ

இயக்குநர்கள் வேண்டுகோள் விடுத்தார்கள். அறுவைச்சிகிச்சை மருத்துவர்கள் கூடுதலான உணவு விநியோகம் வேண்டும் என்று கேட்டார்கள். நாடகத்தில் வரும் ஒரு குங்ஃபூ நடிகருக்கு தேவையான அளவு, டாக்டருக்கும் தேவைப்படும் போது, அதில் கால்வாசி அளவு குறைத்து வழங்குவதாக குறைபட்டுக் கொண்டார்கள். சந்தைகளில் தொன்றுதொட்டு கிடைத்து வந்த சில வகைக் கத்தரிக்கோல்கள், சில வகை பிரஷ் போன்ற, பல பொருட்கள் இப்போது செங்குடு சந்தையில் கிடைப்பதில்லை. அதற்குப் பதிலாக தரம் குறைந்த பொருட்கள் சந்தைக்கு அறிமுகம் ஆகியுள்ளன என்று சில இளம் அதிகாரிகள் கூறினார்கள். அவர்கள் கூறிய பல குறைகளை அம்மா பரிசீலிப்பதாகக் கூறினாள். சில கோரிக்கைகள் அரசு கொள்கை அளவில் முடிவு செய்ய வேண்டியிருந்ததால் அம்மாவால் எதுவும் செய்ய முடியாது என்று கூறிவிட்டாள். இக்குறைபாடுகளைப் பற்றி உயர்மட்ட அதிகாரிகளுக்கு எடுத்துக் கூறுவதோடு என் வேலை முடிந்தது என்று அம்மா கூறி விட்டாள்.

தனிப்பட்ட மனக்குறைகள் கொண்டதாகவும், நடைமுறைச் சிக்கல்கள் கொண்டதாகவும், முன்னேற்றத்திற்கான அரசு சாராக் கருத்துக்களைக் கொண்டதாகவும் இருந்த விமர்சனங்கள், 1957 ஆம் ஆண்டு கோடைகாலத் தொடக்கத்தில் வந்து குவியத் தொடங்கின. ஜுன் மாத தொடக்கத்தில், ‘பாம்புகளை அதன் வலையிலிருந்து வரவழைத்துப் பிடியுங்கள்’ என்று மாவோ ஆற்றிய உரை, அம்மா வகித்த பதவி அளவுக்கு இறங்கி வந்தது.

கம்யூனிஸ்ட் கட்சியையும், சீன சோஷலிஸ அமைப்பையும் ‘வலதுசாரியினர்’ தாக்கி அழித்து வருவதாக மாவோ தனது உரையில் கூறியுள்ளார். இந்த வலதுசாரிகள், ஒரு சதவிகிதம் முதல் பத்து சதவிகிதம் வரை அறிவு ஜீவிகள் அமைப்பைக் கொண்டவர்கள்; இவர்களை விட்டு வைக்கக் கூடாது என்று மாவோ கூறியுள்ளார். புரியும்படிச் சொல்வதென்றால், ஐந்து சதவிகித எண்ணிக்கையை உடையவர்கள்தான், வலதுசாரிகள் அமைப்பினைத் தோற்றுவித்திருக்கிறார்கள். இவர்களைத்தான் பிடிக்க வேண்டும். அம்மாவின் கண்காணிப்பின் கீழ் இருந்த அமைப்புகளில் காணப்பட்ட நூற்றுக்கும் மேற்பட்ட வலதுசாரிகளை கண்டுபிடிக்க வேண்டிய பொறுப்பு அம்மாவிடம் ஒப்படைக்கப்பட்டது.

அம்மாவின் மீது தொடுக்கப்பட்ட விமர்சனங்கள் குறித்து அம்மாவுக்கு வருத்தமாக இருந்தது. அந்த விமர்சனங்கள் சிலவற்றை கம்யூனிஸத்திற்கும், சோஷலிஸ அமைப்பிற்கும் எதிரானவைகள் என்று கூட எடுத்துக் கொள்ளலாம். செய்தித் தாட்களில்

வந்த கண்டனங்களை அம்மா வாசித்துப் பார்த்து முடிவுக்கு வருகின்றபோது, வலதுசாரிகள் கம்யூனிஸ்ட் ஆட்சியின் ஏகபோக உரிமை என்பதை எதிர்த்திருப்பதாகவும், சோசலிஸ்ட் அமைப்பை தாக்கியிருப்பதாகவும் தான் தெரிந்தது. ஆனால், பள்ளிகளிலோ அல்லது மருத்துவமனைகளிலே அதுமாதிரி ஏதும் இல்லை. வலதுசாரிகளை எங்குதான் போய்க் கண்டுபிடித்து தொலைப்பது?

விமர்சனங்களைத் தெரிவிக்கலாம், அதுவும் உடனடியாகத் தெரிவிக்கலாம் என்று கேட்டுக்கொண்டுவிட்டு, அதன்பிறகு அது பற்றிப் பேசியவர்களை அல்லது விமர்சித்தவர்களை தண்டிப்பது என்பது எந்த வகையில் நியாயம் என்று அம்மா சிந்தித்துப் பார்த்தாள். கண்டனங்களையோ அல்லது விமர்சனங்களையோ முன் வைப்பவர்களுக்கு எந்த எதிர்ப்பும் இருக்காது என்று மாவோ தெளிவான முறையில் உறுதியளித்து விட்டார். தேவை ஏற்பட்டால், நீங்கள் உங்கள் கண்டனக் குரல்களை எழுப்பலாம் என்று அம்மாவே ஆர்வத்துடன் அனைவரிடமும் கூறியிருக்கிறாள்.

சீனாவெங்குமிருந்த இலட்சக்கணக்கான அரசு அலுவலர்களின் தர்ம சங்கடமான மனநிலையில்தான் அம்மாவும் இருந்தாள். செங்குடு நகரில் ‘வலதுசாரிகள் எதிர்ப்பு இயக்கம்’ மந்தமாகவும், துக்கமாகவும் தொடங்கப் பட்டது. அம்மாநில அரசு அதிகாரிகள் திரு.ஹாவ் என்பவரை ஓர் உதாரணத்திற்கு எடுத்துக் கொள்ளலாம் என முடிவெடுத்தார்கள். இவர், சிச்சுவான் மாநிலம் முழுவதுமிருந்து தேர்ந்தெடுத்த உயர்மட்ட விஞ்ஞானிகளைக் கொண்ட ஆராய்ச்சி நிறுவனத்தின் கட்சி செயலராக இருந்தார். ஒரு கணிசமான எண்ணிக்கையில் வலதுசாரி உறுப்பினர்களைக் கண்டறிய வேண்டும் என்று அவருக்கு பணிக்கப்பட்டது. ஆனால் அவரது நிறுவனத்தில் அதுபோன்று ஒரு நபர் கூட இல்லை என்று அவர் அறிக்கை சமர்ப்பித்து விட்டார். ‘இது எப்படி சாத்தியம்?’ என்று அந்நிறுவனத் தலைவர் கேட்டார். அவர்களில் சில விஞ் ஞானிகள் வெளிநாடுகளில், குறிப்பாக மேலை நாடுகளில் பயின்றவர்கள். ‘மேற்கத்திய சமூகச் சிந்தனை அவர்களைத் தொற்றியிருக்க வேண்டும். கம்யூனிஸ்ட் ஆட்சியின் கீழ் அவர்கள் எப்படி சந்தோஷமாக இருக்க முடியும் என்று நீங்கள் எதிர்பார்க்கிறீர்கள்? எப்படி அவர்களிடையே வலதுசாரிகள் இல்லாமல் இருக்க முடியும்?’ என்று கேட்டார். ‘சீனாவில் எப்படியோ அவர்கள் இருந்திருக்கிறார்கள். அவர்கள் கம்யூனிஸ்ட் எதிர்ப்பாளர்கள் இல்லை என்பது நிரூபிக்கப்பட்டது. அவ்வாறு, அவர்கள் உறுதியளித்தும் இருக்கிறார்கள்’ என்ற உண்மையை திரு.ஹாவ் கூறினார். ஆனால், இக்கூற்று தவறு என்று அவர்

பலமுறை எச்சரிக்கப்பட்டிருந்தார். ஒரு கட்டத்தில் அவரே ஒரு வலதுசாரிதான் என்று பிரகடனப் படுத்தப்பட்டு, கட்சியிலிருந்து வெளியேற்றப்பட்டார். அவர் பதவியும் பறிக்கப்பட்டது. அவரின் அரசுப் பணிநிலை மிகவும் கீழே தள்ளப்பட்டது. அவரின் ஊதியமும் இழிவான நிலைக்கு குறைக்கப்பட்டது. அத்துடன், ஏற்கனவே அவர் பணிபுரிந்து வந்த ஆராய்ச்சி நிறுவனத்தின் தரையைக் கூட்டிப் பெருக்கும் கூலியாளாகத் தள்ளப்பட்டார்.

அம்மாவுக்கு அவரைத் தெரியும். அவரின் கொள்கைப் பிடிப்பின் உறுதியைக் கண்டு அம்மா வியந்திருக்கிறாள். அவரோடு அம்மா ஆழமான நட்புக் கொண்டிருந்தாள். அந்த நட்பு அன்றுவரை நீடித்திருந்தது. மாலை வேளைகளில் அவரைச் சந்தித்து உரையாடி, அவளது கவலைகளுக்கு வடிகால் தேடியிருக்கிறாள். அம்மாவுக்கு அளிக்கப்பட்ட இலக்கு எண்ணிக்கையை அடையாவிட்டால் அம்மாவுக்கும் இந்தக் கதிதான்.

தினமும் பல்வேறு கூட்டங்களை நடத்தி, எவ்வாறு இத்திட்டம் செயல்பட்டுக் கொண்டிருக்கிறது என்ற விபரத்தினை அறிக்கையாக கட்சியின் நகராட்சி அதிகாரிகளிடம் அம்மா சமர்ப்பிக்க வேண்டும். செங்குடு நகரின் இத்திட்டப் பொறுப்பாளராக இருந்தவன் பெயர் திரு. யிங். ஒல்லியான, உயரமான தேகம் கொண்ட, இறுமாப்புடைய மனிதர் அவர். எத்தனை வலதுசாரி மனிதர்கள் அம்மாவால் கண்டறியப்பட்டார்கள் என்ற அறிக்கையை அவருக்கு அம்மா சமர்ப்பிக்க வேண்டும். அப்படி எந்தப் பெயரும் அம்மாவுக்கு கிடைக்கவில்லை. எத்தனை நபர்கள் என்ற எண்ணிக்கைதான் முக்கியம்.

அம்மாவின் இலாக்காவான 100-க்கும் மேற்பட்ட வலதுசாரி கம்யூனிஸ்ட் எதிர்ப்பாளர்களையும், சோஷலிஸ எதிர்ப்பாளர்களையும் அம்மா எங்கு போய்த் தேடுவது? கடைசியாக, கிழக்கு மாவட்டத்தின் கல்வி அதிகாரியாக இருந்த, அம்மாவின் உதவியாளர்களில் ஒருவரான திரு.கோங் என்பவர், 'இரண்டு பள்ளிகளின் தலைமை ஆசிரியைகள், தங்கள் பள்ளிகளில் கம்யூனிஸ்ட் எதிரிகளான சில வலதுசாரி ஆசிரியர்கள் இருப்பதாக அடையாளம் கண்டு கூறினார்கள்' என்றார். அதில் ஒருத்தி, ஓர் ஆரம்பப்பள்ளி ஆசிரியை. முன்னாள் கோமிங்டாங் அதிகாரியாக இருந்த அவளது கணவன், அங்கு நடைபெற்ற உள்நாட்டு யுத்தத்தில் கொல்லப்பட்டான். 'முன்பு இருந்ததை விட, சீனா இப்போது மோசமான நிலையில் உள்ளது' என்கிற பொருள்பட அந்த ஆசிரியை ஏதோ பேசி இருக்கிறாள். இந்த ஆசிரியை ஒருநாள், தலைமை ஆசிரியையோடு வாக்குவாதத்தில் ஈடுபட்டிருக்கிறாள். அதற்கு

தலைமை ஆசிரியை ஏதோ சொல்ல, ஆத்திரமடைந்த அவள் தலைமை ஆசிரியையை அடித்து விட்டாள். இரண்டு ஆசிரியைகள் வந்து இவளைத் தடுத்திருக்கிறார்கள். அதில் ஒரு ஆசிரியை, வயிற்றில் குழந்தையைச் சுமந்து கொண்டிருக்கிற தலைமை ஆசிரியையை அடிக்கக்கூடாது என்று எச்சரித்திருக்கிறாள். அவள் எச்சரித்ததைக் கேட்டு ஆத்திரமடைந்த அந்த ஆசிரியை,'அவள் வயிற்றில் இருக்கும் அந்த வேசிக் கம்யூனிஸ்ட் குழந்தை நாசமாகப் போகட்டும்' என்று கத்தியிருக்கிறாள்.

இதுபோன்று இன்னொரு சம்பவம். அவளும் ஓர் ஆசிரியைதான். அவளது கணவன் கோமிங்டாங்குடன் தாய்வானுக்கு ஓடி விட்டான். இந்த ஆசிரியை தன் கணவன் கொடுத்ததாகச் சொல்லி சில ஆபரணங்களை தன் சக இளம் ஆசிரியைகளிடம் காட்டி, கோமிங்டாங் ஆட்சியின் கீழ் இருந்த சுகத்தைச் சொல்லி அவர்களைப் பொறாமைப்பட வைத்திருக்கிறாள். அமெரிக்கா கொரியாவை வென்று, சீனாவுக்குள் படையுடன் நுழைய முடியாமல் போனது தனக்கு ஏமாற்றத்தை அளித்ததாக அந்த ஆசிரியை சொன்னாள் என்று இளம் ஆசிரியைகள் தெரிவித்திருக்கிறார்கள்.

திரு.கோங் இந்தச் சம்பவங்கள் உண்மையா என சோதித்துப் பார்த்திருக்கிறார். இது அம்மா ஆய்வு செய்ய வேண்டிய விஷயம் அல்ல. வலதுசாரிகள் காப்பாற்றப்படுவது போலவும் தன் உடன் பணி செய்பவர்களின் நேர்மையைச் சோதிப்பது போலவும் இருப்பதால் இது கவனமாகச் செயல்பட வேண்டிய நிகழ்வு ஆகும்.

சுகாதாரத் துறையைக் கவனித்துக் கொண்டு வந்த அதன் துறைத் தலைவர்களும், துணைத் தலைவர்களும் வலதுசாரிகள் என்று ஒருவர் பெயரையும் வெளியிடவில்லை. ஆனால், நகரின் கட்சி அதிகாரிகளால் ஆரம்பத்தில் நடத்தப்பட்ட கூட்டங்களில் பல டாக்டர்கள் கண்டனக் குரல்கள் எழுப்பியுள்ளதால், அவர்களின் உயர் அதிகாரிகள் அந்த டாக்டர்களை வலதுசாரிகள் என்று முத்திரை குத்தியுள்ளார்கள்.

இவ்வாறாகத் தெரிவு செய்யப்பட்ட இந்த வலதுசாரிகளின் எண்ணிக்கையைக் கூட்டிப் பார்த்தால் எல்லாம் பத்துக்கும் கீழேதான் வரும். இது மொத்த இலக்கைவிட மிகக் குறைவான எண்ணிக்கை. அம்மாவும் அவளது சக பணியாளர்களும் காட்டிய வலதுசாரிகள் எண்ணிக்கையைக் கண்டு திரு.யிங் சலிப்படைந்து விட்டார். வலதுசாரிகளைக் கண்டறிந்து இலக்கை நிறைவேற்றாததால் அம்மாவே ஒரு 'வலதுசாரிக் கருவிதான்' என்று சொல்லி விட்டார். வலதுசாரி என்று ஒருவர் முத்திரை குத்தப்பட்டால், அவர்

கட்சியிலிருந்து நீக்கப்படுவார், வேலை பறி போய்விடும் என்பது மட்டுமல்ல; அவர்களின் குடும்பமும் குழந்தைகளும் கேவலமாக நடத்தப்படுவார்கள். அவர்களின் எதிர்கால வாழ்க்கையில் எந்த அசம்பாவிதம் வேண்டுமானாலும் நிகழலாம். அவர்களின் குழந்தைகள் பள்ளிகளிலும் ஒதுக்கி வைக்கப்படுவார்கள். தாங்கள் வாழும் வீடுகள் உள்ள வீதிகளிலும் தள்ளி வைக்கப்படுவார்கள். அந்தந்த குடியிருப்போர் சங்கம், அவ்வீட்டிற்கு யார், யார் வருகிறார்கள் என்பதை இரகசியமாகக் கண்காணிக்கும். ஒரு வலதுசாரி தண்டனை பெற்று கிராமப்புறங்களுக்கு அனுப்பப்பட்டால், அங்குள்ள விவசாயிகள் அவனுக்கும், அவன் குடும்பத்துக்கும் மிகக் கடினமான வேலை கொடுப்பார்கள். ஆனால் அதன் தாக்கத்தை யாராலும் புரிந்து கொள்ள முடியவில்லை. இந்தப் புரிதல் இல்லாமைதான் அச்சத்துக்கு அடிப்படைக் காரணமாக இருந்தது.

இரண்டும் கெட்டான் நிலையில் அம்மா தவித்துக் கொண்டிருந்தாள். அம்மா ஒரு வலதுசாரி என்று வெளிப்படுத்தப்பட்டால், அவள் தன் குழந்தைகளுடன் தொடர்பறுத்துக் கொள்ள வேண்டும். அல்லது அவர்களின் எதிர்காலத்தை பாழடிக்க வேண்டும். அப்பா, அம்மாவை ரத்து செய்ய வேண்டியிருக்கும். அல்லது அவரும் கரும் பட்டியலில் சேர்க்கப்பட்டு, எந்த நேரம் சந்தேகத்திற்கு உட்படுத்தப்பட்டு கண்காணிக்கப்பட வேண்டியிருக்கும். அம்மாவே தன்னைத் தியாகம் செய்து அப்பாவை ரத்துச் செய்தால்கூட, ஒட்டுமொத்த குடும்பமும் எக்காலமும் சந்தேகக் கண்கொண்டு பார்க்கப்படும். ஆனால், அம்மாவையும் அவள் குடும்பத்தையும் பாதுகாத்துக் கொள்ள வேண்டுமென்றால், நூற்றுக்கும் மேற்பட்ட அப்பாவி மக்களையும் அவர்களது குடும்பங்களையும் பலிகடா ஆக்க வேண்டும்.

அப்பாவிடம் இதுபற்றி அம்மா எதுவும் பேசவில்லை. அப்பா எங்களைப் பற்றி எந்த முடிவுக்கு வருவார் என்றும் தெரியவில்லை. அவர் வகித்த உயர்பதவி, இதுபோன்ற சாதாரண விஷயங்களுக்கு தீர்வு சொல்ல வராது என்று எண்ணுகிறபோது அம்மாவுக்கு எரிச்சலாக வந்தது. திரு.யிங், அம்மா, அவளின் துணை அதிகாரிகள், தலைமை ஆசிரியைகள், மருத்துவமனை இயக்குநர்கள் போன்ற கீழ்நிலை அல்லது நடுத்தர அதிகாரிகள்தான் இதுபோன்ற கசப்பான முடிவுகளை எடுக்க வேண்டி வரும்.

அம்மாவின், பொறுப்பில் இருந்த மாவட்டத்தில் 'செங்குடு ஆசிரியர்ப் பயிற்சிக் கல்லூரி' என்று ஒருர் நிறுவனம் இருந்தது. பயிற்சிக் கல்லூரியில் பயின்ற மாணவர்களுக்கு கொடுக்கப்பட்ட 'படிப்பு ஊதியம்,' அவர்களது அன்றாடச் செலவுக்கும் இதரச்

செலவுக்கும் போதுமானதாக இருக்கும். வறுமைப்பட்ட குடும்பத்து மாணவர்கள் இந்நிறுவனங்களை ஆவலுடன் தேடி வருவார்கள். 'சொர்க்கத்தின் தானியக் களஞ்சியம்' என்று அழைக்கப்பட்டது தான் சிச்சுவான் மாநிலம். இதிலிருந்து சீனாவின் மற்ற இடங்களோடு இணைப்பதற்காகப் போடப்பட்ட இரயில் பாதை வேலை நிறைவு பெற்றது. இரயில் பாதை வந்ததின் விளைவாக, இங்கிருந்து சீனாவின் இதர பகுதிகளுக்கு ஏராளமான உணவு தானியங்கள் அனுப்பப்பட்டன. இதன் விளைவாக உணவு தானியங்களின் விலை, இரண்டு மடங்காகவும், மூன்று மடங்காகவும் ஒரே இரவில் உயர்த்தப்பட்டன. இதனால் கல்லூரி மாணவர்களின் வாழ்க்கைத்தரம் பாதியாகக் குறைந்தது. இன்னும் கொஞ்சம் கூடுதலாக மானியம் தங்களுக்கு வழங்கப்பட வேண்டும் என்று கல்லூரி மாணவர்கள் போராட்டம் நடத்தினார்கள். இந்தப் போராட்டத்தை 1956 ஆம் ஆண்டு ஹங்கேரியில் நடந்த போராட்டத்தோடு (பெட்டோஃபி சர்க்கிள்) திரு. யிங் ஒப்பிட்டுப் பார்த்து 'ஹங்கேரிய நாட்டு அறிவு ஜீவிகளின் கத்துக்குட்டி மனநிலை' என்று மாணவர்களுக்கு பெயரிட்டார். எந்தெந்த மாணவர்கள் போராட்டத்தில் பங்கெடுத்துக் கொண்டார்களோ அவர்கள் எல்லாம் வலதுசாரிகள் என்று வகைப்படுத்தப்பட்டதாக யிங் உத்திரவிட்டார். 300 மாணவர்கள் படித்த அக்கல்லூரியிலிருந்து 130 மாணவர்கள் போராட்டத்தில் பங்கெடுத்துக் கொண்டனர். இவர்கள் அனைவரும் கம்யூனிஸ்ட்க்கு எதிரான வலதுசாரிகள் என்று அறிவித்தார். தொடக்கப்பள்ளிகள்தான் அம்மாவின் கட்டுப்பாட்டில் இருந்ததே தவிர, கல்லூரிகள் அம்மாவின் கட்டுப்பாட்டுக்குள் வரவில்லை. இருப்பினும், அந்தக் கல்லூரி அம்மாவின் பொறுப்பில் உள்ள மாவட்ட எல்லைக்குள் வந்தது. நகரப் பொறுப்பிலிருந்த அதிகாரிகள் ஒன்றும் பாதகம் இல்லை என்று எண்ணி, அம்மாணவர்களை அம்மாவின் கணக்கில் கொண்டு வந்து சேர்த்து விட்டார்கள்.

அத்திட்டத்தின் கீழ் அம்மா சரியான நடவடிக்கை எடுக்காததால், அம்மாவை அவர் மன்னிக்கவில்லை. அம்மாவை வலதுசாரி என்ற சந்தேகத்தின் அடிப்படையில் கொண்டுவந்து, மேற்கொண்டு ஆய்வுக்கு உட்படுத்துமாறு திரு. யிங் ஆணையிடத் தீர்மானித்தார். ஆனால், அவர் இதைச் செய்யும் முன்பாக, அவரே வலதுசாரி ஆக்கப்பட்டார்.

1957 ஆம் ஆண்டு மார்ச் மாதம் ஒரு கருத்தரங்கிற்காக அவர் பீக்கிங் சென்றிருந்தார். சீனா எங்கும் இருந்த மாநில மற்றும் நகராட்சி பொது விவகாரத்துறைத் தலைவர்கள் அனைவரும் அந்தக் கருத்தரங்கிற்கு வருகை புரிந்திருந்தனர். குழுவாரிக்

கருத்து விவாதங்களில், அவரவர் பகுதிகளில் செயல்பாடுகள் எவ்வாறு நடந்து வருகின்றன என்பது பற்றி பிரதிநிதிகள் தங்கள் குறைபாடுகளைத் தெரிவிக்கலாம் என்று கூறப்பட்டது. எல்லாரும் ஏற்கத்தக்க முறையில், யார் மனதையும் புண்படுத்தாதவாறு, சிச்சுவான் மாநில கம்யூனிஸ்ட் கட்சிக் கமிட்டியின் முதல் செயலாளரான லீ-ஜிங்-குவான் என்பவர் மீது திரு. யிங் சில குற்றச்சாட்டுகளைக் சுமத்தினார். லீ-ஜிங்-குவான் என்றாலே, கம்யூனிஸ்ட் லீ என்று அனைவருக்கும் தெரியும். சிச்சுவான் மாநில கருத்தரங்கு பிரதிநிதிகளின் தலைவராக அப்பா இருந்தார். அதனால், மீண்டும் அலுவலகம் வந்ததிலிருந்து தினக்குறிப்பு எழுத வேண்டிய பொறுப்பு அப்பாவிடம் வந்தது. வலதுசாரிகளைக் களையெடுக்கும் திட்டம் தொடங்கியதிலிருந்து திரு.யிங் கூறிய குற்றச்சாட்டு தனக்கு நிறைவளிக்கவில்லையென்று கம்யூனிஸ்ட் லீ எண்ணிக் கொண்டிருந்தார். துணை அதிகாரிகளிடம் திரு.யிங் பற்றி கேட்டு உறுதிபடுத்திக் கொண்டார். திரு.யிங் தன்னுடைய கண்டனத்தை கூறத் தொடங்கியதும், கம்யூனிஸ்ட் லீ கழிப்பறையில் புத்திசாலித்தனமாக மறைந்து கொண்டார். இத்திட்டம் நிறைவேற்றப்பட்டு வந்த அடுத்தடுத்த கட்டங்களில், கம்யூனிஸ்ட் லீ, திரு.யிங்கை ஒரு வலதுசாரி என்று பிரகடனப்படுத்தி விட்டார். இச்செய்தி கேட்ட அப்பா மிகுந்த வேதனையடைந்தார். திரு.யிங் வீழ்ச்சிக்கு தானும் ஓரளவு காரணமாகி விட்டோமே என்று அப்பா புலம்பித் தீர்த்து விட்டார். அம்மா, அப்பாவை எவ்வளவோ சமாதானப்படுத்திப் பார்த்தாள். 'இதில் உங்கள் தவறு எதுவும் இல்லை' என்று சொல்லிப் பார்த்தாள். ஆனால் அது பற்றி அப்பா நினைத்து நினைத்து வேதனைப்பட்டார்.

பல அதிகாரிகள் தங்களின் சொந்த விருப்பு வெறுப்புகளை இத்திட்டத்தின் மூலம் நிறைவேற்றிக் கொண்டார்கள். சில அதிகாரிகள் தங்கள் எதிரிகளைப் பழி வாங்கித் தங்கள் இலக்குகளை எளிதாக அடைந்து விட்டார்கள். இன்னும் பலர் பழி தீர்த்துக் கொள்ளும் நோக்கம் ஒன்றிற்காவே, இத்திட்டத்தை பயன்படுத்திக் கொண்டார்கள். ஈபின் நகரில், தங்களோடு ஒத்துப் போகாத மிகத்திறமை வாய்ந்த பலரையும், தங்களுக்குப் பிடிக்காத பலரையும் டிங் தம்பதியினர் வலதுசாரிகள் என்ற பெயரில் வெளியேற்றினார்கள். அப்பா தேர்ந்தெடுத்து, பதவி உயர்வு கொடுத்த அவரின் உதவி அதிகாரிகள் பலரை டிங் தம்பதிகள் வலதுசாரிகள் என்ற பெயரில் வேரறுத்தனர். அப்பாவுக்கு மிகவும் பிடித்தமான, அவரின் முன்னாள் உயர் அதிகாரி ஒருவரை 'தீவிர வலதுசாரி' என்று அத்தம்பதியினர் முத்திரை குத்தினார்கள். அவர் பெரிய குற்றம் ஏதும் செய்துவிடவில்லை. சீனநாடு, சோவியத்

யூனியனைச் சார்ந்திருப்பதால் 'முழுமையடைந்து' விடாது என்ற பொருள்பட ஒன்றைக் கூறி ஒரு தவறிழைத்து விட்டார். அந்தச் சமயத்தில் சீனா, சோவியத் யூனியனைப் பின்பற்றி செயல்பட வேண்டும் என்று கம்யூனிஸ்ட் கட்சி பிரகடனப்படுத்தியது. சீனாவின் 'குலாக்' என்று சொல்லப்பட்ட சித்திரவதை முகாம்களில் மூன்று ஆண்டுகள் வேலை செய்ய வேண்டும் என்று அவருக்கு தண்டனையளிக்கப்பட்டது. அங்கு வனாந்திரக் காடுகளிலும், அபாயகரமான மலைகளிலும் சாலை அமைக்கும் பணியில் ஈடுபடுத்தப்பட்டார். அவரோடு தண்டனை பெற்றுச் சென்ற பலர் அங்கேயே இறந்து விட்டார்கள்.

வலதுசாரிகளைக் களையெடுக்கும் திட்டத்தில் பெருமளவில் சமுதாயப் பாதிப்பு எதுவும் ஏற்படவில்லை. விவசாயிகளும், தொழிலாளர்களும் இயல்பான வாழ்க்கையை மேற்கொண்டு வந்தனர். இத்திட்டம் முடிவுக்கு வந்த ஓராண்டுக் காலத்திற்குள் குறைந்தபட்சம் 550000 மக்கள் வலதுசாரிகள் எனக் கண்டறியப்பட்டு களையெடுக்கப்பட்டனர். வலதுசாரிகள் எனக் கண்டறியப்பட்டவர்களில் மாணவர்கள், ஆசிரியர்கள், எழுத்தாளர்கள், கலைஞர்கள், விஞ்ஞானிகள், இன்னும் பல பணியாளர்களும் அடங்குவார்கள். இவர்கள் அனைவருடைய வேலைகளும் பறிக்கப்பட்டன. அதனால் அவர்கள் தொழிற்சாலைகளிலும், பண்ணைகளிலும் வியர்வை சிந்தி உழைக்க வேண்டும் என்று பணிக்கப்பட்டனர். சிலர் குலாக் என்னும் சித்திரவதை முகாம்களில் கடுமையான பணிகளுக்கு ஆளாக்கப்பட்டனர். அவர்களும் அவர்களது குடும்பத்தினரும் இரண்டாம் தர குடிமக்களாக ஆக்கப்பட்டனர். எந்த விமர்சனத்தையும் ஏற்றுக் கொள்ளக்கூடிய நிலை அங்கு இல்லாதிருந்தது. இதிலிருந்து மக்கள் முறையிடுவதை நிறுத்திக் கொண்டார்கள். இன்னும் சொல்லப் போனால் பேசுவதையே நிறுத்திக் கொண்டார்கள். இத்திட்டங்களினால் எல்லாரும் கற்றுக்கொண்ட கடுமையான, ஆனால் தெளிவான பாடம்: 'மூன்று தீமைகள் திட்டத்தின் பலனாக யாரும் பணப்பொறுப்பு எடுத்துக் கொள்ள விரும்புவதில்லை; வலதுசாரிகளை ஒழித்துக்கட்டும் திட்டத்தின் பலனாக யாரும் வாயைத் திறந்து பேசுவதில்லை.'

மக்களை வாயடைக்க வைத்த, இந்தத் திட்டத்தை விட 1957 ஆம் ஆண்டின் சோகச் சம்பவம் மிகவும் துயரமானது. எப்போது எது நடக்கும் என்று அறுதியிட்டுக் கூற முடியாத சூழல் நிலவியது. இத்தனை நபர்கள் கட்டாயம் வலதுசாரிகள் என கண்டறியப்பட வேண்டும் என்ற இலக்கும், அதே சமயம் உள்ள தனிப்பட்ட

பகைமையும் சேர்ந்து என்னவாயிற்று என்றால், யாரேனும், எந்த முகாந்தரமுமின்றி தண்டிக்கப்படலாம் என்ற நிலைமைக்கு வந்துவிட்டது. வலதுசாரிகள் என்று வகைப்படுத்தப்பட்டவர்களில் 'குலுக்கல் முறையில் தேர்ந்தெடுக்கப்பட்ட வலதுசாரிகள்' (சீன மொழியில் செய-கியான் யூ-பய்) யாரையெல்லாம் வலதுசாரிகள் என்று முத்தரை குத்தலாம் என்று சீட்டுக் குலுக்கிப் போட்டு எடுத்தார்களோ, அந்த வகையைச் சார்ந்தவர்கள் இவர்கள். அடுத்து 'கழிப்பறை வலதுசாரிகள்' (எஸ்-சூவோ யூ-பய்) நீண்டநேரம் நடத்தப்பட்ட கூட்டங்களில், இதற்கு மேல் பொறுத்துக் கொள்ள முடியாது என்ற அவசரத்தில் கழிப்பறைக்குச் சென்ற போது, அவர்கள் இல்லாத நேரத்தில் வலதுசாரிகள் ஆக்கப்பட்டார்களோ, அந்த வகையினர். அவர்களிடம் விஷம் இருந்தும் உபயோகப்படுத்தாத வலதுசாரிகள். (சீன மொழியில் யூ - டு பூ - ஃபேங்) யாரைப்பற்றியும் எந்தக் குற்றச்சாட்டும் வைக்காத சிலர் வலதுசாரிகள் ஆக்கப்பட்டார். அவர்களே அந்த வகையினர். ஒரு துறைத் தலைவருக்கு ஒருவரைப் பிடிக்கவில்லையென்றால் அவர் சொல்வது: 'அவன் ஒழுங்கான நபராகத் தெரியவில்லை,' அல்லது 'கம்யூனிஸ்ட்கள் அவனது தந்தையாரைத் தூக்கிலிட்டுக் கொன்றார்கள். அவன் எப்படி குற்றம் சுமத்தாமல் இருப்பான்? அவன் குறைபாடுகளை வெளிக்காட்டிக் கொள்ளாமல் மௌனமாக இருக்கிறான்.' அடுத்து, ஓர் இலாக்காவின் நல்ல இதயம் கொண்ட ஒரு தலைவர், 'நான் யாரைக் கண்டுபிடித்து சிலுவையில் அறைவது? யாரையும் அப்படிச் செய்ய முடியாது. எனவே அந்த வலதுசாரி நானேதான் என்று சொல்லிக் கொள்கிறேன்.' இவர்கள், 'தாங்களே ஏற்றுக்கொண்ட வலதுசாரிகள்' (ஸி-ரென்-யூ-பய்) வகையினர்.

1957 ஆம் ஆண்டு பலருக்கு திருப்புமுனையாக அமைந்திருந்தது. அம்மா இன்னும் கம்யூனிஸ்ட் நலன்களுக்காக தன்னை அர்ப்பணித்துக் கொண்டிருந்தாள். ஆனால் செயல்பாடுகளில் சந்தேகங்கள் தோன்றத் தொடங்கின. இந்த சந்தேகங்கள் பற்றி, ஆராய்ச்சி நிறுவனத்தின் இயக்குநராக இருந்து வெளியேற்றப்பட்ட திரு. ஹாவ்விடம் அம்மா விவாதித்தாள். ஆனால், அம்மா இதை அப்பாவிடம் தெரிவிக்கவில்லை. அப்பாவுக்கு சந்தேகம் இல்லை என்பதால் மட்டும் தெரிவிக்காமல் இருக்கவில்லை; அந்த விஷயங்களைப் பற்றி அம்மாவிடம் அப்பா விவாதிக்க மாட்டார் என்பதால் தெரிவிக்கவில்லை. இராணுவ இரகசியங்களைப் போல, கட்சிக் கொள்கைகளை, கட்சி உறுப்பினர்களிடையே விவாதித்துக் கொள்ள கட்சி விதிகள் அனுமதிக்கவில்லை. ஒவ்வொரு கட்சி உறுப்பினரும் கட்சிக் கட்டுப்பாட்டுகளுக்கு நிபந்தனையின்றி கீழ்ப்படிய வேண்டும், அதாவது ஒரு கீழ்நிலை அதிகாரி ஒருவர்,

உயர்மட்ட அதிகாரிக்கு கீழ்ப்படிய வேண்டும் என்று கட்சி சாசனம் துல்லியமாகவும் அதிகாரப்பூர்வமாகவும் அறிவிக்கிறது. அப்படி ஏதேனும் மாற்றுக்கருத்தோ அல்லது உடன்பாடின்மையோ உங்களுக்கு இருந்தால், அதை நீங்கள் உங்கள் உயர்மட்ட அதிகாரியிடம்தான் தெரிவிக்க வேண்டும். ஏனென்றால், அந்த அதிகாரிதான் கட்சியின் கடவுளாக, கருதப்படுகிறவர். இந்தக் கட்சிக் கட்டுப்பாடுதான் அவர்களின் முன்னேற்றத்திற்கு முக்கியமாக, யான்'ஆன் காலத்திற்கு முந்தைய காலத்திலிருந்து இருந்திருக்கிறது என்று கம்யூனிஸ்ட்கள் வலியுறுத்திக் கூறுகிறார்கள். தனிப்பட்ட உறவுகளை முன்னிட்டு மற்ற விதிகளைப் புறந்தள்ளக் கூடிய ஒரு சமூகத்தில் இருக்க வேண்டிய, ஆட்சி அதிகாரத்தின் அச்சமூட்டுகிற பூதாகரமான கருவியாக இது இருந்தது. அப்பா இந்தக் கட்சிக் கட்டுப்பாடுகளோடு முற்றிலும் ஒன்றித்துப் போய்விட்டார். ஒரு புரட்சி இயக்கத்துக்கு வெளிப்படையாக அறைகூவல் விடப்படும் பொழுது, அதைக் காப்பாற்றி நிலைத்திருக்க வைப்பது கடினம் என்று அப்பா நம்பினார். மற்ற தரப்புகளைக் காட்டிலும் உங்கள் தரப்பு சிறப்பு வாய்ந்தது என்று நீங்கள் நம்புகிறவரை, உங்களின் புரட்சி இயக்கத்தில் ஒரு பிழை கண்டால்கூட, உங்கள் தரப்பு நியாயம் என்று நீங்கள் மல்லுக்கட்ட வேண்டும். ஒற்றுமை தான் கட்சிக்கு முக்கியத் தேவை.

கட்சியோடு அப்பாவுக்கு உள்ள தொடர்புகளைப் பொறுத்தவரை, 'தான் யாரோ ஒருத்திதான்' என்றும் அம்மாவுக்கு புரிந்தது. ஒரு நாள் கட்சிச் சூழல்கள் பற்றி அம்மா ஒரு துணிச்சலான விவாதத்தை முன் வைத்தபோது, அப்பா அதற்கு பதில் ஏதும் சொல்லாமல் மௌனம் சாதித்தார். அதற்கு ஆத்திரப்பட்ட அம்மா, 'நீங்கள் ஒரு நல்ல கம்யூனிஸ்ட்காரர்; ஆனால் ஒரு மோசமான கணவர்' என்று குற்றம் சாட்டினாள். அதற்கு அப்பா 'சரி' என்பது போலத் தலையசைத்தார்.

14 ஆண்டுகள் கழித்து, 1957 ஆம் ஆண்டு அவருக்கு நேரிட்ட சம்பவம் ஒன்றை அப்பா எங்களுக்கு கூறினார். அப்பா யான்'ஆன் நகரில் இருந்த ஆரம்பக் காலத்தில், அதாவது அவர் 20 வயது இளைஞராக இருந்த போது, ஒரு புகழ்பெற்ற பெண் எழுத்தாளரான டிங் லிங் என்பவரோடு நெருங்கிய நட்புக் கொண்டிருந்தார். 1957 ஆம் ஆண்டு மார்ச் மாதம், பொது விவகாரத் துறை கருத்தரங்கு ஒன்றிற்கு சிச்சுவான் பிரதிநிதிகளை வழிநடத்திக் கொண்டிருந்த போது, பீக்கிங்குக்கு அருகில் இருந்த தியான்ஜின் என்னும் இடத்தில் தன்னை வந்து சந்திக்குமாறு டிங் லிங்கிடமிருந்து அப்பாவுக்கு ஒரு செய்தி வந்தது. அப்பா போக வேண்டும் என்ற எண்ணத்தில் இருந்தார். ஆனால், அவசரமாக வீட்டிற்கு

திரும்ப வேண்டி இருந்ததால் அங்கு செல்ல முடியவில்லை. பல மாதங்களுக்கு பிறகு, டிங் லிங் சீனாவின் முதல் வலதுசாரி என்று தெரிவிக்கப்பட்டுவிட்டாள். அப்போது அப்பா எங்களுக்குத் தெரிவித்த விஷயம் இது: 'நான் மட்டும் அன்று அவளைப் பார்க்கச் சென்றிருந்தால், எனக்கும் அந்தக் கதிதான் நேர்ந்திருக்கும்.'

12

‘கெட்டிக்காரி, உணவு இல்லாமல் விருந்து படைப்பாள்’

பஞ்சம்

1958–1963

1958 ஆம் ஆண்டின் வசந்தகாலத்தில், எனக்கு ஆறு வயது ஆரம்பித்த போது ஓர் ஆரம்பப்பள்ளியில் சேர்த்து விடப்பட்டேன். அப்பள்ளிக் கூடம் வீட்டிலிருந்து இருபது நிமிட நடைபயணத் தூரத்தில் இருந்தது. வீட்டிலிருந்து பள்ளிக்குச் செல்லும் பாதை சலிப்பூட்டும் பாதையாக இருந்தது. ஒவ்வொருநாளும் பள்ளிக்குப் போகிறபோதும் வருகிறபோதும், உடைந்த ஆணிகள், துருப்பிடித்த சங்கிலிப் பற்கள், வேறு ஏதேனும் சிறிய பொருட்கள் கற்களின் மத்தியில் புதையுண்டு கிடக்கின்றனவா என்று தரையின் ஒவ்வொரு அங்குலத்தையும் என் கண்கள் தேடிக்கொண்டே வரும். இந்தச் சின்ன சின்ன துருப்பிடித்த இரும்பு பொருட்களை உலையிலிட்டு, வெப்பமூட்டி எஃகு செய்யப் பயன்படுத்துவோம். இதுதான் என்னுடைய முக்கியமான வேலை. உண்மைதான். என்னுடைய ஆறாவது வயதில் எஃகு உற்பத்தியில் இறங்கி விட்டேன். இரும்புத் துணுக்குகளை யார் அதிகமாகக் கையாள்வது என்ற போட்டி பள்ளித் தோழர், தோழியர்களிடையே ஏற்படுவது உண்டு. எங்களைச் சுற்றி எப்போதும் ஒலிபெருக்கிகளின் சத்தம் எங்கள் காதுகளைக் கிழித்துக் கொண்டிருக்கும். அத்துடன், ‘முன்னோக்கிய பிரமாண்டப் பயணம் நீடுழி வாழ்க,’ ‘எல்லாரும் எஃகு உற்பத்தி செய்வோம்’ என்ற இலட்சிய

வாசகங்கள் அடங்கிய பெரிய பெரிய சுவர் விளம்பரங்கள் எங்கும் காணப்படும். எனக்கு இந்த விபரங்கள் எல்லாம் ஏன் என்று தெளிவாகப் புரியாவிட்டாலும், எஃகு உற்பத்தியை நமது தேசம் ஏராளமாகச் செய்ய வேண்டும் என்று தலைவர் மாவோ கேட்டுக் கொண்டிருப்பது மட்டும் தெளிவாகப் புரிந்தது. எங்கள் பள்ளிக்கு பெரிய கொப்பரை போன்ற கொள்கலம் ஒன்று வந்து இறங்கியது. சேகரித்த எல்லா இரும்புத்துண்டுகளையும், பழைய இரும்பு சாமான்களையும் அந்த இராட்சதக் கொப்பரையில் கொண்டு போய்க் கொட்டுவோம். அந்த இரும்பு சாமான்கள் உருகி வரும்வரை நெருப்பு எரிந்து கொண்டிருக்கும். ஆசிரியர்கள் சுழற்சி முறையில் 24 மணி நேரமும் வந்து நெருப்பு எரிவதைக் கவனித்துக் கொண்டும், ஒரு பெரிய கரண்டியால் கொப்பரையைக் கிண்டி விட்டுக் கொண்டும் இருப்பார்கள். ஆசிரியர்கள் அதில் மட்டுமே அந்த நேரம் அதிக கவனம் செலுத்திக் கொண்டிருந்ததால், நாங்கள் அதிகமாக ஏதும் கற்றுக் கொள்ள முடியவில்லை. அவர்களைப் போலவே பெரிய மாணவர்களும், வளரிளம் பருவ மாணவிகளும் எஃகு உற்பத்தியில்தான் ஈடுபட்டுக் கொண்டிருந்தார்கள். எஞ்சியுள்ள நாங்கள் ஆசிரியர்களின் இல்லங்களைச் சுத்தம் செய்யவும், அவர்களின் குழந்தைகளைப் பராமரித்துக் கொள்வதற்கும் பணிக்கப்பட்டோம்.

உருக்கப்பட்ட இரும்புக் குழம்பைக் கைகளில் ஊற்றிக் கொண்டு மருத்துவமனையில் சிகிச்சை எடுத்துக் கொண்டிருந்த ஆசிரியையைப் பார்க்க நானும் எனது தோழர்களும் மருத்துவமனைக்குச் சென்றோம். அது இன்னும் நன்றாக நினைவில் உள்ளது. வெள்ளை உடைகளில் தோற்றமளித்த மருத்துவர்களும், பணிப்பெண்களும் அவசர அவசரமாக இயங்கிக் கொண்டிருந்தார்கள். அங்கு மருத்துவமனை மைதானத்தில், ஒரு பெரிய உலைக்களம் வைக்கப்பட்டிருந்தது. எவ்வளவோ அறுவைச் சிகிச்சையும், மருத்துவச் சிகிச்சையும் செய்ய வேண்டி இருந்தாலும், இராப் பகலாக இந்த உலைக்கலத்தையும் அவர்கள் கவனித்துக் கொண்டிருந்தார்கள்.

நான் பள்ளியில் சேர்க்கப்பட்ட சிறிது நாட்களில், முன்பு தங்கியிருந்த பாதிரியாரின் வீட்டிலிருந்து, மாநில அரசாங்கத்தின் ஓரிடத்திற்கு குடி வந்து விட்டோம். அந்த இடத்தைச் சுற்றி பல வீதிகள் பிரிந்து சென்றன. அங்கு பல அடுக்குமாடிக் கட்டிடங்களும், பெரிய மாளிகைகளும் இருந்தன. அந்த பெரிய காம்பவுண்ட் சுவர்களுக்குள்ளேதான், இரண்டாம் உலகப்போர் நடந்தபோது அமெரிக்க ஐக்கிய நாட்டு படைத்துறைப் பணியாளர்களின்

பொழுதுபோக்கு மன்றம் இருந்தது. 1941 ஆம் ஆண்டு ஹெம்மிங்வே அங்கே தங்கி இருந்திருக்கிறார். அந்தக் கட்டிடம் பண்டைய சீன கட்டிடக் கலைக் கலாச்சாரத்தின்படி கட்டப்பட்டிருந்தது. இப்போது அக்கட்டிடம் சிச்சுவான் மாநிலத் தலைமைச் செயலகமாக செயல்பட்டு வந்தது.

வாகனங்களை நிறுத்திவிட்டு, ஓட்டுநர்கள் ஓய்வெடுத்துக் கொண்டிருக்கும் அந்த இடத்தில் ஒரு பெரிய உலைக்களம் நிறுவப்பட்டது. இரவு நேரங்களில் வானம் ஒளி வெள்ளத்தில் மூழ்கியிருக்கும். ஆண்களும் பெண்களும் அங்கு போடும் சத்தம் 300 கெஜம் தூரத்தில் இருக்கும் என் அறைக்கு கேட்கும். என் குடும்பத்தார் அனைவரும் உலைக்களத்தில்தான் வேலை செய்தார்கள். விலை மதிப்புள்ள எங்கள் சமையல் பாத்திரங்கள் எல்லாம் உலைக்களத்தில்தான் உருமாறிக் கொண்டிருந்தன. அவைகள் வீட்டில் இல்லை என்பதால் எங்களுக்கு எந்தச் சிரமமும் இருக்காது. அவைகள் அப்போது எங்களுக்கு தேவைப்படவும் மாட்டா. இப்போது தனித்தனி சமையல் என்பது கிடையாது. எல்லாரும் அரசாங்க விடுதியில்தான் சாப்பிட வேண்டும். உலைக் களத்திற்கு எவ்வளவு இரும்பு போட்டாலும் போதாது. அப்பா, அம்மாவின் இரும்புக் கட்டில்கூட அதற்கு போய்விட்டது. இரும்பு கைப்பிடிகள் எல்லாம் போய் விட்டன. இரும்பு வேலிகள் போய்விட்டன. நாங்கள் அப்பா, அம்மாவைப் பார்த்து பல மாதங்கள் ஆகிவிட்டன. வீட்டிற்கே வருவதில்லை. அவர்களின் அலுவலக உலைக்களத்தின் கொதிநிலை குறையாமல் அவர்கள் பார்த்துக் கொள்ள வேண்டியிருந்தது.

முதல் தர நவீன அரசாங்கமாக சீனாவை மாற்ற வேண்டும் என்ற அரை வேக்காட்டுத்தனமான தன்னுடைய கனவுக்கு தனது உள்ளக் கிடைக்கைகளை மாவோ கடுமையாக வெளிப்படுத்திக் காட்டிக்கொண்ட நேரம் இது. எஃகு என்பதைத்தான் மாவோ தொழிற்சாலையின் 'தலைவன்' என்று அழைத்தார். எஃகு உற்பத்தி ஒரு ஆண்டில் இரண்டு மடங்காக உயர வேண்டும். அதாவது 1957 ஆம் ஆண்டு உருவாக்கப்பட்ட 5.35 மில்லியன் டன் எஃகு, 1958 ஆம் ஆண்டு 10.7 மில்லியன் டன் ஆக உயர வேண்டும் என்று உத்தரவிட்டார். சிறந்த கை வினைஞர்களைப் பயன்படுத்தி எஃகு உற்பத்தியைப் பல மடங்கு பெருக்க வேண்டிய மாவோ, ஒட்டுமொத்த ஜனங்களையும் இதில் பயன்படுத்த வேண்டும் என்று தீர்மானித்தார். ஒவ்வொரு யூனிட்டுக்கும் ஒரு உற்பத்தி இலக்கு நிர்ணயிக்கப்பட்டது. எனவே இந்த இலக்கை அடைய, மக்கள் தங்கள் சொந்த வேலைகளை மாதக் கணக்காக நிறுத்தி வைக்க

வேண்டியிருந்தது. எத்தனை டன் எஃகு உற்பத்தி செய்யப்பட வேண்டும்? அதற்காக, 'இந்த நாட்டையே ஒரே ஒரு உற்பத்திக்காக மட்டும் பயன்படுத்த வேண்டுமா?' என்ற ஒரு கேள்வியைக் கேட்கும் அளவுக்கு நாட்டுப் பொருளாதாரம் சரிவடைந்து விட்டது. கிட்டத்தட்ட 100 மில்லியன் விவசாயிகள் வேளாண் தொழிலிருந்து விடுவிக்கப்பட்டு, அவர்கள் எஃகு உற்பத்திக்கு பயன்படுத்தப்பட்டதாக அதிகாரப்பூர்வமான புள்ளிவிபரம் அறிவித்தது. நாட்டுக்கு தேவையான உணவு உற்பத்தியை இந்த விவசாயிகள்தான் விளைவித்து வந்தார்கள். எரிபொருளுக்குத் தேவையான மரங்கள் வெட்டப்பட்டதின் மூலம் மலைகள் மொட்டையடிக்கப்பட்டன. ஆனால் மக்கள் இம்மாபெரும் உற்பத்தியின் பலனை 'கால்நடைகளின் கழிவுப்பொருட்கள்' (சீன மொழியில் நியு-ஷி-கே-டா) என்னும் அளவுக்கு மதிப்பீடு செய்தார்கள்.

இந்த அபத்தமான சூழ்நிலை, தேசப் பொருளாதாரத்தை எந்த அளவு வீழ்ச்சியடைய் வைத்து விட்டது என்பதைப் புரிந்து கொள்ளாத மாவோவின் அறியாமையை மட்டும் இது பிரதிபலிக்கவில்லை; அவர் காட்டிய அலட்சியப் போக்கு வாழ்க்கையின் அடிப்படை உண்மையில் பிரதிபலித்தது. ஆனால் ஓர் உட்சபட்ச ஆட்சி அதிகாரத்தைக் கொண்டுள்ள அரசியல் தலைவனுக்குள் உறைந்து கிடக்க வேண்டிய வாழ்க்கையின் எதார்த்த மெய்மைத்தன்மை என்பது முற்றிலும் வேறுபட்டது. இதன் முக்கியக் கூறுகளில் ஒன்றுதான் மனித வாழ்க்கையை அலட்சியப்படுத்துவது. 'அமெரிக்க ஐக்கிய நாடுகள் சக்தி வாய்ந்த அணு ஆயுதங்களைத் தயாரித்து, அவைகளைச் சீனாவின் மீது பிரயோகப்படுத்தி, அந்த ஆயுதங்கள் இந்த பூமியைப் வெடித்து சிதற விட்டாலும், சூரிய மண்டலத்திற்கு அது ஒரு மகத்துவம் வாய்ந்த விஷயமாகத்தான் இருக்கும். ஆனால், இந்த ஒட்டுமொத்த பிரபஞ்சத்தைப் பொறுத்தவரை, அது ஒரு அற்ப விஷயமாகப் போய்விடும்' என்று சமீபத்தில் ஃபின்லாந்து நாட்டு தூதருக்கு மாவோ கூறினார்.

ரஷ்யாவில் மாவோவுக்கு ஏற்பட்ட சமீபத்திய அனுபவம் அவரின் எதேச்சைப் போக்கை இன்னும் கொஞ்சம் அதிகப்படுத்தியது. 1956 ஆம் ஆண்டு ஸ்டாலினை வெளிப்படையாக விமர்சித்த குருச்சேவ் மீது மாவோ மென்மேலும் ஏமாற்றமடைந்து போனார். அதனால் 1957 ஆம் ஆண்டின் இறுதியில் நடந்த அகில உலக கம்யூனிஸ்ட் உச்சி மாநாட்டில் கலந்து கொள்ள மாவோ மாஸ்கோ சென்றார். ரஷ்யாவும் அதன் நட்பு நாடுகளும் சோஷலிசத்தை கைவிட்டு 'பழமை திரிபிய வாதத்தை' பற்றிக் கொண்டன என்ற

நம்பிக்கையில் மாவோ நாடு திரும்பினார். உண்மையான 'மெய்க் கோட்பாட்டாளராக' சீனாவை மட்டுமே மாவோ பார்த்தார். ஒரு புதிய பாதையை உருவாக்க சீனா வெளிச்சத்தைக் கொடுத்தது. மாவோ தற்பெருமையையும், தன்னிச்சைப் போக்கையும் தன் மனதில் பதியம் போட்டுக் கொண்டார்.

மாவோ மனதில் உறுத்திக் கொண்டிருந்த மற்ற இலக்குகளைப் போல, எஃகு உற்பத்தியில் அவர் நிர்ணயித்திருந்த இலக்கு எல்லையில்லாமல் விரிந்து கொண்டே சென்றது. உணவு தானியங்களைக் காலி செய்யும் குருவிகளை மாவோவுக்குப் பிடிக்காது. அதற்காக ஒவ்வொரு குடும்பத்தினரையும் ஒன்று திரட்டினார். எங்கள் அனைவரையும் வெளியே ஓர் இடத்தில் உட்கார வைத்து, ஏதோ ஓர் உலோகப் பொருளை, அதாவது தாம்பாளத்திலிருந்து சமையல் பாத்திரம் வரை முரட்டுத்தனமாக அடித்து, அடித்து சப்பையாக்கச் சொன்னார். இந்தச் சத்தம் கேட்டு மரத்திலிருந்த குருவிகள் பறந்து ஓடிவிடும். அதனால் என் சகோதர சகோதரிகளும் நானும், அரசு அலுவலர்களும் சேர்ந்து எங்கள் முற்றத்தின் மரத்தடியில் அமர்ந்து கொண்டு உலோகங்களை அடிக்கும் சத்தம் இன்றுகூட என் காதில் கேட்கிறது.

மேலும் அற்புதமான பொருளாதார இலக்குகளும் வைக்கப்பட்டிருந்தன. இன்னும் 15 ஆண்டு காலத்திற்குள் தொழில்துறைகளின் உற்பத்தி அளவு இங்கிலாந்து நாட்டையும், அமெரிக்க ஐக்கிய நாடுகளையும் விஞ்சி நிற்கும் என்று மாவோ வாதிட்டார். சீனாவைப் பொறுத்தவரை இந்த நாடுகள்தாம் உலகின் முதலாளித்துவ நாடுகளின் பிரதிநிதிகள். இந்த நாடுகளை விஞ்சி விட்டால், எதிரிகளை வீழ்த்திவிட்ட வெற்றிக் களிப்பு உண்டாகும். இந்த அறைகூவல் மக்களின் பெருமையையும், அவர்களின் உற்சாகத்தையும் ஊக்கப்படுத்தியது. சீனாவுக்கு தூதரக அங்கீகாரம் அளிக்க மறுத்து, அமெரிக்க ஐக்கிய நாடுகளும், ஐரோப்பிய நாடுகளும் மக்களை அவமானப்படுத்திவிட்டனர். அந்த நாட்டினர் மூக்கின் மேல் விரலை வைக்கும் அளவு தங்களாலேயே சாதிக்க முடியும் என்று உலகிற்கு காட்ட வேண்டுமென்று கண்ணும் கருத்துமாக இருந்தார்கள். தூண்டுதலையும் ஊக்கத்தையும் மாவோ மக்கள் மத்தியில் விதைத்தார். சீன மக்களின் சக்தி, அவர்களின் ஆற்றலை வெளிப்படுத்தும் வழியைக் காணத் துடித்துக் கொண்டிருந்தது. இதோ, அதுதான் இது. அறியாமை, அறிவை வெற்றி கொள்வது போல, ஆர்வக் கோளாறு எச்சரிக்கை உணர்வை புறந்தள்ளியது.

1958 ஆம் ஆண்டின் தொடக்கத்தில், அதாவது மாஸ்கோவிலிருந்து திரும்பிய ஓரிரு நாட்களில், ஒரு மாத காலம் தங்கி இருக்கும் நோக்கத்துடன் மாவோ, செங்குடு சென்றார். சீனாவால் எதையும் சாதிக்க முடியும் என்ற எண்ணம் மாவோவை சிலிர்க்க வைத்தது. அதிலும் குறிப்பாக ரஷ்யாவின் சமதர்ம தலைமைப் பண்பை கொண்டு வர முடியும் என்ற எண்ணம் இன்னும் சிலிர்க்க வைத்தது. மாவோவின் 'மகத்துவம் வாய்ந்த முன்னோக்கிய பிரம்மாண்டப் பாய்ச்சல்' என்னும் திட்டத்தின் விபரமான கருத்துகளை செங்குடுவில் தான் அவர் விளக்கிக் கூறினார். நகர அமைப்புகள் மாவோவுக்காக மாபெரும் அணிவகுப்பு ஒன்றை ஏற்பாடு செய்தன. ஆனால், அந்த அணிவகுப்பில் பங்கு கொண்டவர்களுக்கு மாவோ அங்கே இருக்கும் விஷயம் தெரியாது. மாவோ எங்கோ ரகசியமாக தங்கி இருந்தார். 'ஒரு கெட்டிக்காரப் பெண் உணவு இல்லாமலே விருந்து படைப்பாள்' என்று சீனாவில் ஒரு கூற்று இருந்து வந்தது. ஆனால், இந்த அணிவகுப்பில் முழங்கப்பட்ட முழக்கம் 'கெட்டிக்காரி ஒருத்தி அரிசி இல்லாமல் சோறு சமைப்பாள்' என்ற மாறுபட்ட தகவலைத் தந்தது. பகட்டான காரியங்கள் எல்லாம் பணிவதற்கான ஆணைகள் ஆகிவிட்டன. இயலாத கற்பனைகள் எல்லாம் நடைமுறைக்கு ஒத்து வரும் என்று எதிர்பார்க்கப்பட்டது.

அந்த ஆண்டின் அற்புதமான வசந்தகாலம் அது. ஒரு சீனக் கவிஞன் பெயரில் இருந்த 'டூ ஃபூ வின் கீற்றுக் குடிசை' என்று அழைக்கப்பட்ட ஒரு பூங்காவிற்கு ஒருநாள் மாவோ உலாவி வரச் சென்றார். அந்தப் பூங்காவின் ஒரு பகுதிக்கான பாதுகாப்பு, அம்மாவின் கிழக்கு மாவட்ட அலுவலகப் பொறுப்பில் விடப்பட்டது. அம்மாவும் அவளது பணியாளர்களும், சுற்றுலா வந்தவர்கள் என்ற போர்வையில் அவர்களுக்கு பாதுகாப்பு கொடுத்துக் கொண்டிருந்தனர். மாவோ, அவரது பயணத் திட்டத்தை சரியாக பின்பற்றுவதுமில்லை; அதை மக்களுக்கு அறிவிப்பதுமில்லை. பாதுகாப்பு கொடுத்துக்கொண்டு, மணிக்கணக்காக, அம்மா தேநீரை உறிஞ்சிக்கொண்டு உட்கார்ந்து காத்திருந்தாள். கடைசியில் பொறுமையிழந்த அம்மா, 'வாக்' போகிறேன் என்று சொல்லிவிட்டு கிளம்பி விட்டாள். எப்படியோ, மேற்கு மாவட்ட பணியாளர்கள் மேற்கொண்டிருந்த பாதுகாப்பு பகுதிக்குள் அம்மா போய்விட்டாள். அந்தப் பணியாளர்களுக்கு அம்மாவை யாரென்று தெரியாது. அதனால் சந்தேகப்பட்ட அவர்கள் அம்மாவைப் பின் தொடர்ந்தார்கள். சந்தேகத்துக்குரிய ஒரு பெண் நடமாடுவதாக மேற்கு மாவட்ட கட்சி செயலாளருக்கு தகவல் சென்றது. அப்பெண்ணை அவரே நேரில் பார்க்க வந்தவர், அம்மாவைப் பார்த்துச் சிரித்து விட்டார். 'என்ன, கிழக்கு

மாவட்டத்து தோழி ஸியா அல்லவா இது!' அதன்பிறகு கிழக்கு மாவட்ட தலைவர் குவோ, அம்மாவைப் பார்க்கும் போதெல்லாம், 'விதிகளை மீறி ஓடித் திரிந்தவள் தானே, நீ?' என்று கேலி செய்வார்.

செங்குடுவின் சமவெளிப் பகுதியில் உள்ள பல வேளாண் பண்ணைகளை மாவோ பார்வையிட்டார். விவசாயிகள் கூட்டுறவு நிறுவனம் மிகவும் குறுகியதாக இருந்தது. எல்லாவற்றையும் ஒருங்கிணைத்து பெரிய நிறுவனங்களாக்கி, மாவோ இங்குதான் உத்தரவு பிறப்பித்தார். இவைகளே பின்னாட்களில் 'மக்களின் கூட்டுக்குழுக்கள்' என்று வழங்கப்பட்டன.

அந்தக் கோடையில், சீனா முழுவதும் புதிய யூனிட் யூனிட்களாக ஒருங்கமைக்கப்பட்டது. ஒவ்வொரு யூனிட்டும் 2000-லிருந்து 20000 குடும்பங்கள் வரை உள்ளடக்கி இருந்தது. இத்திட்டத்தின் முன்னோடியாக விளங்கிய இடம், வட சீனாவின் ஹெபெய் மாநிலத்தில் உள்ள ஸஷீயி என்ற மாவட்டம் தான். அந்த மாவட்டத்தை ஒளிரும் மாவட்டமாக ஆக்கினார். மாவோவின் கவனத்தைக் கவர்ந்த அந்த இடம் தகுதியான இடம்தான் எனக் காட்டிக் கொள்ள அம்மாவட்டத் தலைவர் ஓர் உற்சாகத்தில்,'இதற்கு முன்பு விளைவித்த தானியங்களைப் போல, இனிமேல் பத்து மடங்கு கூடுதலாக விளைவிப்போம்' என்று சூளுரைத்தார். மாவோவின் முகத்தில் புன்னகை தவழ்ந்தது. 'அவ்வளவு உணவு தானியங்களை வைத்து என்ன செய்யப் போகிறீர்கள்? இன்னொரு கோணத்தில் பார்த்தால், உண்மையில், அளவுக்கதிகமான உணவு தானியங்களை சேமித்து வைத்துக் கொள்வது தவறில்லை. ஆனால், அரசாங்கமும் அதை ஒருபோதும் விரும்புவதில்லை. மற்றவர்கள் எல்லாரும் தங்களுக்கான உணவு தானியங்களை தேவைக்கதிகமாக வைத்திருக்கிறார்கள். ஆனால் இங்கேயுள்ள விவசாயிகள் சாப்பிட்டுக் கொண்டே இருக்கலாம். ஒரு நாளைக்கு ஐந்து வேளை சாப்பிடலாம்' என்று சொல்லி மகிழ்ச்சியின் எல்லைக்கே மாவோ சென்று விட்டார். அபரிமிதமான அளவு உணவு தானியங்களை உற்பத்தி செய்ய வேண்டும் என்ற சீன விவசாயிகளின் கனவுகளை அறிந்து கொண்ட மாவோ மகிழ்ச்சியின் உச்சத்திற்கு சென்று விட்டார். அந்தப் பெருந்தலைவர் மாவோவை இன்னும் மகிழ்விக்கும் பொருட்டு, 50 குழி நிலத்தில் ஒரு மில்லியன் பவுண்டுக்கும் அதிகமான உருளைக்கிழங்கை விளைவிக்கிறோம். 130000 பவுண்ட் எடையுள்ள கோதுமைகளை விளைவிக்கிறோம்; அத்துடன் ஒவ்வொன்றும் 500 பவுண்ட் எடையுள்ள முட்டைகோசு பயிரிடுகிறோம் என்று விவசாயிகள் பெருமையோடு சொல்லிக் கொண்டார்கள்.

பூமியில் நடக்காத அமானுஷ்யமான விஷயங்களை தனக்குத்தானே சொல்லிக் கொள்வதும், அதையே அடுத்தவற்குச் சொல்வதும், அதை அப்படியே நம்புவதும் உச்சக்கட்டத்தில் இருந்து வந்த காலம் அது. விவசாயிகள் அதிசயிக்கத்தக்க அளவு அறுவடை செய்திருப்பதை கட்சி அலுவலர்களுக்கு காண்பிக்க வேண்டும் என்பதற்காக பல்வேறு வயல்களில் அறுவடை செய்த தானியங்களை ஒரு வயலில் கொண்டு வந்து குவித்து, அதை ஒரு வயலில் விளைந்ததுபோல அவர்களுக்கு பெருமையாகக் காட்டிக் கொண்டார்கள். குருட்டுத்தனமாக எதையும் நம்பக்கூடிய வேளாண் விஞ்ஞானிகள், இன்னும் பத்திரிகையாளர், பல்வேறு மாநிலங்களிலிருந்தும், பல்வேறு நாடுகளிலிருந்தும் வந்திருந்த எளிதில் ஏமாறக்கூடிய பார்வையாளர்கள் ஆகியோர்களை இதுபோன்ற வேளாண் நிலங்கள் மிகவும் ஈர்த்தன. ஆனால் அந்த விளை பயிர்கள், காலம் தவறி பிடுங்கி நடப்பட்டதாலும், இராசாயண உரங்களால் ஏற்பட்ட நீர் அடர்த்தியாலும், சிறிது நாட்களில் கருகி விடும். ஆனால் அங்கு வந்திருந்தவர்களுக்கு அதுபற்றி எதுவும் தெரியாது. அவர்கள் அதைத் தெரிந்துகொள்ள அக்கறை எடுத்துக் கொள்வதும் இல்லை. மக்கள் தொகையில் பெரும்பான்மையினர் இதுபோன்ற குழப்பமான, சிறுபிள்ளைத்தனமான மனநிலையில்தான் இருந்தனர். 'அடுத்தவர்களை ஏமாற்றினால் நாம் ஏமாந்து போவோம்' என்னும் மனப்போக்கு இந்த தேசத்தைப் பற்றிக் கொண்டிருந்தது. வேளாண் விஞ்ஞானிகள், கட்சியின் உயர் அதிகாரிகள் உட்பட பலர், அந்த அதிசயத்தை அவர்களே பார்த்ததாகக் கூறினார்கள். கற்பனைக் கதைகளையும், வேளாண் விஞ்ஞானிகளின் கருத்துக்களையும் ஏற்காதவர்கள், தங்களையே சந்தேகப்பட்டு குறை சொல்லும் நிலைக்குத் தள்ளப்பட்டார்கள். உண்மைச் செய்திகளை மக்களுக்கு தெரிவிக்காமல், அவர்களை ஏமாற்றும் நோக்கத்துடன் கற்பனைத் தகவல்களை வெளியிடும் மாவோ போன்ற ஒரு சர்வாதிகாரியின் ஆட்சியின் கீழ், சாமானிய மக்கள் தங்களின் அனுபவங்களிலும், அறிவுகளிலும் நம்பிக்கை கொண்டிருப்பது மிகவும் கடினம். தனிமனித உணர்வுகள் துடைத்தெறியப்பட்டு, வெளிப்படுத்த இயலாத ஒருவகை உணர்ச்சி அலை நாடெங்கும் உருவாக்கப்பட்டிருந்தது. எதார்த்த உண்மைத் தன்மையை உதறி எறிந்து விட்டு, மாவோவின் மீது நம்பிக்கை கொள்ளத் தொடங்குவது அனைவருக்கும் பழக்கமாகி விட்டது. அவரின் வேகத்திற்கு ஈடு கொடுத்துச் செல்வது அவ்வளவு எளிதல்ல நிதானமாகச் செயல்படுவது, சிந்தித்து செயல்படுவது, முன்னெச்சரிக்கையாகச் செயல்படுவது ஆகிய அனைத்தும் ஆபத்தில் முடிந்து கொண்டிருந்தன.

ஒரு கருத்துப்படம் வெளியிட்ட செய்தி : ஒரு சுண்டெலி உருவத்தில் இருந்த விஞ்ஞானி ஒருவன் புலம்புகிறான். 'உன்னுடைய அடுப்பால் தேநீர் தயாரிக்க தண்ணீரை கொதிக்க வைக்கத்தான் முடியும்'. அவனருகில் ஒரு பூதாகரமான உருவம் கொண்ட உழைப்பாளி ஒருவன் நின்று கொண்டு, மூடியிலிருந்த மாபெரும் மதகு ஒன்றைத் தூக்கித் திறந்து விடுகிறான். மதகு திறக்கப்பட்ட பின், உருக்கப்பட்ட எஃகு குழம்பு அங்கிருந்து வெள்ளம் போல் வேகமாக வெளியேறுகிறது. அவன் குறும்பாகக் கேட்கிறான். 'நீ எவ்வளவுதான் குடித்து விடுவாய்?' அபத்தமான இந்நிலை கண்ட பலர், மனதில் தோன்றியதை வெளியில் சொல்லப் பயந்தனர். குறிப்பாக 1957 ஆம் ஆண்டின் 'வலதுசாரிகளை ஒழிக்கும் திட்டத்திற்குப்' பிறகு வாயைத் திறக்கவே அஞ்சினர். அரசுக்கு எதிராகக் கேள்வி கேட்டவர்கள் வாய் அடைக்கப்பட்டனர். அல்லது பணி நீக்கம் செய்யப்பட்டனர். இந்நிலை ஏற்பட்ட அவர்கள் குடும்பத்தார்கள் கேவலமாக நடத்தப்படுவார்கள். அவர்கள் குழந்தைகளின் எதிர்காலம் சூன்யமாகிவிடும்.

பல இடங்களில் அமோகமான அளவில் உணவு தானியங்கள் உற்பத்தி ஆகின என்று பெருமையாகப் பேச மறுக்கும் ஒருவரைக் கைகால்களைக் கட்டிப் போட்டு கசை அடி கொடுத்தனர். அவர்கள் ஒத்துக்கொள்ளும் வரை அடித்து துன்புறுத்தப்பட்டனர். உற்பத்தி யூனிட்களின் ஈபின் நகரத் தலைவர்கள் பலரை, புறங்கைகளை கட்டி, முச்சந்தியில் நிறுத்தி கேள்விகள் கேட்டு அவர்களைத் திக்குமுக்காட வைத்தனர்.

'50 குழி நிலத்தில் எவ்வளவு விளைச்சல் எடுக்க முடியும்?'

'சுமார் 400 ஜின்' (450 பவுண்ட் எடை) இன்னும் கொஞ்சம் வேகமாக அடி கொடுத்து விட்டு, '50 குழி நிலத்தில் எவ்வளவு விளைச்சல் எடுக்க முடியும்?'

'800 ஜின் எடுக்க முடியும்.'

அவன் இட்டுக்கட்டிச் சொல்லிய 800 ஜின் கூட அவர்களுக்கு போதவில்லை. அந்த அதிர்ஷ்டம் கெட்ட மனிதனுக்கு அடி, உதை என்று விழுந்து கொண்டே இருக்கும். அல்லது அவன் தலைகீழாகக் கட்டித் தொங்க விடப்படுவான். 'பத்தாயிரம் ஜின் எடுக்க முடியும்' என்று அவன் சொல்லும் வரை அடி உதை தொடரும். உற்பத்தியின் அளவை கூட்டிச் சொல்ல அவன் மறுத்து விட்டால், தொங்கியபடியே அவன் இறந்து விடுவதும் உண்டு. அல்லது அவன் அளவை கூட்டிச் சொல்லுமுன்பும் இறந்து விடுவதும் உண்டு.

இதுபோன்ற சூழல்களில் சிக்கியிருந்த அடித்தள அரசு அலுவலர்களும், விவசாயிகளும் ஜால்ரா அடிக்கும் கேலிக் கூத்துகளில் அவர்களுக்கு ஆர்வம் இல்லை. ஆனால் தண்டனைக்குப் பயந்து அவர்கள் ஒத்துப் போய்விடுவார்கள். கட்சி போடும் உத்தரவுகளை இவர்கள் நிறைவேற்றி வந்தார்கள். மாவோ சொல்வதை எல்லாம் அப்படியே கேட்கும் வரை இவர்களுக்கு எந்த சிக்கலும் இல்லை. அவர்கள் கொண்டிருந்த சர்வாதிகார அமைப்பு, அவர்களுக்கு இருக்க வேண்டிய பொறுப்புத் தன்மையை அழித்து உருத்தெரியாமல் ஆக்கி விடும். குணப்படுத்த முடியாத வியாதிகளையும் குணப்படுத்தி விட்டதாக பெரிய பெரிய மருத்துவர்கள் தம்பட்டம் அடித்துக் கொண்டனர்.

சில விவசாயிகள் வாகனங்களில் வருவார்கள். அவர்கள் உற்பத்தி செய்த உலக சாதனைகள் பற்றியும், கற்பனைக்கெட்டாத உற்பத்தி பற்றியும் பல்லை இளித்துக் கொண்டு பதிவு செய்ய வருவார்கள். அதில், ஒரு பூதாகரமான வெள்ளரிக்காய் ஒன்று வந்தது. அதன் நீளம் வாகனத்தில் பாதி அளவு நீளம் கொண்டதாக இருந்தது. இன்னொரு சமயத்தில் ஒரு தக்காளிப் பழத்தை இரண்டு சிறுவர்கள் சுமந்து வந்தார்கள். ஒரு சமயம் வாகனத்தில் நுழைய முடியாத பூதாகரமான பன்றி ஒன்றினை வாகனத்தில் திணித்து நுழைத்தனர். ஒரு சாதாரண பன்றியை, இனப்பெருக்கம் செய்வதற்காக இந்த அளவு கொழுக்க வைத்து விட்டோம் என்று விவசாயிகள் தம்பட்டம் அடித்தார்கள். அது காகிதக் கூழ் கொண்டு செய்யப்பட்ட பன்றி. ஆனால் அந்த வயதில் அதை நான் உயிருள்ள பன்றி என்று எண்ணி விட்டேன். இதை எல்லாம் நிஜம் என்று பாவித்துக் கொண்டு, என்னைச் சுற்றி நின்று கொண்டிருந்த முதியவர்கள்தான் என்னைக் குழம்ப வைத்தனர். மக்கள் அனைவரும் பகுத்தறிவை மறுக்கப் பழகிக் கொண்டார்கள். எல்லாரும் போலியாக நடித்துக் கொண்டிருந்தார்கள்.

தேசமே இரு பொருள் படப் பேசி வந்தது. வாழ்க்கையின் எதார்த்த உண்மையிலிருந்தும், கடமைப் பொறுப்பிலிருந்தும் வார்த்தைகள் பிரிவுற்று இருந்தன. அதுபோல மக்களின் சிந்தனைகளிலிருந்தும் வார்த்தைகள் மாறுபட்டிருந்தன. பொய்கள் எங்கும் சாதாரணமாக உலா வந்தன. காரணம், வார்த்தைகள் அதன் அர்த்தங்களை இழந்து விட்டன. அடுத்தவர்கள் அதைப் பொறுப்புடன் எடுத்துக் கொள்வதில்லை.

கட்டுப்பாட்டுக்கு உட்படுத்தப்பட்ட சமுதாயத்தால் மேற்குறிப்பிட்ட நிலை மேலும் தீவிரமாக்கப்பட்டது. சமுதாயக் கூட்டுக் குழுக்களை முதலில் தொடங்கி வைத்து, அவைகளின் மிக முக்கிய ஆதாயம்

என்னவென்றால், ‘அவைகள் எளிதில் கட்டுப்படக் கூடியவை’ என்று மாவோ கூறினார். ஏனென்றால், விவசாயிகள் தனித்து விட்டுவிடப்படாமல், ஓர் ஒருங்கிணைக்கப்பட்ட அமைப்பாக இப்போது இருந்து வந்தார்கள். விவசாயிகள் எவ்வாறு நிலத்தை பண்படுத்தி பயிர்த்தொழில் செய்ய வேண்டும் என்று தெளிவான உத்தரவுகள் வழங்கப்பட்டன. வேளாண் தொழிலையே மாவோ எட்டு கூறுகளில் அடக்கி விட்டார். மண், உரம், நீர், விதை, நெருக்கமாக நடுதல், பாதுகாப்பு, பேணிக்காத்தல் மற்றும் தொழில்நுட்பம் முதலியன. பீக்கிங்கில் உள்ள கட்சியின் மத்தியக் குழு, சீனாவெங்கும் இருந்த விவசாயிகளுக்கு எவ்வாறு விவசாய நிலங்களை மேம்படுத்துவது என்று இரண்டு பக்கங்கள் கொண்ட செயல்முறை விளக்கக் குறிப்பைக் கொடுத்தது. அதில் ஒரு பக்கம் இராசாயண உரங்களை எவ்வாறு பயன்படுத்துவது என்பது பற்றியும், இன்னொரு பக்கம் எவ்வாறு பயிர்களை நெருக்கமாகப் பயிரிடுவது என்பது பற்றியும் இருந்தன. அவர்கள் அளித்த எளிமையான விளக்கக் குறிப்புகளை விவசாயிகள் மிகுந்த கவனத்துடன் பின்பற்ற வேண்டும். நாற்றங்கால்களிலிருந்து பிடுங்கிய பயிர்களை நெருக்கமாக நட வேண்டும் என்று பல கட்டங்களில் உத்திரவிடப்பட்டது.

இன்னொரு ஒழுங்குபடுத்தும் முறை என்னவென்றால், சமுதாயக் கூட்டுக் குழுக்களில் உணவு விடுதிகளை தொடங்குவது என்பதுதான். அந்த நேரத்தில் மாவோவின் முழுக்கவனமும் அதில்தான் இருந்தது. கம்யூனிஸம் என்பது ‘இலவச உணவு அளிக்கும் பொது உணவு விடுதிகள்’ என்று விளக்கம் அளித்தார். உணவு விடுதிகளே உணவு (பொருளை) உற்பத்தி செய்யவில்லை என்ற உண்மை அவரைக் கவலை கொள்ளச் செய்யவில்லை. 1958 ஆம் ஆண்டில், வீட்டில் சமைத்துச் சாப்பிடுவதை அரசாங்கம் தடை செய்தது. ஒவ்வொரு விவசாயியும் சமுதாயக் கூட்டுக்குழு உணவகங்களில் தான் உணவருந்த வேண்டும். சமையல் அறை பாத்திரங்கள், சமையல் செய்யும் இடங்கள், அதற்கான பணம், எல்லாமே தடை செய்யப்பட்டிருந்தது. சமுதாயக் கூட்டுக்குழுக்களும் அரசாங்கமும் சேர்ந்து ஒவ்வொரு மனிதனின் வாழ்வாதாரத்தையும் கவனித்துக் கொண்டது. விவசாயிகள் வேலை முடிவு பெற்றதும், தினமும் வரிசையாக உணவகங்களுக்கு வந்து நிறைவாகச் சாப்பிட்டுச் சென்றனர். இதற்கு முன்னால் அவர்களுக்கு இவ்வாறு சாப்பிட முடிந்ததில்லை. விவசாயத்திற்கு ஏற்ற காலங்களிலும், செழிப்பான பகுதகிளிலும் இருந்த விவசாயிகள் கூட இவ்வாறு சாப்பிடவில்லை. கிராமப்புறங்களில், கிடைத்த உணவுப்பொருட்களை விவசாயிகள் சிறிதளவு பயன்படுத்தினர். மீதியை கிராமப்புறங்களிலும்

சிறிதளவு வயல்களிலுமே வீணடித்தனர். எவ்வளவு வேலை நடந்து முடிந்திருக்கிறது என்பது ஒரு விஷயமே அல்ல. ஏனென்றால், உற்பத்தி எல்லாம் அரசாங்கத்திற்கே சொந்தம். உணவு உற்பத்திக்கும் விவசாயிகள் வாழ்வாதாரத்திற்கும் எந்தத் தொடர்பும் இல்லாமல் போய்விட்டது. சீனா பொதுவுடைமைச் சமுதாயத்தை நெருங்கிக் கொண்டிருக்கிறது என்னும் ஓர் ஆரூடத்தை மாவோ முன்மொழிந்தார். இதற்கு சீன மொழியில் 'உற்பத்திப் பொருட்களைப் பகிர்ந்து கொள்ளுதல்' என்று அர்த்தம் ஆகும் என்றார். ஆனால், இதற்கு விவசாயிகள் எடுத்துக்கொண்ட பொருள், 'வேலை செய்கிறோமோ, இல்லையோ, எப்படியோ எங்களுக்கு ஒரு பங்கு வந்து விடும்' என்பதாக இருந்தது. உழைப்புக்கு ஊதியம் ஏதும் இல்லாததால், வயல்களுக்குச் சென்று, விவசாயிகள் அங்கே பகல் தூக்கம் போட்டார்கள்.

எஃகு உற்பத்திக்கு முன்னுரிமை கொடுக்கப்பட்டிருந்ததால் வேளாண் தொழிலும் பின்னுக்கு தள்ளப்பட்டது. உலைக்களத்திற்கு விறகு வெட்டியும், இரும்புத் துண்டுகள், இரும்புத் தாதுக்கள் முதலியன தேடித் தேடியும் விவசாயிகளின் இடுப்பு எலும்புகள் ஒடிந்து விட்டன. வயல் வேலைகளுக்கு பெண்களும் குழந்தைகளும் அனுப்பப்பட்டார்கள். எஃகு உற்பத்திக்கு கால்நடைகளும் பயன்படுத்தப்பட்டு வந்ததால், வயல்களில் பெண்களும் சிறுவர்களும் தங்கள் கைகளாலேயே வேலை செய்தனர். 1958 ஆம் ஆண்டின் இலையுதிர் காலத்தில் ஒரு சில ஜனங்களே வயல்களில் நின்று அறுவடை செய்தனர்.

1958 ஆம் ஆண்டின் அறுவடையில் காணப்பட்ட குறை, 'உணவு தானியப் பற்றாக்குறை நீடித்துக் கொண்டிருக்கிறது' என்ற எச்சரிக்கைத் தகவலை வெளியிட்டது. ஆனால் அதேசமயம், 'விவசாய உற்பத்தி இரண்டு மடங்கு கூடுதலாக வந்திருக்கிறது' என்ற ஓர் அலுவலகப் புள்ளி விபரமும் கூறியது. 1958 ஆம் ஆண்டின் கோதுமை உற்பத்தி மட்டும் அமெரிக்க ஐக்கிய நாடுகளை மிஞ்சி விட்டது என்ற அரசாங்கத் தகவல் வெளியானது. கட்சிப் பத்திரிகையான *'மக்களின் நாளிதழ்'* என்ற பத்திரிகையில், 'அதிகமாக உணவு உற்பத்தி செய்ய வேண்டும் என்ற சவாலை எப்படிச் சமாளிப்பது' என்ற தலைப்பில் ஒரு விவாத நிகழ்ச்சியே தொடங்கப்பட்டது.

அப்பாவின் இலாக்கா பொறுப்பில்தான் சிச்சுவான் மாநில பத்திரிகை இருந்தது. ஏனைய சீனப் பத்திரிகைகளைப் போலவே, அப்பாவின் பொறுப்பில் இருந்த பத்திரிகையும் வழக்கத்திற்கு மாறான செய்திகளை வெளியிட்டது. கட்சியின் குரல், பத்திரிகை

மூலமாகத்தான் ஓங்கி ஒலித்தது. ஆனால் ‘கட்சிக் கொள்கை’ என்று வருகிறபோது, என் அப்பாவோ அல்லது வேறு எவருமோ எதையும் சொல்ல முடியாது. அவர்கள் வெறும் ‘கன்வேயர் பெல்ட்கள்’தான். அதாவது செய்தியைக் கடத்துபவர்கள். நிகழ்ச்சிகளின் சுழற்சியை அப்பா பயந்து பயந்து கவனித்து வந்தார். இதை மேல் அதிகாரிகளுக்கு முறையிடுவதுதான் அப்பாவின் ஒரே முடிவாக இருந்தது.

1958 ஆம் ஆண்டின் இறுதியில் பீக்கிங் மத்தியக் குழுவுக்கு அப்பா ஒரு கடிதம் எழுதினார்: எஃகு உற்பத்தி என்பது பயன் இல்லாதது. பொருட்களை விரையமாக்கக் கூடியது. விவசாயிகள் உழைத்து உருக்குலைந்து போனார்கள். அவர்களின் உழைப்பு வீணடிக்கப்பட்டுக் கொண்டிருக்கிறது. உணவுப் பற்றாக்குறை ஏற்பட்டிருக்கிறது என்று எழுதி உடனடி நடவடிக்கை எடுக்க வேண்டும் என்று அப்பா கேட்டுக் கொண்டார். அந்தக் கடிதத்தை ஆளுநரிடம் கொடுத்து மேலே அனுப்புமாறு கேட்டுக் கொண்டார். லீ டா-ஷாங் என்னும் அம்மாநில ஆளுநர் இரண்டாவது உயர் பதவி வகித்தவர். ஈபினிலிருந்து செங்குடுவுக்கு வந்தபோது, அவர்தான் அப்பாவை ஒரு நண்பனைப் போல நடத்தினார்.

ஆளுநர் லீ அந்தக் கடிதத்தை மேலே அனுப்பப் போவதில்லை என்று அப்பாவிடம் உறுதியாகக் கூறிவிட்டார். அக்கடிதத்தில் புதியதாக எதுவும் இல்லையே என்றார். கட்சிக்கு எல்லாம் தெரியும். கட்சியின்மீது நம்பிக்கை வைக்குமாறு அப்பாவிடம் ஆளுநர் கூறினார். மக்களின் மனநிலையை தளர்ச்சியடைய விட்டுவிடக் கூடாது என்று மாவோ கூறி இருந்தார். முன்னோக்கிய பிரம்மாண்டப் பாய்ச்சல், மந்தமான நிலையில் இருந்த சீன மக்களின் உளவியல் மனநிலையை, புத்தாக்கம், எழுச்சி, உத்வேகம் போன்ற உன்னதமான மனநிலைக்கு மாற்றி விட்டது. இம்மன நிலையை குறைவுபடாமல் தொடர்ந்து பாதுகாத்துக் கொள்ள வேண்டும் என்று மாவோ கூறினார்.

மாநிலக் கட்சி அலுவலர்களின் மத்தியில் தனக்கு ‘எதிராளி’ என்று ஒரு பட்டப்பெயர் இருப்பதாக ஆளுநர் லீ அப்பாவிடம் கூறினார். ஏனென்றால், அவர்களை எதிர்த்து ஆளுநர் லீ குரல் எழுப்புகிறவர். கட்சியின் மீது அவர் கொண்டிருந்த ஆழ்ந்த நம்பிக்கை, அவர் மேற்கொண்டிருந்த கட்சிக் கட்டுப்பாடுகள் போன்ற இன்னும் பிற குணாதிசயங்களினால்தான் அவருக்கு அப்பெயர் வந்தது. லீயின் குணாதிசயங்கள் அப்பாவுக்கும் அப்படியே இருந்தன. நல்ல வேளையாக நீ மக்களிடம் முறையிடாமல் கட்சியிடம் முறையிட்டாய். இக்குறைபாடுகளை நீ முறையிட்டால், உனக்கு

மட்டுமல்ல உன் குடும்பத்தார், உன் சுற்றத்தார் அனைவரும் ஆபத்தைச் சந்திக்க நேரிடும் என்று ஓர் உற்ற நண்பராக ஆளுநர் லீ அப்பாவை எச்சரித்தார். அப்பா அதனால் எதையும் முறையிடவில்லை. ஆளுநர் சொல்வதைக் கேட்டு அரைகுறையாகச் சமாதானம் அடைந்தார். ஆனால் அதனால் வரும் ஆபத்து அதிகம் என்பதை புரிந்து கொண்டார்.

பொது விவகாரத் துறையில் பணியாற்றிய பல அதிகாரிகளும், அப்பாவும் மக்களிடமிருந்து வந்த ஏராளமான குறைபாடுகளைப் பெற்று அதை பீக்கிங்கில் உள்ள மத்தியக் குழுவுக்கு அனுப்பி வைத்தார்கள். இந்த வேலையை அந்த அலுவலர்கள் தங்கள் கடமைகளில் ஒன்றாகக் கருதிச் செய்து வந்தார்கள். அரசு அதிகாரிகளிடையேயும், பொது மக்களிடையேயும் ஒரு பொதுவான அதிருப்தி நிலவி வந்தது. கம்யூனிஸ்ட் கட்சி ஆட்சிக்கு வந்து பத்து ஆண்டுகளுக்கு மேலாகி இருந்ததால், 'முன்னோக்கிய பிரமாண்டப் பாய்ச்சல்' அதிகாரிகள் மத்தியில் ஒரு பூசலைத் தோற்றுவித்தது. மாவோ வகித்து வந்த இரண்டு முக்கியமான பதவிகளிலிருந்து அவர் இறங்க வேண்டியிருந்தது. லியூ ஷாவ்கி என்பவருக்காக நாட்டின் ஜனாதிபதி பதவியை மாவோ விட்டுக் கொடுக்க வேண்டியிருந்தது. லியூ ஷாவ்கி சீனாவின் இரண்டாவது முக்கியமான நபர். ஆனால் மாவோவின் பெருமைகளுக்கு முன்னால், இவர் இருக்கும் இடம் தெரியாமல் போய்விடும். அதனால்தான், கட்சியின் முக்கியமான பொறுப்பான கட்சித்தலைவர் என்ற பொறுப்பை மாவோ மேற்கொண்டிருந்தார்.

எதிர்ப்புக் குரல்கள் வலுத்துக் கொண்டே வந்ததால், கட்சிக்கு ஒரு சிறப்பு கருத்தரங்கு கூட்டம் கூட்ட வேண்டிய அவசியம் ஏற்பட்டு விட்டது. இக்கருத்தரங்கு மத்திய சீனாவில் உள்ள லூஷான் என்னும் மலை விடுதியில் *1959* ஆம் ஆண்டின் ஜுன் மாத இறுதியில் நடத்தப்பட்டது. அப்போதைய பாதுகாப்பு அமைச்சராக இருந்த மார்ஷல் பெங் டெஹாய் அந்தக் கருத்தரங்கு கூட்டத்தில் 'முன்னோக்கிய பிரமாண்டப் பாய்ச்சல்' என்பதில் ஏற்பட்ட குளறுபடிகளை விமர்சித்து, தேசப் பொருளாதாரத்திற்கு துல்லியமான ஓர் அணுகுமுறை தேவை என்பதைப் பரிந்துரைத்து மாவோவிற்கு ஒரு கடிதம் எழுதினார். அந்தக் கடிதம் உண்மையில் வெளியிடப்படாமல் மறைக்கப்பட்டது. அது கட்டாய சூழ்நிலையில் வெளியிடப்பட்டு, மிகப் பெரிய நன்மையில் முடிந்தது. (இதன் விளைவாக நான்கு ஆண்டுகளில் சீனா இங்கிலாந்தை எட்டிப் பிடித்து விடும்) ஆனால், மாவோவிற்கு பெங் நீண்டநாள் தோழராக இருந்தும், மக்களில் ஒருவனாக அவருக்கு நெருக்கமானவராக

இருந்தும், அவர் கூறிய சிறு விமர்சனத்தைக்கூட மாவோவால் ஏற்றுக்கொள்ள முடியவில்லை. குறிப்பாக விமர்சனங்களோ அல்லது தாக்குதல்களோ தன்மீது எந்த நேரமும் நிகழலாம் என்று மாவோ எதிர்பார்த்திருந்தார். ஏனெனில் அவர் செய்வது தவறு என்று அவர் அறிந்திருந்தார். தனக்கு மிகவும் பிடித்தமான பாணியில், 'இந்த கடிதம் லூஷான் விடுதியை பீரங்கியால் இடித்துத் தரைமட்டமாக்கும் நோக்கத்தில் எழுதப்பட்ட கடிதம்' என்று மாவோ கூறினார். கருத்தரங்கு கூட்டத்தை மாவோ முடித்துக் கொள்ளாமல், மேலும் ஒரு வார காலத்திற்கு நீட்டித்தார். அதில் மாவோ கடுமையாக மார்ஷல் பெங்கை கடிந்து பேசினார். பெங்கும் அவரது ஆதரவாளர்களும் 'வலதுசாரிப் புல்லுருவிகள்' என்று முத்திரை குத்தப்பட்டனர். பெங்கின் அமைச்சர் பதவி பறிக்கப்பட்டது; வீட்டுக் கைதியாக ஆக்கப்பட்டார். இடையில் பணி ஓய்வு கொடுத்து சிச்சுவானுக்கு அனுப்பப்பட்டார். அங்கு அவருக்கு ஒரு சிறிய, கேவலமான வேலை கொடுக்கப்பட்டது.

தன்னுடைய பதவியைத் தக்க வைத்துக்கொள்ள மாவோ கடுமையாகப் போராட வேண்டியிருந்தது. இந்த விஷயத்தில் இவர்தான் உட்சபட்சத் தலைவர். அவருடைய வாசிப்புகள் பெரும்பாலும் ராஜாங்கத்தை நிலை நிறுத்தும் விஷயமாகவும், சதித்திட்டங்கள் கொண்டதாகவும் இருக்கும். இதையே கட்சி அலுவலர்கள் அனைவரையும் வாசிக்கச் சொல்வார். உண்மையில் இடைக்கால அமைச்சரவை என்ற நோக்கில், மாவோவின் ஆட்சி சிறந்த ஆட்சி என்று புரிந்து கொள்ள வைக்கப்பட்டது. அந்த ஆட்சியில் தன் அமைச்சரவை மீதும் குடிமக்கள் மீதும் அதிசயிக்கத்தக்க அதிகாரத்தைச் செலுத்தினார். 'பிரித்தாளும் சூழ்ச்சியில்' மாவோ வல்லவர். அடுத்தவர்களை அழிக்கும் மனிதனின் மனப்போக்கை சாதுரியமாகக் கையாண்டு வெற்றி காணக் கூடியவர். இறுதியில் சில உயர்மட்ட அதிகாரிகள் மார்ஷல் பெங்கிற்கு தோள் கொடுத்து நின்றனர். மாவோவின் கொள்கைகளில் தனிப்பட்ட முறையில் அவர்களுக்கு நல்லெண்ணம் இல்லாமலிருந்ததால் பெங்கிற்கு பக்கபலமாக நின்றனர். தன்னை வெளிக்காட்டிக் கொள்ளாத ஒரு மனிதர் இருந்தார் என்றால், அவர்தான் கட்சியின் பொதுச் செயலாளரான டெங் சியாபெங். அந்த நேரத்தில் அவர் கால்கள் முறிந்து விட்டன. ஆனால் டெங்குவின் மாற்றாந்தாய், 'என் ஆயுள் முழுவதும் விவசாய வேலைதான் பார்த்து வருகிறேன். இதுபோன்ற முட்டாள்தனமான வழிமுறைகளில் விவசாயம் செய்யலாம் என்று நான் கேள்விப்பட்டதில்லை' என்று வீட்டில் அங்கலாய்த்துக் கொண்டிருந்தாள். பில்லியார்ட்ஸ் ஆட்டத்தில் கால் எலும்பு எப்படி உடைந்தது என்று டெங்

சொன்னதைக் கேட்டு, ‘எவ்வளவு வசதியாகப் போய் விட்டது’ என்று ஒரு பொருள்பட மாவோ கூறினார்.

லூஷான் விடுதியில் பெங் கூறிய விமர்சனங்கள் அடங்கிய ஓர் ஆவணத்துடன் கமிஸார் லீ, மாநாடு முடிந்து செங்குடு வந்தார். இவர்தான் சிச்சுவான் கட்சி செயலாளார் என்ற பதவியை முதன்முதலில் வகித்தவர். 17 ஆம் தரத்திலிருந்து அதற்கு மேற்பட்ட அதிகாரிகளுக்கு அவரின் விமர்சனம் அடங்கிய ஆவணம் வழங்கப்பட்டது. இந்த விமர்சனங்களோடு உங்களுக்கு உடன்பாடு உள்ளதா என்று ஒவ்வொரு அதிகாரிகளிடமும் கேட்கப்பட்டது.

லூஷான் விடுதியில் சிச்சுவான் மாகாண ஆளுநரிடமிருந்து எழுந்த கண்டனத்தை அப்பா கேட்டு தெரிந்து கொண்டார். ஆய்வுக் கூட்டத்திற்கு வந்த அப்பா பெங்குவின் கடிதம் பற்றி பொரிந்து தள்ளினார். இதுவரை சொல்லாத ஒன்றை அப்போது அம்மாவிடம் சொன்னார்: ‘இது ஏதோ ஒரு மாய வலை விரித்திருப்பது போல் தோன்றுகிறது. கவனமாக இரு.’ இதைக் கேட்டு அம்மா அதிர்ந்து விட்டாள். கட்சிக் கட்டுப்பாடுகளைப் காட்டிலும் அம்மா மீது அப்பா அக்கறை எடுத்துக் கொண்டது இதுவே முதல்முறை.

மற்ற அலுவலர்களுக்கும் கூட இதுபோன்ற இரகசிய எச்சரிக்கை வந்தது அம்மாவுக்கு ஆச்சரியமளித்தது. தேர்வு மையத்தில் இருந்த அம்மாவின் சக பணியாளர்கள் அனைவருக்கும் பெங் எழுதிய கடிதத்தின் மீது கோபம் கொழுந்து விட்டு எரிந்தது. அந்தக் கடிதத்தில் கண்டுள்ள அனைத்துப் புகார்களும் உண்மைக்கு புறம்பானது என்று கொந்தளித்தனர். இன்னும் பலர், இந்தப் புகார் கேட்டு, ‘பேசவே வாய் திறக்க முடியவில்லை; எல்லாம் செயலற்று போய்விட்டது’ என்பது போல காட்டிக் கொண்டார்கள். ஒருவன் மட்டும் முன்வந்து, ‘இதை நான் மறுக்கும் நிலையிலோ அல்லது ஏற்றுக்கொள்ளும் நிலையிலோ இல்லை. ஏனென்றால், மார்ஷல் பெங் அளித்திருப்பது உண்மையின் அடிப்படையிலான சாட்சியங்களா அல்லது போலியான சாட்சியங்களா என்று எனக்கு தெரியாது. அவை உண்மையாக இருந்தால், என் முழு ஆதரவையும் அவருக்கு அளிப்பேன். அப்படி இல்லையேல் என் ஆதரவும் இல்லை.’

செங்குடுவின் உணவுத் துறைத் தலைவரும், அதுபோல செங்குடுவின் தபால் துறைத் தலைவரும் செம்படையின் அனுபவம் மிகுந்த வீரர்களாக இருந்தவர்கள். இவர்கள் மார்ஷல் பெங்கின் தலைமையின் கீழ் யுத்தம் புரிந்தவர்கள். இந்த இரண்டு தலைவர்களும் மார்ஷல் பெங்கின் கருத்துகளை ஆதரிப்பதாகக்

கூறியதோடு, இவர்கள் கிராமங்களில் கண்ட அனுபவங்களையும் சேர்த்துக் கூறி பெங்கின் குற்றச்சாட்டுகளுக்கு ஆதரவளித்தனர். இது மாவோவின் மாய வலை என்று அந்த இரண்டு தலைவர்களுக்கும் தெரியாமல் போய்விட்டதோ என்று அம்மா குழம்பினாள். தெரிந்திருந்தும் அவர்கள் அவ்வாறு பேசினால், அது வீர சாகசம் தான் என்று எண்ணினாள். அவர்கள் இருவரது துணிச்சல் தனக்கும் வேண்டும் என்று அம்மா விரும்பினாள். ஆனால் அம்மா தன் குழந்தைகளின் நிலை பற்றி எண்ணிப் பார்த்தாள். அவர்களுக்கு என்ன ஆகும்? அம்மா மாணவியாக இருந்தபோது இருந்த உத்வேகம் இப்போது இல்லை. அம்மாவின் முறை வந்து கேட்கப்பட்ட போது, 'அந்தக் கடிதத்தில் கண்டுள்ள புகார்கள், கடந்த இரண்டு ஆண்டுகளில் கட்சிக் கொள்கைகளுடன் உடன்பட்டுப் போவதாகத் தெரியவில்லை' என்றாள்.

அம்மாவின் மேலதிகாரியான திரு.குவோ, 'அம்மா கூறிய கருத்துகள் கொஞ்சம் கூட நிறைவளிக்கவில்லை; ஏனெனில் அம்மா மனம் திறந்து பேசவில்லை' என்று கூறினார். சில நாட்கள் அம்மா குழப்பமான ஒரு மனநிலையில் இருந்தாள். பெங்கிற்கு ஆதரவு அளித்த அந்த இரண்டு செம்படை வீரர்களும் 'வலதுசாரிப் புல்லுருவிகள்' என்ற முத்திரை குத்தி, பதவிகளைப் பறித்து, சிற்றூர்களுக்கு வயல் வேலைகள் செய்ய அனுப்பப்பட்டனர். அம்மா மேற்கொண்ட 'வலதுசாரிச் சிந்தனைகளை' விவாதிக்க வேண்டும் என்பதற்காக அம்மாவை ஒரு கூட்டத்திற்கு அழைத்தார்கள். அந்த கூட்டத்தில் அம்மா செய்ததாக இன்னும் சில 'பெரிய தவறுகளை' திரு.குவோ விவரித்துச் சொன்னார். 1959 ஆம் ஆண்டு செங்குடுவில் ஒரு வகையான கள்ளச்சந்தை திடீரெனத் தோன்றி, கோழிகளையும் முட்டைகளையும் வியாபாரம் செய்யத் தொடங்கின. ஏனென்றால், சமுதாயக் கூட்டுக்குழுக்கள், ஒவ்வொரு விவசாயிகளிடமிருந்தும் அவர்கள் வைத்திருந்த கோழிகளை வாங்கிக் கொண்டது. சமுதாயக் கூட்டுக் குழுக்களால் கோழிகளை வளர்க்க முடியவில்லை. கோழிகளும் முட்டைகளும் கடைகளில் காணப்படவில்லை. அவைகள் எல்லாம் அரசாங்கத்திற்கு சொந்தமாகி விட்டன. ஒரு சில விவசாயிகள எப்படியோ சமாளித்து ஓரிரு கோழிகளை வீட்டில் வளர்த்து வந்தனர். அவர்கள் கள்ளத்தனமாக அவைகளைக் கொண்டுபோய் கள்ளச் சந்தையில் இருபது மடங்கு இலாபம் வைத்து விற்று வந்தார்கள். இந்த விவசாயிகளைப் பிடிப்பதற்கு அதிகாரிகள் அனுப்பப்பட்டார்கள். திரு.குவோ ஒருமுறை அம்மாவை இப்பணிக்கு அனுப்பியபோது, 'மக்களுக்கு தேவையான பொருட்களை வழங்குவதில் என்ன தவறு இருக்கிறது? தேவை ஏற்படும் அந்த இடத்தில் வழங்கல்

கட்டாயம் இருக்க வேண்டும்' என்று அம்மா கேட்டாள். இந்தக் கருத்தை அம்மா கூறியபோதுதான்,'உனக்குள் தோன்றும் வலதுசாரிச் சிந்தனையிலிருந்து நீ கவனமாக இருக்க வேண்டும்' என்று அவர் அம்மாவை எச்சரித்தார்.

'வலதுசாரிப் புல்லுருவிகளை' களை எடுத்த நிகழ்வு கட்சியைத் திணற அடித்தது. காரணம் பல அதிகாரிகள் பெங்கின் கருத்துகளுக்கு உடன்பட்டனர். இதில் கண்டுகொள்ள வேண்டிய பாடம் என்னவென்றால், மாவோ தவறாகச் செயல்பட்டு வந்தாலும், அவருடைய ஆட்சி அதிகாரம் வானளாவியது. நீ எவ்வளவு உயர்ந்த இடத்தில் இருந்தாலும் அது ஒன்றும் பெரியதில்லை. பெங், ஒரு சாதாரண பாதுகாப்பு மந்திரியாக இருந்தவர். உன் நிலைப்பாடு எது என்பது முக்கியமில்லை. பெங்கூட மாவோவிற்கு பிடித்தமானவராக இருந்திருக்கிறார். நீ மாவோவைச் சீண்டினால், நீ அவமானப்பட வேண்டியதுதான். நீ உன் மனதில் உள்ளதை வெளியே சொல்ல முடியாது. பதவியை துறந்துவிட முடியாது. அடுத்தாளுக்கு தெரியாமல் கூட பதவியைத் துறக்க முடியாது. பதவி துறப்புக்கூட எதிர்ப்பைக் காட்டிக் கொள்ளத்தான் என்று அர்த்தம். எந்த முடிவும் எடுத்துக் கொள்ள முடியாது. கட்சியின் குரல்களும், அதுபோல மக்களின் குரல்களும் இறுக்கமாகக் கட்டி முத்திரையிடப்பட்டன. இதற்கு பிறகு 'முன்னோக்கிய பிரமாண்டப் பாய்ச்சல்' திட்டத்தின் மறைமுகத்தன்மை இன்னும் அதிகமானது. செயல்படுத்த இயலாத பல பொருளாதாரக் கொள்கைகள் ஆட்சியாளர்களிடமிருந்து திணிக்கப்பட்டது.

பெருவாரியான விவசாயிகள் எஃகு உற்பத்தியில் ஈடுபடுத்தப்பட்டனர். குளறுபடியான அரசாங்க உத்தரவுகள் பல்வேறு கிராமங்களுக்கு பிறப்பிக்கப்பட்டதால், கிராமங்களும் குளறுபடியில் சிக்கி இருந்தன.

1958 ஆம் ஆண்டின் இறுதியில்,'முன்னோக்கிய பிரம்மாண்டப் பாய்ச்சல்' உச்சத்தில் இருந்தபோது, ஒரு மாபெரும் கட்டுமானத் திட்டம் தொடங்கப்பட்டது. 1959 ஆம் ஆண்டு அக்டோபர் மாதம் முதல் தேதி 'மக்கள் குடியரசு' தொடங்கப்பட்டதின் 10ஆம் ஆண்டு நிறைவு நாள் கொண்டாட்டத்தை குறிக்கும் பொருட்டு, தலைநகர் பீக்கிங்கில், பத்து மாபெரும் மாளிகைகள், பத்து மாதங்களுக்குள் கட்டி முடிக்கப்பட வேண்டும் என்று முடிவு செய்யப்பட்டது. 1959 ஆம் ஆண்டு அக்டோபர் மாதம் முதல் தேதி மக்கள் குடியரசு தோற்றுவிக்கப்பட்டது. அந்த பத்து மாளிகைகளில் ஒன்று, மேல் திசையில் இருந்த தியானன்மன் சதுக்கத்தில், சோவியத் பாணியில் 'மக்களின் மாமன்றம்' என்ற மாளிகை கட்டப்பட்டது.

பளிங்குக் கற்களாலான அம்மாளிகையின் முகப்புத் தோற்றம் மட்டும் ¼ மைல் தூரம் அமைந்திருந்தது. சர விளக்குகளால் அலங்கரிக்கப்பட்ட, விருந்து நிகழ்ச்சிகள் நடைபெறும் அந்தக்கூடம் பல்லாயிரக்கணக்கானோர் அமர்ந்திருக்கப் போதுமான இடவசதி பெற்றிருந்தது. இந்த கூடம்தான் முக்கியமான கூட்டங்கள் நடைபெறவும், வெளி நாட்டிலிருந்து வரும் விருந்தினர்களை வரவேற்கவும் பயன்படுத்தப்பட்டு வந்தது. பிரமாண்டமாகக் காணப்பட்ட அறைகளுக்கு சீனாவின் மாநிலங்கள் வாரியான பெயர்கள் சூட்டப்பட்டன. அதனால் சிச்சுவான் அறையை அலங்கரிக்கும் பொறுப்பு அப்பாவிடம் இருந்தது. அலங்கார வேலைகள் எல்லாம் முடிந்தபின், சிச்சுவான் மாநில கட்சித் தலைவர்களை அழைத்து, அவ்வறையைப் பார்வையிடுமாறு அப்பா அவர்களைக் கேட்டுக் கொண்டார். சிச்சுவானிலிருந்து டெங் சியாபெங்கும், அவரது நெருங்கிய நண்பரும், செம்படையைத் தோற்றுவித்தவரும், ஏழைப் பங்களானுமான மார்ஷல் ஹோ லுங் என்பவரும் வந்தனர்.

இவர்கள் இருவரும் மற்றும் டெங்கின் சகோதரரும் அப்பாவுடன் அங்கே அரட்டை அடித்துக் கொண்டிருந்தனர். இந்த நேரத்தில், அவர்களை விட்டு வருமாறு, அப்பாவுக்கு ஓர் அழைப்பு வந்தது. சிறிதுநேரம் கழித்து, மீண்டும் அங்கே திரும்பி வந்த அப்பா, மார்ஷல் ஹோ, டெங்குவைச் சுட்டிக் காட்டி, டெங்குவின் சகோதரனிடம் இவ்வாறு சொல்லிக் கொண்டிருந்ததை கேட்க நேரிட்டது. அதாவது: 'அரசாங்க மணி மகுடம் டெங்குவின் தலையைத்தான் அலங்கரித்திருக்க வேண்டும்.' அப்பாவைக் கண்ட அடுத்த நொடியே அவர்கள் பேச்சை நிறுத்தி விட்டார்கள்.

இதன்பிறகு அப்பாவை ஒரு பயம் கவ்விக் கொண்டது. மேல்மட்ட அதிகாரிகள் எதிர்மாறாகப் பேசிக் கொண்டது எதேச்சையாக அப்பாவின் காதுகளில் விழுந்து விட்டது. அப்பா மேற்கொண்டு செய்து முடித்த ஒரு வேலையோ, அல்லது செய்யாமல் விடப்பட்ட ஒரு வேலையோ அப்பாவை ஆபத்தில் சிக்க வைத்து விடலாம். ஆனால், அசம்பாவிதம் எதுவும் நடந்து விடவில்லை. பத்து ஆண்டுகள் கழித்து அப்பா இத்தகவலை என்னிடம் கூறியபோது, தலைக்கு மேல் கத்தி தொங்கிக் கொண்டிருந்தது போன்ற ஆபத்தைத்தான் அப்பா அப்போது எதிர் கொண்டிருந்திருக்கிறார். 'அந்த தேச துரோகப் பேச்சைக் கேட்டது' தலையைக் கொய்யக் கூடிய ஒரு கொடுங்குற்றம் என்ற ஒரு தொடரைச் சுட்டிக்காட்டிச் சொன்னார்.

மாவோ மீது ஏற்பட்டிருந்த அதிருப்தியின் அறிகுறியைத்தான் அப்பா அங்கே கேட்க நேரிட்டது. மேல்மட்ட அதிகாரிகளிடையே இது பரவியது. புதிய ஜனாதிபதியான லியூ ஷவ்சீக்கு மட்டும் தெரியாது.

'ரெட் ஸ்ப்லென்டர்' என்ற சமுதாயக் கூட்டுக் குழுவைப் பார்வையிட லியூ 1959 ஆம் ஆண்டு ஒரு வசந்த காலத்தில் செங்குடுவுக்கு வந்தார். சென்ற ஆண்டு அங்கு விளைந்த அமோக விளைச்சலைக் கண்டு மாவோ அசந்து போனார். லியூ அங்கே வருகைதருமுன், உள்ளூர் அதிகாரிகள் ஒன்று சேர்ந்து, அமோக விளைச்சலின் இரகசியத்தை அம்பலப்படுத்தக் கூடிய பலரைச் சுற்றி வளைத்து, அவர்களைப் பிடித்துக் கொண்டு போய் ஒரு கோவிலில் வைத்து பூட்டிப் போட்டு விட்டனர். இரகசியத் துப்பு பெற்றுக் கொண்ட லியூ அக்கோவிலைக் கடந்து செல்லாமல், அங்கே நின்று அந்த கோவிலின் உள்ளே பார்வையிட வேண்டும் என்றார். அதிகாரிகள் திறந்து விடாமல், ஆயிரம் காரணங்கள் கூறி சமாளித்தார்கள். உடைந்து விழக்கூடிய நிலையில் இருக்கிறது என்றும் சொல்லிப் பார்த்தார்கள். ஆனால் அவர்கள் கூறிய காரணம் எதையும் லியூ கேட்கவில்லை. கடைசியாக பூட்டை உடைத்து கோவிலைத் திறந்தபோது, பாவப்பட்ட விவசாயிகள் திமுதிமுவென்று வெளியே ஓடி வந்தனர். திருதிருவென்று விழித்த அரசாங்க அதிகாரிகள், அவர்கள் 'கலகக்காரர்கள்' என்பதால் அவர்களைப் பூட்டி வைத்தோம் என்றார்கள். அவர்களால் சிறப்பு விருந்தினர்களுக்கு ஆபத்தாகி விடும் என்று அவர்கள் லியூவுக்கு சமாதானம் தெரிவித்துக் கொண்டிருந்தார்கள். விவசாயிகளும் எதுவும் பேசாமல் நின்றனர். அரசுக் கொள்கைகளில் எந்த அறிவும் இல்லாத சமுதாயக் கூட்டுக்குழு அலுவலர்கள், மக்கள் மீது வானளாவிய அதிகாரம் செலுத்தக் கூடியவர்கள். அவர்கள் யாரையேனும் தண்டிக்க விரும்பினால், அவர்களுக்கு ஒரு இழிவான வேலையைக் கொடுப்பார்கள்; சாப்பாட்டைக் குறைத்து விடுவார்கள். அவர்களைத் துன்புறுத்துவதற்கோ, வெளிப்படையாக கண்டனம் செய்வதற்கோ, ஏன், கைது செய்வதற்கோ ஏதோ ஒரு காரணத்தைக் கண்டு பிடிப்பார்கள்.

ஜனாதிபதி லியூ விவசாயிகளிடம் சில சந்தேகங்களைக் கேட்டார். ஆனால் விவசாயிகள் அசட்டுச்சிரிப்பு சிரித்துக்கொண்டு மரம் மாதிரி நின்றார்கள். அந்த விவசாயிகளைப் பொறுத்தவரை ஜனாதிபதியைப் பகைத்துக் கொண்டால் கூடப் பாதகமில்லை. ஆனால் உள்ளூர் அதிகாரிகளைப் பகைத்துக் கொள்வது பெரிய ஆபத்தாகி விடும். ஜனாதிபதி இன்னும் இரண்டு நிமிடங்களில் இந்த இடத்தை காலி

செய்து விட்டு பீக்கிங் சென்று விடுவார். ஆயுள் முழுவதும் உள்ளூர் அதிகாரிகள் அவர்களோடு தானே இருக்க வேண்டும்.

அதன்பிறகு இன்னொரு மூத்த அதிகாரியான மார்ஷல் ஷு டே என்பவர் செங்குடு வந்தார். அவருடன் மாவோவின் அந்தரங்க செயலாளர் ஒருவரும் வந்தார். சிச்சுவானிலிருந்து வரும் ஷு டே செம்படையின் கமாண்டராக இருந்து செயல்பட்டு, கம்யூனிஸ்ட் படையின் வெற்றிக்கு முக்கிய காரணமாக இருந்தவர். 1949-க்கு பிறகு இவர் பெரியதாக ஒன்றும் சோபிக்கவில்லை. செங்குடுவுக்கு அருகில் உள்ள பல சமுதாய கூட்டுக் குழுக்களைப் பார்வையிட்டிருக்கிறார். அங்கிருந்து, ஓய்வுக் கூடாரத்தைப் பார்த்துக் கொண்டு, அதற்கப்புறம் உள்ள மூங்கில் காடுகளையும், கரையோரம் வளர்ந்து தொங்குகின்ற காற்றாடி மரங்களையும் பார்த்து ரசித்துக் கொண்டு 'பட்டு நதி'க்கரை வழியாக உலா வருவார். அப்போது 'சிச்சுவான் உண்மையில் சொர்க்கபுரி...' என்று சொல்லி உருகுவார். அவர் பேசிய வார்த்தைகள் கவித்துவமாக இருக்கும். மாவோவின் செயலாளர் அதற்கு அடுத்த வரியை செம்மொழிப் புலவர்கள் நடையில், 'இதில் பரிதாபம் என்னவென்றால், நாக்கூசாமல் பேசுகின்ற பொய்யும், தவறாகப் பரப்பப்படும் தகவல்களுமே கம்யூனிஸ்ட் கட்சியை அழித்துக் கொண்டிருக்கின்றன' என்று எடுத்துக் கொடுத்தார். அப்போது அவர்களுடன் அங்கிருந்த அம்மா அதை நெஞ்சார ஏற்றுக் கொள்வதாகச் தனக்குள் சொல்லிக் கொண்டாள்.

தன் பணியாளர்கள் அனைவரையும் சந்தேகப்பட்டுக் கொண்டிருக்கிற, லூஷான் விடுதியில் கடும் கண்டனத்துக்கு உள்ளானதை எண்ணி இன்னும் கோபப்பட்டுக் கொண்டிருக்கிற மாவோ, தன்னுடைய கிறுக்குத்தனமான பொருளாதாரக் கொள்கையின் பிடிவாதப் போக்கைக் கறாராக கடைப்பிடித்தார். பணியாளர்கள் செய்த பிரச்சினை தரும் சிக்கல்களை அவர் நன்கு அறிந்திருந்தும், நடைமுறைக்கு ஒத்து வராத சில முக்கியமான சிக்கல்களை சரிசெய்யச் சொல்லி அனுமதி கொடுத்திருந்தும், அதை முற்றிலும் விட்டுவிட அவருக்கு விருப்பம் இல்லை என்பதை அவரது முகபாவம் காட்டிக் கொடுத்தது. இதற்கிடையில் அறுபதுகளின் தொடக்கத்தில் சீன தேசம் முழுவதும் பெரும் பஞ்சம் வந்தது.

செங்குடுவில், மாதம்தோறும் ரேஷன் கடைகளில் வழங்கப்பட்டு வந்த உணவுப் பொருட்கள் குறைக்கப்பட்டன. குடும்பத்தின் ஒரு நபருக்கு கொடுக்கப்பட்டு வந்த அரிசி 19 பவுண்டாகக் குறைக்கப்பட்டது. சமையல் எண்ணெய் 3.5 அவுன்ஸ்க்கு

குறைக்கப்பட்டது. எந்தப் பொருளும் எளிதில் கிடைக்கவில்லை. முட்டைக்கோசு கூடக் கிடைக்கவில்லை. இதனால் பலர், நீர்க்கட்டு என்னும் நோயால் அவதிப்பட்டனர். தோலுக்கு அடியில் நீர் சேர்ந்து கொண்டு உடம்பு கனத்துவிடும். இந்நோய் ஊட்டச்சத்துக் குறைவால் ஏற்படுவது உண்டு. இதனால் நோயாளியின் உடல் வெளிறிப் போய் பெருத்து விடும். இதை குணமாக்க குளோரல்லா என்னும் தாவரப் பாசியை சாப்பிட வேண்டும். அதில் புரதச் சத்து அதிகமாக உள்ளது. குளோரல்லா மனிதர்களின் திரவக் கழிவை உண்டு உயிர் வாழக் கூடியவை. எனவே மக்கள் யாரும் கழிப்பறைக்கு செல்வதில்லை. அதற்கு எச்சில் துப்பிக் கொள்ளும் பாத்திரத்தையே பயன்படுத்திக் கொண்டனர். அப்பாத்திரத்தில் பிடித்து வைத்துக் கொண்ட திரவக்கழிவில் விதைகளைப் போடுகிறார்கள். அவ்விதைகள் ஓரிரு நாட்களில் பச்சை மீன்முட்டைகள் போல வளரத் தொடங்குகின்றன. அவைகளைத் திரவக் கழிவிலிருந்து வெளியே எடுத்து, கழுவிச் சுத்தம் செய்து, அரிசியுடன் சேர்த்து சமைக்கிறார்கள். உண்மையில் அதைச் சாப்பிடுவதற்கு அருவருப்பு பட்டார்கள். ஆனால், அது நீர்க்கட்டைக் குறைத்து உடலுக்கு மெலிவு கொடுத்தது.

அப்பாவுக்கும் ஒரு குறிப்பிட்ட அளவுதான் ரேஷன் பொருட்கள் கிடைத்தன. ஆனால் ஓர் உயர் அதிகாரி என்ற பெயரில் அவருக்கு பல சலுகைகள் கொடுக்கப்பட்டன. எங்கள் வளாகத்தில் இரண்டு அரசு உணவு விடுதிகள் இருந்தன. அதில் சிறிய உணவு விடுதி அரசுத்துறை இயக்குநர்கள், அவர்களது மனைவி மக்களுக்காக ஒதுக்கப்பட்டிருந்தது. பெரிய உணவு விடுதி எல்லாருக்கும் பயன்படக் கூடியது. அந்த வகையில் என் பாட்டி, ஜன்-யிங் அத்தை, வீட்டு வேலைக்காரப் பெண் ஆகியோர் அந்த பெரிய உணவு விடுதியில்தான் உணவு அருந்தினார்கள். பெரும்பாலும் நாங்கள் உணவு விடுதியில் தேவையான அளவு சாப்பாட்டை வாங்கிக் கொண்டு, வீட்டில் கொண்டுபோய்ச் சாப்பிடுவோம். வீதிகளில் இருந்த உணவு விடுதிகளை விட அரசு உணவு விடுதிகளில் அதிகமாகக் கிடைத்தது. மாநில அரசுக்கென்று சொந்தமாக பண்ணை வயல்கள் இருந்தன. அத்துடன் உள்ளாட்சித்துறை நிர்வாகங்களும் ‘அன்பளிப்பு’ என்ற பெயரில் போதுமான உணவுப் பொருட்களைக் கொடுக்கும். இந்த விநியோகப் பொருட்கள் இரண்டு வகையான உணவு விடுதிகளுக்கும் பிரித்து கொடுக்கப்படும். அதில் சிறிய உணவு விடுதிக்கு சிறப்பு விநியோகம் இருக்கும்.

அப்பாவும் அம்மாவும் அரசாங்க அதிகாரிகளாகையால் அவர்களுக்கு உணவுப்பொருட்கள் பெற்றுக்கொள்ள சிறப்பு ‘கூப்பன்’கள்

கொடுக்கப் பட்டிருந்தன. எங்கள் வளாகத்திற்கு வெளியே இவர்களுக்கென்று இருந்த சிறப்பு கடைக்கு பாட்டியோடு சேர்ந்து போய் உணவுப்பொருட்கள் வாங்குவோம். அம்மாவுக்கு கொடுக்கப்பட்டிருந்த கூப்பன் நீல நிறத்தில் இருக்கும். மாதத்திற்கு ஐந்து முட்டைகள், ஓர் அவுன்ஸ் சோயா பீன்ஸ், அதே அளவு சர்க்கரை ஆகியவை அம்மாவுக்கு வழங்க அனுமதி உண்டு. அப்பாவுடைய 'கூப்பன்' மஞ்சள் நிறக் கூப்பன். அம்மாவுக்கு கொடுக்கப்பட்ட பொருட்களைப் போல அப்பாவுக்கு இரண்டு மடங்கு கொடுக்க அனுமதி உண்டு. அப்பா வகித்து வந்த உயர் பதவியே இதற்கு காரணம். உணவு விடுதிகளிலிருந்து தேவையான உணவையும், இதரப் பொருட்களையும் வாங்கிக் கொண்டு போய் வீட்டில் வைத்து ஒன்றாக அமர்ந்து சாப்பிடுவோம். பெரியவர்கள் தங்கள் பிள்ளைகளுக்கு தாராளமாக உணவளிப்பார்கள். ஒருநாள் கூட நான் பசியோடு பள்ளிக்கு சென்றதில்லை. ஆனால், பெரியவர்கள் அனைவரும் ஊட்டச்சத்துக் குறைவால் அவதிப்பட்டனர். பாட்டிக்கு கூட இலேசாக நீர்க்கட்டு வந்துவிட்டது. பாட்டி வீட்டிலேயே குளோரல்லாவை வளர்க்கத் தொடங்கி விட்டாள். எதற்கு சாப்பிடுகிறார்கள் என்று பெரியவர்கள் எனக்கு சொல்லாவிட்டாலும், பெரியவர்கள் மட்டும் ஏன் சாப்பிடுகிறார்கள் என்று நான் தெரிந்து கொண்டேன். ஒரு தடவை அதைச் சாப்பிட்டுப் பார்த்தேன். குமட்டிக் கொண்டு வந்தது. அப்படியே துப்பி விட்டேன். மீண்டும் அதைத் தொட்டுக் கூடப் பார்த்ததில்லை.

பஞ்சம் எங்களைச் சுற்றி கோரத்தாண்டவம் ஆடிக் கொண்டிருந்தது எனக்கு அவ்வளவாகப் புரியவில்லை. ஒருநாள் பள்ளிக்குப் போகும்போது அவித்த சோளக்கதிர்களைச் சாப்பிட்டுக் கொண்டே சென்றேன். அப்போது யாரோ ஒரு நபர் பாய்ந்து வந்து என் கையில் இருந்த சோளக் கதிரை பிடுங்கிக் கொண்டு ஓடினான். அதிர்ச்சியிலிருந்து மீண்டு நான் பார்த்தபோது மெலிருந்த ஒரு மனிதன், அழுக்கு சட்டையுடன், கால்களில் செருப்புகூட இல்லாமல் ஓடிய அவன், ஓடிய வேகத்துடன் சோளக்கதிரையும் அவசர அவசரமாகத் தின்று கொண்டே ஓடினான். இதை நான் அப்படியே அப்பா அம்மாவிடம் சொன்னதுதான் தாமதம்; அப்பாவின் கண்களில் வேதனை வெளிப்பட்டது. அப்பா என் தலையை அன்பொழுகத் தடவிக் கொடுத்து,'நீ கொடுத்து வைத்திருக்கிறாய். உன்னைப் போன்ற மற்ற குழந்தைகள் எல்லாம் பசியும் பட்டினியுமாகத்தான் இருக்கிறார்கள்' என்று வருத்தப்பட்டு கூறினார்.

அந்த நேரத்தில் என் பற்கள் எனக்கு தொல்லை கொடுத்து கொண்டு வந்ததால், அடிக்கடி பல் சிகிச்சைக்காக மருத்துவமனை சென்றேன். அந்த மருத்துவமனைக்கு வரும் நோயாளிகளைப் பார்த்தால் குமட்டிக் கொண்டு வரும். அவர்கள் கை, கால்கள் எல்லாம் மினுமினு வென்றிருக்கும். பீப்பாய் போல வீங்கிப் போயிருக்கும். அவர்களைக் கட்டை வண்டிகளில் போட்டு மருத்துவமனைக்கு கொண்டு வந்தார்கள். இவர்களுக்கெல்லாம் என்ன வியாதி என்று பல் மருத்துவரை நான் கேட்டபோது, அந்த அம்மையார் நீர்க்கட்டு நோய் என்றார். அப்படியென்றால் என்னவென்று கேட்டேன். அந்த அம்மையார் சொன்னதிலிருந்து, அது ஏதோ சாப்பாட்டுக் குறை என்று ஓரளவு புரிந்து கொண்டேன்.

நீர்க்கட்டு நோயால் பாதிக்கப்பட்டு வந்தவர்கள் எல்லாருமே விவசாயிகள்தான். கிராமப்புறங்களில் பசியும் பட்டினியும் விவசாயிகளை வாட்டி எடுத்தது. அவர்களுக்கென்று எந்த அளவு ரேஷன் உணவுப்பொருட்கள் வழங்க வேண்டும் என்ற உத்தரவாதம் ஏதும் இல்லை. நகரில் வாழ்பவர்களுக்கே முதலில் ரேஷன் பொருட்கள் வழங்க வேண்டும் என்பது அரசுக் கொள்கையாக இருந்தது. சமுதாயக் கூட்டுக்குழுக்களின் அதிகாரிகள் விவசாயிகளை மிரட்டி உணவுப் பொருட்களைப் பிடுங்கிக் கொள்வார்கள். பல இடங்களில், உணவுப் பொருட்களை மறைத்து வைத்திருந்த விவசாயிகள் கைது செய்யப்பட்டனர். பலர் அடித்துத் துன்புறுத்தப்பட்டனர். பசியாயிருந்த விவசாயிகளிடமிருந்து உணவுப்பொருட்களைப் பெறத் தயக்கம் காட்டிய சில சமுதாயக்கூட்டுக்குழுக்களின் அலுவலர்கள் பலருக்கு வேலை பறி போனது. பலருக்கு உடலை வருத்தும் தண்டனை வழங்கப்பட்டது. இறுதியாகச் சொல்லப் போனால், உழவுத்தொழில் செய்து உலகத்தாருக்கு உணவு அளித்து உயிர் காத்து வந்த விவசாயிகள், சீன தேசமெங்கும் இலட்சக்கணக்கில் மாண்டனர்.

அப்போது ஏற்பட்ட அந்தக் கொடிய பஞ்சத்தில் சிச்சுவானிலிருந்து மஞ்சூரியா வரை இருந்த என் உறவினர்களில் பலர் இறந்து போனதாக நான் தெரிந்து கொண்டேன். மனவளர்ச்சி குன்றியிருந்த அப்பாவின் சகோதரரும் இறந்தவர்கள் பட்டியலில் இடம் பெற்றிருந்தார். 1958 ஆம் ஆண்டு அப்பாவின் அம்மாவும் இறந்து விட்டாள். பஞ்சத்தால் பசியும் பட்டினியும் கோரத் தாண்டவம் ஆடியபோது, அப்பாவின் சகோதரர் மனத் தெளிவின்மையால் யாருடைய ஆலோசனையும் கேட்க முடியாமல் நிலைமையைச் சமாளிக்க முடியவில்லை. ஒவ்வொரு மாதத்திற்கும், மாதவாரியாக ரேஷன் பொருட்கள் ஒதுக்கப்பட்டன. அவைகளை அந்த

மாத இறுதி வரைக்கும் இழுத்துக் கொண்டு வராமல் சில நாட்களிலேயே முடித்து விட்டார். பிறகு உயிர் போகும் வரை பட்டினி கிடந்து இறந்தார். பாட்டியின் சகோதரியான லான் மற்றும் அவளது கணவன் 'விசுவாசம்' பி-யோவும் வடக்கு மஞ் சூரியாவிலிருந்து தொலைதூரத்தில் உள்ள மருத்துவ வசதி இல்லாத கிராமத்திற்கு அனுப்பப்பட்டார்கள். ஏனென்றால், கோமிங்டாங் உளவுத்துறையுடன் இருந்த பழைய உறவுகளே இதற்குக் காரணம். அவர்கள் இருவரும் அங்கேயே இறந்து விட்டார்கள். உணவுப் பொருட்கள் குறையக் குறைய, கிராம அதிகாரிகளின் விருப்பப்படி உணவுப் பொருட்கள் பகிர்மானம் செய்யப்பட்டன. கோமிங்டாங் தொடர்பிலிருந்து தண்டிக்கப்பட்டிருந்ததால் பியோவுக்கும், அவரது மனைவிக்கும் உணவு மறுக்கப்பட்டது. அவர்களின் பெற்றோர்கள் கொடுத்த உணவைக் கொண்டுதான் அவர்களுடைய குழந்தைகள் உயிர் வாழ்ந்தார்கள். யூ-லின்னுடைய மனைவியின் தந்தையாரும் இறந்து விட்டார். சாப்பிடுவதற்கு எதுவும் கிடைக்காத கடைசிக் கட்டத்தில், அவரது தலையணைக்குள் திணிக்கப்பட்டிருந்த பஞ்சைப் பிய்த்துச் சாப்பிட்டார். பூண்டுத் தாவரத்தின் சருகுகளையும் உண்டு உயிர் வாழ்ந்தார்கள்.

எனக்கு அப்போது வயது எட்டு. ஒருநாள் இரவு, ஒரு மெலிந்த, முகத்தில் சுருக்கங்களைத் தவிர வேறு எதுவும் இல்லாத, ஒரு வயதான கிழவி வீட்டிற்கு வந்தாள். காற்று கொஞ்சம் பலமாக அடித்தால்கூட வீழ்ந்து விடுபவள் போல மெலிந்து குச்சி போலக் காணப்பட்டாள். அவள் அம்மாவின் முன்னால் தரையில் விழுந்து தலையைத் தரையில் மோதிக் கொண்டு 'என் மகளைக் காப்பாற்றிய தாயே' என்று கதறி அழுதாள். அந்தக்கிழவிதான் எங்கள் வேலைக்காரியின் அம்மா. 'உங்களோடு இருந்திருக்காவிட்டால் என் மகள் இறந்திருப்பாள்' என்று அழுதாள். அதன் பொருள் அப்போது எனக்கு புரியவில்லை. ஒருமாதம் கழித்து எங்கள் வீட்டு வேலைக்காரிக்கு ஒரு கடிதம் வந்தது. அந்தக் கடிதத்தில் கண்ட செய்தி: எங்கள் வீட்டிற்கு வந்து விட்டுப் போன சிறிது நாட்களில் அவள் அம்மா இறந்து விட்டாள். அந்த அம்மாவின் கணவனும், அவளது இளைய மகனும் இறந்துவிட்ட செய்தியைத் தன் மகளுக்குத் தெரிவிக்கத்தான் எங்கள் வீட்டிற்கு வந்திருக்கிறாள். அப்போது வேலைக்காரி நின்ற கோலத்தை என்னால் இன்னும் மறக்க முடியவில்லை. மொட்டை மாடியில், அந்த மரத்தூணில் சாய்ந்து கொண்டு, துக்கத்தை கைக்குட்டையை வாயில் வைத்து அடைத்துக் கொண்டு அவள் புலம்பிய காட்சி, ஐயோ - கொடுமை! பாட்டியும் கட்டிலில் உட்கார்ந்து கொண்டு அழுதாள். கொசு வலைக்குள் என்னை மறைத்துக் கொண்டு

416 'கெட்டிக்காரி, உணவு இல்லாமல் விருந்து படைப்பாள்'

ஒரு மூலையில் நின்றேன். அப்போது பாட்டி,'கம்யூனிஸ்ட்கள் என்னவோ நல்லவர்கள்தான். ஆனால் மக்கள் தான் மடிந்து கொண்டு வருகிறார்கள்' என்று தனக்குள்ளே சொல்லிக் கொண்டது எனக்கு கேட்டது. அடுத்த ஆண்டுகளில், வேலைக்காரியின் அண்ணனும், அவனது மனைவியும் இறந்து விட்டதாகச் செய்தி வந்தது. பட்டினியால் இறந்து கொண்டிருக்கும் குழுக்களில், நில உடைமையாளர் குடும்பங்கள்தான் உணவைப் பெற்றுக் கொள்ளுவோரின் பட்டியலில் கடைசியில் இருந்தது.

1989 ஆம் ஆண்டு, பஞ்ச நிவாரணத்தில் பணியாற்றிய ஓர் அலுவலர், சிச்சுவானில் மட்டும் பஞ்சத்தால் இறந்தோர்களின் எண்ணிக்கை 7 மில்லியனைத் தாண்டும் (70 இலட்சம்) என்று ஒரு கணக்கு சொன்னார். இது ஒரு வளமான மாநிலத்தின் மொத்த ஜனத்தொகையில் 10 சதவிகிதம் ஆகும். தேசத்தின் மொத்த இறப்பு எண்ணிக்கை மூன்று கோடி மக்கள் என்று அதிகாரப்பூர்வமான கணக்கெடுப்பு அறிவித்தது.

1960 ஆம் ஆண்டு, ஈபின் நகரில் ஜன்-யிங் அத்தையின் அடுத்த வீட்டில் இருந்த மூன்று வயதுப் பெண் குழந்தை ஒன்று காணாமல் போய் விட்டது. சில வாரங்களுக்கு பின் இந்த குழந்தையின் பெற்றோர்கள், தெருவில் ஒரு குழந்தை விளையாடிக் கொண்டிருந்ததைப் பார்த்தார்கள். அந்தக் குழந்தை அணிந்திருந்த ஆடை, இவர்கள் மகள் அணியும் ஆடை போல இருந்தது. அருகில் சென்று அந்த ஆடையை உற்று கவனித்துப் பார்த்தார்கள். அந்தச் சட்டையில் இருந்த அடையாளம் ஒன்று, அது அவர்கள் மகளின் ஆடைதான் என்று உறுதிப்படுத்தியது. அவர்கள் போலீஸில் புகார் கொடுத்தார்கள். கடைசியில் அந்தக் குழந்தையின் பெற்றோர்கள் உப்புக் கண்டம் விற்பனை செய்பவர்கள் என்று தெரிய வந்தது. அவர்கள், குழந்தைகளைக் கடத்திச் சென்று, அவர்களைக் கொன்று, அவைகளின் கறியை முயல் இறைச்சி என்று கூறி அநியாய விலைக்கு விற்று வந்தனர். பிறகு அவர்கள் தூக்கில் தொங்க விடப்பட்டனர். இந்த விஷயம் வெளியில் தெரியாமல் மறைக்கப்பட்டது. ஆனால் அந்த நேரத்தில் குழந்தைகள் கொலை தொடர்ந்து நிகழ்ந்து வந்தது.

சில வருடங்களுக்குப் பிறகு அப்பாவோடு வேலை செய்த பணியாளர் ஒருவரைச் சந்தித்தேன். அவர் ஒரு திறமை வாய்ந்த இனிமையான மனிதர். எதையும் மிகைப்படுத்திப் பேசாமல் இயல்பாகப் பேசக் கூடியவர். பஞ்ச காலத்தில், ஒரு குறிப்பிட்ட இடத்தில் நடந்த சம்பவம் ஒன்றை கண்ணீர் மல்கக் கூறினார். ஒரு பகுதியில் இருந்த 35 சதவிகித விவசாயிகள் இறந்து விட்டதாகக்

கூறினார். போதுமான அறுவடை அங்கே நடந்திருக்கிறது. அங்கிருந்த ஆண்கள் எஃகு உற்பத்திக்கு வரவழைக்கப்பட்டு விட்டனர். அங்கிருந்த ஏராளமான உணவுப் பொருட்களை அந்த சமுதாயக் கூட்டுக் குழு உணவு விடுதி விரையப்படுத்தி விட்டது. ஒரு நாள் அந்த பணியாளரின் அறைக்குள் திடீரென்று நுழைந்த விவசாயி ஒருவன், தரையில் விழுந்து, தான் ஒரு கொடிய குற்றம் ஒன்றை இழைத்து விட்டதாகவும், அதற்கு தனக்கு தண்டனை தர வேண்டும் என்றும் கதறி அழுதிருக்கிறான். கடைசியில் அவன் இழைத்த குற்றம் தெரிய வந்தது. அவன், தான் பெற்ற குழந்தையையே கொன்று, அதைச் சாப்பிட்டிருக்கிறான். பட்டினி என்பது கத்தியைக் கையில் எடுக்கும் அளவுக்கு கட்டுப்படுத்த முடியாத ஒரு சக்தி. அந்தப் பணியாளர் கண்ணீர் மல்க, அவனைக் கைது செய்ய ஆணை பிறப்பித்தார். குழந்தைகளைக் கடத்தி கொலை செய்பவர்களுக்கு இது ஒரு பாடமாக அமையட்டும் என்று அவன் பகிரங்கமாகச் சுட்டுக் கொல்லப்பட்டான்.

கொரியா யுத்தத்தின் போது வாங்கிய கடனை உடனடியாகத் திருப்பிச் செலுத்த வேண்டும் என்று குருச்சேவ் சீனாவை நிர்ப்பந்தித்ததால்தான் பஞ்சம் வந்தது என்று ஓர் அரசாங்கத் தகவல் வெளியிடப்பட்டது. நிலமற்ற விவசாயக் கூலிகளில் பெரும்பான்மையினரின் அனுபவங்களை அரசாங்கம் தனக்கு சாதகமாக ஆக்கிக் கொண்டது. அதாவது, விவசாயக் கூலிகளுக்கு கடன் கொடுத்த நிலபிரபுக்கள் தங்களுக்கான அசலையோ அல்லது வட்டியையோ உடனடியாகச் செலுத்த வேண்டுமென்று கடன் வாங்கியவர்களை இரக்கமற்ற முறையில் விரட்டிப் பிடித்ததைப் போல், குருச்சேவ் சீன அரசை நிர்ப்பந்தித்ததாக அரசாங்கம் மக்களுக்கு நினைவூட்டியது. சோவியத் யூனியனை உதாரணம் காட்டி, அந்தக் குற்றச்சாட்டிற்கு குருச்சேவ் என்னும் ஒரு வெளி உலக எதிரியை உருவாக்கி, அதன்மூலம் மக்களின் ஆதரவை மாவோ தேடிக் கொண்டார்.

எதிர்பாராத இயற்கை பேரிடர்தான் இன்னொரு காரணம் என்று சொல்லப்பட்டது. சீனா ஒரு பரந்த நாடு. ஒரு சில இடங்களில் ஒவ்வொரு ஆண்டும் ‘பாதகமான தட்பவெப்பநிலை’ உணவுப் பற்றாக்குறைக்கு காரணமாக அமைந்து விடுகிறது. வேறு யாருமல்ல, சில உயர்மட்ட அதிகாரிகள் ‘தட்ப வெப்பநிலைதான் காரணம்’ என்று தேசிய அளவில் செய்தி வெளியிட்டார்கள். உண்மையில், மக்கள் அங்குமிங்கும் நகர முடியாத நிலையை கருதிப் பார்க்கும் போது, அடுத்த பகுதியிலும், அடுத்த மலைக்கு அப்பாலும் என்ன நிகழ்ந்தது என்று ஒரு சிலர் தெரிந்து கொண்டனர். அந்தச்

சமயத்தில், இயற்கை பேரிடரால்தான் பஞ்சம் வந்தது என பலர் எண்ணினார்கள்; இன்று வரை எண்ணிக் கொண்டிருக்கிறார்கள். முழு விபரமும் எனக்கு தெரிந்து கொள்ள முடியவில்லை. சீன நாட்டின் பல்வேறு தரப்பு மனிதர்களைச் சந்தித்து பேசியபோது, அவர்கள் பகுதியில் ஏற்பட்ட இயற்கை பேரிடர்தான் என்று சிலர் கருத்து கொண்டிருந்தனர். பட்டினியால் மாண்டவர்களின் கதைகளைத்தான் அவர்கள் இன்னும் சொல்லிக் கொண்டிருந்தார்கள்.

1962 ஆம் ஆண்டின் தொடக்கத்தில், சுமார் 7000 உயர் மட்ட அதிகாரிகள் கலந்துகொண்ட ஒரு கருத்தரங்கில், 70 சதவிகிதம் இயற்கை பேரிடர்களும், 30 சதவிகிதம் மனிதர்கள் செய்த தவறுகளுமே பஞ்சம் வரக் காரணமாக அமைந்தன என்று மாவோ கருத்துக் கூறினார். உடனே ஜனாதிபதி லியூ ஷாவ்கி குறுக்கிட்டு, 30 சதவிகிதம் இயற்கைப் பேரிடர்களும் 70 சதவிகிதம் மனிதர் செய்த தவறுகளுமே பஞ்சம் வரக் காரணமாக அமைந்தன என்று கூறினார். அப்பா அந்தக் கருத்தரங்கில் கலந்து கொண்டார். கூட்டம் முடிந்து வீட்டுக்கு வந்த அப்பா, 'ஜனாதிபதி ஷவ்சீ ஆபத்தில் மாட்டிக் கொள்வாரோ என்று பயமாக இருக்கிறது' என்று அம்மாவிடம் கூறினார்.

அந்தக் கருத்தரங்கில் பேசியவர்களின் உரை வானொலி மூலம் அம்மா போன்ற அதிகாரிகளுக்கு ஒலிபரப்பப்பட்டபோது, ஜனாதிபதி லியூவின் உரை மட்டும் வெட்டப்பட்டது. மாவோ கூறிய சதவிகித எண்ணிக்கையை சீனாவின் மாபெரும் ஜனத்திரள்களுக்கு தெரிவிக்கவில்லை. இதுபோன்ற செய்தி மறைப்புகள் மக்களைக் கொந்தளிக்கவிடாமல் அமைதிப்படுத்தி வைக்கின்றது. கட்சிக்கு எதிராக காதில் விழும்படி எந்த குற்றச்சாட்டும் எழவில்லை. இந்த விஷயம் மட்டுமல்ல, கடந்த சில ஆண்டுகளாகக் கட்சிக்கு எதிராகக் கருத்துக் கூறிய பெரும்பாலானவர்கள் கொல்லப்பட்டார்கள் அல்லது வாய்ப் பொத்தி வைக்கப்பட்டார்கள். இதற்குக் கம்யூனிஸ்ட் கட்சியைக் குறைபட்டுக் கொள்வதில் பொதுமக்கள் யாருக்கும் கருத்து ஒற்றுமையில்லை. அரசாங்க அதிகாரிகள் தேவைக்கு அதிகமாக உணவு தானியங்கள் இருப்பு வைத்திருந்தால் அது ஊழல் ஆகாது. சராசரி மனிதர்களைக் காட்டிலும் அரசு அதிகாரிகள் ஏதோ கொஞ்சம் வசதி பெற்றவர்களாக இருப்பார்கள். உண்மையாகச் சொல்லப் போனால், ஒருசில கிராமங்களில் இருந்த அரசு அதிகாரிகளே முதலில் உணவின்றிப் பட்டினி கிடந்தார்கள். அதனால் அவர்களே முதலில் இறந்தார்கள். கோமிங்டாங் கட்டுப்பாட்டில் இருந்ததைவிட பஞ்சம் மிகக் கொடுமையாக

இருந்தது. ஆனால் கோமிங்டாங் இருந்த காலங்களில் பட்டினி என்பது பிரச்சினையோடு பிரச்சினையாகச் சேர்ந்து சென்றது.

உணவுப் பஞ்சம் வருவதற்கு முன்பு, நிலப்பிரபுக்கள் குடும்பங்களிலிருந்து வந்த அரசாங்க அதிகாரிகள், தங்கள் பெற்றோர்களை தங்களோடு நகரங்களில் கொண்டு வந்து வைத்துக் கொண்டனர். பஞ்சத்தால் பாதிக்கப்பட்டபோது, வயதான தாத்தா பாட்டிகள் எல்லாம் கிராமங்களுக்கு திரும்ப அனுப்பி, கிடைத்ததைக் கொண்டு விவசாயிகளுடன் சாப்பிட்டு பிழைத்துக் கொள்ளட்டும் என்று அவர்களை அனுப்பி வைக்க அரசாங்கம் உத்தரவிட்டது. வர்க்க எதிரியான நிலவுடமைப் பெற்றோர்கள், அரசு அலுவலர்களான தங்கள் பிள்ளைகள் மூலம் சலுகை பெற்றுக் கொள்கிறார்கள் என்ற செய்தி வந்துவிடக் கூடாது என்பதுதான் இச்செயல்பாட்டின் மையக் கருத்தாக இருந்தது. என் தோழியர்களின் தாத்தா, பாட்டிகள் எல்லாரும் செங்குடுவை விட்டு புறப்பட்டுப் போய், உணவுப் பஞ்சத்தில் இறந்து விட்டார்கள்.

பல விவசாயிகளுக்கு, தங்கள் ஊர்களின் எல்லைக்கு அந்தப்பக்கம் என்ன இருக்கிறதென்றே தெரியாது. அவர்களின் மேலதிகாரிகள் தங்களை மோசமாக நடத்தியதால்தான் பஞ்சம் வந்தது என்று அவர்களைக் குற்றம் சாட்டினார்கள். 'கட்சித் தலைமை எல்லாம் நன்றாகத்தான் இருக்கிறது. ஆனால் கீழ்மட்ட அதிகாரிகள்தான் மோசமானவர்கள்' என்ற பொருள்படுவதாக சீனாவில் ஒரு பாட்டும் இருந்தது.

முன்னோக்கிய பிரமாண்டப் பாய்ச்சலும், ஆட்கொள்ளிப் பஞ்சமும் அப்பா அம்மாவைக் கடுமையாகப் பாதித்து விட்டன. முழு விபரங்களும் அவர்களுக்கு தெரியாவிட்டாலும், இயற்கைப் பேரழிவுதான் காரணம் என்று அப்படியே அவர்கள் நம்பிவிடவில்லை. ஆனால் அவர்கள் கொண்டிருந்த ஒரே உணர்வு 'தவறு செய்தது' என்பதுதான். தவறான தகவல்களை மக்களிடம் கொண்டு செல்ல வேண்டியிருந்தாலும் பிரச்சாரப் பணியை மேற்கொண்டிருந்ததால் பரப்புரையாளர்கள் செய்தது சரியே. இருந்தபோதும், குற்ற உணர்வு தங்களைப் பாதிக்காமல் பார்த்துக் கொள்ளும் பொருட்டு, சமுதாயக் கூட்டுக் குழுவில் பஞ்ச நிவாரணப் பணிக்கு தானாக உதவி செய்ய அப்பா முன் வந்தார். விவசாயிகளோடு தங்கியிருப்பது - விவசாயிகளோடு பட்டினி கிடப்பது என்பதுதான் இதன் பொருள். இவ்வாறு செய்வதில்தான் மக்களின் துன்பங்களிலும் துயரங்களிலும் பங்கெடுத்துக் கொள்ள முடியும். மாவோவும் இதைத்தான் கூறினார். ஆனால் அப்பாவின் பணியாளர்கள் வெறுப்படைந்தார்கள். அப்பாவின்

உதவிப்பணியாளர்கள் சுழற்சி முறையில் அப்பாவோடு அங்கு பணிக்கு செல்ல வேண்டும். அங்கு சென்றால் பட்டினி நிச்சயம் என்றிருந்ததால் அவர்களுக்கு அங்கு செல்லப் பிடிக்கவில்லை.

உணவுப் பஞ்சம் கோரத் தாண்டவம் ஆடிய 1959 ஆம் ஆண்டிலிருந்து 1961 ஆம் ஆண்டு வரை நான் அப்பாவை அடிக்கடி பார்த்ததாக நினைவு இல்லை. கிராமப்புறங்களில் விவசாயிகளோடு விவசாயிகளாக சர்க்கரைவள்ளி இலைகளையும், மூலிகைகளையும் பிடுங்கித் தின்று பணி செய்தார் அப்பா. ஒருநாள் வயல்களுக்கு நடுவே ஒரு வரப்பில் அப்பா நடந்து சென்று கொண்டிருந்த போது, ஒரு மெலிந்த விவசாயி ஒருவன் தள்ளாடித் தள்ளாடி நடந்து கொண்டிருந்தான். திடீரென்று அந்த மனிதனை அங்கு காணமுடியவில்லை. அப்பா வேகமாக ஓடிச் சென்று அங்கே பார்த்தபோது பசிக் கொடுமையில், அவன் விழுந்து இறந்து கிடந்தான்.

தினந்தோறும் அப்பா கண்டு வந்த சோகச் சம்பவங்கள் அவரை நிலைகுலைய வைத்தன. இத்தனைக்கும் அவர் மிகக்கொடிய சம்பவங்களைப் பார்த்து விடவில்லை. காரணம், அப்பா எங்கு சென்றாலும், மரியாதையின் நிமித்தம் உள்ளூர் அதிகாரிகள் அவரைச் சூழந்து கொள்வார்கள். ஆனால் அப்பா நீர்க்கட்டு வியாதியால் அவதிப்பட்டுக் கொண்டிருந்தார். மன அழுத்தமும் சேர்ந்து செயல்பட்டது. பல சமயங்களில் கிராமப்புறங்களிலிருந்து திரும்பி வருகின்ற போது, அப்பா நேராக மருத்துவமனைக்கு சென்று விடுவார். 1961 ஆம் ஆண்டு கோடை காலத்தில், மருத்துவமனையில் அப்பா மாதக்கணக்காக இருந்தார். பிறகு அவர் மாறியிருந்தார். அடுத்து வந்த ஆண்டுகளில், முந்தைய ஆண்டுகளில் வாழ்ந்ததுபோல அவர் ஒரு கம்யூனிஸ்ட் துறவியாக இருக்கவில்லை. கட்சிக்கு அப்பா மீது நல்ல அபிப்ராயம் இல்லாமல் போனது. ‘புரட்சி இயக்கத்தின் வீரியத்தைக்’ குறைத்து விட்டது அப்பாதான் என்று அவர் மீது கண்டனக்குரல் எழுப்பினார்கள். மருத்துவமனையை விட்டு வெளியேற அப்பாவுக்கு உத்தரவிடப்பட்டது.

தூண்டில் போட்டு மீன் பிடிப்பதில் அப்பா அதிக நேரம் செலவு செய்வார். மருத்துவமனையிலிருந்து வரும் வழியில் ‘ஜேட் ஓடை’ என்று சொல்லப்பட்ட ஒரு அழகான ஓடை இருந்தது. வில்லோ மரக்கிளைகள் வளைந்து அந்த நதிநீரை வருடிக் கொடுக்கும். சரிவாக இருந்த அந்த நதிக்கரையில் அமர்ந்து கொண்டு, மேகங்களை ரசித்தபடி அப்பா மீன் பிடிப்பதைப் பார்த்துக் கொண்டிருப்பேன். அங்கு மல வாடை அடித்தது. அந்த நதிக்கரையில்தான் மருத்துவமனை வளாகம் இருந்தது. ஒரு

காலத்தில் அந்த இடம் பூத்துக் குலுங்கும் நந்தவனமாக இருந்தது. இப்போது அது விளைச்சல் நிலமாக மாற்றப்பட்டிருக்கிறது. அதில் விளையும் தாவர உணவுகள் மருத்துவமனை பணியாளர்களுக்கும், நோயாளிகளுக்கும் கூடுதலாக வழங்கப்பட்டது. இப்பொழுது கூட நான் கண்களை மூடிக்கொண்டால், வண்ணத்துப் பூச்சியின் கூட்டுப்புழு முட்டைக்கோசு இலைகளைத் தின்பது போல் எனக்குள் ஓடிக் கொண்டிருக்கும். என் தம்பிகள் அவைகளைப் பிடித்து அப்பாவிடம் கொடுப்பார்கள். அவைகளை அவர் தூண்டில் முள்ளில் குத்தி மீன் பிடிக்கப் பயன்படுத்துவார். அந்த வயல்கள் இப்போது வறண்டு கிடந்தன. மருத்துவர்களுக்கும், பணிப்பெண்களுக்கும் விவசாயம் செய்வது என்னவென்று தெரியாது.

சீன வரலாறு முழுவதும், பேரரசரின் செயல்பாடுகளில் பிணக்குற்ற சான்றோர்களும் மேதைகளும் வழக்கப்படி மீன் பிடிக்க வருவார்கள். மீன் பிடித்தல் என்பது மீண்டும் இயற்கைக்கு திரும்புதல், மற்றும் அன்றைய அரசியலிலிருந்து ஒதுங்குதல் என்று பொருள்பட்டிருந்தது. இது நம்பிக்கையின்மைக்கும் ஒத்துழையாமைக்கும் ஓர் அடையாளமாக இருந்தது.

அப்பா ஒரு நாளும் மீன் பிடித்துக் கொண்டு வீட்டிற்கு வந்தது கிடையாது. அப்பா இதைக் கவிதையாக எழுதிய ஒரு வரி: ‘நான் மீன் பிடிக்க வேண்டுமென மீன் பிடிக்கச் செல்வதில்லை.’ ஆனால் மீன் பிடிப்பதில் வல்லவரான அவரது இலாக்காவின் இன்னொரு உதவி இயக்குநரான அவரது நண்பர், தான் பிடித்த மீனின் பெரும் பகுதியை அப்பாவுக்கு கொடுத்து விடுவார். 1961 ஆம் ஆண்டு, பஞ்சத்தின் நடுக்கட்டத்தில் அம்மா மீண்டும் தாய்மை அடைந்திருந்தாள். வயிற்றில் இருக்கும் குழந்தையின் முடி வளர்ச்சிக்கு மீன் மிகவும் இன்றியமையாதது என்று சீனர்கள் கருதியதால், அப்பாவின் நண்பர் அவ்வாறு மீனைக் கொடுத்து வந்தார். இன்னொரு குழந்தை தேவையில்லை என்று அம்மா கருதினாள். மற்ற வசதிகளோடு, அம்மாவுக்கும் அப்பாவுக்கும் மாதச் சம்பளம் கிடைத்தது. அதனால் இதற்குமேல் எங்கள் குடும்பத்திற்கு பணிப்பெண்களோ, செவிலியர்களோ வழங்க மாட்டார்கள். எங்கள் வீட்டு நான்கு குழந்தைகள், பாட்டி, அப்பாவின் குடும்பத்தார் சிலர் இவர்கள் அத்தனை பேரையும் கவனிக்க வேண்டும். அதற்குமேல் செலவழிக்க அவ்வளவு பணம் இல்லை. அப்பாவின் ஊதியத்தில் பெரும்பகுதி புத்தகங்கள் வாங்குவதிலே காணாமற் போகிறது. செவ்வியல் இலக்கியத்தில் பெரிய பெரிய நூல்களாக வாங்குவார். அதிலும் ஒரு புத்தகமே இரண்டு மாதச் சம்பளம் அளவுக்கு வரும். அம்மா கூட அடிக்கடி முணுமுணுப்பாள். அப்பாவின் அந்தஸ்த்தில்

உள்ள சில அதிகாரிகள் பதிப்பகத்தாரிடம் பேசி நல்ல புத்தகங்களை இலவசமாக வாங்கிக் கொள்வார்கள். ஆனால் அப்பா வாங்குகின்ற புத்தகங்கள் அனைத்திற்கும் வலுக்கட்டாயமாகப் பணம் கொடுத்து விடுவார்.

கருச்சிதைவு செய்தல், கருத்தடை முறைகள், மலடாக்குதல் ஆகிய அனைத்தும் கடினமான செயல்பாடுகள். 1954 ஆம் அண்டு கம்யூனிஸ்ட்கள் குடும்பக் கட்டுப்பாட்டுத் திட்டத்தைக் கொண்டு வந்தார்கள். அத்திட்டத்தில் அம்மாவுக்கு அவள் பதவி வகித்த மாவட்டத்தில் தலைமைப் பொறுப்பு கொடுக்கப்பட்டது. அந்தக் கட்டத்தில் அம்மா நிறைமாதக் கர்ப்பிணியாக இருந்தாள். கூட்டம் தொடங்கும் ஒவ்வொரு நாளும், குடும்பக் கட்டுப்பாட்டுத் திட்டத்திற்கு ஒரு பிள்ளைத்தாய்ச்சி தலைமை தாங்குவதா என்று சொல்லி அம்மா சிரிப்பலையைக் கிளப்பி விடுவாள். ஆனால், குடும்பக் கட்டுப்பாட்டிற்கு எதிராக மாவோ குரல் கொடுத்தார். கூடுதலான மக்கள் தொகையைக் கொண்டுதான் ஒரு மாபெரும் வல்லரசை உருவாக்க முடியும் என்று நம்பிக் கொண்டிருந்தார். அமெரிக்கர்கள் வந்து சீனாவின் மீது அணு ஆயுதங்களைப் பிரயோகித்தால், சீன மக்கள் இனப்பெருக்கம் செய்து கொண்டு, துரிதமாக வெகு எண்ணிக்கையில் தங்களை மீண்டும் கட்டமைத்துக் கொள்வார்கள் என்று கூறினார். அத்துடன் வாழையடி வாழையாக வந்த சீன விவசாயப் பெருங்குடி மக்களின் எண்ணங்களை குழந்தைகளுக்கு மாவோ சொல்லிக் காட்டினார்: ‘எவ்வளவு கூடுதலான கரங்கள் ஒன்று சேர்கின்றனவோ அவ்வளவு கூடுதலான நலன் பெருகும்.’ 1957 ஆம் ஆண்டு, பீக்கிங் பல்கலைக்கழக புகழ்பெற்ற பேராசிரியர் ஒருவர் குடும்பக் கட்டுப்பாடு என்பது வலதுசாரிகள் சிந்தனை என்று கூறியதாக மாவோ சொன்னார். அதன்பிறகு குடும்பக் கட்டுப்பாடு என்று யாரும் வாயைத் திறக்கவில்லை.

1959 ஆம் ஆண்டு அம்மா கருவுற்றபோது, கருச்சிதைவு செய்து கொள்ள அனுமதியளிக்குமாறு கட்சிக்கு அம்மா கடிதம் எழுதினாள். இது தான் கட்சியின் நிரந்தர நடைமுறை. அந்த நேரத்தில் அறுவை சிகிச்சை மிகவும் ஆபத்தானதாக இருந்த காரணத்தால், கட்சி அதற்கு அனுமதியளிக்க வேண்டியிருந்தது. புரட்சி இயக்கத்திற்காக ஓயாமல் உழைக்க வேண்டியிருந்ததால், இன்னொரு குழந்தை இல்லாமலிருந்தால், தான் சிறப்பாக செயல்பட முடியும் என்று அம்மா கேட்டுக் கொண்டாள். அம்மா கருச்சிதைவு செய்து கொள்ள அனுமதியளிக்கப்பட்டது. ஆனால் கருச்சிதைவுக்கு பழைய சிகிச்சை முறை மேற்கொள்ளப்பட்டதால், அம்மா வலி

தாங்க முடியாமல் துடித்துப் போய்விட்டாள். மீண்டும் 1961 ஆம் ஆண்டு அம்மா கருவுற்ற போது, டாக்டர்களும், கட்சியும் கருச்சிதைவு என்ற பேச்சுக்கே இடமில்லை என்று சொல்லி, இரண்டு கருச்சிதைவுகளுக்கிடையே மூன்று ஆண்டுகள் இடைவெளி வேண்டும் என்று கருச்சிதைவு மறுக்கப்பட்டது.

எங்கள் வீட்டு வேலைக்காரப் பெண்ணும் தாய்மை அடைந்து விட்டாள். அந்தப் பெண், அப்பாவிடம் இருந்த முன்னாள் உதவியாளன் ஒருவனைத் திருமணம் செய்து கொண்டாள். அவன் இப்போது ஒரு தொழிற்சாலையில் வேலை செய்து கொண்டிருந்தான். தாய்மையடைந்திருந்த இருவருக்கும் பாட்டி முட்டையும் சோயாபீன்சும் செய்து கொடுத்தாள். முட்டையும் சோயா பீன்சும் அம்மா அப்பா இவர்களுடைய கூப்பனிலிருந்து வாங்கிக் கொள்ளலாம். அப்பாவும் அவரது நண்பரும் சேர்ந்து கொண்டு வந்து கொடுக்கும் மீனையும் சமைத்துக் கொடுப்பாள்.

1961 ஆம் ஆண்டின் இறுதியில், எங்கள் வேலைக்காரப் பெண்ணுக்கு ஓர் ஆண் குழந்தை பிறந்தது. அதன்பிறகு அவள் தன் கணவனோடு தனிக் குடும்பம் என்று ஆகி விட்டாள். அவள் எங்களோடு இருந்தவரை அவள்தான் உணவு விடுதிக்கு சென்று சாப்பாடு வாங்கி வருவாள். ஒருநாள் அவள் உணவு விடுதியிலிருந்து திரும்பி வரும் வழியில் இறைச்சி துண்டு ஒன்றை எடுத்து வாயில் போட்டு வேகமாக மென்று தின்பதை அப்பா பார்த்து விட்டார். இப்போது அவள் அப்பாவைப் பார்த்து விட்டால் தர்மசங்கடம் ஆகி விடும் என்று எண்ணி, அப்பா திரும்பி வேறு வழியில் நடந்து விட்டார். பல ஆண்டுகளாக அப்பா இதை யாரிடமும் சொல்லவில்லை. இளமைக் காலத்தில் அவர் கொண்டிருந்த கனவுகள் எப்படி தலைகீழாக மாறிவிட்டன என்று சிந்தித்தபோதும், அவருடைய கனவுகளில் ஒன்றான 'பட்டினிக்கு முற்றுப்புள்ளி வைக்க வேண்டும்' என்ற அவரது எண்ணத்தை எங்களிடம் பகிர்ந்து கொண்ட போதுதான் வேலைக்காரப்பெண் செய்ததை எங்களிடம் கூறினார்.

அந்த வேலைக்காரப் பெண் சென்றபிறகு எங்களால் வேறு ஒரு பெண்ணை அமர்த்திக் கொள்ள முடியவில்லை. காரணம் உணவுப் பற்றாக்குறைதான். வேலை கேட்டு வருபவர்களுக்கு குறிப்பாக கிராமப் புறங்களிலிருந்து வரும் பெண்களுக்கு உணவு ஒதுக்கீடு கிடைக்காது. ஆகவே எங்கள் அத்தையும், பாட்டியுமே எங்கள் ஐந்து பேரையும் பார்த்துக் கொண்டார்கள்.

என்னுடைய கடைசித் தம்பி ஸியாவோ - ஃபாங் 1962 ஆம் ஆண்டு ஜனவரி 17 ஆம் தேதி பிறந்தான். இவனுக்கு மட்டுமே

அம்மா தாய்ப்பால் ஊட்டினாள். குழந்தை பிறந்தவுடன் அக்குழந்தையை யாருக்காவது கொடுத்துவிட வேண்டும் என்று எண்ணியிருந்த அம்மா, அவன் பிறந்தவுடன் அவனை அம்மாவுக்கு அப்படிப் பிடித்து விட்டது. பிறகு அவன்தான் அந்த வீட்டிற்கு செல்லப்பிள்ளை. அவனை ஒரு பெரிய பொம்மையைப் போல பாவித்து அவனோடு விளையாடுவோம். அவனைச் சுற்றி அன்பு பாராட்டும் கூட்டம் சூழ்ந்திருக்கும். அது அவன் வளர்ச்சிக்கும் நம்பிக்கைக்கும் துணை புரியும் என்று அம்மா நம்பினாள். அப்பா அவனுடன் அதிக நேரம் செலவிட்டார். இதுபோல மற்ற குழந்தைகளுக்கு அவர் நேரம் எடுத்துக் கொண்டதில்லை. ஸியாவோ-ஃபாங் வளர்ந்து பொம்மைகளோடு விளையாடத் தொடங்கியபோது, ஒவ்வொரு சனிக்கிழமையும் அவனைத் தூக்கிக் கொண்டு தெருக்கோடியில் உள்ள பல்பொருள் அங்காடிக்கு போய் புதுபுதுப் பொம்மைகளை வாங்கிக் கொடுப்பார். எதற்காகவாவது அவன் அழுது விட்டால் போதும், அப்படியே எல்லாவற்றையும் போட்டுவிட்டு அவனைத் தூக்கி சமாதானப்படுத்த ஓடி விடுவார்.

1961 ஆம் ஆண்டின் தொடக்கத்திற்குள் மில்லியன் கணக்கான மக்கள் மாண்டதால், அவருடைய பொருளாதாரக் கொள்கைகளை கைவிடுமாறு மாவோ நிர்ப்பந்திக்கப்பட்டார். ஆனால் மாவோ, அனுபவ அறிவுள்ள ஜனாதிபதியான லியூவுக்கும், கட்சிப் பொது செயலாளரான டெங் சியோ பிங் என்பவருக்கும் மக்கள் மீது கூடுதல் அதிகாரம் வழங்கினார். தன்னிலை விளக்கம் கொடுக்க வேண்டும் என்று மாவோ வற்புறுத்தப்பட்டார். அவர் அளித்த தன்னிலை விளக்கம் முற்றிலும் தன்னைப் பற்றிய கழிவிரக்கம் கொண்டுள்ளதாக இருந்தது. சீன தேசமெங்கும் உள்ள உருப்படாத அரசுப் பணியாளர்களுக்காக தான் சிலுவை சுமந்து கொண்டிருப்பதாக அவரது தன்னிலை விளக்கம் பொருள்பட்டது. இயற்கைப் பேரிடர்களிலிருந்து கட்சி நிறையப் பாடம் கற்றுக் கொள்ள வேண்டும் என்று மாவோ பெருந்தன்மையாக அறிவுறுத்தினார். ஆனால் அந்தப் பாடங்களைக் கொண்டு கீழ்மட்ட அதிகாரிகள் எந்த முடிவும் எடுக்க இயலாது. அவர்கள் மக்களிடமிருந்து பிரிக்கப்பட்டுள்ளதாக மாவோ கூறினார். அத்துடன் அவர்களுடைய தீர்மானம் சராசரி மக்கள் உணர்வுகளில் பிரதிபலிக்கப்படவில்லை. மாவோவிலிருந்து தொடங்கி, எண்ணிக் கையிலடங்காது கொடுக்கப்பட்ட தன்னிலை விளக்கங்கள் உண்மையான பொறுப்பை மறைத்து விட்டன. அதன்பால் யாரும் நாட்டம் கொண்டதாகவும் தெரியவில்லை.

அப்படியிருந்தும், நிலைமைகளில் முன்னேற்றம் காணப்பட்டது. அனுபவ அறிவு முதிர்ச்சி கொண்ட அரசு அதிகாரிகள், தொடர்ச்சியான சீர்திருத்தங்களைக் கொண்டு வந்தார்கள். இந்தச் சமயத்தில்தான் டெங் சியோ பிங்கின் 'பூனை கருப்பா வெள்ளையா என்பது முக்கியமல்ல; எலியைப் பிடிக்கிறதா என்பதுதான் முக்கியம்' என்ற கூற்று நினைவுக்கு வந்தது. இதற்குமேல் அதிகமான எஃகு உற்பத்தி என்பது தேவையில்லை. குழப்பமான பொருளாதார இலக்குகளுக்கு முற்றுப்புள்ளி வைத்தாகிவிட்டது. நடைமுறைச் சாத்தியம் உள்ள எதார்த்தமான கொள்கைகள் அறிமுகப்படுத்தப்பட்டிருந்தன. அரசாங்க உணவு விடுதிகள் மூடப்பட்டன. விவசாயிகள் செய்த வேலைகளும், அதனால் அவர்களுக்கு கிடைத்த வருமானமும் சரியாக இருந்தது. ஆடு மாடுகள் உட்பட, விவசாயிகளிடமிருந்து பறிமுதல் செய்த உடமைகள் அனைத்தும் அவர்களிடம் திருப்பிக் கொடுக்கப்பட்டன. பண்படுத்தி, சொந்தமாகப் பயிர் செய்து கொள்ள விவசாயிகளுக்கு சிறு சிறு நிலங்கள் அனுமதியளிக்கப்பட்டன. சில ஊர்களில் விவசாயக் குடிகளுக்கு நிலங்கள் குத்தகைக்கு விடப்பட்டன. தொழில்துறைகளிலும், வர்த்தகத் துறைகளிலும் ஒரு சந்தைப் பொருளாதாரத்தின் அடிப்படைத் தேவைகளை அரசாங்கம் அங்கீகரித்தது. பொருளாதார நிலை இரண்டு ஆண்டுகளில் சரிவலிருந்து மீண்டது.

தேசப் பொருளாதாரம் இறுக்கமற்றதாகத் தளர்த்தப்பட்டதும், அரசியல் கட்டுப்பாடுகள் தளர்த்தப்பட்டதுமான இரண்டு கரங்களும் சேர்ந்து கொண்டன. 'வர்க்க எதிரி' என்ற நிலப்பிரபுக்களுக்கு கொடுக்கப்பட்ட பட்டம் மாற்றப்பட்டது. பல தரப்பட்ட அரசாங்கத் திட்டங்களின் கீழ் வெளியேற்றப்பட்ட ஏராளமான மக்களுக்கு மறுவாழ்வு கொடுக்கப்பட்டன. 1955 ஆம் ஆண்டின் 'புரட்சி இயக்க எதிர்ப்பாளர்கள்,' 1957 ஆம் அண்டின் 'வலதுசாரிகள்,;' 1959 ஆம் ஆண்டின் 'வலதுசாரிப் புல்லுருவிகள்' ஆகியோர் இந்த மறுவாழ்வில் அடங்குவார்கள். 1959 ஆம் ஆண்டில் அம்மா 'வலதுசாரிச் சிந்தனை உள்ளவள்' என்று எச்சரிக்கப்பட்டாள். இதற்கு இழப்பீடாக, 1962 ஆம் ஆண்டு, 17 ஆம் தரத்திலிருந்து 16 ஆம் தரத்திற்கு அம்மா உயர்த்தப்பட்டாள். கலைகளுக்கும் இலக்கியங்களுக்கும் அபரிமிதமான சுதந்திரம் வழங்கப்பட்டது. இழுத்து நிம்மதிப் பெருமூச்சு விடக்கூடிய சுதந்திரமான சூழல் அங்கே உருவாகியது. அப்பா அம்மாவைப் பொறுத்தவரையிலும், இன்னும் பலரை பொருத்தவரையிலும் அரசாங்கம் இப்போது தன் தவறுகளிலிருந்து மீண்டு, நல்ல பாடம் கற்றுக் கொள்வது போலத்

தெரிந்தது. அது நல்ல பலன் கொடுக்கும் போலவும் தெரிந்தது. அரசாங்கம் அதில் தன் நம்பிக்கையை மீண்டும் ஆழ்த்தியது.

இவையெல்லாம் நிகழ்ந்தேறிக் கொண்டிருந்தபோது, அரசு வளாகத்திற்குட்பட்ட நான்கு சுவர்களுக்கு மத்தியில் ஒரு கூட்டுக்குள் வாழ்ந்து கொண்டிருந்தேன். இந்த சோகச் சம்பவத்துக்கும் எனக்கும் நேரிடையான தொடர்பு ஏதும் இல்லை. 'இந்தச் சத்தமெல்லாம் காதில் விழாதவாறு,' நான் என் மங்கைப் பருவத்தில் இருந்தேன்.

13

'ஆயிரத்தில் ஒருத்தியம்மா நீ'

ஒரு தங்கக் கூண்டில்

1958-1965

1958 ஆம் ஆண்டு, தொடக்கப் பள்ளியில் சேர்க்க அம்மா என்னை அழைத்துச் சென்றபோது, கருஞ் சிவப்பு நிறத்தில் ஜாக்கெட்டும், பச்சை நிறத்தில் நீண்ட காற்சட்டையும், கருஞ்சிவப்பு நிறத்தில் தலைக்கு ரிப்பனும் அணிந்திருந்தேன். அம்மா என்னை நேராக தலைமை ஆசிரியை அறைக்கு அழைத்துச் சென்றாள். அக்கல்வி நிறுவனத்தின் மேற்பார்வையாளரோடும், ஆசிரியைகளில் ஒருவரோடும் எங்களுக்காக தலைமை ஆசிரியை காத்துக் கொண்டிருந்தாள். எல்லாரும் இன்முகத்துடனும், அம்மாவை மரியாதையாக 'இயக்குநர் ஸியா அவர்களே' என்றும், ஒரு பெரிய பிரமுகரைப் போல மரியாதை செய்தார்கள். பிறகுதான் தெரிந்தது அந்தப் பள்ளி அம்மாவின் கட்டுப்பாட்டின் கீழ் இருந்த பள்ளி என்று.

அப்போது எனக்கு ஆறு வயது மட்டுமே நிரம்பி இருந்ததால், எனக்கு ஒரு வாய்மொழித் தேர்வு நடத்தப்பட்டது. பொதுவாக, போதுமான பள்ளிக்கூடங்கள் இல்லாததால் ஆரம்பப் பள்ளியில் ஏழு வயதுள்ளவர்கள் மட்டுமே சேர்க்கப்பட்டார்கள். எனக்காக அந்த விதி தளர்த்தப்பட்டதை அப்பாவும் கண்டுகொள்ளவில்லை. ஓராண்டு முன்னதாகவே தொடங்கட்டும் என்று அம்மாவும் அப்பாவும் விட்டு விட்டார்கள். செவ்வியல் கவிதைகளை கடகடவென்று

ஒப்பித்ததாலும், என் கையெழுத்து அழகாக இருந்ததாலும், அனைவருக்கும் என்னைப் பிடித்துவிட்டது. அவர்கள் எனக்காக நடத்திய எழுத்துத் தேர்வில் தலைமை ஆசிரியையும், இதர ஆசிரியைகளையும் திருப்தியடையுமாறு செய்தேன். சிறப்பு சேர்க்கை என்று தீர்மானித்து எனக்கு பள்ளியில் இடமளித்து விட்டார்கள். அம்மாவும் அப்பாவும் என்மீது மிகவும் பெருமைப்பட்டுக் கொண்டார்கள். அம்மா அப்பா அவர்களின் சக பணியாளர்களின் குழந்தைகளுக்கு கூட இப்பள்ளியில் இடம் மறுக்கப்பட்டுள்ளது.

அனைவரும் அந்தப் பள்ளியில் இடம் வாங்குவதற்கு முயற்சிப்பார்கள். ஏனென்றால், செங்குடுவில் அதுதான் சிறந்த பள்ளி. மாநிலத்திற்கே அதுதான் 'முதல் தரப்' பள்ளி. அங்கு முதல்தரப் பள்ளிகளிலும், கல்லூரிகளிலும் இடம் வாங்குவது மிகவும் கடினம். கண்டிப்பாக தகுதியின் அடிப்படையில் தான், அப்பள்ளியில் இடம் கொடுக்கப்பட்டது. அதிகாரிகளின் குழந்தைகளுக்கென்று அங்கே முன்னுரிமை கிடையாது.

ஒரு புது ஆசிரியருக்கு என்னை அறிமுகப்படுத்த வேண்டி வந்தால்,'இயக்குநர் சாங், மற்றும் இயக்குநர் ஸியாவின் மகள்' என்றுதான் அறிமுகப்படுத்தினார்கள். அம்மா தன்னுடைய மிதி வண்டியில், அந்தப் பள்ளி எவ்வாறு செயல்படுகிறது என்று பார்வையிட அடிக்கடி வந்தாள். திடீரென்று ஒரு நாள் கடும் குளிர் வீசியது. பூ வேலைப்பாடுகள் செய்யப்பட்ட ஒரு கம்பளி ஜாக்கெட்டை அம்மா கொண்டு வந்தாள். தலைமை ஆசிரியையே அதை நேரடியாக என்னிடம் கொண்டு வந்து கொடுத்து விட்டுப் போனாள். வகுப்புத் தோழர் தோழியர் அனைவரும் என்னைக் கவனித்துப் பார்த்ததால், எனக்கு மிகவும் தர்ம சங்கடமாகப் போய்விட்டது. சக மாணவ மாணவிகளோடு நானும் ஒரு சாதாரண மாணவியாக இருக்க வேண்டும் என்பது என் விருப்பமாக இருந்தது.

பள்ளியில் ஒவ்வொரு வாரமும் தேர்வு நடந்தது. தேர்வு முடிவுகள் செய்திப் பலகையில் ஒட்டப்படும். நான்தான் முதல் மதிப்பெண் எடுத்து வெற்றி பெற்றிருப்பேன். இதனால் மற்ற மாணவ மாணவிகளுக்கு என் மீது எரிச்சல் வந்தது. என்மீது பொறமைப்பட்ட பலர், எனக்கு பட்டப் பெயர் வைத்து,'ஆயிரத்தில் ஒருத்தி' என்று அழைத்தார்கள். (சீன மொழியில் - கியான்-ஜின் ஸியாவோ-ஜியே). என்னுடைய மேஜைக்குள்ளே தவளையைப் பிடித்துப் போட்டார்கள். என் முடியை எடுத்து பின்னால் இருந்த மேஜையுடன் கட்டி வைத்து விட்டார்கள். என்னிடம் 'பெருந்தன்மை' இல்லையெனவும், மற்றவர்களைத் தாழ்வாகவும்,

என்னை உயர்வாகவும் எண்ணிக் கொள்பவள் எனவும் கூறினார்கள். ஆனால் என்னை நான் சாதாரணமாகத்தான் பாவித்துக் கொள்கிறேன் என்பது எனக்கு நன்றாகத் தெரியும்.

பாட நேரங்களில் எஃகு உற்பத்தியில் எங்களை ஈடுபடுத்துவதை மட்டும் தவிர்த்து விட்டுப் பார்த்தால், எங்கள் பள்ளியின் பாடத் தொகுப்புகள் மேல்நாட்டுப் பள்ளிகளுக்கு இணையாக இருந்தன. அரசியல் பாடம் பள்ளியில் நடத்தப்படவில்லை. ஆனால், விளையாட்டுகளில் எங்களை அதிகமாக ஈடுபடுத்திக் கொண்டோம். ஓட்டம், உயரம் தாண்டுதல், நீளம் தாண்டுதல், ஜிம், நீச்சல் போன்றவைகளில் தீவிர பயிற்சி எடுத்தோம். பள்ளி நேரம் முடிந்து விளையாடுவதற்காக ஆளுக்கொரு விளையாட்டைத் தேர்வு செய்து கொண்டோம். நான் டென்னிஸ் ஆட்டத்திற்கு தேர்வு செய்யப்பட்டேன். ஒரு விளையாட்டு வீராங்கனையாக வந்தால் என் எதிர்காலம் எப்படி அமையுமோ என்று எண்ணி, முதலில் இதை அப்பா எதிர்த்தார். ஆனால் டென்னிஸ் ஆட்டப் பயிற்சி கொடுத்த அழகான அந்த இளம் பெண் அப்பாவைப் பார்க்கச் சென்றாள். மற்ற துறைகளோடு, அம்மாநிலத்திற்கான விளையாட்டுத் துறையும் அப்பாவின் பொறுப்பில்தான் இருந்தது. அந்தப் பயிற்சியாளர் புன்னகை தவழ்ந்த முகத்துடன், 'மிகச்சிறந்த ஆட்டமான டென்னிஸ் அதிகமாக சீனாவில் விளையாடப்படுவதில்லை; உங்கள் மகள் இந்த ஆட்டத்திற்கு முன்வந்தால் இந்த தேசத்திற்கே ஒரு சிறந்த முன்னுதாரணமாக அமையும்' என்று பேசினாள். அப்பா சம்மதம் தெரிவித்து விட்டார்.

எங்கள் ஆசிரியர்களை எனக்கு மிகவும் பிடித்திருந்தது. அவர்கள் சிறந்த கல்வி விற்பன்னர்கள். பாடப் பொருட்கள் அவர்களிடமிருந்து அருவி போலக் கொட்டும். அறிவியல் ஆசிரியரான திரு.டா-லி என்பவரை ஒருபோதும் மறக்க மாட்டேன். ஏனெனில் அவர்தான் செயற்கைகோள்கள் எவ்வாறு விண்ணில் செலுத்தப்படுகின்றன என்ற பாடத்தை கற்றுக் கொடுத்தார். (அந்த சமயத்தில்தான் ரஷ்ய அறிவியல் அறிஞர்கள் ஸ்புட்னிக் என்னும் செயற்கை கோளை விண்ணில் செலுத்தினார்கள்) அவர் பாடம் நடத்துகிறபோது, அடங்காத மாணவர்கள் கூட இருக்கையின் நுனியில் வந்து அமர்ந்து கவனிப்பார்கள். இவர் வலதுசாரியாக இருப்பாரோ என்று சில மாணவர்கள் பேசிக் கொண்டது எங்கள் காதுகளில் விழுந்தது. ஆனால் எங்களுக்கு அதன் பொருள் புரியவில்லை. ஆனால் அது அந்த ஆசிரியரிடம் எங்களுக்கு எந்த மாறுபட்ட உணர்வையும் உண்டாக்கவில்லை.

திரு.டா-லி என்பவர் குழந்தைகளுக்கான அறிவியல் புதினம் எழுதுபவர் என்று பிறகு எனக்கு ஒருநாள் அம்மா சொன்னாள். 1957 ஆம் ஆண்டு அவர் ஒரு வலதுசாரி என்று முடிவு செய்யப்பட்டது. 'இருக்கின்ற கொஞ்ச உணவுப் பொருட்களையும் எலிகள் தின்று அவைகள் கொழுத்து வருகின்றன' என்று மறைமுகமாகக் கட்சி அதிகாரிகளைச் சாடி ஒரு கட்டுரை எழுதி விட்டார். பிறகு அவர் எழுதுவதற்கு தடை விதிக்கப்பட்டது. தண்டனை அனுபவிக்கும் பொருட்டு கிராமங்களுக்கு அனுப்பப்பட வேண்டும் என்று முடிவு செய்யப்பட்டது. அம்மா தலையிட்டு, தண்டனையை மாற்றி மீண்டும் அவரை எங்கள் பள்ளிக்கே அனுப்பி வைத்தாள். சில அதிகாரிகள் துணிந்து வலதுசாரிகளுக்கு மறுவாய்ப்பு கொடுத்தார்கள்.

அம்மா அப்பள்ளியின் பொறுப்பில் இருந்ததால்தான் அவரை அப்பள்ளிக்குள் மீண்டும் உட்புகுத்த முடிந்தது. அப்பள்ளி அமைந்திருந்த இடத்தை வைத்துப் பார்த்தால், அது செங்குடுவின் மேற்கு மாவட்ட எல்லைக்குள் வந்திருக்க வேண்டும். ஆனால், நகரப் பொறுப்பு அதிகாரிகள், அம்மாவின் பொறுப்பில் இருந்த கிழக்கு மாவட்டத்திற்கு அதை மாற்றி அமைத்து விட்டார்கள். ஏனென்றால் 'தரம் தாழ்ந்த பின்புலத்திலிருந்து' வந்த ஆசிரியர்களுக்கும் வாய்ப்புக் கொடுத்து, அவர்களை சிறந்த ஆசிரியர்களாக ஆக்கப்பட வேண்டும் என்பதற்காக அப்படி மாற்றினார்கள். மேற்கு மாவட்ட பொது விவகாரத் துறை அதிகாரிகளுக்கு இதுபோன்ற தாழ்ந்த பின்புலத்திலிருந்து வருபவர்களுக்கு வேலை கொடுக்கத் துணிவு இருந்ததில்லை. எங்கள் பள்ளி நிறுவன மேற்பார்வையாளர், தொழிலாளர் முகாம் பொறுப்பிலிருந்த முன்னாள் கோமிங்டாங் அதிகாரியின் மனைவி. அந்தப் பின்புலத்தைக் கொண்ட யாரும் இதுபோன்ற வேலையைப் பெற்றுவிட முடியாது. அவர்களை வேறு எங்கும் மாற்றிவிட அம்மா மறுத்து விட்டாள். அது மட்டுமல்லாது, அவர்களுக்கு கௌரவமான தரமும் வழங்கப்பட்டது. அம்மாவின் மேலதிகாரிகள் இதற்கு அனுமதியளித்தார்கள். ஆனால் இந்த வழக்கத்திற்கு மாறான செயல்பாடுகளுக்கு அம்மா பொறுப்பேற்றுக் கொள்ள வேண்டும் என்று அவர்கள் கேட்டுக் கொண்டார்கள். அம்மா அதைப் பொருட்படுத்தவில்லை. அப்பாவின் பதவி கொடுத்த பாதுகாப்பு, அவளது சக பணியாளர்களை விட அம்மாவுக்கு இன்னும் பாதுகாப்பு கிடைத்தது.

1962 ஆம் ஆண்டு எங்கள் குடியிருப்பு வளாகம் அருகில் புதிய பள்ளி ஒன்று தொடங்கப்பட்டது. அந்தப் பள்ளிக்கு தங்கள் குழந்தைகளை அனுப்ப வேண்டும் என்று அவர்கள் அப்பாவைக்

கேட்டுக் கொண்டார்கள். மரங்கள் அழகாகவும் உயரமாகவும் வளர்ந்து சாலை போல அமைந்து விட்டதால் அப்பள்ளிக்கு 'விமான மரம்' என்று பெயர் வந்தது. மேற்கு மாவட்ட நிர்வாகத்தால் அப்பள்ளி தொடங்கப்பட்டது. மேற்கு மாவட்ட கண்காணிப்பில் முதல் தரமான பள்ளி ஏதும் இல்லையென்பதால், இதை முதல் தரப் பள்ளியாகக் கொண்டுவர வேண்டும் என்ற நோக்கத்தில் இப்பள்ளி தொடங்கப்பட்டது. அம்மாவட்டத்தில் இருந்த சிறந்த ஆசிரியர்களை இப்பள்ளிக்கு மாற்றம் செய்தார்கள். மிக விரைவில் அந்தப் பள்ளி 'மேட்டுக் குடியினருக்கான பள்ளி' எனப் புகழப்பட்டது. அம்மாநிலத்தில் இருந்த முக்கியப் புள்ளிகளின் குழந்தைகள் அப்பள்ளியில் படித்தனர்.

'விமான மரம்' பள்ளி தொடங்கப்படுமுன், செங்குடுவில் விடுதியுடன் கூடிய ஒரு பள்ளி இருந்தது. உயர்தர இராணுவ அதிகாரிகளின் குழந்தைகள் அங்கு படித்தார்கள். மூத்த அரசு அலுவலர்களின் குழந்தைகளும் அங்கு படித்தார்கள். ஆனால் அப்பள்ளியின் கல்வித்தரம் மோசமாக இருந்தது. அப்பள்ளி மாணவர்கள் தங்கள், தங்கள் பெற்றோர்களை உயர்த்திப் பேசிக் கொண்டதால், உயர்வு தாழ்வு வேறுபாட்டுச் சிக்கல்களுக்கு அப்பள்ளி சிறந்து விளங்கியது. மாணவர்கள் இப்படித்தான் பேசிக் கொள்வார்கள்: 'எங்கள் அப்பா ஒரு டிவிஷன் கமாண்டர். உன் அப்பா ஒரு சிப்பாய் தானே.' வார இறுதி நாட்களில், வாகனங்களை வரிசையாக நிறுத்திக் கொண்டு, செவிலியர்களும், மெய்க்காப்பாளர்களும், வாகன ஓட்டுநர்களும் தங்கள் குழந்தைகளை வீட்டிற்கு அழைத்துச் செல்ல காத்துக்கொண்டு நிற்பார்கள். பள்ளிச் சூழல் இக்குழந்தைகளை எங்கோ ஆபத்தில் கொண்டு போய்விடும் போலத் தெரிகிறதே என்று சிலர் சிந்தித்தார்கள். அம்மா, அப்பா இப்பள்ளிச் சூழல்களை நல்லதாகப் பார்க்கவில்லை.

'விமான மரம்' என்ற இப்பள்ளி சமூகத்தின் மேல்தட்டு வர்க்கத்தினருக்காக தொடங்கப்படவில்லை. அப்பள்ளி ஆசிரியர்களையும், தலைமை ஆசிரியரையும் சந்தித்த என் பெற்றோர்கள், அது உயர்ந்த நன்னெறிகளுக்காகவும், நல்லொழுக்கங்களுக்காகவும் முக்கியத்துவம் கொடுக்கப்படும் பள்ளி என்று உணர்ந்து கொண்டார்கள். ஆண்டுதோறும் 25 குழந்தைகள் மட்டுமே அப்பள்ளியில் படித்தார்கள். எங்கள் வளாகத்தில் குடியிருக்கும் உயர்மட்ட அதிகாரிகளின் குழந்தைகள் நலன் கருதியே அப்பள்ளி நடத்தப்பட்டு வந்தது. இப்போதைக்கு இன்முகம்

காட்டிக் கொண்டிருக்கும் அப்பா இந்த விஷயத்தைக் கவனிக்கத் தவறிவிட்டார்.

என் வகுப்புத் தோழர்களில் பலர் மாநில அரசு அலுவலர்களின் குழந்தைகளாகவே இருந்தனர். சிலர் எங்கள் குடியிருப்பு வளாக வாசிகள். பள்ளி நேரம் முடிந்ததும் எங்கள் வளாகமே என் உலகம் என்று இருந்தது. அங்குள்ள தோட்டத்தில் விலை உயர்ந்த தாவர வகைகள் செழித்து வளர்ந்தன. அழகான பூக்களும் பூத்துக் குலுங்கின. அத்தோட்டத்து மரங்கள் நுட்ப உணர்ச்சியுடையவைகளாக இருந்தன. சிவப்பு நிற மலர்களையும் இலைகளையும் கொண்ட சீனநாட்டு ஆஸ்பென்ஸ் என்னும் மரங்கள், காதலர்களைப் போல, ஒன்றை ஒன்று பின்னிக்கொண்டு வளரும். இதில் ஒரு மரத்தை இலேசாகக் கீறினாலோ அல்லது பிராண்டினாலோ, இரண்டு மரங்களும் அதிர்வடையும். அப்போது அவைகளின் இலைகள் காற்றில் படபடக்கும். கோடை காலத்தில் மதிய உணவு இடைவேளை நேரங்களில் கற்பலகையில் அமர்ந்து கொண்டு எதையாவது வாசிப்பேன்; அல்லது சதுரங்கம் விளையாடுவேன். என் அருகில் ஒரு அபூர்வமான தென்னை மரம் எல்லாவற்றையும் விட அதிக உயரத்தில் வளர்ந்து நின்றது. என்னை அடித்துப் போடும் வாசம் மிகுந்த மலரான மல்லிகைச் செடி, கொடிப் பந்தலைத் தொட்டு ஏறிக் கொண்டிருந்தது. மல்லிகை மலர்கள் அழகாக மலர்ந்திருக்கின்றபோது அதன் வாசமெல்லாம் என் அறைக்குள் வந்து நிரம்பியிருக்கும். அந்த நேரத்தில் ஜன்னல் ஓரத்தில் வந்து அமர்ந்து மல்லிகையின் அழகையும் அந்த நறுமணத்தையும் ரசிப்பேன்.

நாங்கள் இந்த வளாகத்துக்குள் வந்தபோது எங்களுக்கென்று ஒரு தனி வீடு ஒதுக்கப்பட்டது. அந்த வீடு அந்தக் காலத்து சீனப்பாணியில் கட்டப்பட்டிருந்தது. எந்தவித நவீன வசதிகளும் அதில் இல்லை. குளியலறை, கழிப்பறை போன்ற வசதிகள் அதில் இல்லை. 1962 ஆம் ஆண்டு, வளாகத்தின் ஒரு ஓரத்தில் மேற்கத்திய பாணியில் அனைத்து நவீன வசதிகளையும் கொண்ட அடுக்குமாடிக் கட்டிடங்கள் கட்டப்பட்டன. அதில் எங்களுக்கென்று ஒரு வீடு ஒதுக்கப்பட்டது. அந்த வீட்டில் குடியேறுமுன், அந்த வீட்டின் அதிசயங்களைப் பார்க்கச் சென்றேன். திருகினால் தண்ணீர் கொட்டும். அழுத்தினால் கழிவுக் கோப்பையில் தண்ணீர் பீச்சியடிக்கும், கண்ணாடி பதிக்கப்பட்ட அலமாரிகள். குளியல் அறை சுவர்களில் ஒட்டப்பட்ட டைல்ஸ் மீது கை வைத்து தடவிப் பார்த்தேன். தொடுவதற்கு குளுகுளுவென்றும் வழவழப்பாகவும் இருந்தன.

அந்த வளாகத்தில் 13 அடுக்குமாடி வீடுகள் கட்டப்பட்டன. துறைவாரியான இயக்குநர்களுக்கு நான்கு வீடுகள் ஒதுக்கப்பட்டன. மற்ற வீடுகள் தலைமைச் செயலக அலுவலர்களுக்கு ஒதுக்கப்பட்டன. ஒரு தளம் முழுவதும் எங்களுக்கு ஒதுக்கப்பட்டது. இன்னொரு தளத்தை தலைமைச் செயலக அதிகாரிகளின் இரண்டு குடும்பங்கள் பகிர்ந்து கொண்டன. எங்கள் அறைகள் நல்ல விசாலமாக அமைந்திருந்தன. எங்கள் வீட்டில் ஜன்னல்களில் கொசுவலைகள் மாட்டப்பட்டிருந்தன. அந்த வசதி அவர்கள் வீட்டில் இல்லை. எங்கள் வீட்டிற்கு இரண்டு குளியல் அறைகள். அவர்களுக்கு ஒரு குளியல் அறை மட்டும்தான். வாரத்தில் மூன்று நாட்கள் வெந்நீர் வரும். அந்த வசதி அவர்களுக்கு அளிக்கப்படவில்லை. சீனாவில் வெகு அபூர்வமாக வழங்கப்பட்ட தொலைபேசி வசதி எங்கள் வீட்டிற்கு கொடுக்கப்பட்டிருந்தது. அது அவர்களுக்கு வழங்கப்படவில்லை. கீழ்நிலை அலுவலர்கள், வீதியின் அடுத்த பக்கமிருந்த ஒரு சிறிய வளாகத்தில் குடியேறினார்கள். அவர்களுக்கான வசதிகள் இன்னும் ஒருபடி குறைவான நிலையில் அமைத்துக் கொடுக்கப்பட்டிருந்தது. கட்சி செயலாளர்கள் ஆறு பேருக்கும் எங்கள் வளாகத்திற்குள்ளேயே அவர்களுக்கென்று ஒரு உள் வளாகம் அமைத்துக் கொடுக்கப்பட்டிருந்தது. இரண்டு அடுக்குப் பாதுகாப்புக் கொண்ட அந்த உள் வளாகம் 24 மணி நேரமும் ஆயுதம் தாங்கிய காவலர்களால் பாதுகாப்புக் கொடுக்கப்பட்டு வந்தது. சிறப்பு அதிகாரம் அளிக்கப்பட்ட ஒரு சில அலுவலர்களுக்கே அந்த வளாகத்திற்குள் சென்று வர அனுமதி இருந்தது. இந்த உள் வளாகத்திற்குள் ஒரு வீடு இருந்தது. அது மேல்தளமும் கொண்ட ஒரு வீடு. மேல்த்தளமும் கீழ்த்தளமும் முக்கிய இரண்டு கட்சி செயலாளருக்கும் ஒதுக்கப்பட்டது. கீழ்த்தளத்தில் குடியிருந்த முதல் செயலாளரான லி-ஜிங்-குவான் அவர்களுக்கு ஆயுதம் தாங்கிய காவலர் ஒருவர் நிறுத்தப்பட்டிருந்தார். இப்படி படிப்படியாக பல சலுகைகளை அனுபவித்து நான் வளர்ந்து வந்தேன்.

எங்கள் வளாகத்திற்கு உள்ளே வரவேண்டிய வயது வந்த ஆண்களும் பெண்களும் தங்கள் அடையாள அட்டைகளைக் காட்டி விட்டுத்தான் வரவேண்டும். குழந்தைகளாகிய எங்களுக்கு அடையாள அட்டை கிடையாது. வாயிற் காவலர்கள் எங்களை அடையாளம் வைத்திருந்தனர். எங்களைப் பார்க்க வேறு தோழிகள் வந்து விட்டால் சிக்கல். அவர்கள் படிவம் பூர்த்தி செய்து கொடுக்க வேண்டும். வாயிற் காவலர் அறையிலிருந்த குறிப்பிட்ட வீட்டிற்கு அழைப்பு மணியடிக்கும். அந்த வீட்டார் அங்கிருந்து வந்து விருந்தினர்களை அழைத்துச் செல்ல வேண்டும். புதிதாக

வரும் சிறுவர் சிறுமிகளை அனுமதிக்க மாட்டார்கள். வளாகத்தை அசுத்தப்படுத்தி விடுவார்கள் என்று அனுமதிப்பதில்லை. இதனால் என் தோழிகளை அழைத்து வர இயலாது. நான் அந்த முதல்தரப் பள்ளியில் படித்த நான்கு ஆண்டுகளில் ஓரிரு முறைதான் என் தோழியர்களை அழைத்து வந்திருக்கிறேன்.

பள்ளி செல்வதைத் தவிர வேறு எதற்கும் வளாகத்தை விட்டு வெளியே சென்றதில்லை. எப்போதாவது பாட்டியோடு பல்பொருள் அங்காடிக்கு செல்வேன். எதையும் வாங்க வேண்டுமென்று நான் ஆசைப்பட்டதில்லை. கடைகளில் வாங்குவதென்பது எனக்கு வேண்டாத ஒரு விஷயம். ஏதாவது ஒரு சிறப்பு நிகழ்வு வந்தால் மட்டுமே எனக்கு செலவு செய்யப் பணம் தருவார்கள். எங்கள் உணவு விடுதியிலிருந்து சுவையான உணவு கிடைக்கும். உணவுப் பஞ்சம் வந்த சமயத்தை தவிர்த்து மற்ற காலங்களில் குறைந்த பட்சம் ஏழு, எட்டு வகை உணவு கிடைக்கும். பிடித்ததை வாங்கிச் சாப்பிட்டுக் கொள்ள வேண்டியதுதான். சமையற்காரர்கள் பொறுக்கி எடுக்கப்பட்டவர்கள். அப்படி தேர்ந்தெடுக்கப்பட்ட சமையற்காரர்கள் முதல் தரம் பெற்றவர்களாக இருப்பார்கள். அல்லது உயர்தரம் பெற்றவர்களாக இருப்பார்கள். உயர்தர சமையற்காரர்கள், ஆசிரியர்கள் தரத்திற்கு இணையானவர்கள். வீட்டில் எப்போதும் பழங்களும் தின்பண்டங்களும் இருந்து கொண்டேயிருக்கும். விரும்பிச் சாப்பிடுவது என்று அப்படி எதுவும் கிடையாது. ஆனால் 'ஐஸ்' சாப்பிடுவது என்றால் மிகவும் பிடிக்கும். ஒருநாள், ஜுன் மாதம் முதல் தேதி; அன்று குழந்தைகள் தினம். எனக்கு செலவுக்கு பணம் கொடுத்தார்கள். ஒரே நேரத்தில் 26 'ஐஸ்' சாப்பிட்டிருக்கிறேன்.

எங்கள் வளாகம் தன்னிறைவு பெற்றிருந்த வளாகம். அங்கே அனைத்து வகையான கடைகளும், முடிவெட்டிக் கொள்ளும் சலூனும், திரைப்படமும், நடன அறைகள் ஆகிய அனைத்தும் இருந்தன. அதுபோல பொறியாளர்களும், தண்ணீர்க்குழாய் வேலையாட்களும் எப்போதும் இருந்தனர். நடனம் ஆடுதல் எங்கும் பரவலாகக் காணப்படும் ஒன்று. மாநில அரசு அலுவலர்களின் தரத்திற்கேற்றாற்போல விதம் விதமான நடனக்குழுக்கள் உண்டு. முன்னாள் அமெரிக்க அதிகாரிகள் பயன்படுத்திய 'பால் ரூம்' ஒன்று இருந்தது. துறைத் தலைவர்கள் குடும்பத்தினர்கள் அங்கு சென்று பால் ரூம் நடனம் ஆடலாம். மாநில ஆடல் பாடல் குழுவிலிருந்து வரும் இசைக்குழு, நடிகர், நடிகைகள் அந்த இடத்தை எப்போதும் கலகலப்பாக வைத்திருப்பார்கள். சில நடிகைகள் பேசிக் கொண்டிருப்பதற்காக எங்கள் வீட்டிற்கு

வருவார்கள். அப்போதெல்லாம் அவர்கள் வளாகத்திற்குள் 'வாக்' போவதற்கு என்னையும் அழைத்துச் செல்வார்கள். அவர்களோடு நடந்து செல்வதில் எல்லையில்லா மகிழ்ச்சி எனக்கு. வானத்தில் பறப்பது போல இருக்கும். நடிகர்களும், நடிகைகளும் ஆளை மயக்கும் அழகும் வசீகரமும் கொண்டவர்கள். அவர்கள் சகிப்புத் தன்மை கொண்டவர்கள். பிறர் கவனத்தை ஈர்க்கும் வண்ணம் ஆடை அணிந்து கொள்ள அவர்களுக்கு அனுமதி உண்டு. காதல் களியாட்டங்களிலும் கூட அவர்களுக்கு அனுமதி உண்டு. கலைத் துறை அப்பாவின் கட்டுப்பாட்டில் வருவதால், அவர்தான் அவர்களின் மேலதிகாரி. மற்றவர்களைப் போல அப்பாவிடம் இவர்கள் விலகி நிற்பதில்லை. அப்பாவைக் கேலியும் கிண்டலும் செய்து 'நட்சத்திர நடனக்காரர்' என்று அழைப்பார்கள். அப்பா வெட்கத்துடன் புன்முறுவல் செய்வார். அந்த நடனம் ஒரு வகை 'பால் ரூம் நடனம்.' வழுவழுவென்றிருந்த தரையில் நடனமாடும் தம்பதியினர் மேலும் கீழும் சறுக்கிச் சென்று ஆடுவார்கள். அப்பா உண்மையில் நன்கு நடனம் ஆடக்கூடியவர், அம்மாவுக்கு நடனம் வராது. இராக தாளத்திற்கேற்றாற் போல ஆடத் தெரியாது. அதனால் அம்மாவுக்கு நடனம் என்றால் பிடிக்காது. இடைவேளை நேரங்களில் குழந்தைகளாகிய எங்களை அந்த இடத்திற்குள் அனுமதிப்பார்கள். நாங்கள் எங்கள் தோழியர்களின் கைகளைப் பிடித்துக் கொண்டு ஆடுவோம். அந்த சூழல், அங்கு நிலவும் வெப்பம், செயற்கை வாசனை, 'என்னைப் பார்' என்பது போல ஆடை அணிந்து வரும் பெண்கள், புன்னகை புரியும் ஆண்கள், இவை எல்லாம் எனக்கு ஒரு கனவு உலகமாகத் தெரிந்தது.

சனிக்கிழமை மாலைதோறும் திரைப்படம் இருக்கும். 1962 ஆம் ஆண்டு, ஒரு சாவகாசமான சூழலில் சில ஹாங்காங் படங்கள் திரையிடப்பட்டன. எல்லாமே காதல் கதைகள். அவைகள் வெளியுலகப் பார்வையைப் படம் பிடித்துக் காட்டின. அப்படங்கள் எழுச்சியூட்டுகிற புரட்சிக் கருத்துகளை அடிப்படையாகக் கொண்டு எடுக்கப்பட்டிருந்தன. அத்திரைப் படங்கள் இரண்டு வெவ்வேறு இடங்களில் திரையிடப்பட்டன. ஒன்று உயர் அதிகாரிகளுக்காக திரையிடப்பட்டது. அங்கு வசதியான இருக்கை வசதிகளும், பெரிய அறையுமாகவும் அமைந்திருந்தது. அடுத்த இடம் ஒரு பெரிய அரங்கு. அந்த அரங்கு முழுவதும் ஆட்கள் நிரம்பி வழிந்தனர். எனக்கு பிடித்த படம் அந்த அரங்கில் திரையிடப்பட்டிருந்ததால் நான் அங்கு சென்றேன். திரைப்படம் தொடங்குவதற்கு முன்பே இருக்கைகள் நிரம்பிவிட்டன. தாமதமாக வந்தவர்கள் தங்கள் கைகளில் ஆளுக்கொரு நாற்காலியைத் தூக்கிக் கொண்டு வந்தார்கள். பலர் உட்கார இடமில்லாமல் நின்று கொண்டிருந்தனர். நீங்கள்

பின்னுக்கு தள்ளி விடப்பட்டீர்களானால், ஒரு நாற்காலி மீது ஏறி நின்றுதான் திரைப்படத்தைப் பார்க்க முடியும். இப்படி ஒரு கூட்டம் கூடும் என்று எனக்கு முன்கூட்டியே தெரியவில்லை. தெரிந்திருந்தால் நானும் ஒரு நாற்காலியோடு வந்திருப்பேன். பின்பக்கம் நெரிசலில் மாட்டிக் கொண்டதால் என்னால் எதையும் பார்க்க முடியவில்லை. எனக்கு தெரிந்த சமையற்காரர் ஒருவர் ஒரு பலகையின் மீது ஏறி நின்று பார்த்துக் கொண்டிருந்தார். அந்த நெரிசலில் என்னைப் பார்த்த அவர் தன்னோடு வந்து நின்று கொள்ளுமாறு என்னைக் கூப்பிட்டார். அது சிறிய பலகையாக இருந்ததால் அதன்மீது திடமாக நிற்க முடியவில்லை. பின்னால் நின்றிருந்தவர்கள் நெருக்கடியில் தள்ளிக்கொண்டே இருந்தனர். யாரோ ஒருவர் என்னை கீழே தள்ளி விட்டுவிட்டார். அப்படியே குப்புற அடித்து விழுந்து விட்டேன். அப்போது அந்த பலகையின் விளிம்பு என் கண் புருவத்தை கிழித்து விட்டது. அந்தத் தழும்பு இன்னும் மறையாமல் அப்படியே இருக்கிறது.

எங்கள் அரங்கில் வரையறைக்கு உட்படுத்தப்பட்ட சில திரைப்படங்கள் இருந்தன. அதை யாருக்கும் திரையிட்டுக் காட்டவில்லை. அரங்கிலிருந்த அதிகாரிகளுக்கே காட்டப்படவில்லை. இவ்வகைப் படங்கள் 'தகவல் படங்கள்' என்று சொல்லப்பட்டன. இப்படங்கள் மேலை நாட்டு படங்களிலிருந்து காட்சிகளை எடுத்து தொகுத்து எடுக்கப்பட்ட படங்கள். இப்போதுதான் முதல்முறையாக குட்டைப் பாவாடையையும், பீட்டில்ஸ் என்னும் இசைக்கலைஞர்களையும் பார்த்தேன். கடற்கரை ஓரத்தில் 'பீப்பிங் டாம்' என்ற ஒரு திரைப்படம் பார்த்தது என் நினைவுக்கு வருகிறது. எந்தப் பெண்ணை டாம் ஒளிந்திருந்து பார்த்தானோ அந்தப் பெண்ணே ஒருவாளித் தண்ணீரை அவன்மேல் கொட்டிவிடுவாள். ஒரு ஆவணப் படத்திலிருந்து எடுக்கப்பட்ட மற்றொரு செய்தி, ஒரு வண்ணம் தீட்டுபவர் ஒரு சிம்பன்ஸி குரங்கைப் பயன்படுத்தி ஒரு காகிதத்தில் அலங்கோலமாக வண்ணம் தீட்டச் செய்தார். மேலும் ஒரு மனிதன் தன் பிட்டத்தால் பியானோ வாசித்தான்.

மேலை நாட்டு கலாச்சாரச் சீரழிவுகளைக் காட்டுவதற்காகவே இப்படங்கள் தேர்வு செய்யப்பட்டிருக்க வேண்டும் என்று நினைத்தேன். அப்படங்கள் கட்சியின் உயர் அதிகாரிகளுக்கு போட்டுக் காட்டப்பட்டன. ஆனால் மேலை நாட்டினரைப் பற்றிய எல்லா விஷயங்களும் அதில் காட்டப்படவில்லை. மேலை நாட்டுப் படங்கள் எப்போதாவது ஒரு சிறிய அறையில் போட்டுக் காட்டப்படும். சிறுவர்கள் அதற்கு அனுமதிக்கப்பட

ஒரு தங்கக் கூண்டில் 437

மாட்டார்கள். அதைப் பார்த்தே தீர வேண்டும் என்ற தீவிர ஆவலில் நான் இருந்ததால், என்னையும் அழைத்துச் செல்லுமாறு அம்மா, அப்பாவிடம் கெஞ்சிக் கேட்டேன். அதனால் இரண்டு தடவை என்னை அழைத்துச் சென்றார்கள். அதன்பிறகு அப்பா நாங்கள் கேட்பதையெல்லாம் செய்து தருவார். நான் அப்பா அம்மாவோடு சென்றதால் வாயிற்காவலன் என்னைத் தடுக்கவில்லை. எல்லாப் படங்களும் என் அறிவுக்கு எட்டாத படங்களாக இருந்தன. ஒரு படம், அமெரிக்க நாட்டு விமானி ஒருவன், ஜப்பான் நாட்டின் மீது அணுகுண்டுகளை வீசிவிட்டு, அதன்பின் பைத்தியம் பிடித்து அலைந்ததாகக் காட்டியதுபோல் புரிந்தது. இன்னொரு படம் கருப்பு வெள்ளையில் வந்த குணசித்திரப் படம். அதில் ஒரு காட்சி, வர்த்தக சங்கத் தலைவர் ஒருவரை, இரண்டு ரவுடிகள் முகத்தில் குத்தியதால், அவர் வாயின் ஓரத்திலிருந்து இரத்தம் கொட்டியது. இரத்தம் கொட்டுகிற ஒரு வன்முறைக் காட்சியை வாழ்க்கையில் முதல்முறை இதில்தான் பார்த்தேன். (பள்ளியில் மாணவர்களை அடிப்பது கம்யூனிஸ்ட் கட்சியால் தடை செய்யப்பட்டுவிட்டது) அப்போது எடுக்கப்பட்ட சீனமொழிப் படங்கள் கௌரவமாகவும், மென்மையாகவும், அதேசமயம் எழுச்சியூட்டக் கூடியதாகவும் இருக்கும். ஒரு சிறு வன்முறைக் காட்சி அதில் இருந்தால்கூட, சீன நாட்டு இசை நாடகத்தின்படி, அது எதார்த்தத்திலிருந்து முரண்பட்டதாகக் கருதப்படும்.

மேலை நாட்டு உழைக்கும் வர்க்கத்தினர் உடை அணியும் முறை கண்டு நான் வியந்து போனேன். ஒரு கிழிசலோ, தையலோ இல்லாத கோட், சூட் அணிந்திருந்தார்கள் அவர்கள். ஒடுக்கப்பட்ட வகுப்பினர், ஒரு முதலாளித்துவ நாட்டில் இவ்வாறெல்லாம் ஆடை அணிவது எனக்கு ஒரு புது அனுபவமாக இருந்தது. படம் முடிந்தவுடன் இதுபற்றி அம்மாவிடம் கேட்டபோது 'ஒப்பீட்டு வாழ்க்கைத் தரம்' பற்றி பல விஷயங்களைக் கூறினாள். அம்மா கூறிய பதில் எனக்கு விளங்கவில்லை. அந்தக் கேள்வி என்னுள்ளே இருந்து வந்தது.

மேலை நாடு என்பது, ஹான்ஸ் கிறிஸ்டியன் ஆண்டர்சன் கதையான,'சின்னஞ்சிறிய தீப்பெட்டிக் குழந்தை' என்னும் கதையில் வரும் வீடு இல்லாத பெண்ணைப் போன்று வறுமை, துயரம் ஆகியவைகளின் முடைநாற்றம் வீசக்கூடிய நாடுதான் மேலைநாடு என்று என் அறியாத வயதில் எண்ணிக் கொண்டேன். விடுதியில் பறிமாறப்பட்ட உணவு ருசி இல்லாமல் இருந்ததால் நான் அதைச் சாப்பிடத் திணறிக் கொண்டிருந்தபோது 'உலகின் முதலாளித்துவ நாடுகளில் உணவு கிடைக்காமல் பட்டினி

கிடக்கும் குழந்தைகளை எண்ணிப் பாருங்கள்' என்று எங்கள் ஆசிரியை கூறினாள். ஆசிரியர்கள் எங்களைப் பள்ளியில் கடுமையாக வேலை வாங்குகிற போது,'கல்வி கற்றுக்கொள்ள ஒரு பள்ளியும், பாடம் படிக்கப் புத்தகங்களும் பெற்றுள்ள நீங்கள் மிகவும் கொடுத்து வைத்துள்ளவர்கள். முதலாளித்துவ நாட்டுக் குழந்தைகள் சிலர், பட்டினி கிடக்கும் தன் குடும்பத்தை, உழைத்துக் காப்பாற்றுகிறார்கள்' என்று அடிக்கடி கூறுவார்கள். பெரியவர்கள் எங்களுக்கு ஏதாவது செய்கின்ற போது, 'மேல் நாட்டு மக்களுக்கு இது பிடிக்கும்; ஆனால் அது அவர்களுக்கு கிடைக்காது. ஆகவே, நமது நல்வாழ்கையை எண்ணி நாம் பெருமை பாராட்ட வேண்டும்' என்று சொல்வார்கள். என் வகுப்புத்தோழி ஒருத்தி மழைக்கோட் அணிந்து வந்தாள். நான் அதுவரை அதைப் பார்த்ததில்லை. என்னுடைய குடையைக் கொடுத்துவிட்டு இதை வாங்கிக் கொண்டால் எவ்வளவு நன்றாக இருக்கும் என்று அப்போது எண்ணிப் பார்த்தேன். அப்போது என்னுள் எழுந்த அந்த 'பூர்ஷ்வா' சிந்தனைக்காக வருந்தி என்னை நான் உடனடியாக மாற்றிக் கொண்டேன. அன்றே என் நாட்குறிப்பில், 'முதலாளித்துவ நாடுகளில் வாழும் குழந்தைகளை எண்ணிப்பார். ஒரு குடை வைத்துக்கொள்ளும் வசதியை அவர்களால் நினைத்துக்கூடப் பார்க்க முடியாது' என்று எழுதினேன்.

என் அறிவுக்கு எட்டியவரை வெளிநாட்டினர் மிகவும் பயங்கரமானவர்கள். சீனநாட்டு மக்கள் அனைவரும் கருப்புநிற தலை முடியும், பழுப்பு நிற கண்களும் பெற்றிருக்கிறார்கள். ஆகவேதான், புதுப்புது நிறத்தில் உள்ள கண்களையும், முடியையும் வினோதமாகப் பார்க்கிறார்கள். என் மனதில் பதிய வைக்கப்பட்டுள்ள ஒரு வெளிநாட்டுக்காரர் எப்படி இருப்பான் என்றால், ஒருவனைப் பார்த்தாற் போல எல்லா நபரும் இருப்பார்கள். சிவந்த உடல், வாரப்படாத பரட்டைத் தலை, ஏதோ ஒரு நிறத்தில் கண்கள், நீண்ட மூக்கு, கொக்கோகோலாவை வாயில் ஊற்றிக் கொள்ளும் பழக்கம், கால்களை அகற்றிக் கொண்டு அசிங்கமாக நிற்பது - இதுதான் என் மனதில் பதிந்து உள்ள ஒரு வெளிநாட்டுக்காரரின் பிம்பம். பார்க்கிற பொழுதெல்லாம் ஏதோ ஒரு தொனியில் 'ஹலோ' என்று சொல்வார்கள். எனக்கு அதற்கு என்ன அர்த்தம் என்று அப்போது தெரியாது. அது ஏதோ ஓர் எதிர் மறையான பொருள் தரக்கூடிய வார்த்தை என்று எண்ணினேன். சீன நாட்டுச் சிறுவர்கள் 'கொரில்லா யுத்தம்' என்ற ஆட்டத்தை விளையாடிய போது, எதிரிகள் தரப்பினர், தங்கள் மூக்குகளில் முட்களை ஒட்டி வைத்துக் கொண்டு 'ஹலோ ஹலோ' என்று சொல்வதை கேட்டிருக்கிறேன்.

என் தொடக்கக் கல்வியின் மூன்றாவது ஆண்டில், எனக்கு ஒன்பது வயது நடந்து கொண்டிருந்த போது, எங்கள் வகுப்பறையைத் தாவரச் செடி கொடிகளைக் கொண்டு அலங்கரிக்க வேண்டுமென நானும் என் தோழியர்களும் முடிவு செய்தோம். அதில் ஒருத்தி, தன் அப்பா வேலை செய்யும் தோட்டத்திலிருந்து நாம் இதுவரை பார்த்திராத புதுமையான தாவர வகைகளைக் கொண்டு வருவதாகவும், அந்த தோட்டம் ஒரு கத்தோலிக்க குருவானவரின் தோட்டம் என்றும் கூறினாள். அந்தத் தேவாலயத்தோடு ஓர் அனாதை விடுதியும் சேர்ந்து இருந்தது. இது இப்போது இல்லை. ஆனால் தேவாலயம் மட்டும் அரசாங்கத்தின் கட்டுப்பாட்டின் கீழ் இன்னும் செயல்பட்டு வருகிறது. கத்தோலிக்க திருச்சபையை விட்டு விலகி, நாட்டுப்பற்றுள்ள அமைப்புடன் சேர்ந்து கொள்ள வேண்டுமென்று கத்தோலிக்கர்களை கம்யூனிஸ்ட்கள் வற்புறுத்தினார்கள். கத்தோலிக்கர்களின் மதப் பிரச்சாரத்தைப் பார்க்கின்றபோது, திருச்சபையின் கருத்துகள் புலப்படாததாகவும், அதிர்ச்சியளிக்கக் கூடியதாகவும் இருந்தன. கற்பழிப்பு என்பதை ஒரு குருவானவர் செய்தது போல ஒரு கதையில் முதல்முறையாக வாசித்தேன். குருவானவர்களும் ஏகாதிபத்திய நாட்டு ஒற்றர்கள் போலத் தோற்றமளிப்பர்கள். மோசமான சிலர் அனாதை ஆசிரமத்திலிருந்து குழந்தைகளை எடுத்துக் கொண்டுபோய் மருத்துவ பரிசோதனைக்கு உட்படுத்துவார்கள்.

ஒவ்வொரு நாளும் பள்ளிக்கு போகின்றபோதும், வருகின்றபோதும், சேஃப் பிரிஜ் தெருவரை வேகமாக நடந்து சென்று, அங்கே நின்று தேவாலய வாயிற்கதவு தோற்றங்களைக் கவனித்துப் பார்ப்பேன். என் சீனக் கண்களின் பார்வைக்கு, புதுமையான தூண்கள், இதுவரை நான் பார்த்திராதவைகளாக இருந்தன. அவைகள் பளிச்சென்ற வெண் பளிங்குகளால் செய்யப்பட்டிருந்தன. வெளிப்புற வேலைப்பாடுகள் கிரேக்க பாணியில் இருந்தன. சீன நாட்டு தூண்களோ, எப்போதும் மரத்தால் செய்யப்பட்டவையாகத்தான் இருக்கும். அதன் உள்ளே சென்று பார்த்துவிட வேண்டும் என்று துடியாய்த் துடித்தேன். அதனால் புதுப்புதுத் தாவரங்கள் கொண்டு வருவதாகச் சொன்ன அந்தப் பெண்ணிடம் அவள் வீட்டிற்கு வரலாமா என்று கேட்டேன். ஆனால் அவள் அப்பா யாரையும் வீட்டிற்கு அழைத்து வரக்கூடாது என்று சொல்லி விட்டாராம். இது இன்னும் என் ஆவலை அதிகமாகத் தூண்டியது. அவள் கொடுப்பதாகச் சொன்ன தாவரங்களைப் பெற நான் அவளுடன் செல்ல வேண்டும் என்று முடிவு செய்தேன்.

அந்தத் தேவாலய வாயிலை அடைந்தவுடன் என் படபடப்பு கூடுதலானது. இதயத்துடிப்பு நின்று போனதோ என்று கூட எண்ணினேன். நான் பார்த்த வாயிற் கதவுகளில் இதுபோன்ற ஒன்றை நான் இதுவரை பார்த்ததில்லை. என் தோழி எட்டித்தொட்டு ஓர் மணியை அடித்தாள். ஒரு சிறிய கதவு 'கிரீச்' சென்று சத்தமிட்டபடி திறந்தது. கன்னங்கள் எல்லாம் சுருங்கிப் போன, கூன் விழுந்த ஒரு மனிதன் அங்கே தோன்றினான். தேவதைக் கதைகளில் வரும் சூன்னியக்காரி போல அந்த மனிதன் என் கண்களுக்கு தோற்றமளித்தான். அவனுடைய முகத்தை என்னால் தெளிவாகப் பார்க்க முடியாவிட்டாலும், அவன் நீண்டு வளைந்த மூக்கைக் கொண்டவன் போலும், ஒரு துடைப்பக் குச்சியின் மீது அமர்ந்து ஆகாயத்தில் பறக்கப் போவதைப் போலும் காணப்பட்டான். அவன் ஒரு சூன்னியக்காரியிலிருந்து மாறுபட்ட பால் இனமாகக் காட்சியளித்தான். அவனைப் பார்ப்பதைத் தவிர்த்து விட்டு, வேகமாக வாசல் வழியாக உள்ளே ஓடினேன். எடுத்தவுடன் ஒரு சிறிய தோட்டம் தென்பட்டது. உள்ளே என்ன இருக்கிறது என்று பார்க்க முடியாததால், எனக்கு ஆர்வம் இன்னும் அதிகமானது. அதன் மற்ற வண்ணங்களையும், அதன் அமைப்புகளையும் என் கண்கள் கண்டுகளித்தன. அதன் நடுவில் ஒரு நீரூற்று உயரத்தில் எழும்பி விழுந்தது. என் தோழி என் கைகளைப் பிடித்துக் கொண்டு எங்கும் சுற்றிக் காட்டினாள். என் தோழி ஒரு கதவைத் திறந்து அங்கே தான் குருவானவர் பிரசங்கம் செய்வார் என்று சொன்னாள். பிரசங்கம்! இந்த வார்த்தையை நான் புத்தகத்தில் வாசித்திருக்கிறேன். நாட்டின் இரகசியங்களை வேறு ஒரு ஏகாதிபத்திய நாட்டு ஒற்றனுக்கு தெரியப்படுவதற்காகப் பிரசங்கம் பயன்படுத்தப்பட்டது என்றும் படித்திருக்கிறேன். எனக்கு படபடப்பு அதிகமானது. ஒரு பெரிய இருண்ட அறைக் கதவு வழியாகச் சென்று ஒரு பெரிய கட்டடத்தை அடைந்தோம். ஒரு நொடிப்பொழுது அங்கே எனக்கு எதுவம் தெரியவில்லை. அந்தக் கடைசியில் சிலை ஒன்று காணப்பட்டது. இயேசு சிலுவையில் அறையுண்ட சிலையை இப்போது தான் முதன்முதலில் பார்க்க நேரிட்டது. நான் நெருங்கிப் போய் அதைப் பார்த்தபோது, சிலுவையிலிருந்த அந்த உருவம் இறங்கி வந்து என் தலையை நெருக்குவது போல இருந்தது. அதன் தோற்றம், அதிலிருந்து வந்த இரத்தம், அந்த முகத்தின் வெளிப்பாடு எல்லாம் சேர்ந்து எனக்கு ஒரு பயங்கரத்தை தோற்றுவித்தது. உடனடியாகத் திரும்பி ஆலயத்தை விட்டு வெளியேறி ஓடினேன். போகிற வேகத்தில், ஒரு கருப்பு நிற அங்கி அணிந்து வந்த மனிதனோடு மோதிவிட்டேன். அவன் தன் கையை விரித்து என்னை நிதானப்படுத்தினான். அவன் என்னைப் பிடிப்பதற்கு முயற்சி

எடுக்கிறான் என்று எண்ணி, வளைந்து நெளிந்து பிடிபடாமல் ஓடி விட்டேன். அடுத்த நிமிடம் அந்த இடம் மயான அமைதியடைந்தது போலிருந்தது. முன் கேட்டை திறந்துகொண்டு ஓடினேன். அந்த தெரு முடியும் வரை எங்கும் நிற்காமல் ஓடினேன். இதயம் படபடவென்று அடித்தது. தலை சுற்றியது.

எனக்கு ஓர் ஆண்டிற்கு பின்னால் பிறந்த என் தம்பி ஜின்-மிங், என்னைப் போல இல்லாமல், ஒரு சுதந்திரச் சிந்தனை உள்ளவனாக சிறு வயதிலிருந்தே வளர்ந்து வந்தான். அவனுக்கு அறிவியல் மிகவும் பிடித்திருந்தது. அதனால் நிறைய அறிவியல் இதழ்களை வாசித்தான். மற்ற பதிப்பகங்களைப் போல, இந்த அறிவியல் இதழ்களும் விளம்பரங்களையும், பரப்புரைகளையும் தவிர்க்க முடியாவிட்டாலும், மேலை நாடுகளின் அறிவியல் தொழில் நுட்பங்களை முந்திக்கொண்டு வெளியிடுவார்கள். அதனால் இது என் தம்பிக்கு மிகவும் பிடித்து விட்டது. மாத இதழ்களில் வெளியாகும் கார்கள், மின் சாதனக் கருவிகள், ஹெலிகாப்டர்கள், மிதவைப் படகுகள், லேசர் கதிர்கள் ஆகியவைகளின் படங்கள் அவனை மிகவும் ஈர்த்தன. அத்துடன் மேலை நாட்டு தகவல் திரைப்படங்களும் அவனுக்கு பிடிக்கும். ‘ஏகாதிபத்திய நாடுகள் நரகம்; சீன நாடுதான் சொர்க்கம்’ என்று பள்ளிக்கூடமோ, அல்லது ஊடகங்களோ, அல்லது பெரியவர்களோ, சொல்லக் கேட்டால், என் தம்பி நம்ப மாட்டான்.

ஜின்-மிங்கின் கற்பனையில் அமெரிக்க ஐக்கிய நாடுகள்தான் அறிவியல், தொழில்நுட்பங்களில் மிக வளர்ச்சி பெற்ற ஒரு நாடாகப் பட்டது. அவனுடைய 11-ஆவது வயதில் ஓர் நாள் அமெரிக்க நாட்டு சாப்பாட்டு மேஜைக்கு மேல் ஒளிரும் லேசர் கதிர்களைப் பற்றி வானளாவப் புகழ்ந்து தள்ளிவிட்டு, அப்பாவிடம், ‘நான் அமெரிக்காவை ஆராதிக்கிறேன், அப்பா’ என்று தம்பி கூறினான். அதற்கு என்ன சொல்வது, செய்வது என்று தெரியாத குழப்பத்தில் இருந்த அப்பா, மிகவும் வருத்தத்தோடு காணப்பட்டார். என் தம்பியை வருடிக் கொடுத்த அப்பா, ‘நாம் என்ன செய்வது? நம் குழந்தை ஒரு வலதுசாரியாக வளர்ந்து வந்து கொண்டிருக்கிறானே’ என்று அம்மாவிடம் வேதனையுடன் கூறினார்.

ஜின்-மிங்கிக்கு பன்னிரெண்டு வயது பூர்த்தியாகும் முன்பே, குழந்தைகளுக்கான அறிவியல் இதழ்களில் வெளிவந்த விளக்கப் படங்களைக் கொண்டு ஏகப்பட்ட ‘கண்டுபிடிப்புகளை’ச் செய்திருந்தான். ஒரு தொலை நோக்கிக் கருவியைச் செய்து கொண்டு, அதன்மூலம் ஹேலியின் வால் நட்சத்திரத்தை ஆய்வு செய்யப் போகிறானாம். மின் விளக்கிலிருந்த கண்ணாடிகளைக்

கொண்டு நுண்ணோக்கிக் கருவியை செய்திருந்தான். ஒருநாள் ஒரு பிளாஸ்டிக் துப்பாக்கியை வைத்துக்கொண்டு துப்பாக்கி சுடும் பயிற்சியை மேற்கொண்டான். அந்தத் துப்பாக்கியிலிருந்து சிறு கற்களும் ஊசியிலை மரக்கொட்டைகளும் துப்பாக்கிக் குண்டுகள் போல் செயல்பட்டன. துப்பாக்கிக்கே உரிய சத்தம் அதிலிருந்து வரவேண்டும் என்பதற்காக தன் வகுப்புத் தோழன் ஒருவனிடம், இராணுவ அதிகாரியாக இருந்த அவனது தந்தையிடம், வெற்றுத் துப்பாக்கி ரவை இருந்த உறையைக் கொண்டு வரச் சொன்னான். அவன் சில துப்பாக்கி ரவைகளை எடுத்துக் கொண்டு அதன் நுனிப்பகுதியைக் கழற்றி, அதிலிருந்த வெடி மருந்தைக் கொட்டி விட்டு, அதில் இன்னும் டெட்டனேட்டர் என்னும் வெடிபொருள் உள்ளே இருப்பது தெரியாமல், துப்பாக்கிக் குண்டுகளை கொண்டு வந்து ஜின்-மிங்கிடம் கொடுத்துள்ளான். அதை வாங்கிய ஜின்-மிங், ஒரு காலி பற்பசை குழாயை எடுத்து அதன் முன் பகுதியை வெட்டி வீசிவிட்டு, வெடிகுண்டு ஒன்றை அதில் இட்டான். ஒரு இடுக்கி கொண்டு அதை எரியும் நிலக்கரி அடுப்பில் காட்டி அதை வெப்பப்படுத்தினான். நிலக்கரி அடுப்பில் ஒரு பாத்திரம் வைக்கப்பட்டிருந்தது. அந்தப் பாத்திரத்தின் அடியில் நிலக்கரி தனல் படுமாறு அதை இடுக்கியால் பிடித்துக் கொண்டிருந்தான். திடீரென்று ஒரு வெடிச் சத்தம் கேட்டது. பாத்திரத்தின் அடியில் ஒரு துளை விழுந்துவிட்டது. எல்லாரும் அறக்கப்பறக்க சமையற்கட்டுக்குள் ஓடி வந்தார்கள். ஜின்-மிங் பயந்து விட்டான். வெடித்ததற்காக அவன் பயப்படவில்லை. அப்பாவின் மிரட்டலுக்குத்தான் பயந்து போனான்.

அப்பா அவனை அடிக்கவோ, திட்டவோ செய்யவில்லை. அவனைக் கொஞ்ச நேரம் முறைத்துப் பார்த்தார். 'ஏற்கனவே அவன் பயந்து போயிருக்கிறான். கொஞ்சதூரம் அவனை வெளியில் அழைத்துச் செல்கிறேன்' என்றார். அவன் இயல்பு நிலைக்கு வந்து மகிழ்ச்சியில் துள்ளினான். வெளியில் சுற்றி விட்டு வீட்டிற்கு வந்தபின், 'பெரியவர்களின் ஆலோசனை இல்லாமல் எந்தக் கண்டுபிடிப்பையும் செய்ய வேண்டாம்' என்று அப்பா அவனிடம் கூறினார். ஆனால் இந்த வேண்டுகோள் நீண்டநாள் நிலைக்கவில்லை. பழையபடி அவன் வேலையைத் தொடங்கி விட்டான்.

இரண்டு கண்டுபிடிப்புகளில் நான் அவனுக்கு உதவி செய்தேன். பொடி செய்யும் 'மாதிரி எந்திரம்' ஒன்றை உருவாக்கினோம். குழாயிலிருந்து பீய்ச்சி அடிக்கும் தண்ணீரின் விசை கொண்டு அக்கருவி இயங்கி, ஒரு சாக்பீஸ் கட்டியை பொடியாக்கியது.

ஒரு தங்கக் கூண்டில்

நிச்சயமாக இதற்கான அறிவும் திறமையும் அவனுடையதுதான். என் ஆர்வமும் அதிகரித்தது.

நான் படித்த அதே முதல்தர பள்ளிக்குத்தான் அவனும் சென்றான். வலதுசாரி என்று கண்டனம் செய்யப்பட்ட திரு.டா-லி அவனுக்கு அறிவியல் பாடம் நடத்தினார். அறிவியல் உலகத்தை அவனுக்கு திறந்து காட்டியதில் அந்த ஆசிரியருக்கு பெரும் பங்கு உண்டு. எனவே தன் வாழ்நாள் முழுவதும் ஜின்-மிங் அவருக்கு நன்றிக் கடன் பட்டிருந்தான்.

1954 ஆம் ஆண்டில் பிறந்த என் இரண்டாவது தம்பி ஸியாவோ-ஹெய்தான் பாட்டியின் செல்லப்பிள்ளை. ஆனால் அவன், அப்பா அம்மாவின் கவனத்தைப் பெறவில்லை. பாட்டி அவன்மீது அளவில்லாத அன்பைப் பொழிந்ததுதான் இதற்கு காரணம். தான் ஒரு செல்லப்பிள்ளை இல்லை என்பதை உணர்ந்து, ஸியாவோ-ஹெய் அப்பா அம்மாவின் கோபத்திற்கு உள்ளாகாமல் செயல்பட்டுக் கொண்டான். அப்பாவுக்கும் அம்மாவுக்கும் இது வேதனை அளித்தது.

சில சமயங்களில் அப்பா ஆத்திரப்பட்டு ஸியாவே-ஹெய்யை அடித்துப் போட்டு விடுவார். பின்பு உட்கார்ந்து வருத்தப்படுவார். அப்பா அவனருகில் அமர்ந்து, அவன் தலையைத் தடவிக் கொடுத்துக் கொண்டு, 'ஏதோ ஆத்திரப்பட்டு விட்டேன். வருத்தப்படாதே' என்று அவனிடம் பேசுவார். அப்படி அப்பா அவனை அடித்ததற்காக பாட்டி அழுது ஆர்ப்பாட்டம் செய்வாள். ஆனால், பாட்டிதான் அவனைக் கெடுத்து வைத்திருப்பதாக, அப்பா பாட்டி மீது குறைபட்டுக் கொள்வார். இதுதான் இவர்கள் இருவருக்குமிடையே ஏற்படும் அன்றாடப் பிரச்சினை. உண்மையில் பாட்டி ஸியாவோ-ஹெய்க்கு அதிகமான செல்லம் கொடுத்துக் கொடுத்து அவனைக் கெடுத்து விட்டாள்.

அடி, உதை, திட்டு எல்லாம் ஆண் குழந்தைகளுக்குதான். பெண் குழந்தைகளுக்கு கூடாது என்று அம்மா அப்பா நம்பினார்கள். எனது சகோதரி 5 வயது ஆகி இருந்தபோது அடி வாங்கினாள். சாப்பாட்டுக்கு முன்னால் இனிப்பு சாப்பிடுவேன் என்று அடம் பிடித்தாள். பிறகு சாப்பாடு வந்ததும், வாயில் இனிப்பு சுவை இருப்பதால், சாப்பாட்டில் எந்த ருசியும் தெரியவில்லையென்று அதன்பிறகு அடம் பிடித்தாள். 'நீ கேட்டதைத்தானே கொடுத்தேன். அதற்கு ஏன் அடம் பிடிக்கிறாய்?' என்று அப்பா கேட்டார். ஸியாவோ-ஹாங் இதற்காக முகத்தை தொங்கப் போட்டுக் கொண்டு, உணவைக் குத்தி எடுத்துச் சாப்பிடும் குச்சிகளை வீசி எறிந்து விட்டு

அழுது கத்தினாள். அப்பா அவளுக்கு ஓர் அறை கொடுத்தார். அவளுக்கு கோபம் வந்து, அப்பாவை அடிக்க அருகில் கிடந்த ஒட்டடைக் கம்பைத் தூக்கினாள். அப்பா அதைப் பிடுங்கித் தூர வீசினார். அடுத்து அவள் துடைப்பக் கட்டையை தூக்கி விட்டாள். ஒரு சிறு சலசலப்புக்குப் பிறகு, அவளைக் கொண்டுபோய் ஓர் அறையில் போட்டுப் பூட்டி விட்டு, 'கெட்டுப் போய் விட்டாய், மிக மோசமாகக் கெட்டுப் போய் விட்டாய, போ' என்று ஆத்திரமாகக் கத்தினார். அவள் அன்று மதியம் சாப்பிடவில்லை.

ஸியா வோ-ஹாங் குழந்தையைப் போன்று அடம் பிடிப்பவள். ஏதோ ஒரு காரணத்தை முன்னிறுத்தி திரைப்படம் பார்க்க வரமாட்டாள்; நாடகம் பார்க்க வரமாட்டாள். பல பொருட்களை சாப்பிட முடியாது என்று மறுப்பாள். பால், இறைச்சி இப்படி எது கொடுத்தாலும் தலையை அப்படியும் இப்படியும் ஆட்டிக்கொண்டு சாப்பிடாமல் கத்துவாள். நானும் குழந்தையாக இருந்தபோது அவளைப் பார்த்தே எல்லாவற்றையும் செய்து தொலைத்தேன். இதனால் பல நல்ல திரைப்படங்களை இழந்தேன். சுவையான உணவுகளையும் பல சந்தர்ப்பங்களில் இழந்தேன்.

என்னுடைய குணாதிசயங்கள் கொஞ்சம் மாறுபட்டவை. என்னுடைய இளம் வயதிலேயே, எல்லாரும் என்னை அறிவார்ந்தவள், அதே சமயம் உணர்ச்சி வசப்படுபவள் என்று கூறுவார்கள். அப்பா, அம்மா என் மீது எப்போதுமே கை வைத்து அடித்ததில்லை. அதுபோல ஒரு வார்த்தைகூடக் கடினமாகப் பேசியதுமில்லை. 'வளர்ந்திருக்கிறாள், ஆனால் சட்டென்று உணர்ச்சி வசப்பட்டு விடுகிறாள்' என்று என்னைப் பற்றி எப்போதாவது இந்தக் கருத்தைக் கூறுவார்கள். அப்பா, அம்மா என் மீது அன்பைப் பொழிந்தார்கள். அதிலும் அப்பா இரவு உணவு முடிந்ததும் என்னை அவரோடு 'வாக்' அழைத்துச் செல்வார். அவர் நண்பர்களைப் பார்க்கப் போகும் போது என்னையும் அழைத்துச் செல்வார். அப்பாவுடைய பெரும்பாலான நண்பர்கள் பழம்பெரும் புரட்சி இயக்கத்தினர்; அறிவாளிகள்; திறமையானவர்கள். ஆனால் கட்சியின் கண்களுக்கு முன்னால், அவர்கள் தவறு இழைத்தவர்கள். அதனால்தான் அவர்களுக்கு தாழ்நிலைப் பணிகள் கொடுக்கப்பட்டிருந்தன. மாவோவுக்கு அறை கூவல் விட்டவரான ஷாங் குவோ - டாவோ என்பவர் தலைமையேற்று நடத்திய செஞ்சேனைக் கிளையில் இருந்தவர் அப்பாவின் நண்பர்களில் ஒருவர். இன்னொருவர், அவரது மனைவியான டான் ஜுவான். மிக மோசமாக, எரிச்சல் உண்டுபண்ணக்கூடிய, கட்சி அலுவலரான இந்த அம்மையாரை அப்பா பார்க்காமல்

தவிர்த்து விடுவார். இவ்வகையான மாமனிதர்களைச் சந்திப்பது எனக்கு மிகவும் பிடித்திருந்தது. ஆனால் தனிமையில் அமர்ந்து புத்தகங்கள் வாசிப்பதைவிட இது ஒன்றும் பெரியதில்லை. பள்ளி விடுமுறை நாட்களில் தனிமையில் அமர்ந்து, என் முடி நுனியை கடித்துக் கொண்டே நாள் முழுதும் படித்துக் கொண்டிருப்பேன். இலக்கியத்துடன், எளிமையான செவ்வியல் கவிதைகளையும், அறிவியற் புதினங்களையும், சாகசக் கவிதைகளையும் வாசிப்பேன். நான் வாசித்த புத்தகம் ஒன்று நினைவுக்கு வருகிறது; வேற்றுக் கிரகத்திற்கு சென்றிருந்த ஒருவன் இன்னும் ஒருசில நாட்களே அங்கே இருக்க வேண்டியிருந்தது. 21ஆம் நூற்றாண்டில் பூமிக்கு மீண்டும் திரும்பி வருகிறான். எல்லாமே தலைகீழாக மாறி இருப்பதைப் பார்க்கிறான். எல்லாரும் மாத்திரைகளையே உணவாக உண்கிறார்கள். மிதவைப் படகில் பயணம் செய்கிறார்கள். திரையில் நேரில் பார்த்துக் கொண்டே தொலைபேசியில் பேசிக் கொள்கிறார்கள். நான் மாய வித்தைகள் செய்யும் அறிவியல் எந்திரங்களுடன் 21ஆம் நூற்றாண்டில் வாழ வேண்டும் என்று ஆசைப்பட்டேன்.

எதிர்காலத்தை நோக்கி ஓடுவதிலும், பெரியவளாக ஆவதற்கு அவசரப்படுவதிலும், என் இளமைக் காலத்தைச் செலவிட்டேன். நான் பெரியவளானதும் என்ன செய்ய வேண்டும் என்பதைப் பற்றியேதான் எப்போதும் பகற்கனவு கண்டு கொண்டிருந்தேன். படங்கள் கொண்ட புத்தகங்களைவிட அதிகமான வார்த்தைகள் கொண்ட புத்தகங்களே எனக்கு பிடிக்கும். மற்ற ஒவ்வொரு விஷயத்திலும் பொறுமை இழந்து விடுவேன். நான் ஒரு மிட்டாய் சாப்பிட்டால் அதைச் சப்பிச் சப்பி சாப்பிட மாட்டேன். கடித்து, நொறுக்கி, மென்று விழுங்கி விடுவேன். இருமலுக்காக வாயில் அடக்கிக் கொள்ளச் சொல்லிக் கொடுக்கும் இனிப்பு மாத்திரையைக்கூட மென்று விழுங்கி விடுவேன்.

நானும், என் அக்கா, தம்பிகளும், எல்லாவற்றிலும் ஒத்துப் போவோம். பொதுவாக ஆண்களும் பெண்களும் ஒன்றாகச் சேர்ந்து விளையாட மாட்டார்கள். ஆனால் நாங்கள் நல்ல நட்புணர்வுடன் ஒருவருக்கொருவர் அக்கறை எடுத்துக் கொள்வோம். எங்களுக்குள் போட்டி, பொறமை இருந்ததில்லை. எப்போதாவது அத்தி பூத்தாற்போல எங்களுக்குள் சண்டை வரும். நான் அழுவதை எப்போதாவது அக்கா பார்த்துவிட்டால் அவளும் அழுது கதறி விடுவாள். எல்லாரும் என்னைப் புகழ்வதில் அவளுக்கு எந்த ஆட்சேபனையும் இருக்காது. எங்களிடையே இருக்கும் இனிய நட்புணர்வுக்காக எங்களுக்கு புகழுரைகளும் பாராட்டுதல்களும்

கிடைக்கும். மற்ற குழந்தைகளின் பெற்றோர்கள், 'எப்படி உங்கள் குழந்தைகளை மட்டும் இப்படி வளர்க்க முடிந்தது' என்ற கேள்வியை எப்போதும் அப்பா அம்மாவிடம் கேட்டுக் கொண்டே இருப்பார்கள்.

என் பெற்றோர்களும், என் பாட்டியாரும் எனக்கு ஒரு இனிய குடும்பச் சூழலை உருவாக்கிக் கொடுத்தார்கள். அப்பாவுக்கும் அம்மாவுக்குமிடையே அன்பை மட்டுமே கண்டேன். எந்தச் சண்டை சச்சரவும் கிடையாது. அம்மாவுக்கு அப்பாவோடு மனகச்சப்பு ஏற்பட்டதாகவோ, அதை எங்களிடம் காட்டியதாகவோ எந்தச் சம்பவமும் நடந்தது இல்லை. பஞ்சம் ஏற்பட்ட பிறகு, 1950களில் இருந்ததுபோல, அம்மாவும் அப்பாவும் பணியே கதி என்று கிடந்ததில்லை. குடும்ப வாழ்க்கை என்பதற்கு ஓர் உன்னதமான இடம் உண்டு. நம்பிக்கையற்ற நிலைக்கு அங்கு இடமில்லை. நாற்பது வயது நிரம்பிய, மிக மென்மையான மனிதரான அப்பா, அம்மாவின் அன்பில் கரைந்து போனார். அம்மாவும் அப்பாவும் அதிக நேரம் ஒன்றாகவே காணப்பட்டார்கள். நான் வளரவளர, அம்மாவும் அப்பாவும் ஒருவருக்கொருவர் பரிமாறிக் கொண்ட அன்பின் சாட்சியங்களைத்தான் பார்த்து வளர்ந்தேன்.

ஒரு நாள், அப்பாவின் சக பணியாளர் ஒருவர் அம்மாவைப் பற்றி புகழ்ந்து பேசியதை அம்மாவிடம் அப்பா சொல்லிக் கொண்டிருந்ததை நான் கேட்டேன். அந்தப் பணியாளரின் மனைவி சிறந்த அழகி என்று அவ்வட்டாரத்தில் பரவலாகப் பேசப்பட்டது. 'நம் இருவருக்கும் சிறந்த மனைவிமார்கள் வாய்த்ததற்காக நாம் கொடுத்து வைத்திருக்க வேண்டும்' என்று அவர் அப்பாவிடம் சொல்லியிருக்கிறார். 'திரும்பிப் பாருங்கள். மற்றவர்களிடமிருந்து அவர்கள் தனித்துக் காணப்படுகிறார்கள்' என்று அவர் பெருமையடித்துக் கொண்டிருக்கிறார். அப்பாவுக்கு அந்தக் காட்சி நினைவுக்கு வந்ததால், அதை வெளிக்காட்டிக் கொள்ளாமல் புன்முறுவல் செய்திருக்கிறார். 'அதைக் கேட்டு அமைதியாகச் சிரித்துக்கொண்டு நின்றேன்' என்று அம்மாவிடம் கூறினார். 'உங்களால் எப்படி உங்கள் மனைவியை என் மனைவியோடு ஒப்பிட்டுப் பார்க்க முடிந்தது? என் மனைவிக்கென்று ஒரு தனித்தன்மை உண்டு' என்று எண்ணிக் கொண்டதாக அம்மாவிடம் கூறினார்.

ஒரு சமயம் அப்பா ஒரு சுற்றுலா சென்றார். அந்த சுற்றுலா முடிய மூன்று வாரகாலம் ஆகும். சீனாவில் உள்ள அனைத்து மாநில பொது விவகாரத்துறை இயக்குநர்களுக்காக சீனாவெங்கும் சுற்றிப் பார்க்க ஏற்பாடு செய்யப்பட்ட ஒரு சுற்றுலா அது. அப்பாவின்

பணிக்காலம் முழுமைக்கும் கிடைத்த ஓர் அரிய வாய்ப்பு. வழியெங்கும் இந்தக் குழுவுக்கு கொடுக்கப்பட்ட மரியாதையும் பணிவிடைகளும் அபரிமிதமாக இருந்தன. ஒரு புகைப்படக்காரர் அந்தக் குழுவோடு, நிகழ்ச்சிகளைப் பதிவு செய்வதற்காக அழைத்துச் செல்லப்பட்டார். ஆனால் அப்பா திடீரென்று அமைதி இழந்து விட்டார். 3ஆவது வாரம் தொடங்கியதும் சுற்றுலாக் குழு ஷாங்காய் நகரை வந்தடைந்தது. அப்போது அப்பாவுக்கு வீட்டு ஞாபகம் வந்துவிட்டது. தனக்கு உடல்நலம் சரியில்லை என்ற ஒரு காரணத்தைச் சொல்லிவிட்டு மீண்டும் செங்குடுவுக்கு பறந்து வந்து விட்டார். அதிலிருந்து அம்மா,'பச்சைக் குழந்தை' என்று அப்பாவைக் கிண்டல் செய்தாள். 'உங்கள் குடும்பம் எங்கும் பறந்து போய் விடவில்லை. நானும் எங்கும் மறைந்து விடவில்லை. ஒருவாரக் காலத்திற்குள் இதெல்லாம் நடக்காது. இப்படி ஓர் அரிய வாய்ப்பை இழந்து விட்டீர்களே' என்று அம்மா கூறினாள். 'அப்பாவுக்கு இருந்த வீட்டு நினைவு' எனக்கு எவ்வளவு மகிழ்ச்சியைக் கொடுத்தது தெரியுமா? என்று அம்மா கூறியதை நினைக்கும் போதெல்லாம் நான் நெகிழ்ந்து போவதுண்டு.

குழந்தைகளாகிய எங்களைப் பொறுத்தவரை, இரண்டு விஷயங்களில் எங்கள் பெற்றோர்கள் எங்கள்மீது அக்கறையும் கவலையும் கொண்டிருந்தார்கள். ஒன்று, எங்கள் கல்வி. அவர்கள் பணிகளில் எவ்வளவு ஈடுபாடு கொண்டிருக்கிறார்கள் என்பது விஷயமல்ல, எங்களோடு அமர்ந்து எங்கள் வீட்டுப்பாடங்களில் அக்கறை எடுத்துக் கொள்வார்கள். எங்கள் ஆசிரியர்களோடு தொடர்பு கொண்டு எங்கள் கல்வி முன்னேற்றம் எப்படி இருக்கிறது என்று விசாரிப்பார்கள். கல்வியில் சிறப்புத்தன்மை பெற வேண்டும் என்பதை எங்கள் மூளைகளில் பதிய வைத்திருக்கிறார்கள். பஞ்சம் முடிந்ததற்குப் பிறகு, கிடைத்த தாராளமான நேரத்தில் எங்கள் கல்வி முன்னேற்றத்திற்காக அதிகம் செலவிடுவார்கள். மாலை நேரங்களில் அம்மாவும், அப்பாவும் முறை வைத்துக்கொண்டு எங்கள் பாடங்களில் உதவி செய்வார்கள்.

வீட்டில் அம்மாதான் எங்கள் கணக்கு டீச்சர். அப்பா சீன மொழியும், இலக்கியமும் சொல்லிக் கொடுத்தார். அந்த மாலை நேரங்கள் எங்களுக்கு கிடைத்தற்கரிய நேரங்கள். அந்த நேரங்களில் அப்பா படித்த புத்தகங்களை படிக்க எங்களுக்கு அனுமதி உண்டு. கெட்டியான அட்டைகள் கொண்ட பண்டைய சீன இலக்கிய நூல்கள் தரையிலிருந்து மேற்கூரை வரை உயரமாக அடிக்கி வைக்கப்பட்டிருக்கும். நன்றாகக் கைகளைக் கழுவிய பிறகுதான் அப்பாவுடைய புத்தகங்களின் பக்கங்களைப் புரட்ட

வேண்டும். பிரபல நவீன சீன எழுத்தாளரான லூ ஸுன் எழுதிய புத்தகங்களையும், சீன இலக்கியத்தின் பொற்காலக் கவிதைகளையும் வாசித்தோம். இந்நூல்களைப் பெரியவர்கள்கூடப் படித்துப் புரிந்து கொள்ள முடியாது.

பெற்றோர்கள் எங்கள் கல்வியின் மீது எடுத்துக்கொண்ட அக்கறை, எங்கள் கல்வி நன்னெறிக் கல்வியாக இருக்க வேண்டும் என்ற அக்கறைதான். நாங்கள் மரியாதைக்குரியவர்களாகவும், உறுதியான கொள்கை உடையவர்களாகவும் வளர வேண்டும் என்று அப்பா விரும்பினார். இவை கம்யூனிஸ்ட் புரட்சியின் விளைவுகளால் வந்த பண்புகள் என்று அப்பா நம்பினார். சீனக் கலாச்சாரத்தை நினைவில் வைத்துக் கொண்டு, அப்பாவின் இலட்சியங்கள் பிரதிபலிக்கப்படுமாறு என் தம்பிகளுக்கு பெயர் வைத்துள்ளார். ஜின்-மிங்-கிற்கு 'நேர்மை' என்ற பொருள் படும் 'ஷி.' ஸியாவோ-ஹெய்க்கு 'தற்பெருமை கொள்ளாதவன்' என்ற பொருள்படும் 'பு.' ஸியாவோ-ஃபாங்கிற்கு 'ஊழல் செய்யாதவன்' என்ற பொருள்படும் பெயரின் ஒரு பகுதியான 'ஃபாங்' என்றவாறு பெயர் வைத்துள்ளார். முந்தைய சீனாவில் இதுபோன்ற நற்குணங்கள் இல்லாமலிருந்தது; இப்போது அதை கம்யூனிஸ்ட் நிலைநாட்டவிருக்கிறது என்று அப்பா நம்பினார். 'ஊழல்'தான் முந்தைய சீனாவை ஒன்றுமில்லாமல் செய்து விட்டது. அலுவலக முத்திரை தாங்கி இருந்த ஒரு தாளை அப்பாவுக்கு தெரியாமல் எடுத்து ஜின்-மிங் விமானம் செய்து காற்றில் பறக்க விட்டிருக்கிறான். இது கண்டு அப்பா அவன் மீது எரிந்து விழுந்து விட்டார். வீட்டிலிருந்த தொலைபேசியில் நாங்கள் அவசரமாகப் பேச வேண்டியிருந்தால் கூட அப்பாவின் அனுமதி கேட்டுத்தான் அதைத் தொட வேண்டும். ஊடகங்கள் அப்பாவின் கண்காணிப்பில் இருந்ததால், அனைத்து மாத, வார, தின இதழ்களும் அப்பாவுக்கு வரும். அந்த இதழ்களைப் படிக்க வேண்டுமென்று எங்களை ஆர்வப்படுத்துவார். ஆனால் அங்கிருந்து அவைகளை வெளியில் எடுத்து செல்ல முடியாது. மாதம் முடிந்ததும் அத்தனை இதழ்களையும் அலுவலகத்திற்கு கட்டி எடுத்துக் கொண்டுபோய் எடைக்கு போட்டு விற்று விடுவார். ஞாயிற்றுக் கிழமைகளில் அவரோடு உட்கார்ந்து ஒரு இதழ்கூட தவறி விடாமல் அடுக்கி வைக்க அவருக்கு உதவி செய்ய வேண்டும்.

அப்பா எங்களிடம் மிகக் கண்டிப்பாக நடந்து கொள்வார். இந்தக் கண்டிப்புதான் பாட்டிக்கும் அவருக்குமிடையே உள்ள மனக்கசப்புக்கான அடிப்படைக் காரணமாக அமைந்தது. எங்களுக்கும் அப்பாவுக்குமிடையே ஏற்பட்ட மனக்கசப்புக்கும்

ஒரு தங்கக் கூண்டில்

இதுவே காரணம். 1965 ஆம் ஆண்டு கம்போடிய நாட்டு இளவரசரின் மகளான ஸிஷாநோக் என்பவள் செங்குடுவுக்கு ஒரு நாட்டிய நாடக நிகழ்ச்சி அரங்கேற்ற வந்திருந்தாள். முற்றிலும் துண்டிக்கப் பட்டிருக்கும் ஒரு சமூகத்திற்கு இது மிகவும் புதுமையாக இருந்தது. உயிரைக் கொடுத்தாவது அந்த நிகழ்ச்சியைப் பார்த்துவிட வேண்டும் என தீர்மானித்தேன். அப்பாவின் பதவி காரணமாக, அவருக்கு ஒரு இலவச டிக்கெட் கொடுக்கப்பட்டிருந்தது. புதிய நிகழ்ச்சிகள் ஒவ்வொன்றிற்கும் என்னையும் அழைத்துச் செல்வார். ஏதோ அவசரக் காரணங்களால் இந்தமுறை அப்பாவால் நிகழ்ச்சிக்கு வர முடியவில்லை. ஆகவே அந்த டிக்கெட்டை பின் இருக்கையில் அமர்ந்திருக்கும் ஒருவருக்கு கொடுத்து, அவரை முன் இருக்கைக்கு அனுப்பிவிட்டு, நீ அந்த இருக்கையில் உட்கார்ந்து பார் என்று சொல்லிக் கொடுத்துவிட்டுப் போனார். ஏனென்றால் அப்பா எப்போதும் வசதிகளை அனுபவிக்க மாட்டார்.

அன்று மாலை, அந்த டிக்கெட்டைக் கையில் வைத்துக்கொண்டு திரையரங்கின் கதவோரம் நின்று கொண்டிருந்தேன். கூட்டம் அலை மோதியது. அவரவரர்கள் தகுதிக்கேற்ப ஆளுக்கொரு இலவச டிக்கெட்டை கையில் எடுத்துக் கொண்டு வந்தார்கள். கால்மணி நேரத்திற்கு மேல் ஆகி விட்டது. நான் இன்னும் அங்கே அந்தக் கதவருகில்தான் நின்று கொண்டிருந்தேன். இந்த டிக்கெட்டை மாற்றிக் கொள்ளலாமா என்று யாரிடமாவது கேட்பதற்கு எனக்கு தயக்கமாக இருந்தது. வெளியிலிருந்து அரங்கினுள் செல்லும் கூட்டம் குறையத் தொடங்கியதால் நிகழ்ச்சி விரைவில் தொடங்கவிருந்தது. எனக்கு இப்படி ஒரு 'அப்பாவா' என்று அழுகையும் ஆத்திரமுமாக வந்தது. அந்த நேரத்தில் அப்பாவின் இலாக்காவில் பணிபுரியும் ஓர் இளநிலை அதிகாரி வந்தார். என் தைரியத்தை எல்லாம் ஒன்றுதிரட்டிக் கொண்டு அவருக்கு பின்னாலிருந்து அவருடைய சட்டையைப் பிடித்து இழுத்தேன். அவர் இருக்கையை எனக்கு தருவதாகச் சொல்லி அவர் ஒத்துக் கொண்டார். அவருடைய இருக்கை மிகவும் பின்னால் இருந்தது. அவருக்கு இதில் ஒன்றும் ஆச்சரியமாகத் தெரியவில்லை. ஏனென்றால், அப்பா தன் குழந்தைகள் மீது காட்டும் கண்டிப்பு எங்கள் வளாகமே அறிந்த ஒன்றாக இருந்தது.

1965 ஆம் ஆண்டின் சீனப் புத்தாண்டு தினம். பள்ளி ஆசிரியப் பெரு மக்களுக்காக ஒரு சிறப்பு நிகழ்ச்சி ஏற்பாடு செய்யப்பட்டது. இந்தமுறை நிகழ்ச்சிக்கு அப்பா என்னையும் அழைத்துச் சென்றார். அவரோடு என்னை உட்கார வைத்துக் கொள்ளாமல், பின்னால் இருந்த ஒருவனின் இருக்கைக்கு என்னை அனுப்பிவிட்டார்.

‘ஆசிரியர்களுக்கு முன்னால் உட்கார்ந்து பார்ப்பது உனக்கு நல்லது அல்ல’ என்று எனக்கு சொல்லி விட்டார். எனக்கு மேடை தெரியவில்லை. மிகவும் ஏமாற்றமாக இருந்தது. அப்பாவின் நுட்பத்தை ஆசிரியர்கள் எவ்வாறு பாராட்டினார்கள் என்று பிறகு தெரிந்து கொண்டேன். உயர் அதிகாரிகளின் குழந்தைகள் முன் இருக்கையில் கண்டபடி உட்கார்ந்திருந்தது ஆசிரியர்களுக்கு அவமரியாதையாகப் பட்டதால், அவர்கள் அக்குழந்தைகள் மீது எரிச்சல் பட்டார்கள்.

சீன வரலாறு முழுவதும் பார்க்கப்போனால், உயர் அதிகாரிகளின் குழந்தைகள் திமிர் பிடித்தவர்களாகவும், அவர்களது சலுகைகளைத் தவறாகப் பயன்படுத்துபவர்களுமாகவே இருந்தார்கள். இதனால் பரவலாக இது குறித்து ஒரு வெறுப்பு இருந்து வந்தது. ஒருமுறை புததிதாக எங்கள் வளாகத்திற்கு வந்திருந்த வாயிற்காவலன், எங்கள் வளாகத்தில் குடியிருந்த பெண்ணை அடையாளம் தெரியாமல் அவளை உள்ளே விட மறுத்து விட்டான். அவன் மீது சீறி விழுந்த அப்பெண், வாயிற்காவலனை புத்தகப் பையால் அடித்து விட்டாள். சில குழந்தைகள் சமையற்காரர்கள், வாகன ஓட்டுநர்கள், இன்னும் சில அலுவலர்களை திமிராகவும், அதிகாரத் தோரணையிலும் பேசுவார்கள். இந்தச் சிறுவர்கள் அவர்களைப் பெயர் சொல்லிக் கூப்பிடுவார்கள். சீனாவில், வயதில் பெரியவர்களை யாரும் பெயர் சொல்லி அழைத்தது கிடையாது. அது உட்சபட்ச அவமானம் ஆகும். ஓர் உயர் அதிகாரியின் மகன் ஒருவன், உணவு விடுதியில் சாப்பாட்டை ருசி பார்த்தபின், அது ருசியாக இல்லை என்று அந்த சமையற்காரனை அவன் பெயர் சொல்லித் திட்டியபோது, அந்த சமையற்காரனின் கண்களில் தேங்கியிருந்த வேதனைகளை என்னால் இன்னும் மறக்க முடியவில்லை. அவன் மனமுடைந்து போனான். ஆனால், அவன் எதுவும் பேசவில்லை. அந்த சிறுவனின் தந்தையை அவன் வேதனைப்படுத்த விரும்பவில்லை. இதுபோன்று நடந்து கொள்ளும் சிறுவர்களின் பெற்றோர்கள் அவர்களைக் கண்டிப்பதில்லை. ஆனால் அப்பாவுக்கு கோபம் வந்துவிடும். ‘இந்த அலுவலர்கள் கம்யூனிஸ்ட்களே இல்லை’ என்று அடிக்கடி கூறுவார்.

தங்கள் குழந்தைகள் பண்பாடு மிக்கவர்களாக வளர்க்கப்பட வேண்டும், எல்லாரிடமும் மரியாதையுடன் நடந்து கொள்ள வேண்டும் என்பதை என் பெற்றோர்கள் முக்கியமாகக் கருதினார்கள். பணியாளர்கள் யாராக இருந்தாலும் நாங்கள் ‘மாமா’ அல்லது ‘அத்தை’ என்றுதான் கூப்பிடுவோம். இது சிறுவர்கள் பெரியவர்களை அழைக்கும் உயர்ந்த பண்பாடாகக் கருதப்பட்டது. உணவு விடுதியில் சாப்பிட்டு முடித்ததும்

நாங்களே சாப்பாட்டுத் தட்டுகளையும், சாப்பிடப் பயன்படுத்தும் குச்சிகளையும் கொண்டுபோய் சமையற்கட்டில் போடுவோம். சமையற்காரர்களுக்கு காட்டும் மரியாதையாக நாம் இதைச் செய்ய வேண்டும். இல்லையேல் அவர்களே வந்து இப்பாத்திரங்களை அப்புறப்படுத்தி மேஜையை சுத்தம் செய்ய வேண்டியிருக்கும் என்று அப்பா எங்களுக்கு கூறுவார். இதுபோன்ற சின்னச் சின்ன விஷயங்கள், எங்கள் வளாகத்தில் எங்களுக்கு மதிப்பையும் மரியாதையையும் தேடிக் கொடுத்தன. நாங்கள் தாமதமாகச் சாப்பிட வருகிறபோது, அந்த சமையற்காரர்கள் உணவைச் சூடு பண்ணித் தருவார்கள். தோட்டக்காரர்கள் எங்களுக்கு பூக்களும் பழங்களும் பறித்துத் தருவார்கள். எங்கள் வாகன ஓட்டுநர் எங்களைக் கொண்டுபோய் விடும்போதும், மீண்டும் அழைத்து வரும்போதும் சுற்று வழியில் சென்று பல இடங்களைச் சுற்றிக் காட்டுவார். இது அப்பாவுக்கு தெரியாது. காரணம் அப்பா இல்லாமல் நாங்கள் கார் எடுத்துக்கொண்டு போக முடியாது.

நவீன அடுக்குமாடிக் கட்டிடத்தில் எங்கள் வீடு மூன்றாம் தளத்தில் இருந்தது. வளாகத்திற்கு வெளியே குப்பையும், சேறும் சகதியுமாக ஒரு குறுகிய சந்து இருப்பது வீட்டின் முகப்பிலிருந்து பார்த்தால் தெரியும். அந்த சந்தின் ஒரு பக்கம் செங்கலால் ஆன சுற்றுச்சுவரும், மறுபக்கம் வரிசையாக அமைந்த மரத்தாலான வீடுகளும் அமைந்திருந்தன. இந்த வீடுகள் செங்குடு நகரில் வாழும் ஏழை மக்களின் அடையாளமாக இருந்தன. அந்த வீடுகளுக்கு மண் தரைதான் இருந்தது. கழிப்பறை வசதி இல்லை. கழிவுநீர் அங்கே தேங்கி நிற்கும். அந்த வீடுகளின் முகப்புத்தோற்றம் பலகைகள் கொண்டு நிறுத்தப்பட்டிருக்கும். இதில் இரண்டு பலகைகள் கதவுகளாகப் பயன்படுத்தப்படும். முன் பக்கத்திலிருக்கும் அறை அடுத்த அறைக்கு வழிவிடும். இப்படியாக ஒரு சில அறைகள் ஒரு வீட்டை உருவாக்கும். பின்பக்க அறைக் கதவைத் திறந்தால் அடுத்த தெரு வரும். அந்த வீட்டுப் பக்கத்துச் சுவர் அடுத்த வீட்டுக்காரருக்கும் பொதுவானதால் அங்கு ஜன்னல் என்பது கிடையாது. ஜன்னல் இல்லாததால் வெளிச்சமோ காற்றோ வருவதற்கு முன்பக்கமும் பின்பக்கமும் உள்ள கதவுகளைத் திறந்து விட வேண்டும். வெயில் காலங்களில் அவர்கள் பாதையில் உட்கார்ந்து படிக்க வேண்டும், தைக்க வேண்டும், ஊர்க்கதை பேச வேண்டும். பாதையில் இருந்துதான் மேலே உள்ள எங்கள் வீடுகளைப் பார்க்க முடியும். கீழே உள்ள பாமர மக்களின் உணர்வுகளைக் காயப்படுத்தக்கூடாது என்று சொல்லி, அப்பா எங்களை பால்கனியில் விளையாட அனுமதிக்க மாட்டார்.

வெயில் கால மாலை வேளைகளில் கீழே உள்ள குடிசைகளில் வாழும் சிறுவர்கள் கொசுவத்திச் சுருள்களை விற்கும் பொருட்டு தெருக்களில் நடந்து செல்வார்கள். வாடிக்கையாளர்களைக் கவர்வதற்கு இவர்கள் ஒரு வினோதமான பாடல் பாடுவார்கள். இந்தப் பாடலின் சோகமான இராகம், என்னுடைய மாலை நேரப் படிப்புகளைப் பாதித்தது. அப்பா எங்களுக்கு எப்போதும் நினைவுபடுத்துவதிலிருந்து, ஜன்னல்களில் கொசு வலைகள் அடிக்கப்பட்டு பாதுகாப்பாக உள்ள, அழகான தரை வேலைப்பாடுகள் செய்யப்பட்ட குளுகுளுவென்று உள்ள ஒரு பெரிய அறையில் உட்கார்ந்து, தொந்திரவு இல்லாமல் வாசிக்கும் வாய்ப்பு ஒரு பெரிய தனிச்சிறப்பு என்று எனக்கு தெரியும். 'நீங்கள் அவர்களைவிட மேலானவர்கள் என்று ஒருபோதும் உங்களை எண்ணிக் கொள்ளக்கூடாது. உங்களின் அதிர்ஷ்டம் நீங்கள் இங்கே வந்து இருக்கிறீர்கள். நமக்கு கம்யூனிஸம் ஏன் தேவை என்று உங்களுக்கு தெரியுமா? அப்பொழுதுதான் நாம் இப்போது குடியிருப்பது போன்ற நல்லவீடு எல்லாருக்கும் கிடைக்கும். இதைவிடச் சிறந்த வீடும் கிடைக்கும்' என்று அப்பா கூறினார்.

அப்பா இதுபோன்ற விஷயங்களை அடிக்கடி எங்களுக்கு கூறி வந்ததால், எனக்கு வழங்கப்படும் சலுகைகளுக்காக நான் வெட்கப்படுவேன். எங்கள் குடியிருப்பு வளாக மாடி வீடுகளில் இருந்த சிறுவர்கள், பால்கனியில் நின்று கொண்டு, தெருக்களில் வீடு வீடாக வியாபாரம் செய்யும் சிறுவர்கள் பாடும் பாடல்களை பாடி நையாண்டி செய்வார்கள். இதைப் பார்த்து எனக்கு மிகவும் அவமானமாக இருக்கும். நான் அப்பாவோடு அவரது காரில் பயணம் செய்யும்போது, கூட்டத்தினர் விலகி நிற்க ஒலி எழுப்பினால் எனக்கு மிகவும் தர்மசங்கடமாக இருக்கும். மக்கள் எங்களைக் காருக்குள் ஊடுருவிப் பார்த்தால், இருக்கையில் கவிழ்ந்து கொண்டு அவர்கள் பார்வையிலிருந்து மறைந்து விடுவேன்.

என் இளம் வயதில் நான் மிகவும் பொறுப்புள்ள பெண்ணாக இருந்தேன். சிந்திப்பதிலும், என்னை குழம்ப வைத்த நன்னெறி விஷயங்களிலும், நான் நானாகவே இருந்தேன். விளையாட்டுகளில் பட்டும் படாமலும் இருந்தேன். மற்ற பெண்களோடு உட்கார்ந்து ஊர்க்கதை பேசுவதும் அவ்வளவாக இல்லை. நண்பர்களோடு கூடிப் பழகும் பண்பு எனக்கிருந்தும், எனக்கென்று ஒரு நல்ல 'பெயர்' இருந்தும், எனக்கும் அவர்களுக்குமிடையே ஓர் இடைவெளி இருந்தது. சீனமக்கள், ஒருவருக்கொருவர் எளிதில் நட்புக் கொண்டு விடுவார்கள். அதுவும் பெண்கள் என்றால் கேட்கவே வேண்டாம்.

ஆனால் என் சிறுவயதிலிருந்தே அதிகமாக நான் தனிமையைத்தான் நாடி இருக்கிறேன்.

என் குணாதிசயங்களின் இந்தப் பக்கத்தை அப்பா கவனித்திருக்கிறார். அதற்கு அப்பாவும் பச்சைக் கொடியைக் காட்டி விட்டார். எனக்கு இன்னும் கொஞ்சம் 'ஒருங்கிணைந்த உத்வேகம்' வேண்டும் என்று என் ஆசிரியர்கள் எப்போதும் என்னிடம் கூறுவார்கள். ஆனால், அதற்கு அப்பா, "எல்லாரிடமும் நட்பு பாராட்டுவதும், மற்றவர்களை விட சற்று மேல்நிலையில் வாழ்வதும் ஒரு வகையில் ஆபத்தில்தான் முடியும்" என்றார். நான் தனிமையாகவும், கூட்டத்திலிருந்து விலகி நிற்கவும் இதுபோன்ற தூண்டுதல்களே காரணமாக இருந்தன. சீன மொழியில் இந்த இரண்டு கோட்பாடுகளுக்கும் சரியான வார்த்தைகளே இல்லை. ஆனால், ஒருவகை உள்ளுணர்வுடன் பலரால் இது பின்பற்றப்பட்டு வருகிறது. சிறப்பாக என் உடன் பிறந்தவர்களால் இது செயல்படுத்தப்படுகிறது. எடுத்துக்காட்டாக, ஜின்-மிங், அவனுடைய வாழ்க்கையை அவனாகவே வாழ அனுமதிக்க வேண்டும் என்பதில் உறுதியாக இருந்தான். அவனுடைய அடிப்படைப் பண்புகள் பற்றி தெரியாதவர்கள் அவனை சமூக விரோதி என்று நினைத்தார்கள். உண்மையில் அவன் தோழமை உணர்வில் நாட்டமுள்ளவன். அவன் வயதையொத்த நண்பர்களோடு அவன் பரவலாக அறியப்பட்டவன். 'உண்மையில், உன்னை இந்த புல்தரையில் உன் மனம் போல சுதந்திரமாக உலவவிடும் கொள்கை கொண்ட உங்கள் தாய் மிகவும் அற்புதமான பெண்மணி' என்று எங்களிடம் அப்பா கூறினார். எங்கள் பெற்றோர்கள் எங்களை சுதந்திரமாக விட்டார்கள். எங்கள் தனி உலகத்தின் தேவையை அவர்கள் மதித்தார்கள்.

14

'எனக்கு அப்பாவைப் பிடிக்கும்; அம்மாவைப் பிடிக்கும்; இவர்கள் எல்லாரையும்விட பெருந்தலைவர் மாவோவை மிகவும் பிடிக்கும்'

மாவோவின் கோட்பாடு

1964–1965

நாங்கள் அவரை எப்போதும் பெருந்தலைவர் மாவோ என்றுதான் சொல்வோம். 1964 ஆம் ஆண்டு அவர் எனக்கு நேரிடையாகவே என்னுடைய 12-வது வயதில் ஒரு பாதிப்பை ஏற்படுத்தி விட்டார். பஞ்சம் வந்த கொஞ்ச காலம் ஒரு பின்னடைவில் இருந்தபிறகு, மீண்டும் செல்வாக்கு அடையத் தொடங்கிய மாவோ, கடந்த மார்ச் மாதம் நாட்டு மக்களுக்கு குறிப்பாக இளைஞர்களுக்கு 'லெய் ஃபெங்கிடமிருந்து கற்றுக்கொள்ளுங்கள்' என்று ஓர் அழைப்பு விடுத்தார்.

லெய் ஃபெங் ஒரு சிப்பாயாக இருந்தார். 1962 ஆம் அண்டு, 25ஆம் வயதில் அவர் இறந்து விட்டதாகச் சொல்லப்பட்டது. ஆச்சரியப்படத்தக்க பல நல்ல காரியங்களை அவர் செய்திருக்கிறார். அவருடைய முதன்மைப் பணியோடு முதியவர்கள், நோய்வாய்ப்பட்டவர்கள், ஆதரவற்றோர்கள் ஆகியோருக்கு உதவியிருக்கிறார். அவருடைய சேமிப்பு நிதியை பஞ்ச நிவாரணப் பணிக்கு கொடுத்திருக்கிறார். தன்னுடைய ரேஷன் பொருட்களை மருத்துவமனையில் சிகிச்சை எடுத்து வந்த தோழர்களுக்கு வழங்கியிருக்கிறார்.

மிக விரைவில் லெய் ஃபெங் என் வாழ்க்கையில் ஆதிக்கம் செலுத்த ஆரம்பித்து விட்டார். லெய் ஃபெங் போல நற்காரியங்கள் செய்வதற்காகவே நாங்களும் மதியம்

பள்ளியிலிருந்து கிளம்பி விடுவோம். நேரடியாக இரயில் நிலையம் சென்று அங்கே வரும் வயதான கிழவிகளுக்கு அவர்களின் பொருட்களை தூக்கிக்கொண்டு போய்க் கொடுத்து உதவி செய்வோம். இதைத்தான் லெய் ஃபெங்கும் செய்தார். நாங்களும் சிலரின் கனமான உடமைகளை வலுக்கட்டாயமாக அவர்களிடமிருந்து வாங்கி தூக்கிக் கொண்டு சென்றதால் கிராமத்துப் பெண்கள் எங்களைத் திருடர்கள் என்று முடிவு கட்டி விட்டார்கள். லெய் ஃபெங் செய்ததுபோல் நானும் மழைக்காலங்களில் அங்கே வரும் கிழவி ஒருத்தியை மழையில் நனைய விடாமல் அழைத்துக் கொண்டு போய் வீட்டில் விட்டுவிட்டு வரும் வாய்ப்பு எனக்குக் கிடைக்காதா என்று கையில் குடையுடன் காத்திருப்பேன். வயதானவர்கள் ஒரு கம்பின் இருமுனைகளிலும் தண்ணீர் குடங்களைத் தொங்கவிட்டு தோளில் தூக்கிச் செல்வார்கள். அப்படி யாரேனும் தூக்கிச் செல்வதைப் பார்த்தால், தண்ணீர்க் குடங்களின் கனம் எவ்வளவு இருக்கும் என்றுகூடத் தெரிந்து கொள்ளாமல், என் தைரியத்தை எல்லாம் ஒன்றுதிரட்டி அவர்களுக்கு உதவி செய்ய ஓடுவேன்.

1964 ஆம் ஆண்டில், இளைஞர்களின் நற்காரியங்களுக்கு கொடுக்கப்பட்டுவந்த முக்கியத்துவம் படிப்படியாக மாவோவின் கோட்பாடுகளுக்கு மாற்றப்பட்டது. மாவோவிற்கு காட்டுகிற எல்லையற்ற அன்பும், அவருக்காகத் தன்னை அப்படியே அர்ப்பணித்துக் கொண்டதும்தான் லெய் ஃபெங்குடைய சிறப்பின் சாரம் என்று ஆசிரியர்கள் எங்களுக்கு சொன்னார்கள். லெய் ஃபெங் எந்தக் காரியம் செய்வதாக இருந்தாலும், மாவோவின் சில வார்த்தைகளை சிந்தித்துப் பார்த்துத்தான் மேற்கொள்வார். லெய் ஃபெங்கின் நாட்குறிப்பு வெளியிடப்பட்டு, அதுவே எங்களுக்கு நன்னெறிப் பாடமாக வைக்கப்பட்டது. ‘பெருந்தலைவர் மாவோவின் வார்த்தைகளை வாசிக்க வேண்டும்; அந்த வார்த்தைகளுக்கு முக்கியத்துவம் கொடுக்க வேண்டும்; மாவோவின் கட்டளைகளைப் பின்பற்ற வேண்டும். பெருந்தலைவர் மாவோவின் சிறந்த இராணுவ வீரனாக இருக்க வேண்டும்.’ இதுபோன்ற உறுதிமொழிகள் தான் அந்நூலின் பக்கத்திற்கு பக்கம் இடம் பெற்றிருந்தது. ‘கத்திகளால் ஆன மலைகளாக இருந்தாலும் அதில் ஏறுவோம்: அக்கினிக் கடலாக இருந்தாலும் அதில் இறங்குவோம். எங்கள் உடல்கள் பொடிப்பொடியாக சிதறினாலும், எங்கள் எலும்புகள் உடைந்து நொறுங்கினாலும், எந்தச் சந்தேகங்களுக்கும் இடமின்றி, ஒப்பற்ற தலைவர் மாவோவின் வார்த்தைகளுக்கு கட்டுண்டு கிடப்போம்’ என்று லெய் ஃபெங்கிற்கு நாங்கள் வாக்குறுதியளித்திருக்கிறோம். மாவோவின் கோட்பாடுகளும், லெய்

456 ‘எனக்கு அப்பாவைப் பிடிக்கும்; அம்மாவைப் பிடிக்கும்;
இவர்கள் எல்லாரையும்விட பெருந்தலைவர் மாவோவை மிகவும் பிடிக்கும்’

ஃபெங்கின் கோட்பாடுகளும் ஒரு நாணயத்தின் இரண்டு பக்கங்கள் மாதிரி. அதில் ஒன்று ஆளுமையின் கோட்பாடு: இன்னொன்று அன்பின், மனிதாபிமானத்தின் கோட்பாடு.

'மக்களுக்கு பணி செய்,' 'வர்க்கப் போராட்டத்தை ஒருபோதும் மறவாதே' என்ற இரண்டு கொள்கை முழக்கக் குரல்களும் எங்கள் வாழ்வில் மேலோங்கியிருந்த நேரமான 1964 ஆம் ஆண்டுதான் முதன்முதலில் நான் மாவோவின் கட்டுரையை வாசித்தேன். சிறந்த இரண்டு கொள்கைக் குரல்களின் சாரம், 'நான்கு பருவகாலங்கள்' என்னும் லெய் ஃபெங்கின் கவிதைகளில் விளக்கம் பெறுகிறது. நாங்கள் எல்லாரும் மனப்பாடம் செய்த அந்தக் கவிதை வரிகள் இதோ:

ஒரு வசந்தத்தைப் போல
என் தோழர்களை இதமாக நேசிக்கிறேன்
ஒரு கோடையைப் போல
புரட்சிப் பணி செய்ய கொதிப்புற்றிருக்கிறேன்
இலையுதிர் காலச் சூறாவளிக் காற்று
சருகுகளைத் துடைத்தெடுத்ததுபோல
என் தனித்துவங்களை துடைத்தெடுத்து விடுகிறேன்
கடும் குளிர்காலம் போல
எலும்புகளையும் ஊடுருவும் குளிர் காற்று போல
வர்க்க எதிரியிடம் கொடிய அரக்கனாக நடந்து கொள்கிறேன்.

அடுத்தவர்களுக்கு உதவி செய்யும் ஒவ்வொரு காரியத்திலும், நாம் கவனமாக இருக்க வேண்டும் என்று எங்கள் ஆசிரியர்கள் மேற்கண்ட கவிதைப் பற்றி கருத்து சொன்னார்கள். வர்க்க எதிரிகளுக்கு உதவி செய்யக் கூடாது என்று கூறினார்கள். ஆனால், வர்க்க எதிரிகள் யார் என்பது எனக்கு புரியவில்லை. இது பற்றிக் கேட்டபோது, என் பெற்றோர்களோ அல்லது வேறுயாருமோ நான் புரிந்து கொள்வதுபோலப் பொருள் சொல்லவில்லை. இதற்கு பொதுவாகத் தெரிந்த ஒரு விடை - 'திரைப்படங்களில் வரும் வில்லன்கள் போல' என்று ஒரு விடை தெரிந்தது. ஆனால், திரைப்படங்களில் வரும் வில்லன் பாத்திரங்கள் போன்ற மனிதர்கள் யாரும் என்னைச் சுற்றி காணப்படவில்லை. இது பெரும் சவாலாக என் கண் முன்னே நின்றது. வயதான கிழவிகளின் சுமைகளை வலுக்கட்டாயமாக வாங்கி சுமந்து சென்று போய்க் கொடுப்பது போன்ற உதவிகளை மேற்கொண்டு நிறுத்தி விட்டேன். 'நீ ஒரு வர்க்க எதிரியா?' என்று என்னால் யாரையும் கேட்டுத் தெரிந்து கொள்ளவும் வாய்ப்பில்லை.

எங்கள் பள்ளிக்கு அருகாமையில் இருந்த சந்தில் உள்ள வீடுகளைப் பெருக்கிச் சுத்தம் செய்யும் பணிக்காகச் சென்றோம். இவ்வாறு ஒரு வீட்டு ஜன்னலைத் துடைத்துக் கொண்டிருந்தபோது, அந்த வீட்டு இளைஞன் ஒருவன், ஒரு மூங்கில் நாற்காலியில் சாய்ந்து கொண்டு நாங்கள் வேலை செய்ததை புன்முறுவலோடு கவனித்துக் கொண்டிருந்தான். அவன் எங்களுக்கு உதவ முன் வராதது மட்டுமல்ல, நாங்கள் செய்த வேலையுடன், அவனது மிதிவண்டியையும் உருட்டிக் கொண்டுபோய் வெளியில் விட்டு அதையும் துடைத்துக் கொடுக்கச் சொன்னான். 'ஐயோ, பாவம்! நீங்கள் உண்மையான லெய் ஃபெங் இல்லையென்று உங்களைப் பார்த்து பரிதாபப்படுகிறேன். நாளேடுகளுக்கு கொடுப்பதற்கு உங்களைப் புகைப்படம் எடுக்க ஒரு புகைப்படக்காரன் இல்லை' என்றான். (லெய் ஃபெங்கின் நற்காரியங்கள் அனைத்தும் ஓர் அலுவலகப் புகைப்படக்காரரால் பதிவு செய்யப்பட்டு வந்தது) அவனையும், அவனது துருப்பிடித்த மிதிவண்டியையும் பார்க்க எரிச்சலாக வந்தது. அவன் வர்க்க எதிரியாக இருப்பானோ? ஆனால், அவன் எந்திரங்கள் உற்பத்தி செய்யும் தொழிற்சாலை ஒன்றில் வேலை செய்கிறானே! தொழிலாளர்கள் மிக முக்கியமானவர்கள். அவர்களே நம்முடைய புரட்சியை முன் நடத்திச் செல்லும் வர்க்கத்தினர் என்று எங்கள் ஆசிரியர்கள் திரும்பத் திரும்பச் சொல்லியிருக்கிறார்கள். என் குழப்பம் இன்னும் கூடியது.

பள்ளி நேரம் முடிந்து நான் செய்த முக்கியமான வேலைகளில் ஒன்று, தெருக்களில் இழுக்க முடியாமல் திணறிக் கொண்டிருக்கும் வண்டிகளைத் தள்ளி உதவி செய்வது ஆகும். அந்த வண்டிகளில் சிமெண்ட் பாளங்கள் உயரமாக அடுக்கப்பட்டிருக்கும். அதன் பாரம் மிகவும் கடுமையாக இருக்கும். அந்த வண்டியை இழுத்துச் செல்லும் மனிதன் உயிரைக் கொடுத்துத்தான் ஒவ்வொரு அடியையும் எடுத்து வைத்து இழுத்துச் செல்வான். குளிர் காலத்திலும் அவர்கள் சட்டை அணியாமல் திறந்த மேனியோடுதான் வண்டியிழுப்பார்கள். அவர்களின் நெற்றிகளிலும், முதுகுகளிலும் வியர்வை வழிந்தோடிக் கொண்டிருக்கும். அதுவும், சில இடங்களில் சாலை மேல் நோக்கிச் செல்வது போல அமைந்து விட்டால், சிலருக்கு மூச்சு திணறிவிடும். அவர்களைப் பார்க்கிற போதெல்லாம் அவர்கள் படும் வேதனையை என்னால் தாங்கிக் கொள்ள இயலாது. லெய் ஃபெங்கிடமிருந்து கற்றுக் கொண்ட செயல் திட்டத்தை செயல்படுத்தத் தொடங்கியதிலிருந்து, இதுபோன்ற வண்டிகள் வருவதைப் பார்த்துக் கொண்டே நிற்பேன். இப்படி ஏதேனும் ஒரு வண்டிக்காரனுக்கு உதவி செய்தபின் நான் களைப்படைந்து விடுவேன். நான் அவனுக்கு உதவுவதை நிறுத்தியவுடன், தன் உந்து

'எனக்கு அப்பாவைப் பிடிக்கும்; அம்மாவைப் பிடிக்கும்; இவர்கள் எல்லாரையும்விட பெருந்தலைவர் மாவோவை மிகவும் பிடிக்கும்'

சக்தியை அவன் இழந்து விடாமல் அடியெடுத்து வைத்து, எனக்கும் ஒரு புன்னகையை நன்றியாக வீசிவிட்டு முன்னேறிச் செல்வான்.

வண்டி இழுக்கும் ஒவ்வொரு உழைப்பாளிகளும் வர்க்க எதிரிகள் என்று என் வகுப்பு தோழி ஒருத்தி என்னிடம் உரக்கச் சொன்னாள். அதனால் அவர்களுக்கு உதவுவது தவறு என்று சொன்னாள். சீன வழக்கத்தின்படி ஆசிரியர்கள் சொல்வதுதான் எங்களுக்கு வேதவாக்கு என்பதால், இது விஷயத்தில் அவர்கள் என்ன சொல்கிறார்கள் என்று கேட்டேன். இது பற்றி சரியாகத் தெரியவில்லை என்று அவர்கள் சொன்னது என்னைக் குழப்பத்தில் ஆழ்த்தியது. ஆனால், உண்மையில் அவள் சொன்னது மிகவும் சரி. வண்டியிழுக்கும் மனிதர்கள் கோமிங்டாங்கின் வேலையாட்களாக இருப்பார்கள் அல்லது கட்சியிலிருந்து தண்டனையின் காரணமாக நீக்கப்பட்டவர்களாக இருப்பார்கள். என் ஆசிரியர் இதை எனக்கு நேரடியாகச் சொல்லாமல், அவர்களுக்கு உதவி செய்வதை நிறுத்திக் கொள்ளச் சொன்னார். அதிலிருந்து தெருக்களில் வண்டி இழுப்போர்களைப் பார்த்தால், கேள்விக்குறி போல் முதுகை வளைத்து, அவர்கள் இழுத்துச் செல்லும் காட்சியைப் பார்க்க முடியாமல் கண்களை வேறு பக்கம் திருப்பிக் கொண்டு, கனத்த இதயத்தோடு அங்கிருந்து நகர்ந்து செல்வேன்.

வர்க்க எதிரிகளை வெறுக்கும் எண்ணங்களை மாணவர்கள் மனதில் வளர்த்துக் கொள்ள வேண்டும் என்பதற்காக, சீனக் கம்யூனிஸ்ட் ஆட்சிக்கு முன்னதாக மக்கள் அனுபவித்த அவலங்களை பெரியவர்கள் எடுத்து சொன்னது போல, கசப்பான அனுபவங்களை நினைத்துப் பார்க்கவும், மகிழ்ச்சியைப் பிரதிபலிக்கவும், பள்ளிகளில் இதற்கென ஓர் அமர்வு தொடங்கி தொடர்ந்து நடத்தப்பட்டது. நவ சீனாவில் செங்கொடி பட்டொளி வீசி பறக்கத் தொடங்கிய காலத்தில் பிறந்தவர்கள் நாங்கள். அதனால், கோமிங்டாங் ஆட்சியில் மக்கள் எவ்வாறு இருந்தார்கள் என்று எங்களுக்கு எதுவும் தெரியவில்லை. லெய் ஃபெங் ஏன் வர்க்க எதிரிகளை அறவே வெறுத்தார் என்றும், ஏன் தலைவர் மாவோவை இதயப்பூர்வமாக நேசித்தார் என்றும் எங்களுக்கு பாடம் நடத்தப்பட்டது. அவருக்கு ஏழு வயது இருந்தபோது நிலப்பிரபு ஒருவனால் அவரது அம்மா மானபங்கப்படுத்தப்பட்டு, அந்த அவமானத்தினால், அவள் தூக்கிலிட்டு தற்கொலை செய்து கொண்டிருப்பாள் என்று கருதப்பட்டது.

உழைப்பாளர்களும் விவசாயிகளும் எங்கள் பள்ளிக்கு உரையாற்று வதற்காக வந்தார்கள். இளம் வயதினர் உணவு கிடைக்காமல் பட்டினி கிடந்து வாடியதாகவும், கடுங்குளிரில் அவர்களின்

மாவோவின் கோட்பாடு 459

கால்கள் செருப்பு இல்லாமல் உறைந்து போனதாகவும், வயதாகுமுன்பே இறந்து விட்டதாகவும் சொன்னார்கள். ஜனங்களின் உயிர்களைக் காப்பாற்றி அவர்களுக்கு உண்ண உணவும், உடுத்த உடையும் கொடுத்த பெருந்தலைவர் மாவோவுக்கு என்றென்றும் எல்லையில்லா நன்றிக் கடன் பட்டிருப்பதாகச் சொன்னார்கள். 'யி' என்று அழைக்கப்பட்ட ஒரு சமுதாயக்குழு உறுப்பினராக இருந்த பேச்சாளர் ஒருவர் வந்திருந்தார். அவர் 1950களின் இறுதிவரை அடிமையாக இருந்ததாக உரையாற்றினார். முந்தைய ஆதிக்க சக்திகளிடம் அடிமையாக இருந்த அவர், அவர்களிடம் வாங்கிய அடி உதைகளினால் ஏற்பட்டிருந்த தழும்புகளைக் காண்பித்தார். ஆதிக்க சக்திகளிடம் அவர் பட்ட அவஸ்தை களை எங்களுக்கு சொன்ன ஒவ்வொரு தடவையும் எங்கள் அழுகையால் அந்த அரங்கமே அதிர்ந்தது. கோமிங்டாங் செய்த கொடுமைகளைக் கேட்கச் சகிக்க முடியாமல் அந்த அமர்வை விட்டு வெளியே வந்து விட்டேன். மாவோவே எங்களுக்கு மீட்பராகத் தெரிந்தார்.

மாவோ இல்லாத வாழ்க்கை எப்படி இருக்கும் என்று காண்பிப்பதற்காக, எங்கள் பள்ளிக்கூட உணவு விடுதியில் 'கசப்பு உணவு' என்று சொல்லப்பட்ட ஒருவகை உணவு சமைத்து வழங்கப்பட்டது. கோமிங்டாங் ஆட்சி அதிகாரத்தில் இருந்தபோது பாவப்பட்ட ஏழைமக்கள் இது மாதிரித்தான் சாப்பிட்டிருக்க வேண்டும். ஏதோ ஒரு வினோதமான மூலிகை கொண்டு அந்த உணவு தயாரிக்கப்பட்டது. சமையற்காரர்கள் ஏதோ விளையாட்டு காட்டுகிறார்களோ என்றுகூட ஆச்சரியப்பட்டேன். ஆனால், அந்த பாவப்பட்ட ஜீவன்கள் அந்த உணவை எப்படிச் சாப்பிட்டிருப்பார்கள் என்பதைச் சொல்வதற்கு அப்போது என்னிடம் வார்த்தைகள் இல்லை. ஆரம்பத்தில் அதைத் தின்று இரண்டு முறை வாந்தி எடுத்து விட்டேன்.

திபெத் நாடு பற்றிய 'வகுப்புவாதக் கல்வி' நடைபெற்ற பொருட்காட்சி ஒன்றுக்கு நாங்கள் அழைத்துச் செல்லப்பட்டோம். அங்கு நச்சுப் பிராணிகள் ஊர்ந்து செல்லும் பாதாளச்சிறையின் புகைப்படங்களும், மனிதர்களை அடித்து துன்புறுத்தப் பயன்பட்ட கொடுமையான ஆயுதங்களின் புகைப்படங்களும், அதில் கண்களைத் தோண்டி எடுக்கப் பயன்படுத்தப்பட்ட ஆயுதங்களின் புகைப்படங்களும், கணுக்கால்களைத் துண்டிக்கப் பயன்படுத்தப்பட்ட கத்திகளின் புகைப்படங்களும் அங்கே காட்சிப்படுத்தப்பட்டிருந்தன. எங்கள் பள்ளிக்கு உரையாற்ற சக்கர நாற்காலியில் ஒருவர் வந்தார். அந்த மனிதர் திபெத்திலிருந்த ஒரு நிலவுடைமையாளருக்கு ஒரு காலத்தில் அடிமையாக இருந்தவர்.

இவர் செய்த ஒரு எளிய குற்றத்திற்காக அவரது கணுக்கால்கள் துண்டிக்கப்பட்டதாகக் கூறினார்.

மாவோவின் வருகைக்கு முன்பு, எவ்வாறு ஆதிக்க சக்திகளும், நிலவுடைமையாளர்களும், விவசாயிகளின் வியர்வையிலும் இரத்தத்திலும் ஆடம்பர வாழ்க்கையை வாழ்ந்து வந்தார்கள் என்று காட்டுவதற்காக, 1964 ஆம் ஆண்டிலிருந்து பெரும் பெரும் வீடுகளில் 'வகுப்பு வாதக் கல்வி' அருங்காட்சியகங்கள் தொடங்கப்பட்டன. 1965 ஆம் ஆண்டு சீனப் புத்தாண்டு விடுமுறை தினத்தன்று, வீட்டிலிருந்து இரண்டரை மணி நேரப் பயணம் செய்து, ஒரு புகழ்பெற்ற மாளிகையை வந்தடைந்தோம். அரசியல் காரணங்களுக்காக, ஓர் இளைப்பாறுதல் தேடி, சீனப் பாரம்பரியத்தின்படி 'பசும் புற்களின்' மீது நடந்து வசந்த கால தொடக்கத்தை வரவேற்கும்பொருட்டு, நாட்டுப்புறங்களுக்கு மேற்கொள்ளப்பட்ட ஒரு பயணம் இது. இதுபோன்ற ஒருசில சந்தர்ப்பங்களில்தான் நாங்கள் நாட்டுப்புறங்களுக்கு சென்றிருக்கிறோம்.

எங்கள் கார் செங்குடுவின் பசுமையான சமவெளிப் பகுதியில் சென்று கொண்டிருந்தது. இருமருங்கிலும் யூக்கலிப்டஸ் மரங்கள் அணிவகுத்து நின்றது அழகாகக் காணப்பட்டது. மூங்கில் காடுகள் பண்ணை வீடுகளைச் சுற்றி வளர்ந்திருந்ததையும், பனிப்புகையால் மூடப்பட்டது போல் இருந்த கீற்றுக் கொட்டகை வீடுகள் மூங்கில் இலைகளுக்கு ஊடே எட்டிப் பார்ப்பது போல இருந்த அழகான காட்சிகளையும் ஆவலோடு இரசித்துக் கொண்டு வந்தேன். இந்தப் பயணத்தில் நாங்கள் கண்ட காட்சிகளை கட்டுரையாக எழுத வேண்டும் என்று எங்களிடம் ஏற்கனவே அப்பா சொல்லி இருந்தார். அதனால் மிகுந்த அக்கறையோடு அக்காட்சிகளைக் கவனித்து வந்தேன். அதில் ஒரு காட்சி என்னை ஆச்சரியத்தில் ஆழ்த்தியது. வயல்வெளிகளில் ஆங்காங்கே வளர்ந்திருந்த மரங்களில், எல்லா மரங்களுமே அவகைளின் கிளைகள், இலைகள் எல்லாம் வெட்டப்பட்டு, உச்சியில் மட்டும் கொஞ்சம் இலைகள் விட்டு வைக்கப்பட்டிருந்ததால், கிட்டத்தட்ட அவைகள் கொடிமரங்கள் போலக் காணப்பட்டன. செங்குடுவின் வளமான விவசாய சமவெளிப் பகுதிகளில் விறகு கிடைப்பது அரிது என்றும், அதனால் விவசாயிகள் தங்களால் ஏற முடிந்த அளவு ஏறி கிளைகளையும் இலைகளையும் வெட்டிக் கொள்வார்கள் என்றும் அப்பா குறிப்பிட்டார். சில ஆண்டுகளுக்கு முன்பு முன்னோக்கிய பிரமாண்டப் பாய்ச்சல் காலத்தில் எஃகு உற்பத்திக்கு எரிப்பதற்காக,

இருந்த எல்லா மரங்களும் வெட்டப்பட்டு விட்டன என்ற செய்தியை எங்களுக்கு அப்பா சொல்லவில்லை.

கிராமங்கள் நல்ல செழிப்பாக இருந்தன. மதிய உணவுக்காக கார் ஒரு வர்த்தக நகரத்தில் நிறுத்தப்பட்டது. விவசாயிகள் புத்தம் புது உடை அணிந்து ஏராளமாக அங்கே திரிந்தனர். வயதானவர்கள் பளிச்சென்று வெள்ளை நிறங்களில் தலைப்பாகையும், கருப்பு நிற மேல் உடையும் அணிந்திருந்தனர். உள்ளூரில் இருந்த கட்சி அலுவலகத்திற்கு எங்கள் கார் ஊர்ந்து சென்றது. கற்களால் செதுக்கப்பட்ட இரண்டு சிங்கச் சிற்பங்கள் வாசலின் இருமருங்கிலும் காணப்பட்ட ஒரு பெரிய மாளிகையில் அலுவலகம் இருந்தது. 1961 ஆம் ஆண்டு பஞ்சத்தின் போது அப்பா இங்கே இருந்திருக்கிறார். இப்போது, நான்கு ஆண்டுகள் கழித்து, அவ்வூர் அதிகாரிகள், அவர்கள் கண்ட வளர்ச்சியை அப்பாவுக்கு காட்ட விரும்பினார்கள். அவர்கள் எங்களை ஒரு தங்கும் விடுதிக்கு அழைத்துச் சென்றார்கள். அங்கே எங்களுக்கு தனியாக அறைகள் ஒதுக்கப்பட்டிருந்தன. நெரிசலான அந்த விடுதிக்குள் கூட்டத்தை தள்ளி விலக்கிக் கொண்டு சென்றபோது விவசாயிகள் எங்களைக் கூர்ந்து கவனித்தார்கள். அங்கு நாங்கள் மரியாதையுடன் வழிகாட்டப்பட்டு அழைத்து செல்லப்பட்டோம். அங்கு சாப்பாட்டு மேஜைகளில் படைக்கப்பட்டிருந்த விதவிதமான உணவுகளைக் கண்டு என் நாக்கில் எச்சில் ஊறியது. எங்கள் உணவு விடுதிகளில் வழங்கப்பட்ட சாப்பாட்டைத் தவிர வேறு எங்கும், எதையும் நான் சாப்பிட்டதில்லை. ஆனால் இந்த வர்த்தக நகரில் கிடைத்த உணவு வகைகள் ஆச்சரியப்படத்தக்கதாக இருந்தது. அந்த உணவு வகைகளுக்கு, ‘முத்துப் பந்துகள்’, ‘மூன்று துப்பாக்கிச் சுடுதல்’, ‘சிங்கத் தலைகள்’ என்று விநோதமான பெயர்கள் வைக்கப்பட்டிருந்தன. அதன்பிறகு அந்த விடுதியினர் எங்களை வழியனுப்பி வைத்தனர். உள்ளூர் விவசாயிகள் எங்களை விநோதமாகப் பார்த்தார்கள்.

அருங்காட்சியகம் செல்லும் வழியில் எங்கள் கார், மூடப்படாத, திறந்த வாகனம் ஒன்றை முந்திச் சென்றது. அந்த வாகனத்தில் எங்கள் பள்ளி மாணவர்களும், மாணவிகளும் இருந்தனர். அவர்களும் ‘வகுப்புவாதக் கல்வி’ நடைபெறும் மாளிகைக்கு சென்றார்கள். அந்த வாகனத்தின் பின்னால் எங்கள் ஆசிரியை ஒருவர் நின்று கொண்டிருந்தார். அந்த ஆசிரியை என்னைப் பார்த்து புன்னகை புரிந்தார். அவர்கள் நின்று கொண்டும், நான் அமர்ந்து கொண்டும் பயணம் செய்தது எனக்கு தர்மசங்கடத்தைக் கொடுத்தது. அதனால் காருக்குள் கவிழ்ந்து கொண்டேன். என் கடைசித் தம்பியை அப்பா மடியில் வைத்துக் கொண்டு முன்னால் அமர்ந்திருந்தார்.

462 ‘எனக்கு அப்பாவைப் பிடிக்கும்; அம்மாவைப் பிடிக்கும்;
இவர்கள் எல்லாரையும்விட பெருந்தலைவர் மாவோவை மிகவும் பிடிக்கும்’

ஆசிரியையை அடையாளம் தெரிந்து கொண்டு அவர்களைப் பார்த்து அப்பா புன்னகை செய்தார். என்னைப் பார்ப்பதற்காக அப்பா பின்னால் திரும்பியபோது, அப்பாவால் என்னைக் காருக்குள்ளேயே காண முடியவில்லை. அப்பாவுக்கு அவ்வளவு மகிழ்ச்சி. ஆசிரியர்களைப் பார்த்ததால் எனக்கு ஏற்பட்டிருந்த தர்மசங்கடத்தை, எனக்கிருந்த மிகச்சிறந்த குணமாக அப்பா கண்டார். எனக்கு கிடைத்த சலுகையை வீண் பெருமையாகக் காட்டிக் கொள்ளாமல், வெட்கப்பட்டு கவிழ்ந்து கொண்டது மிகவும் நல்ல குணம் என்று அப்பா சொன்னார்.

அந்த அருங்காட்சியகத்தைக் கண்டு அதிர்ச்சியடைந்து விட்டேன். அங்கே வரிச்சுமையால் தாங்கமுடியாத, நிலமற்ற ஏழை விவசாயிகளின் பல்வேறு நிலைகள் பற்றி சிலைகளாகச் செதுக்கி வைக்கப்பட்டிருந்தன. அதில் ஒன்று, எவ்வாறு ஒரு நிலவுடைமையாளர் இரண்டு விதமான மரக்கால்களைப் பயன்படுத்தினார் என்று காட்டப்பட்டிருந்தது. அதில் பெரிய மரக்கால் கொண்டு உணவு தானியங்கள் விவசாயிகளிடமிருந்து வசூலிக்கப்பட்டன என்றும், சிறிய மரக்கால் கொண்டு விவசாயிகளுக்கு கடன் கொடுத்து அநியாய வட்டி வாங்கியதையும் காட்டியது. அங்கே அடிமைகளை அடித்து துன்புறுத்துவதற்கென்று ஓர் அறை இருந்தது. இன்னொரு இடத்தில் பாதாளச்சிறை இருந்தது; அங்கே சாக்கடைத் தண்ணீர் விடப்பட்டு, அதில் ஓர் இரும்புக் கூண்டு ஒன்று வைக்கப்பட்டிருந்தது. அந்தக் கூண்டில் ஓர் அடிமையால் நிமிர்ந்து நிற்க முடியாத உயரம் இல்லாமலும், உட்காரும் அளவு அகலம் இல்லாமலும் அமைக்கப்பட்டிருந்தது. வாடகை கொடுக்க இயலாத நிலமற்ற ஏழை விவசாயிகளை அதில் அடைத்து நிலவுடைமையாளர்கள் துன்புறுத்தியிருக்கிறார்கள் என்று எங்களுக்கு விளக்கினார்கள். அடுத்து ஓர் அறையில் மூன்று தாதிப் பெண்களை வைத்திருந்திருக்கிறார்கள். அவர்கள் மூவரும் ஒரு நிலப்பிரபுவுக்கு தாய்ப்பால் கொடுக்க வேண்டும். அந்தப் பால் உடல் நலத்திற்கு மிகச்சிறந்த ஊட்டப்பொருள் என்று நம்பியிருக்கிறார்கள். நிலவுடைமையாளரின் ஐந்தாம் ஆசை நாயகி ஒருத்தி ஒரு நாளைக்கு முப்பது வாத்துகள் சாப்பிட வேண்டும். அவைகளின் இறைச்சியை அல்ல. அவைகளின் கால்களை மட்டும் சாப்பிட வேண்டும். அதுதான் அவர்களுக்கு சிறந்த ஊட்டச்சத்தாகக் கருதப்பட்டது.

இந்தக் கொடுங்கோல் நிலப்பிரபுவின் சகோதரன், பீக்கிங்கில் மத்திய அரசாங்கத்தில் மந்திரியாக இருக்கிறான் என்ற தகவலையும், 1949 ஆம் ஆண்டு செங்குடுவை இவன் கம்யூனிஸ்ட்டுக்கு சரணாகதியாக

ஒப்படைத்ததால், அதற்கு வெகுமதியாக அவனுக்கு ஒரு மந்திரிப் பதவி கொடுக்கப்பட்ட தகவலையும் எங்களுக்கு தெரிவிக்கவில்லை. ‘மனிதர்களைத் தின்ற கோமிங்டாங்’ காலத்து கொடுமைகளை விளக்கிச் சொல்வதன் மூலம், நாங்கள் மாவோவுக்கு நன்றிக் கடன் பட்டிருக்கவேண்டும் என்று அறிவுறுத்தப்பட்டது.

கடந்த கால கசப்பான அனுபவங்களை இலகுவாக நினைவுபடுத்தும் பொருட்டு மாவோவின் கோட்பாடுகள் ஒவ்வொருவருக்கும் தெளிவு படுத்தப்பட்டன. சீனாவை மீண்டும் கோமிங்டாங் காலத்திற்கு இழுக்க முயற்சிக்கும் ‘வார்க்க எதிரிகள்’ கொடிய அரக்கர்களாகப் படம் பிடித்துக் காட்டப்பட்டனர். அப்படி அந்தக்காலம் வந்தால், குழந்தைகளாகிய நாங்கள் எங்கள் பள்ளிகளை இழப்போம்; எங்கள் குளிர்காலக் காலணிகளை இழப்போம்; எங்கள் உணவுகளை இழப்போம். எனவே இந்த எதிரிகளை அழித்து ஒழிக்க வேண்டும் என எங்களுக்கு கற்பிக்கப்பட்டது. சியாங் காய்-ஷெக், நாட்டின் முதன்மை பகுதியில் தாக்குதல் தொடுத்திருப்பதாகத் தெரிய வந்தது. சீனாவில் பஞ்சம் கோரத்தாண்டவம் ஆடிய காலத்தை மங்கலச் சொல்லான ‘சோதனைக் காலம்’ என்ற சொல்லில் சொல்லப்பட்டது. அந்த ஆண்டான 1962 ஆம் ஆண்டு சியாங் காய்-ஷெக் மீண்டும் ஆட்சியைக் கைப்பற்ற முயற்சி மேற்கொண்டார்.

வர்க்க எதிரிகள் பற்றி எவ்வளவுதான் பேசினாலும், செயல்படுத்திக் காட்டினாலும், எனக்கும், என் தலைமுறைக்கும் ‘அது ஒரு புரியாத பொய்த் தோற்றம்’ போலத்தான் புலப்பட்டது. அவர்கள் கடந்த காலத்தினர்; எங்கோ வெகு தொலைவில் இருப்பவர்கள். மாவோவால் எங்களுக்கு இது பற்றிய நிலையான சான்று ஆதாரங்களை விளக்க இயலவில்லை. ஒரு காரணம், கடந்த கால கோமிங்டாங் ஆட்சியை மாவோ முற்றிலும் ஒழித்துக் கட்டி விட்டார். இருப்பினும், எதிரியின் உருவம் மீண்டும் தோன்றி விடுமோ என்ற எண்ணம் எங்களுக்குள் வளர்ந்து கொண்டிருந்தது.

அதே நேரத்தில் எல்லாரும் தன்னை ஆராதிக்க வேண்டுமென்பதற்கான ஆவல் விதைகளை மாவோ விதைத்தார். பக்குவமற்ற, வேறு எதைப்பற்றியும் சிந்திக்காத தன்னுடைய கொள்கைகள் மட்டுமே சரியென்று செயல்படும் மாவோவின் கொள்கைகளில் நானும், என்னை ஒத்த வயது உடையவர்களும் மூழ்கிப் போனோம். ஏனென்றால் மாவோவின் கொள்கைகளில் ஓரளவு நல்லொழுக்கச் சிந்தனைகளும் நிறைந்திருந்தன. வர்க்க எதிரிகளிடம் கடுமையாக நடந்துகொண்டு மக்களுக்கு நேர்மையாளராக இருந்ததால் அவரைச் சிறிதும் ஏமாற்றாமல், தன்னலமற்று முழுமையாக அவருக்கு ஒத்துழைத்துள்ளோம்.

464 ‘எனக்கு அப்பாவைப் பிடிக்கும்; அம்மாவைப் பிடிக்கும்;
இவர்கள் எல்லாரையும்விட பெருந்தலைவர் மாவோவை மிகவும் பிடிக்கும்’

பெரியவர்கள் யாரிடமும் மாற்றுச்சிந்தனை இல்லாத போது, மாவோவின் பேச்சாற்றலின் கருத்துகளிலிருந்து விலகிச் செல்ல இயலவில்லை. உண்மை என்னவென்றால், பெரும்பாலான மக்கள் மாவோவின் கோட்பாடுகளைப் புகழ்ந்து பேசிக் கொண்டார்கள்.

இரண்டாயிரம் ஆண்டுகளாக சீன தேசம் 'பேரரசர்' என்பவரின் ஆளுகைக்கு உட்பட்டிருந்தது. ஆட்சி அதிகாரமும், சமய அதிகாரமும் இவரது கையில் இருந்து வந்தன. மற்ற நாடுகளில் எல்லாம் சமய உணர்வு என்பது ஒரு கடவுள் சார்ந்ததாக இருக்கும். ஆனால் சீனாவில், சமய உணர்வு என்பது பேரரசரைச் சார்ந்து இருந்தது. இலட்சக்கணக்கான சீனக் குடிமக்களைப் போல என் பெற்றோர்களும் இந்தப் பண்டைய கலாச்சாரங்களுக்கு உட்பட்டிருந்தனர்.

மாவோ தன்னையே ஒரு கடவுளாக ஆக்கிக் கொண்டார். அவரைப் பற்றிய எல்லாமே மர்மமாக இருக்கும். அத்தி பூத்தாற்போலதான் அவர் மக்களிடையே காட்சியளிப்பார். அதனால் யாரும் அவரை நெருங்குவதில்லை. வானொலியில் அவர் உரையாற்றுவதில்லை. தொலைக்காட்சி இல்லாத காலம் அது. அவருடைய அமைச்சரகப் பணியாளர்களைத் தவிர, யாரேனும் மிகச் சிலர் தான் அவரோடு நேரில் தொடர்பு கொள்ள முடியும். யான்'ஆன்னிலிருந்து அப்பா வந்தபிறகு, ஒருசில முறைதான் அவரை நேரில் பார்த்திருக்கிறார். அல்லது பெரும் அரசியல் கூட்டங்களில் பார்த்திருக்கிறார். 1958-ல் மாவோ செங்குடு வந்திருந்தபோதுதான் அம்மா அவரைப் பார்த்திருந்தாள். 18-ஆம் தர வரிசைக்கு மேல் இருந்த அதிகாரிகளை தன்னுடன் புகைப்படம் எடுத்துக்கொள்ள அப்போது அழைத்தார். முன்னோக்கிய பிரம்மாண்டப் பாய்ச்சல் நிறைவடையாமல் போனபிறகு மாவோ வெளியில் வருவதில்லை.

மாவோ என்னும் இப்பேரரசர் சீன வரலாற்றில் பிரிக்க முடியாத ஆளுமை ஆகி விட்டார். தேசிய அளவிலான விவசாயிகளின் தலைவர். நாற்றமெடுத்த அரசர்கள் பரம்பரையை ஒழித்துக் கட்டியவர். எதேச்சதிகாரத்தை கையில் எடுத்துக் கொண்ட, புதிய, புத்திசாலித்தனமான பேரரசர். ஒருவகையில், ஒரு பேரரசருக்குரிய அந்தஸ்தை சம்பாதித்துக் கொண்டவர். 'யுத்தகாலத்தில் மனிதனாக இருப்பதைவிட, யுத்தமில்லாத சமாதானக் காலங்களில் ஒரு நாயாக இருக்கலாம்' என்று அம்மக்கள் சொல்லுமளவுக்கு நடந்து வந்த உள்நாட்டு யுத்தத்தை ஒரு முடிவுக்கு கொண்டு வந்து, ஜனங்கள் விரும்பியபடி அமைதியையும், உறுதியான நிலைப்பாட்டையும் உருவாக்கிக் கொடுத்தவர். உலகமே வியந்து பார்க்கும் அளவுக்கு சீனாவை ஒரு வல்லரசாக

உருவாக்கியவர். சீனக் குடிமக்களாக அவர்கள் இருப்பதற்கு அவமானப்பட்டதையும், வெட்கப்பட்டதையும் நிறுத்திக் காட்டியவர். உண்மையாகச் சொல்லப் போனால், மாவோ சீனாவை மீண்டும் இடைக்காலத்திய மன்னர்கள் ஆட்சிக்கு கொண்டு வந்தவர். ஐக்கிய அமெரிக்க நாடுகளின் உதவியோடு, உலக நாடுகளிலிருந்து சீனாவை தனிமைப்படுத்திக் கொண்டவர். வெளி உலகம் என்று ஒன்று இருப்பதை தெரிந்து கொள்ள விடாமல், சீன மக்களை உயர்ந்தவர்களாகவும் சிறந்தவர்களாகவும் எண்ணிக்கொள்ள வைத்தவர். பெருவாரியான மக்கள் மாவோவுக்கு நன்றியுள்ளவர்களாக இருக்குமளவு, தேசியப் பெருமையை முக்கியத்துவம் உள்ளதாக எண்ணிக்கொண்ட மக்களைக் கொண்டவர். சரியான தகவல்களும் தவறான தகவல்களும் சொல்லுகின்ற விஷயம் என்னவென்றால், சீன மக்கள் மாவோவின் வெற்றிகளையும் தோல்விகளையும் வேறுபடுத்திப் பார்க்க இயலாமல் இருந்ததுதான்; அல்லது இதில் மாவோவின் உண்மையான பங்கு என்னவென்றும், இதர கம்யூனிஸ்ட் தலைவர்களின் சாதனைகள் என்னவென்றும் பகுத்தாய்வு செய்ய இயலாமல் இருந்து விட்டார்கள்.

மாவோவின் கோட்பாடுகளைக் கட்டி எழுப்புவதில் அச்சம் என்பது தோன்றாமல் இல்லை. மக்கள் சுயமாக எதையும் சிந்திக்கக் கூடாது என்ற கட்டத்துக்கு கொண்டு வந்து நிறுத்தப்பட்டனர். பெற்றோர்கள் தங்கள் குழந்தைகளை மகிழ்விப்பதற்காக சில புதுக்கருத்துகளை சொன்னால்கூட, இது இன்னும் பல குழந்தைகளிடம் பரவி, அதன் விளைவு - குழந்தைகளுக்கும் பெற்றோர்களுக்கும் பேராபத்தில் முடிந்திருக்கிறது. மாவோ என்ற ஒரு மனிதரிடம் மட்டுமே குழந்தைகள் விசுவாசமாக இருக்க வேண்டும் என்று லெய் ஃபெங் திரும்பத் திரும்பக் கூறி, அவர்கள் மனதில் மாவோவை ஆழமாகப் பதியம் போட்டு வைத்து விட்டார். ‘எனக்கு அப்பாவைப் பிடிக்கும்; அம்மாவைப் பிடிக்கும். இவர்கள் எல்லாரையும்விட தலைவர் மாவோவை மிகவும் பிடிக்கும்’ என்ற புகழ்பெற்ற பாடல் ஒன்று இருக்கிறது. எங்கள் அப்பா அம்மாவோ, அல்லது யாரோ, யாரெல்லாம் மாவோவுக்கு எதிரியோ, அவர்கள் எல்லாம் எங்களுக்கு எதிரி என்று பசுமரத்து ஆணி போல் எங்கள் மனதில் பதிய வைக்கப்பட்டிருந்தது. பல பெற்றோர்கள், தங்கள் குழந்தைகளின் எதிர்காலம் அமைதியாக இருக்க வேண்டும் என்பதற்காக தங்கள் குழந்தைகள் மாவோவின் கோட்பாடுகளோடு ஒத்துப் போவதற்கு ஆதரவு கொடுத்தார்கள்.

அத்தியாவசியமான விஷயங்களையே வெளிப்படையாகப் பேச முடியாமல் தனக்குத்தானே தடை போட்டுக்கொள்ளும் நிலை

 ‘எனக்கு அப்பாவைப் பிடிக்கும்; அம்மாவைப் பிடிக்கும்; இவர்கள் எல்லாரையும்விட பெருந்தலைவர் மாவோவை மிகவும் பிடிக்கும்’

ஏற்பட்டது. நான் யூ-லின் என்பவரையோ, அல்லது பாட்டியின் பிற உறவினர்களையோ கேள்விப்பட்டதில்லை. 1955-இல் அம்மா தடுப்புக் காவலில் வைக்கப்பட்டதையோ, அல்லது பஞ்சம் ஏற்பட்டதையோ, எது பற்றியும் எனக்குத் தெரிவிக்கவில்லை. இதனால் உண்மையில் மாவோ பற்றியோ அல்லது அவரது ஆட்சி பற்றியோ எனக்குள் எந்தச் சந்தேகமும் தோன்றவில்லை. என் பெற்றோர்கள், ஏன் கிட்டத்தட்ட எல்லாப் பெற்றோர்களுமே, தங்கள் குழந்தைகளுக்கு புதுமைக் கருத்துகளை சொல்லிக் கொடுக்கவே இல்லை.

'நான் என் பாட்டிக்கு கீழ்ப்படிந்து நடப்பேன்' என்பதுதான் 1965 ஆம் ஆண்டில் நான் எடுத்துக் கொண்ட புத்தாண்டுத் தீர்மானம். அப்பா அதற்கு மறுத்து தலையாட்டி, 'நீ அப்படியெல்லாம் சொல்லக்கூடாது. 'மாவோவுக்கு கீழ்ப்படிவேன்' என்று மட்டும்தான் சொல்ல வேண்டும்' என்றார். அந்த ஆண்டு மார்ச் மாதம் வந்த என்னுடைய பிறந்தநாள் பரிசாக அறிவியல் புதினங்கள் கொண்ட புத்தகங்களைக் கொடுக்கவில்லை. மாறாக, மாவோவின் தத்துவக் கோட்பாடுகள் அடங்கிய நான்கு கனமான புத்தகங்களை அப்பா எனக்கு வாங்கிக் கொடுத்தார்.

அரசியல் பரப்புரைக்கு முரணான ஒரு விஷயத்தை ஒரே ஒரு முதியவர் கூறினார். அந்த நபர்தான் டெங் சியோபிங்கின் மாற்றாந்தாய். அவர்கள் கொஞ்ச காலம், அடுக்குமாடிக் கட்டிடத்தில் எங்களுக்கு அருகில் குடியிருந்தார்கள். அந்த அம்மையாரின் மகள் மாநில அரசு அலுவலகத்தில் பணியாற்றினாள். அந்த அம்மையாருக்கு குழந்தைகள் என்றால், கொள்ளைப் பிரியம். அந்த மாடிக் கட்டிடத்தின் எல்லா விபரங்களும் எனக்கு அத்துபடி. நானும் என் தோழியும் உணவு விடுதியிலிருந்து ஊறுகாய் திருடிக்கொண்டு வந்தாலோ, அல்லது எங்கள் வளாகத் தோட்டத்திலிருந்து பழங்கள், பூக்கள் திருடினாலோ, எங்களுக்கு போதுமான வசைமொழி கிடைக்கும் என்ற பயத்தில், திருடியவைகளை நேராக எங்கள் வீட்டிற்கு கொண்டு செல்வதில்லை. அந்த அம்மையாரின் வீட்டிற்கு கொண்டு செல்வோம். அவள் அதைக் கழுவிச் சுத்தம் செய்து சாப்பிடுவதற்கு தயார் செய்து கொடுப்பாள். நாங்கள் அதைத் திருட்டுத்தனமாகச் சாப்பிடுவதால், எங்களுக்கு அது அவ்வளவு சந்தோஷமாக இருக்கும். அந்தப் பாட்டிக்கு அப்போது எழுபது வயதிருக்கும். ஆனால் கொஞ்சம் இளமையாகத் தோற்றமளித்தாள். சின்னஞ்சிறிய பாதங்கள்; மென்மையான, ஆனால் உறுதியான முகம். சாம்பல் நிறத்தில் பருத்தி ஆடை அணிவாள். அவள் அணியும் பருத்தியாலான காலணிகளை

அவளே செய்து கொள்வாள். மிகவும் நிதானமாக இருப்பாள். அவள் வயதினரைப் போல எங்களை நடத்துவாள். அவள் சமையற்கட்டில் அமர்ந்து, அவளோடு அரட்டையடிப்பது மிகவும் பிடித்திருந்தது. ஒரு சமயம் - அப்போது எனக்கு வயது பதின்மூன்று. 'விவசாயிகளுக்கு இழைக்கப்பட்ட அநீதிகளை' எடுத்துக் கூறப்படும் ஒரு அமர்வில் கலந்து கொண்டுவிட்டு நேராக அவளைப் பார்க்கச் சென்றேன். கோமிங்டாங் பிடியில் வாழ்ந்த யாரைப் பார்த்தாலும், எனக்கு கோமிங்டாங் மீது ஆத்திரம் ஆத்திரமாக வரும். 'பாட்டி, அந்த கோமிங்டாங் ஆட்சியில் சிக்கி எவ்வளவு கஷ்டப்பட்டிருப்பீர்கள். உங்களிடம் கோமிங்டாங் சிப்பாய்கள் எவ்வளவு கொள்ளை அடித்திருப்பார்கள்! நிலப்பிரபுக்கள் உங்களை எவ்வளவு உறிஞ்சியிருப்பார்கள். உங்களுக்கு என்னவெல்லாம் கெடுதல் செய்திருப்பார்கள்!' என்று அந்தப் பாட்டியிடம் கேட்டேன். 'அப்படிக்கேள். அவர்கள் எப்போதும் கொள்ளை அடிப்பதில்லை. அவர்கள் எப்போதும் கெடுதல் செய்வதில்லை' என்றாள் அந்தப் பாட்டி. அவளின் வார்த்தைகள் எனக்கு ஒரு வெடிகுண்டு வெடித்தது போலக் கேட்டது. அதிர்ச்சியில் உறைந்து போனேன். அந்தப் பாட்டி கூறிய விஷயத்தை நான் யாரிடமும் இதுவரை கூறியதில்லை.

மாவோவின் கோட்பாடும், வர்க்கப் போராட்டத்தின் மீது அவர் கொண்டிருந்த அழுத்தமும், கட்சித் தலைவரான லியூ-ஷவ்சீயுடனும், கட்சியின் பொதுச் செயலாளரான டெங் சியோபிங்குடனும் மோதல் போக்கை உருவாக்குவதற்கான மாவோவின் திட்டம் என்பது எங்களுக்கு புரியவில்லை. லியூவும், டெங்கும் செய்வது எதுவும் மாவோவுக்கு பிடிப்பதில்லை. பஞ்சம் வந்து முடிந்ததிலிருந்து இவர்கள் இருவரும், பொருளாதாரத்தின் இறுக்கத்தையும், சமூகக் கட்டுப்பாட்டு இறுக்கத்தையும் கொஞ்சம் தளர்த்தினார்கள். மாவோவைப் பொறுத்தவரை, இந்த இருவரின் செயல்பாடுகளும்; சோஷலிஸத்தை விட்டு, முதலாளித்துவத்தை நசுக்குவதில் அக்கறை கொண்டவைகளாகத் தெரிந்தது. இது அவருக்கு எரிச்சலை ஏற்படுத்தியது. 'கட்சிக்குள்ளே முதலாளி வர்க்கக் கைக்கூலிகள் இருக்கிறார்கள்' என்று அவர் கூறியது நடைமுறையில் உண்மை என்று தெரிந்து கொண்டபோது அவர் மனம் மிகவும் புண்பட்டுப் போனது. அவர் மேற்கொண்ட வழி 'சரியான வழி' என்று செயல்படுத்தப்பட்டபோது முதலாளி வர்க்கக் கைக்கூலிகளுக்கு மட்டுமல்ல, நாட்டுக்கே அது ஆபத்தாக முடிந்தது. நடைமுறைச் சிக்கல்களைப் புரிந்து கொள்ளும் மனிதரான மாவோ, அவர்கள் இருவரையும் அவர்கள் விரும்பியபடி செய்ய அனுமதித்திருக்க வேண்டும். ஆனால், தேசம் மீண்டெழுந்த உடனேயே தன் கருத்தை திணிப்பதற்கும், அதுபோல தன் திட்டம் உருவாகிய பின் கட்சியில்

உள்ள வலுவான எதிரிகளை அப்புறப்படுத்துவதற்கும் மாவோ திட்டமிட்டிருந்தார்.

இயல்பான வளர்ச்சி சார்ந்த தன்னுடைய கருத்து திணறிக் கொண்டிருப்பதை மாவோ கண்டார். ஓய்வில்லாமல் உழைக்கக்கூடிய இராணுவத் தலைவர், ஓர் இராணுவக் கவிஞர் ஆகியோரின் தீவிரச் செயல்பாடுகள் மாவோவுக்கு தேவைப்பட்டது. சமூக மேம்பாட்டிற்கு நிரந்தரமான மானுடப் போராட்டம் தேவை என்று மாவோ கருதினார். அவரின் நெருங்கிய கம்யூனிஸ்ட் தோழர்கள், அவரின் விருப்பத்திற்கேற்றவாறும், மிகுந்த பொறுமை உடையவர்களாகவும், முரண்பாடுகளைத் தவிர்த்து நல்லிணக்கத்தை நாடுபவர்களாகவும் தங்களை மாற்றிக் கொண்டார்கள். மக்கள் தங்களுக்குள்ளே மல்லுக்கட்டிக் கொள்ளும் அரசாங்கத் திட்டங்கள் 1959 ஆம் ஆண்டிலிருந்து ஏதும் இல்லை.

மாவோ மிகவும் புண்பட்டிருந்தார். இவரைத் தகுதியற்ற நபர் என்று காண்பித்து இவரது எதிரிகள் அவமானப்படுத்தி விட்டார்கள் என்று வருந்தினார். இவர் எதிரிகளைப் பழி தீர்த்துக் கொள்ள வேண்டும்; அதேசமயம் எதிரிகளுக்கு அமோக ஆதரவு இருப்பதையும் அறிந்து கொண்டார். அதனால் தனது அதிகாரத்தை வானளாவப் பெருக்க வேண்டும் என்றும் தீர்மானித்துக் கொண்டார். இதைச் சாதித்துக் கொள்ள வேண்டுமென்றால், தான் ஒரு கடவுள் போல பூஜிக்கப்பட வேண்டும் என்று மாவோ உறுதி கொண்டார்.

பொருளாதார நிலை முன்னேற்றம் பெற்றுக் கொண்டிருந்தபோது, மாவோ ஒரு நல்ல வாய்ப்பை நோக்கிக் காத்துக் கொண்டிருந்தார். குறிப்பிட்டுச் சொல்லும்படியாக 1964 ஆம் ஆண்டிற்கு பிறகு தன்னுடைய மாபெரும் சண்டையைத் தொடங்குவதற்கான யுத்தகளத்தை தயார் செய்யத் தொடங்கி விட்டார். 1960களில் கட்டுப்பாடுகளின் மீது கொண்டு வரப்பட்ட தளர்ச்சியின் தீவிரம் குறையத் தொடங்கியது.

1964 ஆம் ஆண்டு எங்கள் வளாகத்திற்குள்ளே நடைபெறும் வார இறுதி நாள் நடனங்கள் நிறுத்தப்பட்டன. அதுபோல ஹாங்காங்கிலிருந்தும் தருவிக்கப்பட்ட திரைப்படங்கள் திரையிடப்படுவது நிறுத்தப்பட்டன. குட்டையாக வெட்டிவிடப்பட்ட மென்மையான முடிக்குப் பதிலாக, நீண்ட முடி வளர்க்கப்பட்டது. அம்மா அணிந்திருந்த ஆடை சாயம் போனதாகவும், உடலோடு ஒட்டியிருந்ததால், உடல்வாகு அப்பட்டமாகத் தெரிவது போலும் இருந்தது. எளிய நிறத்தில் அந்த ஆடைகள் தயாரிக்கப்பட்டிருந்தன. அவைகள் குழாய்கள் போல

காணப்பட்டன. அம்மா இப்படி இருப்பது எனக்கு வருத்தத்தை தந்தது. எனக்கு நன்றாக நினைவு இருக்கிறது: கொஞ்ச நாட்களுக்கு முன்பு, அம்மா சைக்கிளிலிருந்து இறங்கும்போது, ஊதா-வெள்ளை கட்டம் போட்ட கீழாடையே முழங்கால் அளவுக்கு தூக்கிவிட்டுக் கொண்டது. பார்ப்பதற்கு அட்டகாசமாக இருக்கும். அப்போது நான் ஒரு மரத்தில் சாய்ந்து கொண்டு நின்றேன். என்னை நோக்கி சைக்கிளை அழுத்திக் கொண்டு வந்தபோது அவளுடைய கீழாடை மின் விசிறியைப் போல அலைஅலையாகத் தவழ்ந்தது. கோடைகால மாலை வேளைகளில், தம்பி ஸியாவே ஃபாங்கை அவனுடைய தள்ளுவண்டியில் உட்கார வைத்துவிட்டு, அம்மா வீட்டிற்கு வர வேண்டும் என்று காத்திருப்பேன்.

ஐம்பதைத் தாண்டிய பாட்டி அம்மாவைவிட உடல் திடகாத்திரமாக இருந்தாள். பாட்டியின் ஆடைகள் எல்லாம் பாரம்பரியமான முறையில் வெளிர் ஊதா நிறத்தில் இருக்கும். இருப்பினும் தன் நீண்ட கருங் கூந்தலின் மீது பாட்டி அதிக அக்கறை எடுத்துக் கொள்வாள். சீன நாட்டு வழக்கத்தின்படி, நடுத்தர வயது பெண்கள் தங்கள் தலைமுடியை கழுத்தளவு மட்டுமே தொங்க விடவேண்டும். பாட்டி தன் தலை முடியை அழகாகச் சுருட்டி கட்டி கொண்டை போட்டுக் கொள்வாள். அக்கொண்டையில் எப்போதும் ஒரு பூ சொருகப்பட்டிருக்கும். ஒரு சமயம் அந்தப் பூ யானைத் தந்தம் நிறத்தில் உள்ள மெக்னோலியா பூவாக இருக்கும். சில சமயம் இரண்டு இலைகளோடு கூடிய மல்லிகைப் பூக்கள் சூடப்பட்டிருக்கும். கடையிலிருந்து வாங்கிய ஷாம்பூவை பாட்டி தலைக்கு தேய்த்துக் குளிப்பதில்லை. செயற்கை ஷாம்பூ தலை முடியைக் கெடுத்து விடுமாம். ஏதோ ஒரு பழத்தை வேக வைத்து அதிலிருந்து வரும் சாறை எடுத்து பயன்படுத்துவாள். ஏதோ ஒரு விதையிலிருந்து சாறு எடுத்து, அதில் சீப்பை நனைத்து, அந்தச் சீப்பால் தலைவாரிக் கொள்வாள். அது மிகவும் மிருதுவாக இருக்கும். இனிய நறுமணம் வரும். பாட்டி தலைவாரும் போது நான் கவனித்திருக்கிறேன். இந்த விஷயத்தில் மட்டும்தான் பாட்டி நேரம் எடுத்துக் கொள்வாள். இதைத் தவிர மற்றதையெல்லாம் பாட்டி வேகமாகச் செய்வாள். கண் மை பென்சிலால் புருவங்களை மென்மையாகத் தீட்டி விட்டுக் கொள்வாள். இப்போது கண்ணாடியில் பாட்டியின் மென்மையான புன்னகை தோன்றும். இதுதான் பாட்டிக்கு மகிழ்ச்சி தரும் தருணம்.

நான் குழந்தையாக இருந்ததிலிருந்து கவனித்து வந்திருக்கிறேன். பாட்டி தன் முகத்தைப் பேணிக் கொள்வது விசித்திரமாக இருக்கும். புத்தகங்களில் தோன்றும் பெண்களும், திரைப்படங்களில் தோன்றும்

நடிகைகளும் தாங்களாகவே ஒப்பனை செய்து கொள்வது, ஆசை நாயகிகள் போல சற்று எதிர்மறைக் கதாபாத்திரங்கள் மாதிரி இருக்கும். என் அன்புக்குரிய பாட்டி ஆசைநாயகியாக இருந்தது பற்றி எனக்கு அரைகுறையாகத் தெரியும். ஆனால், நான் முரண்பட்ட எண்ணங்களோடும், யதார்த்த உண்மைகளோடும் வாழப் பழகிக் கொண்டேன். அவைகளைப் பகுத்தாய்ந்து நடந்து கொள்ளவும் பழகிக் கொண்டேன். நான் பாட்டியோடு கடைவீதிக்குப் போகின்றபோது, மற்றவர்களிடமிருந்து பாட்டி மேன்மையாக நடந்து கொள்வதை நான் கவனித்திருக்கிறேன். அவள் போட்டுக் கொள்ளும் ஒப்பனை, அவள் தலையில் காணப்படும் பூ, எல்லாமே நேர்த்தியாக இருக்கும். நிமிர்ந்த அவள் நடையில் ஒரு தன்னம்பிக்கை தெரியும், அவள் கம்பீரமாக நடந்து செல்வதை அனைவரும் கவனித்துப் பார்ப்பார்கள்.

பாட்டி எங்களோடு வளாகத்தில் தங்கியிருந்ததால் அவளுக்கு எந்தச் சிக்கலும் ஏற்படவில்லை. அவள் வெளியில் வேறு எங்காவது தங்கியிருந்திருந்தால், ஏதாவது ஒரு குடியிருப்போர் குழுவின் பிடியில் சிக்கியிருப்பாள். அவர்கள் அரசு வேலைக்குச் செல்லாமல் வீட்டிலிருக்கும் முதியவர்களைக் கண்காணித்திருப்பார்கள். அதனால் பாட்டிக்கு அந்தக் குடியிருப்போர் குழுவில் இடமின்றிப் போயிருக்கும். அந்தக் குழுவில் வழக்கம் போல் ஓய்வுபெற்ற ஆண்களும், வயதான இல்லத்தரசிகளும் இருந்தார்கள். அவர்களில் சிலர் அடுத்தவர்களின் விவகாரங்களில் மூக்கை நுழைக்கும் இழிசெயல் செய்பவர்களாகி ஆகி இருந்தார்கள்.

1964 ஆம் ஆண்டின் இலையுதிர் காலத்தில், நான் நடுநிலைப் பள்ளியில் சேர்க்கப்பட்ட போது அரசியல் எனக்குள் அவ்வப்போது ஊடுருவியது. பள்ளி திறந்த முதல்நாள் அன்று மாவோ அங்கு வந்திருந்ததால், நாங்கள் மாவோவுக்கு நன்றி சொல்ல வேண்டும் என்று எங்களுக்கு அறிவுறுத்தப்பட்டது. ஏனென்றால், அந்த ஆண்டின் மாணவர் சேர்க்கையில் ‘வர்க்கப் பிரிவு’ என்பது நடைமுறைப்படுத்தப்பட்டிருந்தது. அதிகமான அளவு பூர்ஷ்வா மாணவர்களை கல்லூரிகளிலும் பள்ளிகளிலும் சேர்த்து விட்டதாக மாவோ குறைபட்டுக் கொண்டார். ‘தரமான பின்புலங்களிலிருந்து’ வரும் மாணவர்களுக்கும் மாணவிகளுக்கும் முன்னுரிமை கொடுக்க வேண்டும் என்று மாவோ அறிவுறுத்தினார். அதாவது பாட்டாளிகள், விவசாயிகள், போர்வீரர்கள், கட்சிப் பணியில் இருக்கும் பெற்றோர்கள், இவர்களின் குழந்தைகளுக்கு முன்னுரிமை கொடுக்க வேண்டும். வர்க்கப்பிரிவின்படி மாணவர் சேர்க்கை முறை என்பது

அவர்கள் வாழ்க்கை பிறப்பின் மூலம் நிர்ணயிக்கப்படும் விதியாக மாறுகிறது.

இருப்பினும் ஒரு குடும்பத்தின் அடிப்படை அந்தஸ்தை அளவிடுவது மிகவும் சிரமமாக இருந்தது. ஒரு தொழிலாளி ஒரு சமயத்தில் கோமிங்டாங் அலுவலகத்தில் பணியாற்றியிருக்கிறார்; ஓர் அலுவலக எழுத்தர் எந்த வர்க்கப்பிரிவிலும் சேர்க்க முடியாதவராக இருக்கிறார்; ஓர் அறிவுஜீவி 'தரம் தாழ்ந்த' பின்புலத்திலிருந்து வந்த ஒருவராக இருக்கிறார். ஆனால், அவர் ஓர் கட்சி உறுப்பினராக இருந்து விட்டால் என்ன செய்வது? இத்தகைய பெற்றோர்களின் குழந்தைகளை எவ்வாறு வகைப்படுத்துவது? இதில் எங்கள் பள்ளியின் பதிவு அதிகாரி மாட்டிக் கொள்ளாதவாறு செயல்பட்டார். அதாவது, கட்சி அதிகாரிகளின் குழந்தைகளுக்கு முதலில் முன்னுரிமை கொடுத்து விடுவது. என் வகுப்பு மாணவர்களில் பாதிக்கு மேல் இத்தகைய மாணவர்கள்தான் இருந்தார்கள்.

எங்கள் புதிய பள்ளியான 'நான்காம் எண் நடுநிலைப்பள்ளி' அந்த மாநிலத்திலேயே முன்னிலை வகித்த பள்ளி. சிச்சுவான் மாநிலம் முழுவதும் நடத்தப்படும் நுழைவுத் தேர்வுகளில் அதிக மதிப்பெண்கள் வாங்கிய மாணவர்கள் இங்கு சேர்க்கப்படுவார்கள். சென்ற ஆண்டுகளில் மதிப்பெண்கள் அடிப்படையில் மட்டுமே மாணவர்கள் சேர்க்கப்பட்டனர். நான் சேர்ந்த ஆண்டில், தேர்வில் வாங்கிய மதிப்பெண்களும், குடும்ப பின்புலங்களும் சமமாக கணக்கிலெடுத்துப் பார்த்து சேர்க்கப்பட்டனர்.

இரண்டு பாடங்களில் நான் நூற்றுக் நூறு வாங்கியிருந்தேன். கணக்குப் பாடத்திலும், அதிசயமாக, சீன மொழிப் பாடத்திலும் நூறு மதிப்பெண்கள் பெற்றிருந்தேன். எந்தச் சூழல்களிலும் என் பெற்றோர்களின் பெயர்களைப் பயன்படுத்தி சலுகையடையக் கூடாது என்று அப்பா அடிக்கடி என் காதுகளில் ஓதிக்கொண்டே இருப்பார். 'வர்க்கப் பிரிவு' முறையின் உதவியால்தான் நான் அந்தப் பள்ளியில் சேர்க்கப்பட்டேன் என்று யாரும் சொல்லிவிடக் கூடாது என்று விரும்பினேன். பிறகு அதைப்பற்றி நான் எதையும் எண்ணிப் பார்க்கவில்லை. அதை மாவோ சொல்லி இருந்தால் அது நல்ல விஷயமாகத்தான் இருக்கும்.

இந்த காலகட்டத்தில்தான் உயர் அதிகாரிகளின் குழந்தைகள் தாங்களாகவே ஓர் மேம்பாட்டை அடைந்து கொண்டார்கள். தங்களை மேட்டுக்குடியினரின் குழந்தைகளாக பாவனை செய்து கொண்டார்கள். பல உயர் அதிகாரிகளின் குழந்தைகள் இதற்குமுன்பு

இல்லாத அளவு கர்வம் கொண்டவர்களாக தங்களை ஆக்கிக் கொண்டார்கள்.

அதுபோன்ற வீண் பெருமையும் வேண்டாம்; உயர் அதிகாரிகளின் குழந்தைகளைக் கொண்ட சுயநலப் பேய்களோடு நட்பும் வேண்டாம் என்று அப்பா அடிக்கடி எச்சரிப்பார். விளைவு, எனக்கு ஓரிரு நண்பர்களே இருந்தனர். மற்ற பின்புலங்களைக் கொண்ட குழந்தைகளை நான் சந்திப்பதில்லை. அப்படி அவர்களைச் சந்திக்க நேரிட்டாலும், அவர்களின் குடும்ப பின்புலங்களைப் பார்க்க வேண்டியிருந்தது. பின்புலங்களைப் பொறுத்து அவர்களின் தொடர்புகளை கட்டுப்படுத்திக் கொள்ள வேண்டியிருந்தது. அவர்களோடு எதையும் பகிர்ந்து கொள்ள முடியாததால், எங்களுக்குள் ஒத்த பண்புகள் குறைவாக இருந்து வந்தன.

புதிய பள்ளியில் சேர்ந்தபின், எங்கள் பள்ளியிலிருந்து இரண்டு ஆசிரியர்கள் அப்பா அம்மாவைப் பார்த்து, எந்த அந்நிய மொழிப்பாடம் எடுத்து நான் படிக்க வேண்டும் என்று கேட்டார்கள். ரஷ்ய மொழிப்பாடம் வேண்டாம். ஆங்கிலப்பாடம் போதும் என்று அப்பா சொன்னார். முதலாம் ஆண்டு இயற்பியல் பாடமா அல்லது வேதியியல் பாடமா என்று கேட்டார்கள். அதை ஆசிரியர்களே பார்த்து முடிவெடுக்கட்டும் என்று அவர்களிடமே அப்பாவும் அம்மாவும் விட்டு விட்டார்கள்.

உள்ளே நுழைந்தவுடன் அந்தப்பள்ளி எனக்குப் பிடித்து விட்டது. பள்ளியின் வாசலில் இருந்த கதவு என்னைக் கவர்ந்தது. மேற்கூரையில் நீல நிற வண்ணம் தீட்டப்பட்டிருந்தது. மேற்கூரையிலிருந்து இறங்கிய இறவாரம் சிற்ப வேலைப்பாடுகளுடன் காணப்பட்டது.

அந்தப் பள்ளி கி.மு.141 ஆம் ஆண்டு தோற்றுவிக்கப்பட்ட பள்ளி. சீன அரசாங்கத்தால் முதன்முதலில் தொடங்கப்பட்டது. பள்ளியின் மையப் பகுதியில் ஒரு அழகான கோயில் இருந்தது. அக்காலத்தில் கன்ஃபூஷியசுக்காகக் கட்டப்பட்ட கோயில் அது. அக்கோயில் நன்கு பராமரித்துப் பாதுகாக்கப்பட்டு வந்தது. பிறகு அதற்கு மேல் அது கோயிலாகச் செயல்படவில்லை. உட்பக்கம் ஆறு டென்னிஸ் விளையாட்டு மேஜைகள் இருந்தன. அவை பெரிய தூண்களால் பிரிக்கப்பட்டிருந்தன. வேலைப்பாடுகள் நிறைந்த கதவுகளுக்கு முன்னால் இருந்த முற்றம் கோவிலுக்குப் பெருமை சேர்த்தது. கோவிலின் பக்கவாட்டில் இருந்த மைதானங்கள் கூடைப்பந்து விளையாடுமிடமாகவும், வாலிபால் விளையாடுமிடமாகவும் மாற்றப்பட்டிருந்தன. அதற்கு சற்று தள்ளி அமைக்கப்பட்டிருந்த

புல்வெளிகளில் நாங்கள் சென்று அமர்வதுண்டு. அல்லது அந்தப் புற்களில் படுத்து உருளுவோம். வசந்த காலங்களில், மதிய உணவு இடைவேளைகளில் இதமான சூரிய வெளிச்சத்தை அனுபவிப்போம். கோயிலுக்குப் பின்னால் ஒரு பரந்த இடம் இருந்தது. அங்கிருந்த ஒரு குன்றின் அடியில் மரங்களும், திராட்சையும், மூலிகைகளும் வளர்க்கப்பட்டிருந்தன.

ஆங்காங்கே ஆய்வுக் கூடங்கள் கட்டப்பட்டிருந்தன. அங்குதான் எங்களுக்கு உயிரியியல், வேதியியல் போன்ற பாடங்கள் நடத்தப்பட்டன. அங்குதான் நுண்ணோக்கி கருவியைப் பயன்படுத்தவும், உயிரற்ற விலங்குகளை உடற்கூறு ஆய்வு செய்யவும் கற்றுக் கொண்டோம். விரிவுரை அரங்குகளில், ஒலி-ஒளிக் காட்சிகள் மூலம் எங்களுக்கு கல்வி கற்பிக்கப்பட்டன. நான் உயிரியல் பிரிவில் சேர்ந்தேன். இந்தப் பிரிவு மாணவர்கள் ஆசிரியர்களுடன் குன்றுகளைச் சுற்றியும், பின்புறத் தோட்டத்தைச் சுற்றியும் சென்று, பல்வேறு வகையான தாவரப் பெயர்களையும், அவைகளின் பண்பு, பயன் ஆகியவைகளையும் அறிந்து வருவோம். தலைப்பிரட்டை, வாத்துகுஞ்சு ஆகியவை எவ்வாறு முட்டையை உடைத்துக் கொண்டு வெளி வருகின்றன என்று நாங்கள் கவனிக்கும் பொருட்டு குளிரூட்டப்பட்ட ஆய்வகங்கள் இருந்தன. வசந்தகாலப் பீச் மரங்களின் கூட்டத்தால் அந்தப் பகுதி எங்கும் செந்நிறத்தால் சூழப்பட்டு இருக்கும். ஆனால், இவை எல்லாவற்றையும் விட எனக்குப் பிடித்தது என்னவோ அங்கே இருந்த நூல் நிலையம்தான். சீனப் பாரம்பரியத்தின்படி கட்டப்பட்ட இரண்டு மாடிக் கட்டிடங்களில் அமைக்கப்பட்டிருந்தது அந்த நூல் நிலையம். அந்த நூல் நிலையத்தில் எனக்குப் பிடித்த ஓர் இடம் இருந்தது. அங்கு அமர்ந்து மணிக்கணக்காக வாசித்திருக்கிறேன். சில சமயங்களில், விசிறி போன்ற இலைகளைக் கொண்டிருக்கும் ஜிங்கோ மர இலைகளை விரல்களால் தேய்த்துக் கெண்டே வாசிப்பேன். நூல் நிலைய வாசல் அருகே இரண்டு ஜிங்கோ மரங்கள் வானளாவ வளர்ந்து நின்றன. இந்தக் காட்சி மட்டுமே, படிப்பின் மீதிருந்த என் கவனத்தை எப்போதாவது சிதறடிக்க வைத்த ஒன்று.

என் இனிய நினைவுகள் எல்லாமே என் ஆசிரியர்கள்தான். கற்பித்தல் துறைகளில் அவர்கள் புகழ் பெற்றவர்கள். அவர்களில் பலர், முதல் தரத்திலும், சிலர் சிறப்பு தரத்திலும் இருந்தனர். அவர்களின் வகுப்புகள் கலகலப்பாக இருக்கும். அவர்களின் கற்பித்தல் முறை எனக்கு திகட்டியதே இல்லை.

பள்ளி வாழ்க்கையில், ஒரு குறிப்பிட்ட அரசியல் கொள்கை மெல்ல மெல்ல திணிக்கப்பட்டது. பள்ளியில் காலை வழிபாட்டில்

மாவோவின் கொள்கைகள் கொஞ்சம் கொஞ்சமாக உட்புகத் தொடங்கின. சில சிறப்பு அமர்வுகளில் கட்சி ஆவணங்கள் வாசிக்கப்பட்டன. சீனமொழிப் பாடப் புத்தகங்களில் அதிகமான அரசியல் பரப்புரைகளும், குறைவான இலக்கியங்களும் இடம் பெற்றிருந்தன. மாவோவின் படைப்புகள் கொண்ட அரசியல், எங்கள் பாடத்திட்டங்களில் ஒரு பகுதியாக இடம் பெற்றிருந்தது.

பள்ளியில், எல்லாமே அரசியலாக்கப்பட்டது. ஒருநாள் காலை வழிபாட்டில், 'இப்போது கண்களுக்கு உரிய பயிற்சியைச் செய்யப் போகிறோம்' என்று தலைமை ஆசிரியர் அறிவித்தார். அநேக மாணவர்கள் இந்த வயதிலேயே கண்ணாடி அணிந்திருந்ததை மாவோ கவனித்திருந்ததாக தலைமை ஆசிரியர் கூறினார். அதிகமான வேலை செய்து மாணவர்கள் தங்கள் கண்களைக் கெடுத்துக் கொண்டதற்கான அடையாளமாக அதை மாவோ கவனித்திருக்கிறார். இதற்காக ஏதவாது செய்ய வேண்டும் என்று மாவோ ஆணையிட்டிருக்கிறார். அவர் எங்கள் மீது எடுத்துக்கொண்ட அக்கறையால் நாங்கள் நெகிழ்ந்து போனோம். சிலர் நன்றிப் பெருக்கால் கண்கலங்கி விட்டனர். தினந்தோறும் காலையில் கண்களுக்கு பயிற்சி கொடுக்கத் தொடங்கினோம். சில பயிற்சிகளை மருத்துவர்கள் வகுத்துக் கொடுத்தார்கள். அவைகளை இசையோடு சேர்ந்து செய்தோம். கண்களைச் சுற்றியுள்ள சில மையப்புள்ளிகளை அழுத்தி விட்டுக்கொண்டு, ஜன்னலுக்கு வெளியே ஓங்கி வளர்ந்து நிற்கும் மரங்களைக் கூர்ந்து பார்ப்போம். மன அமைதி தரும் நிறம் பச்சை நிறம். கண் பயிற்சியும், இலைகளின் நிறமும் எனக்களித்த அமைதியை அனுபவித்துக்கொண்டே மாவோவை நினைத்துப் பார்த்தேன். அவருக்கு எப்போதும் உண்மையாக இருக்க வேண்டும் என்று உறுதிபூண்டு கொண்டேன்.

திரும்பத் திரும்ப ஓதப்பட்ட ஒரு மந்திரம் என்னவென்றால் - 'சீனாவின் நிறம் மாற விட்டுவிடக் கூடாது' என்பதுதான். அதாவது, கம்யூனிஸத்திலிருந்து முதலாளித்துவத்திற்கு மாற்றி விடக்கூடாது என்பதுதான். ஆரம்பத்தில் இரகசியமாக வைக்கப்பட்டிருந்த சீனாவுக்கும் சோவியத் நாட்டிற்கும் இடையே இருந்த பிளவு, 1963 ஆம் ஆண்டின் தொடக்கத்தில் வெளிப்படையாக வெடித்தது. '1953 ஆம் ஆண்டு ரஷ்யாவில் ஸ்டாலின் மறைவுக்குப் பிறகு குருச்சேவ் பதவிக்கு வந்தார். அதிலிருந்து சோவியத் யூனியன் பன்னாட்டு முதலாளித்துவ நாடுகளிடம் சரணடைந்தது. அதன்பிறகு, சீன நாட்டுக் குழந்தைகள் கோமிங்டாங் பிடியில் இருந்தது போல, ரஷ்ய நாட்டுக் குழந்தைகள் தெருக்களில் கையேந்தத் தொடங்கி

விட்டனர்' என்று எங்களுக்கு போதிக்கப்பட்டது. ரஷ்யா எடுத்த முடிவை கண்டனம் செய்து, ஒருநாள், பலமுறை எங்களுக்கு எச்சரிக்கப்பட்டது. அப்போது எங்கள் அரசியல் ஆசிரியர் எங்களுக்கு கூறியது: 'நாம் மிகுந்த எச்சரிக்கையுடன் இருக்கவில்லையென்றால், நம் நாடு மெல்ல மெல்ல நிறம் மாறி விடும். முதலில் அடர்ந்த சிவப்பு நிறத்திலிருந்து வெளிறிய சிவப்பு நிறத்திற்கு மாறும். பிறகு சாம்பல் நிறத்திற்கு மாறத் தொடங்கும். பிறகு ஒரு நாள் கறுப்பாக மாறி விடும்.' சிச்சுவானின் 'வெளிர் சிகப்பு' என்பதின் உச்சரிப்பும் என் பெயரின் உச்சரிப்பும் ஒரேமாதிரி இருந்தது. என் வகுப்பு தோழிகள் என்னை ஜாடையாகப் பார்த்து சிரித்தார்கள். உடனடியாக என் பெயரை மாற்றித் தொலைக்க வேண்டும் என்று முடிவெடுத்து விட்டேன். அன்று மாலையே வீட்டிற்குப் போய் என் பெயரை மாற்றி வேறு பெயர் வைக்க வேண்டும் என்று அப்பாவிடம் கெஞ்சிக் கேட்டுக் கொண்டேன். 'ஷாங்' என்று வைத்துக் கொள்ளச் சொன்னார். அதனுடைய பொருள் 'உன்னிடம் உள்ள தனித்திறமைகள் வளரட்டும்,''எழுத்தும் பேச்சும் எழும்பட்டும்' என்பதாகும். இதனால் அப்பாவின் விருப்பம் என்னவென்றால், இளம் வயதில் நான் ஒரு எழுத்தாளராக மலர வேண்டும் என்பது ஆகும். என் நண்பர்கள் பலர் தங்கள் பெயர்களை 'இராணுவம்,' 'போர் வீரன்' என்ற பொருள்பட மாற்றிக் கொண்டுள்ளார்கள். அப்பா முன்மொழிந்த பெயர் எனக்கு அவ்வளவாகப் பிடிக்காததால் மேற்கொண்ட பெயர்களில் ஒன்றை வைத்துக்கொள்ள விரும்பினேன். அப்பாவின் தேர்வு பண்டைய இலக்கியங்களை நினைவுபடுத்தியது. ஆகவே எனக்கு கிடைத்த புதுப் பெயர் 'ஜாங்' (அதன் உச்சரிப்பு 'யாங்'). இது ஒரு பழைய பெயர். போர் தொடர்பான செயல்களுக்கு பொருத்தமில்லாத பெயர். செம்மொழி இலக்கியங்களில் வரும் பெயர். அந்தக்காலத்தில் பளபளவென்று போர்க்கவசம் பூண்டிருந்த ஒரு வீரனுக்கும், அழகான ஈட்டியைக் கொண்டிருந்த ஒரு வீரனுக்கும் இடையில் ஏற்பட்ட அந்தக்காலத்து யுத்தக்காட்சி எனக்குள் தோன்றியது. புதுப்பெயர் தாங்கி நான் மீண்டும் பள்ளிக்கு வந்தபோது ஆசிரியர்களாலேயே அதன்பெயர்க் காரணங்களைப் புரிந்து கொள்ள முடியவில்லை.

'இராணுவத்திடமிருந்து கற்றுக் கொண்டதை நோக்கி நாடு செல்ல வேண்டுமென்ற,' லெய் ஃபெங் கூற்றுப்படி மாவோ வேண்டுகோள் விடுத்தார். 1959 ஆம் ஆண்டு மார்ஷல் பெங் டெஹாய்க்குப் பின் பாதுகாப்பு அமைச்சராகிய லின் பியாவோ, மாவோவின் கோட்பாடுகளை முன்னின்று செயல்படுத்தும் இராணுவத்தைக் கட்டுக்குள் வைத்திருந்தார். தேசத்தை இன்னும் கட்டுப்பாட்டுக்குள் கொண்டு வர வேண்டும் என்று மாவோ

விரும்பினார். புகழ்பெற்ற கவிதை ஒன்றை மாவோ எழுதினார்: 'உங்கள் தொப்பியைக் கழற்றி பெண்களுக்குரிய மரியாதையைச் செலுத்துங்கள்; இராணுவ உடைகளைத் தரித்துக் கொள்ளுங்கள்.' நம் நாட்டின் மீது படையெடுத்து, மீண்டும் கோமிங்டாங் ஆட்சியை நிறுவுவதற்கு அமெரிக்கா நாக்கை தொங்கப் போட்டுக் கொண்டு சந்தர்ப்பத்தை எதிர்பார்த்துக் கொண்டிருக்கிறது என்று எங்களுக்கு சொல்லப்பட்டது. அந்தப் படையை முறியடிக்கும் நோக்கத்துடன், தன் உடலைப் பலப்படுத்திக்கொள்ள லெய் ஃபெங் இரவு பகலாகப் பயிற்சி எடுத்து வருவதோடு வெடிகுண்டு வீசுவதிலும் முதன்மையாளராகத் திகழ வேண்டும் என்பதற்காகப் பயிற்சி எடுத்து வருகிறார் என்றும் எங்களுக்கு சொன்னார்கள். உடலுக்கு கொடுக்கும் பயிற்சி இப்போது மிகுந்த முக்கியமான ஒன்றாக ஆகி இருந்தது. ஓடுதல், நீந்துதல், உயரம் தாண்டுதல், குண்டு எறிதல், கை எரிகுண்டு வீசுதல், உபகரணங்களுடன் உடற்பயிற்சி செய்தல் ஆகியவை ஒவ்வொருவருக்கும் கட்டாயம் ஆக்கப்பட்டது. வாரத்திற்கு இரண்டு மணி நேர விளையாட்டு பயிற்சியுடன், பள்ளி நேரம் முடிந்து முக்கால் மணி நேர விளையாட்டுப் பயிற்சியும் கட்டாயம் ஆக்கப்பட்டது.

விளையாட்டுகளில் நான் நம்பிக்கை வைத்ததில்லை. விளையாட்டு களின் மீது வெறுப்புதான் வரும். டென்னிஸ் மட்டுமே எனக்கு பிடித்த விளையாட்டு. ஆரம்பத்தில் இது ஒரு பெரிய விஷயமாக இல்லாமலிருந்தாலும், இப்போது இதற்கு ஓர் அரசியல் முக்கியத்துவம் இருந்தது. இதற்கான கொள்கைக்குரல் கூறுவதாவது: 'உங்கள் உடல்களை வலுப்படுத்திக் கொள்ளுங்கள்; உங்கள் தாய்நாட்டைக் காப்பாற்றுங்கள்.' இதில் பரிதாபம் என்னவென்றால், விளையாட்டுகளின் மீது எனக்கிருந்த வெறுப்பு, இவர்கள் கொடுத்த நிர்ப்பந்தத்தால் இன்னும் அதிகமானது. நான் நீந்துவதற்காக இறங்குகிற பொழுதெல்லாம், அமெரிக்க படை என்னைத் துரத்தி பிடிக்க நதிக்கரைக்கு வருவது போல எனக்குள்ளே ஒரு கற்பனை ஓட்டம் தோன்றும். எனக்கு நீச்சல் வராததால், ஒன்று நான் நீரில் மூழ்கி விட வேண்டும்; அல்லது அமெரிக்கப் படை என்னைப் பிடித்துக் கொண்டு போய் துன்புறுத்த வேண்டும். தண்ணீரில் எனக்கு தசைப்பிடிப்பு வந்து விடுமோ என்று பயம் வந்தது. ஒருமுறை குளத்தில் மூழ்கிக் கொண்டிருப்பது போல் ஒரு நினைவு வந்தது. கோடைகாலத்தில், வாரத்திற்கொருமுறை நீச்சல் கட்டாயப் பயிற்சியாக இருந்தும், சீனாவில் இருந்த கால முழுவதும் என்னால் நீச்சல் கற்றுக் கொள்ளவே முடியவில்லை.

சில முக்கியக் காரணங்களுக்காக கை எரிகுண்டு வீசுவது கூட மிகவும் முக்கியமானதாகப் பட்டது. கையெறி குண்டு வீசுவதில் நான்தான் எங்கள் வகுப்பில் கடைசித் தகுதிற்குரிய மாணவி. மரத்தாலான கை எரிகுண்டை மட்டும் என்னால் எறிய முடிந்தது. இதை இரண்டு கெஜ தூரத்தில் எறியப் பயிற்சி எடுத்தேன். அமெரிக்க ஏகாதிபத்தியத்தை எதிர்த்து போராடப் போகும் என் தீர்மானத்தின் மீது என் வகுப்புத் தோழர்கள் சந்தேகப்படுவார்களோ என்று பயந்தேன். வாரா வாரம் நடக்கும் அரசியல் கூட்டம் ஒன்றில், கை எரி குண்டு வீசுவதில் நான் தொடர்ந்து தோல்வி கண்டதை சிலர் கண்டனம் செய்தார்கள். ‘நீ அமெரிக்கனின் வீட்டு வேலைக்காரி’ என்று சொல்வது போல, என் வகுப்பு தோழர்கள் கண் முன்னே நான் தேவையற்றவளாகத் தெரிவேனோ என்று வருத்தப்பட்டேன். அடுத்தநாள் அதிகாலை விளையாட்டு மைதானத்தின் ஒரு மூலையில் போய் நின்று கொண்டேன். கைகளை முன்னால் நீட்டிக் கொண்டு, அவைகள் மீது இரண்டு செங்கற்களை வைத்துக் கொண்டேன். லெய் ஃபெங், இதுபோன்ற பயிற்சி எடுத்துத்தான் கை எரி குண்டு வீசுவதற்கு தன் கைகளை வலுவாக்கிக் கொண்டார் என்று அவர் எழுதிய நாட்குறிப்பில் வாசித்ததை மனப்பாடம் செய்து வைத்திருந்தேன். சில நாட்களில் என் கைகள் பழுத்து, வீங்கி விட்டன. பிறகு பயிற்சியை நிறுத்தி விட்டேன். அதன்பிறகு எப்போதெல்லாம் மரத்தாலான எரிகுண்டை கையில் கொடுத்தார்களோ அப்போதெல்லாம் என் கைகள் படபடக்கத் தொடங்கின.

1965 ஆம் ஆண்டு, ஒரு நாள் எல்லாரும் உடனடியாக வெளியே கிளம்பி புல் தரையில் உள்ள புற்களை எல்லாம் அப்புறப்படுத்த வேண்டும் என்ற ஓர் அறிவிப்பு வந்தது. புற்கள், பூக்கள், செல்லப் பிராணிகள் இவைகள் எல்லாம் பூர்ஷ்வாக்களின் பழக்கவழக்கங்கள் என்றும், அவைகள் அப்புறப் படுத்தப்பட வேண்டியவை என்றும் மாவோ கூறியுள்ளார். எங்கள் பள்ளி வளாகப் புல்தரையில் வளர்ந்துள்ள புற்கள், சீனாவுக்கு வெளியே வேறு எந்த இடத்திலும் பார்த்திராத புது வகையாக இருந்தது. சீன மொழியில் அந்தப் புற்களின் பெயர் ‘இந்த மன்னின் பெருமைக்குரியது’ என்ற பொருளைக் கொண்டிருந்தது. பூமி எங்கும் படர்ந்து வளரக் கூடியது புல். அந்தப் புற்களின் ஆயிரக்கணக்கான வேர்கள் எஃகுவின் நகங்களைப் போல பூமி எங்கும் துளை போடக்கூடியவை. அவைகள் எல்லாத் திசைகளிலும் வேர் விடக்கூடியவை. அவைகள் மிக விரைவில் இரண்டு வகையான பின்னல் அமைப்புகளைப் பெற்று விடுகின்றன. அதில் ஒரு அமைப்பு தரைக்கு மேலே; இன்னொரு அமைப்பு தரைக்கு கீழே. முடிச்சு இடப்பட்ட உலோக

கம்பிகள் தரைக்குள் பதிக்கப்பட்டது போல, ஒன்றையொன்று பிண்ணிக் கொண்டு விடுகின்றன. இதனால் வேதனைப்பட்டது என்னவோ என் விரல்கள்தான். விரல்களில் நீண்ட கீரல்கள், ஆழமான காயங்கள். களைக் கொட்டு, மண்வெட்டியால் வெட்டி எடுத்தால்தான் சில வேர்கள் அழியும். ஆனால், ஏதாவது ஒரு பிசிறு வேர் ஒன்றை விட்டு விட்டால், இலேசான தூறல் போட்டால் கூட போதும். வேர்கள் மீண்டும் படையெடுக்கத் தொடங்கி விடும். மீண்டும், ஒரு பெரிய யுத்தம் நடத்தி அவைகளை அழிக்க வேண்டியிருக்கும்.

பூக்களைக் கையாள்வது மிக எளிது. ஆனால் அவைகளைப் பிடுங்கி எறிவது கடினம், ஏனென்னால், பூச்செடிகளை யாரும் பிடுங்கி எறிவதில்லை. பூக்களும் புற்களும் வளரும் இடங்களில் நாம் முட்டைகோசையும், பருத்தியையும் விளைவிக்கலாம் என்று சொல்லி, பூக்களும் புற்களும் வேண்டாம் என்று இதற்கு முன் மாவோ குறிப்பிட்டுள்ளார். ஆனால் இப்பொழுது தான் அவருடைய ஆணையைச் செயல்படுத்தச் செய்யும் அளவுக்கு அழுத்தம் கொடுக்க முடிந்தது. அதுவும் ஓரளவுக்கே செயல்படுத்த முடிந்தது. மக்கள் பூக்களை நேசித்தார்கள். செடி கொடிகளை நேசித்தார்கள். மாவோவின் செயல்திட்டங்கள் முடிவுக்கு வந்தும், பூந்தோட்டஙகளும், பூப்பாத்திகளும்; முடிவுக்கு வரவில்லை.

அந்த அழகான தாவரங்கள் அழிக்கப்படுவது எனக்கு வேதனை யளித்தது. ஆனால், மாவோ மீது நான் வெறுப்புக் கொள்ளவில்லை. மாறாக, இந்தப் பரிதாப உணர்வின் காரணமாக, என்னையே நான் வெறுத்துக் கொண்டேன். என்னை நானே சுயபரிசோதனை செய்யும் அளவுக்கு நான் வளர்ந்து விட்டேன். மாவோவின் அறிவிப்புக்களுக்கு எதிராக நான் எப்போதாவது நடந்து கொண்டால், என்னையே நான் திட்டிக் கொள்வேன். உண்மையில், அதுபோன்ற உணர்வுகள் என்னை அச்சப்படுத்தின. யாருடனும் இதைப்பற்றி கலந்து பேசிக்கொள்ள முடியாது. அதற்குப் பதிலாக, அதுபோன்ற எண்ணங்களைக் குழி தோண்டிப் புதைத்து விட்டு, சரியான வழியில் சிந்திக்க பழகிக் கொண்டேன். என்னை நானே குறைபட்டுக் கொள்ளும் நிலைமையிலே நான் வாழ்ந்து விட்டேன்.

இதுபோன்ற சுய பரிசோதனை செய்து கொள்வதும், தன்னிலை விளக்கம் கொடுப்பதும்தான் மாவோவுடைய சீனாவின் சிறப்பம்சம். நீ ஒரு புதிய நபராகவும், சிறந்த மனிதராகவும் நீ மாற வேண்டும் என்று எங்களுக்கு அடிக்கடி சொல்வார்கள். இந்த அக ஆராய்ச்சி எல்லாம் வேறு யாருக்காகவும் அல்ல; சுயமாக சிந்திக்கக் கூடாத மனிதர்களை உருவாக்கவே பயன்படுத்தப்பட்டது.

சீனாவைப் போன்ற மதச்சார்பற்ற ஒரு சமுதாயத்தில், மாவோ கோட்பாட்டு சமயக் கூறுகள், பொருளாதாரச் சாதனைகளுக்கு வாய்ப்பளிக்க வில்லை. நாடு ஆச்சரியப்படத்தக்க வகையில் பஞ்சத்திலிருந்து மீண்டு வந்தது. வாழ்க்கைத்தரம் பெரிதும் மேம்பாடு அடைந்தது. செங்குடுவில் அரசு அங்காடிகளில் அரிசி வழங்கப்பட்டாலும், இறைச்சியும், காய்கறிகளும் ஏராளமாகக் கிடைத்தன. வெள்ளரிப்பழம், தர்பூசணி போன்றவை, கடைகளுக்கு அப்பால் உள்ள நடைபாதையில் குவிந்து கிடந்தன. ஏனென்றால், அவைகளை வைத்துக் கொள்ள கடைகளில் இடம் இல்லை. அதனால் அவைகள் வெளியில் போடப்பட்டன. அவைகளை யாரும் எடுத்துச் செல்லவில்லை. கடைகளில் மிகுந்த மலிவு விலைக்கு வியாபாரம் செய்யப்பட்டன. ஒரு சமயத்தில் மிக முக்கியமாகக் கருதப்பட்ட முட்டை, கேட்பாரின்றி கூடை கூடையாக அழுகிக் கொண்டிருந்தன. சில ஆண்டுகளுக்கு முன்பு, ஒரு பீச் பழம் கண்களால் பார்க்கக் கூடக் கிடைக்காது. இப்போது பீச் பழங்கள் சாப்பிடுவது 'நாட்டுப்பற்று' ஆகிவிட்டது. அரசு அலுவலர்கள் வீடு வீடாகச் சென்று பீச் பழங்களை இலவசமாக வழங்கினார்கள்.

நாட்டுப் பெருமையை தூக்கிப் பிடித்து நிறுத்திய பல வெற்றிக் கதைகள் உண்டு. 1964 ஆம் ஆண்டு அக்டோபர் மாதம் சீனா தன் முதல் அணுகுண்டை வெடிக்க வைத்தது. இந்தச் செய்தி எங்கும் பெருமளவில் பரப்பப்பட்டது. அத்துடன் நாட்டின் தொழில்துறை மற்றும் அறிவியல் துறைகளுக்கான செயல்விளக்க கூடமாக இந்நிகழ்வு மேம்படுத்தப்பட்டது. ஏதேச்சதிகார நாடுகளை எதிர்த்து நிற்கும் சக்தியாகவும் சீனா உருவானது. சீனாவில் அணுகுண்டு வெடித்த அதே நேரத்தில் குருச்சேவ்வும் பதவியிலிருந்து வெளியேற்றப்பட்டார். மாவோ தொடர்ந்து பதவியில் நீடித்ததற்கு குண்டு வெடிப்பு சிறந்த சான்றாக எடுத்துக்காட்டப்பட்டது. 1964 ஆம் ஆண்டு பிரான்ஸ், சீனாவை தூதரக அந்தஸ்த்து அளவுக்கு ஏற்றுக் கொண்டது. மேற்கத்திய நாடுகளில் பிரான்ஸ் நாடுதான் முதன்முதலில் சீனாவை அங்கீகரித்த முதல்நாடு. உலக நாடுகளில் சீனா ஒரு தகுதியுள்ள நாடு என ஏற்றுக்கொள்ள மறுத்த அமெரிக்க ஐக்கிய நாட்டிற்கு கொடுத்த மரண அடியாக சீனா பேருவகையுடன் பிரான்சின் அங்கீகாரத்தை வரவேற்றது.

அத்துடன், சீனாவில் பொதுவான அரசியல் தண்டனை ஏதும் இப்போது கொடுக்கப்படவில்லை. அதனால் மக்கள் நிம்மதியுடன் வாழ்ந்து வந்தனர். எல்லாப் புகழும் மாவோவுக்கே! பெரும் பெரும் தலைவர்கள் என்னதான் மாவோவின் உண்மையான செயல்பாடுகள் பற்றித் தெரிந்து கொண்டிருந்தாலும், சீனாவின் மக்கள் எல்லோரும்

அறியாமையில்தான் அமிழ்ந்து வைக்கப்பட்டிருந்தனர். மாவோவின் சாதனைகளுக்கு நன்றி செலுத்தும் முகத்தான், பல ஆண்டுகளாகத் தொகுத்து வைத்திருந்த ஒரு புகழுரையை எழுதி, என் உயிர் உள்ளவரை அவருக்கு விசுவாசமாக இருப்பேன் என்று உறுதியளித்தேன்.

1965ல் எனக்கு 13 வயது ஆகி இருந்தது. அந்த ஆண்டின் அக்டோபர் மாதம் முதல் நாள், சீனா, 'மக்கள் குடியரசு' ஆன 16ஆம் ஆண்டு நிறைவு விழா கொண்டாடப்பட்டது. செங்குடுவின் மையப் பகுதியிலிருந்த சதுக்கத்தில் வான வேடிக்கை காட்டப்பட்டது. சதுக்கத்தின் வடக்கில், ஒரு பேரரசின் பழங்கால அரண்மனையின் நுழைவுவாயில் இருந்தது. செங்குடு ஒரு நாட்டின் தலைநகரான பொழுது மேற்கண்ட அரண்மனை மூன்றாம் நூற்றாண்டு காலத்திற்கு உரிய பிரம்மாண்டத் தோற்றமாக சமீபத்தில் கொண்டு வரப்பட்டது. அதன் நுழைவு வாயில் பீக்கிங்கில் இருந்த 'சொர்க்கத்தின் நுழைவு வாயில்' மாதிரி இருந்தது. அதன் மேற்கூரையில் பச்சை நிற ஓடுகள் பதிக்கப்பட்டிருந்தன. அந்த அரண்மனையில் காணப்பட்ட ஓய்வுக்கூடம் கண்ணாடித் தகடுகள் பதிக்கப்பட்ட கூரையையும், கருஞ்சிவப்பு நிறத்தூண்களையும் கொண்டிருந்தது. அந்தக் கூரையின் கைப்பிடிச்சுவரில் உள்ள கம்பங்கள் வெள்ளை நிறப் பளிங்குக் கற்களால் ஆனவை. சிச்சுவான் அதிகாரிகளோடும், என் குடும்பத்தாருடனும் நான் விழாக்கோலத்தை ரசித்துக்கொண்டும், வானவேடிக்கை தொடங்கட்டும் என்றும் காத்துக்கொண்டு நின்றேன். அந்தச் சதுக்கத்தின் கீழ் 50ஆயிரம் மக்கள் கூடி நின்று பாடிக் கொண்டும், ஆடிக்கொண்டும் மகிழ்ச்சியில் திளைத்திருந்தனர். எங்கும் ஒரே ஆரவாரம். நான் நின்று கொண்டிருந்த இடத்திலிருந்து 100அடி தூரத்தில்தான் வான வெடிகள் விண்ணில் சீறிப் பாய்ந்தன. வான வேடிக்கையினால் ஆகாயம் குறிப்பிடத்தக்க உருவங்களும், நிறங்களும் நிறைந்த தோட்டமாகவும், வெளிச்சம் மிகுந்த வான வேடிக்கைகளால், கடல் அலைகள் ஒன்றன்பின் ஒன்றாகத் தோன்றியது போலவும் காட்சியளித்தது. இசையும் கூத்தும் அந்த அரண்மனைக்கு முன்னால் விண்ணைப் பிளந்தன. அதன்பிறகு வானம் சில நொடிகள் தெளிவாக இருந்தது. திடீரென்று ஏதோ ஒன்று ஆகாயத்தில் வெடித்தது. கண்ணைப் பறிக்கும் வகையில் மலர்ச்சரங்கள். அதனைத் தொடர்ந்து, பெரிய, வளைந்து நெளிந்து வந்த அலங்காரப் பொருள். ஆகாயத்தின் நடுவில் அது விரிந்து வசந்தகாலத் தென்றலில் அசைந்தாடி வந்தது. சதுக்கத்தின் மேல் ஒளிர்ந்த வெளிச்சத்தில் அந்த அலங்காரப் பொருளில் காணப்பட்ட எழுத்துகள் பிரகாசமாக மின்னின. அதில் காணப்பட்ட வாழ்த்துரை, 'எங்கள் மாபெரும்

தலைவர் மாவோ நீடூழி வாழ்க!' என் கண்கள் குளமாகின. 'மாவோ என்பவரின் மாபெரும் சகாப்தத்தில் வாழ, நான் எவ்வளவு கொடுத்து வைத்திருக்க வேண்டும்.' எனக்கு நானே சொல்லிக் கொண்டேன். 'மாவோவை எப்போதாவது நேரில் தரிசிப்போம் என்ற நம்பிக்கை இல்லாமலும், அவரின் அருகில் இல்லாமலும், எப்படி ஏகாதிபத்திய நாட்டு குழந்தைகள் இருக்க முடியும்?' அவர்களுக்காக நான் ஏதாவது செய்ய வேண்டும். அவர்களின் நெருக்கடிகளிலிருந்து அவர்களைக் காப்பாற்ற வேண்டும். அந்த இடத்திலேயே, அந்தச் சதுக்கத்திலேயே எனக்குள்ளே ஓர் உறுதிமொழி எடுத்துக் கொண்டேன். உலகப்புரட்சிக்கு உதவிடுமாறு சீனாவை ஒரு வலுவான நாடாக ஆக்குவதற்கு மும்முரமாக உழைக்க வேண்டும். 'பெருந்தலைவர் மாவோ' என்ற பெயர் என்றென்றும் நிலைத்திருக்க நான் இன்னும் உழைக்க வேண்டும். இது என் பிறப்பின் இலட்சியமாக அமைய வேண்டும்.

'எனக்கு அப்பாவைப் பிடிக்கும்; அம்மாவைப் பிடிக்கும்;
இவர்கள் எல்லாரையும்விட பெருந்தலைவர் மாவோவை மிகவும் பிடிக்கும்'

15

'முதலில் அழித்துவிடு, பிறகு தன்னையே அது கட்டமைத்துக் கொள்ளும்'

கலாச்சாரப் புரட்சி தொடங்குகிறது

1965–1966

1960-களின் ஆரம்பத்தில், அத்தனை அழிவுகளுக்கும் மாவோ காரண கர்த்தாவாக இருந்தும், அவர்தான் சீனாவின் ஒப்பற்ற தலைவராக விளங்கினார். மக்கள் அவரை ஆராதித்தார்கள். ஏனென்றால், அனுபவ அறிவுள்ளவர்களே அந்த நாட்டை வழிநடத்தி வந்தார்கள். அவ்வாறு, அனுபவ அறிவுள்ளவர்களால் நாடு வழிநடத்தப்பட்டு வந்ததால், நாட்டின் அறிவியல், கலை, இலக்கியம் முதலியவை தடையின்றி செயல்பட்டு வந்தன. நீண்ட காலமாகக் கிடப்பில் கிடந்த ஏராளமான மேடை நாடகங்கள், இசை நாடகங்கள், திரைப்படங்கள், புதினங்கள், எல்லாம் மீண்டும் புத்துணர்ச்சி பெற்று வரத் தொடங்கின. யாரும் வெளிப்படையாகக் கட்சியைக் கண்டனம் செய்யவில்லை. ஆனால், அன்றைய வாழ்வாதாரத்திற்குத் தேவையான கருப்பொருளை அங்கே காண முடியவில்லை. அந்தச் சமயத்தில், எங்கே தனக்கெதிரான கண்டனக்குரல்கள் எழுந்து விடுமோ என்ற எதிர்பார்ப்பிலேயே மாவோ கண்ணும் கருத்துமாக இருந்தார். இது தொடர்பாக அவரது மனைவி ஜியாங் குவிங்குடன் கலந்து பேசி, அவளது ஆலோசனைகளையும் பெற்று வந்தார். அவரது மனைவி 1930-களில் ஒரு நடிகையாக இருந்தவள். மாவோவுக்கும், மாவோவின் ஆட்சி அதிகாரத்திற்கும் எதிராக

வரலாற்றுக் கருப்பொருட்கள் பயன்படுத்தப்பட்டு வருகின்றன என்பதை மாவோவும் அவரது மனைவியும் தெரிந்து கொண்டார்கள்.

சீனாவில், தங்கள் எதிர்ப்பை காட்டுவதற்கு வரலாற்று நிகழ்வுகளை மறைமுகமாகச் சுட்டிக்காட்டும் பழக்கம் தொன்றுதொட்டு இருந்து வந்தது. மேலும், அந்தக்கட்டத்தில், ஒரு சிலர் மட்டுமே புரிந்து கொள்ளக்கூடிய மறைமுகக் குறிப்பு, பரவலாக புழக்கத்தில் இருந்தது. 1963 ஏப்பிரல் மாதத்திலிருந்து பேய்க் கதைகளைக் கொண்டிருந்த நாடகங்களை மாவோ நிறுத்தி விட்டார். அத்தகையப் பேய் நாடகங்களில், இறந்த பின் அந்த ஆவிகள் தங்களைத் துன்புறுத்தியவர்களைத் தண்டிப்பதாக இருக்கும். மாவோவைப் பொறுத்தவரை, பழி தீர்த்துக் கொள்ளும் ஆவிகள், மாவோ ஆட்சியில் அழித்து ஒழிக்கப்பட்ட வர்க்க எதிரிகளுக்கு ஒப்பாவார்கள்.

மாவோ தம்பதியினரின் கவனம் நாடகத்தின் பக்கம் திரும்பியது. மிங் வம்சத்தின் (1368-1644) சீன உயர் அதிகாரியான 'ஹாய் ரூய்' என்பவரைக் கதாநாயகனாகக் கொண்ட 'மிங் வம்சம்' என்ற நாடகத்தின் பக்கம் அவர்களது கவனம் திரும்பியது. நீதிக்கும், துணிச்சலுக்கும் எடுத்துக்காட்டாக திகழ்ந்த மிங் மாண்டேரின் என்னும் உயர் அதிகாரி தன் உயிரைப் பணயம் வைத்து, பாமர ஜனங்களுக்காக பேரரசரை எதிர்த்து கண்டனக்குரல் எழுப்பினார். அதனால் அவர் பதவி நீக்கம் செய்யப்பட்டு நாடு கடத்தப்பட்டார். இதில் வருகிற மிங் என்னும் உயர் அதிகாரிதான், முன்னாள் பாதுகாப்பு மந்திரியாக இருந்த மார்ஷல் பெங் டெ ஹாய் மாதிரி பயன்படுத்தப்படுகிறாரோ என்று மாவோ தம்பதியினர் சந்தேகப்பட்டனர். இவர் 1959 ஆம் ஆண்டு, 'மாவோவின் உதவாக்கரை கொள்கைகளால்தான் பஞ்சம் வரக் காரணமாக அமைந்தது' என்று மாவோவை எதிர்த்து முழக்கமிட்டவர் என்பது குறிப்பிடத்தக்கது. பெங்குவுடைய பதவி பறிப்புக்கு அடுத்தபடியாக, மிங் அதிகாரி போன்ற நாடகக் கதைகள் புத்தெழுச்சி பெற்று எழுந்தன. திருமதி மாவோ இந்நாடகத்தை வெளிப்படையாகக் கண்டிக்க முயற்சி எடுத்தார். கலைத்துறைப் பொறுப்பில் இருந்த மந்திரிகளையும், நாடகக் கதாசிரியர்களையும் இந்த அம்மையார் சந்தித்துப் பேசியும், அவர்கள், அம்மையாரின் கோரிக்கையைக் கண்டு கொள்ளவில்லை.

எழுத்தாளர்கள், கல்வியாளர்கள் போன்ற 39 கலைஞர்களின் பெயர்களை கண்டனத்துக்குரியவர்கள் என்று ஒரு பட்டியலை 1964 ஆம் ஆண்டு மாவோ வெளியிட்டார். 'பிற்போக்கு தனமான பூர்ஷ்வா அமைப்பு' என்னும் ஒரு புதிய வர்க்க

484 'முதலில் அழித்துவிடு, பிறகு தன்னையே அது கட்டமைத்துக் கொள்ளும்'

எதிரிகள் என்று அவர்களை முத்திரை குத்தினார். மாவோ வெளியிட்ட இப்பட்டியலில், மிங் உயர் அதிகாரி என்னும் நாடக திரைக்கதை வசன கர்த்தாவான 'வூ ஹான்' என்பவரும், குடும்பக் கட்டுப்பாட்டை முதன்முதலில் வலியுறுத்திய சிறந்த பொருளாதார மேதை பேராசிரியர் மா யின்-சூவின் பெயர்களும் இடம் பெற்றிருந்தன. இதற்காக வூ ஹான் 1957 ஆம் ஆண்டிலேயே வலதுசாரி என்று பெயரிடப்பட்டவர். குடும்பக் கட்டுப்பாடு தேவை என்பதை மாவோ உணர்ந்து கொண்டார்; ஆனால், தான் செய்வதெல்லாம் தவறு என்று தெளிவாகச் சுட்டிக் காட்டிக் கொண்டிருக்கும் பேராசிரியர் மா என்பவரைத்தான் அவர் வெறுத்தார்.

இந்தப் பெயர்ப் பட்டியலை மாவோ பகிரங்கமாக வெளியிடவில்லை. ஆனால், கட்சி அமைப்பு அவர்களை கட்சியிலிருந்து வெளியேற்றிவிட்டது. இந்தப் பெயர்ப் பட்டியலை, அம்மாவின் தரவரிசை வரை உள்ள அதிகாரிகளின் சுற்றுக்கு விட்டு, இதுபோன்ற பிற்போக்குத்தனமான பூர்ஷ்வா அமைப்பு இருந்தால், அவர்களைக் கண்டுபிடித்துக் கொடுக்க வேண்டும் என்ற குறிப்பும் கொடுக்கப்பட்டது. 1964-65 ஆம் ஆண்டு 'ஓக்ஸ் மார்க்கெட்' என்ற பெயருடைய ஒரு பள்ளிக்கு ஒரு பணிக்குழுவின் தலைவியாக அம்மாவை அனுப்பி வைத்தார்கள். சந்தேகப்படும்படியாக நடந்து கொள்ளும் முன்னணி ஆசிரியர்களையும், புத்தகங்களோ, கட்டுரைகளோ எழுதும் ஆசிரியர்களையும் தேடிக் கண்டுபிடிக்க வேண்டும் என்று அம்மாவுக்கு ஆணையிடப்பட்டிருந்தது.

பணியிலிருந்து வெளியேற்றுதல், கட்சியிலிருந்து வெளியேற்றுதல் போன்ற களையெடுப்பு சம்பவத்தினால், அம்மாவின் மரியாதைக்குள்ளவர்களும் இதில் பாதிக்கப்படுவார்களோ என்று அம்மா அதிர்ந்து போனாள்; தேடித் தேடி அலைந்தாலும் 'எதிரிகளைக்' கண்டறிவது அவ்வளவு எளிதல்ல என்று அம்மாவுக்கு தெளிவாகத் தெரிந்தது. சமீபத்தில் இதுபோன்ற நபர்களுக்கு கொடுக்கப்பட்ட தண்டனைகள் நினைவிருந்தும், சிலர் துணிச்சலாக வாயைத் திறக்கத் தொடங்கினார்கள். அம்மா அங்கே உணர்ந்து கொண்டதை எல்லாம், தன்னுடைய மேலதிகாரியான திரு.பாவோ என்பவரிடம் கூறினாள்.

1965 ஆம் ஆண்டு முடிந்தது. அம்மா எதையும் செய்யவில்லை. திரு.பாவோ அம்மாவுக்கு நெருக்கடி எதுவும் கொடுக்கவில்லை. அவர்களின் செயல்படாத்தன்மை கட்சி அதிகாரிகளின் பொதுவான மனநிலையை வெளிப்படுத்தியது. இதில் பலர் தண்டனைகளால் அலுத்துப் போய் விட்டனர். வாழ்க்கைத் தரம் உயர வேண்டும்

கலாச்சாரப் புரட்சி தொடங்குகிறது 485

என்றும், ஒரு இயல்பான வாழ்க்கையை அமைத்துக் கொள்ள வேண்டும் என்றும் விரும்பினார்கள். ஆனால், அவர்களால் மாவோவை பகிரங்கமாக எதிர்க்க முடியவில்லை. உண்மையில், அவரின் ஆளுமைக் கோட்பாடுகளின் நோக்கம் நிறைவேறவே அவர்கள் துணை புரிந்தார்கள். மாவோவுக்கு பயந்து அவரை ஆராதனை செய்பவர்களைக் கண்ட சிலர், அவர்களை எந்த வழியிலும் நிறுத்த முடியாது என்று தெரிந்து கொண்டார்கள். அதுபோன்ற வல்லமையும் பெருமையும் மாவோவுக்கு இருந்தன. அவரின் கோட்பாடுகள் நிலையாக இருந்தன. அவர்களால் செய்ய முடிந்ததெல்லாம், தங்கள் எதிர்ப்புகளை மறைமுகமாக காட்ட முடிந்ததுதான்.

கட்சிக் கருங்காலிகளைக் கண்டுபிடிக்க வேண்டுமென்று மாவோ விடுத்த அழைப்புக்குச் செவிசாய்க்காத அதிகாரிகளின் எதிர்ப்புகளை அப்படியே மாற்றினார். அதாவது அதிகாரிகள் அவர்மீது வைத்திருந்த விசுவாசம் குறைந்து வருவதின் அடையாளமாகவும், ஜனாதிபதி லியூ மற்றும் டெங் ஆகியோரின் பேச்சில் அதிக ஆர்வம் காட்டுவதாகவும் மாவோ சந்தேகப்பட்டார். வூ ஹான் என்னும் எழுத்தாளரையும், மிங் மாண்டரின் பற்றிய அவரது நாடகத்தையும் ஒழிக்கும் நோக்கத்துடன் மாவோ எழுதிய கட்டுரையை கட்சிப் பத்திரிகை வெளியிட மறுத்தபோது அவருடைய சந்தேகம் ஊர்ஜிதமானது. கட்சிக் கருங்காலிகளைக் கண்டறிந்து அவர்களைக் களையெடுக்க மக்களைப் பயன்படுத்தும் நோக்கமாகத்தான் மாவோவுடைய கட்டுரை பத்திரிகையில் வெளிவர வேண்டுமென்று விரும்பினார். மாவோவுக்கும் மக்களுக்கும் பாலமாக இருந்த கட்சி அமைப்பால், தான் குடிமக்களிடமிருந்து துண்டிக்கப்பட்டிருக்கிறோம் என்று இப்போது மாவோ புரிந்து கொண்டார். உண்மையில், மாவோ தன் அதிகாரத்தை இழந்தார். பீக்கிங் கம்யூனிஸ்ட் கட்சிக் குழுவும், பொது விவகாரத் துறையின் மத்திய இலாக்காவும் இணைந்து அப்போதையத் துணை மேயராக இருந்த வூ ஹான் என்பவரை கண்டனம் செய்யவோ, அல்லது கட்சியிலிருந்து நீக்கவோ முடியாது என்று மாவோவை, ஓரணியில் எதிர்த்து நின்றன.

மாவோவுக்கு அச்சுறுத்தல் ஏற்பட்டது. ஸ்டாலின் என்னும் மாமனிதர் உயிரோடு இருந்தபோதே குருச்சேவ் அவரை விமர்சித்தார். மாவோ தன்னை ஸ்டாலினாகப் பாவித்து, முன்னெச்சரிக்கை நடவடிக்கை எடுத்து, அதன்மூலம், 'சீனாவின் குருச்சேவ்' என்று கருதிய லியூ ஷாவ்கி மற்றும் இவரின் பணியாளரான டெங், மற்றும் கட்சியில் இவரது ஆதரவாளர்கள் ஆகியோரை ஒழித்து விட வேண்டும் என்று மாவோ முடிவு கட்டினார். அந்த சூழ்ச்சிக்கு அவர் 'கலாச்சாரப்

486 'முதலில் அழித்துவிடு, பிறகு தன்னையே அது கட்டமைத்துக் கொள்ளும்'

புரட்சி' என்று ஓர் ஏமாற்றுப் பெயரை வைத்தார். இது ஒரு தனி மனிதனால் நடத்தப்படும் யுத்தம் என்று மாவோ அறிந்து கொண்டார்; ஆனால், ஒட்டு மொத்த உலகைவிட சற்றும் குறைவில்லாத ஒன்றோடு சவால் விடுவதாக மாவோ பெருமைப்பட்டுக் கொண்டார். ஒரு கட்சி எந்திரம் என்னும் மாபெரும் எதிரியை எதிர்கொள்ளும் ஒரு துன்பியல் கதாநாயகனாகத் தன்னை காண்பித்துக் கொள்ள வேண்டியிருந்ததால், தனக்காக இலேசாக வருத்தப்பட்டுக் கொண்டார்.

வூ ஹான்னுடைய நாடகம் பீக்கிங்கில் வெளியிடப்படுவதற்கு எதிர்ப்புத் தெரிவித்து மாவோ எழுதிய கட்டுரையை வெளியிட பலமுறை முடியாமல் போய் விட்டாலும், 1965 ஆம் ஆண்டு நவம்பர் 10ஆம் தேதி, இவரின் ஆதரவாளர்கள் பொறுப்பில் இருந்த ஷாங்காய் பத்திரிகையில் வெளியிட்டார். மாவோ எழுதி வெளியிட்ட அந்தக் கட்டுரையில்தான் முதன்முதலில் 'கலாச்சாரப் புரட்சி' என்ற வார்த்தை அறிமுகமானது. அரசாங்கத்தின் சொந்தப் பத்திரிகையான 'மக்களின் நாளிதழ்' அக்கட்டுரையை மறுபதிப்பு செய்து வெளியிட மறுத்து விட்டது. தலைநகரில் இருந்து வெளிவந்த கட்சியின் குரலான 'பீக்கிங் நாளிதழும்' வெளியிட மறுத்து விட்டது. மாநிலங்களில் ஒரு சில பத்திரிகைகள் அக்கட்டுரையை வெளியிட்டன. அந்தச் சமயத்தில், 'சிச்சுவான் நாளேடு' என்ற மாநிலக் கட்சிப் பத்திரிகையை அப்பாதான் மேற்பார்வையிட்டுக் கொண்டிருந்தார். மாவோ குறிப்பிட்ட 'கட்சிக் கருங்காலிகளை களையெடுத்தல்' என்னும் நடவடிக்கை மக்களுக்கு அழைப்பு விடுப்பது போலவும், மார்ஷல் பெங் மீது மாவோ தாக்குதல் தொடுப்பது போலவும் அப்பா இதைச் சீர்தூக்கிப் பார்த்து, மறுபதிப்புக்கு மறுத்துவிட்டார். மாநிலக் கலாச்சார விவகாரங்கள் பொறுப்பில் இருந்த அந்த நபரை நேரில் சென்று பார்த்துப் பேசினார். அவர் டெங் சியோபிங்குடன் தொலைபேசியில் பேசுவதாக அப்பாவிடம் கூறினார். அப்போது டெங் அலுவலகத்தில் இல்லை. அதனால் டெங்கின் நெருங்கிய நண்பரும், பொலிட் பீரோ உறுப்பினரான மார்ஷல் ஹோ லூங் என்பவர் தொலைபேசி அழைப்பை எடுத்தார். 'அவர்தான் (டெங்) முடி சூடிக் கொள்வார்' என்று 1959-ல் இவர் கூறியதைத்தான் அப்பா ஒருமுறை ஒட்டுக் கேட்க நேரிட்டது. மறுபதிப்புக்கு வாய்ப்பில்லை என்று ஹோ சொல்லி விட்டார்.

இந்தக் கட்டுரையைக் கடைசியாக வெளியிட்ட மாநிலங்களில் சிச்சுவானும் ஒன்று. நவம்பர் மாதம் 30 ஆம் தேதி அன்று மக்களின் நாளிதழ் வெளியிட்ட பிறகு, நிதானமாக டிசம்பர் 18 ஆம்

தேதிதான் சிச்சுவான் வெளியிட்டது. பிரதம மந்திரியும், அதிகாரப் போராட்டத்தில் அமைதிப்படுத்தும் பொறுப்பில் இருந்தவருமான சூ என்லாய்தான், 'பத்திரிகை ஆசிரியர்', என்ற பெயரில் கலாச்சாரப் புரட்சி என்பது 'அரசியல் சாராத ஒரு கல்வி விவாதமே தவிர, அதில் அரசியல் கண்டனத்துக்கு எதுவும் இல்லை' என்ற ஓர் அடிக்குறிப்பை இணைத்து மக்கள் நாளிதழில் அதை வெளியிட்டார்.

மாவோவின் 'களையெடுத்தல்' திட்டத்தை முறியடிக்கும் முயற்சி தொடர்ந்து மூன்று மாதங்களாக நடைபெற்றது. 1966 ஆம் ஆண்டு பிப்ரவரி மாதம், மாவோ பீக்கிங்கிலிருந்து வெளியில் சென்றிருந்தபோது, கல்வி விவாதம், 'தண்டனையை, மேலும் மோசமாக்கி விடக்கூடாது' என்ற தீர்மானத்தை பொலிட்பீரோ கொண்டு வந்தது. மாவோ இதைக் கடுமையாக எதிர்த்தார். ஆனால் அவரது எதிர்ப்பை யாரும் பொருட்படுத்தவில்லை.

சிச்சுவான் மாநிலத்தில் கலாச்சாரப் புரட்சியை நடத்திச் செல்ல, பிப்ரவரி மாதம் பொலிட்பீரோ எடுத்த தீர்மானத்தின் மீது ஓர் ஆவணம் தயார் செய்ய ஏப்ரல் மாதத்தில் அப்பாவைக் கேட்டுக் கொண்டார்கள். அப்பொழுது அப்பா தயார் செய்த ஆவணத்தின் பெயர்தான் 'ஏப்பிரல் ஆவணம்'. அதில் கூறப்பட்டிருந்ததாவது: 'விவாதம் கட்டாயம் கல்வி சார்ந்ததாக இருக்க வேண்டும். கொடுமையான குற்றச்சாட்டுகள் எதுவும் இடம் பெறக்கூடாது. உண்மைக்கு முன்னால் அனைவரும் சமம். கட்சி, அறிவு ஜீவிகளை தன் இரும்புக்கரம் கொண்டு அடக்கி வைக்கக் கூடாது.'

ஆவணம் வெளியிடப்படும் நேரத்தில் திடீரென அது முடக்கப்பட்டது. பொலிட்பீரோவின் புதிய தீர்மானம் ஒன்று வந்தது. இந்தமுறை மாவோ வந்திருந்தார். சூ என்லாய் அவருக்கு உடந்தையாக இருந்ததால், மாவோவின் கை ஓங்கியது. பிப்ரவரி தீர்மானத்தை மாவோ கிழித்து எறிந்தார். எதிர்ப்புக் குரல் எழுப்பும் எழுத்தாளர்களும், அறிவு ஜீவிகளும் அப்புறப்படுத்தப்படுவார்கள் என்று மாவோ பகிரங்கமாக அறிவித்தார். கட்சியில் உள்ள கருங்காலிகளே இதுபோன்ற எதிர்ப்புக் குரல் எழுப்புபவர்களையும், வர்க்க எதிரிகளையும் பாதுகாத்து வருகிறார்கள் என்று மாவோ அழுத்தமாகக் கூறினார். இந்த அதிகாரிகளுக்கு 'ஆட்சி அதிகாரத்தில் இருப்பவர்களே முதலாளி வர்க்கக் கைக்கூலிகளுக்கு ஆதரவு அளிப்பவர்கள்' என்று பெயரிட்டு, அவர்களை ஒழித்துக் கட்டுவதற்காக மாவோ களத்தில் இறங்கினார். அவர்கள் 'கட்சிக்குள்ளே இருக்கும் முதலாளி வர்க்கக் கைக்கூலிகள்' என்று பெயர் பெற்றார்கள். அதனால்தான் மிகப்பெரிய 'கலாச்சாரப் புரட்சி' முறையாகக் கொண்டுவரப்பட்டது.

உண்மையில் 'முதலாளி வர்க்கக் கைக்கூலிகள்' யார்? இதை மாவோவுக்கே தெளிவாகத் தெரிந்து கொள்ள முடியவில்லை. ஒட்டுமொத்த பீக்கிங் கம்யூனிஸ்ட் கட்சியையே அப்புறப்படுத்திவிட்டு அதைப் புதிய முறையில் புதுப்பிக்க வேண்டியது கட்டாயம் என்று உணர்ந்து அவ்வாறே செயல்படுத்தினார். லியூ ஷவ்சியையும், டெங் சியோபிங்கையும் ஒழித்துக்கட்டி விட வேண்டும் என்றும் முடிவெடுத்தார். கட்சியில் இருந்த பூர்ஷ்வா தலைமையிடத்தையும் கண்டுபிடித்து ஒழிக்க வேண்டும் என்றும் முடிவெடுத்தார். எங்கும் பரவலாக இருக்கும் கட்சி அமைப்பில் 'யார் தனக்கு உண்மையாக இருக்கிறார்கள்; யார், யார் லியூவுக்கும் டெங்குக்கும் உண்மையாக இருக்கிறார்கள்; யார், யார் முதலாளி வர்க்கக் கைக்கூலிகளாக இருக்கிறார்கள்' என்று மாவோவால் சரியாகப் புரிந்துகொள்ள இயலவில்லை. முக்கால்வாசி கட்சியினரைத்தான் கட்டுப்படுத்தியிருப்பதாக மாவோ கணக்குப் போட்டுக் கொண்டார். ஒரு எதிரியைக்கூட தப்பிக்க விடக்கூடாது என்பதற்காக 'கம்யூனிஸ்ட் கட்சியையே கவிழ்த்து விட்டால்கூட தவறு இல்லை' என்ற முடிவுக்கு மாவோ வந்தார். யாரெல்லாம் மாவோவுக்கு உண்மையாக இருந்தார்களோ, அவர்கள் மாவோவால் தங்களுக்கு ஏற்பட்ட பாதிப்புகளை தாங்கிக் கொண்டு நீடித்திருந்தார்கள். மாவோவின் வார்த்தைகளின்படிக் கூற வேண்டுமென்றால், 'முதலில் அழித்துவிடு. பிறகு தன்னையே அது கட்டமைத்துக் கொள்ளும்'. கட்சியின் அழிவைப் பற்றி மாவோ கவலைப்படவில்லை. 'மாமன்னர் மாவோ' எப்போதும் 'கம்யூனிஸ்ட் மாவோவை' விஞ்சி விடுவார். யாரையும், குறிப்பாக மாவோவுக்கு நெருக்கமாக இருப்பவரையும்கூட, தூக்கி எறிய அவர் தயங்கியதில்லை. அவருடைய தலைவர்களில் ஒருவரான முன்னாள் தளபதி, சவோ சவோ என்பவர் 'சொர்க்கத்தின் கீழே வாழும் அனைவருக்கும் நான் தவறு செய்வேன். ஆனால் சொர்க்கத்தின் கீழே இருக்கும் யாரும் எனக்கு தவறு செய்யக் கூடாது' என்று கூறிய அவரது அழியா வார்த்தைகளை மாவோ வெளிப்படையாக ரசித்தார். முதியவர்களான ஒரு தம்பதியர், தனக்கு துரோகம் இழைத்து விட்டதாகத் தவறாகப் புரிந்து கொண்டு அவர்களைச் கொலை செய்தது தெரிய வந்த போதுதான், தளபதி சவோ சவோ இவ்வாறு கூறினார். உண்மையில் அந்தத் தம்பதியர்தான் தளபதி உயிரைக் காப்பாற்றியவர்கள்.

எந்தக் குறிக்கோளும் இல்லாமல், மாவோ யுத்தத்திற்கு அழைப்பு விட்டிருப்பது மக்களையும், அதிகாரிகள் பலரையும் குழப்பத்தில் ஆழ்த்தியது. மாவோ எதற்கு இந்த முயற்சி எடுக்கிறார் என்றும், இந்தமுறை உண்மையான எதிரிகள் யார் என்றும்

சிலர் அறிந்திருந்தனர். யாரோ சில அதிகாரிகளைத் தண்டிக்க முடிவெடுத்து விட்டார் என்று அப்பா அம்மாவும், இன்னும் சில உயர் அதிகாரிகளும் விளங்கிக் கொண்டார்கள். ஆனால் அந்தப் 'பாவப்பட்டவர்கள்' யார் என்றுதான் அப்பா அம்மாவுக்குப் புரியவில்லை. ஏன், அவர்களாகக் கூட இருக்கலாம். குழப்பமும், பயமும் அவர்களைச் சூழ்ந்து கொண்டது.

இந்த ஆட்டத்தில் மாவோ முக்கியமான காய் ஒன்றை நகர்த்தினார். தனக்கென்று தனிப்பட்ட தொடர் உத்தரவுகளை கட்சிக்கு வெளியிலிருந்து பிறப்பிக்கத் தொடங்கினார். இது மத்தியக் குழுவாலும், பொலிட்பீரோ உறுப்பினர்களாலும் கொண்டுவரப்பட்டது என்று மாவோ வெளிப்படையாகக் கூறினாலும், இந்த விஷயத்தில் அவர் உண்மைக்குப் புறம்பாகத்தான் செயல்பட்டார்.

முதன்முதலில், 1959 ஆம் ஆண்டு பெங் டெஹாய்க்கு அடுத்த பாதுகாப்பு அமைச்சராக வந்த மார்ஷல் லின் பியாவோ என்பவரை தனது உதவியாளராக ஆக்கிக் கொண்டார். இவர் மாவோவின் ஆளுமைக் கோட்பாட்டை இராணுவ வீரர்களிடம் தூக்கிப்பிடித்துப் பேசினார். மாவோவின் முன்னாள் செயலாளரான செங் போடா மற்றும் அவரது உளவுத்துறை தலைமை அதிகாரியான காங் ஷெங் மற்றும் திருமதி மாவோ ஆகியோர்களைக் கொண்டு, 'கலாச்சாரப் புரட்சி அதிகாரம்' என்ற ஓர் அமைப்பை உருவாக்கினார். இவர்கள்தான் கலாச்சாரப் புரட்சியின் முக்கிய தலைவர்கள்.

அடுத்து மாவோ, நாளேடுகளைக் கையில் எடுத்துக் கொண்டார். முக்கியமாக 'மக்களின் நாளிதழ்' என்ற நாளேட்டினை முதன்மையாகக் கையில் எடுத்துக் கொண்டார். இது கட்சிப் பத்திரிகை என்பதால் இதற்கு எல்லா அதிகாரமும் இருந்தது. ஆட்சியின் குரலாக இப்பத்திரிகை விளங்கியதால், மக்கள் இதனுடன் முக்கியத் தொடர்பு கொண்டு இருந்தார்கள். மே 31ஆம் நாள், செங் போடாவை இதன் பொறுப்பு அதிகாரியாக நியமித்தார். இலட்சக்கணக்கான மக்களிடம் நேரடியாகப் பேசக்கூடிய ஒரு தகவல் தடத்தை மாவோ கைப்பற்றிக் கொண்டார்.

1966 ஆம் ஆண்டு தொடங்கி, தலைவர் மாவோவின் முழு அதிகாரத்தை நிறுவவும், வர்க்க எதிரிகளை அழித்து ஒழிக்கவும், மக்கள் மாவோவின் வழிகளைப் பின்பற்றவும், கலாச்சாரப் புரட்சியை வலுப்படுத்தவும் மக்களின் நாளிதழில் கடுமையான கட்டுரைகள் எழுதித் தள்ளப்பட்டன.

நாங்கள் பள்ளிக்கூடத்திற்கு தொடர்ந்து போய்க் கொண்டிருந்தோம். ஆனால், பள்ளியில் பாடங்கள் முற்றிலும் நிறுத்தப்பட்டு விட்டன. மக்களின் நாளிதழின் தலையங்கச் செய்திகள் ஒலி பெருக்கிகள் மூலம் மக்களுக்கு கொண்டு செல்லப்பட்டன. நாங்கள் வகுப்புகளில், தினமும் அப்பத்திரிகையின் முதல் பக்கத்தை வாசிக்க வேண்டும். மாவோவின் உருவப்படத்திற்கென தனியாக ஒரு பக்கம் ஒதுக்கப்பட்டிருக்கும். தினசரி அதில் மாவோவின் பொன்மொழிகளுக்கு ஒரு பத்தி ஒதுக்கப்பட்டிருக்கும். எனக்கு இன்னும் நினைவிருக்கிறது - கொட்டை எழுத்துகளில் வரும் மாவோவின் இலட்சிய வரிகளை வகுப்பில் வாசித்து வாசித்து, என் மூளையின் அடிப்பகுதியில் அவை அழியாமல் பதிந்து விட்டன. 'தலைவர் மாவோதான் எங்கள் இதயங்களின் செஞ்சூரியன்,' 'மாவோவின் சிந்தனைச் செல்வங்கள்தான் எங்களுக்கு வழிகாட்டி,' 'மாவோவை யாரெல்லாம் எதிர்க்கிறார்களோ, அவர்களை நாங்கள் அடித்து நொறுக்குவோம்,' 'எங்களின் மாபெரும் தலைவர் மாவோவை உலக மாந்தர்கள் அனைவரும் நேசிக்கிறார்கள்!'. வெளிநாட்டுக்காரர்களும் மாவோவைப் பாராட்டி அந்தப் பத்திரிகையில் எழுதினார்கள். மாவோவின் திட்டங்களை அவர்கள் கைக்கொள்ளும் செய்தியும் படத்துடன் வெளிவந்தன. சீனாவின் தேசியப் பெருமை இவருடைய கோட்பாடுகளை மேம்படுத்தப் பயன்பட்டது.

மாவோவின் படைப்புகள் எல்லாவற்றையும் சேர்த்து சிகப்பு அட்டையுடன் 'சிறிய செந்நூல்' என்ற தலைப்புடன் கைக்கு அடக்கமான புத்தகமாக வெளியிடப்பட்டது. அதிலிருந்து எடுக்கப்பட்டிருந்த மாவோவின் பொன்மொழிகள் பத்திரிகையில் வரும். அதைத் தினமும் வாசித்து வந்ததால், ஒப்பவித்தல் திறனும் மனப்பாடத்திறனும் எனக்குள் வளர்ந்தது. 'சிறிய செந்நூல்' எங்கள் அனைவருக்கும் வழங்கப்பட்டது. 'நம் கண்களைப் போல அதைக் கவனித்துப் படித்து உங்களை வளர்த்துக் கொள்ள வேண்டும்' என்ற அறிவுறுத்தலுடன் வழங்கப்பட்டது. தினமும் ஒவ்வொரு பக்கமாக அதை வாசித்து வாசித்து மனப்பாடம் ஆக்கிக் கொண்டோம். அதில் உள்ள அரைப்புள்ளி, காற்புள்ளி கூட மனதில் ஆழமாகப் பதிந்துள்ளது.

ஒரு விவசாயி மாவோவின் 32 படங்களைத் தன் படுக்கை அறையின் சுவர் முழுவதும் ஒட்டியிருந்திருக்கிறார். காலையில் கண் விழித்து எழுந்து பார்க்கிற போது, எந்தத் திசையை நோக்கினாலும் மாவோவின் படத்தைத்தான் முதலில் பார்க்க வேண்டும். இந்தச் செய்தியை மக்களின் நாளிதழில் நான்

வாசித்தேன். அதனால் நாங்களும் எங்களின் வகுப்பு சுவர்கள் முழுவதையும் மாவோவின் படங்களால் அலங்கரித்தோம். ஆனால் அவற்றை விரைந்து அகற்றும்படியான சூழ்நிலை அப்போதே ஆகிவிட்டது. இதில் செய்தி என்னவென்றால், அந்த விவசாயின் சுவர் எங்கும் ஒட்டப்பட்ட மாவோவின் படங்கள் தரமானதாக அச்சிடப்பட்டு இலவசமாக வழங்கப்படுவதாகச் செய்தி பரவியது. அதனால்தான் அந்த விவசாயியால் மாவோவின் படங்களை சுவரில் ஒட்டிக்கொள்ள முடிந்தது. மேற்கண்ட வதந்தியை நாளேடுகளில் எழுதியவர், மாவோவின் பெயரையும் புகழையும் கெடுக்க வந்த ஒரு வர்க்க எதிரி என்று கண்டறியப்பட்டது. இதன் பிறகுதான் மாவோவைப் பற்றிய பயம் என் அடிமனதில் தோன்றத் தொடங்கியது.

'ஓக்ஸ் மார்க்கெட்' போல எங்கள் பள்ளியிலும் 'பணிக்குழு' ஒன்று அமைக்கப்பட்டிருந்தது. இந்தக் குழு, முழு மனமில்லாமல், பல பள்ளிகளின் சிறந்த ஆசிரியர்களை 'பிற்போக்கு பூர்ஷ்வா அமைப்பு' என்று பழி போட்டது. 1966 ஆம் ஆண்டு ஜுன் மாதம், கலாச்சாரப் புரட்சி அலையில் திடுக்கிட்டுப் போயிருந்த, அடுத்து யாரைக் காவு கொடுப்பது என்ற அச்சத்திலிருந்த அப்பணிக்குழு, குற்றவாளிகளின் பெயர்ப்பட்டியல் ஒன்றை திடீரென்று பள்ளி முழுவதற்கு வெளியிட்டது.

குற்றப் பட்டியலில் வராத ஆசிரியர்களையும், மாணவர்களையும் இந்தக் குழு ஓரிடத்தில் ஒருங்கிணைத்து, அவர்களைக் கண்டனச் சுவரொட்டிகள் தயாரிக்கப் பயன்படுத்தினர். அவர்கள் எழுதிய சுவரொட்டிகள் தரை தெரியாத அளவு எங்கும் பரவிக் கிடந்தன. பல காரணங்களை நினைவில் இருத்தி ஆசிரியர்கள் சுறுசுறுப்பாக செயல்பட்டனர். அக்காரணங்கள், கட்சியினருடன் ஒத்துப் போதல், கட்சியின் கட்டுபாடுகளுக்கு விசுவாசமாக இருத்தல், மதிக்கப்படும் ஆசிரியர்கள் மீதும் சலுகை காட்டப்படும் ஆசிரியர்கள் மீதும் பொறாமைப்படுதல் மற்றும் பயம் ஆகிய பல்வேறு காரணங்களால் ஆசிரியர்கள் சுறுசுறுப்பாகச் செயல்பட்டனர்.

குற்றவாளி எனப் பாதிக்கப்பட்டவர்களில் முக்கியமான ஒருவர், நான் மிகவும் நேசித்த, சீன மொழி, இலக்கிய ஆசிரியரான திரு. 'சி' என்பவர் ஆவார். 'முன்னோக்கிய பிரமாண்டப் பாய்ச்சல் நீடூழி வாழ்க! என்று கத்தினால் வயிறு நிறைந்து விடுமா?' என்று இவர் 1960களின் ஆரம்பத்தில் கூறியதாக ஒரு சுவரொட்டி சொல்லியது. 'பிரமாண்டப் பாய்ச்சல்தான் பஞ்சத்தை விளைவித்ததா' என்று விளங்கிக் கொள்ள முடியாத என்னால், அவர் குறிப்பிட்டிருந்ததை புரிந்துகொள்ள முடியவில்லை.

திரு. 'சி' அவர்களை மட்டும் நான் உயர்வாகப் பார்த்ததற்கு ஒரு காரணம் இருந்தது. என்னால் துல்லியமாக அப்போது குறிப்பிட்டு சொல்ல முடியவில்லை. ஆனால் அவர் மாவோ மேல் கொண்டிருந்தது, எதிர்மறையான கருத்து என்பதை இப்போது நினைத்துப் பார்க்கிறேன். அவருக்கு அடிக்கடி ஒரு வரட்டு இருமல் வரும். அதனால் அவர் சொல்ல வந்ததை முழுமையாக சொல்ல முடியாது. ஒரு நாள் வகுப்பில் நான் கேட்ட கேள்விக்கு இந்த இருமல் சத்தம்தான் அவரிடமிருந்து பதிலாக வந்தது. எங்கள் புத்தகத்தில் இருந்த ஒரு பாடத்தில், அப்போதைய பொது விவகாரத்துறையின் தலைமைப் பொறுப்பில் இருந்த லூ டிங்யின் வாழ்க்கை வரலாற்றில், நெடும் பயணத்தில் கலந்து கொண்ட அவரது அனுபவங்கள் பற்றி விபரமாகச் சொல்லப் பட்டிருந்தது. மலைப்பாதையின் வழியாக இவரது துருப்புகள் வளைந்து நெளிந்து சென்றதையும், டார்ச் ஒளியில் ஊர்வலம் முன்னோக்கிச் சென்றதையும், இருண்டு போயிருந்த ஆகாயத்தை இவர்கள் காட்டிய வெளிச்சம் பிரகாசமடைய வைத்ததையும் அவர் அற்புதமாகச் சொல்லிக் கொண்டு வந்ததை நாங்கள் மெய் மறந்து கேட்டுக் கொண்டிருந்தோம். அந்த ஊர்வலம், அன்றைய இரவு அடைய வேண்டிய இடம் வந்ததும், ஓடிப்போய் ஆளுக்கொரு சாப்பாட்டை எடுத்துக் கொண்டு தங்கள் வயிற்றை நிரப்பிக் கொண்டார்கள். இதைக் கேட்டு நான் குழம்பிப் போனேன். ஏனென்றால், 'தன்னுடைய கடைசிக் கவளத்தைக் கூடத் தன் தோழருக்கு அளித்து விட்டு, யார் பட்டினி கிடக்கிறார்களோ அவர்தான் ஓர் உண்மையான செம்படையினர்' என்று சொல்லக் கேள்விப்பட்டிருக்கிறேன். அவர்கள் இப்படி ஓடிச்சென்று உணவைப் பிடுங்கிக் கொள்கிறார்கள் என்று என்னால் கற்பனை செய்துகூடப் பார்க்க முடியவில்லை. இதற்கு பதில் வேண்டி அவரிடம் சென்றேன். அவர் இருமலோடு சிரித்துக் கொண்டு எனக்கு பசி என்றால் என்னவென்று தெரியாது என்று கூறியவர், திடீரென்று பேச்சை மாற்றினார். பதில் என்னவோ எனக்கு கிடைத்தபாடில்லை.

இவ்வளவு நடந்தும் நான் திரு. 'சி' அவர்களை மரியாதை செய்தேன். நான் அவரைப் பார்க்க வேண்டுமென்ற துடிப்பில் இருந்தேன். அதுபோல் நான் நேசித்து வந்த இன்னும் பல ஆசிரியர்களை மிக மோசமாகக் கண்டனம் செய்து அவர்களைக் கேவலமாக அழைத்தார்கள். 'குற்றவாளி என பகிரங்கப்படுத்தும்' சுவரொட்டிகளை எல்லா மாணவர்களையும் விட்டு எழுதச் சொல்லி பணிக்குழு சொன்னபோதுதான், நான் வெறுப்பின் உச்சத்திற்கு சென்றேன்.

14 வயது நிறைவடைந்து விட்டது. இராணுவ நடவடிக்கைகள் மீது ஏனோ எனக்குள் வெறுப்புத்தான் பொங்கி வந்தது. எதை எழுதுவது என்று எனக்குப் புரியவில்லை. 'அந்த நாயின் தலையைக் கொண்டு வாருங்கள்.' 'அவன் சரணடையவில்லையென்றால் அவனை அழித்து விடுங்கள்.' இப்படி எழுதப்பட்டிருந்த சுவரொட்டிகளைப் பார்த்து அதிர்ந்து போனேன். அதன் பிறகு பள்ளிக்கு மட்டம் போட்டுவிட்டு, வீட்டிலேயே இருக்கத் தொடங்கினேன். இதற்காக, 'இவளுக்கு குடும்பம் தான் முக்கியம்' என்று ஒவ்வொரு கூட்டங்களிலும் நிரந்தரமாக நான் விமர்சனம் செய்யப்பட்டிருக்கிறேன். என் பள்ளி வாழ்க்கை முழுவதும் எனக்கு இந்த பெயர்தான் வந்தது. இந்தக் கூட்டங்கள் குறித்து நான் மிகவும் அச்சமடைந்தேன். விவரிக்க முடியாத ஓர் ஆபத்து வரவிருப்பது போல என் உள் மனம் சொல்லிக் கொண்டிருந்தது.

மிகவும் மகிழ்ச்சியாகவும், துடிப்பாகவும் இருப்பவரான திரு.கான் என்னும் எங்கள் உதவித் தலைமை ஆசிரியர், 'ஆசிரியர்களுக்கு பாதுகாப்பு கொடுத்து வந்தார்' என்பதற்காக 'முதலாளி வர்க்கக் கைக்கூலி' என்று ஒரு நாள் கண்டனம் செய்யப்பட்டார். பல ஆண்டுகளாக அவர் பள்ளியில் செய்த ஒரே வேலை 'முதலாளித்துவ' வேலைதான் என்று சொல்லப்பட்டது. கல்வி சார்ந்த விஷயங்களைப் படிப்பதைவிட மாவோ சார்ந்த விஷயங்களைப் படிக்கவே அதிக நேரம் எடுத்துக் கொண்டிருந்தும், அவர்மீது அந்த குற்றம் சுமத்தப்பட்டிருந்தது.

இதற்கு இணையான இன்னொரு அதிர்ச்சி, கம்யூனிஸ்ட் இளைஞர் குழு செயலாளர், மகிழ்ச்சியின் அடையாளமாக இருந்த திரு.ஷான் என்பவரும் 'மாவோவின் எதிர்ப்பாளர்' என்று முத்திரை குத்தப்பட்டார். அவர் ஆளை மயக்கும் ஓர் அழகன். குறைந்த வயதான 15 வயதை நான் அடைந்த போது, என்னை அவர் இளைஞர் குழுவில் சேர்த்து விடுவார் என்ற எண்ணத்தில் அவரது கவனத்தை என் பால் ஈர்க்க ஆசைப்பட்டேன்.

16-லிருந்து 18 வயது நிரம்பிய மாணவர்களுக்கு திரு.ஷான் மார்க்சிஸ்ட் தத்துவப் பாடம் நடத்திக் கொண்டு வந்தார். கட்டுரை எழுதும் பயிற்சி வேலை அப்போது கொடுத்திருந்தார். சில கட்டுரைகள் நன்றாக எழுதப்பட்டிருந்ததாக எண்ணி அவைகளை அடிக்கோடிட்டார். சிறந்ததாக கருதி அவர் அங்கங்கே அவ்வாறு அடிக்கோடிட்டிருந்த வரிகளை மட்டும் எடுத்து (அடிக்கோடிடாத வரிகளை தவிர்த்து), அந்த வரிகளை இணைத்து, அதை ஒரு அபத்தமான கட்டுரை ஆக்கி விட்டார்கள் அவரது மாணவர்கள். அதுவே சுவரொட்டிகளில் அவரை மாவோவின் எதிரியாக்கியது.

494 'முதலில் அழித்துவிடு, பிறகு தன்னையே அது கட்டமைத்துக் கொள்ளும்'

இல்லாத ஒன்றை சுட்டிக்காட்டி குற்றம் சுமத்தும் இந்த முறையில் ஒன்றுக்கொன்று தொடர்பில்லாத வாக்கியங்களை தொடர்புபடுத்தி எழுதியது 1955-இன் ஆரம்பத்திலேயே தொடங்கி விட்டது என்று பல ஆண்டுகளுக்கு பிறகுதான் நான் தெரிந்து கொண்டேன். அந்த ஆண்டுதான் அம்மா முதன்முதலில் கம்யூனிஸ்ட்களின் கட்டுப்பாட்டில், தடுப்புக் காவலில் வைக்கப்பட்டாள்; சில எழுத்தாளர்கள் இந்த முறையை, தன் சக எழுத்தாளர்களைத் தாக்கி எழுதப் பயன்படுத்திக் கொண்டார்கள்.

திரு. ஷானும், உதவித் தலைமை ஆசிரியரும், அந்த நேரத்தில் அங்கே இல்லாமல், இன்னொரு பணிக்குழுவுக்கு சென்றிருந்ததுதான் உண்மையான காரணம் என்று பல ஆண்டுகளுக்கு பிறகு திரு. ஷான் கூறினார். ஆக, செய்யாத குற்றத்திற்காக திரு ஷானுக்கு தண்டனை! உண்மை என்னவென்றால் இவர்கள் இருவரும் தலைமை ஆசிரியருடன் ஒத்துப் போகாததே இதற்குக் காரணம். தலைமை ஆசிரியர் மாணவர்களை மறைமுகமாக இயக்கி இவ்வாறு செயல்படுத்தினார். 'நாங்கள் அங்கே இருந்திருந்து, ஆமைக்குப் பிறந்த அந்த தலைமை ஆசிரியர் வெளியில் போயிருந்தால், மாணவர்களை இவ்வாறு தன் விருப்பத்திற்கு அவர் இழுத்திருக்க முடியாது' என்று திரு. ஷான் மிகுந்த வருத்தத்துடன் கூறினார்.

கட்சிக்கு தன்னை அர்ப்பணித்துக் கொண்ட உதவித் தலைமை ஆசிரியரான திரு. கான் மோசமான தவறிழைத்து விட்டதாக கருதப்பட்டார். ஒரு நாள் மாலை, தான் தற்கொலை செய்து கொள்வதாக குறிப்பு எழுதி வைத்து விட்டு, கத்தியால் தன் கழுத்தை அறுத்துக் கொண்டார். எப்போதும் தாமதமாக வரும் அவரது மனைவி, அன்றைக்கு சீக்கிரம் வந்து விட்டதால், அவரை மருத்துவமனைக்கு விரைந்து தூக்கிக் கொண்டு சென்று விட்டாள். இந்த தற்கொலை முயற்சியை பணிக்குழு இரகசியமாக வைத்திருந்தது. கட்சி உறுப்பினரான திரு. கான் போன்ற ஒரு மனிதர் தற்கொலை செய்து கொள்வது கட்சிக்கு இழைக்கும் துரோகமாகக் கருதப்பட்டது. இது, கட்சிமீது வைத்திருந்த நம்பிக்கை குறைவைக் காட்டியது. அத்துடன், இது கட்சியை மிரட்டி வைக்கும் ஒரு முயற்சியாகவும் பார்க்கப்பட்டது. ஆகவே, இதுபோன்ற மனிதருக்கு இரக்கம் காட்டக் கூடாது. ஆனால், பணிக்குழு கொஞ்சம் கலவரப்பட்டது. எந்த நியாயமுமில்லாமல் குற்றவாளிகளை கண்டுபிடித்துக் கொண்டிருந்தது எல்லாருக்கும் தெளிவாகத் தெரிந்தது.

திரு. கான் அவர்களைப் பற்றிய செய்தி கேள்விப்பட்டு அம்மா அழுது விட்டாள். அம்மாவுக்கு அவரை மிகவும் பிடிக்கும்.

நல்லதையே சிந்தித்து, நல்லதே நடக்கும் என நம்பும் மனிதர் அவர். மனிதத் தன்மையற்ற அடக்குமுறையால்தான் அவர் இவ்வாறு செய்து கொண்டிருக்க வேண்டும்.

அம்மா தன் சொந்தப் பள்ளியில் யாரையும் பாதிப்புக்குள்ளாக்க மறுத்து விட்டாள். ஆனால், மக்களின் நாளிதழில் வந்த கட்டுரைகளைப் படித்துவிட்டு வளரிளம் பருவத்தினர் ஆசிரியர்களை எதிர்த்து கிளர்ச்சி செய்யத் தொடங்கினார்கள். 'மாணவர்களை விரோதிகள் போல் நடத்தக்கூடிய தேர்வு முறையை ஒழித்துக் கட்டுவோம்' (மாவோ மொழி) என்று மக்களின் நாளிதழில் ஓர் அழைப்பு வந்தது. இது 'பூர்ஷ்வா அறிவு ஜீவிகளின்' ஆபத்தான திட்டங்களின் ஒரு பகுதி. (இங்கேயும் மாவோ மொழி) கோமிங்டாங் மீள் வருகையை தயார் செய்யும் முயற்சியில், இளைஞர்களின் மனங்களில் முதலாளித்துவ விஷ விதைகளைத் தெளித்து அவர்களைக் கெடுத்ததற்கு, 'பூர்ஷ்வா அறிவு ஜீவிகளை' செய்தித்தாள் வன்மையாகக் கண்டித்தது. 'இதற்கு மேலும் பூர்ஷ்வா அறிவு ஜீவிகளை பள்ளிகளில் ஆதிக்கம் செலுத்த அனுமதிக்க முடியாது' என்று மாவோ முழங்கினார்.

ஒரு நாள் அம்மா மிதிவண்டியில் பள்ளிக்கு சென்றபோது, அங்கே தலைமை ஆசிரியர் மற்றும் அனைத்து ஆசிரியர்களையும் மாணவர்கள் சுற்றி வளைத்துக் கொண்டு நிற்பதைக் கண்டாள். பல ஆசிரியர்களையும், அத்துடன் தங்களுக்குப் பிடிக்காத ஆசிரியர்களையும், அரசு தரப்பு வெளியிட்ட செய்திகளின்படி இவர்களை 'பிற்போக்கு பூர்ஷ்வா அமைப்பு' என்று வகைப்படுத்தலாம் என மாணவர்கள் புரிந்து கொண்டார்கள். ஆசிரியர்கள் அனைவரையும் ஒரு வகுப்பறையில் வைத்து அடைத்துவிட்டு, அந்த அறையின் கதவில் 'பேய்களின் வகுப்பு' என்ற வாசகத்தை மாணவர்கள் எழுதி, ஒட்டி வைத்தார்கள். 'கலாச்சாரப் புரட்சி,' ஆசிரியர்களை மிகவும் இக்கட்டான நிலைக்கு தள்ளியதால், மாணவர்கள் இதுபோன்று செய்வதை ஆசிரியர்கள் தடுக்கவில்லை. இப்போது ஏதோ ஒரு வகையான அதிகாரம் தங்கள் கையில் இருப்பதாக மாணவர்கள் தெரிந்து கொண்டார்கள். உண்மையாக இருந்தாலும், அது வரையறுக்கப்படாத அதிகாரம்தான். இலட்சியக் குரல்கள் எழுதப்பட்ட வாசகங்கள் கொண்ட தாட்கள் மைதானம் முழுவதும் காணப்பட்டன. அவைகள் அனைத்தும், மக்களின் நாளிதழில் வந்த தலைப்புச் செய்திகளிலிருந்து எடுக்கப்பட்டவை.

இப்போது சிறைச்சாலையாக இருந்த அந்த வகுப்பறையை அம்மாவுக்கு காட்டினார்கள். அம்மா மாணவர்கள் கூட்டத்தை

விலக்கிக் கொண்டு அந்த வகுப்பறைக்கு சென்றாள். மாணவர்களில் சிலர் ஆக்ரோஷமாகவும், சிலர் வெட்கப்பட்டும், சிலர் கவலைப்பட்டும், சிலர் எந்தச் சலனமுமில்லாமலும் காணப்பட்டார்கள். அம்மா அங்கு வந்து இறங்கியதிலிருந்து சில மாணவர்கள் அம்மாவைத் தொடர்ந்து சென்று கொண்டிருந்தார்கள். அம்மா, அப்பணிக் குழுவின் தலைவியாக இருந்ததால், அவளுக்கு உச்சபட்ச அதிகாரம் இருந்தது. அம்மாவின் உத்தரவிற்காக மாணவர்கள் காத்துக் கொண்டு நின்றனர். ஒரு சிறைச்சாலையை ஏற்படுத்திவிட்டு, அதன்பிறகு என்ன செய்வதென்று தெரியாது மாணவர்கள் நின்றனர்.

'பேய்கள் வகுப்பறை கலைக்கப்படட்டும்' என்று அம்மா உத்தரவிட்டாள். மாணவர்கள் மத்தியில் ஒரு சலசலப்பு ஏற்பட்டது. ஆனால், அம்மாவின் உத்தரவுக்கு அங்கே எந்த எதிர்ப்பும் எழவில்லை. சில மாணவர்கள் முணுமுணுத்துக் கொண்டார்கள். ஆனால் அம்மா மாணவர்களிடம், 'என்ன வேண்டும், சொல்லுங்கள்' என்று கேட்டபோது, அந்த முணுமுணுப்பும் அடங்கிவிட்டது. 'எந்த அதிகாரமும் இல்லாமல் ஆசிரியர்களைப் பிடித்து அடைத்து வைத்திருப்பது சட்ட விரோதம். வாழ்நாள் முழுவதும் மரியாதை செய்வதற்கும், நன்றி கூறுவதற்கும் உரியவர்களான ஆசிரியர்களை மரியாதைக் குறைவாக நடத்தக்கூடாது' என்று அம்மா மாணவர்களுக்கு அறிவுறுத்தினாள். அந்த வகுப்பறையின் கதவு திறக்கப்பட்டு 'கைதிகள்' விடுதலை செய்யப்பட்டார்கள்.

எதிர்ப்பு அலைகளை எதிர்த்து அம்மா மிகவும் துணிச்சலாகச் செயல்படுவாள். சில பணிக்குழுக்கள், தங்களின் உறவினர்களைக் காப்பாற்றும் பொருட்டு, பல அப்பாவி மனிதர்களை தாரை வார்த்துக் கொடுத்திருக்கிறார்கள். உண்மையில் அம்மா அதிகமாகக் கவலைப்படுவதற்கு அதிகமான காரணங்கள் இருந்தன. மாநில அதிகாரிகள் பலர் அப்பாவி ஜனங்களை இதற்கு பலியிட்டிருக்கிறார்கள். அடுத்த இரை தானாகத்தான் இருக்கும் என்று அப்பாவுக்கு ஏதோ ஓர் உணர்வு தோன்றியது. அப்பாவின் கட்டுப்பாட்டின் கீழ் இருந்த சில அமைப்புகளில் ஒரு வார்த்தை அடிபட்டுக் கொண்டிருந்தது. அதாவது, அடுத்த சந்தேகம் அப்பாவின் பக்கம் திரும்பலாம் என்று அவரின் இரண்டு பணித் தோழர்கள் அப்பாவுக்கு கருத்து கூறினார்கள்.

இது பற்றி அப்பா அம்மா என்னிடமோ, அல்லது என் கூடப் பிறந்தவர்களிடமோ எதையும் தெரிவிக்கவில்லை. அரசியல் பற்றி எங்களிடம் எதுவும் பேசாத அப்பாவின் உயர்ந்த பண்பு, இப்போதும் எங்களிடம் எதுவும் சொல்லாதவாறு அவரைத் தடுத்து

விட்டது. இப்போது அம்மா அப்பாவுக்கு அதைச் சொல்வதற்கான வாய்ப்பு மிகவும் குறைவாகவே இருந்தது. இப்போது நிலைமை மிகவும் குழப்பமாக இருந்ததால், அவர்களாலேயே அதைச் சரியாகப் புரிந்து கொள்ள முடியவில்லை. அப்படியிருக்கையில், அவர்கள் எங்களுக்கு எப்படி தெளிவாகச் சொல்ல முடியும்? அதனால் என்ன பயன்? யாராலும் எதுவும் செய்ய முடியாது. இதில் வேடிக்கை என்னவென்றால், அறிவுதான் எல்லாவற்றிற்கும் ஆபத்து. எங்களை ஏதோ ஓர் ஆபத்து எதிர் நோக்கியிருக்கிறது என்ற உணர்வுக்கு நாங்கள் ஆட்பட்டிருந்தாலும், நானும், என் சகோதர சகோதரிகளும் கலாச்சாரப் புரட்சிக்கு எங்களை நாங்கள் தயார்படுத்திக் கொள்ளவில்லை. கலாச்சாரப் புரட்சி எங்களுக்கு கேடு விளைவிக்கும் என்று எதிர்பார்க்கவில்லை.

இந்தச் சூழலில் ஆகஸ்ட் மாதம் வந்தது. திடீரென்று சீனாவெங்கும் புயற்காற்று புறப்பட்டது போல, இலட்சக்கணக்கான செங்காவலர்கள் தோன்றினார்கள்.

16

நாங்கள் விண்ணில் உள்ள சுவர்க்கத்திற்கு பறப்போம்; பூமிக்குள் ஊடுருவிச் செல்வோம்

மாவோவின் செங்காவலர்கள்

ஜூன் – ஆகஸ்ட் 1966

மாவோவின் ஆட்சியின் கீழ் இருந்த வளரிளம் பருவ தலைமுறையினர், வர்க்க எதிரிகளோடு போரிடும் எதிர்பார்ப்புகளோடு வளர்ந்து வந்தார்கள். அத்துடன் நாளேடுகளில் வந்த கலாச்சாரப் புரட்சிக்கான அழைப்புகளும் ஒரு யுத்தம் உடனடித் தேவை என்பதைத் தீவிரமாக்கியது. அரசியல் அறிவு அதிகமுள்ள சில இளைஞர் கூட்டம், தங்களின் பேரன்புக்கும் பாராட்டுதலுக்கும் உரியவரான மாவோ, நேரடியாகக் களத்தில் இறங்குவது போல அவதாணித்துக் கொண்டார்கள். தலைவர்களின் கட்டாயப் போதனைகள், வேறு வழியின்றி, மாவோவின் பக்கமே இளைஞர்களை ஈர்க்க வைத்தது. ஜூன் மாதத் தொடக்கத்தில், பீக்கிங்கில் இருந்த கிங்குவா பல்கலைக்கழகத்துடன் இணைக்கப்பட்டிருந்த ஒரு நடுநிலைப்பள்ளியின் ஆர்வலர்கள் பலமுறை கூடி, எதிர்வரும் யுத்தத்திற்கான யுக்திகளை விவாதித்து, தங்களை 'தலைவர் மாவோவின் செங்காவலர்கள்' என்று அழைத்துக் கொள்ள வேண்டும் என்று தீர்மானித்தனர். 'மக்களின் நாளிதழ்' பத்திரிகையில் வந்த மாவோவின் மேற்கோள்களில் ஒன்றான 'கிளர்ச்சி நியாயமானது' என்ற வரிகளை இலட்சியமாக எடுத்துக் கொண்டார்கள்.

ஆரம்ப காலச் 'செங்காவலர்கள்,' உயர் அதிகாரிகளின் குழந்தைகளாக இருந்தனர். இம்மாதிரியான செயல்பாடுகளில் தங்களை ஈடுபடுத்திக் கொள்வது போதுமான பாதுகாப்பு உள்ளதாக செங்காவலர்கள் உணர்ந்து கொண்டார்கள். இன்னும் சொல்லப் போனால், அவர்கள் அரசியல் சூழல்களோடுதான் வளர்க்கப்பட்டு வந்தார்கள். அரசியல் இரகசியத் திட்டங்களிலும் அவர்கள் ஆர்வம் கொண்டிருந்தனர். இவர்களைக் கவனித்து வந்த திருமதி மாவோ, ஜூலை மாதம் அவர்களுக்கு ஒரு பேட்டி கொடுத்தாள். ஆகஸ்ட் மாதம் முதல் தேதியன்று, வெளிப்படையாக எழுதப்பட்ட ஒரு கடிதத்தில், மாவோ தன் 'அன்பையும் ஆதரவையும் அவர்களுக்கு தெரிவித்துக் கொள்வதாக' வழக்கத்திற்கு மாறான முறையில் சம்மதம் தெரிவித்தார். அந்தக் கடிதத்தில், 'கிளர்ச்சி நியாயமானது' என்று அவர் முன்பு கூறிய மேற்கோளினை, இப்போது 'சமூக எதிரிகளை எதிர்த்து கிளர்ச்சி செய்வது நியாயமானது' என்று ஒரு சிறு மாற்றம் செய்து எழுதி வெளியிட்டார். கடவுளே நேரில் வந்து, அந்தச் செய்தியைக் கூறியது போல வளரிளம் பருவ ஆர்வலர்களுக்கு இருந்தது. இதன்பிறகு, செங்காவலர்கள் பீக்கிங் முழுவதும் வேகமாகப் பரவி, பின் சீனாவெங்கும் பரவி இருந்தனர்.

இந்த செங்காவலர்களுக்கு திடீர்த் தாக்குதல் நடத்தும் பயிற்சியைக் கொடுக்க மாவோ விரும்பினார். முதலாளி வர்க்கக் கைக்கூலிகளை ஒழிப்பதற்காக மாவோ கொடுத்த அழைப்பை மக்கள் கண்டு கொண்டதாகத் தெரியவில்லை என்பது அவருக்கு புரிந்தது. கம்யூனிஸ்ட் கட்சியிடம் பெருமளவிலான வாக்காளர் தொகுதிகள் இருந்தன. 1957 ஆம் ஆண்டின் படிப்பினைகள் மக்கள் மனதில் இன்னும் பசுமையாக நினைவில் இருந்தன. அதன்பிறகும் மாவோ, அரசு அதிகாரிகளைக் கண்டனம் செய்யுமாறு மக்களைக் கேட்டுக் கொண்டார். ஆனால், மாவோவின் வேண்டுகோளை ஏற்றுக்கொண்ட பலர், வலதுசாரிகள் என்று அறிவிக்கப்பட்டு, அவர்கள் அழித்து ஒழிக்கப்பட்டனர். 'மகுடி ஊதிப் பாம்பை புற்றிலிருந்து வெளியே ஈர்ப்பது அதன் தலையை வெட்டுவதற்காகத் தான்' என்ற உத்தியில் மக்கள் சந்தேகப்பட்டனர்.

மாவோ, மக்களை அவரோடு செயல்பட வைக்க வேண்டுமென்றால், கட்சி அதிகாரத்தை அகற்றி விட்டு, முழுமையான விசுவாசமும், கீழ்ப்படிதலும் மாவோவுக்கு மட்டுமே செலுத்த வேண்டும் என்ற சூழலை ஏற்படுத்த வேண்டும். இதனைச் சாதித்துக் கொள்வதற்கு அரசியல் பயங்கரவாதம் - கடுமையான அரசியல் பயங்கரவாதம் வேண்டும். இது பிறர் நலன்களில் கொண்டுள்ள அக்கறையை

அகற்றி விடும். மற்ற பயங்களையும் ஒழித்துவிடும். வளரிளம் பருவ ஆண்களும் பெண்களும், இருபதுகளில் உள்ளவர்களும் தன் உள்ளார்ந்த முகவர்களாக இருப்பதை மாவோ கண்டு கொண்டார். அவர்கள் மாவோவின் ஆளுமைக் கோட்பாட்டு வெறியர்களாகவும், 'வர்க்கப் போராட்டத்தில்' வெறித்தனமான கொள்கையைக் கொண்டவர்களுமாகத் தயார்படுத்தப்பட்டு வந்தார்கள். அவர்களிடம் இளமை இருந்தது; கிளர்ச்சியாளர்களாக இருந்தார்கள். பயம் என்றால் என்னவென்று அறியாதிருந்தார்கள். நீதியின் காரணங்களுக்காக போராடுவதில் ஆர்வம் உள்ளவர்களாக இருந்தார்கள். சாதிக்கவும், செயல்படுத்தவும் துடித்துக் கொண்டிருந்தார்கள். அதேசமயம், அவர்கள் பொறுப்பற்றவர்களாகவும், அறியாமை உள்ளவர்களாகவும், கைப்பாவைகளாகவும், வன்முறையாளர்களாகவும் இருந்தார்கள். ஒட்டுமொத்த சமுதாயத்தையே மிரட்டிப் பணிய வைக்கத் தேவையான பலத்தையும், மக்களைக் கலங்கடிக்கக்கூடிய கலவரத்தை உண்டு பண்ணும் சக்தியையும், அதன்பிறகு கட்சியின் அடிப்படையையே தகர்த்துவிடும் வல்லமையையும் மாவோவுக்கு இவர்களால் தான் கொடுக்க முடிந்தது. 'கலாச்சாரப் புரட்சியை ஏற்றுக் கொள்ளாத யாராக இருந்தாலும், அவர்கள் மீதும், பெருந்தலைவர் மாவோவை எதிர்ப்பவர்கள் மீதும் இரத்த வெறி கொண்ட யுத்தத்தைத் தொடுப்போம் என்று உறுதியளிக்கிறோம்' என்ற இந்தக் குரல் செங்காவலர்களின் இலட்சியக் குரலாக ஒலித்தது.

கட்சிக் கட்டுப்பாட்டின் கீழ் இருந்த அமைப்புகள் வழியாகத்தான், கட்சிக் கொள்கைகளும் உத்தரவு களும் இதுவரை வெளியிடப்பட்டு வந்தன. மாவோ முதலில் இந்த வழிமுறைகளைத் தூக்கி எறிந்தார். இளைஞர் கூட்டத்திடம் தன் கவனத்தைத் திருப்பினார். இரண்டு வேறுபட்ட முறைகளை ஒருங்கிணைத்து இதைச் செயல்படுத்தினார். ஒன்று, வெற்றிகரமான ஆடம்பர நடையில் வெளிப்படையாக எழுதப்பட்ட பத்திரிகைகள். இரண்டாவது, கலாச்சாரப் புரட்சி அதிகாரத்தால், குறிப்பாக மாவோவின் மனைவியால் நடைமுறைப்படுத்தப்பட்ட சாணக்கியத்தனம். பத்திரிகை அலங்கார நடையின் உண்மையான பொருள் அவர்களால்தான் பூர்த்தி செய்யப்பட்டது. 'அதிகாரத்திற்கு எதிரான கிளர்ச்சி,' 'கல்வித்துறையில் புரட்சி,' 'பழமையான உலகத்தை அழித்து விட்டு புதியதோர் உலகைத் தோற்றுவித்தல்' 'புதிய மனிதனைப் புதுப்பித்தல்' இதுபோன்ற வசீகர வார்த்தைகள், 1960-களில் மேல் நாட்டினர் பலரை கவர்ந்திருந்தது. இந்த வார்த்தைகளே வன்முறைச் செயல்களுக்கான அழைப்பாகவும் மாற்றப்பட்டன. இளைஞர்களின்

அடி மனங்களில் புதையுண்டு கிடந்த வன்முறைக் குணங்களை மாவோ கண்டு கொண்டார். அத்துடன் இளைஞர்களுக்கு ஊட்டமான சாப்பாடு கிடைத்தது; பள்ளிகளில் அவர்களின் படிப்பு நிறுத்தப்பட்டது; அதனால் அவர்களை வெகு விரைவாகத் தட்டி எழுப்பி, அவர்களின் எல்லையற்ற சக்தியைக் கொண்டு எதிரிகளை ஒன்றுமில்லாமல் செய்து விடலாம் என்று மாவோ சொன்னார்.

கட்டுப்படுத்தப்பட்ட வன்முறையில் இளைஞர்களைத் தட்டி எழுப்ப வேண்டுமெனில், பலிகடாக்கள் கட்டாயம் தேவை. எல்லாப் பள்ளிகளுக்கும் மிக எளிமையான இலக்கு 'ஆசிரியர்கள்தான்.' ஆசிரியர்களில் பலர் ஏற்கனவே பணிக்குழுவால் மிக மோசமான அளவு சேதாரப்படுத்தப் பட்டிருக்கிறார்கள். கடந்த சில மாதங்களாகப் பள்ளி அதிகாரிகளும் மீள முடியாத பாதிப்புகளுக்கு உள்ளாகி இருக்கிறார்கள். இப்போது, கிளர்ச்சி செய்யும் இளைஞர்கள் ஆசிரியர்களைக் குறி வைக்கிறார்கள். அவர்களுக்கு பெற்றோர்களைவிட ஆசிரியர்கள்தான் இலக்கு. சீனக் கலாச்சாரத்தின்படி, ஆசிரியர்களே அதிகமான அதிகாரத் தோரணையில் காணப்படுவார்கள். ஆகவே சீனாவில் இருந்த அனைத்துப் பள்ளிகளிலும் ஆசிரியர்கள் இழிவுபடுத்தப்பட்டு, அடி, உதைகளுக்கும் ஆளாக்கப்பட்டிருக்கிறார்கள். சமயங்களில் உயிர் போகும் அளவும் அடிக்கப்பட்டிருக்கிறார்கள். சில பள்ளி மாணவர்கள், பள்ளிகளில் சிறை ஒன்றை ஏற்பாடு செய்து அதில் ஆசிரியர்களை அடைத்து, அடித்து துன்புறுத்தியிருக்கிறார்கள்.

மாவோ மக்களுக்கு ஊட்டவிருந்த அச்சம் இந்த வகையில் போதாது. ஆகஸ்ட் மாதம் 18ஆம் நாள், மத்திய பீக்கிங்கில் உள்ள தியானன்மன் சதுக்கத்தில், இலட்சக்கணக்கான இளைஞர்களைக் கொண்டு, மாபெரும் ஊர்வலம் ஒன்று நடத்தப்பட்டது. மாவோவின் உதவியாளராகவும், செய்தித் தொடர்பாளராகவும் இருந்த லின் பியாவோ என்பவர் இப்போது முதன் முறையாக மேடையில் தோன்றினார். அவர் மேடையில் ஆற்றிய உரையின் சாரம்: 'செங்காவல் இளைஞர்கள் பள்ளிப் பணிகளைவிட்டு வெளியே வந்து கொஞ்சம் அக்களிப்பு அடையட்டும். பிறகு நம் நாட்டில் நிலவி வரும் நான்கு கண்மூடிப் பழக்கங்களை அழித்தொழிக்கட்டும். பழைய உதவாக்கரைக் கருத்துகள்; பழைய உதவாக்கரைக் கலாச்சாரங்கள்; பழைய கண்மூடிப் பழக்கவழக்கங்கள்; பழைய பிற்போக்கு மனநிலை ஆகியவை அறவே அழிந்து போகட்டும்.'

மாவோவின் அர்த்தமற்ற அழைப்பை ஏற்ற செங்காவலர்கள், சீனாவின் வீதிகளில் இறங்கி வெறியாட்டம் போட்டார்கள்.

'நாங்கள் விண்ணில் உள்ள சுவர்க்கத்திற்கு பறப்போம்;
பூமிக்குள் ஊடுருவிச் செல்வோம்'

வீடுகள்தோறும் சோதனையிட்டு, அவ்வீட்டார்களின் உடைமைகளை உடைத்து சேதப்படுத்தினார்கள். அங்கு காணப்பட்ட ஓவியங்களையும், எழுத்துக் கலைகளையும் கிழித்துப் போட்டார்கள். புத்தகங்கள் தீக்கிரையாக்கப்பட்டன. அடுத்த சில நிமிடங்களில், தனியாகச் சேகரித்து வைக்கப்பட்டிருந்த புத்தகப் பொக்கிஷங்கள் எல்லாம் எரித்து அழிக்கப்பட்டன. பல எழுத்தாளர்கள் வன்மையாகத் தாக்கப்பட்டதாலும், கேவலமாக இழிவுபடுத்தப்பட்டதாலும் தூக்கிட்டு தங்களை மாய்த்துக் கொண்டனர். தங்கள் படைப்புகள் எரிந்து சாம்பலானதை தாங்களே பார்த்ததை மற்றவர்களிடம் தெரிவிக்கச் சொல்லி எழுத்தாளர்கள் துன்புறுத்தப்பட்டனர். அருங்காட்சியகங்கள் சூறையாடப்பட்டன. அரண்மனைகள், ஆலயங்கள், பழங்காலச் சமாதிகள், சிற்பங்கள், பௌத்தக் கோயில்கள், நகர சுற்றுச் சுவர்கள், இன்னும் எவையெல்லாம் 'பழமையாகக்' காணப்பட்டனவோ, அவை எல்லாம் இடித்து தரைமட்டமாகப் போடப்பட்டன. அழிவிலிருந்து தப்பிய அந்தக் கால 'பிரமாண்ட அரண்மனை' போன்ற சில இடங்களை சூ-என்லாய் உத்தரவிட்டு இராணுவத்தை அனுப்பி பாதுகாக்க வைத்ததால்தான் அந்த ஒரு சில இடங்கள் தப்பின. அத்துடன் அதுபோன்ற இடங்கள் பாதுகாக்கப்பட வேண்டும் என்று சூ-என்லாய் உத்தரவிட்டார். செங்காவலர்களை தூண்டி விட்டால் எவ்வளவு கடினமாக இருந்தாலும், அதை அவர்கள் அப்படியே செய்து முடித்து விடுவார்கள்.

செங்காவலர்களின் சேவைகளை மாவோ மிகச் சிறப்பானவை என்று வானளாவப் புகழ்ந்து தள்ளினார். அவர்களுக்கு தேசமே ஆதரவளிக்க வேண்டும் என்று ஆணையிட்டார்.

செங்காவலர்கள், மக்களுக்குத் தம்மீது உள்ள பயத்தை அதிகப் படுத்தும் பொருட்டு இன்னும் அதிகமான எண்ணிக்கையில் எதிரிகளைப் பிடிக்க வேண்டும் என மாவோ உற்சாகப்படுத்தினார். புகழ்பெற்ற எழுத்தாளர்கள், கலைஞர்கள், கல்வியாளர்கள், உயர் அதிகாரிகள் என யாரெல்லாம் கம்யூனிஸ்ட் ஆட்சியில் சலுகை பெற்றார்களோ, அவர்கள் எல்லாம் 'பிற்போக்கு பூர்ஷ்வா அமைப்பு சார்ந்தவர்கள்' என்று அறுதியிட்டுக் கூறப்பட்டது. மேற்குறிப்பிட்ட எழுத்தாளர்கள் மற்றும் கலைஞர்கள் போன்றவர்களுடன் பணிபுரிபவர்களைக் கண்டறிந்து, பல காரணங்களுக்காக அறிவு ஜீவிகளை செங்காவலர்கள் வெறித்தனமாகத் தாக்கினார்கள். அதற்கப்புறம் செங்காவலர்களின் நினைவுக்கு வந்தவர்கள் பழைய வர்க்க எதிரிகள். முன்னாள் நிலப்பிரபுகளும், முதலாளிகளும், கோமிங்டாங் தொடர்பு கொண்டிருந்தவர்களும், அவர்களது

குழந்தைகளும், முன்னாள் அரசியல் நடவடிக்கைகளில் 'வலதுசாரிகள்' என்று வகைப்படுத்தப்பட்டனர்.

பல வர்க்க எதிரிகள் கொல்லப்படவுமில்லை; கிராமப்புற உழைப்பிடங்களுக்கு அனுப்பப்படவும் இல்லை. ஆனால் அவர்கள் கண்காணிப்பு வளையத்துக்குள் கொண்டு வரப்பட்டனர். கலாச்சாரப் புரட்சிக்கு முன்பு, வர்க்க எதிரிகளைப் பற்றிய செய்திகளை அங்கீகரிக்கப்பட்ட அதிகாரிகளுக்கு மட்டும் வெளியிடலாம் என்று காவல்துறையினர் அனுமதிக்கப்பட்டனர். இப்போது அந்தக் கொள்கை மாறிவிட்டது. மாவோவை கடவுள் போல் மதிக்கக் கூடியவர்களில் ஒருவரான, தலைமைக் காவல் அதிகாரி ஸியே ஃபூஷி என்பவர், வர்க்க எதிரிகளை செங்காவலர் வசம் ஒப்படைக்க வேண்டும் என்றும், இவர்கள் செய்த குற்றம் ஒவ்வொன்றையும், செங்காவலர்களுக்கு சொல்ல வேண்டும் - அதாவது 'கம்யூனிஸ்ட் ஆட்சியைக் கவிழ்க்கும் நோக்கம்' கொண்ட இவர்கள் செய்த குற்றங்களை செங்காவலர்களுக்கு சொல்ல வேண்டும் என்றும் காவல் அதிகாரிகளுக்கு ஆணையிட்டார்.

கலாச்சாரப் புரட்சி தொடங்கப்படும்வரை, கொடிய தண்டனை கொடுத்து வந்தது நிறுத்தப்பட்டது. 'அது காவல்துறை அதிகாரிகள் உண்டாக்கிய விதியோ அல்லது அரசாங்கம் நியமித்த பணியோ, எதுவாக இருந்தாலும், பழைய விதிகளைப் பின்பற்றிச் செயல்பட வேண்டாம்' என்று ஸியே தன் காவல்துறை அதிகாரிகளுக்கு உத்தரவிட்டார். 'ஜனங்களை சாகும்வரை அடிப்பதில் எனக்கு விருப்பம் எதுவும் இல்லை.' ஆனால் சிலர் (செங்காவலர்கள்) வர்க்க எதிரிகளைக் கொன்று போட வேண்டும் என்ற அளவுக்கு வெறுத்தால், அதற்கு நீங்கள் செங்காவலர்களை நிறுத்தக் சொல்லி வற்புறுத்த வேண்டாம் என்று ஸியே உத்தரவிட்டார்.

அடி, உதை என்ற துன்புறத்தல் அலை நாடெங்கும் பரவியது. குறிப்பாக வீடுகளைச் சோதனையிடும்போது கூடுதலாக நடந்தது. பொதுவாக இதுபோன்ற சமயத்தில் குடும்பத்தினர் அனைவரும் செங்காவலர்கள் முன்பு மண்டியிட்டு, வணங்கி, பின் வீழ்ந்து கும்பிட வேண்டும். செங்காவலர்கள் அணிந்திருந்த வார்பட்டையால் அவர்களை அடித்தார்கள். செங்காவலர்கள் அவர்களை கால்களால் மிதித்து தள்ளினார்கள். அவர்கள் தலைகளின் ஒரு பக்கத்து முடியை மட்டும் சிரைத்து அவமானப்படுத்தினார்கள். அவர்களது உடமைகள் சேதப்படுத்தப்பட்டன அல்லது அபகரிக்கப்பட்டன. பீக்கிங்கில் இது இன்னும் மோசமாக நடந்தது. இளைஞர்களைக் கிளர்ச்சியூட்டித் தூண்டி விடுவதற்கு தயாராக கலாச்சாரப் புரட்சி அலுவலர்கள் பீக்கிங்கில் எப்போதும் தயாராக இருந்தார்கள்.

திரை அரங்குகளும் நாடக அரங்குகளும், மக்களைத் துன்புறத்தப் பயன்படுத்தப்படும் கூடாரங்களாக ஆக்கப்பட்டன. பலிகடாக்கள் ஆக பாதிக்கப்பட்டவர்கள் பீக்கிங் முழுவதிலிருந்தும் இழுத்து வரப்பட்டனர். வழிப்போக்கர்கள் அதுபோன்ற இடங்களைத் தவிர்த்து வேறு பாதை வழியாகச் சென்றனர். ஏனெனில் அப்பாவி மக்களின் துயரக் கூக்குரல் அந்தத் தெருக்கள் எங்கும் எதிரொலித்தது.

தொடக்கக் கால செங்காவலர் குழுக்கள் உயர் அதிகாரிகளின் குழந்தைகளைக் கொண்டு தொடங்கப்பட்டன. வரவர, பல பின்புலங்களிலிருந்து இளைஞர்கள் உள்ளே வர முயல்கிறபோது, உயர் அதிகாரிகளின் குழந்தைகள் தாங்களாகவே ஒரு சிறப்பு குழுவை ஏற்படுத்திக் கொண்டு இதரப் பின்புலக் குழந்தைகளை அதில் சேர வேண்டாம் என்று தடுத்து நிறுத்தி வந்தார்கள். இளைஞர்கள் தங்களிடம் அளிக்கப்பட்டிருந்த அதிகார உணர்வை இன்னும் அதிகரித்துக் கொள்ள மாவோ பலவிதமான நடவடிக்கைகளை எடுத்தார். இரண்டாவதாக நடத்தப்பட்ட மாபெரும் செங்காவலர்கள் ஊர்வலத்தின் போது, அவர்களில் தானும் ஒருவன் என்பதை வெளிப்படுத்திக் கொள்ளும் பொருட்டு, லின் பியாவோவும் கையைச் சுற்றி ஒரு சுற்றுப்பட்டை அணிந்து கொண்டார். அக்டோபர் முதல் தேதி, தேசிய தினமான அன்று, தியானன்மன் சதுக்கத்தின் ‘சொர்க்கத்தின் அமைதி நுழைவாயில்’ முன்பு திருமதி மாவோ இளைஞர்களை ‘நன்னெறிக் காவலர்கள்’ என்று ஆக்கி விட்டாள். இதன் விளைவாக, அவர்களில் சிலர், ‘முன்னோர்கள் கோட்பாடு’ என்ற ஒரு தத்துவத்தை உருவாக்கி விட்டார்கள். இதற்கு ஒரு பாடலைச் சுருக்கமாகக் கூறலாம்: ‘ஒரு மகனின் வீரத் தந்தையானவர் எப்போதும் மேன்மையான மனிதர்தான்; ஆனால் அவரே அரசியல் முன்னேற்றத்தை தடுக்க முயலும் ஒரு தந்தையானால், அவன் முறை தவறிப் பிறந்த குழந்தைக்கு அப்பனாகி விடுகிறான்.’ இந்தக் கோட்பாட்டைத் தெரிந்து கொண்ட உயர் அதிகாரிகளின் குழந்தைகள், தாழ்ந்த பின்புலங்களிலிருந்து வரும் குழந்தைகளை மிரட்டி, அடித்து கொடுமைப்படுத்தினார்கள்.

அவர் எதிர்பார்த்த ஒரு குழப்ப நிலையையும், மக்களிடையே அவர்மீது உண்டான அச்சத்தையும் அதிகப்படுத்திக் கொள்ளவே, மாவோ இதுபோன்ற நிகழ்வுகள் நடக்க அனுமதித்தார். யாரெல்லாம் அடி உதை வாங்கி அவஸ்த்தைப் பட்டிருக்கிறார்கள், யாரெல்லாம் வன்முறையின் காவலர்களாக இருந்திருக்கிறார்கள் என்பது பற்றிய எந்த அக்கறையும் மாவோவுக்கு இல்லை. ஆரம்பத்தில் பாதிப்புகளுக்கு உள்ளானவர்கள் மாவோவின் உண்மையான

இலக்கு இல்லை. அவருடைய செங்காவலர்களை மாவோ விரும்பவுமில்லை: அவர்கள் மீது அவருக்கு நம்பிக்கையும் இல்லை. ஆனால் அவர் அந்த இளைஞர்களை பயன்படுத்திக் கொண்டிருந்தார். அவர்களைப் பொறுத்தவரை, அகப்பட்டுக் கொண்டவர்களை துன்புறுத்துபவர்களும், உட்கலகம் செய்கிறவர்களும் எப்போதும் மாவோவிடம் அடிபணிந்து கிடப்பவர்கள் என்று சொல்லி விட முடியாது. அவர்களுக்குக் கிடைத்த அங்கீகாரத்தால், தங்களுடைய மிருகத்தனத்தை வெளிக்காட்டி, அவர்களுக்கு அளிக்கப்பட்ட வாய்ப்பை மிகக் கொடிய நேரமாக மாற்றிக் கொண்டார்கள்.

செங்காவலர்கள் குழுக்களில் மிகச் சிலரே அகப்பட்டவர்களை சித்திரவதை செய்தார்கள். அதில் பங்கு கொள்ள பல இளைஞர்கள் தவிர்த்து வந்தனர். ஏனென்றால், செங்காவலர்கள் குழு ஒரு பிடிப்பற்ற உதிரியான இயக்கம். அந்த இயக்கம் தன் உறுப்பினர்களிடம் தவறு செய்தவர்களை சித்திரவதை செய்யுமாறு கட்டாயப்படுத்தவில்லை. உண்மையில் பார்க்கப் போனால், மாவோ செங்காவலர்களுக்கு கொலை செய்யச் சொல்லி உத்தரவிடவில்லை. சித்திரவதைக்கு மாவோ கொடுத்த விளக்கம் வேறு மாதிரி இருந்தது. ஒருவன் வன்முறைச் செயலிலோ, வேறு தீச் செயலிலோ ஈடுபடாமல் இருந்தால், அவன் மாவோவுக்கு உண்மையான விசுவாசி என்று உணர்கிறான். அப்படி குற்றம் புரிகிறவர்கள் மாவோவை குறை சொல்ல கூடாது.

மாவோ மெல்ல மெல்ல சித்திரவதையை மறைமுகமாக ஆதரித்தார் என்பதை யாரும் மறுக்க முடியாது. ஆகஸ்ட் மாதம் 18ஆம் நாள், எட்டு மாபெரும் ஊர்வலங்கள் நடந்தன. அதில் சுமார் 13 மில்லியன் மக்கள் கலந்து கொண்டனர். ஆகஸ்ட் மாதம் 18ஆம் நாள் - அதாவது இந்த ஊர்வலங்களின் முதல் நாள், ஒரு பெண் செங்காவலரை 'உன் பெயர் என்ன' என்று மாவோ கேட்டிருக்கிறார். அந்தப் பெண் 'பின்-பின்' என்று பதில் சொல்லியிருக்கிறாள். 'பின்-பின்' என்றால் 'நேர்மையான' என்று பொருள்படும். மாவோ அதை மறுத்து, இல்லை,'சித்திரவதை செய்பவள்' (சீன மொழியில் யாவோ-வு-மா) என்று கூறினார். மாவோ எப்போதாவதுதான் மக்கள் மத்தியில் தோன்றி, வெளிப்படையாகப் பேசுவார் என்ற பேச்சு எங்கும் பரவியது. செப்டம்பர் 15ஆம் நாள் நடைபெற்ற மாபெரும் மூன்றாவது ஊர்வலத்தில் செங்காவலர்களின் சித்திரவதை உச்சத்திற்கு சென்றபோது, மாவோவுக்கு முக்கியமான செய்தித் தொடர்பாளர் லின் பியாவோ, மாவோவை தன் அருகில் நிறுத்தி வைத்துக்கொண்டு உரையாற்றினார்: 'செங்காவல்

'நாங்கள் விண்ணில் உள்ள சுவர்க்கத்திற்கு பறப்போம்;
பூமிக்குள் ஊடுருவிச் செல்வோம்'

வீரர்களே, நீங்கள் போரிடும் முறை எப்போதும் மிகச் சரியாகவே இருக்கிறது. முதலாளி வர்க்கக் கைக்கூலிகளையும், பிற்போக்கு பூர்ஷ்வாக்களையும், இரத்தக் காட்டேரிகளையும், அடுத்தவர்களை உறிஞ்சி வாழ்பவர்களையும், அடித்து ஒழித்துள்ளீர்கள். மிகச் சரியான செயல்களைச் செய்திருக்கிறீர்கள். அதையும் அற்புதமாகச் செய்திருக்கிறீர்கள்' என்றார். அந்த எழுச்சி உரை கேட்டு,'பெருந்தலைவர் மாவோ நீடூழி வாழ்க' என்று காது கிழியப்போட்ட கோஷங்களும், கட்டுப்படுத்த முடியாது வெளிவந்த கண்ணீரும், ஓங்கி ஒலித்த விசுவாச உறுதிமொழிகளும், தியானன்மன் சதுக்கத்தில் கூடியிருந்த கூட்டத்தை கட்டிப் போட்டு வைத்திருந்தது.

கலாச்சாரப் புரட்சி அதிகாரத்தின் மூலம், பீக்கிங் செங்காவலர்களை மாவோ கட்டுக்குள் வைத்திருந்தார். பிறகு மாவோ அவர்களை மாநிலங்களுக்கு அனுப்பி அங்குள்ள இளைஞர்களுக்கு என்ன செய்ய வேண்டும் என்று சொல்லச் சொன்னார். ஜிங்குவில் பாட்டியின் சகோதரனான யூ-லின் மற்றும் அவரது மனைவி ஆகியோர் செங்காவலர்களிடம் சிக்கிக்கொண்டு சித்திரவதைப்படுத்தப்பட்டனர். அத்துடன் இவர்கள் இருவரோடு அவர்களது குழந்தைகளும் சீனாவின் வறண்ட பூமிக்கு அனுப்பப்பட்டார்கள். கம்யூனிஸ்ட்கள் முதன்முதலில் வந்தபோது, அவர்கள் யூ-லின் மீது சந்தேகப் பட்டனர். ஏனென்றால், கோமிங்டாங் உளவுத்துறையோடு அவருக்கிருந்த தொடர்பு. ஆனால் அவருக்கோ அவரது குடும்பத்தாருக்கோ எந்த தீங்கும் நடந்ததில்லை. இதுபற்றி என் குடும்பத்தாருக்கு எதுவும் தெரியாது. பொதுவாக எல்லாரும் செய்திகளை ஒருவருக்கொருவர் பரிமாறிக் கொள்வதில்லை. இதனால் ஒருவர்மீது நீ வேண்டுமென்றே சுமத்திய பழியும், அதனால் ஏற்படும் மோசமான விளைவுகளும், உன்னைச் சார்ந்தவர்களுக்கு நீ உண்டாக்கும் ஆபத்துகளும், அவர்கள் உனக்கு உண்டாக்கும் ஆபத்துகளும் உனக்கு என்னவென்றே தெரியாது.

பீக்கிங்கில் தீவிரவாதம் வளர்ந்து வருவது சிச்சுவான் மக்களுக்கு தெரியாது. அங்கு அசம்பாவிதங்கள் அவ்வளவாக கிடையாது. காரணம், சிச்சுவானிலிருந்த செங்காவலர்கள் கலாச்சாரப் புரட்சி அமைப்பால் நேரடியாக தூண்டிவிடப் பட்டவர்கள் அல்ல. அத்துடன், சிச்சுவான் காவல் துறையினர், பீக்கிங் அமைச்சர் திருவாளர் ஸியே அவர்களுக்கு செவி சாய்க்கவில்லை. அத்துடன் காவல்துறையின் கட்டுப்பாட்டில் இருந்த வர்க்க எதிரிகளை செங்காவலர்களிடம் ஒப்படைக்க மறுத்து விட்டது. அப்படியிருந்தும், சிச்சுவானிலிருந்த செங்காவலர்கள், மற்ற

மாநிலச் செங்காவலர்களைப் போல, பீக்கிங் செங்காவலர்களின் செயல்பாடுகளை அப்படியே பின்பற்றினார்கள். சீனாவெங்கும் ஒரே மாதிரியான குழப்பங்கள் அரங்கேறி வந்தன. அதிகாரப் பூர்வமான சோதனை என்று செங்காவலர்கள் வீடுகள்தோறும் சூறையாடியிருக்கலாம். ஆனால் கடைகளிலிருந்து அவர்கள் எதையும் சுருட்டவில்லை. வணிகம், தபால்துறை, போக்குவரத்து ஆகிய துறைகள் இயல்பாக இயங்கி வந்தன.

ஆகஸ்ட் மாதம் 16ஆம் நாள் 'பீக்கிங் செங்காவலர்கள்' உதவியுடன் எங்கள் பள்ளியில் செங்காவலர்கள் அமைப்பு தொடங்கப்பட்டது. அச்சுறுத்திக் கொண்டிருந்த கொள்கை முழக்கங்களிலிலிருந்தும், அரசியல் கூட்டங்களிலிருந்தும் தப்பிப்பதற்காக உடல்நலக்குறைவு என்ற காரணத்தைச் சொல்லி நான் வீட்டில் இருந்தேன். அந்த அமைப்பு இரண்டு நாட்களுக்கு கூட்டம் நடத்தவிருந்த விஷயம் எனக்கு தெரியாமல் போய்விட்டது. அப்போது எனக்கு வந்த ஒரு தொலைபேசி அழைப்பு, 'மாபெரும் பாட்டாளிகள் கலாச்சாரப் புரட்சியில் வந்து பங்கெடுத்துக் கொள்ள வேண்டும்' என்று எனக்கு அறிவுறுத்தியது. நான் பள்ளியைச் சென்றடைந்தபோது, ஆச்சரியம், அத்தனை மாணவர்களும் தங்கள் கைகளில் தங்கக் கைப்பட்டைகளை பெருமிதத்துடன் அணிந்து கொண்டிருந்தனர். அந்த பட்டைகளில் 'செங்காவலர்' என்று தங்க எழுத்துகளால் பொறிக்கப்பட்டிருந்தது.

அந்த ஆரம்பக் காலகட்டத்தில், புதிதாக வந்த செங்காவலர்கள் தங்களை மாவோவின் குழந்தைகள் என்று மிகவும் பெருமிதம் கொண்டார்கள். நான் அதில் சேர்ந்து கொள்ள வேண்டும் என்று சொல்லாமலே செங்காவலர் படை சென்றுவிட்டது. ஆனால் நான் உடனடியாகச் செங்காவல் படைத் தலைவராக இருந்த 'கெங்' என்பவனிடம் எனது விண்ணப்பத்தைச் சமர்ப்பித்தேன். 15 வயது இளைஞனான அந்தத் தலைவன், என் தோழமை வேண்டி என்னையே சுற்றிச் சுற்றி வந்தான். ஆனால், என் அருகில் அவன் இருந்த போது கூச்சத்துடன் காணப்பட்டான்.

கெங் எப்படி செங்காவலர் ஆனான் என்று எனக்கு ஆச்சரியமாக இருந்தது. ஆனால் அவன் செய்யும் செயல்பாடுகள் குறித்து அவனுக்கு எதுவும் முழுமையாகத் தெரியாது. ஆனால், எனக்கு ஒன்று தெளிவாகத் தெரிந்தது - அதாவது, செங்காவல் இளைஞர்கள் அனைவரும் உயர் அதிகாரிகளின் பிள்ளைகள்தான். இதில், செங்காவலர் படைத் தலைவரே, சிச்சுவான் மாநில முதல் கம்யூனிஸ்ட் கட்சித் தலைவராக இருந்த 'லீ' என்பவரின் மகன்தான். நான் அலுவலரின் குழந்தை என்ற உணர்வின்றி இயல்பாக

இருக்க எண்ணினேன். சில மாணவர்களின் தந்தையர்கள், என் அப்பாவைவிட உயர் பதவிகளில் இருந்தவர்கள். ஆனால், கெங் என்னிடம் தனியாக வந்து, நான் 'மென்மையானவளாகவும், சோம்பேறியாகவும்' இருப்பதாகக் கருதி என்னை ஏற்றுக் கொள்வதற்கு முடிவு செய்யுமுன், நான் மிகவும் உறுதியாக இருக்க வேண்டும் என்று என்னிடம் சொன்னான்.

ஜுன் மாதத்திலிருந்து, ஒவ்வொரு மாணவனும், கலாச்சாரப் புரட்சிக்கு தன்னை முழுவதும் அர்ப்பணிக்க வேண்டும் என்பதற்காக பள்ளியிலேயே எப்போதும் இருக்க வேண்டும் என்று எழுதப்படாத விதி ஒன்று விதிக்கப்பட்டது. பள்ளியில் தங்காத மாணவர்களில் நானும் ஒரு நபர். பள்ளிக்கு வராமல் மட்டம் போடுவது, ஏதோ ஓர் ஆபத்தில் கொண்டு போய் விட்டுவிடும் என்ற எண்ணம் இப்போது வந்துவிட்டது. எனவே கட்டாயம் பள்ளிக்கு செல்ல வேண்டும் என்று உணர்ந்து கொண்டேன். ஆண்கள் வகுப்பறைகளில் படுத்து நன்கு தூங்கினார்கள். ஆகவே நாங்கள் விடுதிக்கு சென்று விடுவோம். செங்காவலர் அல்லாத மாணவர்கள் செங்காவலர் படையில் இணைக்கப்பட்டு பல்வேறு செயல்பாடுகளில் ஈடுபடுத்தப்பட்டனர்.

வீதிகளின் பெயர்களை மாற்றி, அவைகளுக்கு 'புரட்சிகரமான' பெயர்களைச் சூட்ட வேண்டும் என்பதற்காக எங்களை பள்ளியிலிருந்து அழைத்துச் சென்றார்கள். நாங்கள் குடியிருந்து வந்த தெரு, 'வர்த்தகர்கள் தெரு' என்று அழைக்கப்பட்டு வந்தது. அதற்கு என்ன பெயரிடுவது என்று எங்களுக்குள் விவாதம் ஏற்பட்டது. மாநிலக் கட்சித் தலைவர்களைப் பெருமைப்படுத்தும் விதமாக 'கலங்கரை விளக்குகள் வீதி' என்று சிலர் முன் மொழிந்தனர். மாவோவின் கூற்றுப்படி அரசு ஊழியர்கள் எப்படி நடந்து கொள்ள வேண்டும் என்ற பொருள்படும்படி, 'அரசு அலுவலர்கள் வீதி' என பெயரிட வேண்டும் என்று சிலர் விரும்பினார்கள். கடைசியில் எந்தப் பெயரும் வைக்க முடியாமல் கலைந்து போனோம். காரணம், முக்கியப் பிரச்சினை முதலில் கலையப்பட வேண்டும். அதாவது சுவரில் பதிக்கப்பட்டிருந்த பெயர்ப்பலகை எட்ட முடியாத உயரத்தில் பதிக்கப்பட்டிருந்தது.

பீக்கிங்கில் இருந்த செங்காவலர்கள் மிகுந்த பொறாமைப்பட்டவர் களாக இருந்தார்கள். அவர்களின் வெற்றி பற்றி நாங்கள் கேட்டு அறிந்து கொண்டோம். பிரிட்டிஷ் தூதுக்குழு இப்போது, 'ஏகாதிபத்திய எதிர்ப்பு வழியில்' உள்ளது. ரஷ்யத் தூதரகம் இப்போது, 'திருத்தல் வாத எதிர்ப்பு வழியில்' உள்ளது.

செங்குடுவில் உள்ள வீதிகள், அவைகளின் பழைய பெயர்களான 'ஒரே வீட்டில் ஐந்து தலைமுறைகள்,' 'பாப்லரும் வில்லோவும் பச்சை நிறம்' (பச்சை என்பது புரட்சிக்குரிய நிறம் அல்ல) 'ஜேட் டிராகன்' (நிலப்பிரபுத்துவ அதிகாரத்தின் அடையாளம்) போன்ற பெயர்களை இழந்தன. அவைகள் இப்போது 'பழமையை ஒழிப்போம்,' 'கீழ்த்திசை செந்நிறத்தில் உள்ளது' 'புரட்சி தெருக்கள்' என்று பெயர் மாற்றம் பெற்றன. 'தென்றலின் நறுமணம்' என்ற பெயரைத் தாங்கி இருந்த பிரபல விடுதியின் பெயர்ப் பலகை அடித்து தூள்தூளாக நொறுக்கப்பட்டு 'வெடிமருந்தின் நறுமணம்' என்று பெயர் மாற்றப்பட்டது.

பல நாட்கள் போக்குவரத்து நடைமுறைகள் குழம்பிப் போய்க் கிடந்தன. சிகப்பு விளக்கு எரிந்தால் வாகனங்கள் நிற்க வேண்டும் என்ற விதி புரட்சிக்கு எதிராக இருந்ததாகப் பார்க்கப்பட்டது. அதன் உண்மையான பொருள் 'போ' என்பதாகும். நடைமுறைப்படி போக்குவரத்து வலது பக்கம் செல்லக் கூடாது; இடது பக்கமே செல்ல வேண்டும். சிறிது நாட்கள் போக்குவரத்து காவல் அதிகாரியை அனுப்பி விட்டு, நாங்களே வாகனங்களை கட்டுப்படுத்தினோம். ஒரு தெரு முனையில் நான் நின்று கொண்டு, மிதி வண்டிகளில் செல்வோரை இடது பக்கமே செல்லுமாறு நெறிப்படுத்தினேன். செங்குடுவில் அதிகமான வாகனங்களும், போக்குவரத்து கட்டுப்பாட்டு விளக்குகளும் அதிக அளவில் இல்லை. ஆனால் சாலைகளின் பெரிய சந்திப்புகளில் நெருக்கடி ஏற்படுவது உண்டு. கடைசியாக, சூ என்லாயை முன்னிட்டு பழைய விதிகள் தானாக மீண்டும் அமலுக்கு வரத் தொடங்கின. பிறகு சூ என்லாய் பீக்கிங் செங்காவலர் தலைவர்களை சமாதானப்படுத்திக் கொண்டார். இளைஞர்கள் இதன் நியாயங்களைப் புரிந்து கொண்டார்கள். எங்கள் பள்ளிச் செங்காவலர் என்னிடம், இங்கிலாந்து நாட்டுப் போக்குவரத்து வாகனங்கள் சாலையின் இடதுபுறம் செல்லும்; நம்நாட்டு வாகனங்கள், ஏகாதிபத்திய எதிர்ப்பைக் காட்டுவதற்காக வலது பக்கம் செல்வதாகக் கூறினாள். அவள் அமெரிக்காவைப் பற்றி கூறவில்லை.

குழந்தையிலிருந்தே, கூட்டமாகத் தெரிந்தால் பயப்படுவேன். 14 வயதில் அந்தப் பயம் இன்னும் கூடுதலாக இருந்தது. புதிய புரட்சிக் கொள்கைகளின் நடவடிக்கைகளுக்கேற்றவாறு என் எண்ணங்களைப் பக்குவப்படுத்திக் கொள்ள வேண்டும் என்று நானே சொல்லிக் கொண்டேன். என்னால் புரிந்து கொள்ள முடியாதவாறு அதில் ஏதேனும் இருந்தால், என்னை நானே சீர்திருத்திக் கொண்டு அதைப் பின்பற்ற வேண்டும் என்று முடிவு செய்து கொண்டேன்.

'நாங்கள் விண்ணில் உள்ள சுவர்க்கத்திற்கு பறப்போம்;
பூமிக்குள் ஊடுருவிச் செல்வோம்'

வழிப்போக்கர்களை இடைமறித்து அவர்களின் தலைகளை மொட்டையடித்து விடுவது, காற்சட்டைகளை கத்தரிக்கோலால் கீழிருந்து மேலாக வெட்டி விடுவது, குதி உள்ள செருப்புகளைப் பிடுங்கி சேதப்படுத்தி வீசுவது போன்ற செங்காவலர்கள் செய்யும் தீவிரவாதச் செயல்களை நிறுத்துவது எனக்கு சிரமமாகி விட்டது. இதுபோன்ற செயல்கள், பீக்கிங் செங்காவலர்களின் கூற்றுப்படி, பூர்ஷ்வாக்களின் அழிவுக்கு அடையாளம் என்று சொல்லப்பட்டது.

என் முடியைப் பார்த்து பள்ளித் தோழியர்கள் கேலி பேசத் தொடங்கினார்கள். கழுத்து அளவுடன் முடியை வெட்டிக் கொள்ள வேண்டும். ஒரு சிறிய பூர்ஷ்வாவாக இருப்பதை எண்ணி நான் வெட்கப்பட்டுக் கொண்டாலும், என் கூந்தலை இழந்தபோது நான் இரகசியமாகக் கண்ணீர் விட்டு அழுதிருக்கிறேன். நான் குழந்தையாக இருந்தபோது, ஒரு வில்லோ மரத்தின் கிளை நீட்டிக் கொண்டிருப்பது போல, என் நடு மண்டையில் முடியை நிமிர்த்து வைத்து தாதி கட்டியிருப்பாள். அதை அவள், ‘புஸ்வானம் ஆகாயத்தில் பாயவிருக்கிறது’ என்று சொல்வாள். 1960 ஆம் ஆண்டு தொடக்கம் வரை நான் இரட்டை ஜடை போட்டிருந்தேன். காலை வேளைகளில், வேக வேகமாக காலை உணவு அருந்திவிட்டுப் புறப்படுகிற அவசரத்தில், பாட்டியோ, அம்மாவோ அல்லது தாதியோ அவர்களது அன்பான கரங்களால் என் தலையைத் தொட்டு, அதில் செயற்கைப் பூக்களை வைத்து முடியை சரி செய்து விடுவார்கள். செயற்கைப் பூக்களைத் தேர்ந்தெடுப்பதில், நான் கருஞ் சிவப்பு நிறத்திற்கே முன்னுரிமை அளிப்பேன்.

1964க்கு பிறகு, எல்லாரும் ஆடம்பரமில்லாத எளிய வாழ்க்கையை மேற்கொள்ள வேண்டுமென்று மாவோ விடுத்த அழைப்பு, வர்க்க போராட்ட சூழலுக்கு மிகவும் ஏதுவாக அமைந்திருந்தது. ஒரு பாட்டாளியைப் போல தோற்றமளிக்க வேண்டும் என்பதற்காக, என் கீழாடையை ஒட்டுப் போட்டுத் தைத்துக் கொண்டேன். இரட்டை ஜடை போட்டுக் கொண்டேன். ஆனால் இதுவரை நீண்ட தலைமுடிக்கு தடை விதிக்கப்படவில்லை. பாட்டி தறுதறுத்துக் கொண்டு என் முடியை வெட்டி விடுவாள். அவள் முடி தப்பித்துக் கொண்டது. ஏனென்றால், பாட்டி எங்கும் வெளியேறிச் செல்வதில்லை.

செங்குடுவில் பிரபல தேநீர்க் கடைகள், தரமிழந்து விட்டதெனக் கருதி அவைகள் தாக்கப்பட்டன. எனக்கு அது ஏன் என்று புரியவில்லை. நான் ஏன் என்று கேட்கவுமில்லை. 1966 ஆம் ஆண்டின் கோடைகாலத்தில், ஏன், எதற்கு என்று கேள்வி கேட்கும்

பகுத்தறிவை அடக்கிக் கொண்டேன். சீனர்கள் அனைவரும் இதைத்தான் மேற்கொண்டு வந்தார்கள்.

சிச்சுவான் மாநிலத் தேநீர்க் கடைகள் அற்புதமான இடம். தேநீர்க் கடைகள் எப்போதும் மூங்கில் தோப்புகளை ஒட்டி அமைந்திருக்கும், அல்லது ஒரு பெரிய மரத்தின் அடியில் அமைந்திருக்கும். அங்கே போடப்பட்டிருக்கும் சதுரவடிவ மேஜைகளும், மூங்கில் நாற்காலிகளும் இத்தனை ஆண்டுகள் பயன்பாட்டிற்கப்புறமும் அதன் மென்மையான நறுமணத்தை இழக்கவில்லை. சிச்சுவானில் பலவிதமான தேநீர்கள் கிடைக்கும்.

இங்கிலாந்து மக்களுக்கு மதுபானக்கடைகள் எவ்வளவு முக்கியமோ, அதுபோல சிச்சுவான் மக்களுக்கு தேநீர்க் கடை முக்கியம். வயதானவர்கள் ஒரு தட்டு பாதாம் பருப்பு, முலாம் பழ விதை ஆகியவைகளை மென்று தின்று விட்டு, ஒரு குவளைத் தேநீரை அனுபவித்து உறிஞ்சிவிட்டு, குழாய் வழியில் புகையை இழுத்து விட்டுக்கொண்டே நீண்ட நேரம் அங்கே பொழுதைக் கழிப்பார்கள். கடைப் பையன்கள் வெண்ணீர் ஊற்றுவதற்கு ஒவ்வொருவர் இடத்திற்கும் ஓடிக் கொண்டிருப்பார்கள். அதில் திறமை வாய்ந்தவர்கள் குவளையின் வாய் அளவுக்கு, ஒரு சொட்டுக்கூட கீழே வழியாமல் வெண்ணீர் ஊற்றுவார்கள். நான் குழந்தையாக இருந்தபோது ஒரு கெண்டியிலிருந்து குவளைகளுக்கு அவர்கள் தண்ணீர் ஊற்றும் வித்தையை மெய்மறந்து பார்த்துக் கொண்டிருந்திருக்கிறேன். என்னையும் எப்போதாவதுதான் தேநீர்க் கடைகளுக்கு அழைத்துச் செல்வார்கள். அது எனக்கோர் ஏகாந்தமான அனுபவமாக இருக்கும். ஆனால், அப்பா அம்மா அதை ஆதரிப்பதில்லை.

இங்கிலாந்து நாட்டு தேநீர்க்கடைகள் போல சிச்சுவான் தேநீர்க் கடைகளிலும் வாடிக்கையாளர்கள் வாசிப்பதற்காக செய்தித்தாட்கள் போடப்பட்டிருக்கும். சில வாடிக்கையாளர்கள் செய்தி வாசிக்க தேநீர் கடைக்கு வருவார்கள். முக்கியமாக நண்பர்களைச் சந்தித்து அரட்டை அடிக்கவும், செய்திகளையும், வதந்திகளையும் பரிமாறிக் கொள்ளவும் அங்கே வருவார்கள். கதை பேசும் பொழுது போக்கு மையமாக தேநீர்க் கடைகள் பணி செய்து வந்தன.

புரட்சியைப் புறக்கணித்து விட்டு, எல்லாரும் தேநீர்க் கடையில் தஞ்சமடைந்து ஓய்வு எடுத்துக் கொண்டிருந்ததால் தேநீர்க் கடைகள் எல்லாம் மூடும் நிலைக்கு வந்துவிட்டன. பதின்மூன்றிலிருந்து பதினாறு வயதுக்கு உட்பட்ட சுமார் 24 செங்காவலர்கள் 'பட்டு நதிக்கரை'யில் அமைந்திருந்த ஒரு சிறிய தேநீர்க் கடைக்குச்

சென்றோம். ஒரு பெரிய மரத்தின் அடியில் மேஜை நாற்காலிகள் போடப்பட்டிருந்தன. அந்த கோடைகால மாலை நேரத்து தென்றல், கொத்துக் கொத்தாகப் பூத்திருந்த மலர்களின் நறுமணத்தை, நதி நீரைக் கடந்து எங்களுக்கு கொண்டு வந்து வழங்கிக் கொண்டிருந்தது. செங்காவலர்களாகிய நாங்கள் அந்த நதிக்கரையை அடைந்ததும், சதுரங்க விளையாட்டுகளில் மூழ்கி இருந்த ஆண்கள், தங்கள் தலைகளை மட்டும் நிமிர்த்தி எங்களைப் பார்த்தார்கள். எங்கள் குழுவிலிருந்த சிலர் 'ஓடி விடுங்கள், ஓடி விடுங்கள். பூர்ஷ்வாக்கள் இடத்தில் நிற்க வேண்டாம்' என்று கத்தினார்கள். என் வகுப்பு மாணவன் ஒருவன் அருகில் இருந்த ஒரு சதுரங்க அட்டையின் மூலையை கிழித்து அதைக் கீழே தள்ளி விட்டு ஓடினான். அந்த ஆட்டக் காய்கள் கீழே விழுந்து உடைந்தன.

அங்கே சதுரங்கம் ஆடிக் கொண்டிருந்தவர்களில் இளைஞர்களே அதிகமாக இருந்தனர். அதில் ஓர் இளைஞன் முஷ்டியை மடக்கிக் கொண்டு ஒருவன் மீது பாய்ந்தான். அதற்குள் அவன் நண்பன் அவன் சட்டையைப் பிடித்து இழுத்து தடுத்து விட்டான். சத்தம் போடாமல் கொட்டிக் கிடந்த சதுரங்கக் காய்களைக் குனிந்து எடுத்துக் கொண்டார்கள். அதில், சதுரங்க அட்டையைத் தள்ளி விட்டவன், 'இதற்கு மேல் இங்கு சதுரங்க ஆட்டம் இருக்கக் கூடாது. இது பூர்ஷ்வாக்களின் பொழுபோக்கு என்று உங்களுக்கு தெரியாதா?' என்று ஆத்திரமாகக் கேட்டான். அத்துடன் அவன் கீழே கொட்டிக் கிடந்த காய்களை அள்ளி ஆற்று நீரில் வீசி எறிந்தான்.

என்னைவிட வயதானவர்களுக்கு பணிவாகவும், மரியாதையாகவும் நடந்துகொள்ள வேண்டும் என்று சொல்லி நான் வளர்க்கப்பட்டேன். ஆனால், 'புரட்சி' என்பதன் பொருள் என்னவோ சீறிப் பாய்வதாகவும், தாக்குதல் நடத்துவதுமாகவும் இருந்தன. பொறுமை என்பது பூர்ஷ்வாத்தனமாகப் பார்க்கப்பட்டது. இதை நான் கண்டனம் செய்வதுண்டு. இந்தக் காரணம்தான் நான் செங்காவலர் படையில் சேருவதற்கு அனுமதி தாமதப்படுத்தப்பட்டு வந்தது. கலாச்சாரப் புரட்சி தொடங்கியதிலிருந்து, யாரெல்லாம் அடிக்கடி 'நன்றி' என்று சொல்வார்களோ, அவர்கள் எல்லாம் தாக்கப்பட்டிருக்கிறார்கள். காரணம் நன்றி சொல்வதெல்லாம், பூர்ஷ்வாவின் வெளி வேடம். நல்ல பண்பாடுகள் அழிவின் விளிம்பில் இருந்து கொண்டிருந்தன.

ஆனால் இப்பொழுது, தேநீர்க் கடைகளுக்கு வெளியே நின்று கொண்டிருந்த எங்களுக்கு, நாங்கள் பேசிக் கொள்ளும் விதமும், ஒருவருக்கொருவர் பெரியவராகக் காட்டிக்கொண்ட விதமும் தர்மசங்கடமாகத் தெரிந்தது. எங்களில் பலர் வாயைத்

திறக்கவில்லை. சிலர் அமைதியாக, செவ்வக வடிவிலான கொள்கை முழக்கத் தாள்களை தேநீர்க் கடையின் சுவர்களிலும், மரத்தைச் சுற்றிலும் ஒட்டினார்கள்.

தேநீர்க்கடை வாடிக்கையாளர்கள் ஆற்றங்கரை வழியே அமைதியாகக் கலைந்து சென்றார்கள். அவர்கள் கலைந்து மறைந்தபின், ஏதோ ஒன்றை இழந்துவிட்ட உணர்வு எனக்குள் பிரவாகம் எடுத்தது. சுமார் இரண்டு மாதங்களுக்கு முன்பு, இந்தப் பெரியவர்கள், 'நாசமாகப் போகட்டும்' என்று எங்களைத் திட்டியிருப்பார்கள். ஆனால் இப்போது, மாவோவின் ஆதரவு, செங்காவலர்களாகிய எங்களுக்கு பலத்தை கொடுத்துள்ளது என்று அவர்கள் அறிந்து கொண்டார்கள். சில இளைஞர்கள் பெரியவர்கள்மீது ஆதிக்கம் செலுத்தும் நிகழ்ச்சியை பார்க்க முடிந்தது. செங்காவலர்களின் பிரபல கொள்கை முழக்கம்: 'நாங்கள் விண்ணில் உள்ள சுவர்க்கத்திற்கு பறப்போம். பூமிக்குள் ஊடுருவிச் செல்வோம். ஏனென்றால் எங்களின் மாபெரும் தலைவர் மாவோவே எங்களை ஆள்கிறார்'. சொந்தக் கருத்தை வெளியிடும் நேர்மையான சுதந்திரம் அவர்களுக்கு இல்லை என்பதையே அந்தக் கூற்று தெரிவித்தது. ஆரம்பத்திலிருந்தே அவர்கள் கொடுங்கோண்மையின் கருவிகளாக விளங்கி வந்தார்கள்.

1966 ஆம் ஆண்டு ஆகஸ்ட் மாதம், அந்த நதிக்கரையில் நின்று கொண்டிருந்த போது எனக்குள் கொஞ்சம் குழப்பமாக இருந்தது. என் சக மாணவர்களோடு தேநீர்க் கடைக்குள் சென்றேன். கடையை மூடும்படி சில மாணவர்கள் அதன் உரிமையாளரிடம் சொன்னார்கள். சில மாணவர்கள் அக்கடையின் சுவர்களில் கொள்கை முழக்க சுவரொட்டியை ஒட்டினார்கள். எல்லா வாடிக்கையாளர்களும் எழுந்து விட்டார்கள். ஆனால் சற்று தள்ளி ஒரு மூலையில் ஒரு வயதானவர் மட்டும் நாற்காலியில் அமர்ந்து தேநீரை உறிஞ்சிக் குடித்துக் கொண்டிருந்தார். அவர் அருகில் போய் நின்றேன். ஓர் அதிகாரத் தொணியை நான் வரவழைத்துக் கொள்ளப் போவது குறித்து தர்ம சங்கடத்தை உணர்ந்தேன். என்னை அவர் ஒருமுறை நிமிர்ந்து பார்த்தார். பிறகு மீண்டும் சத்தமாக தேநீரை உறிஞ்சிக் குடிக்கத் தொடங்கினார். அவர் முகத்தில் காணப்பட்ட சுருக்கம் அவர் ஓர் உழைக்கும் வர்க்கம் என்பதைக் காட்டியது. அவரின் கைகள், நான் பாடப்புத்தகங்களில் படித்த ஏழை விவசாயிகள் கைகள் எப்படி இருக்குமென்று விவரிக்கப்பட்டிருந்ததோ, அப்படியே இருந்தன. முள் விறகுகளைச் சேர்த்து கட்டும்போது உழைத்துக் காய்த்துப்போன அந்த முள் கைகளில் குத்தினால் அவர்களுக்கு வலி தெரியாது.

*'நாங்கள் விண்ணில் உள்ள சுவர்க்கத்திற்கு பறப்போம்;
பூமிக்குள் ஊடுருவிச் செல்வோம்'*

ஒருவேளை, அந்த மனிதர் கேள்வி ஏதும் எழுப்பத் தெரியாத பின்புலத்திலிருந்து வந்திருக்கலாம்; அல்லது அவரது வயது முதிர்வு காரணமாக இருக்கலாம். அதனால் அவர் இதுவரை மரியாதைக்குரிய மனிதராக இருக்கிறார்; அல்லது நான் அவர்மீது கொண்ட கவனத்தை அவர் தெரிந்து கொள்ளாது இருந்திருக்கலாம். எப்படியோ என்னைக் கவனிக்காமல், அவர் நாற்காலியில் தொடர்ந்து அமர்ந்திருந்தார். என் தைரியத்தையெல்லாம் ஒன்றுதிரட்டிக் கொண்டு, மிகவும் இலேசான குரலில், 'தயவுசெய்து எழுந்து செல்கிறீர்களா?' என்று கேட்டேன். என்னைப் பார்க்காமலே 'எங்கே போக வேண்டும்?' என்று என்னைக் கேட்டார். 'உங்கள் வீட்டிற்குத்தான்' என்றேன். அவர் என்னைத் திரும்பிப் பார்த்தார். அந்த மனிதர் தாழ்ந்த குரலில்தான் பேசினார். ஆனால், அந்தக் குரலில் ஒரு தாக்கம் இருந்தது. 'வீட்டிற்கா? எந்த வீட்டிற்கு? ஒரு கை அளவு அகலம் கொண்ட ஓர் அறைதான் எங்கள் வீடு. அதில்தான் என் இரண்டு பேரக் குழந்தைகளுடன் இருக்கிறேன். எனக்கு ஒரு மூலையில் கொஞ்சம் இடம் உண்டு. அந்த இடத்தில் என்னால் படுத்துக்கொள்ள மட்டுமே முடியும். அவ்வளவு தான். குழந்தைகள் வீட்டில் இருக்கிறபோது, ஒரு அமைதி தேடி நான் இந்த இடத்திற்கு வருகிறேன். அது உங்களுக்கு பொறுக்க முடியவில்லையா?' என்றார்.

அந்த வார்த்தைகள் என்னை அதிர்ச்சியாலும் அவமானத்தாலும் அறைவது போலிருந்தது. இவ்வளவு இழிந்த வாழ்க்கை நிலையை ஒருவர் கூறியதை என் வாழ்க்கையில் முதல் முறையாக இப்போதுதான் கேட்கிறேன். எதுவும் பேசமுடியாமல் அங்கிருந்து வெளியேறி வந்தேன்.

சிச்சுவான் மாநிலத்தில் இருந்த எல்லா தேநீர்க் கடைகளைப் போலவும் இந்தக் கடையும் 1981 வரை, 15 ஆண்டுகள் மூடிக் கிடந்தது. டெங் சியோபிங் உத்திரவிற்குப் பிறகு மீண்டும் அந்தக் கடை திறக்கப்பட்டிருக்க வேண்டும். 1985 ஆம் ஆண்டு ஒரு இங்கிலாந்து தோழியோடு மீண்டும் அந்தக் கடைக்குச் சென்றேன். அங்கிருந்த ஒரு மரத்தடியில் அமர்ந்தோம். ஒரு வயதான பெண்மணி கெண்டியில் தண்ணீர் கொண்டு வந்து இரண்டு அடி தள்ளி நின்றபடி எங்களுக்கான குவளைகளில் தண்ணீர் நிரப்பிக் கொடுத்தாள். எங்களைச் சுற்றி எல்லாரும் சதுரங்கம் ஆடிக் கொண்டிருந்தார்கள். மீண்டும் ஒருமுறை அங்கு வருகை புரிந்தது பழைய நினைவுகளால் என் இதயத்துக்கு இதமாக இருந்தது.

பழைய கலாச்சாரங்களைப் பிரதிபலிக்கும் எந்தப் பொருளையும் அழித்து விடவேண்டும் என்று லின் பியாவோ கேட்டுக் கொண்டதால், எங்கள் மாணவர்கள் எல்லாவற்றையும்

அடித்து நொறுக்கத் தொடங்கி விட்டார்கள். 2000 ஆண்டுகள் பழைமையான கட்டிடம் எங்கள் பள்ளிக்கூடம் என்பதால் அது பல தொன்மங்களைப் பிரதிபலித்தது. ஆகவே இதை அழிப்பது பெரும் வேலையாகத் தெரிந்தது. பள்ளியின் நுழைவாயிலின் ஓட்டுக்கூரை மிகப் பழமையாக இருந்தது. அது அடித்து நொறுக்கப்பட்டது. இதுபோல அங்கிருந்த ஒரு கோவிலுக்கும் இந்த முடிவுதான் ஏற்பட்டது. அந்தக் கோவிலின் முன்னால் இருந்த இரண்டு பெரிய சாம்பிராணி தூபக்கால்கள் கவிழ்த்துப் போடப்பட்டன. அவைகளில் சிறுவர்கள் சிறுநீர் கழித்தார்கள். கைகளில் சுத்திகளோடும், இரும்பு ஆயுதங்களோடும் சுற்றித் திரிந்த மாணவர்கள் பாலம் வழியாகச் சென்று அங்கிருந்த பழைய சிலைகளை அடித்து நொறுக்கினார்கள். விளையாட்டு மைதானத்தின் ஓர் ஓரத்தில் மண் கற்களால் செவ்வக வடிவில் செய்யப்பட்ட ஒரு ஜோடிப் பட்டைத் தகடுகள் இருந்தன. அவைகளின் மீது கன்ஃபூஷியஸ் பொன்மொழிகள் அழகான எழுத்துகளில் பொறிக்கப்பட்டிருந்தன. அதன் அஸ்திவாரம் ஆழமாக இருந்ததால், அதை அகற்றுவதற்கு இரண்டு நாட்கள் பிடித்தன. வெளியிலிருந்து ஆட்கள் தருவிக்கப்பட்டு அதனடியில் குழி தோண்டி அப்புறப்படுத்த வேண்டியிருந்தது. பெரும் ஆரவாரங்களுக்கிடையே அந்த நினைவுச் சின்னங்கள் அழிக்கப்பட்டபோது, அங்கு அவைகளுக்குப் பின்னால் ஒரு பாதை செல்வது தெரிந்தது.

நான் நேசித்த எல்லாப் பொருட்களுமே அழிக்கப்பட்டன. எனக்கு மிகுந்த வேதனையைத் தந்த ஒரு விஷயம் என்னவென்றால், அது நூல் நிலையத்தை அழித்ததுதான். தங்க நிறத்தாலான ஓடுகள் வேயப்பட்ட கூரை; அழகான ஜன்னல்கள்; வண்ண வண்ண நாற்காலிகள்; புத்தக அலமாரிகள் தலைகீழாகக் கவிழ்க்கப்பட்டன. சில மாணவர்கள் புத்தகங்களை சுக்கு நூறாகக் கிழித்துப் போட்டார்கள். பிறகு அந்த நூல் நிலையத்திற்கு சீல் வைக்கப்பட்டது.

மாவோ அழிப்பதற்கு எடுத்துக்கொண்ட முக்கியமான இலக்கு புத்தகங்கள்தான். ஏனென்றால், அந்தப் புத்தகங்கள் ஒருசில மாதங்களுக்கு முன்பு எழுதப்பட்டவை அல்ல. அதனால் அவைகள் பக்கத்துக்கு பக்கம் மாவோவின் மொழிகளைக் கூறவில்லை. சில மாணவர்கள் அப்புத்தகங்களை, 'விஷ விதைகள்' என்று வர்ணித்தார்கள். மார்க்சிஸ்ட் படைப்புகள், ஸ்டாலின் படைப்புகள், மாவோவின் மனைவி காழ்ப்புணர்ச்சி கொண்டிருந்த சமீபத்தில் மரணமடைந்த லூ சுன் மற்றும் மாவோ படைப்புகளைத் தவிர, சீனாவெங்கும் இருந்த பிற புத்தகங்கள் அனைத்தும்

தீக்கிரையாக்கப்பட்டன. புத்தகங்களில் அடங்கி இருந்த சீன நாட்டுப் பாரம்பரிய மரபுகள், பண்புகள், கலாச்சாரங்கள் எல்லாவற்றையும் நாடு இழந்தது. இதிலிருந்து தப்பிய சில புத்தகங்கள் பெண்களின் கைக்குப் போய், அவைகளும் அவர்களின் அடுப்புகளுக்கு இரையாகின.

எங்கள் பள்ளியில் குப்பைகளை எரிக்கும் பெருநெருப்பு ஏற்படுத்தப் படவில்லை. பள்ளிச் செங்காவலர் படை தலைவன், அக்கறையும் விழிப்புணர்வும் கொண்ட ஒரு மாணவன். 17 வயது நிரம்பிய, பெண் சாயல் கொண்ட ஒரு மாணவன், செங்காவலர்களுக்கு தலைவன் ஆக்கப்பட்டான். ஏனென்றால், அவனது தந்தையார் கட்சியின் மாநிலத் தலைவராக இருந்தார். பொருட்கள் சேதப்படுத்தப்படுவது நிறுத்த முடியாமல் போனதால், அவர், புத்தகங்கள் தீக்கிரையாக்கப்படுவதை நிறுத்தினார்.

எல்லாரையும் போல நானும் 'புரட்சி நடவடிக்கைகளில்' சேர்ந்து கொள்ள வேண்டும் என்று எதிர்பார்த்தார்கள். பெரும்பாலான மாணவர்களைப் போல என்னாலும் அதைத் தவிர்க்க முடிந்தது. நூல் நிலையம், கட்டடங்கள் போன்றவைகளை அழிக்கும் செயல்பாடுகள் திட்டமிடப்பட்டு சீரிய முறையில் ஒருங்கமைக்கப்படவில்லை. நாங்கள்தான் இதை அழித்தோம் என்று யாரும் உறுதிப்படுத்தவும் இல்லை. இந்த ஒட்டுமொத்த நடவடிக்கைகளையே சில மாணவர்கள் வெறுத்து வந்தது எனக்கு நன்கு புரிந்தது. ஆனால் இதை நிறுத்துவதற்கு யாரும் முன் வரவில்லை. என்னைப் போலவே பல ஆண்களும் பெண்களும் இந்த அழிவுச் செயல்கள் பற்றி வருத்தப்படுவது தவறானது என்று சொல்லிக் கொள்ளலாம். மேலும் அதில் சில மாற்றங்கள் வேண்டும் என்றும் நாங்கள் சொல்லிக் கொள்ளலாம். ஆனால், நாங்கள் ஏதேனும் எதிர்ப்புக்குரல் எழுப்பி இருந்தால் எங்களை இந்நேரம் கொன்று தூக்கி எறிந்திருப்பார்கள்.

இதற்குள், கலாச்சாரப் புரட்சியில் 'கண்டன செயல்பாட்டுக் கூட்டங்கள்' மிக முக்கிய அம்சமாக இருந்தன. உணர்ச்சிக் கொந்தளிப்பு மிக்க ஒரு கூட்டத்தை அவர்கள் கூட்டியிருந்தார்கள். அங்கு வன்முறைகள் கட்டவிழ்த்து விடப்பட்டன. மாவோவின் நேரடிக் கண்காணிப்பில், பீக்கிங் பல்கலைக்கழகம் பழி வாங்கும் படலத்திற்கு முதன்மை இடம் கொடுக்கப்பட்டது. அப்பல்கலைக் கழகத்தில் ஜுன் 18-ம் தேதி நடந்த முதல் கண்டன செயல்பாட்டுக் கூட்டத்தில் 60க்கும் மேற்பட்ட பேராசிரியர்கள், பல்கலைக்கழக வேந்தர் உள்ளிட்ட பல துறைத் தலைவர்கள் ஆகியோர்களுக்கு அடி உதை கிடைத்தது மட்டுமல்ல, மணிக்கணக்காக முழங்கால்

படியிட்டு வைக்கப்பட்டிருந்தனர். அந்தக் காலத்தில், சரியாகப் படிக்காத மக்குத்தனமான மாணவர்களுக்கு கொடுக்கப்பட்ட தொப்பிகளைப் போல, இவர்களை இழிவுபடுத்துவது போன்ற வாசகங்களை எழுதி, அத்தொப்பிகளை பல்கலைக்கழக ஊழியர்களுக்கு கட்டாயமாக மாட்டி விட்டார்கள். 'தீமையின் நிறம் கருப்பு' என்று சொல்லி கறுப்பு மையை அவர்கள் முகத்தில் ஊற்றி விட்டார்கள். அவர்களின் உடம்புகளைச் சுற்றி வாசகங்கள் எழுதி ஒட்டி விடப்பட்டன. இரண்டு மாணவர்கள் வந்து அவர்களின் கைகளை இறுகப் பற்றி, பின்னால் கைகளை கட்டி நிற்க வைத்து, எலும்பு உடையும் அளவுக்கு, இரக்கமில்லாது அவர்களைக் காலால் உதைத்து கீழே தள்ளி விட்டார்கள். இந்த அரக்கத்தனத்திற்கு உட்படுத்தி அவர்களை நிற்க வைத்த முறைக்கு 'ஜெட் விமானம்' என்று பெயரிடப்பட்டது. நாடெங்கும் நடைபெற்ற கண்டன செயல்பாட்டுக் கூட்டங்களில் இந்த முறைகள் அமல்படுத்தப்பட்டு வந்தன.

என் குழு செங்காவலர்கள் என்னை ஒரு நாள் அழைத்து இந்தக் கூட்டத்தில் கலந்துகொள்ள வேண்டும் என்றார்கள். அந்தக் காட்சியைப் பார்த்த எனக்கு கொளுத்திய கோடையிலும் குளிரால் உடல் வெடவெடத்தது. சுமார் 15 ஆசிரியர்கள் இருக்கும்; விளையாட்டு மைதான மேடையில் அவர்கள் நிறுத்தி வைக்கப்பட்டிருந்தனர். அவர்கள் தலை கவிழ்ந்து நின்றனர். 'ஜெட் விமானம்' போல் அவர்கள் கைகள் பிணைக்கப்பட்டிருந்தன. அவர்களது முழங்கால்களின் பின்பக்கம் உதைவிட்டு மண்டியிட வைத்தார்கள். பெருந்தன்மையும், பண்பும் நிறைந்த வயது முதிர்ந்தவரான எங்கள் ஆங்கிலப் பாட ஆசிரியருடன் இன்னும் பலர், ஓர் நீண்ட, உயரமான, குறுகலான பெஞ்ச் மீது நிற்க வைக்கப்பட்டனர். வயதான எங்கள் ஆசிரியருக்கு அந்த பெஞ்ச் மீது கால்களை நிலைப்படுத்தி நிற்க முடியவில்லை. தள்ளாடித் தள்ளாடி நிற்க முயற்சித்தவர், முடியாமல் கீழே விழுந்து விட்டார். அவர் கீழே விழுந்த போது, ஒரு பெஞ்சின் விளிம்பு அவர் நெற்றியை கிழித்து விட்டது. அருகில் நின்று கொண்டிருந்த ஒரு செங்காவலன் ஓடிப் போய் குனிந்து அவரைத் தூக்கி நிறுத்தி, அவரது கைகளை இறுகப் பிடித்து, 'மரியாதையாக பெஞ்ச் மீது ஏறி ஒழுங்காக நில்' என்று கத்தினான். வார்க்க எதிரிகள் மீது கருணை காட்டியவன் போல் தன்னை அவன் காட்டிக் கொள்ளவில்லை. ஆங்கில ஆசிரியரின் நெற்றியிலிருந்து வழிந்த இரத்தம், கன்னங்களில் வழிந்து, துடைக்கப்படாமல், உறைந்து கெட்டியாக ஆனது.

'நாங்கள் விண்ணில் உள்ள சுவர்க்கத்திற்கு பறப்போம்;
பூமிக்குள் ஊடுருவிச் செல்வோம்'

மற்ற ஆசிரியர்களைப் போல இவர் மீதும் விசித்திரமான குற்றச்சாட்டுகளை சுமத்தினார்கள். உண்மையில் அவர்கள் அங்கு நிற்பதற்கு காரணம் அவர்கள் 'சிறந்த ஆசிரியர்கள்' என்று வகைப்படுத்தப்பட்டிருக்க வேண்டும். அல்லது மாணவர்களின் வெறுப்பைத் தேடிக்கொண்ட ஆசிரியர்களாக இருக்க வேண்டும்.

மற்ற பள்ளிகளை ஒப்பிட்டுப் பார்க்கும் போது எங்கள் பள்ளிச் செங்காவலர்கள் மென்மையாக நடந்து கொண்டார்கள். காரணம், எங்கள் பள்ளி பெருமைக்குரிய ஒரு பள்ளி. அதில் பயின்று வந்த மாணவர்கள் திறமைக்குரியவர்களாகப் போற்றப்பட்டனர். கொடிய மனம் கொண்ட மாணவர்கள் இப்பள்ளியில் சேர்ந்திருந்ததால் இப்பள்ளியின் ஆசிரியர்கள் கொடுமையாக மாணவர்களால் அடித்து கொல்லப்பட்டிருக்கிறார்கள். அப்படி ஒரே ஒரு நிகழ்ச்சியை எங்கள் பள்ளியில் பார்த்திருக்கிறேன். எங்கள் தத்துவப் பாட ஆசிரியை, வகுப்பில் மக்குத்தனமாக இருக்கும் மாணவர்களை கடுமையாகக் கண்டிப்பாள். அதனால் சில மாணவர்கள் அந்த ஆசிரியையை வெறுத்தார்கள். அவள் மீது 'ஒழுக்கங்கெட்டவள்' என்ற குற்றச்சாட்டை சுமத்தத் தொடங்கினார்கள். அதற்கான சாட்சி, இந்த ஆசிரியை அவளது கணவனை இதற்கு முன்பு ஒரு பேருந்தில் சந்தித்திருக்கிறாள். அவர்களிடையே அங்கு தொடங்கிய உரையாடல், ஒருவருக்கொருவர் காதல் வயப்பட்டதில் முடிவடைந்திருக்கிறது. சந்தர்ப்ப வசத்தால் சந்தித்து பேசி, அதனால் ஏற்பட்ட காதல் ஒழுக்கக்கேடான ஒன்றாகக் கருதப்பட்டது. மாணவர்கள் அந்த ஆசிரியையை பிடித்து இழுத்துக் கொண்டு போய் அலுவலகத்தில் நிறுத்தி அவள் மீது 'புரட்சி நடவடிக்கை' எடுத்தார்கள். அடி உதை கொடுப்பதின் மங்களச் சொல்தான், புரட்சி நடவடிக்கை. தண்டனை தொடங்குவதற்கு முன், குறிப்பாக என்னை அழைத்து அவள்மீது எடுக்க வேண்டிய நடவடிக்கையை என்னிடம் ஒப்படைத்து விட்டார்கள். 'பள்ளியில் அவளுக்கு மிகவும் பிடித்த மாணவியான உன்னைப் பார்த்ததும், என்ன நினைக்கிறாள் என்று பார்ப்போம்' என்றார்கள்.

அந்த ஆசிரியைக்கு என்னைப் பிடிக்கும். ஏனென்றால், நான் செய்யும் வேலைகளைச் சரியாகச் செய்ததால், அந்த ஆசிரியை என்னைப் பாராட்டுவாள். நான் மிகவும் மென்மையாக நடந்து கொண்டதாலும், புரட்சியில் நான் பாடம் கற்றுக் கொள்ள வேண்டும் என்பதாலும் நான் அந்த ஆசிரியையின் அருகில் போய் நிற்க வேண்டும் என்று எனக்கு அறிவுறுத்தப்பட்டது. 'நானும் ஒரு நாள் தண்டனை பெரும்பொருட்டு அங்கே நிற்க வேண்டியிருக்கும். காரணம், நான் மிகவும் மென்மையாக நடந்து கொள்கிறேன்.

புரட்சியில் எனக்கு ஒரு பாடம் புகட்ட வேண்டும்' என்று எனக்கு சொன்னார்கள்.

அடி, உதை ஆரம்பமானது. அந்தச் சிறிய அலுவலகத்தில் கூட்டமாக நின்ற மாணவர்கள் வளையத்தின் பின்பக்கத்தில் போய் குனிந்து நின்று கொண்டேன். என் வகுப்புத் தோழியர் இருவர் என்னை இரகசியமாகத் தட்டி, முன்னால் போய் நின்று, என்னையும் அடி உதை கொடுக்குமாறு சொன்னார்கள். நான் அவர்களைக் கண்டு கொள்ளவில்லை. கூட்டத்தின் மத்தியில் நின்ற ஆசிரியைக்கு அடி உதை சரமாரியாக விழுந்தது. தரையில் உதைத்து தள்ளி உருட்டி விட்டார்கள். அவளுடைய முடி தலைவிரி கோலமானது. அழுது கதறிய ஆசிரியை, அடிப்பதை நிறுத்துமாறு கெஞ்சினாள். அவள் மீது கொடூரத் தாக்குதல் நடத்திய மாணவர்கள், வன்மக் குரலில், ‘இப்போது நீ கெஞ்சு. எங்களிடம் எவ்வளவு கடுமையாக நடந்து கொண்டாய். இப்போது நீ மரியாதையுடன் கெஞ்சு' என்று சொன்னார்கள். இப்போது அவளுக்கு மீண்டும் ஓர் உதைவிட்டு, மாணவர்கள் முன்னால் மண்டியிடச் செய்து, ‘தயவுசெய்து எனக்கு உயிர்ப்பிச்சை அளியுங்கள். சார்' என்று அவளைச் சொல்லச் சொல்லி அடித்தார்கள். மாணவர்கள் தங்களுக்கு குருவாக இருக்கக்கூடிய ஆசிரியையை அடித்து மண்டியிட்டுக் கெஞ்ச வைப்பதுதான் உலகத்தின் உச்சக்கட்ட அவமானம். அவள் எழுந்து உட்கார்ந்து வெறுமையாகப் பார்த்தாள். முடிச்சு விழுந்து கிடந்த அவளின் முடிகள் வழியாக அவள் கண்களைக் கண்டேன். தாங்கொணாத் துயரையும், சோகத்தையும், வெறுமையையும் அந்தக் கண்களில் கண்டேன். அவளால் மூச்சு விட முடியவில்லை. அவள் முகம் சாம்பல் நிறத்தில் மாறிவிட்டது. நான் இரகசியமாக அங்கிருந்து நழுவினேன். பல மாணவர்களும் என்னைப் பின்தொடர்ந்து வந்தார்கள். எனக்குப் பின்னால் ஜனங்கள் கொள்கை முழக்கங்களைச் சத்தமிட்டு சொன்னது கேட்டது. பல மாணவர்கள் பயந்திருக்க வேண்டும். விரைந்து வெளியே நடந்தேன். என் இதயம் படபடவென்று துடித்தது. நானும் மாட்டிக் கொண்டு அடி உதை வாங்க வேண்டியிருக்குமோ என்று பயந்தேன். அப்படி யாரும் தொடர்ந்து வரவில்லை. அதன்பிறகு நான் கண்டனம் செய்யப்படவில்லை.

அந்நாட்களில், நான் எல்லாவற்றிலும் அதிகமாகக் கலந்து கொள்ளாவிட்டாலும், ஒரு தொந்தரவும் எனக்கு கொடுக்கப்படவில்லை. செங்காவலர் படை ஒரு சீரிய நெறியில் தொடங்கப்படவில்லை. ‘வம்சாவழிக் கொள்கையின்' படி நான் நல்ல சிவப்பு நிறத்தில் பிறந்தேன். ஏனென்றால், என்

 *'நாங்கள் விண்ணில் உள்ள சுவர்க்கத்திற்கு பறப்போம்;
பூமிக்குள் ஊடுருவிச் செல்வோம்'*

தந்தை ஓர் உயர் அதிகாரி. சில விஷயங்களில் எனக்கு மறுப்பு தெரிவிக்கப்பட்டாலும், யாரும் எனக்கு பாதிப்பு ஏற்படுத்தவில்லை.

அந்த நேரத்தில் செங்காவலர்கள் மாணவர்களை மூன்று பிரிவுகளாகப் பிரித்தார்கள். 'சிகப்பு, கருப்பு, சாம்பல் நிறம்' என்று மூன்று பிரிவுகள் வந்தன. உழைப்பாளர்கள், தொழிலாளிகள், விவசாயிகள், புரட்சி அலுவலர்கள், புரட்சி அதிகாரிகள், புரட்சிக்காக உயிர் விட்டவர்கள் போன்ற குடும்பத்திலிருந்து வந்தவர்கள்தான் 'சிகப்பு பிரிவினர்.' நிலப்பிரபுக்கள், பெரும் விவசாயிகள், புரட்சி எதிர்ப்பாளர்கள், வலதுசாரிகள், தீய சக்திகள் போன்ற குடும்பங்களிலிருந்து வந்தவர்கள்தான் 'கருப்பு பிரிவினர்'கள். அலுவலக எழுத்தர்கள், கடைகளில் வேலை செய்பவர்கள் போன்ற குடும்பங்களிலிருந்து வந்தவர்கள்தான் 'சாம்பல் நிற' பிரிவினர். அப்போது, பள்ளிப் பதிவேடுகளின்படி எல்லா மாணவர்களும் சிகப்பு பிரிவில் சேர்ந்திருக்க வேண்டும். கலாச்சாரப் புரட்சிக்கு கொடுக்கப்பட்ட அழுத்தம் என்னவென்றால், அது சில வில்லன்களைக் கண்டறிய வேண்டும். இதன் விளைவாக, ஒரு டஜன் நபர்களுக்கு மேலாக கருப்பு பிரிவாகவும், சாம்பல் நிறப் பிரிவாகவும் மாற்றம் அடைந்தார்கள்.

அப்போது எனக்கு ஒரு தோழி இருந்தாள். அவள் பெயர் ஆய்-லிங். நாங்கள் நீண்டநாள் தோழிகள். நான் அடிக்கடி அவள் வீட்டிற்கு சென்றிருக்கிறேன். அதனால், அவர்கள் குடும்பம் பற்றி எனக்கு நன்கு தெரியும். என் தோழியின் தாத்தா பிரபல பொருளாதார வல்லுநர். கம்யூனிஸ்ட் ஆட்சியில் சில சிறப்புச் சலுகைகளோடு அவர்கள் நிறைவான வாழ்க்கை வாழ்ந்து வந்தார்கள். அவர்கள் வீடு எல்லா வசதிகளும் கொண்ட அழகான வீடு. வீட்டைச் சுற்றி எழில் கொஞ்சும் தோட்டம். அந்த வீட்டில் சேகரித்து வைக்கப்பட்டிருந்த புராதனப் பொருட்கள் என்னை ஈர்த்தன. 1920-களில் ஆய்-லிங்கின் தாத்தா ஆக்ஸ்போர்டு பல்கலைக்கழகத்தில் படித்தபோது அவர் வாங்கி வந்திருந்த 'பொடி டப்பா' என்னை மிகவும் ஈர்த்தது.

இப்பொழுது திடீரென்று ஆய்-லிங் 'கருப்பு பிரிவுக்கு' வந்து விட்டாள். சில மாணவர்கள் இவளது வீட்டை சோதனையிட்டிருக்கிறார்கள். அவர்கள், அவ்வீட்டில் இருந்த புராதனப் பொருட்கள் அனைத்தையும் அடித்து நொறுக்கி விட்டார்கள். அத்துடன் அந்த பொடி டப்பாவையும் அடித்து நொறுக்கி விட்டார்கள். அத்துடன் அவர்கள் பெல்ட்டுகளைக் கழற்றி, தோழியின் அம்மா, அப்பாவையும், தாத்தாவையும் விளாசித் தள்ளியிருக்கிறார்கள். அடுத்த நாள் என் தோழி தலையில் ஸ்கார்ஃப் அணிந்திருந்ததைப் பார்த்தேன். ஆய்-லிங்கின் வகுப்புத்

தோழர்கள் அவளது தலைமுடியில் ஒரு பக்கத்தை மட்டும் சிரைத்து விட்டார்கள். இதனால் அவள் தலையை மொட்டையாக வழித்துக் கொள்ள வேண்டியதாகி விட்டது. என்னைக் கட்டிப்பிடித்து அழுதாள். அப்போது அவளைத் தேற்றுவதற்கு வார்த்தைகள் இல்லாமல் தவித்துப் போய் நின்றேன்.

எங்கள் பள்ளியில் செங்காவலர்கள் கூட்டம் ஒன்று ஏற்பாடு செய்யப்பட்டது. அந்தக் கூட்டத்தில் நாங்கள் எங்கள் குடும்பப் பின்னணி அனைத்தையும் கூறினோம். அதன் அடிப்படையில் நாங்கள் வகைப்படுத்தப் பட்டோம். நான் 'புரட்சி அலுவலர்கள்' என்று சொன்னேன். மூன்று நான்கு மாணவர்கள் 'அலுவலகப் பணியாளர்கள்' என்று சொன்னார்கள். அவர்கள் அலுவலக உயர் பதவி வகித்தவர்கள். மூத்த அலுவலர்கள் என்பதன் பொருள் தெளிவாகப் புரிந்து கொள்ளாததால், பிரிக்கப்பட்ட முறை தெளிவாக இல்லை. அந்தக் காலத்துப் பேச்சு வழக்கப்படி உயர் பதவிகளை வைத்திருந்த மூத்த அலுவலர்களிடமிருந்து 'அலுவலகப் பணியாளர்கள்' என்பது கொஞ்சம் வேறுபட்டிருந்தது. இதில் 'மூத்த' என்ற பதத்திற்கு சரியான விளக்கம் இல்லாததால் பதவிகளை வகைப்படுத்திய முறை தெளிவற்றிருந்தது. இந்த முறையற்ற வகைப்படுத்தல் எல்லா இடங்களிலும் பயன்படுத்தப்பட்டது. வகைப்படுத்தப்பட்ட எல்லாவற்றிலும் குடும்பப் பின்னணி இடம் பெற்றிருந்தது. கடை உதவியாளர் ஒருவரின் மகளுடன் சேர்ந்து அலுவலகப் பணியாளர்களின் குழந்தைகளும் 'சாம்பல் நிறப் பிரிவு' என்று ஒதுக்கப்பட்டார்கள். இவர்கள் பள்ளி வளாகத்தைக் கூட்டிப் பெருக்கி சுத்தம் செய்ய வேண்டும்; கழிப்பறைகளைக் கழுவிச் சுத்தம் செய்ய வேண்டும். எப்போதும் தலை கவிழ்ந்திருக்க வேண்டும். இதையெல்லாம் முறையாகச் செய்கிறார்களா என்று செங்காவலர்களால் கவனிக்கப்படும் என்று அறிவுறுத்தி விட்டார்கள். அத்துடன், அவர்களுடைய எண்ணங்களையும் செயல்முறைகளையும் தினமும் செங்காவலர்கள் அறிக்கை மூலம் தெரிவிக்க வேண்டும்.

திடீரென்று மாணவர்கள் இதற்கு கீழ்ப்படிந்து போனார்கள். இதுவரை வீரமும் வேகமும் தீவிரமாகக் கொண்டிருந்த இவர்கள், இப்போது திடீரெனக் கவிழ்ந்து விட்டார்கள். ஒரு பெண் தலை கவிழ்ந்து இருந்தாள். கண்ணீர் பெருக்கெடுத்து ஓடிக் கொண்டிருந்தது. நாங்கள் இருவரும் தோழியர்கள். கூட்டம் முடிவுற்ற பின், அவளுக்கு ஏதாவது ஆறுதல் கூறலாம் என்று அவளிடம் சென்றேன். அவள் தலையை நான் நிமிர்த்திப் பார்த்தபோது, வேதனையும் வெறுப்பையும் அவள் கண்கள்

கக்கின. எதுவும் பேசாமல் அங்கிருந்து நகர்ந்து, அமைதியிழந்து அங்குமிங்கும் உலாத்தினேன். அது ஆகஸ்ட் மாதக் கடைசி. மல்லிகைப் பூச்செடிகள் இனிய நறுமணத்தை எங்கும் பரப்பிக் கொண்டிருந்தன. அங்கே ஏதோ வாசனைத் திரவியங்கள் இருப்பது போல அந்த நறுமணம் பரவியது.

மாலை நேரச் சூரியன் மறைந்து கொண்டிருந்த நேரம். நான் மீண்டும் விடுதிக்கு நடந்து கொண்டிருந்தேன். எங்கள் வகுப்பு இருந்த இரண்டாவது மாடியில் ஜன்னலில் ஏதோ ஒரு மின்னல் வெட்டுப் போல தெரிந்தது. கட்டிடத்தின் அடியில் அரைகுறையாக ஒரு சத்தம் கேட்டது. ஆரஞ்சு மரக்கிளைகள் மறைத்ததால், அங்கு என்ன நடந்தது என்று தெளிவாகப் பார்க்க முடியவில்லை. ஆனால், எல்லாரும் சத்தம் வந்த திசையை நோக்கி வேகமாக ஓடினார்கள். 'யாரோ ஜன்னல் வழியாகக் குதித்து விட்டார்கள்' என்று ஒரு குழப்பமான பதற்றத்தில் கூறினேன்.

என்னை அறியாமல் கைகளால் கண்களைப் பொத்திக்கொண்டு என் அறைக்கு ஓடி விட்டேன். பயத்தால் நடுங்கிப் போனேன். என் அகக்கண்கள் அந்தரத்தில் அரைகுறையாகக் கண்ட அந்த நிகழ்ச்சியையே காண்பித்துக் கொண்டிருந்தன. அவசரமாக ஓடிப்போய் ஜன்னல்களைச் சாத்தினேன். ஆனால், அங்கு நடந்த நிகழ்ச்சியைப் பற்றி எல்லாரும் பேசிக் கொண்ட சத்தம் ஜன்னல்களை ஊடுருவிக் கொண்டு கேட்டது.

பதினேழு வயதுப் பெண் ஒருத்தி தற்கொலை செய்து கொண்டிருக்கிறாள். கலாச்சாரப் புரட்சி தொடங்கப்படுவதற்கு முன், கம்யூனிஸ்ட் இளைஞர் அணிக்கு ஒரு தலைவியாக இருந்திருக்கிறாள். தலைவர் மாவோவின் கட்டுரைகளைப் படிப்பதில் இவள் முன்னுதாரணமாகத் திகழ்ந்தவள். லெய் ஃபெங்கிடமிருந்து நிரம்பக் கற்றுக் கொண்டவள். எல்லாருக்கும் நிறைய நல்ல காரியங்கள் செய்திருக்கிறாள்; தோழியர்களின் உடைகளைத் துவைத்துப் போடுவது, எங்கள் கழிவறைகளைக் கழுவிச் சுத்தம் செய்வது; மாவோவின் போதனைகளை எப்படிப் பின்பற்றுவது என்று அடிக்கடி உரையாற்றுவது போன்ற பல நல்ல காரியங்கள் செய்திருக்கிறாள். அவள் தன் சக தோழிகளோடு ஆழமான விஷயத்தில் உரையாடிக் கொண்டிருப்பதை அடிக்கடிப் பார்த்திருக்கிறேன். அன்பும், அறிவும், இலட்சியப் பார்வையும் அவள் முகத்தில் தெரியும். இளைஞர் அணியில் சேர விரும்புவோருக்கு, தன் கடமைகளை இதயப்பூர்வமாக செய்து கொடுப்பாள். இப்போது அவள் எதிர்பாராத விதமாக 'கருப்பு' பிரிவுக்கு ஒதுக்கப் பட்டிருந்தாள். அவளது அப்பா 'அலுவலகப்

பணியாளர்.' நகராட்சி அலுவலகத்தில் பணியாற்றினார். அவர் கட்சி உறுப்பினர். உயர் பதவி வகித்தவர்களின் மகள்களான இவளது வகுப்புத் தோழிகள் ஒரு 'தொந்தரவு' என்று கருதி இவளை 'கருப்பு' என்று தீர்மானம் செய்து கொண்டார்கள். கடந்த இரண்டு நாட்களாக 'கருப்பு' மற்றும் 'சாம்பல் நிற' செங்காவலர்களிடம் சிக்குண்ட இவள், விளையாட்டு மைதானத்தில் இருந்த புற்களைப் பிடுங்கி விடுமாறு கட்டாயப்படுத்தப் பட்டிருக்கிறாள். இவளை அவமானப்படுத்தும் நோக்கத்தோடு, அழகான கூந்தல் கொண்டிருந்த இவள் தலை முடியை இவளது வகுப்புத் தோழிகள் மொட்டையடித்து விட்டிருந்தனர். அன்று மாலை, இவள் வகுப்பில் இருந்த 'சிகப்புகள்' இவளையும், இவளோடு சேர்ந்து பாதிக்கப்பட்டவர்களையும் அவமானகரமான ஓர் உரையாற்றி அவமானப்படுத்திப் பேசியிருக்கிறார்கள். அவர்கள் எல்லாரையும் விட இவள் மாவோவுக்கு மிகவும் உண்மையாக இருந்ததாக 'வெடு'க்கென்று சொல்லியிருக்கிறாள். 'சிகப்புகள்' இவளைக் கன்னத்தில் அறைந்திருக்கிறார்கள். மாவோவிடம் உண்மையாக இருந்தது பற்றிப் பேசுவதற்கு இவளுக்கு தகுதியில்லை: ஏனென்றால், இவள் 'வர்க்க எதிரி' என்று சொல்லியிருக்கிறார்கள். வேகமாக ஓடியவள் ஜன்னல் வழியாகக் கீழே குதித்து விட்டாள்.

அதிர்ந்து போன செங்காவலர்கள் அவசர அவசரமாக அவளை மருத்துவமனைக்கு தூக்கிக்கொண்டு ஓடியிருக்கிறார்கள். அவள் சாகவில்லை. ஆனால் நடை பிணமாக இருந்தாள். பல மாதங்கள் கழித்து அவளை வீதியில் சந்தித்தேன். ஊன்றுகோல் உதவியுடன்தான் நின்றாள். கண்களில் ஒரு வெறுமை காணப்பட்டது.

அவள் தற்கொலைக்கு முயற்சி செய்த அன்றைய இரவு, நான் தூங்கவில்லை. கண்களை மூடினால், ஏதோ ஒரு உருவம் பயமுறுத்துவது போலவும், என் முகத்தில் இரத்தம் தெறிப்பது போலவும் தெரிந்தது. நான் அச்சத்தால் உறைந்து போயிருந்தேன். அடுத்தநாள், உடல் நலக் குறைவைக் காரணம் காட்டி விடுப்பு வழங்குமாறு கேட்டேன். விடுப்பு கிடைத்ததால் வீட்டிற்கு சென்றேன். பள்ளியில் நடந்த பயங்கர சம்பவத்துக்கு வீடு மட்டுமே பாதுகாப்பாகத் தெரிந்தது. இனி வீட்டை விட்டு வெளியே செல்வதில்லை என்று முடிவு செய்து கொண்டேன்.

17

'எங்கள் குழந்தைகள் 'கருப்புகளாக' ஆக வேண்டுமா?'

எங்கள் பெற்றோர்களின் குழப்பம்

ஆகஸ்ட் – அக்டோபர் 1966

இந்தமுறை வீடு எனக்கு அமைதி தரவில்லை. அம்மாவும் அப்பாவும் வேறு ஏதோ ஒன்றில் சஞ்சலப்பட்டுக் கொண்டிருந்ததால், என்மீது அவர்கள் கவனம் செலுத்தவில்லை. அப்பா உலாத்தப் போகாத நேரங்களில் வாசிப்பதிலேயே மூழ்கிக் கிடந்தார். அம்மா அடுப்பில் ஏதோ செய்து கொண்டிருந்தாள். ஏதோ ஓர் அசம்பாவிதம் எதிர்நோக்கியிருப்பது போல பாட்டி படபடப்புடன் காணப்பட்டாள். பாட்டியின் அக்கறையும், கவனமும் அம்மா அப்பாவின் மீதுதான் பதிந்திருந்தது. அவர்களின் நடவடிக்கைகளைக் கவனித்துக் கொண்டு வந்த என்னால், என்ன பிரச்சினை என்று கேட்க பயமாக இருந்தது.

சில தினங்களுக்கு முன்பு அம்மாவும் அப்பாவும் பேசிக் கொண்டிருந்த உரையாடல் பற்றி எனக்கு எதுவும் அவர்கள் தெரிவிக்கவில்லை. அவர்கள் இருவரும் திறந்திருந்த ஜன்னலை ஒட்டி அமர்ந்து பேசிக் கொண்டிருந்தார்கள். வெளியில் இருந்த தெரு விளக்குக் கம்பத்தில் ஒலிபெருக்கிகள் கட்டப்பட்டு, மாவோவின் பொன்மொழிகளை முழங்கிக் கொண்டிருந்தன. அதில் ஒரு பொன்மொழி மட்டும், 'புரட்சி ஏன் கடுமையானதாக உள்ளது' என்று விளக்கிக் கூறியது. அதாவது 'ஒரு பிரிவினர் அடுத்த பிரிவினரை அகற்றிவிட்டு, அவர்கள் ஆதிக்கம் செலுத்த நினைத்ததே'

அதற்கு முக்கிய காரணம் என விளக்கியது. மாவோவின் மேற்கோள்களை ஒலி பெருக்கிகள் மீண்டும் மீண்டும் உரத்த குரலில் முழங்கிக் கொண்டிருந்தன. இந்த மேற்கோள்களைக் கேட்டு பலருக்கு காய்ச்சல் வந்துவிட்டது. சிலருக்கு பரவசம் ஏற்பட்டது. அவ்வப்போது செங்காவலர்களின் சாதனைகள் விண்ணதிர விளம்பரப்படுத்தப்பட்டன. பல வர்க்க எதிரிகளின் வீடுகள் செங்காவல் படையால் சோதனையிடப்பட்டு சூறையாடப்பட்டன.

அந்தி வானம் அள்ளித் தெளித்த வர்ண ஜாலத்தை அப்பா பார்த்துக் கொண்டிருந்தார். அப்போது மெதுவாக அம்மாவின் பக்கம் திரும்பி, 'கலாச்சாரப் புரட்சி பற்றி எனக்கு புரியவில்லை. அதன் விளைவுகள் பேராபத்தை விளைவிக்கக் கூடியவை என்பது மட்டும் எனக்கு நன்கு புரிகிறது. மார்க்ஸிய சித்தாந்தங்களாலோ, கம்யூனிஸக் கொள்கைகளாலோ புரட்சியை நியாயப் படுத்த முடியாது. பாதுகாப்பையும், அடிப்படை உரிமைகளையும் மக்கள் இழந்து விட்டார்கள். அதன் விளைவுகளை வார்த்தைகளால் விவரிக்க முடியாது. நான் ஒரு கம்யூனிஸ்ட்காரன். தீமைகளைத் தடுத்து நிறுத்த வேண்டிய பொறுப்பு எனக்கு உள்ளது. கட்சித் தலைமையிடமான, தலைவர் மாவோவிற்கு இதுபற்றி எழுதப் போகிறேன்' என்று அப்பா கூறினார்.

மக்களின் குறைகளை தீர்த்துக்கொள்ள முறையிடுவதற்கான வழிமுறைகள் அப்போது இல்லை. தலைவர்களிடம்தான் முறையிட வேண்டும். இந்தச் சிக்கலைப் பொறுத்தவரை மாவோவால் மட்டுமே நிலைமையை மாற்ற முடியும். மாவோவின் பொறுப்பு பற்றி அப்பா என்னதான் நினைத்தாலும் அல்லது என்னதான் யூகித்துப் பார்த்தாலும், மாவோவுக்கு விண்ணப்பிப்பது ஒன்றுதான் அப்பாவால் முடிந்த எளிய வழி.

விண்ணப்பங்கள் மூலம் முறையிடுவது மிகுந்த ஆபத்தானது என்று அம்மாவின் அனுபவங்கள் பேசின. இதுபோல முறையிட்டவர்களும், அவர்களது குடும்பத்தினரும் மிகக்கொடுமையான தண்டனைகளை அனுபவித்திருக்கிறார்கள். நீண்டகாலம் அம்மா பொறுமையைக் கையாண்டிருக்கிறாள். தொலைதூரத்து தொடுவானத்தைப் பார்த்தபடி, கவலை, கோபம், ஏமாற்றம் எல்லாவற்றையும் அம்மா அடக்கிக் கொண்டு இருந்திருக்கிறாள். 'நெருப்பென்று தெரியாமல் அதில் வீழ்ந்து மடியக் கூடிய ஒரு விட்டில் பூச்சியாக நீங்கள் ஏன் இருக்க வேண்டும்?' என்று அம்மா கேட்டாள்.

ஆனால் அப்பா, ‘இது சாதாரண நெருப்பு இல்லை. பல மக்களின் வாழ்வு, சாவு சார்ந்தது. இப்போது இதற்காக நான் ஏதாவது செய்ய வேண்டும்’ என்று கூறினார்.

அம்மா ஆத்திரத்துடன், ‘சரி, உங்களைப் பற்றி நீங்கள் கவலைப்படப் போவதில்லை. உங்கள் மனைவி மீதும் உங்களுக்கு அக்கறை இல்லை. போகட்டும். ஆனால், நம் குழந்தைகள் என்ன ஆவது? நீங்கள் ஆபத்தில் மாட்டிக் கொண்டால் குழந்தைகளின் கதி என்ன ஆகும் என்று நினைத்துப் பார்த்தீர்களா? நம் குழந்தைகளுக்கு ‘கருப்புகள்’ என்ற கதி வர வேண்டுமா?’ என்று கேட்டாள்.

அப்பா ஆழ்ந்து சிந்தித்து, ‘எல்லாரும் தங்கள் குழந்தைகளை நேசிப்பார்கள். புலி ஓர் ஆட்கொல்லி விலங்கு என்று உனக்குத் தெரியும். ஆனால் அது தன் குட்டிக்கு எந்த ஆபத்தும் வராமல் பார்த்துக் கொள்ளும். மாமிச வேட்டையாடும் விலங்குகூட அதன் குட்டியை அவ்வாறு பார்த்துக் கொள்கிறது. மனிதன் மட்டும் தன் குழந்தைகளை விட்டுவிட வேண்டுமா? ஆனால், ஒரு கம்யூனிஸ்ட் அதைவிட மேலானவனாக இருக்க வேண்டும். அதனால் அவன் மற்றவர்களின் குழந்தைகளையும் சிந்தித்துப் பார்க்க வேண்டும். பாதிக்கப்பட்டவர்களின் குழந்தைகள் என்ன ஆவது?’

அம்மா எழுந்து வெளியே நடந்தாள். எந்தப் பயனும் இல்லை. தனியாக இருந்தபோது அம்மா ஆத்திரம் தீர அழுதாள்.

அப்பா புகார்க் கடிதத்தை எழுதத் தொடங்கினார். கோர்வையாக வராததால் கிழித்துக் கிழித்துப் போட்டார். அப்பா எதையும் எப்போதும் திறம்படச் செய்பவர். மாவோவுக்கு கடிதம் எழுதுவது சாதாரண விஷயம் இல்லை. சொல்ல வேண்டிய விஷயத்தை துல்லியமாகச் சொல்ல வேண்டும். இதனால் குடும்பத்துக்கு எந்தப் பாதிப்பும் வராமலும் பார்த்துக் கொள்ள வேண்டும். அதாவது, அவர் கூறுகின்ற குறைகள், குறைகளாகத் தெரியக்கூடாது. மாவோவின் உணர்வுகளைப் பாதிக்கக்கூடாது. அப்பா மாவோவைப் பாதிக்கவிடக் கூடாது.

அப்பா, தான் எழுதிய கடிதத்தைப் பற்றி ஜுன் மாதம் சிந்திக்கத் தொடங்கினார். அப்பாவிகளைப் பழி வாங்கும் நிகழ்வுகள் அப்பாவின் சக பணியாளர்கள் பலரின் உயிர்களை காவு கொண்டன. அவர்களுக்காக அப்பா வாதிட விரும்பினார். ஆனால் நடந்து வரும் நிகழ்வுகள் அவரது திட்டங்களை முறியடித்தன. பற்பல விஷயங்களில், அப்பா விரைவில் பலிகடா ஆக்கப்படுவதற்கான அடையாளங்கள் அதிகமாகத் தெரியத் தொடங்கின. அம்மா ஓர் நாள், செங்குடுவின் மையப் பகுதியில்

எங்கள் பெற்றோர்களின் குழப்பம் 527

மிக முக்கியமான சுவரொட்டி ஒன்றைக் கண்டிருக்கிறாள். 'சிச்சுவான் மாநில கலாச்சாரப் புரட்சியின் முதல் எதிரி' என்று அப்பாவின் பெயரை எழுதி ஒட்டியிருந்தார்கள். இது இரண்டு குற்றச்சாட்டுகளின் அடிப்படையில் கொண்டு வரப்பட்டுள்ளது: முந்தைய குளிர்காலத்தில், 'மிங் மாண்டரின்' நாடகத்தை கண்டித்து மாவோ எழுதிய கட்டுரையை அப்பா கட்சிப் பத்திரிகையில் போடவிடாமல் தடுத்தார். அந்தக் கட்டுரையே மாவோ கலாச்சாரப் புரட்சியைக் கொண்டு வருவதற்கான உண்மையான காரணமாக அமைந்தது. அடுத்து, அடி உதை கொடுக்கப்படுவதை எதிர்த்தும், கலாச்சாரப் புரட்சியை அரசியல் சாராத விவாதத்திற்கு உட்படுத்த எடுத்த முயற்சி பற்றியும் எழுதி 'ஏப்பிரல் ஆவணம்' என்று வெளியிட்டார்.

அம்மா சுவரொட்டியில் கண்ட விஷயத்தை அப்பாவிடம் தெரிவித்த போது, இதெல்லாம் மாநிலக் கட்சித் தலைவர்கள் செய்கின்ற தில்லுமுல்லு என்று யோசிக்காமல் பதில் சொன்னார். அவர்மீது சுமத்தப்பட்டுள்ள இரண்டு குற்றச்சாட்டுகளும், மேல்மட்ட அளவில் உள்ள ஒரு சில உயர் அதிகாரிகளுக்கு மட்டுமே தெரியும். அப்பாவை அடுத்த பலிகடா ஆக்கப்போவதாக அவர்கள் முடிவெடுத்து விட்டார்கள் என்று அப்பா உறுதிப்படுத்திக் கொண்டார். அத்துடன் அது ஏன் என்றும் அப்பா தெரிந்து கொண்டார். செங்குடு பல்கலைக்கழக மாணவர்கள் தங்கள் எதிர்ப்புகளை மாநிலத் தலைவர்களை நோக்கி திருப்பத் தொடங்கினார்கள். கலாச்சாரப் புரட்சி அதிகாரிகள் மூலம் நடுநிலைப்பள்ளி மாணவர்களைவிட கல்லூரி மாணவர்கள் அதிகமான தகவல் தெரிந்து கொள்ள வேண்டுமென்று அவர்களுக்குப் பொறுப்பு கொடுக்கப்பட்டது. மாவோவுடைய உள் மனதின் நோக்கம், முதலாளி வர்க்கக் கைக்கூலிகளாக விளங்கிய கம்யூனிஸ்ட் அதிகாரிகளைக் களையெடுப்பதுதான். இளைஞர்கள் பொதுவாக உயர் அதிகாரிகளின் குழந்தைகள் அல்லர். 1949 ஆம் ஆண்டு 'மக்கள் குடியரசு' தொடங்கிய பிறகுதான் பெருவாரியான கம்யூனிஸ்ட் அதிகாரிகள் திருமணம் செய்து கொண்டார்கள் என்று சொல்லலாம். ஆகவே எல்லாக் கம்யூனிஸ்ட் அதிகாரிகளுக்கும் பல்கலைக்கழக மாணவர்கள் வயது உள்ள குழந்தைகள் இருக்க வாய்ப்பில்லை. ஆகவே இளைஞர்கள் உயர் அதிகாரிகளின் குழந்தைகளாக இருக்க முடியாது. இதுகாறும் இருந்து வரும் நிலையில் நாட்டம் இல்லாத காரணத்தால் இளைஞர்கள், அதிகாரிகளை ஆர்வத்துடன் கண்டனம் செய்தனர்.

நடுநிலைப்பள்ளி மாணவர்கள் செய்த வன்முறைகள் சிச்சுவான் அதிகாரிகளுக்கு எரிச்சலை ஊட்டியது. ஆனால், பல்கலைக்கழக மாணவர்களோ அதிகாரிகளை நடுங்க வைத்தனர். மாணவர்களைச் சாந்தப்படுத்த யாராவது ஒரு முக்கியமான அதிகாரியைப் பலிகடா ஆக்க வேண்டும் என்று அவர்கள் முடிவு செய்தார்கள். கலாச்சாரப் புரட்சியின் முக்கிய அம்சமாக இருந்த 'பண்பாட்டுத் துறையில் இருந்த மூத்த அதிகாரிகளில் அப்பாவும் ஒருவர். அப்பா, அவரின் கொள்கைகளுக்கு பெயர் பெற்றவர். அமைதியான, கீழ்ப்படிதல் உள்ள ஓர் அதிகாரி அவர்களுக்கு தேவைப்பட்டால், அது அப்பாவைத் தவிர வேறு யாரும் இருக்க முடியாது' என்று அவர்களுக்கு தெரிந்தது.

அப்பா விரைவில் பொறியில் சிக்கப் போவது நிச்சயப்படுத்தப்பட்டது. ஆகஸ்ட் மாதம் 26ஆம் நாள், மாநிலத்தின் மிக முக்கியமான பல்கலைக் கழகமான, சிச்சுவான் பல்கலைக்கழக மாணவர்கள் கூட்டத்தில் கலந்து கொள்ள வேண்டுமென அப்பா கேட்டுக் கொள்ளப்பட்டார். பல்கலைக்கழக வேந்தரையும், ஒரு சில உயர் அதிகாரிகளையும் மாணவர்கள் கண்டனம் செய்தார்கள். மாநிலக் கட்சி அதிகாரிகளுக்கு எதிராகவும் குரல் எழுப்பினார்கள். மாநில அதிகாரிகள் மாணவர்களின் குறைகளைக் கேட்க வேண்டும் என்று பெயரளவுக்குத்தான் அது கூட்டப்பட்டது. உயர் அதிகாரி லீ மேடையில் இருந்தார். அவருடன் பல உயர் அதிகாரிகளும் இருந்தனர். சிச்சுவான் மாநிலத் தலைநகரான செங்குடுவின் மிகப்பெரிய அரங்கமான, அந்த அரங்கத்தில் கூட்டம் நிரம்பி வழிந்தது.

கலவரத்தை உண்டாக்கும் நோக்கத்துடன் மாணவர்கள் அங்கு ஒன்று திரண்டனர். அதனால் அந்த அரங்கமே கூச்சலும் குழப்பமுமாக மாறியது. கொள்கை முழக்க குரல்களை முழங்கிக் கொண்டும், கொடிகளை அசைத்துக் கொண்டும் மேடைக்கு தாவிச் சென்ற மாணவர்கள், ஒலி வாங்கியைப் பிடுங்கினார்கள். அப்பா பொறுப்பு தலைவராக அங்கு வரவில்லை. இருப்பினும், நிலைமையைக் கட்டுக்குள் கொண்டுவர, அப்பாவுக்கு ஆணை பிறப்பிக்கப்பட்டது. அப்பா மாணவர்களை நேருக்கு நேர் சந்தித்துப் பேச முயற்சி எடுத்துக் கொண்டிருந்தபோது, அங்கிருந்த கட்சி அதிகாரிகள் அனைவரும் திடீரென்று நழுவி விட்டார்கள்.

'நீங்கள் மாணவர்களா அல்லது குண்டர்களா? நியாயமாகச் செயல்பட மாட்டீர்களா?' என்று அப்பா சத்தமாகப் பேசினார். பொதுவாக சீனாவின் உயர் அதிகாரிகள், தங்களின் அந்தஸ்த்துக்கேற்றவாறு உணர்ச்சி வசப்படாமல் நிதானமாக

நடந்து கொள்வார்கள். ஆனால், அப்பா ஒரு மாணவன் அளவுக்கு இறங்கிப் பேசினார். ஆனால் அப்பாவின் பெருந்தன்மைக்கு அங்கு இடம் இல்லாமல் போய்விட்டது. மிகுந்த கூக்குரல் நிறைந்த கோஷங்களுக்கு மத்தியில் விடப்பட்டிருந்தார் அப்பா. சில நிமிடங்களில், 'முதலாளி வர்க்கக் கைக்கூலி, கலாச்சாரப் புரட்சியை எதிர்த்து, அதை மெல்ல மெல்ல அழிக்கப் போராடுபவர்' என்ற வாசகங்களைத் தாங்கிய ஒரு பெரிய சுவரொட்டி அங்கே கண்ணில் பட்டது.

இந்தக் கூட்டம் வரலாற்றில் ஒரு திருப்புமுனை என்று சொல்லலாம். இதிலிருந்துதான், சிச்சுவான் பல்கலைக்கழக செங்காவலர் குழு 'ஆகஸ்ட் 26 இயக்கம்' என்று பெயர் பெற்றது. 'ஆகஸ்ட் 26 இயக்கம்' என்ற இந்த அமைப்புதான் இலட்சக்கணக்கான மக்களை ஒன்றிணைத்து, சிச்சுவான் மாநிலக் கலாச்சாரப் புரட்சியின் முக்கிய சக்தியாகப் பார்க்கப்பட்டது.

இக்கூட்டம் முடிந்தபிறகு, அப்பாவின் பாதுகாப்பு குறித்து, அவர் எக்காரணத்தை முன்னிட்டும் வீட்டை விட்டு வெளியே செல்லக்கூடாது என்று மாநில அதிகாரிகளால் உத்தரவிடப்பட்டது. வேண்டுமென்றே, தான் முதன்முதலாக மாணவர்களிடம் சிக்க வைக்கப்படுவதற்காக அவர்கள் முன் நிறுத்தி வைக்கப்பட்டிருப்பதாக அப்பா புரிந்து கொண்டார். அத்துடன், கிட்டத்தட்ட அப்பா வீட்டுக் காவலில் வைக்கப்பட்டிருந்தார். மாவோவுக்கு எழுதிய கடிதத்தில், தான் பலிகடா ஆக்கப்பட்டதைக் குறிப்பிட்டு அப்பா எழுதி இருந்தார். அவரால் எங்கும் செல்ல இயலாததால் ஒரு நாள் இரவு, அந்தக் கடிதத்தை பீக்கிங்கிற்கு எடுத்து செல்லுமாறு அம்மாவிடம் கண்ணீர் மல்கக் கூறினார்.

இந்தக் கடிதம் எழுதியது ஆரம்பத்தில் அம்மாவுக்கு பிடிக்கவில்லை. பிறகு அம்மா தன் முடிவை மாற்றிக் கொண்டாள். இதில், அப்பா ஒரு பலிகடாவாக ஆக்கப்பட்டுக் கொண்டிருக்கிறார் என்ற உண்மைதான் அம்மாவைப் பாதித்தது. அம்மாவின் குழந்தைகள் எல்லாம் 'கருப்புகளாக' ஆக்கப்பட்டு விடுவார்கள் என்பதுதான் இதன் மறுபொருள். அதனால் வரும் விளைவுகள் என்ன என்பதுவும் அம்மாவுக்கு நன்கு தெரியும். வாய்ப்புகள் மிக மிகக் குறைவாக இருந்தாலும், அப்பாவையும் குழந்தைகளையும் காப்பாற்றிக் கொள்ளும் பொருட்டு, அந்தக் கடிதத்தை பீக்கிங்கிற்கு கொண்டு சேர்த்து முறையிடுவதுதான் அம்மாவுக்கு இருந்த ஒரே வழி. கடிதத்தை எடுத்துச் செல்கிறேன். என்று அப்பாவுக்கு அம்மா உறுதியளித்தாள்.

530 'எங்கள் குழந்தைகள் 'கருப்புகளாக' ஆக வேண்டுமா?'

அன்று ஆகஸ்ட் மாதத்தின் கடைசி நாள். ஏதோ ஒரு சத்தம் கேட்டு தூக்கத்திலிருந்து விழித்தேன். அரைகுறையாகத் திறந்திருந்த அப்பாவின் அறைக்குள் எட்டிப் பார்த்தேன். அப்பா அறையின் மையப்பகுதியில் நின்று கொண்டிருந்தார். பலர் அப்பாவைக் சூழ்ந்து நின்று கொண்டிருந்தார்கள். நான் அவர்களைப் பார்த்ததும் யாரென்று புரிந்து கொண்டேன். அவர்கள் எல்லாரும் அப்பாவின் இலாக்காவைச் சார்ந்தவர்கள். எல்லா முகங்களும் இறுக்கமாகக் காணப்பட்டன. வழக்கமான புன்முறுவல் இல்லை. 'மாநில அதிகாரிகளுக்கு என் சார்பான நன்றிகளைத் தெரிவித்துக் கொள்ளுங்கள். அவர்களின் அன்புக்கும் அக்கறைக்கும் என் நெஞ்சார்ந்த நன்றிகள். தப்பித்துச் செல்வதில் எனக்கு உடன்பாடு இல்லை. ஒரு கம்யூனிஸ்ட், மாணவர்களைக் கண்டு அஞ்சக் கூடாது' என்று அப்பா சொல்லிக் கொண்டிருந்தார்.

அப்பாவின் குரலில் ஒரு தெளிவு இருந்தது. ஆனால் அதேசமயம் ஒரு பதட்டமும் காணப்பட்டது. மேலும் சில முக்கியப்பட்டவர்கள் கூறிய செய்திகள் என் காதுகளுக்கு வந்தன. 'இயக்குநர் சாங் அவர்களே, நியாயம் எது என்பது கட்சிக்கு நன்கு தெரியும். பல்கலைக்கழக மாணவர்கள் உங்களை எதிர்த்துக் கொண்டிருக்கிறார்கள். அவர்கள் வன்முறையிலும் இறங்குவார்கள். உங்களுக்கு பாதுகாப்பு அளிக்க வேண்டும் என்று கட்சி நினைக்கிறது. இதுதான் கட்சியின் முடிவு. ஒரு கம்யூனிஸ்ட் நிபந்தனையின்றி கட்சியின் முடிவுக்கு கட்டுப்பட வேண்டும் என்று உங்களுக்கு தெரியும்' என்று கூறினார்.

சிறிது நேர அமைதிக்குப் பிறகு அப்பா நிதானமாக, 'கட்சியின் முடிவுகளுக்கு கட்டுப்பட்டு உங்களோடு வருகிறேன்' என்றார். அதற்குள் அம்மா குறுக்கிட்டு, 'ஆனால், எங்கே?' என்று கேட்டது என் காதுகளுக்கு கேட்டது. பொறுமை இழந்த ஒருவரின் குரல், 'கட்சியின் முடிவு இதுதான். யாருக்கும் எதுவும் தெரியக்கூடாது' என்று கூறியது. அப்பா அந்த அறையை விட்டு வெளியே வந்தபோது நான் அங்கே நின்று கொண்டிருப்பதைப் பார்த்தார். என் கைகளைப் பிடித்துக் கொண்டு, 'கொஞ்ச நாட்களுக்கு அப்பா வெளியில் செல்கிறேன். அம்மாவுக்கு நல்ல பிள்ளையாக நடந்து கொள்' என்றார்.

நானும் அம்மாவும் அப்பாவோடு வாசல் வரை சென்றோம். அப்பாவின் இலாக்காவைச் சேர்ந்தவர்கள் நீண்ட வரிசையில் நின்றனர். என் இதயம் துடித்தது. கால்கள் நடுங்கின. அப்பாவின் முகத்தில் ஒரு கலவரம் தெரிந்தது. என் பிடியில் இருந்த அப்பாவின்

கரம் படபடத்தது. இன்னொரு கையால் அப்பாவின் நடுங்கிய கைகளைத் தடவிக் கொடுத்தேன்.

வெளியே ஒரு கார் நிறுத்தப்பட்டிருந்தது. கார் கதவு அப்பாவுக்காக திறந்து வைக்கப்பட்டிருந்தது. காரின் உள்ளே இரண்டு நபர்கள் இருந்தார்கள். ஒருவர் முன் இருக்கையிலும் இன்னொருவர் பின் இருக்கையிலும் இருந்தார்கள். அம்மாவின் முகம் உறைந்து போயிருந்தது. ஆனால், அம்மா அமைதியாக இருந்தாள். அப்பாவின் கண்களைப் பார்த்து அம்மா, 'கவலைப்படாதீர்கள். நான் பார்த்துக் கொள்கிறேன்' என்றாள். என்னையோ அல்லது அம்மாவையோ கட்டி அணைத்துக் கொள்ளாமல் அப்பா சென்று விட்டார். எவ்வளவு மோசமான சூழலாக இருந்தாலும், பொது இடங்களில், இதுபோன்ற சந்தர்ப்பங்களில் கட்டி அணைத்து விடைபெறுவது சீன மக்களின் பழக்கத்தில் இருந்தது.

அப்பா சிறைக்காவலில் வைக்கப்படுவதற்காக அழைத்துச் சென்றதாக எனக்குப் படவில்லை. ஏனென்றால் பாதுகாப்பு கொடுக்க அழைத்துச் செல்வதாகத்தான் சொல்லப்பட்டது. அப்போது என்னுடைய 14ஆவது வயதில், கட்சியின் பாசாங்கு வேலைகளைப் புரிந்துகொள்ளும் அளவு எனக்கு அறிவு எட்டவில்லை. உண்மைத்தன்மை இங்கு செயல்பட்டது போலத் தெரியவில்லை. ஏனெனில், அப்பாவை அடுத்து என்ன செய்வது என்று அதிகாரிகள் எந்த முடிவும் எடுக்கவில்லை. இதுபோன்ற பல வழக்குகளில் காவல்துறையின் தலையீடு இருக்காது. அப்பாவை அழைத்துச் சென்றவர்கள் அப்பாவின் இலாக்காவைச் சார்ந்தவர்கள். மாநிலக் கட்சிக் குழுவின் வாய்மொழி உத்தரவின் பேரில்தான் அழைத்துச் சென்றிருக்கிறார்கள்.

அப்பா சென்ற அடுத்த சில நிமிடங்களில், சில துணிமணிகளை அள்ளி பையில் திணித்துக்கொண்ட அம்மா, 'நான் பீக்கிங் புறப்படுகிறேன்' என்று எங்களிடம் சொன்னாள். அப்பாவின் கடிதம் அவசர அவசரமாக எழுதப்பட்டு, இன்னும் பல திருத்தங்கள் செய்யப்பட்டு இறுதி வடிவம் பெறாமல் இருந்தது. அப்பாவின் சக பணியாளர்கள் வந்து கொண்டிருப்பதைப் பார்த்ததும், அந்தக் கடிதத்தை அம்மாவின் கைகளில் திணித்து விட்டார்.

நான்கு வயது நிரம்பிய தம்பி ஸியாவோ-பாங்கை பாட்டி கட்டிப் பிடித்துக் கொண்டு அழுதாள். நானும் அம்மாவோடு இரயில் நிலையம் வரை வருகிறேன் என்று சொன்னேன். பேருந்துக்காக காத்துக் கொண்டு நிற்க நேரமில்லாமல், மூன்று சக்கர டாக்ஸி ஒன்றைப் பிடித்துக் கொண்டு இரயில் நிலையம் புறப்பட்டோம்.

ஒரு குழப்பமும் பயமும் என்னைத் தொற்றிக் கொண்டது. என்ன நடந்து கொண்டிருக்கிறது என்பதை அம்மா எனக்கு விளக்கிச் சொல்லவில்லை. அம்மா மனவருத்தத்துடன் ஆழ்ந்த சிந்தனையில் இருந்தாள். என்ன நடக்கிறது என்று அம்மாவைக் கேட்டபோது, நேரம் வருகிறபோது தெரிந்து கொள்வாய் என்று சொல்லி விட்டாள். எடுத்து சொல்ல முடியாத அளவு சிக்கலான விஷயம் என்று அம்மா நினைத்தாள் என்று நான் எண்ணிக் கொண்டேன். அத்துடன் சில விஷயங்களைப் புரிந்து கொள்வதற்கு எனக்கு வயது போதாது என்றும் அம்மா நினைத்திருக்கலாம். அடுத்தடுத்து அம்மா எப்படி காய் நகர்த்தலாம் என்று யோசித்துக் கொண்டிருந்தபோது, நான் அவளுக்கு தொல்லை கொடுக்க விரும்பாமல் விட்டு விட்டேன். எந்தக் குழப்பமான சூழ்நிலையைப் புரிந்து கொள்ள முடியாமல் அம்மா போராடுகிறாள் என்பதுதான் என்னால் புரிந்து கொள்ள முடியாமல் இருந்தது.

மூன்று சக்கர டாக்ஸியில் ஏறி அமர்ந்தோம். ஒரு மயான அமைதி நிலவியது. என் கைகளை அம்மா பற்றியிருந்தாள். அம்மா பீக்கிங் செல்வது கட்சி அதிகாரிகளுக்குப் பிடிக்காது என்பது அம்மாவுக்கு தெரியும். அப்படி ஏதேனும் விரும்பத்தகாதது நடந்து விட்டால் நான் சாட்சியாக இருக்கட்டும் என்று என்னை மட்டும் அழைத்துச் சென்றாள். பீக்கிங் செல்லும் அடுத்த இரயிலுக்கு அம்மா பயணச்சீட்டு வாங்கிக் கொண்டாள். விடியற்காலைதான் இரயில் வரும் என்பதால், காத்திருப்பு அறையில் போய் அமர்ந்து கொண்டோம். சுவர்கள் இல்லாமல் கூரையை மட்டுமே கொண்டிருந்தது.

நீண்டநேரம் அங்கே காத்திருக்க வேண்டியிருந்ததால், அம்மாவுடன் நெருக்கமாக போய் அமர்ந்து கொண்டேன். இரயில் நிலையம் முன்னால் இருள் சூழ்ந்திருந்தது. மேலே இருந்த சில விளக்குகள் மங்கிய வெளிச்சத்தை உமிழ்ந்து கொண்டிருந்தன. எனக்கு குளிர் எடுத்தது. மழைக்கோட்டை எடுத்து அம்மா எனக்கு போர்த்தி விட்டாள். இரவுநேரம் கூடிக்கொண்டே போனதால், அம்மா என்னைத் தூங்கச் சொன்னாள். மிகுந்த களைப்பாக இருந்ததால் அம்மாவின் மடி மீது தலை சாய்ந்து தூங்கத் தொடங்கினேன்.

அம்மா முழங்கால்களை அசைத்ததால் தூக்கத்திலிருந்து விழித்துக் கொண்டேன். தலையை நிமிர்த்திப் பார்த்தபோது, மழைக்கோட் அணிந்திருந்த இருவர் எங்கள் முன்னால் நின்று கொண்டிருந்தனர். தாழ்ந்த குரலில் எது பற்றியோ அவர்கள் விவாதித்துக் கொண்டிருந்தார்கள். நான் மனக்குழப்பத்தில் இருந்ததால், அவர்கள் என்ன பேசிக் கொண்டார்கள் என்பதை புரிந்து கொள்ள

முடியவில்லை. அவர்கள் இருவரும் ஆணா, பெண்ணா என்றுகூட என்னால் தீர்மானமாகச் சொல்ல முடியவில்லை. ‘நான் சத்தம் போட்டு செங்காவலர்களைக் கூப்பிடட்டுமா?’ என்று அம்மா கேட்டது அரைகுறையாக என் காதில் விழுந்தது. அந்த மழை கோட் மனிதர்கள் அமைதி ஆனார்கள். அவர்கள் ஏதோ முணுமுணுத்துக் கொண்டு, அங்கிருந்து வெளியேறினார்கள்.

விடியற்காலையில் அம்மா பீக்கிங் இரயிலில் ஏறினாள்.

பல வருடங்களுக்குப் பிறகு, அங்கு மழைக்கோட் அணிந்து நின்ற இருவரும் அம்மாவுக்கு தெரிந்த பெண்கள் என்றும், அப்பாவின் இலாக்காவில் பணியாற்றி வந்த பெண்கள் என்றும் அம்மா சொன்னாள். அம்மா பீக்கிங் செல்வது ‘கட்சிக்கு எதிரான’ செயல் என்று அதிகாரிகள் கூறியதாக அந்த இரண்டு பெண்களும் கூறியிருக்கிறார்கள். எந்த ஒரு கட்சி உறுப்பினருக்கும் மேல் முறையீடு செய்வதற்கு உரிமை உண்டு என்று கட்சி சாசனம் கூறுவதாக அம்மா அவர்களிடம் சொல்லியிருக்கிறாள். காரில் இரண்டு ஆண்கள் அம்மாவைத் தூக்கிச் செல்வதற்கு காத்துக் கொண்டிருக்கிறார்கள் என்று அந்தப் பெண்கள் இருவரும் அம்மாவிடம் கூறியபோது, அதற்கு அம்மா, அப்படிச் செய்தால் இரயில் நிலையத்தில் உள்ள செங்காவலர்களை உதவிக்கு கூப்பிட்டு, இவர்கள் என்னை பீக்கிங் சென்று தலைவர் மாவோவைச் சந்திக்க விடாமல் தடுக்கிறார்கள் என்று அவர்களிடம் முறையிடுவேன் என்று அம்மா கூறியிருக்கிறாள். நான் அம்மாவிடம், ‘இவர்களைவிட செங்காவலர்கள் உதவி செய்வார்கள் என்று எப்படி அவ்வளவு நிச்சயமாகத் உங்களுக்குத் தெரியும்’ என்று கேட்டேன். ‘இவள் தப்பித்துச் செல்ல முயற்சி செய்து கொண்டிருக்கும் வர்க்க எதிரி என்று செங்காவலர்களிடம் அவர்கள் கூறினால், என்ன ஆவது’ என்றும் அம்மாவிடம் கேட்டேன். அம்மா சிரித்துக்கொண்டே, ‘அவர்கள் ஆபத்தை விலை கொடுத்து வாங்கிக் கொள்ள மாட்டார்கள் என்று நான் கணக்குப் போட்டுக் கொண்டேன். எதைச் செய்தால் என்ன நிகழும் என்று எனக்கு நன்கு தெரியும். வேறு வழி எனக்கு தெரியவில்லை’ என்று கூறினாள்.

பீக்கிங்கில் இருந்த ஒரு ‘குறை தீர்க்கும்’ அலுவலகத்திற்கு அப்பாவின் கடிதத்தை எடுத்துக் கொண்டு அம்மா விரைந்து சென்றாள். தனித்து இயங்குகிற எந்த ஒரு சட்டப்பூர்வமான அமைப்பையும் அனுமதிக்காத சீன ஆட்சியின் வரலாறு முழுவதும் பார்த்தால், ஒரு சாதாரண குடிமகன் கூட, தன்னை ஆதிக்கம் செய்யும் மேலதிகாரி மீது கொடுக்கும் புகார்களை விசாரிக்க குறை தீர்க்கும் விசாரணைக் குழுவை ஏற்பாடு செய்திருக்கும். இதை

கம்யூனிஸ்ட் ஆட்சியும் அப்படியே நடைமுறைப்படுத்தியது. கலாச்சாரப் புரட்சி நடைமுறையில் இருக்கும் சமயத்தில், கம்யூனிஸ்ட் மேலதிகாரிகள் தங்கள் செல்வாக்கினை கொஞ்சம் கொஞ்சமாக இழந்து கொண்டிருந்ததைப் போல தெரிந்தது. கம்யூனிஸ்ட் அதிகாரிகளால் துன்புறுத்தப்பட்ட பலர், மேல் முறையீடு செய்வதற்கு பீக்கிங் நகருக்கு ஓடினார்கள். ஆனால், 'வர்க்க எதிரிகளுக்கு' புகார் கொடுக்க அனுமதி இல்லை. அதாவது, முதலாளி வர்க்கக் கைக்கூலிகளைப் பற்றிக்கூட புகார் கொடுக்க வர்க்க எதிரிகளுக்கு அனுமதி இல்லை என்பதை கலாச்சாரப் புரட்சி அதிகாரிகள் தெளிவுபடுத்தி விட்டனர். அவர்கள் அப்படிச் செய்தால் அவர்களுக்கு விதிக்கப்பட்ட தண்டனை இரட்டிப்பாக்கப்படும்.

சில வழக்குகள், அதாவது அப்பா போன்ற மேலதிகாரிகள் மீது அக்கறையுள்ள சில வழக்குகள் குறை தீர்க்கும் அலுவலகத்திற்கு அனுப்பப்பட்டன. அதனால் அம்மாவின் வேண்டுகோள் அங்கே கவனம் பெற்றது. பாதிக்கப்பட்ட மனைவியர்களில் அம்மாவும் ஒரு ஆள். பீக்கிங் சென்று முறையீடு செய்வதற்கு அம்மாவுக்கு தைரியம் இருந்தது. துணை முதல்வர் டாவோ ஷு உடனடியாக அம்மாவைக் கூப்பிட்டு அனுப்பினார். டாவோ ஷு என்பவர்தான் அப்போதைய 'மத்திய பொது விவகாரத்துறையின்' தலைமைப் பொறுப்பிலும், கலாச்சாரப் புரட்சியின் முக்கிய தலைவர்களில் ஒருவருமாக இருந்தார். அப்பாவின் கடிதத்தை அம்மா அவரிடம் கொடுத்து, அப்பாவை விடுதல் செய்ய சிச்சுவான் அதிகாரிகளுக்கு உத்தரவிடுமாறு கேட்டுக் கொண்டாள்.

இரண்டு வாரங்களுக்குப் பிறகு டாவோ ஷு அம்மாவை வரவழைத்துப் பார்த்தார். 'அப்பா, அரசியல் அமைப்புச் சட்டத்தின்படி முறையாகவும், சிச்சுவான் மாநிலக் கட்சி அதிகாரத்துடன் சரியான அணுகுமுறையுடன் செயல்பட்டதாகவும், அதனால் அவர் உடனடியாக விடுதலை செய்யப்பட வேண்டும்' என்ற தகவலைத் தாங்கிய கடிதத்தினை அவர் அம்மாவிடம் கொடுத்தார். டாவோ இந்த வழக்கை விசாரிக்கவில்லை. விசாரிக்காமல், அம்மாவின் வார்த்தையை கருத்தில் எடுத்துக் கொண்டார். ஏனென்றால், அப்பாவுக்கு நடந்தது ஒரு பொதுவான நிகழ்வு. சீனாவெங்கும் இருந்த கம்யூனிஸ்ட் அதிகாரிகள் தங்கள் உறவினர்களைக் காப்பாற்றிக் கொள்ளும் பொருட்டு, அப்பாவிகளை பலிகடாவாக்கினார்கள். கட்சி ஊழியர்களின் குணாதிசயங்களை நன்கு புரிந்து வைத்திருந்த டாவோ, அதிகாரிகள் வழியாக அனுப்பாமல், நேரிடையாக அம்மாவிடம் அந்தக் கடிதத்தைச் சேர்த்தார்.

எங்கள் பெற்றோர்களின் குழப்பம் 535

டாவோ நிலைமையைப் புரிந்துகொண்டு, அப்பாவின் கடிதத்தில் கண்டிருந்த குறைபாடுகளை ஏற்றுக்கொண்டார். அப்பாவிகளை பெருவாரியாகத் தண்டித்து வருவதையும், வேகமாகப் பரவி வரும் வன்முறைகளையும் டாவோ புரிந்து கொண்டார். நிலைமையைக் கட்டுக்குள் கொண்டுவர டாவோ முயற்சி எடுப்பார் என்று அம்மா எதிர்பார்த்தாள். இதனால், இவரே மிக விரைவில், 'மூன்றாவது மிகப்பெரிய முதலாளி வர்க்கக் கைக்கூலி' என்று, லியூ-ஷவ்சீக்கும், டெங் சியோபிங்குக்கும் பிறகு மூன்றாமவர் என்று முத்திரை குத்தப்படலாம்.

இதற்கிடையில் டாவோவின் கடிதத்தை கையால் எழுதி அம்மா ஒரு நகல் எடுத்துக் கொண்டாள். அந்தக் கடிதத்தை தபால் மூலம் பாட்டிக்கு அனுப்பி வைத்தாள். அந்தக் கடிதத்தை எடுத்துக்கொண்டு போய் அப்பாவின் இலாக்காவில் சேர்க்குமாறும், அப்பாவை விடுதலை செய்த பிறகு அம்மா திரும்பி ஊருக்கு வரவிருப்பதாகவும் அப்பாவின் இலாக்காவினரிடம் சொல்லுமாறும் பாட்டிக்கு அறிவுறுத்தினாள். இப்பொழுது சிச்சுவானுக்கு திரும்பினால், அதிகாரிகள் அவளைக் கைது செய்வார்கள் என்றும், அந்தக் கடிதத்தைப் பிடுங்கிக் கொள்வார்கள் என்றும், அப்பாவை விடுதலை செய்ய மாட்டார்கள் என்றும் அம்மா கவலைப்பட்டாள். பீக்கிங்கில் தங்கி இருந்து, அங்கிருந்து அப்பாவின் விடுதலைக்காகச் செயல்படுவது ஒன்றுதான் சாலச் சிறந்தது என்று அம்மா தீர்மானம் செய்து கொண்டாள்.

டாவோ கொடுத்த கடிதத்தின் நகலை பாட்டி அதிகாரிகளிடம் சேர்ப்பித்தாள். ஆனால் அந்த அதிகாரிகள், எல்லாமே சரியான புரிதல் இல்லாமல் நடந்து விட்டதாகவும், அப்பாவைக் காப்பாற்ற அவர்கள் முயற்சி எடுத்துக் கொண்டிருப்பதாகவும் பாட்டியிடம் கூறினார்கள். அம்மா உடனடியாக ஊருக்கு திரும்பி வர வேண்டும் என்றும், அம்மாவின் தனிப்பட்ட முயற்சியைத் தவிர்க்க வேண்டும் என்றும் அவர்கள் பாட்டியிடம் கூறினார்கள்.

அதிகாரிகள் அடிக்கடி எங்கள் வீட்டிற்கு வந்து, பாட்டி உடனடியாக பீக்கிங் சென்று அம்மாவை இங்கு அழைத்து வரவேண்டும் என்று பாட்டிக்கு நெருக்கடி கொடுத்தார்கள். அதில் ஒரு அதிகாரி பாட்டியிடம், 'உங்கள் மகளைப் பற்றித்தான் நான் யோசித்துக் கொண்டிருக்கிறேன். அவர்கள் ஏன் கட்சியைத் தவறாகப் புரிந்து கொண்டு வருகிறார்கள்? உங்கள் மருமகனைக் காப்பாற்றத்தான் கட்சி தீவிர முயற்சி எடுத்துக் கொண்டிருக்கிறது. இதைப் புரிந்து கொள்ளாமல் உங்கள் மகள் நேராகப் பீக்கிங் சென்று விட்டார்கள். உங்கள் மகள் உடனடியாகத் திரும்பி வராவிட்டால், கட்சிக்கு

எதிராகச் செயல்படுபவர் என்று நாங்கள் முடிவெடுக்க வேண்டி வருமே என்று எனக்கு வருத்தமாக இருக்கிறது. இது எவ்வளவு சிக்கலான விஷயம் என்று உங்களுக்கு தெரியும். நீங்கள் அவர்களின் அம்மா என்பதால், உங்கள் மகளுக்கு எது நல்லதோ, அதை நீங்கள் உடனடியாகச் செய்ய வேண்டும். எவ்வளவு விரைவில் உங்கள் மகள் திரும்பி வந்து எங்களுக்கு தன்னிலை விளக்கம் கொடுக்கிறார்களோ அப்போதுதான் அவர்கள் மன்னிக்கப்படுவார்கள் என்று கட்சி உறுதி எடுத்திருக்கிறது' என்று கூறினார்.

தன் மகள் ஆபத்தில் சிக்கி விட்டாளே என்ற எண்ணம் பாட்டியை நிலைகுலைய வைத்து விட்டது. இதை நினைத்து நினைத்து பாட்டி உருக்குலைந்து விட்டாள். அப்பாவுக்கு நரம்புகள் செயல் இழந்து விட்டதாகவும், அம்மா மீண்டும் திரும்பி வந்தால்தான் அப்பாவை மருத்துவமனைக்கு கொண்டு போய்ச் சிகிச்சை அளிக்க முடியும் என்றும் பாட்டிக்கு தெரிவித்தார்கள்.

கட்சி பாட்டிக்கு இரண்டு பயணச்சீட்டுகள் வாங்கிக் கொடுத்து விட்டது. ஒன்று பாட்டிக்கும், இன்னொன்று ஸியாவோ ஃபாங்கிற்கும். இரயிலில் பீக்கிங்கிற்கு 36 மணி நேரப் பயணம். பாட்டி இரயில் ஏறிப் புறப்பட்டு விட்டாள். இந்தச் செய்தி கேட்டதும், அப்பாவின் இலாக்காவிற்கு தான் ஊருக்கு திரும்பி வந்து கொண்டிருப்பதாக அம்மா ஒரு தந்தி அனுப்பி விட்டு, புறப்படுவதற்கான ஏற்பாடுகளைச் செய்து கொண்டாள். அக்டோபர் மாதம் இரண்டாம் வாரத்தில் அம்மா பாட்டியோடு ஊருக்கு வந்து சேர்ந்தாள்.

அம்மா ஊரில் இல்லாத சமயத்தில், செப்டம்பர் மாதம் முழுவதும் பாட்டியின் துணையோடு வீட்டில் இருந்தேன். பாட்டி கவலையால் அரிக்கப்பட்டுக் கொண்டிருப்பதைக் கவனித்தேன். ஆனால் என்ன நடந்து கொண்டிருந்தது என்பதை மட்டும் என்னால் புரிந்து கொள்ள முடியவில்லை. அப்பா எங்கே? அவர் கைது செய்யப்பட்டு இருக்கிறாரா? அல்லது பாதுகாப்பாக இருக்கிறாரா? எங்கள் குடும்பம் ஆபத்தில் சிக்கி இருக்கிறதா? எனக்கு எதுவும் தெரியவில்லை. யாரும் எனக்கு சொல்லவும் இல்லை.

செங்காவலர்கள் தீவிரமான கட்டுப்பாடுகள் விதிக்காததால், நான் வீட்டிலேயே இருந்து விட்டேன். அத்துடன் நான் செங்காவலர்களின் 'ஆதரவாளர்' என்னும் பொறுப்பில் இருந்தேன். 'கெங்' என்னும் பெயருடைய, பதினாறு வயது நிரம்பிய என் மேலதிகாரி என்னை மீண்டும் பள்ளிக்கு அழைக்க எந்த முயற்சியும் எடுக்கவில்லை. ஆனால் செப்டம்பர் மாத இறுதியில், தேசிய தினமான அக்டோபர்

முதல் தேதிக்குள் நான் மீண்டும் வரவேண்டும்; அல்லது செங்காவலர் படையில் எனக்கும் இடம் இல்லை என்று தொலைபேசியில் அவசரப்படுத்தினான்.

செங்காவலர்கள் படையில் சேர்வதற்கு நான் கட்டாயப்படுத்தப்படவில்லை. இருப்பினும் அதில் நான் ஆர்வமாக இருந்தேன். என்னைச் சுற்றி என்ன நடந்து கொண்டிருந்தாலும் எனக்கிருந்த வெறுப்பும் பயமும் தெளிவற்றதாக இருந்தது. கலாச்சாரப் புரட்சி பற்றியோ செங்காவலர்கள் பற்றியோ சந்தேகப்பட எனக்கு எதுவும் தோன்றவில்லை. அவையெல்லாம் மாவோவால் படைக்கப்பட்டவை. மாவோ சந்தேகங்களுக்கு அப்பாற்பட்டவர்.

பல சீன மாணவ, மாணவிகளைப் போல, பகுத்தறிவுச் சிந்தனை என்பது எனக்கு இப்போது இல்லாமலிருந்தது. எதற்கெடுத்தாலும் எங்களை மிரட்டி வைத்திருந்தார்கள். எங்களை எப்போதும் பயமுறுத்தியும், ஒற்றை கோட்பாட்டை எங்கள் மனதில் திணித்தும் வைத்திருந்தார்கள். இதனால், மாவோ போட்ட இந்த பாதையிலிருந்து பிறழ்ந்து நடப்பது பற்றி எங்களால் சிந்தித்துக் கூடப் பார்க்க முடியாமல் இருந்தது. ஏமாற்றும் சொல்லாட்சி, தவறான தகவல், உள்ளொன்று வைத்து புறமொன்று பேசுதல் போன்ற விஷமத்தனங்கள் ஏராளமாக எங்களுக்கு விதைக்கப்பட்டன. இதன் விளைவாக ஒரு சூழலில் என்ன நடக்கிறது என்பதை எங்களால் ஆராய்ந்து பார்க்க இயலாது; ஓர் அறிவுப்பூர்வமான முடிவை எங்களால் எட்ட முடியவில்லை.

மீண்டும் நான் பள்ளிக்கு வந்தபிறகு, தாங்கள் ஏன் செங்காவலர் படையில் சேர்த்துக் கொள்ளப்படவில்லை என்பதைத் தெரிந்து கொள்ளும் பொருட்டு 'சிகப்புகளிடமிருந்து' பல புகார்கள் எழுந்தன. அது ஏன் தேசிய தினத்தன்று முக்கியமாக்கப்பட்டது என்றால், அன்றுதான் எஞ்சியிருந்த எல்லா 'சிகப்புகளையும்' உள்ளடக்கிய தீவிர சேர்க்கை பள்ளியில் நடைபெற்றது. அதேசமயத்தில், கலாச்சாரப் புரட்சி எங்கள் குடும்பத்திற்கு ஒரு மாபெரும் தீமையை விளைவித்தது. அதனால் நான் செங்காவலர் ஆனேன்.

பொன் எழுத்துகளால் ஆன கைப்பட்டை அணிந்து கொண்டதில் எனக்குள் ஒரு கிளர்ச்சி ஏற்பட்டது. கலாச்சாரப் புரட்சி தொடங்கப்பட்ட காலத்தில் மாவோ அணிந்து வந்ததைப் போல, தோலால் ஆன வார்ப் பட்டையுடன் கூடிய பழைய இராணுவ சீருடை அணிந்து வருவது செங்காவலர்களுக்கு புதுமையாகப்

பட்டது. இந்தப் புதுமையான ஆடைமுறையைப் பின்பற்றுவதில் எனக்கு ஆர்வம் அதிகரித்தது. என் பதிவு முடிந்தவுடன் வேகமாக வீட்டிற்கு ஓடினேன். 1950-களின் தொடக்கத்தில் அம்மா அணிந்திருந்த லெனின் ஜாக்கெட் என்ற சீருடையை இரும்புப் பெட்டியின் அடியில் தேடினேன். அது மிகவும் கனமாக இருந்ததால், அதை அணிந்து கொள்ள பாட்டியின் உதவியை நாடினேன். அப்பா அணிந்த வார்ப்பட்டையை எடுத்து நான் அணிந்துகொண்ட பிறகுதான் என்னுடைய சீருடை நிறைவு பெற்றது. ஆனால், அதை அணிந்து கொண்டு தெருவில் நடப்பது மிகவும் சிரமமாக இருந்தது. என் தோற்றம் பெரும் போராளி போல் என்னைக் காட்டியது. இருந்தும், அந்த சீருடையைத் தொடர்ந்து அணிந்து கொண்டுதான் இருந்தேன்.

இதன்பிறகு பாட்டி பீக்கிங் சென்று விட்டாள். நானும் செங்காவலர் படையில் சேர்ந்து பள்ளியிலே தங்கிவிட்டேன். வீட்டில் நடந்த நிகழ்வின் காரணமாக, பள்ளி என்னை எப்போதும் பயத்திலும் அச்சத்திலும் ஆழ்த்தி வைத்திருந்தது. 'கருப்புகளும்', 'சாம்பல் நிறங்களும்' கழிப்பறைகளைக் கழுவிச் சுத்தம் செய்வதைப் பார்க்கிறபோதும், தலை கவிழ்ந்து, தரையில் ஊர்ந்து வேலை செய்வதைப் பார்க்கின்றபோதும் நானும் அவர்களில் ஒருத்தியாக ஆகிவிடுவேனோ என்ற பயம் என்னை ஆட்கொண்டது. செங்காவலர்கள் இரவு நேரங்களில் வீடுகளைச் சோதனையிடச் செல்கிறபோது, அவர்கள் என் வீட்டிற்கே சோதனையிட வருவது போல என் கால்கள் படபடத்தன. மாணவர்கள் என்னருகில் கிசுகிசுத்துப் பேசிக் கொள்வதைக் கவனித்தபோது என் இதயம் வெடித்து விடும் போலிருந்தது. நான் 'கருப்பு' ஆகி விட்டேன் என்றும், அல்லது என் தந்தை கைது ஆகி விட்டார் என்றுதான் கிசுகிசுத்தார்களா?

ஆனால், நான் ஒரு பாதுகாப்பிடம் கண்டு கொண்டேன்; அதுதான் செங்காவலர் வரவேற்பு அலுவலகம்.

ஏராளமான பார்வையாளர்கள் பள்ளிக்கு வந்து கொண்டிருப்பார்கள். 1966 ஆம் ஆண்டு செப்டம்பர் மாதத்திலிருந்து ஏராளமான மக்கள் நாட்டின் பல வேறு பகுதிகளுக்கும் பயணித்தபடி இருந்தார்கள். இளைஞர்கள் எங்கும் பயணம் செய்து கிளர்ச்சிகளை உருவாக்கும் பொருட்டு, அவர்களுக்கு போக்குவரத்து, உணவு, தங்குமிடம் அனைத்தும் இலவசமாக வழங்கப்பட்டன.

இந்த வரவேற்பு அறை, இதற்கு முன்பு ஒரு வகுப்பு அறையாக இருந்தது. வேலை வெட்டி இல்லாத பார்வையாளர்கள் அமர்ந்து

எங்கள் பெற்றோர்களின் குழப்பம் 539

பேச இங்கு இடமும், தேநீரும் வழங்கப்பட்டன. அவர்கள் ஏதேனும் வேலை கேட்டால், செங்காவலர் படை தலைவர்களோடு கலந்து பேச, அலுவலகம் அவர்களுக்கு ஒரு வாய்ப்பு அளிக்கும். அப்போது என் முழுக்கவனமும் அலுவலகத்தின் மீதுதான் இருக்கும். ஏனென்றால், அந்த அறையில் இருந்த மக்கள், 'கருப்புகளையோ' அல்லது 'சாம்பல் நிறங்களையோ' பாதுகாப்பது போன்ற செயல்களில் ஈடுபடுவதில்லை. வீடுகளைச் சோதனையிடும் நிகழ்வுகளிலும் பங்கெடுத்துக் கொள்வதும் இல்லை. அங்கே ஐந்து பெண்கள் பணியாற்றிக் கொண்டிருந்ததால், அது எனக்குப் பிடித்திருந்தது. அங்கு ஓர் இனிய சூழல் உருவாகியிருந்தது. நான் அவர்களைச் சந்தித்த தருணம் எனக்கு மிகுந்த ஆறுதலை அளித்தது.

ஏகப்பட்ட ஜனங்கள் அந்த அலுவலகத்திற்கு வருவார்கள். வேலையில்லாமல் அங்கே வந்து அமர்ந்து அரட்டை அடித்துக் கொண்டிருப்பார்கள். சிலர் அடிக்கடி வந்து கொண்டும், போய்க்கொண்டும் இருப்பார்கள். கதவருகில் வரிசையாக ஆட்கள் நின்று கொண்டிருப்பார்கள். உண்மையில் பார்க்கப் போனால், சில ஆண்கள், பெண்களின் தோழமை தேடி அங்கு வருவது போலத் தெரிந்தது. புரட்சி இயக்கத்தில் ஈடுபாடு இருந்ததாகத் தெரியவில்லை. ஆனால் அவர்கள் நேர்மையாக இருந்ததாக எனக்கு நினைவிருக்கிறது. அவர்களின் பார்வையை நான் தவிர்க்கவில்லை. அவர்கள் தேவையில்லாமல் சுற்றி வளைத்து வார்த்தைகளைப் பயன்படுத்தி பேசிய விதங்களை நான் குறிப்பெடுத்துக் கொண்டேன்.

ஒருநாள் இரவு நேரம், நடுத்தர வயது மதிக்கத்தக்க முரட்டுத்தனமான பெண்கள் இருவர் அலுவலகத்திற்கு வந்தார்கள். வழக்கம் போல அந்த அறை கொஞ்சம் ஆரவாரமாக இருந்தது. அந்த இரு பெண்களும் தங்களை குடியிருப்போர் சங்கத்தின் இயக்குநர் என்றும், இணை இயக்குநர் என்றும் அறிமுகப்படுத்திக் கொண்டார்கள். அவர்கள் இருவரும் ஒரு மாபெரும் பணியில் இருப்பதுபோல பெருமையாகப் பேசிக் கொண்டார்கள். இந்த அலம்பல் எப்போதும் எனக்குப் பிடிப்பதில்லை. அதனால் வேறு பக்கம் திரும்பிக் கொண்டேன். உடனே, ஓர் ஆபத்தான செய்தி ஒன்று வந்திருப்பதாகத் தெரிவித்தேன். அங்கு சுற்றித் திரிந்து கொண்டிருந்த எல்லாரும் 'டிரக் வண்டியைக் கொண்டு வாருங்கள்... டிரக் வண்டியைக் கொண்டு வாருங்கள். எல்லாரும் அங்கே சென்று விடுவோம்' என்று கத்தத் தொடங்கினார்கள். என்ன நடந்து கொண்டிருக்கிறது என்பதைத் தெரிந்து கொள்ளுமுன் கூட்டம் என்னைத் தள்ளிக் கொண்டுபோய்

வண்டியில் ஏற்றி விட்டது. மாவோ, அங்கிருந்த வேலையாட்கள், செங்காவலர்களுக்கு எப்போதும் உதவிகரமாக இருக்க வேண்டும் என்று ஆணையிட்டிருந்ததால், அங்கிருந்த வண்டிகளும் அதன் ஓட்டுநர்களும் தயாராக இருந்தனர். வண்டியில் இருந்தவர்கள் இடித்துத் தள்ளியதில், அந்த இரண்டு பெண்களில் ஒருத்தியிடம் போய் நின்றேன். அவள் மீண்டும் தன் கதையைப் பாட ஆரம்பித்தாள். எங்களின் அனுதாபத்தைப் பெற்றுக்கொள்ளும் ஆர்வம் அவள் கண்களில் காணப்பட்டது. ‘கோமிங்டாங் அதிகாரியின் மனைவியான எங்கள் பக்கத்து வீட்டுப் பெண் ஒருத்தி தாய்வானுக்கு ஓடிவிட்டாள். சியாங் காய்-ஷெக்கின் புகைப்படம் ஒன்றை அவள் தன் வீட்டில் மறைத்து வைத்திருக்கிறாள்’ என்று அவள் சொன்னாள்.

அந்தப் பெண்ணை எனக்குப் பிடிக்கவில்லை. அவள் பல் இளித்துக் கொண்டு நிற்பது அருவருப்பாக இருந்தது. முதன்முதலாக ஒரு வீட்டைச் சோதனை போடுவதற்கு நானும் செல்ல அவள் காரணமாகி விட்டதால், அவளைப் பார்த்தாலே எனக்கு எரிச்சலாக வந்தது. குறுகலான ஒரு சந்தில் போய் அந்த வண்டி நின்றது. எல்லாரும் வண்டியிலிருந்து இறங்கி, அந்த இரண்டு பெண்களையும் பின் தொடர்ந்து போனோம். எங்கும் ஒரே இருட்டாக இருந்தது. அங்கு மரப் பலகையை கொண்டு காம்பவுண்ட் சுவர் எழுப்புவது உண்டு. அந்த மரப்பலகைகளின் இடைவெளிகளில் வந்த வெளிச்சத்தில் நடந்து சென்றோம். விழுந்து விடாமல் தள்ளாடித் தள்ளாடி நடந்து சென்றேன். நாங்கள் சோதனை போடச் சென்ற அந்த பெண்ணின் வீடு இரண்டு அறைகள் கொண்டிருந்த ஒரு சிறிய வீடு. ஒரு வண்டி நிறையச் சென்ற அத்தனை பேருக்கும் அந்த வீட்டில் நிற்கக்கூட இடமில்லை. உள்ளே போக முடியாமல் வெளியே நின்று கொண்டதில் எனக்கு மட்டற்ற மகிழ்ச்சி. ஆனால், அடுத்த சில நிமிடங்களில், ‘இடமிருக்கிறது. வெளியே நிற்கும் அனைவரும் உள்ளே வந்து வர்க்கப் போராட்டத்தின் பாடத்தைக் கற்றுக் கொள்ளுங்கள்’ என்று சிலர் உரக்கக் கூறினார்கள்.

மற்றவர்களோடு அந்த வீட்டிற்குள் முண்டியடித்துக் கொண்டு சென்றபோது, மூத்திர நாற்றமும், வியர்வை நாற்றமும் மூச்சுத் திணற அடித்தது. அந்த அறை தலைகீழாக மாற்றப்பட்டிருந்தது. பிறகு குற்றம் சாட்டப்பட்ட அந்தப் பெண்ணைப் பார்த்தேன். அவளுக்கு 40 வயதிருக்கும். அந்த அறையின் நடுவில் மண்டியிட்டு நின்று கொண்டிருந்தாள். அரைகுறையாக உடுத்தியிருந்தாள். அந்த அறையில் ஒரு 50 வாட் மின் விளக்கு மட்டும் எரிந்து கொண்டிருந்தது. அந்த விளக்கின் நிழலில், அவள் முழந்தாளிட்டு,

நிலைகுலைந்து, மேனி இழந்து நின்றாள். அவள் தலைமுடி அலங்கோலமாகக் காணப்பட்டது. தலைமுடியின் ஒரு பகுதியில் இரத்தம் தோய்ந்து காணப்பட்டது. அவள் கண்கள் சோகத்தைச் சுமக்க முடியாமல் பிதுங்கிக் கொண்டிருந்தது போல்த் தெரிந்தன. அவள், 'செங்காவலர் தலைவர்களே, சியாங் காய்-ஷெக்கின் படம் என்னிடம் இல்லை. சத்தியமாகச் சொல்கிறேன் - அப்படி ஒரு படம் என்னிடம் இல்லை' என்று கதறினாள். அவள் தன் தலையை தரையில் பலம் கொண்ட மட்டும் மோதிக் கொண்டாள். அவள் நெற்றியிலிருந்து இரத்தம் வழிந்து கொண்டிருந்தது. அவள் முதுகில் தசைகள் கிழிந்து இரத்தம் கொட்டிக் கொண்டிருந்தது. அவள் மண்டியிட்டு வணங்கியபோது, மேலெழும்பிய அவளது பிட்டத்திலிருந்து கிளம்பிய திடக்கழிவின் நாற்றம் அந்த அறையெங்கும் வீசியது. அதிர்ச்சியில் உறைந்து போன நான், அதற்குமேல் பார்க்கச் சகிக்க முடியாமல் என் கண்களை மூடிக் கொண்டேன். அவளை அடித்து துவைத்துப் போட்ட 17 வயது நிரம்பிய சியான் என்னும் சிறுவனை இந்நிகழ்ச்சி நடக்கும் முன்புவரை எனக்குப் பிடித்திருந்தது. கையில் ஒரு வார்ப்பட்டையை வைத்துக்கொண்டு நாற்காலியில் ஆணவத்துடன் அமர்ந்திருந்தபடி, 'உண்மையைச் சொல்லி விடு. இல்லையேல் இரத்தம் சொட்டச் சொட்ட மறுபடியும் அடிப்பேன்' என்று கத்தினான்.

சியானின் தந்தை திபெத்தில் இருந்த ஓர் இராணுவ அதிகாரி. திபெத் சென்ற பெரும்பாலான அதிகாரிகள் தங்கள் குடும்பங்களை செங்குடுவில்தான் விட்டுச் செல்வார்கள். ஏனென்றால், திபெத், மக்கள் வாழ்வதற்கு இலாயக்கற்ற ஓர் இடம். இதற்குமுன்பு சியானின் நடவடிக்கைகள் எனக்கு மிகவும் பிடித்திருந்தன. ஆனால் இப்போது என் வாயிலிருந்து வந்த வார்த்தைகளை அடக்கிக் கொண்டு எனக்குள் முணுமுணுத்துக் கொண்டேன். 'வார்த்தைப் போராட்டங்கள் நடத்தச் சொல்லி மாவோ நமக்கு கற்றுத் தரவில்லையா! வன்முறைப் போராட்டங்கள் நடத்தச் சொல்லித்தான் நமக்கு கற்றுத் தந்தாரா?'

சப்தமில்லாத என்னுடைய எதிர்ப்பு இன்னும் பல குரல்களோடு அந்த அறை எங்கும் எதிரொலித்தது. ஆனால், அவன் எங்களைப் பார்த்த பார்வை நெருப்பைக் கக்கியது. 'உங்களுக்கும் வர்க்க எதிரிகளுக்குமிடையே ஒரு கோடு வரைந்து கொள்ளுங்கள். தலைவர் மாவோ, 'நாம் எதிரிகளுக்கு காட்டுகின்ற இரக்கம் மக்களுக்கு செய்கின்ற துரோகம்' என்கிறார். இரத்தத்தைப் பார்த்து பயப்படுகிறவர்கள் செங்காவலர்களாக இருக்க முடியாது' என்று அவன் கர்ஜித்தான். அவன் முகத்தில் ஒரு வெறித்தனம் தெரிந்தது.

நாங்கள் எல்லாம் அமைதியில் உறைந்து விட்டோம். எங்களால் எதுவும் செய்ய முடியாமல் போனாலும் அவன் மீது எங்களுக்கு ஒரு வெறுப்பு ஏற்பட்டது. அதனால் அவனிடம் எங்களால் எதுவும் பேச முடியவில்லை. வர்க்க எதிரிகளோடு நாங்கள் வன்மமாக நடந்து கொள்ள வேண்டும் என்பதுதான் எங்களுக்கு கற்றுத் தந்த பாடம். அப்படி செய்யத் தவறினால் நாங்களே வர்க்க எதிரிகளாக ஆக்கப்படுவோம். விரைவாகத் திரும்பி வந்து பின்பக்கம் இருந்த தோட்டத்திற்கு சென்று விட்டேன். தோட்ட வேலைகள் செய்யும் கருவிகளோடு ஏகப்பட்ட செங்காவலர்கள் வேலை செய்து கொண்டிருந்தார்கள். ஆனால், அந்த வீட்டிற்குள் மீண்டும் அடி விழும் சத்தம் கேட்டது. அந்தச் சத்தத்துடன் அடிவாங்கும் பெண்ணின் அவலக் குரலும் கலந்து கேட்டது. அந்தச் சத்தம் என்னைக் குலை நடுங்க வைத்தது. அந்த அலறல் சத்தம், தோட்ட வேலை செய்து கொண்டிருந்த நபர்களை நிமிர்ந்து பார்க்க வைத்தது. 'இங்கே அதெல்லாம் ஒன்றுமில்லை. வாங்க போகலாம். வாங்க போகலாம்.' அப்படி நாங்கள் அந்த அறையைக் கடந்து சென்றபோது, சியான் அந்த பாவப்பட்ட பெண்ணின் பக்கத்தில் வெகு இயல்பாக நின்று கொண்டிருந்தான். அந்த அறையின் கதவுக்கு அருகில் அடுத்தவர்களின் அனுதாபங்களை பெறத் துடிக்கும் கண்களோடு, காட்டிக் கொடுத்த பெண் நின்று கொண்டிருந்தாள். இப்போது அந்தப் பாவப்பட்ட பெண்ணின் கண்களில் மருட்சியும், பயமும் காணப்பட்டது. ஏதோ சொல்ல வந்ததைப் போல அவள் தன் வாயைத் திறந்தாள். ஆனால், வார்த்தைகள் ஏதும் வரவில்லை. அவளைப் பார்த்தபோதுதான் எனக்குப் புரிந்தது. அந்த மாதிரி சியாங் காய்-ஷெக்கின் படம் ஏதும் அங்கே இல்லை. எந்தவித முன் காரணமுமின்றி அந்தப் பாவப்பட்ட பெண்ணை இவள் காட்டிக் கொடுத்திருக்கிறாள். செங்காவலர்கள் பழி தீர்த்துக் கொள்ளும் நோக்கத்திற்காகப் பயன்படுத்தப்பட்டு வந்தார்கள். ஆத்திரத்தில் மனமுடைந்து போய் வண்டியில் ஏறினேன்.

18

'மாபெரும் அரிய செய்திகளை விட'

பீக்கிங் நகர் யாத்திரை

அக்டோபர் – டிசம்பர் 1966

பள்ளியை விட்டு வெளியே செல்ல எனக்கு ஒரு காரணம் கிட்டியது. அதன்படி அடுத்தநாள் காலை வீட்டிற்கு சென்று விட்டேன். எங்கள் குடியிருப்பு வளாகம் வெறிச்சோடிக் கிடந்தது. அப்பா தடுப்புக்காவலில் வைக்கப்பட்டிருந்தார். அம்மா, பாட்டி, ஸியாவோ-ஃபாங் ஆகியோர் பீக்கிங்கில் இருந்தார்கள். வளரிளம் பருவ வயதிலிருந்த எனது சகோதர, சகோதரிகள் ஆளுக்கொரு பக்கமாக இருந்தனர்.

ஆரம்பத்திலிருந்தே கலாச்சாரப் புரட்சி மீது ஜின்-மிங் எரிச்சல்பட்டுக் கொண்டிருந்தான். நாங்கள் இருவரும் ஒரே பள்ளியில் படித்தோம். ஆனால், அவன் முதலாம் ஆண்டில் படித்து வந்தான். ஒரு விஞ்ஞானியாக வரவேண்டும் என்பதுதான் அவனது கனவாக இருந்தது. ஆனால் அவனது கனவு, கலாச்சாரப் புரட்சியால் 'பூர்ஷ்வாத்தனம்' என்று பார்க்கப்பட்டது. இவனும், இவனது வகுப்புத் தோழர்கள் சிலரும் சேர்ந்து கலாச்சாரப் புரட்சிக்கு முன்பு ஒரு குழுவைத் தொடங்கினார்கள். அவர்கள் சாதனை படைப்பதிலும், அறிவியல் ஆராய்ச்சி செய்வதிலும் ஆர்வம் கொண்டிருந்தார்கள். அதனால் தங்களை 'இரும்புச் சகோதரர்கள்' என்று அழைத்துக் கொண்டார்கள். ஜின்-மிங்தான் அதில் முதல் தர சகோதரன். நன்கு வளர்ந்திருந்தான். படிப்பில் அசகாயசூரன். வேதியியலில்

544 'மாபெரும் அரிய செய்திகளை விட'

அவனுக்கிருந்த ஆழமான அறிவைக் கொண்டு வகுப்புத் தோழர்களுக்கு 'மேஜிக்' செய்து காட்டுவான். அவனுக்கு பிடிக்காத பாடங்களை அப்படியே விட்டுவிட்டு அடுத்த பாடத்திற்கு சென்று விடுவான். பார்ப்பதற்கு கவர்ச்சியாக இருப்பான். தோழர்களிடம் பெருந்தன்மையுடன் நடந்து கொள்வான்.

ஆகஸ்ட் மாதம் 16 ஆம் நாள் பள்ளியில் செங்காவலர் அமைப்பு தொடங்கப்பட்டபோது, ஜின்-மிங்குவின் 'சகோதரத்துவ அமைப்பு' அதனுடன் இணைக்கப்பட்டது. துண்டு சீட்டுகள் அச்சடித்து, அதை வீதிகளில் விநியோகம் செய்வதுதான் ஜின்-மிங்கிற்கும் அவனது நட்பு வட்டாரத்திற்கும் கொடுக்கப்பட்ட பணி ஆக இருந்தது. இந்த துண்டு அறிக்கைகள் பழைய செங்காவலர்களின் வளரிளம் பருவத்தில் தங்கள் கைகளால் எழுதப்பட்டவை. அதற்கு, 'நான்காவது சிறந்த பள்ளியின், செங்காவலர்களின் முதல் இராணுவப் பிரிவின் முதல் படை நிறுவுதல்' (எல்லா செங்காவலர் அமைப்புகளுக்கும் சிறப்பு பெயர்கள் உண்டு) 'முறை சார்ந்த அறிக்கை' (ஒரு மாணவன் தன் பெயரை 'தலைவர் மாவோவுக்காக குவாங் காவலன்' என்று மாற்றிக் கொண்டான்) 'மாபெரும் அரிய செய்திகளை விட' (கலாச்சாரப் புரட்சி அதிகார உறுப்பினர் ஒருவர் சில செங்காவலர்களுக்கு கொடுத்த பேட்டி) 'சமீபத்திய மிக உயர்ந்த விளக்க உரைகள்' (மாவோவின் உரையிலிருந்து கசிந்த ஓரிரு வார்த்தைகள்) என்றவாறு தலைப்புகள் கொடுக்கப்பட்டன.

இதுபோன்ற அர்த்தமற்ற வார்த்தைகளால் ஜின்-மிங்கின் உற்சாகம் குறைந்தது. அதனால் இந்தப் பணிக்கு வருவதை அவன் கொஞ்சம் கொஞ்சமாக குறைத்துக் கொண்டு வந்தான். அத்துடன் அவனை ஒத்த வயதுடைய ஒரு 13 வயதுப் பெண்ணுடன் அவனுக்கு ஈடுபாடு ஏற்பட்டது. ஒரு முழுமை பெற்ற பெண்ணாக, ஒரு அழகு தேவதையாக, உயர்ந்த பண்புடையவளாக, வெட்கப்பட்டவளாக, கொஞ்சம் ஒட்டாதவளாக அவன் கண்களுக்கு அவள் காணப்பட்டாள். அவளை அவன் நெருங்கிச் செல்லவில்லை. மாறாக எட்டியிருந்தே அவளை ரசித்தான்.

ஒரு வீட்டைச் சோதனை செய்ய அவனது வகுப்பு தோழர்கள் எல்லாரும் ஒரு நாள் அழைக்கப்பட்டார்கள். 'பூர்ஷ்வா அறிவு ஜீவிகள்' பற்றி மூத்த செங்காவலர்கள் ஏதோ சொல்லி இருக்கிறார்கள். அந்தக் குடும்பத்து நபர்கள் அத்தனை பேரும் கைதிகள் என அறிவிக்கப்பட்டனர்; அவர்கள் அனைவரையும் ஒரு அறையில் போட்டு அடைத்து விட்டு, செங்காவலர்கள் அவ்வீட்டின் மற்ற இடங்களைச் சோதனையிட்டார்கள். அந்த நபர்களைப் பார்த்துக் கொள்ள வேண்டிய பொறுப்பு ஜின்-மிங்கிற்கு

கொடுக்கப்பட்டது. என்ன ஆச்சரியம், அந்தப் பெண் அங்கு இன்னொரு சிறைக் காவலராக இருந்தாள்.

ஜின்-மிங்கின் பொறுப்பில் ஒப்படைக்கப்பட்டவர்களில் மூன்று 'கைதிகள்' இருந்தனர். ஒரு நடுத்தர வயதுடைய ஒரு மனிதர், அவருடைய மகன், மற்றும் அவருடைய மருமகள். சோதனைக்கு வரவிருப்பதை அவர்கள் எதிர்பார்த்துக் கொண்டிருந்தார்கள். விரும்பாத ஒன்றை ஏற்றுக்கொள்கிற முகத் தோற்றத்துடன், எங்கோ பார்ப்பது போல ஜின்-மிங்கின் முகத்தை அவர்கள் உற்றுப் பார்த்துக் கொண்டிருந்தார்கள். அவர்களின் பார்வை இவனுக்கு அருவருப்பாகத் தெரிந்தது. அத்துடன் அந்தப் பெண் அங்கே இருந்ததால், அவனுக்கு கொஞ்சம் கூச்சமாகத் தெரிந்தது. அவள் சலிப்படைந்து இருந்ததால், அவள் வாசலையே பார்த்துக் கொண்டிருந்தாள். சில சிறுவர்கள் சேர்ந்து பீங்கான் பாத்திரங்கள் அடங்கிய பெரிய மரப் பெட்டகத்தை தூக்கிக் கொண்டு சென்றதைப் பார்த்துக் கொண்டிருந்தாள். அவள் ஜின்-மிங்கிடம் அதைப் பார்த்து விட்டு வருகிறேன் என்று சொல்லி விட்டு வெளியே சென்றாள்.

அந்தக் கைதிகளையே கண்காணித்துக் கொண்டிருந்தது, ஜின்-மிங்கிற்கு கஷ்டமாக இருந்தது. அப்போது அந்தப் பெண் கைதி எழுந்து நின்று, அடுத்த அறைக்கு சென்று தன் குழந்தைக்கு பால் கொடுக்க வேண்டும் என்று கேட்டுக் கொண்டாள். ஜின்-மிங் அனுமதியளித்தான்.

இந்தப் பெண் அடுத்த அறைக்குச் சென்றதும் ஜின்-மிங் விரும்பிய மற்றொரு சிறைக்காவலாளியாகிய அந்தப் பெண் அங்கே பாய்ந்து வந்தாள். ஏன் அந்தக் கைதி சுதந்திரமாகச் செல்கிறாள் என்று ஜின்-மிங்கைக் கேட்டாள். நான்தான் அனுமதி கொடுத்தேன் என்று ஜின்-மிங் கூறியபோது, நீ வர்க்க எதிரிகளுக்கு ஆதரவு அளிக்கிறவன் என்று கத்தினாள். அவள் தன் இடுப்பில் வார்ப்பட்டை அணிந்திருந்தாள். அது அவளின் சின்ன இடுப்புக்கு எடுப்பாக இருக்கிறது என்று அவன் நினைத்துப் பார்த்தான். அவள் அந்த வார்ப்பட்டையை உருவி செங்காவலர்களின் பாணியில், அவன் மூக்கிற்கு நேராக நீட்டி கத்தினாள். ஜின்-மிங் ஆடிப் போனான். அவளை அவனால் புரிந்து கொள்ள முடியவில்லை. அன்பு, அடக்கம், வெட்கம், நேர்மை என்ற குணங்களையெல்லாம் கொண்டவள் என்று அவளைப் பற்றிய அவனது கற்பனை சடசடவெனச் சரிந்து தரைமட்டமானது. அவள் வெறி பிடித்தவள் போல் காணப்பட்டாள். இவ்வாறு ஜின்-மிங்கின் முதல் காதல் முடிவுக்கு வந்தது.

ஆனாலும் ஜின்-மிங் திருப்பிக் கத்தினான். அந்த அறையை விட்டு வெளியே சென்ற அந்தப் பெண், சிறிது நேரத்தில் ஒரு மூத்த செங்காவலருடன் திரும்பி வந்தாள். அவன்தான் அந்தக் குழுவின் தலைவன். ஜின்-மிங் மீது எச்சில் படுமளவுக்கு அவனும் உரக்கக் கத்தினான். அவனும் அதேபோல அவனது வார்ப்பட்டையை ஜின்-மிங் மூக்கிற்கு நேராக நீட்டினான். வர்க்க எதிரிகளுக்கு முன்னால், நம்முடைய பிரச்சினைகளைக் காட்டிக் கொள்ளக்கூடாது என்ற நோக்கத்துடன் அவன் அத்துடன் நிறுத்திக் கொண்டான். ஜின்-மிங் மீண்டும் பள்ளிக்கு செல்ல வேண்டும் என்றும், அடுத்த ஆணை வரும் வரை அவன் அங்கேயே காத்திருக்க வேண்டும் என்றும் அவன் உத்தரவிட்டான்.

அன்று மாலை, ஜின்-மிங் வகுப்பு செங்காவலர்கள் ஒரு கூட்டம் நடத்தினார்கள். அக்கூட்டத்திற்கு ஜின்-மிங்கை அழைக்கவில்லை. கூட்டம் முடிந்து விடுதிக்கு வந்த மாணவர்கள் ஜின்-மிங்கை பார்ப்பதைத் தவிர்த்தனர். இரண்டு நாட்கள் இப்படி பாராமுகமாக இருந்தார்கள். பிறகு அவர்கள், இவனை எதிர்த்த அந்த தீவிரவாதத் தன்மையுடைய பெண்ணைக் கண்டித்ததாகக் கூறினார்கள். வர்க்க எதிரிகளுக்கு ஜின்-மிங் அடி பணிந்ததாகவும், அதனால் அவனுக்கு கடுமையான தண்டனை விதிக்க வேண்டும் என்றும் அந்தப் பெண் தெரிவித்திருந்திருக்கிறாள். ஆனால், ‘இரும்புச் சகோதரர்கள்’ எல்லாருமே ஜின்-மிங்கை ஆதரித்துப் பேசினார்கள். இன்னும் சிலர், அந்தப் பெண் மற்ற மாணவ மாணவிகளுடன் எரிந்து விழுவதாகக் கூறி அவளைக் கண்டனம் செய்தனர்.

அப்படியிருந்தும் ஜின்-மிங்கிற்கு தண்டனை வழங்கப்பட்டது. ‘கருப்பு’களுடன் ஒன்று சேர்ந்து புற்களைப் பிடுங்க வேண்டும் என்று அவனுக்கு உத்தரவிடப்பட்டது. ‘விரைவில் அழியாமல் வளர்ந்து கொண்டிருக்கும் புற்களையும் பூண்டோடு அழிப்பதற்கு மனித சக்தி தொடர்ந்து தேவை’ என்று மாவோ அறிவுறுத்தியிருந்தார். புதியதாக உருவாக்கப்பட்ட வர்க்க எதிரிகளுக்கு, இது ஒரு அதிர்ஷ்டவசமான தண்டனை ஆகும்.

சில நாட்கள் மட்டும் ஜின்-மிங் புற்களைப் பிடுங்கினான். அவனுடைய இரும்புச் சகோதரர்களுக்கு இதைப் பொறுத்துக் கொள்ள முடியவில்லை. இருப்பினும் ‘வர்க்க எதிரிகளின் ஆதரவாளன்’ என்று ஜின்-மிங் வகைப் படுத்தப்பட்டு, அவன் விரும்பியது போல வீடுகளை சோதனையிடும் பொருட்டு அவன் அனுப்பப்படவில்லை. வெகு விரைவில், சீனாவில் உள்ள ஆறு, மலைகள் போன்ற இயற்கைக் காட்சிகளைக் கண்டுகளிக்கும் சுற்றுலாக் குழுவுடன் ஜின்-மிங்கும் முதன் முதலாகச் சேர்த்துக்

பீகிங் நகர் யாத்திரை 547

கொள்ளப்பட்டான். ஆனால், மற்ற செங்காவலர்கள் சென்றது போல, மாவோவைக் காணும் பொருட்டு இவன் பீக்கிங்கிற்கு பயணம் மேற்கொண்டதில்லை. 1966ஆம் ஆண்டு இறுதிவரை ஜின்-மிங் வீடு திரும்பவில்லை.

15 வயது நிறைவடைந்த என் சகோதரி ஸியாவோ-ஹாங் செங்காவலர்களின் புதிய உறுப்பினராக அவளுடைய பள்ளியில் சேர்ந்து கொண்டாள். தங்கள் திறமையை வெளிப்படுத்த மிகுந்த போட்டி மனப்பாங்குடன் நூற்றுக்கணக்கான அலுவலர்களின் குழந்தைகள் அப்பள்ளியில் பயின்றனர். அவர்களில் ஸியாவோ-ஹாங் மட்டுமே செங்காவலர் படையில் சேர்க்கப்பட்டாள். அங்கு நிலவிய தீவிரத்தன்மையையும், வன்முறைச் செயல்களையும் கண்டு வெறுத்துப் போனாள். ஸியாவோ - ஹாங் இது விஷயத்தில் அம்மா அப்பாவின் உதவி கேட்டு செப்டம்பர் மாதத் தொடக்கத்தில் வீட்டிற்கு வந்தாள். அம்மா அப்பா வீட்டில் இல்லை என்ற விபரம் அவள் வந்த பிறகுதான் அவளுக்கு தெரிந்தது. அப்பா தடுப்புக் காவலில் வைக்கப்பட்டிருந்தார். பீக்கிங் சென்ற அம்மா இன்னும் வீடு திரும்பவில்லை. பாட்டி கொண்டிருந்த கவலை, அவள் பயத்தை இன்னும் அதிகப்படுத்தியது. எனவே, அவள் மீண்டும் பள்ளிக்கு திரும்பி விட்டாள். கண்டபடி கலைந்து கிடந்த நூல் நிலையத்தைப் பொறுப்பெடுத்துக் கொள்ள தானே முன்வந்து செயல்பட்டாள். இரவும் பகலும் படிப்பதிலே தன் நேரம் முழுவதையும் அவள் செலவிட்டாள். முடிக்கப்படாமல் கிடந்த சில பணிகளையும் விரைந்து செய்து முடித்தாள். இதுதான் அவளை அனைத்துடனும் ஒருங்கிணைத்தது. செப்டம்பர் மாத மத்தியில், தன் தோழியர்களுடன் சீனாவைச் சுற்றிப் பார்க்கும் சுற்றுலாக்குழுவுடன் சேர்ந்து புறப்பட்டாள். ஜின்-மிங்கைப் போலவே இவளும் அந்த ஆண்டின் இறுதிவரை வீடு திரும்பவில்லை.

12 வயதான தம்பி ஸியாவோ ஹெய், நான் படித்த அதே தொடக்கப்பள்ளியில் அவனும் படித்தான். நடுநிலைப் பள்ளிகளில் செங்காவலர் படை தொடங்கப்பட்டபோது ஸியாவே-ஹெய்யும், அவனது நண்பர்களும் அதில் சேர்ந்து கொள்ள ஆர்வப்பட்டனர். அவர்களைப் பொறுத்தவரை செங்காவலர் என்பது வீட்டை விட்டு வெளியில் மகிழ்ச்சியாக இருப்பது, பெரியவர்கள் மீது ஆதிக்கம் செலுத்துவது ஆகியவை மட்டும்தான். அவர்கள் எங்கள் பள்ளிக்கு சென்று தங்களையும் செங்காவலர் படையில் சேர்த்துக் கொள்ளுமாறு கெஞ்சியிருக்கிறார்கள். இவர்களைக் கழற்றி விடுவதற்காக, '4969 யூனிட்டின் முதல் இராணுவப் பிரிவை நீங்கள்

தொடங்கலாமே' என்று ஒரு செங்காவலர் பட்டென்று கூறி விட்டார். எனவே 20 பேர் கொண்ட அந்த துருப்பின் பரப்புரை தலைமைப் பொறுப்பு ஸியாவோ-ஹெய்க்கு கொடுக்கப்பட்டது. சிலருக்கு அதில் கமாண்டர் பொறுப்புகளும், சிலருக்கு அலுவலகத் தலைமைப் பொறுப்புகளும் கொடுக்கப்பட்டன.

ஆசிரியர்களைத் தாக்குவதில் இரண்டு முறை ஸியாவோ-ஹெய் சேர்ந்து கொண்டான். அதில் ஒருவர் உடற்கல்வி ஆசிரியர். அவர் ஒரு தகாத ஆசிரியர் என்று கண்டனம் செய்யப்பட்டார். உடற்கல்வி பாட வேளைகளில் அந்த ஆசிரியர், தங்களின் மார்பகங்களையும், தொடைகளையும் தடவிப் பார்த்ததாக ஸியாவோ-ஹெய்யின் வயதொத்த பெண்கள் முறையிட்டார்கள். இனிமேல் அந்த ஆசிரியர் பெண்களைக் கவரும் முயற்சியில் ஈடுபடக்கூடாது என்று அவரை அடித்து தூக்கிப் போட்டனர். இன்னொரு ஆசிரியை நன்னெறிக் கல்வி ஆசிரியை. அடி, உதை போன்ற உடல் சார்ந்த தண்டனைகள் பள்ளிகளில் தடை செய்யப்பட்டிருந்ததால் அவள் மாணவர்களைப் பற்றி அவர்களது பெற்றோரிடம் முறையிடுவாள். அதனால் பெற்றோர்கள் தங்கள் குழந்தைகளை அடிப்பார்கள்.

ஒருநாள், மாணவர்கள் வீடுகளை சோதனையிடப் புறப்பட்டார்கள். முன்னாள் கோமிங்டாங் குடும்பம் என்று கருதப்பட்ட ஒரு வீட்டைச் சோதனையிடும் பணி அவர்களுக்கு கொடுக்கப்பட்டது. அங்கு போய் என்ன செய்வது என்று அவர்கள் சரியான தெளிவில்லாமல் இருந்தனர். அந்தக் குடும்பம், எப்படி சியாங் காய்-ஷெக் ஆட்சி மீண்டும் வருவதை எதிர் பார்த்திருந்தது, எப்படி கம்யூனிஸ்ட் கட்சியை வெறுத்தது என்பதைக் கண்டுபிடிக்க ஒரு டைரி போன்ற ஏதாவது கிடைக்குமா என்று தேடுவதைத் தவிர அவளர்களது மூளை வேலை செய்யவில்லை.

அந்தக் குடும்பத்தில் ஐந்து மகன்கள் இருந்தனர். அனைவருக்கும் கட்டுமஸ்தான உடல். பார்க்க பயங்கரமாக இருந்தனர். இடுப்பில் கையை வைத்துக் கொண்டு அவர்கள் ஐவரும் வாசலில் நின்று கொண்டனர். சிறுவர்களை மிரட்டும் பார்வையோடு நின்றனர். அதில் ஒரு சிறுவன் மட்டும் உள்ளே எட்டிப் பார்க்க முயற்சி செய்தான். அந்த ஐவரில் ஒருவன், இந்தச் சிறுவனைக் ஒரு கையால் அவன் கழுத்தைப் பிடித்து தூக்கி வெளியில் வீசி எறிந்து விட்டான். இதிலிருந்து, இதுபோன்ற 'புரட்சிகர நடவடிக்கைகளை' ஸியாவோ-ஹெய்-யின் பிரிவு நிறுத்திக் கொண்டது.

அக்டோபர் மாதம் இரண்டாம் வாரத்தில் ஸியாவோ-ஹெய் பள்ளியில் சுதந்திரமான வாழ்க்கையை அனுபவித்துக்

கொண்டிருந்தபோது, சகோதரன் ஜின்-மிங்கும், சகோதரி ஸியாவோ-ஹாங்கும் சுற்றுலாவில் பயணித்துக் கொண்டிருந்தார்கள். அம்மாவும் பாட்டியும் பீக்கிங்கில் இருந்தார்கள். நான் மட்டும் வீட்டில் இருந்தேன். திடீரென்று ஒரு நாள், எந்த அறிவிப்பும் இல்லாமல் அப்பா வாசற்படியில் வந்து நின்றார்.

அது எதிர்பாராத திடீர் வருகை. அப்பாவிடம் ஒரு மாபெரும் மாற்றம் காணப்பட்டது. ஆழ்ந்த சிந்தனையில் மூழ்கிப் போயிருந்த அப்பா, இதுவரை எங்கே இருந்தார், அவருக்கு என்ன ஆனது என்று எதுவும் சொல்லவில்லை. இரவெல்லாம் அப்பா தூங்காமல் அந்த அறையை அளந்து பார்ப்பது போல நடந்து கொண்டே இருந்ததைக் கவனித்தேன். என்னையும் தூங்கவிடாமல் அச்சப்படுத்திக் கொண்டிருந்தார். இரண்டு நாள் கழித்து, அம்மா பாட்டியுடனும், தம்பி ஸியாவோ-ஃபாங்குடனும் வீட்டிற்கு வந்து விட்டாள். அதனால் எனக்கு ஒரு நிம்மதி கிடைத்தது.

அம்மா நேராக அப்பாவின் அலுவலகம் சென்று டாவோ-ஷூவின் கடிதத்தை அந்தத் துறையின் துணை இயக்குநரிடம் ஒப்படைத்தாள். சிகிச்சை எடுத்துக்கொள்வதற்காக அப்பா மருத்துவமனைக்கு அனுப்பப்பட்டார். அம்மாவுக்கும் அப்பாவோடு செல்ல அனுமதி கிடைத்தது.

நானும் அவர்களைப் பார்த்துக்கொள்ள மருத்துவமனை சென்றேன். அந்த இடம் சீனாவில் ஓர் அற்புதமான இடம். அதன் இருமருங்கிலும் பசுமையான நீரோடை. அந்த அறையில் போடப்பட்டிருந்த இருக்கைகள் வசதியாக இருந்தன. புத்தக அலமாரிகள், இரண்டு படுக்கைகள் கொண்ட பெரிய அறை. வெள்ளைக் கற்களால் பளிச்சென்று இருந்த குளியலறை; ஜன்னலுக்கு வெளியே நின்றிருந்த மரங்களிலிருந்து வீசிய மலர்களின் சுகந்தம் ஒரு போதையை ஏற்படுத்தியது. இலேசான தென்றல் வீசியபோது, மரங்களிலிருந்து உதிர்ந்த மலர்கள் காற்றில் மிதந்து வந்து தரையை மறைத்தன.

அப்பா அம்மா இருவருக்கும் மன அமைதி கிட்டியது. தினமும் அவர்கள் இருவரும் ஓடையில் மீன் பிடிக்கச் சென்றதாக என்னிடம் கூறினார்கள். அவர்கள் இருவருக்கும் பிரச்சினை ஏதும் இல்லாததால், தலைவர் மாவோவைப் பார்ப்பதற்காக பீக்கிங் செல்லும் என் திட்டத்தை அப்பா அம்மாவிடம் தெரிவித்தேன். எல்லாரையும் போல நானும் இந்தப் பயணத்திற்காக ஆவலுடன் காத்திருந்தேன். ஆனால் என்னால் அப்போது போக முடியவில்லை.

காரணம், நான் அங்கே இருந்து அப்பா அம்மாவைப் பார்த்துக் கொள்ள வேண்டியிருந்தது.

பீக்கிங் செல்லும் பயணம் உற்சாகம் ஊட்டியது. உணவு, தங்குமிடம், பயணச்செலவு எல்லாமே இலவசம். ஆனால் அது முறையாக ஏற்பாடு செய்யப்படவில்லை. இரண்டு நாட்கள் கழித்து, வரவேற்பு அறையிலிருந்து வந்த 5 பெண்களுடன் செங்குடுவிலிருந்து புறப்பட்டேன். இரயில் புகையை கிளப்பிக் கொண்டு வடக்கு நோக்கிப் புறப்பட்டபோது, இந்தப் பயணத்தில் எனக்கு இரு விதமான சிந்தனைகள் தோன்றின. ஒன்று ஒரு வகையான உற்சாகம். இன்னொன்று, அப்பாவைப் பற்றிய கவலை. இரயிலில் ஜன்னல் வழியாக எட்டிப் பார்த்தபோது, செங்குடுவின் சமவெளிப் பகுதியில், அறுவடை முடிந்திருந்த வயற்காடுகள் காணப்பட்டன. கருப்பு நிற நிலம், பாளம் பாளமாக வெடித்திருந்தது. அவை சூரிய ஒளியில் தகதகவென்று மின்னின. மாவோவின் மனைவியால் வழிநடத்தப்பட்ட கலாச்சாரப் புரட்சி அதிகாரிகள் அடிக்கடி தொல்லை கொடுத்துக் கொண்டு வந்திருந்தாலும், அந்தத் தொல்லைகள் கிராமப்புறங்களில் பெருமளவு பாதிப்பை ஏற்படுத்திவிடவில்லை. மாவோ, மக்கள் எல்லாம் புரட்சியில் ஈடுபடும் பொருட்டு அவர்களுக்கு உணவளிக்க விரும்பினார். அதனால் அவரது மனைவிக்கு அவர் முழு ஒத்துழைப்பையும் கொடுக்கவில்லை. விவசாயிகள் அதில் ஈடுபட்டு விவசாயம் செய்வதை நிறுத்தினால், அவர்கள்தான் முதலில் பட்டினி கிடக்க வேண்டி வரும் என்று அவர்களுக்கு நன்கு தெரிந்திருந்தது. ஏனெனில், சில வருடங்களுக்கு முன்பு பஞ் சத்தில் கற்றுக்கொண்ட பாடம் அது. மூங்கில் காடுகளுக்கிடையே ஆங்காங்கே காணப்பட்ட குடிசை வீடுகள் எப்போதும் போல அமைதியாகவும் ஆனந்தமாகவும் இருந்தன. மூங்கில் மரங்களின் உச்சியில் நிலை கொண்டிருந்த புகைப் படலத்தை, ஒரு காற்று வந்து கொஞ்சம் கொஞ்சமாகக் கலைத்தது. கலாச்சாரப்புரட்சி தொடங்கி ஐந்து மாதங்கள்கூட ஆகவில்லை; அதற்குள் என் வாழ்க்கை முற்றிலும் மாறிவிட்டது. அமைதி தழுவிய அந்த அழகான சமவெளியைக் கவனித்தேன். ஒரு வகையான ஏக்கம் என்னைக் கவிழ்ந்து கொண்டது போலத் தெரிந்தது. 'மலரும் நினைவுகளை' அசை போடுவது பூர்ஷ்வாச் சிந்தனையாகக் கருதப்பட்டது. மலரும் நினைவுகளை அசைபோட்ட என்மீது குற்றம் சுமத்தப்பட்டால், நான் அதற்காகக் கவலைப்படவில்லை. என்னோடு பயணித்த எந்தப் பெண்களுக்கும் என் நினைவுகளுக்காக என்மீது குற்றம் சுமத்தும் எண்ணம் இல்லை. எனவே அவர்களோடு நிம்மதியாகப் பயணம் செய்தேன்.

பீகிங் நகர் யாத்திரை

செழிப்பான செங்குடுவின் சமவெளிப்பகுதி முடிந்தவுடன், சிறு சிறு குன்றுகள் தோன்ற ஆரம்பித்தன. மேற்கு சிச்சுவான் மாநிலத்தில் பனிபடர்ந்த மலைகள் தூரத்திலேயே பளிச்சென்று தெரிந்தன. உயரமான சின் மலைத் தொடரில் உள்ள குகைகளைச் சரியான நேரத்தில் கடந்து விட்டோம். இந்த மலைத்தொடர்தான் சிச்சுவான் மாநிலத்தை வட சீனாவிலிருந்து பிரிக்கிறது. மேற்கில் திபெத்தும், கிழக்கில் யாங்ஸ்ஸி ஆறும் அமைந்துள்ளன. தெற்கு திசையில் வாழ்பவர்கள் ஒரு காட்டுமிராண்டிக் கூட்டத்தினர். சிச்சுவான் மாநிலம் எப்போதும் யாரிடமும் கையேந்தாத மாநிலம். அத்துடன் அம்மாநில மக்கள் சுதந்திரமான வாழ்க்கைக்கு பெயர் பெற்றவர்கள்.

சின் மலைத்தொடர் முடிந்ததும், வித்தியாசமான காட்சிகள் வரத் தொடங்கின. பசுமையான மலைக்காட்சிகள் முடிந்து, மஞ்சள் நிற மண் தோன்றத் தொடங்கியது. செங்குடு சமவெளிப் பகுதியின் கூரைக் குடிசைகள் முடிந்து, குகை வீடுகள் வரத் தொடங்கின. அப்பா, தன் ஐந்து ஆண்டுக் கால வாலிப வயதை இதுபோன்ற குகைகளில்தான் கழித்தார். யான் 'ஆன்னி லிருந்து 100 மைல் தொலைவில் இருந்தோம். நெடும் பயணத்திற்கு பிறகு மாவோ இங்குதான் தனது நிர்வாக மையத்தை அமைத்தார். அப்பா தன்னுடைய இளமைக் காலக் கனவுகளை இங்குதான் தொடங்கி, ஓர் உறுதியான கம்யூனிஸ்ட் ஆனார். அதை நினைத்துப் பார்க்கையில் என் கண்கள் கசிந்தன.

அந்தப் பயணம் இரண்டு இரவுகளையும், ஒரு பகற்பொழுதையும் எடுத்துக் கொண்டது. வேலையாட்கள் அவ்வப்போது ஓடிவந்து எங்களிடம் பேசுவார்கள். நாங்கள் விரைவில் மாவோவைப் பார்க்கப் போவது குறித்து அவர்கள் பொறாமைப்பட்டுக் கொண்டார்கள்.

பீக்கிங் இரயில் நிலையத்தில் ஒரு பெரிய பதாகை வைக்கப்பட்டு, அதில், 'பெருந்தலைவர் மாவோவின் விருந்தினர்களை வரவேற்கிறோம்' என்ற வாசகம் எழுதப்பட்டிருந்தது. அது நள்ளிரவு நேரமாக இருந்தபோதும் இரயில் நிலையத்திற்கு முன்பு இருந்த சதுக்கம் பகல்போல் ஒளிவீசிக் கொண்டிருந்தது. தங்கள் கைகளில் சிவப்புப் பட்டை அணிந்திருந்த தங்களுக்குள் புரியாத மொழியைப் பேசிக் கொண்டிருந்த ஆயிரக்கணக்கான இளைஞர்கள் ஒளி வெள்ளத்தில் பளிச்சென்று தெரிந்தனர். சோவியத் பாணியில் கட்டப்பட்டிருந்த கட்டிடம் ஒன்றின் பின்பக்கத்தில் அவர்கள் பேசிக்கொண்டும், கத்திக் கொண்டும், வாதம் செய்து கொண்டும், சிரித்துக் கொண்டும் இருந்தார்கள். அங்கிருந்த இரண்டு மணல்கூண்டுகளின் மீது அமைக்கப்பட்டிருந்த மேற்கூரை மட்டுமே சீனாவின் சிறப்பு அம்சம் ஆகும்.

அந்த ஒளி வெள்ளத்தில் நான் தடுமாறினேன். அந்தக் கட்டிடத்தின் பிரம்மாண்டத்தைக் கண்டும், பளிங்கினாலான அதன் வேலைப்பாடுகள் கண்டும் நான் சொக்கிப்போய் நின்றேன். நான், வழக்கமான மரத்தூண்களையும் செங்கல் சுவர்களையும் மட்டுமே பார்த்துப் பழக்கப்பட்டிருந்த எனக்கு அது ஒரு பரவசத்தையும் பிரம்மிப்பையும் கொடுத்தது. அப்படியே திரும்பிப் பார்த்தேன். பீக்கிங் இரயில் நிலையத்தின் மத்தியில் அவர் கையால் எழுதப்பட்ட மூன்று தங்க நிற எழுத்துக்களைத் தாங்கிய மாவோவின் மாபெரும் உருவப் படத்தைக் கண்டு ஆச்சரியத்தில் திளைத்து நின்றேன்.

ஒலி பெருக்கிகள், நிலையத்தின் மூலையில் அமைந்திருந்த வரவேற்பு அறைக்கு எங்களை இட்டுச் சென்றன. சீனாவில் உள்ள எல்லா நகரங்களைப் போலவும், பீக்கிங் நகரிலும், வெளியிலிருந்து வரும் இளைஞர்களைக் கவனித்து, அவர்களுக்கு உணவு, உறைவிடம் வழங்குவதற்கு நிர்வாகிகளை ஏற்பாடு செய்திருந்தனர். பல்கலைக் கழகங்கள், பள்ளிக்கூடங்கள், அலுவலகங்கள் ஆகியவற்றில் அமைந்திருந்த உணவு விடுதிகள் தயார் நிலையில் வைக்கப்பட்டிருந்தன. மணிக்கணக்காக வரிசையில் நின்றிருந்த எங்களுக்கு சின்குவா பல்கலைக்கழகத்தில் இடம் ஒதுக்கப்பட்டது. சீனாவின் பெருமைக்குரிய பல்கலைக்கழகங்களில் சின்குவா பல்கலைக்கழகமும் ஒன்று. அந்த இடத்திற்கு கோச் வண்டியில் எங்களை அழைத்துச் சென்றார்கள். பல்கலைக்கழக உணவு விடுதியில் உணவு அருந்துமாறு எங்களைக் கேட்டுக் கொண்டார்கள். இலட்சக்கணக்கான இளைஞர்களின் பயணத் திட்டத்திற்காக பயன்படுத்தப்பட்டு வந்த இராட்சத எந்திரங்களை சூ என்லாய் கண்காணித்து வந்தார். மாவோவைத் திருப்திப்படுத்தும் அளவுக்கு அன்றாட முக்கியப் பணிகளை சூ என்லாய் அக்கறையுடன் கவனித்து வந்தார். சூ என்லாயோ அல்லது அவரைப் போன்ற பொறுப்புள்ள நபர்கள் இல்லையென்றால், சீன தேசமும், அதன் கலாச்சாரப் புரட்சியும் எப்போதோ சரிந்திருக்கும். சூ என்லாயை யாரும் சாடி விடக் கூடாது என்று மாவோ தெளிவாக இருந்தார்.

எங்கள் பயணக்குழு மிகவும் பொறுப்பு வாய்ந்த ஒன்று. எங்களின் ஒரே குறிக்கோள் மாவோவைப் பார்ப்பதுதான். தியானன்மன் சதுக்கத்தில் நடைபெற்ற செங்காவலர்களின் ஐந்தாவது மறுசீராய்வுக் கூட்டத்தை நூலிழையில் தவறவிட்டு விட்டோம். நாங்கள் என்ன செய்வது? பொழுதுபோக்கு நிகழ்வுகளும், சுற்றிப் பார்ப்பதுவும் புரட்சி இயக்கத்திற்கு எதிரானவை. ஆகவே, அந்த வளாகத்திற்குள்ளேயே காணப்பட்ட சுவரொட்டிகளைப் பார்த்து எழுதிக் கொண்டிருந்தோம். ‘கலாச்சாரப் புரட்சி பற்றிய

கருத்துகளைப் பரிமாறிக் கொள்வதுதான்' பயணத்தின் முக்கிய நோக்கம் என்று மாவோ கூறியிருந்தார். அதுதான் நாங்கள் செய்ய வேண்டியது. பீக்கிங் செங்காவலர்களின் எழுச்சி வாசகங்களை செங்குடுவுக்கு கொண்டு வாருங்கள்.

வெளியில் செல்ல முடியாததற்கு வேறு ஒரு காரணமும் இருந்தது. பேருந்துகளில் அளவுக்கதிகமான கூட்டம். பீக்கிங்கின் மையத்திலிருந்து பல்கலைக்கழகம் பத்து மைல் தூரம் வெளியே இருந்தது. இருப்பினும், எங்களிடையே இருந்த உற்சாகமின்மைதான் வெளியில் கிளம்பாமலிருந்ததற்கு காரணமாக இருந்தது.

பல்கலைக்கழக வளாகத்திற்குள்ளேளே முடங்கிக் கிடப்பது மிகவும் கடினமாக இருந்தது. இன்னும் கூட அந்தக் கழிப்பறை வாடை என்னை விட்டுப் போகவில்லை. கழிப்பறை நிரம்பி அதிலிருந்து வெளியேறிய அசுத்தங்கள் தரையெங்கும் பரவி வந்தது. நல்ல வேளை, கழிப்பறையின் வாசல் விளிம்பு கொஞ்சம் உயர்த்திக் கட்டப்பட்டிருந்தது. அதனால் கழிப்பறை அசுத்தங்கள் முற்றிலும் வெளியேறாமல் தடுக்கப்பட்டிருந்தது. பல்கலைக் கழக நிர்வாகம் முடங்கிக் கிடந்தது. அதனால் அதைச் சரிசெய்ய யாரும் முன் வரவில்லை. ஆனால் கிராமப்புறத்திலிருந்து வந்த மாணவர்கள் அதையே பயன்படுத்தி வந்தார்கள். விவசாயிகள் கழிவுப்பொருட்களை அருவருப்பாகப் பார்ப்பதில்லை. அவர்கள் கழிப்பறையிலிருந்து நடந்து வருகின்ற போது, அவர்களின் செருப்பு காலடிகள், நடைபாதையையும், அறைகளையும் அசுத்தப்படுத்திவிடும்.

ஒரு வாரம் கழிந்தது. அடுத்த பேரணி நடத்தப்பட்டால்தான் மாவோவைப் பார்க்க முடியும். அதற்கான தகவல் எதுவும் வருவதாகத் தெரியவில்லை. இந்த முடக்கத்திலிருந்து விடுபட, நாங்கள் புறப்பட்டு, ஷாங்காய் சென்று, 1921 ஆம் ஆண்டு கம்யூனிஸ்ட் கட்சி தோற்றுவிக்கப்பட்ட இடத்தையும், அதன்பிறகு,தெற்கு மத்திய சீனாவில் உள்ள மாவோவின் பிறந்த இடமான ஹியுன்னான் என்ற இடத்தையும் பார்க்க வேண்டும் என்று முடிவெடுத்தோம்.

அதிகமான கூட்டம் இந்தப் பயணத்தை நரகமாக மாற்றிவிட்டது. இரயில்களில் இதுபோன்ற கூட்ட நெரிசல்களைப் பார்த்ததில்லை. உயர் அதிகாரிகளின் பிள்ளைகளைக் கொண்ட செங்காவலர் படையினரின் ஆதிக்கம் ஒரு முடிவுக்கு வந்தது. ஏனெனில், அவர்களின் பெற்றோர்களாகிய உயர் அதிகாரிகள் முதலாளி வர்க்கக் கைக்கூலிகள் என்று முத்திரை குத்தப்பட்டனர்.

ஒடுக்கப்பட்டவர்களான 'கருப்புகளும்,' 'சாம்பல் நிறங்களும்' தங்களுக்கென செங்காவலர் குழுவை நிறுவிக்கொண்டு பயணித்தார்கள். நிறங்களின் அடையாளக் குறியீடுகள், அதன் நோக்கத்தையும், அர்த்தத்தையும் இழந்துவிட்டன. ஓடும் இரயிலில் அவர்கள் நடத்திய அற்புதமான ஒரு கூட்டத்தை என்னால் இன்னும் மறக்க முடியவில்லை. அதில் பங்கேற்றிருந்த பதினெட்டு வயதுக்குட்பட்ட வாலிபப் பெண் அவளுக்கே உரிய அகன்ற வெல்வட் கருப்பு கண்கள், நீண்ட, அடர்ந்த புருவங்கள் எல்லாம் இன்னும் என் நினைவில் இருக்கின்றன. வழக்கப்படி, நாங்கள் எல்லாம் எந்த மாதிரிக் குடும்ப பின்புலத்திலிருந்து வந்தவர்கள் என்று ஒருவரை ஒருவர் கேட்டுத் தெரிந்து கொண்டோம். நான் ஒரு 'கருப்பு' என்று எந்தத் தயக்கமுமின்றி அந்தப் பெண் பதில் கூறிய விதம் கண்டு நான் மலைத்துப் போனேன். நாங்கள் 'சிகப்பு' என்று உறுதியாகத் தெரிந்து கொண்டும், எங்களோடு இனிமையாகப் பழகினாள்.

நாங்கள் ஆறுபேரும் சாதுவான குணாதிசயம் கொண்டவர்கள். எங்கள் குழுவில் 18 வயது நிரம்பியவரே அதிக வயது உடையவர். 18 வயது நிரம்பிய அந்தப் பெண் அதிக செல்வாக்கு உடைய பெண். அவள் மொழுமொழுவென்று இருப்பாள். அவள் அதிகமாக சத்தம் போட்டுச் சிரிப்பாள். அவள் நிறையப் பாடவும் செய்வாள். மாவோவின் பொன்மொழிகளைத்தான் பாடலாகப் பாடுவாள்.

இந்தப் பாடல்களையும், மாவோவைப் பற்றிய ஒருசில புகழ்ச்சிப் பாடல்களையும் தவிர ஏனையப் பாடல்கள் எல்லாம் தடை செய்யப்பட்டன. அதுபோல மற்ற கேளிக்கை நிகழ்ச்சிகளும் கலாச்சாரப் புரட்சி இருந்து வந்த புத்தாண்டு காலங்களில் தடை செய்யப்பட்டிருந்தன.

அப்பாவைப் பற்றிய கவலை என்னை அரித்துக் கொண்டேயிருந்தும், பயணங்களில் ஏற்பட்டிருந்த எரிச்சல்களின் மத்தியிலும், கலாச்சாரப் புரட்சி தொடங்கப்பட்டதிலிருந்து பார்க்கப் போனால், இதுதான் மகிழ்ச்சியின் உச்சக் கட்டமாக என்னால் கருதப்பட்டது. இரயிலில் ஒரு அங்குலம் இடம் கூட மிச்சமில்லை. பைகள் வைக்கும் இடம் கூட அப்படித்தான் இருந்தது. கழிப்பறைக் கூட்டம் அதைவிட அதிகமாக இருந்தது. யாரும் உள்ளே நுழைய முடியவில்லை. எங்களின் ஒரே நோக்கம் சீனாவின் உன்னதமான இடங்களைப் பார்க்க வேண்டும்.

உடனடியாக எனக்கு இயற்கை உபாதையிலிருந்து விடுதலை பெற வேண்டும் போலிருந்தது. ஜன்னல் ஓரத்தில் ஒண்டிக்கொண்டு

உட்கார்ந்திருந்தேன். மற்ற ஐவரும், மூன்று பேர் மட்டுமே உட்காரக்கூடிய இடத்தில் பிதுங்கிக் கொண்டு அமர்ந்திருந்தனர். ஒரு மாபெரும் போராட்டம் நடத்தி முடித்து ஒரு வழியாக கழிப்பறையை அடைந்தேன். அப்போதுதான் தெரிந்தது, அந்த கழிப்பறையை பயன்படுத்தவே முடியாது என்று. அந்தக் கழிப்பறையின் நீர் நிரம்பியிருக்கும் தொட்டியின் மேல் ஒரு பையன் உட்கார்ந்து அவனுடைய கால்கள் கழிப்பறையின் மூடியில் படும்படி அமர்ந்திருந்தான். அந்தக் கழிப்பறையின் மூடியில் அந்தப் பையனின் கால்களுக்கிடையில் ஒரு பெண்ணும் அமர்ந்திருந்தாள். அதனால் அந்த ஆண்களும் பெண்களும் நிறைந்த அந்தக் கூட்டத்தில் அந்தக் கழிப்பறையை என்னால் பயன்படுத்த இயலவில்லை. இயலாமையில் கண்களில் நீர் கசிய என் இடத்திற்கு திரும்பி வந்தேன். அடுத்த நிறுத்தத்தில் கழிப்பறையை கட்டாயம் பயன்படுத்திவிட வேண்டும் என்று தீர்மானித்துக் கொண்டேன். இது ஒரு முடிவுக்கே வராதோ என்று நான் சலிப்புற்றபோது, இருட்டத் தொடங்கிய நேரம் இரயில் ஒரு சிறு நிலையத்தில் நின்றது. கதவு திறந்தது. சிரமப்பட்டு தட்டுத் தடுமாறி வெளியே வந்தேன். திரும்பி வரும்போது என்னால் உள்ளே நுழைய முடியவில்லை.

எங்கள் ஆறு பேரில் நான் மட்டுமே மிகக் குறைந்த உடல் திறன் உள்ள நங்கையாக இருந்திருக்கலாம். இதற்கு முன்பு, நான் இரயிலில் ஜன்னல் வழியாக ஏறுகின்றபோதெல்லாம், வெளியில், நடைமேடையில் ஒருத்தி நின்று கொண்டு என்னை உள்ளே தள்ளுவாள். மற்ற நால்வரும் உள்ளே இருந்தபடி என்னை உள்ளே இழுப்பார்கள். இந்தமுறை, உள்ளே இருந்து நான்குபேர் என்னை இழுத்தும், தலையை உள்ளே நுழைக்க முடியவில்லை. உறைய வைத்த அந்தக் குளிரிலும் எனக்கு வியர்த்துக் கொட்டியது. இந்த நேரத்தில் இரயில் புறப்பட்டது. யாராவது இந்தச் சமயத்தில் உதவுவார்களா என்று பயந்து போய்ச் சுற்றும்முற்றும் பார்த்தேன். மெலிந்த, கருத்த முகம் உடைய ஒரு சிறுவன் தயங்கித் தயங்கி என் பின்பக்கம் வந்தததைப் பார்த்தேன். ஆனால், எனக்கு உதவிக்கரம் நீட்ட வருவது அவன் நோக்கமாகத் தெரியவில்லை.

என்னுடைய சட்டைப் பையில் ஒரு பர்ஸ் வைத்திருந்தேன். நான் இரயிலில் ஏறும் முயற்சியில் அந்தப் பர்ஸ் வெளியில் தெரிய ஆரம்பித்தது. அவன் தன் இரண்டு விரல்களால் என் பர்ஸை கோதி எடுத்து விட்டான். நான் இரயில் ஏறும் தருணம் பார்த்து அந்தப் பர்ஸை அவன் திருடி விட்டான். நான் அழுது கூக்குரல் செய்து விட்டேன். அவன் எங்கும் தப்பி ஓட முயற்சிக்காமல் அங்கேயே நின்றான். என்னை நேராகப் பார்த்த அவன், சிறிது தயக்கத்துடன்

என்னுடைய பர்ஸை எடுத்த இடத்திலேயே வைத்து விட்டான். பிறகு அவன் என்னைப் பிடித்து இரயில் உள்ளே ஏற்றிவிட்டான். இரயில் வேகம் எடுக்கத் தொடங்கியபோது நான் உள்பக்கம் வந்து விட்டேன்.

இந்த நிகழ்ச்சியிலிருந்து இளம் வயது ஜேப்படி திருடர்கள் மீது எனக்கு ஒரு கரிசனம் ஏற்பட்டு விட்டது. கலாச்சாரப் புரட்சியைத் தொடர்ந்து வந்த ஆண்டுகளில் பொருளாதாரத்தில் ஒரு மந்த நிலை ஏற்பட்டது. அதனால், திருட்டு எங்கும் பரவலாக நடைபெறத் தொடங்கியது. நானும் ஒருமுறை ஓர் ஆண்டுக்கான என் உணவுக் கூப்பனை எப்படியோ பறிகொடுத்து விட்டேன். ஆனால் காவல் துறையினரோ, அல்லது 'சட்ட ஒழுங்கு' காவலர்களோ இளம் வயது ஜேப்படித் திருடர்களை அடித்தால், எனக்கு வலித்தது. சமுதாயத்தைக் காக்கும் தூண்கள் என்று சொல்லிக் கொள்ளும் வேடதாரிகளை விட நடைபாதையில் திரிந்த அந்தச் சிறுவன் அதிக அளவிலான மனிதத்தை காண்பித்தான்.

மொத்தமாக இந்தப் பயணத்தில் 2000 மைல்கள் தூரம் பயணித்தோம். இந்தப் பயணக் களைப்பை என் வாழ்நாளில் அனுபவித்ததில்லை. மாவோ வசித்த அவரது பழைய வீட்டைப் பார்வையிட்டோம். அது இப்போது ஓர் அருங்காட்சியகமாகவும், அதேசமயம் ஓர் ஆலயமாகவும் மாற்றப்பட்டிருந்தது. உறிஞ்சப்பட்ட விவசாயிகளின் தங்குவதற்கான இடமாக இருக்கும் என்று நான் எதிர்பார்த்ததற்கு மாறாக, அது மிகவும் கம்பீரமாகக் காணப்பட்டது. மாவோவின் அம்மாவுடைய மாபெரும் புகைப்படத்தின் கீழ் 'அன்பின் பிறப்பிடம்' என்ற வாசகம் எழுதப்பட்டிருந்தது. அந்த அம்மாவின் குடும்பம் மற்றவர்களைக் காட்டிலும் வசதி வாய்ப்பாக இருந்ததால், அவர்கள் ஏழை எளியோர்க்கு உணவு அளித்து வந்திருக்கிறார்கள். எனவே, நம் பெரும் தலைவரின் பெற்றோர்கள் குடும்பம் பணக்கார விவசாயிகளாக இருந்திருக்கிறார்கள். ஆனால், பணக்கார விவசாயிகள் 'வர்க்க எதிரிகள்!' மற்ற வர்க்க எதிரிகள் எல்லாம் வெறுப்புக்கு உள்ளாக்கப்பட்டபோது, ஏன் பெருந்தலைவரின் பெற்றோர்கள் மட்டும் பெருந்தகையாளர்களாகப் போற்றப்பட்டார்கள்? இந்தக் கேள்வி என்னைப் பெரும் அதிர்ச்சிக்குள்ளாக்கியது. ஆனால் அந்தக் கேள்வியை அப்படியே என்னுள்ளே போட்டு அடக்கிக் கொண்டேன்.

நவம்பர் மாத மத்தியில், மீண்டும் நாங்கள் பீக்கிங் திரும்பியபோது, தலைநகரே குளிரில் உறைந்து போய்க் கிடந்தது. இரயில் நிலையத்தில் முன்பிருந்த வரவேற்பு அலுவலகங்கள் இப்போது காணப்படவில்லை. காரணம், அவ்வளவு பெரிய இளைஞர்

பட்டாளத்திற்கு இந்த சிறிய இடம் போதுமானதாக இல்லை. ஒரு டிரக் வண்டி வந்து எங்களை ஒரு பூங்காவிற்கு ஏற்றிச் சென்றது. எங்களுக்கு தங்குமிடம் ஒதுக்கப்படுவதற்காக அந்த இரவு முழுவதும் அந்தப் பூங்காவிலே காத்துக் கிடந்தோம். தரையில் உட்கார முடியாது, ஏனென்றால் தரையெங்கும் பனிக்கட்டி படர்ந்திருந்தது. தாங்கிக் கொள்ள முடியாத குளிர் அது. ஒரு நிமிடமோ அல்லது இரண்டு நிமிடமோ நின்றுகொண்டே கண்ணயர்ந்தோம். இந்தக் கடுங்குளிர் எனக்குப் பழக்கப்படாத ஒன்றாக இருந்தது. நானும் குளிர்கால ஆடைகளையும் எடுத்து வரவில்லை. குளிர் என் எலும்புகள்வரை ஊடுருவிச் சென்றது. விடியாத இரவாக இது இருந்து விடுமோ என்ற பயமும் வந்துவிட்டது. அந்தப் பூங்காவின் நடுவில், உறைந்து கிடந்த ஏரியைச் சுற்றி சுற்றி வலம் வந்து கொண்டு நேரத்தைக் கழித்தேன்.

ஒருவாறு விடிந்தது. ஆனால் நாங்கள் இன்னும் வரிசையில்தான் காத்துக்கொண்டு நின்றோம். எங்கள் உடலில் இருந்த சக்தி எல்லாம் வற்றிவிட்டது. நன்றாக விடிந்த பிறகுதான் நாங்கள் தங்குமிடத்தை அடைந்தோம். அது ஒரு மத்திய நாடகப் பள்ளி. நாங்கள் தங்கிய அறை அப்போது ஒரு இசை வகுப்பாக இருந்திருக்கிறது. தரைமீது இரண்டு வரிசைகளில் நார் மெத்தைகள் போடப்பட்டிருந்தன. போர்வையோ, தலையணையோ இல்லை. விமானப்படை வீரர்கள் எங்களை வந்து சந்தித்தார்கள். எங்களைக் கவனித்துக் கொள்ளும்பொருட்டு மாவோவால் அனுப்பப்பட்ட விமானப்படை வீரர்கள் அவர்கள் என்றும், எங்களுக்கு அவர்கள் இராணுவப் பயிற்சி அளிக்க வேண்டும் என்றும் கூறினார்கள். மாவோ எங்கள்மீது பொழிந்த அன்பையும் ஆதரவையும் கண்டு நாங்கள் நெகிழ்ந்து விட்டோம்.

செங்காவலர்களுக்கு கொடுக்கப்பட்ட இராணுவப் பயிற்சி என்பது ஒரு புதிய வளர்ச்சியாக இருந்தது. ஆங்காங்கே சில நாச வேலைகளைக் கட்டவிழ்த்து விட்ட மாவோ, இப்போது அதற்கு ஒரு நிறுத்தத்தை கொண்டு வந்தார். நாடகப் பள்ளியில் தங்க வைக்கப்பட்டிருந்த செங்காவலர்கள் அனைவரையும் ஒரு தரைப்படைப்பிரிவு போல வான்படை வீரர்கள் அமைத்துக் கொடுத்தனர். அவர்களோடு நாங்கள் இனியதோர் நட்புறவை ஏற்படுத்திக் கொண்டோம். அதிலும் இரண்டு அதிகாரிகளை எங்களுக்கு மிகவும் பிடித்து விட்டது. வழக்கப்படி அவர்களின் குடும்பப் பின்புலங்களை அறிந்து கொண்டோம். அந்தக் கமாண்டர் வடக்குச் சீனாவில் ஒரு விவசாயியாக இருந்தவர். இன்னொருவர் கம்யூனிஸ்ட் கட்சிக்காரர்; அவர் 'நந்தவன நகரம்'

என்று அழைக்கப்பட் சூஷு என்னும் நகரத்து அறிவு ஜீவிகள் குடும்பப் பின்புலத்திலிருந்து வந்தவர். அவர்கள் ஒருநாள் எங்கள் ஆறுபேரையும் மிருகக்காட்சிசாலைக்கு அழைத்துச் சென்று காட்டுவதாக முடிவெடுத் திருந்தனர். ஆனால், எல்லாரையும் அழைத்துச் செல்ல ஜீப்பில் போதுமான இடவசதி போதாததால், அந்த திட்டத்தை யாரிடமும் சொல்லி விட வேண்டாம் என்று எங்களிடம் கூறினார்கள். கலாச்சாரப் புரட்சிக்கு மாறான செயல்பாடுகளைச் செய்வதாக இது பொருள்படாது என்று கூறினார்கள். அவர்களைச் சிக்கலில் மாட்டிவிடக்கூடாது என்ற நோக்கத்தில், எல்லாமே கலாச்சாரப் புரட்சியைச் சார்ந்ததாகவே இருக்க வேண்டும் என்று கூறி, அத்திட்டத்தைத் தவிர்த்து விட்டோம். அந்த இரண்டு அதிகாரிகளும் ஒரு பை நிறைய ஆப்பிள் பழங்களைக் கொண்டு வந்து கொடுத்தார்கள். செங்குடுவில் இதையெல்லாம் பார்க்கக்கூடக் கிடைக்காது. இன்னும் ‘செஸ்ட்நட்’ என்னும் அரிய பருப்புக் கொட்டைகளைச் சாப்பிடக் கொண்டுவந்து கொடுத்தார்கள். இவையெல்லாம் பீக்கிங்கின் சிறப்புகள் என்று கேள்விப்பட்டிருந்தோம். இதற்கு நன்றி பாராட்டும் பொருட்டு, ஓசைப்படாமல் அவர்களின் படுக்கை அறைக்குள் நுழைந்து, அவர்களின் அழுக்கான ஆடைகளை எடுத்துக் கொண்டு வந்து, சுத்தமாகத் துவைத்துக் கொண்டு போய் வைத்து விடுவோம். அந்த உறை பனி நீரில், அந்தக் கனமான காக்கிச் சீருடையை நனைத்து துவைத்தது எவ்வளவு அதிகக் கடினமாக இருந்தது என்று இன்றும் நன்கு என் நினைவில் இருக்கிறது. ஆயுதப் படையினரிடமிருந்து நாம் நிறையக் கற்றுக் கொள்ள வேண்டும் என்று மாவோ கூறினார். என்னவென்றால், இராணுவத்தினரைப் போல அனைவரும் கடுமையான விதிமுறைகளுக்கு உட்பட்டு, மாவோவுக்கு மட்டுமே உண்மையாக நடந்து கொள்ள வேண்டும் என்ற ஒற்றை கோட்பாடு வலிந்து திணிக்கப்பட்டது. இராணுவ வீரர்களிடம் கற்றுக் கொண்டதுடன் அவ்வீரர்கள் மீது அன்பும் மரியாதையும் கூடியது. பாடல்கள் நடனங்களில் சிறப்பு பெற்றிருந்த பெண்கள், சிப்பாய்களுக்கு துணி துவைத்துக் கொடுத்து உதவினார்கள்.

அவர்களின் அந்தரங்க ஆடைகளையும் துவைத்துப் போட்டோம். அவை ஓர் ஆணின் அந்தரங்க ஆடை என்பதால், அது எனக்கு எந்தவிதமான பாலுணர்வுக் கிளர்ச்சியையும் ஏற்படுத்தவில்லை. இளம் பருவத்தினரிடையே பாலியல் வேட்கையை வளர்க்கக்கூடிய மிக மோசமான அரசியல் எழுச்சி, என் பருவத்து சீனப் பெண்களை மீளாத் தாக்கத்திற்கு உள்ளாக்கியது என்று சொல்லலாம். ஆனால் எல்லாப் பெண்களையும் அப்படி சொல்லிவிட முடியாது. பெற்றோர்களின் கட்டுப்பாடு இல்லாத தருணங்கள் பாலியல்

ஒழுக்கத்தை இழக்கச் செய்யும் தருணங்கள் ஆகிவிடும். நான் வீடு திரும்பி வந்தபோது, பீக்கிங் நகரிலிருந்து சில செங்காவலர்களுடன் பயணம் செய்த, 15 வயது நிரம்பிய, அழகான என் முன்னாள் வகுப்பு தோழி ஒருத்தியைப் பற்றிய செய்தி ஒன்று கேள்விபட்டேன். வழியில் சில ஆண்கேளாடு அவள் பாலியல் தொடர்பு ஏற்படுத்திக் கொண்டதால், வீட்டிற்கு வந்தபோது அவள் கருவுற்றிருந்தாள். இதை அறிந்த அவளது தந்தையிடம் அடியும் உதையும் வாங்கினாள். அக்கம் பக்கத்தோர் ஏளனமாகப் பார்த்தார்கள். அவளது தோழிகள் மத்தியில் இந்த வதந்தி உற்சாகமாகப் பரவியது. ‘அவமானம் தாங்க முடியாமல் தற்கொலை செய்து கொள்ளப் போகிறேன்’ என்று சொல்லி, ஒரு கடிதம் எழுதி வைத்து விட்டு, அவள் தன்னை மாய்த்துக் கொண்டாள். உண்மையான கலாச்சாரப் புரட்சியின் இலக்காக இருந்திருக்க வேண்டிய ‘அவமானம் என்னும் இடைக்காலத்தின் அடிப்படைக் கோட்பாட்டிற்கு’ யாரும் அறைகூவல் விடுக்கவில்லை. இந்தக் கோட்பாடு மாவோவின் கவனத்திற்கு உட்பட்டதும் இல்லை; செங்காவலர்கள் ஒழித்துக் கட்டக்கூடிய ‘பழமைகளில்’ ஒன்றாக இது இருந்ததில்லை.

கலாச்சாரப் புரட்சி இயக்கம் ஏராளமான கடும் போராளிகளை உருவாக்கியது. அதில் இளம் பெண்கள் அதிகம். என்னுடைய இன்னொரு வகுப்பு தோழி ஒருத்திக்கு 16 வயது பையனிடமிருந்து ஒரு காதல் கடிதம் வந்தது. ‘கலாச்சாரப் புரட்சி இயக்கத்தின் துரோகி’ என்று திட்டி, ஒரு கடிதத்தை எழுதி திருப்பிக் கொடுத்து விட்டாள்; ‘என்ன தைரியம் இருந்தால், உனக்கு இந்த ஈனப்புத்தி வந்திருக்கும்? வர்க்க எதிரிகள் பரவி வருகின்ற நேரம் இது. முதலாளித்துவ உலகில் மக்கள் இன்னும் பரிதாப நிலையில் வாழ்ந்து கொண்டிருக்கிறார்கள்’ என்று சொல்லி அவனைத் திட்டி எழுதி இருக்கிறாள். இவ்வாறு பாதிக்கப்பட்ட பல பெண்களை எனக்கு தெரியும். ஏனென்றால், போராளிகளாக வரவேண்டும் என்று மாவோ பெண்களுக்கு அழைப்பு விடுத்தார். என் பருவத்து பெண்கள் வளர்ந்து வந்தபோது, பெண்மைத் தன்மை என்பது போராடுவதற்கு ஓர் இடையூறு இல்லை என்று உணரப்பட்டது. உரத்த குரலில் பேச, நேர்கொண்டு நடக்க, எதிர்ப்பைக் காட்டும் ஆண்கள் போல் செயல்பட பல பெண்கள் முயற்சி எடுத்து வந்தார்கள். இம்முயற்சி எடுக்காத பெண்களை இவர்கள் கேலியாகப் பேசினார்கள். பெண்மைத் தன்மையை வெளிப்படுத்தும் வாய்ப்பு அங்கே கிடையாது. முதலாவது, எங்கள் விருப்பத்திற்கேற்றவாறு எதையும் அணிந்து கொள்ள எங்களுக்கு அனுமதி இல்லை. நீல நிறம், சாம்பல் நிறம், பச்சை நிறம் ஆகிய நிறங்கள்

கொண்ட கால்சட்டையும், மேலாடையும் அணிந்து கொள்ளவே அனுமதிக்கப்பட்டோம்.

நாடகப் பள்ளியின் கூடைப்பந்து விளையாட்டு அரங்கில் வைத்து விமானப் படை அதிகாரிகள் எங்களுக்கு பயிற்சி அளித்தார்கள். விளையாட்டு அரங்கத்தை ஒட்டி இருந்தது உணவு விடுதி. காலைச் சிற்றுண்டியை முடித்து விட்டு பயிற்சியைத் தொடங்கினாலும், என் கண்கள் என்னவோ சிற்றுண்டிச் சாலையையே சுற்றி சுற்றி வந்தன. எனக்கு ஏதாவது சாப்பிட்டே ஆக வேண்டும் போலிருந்தது. காலையில் சாப்பிட்ட கறி போதாததாலோ அல்லது அதிகக் குளிரினாலோ, அல்லது பயிற்சியில் ஏற்பட்ட களைப்பினாலோ அப்படித் தோன்றியது. சிச்சுவானில் கிடைக்கும் சிறப்பு வகை உணவுகளாகிய வறுவல் செய்யப்பட்ட வாத்துக்கறியும், இனிப்பும் புளிப்பும் கலந்த மீன் குழம்பும், திராட்சை மதுவில் தோய்த்து எடுத்து பக்குவமாக சமைக்கப்பட்ட கோழிக்கறி மற்றும் இன்னும் பல ருசியான உணவுகளை உண்ண வேண்டுமென்று ஆவல் கொண்டேன்.

எங்கள் ஆறு பேருக்குமே கையில் பணம் வைத்துக் கொள்ளும் பழக்கம் இல்லை. புதுப்புது பொருட்களை வாங்க வேண்டும் என்ற ஆசையை 'முதலாளித்துவ' சிந்தனையாகவும் எண்ணினோம். நான் அவ்வளவு பசியாக இருந்தபோதும், ஏதாவது சாப்பிட்டே ஆக வேண்டுமென்று உணவின்மேல் ஆர்வமாக இருந்தபோதும், நான் ஒரே ஒரு கொத்து செஸ்ட்-நட் மட்டுமே வாங்கி உண்டேன். அதுவும் எங்கள் அலுவலர்கள் வாங்கிக் கொடுத்த செஸ்ட்நட்டை உண்டபிறகு அதன்மேல் உண்டான ஆசையால் அதை வாங்கிச் சாப்பிட்டேன். மேலும் மிகுந்த யோசனைக்குப் பிறகு, மற்றவர்களையும் கலந்து ஆலோசித்த பிறகே அதை வாங்கி உண்ணும் தீர்மானத்துக்கு வந்தேன். வீட்டிற்கு சென்றதும் முதல் வேளையாக, பழைய நாட்பட்ட பிஸ்கட்களை வேகவேகமாக விழுங்கிவிட்டு, பயணச் செலவுக்கு எனக்கு கொடுக்கப்பட்ட பணத்தை அப்படியே, பைசாக் குறையாமல், அம்மாவிடம் திருப்பிக் கொடுத்தேன். அம்மா என்னை இழுத்து அணைத்துக் கொண்டு, 'நல்ல பொண்ணு'ம்மா நீ ! என்றாள்.

அங்கிருந்து மூட்டு வலியை இழுத்துக் கொண்டு வீடு திரும்பினேன். பீக்கிங் நகரில் குழாய்த் தண்ணீரும் உறைந்து விடும். இருப்பினும், திறந்த வெளியில் 'ஓவர் கோட்' இல்லாமல் நான் பயிற்சி எடுத்துக் கொண்டேன். விறைத்துப் போன கால்களைக் கழுவிக் கொள்ளக்கூட வெந்நீர் கிடைக்காது. அங்கு சென்றடைந்த முதல் நாள் எங்களுக்கு போர்வை கொடுக்கப்பட்டது. நாளாக,

நாளாக பெண்கள் அதிக அளவில் வந்து கொண்டே இருந்தனர். அதனால், போர்வை பற்றாக்குறை ஏற்பட்டது. அதனால், மூன்று போர்வைகளை அவர்களுக்கு கொடுத்து விட்டோம். மீதமுள்ள மூன்று போர்வைகளை கொண்டு நாங்கள் ஆறு பேரும் சமாளித்துக் கொண்டோம். அடுத்தவர்களுக்கு எப்போதும் உதவ வேண்டும் என்று எங்கள் வளர்ப்புமுறை எங்களுக்கு கற்பித்திருந்தது. யுத்த சமயத்தில் பயன்படுத்துவதற்காக ஒதுக்கி வைத்திருந்த போர்வைகளை எங்களுக்கு வழங்கியிருக்கிறார்கள். செங்காவலர்களின் நலன் கருதி மாவோ இந்த நடவடிக்கை எடுத்திருந்தார். எங்களின் இதயப்பூர்வமான நன்றிகளை மாவோவுக்கு தெரிவித்துக் கொண்டோம். அதற்குமேல் போர்வை கிடைக்காத போதும், நாம் இன்னும் அதிகமாக மாவோவுக்கு நன்றிக் கடன் பட்டிருக்க வேண்டும் என்று எங்களுக்கு சொல்லப்பட்டது. ஏனெனில், சீனாவில் இருக்கும் அனைத்தையும் மாவோ எங்களுக்கு அளித்துவிட்டார்.

கொடுக்கப்பட்ட போர்வையும் மிகச் சிறியது. நெருக்கியடித்துப் படுத்துக் கொண்டால்தான் ஒரு போர்வையை இருவர் போர்த்திக் கொள்ள முடியும். அப்பா தடுப்புக் காவலில் கொண்டு செல்லப்பட்டார். அம்மா பீக்கிங் சென்றுவிட்டாள். அத்துடன் சேர்த்து, தற்கொலை முயற்சியைப் பார்த்ததிலிருந்து கெட்ட கெட்ட கனவுகளாக வரத் தொடங்கின. அதனால் என்னால் சரியாகத் தூங்க முடியவில்லை. அந்த அறைக்கு போதிய கணப்பு கொடுக்கப் படவில்லை. ஒருசமயம் நான் அயர்ந்து தூங்கியபோது, என் கால்கள் சில்லிட்டுப் போய்விட்டன. பீக்கிங்கை விட்டுப் புறப்படுமுன்பே, என் முழங்கால் மூட்டுகள் வீங்கிவிட்டன. நீட்ட, மடக்க கடினமாகிப் போய்விட்டது.

வலி நிற்கவில்லை. கிராமப்புறங்களிலிருந்து வந்த சில பெண்களிடம் உண்ணியும், பேனும் ஒற்றிக் கொண்டிருந்தன. ஒருநாள் எங்கள் அறைக்குள் நான் நுழைந்த போது, என் தோழி ஒருத்தி உட்கார்ந்து அழுது கொண்டிருந்தாள். அவள் அணிந்திருந்த உள்ளாடைகளில், சில இடங்களில் பொட்டுப் பொட்டாக வெள்ளை நிற சிறிய முட்டைகள் காணப்பட்டிருக்கின்றன. அவைகள் பேன் முட்டைகள். இது எனக்கு ஒரு பயத்தை ஏற்படுத்திவிட்டது. ஏனென்றால், பேன்கள் தாங்க முடியாத அரிப்பை உண்டாக்கிவிடும். இது சுகாதாரக் குறைபாட்டினால் வரக்கூடியது. இதிலிருந்து எனக்கு அரிப்பு வந்து விட்டதுபோல ஓர் உணர்வு வந்து கொண்டே இருந்தது. அதனால், ஒரு நாளில் பல தடவை என் உள்ளாடைகளை சரிபார்த்துக் கொண்டேன். மாவோ எங்களைக் காணவர வேண்டும்

என்று எவ்வளவு ஆவலாக இருந்தேனோ அதேஅளவு நான் வீட்டிற்கு போக வேண்டுமென்றும் ஆவலாக இருந்தேன்.

நவம்பர் மாதம் 24ஆம் நாள் மாலை நேரம், நான் மாணவர்களின் ஓர் அறையில் அமர்ந்து (நாகரிகம் கருதி, அலுவலர்களும், இளைஞர்களும் எங்கள் அறைக்குள் வரமாட்டார்கள்) மாவோவின் பொன்மொழிகளை வாசித்துக் கொண்டிருந்தேன். எங்களின் இனிய கமாண்டர் மெல்ல நடந்து உள்ளே வந்தார். கலாச்சாரப் புரட்சியின் புகழ்பெற்ற பாடலை எங்களுக்குப் பயிற்சி அளிக்க ஏற்பாடு செய்யப் போவதாகக் கூறினார். 'கடற் பயணத்தில் நமக்கு ஒரு மாலுமி தேவை' என்பதுதான் அந்தப் பாடல். இதற்கு முன்னால் அவர் இப்படிப் பாடச் செய்ததில்லை. எங்களுக்கு ஏகப்பட்ட மகிழ்ச்சி. கைகளால் தாளம் போட்டபடிப் பாடினார். அவர் கண்கள் பிரகாசித்தன. கன்னங்கள் சிவந்தன. அது முடிந்ததும், அவர் எந்தவித உணர்ச்சியையும் காட்டிக் கொள்ளாமல், ஒரு நல்ல செய்தி சொல்லப் போவதாகக் கூறினார். அது என்னவென்று நாங்கள் தெரிந்து கொண்டோம். 'நாளைக்கு நாம், தலைவர் மாவோவைப் பார்க்கப் போகிறோம்' என்று எங்களை ஆச்சரியத்தில் ஆழ்த்தினார். நாங்கள் எழுப்பிய ஆரவாரத்தில் அடுத்து அவர் கூறிய வார்த்தை எங்கள் காதுகளில் விழவில்லை. எங்களின் ஆரவாரம், 'பெருந்தலைவர் மாவோ நீடுழி வாழ்க: நாங்கள் இறுதிவரை மாவோவைப் பின்பற்றி வாழ்வோம்' என்று இலட்சியக் குரலாக உருவெடுத்தது.

அந்த நொடியிலிருந்து யாரும் அந்த வளாகத்தை விட்டு வெளியே போகக்கூடாது என்றும், இவ்வாறு யாரும் வெளியே போய்விடாமல் ஒருவரையொருவர் கண்காணித்து கொள்ள வேண்டும் என்றும் கமாண்டர் சொன்னார். இவ்வாறு ஒருவரை ஒருவர் கண்காணித்துக் கொள்வது இயல்புதான். அதுதவிர, இது மாவோவிற்கான ஒரு பாதுகாப்பு நடவடிக்கை. இதனால் எங்களுக்கு மகிழ்ச்சியே! இரவு உணவு முடிந்ததும், கமாண்டர் எங்கள் அலுவலரையும் வந்து பார்த்தார். 'மாவோவின் பாதுகாப்பை உறுதிப்படுத்திக் கொள்ளும் பொருட்டு, உங்களால் ஏதாவது செய்ய முடியுமா?' என்று எங்களுக்கு மட்டும் கேட்குமாறு மெதுவாகக் கூறினார். 'நிச்சயமாக.' மெதுவாகப் பேசுமாறு சைகை காட்டிவிட்டு தொடர்ந்து, 'நாளைக் காலை புறப்படுவதற்கு முன்பு, வேண்டாத பொருட்களை எடுத்துச் செல்லாதவாறு ஒருவரை ஒருவர் சோதனை செய்துகொள்ள முடியுமா? இளம் வயதினர் சட்டதிட்டங்களை எளிதில் மறந்து விடுகிறார்கள் என்பது உங்களுக்கும் தெரியும்' என்று சொன்னார். ஏற்கனவே அதற்குரிய சட்ட திட்டங்களை விளக்கிக் கூறியிருக்கிறார். எந்த ஒரு உலோகப் பொருளையும், அதாவது

சாவிக்கொத்து உட்பட, எதையும் பேரணியில் செல்பவர்கள் எடுத்துச் செல்லக்கூடாது.

எங்களில் பலர் மகிழ்ச்சியில் தூங்கவே இல்லை. இரவு முழுவதும் பேசியே கழித்தோம். நான்கு மணிக்கெல்லாம் எழுந்து தயாராகி விட்டோம். தியானன்மன் சதுக்கத்திற்கு செல்ல வேண்டிய அரைமணி நடைபயணத்திற்கு அணிவகுத்து நின்றோம். எங்கள் 'குழு' புறப்படத் தயாராகி, அதிகாரியின் கண் அசைவுக்காகக் காத்திருந்தது. அப்போது பிளம்பி என்ற அந்த அதிகாரி எழுந்து நின்று, இப்போது ஒரு சோதனை தேவை என்று முன் மொழிந்தாள். நமது நேரத்தை இவள் வீணடித்துக் கொண்டிருக்கிறாள் என்று சிலர் கூறுவது எனக்கு கேட்டது. ஆனால் எங்கள் குழு கமாண்டரும் அதை வழிமொழிந்து பேசினார். 'என்னை முதலில் சோதனை போடுங்கள்' என்று அவரே கேட்டுக் கொண்டார். அவரைச் சோதனையிட ஒரு சிறுவன் அழைக்கப்பட்டான். அவன் அவரிடமிருந்து ஒரு பெரிய சாவிக் கொத்தைக் கண்டெடுத்தான். ஏதோ கவனக் குறைவாக நடந்து விட்டது போல அவர் நடித்தார். பிறகு அவர் பிளம்பியைப் பார்த்து ஒரு வெற்றிப் புன்னகையை அள்ளி வீசினார். மீதமுள்ள நாங்கள் ஒருவரை ஒருவர் சோதனையிட்டுக் கொண்டோம். இதுபோலச் செய்யும் செயல்பாடுகள் மாவோவைப் பின்பற்றுபவர்களின் நடவடிக்கைகளைப் பிரதிபலித்தது. நடைமுறைச் செயல்பாடுகள் அனைத்தும் மக்களின் விருப்பங்களுக்கேற்றவாறு நடந்தது போல பார்க்கப்பட்டது.

அந்த அதிகாலையில் தெருக்கள் எல்லாம் விழாக்கோலம் போல களை கட்டியிருந்தது. மாநிலங்கள் முழுவதிலிருந்தும் வந்திருந்த செங்காவலர்கள் தியானன்மன் சதுக்கம் நோக்கி அணிவகுத்து சென்றார்கள். இலட்சியக் குரல்களின் கர்ஜனை காதுகளைச் செவிடாக்கியது. எங்கள் கைகளை உயர்த்தி, உயர்த்தி இலட்சியக் குரல்களை முழங்கினோம். அப்போது எங்களின் கைகளில் உயர்த்திப் பிடிக்கப்பட்டிருந்த சிறிய செம்புத்தகங்கள், இருளுக்கு எதிரான ஒரு சிகப்பு வரிசையை உண்டாக்கியது போலிருந்தது. விடியுமுன் சதுக்கத்தை அடைந்து விட்டோம். 'சமாதானச் சாலையின்' வடதிசையில் நிறுத்தப்பட்டிருந்த முன் வரிசையிலிருந்து நான் ஏழாவது வரிசையில் நின்றேன். அங்கிருந்து கிழக்கு நோக்கி இருந்த தியானன்மன் சதுக்கத்திற்கு பேரணி நகர வேண்டும். எனக்கு பின்னால் பல வரிசைகள் நின்றன. வரிசையில் நிறுத்தப்பட்டவுடன், எல்லாரையும் தரையில் சம்மணமிட்டு அமரவேண்டும் என்று அதிகாரிகள் ஆணையிட்டனர். வீங்கிப்

போயிருந்த என் முழங்கால்கள் இன்னும் அதிகமாக வலித்தன. அந்த மோசமான தரையில் கிடந்த கூர்மையான உலோகப் பொருட்கள் என் இருப்பிடத்தை குத்தின. எனக்கு பயங்கரக் குளிரும் மயக்கமுமாக இருந்தது. அந்த இரவு தூங்க முடியாமல் போனதால் நான் மிகவும் சோர்ந்து போனேன். எங்கள் உற்சாகத்தைக் குறைய விடாமல் வைத்துக் கொள்ள, ஒவ்வொரு குழுவும் அடுத்த, அடுத்த குழுக்களுக்கு சவால் விடுமாறு நிற்காமல் உரத்த குரலில் பாடிக்கொண்டே இருந்தோம்.

மதிய உணவு நேரத்திற்கு சற்றுமுன்பு, 'பெருந்தலைவர் மாவோ நீடூழி வாழ்க' என்ற கோஷம் கிழக்கு திசையிலிருந்து கர்ஜனை போலக் கிளம்பியது. நான் கையில் செங்கொடியை வைத்து ஆட்டிக் கொண்டே இருந்தேன். மாவோ இந்த வழியாக ஒரு திறந்த வாகனத்தில் செல்ல விருக்கிறார் என்பது தாமதமாகத்தான் தெரிந்தது. திடீரென்று, என்னைச் சுற்றி இடிமுழக்கம் போன்ற, 'பெருந்தலைவர் மாவோ நீடூழி வாழ்க! எங்கள் ஒப்பற்ற தலைவர் மாவோ பல்லாண்டு வாழ்க' என்ற குரல்கள் விண்ணைப் பிளந்தன. எனக்கு முன்னால் அமர்ந்திருந்தவர்கள் எழுந்து நின்று, ஆரவாரத்தில் துள்ளிக் குதித்தார்கள். கைகளில் சிறு செம்புத்தகங்களுடன் உயர்த்தி அசைத்துக் கொண்டிருந்தார்கள். 'உட்காருங்கள், உட்காருங்கள்' என்று கத்திப் பார்த்தேன். யாரும் செவி சாய்க்கவில்லை. எங்கள் குழு கமாண்டர் எல்லாரும் அப்படியே அமர்ந்திருக்க வேண்டும் என்று ஆணையிட்டார். மாவோவைக் கண்களால் தரிசித்து விட வேண்டும் என்ற வெறியில் சிலர் எல்லை மீறி செயல்பட்டார்கள்.

நீண்டநேரம் ஒரே நிலையில் உட்கார்ந்திருந்ததால் என் கால்கள் மரத்துவிட்டன. சில நிமிடங்கள், எங்கும் கொதித்துக் கொண்டிருந்த வெயிலில் மக்களின் தலை வெள்ளம்தான் கண்ணில் பட்டது. காலை நீட்டி எழுந்து நின்று பார்த்தபோது, அணிவகுத்து சென்ற வாகனத்தின் கடைசிப் பகுதிதான் என் கண்ணில் பட்டது. ஜனாதிபதி லியூ ஷவ்-சீ நான் இருந்த திசையில் தன் முகத்தைத் திருப்பினார்.

லியூ, 'மாவோவின் முன்னணி எதிரி என்றும், சீனாவின் குருச்சேவ்' என்றும் சுவரொட்டிகள் அவரை கண்டனம் செய்யத் தொடங்கி விட்டன. அவர் அதிகாரப்பூர்வமாகக் கண்டனம் செய்யப்படாவிட்டாலும், அவருடைய வீழ்ச்சி நெருங்கிக் கொண்டிருந்தது. செங்காவலர் பேரணியில் அவருக்கு முக்கியத்துவமான இடம் கொடுக்கப்படவில்லை என்று ஊடகச் செய்திகள் வெளிவந்தன. இந்த பேரணியில்கூட, இரண்டாவது இடத்தில் முக்கியத்துவம் பெற்றிருந்த, மாவோவுக்கு அருகில்

பீகிங் நகர் யாத்திரை

நிற்கவேண்டிய லியூ, கடைசியாகச் சென்ற ஏதோ ஒரு காரில் பின்பக்கமாக இருந்தார்.

லியூ மிகவும் சோர்ந்து, எதற்கோ கட்டுப்பட்டு இருப்பது போலக் காணப்பட்டார். அதனால் அவர்மீது எனக்கு எந்தவிதமான இரக்கமும் ஏற்படவில்லை. அவர் நாட்டின் ஜனாதிபதியாக இருந்தாலும், எங்கள் தலைமுறையினர் மீது அவர் அக்கறை எடுத்துக் கொள்ளவில்லை. மாவோவின் கோட்பாட்டை மட்டுமே கொண்டு வளர்ந்தவர்கள் நாங்கள். லியூ, மாவோவுக்கு எதிராகச் செயல்பட்டால், அவர் போய்விடுவது நல்லது என்பது போலத் தெரிந்தது.

கடல் அலைபோல எண்ணற்ற இளைஞர்கள் தங்கள் விசுவாசத்தை மாவோவுக்கு விண்ணதிர முழங்கிக் கொண்டிருக்கிறபோது, தனது நிலை இப்போது மிகவும் பரிதாபமாகப் போய்விட்டது என்று லியூ உணர்ந்திருக்க வேண்டும். இதில் வேடிக்கை என்னவென்றால், மாவோ இன்று வானளாவப் புகழப்படுவதற்கு லியூதான் அடித்தளம் அமைத்துக் கொடுத்திருக்கிறார். மதம் என்பது இல்லாத ஒரு மாபெரும் தேசத்தின் இளைஞர்கள், கண்மூடித்தனமாக மாவோவை ஆராதனை செய்கிறார்கள். லியூவும் அவரது ஆதரவாளர்களும், இதுபோன்ற புகழ்ச்சியால் மாவோ மன நிறைவடைந்து விடுவார் என்றும், அதனால் அவர்கள் செய்யும் எளிய வேலைகளைத் தொடர்ந்து செய்ய மாவோ தங்களை அனுமதிப்பார் என்ற நோக்கத்திலும், இவர் மாவோவைப் புகழ்ச்சியின் உச்சியில் கொண்டுபோய் வைத்திருக்க வேண்டும். ஆனால் மண்ணிலும், விண்ணிலும் தானே அனைத்து அதிகாரமும் கொண்டவராக இருக்க வேண்டும் என்பதே மாவோவின் விருப்பம். லியூவின் ஆதரவாளர்களால் எதுவும் செய்ய முடியாது. மாவோவின் கோட்பாட்டிற்கு முற்றுப்புள்ளி என்பதே கிடையாது.

1966 ஆம் ஆண்டு நவம்பர் 25ஆம் நாள் காலை அத்தகைய பிரதிபலிப்பு என் மனதில் உதிக்கவில்லை. என்னுடைய கவலையெல்லாம் மாவோவை ஒருமுறை கண்ணால் பார்த்துவிட வேண்டும் என்பதுதான். லியூவின் மீது பதிந்திருந்த என் பார்வையைத் திருப்பி, வாகன அணிவகுப்பின் முன்புறத்தை நோக்கினேன். எங்களின் மாறாத நம்பிக்கைக்குரிய மாவோவின் முதுகுப்புறத்தில் என் கண்கள் நிலைகுத்தி நின்றன. வலது கையை உயரத் தூக்கி அசைத்துக் கொண்டேயிருந்தார். ஒரு கட்டத்தில் மறைந்து விட்டார். என் இதயம் உடைந்து விட்டது. மாவோவை பார்த்தது அவ்வளவு தானா! மின்னல் கீற்று போல் தெரிந்த முதுகு மட்டும்தானா? திடீரென்று சூரியக் கதிர்கள் மங்கத் தொடங்கின.

என்னைச் சுற்றி நின்று கொண்டிருந்த செங்காவலர்கள் பெரும் கூச்சலையும் ஆரவாரத்தையும் ஏற்படுத்திக் கொண்டிருந்தார்கள். எனக்கு அடுத்தாற்போல் நின்று கொண்டிருந்த பெண், தனது வலது கை ஆட்காட்டி விரலை ஏதோ ஒன்றால் கிழித்துக் கொண்டாள். அதிலிருந்து இரத்தம் வழிந்தது. அழகாக மடிக்கப்பட்டிருந்த கைகுட்டையை எடுத்து, தன் இரத்தத்தால் அதன்மீது எதையோ எழுதினாள். அவள் என்ன எழுதப் போகிறாள் என்பது எனக்கு தெளிவாகத் தெரிந்துவிட்டது. பலமுறை செங்காவலர்கள் இதுபோலச் செய்திருக்கிறார்கள். 'இன்றைக்கு நான்தான் இவ்வுலக மகிழ்ச்சியின் உச்சத்தைத் தொட்ட பெண். எங்கள் மாபெரும் தலைவர் மாவோவை என் கண்களால் தரிசித்து விட்டேன்.' அவளைக் கவனித்துப் பார்த்தபின் என் நம்பிக்கையை இன்னும் இழந்துவிட்டேன். வாழ்க்கை ஓர் அர்த்தமற்றதாகத் தெரிந்தது. ஏதோ ஒரு சிந்தனை என் மனதில் பளிச்சிட்டது; நான் தற்கொலை செய்து கொண்டால் என்ன?

அடுத்த நொடிப்பொழுதே அந்த எண்ணம் காணாமல் போனது. அந்தக் கருத்து என் ஆழ் மனத்தில் இருந்து உண்டானது. அது மாவோவைப் பார்க்கப் புறப்பட்ட பயணத்தின் வேதனைகளையும், ஏமாற்றத்தின் அளவையும் வெளிப்படுத்தியது. பயணக் கூட்டத்தால் நிரம்பி வழிந்த இரயில், வீக்கமடைந்த முழங்கால்கள், பசி, குளிர், உடலில் ஏற்பட்ட அரிப்பு, வயிற்றைக் குமட்டும் கழிப்பறைகள், உடல் சோர்வு - எல்லாமே பயனற்றுப் போய்விட்டன.

எங்கள் பயணம் ஒரு முடிவுக்கு வந்தது. சில நாட்களில் வீடு திரும்பினோம். பயணம் போதும் போதும் என்று ஆகிவிட்டது. இயல்பான வாழ்க்கையும், இதமான வெதுவெதுப்பும், வெந்நீர்க் குளியலும் தேவைப்பட்டது. ஆனால், வீடு என்று நினைத்தபோது ஒருவகை அச்சம் என்னைத் தொற்றிக் கொண்டது. எவ்வளவுதான் கஷ்டமாக இருந்தாலும், இந்தப் பயணத்தில் அச்சம் என்பதற்கு எந்த வாய்ப்பும் இல்லாமல் இருந்தது. ஆயிரக்கணக்கான செங்காவலர்களுடன், சுமார் ஒரு மாத காலத்திற்கும் மேலாக நெருக்கமான பழக்கத்தில் இருந்தும், எந்த வன்முறைக்கும் இடமில்லை; எந்தப் பயமும் இருந்ததில்லை. மாவோவைக் காணவேண்டும் என்ற வெறி கொண்டிருந்த அந்தக் கட்டுக்கடங்காத கூட்டத்தினரிடையே, ஒழுக்கமும் அமைதியும் நிலவியது. அங்கு சந்தித்த மனிதர்கள் அனைவரும் நட்புக்கு இலக்கணம் தெரிந்தவர்கள்.

பீக்கிங்கை விட்டு திரும்புமுன் அம்மாவிடமிருந்து ஒரு கடிதம் வந்தது. அப்பா இப்போது முற்றிலும் நலம் பெற்று விட்டார்

என்றும், செங்குடுவில் அனைவரும் நலம் என்றும் எழுதி இருந்தாள். அம்மாவும் அப்பாவும் முதலாளி வர்க்கக் கைக்கூலிகள் என்று முத்திரை குத்தப்பட்டுள்ளார்கள் என்ற செய்தியுடன் அந்தக் கடிதம் முடிக்கப்பட்டிருந்தது. என் இதயம் சுக்குநூறாக உடைந்து விட்டது. இப்போது எனக்கு தெளிவாக ஒன்று புரிந்து விட்டது; முதலாளி வர்க்கக் கைக்கூலிகளும், அதுபோல கம்யூனிஸ்ட் அதிகாரிகளும் கலாச்சாரப் புரட்சியின் 'களையெடுக்கப்பட வேண்டிய' இலக்கை உடையவர்களாக ஆக்கப்பட்டார்கள். இதனால் எனக்கும், என் குடும்பத்தாருக்கும் என்ன ஆகுமோ என்று விரைவில் தெரிந்து கொள்ள வேண்டியிருந்தது.

19

'குற்றம் சுமத்த மனமிருந்தால் அதற்கு சாட்சியும் இடமளிக்கிறது'

என் பெற்றோர்களின் வலியும், வேதனையும்...

டிசம்பர் 1966-1967

கம்யூனிஸ்ட் கட்சிக்குள்ளிருக்கும் முதலாளி வர்க்கக் கைக்கூலிகள், முதலாளித்துவ கொள்கையில் நாட்டமுள்ள பலம் பொருந்திய அரசு அலுவலர்களாக இருந்தவர்கள். ஆனால் அடிப்படை உண்மை என்னவென்றால், ஓர் அரசு அலுவலர் வேறு எந்தக் கொள்கையின் மீதும் ஈடுபாடு கொள்வதற்கு எந்த வாய்ப்பும் இல்லை. மாவோ பிறப்பித்திருந்த உத்தரவுகளும், அதேபோல் அவரது எதிரிகள் பிறப்பித்திருந்த உத்தரவுகளும் கட்சியிலிருந்து வந்தது போல சமர்ப்பிக்கப்பட்டிருந்தன. அலுவலர்கள் அதற்கெல்லாம் பணிந்து போக வேண்டும். அதற்காக பல குளறுபடிகளை நிறைவேற்ற வேண்டிய நிர்ப்பந்தங்கள் இருந்தாலும், அவர்கள் அதற்கு பணிந்துதான் போக வேண்டும். ஒரு குறிப்பிட்ட ஆணையின் மீது அவர்களுக்கு உடன்பாடு இல்லாவிட்டால்கூட, அவர்களால் செய்ய முடிந்ததெல்லாம் வெளிக்காட்டிக் கொள்ள முடியாத எதிர்ப்புதான். அதை அப்படியே போட்டு அமுக்கி விட வேண்டும். ஆகவே, ஓர் அரசு அலுவலரை, அவர் மேற்கொண்டுள்ள பணியைக் கருத்தில் கொண்டு பார்த்து, அவர், கம்யூனிஸ்ட் கட்சிக்குள் இருந்து கொண்டு முதலாளி வர்க்கக் கைக்கூலியாக இருப்பாரா, இல்லையா என்று தீர்மானிப்பது மிகவும் கடினமாக இருந்தது.

பல அரசு அலுவலர்கள் தங்களுக்கென்று ஒரு கொள்கை கோட்பாட்டைக் கொண்டிருந்தாலும், அதை வெளிப்படையாக வெளியே தெரிவித்துக் கொள்ளக் கூடாது என்பதுதான் கட்சியில் உள்ள சட்ட திட்டங்கள். அவர்கள் அதற்கான முயற்சியிலும் ஈடுபட்டதில்லை. அலுவலர்களிடையே எப்படிப்பட்ட கருத்துகள் நிலவினாலும், அது பொது ஜனங்களுக்கு வெளிப்படையாகத் தெரியாமல் இருந்தது.

கட்சிக்குள்ளிருக்கும் முதலாளி வர்க்கக் கைக்கூலிகளை ஒழித்துக் கட்டுவதற்கு சாதாரண மக்களையே பயன்படுத்துமாறு மாவோ ஆணையிட்டிருந்தார். எந்தவித ஆணையையும் எதிர்பார்க்காமல், எந்தவிதத் தயக்கமுமின்றி யார்மேலும் தீர்ப்பிட பொதுமக்கள் அனுமதிக்கப்பட்டார்கள். அதனால் நடந்தது என்னவென்றால், அரசு அலுவலர்கள் தாங்கள் வகித்த பதவிகளைக் கொண்டு, கட்சிக்குள்ளிருக்கும் முதலாளி வர்க்கக் கைக்கூலிகள் என்று தாக்குதலுக்கு உட்படுத்தப்பட்டார்கள். பணிமூப்பு என்பது மட்டும் முக்கியமான அளவுகோல் இல்லை. ஒரு மனிதன், பெருமளவில் தன்னிறைவு பெற்ற ஒரு யூனிட்டின் தலைவனாக இருக்கின்றானா இல்லையா என்பதைக் கொண்டுதான் அவனைப் பற்றித் தீர்மானிக்கப்பட வேண்டியிருந்தது. ஒட்டுமொத்த மக்கள் தொகையே யூனிட், யூனிட்களாகப் பிரிக்கப்பட்டிருந்தது. சராசரி மக்களை அதிகாரம் செலுத்த யாருக்கு அனுமதி அளிக்கப்பட்டிருந்ததோ, அவர்களே மக்களின் அதிகாரிகள் ஆனார்கள். அதாவது யூனிட் தலைவர்கள் ஆனார்கள். தாக்குதல் நடத்துவதற்கு ஜனங்களை தேர்வு செய்வதில், அவர்களிடமிருந்த வெறுப்பு என்னும் உணர்ச்சியையே மாவோ கையாண்டார். இதே வழியில் மாணவர்களை ஆசிரியர்களுக்கு எதிராகத் தூண்டி விட்டார். 'கம்யூனிஸ அதிகார அமைப்பு' என்னும் சங்கிலியின் முக்கிய வளையங்களாக யூனிட் தலைவர்களும் செயல்பட்டு வந்தனர். இந்தக் கம்யூனிஸ அதிகார அமைப்பையே மாவோ களையெடுக்க விரும்பினார்.

அம்மாவும் அப்பாவும் அரசுத் துறையின் தலைவர்களாக இருந்ததால்தான், அவர்கள் கட்சிக்குள்ளேயே இருக்கும் முதலாளி வர்க்கக் கைக்கூலிகள் என்று குற்றம் சுமத்தப்பட்டனர். 'குற்றம் சுமத்த மனமிருந்தால், அதற்கு சாட்சியும் இடமளிக்கிறது' என்று ஒரு கூற்று சீனாவில் இருந்தது. இதன் அடிப்படையில், அனைத்து யூனிட்களின் தலைவர்களும் அவர்களின் கீழ் இருந்த மக்களாலேயே 'கட்சிக்குள்ளிருக்கும் முதலாளி வர்க்கக் கைக்கூலிகள்' என்று மொத்தமாகக் கண்டனம்

செய்யப்பட்டனர். மாவோவை எதிரியாக பார்க்க வைக்கும் நோக்கம் கொண்ட கொள்கைகளை நடைமுறைப்படுத்தியதால் யூனிட்களின் தலைவர்கள் முதலாளி வர்க்கக் கைக்கூலிகளாகக் கருதப்பட்டார்கள். நாட்டுப்புறங்களில் அரசுக்கட்டுப்பாடு இல்லாத தன்னாட்சி வணிகச் சந்தையை அனுமதித்தல், தொழிலாளர்களுக்கு மேம்பட்ட தொழில் நுணுக்கங்களை வழங்குதல், கலை இலக்கியத் துறைகளில் தாராளமான சுதந்திரம் வழங்குதல், விளையாட்டுத்துறைகளில் போட்டிகளை ஊக்குவித்தல் போன்றவை மேற்கண்ட கொள்கைகளில் அடங்கியிருந்தன. இந்தக் கொள்கைகள் மாவோவுக்கு பிடிக்கவில்லை என்பது பல அதிகாரிகளுக்கு இதுவரை தெரியாமல் இருந்தது. கடைசியாக மாவோவால் வழிநடத்தப்பட்டு வந்த கட்சிக்குள்ளிருந்தே இந்த ஆணைகள் தோற்றுவிக்கப்பட்டிருந்தன. ஆனால் இப்போது 'கட்சிக்குள்ளிருக்கும் முதலாளி வர்க்கத் தலைமையிடங்களிலிருந்துதான்' இந்த ஆணைகள் தோற்றுவிக்கப்பட்டிருக்கின்றன என்று சொல்லப்பட்டது.

ஒவ்வொரு யூனிட்டிலும் துரிதமாகச் செயல்படக்கூடிய செயல்வீரர்கள் இருந்தார்கள். அவர்கள் 'புரட்சி செங்காவலர்கள்' என்று அழைக்கப்பட்டனர். இன்னும் சுருக்கமாக புரட்சிப் படையினர்; என்று அழைக்கப்பட்டனர். 'முதலாளி வர்க்கக் கைக்கூலிகள் ஒழிக' என்ற சுவரொட்டிகளை அவர்கள் எழுதித் தயாரித்தார்கள். அவர்கள், தங்கள் அதிகாரிகளுக்கு எதிராகக் கண்டனக் கூட்டங்களை நடத்தினார்கள். இந்தக் கண்டனங்களில் பெரும்பாலானவை போலித்தனமாக தயாரிக்கப்பட்டன. ஏனென்றால், குற்றம் சாட்டப்பட்டவன், 'நான் கட்சியின் ஆணையை நிறைவேற்றினேன்' என்று ஒற்றை வார்த்தையில் சொல்லி முடித்துக் கொள்வான். எந்த நிபந்தனையுமின்றி கட்சி கட்டுப்பாடுகளுக்கு கீழ்ப்படிய வேண்டும் என்று மாவோ எப்போதும் அறிவுறுத்தி வந்திருக்கிறார். ஆனால், முதலாளித்துவ தலைமையிடங்கள் இருப்பது பற்றி அவர் ஒரு வார்த்தைகூடச் சொல்லவில்லை. அவர்களுக்கு அது பின் எப்படித் தெரிய வந்தது? வேறு வகையில் அவர்கள் எவ்வாறு செயல்பட்டார்கள்? அரசு அதிகாரிகளுக்கு பல ஆதரவாளர்கள் இருந்தார்கள். இந்த ஆதரவாளர்கள் அதிகாரிகளைப் பாதுகாக்கும் பொருட்டு ஒன்று திரண்டனர். இவர்கள் 'விசுவாசிகள்' என்று அழைக்கப்பட்டனர். 'விசுவாசிகளுக்கும்', புரட்சிப் படையினருக்குமிடையே வாய்ச்சண்டையும், கைச்சண்டையும் உருவெடுத்தது. கட்சித் தலைவர்கள் அத்தனை பேரும் தண்டனைக்குள்ளாக்கப்பட வேண்டும் என்று மாவோ ஒருபோதும் கூறவில்லை. சில

போராளிகள் தயக்கம் காட்டினார்கள். முதலாளி வர்க்கக் கைக்கூலிகள் என்று கண்டனம் செய்யப்பட்ட அதிகாரிகள் ஒருவேளை அவர்கள் முதலாளி வர்க்கக் கைக்கூலிகளாக இல்லாதிருந்தால் என்ன ஆகும் என்று அவர்கள் தயங்கினார்கள். விளம்பரச் சுவரொட்டிகள், கொள்கைக் குரல்கள், கண்டனப் பொதுக்கூட்டங்கள் ஆகிய இவைகள் எல்லாம் செயல்படுத்தப்பட்டிருந்தும், அடுத்து தாங்கள் என்ன செய்ய வேண்டும் என்று சாதாரண மக்கள் அறிந்து கொள்ள முடியாதிருந்தனர்.

1966 டிசம்பர் மாதம் மீண்டும் நான் செங்குடு திரும்பியபோது ஒரு தெளிவான தேக்கநிலை இருந்ததை என்னால் அறிந்து கொள்ள முடிந்தது.

அப்பாவும் அம்மாவும் வீட்டில் இருந்தார்கள். அப்பாவுக்கு சிகிச்சை அளித்து வந்த மருத்துவமனை, பல நோயாளிகளை நவம்பர் மாதம் வீட்டிற்கு செல்லுமாறு சொல்லிவிட்டது. ஏனென்றால், முதலாளி வர்க்கக் கைக்கூலிகள் தண்டனை பெரும்பொருட்டு, அவர்கள் அனைவரும் தங்கள் யூனிட்களுக்கு செல்ல வேண்டும் என்று எதிர்பார்க்கப்பட்டது. எங்கள் வளாகத்தில் செயல்பட்டு வந்த சிறிய உணவு விடுதி இழுத்து மூடப்பட்டது. முறையாகத் தொடர்ந்து செயல்பட்டு வந்த பெரிய உணவு விடுதியிலிருந்துதான் எங்கள் உணவைப் பெற்றுக் கொள்ள வேண்டியிருந்தது. அடுத்த உண்மை, கட்சி செயல்பாடுகள் முடங்கிக் கிடந்தன. அதனால் அப்பாவும் அம்மாவும் பணிக்குச் செல்லவில்லை. இருப்பினும் மாத ஊதியம் தவறாமல் வந்து கொண்டிருந்தது. அப்பா, அம்மா பணியாற்றிய அரசுத்துறை, 'கலாச்சாரம்' என்ற பிரிவைக் கவனித்து வந்ததாலும், பீக்கிங்கில் பணியாற்றிய இத்துறையின் தலைமை அதிகாரிகளை மாவோவும் அவரது மனைவியும் வெறுத்து வந்ததாலும், கலாச்சாரப் புரட்சியின் ஆரம்பத்தில் தனக்கு வேண்டாதவர்கள் களையெடுக்கப் பட்டு வந்ததாலும், களையெடுக்கப்படும் பட்டியலில் அம்மாவும் அப்பாவும் இருந்து வந்தார்கள். 'சாங் ஷ-உ-யூவை சுட்டுக்கொல்,' 'ஸியா டி-ஹாங்கை எரித்து விடு' போன்ற கடும் வாசகங்கள் தாங்கிய சுவரொட்டிகளால் இவர்கள் கடுமையாக கண்டனம் செய்யப்பட்டார்கள். அப்பா அம்மா மீது சாற்றப்பட்ட குற்றச்சாட்டுகள் போல், நாடெங்கிலும் இருந்த பொது விவகாரத்துறை இயக்குநர்கள் அத்தனைபேர் மீதும் குற்றம் சாட்டப்பட்டது.

அப்பா பணியாற்றிய இலாக்கா, அப்பாவைக் கண்டனம் செய்ய பல பொதுக் கூட்டங்கள் போட்டது. அதில் அப்பா

கடுமையாகச் சாடப்பட்டார். சீனாவில் பல அரசியல் போராட்டங்கள் நடந்ததுபோல, சொந்த விருப்பு வெறுப்புதான் இந்தக் கண்டனங்களுக்கு காரணங்களாக அமைந்தது. அப்பாவைக் கண்டனத்துக்குள்ளாக்கியவர்களில் முதன்மையானவள் திருமதி ஷயூ என்பவள்தான். இவள் எப்பொழுதும் கவனமாக நடந்து கொள்பவள். மற்றவர்களைவிடத் தான் நேர்மையானவள் என்று ஆணித்தரமாக நம்புகிற ஒரு துணை அதிகாரி. 'துணை' அதிகாரி என்ற பதத்தில் உள்ள 'துணை' என்ற பதத்தைத் தூக்கிவிட்டு முதன்மை அதிகாரியாக பதவி உயர்வு பெற நீண்ட காலமாகக் காத்திருப்பவள். அவளின் பதவி உயர்வு அப்பாவால்தான் கிடைக்காமல் போனது என்று எண்ணி அப்பாவைப் பழிவாங்க தீர்மானித்து விட்டாள். ஒருமுறை அவள் அப்பாவின் முகத்தில் காரித் துப்பிவிட்டு, அவர் கன்னத்திலும் அறைந்து விட்டாள். பொதுவாகக் கோபம் என்பது ஒரு வரையறைக்குள் இருக்க வேண்டியது. அனைத்துப் பணியாளர்களுக்கும் அப்பாவைப் பிடிக்கும். அப்பா மீது அவர்களுக்கு நிறைய மரியாதை இருந்தது. எந்தக் கோபதாபமும் இல்லை. அப்பாவின் இலாக்காவைத் தவிர்த்து, அவர் பொறுப்பேற்றுக் கண்காணித்து வந்த 'சிச்சுவான் நாளேடு' போன்ற பல அமைப்புகளும் அப்பாவை எதிர்த்து கண்டனக் கூட்டங்கள் நடத்தின. ஆனால், அதில் பணியாற்றிய ஊழியர்கள் அப்பா மீது வன்மம் பாராட்டவில்லை; பெயருக்குத்தான் கண்டனக் கூட்டங்களில் அவர்கள் கலந்து கொண்டார்கள்.

அம்மாவுக்கு எதிராக எந்தக் கண்டனக் கூட்டமும் நடத்தப்படவில்லை. அடிப்படை ஊழியர்களை அப்பா கவனித்துக் கொண்டது போல், அப்பாவை விட அம்மா பள்ளிக்கூடங்கள், மருத்துவமனைகள், பொழுதுபோக்கு குழுக்கள் போன்ற பல யூனிட்களில் இருந்தவர்களை மிகுந்த அக்கறையோடு கவனித்து வந்தாள். பொதுவாக, அம்மாவைப் போன்ற பொறுப்பில் இருந்த பலர், இதுபோன்ற அமைப்புகளில் இருந்த மக்களால் கடுமையாகக் குற்றங்கள் சுமத்தப்பட்டிருக்கிறார்கள். ஆனால், அவர்கள் எல்லாம் அம்மாவை விட்டு விட்டார்கள். அம்மக்களது சொந்தப் பிரச்சினைகளான வீடு மாற்றிக் கொடுத்தது, ஓய்வூதியம் வாங்கிக் கொடுத்தது போன்ற பல பிரச்சினைகளை அம்மா தீர்த்துக் கொடுத்திருக்கிறாள். அத்துடன் அம்மா தன் பணியை முழு நிறைவுடனும், திறமையுடனும் செய்திருக்கிறாள். இதற்குமுன்பு நடத்தப்பட்ட அரசுத் திட்டங்களில், தன்னால் இயன்றவரை யாரையும் பாதிப்புக்குள்ளாக்காமல், அவர்கள் அனைவரையும் காப்பாற்றி இருக்கிறாள். இதற்காக அம்மா எடுத்துக்கொண்ட

ஆபத்துகளையும் அம்மக்கள் அறிந்து கொண்டனர். அதனால் அம்மாவைக் கண்டனத்துக்குள்ளாக்க அவர்கள் மறுத்து விட்டார்கள்.

ஒருநாள் மாலை நான் வீடு திரும்பியபோது, பாட்டி இறைச்சியோடு பிசைந்த மாக்கொழுக்கட்டையும், ஆவியில் வேகவைத்த அரிசியையும் செய்து வைத்திருந்தாள். அப்பாவுக்கும் அம்மாவுக்கும் என்னவெல்லாம் நடந்தது என்ற விபரங்களை அம்மா சுவாரசியமாகச் சொன்னாள். கலாச்சாரப் புரட்சிக்குப் பிறகு தாங்கள் அரசுப் பணியில் நீடிக்கப் போவதில்லை என்று ஒத்துக்கொண்டு விட்டதாகச் சொன்னாள். சாதாரணக் குடிமக்களாக இருந்து, எதார்த்தமான குடும்ப வாழ்க்கையை வாழ விரும்பி விண்ணப்பிக்கப் போவதாகச் சொன்னார்கள். ஆனால், இது தங்களையே ஏமாற்றிக்கொள்ளும் ஒரு கற்பனை உலகம். ஏனென்றால், கம்யூனிஸ்ட் கட்சி யாரையும் முடிவு எடுத்துக்கொள்ள அனுமதித்ததில்லை. எல்லா முடிவுகளையும் தன்னிடமே கட்சி வைத்துக் கொண்டிருந்தது. இந்த விபரம் எனக்கு காலப்போக்கில்தான் தெரிந்தது.

'எவ்வளவு பெரிய சர்வாதிகாரியாக இருந்தாலும், ஒரு நொடிப் பொழுதில் அவன் தெருவுக்கு வந்து விட வாய்ப்பு உண்டு,' என்று அப்பா சொன்னார். நிரந்தர அதிகாரம் கொடுக்கப்படாமல் இருப்பது நல்ல விஷயம். இல்லையென்றால் அரசு அலுவலர்கள் தங்கள் அதிகாரத்தை துஷ்பிரயோகம் செய்யக்கூடும். எங்கள் குடும்பத்தை சர்வாதிகாரத்தனமாக நடத்தியதற்காக அப்பா என்னிடம் வருத்தம் தெரிவித்துக் கொண்டார். 'நீ ரீங்காரமிடும் ஒரு வண்டு; குளிரால் உறைந்து ரீங்காரமிடாமல் கிடக்கும் ஒரு சிள் வண்டு. இளையோர்களாகிய நீங்கள் பழைய தலைமுறையினருக்கு எதிராகக் கிளர்ச்சி செய்வது நல்லது' என்று அப்பா கூறினார். பிறகு 'விமர்சனத்துக்கு உள்ளாக்கப்படுகின்ற என்னை போன்ற அதிகாரிகள் மீது எந்தத் தவறும் இல்லை என்று நினைக்கிறேன் - கொஞ்சம் பிரச்சினை; கொஞ்சம் அவமானம்' என்று கூறினார்.

கலாச்சாரப் புரட்சியுடன் ஒத்துப்போக, அம்மா அப்பா எடுத்துக்கொண்ட முயற்சி இன்னொரு குழப்பம் நிறைந்த செயல்பாடாக இருந்தது. இழந்த சலுகைகளைப் பற்றி அவர்கள் எரிச்சல் படாமல், உண்மையில் இதை அவர்கள் எதார்த்தமாகவே பார்க்க நினைத்தார்கள்.

1967 ஆம் ஆண்டு வந்தது. கலாச்சாரப் புரட்சி திடீரென்று கடும் வேகத்தில் முடுக்கி விடப்பட்டது. அதன் முதற்கட்டத்தில், செங்காவலர்கள் படையைக் கொண்டு பயங்கரவாதச் செயல்கள்

அரங்கேற்றப்பட்டன. மாவோவின் இப்போதைய முக்கிய குறிக்கோள்: 'முதலாளித்துவ தலைமையிடங்களை' அப்புறப்படுத்த வேண்டும். அதுபோல, இப்போது இருக்கிற கட்சியின் மேல்மட்ட அதிகாரிகளும், அவர்களது அதிகாரங்களும் பிடுங்கப்படவேண்டும். டாவோ ஷுவைப் போன்று, லியூ ஷாவ்கியும், டெங் சியோபிங்கும் முறையாக குற்றம் சுமத்தப்பட்டு தடுப்புக் காவலில் வைக்கப்பட்டனர்.

ஜனவரி, 9ஆம் தேதியில் 'மக்களின் நாளிதழ்' மற்றும் வானொலி ஆகியவை ஷாங்காயிலிருந்து 'ஜனவரி புயல்' புறப்பட்டு விட்டதாக அறிவித்தது. புரட்சிப் படையினர் ஷாங்காயை தங்கள் கட்டுப்பாட்டில் கொண்டு வந்து விட்டார்கள். சீன தேசத்து குடிமக்கள் அனைவரும் புரட்சிப் படையினரையும் விஞ்சி, கட்சிக்குள்ளிருக்கும் முதலாளி வர்க்கக் கைக்கூலிகளின் அதிகாரத்தைப் பிடுங்க வேண்டும் என்று மாவோ கேட்டுக் கொண்டார்.

'அதிகாரத்தை பிடுங்கி விடுங்கள்' (டுவோ-குவான்). இதுதான் சீனாவின் தாரக மந்திரம். அதிகாரம் என்பது கொள்கைகள் மீது ஆதிக்கம் செலுத்துவது அல்ல. மக்கள் மீது ஆதிக்கம் செலுத்துவதற்கான அனுமதி. பணம் மட்டும் வழங்கப்படவில்லை - அதிகாரம், தனிச்சலுகை, பயபக்தி ஆகியவைகளைத் தாங்கி நின்றதோடு, பழிதீர்த்துக் கொள்ளும் வாய்ப்பையும் வழங்கியது. சீனாவில் சாதாரண, ஏழை எளிய மக்களுக்கு 'பாதுகாப்பு வழி' என்று எதுவும் இல்லை. இந்த ஒட்டுமொத்த தேசமே ஒரு பிரஷர் குக்கர் போல இருந்தது. கொதிக்கும் ஆவி அதிலிருந்து வெளியேற முடியாமல் தடுக்கப்பட்டு விட்ட மாதிரி மாவோவின் கொள்கைகளிலிருந்து எளிய மக்கள் விடுபட முடியாத நிலை இருந்தது. அங்கு கால் பந்தாட்டப் போட்டி நடைபெறுவதில்லை. அரசாங்கக் கொள்கைகளை, தேவைப்படும்போது மாற்றி அமைக்க முயலக் கூடிய குழு அங்கே இல்லை. வழக்குத் தொடர வாய்ப்பு இல்லை. சண்டைக் காட்சிகள், வன்முறைக் காட்சிகள் அடங்கிய திரைப்படங்கள்கூட அங்கில்லை. அரசாங்க அமைப்புகளையும், அதன் அநீதிகளையும் எதிர்த்துக் குரல் எழுப்ப முடியாது. ஒரு போராட்டம் நடத்துவதை நினைத்துக் கூடப் பார்க்க முடியாது. பல சமூகங்களில், அரசியல் பற்றி பேசி ஆற்றிக்கொள்வது கூட தடை செய்யப்பட்டிருந்தது. துணை அதிகாரிகள் தங்கள் குறைகளை தலைமை அதிகாரிகளிடம் கூறி நிவர்த்தி செய்து கொள்ள முடியாது. 'அதிகாரத்தைப் பிடுங்கி விடுங்கள்' என்று மாவோ வேண்டுகோள் விடுத்தபோது, தொகுதி, தொகுதியான மக்கள், அதிகாரிகள்மீது

என் பெற்றோர்களின் வலியும், வேதனையும்...

பழி தீர்த்துக்கொள்ள முயன்றதை அவர் கண்டார். அதிகாரம் ஆபத்தை விளைவிக்கக் கூடியதாக இருந்தாலும், அதிகாரமில்லாத மக்களாக இருப்பதைவிட, அதிகாரம் உடைய மக்களாக இருப்பது வேண்டத்தக்கதாக இருந்தது. அதிகாரத்தைப் பொதுமக்கள் எடுத்துக் கொள்ளலாம் என்று மாவோ கூறுவது போல அது அமைந்திருந்தது.

சீனாவில் இருந்த ஒவ்வொரு யூனிட்டிலும் புரட்சிப் படையினரின் மனோபாவம் கடுமையான அளவில் ஊக்கப்படுத்தப்பட்டது. புரட்சிப் படையினரின் எண்ணிக்கையும் கூட்டப்பட்டது. அனைத்து தரப்பு மக்களும், அதாவது, பாட்டாளிகள், ஆசிரியர்கள், கடை உதவியாளர்கள், அரசு அலுவலர்கூட தங்களைப் 'புரட்சிப் படையினர்' என்று சொல்லிக் கொள்வதில் பெருமைப்பட்டனர். ஷாங்காயில் நடந்ததை முன்மாதிரியாகப் பின்பற்றி, இப்போது குழம்பி நின்ற 'விசுவாசி'களை புரட்சிப் படையினர் அடித்து துன்புறுத்தி சரணடைய வைத்தனர். என் பள்ளியில் இருந்தது போன்ற தொடக்கநிலை செங்காவலர் படை சிதறுண்டு போனது. காரணம் அந்தப் படை, உயர் அதிகாரிகளின் பிள்ளைகளைக் கொண்டு தொடங்கப்பட்டது. அந்தச் சிறார்கள் எளிதில் தாக்கப்படக் கூடியவர்கள். கலாச்சாரப் புரட்சியின் புதிய வளர்ச்சிக் கட்டத்தை எதிர்த்த சில ஆரம்பகால செங்காவலர்கள் கைது செய்யப்பட்டனர். சில புரட்சிப் படையினர் ஒன்றுசேர்ந்து, திருமதி மாவோவைப் பற்றிய குறிப்புரையைக் கையில் வைத்திருந்த குற்றத்திற்காக, தலைவர் லீயின் மகன் ஒருவனை அடித்தே கொன்று விட்டனர்.

ஒரே முடிவோடு செயல்பட்டு, அப்பாவை தடுப்புக் காவலில் வைக்கக் காரணமான அப்பாவின் இலாக்காவினர் அனைவரும் இப்போது 'புரட்சிப் படையினர்களாக' உள்ளனர். திருமதி ஷயூ என்பவள்தான், சிச்சுவான் அரசாங்க அலுவலகங்கள் அனைத்திற்கும் புரட்சிப் படையினர் குழுவின் தலைமைப் பொறுப்பில் இருந்தாள். அப்பாவின் இலாக்காவுடைய கிளைத் தலைவியாகவும் இருந்தாள்.

புரட்சிப் படையினர் குழு தொடங்கப்பட்ட உடனேயே அது பல உட்பிரிவுகளாகப் பிரிவுபட்டது. இந்த உட்பிரிவுகள், சீனாவில் இருந்த ஒவ்வொரு பணி யூனிட்களிலும் அதிகாரம் வேண்டி போராடியது. எல்லா வகை உட்பிரிவுகளும், தங்களின் சொந்த எதிரிகளை கலாச்சாரப் புரட்சியின் எதிரிகள் என்று குற்றம் சாட்டின அல்லது பழைய கட்சி அமைப்பின் விசுவாசிகள் என்று குற்றம் சாட்டின. செங்குடுவில், பல உட்பிரிவுகளும் ஒன்றிணைந்து இரண்டு எதிரணிக் குழுக்களாக உருவானது. இதற்கு இரண்டு பல்கலைக் கழக புரட்சிக்குழுக்கள் தலைமையேற்றன. அவற்றின் ஒன்று சிச்சுவான் பல்கலைக்கழக 'ஆகஸ்ட் 26' இயக்க போராளிகள்

576 'குற்றம் சுமத்த மனமிருந்தால் அதற்கு சாட்சியும் இடமளிக்கிறது'

என்றும்; மற்றொன்று செங்குடு பல்கலைக் கழக 'சிகப்பு செங்குடு மிதவாதிகள்' என்றும் அழைக்கப்பட்டன. மாநிலம் முழுவதும் இருந்த பல இலட்சக்கணக்கான மக்களை இந்த இரண்டு குழுக்களும் கட்டுப்படுத்தின. திருமதி ஷுயூவின் குழுவான 'ஆகஸ்ட் 26' உடன் அப்பாவின் இலாக்காவும் இணைக்கப் பட்டிருந்தது. எதிர்ப்புக்குழு, அதாவது, அப்பாவுக்கு மிகவும் பிடித்தமான, அப்பா வளர்த்து விட்ட, அதிகமான மிதவாத மக்களைக் கொண்ட குழு - அப்பாவை மதித்த அந்தக்குழு - சிகப்பு செங்குடு.

எங்கள் குடியிருப்பு வளாகத்துக்கு சற்று தள்ளி 'ஆகஸ்ட் 26 இயக்கமும்,''சிகப்பு செங்குடுவும்,' அங்கிருந்த மரங்களிலும், மின் கம்பங்களிலும் ஒலி பெருக்கிகளைக் கட்டி வைத்துக் கொண்டு, இரவு பகலாக ஒருவரை ஒருவர் திட்டித் தீர்த்துக் கொண்டார்கள். 'ஆகஸ்ட் 26 இயக்கம்' தன் நூற்றுக்கணக்கான ஆதரவாளர்களை ஒரு நாள் இரவு ஒன்று திரட்டி, சிகப்பு செங்குடுவின் கோட்டையாக விளங்கிய ஒரு தொழிற்சாலையை இடித்து தரைமட்டமாக்கிவிட்டார்கள். அந்த ஆலைத் தொழிலாளர்களைப் பிடித்து வைத்து சித்திரவதை செய்தார்கள். அவர்களைச் சித்திரவதை செய்ய, இவர்கள் கையாண்ட வழிகள்: 'பாடும் ஊற்றுகள்' (மண்டையை உடைத்து அதிலிருந்து ஊற்று போல் இரத்தம் கொட்டுவது), இன்னொன்று - 'நாட்டுப்புறக் காட்சியைச் சித்தரிக்கும் ஓவியம்' (அவர்களது முகங்களை விதம் விதமாக வெட்டிப் பிளப்பது). ஏராளமான தொழிலாளர்கள் மாடியிலிருந்து குதித்து இறந்து விட்டார்கள் என்று சிகப்பு செங்குடு ஒலிபரப்பு கூறியது. ஆகஸ்ட் 26 இயக்கத்தினரின் தாக்குதல்களைத் தாங்கிக் கொள்ள முடியாமல் குதித்து தற்கொலை செய்து கொண்டார்கள் என்று பிறகு தகவல் சேகரித்து தெரிந்து கொண்டேன்.

ஒவ்வொரு யூனிட்டிலும் உள்ள உயர் அதிகாரிகளைக் குறிவைப்பதுதான் புரட்சிப் படையினரின் முதன்மையான இலக்கு. புகழ்பெற்ற மருத்துவர்கள், கலைஞர்கள், எழுத்தாளர்கள், விஞ்ஞானிகள் ஆகியோர் மட்டும் இவர்களது இலக்கு அல்ல. பொறியாளர்கள், உயர்நிலைத் தொழிலாளர்கள், ஏன், மலம் அள்ளுபவர்கள்கூட இவர்களது இலக்கின் எல்லைக்குள் வந்தார்கள் (மனிதத் திடக் கழிவுகளை அள்ளிச் சேகரிப்பவர்களிடமிருந்து விவசாயிகள் விலை மதிப்புள்ள உரமாக அதைப் பெற்றுக் கொள்வார்கள்) இவர்கள் எல்லாரும் முதலாளி வர்க்கக் கைக்கூலிகளால் வளர்க்கப்பட்டவர்கள் என்று குற்றம் சுமத்தப்பட்டார்கள். ஆனால் உண்மையில் இவர்கள் 'ஆகஸ்ட் 26 இயக்க' சக பணியாளர்களின் பொறாமைக்கு உள்ளானவர்கள்.

புரட்சி என்ற பெயரில் தங்கள் சொந்தப் பகையையும் பழிதீர்த்துக் கொண்டார்கள்.

'ஜனவரி புயல்' முதலாளி வர்க்கக் கைக்கூலிகளுக்கு எதிராக வன்முறையைக் கட்டவிழ்த்து விட்டது. கட்சி அலுவலர்களிடமிருந்த அதிகாரம் இப்போது பறிக்கப்பட்டு விட்டது. மக்கள் அவர்களை அவதூறாகப் பேசுவதற்கு ஊக்குவிக்கப்பட்டார்கள். முன்பு தண்டனைக்குள்ளானவர்கள் செயல்பட அனுமதிக்கப்படாதபோதும் கட்சியின் உயர் அதிகாரிகளை வெறுத்து வந்த மக்கள் அனைவரும் இந்த வாய்ப்பை நன்கு பயன்படுத்திக் கொண்டார்கள். புதிய நியமனங்கள் செய்யும் நேரம் வந்தபோது யார் யாரை நியமனம் செய்வது என்று மாவோவுக்கு ஒரு தெளிவில்லாமல் இருந்தது. அதனால், பேரார்வம் கொண்ட பணியாளர்கள் பலர், தங்களைப் புதிய அதிகாரத்துக்கு தேர்வு செய்வார்கள் என்ற ஆசையில் தங்கள் வீரப்பிரதாபங்களை ஆர்வமுடன் வெளிப்படுத்திக் கொண்டார்கள். ஒருவரை ஒருவர் முந்திக்கொள்ள உட்பிரிவுகளுக்கிடையே கடும் போட்டி நடந்தது. மக்களில் பெரும்பாலானவர்கள் சதிகாரர்களாகவும், மிரட்டப்பட்டவர்களாகவும், மாவோவின் சட்டத்திற்குக் கீழ்ப்படிபவர்களாகவும் அவருக்குத் தங்களை அர்ப்பணம் செய்பவர்களாகவும் தங்களின் சொந்தப் பழி பாவங்களைத் தீர்த்துக் கொள்பவர்களாகவும் தங்களுக்கு ஏற்படும் மனச்சோர்விலிருந்து தங்களை விடுவித்துக் கொள்பவர்ளாகவும் இருந்தார்கள்.

கடைசியில் அம்மாவுக்கும் அடி, உதை என்ற தண்டனை வந்து விட்டது. அம்மாவின் கீழ் பணியாற்றியவர்களிடமிருந்து இந்தத் தாக்குதல் வரவில்லை. ஆனால், வழிப்பறியாளர்கள், கற்பழித்தவர்கள், போதைப் பொருள் கடத்தியவர்கள், விபச்சாரத் தொழில் தரகர்கள் போன்ற முன்னாள் தண்டனைக் கைதிகள், அம்மாவின் கிழக்கு மாவட்டத்தில் இருந்த கடைகளில் பணியாற்றியவர்கள் போன்றவர்களிடமிருந்துதான் மிகுந்த தாக்குதல்கள் வந்தன. அவர்களுக்கு அம்மா மீது சொந்தப் பகை எதுவுமில்லை. ஆனால் அம்மா பொறுப்பேற்றிருந்த மாவட்டத்தில் அவள்தான் உயர் அதிகாரி. இது ஒன்றே அவர்களுக்கு போதும்.

அம்மாவைக் கண்டனம் செய்ய நடத்தப்பட்ட கூட்டங்களில், முன்னாள் தண்டனைக் கைதிகள்தான் ஆக்ரோஷமாகச் செயல்பட்டார்கள். ஒருநாள் அம்மா வலி தாங்க முடியாமல் முகத்தைச் சுளித்துக் கொண்டு வீட்டிற்கு வந்தாள். நொறுங்கிய கண்ணாடித் துண்டுகள் மீது அம்மா முழங்காலில் நிற்க வேண்டுமென்று உத்தரவிட்டிருக்கிறார்கள். அம்மாவின்

முழங்காலில் தைத்திருந்த கண்ணாடி துணுக்குகளை பாட்டி சாமணம் வைத்து ஒவ்வொன்றாகப் பிடுங்கி எடுத்தாள். அடுத்த நாள் பாட்டி அம்மாவுக்கு முழங்கால் கவசம் கட்டிவிட்டாள். அதுபோல அம்மாவின் இடுப்பைச் சுற்றியும் கவசம் போல ஏதோ ஒன்றைக் கட்டிவிட்டாள். ஏனென்றால் அம்மாவின் இடுப்பு மிகவும் மென்மையானது. அங்கே தான் அவர்கள் தங்கள் தாக்குதலை நடத்துவார்கள்.

அவ்வப்போது, எல்லாரும் காணும் பொருட்டு ஓர் அணி வகுப்பு நடத்தி, அதில் அம்மாவை அழைத்துச் செல்வார்கள். அதில் அம்மாவின் தலையில் ஒரு தொப்பியை மாட்டி விட்டிருப்பார்கள். அந்தத் தொப்பி, ஒரு வகுப்பில் மந்தமாகப் படிக்கும் மாணவ, மாணவிகளுக்கு தண்டனையாக மாட்டி விடப்படும் தொப்பி. அத்துடன் அம்மாவின் கழுத்தில் ஓர் அட்டை தொங்கும். அம்மாவை அவமானப்படுத்தும் முயற்சியில், அந்த அட்டையில் அவளது பெயர், அவளது தோல்விகள் போன்றவை எழுதப்பட்டிருக்கும். அம்மாவும், அவளது சக பணியாளர் சிலரும் முழங்காலில் நடந்து செல்ல வேண்டும். கூட்டத்தினரை இவர்கள் வீழ்ந்து வணங்க வேண்டும். அப்போது குழந்தைகள் அவர்களைப் பரிகாசம் பண்ணுவார்கள். அவர்கள் குப்புற வீழ்ந்து வணங்கியதில் சரியான சத்தம் வரவில்லையென்று கூட்டத்தினர் முறையிட்டுக் கொள்வார்கள். அதனால், அவர்கள் மீண்டும் விழுந்து வணங்க வேண்டும் என்று கூட்டத்தினர் கத்துவார்கள். அதனால் அம்மாவும் அவளது பணியாளர்களும் மீண்டும் வீழ்ந்து வணங்குகிற போது தங்கள் நெற்றியை கல்லின்மீது சத்தம் வரும் அளவு மோதிக் கொள்வார்கள்.

குளிர்காலத்தில் ஒரு நாள், ஒரு கண்டனப் பொதுக்கூட்டம் நடந்தது. கூட்டம் தொடங்குவதற்கு முன்பு, கூட்டத்தில் கலந்து கொள்ள வந்தவர்கள் மதிய உணவு சாப்பிட வேண்டியிருந்தது. அப்போது அம்மாவுக்கும், அவளது சக பணியாளர்கள் சிலருக்கும் சுமார் 1½ மணி நேரம் முழங்காலில் நிற்க வேண்டும் என்று உத்தரவிடப்பட்டது. அவர்கள் முழங்காலில் நிற்க வேண்டிய தரை பொடிக் கற்களால் மூடப்பட்ட தரையாக இருந்தது. அப்போது பலத்த மழை கொட்டிக் கொண்டிருந்தது. முழங்கால் படியிட்டு இருந்த அம்மா இப்போது கொட்டும் மழையில் நனைந்து கொண்டிருக்கிறாள். மழை உண்டாக்கிய குளிர், அம்மாவின் ஆடைகளைக் கடந்து, அவள் உடம்பின் எலும்புகளைச் சென்று தாக்கியது. கூட்டம் தொடங்கியவுடன், அம்மா இரண்டாக மடிக்கப்பட்டது போல குனிந்து நிற்க வேண்டும். நேரம் ஆக

ஆக, இடுப்பும், கழுத்தும் தாங்கிக் கொள்ள முடியாத அளவு வலி எடுத்தது. அப்போது அம்மா, இலேசாகத் தலையைத் திருப்பினாள். அதற்குமேல் வலியைப் பொறுத்துக் கொள்ள முடியாது என்ற நிலை வந்தபோது அம்மா இலேசாகக் கழுத்தை நிமிர்த்தினாள். அம்மா கழுத்தை நிமிர்த்திய அடுத்த நொடி, இடிபோன்ற ஒரு அடி அவள் கழுத்தில் இறங்கியது. பொடிக்கற்கள் பரவியிருந்த தரையில் செய்வதறியாது தலை குப்புற விழுந்தாள்.

சிறிது நேரம் கழித்துதான் என்ன நடந்தது என்று அம்மாவுக்கு தெரிந்தது. அந்தக் கூட்டத்தின் முன்வரிசையில் ஒரு பெண் ஒருத்தி அமர்ந்திருந்தாள். அவள் ஒரு விபச்சார விடுதி நடத்திக் கொண்டிருந்தவள். கம்யூனிஸ்ட் கட்சி விபச்சார விடுதிகளை ஒழித்துக்கட்ட கடும் நடவடிக்கை எடுத்தபோது, இவள் சிறைக்கு அனுப்பப்பட்டாள். இவள்தான் அம்மா மீது வன்மத்தை வளர்த்துக் கொண்டிருந்தவள். அம்மா தன் கழுத்தை இலேசாக நிமிர்த்திய அடுத்த நொடி, அவள் பாய்ந்து வந்து, ஒரு குத்தூசி கொண்டு அம்மாவின் இடது கண்ணைத் தாக்கினாள். அருகில் நின்று கொண்டிருந்த புரட்சிப் படையாளன் ஒருவன் திடீரென்று பாய்ந்து வந்து அவளைத் தடுத்து கீழே தள்ளிவிட்டான். அவன் மட்டும் அந்த நேரத்தில் வந்து அவளைத் தடுத்திராவிட்டால், அம்மாவின் இடது கண் பறி போயிருக்கும்.

இந்த நிகழ்வு பற்றியெல்லாம் அப்போது அம்மா எங்களுக்கு சொல்லுவதில்லை. அவளுக்கு நடந்த அவமானங்கள் பற்றி எங்களிடம் எதையும் காட்டிக் கொண்டதில்லை. கண்ணாடித் துணுக்குகள் மீது முழங்காலில் நின்றது போன்ற ஒருசில நிகழ்வுகளைச் சொல்ல வந்த அம்மா, அதை ஒரு சாதாரண விஷயமாகத்தான் சொல்லுவாள். அவள் உடம்பில் பட்ட காயங்களை ஒருபோதும் எங்களிடம் காண்பித்ததில்லை. அம்மா அவ்வளவு எளிதாக உணர்ச்சிகளை வெளியில் காட்டிக் கொள்ளாத பேர்வழி. ஆனால் அதேசமயம் எப்போதும் கலகலப்பாக இருப்பாள். அவளைப் பற்றி நாங்கள் கவலைப்படுவதை அம்மா ஒருபோதும் விரும்புவதில்லை. ஆனால் அம்மா எந்த மாதிரியெல்லாம் அவஸ்தைப்பட்டாள் என்று பாட்டி சொல்லுவாள். அம்மா நடந்து கொண்ட விதத்தைப் பற்றி பாட்டி கூறியதிலிருந்து, அம்மாவைப் போலவே பாட்டியும் தன் சுக துக்கங்களை வெளிக்காட்டிக் கொள்ளாது அடக்கிக் கொண்டாள் என்று தெரிய வந்தது.

திடீரென்று ஒருநாள் எங்கள் வீட்டிற்கு முன்னாள் வேலைக்காரப் பெண் ஒருத்தி வந்தாள். கலாச்சாரப் புரட்சி முழுவதும் எங்களோடு

தொடர்பை முறித்துக் கொள்ளாமல் இருந்த ஒரு சிலரில் இவளும், இவளது கணவனும் முக்கியமானவர்கள். இவர்கள் எங்கள் மீது காட்டிய அன்புக்கு நான் நன்றிக்கடன் பட்டிருந்தேன். 'முதலாளி வர்க்கக் கைக்கூலிகள்' என்று குற்றம் சுமத்தப்படக்கூடிய அபாயத்தில் இருந்தும், எங்களோடு நல்ல உறவில் இருந்தவர்கள் இவர்கள். அணிவகுப்பின் நடுவில் அம்மா வீதிகளில் அழைத்துச் செல்லப்பட்டதை தாங்கள் பார்த்ததாகப் பாட்டியிடம் சொல்லி விட்டார்கள். நடந்தது எல்லாவற்றையும் சொல்லச் சொல்லி பாட்டி அவர்களை வற்புறுத்தினாள். அவர்கள் கூறிய சோகச் சம்பவங்களைக் கேட்டதும் பாட்டி மயங்கிக் கீழே விழுந்து விட்டாள். கீழே விழுந்ததில் அவள் தலை பலமாக மோதியது. பாட்டி மூர்ச்சையாகிவிட்டாள். சிறிது நேரம் கழித்து மயக்கம் தெளிந்து எழுந்தாள். கண்களிலிருந்து தாரை தாரையாக கண்ணீர் ஓடிக் கொண்டிருந்தது. 'இந்தத் தண்டனைக்கு என் மகள் அப்படி என்ன தவறு செய்து விட்டாள்?' என்று பாட்டி அழுது கொண்டே கேட்டாள்.

இதற்கிடையில் அம்மாவுக்கு ஏற்பட்ட உதிரப் போக்கு நிற்கவே இல்லை. அடுத்த ஆறு ஆண்டுகள், 1973 ஆம் ஆண்டு கருப்பை எடுக்கப்படும் வரை உதிரப்போக்கு நிற்காமல் போய்க் கொண்டிருந்தது. சமயங்களில் அம்மா இதனால் மிகவும் சிரமப்படுவாள். அடிக்கடி மயக்கமடைந்து விழுந்து விடுவாள். மருத்துவமனைக்கு கொண்டுபோய் சிகிச்சையளிக்க வேண்டியிருக்கும். உதிரப்போக்கைக் கட்டுப்படுத்த மருத்துவர்கள் ஹார்மோன் ஊசிகள் எழுதிக் கொடுப்பார்கள். நானும் என் தங்கையும் அம்மாவுக்கு ஹார்மோன் ஊசி போட்டு விடுவோம். ஹார்மோன் ஊசிகளை எடுத்துக் கொள்வது ஆபத்தானது என்று அம்மாவுக்கு நன்கு தெரியும். இருந்தாலும் வேறு வழி தெரியவில்லை. கண்டனக் கூட்டங்களுக்கு போகாமலிருக்க இது ஒன்றுதான் வழி என்று தெரிந்தது.

இதற்கிடையில் அப்பாவின் இலாக்காவில் இருந்த புரட்சிப் படையினர், அப்பாமீது தாக்குதல் தொடுக்கத் தொடங்கினர். மாநில அரசாங்கத்தின் மிக முக்கியமான இலாக்காவாக இது இருந்ததால், அங்கு அதிகமான சந்தர்ப்பவாதிகள் இருந்தனர். பழைய கட்சி அமைப்பு முறையின் பணிவுமிக்க கருவிகளாகச் செயல்பட்டவர்கள், இப்போது ஆகஸ்ட் 26-ன் கீழ் செயல்பட்ட திருமதி ஷயூவால் புரட்சிப் போராளிகள் ஆக்கப்பட்ட இவர்கள் மிகுந்த தீவிரத்துடன் செயல்பட்டார்கள்.

புரட்சிப் படையினர் ஒருநாள் எங்கள் குடியிருப்புக்குள் அவசர அவசரமாக நுழைந்து, அப்பாவின் புத்தக அறைக்குள் நுழைந்தார்கள். புத்தக அலமாரியை நோட்டம் விட்ட அவர்கள், நீ ‘கட்சியை மறுதலிப்பவன்’ என்று குற்றம் சாட்டினார்கள். ஏனெனில், அவர் இன்னும் மூடநம்பிக்கைகள் நிறைந்த ‘பழமைவாதப்’ புத்தகங்களை வைத்திருந்தார். ஆரம்பத்தில் வளரிளம் பருவ செங்காவலர்கள் புத்தகங்களை எரிக்கும் பணியில் ஈடுபட்டிருந்தபோது, பலர் தாங்கள் சேகரித்து வைத்திருந்த புத்தகங்களையெல்லாம் நெருப்பிலிட்டு எரித்து விட்டார்கள். ஆனால், அப்பா அப்படி எந்தப் புத்தகத்தையும் எரிக்கவில்லை. ‘அவையெல்லாம் மார்க்கிஸியப் புத்தகங்கள்’ என்று அவைகளைச் சுட்டிக்காட்டி, அவரது புதிய புத்தகங்களைக் காப்பாற்றி விடலாமா என்று ஒரு சிறிய முயற்சி எடுத்துப் பார்த்தார். ‘செங்காவலர்களாகிய எங்களை முட்டாள்களாக்க முயற்சிக்காதீர்கள்’ என்று திருமதி ஷூ வெடித்தாள். ‘ஏராளமான விஷ விதைகளை’ வைத்திருக்கிறீர்கள் என்று சொல்லிவிட்டு, மலிவான தாளில் அச்சிடப்பட்டிருந்த சீன இலக்கியம் ஒன்றை உருவி எடுத்தாள்.

‘என்ன சொன்னீர்கள்? செங்காவலர்களாகிய எங்களையா என்றா சொன்னீர்கள்?, திருமதி ஷூ அவர்களே! செங்காவலர்களின் அம்மா வயது உங்களுக்கு. நீங்கள் கொஞ்சம் அறிவோடு பேசக் கற்றுக் கொள்ள வேண்டும்’ என்றார்.

திருமதி ஷூ அப்பாவின் கன்னத்தில் அறைந்து விட்டார். கூட்டம் அப்பாவைப் பார்த்து ஆத்திரத்துடன் கொக்கரித்தது. பிறகு அவர்கள் அந்தப் புத்தகங்களையெல்லாம் அள்ளி, அவர்கள் கொண்டு வந்திருந்த சாக்கில் போட்டு கட்டினார்கள். ‘நாளைக்கு உங்களுக்கு எதிராகக் கூட்டப்படும் கண்டனக்கூட்டம் முடிந்தபிறகு, இந்த புத்தகங்களைக் கொண்டுபோய், உங்கள் இலாக்காவின் முன்பு நெருப்பில் போட்டு எரிக்கப் போகிறோம்’ என்று அப்பாவிடம் சொல்லிவிட்டு அந்தப் புத்தக மூட்டைகளைச் சுமந்துகொண்டு சென்றார்கள். ‘இந்தப் புத்தகங்களை உண்ணப்போகும் பெரு நெருப்பைப் பார்த்து பாடம் கற்றுக் கொள்ளுங்கள்’ என்று சொல்லிவிட்டு ‘மீதம் உள்ள புத்தகங்களை நீங்களே எரித்து விடுங்கள்’ என்று அப்பாவுக்கு உத்தரவிட்டார்கள்.

அன்று மாலை நான் வீடு திரும்பியபோது அப்பாவை சமையல்கட்டில் பார்த்தேன். அப்பா நெருப்பை ஏற்றி, புத்தகங்களை எரியுண்ணக் கொடுத்துக் கொண்டிருந்தார்.

என் வாழ்க்கையில் முதல் முறையாக அப்பா அழுவதைப் பார்க்கிறேன். இதுவரை அழுது பழக்கப்பட்டிராத ஒரு மனிதன் அழுவதைப் பார்ப்பது கொடுமையானது. அவ்வப்போது, ஓவென்று அழுதார். தரை அதிர நடந்தார்; சுவரில் தலையை மோதிக் கொண்டார்.

நான் வெளவெளத்துப் போனேன். அவரைச் சாந்தப்படுத்துவதற்கு எந்த முயற்சியும் எடுக்கத் தெரியாமல் திகைத்து நின்றேன். கடைசியாக அவர் தோள்களைத் தொட்டு, சமாதானப்படுத்த முயற்சித்தேன். என்ன சொல்லி சமாதானப்படுத்துவது என்று தெரியவில்லை. வார்த்தைகள் வரவில்லை. மிஞ்சுகின்ற பணத்தையெல்லாம் அப்பா புத்தகங்களுக்காகத்தான் செலவு செய்வார். புத்தகங்கள்தான் அவரது வாழ்க்கை. நெருப்பு எரிந்து முடிந்தபின் அவருக்குள் ஏதோ ஒரு மாற்றம் நடந்திருக்க வேண்டும்.

அப்பா பல கண்டனக் கூட்டங்களுக்கு சென்றார். திருமதி ஷூவும் அவளது குழுக்களும், கூட்டத்தை சேர்ப்பதற்காகவும், அசம்பாவிதம் நடந்தால் கை கொடுப்பதற்காகவும் அதிகமான புரட்சிப் படையினரை வரவழைத்திருந்தாள். கூட்டத்தின் தொடக்கமாகச் சொல்லப்படும் மந்திரம் இதுதான்: ‘பத்தாயிரம் ஆண்டுகள், இன்னொரு பத்தாயிரம் ஆண்டுகள், மற்றுமொரு பத்தாயிரம் ஆண்டுகள் எங்களின் மாபெரும் குரு, மாபெரும் அரசியல் தலைவர், மாபெரும் இராணுவத் தலைவர், மாபெரும் வழிகாட்டியாகிய பெருந்தலைவர் மாவோ நீடூழி வாழ்க’ என்று சொல்லி தொடங்கப்பட்டது. மூன்று முறை ‘பத்தாயிரங்கள்’ என்றும் நான்குமுறை ‘மாபெரும்’ என்றும் சொல்லப்பட்டபோதெல்லாம், எல்லாரும் ஒரே மாதிரி தங்கள் கைகளில் இருந்த சிறிய செம்புத்தகங்களை உயர்த்திப் பிடித்தார்கள். ஆனால் அப்பா இவ்வாறு செய்ய மாட்டார். ‘“பத்தாயிரம்” ஆண்டுகள் என்று சக்கரவர்த்திகளுக்கு புகழாரமாக மொழிந்தார்கள். ஒரு கம்யூனிஸ்ட்டான மாவோவுக்கு இது தகுதியற்றது’ என்றார் அப்பா.

இதனால் அப்பா வசைமாரி பொழியப்பட்டார்; அடியும் விழுந்தது. ஒரு கண்டனக் கூட்டத்தில், குற்றம் சாட்டப்பட்டிருந்த அனைவரும் மேடையின் பின்புறம் வைக்கப்பட்டிருந்த மாவோவின் படத்திற்கு முன் முழங்கால் படியிட்டு தெண்டனிட்டு வணங்க வேண்டும். குற்றம் சாட்டப்பட்டிருந்த அத்தனைபேரும் அதற்கு கீழ்ப்படிந்தபோது, அப்பா மட்டும் முடியாது என்று மறுத்து விட்டார். ‘முழங்கால் படியிடுவதும், தரையில் விழுந்து வணங்குவதும் முதலாளித்துவக் கலாச்சாரம். இது கம்யூனிஸ்ட்கள் ஒழித்துக் கட்ட வேண்டிய ஒன்று’ என்று அப்பா கூறினார்.

இதைக்கேட்டு ஆத்திரமடைந்த புரட்சிப் படையினர் அப்பாவின் முழங்காலில் மிதித்தார்கள். தலையில் அடித்தார்கள். ஆனால் அப்பா பிடிவாதமாக நிமிர்ந்து நின்றார். 'என்னால் முழங்கால் படியிட முடியாது: தரையில் விழுந்து வணங்க முடியாது,' என்று ஆக்ரோஷமாகக் கூறினார். ஆத்திரமடைந்த கூட்டத்தினர், 'தலை வணங்கு. உன் குற்றத்தை ஒப்புக் கொள்' என்று கத்தினார்கள். 'நான் எந்தத் தவறும் செய்யவில்லை. நான் யாருக்கும் தலை வணங்கமாட்டேன்' என்று மறுத்து விட்டார்.

அப்பாவைப் பணிய வைப்பதற்கு சில இளைஞர்கள் அவர்மீது பாய்ந்தார்கள். ஆனால் அப்பா தலை நிமிர்ந்து நின்றார். கூட்டத்தினரை முறைத்துப் பார்த்தார். இளைஞர்கள் அவரது தலைமுடியைப் பற்றி பின்பக்கமாக இழுத்தார்கள். அப்பாவும் வேகமாகப் போராடினார். வெறிபிடித்த கூட்டம் அப்பாவை, 'கலாச்சாரப் புரட்சியின் எதிரி இவன்' என்று கத்தியது. அப்பா, 'இது என்ன கலாச்சாரப்புரட்சி? இதில் 'கலாச்சாரம்' எங்கே இருக்கிறது? இதில் காட்டுமிராண்டித்தனம்தான் இருக்கிறது' என்று கத்தினார்.

அப்பாவைத் தாக்கிக் கொண்டிருந்தவர்கள், 'இந்தக் கலாச்சாரப் புரட்சி மாவோவால் வழிநடத்தப்பட்டு வருகிறது. என்ன தைரியம் இருந்தால் இதை நீ எதிர்த்துப் பேசுவாய்?' என்று கேட்டார்கள். அப்பாவும் பதிலுக்கு ஆத்திரமாகக் கத்தினார். 'மாவோவால் நடத்தப்பட்டாலும் நான் எதிர்த்துப் பேசுவேன்' என்றார்.

கொஞ்ச நேரம் அங்கே நிசப்தம் நிலவியது. 'மாவோவை எதிர்ப்பது என்பது மரண தண்டனைக்கு சமம். அப்பா பயப்படுகிறவர்போல் தெரியவில்லையே' என்று புரட்சிப் படையினர் மலைத்துப் போய் நின்றனர். அதிர்ச்சியிலிருந்து மீண்ட புரட்சிப் படையினர், 'நீ கூறிய தேச துரோக வார்த்தைகளைத் திரும்பப் பெற்றுக் கொள்' என்று மீண்டும் தாக்கத் தொடங்கினார்கள். அப்பா பிடிவாதமாக முடியாது என்று மறுத்து விட்டார். ஆத்திரமடைந்த அவர்கள், அப்பாவைக் கட்டி, காவல் நிலையத்திற்கு இழுத்துச் சென்று அவரைக் கைது செய்து சிறையில் அடைக்குமாறு கேட்டுக் கொண்டார்கள். ஆனால், அந்தக் காவல் துறையினர் அவ்வாறு செய்யவில்லை. அவர்கள் சட்ட ஒழுங்கையும், கட்சி அதிகாரிகளையும் மதித்தனர். புரட்சிப் படையினரை வெறுத்தார்கள். அப்பாவைப் போன்ற உயர் அதிகாரிகளை அனுமதி இல்லாமல் கைது செய்ய முடியாது என்று காவல் துறையினர் மறுத்து விட்டார்கள். அதுபோன்ற அனுமதி யாரும் கொடுக்கவில்லை.

அப்பா மீது தொடர்ந்து தாக்குதல் நடந்தது. என்ன ஆனாலும் அவர் தன் பிடியிலிருந்து தளரவில்லை. எனக்கு தெரிந்தவரை, எங்கள் குடியிருப்பு வளாகத்தில், இப்படி ஒரு தைரியமான நபரை நான் பார்த்ததில்லை. பொதுமக்களில் பலர், புரட்சிப் படையினர் உட்பட, அப்பாவை மானசீகமாக ரசிக்கத் தொடங்கி விட்டனர். முன்பின் அறிந்திராத ஒரு வழிப்போக்கர் கூட 'இப்படி ஒரு மனிதரா!' என்று மனதுக்குள் முணுமுணுத்துக் கொண்டு சென்றார். சில இளைஞர்கள், 'உன் அப்பாவைப் போன்ற முதுகெலும்பு எங்களுக்கும் வேண்டும்' என்று என் சகோதரர்களிடம் கூறினார்கள்.

அன்றைய முழுநாள் தாக்குதல் முடிந்தவுடன், அம்மாவும் அப்பாவும் வீட்டிற்கு வந்ததும், பாட்டி தன் வைத்தியத்தை தொடங்கினாள். அதற்குள், பாட்டிக்கு அப்பாவின் மீதிருந்த கோபமெல்லாம் காணாமல் போய்விட்டது. அப்பாவும் பதிலுக்கு மனம் கனிந்து விட்டார். காயங்களுக்கு களிம்பு தடவி விட்டாள். சிராய்ப்புகளுக்கு பற்று போட்டு விட்டாள். 'பாய்-யாவோ' என்னும் வெண்ணிறப் பொடி கலந்த பானத்தைக் குடிக்கக் கொடுத்தாள். அம்மருந்து உள் காயத்தைக் குணப்படுத்தக் கூடியது.

அம்மாவும் அப்பாவும் வீட்டைவிட்டு வேறு எங்கும் செல்லக்கூடாது என்றும், அடுத்த கூட்டத்திற்கு ஆஜராக வேண்டும் என்றும் உத்தரவு பிறப்பிக்கப்பட்டது. எங்காவது மறைவாக இருக்க முடியுமா என்ற கேள்விக்கு இடமே இல்லை. இந்தப் பரந்த சீன தேசமே ஒரு சிறைச்சாலை போன்றதுதான். ஒவ்வொரு வீடும், ஒவ்வொரு வீதியும் மக்களாலேயே கண்காணிக்கப்பட்டு வந்தது. இந்தப் பரந்து விரிந்த பூமியில் ஒருவர் மறைந்து வாழ்வதற்கு ஒரு இடம்கூட இல்லை.

ஒரு பொழுதுபோக்குக்குக்கூட அம்மா அப்பா எங்கும் போக முடியாது. 'பொழுது போக்கு' என்ற வார்த்தை இருந்ததே தவிர, அது நடைமுறையில் இல்லை. புத்தகங்கள், ஓவியங்கள், இசைக்கருவிகள், விளையாட்டுகள், சீட்டாட்டம், சதுரங்க ஆட்டம், தேநீர்க் கடைகள், மதுபானக் கடைகள் - இவை எல்லாம் எங்கே போனதென்றே தெரியாது. பூங்காவெல்லாம் பாலைவனம் போல் காணப்பட்டன. அங்கு பூ பூப்பதில்லை. புல் முளைப்பதில்லை. பாடித்திரியும் பறவைகள் பாட வருவதில்லை. தங்க மீன்கள் கொல்லப்பட்டன. திரைப்படங்கள், நாடகங்கள், இசை நிகழ்ச்சிகள் ஆகியவைகளுக்கு தடை விதிக்கப்பட்டன. திருமதி மாவோ அவர்கள், தான் முன்னின்று தயாரித்த எட்டு வகையான புரட்சிகர இசை நாடகங்கள் அரங்கேற்றுவதற்காக அரங்குகளும் மேடைகளும் தயார் செய்யப்பட்டன. இந்த இசை

நாடகங்களை மேடைகளில் நடத்திக் காட்ட அனைவருக்கும் அனுமதி அளிக்கப்பட்டது. இவ்வாறு அனுமதி அளிக்கப்பட்ட இந்த இசை நாடகங்களைக்கூட நடத்திக் காட்டுவதற்கு திராணி இல்லை. தன்னுடைய நாடகத்தில் வரும் துன்பியல் கதாநாயகனுக்கு நாடக இயக்குநர் ஒப்பனை செய்திருக்கிறார். இந்த ஒப்பனை திருமதி மாவோவின் கண்களுக்கு கூடுதலாகப் பட்டிருக்கிறது. அதனால், அந்த இயக்குநருக்கு தண்டனை அளிக்கப்பட்டது. சிறைத் தண்டனை அனுபவித்தார். வெளியே 'வாக்' போவதைக்கூட நாங்கள் நினைத்துப் பார்த்ததில்லை. வெளிப்புற வாழ்க்கை மிகவும் ஆபத்தானதாக இருந்தது. வீதியோரங்களில் நெஞ்சைப் பதற வைக்கும் கண்டனக் கூட்டங்கள்; எந்த நேரத்தில் எது நடக்குமோ என்று கிலியூட்டக்கூடிய சுவரொட்டிகள்; வாசகங்கள். மக்கள் அனைவரும் உணர்ச்சியற்ற மரக்கட்டைகள் போல மருட்சியான முகங்களோடுதான் நடமாடி வந்தார்கள். அம்மா அப்பாவின் காயம்பட்ட முகங்களைப் பார்க்கிறபோது, அவர்கள் தண்டிக்கப்பட்டவர்கள் என்று தெரிய வந்தது. அவர்கள் வீட்டை விட்டு வெளியே வந்தால், அவர்கள் புழுதி வாரித் தூற்றப்படுவார்கள் என்று அவர்களுக்கு தெரிந்தது.

அன்றைய தினம் பயத்தின் உச்சக்கட்டமாக, வாசித்து முடித்த செய்தித் தாள்களை வெளியே தூக்கி எறிவதற்கோ அல்லது எரிப்பதற்கோ யாருக்கும் துணிவு இருந்ததில்லை. ஒவ்வொரு செய்தித்தாளின் முதல் பக்கம் மாவோவின் திருவுருவம் தாங்கி வரும்; மாவோவின் பொன்மொழிகள் ஏதோ ஒன்று அதில் இடம் பெற்றிருக்கும். அதனால் அந்த செய்தித்தாட்களைப் பொன்போலப் பாதுகாக்க வேண்டியிருந்தது. நீங்கள் ஒரு செய்தித்தாளை வெளியே வீசுவதை யாரேனும் பார்த்து விட்டால், உங்களை யாரும் காப்பாற்றி விட முடியாது. அதேசமயம், அந்தச் செய்தித்தாட்களை வீட்டில் பத்திரப்படுத்தி பாதுகாப்பதும் ஆபத்தில் கொண்டுபோய் விட்டு விடும். அந்த செய்தித்தாளில் இருந்த மாவோ படத்தின் ஒரு மூலையில் எலி கடித்து விடும். அல்லது இலேசாகக் கிழிந்து விடும். இந்த இரண்டுமே நீங்கள் மாவோவுக்கு எதிராகச் செய்த குற்றங்கள். உண்மையில் செங்குடுவில் நடந்த நீண்டநாள் உட்கட்சி சண்டை எதுவென்றால் - யாரோ ஒருவர் ஒரு செய்தித்தாளில் தெரியாத்தனமாக உட்காரப்போய், அந்ததாள் மாவோ முகம் தாங்கி வந்திருந்ததால், செங்காவலர்கள் உருவாக்கிய சண்டைதான் அது. அம்மாவின் வகுப்பு தோழி ஒருத்தி தற்கொலைக்கு தள்ளப்பட்ட நிகழ்வு ஒன்றும் நடந்தது. அவள் ஒரு சுவரொட்டி வாசகம் எழுதினாள். 'மாபெரும் தலைவர் மாவோ அவர்களுக்கு என் இதயப்பூர்வமான அன்பு' என்று எழுதினாள். 'இதயப்பூர்வமான'

என்ற வார்த்தையை தூரிகையால் ஏதோ கவனக் குறைவாக எழுதியதால், அந்த வார்த்தைக்குரிய அர்த்தம் 'வருந்தற்குரிய' என்பது போல் காணப்பட்டு விட்டது.

1967 ஆம் ஆண்டு பிப்ரவரி மாதம் ஒருநாள், மிதமிஞ்சிய ஆபத்தின் ஆழம் என்னவென்று தெரிந்து கொள்ள வேண்டிய சூழலில், அப்பாவும் அம்மாவும் நீண்ட நேரம் பேசிக் கொண்டிருந்தார்கள். அம்மா கட்டிலின் ஓரத்தில் அமர்ந்திருந்தாள். அப்பா, எதிரில் நாற்காலியில் அமர்ந்திருந்தார். 'கலாச்சாரப் புரட்சி என்றால் உண்மையில் என்னவென்று இப்போது தெரிந்து கொண்டேன். அப்படித் தெரிந்து கொண்டதுதான் என் உலகத்தை தவிடு பொடியாக்கி விட்டது' என்று அம்மாவிடம் அப்பா கூறினார். கலாச்சாரப் புரட்சிக்கும், சம உரிமை ஆக்கத்திற்கும் எந்தத் தொடர்பும் இல்லை என்று அப்பா புரிந்து கொண்டார். மாவோவின் தனிப்பட்ட செல்வாக்கை பெருக்கிக் கொள்ள, தனக்கு வேண்டாதவர்களை வெறியேற்றும் ஒரு கிராதகச் செயல்தான் கலாச்சாரப் புரட்சி.

அப்பா பேசியபோது நிதானமாக, மெதுவாக, வார்த்தைகளைக் கவனமாக கையாண்டார். 'ஆனால், மாவோ மன்னிக்கும் குணமும், பெருந்தன்மையும் உள்ள தலைவர்' என்று அம்மா கூறினாள். 'பு யியைக் கூட விட்டுவிட்டார். புதிய சீனாவை உருவாக்க அவரோடு சேர்ந்து போராடும் தோழர்களை அவர் ஏன் பொறுத்துக் கொள்ளக் கூடாது? அவர்கள் மீது கடுமையாக நடந்துகொள்ள அவருக்கு எப்படி மனம் வருகிறது?' என்றாள் அம்மா.

அமைதியாக, ஆழமாகச் சிந்தித்து அப்பா சொன்னார்: 'பு யி என்னவாக இருந்தான்? அவன் ஒரு போர்க் குற்றவாளி. மக்களிடமிருந்து அவனுக்கு ஆதரவு இல்லை. அவனால் எதுவும் செய்ய முடியாது. ஆனால்...' அப்பா ஆழ்ந்த சிந்தனையில் மூழ்கினார். அப்பா சொல்வதை அம்மா புரிந்து கொண்டாள். வாய்ப்புள்ள எந்த சவாலையும் மாவோ ஏற்றுக்கொள்ள மாட்டார். 'பிறகு ஏன் நாம் அனைவரும் ஆணைகளுக்கு கீழ்ப்படிகிறோம்? அவைகளை சிரமேற்கொண்டு நிறைவேற்றுகிறோம்? ஏன் ஒன்றும் தெரியாத அப்பாவி மக்களை குற்றம் சுமத்தி மாட்டி விடுகிறோம்? இதனால் எவ்வளவு அழிவு! எவ்வளவு துன்ப துயரங்கள்?' என்று அப்பாவிடம் கேட்டாள்.

அப்பா அதற்கு, 'சீனாவில் அனைத்தையும் தலைகீழாக மாற்றினாலொழிய அவரது இலக்கை எட்ட முடியாது என்று பெருந்தலைவர் மாவோ கருதுகிறார். அவர் எப்போதும் எதையும்

தெளிவாகச் சிந்தித்து, கவனமாகச் செயல்படக் கூடியவர். சமூகத்தில் பாதிக்கப்பட்ட யாருக்கும் அவர் இரக்கம் காட்டியதாக வரலாற்றில் எதுவும் இல்லை' என்று அம்மாவுக்கு பதில் கூறினார்.

இழுத்து மூச்சு விட்டுக் கொண்டு அப்பா சொன்னார்: 'எந்தக் கோணத்தில் பார்த்தாலும் இதை புரட்சி என்று சொல்ல முடியாது. தேசத்தைப் பணயம் வைத்து தனது சொந்த அதிகாரத்தை வளர்த்துக்கொள்ள மாவோ முயற்சிக்கிறார். இதில் மக்கள் தவறு செய்கிறார்கள். உண்மையில் இது தண்டனைக்குரிய குற்றமாக நான் கருதுகிறேன்.'

எங்கோ ஏதோ அசம்பாவிதம் நிகழப் போகிறது என்று அம்மா உணர்ந்து கொண்டாள். ஆழ்ந்து சிந்தித்து ஒரு முடிவுக்கு வந்து, அப்பா செயல்படத் தொடங்கி விட்டார். அம்மா எதிர்பார்த்தபடி, 'பெருந்தலைவர் மாவோவுக்கு நான் கடிதம் எழுதப் போகிறேன்' என்று அப்பா கூறினார்.

அம்மா தலையில் அடித்துக் கொண்டாள். 'இதனால் நமக்கு என்ன இலாபம்?' என்று அம்மா வெடித்தாள். 'பெருந்தலைவர் மாவோ நீங்கள் சொல்வதைக் கேட்பார் என்று எப்படி நீங்கள் எதிர்பார்ப்பீர்கள்? உபயோகம் இல்லாத ஒரு விஷயத்துக்காக ஏன் சொந்தப் பணத்திலேயே சூன்யம் வைத்துக் கொள்கிறீர்கள்? இந்த தடவை உங்கள் கடிதத்தை பீக்கிங்கிற்கு தூக்கி கொண்டு ஓடுவேன் என்று என்னை எதிர்பார்க்காதீர்கள்.'

அப்பா குனிந்து அம்மாவின் கன்னங்களில் முத்தமிட்டார். 'நீ எடுத்துச் செல்ல வேண்டுமென்று நான் எதிர்பார்க்கவில்லை. நான் இதைத் தபாலில் அனுப்பப் போகிறேன்.' பிறகு அம்மாவின் முகத்தை நிமிர்த்தி அவள் கண்களை உற்றுப் பார்த்து, விரக்தி நிறைந்த குரலில், 'நான் வேறு என்ன செய்வது? வேறு என்ன மாற்று வழி என்னிடம் இருக்கிறது? நான் குரல் எழுப்ப வேண்டும். அது உதவும். என் மனசாட்சி என்னைக் கொல்லாமலிருப்பதற்காகவாவது நான் இதைச் செய்ய வேண்டும்' என்று அப்பா கூறினார்.

'என்ன பெரிய மனசாட்சி? மனசாட்சி அவ்வளவு முக்கியமா? உங்கள் குழந்தைகளைவிட உங்கள் மனசாட்சி முக்கியமா? அவர்கள் 'கருப்புகள்' ஆக வேண்டுமென்று நீங்கள் விரும்புகிறீர்களா?' என்று அம்மா கேட்டாள்.

அப்போது அங்கே ஒரு மயான அமைதி நிலவியது. தயக்கத்துடன் அப்பா, 'நீ என்னை விவாகரத்து செய்து விடு. பிறகு உன் விருப்பப்படி குழந்தைகளை வளர்த்துக் கொள்' என்று அம்மாவிடம்

கூறினார். இருவரும் அங்கே பேச வார்த்தைகளின்றி மௌனத்தில் ஆழ்ந்திருந்தார்கள். மாவோவுக்கு கடிதம் எழுதும் முடிவை அப்பா மாற்றிக் கொண்டாரோ என்று அம்மாவுக்கு நினைக்கத் தோன்றியது. ஏனென்றால், அந்த விளைவுகள் எப்படி இருக்கும் என்று அப்பாவுக்கு நன்கு தெரியும். நிச்சயமாக அது மிகக் கொடூரமாக இருக்கும்.

நாட்கள் பல கடந்தன. பிப்ரவரி மாத இறுதியில் ஒரு விமானம் செங்குடு நகரத்தின் மீது தாழ்வாக பறந்தது தெரிந்தது. விமானத்திலிருந்து வீசப்பட்ட ஆயிரக்கணக்கான தாட்கள் காற்றில் மிதந்து வந்தன. அதில் ஒரு தாள் பிப்ரவரி மாதம் 17-ஆம் தேதி அச்சிடப்பட்டு, மத்திய இராணுவக்குழு உயர் மட்ட அதிகாரி ஒருவரால் கையொப்பமிடப்பட்டிருந்தது. அவர்களின் வன்முறைச் செயல்பாடுகளை உடனடியாக நிறுத்த வேண்டும் என்று அதில் புரட்சிப் படையினருக்கு ஆணையிட்டிருந்தது. கலாச்சாரப் புரட்சியை அந்த ஆணை நேரடியாகத் தாக்காவிட்டாலும், அதை நிறுத்தி வைக்கச் சொல்லி உத்தரவிட்டிருந்தது. அம்மாவின் தோழி ஒருத்தி அதை அம்மாவிடம் கொடுத்தாள். அம்மாவுக்கும் அப்பாவுக்கும் ஒரு நம்பிக்கை தெரிந்தது. சீனாவின் மதிப்புக்குரிய, பழம்பெரும் இராணுவ அதிகாரிகள் இதில் தலையிட்டிருக்க வேண்டும், இந்த இராணுவ அதிகாரிகளின் ஆணையை வரவேற்று தெருவெங்கும் மக்கள் வெள்ளம் ஆர்ப்பரித்து ஊர்வலமாகச் சென்றது.

வானிலிருந்து வந்த தாட்கள் ஓர் எழுச்சியை ஏற்படுத்தி விட்டன. ஜனவரி மாதம், முதல் முறையாக மாவோ, புரட்சிப்படையினரை ஆதரிக்கச் சொல்லி இராணுவத்தைக் கேட்டுக் கொண்டிருந்தார். பாதுகாப்பு அமைச்சர் லின்-பியோவோவைத் தவிர்த்து, மற்ற இராணுவ உயர் மட்ட அதிகாரிகள் கொதித்துப் போய் இருந்தார்கள். பிப்ரவரி மாதம் 14 ஆம் தேதியும் 16 ஆம் தேதியும், இந்த இராணுவ உயர் அதிகாரிகள் அரசியல் தலைவர்களை அழைத்து இரண்டு உயர் மட்டக் கூட்டங்களைக் கூட்டினார்கள். இந்தக் கூட்டத்திற்கு மாவோ வரவில்லை. அவரது உதவியாளரான அமைச்சர் லின்-பியாவோவும் வரவில்லை. அக்கூட்டத்திற்கு சூ என்லாய் தலைமை யேற்றார். இதுவரை களையெடுக்கப்படாமல் மிச்சமிருந்த பொலிட் பீரோ உறுப்பினர்களை இராணுவ உயர் அதிகாரிகள் தங்களுடன் சேர்த்துக் கொண்டனர். இந்த இராணுவ உயர் அதிகாரிகள்தான் கம்யூனிஸ்ட் படையின் கமாண்டர்களாகவும், நெடும் பயணத்தின் முன்னோடிகளாகவும், புரட்சியின் கதாநாயகர்களாகவும் இருந்திருக்கிறார்கள். அப்பாவிப்

பொதுமக்களை கொடுமைப்படுத்தியதற்காகவும், தேசத்தை சீர்குலைத்ததற்காகவும் அவர்கள் கலாச்சாரப் புரட்சியை கண்டனம் செய்தார்கள். உதவிப் பிரதமர்களில் ஒருவராக இருந்த டான் ஷென்-லின், 'என் வாழ்நாள் முழுவதும் பெருந் தலைவர் மாவோவைப் பின்பற்றி வந்திருக்கிறேன். இனிமேல் அவரைப் பின்பற்ற மாட்டேன்' என்று ஆணித்தரமாகப் பேசினார். கூட்டம் முடிந்த கையோடு வன்முறைச் சம்பவங்களைத் தடுத்து நிறுத்த இராணுவ உயர் அதிகாரிகள் நடவடிக்கை எடுக்கத் தொடங்கி விட்டார்கள். ஏனென்றால், குறிப்பாக சிச்சுவான் மாநிலத்தில் வன்முறைச் செயல்கள் கட்டவிழ்த்து விடப்பட்டிருந்தன. அதனால் தான், பிப்ரவரி 17 தேதியிட்ட உத்தரவை சிச்சுவான் மாநிலத்திற்கு வழங்கினார்கள்.

சூ என்லாய் தன் அதிகாரத்தைப் பயன்படுத்தாமல் மாவோவுடன் ஒத்துப் போய் விட்டார். மாவோவின் ஆளுமை என்னும் தனித்தன்மைக்கு ஓர் அசுர பலம் வந்து சேர்ந்தது. எதிர் அமைப்பினருக்கு தண்டனைகளை விரைந்து வழங்கினார். கிளர்ச்சி செய்த பொலிட்பீரோ உறுப்பினர்களும், இராணுவ கமாண்டர்களும் தாக்கப்பட்டார்கள். இவர்களின் வீடுகள் சோதனையிடப்பட்டன. இவர்களுக்கு எதிராகக் காட்டுமிராண்டித்தனமான கண்டனக் கூட்டங்கள் நடத்தப்பட்டன. இராணுவ உயர் அதிகாரிகளைத் தண்டிக்க மாவோ உத்தரவிட்டபோது, அவர்களை காப்பாற்றும் எண்ணத்துடன் இராணுவம் முன்வரவில்லை.

மாவோவையும் அவரது கலாச்சாரப் புரட்சியையும் எதிர்த்து நிற்க மேற்கொள்ளப்பட்ட இந்த சிறிய முயற்சிக்கு 'பிப்ரவரி எதிர் இயக்கம்' என்று பெயரிடப்பட்டது. தீவிரமான வன்முறைகளையும் முதலாளி வர்க்கக் கைக்கூலிகளுக்கு எதிராக அரசு முடுக்கி விட்டது.

பிப்ரவரி மாதக் கூட்டங்கள் மாவோவுக்கு ஒரு திருப்புமுனையைத் தேடித் தந்தன. கிட்டத்தட்ட எல்லாருமே அவருடைய கொள்கைகளை எதிர்த்தது அவருக்கு புரிந்தது. கட்சி என்ற பெயரைத் தவிர, மீதமிருந்த அனைவரும் கழற்றி விடப்பட்டனர். 'கலாச்சாரப் புரட்சி அதிகாரம்,' பொலிட் பீரோ உறுப்பினர்கள் அனைவரையும் சாதுரியமாக அப்புறப்படுத்தியது. இராணுவ உயர் அதிகாரிகளுக்கு உறுதுணையாக இருந்த கமாண்டர்களை லின் பியாவோ வெளியேற்றினார். மத்திய இராணுவக் குழுவின் பொறுப்பு லின் பியாவோவின் தனி அதிகாரிகள் வசம் ஒப்படைக்கப்பட்டது. இந்தக் குழுவை மாவோ தன் மனைவியின் மூலமாக கண்காணித்துக் கொண்டார். மாவோ நடத்திய உயர் அதிகாரிகளுக்கு எதிரான சதி, இப்பொழுது ஒரு இடைக்கால

நீதிமன்றம் போலிருந்தது. அதில் இருந்தவர்கள் எல்லாருமே அவருடைய மனைவியைச் சார்ந்தவர்கள், மாவோவின் சகோதர சகோதரிகள் போன்ற நெருங்கிய உறவினர்கள் மற்றும் மாவோவுக்கு துதி பாடும் கூட்டம் மட்டுமே ஆகும். மாநிலங்கள் தோறும் 'புரட்சிக் குழுக்களைக்' கட்டமைக்க மாவோ பிரதிநிதிகளை அனுப்பி வைத்தார். கட்சியின் அடிப்படை அமைப்பை அப்படியே மாற்றிவிட்டு, மாவோ 'புரட்சிக் குழுக்களையே' தனது அதிகாரத்தை நிலைநாட்டக்கூடிய புதிய கருவியாக அமைத்துக் கொண்டார்.

சிச்சுவான் மாநிலத்திற்கு மாவோ அனுப்பிய பிரதிநிதிகள், வேறு யாருமல்ல ஏற்கனவே அப்பா, அம்மாவுக்கு மிகவும் தெரிந்திருந்த 'டிங்' தம்பதியினர்தான். யூபின் நகரை விட்டு அம்மா அப்பா புறப்பட்டு வந்தபின், டிங் தம்பதியினர் அம்மண்டலப் பொறுப்பை ஏற்றுக் கொண்டிருக்கிறார்கள். திரு டிங் அங்கே கட்சி செயலாளர் ஆகிவிட்டார். திருமதி டிங் தலைநகரான யூபின் நகர கட்சித் தலைவராக ஆகி விட்டார்.

குற்றம் சுமத்தப்பட்டு வந்தவர்களுக்கு தண்டனை வழங்குவதிலும், தங்கள் பகைவர்களைப் பழிவாங்குவதிலுமே இத்தம்பதியினர் தங்களின் முழு நேரத்தையும் செலவிட்டார்கள். இங்கு ஒரு மனிதனுக்கு நிகழ்ந்த ஆபத்தைப் பாருங்கள். 1950-களின் முற்பகுதியில் டிங் தம்பதியினருக்கு ஒரு மெய்க்காப்பாளன் ஒருவன் இருந்தான். அவன் ஆண்மையைச் சூறையாட திருமதி டிங் பல முயற்சி எடுத்திருக்கிறாள். ஒருநாள் அவள் வயிற்று வலி என்று ஒரு காரணத்தை சொல்லி விடுப்பு எடுத்தவள், தன் மெய்க்காப்பாளனைக் கூப்பிட்டு, தன் வயிற்றை அமுக்கி மசாஜ் செய்துவிடச் சொல்லியிருக்கிறாள். அப்போது இவள் அவனுடைய கைகளைப் பிடித்து தனது அந்தரங்கப் பகுதியை நோக்கி நகர்த்தி விட்டிருக்கிறாள். உடனே அவன் சுதாரித்துக்கொண்டு, அவள் கையை உதறிவிட்டு ஓடி விட்டான். ஆத்திரமடைந்த திருமதி டிங், அவன் தன்னைக் கற்பழிக்க வந்ததாகக் குற்றம் சாட்டி அவனுக்கு 3 ஆண்டுகள் கடுங்காவல் தண்டனை வாங்கிக் கொடுத்து விட்டாள்.

அங்கு நடைபெற்ற அனைத்து நிகழ்வுகளையும் குறிப்பிட்டு, சிச்சுவான் கட்சிக்குழுவுக்கு ஒரு மொட்டைக் கடிதம் வந்தது. அதன் விளைவாக ஒரு விசாரணை நடத்தப்பட வேண்டும் என்று உத்தரவிடப்பட்டது. டிங் தம்பதியினர் குற்றம் சாட்டப்பட்டிருந்த பிரதிவாதியாக இருந்ததால் அந்தக் கடிதத்தை அவர்களால் பார்க்க முடியவில்லை. ஆனால் அவர்களுக்கு வேண்டப்பட்ட ஒருவன் அக்கடிதத்தை அவர்களுக்கு காண்பித்து விட்டான். அந்தக் கையெழுத்து யாருடையது என்று கண்டுபிடிக்க அங்கிருந்த

அலுவலர்கள் அத்தனை பேரிடமும் ஆளுக்கொரு பிரச்சினையைக் கொடுத்து அதின்மீது ஓர் அறிக்கை தயாரித்து எழுதி அனுப்பச் சொன்னாள். ஆனால் அந்த அறிக்கைகளில் எழுதப்பட்டிருந்த கையெழுத்துகளை ஒப்பிட்டுப் பார்த்தும் அந்த மொட்டைக் கடிதத்தை எழுதிய நபரைக் கண்டுபிடிக்க முடியவில்லை. அவர்கள் மீது மேற்கொண்ட விசாரணையும் நீர்த்துப் போகச் செய்யப்பட்டது.

யூபின் நகர அலுவலர்களும், பொதுமக்களும் டிங் பெயரைக் கேட்டாலே நடுங்கிப் போவார்கள். தங்களுக்கு வேண்டாதவர்களைப் பழி தீர்த்துக் கொள்ள, அடிக்கடி போடப்படும் அரசியல் திட்டங்கள் இவர்களுக்கு கை கொடுத்தன.

1953 ஆம் ஆண்டு அப்பாவின் இடத்தில் ஈபின் ஆளுநராகப் பொறுப்பேற்றவரையே டிங் தம்பதியினர் 1959 ஆம் ஆண்டு ஒழித்துக் கட்டி விட்டார்கள். இந்த ஆளுநர் நெடும் பயணத்தின் முன்னோடியாக இருந்தவர். மக்களின் மதிப்பையும், மரியாதையையும் பெற்றவர். இதனால் டிங் தம்பதியினருக்கு இவர்மீது பொறாமை ஏற்பட்டது. இவர் 'வைக்கோல் செருப்பு லீ' என்று அழைக்கப்பட்டார். ஏனென்றால், இவர் எப்போதும் விவசாயிகள் தயாரித்த வைக்கோல் செருப்புகளையே அணிந்து கொள்வார். விவசாயிகளோடு நெருக்கமாக இருக்க வேண்டும் என்பதின் அடையாளமாக வைக்கோல் செருப்புகளையே பயன்படுத்தி வந்தார். உண்மையில், 'முன்னோக்கிய பிரமாண்டப் பாய்ச்சலின்' போது இவர் சுறுசுறுப்புடன் செயல்பட்டு விவசாயிகளை ஏராளமாக எஃகு உற்பத்தி செய்ய வேண்டும் என்று வற்புறுத்தினார். பொறாமைப்பட்ட டிங் தம்பதியினர் அவரை 'வலதுசாரி, சந்தர்ப்பவாதி' என்று கண்டனம் செய்து, உணவு விடுதியில் காய்கறி வாங்கும் ஏஜெண்ட்டாக பணியிறக்கம் செய்து விட்டார்கள். அவர் வகித்து வந்த பதவி மூலம் தன் வயிற்றை நிரப்பிக்கொள்ள பல அரிய சந்தர்ப்பங்கள் கிட்டியும், பஞ் சத்தால் இறந்துவிட்டார். அவர் வயிற்றில் வைக்கோல் மட்டுமே இருந்ததாகப் பிரேதப்பரிசோதனை அறிக்கை கூறியது. இறுதி மூச்சு வரை நேர்மையுடன் வாழ்ந்து மறைந்த மனிதர் அவர்.

அடுத்து ஒரு மருத்துவர். பட்டினியால் பாதிக்கப்பட்டவர் என்று ஒரு நோயாளியைப் பரிசோதனை செய்து கூறிவிட்டார். இந்தக் குற்றத்திற்காக 1959 ஆம் ஆண்டு அந்த மருத்துவர் வர்க்க எதிரி என்று டிங் தம்பதியினரால் கண்டனம் செய்யப்பட்டார்.

இதுபோன்று பல வழக்குகள். பலர் தங்கள் உயிரைப் பணயம் வைத்து, மாநில அதிகாரிகளுக்கு டிங் தம்பதியினரைக் கண்டனம்

செய்யச் சொல்லி கடிதம் எழுதினார்கள். 1962 ஆம் ஆண்டு மத்திய அரசாங்கத்தில் மிதவாதிகள் கை ஓங்கி இருந்தபோது, அரசாங்கத்தின் முந்தைய செயல் திட்டங்கள் குறித்து நாடு தழுவிய ஆய்வு ஒன்றை நடத்தினார்கள். பாதிப்புக்கு உள்ளாக்கப்பட்ட பலரை அதிலிருந்து மீட்டெடுத்தார்கள். டிங் தம்பதியினரை விசாரணை நடத்துவதற்கு சிச்சுவான் அரசாங்கம் ஒரு குழுவை நியமித்தது. அதில் அந்தத் தம்பதியினர் ஏராளமான அதிகார துஷ்பிரயோகங்கள் செய்திருந்திருந்தது தெரிய வந்தது. அவர்கள் கைது செய்யப்பட்டு தடுப்பு காவலில் வைக்கப்பட்டனர். 1965 ஆம் ஆண்டு கட்சியின் பொதுச் செயலாளர் டெங் சியோபிங், அவர்களை கட்சியிலிருந்து வெளியேற்றும் ஆணையில் கையொப்பமிட்டார்.

கலாச்சாரப் புரட்சியின் போது டிங் தம்பதியினர் எப்படியோ தப்பித்து பீக்கிங் சென்று விட்டனர். அங்கிருந்துகொண்டே அவர்கள் கலாச்சாரப் புரட்சி அதிகாரிகளுக்கு மேல்முறையீடு செய்தார்கள். ‘வர்க்கப் போராட்டத்தில்’ இவர்கள் தங்களை மிக முக்கியமான செயல்பாட்டாளர்களாகக் காட்டிக் கொண்டார்கள். அத்துடன் கட்சியின் மூத்த அதிகாரிகள் தங்களைக் கொடுமைப்படுத்தியதாகவும் கூறினார்கள். அம்மா எதேச்சையாக ஒருநாள் அவர்களைக் குறை தீர்க்கும் அலுவலகத்தில் சந்தித்திருக்கிறாள். அவர்கள் அம்மாவிடம் அன்பாக பீக்கிங்கில் தங்கியிருக்கும் அம்மாவின் முகவரியை கேட்டிருக்கிறார்கள். ஆனால் அம்மா கொடுக்க மறுத்து விட்டாள்.

கலாச்சாரப் புரட்சி அதிகாரத்தின் முக்கியத் தலைவர்களில் ஒருவரான சென் போடா என்பவர் டிங் தம்பதியினரைத் தேர்வு செய்து கொண்டார். சென்-போடாதான் யான்’ஆன் நகரில் அப்பாவுக்கு மேலதிகாரியாக இருந்தவர். திருமதி மாவோ இவர் மூலமாக டிங் தம்பதியினரை வரவழைத்துக் கொண்டாள். திருமதி மாவோ, அவர்களைப் பார்த்தவுடன் இவர்கள் தனக்கேற்ற ஆட்கள் என்று புரிந்து கொண்டாள். மாவோவின் மனைவிக்கு கலாச்சாரப் புரட்சியின் சித்தாந்தத்தில் துளிகூட ஈடுபாடு கிடையாது. அதைக்கொண்டு வேண்டாதவர்களைப் பழி தீர்த்துக் கொள்ள வேண்டும். திருமதி லியூ ஷாவ்கியைப் பழிவாங்கும் விஷயத்தில், மாவோவின் மனைவியும் சேர்ந்து கொண்டாள். அவள் செங்காவலர்களுக்கு சொன்னது போல, திருமதி லியூ, தன் கணவனுடன் கடல் கடந்து வெளிநாடு சென்றதால் அவள் மீது மாவோவின் மனைவி கொதித்துப் போயிருந்தாள். மாவோ மட்டுமே வெளிநாடு போயிருக்கிறார். இரண்டுமுறையும் இரஷ்யாவுக்குத்தான் சென்றிருக்கிறார். இரண்டுமுறையும் தன் மனைவியை அழைத்துச்

செல்லாமல் தனியாகச் சென்றிருக்கிறார். இதில் என்ன கொடுமை என்றால், திருமதி லியூவின் வெளிநாட்டுப் பயணத்தின்போது அவள் பகட்டான ஆடைகளையும், சீனாவில் இதுவரை யாரும் அணியாத விலையுயர்ந்த நகைகளையும் அணிந்து சென்றிருக்கிறாள். அதனால் திருமதி லியூ சி.ஐ.எ-வின் ஏஜெண்ட் என்று கண்டனம் செய்யப்பட்டு சிறையில் தள்ளப்பட்டு விட்டாள். மரணம் வரை அவளால் மீள முடியவில்லை.

திருமதி மாவோ, 1930-களின் இறுதியில் மாவோவைச் சந்திக்குமுன்பு ஷாங்காய் நகரில் திரைப்படங்களில் சிறிய பாத்திரமேற்று நடித்துக் கொண்டிருந்தாள். அங்கிருந்த கற்றறிந்த பெருமக்கள் இவளை மதிப்பதில்லை. அவர்களில் சிலர் கம்யூனிஸ்ட் இரகசிய அமைப்பைச் சேர்ந்தவர்கள். 1949 ஆம் ஆண்டிற்கு பிறகு இவர்கள் பொது விவகாரத்துறையின் மத்திய இலாக்காவுடைய முக்கிய நபர்களாக ஆகி விட்டார்கள். திருமதி மாவோவுக்கு 30 ஆண்டுகளுக்கு முன் ஷாங்காயில் ஏற்பட்ட அவமானம் நிஜமோ அல்லது கற்பனையோ, அதற்கு பழிவாங்கும் பொருட்டு, பெருந்தலைவர் மாவோவுக்கு எதிரானவர்களையும், பொதுவுடைமை எதிர்ப்பாளர்களையும் கண்டறிவதற்காக அவள் எந்த எல்லைக்கும் செல்லத் தயாராகி இருந்தாள். பஞ்சம் ஏற்பட்ட சமயத்தில் மாவோ பின்வாங்கியபோது மாவோவோடு ஒரு நெருக்கத்தை ஏற்படுத்திக் கொண்டு, அவர் காதுகளில் விஷ விதைகளை விதைத்தாள். அவள் எதிரிகளை ஒழிக்கும் நோக்கத்தில், அவர்கள் கட்டுப்பாட்டில் இருந்த அத்தனை அமைப்புகளையும், அதாவது நாட்டில் இருந்த அத்தனை பொது விவகாரத்துறைகளையும் கண்டனம் செய்தாள்.

மாவோவின் மனைவி ஷாங்காயில் நடித்துக் கொண்டிருந்தபோது, சில நடிகர், நடிகைகள் இவளின் பொறாமைக்கு உள்ளாகி இருந்தனர். இப்போது அவர்களைப் பழி தீர்த்துக் கொண்டாள். அத்துடன் மாவோவின் மனைவி நடிக்க விரும்பிய ஒரு பாத்திரத்தில், வாங் யிங் என்னும் நடிகைக்கு வாய்ப்புக் கொடுக்கப்பட்டு விட்டது. 1966 ஆம் ஆண்டு, அதாவது 30 ஆண்டுகளுக்கு பிறகு, அந்த நடிகைக்கும், அவளது கணவருக்கும் ஆயுள் தண்டனை வாங்கிக் கொடுத்து விட்டாள். 1974 ஆம் ஆண்டு வாங் யிங் என்ற அந்த நடிகை சிறையிலேயே தற்கொலை செய்து கொண்டாள்.

சன் வெய்-ஷி என்னும் இன்னொரு புகழ்பெற்ற நடிகை, 10 ஆண்டுகளுக்கு முன்பு மாவோவின் முன்னிலையில் அரங்கேற்றப்பட்ட ஒரு நாடகத்தில், திருமதி மாவோவுடன் சேர்ந்து ஒரே மேடையில் நடித்தாள். அந்த மேடையில், அந்த நடிகையின்

நடிப்பு மாவோவின் மனைவியின் நடிப்பை விஞ்சியிருந்தது. அதனால், மாவோ உட்பட, பெரும் பெரும் தலைவர்கள் மத்தியில் சன் என்னும் அந்த நடிகைக்கு செல்வாக்கு இருந்தது. சூ என்லாயின் வளர்ப்பு மகளான இந்த நடிகை, மாவோவின் மனைவியுடன் நயந்து பேசி நடந்து கொள்ள வேண்டும் என்று புரிந்து கொள்ளவில்லை. 1968 ஆம் ஆண்டு அந்த நடிகையையும், அவளது சகோதரன் ஒருவனையும் கைது செய்து, சித்திரவதை செய்து கொன்று விட்டாள். சூ என்லாயின் அதிகாரத்தால்கூட தனது வளர்ப்பு மகளைக் காப்பாற்ற முடியவில்லை.

திருமதி மாவோவின் பழிவாங்கும் குணம் அவளுடைய பேச்சுகளின் மூலம் பொதுமக்களைப் புரிந்து கொள்ள வைத்தது. அவளுடைய குணாதிசயங்கள் அவளுடைய பேச்சுகள் மூலம் வெளிப்பட்டன. சுவரொட்டிகள் மூலமும் இது தெரிய வந்தது. இதனால் உலகளாவிய வெறுப்பு அவள்மீது கவிழ்ந்தது. ஆனால் 1967 ஆம் ஆண்டின் தொடக்கம் வரை அவளது வஞ்சகக் குணம் வெளி உலகுக்கு தெரியாமல் இருந்தது. திருமதி மாவோவும், டிங் தம்பதியினரும் பழி தீர்த்துக் கொள்ளும் ஜாதியைச் சேர்ந்தவர்கள். மாவோவின் ஆளுகைக்குட்பட்ட சீனாவில் இவர்களுக்கென்று ஒரு பெயர் இருந்தது. 'மக்களை சித்திரவதை செய்து பார்க்கும் அதிகாரிகள்' என்ற பெயர் (சீன மொழியில் ஹெங்-ரென்) இருந்தது. மக்களைச் சித்திரவதைக்குள்ளாக்கியதில் இவர்கள் இருவருக்குமிடையே இருந்த விடாமுயற்சி, ஒரே குறிக்கோள், தண்டனை வழங்குவதில் இவர்களுக்கிருந்த இரத்தவெறி ஆகியவை உண்மையில் கொடுமையின் உச்சத்தை எட்டியிருந்தது. 1967 ஆம் ஆண்டு மார்ச் மாதம் ஓர் ஆவணத்தில் மாவோ கையொப்பம் இட்டார். டிங் தம்பதியினருக்கு மறுவாழ்வு கொடுக்கப்பட்டிருப்பதாகவும், சிச்சுவான் கலாச்சாரக் குழுவை ஒருங்கமைப்பதற்கான அதிகாரமும் அவர்களுக்கு வழங்கப்பட்டிருப்பதாகவும் அந்த ஆணையில் குறிப்பிடப்பட்டிருந்தது.

'சிச்சுவான் புரட்சியின் முன்னேற்பாட்டுக் கமிட்டி' என்று ஒன்று தொடங்கப்பட்டது. இந்தக் கமிட்டிக்கு மாறுதல் கொடுக்கும் அதிகாரம் இருந்தது. இக்கமிட்டியில் இரண்டு ஜெனரல்கள் - ஒரு கம்யூனிஸ்ட் கட்சித் தலைவர், செங்குடு இராணுவ மண்டலக் கமாண்டர் ஒருவர் (சீனாவின் எட்டு இராணுவ மண்டலங்களில் ஒன்று) மற்றும் டிங் தம்பதியினர் ஆகியோர் இக்கமிட்டியில் இடம் பெற்றிருந்தனர். ஒவ்வொரு புரட்சிக் கமிட்டியிலும் மூன்று முக்கிய அங்கத்தினர்கள் இருக்க வேண்டும் என்று மாவோ ஆணை பிறப்பித்தார். அங்கே உள்ள இராணுவம், புரட்சிப் படையினரின்

பிரதிநித்துவம், புரட்சி இயக்க அதிகாரிகள் ஆகியோர்கள் அவசியம் என்று ஆணையிட்டிருந்தார். இதில் கடைசி இரண்டு அங்கத்தினர்களும் முன்னாள் அதிகாரிகள் பட்டியலிலிருந்து தேர்வு செய்யப்பட வேண்டும். அதுவும் இக்கமிட்டியை நிர்வகித்து வரும் டிங் தம்பதியினரின் ஆலோசனையின் பேரில் தேர்வு செய்யப்பட வேண்டும்.

1967 மார்ச் மாதக் கடைசியில் டிங் தம்பதியினர் அப்பாவைப் பார்க்க வந்தார்கள். அக்கமிட்டியில் அப்பாவையும் சேர்த்துக் கொள்ள விரும்புவதாகக் கூறினார்கள். அப்பாவின் நீதி நேர்மைக்காக அவரின் பணியாளர்கள் மத்தியில் அவருக்கு ஒரு மரியாதை இருந்தது. அப்பாவுக்கு இருந்த சிறப்பியல்புகளை டிங் தம்பதியினரும் பாராட்டினார்கள். சிறப்பாக, அவர்கள் இருவரும் தவறுகள் செய்து மற்றவர்களால் அவமதிக்கப்பட்டு கண்டனத்துள்ளானபோது, மற்றவர்கள்போல் அப்பா அவர்களை அவமதிக்கவில்லை என்று கூறிப் புகழ்ந்தார்கள். அப்பாவுக்கிருந்த திறமைகளை கொண்ட ஒருசிலர் அவர்களுக்கு தேவைப்பட்டார்கள்.

ஒரு சம்பிரதாயத்துக்காக அப்பா அவர்களை வரவேற்றார். ஆனால் பாட்டி அவர்களை ஆஹா ஓஹோவென்று வரவேற்றாள். அவர்களின் பழிவாங்கும் குணம் பற்றி பாட்டிக்கு எதுவும் தெரியாது. நான் அம்மாவின் வயிற்றில் இருந்தபோது, அம்மாவுக்கு இருந்த காசநோய், டிங் தம்பதியினர் எடுத்த முயற்சியில் அமெரிக்க மருந்து கிடைக்கப்பெற்று, அதனால் அம்மா குணம் பெற்றது மட்டும் பாட்டிக்கு தெரியும். டிங் தம்பதியினர் அப்பாவின் அறைக்குள் நுழைந்தவுடன், பாட்டி அவர்களுக்கு உணவு தயாரிக்க ஆரம்பித்தாள். கொஞ்சம் மாவை உருட்டிப் பிசைந்தாள். அவள் காய்கறி நறுக்கிய சத்தம் மத்தளம் வாசிப்பது போல அறையெங்கும் கேட்டது. காய்கறிகளுடன் பன்றி இறைச்சியையும் சிறுசிறு துண்டுகளாக நறுக்கி மிளகாய்ப்பொடி கலந்து எண்ணெயில் வதக்கி எடுத்து மாவு உருண்டைக்கு ஏற்ற குழம்பு தயாரித்தாள்.

டிங் தம்பதியினரின் மறுவாழ்வு பற்றியும், அவர்களின் தற்போதைய அந்தஸ்து பற்றியும் அப்பாவுக்கு அவர்கள் எடுத்துக் கூறினார்கள். அவர்கள் அப்பாவின் இலாக்காவிற்கு சென்றதாகவும், அவருக்கு ஏற்பட்ட தொல்லைகளை புரட்சிப்படையினர் மூலமாகக் கேட்டுத் தெரிந்து கொண்டதாகவும் கூறினார்கள். அப்பா ஈபினில் இருந்த அந்த காலத்தில் அவர்கள் அப்பாவை மதித்ததாகவும், இப்போதும் அவர்கள் அப்பாமீது உயர்ந்த மரியாதை வைத்திருப்பதாகவும், அதனால் அப்பா அவர்களோடு இணைந்து பணியாற்ற வேண்டும் என்றும் வற்புறுத்திக் கேட்டுக் கொண்டார்கள். அப்பா

'குற்றம் சுமத்த மனமிருந்தால் அதற்கு சாட்சியும் இடமளிக்கிறது'

அவர்களோடு ஒத்துழைத்தால், அவரின் பழைய குற்றங்கள் எல்லாம் மன்னிக்கப்படும் என்றார்கள். அது மட்டுமல்ல, இப்பொழுது உள்ள புதிய அதிகார அமைப்பில் மீண்டும் உயர் பதவிக்கு வரலாம். உதாரணத்திற்கு சிச்சவான் மாநில கலாச்சார விவகாரங்களுக்கு பொறுப்பு அதிகாரம் கொடுக்கப்படும் என்றார்கள். இது ஓர் அரிய வாய்ப்பு என்றும், இதை மறுப்பதற்கு வாய்ப்பு இல்லை என்பது போலத் தெளிவாகத் தெரிவித்து விட்டார்கள்.

டிங் தம்பதியினரின் நியமனத்தை சுவரொட்டிகள் மூலம் பார்த்து தெரிந்து கொண்ட அம்மா, அதை அப்பாவிடம் தெரிவித்திருந்தாள். அப்பா அப்போது அம்மாவிடம் கூறியது: 'வதந்திகளை நம்பக்கூடாது. அதற்கு வாய்ப்பேயில்லை.' ஆனால் மாவோ இந்தத் தம்பதிகளை முக்கியமான ஒரு இடத்தில் வைத்துள்ளது கண்டு அப்பாவால் அதை நம்ப முடியவில்லை. அப்பா தன் வெறுப்பைக் காட்டிக் கொள்ளாமல், 'உங்களின் அழைப்பை என்னால் ஏற்றுக் கொள்ள முடியாது. வர முடியாததற்கு வருந்துகிறேன்' என்று மறுத்து விட்டார்.

இது கேட்டு டிங் தம்பதியினர் வெடித்தார்கள். 'உங்களுக்கு எவ்வளவு பெரிய உதவிகள் செய்கிறோம். மற்றவர்களாக இருந்தால் இந்த உதவியை மண்டியிட்டு கெஞ்சிக் கேட்பார்கள். நீங்கள் இப்போது என்ன இக்கட்டில் இருக்கிறீர்கள் என்று உங்களுக்கு தெரியுமா? நாங்கள் இப்போது என்ன பதவியில் இருக்கிறோம் என்றாவது உங்களுக்கு தெரியுமா?' என்று கேட்டார்கள்.

அப்பாவின் ஆத்திரம் தலைக்கு ஏறியது. 'நான் என்ன பேசினேனோ, அல்லது என்ன செய்தேனோ அதற்கான பொறுப்பை நானே பார்த்துக் கொள்கிறேன். நான் உங்களோடு சேர்ந்து பணியாற்ற வேண்டிய அவசியம் எனக்கில்லை' என்றார். அவர்களுக்கிடையே ஏற்பட்ட கடுமையான வாக்குவாதத்தில், அப்பா உச்சக்கட்டமாக ஒன்றை அவர்களுக்கு சொல்லும் அளவுக்கு சென்று விட்டார்: 'உங்களுக்கு கொடுக்கப்பட்ட தண்டனை நியாயமானதே. ஆனால், உங்களை நம்பி இவ்வளவு பெரிய பொறுப்பைக் கொடுத்திருப்பதுதான் நியாயம் இல்லை.' திகைத்துப் போன அவர்கள், வார்த்தையை அளந்து பேச வேண்டும் என்றார்கள். அவர்களுக்கு மறுவாழ்வு அளித்தது பெருந்தலைவர் மாவோ தான். அவர்களைச் 'சிறந்த அதிகாரிகள்' என்று சொல்லிக் கொண்டதும் மாவோதான்.

அப்பாவுக்கு வந்த ஆத்திரத்தில் மேலும் அவர் பேசிக் கொண்டே போனார். ''உங்களைப் பற்றிய விஷயங்கள் எல்லாம் மாவோவுக்கு

தெரியாமல் போய் விட்டன. எந்த வகையில் நீங்கள் 'சிறந்த அதிகாரிகள்?' மன்னிக்க முடியாத தவறுகளைச் செய்திருக்கிறீர்கள்' என்றார். 'குற்றங்கள்' என்ற வார்த்தையை இங்கே தவிர்த்து விட்டார்.

'என்ன தைரியம் இருந்தால் மாவோவின் வார்த்தைக்கு மறுமொழி கூறுவாய்?' என்று சொல்லி டிங் தம்பதியினர் ஆத்திரமடைந்தார்கள். 'மாவோவின் ஒவ்வொரு வார்த்தையும் உலகளாவிய அளவில் உண்மையுள்ளதாக இருக்கும். அவரின் ஒரு வார்த்தை ஆயிரம் வார்த்தைகளுக்கு சமம்' என்று உதவிக் கமாண்டர் லின் பியாவோ கூறியிருக்கிறார்.

'ஒரு வார்த்தை என்றால் ஒரு வார்த்தையாகத்தான் இருக்க முடியும். ஒரு வார்த்தைக்கு ஆயிரம் அர்த்தங்கள் இருப்பது என்றால், அது மனிதனால் கூடுமான காரியம் அல்ல. லின் பியாவோ அடுக்குமொழியில், அலங்கார நடையில் பேசியிருக்கலாம். அதை அதிகாரப்பூர்வமாக ஏற்றுக்கொள்ள முடியாது' என்று அப்பா மறுமொழி கூறினார்.

அப்பா கூறியதைக் கேட்டு, அவர்கள் காதுகளையே அவர்களால் நம்ப முடியவில்லை. அப்பாவின் சொல், செயல், சிந்தனை எல்லாமே மாவோ நடத்திவரும் கலாச்சாரப் புரட்சிக்கு எதிரானவை என்று அவர்கள் அப்பாவை எச்சரித்தார்கள். எல்லா விஷயங்களையும் மாவோவுடன் விவாதிக்க அப்பாவுக்கு ஒரு சந்தர்ப்பம் கிடைக்க வேண்டும் என்று அவர்களுக்கு பதில் சொன்னார். அப்பா பேசிய அனைத்தும் தற்கொலைக்கு சமமானது என்று அவர்கள் இருவரும் வாயடைத்துப் போய் நின்றார்கள். சிறிது நேர அமைதிக்குப் பின் அவர்கள் புறப்படத் தயாரானார்கள்.

அதிரடியான காலடிச் சத்தங்களை கேட்ட பாட்டி சமையற்கட்டை விட்டு வெளியே ஓடி வந்தாள். வந்த வேகத்தில் டிங் தம்பதியினருடன் மோதிக் கொண்டாள். 'மதியம் இருந்து சாப்பிட்டுவிட்டு போனால் என்ன?' என்று பாட்டி கேட்டாள். பாட்டியை அலட்சியப்படுத்திவிட்டு புயல் போல அவர்கள் வளாகத்தை விட்டு புறப்பட்டார்கள். தரைக்கு வந்ததும் அவர்கள் நின்று, அவர்களைத் தொடர்ந்து வந்த அப்பாவிடம், 'உனக்கு கிறுக்குப் பிடித்திருக்கிறதா? கடைசியாகக் கேட்கிறேன். இன்னும் எங்கள் உதவியை நிராகரிக்கப் போகிறாயா? எங்களால் இப்போது உன்னை என்ன வேண்டுமானாலும் செய்ய முடியும் என்பதை உணர்ந்து கொள்' என்று ஆத்திரத்தில் கத்தினார்கள்.

'உங்களோடு சேர்ந்து எதையும் செய்ய எனக்கு விருப்பம் இல்லை. நீங்களும் நானும் வெவ்வேறு வகையினர்' என்று அப்பா அவர்களுக்கு கூறிவிட்டார்.

பாட்டி கிலி பிடித்துப் போய் மாடிப்படி மேல் நின்று கொண்டிருந்தாள். அப்பா தன் படிப்பறைக்கு சென்றார். ஆனால் உடனே வெளியே வந்தார். எதையோ எடுத்துக்கொண்டு குளியலறைக்குச் சென்றவர், ஆழ்ந்த சிந்தனையில் அங்கிருந்து வந்தார். வந்தவர் ஒரே மூச்சில் உட்கார்ந்து மாவோவுக்கு இரண்டாவது கடிதத்தை எழுதி முடித்து விட்டார். இப்படித்தான் அப்பா அந்தக் கடிதத்தை தொடங்கினார்: 'பெருந்தலைவர் மாவோ அவர்களே, ஒரு கம்யூனிஸ்ட்க்கு கம்யூனிஸ்ட் என்ற முறையில் நான் உங்களுக்கு மேல் முறையீடு செய்ய விரும்புகிறேன். கலாச்சாரப் புரட்சியை உடனடியாக நிறுத்துங்கள்'. சீனாவை மாவோ அழிவுக்கு உள்ளாக்கிய விதத்தை அப்பா அடுக்கிக்கொண்டே போனார். பிறகு இறுதியாக, 'லியூ ஜியா டிங் மற்றும் ஷாங் ஸி - டிங் போன்ற மனிதர்களிடம் கோடிக்கணக்கான மக்களின் வாழ்க்கையை ஆளும் அதிகாரத்தைக் கொடுத்ததால், நமது நாடும், நமது கட்சியும் என்ன ஆகுமோ என்ற பயம் எனக்கு வந்துள்ளது' என்று அக்கடிதத்தை முடித்திருந்தார்.

'பெருந்தலைவர் மாவோ அவர்கள், பீக்கிங்' என்று முகவரி எழுதி எடுத்துக்கொண்டு, தெரு முனையில் இருந்த அஞ்சலகத்திற்கு சென்றார். விமானப் பதிவுத்தபாலில் அனுப்பினார். அங்கிருந்த எழுத்தர் அக்கடிதத்தை எடுத்து முகவரியைப் படித்துப் பார்த்துவிட்டு, எந்த முக பாவத்தையும் காட்டிக் கொள்ளக் கூடாது என்று சலனமில்லாமல் காட்டிக் கொண்டான். பிறகு அப்பா வீட்டிற்கு வந்து, மாவோவின் பதிலுக்காக காத்திருந்தார்.

20

‘நான் மனசாட்சியை விற்பதில்லை’

அப்பா கைதாகிறார்

1967–1968

அன்று அப்பா மாவோவிற்கு தபால் அனுப்பிய மூன்றாம் நாள். கதவு தட்டப்படும் சத்தம் கேட்டு அம்மா ஓடி வந்து கதவைத் திறந்தாள். மூன்று நபர்கள் உள்ளே வந்தார்கள். மூவரும் நீல நிறச் சீருடை அணிந்திருந்தார்கள். அவர்களில் ஒருவனை அப்பாவுக்கு தெரியும். அவன்தான் அப்பாவுடைய இலாக்காவின் காப்பாளர். அத்துடன் புரட்சிப்படையின் போராளி அவன். அடுத்து, உயரமாக, முகத்தில் புள்ளி புள்ளிகளாகக் காணப்பட்டவன், ‘நாங்கள் காவல் துறையிலிருந்து அனுப்பப்பட்ட புரட்சிப் படையினர். கலாச்சாரப் புரட்சியையும், பெருந்தலைவர் மாவோவையையும் வெடிகுண்டு தாக்குதல் நடத்தி அழிக்க முயற்சித்த உங்களைக் கைது செய்ய வந்திருக்கிறோம்’ என்றான். பிறகு அவனும், குட்டையாகவும் கட்டையாகவும் இருந்த இன்னொருவனும் சேர்ந்து அப்பாவின் கையை இறுகப் பிடித்துக் கொண்டு தங்களோடு வருமாறு கையால் சைகை காட்டினான்.

அவர்கள் எந்தவித அடையாள அட்டையும் காட்டவில்லை. கைது செய்வதற்கான உத்தரவைக்கூட காட்டவில்லை. அவர்கள் சீருடை அணிந்திராத காவலர்களான புரட்சிப் படையினர் என்பதில் சந்தேகமில்லை. அந்தப் பதவியில் உள்ளவர்களை யாரும் கேள்வி கேட்க முடியாது.

ஏனென்றால், அப்பாவின் இலாக்காவிலிருந்து வரவழைக்கப்பட்ட ஒரு புரட்சிப் படை நபர் ஒருவரோடு வந்திருந்தார்கள்.

மாவோவிற்கு அப்பா எழுதிய கடிதத்தைப் பற்றி அவர்கள் குறிப்பிடாவிட்டாலும், அது எங்கோ இடைமறிக்கப்பட்டிருக்கிறது என்று அப்பா புரிந்து கொண்டார். தான் கைது செய்யப்படப் போவதை அப்பா முன்கூட்டியே அறிந்து கொண்டார். ஏனெனில் தெய்வத்தை நிந்தனை செய்தது போன்று மாவோவை கடிதத்தில் நிந்தனை செய்தது மட்டும் காரணம் அல்ல இப்போது இங்கே ஓர் அதிகார அமைப்பு இருந்தது. அந்த அதிகாரம்தான் டிங் தம்பதியினர். அப்பாவைக் கைது செய்ய அனுமதி அளித்ததில் அவர்களின் அக்கறைதான் மிக முக்கியக் காரணம். அப்பா அமைதியாக நின்றார். எந்த எதிர்ப்பையும் காட்டவில்லை. அவர்களுடன் வீட்டைவிட்டு வெளியே சென்ற அப்பா, வாசல்படிக்கு வெளியே நின்று அம்மாவைத் திரும்பிப் பார்த்து, ‘கட்சியின் மீது வெறுப்படையாதே. எவ்வளவு பெரிய தவறாக இருந்தாலும், கட்சி அதைத் திருத்திக் கொள்ளும் என்று நம்பு. அப்புறம், என்னை விவாகரத்து செய்து விடு. குழந்தைகளுக்கு என் அன்பைத் தெரிவி. அவர்களை அடித்து பயமுறுத்தாதே’ என்று நிதானமாகச் சொல்லிவிட்டு வெளியேறினார்.

அன்று மாலை நான் வீடு திரும்பியபோது அம்மா அப்பா இருவரையும் வீட்டில் காணோம். அப்பாவின் இலாக்காவிலிருந்து வந்த புரட்சிப் படையினர் அப்பாவைக் கைது செய்து அழைத்துக் கொண்டு போயிருக்கிறார்கள். அதனால் அப்பாவுக்காக முறையீடு செய்ய அம்மா பீக்கிங் சென்றிருக்கிறாள் என்று பாட்டி சொன்னாள். வந்தது ‘போலீஸ்’ என்று பாட்டி சொல்லவில்லை. ஏனென்றால், அது இன்னும் அதிர்ச்சிகரமாக இருந்திருக்கும். புரட்சிப் படையினர் தடுப்புக்காவலில் வைப்பதைவிட அது இன்னும் கொடுமையானதாகவும், இறுதியாகவும் இருந்திருக்கும்.

அப்பாவை எங்கே வைத்திருக்கிறார்கள் என்று தெரிந்துகொள்ள, அவர் இலாக்காவுக்கு விரைந்து ஓடினேன். அங்கிருந்து எனக்கு எந்தத் தகவலும் கிடைக்கவில்லை. மாறாக எகத்தாளமாகச் சிரித்தார்கள். ‘முதலாளி வர்க்கக் கைக்கூலியான உன் நாற்றம் பிடித்த அப்பனை விலக்கி வைத்து விடு. அவர் எங்கிருந்தாலும், அவருக்கு இதுவும் வேண்டும்; இன்னமும் வேண்டும்’ என்று திருமதி ஷூ கூறினாள். அங்கிருந்த மூத்த புத்திசாலிகளின் மீது எனக்கு அருவருப்பு பொங்கிக்கொண்டு வந்தது. இரக்கமற்ற அரக்கர்களாக அவர்கள் இருக்க வேண்டியதில்லை. இந்த நாட்களில் கூட, அவர்களிடம் ஓர் அன்பான பார்வை, கனிவான குரல் இப்படி

எதுவுமே இல்லை. அமைதியாக இருந்திருந்தால்கூட அது சாலச் சிறந்ததாக இருந்திருக்கும்.

சீனர்களை இரண்டு வகையாகப் பிரிக்கக்கூடிய சிந்தனையை இங்கிருந்துதான் வளர்த்துக் கொண்டேன். அதாவது மனிதத் தன்மையுள்ளவர்கள் மற்றும் மனிதத் தன்மை இல்லாதவர்கள். இது கலாச்சாரப் புரட்சியைப் போல ஒரு பெரும் தொல்லையாக மாறியது. இங்குள்ள இளம் செங்காவலர்களில், புரட்சிப் படையினர் யார், முதலாளி வர்க்கக் கைக்கூலிகள் யார் என்பதைக் கண்டறிவதில் பெருங்குழப்பம் ஏற்பட்டது.

இதற்கிடையில், இரண்டாவது முறையாக அம்மா பீக்கிங் செல்லும் இரயிலுக்காக காத்துக் கொண்டிருந்தாள். ஆறு மாதத்திற்கு முன்பு பீக்கிங் சென்றபோது இருந்ததைவிட இப்போது அம்மா நம்பிக்கை இழந்த நிலையில், மனத்தளர்ச்சியடைந்திருந்தாள். நீதி கிடைப்பதற்கான ஒரு வாய்ப்பு இருந்தது. ஆனால் அம்மா கிட்டத்தட்ட நம்பிக்கை இழந்து விட்டாள். முற்றிலும் விரக்தியில் மூழ்கிவிடவில்லை. முடிந்தவரை போராடிப் பார்ப்போம் என்று முடிவுசெய்து களத்தில் இறங்கி விட்டாள்.

அம்மா பார்க்க விரும்பியதாக முடிவு செய்த ஒரே நபர்தான் பிரதமர் சூ என்லாய். வேறு யாரையும் பார்க்க வேண்டியதில்லை. அவரைத் தவிர வேறு யாரையாவது பார்த்து விட்டால், அது அப்பாவின் மரணத்தை மட்டுமல்ல அம்மாவின் மரணத்தையும், ஏன் எங்கள் குடும்பத்தின் மரணத்தையுமே துரிதப்படுத்திவிடும். மாவோவின் மனைவியை விடவும், கலாச்சாரப் புரட்சி அதிகாரத்தை விடவும், சூ என்லாய் மிகச்சிறந்த மிதவாதி என்பது அம்மாவுக்கு நன்கு தெரியும். புரட்சிப் படையினரை ஆதிக்கம் செய்யும் அதிகாரம் அவருக்கு இருந்தது. தினமும் அவர் புரட்சிப் படையினருக்கு கட்டளையிட்டு வந்தார்.

ஆனால் சூ என்லாயைப் பார்ப்பது என்பது, வெள்ளை மாளிகைக்குள் நடந்து செல்வதைவிடவும், போப் ஆண்டவரைப் பார்ப்பதைவிடவும் கடினமானது. பிடிபடாமல் பீக்கிங் சென்றடைந்து விட்டாலும், குறை தீர்க்கும் அலுவலகத்தை சென்றடைந்து விட்டாலும், யாரைப் பார்க்க அம்மா அங்கே வந்திருக்கிறாள் என்று யாரையும் குறிப்பிட்டு சொல்ல முடியாது. அப்படி யாரையேனும் குறிப்பிட்டு சொல்லி விட்டால், அது மற்ற தலைவர்களை அவமானப்படுத்துவது போல் ஆகிவிடும். அம்மாவின் குழப்பம் கூடிக்கொண்டே போனது. அம்மா வீட்டில் இல்லாததை புரட்சிப் படையினர் இந்நேரம் மோப்பம்

பிடித்திருப்பார்களே என்ற எண்ணம் இன்னும் குழப்பத்தை அதிகரித்தது. அடுத்த தடுப்புக் காவல் கூட்டத்திற்கு அம்மா வரவேண்டும் என்று ஆணையிடப்பட்டிருந்தாள். ஆனால் அதிலும் ஒரு வாய்ப்பு இருந்தது. ஒவ்வொரு புரட்சிப் படையினரும், மற்றொரு புரட்சிப் படையினரிடம் அம்மா இருப்பாள் என்று எண்ணிக்கொள்ளும் வாய்ப்பு இருந்தது.

அங்கே அம்மா காத்துக் கொண்டிருந்த நேரத்தில் ஒரு பெரிய விளம்பரத் தட்டியை சிலர் தூக்கிக் கொண்டு வந்தார்கள். அதில், 'பீக்கிங்கிற்கான சிகப்பு செங்குடுவின் மேல் முறையீட்டுப் பிரதிநிதிகள்' என்று கொட்டை எழுத்துகளில் எழுதப்பட்டிருந்தது. அது இருபது வயதுகளில் இருந்த சுமார் 200 இளைஞர்கள் கொண்ட கூட்டமாக இருந்தது. மற்ற விளம்பரத் தட்டிகள், 'அவர்கள் பல்கலைக்கழக மாணவர்கள் என்றும், டிங் தம்பதியினருக்கு எதிராகக் குரல் எழுப்புவதற்காக பீக்கிங் வந்தவர்கள்' என்றும் தெளிவாகக் காட்டின. இதில் முக்கியமான விஷயம் என்னவென்றால், அவர்கள் சூ என்லாயைச் சந்திப்பதற்கான அனுமதியையும் பெற்று விட்டார்கள் என்று விளம்பரத் தட்டிகள் தெரிவித்தன.

புரட்சிப் படைக்குழுக்களில் ஆகஸ்ட் 26 இயக்கப் பிரிவினரை விட, சிகப்புச் செங்குடு பிரிவினர் மிதமானவர்கள். டிங் தம்பதியினர் தங்களின் உற்சாகத்தையும் ஆதரவையும் ஆகஸ்ட் 26 இயக்கத்துக்கு அளித்து, சிகப்புச் செங்குடு பிரிவினர் மீது ஆதிக்கம் செலுத்த முயற்சித்தார்கள். ஆனால் சிகப்பு செங்குடு அதற்குப் பணியவில்லை. என்னதான் மாவோவும், கலாச்சாரப் புரட்சியும் இவர்களுக்கு தாராளமான அதிகாரம் வழங்கினாலும், டிங் தம்பதியினரின் செல்வாக்கு முழுமையான சர்வாதிகாரம் பெற்றிருக்கவில்லை.

இந்தச் சமயத்தில், புரட்சிப் படைகளுக்குள் ஏற்பட்ட பிரிவுகள், கலாச்சாரப் புரட்சியை ஆதிக்கம் செலுத்தி வந்தன. மாவோ எப்போது முதலாளி வர்க்கக் கைக்கூலிகளின் அதிகாரங்களைப் பிடுங்கி விடச் சொல்லி பச்சைக்கொடி காட்டினாரோ, அப்போதிலிருந்து செங்காவலர் படைக்குள் பிரிவினைகள் தோன்றத் தொடங்கி விட்டன. இப்பொழுது, அதாவது மூன்று மாத காலம் கழித்து, கம்யூனிஸ்ட் கட்சி வெளியேற்றிய அதிகாரிகளிடமிருந்து, பல புரட்சிப் படைத் தலைவர்கள் வித்தியாசமாகத் தோன்றி வந்து கொண்டிருந்தார்கள். அவர்கள் ஒழுங்கற்ற சந்தர்ப்பவாதிகள். வெறித்தனமான மாவோயிஸ்ட்டுகளும் அல்ல. ஒருங்கிணையவும், அதிகாரங்களைப் பகிர்ந்து கொள்ளவும் மாவோ அவர்களுக்கு

அறிவுறுத்தியிருக்கிறார். ஆனால் இந்த உத்தரவு வாய்மொழி உத்தரவுதான். மாவோ மேற்கோள் காட்டிப் பேசியவைகளைக் கையில் எடுத்துக் கொண்டு, ஒருவரை ஒருவர் வசை மாரிப் பொழிந்து கொண்டார்கள். சாத்தான் கூட விவிலியத்தை தனக்கு சாதகமாக எடுத்துக் கொள்ளும் என்று சொல்வது போல மாவோவின் மேற்கோள்களை ஒவ்வொருவரும் தங்களுக்கு சாதகமாக எடுத்துக் கொண்டு திட்டிக் கொண்டார்கள். சுவரில் எறிந்த பந்தைப் போல அவரது வெற்று வேதாந்தம் அவரிடமே திரும்பி வந்து கொண்டிருக்கிறது என்பதை மாவோ அறிந்து கொண்டார். ஆனால் பூடகமாக அவர் வாழ்ந்து வந்த வாழ்க்கையை விட்டு வெளியே வந்து இதுபோன்ற விஷயங்களை அவரால் தடுத்தாட் கொள்ள முடியவில்லை.

ஆகஸ்ட் 26 இயக்கத்தை ஒழித்துக்கட்ட வேண்டுமென்றால், டிங் தம்பதியினரை பதவி இறக்கம் செய்ய வேண்டும் என்று சிகப்பு செங்குடு பிரிவு புரிந்து கொண்டது. பழி வாங்குவதில் டிங் தம்பதியினர் புகழ் பெற்றவர்கள் என்றும், பதவிக்காக அலைபவர்கள் என்றும், இது எல்லாருக்கும் தெரிந்த விஷயம் என்றும் சிகப்பு செங்குடு அறிந்திருந்தது. இந்தத் தம்பதியினருக்கு மாவோ அளித்த அங்கீகாரம் கூட, சிவப்பு செங்குடுவினருக்கு டிங் தம்பதியினருடன் ஒத்துப்போக போதுமானதாக இல்லை. இப்பின்புலத்திற்கு எதிராக சிகப்பு செங்குடு, மாணவர்களை பீக்கிங்கிற்கு அனுப்பி வைத்தது. சிச்சுவான் மாநிலத்தில், இரண்டு புரட்சிப்படைப் பிரிவுகளில் ஒன்றான சிகப்பு செங்குடு பக்கம் மில்லியன் கணக்கான ஆதரவாளர்கள் இருந்ததால், அந்தப் பிரிவை அழைத்துப் பேச சூ என்லாய் உறுதியளித்தார்.

அம்மா சிகப்பு செங்குடு கூட்டத்தை பின் தொடர்ந்து சென்றாள். அவர்களைக் கொண்டு செல்லும் பீக்கிங் விரைவு வண்டி புகைவிட்டு கிளம்பிக் கொண்டிருந்தது. மாணவர்களோடு அம்மாவும் சேர்ந்து வண்டியில் ஏறினாள். ஆனால் ஒரு மாணவன் அம்மாவைத் தடுத்து நிறுத்தி 'நீங்கள் யார்?' என்று கத்தினான். 35 வயது நிரம்பிய அம்மாவால் எப்படி ஒரு மாணவி போல் தோற்றமளிக்க முடியும்? 'நீங்கள் எங்கள் ஆள் இல்லை. கீழே இறங்கி விடுங்கள்' என்றான்.

அம்மா அந்தக் கதவின் கைப்பிடியை இறுக்கமாகப் பிடித்துக் கொண்டாள். அம்மா, 'நானும் பீக்கிங்தான் செல்கிறேன். டிங் தம்பதியினரைப் பற்றி முறையிடுவதற்காகச் செல்கிறேன். எனக்கு அவர்களை நீண்ட காலமாகத் தெரியும்' என்று சத்தமாகக் கூறினாள். ஆனால், அம்மாமீது அவனுக்கு நம்பிக்கை இல்லை. அந்த

மாணவனுக்கு பின்னால் நின்ற ஒரு மாணவனும் ஒரு மாணவியும், 'அவளை உள்ளே விடு. அவள் என்ன சொல்லப் போகிறாள் என்று கேட்போம்' என்றார்கள்.

அந்த நெரிசலான கம்பார்ட்மெண்டில் முண்டியடித்துக் கொண்டு உள்ளே சென்று, அந்த மாணவனுக்கும் மாணவிக்கும் இடையில் அம்மா அமர்ந்து கொண்டாள். சிகப்பு செங்குடு உதவியாளர்களின் அதிகாரிகள் என்று அவர்கள் தங்களை அம்மாவிடம் அறிமுகம் செய்து கொண்டார்கள். அந்த மாணவன் பெயர் யோங்; அந்த மாணவி பெயர் யான். அவர்கள் இருவரும் செங்குடு பல்கலைக்கழக மாணவர்கள்.

அம்மாணவர்கள் டிங் தம்பதியினர் பற்றிக் கூறிய செய்திகளிலிருந்து, அவர்கள் டிங் தம்பதியினரைப் பற்றி அதிகமாக தெரிந்து கொள்ளவில்லை என்பது அம்மாவுக்கு புரிந்தது. கலாச்சாரப் புரட்சி தொடங்கப்படுவதற்கு முன்பு ஈபின் நகரில் இடம் பெற்ற சில சித்திரவதை நிகழ்வுகள் குறித்து அம்மாவின் நினைவில் இருந்தவற்றை அவர்களோடு பகிர்ந்து கொண்டாள். 1953-இல் அப்பாவின் ஆண்மையை சூறையாடத் திருமதி டிங் எடுத்த முயற்சி பற்றிப் பேசினாள். சமீபத்தில் டிங் தம்பதியினர் அப்பாவை வந்து பார்த்தது, அப்பா அவர்களோடு பணியாற்ற மறுத்தது ஆகியவைகளை அவர்களிடம் கூறினாள். சிச்சுவான் மாநில புதுத் தலைவர்களாக இவர்கள் மாவோவால் நியமிக்கப்பட்டதை எதிர்த்து, அவருக்கு கடிதம் எழுதியதால் டிங் தம்பதியினர் அப்பாவைக் கைது செய்து வைத்திருக்கிறார்கள் என்று அவர்களிடம் எடுத்துச் சொன்னாள்.

யோங்கும், யானும் தங்களோடு அம்மாவை அழைத்துச் சென்று சூ என்லாயைச் சந்திக்க வைப்பதாக உறுதி கொடுத்தார்கள். சூ என்லாயிடம் என்ன பேச வேண்டும், எப்படிப் பேச வேண்டும் என்று யோசித்துக் கொண்டே அம்மா இரவெல்லாம் தூங்கவில்லை.

மாணவர்கள் பீக்கிங் இரயில் நிலையத்தை அடைந்ததும் பிரதமரின் பிரதிநிதி ஒருவர் இவர்களுக்காக காத்துக் கொண்டிருப்பதைக் கண்டார்கள். மாணவர்கள் அரசாங்க விருந்தினர் மாளிகைக்கு அழைத்துச் செல்லப் பட்டார்கள். நாளை மாலை சூ என்லாய் உங்களைச் சந்திப்பார் என்று அந்தப் பிரதிநிதி சொல்லிவிட்டு சென்றார்.

அடுத்த நாள், மாணவர்கள் வெளியே சென்றதும், அம்மா சூ என்லாய்க்கு ஒரு விண்ணப்பம் எழுதித் தயாரித்துக் கொண்டாள். அவரோடு நேரில் பேசுவதற்கு வாய்ப்பு கிடைக்கிறதோ என்னவோ,

அப்பா கைதாகிறார் 605

விண்ணப்பத்தை நீட்டுவதுதான் நல்லது என்று முடிவு செய்து கொண்டாள். இரவு 9.00 மணிக்கு மாணவர்களுடன் சேர்ந்து தியானன்மன் சதுக்கத்திற்கு மேற்கு பகுதியில் இருந்த 'கிரேட் ஹால்' என்ற இடத்திற்கு சென்றார்கள். கூட்டம் அங்குள்ள சிச்சுவான் அறையில் நடத்தப்பட்டது. இந்த ஹால் 1959 ஆம் ஆண்டு அப்பாவின் உதவியோடு அலங்கரிக்கப்பட்டது. பிரதமரை நோக்கி மாணவர்கள் அரை வட்ட வடிவில் அமர்த்தப்பட்டனர். போதுமான இருக்கை வசதி இல்லாததால் சில மாணவர்கள் கம்பள விரிப்பின் மீது அமர்ந்தார்கள். அம்மா கடைசி வரிசையில் அமர்ந்து கொண்டாள்.

அம்மாவின் பேச்சு இரத்தினச் சுருக்கமாகவும், பயன் உள்ளதாகவும் இருக்க வேண்டும் என்று தெரிந்து கொண்டாள். கூட்டம் தொடங்கவிருந்ததால் அம்மா பேச வேண்டிய பேச்சை ஒருமுறை ஒத்திகை பார்த்துக் கொண்டாள். மாணவர்கள் என்ன பேசுகிறார்கள் என்பதைக் கேட்பதில் கவனமாக இருந்தாள். பிரதமர் எவ்வாறு பதில் அளிக்கிறார் என்றும் கவனித்தாள். பிரதமர் எல்லாவற்றிற்கும் சரி என்பது போலத் தலை ஆட்டிக் கொண்டார். அவர் அதை ஏற்றுக் கொள்கிறாரா மறுக்கிறாரா என்று குறிப்பிட முடியவில்லை. மாணவர் கூறியதைக் கவனித்துக் கேட்டார். பெருந்தலைவர் மாவோ வழியைப் பின்பற்றுவது பற்றியும், ஒற்றுமை தேவைஎன்பது பற்றிய பேச்சு வருகின்ற போதெல்லாம் பொதுவாகத் தலையசைத்து ஆமோதித்துக் கொண்டார். ஓர் உதவியாளர் ஒருவர் எல்லாவற்றையும் குறிப்பெடுத்துக் கொண்டார்.

பிரதமர் திடீரென்று முடிக்கப் போவது போல, 'வேறு ஏதாவது கேட்க வேண்டுமா?' என்று கேட்டார். அம்மா இருக்கையிலிருந்து எழுந்து நின்று, 'பிரதமர் அவர்களே! நான் கொஞ்சம் பேச வேண்டும்' என்றாள்.

சூ நிமிர்ந்து பார்த்தார். அம்மா ஒரு மாணவி இல்லை என்பது அவள் தோற்றத்திலிருந்து தெளிவாகத் தெரிந்தது. 'நீங்கள் யார்?' என்று சூ கேட்டார். அம்மா தன் பெயர், பதவி போன்ற விபரங்களை அவருக்கு தெரிவித்தார். அதனைத் தொடர்ந்து உடனடியாக, ''புரட்சிக்கு எதிரானவர்' என்று சொல்லி என் கணவரைக் கைது செய்து வைத்திருக்கிறார்கள். அவருக்காக நீதி கேட்டு வந்திருக்கிறேன்' என்றாள். பிறகு அம்மா அவரிடம் அப்பாவின் பெயர், பதவி போன்ற விபரங்களை அறிவித்தாள்.

சூவின் கண்கள் விசாலமடைந்தன. அப்பா மிக முக்கியமான பதவியில் இருந்தவர். மாணவர்களைப் பார்த்து 'நீங்கள் போகலாம்'

என்று சொன்ன பிரதமர், 'உங்களிடம் தனியாகப் பேச வேண்டும்' என்று அம்மாவிடம் கூறினார்.

சூ என்லாயுடன் தனியாகப் பேசுவதற்கு அம்மாவுக்கு நீண்ட நாள் ஆசை. 'பிரதமர் அவர்களே, மாணவர்கள் எனக்கு சாட்சியாக இருக்க வேண்டும் என்று விரும்புகிறேன்' என்று சொல்லிக்கொண்டே, அம்மா அருகில் இருந்த மாணவனிடம் தன் விண்ணப்பத்தை நீட்ட, அவன் அதை சூ கையில் சேர்த்தான்.

'சரி, மேலே சொல்லுங்கள்' என்று பிரதமர் தலையசைத்தார்.

விரைவாக, ஆனால் தெளிவாக, அப்பா மாவோவுக்கு எழுதிய கடிதத்தில் குறிப்பிட்டிருந்த விஷயத்துக்காக அவர் கைது செய்யப் பட்டிருக்கிறார். சிச்சுவான் மாநில புதிய தலைவர்களாக டிங் தம்பதியினர் நியமிக்கப்பட்டதில் அப்பாவுக்கு திருப்தி இல்லை. ஏனென்றால், ஈபின் நகரில் இவர்கள் அதிகார துஷ்பிரயோகம் செய்ததற்கான ஆவணங்களை அப்பா நிறையப் பார்த்திருக்கிறார் என்று அம்மா அவை எல்லாவற்றையும் சூ என்லாய்க்கு எடுத்துக் கூறினாள். இவை எல்லாவற்றையும் விட முக்கியமாக, 'கலாச்சாரப் புரட்சியில் மோசமான தவறுகள் நடைபெற்று வருகின்றன என்று என் கணவர் அக்கடிதத்தில் குறிப்பிட்டுள்ளார்' என்று அம்மா சுருக்கமாகச் சொன்னாள்.

எப்படி இந்த விஷயத்தைத் தெரிவிக்க வேண்டும் என்பதை அம்மா கவனமாகச் சிந்தித்து வைத்திருந்தாள். பிரதமர் சூவிடம் உண்மையான விவரங்களைத் தெரிவிக்க வேண்டியிருந்தது. ஆனால் புரட்சிப் படையினருக்குப் பயந்து, அப்பாவின் கடிதத்தில் கண்டிருந்த அதே வார்த்தைகளை அம்மாவால் வெளியிட்டுக் கூற முடியவில்லை. அதை எவ்வளவு சுருக்கிக் கூற முடியுமோ அவ்வளவு சுருக்கிக் கூறினாள். கம்யூனிஸ்ட் கட்சியின் *சாசனங்களை* அப்பா கடுமையாகப் பின்பற்றக் கூடியவர். அப்பா அவரது கருத்துகளை மாவோவிடம் வெளிப்படையாக எந்தப் பயமுமின்றிக் கூறக் கூடியவர். கட்சி சாசனத்தின்படி, கட்சியின் உறுப்பினர் ஒருவருக்கு இதில் அதிகாரப்பூர்வமான உரிமை உண்டு. அவரைக் கைது செய்வதற்கு இதுபோன்ற நொண்டிச் சாக்குகளைப் பயன்படுத்தக் கூடாது. அவருக்காக தங்களிடம் முறையீடு செய்யவே வந்திருக்கிறேன் என்று கூறி முடித்தாள்.

அம்மாவின் கண்கள் சூ என்லாயின் கண்களை நேராகச் சந்தித்த போது, அப்பாவின் கடிதத்தில் கண்டுள்ள அனைத்தையும் சரியாகப் புரிந்து கொண்டதையும், அம்மா அதை தெளிவுபடுத்தத் திணறியதையும் அவரது கண்கள் தெரிவித்தன. அம்மா கொடுத்த

விண்ணப்பத்தை பிரதமர் மேலோட்டமாக வாசித்துப் பார்த்தார். பிறகு அவருக்குப் பின்னால் இருந்த உதவியாளரிடம் அதைக் கொடுத்து, அவருடைய காதுகளில் ஏதோ முணுமுணுத்தார். அப்போது அந்த அறையில் மயான அமைதி நிலவியது. எல்லாக் கண்களும் பிரதமரை நோக்கியே பதிந்திருந்தன.

பிறகு அந்த உதவியாளர் அரசாங்க முகவரி அச்சிடப்பட்ட இரண்டொரு தாள்களை சூ என்லாயிடம் நீட்டினார். அந்த தாட்களைப் பெற்றுக் கொண்ட சூ, கொஞ்சம் சிரமத்துடன் ஏதோ எழுதினார். ஏனென்றால், சில வருடங்களுக்கு முன்பு யான்'ஆன் நகரில் குதிரையிலிருந்து விழுந்து தன் வலது கையை உடைத்துக் கொண்டார். சூ எழுதி முடித்து விட்டு அதை உதவியாளரிடம் நீட்டினார். அதை அவர் சத்தமாக வாசித்துக் காட்டினார்.

'ஒன்று: கம்யூனிஸ்ட் கட்சி உறுப்பினர் என்ற முறையில் கட்சித் தலைமையிடத்திற்கு கடிதம் எழுத சாங் ஷு - யூ என்பவருக்கு உரிமை உள்ளது. அந்தக் கடிதத்தில் என்ன விஷயம் வேண்டுமானாலும் எழுதப்பட்டிருக்கலாம். ஆனால் அதை வைத்துக்கொண்டு அவரை புரட்சி-எதிர்ப்பாளர் என்று குற்றம் சாட்டக் கூடாது. இரண்டு: சிச்சுவான் மாநிலத்தின் பொது விவகாரத்துறை இணை இயக்குநர் என்பதால், சாங் ஷு - யூ விசாரணைக்கு ஆஜராக வேண்டும். மக்களின் கண்டனத்துக்கு உள்ளாக வேண்டும். மூன்று: சாங் ஷு - யூ பற்றி ஏதேனும் இறுதித் தீர்ப்பு வந்தால், கலாச்சாரப் புரட்சி முடியும் வரை அந்த தீர்ப்பை செயல்படுத்தாமல் வைத்திருக்க வேண்டும். இப்படிக்கு - சூ என்லாய்.'

அம்மாவுக்கு கிடைத்த நிம்மதியில் பேச்சு வரவில்லை. ஒரு கடிதம் என்றால் அதில் கட்டாயம் முகவரி இருக்க வேண்டும். ஆனால் இந்தக் கடிதத்தில் சிச்சுவான் மாநில புதிய தலைவர்களுக்கு முகவரியிட்டு எழுதப்படவில்லை. அதனால் அம்மா அந்தக் கடிதத்தை டிங் தம்பதியினருக்கோ, அல்லது வேறு யாருக்கோ கொடுக்க வேண்டியதில்லை. அம்மாவே அதை வைத்திருந்து, யாரிடம் கொடுத்தால் பயன்படும் என்று தெரிகிறதோ அவர்களிடம் கொடுக்கும்படி கூறினார்.

யோங் மற்றும் யான் இருவரும் அம்மாவுக்கு இடது புறத்தில் அமர்ந்திருந்தார்கள். அம்மா அவர்கள் பக்கம் திரும்பி பார்த்தபோது, அவர்கள் மகிழ்ச்சியில் திளைத்துப் போயிருந்தார்கள்.

இரண்டு நாட்கள் கழித்து அம்மா செங்குடு செல்லும் இரயிலைப் பிடித்தாள். யோங், யான் இருவரையும் தன் பக்கத்திலேயே

எப்போதும் வைத்துக் கொண்டாள். டிங் தம்பதியினர் இந்தக் கடிதத்தை மோப்பம் பிடித்து, அதையும் அம்மாவையும் கைப்பற்றத் தங்களது அடியாட்களை அனுப்பக் கூடும் என்ற பயத்தில் அவர்கள் இருவரும் அம்மாவின் பக்கத்திலே இருந்தனர். யோங், யான் இருவரும், 'விஷயம், முக்கியமான விஷயம்' என்பதால் அம்மாவுடன் கூடவே இருந்தனர். ஒருவேளை ஆகஸ்ட் 26 இயக்கத்தினர் அம்மாவை தூக்கிச் சென்றால்... அதனால் அவர்கள் அம்மா கூடவே இருந்தனர். வீடுவரை அம்மாவுக்கு துணையாக வருவோம் என்று பிடிவாதம் பிடித்தார்கள். பாட்டி அவர்களுக்கு வகை வகையான தின்பண்டங்களை செய்து கொடுத்தாள். இருவரும் அதை நன்றாகச் சாப்பிட்டார்கள்.

அவர்கள் இருவரையும் பார்த்த மாத்திரத்தில் எனக்குப் பிடித்து விட்டது. அவர்கள் புரட்சிப் படையினராக இருந்தபோதும் எங்கள் குடும்பத்திடம் நட்பாகவும் பாசமாகவும் பழகினார்கள். ஆச்சரியம்! அவர்கள் ஒருவருக்கொருவர் காதல் வயப்பட்டிருக்கிறார்கள் என்பதைப் புரிந்து கொண்டேன். அவர்கள் ஒருவரை ஒருவர் பார்த்துக் கொள்வது; ஒருவரை ஒருவர் கேலி செய்து கொள்வது; தொட்டுக் கொள்வது எல்லாமே அப்படித்தான் இருந்தது. அவர்கள் திருமணத்திற்கு ஏதாவது அன்பளிப்பு கொடுத்து அனுப்பினால் நன்றாக இருக்குமே என்று பாட்டி அம்மாவிடம் கிசுகிசுத்தாள். அப்படிச் செய்யக் கூடாது. அது, பிறகு வெளியே தெரிய வந்தால், பெரிய பிரச்சினையாகப் போய் விடும் என்று அம்மா சொன்னாள். ஒரு முதலாளி வர்க்கக் கைக்கூலியிடமிருந்து 'அன்பளிப்பு' பெற்றுக் கொள்வது சாதாரண குற்றம் அல்ல.

யான் என்பவளுக்கு 24 வயது. செங்குடு பல்கலைக்கழகத்தில் இளங்கலை மூன்றாம் ஆண்டில் படித்து வருகிறாள். அவளது அழகான முகத்தை அவள் அணிந்திருந்த கண்ணாடி மூடி மறைத்தது. கழுத்தைப் பின்புறமாகச் சாய்த்து அழகாகச் சிரித்தாள். அவள் சிரிப்பு இதயத்துக்கு இதமாக இருக்கும். அந்தக் கால சீனாவில், ஆண்கள், பெண்கள், சிறுவர்கள் அனைவரும் பொதுவாக அணிந்து கொள்ளும் ஆடை கரும் நீல ஜாக்கெட்டும், கீழ் ஆடையும்தான். யான் அழகாக ஆடை அணிந்திருந்தாள். கூந்தலை இறுகக் கட்டி பின்புறம் தொங்கவிட்டிருந்தாள். அவள் காதல் வயப்பட்டிராவிட்டாலும், தன் அழகிய தோற்றத்துக்கு முக்கியத்துவம் கொடுப்பாள் போல் தெரிந்தது.

யோங் மிகவும் நாகரிகமாகத் தோற்றமளித்தான். வைக்கோற் செருப்புகள் அணிந்திருந்தான். அதனால் நீலக் கால்சட்டை மேல்நோக்கி மடித்து விட்டிருந்தான். வைக்கோற் செருப்புகள்

மாணவர்கள் மத்தியில் அதிகமான பயன்பாட்டில் இருந்தன. இது விவசாயிகளோடு அவர்களுக்கிருந்த இணக்கத்தைக் காட்டியது. யோங் மிகச்சிறந்த புத்திசாலியாகவும், நுட்ப உணர்ச்சி உள்ளவனாகவும் காணப்பட்டான். என்னை அவன் கவர்ந்து விட்டான்.

எல்லாரும் மகிழ்ச்சியாகச் சாப்பிட்டு முடித்தபின், அவர்கள் இருவரும் புறப்பட்டார்கள். அம்மா அவர்களோடு கீழே இறங்கி வந்தாள். சூ என்லாயின் கடிதத்தைப் பத்திரமான இடத்தில் வைத்துக் கொள்ள வேண்டும் என்று அம்மாவின் காதுக்குள் சொன்னார்கள். அம்மா சூ என்லாயைச் சந்தித்தது குறித்து என்னிடமோ, என் சகோதரிகளிடமோ சொல்லவில்லை.

அன்று மாலை, அம்மாவோடு முன்பு பணியாற்றிய ஒருவரைப் பார்த்து, அவரிடம் சூ என்லாய் கடிதத்தைக் காட்டினாள். 1950-களின் தொடக்கத்தில், இந்த சென் மோ என்பவர் அப்பா அம்மாவோடு ஈபின் நகரில் பணியாற்றினார். அம்மா அப்பாவோடு இனிமையாகப் பழகியவர். டிங் தம்பதியினரிடமும் நல்ல உறவை மேற்கொண்டு வந்தார். அவர்கள் மறுவாழ்வு பெற்று வந்தவுடன் அவர்களுடன் சேர்ந்து ஓர் ஆழமான உறவை ஏற்படுத்திக் கொண்டார். பழைய நட்பை முன்னிட்டாவது அப்பாவை மீட்டுத் தந்து உதவிடுமாறு கண்ணீரோடு அழுது அம்மா அவரைக் கெஞ்சிக் கேட்டுக் கொண்டாள். அவர் டிங் தம்பதியினருடன் பேசுகிறேன் என்று அம்மாவுக்கு வாக்குறுதி வழங்கினார்.

காலம் கடந்து கொண்டிருந்தது. ஏப்ரல் மாதம் திடீரென்று ஒரு நாள் அப்பா வந்து நின்றார். அப்பாவைப் பார்த்ததும் ஒரு நிம்மதியும் மகிழ்ச்சியும் எனக்கு! ஆனால் அடுத்த நிமிடமே அந்த நிம்மதியும், மகிழ்ச்சியும் நிலைக்காமல் போய்விட்டன. அப்பாவின் கண்களில் ஏதோ ஒரு மாற்றம் தென்பட்டது. இதுவரை எங்கே இருந்தார் என்று சொல்லவில்லை. அவருடைய வார்த்தைகள் எதையும் இப்போது புரிந்து கொள்ள முடியவில்லை. இராப் பகலாக வீட்டிலும் சரியாகத் தூங்கவில்லை. தனக்குத் தானே பேசிக்கொண்டும், வளாகத்தில் அங்குமிங்கும் நடந்துகொண்டும் இருந்தார். ஒருநாள் அப்பா பலவந்தமாக எங்களை இழுத்துக் கொண்டுபோய், கொட்டிய மழையில் நிறுத்தி வைத்து 'கலாச்சாரப் புயலுக்கு' இது ஓர் அனுபவமாக அமையட்டும் என்றார். ஒரு நாள் சம்பளப் பணத்தை பொட்டலம் போட்டு வாங்கிக் கொண்டு வந்த அப்பா, அதை சமையற்கட்டிலிருந்த அடுப்புக்கு அருகில் வீசியெறிந்தார். வீசியெறிந்து விட்டு, தனியார் உடைமைகளை தகர்த்தெறிவதற்கான அடையாளம் இது என்றார். அப்போதுதான் எனக்கு அந்தப்

பயங்கரமான உண்மை புரிந்தது: அப்பா மனநோயாளியாகி விட்டார்.

அப்பாவின் மனநோயினால் அம்மாதான் பாதிப்புக்கு உள்ளானாள். அம்மா மீது ஆத்திரப்பட்டு, 'வெட்கங் கெட்டவள்,' 'பயந்தாங்கொள்ளி' என்று திட்டியவர், 'மனசாட்சியை விற்றவள்' என்ற குற்றமும் சாட்டினார். பிறகு திடீரென்று, எங்கள் எல்லார் முன்னிலையிலும் அம்மாவைக் கட்டிப்பிடித்து, 'என் செல்லம், எப்படியெல்லாம் உன்னைக் காதலிருக்கிறேன் தெரியுமா?, நான்தான் உனக்கு தகுதியில்லாத கணவன் ஆகி விட்டேன், தயவுசெய்து என்னை மன்னித்து, என்னோடு வந்து விடு' என்று திரும்பத் திரும்ப பேசினார்.

அப்பா வீடு திரும்பிய முதல் நாள் அம்மா மீது சந்தேகப்பட்டு, 'இது நாள் வரை எங்கே என்ன செய்து கொண்டிருந்தாய்?' என்று கேட்டார். 'உங்கள் விடுதலைக்காக மேல்முறையீடு செய்யும் பொருட்டு பீக்கிங் போயிருந்தேன்' என்று அம்மா சொன்னாள். தனக்கு நம்பிக்கை இல்லை என்று தலையாட்டிய அப்பா, அதற்கான அத்தாட்சிகளைக் காட்டச் சொல்லிக் கேட்டார். சூ என்லாய் கொடுத்த கடிதத்தை அவரிடம் காட்ட வேண்டாம் என்று அம்மா முடிவு செய்திருந்தாள். அப்பா பாதிப் பைத்தியமாக ஆனது அம்மாவுக்கு நன்கு தெரிந்தது. கட்சி அப்பாவுக்கு உத்தரவிட்டால், அந்தக் கடிதத்தை எடுத்துக்கொண்டு நேராகப் போய் டிங் தம்பதியினரிடம் கொடுத்தாலும் கொடுத்து விடுவார் என்று அம்மாவுக்கு கவலை இருந்தது. யான் மற்றும் யோங் இருவரும் அம்மாவின் சாட்சிகள் என்றுகூட அப்பாவுக்கு அம்மா தெரிவிக்கவில்லை. செங்காவலர்களோடு தொடர்பு கொண்டது தவறு என்று அப்பா நினைப்பார்.

இந்தப் பிரச்சனைக்கே அப்பா திரும்பத் திரும்ப வந்தார். ஒவ்வொரு நாளும் அம்மாவை அப்பா குறுக்கு கேள்வி கேட்டுக் கொண்டே இருப்பார். அம்மாவின் கடந்தகால வாழ்க்கையின் முரண்பாடுகளை எழுப்பினார். அப்பாவுக்கு ஏற்பட்ட சந்தேகமும் குழப்பமும் கூடிக்கொண்டே போனது. அம்மா மீது அப்பாவுக்கு ஏற்பட்ட கோபம் வன்முறையாக வெடித்துவிடும் அளவுக்கு ஆனது. நானும் என் சகோதர சகோதரிகளும் அம்மாவுக்கு உதவ முற்பட்டோம். அப்பாவை நம்ப வைக்க அம்மாவைப் பற்றி எங்களுக்கே விளங்காத பல கதைகளைக் கூறினோம். உண்மையில் அப்பா எங்களைக் கேள்வி கேட்கத் தொடங்கியபோது, நாங்கள் சொல்வதறியாது குழம்பிப் போய் நின்றோம்.

அப்பா சிறையில் இருந்தபோது என்ன நடந்தது என்றால், அப்பாவுக்கு வந்த விசாரணை அதிகாரிகள், ‘உங்கள் குற்றத்தை ஒப்புக்கொண்டு வாக்குமூலம் கொடுக்கவில்லை என்றால், உங்கள் மனைவி மக்கள் அனைவரும் உங்களை நாசமாக்கிவிட்டுப் போய் விடுவார்கள்’ என்று திரும்ப திரும்ப சொல்லி விசாரித்திருக்கிறார்கள். ஒப்புதல் வாக்குமூலம் பெறுவது ஒன்றே அவர்களது முழு வேலையாக இருந்தது. பாதிக்கப்பட்டவர்களைப் பலவந்தப்படுத்தி ஒத்துக்கொள்ள வைத்தார்கள். அவர்களிடம் அப்பா, தன்னிடம் ஒப்புக்கொள்ள எந்த குற்றமும் இல்லை என்றும், அப்படி எதையும் எழுதித் தர முடியாது என்றும் மறுத்து விட்டார்.

அம்மா, அப்பாவைக் கண்டனம் செய்து விட்டதாக விசாரணை அதிகாரிகள் அப்பாவிடம் சொல்லியிருக்கிறார்கள். தன்னை வந்து பார்ப்பதற்கு அம்மாவுக்கு அனுமதியளியுங்கள் என்று அப்பா விசாரணை அதிகாரிகளைக் கேட்டுக் கொண்டபோது, அவர்கள் அம்மாவுக்கு அனுமதியளித்து விட்டதாகவும், அம்மாதான் அப்பாவைப் பார்க்க மறுக்கிறார்கள் எனவும் அப்பாவிடம் கூறி விட்டார்கள். அப்பாவுக்கு மூளைக் கோளாறு வரத் தொடங்கி விட்டது என்பதை உணர்ந்து கொண்ட விசாரணை அதிகாரிகள், அடுத்த அறையில் ஓர் அரைகுறையான உரையாடலை அப்பாவைக் கேட்க வைத்து, அடுத்த அறையில் அம்மா இருப்பதாகவும், அப்பா ஒப்புதல் வாக்குமூலம் கொடுக்காவிட்டால், அவள் அப்பாவைப் பார்க்க வரமாட்டாள் என்றும் அப்பாவிடம் சொல்லி விட்டார்கள். விசாரணை அதிகாரிகள் ஒரு நாடகமாடி அடுத்த அறையிலிருந்து கேட்ட குரல் அம்மாவுடைய குரல்தான் என்று அப்பாவை நம்ப வைத்தார்கள். அப்பாவின் மனம் சஞ்சலப்படத் தொடங்கியது. ஆனால் இன்னும் அப்பா அதுபோன்ற வாக்குமூலத்தை எழுதிக் கொடுக்கவில்லை.

அப்பா விடுதலை செய்யப்பட்டபோது ஒரு விசாரணை அதிகாரி, ‘உங்கள் மனைவியின் கண்காணிப்பில் இருப்பதற்காக உங்களை வீட்டிற்கு அனுப்புகிறோம். உங்களைக் கண்காணித்துக் கொள்ள கட்சி உங்கள் மனைவியை ஏற்பாடு செய்துள்ளது. இனி வீடுதான் உங்களின் சிறை’ என்று கூறினார். திடீர் விடுதலைக்கான காரணத்தை அப்பாவால் புரிந்துகொள்ள முடியவில்லை. இதன் விளக்கத்தை குழப்பத்தோடு புரிந்து கொண்டார்.

சிறையில் அப்பாவுக்கு என்ன நடந்தது என்று அம்மாவுக்கு தெரிந்து கொள்ள முடியவில்லை. ‘நான் எப்படி விடுதலை ஆனேன்?’ என்று அப்பா அம்மாவைக் கேட்டபோது அம்மாவால் கூறப்பட்ட பதில் அப்பாவை திருப்தியடைய வைத்ததாகத் தெரியவில்லை.

சூ என்லாயின் கடிதத்தை அம்மா அப்பாவிடம் காட்டாதது மட்டுமல்ல டிங் தம்பதியினரின் வலது கரமாக விளங்கிய சென் மோவைப் பார்க்கச் செல்லவிருப்பதையும் அம்மா மறைத்து விட்டாள். டிங் தம்பதியினரிடம் அம்மா கெஞ்சியது அப்பாவுக்கு தெரிந்திருந்தால் அவரால் அதைப் பொறுத்துக் கொண்டிருக்க முடியாது. இந்நிலையில் அம்மாவுக்கு ஏற்பட்ட இக்கட்டான நிலையும், அப்பாவுக்கு ஏற்பட்ட மூளைக் கோளாறும் நாளுக்கு நாள் வளர்ந்து கொண்டே சென்றது.

அப்பாவுக்கு மருத்துவ சிகிச்சை அளிக்க அம்மா முயற்சி மேற்கொண்டாள். பழைய மாநில அரசாங்கக் கட்டிடத்தோடு இணைந்திருந்த மருத்துவமனைக்கு அப்பாவை அழைத்துச் சென்றாள். அதில் மனநல சிகிச்சைப் பிரிவிற்கு சென்றார்கள். வரவேற்பு அறையில் இருந்த பணியாளர்கள் அப்பாவின் பெயரைக் கேட்டதும் பதிவு செய்ய மறுத்து விட்டார்கள். மேல் அதிகாரிகளின் அனுமதியில்லாமல் மருத்துவமனையில் சேர்க்க முடியாது என்று சொல்லி விட்டார்கள். அப்பாவைச் சேர்ப்பதற்கான மேல் அதிகாரிகளின் அனுமதியைக் கேட்டுப் பெறுவதற்கு அவர்கள் எந்த முயற்சியும் எடுக்கவில்லை.

அப்பாவின் இலாக்காவிலிருந்த ஒரு முக்கியமான புரட்சிப் படைக் குழுவைத் தேடி அம்மா சென்றாள். அப்பாவுக்கு மருத்துவ சிகிச்சையளிக்க அனுமதி தருமாறு அவர்களிடம் கேட்டாள். டிங் தம்பதியினரின் இறுக்கமான பிடியில் இருக்கும் திருமதி ஷயூ தான் இக்குழுவின் தலைவி. திருமதி ஷயூ அம்மாவைப் பார்த்ததும் அவள் மீது சீறி விழுந்தாள். தண்டனையிலிருந்து தப்பிக்கும் நோக்கத்தில் அப்பா பைத்தியம் போல் நாடகம் ஆடுவதாகவும், அம்மா தன் சொந்த மருத்துவப் பின்புலத்தைக் கொண்டு (மாற்றுத் தந்தை டாக்டர்.ஸியா) அப்பாவுக்கு மருத்துவ உதவி செய்து கொண்டிருப்பதாகவும் கூறினாள். அப்பா சாக்கடையில் விழுந்த ஒரு நாய் என்றும், அவரை சோறு, தண்ணீர் இல்லாமல் போட்டு அடித்துக் கொல்ல வேண்டும் என்றும், கலாச்சாரப் புரட்சியின் அரக்கத்தனமான கொள்கைக் குரல் ஒன்றை எடுத்துக் கூறினான் ஒரு புரட்சிப் படை நபர்.

டிங் தம்பதியினரின் ஆலோசனையின் பேரில் புரட்சிப் படையினர் சுவரொட்டிகள் மூலம் தொடர்ந்து அப்பாவுக்கு தொல்லை கொடுத்துக் கொண்டிருந்தனர். கண்டனக் கூட்டங்களில் அவர் பயன்படுத்திய 'தேச துரோக வார்த்தைகள்,' அதுபோல மாவோவுக்கு எழுதிய கடிதத்தில் அப்பா பயன்படுத்திய 'தேச துரோக வார்த்தைகள்' அனைத்தையும் டிங் தம்பதிகள் மாவோவின்

மனைவியிடம் ஒப்புவித்து விட்டார்கள். திருமதி மாவோ ஆத்திரத்தில் எழுந்து நின்று கத்தினாள். ‘மாபெரும் தலைவர் மாவோவை வெளிப்படையாக எதிர்க்கத் துணிந்த மனிதனுக்கு நாங்கள் வழங்கும் மரண தண்டனை கூட எங்களின் கருணைதான். நாங்கள் அவனுக்கு தண்டனை அளிக்க வருமுன் அவனுக்கு மற்ற எல்லாத் தண்டனைகளும் முற்றிலும் நிறைவேற்றப்பட்டிருக்க வேண்டும்’ என்றாள் மாவோவின் மனைவி.

சுவரொட்டிகள் எனக்குள் ஏற்படுத்திய கிலி என்னால் தாங்கிக் கொள்ள முடியாதது. திருமதி மாவோ அப்பாவைக் கண்டனம் செய்து விட்டாள். இது உண்மையிலே அப்பாவுக்கு இனி இறுதிக் கட்டம்தான். ஆனால் இதில் வேடிக்கை என்னவென்றால், மாவோ மனைவியின் தீச்செயல்கள் எங்களுக்கு உதவிகரமாக அமைந்துவிட்டன. உண்மையாகவே தீர்க்கப்பட வேண்டிய பிரச்சினைகளைவிட, தன் சொந்த பழிகளைத் தீர்த்துக் கொள்வதிலேதான் மாவோவின் மனைவி அதிக ஈடுபாட்டுடன் இருந்தாள். ஏனென்றால், அவளுக்கு என் அப்பாவைப் பற்றி எதுவும் தெரியாது. அப்பாமீது அவளுக்கு சொந்த விரோதம் எதுவும் கிடையாது. எங்களுக்கு இது தெரிய வரவில்லை. இருப்பினும், அவள் கொடுக்கும் விமர்சன அறிக்கை வெறும் வதந்தியாகத்தான் இருக்கும் என்ற எண்ணத்தில் நாங்கள் அப்பாவுக்கு ஆறுதல் அளித்தோம். சுவரொட்டிகள் அரசு அச்சு ஊடகங்களால் வெளியிடப்படவில்லை. அவை சாதாரண பொதுமக்களால் எழுதி வைக்கப்பட்டவை. அதனால் சுவரொட்டிகளை அதிகாரப் பூர்வமாக எடுத்துக் கொள்ள முடியாது. ஆனால், என் உள் மனம் சொல்வதுபடிப் பார்த்தால், அவர்கள் சொல்வதெல்லாம் உண்மை என்றுதான் எனக்குப் பட்டது.

அப்பா இன்னும் வீட்டிலிருக்க அனுமதிக்கப்பட்டிருந்தாலும், டிங் தம்பதியினரின் வக்கிரமும், திருமதி மாவோவின் அதிகாரமும் சேர்ந்த புரட்சிப் படையினரின் கண்டனப் பொதுக் கூட்டங்களை கட்டவிழ்த்து விடச் செய்து விட்டன. ஒருநாள் அப்பா, தன் கண் ஒன்று கடுமையாக சேதப்படுத்தப்பட்டபடி வீட்டிற்கு வந்தார். இன்னொரு நாள், ஒரு டிரக் வண்டி வீதிகள் தோறும் காட்சிப்படுத்தப்பட்டு மெதுவாக நகர்ந்து கொண்டிருந்தது. அந்த டிரக் வண்டியின் நடுவில் அப்பா நின்று கொண்டிருப்பதைக் கண்டேன். ஒரு மெல்லிய கயிறு அவரது கழுத்தைச் சுற்றிக் கட்டப்பட்டிருந்தது. கழுத்திலிருந்து ஒரு பெரிய அட்டை ஒன்று தொங்கியது. அவரது கைகள் இரண்டும் பின்புறம் சேர்த்துக் கட்டப்பட்டிருந்தன. அப்பா தன் தலையை நிமிர்த்துக் கொள்ள

போராடினார். ஆனால் புரட்சிப் படையினர் நிமிர்த்த விடாமல் அழுத்திப் பிடித்திருந்தனர். நான் இதுவரை பார்த்திராத ஒரு சோகம் என்னவென்றால், அப்படி ஒரு உடல் வேதனையை அவர் தாங்கிக் கொண்டிருந்தார். அவரின் அரைப் பைத்திய மனநிலையில், அவரது உடல் வேறு, மனம் வேறாக ஆகிவிட்டது.

குடும்ப புகைப்பட ஆல்பத்தை எடுத்து அதில் டிங் தம்பதியினர் இருந்த புகைப்படங்களை எல்லாம் எடுத்து அதை அப்பா கிழித்துப் போட்டுக் கொண்டிருந்தார். மெத்தை உறை, படுக்கை விரிப்பு, அத்துடன் வீட்டிலிருந்த ஏராளமான துணிமணிகள் அனைத்தையும் அள்ளி நெருப்பில் போட்டு எரித்தார். மேலும் நாற்காலி மேஜைகளின் கால்களையும் உடைத்து அவைகளையும் எரித்தார்.

ஒருநாள் மாலை, அம்மா படுக்கை அறையில் ஓய்வு எடுத்துக் கொண்டிருந்தாள். அப்பா அவரது படிப்பறையில் அவருக்கு பிடித்தமான பிரம்பு நாற்காலியில் உட்கார்ந்து முன்னும் பின்னும் ஆடிக் கொண்டிருந்தார். திடீரென்று குதித்தெழுந்து படுக்கை அறைக்குள் ஓடினார். அப்பா உள்ளே ஓடிச்சென்றதும், ஏதோ மோதுவது போன்ற சத்தம் கேட்டது. ஓடிச் சென்று பார்த்தபோது அம்மாவின் கழுத்தைப் பிடித்து இறுக்கிக் கொண்டிருந்தார். நாங்கள் அலறியடித்துக் கொண்டு ஓடி அப்பாவின் பிடியிலிருந்து அம்மாவைப் பலவந்தமாக விடுவித்தோம். அப்பா தன் பிடியை இறுக்கி அம்மாவைக் கொன்றுவிட முயற்சித்தது போல் தெரிந்தது. பிறகு அம்மாவை விட்டு விட்டு, மெதுவாக நடந்து அந்த அறையை விட்டு வெளியேறினார்.

அம்மா மெதுவாக எழுந்து உட்கார்ந்தாள். அவளது முகம் வெளிறிப் போயிருந்தது. அம்மா தன் இடது காதை கைகளால் பிடித்தபடி இருந்தாள். அப்பா உள்ளே வந்து அம்மாவின் தலையில் அடித்துத்தான் எழுப்பி இருக்கிறார். அம்மாவின் குரல் வெளியில் கேட்கவில்லை. ஆனால் அம்மா எதுவும் நடக்காதது போல அமைதியாகக் காணப்பட்டாள். ‘கவலைப்பட வேண்டாம். நான் நன்றாக இருக்கிறேன்’ என்று எங்களிடமும், பாட்டியிடமும் அம்மா கூறினாள். பிறகு அம்மா எங்களை நோக்கி, ‘உங்கள் அப்பாவைப் பார்த்தீர்களா? சரி, போகட்டும். நீங்கள் உங்கள் அறைகளுக்கு செல்லுங்கள்’ என்று எங்களிடம் கூறிய அம்மா கட்டிலில் சாய்ந்தாள். கட்டிலின் தலைப்பக்கம் பொருத்தப் பட்டுள்ள கண்ணாடியில், அம்மா வலது கையால் தலையணையைப் பிடித்திருப்பது தெரிந்தது. அந்தப் படுக்கை அறையின் வாசலை திறந்து வைத்தபடி பாட்டி அமர்ந்திருந்தாள். என்னால் சரியாகத் தூங்க முடியவில்லை. படுக்கை அறை கதவு மூடப்பட்டிருந்தால், அப்பா எந்த நேரமும் அம்மாவைத்

தாக்கலாம் என்ற பயத்தில் பாட்டி கதவை திறந்திருந்தபடியே விட்டிருந்தாள்.

அம்மாவின் இடது காது நிரந்தரமாக கேட்கும் திறன் இழந்து விட்டது. அதனால் கிட்டத்தட்ட அம்மா செவிடாகி விட்டாள். வீட்டில் இருப்பது அப்பாவினால் ஆபத்து என்பதை நன்கு புரிந்து கொண்ட அம்மா, அடுத்த நாள் அவளது பாதுகாப்பு கருதி அலுவலகம் சென்று, அங்கு அவளுக்கு பாதுகாப்பான ஓர் இடம் கிடைக்குமா என்று தேடினாள். அங்கே இருந்த புரட்சிப் படையினர் மிகவும் அன்பானவர்கள். அவர்கள் தோட்டத்தின் மூலையில் இருந்த தோட்டக்காரனின் வீட்டு அறை ஒன்றை ஒதுக்கிக் கொடுத்தார்கள். அது 10 க்கு 8 என்ற ஒரு சிறிய அறை. ஒரு கட்டில், ஒரு மேஜை நாற்காலிகளுக்கு மட்டும்தான் அந்த அறையில் இடம் இருந்தது. அவைகளுக்கிடையில் நடந்து செல்லக்கூட இடம் இருக்காது.

அன்று இரவு புது இடத்தில் அம்மாவோடுதான் படுத்திருந்தேன். பாட்டி, ஸியாவே-ஃபாங் அனைவரும் கட்டிலில் நெருக்கிக் கொண்டு படுத்திருந்தோம். சரியாக நீட்டி மடக்கி படுத்து தூங்க முடியவில்லை. அம்மாவுக்கு உதிரப்போக்கு அதிகரித்துக் கொண்டே வந்தது. புது இடம் வேறு. நாங்கள் பயந்து கொண்டே இருந்தோம். அங்கு அடுப்புகூட இல்லை. ஊசியை வெந்நீரில் போட்டு சுத்தப்படுத்த வேண்டும். அதற்கு வாய்ப்பு இல்லாததால் அம்மாவுக்கு ஊசி போட்டு விட முடியவில்லை. கடைசியில் களைத்துப்போய் விழுந்து விட்டேன். முழுமையான தூக்கம் இல்லை. அந்த இரவு முழுவதும் அம்மாவும் பாட்டியும் பொட்டு தூக்கம்கூட இல்லாமல் விழித்துக் கொண்டிருந்தார்கள்.

சில நாட்களில் ஜின்-மிங் அப்பாவோடு சென்று விட்டான். அம்மாவைக் கவனமாகப் பார்த்துக் கொள்ள வேண்டும் என்ற நோக்கத்தில், நான் அம்மாவோடு அந்த புது இடத்தில் இருந்து விட்டேன். அடுத்த அறையில் இருந்தவன், அம்மாவின் மாவட்டத்தைச் சேர்ந்த ஓர் இளம் புரட்சிப் படை வீரன். ஒரு நாகரிகத்திற்குகூட நான் அவனிடம் பேசவில்லை. கட்சிக்குள்ளிருக்கும் முதலாளி வர்க்கக் கைக்கூலிக் குடும்பத்தார்கள் அவனிடம் பேசினால், அவன் பேசுவானோ மாட்டானோ என்ற எண்ணத்தில் அவனிடம் பேசவில்லை. ஆனால் ஆச்சரியம், நாங்கள் எதிர்பாராமல் சந்தித்துக் கொண்டபோது, எங்களை அன்புடன் வரவேற்றான். அவனைப் பார்த்தபோது கடுமையான மனிதனாகக் காணப்பட்டான். இருந்தாலும் அம்மாவை அவன் நாகரிகமாக நடத்தினான். அப்பாவின் இலாக்காவில் உள்ள

சுயநலக்காரர்களைவிட இவர்கள் எவ்வளவோ நல்லவர்கள் என்ற நிம்மதி எங்களுக்கு இருந்தது.

இந்தப் புதிய இடத்திற்கு வந்த இரண்டு நாட்கள் கழித்து, இறவாரத்தின் கீழ் நின்று அம்மா முகம் கழுவிக் கொண்டிருந்தாள். ஏனென்றால், அறைக்குள்ளே இடவசதி இல்லை. இதைப்பார்த்த அந்த இளைஞன் அம்மாவைக் கூப்பிட்டு, அறையை வேண்டுமானால் மாற்றிக் கொள்கிறீர்களா என்று கேட்டான். அவனது அறை இதைப் போல இரண்டு மடங்கு விசாலமானது. அன்று மதியம் அவன் அறைக்கு மாறி விட்டோம். அவன் இன்னொரு கட்டிலுக்கும் ஏற்பாடு செய்தான். நிம்மதியாகத் தூங்க முடிந்தது. அவனுடைய அன்பில் நாங்கள் நெகிழ்ந்து போனோம்.

அவன் மோசமான மாறு கண்களைப் பெற்றிருந்தான். அவனுக்கு ஓர் அழகான தோழி ஒருத்தி இருந்தாள். அவள் ஓர் இரவு முழுவதும் இவனோடு தனியாகத் தங்கி இருந்தாள். அந்த நாட்களில் இதுபோன்ற ஒரு செய்தியை கேள்விப்பட்டிருக்கவே முடியாது. நாங்கள் இந்த விஷயத்தை தெரிந்து கொண்டது பற்றி அவர்கள் கவலைப்பட்டதாகவே தெரியவில்லை. முதலாளி வர்க்கக் கைக்கூலிகள் என்று முத்திரை குத்தப்பட்ட நாங்கள் எதையும் வெளியில் சொல்லும் நிலையில் இல்லை. காலையில் நாங்கள் அவர்களைச் சந்தித்தபோது எங்களைப் பார்த்து அன்புடன் புன்னகை புரிந்தார்கள். அவர்கள் எந்தக் கவலையும் இல்லாமல் மகிழ்ச்சியுடன் இருக்கிறார்கள் என்று புரிந்தது. மக்கள் மகிழ்ச்சியாக இருக்கின்றபோது, அவர்கள் அன்பைப் பொழிகிறார்கள் என்ற உண்மை எனக்கு புரிந்தது.

அம்மாவின் உடல்நலத்தில் முன்னேற்றம் இருந்ததால், நான் அப்பாவைப் பார்க்க வீட்டிற்குச் சென்றேன். வீடு நிலை குலைந்து கிடந்தது. ஜன்னல் கதவுகள் உடைக்கப்பட்டிருந்தன. மேஜை நாற்காலிகள் சில இடங்களில் எரிக்கப்பட்டிருந்தன. தரையெங்கும் துணிமணிகள் அலங்கோலமாகக் கிடந்தன. நான் அங்கே இருந்தேனா அல்லது இல்லையா என்பதையே புரிந்து கொள்ள முடியாத நிலையில் அப்பா இருந்தார். வீட்டிற்குள் சுற்றி சுற்றி நடந்து கொண்டிருந்தார். அன்று இரவு என் அறைக் கதவைத் தாழிட்டுக் கொண்டேன். ஏனென்றால், அப்பா தூங்க மாட்டார். விடிய விடிய உருப்படாத விஷயங்களைப் பேசிக் கொண்டு என்னைத் தூங்க விடமாட்டார். ஆனால் கதவுக்குள் ஒரு சிறிய ஜன்னல் கதவு இருந்தது. அதைப் பூட்ட முடியாது. ஒருநாள் நான் இடையில் விழித்து எழுந்து அந்தச் சிறிய ஜன்னல் வழியாக வளைந்து நெளிந்து சத்தமில்லாமல் சென்று அப்பாவைப்

பார்த்தேன். ஆனால், என்னை அவர் கவனிக்கவே இல்லை. எந்தக் குறிக்கோளும் இல்லாமல், அங்கே கிடந்த கனமான மரச் சாமான்களை இலகுவாக தூக்கி, அங்குமிங்கும் வீசிக் கொண்டிருந்தார். புத்தி சுவாதீனமில்லா மனநிலையில், உடலுக்கு அசுர பலம் வந்து விடுகிறது. அவரோடு தங்கி இருப்பது கெட்ட கனவாகத் தெரிந்தது. சில நேரங்களில் எழுந்து அம்மாவிடம் ஓடி விடலாமா என்று தோன்றியது. இருந்தாலும், அப்பாவை இப்படி விட்டுச் செல்ல எனக்கு மனம் வரவில்லை.

இரண்டு முறை அப்பா என்னை அறைந்து விட்டார். இதற்குமுன்பு, அவர் இப்படிச் செய்ததே இல்லை. அப்போதெல்லாம் மாடிக்கு அடியில் இருந்த தோட்டத்தில் போய் பதுங்கிக் கொள்வேன். மாடி அமைதியாக இருந்தால் அப்பா தூங்கி விட்டார் என்று புரிந்து கொள்வேன்.

ஒருநாள் அப்பாவை வீட்டில் காணோம். ஏதோ ஓர் அபசகுணம் என்னை ஆட்கொண்டது போல் தெரிந்தது. கதவைத் திறந்த கொண்டு வெளியே ஓடினேன். கடைசி மாடியில் குடியிருக்கும் ஒருவர் மாடிப் படி வழியாக இறங்கிக் கொண்டிருந்தார். பிரச்சினைகளைத் தவிர்ப்பதற்காக அவரிடம் கொஞ்ச நாட்களாகப் பேச்சை நிறுத்திக் கொண்டோம். ஆனால் இப்போது அவர், 'உங்கள் அப்பா கடைசி மாடிக்குப் போய் இருக்கிறார். நான் பார்த்து விட்டுத்தான் வருகிறேன்' என்றார்.

எங்கள் குடியிருப்பு ஐந்து மாடிகளைக் கொண்டது. கடைசி மாடிக்கு விரைந்து ஓடினேன். கடைசி மாடியை அடைந்ததும் அதன் இடது பக்கம் ஒரு ஜன்னல் இருந்தது. அதன் வழியாகத்தான் மொட்டை மாடிக்கு செல்ல வேண்டும். மொட்டை மாடியின் நான்கு ஓரங்களிலும் உயரமில்லாத தாழ்வான இரும்பு தடுப்புதான் அமைக்கப்பட்டிருந்தது. அந்த ஜன்னல் வழியாகப் பார்த்தபோது, அப்பா மாடியின் விளிம்பில் நின்று கொண்டிருந்தார். அப்போது அவர், இரும்புத் தடுப்பைத் தாண்டி தனது இடது காலைத் தூக்கி வைத்துக் கொண்டிருந்தார் என்றுதான் நினைக்கிறேன்.

'அப்பா' நான் போட்ட சத்தத்தில் கட்டிடமே அதிர்ந்தது. அடக்கமாகத்தான் குரல் எழுப்ப வேண்டும் என்று நான் நினைத்தாலும், என்னை மீறி வெடித்து விட்டது. அவரை அவசர கதியில் எச்சரிக்கை செய்ய வேண்டாம் என்று என் உள்மனம் கூறியது.

அப்பா அப்படியே நின்று, என்னைத் திரும்பிப் பார்த்தார். 'நீ இங்கே என்ன செய்கிறாய்?' என்று என்னைக் கேட்டார்.

'இந்த ஜன்னல் வழியாக உள்ளே நுழைவதற்குக் கொஞ்சம் உதவி செய்யுங்கள்.'

ஒருவாறு அப்பாவை அந்த விளிம்பை விட்டு வர இணங்க வைத்து விட்டேன். அவர் கையைப் பிடித்து மெதுவாக இழுத்து வந்து மொட்டை மாடியின் நடுப்பகுதிக்கு கொண்டு வந்து விட்டேன். நான் நடுநடுங்கிப் போனேன். ஏதோ ஒரு உள்ளுணர்வால் உந்தப்பட்ட அப்பா, தனது இயல்பு நிலையில் காணப்பட்டார். என்னைத் தூக்கிக் கொண்டு இறங்கி வந்து சோபாவில் கிடத்தி, ஒரு துண்டை எடுத்து என் கண்ணீரைத் துடைத்து விட்டார். ஆனால், அவரின் தற்போதைய இயல்பான சுபாவம் நீடிக்கவில்லை. நான் இன்னும் எனக்கு ஏற்பட்ட அதிர்ச்சியிலிருந்து மீள்வதற்குள், குதித்து எழுந்து அங்கிருந்து ஓட வேண்டியதாகி விட்டது. ஏனென்றால் அப்பா என்னைத் தாக்குவதற்கு கையை தூக்கிக் கொண்டு வந்தார்.

அப்பாவுக்கு மருத்துவ சிகிச்சைக்கு அனுமதியளிப்பதற்கு பதிலாக, அவரின் மூளைக்கோளாறினை புரட்சிப் படையினர் தங்களின் பொழுது போக்கிற்கு உபயோகப்படுத்திக் கொண்டனர். ஒவ்வொரு நாளும் தொடர்ச்சியாக ஒரு சுவரொட்டியை ஒட்டி வந்தார்கள். அதில் 'பைத்தியக்காரன் சாங் அவர்களின் மறுபக்க கதை' என்று சுவரொட்டியில் காணப்பட்டது. அப்பாவின் இலாக்காவைச் சேர்ந்தவர்களே இதை எழுதி, அப்பாவைக் கேவலமாக கேலியும் கிண்டலும் செய்திருக்கிறார்கள். இந்த சுவரொட்டிகளை எல்லாரும் பார்க்குமாறு அப்பாவுடைய இலாக்காவின் மையப் பகுதியில் வைத்திருந்தார்கள். எல்லாருடைய கவனத்தையும் இதன் வாசகங்கள் கவர்ந்தன. என் உள்மனம் அதை வாசித்துப் பார்க்க வேண்டாம் எனத் தடுத்தும், அதை மீறி வாசித்து விட்டேன். பலர் அதை உற்றுக் கவனித்து வாசித்ததையும் கண்டேன். அதில் பலருக்கு என்னை யாரென்று தெரியும். என்னைத் தெரியாத சிலர் தங்களுக்குள்ளே ஏதேதோ முணுமுணுத்துக் கொண்டார்கள். அப்பாவின் மீது ஏற்பட்ட தாங்க முடியாத வேதனையாலும், எனக்குள் ஏற்பட்ட ஆத்திரத்தாலும் என் இதயம் வேதனையில் விம்மியது. ஆனால், என் நடவடிக்கைகள் பற்றிய தகவல்கள் அப்பாவைத் தண்டிப்பவர்களிடம் போய்ச் சேர்ந்து விடும் என்று எனக்கு நன்கு தெரியும். அதனால் அமைதியாகவும், தைரியமாகவும் நின்றேன். இதனால் நாங்கள் தைரியத்தை இழந்துவிட மாட்டோம் என்று அவர்கள் தெரிந்து கொள்ளட்டும் என்று நிதானமாக நின்றேன்.

மக்களை அரக்கத்தனமாக ஆக்கியது எது? அர்த்தமற்ற இந்த வன்கொடுமைச் செயல்களுக்கு என்ன காரணம்? இந்தக் காலகட்டத்தில் தான், நான் மாவோ மீது கொண்டிருந்த பக்தி

அப்பா கைதாகிறார் 619

கொஞ்சம் கொஞ்சமாகச் சரியத் தொடங்கியது. மக்கள் பலர் கொடுமையாகத் தண்டிக்கப்பட்டபோது, அவர்கள் ஏதோ சிறு தவறுகள் செய்திருக்கக்கூடும் என்று கருதினேன். ஆனால், என் அப்பா அம்மாவை எனக்கு தெரியும். மாவோவின் மீது ஏதோ குறைபாடு இருக்குமோ என்ற சந்தேகம் என் மூளைக்குள் ஊடுருவியது. ஆனால் அந்தக் கட்டத்தில், எல்லா மக்களையும் போல, நானும், மாவோவின் மனைவியின் மீதும், கலாச்சாரப் புரட்சியின் மீதும் குற்றம் சாட்டினேன். கடவுளைப் போன்ற பேரரசரான மாவோவே இன்னும் சந்தேகங்களுக்கு அப்பாற்பட்டவராக இருந்தார்.

படிப்படியாக அப்பாவின் உடல்நிலையும் மனநிலையும் மேலும் பாதிக்கப்பட்டு வருவதைக் கவனித்தேன். மீண்டும் அம்மா சென் மோவின் உதவி தேடி ஓடினாள். தன்னால் இயன்றதைச் செய்வதாக அவர் வாக்கு கொடுத்தார். நாங்கள் அதற்காகக் காத்திருந்தோம். ஆனால், அதனால் எந்தப் பலனும் கிடைக்கவில்லை. அப்பாவின் மருத்துவ சிகிச்சைக்கு டிங் தம்பதியினர் அனுமதியளிக்கவில்லை என்று அவரின் அமைதியிலிருந்து புரிந்து கொண்டோம். வருவது வரட்டும் என்ற துணிச்சலுடன் யான், யோங் ஆகிய இருவரையும் பார்க்க வேண்டும் என்று அம்மா செங்குடுவுக்கு புறப்பட்டு விட்டாள்.

சிகப்பு செங்குடுவின் ஒரு பகுதியினர் தான் சிச்சுவான் மருத்துவக் கல்லூரியை ஆதிக்கம் செலுத்தி வந்தனர். அந்த மருத்துவக் கல்லூரியில் மனநல மருத்துவப் பிரிவும் இருந்தது. அப்பா அந்தப் பிரிவில் அனுமதிக்கப்பட சிகப்பு செங்குடு தலைமை ஒரு வார்த்தை சொல்ல வேண்டும். யான், யோங் ஆகிய இருவரும் இரக்கக் குணம் கொண்டவர்கள். ஆனாலும், அவர்களது தோழர்களை அவர்கள் சம்மதிக்க வைக்க வேண்டும்.

மனிதாபிமான சிந்தனை, 'முதலாளித்துவ வேடங்கள்' என்று மாவோவால் சித்தரிக்கப்பட்டு, அது கண்டனம் செய்யப்பட்டிருந்தது. அது 'வர்க்க எதிரிகளுக்கு' இரக்கம் காட்டுதல் கூடாது என்று சொல்லப்படாமலே செயல்பாட்டில் இருந்து வந்தது. யான் மற்றும் யோங் இருவரும் அப்பாவின் மன நல சிகிச்சைக்காக அரசியல் காரணங்களைக் காட்ட வேண்டியிருந்தது. அவர்கள் காட்டிய ஒரு காரணம்: டிங் தம்பதியினரால் அப்பா சித்திரவதை செய்யப்பட்டு வந்தது. அவர்களின் சுயரூபங்கள் கொண்ட ஆவணங்களை அப்பா கொடுத்தால் அந்தத் தகவல்கள் டிங் தம்பதியினரை பதவியிலிருந்து இறக்கப் பயன்படும். இதன் விளைவாக, ஆகஸ்ட் 26 இயக்கம் கூட அஸ்த்தமனமாகி விடலாம்.

அவர்கள் எடுத்துக் கூறிய அடுத்த காரணம்: புதிய புரட்சி கமிட்டி, 'புரட்சி அதிகாரிகளையும் அதுபோல, புரட்சிப் படையினரையும், ஆயுதப் படையின் அங்கத்தினர்களையும்' உறுப்பினர்களாகக் கொண்டிருக்க வேண்டுமென்று மாவோ கூறி இருந்தார். சிகப்பு செங்குடு மற்றும் ஆகஸ்ட் 26 இயக்கம் ஆகிய இரண்டும், சிச்சுவான் புரட்சி கமிட்டியில் பிரதிநிதித்துவம் பெற புதிய அதிகாரிகளைத் தேடும் முயற்சியில் இறங்கின. இதற்கிடையில், புரட்சிப் படையினர், அரசியல் குழப்பங்கள் எப்படி இருக்கின்றன என்று கண்டுபிடிக்கத் தொடங்கினார்கள். அத்துடன், நிர்வாகம் செய்வது உண்மையில் ஒரு பூதாகரமான வேலை என்றும் கண்டு கொண்டனர். திறமையான அரசியல்வாதிகள் ஆலோசகர்களாக வரவேண்டும் என்ற தேவையை உணர்ந்து கொண்டார்கள். அப்பா ஒரு பதவிக்கான தெரிவை நாடி நிற்கும் ஓர் அற்புதமான நபர் என்று புரிந்து கொண்ட சிகப்பு செங்குடு, அப்பாவுக்கு சிகிச்சையளிக்க அனுமதி கொடுத்தது.

கலாச்சாரப் புரட்சிக்கும், மாவோவுக்கும் எதிரான தேச துரோக வார்த்தைகளை அப்பா எழுதியதால், அவர் மாவோவின் மனைவியால் கண்டனம் செய்யப்பட்டிருப்பது சிகப்பு செங்குடு அறிந்ததே. இதை உண்மையும் பொய்யுமாகக் கலந்து சுவரொட்டிகளில் எழுதியது அப்பா அம்மாவின் எதிரிகள்தான். அதனால் சிகப்பு செங்குடு அப்பா செய்ததாகச் சொல்லப்பட்ட குற்றச்சாட்டுகளைப் பொருட்படுத்தவில்லை.

சிச்சுவான் மருத்துவக் கல்லூரியின் மனநல மருத்துவமனையில் அப்பா சேர்த்துக் கொள்ளப்பட்டார். அம்மருத்துவக் கல்லூரி செங்குடு நகருக்கு வெளியே இருந்தது. பசுமையான நெல் வயல்களால் சூழப்பட்டிருந்தது. வெளி கேட் மீதும், சுவர்கள் மீதும் மூங்கில் இலைகள் அசைந்தாடிக் கொண்டிருந்தன. அங்கிருந்த இரண்டாவது கேட் மூடப்பட்டிருந்தது. அங்கே இருந்த இரண்டு மாடிக் கட்டிடத்தின் ஜன்னல் இல்லாத பகுதிக்கு செம்மணற் கற்களால் ஆன மாடிப்படிகள் இட்டுச் சென்றன. இந்த வழி மட்டுமே மனநல வைத்தியப் பிரிவிற்கு இட்டுச் செல்லுமாறு அமைந்திருந்தது.

சீருடை அணியாத இரண்டு ஆண் பணியாளர்கள் அப்பாவிடம் வந்து அவரை அடுத்த ஒரு கண்டனக் கூட்டத்திற்கு அழைத்துச் செல்லவிருப்பதாகக் கூறினார்கள். அவர்கள் மருத்துவமனையை அடைந்தபோது அப்பா அங்கிருந்து தப்பிச் செல்லப் போராடினார். காலியாக இருந்த ஒரு சிறிய அறைக்கு அப்பாவை இழுத்துச் சென்று கதவை மூடிக் கொண்டார்கள். மனநிலை பாதிக்கப்பட்டவர்களுக்கு அணிவிக்கக்கூடிய கை நீண்ட சட்டையை

அப்பாவுக்கு அணிவித்து கையைக் கட்டிவிட்டார்கள். எங்களால் இதைப் பார்க்க முடியவில்லை. இவ்வளவு முரட்டுத்தனமாக அப்பா நடத்தப்பட்டதைக் காண எங்களால் தாங்கிக்கொள்ள முடியவில்லை. ஆனால், அப்பாவின் நன்மைக்காகவே இப்படிச் செய்யப்பட்டது என்று எனக்கு தெரியும்.

மனநல மருத்துவர் டாக்டர் சூ 30 வயது நிரம்பியவர். வசீகரமான முகம். சிறந்த மருத்துவருக்குரிய குணாதிசயங்கள். ஒரு வார காலம் அப்பாவைக் கண்காணிப்பில் வைத்து பரிசோதித்து, அதன்பிறகு என்ன நோய், என்ன காரணம் என்று சொல்வதாக டாக்டர் சூ அம்மாவிடம் கூறினார். ஒரு வாரம் கழித்து டாக்டர் சூ ஒரு முடிவுக்கு வந்தார். 'மனச்சிதைவு' என்னும் மன நோய்தான் அது என்ற முடிவுக்கு வந்தார். அப்பாவுக்கு மின்சார அதிர்ச்சி வைத்தியம் கொடுக்கப்பட்டது. இன்சுலின் ஊசி போடப்பட்டது. இதற்காக அப்பாவை கட்டிலோடு சேர்த்து கட்டி வைக்கப்பட வேண்டியிருந்தது. சில நாட்களில் அவர் மனச்சிதைவிலிருந்து மீளத் தொடங்கினார். அந்த சிகிச்சை முறையை மாற்றச் சொல்லி மருத்துவரிடம் கூறுமாறு அப்பா அம்மாவிடம் கண்ணீர் மல்க கெஞ்சிக் கேட்டார். 'அந்த வலியை என்னால் தாங்கிக் கொள்ள முடியவில்லை. மரணத்தைவிடக் கொடுமையாக உள்ளது' என்று அப்பா சொன்னபோது, அவர் குரல் தழுதழுத்திருந்தது. ஆனால் மருத்துவரோ, அதற்கு இதைத் தவிர வேறு வழியில்லை என்று சொல்லி விட்டார்.

அடுத்த தடவை நான் அப்பாவைச் சென்று பார்த்தபோது அவர் கட்டிலின் மீது அமர்ந்து அம்மாவோடும், யான், யோங் ஆகியவர்களோடும் சிரித்துப் பேசிக் கொண்டிருந்தார். அப்போது எல்லாருடைய முகத்திலும் புன்னகை தவழ்ந்தது. அப்பாவும் சிரித்தார். மீண்டும் அப்பா பழைய உடல் நலத்திற்கு வந்து விட்டார். கழிப்பறைக்கு செல்ல வேண்டும் என்று பொய் சொல்லி, கழிப்பறைக் கதவைத் தாழிட்டுக் கொண்டு என் கண்ணீரைத் துடைத்துக் கொண்டேன்.

சிகப்பு செங்குடுவின் உத்தரவின் பேரில் அப்பாவுக்கு சிறப்பு உணவும், 24 மணி நேர பணிப்பெண் சேவையும் வழங்கப்பட்டன. யான் மற்றும் யோங் ஆகிய இருவரும் அடிக்கடி சென்று அப்பாவைப் பார்த்து வந்தார்கள். மேலும் அப்பா மீது அனுதாபம் காட்டிய அவரது இலாக்காவினர் சிலரும் அடிக்கடி வந்து பார்த்தார்கள். அவரது இலாக்காவினர் திருமதி ஷயூவின் குழுவினரால் நடத்தப்பட்ட கண்டனக் கூட்டங்களில் பலியாக்கப்பட்ட சிலரும் அப்பாவைப் பார்த்து

வந்தார்கள். யான், யோங் இருவரையும் அப்பாவுக்கு மிகவும் பிடித்து விட்டது. தன்னைச் சுற்றி நடப்பவைகளைச் சரியாகக் கவனிக்க முடியாவிட்டாலும், இவர்கள் இருவரும் காதல் வசப்பட்டிருப்பதை அப்பா கவனிக்கத் தவறவில்லை. அவர்கள் இருவரையும் அப்பா மகிழ்ச்சியாகக் கேலி செய்தார். அதை அவர்கள் மகிழ்ச்சியாக ரசித்ததை நானும் கவனித்தேன். கடைசியில், நெஞ்சை உலுக்கிய இந்தச் சோகச் சம்பவம் ஒரு முடிவுக்கு வந்தது. அப்பா குணமடைந்து வந்தது, எங்களுக்கு எந்தப் பேரிடரையும் சந்திக்க முடியும் என்ற நம்பிக்கையைத் தந்தது.

அப்பாவுக்கான மனநலச் சிகிச்சை 40 நாட்கள் நீடித்தன. ஜூலை மாத மத்தியில் அவர் இயல்பு நிலைக்கு திரும்பிவிட்டார். அப்பா மருத்துவமனையிலிருந்து விடுதல் பெற்று, அம்மாவுடன் செங்குடு பல்கலைக்கழகத்திற்கு அழைத்துச் செல்லப்பட்டார். அங்கு எல்லா வசதியும் கொண்ட ஒரு தங்கும் இடம் கொடுக்கப்பட்டது. பாதுகாவலுக்கு மாணவர்கள் வெளி வாயிலில் நிறுத்தப்பட்டனர். அவர்கள் அப்பாவுக்கு ஒரு புனைப்பெயர் சூட்டி விட்டார்கள். அத்துடன் அப்பாவின் பாதுகாப்பு கருதி, எக்காரணத்தைக் கொண்டும் பகல் நேரங்களில் வீட்டை விட்டு வெளியே செல்லக்கூடாது என்று அவருக்கு எச்சரிக்கை செய்து விட்டார்கள். சிறப்பு உணவு விடுதியிலிருந்து அம்மா சாப்பாடு எடுத்து வந்து கொடுத்தாள். யான், யோங் இருவரும் தவறாமல் தினந்தோறும் அப்பாவைப் பார்த்து வந்தார்கள். அதுபோல சிகப்பு செங்குடு தலைவர்களும் அப்பாவைப் போய் பார்த்து வந்தார்கள். அத்துடன் அப்பாவிடம் மிகவும் பண்புடன் நடந்து கொண்டார்கள்.

நானும் ஒரு மணி நேரத்திற்கு ஒரு வாடகை சைக்கிளை எடுத்துக் கொண்டு, அடிக்கடி என் பெற்றோர்களைப் பார்க்கச் சென்று விடுவேன். அப்பாவின் முகத்தில் அமைதி தவழ்ந்தது. மருத்துவ சிகிச்சைக்கு ஏற்பாடு செய்த மாணவர்களுக்கு நன்றி, நன்றி என்று அப்பா திரும்பத் திரும்ப சொல்லிக் கொண்டே இருந்தார்.

நன்றாக இருட்டத் தொடங்கியதும், அப்பா வெளியே செல்ல அனுமதிக்கப்பட்டார். அந்த வளாகத்திற்குள்ளே அமைதியாக நீண்ட நேரம் நடந்தோம். தூரத்தில் இரண்டு காவலர்கள் பாதுகாப்புக்காக தொடர்ந்து வந்தார்கள். வரிசையாக இருந்த, மல்லிகைச் செடிகளின் ஓரமாக நடந்து சென்றோம். கை அளவு மல்லிகைப் பூ வாசனை அந்த தென்றல் காற்றில் கலந்து எங்களைக் கிறங்க அடித்தது. பயங்கரவாதத்தையும், வன்கொடுமைகளையும் விட்டு விலகி வந்து நடந்து செல்வது, ஓர் அமைதியின் கனவு போல இருந்தது.

இதுதான் அப்பாவின் சிறைச்சாலை என்று தெரியும். ஆனால் அப்பா இதைவிட்டு வெளியே வரவேண்டாம் என்று வேண்டினேன்.

1967 ஆம் ஆண்டு கோடை காலத்தில், புரட்சி படையினர், சில உட்குழுக்களாகப் பிளவுபட்டனர். அந்த உட்குழுக்களுக்கிடையே ஏற்பட்ட மோதல்கள் சீனாவெங்கும் ஒரு சிறு உள்நாட்டு சண்டையாக உருவெடுத்தது. புரட்சிப்படையின் உட்குழுக்களுக்கிடையே ஏற்பட்ட விரோதம், முதலாளி வர்க்கக் கைக்கூலிகள் மீது ஏற்பட்டிருந்த விரோதத்தைவிட மோசமாக இருந்தது. ஏனென்றால் இவர்கள் உயிரைப் பணயம் வைத்து அதிகாரத்தைக் கைப்பற்ற போராடினார்கள். இந்த உட்குழுச் சண்டையை, ‘கோமிங்டாங்குக்கும் கம்யூனிஸ்ட்க்கும் இடையே நடைபெற்ற போரட்டத்தின் விரிவாக்கம்’ என்று பெயரிட்டு அழைத்து, மாவோவின் உளவுத்துறை தலைவரான காங் ஷெங் என்பவரும், மாவோவின் மனைவியும்தான் கலாச்சாரப்புரட்சி அதிகாரிகளைத் தூண்டிவிட்டு பெரும் கலகத்திற்கு உட்படுத்தினார்கள். இதில் எந்தக் குழு எந்தக் குழுவோடு மோதிக்கொண்டது என்று தெரியப்படுத்தப்படவில்லை. கலாச்சாரப் புரட்சி அதிகாரிகள் புரட்சிப் படையினருக்கு ஆயுதம் வழங்கச் சொல்லி இராணுவத்திற்கு ஆணையிட்டனர். தங்களின் சுய இலாபத்திற்காக கலாச்சாரப் புரட்சி அதிகாரிகள் இவ்வாறு ஆணையிட்டார்கள். ஆனால் புரட்சிப் படையினரில் எந்த உட்குழுவுக்கு ஆயுதம் வழங்க வேண்டும் என்று தெளிவுபடுத்திச் சொல்லவில்லை. தவிர்க்க முடியாத அளவு, பல்வேறு இராணுவ யூனிட்கள், சில உட்குழுக்களுக்கு, அவரவர்கள் விருப்பத்திற்கேற்ப ஆயுத உதவி அளிக்கப்பட்டது.

ஆயுதப்படைகள் ஏற்கனவே பெரும் கிளர்ச்சியில் இருந்தன. ஏனென்றால், லின் பியாவோ தனக்கு எதிரிடையாகச் செயல்பட்ட அத்தனை பேரையும் தூக்கி எறிந்து விட்டு, அந்த இடங்களில் தனக்கு வேண்டியவர்களை நியமித்துக் கொண்டார். இராணுவத்தில் மாற்றத்திற்கு உள்ளாக்கக்கூடிய எதையும் தன்னால் செய்ய முடியவில்லை என்பதை மாவோ கடைசியாக உணர்ந்து கொண்டார். அதனால் லின் பியாவோவை எதுவும் செய்யவிடாமல் தன் கட்டுப்பாட்டுக்குள் கொண்டு வந்தார். இருப்பினும், புரட்சிப் படையினரிடையே ஏற்பட்ட உட்குழு பூசல்கள் பற்றி மாவோ இருமனம் கொண்டிருந்தார். அதில் ஒரு மனம், அங்கே ஏற்பட்டிருந்த பிரிவினைகள் அனைத்தும் ஒன்றுபடுத்தப்பட வேண்டும்: அதனால் அவரது தனிப்பட்ட அதிகார அமைப்பு மேலெழுந்து நிற்க வேண்டும். இன்னொரு மனம்: சண்டையின் மீது

அவருக்கிருந்த காதலை அவரால் அடக்கி வைக்க முடியாததுபோல் இருந்தது. வெறிபிடித்த யுத்தம் சீனாவெங்கும் பரவி வந்தபோது, 'இளைஞர்கள் ஆயுதங்களைக் கையிலேந்தி பயிற்சி மேற்கொள்வது ஒன்றும் தவறான விஷயம் அல்ல. நம் நாட்டில் நீண்ட நாட்களாக எந்த யுத்தமும் நடைபெறவில்லை' என்றார்.

சிச்சுவானில் மட்டும் யுத்தம் தீவிரமாக நடைபெற்றது. காரணம், சீனாவின் ஆயுதத் தொழிற்சாலையின் மையம் அந்த மாநிலத்தில்தான் இருந்தது. இராணுவ ஊர்தி, பீரங்கி வண்டி ஆகியவை உற்பத்தி பகுதியிலிருந்து பயன்பாட்டிற்கு கொண்டு வரப்பட்டன. மேலும் தங்களின் எதிரிகளை அழித்துவிட டிங் தம்பதியினர் முடிவெடுத்தது, யுத்தத்தின் தீவிரத்திற்கு இன்னொரு காரணம். ஈபின் நகரில் துப்பாக்கி, நாட்டு வெடிகுண்டு, எந்திரத் துப்பாக்கி, கனரகத் துப்பாக்கி ஆகியவைகளைக் கொண்டு, யுத்தம் கண்மூடித்தனமாக நடந்து கொண்டிருந்தது. ஈபின் நகரில் மட்டும் நூற்றுக்கு மேற்பட்டோர் யுத்தத்தால் மாண்டனர். கடைசியில், ஈபின் நகரை விட்டு வெளியேறி வருமாறு சிகப்பு செங்குடு நிர்ப்பந்திக்கப்பட்டது.

பலர் அருகிலிருந்து லூச்சோ என்ற மாவட்டத் தலைநகருக்கு சென்றார்கள். அந்நகர் சிகப்பு செங்குடுவால் பிடிக்கப்பட்டிருந்தது. அந்நகரைத் தாக்கி கைப்பற்றும் பொருட்டு சுமார் 5000 ஆகஸ்ட் 26 இயக்க வீரர்களை டிங் தம்பதியினர் அனுப்பி வைத்தார்கள். கடைசியில் அவ்வீரர்கள் 300 நபர்களைக் கொன்று குவித்து, பலரைக் குற்றுயிரும் குலை உயிருமாகப் போட்டு விட்டு அந்நகரைக் கைப்பற்றினார்கள்.

செங்குடுவில் இங்கொன்றும், அங்கொன்றுமாக சண்டை நடந்து கொண்டிருந்தது. யுத்த வெறியர்கள் சிலர் மட்டும் சண்டையில் ஈடுபட்டனர். அப்படியிருந்தும் போரில் இறந்தவர்களின் உடல்களை இரத்தம் சொட்டச் சொட்ட ஆயிரக்கணக்கான வீரர்கள் அணிவகுத்து தூக்கிச் சென்றார்கள். தெருக்களில் துப்பாக்கி சண்டை தொடர்ந்து நடந்து கொண்டிருந்தது.

சிகப்பு செங்குடு, அப்பாவிடம் மூன்று கோரிக்கைகளை முன் வைத்தது. ஒன்று சிகப்பு செங்குடுவுக்கு அப்பாவின் ஆதரவைத் தெரிவித்துக் கொள்வது. இரண்டு டிங் தம்பதியினரின் வண்டவாளங்களை அவர்களுக்கு எடுத்துச் சொல்வது. மூன்று அப்பா அவர்களுக்கு ஓர் ஆலோசகராக இருந்து, சிச்சுவான் புரட்சிக் கமிட்டிக்கு அவர்களைப் பிரதிநிதிகளாக்குவது.

அடுத்த நொடியே அப்பா அவர்களது கோரிக்கைகளை மறுத்து விட்டார். ஒரு குழுவினரை எதிர்த்தும், இன்னொரு குழுவினரை ஆதரித்தும் செயல்பட முடியாது என்று மறுத்து விட்டார்; அத்துடன் டிங் தம்பதியினர் பற்றி எதையும் வெளியிடவும் மறுத்து விட்டார். இது எரிகிற நெருப்பில் எண்ணெய் ஊற்றுவதுபோல அமைந்து விடும் என்றும், இன்னும் பல குரோதமும் கலகமும் கூடுமே தவிர குறையாது என்றும் கூறி விட்டார். சிச்சுவான் புரட்சிக் கமிட்டியில் உள்ள ஒரு பிரிவினருக்கு பிரதிநித்துவம் பெற்று தருவது தன்னால் இயலாது என்றும் அப்பா கூறி விட்டார்.

கடைசியாக அப்பாவுக்கும் அவர்களுக்குமிடையே இருந்த நல்ல நட்புறவு முறிந்தது. சிகப்பு செங்குடுவின் தலைவர்கள் பிளவுபட்டனர். இவரைப் போன்ற முரண்பாடுகள் மிகுந்த பிடிவாதக்கார ஒரு நபரை நாங்கள் பார்த்ததில்லை என்று ஒரு பிரிவு கூறியது. மரண வாயிலுக்கு சென்று திரும்பும் அளவுக்கு அப்பாவை அடித்து கொடுமைப்படுத்தினார்கள். இருப்பினும், அடுத்தவர்களால் பழிவாங்கப்பட அப்பாவுக்கு சம்மதமில்லை. அப்பாவின் உயிரைக் காப்பாற்றிய சர்வ வல்லமை பொருந்திய புரட்சிப் படையினரை அப்பா எதிர்த்துக் கொண்டார். மீண்டும் தான் அதிகாரத்திற்கு வரும் வாய்ப்பையும், மறுவாழ்வு கிடைக்கப் பெறும் வாய்ப்பையும் அப்பா தட்டிக் கழித்து விட்டார். இவ்வளவு கூறியும் ஒத்து வராத அப்பா மீது ஆத்திரமடைந்த சிலர், 'இவன் வாங்கியது போதவில்லை. இரண்டு எலும்புகளையாவது உடைத்தால்தான் இவனுக்கு புத்தி வரும்' என்றார்கள்.

யான் மற்றும் யோங் இருவரும் அப்பாவுக்கு பரிந்து பேசினார்கள். இன்னும் சிலரும் அப்பாவுக்காக வாதாடினார்கள். 'இதுபோன்ற மனிதரைப் பார்ப்பது அபூர்வம். அவரைத் தண்டிப்பது சரியல்ல. இவரை அடித்துக் கொன்றாலும் அவர் கொண்ட கொள்கையிலிருந்து மாறமாட்டார். இதற்கு மேலும் இவரைத் துன்புறுத்துவது நமக்குத்தான் அவமானம். இந்த மனிதர் ஓர் உயர்ந்த இலட்சியவாதி' என்று இருவரும் கூறினார்கள்.

அடி, உதை என்று சொல்லி அப்பாவை அவர்கள் மிரட்டியும், அப்பா அவர்களுக்கு நன்றிக்கடன் பட்டிருந்தும், அப்பா தன் கொள்கைகளை விட்டுக் கொடுப்பதாக இல்லை. 1967 ஆம் ஆண்டு செப்டம்பர் மாத இறுதியில் ஓர் இரவு, ஒரு வாகனம் அப்பாவையும் அம்மாவையும் வீட்டில் கொண்டு வந்து இறக்கியது. யான் மற்றும் யோங் இருவராலும் அதற்குமேல் அப்பாவைக் காப்பாற்ற முடியவில்லை. அவர்களும் அப்பா அம்மாவோடு வீடு வரை வந்து

அவர்களை இறக்கி விட்டு விட்டு, ‘இனி உங்கள் பாடு’ என்று சொல்லிவிட்டுப் புறப்பட்டுப் போய் விட்டார்கள்.

அடுத்து நடந்தது என்னவென்றால், அப்பாவும் அம்மாவும் உடனடியாக டிங் தம்பதியினரின் கட்டுப்பாட்டிற்குள்ளும் திருமதி ஷயூ குழுவின் கண்காணிப்பிற்குள்ளும் கொண்டு செல்லப்பட்டனர். அப்பாவை வஞ்சம் தீர்த்துக் கொள்ள முன்வரும் அனைவருக்கும் ஒரு பிரகாசமான எதிர்காலம் உண்டு என்பதை டிங் தம்பதியினர் தெளிவுபடுத்தினார்கள். அது மட்டுமல்லாது அப்பாவுக்கு கொடுக்கப்படும் தண்டனையில் அவர் உருத்தெரியாமல் ஆக்கப்பட்டு விட்டால் எதிர்வரும் சிச்சுவான் புரட்சிக்குழுவில் அப்பா வகித்து வந்த பதவிக்கு இணையான பதவி திருமதி ஷயூவுக்கு வழங்கப்படும் என்று டிங் தம்பதியினர் அவளுக்கு வாக்குறுதி அளித்தார்கள். மேலும் அப்பாவுக்கு அனுதாபம் காட்டிய மனிதர்களுக்கு அதோகதிதான்.

ஒருநாள் திருமதி ஷயூவின் குழுவிலிருந்து இருவர் வீட்டிற்கு வந்து ‘ஒரு கண்டனக் கூட்டம்’ என்று அப்பாவை இழுத்துச் சென்றார்கள். பிறகு அவர்கள் இருவரும் திரும்பவும் வீட்டிற்கு வந்து என்னிடமும் என் தம்பிகளிடமும், அப்பாவின் இலாக்காவிற்கு சென்று அவரை அழைத்துக் கொள்ளுமாறு சொல்லிவிட்டு சென்றார்கள்.

அவருடைய இலாக்காவிற்கு சென்று பார்த்தபோது, அப்பா சுவரோடு சாய்ந்து கொண்டிருந்தார். அவரின் நிலையைப் பார்த்தபோது அவர் எழுந்து நிற்க முயற்சி எடுத்துக் கொண்டிருந்தார் என்று தெரிந்தது. அவரது முகம் கருத்திருந்தது. அடையாளம் தெரிந்து கொள்ள முடியாத அளவு முகம் அடிபட்டு வீங்கிப் போய் இருந்தது. அவரது தலை கொடூரமாக, பாதி சிரைக்கப்பட்டும், பாதி சிரைக்காமலும் விடப்பட்டு இருந்தது.

அங்கே எந்தக் கண்டனக் கூட்டமும் நடைபெறவில்லை. அப்பா அலுவலகம் சென்றதும், ஒரு சிறிய அறைக்குள் இழுத்துச் செல்லப்பட்டார். உள்ளே சென்றதும் ஐந்தாறு தடியன்கள் அவரைத் தாக்கத் தொடங்கினார்கள். அவர் உடலின் கீழ்ப்பகுதியை, குறிப்பாக அவரது அந்தரங்கப் பகுதியைக் குறி வைத்து தாக்கியிருக்கிறார்கள். அவரது வாய் வழியாகவும், மூக்கு வழியாகவும் தண்ணீரை வேகத்துடன் பீய்ச்சி அடித்திருக்கிறார்கள். பிறகு அவர்கள் மாற்றி, மாற்றி வயிற்றில் ஏறி மிதித்திருக்கிறார்கள். அப்பாவின் உடல் அப்போது சிறுநீர், இரத்தம், மலம் ஆகியவைகளை வெளித்தள்ளியது. பிறகு அப்பா உணர்விழந்து மயங்கி விட்டார்.

நினைவு திரும்பி வந்து அப்பா கண் விழித்து பார்த்தபோது, அந்தத் தடியன்கள் ஓடி மறைந்து விட்டார்கள். அப்பாவுக்கு தாங்க முடியாத 'நா வறட்சி' ஏற்பட்டிருக்கிறது. தவழ்ந்து கொண்டே அறையைவிட்டு வெளியேறி வந்தவர், முற்றத்து குழிகளில் தேங்கியிருந்த தண்ணீரை அள்ளிக் குடித்திருக்கிறார். எழுந்து நிற்க பலமுறை முயற்சி எடுத்தும், அவரால் எழுந்து நிற்க முடியவில்லை. திருமதி ஷயூ குழுவின் உறுப்பினர் அங்கே, அப்பாவைச் சுற்றி வேடிக்கை பார்த்துக் கொண்டு நின்றார்களே தவிர, அப்பாவுக்கு உதவி செய்யும் எண்ணத்தில் யாரும் தங்கள் சுட்டு விரலைக் கூட நீட்டவில்லை.

செங்குடுவிலிருந்து 150 மைல் தொலைவில் உள்ள சாங்சிங் என்னும் இடத்தில் இருந்த ஆகஸ்ட் 26 இயக்கத்திலிருந்து வந்தவர்கள்தான் அந்தத் தடியன்கள். பீரங்கித் தாக்குதல், வெடிகுண்டு வீசுதல் போன்ற பலமான யுத்தம் யாங்ஸி நதியின் இருமருங்கிலும் நடைபெற்று வந்தது. ஆகஸ்ட் 26 இயக்கத்தினர் அங்கிருந்து விரட்டியடிக்கப்பட்டனர். அப்பிரிவின் பல உறுப்பினர்கள் செங்குடுவுக்கு ஓடி வந்து விட்டனர். அதில் சிலர் எங்கள் குடியிருப்பு வளாகத்தில் வந்து இருந்தார்கள். அவர்கள் அமைதியிழந்து, எரிச்சல் பட்டுக் கொண்டிருந்தார்கள். அவர்கள் சைவச் சாப்பாடு சாப்பிட்டு நாக்கு செத்து விட்டதாகவும், மாமிசம் கடித்தால் நன்றாக இருக்கும் என்றும் திருமதி ஷயூவின் குழுவினரிடம் சூசகமாகக் கூறினார்கள். அதன்படி அப்பா அவர்களுக்கு பலிகடாவாக ஒப்படைக்கப்பட்டார்.

அப்பா இவ்வளவு அடி உதைகளால் காயப்பட்டிருந்தாலும், அதைக் காட்டிக் கொண்டதில்லை. ஆனால் சென்ற இரவு மனவலி, உடல் வலியால் குமுறிக் குமுறிக் அழுதார். அடுத்தநாள் என் 14 வயது தம்பி ஜின்-மிங் அப்பாவை மருத்துவமனைக்கு கொண்டு செல்ல, ஓடிப்போய் ஒரு வண்டியை வாடகைக்கு பேசி, கொண்டு வந்தான். 13 வயது தம்பி ஸியாவோ-ஹெய், கத்தி, கத்திரிக்கோல் வாங்கி அப்பாவின் எஞ்சியுள்ள தலைப்பக்கத்தையும் சேர்த்து மொட்டை அடித்து விட்டான். அப்பா அவரது மொட்டைத் தலையைக் கண்ணாடியில் பார்த்து விட்டு, அவர் உதிர்த்த புன்னகையில் ஒரு விரக்தி வெளிப்பட்டது. 'இதுதான் நல்லது. அடுத்த கண்டனக் கூட்டத்தில், என் முடியை கதற கதற பிடுங்குவார்களே என்ற கவலை எனக்கு இருக்காது' என்று அவரே சொல்லிக் கொண்டார்.

அப்பாவை அந்த வண்டியில் தூக்கி அமர்த்தி வைத்து எலும்பியல் மருத்துவமனைக்கு அழைத்துச் சென்றோம். அப்பாவுக்கு இப்போது மன நோய் இல்லாததால், அவரைப் பார்க்க பெரிய கெடு பிடிகள்

ஏதும் இல்லை. மனோவியாதி என்பது மிகவும் கவனமாகக் கையாளப்பட வேண்டிய ஒரு உடற்கூறு. ஆனால் எலும்புகள் அப்படி அல்ல. அந்த மருத்துவர் அன்பானவராகக் காணப்பட்டார். அப்பாவை அவர் அக்கறையோடு தொட்டுப் பார்த்தபோது, ஏதோ ஓர் இனம் புரியாத உணர்ச்சி என் தொண்டையை அடைத்தது. எல்லா மருத்துவர்களும் நோயாளிகளைக் கடுமையாகக் கையாளுவார்கள். ஆனால், இந்த மருத்துவரிடம் ஒரு மனிதத்தன்மை தெரிந்தது.

அப்பாவின் விலா எலும்புகளில் இரண்டு உடைக்கப்பட்டிருப்பதாக மருத்துவர் கூறினார். ஆனால் அப்பாவை மருத்துவமனையில் வைத்துக் கொள்ள முடியாது என்று அம்மருத்துவர் கூறிவிட்டார். அதற்கு மேலிடத்து அனுமதி வேண்டும் என்றார். அங்கே எண்ணிக்கையிலடங்காத மனிதர்கள் அடிபட்டுக் கிடந்தார்கள். உட்குழுக்களுக்கிடையே ஏற்பட்ட சண்டையினாலும், அதைவிட, கண்டனக் கூட்டத்தில் குற்றுயிரும் குலை உயிருமாக போடப்பட்டவர்களாலும் ஏற்பட்ட கூட்டத்தால் மருத்துவமனை இடவசதி இல்லாமலிருந்தது. இடமில்லாமல் ஒரு இளைஞன் தள்ளு வண்டியில் கிடத்தப்பட்டிருந்தான். அங்கே நான் கண்ட கொடுமை, அவன் தலையில் முக்கால்வாசியைக் காணவில்லை. அவனுக்கு துணைக்கு வந்தவன், 'கை எறி குண்டு ஒன்று அவன் தலையைப் பதம் பார்த்து விட்டது' என்று கூறினான்.

மீண்டும் அம்மா சென் மோவைச் சென்று பார்த்து, அப்பாவை அடித்து துன்புறுத்துவதை நிறுத்தச் சொல்லி டிங் தம்பதியினரிடம் ஒரு வார்த்தை சொல்லுமாறு கேட்டுக் கொண்டாள். சில நாட்கள் கழித்து சென் மோ, அப்பாவை மன்னிக்க அவர்கள் தயாராக இருப்பதாகவும், ஆனால், அதற்கு அப்பா, டிங் தம்பதியினரை 'சிறந்த அதிகாரிகள்' என்று புகழ்ந்து எழுதி கையொப்பமிட்டு ஒரு சுவரொட்டி வைக்க வேண்டும் என்று அம்மாவிடம் கூறினார். கலாச்சாரப்புரட்சி டிங் தம்பதியினருக்கு வெளிப்படையாக அனைத்து அதிகாரங்களையும் வழங்கி விட்டதாகவும், குறிப்பாக சூ என்லாய் டிங் தம்பதியினரை 'சிறந்த அதிகாரிகளாக' கருதுவதாக கூறி விட்டதாகவும் வலியுறுத்திக் கூறினார். டிங் தம்பதியினரைத் தொடர்ந்து எதிர்த்து வருவது, 'பாறையின் மீது முட்டையை எறிவது போல்' ஆகும் என்று கூறினார். அம்மா இந்த விஷயத்தை அப்பாவிடம் கூறியபோது, 'அவர்களைப் பற்றிக் கூறுவதற்கு நல்லதாக எதுவுமே இல்லையே' என்று அப்பா மறுமொழி கூறி விட்டார். ஆனால், அம்மா கண்ணீர் மல்க, 'இது, உங்களது அரசுப் பணியை மீண்டும் பெற்றுக் கொள்ளவோ, அல்லது மறுவாழ்வு

பெற்றுக் கொள்ளவோ இல்லை. இது உங்கள் உயிர். ஒரு சாதாரண சுவரொட்டி உங்கள் உயிருக்கு சமமாகுமா?' என்று கெஞ்சிக் கேட்டாள். 'என் மனசாட்சியை விற்றுவிட்டு எனக்கு உயிர் வாழ விருப்பமில்லை' என்று அப்பா கூறி விட்டார்.

ஓர் ஆண்டு காலத்திற்கு மேலாக, அதாவது 1968 ஆம் ஆண்டின் இறுதிவரை, அப்பா தடுப்புக் காவலுக்கு செல்வதும், வீட்டில் இருப்பதுமாகவே இருந்து வந்தார். மாநில அரசாங்கத்தின் முன்னாள் முன்னணி அதிகாரிகள் பலர் அப்பாவுடன் சென்று வந்தனர். எங்கள் குடியிருப்பு பகுதி அடிக்கடி சோதனையிடப்பட்டு, பலரை அள்ளிக் கொண்டு போவார்கள். அதனால் குடியிருப்பு பகுதியே அலங்கோலமாகக் கிடந்தது. தடுப்புக்காவல் என்ற தண்டனை, 'மாவோ சிந்தனைக் கல்வி' என்று பெயர் மாற்றி மெருகுடன் அழைக்கப்பட்டது. இந்தக் 'கல்விப் பயிற்சியில்' அனைவரும் டிங் தம்பதியினரை வானளாவப் புகழ வேண்டும் என்று அழுத்தம் கொடுக்கப்பட்டது. இதனால் பலர் தற்கொலை செய்து கொண்டனர். ஆனால், அப்பா அவர்களோடு சேர்ந்து பணியாற்ற வேண்டும் என்ற நிபந்தனைக்கு அவர் ஒருபோதும் செவி சாய்த்ததில்லை. பின்நாட்களில் அப்பா, 'அன்பான குடும்பம் தனக்கு எந்த அளவு உதவியாக இருக்கிறது. இதுபோன்ற பலரின் குடும்பங்கள் அவர்களை உதறித் தள்ளி விட்டதால்தான் அவர்கள் தங்கள் உயிரை மாய்த்துக் கொண்டார்கள்' என்று ஒருநாள் கூறினார். அப்பா தடுப்புக் காவலில் இருந்தபோது, வாய்ப்பு கிடைக்கும்போதெல்லாம் சென்று பார்த்து வந்தோம். வீட்டில் இருக்கும் போதெல்லாம் அவரைக் சூழ்ந்து இருந்து கொண்டு அவர்மீது அன்பைப் பொழிவோம்.

அப்பா, 'அம்மா மீது உயிரை வைத்திருக்கிறார்' என்று டிங் தம்பதியினருக்கு தெரியும். அதனால் அவர்கள் உறவைப் பிரிக்க டிங் தம்பதியினர் முயற்சி எடுத்தார்கள். அப்பாவிடமிருந்து அம்மா பிரிந்துவிட வேண்டுமென்று அம்மாவுக்கு மிகுந்த தொல்லைகள் கொடுக்கப்பட்டன. அப்பாவை உதறித் தள்ளுவதற்கு அம்மாவிடம் அநேக காரணங்கள் இருந்தன. அவர்கள் திருமணத்திற்கு முதலில் பாட்டியைக் கூட அழைக்கவில்லை. நூற்றுக்கணக்கான மைல்கள் தூரம் அம்மாவை வேதனையோடு நடக்க வைத்தார். அம்மாவுக்கு ஏற்பட்ட மிக இக்கட்டான தருணங்களில்கூட அவர் அம்மாவுக்காகப் பரிதாபப்பட்டதில்லை. ஓர் ஆபத்தான பிரசவ நேரத்தில்கூட, ஒரு நல்ல மருத்துவமனையைத் தேடிச் செல்ல அம்மாவுக்கு அப்பா அனுமதியளிக்கவில்லை. கட்சி, புரட்சி இயக்கம் ஆகியவைதான் அப்பாவுக்கு முக்கியமே தவிர, அம்மாவெல்லாம் அவருக்கு ஒரு பொருட்டு அல்ல. ஆனால், அப்பாவை நன்கு புரிந்துகொண்டு

அவரைப் பெருமையுடன் நடத்தினாள் அம்மா. அப்பாவை நேசிப்பதைத் தவிர அம்மாவுக்கு வேறு எதுவும் தெரியாது. குறிப்பாக அப்பாவுக்கு துன்பம் வரும் நேரங்களில் எல்லாம், அவருக்கு உறுதுணையாக இருந்து வந்திருக்கிறாள். வானமே இடிந்து விழுவதாக இருந்தாலும், அப்பாவை ஒருபோதும் அம்மா நிராகரிக்க மாட்டாள்.

அம்மாவைத் துன்புறத்த வேண்டும் என்று டிங் தம்பதியினர் கொடுத்த ஆணையை, அம்மா பணியாற்றிய இலாக்காவினர் தூக்கிக் குப்பையில் வீசி விட்டனர். ஆனால் அம்மாவிற்கு முன்பின் தொடர்பில்லாத திருமதி ஷயூவின் குழுவும், இன்னும் சில அமைப்புகளும் அந்த ஆணையை மகிழ்ச்சியுடன் ஏற்றுச் செயல்படத் தொடங்கினார்கள். மொத்தத்தில் அம்மா ஒரு நூறு கண்டனக் கூட்டங்களுக்காவது சென்றிருப்பாள். அம்மா ஒரு முறை கண்டனம் செய்யப்படுவதற்காக, செங்குடுவின் மத்தியில் உள்ள 'மக்கள் பூங்காவிற்கு' பத்தாயிரம் பேர்களோடு அணிவகுப்பாக அழைத்துச் செல்லப்பட்டாள். அதில் கலந்து கொண்ட அநேகருக்கு அம்மாவைத் தெரியாது. இவ்வளவு பெரிய மக்கள் திரளுக்கு முன்னால் அம்மா அவர்களுக்கு ஒரு பொருட்டல்ல.

எல்லாக் காரியங்களுக்கும் அம்மா கண்டனம் செய்யப்பட்டாள். ஒரு இராணுவப் படைத்தலைவனை தந்தையாக பெற்றதற்கும் கண்டனம் செய்யப்பட்டாள். இதில் உண்மை என்னவென்றால், அம்மாவுக்கு இரண்டு வயது இருந்தபோதே ஜெனரல் ஷுவே இறந்து விட்டார்.

அந்தச் சமயங்களில், கட்சிக்குள்ளிருந்த முதலாளி வர்க்கத்தின் கைக்கூலி ஒவ்வொருவனுக்கும், அவனது அல்லது அவளது கடந்த காலத்தை துல்லியமாக விசாரணை செய்யும் ஆய்வுக்குழு ஒன்று நியமிக்கப்பட்டிருந்தது. ஏனென்றால், மாவோவுக்காக வேலை செய்யும் ஒவ்வொரு பணியாளனுடைய வரலாறும் அவருக்கு தெளிவாக தெரிய வேண்டும். அம்மாவை ஆய்வு செய்ய நான்கு குழுக்கள் பணியாற்றி வந்தன. அதில் கடைசிக் குழுவில் மட்டும் 15 பேர் பணியாற்றினார்கள். இதற்காக அவர்கள், சீனாவின் பல்வேறு பகுதிகளுக்கும் அனுப்பப்பட்டார்கள். இந்த விசாரணையின் மூலமாக, அம்மா பல ஆண்டுகளாக தொடர்பு அற்றிருந்த கடந்த கால உறவினர்கள், நண்பர்கள் போன்றவர்களை அம்மா அறிந்து கொள்ள முடிந்தது. இப்படி நாட்டின் பல பகுதிகளுக்கும் சென்ற விசாரணைக் குழுக்கள் எதுவும் கிடைக்காததால் நன்றாக ஊர் சுற்றிப் பார்த்து விட்டு வெறும் கையோடு திரும்பி வந்தன. ஆனால் ஒரு குழு மட்டும் ஒரு தகவலைத் தாங்கி வந்தது.

1940-களின் இறுதியில் டாக்டர் ஸியா, ஜிங்குவில் கம்யூனிஸ்ட் ஏஜென்ட்டான யூ-வூ-க்கு தங்கிக்கொள்ள ஓர் அறை ஏற்பாடு செய்து கொடுத்தார். அந்த யூ-வூ என்பவர்தான் அம்மாவின் மேலதிகாரி. இராணுவத் தகவலைச் சேகரித்து, அத்தகவலை இரகசியமாக நகருக்கு அப்பால் உள்ள இடங்களுக்கு அனுப்பக்கூடிய பொறுப்பில் இருந்தவர். யூ-வூ-வுடைய அதிகாரியாக இருந்தவர் அம்மாவுக்கு அப்போது பழக்கமில்லாத மனிதர். அந்த அதிகாரிதான் கோமிங்டாங்குக்கு வேலை செய்தவர் போல நடித்தார். கலாச்சாரப் புரட்சியின் போது இவர் உண்மையில் கோமிங்டாங் உளவாளி என்று ஒத்துக் கொள்ளுமாறு அடித்து உதைத்து கட்டாயப்படுத்தப்பட்டார். இறுதியில் அவர் கண்டறிந்த ஒற்றர் வட்டத்தில் யூ-வூ வும் இருந்தார் என்பதை அவர் ஒத்துக் கொண்டார்.

யூ-வூ வும் மிகக் கொடுமையாகச் சித்திரவதை செய்யப்பட்டார். அடுத்தவர்களை மாட்டி விடக்கூடாது என்ற எண்ணதில் யூ-வூ கழுத்தை அறுத்துக் கொண்டு மடிந்து விட்டார். அம்மா பெயரை அவர் உச்சரிக்கவே இல்லை. ஆனால், அம்மாவுக்கும் அவருக்கும் உள்ள தொடர்பை ஆய்வுக்குழு கண்டுபிடித்து விட்டது. அதனால் அம்மாவையும் ‘ஒற்றர் கூட்டத்தில் ஓர் அங்கத்தினர்’ என்று பறைசாட்டியது.

வளரிளம் பருவத்தில் அம்மாவுக்கு கோமிங்டாங்குடன் ஏற்பட்டிருந்த தொடர்புகள் எல்லாம் நினைவுபடுத்தி வெளிக் கொணரப்பட்டன. 1955 ஆம் ஆண்டு எழுப்பப்பட்ட கேள்விகளும் சந்தேகங்களும் இப்போது மீண்டும் எழுப்பப்பட்டன. இம்முறை ஒரு பதில் வேண்டி இக்கேள்விகள் எழுப்பப்பட வில்லை. அம்மா கோமிங்டாங் உளவாளி என்பதை ஒப்புக்கொள்ள வேண்டும் என்று அம்மாவுக்கு உத்தரவிடப்பட்டது. ‘1955 ஆம் ஆண்டிலேயே விசாரணை செய்யப்பட்டு நான் குற்றமற்றவள் என்று நிரூபிக்கப்பட்டு விட்டதே. இப்போது எப்படி...’ என்று அம்மா வாதிட்டாள். அதற்கு அவர்கள், ‘அப்போதிருந்த தலைமை விசாரணை அதிகாரியான குவாங், நமக்கு தேச துரோகியாகவும், கோமிங்டாங் உளவாளியாக இருந்தவர்தான்’ என்று கூறினார்கள்.

திரு.குவாங் இளைஞராக இருந்தபோது, கோமிங்டாங் அவரை சிறைப் பிடித்து வைத்திருந்தது. கம்யூனிஸ்ட் இரகசிய உளவுப்படை, உள்ளூர் செய்தித்தாட்களில் வெளியிடும் பொருட்டு ஒரு மறுப்பு அறிக்கையில் கையொப்பமிட்டால், அவர்களை விடுவித்து விடுவதாக கோமிங்டாங் உறுதியளித்தது.

1958 ஆம் ஆண்டு நடந்த செங்குடு மலர்க் கண்காட்சியில் ஸியாவோ–ஹாங் (இடது), ஸியாவோ – ஹெய் (பின்புறம்) ஜின்–மிங் (வலது) இவர்களுடன் நான்.

இந்தப் புகைப்படம் எடுத்துக்கொண்ட வெகு சீக்கிரத்தில் பஞ்சம் பற்றிக் கொண்டது. அப்பா அதிகமாக ஊரகப் பகுதிகளுக்கு சென்று விடுவார். அதனால், பல ஆண்டுகளாக குடும்பப் படம் எடுத்துக் கொள்ள முடியவில்லை.

பீக்கிங் நகரில் உள்ள தியானன்மன் சதுக்கத்தில் ஒரு செங்காவலராக (முன்வரிசையில் இடமிருந்து இரண்டாவது, நண்பர்கள் மற்றும் (பெண் அதிகாரி உள்பட) எனக்கு பயிற்சி அளிக்க நியமிக்கப்பட்ட விமானப் படை அதிகாரிகளுடன்) செங்காவலர் கைப்பட்டை, அம்மாவுடைய 'லெனின் ஜாக்கெட்,' பாட்டாளியாக தோற்றமளிக்க வேண்டும் என்பதற்காக ஒட்டுப் போட்ட காற்சட்டை ஆகியவைகளை அணிந்திருந்தேன். ஆளுக்கொரு செம்புத்தகத்தை கையில் பிடித்தவாறு காட்சி அளித்த காலம் நவம்பர் 1966.

1966 ஆம் ஆண்டு கலாச்சாரப் புரட்சிக்கு முன்பு அப்பா எடுத்துக் கொண்ட கடைசி புகைப்படம்.

லின் பியாவோவின் மரணத்திற்கு பிறகு, 1971 ஆம் ஆண்டு ஜின்–மிங்குடன் மியி பாசறையில் அப்பா.

1971-இல் பஃப்பளோ பாய் ஃப்லாட்லெண்ட் என்னும் பாசறையில், தானியப் பயிர் வயல்களில் அம்மா.

1976 ஆம் அண்டு, பாட்டியின் சகோதரனான யூ–லின் நாடு கடத்தப்பட்டிருந்த 10 ஆண்டு காலத்திற்கு பிறகு அவன் கட்டிய வீட்டிற்கு முன்னால், அவனது மனைவி மக்களோடு யூ–லின். பத்தாண்டுக் காலம் பாட்டியோடு தொடர்பு இல்லாமல் இருந்து, மீண்டும் பாட்டியோடு இணைந்து கொண்டார்கள். ஏழு ஆண்டுகளுக்கு முன்பே பாட்டி இறந்து விட்ட தகவல் தெரியாமல், அவர்கள் நலமாக இருப்பதை பாட்டி தெரிந்து கொள்ளும் பொருட்டு பாட்டிக்கு அனுப்பப்பட்ட புகைப்படம்.

இமய மலையின் எல்லைக்கு நாடு கடத்தப்பட்ட முதல் நாள் (நிற்பவர்கள் – வலதுபுறமிருந்து இரண்டாவது) (இடது புறமிருந்து நிற்பவர்கள்) ஜின் மிங், ஸியாவோ – ஹாங், ஸியாவோ – ஹெய், முன் வரிசை பாட்டி, ஸியாவோ ஃபேங், ஜன்–யிங் அத்தை செங்குடுவில் 1969 ஆம் ஆண்டு ஜனவரி மாதம். இது பாட்டியின் கடைசி புகைப்படம்.

செங்குடுவில் உள்ள எந்திர தொழிற்சாலையில் மின் உதவியாளர்கள் பணிக்குழுவுடன் (முன் வரிசை நடுவில் நான்) 1973 செப்டம்பர் 27 ஆம் நாள். 'யங் சாங்கை பல்கலைக் கழகத்திற்கு வழி அனுப்பும் நிகழ்ச்சி' என்ற வாக்கியம் சீன எழுத்துகளில்.

சிச்சுவான் பல்கலைக்கழக இளங்கலை மாணவர்களுக்கான இராணுவப் பயிற்சி (பின் வரிசையில், வலப்புறத்திலிருந்து இரண்டாவது—நான். சீன எழுத்துகளில் 'மீன் வளர்க்கப் பயன்படும் நன்னீர் இணைப்பு' என்ற வாசகம் (இராணுவத்திற்கும் மக்களுக்குமிடையே உள்ள உறவை விவரிக்கும் ஓர் இலட்சியக் குரல்) ஆங்கில வகுப்பு 1, அந்நிய மொழிகள் துறை, சிச்சுவான் பல்கலைக கழகம். 1974 நவம்பர் 27.

நடுவில் நான். கம்யூனிஸ்ட் கட்சி தோழர்களுடனும், பிலிப்பைன்ஸ் நாட்டு மாலுமிகளுடனும் 1975 ஆம் ஆண்டு அக்டோபர் மாதம் சாங்ஜியாங் நகருக்கு ஆங்கிலப்பயிற்சி எடுத்துக் கொள்ளச் சென்ற பயணத்தில் ஓர் நாள். 1978 ஆம் ஆண்டு சீனாவை விட்டு வெளியேறுவதற்கு முன்பு முதல் முறையாக நான் பேசிய வெளிநாட்டினர் இந்த பிலிப்பைன்ஸ் மாலுமிகள்தான்.

(முன்வரிசையில் இடது புறமிருந்து மூன்றாவது நான்) 1975 ஆம் அண்டு ஜனவரி மாதம், செங்குடு, சிச்சுவான் பல்கலைக்கழக நுழைவு வாயிலில் என் வகுப்பு தோழர்களுடன்.

1975– ஆம் வருடம் ஏப்ரல் மாதம் செங்குடுவில் அப்பாவின் இறுதி ஊர்வலம் புறப்படுவதற்கு சற்றுமுன்பு– ஜின் – மிங் அம்மாவத் தாங்கிப் பிடித்தவாறு நிற்கிறான். எதிரே ஜியாவோ– ஹாங்.

அப்பாவுக்கு நடத்தப்பட்ட நினைவு அஞ்சலி! நினைவேந்தல் கூட்டம். (வலமிருந்து நான்காவது இடத்தில் நான் – என் குடும்பத்தாருடன். 1975 ஏப்பிரல் 21. அப்பாவுக்கான கட்சியின் பிரிவுரையை ஓர் அதிகாரி வாசிக்கிறார். அந்த உரை, அப்பாவைப் பற்றிய கட்சியின் ஒட்டுமொத்த மதிப்பீடுகளாக இருந்ததாலும், அப்பா இறந்து விட்டாலும் எங்களின் எதிர்காலத்தை அது தீர்மானிக்கவிருப்பதாலும் அந்த உரை மிகுந்த முக்கியத்துவம் வாய்ந்ததாக இருந்தது. இப்போது உயிரோடிருக்கும் மாவோவை அப்பா கடுமையாக விமர்சனம் செய்தார். இந்த நினைவேந்தல் கூட்டம், அப்பாவின் முன்னாள் பணியாளர்களின் இறுதிச் 'சடங்கு குழுவால்' ஏற்பாடு செய்யப்பட்டது. இதில் வேடிக்கை என்னவென்றால், அப்பாவை அடித்து சித்திரவதை செய்த சிலரும் அதில் இருந்தார்கள்.

1978 செப்டம்பர் சீனாவை விட்டு வெளியேறி இங்கிலாந்து செல்வதற்கு சற்று முன்பாக.

இத்தாலியில் 1990 கோடையில்

ஆரம்பத்தில் திரு.குவாங்கும் அவரது தோழர்களும் இதை ஏற்றுக் கொள்ளவில்லை. ஆனால், கட்சி அவர்களைச் சம்மதிக்க வைத்தது (அவர்கள் கட்சிக்கு முக்கியத்துவம் வாய்ந்தவர்கள் என்று கட்சி முடிவெடுத்து, மேலும், நேர்மையற்ற முறையில் கூறப்படும் 'கட்சிக்கு எதிரான கருத்துகள்' பொருட்படுத்தப்பட வேண்டிய அவசியமில்லை என்று தீர்மானித்தது.) திரு.குவாங் கட்சிக் கட்டளைகளை ஏற்றுக்கொண்டு, அவர் விடுதலை செய்யப்பட்டார்.

பலர் இதே விஷயத்தை மேற்கொண்டார்கள். 1936 ஆம் ஆண்டில் நடைபெற்ற ஒரு புகழ்பெற்ற வழக்கில் இதே முறையில் சிறையில் வைக்கப்பட்டிருந்த 61 கம்யூனிஸ்ட் கைதிகள் விடுதல் செய்யப்பட்டனர். 'கட்சியின் மத்தியக் குழு' மறுப்பு அறிக்கை வெளியிடச் சொல்லி ஓர் ஆணை பிறப்பித்தது. அந்த ஆணையை லியூ அவர்களிடம் வழங்கினார். இந்த 61 நபர்களில் சிலருக்கு, கம்யூனிஸ்ட் அரசாங்கத்தில் உயர் பதவிகள் வழங்கப்பட்டன. துணைப் பிரதமர், அமைச்சர், மாநிலத்தின் முதல் செயலாளர்கள் போன்ற உயர் பதவிகள் இதில் அடங்கியிருந்தன. கலாச்சாரப் புரட்சியின்போது இந்த 61 நபர்களும் மிக மோசமான தேச துரோகிகள் என்றும், கோமிங்டாங் உளவாளிகள் என்றும் திருமதி மாவோவும், காங் ஷெங்கும் பிரகடனப்படுத்தினார்கள். இந்தப் பிரகடணம் மாவோவால் தனிப்பட்ட முறையில் அங்கீகரிக்கப்பட்டு, அவர்கள் அனைவரும் கொடுமையான சித்திரவதைகளுக்கு உட்படுத்தப்பட்டார்கள். அவர்களுக்கு ஏதோ ஒரு வகையில், வெகு தூரத்தில் தொடர்புற்று இருந்தவர்கள்கூட கொடுமைப்படுத்தப்பட்டார்கள்.

இதற்கு முன்பு நடந்த நிகழ்வுகளை அடியொற்றி, எண்ணிக்கையி லடங்காத முன்னாள் உளவுப்படை அலுவலர்களும், அவர்களோடு தொடர்புற்றிருந்தவர்களும், பொதுவுடைமை சீனாவுக்காக துணிச்சலோடு போராடிய ஆண்களும், பெண்களும் 'தேச துரோகிகள்' என்றும், 'உளவாளிகள்' என்றும் குற்றம் சுமத்தப்பட்டு தடுப்புக் காவலில் தள்ளப்பட்டார்கள். அங்கு தாங்க முடியாத அடியும் உதையும், கண்டனக் கூட்ட சித்திரவதைகளும் அனுபவித்தார்கள். பிறகு கிடைக்கப்பெற்ற அலுவலக குறிப்புகளின்படி சிச்சுவான் மாநிலத்திற்கு அடுத்த மாநிலமான யூனன் மாநிலத்தில் மட்டும் 14,000 பேர் கொல்லப்பட்டனர். பீக்கிங் நகரைச் சுற்றியுள்ள ஹெபெய் மாநிலத்தில் 84,000 பேர் தடுப்புக்காவலில் போடப்பட்டு சித்திரவதை செய்யப்பட்டார்கள். அதில் ஆயிரக்கணக்கானோர் மாண்டனர். அம்மாவின் தோழனான ஹ ூவும் இறந்தவர்களில் ஒருவன் என்பது அம்மாவுக்கு

அப்பா கைதாகிறார் 641

பின்நாட்களில் தெரியவந்தது. கோமிங்டாங் இவனைக் கொலை செய்து விட்டார்கள் என்று அம்மா இதுவரை எண்ணிக் கொண்டிருந்திருக்கிறாள். ஆனால் உண்மையில் அவனுடைய அப்பா அங்கிருந்து அவனை மீட்டுக் கொண்டு வந்திருக்கிறார். ஹு எப்படி இறந்தான் என்று இதுவரை யாரும் அம்மாவுக்கு தெரிவிக்கவில்லை.

இதே குற்றச்சாட்டு குவாங் மீதும் சுமத்தப்பட்டது. அவர் மீது தொடுக்கப்பட்ட கொடுமையான சித்திரவதைகளைத் தாங்கிக் கொள்ள முடியாமல் அவர் தற்கொலை முயற்சியில் இறங்கினார். ஆனால், அம்முயற்சி பலனளிக்கவில்லை. 1956 விசாரணையில் அம்மா குற்றமற்றவள் என்று அவரால் தெளிவுபடுத்தப்பட்ட விஷயம், இப்போது மீண்டும் நிரூபிக்கப்பட வேண்டும் என்று சொல்லப்பட்டது. 1967 ஆம் ஆண்டின் பிற்பகுதியிலிருந்து 1969 ஆம் ஆண்டு அக்டோபர் வரை, சுமார் இரண்டு ஆண்டுகள் அம்மா வெவ்வேறு விதமான தடுப்புக் காவலில் வைக்கப்பட்டிருந்தாள். தடுப்புக் காவல் பொறுப்பாளர்களைப் பொறுத்துத்தான் அம்மாவின் மனநிலையும், உடல் நிலையும் அமைந்திருந்தது. சிலர் தனிப்பட்டு இருந்த போது, அம்மா மீது அன்பு பாராட்டினார்கள். இராணுவ அதிகாரியின் மனைவி ஒருத்தி அம்மாவின் உதிரப்போக்கிற்கு மருந்து கொடுத்து ஆதரவளித்து வந்தாள். உணவு வழங்கும் பொறுப்பலிருந்த அவளின் கணவனிடம் வாரம்தோறும் பால், முட்டை, கோழிக்கறி போன்ற சத்தான உணவுகளை அம்மாவுக்கு வழங்கச் சொல்லிக் கேட்டுக் கொண்டாள்.

இரக்கச் சிந்தனை மிகுந்த அந்த தடுப்புக்காவல் பெண் அதிகாரிக்கு நன்றி. அம்மா அவ்வப்போது அந்தப் பெண் தயவால் சில நாட்கள் வீட்டிற்கு அனுப்பப்பட்டாள். இந்தத் தகவல் டிங் தம்பதியினருக்கு தெரிய வர, அவர்கள் அந்தப் பெண் அதிகாரியை அங்கிருந்து தூக்கி விட்டு, அவளுக்குப் பதிலாக, ஓர் அம்மை தழும்பு முகம் கொண்ட பெண்ணை நியமித்தார்கள். அம்மாவுக்கு இந்தப் புதிய பெண் அதிகாரியைத் தெரியாது. அம்மாவை சித்திரவதைக்கு உள்ளாக்குவது இவளுக்கு பொழுதுபோக்கையும், ஆனந்தத்தையும் அளித்தது. அவளுக்கு அம்மாவைப் பற்றிய நினைவு வருகிறபொழுதெல்லாம், மணிக்கணக்காக முற்றத்தில் குனிந்தபடி நிற்க வைத்து விடுவாள். கடும் குளிர் காலத்தில், அம்மா மயக்கமடைந்து கீழே விழும் வரை ஜில்லென்றிருக்கும் தண்ணீரில் முழங்கால் படியிட்டு இருக்க வைத்து விடுவாள். 'டைகர் பெஞ்ச்' என்று சொல்லப்பட்ட தண்டனையை அம்மாவுக்கு அவள் இரண்டு முறை கொடுத்தாள். இதில், அந்தப் பெண் அதிகாரி, ஒரு சிறிய பெஞ்ச் மீது அம்மாவை உட்கார வைத்து கால்கள் இரண்டையும்

அவளை நோக்கி நீட்டி வைக்குமாறு சொல்லுவாள். அம்மாவின் உடற்பகுதி ஒரு தூணோடு சேர்த்து இறுக்கமாகக் கட்டப்படும். தொடைகள் இரண்டும் பெஞ்சுடன் சேர்த்துக் கட்டப்படும். அதனால் அம்மாவால் அசையவோ, அல்லது கால்களை மடக்கவோ முடியாது. குதிகால்களின் அடியில் செங்கற்கள் வைக்கப்படும். அவளின் நோக்கம், அம்மாவின் முழங்கால்களையோ அல்லது அவளது விலா எலும்புகளையோ முறித்துவிட வேண்டும் என்பதுதான். அம்மாவுக்கு அவள் இப்போது கொடுத்து வந்த இதே தண்டனையை கோமிங்டாங் சித்திரவதைக் கூடாரத்தில் இருபது ஆண்டுகளுக்கு முன்பு ஜிங்குவில் இவள் அனுபவித்திருந்தாள். ஏனெனில், தண்டனை பெறுவோரின் தொடைகள் இரண்டும் நாற்காலியோடு சேர்த்து இறுக்கமாகக் கட்டப்பட்டிருக்கும் நிலையில், ஒரு பெண் அதிகாரியால், தண்டிக்கப்படுவோரின் குதிகால்களுக்கு கீழே செங்கல்லை சொருகுவது கடினமாக இருந்ததால், ஓர் ஆணின் உதவி தேவைப்பட்டது. இரண்டுமுறை அந்த ஆண்கள் வேண்டாவெறுப்பாக உதவிக்கு வந்தார்கள். பிறகு அந்த ஆண்கள் 'முடியாது' என்று மறுத்து விட்டார்கள். சில வருடங்கள் கழித்து, அவள் மனநிலை பாதிக்கப்பட்டு, ஆடைகளைக் கிழித்துக் கொண்டு வீதிகளில் அலைந்து கொண்டிருந்தாள். அவளைப் பரிசோதித்துப் பார்த்ததில் அவள் மனநோயாளியாகி விட்டாள் என்று தெரிந்து மருத்துவமனையில் சேர்க்கப்பட்ட அவள் இன்னும் பைத்தியம் தெளியாமல் மனநல மருத்துவமனையில் சிகிச்சை பெற்று வருகிறாள்.

முதலாளி வர்க்கக் கைக்கூலிகளுக்கு ஆதரவு அளித்து வந்தது போன்ற பல குற்றங்களை ஏற்றுக் கொண்டு, பல ஒப்புதல் வாக்குமூலங்களில் அம்மா கையொப்பமிட்டாள். ஆனால் அதேசமயம், அப்பாவைக் கண்டனம் செய்ய மறுத்து விட்டாள். 'கோமிங்டாங்' உளவாளி என்ற குற்றச்சாட்டையும் ஏற்றுக்கொள்ள மறுத்து விட்டாள். அப்படிச் செய்தால் அது இன்னும் பலரையும் குற்றவாளிகள் ஆக்கிவிடும் என்பது அம்மாவுக்கு நன்கு தெரிந்திருந்தது.

அம்மா தடுப்புக்காவலில் இருந்தபோது எங்களை அங்கு அனுமதிக்க மாட்டார்கள். இன்னும் கொடுமை, அம்மாவை எங்கே வைத்திருக்கிறார்கள் என்ற விபரம்கூட எங்களால் தெரிந்து கொள்ள முடியாது. அம்மாவைப் பார்த்து விடலாம் என்ற அற்ப ஆசையில், நான் வீதி வீதியாகச் சுற்றிச் சுற்றி வந்ததுண்டு.

பரபரப்பான வர்த்தக வீதி ஒன்றில் இருந்த ஒரு பாழடைந்த திரைப்படக் கொட்டகையில் அம்மாவைத் தடுப்புக்காவலில் வைத்திருந்த காலம் ஒன்று இருந்தது. சிறை அதிகாரிகள்

அப்பா கைதாகிறார் 643

மூலம் அம்மாவுக்கு ஏதாவது கட்டிக் கொண்டு வந்து கொடுக்க எங்களுக்கு அனுமதி கிடைத்தது. அல்லது, அம்மா எங்களை கூப்பிடாவிட்டாலும், ஒரு சில நிமிடங்களாவது அம்மாவைப் பார்க்க எங்களுக்கு அனுமதி கிடைத்தது. கெடுபிடியான சிறை அதிகாரிகள் பொறுப்பில் இருந்தால் போதும், எங்களை அங்கேயே உட்கார வைத்து விடுவார்கள். கண் இமைக்காமல் பார்த்துக் கொண்டிருக்க வேண்டியிருக்கும். 1968 வசந்த காலத்தில் ஒரு நாள் உணவுப் பொட்டலத்தோடு அம்மா தடுப்புக் காவலில் வைக்கப்பட்டிருந்த இடத்திற்கு சென்றேன். பொட்டலம் எல்லாம் கொடுக்கக்கூடாது என்று மறுத்து விட்டார்கள். எந்தக் காரணமும் அவர்கள் தெரிவிக்காமல் இனிமேல் இதுபோன்று எதையும் கொண்டு வரக்கூடாது என்று எச்சரித்து விட்டார்கள். இந்தச் செய்தி பாட்டி காதில் விழுந்ததும், அவள் மயக்கமடைந்து விழுந்து விட்டாள். அம்மா இறந்து விட்டதாக பாட்டி தவறாகப் புரிந்து கொண்டாள்.

அம்மாவுக்கு என்ன ஆயிற்று என்று தெரிந்துகொள்ள முடியாமல் நான் தவித்துப் போனேன். என்னால் தாங்கிக் கொள்ள முடியவில்லை. என் ஆறு வயது தம்பி ஸியாவோ-ஃபாங்கை கைகளில் தூக்கிக்கொண்டு, திரைப்படக் கொட்டகைக்கு சென்றேன். கொட்டகையின் முன்னால் சுற்றி சுற்றி வந்தேன். இரண்டாவது மாடிக்கு சென்று ஒவ்வொரு ஜன்னலாகத் தேடினேன். ஏதோ ஒரு துணிச்சலில் 'அம்மா, அம்மா' என்று உரக்கக் கத்தினேன். தொடர்ந்து கத்தினேன். எல்லாரும் என்னை ஒரு மாதிரிப் பார்த்தார்கள். ஆனால் அவர்களைப் பற்றி நான் கவலைப்படவில்லை. ஆனால், நான் அம்மாவைப் பார்க்க வேண்டும். என் தம்பியும் அழுதான். ஆனால் அம்மாவைத்தான் பார்க்க முடியவில்லை.

இதெல்லாம் முடிந்து பல ஆண்டுகளுக்கு பிறகு, நாங்கள் 'அம்மா அம்மா' என்று அலறியது அவள் காதில் விழுந்தது என்றும், உண்மையில் ஒரு சிறை அதிகாரி எங்கள் சத்தம் நன்றாகக் கேட்கட்டும் என்று ஜன்னல் கதவை இலேசாகத் திறந்து விட்டதாகவும் அம்மா கூறினாள். அப்பாவை கண்டனம் செய்துவிட்டு, தான் கோமிங்டாங் உளவாளி என்று ஒப்புதல் வாக்குமூலம் கொடுத்துவிட்டால் அம்மா எங்களைப் பார்க்க உடனடியாக அனுமதி தருவதாகக் கூறியிருக்கிறார்கள். இல்லையேல், அந்த இடத்தை விட்டு உயிரோடு திரும்பிப் போகமுடியாது என்று கூறியிருக்கிறார்கள். அம்மா உறுதியாக முடியாது என்று மறுத்து விட்டாள். கண்களிலிருந்து பொங்கி வரும் கண்ணீர் தரையில் சிந்தாமல் அடக்கிக்கொள்ள, கை நகங்களால் உள்ளங்கையை அழுத்தி விட்டுக் கொண்டாள்.

21

‘தக்க தருணத்தில் கிடைக்கப்பெற்ற உதவி’

என் உடன்பிறப்புகளும் நண்பர்களும்

1967–1968

*1967-1968*ஆம் ஆண்டு முழுவதும், மாவோ தனது தனிப்பட்ட அதிகார அமைப்பை நிறுவும் முயற்சியில், என் பெற்றோர்களைப் போன்ற பாதிக்கப்பட்டவர்களை ஒரு துயரத்திலும், அடுத்து இவர்களை என்ன செய்யலாம் என்று முடிவெடுக்காத நிலைப்பாட்டிலும்தான் வைத்திருந்தார். மானுட வேதனைகள் எப்போதும் மாவோவுக்கு ஒரு பொருட்டல்ல. அவரின் பாதுகாப்புத் திட்டங்கள் எவ்வாறு அமைந்துள்ளன என்பதை அவருக்கு உணர்த்துவதற்காகவே மக்கள் உயிர் வாழ்வதாக அவர் கருதினார். ஆனால், சமுதாயப் படுகொலை அவரது நோக்கமல்ல. எங்கள் குடும்பத்தார், மற்றும் பல பாதிக்கப்பட்டோர் உட்பட, வேண்டுமென்று அவர்கள் பட்டினி போடப்படவில்லை. என் பெற்றோர்கள் இப்போது அரசுப் பணிகளில் இல்லை. கண்டனக் கூட்டங்கள் நடத்தப்பட்டு அதில் அவர்கள் சித்திரவதை செய்யப்பட்டு வருகிறார்கள். அப்படியிருந்தும், தவறாமல் அவர்களுக்கு அரசாங்கத்திலிருந்து மாத ஊதியம் வந்து கொண்டிருக்கிறது. புரட்சிப் படையினர் தங்களது பணிகளை நிறைவேற்ற உணவு விடுதிகள் இயல்பாகச் செயல்பட்டு வருகின்றன. நாங்களும், எங்களைப் போன்ற முதலாளி வர்க்கக் கைக்கூலிகளும் உணவளிக்கப்பட்டு வந்தோம். நாட்டில் உள்ள ஒவ்வொரு

குடிமகன்களுக்கும் வழங்கப்பட்டதுபோல எங்களுக்கும் அரசாங்கப் பொருட்கள் வழங்கப்பட்டன.

நகர் வாழ் மாந்தர்கள் அனைவருக்கும் வேறு வேலைகள் எதுவும் கொடுக்கப்படாமல் புரட்சி இயக்கத்துக்காக நிறுத்தி வைக்கப்பட்டிருந்தார்கள். மாவோ இந்த மக்களை யுத்தம் புரிய அழைத்தார். ஆனால் அவர்கள் உயிர் விடுவதை மாவோ விரும்பவில்லை. மிகச் சாதுரியமான பிரதமர் சூ என்லாயை மாவோ பாதுகாத்து வைத்திருந்தார். அதனால் தான் பொருளாதாரம் வீழ்ச்சியடையாமல் காக்கப்பட்டு வந்தது. சூ என்லாய்க்கு ஏதேனும் நடந்து விட்டால், அந்த இடத்திற்கு முதல் தரமான நிர்வாகி ஒருவரை எப்போதும் கையில் வைத்திருக்க வேண்டும் என்று மாவோ நன்கு அறிந்திருந்தார். அதனால் டெங் சியோபிங் என்பவரைப் பத்திரப்படுத்தி வைத்திருந்தார். ஆகவே, தேசம் சரிந்து விடாமல் பாதுகாக்கப்பட்டு வந்தது.

ஆனால் அதேசமயம் புரட்சி இயக்கச் செயல்பாடுகள் நீட்டித்துக் கொண்டே போனதால், பொருளாதாரத்தின் பெரும் பகுதி தேக்க நிலைக்கு கொணரப்பட்டு திக்கு முக்காட வைத்தது. அத்துடன் நகர்வாழ் மக்கள் தொகை எண்ணிக்கையிலடங்காதவாறு அதிகரித்துக் கொண்டே போனது. ஆனால், அதற்கேற்றாற்போல வீடுகள், தேவையான வசதிகள் நகரங்களில் புதிதாக நிறைவேற்றப்படவில்லை. கிட்டத்தட்ட எல்லாமே, அதாவது உப்பு, பற்பசை, கழிப்பறைக் காகிதங்களிலிருந்து உணவு, உடை வரை எல்லாமே அரசுப் பங்கீட்டு முறையில் ஏதோ கொஞ்சம் கிடைத்து வந்தது. காலப்போக்கில் அதுவும் காணாமற் போய்விட்டது. செங்குடுவில் சுமார் ஓராண்டு காலமாக சர்க்கரைத் தட்டுப்பாடு இருந்தது. ஆறு மாதங்களுக்கு மேலாக சோப்பு கட்டி ஒன்று கூடக் கிடைக்கவில்லை.

1966 ஜுன் மாதத் தொடக்கத்திலிருந்து எந்தப் பள்ளிகூடமும் செயல்படவில்லை. ஆசிரியர்கள் அனைவரும், ஒன்று கண்டனக் கூட்டங்களில் சிக்கி தண்டனை அனுபவித்து வந்தனர் அல்லது புரட்சிக் குழுக்களைத் தோற்றுவித்து வந்தனர். பள்ளிக்கூடம் இல்லையேல், ஒழுக்கம் என்பது இல்லை. அப்படியென்றால், நம் சுதந்திரத்தைக் கொண்டு நாம் என்ன செய்து கொள்ள முடியும்? கிட்டத்தட்ட புத்தக வாசிப்பு என்பது நிறுத்தப்பட்டது. இசை நிகழ்ச்சி இல்லை. திரைப்படம் இல்லை. நாடகம் இல்லை. அருங்காட்சியகம் திறந்து வைக்கப்படவில்லை. ஒருவன், ஏதோ ஒன்றில் தன்னை ஈடுபடுத்திக் கொள்ள எந்த வாய்ப்பும் இல்லை. ஒன்று மட்டும் இருந்தது - சூதாட்டம். அதற்கும் அரசாங்க

அனுமதி இல்லை. அதனால் திருட்டுத்தனமாக அங்கங்கே நடந்து வந்தது. மற்ற புரட்சிகளைப் போல் அல்லாமல் மாவோவின் புரட்சியில் மக்கள் எதையும் செய்ய அனுமதிக்கப்படவில்லை. 'செங்காவல் அமைப்பு' பல இளைஞர்களுக்கு முழுநேரப் பணியாகிவிட்டது. எனவே இளைஞர்கள் தங்கள் சக்தியையும், எரிச்சல், ஏமாற்றங்களையும் பாதிக்கப்பட்டவர்களுக்கு கொடுமையான தண்டனை கொடுப்பதிலும், கைச்சண்டை வாய்ச்சண்டைகளிலும்தான் வெளிக்காட்டிக் கொள்ள முடிந்தது.

செங்காவலர் படையில் சேருவது கட்டாயமாக்கப்படவில்லை. கட்சி அமைப்பு பலவாறு சிதறுண்டு போனதால், தனிமனிதன் மீது செலுத்தப்பட்டு வந்த கட்டுப்பாடு நீர்த்துப் போனது. மக்கள் தொகையின் பெரும் பகுதி தனித்து விடப்பட்டது. பெரும்பாலானோர் வேலை ஏதுமின்றி வீடுகளில் தூங்கிக் கொண்டிருந்தனர். அதனால் ஆங்காங்கே வீண் சண்டைகள் பெருவாரியாகத் தோன்றத் தொடங்கின. மனிதர்களிடையே, கலாச்சாரப்புரட்சிக்கு முன்பிருந்த நற்குணங்களும், நாகரிகப் பண்பாடுகளும் மறைந்து, முன்கோபமும் மூர்க்கத்தனமும் தலை விரித்தாடின. தெருச்சண்டைகளை எல்லா இடங்களிலும் காணலாம். கடைக்காரனோடு சண்டை, நடத்துனர்களோடு சண்டை, போவோர் வருவோரோடு சண்டை. இன்னொரு விபரீதம் என்னவென்றால், குடும்பக் கட்டுப்பாடு கவனிக்காமல் விடப்பட்டதால், குழந்தைகள் பெருக்கம் கட்டுக்கடங்காமல் போனது. கலாச்சாரப் புரட்சியின் போது மட்டும் மக்கள் தொகை 200 மில்லியனைத் தாண்டியது.

1966 இறுதியில், நானும் என் உடன்பிறப்புகளும் செங்காவலர் படையில் இருந்தது போதும் என்ற நிலைமைக்கு வந்து விட்டோம். கண்டனக் கூட்டங்களில் தண்டனை பெற்ற பெற்றோர்களின் பிள்ளைகள் தங்களுக்கும் தங்கள் பெற்றோர்களுக்குமிடையே ஓர் 'இடைவெளி'யை ஏற்படுத்திக் கொண்டார்கள். இதுபோன்று பல குடும்பங்களில் நடைபெற்றது. ஜனாதிபதி லியூ ஷாவ்கியின் மகள்களில் ஒரு பெண், ஒரு சுவரொட்டி எழுதி அதில் தன் தந்தையைத் தோல் உரித்துக் காட்டி விட்டாள். எனக்கு தெரிந்த சிலர் தங்களுக்கும் தங்கள் தந்தையர்களுக்கும் தொடர்பு இல்லை என்பதை வெளிக்காட்டிக் கொள்வதற்காகத் தங்கள் குடும்பப் பெயரைத் தங்கள் பெயர்களிலிருந்து துண்டித்துக் கொண்டார்கள். இன்னும் பல குழந்தைகள் தடுப்புக் காவலில் இருக்கும் தங்கள் பெற்றோர்களைச் சென்று பார்ப்பதே இல்லை. இன்னும் சில பிள்ளைகள், கண்டனக் கூட்டங்களில் தங்கள் பெற்றோர்களுக்கு எதிராகவே செயல்பட்டு வந்திருக்கிறார்கள்.

அப்பாவை விவாகரத்து செய்ய வேண்டும் என்று அம்மா ஒரு பயங்கரமான நெருக்கடியில் இருந்தபோது, நாங்கள் என்ன நினைக்கிறோம் என்று அம்மா எங்களைக் கேட்டாள். அப்பா பக்கம் நின்றால், நாங்கள் 'கருப்புகள்' ஆக்கப்படுவோம். குற்றவாளிகள் பட்ட சித்திரவதைகளையும், வேதனைகளையும் கண்கூடாகக் கண்டோம். 'என்ன வந்தாலும், வரட்டும். நாங்கள் அப்பாவின் பக்கம்தான் இருப்போம்' என்று கூறி விட்டோம். இதைக் கேட்ட அம்மா மகிழ்ச்சியும் பெருமிதமும் கொண்டாள். அவர்கள் பட்ட பாடுகளினால் அவர்கள் மீது எங்களுக்கிருந்த ஈர்ப்பு இன்னும் அதிகமானது. அவர்களின் நேர்மையையும், துணிச்சலையும் நாங்கள் ஆராதித்தோம். இப்போது அவர்கள்மீது எங்களுக்கு அதிகபட்ச அன்பும் மரியாதையும் ஏற்படத் தொடங்கியது.

உடன்பிறப்புகளாகிய நாங்கள் வேகமாக வளர்ந்தோம். எங்களுக்குள் எதிர்ப்புகள் இல்லை. யாரோடும் சண்டை சச்சரவுகள் இல்லை. யார்மீதும் குரோதம் இல்லை. வளரிளம் பருவத்தினரிடையே ஏற்படும் பிரச்சினைகளோ, விருப்பு வெறுப்புகளோ எதுவும் எங்களுக்கு இருந்ததில்லை. கலாச்சாரப்புரட்சி, இளைஞர்களின் இயல்பான வாழ்க்கையை நாசப்படுத்தி படுகுழியில் தள்ளியது.

என்னுடைய 14ஆவது வயதில் அப்பா அம்மாமீது எனக்கு அலாதியான அன்பு இருந்தது. இயல்பான சூழல்களில் இருந்த அன்பைவிட அப்போது அதிகமாக இருந்தது. என் வாழ்க்கை அவர்களைச் சுற்றிச் சுற்றியே அமைந்திருந்தது. அவர்கள் கொஞ்ச நேரம் வீட்டில் இருந்தாலும், அவர்களின் மனநிலையைக் கூர்ந்து கவனிப்பேன். அப்படியே அவர்களின் மனநிலையை மகிழ்ச்சியாக மாற்றி விடுவேன். அம்மா, அப்பா தடுப்புக் காவலில் இருந்தபோது, ஏளனமாக என்னைப் பார்க்கும் அந்த தடுப்புக் காவல் அதிகாரிகளிடம் அடிக்கடிச் சென்று அப்பா அம்மாவைப் பார்க்க அனுமதி கேட்பேன். சில சமயங்களில் அதிகாரிகளின் கண்காணிப்பில் அப்பாவோடு, அல்லது அம்மாவோடு அமர்ந்து கொஞ்ச நேரம் பேச அனுமதி கிடைக்கும். நான் உங்களை எவ்வளவு நேசிக்கிறேன் தெரியுமா என்று அம்மா, அப்பாவைக் கேட்பேன். சிச்சுவான் மாநில முன்னாள் அரசு அதிகாரிகள் அத்தனை பேருக்கும் என்னை நன்றாகத் தெரியும். அதுபோல செங்குடு கிழக்கு மாவட்ட அரசு அதிகாரிகளுக்கும் என்னைத் தெரியும். நான் பயமில்லாமல் அங்கு வருவதால் அம்மா, அப்பாவுக்கு தண்டனை வழங்கும் அதிகாரிகளுக்கு என்மீது எரிச்சலும் வந்தது. திருமதி ஷயூ 'என்னைப் பார்க்காமல் இந்தப் பெண் அலட்சியப்படுத்தி விட்டாள்' என்று கத்தினாள். என் மீது அவர்களுக்கு ஏற்பட்ட கோபாவேசம்,

ஒரு குற்றச்சாட்டைக் கண்டுபிடிக்க வைத்தது. அதாவது என் படுக்கையை யோங்குடன் நான் பகிர்ந்து கொண்டதால்தான் சிகப்பு செங்குடு அப்பாவுக்கு வைத்தியம் பார்த்தது என்ற குற்றத்தைச் சுவரொட்டியின் மூலம் கண்டுபிடித்தார்கள்.

அப்பா அம்மாவோடு இருந்ததைத் தவிர்த்து, அதிக நேரம் தோழியர்களோடுதான் இருந்திருக்கிறேன். 1966 பீக்கிங்கிலிருந்து திரும்பியதிலிருந்து, செங்குடுவின் எல்லையில் இருந்த விமானங்களைப் பராமரிக்கும் ஒரு தொழிற்சாலைக்கு ஒரு மாத காலம் சென்றிருந்தேன். என்னுடைய தோழியான பிளம்பியும், அவளது தோழியான சிங்-சிங் என்பவளும் என்னோடு வந்தார்கள். ஏதோ ஒன்றில் எங்களை மும்முரமாக ஈடுபடுத்திக் கொள்ள வேண்டும் என்று எதிர்பார்த்தோம். மாவோவின் கூற்றுப்படி நாங்கள் முக்கியமாகச் செய்ய வேண்டிய ஒன்று, நாங்கள் தொழிற்சாலைகளுக்கு சென்று, அங்கு இருந்து வரும் முதலாளி வர்க்க கைக்கூலிகளுக்கு எதிராகக் கலகக் குரல் எழுப்ப வேண்டும். சிறிது சிறிதாக தொழிற்சாலைகளைக் கைப்பற்றி, தொழிலாளர்கள் முதலாளி வர்க்கக் கைக்கூலிகளுக்கு எதிராகச் செயல்படத் தூண்டப்பட வேண்டும் என்பதே மாவோவின் விருப்பமாக இருந்தது.

நாங்கள் மூவரும் ஏற்படுத்திய கிளர்ச்சிதான், இப்போது பயன் இல்லாமல் கிடந்த தொழிற்சாலையின் கூடைப்பந்து அணி இளைஞர்களை வெகுவாகக் கவர்ந்தது. மாலையில் மலரும் மலர்களின் சுகந்தத்தில் மூழ்கியபடி, அந்த கிராமப்புற சாலைகளைச் சுற்றிச் சுற்றி வந்தோம். அப்பா அம்மாவின் உடல் பிரச்சினைகள் அதிகரித்துக் கொண்டே போனதால், மாவோவின் உத்தரவுகளுக்கும், கலாச்சாரப் புரட்சியின் பங்களிப்புகளுக்கும் முழுக்கு போட்டுவிட்டு, வீட்டிற்கு விரைந்து வந்தேன்.

பிளம்பி மற்றும் சிங்-சிங்குவுடனும், கூடைப்பந்து அணி இளைஞர்களுடனும் எனக்கு ஏற்பட்ட நட்பு தொடர்ந்தது. அதுமட்டுமல்லாது, என் சகோதரி ஸியாவோ-ஹாங் மற்றும் எங்கள் பள்ளியில் பயின்ற பல தோழியர்களும் இந்த வட்டத்தில் இருந்தார்கள். அவர்கள் அனைவரும் என்னை விட வயதில் மூத்தவர்கள். யாராவது தோழி ஒருத்தியின் வீட்டில் அடிக்கடி சந்தித்துக் கொள்வோம். ஒரு நாள் முழுவதும் அரட்டை அடிப்போம். வேறு வேலை எதுவும் எங்களுக்கு இல்லாததால், இக்கூட்டம் இரவு முழுவதும்கூடத் தொடரும்.

எந்த கூடைப்பந்து விளையாட்டு வீரன் எந்தப் பெண்ணைக் கவர்ந்தான் என்பது பற்றி விடிய விடிய விவாதித்தோம். பார்க்கப் பரவசமூட்டும் 19 வயது இளைஞனான அவ்வணியின் தலைவன் சாய் என்பவன்தான் அதிகமாக எங்கள் விவாதத்தின் மையப்புள்ளியாக இருப்பான். பெண்களின் மத்தியில் ஒரு கேள்வி இருந்தது. சாய் என்னை விரும்புகிறானா அல்லது சிங்-சிங்குவை விரும்புகிறானா? அவன் அளந்து பேசக் கூடியவன். அளவோடு பழகக் கூடியவன். சிங்-சிங் அவன்மீது அதிக அக்கறை எடுத்துக் கொண்டாள். நாங்கள் அவனைப் பார்க்கக் கிளம்புகின்ற நேரமெல்லாம், சிங்-சிங் பளிச்சென்று முகம் கழுவி, தோற்பட்டை வரை முடியை வாரி விட்டுக்கொண்டு, சுத்தமாக சலவை செய்யப்பட்ட ஆடைகளை அணிந்து கொண்டு, இலேசான முகப்பூச்சு செய்து கொண்டு, கண்ணுக்கு மையிட்டுக் கொண்டு ஓர் அழகான தேவதை போல வெளிக் கிளம்புவாள். நாங்கள் அவளை மென்மையாகக் கேலி செய்வோம்.

என்னையும் சாய் ஈர்த்து விட்டான். அவனை நினைக்கும் பொழுதெல்லாம் என் மனதுக்குள் மழை பொழியும். இரவில் விழித்தெழுந்து உட்கார்ந்து, மானசீகமாக அவன் முகத்தைக் கண்டு ரசித்து, அவன் நினைப்பில் எனக்கு ஜுரமே வந்து, அவன் பெயரையே முணுமுணுத்துக் கொண்டிருந்தேன். பயமோ, வருத்தமோ ஏற்பட்டால், அவனை மனதுக்குள் வரவழைத்து அவனோடு பேசிக் கொண்டிருந்தேன். நேரில் அவனிடம் எதையும் நான் காட்டிக் கொண்டதில்லை. அதுபோல என் தோழிகளிடமும் எதையும் கூறிக் கொண்டதில்லை. பயந்து பயந்துதான் அவனைக் கற்பனை செய்து பார்த்துக் கொள்வேன். என் வாழ்க்கை என் அப்பா அம்மாவின் ஆதிக்கத்தில்தான் இருந்து வந்தது. என் சொந்த நடவடிக்கைகளில் ஏற்படும் இன்ப உணர்வுகளை, அம்மா அம்மாவுக்கு பயந்து அடக்கிக் கொள்வேன். கலாச்சாரப் புரட்சி என்னை வெறுமையாக்கி விட்டது. என் தனிப்பட்ட உணர்வுகள் அனைத்தையும் அபகரித்துக் கொண்டது, அல்லது கலாச்சாரப் புரட்சி என் கோப உணர்ச்சியிலிருந்தும், தேவையற்ற வாதங்களிலிருந்தும், ஆண் நண்பர்களிடமிருந்தும் என்னைக் காப்பாற்றி விட்டது என்று சொல்லலாம்.

நான் தற்பெருமை இல்லாதவள் இல்லை. நீல நிறத்தில் ஆடை அணிந்து கொண்டிருப்பேன். அது சாயம் வெளுத்து சாம்பல் நிறம் ஆகும் வரை அணிந்திருந்தேன். அதை அணிந்து கொண்டு சென்றால், என் தோழிகள் என்னைக் கேலி செய்வார்கள். 'வேறு எந்தப் பெண்ணும் உன்னைப்போல் ஆடை அணிவதில்லை,'

என்று பாட்டி கூறுவாள். ஆனால் நான் விடுவதில்லை. என்னை நானே அழகுபடுத்திக் கொள்ள விரும்பியதில்லை. ஆனால் என்னை நான் மற்றவர்களிடமிருந்து வேறுபடுத்திக் காட்டிக் கொள்ள விரும்பினேன்.

என் தோழிகளில் ஒருத்தியின் பெற்றோர்கள் இருவரும் புகழ்பெற்ற நடிகர்கள். கண்டனங்களால் கிடைத்த தண்டனைகள் தாங்க முடியாமல் அவர்கள் இருவரும் ஒருநாள் தற்கொலை செய்து கொண்டார்கள். அது முடிந்த சில நாட்களில், இன்னொரு தோழியின் சகோதரன் ஒருவன் தன்னை மாய்த்துக் கொண்டான் என்ற தகவல் வந்தது. அவன் பீக்கிங்கில் உள்ள வானூர்தி பொறியியல் கல்லூரியில் படித்துக் கொண்டிருந்தான். அவனும் அவனது மாணவ நண்பர்களும் மாவோவுக்கு எதிர்ப்பு இயக்கம் தொடங்க முயற்சித்த குற்றத்திற்காக தண்டிக்கப்பட்டார்கள். அவனைக் காவல்துறை கைது செய்ய வந்தபோது மூன்றாவது மாடியிலிருந்து குதித்து உயிரை மாய்த்துக் கொண்டான். அவனது கூட்டு சதியாளர்கள் சிலருக்கு மரண தண்டனை நிறைவேற்றப்பட்டது. சிலருக்கு ஆயுள் தண்டனை வழங்கப்பட்டது. மாவோவுக்கு எதிராகச் செயல்படும் யாருக்கும் இது வழக்கமாகக் கொடுக்கப்படும் சாதாரண தண்டனை. இதுபோன்ற துயரச் சம்பவங்கள் எங்கள் வாழ்க்கையின் அன்றாட நிகழ்வுகள்.

பிளம்பியின் பெற்றோர்களும், சிங்-சிங்-கின் பெற்றோர்களும் பாதிக்கப்பட்டவர்கள் இல்லை. இருந்தும் அவர்கள் என் தோழிகளாக இருந்து வந்தார்கள். அப்பா அம்மாவுக்கு தண்டனை கொடுத்தவர்கள், இவர்களுக்கு எந்த தொந்தரவும் கொடுக்கவில்லை. அந்த அளவுக்கு அவர்களுக்கு அதிகாரம் இல்லை.

சீனக் கலாச்சாரம் கண்ட விசுவாசத்தின் மாண்புகளை புனிதமாகத் தாங்கிப் பிடித்துக் கொண்டு வந்த என் தோழியர்களை ஆயிரத்தில் ஒருவர்கள் என்று சொல்லலாம். அதாவது, தக்க தருணத்தில் கிடைக்கப்பட்ட உதவியாக அவர்கள் கருதப்பட்டார்கள். கலாச்சாரப் புரட்சி என்னும் ஆட்கொல்லி நோயிலிருந்து ஆண்டு முழுவதும் என்னைக் கண்ணுக்குள் வைத்து காத்து வந்தவர்கள் அவர்கள்தான் என்பது அப்பட்டமான உண்மை.

அவர்கள் எங்களுக்கு நடைமுறை உதவிகள் நிறையச் செய்திருக்கிறார்கள். 1967 ஆம் ஆண்டின் இறுதியில் சிகப்பு செங்குடு எங்கள் குடியிருப்பு வளாகத்தை தாக்கத் தொடங்கியது. எங்கள் வளாகம் ஆகஸ்ட் 26 இயக்கத்தின் கட்டுப்பாட்டில் இருந்தது. எங்கள் குடியிருப்பு ஒரு கோட்டை போல அமைக்கப்பட்டிருந்தது.

மூன்றாவது தளத்தில் இருந்த எங்களை, அடுத்த குடியிருப்பில் உள்ள ஒரு தரை தள வீட்டிற்கு செல்லுமாறு எங்களுக்கு உத்தரவிடப்பட்டது.

அந்த நேரத்தில் அப்பா அம்மா தடுப்புக் காவலில்தான் இருந்தார்கள். குடும்பங்கள் வேறு வீடுகளில் குடியேறுவதைக் கவனித்துக் கொண்டிருந்த அப்பாவின் இலாக்கா, இப்போது, அடுத்துள்ள ஒரு வீட்டிற்கு ஓடி விடுமாறு உத்தரவை மட்டும் வழங்கினார்கள். கட்டில், மேஜை, நாற்காலிகளை இடம் மாற்றித் தருவதற்கான நிறுவனம் ஏதும் இல்லாமல் போனது. எங்கள் தோழிகள் உதவி மட்டும் இல்லாமல் போயிருந்தால் எங்கள் புது வீடு படுக்கை வசதி இல்லாமல் போயிருக்கும். மிக அவசியமான ஒரு சில பொருட்களை மட்டுமே இந்த வீட்டிற்கு கொண்டுவர முடிந்தது. அப்பாவின் புத்தக அலமாரி போன்ற பொருட்கள் இன்னும் எடுக்கப்படாமல் அங்கேயே கிடந்தன. அத்தனை மாடிப்படி வழியாக எங்களால் அவைகளை நகர்த்தக்கூட முடியாது.

இந்த வீடு, ஏற்கனவே ஓர் முதலாளி வர்க்கக் கைக்கூலி இருந்த வீடு. இதன் ஒரு பகுதியைக் காலி செய்யச் சொல்லி அவர்களுக்கு உத்தரவிடப்பட்டுவிட்டது. குடியிருப்புகள் எல்லாம் புனரமைப்பு செய்யப்பட்டு மேல் தளங்கள் உயரதிகாரிகளுக்கு ஒதுக்கீடு செய்யப்பட்டன. நானும் என் சகோதரியும் ஓர் அறையில் தங்கிக் கொண்டோம். பட்டுப்போன தோட்டத்தை நோக்கி இருந்த ஜன்னலை நிரந்தரமாக மூடி விட்டோம். ஏனெனில், ஜன்னலை திறந்தால் எப்போதும் சாக்கடை நாற்றம் உள்ளே வந்து நிரம்பும். இரவு நேரங்களில், சுற்றுச் சுவருக்கு வெளியே சரணாகதி அடைவோரின் கூக்குரல் சத்தமும், இடையிடையே துப்பாக்கி வெடிக்கும் சத்தமும் கேட்கும். ஒரு நாள் இரவு ஜன்னல் கண்ணாடி உடைந்து நொறுங்கி விழுந்த சத்தம் கேட்டு விழித்து எழுந்தேன். ஒரு துப்பாக்கி குண்டு ஜன்னல் கண்ணாடியை உடைத்து விட்டு, எதிரே இருந்த சுவரில் பதிந்திருந்தது. எப்படியோ எனக்கு எந்தப் அபாயமும் ஏற்படவில்லை. இதுபோன்ற எதிர்பாராத ஆபத்துக்களைப் பார்த்துப் பார்த்துப் பழகி விட்டதால் எனக்கு இந்த துப்பாக்கிச் சத்தம் எந்த பாதிப்பையும் ஏற்படுத்தவில்லை.

ஏதாவது ஒன்றைச் செய்ய வேண்டும் என்ற முயற்சியில், மரபுக் கவிதைகள் எழுதத் தொடங்கினேன். முழு நிறைவோடு, முதன் முதலில் எழுதப்பட்ட கவிதை **1968** ஆம் ஆண்டு மார்ச் மாதம் **25** ஆம் நாளாகிய என்னுடைய **16**-வது பிறந்த நாள் அன்றுதான் எழுதப்பட்டது. அன்று எனக்கு பிறந்த நாள் கொண்டாட்டம் இல்லை. அப்பாவும் அம்மாவும் தடுப்புக்

காவலில் இருந்தார்கள். அந்த இரவு, படுத்துக்கொண்டே துப்பாக்கி வெடிக்கும் சத்தத்தையும், புரட்சிப் படையினர் ஒலி பெருக்கிகள் கொண்டு அலறும், இரத்தத்தை உறைய வைக்கக்கூடிய வசை மாரிகளையும் கேட்டேன். எனக்கு கொடுக்கப்பட்ட படிப்பினையும், நான் கொண்டிருந்த நம்பிக்கையும் இதுதான்: 'பொதுவுடமைச் சீனா என்னும் சொர்க்கபுரியில் நாம் வாழ்ந்து வருகிறோம். அதேசமயம் முதலாளித்துவ உலகம் நரகத்தில் வாழ்ந்து வருகிறது.' இப்போது என்னையே நான் கேட்டுக் கொண்டேன்: 'இது சொர்க்கபுரி என்றால், நரகம் எது?' இதைவிடக் கொடுமையான ஓர் இடம் இருக்கிறதா என்று நானே பார்த்துத் தெரிந்து கொள்ள வேண்டும் என்று முடிவு செய்தேன். முதல்முறையாக, நான் இப்போது வாழ்ந்து வரும் ஆட்சியை வெறுத்தேன். இதற்கு மாற்றாக வேறு ஓர் இடம் கிடைக்குமா என்று ஏங்கினேன்.

என் அடி மனதளவில் மாவோவை தவிர்த்து விட்டேன். நான் குழந்தையாக இருந்ததிலிருந்து மாவோ என் வாழ்க்கையில் ஓர் அங்கமாக இருந்து வந்தார். அவர்தான் என் அபிமான நாயகன்: என் தெய்வம். என் வழிகாட்டி; என் வாழ்க்கையின் குறிக்கோளே அவர் பெயரில்தான் உருவாக்கப்பட்டதாக எண்ணினேன். இரண்டு ஆண்டுகளுக்கு முன்பு என்றால், அவருக்காக என் உயிரைக்கூட சந்தோஷமாக விட்டிருப்பேன். எனக்குள் இருந்த அவருடைய மந்திரசக்தி முடிவுக்கு வந்து விட்டாலும், இன்னும் அவர் புனிதமாகவும், சந்தேகங்களுக்கு அப்பாற்பட்டும் இருக்கிறார். இப்பொழுதுகூட, நான் அவரை எதிர்த்து நிற்கவில்லை.

இந்த மனநிலையில்தான் நான் கவிதை எழுதத் தொடங்கினேன். ஒரு பலத்த காற்று அடித்து, மரத்திலிருந்த சருகுகளையெல்லாம் உதிர்த்துக் கொட்டி, அவைகளை மீளா உலகத்திற்கு அடித்துச் சென்றதுபோல, என்னுள் பதியம் போடப்பட்டிருந்த கொள்கை கோட்பாடுகளும், என் வெகுளித்தனமான இறந்தகாலமும் மரித்துவிட்டதை என் கவிதையில் எழுதினேன். என்ன நினைப்பது, எப்படிச் சிந்திப்பது என்று புரியாமல், இந்தப் புதிய உலகில் எனக்கு ஏற்பட்ட தடுமாற்றத்தை என் கவிதையில் விவரித்து எழுதினேன். இருட்டில் எதையோ, தடவிப் பார்ப்பது போன்ற கவிதை அது.

கவிதை வரிகளைக் காகிதத்தில் எழுதிக் கொண்டும், அதன்பிறகு அதை சிந்தித்துக் கொண்டும் படுத்திருந்தேன். அப்போது கதவை இடிக்கும் சத்தம் கேட்டது. அந்தச் சத்தத்திலிருந்து யாரோ வீட்டைச் சோதனையிட வந்திருக்கிறார்கள் என்று தெரிந்து கொண்டேன். திருமதி ஷூவின் ஆட்கள் பல தடவை எங்கள் குடியிருப்புகளைச் சோதனையிட வந்திருக்கிறார்கள். அவர்கள் வந்து 'முதலாளித்துவ

ஆடம்பரப் பொருட்களை' அள்ளிச் சென்றிருக்கிறார்கள். கம்யூனிஸ்ட் ஆட்சிக்குமுன்பு பாட்டி அணிந்திருந்த நேர்த்தியான ஆடைகள், அம்மாவுடைய மஞ்சூரியன் கோட், அப்பாவின் கோட், இவையெல்லாம் மாவோ பாணி உடை என்றாலும் அவைகள் ஆடம்பர ஆடைகள் என்று அள்ளிச் செல்லப்பட்டன. கம்பளி ஆடைகளைக்கூட பறிமுதல் செய்து கொண்டார்கள். அப்பாவுக்கு எதிரான தரவுகள் ஏதாவது கிடைக்குமா என்ற முயற்சியில் அடிக்கடி வந்தார்கள். அவர்கள் வந்து எங்கள் வீட்டைத் தலைகீழாகப் புரட்டிப் போடுவதை பார்த்துப் பார்த்து எனக்கு பழகிப் போய் விட்டது.

அவர்கள் என் கவிதையைப் பார்த்து விட்டால் என்ன ஆகுமோ என்று தவித்துப் போனேன். அப்பா முதன்முதலில் கண்டனத்துக்கு உட்படுத்தப்பட்டபோது, முதலில் தன்னுடைய கவிதைகளை எரித்துவிடுமாறு அம்மாவைக் கேட்டுக் கொண்டார். என்ன எழுதினாலும், எப்படி எழுதினாலும், அது எழுதியவருக்கு எதிராகத் திரும்பும் ஆயுதம் என்று அப்பாவுக்கு நன்கு தெரிந்திருந்தது. ஆனால், அவைகளை எரிப்பதற்கு அம்மாவுக்கு மனம் வரவில்லை. அம்மாவுக்காக அப்பா எழுதிய கவிதைகள் சிலவற்றை எடுத்து வைத்துக் கொண்டாள். கண்டனக் கூட்டங்களில் அப்பா கண்மூடித் தனமாகத் தாக்கப்பட்டதற்கு இக்கவிதைகளும் காரணமாக அமைந்து விட்டன.

ஒரு கவிதையில், இயற்கை எழில் கொஞ்சும் ஒரு மலைமுகட்டில் ஏற முடியாமல் போனதால், தன்னத்தானே கேலி செய்து கொண்டு எழுதினார். 'சீனாவின் உச்சகட்ட தலைமையிடத்தைக் கைப்பற்ற முடியாமல் போன அபிலாசையின் புலம்பல் அது' என்று திருமதி ஷூவும் அவளது சகாக்களும் குற்றம் சாட்டினார்கள்.

இரவு பற்றி இன்னொரு கவிதையில் இப்படி எழுதினார்.

> 'இரவு இருட்டிக் கொண்டே போகின்றபோது விளக்கு வெண்ணிற வெளிச்சம் தருகிறது
>
> விடியலைச் சந்திக்க என் பேனா விரைந்தோடுகிறது...'

'இருண்ட இரவு' என்று பொதுவுடமைச் சீனாவையும், 'வெண்ணிற விடியல்' என்று கோமிங்டாங் மீள் வருகையையும் அப்பா தன் கவிதையில் குறிப்பிட்டிருக்கிறார் என்று புரட்சிப்படையினர் விளக்கம் கொடுத்தார்கள். (புரட்சிக்கு எதிரானது வெண்மை என்பதும் ஓர் உண்மையாக இருந்தது) சில எழுத்தாளர்களின் படைப்புகளை, அவர்களுக்கு எதிராக, கோமாளித் தனமாக மொழிபெயர்த்துப் பொருள் கூறுவது அப்போது சாதாரணமாக

இருந்து வந்தது. மரபுக் கவிதையின் ஆழ்ந்த அபிமானியாக இருந்த மாவோ, கொடுமையான இவ்வாட்சியின் விதிவிலக்காக அக்கவிதைகளைக் கருதவில்லை. கவிதை எழுதுவது ஆபத்தான வேலையாக ஆக்கிவிடப்பட்டிருந்தது.

இப்போது கதவு தட்டப்படும் சத்தம் கேட்டதும், வேகமாக எழுந்து ஓடி, கழிவறைக்குள் சென்று கதவைத் தாழிட்டுக் கொண்டேன். திருமதி ஷயூவுக்கும் அவளது ஆட்களுக்கும் கதவைத் திறந்து பாட்டி பதில் சொல்லிக் கொண்டிருந்தாள். என் கைகள் நடுங்கத் தொடங்கின. எப்படியோ சமாளித்து அந்தக் கவிதைகளைச் சுக்குநூறாகக் கிழித்து, அதை கழிவுப் பீங்கானில் போட்டு தண்ணீரைப் பாய்ச்சி விட்டேன். கிழிக்கப்பட்ட காகிதத் துண்டு எதுவும் கீழே தரையில் கிடந்து விடப் போகிறது என்று கவனமாகப் பார்த்தேன். ஆனால் பீங்கானில் போடப்பட்ட எல்லாக் காகிதத் துண்டுகளும் ஒரே தடவையில் உள்ளே சென்று மறைந்து விடவில்லை. கொஞ்ச நேரம் காத்திருந்து விட்டு, மீண்டும் தண்ணீரைப் பீய்ச்சி அடிக்க வேண்டியிருந்தது. அதற்குள் அவர்கள் கழிப்பறைக் கதவைத் தட்டி, உடனடியாக வெளியே வந்து விடவேண்டும் என்று கத்தினார்கள். நான் எதுவும் பேசாமல் அமைதியாக நின்றேன்.

என் சகோதரன் ஜின்-மிங் கூட அன்று இரவு அதிர்ச்சியில் உறைந்து போனான். கலாச்சாரப் புரட்சி எப்போது தொடங்கியதோ அப்போதிலிருந்து புத்தகங்கள் மட்டும் விற்பனை செய்யும் ஒரு கள்ளச் சந்தைக்கு அடிக்கடி சென்று வந்தான். சீன மக்களின் வர்த்தக ஆர்வம் அளப்பரியது. கலாச்சாரப் புரட்சி எவ்வளவு கெடுபிடியாக நடந்து கொண்டிருந்தாலும், கள்ளச் சந்தை ஆங்காங்கே இடம் பெற்றிருந்திருக்கிறது. கள்ளச் சந்தை என்பது மாவோவுக்கு ஜென்ம விரோதி.

செங்குடு நகரின் மையத்தில், மிக முக்கியமான வர்த்தக வீதியின் நடுவில் சன்யாட்-சென் அவர்களின் வெங்கலச் சிலை ஒன்று நிறுவப் பட்டிருந்தது. இவர்தான் 1911 குடியரசு புரட்சியை முன்னின்று நடத்தி, சுமார் இரண்டாயிரம் ஆண்டு காலம் இருந்து வந்த ஏகாத்திபத்திய ஆட்சியை முடிவுக்கு கொண்டு வந்தவர். இந்தச் சிலை, கம்யூனிஸ்ட் ஆட்சி அதிகாரத்திற்கு வருமுன்பே நிறுவப்பட்டிருந்தது. மாவோ, தன்னைத் தவிர வேறு எந்த புரட்சித் தலைவர்கள் மீதும் அக்கறை காட்டாதவர். சன் யாட்-சென்னும் அதற்கு விதி விலக்கல்ல. ஆனால், இது பாரம்பரிய அரசாங்க விவகாரம் என்பதால், அச்சிலை அகற்றப்படாமல் அங்கே விட்டு வைக்கப்பட்டிருந்தது. ஆனால், அந்தச் சிலையைச்

சுற்றியிருந்த இடம் ஒரு நாற்றங்காலாக இருந்து வந்தது. திடீரெனக் கலாச்சாரப் புரட்சி தோற்றுவிக்கப் பட்டதும், சன் யாட்-சென்னின் அடையாளங்களை செங்காவலர்கள் அழிக்கத் தொடங்கினார்கள். சூ என்லாய் அவசர அவசரமாக ஓர் ஆணை பிறப்பித்து, செங்காவலர்களின் தாக்குதல்களை நிறுத்தச் சொன்னார். சன் யாட்-சென் சிலை தப்பியது. ஆனால் அங்கிருந்த நாற்றங்கால், 'முதலாளித்துவ மனப்பாங்கு' என்று கவனிப்பாரின்றி கைவிடப்பட்டது. செங்காவலர்கள், வீடுகளில் புகுந்து சோதனை நடத்தி, அங்கிருந்த புத்தகங்களை எரித்த போது, ஒரு சிறிய கூட்டம், அழிக்கப்பட்டுக் கிடந்த நாற்றங்காலில் ஒன்று கூடி, நெருப்புக்கு தப்பிய புத்தகங்களை வாங்கி விற்பனை செய்ய முயற்சி எடுத்தது. இந்த இடத்தில் எல்லாவிதமான மனிதக் குணங்களும், குணாதிசயங்களும் காணக் கிடைத்தன: செங்காவலர்கள் பறிமுதல் செய்த புத்தகங்களை அவர்களே விற்று காசாக்க முயன்ற செங்காவலர்களின் குணங்கள்; கையாலாகாத வியாபாரிகளின் எரிச்சல் குணங்கள்; தங்கள் படைப்பிலக்கியங்கள் நெருப்புக்கு இரையாவதைத் தாங்கிக் கொள்ள முடியாத அதே சமயம், அவைகளைத் தங்களோடு வைத்துக் கொள்ளவும் முடியாத சீன அறிஞர்களின் குணங்கள்; இதற்கிடையில் புத்தகங்களை நேசிப்பவர்களின் குணங்கள்; இப்படி பலவகைப்பட்ட மனிதக் குணங்கள் அங்கே வெளிக் காட்டப்பட்டன. கலாச்சாரப் புரட்சிக்கு முன்பு இந்தப் புத்தகங்கள் எல்லாம் வெளியிடப்பட்டு விற்பனை செய்யப்பட்டது கம்யூனிஸ்ட் ஆட்சிக் காலத்தில்தான். ஆனால், கலாச்சாரப் புரட்சி தொடங்கப்பட்ட பிறகுதான் புத்தகங்களுக்கு இந்த அவல நிலை ஏற்பட்டது. சீன நாட்டு இலக்கியங்கள் மட்டுமல்ல ஷேக்ஸ்பியர், டிக்கன்ஸ், பைரன், ஷெல்லி, பெர்னார்ட் ஷா, தாக்கரே, டால்ஸ்டாய், தஸ்தயேவ்ஸ்கி, செக்காவ், இப்சன், மாப்பாசாந்த், ஃப்ளோபர்ட், டுமாஸ், ஸோலா போன்ற உலகப் புகழ்பெற்றவர்களின் படைப்பிலக்கியங்களும் எரியூட்டப்பட்டன. சீன மக்கள் மிகவும் நேசித்து வந்த கோணன் டோயல் எழுதிய ஷெர்லாக்ஹோம்ஸ் கூட நெருப்புக்கு இரையானது.

புத்தகங்களின் விலை மதிப்பு பல்வேறு காரணிகளைச் சார்ந்திருந்தது. ஒரு புத்தகத்தில் அரசாங்க நூல் நிலைய முத்திரை பதிக்கப்பட்டிருந்தால், மக்கள் பயந்து அந்தப் புத்தகத்தை தவிர்த்து விடுவார்கள். கம்யூனிஸ்ட் கட்சியின் கட்டுப்பாடுகளுக்கு மக்கள் மதிப்பளித்தனர். அரசாங்க உடைமைகளை தவறாக அனுபவித்து வந்தால், ஆபத்தில் சிக்கிக் கொள்வோம் என்று மக்கள் அதைத் தவிர்த்து வந்தார்கள். மீறினால் கடும் தண்டனை உண்டு என்று அவர்கள் அறிந்திருந்தனர். எந்த அடையாளங்களையும்

தாங்கியிராத தனியார் புத்தகங்களை வாங்கி வாசிப்பதில் மக்கள் மகிழ்ச்சியடைந்தனர். பாலுணர்வெழுப்பும் புத்தகங்களுக்கு அதிக விலை கொடுக்க வேண்டியிருக்கும்; அதேசமயம் அதில் அதிக ஆபத்தையும் சந்திக்க வேண்டியிருக்கும். ஃப்ரான்ஸ் நாட்டு ஆசிரியர் ஸ்டான்தால் எழுதிய 'லெ ரோஷ் எட் லெ நோவார்' என்னும் அரசியல் வரலாற்று புதினம் சிற்றின்ப இலக்கியம் எனப் பெயர் பெற்றது. இந்நூலின் விலை, ஒரு சராசரி மனிதனின் இரண்டு வார(ம்) உழைப்பில் வந்த ஊதியத்திற்கு சமமாக இருக்கும்.

ஜின்-மின் இந்தக் கள்ளச் சந்தைக்கு அடிக்கடி சென்று வந்தான். காகிதங்களை மறுசுழற்சி செய்யும் கடை ஒன்றிலிருந்து வாங்கிய புத்தகங்களை விற்றதிலிருந்துதான் அவனுக்கு முதலில் கொஞ்சம் மூலதனம் கிடைத்தது. புத்தகங்களை வைத்துக்கொள்ளப் பயந்தவர்கள் இந்தக் கடையில் தங்களின் மொத்த நூல்களையும் மலிவு விலைக்கு விற்பார்கள். ஜின்-மிங் இந்தக் கடைக்காரனோடு ஒரு நட்பை ஏற்படுத்திக் கொண்டு, ஏராளமான புத்தகங்களை சுமாரான விலைக்கு வாங்கி, நல்ல விலைக்கு விற்று விடுவான். பிறகு கள்ளச் சந்தையிலிருந்து நிறைய புத்தகங்களை வாங்குவான்; வாசிப்பான்; விற்று விடுவான். இப்படியாக அதிக புத்தகங்களை வாங்கி, அதிக விலைக்கு விற்று வந்தான்.

கலாச்சாரப் புரட்சியின் தொடக்கக் காலத்திற்கும், 1968 ஆம் ஆண்டின் இறுதிக் காலத்திற்கும் இடையில், சுமார் ஆயிரம் புத்தகங்களாவது இவனிடமிருந்து கைமாறி இருக்கும். ஒரு நாளைக்கு ஒரு புத்தகமோ, அல்லது இரண்டு புத்தகங்களோ வாசித்து விடுவான். ஒரே சமயத்தில் சுமார் 12க்கு மேற்பட்ட புத்தகங்களை வைத்துக் கொள்ளக்கூடிய தைரியம் உள்ளவன். அவைகளை மிகுந்த கவனத்துடன் மறைத்து வைத்திருப்பான். எங்கள் வளாகத்திலிருந்த ஒரு பாழடைந்த நீர்த்தொட்டியின் அடியில்தான் புத்தகங்களை மறைத்து வைத்திருப்பான். திடீரென ஒரு நாள் பெய்த கன மழையில் அவனுக்கு மிகவும் பிடித்திருந்த புத்தகங்கள் எல்லாம் வீணாய்ப் போய்விட்டன. அதில் ஒன்று தான் அவன் நேசித்த ஜேக் இலண்டன் என்பவர் எழுதிய 'த கால் ஆஃப் த வைல்டு' என்ற புத்தகம். சில புத்தகங்களை மெத்தைக்கடியில் பரப்பி பதுக்கி வைத்திருப்பான். சரக்கு அறையின் மூலையில் பொருட்களோடு மறைத்து வைத்திருப்பான். ஒரு நாள் இரவு வீடு சோதனையிடப்பட்டபோது, 'லெ ரோஷ் எட் லெ நோவார்' இவ்வாறு படுக்கையில்தான் மறைக்கப்பட்டிருந்தது. ஆனால், அவன் எப்போதும் ஒரு புத்தகத்தின் அட்டையைக் கிழித்து எறிந்து விடுவான். 'மாவோவின் சிறந்த படைப்புகள்' என்ற தலைப்பு

கொண்ட அட்டையை அதில் ஒட்டி விடுவான். திருமதி ஷூவும் அவளது ஆட்களும்கூட இதைக் கண்டுபிடிக்க முடியவில்லை.

ஜின்-மிங் இன்னொரு கள்ளச்சந்தை வியாபாரமும் செய்தான். அந்த நேரத்தில் அறிவியலில் அவனுக்கிருந்த ஆர்வம் குறைந்து போனதாகத் தெரியவில்லை. செங்குடு நகரில் நடைபெற்று வந்த அறிவியற் பொருட்கள் சார்ந்த கள்ளச் சந்தை வியாபாரத்தில், வானொலி பெட்டியின் உதிரிப் பாகமான 'மின் கடத்தி' என்னும் உதிரிப்பாகத்திற்குதான் அதிக கிராக்கி இருந்தது. இந்த மாதிரி வானொலி தொழிலில்தான் அதிக அக்கறை காட்டப்பட்டது. ஏனெனில், வானொலி மாவோவின் உரையை ஒலி பரப்பியது. ஜின்-மிங் இதுபோன்ற உதிரிப் பாகங்களை வாங்கி, அவைகளைக் கொண்டு ஒரு வானொலிப் பெட்டி தயாரித்து, அதை நல்ல விலைக்கு விற்று விடுவான். அவனுடைய உண்மையான நோக்கத்தை அடையும் ஆர்வத்தில் மேலும் மேலும் இதுபோன்ற உதிரிப் பாகங்களை வாங்கிக் கொண்டே வந்தான். அவனை அரித்துக் கொண்டே இருந்த அறிவியல் கோட்பாடுகளைப் பரிசோதனை செய்து பார்க்கவே இப்படி உதிரி பாகங்களை வாங்கிக் குவித்தான்.

அவனது ஆய்வு வேலைக்கு பணம் தேவைப்பட்டதால், மாவோவின் பல வகையான உருவப் படங்களை வாங்கி விற்று பணம் தேடிக் கொண்டான். பல தொழிற்சாலைகள் வழக்கமாகச் செய்து வந்த உற்பத்திகளை நிறுத்திவிட்டு, மாவோவின் தலை பொறிக்கப்பட்ட அலுமினியச் சின்னங்களை உற்பத்தி செய்யத் தொடங்கின. தபால் தலை, ஓவியங்கள் ஆகியவற்றை சேகரித்து வைப்பது 'முதலாளி வர்க்கப் பொழுதுபோக்கு' என்று, அவைகள் தடை செய்யப்பட்டிருந்தன. ஆகவே இதுபோன்ற அங்கீகரிக்கப்பட்ட அலுமினியச் சின்னத்தை சேகரிப்பதில் மக்களின் ஆர்வம் மாறியது. ஜின்-மிங்கிற்கு இதன்மூலம் ஒரு சிறிய தொகை கிடைத்தது. மாவோவின் தலை பொறிக்கப்பட்ட உருவம்கூட முதலாளித்துவ வியாபாரத்திற்கு முதலீடு ஆகிவிட்டது என்பது மாவோவால் அறிந்து கொள்ள முடியாமல் போய்விட்டது. இந்த முதலாளித்துவ வர்த்தகத்தைதான் மாவோ அரும்பாடுபட்டு அழித்துவிட நினைத்தார்.

திரும்பத் திரும்ப கட்டுப்பாடுகள் அதிக அளவில் விதிக்கப்பட்டன. அடிக்கடி புரட்சிப் படையினர் வண்டி வண்டியாக வந்து இறங்குவார்கள். வீதிகளில் யாரும் நடமாடாதவாறு தடை செய்யப்பட்டது. சந்தேகப்படும்படி யாரும் கண்ணில் பட்டால், அவர்களைப் புரட்சிப் படையினர் இழுத்துக்கொண்டு

போய்விடுவார்கள். வேலையில்லாமல் கடை வீதிகளை வேடிக்கைப் பார்ப்பவர்களைப் போல, சில ஒற்றர்களை புரட்சிப் படையினர் அனுப்பி வைத்தார்கள். பிறகு இந்த ஒற்றர்களிடமிருந்து ஒரு விசில் சத்தம் கிளம்பும். அடுத்த நிமிடம் அந்தக் குறிப்பிட்ட வியாபாரியைப் புரட்சிப் படையினர் சூழ்ந்து கொள்வார்கள். பிடிபட்டகளின் உடைமைகள் பறிமுதல் செய்யப்படும். அவர்களுக்கு அடி, உதையும் உண்டு. இதற்கென்று இரத்தம் சிந்துதல் என்று ஒரு நிரந்தரமான தண்டனை இருந்தது. அதுதான் அவர்களின் பிட்டங்களில் குத்துவது. சிலரைக் கொண்டு போய் சித்திரவதைக்கு உட்படுத்தினார்கள். இதையெல்லாம் நிறுத்திக் கொள்ளாவிட்டால், அவர்களுக்கு தண்டனை இரட்டிப்பாக அதிகரிக்கும் என்று மிரட்டினார்கள். அவ்வாறு அவர்கள் நிறுத்தாததால் மீண்டும் மீண்டும் பலர் தண்டனைக்குள்ளானார்கள்.

1967 ஆம் ஆண்டின் தொடக்கத்தில் என் சகோதரன் ஸியாவோ-ஹெய்க்கு 12 வயது ஆகிவிட்டது. எந்தப் பொறுப்பும் அவனுக்கு இல்லாததால் தெருக்களை சுற்றும் கும்பலோடு சேர்ந்து சுற்றத் தொடங்கி விட்டான். கலாச்சாரப் புரட்சிக்கு முன்பு இந்தப் பழக்கங்கள் நடைமுறையில் இல்லாதவை இப்போது வேகமாக வளர்ந்து வந்து கொண்டிருந்தன. இந்த வகையான ஒரு கும்பலுக்கு ‘துறைமுகம்’ என்று பெயரிட்டு அழைக்கப்பட்டது. அந்தத் துறைமுகக் கும்பல் தலைவன் ‘கப்பலோட்டி’ என்று அழைக்கப்பட்டான். மற்ற அனைவரும் ‘சகோதரர்கள்’ என்று அழைக்கப்பட்டார்கள்; ஒவ்வொருவரும் ஒரு செல்லப் பெயரிட்டு அழைக்கப்பட்டார்கள். இந்தப் பெயர்களுக்கும் மிருகங்களுக்கும் தொடர்பு இருந்தது. ஒல்லியாக இருந்த ஒருவனுக்கு ‘மெலிந்த நாய்’ என்று பெயர் வைக்கப்பட்டிருந்தது. முடி வெளுத்திருந்தால் அவனுக்கு ‘நரை நரி’ என்று பெயர். ஸியாவோ ஹெய்க்கு ‘கருப்பு குதிரைக் குளம்பு’ என்று பெயர். ஏனென்றால், அவன் பெயரில் ஒரு பகுதியான ‘ஹெய்’ என்றால் கருப்பு என்று அர்த்தம். அத்துடன் அவன் கருப்பாகவும் இருப்பான். அந்தக் கும்பலில் அவன்தான் மிக இளையோனாக இருந்ததால், மிகவும் விரைவாக ஓடிப்போய் எதையும் வாங்கிக் கொண்டு வந்து விடுவான்.

உயர் அதிகாரிகளின் பிள்ளைகளோடு அந்தக் கும்பலுக்கு நெருங்கிய தொடர்பு இல்லாதிருந்ததால், என் சகோதரன் ஸியாவோ-ஹெய் மரியாதைக்குரிய விருந்தினராக ஆரம்பத்தில் நடத்தப்பட்டான். அந்தக் கும்பலைச் சார்ந்தவர்கள் அனைவரும் பெரும்பாலும் பஞ்சைப் பராரிக் குடும்பத்திலிருந்து வந்தவர்கள்தான். பள்ளியிலிருந்து இடை நின்றவர்கள். புரட்சி இயக்கம் இவர்களது

குடும்பங்களை ஓர் இலக்காக எடுத்துக் கொள்ளவில்லை. அவர்களுக்கும் அதில் ஓர் ஆர்வம் ஏற்பட்டதில்லை.

சில சிறுவர்கள், உயர் அதிகாரிகளின் குழந்தைகள் போல பின்பற்ற முயற்சி எடுத்தார்கள். ஆனால் உயர் அதிகாரிகள் கலாச்சாரப் புரட்சியால் கவிழ்ந்து கிடந்ததை அவர்களால் புரிந்து கொள்ள முடியாமல் அப்படிச் செய்தார்கள். செங்காவலர்கள் ஆதிக்க காலத்தில், உயர் அதிகாரிகளின் குழந்தைகள் கம்யூனிஸ்ட் இராணுவ சீருடைகளை விரும்பிக் கேட்பார்கள். அந்தக் குழந்தைகளால் மட்டுமே தங்கள் பெற்றோர்களின் சலுகையுடன் இதை நிறைவேற்றிக் கொள்ள முடிந்தது. தெருக்களில் சுற்றித் திரியும் சிறுவர்கள் சிலர் கள்ளச் சந்தைகளில் பழைய சீருடைகளை வாங்கிக் கொள்வார்கள். அல்லது அவர்களது உடைகளை பச்சை நிறத்தில் சாயம் செய்து கொள்வார்கள். ஆனால், அவர்களுக்கு உண்மையான அதிகாரத் தோரணை என்பது வராது. அத்துடன் அவர்களது பச்சை நிறச் சாயம் வெளுத்துப் போய்க் காணப்படும். உயர் அதிகாரிகளின் குழந்தைகள் இவர்களை ஏளனமாகப் பார்ப்பார்கள். இவர்களின் நண்பர்களே இவர்களைப் 'போலிகள்' என்று நகையாடுவார்கள்.

இதன்பிறகு, உயர் அதிகாரிகளின் குழந்தைகள், தங்களின் கீழாடைகளையும், மேலாடைகளையும், கருநீல நிறத்தில் மாற்றிக் கொண்டார்கள். அந்த நேரத்தில் பெரும்பாலான மக்கள் நீல நிற ஆடைகளை அணிந்து கொண்டாலும் உயர் அதிகாரிகளின் குழந்தைகள் அணிந்திருந்த கருநீல நிற ஆடைகள் பொதுமக்கள் அணிந்ததிலிருந்து வேறுபட்டுக் காணப்பட்டது. அதுமட்டுமல்லாது உயர் அதிகாரிகளின் குழந்தைகளின் கீழாடையும் மேலாடையும் ஒரே நிறத்தில் இருந்தது வழக்கத்திற்கு மாறானதாயிருந்தது. உயர் அதிகாரிகளின் குழந்தைகள் தங்களை வேறுபடுத்திக் காட்டிக் கொள்வதற்காக இவ்வாறு அணிந்து கொண்டபிறகு, இதர பின்புலங்களிலிருந்து வந்த சிறுவர்களும் சிறுமிகளும் தாங்கள் போலிகள் என்று அழைக்கப்பட விரும்பாததால் பச்சை நிறத்தைத் தவிர்த்து விட்டார்கள். அவர்கள் அணிந்து கொண்ட காலணிகளிலும் இந்தப் பிரச்சினை வந்தது. மேலே கருப்பு கயிறும், வெள்ளை நிற பிளாஸ்டிக் காலடிப் பகுதியும் கொண்ட காலணிகளும், வெள்ளை நிற பிளாஸ்டிக் பாண்ட் கொண்ட காலணிகளும் அவர்களை வேறுபடுத்திக் காட்டின.

இவ்வாறான சில கும்பல் நண்பர்கள் தங்களுக்கென்று ஒரு புதிய பாணியைக் கண்டுபிடித்து வைத்துக் கொண்டார்கள். அதாவது, தாங்கள் அணியும் உள்ளாடைக்கு மேல் அடுக்கடுக்காக பல சட்டைகளை அணிந்து கொள்வார்கள். அத்துடன், தங்கள் சட்டைக்

காலரைத் தூக்கி விட்டுக் கொள்வார்கள். எவ்வளவு அதிகமான காலரை நீங்கள் தூக்கிவிட்டுக் கொள்கிறீர்களோ, அவ்வளவு கெட்டிக்காரர்களாக நீங்கள் கருதப்படுவீர்கள். இதுபோல ஸியாவோ-ஹெய் ஆறு ஏழு சட்டைகளை ஒரே சமயத்தில் அணிந்து கொள்வான். கொதிக்கிற கோடைகாலத்தில்கூட இரண்டு சட்டைகளாவது அணிந்து கொள்வான். குட்டை கால் சட்டைகளுக்கு உள்ளே உடற்பயிற்சி கால் சட்டைகள் அணிந்து கொள்வான்.

வேலையில்லாத நாட்களில், ஸியாவோ-ஹெய்யின் ‘சகோதரர்கள்’ மேற்கொள்ளும் முக்கியமான வேலைகளில் ஒன்று - ‘திருட்டு.’ இவர்கள் கொண்டுவந்த திருட்டுப் பொருட்கள் அனைத்தையும், இதன் கும்பல் தலைவனிடம் ஒப்படைக்க வேண்டும். அவன் அப்பொருட்களை அனைவருக்கும் சமமாகப் பங்கிட்டுக் கொடுப்பான். ஸியாவோ-ஹெய் திருடுவதற்கு மிகவும் பயப்படுவான். இருப்பினும், அவனது சகோதரர்கள் அவனுக்குரிய பங்கை அவனுக்கு கொடுத்து விடுவார்கள்.

கலாச்சாரப் புரட்சியின்போது திருட்டு பெருவாரியாக எங்கும் பரவியிருந்தது. குறிப்பாக பிக்பாக்கெட்டும், சைக்கிள் திருட்டும் அமோகமாக நடைபெற்று வந்தது. எனக்கு தெரிந்தவரை, பிக்பாக்கெட் அடிக்கப்படாத ஆட்களே இல்லை என்று சொல்லலாம். என்னைப் பொருத்தவரை, கடை வீதிக்கு போகிறபோது, ஒன்று என்னுடைய கைப்பையை இழந்து விடுவேன் அல்லது, ‘ஐயோ, என் கைப்பையை யாரோ திருடி விட்டார்களே,’ என்று யாரோ ஒருவர் அலறும் சத்தத்தைக் கேட்பேன். காவல்துறையினர் பல பிரிவுகளாகப் பிரிந்து பெயருக்குத்தான் பாதுகாப்பு கொடுப்பார்கள்.

1970-களில் பெருவாரியான வெளிநாட்டினர் சீனாவுக்கு வருகை புரிந்தபோது, சீன மக்களின் நன்னெறி ஒழுக்கம் அவர்களுக்கு பிடித்துப் போய்விட்டது. தேவையற்றது என வெளிநாட்டுக்காரரால் தூக்கி எறியப்பட்ட ஒரு காலணி உறை, சுத்தகமாக துவைத்து, மடிக்கப்பட்டு, பீக்கிங்கிலிருந்து ஆயிரம் மைல்களுக்கு அப்பால் உள்ள கவுன்சூ நகருக்கு சென்றிருந்தாலும், அந்த காலணி உறை அதன் உரிமையாளர் தங்கி இருக்கும் அறையைச் சென்று அடையும். வெளிநாட்டுக்காரர்களுக்கும் மற்றும் சீன முக்கியஸ்தர்களுக்கும் மட்டுமே இந்தக் கவனம் செலுத்தப்படுகிறது என்று அவர்கள் அறிந்திருக்கவில்லை. அல்லது வெளிநாட்டினரிடம் திருடும் துணிச்சல் எவனுக்கும் இல்லை என்றும் அவர்கள் தெரிந்திருக்கவில்லை. ஆனால், ஒரு கைக்குட்டையை திருடினால்கூட மரணதண்டனைக்கு இணையான

தண்டனை உண்டு என்று அனைவருக்கும் தெரியும். துவைத்து மடித்து கொடுக்கப்பட்ட காலணி உறை உண்மையான சமுதாய நிலைக்கான உறவைக் கொண்டு வரவில்லை. இது இந்த நாடு நடத்தும் நாடகத்தின் ஒரு பகுதி.

ஸியாவோ-ஹெய்யின் கும்பலில் உள்ள சகோதரர்களுக்கு பெண்களைச் சுற்றித் திரியும் நோய் தொற்றிக் கொண்டது. ஸியாவோ-ஹெய்யை ஒத்த 12, 13 வயது சிறுவர்கள் பெண்கள் பின்னாடிச் சுற்றுவதற்கு வெட்கப்பட்டனர். அதனால் அவர்கள், வயதில் மூத்த சகோதரர்களுக்காக தூது சென்றார்கள். தப்பும் தவறுமாக இவர்களது சகோதரர்கள் எழுதிய காதல் கடிதங்களைக் கொண்டு செல்ல வேண்டும். அந்த வீட்டுக் கதவைக் குறிப்பிட்ட அந்தப் பெண் மட்டுமே திறக்க வேண்டுமென்றும், அவளின் தந்தையோ தனயனோ திறக்கக்கூடாது என்றும் மனதுக்குள் பிரார்த்தித்துக் கொள்வான். அப்படி அவர்கள் வந்து கதவைத் திறந்து விட்டால் இவனுக்குத் தர்மஅடி தாராளமாக உண்டு என்று அவனுக்கு நன்கு தெரியும். சில சமயங்களில் பயம் மேலிட்டு விட்டால், கதவிடுக்கில் கடிதத்தை நுழைத்து விட்டு ஓடி வந்து விடுவான்.

ஏதோ ஒரு பெண் இவர்களது காதல் கோரிக்கையை நிராகரித்து விட்டால், அந்தப் பெண்ணைப் பழிவாங்கும் ஆயுதங்களாக ஹெய்யும் அவனது சகோதரர்களும் மாறி விடுவார்கள். அப்பெண்ணின் வீட்டிற்கு வெளியே நின்று கொண்டு ஆர்ப்பாட்டம் செய்து கத்துவார்கள். கவண் எறிந்து அந்த வீட்டு ஜன்னல்களை உடைப்பார்கள். அந்தப் பெண் அரவம் கேட்டு வெளியே வந்து விட்டால், அவள்மீது காரித் துப்புவார்கள். கேவலமான வார்த்தைகளால் திட்டுவார்கள். கெட்ட வார்த்தைகளால் அவர்களை அர்ச்சிப்பார்கள். ஆனால் அந்த வயதில், அந்த வார்த்தைகளின் அர்த்தம் அவர்களுக்கு புரிந்திருக்காது. பெண்களைக் கொச்சைப் படுத்துவதற்கான வார்த்தைகள் சீன மொழியில் ஏராளமாக உள்ளன. 'பேருந்து' (பெண் குறி அமைப்பு) 'குதிரைச் சேணம்' (குதிரை ஏறுவதுபோல மனதில் காட்சிப்படுத்திக் கொள்ளுதல்) 'நிரம்பி வழியும் எண்ணெய் விளக்கு' (அடிக்கடி ஒழுகுதல்) 'தேய்ந்த செருப்புகள்' (அதிகம் பயன்படத்தப்பட்டதால் பயனற்றுப் போன) - இப்படி ஏகப்பட்ட வார்த்தைகள் அதற்கென உண்டு.

அடுத்ததாக அந்தக் கும்பல் கையில் எடுத்துக் கொண்ட வேலை - சண்டையிடுதல். இந்தச் சண்டையால் ஸியாவோ-ஹெய் மிகவும் பரவசப்பட்டான். ஆனால் அவனுக்கு அதில் வருத்தம் என்னவென்றால், அவன் பயந்த சுபாவம் உள்ளவன் என்று

அறியப்பட்டுக் கொண்டான். சண்டை இரத்தக் களறியாகி விட்டால், அவன் அந்த இடத்தை விட்டு ஓடி விடுவான். நல்ல வேளை! அவன் வீராப்பு காட்டிக் கொள்ள மாட்டான். இந்த உருப்படாத சண்டையில் சில சிறுவர்கள் கை, கால்களை இழந்திருக்கிறார்கள். இன்னும் சிலர் உயிரையே இழந்திருக்கிறார்கள். ஆனால், ஸியாவோ-ஹெய் அந்த இடத்தை விட்டு ஓடி, தன்னைக் காப்பாற்றிக் கொள்வான்.

ஒரு நாள் மாலை ஸியாவோ-ஹெய்யும் அவனது கும்பல் சகோதரர்களும் வழக்கமாக ஓரிடத்தைச் சுற்றிச் சுற்றி வந்து கொண்டிருந்த போது, அக்கும்பலின் சகோதரன் ஒருவன் ஓடிவந்து, இன்னொரு கப்பல் பணிமனை எதிரிகள் வந்து நம் உறுப்பினர் ஒருவன் வீட்டைத் தாக்கியதாகவும், அதனால் அந்த உறுப்பினர் இரத்தம் சொட்டச் சொட்ட தாக்கப்பட்டதாகவும் கூறினான். இவர்கள் அனைவரும் இவர்களது சொந்த பணிமனைக்கு ஓடிச் சென்று அங்கிருந்த கம்பு, கத்தி, அரிவாள் போன்ற ஆயுதங்களை எடுத்துக் கொண்டு, வந்தார்கள். ஸியாவோ-ஹெய் தன் இடுப்புக்குள் மூன்று குண்டாந்தடிகளைச் செருகி வைத்துக் கொண்டான். தாக்கப்பட்ட வீட்டிற்கு இவர்கள் அனைவரும் விரைந்து சென்றார்கள். அதற்குள் எதிரிகள் அங்கிருந்து போய் விட்டார்கள். காயமடைந்த உறுப்பினர் மருத்துவமனையில் சேர்க்கப்பட்டான். ஸியாவோ-ஹெய்யின் கும்பல் தலைவன் ஒரு கடிதம் எழுதினான் (வழக்கம்போல் தப்பும் தவறுமாக). அதை, அந்த எதிரி கும்பலுக்கு அனுப்பி வைத்தான். அக்கடிதத்தைக் கொண்டு போய்ச் சேர்த்ததற்காக ஸியாவோ-ஹெய் மாட்டிக் கொண்டான்.

'மக்கள் விளையாட்டு அரங்கம்' போதுமான இடவசதி பெற்றிருப்பதால், அங்கு முறையாக ஒரு சண்டையை நடத்திப் பார்க்கலாமா என்று அக்கடிதத்தில் கோரப்பட்டிருந்தது. போட்டி விளையாட்டுகள் மாவோவால் கண்டிக்கப்பட்டிருந்ததால், அந்த அரங்கத்தில் எந்த விளையாட்டுகளும் இடம் பெறுவதில்லை. விளையாட்டு வீரர்கள் எல்லாரும் தங்களை கலாச்சாரப் புரட்சியில் ஈடுபடுத்திக் கொண்டார்கள்.

குறிப்பிட்ட தினத்தன்று ஸியாவோ-ஹெய்-யின் கும்பல் ஒரு ஓடு தளத்தில் காத்துக் கொண்டிருந்தார்கள். இரண்டு மணி நேரத்திற்குப் பிறகு இருபது வயது மதிக்கத்தக்க ஒரு இளைஞன் அரங்கிற்குள் தவ்வித் தவ்வி வந்தான். அவன்தான் செங்குடுவில் புகழ்பெற்ற நிழல் உலகத் தாதாவான 'நொண்டி டாங்' என்பவன். அவன் இளைஞனாகக் காட்சியளித்தாலும் அவனுடைய செயல்பாடுகளை முன்னிட்டு அவனுக்கு மக்கள் மத்தியில் மரியாதை இருந்தது.

நொண்டி டாங் போலியோவால் பாதிக்கப்பட்டிருந்தான். அவனுடைய தந்தை கோமிங்டாங்கில் பணியாற்றியவர். அதனால் அவரது மகனுக்கு, அவனுக்கு விருப்பமில்லாத பணிமனை ஒன்றை வைத்துக் கொடுத்தார். அவரது பழைய வீட்டிலேயே அவனுக்கு அந்த வேலை செய்து கொடுக்கப்பட்டாலும், அந்த வீட்டை கம்யூனிஸ்ட் கட்சி எடுத்துக் கொண்டு விட்டிருந்தது. இதுபோன்ற சிறிய யூனிட்களில் வேலை செய்பவர்கள் யாரும் அதிக பலனை அனுபவித்தது கிடையாது. பெரிய தொழிற்சாலைகளில் பணியாற்றுகிறவர்கள் அனுபவிக்கும் நிரந்தரமான வேலை, இலவச மருத்துவ வசதி, ஓய்வூதியம் போன்ற வசதிகள் சிறிய யூனிட்களில் வேலை செய்பவர்களுக்கு கிடைக்காது.

அவனுடைய பின்புலச் சூழல், அவன் உயர் கல்வி பெற முடியாமல் செய்து விட்டது. ஆனால், அவன் அதிபுத்திசாலி. திரை மறைவில் நடைபெற்று வந்த செங்குடு நகரின் குற்றக் கும்பலுக்கு இவன் தலைமை வகித்து வந்தான். இவன், இன்னொரு கப்பல் பணிமனைத் தொழிலாளர்கள் கும்பல் கேட்டுக் கொண்டதிற்கிணங்க, சண்டை நிறுத்த உடன்பாடு செய்ய இப்போது வந்திருக்கிறான். பெட்டி பெட்டியாக உயர்ரக சிகரெட்களை அவர்களுக்கெல்லாம் வழங்கினான். அந்தக் கும்பலின் வருத்தத்தை இந்தக் கும்பலுக்கு தெரிவித்து, பாதிக்கப்பட்ட வீட்டிற்கு நஷ்ட ஈடு தருவதாகவும், மருத்துவமனையில் இருக்கும் நபருக்கு மருத்துவக் கட்டணத்தைச் செலுத்துவதாகவும் அவர்கள் அளித்த உறுதிமொழியை அப்படியே இவர்களிடம் தெரிவித்தான். ஸியாவோ-ஹெய்யின் கும்பல் தலைவன் இதை ஏற்றுக் கொண்டான். இந்தக் கும்பல், நொண்டி டாங்கின் கோரிக்கையை மறுத்துப் பேச முடியாது.

டாங் விரைவில் கைது செய்யப்பட்டான். *1968* ஆம் ஆண்டின் தொடக்கத்தில், கலாச்சாரப் புரட்சியின் புதியதொரு நான்காம் கட்டம் தொடங்கப்பட்டது. இதன் முதல் கட்டம் வளரிளம் பருவத்து செங்காவலர்கள். அடுத்தக்கட்டம் புரட்சிப்படையும் முதலாளி வர்க்கக் கைகூலிகளைக் கண்டறிந்து அவர்கள் மீது தாக்குதல் தொடுத்ததுவும்; மூன்றாவது கட்டம், புரட்சிப் படையினரிடையே உருவான உட்குழுக்கள்; இவை ஒன்றுக்கொன்று மோதிக் கொண்டன. இப்போது உட்குழுக்கள் மோதல்களை நிறுத்துவதற்கு மாவோ தீர்மானம் எடுத்து விட்டார். மக்கள் மத்தியில் பணிவு வேண்டும் என்பதற்காக, தவறுக்கான தண்டனையிலிருந்து தப்பக் கூடாது என்பதற்காக ஓர் அச்சுறுத்தலைத் தோற்றுவித்து, அதை எங்கும் பரப்பச் செய்தார். புரட்சிப்படையினர்

உட்பட, இதுவரை இதன் பாதிப்புக்குட்படாத ஒரு குறிப்பிட்ட மக்கள் தொகையினர் இப்போது பாதிப்புகளுக்கு உள்ளானார்கள். புதிய புதிய வர்க்க எதிரிகளைக் கண்டறிவதற்காக புதிய புதிய அரசியல் திட்டங்கள் அடுத்தடுத்து முடுக்கி விடப்பட்டன. சமூக வீரோதச் சிந்தனையாளர்களை வேட்டையாடுதல், வர்க்க ஏற்றத் தாழ்வுகளை ஒழித்தல் போன்ற நடவடிக்கைகளுக்கு நொண்டி டாங் பலி ஆனான். 1976 ஆம் ஆண்டு கலாச்சாரப் புரட்சி முடிவுக்கு வந்த பிறகு அவன் விடுதலை செய்யப்பட்டான். 1980-களின் தொடக்கத்தில் அவன் பெரிய தொழில் அதிபராகி, செங்குடுவின் பண முதலைகளில் பெரும் முதலையாகி விட்டான். அவனுடைய பழைய வீட்டை மீட்டு, அதை இடித்து தள்ளிவிட்டு, அந்த இடத்தில் பிரமாண்டமான அடுக்குமாடிக் கட்டிடம் கட்டினான். டிஸ்கோ நடனப் பைத்தியம் சீனாவை ஆட்டிப் படைத்தபோது, அவனது பரிவாரங்களில் வந்த இளைஞர்களும், இளம் பெண்களும் டிஸ்கோ நடனம் ஆடிக் கொண்டிருக்கையில், டாங் மிக உயர்ந்த இடத்தில் அமர்ந்து கொண்டு, ஆட்டத்தை ரசித்துக் கொண்டே பணக் கட்டுகளை எண்ணிக் கொண்டிருந்தான்.

'வர்க்க ஏற்றத் தாழ்வுகளை ஒழித்தல்' என்னும் திட்டம் பல இலட்சக்கணக்கான மக்களின் வாழ்க்கையைக் காவு கொண்டது. 'மங்கோலிய மக்கள் இரகசியக் கட்சி' என்ற கட்சியின் வழக்கு ஒன்றில், மங்கோலிய மக்கள் தொகையின் பத்து சதவிகித முதியவர்கள் சித்திரவதைக்கு உள்ளாக்கப்பட்டார்கள். அதில் குறைந்தபட்சமாக இருபதாயிரம் பேர் கொல்லப்பட்டார்கள். இந்தக் குறிப்பிட்ட திட்டம், மாவோவின் தனிப்பட்ட கண்காணிப்பில் இருந்து வந்த இரண்டு பீக்கிங் பல்கலைக் கழகங்கள் மீதும், ஆறு தொழிற்சாலைகள் மீதும் பரிசோதித்துப் பார்க்கப்பட்டது. இந்த ஆறு தொழிற்சாலைகளில் ஒரு தொழிற்சாலை பற்றி 'ஸின்குவா அச்சகம்' ஒரு பக்க அளவில் வெளியிட்டிருந்த அறிக்கையில் சொல்லப்பட்டதாவது: 'இந்தப் பெண், புரட்சியின் எதிர்ப்பாளர் என்று முத்திரை குத்தப்பட்டு, மிகக் கடினமான வேலை ஒன்றில் அவள் ஈடுபடுத்தப்பட்டிருந்தபோது, அவளைக் கவனித்துக் கொண்டிருந்த காவலாளி அந்தப் பக்கம் எதையோ திரும்பிப் பார்த்தான். அந்தச் சந்தர்ப்பத்தைப் பயன்படுத்திக் கொண்ட அப்பெண், அவர்கள் விடுதியின் நான்காவது மாடிக்கு ஓடிப் போய் அங்கிருந்து ஜன்னல் வழியாகக் குதித்து தன் உயிரை மாய்த்துக் கொண்டாள். இப்படியாக புரட்சி எதிர்ப்பாளர்கள் எல்லாருமே தங்கள் உயிரை மாய்த்துக் கொண்டது தவிர்க்க முடியாததாகி விட்டது. இதில் வேதனை என்னவென்றால் இங்கு நாம் ஒரு "சிறிய எதிர்மறை" முன் உதாரணத்தைப் பெற்றிருக்கிறோம்.' அந்த

அறிக்கையின் மீது மாவோ இவ்வாறு குறிப்பு எழுதினார்: 'நான் இதுபோன்று வாசித்த பல அறிக்கைகளில், இதுவே மிகச் சிறப்பாக எழுதப்பட்ட அறிக்கை.'

நாடெங்கும் தொடங்கப்பட்டிருந்த 'புரட்சிக் குழுக்கள்' தான், இத்திட்டத்தையும், இன்னும் பல திட்டங்களையும் நிர்வகித்து வந்தன. 1968 ஆம் ஆண்டு ஜுன் மாதம் இரண்டாம் தேதி 'சிச்சுவான் மாநில புரட்சிக் குழு' தொடங்கப்பட்டது. இதன் தலைவர்கள் வேறு யாருமல்ல. 'ஆயத்தக் குழுவின்' தலைவர்களாக இருந்து வந்த இரண்டு இராணுவ தலைமை அதிகாரிகளும், டிங் தம்பதியினருமாகிய அந்த நான்கு பேர்களும்தான். ஆகஸ்ட் 26 - இயக்கம், சிகப்பு செங்குடு ஆகிய இரண்டு முக்கிய புரட்சிப் படை முகாம்களின் தலைவர்களாக இருந்த தலைமை அதிகாரிகள் இத்திட்டத்தில் இடம் பெற்றிருந்தார்கள்.

மாவோவின் இப்புதிய அதிகார அமைப்பு எங்கள் குடும்பத்தை அடியோடு பாழடைய வைத்து விட்டது. இதன் முதல்கட்ட முடிவாக, முதலாளி வர்க்க கைக்கூலிகளாக்கப்பட்ட எங்களுக்கு வழங்கப்பட்ட ஊதியத்தின் ஒரு பகுதி நிறுத்தி வைக்கப்பட்டது. எங்கள் குடும்ப ஊதியம் பாதிக்குமேல் குறைக்கப்பட்டது. நாங்கள் பட்டினி கிடக்கவில்லை என்றாலும், கள்ளச் சந்தையிலிருந்து எதையும் வாங்கிக் கொள்ள முடியவில்லை. உணவு வழங்குவதும் வேகமாகக் குறைக்கப்பட்டது. சான்றாக, ஒரு நபருக்கு ஒரு மாதத்திற்கு அரைப் பவுண்ட் இறைச்சி மட்டும் வழங்கப்பட்டது. இதனால் பாட்டிக்கு மிகுந்த வேதனையாகிவிட்டது. எப்படி எங்களுக்கு திடமான உணவு அளிப்பது என்று பாட்டி இராப்பகலாகச் சிந்தித்துக் கொண்டிருப்பாள். தடுப்புக் காவலில் வைக்கப்பட்டிருக்கும் அப்பா அம்மாவுக்கு எப்படி உணவுப் பொட்டலம் தயாரித்துக் கொடுப்பது என்பது இதைவிடக் கவலையாக இருந்தது.

முதலாளி வர்க்கக் கைகூலிகளாக்கப்பட்ட அனைவரும், புரட்சிக் குழுவின் புதிய தலைவர்களுக்கு தங்கள் அறைகளை விட்டுக் கொடுக்க வேண்டும் என்று புரட்சிக் குழு ஒரு புதிய தீர்மானத்தைக் கொண்டு வந்தது. மூன்று மாடிக் கட்டிடத்தின் மேல் தளத்தில் அச்சக அலுவலகங்களாக முன்பு செயல்பட்டு, தற்போது பயன்பாடின்றி கிடந்த அறைகள் எங்களுக்கு வழங்கப்பட்டன. மேல் தளத்தில் தண்ணீர் வசதியும் இல்லை. கழிப்பறை வசதியும் இல்லை. பல் துலக்குவதற்குக்கூட கீழ்தளம் வரவேண்டும். மீதமிருந்த தேநீரை ஊற்றக்கூட, கீழ்த்தளத்திற்குத்தான் வர வேண்டும். இதற்காக நான் அலுப்பு பட்டதே இல்லை. ஏனென்றால் அந்த வீடு அவ்வளவு

அழகாக இருந்தது. அழகான பொருட்களைத் தேடி ஓடும் பழக்கம் உள்ளதால் அந்த வீடு எனக்குப் பிடித்திருந்தது.

பழைய குடியிருப்பு வளாகத்திலிருந்த அடுக்குமாடிக் கட்டிட வீடு போலில்லாமல், எங்களின் புதிய வீடு அற்புதமான முறையில் வடிவமைக்கப் பட்டிருந்தது. கதவு நிலைகளும், ஜன்னல்களும் செம்மரக் கட்டைகளால் சிறந்த வேலைப்பாடுகளுடன் இழைத்து செய்யப்பட்டிருந்தன. வீட்டின் முன்புறத் தோட்டம் மல்பெரி மரங்கள் நிறைந்து அழகாகக் காணப்பட்டது. முன்புறத் தோட்டத்தில் திராட்சைக் கொடிகளும், அரளிச் செடிகளும், இன்னும் பெயர் தெரியாத பல பெரிய மரங்களும் காணப்பட்டன. நீண்ட குலை தள்ளிய வாழைத்தாரும், வளைந்து நின்ற அதன் குலைகளும் என்னை வெகுவாக ஈர்த்தன.

பழைய வீட்டை விட இப்போது வழங்கப்பட்ட புதிய வீடு மிகவும் நேர்த்தியாக இருந்தது. அந்தக் காலகட்டத்தில், அழகு என்பது கொஞ்சம் அருவருப்பாகத்தான் பார்க்கப்பட்டது. ஆகவேதான் இந்த அழகான வீடு, தண்டனை என்ற பெயரில் எங்களுக்கு ஒதுக்கப்பட்டது. செவ்வக வரவேற்பு அறை விசாலமாக இருந்தது. மூன்று பக்கங்களும் கண்ணாடிகள் அமைக்கப் பட்டிருந்தன. அதனால் வெளிச்சம் பளிச்சென்று வீட்டிற்குள் வந்தது. மேக மூட்டம் இல்லாத நாட்களில் மேற்கு சிச்சுவானின் பனிபடர்ந்த தூரத்து மலைக் காட்சியை வீட்டிலிருந்தே பார்த்துக் கொண்டிருக்கலாம். மேல்தளம் சிமெண்ட் பயன்படுத்தப்படாமல், மர வேலைப்பாடுகளால் அமைக்கப் பட்டிருந்தது. இன்னொரு அறை, அசாதாரணமாக 20 அடி உயரம் கொண்டிருந்தது. இந்த வீட்டை பார்த்தமாத்திரத்தில் நான் அதில் லயித்துப் போனேன். ஆனால், குளிர் காலம் வந்தபோதுதான் எல்லாப் பக்கங்களிலிருந்தும் வந்த குளிர் காற்றால் அந்த செவ்வக அறை ஒரு போர்க்களமாகவே மாறியதை உணர்ந்தேன். 20 அடி கூரை வழியாக தூசு மழைபோல கொட்டியது. அமைதியான இரவுப் பொழுதுகளில் ஜன்னல் வழியாக வரும் நிலவொளியும், நீண்டு வளர்ந்த மல்பெரி மர தளிர்கள் உயரமான சுவரின் மீது ஆடும் நடனம் ஆகியவை என் உள்ளத்தைக் கொள்ளை கொண்டன. அரசியல் சாக்கடை வீசிய அந்தக் குடியிருப்பு வளாக வீட்டை விட்டு வந்ததில் எனக்கு நிம்மதி கிடைத்தது. மீண்டும் எங்கள் குடும்பம் அந்தப் பக்கம் போகக் கூடாது என்று எண்ணினேன்.

அந்தப் புதிய வீதி கூட எனக்குப் பிடித்திருந்தது. அந்த வீதிக்கு 'விண்கல்' வீதி என்று பெயர். நூற்றுக்கணக்கான ஆண்டுகளுக்கு முன்பு, அந்த வீதியில் ஒரு விண் கல் விழுந்திருக்கிறது. இவ்வீதி

சிறு சிறு உருளைக் கற்களால் செப்பனிடப்பட்டிருந்தது. அந்த தார்ச் சாலையை விட இந்த வீதி எனக்கு மிகவும் பிடித்திருந்தது.

இந்தப் புதிய இல்லம் எனக்கு நினைவு படுத்தியது எங்கள் அண்டை வீட்டார்களைத்தான். அவர்கள் அப்பாவின் இலாக்காவில் பணியாற்றியவர்கள். திருமதி ஷூவின் புரட்சிப் படையைச் சார்ந்தவர்கள். அவர்கள் எங்களைப் பார்க்கிறபோது கொடூரமாகப் பார்ப்பார்கள். வேறு வழியில்லாமல் அவர்களோடு பேசினால்கூட, நாய் போலக் குரைப்பார்கள். இப்போது மூடப்பட்டிருந்த ஒரு பத்திரிகையின் ஆசிரியராக இருந்தவர் அதில் ஒருவர். அவரது மனைவி ஓர் ஆசிரியையாகப் பணியாற்றியவள். அவர்களுக்கு ஆறு வயதில் ஒரு மகன் இருந்தான். அவன் பெயர் ஜோ-ஜோ. எனது சகோதரன் ஸியாவோ-ஃபாங்கின் வயதை ஒத்தவன். ஓர் இளநிலை அரசுப் பணியாளர் ஒருவர், ஐந்து வயது மகள், மனைவி ஆகியோர் பத்திரிகை ஆசிரியர் குடும்பத்தோடு சேர்ந்து தங்கிக் கொண்டார்கள். அங்கிருந்த தோட்டத்தில் அந்த மூன்று குழந்தைகளும் சேர்ந்து விளையாடுவார்கள். ஸியாவோ- ஃபாங் அவர்களோடு விளையாடுவது பாட்டிக்கு ஒரு தர்மசங்கடத்தை ஏற்படுத்தியது. ஆனால், பாட்டிக்கு அவனைத் தடுக்கும் துணிச்சல் இல்லை. ஏனென்றால், இதை இவர்கள், 'பெருந்தலைவர் மாவோவின் புரட்சிப் படையினரை வெறுக்கிறவர்கள் நாங்கள்' என்று திரித்துக் கூறி விடுவார்கள்.

அங்கிருந்த மாடிப்படிக்கருகில், அரைவட்ட நிலா வடிவில் ஒரு மேஜை கிடந்தது. அந்தக் காலத்தில் அந்த மேஜையின் மீது ஒரு பீங்கான் குடுவை வைக்கப்பட்டிருக்கும். அதில் ஒரு மலர்க்கொத்து செருகி வைக்கப் பட்டிருக்கும். இப்போது அதெல்லாம் அந்த மேஜை மீது இல்லை. இந்த மூன்று குழந்தைகளும் அந்த மேஜையின் மீது விளையாடுவார்கள். ஒரு நாள் அவர்கள் 'மருத்துவமனை' விளையாட்டு விளையாடினார்கள். ஜோ-ஜோதான் டாக்டர். ஸியாவோ-ஃபாங் நர்ஸ். இன்னொரு ஐந்து வயதுப் பெண் ஒரு நோயாளி. அந்தப் பெண் மேஜையின் மீது குப்புறப் படுத்தாள். ஊசி போட்டுக் கொள்வதற்காக தன் பாவாடையை மேலே தூக்கிக் கொண்டாள். நர்ஸ் பாத்திரமேற்றிருந்த ஸியாவோ ஃபாங் ஒரு சிறு குச்சியை ஊசி என்று சொல்லி கையில் வைத்திருந்தான். இந்தச் சமயத்தில் அந்தப் பெண்ணின் அம்மா அங்கே வந்து விட்டாள். அதைக் கண்ட அவள், வேண்டிய மட்டும் கூச்சல் போட்டுவிட்டு, தன் மகளை வெடுக்கென்று தூக்கிக் கொண்டாள்.

அந்தக் குழந்தையுடைய தொடையின் உட்பக்கம் சில கீறல்கள் இருந்ததை அந்த அம்மா பார்த்து விட்டாள். அந்தக் குழந்தையை

மருத்துவமனைக்கு எடுத்துச் செல்வதை விடுத்து, இரண்டு வீதிகளுக்கு அப்பால் இருந்த, அப்பாவின் இலாக்காவைச் சேர்ந்த புரட்சிப் படையினர் சிலரை அங்கே கொண்டு வந்து நிறுத்தி விட்டாள் அந்தக் குழந்தையின் அம்மா. தோட்டத்தின் முன்புறத்தில் ஒரு பெரிய கூட்டம் கூடிவிட்டது. தடுப்புக் காவலிலிருந்து சில நாட்கள் மட்டும் வீட்டிற்கு வந்திருந்த அம்மாவை அவர்கள் பிடித்துக் கொண்டார்கள். ஸியாவோ - ஃபாங்கை சூழ்ந்து நின்று கொண்டு காட்டுக் கூச்சல் போட்டார்கள். 'அந்தப் பெண்ணைக் கற்பழிக்க யார் சொல்லிக் கொடுத்தார்கள்' என்று அவன் சொல்லவில்லையென்றால், அவனை 'அடித்தே கொன்று விட வேண்டும்' என்று சொன்னார்கள். ஸியாவே-ஃபாங்கின் அண்ணன்தான் அதைக் கற்றுக் கொடுத்தான் என்று அவனைச் சொல்லச் சொல்லி மிரட்டினார்கள். ஸியாவோ-ஃபாங்கால் ஒரு வார்த்தை கூடப் பேச முடியவில்லை. அவனால் அழக்கூட இயலவில்லை. ஜோ-ஜோ நடுங்கிப் போய் நின்றான். நான்தான் அவளுக்கு ஊசி போடச் சொல்லி ஸியாவோ-ஃபாங்கைக் கேட்டுக் கொண்டேன் என்று சொல்லி ஜோ-ஜோ அழுதான். அந்தக் குழந்தையும் 'அவன் எனக்கு எந்த ஊசியும் போடவில்லை' என்று சொல்லி அழுதாள். ஆனால் அவர்கள் மேற்கொண்டு எதையும் பேச விடாமல் அவர்களை அதட்டிவிட்டு, ஸியாவின் மீது சீறி விழுந்தார்கள். கடைசியில் அம்மாவை ஆவேசமாகக் கீழே தள்ளிவிட்டு, ஸியாவோ - ஃபாங்கை இழுத்துக் கொண்டு 'சிச்சுவான் மக்கள் மருத்துவமனைக்கு' விரைந்து சென்றார்கள்.

மருத்துவமனையின் புறநோயாளிப் பிரிவுக்கு அவர்கள் சென்றதும், ஆவேசப்பட்ட தாயும், ஆத்திரமடைந்த கும்பலும், நோயாளிகளையும், நர்சுகளையும், மருத்துவர்களையும் நாடக பாணியில் குற்றம் சுமத்தத் தொடங்கினார்கள், 'முதலாளி வர்க்கக் கைக்கூலிகளின் மகன் ஒருவன், புரட்சிப் படையினரின் மகள் ஒருத்தியைக் கற்பழித்து விட்டான். இதற்கு அந்த முதலாளி வர்க்கக் கைக்கூலிகள் விலை கொடுக்க வேண்டும்'. அந்த குழந்தையை மருத்துவர்கள் பரிசோதனை செய்து கொண்டிருந்தார்கள். அப்போது ஓர் இளைஞன், முற்றிலும் புதிதான இளைஞன், 'நீங்கள் ஏன் அந்த முதலாளி வர்க்க கைக்கூலிப் பெற்றோர்களை இழுத்து வரவில்லை? அவர்களைக் கொன்று போட வேண்டும்' என்று கத்திக் கொண்டே ஓடி வந்தான்.

பரிசோதனையை முடித்துக் கொண்டு வெளியே வந்த மருத்துவர், 'இந்தப் பெண் கற்பழிக்கப்பட்டதற்கான எந்த அடையாளமும் இல்லை. அவள் தொடையில் ஏற்பட்டிருக்கிற கீறல்கள் இப்போது

ஏற்பட்டவை இல்லை. அத்துடன் ஸியாவோ- ஃபாங் வைத்திருந்த குச்சியால் ஏற்படுத்தப்பட்ட கீறல்களும் இல்லை. அந்தக் குழந்தை எப்போதோ மரத்தில் ஏறி இருக்கிறாள். அதனால் ஏற்பட்ட கீறல்கள் தான் அவைகள்' என்று தெளிவாகக் கூறி விட்டார். கூட்டம் மௌனமாகக் கலைந்து வெளியேறியது.

அன்று இரவு ஸியாவோ-ஃபாங்கிற்கு ஜன்னி வந்து விட்டது. அவன் முகம் கருஞ்சிவப்பாக மாறி, ஏதேதோ உளறத் தொடங்கினான். அடுத்தநாள் அம்மா அவனை மருத்துவமனைக்கு தூக்கிக் கொண்டு ஓடினாள். மருத்துவர்கள் அவனுக்கு தூக்க மாத்திரைகள் கொடுத்து அமைதியாகத் தூங்க வைத்தார்கள். சில நாட்களில் அவன் முற்றிலும் குணம் பெற்று வந்தான். ஆனால், அந்தக் குழந்தைகளோடு விளையாடச் செல்வதை நிறுத்தி விட்டான். இந்த நிகழ்வுக்கு பிறகு, தன்னுடைய ஆறாவது வயதிலேயே, தன் குழந்தைப் பருவ விளையாட்டுகளுக்கு முற்றுப் புள்ளி வைத்து விட்டான்.

நாங்கள் விண்கல் வீதியிலுள்ள வீட்டிற்குக் குடியேறியபோது பாட்டி வைத்திருந்த சேமிப்பு எங்கள் ஐவருக்கும் ஊக்கத்தையும், நம்பிக்கையையும் தந்தது. ஆனால், அதற்குள் என் சகோதரி ஸியாவோ-ஹாங்குடைய தோழனான செங்-யி என்பவனுடைய உதவி கிட்டியது.

செங்-யியின் தந்தை கோமிங்டாங் அதிகாரத்தில் ஒரு கீழ்நிலை அலுவலராக இருந்தார். 1949-க்கு பிறகு அவரால் ஒரு தகுதியான வேலையைத் தேடிக்கொள்ள முடியவில்லை. அவருடைய கடந்தகாலம் விரும்பத்தகாத கோமிங்டாங் பதவியில் இருந்த ஒரு காரணத்தாலும், அவருக்கு காசநோய், மற்றும் இரைப்பைப் புண் போன்ற நோய் இருந்த ஒரு காரணத்தாலும் அவருக்கு வேலைவாய்ப்பு கிட்டாமல் போய்விட்டது. தெருக்களைப் பெருக்கி சுத்தம் செய்தல், பணம் வசூல் செய்து கொடுத்தல் போன்ற சில்லறை வேலைகளைச் செய்து வந்தார். பஞ்சம் வந்த நேரத்தில், அவரும் அவரது மனைவியும் சாங்சிங் நகரில் இருந்தபோது பட்டினியால் இருவரும் இறந்து விட்டார்கள்.

விமான எந்திரங்கள் செய்யும் தொழிற்சாலை ஒன்றில் செங்-யி பணியாற்றி வந்தான். 1968 ஆம் ஆண்டின் தொடக்கத்தில் அவன் என் சகோதரியைச் சந்தித்திருக்கிறான். மற்ற தொழிற்சாலைப் பணியாளர்களைப் போல இவனும் புரட்சிக் குழுவில் செயல்பாடு அதிகமில்லாத ஓர் உறுப்பினராக இருந்து வந்தான். இந்தப் புரட்சிக் குழு ஆகஸ்ட் 26 - இயக்கத்துடன் இணைக்கப்பட்டிருந்தது. பொழுதுபோக்குகள் அதிகமில்லாத காலம் அது. ஆகவே

670 'தக்க தருணத்தில் கிடைக்கப்பெற்ற உதவி'

பல புரட்சிக் குழுக்கள் இணைந்து ஓர் இசைக் குழுவையும், நாடகக் குழுவையும் தொடங்கினார்கள். அனுமதிக்கப்பட்ட மாவோவின் மேற்கோள்களையும், மாவோ பற்றிய புகழ்ச்சிப் பாக்களையும் அரங்கேற்றிப் பாடினார்கள். சிறந்த இசைக் கலைஞனாக விளங்கிய செங்-யி இந்த இசைக் குழுவில் சேர்ந்து கொண்டான். நடனம் புரிவதில் அதிக ஈடுபாடு கொண்டிருந்த என் சகோதரி, அந்த தொழிற்சாலையில் பணிபுரியாவிட்டாலும், அந்த நடனக் குழுவில் சேர்ந்து கொண்டாள். அவளுடன் பிளம்பியும், சிங்-சிங்கும் சேர்ந்து கொண்டார்கள். இங்குதான் என் சகோதரியும், செங்-யியும் காதல் வயப்படத் தொடங்கினார்கள். இவர்களின் காதலுக்கு எல்லாப் பக்கங்களிலிருந்தும் எதிர்ப்பு கிளம்பியது. முதலாளி வர்க்கக் கைகூலிகள் குடும்பத்தோடு ஒரு தொடர்பு ஏற்படுத்திக் கொண்டிருந்ததால், அவனது எதிர்காலம் கேள்விக்குறி ஆகி விடுமோ என்று செங்-யியின் சகோதரியும், அவனது சக பணியாட்களும் கவலை கொண்டார்கள். 'எங்களில் ஒருவனாக' உயர் அதிகாரிகளின் குழந்தைகள் அவன் இல்லை என்று அவனை ஏளனமாகப் பார்த்தார்கள். நானும், 'தனக்குப் பிடித்தவனோடு வாழ விரும்புகிற என் சகோதரியின் முடிவு, அப்பா அம்மாவைச் சீரழித்து விடும்' என்று என் கோணத்தில் பார்த்தேன். ஆனால் அவர்களின் காதல் ஆழமாக இருந்தது. பற்பல சோதனைகளுக்கு பிறகும் அவர்களின் காதல் நீடித்து நிலைத்து இருந்தது. விரைவில் எனக்கும் அவனைப் பிடித்து விட்டது. செங்-யியை மதிக்கத் தொடங்கி விட்டேன். அதுபோல என் குடும்பத்தார் அனைவருக்கும் அவனைப் பிடித்து விட்டது. அவன் கண்ணாடி அணிந்திருந்தான். அதனால் அவனைக் கண்ணாடிக்காரன் என்று அழைக்கத் தொடங்கினோம்.

அதே இசைக் குழுவில், கண்ணாடிக்காரனின் நண்பன் ஒருவன் இருந்தான். அவன் தச்சுத் தொழில் செய்கிறவன். டிரக் வண்டி ஓட்டுநரின் மகன் அவன். அவன் ஒரு ஜாலியான ஆள். குறிப்பாக அவன் மூக்கு நீண்டு பெரிதாக இருக்கும். அந்த மூக்கை வைத்துப் பார்த்தால் அவன் ஒரு சீனாக்காரன் மாதிரித் தெரியாது. அந்தக் காலங்களில் நாங்கள் பார்த்த புகைப்படங்களில் இருந்த ஒரே வெளிநாட்டினர் 'அல்பேனியர்கள்' மட்டும் தான். ஏனென்றால், தொலைதூரத்தில் இருந்த, சீனாவின் நேச நாடு மிகச்சிறிய அல்பேனியாதான். வடகொரியா மக்களைக்கூட நாங்கள் கேவலமாகத்தான் பார்த்தோம். அவனுடைய நண்பர்கள் அவனுக்கு 'அல்' என்று செல்ல பெயர் சூட்டினார்கள். இது அல்பேனியா என்பதின் சுருக்கம்.

விண்கல் வீதிக்கு நாங்கள் குடிபெயர்வதற்கு 'அல்' ஒரு வண்டியைக் கொண்டு வந்தான். அந்த வண்டியில் அதற்குமேல் சுமை ஏற்ற வேண்டாமென்று எண்ணி, சில பொருட்களை அங்கேயே விட்டுவிட்டு வந்து விடலாம் என்று கூறினேன். ஆனால், அவன் ஒன்று விடாமல் எல்லாப் பொருட்களையும் ஏற்றிக் கொள்வதாகக் கூறிவிட்டான். அவன் பல்லைக் கடித்துக் கொண்டு, உடலை வளைத்து நெளித்து, பொருட்களை இறுக்கிப் பிடித்து தூக்கி வண்டியில் போட்டான்.

பிளம்பியின் மீது 'அல்'லுக்கு ஒரு கண் இருந்தது. புது வீட்டில் குடியேறிய அடுத்த நாள், பிளம்பி, சிங்-சிங், அத்துடன் என்னையும் மதிய உணவுக்கு அவன் வீட்டிற்கு அழைத்தான். அவன் வீடு செங்குடுவில் பொதுவாகக் காணப்படும் ஜன்னல் இல்லாத வீடு. நேரடியாக வீதியைப் பார்த்து திறந்தே இருக்கும். இதுபோன்ற ஒரு வீட்டிற்கு இப்போதுதான் முதல் முறையாகப் போயிருக்கிறேன். இந்த வீதிக்கு நாங்கள் புதிதாக வந்தபோது சில இளைஞர்கள் அங்கே ஒரு மூலையில் சுற்றிக் கொண்டிருப்பதைப் பார்த்தேன். அவர்கள் கண்கள் எங்களையே தொடர்ந்து கொண்டிருந்தன. 'அல்'லுக்கு அவர்கள் ஒரு வணக்கம் போட்டார்கள். அல் பூரித்துப் போனான். அவர்களிடம் சென்று பேசினான். அவன் முகத்தில் ஒரு புன்னகை தவழத் திரும்பி வந்தான். அல் அவர்களிடம் 'நீங்கள் எல்லாம் உயர்தர அதிகாரிகளின் குழந்தைகள். நான் உங்களோடு நட்புக் கொண்டிருக்கிறேன். ஆகவே, கலாச்சாரப் புரட்சி முடிவடைந்தவுடன் விலைமதிப்புள்ள பொருட்களை உங்களிடமிருந்து எடுத்துக் கொள்வேன்' என்று சொன்னதாக எதார்த்தமான குரலில் கூறினான்.

நான் அதிர்ச்சியடைந்தேன். முதலில், அவன் கூறியது, உயர் அதிகாரிகளின் குழந்தைகள் எதை வேண்டுமானாலும் அனுபவித்துக் கொள்ளலாம் என்பதுபோல இருந்தது. அப்படி எதுவும் இல்லை. இரண்டாவதாக, அவன் எங்களோடு தொடர்பு கொண்டு இருந்ததால், அவனுக்கிருந்த ஆனந்தம் கண்டு நான் மலைத்துப் போனேன். இவனுக்கு கிடைத்த பெருமையை அவனது நண்பர்களின் கண்களில் காண முடிந்தது. அப்பா, அம்மா தடுப்புக் காவலில் இருந்தபோதும், நாங்கள் வீட்டை விட்டு வெளியே தூக்கி எறியப்பட்ட போதும், சிச்சுவான் புரட்சிக்குழு தொடங்கப்பட்ட போதும், முதலாளி வர்க்க கைக்கூலிகள் அப்புறப்படுத்தப்பட்ட போதும், கலாச்சாரப் புரட்சி வெற்றி பெறப் போவதாகத் தெரிந்த போதும், 'அல்'லும் அவனது நண்பர்களும் என் பெற்றோர்கள்

போன்ற அதிகாரிகள் மீண்டும் வருவார்கள் என்று இன்னும் உறுதியாக இருந்தார்கள்.

இதுபோன்ற ஒரு சிந்தை எனக்குள் அடிக்கடி வந்து போய்க் கொண்டிருந்தது. அந்த அற்புதமான முற்றத்து கதவைத் தாண்டிப் போகின்ற பொழுதெல்லாம், விண் கல் வீதி மக்களின் பார்வை, ஓர் ஆர்வமும் ஆச்சரியமும் கலந்த பார்வையாக இருப்பதை நான் கவனிக்கத் தவறவில்லை. நாடோடிகளான முதலாளி வர்க்கக் கைக்கூலிகளை விட 'புரட்சிக் குழுக்கள்' மேலானவைகளாக பொது மக்கள் கருதியதை நான் தெளிவாகக் கண்டு கொண்டேன்.

1968 ஆம் ஆண்டின் வசந்த காலத்தில், ஒரு புதிய குழு வந்து எங்கள் பள்ளியைப் பொறுப்பெடுத்துக் கொண்டது. 'மாவோ சிந்தனைப் பரப்புரைக் குழு' என்று அந்தக் குழு அழைக்கப்பட்டது. உட் குழுக்களிடையே ஏற்பட்ட சண்டையில் ஈடுபடாத போர் வீரர்கள் அல்லது தொழிலாளர்களைக் கொண்டு உருவாக்கப்பட்ட இக்குழுவின் பணி, அரசு உத்தரவுகளை மீண்டும் செயல்படுத்தத் தொடங்குவதுதான். இரண்டு ஆண்டுகளுக்கு முன்னால் கலாச்சாரப் புரட்சி தொடங்கப்பட்டபோது, பள்ளிகளில் இருந்த அத்தனை மாணவர்களையும் இந்தக் குழு அழைத்தது. இதனால் மாணவர்கள் அனைவரையும் கட்டுப்பாட்டுக்குள் வைத்துக் கொண்டிருந்தார்கள். நகரை விட்டு வெளியேறியவர்கள் சிலரைத் தேடிக் கண்டுபிடித்து, தந்தி கொடுத்து அவர்கள் வரவழைக்கப்பட்டார்கள். சிலர் துணிச்சலுடன் வராமல் தங்கி விட்டார்கள்.

பாதிப்புக்கு உள்ளாகாத ஆசிரியர்கள், மீண்டும் வந்து, பள்ளிகளில் பாடம் நடத்தவில்லை. அவர்களுக்கு அந்த துணிச்சலும் வரவில்லை. பழைய பாடப் புத்தகங்கள் 'முதலாளி வர்க்க நச்சுப் பொருட்கள்' என்று கண்டனம் செய்யப்பட்டிருந்தன. புதிய பாடப் புத்தகங்களை எழுதுவதற்கு யாருக்கும் துணிவு வரவுமில்லை. ஆகவே நாங்கள் வகுப்பறைகளில் அமர்ந்து கொண்டு, மாவோவின் கட்டுரைகளை மனப்பாடம் செய்து ஒப்புவித்துக் கொண்டும், மக்களின் நாளிதழ் தலையங்கத்தை வாசித்துக் கொண்டும் இருந்தோம். மாவோவின் பொன்மொழிகளைப் பாடல்களாகப் பாடினோம். அல்லது அனைவரும் ஒன்றுசேர்ந்து 'சிறு செம்புத்தகங்களை' கைகளில் ஏந்திக் கொண்டு 'விசுவாச நடனங்கள்' ஆடினோம்.

சீன நாடெங்கும், புரட்சிக் குழுக்களின் முக்கியமான உத்தரவின்படி 'விசுவாச நடனம்' கட்டாயம் ஆக்கப்பட்டது. இந்த முட்டாள்தனம் நிறைந்த விஷயம் எங்கும் கட்டாயமாக்கப்பட்டது. பள்ளிகளில், தொழிற்சாலைகளில், வீதிகளில், கடைகளில், இரயில் நடை

பாதைகளில், மருத்துவமனைகளில் எழுந்து நிற்க முடிந்த நோயாளிகள் கூட ஆட வேண்டும்.

மொத்தத்தில், எங்கள் பள்ளிக்கு அனுப்பப்பட்ட பரப்புரைக் குழு சில இனிமையான மனிதர்களைக் கொண்டிருந்தது. மற்ற பள்ளிகளுக்கு அனுப்பப்பட்ட குழுவில் அப்படிப்பட்டவர்கள் இல்லை. அதில் ஒரு குழு செங்குடு பல்கலைக்கழகத்தில் டிங் தம்பதியினரால் நேரடியாகத் தேர்வு செய்யப்பட்டது. ஏனென்றால், அவர்களின் எதிரியான சிகப்பு செங்குடுவின் தலைமையிடமாக செங்குடு பல்கலைக்கழகம்தான் இருந்து வந்தது. யான், மற்றும் யாங் இருவரும் மற்ற எல்லாரையும் விட அதிகமாகப் பாதிக்கப் பட்டவர்கள். அப்பாவுக்குத் தண்டனை கொடுப்பதில் யான் மற்றும் யாங் இருவரையும் சிறப்புக் கவனம் எடுத்துக் கொள்ளச் சொல்லி கட்டாயப்படுத்த வேண்டுமென்று பரப்புரைக் குழுவுக்கு டிங் தம்பதியினர் ஆணையிட்டார்கள். ஆனால் அவர்கள் மறுத்து விட்டார்கள். அப்பாவின் உறுதியைக் கண்டு ஆச்சரியப்பட்ட அவர்கள் ஓர் நிரந்தர நிலைப்பாடு எடுத்ததாக பின்னாட்களில் அம்மாவிடம் கூறினார்கள்.

1968 ஆம் ஆண்டின் இறுதிக்குள், சீனாவில் இருந்த அத்தனை பல்கலைக்கழக மாணவர்களுக்கும், தேர்வு நடத்தாமல், செய்முறைத் தேர்வு இல்லாமல், ஒட்டு மொத்தமாக அழைத்து பட்டமளிக்கப்பட்டு, தேசத்தின் ஒவ்வொரு மூலைகளுக்கும் அவர்கள் அனுப்பப்பட்டார்கள். யான், யாங் ஆகிய இருவரும் அப்பாவைக் கண்டனம் செய்யவில்லையென்றால், அவர்களுக்கு எதிர்காலம் என்பதே இல்லாமல் போய்விடும் என்று எச்சரிக்கப்பட்டார்கள். ஆனால் அவர்கள் தங்கள் நிலைப்பாட்டில் உறுதியாக இருந்தார்கள். அதனால் யான் கிழக்கு சிச்சுவான் மலையடிவாரத்தில் இருந்த ஒரு சிறிய நிலக்கரிச் சுரங்கத்திற்கு அனுப்பப்பட்டாள். இருக்கிற வேலைகளிலே மிகவும் கொடுமை நிறைந்த வேலை இந்த சுரங்கத்து வேலைதான். இந்த வேலையின் தன்மை காட்டுமிராண்டித்தனமானது. கிட்டத்தட்ட உயிருக்கு உத்தரவாதம் இல்லாத வேலை. பெண்களும், ஆண்களைப் போல, நிலக்கரி கூடைகளைத் தவழ்ந்தபடியே இழுத்துச் செல்ல வேண்டும். யானின் விதி காலத்தின் முரண்பாடு. ஆண்கள் செய்கிற அதே வேலையைப் பெண்களும் செய்ய வேண்டும் என்று மாவோவின் மனைவி வற்புறுத்தியதோடு, 'பெண்கள் நினைத்தால், வானத்தையே வீழ்ந்து விடாமல் தாங்கிப் பிடிக்கக் கூடியவர்கள்' என்று சொன்ன மாவோவின் அன்றைய கூற்றையும் வலியுறுத்திக் கூறினாள். 'ஆண்களுக்கு சமம்' என்று பெண்களுக்கு கொடுக்கப்படும்

வார்த்தைகள், அவர்களை ஏதோ ஆபத்தான உடல் உழைப்பில் கொண்டு போய் விடப் போகிறது என்று பெண்களுக்கு தெரியும்.

பல்கலைக் கழக மாணவர்கள் தேசமெங்கும் சிதறடிக்கப்பட்டபிறகு, நெடுந்தூரத்தில் மலைகள் நிறைந்த வனாந்தரத்திற்கு ஆபத்தான வேலைக்கு உட்படுத்தப்படப் போகிறார்கள் என்று என்னைப் போன்ற நடுநிலைப் பள்ளி மாணவர்கள் கண்டு கொண்டார்கள். என்னுடைய எஞ்சிய வாழ்க்கை ஒரு விவசாயி வாழ்க்கையாகத்தான் இருக்க வேண்டும் என்பது மாவோவின் விருப்பமாக இருந்திருக்க வேண்டும்.

22

'தொழிலாளர் உழைப்பின் மூலம் சிந்தனைச் சீர்திருத்தம்!'

இமய மலைகளின் எல்லைக்கு

ஜனவரி – ஜூன் 1969

1969 ஆம் ஆண்டு நான், என் பெற்றோர்கள், என் சகோதரி, என் சகோதரன் ஜின்-மிங், ஆகியோர் அனைவரும் செங்குடுவை விட்டு ஒவ்வொருவராக வெளியேற்றப்பட்டோம். இங்கிருந்து நினைத்துப் பார்க்க முடியாத தூரத்தில், சிச்சுவான் மாநிலக் காட்டுப் பகுதிக்கு அனுப்பப்பட்டோம். இலட்சக்கணக்கான நகரவாசிகளோடு ஒரு வனாந்தரப் பகுதிக்கு வெளியேற்றப்பட்டோம். இவ்வாறு செய்யப்படுவதால் இளைஞர்கள் வேலை ஏதுமின்றி நகரங்களையே சுற்றித் திரிய மாட்டார்கள். அவர்களால் தொந்தரவு ஏதும் இருக்காது. அத்துடன் என் பெற்றோர்களைப் போன்ற வயதானவர்களுக்கான ஓர் 'எதிர்காலம்' அமையும். முந்தைய அரசாங்க நிர்வாகத்தின் அங்கமாக இவர்கள் இருந்தார்கள். இப்போது அந்த அரசு நிர்வாகத்தை மாவோவின் புரட்சிக் குழுக்கள் ஆக்கிரமித்துக் கொண்டன. அது, பழைய அரசு அங்கத்தினர்களாகிய இவர்கள் கடினமான வேலைகளை மேற்கொள்ளும்பொருட்டு நாட்டுப்புறங்களுக்கு அனுப்பப்படுவதுதான் புரட்சிக்குழுக்களுக்கு வசதியான தீர்வு என முடிவெடுத்தது.

மாவோவின் பேச்சுத் திறன் அடிப்படையில், நாங்கள் 'சீர்திருத்தம் பெறும் பொருட்டு' நாட்டுப்புறங்களுக்கு அனுப்பப்பட்டோம். ஒவ்வொருவருக்கும் 'உழைப்பின்

மூலம் சிந்தனைச் சீர்திருத்தம்' என்பதை மாவோ பரிந்துரை செய்து பேசினார். ஆனால், தொழிலுக்கும், சிந்தனைக்கும் உள்ள தொடர்பு என்னவென்று அவர் விளக்கிப் பேசவில்லை. உண்மையில் இதுபற்றி யாரும் அவரிடம் கேட்கவில்லை. இதைக் கேள்வி எழுப்ப வேண்டுமென்று எவன் ஒருவன் யோசனை செய்து பார்த்தால்கூட அவனுக்கு தேச துரோகம் என்னும் குற்றத்திற்கு இணையான தண்டனை கிடைக்கும். ஓய்வில்லா உடல் உழைப்பு, அதுவும் நாட்டுப்புறங்களில் உடல் உழைப்பு செய்வது, உண்மையில் எப்போதுமே தண்டனை என்று சீனாவில் உள்ள ஒவ்வொருவனுக்கும் தெரியும். ஆனால், மாவோவின் பரிவாரங்களோ, புதிதாகத் தொடங்கப்பட்ட கலாச்சாரப் புரட்சி குழுக்களோ, இராணுவ அதிகாரிகளோ, அந்த அதிகாரிகளின் சில குழந்தைகளோ இந்தத் தண்டனை அனுபவிக்க வேண்டியதில்லை.

எங்களில் முதன்முதலில் வெளியேற்றப்பட்டவர் அப்பாதான். 1969 ஆம் ஆண்டின் புத்தாண்டிற்கு பிறகு ஸிசாங் மாநிலத்தில் உள்ள மியி என்னும் மாவட்டத்திற்கு அனுப்பப்பட்டார். இந்த இடம் இமயமலையின் கிழக்கு எல்லையில் அமைந்துள்ளது. தேசத்தின் கடைக்கோடியில் உள்ள இடம் ஆகையால், இப்போது இது ஏவுகணைத் தளமாக இருக்கிறது. செங்குடுவிலிருந்து 300 மைல் தூரத்தில் இருக்கிறது. அங்கு செல்ல இரயில் வசதி இல்லாததால், டிரக் வண்டியில் நான்கு நாட்கள் பயணம் செய்து அந்த இடத்தை அடைய வேண்டும். அந்தக் காலங்களில், நாடு கடத்தப்படுபவர்களைக் கொண்டுவந்து குவிக்கப்படும் இடமாக இது இருந்து வந்தது. ஏனென்றால், இவ்விடத்தின் மலைகளும், தண்ணீரும், மனித அறிவுக்கு எட்டாத வகையில் நச்சுக் காற்றுடன் கலந்திருக்கிறது என்று சொல்லப்பட்டது. இன்றைய பேச்சு வழக்கில் நச்சுக்காற்று என்ற வார்த்தை வெப்பமண்டல நோய் என்று பொருள் தருகிறது.

மாநில அரசாங்கத்தின் முன்னாள் அதிகாரிகளைத் தங்க வைக்கும் பொருட்டு ஒரு பாசறை அமைக்கப்பட்டது. சீன நாடு முழுவதும் இதுபோன்ற ஆயிரக்கணக்கான பாசறைகள் அமைக்கப்பட்டிருக்கின்றன. அவைகளுக்கு 'சேனைகளின் பயிற்சிப் பள்ளி' என்று பெயர். ஆனால், அவைகள் பள்ளிகள் அல்ல. அவைகள் அதிகாரிகளுக்கு மட்டுமல்ல எழுத்தாளர்கள், அறிஞர்கள், விஞ்ஞானிகள், ஆசிரியர்கள், மருத்துவர்கள், நடிகர்கள் ஆகிய, மாவோவின் பார்வையில் 'இலாயக்கற்றவர்கள்' இங்கே கொண்டுவந்து குவிக்கப்பட்டார்கள்.

இங்கு அனுப்பப்பட்ட அரசு அலுவலர்களில் அப்பாவைப் போன்ற முதலாளி வர்க்கக் கைக்கூலிகள் மற்றும் பல வர்க்க எதிரிகள் மட்டும் இங்கு வரவில்லை. இங்கு மேலும் புரட்சிப் படைச் சகபணியாளர்களின் பெரும் பகுதியினரும் அனுப்பப்பட்டிருந்தார்கள். ஏனெனில் தொழிலாளர்கள், மாணவர்கள், படைத்துறையினர் ஆகிய பிரிவிலுள்ள புரட்சிப் படையினர் புதிய சிச்சுவான் குழுவில் நிரம்பி விட்டதால் அதற்குமேல் அங்கு இடமில்லை. ஆகையால், வெளியேற்றப்பட்ட புரட்சிப் படையினர் பலர் 'உழைப்பின் மூலம் சிந்தனைச் சீர்திருத்தம்' என்ற எளிய வழியை மேற்கொள்ள வேண்டுமென்று அறிவுறுத்தப்பட்டு கிராமப்புற வேலைகளுக்கு அனுப்பப்பட்டார்கள். அப்பாவின் இலாக்காவைச் சேர்ந்த மிகச்சிலரே இங்கு அனுப்பப்படாமல் செங்குடுவிலேயே தங்க வைக்கப்பட்டார்கள். சிச்சுவான் புரட்சிக் குழுவின் பொது விவகாரத்துறையின் இணை இயக்குநராக திருமதி ஷயூ பொறுப்பேற்றாள். எல்லாப் புரட்சி இயக்கங்களும் இப்போது கலைக்கப்பட்டன.

'சேனைகளின் பள்ளி' என்பது கைதிகளுக்கான வன்முறைக் கூடாரமோ அல்லது சித்திரவதை முகாமோ அல்ல. ஆனால், அவைகள் தனியாக ஒதுக்கி வைக்கப்பட்டிருக்கும் தடுப்புக் காவல் முகாம். அங்கு அந்தக் கைதிகள் சுதந்திரம் என்பதை நினைத்துக் கூட பார்க்க முடியாது. கடுமையான மேற்பார்வையின் கீழ் அவர்கள் ஓய்வில்லாமல் எப்போதும் உழைத்துக் கொண்டே இருக்க வேண்டும். ஏனென்றால் வேளாண் பகுதிகள் எல்லாம் அதிகமான ஜனத்தொகையால் ஆக்கிரமிக்கப்பட்ட இடமாக ஆகி விட்டது. எனவே வறண்ட பூமியும், மலைப் பாங்கான இடங்களும் நகர்ப்புறங்களிலிருந்து வெளியேற்றப்பட்டவர்கள் அனைவரும் அடைத்து வைக்கப்படும் இடமாக ஆகிவிட்டன. அந்தக் கைதிகள் அவர்களுக்குத் தேவையான உணவுப் பொருட்களை அவர்களே உற்பத்தி செய்து கொண்டு அதன்மூலம் அவர்கள் உயிர் வாழ வேண்டும்.

பயணம் செய்வதற்கு தயார் செய்யும் பொருட்டு, செங்குடுவில் தடுப்புக் காவல் மையத்திலிருந்து, புறப்படுவதற்கு சில நாட்களுக்கு முன்புதான் அப்பா விடுதலை செய்யப்பட்டார். அப்பா விரும்பிய ஒரே ஒரு விஷயம், அம்மாவைப் பார்க்க வேண்டும் என்பதுதான். அம்மா இன்னும் தடுப்புக் காவலில்தான் வைக்கப்பட்டிருந்தாள். அம்மாவை இனிமேல் பார்க்க முடியாது என்று அப்பா முடிவெடுத்துக் கொண்டார். அம்மாவை ஒரே ஒருமுறை மட்டும் பார்ப்பதற்கு, எவ்வளவு தாழ்ச்சியாக எழுத முடியுமோ, அவ்வளவு

தாழ்ச்சியாக அப்பா புரட்சிக் குழுவுக்கு கடிதம் எழுதினார். ஆனால், அப்பாவின் வேண்டுகோள் நிராகரிக்கப்பட்டது.

அம்மா தடுப்புக் காவலில் வைக்கப்பட்டிருந்த திரையரங்கு, அப்போது செங்குடுவின் பரபரப்பான வியாபார மையமாக இருந்த வீதியில் இருந்தது. இப்போது அது பாதி காலியாக இருந்தது. ஆனால், என் சகோதரன் ஜின்-மிங் அடிக்கடி வாங்க வரும் மின் கடத்தி என்ற உதிரி பாகம் கிடைக்கும் கள்ளச் சந்தை அதன் அருகில்தான் இருந்தது. அப்போது அவன் அம்மாவைப் பார்த்திருக்கிறான். அப்போது அம்மா சில தடுப்புக் காவல் கைதிகளுடன், கையில் ஒரு சட்டியையும், இரண்டு குச்சிகளையும் எடுத்துக் கொண்டு, தெருவில் வரிசையில் நடந்து செல்வதைப் பார்த்திருக்கிறான். திரையரங்கில் இருந்த உணவு விடுதி ஒழுங்காகச் செயல்படுவதில்லை. ஆகவே, தடுப்புக் காவல் கைதிகள் சாப்பாட்டிற்கு அவ்வப்போது வெளியில்தான் செல்ல வேண்டியிருந்தது. ஜின்-மிங் கண்டறிந்து கூறிய விஷயம் எங்களுக்கு உணர்த்தியது என்னவென்றால், தெருவில் காத்துக் கொண்டு நின்றால், அம்மாவைப் பார்க்கும் வாய்ப்பு கிடைக்கும் என்பதுதான். அப்படி நாங்கள் காத்திருந்தபோது மற்ற கைதிகள் வெளியே வருவார்கள். அம்மாவைப் பார்க்க முடியாது. அப்போது நாங்கள் தவித்துப் போயிருக்கிறோம். அப்படி அம்மா அவர்களோடு வராத நேரங்களில், அம்மா சாப்பிடச் செல்ல அனுமதி கேட்டும், அதை சில வெறி பிடித்த காவலர்கள் மறுத்து அம்மாவுக்கு அவர்கள் தண்டனை கொடுத்துக் கொண்டிருந்த நேரம் என்று எங்களுக்கு அப்போது தெரியவில்லை. ஆனால், அடுத்தநாள் அம்மாவைப் பார்த்து விடுவோம். குனிந்த தலையுடன், வேதனையைச் சுமந்து கொண்டு அமைதியாகச் செல்லும் ஆண்கள் பெண்கள் மத்தியில் அம்மாவைக் கண்டோம். எல்லாரும் கைகளில் வெள்ளைப் பட்டை அணிந்திருந்தார்கள், அப்பட்டைகளில் தீக்குறியான 'பேய் எருது' என்றும் 'பூத நாகம்' என்றும் எழுதப்பட்டிருக்கும்.

அம்மாவைப் பார்ப்பதற்கு, அப்பாவைப் பலமுறை அந்தத் தெருவிற்கு அழைத்துச் சென்றிருக்கிறேன். அதிகாலையிலிருந்து மதிய உணவு நேரம் வரை காத்துக் கொண்டிருப்போம். ஆனால், அம்மா வருவதற்கான அடையாளமே இராது. அந்த தெருவில் அங்குமிங்கும் நடப்போம். அப்போது ஒருநாள் காலை அம்மாவைப் பார்த்து விட்டோம். தன் குழந்தைகளை அந்த வீதியில் பலமுறை பார்த்த அம்மா, இந்த முறை நாங்கள் வந்திருக்கிறோமா என்று ஆவலோடு தேடிப் பார்த்தாள். அப்போது அம்மாவின் கண்களும் அப்பாவின் கண்களும் சந்தித்துக் கொண்டன. அவர்கள் உதடுகள்

ஏதோ சொல்லத் துடித்தன. ஆனால், எந்தச் சத்தமும் வெளியே வரவில்லை. ஒருவ்ரை ஒருவர் கண்களால் பார்த்துக்கொண்டு நின்றனர். 'தலையைக் குனிந்து கொண்டு நட' என்று அந்த காவலர் அம்மாவை அதட்டினான். அம்மா தெரு முனையில் போய் திரும்பும்வரை, அப்பா, அம்மாவையே பார்த்துக்கொண்டு நின்றார்.

இரண்டு நாட்கள் கழித்து அப்பா கிளம்பி விட்டார். அவர் முகத்தில் அமைதி தெரிந்தாலும், அவரின் மனநிலையை என்னால் கண்டுபிடிக்க முடிந்தது. எப்போது அவர் மனநிலை மீண்டும் பழையபடி பாதிக்கப்பட்டு விடுமோ என்ற விரக்தியில் நான் இருந்தேன். இப்போது அவர், தன் மன வேதனையையும், உடல் வேதனையையும், குடும்பத்தினர் உடன் இல்லாமல், தனிமையில் கிடந்து அனுபவிக்க வேண்டியிருந்தது. நான் உடனடியாக அங்கு சென்று அவருக்கு துணையாக இருக்கலாம் என்று முடிவு செய்தேன். ஆனால், மியி என்னும் அந்த இடத்திற்கு அரசு போக்குவரத்து நிறுத்தப்பட்டிருந்ததால், அங்கு செல்வது அவ்வளவு எளிதல்ல. அப்பா இருக்கும் முகாமிற்கு 50 மைல் அருகில் உள்ள 'நிங்னன்' என்னும் இடத்திற்கு எங்கள் பள்ளி மாற்றப்பட்டுள்ளது என்ற செய்தி கேட்டு நான் மிகுந்த மகிழ்ச்சியடைந்தேன்.

செங்குடுவில் இருந்த ஒவ்வொரு நடுநிலைப் பள்ளிகளும் சிச்சுவான் மாநிலத்தில் உள்ள ஏதாவது பட்டிக்காட்டுப் பகுதிக்கு மாற்றப்பட்டது. நாங்கள் கிராமங்களில் இருந்த விவசாயிகளோடு தங்கியிருந்து, அவர்களிட மிருந்து கற்றுக் கொள்ள வேண்டும் என்று அறிவுறுத்தப்பட்டது. நாங்கள் அப்படி ஒன்றும் மிக முக்கியமான விஷயங்களைக் கற்றுக் கொள்ள வேண்டும் என்று எதுவும் இல்லை. ஏதோ ஒரு வகையில் கல்வி அறிவு பெற்றிருக்கும் மக்கள், கல்வி அறிவு பெற்றிராத விவசாயிகளைவிட தாழ் நிலையில்தான் இருந்தார்கள் என்றும், அவர்களைப் போல் மக்கள் சீர்திருத்தம் பெற வேண்டும் என்பதையுமே மாவோ எப்போதும் வலியுறுத்தி வந்தார். மாவோவின் முக்கியமான கூற்று: 'விவசாயிகளின் கைகள் அழுக்கு படிந்திருக்கும்; கால்களில் மாட்டு சாணம் அப்பி இருக்கும். ஆனால், விவசாயிகளின் அந்தக் கைகளும், கால்களும், கற்றுத் தேர்ந்த அறிவாளிகளை விடப் புனிதமானவை.'

எங்கள் பள்ளியும், என் சகோதரி படித்த பள்ளியும் முதலாளி வர்க்கக் கைக்கூலிகளின் குழந்தைகளையே அதிகமாகக் கொண்டிருந்தன. அதனால், இந்தப் பள்ளிகள் கடவுளால் புறக்கணிக்கப்பட்ட இடங்களாகப் பார்த்து அங்கு மாற்றப்பட்டன. புரட்சிக்குழு உறுப்பினர்களின் குழந்தைகள் யாரும் அங்கே இல்லை. அவர்களுக்கு மிக எளிதாக விளங்கிய இராணுவப்பணியில்

அவர்கள் சேர்ந்து கொண்டார்கள். பட்டிக்காட்டுப் பகுதிகளுக்கு செல்வதைவிட இது மிகச் சிறந்த மாற்று. ஒருவனின் குழந்தைகள் இராணுவப் பணியில் இருப்பதுதான், ஆட்சி அதிகாரத்திற்கு வருவதற்கு தெளிவான ஓர் அடையாளம் என்ற உண்மை இந்தக் காலக் கட்டத்தில்தான் தொடங்கியது.

ஒட்டு மொத்தமாகப் பார்க்கப் போனால், கிட்டத்தட்ட 15 மில்லியன் மக்கள் கிராமப்புறங்களுக்கு அனுப்பப்பட்டிருக்கிறார்கள். இது வரலாற்றில் அதிகமான ஜனத்தொகை இடம் பெயர்ந்ததாகப் பார்க்கப்பட்டது. பல பிரச்சனைகளுக்கு இடையில் சிறப்பாக ஒருங்கிணைக்கப்பட்டு செயல்படுத்தப் பட்ட அரசாணை இது மட்டுமே. அதிகப்படியான ஆடைகள், மெத்தைகள், போர்வைகள், பெட்டிகள், கொசு வலைகள், பிளாஸ்டிக் விரிப்புகள் போன்றவைகள் வாங்கிக் கொள்ள ஒவ்வொருவருக்கும் மானியம் வழங்கப்பட்டது. செருப்புகள், தண்ணீர்க்குடுவை, டார்ச் விளக்கு போன்றவை முறையாக எங்களுக்கு வழங்கப்படுகின்றனவா என்று மிகுந்த கவனம் செலுத்திப் பார்க்கப்பட்டது. இவைகள் சாதாரணக் கடைகளில் கிடைக்கப் பெறாததால், தனியாக உற்பத்தி செய்யப்பட வேண்டியிருந்தது. ஏழைக் குடும்பங்களிலிருந்து வந்தவர்கள் இன்னும் கொஞ்சம் கூடுதல் பணம் கேட்டுப் பெற்றுக் கொள்ளலாம். முதலாம் ஆண்டு, அரசாங்கமே எங்களுக்கு சில்லறைச் செலவினங்களுக்கான பணமும், அரிசி, எண்ணெய், இறைச்சி போன்ற ரேஷன் பொருட்களும் வழங்கியது. எங்களுக்கென்று எந்த ஊர் ஒதுக்கப்பட்டதோ, அந்த ஊரிலிருந்து இந்தப் பொருட்களைக் கேட்டுப் பெற்றுக் கொள்ள வேண்டும்.

'முன்னோக்கிய பிரமாண்டப் பாய்ச்சல்' தொடக்கத்திலிருந்து, கிராமங்கள், சமுதாயக் கூட்டுக் குழுக்களாக ஒருங்கமைக்கப்பட்டு, அதன் ஒவ்வொரு குழுவிலும் பல கிராமங்கள் இணைக்கப்பட்டு, அதில் 2000 முதல் 20000 குடிகள் வரை உள்ளடக்கப்பட்டிருந்தன. இந்தச் சமூகக் கூட்டுக் குழுவின் கீழ் உற்பத்தி பணிக்குழுக்கள் வந்தன. இந்தப் பணிக் குழுக்கள் பல கிளை உற்பத்திப் பணிக் குழுக்களை நிர்வகித்து வந்தன. ஓர் உற்பத்திகுழு என்பது கிட்டத்தட்ட ஒரு கிராமத்திற்கு சமமாக இருந்தது. அதுவே நாட்டுப் புற வாழ்க்கைக்கான அடிப்படை யூனிட்டாக இருந்தது. ஒவ்வொரு உற்பத்திக் குழுவுக்கும், எங்கள் பள்ளியிலிருந்து எட்டு மாணவர்கள் வரை எடுத்துக் கொள்ளப்பட்டார்கள். யாரும் யாருடனும் சேர்ந்து ஒரு குழுவை உருவாக்கிக் கொள்ளலாம் என்ற உரிமை எங்களுக்கே விடப்பட்டது. பிளம்பியின் வகுப்பிலிருந்து என் தோழியர்களைத் தேர்வு செய்து கொண்டேன். என் சகோதரியின் பள்ளிக்கூடம்

வேறாக இருந்தாலும், அவள் என்னுடன் வந்து சேர்ந்து கொண்டாள். ஓர் இடத்திற்கு செல்ல வேண்டுமென்றால், ஒரு உறவினரை உடன் அழைத்துச் செல்ல அனுமதிக்கப்பட்டது. சகோதரன் ஜின்-மிங் நான் படிக்கும் அதே பள்ளியில் இருந்தாலும், அவன் செங்குடுவிலேயே தங்கி விட்டான். காரணம், அவனுக்கு இன்னும் 16 வயது நிரம்பவில்லை. 16 தான் அதற்கு அதிகபட்ச வயது. பிளம்பி அவள் குடும்பத்திற்கு ஒரே குழந்தை என்ற காரணத்தால், அவளும் அனுப்பப்படவில்லை.

நிங்னன்னுக்கு செல்ல வேண்டுமென்று மிகவும் ஆவலாக இருந்தேன். உடல் உழைப்பு அனுபவம் எனக்கு இல்லை. அரசியல் இல்லாத அந்த இடம், அற்புதமான சூழலாக இருக்கும் என்று கற்பனை செய்தேன். ஓர் அதிகாரி எங்களோடு பேசுவதற்காக நிங்னனிலிருந்து வந்தார். வெப்ப மண்டலத்தில் நீல நிற ஆகாயத்தால் ஏற்படும் தட்ப வெப்பநிலை பற்றியும், மிகப்பெரிய செம்பருத்திப் பூக்கள் பற்றியும், நீண்ட வாழைப்பழங்கள் பற்றியும், யாங்ஸி நதியின் மேற்பகுதியில் உள்ள 'பொன் மணல் ஆறு' பற்றியும் தெளிவாக விளக்கிக் கூறினார்.

பனி சூழ்ந்த ஓர் உலகத்தில் வாழ்ந்து கொண்டிருந்தேன். சூரியனின் செந்நிறக் கதிர்களும், பசுமையான வெப்ப மண்டலத் தாவரங்களும் எனக்கு ஒரு கற்பனை உலகைப் படைத்துக் கொடுத்தன. அந்த அதிகாரி செல்வதைக் கேட்க, கேட்க, நான்கு புறமும் மலர்கள் சூழ்ந்த ஒரு மலையின் அடியில், பொன் மணல் ஆறு என் காலடியில் சலசலவென்று ஓடுவது போலவும் நான் கற்பனை செய்து கொண்டேன். பண்டைய இலக்கியங்களில் வாசித்திருந்த, அறிவுக்கெட்டாத 'தீய காற்று' பற்றி அவர் குறிப்பிட்டு பேசினார். ஆனால், அதுகூட அந்தக் கால விசித்திர உணர்வுகளை எனக்கு உணர்த்தியது. அரசியல் செயல் திட்டங்களில் மட்டும்தான் எனக்கு ஆபத்து காத்திருந்தது.

அங்கு செல்ல எனக்கு அதிக ஆர்வம் மேலிட்டது. அதனால் அப்பாவை எளிதாகப் பார்த்து விடலாம் என்ற எண்ணம் எனக்கிருந்தது. ஆனால், 10 ஆயிரம் அடி உயரமுள்ள மலை எங்களுக்கு நடுவில் இருந்ததை நான் கவனிக்கத் தவறி விட்டேன். பூமியின் வரைபடங்கள் பற்றிய போதுமான அறிவு அப்போது எனக்கு இல்லாமல் போனதுதான் காரணம்.

1969 ஆம் ஆண்டு ஜனவரி 27 ஆம் நாள் எங்கள் பள்ளி நிங்னன் நோக்கிப் புறப்பட்டது. ஒவ்வொரு மாணவனும் ஆளுக்கொரு பெட்டியும், படுக்கையும் எடுத்துக் கொள்ளலாம் என்று

அனுமதிக்கப்பட்டது. ஒரு டிரக் வண்டிக்கு மூன்று டஜன் பேர் வீதம், எல்லாரும் டிரக் வண்டிகளில் அடைக்கப்பட்டோம். வண்டியில் அத்தனை பேருக்கும் உட்கார இடம் இல்லை. இடம் கிடைக்கப் பெற்றவர்கள் போக, மீதிப் பேர் படுக்கைகள் மீதும், சிலர் வண்டியின் தளத்திலும் அமர்ந்து கொண்டோம். அந்தக் குண்டும் குழியுமான கிராமத்து சாலைகளில் மூன்று நாட்கள் பிரயாணம் செய்து ஸிசாங் எல்லையை அடைந்தோம். செங்குடுவின் சமவெளிப் பகுதியைக் கடந்து வந்தோம். இமய மலையில் கிழக்கு எல்லை வழியே வந்தோம். இந்தப் பிரபஞ்சத்தை வெண்மையாக்கக்கூடிய பனிப் பொழிவுகளையும், ஆலங்கட்டி மழை என்று சொல்லக்கூடிய பனிக்குண்டுகள் பொழிந்ததையும் பார்த்து ரசித்துக் கொண்டு வருவதற்காக பின்பக்கம் வந்து அமர்ந்து கொண்டேன். அந்த இயற்கை அழகின் கண்கொள்ளாக் காட்சி கண்டு வாயடைத்து வந்தேன். மேற்கு திசையில் சுமார் 25,000 அடி உயரத்தில் ஒரு சிகரம் எழுந்து நின்றது. அதற்கப்பால் இருந்த புராதனக் காடுகளில்தான் உலகத்து மலர்கள் அத்தனையும் தோன்றியிருக்க வேண்டும்.

இரண்டாம் நாள் மாலை ஆஸ்பெஸ்டாஸ் மாவட்டம் என்று சொல்லக்கூடிய ஒரு இடத்திற்கு வந்தோம். ஆஸ்பெஸ்டாஸ் உற்பத்தியால் இந்த இடத்திற்கு அப்பெயர் வந்தது. மலைப் பகுதியின் எங்கோ ஓரிடத்தில் காலைக் கடனுக்காக வண்டிகள் நிறுத்தப்பட்டன. அங்கிருந்த இரண்டு குடிசை வீடுகளின் கழிப்பறைகளை நாங்கள் அத்தனைபேரும் பயன்படுத்த வேண்டியிருந்தது. அந்தக் குடிசை வீட்டுக் கழிப்பறைகள் குழி போன்று அமைக்கப்பட்டிருந்தன. அந்தக் குழிகளில் பூச்சிகளும் புழுக்களும் நெளிந்து கொண்டிருந்தன. அதைப் பார்த்ததும் ஏற்பட்ட அருவருப்பால் எனக்கு குமட்டிக் கொண்டு வந்தது. அங்கு காணப்பட்ட தொழிலாளர்கள் முகத்தில் ஜீவனின்றி, அழுக்குப் படிந்து, பழுப்பு நிறத்தில் காணப்பட்டார்கள். எங்களை வழிகாட்டி அழைத்துச் செல்ல வந்திருந்த பரப்புரைக் குழு உறுப்பினர் டாங்-அன் என்பவரிடம் 'மரப்பாச்சிகள்' போல் பயந்து கொண்டு திரியும் இந்த மனிதர்கள் யார் என்று கேட்டேன். இவர்கள் 'லாவோ-கை,' அதாவது தொழிலாளர் வழி சிந்தனைச் சீர்திருத்தப் பாசறையிலிருந்து வந்த தண்டனைக் குற்றவாளிகள் என்று பதில் சொன்னார். ஏனென்றால், ஆஸ்பெஸ்டாஸ் சுரங்க வேலை உலகின் மிக ஆபத்தான வேலைகளில் ஒன்று. தண்டனைக் கைதிகள் மேற்கொள்ளும் அபாயகரமான வேலை. முதல் முறையாக சீனாவின் சித்திரவதைக் கூடத்தை இங்கு கண்டேன்.

ஐந்தாவது நாள், மலை உச்சியில் இருந்த ஒரு தானியக் கிடங்கில் நாங்கள் இறக்கி விடப்பட்டோம். பரப்புரையில் செய்யப்பட்ட விளம்பரத்தின்படி, எங்கள் வருகையைக் கொண்டாடும் பொருட்டு, மேள தாளங்களும் வான வேடிக்கை ஆரவாரங்களும் இருக்கும் என்று எதிர் பார்த்தேன். ஆனால், அங்கு நடந்ததென்னவோ, சமுதாயக் கூட்டுக்குழு அலுவலர் ஒருவர் எங்களைச் சந்திக்க அங்கு வந்திருந்தார். அவர் ஒரு வரவேற்பு உரையாற்றினார். அந்த உரை செய்தித்தாட்களில் வரும் சம்பிரதாய நடை செறிந்த வழக்கு சொற்களாக இருந்தன. சுமார் 20க்கும் மேற்பட்ட விவசாயிகள் எங்கள் பெட்டி, படுக்கைகளை எடுத்துச் செல்ல உதவுவதற்காக வந்தார்கள். அவர்களின் முகங்கள் சலனமின்றி, விரக்தியுற்று இருந்தன. அவர்களின் பேச்சு என்னால் விளங்கிக் கொள்ள முடியாமல் போனது.

நானும் என் சகோதரியும் புதிய இல்லத்தை நோக்கி நடந்தோம். எங்கள் குழுவைச் சார்ந்த இன்னும் இரண்டு பெண்களும் நான்கு இளைஞர்களும் எங்களோடு வந்தார்கள். எங்கள் பெட்டி, படுக்கைகளைச் சுமந்து கொண்டு வந்த அந்த நான்கு விவசாயிகளும் வாயைத் திறக்காமல் மௌனமாக வந்தார்கள். நாங்கள் கேட்ட கேள்விகளை அவர்கள் புரிந்து கொள்ளாமல் இருந்திருக்கலாம். நாங்களும் அமைதியாக நடந்து வந்தோம். உலகின் எழில் மிகு மலையில் ஒருவர்பின் ஒருவராக ஒற்றை வரிசையில் கவனமாக நடந்து வந்தோம். ஆனால், அந்த அழகை ரசிக்க முடியாத அளவு நான் களைப்படைந்து இருந்தேன். ஒருமுறை, அந்தப் பாறையைப் பிடித்து கொண்டு நடக்க முடியாமல் போராடியபோது, சுற்றும் முற்றும் பார்த்தேன். என் சக பயணிகள் பரந்த, எல்லையற்ற அந்த மலை உலகில், உற்சாகமெல்லாம் வற்றிப் போய் வந்தார்கள். அங்கே சாலை இல்லை. வீடு இல்லை. கண்ணுக்கெட்டிய தூரம் வரை மனித நடமாட்டமும் இல்லை. அந்த மலைக் காடுகளில் காற்றுதான் வீசியது. இந்த அடர்ந்த வனாந்தரத்தில் நான் காணாமல் போய் விடுவேனோ என்ற பயம் வந்து விட்டது.

மங்கிய மாலை வேலையில் ஒரு கிராமத்தை நாங்கள் வந்தடைந்த போது அந்த ஊர் இருட்டாக இருந்தது. அந்த ஊர் மக்கள் மின்சாரத்தைப் பார்த்ததே இல்லை. எண்ணெய் என்பது அவர்களுக்கு மிக அரிதான பொருளாகையால் நன்றாக இருள் சூழ்ந்த பிறகு மட்டுமே அவர்கள் விளக்கேற்றுவார்கள். அக்கிராம மக்கள் தங்கள் கதவு ஓரங்களில் நின்று வாயைப் பிளந்தபடி எங்களை பார்த்துக் கொண்டு நின்றார்கள். இவர்கள் எங்களை இப்படிப் பார்ப்பது ஆர்வமேலீட்டாலா அல்லது வெறுப்பினாலா

என்று எனக்கு புரியவில்லை. *1970*-களில் முதன்முதலாக வெளிநாட்டினர் சீனாவிற்கு அனுமதிக்கப்பட்டபோது, சீனாவுக்கு வந்த வெளிநாட்டுக்காரர்களை நாங்கள் பார்த்தது போல இவர்கள் எங்களைப் பார்த்தார்கள். உண்மையில், நாங்கள் இந்த மக்களுக்கு வெளிநாட்டுக்காரர்கள் போலவும், இந்த மக்கள் எங்களுக்கு வெளி நாட்டுக்காரர்கள் போலவும் காணப்பட்டார்கள்.

அந்தக் கிராமம் எங்களுக்கு தங்குமிடம் ஏற்பாடு செய்து கொடுத்தது. மண்சுவரும், மூங்கில் கூரையும் கொண்டு கட்டப்பட்டிருந்த அந்த வீட்டில் இரண்டு பெரிய அறைகள் இருந்தன. ஓர் அறை நான்கு இளைஞர்களுக்கும், இன்னொரு அறை நான்கு பெண்களுக்கும் என ஒதுக்கப்பட்டன. ஒரு பாதை எங்களை சமையற்கூடத்திற்கு அழைத்துச் சென்றது. நாங்கள் சமையல் செய்து கொள்வதற்காக அங்கு செங்கல் அடுப்பு ஒன்று கட்டப்பட்டிருந்தது.

களைத்துப் போய் அங்கிருந்த மரப் பலகையில் சாய்ந்தேன். கடைசியில் அதுதான் நானும் சகோதரியும் தூங்க வேண்டிய கட்டில் என்று ஆகி விட்டது. சில குழந்தைகள் கூச்சல் போட்டுக் கொண்டு எங்களைத் தொடர்ந்து வந்தார்கள். வந்தவர்கள் வெளியில் நின்று கொண்டு கதவைத் தட்டத் தொடங்கினார்கள். வந்து கதவைத் திறந்தால், அவர்கள் ஓடி விடுவார்கள். மீண்டும் வந்து கதவைத் தட்டுவார்கள். அந்த வீட்டுச் சுவரில் சதுர வடிவில் ஒரு துளை இருந்தது. அதன் வழியாக எட்டிப் பார்ப்பார்கள். புதுப்புது சத்தங்களை எழுப்புவார்கள். முதலில் புன்னகையுடன் அவர்களை உள்ளே அழைத்தோம். ஆனால் எங்கள் நட்புணர்வுக்கு அங்கு பலனில்லை. நான் குளித்தே தீர வேண்டும் என்ற நிலை ஏற்பட்டதும் ஒரு பழைய சட்டையை எடுத்து ஜன்னலுக்கு திரைபோல அடித்து வைத்துக் கொண்டோம். எங்கள் துண்டுகளை உறைய வைக்கக்கூடிய அந்த தண்ணீரில் நனைத்து பிழிந்து எடுத்துக் கொண்டோம். அந்தக் குழந்தைகளின் குரங்கு சேட்டைகளைக் கண்டு கொள்ளாமல் இருந்தோம். ஆனால், அவர்கள் ஜன்னல் திரையை பிடித்து ஆட்டிக் கொண்டிருந்தார்கள். எங்கள் உள்ளாடைகளைக் கழற்றாமலேயே நாங்கள் குளிக்க வேண்டியிருந்தது.

எங்கள் குழுவில் இருந்த இளைஞன் ஒருவன், எங்களுக்கு தலைவனாகவும், அக்கிராமத்து ஆட்களோடு தொடர்பு கொள்பவனாகவும் செயல்பட்டான். 'நமக்கு இன்னும் சில நாட்களே உள்ளன. அதற்குள் நம்முடைய அன்றாடத் தேவைகளான தண்ணீர், மண்ணெண்ணெய், விறகு ஆகியவைகளைச் சேகரித்துக்

கொள்ள வேண்டும். பிறகு, நம் வயல் வேலைகள் தொடங்கி விடும்' என்றான்.

நிங்னன் கிராமத்தில் எல்லாவற்றையும் உடல் உழைப்பைக் கொண்டே செய்து பெற்றுக் கொண்டார்கள். இது கிட்டத்தட்ட இரண்டாயிரம் ஆண்டுகளாகத் தொன்றுதொட்டு நடந்து வருகிற நிகழ்வு. அங்கு எந்திரமும் இல்லை. கால்நடைகள் பயன்படுத்தப்படுவதுமில்லை. கழுதைக்கோ, குதிரைக்கோ தீனி போட்டு வைத்துக் கொள்ள அவர்களால் இயலவில்லை. எங்கள் வருகையை முன்னிட்டு அக்கிராமத்து ஆட்கள் மண்கலத்தால் ஆன தண்ணீர் தொட்டியில் நீர் நிரப்பி வைத்திருந்தார்கள். ஒவ்வொரு சொட்டு நீரும் எவ்வளவு இன்றியமையாதது என்று அடுத்த நாள் புரிந்து கொண்டேன். தண்ணீருக்காக செங்குத்தான மலைப் பாதையில் 30 நிமிடங்கள் நடக்க வேண்டும். அதுவும், ஒரு தடியின் இரு முனைகளிலும் தொங்க விடப்பட்ட மரத்தாலான கலங்களைத் தோளில் சுமந்து கொண்டு நடக்க வேண்டும். அந்தக் கலங்களில் நீர் முழுமையாக நிரப்பப்பட்டால், அவைகளின் எடை 90 பவுண்ட் இருக்கும். காலியாக இருந்த அந்தக் கலங்களைத் தூக்கிய போதே என் தோள்கள் வலி எடுத்துவிட்டன. 'தண்ணீரைப் பொறுத்தவரை நாங்கள் பார்த்துக் கொள்கிறோம்' என்று எங்கள் இளைஞர்கள் துணிச்சலாகக் கூறிய பிறகுதான் எனக்கு நிம்மதி வந்தது.

அவர்கள் சமையலும் செய்தார்கள். எங்கள் நான்கு பெண்களில், என்னையும் சேர்த்து மூன்று பேருக்கு வாழ்க்கையில் சமையல் என்றால் என்னவென்றே தெரியாது. அந்த மாதிரிக் குடும்பப் பின்புலங்களிலிருந்து வந்து விட்டோம். இப்போது கடினமான முயற்சி எடுத்து சமையல் கற்றுக் கொள்ளத் தொடங்கி விட்டேன். தானியங்கள் எல்லாம் உமி நீக்கப்படாமல் வந்தன. நாங்கள் அவைகளை உரலில் போட்டு பலம் கொண்ட மட்டும் உலக்கையால் குத்தி, எடுத்தோம். பிறகு உமியுடன் கலந்த அந்தத் தானியத்தை மூங்கிலான முறத்தால் புடைத்து சுத்தம் செய்தால் இறுதியில் அரிசி மிஞ்சியிருக்கும். தானியங்களைக் குத்தி, புடைத்து எடுத்தபின், சிறிது நேரத்தில் என் கைகள் தாங்க முடியாத அளவு வலிக்கத் தொடங்கி விட்டன. ஒவ்வொரு வேளை உணவையும் இவ்வாறு உயிரைக் கொடுத்து போராடித்தான் பெற வேண்டியிருந்தது.

அதற்குப்பிறகு அடுப்பு எரிக்க விறகு சேகரிக்க வேண்டியிருந்தது. அதற்கு இரண்டு மணி நேரம் நடை பயணத்தூரம் செல்ல வேண்டும். நாங்கள் விறகு சேரிக்க செல்ல வேண்டிய இடம், காட்டு இலாக்காவின் பாதுகாப்பில் இருந்தது. சின்னச் சின்ன கிளைகளை மட்டும் ஒடித்துக் கொள்ள அனுமதிக்கப்பட்டோம்.

அதனால் குட்டையான பைன் மரங்களில் ஏறி அரிவாள்களால் வெட்டி எடுத்துக் கொண்டோம். அவைகளைக் கட்டுகளாக கட்டி, தோள்களில் தூக்கிக் கொண்டோம். அந்தக் கூட்டத்தில் நான்தான் மிகச்சிறிய பெண். அதனால் நான் கூடை நிறைய பைன் மரத்தின் ஊசி வடிவ இலைகளை சேகரித்து எடுத்துக் கொண்டேன். அந்தச் செங்குத்தான மலைப் பாதையில் மீண்டும் இரண்டு மணி நேரம் வீட்டிற்கு நடக்க வேண்டும். வீட்டிற்கு வந்து களைத்துப் போய் விழுந்தேன். காரணம் குறைந்தபட்சம் 140 பவுண்ட் எடையாவது நான் தூக்கி வந்திருக்க வேண்டும். நான் சுமந்து வந்த கூடையை ஓர் எடைத்தராசில் வைத்தபோதுதான், என் கண்களை என்னால் நம்ப முடியவில்லை. மொத்தமே அது ஐந்து பவுண்ட் எடைதான் என்று காட்டியது. அது எவ்வளவு நேரம் எரியும்? ஒரு வாணலிச் சட்டி தண்ணீரைச் சுட வைக்கக்கூட அது போதாது.

விறகு சேகரிக்கச் சென்ற ஆரம்ப கட்டங்களில், மரத்தை விட்டு இறங்கும்போது என் கால் சட்டையின் பின் பகுதியை கிழித்துக் கொண்டேன். எனக்கு மிகவும் வெட்கமாகப் போய்விட்டது. செடிகளில் மறைந்து கொண்டேன். எனக்குப் பின்னால் யாரும் நடந்து வந்து அதைப் பார்த்து விடாமலிருக்க நான் எல்லாருக்கும் கடைசியாக நடந்து வந்தேன். ஆனால், பெருந்தன்மை கொண்ட அந்த இளைஞர்கள், என்னை அவர்களுக்கு முன்னால் நடக்கச் சொல்லி எனக்குப் பின்னால் அவர்கள் மெதுவாக நடந்து வருகிறோம் என்றார்கள். கடைசியாக நடந்து வருவதே எனக்குப் பிடித்திருக்கிறது என்று திரும்பத்திரும்ப சொல்ல வேண்டியிருந்தது. அதனால் அவர்கள் வேண்டுகோளுக்கு என்னால் இணங்க முடியாமல் போய்விட்டது.

காலைக் கடன்களை முடித்துக் கொள்வதுகூட அவ்வளவு எளிமையாகத் தெரியவில்லை. செங்குத்தாகவும், சரிவாகவும் இருந்த பாதை வழியாக ஆட்டுத்தொழுவம் இருந்த இடத்திற்கு அடுத்திருந்த ஒரு பள்ளத்திற்கு செல்ல வேண்டும். எப்போதும் ஒரு வெள்ளாடு அதனுடைய தலைப் பகுதியையோ அல்லது வால் பகுதியையோ மற்ற ஆடுகளுக்கு காட்டிக் கொண்டபடி படுத்திருக்கும். யாராவது அந்நியர்கள் அங்கு வந்தால் முட்டித் தள்ளுவதற்கு தயாராக கவனமாகப் படுத்திருக்கும். இதனால் ஆடு முட்டித் தள்ளி விடுமோ என்று பயந்த நான் பல நாட்கள் காலைக் கடன் முடிக்காமல் திரும்பிப் போய் விடுவேன். ஆட்டு மந்தையைக் கடந்து சென்று மீண்டும் சரிவாகவும் செங்குத்தாகவும் உள்ள பாதை வழியாக ஏறிச் செல்ல வேண்டும். அப்படி வரும்போது செடிகளில் கீறிக் கொண்டு உடம்பெல்லாம் காயமாகி விடும்.

இமயமலைகளின் எல்லைக்கு

விவசாயிகளோடு முதல்நாள் வேலையில், தொழுவத்திலிருந்து நான் ஆட்டுப் புழுக்கைகளையும், அத்துடன், எங்கள் கழிப்பிடங்களிலிருந்து மனிதக் கழிவுகளையும் அள்ளிக் கொண்டு வந்து சின்னச் சின்ன வயல்களில் போட வேண்டும். சற்று முன்புதான் புற் பூண்டுகளையும், செடி கொடிகளையும் போட்டு எரித்திருப்பார்கள். தாவரங்கள் எரிந்ததால் உண்டான சாம்பலின் அடுக்கு வயல் முழுவதும் பரவிக் கிடக்கும். அத்துடன் ஆட்டுப் புழுக்கைகளும், மனிதக் கழிவுகள், அதாவது திடக்கழிவுகளும் சேர்த்துக் கொட்டப்படும். இவை அடுத்த உழவுக்கு சிறந்த உரமாக அமையும். இந்த வேலைகளை எங்கள் கைகளைப் பயன்படுத்தித்தான் செய்ய வேண்டும்.

ஒரு கனமான கூடையை என் முதுகில் சுமந்து கொண்டேன். அந்தக் கூடையுடன் கை கால்களைப் பயன்படுத்தி தவழ்ந்துதான் சரிவுகளில் செல்ல வேண்டும். கழிவுகள் ஓரளவு கெட்டியாகி விட்டன. இருப்பினும், முற்றிலும் கெட்டியாகாத கழிவுகள் முதுகில் என் ஜாக்கெட் வழியாகத் தொடங்கி, என் கீழ் உள்ளாடை வரை வழிந்தது. கூடையின் மேற்பகுதி வழியாக வழிந்தோடிய கழிவுகள் என் தலை முடிக்குள் ஊடுறுவியது. ஒரு வழியாக நான் வயலை வந்தடைந்ததும், விவசாயப் பெண்கள், தங்கள் இடுப்பைப் பக்கவாட்டில் வளைத்து, சாதுரியமாகக் கழிவுகளைக் கூடையிலிருந்து கொட்டுவதைக் கவனித்தேன். ஆனால், என்னால் அம்மாதிரிக் கொட்ட முடியவில்லை. என் மீது இருந்த சுமையை இறக்கிக் கொட்டுவதற்கு முயற்சித்த போது, என் வலது கை பிடி நழுவி விட்டது. இடது புறமாகச் சரிந்த கழிவுகள் நிறைந்த கூடை, என் இடது தோற்பட்டையை இறக்கி விட்டது. அப்படியே தரையில் சரிந்து கழிவுகள் மீது விழுந்தேன். சில நாட்கள் கழித்து, இதுபோல விழுந்த என் தோழி தனது முழங்காலை உடைத்துக் கொண்டாள். எனக்கு இம்முறை இடுப்பில் சுளுக்கு மட்டும்தான் ஏற்பட்டது.

‘சிந்தனைச் சீர்திருத்தம்’ என்பதற்கு இன்னொரு பெயர் ‘இன்னல்.’ ஒரு புது மனிதனாக, குறிப்பாக ஒரு நல்ல விவசாயியாக மாறுவதற்கு இந்தக் கொள்கை பயன்பட்டதால், அதில் எனக்கு ஓர் ஈடுபாடு இருந்தது. கலாச்சாரப் புரட்சிக்கு முன்பு, இந்த எளிய கொள்கைக்கு உடன்பட்டு போனேன். அதனால், என்னை ஒரு சிறந்த மனுஷியாக உருவாக்கிக் கொள்ள அரும்பாடுபட்டு உழைத்தேன். 1966 ஆம் ஆண்டின் ஒரு வசந்த காலத்தில், எங்கள் வகுப்பு ஒரு சாலைப் பணிக்கு உதவி செய்யச் சென்றது. சிறுவர்கள் உடைத்துப் போட்ட கற்களைப் பொறுக்கி எடுப்பது போன்ற எளிமையான வேலைகள் பெண்களுக்கு கொடுக்கப்பட்டன. ஆனால், ஆண்கள்

செய்கிற வேலையை நானும் செய்ய வருகிறேன் என்று துணிந்து இறங்கி, எளிதில் தூக்க முடியாத பெரிய சம்மட்டியை தூக்கி கல் உடைத்ததால், கைகள் இரண்டும் வீங்கி விட்டன. இப்போது மூன்று ஆண்டுகள் ஓடி விட்டன. எனக்குள் திணிக்கப்பட்டிருந்த கொள்கை இப்போது வலுவிழந்து விட்டது. என்னுள் இருந்த குருட்டு தைரியம் இப்போது இல்லாமல் போனதால் நிங்னன் மலைப் பகுதிகளில் உயிரைக் கொடுத்து உழைப்பதில் எனக்குள் ஒரு வெறுப்பு ஏற்பட்டிருந்ததை நான் தெரிந்து கொண்டேன். இது ஓர் அர்த்தமற்ற செயலாகவே எனக்கு பட்டது.

இங்கு வந்த ஓரிரு நாட்களிலேயே என் உடம்பெங்கும் சிவந்து தடித்து விட்டது. மூன்று ஆண்டுகளுக்குப் பிறகு, இந்தப் பட்டிக்காட்டிற்கு வந்த பிறகு மீண்டும் உடலெங்கும் தடிப்பு ஏற்பட்டு விட்டது. அத்துடன் எந்த மருந்து அதைக் குணப்படுத்த இயலும் என்று தெரியவில்லை. தோலில் ஏற்பட்ட தடிப்பால் இரவு பகலாக வேதனைப் பட்டுக் கொண்டிருந்தேன். சொறிந்து கொள்வதை நிறுத்தவே முடியவில்லை. புது வாழ்க்கை தொடங்கிய மூன்று வாரத்திற்குள், சீழ் வடியும் அளவுக்கு புண்கள் ஏற்பட்டு விட்டன. தொற்று வியாதிகளால் கால்கள் இரண்டும் வீக்கம் கொடுத்து விட்டன. வாந்தியும், வயிற்றுப் போக்கும் ஏற்பட்டன. வெறுக்கத்தக்க வகையில் என் உடம்பு இளைத்து துரும்பாகி விட்டது. இங்கு வந்ததிலிருந்து உடல் நலக்குறைவால் விழுந்து விட்டேன். உடல் நலம் பெற்றிருக்க வேண்டிய இந்த நேரத்தில் நான் வலுவிழந்து விட்டேன். சமூக மருத்துவமனை மலைப்பாதையில் 30 மைல் தள்ளி இருந்தது.

நிங்னன்னிலிருந்து அப்பாவைச் சென்று பார்ப்பதற்கான வாய்ப்பே இல்லை என்ற முடிவுக்கு வந்தேன். ஒரு சாலையை அடைவதற்கு, ஒரு நாள் முழுவதும் கடுமையாக நடக்க வேண்டும். அப்படியே சாலையை அடைந்தாலும், பஸ் போக்குவரத்து என்பது கிடையாது. டிரக் வண்டிகள் எப்போதாவதுதான் கண்ணில் படும். அதுவும் இங்கிருந்து அப்பா இருக்கும் 'மியி' என்ற இடத்திற்கு அறவே செல்லாது. நல்ல வேளையாக, பரப்புரைக் குழு உறுப்பினரான டாங்-அன் எங்கள் குழுவைப் பார்வையிட அங்கு வந்தார். அவர் வந்தபோது நான் நோய்வாய்ப்பட்டு படுத்திருந்தேன். அதைப் பார்த்த அவர், நான் உடனடியாக செங்குடுவுக்குப் போய் மருத்துவ சிகிச்சை எடுத்துக் கொள்ள வேண்டும் என்று ஆலோசனை கூறினார். எங்களை நிங்னன்னுக்கு கொண்டு வந்த டிரக் வண்டியில்தான் அவர் திரும்ப வேண்டியிருந்தது. இங்கு வந்த 26 நாட்களுக்கு பிறகு மீண்டும் செங்குடுவுக்கு திரும்ப வேண்டிய நிலை ஏற்பட்டது.

அக்கிராமத்து விவசாயிகளை நான் தெரிந்து கொள்ளவில்லையே என்று புறப்படும் போது எனக்கு வருத்தமாக ஆகிவிட்டது. அவ்வூர் கணக்கன் மட்டும் எனக்கு பழக்கமாகி இருந்தார். அவர்தான் அந்த வட்டாரத்தில் இருந்த ஒரே ஒரு படித்த மனிதர். அறிவு சார்ந்த ஓர் உறவை எங்களோடு ஏற்படுத்திக் கொள்ள, அடிக்கடி அங்கே வருவார். நான் அங்கு ஒரு வீட்டிற்கு போய் இருக்கிறேன் என்றால், அது அவர் வீடு ஒன்றுதான். அத்துடன் அங்கு ஏற்பட்ட மறக்க முடியாத விஷயம் என்னவென்றால், அவர் மனைவிக்கு என்மீது ஏற்பட்ட சந்தேகப் பார்வைதான். அவள் பன்றியின் குடல்களைச் சுத்தம் செய்து கொண்டிருந்தாள். அவள் இடுப்பில் ஒரு குழந்தை இருந்தது. நான் அந்தப் பெண்மணிக்கு வணக்கம் சொன்னேன். என்னை ஒரு மாதிரியாகப் பார்த்த அவள், எனக்கு பதில் வணக்கம் சொல்லவில்லை. எனக்கு தர்ம சங்கடம் ஆகி விட்டதால், அந்த இடத்தை விட்டு புறப்பட்டேன்.

கிராமத்து மக்களோடு வேலை செய்த சில நாட்களில், என் உடலுக்கு தேவையான தெம்பு இல்லாததால், என்னால் அவர்களோடு சரியாகப் பேசிப் பழக முடியவில்லை. யாராலும் ஊடுருவி நுழைந்து விட முடியாத நிங்னன் மலைகளைப் போல, அக்கிராம மக்கள் ஈடுபாடில்லாமல், என்னிடமிருந்து விலகியே இருந்தார்கள். நாங்கள் கிராம மக்களைச் சந்தித்து அவர்களோடு தொடர்புற்று இருக்க வேண்டும் என்பதற்காகவே நாங்கள் இங்கு அனுப்பப் பட்டோம். நல்ல திடகாத்திரமான நண்பர்களும், சகோதரியும் மாலை நேரங்களில் விவசாயிகளைச் சந்திக்கச் செல்வார்கள். ஆனால், எனக்கு வந்த அரிப்பு, களைப்பு, உடல் நலக்குறைவு ஆகிய காரணங்களால் நான் சோர்ந்து படுத்து விடுவேன். அதுதவிர, நான் அவர்களைப் பார்க்கச் செல்வது என்பது, என் மனம் விரும்பாத ஒரு வாழ்க்கையை ஏற்றுக் கொள்வது போல அர்த்தம் ஆகிவிடும். ஆனால், விவசாயிகள் வாழ்க்கையை ஏற்றுக்கொள்ள என் மனம் இடம் தரவில்லை. இதை வெளிக்காட்டிக் கொள்ள இயலாமல், மாவோ எனக்கு ஒதுக்கிய வாழ்க்கையை வெறுத்து ஒதுக்கி விட்டேன்.

நான் புறப்படும் தருணம் வந்தபோது, நிங்னன் கிராம எழில் கொஞ்சும் மலை அழகை ரசிக்க முடியாமல் போய்விட்டதே என்று திடீரென எனக்குள் தோன்றியது. அங்கு நான் நடத்திய வாழ்க்கைப் போராட்டத்தில், இயற்கை அழகை ரசிக்க எனக்கு எங்கே நினைவு வந்தது. பிப்ரவரி மாதம் வசந்த காலம் முன்கூட்டியே வந்து விட்டது. குளிர்கால மல்லிகைப் பூக்கள் பூத்துக் குலுங்கத் தொடங்கின. அப்பள்ளத்தாக்குகளின் வழியாக ஓடிவந்த

நீரோடைகள், அங்குள்ள சிறு சிறு தடாகங்களில் தெளிந்த நீரை ஒன்றன் பின் ஒன்றாக நிரப்பி விட்டுச் சென்றன. அவைகளைச் சுற்றி அமைந்திருந்த பாறைகள் பல்வேறு பட்ட உருவங்களை கண்களுக்கு புலப்படுத்தின. ஆகாயத்து மேகங்கள், வானுயர்ந்த மரங்களின் கிளைகள், பாறைகளின் வெடிப்புகளிலிருந்து தப்பித்து வெளியே வந்த, இன்னும் பெயரிடப்படாத வண்ண வண்ண மலர்த்தொகுப்புகள் போன்ற அரிய காட்சிகள் அந்த தடாகத்து தண்ணீரில் பட்டு பிரதிபலித்தன. காணக்கிடைக்காத, அந்தத் தடாகத்தில் போட்டு எங்கள் துணிமணிகளைத் துவைத்தோம். துவைத்தபின், அவைகளை அங்கிருந்த பாறைகளின் மீது விரித்து காயப் போட்டோம். பின் அந்தப் புல்தரையில் ஆனந்தமாகப் படுத்துக் கொண்டு, தென்றலில் ஆடும் பைன் மரங்களின் அழகை ரசித்தோம். நெடிய பீச் மரங்களால் மூடப்பட்டு, எங்களுக்கெதிரே காணப்பட்ட மலைச் சரிவுகளைக் கண்டு ரசித்தோம்.

காலியாக இருந்த அந்த டிரக் வண்டியின் பின்பக்கம் அமர்ந்து பயணித்து வந்த நான்கு நாள் பயணக் களைப்புடன் வயிற்று வலியும், வயிற்றுப் போக்கும் சேர்ந்துகொண்டு, செங்குடு வந்தடைந்தவுடன், எங்கள் குடியிருப்பு வளாகத்திற்கு அடுத்திருந்த மருத்துவமனைக்கு ஓடினேன். ஊசி, மாத்திரைகள் என்னை விரைவில் குணப்படுத்தி விட்டன. உணவு விடுதியைப் போல மருத்துவமனையும் எங்களுக்கு மறுக்கப்படாமல் சிகிச்சை அளித்தது. சிச்சுவான் புரட்சிக்குழு பிளவுபட்டது. மிகவும் தரம் தாழ்ந்து விட்டது. சிறப்பாகச் செயல்படக்கூடிய நிர்வாக எந்திரங்களைக் கட்டமைக்க அது தவறிவிட்டது. அன்றாட வாழ்க்கைக்கு தேவையான கட்டுப்பாட்டு விதிமுறைகளைக் கூட வடிவமைத்து வழங்கவில்லை. அதன் விளைவாக, அந்த அமைப்பில் ஏகப்பட்ட குளறுபடிகள் தோன்றின. பழைய விதிமுறைகள் தொடர்ந்தன. மக்களுக்கு விருப்பமானதை அவர்கள் தேர்வு செய்து கொண்டார்கள். மருத்துவமனை நிர்வாகமும், உணவு விடுதி நிர்வாகமும் எங்களை நிராகரிக்காமல் எங்களுக்கு தேவையான உணவையும், மருத்துவ சிகிச்சையையும் வழங்கி வந்தன. எனவே, எங்களால் அந்த வசதிகளை அனுபவிக்க முடிந்தது.

அந்த மருத்துவமனையில் எழுதிக் கொடுத்த மேல்நாட்டு ஊசி, மாத்திரைகளுடன் சீன மருந்துகளும் தேவை என்று பாட்டி சொன்னாள். ஒருநாள் பாட்டி, ஒரு நாட்டுக் கோழி, பட்டாணி வகைத் தாவரத்தின் வேர்கள், சமையலுக்கும் மருந்துக்கும் பயன்படுத்தப்படும் நறுமணச் செடிகள் ஆகியவைகளுடன் வீட்டிற்கு வந்தாள். இவை அனைத்தும் சஞ்சீவி மருந்துக்கு இணையானதாகச்

இமயமலைகளின் எல்லைக்கு 691

சொல்லப்பட்டது. இவை எல்லாவற்றையும் சேர்த்து இரசம் வைத்துக் கொடுத்தாள். அந்த இரசத்தின் மீது சிறிது சிறிதாக நறுக்கி வைக்கப்பட்டிருந்த வெங்காயத்தைத் தூவி, அதை எனக்கு தின்னக் கொடுத்தாள். இந்த மருந்துக் கலவைகள் கடைகளில் கிடைக்காது. இதற்காக பாட்டி பல மைல் தூரம் நடந்து சென்று நாட்டுப்புற கள்ளச் சந்தையிலிருந்து இவைகளை வாங்கி வந்திருக்கிறாள்.

பாட்டியும் உடல் நலக்குறைவால் படுத்து விட்டாள். இதற்குமுன் அவள் காய்ச்சலில் விழுந்து கிடந்ததைப் பார்த்ததே இல்லை. பாட்டி திடகாத்திரமும், சுறுசுறுப்பும் உள்ளவள். ஒரு நிமிடம்கூட ஓய்வாக உட்கார்ந்து நான் பார்த்ததில்லை. இப்போது அவள் கண்களை இறுக மூடிக் கொண்டும், பற்களைக் கடித்துக் கொண்டும் படுத்திருந்தாள். ஏதோ தாங்க முடியாத வலியில் படுத்திருக்கிறாள் என்பதைப் புரிந்து கொண்டேன். பாட்டிக்கு என்ன ஆனது என்று நான் அவளிடம் கேட்டபோது, அது ஒன்றுமில்லை என்று சொல்லிவிட்டு எனக்கு மருந்து வாங்குவதற்கும், உணவுப் பொருள் வாங்குவதற்குமாக தன் பணியைத் தொடர்ந்தாள்.

எனக்கு முற்றிலும் குணமாகி விட்டது. உடனடியாக நான் நிங்னன் திரும்ப வேண்டும் என்று உத்தரவிட யாரும் இல்லாததால், ஒருமுறை அப்பாவைச் சென்று பார்த்து விடலாமா என்று திட்டமிடத் தொடங்கினேன். அதற்குள் எனக்கு ஒரு தந்தி வந்தது. எனது கடைசித் தம்பியை அங்கு வைத்துப் பார்த்துக் கொண்டிருந்த ஜன்-யிங் அத்தையின் உடல் நலம் பாதிக்கப்பட்டு விட்டதாக தந்திச் செய்தி கூறியது. உடனடியாக நான் அங்கு சென்று அவர்களைக் கவனித்துக் கொள்ள வேண்டும் என்று எண்ணினேன்.

சீனாவில் ஆழமாக வேரூன்றிப் போயிருந்த ‘உறவினர்களைக் கவனித்துக் கொள்ளுதல் என்னும் பாரம்பரியப் பழக்க வழக்கங்களை அப்பா புறக்கணித்து விட்டார்’ என்ற உண்மை ஒருபுறமிருந்தாலும், ஈபினிலிருந்த அப்பாவின் உறவினர்களும், ஜன்-யிங் அத்தையும் என் குடும்பத்தினர் மீது காட்டிய அன்பு அளப்பரியது. சீன நாட்டு பழக்கவழக்கத்தின்படி, பல அடுக்குகள் வர்ணம் பூசப்பட்ட, கனமான சவப்பெட்டியில் ஒருவனது இறந்த தாயை வைத்து, தாராளமானச் செலவு செய்து, ஆடம்பரமாக இறுதி ஊர்வலம் நடத்தி புதைக்க வேண்டியது ஒரு மகனுக்குரிய கடமை என்று சொல்லப்பட்டது. ஆனால், நிலங்களை மிச்சப்படுத்துவதற்காக, இறந்த உடல்கள் எரியூட்டப்பட வேண்டும் என்றும், இறுதி ஊர்வலம் சிக்கனமாகச் செய்யப்பட வேண்டும் என்றும் அரசாங்கம் கடுமையான உத்தரவு வழங்கி விட்டது. 1958-இல் அப்பாவின் அம்மா இறந்தபோது,

அப்பா ஆடம்பரமான இறுதி ஊர்வலத்தை மறுத்து விடுவார் என்றும், சடலத்தை புதைப்பதற்கு அனுமதிக்க மாட்டார் என்றும் அப்பாவின் குடும்பத்தார், அப்பாவின் அம்மா இறந்த தகவலை அவருக்கு சொல்லவில்லை. நாங்கள் செங்குடுவில் குடிபுகுந்த பிறகு, அப்பாவின் குடும்பத்தினர் எங்களை வந்து பார்ப்பது அரிதாகிவிட்டது.

இருப்பினும், கலாச்சாரப் புரட்சியின் பிடியில் அப்பா சிக்கித் திணறிக் கொண்டிருந்தபோது, அவரின் குடும்பத்தார் எங்களை வந்து பார்த்து, எங்களுக்கு உதவினார்கள். இந்தத் தருணங்களில் ஜன்-யிங் அத்தை ஈபினுக்கும் செங்குடுவுக்கும் பயணித்தபடியே இருந்தாள். அதனால், கடைசியில் ஒரு கட்டத்தில், பாட்டியின் சுமையைக் குறைக்கச் செய்யும் நோக்கத்தில் என் இளைய சகோதரன் ஸியாவோ-ஃபாங்கை, அத்தை தன்னுடன் அழைத்துச் சென்று, தன் பராமரிப்பில் வைத்துக் கொண்டாள். அப்பாவின் இளைய சகோதரியும், ஜன்-யிங் அத்தையும் ஒரே வீட்டில் தங்கிக் கொண்டார்கள். வீடிழந்து நின்ற தூரத்து உறவினர் ஒருவருக்குத் தன் வீட்டின் ஒரு பகுதியை ஜன்-யிங் அத்தை மனமுவந்து கொடுக்க முன் வந்தாள்.

நான் அத்தை வீட்டிற்கு சென்றபோது, அவள் ஒரு சாய்வு நாற்காலியில் உட்கார வைக்கப்பட்டிருந்தாள். அவளைக் கௌரவிக்கும் பொருட்டு கனமான, செம்மரத்தால் செய்யப்பட்ட ஒரு சவப்பெட்டி அங்கே நிறுத்தப்பட்டிருந்தது. அவளுக்கு சொந்தமான இந்த சவப் பெட்டியில் அவளின் நிறைவான மகிழ்ச்சி அடங்கியிருந்தது. அத்தையைப் பார்த்த மாத்திரத்தில் துக்கம் என் தொண்டையை அடைத்தது. அத்தையை வாதம் என்னும் நோய் தாக்கியதால் அவள் கால்கள் செயல் இழந்து விட்டன. மருத்துவமனைகள் முறையாகவும், தொடர்ச்சியாகவும் செயல்படுவதில்லை. மருத்துவமனைகளைப் பராமரிக்க யாரும் இல்லாததால், மருந்துகள் வழங்கப்படுவதும், வசதிகள் செய்து கொடுக்கப்படுவதும் நம்பிக்கையற்ற நிலையில் இருந்தன. இதனால் ‘எங்களால் இனிமேல் உங்களுக்கு எந்த உதவியும் செய்ய முடியாது’ என்று மருத்துவமனை அதிகாரிகள் கூறி விட்டதால், அத்தை வீட்டில் வந்து தங்கி விட்டாள்.

அத்தைக்கு மலம் வெளியேறுதல் ஒரு பெரும் பிரச்சினையாக இருந்தது. சாப்பிட்டவுடன் வயிறு முன்னால் தள்ளிக் கொண்டு வந்து விடும். பெரும் வேதனையுடன் மலம் வெளியேற வேண்டியிருந்தது. அத்தையின் உறவினர்கள் கூறும் ஆலோசனைகள் கொஞ்சம் கை கொடுக்கும். ஆனால், எப்போதும் அவைகள்

பலனளிப்பதில்லை. அடிக்கடி அத்தையின் வயிற்றை பிசைந்து மஸாஜ் செய்து விடுவேன். ஒரு கட்டத்தில் வேறு வழியில்லாததால், அத்தையின் ஆசனவாயில் என் விரலை விட்டு மலத்தை நோண்டி வெளியே எடுக்க முயற்சித்தேன். இந்த மருத்துவமுறைகள் எல்லாம் அந்த நேரத்திற்கு ஒரு தீர்வு கிடைத்ததே தவிர, நிரந்தர தீர்வு கிடைக்கவில்லை. இதன் காரணமாக அத்தை அதிகமாகச் சாப்பிடுவதில்லை. அத்தை இளைத்து துரும்பாகி விட்டாள். அந்த சாய்வு நாற்காலியிலேயே மணிக்கணக்காக அமர்ந்தபடி தோட்டத்திலிருந்த பப்பாளி மரங்களையும், வாழை மரங்களையும் வெறித்துப் பார்த்துக் கொண்டிருந்தாள். அத்தை ஒருபோதும் எதையும் முறையிட்டதில்லை. ஒரே ஒரு தடவை மட்டும் அவள் என்னை அருகில் வரவழைத்து, ஒரு மென்மையான குரலில், 'எனக்கு ரொம்ப பசிக்கிறது, சாப்பிட்டால் நன்றாக இருக்கும்' என்றாள்.

யார் துணையுமின்றி, அத்தையால் தனியாக நடக்க முடியாது. பெரும் முயற்சி எடுத்துதான் சிறிது நேரம் நிமிர்ந்து உட்கார முடியும். படுக்கைப் புண் வராமலிருக்க, அத்தையின் அருகில் அமர்ந்து கொள்வேன். அவள் என்மீது சாய்ந்து கொள்வாள். நான் ஒரு நல்ல நர்ஸ் என்றும், நான் தொடர்ந்து ஒரே இடத்தில் இருந்தால், எனக்கு அலுத்துப் போய் விடும் என்றும் என்னிடம் கூறுவாள். என்மீது சாய்ந்து கொண்டு உட்காருமாறு நான் எவ்வளவுதான் வற்புறுத்திக் கூறினாலும், சிறிது நேரத்திற்கு மேல் உட்கார மாட்டாள். அதனால் நானும் வெளியில் சென்று சுற்றி விட்டு வருவேன்.

வெளியில் எந்தவிதமான பொழுதுபோக்கும் கிடையாது. ஏதாவது வாசிக்கக் கிடைக்குமா என்று அலசிப் பார்த்தேன். 'மாவோவின் தேர்ந்தெடுக்கப் பட்ட படைப்புகள்' என்ற நான்கு தொகுப்புகளைத் தவிர வேறு எதுவும் கிடைக்கவில்லை. அந்த வீட்டில் தேடிக் கண்டுபிடித்ததெல்லாம் ஒரே ஒரு அகராதிதான். மற்ற அனைத்து நூல்களும் எரிக்கப்பட்டு விட்டன. இதுவரை மனப்பாடம் செய்யாத பதினைந்தாயிரம் குறியீடுகளை அதிலிருந்து மனப்பாடம் செய்தேன்.

மிச்சமிருந்த நேரத்தை ஏழு வயது தம்பி ஸியாவே-ஃபாங்கை கவனித்துக் கொள்வதில் செலவிட்டேன். அவனை வெளியில் அழைத்துக் கொண்டு செல்வேன். சில சமயங்களில் அவன் பொம்மைத்துப்பாக்கி, சாக்லேட் ஆகியவைகளைக் கேட்டு அடம் பிடிப்பான். இவைகளைத்தான் அந்தக் கடைகளில், பார்வையில் படும்படி பரப்பி வைத்திருப்பார்கள். அப்போது என்னிடம் பணம் இருக்காது. எங்கள் செலவினங்களுக்காக கொடுக்கப்படும் பணமோ மிக மிகக் குறைவு. ஏழு வயது ஸியாவோ- ஃபாங்கால்

'தொழிலாளர் உழைப்பின் மூலம் சிந்தனைச் சீர்திருத்தம்!'

அதைப் புரிந்துகொள்ள முடியாது. கேட்டது கிடைக்காவிட்டால் தரையில் விழுத்து கை கால்களை வெட்டிக்கொண்டு கத்துவான். என் ஜாக்கெட்டையெல்லாம் கிழித்து விடுவான். தரையில் குனிந்து, அவனிடம் கனிவாகப் பேசி, வேறு வழி தெரியாது நானும் அவனுடன் சேர்ந்து அழுது விடுவேன். இந்த தருணத்தில் அவன் அழுகையை நிறுத்திவிட்டு, என்னோடு இணக்கமாக எழுந்து விடுவான். இருவரும் களைத்துப் போய் வீடு திரும்புவோம்.

கலாச்சாரப் புரட்சியின் நடுவிலும் கூட, ஈபின் ஓர் ஆரவாரமான நகரமாகக் காட்சியளித்தது. வளைந்தோடும் ஆறுகளும், அமைதியான குன்றுகளும், தூரத்தில் தெரியும் தொடுவானமும் முடிவில்லாத ஓர் ஆனந்தத்தை என்னுள் ஏற்படுத்தி விடும். என்னைச் சுற்றியிருந்த துயரங்களிலிருந்து இது எனக்கு தற்காலிக ஆறுதலைத் தரும். சூரியன் மறைந்து இருள் கவியத் தொடங்கியதும் நகரமெங்கும் உள்ள விளம்பரப் பலகைகளும், ஒலி பெருக்கிக் குழாய்களும் தெளிவற்று தெரியும். விளக்கு எரியாத பகுதிகளில் பனி மண்டலம்தான் கண்ணுக்கு தெரியும். அவ்வப்போது அங்கு ஒரு வெளிச்சமான இடம் தெரியும். அது ஒரு சாப்பாட்டுக் கடை. அங்கு விற்பனைக்கு அவ்வளவாக எதுவும் இருக்காது. அங்கு ஒரு சதுர வடிவிலான மேஜையும், அதைச் சுற்றி சில பெஞ்சுகளும் போடப்பட்டிருக்கும். எண்ணெயில் எரியும் பட்டாணி வடிவத்திலான ஒரு சிறிய விளக்கு அந்த மேஜைமீது பொருத்தப்பட்டிருக்கும். யாரும் அந்த மேஜையை சுற்றி அமர்ந்து பேசிக் கொண்டிருப்பதில்லை. இருப்பினும், அதன் உரிமையாளர் அந்தக் கடையைத் திறந்து வைத்துக் கொண்டிருப்பார். அந்தக் காலத்தில் அந்தக் கடையில் கூட்டம் இருக்கும். பேசிக் கொண்டும், மது அருந்திக் கொண்டும், மதுவுக்கு துணையாக எண்ணெயில் வறுக்கப்பட்ட மாட்டிறைச்சி, உப்பு காரம் போட்டு வறுக்கப்பட்ட பட்டாணி ஆகியவைகளை மென்று கொண்டும் இருப்பார்கள். ஆளில்லாத காலியான கடைகள், முற்றிலும் அரசியலால் ஆதிக்கம் செலுத்தப்படாத அந்த காலத்து வாழ்க்கையை கொண்டிருந்த ஈபின் நகரை என்னுள் தோற்றுவித்தது.

சாலைகளின் பின்புறமிருந்து வந்த ஒலி பெருக்கிச் சத்தம் என் காதுகளைக் கிழித்துப் போட்டது. அந்நகரின் மையப்பகுதியில் ஒரு நாளைக்கு 18 மணி நேரம் இடைவிடாமல் இந்த ஆரவாரச் சத்தம் கேட்டுக் கொண்டே இருக்கும். இப்போது இந்தச் சத்தத்தின் அளவு தாங்கிக் கொள்ள முடியாத அளவு போய் விட்டது. என் மன நல நிலையை பாதுகாத்துக் கொள்ளும் பொருட்டு, எதையும்

இமயமலைகளின் எல்லைக்கு 695

காதில் வாங்கிக் கொள்ளாத ஓர் யுக்தியை நான் வளர்த்துக் கொள்ள வேண்டியிருந்தது.

ஏப்ரல் மாதத்தில் ஒரு மாலை நேரம். அப்போது வந்த ஒலி பெருக்கிச் சத்தம் என் காதுகளை ஈர்த்தது. பீக்கிங்கில் கட்சிக் கூட்டம் கூட்டப்பட்டது. இந்த மிக முக்கியமான பிரதிநிதிகளின் கூட்டம் என்னதான் செய்து கொண்டிருக்கிறது என்பது பற்றி வழக்கம் போல சீன மக்களுக்கு தெரிவிக்கப்படவில்லை. ஒரு புதிய உயர்மட்ட தலைவர்கள் குழு அடங்கிய பெயர்கள் வெளியிடப்பட்டன. கலாச்சாரப் புரட்சியின் இந்தப் புதிய அமைப்பு உறுதி செய்யப்பட்டு விட்டது என்ற தகவல் என் காதுகளில் விழுந்ததும் என் இதயம் துயரத்தில் ஆழ்ந்தது.

இந்த ஒன்பதாவது பிரதிநிதிகள் பேரவை, சம்பிரதாயப்படி தோற்றுவிக்கப்பட்ட மாவோவின் சுய அதிகார அமைப்பை நினைவூட்டியது. முந்தைய பிரதிநிதிகள் பேரவையிலிருந்த மூத்த அதிகாரிகள் சிலர் 1956 ஆம் ஆண்டில் புதிய பிரதிநிதிகள் பேரவைக்குக் கொண்டு வரப்பட்டார்கள். 17 பொலிட்பீரோ உறுப்பினர்களில் மாவோ, லின் பியாவோ, சூ என்லாய், லீ லியான்னியான் ஆகிய நால்வர் மட்டுமே அதிகாரப் பொறுப்பில் இருந்து வந்தனர். ஏற்கனவே இறந்தவர்கள் போக மீதம் உள்ளவர்கள் கட்சியை விட்டு வெளியேற்றப்பட்டார்கள் அல்லது கண்டனத்துக்கு உள்ளாக்கப்பட்டார்கள். இவர்களில் சிலர் விரைவில் மரணமடையவிருந்தார்கள்.

எட்டாம் பிரதிநிதிகள் பேரவையில், இரண்டாம் பதவி இடத்தில் இருந்த ஜனாதிபதி லியூ ஷாவ்கி 1967-லிருந்து தடுப்புக் காவலில் வைக்கப்பட்டிருந்தார். கண்டனச் செயல்பாட்டுக் கூட்டங்களில் அவர் கண்மூடித்தனமான சித்திரவதைக்கு உட்படுத்தப்பட்டிருந்தார். அவருக்கிருந்த நாட்பட்ட வியாதியான நீரிழிவு நோய்க்கும், தற்போது ஏற்பட்டிருந்த நிமோனியா நோய்க்கும் சிகிச்சை கொடுக்க மறுக்கப்பட்டது. மரணம் அவரை நெருங்கிய நேரத்தில்தான் அவருக்கு சிகிச்சை அளிக்கப்பட்டது. காரணம், ஒன்பதாவது பிரதிநிதிகள் பேரவைக்கு அவர் உயிரோடு இருக்க வேண்டும் என்று திருமதி மாவோ கடுமையான உத்தரவு ஒன்றை வழங்கினார். ஏனெனில், அவர்தான் அந்தப் பேரவையின் ‘இலக்கு’ என்று கருதப்பட்டார். பிரதிநிதிகள் பேரவையின் தீர்ப்பு வெளியானது. அதில் லியூ, ‘ஒரு தேச துரோகக் குற்றவாளி, எதிரிகளின் கையாள், ஏகாதிபத்திய கைக்கூலி, நவீன திருத்தல்வாதி, கோமிங்டாங் ஆதரவாளர்’ என்று சூ என்லாயால் வாசிக்கப்பட்டது. லியூ துடிதுடித்து சாக வேண்டும் என்று அனுமதிக்கப்பட்டார்.

இன்னொரு முன்னாள் பொலிட்பீரோ உறுப்பினரும், கம்யூனிஸ்ட் இராணுவத்தைத் தோற்றுவித்தவருமான மார்ஷல் ஹோ லூங், பிரதிநிதிகள் பேரவை கூட்டம் நடந்து முடிந்த இரண்டே மாதத்தில் இறந்து விட்டார். ஏனென்றால், அவர் இராணுவத்தில் ஆதிக்கம் செலுத்தி வந்தார். அதனால், இரண்டரை ஆண்டு கால சித்திரவதைக்கு உட்படுத்தப்பட்டார். இதை அவர் மனைவியிடம் கூறும்போது, 'என் உடல் நலத்தைக் குறி வைத்து அழிக்கப் பார்க்கிறார்கள். அதனால் என்னை ஒரு சொட்டு இரத்தம் கூடச் சிந்த விடாமல் கொன்று விடுவார்கள்' என்று கூறியிருக்கிறார். இது எந்த வகையான சித்திரவதை என்றால், அனல் பறக்கும் வெயில் காலத்தில் அவருக்கு அரை குவளை தண்ணீர் மட்டுமே வழங்கப்படும். இரத்தத்தை உறைய வைக்கும் குளிர்காலத்தில், வெதுவெதுப்பான எதுவும் கொடுக்கப்படவில்லை. அவரது நிரந்தர நீரிழிவு நோய்க்கு எந்த மருந்தும் வழங்கப்படவில்லை. கடைசியில், அவருக்கு அதிக அளவில் குளுக்கோஸ் கொடுக்க, கொடுக்க, அது நீரழிவு நோயை வேகப்படுத்தி, அதன் விளைவாக மரணத்தை எய்தினார்.

கலாச்சாரப் புரட்சியின் தொடக்கத்தில் அம்மாவுக்கு உதவிகரமாக இருந்தவரான டாவோ ஷு என்பவர் இன்னொரு பொலிட்பீரோ உறுப்பினர், கிட்டத்தட்ட 3 ஆண்டு காலம் மிருகத்தனமான தடுப்புக் காவலில் வைக்கப்பட்டிருந்தார். இது அவரது உடல் நலத்தை அழித்து விட்டது. அவருக்கும் எந்த மருத்துவ சிகிச்சையும் அளிக்கப்படவில்லை. அவரது பித்தப்பையில் புற்றுநோய் முற்றிய நிலையில் இருந்தது கண்டுபிடிக்கப்பட்டபோதுதான் சூ என்லாய் அறுவைச் சிகிச்சைக்கு அனுமதியளித்தார். ஆனால், அவர் இருந்த மருத்துவமனை அறையின் ஜன்னல்கள் அனைத்தும் செய்தித்தாட்கள் கொண்டு மூடப்பட்டு இருளாகவே இருந்தன. அவர் மரணப்படுக்கையில் இருந்த போதும் சரி, அவர் இறந்தபோதும் கூட அவரது உறவினர்கள் அனுமதிக்கப்படவில்லை.

இதே வகையான சித்திரவதையால்தான் மார்ஷல் பெங் டெகுவை என்பவரும் கொல்லப்பட்டார். ஆனால், இவரது சித்திரவதை சுமார் எட்டு ஆண்டுகள், அதாவது 1974 வரை நீடித்தது. 'மரங்களைப் பார்க்க வேண்டும்; செய்தித்தாள்களால் மூடப்பட்டிருந்த ஜன்னலைத் திறந்து பகல் நேர வெளிச்சத்தைப் பார்க்க வேண்டும்' என்பதையே இவரது கடைசி ஆசையாக வேண்டுகோள் வைத்தார். ஆனால், அந்த ஆசையை நிறைவேற்றித் தராமலே கொல்லப்பட்டார்.

இதுவும், இதுபோன்ற தொடர் துன்புறத்தல்களும்தான் கலாச்சாரப் புரட்சி முழுவதும் மாவோ கையாண்ட வழிமுறைகள் ஆகும்.

மரண அறிக்கையில் கையொப்பமிடுவதற்கு பதிலாக, மாவோ தன் விருப்பத்தை சாதாரணமாகத் தெரியப்படுத்துவார். தண்டனையை நிறைவேற்றுவதற்கும், இன்னும் கொடுமையாகத் துன்புறுத்துவதற்கும், மக்கள் தாங்களாக முன் வருவார்கள். அவர்கள் மேற்கொண்ட துன்புறுத்தல்களின் வகைகள் பலவாறு இருக்கும். மன உளைச்சல் கொடுப்பது, அடித்து கொடுமைப்படுத்துவது, அவசரத் தேவையான மருந்து, மாத்திரைகளைக் கொடுக்க மறுப்பது, இப்படி பல வழிகளை மேற்கொண்டார்கள். இந்த வகையில் வரும் மரணத்திற்கென்று சீனாவில் ஒரு பெயர் கண்டுபிடித்து வைத்திருந்தார்கள். போ-ஹாய் ஷி-ஸி அதாவது 'சித்திரவதைச் சாவு' என்று அதற்கு பெயர். நடக்கிற அராஜகங்கள் அனைத்தும் மாவோவுக்கு நன்கு தெரியும். ஆனால், மௌனமாகச் சம்மதம் அளித்துவிட்டு, துன்புறுத்துவோர்களைக் கொம்பு சீவி விடுவார். இந்த வகையில், தன் மீது குற்றச்சாட்டு ஏதும் வராமல், எதிரிகளை மாவோ அழித்து விடுவார். இதற்கான பொறுப்புகள் அனைத்தும் அவரைச் சார்ந்ததுதான். ஆனால், அவர் மட்டும் பொறுப்பாகவில்லை. தண்டனையை நிறைவேற்றுபவர்கள் சாதகமான நிலை அறிந்து செயல்பட்டார்கள். மாவோவின் உதவியாளர்கள் அவரது விருப்பங்களை எதிர்நோக்கி, அவரை மகிழ்ச்சிப்படுத்த என்னவெல்லாம் செய்ய வேண்டுமோ அதையெல்லாம் செய்தார்கள். அப்படிச் செய்வதின்மூலம் தங்களது தனிப்பட்ட வக்கிரம ஆசைகளையும் நிறைவேற்றிக் கொண்டார்கள்.

பல உயர் அதிகாரிகளுக்கு கொடுக்கப்பட்ட கொடுமையான தண்டனை விபரங்கள் பல ஆண்டுகள் வரை மறைக்கப்பட்டு வந்தன. அந்த விபரங்கள் வெளியானபோது, அது கேட்டு அதிர்ச்சியடைய சீனாவில் அப்படிப்பட்டோர் யாரும் விட்டு வைக்கப்படவில்லை. இதுபோன்ற பல விபரங்களை எங்கள் சொந்த அனுபவங்களிலிருந்து நாங்கள் தெரிந்து கொண்டோம்.

கூட்டம் நிறைந்த அந்தச் சதுக்கத்தில் நின்றுகொண்டு, ஒலி பரப்பு செய்தியில் புதிய மத்தியக் குழு பெயர்ப்பட்டியல் வாசிக்கப்பட்டதைக் கேட்டேன். அதில் டிங் தம்பதிகளின் பெயர் வருமோ என்று நடுங்கிப் போய்க் காத்துக்கொண்டு நின்றேன். அதில், லியூ ஜி-டிங், ஷாங் ஸி-டிங் என்ற பெயர்கள் வாசிக்கப்பட்டன. அப்போது, எங்கள் குடும்பத் துயரங்களுக்கு ஒரு முடிவே இல்லை என்று உணர்ந்து கொண்டேன்.

அடுத்த சில நாட்களில், பாட்டி உடல் நலம் பாதிக்கப்பட்டு படுத்து விட்டதாகவும், மருத்துவமனையில் சேர்க்கப்பட்டுள்ளதாகவும் ஒரு தந்தி வந்தது. பாட்டி இதற்கு முன்பு இதுபோல் படுத்ததில்லை.

உடனடியாகப் புறப்பட்டு சென்று பாட்டியைப் பார்த்துக் கொள்ளுமாறு அத்தை என்னை அவசரப்படுத்தினாள். ஸியாவோ-ஃபாங்கும் நானும் செங்குடு செல்லும் அடுத்த இரயிலைப் பிடித்தோம்.

பாட்டி தனது அறுபதாவது பிறந்த தினத்தை நெருங்கிக் கொண்டிருந்தாள். தனது வேதனையை வெளிக்காட்டிக் கொள்ளாத சகிப்புத்தன்மை கொண்டவள் பாட்டி. ஆனால், அவளுக்கு ஏற்பட்டிருந்த வலி, பாட்டியின் சகிப்புத் தன்மையை விஞ்சி விட்டது. அந்த வலி தன் உடலைக் குத்திக் கிழிப்பது போலவும், அது உடம்பெங்கும் பரவுவது போலவும், பிறகு அந்த வலி காதுகளில் வந்து நிலைத்து நிற்பது போலவும் உணர்ந்தாள். வீட்டிற்கு அருகில் இருந்த அந்த மருத்துவமனை டாக்டர், 'அது நரம்புத் தளர்ச்சி நோய் என்றும், அதற்கான சிகிச்சை அந்த மருத்துவமனையில் இல்லை' என்றும் கூறியவர், நோயாளியை மகிழ்ச்சியான மனநிலையில் வைத்துக் கொள்ள வேண்டும் என்று அறிவுறுத்தினார். விண்கல் வீதியிலிருந்து அரை மணி நேர நடை பயணத் தூரத்தில் இருந்த இன்னொரு மருத்துவமனைக்கு பாட்டியை கொண்டு சென்றேன்.

சொகுசான காரில் தங்களுக்கு பிடித்தமான இடத்தில் அமர்ந்து கொண்டு பயணம் செய்யக்கூடிய, புதிய பொறுப்புக்கு வந்த அதிகாரிகள், 'எளிய மக்கள் எவ்வாறு வாழ்க்கை நடத்தப் போகிறார்கள்' என்று கவலைப்பட்டதில்லை. செங்குடுவில் பேருந்துகள் இயங்கவில்லை. காரணம் புரட்சி இயக்கத்துக்கு பேருந்துகள் உடன்பட்டு வராதவை. சைக்கிள் ரிக்ஷாக்களும் தடை செய்யப்பட்டன. காரணம் அவைகள் தொழிலாளர்களை உறிஞ்சி சாப்பிடுகின்றன. பாட்டிக்கு இருந்த வேதனையில் அவளால் நடக்க முடியவில்லை. வேறு வழியில்லாமல் சுமையேற்றும் சைக்கிள் ஒன்றில் பாட்டியை உட்கார வைத்து, நான் தள்ளிக்கொண்டு சென்றேன். ஸியாவோ ஹெய் பாட்டியை விழுந்து விடாமல் தாங்கிப் பிடித்துக் கொண்டான். ஸியாவோ-ஃபாங் சைக்கிளில் குறுக்கு சட்டத்தில் அமர்ந்து கொண்டான்.

மருத்துவமனை இன்னும் இயங்கிக் கொண்டிருந்தது. அவர்களின் தொழில் தர்மத்திற்கும், மருத்துவமனைப் பணியாளர்களின் சேவைக்கும் நன்றி. தங்கள் வேலையை ஆர்வமுடன் செய்யும் அலுவலர்களின் மீது குற்றம் சுமத்தி, 'வேலையால் புரட்சியைக் கெடுக்கிறார்கள்' என்ற வாசகம் பெரிய சுவரொட்டி மூலம் விளம்பரப்படுத்தப்பட்டிருந்தது. ஆர்வமுடன் பணிபுரிபவர்களுக்கு எதிராக, இவ்வாறு நிரந்தரமாகக் குற்றம் சாட்டப்பட்டது. நான்

அங்கு பார்த்த டாக்டரம்மாவின் கண்கள் துடித்தபடி இருந்தன. அந்தக் கண்களின் அடியில் கருவளையங்கள் காணப்பட்டன. நோயாளிகளின் கட்டுக்கடங்காத கூட்டத்தால் அவர்கள் களைப்படைந்திருக்கலாம்; அத்துடன் அவர்களுக்கு வரும் அரசியல் நெருக்கடிகளையும் அவர்கள் தாங்கிக் கொள்ள வேண்டும். நோய்களின் வேதனை தாங்க முடியாமல் இறுகிப்போன முகங்களை உடைய ஆண்களும் பெண்களும் அந்த மருத்துவமனையில் நிரம்பி வழிந்தார்கள். அதில் சிலரின் முகங்களில் வெட்டுக்காயங்களும், கீறல்களும் நிரம்பி இருந்தன. சிலருக்கு விலா எலும்புகள் முறிந்து தள்ளு வண்டியில் படுக்கப் போடப்பட்டிருந்தார்கள். இவர்கள் எல்லாருமே கண்டனக் கூட்டங்களில் தங்கள் உடல் நலத்தைப் பறி கொடுத்தவர்கள்.

எந்த டாக்டராலும் பாட்டிக்கு என்ன வியாதி என்று பரிசோதித்து கூற முடியவில்லை. அங்கு எக்ஸ்-ரே வசதியோ, இதர மருத்துவ உபகரண வசதியோ இல்லை. இருந்த உபகரணங்கள் அனைத்தும் உடைபட்டு கிடந்தன. பாட்டிக்கு வலி நிவாரண மாத்திரை மட்டும் கொடுக்கப்பட்டது. இவை எல்லாம் பலனளிக்காததால், பாட்டி மருத்துவமனையில் சேர்க்கப்பட்டாள். வார்டுகளில் கூட்டம் குவிந்திருந்தது. வராந்தாக்களில் கட்டில்கள் போடப்பட்டு நோயாளிகள் படுத்திருந்தனர். வார்டுக்கு வார்டு ஓடிக் கொண்டிருந்த பணிப்பெண்கள் சமாளிக்க முடியாததால், நானும் பாட்டியோடு தங்க வேண்டுமென்று முடிவெடுத்து விட்டேன்.

வீட்டிற்கு போய் சில தட்டுமுட்டு சாமான்கள் எடுத்துக் கொண்டு வந்து பாட்டிக்காக மருத்துவமனையிலே சமையல் செய்யத் தொடங்கினேன். அத்துடன் பாய் ஒன்றையும் எடுத்துக் கொண்டு வந்து பாட்டியின் கட்டிலுக்கு கீழே விரித்துப் படுத்துக் கொண்டேன். பாட்டி தூங்காமல் வலியால் முணகிக்கொண்டே இருந்ததால், நானும் அடிக்கடி விழித்து எழுந்து விடுவேன். எழுந்து பாட்டியின் கைகால்களைப் பிடித்து விடுவேன். இது பாட்டிக்கு ஒரு தற்காலிக நிவாரணம் தந்தது. அந்த அறையெங்கும் மூத்திர வாடை அடித்தது. ஒவ்வொருவரும் இரவில் சிறுநீர் கழிக்கப் பயன்படுத்தும் கொள்கலன் கட்டிலுக்கு அடுத்தாற்போல வைக்கப்பட்டிருந்தது. பாட்டி அனைத்தையும் சுத்தமாக வைத்துக் கொள்பவள். எனவே பாட்டி சிறுநீர் கழிக்க கொள்கலத்தைப் பயன்படுத்த மாட்டாள். இரவு நேரங்களில் என்னைக் கட்டாயப்படுத்தி எழுப்பி, வராந்தாவிற்கு கீழே உள்ள கழிப்பறைக்கு கூட்டிச் செல்லச் சொல்வாள். ஆனால், இதர நோயாளிகள் இப்படி எல்லாம் செய்வதில்லை. அத்துடன் அந்த மூத்திரக் கொள்கலன் நாள்

கணக்காக காலி செய்யாமல் எப்போதும் நிரம்பியே இருக்கும். பணிப் பெண்களுக்கு இதைக் கவனிக்க நேரம் இருக்காது.

பாட்டியின் படுக்கைக்கு அருகில் இருந்த ஜன்னல் வழியாக முன்புறத் தோட்டத்தைப் பார்க்கலாம். தோட்டத்தில் களைகள்தான் அதிகமாகக் காணப்பட்டன. அதில் போடப்பட்டிருந்த மர பெஞ்சுகள் உடைந்து ஆடிக் கொண்டிருந்தன. நான் முதலில் வெளியே பார்த்தபோது, சில சிறுவர்கள், தோட்டத்திலிருந்த ஒரு மக்னோலிய மரத்தின் கிளைகளை முறித்துக் கொண்டிருந்தார்கள். அந்தக் கிளைகளில் இன்னும் ஓரிரு மலர்கள் பூத்திருந்தன. அந்த வழியாகச் சென்ற பெரியவர்கள் சிறுவர்களைக் கண்டு கொள்ளாமல் சென்றார்கள். மரங்களைச் சேதப்படுத்துவது என்பது பிறரது கவனத்தை ஈர்க்கும் அளவுக்கு அன்றாடச் செயல்களாகி விட்டது.

ஒரு நாள் ஜன்னல் வழியாக எட்டிப் பார்த்தபோது யாரோ ஒருவன் சைக்கிளிலிருந்து இறங்கினான். ஆ! அது என் ஆருயிர் நண்பன் பிங் ஆயிற்றே! என் இதயம் படபடவென்று துடிக்கத் தொடங்கியது. என் முகமெங்கும் வியர்த்து விட்டது. ஜன்னல் கண்ணாடியில் என்னைச் சரி பார்த்துக் கொண்டேன். பொது இடங்களில் நிஜமான கண்ணாடியில் பார்த்துக் கொள்வது 'சொந்தப் பணத்தில் சூனியம் வைத்துக் கொள்வது போல' ஆகிவிடும். அதாவது இது 'பூர்ஷ்வாத்தனம்' என்று முத்திரை குத்தப்பட்டு கண்டனத்துக்கு உள்ளாக்கப்படும். வெள்ளையும் கருஞ்சிவப்பு நிறமும் கொண்ட கட்டம் போட்ட ஜாக்கெட் அணிந்திருந்தேன். இது இளம் பெண்களுக்கென்று அனுமதிக்கப்பட்டிருந்த ஆடை. நீண்ட முடி வளர்த்துக் கொள்ள மீண்டும் அனுமதிக்கப்பட்டிருந்தது. ஆனால், இரட்டை ஜடை போட்டுக் கொள்ள வேண்டும். ஆனால், அதை எந்த முறையில் போட்டுக் கொள்வது என்று மணிக்கணக்காக யோசித்தும் ஒரு முடிவுக்கு வர முடியவில்லை. அந்த இரட்டை ஜடைகளை அருகருகே போட்டுக் கொள்ள வேண்டுமா, அல்லது இடம் விட்டு பின்னிக் கொள்ள வேண்டுமா? நேராகத் தொங்க விட வேண்டுமா? அல்லது நுனியில் வளைந்து தொங்க வேண்டுமா? இன்னும் எந்த முடிவுக்கும் வர முடியவில்லை. இப்போது தலை பிண்ணிக் கொள்வதிலும், ஆடை அணிந்து கொள்வதிலும் அரசுக் கட்டுப்பாடுகள் அதிகம் இல்லை. பெருவாரியாக எல்லாரும் எதை அணிந்து கொள்கிறார்களோ, அதுவே அப்போதைய விதிக்கு உள்ளாக்கப்பட்டது. சிறிய மாற்றங்களையும் மக்கள் கருத்தூன்றி கவனித்தார்கள். கவர்ச்சியாகவும், வேறுபாட்டுடனும் காட்சியளிப்பதுதான் உண்மையான அறிவின் அடையாளமாகப் பார்க்கப்பட்டது.

பிங் நடந்து வார்டுக்குள் வந்தபோது என் தோற்றம் எப்படி இருந்தது என்று இன்னும் குழப்பத்தில்தான் இருந்தேன். அவன் தோற்றம் சுமாராக இருந்தது. ஆனால் ஏதோ ஒன்று அவனை மற்றவர்களிடமிருந்து வேறுபடுத்திக் காட்டியது. அத்துடன் மக்கள் மீது ஒரு கசப்புத்தன்மையைக் காட்டும் சாயல் கொஞ்சம் அவனிடம் காணப்பட்டது. அவனிடம் எனக்கு ஓர் ஈர்ப்பு ஏற்பட்டு விட்டது. அவனுடைய தந்தை கலாச்சாரப் புரட்சிக்கு முந்தைய மாநில அர்சாங்க அலுவலகப் பிரிவின் இயக்குநராக பணியாற்றினார். ஆனால், மற்ற உயர் அதிகாரிகளின் குழந்தைகளிடமிருந்து பிங் மாறுபட்டிருந்தான். 'என்னை ஏன் நாட்டுபுறத்திற்கு அனுப்ப வேண்டும்?' என்று கேட்டான். அவனுக்கு 'தீராத வியாதி' இருப்பதாக சான்றிதழ் வாங்கி வைத்துக் கொண்டு, நாட்டுப்புறம் செல்ல வேண்டியதைத் தவிர்த்து விட்டான். இயல்பான புத்திசாலித்தனத்தையும், வஞ்சப் புகழ்ச்சியையும், எதையும் தோண்டித் துருவிக் கேட்கும் ஆற்றலையும் முதன்முதலில் அவனிடம்தான் கண்டேன். ஆனால், இந்தக் குணாதிசயங்கள் அனைத்தும் ஏற்றுக் கொள்ளப்பட்டதில்லை. என் மூளையில், 'தடை செய்து' ஒதுக்கி வைக்கப்பட்டிருந்த விஷயங்களை அவன்தான் எனக்கு முதன்முதலில் திறந்து காட்டியவன்.

இதுவரை, என் காதல் விவகாரங்களை கட்டிப் போட்டு வைத்திருந்தேன். இன்னல்களால் ஆட்டிப் படைக்கப்பட்டுவரும் என் குடும்பத்தின் மீது நான் கொண்டிருந்த ஈடுபாடு காரணமாக, வேறு எந்த உணர்ச்சிக்கும் ஆளாகி விடாமல் இருந்தேன். இன்னொரு உணர்வு என்னுள் உயிரோடு எப்போதும் வாழ்ந்து கொண்டிருந்தாலும், அதாவது 'ஆண் சுகம்' என்ற தனியாத உணர்வு என்னிடமிருந்து வெளிப்படக் காத்துக் கொண்டிருந்தாலும், அந்த உணர்வை என் இதயத்துக்குள் வைத்து வெளிவராமல் தைத்து விட்டேன். அதில் நான் வெற்றியும் கண்டேன். ஆனால் பிங் என்னைக் காதல் வலையில் சிக்க வைத்து விடுவானோ என்ற பயம் இருந்தது.

இப்போது பிங், வீங்கிய கண்களோடு பாட்டியின் வார்டுக்குள் நுழைந்தான். வெண் என்பவனால் தாக்கப்பட்டதாக பிங் கூறினான். நிங்னனில் காலை உடைத்துக் கொண்ட ஒரு பெண்ணை இங்கு அழைத்து வர துணைக்கு வந்தவன்தான் வெண் என்று கூறினான். என்னுடைய கவனமும் தோழமையும் பிங் மீது சாய்ந்திருந்ததால், வெண் அவன்மீது பொறாமைப் பட்டிருந்திருக்கிறான் என்று கூறிய பிங், அவர்களுக்குள் ஏற்பட்ட சண்டையை பற்றிக் கூறினான். பிறகு வெண் பற்றிய விபரங்களைத் தெரிந்து கொண்டேன். என்

காரணமாக பிங்கிற்கு ஏற்பட்ட இறுமாப்பை, வெண் பொறுத்துக் கொள்ள முடியாமல் பிங்கை தாக்கியிருக்கிறான்.

வெண், குட்டையாகவும், கட்டையாகவும் இருப்பான். கையும் காலும் கனமாக இருக்கும். பற்கள் நீண்டிருக்கும். பிங்கைப் போல இவனும் ஓர் உயர் அதிகாரியின் மகன். அவன் சட்டையின் கைகளையும், காற் சட்டைகளையும் மேலே சுருட்டி விட்டிருப்பான். விவசாயிகளைப் போல வைக்கோல் செருப்புகள் அணிந்திருப்பான். பரப்புரைச் சுவரொட்டிகளில் இளமையின் உற்சாகத்துடன் காணப்படுவான். மீண்டும் நிங்னன் சென்று தன்னை சீர்திருத்திக் கொள்ளப் போவதாக ஒருநாள் வெண் என்னிடம் கூறினான். ஏன் நீ அங்கு செல்ல வேண்டும் என்று நான் கேட்டதற்கு 'மாவோவைப் பின்பற்ற வேண்டும். அதைவிட வேறு என்ன வேண்டும்? நான் பெருந்தலைவர் மாவோவின் செங்காவலன்' என்று அலட்சியமாகக் கூறினான். ஒரு நிமிடம் எனக்கு பேச்சு வரவில்லை. மக்கள் சரியான தருணங்களில் இதுபோன்ற வார்த்தைகளைப் பயன்படுத்தி வருகிறார்கள் என்று யூகித்துக் கொண்டேன். இன்னும் பார்க்கப் போனால், அவன், விளையாட்டுத்தனமாக முகத்தை வைத்துக் கொண்டுதான் அந்த விஷயத்தைத் தெரிவித்தான். ஆனால் அவர்களின் நடவடிக்கைகளில் விளையாட்டுத் தனத்திற்கு இடமில்லை. அலட்சியமாக அவன் பேசியது அவன் நேர்மையாளன் என்று சிந்திக்க வைத்தது.

வெண் சிந்தித்த விதம், அவனை விட்டு நான் விலகிச் செல்வதற்கு இடமளிக்கவில்லை. கலாச்சாரப் புரட்சி எனக்கு கற்றுக் கொடுத்த பாடம் - மக்களின் நம்பிக்கையை அடிப்படையாகக் கொண்டு அவர்களைப் பாகுபடுத்திப் பார்க்கக் கூடாது. அவர்களிடம் கொடூரமும், விஷமத்தன்மையும் இருக்கிறதா, இல்லையா என்று பார்த்துத்தான் பாகுபடுத்திப் பார்க்க வேண்டும். வெண் ஒரு நேர்மையானவன் என்று எனக்கு தெரியும். அதனால்தான் நிங்னனை விட்டு நிரந்தரமாக வெளியேற விரும்பியபோது, அவனுடைய உதவியை நாடினேன்.

இரண்டு மாதங்களுக்கு மேலாக நான் நிங்னனை விட்டு வெளியே தங்கி விட்டேன். இதைத் தடுப்பதெற்கென்று எந்த சட்டமும் இல்லை. ஆனால், உடனடியாகவோ அல்லது தாமதமாகவோ, நான் மீண்டும் மலைப் பகுதிக்கு செல்ல வேண்டும் என்பதை அரசு என்னும் பயங்கர ஆயுதம் உறுதிப்படுத்தி விடும். என்னுடைய குடியிருப்பு பதிவு செங்குடுவிலிருந்து நீக்கப்பட்டு விட்டது. நான் எவ்வளவு நாட்கள் இந்நகரில் தங்கினாலும் உணவுக்கோ அல்லது ரேஷன் பொருட்களுக்கோ எனக்கு உரிமை கிடையாது.

ஆனால், அது இறுதிவரை அப்படி நீடிக்காது. ஆகவே, என்னுடைய குடியிருப்பு பதிவை செங்குடுவுக்கு அருகில் உள்ள ஏதாவது ஓர் இடத்தில் செய்து கொள்வது நல்லது என்று உணர்ந்து கொண்டேன்.

செங்குடுப் பதிவும் சந்தேகமாகத்தான் இருந்தது. ஊரகப் பகுதியிலிருக்கும் ஒருவனது குடியிருப்பு பதிவையும் நகரத்துக்கு மாற்றிக் கொள்ள அனுமதி கிடையாது. கடுமையான மலைப்பகுதியிலிருந்து, ஒருவரின் இருப்பிடத்தை செங்குடுவின் சமவெளிப் பகுதியில் உள்ள ஒரு வசதியான இடத்திற்கு மாற்றிக் கொள்வதும் தடை செய்யப்பட்டுள்ளது. ஆனால், அதற்கு ஒரு விதிவிலக்கு இருந்தது. ஒருவர் விரும்புகிற இடத்தில், அவரது உறவினர்கள் யாரேனும் இருந்து அவரை ஏற்றுக் கொள்வதாக இருந்தால், அங்கு முகவரியை மாற்றிக் கொள்ளலாம். அதுபோன்ற ஓர் உறவினரை உருவாக்கிக் கொள்ள முடியும். ஆனால் எந்த ஒரு சீன குடிமகனும் தன்னுடைய உறவினர்கள் அத்தனை பேரைப் பற்றியும் தெரிந்து வைத்துக் கொள்வது இல்லை.

நேனா என்னும் என் தோழியுடன் சேர்ந்து மாறுதல் பெறுவதற்கு ஒரு திட்டம் தீட்டினேன். நேனா என்னும் என் தோழி நிங்னனை விட்டு வெளியேறுவதற்கு ஒரு வழி கண்டுபிடிப்பதற்காகவே, இப்பொழுது அவள் அங்கிருந்து வந்திருக்கிறாள். எங்கள் திட்டத்தில், நிங்னனில் தற்போது இருந்துவரும் என் சகோதரியையும் சேர்த்துக் கொண்டோம். எங்கள் குடியிருப்பு பதிவை மாற்றிக் கொள்வதற்கு முதலில் மூன்று கடிதங்கள் தேவைப்பட்டன. ஒன்று, சமுதாயக் கூட்டுக்குழுவில் உள்ள எங்கள் உறவினர் ஒருவர் பரிந்துரையின் பேரில், சமுதாயக் கூட்டுக்குழு அதை அங்கீகரித்து ஒரு கடிதம் கொடுக்க வேண்டும். இரண்டாவதாக, அந்த சமுதாயக் கூட்டுக்குழு அடங்கியுள்ள மாவட்டம், சமுதாயக் கூட்டுக்குழு அளித்த முதல் கடிதத்தை அங்கீகரித்து ஒரு கடிதம் அளிக்க வேண்டும். மூன்றாவது, சிச்சுவான் மாநில அரசு இளைஞர் நலத்துறை, அந்த மாறுதலை அங்கீகரித்து ஒரு கடிதம் அளிக்க வேண்டும். இந்த மூன்று கடிதங்களையும் பெற்றபின், நிங்னன் கிராமத்தில் உள்ள உற்பத்திக் குழுவிடம் சென்று, அந்தக் குழுவின் அங்கீகாரத்தைப் பெற்றுக் கொண்டு, நிங்னன் மாவட்ட பதிவாளர் முன் சமர்ப்பிக்க வேண்டும். அவர், அதைச் கொண்டு எங்களுக்கு நிரந்தர விடுதலை தர வேண்டும். அதற்குபிறகு, அந்த உத்தரவு எங்களுக்கு கிடைக்கும். சீனாவில் உள்ள ஒவ்வொரு குடிமகனும் அந்தப் பதிவுப் புத்தகத்தில் ஏற்றப்பட வேண்டும். அடுத்து நாங்கள் குடியிருக்கப் போகும் இடத்தில் உள்ள அதிகாரிகளிடம் இந்த ஆவணத்தை ஒப்படைக்க வேண்டும்.

அதிகாரிகளின் கடுமையான சட்டதிட்டங்களுக்குப் புறம்பாக, ஒரு சிறு அடி எடுத்து வைத்தாலும், வாழ்க்கை ஓர் ஆபத்தாகவும், குளறுபடிகள் நிறைந்ததாகவும் ஆகி விடும். பல வகைகளில் வாழ்க்கை எதிர்பாரா குழப்பங்களைக் கொண்டதாக ஆகி விடுகிறது. இந்த மாறுதலுக்கு என்னென்ன ஏற்பாடுகள் செய்ய வேண்டும் என்று நான் திட்டமிட்டுக் கொண்டிருந்தபோது, எதிர்பாராத வகையில், மத்திய அரசு ஜூன் மாதம் 21ஆம் தேதியிலிருந்து மாறுதல் விண்ணப்பங்களை நிறுத்தி வைக்க வேண்டும் என்று ஓர் உத்தரவு வழங்கியது. ஆனால், எனக்கோ ஏற்கனவே மே மாதம் 3ஆவது வாரம் ஆகி விட்டது. எங்களை ஏற்றுக் கொள்ளக்கூடிய உண்மையான உறவினர்களைத் தேடிக் கண்டுபிடித்து, குறிப்பிட்ட காலக் கெடுவுக்குள் இந்த நடைமுறைகளைச் செய்து முடிப்பது இயலாத காரியமாகப்பட்டது.

இதை நான் வெண்ணிடம் கேட்டுப் பார்த்தேன். கொஞ்சம்கூட யோசிக்காமல், 'அந்த மூன்று கடிதங்களையும் நான் ஏற்பாடு செய்து தருகிறேன்' என்று கூறி விட்டான். போலியான அரசு ஆணைகள் தயார் செய்து கண்டுபிடிக்கப்பட்டால் நீண்டகால சிறைவாசம்தான் அதற்கு தண்டனை என்றேன். ஆனால், மாவோவின் அந்த செங்காவல பக்தன், என்னுடைய எச்சரிக்கையைக் குப்பையில் போடச் சொல்லி விட்டான்.

இந்தப் போலிக் கடிதங்கள் தயாரிப்பதில் மிக முக்கியமான விஷயமாகக் கருதப்படுவது அரசு முத்திரைதான். சீன நாட்டில் எல்லா அரசு ஆவணங்களும் முத்திரை இருந்தால் மட்டுமே அவை செல்லுபடி ஆகும். வெண், கையெழுத்துக் கலையில் தேர்ச்சி பெற்றவன். அலுவலக முத்திரையை அவனால் வடிவமைக்க முடியும். இதற்கு பல சோப்புக் கட்டிகளைப் பயன்படுத்தினான். பல மாதங்கள் பல முயற்சிகள் எடுத்துப் பெற வேண்டிய, எங்கள் மூவருக்கும் தேவையான மூன்று கடிதங்களையும் ஒரு நாள் மாலை நேரத்திற்குள் தயார் செய்து விட்டான். நேனாவையும் என்னையும் மீண்டும் நிங்னன் சென்று அதற்கான நடவடிக்கைகளை மேற்கொள்ளுமாறு வெண் எங்களிடம் கூறினான்.

புறப்பட வேண்டிய நேரம் வந்தபோது என் இதயம் சுக்குநூறாக உடைந்து விட்டது. காரணம், பாட்டியை மருத்துவமனையில் அப்படியே விட்டு செல்வதா என்ற மனக் கலக்கம்தான். ஆனால், பாட்டி என்னைப் புறப்படச் சொல்லி வற்புறுத்தினாள். தான் மருத்துவமனையிலிருந்து பத்திரமாக வீடு திரும்பிக் கொள்வதாகவும், சகோதரன்களை நன்கு கவனித்துக் கொள்வதாகவும் தைரியமூட்டி என்னைப் புறப்படச் செய்தாள்.

பாட்டி கூறியதை நான் மறுக்கவில்லை. ஆனால், மருத்துவமனைச் சூழலை நினைத்துப் பார்த்தபோதுதான் என் மனதுக்கு மிகுந்த கவலை அளித்தது. மூத்திர நாற்றம் ஒரு பக்கம் இருந்தாலும், அங்கு நிலவிய காட்டுக் கூச்சல்தான் இன்னும் கவலை அளித்தது. அழுவதும், புலம்புவதும், அங்கலாய்ப்பதும், உரக்கக் கத்திப் பேசுவதும் இராப்பகலாக அந்த வராந்தாவில் நடந்து வருவதுமாக இருக்கும். ஒலி பெருக்கிச் சத்தம் காலை ஆறு மணிக்கெல்லாம் எல்லாரையும் எழுப்பி விடும். மற்ற நோயாளிகளின் பார்வையில் படுமாறு பல இறப்புகள் அங்கே அடிக்கடி நடப்பதுண்டு.

அதற்குள் ஒரு நாள் மாலை பாட்டியை மருத்துவமனையிலிருந்து விடுவித்து விட்டார்கள். ஆனால், பாட்டிக்கு தண்டுவடத்தில் ஒரு பயங்கர வலி இருந்து கொண்டே இருந்தது. அதனால், அந்த சுமையேற்றக்கூடிய ரிக்ஷா வண்டியில் பாட்டியால் உட்கார முடியவில்லை. எனவே, ஸியாவோ ஹெய் பாட்டியுடைய துணிமணிகள், துண்டு, சாப்பாட்டு தட்டுகள், வெண்ணீர் குடுவை, சமையல் பாத்திரங்கள் ஆகியவற்றை அந்த ரிக்ஷாவில் அள்ளிப் போட்டுக்கொண்டு அதைத் தள்ளிக் கொண்டு வந்தான். பாட்டியைத் தாங்கிப் பிடித்தபடி, நான் பாட்டியை நடக்கவிட்டு கூட்டிக் கொண்டு வந்தேன். அன்று மாலை, அந்த நேரம் மிகவும் வெப்பமாக இருந்தது. மெதுவாக நடந்து வருவதே பாட்டிக்கு இயலாமல் இருந்தது. பாட்டி தன் நடுக்கத்தையும் வேதனையையும் வெளிக்காட்டிக் கொள்ளாமல் பல்லைக் கடித்துக்கொண்டு வந்ததை, பாட்டியை இறுகப் பிடித்தபடி வந்த என்னால் உணர்ந்து கொள்ள முடிந்தது. இந்த கஷ்டங்களைத் திசை திருப்ப, பாட்டிக்கு சில கதைகளையும், சில வதந்திகளையும் சொல்லிக்கொண்டு வந்தேன். சாலைகளுக்கு நிழல் கொடுத்து வந்த மரங்கள், இப்போது கிளைகள் இழந்து, ஓரிரு கிளைகள் மட்டுமே இலைகளுடன் காணப்பட்டன. கலாச்சாரப் புரட்சியின் இந்த மூன்று ஆண்டுக் காலங்களில் அவைகள் கவனிக்கப்படாமல் விடப்பட்டுள்ளன. புரட்சிப் படையின் குழுக்களுக்கிடையே ஏற்பட்ட தீவிரமான சண்டையின் விளைவாக அங்கிருந்த கட்டிடங்கள் இடிபாடுகளுடன் காணப்பட்டன.

பாதி தூரம் நடப்பதற்குள் ஒரு மணி நேரம் ஆகிவிட்டது. திடீரென்று மேகம் இருட்டிக் கொண்டு வந்தது. அப்போது வீசிய சூறைக்காற்று புழுதியை ஆள் உயரத்திற்கு கிளப்பி விட்டது. பாட்டி தள்ளாடினாள். நான் அவளை இறுகப் பற்றிக்கொண்டேன். மழை கொட்டத் தொடங்கியது. நாங்கள் முற்றிலும் நனைந்து விட்டோம். ஒதுங்குவதற்கு இடமில்லை. எங்கள் ஆடைகள் உடம்போடு

ஒட்டிக் கொண்டன. நடக்க வரவில்லை. மூச்சு வாங்கியது. பாட்டியின் மெலிந்த தேகம் என் கைகளுக்கு கனமாகத் தெரிந்தது. பேரிரைச்சலுடன் மழை கொட்டிக் கொண்டிருந்தது. பலமாக வீசிய காற்றில் நனைந்திருந்த எங்களுக்கு நடுக்கம் எடுத்தது. தாங்கிக் கொள்ள முடியாத பாட்டி, 'தெய்வமே, என்னைக் கொன்று விடு, என்னைக் கொன்று விடு' என்று அழுதாள். எனக்கும் அழுகை பொங்கிக் கொண்டு வந்தது. 'பொறுத்துக் கொள்ளுங்கள் பாட்டி. இன்னும் சிறிது நேரத்தில் வீட்டிற்கு சென்று விடுவோம்' என்று மட்டும்தான் என்னால் சொல்ல முடிந்தது.

எங்கள் அருகில் ஒரு மணிச் சத்தம் கேட்டது. 'உங்களை என் வண்டியில் அழைத்து செல்லவா?' என்று கேட்டபடி ஒரு சைக்கிள் ரிக்ஷா எங்கள் அருகில் வந்து நின்றது. சட்டை பொத்தான்களை திறந்து விட்டபடி ஓர் இளைஞர் அதை மிதித்துக்கொண்டு வந்து நிறுத்தினான். அவன் கன்னங்கள் வழியாக மழைநீர் வழிந்து கொண்டிருந்தது. மேல் மூடி இல்லாமல் திறந்திருந்த அந்த சைக்கிள் ரிக்ஷாவில் பாட்டியைத் தூக்கி வைத்துக் கொண்டான். ஏற்கனவே, அந்த வண்டியில் ஒரு வயதான மனிதன் சுருட்டிக் கொண்டு படுத்திருந்தான். 'இவர் என் அப்பா. அப்பாவை மருத்துவமனையிலிருந்து வீட்டிற்கு அழைத்துச் செல்கிறேன்' என்றான். வீட்டு வாசலில் எங்களை இறக்கி விட்டான். நன்றியோடு அவனை அனுப்பினேன். அப்போது பெய்த பேய் மழையின் காரணமாக, அவன் பெயரைக் கேட்டுத் தெரிந்து கொள்ள முடியவில்லை.

இரண்டு நாட்கள் கழித்து பாட்டி சமையற்கட்டில் இறங்கி, 'நான் சமைத்து போடுகிறேன்' என்று வரிந்து கட்டிக் கொண்டு நின்றாள். எல்லா அறைகளையும் கூட்டிப் பெருக்கி, பழையபடி நிற்காமல் வேலை செய்யத் தொடங்கி விட்டாள். பாட்டி சுமையை இழுத்துக் கொள்வது போலத் தெரிந்தது. அமைதியாகப் படுக்கையில் படுத்து ஓய்வெடுக்குமாறு பாட்டியைக் கேட்டுக்கொண்டேன். ஆனால், பாட்டி நான் சொல்வதையெல்லாம் கண்டு கொள்ளவில்லை.

அதற்குள் ஜூன் மாதம் தொடங்கி விட்டது. என்னைப் புறப்படுமாறு பாட்டி வற்புறுத்தினாள். நிங்னனில் நான் உடல் நலக்குறைவுடன் இருந்ததால், இப்போது ஜின்-மிங் என்னைக் கவனித்துக் கொள்ள துணைக்கு வருவான் என்று கூறினாள். அவனுக்கு 16 வயது ஆகி இருந்தும், ஜின்-மிங் எந்த சமுதாயக் கூட்டுக் குழுவிலும் சேர்க்கப்படவில்லை. நிங்னனிலிருந்து வந்து பாட்டியைக் கவனித்துக் கொள்ள வேண்டும் என்று சகோதரிக்கு ஒரு தந்தி அனுப்பினேன். பதினான்கு வயது நிரம்பிய ஸியாவோ-ஹெய்யும்,

ஏழு வயது நிரம்பிய ஸியாவோ-ஃபாங்கும் பாட்டியுடன் பத்திரமாக இருந்து கொள்வதாக வாக்குறுதி அளித்தார்கள்.

நான் பாட்டியிடம் விடை பெறச் சென்றபோது அவள் அழுத காட்சி என்னை உருக்குலைத்து விட்டது. 'இனிமேல் உன்னை நான் பார்ப்பேனோ, மாட்டேனோ தெரியவில்லை' என்று அழுதாள். பாட்டியின் கையை எடுத்து முத்தமிட்டேன். புடைத்த நரம்புகளுடன் கூடிய எலும்பு போலக் காட்சி அளித்த அந்தக் கையைக் கண்டு வேதனை அடைந்தேன். முட்டிக் கொண்டு வந்த கண்ணீரைக் கட்டுப்படுத்திக் கொண்டு, 'விரைவில் வந்து விடுவேன், பாட்டி' என்றேன்.

நீண்ட தேடலுக்குப் பிறகு, ஸிசாங் பகுதிக்கு செல்லும் ஒரு டிரக் வண்டி கிடைத்தது. சில முக்கியமான தொழிற்சாலைகள் (சகோதரியின் தோழன் கண்ணாடிக்காரன் பணிபுரியும் தொழிற்சாலை உட்பட) சிச்சுவான் மாநிலத்திற்கு, அதிலும் குறிப்பாக ஸிசாங் பகுதிகளுக்கு மாற்றப்பட வேண்டும் என்று 1960-களின் மத்தியில் மாவோ ஓர் ஆணை பிறப்பித்தார். ஸிசாங் பகுதியில்தான் புதிய தொழிற்சாலைகளுக்கான அடிப்படைக் கட்டமைப்புகள் நிறுவப்பட்டுக் கொண்டிருந்தன. அமெரிக்காவோ, ரஷ்யாவோ நம்மைத் தாக்க வரும் பட்சத்தில் சிச்சுவான் மலைப் பகுதிகள்தான் ஒரு தடுப்பு அரணாகச் செயல்பட்டு வருகின்றன என்பது மாவோவின் கொள்கை. இந்த அடிப்படைக் கட்டமைப்பு பணிகளுக்கு ஐந்து மாநிலங்களிலிருந்து கட்டுமானப் பொருட்கள் டிரக் வண்டிகள் மூலம் துரிதமாக வந்து கொண்டிருந்தன. ஒரு நண்பர் மூலம் பேசிப் பார்த்ததில், பீக்கிங்கிலிருந்து ஓர் ஓட்டுநர் எங்களை அழைத்துச் செல்வதாகக் கூறினான். ஜின்-மிங், நேனா, வெண், நான் உட்பட அனைவரும் திறந்த டிரக் வண்டியின் பின்பக்கம் அமர்ந்து கொண்டோம். ஒவ்வொரு டிரக் வண்டியும் போர்ப்படைக்கு சொந்தமானவை. இதன் ஓட்டுநர்கள் எல்லாரும் மாலை வேளைகளில் சந்தித்துக் கொள்வார்கள்.

'பையன்களை அழைத்துச் செல்ல மாட்டோம்; பெண்களை மட்டுமே அழைத்துச் செல்வோம்' என்ற பெருமை ஓட்டுநர்களுக்கு இருந்தது. போக்குவரத்துக்கு இந்த டிரக் வண்டிகள் மட்டுமே ஆதாரமாக இருந்ததால், பையன்களுக்கு டிரக் வண்டி ஓட்டுநர்கள் மீது கோபம் வந்தது. வழியெங்கும் மரங்களின் மீது 'ஆண்களை ஏற்றிச் செல்லாமல், பெண்களை மட்டும் ஏற்றிச் செல்லும் ஓட்டுநர்களை வன்மையாகக் கண்டிக்கிறோம்' என்ற வாசகங்கள் எழுதப்பட்ட சுவரொட்டிகளை ஒட்டி இருந்தார்கள். சில துணிந்த இளைஞர் சாலையின் நடுவில் நின்று டிரக் வண்டியை மறியல்

செய்தார்கள். அப்படி சாலையின் நடுவில் நின்று மறியல் செய்த எங்கள் பள்ளித் தோழன் ஒருவன், சாலையை விட்டு நகர்ந்து கொள்ள முயற்சித்தபோது, டிரக் வண்டியில் அடிபட்டு இறந்து விட்டான்.

இதுபோல சாலையில் நின்று, டிரக் வண்டிகளைக் கையைக் காட்டி நிறுத்தி ஏறிச்செல்லும் அதிர்ஷ்டசாலிப் பெண்களின் மத்தியில் ஒரு சில கற்பழிப்புகளும் நடந்திருக்கின்றன. பல சில்மிஷங்களும் நடந்திருக்கின்றன. இப்பயணத்தின் பயனாக சில திருமணங்களும் நடந்திருக்கின்றன. இதில், அடிப்படைக் கட்டமைப்பு பணிகளில் பணிபுரியும் ஓட்டுநர் ஒருவர், சில குறிப்பிட்ட சலுகைகளை அனுபவித்து வந்தார். அதில் ஒன்று, தன் மனைவியின் இருப்பிடப் பதிவை, தான் வாழும் நகருக்கு மாற்றிக் கொள்ளும் சலுகையைப் பெற்றுக் கொண்டார். சில பெண்களுக்கு இந்தச் செய்தி ஒரு நல்ல ஆதாரமாகப் பட்டது.

எங்கள் ஓட்டுநர்கள் எங்கள் மீது அன்பாக இருந்தார்கள். அவர்களைப் பற்றி எந்தக் குறையும் சொல்ல முடியாது. இரவுத் தங்கலுக்காக வண்டி நிறுத்தப்படும் பொழுது, அவர்கள் எங்களையும் சாப்பாட்டிற்கு அழைத்துச் செல்வார்கள். அவர்களோடு சென்றால், அவர்களுக்கு கிடைக்கும் சிறப்பு உணவு எங்களுக்கும் இலவசமாகக் கிடைக்கும். எங்களைப் பாதுகாப்பான விடுதி அறைகளில் தங்க வைத்துவிட்டு, அதன்பின் அவர்கள் தங்கள் விடுதி மனைகளுக்கு செல்வார்கள்.

ஒரே ஒரு சந்தர்ப்பத்தில் மட்டும், அந்த ஓட்டுநர்களுக்கு இலேசான பாலுணர்வு எண்ணம் தோன்றியதுபோல எனக்குப் பட்டது. பயணத்தினிடையே ஓர் நிறுத்தத்தில், மற்ற இரண்டு ஓட்டுநர்கள் நேனாவையும் என்னையும் அடுத்த நிறுத்தம் வரை போகலாம் என்று அழைத்தார்கள். இந்த விஷயத்தை எங்கள் ஓட்டுநரிடம் நாங்கள் கூறியபோது, அவர் கடுகடுப்பான குரலில் ‘பிறகு என்ன! சென்று வாருங்கள். உங்களுக்கு அவர்களைப் பிடித்திருக்கும் பட்சத்தில், அவர்களோடு மகிழ்ச்சியாகச் செல்லுங்கள்’ என்றார். நானும் நேனாவும் ஒன்றும் புரியாமல் ஒருவரை ஒருவர் பார்த்துக் கொண்டு, ஒரு தர்மசங்கடத்தில், ‘அவர்களைப் பிடித்திருக்கிறது என்று நாங்கள் சொல்லவில்லை. நீங்கள் எல்லாரும் எங்கள்மீது அன்பாக இருக்கிறீர்கள். அவ்வளவு தான். நாங்கள் போகவில்லை’ என்று முணுமுணுத்தோம்.

நேனா மீதும் என் மீதும் வெண் எப்போதும் ‘அக்கறை’ கொண்டிருந்தான். ஓட்டுநர்கள் பற்றி - பொதுவான ஆண்கள் பற்றி

இமயமலைகளின் எல்லைக்கு 709

- திருடர்கள் பற்றி - எதைச் சாப்பிட வேண்டும், எதைச் சாப்பிடக் கூடாது என்பது பற்றி - இரவானபிறகு வெளியில் செல்வது பற்றி - வெண் எங்களுக்கு எச்சரிக்கை விடுத்துக்கொண்டே இருந்தான். அவன் எங்கள் பைகளைச் சுமந்துகொண்டு, எங்களுக்காக வெந்நீர் கொண்டு வந்து தருவான். இரவுச் சாப்பாட்டிற்கு, ஜின்-மிங், நேனா, மற்றும் என்னையும் ஒட்டுநருடன் சென்று உணவருந்தி விட்டு வரச் சொன்னான். திருட்டு பயமும் இருந்ததால், அவன் எங்கள் பைகளைப் பத்திரமாகப் பார்த்துக் கொள்வதாகச் சொன்னான். அவனுக்கு நாங்கள் உணவு வாங்கி வந்தோம்.

வெண்ணிடமிருந்து எந்தவிதமான பாலுணர்வு ஆசையும் எழுந்ததில்லை. அன்று மாலை ஸிசாங் எல்லைக்குள் வந்து விட்டோம். பகல் எல்லாம் ஒரே வியர்வையாக இருந்ததால், நானும் நேனாவும் ஆற்றில் குளிக்கலாம் என்று எண்ணினோம். அந்த இரவு நேரம் மிகவும் ரம்மியமாக இருந்தது. ஆறு வளைந்து ஓடும் ஓர் இடத்தைக் காட்டி, வெண் எங்களை அந்த இடத்தில் குளிக்கச் சொன்னான். காட்டு வாத்துகளின் துணையோடு குளித்து முடித்தோம். நிலவொளி ஆற்று நீரில் பட்டு பிரதிபலித்தது அற்புதமான காட்சியாக இருந்தது. வெண், சாலையோரத்தில் அமர்ந்துகொண்டு எங்களை அக்கறையோடு கண்காணித்துக் கொண்டிருந்தான். கலாச்சாரப் புரட்சிக்கு முன்பு, இருந்த பல இளைஞர்களைப் போல, பெண்களை மதிக்கும் ஓர் ஆணின் குணத்தை அவனிடம் கண்டேன்.

தங்கும் விடுதிக்கு செல்வதற்கு எங்கள் யூனிட்டிலிருந்து ஒரு கடிதம் வாங்கிக் கொண்டு வந்திருந்தோம். வெண், நேனா, மற்றும் நான் உட்பட அனைவரும் நிங்னனில் உள்ள உற்பத்திக் குழுவிடமிருந்து கடிதம் வாங்கியிருந்தோம். அதுபோல ஜின்-மிங் அவன் பள்ளியிலிருந்து ஒரு கடிதமும் வாங்கி வந்திருந்தான். அந்த விடுதியில் அதிக பணம் கேட்டார்கள். எங்கள் குடும்பத்தினருக்கான ஊதியம் மிக மோசமான அளவு குறைக்கப்பட்டு விட்டதால், எங்களிடம் போதுமான பணம் இல்லை. ஆகவே, நேனாவும் நானும் ஒரு கட்டிலில் படுத்துக் கொண்டோம். இளைஞர்களும் அதே மாதிரித் தங்கிக் கொண்டார்கள். அந்த விடுதி சுகாதாரமின்றியும், மிகப் பழையதாகவும் இருந்தது. நானும் நேனாவும் அக்கட்டிலில் போடப்பட்டிருந்த மெத்தையில் மூட்டைப் பூச்சிகளும், கொசுக்களும் இல்லாதவாறு திருப்பி திருப்பி போட்டு சரிசெய்து கொண்டோம். அந்த விடுதியில் இருந்த முகம் கழுவப் பயன்படுத்தும் பீங்கான் கலனும் அழுக்கு பிடித்து மஞ்சள் நிறத்தில் இருந்தது. காளான் தொற்று அங்கு அதிகமாக காணப்படும் நோய்.

ஆகையால் எங்கள் பொருட்களையே நாங்கள் பயன்படுத்திக் கொண்டோம்.

அன்று நள்ளிரவு சுமார் 12 மணி அளவில் பலமாக கதவு தட்டப்படும் சத்தம் கேட்டது. பெருந்தலைவர் மாவோவுக்கு 'இரவு அறிக்கை' சமர்ப்பிப்பதற்காக அந்த விடுதியில் அத்தனை பேரும் எழுந்திருக்க வேண்டியிருந்தது. இந்தக் கேலிக் கூத்தான நாடக நடவடிக்கை மாவோவைப் புகழ்ந்து செய்யப்படும் 'விசுவாச நடனம்' என்னும் நிகழ்ச்சியின் இன்னொரு அங்கமாகத் தெரிந்தது. இந்த 'இரவு அறிக்கை' என்னவென்றால், விடுதியில் தங்கியுள்ள அனைவரும் மாவோவின் படத்திற்கு முன்போ, அல்லது சிலைக்கு முன்போ 12 மணி அளவில் ஒன்று திரள வேண்டும். சிறிய செம்புத்தகத்திலிருந்து மாவோவின் பொன்மொழிகளை ஓத வேண்டும். 'பெருந்தலைவர் மாவோ நீடூழி வாழ்க. பெருந்தலைவர் மாவோ நீடூழி, நீடூழி வாழ்க, பெருந்தலைவர் மாவோ நீடூழி நீடூழி நீடூழி வாழ்க' என்று சிறிய செம்புத்தகத்தை அதற்கேற்றாற்போல தூக்கிப் பிடித்துக் கத்த வேண்டும்.

நானும் நேனாவும் அரை குறைத் தூக்கத்தில் எழுந்து அறையை விட்டு வெளியே தடுமாறி நடந்து வந்தோம். மற்ற பயணிகளும் இருவராக, மூவராக கண்களைத் தேய்த்துக் கொண்டும், சட்டைப் பொத்தான்களை மாட்டிக் கொண்டும் வெளியே வந்தார்கள். அங்கு யாரும் எந்தக் குறையையும் முறையிட்டுக் கொள்ளவில்லை. யாருக்கும் துணிச்சலும் வரவில்லை. அதிகாலை ஐந்து மணிக்கும் இதே போலக் கூட வேண்டியிருந்தது. மாவோ இதைக் 'காலைக் கடமை' என்று அழைக்கிறார். பிறகு நாங்கள் எங்கள் பயணத்தை தொடர்ந்து கொண்டிருக்கையில், 'இந்நகரில் உள்ள கலாச்சாரப் புரட்சியின் தலைவர் தூக்கம் வராத நோயாளியாக இருப்பார் என்று நினைக்கிறேன்' என்று ஜின்-மிங் கூறினான்.

விநோதமான கற்பனை வடிவில் மாவோவை ஆராதிப்பது என்பது சில நேரங்களில் எங்கள் வாழ்க்கையின் ஓர் அங்கமாக ஆகிவிட்டது. 'விசுவாச நடனம்' என்பது மாவோவைக் கௌரவிப்பதற்காக ஏற்படுத்தப்பட்ட சீனக் கலாச்சாரப் புரட்சியின் ஒரு நிகழ்ச்சி. மாவோவைப் புகழ்ந்து ஓதுதல், மாவோவின் சின்னங்களை ஆடைகளில் அணிந்து கொள்ளுதல், சிறிய செம்புத்தகத்தை மேலே தூக்கி அசைத்தல் ஆகியவைகளைச் செய்ய வேண்டியிருந்தது. ஆனால், 1968 ஆம் ஆண்டு இறுதிக்குள், 'புரட்சிக்குழு' தோற்றுவிக்கப்பட்டபோது மாவோவை ஆராதனை செய்வது உச்சத்தை தொட்டது. மிகுந்த பாதுகாப்பான, மதிப்பளிக்கக் கூடிய காரியம் ஒன்று என்னவென்றால், மாவோவை துதி

711

பாடுவதைத் தவிர, அதுபோல அரசியல் தண்டனைகளைத் தவறாது நிறைவேற்றுவதைத் தவிர புரட்சிக் குழு வேறு எதையும் செய்யத் தேவையில்லை என்று அக்குழு உறுப்பினர்கள் கருதினார்கள். முன்பு ஒரு சமயத்தில், செங்குடுவில் இருந்த மருந்துக்கடை ஒன்றில், ஒரு வயதான கடை உதவியாளர், என்னைப் பார்க்காமல், 'கடல் பயணம் மேற்கொள்ள எங்களுக்கு ஒரு மாலுமி.....' என்று முணுமுணுத்து விட்டு, விபரமாக நிறுத்திக் கொண்டார். நான் அந்த வாக்கியத்தை பூர்த்தி செய்ய வேண்டும் என்று எதிர்பார்க்கப்பட்டதை ஒரு சில நொடிகளில் புரிந்து கொண்டேன். இது, லின் பியாவோ மாவோவைப் பற்றி புகழ்ந்து தள்ளிய ஒரு பொன்மொழி. 'புரட்சியை மேற்கொள்கிறபோது நமக்கு மாவோவின் சிந்தனைகள் தேவைப்படுகின்றன' என்று நானும் முணுமுணுத்தேன்.

சீன தேசமெங்கும் இருந்த 'புரட்சிக் குழுக்கள்' அனைத்திற்கும் மாவோவின் உருவச் சிற்பங்கள் செய்யப்பட வேண்டும் என்று ஆணையிட்டது. ஒரு பெரிய வெண்ணிற பளிங்கு சிலை செய்யப்பட்டு செங்குடுவின் மத்தியில் நிறுவப்பட வேண்டும் என்று திட்டமிடப்பட்டது. அந்தச் சிலையை நிறுவுவதற்கு வசதியாக, அங்கிருந்த அழகான அந்தக் காலத்து அரண்மனையின் நுழைவுவாயிலை வெடி வைத்து தகர்த்தார்கள். சில ஆண்டுகளுக்கு முன்பு அந்த அரண்மனையின் எழிலை ரசித்து, அதனடியில் போய் நிற்பதில் பெரு மகிழ்ச்சி கொண்டேன். சிலை வடிப்பதற்கான வெண்ணிற பளிங்கு கற்கள் ஸிசாங்கிலிருந்து வர வேண்டியிருந்தது. 'விசுவாசமிக்க டிரக் வண்டிகள்' என்று சொல்லப்பட்ட சிறப்பு வண்டிகள் மலையிலிருந்து வெட்டி எடுக்கப்பட்ட பளிங்கு கற்களைக் கொண்டு வந்தன. அந்த வண்டிகள், அணி வகுப்புகளில் செல்லும் அலங்கார ஊர்திகள் போல அலங்கரிக்கப்பட்டிருந்தன. சிவப்பு நிற ரிப்பன்கள் தோரணமாகத் தொங்க விடப்பட்டிருந்தன. செங்குடுவிலிருந்து அவ்வண்டிகள் காலியாகச் செல்லும். காரணம், பளிங்கு கற்கள் கொண்டு வரும் நோக்கத்திற்காக மட்டுமே அந்த வண்டிகள் பயன்படுத்தப்பட்டன. ஸிசாங்கில் பளிங்கு பாறைகளை இறக்கி விட்டு செங்குடுவுக்கு வேறு எதையும் அல்லது யாரையும் ஏற்றிக் கொள்ளாமல் காலியாக வரும். மாவோவின் உருவம் செதுக்கப்படக் கொண்டு வரப்படும் பொருட்களுக்கு எந்த சேதமும் ஏற்பட்டு விடக்கூடாது.

'டிரக்' வண்டியில் செங்குடுவிலிருந்து எங்களை ஏற்றி வந்த ஓட்டுநருக்கு நன்றி கூறி விடை பெற்றோம். நிங்னனுக்குக் கடைசியாகச் செல்லவிருந்த டிரக் வண்டியை நாங்கள் கையைக் காட்டி நிறுத்தி அதில் ஏறிக் கொண்டோம். செல்லும் வழியில்

பளிங்குக் கல் வெட்டி எடுக்கப்பட்ட மலை அடிவாரத்தில் வண்டியை நிறுத்தினோம். இடுப்புக்கு மேல் எந்த துணியும் அணியாமல், உடம்பெங்கும் வியர்வை வழிந்தோட ஒரு தொழிலாளர் கூட்டம் அங்கே தேநீர் அருந்திவிட்டு புகைபிடித்துக் கொண்டிருந்தார்கள். அதில் ஒரு தொழிலாளி கூறினான்: 'நாங்கள் இந்த வேலைக்கு எந்த எந்திரங்களையும் பயன்படுத்துவதில்லை. வெறும் கைகளாலேயே வேலை செய்கிறோம். இப்படித்தான் எங்கள் விசுவாசத்தை மாவோவுக்கு காட்ட விரும்புகிறோம்!' அங்கு 'மேல் சட்டை' அணியாமல் திறந்த மார்புடன் காணப்பட்ட ஒருவன் தனது மார்பில் மாவோவின் உருவம் பொறித்த இலச்சினை ஒன்று காணப்பட்டது. இது எப்படிச் சாத்தியம் என்று, நான் உன்னிப்பாகக் கவனித்த போதுதான், அவன் தன் மார்புச் சதையுடன் குண்டூசியால் குத்தி அதைத் தொங்கவிட்டிருந்ததைக் கண்டு, நான் வெலவெலத்துப் போனேன். பிறகு மீண்டும் பயணத்தை தொடர்ந்தபோது, அவன் மாவோவின் உருவத்தை தன் மார்பில் ஒட்டி வைத்திருந்ததாக ஜின்-மிங் கூறினான். வெறும் கைகளாலே கல் குவாரியில் வேலை செய்யும் அந்த மாவோவின் விசுவாசி பற்றி ஜின்-மிங் 'அவர்கள் செய்யும் முதற்கட்ட வேலைக்கு எந்திரம் தேவைப்படாது' என்று கூறினான்.

இப்படித்தான் ஜின்-மிங், நம்பிக்கையில்லாத 'ஐயுறவிவாதக் கருத்துகளைக்' கூறி அவ்வப்போது எங்களைச் சிரிப்பில் ஆழ்த்துவான். ஆபத்து நிறைந்த அந்தக் காலகட்டத்தில் யாரும் சிரிக்குமாறும், சிந்திக்குமாறும் பேசுவதில்லை. கபடமாக புரட்சிக்கு அழைப்புவிடுக்கின்ற மாவோ, நேர்மையான விசாரணையோ அல்லது சந்தேகமோ கொள்வதில்லை. எதையும் பகுத்தறிவோடு சிந்தித்துப் பார்க்க முடிந்தபோதுதான், நான் அறிவுடைமையை நோக்கி ஓர் அடி முன்னோக்கி எடுத்து வைத்தேன். கண் மூடித்தனமான சிந்தனையை உடைத்தெறிய ஜின்-மிங் உதவி செய்தான்.

கடல் மட்டத்திலிருந்த 5000 அடி உயரமுள்ள நிங்னனை வந்தடைந்தவுடன் மீண்டும் வயிற்றுவலி என்னைத் தாக்கத் தொடங்கியது. சாப்பிட்ட எல்லாவற்றையும் வாந்தி எடுத்தேன். என்னைச் சுற்றி எல்லாமே சுற்றுவது போல உணர்ந்தேன். ஆனால், எந்த வேலையையும் என்னால் நிறுத்திக் கொள்ள முடியவில்லை. எங்கள் உற்பத்திக் குழுவிடம் சென்று, ஜூன் 21ஆம் தேதிக்குள் மாறுதல் சம்பந்தப்பட்ட எல்லா வேலைகளையும் செய்து முடிக்க வேண்டியிருந்தது. நேனாவின் உற்பத்திக்குழு அருகில் இருந்ததால், முதலில் அங்கு சென்றோம். அந்த செங்குத்தான மலைப் பாதையில் ஒரு நாள் பயணம் அது. மலை இடுக்குகளின்

வழியாக கோடை மழை ஆர்ப்பரித்து கொட்டியது. தண்ணீரின் ஆழம் எவ்வளவு இருக்கிறதென்று இறங்கிப் பார்க்க வெண் முயற்சி செய்தபோது ஜின்-மிங் என்னைத் தன் முதுகில் சுமந்து சென்றான். தவறி விழுந்தால் ஆயிரம் அடி பள்ளத்தில் விழக்கூடிய, ஆடுகள் நடந்து செல்லும் இரண்டு அடி அகலமுள்ள பாதையில், பாறையை பிடித்துக் கொண்டு நடந்து செல்ல வேண்டியிருக்கும். என்னுடைய பள்ளித் தோழர்கள் பலர் இரவு நேரங்களில் இந்தப் பாறையில் செல்லும் போது விழுந்து இறந்திருக்கிறார்கள். வெயில் கொளுத்திக் கொண்டிருந்தது. எங்கே தோல்பட்டை உரிந்து விடுமோ என்று பயந்தேன். எவ்வளவு குடித்தாலும் தாகம் அடங்கவில்லை. எல்லாருடைய தண்ணீர் பாட்டில்களையும் நானே குடித்து காலி செய்து விட்டேன். வரும் வழியில், வாரி வழியாக நீர் ஓடிக் கொண்டிருப்பதைக் கண்டால், விழுந்து குடித்து விடுவேன். குடிக்க வேண்டாம் என்று நேனா தடுத்துப் பார்த்தாள். 'ஒரு சாதாரண விவசாயிகூட இந்தத் தண்ணீரை கொதிக்க வைக்காமல் குடிக்க மாட்டான்' என்று கூறினாள். ஆனால், எனக்கேற்பட்ட தண்ணீர் தாகமோ அடங்கிய பாடில்லை. இதன் விளைவாகத்தான் கடுமையான வாந்தி வந்தது.

கடைசியாக ஒரு வீட்டிற்கு வந்தோம். அந்த வீட்டைச் சுற்றி இராட்சத மரங்கள் வானோக்கி வளர்ந்து நின்றன. அவ்வீட்டு விவசாயிகள் எங்களை வரவேற்றார்கள். வறண்டு போயிருந்த என் உதடுகளை நாக்கால் தடவி ஈரப்படுத்திக் கொண்டேன். உடனடியாக அவ்வீட்டு அடுப்படியைத் தேடினேன். அங்கே ஒரு மண் பானை கண்ணில் பட்டது. அதில் அநேகமாக வடித்த கஞ்சித் தண்ணீர் இருக்குமென்று எதிர்பார்த்தேன். இந்தப் பகுதியில் வாழும் மக்களுக்கு இதுதான் அமிழ்தமாகப் பருகும் ஆதாரம். அந்த வீட்டு விவசாயி கஞ்சித் தண்ணீரை எங்களுக்கு அன்போடு வழங்கினார். கஞ்சித் தண்ணீர் பொதுவாக வெள்ளை நிறத்தில்தான் இருக்கும். ஆனால் இது என்னவோ கறுப்பு நிறத்தில் காணப்பட்டது. அந்தக் கஞ்சித் தண்ணீர் நொதித்துப் போனதால் ஒரு சத்தம் வந்தது. அதன் வழவழப்பான மேற்பகுதியில் நிறைய பூச்சிகளும் புழுக்களும் காணப்பட்டன. அதில் ஏதோ செத்து மிதந்தன. பூச்சிகளைப் பார்த்ததால் எனக்கு அருவருப்பு ஏற்பட்டு குமட்டிக் கொண்டு வந்தது. ஆனால், நான் அந்தப் பானையை எடுத்து, அதில் இறந்து கிடந்த பூச்சிகளை ஒதுக்கிவிட்டு, அந்தக் கஞ்சித் தண்ணீரை ஒரே மூச்சில் குடித்து விட்டேன்.

நேனா இருந்த கிராமத்தை அடைந்த போது இருட்டிவிட்டது. அடுத்த நாள், அவளது உற்பத்திக் குழுத் தலைவர், மிகுந்த

மகிழ்ச்சியுடன் அந்த மூன்று கடிதங்களையும் முத்திரையிட்டு கொடுத்து அவளை அனுப்பி வைத்தார். கடந்த சில மாதங்களாக அந்த விவசாயிகள் கற்றுக் கொண்டது என்னவென்றால், அவர்கள் பெற்றுக் கொண்டது அதிகப்படியான கரங்கள் அல்ல உணவளிக்க கிடைத்த அதிகப்படியான வாய்களும் வயிறுகளுமே. விவசாயிகள் நகரத்து இளைஞர்களையோ, பெண்களையோ போகச் சொல்ல வில்லை. அப்படி யாரேனும் அங்கிருந்து போக விருப்பதாகக் கூறினால், அவர்கள் மகிழ்ச்சியடையாமல் இருந்ததில்லை.

நான் மிகவும் பலவீனமாக இருந்ததால், என் குழுவிற்கு செல்ல முடியவில்லை. என்னையும், சகோதரியையும் விடுவிக்க, வெண் தனியாகச் சென்று விடுதல் ஆணையை வாங்கி வருவதாகக் கூறினான். நேனாவும் அவளது குழுத் தோழிகளும் என்னைப் பரிவோடு கவனித்துக் கொண்டார்கள். அதன்பிறகு, நான் உண்டது, குடித்தது எல்லாமே நன்கு கொதிக்க வைக்கப்பட்டவைதான். ஆனால், என் பாட்டியைப் பார்க்க முடியாமலும், அவளின் கோழி ரசத்தைக் குடிக்க முடியாமலும், பரிதாபமாகப் படுத்துக் கிடந்தேன். அந்தக் காலங்களில் கோழி இறைச்சி என்பது மிகச் சிறந்த ஓர் உணவு. 'உன் வயிற்றில் பிரச்சினையும் உள்ளது. அதேசமயம் நல்ல சாப்பாட்டைக் கண்டால் பசியும் உண்டாகி விடுகிறது' என்று நேனா கேலி செய்வாள். அப்படியிருந்தும், நேனாவும் அவளது தோழிகளும் ஜின்-மிங்குடன் சேர்ந்து ஒரு கோழி வாங்கி வரப் புறப்பட்டார்கள். ஆனால், உள்ளூர் விவசாயிகள் கோழி சாப்பிடுவதில்லை. கோழி விற்பதுவும் இல்லை. ஆனால் முட்டைக்காக மட்டும் கோழி வளர்க்கிறார்கள். இந்தப் பழக்கத்தை அவர்கள் வழிவழியாகக் கையாண்டு வருகிறார்கள். ஆனால் கோழிக் கறி சாப்பிட்டால், தொழு நோய் வரும் என்று நண்பர்கள் மத்தியில் ஒரு பேச்சு இருந்தது. இந்நோய் மலைப்பகுதி வாழ் மக்கள் மத்தியில் அதிகமாகக் காணப்படும். அதனால், நாங்கள் முட்டையைக்கூட சாப்பிடாமல் விட்டு விட்டோம்.

பாட்டி செய்வது போல நல்ல சூப் செய்ய வேண்டும் என்று ஜின்-மிங் முடிவு செய்தான். கம்பு ஒன்றை தரையில் நட்டு அதன் மீது ஒரு மூங்கில் வலையை விரித்து வைத்தான். அதனடியில் சில தானியங்களைத் தூவி விட்டான். ஒரு நீண்ட கம்பியை எடுத்து, வலையைத் தாங்கி இருக்கும் கம்பு மீது கம்பியின் ஒரு நுனியைக் கட்டிவிட்டு, இன்னொரு நுனியைக் கையில் பிடித்துக் கொண்டு கதவு மறைவில் நின்று கொண்டான். ஒரு கண்ணாடியை அங்கே வைத்து, அதில் படும் பிம்பங்களைக் கதவருகே இருந்து பார்ப்பது போல அமைத்துக் கொண்டான். குருவிக் கூட்டம் ஒன்று இரையைக்

கண்டு அங்கே வந்து இறங்கியது. ஒரு சமயம் ஒரு காட்டுப்புறா ஒன்று வந்து இரையைக் கொத்தியது. சமயம் பார்த்து. ஜின்-மிங் கையிலிருந்த கம்பியை இழுத்து கம்பை விழவைத்தான். கம்பு விழுந்ததும் மூங்கில் வலை விழுந்து புறாவை மூடி விட்டது. ஜின்-மிங்கின் அறிவுத் திறமைக்கு நன்றி. ஒரு சுவையான சூப் கிடைத்தது.

அவ்வீடுகளுக்கு பின்பக்கம் இருந்த மலையை பீச் மரங்கள் மூடி இருக்கும். அம்மரங்கள் நிறைய பழங்கள் தொங்கும் தருணம் இது. ஜின்-மிங்கும், இன்னும் சில பெண்களும் தினமும் ஒரு கூடை நிறைய பீச் பழங்களை நிரப்பிக் கொண்டு வருவார்கள். ஆனால். ஜின்-மிங் அந்தப் பழங்களைச் சாப்பிட விடமாட்டான். வேக வைத்து சமைக்கப்படாத எதையும் நான் சாப்பிடக் கூடாது என்று தடுத்து விட்டான்.

நான் நன்றாகக் கவனித்துக் கொள்ளப்பட்டேன். நடு வீட்டில் படுத்துக் கொண்டு, தூரத்து மலைகளைக் கண்டு களித்துக்கொண்டு, டர்ஜெனிவ் புத்தகங்களையும், செக்காவ் புத்தகங்களையும் வாசித்துக் கொண்டு பொழுதைப் போக்கினேன். இப்புத்தகங்களைப் பிரயாணத்தில் வாசிப்பதற்காக ஜின்-மிங் கொண்டு வந்திருந்தான். டர்ஜெனிவ்வை வாசித்தபோது என் மனவோட்டம் பாதிக்கப்பட்டது. 'என்னுடைய முதல் காதல்' என்னும் இவருடைய கதையிலிருந்து சில பக்கங்கள் எனக்கு மனப்பாடமே ஆகி விட்டன.

சில நாட்கள் கழித்து நானும், சகோதரியும் விடுதலை பெற, எங்கள் உற்பத்திக் குழுவிடமிருந்து வெண் அனுமதிக் கடிதம் வாங்கி வந்து விட்டான். நான் மிகவும் பலவீனமடைந்து நடக்கக்கூட முடியாத நிலையிலிருந்தேன். இருப்பினும், பதிவாளரைப் பார்க்க உடனடியாகப் புறப்பட்டு விட்டோம். ஜுன் 21-க்கு இன்னும் ஒரு வாரமே எஞ்சி இருந்தது.

நாங்கள் நிங்னனை அடைந்து, அங்குள்ள நிலைமையைக் கண்டபோது, அது ஒரு யுத்தகளம் போலக் காணப்பட்டது. சீனாவின் பல இடங்களில் உட்குழுச் சண்டைகள் ஓரளவு முடிவுக்கு வந்து விட்டன. ஆனால், கடைக்கோடிப் பகுதிகளில் மட்டும் இன்னும் சண்டை நீடித்துக் கொண்டிருந்தது தெரிந்தது. தோல்வி அடைந்த குழுக்கள் மலையடி வாரங்களில் ஒழிந்திருந்து, திடீரென்று தோன்றி மின்னல் தாக்குதல்கள் நடத்தத் தொடங்கின. அதிக அளவிலான ஓர் இனக்குழு உறுப்பினர்கள், எல்லா இடங்களிலும் ஆயுதம் தாங்கி நின்றார்கள். 'யி' என்ற இந்த இனக் குழுவினர் ஸிசாங் வனப்பகுதிகளில் வாழ்ந்து வந்தார்கள். வழக்கப்படி

இரவு எல்லாரும் தூங்குகின்றபோது 'யி' குழு மட்டும் படுத்துத் தூங்குவதில்லை. அவர்களது கரங்கள் தங்கள் தலையைத் தாங்கியபடி அமர்ந்து தூங்குவார்கள். ஹான் இனத்தைச் சார்ந்த குழுத் தலைவர்கள் ஆபத்து என்று பாராது முன் வரிசையில் நின்று யுத்தம் செய்து எல்லாரையும் பாதுகாத்தார்கள். மாவட்ட பதிவாளர் அலுவலகத்தை தேடும் முயற்சியில் 'யி' காவலர்களுக்கு நீண்ட விளக்கம் கொடுக்க வேண்டியிருந்தது. அங்கு எங்களுக்குப் பொது மொழி இல்லாததால், நாங்கள் சைகைகள் மூலமே பதில் தெரிவிக்க வேண்டியிருந்தது. அவர்கள் எங்களைக் கண்டதும் துப்பாக்கியைத் தூக்கி எங்களைக் குறி வைக்கத் தொடங்கி விடுவார்கள். அவர்கள் விரல்கள் துப்பாக்கி விசையிலும், கண்கள் எங்களைக் குறி பார்ப்பதிலுமே இருக்கும். எங்களுக்கு உயிரே போய்விடும்: இருப்பினும், எங்களை நாங்கள் சலனமின்றிக் காட்டிக் கொள்ள வேண்டும். எங்களிடம் பயத்திற்கான அறிகுறி காணப்பட்டால், எங்களைக் குற்றவாளிகளாகப் பாவித்து, அதற்கேற்ற நடவடிக்கை எடுத்து விடுவார்கள்.

ஒரு வழியாகப் பதிவாளர் அலுவலகத்தைத் தேடி கண்டுபிடித்து விட்டோம். ஆனால், பதிவாளர் அங்கே இல்லை. தற்செயலாக ஒரு நண்பரை அங்கு சந்தித்தோம். 'நகரத்து இளைஞர்கள்' தங்கள் பிரச்சினைகளைத் தீர்த்துக் கொள்ளும் காரணத்தை முன்னிட்டு பதிவாளரை வளைத்துப் பிடிக்க முயற்சி எடுத்துக் கொண்டிருப்பதால், அவர் தலைமறைவு ஆகி விட்டார் என்று அந்த நண்பர் கூறினார். ஆனால், அவர் எங்கே தலை மறைவாக இருக்கிறார் என்று கூறவில்லை. ஆனால், அவரைத் தேடிக் கொண்டிருக்கும் 'நகரத்து இளைஞர்கள்' பற்றிய விபரங்களைக் கூறினார்.

'நகரத்து இளைஞர்கள்'தான் கலாச்சாரப் புரட்சிக்கு முன்பே நாட்டுப் புறங்களுக்கு சென்றவர்கள். பள்ளிக் கல்வி, கல்லூரிக் கல்விகளில் தேர்ச்சி பெறாத மாணவர்களை அழைத்து, அவர்களை நாட்டுப்புறங்களுக்கு சென்று, தாங்கள் கற்ற கல்வியின் பலனாக, அங்கு 'புதியதோர் நாட்டுப்புற சமதர்ம சமுதாயத்தை' கட்டமைக்குமாறு கட்சி அவர்களை விரும்பிக் கேட்டுக் கொண்டது. அந்த இளம் வயது ஆர்வத்தில் கட்சியின் அழைப்பை அவர்கள் அப்படியே ஏற்றுக் கொண்டார்கள். தேர்வில் தோல்வி அடைந்த உயர் அதிகாரிகளின் குழந்தைகள் யாரும் கட்சியின் அழைப்பை ஏற்று நாட்டுப் புறங்களுக்கு வரவில்லை. நாட்டுப்புறத்தின் மோசமான வாழ்க்கையையும், அதிலிருந்து தப்பிக்க முடியாது என்ற உண்மையையும், கட்சியின் ஏமாற்று வேலையையும்

புரிந்துகொண்ட மாணவர்கள், ஒரு வெறுப்பு உணர்வுகளை தங்களுக்குள்ளே வளர்த்துக் கொண்டார்கள்.

இந்த 'நகரத்து இளைஞர்கள்' குழு எங்களுடன் நட்பு பாராட்டியது. எங்களுக்கு அவர்கள் அருமையான உணவு படைத்தார்கள். பதிவாளர் எங்கிருக்கிறார் என்பதையும் கண்டுபிடித்து தருவதாகக் கூறினார்கள். அவர்களில் இருவர் பதிவாளரைத் தேடிச் சென்றார்கள். நாங்கள் ஒரு வராந்தாவில் அமர்ந்து, எங்களுக்கெதிரே ஆர்ப்பரித்து ஓடிக் கொண்டிருந்த 'கருந்தண்ணீர்' என்று சொல்லப்பட்ட நதியை ரசித்துக்கொண்டே அவர்களோடு அரட்டையடித்துக் கொண்டிருந்தோம். அங்கிருந்த செங்குத்தான பாறைகளில் எக்ரட் என்னும் பறவைகள், ஒரு காலால் பாறையைப் பற்றிக் கொண்டு, இன்னொரு காலால் பல விதமானமான கோணங்களில் நடனமாடிக் கொண்டிருந்தன. சில பறவைகள் தங்கள் வெண்ணிற சிறகுகளை விரித்து விண்ணில் பாடிப் பறந்து திரிந்தன. இப்படி ஓர் ஆபத்தான, அதேசமயம் ஒரு சுதந்திரமான நடனத்தை நான் பார்த்ததே இல்லை.

அந்த ஆற்றின் குறுக்கே இருந்த ஓர் இருண்ட குகையை அவர்கள் காட்டினார்கள். அந்தக் குகையின் உச்சியில் பெரிய வெண்கல வாள் ஒன்று தொங்கிக் கொண்டிருந்தது. அந்த வாள் துருப்பிடித்து காணப்பட்டது. அந்தக் குகைக்கு செல்ல வழி ஏதுமில்லை. அங்கே ஆர்ப்பரித்து ஓடிக் கொண்டிருந்த நதிதான் அதற்கு வழி. அந்தக் காலத்தில் சிச்சுவான் இராஜ்ஜியத்தின் புகழ்பெற்ற பிரதான மந்திரியாக இருந்த மார்க்விஸ் சூஹு லியாங் என்பவர்தான் அந்த வாளை அங்கே தொங்க விட்டதாகவும், இந்நிகழ்வு மூன்றாம் நூற்றாண்டில் நடந்ததாகவும் ஒரு பழங்கதை ஒன்று கூறுகிறது. அந்த பிரதான மந்திரி. ஸிசாங் பகுதியில் இருந்த பழங்குடி மக்களை தனது கட்டுப்பாட்டுக்குள் கொண்டு வரும் முயற்சியில் செங்குடுவிலிருந்து ஏழு முறை படை எடுத்துச் சென்றார். இந்தக் கதை ஏற்கனவே எனக்கு தெரியும். அதன் ஆதாரங்களை இப்போது என் கண் முன்னே காண நேர்ந்தபோது என் உடம்பெல்லாம் சிலிர்த்தது. அந்தப் பழங்குடி மக்கள் தலைவனை ஏழு முறை வென்று, ஏழு முறையும் அவனை விடுவித்து விட்டான். காரணம், அந்த தலைவனை பலத்தால் வெல்வது மந்திரியின் நோக்கம் இல்லை. அவனை அன்பாலும் பண்பாலும் வெல்ல வேண்டும் என்பதே அவன் நோக்கம். அந்தப் பழங்குடியினத் தலைவன் ஆறு முறையும் அசைந்து கொடுக்கவில்லை. தனது எதிர்ப்பைக் காட்டிக் கொண்டேதான் இருந்தான். ஆனால், ஏழாவது முறை, சிச்சுவான் இராஜாங்கத்திற்கு முழு மனதோடு இராஜ விசுவாசியாகி விட்டான். ஓர் இனத்தையோ, மக்களையோ வெல்ல வேண்டுமென்றால்,

அவர்களின் இதயங்களையும், எண்ணங்களையும் வெல்ல வேண்டும் என்பதுதான் இக்கதை கூறும் நீதி. இந்த யுக்தியைத் தான் மாவோவும் கம்யூனிஸ்ட்களும் கடைப்பிடித்தார்கள். இந்த யுக்தியின் அடிப்படையில்தான் நாம் 'சிந்தனைச் சீர்திருத்தம்' என்ற பெயரில் இங்கு அனுப்பப் பட்டிருக்கிறோமோ என்று யோசித்தேன். அதனால்தான் நாம் மேலிடத்து உத்தரவுகளை முழுமனதோடு நிறைவேற்றுவோம். அதனால்தான் விவசாயிகளை இதற்கு முன்மாதிரியாகக் கொண்டு வந்து நிறுத்துகிறார்கள். அவர்கள்தான் எந்தக் கேள்வியையும் கேட்காத, எந்த எதிர்ப்பையும் காட்டாத பணிவான மாந்தர்கள். இவ்வாறு நான் மீண்டும் எண்ணிப் பார்க்கையில், நிக்ஸனின் ஆலோசகரான சார்லஸ் கால்சன் ஒரு மறை பொருளைத் தெளிவுபடுத்தினார். 'சில குறிப்பிட்ட மக்களை நீங்கள் தொடர்ந்து அதிகாரம் செலுத்தி வந்தால், அவர்களின் நெஞ்சங்களும், எண்ணங்களும் உங்களைப் பின்பற்றத் தொடங்கிவிடும்.'

என் எண்ணம் என்னும் தொடர்வண்டி எதிரே இருந்தவர்களால் தடைபட்டது. நாங்கள் என்ன செய்ய வேண்டும் என்று எதிரே இருந்தவர்கள் அக்கறையுடன் ஆலோசனை கூறினார்கள். அதாவது அப்பாவின் தற்போதைய நிலைபற்றி பதிவாளரிடம் குறிப்பாகத் தெரிவிக்க வேண்டும் என்று கருத்து கூறினார்கள். அதில் ஒரு குறும்புக்கார இளைஞன், 'உடனே அவர் முத்திரையிட்டுக் கொடுத்து விடுவார்' என்றான். எங்கள் பள்ளியின் புகழ் காரணமாக, எங்களை உயர் அதிகாரிகளின் குழந்தைகள் என்று தெரிந்து கொள்வார்கள். அவர்களின் ஆலோசனையின் மீது எங்களுக்கு சந்தேகம் ஏற்பட்டது. 'ஆனால் எங்கள் பெற்றோர்கள் நீண்ட நாட்கள் பதவியில் நீடிக்கவில்லை. முதலாளி வர்க்கக் கைக்கூலிகள் என்று முத்திரை குத்தப்பட்டார்கள்!' என்று தயங்கித் தயங்கி கூறினேன்.

'அதனால் என்ன?' எல்லாரும் ஒரே குரலில் கேட்டு என் கவலையை அர்த்தமில்லாதது ஆக்கி விட்டார்கள். 'உங்களின் தந்தையா? ஒரு பழம் பெரும் கம்யூனிஸ்ட் தானே?'

'ஆமாம்' என்று முணுமுணுத்தேன்.

'ஓர் உயர் அதிகாரி தானே?'

'ஆமாம், அந்த மாதிரித்தான்' என்று இப்போதும் முணுமுணுத்தேன். 'ஆனால், அது கலாச்சாரப் புரட்சிக்கு முன்பு. இப்போது.......'

'அதைப் பற்றியெல்லாம் கவலைப்படத் தேவையில்லை. உங்கள் தந்தையாரின் பதவி நீக்கத்தை யாரும் அதிகாரப் பூர்வமாக அறிவித்திருக்கிறார்களா? அப்படி எதுவும் இல்லையே.

இமயமலைகளின் எல்லைக்கு

அதிகாரிகளின் ஆணை இன்னும் முடிவுக்கு வரவில்லை என்பது அனைவரும் தெளிவாக அறிந்ததுதானே? அவர் உங்களுக்கு எல்லாவற்றையும் சொல்லுவார்' என்று பிரதான மந்திரியின் தொங்கிக் கொண்டிருந்த வாளின் திசையை நோக்கி சுட்டிக் காண்பித்தான் அந்தக் குறும்புக்கார இளைஞன். 'மாவோவின் தனிப்பட்ட அதிகார அமைப்பிற்கு கம்யூனிஸ்ட் கட்சியில் மாற்றுக் கருத்து இல்லை என்பதாக மக்கள் கருதுகிறார்கள்' என்பதை என்னால் அந்த நேரத்தில் உணர்ந்து கொள்ள முடியவில்லை. பதவி நீக்கம் செய்யப்பட்ட அதிகாரிகள் மீண்டும் வருவார்கள். இதற்கிடையில் அந்தக் குறும்புக்கார இளைஞன், 'உங்களைப் பாதிப்புக்குள்ளாக்கும் துணிச்சல் இங்கு எந்த அதிகாரிக்கும் இல்லை. அத்துடன் ஒரு சிக்கலைத் தாங்களே வரவழைத்துக் கொள்ளவும் மாட்டார்கள்' என்றான். ஆனால், டிங் தம்பதியினரின் பழிவாங்கும் படலத்தை என்னால் யூகித்துப் பார்க்காமல் இருக்க முடியவில்லை. பொதுவாக, சீன மக்கள், அதிகார பீடத்தில் இருக்கக்கூடியவர்களின் பழி தீர்த்துக் கொள்ளும் வாய்ப்பை எண்ணி எப்போதும் விழிப்புடன் இருப்பார்கள்.

அப்பாவின் தற்போதைய நிலை பற்றி எப்படி பதிவாளருக்கு நயம்பட எடுத்துரைப்பது என்று கேட்டுக்கொண்டு அங்கிருந்து புறப்பட்டோம். அவர்கள் அன்பொழுகச் சிரித்தார்கள். 'அவர் ஒரு விவசாயி மாதிரி. அவர்கள் அந்த அளவு விவேகமானவர்கள் அல்ல. அவர்களால் வேறுபாடு என்ன என்பதைச் சொல்ல இயலாது. நேரடியாக அவரிடம் சொல்லி விடுங்கள்: 'என் தந்தையார் ஒரு துறைத் தலைவராக....'' அவர்களின் குரலில் ஒரு ஏளனம் தொனித்தது. அதுகேட்டு நான் அதிர்ந்து போனேன். நகரத்து இளைஞர்கள் பலர், பழையவர்களோ புதியவர்களோ, விவசாயிகள் மத்தியில் குடியேறியபின், அவர்கள்பால் ஒரு வெறுப்பை வளர்த்துக் கொண்டார்கள் என்பதை பிறகு கண்டுபிடித்துத் தெரிந்து கொண்டேன். விவசாயிகளுக்குக் கொடுக்க வேண்டிய மரியாதையை மாவோ எதிர்பார்த்தார்.

ஜூன் மாதம் 20 ஆம் தேதி, ஒரு பெரிய தேடுதல் வேட்டைக்குப் பிறகு பதிவாளரைக் கண்டுபிடித்தோம். அப்பாவின் தற்போதைய நிலை பற்றி பதிவாளரிடம் எப்படி எடுத்துரைப்பது என்பது பற்றி நான் செய்து கொண்டு வந்த பயிற்சி ஒன்றுக்கும் உதவாமல் போய்விட்டது. அவரே தொடங்கி விட்டார்: 'கலாச்சாரப் புரட்சிக்குமுன் உங்கள் தந்தையார் என்ன செய்து கொண்டிருந்தார்?' என்று கேட்டார். தேவையான கேள்விகள் என்பதைவிட, ஆர்வ மேலீட்டால் சில தனிப்பட்ட கேள்விகளைக் கேட்டுவிட்டு, ஒரு

கசங்கிய கைக்குட்டையை அவரது சட்டைப் பையிலிருந்து எடுத்து அதை விரித்த போது, அதிலிருந்த மரத்தாலான ஒரு முத்திரையை எடுத்து, எங்களின் கடிதங்களுக்கு முத்திரையிட்டார்.

மிகவும் இன்றியமையாத அந்த முத்திரையாலும், எங்களின் கடின முயற்சியாலும் 24 மணி நேரத்திற்கு முன்பாகவே நாங்கள் செய்ய வந்த வேலையை வெற்றிகரமாக முடித்துக் கொண்டோம். பதிவுப் புத்தகத்தைப் பொறுப்பில் வைத்திருந்த எழுத்தரை பார்க்க வேண்டியிருந்தது. அது ஒன்றும் அவ்வளவு பெரிய காரியம் அல்ல. அதிகாரப் பூர்வமான ஆணையை கையில் பெற்றுக் கொண்டோம். எனக்கு ஏற்பட்டிருந்த வயிற்று வலியும், வயிற்றுப் போக்கும் இப்போது முடிவுக்கு வந்து விட்டது.

நாங்கள் அனைவரும் மீண்டும் மாவட்ட தலைநகர் நோக்கிச் செல்ல முயற்சி மேற்கொண்டோம். நாங்கள் அங்கு சென்றடைவதற்குள் இருட்டி விட்டது. அரசாங்கத்திற்கு சொந்தமான விருந்தினர் இல்லங்களில் முயற்சி செய்தோம். அந்த இல்ல வாயில் காப்பாளரின் இடம் மட்டும் காலியாக இருந்தது. அங்கே எந்த ஆள் நடமாட்டமும் காணப்படவில்லை. கிட்டத்தட்ட எல்லா அறைகளும் பூட்டப்பட்டுக் கிடந்தன. கடைசி தளத்தில் சில அறைகள் பாதி திறந்து கிடந்தன.

ஒரு அறையில் யாரும் இல்லை என்பதை உறுதிப்படுத்திக் கொண்ட பின், அந்த அறைக்குள் நுழைந்தேன். திறந்திருந்த ஒரு ஜன்னல் வழியாக தூரத்தில் உள்ள வயல்வெளியைப் பார்க்க முடிந்தது. வராந்தாவிற்கு அந்தப் பக்கம், இன்னுமொரு வரிசையான அறைகள் காணப்பட்டன. அங்கு எந்த ஆள் அரவமும் காணப்படவில்லை. அந்த அறையில் இருந்த சின்ன சின்னப் பொருட்களும், குடித்துவிட்டு மீதி இருந்த தேநீரும், யாரோ இங்கு இருந்திருக்கிறார்கள் என்பது தெரிய வந்தது. அவனோ, அல்லது அவளோ, அல்லது யாரோ, ஏன் இந்தக் கட்டிடத்தை பாழ்படுத்தியிருக்கிறார்கள் என்று நினைத்துப் பார்க்க முடியாத அளவு நான் களைப்படைந்தேன். கதவை மூடக் கூடத் திராணி இல்லாமல், அணிந்திருந்த ஆடைகளைக்கூட மாற்றிக் கொள்ள இயலாமல் படுக்கையில் விழுந்து தூங்கி விட்டேன்.

மாவோவின் பொன்மொழிகளை ஒலி பெருக்கிகள் அலறியதால் விழித்தெழுந்து விட்டேன். அதில் ஒரு பொன்மொழி கூறியது: 'எதிராளிகள் சரணடையவில்லையென்றால், அவர்களை நாம் கொன்றுவிட வேண்டும்.' இது கேட்டு நான் அலறியடித்து

இமயமலைகளின் எல்லைக்கு 721

எழுந்து விட்டேன். இந்த இடம் விரைவில் தாக்கப்படவிருக்கிறது என்பதைப் புரிந்து கொண்டேன்.

அடுத்த நொடி என் காதுகளில் கேட்டது துப்பாக்கி வெடிக்கும் சத்தம்தான். சில புரட்சி இயக்கங்களின் பெயர்களை ஒலி பெருக்கி மூலம் சொல்லி, அவர்கள் உடனடியாகச் சரணடைய வேண்டும் என்று கேட்டுக் கொண்டது. இல்லையேல் இந்தக் கட்டிடம் வெடி வைத்து தகர்க்கப்படும் என்று ஒலிபெருக்கி அலறியது.

ஜின்-மிங் மிரண்டு போனான். ஆயுதம் தாங்கிய பலர், எனக்கு எதிரே இருந்த அறைக்குள் வேகமாக நுழைந்தார்கள். அவர்களில் ஒருவன், ஒரு சிறு பையனாக இருந்தான். அவன் தோளில் தொங்கிக் கொண்டிருந்த துப்பாக்கி அவனைவிட உயரமாக இருந்தது. எந்த வார்த்தையும் பேசாமல், ஜன்னல் அருகே ஓடிப்போய், துப்பாக்கியை திருப்பிக் கொண்டு ஜன்னல் கண்ணாடிக் கதவுகளை உடைத்தார்கள். பிறகு அதன் வழியாகச் சுடத் தொடங்கினார்கள். அவர்களின் கமாண்டர் போலக் காணப்பட்ட ஒருவன், 'இந்தக் கட்டடம் அவனுடைய குழுவின் தலைமையிடமாக இருந்ததாகவும், இப்போது எதிரிகளால் அதைத் தகர்க்க முயற்சி நடப்பதாகவும்' எங்களிடம் அவசரம் அவசரமாகத் தெரிவித்தான். எதற்கும் இந்த இடத்தை விட்டுக் கிளம்பி விடுவது நல்லது. மாடிப்படி வழியாக இறங்கக் கூடாது. அது கீழே முகப்பில் கொண்டுபோய் விட்டு விடும். வேறு என்ன செய்வது?

அங்கிருந்த போர்வைத் துணிகளையும், மெத்தைத் துணிகளையும் அவசர அவசரமாகக் கிழித்து அதை ஒரு நீண்ட கயிறு போலத் தயாரித்தோம். அதன் ஒரு நுனியை ஜன்னலில் கட்டினோம். பிறகு அந்தக் கயிற்றைப் பிடித்துக் கொண்டே இரண்டு மாடியையும் கடந்து பரபரவென்று இறங்கினோம். அப்படி இறங்கியபோது துப்பாக்கி ரவைகள் சீறிப் பாய்ந்து கொண்டிருந்தன. நாங்கள் தரையோடு தரையாகக் குனிந்துகொண்டு, இடிந்த சுவரை நோக்கி ஓடினோம். அதையும் தாண்டி, ஒரு பாதுகாப்பான இடம் கிடைக்கும்வரை ஓடிக்கொண்டே இருந்தோம். மேலே ஆகாயமும், கீழே மக்காச்சோள வயல்வெளிகளும் களை இழந்து காணப்பட்டன. அருகில் இருந்த நண்பர்களின் இடம் வரும்வரை மூச்சைப் பிடித்துக் கொண்டு ஓடி, அங்கு போய் அடுத்து என்ன செய்யலாம் என்று யோசிப்போம் என்று ஓடினோம். ஓடிய வழியில், நாங்கள் தங்கியிருந்த அரசினர் இல்லம் வெடி வைத்து தகர்க்கப்பட்டு விட்டதாக விவசாயிகள் கூறினார்கள்.

நண்பர்களின் இடத்தை அடைந்ததும், அங்கே எனக்காக ஒரு செய்தி காத்துக் கொண்டிருந்தது. பதிவாளரைத் தேடி, நேனாவின் கிராமத்தைவிட்டுப் புறப்பட்டபோது, செங்குடுவில் இருந்த சகோதரியிடமிருந்து எனக்கு ஒரு தந்தி வந்திருக்கிறது. நான் எங்கே இருக்கிறேன் என்று யாருக்கும் தெரியாமல் போனதால், யார் காதில் விழுந்தாவது இந்தச் செய்தி என்னை வந்து சேரும் என்ற எண்ணத்தில், அந்தத் தந்தியைப் பிரித்து படித்து விட்டு, அதிலிருந்த செய்தியை நண்பர்கள் மூலம் பரவச் செய்தார்கள்.

இவ்வாறுதான் என் பாட்டி இறந்த செய்தி என்னை வந்தடைந்தது.

23

‘நீ எவ்வளவு புத்தகங்கள் வாசிக்கின்றாயோ அவ்வளவுக்கு முட்டாளாகி விடுகின்றாய்’

நான் ஒரு விவசாயியாக வேலை செய்கிறேன்; செருப்பு அணியாத மருத்துவராகவும் வேலை செய்கிறேன்.

ஜுன் 1969–1971

பொன் மணல் நதிக்கரையில், நானும் ஜின்-மிங்கும் படகிற்காக காத்துக் கொண்டிருந்தோம். இமயமலையிலிருந்து தொடங்கி, நீண்ட தூரம் பயணித்து, வளைந்து நெளிந்து கடல் நோக்கி ஆர்ப்பரித்து ஓடும் பொன் மணல் நதியைக் கண்கொட்டாமல் பார்த்து வியந்து கொண்டிருந்தேன். 300 மைல் தூரம் ஓடி வந்த யாங்ஸி நதி, யூபின் நகரில் ‘மிண்’ நதியுடன் சங்கமித்த பிறகுதான் யாங்ஸி, சீன நாட்டின் நீண்ட நதியாகப் பரிணமிக்கிறது. வளைந்து, நெளிந்து ஓடும் இந்நதியின் நெடும் பயணத்தின் இறுதியில் பரந்த வயல் வெளிகளுக்கு பாசனமாகப் பயன்படுகிறது. ஆனால், இந்த நதி, இங்குள்ள மலைப்பகுதியில் மட்டும் பாலம் கட்ட வாய்ப்பே இல்லாத அளவு ஆர்ப்பரித்து ஓடுகிறது. படகு சவாரிதான் சிச்சுவான் மாநிலத்தை, யூன்னான்னுடன் கிழக்கில் இணைத்து வைக்கிறது. கோடை காலத்தில் பனிகட்டி உருகி வெள்ளப்பெருக்கெடுத்தோடும் சமயத்தில், கோடை மழையும் சேர்ந்து கொட்டுகிறபோது, இந்நதி எண்ணற்ற உயிர்களைக் காவு வாங்கியிருக்கிறது. சில நாட்களுக்கு முன்புகூட, என் பள்ளித் தோழர்கள் மூன்று பேர் உட்பட, பல உயிர்களைப் படகுடன் விழுங்கியிருக்கிறது.

மாலை நேரம், இருள் கௌவி இருட்டத் தொடங்கியது. என் உடல் நலம் மோசமாக இருந்தது. ஆகவே, நான்

ஈரமான புல்தரையில் உட்கார வேண்டாம் என்று, ஜின்-மிங் அவனுடைய சட்டையைக் கழற்றித் தரையில் விரித்தான். எங்கள் நோக்கம் முதலில் யூன்னான் செல்ல வேண்டும். அங்கிருந்து ஏதாவது ஒரு வாகனத்தைக் கையைக் காட்டி நிறுத்தி செங்குடு சென்றுவிட வேண்டும். ஸிசாங் வழியாகச் செல்லும் சாலைகள், உட்குழுக்களுக்கிடையே நடைபெறும் சண்டைகளால் தடைபட்டுக் கிடந்தன. எனவே சுற்றுப் பாதையில்தான் செல்ல வேண்டும். நேனாவும், வெண்ணும் என்னுடைய பதிவுப் புத்தகத்தையும், பையையும், அதுபோல ஸியா-வோ-ஹாங்கின் பொருட்களையும் செங்குடுவில் கொண்டு வந்து தருவதாகக் கூறினார்கள்.

பலம் வாய்ந்த 12 மனிதர்கள் ஆற்று நீரோட்டத்தை எதிர்த்து, ஏற்றப் பாடல்களைப் பாடிக்கொண்டு படகைச் செலுத்தினார்கள். ஆற்றின் மையப் பகுதியை அடைந்ததும், திடீரென்று படகை நிறுத்தினார்கள். இப்போது படகு ஆற்றின் போக்கில் யூன்னானை நோக்கி இழுத்துச் செல்லப்பட்டது. பயங்கர அலைகள் வந்து படகைத் தாக்கி தடுமாற வைத்தன. நான் படகை இறுகப் பற்றிக் கொண்டேன். இதுபோன்ற ஆபத்து காலங்களில் நான் பயந்து நடுங்கி விட்டேன். ஆனால், இப்போது இது மரத்துப் போய்விட்டது. பாட்டியின் மரணத்தின் பாதிப்புதான் என்னை உணர்ச்சியில்லாமல் செய்து விட்டது.

ஒரே ஒரு டிரக் வண்டி மட்டும் யூன்னான் நகரில் உள்ள கூடைப்பந்து ஆட்டக் களத்தின் அருகில் நின்று கொண்டிருந்தது. அந்த ஓட்டுநர் எங்களை அழைத்துச் செல்வதாக கனிவுடன் ஒத்துக் கொண்டார். என்ன செய்திருந்தால் பாட்டியைக் காப்பாற்றியிருக்கலாம் என்ற ஒற்றைச் சிந்தனை மட்டும்தான் என் மனதில் ஓடிக் கொண்டிருந்தது. மேகங்களால் போர்த்தப்பட்டிருந்தது போல இருந்த, மலையின் அடிவாரத்தில் உள்ள மண் குடிசை வீடுகளுக்கு அப்பால் இருந்த வாழைத் தோட்டங்களைக் கடந்து வண்டி சென்று கொண்டிருந்தது. இந்த இராட்சத வாழை இலைகளைப் பார்த்தபோது, செங்குடுவில் பாட்டி இருந்த மருத்துவமனை வாசலில் வளர்ந்து இருந்த, சிறிய, காய்க்காத வாழை மரம்தான் என் நினைவுக்கு வந்தது. பிங் மருத்துவமனைக்கு என்னைப் பார்க்க வந்தபோது, இரவில் நீண்டநேரம் வரை இந்த மரத்தடியில்தான் அமர்ந்து பேசிக் கொண்டிருந்தோம். அவன் பல் இளிப்பதைப் பார்த்து பாட்டிக்கு எரிச்சல் வந்து விடும். அவனைப் பாட்டிக்கு பிடிக்காது. அவன் தன்னைவிட வயதில் மூத்தவர்களிடம் இயல்பாகவும், சமமாகவும் பேசுவான். பாட்டி அதை மரியாதைக் குறைவு என்று எண்ணுவாள். அவனோடு பேசிக் கொண்டிருந்த போது, என்னை அழைத்துச்

நான் ஒரு விவசாயியாக வேலை செய்கிறேன்; செருப்பு அணியாத மருத்துவராகவும் வேலை செய்கிறேன்

செல்ல பாட்டி இரண்டு முறை கீழே இறங்கி வந்து விட்டாள். பாட்டியை வேதனைப்பட வைத்து விட்டேனே என்று என்னையே நான் திட்டிக் கொண்டேன். ஆனால் வேறு வழியும் இல்லை. பிங்கைப் பார்க்காமல் என்னை நான் கட்டுப்படுத்திக் கொள்ளவும் இயலவில்லை. பாட்டி மனம் வருந்துகிற அளவு நான் எதையும் செய்ததில்லை. பாட்டி முற்றிலும் குணமடைந்து விட்டாள் என்று நான் உறுதிப்படுத்திக் கொண்டேன்.

ஈபின் வழியாக வண்டி கடந்து சென்றது. ஈபின் நகரின் எல்லையில் இருந்த மரகத மலையில் வண்டி வளைந்து வளைந்து சென்றது. வழியில் அதிசயமான செம்மரக் காடுகளையும், மூங்கில் காடுகளையும் வண்டி நெருங்கி வந்தபோது, ஈபினிலிருந்து விண் கல் வீதி வீட்டிற்கு திரும்பி வந்த அந்த ஏப்பிரல் மாதம் என் நினைவுக்கு வந்தது. வசந்தத்தில் ஓர் நாள், இந்த மலையின் ஓரத்தில் இருந்த டாக்டர் ஸியாவின் சமாதியைக் கழுவித் துடைக்க எவ்வாறு சென்றேன் என்ற விபரத்தை பாட்டியிடம் சொன்னேன். சமாதியில் செய்யப்பட வேண்டிய சம்பிரதாயங்களுக்காக ஜன்-யிங் அத்தை எனக்குக் கொஞ்சம் பணம் கொடுத்தாள். அது நிலப்பிரபுத்துவ அடையாளம் என்று பிரகடனப்படுத்தப்பட்டிருந்தும், எப்படி இது அத்தைக்குக் கிடைத்தது என்று கடவுளுக்குதான் தெரியும். அவர் அடக்கம் செய்யப்பட்ட சமாதி எங்கே இருக்கிறது என்று கண்டுபிடிக்க மேலும் கீழும் மணிக்கணக்காக தேடி அலைந்தேன். ஆனாலும், அதைக் கண்டுபிடிக்க முடியவில்லை. மலையடிவாரம் உருக்குலைந்து காணப்பட்டது. ஒருவரின் சமாதியில் செய்யப்படும் சடங்குகள் எல்லாம் பழைய சம்பிரதாயங்கள் என்று கருதிய செங்காவலர்கள், அங்கிருந்த சமாதிகளை இடித்து, சமப்படுத்தி விட்டார்கள். டாக்டர் ஸியாவின் சமாதியைப் பார்க்கச் சென்றேன் என்ற தகவலைப் பாட்டியிடம் கூறியபோது, அவள் கண்களில் நான் கண்ட அந்த நம்பிக்கை ஒளியை என் வாழ்நாளில் என்றும் என்னால் மறக்க முடியாது. அவரின் சமாதி இடித்து தரைமட்டமாக்கப்பட்டது என்ற தகவலை நான் முட்டாள்தனமாகப் பாட்டியிடம் தெரிவித்த போது, அவள் கண்களில் காணப்பட்ட நம்பிக்கை ஒளி இருண்டு போனதையும் என்னால் எளிதில் மறக்க முடியாது. ஏமாற்றத்தின் விளிம்பில் நின்று பாட்டி பார்த்த பார்வை என்னுள் அடிக்கடி தோன்றி என்னை வேதனைப்படுத்தியது. இதைப் பாட்டியிடம் சொன்னதற்காக பல நாட்கள் அழுதிருக்கிறேன். ஆனால், இனிமேல் பாட்டியிடம் எதுவும் சொல்ல முடியாமல் போய் விட்டதே என்று தான் இன்னும் அழுது கொண்டிருக்கிறேன்.

'நீ எவ்வளவு புத்தகங்கள் வாசிக்கின்றாயோ அவ்வளவுக்கு முட்டாளாகி விடுகிறாய்'

ஒரு வார காலப் பயணம் முடிந்து, நானும், ஜின்-மிங்கும் வீட்டிற்கு வந்தபோது, பாட்டியின் படுக்கை மட்டுமே கண்ணில் பட்டது. கால்களை நீட்டிக் கொண்டு பாட்டி படுத்திருந்தபோது, அவளின் குழி விழுந்த கன்னங்களும், கலைந்து விரிந்து கிடந்த தலைமுடியோடு பற்களை இறுக்கமாகக் கடித்துக்கொண்டு படுத்திருந்ததும்தான் என் நினைவுக்கு வந்தது. பாட்டி தன் மரண வலியை மௌனமாகத் தாங்கிக் கொண்டாள். வேதனையில் முனகியதுகூட இல்லை. பாட்டி எதையும் வெளியில் காட்டிக் கொள்ளாமல் பொறுத்துக் கொண்டதால், அவள் வியாதியின் கடுமையை என்னால் உணர்ந்து கொள்ள முடியாமல் போய்விட்டது.

அம்மா தடுப்புக் காவலில் இருந்தாள். ஸியாவோ-ஹெய்யும், ஸியாவோ-ஹாங்கும் பாட்டியின் இறுதி நாட்களை எனக்கு கூறியபோது, அந்த வேதனையை என்னால் தாங்கிக்கொள்ள முடியாமல், ஒருகட்டத்தில் போதும் நிறுத்துங்கள் என்று கத்தி விட்டேன். நான் அங்கிருந்து வெளியேறிப் பல ஆண்டுகளுக்கு பிறகுதான் என்ன நடந்தது என்று தெரிந்து கொண்டேன். பாட்டி நிறைய வீட்டு வேலைகள் செய்வாள். வாடி வதங்கிய முகத்தோடு போய் படுக்கையில் சாய்வாள். உடல் வலியோடு போராடுவாள். என்னுடைய பயணத்தைப் பற்றியும், என் இளைய சகோதரர்கள் பற்றியும் கவலையோடு முணுமுணுத்துக் கொண்டிருப்பாள். ‘பள்ளிக்கூடம் போகாமல் அவர்களின் எதிர்காலம் எப்படி அமையப் போகிறதோ?’ என்றுதான் ஏக்கப் பெருமூச்சு விடுவாள்.

ஒரு நாள் பாட்டியால் படுக்கையை விட்டு எழுந்திருக்க முடியவில்லை. மருத்துவர்கள் வீட்டிற்கு வந்து பார்க்க மாட்டார்கள். ஆகவே, என்னுடைய சகோதரியின் தோழன் கண்ணாடிக்காரன் என்பவன் பாட்டியை முதுகில் சுமந்துகொண்டு மருத்துவமனைக்கு சென்றிருக்கிறான். என் சகோதரி அவனது பக்கத்தில் பாட்டியைத் தாங்கிப் பிடித்தவாறு சென்றிருக்கிறாள். இவ்வாறு இரண்டு முறை மருத்துவமனைக்கு சென்றபிறகு இனிமேல் வர வேண்டாம் என்று கூறிவிட்டார்கள். ‘உங்கள் பாட்டிக்கு எந்த நோயும் இல்லை. இதற்கு மேல் நாங்கள் என்ன செய்வது?’ என்று கேட்டிருக்கிறார்கள்.

ஆகவே, பாட்டி மரணத்தை எதிர்நோக்கி படுக்கையில் கிடந்தாள். கொஞ்சம் கொஞ்சமாக அவள் உடல் மரணத்தை தழுவிக் கொண்டிருந்தது. அவள் உதடுகள் மட்டும் அவ்வப்போது ஏதோ சொல்லும். ஆனால், என் சகோதரனுக்கோ, சகோதரிக்கோ பாட்டி முணுமுணுத்த எதையும் கேட்டுக் கொள்ள முடியவில்லை. என் உடன்பிறப்புகள் அடிக்கடி அம்மா தடுப்புக் காவலில் வைக்கப்பட்டிருந்த இடத்திற்குச் சென்றிருக்கிறார்கள். பாட்டி

மரணப் படுக்கையில் இருப்பது பற்றி எவ்வளவோ சொல்லி அம்மாவை வீட்டிற்கு அனுப்புமாறு கெஞ்சி இருக்கிறார்கள். இவர்கள் சென்ற ஒவ்வொரு முறையும் அம்மாவைப் பார்க்க விடாமல் திருப்பி அனுப்பப்பட்டிருக்கிறார்கள்.

பாட்டியின் உடல் எப்போதோ இறந்து விட்டது போலக் கிடந்தது. ஆனால், அவள் கண்கள் மட்டும் விழித்தே இருந்தன. எதையோ எதிர்பார்த்து சுற்றுமுற்றும் தேடிக் கொண்டிருந்தன. பாட்டி, தன் மகளைக் காணும் வரை கண்களை மூடவில்லை.

ஒருவழியாக, அம்மாவை வீட்டுக்கு வர அனுமதித்தார்கள். இரண்டு நாட்களாக அம்மா பாட்டியின் படுக்கையை விட்டு நகரவில்லை. அவ்வப்போது அம்மாவின் காதுகளில் பாட்டி எதையோ சொல்லிக் கொண்டிருந்தாள். எவ்வாறு இந்த வலியில் வீழ்ந்தாள் என்பதுதான் பாட்டி கடைசியாக அம்மாவிடம் பேசிய வார்த்தைகள்.

திருமதி ஷுவின் குழுவில் இருந்த அண்டை வீட்டுக்காரர்கள், அவள் வீட்டு முற்றத்தில் பாட்டிக்கு எதிராக ஒரு கண்டன நடவடிக்கைக் கூட்டம் நடத்தியிருக்கிறார்கள். புரட்சிப்படையினர் வீட்டைச் சோதனையிட வந்தபோது, கொரியா யுத்த சமயத்தில் பாட்டி நன்கொடையாக வழங்கிய நகைகளுக்காகக் கொடுக்கப்பட்டிருந்த ரசீதைக் கண்டுபிடித்திருக்கிறார்கள். 'சுரண்டும் வர்க்கத்திலிருந்து வந்த நாற்றமெடுத்த நாய்' என்று பேசியிருக்கிறார்கள். 'இல்லையென்றால், இவ்வளவு நகைகள் எப்படி உனக்கு கிடைத்திருக்கும்' என்று கேட்டிருக்கிறார்கள்.

பாட்டியை ஒரு சிறிய மேஜை மீது நிற்க வைத்திருக்கிறார்கள். அந்த இடம் சமதளமற்ற தரையாக இருந்ததால், அந்த மேஜை ஆடத் தொடங்கியது. அதனால் பாட்டிக்கு தலை சுற்றியது. சுற்றியிருந்த அண்டை வீட்டுக்காரர்கள் கூச்சல் போட்டிருக்கிறார்கள். தன் மகளை ஸியாவோ-ஃபாங் கற்பழித்து விட்டான் என்று முன்பு குற்றம் சாட்டிய அந்தப் பெண், ஒரு பெரிய உலக்கையை எடுத்து மேஜையின் ஒரு காலை ஆக்ரோஷமாக அடித்து முறித்தாள். நிலை தடுமாறிய பாட்டி, அந்த கல் தரையில் மல்லாந்து சாய்ந்தாள். 'அப்போது உயிரை வெடுக்கென்று பிடுங்கியது போன்ற ஒரு வலி தோன்றியதாகப் பாட்டி அம்மாவிடம் கூறியிருக்கிறாள்.'

அம்மா வீட்டிற்கு வந்த மூன்றாவது நாள் பாட்டி இறந்து விட்டாள். பாட்டியின் ஈமச் சடங்குகள் எல்லாம் முடிந்த இரண்டாம் நாளிலேயே அம்மா மீண்டும் தடுப்புக் காவலுக்குச் சென்று விட்டாள்.

728 'நீ எவ்வளவு புத்தகங்கள் வாசிக்கின்றாயோ
அவ்வளவுக்கு முட்டாளாகி விடுகிறாய்'

பாட்டி அடிக்கடி என் கனவில் வருவாள். அப்போதெல்லாம் நான் எழுந்து உட்கார்ந்து அழுது விடுவேன். அவள் ஓர் அற்புதமான பெண்மணி. ஓர் உற்சாகமான ஜீவன். எல்லாத் திறமைகளும் கைவரப் பெற்றவள். ஆனால், அவளது திறமைகள் அனைத்தும் முழுமையாக வெளிப்படுத்தப்படவில்லை. ஆசைகள் நிறைந்த, ஒரு சிறிய நகரக் காவல் துறை ஊழியரின் மகள். ஓர் இராணுவத் தலைவரின் ஆசை நாயகி. ஒரு பெரிய, ஆனால் பிளவுபட்ட ஒரு குடும்பத்திற்கு மாற்றாந்தாய். இரண்டு கம்யூனிஸ்ட் அதிகாரிகளின் அம்மாவும், மாமியாருமாக இருந்தவள். இவ்வளவு வசதி வாய்ப்பு இருந்தும் பாட்டியின் மனதில் மகிழ்ச்சி என்பது இல்லாமல் போய்விட்டது. கடந்த கால நிழலில் அவள் டாக்டர் ஸியாவோடு வாழ்ந்த நாட்கள்; அவர்கள் இருவரும் சேர்ந்து அனுபவித்த வறுமைக் காலங்கள், ஜப்பானியர்களின் ஆக்கிரமிப்பு, உள்நாட்டுப் போர்; இப்படி அவள் காலமெல்லாம் பயத்திலேயே கழிந்து போனது. பாட்டி, பலமுறை செத்து செத்துப் பிழைத்திருக்கிறாள். அவளது பேரக் குழந்தைகளைப் பார்த்து, கொஞ்சம் மகிழ்ச்சியை அனுபவித்திருக்கிறாள். ஆனாலும் அவள் எங்களைப் பற்றிக் கவலைப்படாத நாட்களே இல்லை. பாட்டி ஓர் இரும்புப் பெண்மணி. ஆனால், அவளது இறுதி நாட்களில் என் பெற்றோர்கள் தாக்கப்பட்ட சோகம், பேரக் குழந்தைகளாகிய எங்களைப் பற்றியக் கவலை, எங்களைச் சுற்றி வந்த மனித வெறுப்பு அலைகள், இப்படி எல்லாம் ஒன்று சேர்ந்து பாட்டியை வீழ்த்தியது. ஆனால், இதையெல்லாம்விட தாங்க முடியாத வேதனை ஒன்று பாட்டிக்கு இருந்தது என்றால், அது அம்மாவுக்கு நேர்ந்த சூழ்ச்சிதான். அம்மாமீது விழுந்த ஒவ்வொரு அடியையும், பாட்டி தன் உடம்பிலும், மனதிலும் தாங்கிக் கொண்டது போல உணர்ந்தாள். இதுபோன்ற வலிகளின் கலவைதான் பாட்டியைக் கடைசியில் காவு கொண்டது.

பாட்டியின் மரணத்தில் இன்னொரு உடனடிக் காரணமும் இருந்தது. பாட்டிக்கு தேவையான மருத்துவக் கவனம் செலுத்தப்படவில்லை; 'பார்க்க, எடுக்க' என்று சொல்லப்படுகிற உதவிக்கு யாருமில்லை. பாட்டியின் நோய் முற்றியபோதும், மகளால் வந்து பார்க்கக்கூட முடியவில்லை. இதற்கெல்லாம் காரணம் கலாச்சாரப் புரட்சிதான். உப்புக்கு பிரயோசனம் இல்லாத காரியத்திற்காக மனித உயிர்களை அழித்து ஒழித்த கலாச்சாரப்புரட்சியால் யாருக்கு என்ன பலன் என்று என்னை நான் கேட்டுக் கொள்வதுண்டு. 'கலாச்சாரப் புரட்சியை வெறுக்கிறேன், வெறுக்கிறேன்' என்று எப்போதும் எனக்குள்ளே சொல்லிக் கொண்டது உண்டு. என்னால் செய்ய முடிந்தது

நான் ஒரு விவசாயியாக வேலை செய்கிறேன்; செருப்பு அணியாத மருத்துவராகவும் வேலை செய்கிறேன்

வேறு எதுவும் இல்லை என்று தெரிந்தபோது எனக்கு இன்னும் வேதனையாக இருந்தது.

பாட்டியைப் பார்த்துக்கொள்ள முடியாமல் போய் விட்டதே என்ற வேதனைதான் என்னை எப்போதும் அரித்துக் கொண்டிருந்தது. பாட்டி மருத்துவமனையில் இருந்தபோதுதான் 'பிங்' மற்றும் 'வெண்' ஆகிய இருவரும் எனக்கு அறிமுகமானார்கள். இவர்களோடு ஏற்பட்ட தோழமை எனக்கு கொஞ்சம் இதமளித்தது. ஆனால் பாட்டிக்கு ஏற்பட்ட வலியைத் தெரிந்துகொள்ள விடாமல் இந்த நட்பு என் கண்களை மறைத்துவிட்டது. பாட்டியின் மரணப்படுக்கையை நினைத்துப் பார்க்கிறபோது, ஆண் தோழமையில் நான் கண்ட அற்ப சந்தோஷத்திற்காக இப்போது நான் அதை அவமானமாகக் கருதினேன். இனியும் ஒரு 'ஆண் நண்பன்' எனக்கு தேவையில்லை என்று தீர்மானம் செய்து கொண்டேன். இதுவே என் பாவத்திற்கான பரிகாரம்.

அடுத்த இரண்டு மாதங்களுக்கு செங்குடுவில் தங்கியிருந்தோம். எங்களை ஏற்றுக்கொள்ளக்கூடிய இனக் குழுவிலிருந்து 'உறவினர்' யாராவது கிடைப்பார்களாவென்று, நேனாவுடனும், என் சகோதரியுடனும் சேர்ந்து அங்கிருந்தபடி தீவிரமாகத் தேடிக் கொண்டிருந்தோம். இலையுதிர்கால அறுவடைக்குள் ஓர் உறவினர் வீட்டைத் தேடிக் கண்டுபிடிக்க வேண்டும். ஏனென்றால், இப்போது உணவுப் பொருட்கள் விநியோகம் ஆகி வருகின்றன. இல்லையேல், அடுத்து வரும் ஆண்டுகளுக்கு சாப்பிட எதுவும் எங்களுக்கு கிடைக்காது. அரசு விநியோகம் ஜனவரி மாதம் முடிந்து விட்டது.

'பிங்' என்னைப் பார்க்க வந்தபோது நான் அவனைக் கண்டு கொள்ளவில்லை. 'இனிமேல் என்னைப் பார்க்க வராதே' என்று தெளிவாக அவனிடம் கூறி விட்டேன். அவன் தொடர்ந்து எனக்கு கடிதங்கள் எழுதிக் கொண்டிருந்தான். ஆனால், நான் அந்தக் கடிதங்களைப் பிரித்து பார்க்காமலேயே அவைகளை அடுப்பிலிட்டு எரித்து விட்டேன். நிங்னன்னிலிருந்து 'வெண்' என்னுடைய பதிவுப் புத்தகத்தையும், பைகளையும் கொண்டு வந்தான். ஆனால், நான் அவனைப் பார்க்க மறுத்து விட்டேன். ஒரு நாள் தெருவில் அவனைப் பார்த்தபோது, அவன் கண்களில் ஒரு குழப்பமும், வேதனையும் இருந்ததைக் கண்டேன்.

'வெண்' நிங்னனுக்கு திரும்பி விட்டான். 1970-இன் கோடையில் அவனுடைய ஊருக்கு அருகில் காட்டுத் தீ பற்றிக் கொண்டது. அவனும் அவனது நண்பனும் தீயை அணைக்கும்பொருட்டு ஓடினார்கள். அம்முயற்சியின் போது, காற்றில் வந்த ஒரு நெருப்பு

பந்தம் ‘வெண்’ணின் நண்பன் முகத்தில் பட்டு, அவனது முகத்தை நிரந்தரமாகக் கருக்கி அடையாளம் தெரியாமல் ஆக்கி விட்டது. அவர்கள் இருவரும் நிங்னனை விட்டு புறப்பட்டு லாவோஸ் சென்று விட்டார்கள். அப்போது, லாவோஸ் நாட்டில், இடதுசாரி கொரில்லாக்களுக்கும், அமெரிக்க ஐக்கிய நாடுகளுக்குமிடையே ஒரு யுத்தம் நடந்து கொண்டிருந்தது. அந்தச் சமயத்தில், உயர் அதிகாரிகளின் குழந்தைகள் லாவோஸ் நாட்டிற்கும் வியட்நாம் நாட்டிற்கும் இரகசியமாகச் சென்று, அமெரிக்காவோடு யுத்தம் புரிந்தார்கள். இது அரசாங்கத்தால் தடை செய்யப்பட்டிருந்ததால், அவர்கள் இரகசியமாகச் சென்றார்கள். இந்த இளைஞர்கள் கலாச்சாரப் புரட்சியினால் விரக்தியடைந்தவர்கள். அமெரிக்க ஏகாதிபத்தியத்தை எதிர்த்து இவர்கள் போரிடுவதால், மீண்டும் இளம் இரத்தத்தைப் பாய்ச்சிக் கொள்ளலாம் என்று நம்பினார்கள்.

வெண், லாவோஸ் வந்த கொஞ்ச நாட்களில், அமெரிக்க போர் விமானம் வந்து இறங்கப் போவதாகச் செய்தி கேள்விப்பட்டான். அவன்தான் முதலில் அங்கிருந்து ஓடியவன். அங்கிருந்து தப்பிக்கும் முயற்சியில், அவனது தோழர்களே புதைத்து வைத்த கண்ணி வெடியில் கால் வைத்து உயிரிழந்தான். செங்குடுவின் வீதியில் ஓர் நாள் கலங்கிய கண்களோடு அவன் காட்சியளித்ததுதான் என் நினைவுக்கு வந்தது.

இதற்கிடையில் எங்கள் குடும்பம் சிதறுண்டு போனது. 1969 ஆம் ஆண்டு அக்டோபர் மாதம் 17 ஆம் நாள், சீன எல்லையில் உள்ள சோவியத் யூனியனுடன் யுத்தம் தொடுக்கப்பட்டுள்ளது என்ற ஒரு பொய்க் காரணத்தைக் கூறி, லின் பியாவோ ‘நாடு யுத்தத்தின் பிடியில்’ இருப்பதாக அறிவித்து விட்டார். ‘பாதுகாப்பான இடத்திற்கு அப்புறப்படுத்துதல்’ என்ற பெயரில், இராணுவத்தில் இருந்த இவரது எதிரிகளையும், இவரை அவமானப்படுத்திய பல உயர் அதிகாரிகளையும் தலைநகரை விட்டு கிளப்பி, சீனாவின் பல்வேறு பகுதிகளில் உள்ள இடங்களுக்கு தடுப்புக் காவலாகவும், வீட்டுக் காவலாகவும் அனுப்பி வைத்தார். இந்தச் சந்தர்ப்பத்தைப் பயன்படுத்தி, வேண்டாத விரோதிகளை அப்புறப்படுத்துவதில் புரட்சிக்குழுக்கள் துரிதம் காட்டினார்கள். அம்மாவின் கிழக்கு மாவட்டப் பணியாளர்களில் மட்டும் சுமார் 500 நபர்கள் செங்குடுவிலிருந்து துரத்தப்பட்டு, ஸிசாங்கின் பட்டிக்காடான ‘எருமைமாட்டுப் பொட்டல்’ என்னும் இடத்திற்கு அனுப்பப்பட ஆணையிட்டார்கள். இதற்கான ஆயத்தப் பணிகள் செய்வதற்காக தடுப்புக் காவலில் இருந்து அம்மா பத்து நாட்களுக்கு வீட்டிற்கு அனுப்பப்பட்டாள். ஸியாவோ-ஹெய்யையும்,

ஸியாவோ-ஃபாங்கையும் ஈபின் செல்லும் இரயிலில் ஏற்றி அனுப்பி விட்டாள். ஜன்-யிங் அத்தை வாத நோயில் கிடந்தாலும், இன்னும் உள்ள சில அத்தைகளும், சித்தப்பாக்களும் அவர்களை நன்கு கவனித்துக் கொள்வார்கள். ஜின்-மிங் அவனது பள்ளியிலிருந்து செங்குடுவின் வட கிழக்கு திசையில் 50 மைல் தொலைவில் இருக்கும் ஒரு சமுதாய இனக்குழுவிற்கு அனுப்பி வைக்கப்பட்டான்.

அதேசமயத்தில் நான், என் சகோதரி, நேனா ஆகிய மூவரும் 'டியாங்' என்னும் மாவட்டத்தில் இருந்த இனக் குழுவைக் கண்டு கொண்டோம். அந்த இடம் ஜின்-மிங் வைக்கப்பட்டிருந்த இடத்திற்கு அருகில் இருந்தது. என் சகோதரியின் தோழனான கண்ணாடிக்காரனின் சகபணியாளன் ஒருவன் இந்த மாவட்டத்துக்காரன். எங்களை அவனது உறவினர்கள் என்று சொல்லச் சொல்லி அவனைத் தயார்படுத்தினோம். அம்மாவட்டத்தில் இருந்த இனக் குழுவினர்கள் அனைவரும் வயல் வேலை செய்பவர்களை விரும்பினார்கள். உறவினர்கள் என்பதற்கான அத்தாட்சிகள் எங்களிடம் ஏதுமில்லாவிட்டாலும், யாரும் எந்தக் கேள்வியும் எங்களைக் கேட்கவில்லை. இதில் முத்தாய்ப்பான ஒரு விஷயம் என்னவென்றால், நாங்கள் உதிரியாகக் கிடைக்கப் பெற்ற வயல் வேலைக்காரர்கள் ஆகி விட்டோம்.

அங்கிருந்த இரு வேறு உற்பத்திக் குழுக்களுக்கு நாங்கள் ஒதுக்கப்பட்டோம். உதிரியாக வந்த இரண்டு நபர்களுக்கு மட்டுமே அங்கு இடவசதி இருந்தது. நானும் நேனாவும் ஒரு குழுவுக்கும், என் சகோதரி இன்னொரு குழுவுக்குமாக ஒதுக்கப்பட்டோம். என் சகோதரியின் குழு மூன்று மைல் தள்ளி இருந்தது. இரயில் நிலையம் செல்வதென்றால், அங்கிருந்து ஐந்து மணி நேரம் நடக்க வேண்டும். அந்த ஐந்து மணி நேரமும் வயல்களுக்கு இடையே இருந்த 18 அங்குல அகலமே உள்ள வரப்புகளின் மீதுதான் நடந்து செல்ல வேண்டும்.

ஏழு நபர்கள் கொண்ட எங்கள் குடும்பத்தினர் ஒவ்வொருவரும் வெவ்வேறு இடங்களுக்கு அனுப்பப்பட்டோம். ஸியாவோ-ஹெய் செங்குடுவை விட்டுக் கிளம்புவதில் அதிக மகிழ்ச்சியடைந்தான். ஏனென்றால், அவன் பள்ளி ஆசிரியர்களாலும், இன்னும் பல பரப்புரை உறுப்பினர்களாலும், தயாரிக்கப்பட்ட அப்பள்ளியின் சீன மொழிப் பாடப் புத்தகத்தில் அப்பாவின் பெயர் கண்டனத்துக்கு உரியது என்று சேர்க்கப்பட்டிருந்தது. ஸியாவோ- ஹெய்யும் இனக்குழுவிலிருந்து ஒதுக்கி வைக்கப்பட்டு, துன்புறுத்தப்பட்டான்.

1969 ஆம் ஆண்டின் கோடைகாலத் தொடக்கத்தில், செங்குடுவின் எல்லையேராத்தில் இருந்த நாட்டுப்புறத்திற்கு, அறுவடையில் உதவுவதற்காக அவனது பள்ளி அப்படியே அனுப்பப்பட்டது. மாணவர்களும் மாணவிகளும் தனித்தனி கூடங்களில் தங்க வைக்கப்பட்டார்கள். பொழுதுபட்ட நேரங்களில், நட்சத்திரங்கள் நிறைந்த ஆகாயக் கூரையின் அடியில், வயல் வெளிகளுக்கு நடுவில், இளைய தம்பதியினர் அடிக்கடி உலா செல்வார்கள். அங்கு சிருங்கார ரசம் பொங்கி வழியும். ஆனால் 14 வயது நிரம்பிய என் தம்பியிடம் அந்த ரசம் அறவே இல்லை. ஆனால் இப்போது அவனுடைய குழுவில் இருந்த ஒரு பெண்ணிடம் ஒரு மெல்லிய ஆசை அரும்பு விடத் தொடங்கியிருந்தது. பல நாட்களுக்கு பிறகு, அவர்கள் எல்லாரும் கோதுமை அறுவடை செய்து கொண்டிருந்தபோது, எனது சகோதரன் அவனது தைரியத்தையெல்லாம் ஒன்றுதிரட்டி, ஒரு நாள் மாலை ஒரு படபடப்புடன் அந்தப் பெண்ணை அணுகி, தன்னோடு 'வாக்' வரமுடியுமா என்று அழைத்திருக்கிறான். அந்தப் பெண் தலைகுனிந்தபடி எதுவும் பேசாமல் மௌனமாக நின்றாள். 'மௌனம் சம்மதத்திற்கு அறிகுறி' என்று அவன் எடுத்துக் கொண்டான்.

ஸியாவோ-ஹெய், அங்கே காய்ந்து கொண்டிருந்த நிலவொளியில், ஒரு வைக்கோல் போர் மீது சாய்ந்து கொண்டு நின்றான். தன் முதல் காதலை ஆவலோடு எதிர்பார்த்தபடி நின்று கொண்டிருந்தான். திடீரென்று ஒரு விசில் சத்தம் கேட்டது. அவனுடைய குழுவிலிருந்து ஓர் இளைஞர் பட்டாளம் அங்கே தோன்றியது. அந்தக் கும்பல் அவனைக் கெட்ட வார்த்தைகளால் திட்டி, முகத்தில் துண்டைப் போட்டு மறைத்து, அவனை அடித்து உதைக்க ஆரம்பித்து விட்டது. எப்படியோ தப்பித்து, தள்ளாடித் தள்ளாடி ஓடிப்போய், அருகில் இருந்த ஓர் ஆசிரியர் வீட்டுக் கதவைத் தட்டி, 'காப்பாற்றுங்கள், காப்பாற்றுங்கள்' என்று கத்தினான். கதவைத் திறந்து பார்த்த அந்த ஆசிரியர், 'என்னால் எதுவும் செய்ய இயலாது. இனிமேல் இம்மாதிரி உதவி கேட்டு இங்கே வராதே' என்று சொல்லி ஸியாவோ-ஹெய்யைப் பிடித்து வெளியே தள்ளி விட்டார்.

ஸியாவோ-ஹெய் அரண்டு போய் அவனது கூடாரத்திற்கு போகாமல், அன்றைய இரவு முழுவதும் ஒரு வைக்கோற்போரினில் ஒளிந்திருந்தான். அவனுடைய 'அன்புக் காதலிதான்' இந்தக் குண்டாந் தடியர்களைக் கொண்டு வந்து இறக்கியது என்று பிறகு புரிந்து கொண்டான். 'முதலாளி வர்க்கக் கைக்கூலியின் மகன் ஒருவனுக்கு என்ன துணிச்சல் இருந்தால் என்னை மயக்க முயற்சி எடுத்திருப்பான்' என்று அந்தப் பெண் அவமானம் அடைந்து விட்டாள்.

அவர்கள் செங்குடு திரும்பியதும், ஸியாவோ-ஹெய், அவனது தெருவில் இருக்கும் கும்பலை உதவிக்கு அழைத்தான். அவர்கள் பள்ளிக்கு உள்ளே வந்து விட்டார்கள். பயங்கர தடியன்கள், கையில் ஒரு பெரிய வேட்டை நாயுடன் வந்து, என் சகோதரனை அடித்த முக்கியமான ஒருவனை வெளியே இழுத்து வந்தார்கள். அவன் உடல் நடுநடுங்கி, முகமெல்லாம் வெளுத்து விட்டது. ஆனால், குண்டர்கள் அவனைத் தாக்கத் தொடங்குமுன், இரக்கம் என் சகோதரனை ஆட்கொண்டுவிட்டது. 'அவன் பாவம். போகட்டும் விட்டு விடுங்கள்' என்று தன் அடியாட்களிடம் கூறி விட்டான்.

இரக்கம் என்பது ஒரு முரணியல்பான கருத்து. அது ஒரு முட்டாள்தனத்தின் அடையாளமாகப் பார்க்கப்பட்டது. மீண்டும் ஸியாவோ-ஹெய்யை அவர்கள் அடித்து துவைத்துப் போட்டார்கள். ஹெய், தனது தெரு நண்பர்களை மீண்டும் ஒருமுறை உதவிக்கு அழைத்துப் பார்த்தான். 'நாங்கள் ஒரு பாச்சைக் குஞ்சுக்கெல்லாம் உதவி செய்ய வருவதில்லை' என்று கூறி மறுத்து விட்டார்கள்.

ஸியாவோ-ஹெய் ஈபின் நகரில் இருந்த புதிய பள்ளிக்கு 'தாக்குதல் தொடரும்' என்று நினைத்து பயந்து பயந்து சென்றான். ஆச்சரியம்! அவனுக்கு அங்கு நல்ல வரவேற்பு கிடைத்தது. இரத்தினக் கம்பள வரவேற்பு என்று கூடச் சொல்லுமளவுக்கு வரவேற்பு கிடைத்தது. அந்தப் பள்ளியை நிர்வகித்து வந்த ஆசிரியர்கள், பரப்புரை உறுப்பினர்கள், மாணவர்கள் ஆகிய அனைவரும் அப்பாவின் பெயரைக் கேள்விப்பட்டு, அவரைப் போற்றிப் புகழ்ந்திருக்கிறார்கள். ஸியாவோ-ஹெய் அப்பள்ளிக்குள் நுழைந்தவுடனே அவனுக்கு ஒரு தனி மரியாதை கிடைத்து விட்டது. அப்பள்ளியில் படித்த மிகச் சிறந்த, அழகான மாணவி ஒருத்தியின் தோழமையும் அவனுக்கு கிடைத்தது. மூர்க்கத்தனமான மாணவர்கள் கூட இவனைக் கண்டதும் ஒதுங்கி நின்று மரியாதை செய்தார்கள். ஈபினில் அப்பா ஒரு மரியாதைக்குரிய மனிதர் என்று இப்போது அவனுக்கு தெளிவாகப் புரிந்துவிட்டது. டிங் தம்பதியினரின் அதிகாரத்தில், அப்பா அவமானப்படுத்தப்பட்டிருக்கிறார் என்று அனைவரும் அறிந்திருந்தும், அவருக்கு மக்கள் மத்தியில் ஒரு மரியாதை இருந்தது. டிங் தம்பதியினரின் அதிகாரத்தில் ஈபின் நகர மக்கள் அனைவருமே பாதிப்புக்குள்ளாகி அவமானப்பட்டிருக்கிறார்கள். உட்குழுக்களிடையே ஏற்பட்ட பல மோதல்களில் ஆயிரக்கணக்கானோர் உயிர் இழந்திருக்கிறார்கள். அதைவிட அதிகமானோர் காயப்படுத்தப் பட்டிருக்கிறார்கள். அவர்கள் கொடுத்த சித்திரவதைகளிலும் பலர் உயிர், உறுப்புகளை

'நீ எவ்வளவு புத்தகங்கள் வாசிக்கின்றாயோ அவ்வளவுக்கு முட்டாளாகி விடுகிறாய்'

இழந்திருக்கிறார்கள். குடும்ப நண்பர் ஒருவர் மரணத்திலிருந்து உயிர் பிழைத்திருக்கிறார். எப்படியெனில், அவரது பிள்ளைகள், இறந்த தங்கள் தந்தையாரின் உடலை பெற்றுக் கொள்வதற்காக பிணவறைக்கு சென்றிருக்கிறார்கள். ஆனால், அவருக்கு இன்னும் மூச்சு இருப்பதை அவர்கள் கண்டு கொண்டார்கள்.

ஈபின் வாழ் மக்கள், வாழ்க்கையை அமைதியாகக் கழிக்கக்கூடிய காலம் வருமா என்று ஏங்கினார்கள். அதிகார துஷ்பிரயோகம் செய்யாத அதிகாரிகள் வருவார்களா என்று ஏங்கினார்கள். அர்ப்பணத்தோடு ஆளக்கூடிய ஓர் அரசாங்கம் வருமா என்று ஏங்கினார்கள். அப்பா ஆளுநராக இருந்த அந்த 1950கள் மீண்டும் வருமா என்று ஏங்கினார்கள். அந்தக் கட்டத்தில்தான் கம்யூனிஸ்ட்கள் புகழின் உச்சக் கட்டத்தில் இருந்தார்கள். கோமிங்டாங்கின் கொடிய ஆட்சியை அகற்றிவிட்டு, பசி, பட்டினிக்கு ஒரு முற்றுப்புள்ளி வைத்து விட்டு, நேர்மையான சட்ட ஒழுங்கை நிலைநாட்டினார்கள். இவை அனைத்தும் கம்யூனிஸ்ட்களின் தொடர் செயல் திட்டங்களால் (மாவோவால் பஞ்சம் உருவாக்கப்படும் முன்பு) உண்டாக்கப்பட்ட ஆட்சிமுறை. அப்போது அப்பாவை எல்லாருக்கும் அடையாளம் தெரியும். டிங் தம்பதியினருக்கு முற்றிலும் எதிர் மாதிரியான, ஒரு புகழ்பெற்ற அதிகாரியாக அப்பாவை அனைவரும் அறிந்திருந்தனர்.

பள்ளியில் ஸியாவோ-ஹெய் பெரிதாக ஒன்றும் படிக்காவிட்டாலும், அவனுக்கு பள்ளியில் கிடைத்த மரியாதையால் அவன் மகிழ்ச்சியோடு அங்கே தங்கியிருந்தான். பள்ளிப் பாடங்களில் மாவோவின் படைப்புகளும், *'மக்களின் நாளிதழ்'* என்ற அச்சு ஊடகத்திலிருந்து வரும் செய்திகளும் அதிகமாக இடம் பெற்றிருந்தன. கல்வி முறையில் மாவோ கொண்டு வந்திருந்த குளறுபடிகள் மாற்றம் செய்யப்படாமல் அப்படியே நீடித்ததால் மாணவர்கள்மீது யாரும் எந்த அதிகாரமும் செலுத்தவில்லை.

வகுப்பறைகளில் ஒழுக்கத்தை மேம்படுத்த ஆசிரியர்களும், தொழிலாளர்கள் பரப்புரைக் குழுவும் ஸியாவோ-ஹெய்யின் உதவியை நாடினார்கள். இருப்பினும் அப்பாவின் புகழுக்கு முன்பாக, ஸியாவோ-ஹெய் ஆசிரியர்களின் 'எடுபிடியாக' இருந்தான் என்று ஒரு குற்றத்தை சுமத்தி, சில மாணவர்கள் அவனை ஒதுக்கி வைத்து விட்டார்கள். 'தெருவில் இருந்த விளக்கு கம்பத்தின் கீழ் அவனுடைய காதலியைக் கட்டி அணைத்து முத்தமிட்டான்' என்று கிசு கிசு கும்பல் ஒன்று இப்படி ஒரு தகவலைக் கண்டுபிடித்து கூறியது. இது முதலாளி வர்க்கக் குற்றம் ஆகக் கருதப்பட்டது. தனக்கு கிடைத்த தனி சலுகைகளை ஸியாவோ-ஹெய்

நான் ஒரு விவசாயியாக வேலை செய்கிறேன்; செருப்பு அணியாத மருத்துவராகவும் வேலை செய்கிறேன் 735

இழந்து விட்டான். அதனால் அவன் தன்னிலை விளக்கம் எழுதிக் கொடுக்க வேண்டும் என்றும், சிந்தனை சீர்திருத்தம் மேற்கொள்ள உறுதிமொழி அளிக்கவேண்டும் என்றும் கேட்டுக் கொள்ளப்பட்டான். அவனுடைய காதலியின் அம்மா ஒரு நாள் அங்கே வந்து, தன் மகளின் கற்பு பற்றிய மருத்துவ பரிசோதனை செய்யப்பட வேண்டும் என்று சொல்லி கலவரப்படுத்தினாள். ஒரு பெரிய போராட்டம் நடத்தி முடித்த பின்பு, அந்தப் பெண்மணி தன் மகளைப் பள்ளியை விட்டு அழைத்துச் சென்றாள்.

ஸியாவோ-ஹெய்க்கு அவனுடைய வகுப்பில் நெருங்கிய நண்பன் ஒருவன் இருந்தான். 17 வயது மாணவன். அவனைப் பற்றிய விசித்திரமான கதை ஒன்று அனைவருக்கும் தெரியும். அவனுடைய அம்மாவுக்கு ஐந்து குழந்தைகள் இருந்தார்கள். ஆனால், அவளுக்கு திருமணமே ஆகவில்லை. ஒவ்வொரு குழந்தைக்கும் ஒவ்வொரு தகப்பனார்கள். எந்தக் குழந்தைக்கு எந்தத் தகப்பனார் என்று தெரியாது. முறை தவறிப் பிறந்த குழந்தை மிக இழிவாகவும், கேவலமாகவும் பேசப்படுவதால், சீனாவில் அவள் நடத்தை வழக்கத்துக்கு மாறாகக் கருதப்பட்டது. 'கருங்காலிகளை வேட்டையாடுதல்' என்னும் நடவடிக்கையில் அந்தப் பெண் தீய சக்தி என்று கண்டறியப்பட்டு பொது இடத்தில் வைத்து அவமானப்படுத்தப்பட்டாள். அவன் அம்மாவால் அவனுக்கு தலைகுனிவு ஏற்பட்டு விட்டது. 'என் அம்மாவால் எனக்கு எவ்வளவு அவமானம் பார்த்தாயா? நான் என் அம்மாவை வெறுக்கிறேன்' என்று ஸியாவோ-ஹெய்யிடம் அவன் தனிமையில் பேசியிருக்கிறான். நீச்சலில் சிறந்து விளங்கிய மாணவருக்கு விருது வழங்க விருப்பதாக பள்ளி அறிவித்தது. (ஏனென்றால் நீச்சல் என்பது மாவோவிற்கு பிடித்தமான விஷயம்) மாணவர்கள் ஸியாவோ-ஹெய்யின் நண்பனை ஏகமனதாக தேர்வு செய்து விட்டார்கள். ஆனால், விருது அறிவிக்கப்பட்டபோது, இவன் பெயர் அழைக்கப்படவில்லை. ஏனெனில், ஓர் ஆசிரியை அதற்கு மறுப்பு தெரிவித்து விட்டாள். 'அவனுக்கு நாம் விருது வழங்குவது தவறு. அவனுடைய தாய் நடத்தை கெட்டவள்' என்று ஆரவாரம் செய்தாள்.

அந்த ஆசிரியை இவ்வாறு சொல்லக் கேட்டதும், அந்த மாணவன் ஓடிப்போய் சமையற்கட்டிலிருந்து கத்தியைத் தூக்கிக் கொண்டு ஆசிரியர்கள் இருக்கும் அறையை நோக்கி ஓடினான். மாணவர்கள் அவனைத் தடுத்து நிறுத்தியபோது ஓர் ஆசிரியர் வந்து கத்தியைப் பிடுங்கி வீசிவிட்டு, அவனை போட்டு அடித்து விட்டார். இந்நிகழ்ச்சி அவனை எவ்வளவு பாதித்திருக்கும் என்று ஸியாவோ-ஹெய் வருத்தப்பட்டான். முதல்முறையாக

'நீ எவ்வளவு புத்தகங்கள் வாசிக்கின்றாயோ அவ்வளவுக்கு முட்டாளாகி விடுகிறாய்'

அந்த மாணவன் ‘ஓ’வென்று கதறி அழுதான். அந்த இரவு ஸியாவோ-ஹெய்யும் அவனது நண்பர்களும் அவனுக்கு ஆறுதல் கூறினார்கள். அடுத்தநாள் அந்த மாணவனைக் காணவில்லை. பொன்மணல் ஆற்றின் கரையில் அவனது உடல் ஒதுங்கிக் கிடந்தது. தனது இரண்டு கைகளையும் சேர்த்து கயிற்றால் கட்டிக்கொண்டு ஆற்றில் குதித்திருக்கிறான்.

சிச்சுவான் மாநிலத்தில் டியாங் என்னும் நகரில் இருந்த என்னுடைய புதிய இனக்குழு தாழ்வான குன்றுகளின் மத்தியில் அமைந்திருந்தது. ஆங்காங்கு பல புதர்களும், யூகலிப்டஸ் மரங்களும் நிறைந்து காணப்பட்ட இடம் அது. நல்ல விளை நிலங்கள் உள்ள இடம். ஆண்டிற்கு இரண்டுமுறை அறுவடைகள் அங்கு நடைபெறும். ஒன்று கோதுமை, இன்னொன்று நெல். காய்கறிகள், கடுகு, சர்க்கரைவள்ளிக்கிழங்கு ஆகியவை அபரிமிதமாக அங்கே விளையும். இங்கு எனக்கு கிடைத்த பெரிய நிம்மதி என்னவென்றால், இங்கு மலை ஏறும் தொல்லை இல்லை. நிம்மதியாக மூச்சு விட முடிகிறது. வரப்புகளின் மீது விழுந்து விடாமல் கவனமாக நடந்து செல்ல வேண்டும். இதனால் எனக்கு எந்த வருத்தமுமில்லை. ஆனால் அப்படி நடக்கிறபோது அடிக்கடி ‘தொப்’பென்று விழுந்து விடுவேன். அப்படி தடுமாறி விழுகின்றபோது, எதையாவது பற்றிக் கொள்ளும் உந்துதலில், முன்னே நடந்து செல்லும் நபரைத் தள்ளிவிட்டு விடுவேன். அது பெரும்பாலும் நேனாவாகத்தான் இருக்கும். இரவில் நடந்து செல்லும்போது ஏற்படும் ஆபத்து பற்றிக் கூட நான் கவலைப்படுவதில்லை. இரவு நேரங்களில் நாயிடம் கடிவாங்கும் வாய்ப்பிருந்தது. அவைகளில் சில நாய்கள் வெறி நாய்களாக இருக்கும்.

நாங்கள் முதலில் அங்கு சென்றடைந்ததும், பன்றிகளை அடைத்திருக்கும் இடத்திற்கு அடுத்து இருந்த இடத்தில் தங்க வைக்கப்பட்டோம். பன்றியின் உருமல், கொசுக்களின் ரீங்காரம், நாய்களின் குரைத்தல் சத்தம் ஆகிய இன்னிசைகளுக்கு மத்தியில் நாங்கள் தூங்கிக் கொண்டிருந்தோம். அந்த அறை முழுவதும் பன்றிகளின் எரு வாடையும், கொசுவர்த்திகளின் வாடையும்தான் நிறைந்திருக்கும். சிறிது நாட்கள் கழித்து, உற்பத்திக் குழு எனக்கும் நேனாவுக்கும் இரண்டு அறைகள் கொண்ட ஒரு சிறிய வீட்டை ஒதுக்கிக் கொடுத்தார்கள். அந்த இடம் இதற்கு முன்பு செங்கல் அறுக்கப் பயன்பட்டு வந்தது. அந்த இடம் வயல்களைவிடப் பள்ளமாக இருந்தது. கோடைகாலங்களிலும், வசந்த காலங்களிலும் வயல்களில் நீர் நிரப்பட்டிருக்கும். அல்லது மழைப் பொழிவுகளால்

வயல் நிறைந்து விடும். களித்தரையிலிருந்து சதுப்பு நீர் கசிந்து வீட்டிற்குள் வரும். நேனாவும், நானும் செருப்புகளைக் கழற்றிக் கொண்டு, முழுக்காற்சட்டைகளை மேலே உருட்டிவிட்டுக் கொண்டு, தண்ணீரில் நடந்து வீட்டிற்குச் செல்ல வேண்டியிருக்கும். நல்ல வேளையாக, எங்கள் கட்டில்களுக்கு உயரமான கால்கள் இருந்தன. ஆகவே சேற்று நீருக்கு இரண்டு அடிக்குமேல் தூங்கிக் கொண்டிருப்போம். நாங்கள் கட்டிலுக்கு படுக்கச் செல்லும் பழக்கம் வினோதமாக இருக்கும்: ஒரு ஸ்டூல் மீது ஒரு பாத்திரத்தில் நல்ல தண்ணீர் வைத்திருப்போம். வெளியிலிருந்து, சேற்று நீரில் நடந்து வந்த கால்களோடு அந்த ஸ்டூலின் மீது ஏறி நின்று கொண்டு, கால்களைக் கழுவியபின், அப்படியே கட்டிலில் தாவி படுத்துக் கொள்வோம். இப்படியாக, ஈரமான சூழ்நிலையிலேயே இருந்து வந்ததால், என் எலும்புகளிலும், தசைப் பகுதிகளிலும் எப்போதும் ஒரு வலி இருந்து கொண்டே இருக்கும்.

ஆனால், அந்த வீடு கொஞ்சம் வேடிக்கை நிறைந்தது. வீட்டிலிருந்து தண்ணீர் வற்றியதும், கட்டிலின் மீதும், அறையின் மூலைகளிலும் காளான்கள் முளைக்கத் தொடங்கி விடும். கொஞ்சம் கற்பனையோடு பார்த்தால், அவ்வீட்டு தரை, தேவதைக் கதைகளில் வரும் இடம் போலத் தோன்றும். ஒருமுறை, ஒரு ஸ்பூன் அளவு பட்டாணியைக் கை தவறி தரையில் கொட்டி விட்டேன். நீர் வற்றியபிறகு பார்த்தால், சின்னச்சின்ன பட்டாணிச் செடிகள் முளைத்து அவைகளிலிருந்து கொத்து கொத்தாக மெல்லிய இலைகள் தளிர்விட்டு வளர்ந்து வரக் கண்டேன். சூரிய ஒளிக்காக அவைகள் விழித்தெழுந்தது போலத் தோன்றின.

சீன நாட்டு விவசாயப் பெருங்குடி மக்கள் உண்மையில் எவ்வாறு வாழ்ந்து வருகிறார்கள் என்று டியாங் வந்த பிறகுதான் தெரிந்து கொண்டேன். உற்பத்திக்குழு தலைவர் ஒவ்வொரு விவசாயிக்கும் ஒரு வேலையை ஒதுக்கிக் கொடுப்பார். இந்த வேலையோடுதான் அன்றைய விடியல் அந்த விவசாயிக்கு தொடங்கும். எல்லா விவசாயிகளும் வேலை செய்ய வேண்டும். அவர்களின் அன்றாட வேலைகளில், 'வேலைப் புள்ளிகள்' என்ற ஒரு பலன் அவர்களுக்கு கொடுக்கப்படும். ஓர் ஆண்டின் முடிவில் இந்த வேலைப் புள்ளிகளை மொத்தமாகக் கணக்கிட்டு, அதன் அடிப்படையில் அவர்கள் பலன் பெறுவார்கள். விவசாயிகள் உற்பத்திக் குழுவிடமிருந்து உணவு தானியங்கள், எரிபொருட்கள், இதர அன்றாடத் தேவைகள், அத்துடன் கொஞ்சம் பணமும் உற்பத்திக் குழு மூலமாக வழங்கப்படும். அறுவடை முடிந்தவுடன், அதிலிருந்து ஒரு பங்கை அரசாங்கத்திற்கு வரியாக உற்பத்திக்

குழு செலுத்தி விடும். எஞ்சியுள்ள தானியங்கள் பங்கீடு செய்யப்படும். முதலில் ஓர் அடிப்படை அளவு, ஒவ்வொரு ஆண் விவசாயிக்கும், அதிலிருந்து கால் பங்கு குறைவாக ஒவ்வொரு பெண் விவசாயிக்கும் வழங்கப்படும். மூன்று வயதிற்கு குறைவான குழந்தைகளுக்கு பாதி அளவு உணவு வழங்கப்படும். மூன்று வயதிற்கு மேற்பட்ட ஒரு குழந்தையால், ஒரு முழு ஆள் சாப்பிடுகிற அளவு சாப்பிட முடியாது. எனவே நிறையக் குழந்தைகள் இருப்பது நல்லதாகப்பட்டது. ஆனால் இந்தச் செயல்முறை குடும்பக் கட்டுப்பாட்டிற்கு முரண்பட்டதாக மாறியது.

இவை போக எஞ்சியுள்ள தானியங்கள், அவரவர்கள் பெற்றுள்ள வேலைப் புள்ளிகளைக் கணக்கிட்டு அதற்கேற்றவாறு வழங்கப்படும். இந்தப் புள்ளிகளைக் கணக்கிட்டுப் பார்க்க விவசாயிகள் அனைவரும் ஆண்டிற்கு இரண்டுமுறை ஒன்று கூடுவார்கள். இந்தக் கூட்டத்திற்கு எந்த விவசாயியும் தவறுவதில்லை. முடிவாக, ஒவ்வொரு இளைஞனும், நடுத்தர வயதினரும் ஒரு நாளைக்கு பத்து புள்ளிகள் என்றும், அதுபோல ஒவ்வொரு பெண்ணுக்கும் எட்டு புள்ளிகள் என்றும் கணக்கிடப்படும். ஊர் அறிந்த, செல்வாக்கு மிக்க ஒரு சிலருக்கு சில சிறப்பு புள்ளிகள் வழங்கப்படும். முன்னாள் கிராமத்து நிலவுடைமையாளராக இருந்த 'வர்க்க எதிரிகள்' மற்றும் அவரது குடும்பத்தினர் மற்றவர்களை விட இரண்டு புள்ளிகள் குறைவாக வாங்குவார்கள். அவர்கள் மற்றவர்களைவிடக் குறைவாக வேலை செய்வதும் இல்லை. அதேசமயம் அவர்களுக்கு மற்றவர்களை விடக் கடினமாக வேலையும் கொடுக்கப்படும். அப்படியிருந்தும் அவர்களுக்கு இரண்டு புள்ளிகள் குறைவாகவே வழங்கப்படும். 'நகரத்து இளையோர்கள்' என்றதால், நானும் நேனாவும் நான்கு புள்ளிகள் கிடைக்கப் பெற்றோம். வளரிளம் பருவத்து பெண்கள் அனைவருக்கும் இதே புள்ளிகள்தாம். இருப்பினும் 'ஆரம்பத்தில் அப்படித்தான்' என்று சொல்லி வைத்தார்கள்.

ஒரே பாலினத்தாரிடையே தினப்புள்ளி என்று வரும்போது, ஆளுக்கு ஒரு வேறுபாடு காட்டப்பட்டது. 'வேலைப்புள்ளி' என்று கணக்கிடும்போது ஓர் ஆள் எப்படி வேலை செய்தான் என்று பார்த்ததைவிட, எவ்வளவு நாட்கள் வேலை செய்தான் என்று பார்க்கப்பட்டது. இந்தப் பிரச்சினைதான் வெறுப்புக்கான ஊற்றுக் கண்ணாக ஊர் மக்களுக்கு காணப்பட்டது. ஒரு நல்ல செயலாக்கத்திற்கு இது மிகப்பெரிய முட்டுக்கட்டையாக இருந்தது. வேலைப் புள்ளிகள் அதிகமாகப் பெறும் சலுகை பெற்றவர்கள் எவ்வாறு வேலை செய்கிறார்கள் என்பதை இதர விவசாயிகள்

உன்னிப்பாகக் கவனித்தார்கள். ஆகவே, ஒருவரைவிட ஒருவர் அதிகமாக உழைக்க ஆர்வப்படவில்லை. ஆண்கள் செய்யும் அதே வேலையைத்தான் பெண்களும் செய்தார்கள். 'புள்ளிக் கணக்கு' என்று வந்தபோது, ஆண்களுக்கு கூடுதலாகக் கிடைத்ததால் பெண்கள் எரிச்சல் பட்டார்கள். இதுவே அங்கு நிரந்தரப் பிரச்சினையாக நிலவி வந்தது.

ஐந்து மணி நேரத்தில் செய்து முடிக்க வேண்டிய வேலையை பத்து மணி நேரமாக செய்து, வயல்வெளிகளில் நேரத்தை வீணடித்து வந்தோம். ஒரு முழுநாள் வேலையை கணக்கு காட்டுவதற்கு பத்து மணி நேரம் வயல்வெளிகளில் பொழுதைக் கழிக்க வேண்டியிருந்தது. சூரியன் எப்போது மறையும் என்று காத்துக்கொண்டும், விசில் சத்தம் எப்போது கேட்கும் என்று நேரத்தை நகர்த்திக் கொண்டும் காத்திருந்தோம்.

நிங்னனைப் போலவே அல்லது சிச்சுவானைப் போலவே இங்கு எந்திரங்களின் பயன்பாடு எதுவுமே இல்லை. இரண்டாயிரம் ஆண்டுகளுக்கு முன்பு உழவுத்தொழில் எப்படி நடந்து வந்ததோ, அதுதான் இன்றுவரை நடந்து வந்தது. என்ன ஒரு சிறிய வேறுபாடு என்றால், அரசாங்கம் விவசாயிகளுக்கு இராசாயன உரங்கள் வழங்கி வந்தது. அதற்கு ஈடாக அரசாங்கத்திற்கு விவசாயிகள் அறுவடை சமயத்தில் நெல் அளந்து கொடுக்க வேண்டும். எருமை மாடுகள் கொண்டுதான் ஏர் உழவு நடைபெற்று வந்தது. இதுதவிர தண்ணீர், உரம், எரிபொருள், காய்கறிகள், உணவு தானியங்கள் ஆகியவைகளைக் கொண்டு வர, மனித உழைப்பே பயன்படுத்தப்பட்டது. மூங்கில் கூடைகளும், மரத்தால் ஆன கலங்களும் கம்பின் இரு முனைகளிலும் தொங்கவிடப்பட்டு தோறப்பட்டைகளில் சுமந்து வர வேண்டும். எனக்கு ஏற்பட்டிருந்த பெரும் பிரச்சினையே சுமை தூக்குவதுதான். இவ்வாறு கிணற்றிலிருந்து வீட்டிற்கு தண்ணீர் சுமந்து சென்றதன் விளைவாக, தோறப்பட்டைகளில் வீக்கம் ஏற்பட்டு, புண் வந்து விட்டது. என்மீது மையல் கொண்டிருந்த ஒருவன் எப்பொழுதெல்லாம் என்னைப் பார்க்க வருவானோ, அப்பொழுதெல்லாம் நான் படும் கஷ்டத்தைப் பார்த்து தவறாமல் நீர் சுமந்து கொண்டு வந்து தொட்டி நிரம்ப ஊற்றுவான். தொட்டி மட்டுமல்லாது, ஜாடிகள், பாத்திரங்கள், ஏன் குவளைகளில்கூட நீர் நிரப்பி வைத்துவிட்டு செல்வான்.

இதனால் எங்கள் குழுத்தலைவன் எனக்கு கடினமான வேலைகள் கொடுப்பதை நிறுத்தி விட்டான். குழந்தைகள், கருவுற்ற பெண்கள், முதியவர்கள் ஆகியோருடன் சேர்ந்து இலகுவான வேலைகள் செய்யச் சொன்னான். அப்படிக் கொடுக்கப்பட்ட எல்லா

740 *'நீ எவ்வளவு புத்தகங்கள் வாசிக்கின்றாயோ அவ்வளவுக்கு முட்டாளாகி விடுகிறாய்'*

வேலைகளும் இலகுவானதாக இருந்ததில்லை. அதிக அளவில் எரு அள்ளும் வேலை கொடுத்தபோது கைகள் புண் ஆகி விட்டன. தண்ணீரில் முட்டைப் புழுக்கள் மிதந்து வருகின்றபோது அருவருப்பு தாங்காமல் குமட்டிக் கொண்டு வரும். பருத்திச் செடியிலிருந்து வெண்மையான பஞ்சு எடுப்பது இலகுவான வேலையாகத் தோன்றியது. ஆனால் ஈரப்பதமான தரையில் 85ºஃபாரன்ஹீட் வெப்பநிலை கொண்ட சூரிய ஒளியில் கடின உழைப்பு அதிகம் தேவைப்படுகிற வேலை என்பதை நான் விரைவிலேயே புரிந்து கொண்டேன். பருத்திச் செடியில் உள்ள முட்கள் குத்தி என் உடலில் அதிக இரத்தக்கோடுகள் உண்டாயின.

இதில் நாற்று நடுவது எனக்கு பிடித்திருந்தது. நாள் முழுவதும் ஒருவர் குனிந்தே கிடக்க வேண்டியிருந்ததால், இது கடினமான வேலை என்று சொல்லப்பட்டது. நாற்று நடும் வேலை முடிந்ததும், மாலையில் மீண்டும் நிமிர்ந்து நேராக நிற்க முடியவில்லை என்று திடகாத்திரமான ஆண்கள்கூட முறையிட்டுக் கொண்டார்கள். தாங்க முடியாத வெயிலில் நின்று முன்பு வேலை செய்ததுபோல் இல்லாமல், இந்த வேலையில் குளுகுளுவென்றிருந்த தண்ணீரில் நிற்க வேண்டியிருந்ததால், இந்த வேலை எனக்கு பிடித்திருந்தது. வரிசையாக வளர்ந்து வரும் பயிர்களின் மத்தியில், வெறும் கால்களால் மிருதுவான சேற்றில் நிற்பது எனக்கு மிகவும் இதமாக இருந்தது. என்னைப் பயமுறுத்திய ஒரே ஒரு விஷயம், அங்கே தண்ணீரில் இருந்த அட்டைப்பூச்சிகள்தான். காலில் திடீரென்று ஓர் அரிப்பு எடுத்ததுதான் இதன் முதற்கட்டம். சொரிந்து விட்டுக் கொள்வதற்காக காலை தண்ணீரிலிருந்து மேலே தூக்கினேன். ஒரு பெரிய அட்டை என் காலில் ஒட்ட வைத்தது போல் தொங்கிக் கொண்டிருந்ததைக் கண்டேன். அதைக் கண்டதும் அலறிவிட்டேன். எனக்கு அடுத்து வேலை செய்து கொண்டிருந்த உள்ளூர்ப் பெண் சத்தமாகச் சிரித்தாள். எனக்கு அருவருப்பூட்டப்பட்ட விஷயம் அவளுக்கு வேடிக்கையாக இருந்தது. அந்தப் பெண் என் காலில் அட்டை கடித்துக் கொண்டிருந்த இடத்திற்கு மேல் அடித்தாள். அந்த அட்டை தண்ணீரில் விழுந்தது.

குளிர்காலக் காலை நேரங்களில், காலை உணவிற்கு முன் செய்ய வேண்டிய இரண்டு மணி நேர வேலையின் பொழுது, சில பெண்களோடு, விறகு சேகரிக்கும் பொருட்டு குன்றுகுளின் மீது ஏறிச் செல்ல வேண்டும். அந்தக் குன்றுகளில் மரங்களே இருக்காது. இருக்கின்ற ஒருசில செடிகளும் தள்ளித் தள்ளி இருக்கும். இதற்காக நீண்ட தூரம் நடக்க வேண்டியிருக்கும். செடியில் உள்ள குச்சிகளை அரிவாளால் வெட்டி, வெறும் கைகளால் இழுக்க வேண்டும்.

செடிகளில் முட்கள் நிறைந்திருக்கும். அப்போது இடது கையில் முட்கள் குத்தி முறிந்து விடும். ஆரம்பத்தில் அந்த முட்களைப் பிடுங்கிவிட அரும்பாடு பட்டேன். காலப்போக்கில் அதை அப்படியே விட்டு விட்டேன். கைகள் வீங்கிப் பழுத்த பிறகு, அவைகளாகவே வெளியே வந்து விடும்.

நாங்கள் விறகுகளைச் சேகரித்தோம். உள்ளூர் விவசாயிகள் அவைகளைத் 'தந்தை விறகு' என்று பெயரிட்டு அழைத்து வந்தார்கள். இந்த விறகு பயனற்ற விறகு: நின்று எரியாது. அங்கு மரங்கள் இல்லாத குறையை நான் முறையிட்டேன். என்னோடு வந்த பெண்கள்,'இங்கு மரங்கள் இல்லாமல் எப்போதும் இப்படி மொட்டையாக இருந்ததில்லை, மகோன்னத பிரம்மாண்டப் பாய்ச்சலுக்கு முன்பு இந்தக் குன்றுகள் எல்லாம் பைன், யூகலிப்டஸ், சைப்ரஸ் போன்ற மரங்களால் சூழப்பட்டிருக்கும். ஸ்டீல் உற்பத்திக்கான உலைக்களத்தில் போடப்படுவதற்காக இங்குள்ள குன்றுகள் எல்லாம் மொட்டையடிக்கப்பட்டன' என்று கூறினார்கள். அவர்களுக்கு தேவையான விறகிற்காக அவர்கள் அன்றாடம் நடத்தும் போராட்டத்திற்கு இது காரணமல்ல என்பதுபோல, எந்த ஆத்திரமுமில்லாமல் அமைதியாகக் கூறினார்கள். தங்கள் மீது சுமத்தப்பட்டுள்ள பல இன்னல்களைப் போல இதையும் ஒன்றாக அவர்கள் ஏற்றுக்கொண்டது போலத் தெரிந்தது. 'பிரமாண்டப் பாய்ச்சலை' இதுவரை ஒரு மகத்தான வெற்றியாக மட்டும் பார்த்து வந்த நான், முதல்முறையாக அதன் தோல்வியை நேரில் கண்டபோது நான் அதிர்ச்சியடைந்தேன்.

இன்னும் பல விஷயங்களைக் தெரிந்து கொண்டேன். கோமிங்டாங் அதிகாரத்தின் கீழ் விவசாயிகள் எப்படியெல்லாம் இன்னலுற்றார்கள் என்பதை விளக்கவும், அனைவரும், குறிப்பாக இளைய சமுதாயம் மாவோவுக்கு நன்றி பாராட்டவும், 'விவசாயிகளுக்கு இழைக்கப்பட்ட அநீதிகளை எடுத்துரைத்தல்' என்னும் அமர்வுக்கூட்டம் ஏற்பாடு செய்யப்பட்டது. சில விவசாயிகள் அக்கூட்டத்தில் பசிக் கொடுமையால் பாதிக்கப்பட்ட தங்கள் குழந்தைப் பருவ நாட்களைப் பற்றி பேசினார்கள். இதனால் தங்கள் குழந்தைகள் பாதிக்கப்பட்டதையும் எடுத்துக் கூறினார்கள்.

பிறகு அவர்களின் உரையாடல் 'பஞ்சம்' பற்றித் திரும்பியது. அவர்கள் சர்க்கரை வள்ளிகிழங்கு செடியின் இலைகளைப் பறித்துச் சாப்பிட வேண்டியிருந்தது பற்றியும், வயல் வரப்புகளுக்கடியில் ஏதாவது கிழங்கு இருக்குமா என்ற நம்பிக்கையில் தோண்டிப் பார்த்தது பற்றியும் எடுத்துக் கூறினார்கள். அந்த ஊரில் ஏற்பட்ட பட்டினிச் சாவுகளின் எண்ணிக்கையை எடுத்துச் சொன்னார்கள்.

'நீ எவ்வளவு புத்தகங்கள் வாசிக்கின்றாயோ
அவ்வளவுக்கு முட்டாளாகி விடுகிறாய்'

இந்த கதை எனக்கு கண்ணீரை வரவழைத்தது. கோமிங்டாங் ஆட்சியை அவர்கள் வெறுத்தது பற்றியும், பெருந்தலைவர் மாவோவை அவர்கள் ஆராதிப்பது பற்றியும் கூறிய பிறகு, 'சமூகக் குழுக்கள்' உருவாக்கப்பட்டுக் கொண்டிருந்த சமயத்தில் பஞ்சம் ஏற்பட்டதாக சில விவசாயிகள் குறிப்பிட்டார்கள். அவர்கள் குறிப்பிட்ட பஞ்சம் கம்யூனிஸ்ட் ஆட்சிக் காலத்தில் அல்லவா தோன்றியது என்று எனக்குள் திடீரென்று உதயமானது. கோமிங்டாங், கம்யூனிஸ்ட் ஆகிய இரண்டு ஆட்சியையும் போட்டு அவர்கள் குழப்பிக் கொண்டார்கள். 'இந்த காலகட்டத்தில் எதிர்பாராத இயற்கைப் பேரிடர் ஏதும் ஏற்பட்டதா? அந்தப் பிரச்சினைக்கு அது காரணம் இல்லையா?' என்று கேட்டேன். அப்படியெல்லாம் ஒன்றுமில்லை என்று சொன்னார்கள். 'பருவநிலை சரியாக அமையவில்லை. வயல்களில் நல்ல விளைச்சல் இருந்தது. ஆனால், அந்த மனிதன் எஃகு உற்பத்தி செய்யச் சொல்லி மக்களுக்கு ஆணையிட்டான். அதனால் விளைச்சலில் பாதியை அறுவடை செய்ய முடியாமல் இழந்து விட்டோம்' என்று ஒதுங்கி தலை குனிந்து நின்ற 40 வயது நிரம்பிய ஒரு மனிதனைச் சுட்டிக் காண்பித்தார்கள். மேலும், 'அந்த மனிதன் எங்களுக்கு சொன்னதாவது: அது ஒன்றும் பெரிய விஷயமில்லை. நாம் இப்போது கம்யூனிஸம் என்னும் சொர்க்கபுரியில் வசித்து வருகிறோம். அதனால் உணவைப் பற்றிக் கவலைப்பட வேண்டிய அவசியமே இல்லை. இதற்குமுன்பு நாம் வயிற்றை பட்டினி போட்டபடியேதான் இருந்தோம். அதன்பிறகு அரசாங்க உணவு விடுதியில் வயிறாரச் சாப்பிட்டோம். மீதமிருந்த உணவுகளைத் தூர எறிந்தோம். அருமருந்து போன்ற உணவை பன்றிகளுக்கும் வழங்கினோம். அதன்பிறகு, உணவு விடுதிகளில் அதற்கு மேல் உணவு இல்லை. ஆனால், அந்த மனிதன் சரக்கு அறை வாசல்களில் காவலர்களை நிறுத்தினான். மீதமுள்ள உணவு தானியங்கள் பீக்கிங்கிற்கும், ஷாங்காய்க்கும் அங்கே தங்கியிருந்த வெளிநாட்டு விருந்தினருக்காக கப்பல்கள் மூலம் அனுப்பி வைக்கப்பட்டன என்றார்கள்.'

நாளடைவில் முழுவிபரமும் கொஞ்சம் கொஞ்சமாக வெளியே வந்தது. பிரமாண்டப் பாய்ச்சலின் சமயத்தில், தலை குனிந்து நின்ற அந்த நாற்பது வயது மனிதன்தான் உற்பத்திக் குழுவின் தலைவனாக இருந்தவன். அவனும் அவனது நண்பர்களும் விவசாயிகளின் சமையற் பாத்திரங்களையும் அடுப்புகளை அடித்து நொறுக்கினார்கள். அதனால் விவசாயிகளின் சமையற் பாத்திரங்கள் உலைக் களத்திற்கு உணவாகின. அத்துடன் அவன் அமோக விளைச்சல் என்று தகவல் கொடுத்து விட்டான். அதன்

விளைவாக விவசாயிகளுக்கு ஏராளமான வரி விதிக்கப்பட்டது. கொத்துக் கொத்தாக விவசாயிகள் மடிந்தனர். பஞ்சம் முடிவுக்கு வந்தபின், அந்தக் கிராமத்தில் நடந்த அனைத்து தீமைகளுக்கும் அவனே காரணம் என்று குற்றம் சாட்டப்பட்டான். அவனை விரட்டியடிக்குமாறு சமூகக்குழு கிராமத்தாருக்கு அனுமதியளித்தது. அத்துடன் அவன் 'வர்க்க எதிரி' என்று முத்திரை குத்தப்பட்டான்.

மற்ற வர்க்க எதிரிகளைப் போல, அவன் சிறையில் வைக்கப் படவில்லை. ஆனால், அவன் ஊர் மக்களின் கண்காணிப்பின் கீழ் வைக்கப்பட்டிருந்தான். இது மாவோவின் வழி. ஊர் மக்களின் மத்தியில் வர்க்க எதிரிகள் வைக்கப்படுகின்றபோது, அவர்கள் எப்போதும் ஊர் மக்களின் பார்வையில் பட்டபடி இருப்பதுடன், அவர்கள் மக்களின் வெறுப்புக்கும் உள்ளாவார்கள். செயல்திட்டக்கூட்டம் நடைபெறும் பொழுதெல்லாம், அந்தக் குற்றவாளி அங்கே இழுத்து வரப்பட்டு தண்டிக்கப்படுவான். செய்ய முடியாத கடினமான வேலைகள் அவனுக்கு ஒதுக்கப்படும். ஒரு நாள் கணக்கிற்கு அவனுக்கு ஏழு புள்ளிகள் மட்டுமே வழங்கப்பட்டது. அதாவது, மற்ற ஆண்களுக்கு வழங்கப்படும் புள்ளிகளைவிட மூன்று புள்ளிகள் குறைவாகவே வழங்கப்படும். அவனிடம் யாரும் பேசி நான் பார்த்ததில்லை. அவனுடைய மகன்களை அவ்வூர்க் குழந்தைகள் கல்லால் அடித்ததை நான் பலமுறை பார்த்திருக்கிறேன்.

அவனுக்கு அளிக்கப்பட்டு வந்த தண்டனைக்காக, விவசாயிகள் மாவோவுக்கு நன்றி தெரிவித்துக் கொண்டார்கள். அவனை யாரும் எது பற்றியும் கேட்பதில்லை. நான் அவனைத் தனியே அழைத்து அவனுடைய கதையைக் கேட்டேன்.

அவனை அணுகி அவனிடம் பேசியதால் அவன் நெகிழ்ச்சியடைந்து, நன்றி பாராட்டியது போல் தெரிந்தது. 'எனக்கிட்ட கட்டளைகளை நிறைவேற்றினேன். எனக்கிட்ட கட்டளைகளை நிறைவேற்றினேன்' என்று அதையே திரும்பத்திரும்ப உச்சரித்துக் கொண்டிருந்தான். பிறகு அவன் பெருமூச்சு விட்டபடி, 'நிச்சயமாக என்னுடைய பதவியை நான் இழக்க விரும்பியதில்லை. அப்படியானால், வேறு யாரேனும் என்னுடைய இடத்திற்கு வந்திருப்பார்கள். பிறகு எனக்கும், என் குழந்தைகளுக்கும் என்ன நடந்திருக்கும்? பட்டினியால் செத்திருப்போம். ஓர் உற்பத்திக் குழுத் தலைவன் ஒரு சாதாரணமான ஆளாக இருந்தாலும் ஊரில் உள்ள அனைவரும் இறந்து போனாலும்கூட, இவன் மட்டும் கடைசி ஆளாக மரணமடைய வாய்ப்புண்டு' என்று சொன்னான்.

'நீ எவ்வளவு புத்தகங்கள் வாசிக்கின்றாயோ அவ்வளவுக்கு முட்டாளாகி விடுகிறாய்'

அவன் கூறிய வார்த்தைகளும், விவசாயிகளின் பரிதாபக் கதைகளும் என்னை அடித்துப் போட்டன. கலாச்சாரப் புரட்சிக்கு முன்னால் இருந்த சீனக் கம்யூனிஸ்ட்களின் அவலமான பக்கங்களை முதன்முதலில் காண நேர்ந்தது. அழகாக வர்ணிக்கப்பட்ட அலுவலகக் காட்சிகளுக்கும், இந்த அவலக் காட்சிகளுக்குமிடையே நிறைய முரண்பாடுகள் காணப்பட்டன. டியாங் வயல்கள் பற்றியும், மொட்டைக் குன்றுகள் பற்றியும் கம்யூனிஸ்ட்கள் மீது எனக்கிருந்த சந்தேகம் இன்னும் வலுப்பெற்றது.

வசதி வாய்ப்புகளோடு வளர்க்கப்பட்ட சீனாவின் 'நகரத்து இளைஞர்களை' கிராமத்து அவலங்கள் என்ற எதார்த்த உண்மைகளோடு தொடர்புகொள்ள வைப்பதன்மூலம் மாவோ என்ன செய்கிறாரென்று புரிந்துகொண்டுள்ளாரா என்று நான் பல தடவை ஆச்சரியப்பட்டதுண்டு. ஆனாலும், மக்களுக்கு கிடைத்த சிறுசிறு செய்திகளிலிருந்து, நல்லது கெட்டதை யூகித்து அறியும் ஆற்றல் அவர்களுக்கு இல்லை என்று மாவோ நம்பிக்கை கொண்டிருந்தார். உண்மையில், என்னுடைய 18-வது வயதில் அரசாங்கத்தைப் பற்றிய தெளிவான ஆய்வு இல்லாமல், அரைகுறையான சந்தேகங்களைத்தான் அப்போது மனதில் கொண்டிருந்தேன். கலாச்சாரப் புரட்சியை நான் எவ்வளவு தூரம் வெறுத்து வந்தாலும், மாவோவைச் சந்தேகப்படுவது என்பது, என்னால் ஏற்றுக் கொள்ள முடியாத ஒன்றாக இருந்தது.

நிங்னனைப் போல, டியாங் என்ற இடத்திலும் செய்தித்தாட்களில் வரும் மிக எளிமையான கட்டுரைகளை சில விவசாயிகள் வாசித்து விடுவார்கள். அதுபோல மிக எளிமையான கடிதங்களையும் எழுதி விடுவார்கள். ஆனால், பல விவசாயிகளுக்கு அவர்களின் பெயர்களைக்கூட எழுதத் தெரியாது. நாட்டில் பெருமளவில் இருந்து வந்த கல்லாமையைக் களைய, கம்யூனிஸ்ட்கள் ஆரம்பத்தில் எடுத்த முயற்சி, சமுதாயக் கருங்காலிகளைக் கண்டறிந்து தண்டிக்க வேண்டியிருந்ததால், புறந்தள்ளப்பட்டது. அந்த ஊரில், ஆரம்பத்தில் ஒரு தொடக்கப் பள்ளி இருந்தது. அது சமூகக் கூட்டுக்குழு மானியத்தின் உதவியுடன் நடத்தப்பட்டது. ஆனால், கலாச்சாரப் புரட்சியின் தொடக்கத்தில், பள்ளிக் குழந்தைகள் தங்கள் மனம்போன போக்கின்படி அந்தப்பள்ளி ஆசிரியரைப் பழி தீர்த்துக் கொண்டார்கள். இரும்பு வாணலிச் சட்டிகளை ஒன்றின்மேல் ஒன்றாகக் அவர் தலைமீது கவிழ்த்து வைத்து, அவரை ஊரைச் சுற்றி ஊர்வலமாக அழைத்துச் சென்றார்கள். அதிலிருந்த புகைக்கரி அவர் முகத்தை அலங்கோலமாக்கியது. ஒரு சமயம் மாணவர்கள் அவரது

கபாலத்தை அடித்து உடைத்து விட்டார்கள். அதிலிருந்து எந்த ஆசிரியரும் அங்கு வருவதில்லை.

பல விவசாயிகள் கற்றல் வகுப்புக்குச் செல்வதைத் தவிர்ப்பதில்லை. இதில் முக்கியமான விஷயம் என்னவென்றால், 'நீங்கள் பள்ளிக் கட்டணம் செலுத்தி பல ஆண்டுகளாகப் படித்து வருகிறீர்கள். படித்து முடித்தபின் நீங்கள் விவசாயிகளாகத்தான் இருக்கின்றீர்கள். நீங்கள் வியர்வை சிந்தி உழைத்துதான் உங்கள் உயிரை காப்பாற்றிக் கொள்கிறீர்கள். உங்கள் படிப்பைக்கொண்டு ஒரு கையளவு அரிசிகூட உங்களால் கூடுதலாகப் பெற்றுக் கொள்ள முடியாது. ஏன் பணத்தையும், நேரத்தையும் இப்படி வீணடிக்கிறீர்கள்? உங்கள் வேலைப் புள்ளிகளைப் பெறுவதற்கு இப்போதே உங்கள் உழைப்பைத் தொடங்குங்கள்' என்று அவர்கள் பேசுகிறார்கள். பள்ளி வயதுக் குழந்தைகள் வீட்டிலிருந்து குடும்பத்திற்கு உதவி செய்யலாம். அல்லது அவர்களின் தம்பி, தங்கைகளைக் கவனித்துக் கொள்ளலாம். வளரிளம் பருவ வயதில் அவர்கள் வயல் வெளிகளில் வேலை செய்யலாம். விவசாயிகள், பெண்களைப் பள்ளிக்கு அனுப்புவது ஒரு வீண் வேலை என்று கருதினார்கள். அவர்களின் பெண்கள் திருமணம் செய்து கொடுக்கப்பட்டு, வேறு ஒருவருக்கு சொந்தமாகி வருகிறார்கள். இது, தண்ணீரை எடுத்து தரையில் ஊற்றிவிடுவது போல் ஆகிவிடுகிறது.

'மாலை நேர வகுப்புகள்' தொடங்கி, விவசாயிகளுக்கு கல்வியறிவு அளிக்கப்படும் என்று கலாச்சாரப் புரட்சியால் அறிவிக்கப்பட்டது. ஒரு நாள், எங்கள் உற்பத்திக்குழு, மாலை நேர வகுப்புகள் தொடங்கவிருப்பதாக அறிவித்தது. அத்துடன், நேனாவும் நானும் அந்த வகுப்புகளுக்கு ஆசிரியைகளாக இருக்க வேண்டும் என்று கேட்டுக் கொண்டது. எனக்கு சந்தோஷமாக இருந்தது. எப்படியோ, முதல் வகுப்பு தொடங்கியவுடன்,'இது கல்வி புகட்டும் வகுப்பு இல்லை' என்பதை உணர்ந்து கொண்டேன்.

வழக்கம் போல வகுப்புகள் தொடங்கும். உற்பத்திக் குழுத் தலைவர் என்னிடமும், நேனாவிடமும் வந்து, மாவோவின் கட்டுரைகளை வாசித்துக் காட்டச் சொல்வார்; மக்களின் நாளிதழ் பத்திரிகையிலிருந்து சில பக்கங்களை வாசித்துக் காட்டச் சொல்வார். பின் அவரே வந்து, ஜீரணிக்க முடியாத, அறிவுக்கு ஒவ்வாத சில பெரிய விஷயங்களை எடுத்துக்கொண்டு மணிக்கணக்காகப் பேசுவார். அவ்வப்போது அவர் சில குறிப்பிட்ட கட்டளைகளைப் பிறப்பிப்பார். அவை அனைத்தும் மாவோ சார்ந்ததாகவே இருக்கும். 'ஒரு நாளைக்கு இரண்டு வேளை கஞ்சியும், ஒரே ஒரு வேளை சோறும் சாப்பிட வேண்டும் என்று மாவோ சொல்கிறார் என்பார்.

746 'நீ எவ்வளவு புத்தகங்கள் வாசிக்கின்றாயோ

சர்க்கரை வள்ளிக்கிழங்குகளை பன்றிகளுக்கு போட்டு வீணாக்கக் கூடாது என்று மாவோ சொல்கிறார்' என்பார்.

வயல்வெளிகளில் நாள் முழுவதும் கடினமாக உழைத்தபின், அடுத்தபடி, வீட்டிற்கு செய்ய வேண்டிய வேலைகளில்தான் விவசாயிகளின் மனம் ஈடுபாடு கொண்டிருக்கும். அந்த மாலைப்பொழுதுகள் அவர்களுக்கு மிகவும் இன்றியமையாதவை. ஆனால், வகுப்புகளைத் துறக்க அவர்கள் யாருக்கும் துணிவு இருந்ததில்லை. அவர்கள் வகுப்புகளில் உட்கார்ந்து அப்படியே தூங்கிப் போய் விடுவார்கள். அறிவொளியைக் கொடுக்காமல், காலப்போக்கில் உணர்வுகளை மழுங்கச் செய்து, அழிந்து போகக்கூடிய இக்கல்வி முறையைப் பார்த்து நான் வருத்தப்படவில்லை.

கல்வி அறிவு இல்லாத விவசாயிகளின் வாழ்க்கை அர்த்தமற்றதாகி விடும். அவர்களின் அன்றாட உரையாடல்கள் அற்ப விஷயங்களைப் பற்றியதாகத்தான் இருக்கும். ஒரு பெண்மணி, ஒரு நாள் காலை நேரம் முழுவதும், அவளது நாத்தனார் காலை உணவு சமைக்க ஒன்பது கட்டு விறகு போதுமென்ற நிலையில் பத்து கட்டு விறகை எரித்ததாகக் குறைபட்டுக் கொள்வாள். இதர குடும்பப் பண்டங்கள் போல விறகுக் கட்டுகளும் சேமித்து வைக்கப்பட்டிருக்கும். இன்னொரு பெண்மணி சர்க்கரை வள்ளிக் கிழங்குகளை நிறைய எடுத்து அரிசியோடு சேர்த்து வேக வைத்து விட்டதாகத் தன் மாமியாரைத் திட்டுவாள். அவர்கள் அறிவின் விசாலம் மிகக் குறுகியதுதான் என்று எனக்குத் தெரியும். இருந்தாலும், அவர்களது உரையாடல்களை என்னால் தாங்கிக் கொள்ள முடியவில்லை.

அங்கு எப்போதும் தவறாமல் பேசப்பட்டு வரும் வதந்தி என்னும் தலைப்பு செய்தி பாலியல் பற்றியதாகத்தான் இருக்கும். டியாங் என்னும் இடத்திலிருந்து வந்த மீய் என்ற பெயருடைய ஒரு இருபது வயது பெண், நான் இருந்த ஊருக்கு அடுத்த ஊருக்கு அனுப்பப்பட்டாள். அந்தப் பெண் எப்போதும் நகரத்து இளைஞர்களுடனும், அதேபோல விவசாய ஆண்களுடனும் தான் இரவில் தூங்குவாள் என்று பேச்சு பரவிக் கொண்டிருந்தது. வயல் வேலைகளில் அவளைப் பற்றிய ஒரு கதையை அவ்வப்போது யாராவது சொல்லிக் கொண்டிருப்பார்கள். அடுத்த வதந்தியாக, அவள் குழந்தை உண்டாகி இருக்கிறாள் என்றும், அதை மறைக்க வயிற்றை இறுக்கமாகக் கட்டிக் கொள்வாள் என்றும் தகவல் வந்தது. தான் ஒரு 'அப்பன் பெயர் தெரியாத குழந்தையை' வயிற்றில் சுமக்கவில்லை என்பதை நிரூபிக்கும் முயற்சியில், அந்தப் பெண் மீய், ஒரு பிள்ளைத்தாய்ச்சி செய்யக்கூடாத

கடினமான வேலைகளை, அதாவது, கனமான சுமை தூக்குவது போன்ற வேலைகளைச் செய்வாள். கடைசியாக அங்குள்ள ஒரு நீரோடைக்கு அடுத்த உள்ள செடிகளுக்கிடையே ஒரு இறந்த குழந்தை கண்டுபிடிக்கப்பட்டது. அது மீய்யின் குழந்தைதான் என்று சொல்லப்பட்டது. அந்தக் குழந்தை இறந்துதான் பிறந்ததா என்று யாருக்கும் தெரியாது. மீய்யின் உற்பத்திக் குழுத் தலைவன் குழி தோண்டி அக்குழந்தையைப் புதைத்து விடுமாறு உத்திரவிட்டான். அந்நிகழ்வு வதந்தியை விடக் கொடுமையாக இருந்தது.

அங்கிருந்து கிடைத்த இன்னொரு அதிர்ச்சியான செய்தி. என்னுடைய பக்கத்து வீட்டுக்காரருக்கு நான்கு பெண்கள். அவர்கள், கருப்பு நிறத்தில் காந்தக் கண்களை உடைய அழகிகள். ஆனால், அந்த ஊர் மக்கள் அந்தப் பெண்களை அழகிகள் என்று ஒத்துக் கொள்வதில்லை. ‘கருப்பு’ என்று சொல்லி விடுவார்கள். சீனாவின் நாட்டுப்புறங்களில் சிவப்பு நிறம்தான் அழகு என்பது அவர்களது அபிப்ராயம். அதில், மூத்த பெண்ணுக்கு திருமண வயது வந்து விட்டதால், அவர், வீட்டோடு மாப்பிள்ளையாக வரக்கூடிய ஒரு பையனைத் தேடினார். அந்த வகையில் பார்க்கின்றபோது, அவரது மகளின் வேலைப் புள்ளிகள் மட்டும் தன் குடும்பத்துக்கு கிடைக்கும் என்பதை விட, இன்னும் கூடுதலாக ஓர் ஆண் மகனின் வேலைப் புள்ளிகளும் கிடைக்கும். பொதுவாக ஒரு பெண்ணை திருமணம் செய்து கொடுத்து மாப்பிள்ளை வீட்டுக்குத்தான் அனுப்புவார்கள். வீட்டோடு மாப்பிள்ளையாக வருவது ஓர் ஆண் மகனுக்கு அவமானகரமான விஷயமாகப் பட்டது. ஆனால், அந்த மனிதர் எப்படியோ ஒரு மாப்பிள்ளையைக் கண்டுபிடித்து விட்டார். அவன் மலைவாசியான ஓர் ஏழைக் குடும்பத்து இளைஞன். திருமணத்தை விட்டால், அவனுக்கு இதுபோன்ற வாய்ப்பு கிட்டாது. மிகுந்த வறுமையில் இருந்த அவனுக்கு வீட்டோடு மாப்பிள்ளையாகத் திருமணம் முடிந்தது. தினமும் அவனது மாமனார் கெட்ட வார்த்தைகளால் ஊரே கேட்கும்படித் திட்டுவார். அவரது புத்தி தாறுமாறாக வேலை செய்ததால், மருமகனைத் தண்டிக்கும் நோக்கத்துடன், தன் மகளை அவனோடு படுக்க அனுப்பாமல், தனியாக தூங்கச் சொன்னார். அந்தப் பெண் ஒரு மகளுக்குரிய கடமையாக எண்ணி, தந்தை சொல்லை மீறும் துணிவு அவளுக்கு இல்லை. கன்ஃபூசிய வாழ்வியல் தர்மத்தின்படி, குழந்தைகள் ‘தந்தை சொல்மிக்க மந்திரமில்லை’ என்பதைக் கடைப்பிடிக்க வேண்டும். இந்த கோட்பாட்டின்படி, அவன் கணவனாகவே இருந்தாலும், அவனோடு அப்பெண் படுக்கக் கூடாது. ஒரு பெண் பாலியல் சுகம் அனுபவிப்பது அவமானகரமான காரியமாகப் பார்க்கப்பட்டது. ஒரு நாள் காலை ஜன்னலுக்கு வெளியே கேட்ட

‘நீ எவ்வளவு புத்தகங்கள் வாசிக்கின்றாயோ

கூச்சலும் குழப்பமும் என்னை வாரிச் சுருட்டிக் கொண்டு எழ வைத்தது. அந்த இளைஞன் கைகளில் சர்க்கரை வள்ளிக் கிழங்கால் செய்யப்பட்ட மது பாட்டில்களை கையில் வைத்துக்கொண்டு, அதைத் திறந்து கடகட வென்று வாயில் ஊற்றினான். அவனது மாமனார் 'வேலைக்கு போக நேரமாகி விட்டது, வெளியே வா' என்று சொல்லி படுக்கை அறைக் கதவை இடித்தான். ஒரு வழியாகக் கதவை உடைத்துத் திறந்தபோது அந்த இளைஞன் இறந்து கிடந்தான்.

எங்கள் உற்பத்திக் குழு ஒரு நாள் பட்டாணி நூடுல்ஸ் தயாரித்தது. அதற்கு தண்ணீர் கொண்டு வருவதற்காக என்னுடைய பாத்திரத்தை இரவல் வாங்கினார்கள். அன்றைய தினம், அந்த நூடுல்ஸ் சரியாகச் செய்ய வரவில்லை. நூடுல்ஸ் செய்யப்படும் பாத்திரத்தைச் சுற்றி ஆவலோடு கூட்டம் கூடி விட்டது. நான் அந்தக் கூட்டத்தை நோக்கி வந்தபோது, அவர்கள் வெறுப்புடன் என்னைப் பார்த்து, ஒருவருக்கொருவர் ஏதோ பேசிக் கொண்டார்கள். நான் பயந்து விட்டேன். அந்த நூடுல்ஸ் சரியாக வராததற்கு நான்தான் காரணம் என்று அங்கிருந்த ஒரு சில பெண்கள் என்னிடம் கூறினார்கள். நான் மாதவிலக்காகி இருந்ததால், அந்தப் பாத்திரத்தைக் கொண்டுதான் அதைக் கழுவியிருப்பேன் என்று என்மீது குற்றம் சுமத்தினார்கள். நான் 'நகரத்து பெண்ணாக' இருப்பதற்கு அதிர்ஷ்டம் செய்திருக்க வேண்டும் என்று அப்பெண்கள் கூறினார்கள். இதுவே அக்கிராமத்து பெண்ணாக இருந்திருந்தால், அக்கிராமத்து ஆண்கள் அவளை வெளியே தலை காட்ட விடாமல் செய்திருப்பார்கள்.

இன்னொரு சமயத்தில், ஓர் இளைஞர்கள் கூட்டம், தோற்பட்டை கம்புகள் மூலம் சர்க்கரை வள்ளிக் கிழங்குகளைச் சுமந்து கொண்டு எங்கள் ஊர் வழியாகச் சென்று கொண்டிருந்தார்கள். வழியில் இளைப்பாறுவதற்காக, பாதையில் கம்புகளை இறக்கி வைத்துவிட்டு கொஞ்ச நேரம் ஓய்வெடுத்தார்கள். அவர்களின் தோற்பட்டைக் கம்புகள் பாதையை மறைத்தபடி வைக்கப்பட்டிருந்தன. அங்கு சென்ற நான் விபரம் தெரியாமல், பாதையை மறித்து வைக்கப்பட்டிருந்த ஒரு கம்பைத் தாண்டிச் சென்று விட்டேன். இதைக்கண்ட ஒரு இளைஞன், குதித்தெழுந்து ஒரு கம்பைக் கையில் எடுத்துக்கொண்டு, முறைத்துப் பார்த்தபடி என்னை மறித்துக் கொண்டான். அவன் பார்த்த பார்வையில் என்னை அடிக்கப் போகிறான் என்று தெரிந்தது. ஒரு பெண் அவர்களது கம்பைத் தாண்டிச் சென்றால், அவர்களுக்கு தோற்பட்டை புண் வந்து விடும் என்று விவசாயிகள் மூலம் தெரிந்து கொண்டேன். நான் செய்த வினையை நீக்குவதற்கு திரும்பி அந்தக் கம்பைத்

தாண்ட வைத்தார்கள். நான் நாட்டுப்புறங்களில் இருந்து வந்த காலம் முழுவதும், இதுபோன்ற கண்மூடித்தனமான சிந்தனைகளைப் போக்குவதற்கு யாரும் எந்த முயற்சியும் எடுத்து நான் பார்த்ததில்லை. அது பற்றிய பேச்சும் எழுந்ததில்லை.

எங்கள் உற்பத்திக் குழுவிலேயே அதிகம் படித்திருந்தவர் ஒரு முன்னாள் நிலவுடைமையாளர்தான். நிலவுடைமையாளர் தீயவர்கள் என்று சொல்லித்தான் மனதில் பதிய வைக்கப்பட்டுள்ளேன். இப்பொழுது அந்தக் குடும்பத்தோடு எனக்கு நல்ல இணக்கம் ஏற்பட்டது. அவர்களிடம் இதுபோன்ற கண்மூடிப் பழக்கங்கள் இருந்ததாகத் தெரியவில்லை. அந்த கணவரின் கண்களில் ஒரு கடுமை காணப்பட்டதில்லை. ஒரு விஷமத்தனம் இல்லை. அவரது மனைவி தன் இருப்பிடம் அசையுமளவு அவசரமாக நடந்ததில்லை. குரலில் ஒரு குழைவு இல்லாமல் இயல்பாகப் பேசுவாள். அவளது தோற்றத்தில் ஒரு கவர்ச்சி காட்டியதில்லை.

சில சமயம், நாங்கள் தனியாக இருந்தபோது, அவரது மனக் குறைகளைப் பற்றிப் பேசுவார். 'சாங் யங், நீ நல்ல பெண் என்று எனக்கு தெரியும். நீ நிறைய புத்தகங்கள் வாசிப்பதால், நீ ஒரு பொறுப்பான பெண் என்றும் தெரியும். ஒன்று நியாயமா, அநியாயமா என்று பகுத்து உணரத் தெரியும்' என்றார். பிறகு, அவர் எப்படி நிலவுடைமையாளராக வகைப்படுத்தப்பட்டார் என்று தெரிவித்தார். 1948 ஆம் ஆண்டு அவர் செங்குடுவில், ஓர் உணவு விடுதியில் மேஜைப் பணியாளராக வேலை செய்தார். அங்கு அவர் ஒவ்வொரு பைசாவையும் பார்த்து பார்த்து, ஓரளவு சேமித்துக் கொண்டார். அந்தச் சமயத்தில் தொலைநோக்கு பார்வை கொண்ட சில நிலவுடைமையாளர்கள் தங்களின் நிலங்களை குறைந்த விலைக்கு விற்று வந்தார்கள். கம்யூனிஸ்ட்கள் சிச்சுவானை அடைந்து விட்டால், அவர்கள் நிலச் சீர்திருத்தம் கொண்டு வந்து விடுவார்கள் என்று முன்கூட்டியே நிலப்பிரபுக்கள் தெரிந்திருந்தார்கள். அரசியல் அறிவில்லாத மேஜைப் பணியாளர், பேரம் பேசி, கொஞ்சம் நிலங்கள் வாங்கிப் போட்டார். நிலச் சீர்திருத்த இயக்கத்தில் அவர் நிலங்களை இழந்துவிட்டது மட்டுமல்ல, அதனால் வர்க்க எதிரியாகவும் ஆக்கப்பட்டு விட்டார். 'ஐயோ' என்று சொல்லி பண்டைய இலக்கியத்திலிருந்து ஒரு வரியை மேற்கோளிட்டுக் கூறினார்: 'ஒரு நிமிடச் சறுக்கல் ஓராயிரம் ஆண்டு துன்பத்தை உற்பத்தி செய்து விட்டது.'

கிராமத்தார்கள், அந்த முன்னாள் நிலவுடைமையாளரை விட்டு தள்ளி இருந்தாலும், அவர்மீது பகைமையையோ, வெறுப்பையோ காட்டிக் கொண்டதில்லை. மற்ற வர்க்க எதிரிகளைப் போன்று, வேறு யாரும்

750 *'நீ எவ்வளவு புத்தகங்கள் வாசிக்கின்றாயோ*

ஏற்று செய்ய விரும்பாத வேலைகள் எப்போதும் இவர்களுக்கு ஒதுக்கப்பட்டன. அந்த ஊரிலேயே அவரது இரண்டு மகன்களும்தான் கடுமையான உழைப்பாளிகள் என்பது உண்மையாக இருந்தும், மற்ற ஆண்களைவிட இவர்களுக்கு ஒரு வேலைப்புள்ளி குறைவாகவே வழங்கப்பட்டன. அவர்கள் மிகச்சிறந்த புத்திசாலிகளாகத் தெரிந்தது. அங்கிருந்த கூட்டத்திலே அவர்கள் இருவரும் மிகவும் பண்பட்டவர்களாகக் காணப்பட்டார்கள். அவர்களின் பெருந்தன்மையும், பண்பாடும் மற்றவர்களிடமிருந்து அவர்களைத் தனித்துக் காட்டியது. அக்கிராமத்து மற்ற இளைஞர்களைவிட, இந்த இருவரிடமும் நான் நெருக்கமாகி விட்டதுபோல் எனக்குப் பட்டது. இவர்களிடம் இவ்வளவு சிறப்பியல்புகள் இருந்தும், இவர்களை எந்தப் பெண்களும் திருமணம் செய்து கொள்ள விரும்பி வரவில்லை. 'இடைத் தரகர்கள் கூட்டி வந்த சில பெண்களுக்கு அன்பளிப்பு பொருட்கள் வாங்கிக் கொடுக்க எவ்வளவு செலவு செய்திருக்கிறோம், தெரியுமா' என்று அவர்களின் அம்மா ஒரு முறை என்னிடம் கூறினாள். அப்படி வரும் பெண்கள் துணிமணிகளையும் பணத்தையும் பெற்றுக் கொண்டு பின்வாங்கி விடுவார்கள். மற்ற விவசாயிகளாக இருந்தால், கொடுத்த பொருட்கள் அனைத்தையும் திரும்ப வாங்கி விடுவார்கள். ஆனால், இந்தக் குடும்பத்தார் அப்படி எதுவும் செய்ததில்லை. அவர்களின் துர்அதிர்ஷ்டங்களை இலகுவாக எடுத்துக் கொள்வதாக அந்த அம்மையார் கூறினாள். ஏமாற்றமடையும் ஒவ்வொரு தடவையும் அந்த மகன்கள் இருவரும் அம்மாவைத் தேற்றுவார்கள். அன்பளிப்பு பொருட்களில் இழந்த பணத்தை ஈடு செய்தவற்காக சந்தை நாட்களில் அங்கு வேலை செய்யச் செல்வார்கள்.

அவர்களுக்கு ஏற்பட்ட இன்னல்களை கூடுதல், குறைவு இல்லாமல் அப்படியே என்னிடம் கூறினார்கள். அதிர்ச்சியூட்டிய மரணங்கள் கூட, கிணற்றில் போட்ட கல்போல ஒரு சில நிமிடங்கள் அலைகளை ஏற்படுத்திவிட்டு பின் அமைதியடைந்து விடும். அதுபோல, அவர்கள் அமைதியடைந்ததுண்டு.

அவ்வூரின் ஆழ்ந்த அமைதியில், நிறைய வாசித்தேன். அதனால், நிறைய சிந்தித்தேன். டியாங்கிற்கு முதன்முதலில் வந்தபோது கள்ளச் சந்தைகளில் வாங்கி அடுக்கி வைத்திருந்த பல புத்தகங்களை ஜின்-மிங் என்னிடம் கொடுத்தான். அவ்வாறு அவன் புத்தகங்களை அடுக்கி வைத்துக் கொள்ள முடிந்ததற்கான காரணம், வீடுகளில் புகுந்து 'சோதனை செய்கிறேன்' என்ற பெயரில் வேட்டையாடிய செங்காவலர்கள் அனைவரும் அப்பாவுடன் சேர்த்து இப்போது 'மியி' என்ற இடத்தில் இருந்த பணி பயிற்சிப் பள்ளிக்கு மூட்டை

கட்டி அனுப்பப்பட்டு விட்டார்கள். நாள் எல்லாம் வயல் வெளியில் வேலை செய்து கொண்டிருந்தபோதும், எப்போது சென்று அந்த புத்தகங்களைத் திறப்போம் என்ற ஆவலே எனக்குள் மேலோங்கி இருக்கும்.

நெருப்புக்கு தப்பிய அப்பாவின் புத்தகங்கள் சிலவற்றை வாசித்தேன். அவை, **1920**களிலிருந்து **1930**கள் வரை மிகப் புகழ்பெற்ற சீன எழுத்தாளராக விளங்கிய லூ சன் என்பவரின் படைப்புகள். ஏனென்றால், கம்யூனிஸ்ட் ஆட்சிக்கு வருவதற்கு முன்பே **1936**-இல் அவர் இறந்து விட்டார். அதனால், அவர் மாவோவின் தண்டனைகளிலிருந்து தப்பி விட்டார். இவருடைய மாணவரும், இவருக்கு மிகவும் நெருக்கமானவருமான ஹு ஃபெங் என்பவரின் போற்றுதலுக்குரியவராக விளங்கினார். ஏனெனில், ஹு ஃபெங் என்பவர்தான், 'புரட்சியின் எதிர்ப்பாளர்' என்று மாவோவால் நேரிடையாகப் பெயரிடப்பட்டவர். பத்து ஆண்டுகளுக்கு மேல் சிறைவாசம் அனுபவித்தவர் இவர். இவருக்கு கொடுக்கப்பட்ட தண்டனைதான் கட்சிக் கருங்காலிகளைக் களையெடுக்க வைத்ததற்கு அடிப்படைக் காரணம். அந்த நிகழ்வுதான் **1955** ஆம் ஆண்டு அம்மாவைத் தடுப்புக் காவலில் வைப்பதற்குக் காரணமாக அமைந்தது.

லூ சன் என்பவர்தான் அப்பாவைக் கவர்ந்த எழுத்தாளர். நான் சிறுமியாக இருந்தபோது இவரது கட்டுரைகளை எடுத்து அப்பா எனக்கு வாசித்துக் காட்டுவார். அப்போது எனக்கு அவைகள் சரியாகப் புரியாது. அப்பா அதற்கான விளக்கங்களை எடுத்துக் கூறுவார். அப்படியும் எனக்கு புரியாது. ஆனால், இப்போது அவரது படைப்புகளில் மூழ்கிக் கிடக்கிறேன். அதில் அவர் கையாண்டிருந்த நையாண்டி விஷயங்கள் கம்யூனிஸ்ட் ஆட்சிக்கும் அப்படியே பொருந்தும். அதேசமயம் கோமிங்டாங் ஆட்சிக்கும் பொருந்தும். பெரிய சித்தாந்தங்கள் எதையும் அவருடைய படைப்புகளில் காண முடியவில்லை. மாறாக, மானுட நல மேம்பாட்டிற்கான விழிப்புணர்வும், அறிவுடையுமே அதில் அதிகமாகக் காணப்பட்டன. ஐயுறவு கொண்டு கேட்கும் அவரது அறிவுத் திறம், யூகத்தின் அடிப்படையில் எழும் கருத்துகளைத் தகர்த்தெறிந்தது. என்னுள் வலிந்து திணிக்கப்பட்டிருந்த கருத்தியல்புகளிலிருந்து என்னை மீட்டெடுத்த அறிவுடைமையாளர் இவரைத் தவிர வேறு யாருமில்லை.

அப்பா சேகரித்து வைத்திருந்த மார்க்ஸிய தத்துவ நூல்கள் எனக்கு பயனுள்ளதாக இருந்தன. அதில், புலப்படாத சில வார்த்தைகளை மேலோட்டமாக வாசித்தேன். **19** ஆம் நூற்றாண்டு ஜெர்மானிய

நாட்டு கருத்து முரண்பாட்டாளர்கள், மாவோவின் ஆட்சிக்குட்பட்ட சீனாவோடு, என்ன தொடர்பு வைத்திருந்தார்கள் என்று எனக்கு ஆச்சரியமாக இருந்தது. ஆனால், சீனாவில், அபூர்வமாக எதிர்கொண்ட சில விஷயங்கள் என்னை ஆச்சரியத்தில் ஆழ்த்தின. அதுதான் விவாதப் பொருளாக விளங்கி வந்த பகுத்தறிவுச் சிந்தனை. பகுத்துணர்ந்து சிந்திக்கவும், ஆய்வுப்பூர்வமாகச் சிந்திக்கவும் கார்ல் மார்க்ஸின் படைப்புகள் எனக்கு பெரிதும் உதவி புரிந்தன.

என் எண்ணப் போக்குகளை இதுபோன்ற புதிய வழிகளில் நெறிப்படுத்திக் கொண்டது எனக்கு மகிழ்ச்சியளித்தது. மற்ற நேரங்களில் என் எண்ணவோட்டங்கள் தெளிவில்லாத மனநிலைக்கு சென்று விடும். அதனால், அந்த நேரத்தில் மரபுக் கவிதைகள் எழுதத் தொடங்கி விடுவேன். வயல்களில் வேலை செய்து கொண்டிருந்த போது, என் மனம் கவிதை புனைவதில் ஈடுபட்டு விடும். அதனால் எனக்கு வேலைப்பளு தெரியாமல் போய் விடும். இதனால் நான் தனிமையை நாடினேன். முடிந்தவரை, அடுத்தவர்களோடு உரையாடுவதைத் தவிர்த்து வந்தேன்.

ஒரு நாள் காலை வயல்களில் முதிர்ந்த கரும்புகளை வெட்டிக் கொண்டிருந்தேன். கரும்பின் சுவை மிக்க இடமான அடிக்கரும்பைக் கடித்து ருசித்துக் கொண்டிருந்தேன். வெட்டப்பட்ட கரும்பு சமூகக் கூட்டுக் குழுவின் கரும்பாலைக்கு சென்றது. விவசாயிகள் கரும்பைக் கொடுத்து சீனியைப் பெற்றுக் கொள்வார்கள். நிர்ணயிக்கப்பட்ட எண்ணிக்கையிலான கரும்பை ஆலைக்கு கொடுத்து விடுவோம். அதன் தரத்தைப் பற்றி ஆலை நிர்வாகம் கவலைப்படுவதில்லை. அதனால் சுவை மிகுந்த அடிக்கரும்பை நாங்கள் கடித்து சுவைத்து விடுவோம். மதிய உணவு நேரம் வந்து, வெளியே செல்கின்றபோது, சிலர் வயல்களிலேயே தங்கி கரும்பை பாதுகாத்துக் கொள்ள வேண்டும். இந்த வேலையை நான் எடுத்துக் கொண்டதால், எனக்குத் தனித்திருக்க வாய்ப்புக் கிடைத்தது. அவர்கள் மதிய உணவு முடித்து வருகின்றபோது, நான் வெளியில் செல்வேன். இதனால் எனக்கு அதிக நேரம் கிடைத்தது.

பரப்பிக் கிடந்த கரும்புக் கட்டுகளின் மீது மல்லாந்து படுத்திருந்தேன். என் முகத்தில் விழுந்த வெயிலை நான் அணிந்திருந்த வைக்கோல் தொப்பி ஓரளவு மறைத்தது. அந்தத் தொப்பி வழியாக பரந்து கிடந்த நீல நிற ஆகாயத்தைக் காண முடிந்தது. கரும்புக்கட்டிலிருந்து என் தலைக்கு மேல் நீட்டிக் கொண்டிருந்த ஒரு கரும்புத் தோகை, ஆகாயத்தை மறைக்குமளவுக்கு மிகப் பெரியதாகத் தெரிந்தது. என் கண்களைப் பாதி மூடியும்

மூடாதவாறும் பார்த்தபோது, அந்தப் பசுமையான கரும்புத்தோகை என் மனதை அமைதிப்படுத்தியது.

சில ஆண்டுகளுக்கு முன், ஒரு கோடைகால மாலை நேரத்தில், மூங்கில் காட்டு இலைகள் அசைந்தாடியதை இப்போது இந்தக் கரும்புத் தோகை நினைவூட்டியது. அந்த மூங்கில் மரங்கள் நிழலில் அமர்ந்து கொண்டு, ஓடையில் தூண்டில் போட்டுக் கொண்டு அப்பா சோகமான சில கவிதைகளை எழுதினார். அப்பாவின் அதே பாணியில், அவர் கவிதைகளில் கையாண்ட எதுகை மோனையோடு, அதே அலங்காரச் சொற்களோடு நானும் சொந்தமாக ஒரு கவிதை புனையத் தொடங்கினேன். கரும்புத் தோகையின் காய்ந்த இலைகளால் காற்றில் கலந்து வந்த சத்தத்துடன், இந்த பிரபஞ்சமே அசைய மறுத்து நின்றுவிட்டது போன்ற பிரம்மை எனக்கு ஏற்பட்டது. என் பிறப்புக்கு ஓர் அர்த்தம் ஏற்படுத்திக் கொண்டது போன்ற ஆனந்தம் எனக்குள் இப்போது ஏற்பட்டது.

இந்தக் கால கட்டத்தில், தனிமையில் இருக்க எனக்கு வாய்ப்புக் கிடைத்தால், அதை நழுவ விடாமல் பற்றிக் கொள்வேன். என்னைச் சுற்றி இயங்கும் உலகத்திற்கும் எனக்கும் எந்த தொடர்பும் இல்லை என்பது போல வெளிப்படையாகக் காட்டிக் கொண்டேன். இதுதான் என்னை இன்னும் தற்பெருமை கொள்ளச் செய்திருக்க வேண்டும். நான் பின்பற்ற வேண்டிய முன்மாதிரி அந்த விவசாயிகளாக இருந்ததால் அவர்களைப் பின்பற்றி நடக்க ஆசைப்பட்டேன். அதனால், அவர்களின் எதிர்மறையான எந்தப் போக்கினையும் கவனத்தில் கொண்டு அதை எதிர்த்தேன். அவர்களை நான் அறிந்து கொள்ளவோ, அல்லது இணக்கமாகப் போகவோ எந்த முயற்சியும் எடுக்கவில்லை.

நான் தனிமையை நாடியதால் விவசாயிகள் எனக்கு தனிமையைத் தேடித் தந்தார்கள். இருப்பினும் அவ்வூரில் நான் எல்லாராலும் அறியப்படாத வளாகத்தான் இருந்தேன். அவர்கள் எதிர்பார்த்தபடி, நான் கடின உழைப்பை மேற்கொள்ளாததால், என் மீது விவசாயிகளுக்கு நல்ல அபிப்ராயம் இல்லை. உழைப்பு ஒன்றுதான் அவர்களின் உலகம். இதைக்கொண்டுதான் அவர்கள் எல்லாரையும் எடை போடுவார்கள். தட்டிக் கழிக்காத, நியாயமான வேலையைத்தான் அவர்கள் உழைப்பு என்று பார்க்கிறார்கள். எனக்கு உடல் உழைப்பு பிடிக்காது என்பதையும், கிடைக்கிற வாய்ப்பைக் கொண்டு, வீட்டில் உட்கார்ந்து புத்தகங்களை வாசிப்பேன் என்பதையும் அவர்கள் நன்கு அறிந்திருந்தார்கள். வயிற்றுப்போக்கு, உடல் அரிப்பு ஆகிய தொந்தரவுகளால் நிங்னனில் கஷ்டப்பட்டது போல, டியாங் வந்தவுடன் அனைத்து நோய்களும் மீண்டும்

தொற்றிக் கொண்டன. கிட்டத்தட்ட தினமும் எனக்கு வயிற்றுப் போக்கும், கால் வலியும் இருந்தன. அதுபோல எப்போதும் எனக்கு சோர்வும், மயக்கமும் ஏற்பட்டது. இதை விவசாயிகளிடம் தெரிவிப்பது நல்லது அல்ல. அவர்களின் தீவிர உடல் உழைப்பு, 'உயிரைப் பறிக்காத எந்த வியாதியும் அவர்களுக்கு ஒருபொருட்டு அல்ல' என்று ஆக்கி விட்டது.

அடிக்கடி நான் வெளியில் சென்று விடுவதால்தான், அங்கு அதிகமாக அறியப்படாமல் இருந்தேன். டியாங்கில் தங்கி வேலை செய்யாமல், மூன்றில் இரண்டு பங்கு நேரம் முகாம்களில் தங்க வைக்கப்பட்டிருந்த அப்பா, அம்மாவைப் பார்க்க ஓடி விடுவேன். அல்லது ஈபினில் இருந்த அத்தை ஜன்-யிங்-கைப் பார்க்கச் சென்று விடுவேன். இதுபோன்று சென்று வரக்கூடிய சில பயணங்கள் மாதக்கணக்கில் ஆகிவிடும். இந்தப் பயணங்கள் கூடாது என்பதற்கு சட்டத்தில் அவ்வளவாக இடம் இல்லை. என்னுடைய உணவு, உடை போன்றவைகளுக்கான பணத்தை நான் சம்பாதிக்காவிட்டாலும், அவ்வூரில் எனக்கு தேவையான சாப்பாடு கிடைத்தது. அந்த விவசாயிகள் சமத்துவப் பங்கீட்டு முறையை கடுமையாகக் கடைப்பிடிப்பவர்கள். என்னை ஒதுக்க அவர்களுக்கு மனம் வரவில்லை. இயல்பாக என்மீது அவர்கள் குறைபட்டுக் கொள்வார்கள். நானும் அதற்காக அவர்களிடம் வருத்தம் தெரிவித்துக் கொள்வேன். ஆனாலும், நானும் அவர்களோடு அன்பாக இருப்பேன். அவர்களை விட்டு போக முடியாமல் இருந்தேன்.

அவர்கள் என்மீது எப்படி இருந்தாலும், என் உற்பத்திக் குழு, என் விருப்பம் போல் சென்றுவர எனக்கு அனுமதியளித்தது. நான் அவர்களிடமிருந்து சற்று விலகி இருந்ததே அதற்கு காரணம் என்று சொல்லலாம். எந்த ஆரவாரமும் இல்லாமல், தொடர்பில்லாத ஓர் அயலாராக கருதப்பட்டு வந்தால், அந்த நபர் எளிதாகப் பிழைத்துக் கொள்ளலாம் என்பதுதான் நான் கற்றுக்கொண்ட பாடமாக இருந்தது. அடித்தட்டு மக்களில் ஒரு நபராக நீ எப்போது ஆகின்றாயோ, அப்போது நீ கட்டுப்பாட்டிற்கும், அடுத்தவர்களின் தலையீட்டுக்கும் உள்ளாகிறாய்.

என் சகோதரி ஸியாவோ-ஹாங் அடுத்த ஊரில் திறம்பட வேலை செய்து கொண்டு வந்தாள். என்னைப் போலவே அவளையும் ஏதாவது ஒரு பூச்சி கடித்து விடும். மாட்டு எருவை எப்போதும் அள்ள வேண்டியிருந்ததால் அவளுடைய கால்கள் வீங்கி விடும். அடிக்கடி காய்ச்சல் வந்துவிடும். இருப்பினும் அவள் தொடர்ந்து உழைத்து வந்ததால், அவளுக்கு தினமும் எட்டு

வேலைப் புள்ளிகள் வழங்கப்பட்டு வந்தன. அவளுக்கு உதவி செய்தவற்காக செங்குடுவிலிருந்து கண்ணாடிக்காரன் வந்தான். மற்ற தொழிற்சாலைகளைப் போல இவனது தொழிற்சாலையும் செயல்படாத நிலைக்கு வந்துவிட்டது. நிர்வாகம் சிதறடிக்கப்பட்டு விட்டது. புதிய புரட்சிக்குழு, வேலையாட்கள் உற்பத்தி செய்வதைத் தவிர்த்து விட்டு, அவர்களைப் புரட்சி இயக்கத்தில் பங்கெடுக்க வைப்பதிலேயே அக்கறை கொண்டிருந்தது. எல்லாமே புரட்சி குழு விருப்பம் போல் நிறைவேறிக் கொண்டிருந்தன. என் சகோதரிக்கு சிறிது ஓய்வு கொடுக்கும் பொருட்டு, அவளுக்காக கண்ணாடிக்காரன் வயல் வேலைகளைச் செய்தான். சில சமயங்களில் என் சகோதரியுடன் சேர்ந்து கண்ணாடிக்காரன் வேலை செய்தான். அது ஊர் மக்களுக்கு மகிழ்ச்சியைக் கொடுத்தது. 'இதுதான் கொடுக்கல் வாங்கல் ஒப்பந்தம் என்பது. ஒரு பெண்ணை உள்ளே எடுத்துக் கொண்டோம். அது இப்போது இரு ஜோடிக் கரங்கள் ஆகிவிட்டது!' என்று ஊர் மக்கள் கூறினார்கள்.

அந்த ஊரில் வாரத்திற்கு ஒருமுறை நடந்து வரும் கிராமச் சந்தைக்கு நான், என் சகோதரி மற்றும் நேனா ஆகிய மூவரும் செல்வது வழக்கம். சந்தையைச் சுற்றியுள்ள ஒவ்வொரு சந்து பொந்துகளிலும் கூடைகளும், சுமை தூக்கிச் செல்லப் பயன்படுத்தும் தோற்பட்டைக் கம்புகளும் வரிசை வரிசையாக வைக்கப்பட்டிருக்கும். அதை நான் பார்த்து ரசிப்பதுண்டு. ஒரே ஒரு கோழியையோ, அல்லது ஒரு டஜன் முட்டைகளையோ, அல்லது மூங்கில் கம்புகளையோ விற்பதற்காக, விவசாயிகள் மணிக்கணக்காக சந்தையைச் சுற்றி அலைந்து திரிவார்கள். அதிகமான அளவில் இலாபம் சம்பாதிக்கும் எந்த வியாபாரத்தையும் செய்வதற்கு அவர்கள் அனுமதிக்கப்படுவதில்லை. காரணம், அவை எல்லாம் முதலாளித்துவ செயல்பாடுகளாகப் பார்க்கப்பட்டன. இதன் விளைவாக, மிகக் குறைந்த அளவிலான பணம் பெறும் வியாபாரங்களையே விவசாயிகள் மேற்கொள்வார்கள். போதிய பண வசதியில்லாமல் விவசாயிகளால் நகரங்களுக்கு பயணம் செய்து பார்க்க முடியாது. எனவே சந்தை நாட்கள்தான் அவர்களுக்கு கிடைத்த ஒரே பொழுதுபோக்கு. அன்றைய தினம்தான் உறவினர்களும் நண்பர்களும் அங்கே சந்தித்துக் கொள்வார்கள். ஆண்கள் உயரமான கூடங்களில் உட்கார்ந்து கொண்டு புகைப்பிடிப்பார்கள்.

1970 ஆம் ஆண்டின் வசந்த காலத்தில் கண்ணாடிக்காரனும், என் சகோதரியும் திருமணம் செய்து கொண்டார்கள். அதில் திருமணச் சம்பிரதாயங்கள் எதுவும் பெரிதாக நடைபெறவில்லை. அன்றைய

சூழல்களில் அவர்கள் அதைச் சிந்தித்துப் பார்க்கவும் இல்லை. சமூகக் குழுவின் தலைமை அலுவலகத்திடமிருந்து திருமணச் சான்றினை மட்டும் பெற்றுக்கொண்டு, அவள் தங்கியிருந்த ஊருக்கு திரும்பி விட்டார்கள். அவர்கள் வந்தபொழுது, கிராமத்தார்களை சந்தோஷப்படுத்துவதற்காக இனிப்பு வகைகளையும், சிகரெட்களையும் வாங்கி வந்தார்கள். அதைக் கண்டு விவசாயிகள் ஆச்சரியப்பட்டுப் போனார்கள். ஏனெனில், இதுபோன்ற இனிப்பு வகைகளும், அன்பளிப்புகளும் அவர்களுக்கு அபூர்வமாகத்தான் கிடைக்கப்பெறும்.

விவசாயிகளைப் பொறுத்தவரை திருமணம் என்பது ஒரு பெரிய விழா. இந்தத் திருமணச் செய்தி கிடைத்ததும், அவர்களுக்கு வாழ்த்து தெரிவிப்பதற்காக, அனைவரும் என் சகோதரியின் குடிசை வீட்டின் முன்பு வந்து கூடிவிட்டார்கள். அவர்கள் வரும்பொழுது கையளவு காய்ந்த நூடுல்ஸ், ஒரு கிலோ சோயா மொச்சை, முட்டைகள் ஆகியவைகளை வண்ண வண்ண அட்டைகளில் சுற்றி, அதை அழகழகாக முடிச்சுப் போட்டுக் கொண்டு வந்து அன்பளிப்பாக வழங்கினார்கள். அவர்களைப் பொறுத்தவரை அது சாதாரண அன்பளிப்புகள் அல்ல. இதைவிட விலை மதிப்புமிக்க அன்பளிப்பு பொருட்களை அவர்களால் ஒருபோதும் வழங்கிவிட முடியாது. ஆனால், இதைக் கண்டு என் சகோதரியும், அவளது கணவன் கண்ணாடிக்காரனும் நெகிழ்ந்து போனார்கள். நானும், நேனாவும் புதுமணத் தம்பதிகளைப் பார்க்கச் சென்றபோது, அவர்கள் பொழுதுபோக்கிற்காக அங்கிருந்த குழந்தைகளுக்கு மாவோவுக்கு பிடித்தமான 'லாயல்டி நடனங்களை'ச் சொல்லிக் கொடுத்துக் கொண்டிருந்தார்கள். (லாயல்டி நடனம் என்பது கலாச்சாரப் புரட்சியின் போது ஏற்பாடு செய்யப்பட்ட நடனம். அத்துடன் ஹிட்லருக்கு வீர வணக்கமும், மாவோவுக்கு லாயல்டி நடனமும் பிடிக்கும்.)

புதிதாகத் திருமணம் ஆன புதுமணத் தம்பதியினருக்கு, அவர்கள் தங்குவதற்கு வீடு ஏதும் ஒதுக்கப்படவில்லை. ஆகவே இந்தத் திருமணத்தால் என் சகோதரியை இவள் இருந்த கிராமத்தை விட்டு நகர்த்த இயலவில்லை. கண்ணாடிக்காரன் தனது நகரத்து இருப்பிடப் பதிவை ரத்து செய்யத் தயாராக இருந்தால், என் சகோதரியுடன் சேர்ந்து இருந்து கொள்ளலாம். ஆனால், என் சகோதரியின் இருப்பிடப் பதிவு கிராமத்தில் இருப்பதால், அவளால் தன் கணவனோடு செங்குடுவுக்கு செல்ல இயலாது. சீனாவில் இருந்த கோடிக்கணக்கான தம்பதியர்களைப்போல இவர்கள் இருவரும் தனித்தே இருந்தார்கள். சட்ட ஒழுங்குகளின்படி ஆண்டிற்கு 12

நாட்கள் இவர்கள் சேர்ந்து வாழ்ந்து கொள்ளலாம். அதிர்ஷ்டவசமாக, கண்ணாடிக்காரன் தொழிற்சாலை, அப்போது இயக்கத்தில் இல்லாதிருந்ததால், அவன் எவ்வளவு காலம் வேண்டுமானாலும் டியாங்கில் தங்கிக் கொள்ளலாம்.

டியாங்கில் இருந்த ஓராண்டுக்கால முடிவில் என் வாழ்க்கையில் ஒரு மாற்றம் வந்தது. அதாவது மருத்துவ பணியில் நுழைய எனக்கு ஒரு வாய்ப்பு கிடைத்தது. எங்கள் குழு சார்ந்திருந்த 'உற்பத்திப் பொறுப்புக் குழுமம்' ஒரு சிறிய மருத்துவமனை நடத்தி வந்தது. காய்ச்சல், தலைவலி போன்ற எளிய நோய்களுக்கு அங்கு மருத்துவம் பார்க்கப்பட்டு வந்தது. இந்த 'உற்பத்தி பொறுப்புக் குழுமத்தின்' கீழ் இருந்து வந்த பல உற்பத்திக் குழுக்கள் இதற்கு பண உதவி செய்து வந்தன. இலவச சிகிச்சை கொடுக்கப்பட்டு வந்தது. ஆனாலும், மிகக் குறைவான அளவில்தான் சிகிச்சை கொடுக்கப்பட்டு வந்தது. இரண்டு மருத்துவர்கள் பணியாற்றினார்கள். அதில் ஒருவர், 1950-களில் அந்தப் பகுதியில் உள்ள மருத்துவப் பள்ளியில் பட்டம் பெற்ற ஒரு பண்பாளரும், அறிவான பார்வை கொண்டவருமான அவர், அவருடைய சொந்த ஊரிலேயே மருத்துவப் பணி புரிய வந்திருந்தார். இன்னொருவர், குறுந்தாடி வைத்திருந்த நடுத்தர வயதுள்ளவர். சீன மருத்துவத்தில் பயிற்று மருத்துவராக தனது பணியைத் தொடங்கியவர், 1964-ல் மேற்கத்திய மருத்துவப் படிப்பு முடிக்க குறுகிய காலக் கல்விக்கு அனுப்பப்பட்டார்.

1971 ஆம் ஆண்டின் தொடக்கத்தில் சமூகக் கூட்டுக் குழு அதிகாரிகள் மருத்துவமனைக்கு 'செருப்பு அணியாத மருத்துவர்களை' அழைத்துக் கொள்ளுமாறு ஆணையிட்டது. அந்த மருத்துவர்கள் அங்கு விவசாயிகள் போல வாழ வேண்டும் என்பதாலும், விவசாயிகள் சகதியில் செருப்பு அணிய முடியாததாலும், அந்த மருத்துவர்களுக்கு அப்பெயர் வந்தது. அந்த நேரத்தில் கலாச்சாரப் புரட்சி 'செருப்பு அணியாத மருத்துவர்களைப்' பாராட்டும் பொருட்டு மிகப்பெரிய பரப்புரைக் கூட்டங்களை நடத்தியது. இந்த சந்தர்ப்பத்தை சரியாகப் பயன்படுத்திக் கொண்ட எங்கள் உற்பத்திக்குழு, என்னை இதிலிருந்து கழற்றிவிட மிகுந்த ஆர்வப்பட்டது. நான் மருத்துவப் பணியை மேற்கொண்டால், 'உற்பத்திக் குழுமம்' எனக்கான உணவையும், இதரச் செலவினங்களையும் கவனித்துக் கொள்ளும் என்று எங்கள் உற்பத்திக்குழு மகிழ்ச்சியடைந்தது.

எனக்கு ஒரு மருத்துவராக ஆகவேண்டுமென்று நீண்டநாள் ஆசை. எங்கள் குடும்பத்தைப் பாதித்த வியாதிகளினாலும், குறிப்பாகப் பாட்டியின் மரணத்தாலும், நான் மருத்துவராவது

எவ்வளவு முக்கியம் என்பதை உணர்ந்தேன். டியாங் செல்வதற்கு முன்னால், ஒரு தோழியின் மூலம் அக்குபஞ்சர் பயின்று வந்தேன். அந்நாட்களில் அனுமதிக்கப்பட்ட அச்சுப் புத்தகங்களில் ஒன்றான 'செருப்பு அணியாத ஒரு மருத்துவரின் கையேடு' என்ற புத்தகத்தைப் படித்து வந்து கொண்டிருந்தேன்.

செருப்பு அணியாத மருத்துவர்களைப் பாராட்டுவது என்பது மாவோவின் அரசியல் யுக்திகளில் அதுவும் ஒன்று. விவசாயிகளைக் கண்டுகொள்ளாத காரணத்திற்காகவும், நகர்வாழ் மக்களை மட்டும், அதிலும் குறிப்பாக அரசாங்க அதிகாரிகளை மட்டுமே கவனித்து வந்த காரணத்தாலும், கலாச்சாரப் புரட்சிக்கு முன்பு இருந்த சுகாதார இலாக்காவினரைத் தண்டித்து விட்டார். ஊரகப் பகுதிகளில் பணியாற்ற விரும்பாத மருத்துவர்களையும், குறிப்பாக, கடைக்கோடிப் பகுதிகளுக்கு செல்ல விரும்பாத மருத்துவர்களையும் கடுமையாகத் தண்டித்து விட்டார். ஆட்சியின் தலைவர் என்ற முறையில், மாவோ எந்த பொறுப்பையும் மேற்கொள்ளவில்லை. நிலைமையைச் சரிசெய்ய, இன்னும் மருத்துவமனைகளைக் கட்டுவது, மருத்துவர்களுக்கு முறையான பயிற்சி கொடுப்பது என்பன போன்ற நடவடிக்கைகள் எடுக்க எந்த உத்தரவையும் அவர் பிறப்பிக்கவில்லை. கலாச்சாரப் புரட்சி சமயத்தில் மருத்துவ உதவி 'கோமா'வில் கிடந்தது. மருத்துவர்கள் உதவி கிடைக்கப் பெறாத விவசாயிகள் பற்றி மேற்கொள்ளப்பட்ட பரப்புரை என்பது உண்மையில் கலாச்சாரப் புரட்சிக்கு முன்பிருந்த கட்சி அமைப்பிற்கெதிராகவும், அறிவு ஜீவிகளுக்கு எதிராகவும் (இந்த அமைப்பில் மருத்துவர்களும் செவிலியரும் அடங்குவார்கள்) மக்கள் வெறுப்புக் கொள்ள வேண்டும் என்பதுதான் உண்மையான நோக்கம்.

மாவோ ஓர் அதிசயச் சிகிச்சை முறையை மக்களுக்கு சொல்லிக் கொடுத்தார்: 'செருப்பு அணியாத மருத்துவர்கள் மொத்தமாக ஒன்றுதிரண்டு விடுவார்கள்.' 'முறையான பயிற்சி அதிக அளவில் கொடுப்பது, தேவையற்ற விஷயம்' என்று மாவோ குறிப்பிட்டார். 'நடைமுறையில்தான் மருத்துவர்கள் கற்றுக்கொண்டு, தங்கள் மருத்துவத் திறனை உயர்த்திக் கொள்ள வேண்டும்' என்கிறார் மாவோ. **1965** ஆம் ஆண்டு ஜுன் மாதம் **26**ஆம் நாள் அவர் வெளியிட்ட அறிக்கை கல்வித்துறைக்கும், மருத்துவத்துறைக்கும் பாடமாக அமைந்தது. 'நீ எவ்வளவு புத்தகங்கள் வாசிக்கின்றாயோ, அவ்வளவுக்கு நீ அடி முட்டாள் ஆகி விடுகிறாய்' என்கிறார். எந்தப் பயிற்சியும் மேற்கொள்ளாமல் நான் பணிக்கு சென்று விட்டேன்.

மலை உச்சியில் இருந்த ஒரு திறந்த பெரிய அறையில் மருத்துவமனை இருந்தது. நான் தங்கியிருந்த வீட்டிலிருந்து மருத்துவமனைக்கு ஒரு மணி நேர நடை பயணம். அடுத்த அறை தீப்பெட்டி, சீப்பு, சோப்பு, உப்பு போன்றவை விற்கும் ஒரு கடையாக இருந்தது. இவை எல்லாம் ரேஷன் கட்டுப்பாட்டில்தான் விற்பனை செய்யப்பட்டன. அறுவைச் சிகிச்சை அறைதான் என்னுடைய படுக்கை அறை ஆனது. என் மருத்துப் பணி எப்படியோ போய் கொண்டிருந்தது.

நான் வாசித்த ஒரே ஒரு மருத்துவ நூல் என்னவென்றால், அதுதான் 'செருப்பணியாத மருத்துவரின் கையேடு' என்ற நூல். அதை நான் ஆர்வமாக வாசித்துப் பார்த்தேன். அந்நூலின் உள்ளடக்கத்தில் ஒன்றும் இல்லை. ஆனால் அது வியாதிகளின் தொகுப்பாகவே அமைந்திருந்தது. அதனையொற்றி எந்த வியாதிக்கு எந்த மருந்து என்ற குறிப்புகள் இருந்தன. மருத்துவமனையில் என் இருக்கைக்கு அடுத்தடுத்து இரண்டு மருத்துவர்கள் அமர்ந்திருந்தார்கள். நாங்கள் தினமும் அணியக்கூடிய அழுக்குப் படிந்த ஆடைகளை அணிந்திருந்தோம். வேதனைகளோடு வரும் விவசாயிகள், அனுபவம் இல்லாத, அவர்கள் வாசிக்கத் தெரியாத சில புத்தகங்களை, அதுவும் தடிமனாகக்கூட இல்லாத சிறிய புத்தகங்களை மட்டும் வாசித்துள்ள, 18 வயதே நிரம்பியுள்ள என்னிடம் அவர்களுக்கு என்ன வேலை இருக்கிறது? என்னைக் கடந்து அவர்கள் அடுத்த இரண்டு மருத்துவர்களிடமும் சென்று விடுவார்கள். என்னை இது வருத்தப்படுத்தவில்லை. ஆனால், வேலை குறைக்கப்பட்ட மகிழ்ச்சியைத் தந்தது. நோயாளிகள் தங்கள் வியாதிகளைக் கூறும் ஒவ்வொரு முறையும் ஓடிப்போய் மருத்துவப் புத்தகத்தை புரட்டிப் பார்த்துவிட்டு மருந்து எழுதும் மருத்துவராக இருக்கும் எண்ணம் எனக்கில்லை. சந்தேகங்களுக்கு அப்பாற்பட்டவராக உள்ள மாவோ உட்பட புதிய தலைவர்கள் அனைவரும் என்னைத் தங்களது 'சிறப்பு மருத்துவராக' ஏற்றுக் கொள்வார்களா என்று சில சமயங்களில் எதிர்மறையாகச் சிந்தித்ததுண்டு. ஆனால் அதற்குள், 'நிச்சயமாக இருக்காது' என்று எனக்குள் சொல்லிக் கொண்டேன். முதற் கட்டமாக செருப்பு அணியாத மருத்துவர்கள் 'மக்களுக்கு' சேவை செய்ய வேண்டும். அரசாங்க அதிகாரிகளுக்கு அல்ல. அம்மாவுக்கு ஏற்பட்டிருந்த உதிரப் போக்கின்போது நான் கற்றுக்கொண்டபடி, மருத்துவர்களின் மருந்து சீட்டில் கண்டுள்ள மருந்து மாத்திரைகளைக் கொடுப்பதும், ஊசி போடுவதும் போன்ற வேலைகளில் என்னை நான் எப்போதும் ஆழமாக ஈடுபடுத்திக் கொண்டேன்.

'நீ எவ்வளவு புத்தகங்கள் வாசிக்கின்றாயோ
அவ்வளவுக்கு முட்டாளாகி விடுகிறாய்'

மருத்துவக் கல்வி பயின்ற இளைய மருத்துவரைத்தான் எல்லா விவசாயிகளும் விரும்பித் தேடி வந்தார்கள். அவர் கொடுத்து வந்த சீன மூலிகை மருந்துகள் அனைத்து வியாதிகளையும் குணமாக்கின. நோயாளிகளை அவர் அக்கறையோடு கவனித்தார்; கிராமங்கள்தோறும் சென்று நோயாளிகளுக்கு சிகிச்சை கொடுத்தார். அங்கிருந்து மூலிகைச் செடிகளைச் சேகரித்துக் கொண்டு வந்து, ஓய்வு நேரங்களில் நட்டு வைத்து வளர்த்து வந்தார். குறுந்தாடி வைத்திருந்த இன்னொரு மருத்துவர், மருத்துவ அலட்சியப் போக்கால் என்னை பயமுறுத்திக் கொண்டிருந்தார். அவர், ஒருவருக்கு போட்ட ஊசியை, வெந்நீரில் போட்டு தூய்மைப்படுத்தாமல், அடுத்தவர்களுக்கு போட்டு விடுவார். ஒருவருக்கு ஒத்துக் கொள்ளுமா, அல்லது ஒத்துக் கொள்ளாதா என்று பார்க்க, பரிசோதனை ஊசி போட்டுப் பார்க்காமல், அலட்சியமாகப் பென்சிலின் ஊசியைப் போட்டு விடுவார். அது மிகவும் ஆபத்தானது. ஏனென்றால், சீன நாட்டுப் பென்சிலின் ஊசிகள் நம்பத்தகுந்தவை என்று சொல்ல முடியாது. அது பெரிய ஆபத்தில் கொண்டு போய் விட்டுவிடும். ஏன், மரணத்தைக் கூட உண்டாக்கி விடும். அவர் அருகில் சென்று, மென்மையாக, 'நான் வேண்டுமானால் ஊசிகளை வெண்ணீரில் போட்டு சுத்தம் செய்து தரவா?' என்று கேட்டேன். அதற்கு அவர் புன்முறுவலோடு, 'இதுபோன்ற அசம்பாவிதங்கள் இதுவரை எதுவும் நடந்ததில்லை' என்று கூறினார். 'விவசாயிகள் நகரத்து மனிதர்களைப் போல நோஞ்சான்கள் அல்ல' என்று கூறி விட்டார்.

மருத்துவர்கள் அனைவரும் என்மேல் அன்பைப் பொழிந்தார்கள். என்னுடைய சந்தேகங்களையெல்லாம் தெளிவுபடுத்தி உதவினார்கள். அதனால், அவர்களை எனக்கு மிகவும் பிடிக்கும். என்னை அவர்கள் சந்தேகக் கண் கொண்டு பார்க்கவில்லை. நாட்டுப்புறங்களில் இது அரசியல் சாதுரியம் என்பதை விடுத்து, ஒருவரது தொழில் திறமையாகப் பார்க்கப்பட்டது.

கிராமத்திலிருந்து தூரத்தில் அமைந்திருந்த அந்தக் குன்றின் உச்சியில் தங்கி இருப்பது எனக்கு மிகவும் பிடித்திருந்தது. தினமும் அதிகாலையில் எழுந்து விடுவேன். குன்றின் ஓரத்தில் நடந்து செல்வேன். அடிவானத்திலிருந்து எழுந்து வரும் சூரியனை நோக்கி, பண்டைய அக்குபஞ்சர் புத்தகத்திலிருந்து சில வரிகளை மனப்பாடமாகச் சொல்லுவேன். எனக்கு கீழ் இருந்த வயல்களும், குடிசைகளும் சேவல் கூவிய சத்தம் கேட்டுத்தான் விழித்தெழத் தொடங்கும். ஆகாயத்தில் தனித்துக் காணப்பட்ட விடிவெள்ளி, மங்கலாகத் தெரிந்த தொடுவானம் கொஞ்சம் கொஞ்சமாக

வெளிச்சம் பெறுவதைக் கவனித்துக் கொண்டிருக்கும். தேனீக்கள் தேனை உறிஞ்சும் போது, காலைத் தென்றலில் கலந்து வரும் அந்நறுமணம் என்னை கிறங்கடிக்கும். அதிகாலைப் பறவைகள் 'கீச்'சிடும் சத்தம் என் சிந்தனையைக் கலைக்கும். அப்படியே நின்று கொண்டு அந்தப் பறவைகளை ரசிப்பேன். அதன் பிறகுதான் காலை உணவுக்கு அடுப்பு பற்ற வைக்க கிளம்புவேன்.

உடற்கூறு வரைபடத்தைக் கொண்டும், அக்குபஞ்சர் நூலிலிருந்து பெற்ற அறிவைக் கொண்டும், உடம்பின் எந்தப் புள்ளியில் ஊசியைக் குத்தி எந்த நோயைக் குணமாக்க முடியும் என்று தெளிவாகத் தெரிந்து வைத்திருந்தேன். நோயாளிகளை மிகுந்த அக்கறையோடும் அன்போடும் கவனித்து வந்தேன். செங்குடுவிலிருந்து வந்த ஆர்வம் மிக்க தன்னார்வத் தொண்டர்கள், பக்கத்துக் கிராமங்களில் தங்கி இருந்து எனக்காக வந்தார்கள். அவர்கள் என் மீது அக்கறை கொண்டவர்கள். ஒரு அக்குபஞ்சர் அமர்வுக்காக பல மணி நேரம் நடந்து வந்தவர்கள் அவர்கள். ஓர் இளைஞன், சட்டையை மடித்து விட்டுக் கொண்டு, தன்னுடைய முழங்கை அருகில் உள்ள அக்குபஞ்சர் புள்ளியைக் காண்பித்து, துணிச்சலான தோரணையில், 'ஆண் தோழர்கள் எதற்கு' என்று கேட்டான்.

நான் காதல் வலையில் விழுந்து விடவில்லை. அப்பா, அம்மாவுக்கு என்னை அர்ப்பணம் செய்து கொள்ளும் பொருட்டும், பாட்டியின் மரணத்தால் ஏற்பட்ட குற்ற உணர்ச்சியை குறைக்கும் பொருட்டும், எந்த ஓர் ஆண் தோழமையையும் நிராகரித்து விட வேண்டும் என்று நான் மேற்கொண்ட தீர்மானம் மெல்ல மெல்ல நீர்த்துப் போய்க் கொண்டிருந்தாலும், எந்த இளைஞர்கள் காதல் வலையிலும் நான் வீழ்ந்து விடவில்லை. என் இதயம் அலைபாய்வதைப் பார்ப்பது எனக்கு கடினமாக இருந்தது. இதயத்தைக் கொடுக்காமல், சுகத்திற்காக என் உடலை அர்ப்பணிப்பது கேவலமானது என்று நான் வளர்க்கப்பட்ட முறை என்னை எச்சரித்தது. ஆனால் என்னைச் சுற்றியிருந்த ஆண்களும் பெண்களும் தங்கள் மனம் போன போக்கில் வாழ்ந்து கொண்டு வந்தார்கள். ஆனால், நான் தனிமையில், ஒரு தூணின் அடிப்பகுதியில், சாய்ந்துகொண்டு அமர்ந்திருந்தேன். நான் கவிதை எழுதும்போது வார்த்தைகள் வந்து விழுந்து கொண்டிருந்தன. இவையெல்லாம் சேர்ந்து என்னை அங்கேயே கட்டிப்போட்டு வைத்து விட்டன.

என்னை சுற்றி இருந்த இளைஞர்கள் அனைவரும் பெண்மையைப் போற்றத் தெரிந்தவர்கள். ஓர் இளைஞன் எனக்கு ஓர் இசைக் கருவியை வழங்கினான். அதை எப்படி இசைப்பது என்று பல

'நீ எவ்வளவு புத்தகங்கள் வாசிக்கின்றாயோ அவ்வளவுக்கு முட்டாளாகி விடுகிறாய்'

நாட்கள் எனக்குக் கற்றுக் கொடுத்தான். அதில் அங்கீகரிக்கப்பட்ட பாடல்கள் அனைத்தும் மாவோ பற்றிய துதிப் பாடல்களாகவே இருந்தன. அப்பாடல்களும் அளவோடுதான் இருந்தன. ஆனால், அது எனக்கு பெரிய வேறுபாட்டைத் தந்து விடவில்லை. என் திறமை இன்னும் அதிகமாக வரம்புக்குட்படுத்தப்பட்டிருந்தது.

இதமான மாலை வேளைகளில் இனிய நறுமணம் கமழும் மூலிகைத் தோட்டத்தை ஒட்டி நான் அமர்ந்திருந்தேன். ஒரு நாள், அருகில் உள்ள கடை மூடப்பட்டிருந்தது. நான் முற்றிலும் தனிமையில் இருந்தேன். தூரத்துக் குடிசைகளில் தெரிந்த மின்னி மின்னி மறையும் வெளிச்சத்தையும் ஆகாயத்து நிலவொளியும் தவிர என்னைச் சுற்றி எல்லாமே இருட்டாக இருந்தது. கண்ணுக்குப் புலப்படாத மனிதர்கள், கைகளில் டார்ச் விளக்குகளை ஏந்திக் கொண்டு ஆகாயத்தில் பறந்து வருவதுபோல சில மின்மினிப் பூச்சிகள் என்னைச் சுற்றி வந்தன. மூலிகைத் தோட்டத்து நறுமணம் என்னைக் கிறங்கடித்துப் பேரின்பத்தில் ஆழ்த்தியது. ரீங்காரமிடும் வண்டுகளின் பாடல்களும், இடியோசை போல் கேட்ட தவளைகளின் பாடல்களும் என் தாளத்திற்கு ஒத்து வரவில்லை. ஆனால் எனக்குள் ஓர் அமைதியும் ஆனந்தமும் தோன்றியது.

24

'வாழ்நாளில் தாமதமாகக் கோரும் என் மன்னிப்பை ஏற்றுக்கொள்ள வேண்டுகிறேன்'

அப்பாவும் அம்மாவும் சித்திரவதைக் கூடாரங்களில்

1969-1972

செங்குடுவை நோக்கி செல்லும் மூன்று நாள் டிரக் வண்டிப் பயணத்தில், வடக்கு ஸிசாங்கில் உள்ள ஓர் இடம்தான் எருமை மாட்டுப் பொட்டல் என்ற ஓர் இடம். அந்த இடத்தில் சாலை இரண்டாகப் பிரிந்து செல்கிறது. ஒரு சாலை, அப்பா தங்க வைக்கப்பட்டிருக்கும் தென்மேற்கில் உள்ள மியி என்ற இடத்திற்கும், இன்னொரு சாலை தென்கிழக்கில் உள்ள நிங்னன் என்ற இடத்திற்கும் செல்கிறது.

சீனாவின் புகழ்பெற்ற புராணக்கதை ஒன்றில்தான் 'எருமை மாட்டுப் பொட்டல்' என்ற இந்தப் பெயர் இடம் பெற்றிருந்தது. தேவலோகப் பேரரசியின் மகளான 'நெசவாளிகளின் தேவதை,' தேவலோகத்திலிருந்து இறங்கி வந்து இங்குள்ள ஒரு குளத்தில் குளிப்பது வழக்கம். (விண்கல் வீதியில் விழுந்த இந்த எரிகல்தான் அவளது தறியை தாங்கிப் பிடித்திருந்ததாகச் சொல்லப்படுகிறது) அந்தக் குளத்தருகில் வாழும், எருமை மாடு மேய்க்கும் ஒரு சிறுவன் அந்தத் தேவதையைப் பார்த்து விடுகிறான். ஒருவருக்கொருவர் காதல் வயப்பட்டுவிட்டனர். அவர்களுக்கு திருமணம் ஆகி, ஒரு மகனும், மகளும் பிறந்தார்கள். தன் மகளும், அவள் கணவனும் ஆனந்தமாக இருந்ததைக் கண்டு பொறாமையுற்ற தேவலோகப் பேரரசி, அவளைக் கொண்டு வர தேவலோக ஆட்களை அனுப்பி வைத்தாள். அதன்படி அவர்கள் அந்தத்

தேவதையைத் தூக்கிச் சென்றார்கள். அதனைக் கண்ட அந்த எருமை மாடு மேய்க்கும் சிறுவன் அவர்களைப் பின் தொடர்ந்து ஓடுகிறான். அந்தச் சிறுவன் அவர்களை நெருங்கிப் பிடிக்கும் தருவாயில், தேவலோகப் பேரரசி தன் கொண்டை ஊசியை எடுத்து, அவர்களுக்கிடையில் நதி ஒன்றை வரைகிறாள். அவள் வரைந்த நதி வெள்ளி நதி என்று பெருக்கெடுத்து ஓடி, அவர்கள் இருவரையும் நிரந்தரமாகப் பிரித்து விட்டது. இவர்களை இணைக்கும் நோக்கில், சீன தேசம் முழுவதும் பறந்து திரிந்த, ஒரு வகைப் பாடும் பறவைகள் அவர்களுக்காக பாலம் கட்ட முயற்சி எடுத்த, ஏழாம் மாதத்தின் ஏழாம் பிறை நாள் தவிர இதர நாட்களில் வெள்ளி நதி பெருக்கெடுத்து ஓடும்.

பால் மண்டலம் என்பதற்கான சீனப் பெயர்தான் வெள்ளி நதி என்று சொல்லப்பட்டது. இது ஸிசாங்கிற்கு மேல், நட்சத்திரக் கூட்டங்களாகப் பரந்து விரிந்து காணப்படுகிறது. அதன் ஒரு பக்கம் நெசவாளிகளின் தேவதையும், அதன் மறுபக்கம் தன் இரண்டு குழந்தைகளுடனும் ஆல்டேய்ர் என்னும் எருமை மாடு மேய்க்கும் சிறுவனும் நின்று கொண்டிருப்பது தெரியும். இந்தப் புராணக்கதை, பல நூற்றாண்டுகளாக சீன மக்களின் வாழ்க்கைக்கு பொருத்தமாக அமைந்திருந்தது. எப்படியென்றால், அடிக்கடி ஏற்பட்ட யுத்தங்களாலும், வறுமையாலும், அரக்கத்தனம் கொண்ட அரசாங்கங்களாலும் சீனக் குடும்பங்கள் பிளவு பட்டுக் கிடந்ததுண்டு. இதில் வேடிக்கை என்னவென்றால், இந்த இடத்திற்குத்தான் அம்மா அனுப்பப்பட்டிருந்தாள்.

1969 ஆம் ஆண்டு நவம்பர் மாதம் கிழக்கு மாவட்டத்தில் அம்மாவோடு பணிபுரிந்த அம்மாவின் முன்னாள் சகபணியாளர்கள் சுமார் ஐநூறு பேர் அங்கு வந்து சேர்ந்தனர். அந்தக் கூட்டத்தில் சில புரட்சிப் படையினரும் அதுபோல சில முதலாளி வர்க்கக் கைக்கூலிகளும் இருந்தனர். ஏனென்றால், அவர்கள் உடனடியாக செங்குடுவை விட்டு வெளியேற வேண்டும் என்று உத்தரவிடப்பட்டது. இராணுவப் பொறியாளர்கள் தங்கிக் கொள்வதற்கு தற்காலிகமாகக் கட்டப்பட்டிருந்த கொட்டில்களைத் தவிர, அவர்கள் தங்கிக் கொள்ள வேறு இடம் இல்லை. செங்குடுவிலிருந்து யூன்னான்னின் தலைநகரான குண்மிங் என்ற இடத்திற்கு இரயில் பாதை போட்ட இராணுவப் பொறியாளர்களுக்காகத் தற்காலிகமாகக் கட்டப்பட்ட கொட்டில்கள் அவைகள். அந்தக் கொட்டில்களில் அவர்களில் சிலர் புகுந்து கொண்டார்கள். சிலர் தங்கள் பெட்டி, படுக்கைகளோடு உள்ளூர் விவசாயிகள் வீட்டில் சேர்ந்து கொண்டார்கள்.

கோகன் புற்களையும் களிமண்ணையும் தவிர, வீடு கட்டுவதற்கு எந்தக் கட்டுமானப் பொருட்களும் அங்கே கிடைப்பதில்லை. அதையும் மலையிலிருந்து தோண்டி எடுத்து கீழே கொண்டு வர வேண்டும். அந்தக் களிமண்ணுடன் தண்ணீர் சேர்த்து மிதித்து பதமாக்கி செங்கல் செய்ய வேண்டும். அங்கு எந்திரங்கள் இல்லை. மின் வசதி இல்லை. வேலை செய்ய மாடுகள் கூட இல்லை. கடல் மட்டத்திலிருந்து 5000 அடி உயரத்தில் இருக்கும் பொட்டல் என்ற இடத்தில் ஒரு நாளைக்கு - அதாவது ஓர் ஆண்டிற்கு அல்ல - ஒரு நாளைக்கு நான்கு பருவநிலை மாற்றங்கள் ஏற்படும். அம்மா வேலை செய்யத் தொடங்கும் காலை 7.00 மணி அளவில் பனி உறையும் தட்பவெப்பநிலை நிலவும். மதிய வேளைகளில் வெப்பம் 80-களைத் தொட்டுவிடும். மாலை 4.00 மணிக்கு மலைகள் வழியாக வரும் சூறாவளிக் காற்று எல்லாவற்றையும் தடவிச் சென்று விடும். வேலை முடிந்து செல்லும் மாலை 7.00 மணி அளவில் வெப்பநிலை மீண்டும் கிடுகிடுவெனச் சரியத் தொடங்கும். எங்கும் காண முடியாத இந்த மோசமான தட்ப வெப்ப நிலையில் ஒரு நாளைக்கு 12 மணி நேரம் வேலை செய்ய வேண்டும். மதிய உணவு இடைவேளைக்கு மிகக் குறுகிய நேரமே அனுமதிக்கப்படும். ஆரம்பத்தில் சில மாதங்கள் அவர்கள், சோறும், வேக வைத்த முட்டைக் கோசும் மட்டுமே சாப்பிட்டார்கள்.

அந்தக் குற்றவாளிகள் முகாம் இராணுவ அதிகாரிகளால் நடத்தப்பட்டு வந்ததால் அது ஒரு இராணுவம் போல் அமைந்திருந்தது. இந்த முகாம் செங்குடு புரட்சிக் குழுவின் கட்டுப்பாட்டின் கீழ் செயல்பட்டது. அம்மா, முதலில் அந்த இடத்தில் வர்க்க எதிரி போலப் பாவிக்கப்பட்டாள். எல்லாரும் மதிய உணவு சாப்பிட்டு முடிக்கும் நேரம் அம்மா தலை கவிழ்ந்தபடியே அவர்கள் முன்பு நிற்க வேண்டும். இந்த வகைத் தண்டனைக்கு 'வயல் காட்டுத் தண்டனை' என்று சொல்லப்பட்டது. இந்தத் தண்டனை ஊடகம் வாயிலாகப் பரிந்துரைக்கப்பட்டது. சாப்பிட்டு ஓய்வெடுப்பவர்கள் அடுத்த தண்டனையை எதிர்கொள்ள ஒரு சக்தியைப் பெற்றுக் கொள்வதற்காக என்று இந்த வழி சொல்லப்பட்டது. 'கால்களுக்கு கொஞ்சம் கூட ஓய்வு கொடுக்காமல், நாளெல்லாம் உழைக்க முடியாது' என்று அம்மா அவள் கமாண்டரிடம் முறையிட்டாள். அவர் கலாச்சாரப் புரட்சிக்கு முன்பு, கிழக்கு மாவட்ட இராணுவத் துறையில் இருந்தவர். அம்மாவோடு நல்ல தோழமையோடு பழகியவர். அதனால் அம்மாவுக்கு கொடுக்கப்பட்ட வயல் காட்டுத் தண்டனையை நிறுத்தி விட்டார். இருப்பினும் பல கடினமான வேலைகள் அம்மாவுக்குக் கொடுக்கப்பட்டன. இதர தண்டனைக்கு உரிய குற்றவாளிகளுக்கு

கொடுக்கப்பட்டது போல ஞாயிற்றுக்கிழமை ஓய்வு அம்மாவுக்கு கொடுக்கப்படவில்லை. எனவே அம்மாவுக்கு இருந்து வந்த உதிரப்போக்கு என்னும் நோய் இப்போது நாளுக்கு நாள் கூடிக் கொண்டே வந்தது. கல்லீரல் நோய் முற்றிய நிலைக்கு வந்து விட்டது. அம்மாவின் உடம்பெல்லாம் வெளிறிப் போய் வீக்கம் கண்டு விட்டது. அவளால் நிற்கக் கூட முடியவில்லை.

அந்தக் குற்றவாளிக் கூடாரம் முழுவதும் நிறைந்திருந்தது மருத்துவர்கள்தான். கிழக்கு மாவட்ட மருத்துவமனை மருத்துவர்களில் பாதிக்கு மேல் இங்கு தள்ளப்பட்டிருந்தார்கள். புரட்சிக் குழுத் தலைவர்களுக்கு வேண்டப்பட்ட அநேகர் செங்குடுவில் இருந்தனர். அம்மாவுக்கு சிகிச்சையளித்த மருத்துவர், ‘கலாச்சாரப் புரட்சிக்கு முன்பு எங்களைக் காப்பாற்றியதற்கு நானும் எங்கள் மருத்துவ ஊழியர்களும் உங்களுக்கு நன்றிக் கடன் பட்டிருக்கிறோம்’ என்றார். அம்மா மட்டும் இல்லையென்றால் அந்த மருத்துவர் 1957 ஆம் ஆண்டிலேயே ‘வலதுசாரி’ என்று முத்திரை குத்தி அனுப்பப்பட்டிருப்பார். அங்கு ஆங்கில மருந்து கிடைக்காததால், பல மைல்கள் மூலிகை மருந்துக்காக அவர் நடந்து சென்றார். அவர் தேடிச் சென்ற மூலிகை மருந்துகள் கல்லீரல் நோயை குணப்படுத்தி விடும். சீனர்கள் இதை முற்றிலும் நம்பினார்கள்.

அம்மாவைப் பீடித்திருந்த நோய், கடுமையாகப் பரவக் கூடியது என்று அதிகாரிகளிடம் மருத்துவர் அதிகப்படியாகக் கூறி விட்டார். அதனால், அரை மைல் தூரத்தில் அம்மாவுக்கு பிடித்தமான ஓரிடத்தில் அம்மாவைக் கொண்டுபோய் வைத்து விட்டார்கள். அம்மாவைத் துன்புறத்தியவர்களும் நோய்த் தொற்றுக்கு பயந்து அம்மாவை விட்டு விட்டார்கள். ஆனால், அந்த மருத்துவர் மட்டும் அம்மாவைத் தினமும் சென்று பார்த்து வந்தார். அத்துடன் அங்கிருந்த விவசாயி ஒருவரிடம் தினமும் வெள்ளாட்டுப் பால் கொண்டு போய் அம்மாவுக்கு கொடுக்க வேண்டும் என்று இரகசியமாக உத்திரவிட்டார். அம்மா வைக்கப்பட்டிருந்த இடம், முன்னாள் பன்றித் தொழுவமாக இருந்தது. அம்மாவின் மீது ஆதங்கப்பட்ட சில பெண்கள், அந்தத் தொழுவத்தை சுத்தம் செய்து, வைக்கோலை கனமாக அத்தரை மீது விரித்தார்கள். அம்மா அதை ஓர் ஆடம்பரமான மெத்தையாக உணர்ந்தாள். அம்மாவின் தோழி போல் இருந்த ஒரு இனிய சமையல்காரி தினமும் அம்மாவுக்கு சாப்பாடு கொண்டு வந்து தருவதாக முன் வந்தாள். யாரும் பார்க்காத நேரம் பார்த்து, அம்மாவுக்கு இரண்டு முட்டைகளையும் சேர்த்து கொடுத்து விடுவாள். அங்கு இறைச்சி தாராளமாகக் கிடைத்ததால்,

அம்மாவுக்கு தினமும் இறைச்சி கொடுக்கப்பட்டது. மற்றவர்களுக்கு வாரத்தில் ஒருநாள் மட்டும் இறைச்சி கொடுக்கப்பட்டது. அம்மாவின் தோழிகள் சந்தையிலிருந்து வாங்கி வந்த பழங்கள், ரொட்டிகள் போன்றவைகளை அம்மாவுக்கு கொடுப்பார்கள். அம்மாவைப் பொறுத்தவரை அவளுக்கு வந்த கல்லீரல் நோய் ஒரு சாபமாக இருந்தாலும், அது ஒரு வரமாக மாறிவிட்டது.

வேதனைக்குரிய விஷயம் என்னவென்றால், 40 நாட்களுக்கு பிறகு, அம்மாவின் அத்தனை வியாதிகளும் குணமாகி விட்டன. மீண்டும் அந்தக் குற்றவாளிகள் கூடாரத்திற்கு கொண்டுபோய், அங்கிருந்த ஒரு சிறிய குடிசை வீட்டில் அம்மா வைக்கப்பட்டாள். அம்மா தங்க வைக்கப்பட்டிருந்த பொட்டல் என்ற அந்த இடம் ஒரு வினோதமான இடம். இடியும் மின்னலும் எப்போதும் வந்து பயமுறுத்தும். ஆனால், மழை மட்டும் பெய்யாது. ஆனால், அதனைச் சுற்றியுள்ள அத்தனை மலைகளிலும் மழை பெய்யும். அவ்விடத்து விவசாயிகள் அந்த சமவெளிப் பகுதியில் விவசாயம் செய்வதில்லை. ஏனெனில் அந்த மண் எப்போதும் வறண்டு போயிருக்கும். இடி மின்னலுடன் கூடிய மோசமான வானிலையால் அந்த இடத்திற்கு எப்போதும் ஆபத்து உண்டு. இங்கிருந்து கிடைக்கக்கூடிய உணவு தானியங்களைக் கொண்டுதான் இந்த தண்டனைக் குற்றவாளிகளுக்கு உணவு அளிக்க வேண்டும். ஆகவே இடி மின்னலைத் தாங்கக்கூடிய ஒருவகைச் சோளப்பயிரை பயிரிட்டார்கள். இந்தப் பயிருக்கும் தேவையான தண்ணீர் மலையடிவாரத்திலிருந்துதான் எடுத்து வர வேண்டும். இவர்களின் எதிர்கால உணவுக்குத் தேவையான அரிசியைப் பெற இங்குள்ள விவசாயிகள், கீழேயுள்ள விவசாயிகளுக்கு அறுவடை செய்து கொடுத்து அதற்கான கூலியாக நெல் மூட்டைகளைப் பெற்றுக் கொள்ளலாமா என்ற கோரிக்கையை முன் வைத்தார்கள்.

கீழே வாழ்ந்த விவசாயிகள் ஒத்துக் கொண்டார்கள். ஆனால், அங்கு நிலவி வந்த பழக்கவழக்கங்கள் இதற்கு அனுமதியளிக்கவில்லை. பெண்கள் தண்ணீர் சுமந்து செல்லக்கூடாது. ஆண்கள் நெல் விவசாயம் செய்யக்கூடாது. திருமணம் ஆகி குழந்தைகள் பெற்றுள்ள, அதிலும் ஆண் குழந்தைகளைப் பெற்றுள்ள பெண்மணிதான் நெல் விவசாயம் செய்ய வேண்டும். எந்தப் பெண் அதிகமான ஆண் குழந்தைகள் பெற்றிருக்கிறாளோ, அந்தப் பெண்ணுக்கு அதிகமான அழைப்பு இருக்கும். அங்கு நிலவி வந்த நம்பிக்கை என்னவென்றால், எந்தப் பெண் அதிகமான ஆண் குழந்தைகளை ஈன்றெடுத்திருக்கிறாளோ, அவளுக்குத்தான் அதிகமான நெல் விளைச்சலை உற்பத்தி செய்ய முடியும். (சீன

மொழியில் மகனுக்கும் நெல் விதைக்கும் ஒரே மாதிரி உச்சரிப்பு வரும் - 'ஸி.') இந்த பண்டைய நம்பிக்கையால் அம்மாதான் அதிக 'ஆதாயம் அடைபவளாக' இருந்தாள். அம்மாவுடைய சக பணியாளர்களை விட, அவளுக்கு மட்டும் மூன்று ஆண் மகவுகள் இருந்ததால், வயல்களில் தன் உடலை இரண்டாக மடித்துப் போட்டபடி குனிந்து கொண்டு, உதிரப் போக்குடன், வியாதிகளால் தாக்குண்டு நலிந்து போன உடலுடன் ஒரு நாளைக்கு 15 மணி நேரம் வேலை செய்ய வேண்டும்.

இரவு நேரம் வந்ததும், அம்மா மற்றவர்களுடன் சேர்ந்து முறை வைத்து பன்றிகளை ஓநாய்களிடமிருந்து காப்பாற்ற வேண்டும். அந்த மண் குடிசை வீடுகள் மலைகளின் அடிவாரங்களில் அமைக்கப்பட்டிருக்கும். அதனால், அந்த இடத்தை 'ஓநாய்கள் ஒன்று சேருமிடம்' என்று மிகச் சரியாகக் கூறுவார்கள். ஓநாய்கள் மிகவும் புத்திசாலி மிருகங்கள் என்று புதியதாக வந்தவர்களுக்கு விளங்குமாறு கூறுவார்கள். ஓர் ஓநாய் பன்றித் தொழுவத்திற்குள் நுழைந்து விட்டால், அந்த ஓநாய் ஒரு பன்றியை மெதுவாகச் சொறிந்து கொடுக்கும். அதன்பிறகு மென்மையாக நக்கி விடும். குறிப்பாகப் பன்றியின் காதுகளுக்கு பின்னால் இதுபோன்று செய்யும். அந்த சுகத்தில் பன்றி அப்போது சொர்க்கத்திற்கே சென்று விடும். அதனால் பன்றி உறுமல் சத்தம் எழுப்பாமல் அமைதியடைந்து விடும். அப்போது ஓநாய், அந்தப் பன்றியின் காதை மென்மையாக கடித்து தொழுவத்திற்கு வெளியே இழுத்து வந்து, ஓநாயின் அடர்ந்த வாலால் பன்றியின் உடம்பெங்கும் தடவிக் கொடுக்கும். ஒரு காதலி தன்னைத் தடவிக் கொடுப்பது போல பன்றி, கனவில் மிதந்து கொண்டிருக்கும் போது, ஓநாய் திடீரெனப் பாய்ந்து பன்றியின் குரல்வளையைக் கடித்து குதறி விடும்.

ஓநாய்களும், எப்போதாவது வரும் சிறுத்தைகளும் நெருப்புக்கு பயப்படும் என்று நகரத்திலிருந்து வந்தவர்களுக்கு விவசாயிகள் சொல்லி வைத்தார்கள். அதனால், இரவுகள்தோறும் பன்றித் தொழுவத்தைச் சுற்றி நெருப்பு மூட்டி எரிய வைக்கப்பட்டிருக்கும். ஓநாய்கள் ஊளையிடும் தூரத்து சத்தம் கேட்டு, அவைகள் ஒன்று சேருமிடத்தின் முகட்டில், ஓநாயின் நிழல் தென்படுவதைக் கவனித்துக் கொண்டு, நட்சத்திரங்கள் நிறைந்த ஆகாயத்திலிருந்து பிரகாசமான விண்கல் விழாதா என்று பார்த்துக் கொண்டு, அம்மா பல இரவுகள் தூங்காமல் காத்துக் கொண்டிருந்ததுண்டு.

ஒரு நாள் இருட்டுவதற்கு சற்று முன்பாக அம்மா ஒரு குட்டையில் துணி துவைத்துக் கொண்டிருந்தாள். குந்தி அமர்ந்து துவைத்துக் கொண்டிருந்த அம்மா, தலை நிமிர்ந்து பார்த்தபோது, சுமார் 20

அடி தூரத்தில், குட்டையின் அந்தக் கரையில், ஓர் ஓநாயின் சிவந்த கண்கள் அம்மாவை முறைத்துப் பார்த்துக் கொண்டிருந்ததைக் கண்டாள். அம்மா பயத்தில் விரைத்து விட்டாள். அம்மா குழந்தையாக இருந்தபோது, பெரியவர் லீ, நரிகள் பற்றிக் கூறியிருந்த சில விஷயங்கள் இப்போது அம்மாவுக்கு ஞாபகம் வந்தன. ஓநாய்களைச் சமாளிப்பதற்கு முதலில் பயத்தைக் காட்டிக் கொள்ளக்கூடாது: மெதுவாகத் திரும்பி நடக்க வேண்டும். திரும்பிப் பார்க்கக் கூடாது; ஓடக் கூடாது. ஆகவே, அம்மா அந்தக் குட்டையை விட்டு அமைதியாக, எவ்வளவு அமைதியாக நடக்க முடியுமோ, அவ்வளவு அமைதியாக வீட்டை நோக்கி நடந்தாள். ஓரக் கண்களால் ஓநாயையும் கவனித்துக் கொண்டு நடந்தாள். ஓநாயும் அம்மாவைப் பின்தொடர்ந்து நடந்தது. அம்மா வீட்டை நெருங்கியதும் ஓநாய் நின்றது. அங்கே நெருப்பு எரிந்து கொண்டிருப்பது தெரிந்தது. மனிதக் குரல் பேசிக் கொண்டது கேட்டு நம்பிக்கை வந்ததும், அம்மா பாய்ந்து வீட்டிற்குள் ஓடி விட்டாள்.

ஸிசாங்கின் நள்ளிரவுகளில், நெருப்பு மட்டும்தான் வெளிச்சம் தரக்கூடிய சாதனம். மின் வசதி இல்லை. மெழுகுதிரிகள் கிடைத்தாலும் அதன் விலை அதிகமாக இருக்கும். சிறிதளவு மண்ணெண்ணெய் கிடைக்கும். அதனால், எதையும் அதிகமாக வாசிக்க முடியாது. ஜின்-மிங் கள்ளச் சந்தைகளில் வாங்கிய புத்தகங்களை டியாங்கில் சுதந்திரமாக வாசிக்கலாம். ஆனால், இங்கு வாசிக்க கிடைத்ததென்னவோ, மாவோவின் முக்கிய படைப்புகளும், *'மக்களின் நாளிதழும்'* மட்டும்தான். சில மைல்களுக்கு அப்பால் இருந்த இராணுவக் கூடாரங்களில் ஒரு புதிய திரைப்படம் எப்போதாவது போட்டுக் காட்டப்படும். அந்தத் திரைப்படம் பெரும்பாலும் திருமதி மாவோவின் முன் மாதிரி இசை நாடகமாக இருக்கும்.

நாட்களும் மாதங்களும் செல்லச் செல்ல வேலையின் சுமையும், ஓய்வில்லா உழைப்பும் எலும்பை முறிக்கும் அளவு போய்க் கொண்டிருந்தது. புரட்சிப் படையினர் உட்பட அங்கிருந்த அனைவரும் தங்கள் குடும்பம், குழந்தைகளைக் காண முடியாமல் தவித்தார்கள். புரட்சிப் படையினரின் வேதனையும் ஆத்திரமும் இன்னும் அதிகரித்துக் கொண்டே சென்றது. காரணம், அவர்கள் இதற்குமுன்பு நடத்திய வெறிச் செயல்கள் எல்லாம் இப்போது ஒன்றுமில்லாமல் போய் விட்டது. அவர்கள் என்னதான் செய்தாலும், மீண்டும் அவர்கள் செங்குடுவில் பதவிக்கு வர முடியாது. புரட்சிப் படையினரின் இடத்தை 'புரட்சிக்குழு' ஆக்கிரமித்து கொண்டது. பொட்டலுக்கு வந்த ஒரு சில மாதங்களில் அங்கு அனுபவிக்க

வந்த தண்டனை மறைந்து விட்டது. இப்போது, மனச்சிதைவு என்னும் நோய் அவர்களைப் பற்றிக் கொண்டது. அம்மா சில நேரங்கள் புரட்சிப் படையினரை அழைத்து ஆறுதல்படுத்த வேண்டியிருந்தது. அவர்கள் அம்மாவை 'கௌன்யின்' என்று பெயரிட்டு அழைத்தார்கள். 'அன்புத் தேவதை' என்பது அதன் பொருள்.

இரவு வேளைகளில் அம்மா படுக்கையில் படுத்தபடி தன் குழந்தைகளின் ஆரம்ப கால ஆண்டுகளை எண்ணிப் பார்த்துக் கொண்டாள். குடும்ப விஷயங்கள் பற்றி நினைத்துப் பார்க்க வேண்டியவை அதிக அளவில் ஒன்றுமில்லை என்பதை உணர்ந்திருந்தாள். நாங்கள் வளர்ந்து வந்து கொண்டிருந்த போது, அம்மா எங்களுடன் இல்லை. தன் குடும்பத்தையே இழந்து, சில காரணங்களுக்காக தன்னை அர்ப்பணித்துக் கொண்டாள். அம்மாவின் அர்ப்பணங்கள் அனைத்தும் அர்த்தமற்றதாகப் போய்விட்டதால், அவள் மனமுடைந்து போனாள். தன் குழந்தைகளைக் காணமுடியாமல், தாங்க முடியாத வேதனைகளை அம்மா அனுபவித்தாள்.

1970 ஆம் ஆண்டு பிப்ரவரி மாதம், சீனப் புத்தாண்டு தொடங்க 10 நாட்கள் இருந்தன. அம்மா எருமை மாட்டுப் பொட்டலுக்கு வந்த மூன்று மாதங்கள் கழித்து ஆய்வு மேற்கொள்ள வரும் ஓர் இராணுவ அதிகாரியை வரவேற்க அனைவரும் அணிவகுத்து நின்று கொண்டிருந்தனர். நீண்ட நேரம் காத்திருந்ததற்கு பிறகு, ஒரு சிறிய உருவம் தங்களை நோக்கி வந்து கொண்டிருப்பது தெரிந்தது. கூட்டத்தை நோக்கி வந்து கொண்டிருந்த அந்த நபரைக் கூர்ந்து கவனித்துக் கொண்டிருந்தார்கள். பின்பு, அந்த நபர் ஏதோ ஒரு சாதாரணமான ஆள் என்று முடிவு செய்து கொண்டார்கள். இராணுவ அதிகாரியாக இருந்தால் படை பட்டாளங்களோடு காரில் வந்து இறங்குவார் என்று பேசிக் கொண்டார்கள். அப்படியென்றால், அந்த நபர் ஓர் உள்ளூர் விவசாயி போலவும் தெரியவில்லை. அந்த நபர் கழுத்தைச் சுற்றி அணிந்திருந்த கம்பளத் துணி பார்ப்பதற்கு எடுப்பாக இருந்தது. அது ஓர் இளம் பெண் போலவும், அவள் முதுகில் கூடை தொங்கிக் கொண்டிருந்தது போலவும் தெரிந்தது. அந்தப் பெண் அருகில் நெருங்கி வரவர அம்மாவின் இதயம் வேகமாகத் துடிக்கத் தொடங்கியது. அம்மாவுக்கு அந்தப் பெண் என்னைப் போலத் தெரிந்திருக்கிறது. அது ஒரு மனப்பிராந்தி என்று அம்மா எண்ணிக் கொண்டாள். 'என்ன இது? ஆச்சரியமாக இருக்கிறது! அது எர்-ஹாங் போல் அல்லவா தெரிகிறது!' என்று அம்மா தனக்குள் சொல்லிக் கொண்டாள். அந்தக் கூட்டம்,

அம்மாவை முழங்கையால் இடித்து, 'அது உன் மகள்'. உன்னைப் பார்க்க வந்து கொண்டிருக்கிறாள். எர்-ஹாங் தான் அது என்று ஆர்வமுடன் கூறியது.

வாழ்நாளில் என்னைப் பார்த்துவிட முடியுமா என்று இருந்த அம்மாவுக்கு என்னைப் பார்த்தால் எப்படி இருக்கும்! அந்தத் தண்டனைக் கூடாரத்திற்கு வந்த முதல் பார்வையாளர் நான் தான். என்னை விரும்பியும், அதே சமயம் வேண்டாதவளாகவும் வரவேற்றார்கள். ஓர் ஆண்டுக்கு முன்பு, என்னுடைய பதிவை நிங்னனுக்கு மாற்றிக் கொள்வதற்காகச் சென்ற அதே டிரக் வண்டியில்தான் இப்போது வந்தேன். நான் சுமந்து வந்த கூடையில் முட்டை, ஸ்வீட், கேக், நூடுல்ஸ், சர்க்கரை, பதப்படுத்தப்பட்ட இறைச்சி ஆகியவைகளைக் கொண்டு வந்திருந்தேன். ஐந்து சகோதர சகோதரிகளாகிய நாங்களும், கண்ணாடிக்காரனும் அரசாங்க விநியோகங்கள் மூலமாகத்தான் பொருள்களைப் பெற்றுக் கொள்வோம். அல்லது எங்கள் உற்பத்திக் குழு மூலம் பொருட்களைப் பெற்றுக் கொள்வோம். அதிலிருந்துதான் அப்பா அம்மாவுக்கு ஏதாவது வாங்கிக் கொடுப்போம். நான் சுமந்து வந்த பொருட்களின் சுமை என்னைத் தள்ளாட வைத்தது.

இரண்டு விஷயங்கள் சட்டென்று புரிந்து கொண்டேன். அம்மாவைப் பார்க்க இப்போது பரவாயில்லை என்று தெரிந்தது. கல்லீரல் நோய் பாதிப்பிலிருந்து அம்மா தேறி வந்து கொண்டிருந்தாள். அம்மாவைச் சுற்றியிருந்த சூழல்களும் அவளுக்கு கொஞ்சம் ஆறுதலாக இருந்தன. உண்மையிலே அம்மாவைச் சிலர் 'கௌன்யின்' என்று செல்லமாக அழைத்தார்கள். வர்க்க எதிரி என்று முத்திரை குத்தப்பட்ட அம்மாவை இப்படி அன்பு பாராட்டி அழைத்தது உண்மையில் என்னால் நம்ப முடியவில்லை.

அம்மா தலையைச் சுற்றி கரு நீல நிற ஸ்கார்ஃப் அணிந்து இருந்தாள். இனிமேல் அம்மாவின் கன்னங்கள் அழகாகவும் மென்மையாகவும் இருக்காது. அடிக்கிற வெயிலிலும், காற்றிலும் அவள் கன்னங்கள் கறுத்துப் போயிருந்தன. ஸிசாங் விவசாயிகள் போல அம்மாவின் தோல் வரண்டு போயிருந்தது. 38 வயது நிரம்பிய அம்மாவின் தோற்றம் 10 வயதைக் கூட்டிக் காட்டியது. என் முகத்தை அம்மா வருடிக் கொடுத்த போது, அவள் விரல்கள் மரக்கட்டை போல சொர சொரவென்றிருந்தன.

அம்மாவோடு பத்து நாட்கள் தங்கி இருந்து விட்டு, புத்தாண்டு தினத்தன்று அப்பாவின் தண்டனைக் கூடாரத்திற்கு புறப்பட்டேன். அந்த இனிய டிரக் வண்டி ஓட்டுநர், இறக்கி விட்ட இடத்திலிருந்து

என்னை ஏற்றிச் செல்ல தயாராக இருந்தார். அம்மாவின் கண்கள் கலங்கின. ஏனென்றால், அப்பாவின் தண்டனைக் கூடாரம் அம்மாவுக்கு அருகில் இருந்தாலும், ஒருவரையொருவர் பார்த்துக் கொள்ள அனுமதி இல்லை. நான் கொண்டு வந்த திண்பண்டக் கூடை, அம்மாவால் திறந்து கூட பார்க்கப்படாமல், அப்படியே தூக்கி தோளில் மாட்டி விடப்பட்டது. அதை அப்படியே கொண்டு போய் அப்பாவிடம் கொடுத்துவிட வேண்டுமென்று அம்மா என்னை வற்புறுத்தினாள். அபூர்வமான தின்பண்டங்களை வைத்திருந்து அடுத்தவர்களுக்கு கொடுப்பதுதான், ஒருவரின் அன்பையும் அக்கறையையும் வெளிப்படுத்தும் மிகச்சிறந்த முறையாக சீனாவில் கருதப்பட்டது. நான் அம்மாவை விட்டு போகிறேன் என்று அவளுக்கு ஆழ்ந்த வருத்தம் ஏற்பட்டது. அம்மாவின் கூடாரம் வழங்கவிருந்த பாரம்பரியப் புத்தாண்டு விருந்தை சாப்பிடாமல் செல்கிறேனே என்று வருத்தமாகக் கூறிக் கொண்டிருந்தாள். அங்கு விருந்து உபச்சாரம் செய்யப்படும் மாக்கொழுக்கட்டை குடும்ப ஒற்றுமையின் அடையாளமாகப் பார்க்கப்பட்டது. நான் அதற்காக அங்கு தங்கினால், நான் செல்ல வேண்டிய டிரக் வண்டியை விட்டு விடுவேன்.

அம்மா என்னோடு அரை மணி நேரம் நடந்து வந்தாள். சாலையோரத்தில் இருந்த புல்தரையில் அமர்ந்து காத்துக் கொண்டிருந்தோம். சூரியன் கொஞ்சம் கொஞ்சமாக ஏறிக் கொண்டே வந்தது மிகுந்த கதகதப்பை அளித்தது. அம்மா என்னை இறுக்கமாகக் கட்டி அணைத்தாள். என்னைக் கட்டி அணைத்த அம்மாவின் ஒவ்வொரு அங்கமும் என்னை ‘போக வேண்டாம்’ என்று சொல்லியது போல எனக்குத் தோன்றியது. இனிமேல் என்னை மீண்டும் ஒரு முறையாவது பார்க்க முடியுமா என்ற பயம் அந்த அணைப்பில் தெரிந்தது. அந்த நேரத்தில், அம்மாவின் தண்டனைக் கூடாரமும், என்னுடைய சமூகக்குழுவும் ஒரு முடிவுக்கு வருமா என்று எங்களுக்கு தெரியவில்லை. உயிர்ப் பிச்சை போட்டுத்தான் எங்களை அந்த இடங்களுக்கு அனுப்புவதாக எங்களிடம் கூறியிருந்தார்கள். நாங்கள் மீண்டும் ஒருவரையொருவர் பார்த்துக் கொள்ளுமுன்பு இந்த பூமியில் நாங்கள் இல்லாமல் போய்விடுவதற்கு நூற்றுக்கணக்கான காரணங்கள் இருந்தன. அம்மாவின் அழுகை என்னையும் தொற்றிக் கொண்டது. நிங்னனிலிருந்து நான் திரும்பி வருவதற்கு முன்பே பாட்டி இறந்து போனது இப்போது என் நினைவுக்கு வந்தது.

சூரியன் அடிவானத்திலிருந்து கொஞ்சம் கொஞ்சமாக மேலெழுந்து கொண்டிருந்தது. வண்டி வருவதற்கான அடையாளமே இல்லை.

தூரத்தில் தெரிந்த அம்மாவின் கூடாரத்திற்குமேல் வளையம் வளையமாக வந்து கொண்டிருந்த புகை மெல்லக் குறைந்து காணப்பட்டது. அப்போது புத்தாண்டு விருந்தை எனக்கு வழங்க முடியவில்லையே என்ற ஆதங்கம் அம்மாவைக் கடுமையாக அலைக்கழித்தது. 'நான் கூடாரத்திற்கு சென்று உனக்கு ஏதாவது கொண்டு வந்து விடுகிறேன்' என்று சொல்லிக்கொண்டே இருந்தாள்.

அப்படிச் சொல்லிவிட்டு அம்மா புறப்பட்டு சென்ற சிறிது நேரத்தில் டிரக் வண்டி வந்துவிட்டது. நான் அம்மாவின் கூடாரத்தை திரும்பி பார்த்தேன். அம்மா என்னை நோக்கி ஓடிவந்து கொண்டிருந்தது தெரிந்தது. அம்மாவின் வலது கையில் ஒரு பெரிய பாத்திரம் இருந்தது. பாத்திரத்திலிருந்த எதுவும் கொட்டி விடக் கூடாதே என்ற கவனத்துடன் அம்மா ஓடி வந்தாள். அம்மா சற்று தூரத்தில் வந்து கொண்டிருந்தாள். அம்மா என்னிடம் வருவதற்கு எப்படியும் இருபது நிமிடமோ அல்லது அதற்கு மேலும் ஆகும் என்று தெரிந்தது. டிரக் ஓட்டுநர் எனக்கு பேருதவி செய்திருந்ததால் அம்மா வரும்வரை காத்திருக்குமாறு அவரைக் கேட்க எனக்கு மனம் வரவில்லை. டிரக் வண்டியின் பின் பக்கத்தில் நான் ஏறிவிட்டேன். அப்படியும் அம்மா தூரத்தில் ஓடி வந்து கொண்டிருந்தது தெரிந்தது. ஆனால், இப்போது அம்மாவின் கையில் அந்தப் பாத்திரம் இருந்தது போலத் தெரியவில்லை.

நான் வண்டியில் ஏறி விட்டதை அம்மா கண்டதும், அவள் கையிலிருந்த பாத்திரம் அவளை அறியாமல் விழுந்ததாக பல ஆண்டுகள் கழித்து ஒரு நாள் அம்மா என்னிடம் கூறினாள். இருப்பினும் அம்மா, நாங்கள் காத்துக்கொண்டு அமர்ந்திருந்த புல் தரை வரை, நான் உண்மையில் வண்டியில் ஏறிச் சென்று விட்டேனா என்று உறுதிப்படுத்திக் கொள்வதற்காக ஓடி வந்தாள். அந்தப் பகுதியில் வேறு எந்த மனித அரவமும் காணப்படவில்லை. அடுத்த சில நாட்களில் இந்த நினைவுகளையே அம்மா அசை போட்டுக் கொண்டு ஆனந்தத்தில் மூழ்கிக் கிடந்தாள்.

அந்த டிரக் வண்டியின் பின் பகுதியில் அமர்ந்து பல மணி நேரம் உருண்டு உருண்டு பயணம் செய்து ஒருவழியாக அப்பாவின் கூடாரத்தை வந்து அடைந்தேன். அது மலைகளின் மையப் பகுதியில் இருந்தது. அது கட்டாய உழைப்புக்கு உட்படுத்தப்பட்டவர்களின் ஒரு சித்திரவதை கூடாரமாக இருந்தது. பண்படுத்தப்படாமல் கரடுமுரடாக இருந்த மலைப் பகுதிகளை அந்த தண்டனைக் குற்றவாளிகள் உழுது பயிரிடுவதற்கேற்றவாறு வெட்டி சீர் செய்தார்கள். அந்த நிலத்தை விவசாயம் செய்ய ஏற்றவாறு சரி செய்தபின், சரி செய்யப்படாத மேலும் பல

774 'வாழ்நாளில் தாமதமாகக் கோரும் என் மன்னிப்பை ஏற்றுக்கொள்ள வேண்டுகிறேன்'

நிலப்பகுதிகளுக்கு அனுப்பப்பட்டார்கள். இவ்வாறு செய்வதுதான் தண்டனைக்குள்ளாக்கப்பட்ட அரசு அலுவலர்களுக்கு சீன அரசு கொடுத்த தண்டனைப் படிகளில் மிக மோசமானது. குற்றவாளிகளின் கூடாரம் மிகப்பெரும் அளவில் இருந்தது. ஆயிரக்கணக்கான முன்னாள் அரசு ஊழியர்களை அக்கூடாரம் உள்ளடக்கி இருந்தது.

அப்பாவின் கூடாரத்திற்கு செல்வதற்கு சுமார் 2 மணி நேரம் நடக்க வேண்டியிருந்தது. கயிற்றால் ஆன ஒரு தொங்கு பாலத்தைக் கடந்த போது, பிடிமானம் இல்லாமல் தள்ளாடித் தள்ளாடி நடக்க வேண்டியிருந்தது. முதுகில் தொங்கிக் கொண்டிருந்த சுமை எனக்கு களைப்பூட்டினாலும், அங்கே கண்ட மலைகளின் அழகான இயற்கை காட்சி என்னை ஆச்சரியத்தில் ஆழ்த்தியது. சுற்றிலும் பூத்துக் குலுங்கிய மரங்களின் அழகில் நான் என்னை இழந்து நின்றேன். வசந்த காலத் தொடக்கமாக இருந்தாலும், எங்கும் வண்ண மயமாகவே தோற்றமளித்தன. இரண்டு அழகான கொண்டை வளர்த்திக் குருவிகள், மரங்களற்ற ஓரிடத்தில் செம்மாந்து நடந்து கொண்டிருந்தன. இன்னும் ஒரு வார காலத்தில் உதிரும் இதழ்கள் இந்தப் பாதையை மூடி மறைத்து விடும்.

ஓர் ஆண்டு காலம் கழித்து அப்பாவைக் கண்ட காட்சி என்னைத் திடுக்கிட வைத்தது. அப்பாவின் ஒரு தோள்பட்டையில் இருந்த ஒரு கம்பின் இருமுனைகளிலும் செங்கற்கள் நிறைந்த இரண்டு கூடைகளைச் சுமந்தபடி அப்பா பெருநடையாக அங்கே நடந்து கொண்டிருந்தார். அப்பா அணிந்திருந்த பழைய நீல நிற சட்டை இப்போது தொள தொளவென்று தொங்கியது. மேல் நோக்கி சுருட்டி விடப்பட்டிருந்த காற்சட்டை, அப்பாவின் கால்கள் மெலிந்து குச்சி போல் இருந்ததைக் காட்டியது. வெயிலின் கடுமையால் தாக்கப்பட்டிருந்த அவரது முகம் கருத்து, வாடி வதங்கிப் போயிருந்தது. தலைமுடி சாம்பல் நிறத்தில் காணப்பட்டது. அப்பா என்னைப் பார்த்து விட்டார். தோளில் இருந்த சுமையை பதற்றத்துடன் இறக்கி கீழே வைத்தார். அப்பாவைப் பார்த்த ஆனந்தத்தில் அவரை நோக்கி ஓடினேன். ஒரு தந்தையும் மகளும் நீண்ட நாள் கழித்து பார்க்கையில் கட்டி அணைத்துக் கொள்வதை சீனக் கலாச்சாரம் அனுமதிப்பதில்லை. என்னைக் கண்டதும் எல்லை கடந்த மகிழ்ச்சி அடைந்ததாக அவர் கண்கள் வாயிலாக கூறினார். அன்பும் கனிவும் அந்தக் கண்களில் நிறைந்திருந்ததைக் கண்டேன். அப்பா அனுபவித்த இன்னல்களின் சுவடுகளையும், சோகத்தின் அடையாளங்களையும் அந்தக் கண்களில் காண முடிந்தது. அவரின் இளமைத் துடிப்பும் வேகமும் இப்போது காணப்படவில்லை. ஒரு குழப்பமும் முதுமையும் அவரிடம்

காணப்பட்டது. இளமைத்துடிப்போடு இருக்க வேண்டிய இந்த வயதில் இப்படி ஆகிவிட்டாரே என்று நினைத்துப் பார்த்தபோது ஏதோ ஒன்று என் தொண்டையை அடைத்தது. எங்கே மீண்டும் அந்த மனச்சிதைவு நோய் வந்து விட்டதோ என்ற பயம் என்னைக் கவ்விக் கொண்டது. நல்ல வேளை! அவர் மிகவும் இயல்பாக இருந்தார். என் இதயத்திலிருந்த சுமை எல்லாம் இறங்கி விட்டது போல நிம்மதியில் ஆழ்ந்தேன்.

அப்பாவுக்கும், அவரோடு வந்திருந்த அவரது இலாக்காப் பணியாளர்கள் பலருக்கும் ஒரு சிறிய அறை ஒதுக்கப்பட்டது. அந்த அறையில் ஒரு சிறிய ஜன்னல்தான் இருந்தது. எனவே வெளிச்சத்திற்காக அந்த அறை எப்போதும் திறந்தே வைக்கப்பட்டிருந்தது. அந்த அறையில் இருந்த யாரும் ஒருவரோடு ஒருவர் பேசிக் கொண்டதாகத் தெரியவில்லை. அதனால் அவர்கள் யாரும் என்னை 'வா' என்று கூடச் சொல்லவில்லை. அம்மா இருந்த முகாமில் இவ்வளவு கொடுமை இல்லை என்பதை இதைப் பார்த்த மாத்திரத்தில் புரிந்து கொண்டேன். காரணம், இந்த முகாம் சிச்சுவான் புரட்சிக் குழுவின் நேரடிக் கட்டுப்பாட்டில், அதாவது டிங் தம்பதியினரின் நேரடிக் கட்டுப்பாட்டில் இருந்தது. அங்கு ஒட்டப்பட்ட சுவரொட்டிகளில் 'இந்தப் பேர் வழி' ஒழிக என்றும், 'இந்தப் பேர்வழியை' அகற்ற வேண்டும் என்பன போன்ற வாசகங்கள் காணப்பட்டன. அந்தச் சுவரொட்டிகள் களைக்கொட்டு, மண்வெட்டிகள் கொண்டு முட்டுக் கொடுத்து நிறுத்தப்பட்டிருந்தன. நாள் முழுக்க உழைத்து முடித்த கையோடு, மாலை நேரங்கள் எல்லாம் கண்டனக் கூட்டங்கள் நடத்தப்பட்டு அப்பா அடி, உதை என்று தண்டிக்கப்பட்டுக் கொண்டிருந்தது தெளிவாகத் தெரிந்தது. இந்தத் தண்டனைக் கூடாரத்திலிருந்து தப்பிக்க ஒரே ஒரு வழிதான் இருந்தது. அதாவது புரட்சிக் குழுவால் மீண்டும் பணியில் சேர அழைக்கப்பட வேண்டும். அப்படி அழைக்கப்பட வேண்டுமானால் டிங் தம்பதியினரை மகிழ்ச்சிப்படுத்த வேண்டும். டிங் தம்பதியினர் மீது உள்ள தங்களது விசுவாசத்தை நிரூபித்துக் காட்ட ஒருவரோடு ஒருவர் போட்டியிட்டுக் கொண்டிருந்தார்கள். அவர்கள் அந்த விசுவாசத்தைக் காட்டியதன் விளைவால்தான், அப்பா அவர்களின் பலிகடாவாக்கப்பட்டார்.

சமையல் அறைக்கு செல்வதற்கு அப்பாவுக்கு அங்கு அனுமதியளிக்கப் படவில்லை. அப்பா மாவோவை எதிர்க்கும் குற்றவாளியாக்கப்பட்டிருந்ததால், சாப்பாட்டில் விஷத்தைக் கலக்கக்கூடிய ஆபத்தானவராகக் கருதப்பட்டது. இதை யாரும்

நம்புவார்களா என்பது அங்கு முக்கியமல்ல. அப்பாவை அவமானத்திற்குள்ளாக்க வேண்டும். அதுதான் முக்கியம்.

அப்பாவிற்கிருந்த 'எதையும் தாங்கும் இதயம்', இந்த அவமானத்தையும், அவருக்கு இழைக்கப்பட்ட இன்னும் பல வக்கிரமங்களையும், பொறுமையுடன் தாங்கிக் கொண்டது. ஒரு கட்டத்தில் மட்டும், தன் கோபத்தை அடக்க முடியாமல் வெளிக் காட்டி விட்டார். அவரது கையில் வெள்ளை நிறத்தில் ஒரு கைப்பட்டையைக் கொடுத்து அதை அணியச் சொன்னார்கள். 'புரட்சிக்கு எதிராகச் செயல்பட்ட புல்லுருவி' என்ற வாசகம் கருப்பு எழுத்துகளால் அதில் எழுதப்பட்டிருந்தன. அப்பா அந்தப் பட்டையை வாங்கித் தூக்கி எறிந்து விட்டு, 'என்னை வேண்டுமானால் அடித்துக் கொன்று விடுங்கள். ஆனால், நான் அந்தப் பட்டையை அணிந்து கொள்ளமாட்டேன்' என்று ஆக்ரோஷமாக மறுத்து விட்டார். இதைக் கண்ட புரட்சிப் படையினர் அதிர்ந்து போய், பின் வாங்கி விட்டார்கள். அப்பாவைக் கொல்வதற்கான உத்தரவு எதுவும் மேலிடத்திலிருந்து வரவில்லை.

இங்கு, இந்த முகாமில் டிங் தம்பதியினர் தங்களுக்கு வேண்டாத எதிரிகளை பழி தீர்த்துக் கொண்டு வந்தார்கள். அவர்களில் ஒருவன் **1962** ஆம் ஆண்டில் டிங் தம்பதியினருக்கு எதிரான புலனாய்வு பொறுப்பில் இருந்தவன். அவன் **1949** ஆம் ஆண்டு உளவுப்படையில் வேலை செய்திருக்கிறான். கோமிங்டாங்கால் சிறையிலடைக்கப்பட்டு சித்திரவதைப் படுத்தப்பட்டிருக்கிறான். அதனால் அவனது உடல் நலம் சீரழிந்து விட்டது. இந்த முகாமிற்கு வந்தபோது அவன் உடல் நிலை இன்னும் மோசமான முறையில் நலிவடைந்து விட்டது. இருப்பினும் அவன் வேலைக்கு செல்ல வேண்டும். ஒரு நாள் கூட அவனுக்கு ஓய்வு கொடுக்கப்படவில்லை. அவன் மெதுவாக வேலை செய்து வந்ததால், மாலை நேரங்களிலும் உழைத்து, அவன் அந்த வேலையை முடிக்க வேண்டும் என்று ஆணையிடப்பட்டது. அவன் தாமதமாக வேலை செய்கிறான் என்று சுவரொட்டிகள் மூலம் தண்டனை அறிவிக்கப்பட்டது. நான் பார்த்த ஒரு சுவரொட்டியில், 'தோழனே, உருக்குலைந்து போயிருக்கும் முகத்தை உடைய இந்த எலும்புக் கூட்டைப் பார்' என்று எழுதப்பட்டிருந்தது. ஸிசாங்கின் சுட்டெரிக்கும் வெயிலில் அவன் முகம் கருகிப் போய், பாளம் பாளமாக வெடித்திருந்தது. பட்டினி கிடந்ததால், அவன் உடல் உருத் தெரியாமல் மாறி இருந்தது. அவன் வயிற்றின் மூன்றில் இரண்டு பகுதி செயல்பாட்டில் இல்லை. இந்த வயிற்றுக்கு எப்படி செரிமானச் சக்தி இருக்க முடியும்? ஏதோ பெயருக்கு கொஞ்சம் சாப்பிட்டால்தான்

செரிமானம் ஆகும். அப்போது அவனுக்கு தொடர்ந்து பசி எடுத்துக் கொண்டிருந்தபோது, தொடர்ந்து உணவு கிடைக்காமல் போனதால், பசி என்பது அவனுக்கு நிரந்தரமாகிவிட்டது. பசிக் கொடுமையின் உச்சக்கட்டத்தில் ஒரு நாள், வந்தது வரட்டும் என்று சமையற்கட்டுக்குள் சென்று ஊறுகாயாவது கிடைக்குமா என்று தேடிப் பார்த்திருக்கிறான். விளைவு, உணவில் விஷம் கலக்க வந்து விட்டான் என்ற குற்றச்சாட்டு அவன் தலையில் இடி போல் இறங்கியது. உயிரின் கடைசிக் கட்டத்திற்கு வந்து விட்டதை புரிந்து கொண்ட அவன், இறக்கும் தருவாயிலாவது தன்னை வேலையிலிருந்து விடுவிக்குமாறு கேட்டு முகாம் அதிகாரிகளுக்கு விண்ணப்பித்து வேண்டிக் கொண்டான். அதற்கு அவர்கள் அளித்த பதில்தான் சுவரொட்டிகள் மூலம் தெரிய வந்த தண்டனை. அதன் பிறகு அவன் சுமந்து கொண்டு வந்த சாணத்தை வயலில் தூவிக் கொண்டிருந்த பொழுது, கொளுத்திய வெயிலின் தாக்கத்தால் அவன் மயக்கமடைந்து விழுந்து விட்டான். முகாம் மருத்துவமனைக்கு கொண்டு செல்லப்பட்ட அவன் அடுத்த நாள் அங்கேயே இறந்து போனான். அவனது மரணப் படுக்கையில் அவனது குடும்பத்தார் யாரும் இல்லை. அவனது மனைவி ஏற்கனவே தற்கொலை செய்து கொண்டு இறந்து விட்டாள்.

முதலாளி வர்க்கக் கைக்கூலிகள் மட்டும் இதில் தண்டனை அனுபவிக்கவில்லை. கோமிங்டாங்குடன் தொடர்பு வைத்திருந்தவர்கள், அதிகாரிகளின் காழ்ப்புணர்ச்சிக்கு இலக்கானவர்கள், அவர்களின் பொறாமைக்கு இலக்கான ஆற்றல் மிகுந்த அலுவலர்கள் போன்ற எண்ணற்ற மக்கள் இங்கே செத்து மடிந்தார்கள். பள்ளத்தாக்கு வழியாக ஓடிக் கொண்டிருக்கும் ஆற்றில் பலர் குதித்து தங்கள் வாழ்க்கையை முடித்துக் கொண்டார்கள். அந்த ஆறு ‘அமைதி ஆறு’ என்று அழைக்கப்பட்டது. அமைதி மையம் கொண்டிருக்கும் நடுநிசியில், அந்த நதியின் ஆர்ப்பரிப்புச் சத்தம் மைல்கள் கடந்து கேட்கும். அங்கு வாழும் மனிதர்களின் எலும்புகளைக் கூடத் துளைத்துச் செல்லும் அந்த ஆற்றின் குளிர் காற்று! அந்தச் சத்தத்தை, ‘பேய்க் கூட்டங்கள் ஓலமிடும் ஓசை’ என்று அந்த மக்கள் வர்ணிப்பார்கள்.

மன அழுத்தங்களிலிருந்தும், உடல் சுமைகளிலிருந்தும் அப்பாவை அவசரமாக மீட்டெடுக்க வேண்டும் என்று அமைதி ஆற்றின் தற்கொலைகள் என்னை எச்சரித்தன. இன்பமும், இனிமையும் நிறைந்த இப்பூவுலகில் நாம் மகிழ்ச்சியோடு வாழப் பிறந்திருக்கிறோம் என்ற உண்மையையும், அப்பா அனைவராலும் நேசிக்கப்படும் ஒரு மனிதர் என்ற உண்மையையும்

778 ‘வாழ்நாளில் தாமதமாகக் கோரும் என் மன்னிப்பை ஏற்றுக்கொள்ள வேண்டுகிறேன்’

அவருக்கு உணர்த்த வேண்டியிருந்தது. கண்டனச் செயல்பாட்டுக் கூட்டங்களில் கட்டவிழ்த்து விடப்பட்டிருந்த வன்முறைகள் இப்போது கொஞ்சம் கட்டுக்குள் கொண்டு வரப்பட்டிருந்தன. அந்த அலுவலர்களிடையே கொஞ்சம் உற்சாகக் குறைவும் காணப்பட்டது. அப்பாவுக்காக நடத்தப்படும் தண்டனைக் கூட்டங்களில், அப்பாவின் கண் பார்வையில் படுவதுபோல அமர்ந்திருந்தேன். நான் உடன் இருந்தது அப்பாவுக்கு ஒரு நம்பிக்கை அளித்தது. கூட்டம் முடிவுற்றதும் அப்பாவும் நானும் கால் போன போக்கில் எங்காவது நடந்து செல்வோம். கண்டனக் கூட்டத்தில் அப்பாவுக்கு ஏற்பட்டிருந்த அவமானங்களைப் போக்குமாறு, ஏதாவது உற்சாகமான நிகழ்வுகளை அவருக்கு எடுத்துக் கூறுவேன். அத்துடன் அவரது தலை, கழுத்து, தோற்பட்டை ஆகியவைகளை கைகளால் அழுத்தி பிடித்து விடுவேன். பண்டைய இலக்கியச் செய்யுள் வரிகளை அப்பா எனக்குக் கூறுவார். பகல் நேரங்களில் அப்பாவின் வேலைகளில் அவருக்கு உதவிகரமாக இருப்பேன். அந்த வேலைகள் மிகவும் கடினமான வேலைகளாகவும், சமயங்களில் அருவருப்பான வேலையாகவும் இருக்கும். அவருடைய சுமைகளை நானும் சுமந்து செல்வேன். அவை நூறு பவுண்ட் எடையுள்ளதாக இருக்கும். அது எனக்கு கடினமாக இருந்தாலும், அவர் முன்னால் நான் அதைக் காட்டிக் கொள்ளாமல் செய்தேன்.

மூன்று மாதங்கள் அங்கு தங்கி இருந்தேன். அந்த அதிகாரிகள் என்னை உணவு விடுதியில் சாப்பிட்டுக் கொள்ள அனுமதித்தார்கள். ஐந்து பெண்கள் கொண்ட அறையில் நான் தங்கிக் கொள்ள அனுமதித்து பாயும், தலையணையும் கொடுத்தார்கள். இந்தப் பெண்களும் என்னோடு சரியாகப் பேசுவதில்லை. அப்படியே பேசினாலும் சுருக்கமாகவும், கடமைக்காக மட்டும் பேசுவார்கள். இவர்களில் பலர், என்னை எங்கு பார்த்தாலும் ஒரு வெறுப்பைக் கக்குவார்கள். நானும் அவர்களைப் பார்த்தும் பார்க்காதது போலச் சென்று விடுவேன். ஆனால், அவர்கள் மிகவும் அன்பார்ந்த மக்களாகவும் இருப்பார்கள்; அல்லது மற்ற மக்களைக் காட்டிலும் இந்த மக்கள் முரட்டுத்தனமான அன்பைக் காட்டுபவர்களாகவும் இருப்பார்கள்.

அங்கு ஒருவன் இருந்தான். 25 வயதுக்கு மேல் இருக்கும். உணர்ச்சி மிகுந்த முகமும் பரந்த காதுகளையும் கொண்டிருந்தான். அவனது பெயர் எங். அவன் ஒரு பல்கலைக்கழகப் பட்டதாரி. கலாச்சாரப் புரட்சிக்கு முன்பே அப்பாவின் இலாக்காவில் பணியாற்றி வந்தான். அப்பா இருந்த குழுவில் கமாண்டராக இருந்தான். அப்பாவுக்கென கடினமான வேலைகளை ஒதுக்கிக் கொடுக்க

வேண்டும் என அவனுக்கு உத்தரவிடப்பட்டிருந்தாலும், வாய்ப்புக் கிடைத்த பொழுதெல்லாம் அவரின் வேலைப் பளுவை குறைத்துக் கொடுத்துக் கொண்டு வந்தவன் அவன். அவனோடு பேசக் கிடைத்த ஒரு சிறு சந்தர்ப்பத்தில், 'மண்ணெண்ணெய் கிடைக்காததால், நான் கொண்டு வந்திருந்த உணவுப் பொருட்களைச் சமைத்து சாப்பிட முடியவில்லை' என்று கூறினேன்.

இரண்டு நாட்கள் கழித்து, முகத்தில் எந்தச் சலனமுமின்றி, எங் என்னை நிதானமாகக் கடந்து சென்றான். ஏதோ ஓர் உலோகப் பொருள் என் கையில் திணிக்கப்பட்டது போல உணர்ந்தேன். எட்டு அங்குல உயரமும், நான்கு அங்குல விட்டமும் கொண்ட, மின் கம்பிகளால் ஆன நெருப்பு எரியப் பயன்படும் ஒரு பர்னர் அது. அதை அவனே உருவாக்கியிருக்கிறான். செய்தித் தாட்களால் செய்யப்பட்ட காகித உருண்டைகளை அந்தச் சாதனம் எரித்தது. இப்போது அவர்கள் அந்தச் செய்தித்தாட்களை எரிக்கலாம். ஏனெனில், அந்தப் பக்கங்களில் மாவோவின் படங்கள் இடம் பெறவில்லை. (இதை மாவோவே நிறுத்தி விட்டார். உச்சபட்ச அதிகாரத்தை எட்டி விட்டதால், பேராசை பெரும் நஷ்டம் என்ற கண்ணோக்கில் மாவோ அதை நிறுத்தி விட்டார்) அவன் கொடுத்த பர்னர் மூலம் உணவு சமைத்தேன். சமையல் வாசனை அப்பாவோடு இருந்த ஏழு நபர்களின் மூக்குகளையும் துளைத்தது. அதில் கொஞ்சத்தைக்கூட 'எங்'கிற்கு கொடுக்க முடியவில்லையே என்று வருத்தப்பட்டேன். அப்படி நடந்து, அந்தச் செய்தி வெளியே கசிந்தால், எங்கள் இருவரின் கழுத்துக்கும் கத்தி வந்து விடும்.

அப்பாவின் குழந்தைகள் வந்து அவரைப் பார்ப்பதற்கு அனுமதியளித்த 'எங்'கிற்கும், அவன் போன்ற நன்னயம் மிக்க மனிதர்களுக்கும் நெஞ்சார்ந்த நன்றி. மழை பெய்யும் நாட்களில் அப்பாவை வெளியே செல்ல அனுமதியளித்ததும் எங் தான். இதுபோன்ற வாய்ப்புகள்தான் அப்பாவுக்கு விடுமுறை நாட்கள். மற்றவர்களைப் போல ஞாயிற்றுக் கிழமைகளில் அப்பா ஓய்வு எடுப்பதில்லை. அம்மாவைப் போல ஞாயிற்றுக் கிழமைகளிலும் அப்பாவும் உழைக்க வேண்டியிருந்தது. மழை நின்றதும் அப்பாவும் நானும் காட்டிற்கு சென்று காளான்களைப் பிடுங்கிச் சேகரிப்போம். அல்லது காட்டுப் பட்டாணி வகைகளைச் சேகரித்துக் கொண்டு வந்து இறைச்சி கிடைத்தால் அதையும் சேர்த்து சமையல் செய்வோம். ஆ! அந்தச் சுவை அமிழ்தம் போலிருக்கும்.

இரவு உணவு முடிந்ததும் எனக்கு மிகவும் பிடித்தமான ஓர் இடத்திற்கு அவசியம் சென்று விடுவோம். நான் அந்த இடத்திற்கு சூட்டியிருந்த பெயர் 'என் உயிரியல் பூங்கா.' அது

காட்டு மரங்களுக்கிடையே மிகப்பெரிய வடிவங்களுடன் காணப்படும் பல பாறைகளைக் கொண்டது. அப்பாறைகள் சூரிய ஒளியில் மிக விசித்திரமான விலங்குக் கூட்டம் ஓய்வெடுத்துக் கொண்டிருப்பது போலக் காட்சியளிக்கும். படுப்பதற்கு ஏற்ப வசதியாக இருந்த சில பாறைகள் மேல் நாங்கள் சாய்ந்து கொண்டு தொலைதூரக் காட்சிகளை இரசிப்போம். பாறைகளின் சரிவில் இலைகளே இல்லாத சில மரங்களில், சிவந்த நிறத்தில் பூக்கள் பூத்துக் குலுங்கும். முகாமிலிருந்த காலங்களில் நான் இந்தப் பிரமாண்டமான மலர்களைப் பார்த்து இரசித்து என்னை இழந்ததுண்டு. அந்த மரங்களின் பழங்கள் அத்திப் பழங்களைப் போல பெரிதாக இருக்கும். அந்தப் பழங்கள், பழுத்து முதிர்ந்தவுடன் வெடித்துக் காற்றில் தவழும் அந்தக் காட்சி, அந்த மலை முழுவதும் பனியாலான சிறகுகளால் மூடி மறைக்கப்பட்டது போலக் காணப்படும். அந்த மரங்களுக்கு அப்பால்தான் 'அமைதி ஆறு' என்று சொல்லப்படுகின்ற நதி ஆர்ப்பரித்து ஓடிக் கொண்டிருக்கும். அதற்கப்பால் முடிவில்லாத மலைகளின் தொடர்ச்சி தொடங்கும்.

ஒரு நாள் என் உயிரியல் பூங்காவைப் பார்த்து இரசித்துக் கொண்டிருந்த போது, ஒரு விவசாயி எங்களைக் கடந்து சென்றான். அந்த முறுக்கேறிய குள்ளனின் உருவத்தைப் பார்த்து நான் பயந்து விட்டேன். 'இது தீவு போன்ற ஓர் இடமாகையால், இங்கு நெருங்கிய உறவினர்களிடையே பாலினச் சேர்க்கை வைத்துக் கொள்வது மிகவும் இயல்பான விஷயம்' என்று அப்பா சொன்னார். அதன்பிறகு அப்பா, 'இந்த மலை வெளியில் செய்ய வேண்டிய வேலைகள் நிறைய இருக்கின்றன. இயற்கை வளம் கொண்ட எழில் கொஞ்சும் ஓர் இடம் இது. இங்கு வந்து, ஒரு சமுதாயக் கூட்டுக் குழுவை நிர்வகித்து இங்கேயே இறுதிவரை வாழ வேண்டும் அல்லது ஓர் உற்பத்திக் குழுவோடு இங்கே வந்து தங்க வேண்டும்; உண்மையாக, உருப்படியாக ஏதாவது ஒன்றை இங்கு வந்து செய்ய வேண்டும் என்ற ஓர் ஆசை எனக்குள் துளிர் விட்டிருந்தது. அல்லது ஒரு விவசாயியாகவாவது இங்கு வந்து விட வேண்டும். ஓர் அதிகாரியாக இருந்து இருந்து எனக்கு அலுத்து விட்டது. நமது குடும்பம் இடம் பெயர்ந்து இங்கு வந்து, ஒரு சாதாரண விவசாய வாழ்க்கை வாழ்வது எவ்வளவு ஆனந்தமாக இருக்கும்!' என்று தனது உள்ளக் கிடக்கையை வெளிப்படுத்தினார். எந்த வேலையையும் செய்வதற்கான திறமையும், ஆற்றலும் கொண்ட ஒரு மனிதரிடம் இப்போது மனத்தளர்ச்சியால் ஏற்பட்ட ஓர் ஏமாற்றத்தைத்தான் நான் அப்பாவிடம் கண்டேன். சீனாவில் சிறப்பாக வாழ எண்ணிய மிகச்சிறந்த ஒரு அறிவாளியின், ஏமாற்றமடைந்த மன நிலையை

அங்கு நான் உணர்ந்தேன். இதையெல்லாம்விட, இதிலிருந்து ஒரு மாறுபட்ட, ஓர் அற்புதமான வாழ்க்கை வேண்டுமென்பது அப்பாவின் கனவு ஆகிவிட்டது. ஆனால் அப்பாவின் இந்த சிந்தனை ஆச்சரியமூட்டுவதாகவும், அடைய முடியாததாகவும் இருந்தன. ஏனெனனில், ஒரு கம்யூனிஸ்ட் அதிகாரியாக உள்ள ஒருவரால் வேறு ஒரு வாழ்வுக்கான எண்ணம் உண்டாக வாய்ப்பே இல்லை.

அப்பாவின் முகாமிற்கு மூன்று முறை வந்தேன். ஒவ்வொரு முறையும் மாதக் கணக்கில் தங்கினேன். என் உடன் பிறப்புகளும் இதுபோல அடிக்கடி இங்கு வந்தார்கள். அதனால் அப்பாவின் இறுக்கமெல்லாம் கொஞ்சம் கொஞ்சமாக மாறி, இப்போது இயல்பு நிலைக்கு வந்து கொண்டிருந்தார். அங்கிருந்தவர்களில் அப்பாவைத் தவிர வேறு யாருடைய குழந்தைகளும் தங்கள் தந்தையர்களைப் பார்க்க வருவதில்லை என்று பெருமையாகச் சொல்லிக் கொண்டார். ஒரு சிலரைத்தான் யாராவது வந்து பார்த்து செல்வார்கள். உண்மையாகச் சொல்லப் போனால், கலாச்சாரப் புரட்சி மனித உறவுகளை மாற்றிப் போட்டு விட்டது. பல குடும்பங்களை சின்னாபின்னமாகப் பிரித்து அவர்களை அந்நிய மனிதர்கள் ஆக்கி விட்டது.

நாள் ஆக ஆக எங்கள் குடும்பம் ஒருங்கிணையத் தொடங்கியது. குழந்தையாக இருந்தபோது அப்பாவிடம் கடுமையாக அடி, உதை வாங்கிய என் தம்பி ஸியாவோ-ஹெய், இப்போது அப்பாவை நேசிக்கத் தொடங்கி விட்டான். அவன் முதன்முறையாக இம்முகாமிற்கு வந்தபோது, அவனும் அப்பாவும் சேர்ந்து ஒரே படுக்கையில் படுத்து உறங்கியது கண்டு, அப்பாவின் குடும்பப் பாசம், முகாம் அதிகாரிகளை பொறாமைப் படுத்திவிட்டது. ஆழ்ந்த தூக்கம் அப்பாவின் மன நலத்திற்கு மிகவும் இன்றியமையாதது என்பதால், அப்பா இரவில் நிம்மதியாகத் தூங்க வேண்டும் என்பதற்காக இவன் தூங்க மாட்டான். எங்கே தூக்கத்தில் கை, காலை அப்பா மேல் தெரியாமல் போட்டு அவர் தூக்கத்தை கெடுத்து விடுவானோ என்ற பயத்தில் அவன் சரியாகத் தூங்க மாட்டான்.

அப்பாவைப் பொறுத்தவரை, அவர் அவன்மீது வன்மையாக நடந்து கொண்டதற்காக அவர் தன்னையே நொந்து கொண்டார். அவன் தலையை அன்போடு வருடிக் கொடுத்துக் கொண்டு அவனிடம் வருத்தம் தெரிவித்துக் கொண்டார். 'நான் உன்னைப் பலமாக அடித்து விட்டேன் என்பதை நினைத்துக் கூடப் பார்க்க முடியவில்லை. உன்னிடம் அவ்வளவு மோசமாக நடந்து கொண்டிருக்கிறேன்' என்றவர், 'நான் நம் கடந்த காலத்தை எண்ணிப் பார்த்துக் கொண்டிருந்தேன். உன் மீது மோசமாக நடந்து கொண்ட

குற்ற உணர்ச்சி என்னைப் பாதித்தது. கேவலம், இந்தக் கலாச்சாரப் புரட்சி என்னை மாற்றி விட்டிருக்கிறது!' என்று சொல்லி அவனுக்கு ஆறுதல் கூறினார்.

முகாமின் முக்கிய உணவு வேக வைத்த முட்டைக் கோசாகத் தான் இருந்தது. போதுமான புரதச்சத்து அதில் இல்லாதிருந்ததால், அந்த உணவு எல்லாருக்கும் பசியை உண்டாக்கியது. ஆகவே இறைச்சி வழங்கும் நாள் எப்போது வரும் என்று ஆவலோடு எதிர்பார்த்திருப்பார்கள். அன்றைய தினத்தை அக்களிப்போடு கொண்டாடுவார்கள். பெரிய அதிகாரிகள் கூட சிரித்து மகிழ்வார்கள். அந்தத் தருணங்களில் அப்பா கறித் துண்டுகளை எடுத்து தன் குழந்தைகளின் வாயில் வைத்து ஊட்டுவார். அப்போது 'எனக்கு, உனக்கு' என்று ஒரு சிறிய கலாட்டா ஏற்படும்.

அப்பா செய்த ஒரு சில காரியங்களுக்காக எப்போதும் வருத்தப்பட்ட மனநிலையிலே இருந்து வந்தார். ஏன் அப்பாவின் திருமணத்திற்கு பாட்டியை அழைக்காமல் செய்து விட்டார் என்பதையும், அப்போதுதான் மஞ்சூரியாவிலிருந்து ஈபின் வந்த பாட்டியை, நீண்ட பயணம் என்று கூடப் பாராது உடனடியாக மஞ்சூரியாவுக்கு திருப்பி அனுப்பி விட்டார் என்பதையும் என்னிடம் அப்பா விவரித்துக் கூறினார். அப்பா, தன் சொந்தத் தாயிடமே பாசம் காட்டவில்லை என்பதைப் பலமுறை சொல்லி வருத்தப்பட்டார். அப்படி அவர் இறுக்கமாக இருந்ததால் அப்பாவுடைய தாயாரின் ஈமச் சடங்குகளுக்குகூட அப்பாவுக்கு தகவல் தெரிவிக்கப்படவில்லை. தலையை அப்படியும் இப்படியும் ஆட்டிக்கொண்டு, 'இனி அதற்கெல்லாம், வாய்ப்பில்லை. எல்லாம் முடிந்து விட்டது' என்று சொல்லிக் கொண்டு அவர் வேதனைப்பட்டதை என்னால் தாங்கிக் கொள்ள முடியவில்லை. அத்தை ஜன்-யிங்கை நடத்திய முறைக்காகவும் அப்பா வேதனைப்பட்டார். புத்த மத வழிபாடுகளை விட்டு விடுமாறும், சைவம் சாப்பிட்டுக் கொண்டிருந்த அத்தையை அசைவம் சாப்பிடுமாறும் வற்புறுத்திய போதும், அப்பா அத்தையிடம் காட்டிய வன்மத்தை எண்ணி எண்ணி வேதனைப்பட்டார்.

1970 ஆம் ஆண்டின் கோடையில் ஜன்-யிங் அத்தை இறந்து விட்டாள். அத்தையைப் பீடித்திருந்த வாதநோய் அவள் உடல் முழுவதையும் ஆக்கிரமித்துக் கொண்டது. ஆனால், அத்தைக்கு முறையான சிகிச்சை கிடைக்கப் பெறவில்லை. தன் வாழ்நாள் முழுவதும் அத்தை அமைதியைக் கடைப்பிடித்து வாழ்ந்தது போல, இறக்கும் தருவாயிலும் அவளது உயிர் அமைதியாக அவள் உடலை விட்டுப் பிரிந்தது. எங்கள் குடும்பத்தினர் இத்தகவலை அப்பாவிடம்

தெரிவிக்காமல் மறைத்து விட்டனர். அப்பா தன் சகோதரியின் மீது எவ்வளவு அன்பும் மதிப்பும் வைத்திருந்தார் என்பதை நாங்கள் அனைவரும் நன்கு அறிவோம்.

அந்த ஆண்டின் வசந்த காலத்தில், என் சகோதரர்கள் ஸியாவோ-ஹெய்யும், ஸியாவோ-ஃபாங்கும் அப்பாவோடு தங்கியிருந்தார்கள். ஒரு நாள் அவர்கள் இரவு உணவை முடித்துக்கொண்டு வெளியில் நடந்து சென்றார்கள். எட்டு வயது மட்டுமே நிரம்பிய ஸியாவோ- ஃபாங், ஜன்-யிங் அத்தை இறந்து போன தகவலை வாய் தவறி அப்பாவிடம் சொல்லி விட்டான். இது கேட்டு அப்பாவின் முகம் இருளடைந்தது. அடுத்த அடி எடுத்து வைக்க கால் வராமல் அங்கேயே நின்றார். அப்பாவின் முகத்தை எங்களால் பார்க்க முடியவில்லை. நீண்ட நேரம் அப்படியே அடிமரம் போல் நின்று கொண்டிருந்த அப்பா, பாதையின் ஓரத்திற்கு நகர்ந்து, தனது இரண்டு கைகளாலும் முகத்தை மூடிக் கொண்டு குந்தி அமர்ந்தார். கைகளால் முகத்தை மூடிக்கொண்டு அப்பா தேம்பித் தேம்பி அழுததால், அவரின் தோற்பட்டைகள் குலுங்கியது தெரிந்தது. அப்பா இப்படி அழுது இதுவரை பார்த்திராத என் தம்பிகள் வாயடைத்துப் போய் நின்றார்கள்.

1971 ஆம் ஆண்டின் தொடக்கத்தில், டிங் தம்பதியினர் வேலையிலிருந்து வெளியேற்றப்பட்டார்கள் என்ற செய்தி கொஞ்சம் கொஞ்சமாகக் கசியத் தொடங்கியது. குறிப்பாக அப்பா உட்பட குடும்பத்தார் அனைவருக்கும் வாழ்க்கையில் வசந்தம் வீசத் தொடங்கியது. அவர்களுக்கு ஞாயிற்றுக்கிழமைகளில் விடுமுறை கிடைத்தது. வேலைகளின் சுமைகள் குறைக்கப்பட்டு வந்தன. மற்ற குற்றவாளிகள் அப்பாவோடு பேசத் தொடங்கினார்கள். 1971 ஆம் ஆண்டின் தொடக்கத்தில், முகாமிற்கு ஒரு புதிய நபரின் வருகையைத் தொடர்ந்து நிலைமை மேம்பட்டது. அதுதான் திருமதி ஷயூ என்பவள். அப்பாவிற்கு, முன்பு தண்டனை வழங்கியவள். இப்போது அப்பாவோடு தங்கிக்கொள்ள அம்மாவுக்கு இரண்டு வார கால அனுமதி கொடுக்கப்பட்டது. பல ஆண்டுகளுக்கு பிறகு இப்போது இந்த வாய்ப்பு கிடைத்திருக்கிறது. உண்மையில் இரண்டு ஆண்டுகளுக்கு முன், செங்குடுவின் வீதியில், ஒரு குளிர் கால காலை நேரத்தில், அப்பா முகாமிற்கு புறப்படுவதற்கு முன்பு, ஒருவரை ஒருவர் பார்த்துக் கொண்டார்கள்.

ஆனால், அப்பா அம்மாவின் சோதனைக்காலம் ஒரு முடிவுக்கு வந்ததாகத் தெரியவில்லை. கலாச்சாரப் புரட்சி நீட்டிக்கப்பட்டது. இவ்வளவு அநியாய அக்கிரமங்கள் செய்திருந்தாலும் டிங் தம்பதியினர் பணியிலிருந்து அகற்றப்படவில்லை. ஆனால்,

மாவோவிற்கு தவறு இழைத்து விட்டு அவரிடம் சிக்கலில் மாட்டிக் கொண்டிருப்பவரும், கலாச்சாரப் புரட்சியின் முக்கிய அதிகாரிகளில் ஒருவருமான சென் போடா என்பவரோடு இத்தம்பதிகள் நெருக்கமான உறவு கொண்டிருந்ததால்தான், மாவோவின் சந்தேகப் பார்வை இவர்கள்மீது விழுந்து விட்டது. இதுபோன்று மாவோ நடத்திய களையெடுப்பு நிகழ்ச்சியில் பலர் பாதிப்புக்குள்ளானார்கள். இதனால், சிறையிலிருந்து அப்பா விடுதலை பெறக் காரணமாக இருந்தவரும், டிங் தம்பதியினரின் வலது கரமாக விளங்கியவருமான சென் மோ என்பவர் தூக்கிட்டு தற்கொலை செய்து கொண்டார்.

1971 ஆம் ஆண்டின் கோடைகால ஒரு நாளில், அம்மாவுக்கு கடுமையான உதிரப்போக்கு ஏற்பட்டது. மயங்கி தரையில் விழுந்து விட்டதால், அம்மாவை மருத்துவமனைக்கு கொண்டு செல்லும்படி ஆகி விட்டது. அப்பாவும் அம்மாவும் அப்போது ஸிசாங்கில்தான் இருந்தாலும், அப்பாவுக்கு அம்மாவைச் சென்று பார்க்க அனுமதி மறுக்கப்பட்டது. அம்மாவின் நிலைமை ஓரளவுக்கு சரியானதும், மேற்கொண்டு சிகிச்சை எடுத்துக் கொள்ளும் பொருட்டு, செங்குடுவுக்கு செல்ல அனுமதியளிக்கப்பட்டது. அம்மா அங்கு சிகிச்சை எடுத்துக் கொண்டதும் உதிரப்போக்கு முற்றிலும் நின்றுவிட்டது. ஆனால், அம்மாவுக்கு 'ஸ்கிளிரோடர்மா' என்னும் தோல் நோய் வந்துள்ளதாக ஆய்வு செய்த மருத்துவர்கள் கூறினார்கள். அம்மாவின் வலது காதின் பின்பக்கம் நிறம் மாறிய தோல் கொஞ்சம் கொஞ்சமாகக் கடினமாகி எங்கும் பரவத் தொடங்கியது. அத்துடன் வலது பக்கத்தாடை, இடது பக்கத் தாடையை விட சிறுத்துக் கொண்டே வந்தது. வலது பக்கச் செவித்திறன் குறைந்து கொண்டே வந்தது. அம்மாவின் கழுத்தின் வலது பக்கம் இறுகிப் போய் இருந்தது. அத்துடன் அவளது வலது கையும், மணிக்கட்டும் இறுகிப் போய் உணர்ச்சியற்று இருந்தது. வெளிப்புறத்தோலின் கடினத்தன்மை உட்புற உறுப்புகளுக்கும் பரவும் என்றும், இப்படியே போனால், அம்மாவின் உடல் கூனிக்குறுகி இன்னும் மூன்று, நான்கு ஆண்டுகளில் அம்மா இறந்து விடக்கூடும் என்றும் தோல் மருத்துவர்கள் கூறினார்கள். இதில் மேல்நாட்டு மருத்துவமுறை எதுவும் வேலைக்கு ஆகாது என்று எல்லா மருத்துவர்களும் கூறி விட்டார்கள். அவர்கள் அனைவரும் 'கார்டிசோன்' என்னும் ஒரு ஹார்மோன் மட்டும் இதற்கு சரியான மருந்து என்று பரிந்துரை செய்தார்கள். அந்த ஹார்மோனை மட்டுமே அம்மா மாத்திரையாகவும், கழுத்தில் ஊசியாகவும் போட்டுக் கொண்டாள்.

அப்போது நான் அப்பாவுடன்தான் முகாமில் இருந்தேன். அம்மாவிடமிருந்து அவசரச் செய்தியுடன் அப்பாவுக்கு கடிதம் ஒன்று வந்தது. அப்பா உடனடியாகச் சென்று அம்மாவைப் பார்க்க வீட்டிற்கு செல்ல வேண்டும் என்று அனுமதி கேட்டார். 'எங்' அப்பா மீது அனுதாபம் காட்டக் கூடியவர். ஆனால், முகாம் அதிகாரிகள் அனுமதி மறுத்து விட்டார்கள். அங்கிருந்தவர்கள் அத்தனைபேர் முன்னிலையிலும் அப்பா கதறி அழுது விட்டார். அப்பாவின் இலாக்காவினர் அனைவரும் அதிர்ந்து போனார்கள். அப்பா ஓர் 'இரும்பு மனிதர்' என்று அவர்கள் அனைவரும் அறிந்திருந்தனர். அடுத்த நாள் அதிகாலையிலே அப்பா தபால் அலுவலகத்திற்கு சென்று, அது திறக்கப்படும் வரை மணிக்கணக்காக வெளியில் காத்துக் கொண்டிருந்தார். பிறகு அம்மாவுக்கு இவ்வாறு ஒரு தந்தி கொடுத்தார்: 'என் வாழ்நாளில் தாமதமாகக் கேட்கப்படும் எனது மன்னிப்பை தயவு செய்து ஏற்றுக் கொள். நான் உனக்கிழைத்த குற்றங்களுக்காக எந்தத் தண்டனையாக இருந்தாலும் அதை தலை வணங்கி ஏற்றுக் கொள்கிறேன். விரைவில் நலம் பெறுக. தயவு செய்து எனக்கு இன்னொரு வாய்ப்புக் கொடு'.

1971 ஆம் ஆண்டு அக்டோபர் மாதம் 25ஆம் நாள் கண்ணாடிக்காரன் என்னைப் பார்க்க டியாங்கிற்கு வந்தான். ஒரு செய்தியையும் சுமந்து வந்தான். லின் பியாவோ கொல்லப்பட்டார். லின் பியாவோ மாவோவை கொலை செய்ய ஒரு முயற்சி எடுத்திருக்கிறார். அது தோல்வியடைந்து விட்டதால், சோவியத் யூனியனுக்கு தப்பி ஓடி விட முயற்சி எடுத்திருக்கிறார். அவர் சென்ற விமானம் மங்கோலியாவின் மீது சென்று கொண்டிருந்தபோது வெடித்து சிதறி விட்டது. இந்தத் தகவல் கண்ணாடிக்காரனுக்கு அவனுடைய தொழிற்சாலையிலிருந்து அதிகாரப்பூர்வமாகக் கிடைக்கப் பெற்ற தகவல்.

லின் பியாவோவின் மரணம் முற்றிலும் மூடி மறைக்கப்பட்டது. ஓராண்டுக்கு முன்பு சென் போடாவின் வீழ்ச்சியோடு இந்த மரணம் தொடர்புபடுத்தப்பட்டது. இவர்கள் இருவரும் மாவோவை, 'வாழ்விக்க வந்த தெய்வமென' ஆராதித்து புகழ்ந்தபோது, மாவோவுக்கு இவர்கள்மீது சந்தேகம் வலுத்தது. அவர்கள் இருவரும் தன்னை வானளாவப் புகழ்ந்தது தன்னை வீழ்த்துவதற்கான திட்டத்தின் ஒரு பகுதி என்று மாவோ புரிந்து கொண்டார். சிறிய செம்புத்தகத்தை விட்டுப் பிரியாத, 'மாவோ வாழ்க' என்ற வார்த்தைகளைத் தன் உதடுகளை விட்டுப் பிரிக்காத, மாவோவின் வாரிசாக அறிவிக்கப்பட்ட லின் பியாவோவுடைய சூழ்ச்சியை மாவோ மோப்பம் பிடித்து விட்டார். அடுத்த அரியணைக்கு தயாராக

இருந்த லின், எதற்கும் இலாயக்கில்லாதவர் என்று மாவோ முடிவு செய்திருந்தார். மாவோவோ அல்லது லின்னோ அல்லது இவர்கள் இருவருமோ தங்களது அதிகாரத்தையும் வாழ்க்கையையும் நிலை நிறுத்திக் கொள்ள நடவடிக்கை எடுத்துக் கொண்டார்கள்.

அதன்பின் வெகு விரைவில், சமுதாயக் கூட்டுக்குழுவின் மூலம் அதிகாரப்பூர்வமான விளக்கம் ஒன்று எங்கள் கிராமத்திற்கு கொடுக்கப்பட்டது. இந்தத் தகவல் விவசாயிகளுக்கு பலனளிக்காத ஒன்றாக இருந்தது. விவசாயிகளுக்கு லின் பியாவோவின் பெயர்கூடத் தெரியாது. ஆனால், இந்தச் செய்தி கேட்டு நான் மிகவும் மகிழ்ந்து போனேன். மாவோவை அறைகூவல் விடுக்க முடியாத என்னால், கலாச்சாரப் புரட்சிக்கான லின் பியாவோவை குறை கூறாமல் இருக்க முடியவில்லை. இவர்கள் இருவருக்குமிடையே தோன்றிய வெளிப்படையான கருத்து முரண்பாடுகளினால் என்ன விளைவு வரும் என்றால், மாவோ கலாச்சாரப் புரட்சியை நிராகரித்து விட்டு, எல்லா வகையான அழிவுகளுக்கும் முற்றுப்புள்ளி வைத்து விடுவார் என்று என் கருத்தில் ஓடியது. லின் பியாவோவின் மரணம் மாவோ மீது நான் கொண்டிருந்த நம்பிக்கையை மேலும் உறுதிப்படுத்தியது. என்னுடைய இந்த நல்லெண்ணத்தை பலர் பகிர்ந்து கொண்டார்கள். ஏனென்றால் கலாச்சாரப் புரட்சி விரைவில் நேர் மாறாக ஆக்கப்படப் போவதற்கான சாத்தியக்கூறுகள் நிறையத் தென்படத் தொடங்கி விட்டன. அடுத்து உடனடியாக, சில முதலாளி வர்க்கக் கைக்கூலிகள், முகாமிலிருந்து விடுவிக்கப்பட்டு, மறுவாழ்வு அளிக்கப்பட்டார்கள்.

நவம்பர் மாத மத்தியில், லின் பியாவோ பற்றிய செய்தியை அப்பாவுக்கு தெரிவித்தார்கள். இது கேட்டு, சில புரட்சியாளர்களின் முகங்களில் ஒரு நிமிடத்தில் ஒரு புன்னகை தோன்றியது. கூட்டங்கள் நடத்தப்பட்டபோது அப்பாவுக்கு இருக்கை அளித்து அதில் அமருமாறு கேட்டுக் கொள்ளப்பட்டார். அப்பா இதை எதிர்பார்க்கவில்லை. 'யா சுன்' என்பவளின் இரகசியங்களை வெளிப்படையாகக் கூறுங்கள் என்றும் அப்பாவை பணித்தார்கள். 1940 களின் தொடக்கத்தில் யான்'ஆன்னானில் அப்பாவோடு பணியாற்றியவள்தான் லின் பியாவோவின் மனைவியான இந்த யா சுன் என்பவள். ஆனால், அப்பா அவள் பற்றி எதுவும் கூறவில்லை.

அப்பாவின் சக பணியாளர்கள் கூட்டம் கூட்டமாக தண்டனை முகாமை விட்டு வெளியேறிக் கொண்டிருந்தார்கள். அப்படியிருந்தும், அந்த முகாம் அதிகாரி அப்பாவைப் பார்த்து, 'உங்களுக்கு முகாமிலிருந்து விடுபட்டுச் செல்லும் எண்ணம்

இல்லையா?' என்று கேட்டார். மாவோவுக்கு எதிராக அப்பா இழைத்த குற்றம் மிகப் பெரியதாகப் பார்க்கப்பட்டது.

மிருகத்தனமாக கொடுக்கப்பட்ட அடிகளாலும், அதனைத் தொடர்ந்து தாங்க முடியாத அளவுக்கு கொடுக்கப்பட்ட மிதமிஞ்சிய வேலைப் பளுவாலும், அப்பாவின் மன வேதனையும், உடல் வேதனையும் நாளுக்கு நாள் மோசமாகிக் கொண்டே வந்தது. தன் உடல்நிலையையும், மனநிலையையும் கட்டுப்பாட்டுக்குள் வைத்துக்கொள்ள வேண்டும் என்பதற்காக சுமார் ஐந்து ஆண்டுகளுக்கு மேலாக அதிகப்படியான தூக்க மாத்திரைகளை எடுத்துக் கொண்டு இருந்திருக்கிறார். இயல்பாகச் சாப்பிட வேண்டிய மாத்திரையின் அளவை விட, சில சமயங்களில் இருபது மடங்கு அதிகமாகச் சாப்பிட்டிருக்கிறார். இது அப்பாவின் உள் உறுப்புகளை சீரழித்து விட்டது. எந்த நேரமும் உடம்பின் ஏதாவது ஒரு பகுதியில் உயிர் போகிற வலியை ஏற்படுத்திக் கொண்டே இருக்கும். திடீரென்று இரத்த வாந்தி எடுக்கத் தொடங்கி விட்டார். அடிக்கடி மூச்சுத் திணறலும் ஏற்பட்டு, அதனைத் தொடர்ந்து தலை சுற்றல் ஏற்பட்டு கீழே விழுந்து விடுவார். ஐம்பது வயது நிரம்பிய அப்பா எழுபது வயது கிழவன் போல் தோற்றம் அளித்தார். முகாமிலிருந்த மருத்துவர்கள் அப்பாவை கடுகடுத்த முகத்தோடுதான் பார்ப்பார்கள். தூக்க மாத்திரைகளை மட்டும் அதிகமாகக் கொடுப்பார்கள். உடல் பரிசோதனை செய்து கொள்ளக் கேட்டால், மறுத்து விடுவார்கள். ஏன், அப்பா சொல்வதைக் காது கொடுத்து கேட்கக்கூட மாட்டார்கள். அப்பா மருத்துவமனைக்கு செல்லும் ஒவ்வொரு முறையும், புரட்சிப் படையினர் யாராவது அவரைப் பின்தொடர்ந்து செல்வார்கள். 'இல்லாத வியாதியைச் சொல்லி தப்பி ஓடி விடலாம் என்று கனவு காண வேண்டாம்.' அவர்கள் எச்சரிக்கை விடுப்பார்கள்.

1971 ஆம் ஆண்டின் இறுதிவரை ஜின்-மிங் முகாமிலே தங்கி இருந்தான். 1972 ஆம் ஆண்டின் வசந்த காலம் வரை ஜின்-மிங் அப்பா முகாமிலே இருந்ததால், அவன் அப்பாவை எண்ணி மிகவும் கலங்கிப் போனான். உடனடியாக அவன் ஊருக்கு திரும்ப வேண்டும் என்றும், தவறினால் அறுவடைக் காலத்தில் அவனுக்கு வழங்கப்படும் உணவுப்பொருள் ஒதுக்கப்படாமல் போய்விடும் என்றும் அவனது உற்பத்திக் குழுவிடமிருந்து ஒரு கடிதம் ஜின்-மிங்கிற்கு வந்தது. அவன் புறப்பட்ட நாள் அன்று அப்பா அவனுடன் இரயில் நிலையம் வரை சென்றார். அந்த நீண்ட நடை பயணத்தில் இருவரும் எதுவும் பேசிக் கொள்ளாமல் அமைதியாக நடந்து சென்றார்கள். அப்போது திடீரென்று அப்பா மூச்சுத் திணறி

கீழே உட்கார்ந்து விட்டார். ஜின்-மிங் சாலை ஓரத்தில் அமர்ந்து அப்பாவைத் தாங்கிப் பிடித்துக் கொண்டான். மூச்சு இழுத்து விட அப்பா போராட்டம் நடத்திக் கொண்டிருந்தார். பிறகு அப்பா ஆழமாக மூச்சை இழுத்து விட்டது ஜின்-மிங் காதில் விழுந்தது. திணறித் திணறி அப்பா பேசினார்: 'நான் இனி நீண்ட நாள் உயிரோடு இருக்க மாட்டேன் என்று தெரிகிறது' என்றார். அப்பா இதுவரை மரணத்தைப் பற்றி பேசி அவன் கேட்டதில்லை. பயந்து போன ஜின்-மிங் அப்பாவை ஆறுதல் படுத்தினான். ஆனால் அப்பா மெதுவாக, 'எனக்கு மரண பயம் வந்து விட்டதோ என்று என்னை நானே கேட்டுக் கொள்கிறேன். நான் வாழ்ந்து கொண்டிருக்கிறேனா என்று எனக்குத் தெரியவில்லை. இப்போது இருக்கிற என் வாழ்க்கை மிகவும் பரிதாபகரமானது. இதற்கு எந்த முடிவும் இல்லை என்பது போலத் தெரிகிறது. நான் வலுவிழந்து நிற்பது போல சில சமயங்களில் உணர்கிறேன். அமைதி ஆற்றின் கரையில் நின்று கொண்டு, ஒரு குதி குதித்தால் போதும். எல்லாவற்றையும் முடித்துக் கொள்வேன். ஆனால், அப்படிச் செய்யக் கூடாது என்று எனக்கு நானே சொல்லிக் கொள்கிறேன். எல்லாவற்றையும் சரி செய்யாமல் நான் இறந்து விட்டால், நீங்கள் உங்கள் துன்பங்களிலிருந்து மீளவே முடியாது. இப்பொழுதெல்லாம் இப்படித்தான் எல்லாவற்றையும் எண்ணிக் கொண்டு வருகிறேன். என்னுடைய குழந்தைப் பருவமும் கஷ்ட காலங்கள் நிறைந்ததாகத்தான் இருந்தது. என்னைச் சுற்றியிருந்த சமூகம் எனக்கு அநீதிதான் இழைத்தது. சமுதாய நலன் வேண்டும் நோக்கில்தான் நான் கம்யூனிஸ்ட் கட்சியில் சேர்ந்தேன். அன்றிலிருந்து நான் நல்ல காரியங்களை சிறப்பாக செய்து வந்தேன். ஆனால் கட்சி, மக்களுக்கு என்ன நல்ல காரியங்கள் செய்திருக்கிறது? இறுதியில் நான் ஏன் என் குடும்ப அழிவுக்கு காரணமாக இருந்திருக்கிறேன். செய்த குற்றத்துக்கு தண்டனை உண்டு என்று நம்பும் மனிதர்கள், மனசாட்சிப்படி நடந்து கொள்ள வேண்டும் என்று கூறுகிறார்கள். நான் என் வாழ்க்கையில் செய்த ஒவ்வொன்றையும் மிகுந்த கவனத்துடனும் சரியாகவும் செய்து வந்திருக்கிறேன். சில மனிதர்களுக்கு மரண தண்டனை உத்தரவுகளை வழங்கியிருக்கிறேன்.'

மரண தண்டனை உத்தரவுகளில் அப்பா கையொப்பமிட்டதையும், சாயோ யாங் என்னுமிடத்தில் நிலச் சீர்திருத்தம் நடத்திய கொடுங்கோலர்களின் கதைகளையும், பெயர்களையும், ஈபின் நகர் கொள்ளைக் கூட்டத் தலைவர்களையும் பற்றி அப்பா விலாவாரியாக ஜின்-மிங்கிற்கு சொல்லிக் கொண்டு வந்தார். 'ஆனால், இந்த மக்கள் அளவு கடந்த அநியாயம் செய்திருக்கிறார்கள். கடவுளே நேரில் வந்து இவர்களைக் கொன்றிருக்க வேண்டும். இதற்கெல்லாம் ஆளாகும்

பொருட்டு நான் என்ன தவறு இழைத்தேன்?' என்று அப்பா மனம் வெதும்பிப் பேசினார்.

நீண்ட நேரம் அமைதி காத்துவிட்டு, பிறகு அப்பா பேசினார். 'இந்த நிலைமையிலேயே நான் இறந்து போவேனேயானால், நீங்கள் யாரும், கம்யூனிஸ்ட் கட்சியை நம்ப வேண்டாம்.'

25

'தென்றலில் தவழ்ந்து வரும் நறுமணம்'

மின் ஊழியரின் கை வண்ணத்தோடு கலந்த புதியதோர் வாழ்க்கையும், ஆறு ஆபத்தான தருணங்களும்

1972–1973

1969, 1970, 1971 ஆகிய ஆண்டுகள் எல்லாம் மரணம், காதல், கொடுந்தண்டனை, தற்காலிக விடுதலை, இப்படியே கழிந்தன. 'மியி'யில் மழைக்காலமும், வறண்ட காலமும் பல இழப்புகளுடன் ஒவ்வொருவரையும் விரட்டித் துரத்திக் கொண்டிருந்தன. எருமை மாட்டுப் பொட்டலில் நிலவு தேய்ந்து மறைந்தது; காற்று புயலாக வீசி தென்றலாக நின்றது: ஓநாய்கள் ஓங்காரமாக ஊளையிட்டு, அமைதியில் திளைத்தன. டியாங்கில் இருந்த மருத்துவத் தாவரத் தோட்டத்தில் செடிகள் பூத்துக் குலுங்கின. என் பெற்றோர்களின் தண்டனைக் கூடாரங்களுக்கும், அத்தையின் மரணப் படுக்கைக்குமிடையே மாறி மாறி ஓடிக்கொண்டிருந்தேன். ஊருக்கு ஓடினேன். நெல் வயல்களில் மாட்டுச் சானங்களை அள்ளி வீசினேன். பூக்களைப் பற்றி புதுக் கவிதைகள் புனைந்தேன்.

லின் பியாவோவின் மரணச் செய்தி அறிந்தபோது, அம்மா செங்குடுவில் வீட்டில் இருந்தாள். 1971 நவம்பர் மாதம் அம்மாவுக்கு விடுதலை அறிவித்ததோடு, அவள் மீண்டும் முகாமிற்கு வரவேண்டிய அவசியம் இல்லை என்றும் தெரிவிக்கப்பட்டது. அம்மாவுக்கு மாதந்தோறும் தவறாமல் முழுச் சம்பளமும் வழங்கப்பட்டாலும், பழைய பணி வழங்கப்படவில்லை. வேறு ஒரு நபரைக் கொண்டு அந்தப் பணியிடம் நிரப்பப்பட்டது. அம்மாவின் கிழக்கு

மாவட்டத் துறையில் ஏழு நபர்களுக்கு குறையால் இயக்குநர்கள் நியமிக்கப்பட்டனர். புரட்சிக்குழு உறுப்பினர்களைக் கொண்டும், முகாமிலிருந்து புதிதாக விடுதல் பெற்ற அலுவலர்களைக் கொண்டும் அந்த இடங்கள் நிரப்பப்பட்டன. மீண்டும் அம்மா பணிக்கு செல்லாததற்கு அவளது மோசமான உடல் நிலையே முதல் காரணம். ஆனால், முதலாளி வர்க்கக் கைக்கூலிகள் எல்லாம் விடுதலை பெற்ற பின்னரும், அப்பா விடுதலை பெறாததுதான் அதைவிட முக்கிய காரணம்.

மாவோ ஒட்டு மொத்தமாக அத்தனை பேரையும் விடுதலை செய்து விட்டார். இவர் அறிவுத் தெளிவு பெற்று திருந்தி விட்டார். அதனால்தான் விடுதலை கொடுத்தார் என்று சொல்ல முடியாது. ஆனால், லின் பியாவோவின் மரணத்தாலும், அதனால் அவரது ஆட்களைத் தவிர்க்க முடியாமல் கட்சியிலிருந்து கூண்டோடு அப்புறப்படுத்தியதாலும், அதனால் இராணுவத்தை கட்டுப்படுத்திய அதிகாரிகள் இப்போது இல்லாமல் போய் விட்டதாலும்தான் விடுதலை கொடுத்தார் என்று சொல்லலாம். கலாச்சாரப் புரட்சியை எதிர்த்த அத்தனை அதிகாரிகளையும் நீக்கியதோடு மட்டுமல்லாது, அவர்களை அந்நியப்படுத்தவும் செய்து விட்டார். அதனால் லின் பியாவோவை மட்டுமே இவர் நம்பி இருக்க வேண்டிய நிலை ஆகி இருந்தது. லின் பியாவோவின் மனைவியையும், அவரது உறவினர்களையும், கலாச்சாரப் புரட்சியில் திறம்படச் செயல்பட்டவர்களையும் முக்கியமான இராணுவப் பதவிகளில் நியமித்து விட்டார். ஆனால், இவர்களுக்கு இராணுவ அனுபவம் எதுவும் கிடையாது. அதனால் இராணுவத் தரப்பிலிருந்து இவர்களுக்கு ஆதரவு கிடைக்கவில்லை. லின் பியாவோ மறைவுக்குப் பிறகு, மாவோவால் விரட்டப்பட்ட அதிகாரிகளின் உதவியை இவர் மீண்டும் நாட வேண்டியிருந்தது. இன்னும் அந்த அதிகாரிகள் தங்களின் விசுவாசங்களை இராணுவத் துறைக்கு காட்டிக் கொண்டிருந்தார்கள். மீண்டும் தன்னை இணைத்துக் கொள்ளத் தயாராக இருந்த டெங் சியோபிங்கும் இதில் அடங்குவார். கண்டனத்துக்கு உள்ளாக்கப்பட்ட பல அதிகாரிகளை மீண்டும் எடுத்துக் கொண்டது மாவோ காட்டிய முதல் சலுகை.

திறம்படச் செயல்படக்கூடிய பொருளாதார நிலையை மாவோவின் அரசு சார்ந்திருக்க வேண்டியிருந்தது. இந்த உண்மையை மாவோ நன்கு அறிந்திருந்தார். மாவோவின் புரட்சிக்குழு, நம்பிக்கை அற்ற முறையிலும், கீழ்த்தரமான முறையிலும் பல்வேறு பிரிவுகளாகப் பிரிக்கப்பட்டது. அதனால் நாட்டை சரியான முறையில் கொண்டு செலுத்த முடியவில்லை. பழைய அதிகாரிகளை, அவமானப்படுத்தி

அனுப்பிய அதிகாரிகளை மீண்டும் உள் இழுத்துக் கொள்வதைத் தவிர மாவோவுக்கு வேறு வாய்ப்பு இல்லை.

அப்பா இன்னும் மியி என்ற இடத்தில்தான் இருந்தார். 1968 ஆம் ஆண்டு ஜுன் மாதம் முதல் நிறுத்தி வைக்கப்பட்டிருந்த அவரது சம்பளத்தில் பாதி மீண்டும் அப்பாவுக்கு வழங்கப்பட்டது. திடீரென்று பார்த்தால், அவரது வங்கிக் கணக்கில் ஒரு கணிசமான தொகை செலுத்தப்பட்டிருந்தது. வீடுகளைச் சோதனையிடப்பட்டபோது புரட்சிப் படையினர்களால் எடுத்துச் செல்லப்பட்ட எங்கள் உடைமைகள் அனைத்தும் மீண்டும் எங்களிடம் ஒப்படைக்கப்பட்டன. மாவோ டாய் என்று அழைக்கப்பட்ட மிக அபூர்வமாகக் கிடைக்கக்கூடிய உயர்தர மது பாட்டில்கள் இரண்டு மட்டும் திருப்பி தரப்படாமல் வைத்துக் கொள்ளப்பட்டன. இப்போது எங்களுக்கு நிறைய நம்பிக்கை நட்சத்திரங்கள் தோன்றத் தொடங்கின. தனது அதிகாரத்தை இப்போது பெருக்கிக்கொண்ட சூ என்லாய், பொருளாதாரத்தை மேம்படுத்தத் தொடங்கி விட்டார். பழைய நிர்வாகம் அதிக அளவில் அமல்படுத்தப்பட்டது. உற்பத்திக்கு முக்கியத்துவம் கொடுக்கப்பட்டது. உற்பத்தியைப் பெருக்கும் பொருட்டு ஊக்கத்தொகை வழங்கப்பட்டது. விவசாயிகள் பக்கவாட்டு வருமானத்திற்கும் அனுமதியளிக்கப் பட்டார்கள். அறிவியல் ஆய்வுகள் மீண்டும் தொடரப்பட்டன. ஆறு ஆண்டு கால இடைவெளிக்கு பிறகு மீண்டும் முறையான கல்வி கொண்டு வரப்பட்டது. என்னுடைய கடைசித் தம்பியான ஸியாவோ -ஃபாங் தன்னுடைய 10ஆவது வயதில் கல்வியைத் தொடங்கினான்.

பொருளாதாரம் புத்தாக்கம் பெற்று மீண்டும் பயன் பெறத் தொடங்கியதால், தொழிற்சாலைகள் புதிய நபர்களைத் தேர்ந்தெடுத்து பணியமர்த்திக் கொள்ளத் தொடங்கின. ஊக்க ஊதியத் திட்டத்தின் கீழ், தொழிலாளர்களின் வாரிசுகளுக்கு முன்னுரிமை கொடுக்க அனுமதிக்கப் பட்டது. இதுவரை அவர்கள் நாட்டுப்புறங்களுக்கு அனுப்பப்பட்டு வந்தார்கள். எனது பெற்றோர்கள் தொழிற்சாலைப் பணியாளர்கள் இல்லாவிட்டாலும், முன்பு அம்மாவின் கட்டுப்பாட்டின் கீழ் இருந்த கிழக்கு மாவட்ட தொழிற்சாலை மேலாளர்களுடன் அம்மா பேசிப் பார்த்தாள். என்னை எடுத்துக்கொள்ள அவர்கள் தாராளமாக முன்வந்தார்கள். என்னுடைய 20-வது பிறந்த நாளைக்கு சில மாதங்களுக்கு முன்பாக, டியாங்கை விட்டு நிரந்தரமாக வெளியேறினேன். என் சகோதரி அங்கேயே தங்க வேண்டியதாகிவிட்டது. நாட்டுப்புறங்களுக்கு சென்ற நகர்ப்புறத்து இளைய தலைமுறையினர், அங்கேயே

அவர்களுக்கு திருமணம் ஆகிவிட்டால், அவர்கள் நகரத்திற்கு மீண்டும் திரும்பி வர முடியாது. இதில் உள்ள ஒரு கணவனோ அல்லது மனைவியோ நகரத்து பதிவு வைத்திருந்தாலும், அவர்கள் நகர்களுக்கு திரும்ப அனுமதி மறுக்கப்பட்டது.

ஒரு தொழிலாளர் ஆவதுதான் எனக்கு இருந்த ஒரே வாய்ப்பு. பல்கலைக்கழகங்கள் எல்லாம் மூடப்பட்டுக் கிடந்ததால், எனக்கு வேறு வாய்ப்பு எதுவும் தெரியவில்லை. தொழிற்சாலையில் எட்டு மணி நேரம் வேலை செய்தால் போதும். ஆனால் ஒரு விவசாயி விடிந்ததிலிருந்து இருட்டும் வரை உழைக்க வேண்டும். விவசாயி போல தொழிற்சாலையில் கனமான சுமைகளைத் தூக்க வேண்டியதில்லை. அத்துடன் நான் என் குடும்பத்தோடு இருக்கலாம். இதில் முக்கியமான விஷயம் என்னவென்றால், எனக்கு 'நகர்ப் பதிவு' மீண்டும் கிடைத்து விட்டது. இதனால் எனக்கு உணவு உட்பட அரசாங்கம் வழங்கும் அடிப்படைச் சலுகைகள் அனைத்தும் கிடைக்கும்.

அந்தத் தொழிற்சாலை செங்குடுவின் கிழக்கு புறநகர்ப் பகுதியில் இருந்தது. வீட்டிலிருந்து 45 நிமிட சைக்கிள் பயணத் தூரம். என்னுடைய சைக்கிள் பயணம், பட்டு நதிக்கரை வழியாகத்தான் அதிகத் தூரம் அமைந்திருந்தது. அதற்கப்புறம் நாட்டுப்புறத்து மண்சாலைப் பயணம். அந்தச் சாலை கோதுமை வயல்களின் ஊடே சென்றது. கடைசியாக ஒரு பழமையான கட்டிடத்தை வந்தடைந்தேன். அக்கட்டிடத்தைச் சுற்றி செங்கற்கள் அடுக்கி வைக்கப்பட்டிருந்தன. துருப்பிடித்த எஃகு தகடுகள் சுருட்டி வைக்கப்பட்டிருந்தன. அதுதான் நான் பணியாற்றப் போகிற தொழிற்சாலை. அது ஒரு பழங்காலத் தொழிற்சாலை போன்று தெரிந்தது. அங்கிருந்த எந்திரங்கள் பல ஆண்டுகளுக்கு முன்பு உருவாக்கப்பட்டதாகத் தெரிந்தன. ஐந்து ஆண்டுக் காலக் கண்டனக் கூட்டங்கள், சுவரொட்டி வாசகங்கள், தொழிற்சாலை உட்பிரிவினருக்கிடையே ஏற்பட்ட மோதல்கள் இப்படி இதெல்லாம் முடிந்து, இப்போது பொறியாளர்களும், மேலாளர்களும் மீண்டும் உற்பத்தி பணிக்கு அழைக்கப்பட்டிருக்கிறார்கள். எந்திரக் கருவிகள் உற்பத்தி செய்யும் வேலைகள் மீண்டும் தொடங்கி விட்டன. தொழிலாளர்கள் எனக்கு அமோக வரவேற்பு அளித்தார்கள். என் பெற்றோர்களை முன்னிட்டுத்தான் எனக்கு இந்த வரவேற்பு. கலாச்சாரப் புரட்சியினால் ஏற்பட்ட அழிவு, பழைய நிர்வாகம் மீண்டும் வருமா என்று இந்தப் பணியாளர்களை எதிர்பார்த்து ஏங்க வைத்தது.

அத்தொழிற்சாலையில் உலோகம் உருக்கப்பட்டு, பொருளாக உருப்படுத்தப்படும் இடத்தில் பயிற்சிப் பணியாளராக நியமிக்கப்பட்டேன். எனக்கு மேலதிகாரியாக இருந்த 'வெய் மாமி' என்று சொல்லப்பட்ட ஒரு பெண்மணியின் கீழ் பயிற்சி பெற்றேன். அவள் பிறப்பிலிருந்தே மிகவும் ஏழையாக இருந்தவள். அவளின் வளரிளம் பருவத்தில்கூட அவளுக்கு அணிந்து கொள்ள ஒரு நல்ல ஆடைகூட கிடைத்ததில்லை. கம்யூனிஸ்ட் கட்சியின் வருகைக்கு பிறகு அவள் வாழ்க்கையில் ஒரு நல்ல மாற்றம் ஏற்பட்டது. அதனால் அவள் கட்சிக்கு மிகுந்த நன்றிக் கடன் பட்டிருந்தாள். கலாச்சாரப் புரட்சியின் தொடக்கத்தில் அவள் கட்சியில் சேர்ந்தாள். கட்சியின் நம்பிக்கைக்குரியவர்களில் ஒருத்தியாக இருந்து, மூத்த கட்சி அலுவலர்களுக்கு ஆதரவாகச் செயல்பட்டாள். மாவோ புரட்சிப் படையினருக்கு வெளிப்படையாக ஆதரவு அளித்து வந்தபோது, இந்தப் பெண்மணியின் ஆட்கள் அடிபட்டு, மிரட்டி பணிய வைக்கப்பட்டு மிகவும் துன்புறுத்தப்பட்டார்கள். கட்சிக்கு மிகவும் கடமைப்பட்டிருந்தவனும், இவளது நண்பனுமாகிய ஒருவன், கணுக்கால்களையும், மணிக்கட்டுகளையும் சேர்த்துக் கட்டப்பட்டு கிடை மட்டமாகத் தொங்கவிட்டு கொல்லப்பட்டான். (இந்த வகைத் துன்புறுத்தலுக்கு நீந்தும் வாத்து என்று பெயர்) வெய் மாமி, தன்னுடைய சோகக் கதைகளை கண்ணீர் மல்க என்னிடம் கூறினாள். அவளுடைய விதி கட்சியோடு இணைக்கப்பட்டதாகவும், லின் பியாவோ போன்ற கட்சித் துரோகிகளால் சின்னா பின்னாவாக்கப்பட்டதாகவும் விவரித்தாள். என்னை அந்தப் பெண்மணி தன் சொந்த மகள் போலப் பாவித்தாள். காரணம், கட்சிக் குடும்பத்திலிருந்து வந்தவள் நான் என்பதை அவள் அறிந்திருந்தாள். கட்சியில் அவள் கொண்டிருந்த ஈடுபாட்டிற்கு என்னால் ஈடு கொடுக்க முடியாமல், எனக்கு தர்ம சங்கடம் ஆகிவிடும்.

ஒரு பயிற்சியாளர் என்ற முறையில் என்னுடைய பணி மிக அழுக்கு படிந்ததாகவும், கடினமாகவும் இருந்தது. இருப்பினும், கலாச்சாரப் புரட்சி ஒரு இறுதிக்கு வந்து கொண்டிருந்த நம்பிக்கையில் நான் உற்சாகத்தின் உச்சியில் இருந்தேன். டியாங்கில் இருக்கிற விவசாயிகளை ஆச்சரியப்பட வைக்கும் வகையில், என் வேலைகளை வெறித்தனமாகச் செய்தேன்.

இவ்வளவு உற்சாகத்தின் உச்சியில் இருந்தபோது, ஒரு மாதம் கழித்து எனக்கு மாறுதல் வரவிருக்கின்றது என்ற செய்தி வந்தது. அப்பா அம்மாவின் நல்லெண்ணத்திற்கு கடமைப்பட்டிருந்ததால், அவர்கள் எனக்கு பல வாய்ப்புகள் கொடுத்தார்கள்: கடைசல்

எந்திரம் இயக்கும் வேலை, கயிற்றை இயக்கி பொருட்களை மேலேற்றும் வேலை, தொலைபேசி இணைப்பாளர் வேலை, தச்சு வேலை, மின் ஊழியர் வேலை இப்படி பல வேலை வாய்ப்புகள் எனக்கு கொடுக்கப்பட்டன. இரண்டு வேலைகளுக்கிடையில் என் மனம் ஊசலாடியது. அழகான மர வேலைகள் செய்வதில் எனக்கு ஓர் ஆர்வம் இருந்தது. ஆனால் அதற்கான அனுபவமோ அல்லது திறமையோ எனக்கு இருந்ததாகத் தெரியவில்லை. மின் ஊழியர் என்ற வகையில், தொழிற்சாலையின் மின்ஊழியர் வேலை செய்யும் ஒரே பெண்மணி என்ற செய்தி எனக்கு ஒரு புகழ்ச்சியைக் கொடுக்கும். மின் ஊழியர்கள் குழுவில் ஒரு பெண்மணி இருந்தாள். அவள் இப்போது வேறு வேலைக்கு மாறுதல் வாங்கிப் போகவிருந்தாள். அந்தப் பெண் ஊழியர் எல்லாருடைய கவனத்தையும் கவர்ந்தாள். அந்தப் பெண்மணி மின் கம்பத்தின் உச்சிக்கு கிடுகிடுவென்று ஏறுகிறபோது, அதைக் கண்ணுற்ற மனிதர்கள் அங்கேயே நின்று, வியந்து போவார்கள். உடனடியாக அந்தப் பெண்மணியிடம் ஒரு நட்பை ஏற்படுத்திக் கொண்டேன். அவள் கூறியதுதான் என் மனதை இப்போது மாற்றியது. மின் ஊழியர்கள் எட்டு மணி நேரமும் எந்திரத்தின் அருகிலேயே நிற்க வேண்டியதில்லை. அவர்களுக்குரிய அறையில் ஓய்வாக இருக்கலாம். அழைப்பு வருகின்றபோது அந்தப் பணியை மேற்கொள்ளச் செல்லலாம். இதனால் எனக்கு படிப்பதற்கு நிறைய நேரம் கிடைக்கும்.

ஒரே மாதத்தில் எனக்கு 5 முறை மின்சாரத் தாக்குதல் ஏற்பட்டது. செருப்பு அணியாத மருத்துவராக இருப்பதைப் போல, எனக்கு முறையான பயிற்சி இல்லை. கல்வியின் மீது மாவோ காட்டிய அலட்சியத்தால் வந்த விளைவுதான் இது. அந்தக் குழுவில் இருந்த ஆறு நபர்கள் எனக்கு பொறுமையாகச் சொல்லிக் கொடுத்தார்கள். ஆனால், நானோ அதை நத்தை வேகத்தில்தான் கற்றுக்கொண்டேன். 'ஃபியூஸ்' என்றால்கூட அது என்னவென்று தெரியாமல் இருந்தேன். அந்த மின் வாரிய ஊழியப் பெண், மின் பணியாளர்கள் கையேடு என்ற புத்தகம் ஒன்றை எனக்கு கொடுத்தாள். அந்தப் புத்தகத்திற்குள் மூழ்கிப் பார்த்தேன். மின்னோட்டத்தையும், மின்னோட்ட அளவையும் குழப்பிக் கொண்டதுதான் மிச்சம். கடைசியில் அடுத்தவர் நேரத்தை வீணடிக்கிறேனே என்று வெட்கப்பட்டுக் கொண்டேன். அதனால், எதையும் புரிந்து கொள்ள முடியாமல் மற்ற ஊழியர் எப்படிச் செய்தார்களோ அப்படியே பின்பற்றிச் செய்தேன். எப்படியோ கொஞ்சம் கொஞ்சமாகச் சமாளித்து, நானே சில தவறான இணைப்புகளைச் சரி செய்யக் கற்றுக் கொண்டேன்.

மின் வழங்கும் பலகையில் உள்ள ஒரு ஸ்விட்ச் சரியாகச் செயல்படாமல் இருப்பதாக ஒரு தொழிலாளர் எனக்கு புகார் கொடுத்தார். அந்தப் பலகையின் பின்பக்கம் உள்ள மின் இணைப்பு கம்பிகள் சரியாக இருக்கின்றனவா என்று சோதனையிட்டேன். ஏதோ ஒரு திருகாணி கழன்று இருப்பது காரணமாக இருக்கலாம் என்று கருதினேன். மின்சாரம் வருவதை முதலில் நிறுத்த வேண்டும். அப்படிச் செய்யாமல் அவசரப்பட்டு, கழன்றிருந்த திருகாணிமேல் திருப்புலியை வைத்து திருகி விட்டேன். அந்தப் பலகையில்தான் அத்தனை இணைப்புகளும் மின்கம்பிகள் மூலம் இணைக்கப்பட்டிருந்தன. அப்போது அந்தப் பலகையின் மின்னோட்ட அளவு 380 வோல்ட் ஆக இருந்தது. கிடைத்த ஒரு சிறிய இடைவெளியின் வாயிலாக, மிகுந்த கவனத்துடன், கழன்றிருந்த அந்த திருகாணியைக் கண்டுபிடித்து என் திருப்புலி கொண்டு அதைத் திருகினேன். அப்போதுதான் தெரிந்தது அந்தத் திருகாணி சரியாக இருந்தது என்று. அப்போது என் கை தளர்ந்து பயத்தில் கிடுகிடுவென ஆடத் தொடங்கியது. உயிரைக் கையில் பிடித்துக் கொண்டு, கையை வெளியே இழுத்தேன். கை முழுமையாக வெளிவரப் போகும் அந்தக் கடைசி நொடியில் திடீரென்று ஏற்பட்ட மிகப்பெரிய மின் அதிர்வு என் கைகளில் ஏற்பட்டு அது பாதம்வரை பரவியது. நான் பதட்டத்துடன் தாவிக்குதித்த வேகத்தில் என் கையிலிருந்த திருப்புலி தூக்கி எறியப்பட்டது. அது அனைத்து இணைப்புகளும் கொண்ட தொடக்கப் பகுதியில் பட்டுவிட்டது. சற்றுமுன்பு அந்த திருப்புலி கை நழுவி அந்த இடத்தில் விழுந்திருந்தால், என் உயிர் அப்போதே போயிருக்கும் என்று எண்ணிக் கொண்டு தரையில் சரிந்து விழுந்தேன். நான் இந்த விஷயத்தை மற்ற மின் ஊழியர்களிடம் தெரிவிக்கவில்லை. அப்படித் தெரிவித்திருந்தால், வெளியிலிருந்து அழைப்பு வரும்பொழுதெல்லாம் இவர்களும் என்னோடு வந்திருப்பார்கள்.

மின் தாக்குதல்கள் எனக்குப் பழக்கப்பட்டு விட்டன. சக பணியாளர்களும் அப்படித்தான். 1949 ஆம் ஆண்டிற்கு முன்பு, தொழிற்சாலைகள் தனியார் வசம் இருந்தபோது, மின்னோட்டத்தைக் கண்டறிய என் புறங்கையைத்தான் பயன்படுத்துவேன் என்று ஓர் அனுபவம் வாய்ந்த மின் ஊழியர் என்னிடம் கூறினார். கம்யூனிஸ்ட் ஆட்சிக்காலத்தில்தான் இதற்கென உள்ள கருவிகளை வாங்கிப் பயன்படுத்தத் தொடங்கினார்கள்.

அந்த வளாகத்தில் மின் ஊழியர்களுக்கென இரண்டு அறைகள் இருந்தன. வெளி வேலைகள் இல்லாத நேரங்களில், பல

ஊழியர்கள் வெளிப்புறம் இருந்த அறையில் உட்கார்ந்து சீட்டு விளையாடுவார்கள். நான் உட்பக்கம் உள்ள அறையில் உட்கார்ந்து வாசித்துக் கொண்டிருப்பேன். மாவோ காலத்து சீனாவில் உங்களைச் சுற்றியிருந்த கூட்டத்தில் நீங்கள் கலந்து கொள்ளாமலிருந்தால், உங்களை 'மனு அண்டாதவன்' என்று குறைவாகப் பேசுவார்கள். ஆரம்பத்தில் தனித்துப் படிக்கச் செல்வது எனக்கு பயமாக இருந்தது. யாரேனும் திடீரென்று என் அறைக்குள் நுழைந்து விட்டால், கையிலிருந்த புத்தகத்தைக் கீழே வைத்து விடுவேன். கீழே வைத்து விட்டு, விருப்பம் இல்லாமல் அவர்களோடு ஏதாவது பேசுவதற்கு முயல்வேன். இதனால் அவர்கள் யாரும் என் அறைக்குள் வருவதில்லை. என்னுடைய கிறுக்குத்தனத்தை அவர்கள் ஆட்சேபிக்கவில்லை என்பதறிந்து நான் மிகுந்த நிம்மதியடைந்தேன். எனக்கு எந்தத் தொந்தரவும் கொடுக்காமல், அவர்கள் வேலையைப் பார்க்கச் சென்று விடுவார்கள். அவர்கள் உதவியை நாடாமல் என்னால் இயன்றவரை என் வேலைகளை நானே செய்து கொண்டதால், அவர்கள் என்னோடு இனிமையாகப் பழகினார்கள்.

மின் ஊழியர்கள் குழுவில் இருந்த 'டெய்' என்னும் பெயர் கொண்ட ஓர் இளைஞன், கலாச்சாரப் புரட்சிக்குமுன்பாக உயர்நிலைப் பள்ளிப் படிப்பை முடித்திருந்தான். அவன் நல்ல கல்வி அறிவு உடையவன் என்று போற்றப்பட்டான். அவன் ஒரு சிறந்த கையெழுத்துக் கலைஞன். இசைக் கருவிகளை மிக நேர்த்தியாக மீட்டக்கூடியவன். அவன் மீது எனக்கு ஒரு ஈர்ப்பு ஏற்பட்டது. ஒவ்வொரு நாளும் காலையில், சுவர்மீது சாய்ந்து கொண்டு, எனக்கு காலை வணக்கம் தெரிவிப்பதற்காக அவன் காத்துக் கொண்டு நிற்பான். மின் பழுது பார்க்கும் பொருட்டு அவனோடு சேர்ந்து செல்லும் வகையில், வெளி அழைப்புகள் எனக்கு நிறைய வந்து கொண்டிருந்தன. வசந்த காலத் தொடக்கத்தின் ஓர் நாளில், ஒரு பராமரிப்பு வேலையை முடித்துவிட்டு, அந்த ஆண்டின் முதல்நாள் வெயிலை அனுபவித்துக் கொண்டு, ஒரு வைக்கோற்போரில் இருவரும் சாய்ந்தபடி, மதிய உணவு இடைவேளை நேரத்தைக் கழித்துக் கொண்டிருந்தோம். தலைக்கு மேல் பறந்து கொண்டிருந்த பறவைகள் ஒலி எழுப்பிக் கொண்டு, தரையில் கொட்டிக் கிடந்த நெல் மணிகளைக் கொத்தித் தின்பதற்காக போட்டி போட்டுக் கொண்டிருந்தன. தரையில் கிடந்த வைக்கோல் மீது வெயில்பட்டு, அதன் வாசனை காற்றில் கலந்து வந்தது. சீன செம்மொழிக் கவிதைகளில் எனக்கிருந்த ஆர்வத்தை அவன் பகிர்ந்து கொண்டபோது, எனக்குள் ஏற்பட்ட ஆனந்தத்தை வர்ணிக்க வார்த்தைகள் இல்லை. ஒரே தொடை நய அளவைப் பயன்படுத்தி, பண்டைய சீனக் கவிஞர்கள் செய்தது போல, நாங்கள் இருவரும் ஒருவருக்கொருவர் கவிதை இயற்றிக்

கொண்டோம். என்னுடைய தலைமுறைக் காலத்தில், மிகச் சிலரே செம்மொழிக் கவிதைகளைப் புரிந்து கொள்ளவோ அல்லது ரசிக்கவோ செய்தார்கள். மதிய உணவு இடைவேளை நேரம் முடிந்து தாமதமாகப் பணிக்கு திரும்பினோம். நல்லவேளை, யாரிடமிருந்தும் எந்தப் புகாரும் வரவில்லை. இதர ஊழியர்கள் எங்களைப் பார்த்து புன்னகையைச் சிந்திவிட்டு சென்றார்கள்.

நாங்கள் இருவரும் தனித்தனியாக வெளி வேலைகளில் ஈடுபட்டிருந்த போது, எப்போது வேலை முடிந்து ஒருவரை ஒருவர் பார்த்துக் கொள்வது என்று நிமிடங்களை எண்ணிக் கழித்துக் கொண்டிருந்தோம். ஒவ்வொரு சந்தர்ப்பங்களிலும் நாங்கள் அருகருகே இருக்க ஆவல் கொண்டிருந்தோம். நெருக்கமாக இருக்கும் தருணங்களை எண்ணி ஆனந்தமடைந்தோம். எங்கள் உடல் வாசனைகளை மாறி மாறி நுகர்ந்து கொண்டோம். நாங்கள் காயப்பட்டதற்கான காரணங்களைக் கண்டு கொண்டோம். அரைகுறையாகப் பேசிய வார்த்தைகளைக் கொண்டு, எங்களின் ஆனந்தத்தை அளவிட்டுக் கொண்டோம்.

டெய் எனக்கு தகுதியில்லாதவன் என்று பேசிக் கொள்ளப்பட்ட வதந்தி என் காதுகளுக்கு எட்டியது. நான் ஒரு சிறப்புக்குரியவள் என்று கருதப்பட்ட காரணத்தால்தான் இந்தப் பேச்சு வெளி வந்தது. அந்தத் தொழிற்சாலையில் பணிபுரிந்தவர்களில் நான் ஒருத்தி தான் உயர் அதிகாரிகளின் குழந்தை என்பது ஒரு காரணம். அத்துடன், தொழிலாளர்களுடன் நெருங்கிய தொடர்பு ஏற்படுத்திக் கொள்ளும் ஒருத்தி யாரென்றால், அது நானாகத்தான் இருக்கும். உயர் அதிகாரிகளின் குழந்தைகள் திமிர் பிடித்தவர்கள் என்பது போன்ற பல கதைகள் எங்களுக்கு உண்டு. நான் ஓர் இனியவளாகத் தெரியப்பட்டேன். அங்கு வேலை செய்த பல தொழிலாளர்கள், எனக்கு இணை அங்கு யாருமில்லை என்பது போல பேசிக் கொண்டார்கள்.

டெய்-யின் தந்தையார் கோமிங்டாங் அதிகாரியாக இருந்தவர் என்றும், தண்டனை முகாமில் இருந்தவர் என்றும் டெய்க்கு எதிராக குற்றம் சுமத்தினார்கள். எனக்கு ஒரு நல்ல எதிர்காலம் உண்டு என்றும், டெய்யுடன் தொடர்பு ஏற்படுத்திக் கொண்டால் என் எதிர்காலம் வீணாய்ப் போய் விடும் என்றும் கருதினார்கள்.

உண்மையாகப் பார்க்கப் போனால், டெய்யின் தந்தையார் கோமிங்டாங் அதிகாரியாக ஆனது ஒரு சந்தர்ப்பவசத்தால்தான். 1937 ஆம் ஆண்டு டெய்யின் தந்தையாரும், அவரது இரண்டு நண்பர்களும் கம்யூனிஸ்ட் கட்சியில் இணைந்து ஜப்பானியர்களோடு

சண்டையிடுவதற்காகவே யான்'ஆன் நோக்கிச் சென்று கொண்டிருந்தார்கள். அவர்கள் யான்' ஆனை நெருங்கி வந்து கொண்டிருந்தபோது, கோமிங்டாங் நபர்கள் அவர்களைச் சாலையில் வழிமறித்து கோமிங்டாங்கில் இணைவதற்கு நெருக்கடி கொடுத்தார்கள். மற்ற இருவரும் யான்' ஆன் செல்வதற்கு மும்முரம் காட்டினார்கள். 'இதுவும் சீன இராணுவம்தான். இதில் இணைவது ஒன்றும் தவறு இல்லை' என்று டெய்யின் தந்தை கோமிங்டாங்கில் இணைந்து, இறுதிவரை ஜப்பானியருடன் போரிட்டார். மீண்டும் உள்நாட்டுச் சண்டை தொடங்கியபோது, இவரும், இவரது இரண்டு நண்பர்களும் எதிரெதிர் பக்கத்தில் இருந்து போர் புரிய வேண்டியதாகிவிட்டது. 1949க்கு பிறகு, டெய்யின் தந்தையார் தண்டனை முகாமிற்கு அனுப்பப்பட்டார். ஆனால் அதேசமயம் அவரின் இரண்டு நண்பர்களும், கம்யூனிஸ்ட் இராணுவத்தின் மிக உயர்ந்த அதிகாரிகளாகப் பதவி வகித்தார்கள்.

வரலாற்றில் ஏற்பட்ட ஒரு விபத்தின் காரணமாக, டெய் தனது தகுதியறியாமல், உயர் அதிகாரியின் மகளான என்னோடு கொண்டிருந்த தொடர்பை, எனக்கு தொந்தரவு கொடுப்பதாக தொழிற்சாலை ஊழியர்கள் கருதி, என்னிடமிருந்து அவனைப் பிரித்து விட்டார்கள். அத்துடன் தொழிற்சாலையில் அவனுக்கு கிடைக்க வேண்டிய பதவி உயர்வையும் கிடைக்க விடாமல் செய்து விட்டார்கள். அவன் முகம் வாடிப் போய், சிரிப்பு இழந்து காணப்பட்டது. ஏளனமாகப் பேசப்பட்ட விமர்சனங்களால் எல்லாரும் அவனைக் குளவி கொட்டுவது போலக் கொட்டினார்கள். ஆனால் அவன் என்னிடம் எதுவும் சொல்லிக் கொள்ளவில்லை. எங்களுக்கு ஏற்பட்ட விரக்தியான உணர்வுகளை கவிதைகள் மூலம் மட்டும் வெளிப்படுத்திக் கொண்டோம். இப்போது எனக்காக கவிதைகள் எழுதுவதை நிறுத்தி விட்டான். எந்த நம்பிக்கையோடு என்னுடன் நட்புறவைத் தொடங்கினானோ, அந்த நம்பிக்கை இப்போது அவனிடம் காணப்படவில்லை. தனிமையில் என்னிடம் பணிவாக நடந்து கொண்டான். உண்மையில் அவன் என்னிடம் எந்தத் தப்பிதமும் கொண்டிருக்கவில்லை என்று மக்களுக்கு தெரியப்படுத்த வேண்டும் என்ற நோக்கில், அவனைக் கேவலமாகக் காயப்படுத்திய மக்களிடம் அவன் அன்பொழுக நடந்து கொண்டான். சில நேரங்களில் நான் வேதனையோ, எரிச்சலோ அடைந்து விடக்கூடாது என்பதற்காக அவன் ஏளனத்துக்கு உரியவனாக நடந்து கொள்கிறானோ என்று நான் எண்ணியது உண்டு. சிறப்பு சலுகைகள் பெற்று நான் வளர்க்கப்பட்டு வந்தேன். அப்படி என்னைப் போல சிறப்பு சலுகைகள் பெற்று வளர்க்கப்படாதவர்களுக்கு, கௌரவம் என்பது எளிதில் கிடைக்க

முடியாத ஒரு ஆடம்பர வாழ்க்கையாக தெரிந்ததை என்னால் உணர்ந்து கொள்ள முடியவில்லை. டெய்யின் இரண்டும் கெட்டான் நிலையை என்னால் ஏற்றுக்கொள்ள முடியவில்லை. என்மீது அவனுக்குள்ள காதலைக் காட்டிக் கொண்டால், எங்கே அது என்னை உருப்படாமல் செய்து விடுமோ என்ற அவனுக்கு ஏற்பட்டுள்ள பயத்தையும் என்னால் பாராட்ட முடியவில்லை. எப்படியோ கொஞ்சம் கொஞ்சமாக நாங்கள் இருவரும் அந்நியப்பட்டுப் போனோம்.

எங்களின் நான்கு மாதக் காலப் பழக்கத்தில், நாங்கள் இருவரும் 'காதல்' என்ற வார்த்தையைச் சொல்லிக் கொள்ளவில்லை. அதை என் ஆழ் மனதில் போட்டு அழுத்திக் கொண்டேன். ஒருவரது உள்ளக் கிடக்கையை இன்னொருவருக்கு வெளிப்படுத்துவது முடியாத காரியம். ஏனென்றால் காலங்காலமாகக் கட்டிக் காத்துவரும் குடும்ப கௌரவத்துக்கு கலங்கம் வராதவாறு பார்த்துக் கொள்ள வேண்டும் என்ற எண்ணமே இதற்கு முக்கியக் காரணம். டெய் என்பவன் போன்ற வர்க்க எதிரிகளோடு ஏற்படுத்திக்கொள்ளும் தொடர்பு மிகுந்த ஆபத்தில் கொண்டு போய்விட்டு விடும். என் ஆழ் மனதில் பதிந்திருந்த இந்த அடிப்படைக் கட்டுப்பாடுகளால் டெய்யுடன் என்னால் காதல் வயப்பட முடியவில்லை.

இந்தச் சமயத்தில் அம்மாவுக்கு ஹார்மோன் மிகவும் குறைந்து விட்டது. ஸ்கிளிரோடர்மா என்னும் தோல் நோய்க்கு சீன மூலிகை மருந்துகளை உட்கொண்டு வந்தாள். தட்ப வெப்பநிலை மாறி கோடைகாலம் வந்த பின் பீக்கிங் சென்று அங்குள்ள குறிப்பிட்ட மருத்துவர்களிடம், உதிரப்போக்கிற்கும், தோல் நோய்க்கும் சிகிச்சை பெற்றுக் கொள்ளுமாறு அந்த மருத்துவர்கள் ஆலோசனை வழங்கினார்கள். அம்மா அனுபவித்த துன்பங்களுக்கு சரியீடு செய்யும் முயற்சியில், அம்மாவுக்கு துணையாக யாரையாவது அனுப்ப விருப்பதாக முன்வந்தார்கள். அம்மாவோடு துணைக்கு என்னை அனுப்பக் கூடாதா என்று அம்மா கேட்டுக் கொண்டாள்.

1972 ஆம் ஆண்டு புறப்பட்டுப் போய், எங்கள் குடும்ப நண்பர்களோடு தங்கிக் கொண்டோம். பீக்கிங்கிலும், தியான்ஜின்னிலும் உள்ள பெண்களுக்கு வரும் நோய்களுக்கு சிகிச்சையளிக்கும் பல மருத்துவர்களைப் பார்த்தோம். அம்மாவின் கர்ப்பப்பையில் ஒரு கட்டி உள்ளது என்றும், அந்தக் கட்டியினால் எந்த ஆபத்தும் இல்லை என்றும், அதனால் கர்ப்பப்பையை எடுத்துவிடுவது நல்லது என்றும் மருத்துவர்கள் அறிவுரை கூறினார்கள். இதற்கிடையில், அம்மா நல்ல ஓய்வு எடுத்துக்

கொண்டு மகிழ்ச்சியான மனநிலையில் இருந்தால், அவளுக்குள்ள உதிரப்போக்கு கட்டுப்படும் என்று கூறினார்கள். 'ஸ்கிளிரோடர்மா' என்ற தோல் நோய் ஒரு குறிப்பிட்ட இடத்தில் மட்டும் இருந்து வந்ததால், அதனால் எந்த பயமும் இல்லை என்று தோல் நோய் மருத்துவர்கள் எண்ணினார்கள். மருத்துவர்களின் ஆலோசனைகளை அம்மா அப்படியே பின்பற்றினாள். அதுபோல அடுத்த ஆண்டு அம்மாவின் கர்ப்பப்பை அகற்றப்பட்டது. 'ஸ்கிளிரோடர்மா' ஒரு குறிப்பிட்ட இடத்தில் மட்டுமே இருந்தது.

என் பெற்றோர்களின் நண்பர்கள் பலரைச் சென்று பார்த்தோம். அவர்கள் அனைவரும் விடுதலை அடைந்து மறுவாழ்வு பெற்றுச் சென்று விட்டனர். சிலர் அப்போதுதான் சிறையை விட்டு வெளியே வந்திருந்தார்கள். (மாவோ-டாய் என்ற இடத்தில் இந்த மதுபானம் தயாரிக்கப்பட்டதால் இதற்கு இப்பெயர் வந்தது. இது சீனாவின் தேசிய பானமாகக் கொண்டு வரப்பட்டது.) மாவோ-டாய் என்ற மதுபானமும், விலையுயர்ந்த மதுவகைகளும் பெருக்கெடுத்து ஓடியது. அதுபோல மக்களின் வாழ்க்கையில் வேதனையும் விரக்தியும் பெருக்கெடுத்து ஓடியது. ஒவ்வொரு குடும்பத்திலும் ஒரு நபரோ அல்லது அதற்கும் மேற்பட்ட நபர்களோ இறந்ததுதான் கலாச்சாரப் புரட்சி கண்ட விளைவு. 80 வயது நிரம்பிய ஒரு தாய் - எங்களுக்கு மிகவும் நெருக்கமானவள் - அந்தக் குடும்பம் குடியிருப்புப் பகுதியிலிருந்து விரட்டப்பட்டதால், அந்த மூதாட்டி படிக்கட்டில் படுத்து உறங்குவாள். அதிலிருந்து தவறி விழுந்தவள் அங்கேயே இறந்து விட்டாள். எங்கள் குடும்ப நண்பர் இன்னொருவர் - என்னைப் பார்த்ததும் அவரது அழுகையை அடக்க முடியவில்லை. அவரது மகளை நினைவுபடுத்தி விட்டேன். அவளுக்கும் என் வயது இருக்கும். சைபீரியாவின் எல்லையோரத்தில் உள்ள ஒரு பாழாய்ப் போன இடத்திற்கு பள்ளி மாணவர்களோடு அவளும் அனுப்பப்பட்டாள். அங்கு அந்தப்பெண் கர்ப்பமடைந்து விட்டாள். அதிர்ச்சியடைந்த அப்பெண், பின்பக்க வீதியில் இருந்த ஒரு மருத்துவச்சியை ஆலோசித்தாள். ஒரு சுவரிலிருந்து குதித்தால், கருக்கலைந்து விடும் என்று அந்த மருத்துவச்சி ஆலோசனை கூறியிருக்கிறாள். அதனால் ஏற்பட்ட இரத்தப்போக்கு அவள் உயிரைக் குடித்தபிறகு தான் நின்றது. இதுபோன்ற நெஞ்சை உருக்கும் சோகக் கதைகள் ஒவ்வொரு வீட்டிலும் ஏராளமாக இருந்தது. அப்படி இருந்தும் நாங்கள் நம்பிக்கை பற்றி நிறையப் பேசுவோம். எதிர்காலம் இன்னும் மகிழ்ச்சியாக இருக்கும் என்று நம்பிக்கையோடு பேசுவோம்.

என் பெற்றோரின் நண்பர் 'டுங்' என்னும் ஒருவரை நாங்கள் ஒரு நாள் பார்க்கச் சென்றோம். அப்பொழுதுதான் அவர் சிறையிலிருந்து விடுதலை பெற்றிருந்தார். மஞ்சூரியாவிலிருந்து சிச்சுவான் சென்ற நடை பயணத்தில், இந்த டுங் தான் அம்மாவுக்கு மேலதிகாரியாக இருந்தார். பிறகு பாதுகாப்பு அமைச்சரவையின் முக்கிய அதிகாரியாகப் பொறுப்பேற்றிருந்தார். கலாச்சாரப் புரட்சியின் தொடக்கத்தில் இவர் ரஷ்ய நாட்டு உளவாளி என்று கைது செய்யப்பட்டார். மாவோவின் வீட்டில் ஒலிப் பேழையை பொருத்திக் கொடுத்தார். இவருக்கிடப்பட்ட உத்தரவின்பேரில், இவர் வெளிப்படையாகவே இந்த வேலையைச் செய்தார். மாவோவின் வாயிலிருந்து வரும் ஒவ்வொரு வார்த்தையும் விலை மதிப்பற்றவை. அதனால் அவை பாதுகாக்கப்பட வேண்டியவைகளாக இருந்தன. ஆனால், மாவோ பேசும் மொழி வடிவத்தை அவரது செயலாளர்கள் புரிந்துகொள்ள முடியவில்லை. இன்னும் சில நேரங்களில் அவர்கள் அவரது அறையைவிட்டு வெளியே அனுப்பப்பட்டார்கள். 1967 ஆம் ஆண்டின் தொடக்கத்தில் டுங் கைது செய்யப்பட்டார். உயர் அதிகாரிகள் இருந்த சிறப்பு சிறைக்கு அனுப்பப்பட்டார். ஐந்து ஆண்டுகள் கைதியாக இருந்தார். சிறையில் தனிமையில் வாடினார். அவரது கால்கள் இரண்டும் தீக்குச்சிகள் போல காணப்பட்டன. இடுப்புக்கு மேல் எங்கும் வீங்கிப் புடைத்துப் போய் இருந்தது. அவரது மனைவிக்கு அவரை நிராகரிக்க வேண்டுமென்று ஓர் அச்சுறுத்தல் கொடுக்கப்பட்டது. டுங் என்பவர் அவரது மனைவியிடமிருந்து விலக்கப்பட்டு விட்டார் என்பதைத் தெரியப்படுத்தும் பொருட்டு, அவரது குழந்தைகளுக்கு வைக்கப்பட்டிருந்த அவரது குடும்பப் பெயரை மாற்றி அவரது மனைவியின் குடும்பப் பெயர் கட்டாயப்படுத்தி வைக்கப்பட்டது. துணி மணிகள் உட்பட, வீட்டுப் பொருட்கள் அனைத்தும் 'வீடுகள் சோதனை' என்ற பெயரில் சூறையாடப்பட்டன. லின் பியாவோ மரணமடைந்ததின் விளைவாக, அவரது எதிரியும், டுங்கின் நண்பருமான ஒருவர் மீண்டும் பதவிக்கு வந்து விட்டார். டுங், சிறையிலிருந்து விடுவிக்கப்பட்டார். சீனாவின் வடக்கு எல்லையோர தண்டனை முகாமில் வைக்கப்பட்டிருந்த அவரது மனைவியும் வரவழைக்கப்பட்டு, ஒன்று சேர்த்து வைக்கப்பட்டார்கள்.

அவருக்கு விடுதலை அறிவிக்கப்பட்ட அன்று, அவரது மனைவி அவருக்கு புத்தாடைகள் எடுத்துக்கொண்டு சென்றாள். அவர், தன் மனைவியிடம் பேசிய முதல் வார்த்தைகள்: 'உடுத்திக் கொள்வதற்கான உடைகளை நீ எடுத்துக் கொண்டு வந்திருக்கக் கூடாது. ஆன்மீக உணவுகளை எனக்கு நீ கொண்டு வந்திருக்க வேண்டும்' (ஆன்மீக உணவு என்பது மாவோவின் படைப்புகள்)

அவருடைய 5 ஆண்டுக்கால தனிமை வாழ்க்கையில் அவர் வேறு எதையும் வாசிக்கவில்லை. மாவோவின் படைப்புகளை மட்டுமே வாசித்திருக்கிறார். அந்த நேரத்தில் அவர்கள் வீட்டில் தங்கியிருந்து பார்த்திருக்கிறேன். தினமும் அவரது வீட்டு நபர்களை மாவோவின் ஒவ்வொரு கட்டுரைகளையும் கட்டாயம் வாசிக்கச் சொல்வார். இது ஒரு வடிகட்டிய முட்டாள் தனத்தை விடத் துயரமானது.

டுங் இல்லத்திற்கு சென்ற சில மாதங்களுக்கு பிறகு, தெற்கில் உள்ள ஒரு துறைமுகத்தில் ஏற்பட்ட பிரச்சினையை தீர்த்து வைக்க இவர் அனுப்பி வைக்கப்பட்டார். இவரது நீண்ட கால சிறை வாழ்க்கை இவரை நடை பிணமாக்கி விட்டது. அடுத்து மாரடைப்பு நோயும் வந்துவிட்டது. இவரை கௌன்சூவில் உள்ள ஒரு மருத்துவமனைக்கு கொண்டு செல்வதற்கு ஒரு விமானம் அனுப்பப்பட்டது. அந்த மருத்துவமனையில் இருந்த லிஃப்ட் வேலை செய்யவில்லை. அந்த நான்கு மாடிகளையும் நடந்துதான் கடக்க வேண்டும் என்று அவர் கட்டாயப்படுத்தப்பட்டார். ஏனெனில், அவரை மாடிப் படிகளில் தூக்கிச் செல்வது கம்யூனிஸக் கொள்கைகளுக்கு முரணானது. அறுவைச் சிகிச்சை மேஜையிலேயே அவர் இறந்து விட்டார். அப்போது அவர் குடும்பத்தார் யாரும் அவரோடு இல்லை. காரணம் அவர் இறுதியாகச் சொல்லி விட்டுச் சென்ற வார்த்தைகள் அப்படி! ‘எதற்காகவும் உங்கள் வேலை தடை படக் கூடாது.’

1972 ஆம் ஆண்டு மே மாத இறுதியில் நாங்கள் டுங் வீட்டாரோடு தங்கி இருந்தபோது, அம்மாவுக்கு ஒரு தந்தி வந்தது. தண்டனை முகாமிலிருந்து வெளியேற அப்பா அனுமதிக்கப்பட்டு விட்டார் என்ற செய்திதான் அந்த தந்தியில் இருந்தது. லின் பியாவோவின் வீழ்ச்சிக்குப் பிறகு, அப்பாவின் உடல் நலத்தைப் பரிசோதனை செய்த முகாம் மருத்துவர்கள், உயர் இரத்த அழுத்தம் ஆபத்தான நிலையில் இருக்கிறது என்றும், இதயமும் கல்லீரலும் செயலிழந்து வருகின்றன என்றும், சிரையின் திசுக்கள் தடித்து கடினப்பட்டு ‘ஸ்கிளிரோசிஸ்’ என்னும் நோயால் பாதிக்கப்பட்டுள்ளது என்றும் கூறினார்கள். பீக்கிங் சென்று முழு உடல் பரிசோதனை செய்து கொள்ள வேண்டுமென்று பரிந்துரை செய்தார்கள்.

அப்பா செங்குடுவுக்கு இரயிலில் பயணம் செய்து, அங்கிருந்து பீக்கிங்கிற்கு விமானம் மூலம் பறந்து சென்றார். விமான நிலையத்திற்கு பேருந்து போக்குவரத்து இல்லாததால், கடைசி இரயில் நிறுத்தம் வரை வந்து அப்பாவுக்காக காத்திருந்தோம். அப்பா மெலிந்து குச்சி போலக் காட்சியளித்தார். வெயில் அவர் முகத்தை சுட்டெரித்து கருக்கிப் போட்டிருந்தது. மூன்றரை ஆண்டுகளுக்கு பிறகு இப்போதுதான் அப்பா மியி மலைகளை

விட்டு வெளியே வந்திருக்கிறார். முதல் ஓரிரு நாட்களில், அந்தப் பெரு நகரில் அப்பாவுக்கு தெற்கு வடக்கு கூடத் தெரியவில்லை. சாலையைக் கடப்பதற்கு 'ஆற்றைக் கடக்க வேண்டும்' என்பார். 'பேருந்தை பிடித்து' என்று சொல்வதற்குப் பதிலாக 'படகைப் பிடித்து செல்ல வேண்டும்' என்பார். கூட்டம் நிறைந்த தெருக்களில் தயங்கித் தயங்கி நடந்தார். போக்குவரத்து சிக்னல்களைக் கண்டு குழம்பிப் போய் நின்றார். அப்பாவின் அற்புதமான வழிகாட்டுதல்களை இப்போது எண்ணிப் பார்த்துக் கொண்டேன். ஈபினிலிருந்து வந்திருந்த அப்பாவின் பால்ய சிநேகிதர் ஒருவரின் வீட்டில் தங்கியிருந்தோம். இவரும் கலாச்சாரப் புரட்சியின் கொடுமைகளுக்கு ஆளாகி, ஒரு வழியாக தப்பிப் பிழைத்து வந்தவர்.

இந்த மனிதரையும், டுங்கையும் தவிர வேறு யாரையும் அப்பா சென்று பார்க்கவில்லை. ஏனெனில் அப்பா இன்னும் இயல்பு வாழ்க்கைக்குத் திரும்பவில்லை. என்னைப் போல 'நல்லதே நடக்கும்' என்ற நற்சிந்தனைகள் அப்பாவுக்கு இல்லை. எப்போதுமே அப்பா கனமான இதயத்தோடுதான் இருந்தார். அப்பாவையும் அம்மாவையும் இயல்பு நிலைக்கு கொண்டுவர, சமயங்களில் 100^0F-க்கு வரக்கூடிய தட்பவெப்ப நிலையிலும், வெளியில் சென்று இயற்கை காட்சிகளை ரசிக்கலாம் என்று அழைத்தேன். கூட்டம் நிறைந்த இரயிலில் பெருஞ்சுவர்களைப் பார்க்கச் செல்லலாம் என்று அழைத்தேன். நான் ஏதாவது உளறினால், எதையோ ஆழமாகச் சிந்தித்து புன்னகை புரிவார். இரயிலில் எங்களுக்கு எதிரே இருந்த ஒரு விவசாயப் பெண்ணின் குழந்தை சத்தமாக அழத் தொடங்கியது. அதனால் அந்தத் தாய் குழந்தையை அடித்து விட்டாள். இதைக்கண்ட அப்பா புயல் போல் எழுந்து, 'குழந்தையை அடிப்பதை நிறுத்து' என்று கத்தினார். நான் உடனடியாக எழுந்து அப்பாவின் சட்டையைப் பிடித்து இழுத்து உட்கார வைத்தேன். அந்த இரயில் பெட்டியில் இருந்த அனைவரும் எங்களை விநோதமாகப் பார்த்தார்கள். இதுபோன்ற காரியங்களில் மூக்கை நுழைப்பதை சீனர்கள் விநோதமாகப் பார்ப்பார்கள். ஜின்-மிங்கையும், ஸியாவோ-ஹெய்யையும் கண்டபடி அப்போது அடித்த அப்பா, இப்போது இப்படி மாறி விட்டாரே என்று நிம்மதியாக நினைத்துப் பார்த்தேன்.

எனக்கு புதிய விடியல்களைத் திறந்துவிட்ட சில புத்தகங்களை நானும் பீக்கிங்கில் வாசித்தேன். அந்த ஆண்டு பிப்ரவரி மாதம் அமெரிக்க அதிபர் நிக்ஸன் சீனாவுக்கு வருகை புரிந்தார். அரசு அறிவிப்பின்படி நிக்ஸன் சமாதானத்தை விரும்பியே வந்தார். அமெரிக்காதான் எங்களின் முதல் எதிரி என்று நான் இதுவரை

கொண்டிருந்த கருத்து இப்போது எங்கோ போய் விட்டது. எனக்குள் திணிக்கப்பட்டிருந்த கொள்கை கோட்பாடுகளும் இப்போது இல்லை. நிக்ஸனின் வருகை எனக்கு இரட்டிப்பு மகிழ்ச்சியைத் தந்தது. ஏனெனில் அவருடைய வருகையால், மொழிபெயர்க்கப்பட்ட பல அந்நிய மொழி நூல்கள் இங்கு கிடைக்க வழி வகுக்கப்பட்டது. அந்நூல்களில் *'உள் நாட்டு சுற்றுக்கு மட்டும்'* என்று குறிக்கப்பட்டிருந்தது. அதாவது, அங்கீகரிக்கப்பட்ட அதிகாரிகள் மட்டுமே வாசிக்க வேண்டும் என்பது அதன் பொருளாக இருந்தது. அவர்களில் யாருக்கு இந்தப் புத்தகங்கள் வழங்கப்பட வேண்டும் என்று, குறிப்பிட்ட வரையறைகள் ஏதும் இல்லை. வாசிப்பதற்கு தகுதியான பணியில் உள்ளவர்களுக்கு நண்பர்கள் மூலமாக இந்நூல்கள் எளிதில் கிடைத்தன.

சில பதிப்பகத்து புத்தகங்களை மட்டும் தேர்வு செய்து கையில் எடுத்துக் கொண்டேன். நினைத்து பார்க்க முடியாத அளவு ஆனந்தம் எனக்கு. ஏனென்றால், நிக்ஸனே எழுதிய *'ஆறு அபாயத் தருணங்கள்'* (கம்யூனிஸ்ட்க்கு எதிரான கருத்துகள் கொண்ட புத்தகத்தில் வேண்டாத பக்கங்கள் நீக்கப்பட்ட பதிப்பு) என்ற நூலும், டேவிட் ஹேல்பெர்டாம் எழுதிய *'உயர்வும் அறிவும்'* என்ற நூலும், வில்லியம் எல்.ஹிரர் எழுதிய *'மூன்றாவது பணக்காரனின் எழுச்சியும் வீழ்ச்சியும்'* என்ற நூலும், ஹெர்மன் வூக் எழுதிய *'யுத்தக் காற்றுகள்'* என்ற நூலும் அண்மைக் கால வெளியுலகத் தகவல்களை வெளிப்படுத்துவதால் நான் அவைகளைத் தேர்வு செய்து கொண்டேன். உயர்வும் அறிவும் என்ற நூல், அமெரிக்க அரசாங்கத்தின் இயல்பான சூழலில், கென்னடியின் நிர்வாகத் திறமை விவரிக்கப்பட்ட விதம் என்னை ஆச்சரியத்தில் ஆழ்த்தியது. பயமும், இரகசியத்தன்மையும் கொண்டிருந்த என்னுடைய நாட்டு ஆட்சி முறைக்கு அமெரிக்க நாட்டு ஆட்சி நிர்வாகம் முற்றிலும் மாறுபட்டிருந்தது. கற்பனை கலக்காத இலக்கியத் தரமாக எழுதப்பட்ட அவரது படைப்பு கண்டு நான் நெகிழ்ந்து போனேன். எவ்வளவு நேர்த்தியாகவும், தனித்தன்மையுள்ளதாகவும் இருந்தது! மிரட்டிப் பணிய வைத்தல், தண்டனை கொடுத்து அடக்கி வைத்தல், வலுக்கட்டாயமாகக் கீழ்ப்படிய வைத்தல் போன்ற சம்மட்டி அடிகளாகவே விழும் சீன நாட்டு ஊடகங்களை ஒப்பிட்டுப் பார்க்கும் போது, நிக்ஸனின் *ஆறு அபாயத் தருணங்கள்* என்ற நூல் அமைதியின் முன் மாதிரியாக இருந்தது. *'யுத்தக் காற்றுகள்'* என்ற நூலில், அதன் காலத்திற்குரிய உயர்ந்த வர்ணனைகளை விட, மேல் நாட்டு பெண்களுக்கு என்னென்ன நிறங்களில் ஆடைகள் கிடைத்ததோ, என்னென்ன விதங்களில் ஆடைகள் கிடைத்ததோ அவ்வளவையும் வாங்கிக் கொள்வதற்கு அவர்களுக்கு

வழிவகை இருந்தது என்பதை எந்த தயக்கமுமில்லாமல் வீண் ஆடம்பரமாக எழுதப்பட்டிருந்தது சற்று மேலோங்கி இருந்தது போலத் தெரிந்தது. என் இளமையான 20 ஆவது வயதில் ஒருசில ஆடைகளே என்னிடம் இருந்தன. மிகச் சாதாரண பெண்கள் வைத்திருந்த மாதிரித்தான் என்னிடமிருந்த ஆடைகளும் இருந்தன. நீலம், சாம்பல் நிறம், வெள்ளை. இவைகள்தான் என்னிடமிருந்த ஆடை நிறங்கள். என் கண்களை மூடிக் கொண்டு எல்லாவற்றையும் எண்ணிப் பார்த்தபோது, அழகான ஆடைகள் எல்லாமே நான் அணியாததாகவும், பார்க்காததாகவும்தான் இருந்திருக்கின்றன.

லின் பியாவோவின் மறைவுக்கு பிறகு, கெடுபிடிகள் தளர்த்தப்பட்டதன் விளைவாகத்தான் வெளி உலகத்திலிருந்து கூடுதலான தகவல் பெறுவதற்கான வாய்ப்பு கிடைத்தது. ஆனால் நிக்ஸனுடைய வருகை அதற்கு சாக்குப் போக்காகச் சொல்லப்பட்டது. அமெரிக்காவைப் பற்றி அறவே எதையும் தெரிந்து கொள்ளாமல் இருப்பதன் மூலம் சீனா தன் மதிப்பை இழந்துவிடக் கூடாது. அந்த நாட்களில், கெடுபிடிகள் தளர்த்தப்பட்டதில் எடுக்கப்பட்ட ஒவ்வொரு நடவடிக்கைகளுக்கும் நம்ப முடியாத அரசியல் காரணங்களைக் காட்ட வேண்டியிருந்தது. உலகம் எத்திசையிலிருந்தும் நண்பர்களைப் பெற்றுக் கொள்வதற்கு ஆங்கிலம் கற்றுக் கொள்வது அவசியக் காரணமாக இருந்தது. அதன்பிறகு ஆங்கிலம் கற்றுக் கொள்வது குற்றமாகக் கருதப்படவில்லை. நம்முடைய மரியாதைக்குரிய வெளிநாட்டு விருந்தினர்களைப் பயமுறுத்தி, அதிர்ச்சியடையாமல் காப்பாற்றுவதற்காக, கலாச்சாரப் புரட்சியின்போது செங்காவலர்களால் தெருக்களுக்கும், உணவு விடுதிகளுக்கும் தீவிரமாக வைக்கப்பட்ட பெயர்கள் இப்போது மாற்றி வைக்கப்பட்டன. நிக்ஸன் செங்குடுவுக்கு வருகை தராதிருந்தபோதிலும், ‘துப்பாக்கி வெடிமருந்தின் தீவிர வாசனை’ என்று ஒரு விடுதிக்கு வைக்கப்பட்டிருந்த அந்தக் காலத்து பெயர், இப்போது ‘தென்றலில் தவழ்ந்து வரும் நறுமணம்’ என்று மாற்றப்பட்டது.

பீக்கிங்கில் 5 மாதங்கள் தங்கியிருந்தேன். நான் தனிமையில் இருந்தபொழுதெல்லாம் டெய்யைப் பற்றித்தான் நினைத்துக் கொண்டிருப்பேன். நாங்கள் இப்பொழுது கடிதங்கள் எழுதிக் கொள்வதில்லை. அவனுக்காக கவிதைகள் இயற்றுவேன். ஆனால் அவனுக்கு அனுப்பாமல், எனக்குள்ளே வைத்து புதைத்துக் கொள்வேன். இறுதியாக, எனது எதிர்கால நம்பிக்கை, கடந்த கால வேதனைகளை வெற்றி கொண்டது. ஒரு குறிப்பிட்ட

செய்தி மட்டும், என் எல்லாச் சிந்தனைகளையும் தூரப் போட்டு விட்டது. பதினான்கு வயது தொடக்கத்திலிருந்து முதல்முறையாக, நான் எண்ணிப் பார்க்கத் துணிந்திராத ஓர் எதிர்கால வாய்ப்பு எனக்குத் தெரிந்தது. அதுதான் கல்லூரிக் கல்வி வாய்ப்பு. இரண்டு ஆண்டுகளில் மிகக் குறைவான மாணவர்கள்தான் பீக்கிங் நகரில் உள்ள கல்லூரியில் பதிவு பெற்றிருந்தார்கள். நாடெங்கிலும் உள்ள பல்கலைக் கழகங்கள் அனைத்தும் விரைவில் திறக்கப்படவிருந்தது போலத் தெரிந்தது. அறிவியல் தொழில்நுட்ப தேவைகளுக்கு கல்லூரிகள் இன்னும் கூடுதலாகத் திறக்கப்பட வேண்டும் என்ற பொருள் படும்படியான மாவோவின் மேற்கோள் ஒன்றிற்கு சூ என்லாய் அழுத்தம் கொடுத்துக்கொண்டு வந்தார். படிப்பை தொடங்கும் பொருட்டு செங்குடுவுக்கு திரும்பாமல் அதற்கு மேல் அங்கு இருக்க முடியவில்லை.

1972 செப்டம்பரில் மீண்டும் தொழிற்சாலைக்கு வந்தேன். டெய்யின் முகத்தில் அவ்வளவு வேதனை தெரியவில்லை. இயல்பாக இருந்தான். அபூர்வமாக அவன் முகத்தில் அந்த சோகக் கீற்று பளிச்சிடும். மீண்டும் நல்ல நண்பர்கள் ஆனோம். ஆனால் கவிதைகள் பற்றி பேசிக் கொள்வதில்லை. நான் பல்கலைக்கழக பாடத்தை தேர்வு செய்வதில் மூழ்கிக் கிடந்தேன். ஆனால் அதுபற்றி எனக்கு முழு விபரமும் தெரியாமல் இருந்தேன். 'கல்வி முற்றிலும் புதுமைக் கருத்துகளால் புத்தாக்கம் பெற வேண்டும்' என்று மாவோ கூறியிருந்ததால், பாடங்களைத் தேர்வு செய்யும் முறையில் நான் தெளிவில்லாமல் இருந்தேன். ஏனென்றால், மாணவர்களுக்கு எந்தப் பாடங்களில் ஆர்வம் இருக்கிறதோ அந்தப் பாடங்களை அவர்களுக்கு கொடுக்க வேண்டும் என்ற மாணவர்கள் நலன் கொஞ்சம் கூட பல்கலைக்கழகத்திடம் இருந்ததில்லை. முதலாளி வர்க்க சிந்தனையால் அங்கு தனித்துவம் இல்லாமல் போனது. முதன்மைப் பாடப் பிரிவுகள் அத்தனையும் படிக்கத் தொடங்கினேன். சீன மொழி, கணிதம், இயற்பியல், வேதியியல், உயிரியல், ஆங்கிலம் அத்தனையும் படித்தேன்.

பரம்பரை பரம்பரையாகக் கல்வி கற்று வருபவர்களோ, நடுநிலைக் கல்வி பட்டதாரிகளோ பல்கலைக்கழக கல்விக்கு வர வேண்டாம் என்று மாவோ ஒரு நிரந்தர ஆணை பிறப்பித்து விட்டார். ஆனால் பாட்டாளிகளும், விவசாயிகளும் வர வேண்டும் என்றார். எனக்கு அது பொருந்தியது. நான் ஒரு உண்மையான விவசாயியாகவும், தற்போதைய பாட்டாளியாகவும் இருந்ததால், அந்தச் சட்டம் எனக்கு பொருந்தியது.

ஒரு நுழைவுத் தேர்வு நடத்தப்பட வேண்டியிருந்தது. 'தேர்வு' என்ற பதத்தை மாற்றி, 'மாணவர்களின் அடிப்படை அறிவு, சிந்திக்கும் திறமை, பிரச்சினைக்கு தீர்வு காணும் சமயோஜித புத்தி ஆகியவைகளின் மீது நடத்தப்படும் ஓர் ஆய்வு' என்ற பெயரை சூன் என்லாய் அதற்கு வைக்க நினைத்தாலும், மாவோவின் இன்னொரு மேற்கோளின் அடிப்படையில் அதைத் தீர்மானித்தார். மாவோவுக்கு பல்கலைக்கழகத் தேர்வுகளின் மீது நம்பிக்கை இல்லை. இதில் புதிய நடைமுறை என்னவென்றால், முதலில், ஒரு மாணவன் அவனுடைய பணிக்குழுவால் பரிந்துரை செய்யப்பட வேண்டும். அதன்பிறகு நுழைவுத் தேர்வு எழுத வேண்டும்; அதன்பிறகு அம்மாணவன் எழுதிய தேர்வின் முடிவுகளையும், அரசியல் நோக்குகளையும் பல்கலைக்கழக தேர்வு அதிகாரிகள் பரிசீலனை செய்ய வேண்டும்.

கிட்டத்தட்ட அந்த பத்து மாத காலங்களில் எனக்கு கிடைத்த மாலை நேரங்களையும், வார இறுதி நாட்களையும், தொழிற்சாலையில் எனக்கு கிடைத்த நேரங்களையும், செங்காவலர்கள் மூட்டிய நெருப்புக்கு தப்பிய சில பாடப் புத்தகங்களை கருத்தூன்றிப் படிப்பதில் செலவிட்டேன். அப்புத்தகங்கள் என் நட்பு வட்டாரங்களிலிருந்து எனக்குக் கிடைத்தன. பல்கலைக்கழக ஆசிரியர்களோடு எனக்குத் தொடர்பு இருந்தது. அவர்கள் தங்களின் மகிழ்ச்சியான மாலை நேரங்களையும், விடுமுறை நாட்களையும் எனக்காக தியாகம் செய்தார்கள். கற்றலை நேசிப்பவர்கள், மக்களை ஒன்றாகக் கட்டிப் போடும் நட்புணர்வாக அதைப் பார்க்கிறார்கள். ஓர் உயர்ந்த அறிவு சார்ந்த, நாகரிகமடைந்த தேசத்தின் உண்மையான செயல் இதுவாகத்தான் இருக்க வேண்டும்.

1973 ஆம் ஆண்டு வசந்த காலத்தில், டெங் சியோபிங் சிறையிலிருந்து விடுவிக்கப்பட்டு, சுகவீனமுற்றிருக்கும் சூ என்லாய்க்கு கீழ், உதவிப் பிரதமராக நியமனம் செய்யப்பட்டார். (இந்தப் பதவி அதிகாரப்பூர்வமாக ஏற்றுக் கொள்ளப்படாவிட்டாலும், உண்மையில் அப்பதவி இருந்து வருகிறது) எனக்கு உற்சாகத்தில் ஒன்றும் புரியவில்லை. டெங் சியோபிங்கின் மீள் வருகை, கலாச்சாரப் புரட்சி தலைகீழாக மாற்றி அமைக்கப்படவிருக்கிறது என்று நிச்சயமாக எடுத்துக் கொள்ளப்படலாம். இவர் அழிவுச் சக்திக்கு எதிராகத் தன்னை ஆக்க சக்திக்கு அர்ப்பணித்துக் கொண்டவர் என்ற நற்பெயர் பெற்றவர். இவர் ஒரு கைதேர்ந்த நிர்வாகத் திறமை பெற்றவருமாக இருந்தார். ஒரு வேளை சூ என்லாய்க்கு மரணம் சம்பவித்தால், சியோபிங்கை கையிருப்பில் வைத்துக் கொள்ள வேண்டும் என்ற நோக்கில்,

டிராக்டர் தொழிற்சாலையைக் கவனித்துக் கொண்டு இருக்கட்டும் என்று மாவோ அவரை அங்கு அனுப்பி வைத்தார். எவ்வளவுதான் அதிகார போதை கொண்டவராகக் காணப்பட்டாலும், மாவோ ஒருபோதும் தன் சொந்தப் பணத்தில் சூன்யம் வைத்துக்கொள்ள மாட்டார்.

டெங் மீண்டும் வந்ததால், என்னுடைய சொந்தக் காரணங்களுக்காகவும் சந்தோஷப்பட்டேன். அவரின் மாற்றாந்தாயை நான் குழந்தையாக இருந்ததிலிருந்து எனக்கு நன்றாகத் தெரியும். அவருடைய சகோதரி எங்கள் குடியிருப்பு வளாகத்தில் நீண்டநாள் இருந்தவள். அவளை நாங்கள் 'டெங் மாமி' என்று அழைப்போம். டெங் மாமியும் அவளது கணவரும் டெங் சியோபிங்கின் உறவினர்கள் என்ற காரணத்தால் தண்டனை முகாமிற்கு அனுப்பப்பட்டார்கள். கலாச்சாரப் புரட்சிக்கு முன்பு அவளைத் துதி பாடிக் கொண்டிருந்த எங்கள் குடியிருப்பு வளாக வாசிகள், பிறகு அவளை திரும்பிக் கூடப் பார்ப்பதில்லை. ஆனால் எங்கள் குடும்பத்தினர் எப்போதும் போலத்தான் அவளை நடத்தினார்கள். ஆனால், அதேசமயம் அப்பாவுக்கு அதிகபட்ச தண்டனை வழங்கப்பட்டபோது, அதைக் கண்டு பலர் ரசித்ததாக எங்கள் வீட்டாரிடம் கூறிய ஒரு சில நபர்களில் இவளும் ஒருத்தி. அந்த நாட்களில், இணக்கமான ஒரு தலை அசைப்பு, தோன்றி மறையும் புன்னகை என்பதெல்லாம் அபூர்வமான அடையாளங்கள் மட்டுமல்ல மிகவும் முக்கியமானதும் கூட. எங்கள் இரண்டு குடும்பங்களும் மிகவும் இணக்கமாகவும், தோழமையுடனும் பழகி வந்தன.

1973 கோடையில் பல்கலைக் கழக மாணவர் சேர்க்கை தொடங்கியது. 'வாழ்வா, சாவா' என்ற தீர்ப்பு போல காத்துக் கிடந்தேன். சிச்சுவான் பல்கலைக்கழக அந்நிய மொழித் துறையிலிருந்து ஓர் இடம் செங்குடுவில் இருந்து வந்த சிறு தொழில் துறைகளுக்கு ஒதுக்கப்பட்டது. இந்த சிறு தொழில் துறைகளின் கீழ் 23 தொழிற்சாலைகள் இருந்தன. அதில் நான் வேலை செய்த தொழிற்சாலையும் ஒன்று. இந்த ஒவ்வொரு தொழிற்சாலையிலிருந்தும் ஒரு நபர் தேர்வு எழுத அனுப்பப்பட வேண்டும். நான் வேலை செய்த தொழிற்சாலையில் பல நூற்றுக்கணக்கான ஆட்கள் வேலை செய்து வந்தார்கள். அதில் நான் உட்பட ஆறு மாணவர்கள் விண்ணப்பித்தோம். எங்களைத் தேர்வு செய்ய ஒரு தேர்வு நடத்தப்பட்டது. அதில் நான் தேர்வு செய்யப்பட்டேன். நான்கு தொழிற்சாலைகளில் இடம்

பெற்றிருந்த ஐந்து பணிமனைகளின் உறுப்பினர்களால் நான் தேர்ந்தெடுக்கப்பட்டேன்.

அத்தொழிற்சாலையில், நான் பணியாற்றிய தொழிற்கூடத்தில் இன்னொருத்தியும் விண்ணப்பித்திருந்தாள். அவளும் என் தோழிதான். 19 வயது நிரம்பியவள். எங்கள் இருவரையும் தொழிலாளர்கள் எல்லாருக்கும் நன்கு தெரியும். ஆனால், எங்கள் இருவரில் ஒருவருக்கு மட்டும்தான் தொழிலாளர்கள் வாக்களிக்க வேண்டும். அவள் பெயர் முதலில் வாசிக்கப்பட்டது. மிகவும் தர்ம சங்கடமாக இருந்தது. தொழிலாளர்கள் எல்லாரும் என்ன முடிவு எடுப்பது என்ற குழப்பத்தில் இருந்தனர். நான் பரிதாபகரமான நிலையில் இருந்தேன். அவளுக்கு அதிகமான வாக்குகள் கிடைத்து விட்டால், எனக்கு ஒரு சிலர் மட்டுமே வாக்களிப்பார்கள். திடீரென்று அவள் எழுந்து நின்றாள். யாரும் எதிர்பாராத நேரத்தில், முகத்தில் ஒரு பரந்த புன்னகையுடன் தெளிவாகக் கூறினாள்: 'எனக்கு இந்த வாய்ப்பு வேண்டாம் என்று சொல்லிக்கொண்டு, எனது வாக்கை சாங் யங்கிற்கு அளிக்கிறேன். அவளைவிட நான் இரண்டு வயது இளையவள். அடுத்த ஆண்டு நான் பார்த்துக் கொள்கிறேன்' என்றாள். அவள் அவ்வாறு சொல்லி முடித்ததும், தொழிலாளர்கள் அனைவரும் கைதட்டி ஆரவாரம் செய்தார்கள். அத்துடன் அடுத்த ஆண்டு அவளுக்கு கண்டிப்பாக வாக்களிப்பதாக உறுதியளித்தார்கள். வாக்களித்தபடி செய்து கொடுத்தார்கள். 1974 ஆம் ஆண்டு அவள் பல்கலைக்கழகத்திற்குள் நுழைந்தாள்.

அவள் செய்த நற்காரியத்தால், நான் மிகவும் நெகிழ்ந்து போனேன். அதுபோல தொழிலாளர்கள் செய்ததும் அப்படித்தான். என்னுடைய கனவுகளை சாதித்துக்கொள்ள தொழிலாளர்கள் வழிவகுத்துக் கொடுத்தார்கள் என்பது போலத்தான் அது அமைந்திருந்தது. என்னுடைய குடும்பப் பின்புலமும் இதற்கு பாதிப்பை ஏற்படுத்தவில்லை. டெய் இதற்கு விண்ணப்பிக்கவில்லை. விண்ணப்பித்திருந்தாலும் அவனுக்கு வாய்ப்பிருக்காது என்று அவன் தெரிந்து கொண்டான்.

சீன இலக்கியம், கணிதம், ஆங்கிலம் ஆகிய பாடங்களுக்கான தேர்வுகள் எழுதினேன். அந்த இரவெல்லாம் இதை எண்ணி படபடப்புடன் இருந்ததால் அந்த இரவு தூங்க முடியவில்லை. மதிய உணவு இடைவேளையில் வீட்டிற்கு வந்த போது, என் சகோதரி எனக்காக காத்துக் கொண்டிருந்தாள். என் தலையை அவள் அன்பொழுக வருடிக் கொடுத்தாள். அப்படியே கொஞ்ச நேரம் அயர்ந்து தூங்கி விட்டேன். வினாத்தாட்கள் மிக எளிதாக இருந்தன. விடாமுயற்சியோடு என் மனதில் பதியம் போட்டிருந்த வடிவியற்

கணிதம், கோணவியல் கணிதம், இயற்பியல், வேதியியல் ஆகிய பாடங்களிலிருந்து கேட்கப்பட்ட கேள்விகள் என்னை அவ்வப்போது ஆச்சரியத்தில் ஆழ்த்தின. எல்லாப் பாடத் தேர்வு முடிவுகளிலும் எனக்கு சிறப்பு பட்டம் கிடைத்தது. ஆங்கிலத்தில் நடத்தப்பட்ட வாய்மொழித் தேர்வில், செங்குடு மாணவர்களிலேயே நான்தான் முதல் மாணவியாக வந்தேன்.

கடைசியில், நிம்மதியாக மூச்சு விடுவதற்குமுன், ஓர் இடி என் தலை மீது இறங்கியது. ஜூலை மாதம் 20ஆம் நாள், மக்களின் நாளிதழ் என்ற அச்சு ஊடகத்தில் 'வெறுமையாக இருந்த வினாத்தாள்' என்பது பற்றி ஒரு கட்டுரை வெளியாகி இருந்தது. பல்கலைக்கழக நுழைவுத்தேர்வு வினாக்களுக்கு பதில் எழுத முடியாத ஷாங் டி ஷெங் என்னும் மாணவன் (ஜிங்குவுக்கு அருகில் உள்ள பட்டிக்காட்டுக்கு அனுப்பப்பட்டவன்) விடைத்தாட்களை வெறுமையாகத் திருப்பிக் கொடுத்திருக்கிறான். அத்துடன் ஒரு கடிதத்தையும் இணைத்துக் கொடுத்திருக்கிறான். அதில் அவன், 'நுழைவுத் தேர்வுகள் முதலாளி வர்க்கக் கைக்கூலிகள் மீண்டும் தலையெடுக்கவிருப்பது போல மோசமாக அமைந்துள்ளன' என்று புகார் செய்திருந்தான். மாவோவின் மருமகனும், அவருடைய உதவியாளருமான மாவோ யுவான்சின் என்பவன் அந்தக் கடிதத்தைக் கைப்பற்றி, சந்தர்ப்பத்தைப் பயன்படுத்திக் கொண்டான். திருமதி மாவோவும், அந்த அம்மையாரின் ஆட்களும், பல்கலைக்கழகம் கவனம் செலுத்தி வரும் கல்வி அமைப்பு 'பூர்ஷ்வா சர்வாதிகாரம் போல' இருக்கிறது என்று கண்டனம் செய்தார்கள். 'ஒரு தேசமே கல்வி, அறிவு பெறாமல் இருந்தால் எப்படி இருக்கும்?' என்று அவர்கள் பிரகடனப்படுத்தினார்கள். 'கலாச்சாரப் புரட்சி பயங்கர வெற்றி பெற்றிருக்கிறது என்பதுதான் இதன் பொருள்.'

நான் எழுதிய தேர்வு செல்லத்தகாதது என அறிவிக்கப்பட்டது. பல்கலைக்ககழக நுழைவுத் தேர்வுகள் இனிமேல் முற்றிலும் அரசியல் சக்திகளால்தான் தீர்மானம் செய்யப்படும். இதை எப்படி மதிப்பீடு செய்வது என்பது பெரும் கேள்விக் குறியாகி விட்டது. என் தொழிற்சாலை ஊழியர்கள் எனக்கு வழங்கிய பரிந்துரை, மின் ஊழியர்கள் குழுவைக் கொண்டு மறுபரிசீலனை செய்து எழுதப்பட்டது. டெய்தான் அதை எழுதித் தயாரித்தான். இதற்குமுன் வேலை செய்த பெண் ஊழியர் அதைச் சரிசெய்து மீண்டும் தயார் செய்தாள். எங்கு தேடினாலும் கிடைக்காத ஓர் அற்புதமான பெண்மணி என்று அது எல்லாருக்கும் என்னைப் புரிய வைத்தது. மற்ற 22 விண்ணப்பதாரர்களும் இதே சிறந்த தர நிலையைத்தான் பெற்றிருப்பார்கள் என்பதில் எனக்கு சந்தேகம் இல்லை. ஆகையால்,

812 'தென்றலில் தவழ்ந்து வரும் நறுமணம்'

எங்கள் தரத்தை ஒருவருக்கொருவர் வேறுபடுத்திக் காட்ட வழி இல்லாமல் போய்விட்டது.

அலுவலகப் பரப்புரை பெரிதாக எந்த உதவியும் செய்யவில்லை. தன்னை விளம்பரப்படுத்திக் கொண்ட வீரதீரச் சிகாமணி ஒருவன், 'பல்கலைக்கழகத்தில் சேர்வதற்கு எனக்கு என்ன தகுதி இருக்கிறது என்று கேட்கிறீர்களா? இதுதான் அந்த தகுதி' என்று சொல்லி தன் கைகளை உயர்த்தி, உள்ளங்கைகள் காய்த்துப் போயிருந்ததைக் காண்பித்தான். ஆனால், எங்கள் எல்லாருடைய கைகளிலும் அதேபோன்ற காய்ப்புகள் இருந்தன. நாங்கள் தொழிற்சாலைகளிலும், பலர் பண்ணைகளிலும் வேலை செய்தவர்கள்.

அதற்கு வேறு ஒரு மார்க்கம் இருந்தது. அதுதான் கொள்ளைப் புறவழி.

சிச்சுவான் சேர்க்கைக் குழுவில் இருந்த அநேக இயக்குநர்கள் தண்டனை முகாம்களிலிருந்து விடுதலை பெற்றவர்கள். அப்பாவின் தைரியத்தையும் ஆளுமையையும் வியந்து பார்த்தவர்கள். நான் பல்கலைக்கழகத்தில் சேர்ந்து படிக்க அப்பாவுக்கு அளவுகடந்த ஆசை இருந்தாலும், 'உதவி' என்று கேட்டு யாரிடமும் போய் நிற்க மாட்டார். 'அதிகாரத்தில் இல்லாத மக்களுக்கு அநீதிதான் கிடைக்க வேண்டுமா?' என்று கேட்டார். 'நிலைமை இப்படியே நீடித்தால் நாடு எப்படி உருப்படும்?' நான் அப்பாவோடு விவாதம் புரியத் தொடங்கி, கடைசியில் கண்ணீரில்தான் முடிந்தது. உண்மையில் நான் மனமுடைந்து தான் போயிருக்க வேண்டும். கடைசியில் விருப்பமில்லாமல் வேதனையோடு சொன்னார்: 'சரி. ஆகட்டும் பார்க்கலாம்.'

அப்பாவின் கையைப் பிடித்துக்கொண்டு ஒரு மைல் தூரம் உள்ள அந்த மருத்துவமனைக்கு நடந்தோம். அங்குதான் சேர்க்கைக்குழு இயக்குநர் ஒருவர் மருத்துவ பரிசோதனைக்காக வந்திருந்தார். கலாச்சாரப் புரட்சியின் விளைவாக அவர்களுக்கு ஏற்பட்ட மனக்கசப்பால் பல்வேறு வியாதிகளுக்கும், பாதிப்புகளுக்கும் உள்ளானவர்கள். கைத்தடி உதவியோடுதான் அப்பா மெல்ல மெல்ல நடந்து வந்தார். அவருடைய பழைய சக்தியும் மதி நுட்பமும் மறைந்து போயிருந்தன. அடி எடுத்து வைக்க முடியாமல் அப்பா அவதிப்பட்டதையும், அங்கங்கே நின்று நின்று சென்றதையும், மனமும் கால்களும் மாறி மாறிப் போராடியதையும் கண்டு 'வீட்டிற்கு திரும்பிப் போய் விடலாம், அப்பா' என்று சொல்ல நினைத்தேன். ஆனாலும், என்னவானாலும், பல்கலைக்கழகத்தில்

சேர வேண்டும் என்ற விருப்பத்தை எதற்கும் நான் மாற்றிக் கொள்ள விரும்பவில்லை.

அந்த மருத்துவமனை வளாகத்தில் ஒரு கற்பலகை மீது அமர்ந்திருந்தோம். அப்பா உடற் காயங்களின் வேதனையோடு அமர்ந்திருந்தார். சிறிது நேர அமைதிக்கு பிறகு, 'நீ என்னை மன்னித்து விடுகிறாயா? இந்த வேலையைச் செய்து முடிப்பது மிகவும் கடினமாகத் தெரிகிறதே' என்று கேட்டார். ஒரு ஏமாற்றத்தின் மின்னல் கீற்று நொடிப் பொழுதில் எனக்குள் தோன்றி மறைந்தது. நியாயமான வழி கிடைக்காமல் போனதால், அப்பா மீது எரிந்து விழ விரும்பினேன். பல்கலைக்கழகத்தில் சேர்ந்து படிக்க வேண்டும் என்று எத்தனை கனவு கண்டு கொண்டிருந்தேன்? அதற்கு என்ன தகுதி எனக்கு இல்லை? என்னுடைய கடின உழைப்பால், தேர்வில் வெற்றி பெற்றிருப்பதால், நான் பல்கலைக்கழகத்திற்கு தேர்ந்தெடுக்கப்பட்டிருக்கிறேன். இவை எல்லாம் அப்பாவுக்கு தெரியும் என்று எனக்கு தெரியும். அறிவுத் தாகத்தை எனக்கு ஊட்டியவரே என் அப்பாதான். இருப்பினும் அப்பாவுக்கென்று கொள்கைகள் உண்டு. அதனால் அவரை நேசிக்கிறேன். அவரை அப்படியே ஏற்றுக் கொள்கிறேன். நெறியற்ற உலகில் நெறியோடு வாழ அவர் நடத்தும் போராட்டத்தை நான் புரிந்து கொள்கிறேன். என் கண்ணீரைக் கட்டப்படுத்திக் கொண்டு 'சரி, அப்பா' என்று சொன்னேன். கனத்த கால்களோடும், வலித்த நெஞ்சங்களோடும் மௌனமாக வீடு திரும்பினோம்.

ரசவாதம் தெரிந்த அம்மாவைப் பெறுவதற்கு நான் கொடுத்து வைத்திருக்க வேண்டும். சேர்க்கைக் குழுத் தலைவரின் மனைவியை அம்மா நேரில் சென்று பார்த்துப் பேசினாள். அந்தப் பெண்மணி அவளது கணவரிடம் பேசினாள். அம்மா மற்ற தலைவர்களையும் சென்று பார்த்து உதவி கோரினாள். தேர்வில் நான் பெற்றிருந்த மதிப்பெண்களை அவர்களுக்கு அம்மா எடுத்துக் கூறினாள். என்னுடைய மதிப்பெண்களைக் கொண்டுதான் இதுபோன்ற முன்னாள் முதலாளி வர்க்கக் கைக்கூலிகளை அசைத்துப் பார்க்க முடியும் என்று அம்மாவுக்குத் தெரியும். 1973 ஆம் ஆண்டு அக்டோபர் மாதம், செங்குடுவில் இருந்த சிச்சுவான் பல்கலைக்கழக 'அந்நிய மொழிகள் பிரிவில்' ஆங்கிலப் பாடத்திற்கு தேர்வு ஆனேன்.

26

'வெளிநாட்டுக்காரர்கள் விடும் அசுத்தக் காற்றை முகர்ந்து பார்த்து, 'நல்ல வாசனையாக இருக்கிறது' என்று சொல்ல வேண்டும்'

மாவோ கண்ட ஒப்பாரிக் களத்தில் ஆங்கிலம் கற்றுக்கொண்டது

1972–1974

1972 வசந்தத்தில் பீக்கிங் விட்டு புறப்பட்டு வீடு திரும்பியதிலிருந்து, ஐந்து குழந்தைகளையும் கவனித்துக் கொள்வதுதான் அம்மாவின் முழு நேர வேலையாக இருந்தது. பத்து வயது நிரம்பிய என் கடைசித் தம்பி ஸியாவோ-ஃபாங், விட்டுப் போன ஆண்டின் படிப்புகளை முடிப்பதற்கு தினமும் பயிற்சி கொடுக்க வேண்டிய அவசியம் ஏற்பட்டது. அதுமட்டுமல்லாது மற்ற குழந்தைகளின் எதிர்காலம் எல்லாமே அம்மாவின் பொறுப்பில்தான் இருந்தது.

சுமார் ஆறு ஆண்டுகளாக முடங்கிக் கிடந்த தேசத்தில், எண்ணற்ற சமூகப் பிரச்சினைகள் தோன்றத் தொடங்கி, அந்தப் பிரச்சினைகள் தீர்க்கப்படாமல் அப்படியே கிடந்தன. நாட்டுப்புறங்களுக்கு அனுப்பப்பட்ட இலட்சக்கணக்கான இளைஞர்கள் மீண்டும் நகரங்களுக்கு வர வேகம் காட்டியதுதான் மிக முக்கியமான பிரச்சினையாக இருந்தது. லின் பியாவோவின் மரணத்திற்கு பிறகுதான் பல இளைஞர்கள் நகர்ப்புறம் திரும்ப சாத்தியமாக அமைந்தது. நகரப் பொருளாதார வளர்ச்சிக்கு இளைஞர்களின் உழைப்பு அத்தியாவசியத் தேவையாக அமைந்தது. அதற்கு ஒரு காரணம் இந்தப் பொருளாதாரம் வந்தால்தான் நகர்ப்புறங்கள் எல்லா வகைகளிலும் மேம்பாடு அடைய முடியும். அதேசமயம் நகர்ப்புறங்களுக்கு திரும்பிவரும் இளைஞர்களின்

எண்ணிக்கையை கட்டுக்குள் கொண்டு வர வேண்டிய அவசியம் அரசாங்கத்திற்கு ஏற்பட்டது. சீனாவில் இருந்த நகரங்களின் மக்கள் தொகைப் பெருக்கத்தை கட்டுப்படுத்தவது அரசாங்கக் 'கொள்கை முடிவாக' ஆகிவிட்டது. நகர் வாழ் மக்களுக்கு உணவு, உறைவிடம், உத்தியோகம் வழங்க அரசாங்கம் உத்தரவாதம் கொடுக்க வேண்டியிருந்தது.

நகரங்களுக்கு திரும்பி வருவதற்கான பயணச்சீட்டு வாங்குவதில் கடும் போட்டி ஏற்பட்டது. அவர்களின் எண்ணிக்கையைக் குறைப்பதற்கு அரசாங்கம் கட்டுப்பாடுகள் விதித்தது. இதற்கு திருமணம் ஒரு முக்கிய காரணமாக எடுத்துக் கொள்ளப்பட்டது. உங்களுக்கு திருமணம் ஆகி விட்டால், நகரில் உள்ள எந்த அமைப்பும் உங்களை எடுத்துக் கொள்ளாது. இந்தக் காரணங்களின் அடிப்படையில், நகரில் ஒரு வேலை தேடிக் கொள்ளவோ, அல்லது பல்கலைக் கழகத்தில் சேர்ந்து பயிலவோ விண்ணப்பம் செய்ய என் சகோதரிக்கு தகுதி இல்லாமல் போய் விட்டது. அப்படி இருந்தும் மேற்கண்ட காரணங்கள் மட்டுமே அவளுக்கு நகர் நோக்கி திரும்புவதற்கு சட்டப்பூர்வமான காரணங்களாக இருந்தன. இதனால் அவள் தன் கணவனோடு சேர முடியாமல் தவித்தாள். அவனுடைய தொழிற்சாலை மீண்டும் நன்றாக இயங்கத் தொடங்கியது. அதன் காரணமாக அவனால் டியாங் சென்று தன் மனைவியோடு சேர்ந்து வாழ முடியவில்லை. ஆண்டிற்கு பன்னிரெண்டு நாட்கள் மட்டுமே அவர்களுக்கு 'திருமண விடுப்பு' என்று ஒன்று வழங்கப்படும். அதுதான் அவர்களது தாம்பத்திய வாழ்க்கை. அவள் செங்குடு திரும்பி வருவதற்கு இருந்த ஒரே ஒரு வழி என்னவென்றால், அவளுக்கு தீராத நோய் இருப்பதாக ஒரு மருத்துவச் சான்று பெற்று கொடுக்க வேண்டும். இந்த வழியைத்தான் அவளைப் போன்ற பலர் கையாண்டு வந்தார்கள். ஆகவே, தெரிந்த மருத்துவரைக் கொண்டு அம்மா ஒரு மருத்துவச் சான்றிதழ் வாங்க வேண்டியிருந்தது. ஸியாவோ-ஹாங்கிற்கு தீராத கல்லீரல் நோய் இருப்பதாக ஒரு மருத்துவச் சான்று வாங்கிக் கொடுத்தாள். 1972 ஆம் ஆண்டு இறுதியில் என் சகோதரி மீண்டும் செங்குடு வந்து சேர்ந்தாள்.

அவரவர்க்கு இருந்த தனிப்பட்ட செல்வாக்கினால்தான் காரியங்களைச் சாதித்துக்கொள்ள முடிந்தது. பல தரப்பட்ட மக்கள் அம்மாவைப் பார்க்க தினமும் வந்து கொண்டிருந்தார்கள். பள்ளி ஆசிரியர்கள், மருத்துவர்கள், பணிப்பெண்கள், நடிகர்கள், சாதாரண அரசு அலுவலர்கள் இப்படி பலர், நாட்டுப்புறங்களில் சிக்கிக் கொண்ட தங்கள் குழந்தைகளை மீட்டுக் கொண்டு வர அம்மாவின் உதவியை நாடி வந்தார்கள். இவர்களின் ஒரே நம்பிக்கை

816 'வெளிநாட்டுக்காரர்கள் விடும் அசுத்தக் காற்றை முகர்ந்து பார்த்து, 'நல்ல வாசனையாக இருக்கிறது' என்று சொல்ல வேண்டும்'

அம்மாதான். இந்த நேரத்தில் அம்மாவுக்கும் அரசுப் பணி எதுவும் இல்லை. தன்னால் இயன்றதை அவர்களுக்கு தளராத உறுதியோடு செய்து கொடுத்துக் கொண்டு வந்தாள். அப்பா இதுபோன்ற உதவிகள் செய்வதில்லை. மாறாக அப்பா தன் வாழ்நாள் முழுவதும் அவரது கொள்கைகளில் உறுதிப் பிடிப்புடன் இருப்பவர்.

அரசாங்க அலுவலகப் பணிகள் சரியாகச் செயல்பட்டு வந்தாலும், தனி நபரின் நேரடித் தொடர்புகள் சில காரியங்களுக்கு அவசியம் தேவைப்பட்டன. ஜின்-மிங், அவன் வேலை செய்த கிராமத்திலிருந்து 1972 மார்ச் மாதம் வந்தான். அவனுடைய சமூகப் பணிக்குழுவிலிருந்த இரண்டு அமைப்புகள் புது ஆட்களை வேலைக்கு எடுத்தார்கள். அதில் ஒரு அமைப்பு அவனுடைய மாவட்டத்தில் இருந்தது. அது ஒரு மின் சாதனப் பொருட்கள் உற்பத்தித் தொழிற்சாலை. இன்னொன்று, செங்குடுவின் மேற்கு மாவட்டத்தில், அறுதியிட்டு சொல்லப்படாத ஒரு புதிய தொழில் முயற்சி. ஜின்-மிங் செங்குடுவுக்கு வர ஆசைப்பட்டான். ஆனால், மேற்கு மாவட்டத்தில் இருந்த அம்மாவின் தோழியர் மூலம் அந்த வேலை பற்றிக் கேட்டுத் தெரிந்து கொண்டபோது, கடைசியில் அது ஒரு கசாப்புக் கடை வேலை என்று தெரிய வந்தது. அதனால் ஜின்-மிங் அந்த விண்ணப்பத்தை திரும்பப் பெற்றுக்கொண்டு உள்ளூரில் இருந்த ஒரு தொழிற்சாலைக்கு சென்றான்.

மாவோவின் திட்டப்படி அமெரிக்க-ரஷ்ய தாக்குதலிலிருந்து தப்பிக்க 1966 ஆம் ஆண்டு ஷாங்காயிலிருந்த ஒரு பெரிய தொழிற்சாலை, மறைவாக இருக்கும் பொருட்டு சிச்சுவான் மலைகளுக்கு மாற்றப்பட்டது. ஜின்-மிங், தன்னுடைய கடின உழைப்பாலும், இனிய உறவாலும் எல்லா நண்பர்கள் மத்தியிலும் நற்பெயர் பெற்றான். 1973 ஆம் ஆண்டு 200 விண்ணப்பதாரர்களில், பல்கலைக் கழகத்தில் சேர்வதற்கு தொழிற்சாலையால் தேர்வு செய்யப்பட்ட நான்கு இளைஞர்களில் ஜின்-மிங்கும் ஒருவன். அவனுடைய தேர்வுகளை மிக எளிமையான முறையில் எழுதி அதிக மதிப்பெண்களுடன் தேர்ச்சி பெற்றான். ஆனால், அப்பா விடுதலை செய்யப்படாத காரணத்தால் பல்கலைக்கழகத்தார் அவனைப் பற்றிய அரசியல் பின்புலத்தை ஆய்வு செய்ய வரும் பொழுது, அவர்களின் நன்மதிப்பைப் பெற்று காரியத்தை சாதித்துக் கொள்ள, அம்மா எல்லாவற்றையும் கவனித்து பார்த்துக் கொள்ள வேண்டியிருந்தது. அத்துடன் தேர்ச்சி பெறாத சில விண்ணப்பதாரர்கள் செல்வாக்குப் பெற்றவர்களாக இருப்பின், அவர்கள் ஜின்-மிங்கை புறந்தள்ளிவிடாமலும் அம்மா கவனித்துக் கொள்ள வேண்டியிருந்தது. 1973 ஆம் ஆண்டு அக்டோபர் மாதம்

நான் சிச்சுவான் பல்கலைக்கழகம் சென்றபோது, வூகனில் உள்ள மத்திய சீனா பொறியியற் கல்லூரியில், 'உலோகங்களைக் கொண்டு உருக்கி அச்சடிக்கும்' படிப்பிற்கு ஜின்-மிங் தேர்வு செய்யப்பட்டு இருந்தான். அவன் இயற்பியல் பணிக்காக தேர்வு செய்யப்பட்டிருக்க வேண்டும். இருப்பினும், இப்போது அவன் ஆனந்தத்தின் உச்சத்தில் இருந்தான்.

ஜின்-மிங்கும் நானும் பல்கலைக் கழகத்தில் நுழைவதற்கு முயற்சி எடுத்துக் கொண்டிருந்த போது, என்னுடைய இரண்டாவது சகோதரன் ஸியாவோ-ஹெய் எந்த முன்னேற்றமும் இல்லாமல் இருந்தான். ஒருவன் பல்கலைக்கழக நுழைவுத்தேர்வு எழுதுவதற்கு அடிப்படைத் தேவையாக, அவன் ஒரு உழைப்பாளனாக, அல்லது ஒரு விவசாயியாக, அல்லது ஒரு இராணுவத்தினராக இருக்க வேண்டும். ஆனால், இவன் இதில் எதிலுமே இல்லை. ஒட்டுமொத்த நகரத்து இளைஞர்களையும் அரசாங்கம் கிராமப்புறங்களுக்கு அனுப்பிக் கொண்டிருந்தது. ஆகவே, அவன் ஆயுதப் படையில் சேர்ந்து கொள்வதைத் தவிர வேறு வழியில்லை. எல்லா இடங்களுக்கும் ஏராளமான இளைஞர்கள் விண்ணப்பித்தார்கள். ஆனால், தெரிந்த ஆட்கள் இருந்தால் மட்டுமே உள்ளே நுழைய முடியும்.

வாய்ப்புகள் எல்லாம் பாதகமாக இருந்தும், அப்பா இன்னும் வெளியில் வராமல் இருந்தும், 1972 டிசம்பர் மாதம் அம்மா ஸியாவோ ஹெய்யை உள்ளே சேர்த்து விட்டாள். வடக்கு சீனாவில் இருந்த ஒரு விமானப் படைக் கல்லூரியில் ஸியாவோ- ஹெய்க்கு ஓர் இடம் ஒதுக்கப்பட்டது. மூன்று மாத அடிப்படைப் பயிற்சி பெற்றபின் ஸியாவோ-ஹெய்க்கு வானொலி இயக்கும் பணி கொடுக்கப்பட்டது. ஒரு நாளைக்கு ஐந்து மணி நேரம் பணி செய்தான். எந்த அவசரமும் இல்லாமல் மிகவும் நிதானமாக வேலை செய்தான். கிடைத்த ஓய்வு நேரத்தில் 'அரசியல் பாடங்களை' படிப்பதிலும், உணவுப் பண்டங்கள் தயாரிப்பதிலும் செலவு செய்தான்.

படிப்பிற்கான அமர்வு நேரங்களில் ஒவ்வொருவரும் 'கட்சியின் கட்டளைகளை சிரமேற்கொண்டு மக்களைக் காக்கவும், தாய்நாட்டைக் காப்பாற்றவும்' ஆயுதப் படையில் சேர்ந்ததாக முன்மொழிந்தார்கள். ஆனால், அதற்கு இன்னும் பல பொருத்தமான காரணங்கள் இருந்தன. நகர் வாழ் இளைஞர்கள் நாட்டுப்புறங்களுக்கு அனுப்பப்படுவதை அறவே விரும்பவில்லை. நாட்டுப் புறங்களிலிருந்து நகர்களுக்கு வந்த இளைஞர்கள் இராணுவத்தை ஓர் ஆதாரமாகக் கொண்டு நகருக்குள்

நிலைத்து விடலாம் என்று நம்பிக்கையோடு இருந்தார்கள். சோற்றுக்கு வழியில்லாத, கிராமங்களிலிருந்து வந்த விவசாய இளைஞர்கள் வயிற்றுக்கு சோறு கிடைத்தாலே போதும் என்று நிம்மதியடைந்தார்கள்.

1970-களில் வெளியிட்ட தகவல்களின்படி, இராணுவத்தில் சேர்வது போல, கட்சியில் சேர்வது என்பது கொள்கைகளுக்கு பொருத்தமில்லாமல் எண்ணிக்கை கூடிக் கொண்டே போனது. ஒவ்வொருவரும் தங்களது விண்ணப்பங்களில், 'கட்சி என்பது மகத்தானது, பிரமாண்டமானது, நேர்மையானது' என்றும், அதில் இணைவதின் மூலம் மானுட நலன் என்னும் அற்புதக் காரணங்களுக்காக என் வாழ்க்கையை அர்ப்பணம் செய்கிறேன். இப்பிரபஞ்ச பாட்டாளி வர்க்கத்தின் மீட்புக்காக அர்ப்பணம் செய்கிறேன்' என்றும் குறிப்பிட்டிருப்பார்கள். ஆனால், இதில் கண்ட உண்மையான காரணங்கள் எல்லாம் தங்களது சொந்த நலன்களாகவே இருக்கும். இதுதான் ஒருவன் அரசாங்க அதிகாரி ஆவதற்கு எடுக்கும் முயற்சிக்கான அடிப்படைக் காரணம். ஓர் இராணுவ அதிகாரி அதிலிருந்து வெளியே அனுப்பப்படாமல், அப்படியே அவன் 'அரசாங்க அதிகாரியாக' ஆகி விடுகிறான். அவனுக்கு நிரந்தர சம்பளம், ஆட்சி அதிகாரம், இப்படி எல்லாம் உண்டு. அவனுக்கு நகரத்துப் பதிவு என்பது தேவையில்லாமல் போய் விடும். ஆனால், அவன் ஒரு சாமானியனாக இருந்தால், கிராமத்திற்கே திரும்பிப் போய், மண்வெட்டியைத் தூக்கிக் கொண்டு காலமெல்லாம் உழைக்க வேண்டியதுதான். இதுபோல ஆண்டுதோறும் 'வெளியில் அனுப்பப்படும்' சமயங்களில், தற்கொலைகள், மனநிலை பாதித்து பைத்தியமாகி விடுதல், உடல் நலம் பாதித்து நடை பிணமாகி விடுதல் போன்ற சம்பவங்கள் நிறைய உண்டு.

ஒரு நாள் மாலை ஆயிரக்கணக்கான சிப்பாய்களோடும், அதிகாரிகளோடும், அவர்களின் குடும்பத்தார்களோடும் அமர்ந்து ஸியாவோ-ஹெய் திறந்த வெளியில் திரைப்படம் பார்த்துக் கொண்டிருந்தான்.

திடீரென்று ஓர் எந்திரத் துப்பாக்கி பயங்கரச் சத்தத்தோடு வெடிக்கும் சத்தம் கேட்டது. பார்த்துக் கொண்டிருந்த அனைவரும் தெறித்து ஓடினார்கள். அந்தத் துப்பாக்கி சூட்டில் இறங்கியவன் ஒரு படைவீரன். அவன் கட்சிக்குள் நுழையும் முயற்சி தோல்வி அடைந்து, அதனால் அவனுடைய நீண்ட நாள் கனவாகிய ஆட்சி அதிகாரக் கனவு கலைந்து விட்டது. அவன் கிராமத்தில் உள்ள வீட்டிற்கு திரும்ப அனுப்பப்படவிருந்தான். முதலில் அவன் கட்சி

அதிகாரி ஒருவரை சுட்டு வீழ்த்தினான். அந்த அதிகாரிதான் அவனது முன்னேற்றத்திற்கு முட்டுக்கட்டை போட்டவர். அதன்பிறகு கூட்டத்தை நோக்கி கண்டபடிச் சுட்டான். பிறகு கையெறி வெடிகுண்டுகளை வீசினான். இன்னும் ஐந்து பேர் அதே இடத்தில் சுருண்டு விழுந்து மடிந்தனர். இவர்கள் எல்லாரும் பெண்களும், அதிகாரிகளின் குழந்தைகளுமாக இருந்தார்கள். 12 பேருக்குமேல் படுகாயம் அடைந்தார்கள். அடுத்து ஒரு குடியிருப்புக்குள் துப்பாக்கியோடு நுழைந்தான். அங்கு படைவீரர்கள் அவனைச் சுற்றி வளைத்துக் கொண்டு, மெக்கபோன் ஒலி பெருக்கியின் மூலம் சரணடைந்துவிடுமாறு எச்சரிக்கை விடுத்தார்கள். இதைப் பார்த்துக் கொண்டு நின்றவர்கள் அதிர்ந்து போகும்படியாக அவன் ஜன்னலின் உள்ளே இருந்து படை வீரர்களை நோக்கி சுட்டான். படை வீரர்கள் கலைந்து தலை தெறிக்க ஓடி விட்டார்கள். கடைசியாக இதற்கு பயிற்சி பெற்ற ஒரு சிறப்புப் படை வந்தது. இரண்டு பக்கங்களிலிருந்தும் மாறி மாறி துப்பாக்கிக் குண்டுகள் வெடித்த வண்ணமிருந்தன. கடைசியில் சிறப்புப் படை, வீட்டை உடைத்துக் கொண்டு உள்ளே சென்று பார்த்தபோது, அவன் தன்னையே சுட்டுக் கொண்டு இரத்த வெள்ளத்தில் உயிரற்றுக் கிடந்தான்.

ஸியாவோ-ஹெய்யோடு இருந்த எல்லாரையும்போல, இவனும் கட்சிக்குள் நுழைந்துவிட வேண்டுமென்று விரும்பினான். இராணுவப் பணிக்கு வந்தபிறகு நாட்டுப்புறத்திற்கு திரும்பிப் போக வேண்டிய அவசியம் இருக்காது என்று அவன் தெரிந்து கொண்டதால், மற்ற விவசாயப் பின்புலத்திலிருந்து வந்த படைவீரர்கள் போல, இவனுக்கு அது ஒரு வாழ்வா சாவா என்ற பிரச்சினை இல்லை. இதில் சட்டம் சொல்வது என்னவென்றால், நகரத்திலிருந்து நாட்டுப்புறம் சென்ற ஒருவன், (ஸியாவோ-ஹெய்) மீண்டும் நகருக்கு திரும்பி வந்து விட்டால், அவன் கட்சி உறுப்பினரா, இல்லையா என்று பார்க்காமல், அவனுக்கு செங்குடுவில் அரசு வேலை கிடைக்கும் உரிமை கிடைத்து விடும். ஆனால், அவன் ஒரு கட்சி உறுப்பினராக இருந்தால், அவனுக்கு உயர் பதவி கிடைக்கும். அறிவு வளர்ச்சிக்கான வாயிலாகவும் அது அமைந்து விடும். அந்த நேரத்தில் சீன தேசம் ஒரு ஞான சூன்ய தேசமாக விளங்கியது. உருப்படாத கட்சிப் பரப்புரையைத் தவிர வேறு எதையும் யாரும் வாசிப்பதில்லை.

இப்படிப்பட்ட அணுகுமுறைகள் இருந்த போதிலும், என்ன நடக்குமோ என்ற பயம் எல்லாரிடமும் கொஞ்சம் ஒட்டிக் கொண்டுதான் இருந்தது. கட்சியில் இணைந்து கொள்வது ஆயுள் காப்பீட்டுத் திட்டத்தில் சேர்ந்து கொள்வது போல ஆகிவிட்டது.

820 'வெளிநாட்டுக்காரர்கள் விடும் அசுத்தக் காற்றை முகர்ந்து பார்த்து,
'நல்ல வாசனையாக இருக்கிறது' என்று சொல்ல வேண்டும்'

கட்சி உறுப்பினராகி விட்டால் உங்களுக்கு ஒரு தொந்திரவும் வராது. கட்சி தரும் பாதுகாப்பு உணர்வு ஒன்றே போதும். இதில் சிக்கல் என்னவென்றால், ஸியாவோ-ஹெய் இருக்கக்கூடிய இன்றைய அரசியல் சூழலில், ஒருவன் கட்சியில் சேர்ந்து கொள்ள விருப்பப்படவில்லையென்றால், அது அவனது பதிவேடுகளில் குறிப்பிடப்படும் சந்தேகம் அவனைத் தொடரும். 'கட்சியில் சேர அவனுக்கு ஏன் விருப்பம் இல்லை?' அவனும் அதற்கு விண்ணப்பித்து, அது ஏற்றுக் கொள்ளப்படாமல் போனால் கூட, அதுவும் சந்தேகத்திற்கு இடம் கொடுக்கும்: 'அவனது விண்ணப்பம் ஏன் ஏற்றுக் கொள்ளப்படவில்லை? ஏதோ அவனிடம் தவறு இருக்கிறது.'

ஸியாவோ-ஹெய் மார்க்ஸிய படைப்புகளை உண்மையான ஆர்வத்தோடு படித்துக் கொண்டு வந்தான். அவனுக்கு வாசிக்கக் கிடைத்த புத்தகங்களே அவைகள் மட்டும்தான். அவனுடைய அறிவுப் பசிக்கு தீனி போட்டுக்கொள்ள இப்படி ஏதாவது தேவைப்பட்டது. மார்க்ஸியத்தையும், லெனினிஸத்தையும் வாசிப்பதுதான் கட்சியில் சேர்வதற்கான முதல் தகுதி என்று கம்யூனிஸ்ட் கட்சிச் சாசனம் கூறுகிறது. இந்த ஆர்வத்தை சுய இலாபத்தோடு சேர்த்துப் பார்த்துக் கொள்ள வேண்டும் என்று ஸியாவோ-ஹெய் எண்ணிக் கொண்டான். இவனது மேலதிகாரியோ, அல்லது இவனது தோழர்களோ இவனிடமுள்ள இந்த ஆர்வத்தைக் கண்டு கொள்ளவில்லை. உண்மையில் விவசாயப் பின்புலங்களிலிருந்து வந்தவர்களாலும், போதிய படிப்பறிவு இல்லாதவர்களாலும் மார்க்ஸியத்தைப் படித்து புரிந்து கொள்ள முடியாது என்ற உண்மையை மேலதிகாரிகள் புரிந்து கொள்ள தொடங்கினார்கள். ஸியாவோ-ஹெய் திமிர் பிடித்தவன் என்றும், மனு அண்டாதவன் என்றும் குற்றம் சுமத்தினார்கள். அவன் கட்சியில் சேர வேண்டுமென்றால், வேறு வழியைத்தான் பார்த்துக் கொள்ள வேண்டும்.

இதைச் சாதித்துக் கொள்ள முதலில் தன் மேலதிகாரிகளைத் திருப்திப்படுத்த வேண்டும் என்று பிறகு உணர்ந்து கொண்டான். அடுத்ததாக அவனது தோழர்களைச் சந்தோஷப்படுத்த வேண்டும். அவனுக்கு பெயர் வரவும், அவனது பணியில் கடுமையாக உழைக்கவும், அடிப்படையில் மக்களுக்கு சேவை செய்ய வேண்டியிருந்தது.

கீழ் மட்ட நிலையில் உள்ள ஊழியர்களுக்கு இழிவான, முகம் சுளிக்கக்கூடிய வேலைகளைக் கொடுக்கக்கூடிய மற்ற இராணுவங்களைப் போல இல்லாமல், சீன இராணுவம், காலைக்

கடமைகளுக்கு தேவையான தண்ணீர் கொண்டு வருதல், தரையைக் கூட்டுதல் போன்ற வேலைகளைச் செய்வதற்கு முன்வரும் தன்னார்வலர்களை எதிர்நோக்கி செயல்பட்டு வந்தது. படை வீரர்களை எழுப்புதவற்காக பாடப்படும் நேரம் காலை 6.30 மணி. கட்சியில் சேரும் அதிதீவிர ஆவல் கொண்டுள்ளோருக்கு 6.30 மணிக்கு முன்பாக எழுந்திருக்க வேண்டுமென்ற 'கௌரவமான பணி' நிர்ணயிக்கப்பட்டது. இதனால், காலையில் துடைப்பத்தைக் கைப்பற்றிக் கொள்ளுவதற்கு வீரர்களிடையே கடும் போட்டி ஏற்பட்டது. இதற்காகவே வீரர்கள் அதிகாலைக்கு முன்பே எழுந்து விடுவதும் உண்டு. ஒரு நாள் காலை 4.00 மணிக்கு முன்பே யாரோ தரையைக் கூட்டும் சத்தம் கேட்டு ஸியாவோ-ஹெய் விழித்திருக்கிறான்.

இன்னும் சலிப்பூட்டக்கூடிய வேலைகள் பல இருந்தன. அவற்றில் மிக முக்கியமாகக் கருதப்பட்டது உணவு உற்பத்தி வேலை. பெரிய அதிகாரிகளுக்கு கூட அடிப்படை உணவுக்கு கொடுக்கப்பட்டு வந்த உதவித்தொகை மிகவும் சொற்பத் தொகையாக இருந்தது. வாரத்திற்கு ஒரு நாள் மட்டும் இறைச்சி வழங்கப்பட்டது. அதனால், இராணுவ வீரர்கள் கொண்ட ஒவ்வொரு படைப்பிரிவும் தங்களுக்கென்று தனித்தனியாக தானிய வகைப் பயிர்களும், காய்கறிச் செடிகளும், தங்களுக்கெனப் பன்றிகளும் வளர்த்துக் கொள்ள வேண்டியதாகி விட்டது. அறுவடை நேரங்களில் கட்சிப் பொறுப்பாளர் அடிக்கடித் தோன்றி எழுச்சி உரை நிகழ்த்துவார். 'தோழர்களே, இதோ, கட்சி உங்கள் திறமைகளை எடை போடும் நேரம் வந்து விட்டது. இன்றைய மாலைப் பொழுதிற்குள் இந்த வயல் முழுவதையும் நாம் முடித்து ஆக வேண்டும்! ஆம்! இந்த வேலை முடிய, இப்போது நம்மிடையே இருக்கும் மனித ஆற்றலைப் போல இன்னும் பத்து மடங்கு மனித ஆற்றல் தேவைப்படுகிறது. புரட்சிப் போராளிகளாகிய நாம் ஒவ்வொருவரும் பத்து ஆட்கள் செய்ய வேண்டிய வேலையைச் செய்து முடிக்க முடியும். கம்யூனிஸ்ட் கட்சி உறுப்பினர் ஒவ்வொருவரும் வழிகாட்டும் ஒரு வேலையை எடுத்து செய்ய வேண்டும். கட்சியில் சேர முனைப்புக் காட்டும் ஒவ்வொருவருக்கும் உங்கள் திறமைகளை வெளிக்காட்டிக் கொள்ள இதுவே தகுந்த தருணம்! இந்தச் சோதனையில் வெற்றி பெற்றவர்கள், இன்றைக்குள், இதே களத்தில், கட்சியில் சேர்ந்து கொள்ள தகுதியுடையவர்கள் ஆகி விடுவீர்கள்.'

கட்சி உறுப்பினர்கள், தங்களின் 'முதன்மைப் பணியை' முடித்துக் கொள்ளக் கடினமாக உழைக்க வேண்டும். ஆனால், கட்சியில் சேரும் ஆர்வமுள்ள படை வீரர்கள் தங்களது முழு முயற்சியையும்

 'வெளிநாட்டுக்காரர்கள் விடும் அசுத்தக் காற்றை முகர்ந்து பார்த்து, 'நல்ல வாசனையாக இருக்கிறது' என்று சொல்ல வேண்டும்'

நிரூபித்துக் காட்ட வேண்டும். சுறுசுறுப்பாக வேலை செய்து கொண்டிருந்த ஸியாவோ-ஹெய், ஒரு கட்டத்தில், களைத்துப் போய் நடு வயலில் விழுந்து விட்டான். வேலையை முடித்துக் காட்டிய புதிய படை வீரர்கள், முடித்ததற்கு அடையாளமாகத் தங்கள் கரங்களை உயர்த்திக் காட்டி, 'மகிமையும், மாண்பும் நிறைந்த கம்யூனிஸக் கருத்துக்களுக்காக என் வாழ்நாள் முழுவதும் போராடுவேன்' என்ற கட்சியின் அதிகாரப்பூர்வமான வாக்குறுதியை உரத்தச் சொல்ல வேண்டும். வயல் நடுவில் மயக்கி விழுந்த ஸியாவோ-ஹெய்யை மருத்துவமனைக்கு எடுத்துச் சென்றார்கள். அதனால் அவன் மருத்துவமனையிலே சில நாட்கள் தங்கி சிகிச்சை பெற வேண்டியதாகி விட்டது.

கட்சியில் சேர்வதற்கு மிக முக்கியமான நேரடிப் பாதை ஒன்று இருக்கிறதென்றால், அது பன்றி வளர்ப்பதுதான். இராணுவம் ஏராளமான பன்றிப் பண்ணைகள் வைத்திருந்தன. படைவீரர்களின் இதயங்களில் பன்றிப் பண்ணைகளுக்கென்று ஒரு தனி இடம் இருந்தது. இராணுவ அதிகாரிகளும், அதேபோல சாமானிய மனிதர்களும் பன்றிப் பண்ணையைச் சுற்றிச் சுற்றி வருவார்கள். அதை உன்னித்துக் கவனிப்பார்கள். அது பற்றி விவாதிப்பார்கள். அதுபோல இன்னும் வளர்க்க ஆசைப்படுவார்கள். பன்றிகள் நன்றாக வளர்ந்து வந்தால், அந்தப் பன்றி மந்தைகளே இராணுவப் படைப்பிரிவின் நேசத்துக்குரியவைகள். இந்தத் தொழிலுக்கு பல போட்டியாளர்கள் வருவார்கள்.

ஸியாவோ-ஹெய்க்கு முழு நேர வேலையாகப் பன்றிகளைப் பராமரிக்கும் வேலை கொடுக்கப்பட்டது. அது கடினமான வேலை மட்டுமல்ல அருவருப்பான வேலையும்கூட. அதனால் வரும் மன அழுத்தத்தைச் சொல்ல வேண்டியதில்லை. இவனும், இவனது சக பணியாளர்களும் முறை வைத்து, அதிகாலையில் எழுந்து பன்றிகளுக்கு உபரியாகத் தீவணம் கொடுக்க வேண்டும். ஒரு பெண் பன்றி, குட்டிகளை ஈன்ற பொழுது, அது அந்தக் குட்டிகளை படுக்கையில் அழுத்திக் கொன்று விடாதவாறு ஸியாவோ-ஹெய்யும் அவனது சக பணியாளர்களும் இரவு முழுவதும் கண்காணிக்க வேண்டும். தரமான சோயா மொச்சைகளை கவனமாகத் தேர்ந்தெடுத்து, கழுவி, அரைத்து, வடித்தெடுத்து 'சோயா மொச்சை பால்' தயாரிக்க வேண்டும். அதைப் பாசமாக தாய்ப் பன்றிக்கு குடிக்கக் கொடுத்தால், அதற்கு பால் நன்றாக ஊறும். ஸியாவோ-ஹெய் எதிர்பார்த்தபடி அவனுடைய விமானப்படை வாழ்க்கை அமையவில்லை. இராணுவத்தில் முக்கால்வாசி நேரத்திற்கு மேல் உணவு தயாரிக்கும் வேலை எடுத்துக் கொண்டது.

ஓராண்டுக் காலமாக உயிரைக் கொடுத்து பன்றி வளர்க்கும் வேலையை செய்து வந்ததால், ஸியாவோ-ஹெய் கட்சிக்குள் எடுத்துக் கொள்ளப்பட்டான். மற்றவர்களைப் போல இவனும் இப்போது கால் மேல் கால் போட்டுக்கொண்டு ஓய்வெடுத்துக் கொண்டிருந்தான்.

கட்சியில் உறுப்பினர் ஆனவுடன், ஒவ்வொருவருக்கும் தோன்றும் ஆசை - ஓர் அதிகாரி ஆகி விட வேண்டும் என்பதுதான். முந்தைய பதவி எவ்வளவு நன்மை பயத்ததோ, அதைப்போல இப்போதைய பதவி இன்னொரு மடங்கு நன்மையைக் கொடுத்தது. ஒருவன் அதிகாரி ஆவதற்கு அவனுடைய மேலதிகாரிதான் அவனுக்கு அருள் பாலிக்க வேண்டும். எனவே மேலதிகாரியைக் கவனித்துக் கொள்வதில்தான் வெற்றியின் மையப்புள்ளி அடங்கியிருந்தது. இவனது சக பணியாளர்களின் அரசியல் அதிகாரிகளில் ஒருவர், ஸியாவோ-ஹெய்யை அழைத்து வர ஆள் அனுப்பினார். அவன் காரணம் புரியாமல் ஒருவகை பதற்றுடன் சென்றான். 'நல்ல விஷயமாக இருக்குமா அல்லது சிக்கலில் எதுவும் சிக்கிக் கொண்டோமா' என்ற குழப்பத்துடன் போய் நின்றான். 50 வயது மதிக்கத்தக்க அந்த மனிதர், பருத்த கண்களுடன் கொழுகொழுவென்றிருந்தார். அவரது குரல் கடுமையாகவும், அதிகாரத் தோரணையிலும் அமைந்திருந்தது. ஒரு சிகரெட்டைப் பற்றவைத்துக் கொண்டு அவனை நிமிர்ந்து பார்த்தபோது, அந்த முகத்தில் ஒரு கனிவும், பாசமும் தெரிந்தது. அவனுடைய வயது, உடல் நலம், மற்றும் குடும்பப் பின்னணி அனைத்தையும் ஒன்றுவிடாமல் விசாரித்தார். எந்தப் பெண்ணோடாவது அவனுக்கு திருமணம் நிச்சயம் ஆகியுள்ளதா என்றுகூடக் கேட்டார். அவன், 'அப்படி ஏதும் இல்லை' என்று கூறினான். அவர் இவனோடு நெருங்கிப் பேசியதால், இது நல்லதற்கான அறிகுறியாகத் தெரிகிறது என்று அவன் மனதில் பட்டது. அவர் இன்னும் அவனைப் பாராட்டத் தொடங்கினார். 'மார்க்ஸிய, லெனினிஸ, மாவோ சிந்தனைகளை நீ ஆழமாகப் படித்திருக்கிறாய். கடினமாக உழைத்திருக்கிறாய். மக்கள் எல்லாம் உன் மீது உயர்ந்த அபிப்ராயம் வைத்திருக்கிறார்கள். நீ தன்னடக்கத்துடன் நடந்து கொள்ள வேண்டும். தன்னடக்கம் உன்னை எல்லா வகைகளிலும் மேம்படுத்தும்' என்று கூறிவிட்டு, சிகரெட் துண்டை அணைத்தார். பதவி உயர்வு இப்போது அவருடைய சட்டைப் பையில் இருப்பதாக எண்ணிக் கொண்டான்.

அந்த அதிகாரி இன்னொரு சிகரெட்டைப் பற்ற வைத்துக்கொண்டு, ஒரு பஞ்சு மில் தீப்பிடித்த கதையையும், அதில் வேலை செய்த

பெண் தீயில் பாதிக்கப்பட்டதையும், அந்தப் பாதிப்பிலும் அவள் அரசாங்கச் சொத்தைப் பாதுகாக்கப் போராடியதையும் அவனிடம் விபரமாகக் கூறினார். நெருப்பில் பாதிக்கப்பட்ட அவளது கைகளும், கால்களும் எடுக்கப்பட்டன. அவளது தலையும் முண்டமும்தான் மிஞ்சியது. இதையெல்லாம் கூறியபின், அவர் கொஞ்சம் அழுத்தமாக, 'அவளுடைய முகத்திற்கு எந்தச் சேதாரமும் இல்லை. இன்னும் முக்கியமானதாக அவளால் குழந்தைகள் பெற்றுக் கொள்ள முடியும். அவள் ஒரு வீர மங்கை. பத்திரிகைத் துறையில் அவள் பெருமளவில் முதன்மைப்படுத்தப்படவிருக்கிறாள். அவளது தேவைகள் அனைத்தையும் கட்சி அவளுக்கு வழங்கவிருக்கிறது. அவள் ஒரு விமானப்படை அதிகாரியை மணந்து கொள்ள வேண்டும் என்ற தனது விருப்பத்தை வெளியிட்டிருக்கிறாள்' என்று கூறிவிட்டு நிறுத்தினார். ஸியாவோ-ஹெய் ஓர் இளைஞன், அழகானவன், திருமணம் ஆகாதவன். எந்த நேரத்திலும் அவன் ஓர் அதிகாரி ஆக்கப்படக் கூடியவன்.

ஸியாவோ-ஹெய் அவள் மீது அனுதாபப்பட்டான். ஆனால், திருமணம் செய்து கொள்வது என்பது வேறு விஷயம். ஆனால், அந்த அதிகாரியை எப்படி மறுத்துப் பேசுவது? எந்தக் காரணத்தைச் சொல்லி மறுப்பது? காதலா? காதல் என்பது 'வர்க்க உணர்வு' என்று ஒதுக்கப்பட்ட ஓர் விஷயம். அவனுக்கு அவளைத் தெரியாது என்று கூறுவதால், அவனை இன்னலிலிருந்து விடுவிக்க முடியாது. பல திருமணங்கள் சீனாவில் கட்சியாலே ஏற்பாடு செய்து நடத்தப்பட்டிருக்கின்றன. ஒரு கட்சி உறுப்பினராக, குறிப்பாக அதிகாரப் பதவியை நம்பிக் கொண்டிருக்கிற ஸியாவோ-ஹெய் இவ்வாறு கூற வேண்டும் என்று எதிர்பார்க்கப்பட்டான்: அதாவது 'கட்சி எடுக்கும் முடிவுக்கு நான் கட்டுப்படுகிறேன்' என்று அவன் சொல்ல வேண்டும். எந்தப் பெண்ணோடும் எனக்கு நிச்சயம் செய்யப்படவில்லை என்று ஏன் சொன்னோம் என்று ஸியாவோ-ஹெய் வேதனைப்பட்டான். இதை அந்த அதிகாரி செயல்படுத்துமுன், எந்த வழியிலாவது 'முடியாது' என்று சொல்லி விட வேண்டும் என்று அவன் மனம் அலை மோதியது. அவனுக்கு கிடைக்கவிருந்த அனுகூலங்கள்: அடுத்த தருணமே அதிகாரியாகப் பதவி உயர்வு. நற்புகழுக்கும் பெயருக்கும் உத்தரவாதம். முழு நேரப் பணிப்பெண் உதவி. வாழ்க்கை முழுதும் மிதமிஞ்சிய ஊதியச் சலுகை.

அந்த அதிகாரி இன்னும் ஒரு சிகரெட்டைப் பற்றவைத்து இழுத்து ஊதினார். ஸியாவோ-ஹெய் வார்த்தைகளை அளந்து பேசினான். இதில் கொஞ்சம் ஆபத்து கலந்திருக்கிறது என்பதை அறிந்து, 'கட்சி

எடுக்கும் முடிவுகள் மாற்றிக் கொள்ள முடியாதவைகளா?' என்று கேட்டான். எப்போதும் தன்னார்வத்துடன் வரக்கூடிய மக்களின் முடிவுக்குத்தான் கட்சி முன்னுரிமை கொடுக்கும் என்று அவனுக்கு தெரியும். அவன் எதிர்பார்த்தபடி அந்த அதிகாரி 'இல்லை' என்று கூறினார். அது ஸியாவோ-ஹெய் எடுக்கும் முடிவுதான். கொஞ்சம் ஏமாற்றிப் பார்க்கலாமே என்று ஸியாவோ-ஹெய் யோசித்தான். தனக்கு நிச்சயிக்கப்பட்டுள்ள பெண் யாரும் இல்லையென்றாலும், அம்மா ஒரு பெண்ணை ஏற்பாடு செய்திருக்கிறாள் என்று கூறினான். அம்மா பார்க்கும் அந்தக் கற்பனைக் காதலி, அந்த 'வீர மங்கையை' இருக்கும் இடம் தெரியாமல் செய்துவிட முடியும் என்று அவனுக்குத் தெரியும். இதில் இரண்டு இயல்புக் குணங்கள் அடங்கியுள்ளன. ஒன்று வலதுசாரி பின்னணியும், இரண்டு கடின உழைப்பும் ஆகும். எனவே, அவனுடைய கற்பனைக் காதலி ஒரு பெரிய இராணுவ மண்டலக் கமாண்டரின் மகள் ஆகி விட்டாள். அத்துடன் அவள் இராணுவ மருத்துவமனையில் பணியாற்றினாள். அவர்கள் 'காதல் பற்றி பேசத்' தொடங்கி விட்டார்கள்.

'நீ என்ன நினைக்கிறாய் என்பதைத் தெரிந்து கொள்ளத்தான் விசாரித்தேன். வேறு ஒன்றுமில்லை' என்று சொல்லிவிட்டு நிறுத்திக் கொண்டார். அதற்குமேல் ஒரு பெண்ணை வலிந்து அவன் மீது திணிக்க அவருக்கு எண்ணமில்லை. இதனால் ஸியாவோ-ஹெய்க்கு பாதிப்பு ஒன்றும் இல்லை. அதன்பிறகு, விரைவில் அவன் ஓர் அதிகாரி ஆக்கப்பட்டான். வானொலி தகவல் பரிமாற்ற அமைப்புக்கு பொறுப்பு அதிகாரி ஆனான். பாதிக்கப்பட்ட வீராங்கனையை மணந்து கொள்ள விவசாயக் குடும்பத்து இளைஞன் ஒருவன் முன் வந்தான்.

இதற்கிடையில், திருமதி மாவோவும், அந்த அம்மையாரின் ஆட்களும், நாட்டைச் செயல்பட விடாமல் தடுக்கும் முயற்சியை மீண்டும் ஆரம்பித்தார்கள். தொழில் துறையைப் பொறுத்தவரை 'உற்பத்தி நிறுத்தப்பட்டால் அதுவே புரட்சியாகும்' என்பதுதான் அவர்களது கொள்கை முழக்கமாக இருந்தது. அதுபோல வேளாண் துறையிலும் அவர்கள் தீவிரமாகத் தலையிட்டு, அவர்கள் வெளியிட்ட கொள்கை முழக்கக் குரல்: 'முதலாளித்துவ விளைபொருளைவிட, சமதர்மக் களைகள்தான் எங்களுக்கு வேண்டும்.' அந்நிய நாட்டுத் தொழில்நுட்பத்தை ஏற்றுக்கொள்வது - 'அவர்கள் 'டர்'ரென்று விடும் அசுத்தக் காற்றை முகர்ந்து பார்த்து, நல்ல வாசனையாக உள்ளது' என்று சொல்வது போல இருக்கிறது என்றார்கள். கல்வித்துறையைப் பொறுத்தவரை, 'படிப்பறிவில்லாத பாட்டாளி மக்கள்தான் எங்களுக்கு வேண்டும்.

'வெளிநாட்டுக்காரர்கள் விடும் அசுத்தக் காற்றை முகர்ந்து பார்த்து, 'நல்ல வாசனையாக இருக்கிறது' என்று சொல்ல வேண்டும்'

படித்தறிந்த மேட்டுக்குடியினர் எங்களுக்குத் தேவையில்லை' என்று குரல் எழுப்பினார்கள். பள்ளி மாணவர்களை அழைத்து ஆசிரியர்களுக்கு எதிராக மீண்டும் கிளர்ச்சி செய்யத் தூண்டினார்கள். 1974 ஜனவரி மாதம் பீக்கிங் நகர் பள்ளிகளில் இருந்த வகுப்பறைச் ஜன்னல்கள், மேஜை, நாற்காலிகள் எல்லாம் 1966-ல் நடந்தது போல அடித்து நொறுக்கப்பட்டன. '18ஆம் நூற்றாண்டில், இங்கிலாந்து நாட்டு உழைக்கும் மக்கள் எந்திரங்களை அடித்து, நொறுக்கி, அழித்த புரட்சி நடவடிக்கையைப் போல' என்று மாவோவின் மனைவி இதை வர்ணித்தாள். உணர்ச்சிகளைத் தூண்டிவிடக்கூடிய இந்தக் கொள்கை முழக்கக் குரல்கள் ஒரே ஒரு நோக்கத்திற்காக மட்டும்தான்: சூ என்லாய்க்கும், டெங் சியோபிங்குக்கும் எதிராக கிளர்ச்சி செய்யவும், நாட்டின் அமைதியைக் குலைக்கவும்தான் இந்த நடவடிக்கை. மக்களைத் துன்புறுத்தி 'அழிப்பதன்' மூலம்தான் கலாச்சாரப் புரட்சிப் புகழ் மாவோவின் மனைவியும் அவளது புத்திசாலிக் கைத்தடிகளும் பெயரும் புகழும் பெற இதை ஒரு வாய்ப்பாகக் கொண்டனர். 'ஆக்கத்தில்' அவர்களின் பங்கு எதுவும் இல்லை.

சூ என்லாய்யும், டெங் சியோபிங்கும் நாடு தொழில் துறையில் வளம் பெற தற்காலிக நடவடிக்கைகள் எடுத்துக் கொண்டிருந்தபோது, திருமதி மாவோ அந்நிய கலாச்சாரப் பண்பாடுகளின் மீது போர் தொடுக்கத் தொடங்கினாள். 1974 ஆம் ஆண்டின் ஆரம்பத்தில், இத்தாலி நாட்டு திரைப்பட இயக்குநர் மைக்கில் ஆஞ்சலோ ஆண்டோனியனி மீது ஊடகங்கள் மூலம் மாபெரும் தாக்குதல் நடத்தப்பட்டது. அவர் சீன நாட்டைப் பற்றி ஒரு திரைப்படம் எடுத்து விட்டார். சீனாவில் உள்ள எந்த நபரும் அந்த திரைப்படத்தைப் பார்க்கவில்லை. ஒரு சிலர் மட்டும் அந்த திரைப்படத்தையும் அல்லது அதன் இயக்குநரையும் கேள்விப்பட்டது மட்டும்தான் உண்டு. ஃபிளடெல்ஃபியா இசைக் குழுவினர் சீனாவுக்கு வந்து விட்டுப் போன பிறகு, இந்த வெறுப்பு பீத்தோவன் வரை சென்றது.

லின் பியாவோ இறந்த இந்த இரண்டு ஆண்டுக் காலத்தில், எனது மனநிலை நம்பிக்கை இழந்து, விரக்தியும், ஆத்திரமும்தான் அடைந்தது. ஒரு நிம்மதி என்னவென்றால், எல்லாவற்றின் மீதும் ஓர் எதிர்ப்பு கிளம்பியது. அதாவது கலாச்சாரப் புரட்சி நடைபெற்ற முந்தைய ஆண்டுகளில் நடந்தது போல, ஒரு வடிகட்டிய முட்டாள்தனம் எங்கும் கோலோச்சவில்லை. இந்தச் சமயத்தில், மாவோ இந்த இரண்டு பக்கங்களுக்கும் தன்னுடைய முழு ஆதரவையும் வழங்கவில்லை. கலாச்சாரப் புரட்சியைக்

கவிழ்த்துவிட சூ என்லாய்யும், டெங் சியோபிங்கும் எடுக்கும் முயற்சிகளை மாவோ வெறுத்தார். ஆனால் அதேசமயம், அவரது மனைவியும், அவளது ஆட்களும் நாட்டைச் செயல்படவிடாமல் செய்பவர்கள் என்பதும் அவருக்கு நன்றாகத் தெரிந்தது.

நாட்டின் நிர்வாகத்தை நடத்திச் செல்லுமாறு மாவோ, சூ என்லாய்யைப் பணித்தார். ஆனால் அதேசமயம், தன் மனைவியை அவர் மீது ஏவிவிட்டு, ஒரு கண் வைத்துக் கொள்ளுமாறு சொன்னார். குறிப்பாக 'கன்ஃபூசியசை மதிப்பீடு செய்யும்' புதிய திட்டத்தில் அவரைக் கண்காணிக்குமாறு மனைவியிடம் கூறினார். கொள்கை முழக்கக் குரல்கள் லின் பியாவோவை மேலோட்டமாக கண்டனத்திற்கு உள்ளாக்கியது. ஆனால், பண்டைய துறவியான கன்ஃபூசியஸ் பரிந்துரைத்த நற்செயல்களுக்கு எடுத்துக்காட்டாக விளங்கும் சூ என்லாய்யைத்தான் கொள்கை முழக்கக் குரல்கள் குறி வைத்தன. அறிந்தோ, அறியாமலோ, சூ என்லாய் விசுவாசமாக இருந்தும், மாவோ அவரை ஒருபோதும் தனியாக விடவில்லை. அப்போது மட்டுமல்ல, சூ என்லாய்யின் சிறுநீர்ப்பையில் முற்றிய நிலையில் புற்றுநோய் வந்து கீழே விழும் வரை அவரைத் தனியாக விடவில்லை.

கலாச்சாரப் புரட்சிக்கு மாவோதான் முற்றிலும் பொறுப்பானவர் என்பதை இந்தக் கால கட்டத்தில் உணர்ந்து கொள்ளத் தொடங்கினேன். ஆனாலும், இன்னும், என் மனதளவில்கூட மாவோவை நான் கண்டனத்திற்கு உள்ளாக்கவில்லை. ஒரு தெய்வத்தை அழிப்பது முடியாத காரியம். ஆனால் மனதளவில் எனக்குள்ளே அவர் பெயரை தெளிவுபடுத்த நான் பக்குவப்பட்டிருந்தேன்.

திருமதி மாவோவும், அவளது அரசியல் சூழ்ச்சிக்காரர்களும் தங்களின் நாசவேலைக்கு கல்வியைக் கையில் எடுத்துக் கொண்டார்கள். ஏனென்றால், கற்றல் கற்பித்தலில் ஏற்படும் ஒவ்வொரு நடவடிக்கையும் கலாச்சாரப் புரட்சியின் அறியாமையை தலைகீழாக்கி விடும். பல்கலைக்கழகத்தில் நுழைந்தவுடன், நான் ஒரு யுத்தகளத்தில் இருப்பது போல உணர்ந்து கொண்டேன்.

சிச்சுவான் பல்கலைக் கழகம் ஆகஸ்ட் 26 இயக்கத்தின் தலைமை இடமாக இருந்தது. இந்தப் புரட்சிக்குழுதான் டிங் தம்பதியினரின் அதிகார மையமாகச் செயல்பட்டது. ஏழாண்டுக் காலக் கலாச்சாரப் புரட்சியில் கட்டிடங்கள் ஓட்டை விழுந்து கிடந்தன. பல்கலைக்கழக வளாகத்திற்குள் இருந்த தங்க மீன்களுக்கும்

828 'வெளிநாட்டுக்காரர்கள் விடும் அசுத்தக் காற்றை முகர்ந்து பார்த்து, 'நல்ல வாசனையாக இருக்கிறது' என்று சொல்ல வேண்டும்'

தாமரைப் பூக்களுக்கும் புகழ்பெற்று விளங்கிய குளம் இப்போது நாற்றமெடுத்து கொசு உற்பத்திப் பண்ணையாக விளங்கியது. தலைவாசலிலிருந்து தொடர்ந்து நிற்கும் ஃபிரஞ்ச் மரங்கள் கண்டபடி வெட்டப்பட்டிருந்தன.

நான் பல்கலைக் கழகத்தில் சேர்ந்த அதே தருணத்தில் 'பின் கதவு வழியாக உள்ளே செல்லுதல்' என்பதற்கு எதிராக ஓர் அரசியல் திட்டம் ஒன்று தொடங்கப்பட்டது. கலாச்சாரப் புரட்சி முன்னணித் தலைவர்கள்தான் 'முன் வாசலை' மூடியது என்ற உண்மையைச் சொல்ல வேண்டிய அவசியம் இல்லை. தொழிலாளர்களாக, விவசாயிகளாக மற்றும் இராணுவத்தினராக பணியாற்றி, இப்போது பல்கலைக்கழகத்தில் பயிலும் மாணவர்களில் பலர் உயர் அதிகாரிகளின் குழந்தைகள் என்பதை நான் புரிந்து கொண்டேன். இதர மாணவர்கள் எல்லாம் தங்களுக்கு இருந்த தனிப்பட்ட செல்வாக்கால் வந்தவர்கள். விவசாய மாணவர்கள் உற்பத்திக் குழுத் தலைவர்களையும் அல்லது சமுதாயக்குழு செயலாளர்களையும், அதுபோல தொழிலாளர்கள் தொழிற்சாலைத் தலைவர்களையும் பிடித்து பல்கலைக் கழகத்துக்குள் வந்தார்கள். உள்ளே வருவதற்கு உகந்த வழி 'பின் கதவுதான்.' என் சகமாணவர்கள் இத்திட்டத்தில் தங்கள் ஆர்வத்தைக் காண்பித்துக் கொள்ளவில்லை.

ஒவ்வொரு நாள் மதியமும், சில மாலை நேரத்திலும், ஏதாவது ஒரு விஷயம் *மக்களின் நாளிதழில்* கொச்சைப்படுத்தி எழுதப்பட்டிருக்கும். '*மக்களின் நாளிதழில்*' வந்திருக்கும் அர்த்தமற்ற அந்தக் கட்டுரைகளை உட்கார்ந்து நாங்கள் வாசிக்க வேண்டும். அதன்பிறகு அதில் உள்ள உருப்படாத விஷயங்களை முட்டாள்தனமாக விவாதம் செய்ய வேண்டும். சனிக்கிழமை மாலையும், ஞாயிற்றுக்கிழமையும் தவிர மற்ற நாட்களில் எல்லாம் நாங்கள் கல்லூரி வளாகத்திற்குள்ளே இருக்க வேண்டும். ஞாயிறு மாலை நேரத்திற்குள் பல்கலைக்கழகத்திற்கு திரும்ப வந்துவிட வேண்டும்.

ஓர் அறையில் ஐந்து பேர் தங்கிக் கொண்டோம். சுவரை ஒட்டி இரண்டு வரிசைகளில், மூன்று அடுக்குப் படுக்கைகள் கொண்ட வசதி செய்யப்பட்டிருந்தது. நாங்கள் எழுதிப் படிக்க ஒரு மேஜையும் ஆறு நாற்காலிகளும் அதன் இடையில் போடப்பட்டிருந்தன. அறைக்கு உள்ளேயே முகம் கழுவிக் கொள்ளும் வசதியுள்ள அறைகள் அவ்வளவாக அங்கே இல்லை. ஜன்னலைத் திறந்தால், திறந்தபடி ஓடிக் கொண்டிருக்கும் நாற்றமெடுத்த சாக்கடை வாடைதான் வரும்.

பல்கலைக்கழகப் படிப்பில் நான் தேர்வு செய்துகொண்ட பாடம் ஆங்கில இலக்கியம். ஆனால் அந்தப் பாடத்தைக் கற்றுக் கொள்ளத்தான் எந்த வழியும் இல்லை. ஆங்கிலத்தை தாய்மொழியாகப் பேசுபவர் அங்கு யாரும் இல்லை. உண்மையில், ஒரு வெளிநாட்டுக்காரர்கூட அங்கே இல்லை. சிச்சுவான் வருவதற்கு எந்த வெளிநாட்டுக்காரருக்கும் அனுமதி கொடுக்கப்படவில்லை. 'சீனாவுக்கு நண்பனாக' இருக்கும் விசித்திரமான ஒரு வெளிநாட்டுக்காரரை உள்ளே வரவழைப்பார்கள். ஆனால், அதிகாரப்பூர்வமான காரணம் இல்லாமல் அவனோடு பேசக்கூடக் கூடாது. மீறிப் பேசினால் அது தண்டனைக்குரிய குற்றம் ஆகும். இது என்ன! பிரிட்டிஷ் ஒலிபரப்பு செய்தியையோ அல்லது அமெரிக்க நாட்டு வானொலிச் செய்தியையோ கேட்டு விட்டால், நாங்கள் சிறையில் அடைக்கப்படுவோம். வெளிநாட்டுப் பத்திரிகைகளுக்கு அங்கு வாய்ப்பில்லை. இங்கிலாந்து நாட்டு மாவோயிஸ்ட் கம்யூனிஸ்ட் கட்சி மிக நுண்ணிய தாளில் வெளியிட்ட *'உழைப்பாளி'* என்ற பத்திரிகையைத் தவிர வேறு எந்த ஆங்கிலப் பத்திரிகையும் வந்ததாகத் தெரியவில்லை. அதுவும் அந்தப் பத்திரிகைகள் ஒரு தனி அறையில் போட்டு பூட்டப்பட்டிருக்கும். ஒரு தடவை, ஒரே ஒரு தடவை மட்டும் அந்தப் பத்திரிகையைப் பார்க்கும் வாய்ப்பு எனக்கு கிடைத்ததை இப்போது எண்ணிப் பார்த்தாலும் எனக்கு புல்லரித்து விடும். அந்தப் பத்திரிகையின் முதல் பக்கம் என் கண்ணில் பட்டது, கன்ஃபூசியஸ் கருத்துகளை அதில் கண்டனம் செய்யப்பட்டிருந்ததுதான். அதைக் கண்டு என் உற்சாகம் எல்லாம் வற்றி விட்டது. இந்த அதிர்ச்சியில் உறைந்துபோய் நான் அங்கே அமர்ந்திருந்தபோது, என்னைக் கடந்து வேகமாகப் போய் கொண்டிருந்த எனக்கு பிடித்த ஒரு விரிவுரையாளர், 'இந்தப் பத்திரிகை சீனாவில் மட்டும் தான் வாசிக்கப்படுகிறது' என்று சொல்லிவிட்டு சென்றார்.

எங்கள் பாடப்புத்தகங்கள் கேலிக் கூத்தாக இருக்கும். ஆங்கிலப் பாடப் புத்தகத்திலிருந்து நாங்கள் கற்றுக் கொண்ட முதல் வாக்கியம், 'பெருந்தலைவர் மாவோ நீடூழி வாழ்க' என்பதுதான். ஆனால் அந்த வாக்கியத்தை இலக்கணத்தோடு விளக்கிச் சொல்ல எந்த ஆசிரியருக்கும் துணிவு இல்லை. தங்கள் விருப்பத்தை வார்த்தைகளால் வெளிப்படுத்துவது என்பது சீனமொழியில் 'உண்மையில்லாதது' என்று பொருள். 1966 ஆம் ஆண்டு, சிச்சுவான் பல்கலைக் கழக விரிவுரையாளர் ஒருவர், 'பெருந்தலைவர் மாவோ நீடூழி வாழ்க என்பது மாயத் தோற்றம்' கொண்டது என்று துணிச்சலுடன் கூறியதற்காக அடித்து தூக்கி வீசப்பட்டார். முன்மாதிரியாக இருந்து சாதனை படைத்த ஓர் இளைஞனைப்

பற்றிய பாடம் ஒன்று எங்கள் பாடநூலில் இருந்தது. அந்த இளைஞன் ஒரு மின் கம்பத்தை காப்பாற்றுவதற்காக வெள்ளத்தில் குதித்து மூழ்கிவிட்டான். ஏனென்றால், அந்த மின் கம்பம் மாவோவின் வார்த்தையைத் தாங்கி நிற்கப் பயன்படுத்தப்பட்டது.

பெரும் முயற்சி எடுத்து, எங்களின் ஆங்கிலத்துறை விரிவுரையாளர்களிடமிருந்து கலாச்சாரப் புரட்சிக்கு முன்பு வெளியிட்ட ஆங்கிலப் பாடப்புத்தகங்களை இரவல் வாங்கிக் கொண்டேன். அத்துடன் ஜின்-மிங், அவனுடைய பல்கலைக் கழகத்திலிருந்து சில புத்தகங்களைப் பெற்று, தபால் மூலம் எனக்கு அனுப்பி வைத்தான். அந்தப் புத்தகங்கள் ஜேன் ஆஸ்டன், சார்லஸ் டிக்கன்ஸ், ஆஸ்கார் வைல்டு போன்ற ஆங்கில எழுத்தாளர்களின் சாரங்களைக் கொண்டிருந்தன. ஐரோப்பிய, அமெரிக்க நாட்டு வரலாற்றுக் கதைகளும் அந்நூல்களில் இடம் பெற்றிருந்தன. அவைகளை வாசிப்பது என்பது ஆனந்தமாக இருந்தது. ஆனால் என்னுடைய ஆர்வமெல்லாம் அந்தப் புத்தகங்களைப் பெறுவதிலும், அவைகளை பாதுகாத்துக் கொள்வதிலும் இருந்தது.

யாரேனும் திடீரென்று வந்து விட்டால், எதையோ கொண்டு அவைகளை வேகமாக மூடி மறைத்து விடுவேன். அவர்கள் பூர்ஷ்வாச் சிந்தனை கொண்டவர்களாக இருப்பதால் மட்டுமே புத்தகங்களை அப்படி மறைக்க வேண்டியிருந்தது. அதிகம் படிப்பதாகக் காட்டிக் கொள்ளாமலிருப்பதும் முக்கியமானதாகக் கருதப்பட்டது. அத்துடன், என் சக மாணவர்களைவிட நான் அதிகமாக வாசித்து அவர்களைப் பொறாமைக்குள் தள்ளிவிடக் கூடாது என்பதும் முக்கியமாகப்பட்டது. நாங்கள் ஆங்கில மொழியைப் பாடமாக எடுத்துப் படிக்கிறோம். அரசாங்கம் கட்சிப் பரப்புரையை மேற்கொள்வதால், அதற்காகவும் கொஞ்சம் படிக்கிறோம். அதனால், எங்கள் பாடத்தில் நாங்கள் அதீத அக்கரை எடுத்துக் கொள்வதாகக் காண்பித்துக் கொள்ளக்கூடாது. 'நிபுணத்துவம்' பெற்ற, 'அரசியல் நம்பகத்தன்மை அற்றவள்' என்று கூறுவார்கள். பைத்தியக்காரத்தனமான அக்காலப் பகுப்பாய்வு முறையின்படி, ஒருவன் தான் பணிபுரியும் துறையில் சிறந்து விளங்கினால், (நிபுணத்துவம்) அவன் அரசியல் ரீதியில் நம்பத்தகாதவனுக்கு சமம் என்று கருதப்படுகிறான்.

ஆங்கிலப் பாடத்தில் என் வகுப்பு மாணவர்களை விஞ்சி இருந்தது எனக்கு பாதகமாக அமைந்துவிட்டது. இதனால், கீழ்மட்ட அளவில் இருந்த 'மாணவர் தலைவர்கள்' என் மீது எரிச்சல் பட்டார்கள். இந்த மாணவர் தலைவர்கள், அரசியல் கோட்பாட்டுக் கல்வி அமர்வுகளையும், சக மாணவர்களின் 'சிந்தனைச் சூழல்களையும்'

கண்காணித்து வருவார்கள். என்னுடைய ஆங்கிலப் பாடப் பிரிவு 'மாணவத் தலைவர்கள்' பெரும்பாலும் நாட்டுப்புறத்திலிருந்து வந்தவர்கள். ஆங்கிலம் கற்றுக் கொள்ள அவர்களுக்கு அதிக ஆர்வம் இருந்தாலும், அவர்களுக்கு ஓரளவுக்குத்தான் கல்வி அறிவு இருந்தது. அடிப்படை ஆர்வமும் குறைவாக இருந்தது. அவர்களுக்கு ஏற்பட்டிருந்த ஆர்வத்திற்காகவும், அதேசமயம் அவர்கள் அடைந்த ஏமாற்றத்திற்காகவும் நான் அவர்களுக்கு கழிவிரக்கம் காட்டியது உண்டு. அவர்களுக்கு என்மீது பொறாமை இருந்ததும் எனக்கு தெரியும். மாவோவின் 'நிபுணத்துவமும், நம்பகத்தன்மை இல்லாமையும்' என்ற கொள்கை, அரைகுறையான கல்வியறிவு பெற்றிருந்தவர்களைப் புண்ணியவான்கள் ஆக்கிவிட்டது. அவர்களின் பொறாமைக் குணம் அவர்களை அரசியல் பொறுப்புள்ளவர்கள் ஆக்கி விட்டது. அவர்களது தீய சிந்தனைகள் அவர்களின் கோபதாபங்களை வெளியேற்றிக் கொள்ளும் வடிகாலாக அமைந்துவிட்டது.

ஒரு மாணவர்த் தலைவன் அடிக்கடி என்னிடம் வந்து என்னோடு 'மனம் விட்டுப் பேச வேண்டும்' என்று கோருவான். என்னுடைய பாடப் பிரிவில் இருந்த அவன் ஒரு முன்னாள் விவசாயி. அவன் பெயர் மிங். முதலில் இராணுவத்தில் சேர்ந்த அவன், பிறகு உற்பத்திக் குழு தலைவர் ஆனான். 'மிங்' என்ற அந்த மாணவத் தலைவன் ஓர் ஏழை மாணவன். கலாச்சாரப் புரட்சியில் ஏற்பட்ட வளர்ச்சி குறித்து சரியான, நீண்ட விளக்கம் கொடுப்பான். கலாச்சாரப் புரட்சி காலத்தில் 'விவசாயியாகவும் பிறகு இராணுவ வீரனாகவும் மாறிய மாணவர்களின்' சிறப்பு வாய்ந்த பணிகள் பற்றி விரிவாகக் கூறுவான். மேலும் 'சிந்தனைப் புரட்சி'யின் அவசியம் பற்றியும் விவரிப்பான். என்னுடைய குற்றம் குறைபாடுகளுக்காக இப்படி 'மனம் விட்டு பேசுபவர்கள்' எனக்கு தேவைப்பட்டார்கள். ஆனால், மிங் என்னைப் பற்றிய குறைபாடுகளை உடனடியாகச் சொல்லிவிட மாட்டான். 'உன்னைப் பற்றி மக்கள் குறைபட்டுக் கொள்கிறார்கள். அது என்ன தெரியுமா?' இப்படி சொல்லி விட்டு, என் முகபாவத்தைக் கூர்ந்து நோக்குவான். கடைசியாக குற்றச்சாட்டுகளைக் கூறுவான். ஒரு நாள் அந்தக் குற்றச்சாட்டு 'நிபுணத்துவமும் நம்பகத் தன்மை இல்லாமையும்' என்ற குற்றச்சாட்டு என்மீது சுமதப்படுவது தவிர்க்க முடியாததாகிவிடும். இன்னொரு நாள் பூர்ஷ்வாதத்தனத்திற்குள்ளாக்கப்பட்டேன். ஏனென்றால், கழிப்பறையைச் சுத்தப்படுத்தும் வாய்ப்பையும், தோழர்களின் துணிகளைத் துவைத்துப் போடும் வாய்ப்பையும் பயன்படுத்த தவறி விட்டேன். எல்லாமே செய்யப்பட வேண்டிய வேலைகள். இன்னொரு நாள் அருவருக்கத்தக்க ஒரு

உள்நோக்கத்தைக் கூறினான்: 'நீ படித்த பாடங்களை வகுப்புத் தோழர்களோடு பகிர்ந்து கொள்வதில்லை. ஏனென்றால் அவர்கள் உனக்கு இணையாக வந்து விடுவதை நீ விரும்புவதில்லை' என்றான்.

இன்னொரு குற்றச்சாட்டையும் மிங் என்மீது சுமத்தியபோது அவன் உதடுகள் நடுங்கின. 'நீ எப்போதும் தனித்தே இருப்பதாக மக்கள் குறைபட்டுக் கொள்கிறார்கள். கூட்டத்தை விட்டு உன்னையே நீ துண்டித்துக் கொள்கிறாயாமே?' தனிமையை நாடும் உன் ஆவலை நீ மறைக்கத் தவறினால், அவர்களை நீ கேவலமாக நினைக்கிறாய் என்று அவர்கள் உறுதிப்படுத்துவது சீன மக்களிடையே ஒரு பொதுவான விஷயம்.'

மாணவர்த் தலைவர்களுக்கு அடுத்து உள்ள உயர் பதவி 'அரசியல் மேற்பார்வையாளர்கள்' பதவி. அவர்களுக்கும் ஆங்கிலம் தெரியாது. அவர்களுக்கு என்னைப் பிடிக்காது. எனக்கும் அவர்களைப் பிடிக்காது. என்னுடைய வகுப்பு பொறுப்பிலிருந்த ஒரு மாணவர்த் தலைவனுக்கு என்னுடைய கருத்துக்களை அவ்வப்போது தெரிவிக்க வேண்டியிருந்தது. அப்படிச் செய்யும் ஒவ்வொரு அமர்வுக்குமுன்பும், அவனுடைய கதவைத் தட்டுவதற்கு தைரியத்தை வரவழைத்துக் கொள்ளும்பொருட்டு நான் அந்த வளாகத்தைச் சுற்றி வருவேன். தீய எண்ணம் கொண்ட அந்த மாணவத் தலைவன் அங்கு இல்லை என்று தெரிந்தும், நான் அவனுக்காகப் பயப்படுவேன். மற்ற எல்லாவற்றையும்விட அவன் பேசுகின்ற பேச்சுக்குத்தான் மிக அதிகமாகப் பயந்திருக்கிறேன். அவனுடைய ஆதிக்கத்தை நிலை நாட்டுவதற்காக, அடுத்தவர்களை விழி பிதுங்க வைக்கும் குரூரத்தனமான ஆட்டங்களை ஆடுவான். அவனிடம் பயந்து பணிவாக நடந்து கொள்வேன். அவன்மீது உள்ள பயத்தால் நான் செய்ய விரும்பாத விஷயங்களையும் செய்து முடிப்பதாக உறுதியளிப்பேன்.

நாட்டுப்புறங்களிலும், தொழிற்சாலைகளிலும் வேலை செய்த இனிமையான நாட்களை எண்ணிப் பார்த்துக் கொண்டது உண்டு. அவைகள் எல்லாம் பெரும்பாலும் எனக்கு தனிமை தரப்பட்ட தருணங்கள். பல்கலைக்கழகங்களுக்கு பயங்கரக் கட்டுப்பாடுகள் விதிக்கப்பட்டிருந்தன. இதெல்லாம் மாவோவின் மனைவிக்கு உண்டான தனிப்பட்ட ஆர்வம். கலாச்சாரப் புரட்சியால் பயன் அடைந்தவர்களில் நானும் ஒருத்தி. அதுமட்டும் இல்லையென்றால் பல மாணவர்கள் இங்கு வந்திருக்க முடியாது.

வார்த்தைகளில் வரும் முதல் எழுத்துகளைக் கொண்டு உருவாக்கும் 'ஆங்கிலச் சுருக்கெழுத்து அகராதி' ஒன்று தயாரிக்குமாறு என் வகுப்பு மாணவர்களுக்கு பணிக்கப்பட்டது. தற்போது, பயன்பாட்டில் இருந்து வரும் அந்த அகராதி ஒரு பிற்போக்குத்தனமான தயாரிப்பாக இருந்ததாக ஆங்கிலத் துறை முடிவு செய்தது. ஏனென்றால், எப்படியோ, முதலாளித்துவம் சார்ந்த வார்த்தைகளின் சுருக்கெழுத்துகள்தான் அதிகமாக அதில் இடம் பெற்றிருந்தன. 'ரூஸ்வெல்ட்க்கு ஏன் சுருக்கெழுத்து? (குறுசு - ஃபிராங்கிளின் டி ரூஸ்வெல்ட்) பெருந்தலைவர் மாவோவுக்கு சுருக்கெழுத்து இல்லையா?' என்று சில மாணவர்கள் ஆத்திரத்துடன் கேட்டார்கள். பயங்கர முயற்சி எடுத்து, பொதுவாக ஏற்றுக் கொள்ளத்தக்க வார்த்தைகளை மட்டும் தேடிக் கண்டுபிடித்து, அந்த வகையான வார்த்தைகள் கிடைக்கப் பெறாததால், அந்த 'வரலாற்றுப் பணியை' கடைசியில் கைவிட்டு விட்டார்கள்.

இந்த சூழல் தாங்கிக் கொள்ள முடிந்ததாகத் தெரியவில்லை. அந்த அறியாமையை என்னால் நன்கு புரிந்து கொள்ள முடிந்தது. ஆனால், அது பெருமைப்படுத்தப்பட்டதைதான் என்னால் ஏற்றுக் கொள்ள முடியவில்லை. எங்களின் பாடத்திற்கு தொடர்பில்லாத சில வேலைகளைச் செய்வதற்கு நாங்கள் அடிக்கடி பல்கலைக் கழகத்தை விட்டு வெளியே செல்ல வேண்டியிருந்தது. 'தொழிற்சாலைகளிலிருந்தும், நாட்டுப்புறங்களிலிருந்தும், இராணுவத்திலிருந்தும்தான் நீங்கள் அதிகம் கற்றுக்கொள்ள வேண்டும்' என்று மாவோ ஏற்கனவே மொழிந்திருந்தார். நாங்கள் துல்லியமாக எதைக் கற்றுக் கொள்ள வேண்டும் என்று அதில் தெளிவுபடுத்தப்படவில்லை. நாட்டுப்புறங்களிலிருந்து கற்றுக் கொள்ளத் தொடங்கினோம். 1973-இல் முதலாம் ஆண்டின் முதல் பருவத்தில் ஒரு வாரம், செங்குடுவின் எல்லையில் இருந்த ஒரு மலைக்கு ஒட்டு மொத்த பல்கலைக் கழகமே கட்டி இழுத்துச் செல்லப்பட்டது. சீனாவின் உதவிப் பிரதமர்களில் ஒருவரான 'சென் யாங்குய்' என்பவர் 'டிராகன் நீரூற்று மலை' என்ற அந்த மலையைப் பார்வையிடச் சென்றபோதுதான் அவர் பார்வையில் பட்டு அந்த மலை பலியானது. இவர் ஏற்கனவே 'தாஷை' என்னும் பண்ணைப் பொறுப்பு குழுமத்தின் தலைவராக இருந்தார். அந்த இடம் இருந்த மலைப்பகுதி, ஷாங்ஸி மாநிலத்தின் வட பகுதியில் இருந்தது. அந்த இடம், வேளாண்மையில் மாவோவின் முன்மாதிரி இடமாக ஆனது. தாஷையின் கோரிக்கைகள் எல்லாம் மோசடி வேலை என்பது மாவோவால் கவனிக்கப்படவும் இல்லை; அதுபற்றி அவர் கவலைப்படவும் இல்லை. உதவி பிரதமர் சென், டிராகன் நீரூற்று மலைக்கு பார்வையிடச் சென்றபோது இந்தச் செழிப்பான

மலை, பழத்தோட்டங்களால் மூடப்பட்டிருப்பதைக் கண்ட சென் யாங்குய், தனது ஊரின் வறண்ட மலைகளை எண்ணிப் பார்த்து, 'ஓ, உங்களிடம் பரந்த மலை இருக்கிறதே! இதில் எவ்வளவு இடத்தை விளை நிலங்களாக்கலாம்' என்று ஆச்சரியப்பட்டார். ஆனால், அவர் பேசிய கருத்துக்கு ஒரு சட்ட வலிமை இருந்தது. பல்கலைக்கழக மாணவர்கள் கூட்டம் அந்தப் பழத் தோட்டத்தை வெடி வைத்து தகர்த்தனர். இந்தப் பழத்தோட்டம்தான் செங்குடுவுக்கு ஆப்பிள், பிளம்ஸ், பீச் போன்ற பழங்களையும், பலவகை மலர்களையும் வழங்கிக் கொண்டிருந்தது. வண்டி வண்டிகளாகவும், தோற் சுமைகளாகவும் வெகு தூரத்திலிருந்து கற்களைக் கொண்டு வந்து, மலை உச்சியில் நெல் வயல்கள் உருவாக பாடுபட்டோம்.

மாவோ மற்ற எல்லா திட்டங்களுக்கும் ஆர்வமுடன் அழைப்பு விடுத்தது போல, இத்திட்டத்திற்கும் உற்சாகமூட்டுவது மாவோவிற்கு கட்டாயமாகிவிட்டது. இச்செயல் எல்லாருடைய கவனத்திற்கும் செல்ல வேண்டும் என்னும் வகையில் சக மாணவர்கள் வேலை செய்தார்கள். எனக்கு இதிலெல்லாம் ஓர் ஆர்வக் குறைவு உண்டு என்பது பொதுவான கருத்தாக நிலவி வந்தது. இதுபோன்ற செயல்பாடுகளில் தோன்றும் எனது வெறுப்பை மறைக்க முடியாததும், அதுபோல எவ்வளவு உழைத்தாலும் எனக்கு அவ்வளவாக வியர்வை அதிகமாக வெளியே வராததும் ஒரு வகையில் அந்த விமர்சனத்திற்கு காரணமாக இருந்தன. இந்த வேலை முடிந்து, ஒவ்வொரு நாள் மாலையிலும் கூட்டப்படும் கூட்டத்தில், யாருக்கெல்லாம் அதிகமாக வியர்த்ததோ, அவர்கள் எல்லாரும் பாராபட்சம் இல்லாமல் பாராட்டப்பட்டனர்.

இதில் ஈடுபட்டிருந்த வல்லுநர்களை விட எங்கள் பல்கலைக்கழக மாணவர்களுக்கு அதிக ஆர்வம் ஏற்பட்டது. அங்கு சிதறிக் கிடந்த வெடி மருந்துக் கம்பிகள் அச்சத்தை ஏற்படுத்தின. குன்றுகளின் ஓரங்களில் நாங்கள் எழுப்பிய கற்சுவர்கள் இடிந்து விழுந்து விட்டன. நாங்கள் புறப்படவிருந்த இரண்டு வார காலத்திற்குள், அந்த மலைச்சரிவுகள் எங்கும் வெடிகுண்டுகள் ஏற்படுத்திய குழிகள், அந்த இடத்தை வீணாக்கி விட்டன. சிமெண்ட், காற்றுப் பட்டு கட்டியாகி கல் அடுக்குள் போல் காணப்பட்டன. சிலர் இந்நிலை கண்டு கண் கலங்கினர். இந்த அத்தியாயம் முழுவதும் கடைசியில் ஒரு காட்சியாக - அதவாது ஒரு திரைப்படக் காட்சியாக, ஒரு அர்த்தமற்ற விஷயமாக ஆகி விட்டது.

இதுபோன்ற பயணங்கள் எனக்கு எரிச்சலைத் தந்தது. எங்கள் உழைப்பு, எங்கள் ஒட்டுமொத்த பிரசன்னம் எல்லாம் நியாயமற்ற அரசியல் காரணங்களுக்காக பயன்படுத்தப்பட்டு வருகின்றன

என்ற உண்மை எங்களுக்கு வெறுப்பு அளித்தது. 1974 ஆம் ஆண்டு, மீண்டும் பல்கலைக்கழகத்தையே திரட்டி ஓர் இராணுவ யூனிட்டுக்கு அனுப்பப்பட்டபோதுதான் எங்கள் எரிச்சல் எல்லையற்றுப் போய்விட்டது.

செங்குடுவிலிருந்து அடுத்து நாங்கள் மேற்கொண்ட இரண்டு மணி நேரப் பயணம் ஓர் அற்புதமான இடத்தில் முடிந்தது. அழகான அந்த இடம், நெல் வயல்களாலும், பீச் மலர்களாலும், மூங்கில் காடுகளாலும் சூழப்பட்டிருந்த ஓர் இடமாக இருந்தது. ஆனால், அங்கு நாங்கள் இருந்த 17 நாட்களும், ஒரு வருடம் போல கழிந்தன. ஒவ்வொரு நாள் காலையிலும் ஓடிய நீண்ட ஓட்டத்தால் உண்டான மூச்சுத் திணறல்; தவறி விழுந்ததில் உடலெங்கும் ஏற்பட்ட சிராய்ப்புகள்; கற்பனையாக எதிரிகளின் பீரங்கித் தாக்குதலில் தப்பிக்க தரையோடு ஊர்ந்து செல்லும் பயிற்சி; நெடுநேரம் துப்பாக்கியால் இலக்கை குறி பார்க்கும் பயிற்சியால் ஏற்பட்ட களைப்பு; கை எறி குண்டு வீசி வீசி ஏற்பட்ட வலி; இச்செயல்பாடுகள் எல்லாமே என்னைத் திக்குமுக்காட வைத்தன. என்னுடைய அதி தீவிர ஆர்வத்தையும், என் தனித்துவத்தையும், வெளிப்படுத்த வாய்ப்பு கிடைக்கும் என்று எதிர்பார்த்தேன். ஆனால், எப்படியோ எல்லாம் விரையமாய்ப் போனது. என்னுடைய முதன்மைப்பாடமான ஆங்கிலப் பாடத்தில் மட்டும் சிறந்து விளங்கியதுதான் மன்னிக்க முடியாத குற்றமாக ஆகி விட்டது. இராணுவத்தில் செய்ய ஒப்படைக்கப்பட்ட பணிகள் எல்லாம் அரசியல் வேலைகளாக ஆக்கப்பட்டன. இதுபோன்ற காரியங்களில் என்னை நிரூபித்துக் கொள்ள வேண்டியதாகி விட்டது. இதில் வேடிக்கை என்னவென்றால், இராணுவத்திலேயே, குறி தவறாமல் சுடும் திறமையும், மற்ற இராணுவ சாகசங்களும் கைவரப்பெற்ற ஒரு இராணுவ வீரனை 'நிபுணத்துவத்துக்கும் நம்பிக்கை இல்லாத் தன்மைக்கும்' இட்டுச் சென்று விடும்.

மிகக் குறைந்த தூரத்தில் வெடிகுண்டு வீசிய சில மாணவர்களில் நானும் ஒருத்தி. அதனால் உண்மையாகவே வெடிகுண்டு வீசும் மாபெரும் வாய்ப்பு வந்தபோது, அந்த வாய்ப்பு எங்களுக்கு மறுக்கப்பட்டது. ஒரு குன்றின் உச்சியில் அமர்ந்துகொண்டு, வீசப்படும் வெடிகுண்டு வெடிக்கும் நிகழ்வுகளைக் கவனித்துக் கொண்டிருந்தபோது, எங்கள் கூட்டத்திலிருந்து ஒரு பெண் தேம்பித் தேம்பி அழ ஆரம்பித்து விட்டாள். இங்கே நானும் நடுங்கிப் போனேன். இந்த தெளிவான சாட்சியைக் கொண்டு, நம்மையும் 'நம்பகத்தன்மை இன்மையில்' தள்ளி விடுவார்களே என்ற எண்ணமே என்னை நடுங்க வைத்தது.

'வெளிநாட்டுக்காரர்கள் விடும் அசுத்தக் காற்றை முகர்ந்து பார்த்து,
'நல்ல வாசனையாக இருக்கிறது' என்று சொல்ல வேண்டும்'

எங்களுக்கு அடுத்து வந்த பயிற்சி, துப்பாக்கி சுடுதல். துப்பாக்கி சுடும் களத்தில் நாங்கள் இறங்கியபோது நான் எண்ணிக்கொண்ட விஷயம்: 'நான் இதில் தோற்றுவிடக் கூடாது. கண்டிப்பாக ஜெயித்து விட வேண்டும்.' என் பெயர் அழைக்கப்பட்டபோது, அங்கு போய் நின்று, துப்பாக்கி வழியாக இலக்கை குறி பார்த்தேன். அப்போது எங்கும் இருண்டு தெரிந்தது. இலக்கு தெரியவில்லை. என் உடலின் சக்தி எல்லாம் இழந்து விட்டதுபோல நடுங்கியபடி நின்றேன். சுடச் சொல்லி உத்தரவிட்ட சத்தம், தொலைதூரத்து மேகங்கள் வழியாக மிதந்து வந்து என் காதுகளுக்கு அரைமயக்கத்தில் விழுந்தது போலக் கேட்டது. துப்பாக்கி விசையை இழுத்தேன். ஆனால், அந்தச் சத்தம் என் காதுகளுக்கு கேட்கவில்லை. எதையும் பார்க்கவில்லை. சோதனை முடிவுகள் வெளிவந்தபோது, பயிற்சியாளர் அது கண்டு அதிர்ச்சியடைந்து விட்டார். பத்து துப்பாக்கி குண்டுகளில் ஒன்றுகூட இலக்கு வட்டத்தை எட்டவில்லை.

என்னால் இதை நம்ப முடியவில்லை. என் கண் பார்வை துல்லியமாக இருக்கும். துப்பாக்கி குழாயில் ஏதாவது தவறு இருந்திருக்குமோ என்று பயிற்சியாளரைக் கேட்டேன். நான் கேட்டது அவருக்கு சரி என்று பட்டது போலத் தெரிந்தது. நான் எந்தத் தவறும் செய்ததாகத் தெரியவில்லை. இதில் தோல்வியடைந்த பலர் இரண்டாவது வாய்ப்பு கேட்டபோது அதையெல்லாம் மறுத்துவிட்டு, பயிற்சியாளர் வேறு ஒரு துப்பாக்கியைத் தூக்கிக் கொண்டு வந்து என்னிடம் கொடுத்தார். என்னுடைய இரண்டாவது முயற்சி கொஞ்சம் பலன் அளித்தது. பத்தில் இரண்டு துப்பாக்கி ரவைகள் வட்டத்தின் ஓரத்தைத் தொட்டன. அப்படியிருந்தும், பல்கலைக்கழகத்தின் பெயர்ப் பட்டியலில், என் பெயர் கடைசியில் இருந்தது. ஒரு பரப்புரை விளம்பரத்தைப் போல, இந்தப் போட்டி முடிவுகள் சுவரில் ஒட்டப்பட்டிருந்ததைப் பார்த்து, என்னுடைய 'நம்பத்தன்மையின்மை' உறுதியாகி விட்டது என்று தெரிந்து கொண்டேன். என் மாணவத் தலைவன் ஒருவனிடமிருந்து ஓர் ஏளனமான விமர்சனம் ஒன்று என் காதில் விழுந்தது: 'இரண்டாவது வாய்ப்பு கொடுக்கப்படுகிறதாக்கும். அப்படியே சாதித்து விடப் போகிறார்களோ! அவளுக்கு வர்க்க உணர்வும், வர்க்க வெறுப்பும் இருக்கும்வரை அவளால் வெற்றி பெற முடியாது.'

வேதனையின் விரக்தியில் இருந்த நான், என் எண்ணங்களால் முடங்கிப் போனேன். எங்களுக்கு பயிற்சி அளித்த 20 வயது நிரம்பிய விவசாய வீரர்களை நான் வழக்கமாக கவனிப்பதில்லை. ஒரே ஒரு சம்பவம் மட்டும் என் கவனத்தை அவர்கள் பக்கம் திருப்பியது. சில பெண்கள், கொடிக் கயிற்றில் காயப் போட்டிருந்த தங்கள்

ஆடைகளை எடுத்துக் கொண்டிருந்தார்கள். அப்போது அந்தப் பெண்களுடைய உள் ஆடைகளில், ஆண்களின் 'உயிரணுக்கள் கொண்ட திரவம்' கறையாகப்பட்டிருந்தது அப்பெண்களின் கண்களில் பளிச்சென்று பட்டது.

பல்கலைக்கழகத்தில் பேராசிரியர்கள் மற்றும் விரிவுரையாளர்கள் ஆகியோர்களின் இல்லங்களில் தங்கிக் கொண்டேன். கல்வித் தகுதியின் அடிப்படையில், கலாச்சாரப் புரட்சிக்கு முன்னதாகவே இவர்களுக்கு பல்கலைக் கழகத்தில் வேலை கிடைத்து விட்டது. இதில் சில பேராசியர்கள், கம்யூனிஸ்ட் கட்சி ஆட்சிக்கும் வரும் வாய்ப்பு ஏற்பட்டதால், அவர்கள் அமெரிக்காவுக்கும், இங்கிலாந்துக்கும் பறந்து சென்று விட்டார்கள். இனி எஞ்சியிருந்த பேராசிரியர்களோடு நிதானமாக ஆங்கிலம் பேசலாம் என்று விரும்பினேன். அப்படியிருந்தும், அவர்கள் எச்சரிக்கையோடு இருந்தார்கள். இதில் பல அறிவு ஜீவிகள் பல வருடங்களாக அடக்குமுறைக்கு உட்பட்டிருந்தார்கள். அதனால் ஆபத்து விளைவிக்கக் கூடிய தலைப்புகளாக இருந்தால் அதை விவாதம் செய்வதைத் தவிர்த்து விடுவோம். மேல் நாடுகளுக்கு சென்று வந்த பேராசிரியர்களும் அங்குள்ள நிலவரம் பற்றி எப்போதாவதுதான் பேசுவார்கள். அதைக் கேட்டுத் தெரிந்து கொள்ள வேண்டும் என்று நான் தவித்தது உண்டு. ஆனால், அவர்களை ஆபத்தில் சிக்க வைக்கக்கூடாது என்று என் ஆசைகளை எனக்குள் அடக்கிக் கொள்வேன்.

கிட்டத்தட்ட இதே காரணத்தை முன்னிட்டு என்னுடைய கருத்துகளை என் பெற்றோர்களோடு விவாதிப்பதில்லை. அதுமட்டுமல்லாது என் முரண்பட்ட கருத்துகளை முன்னிறுத்தி அவர்களைக் கவலையடையச் செய்து விடக்கூடாது. அவர்கள் உண்மையிலேயே எதையும் தெரிந்து கொள்ளாமல் இருக்கட்டும் என்று விரும்பினேன். அதனால் எனக்கு ஏதேனும் நடந்துவிடும் பட்சத்தில், எங்களுக்கு எதுவும் தெரியாமல் போய்விட்டதே என்று உண்மையில் அவர்கள் சொல்லிக் கொள்வார்கள்.

என்னுடைய சம வயது தோழிகளோடுதான் என் எண்ணங்களைப் பகிர்ந்து கொள்வேன். குறிப்பாக ஆண் நண்பர்களோடு, சாதாரணமாகப் பேசுவதைத் தவிர வேறு எதுவும் இருக்காது. பொது இடங்களில் ஒரு பெண் ஒரு ஆணுடன் சேர்ந்து செல்வது அவனோடு நிச்சயதார்த்தம் ஆனதாகக் கருதப்பட்டது. அதனால் வெளியில் சென்று பொழுது போக்குவது கிட்டத்தட்ட இல்லை என்று ஆகி விட்டது. திரைப்படம் என்பது எப்போதாவதுதான் காண்பிக்கப்படும். அதுவும் திருமதி மாவோவின் ஒப்புதலோடுதான்

838 'வெளிநாட்டுக்காரர்கள் விடும் அசுத்தக் காற்றை முகர்ந்து பார்த்து,
'நல்ல வாசனையாக இருக்கிறது' என்று சொல்ல வேண்டும்'

காண்பிக்கப்படும். எப்போதாவதுதான் வெளிநாட்டுப் படங்கள், குறிப்பாக அல்பேனிய நாட்டு திரைப்படங்கள் திரையிடப்படும். அதற்கான டிக்கெட்கள் பெரும்பாலும் மாயமாய் மறைந்து, அரசியல் செல்வாக்கு உள்ளவர்களின் சட்டைப் பைகளைச் சென்றடைந்து விடும். எஞ்சிய டிக்கெட்களைப் பெறுவதற்கு, முண்டியடித்துக் கொண்டு செல்லும் மூர்க்கத்தனமான கூட்டங்கள், சட்டைகளைக் கிழித்துக்கொண்டு வருவார்கள். கள்ளத்தனமாக டிக்கெட் விற்பவர்கள் கொலை கூடச் செய்வார்கள்.

ஆகவே நாங்கள் வீட்டிலேயே உட்கார்ந்து பேசிக் கொண்டிருப்போம். விக்டோரியன் இங்கிலாந்தில் அமர்ந்திருப்பது போல பெருமிதமாக அமர்ந்து பேசிக் கொண்டிருப்போம். அந்தக் காலத்தில் பெண்கள், ஆண்களோடு நட்புக் கொள்வது வழக்கத்திற்கு மாறாக இருந்தது. என் தோழி ஒரு நாள் என்னிடம், 'பல ஆண்களோடு நட்பு வைத்திருக்கும் எந்த ஒரு பெண்ணையும் நான் பார்த்ததில்லை. பெண்கள், பெண் தோழியர்களோடுதான் பழகுகின்றார்கள்' என்று கூறினாள். அவள் கூறியது சரிதான். எந்தப் பெண்ணிடம் ஓர் ஆண் முதலில் நெருங்கி வந்தானோ, அந்த ஆணையே அப்பெண் திருமணம் செய்து கொண்ட பல பெண்களைப் பற்றி தெரிந்திருக்கிறேன். எனக்கிருந்த சில ஆண் நண்பர்களில், குறிப்பிட்டுச் சொல்ல வேண்டுமென்றால், உணர்ச்சிப்பூர்வமான கவிதைகள் எழுதிய சிலரைச் சொல்லலாம். சில கடிதங்களைச் சொல்லலாம். அதிலும் குறிப்பாக கல்லூரி கால்பந்துக் குழுவில் கோல் கீப்பராக இருந்த ஒருவன், எனக்கு அவனுடைய இரத்தத்தால் எழுதிய கடிதத்தைச் சொல்லலாம்.

நானும் என் தோழிகளும் மேல் நாடுகள் பற்றி அதிகமாக விவாதித்துக் கொள்வோம். அதற்குள் மேல்நாடு ஓர் அற்புதமான இடம் என்று முடிவுக்கு வந்து விட்டேன். இதில் முரண்பாடு என்னவென்றால், இந்த கருத்தை என் மனதில் ஏற்றுக்கொள்ளக் காரணமாக இருந்ததே பெருந்தலைவர் மாவோவும் அவரது அரசாங்கமும்தான். பல வருடங்களாக என் மனதில் இயல்பாக இருந்த இக்கருத்து 'மேல்நாட்டுத் தீமைகள்' என்று கண்டனப்படுத்தப்பட்டது. அழகான ஆடைகளை அணிந்து கொள்வது, பூக்களை ரசிப்பது, புத்தகங்கள் வாசிப்பது, பொழுதுபோக்குகளில் ஈடுபடுத்திக் கொள்வது, மென்மையாகவும் நயமாகவும் மொழிவது, பெருந்தன்மையாக நடந்து கொள்வது, இரக்கம் கொள்வது, அன்பு பாராட்டுவது, சுதந்திரம் அனுபவிப்பது, வன் செயலுக்கு வெறுப்பைக் காட்டுவது, 'வர்க்க எதிர்ப்புக்கு' பதிலாக அன்பைப் பொழிவது, மானுட உறவுக்கு மரியாதை

காட்டுவது, தனிமையிலே இனிமை காண்பது... இதில் என்னை நானே ஆச்சரியப்பட்டுப் பார்த்துக் கொள்ளும் பொழுது, அடுத்தவர்கள் எப்படி மேல் நாட்டின்மீது மோகம் கொள்ளாமல் இருக்க முடியும்?

நான் மேற்கொண்டிருக்கும் வாழ்க்கைமுறைக்கு மாற்று ஏதேனும் இருக்குமா என்பதில் அதிக ஆர்வமாக இருந்தேன். எங்களுக்கு கிடைத்த வதந்திகள் பற்றியும், அரசாங்க வெளியீடுகள் மூலம் தேடித் துருவிக் கண்டறிந்த செய்தித் துணுக்குகள் பற்றியும் நானும் என் தோழிகளும் ஆழமாக விவாதிப்போம். மேல்நாட்டு தொழில்நுட்ப வளர்ச்சிகளும், உயர்நிலை வாழ்க்கைத் தரங்களும், என் மீது ஏற்படுத்திய தாக்கத்தைவிட, அரசுக்கு எதிரானவர்களை தண்டிக்கும் நடவடிக்கை இல்லாமை, 'சந்தேகம் கொள்ளும் சிந்தனை' இல்லாமை, அத்துடன் தனிமனித மாண்பு போற்றப்பட்டது, தாராளமான சுதந்திரம் மதிக்கப்பட்டது ஆகிய இவை அனைத்தும் எனக்குத் தாக்கத்தை ஏற்படுத்தின. என்னைப் பொருத்தவரை, மேல்நாட்டில் காணப்பட்ட சுதந்திரத்திற்கான உச்சக்கட்ட சாட்சியம் எதுவென்றால், அங்கு வாழ் பல தரப்பின மக்கள் அவர்கள் நாட்டைத் தாக்கிப் பேசியதும், சீனாவைப் புகழ்ந்து பேசியதும்தான். வெளிநாட்டு செய்திகளைத் தாங்கி வரும், 'தகவல் குறிப்பு' என்னும் நாளேட்டின் முதல் பக்கம், மாவோவைப் பற்றியும், கலாச்சாரப் புரட்சியைப் பற்றியும் புகழ்ந்து எழுதித் தள்ளும். ஆரம்பத்தில் இதை படித்தால் எனக்கு கோபம்தான் வரும். ஆனால், இவ்வளவு சகிப்புதன்மையோடு ஒரு சமூகத்தால் இருக்க முடிகிறது என்று ஆச்சரியத்தோடு அது என்னைப் பார்க்க வைத்தது. இந்த வகையான சமூகம்தான் நான் வாழ்வதற்கு உகந்த சமூகம் என்று என்னை உணர வைத்தது. அதுதான், பலதரப்பட்ட, ஏன் ஆத்திரத்தைகூட உண்டுபண்ணக்கூடிய கருத்துகளைக் கொண்ட மாந்தர்கள் வாழ்வதற்கு அனுமதிக்கப்பட்ட இடம். கிளர்ச்சியாளர்களையும், எதிர்ப்பாளர்களையும் சகித்துக் கொள்ளக் கூடியது அந்த இடம்தான் என்று நோக்கத் தொடங்கினேன். அதுவே மேல்நாட்டு வளர்ச்சிக்கான சிறப்புத் தன்மை.

சில கருத்துப் பதிவீடுகளைக் கண்டு இன்னும் என்னால் ஆத்திரப்படாமல் இருக்க முடியவில்லை. சீனாவுக்கு வருகை புரிந்து, இங்கிருந்த பழைய நண்பர்களையும், பேராசிரியர்களையும் பார்த்த மேல் நாட்டுக்காரர் ஒருவர் எழுதிய ஒரு கட்டுரையை வாசித்தேன். அப்போது அந்தச் சீனப் பேராசிரியர்கள், கண்டனத் தண்டனைக் கூட்டங்களை அவர்கள் மகிழ்ச்சியோடு அனுபவித்ததையும், நாட்டின் கடைக்கோடி

840 'வெளிநாட்டுக்காரர்கள் விடும் அசுத்தக் காற்றை முகர்ந்து பார்த்து,
'நல்ல வாசனையாக இருக்கிறது' என்று சொல்ல வேண்டும்'

எல்லைக்கு அனுப்பப்பட்டதையும், சீர்திருத்தம் வரப்போவதில் அவ்வளவு நம்பிக்கை கொண்டிருந்தார்கள் என்பதையும் அந்த வெளிநாட்டவரிடம் ஆனந்தமாகப் பகிர்ந்து கொண்டார்கள். சீன நாட்டுக் குடிமக்களைப், புது மனிதர்களாக மாற்றியவர் உண்மையில் மாவோ என்று அந்த கட்டுரை ஆசிரியர் முடிவு செய்தார். அதாவது மேல்நாட்டுக்காரர்கள் பெருந்துயரமாகக் கருதும் ஒரு விஷயத்தை சீன மக்கள் மகிழ்ச்சியாக ஏற்றுக்கொள்ளும்படி மாவோ சீன மக்களை மாற்றி அமைத்திருக்கிறார் என்ற பொருளில் எழுதினார். நான் புல்லரித்துப் போய் நின்றேன். எங்கு முறையீடு அல்லது எதிர்ப்பு என்பது இல்லாமல் போனதோ, அங்கு அடக்குமுறை தலைவிரித்தாடும் என்பது அவருக்கு தெரியாமல் போய்விட்டதா? தாங்க முடியாத தண்டனை அனுபவித்தவன் நூறு முறைக்கு மேலாக புன்முறுவல் தவழ்ந்த முகத்தைக் காண்பித்திருக்கிறான். இந்தப் பேராசிரியப் பெருமக்கள் எவ்வளவு இழிந்த நிலைக்கு தள்ளப்பட்டார்கள் என்பதையும், அவர்களைச் சிறுமைப்படுத்துவதற்கு எவ்வளவு கொடுஞ் செயல்கள் ஏவிவிடப்பட்டன என்பதையும் அவரால் தெரிந்து கொள்ள முடியவில்லையா? சீனா மேற்கொண்டிருந்த விஷயம் மேல் நாட்டவருக்கு பரிட்சயமில்லாதது என்றும், அவர்களுக்கு அதன் மறைபொருளை ஒருபோதும் புரிந்து கொள்ள முடியாது என்றும் சீனர்கள் ஆடும் நாடகத்தை என்னால் புரிந்து கொள்ள முடியவில்லை.

சீனாவைப் பற்றிய தகவல் மேல்நாட்டில் சுலபமாகக் கிடைக்கவில்லை என்பதாலோ, அல்லது அதைச் சரியாகப் புரிந்து கொள்ள முடியவில்லை என்பதாலோ, என்னால் அதைப் பாராட்ட முடியவில்லை. அத்துடன் சீனாவின் ஆட்சி பற்றிய அனுபவம் இல்லாதவர்கள், அந்நாட்டின் பரப்புரையையும், அந்நாட்டின் பகட்டான தோற்றத்தின் மதிப்பையும் கொண்டுதான் அந்நாட்டைப் புரிந்துகொள்ள முற்படுவார்கள். அந்த வகையில் பார்க்கின்றபோது, சீனாவையும், சீனத் தலைவர்களையும் புகழ்ந்துரைப்பது நேர்மையற்ற ஒன்றாக எனக்குப் பட்டது. அரசாங்க 'விருந்தோம்புதல்' என்னும் சடங்குகளால் அவர்கள் விலைக்கு வாங்கப்பட்டிருக்கிறார்கள் என்று நானும் என் தோழிகளும் விளையாட்டாகப் பேசிக் கொள்வோம். நிக்ஸனின் வருகைக்கு பிறகு, அனுமதி மறுக்கப்பட்ட சில இடங்களுக்கு அந்நிய நாட்டினர் அனுமதிக்கப்படுகிறபோது, அவர்கள் செல்லுமிடமெங்கும் அதிகாரிகள் வேறு யாரையும் அனுமதிக்காமல் தடுப்பு அரண் அமைத்து விடுவார்கள். சிறந்த போக்குவரத்து, கடைகள், தங்கும் விடுதிகள், விருந்தினர் மாளிகைகள், இயற்கை காட்சி நிறைந்த

இடங்கள் போன்றவை, 'வெளிநாட்டு விருந்தினர்களுக்கு மட்டும்' என்று எழுதி வைத்து விட்டு வேறு யாரும் அங்கு அனுமதிக்கப்படுவதில்லை. சீனாவின் மிக உயர்ந்த 'மாவோ டாய்' என்னும் மது, அப்போது சீனக் குடிமக்களுக்கு கிடைக்கவே கிடைக்காது. ஆனால் வெளிநாட்டு விருந்தினர்களுக்கு தாராளமாகக் கிடைக்கும். சீனாவின் மிக உயர்ந்த உணவு வகைகள் அவர்களுக்கு மட்டும் வழங்கப்படும். சீனாவுக்கு வருகை புரிந்த ஹென்றி கிஸ்ஸிங்கர், சீனாவுக்கு வருகை தந்த போதெல்லாம் தனக்கு அளிக்கப்பட்ட விருந்துபசாரத்தால் தான் பல மடங்கு பெருத்து விட்டதாக கூறியதை பத்திரிகையாளர்கள் பெருமையாக எழுதினார்கள். மாதம் ½ பவுண்ட் இறைச்சி மட்டும் வழங்கப்பட்ட, 'சொர்க்கத்தின் களஞ்சியம்' என்று அழைக்கப்பட்ட சிச்சுவானில் நாங்கள் இருந்தபோது, வடக்கிலிருந்து சிச்சுவானுக்கு பஞ்சம் பிழைக்க வந்தவர்கள் வீடு இல்லாமல், பிச்சைக்காரர்கள் போல் செங்குடுவின் வீதியெங்கும் நின்று கொண்டிருந்தார்கள். சீனாவுக்கு வருகை தரும் வெளிநாட்டினர் மட்டும் கடவுள் போல நடத்தப்படுகிறார்களே என்று சீனக் குடிமக்களிடையே ஓர் அங்கலாய்ப்பு எப்போதும் இருந்து வந்தது. 'சீனர்களும், நாய்களும் உள்ளே வரக்கூடாது' என்று எழுதி வைக்கப்பட்டதை அனுமதியளித்த கோமிங்டாங்கை நாம் ஏன் எதிர்க்க வேண்டும்? இப்போது அதைத் தானே நாம் செய்து கொண்டிருக்கிறோம் என்று நானும் என் தோழிகளும் எங்களுக்குள்ளே பேசிக் கொள்வோம்.

செய்திகளைத் தெரிந்துகொள்ள வேண்டும் என்ற ஆவல்தான் எனக்கிருந்த பெரிய பலவீனம். கலாச்சாரப் புரட்சியின் போது, பல்கலைக்கழகத்தில் இருந்த நூல் நிலையப் புத்தகங்கள் எல்லாம் சூறையாடப் பட்டன. அழிக்கப்பட்ட புத்தகங்களில் அதிக எண்ணிக்கையிலான நூல்கள் சீன மொழியில் இருந்த புத்தகங்களே. ஆங்கிலம் வாசிப்பதில் எனக்கிருந்த திறமையால், நான் அதிகமான அனுகூலம் பெற்றேன். ஏனென்றால் பெரும் எண்ணிக்கையிலான ஆங்கில நூல்கள் வீசி எறியப்பட்டாலும், அவை இன்னும் அழியாமல் அப்படியே கிடக்கின்றன.

'இந்நூல்கள் வாசிக்கப்படுகின்றன - அதுவும் குறிப்பாக ஒரு மாணவியால் வாசிக்கப்படுகின்றன - அவைகள் அப்பெண்ணுக்கு உபயோகமாக இருக்கின்றன' என்று நூல் நிலைய அலுவலர்கள் மிகுந்த மகிழ்ச்சியடைந்தனர். புத்தகங்களின் பெயர்ப் பட்டியல் வீணடிக்கப்பட்டதால், புத்தக அடுக்குகளில் எனக்கு தேவையான புத்தகத்தை அவ்வலுவலர்கள் கிண்டிக் கிளறி எடுக்க வேண்டியிருந்தது. நூல் நிலைய அலுவலர்கள் கடும் முயற்சி எடுத்து

அந்நூல்களை அழகாக அடுக்கி வைத்ததால் எனக்குத் தேவையான ஆங்கில இலக்கிய நூல்களை எளிமையாக எடுத்துக் கொள்ள முடிந்தது. லூயிசா மே ஆல்கட் எழுதிய *'சின்னஞ் சிறு பெண்கள்'* என்ற புத்தகம்தான் நான் முதன்முதலில் வாசித்த ஆங்கில புத்தகம். ஆல்கட்டைப் போல, ஜேன் ஆஸ்டன், பிராண்டி சகோதரிகள் போன்ற பெண் எழுத்தாளர்கள் எழுதிய நூல்கள், டிக்கன்ஸ் போன்ற ஆண் எழுத்தாளர்கள் எழுதிய நூல்களைவிட வாசிப்பது மிக எளிதாக இருந்தன. அத்துடன் பெண் எழுத்தாளர்கள் படைக்கின்ற பாத்திரங்கள் உள்ளத்தை ஊடுருவக்கூடியதாக இருக்கும். ஐரோப்பிய, அமெரிக்க இலக்கியங்களின் சுருக்கமான வரலாறுகளை வாசித்தேன். கிரேக்க நாட்டு ஜனநாயக மரபு, மறுமலர்ச்சியின் மானுட மேம்பாடு, பகுத்தாய்ந்து கேள்வி கேட்கும் அறிவுடைமை போன்றவற்றால் நான் மிகவும் ஆட்கொள்ளப்பட்டேன். *'கலிவரின் பயணம்'* என்ற நூலில், அந்த மாமன்னர் தன் குடிமக்கள் மீது அதிகாரம் செலுத்தியதைப் படித்தபோது, அந்நூலை எழுதிய ஜோனத்தன் ஸ்விஃப்ட் என்பவர் சீனாவுக்கு வருகை புரிந்து அவ்வாறு எழுதியிருப்பாரோ என்றுகூட எண்ணத் தோன்றியது. என் மனதின் விவரிக்க இயலாத உணர்ச்சியால் உண்டான மகிழ்ச்சி, வார்த்தைகளுக்குள் அடங்க மறுத்தன.

நூல் நிலையத்தில் அமர்ந்து புத்தகம் வாசிப்பது எனக்கு சொர்க்கத்தில் இருப்பது போல இருக்கும். பொதுவாக மாலை நேரங்களில், நான் நூல் நிலையத்தை நெருங்கிச் செல்கிற போது, வெளி உலகத்தை விட்டு, நூல் நிலையத்தில் புத்தகங்களோடு தனிமையில் இருக்கப் போவதை எண்ணி என் இதயம் துள்ளிக் குதிக்கும். மாடிப்படிகளில் விரைந்து ஏறி ஓடி, காற்றுப் புகாத அறையில் அடுக்கி வைக்கப்பட்டிருந்த பழைய புத்தகங்களின் நெடி எனக்குள் ஓர் ஆர்வத்துடிப்பை ஏற்படுத்தும். இதற்கு இவ்வளவு நீண்ட படிகளா என்று ஆத்திரம்கூட வரும்.

பேராசிரியர் எனக்கு இரவல் வழங்கிய அகராதிகளை வைத்துக் கொண்டு லாங் ஃபெலோவையும், வால்ட் விட்மனையும், அமெரிக்க வரலாற்றையும் படித்துப் பழக்கப்படுத்திக் கொண்டேன். அமெரிக்கச் சுதந்திரப் பிரகடனம் முழுவதையும் மனப்பாடம் செய்து வைத்திருந்தேன். 'மானிடர் அனைவரும் சமமாகப் படைக்கப்பட்டிருக்கிறார்கள் என்பதற்கான சுய சான்றாக இந்த உண்மைகளைத் தாங்கி நிற்கிறோம்' என்ற வார்த்தைகளையும், ஆண்களின் 'விட்டுக் கொடுக்க முடியாத உரிமைகள்' பற்றிய வார்த்தைகளையும், மானிடர்களிடையே உள்ள 'மகிழ்ச்சிக்கான நாட்டத்தையும், தனி உரிமையையும்' பற்றிய வார்த்தைகளையும்

வாசித்துப் பார்த்தபோது என் இதயம் வியந்து விசாலமடைந்தது. புது உலகை எனக்குத் திறந்துவிட்ட இந்தக் கருத்துகள் சீனாவில் காணக் கிடைக்கவில்லை. நான் எப்போதும் என்னோடு கையில் வைத்திருக்கும் குறிப்பேடுகளின் பக்கங்கள், நகல் எடுத்து எழுதப்பட்ட அறிவுப் பொக்கிஷங்களால் நிறைந்திருக்கும். நான் அந்த வரிகளை ஆர்வத்தோடும், ஆனந்தக் கண்ணீரோடும் எடுத்து எழுதினேன் என்பதும் குறிப்பிடத்தக்கது.

1974 வசந்தத்தில் ஓர் நாள், என் தோழி ஒருத்தி, 'வாரச் செய்தி' என்ற ஓர் ஆங்கிலப் பத்திரிகையை இரகசியமாக என்னிடம் கொண்டு வந்தாள். அதில் மாவோவுடைய படமும், அவரது மனைவியின் படமும் இடம் பெற்றிருந்தன. ஆங்கிலப் பத்திரிகையாக இருந்ததால், அவளால் அதை வாசிக்க முடியவில்லை. ஆனால் அதில் இருந்த கட்டுரை என்ன சொல்கிறது என்பதை அறிந்து கொள்ள அவசரமாக இருந்தாள். இதுதான் உண்மையில் நான் முதன்முதலில் பார்த்த வெளிநாட்டு ஆங்கிலப் பத்திரிகை. அதில் இருந்த ஒரு வாக்கியம் என்னை மின்னல் போல் தாக்கியது. 'மாவோவின் கண்களும், காதுகளும், குரலும் மாவோவின் மனைவிதான்' என்று சொல்லப்பட்டிருந்தது. அந்த நொடிப் பொழுதுவரை மாவோவுக்கும் அவரது மனைவிக்குமிடையே இருந்த செயல்பாடுகள் பற்றி நான் சிந்தித்துப் பார்க்கக்கூட நினைத்ததில்லை. மாவோவைப் பற்றி நான் கொண்டிருந்த தெளிவில்லாத பார்வை இப்போது ஆழ்ந்த கவனத்திற்கு உள்ளாக்கப்பட்டது. அத்தனை அழிவுகளையும், துன்பங்களையும் பின்னால் இருந்து இயக்கி வந்தது மாவோதான். மாவோ இல்லாமல், அவரது மனைவியோ அல்லது அவளது இரண்டாம் தரக் கைத்தடிகளோ ஒருநாள் கூட நீடித்திருக்க முடியாது. வாழ்க்கையில் முதல் முறை, வெளிப்படையாக, மாவோவுக்கு அறைகூவல் விடுக்கும் ஒரு சிலிர்ப்பை அனுபவித்தேன்.

27

'இதைப் போய் சொர்க்கம் என்று சொன்னால், நரகத்தை என்னவென்று சொல்வது?'

அப்பாவின் மரணம்

1974–1979

இவ்வளவு காலம் ஆகியும், அப்பாவின் சக பணியாளர்களுக்கு அளிக்கப்பட்டதுபோல, அவருக்கு விடுதலையும், அரசுப் பணியும் அளிக்கப்படவில்லை. 1972 வசந்த காலத்தில், பீக்கிங்கிலிருந்து வந்ததிலிருந்து, எந்த வேலையும் இல்லாமல், விண்கல் வீதியில் இருந்த அந்த வீட்டில் அப்பா வெறுமனே உட்கார்ந்து கொண்டிருந்தார். இதில் பெரிய சிக்கல் என்னவென்றால், அப்பா மாவோவின் பெயரைக் குறிப்பிட்டு அவர்மீது குற்றம் சுமத்தி விட்டார். அப்பாவை விசாரணை செய்த குழு அவர்மேல் கருணை கொண்டிருந்தது. அதனால் அக்குழு அப்பாவுக்கு ஏற்பட்டிருந்த மன அழுத்த நோயால்தான் மாவோவுக்கு எதிராகப் பேசியுள்ளார் என்று அப்பாவின் குற்றத்தைச் சரிக்கட்ட முயற்சி செய்தது. அதேசமயம் அந்தக்குழு, அப்பாவுக்கு எதிராகப் போர்க்கொடி தூக்கிய உயர்மட்ட அதிகாரிகளையும் சமாளிக்க வேண்டியிருந்தது. அத்துடன் அந்த அதிகாரிகள் அப்பாவுக்கு கடுமையான தண்டனை வழங்கியே தீர வேண்டும் என்ற தங்களின் பிடிவாதத்தை மாற்றிக் கொள்ளவில்லை. அப்பாவின் சக பணியாளர்களில் பலர் அப்பாவுக்கு ஆதரவு அளித்தார்கள். அத்துடன் அப்பாவின் துணிச்சலை வியந்து பாராட்டவும் செய்தார்கள். ஆனால் அதேசமயம், தங்களின் கழுத்துக்கு கத்தி வந்து விடக்கூடாது என்று எண்ணியும் பயம்

கொண்டார்கள். காரியவாதக் குழுக்களோடு அப்பா ஒருபோதும் தொடர்பு ஏற்படுத்திக் கொண்டதில்லை. இந்தப் பிடியிலிருந்து விடுதலை வாங்கித் தரக்கூடிய பலமான ஆதரவாளர்கள் யாரும் அப்பாவுக்கு இல்லை. அதற்கு மாறாக இவரை அழித்துப் பார்ப்பதில் ஆனந்தம் கொண்ட பலமான எதிரிகள் இவருக்கு உண்டு என்பதிலும் சந்தேகம் இல்லை.

1968-இல், அம்மா தடுப்புக் காவலிலிருந்து விடுதலை பெற்றபின், சாலையோர உணவு விடுதி ஒன்றில் அப்பாவின் பழைய நண்பர் ஒருவரைச் சந்தித்தாள். அந்த மனிதர் டிங் தம்பதியினருடன் நெருங்கிய தொடர்பு கொண்டிருந்தவர். அந்த மனிதர் தன் மனைவியோடு அங்கு உணவருந்த வந்திருந்தார். அவர்கள் யூபினில் ஒன்றாகப் பணியாற்றிக் கொண்டிருந்த போது, அந்த மனிதருக்கு மனைவியாக வந்திருப்பவளையே அம்மாவும், திருமதி டிங்கும்தான் அவருக்கு அறிமுகப்படுத்தினார்கள். இந்தத் தம்பதியினருக்கு அப்பாமீது இரக்கம் கொள்ள மனம் இல்லாவிட்டாலும், ஏதோ பெயருக்கு தலையசைத்து வைத்தார்கள். இந்தச் சந்தர்ப்பத்தில், அம்மா கிடுகிடுவென நடந்து சென்று அவர்களின் சாப்பாட்டு மேஜைக்கு முன்னால் அமர்ந்து கொண்டாள். அப்பாவை விடுவிக்க, இந்தத் தம்பதியினர், டிங் தம்பதியினரிடம் பரிந்துரை செய்ய வேண்டுமென்று அம்மா கேட்டுக் கொண்டாள். அம்மாவின் வேண்டுதல்களைக் கவனமாகக் கேட்டுக் கொண்ட அந்த மனிதர், ‘அது ஒன்றும் அவ்வளவு சாதாரணமான விஷயம் இல்லையே’ என்றார். பிறகு அந்த மனிதர் தன் விரலை தேநீர்க் கோப்பையில் நனைத்து ‘சூவோ’ என்ற பெயரை மேஜை மீது எழுதினார். அம்மாவை ஏதோ ஓர் அர்த்தத்தில் பார்த்துவிட்டு எந்தப் பதிலும் அம்மாவுக்கு சொல்லாமல், தன் மனைவியோடு எழுந்து சென்று விட்டார்.

அப்பாவோடு பணியாற்றியவர்களில் சூவோ அப்பாவுக்கு மிக நெருக்கமானவர். கலாச்சாரப் புரட்சியில் எந்தச் சேதாரமும் இல்லாமல் தப்பித்த மூத்த உயர் அதிகாரிகளில் சூவோவும் ஒருவர். திருமதி ஷுயூவின் புரட்சிப் படைக்கு மிகவும் நெருக்கமானவர். அதுபோல டிங் தம்பதியினருக்கும் நெருங்கிய நண்பர். லின் பியாவோவின் மரணத்திற்கு பிறகு இவர் பதவியில் இருந்தார்.

மாவோவுக்கு எதிராகப் பேசிய வார்த்தைகளை திரும்பப் பெற்றுக் கொள்ள அப்பாவுக்கு விருப்பம் இல்லை. ஆனால், அப்பாவை விசாரணை செய்து வந்த குழு, மன அழுத்த நோயினால்தான் அவ்வாறு பேசி விட்டதாகக் கூறுமாறு அப்பாவைக் கேட்டுக்

கொண்டார்கள். வேறு வழியில்லாமல், மிகுந்த மனவேதனையோடு அப்பா அவ்வாறு சொல்லச் சம்மதித்தார்.

இதற்கிடையில் அங்கு நிலவிய பொதுவான சூழல் அப்பாவை நம்பிக்கை இழக்க வைத்தது. மக்களை நடத்துவதிலும், கட்சியை நடத்துவதிலும் எந்தவிதக் கொள்கைகளும் காணப்படவில்லை. மீண்டும் ஊழல் தலைவிரித்தாடத் தொடங்கியது. உயர் அதிகாரிகள் முதலில் தங்கள் குடும்பங்களையும், அடுத்து தங்கள் நண்பர்களையும் நல்ல முறையில் கவனித்துக் கொண்டார்கள். அடிக்கு பயந்த ஆசிரியப் பெருமக்கள், மாணவர்கள் படிக்கிறார்களோ, இல்லையோ, அவர்கள் வேண்டும் மதிப்பெண்களை வாரி வழங்கி விடுவார்கள். அதுபோலப் பேருந்து நடத்துனர்களும் பயணக் கட்டணம் வசூலிப்பதில்லை. பொது நல அக்கறை என்பது ஏளனமாகப் பார்க்கப்பட்டது. மாவோவின் கலாச்சாரப் புரட்சி கட்சிக் கட்டுப்பாட்டையும், தனி மனித ஒழுக்கத்தையும் கேள்விக்குறி ஆக்கி விட்டது.

மனம் திறந்து பேச முடியாமல் போனதாலும், வெளிப்படையாகப் பேசினால் தன்னையும், தன் குடும்பத்தையும் இன்னும் சிக்கலில் மாட்டி விடும் என்பதாலும், அப்பாவால் தன்னைக் கட்டுப்படுத்திக் கொள்ள முடியவில்லை. அப்பாவுக்கு தூக்க மாத்திரைதான் பயன் அளித்தது. அரசியல் சூழல் கவலையற்று இருந்தபோது, அப்பா வேதனையின் விளிம்பில் இருந்தார். உளவியல் மருத்துவர்கள் அப்பாவுக்கு தூக்க மாத்திரைகள் வழங்கும் ஒவ்வொரு தடவையும், இவ்வளவு அதிகமாகச் சாப்பிடுவது ஆபத்து என்று எச்சரித்தார்கள். ஆனாலும் அவரால் மாத்திரை எடுத்துக் கொள்ளாமல் இருக்க முடியவில்லை. 1974 ஆம் ஆண்டு மே மாதம் அப்பா மரணத்தின் விளிம்பில் இருப்பதை உணர்ந்து கொண்டார். தனக்கு உளவியல் மருத்துவம் தருமாறு அப்பாவே கேட்டுக் கொண்டார். இந்தமுறை அப்பா உடனடியாக மருத்துவமனையில் சேர்க்கப்பட்டு சிகிச்சை அளிக்கப்பட்டார். இப்போது மீண்டும் மருத்துவ துறைக்கு பொறுப்பேற்றுள்ள அப்பாவின் சக பணியாளர்களுக்கு நன்றி.

பல்கலைக்கழகத்திலிருந்து விடுப்பு எடுத்துக் கொண்டு, அப்பாவைக் கவனித்துக் கொள்ள மருத்துவமனையில் தங்க ஆரம்பித்தேன். ஏற்கனவே அப்பாவுக்கு சிகிச்சையளித்த டாக்டர் சூ என்பவர்தான் இப்போதும் அப்பாவுக்கு சிகிச்சையளித்தார். அவர் அப்பாவை முறையாகக் கவனித்து நேர்மையான முறையில் சிகிச்சை கொடுத்து வந்ததாலும், அப்பா ‘பைத்தியம் போல் நடிக்கிறார்’ என்று ஒப்புதல் வாக்குமூலம் எழுதித் தரச் சொல்லி மருத்துவருக்கு உத்தரவிட்டு, அவர் அதற்கு மறுத்ததாலும், டிங் தம்பதியினர்

மருத்துவரை கண்டனத்துக்கு உள்ளாக்கினார்கள். அவரைக் காட்டுமிராண்டித்தனமாக அடித்து உதைத்து, பதவியைப் பறித்து விரட்டி விட்டார்கள். 1968 ஆம் ஆண்டு ஒரு நாள் நான் அவரைப் பார்க்க நேரிட்டபோது மருத்துவமனை குப்பைத் தொட்டியிலிருந்து குப்பைகளை அள்ளிக்கொண்டும், பொது மக்கள் எச்சில் துப்பப் பயன்படுத்தும் எச்சில் கலன்களை கழுவிச் சுத்தப்படுத்தும் வேலையை செய்து கொண்டும் இருந்தார். அவருக்கு அப்போது வயது 30-க்குள் இருந்தும் அவருடைய முடியெல்லாம் வெளுத்து விட்டது. டிங் தம்பதியினரின் வீழ்ச்சிக்குப் பிறகுதான் இவர் விடுதல் செய்யப்பட்டார். இவர் இதர மருத்துவர்களிடமும், பணிப்பெண்களிடமும் அன்பாக நடந்து கொண்டதுபோல, அப்பாவிடமும் என்னிடமும் அன்பாக நடந்து கொண்டார். அவர்களே அப்பாவை நன்கு கவனித்துக் கொள்வதாகவும், நான் அங்கு இருக்க வேண்டிய தேவையில்லை என்றும் கூறினார்கள். ஆனாலும் எனக்கு அப்பாவை விட்டுச் செல்ல மனம் வரவில்லை. மற்ற எல்லாவற்றையும்விட அப்பாவுக்கு இப்போது தேவைப்படுவது பாசம் ஒன்றுதான் என்று முடிவு செய்து கொண்டேன். யாரும் இல்லாத சமயம் அவர் விழுந்து விட்டால் என்ன செய்வது எனக் கவலை கொண்டேன். அவரது இரத்த அழுத்தம் வேறு கட்டுக்கடங்காமல் ஏறிக்கொண்டு போனது. அப்பாவுக்கு அவ்வப்போது ஏற்பட்ட மாரடைப்புதான் அவரை நடக்க இயலாமல் செய்து விட்டது. எப்போது வேண்டுமானாலும் தடுமாறிக் கீழே விழலாம் என்பது போலவே அப்பாவின் உடல்நிலை இருந்தது. இனி ஒருதடவை அப்படித் தடுமாறி கீழே விழுந்தாலும், அது அவர் உயிருக்கு ஆபத்து என்று மருத்துவர்கள் எச்சரித்தார்கள். 1967 கோடை காலத்தில் அப்பாவுக்கு சிகிச்சையளிக்கப்பட்ட அதே ஆண்கள் மருத்துவப் பிரிவில் நானும் இப்போது தங்கிக் கொண்டேன். ஒரு அறையில் இரண்டு நோயாளிகள் தங்க வைக்கப்பட்டனர். ஆனால், அப்பாவுக்கென்று தனி அறை கொடுக்கப்பட்டது. இன்னொரு கட்டிலில் நான் படுத்துக் கொண்டேன்.

எப்போது அப்பா விழுந்து விடுவாரோ என்ற பயத்தில் அவர் அருகிலேயே நான் இருந்தேன். அப்பா கழிப்பறைக்கு செல்ல நேரிட்டால், நான் வெளியில் காத்துக் கொண்டிருப்பேன். அப்பா கழிப்பறையில் இருக்கும் நேரம் அதிகமாவது போல் எனக்குத் தோன்றினால், மாரடைப்பு வந்து விட்டதோ என்று கற்பனை செய்து கொண்டு அப்பாவைக் கூப்பிட்டுப் பார்ப்பேன். மருத்துவமனைக்கு பின்புறமிருந்த பூங்காவிற்கு அப்பாவை அழைத்துச் சென்று நடக்க வைப்பேன். அந்தப் பூங்கா நிறைய மனநோயாளிகள்தான்

- கோடு போட்ட பைஜாமா அணிந்து கொண்டு ஒளியிழந்த கண்களோடு சுற்றி வருவார்கள். அவர்களைப் பார்த்ததும் பயந்து வேதனைப்பட்டிருக்கிறேன்.

அந்தப் பூங்கா கண்ணுக்கினிய வண்ண வண்ண நிறங்களால் நிறைந்திருந்தது. மஞ்சள் நிறம் உடைய பூக்கள் குப்பென்று பூத்துள்ள ஒரு குத்துச் செடியையே சுற்றிச் சுற்றி வெண்ணிற பட்டாம்பூச்சிகள் பறந்து கொண்டிருந்தன. சீன நாட்டு மரங்களும், அழகாக அசைந்தாடும் மூங்கில் மரங்களும், செந்நிற மாதுளை மலர்களும் பார்ப்பதற்கு மனதுக்கு இதமாக இருந்தது. அதில் நடந்தபடியே கவிதைகளையும் புனைந்து கொண்டு சென்றேன்.

அந்தப் பூங்காவின் கடைசியில் பெரிய பொழுதுபோக்கு அறை ஒன்று இருந்தது. மருத்துவமனைவாசிகள் அங்கு வந்து சீட்டும், சதுரங்கமும் விளையாடுவார்கள். சிலர் செய்தித் தாட்களையும், அனுமதிக்கப்பட்ட புத்தகங்களையும் வாசித்துப் பார்க்காமல் பக்கங்களைப் புரட்டிப் பார்ப்பார்கள். கலாச்சாரப் புரட்சி சமயத்தில், மருத்துவமனை உள் நோயாளிகள் மாவோவின் நூல்களை வாசிப்பதற்காக இந்த அறை பயன்படுத்தப்பட்டதாகவும், மனோவியாதியை மருத்துவச் சிகிச்சை குணமளிப்பதைவிட மாவோவின் செம்புத்தகம் குணமளிக்கும் என்ற அற்புதத் தத்துவத்தை மாவோவின் சகோதரன் மகன் மாவோ யுவான்ஸின் கூறினான் என்றும், இத்தகைய வாசிப்பு அமர்வு நீண்ட நாட்கள் நிலைக்கவில்லை என்றும், ஒரு மன நோயாளி வாயைத் திறந்தாலே பயத்தினால் நாங்கள் அனைவரும் மரணத்தின் எல்லைக்கே சென்றுவிடுவோம். ஏனென்றால், அவன் வாயைத் திறந்து என்ன சொல்லி விடுவானோ என்று யாருக்கு தெரியும் என்றும் ஒரு பணிப் பெண் கூறினாள்.

மன நோயாளிகள் வன்முறையாக எதையும் செய்யவில்லை. ஏனென்றால், அவர்களுக்கு அளிக்கப்பட்டு வந்த சிகிச்சை அவர்களது உடலையும் மனதையும் முடக்கிப் போட்டு விடும். அப்படி இருந்தும், அவர்களோடு தங்கி இருப்பது, அதிலும் குறிப்பாக இரவு நேரம் தங்கி இருப்பது, எந்த நேரம் என்ன ஆகுமோ என்ற கிலியை ஏற்படுத்தி விடும். அந்த நேரம் அப்பா மாத்திரைகளின் ஆளுமையில் அயர்ந்து தூங்குவார். அந்த ஒட்டு மொத்த மருத்துவமனையே அமைதியில் உறைந்து கிடக்கும். மற்ற அறைகளைப் போல எங்கள் அறைக்கு பூட்டுத் திறப்பு கிடையாது. பல தடவை திடுக்கென்று விழித்துப் பார்த்திருக்கிறேன். அப்போது ஒரு மன நோயாளி, கொசு வலையை கையில் விலக்கிப் பிடித்துக்கொண்டு, கண்களில் பைத்திய வெறியோடு என்னருகே

அப்பாவின் மரணம்

நின்று கொண்டிருந்தான். அதைப் பார்த்ததும் அந்தக் குளிரிலும் என் உடம்பெல்லாம் வியர்க்கத் தொடங்கியது. வேறு வழியில்லாமல் அப்பாவை எழுப்ப நினைத்தேன். ஆனால், அப்பா வியாதியிலிருந்து விடுபட தூக்கம் ஒன்றுதான் மருந்து. கடைசியில் அந்த மனநோயாளி மெதுவாக அடி எடுத்து வைத்து அறையை விட்டு வெளியேறினான்.

ஒரு மாதம் கழித்து அப்பா வீட்டிற்கு வந்தார். ஆனாலும் அவர் முற்றிலும் குணம் பெறவில்லை. நீண்ட காலம் அவரது மனநிலை ஒரு மன அழுத்தத்திலேயே நீடித்திருந்தது. அரசியல் சூழ்நிலை மக்களின் சுதந்திரத்தைத் தன் கட்டுக்குள் வைத்திருந்ததால் அப்பாவால் கவலை மறந்து இருக்க முடியவில்லை. தூக்க மாத்திரைகள் அவருக்கு அவசியம் என்ற நிலைக்கு தள்ளப்பட்டார். உளவியல் மருத்துவர்களால் அவருக்கு செய்வதற்கு ஒன்றுமில்லை. நரம்பு மண்டலம் செயல் இழந்து கொண்டிருந்தது. அடுத்து அவரது உடலும் மனமும் அந்த நிலைக்குத் தான் தள்ளப்படும்.

ஒரு வழியாக, விசாரணைக்குழு அப்பாவுக்கான ஒரு முன் வரைவு தீர்ப்பு நகல் ஒன்றை எழுதித் தயாரித்தது. ‘இவர் கடுமையான அரசியல் குற்றங்களை இழைத்திருக்கிறார்’ என்று அந்த முன்வரைவுத் தீர்ப்பு விவரித்தது. இந்தக் குற்றம், ‘வர்க்க எதிரி’ என்னும் குற்றத்தைவிட ஒரு படி குறைவாக இருந்தது. கட்சிக் கட்டுப்பாடுகளின்படி அந்தத் தீர்ப்பின் நகல், அப்பாவின் கையொப்பத்திற்காக, அவருக்கு வழங்கப்பட்டது. அதை வாசித்த அடுத்த நொடியில் அப்பா குலுங்கிக் குலுங்கி அழுதார். ஆனால், அந்தத் தீர்ப்பில் அப்பா கையொப்பமிட்டார்.

ஆனால், உயர் அதிகாரிகள் அந்தத் தீர்ப்பை ஏற்றுக் கொள்ளவில்லை. இதைவிடக் கடுமையான தீர்ப்பை எதிர்பார்த்தார்கள்.

1975 ஆம் ஆண்டு மார்ச் மாதம் என்னுடைய சகோதரியின் கணவன் கண்ணாடிக்காரனுக்கு அவனுடைய தொழிற்சாலையில் பதவி உயர்வு தயாராக இருந்தது. அதனால், அத்தொழிற்சாலை அலுவலர்கள் ‘ஓர் அடிப்படை அரசியல் ஆய்வு’ நடத்துவதற்காக அப்பா பணிபுரிந்த இலாக்காவிற்கு வருகை புரிந்தார்கள். திருமதி ஷூவின் குழுவில் இருந்த முன்னாள் புரட்சிப் படையினர் ஒருவர், வருகை புரிந்த தொழிற்சாலை அலுவலர்களை வரவேற்றார். அந்தப் புரட்சிப் படையினர், ஆய்வு நடத்த வந்தவர்களிடம் கண்ணாடிக்காரனின் மாமனார் ‘மாவோவின் எதிர்ப்பாளர்’ என்று காட்டிக் கொடுத்தார். அதனால் கண்ணாடிக்காரனுக்கு பதவி உயர்வு நிறுத்தப்பட்டது. அப்பா அம்மாவை வேதனை

அடைய வைக்கக்கூடாது என்னும் நோக்கத்தில், இந்த விஷயத்தை கண்ணாடிக்காரன் அவர்களிடம் மறைத்து விட்டார். ஆனால், அப்பாவின் இலாக்காவில் பணியாற்றிய ஒருவர் வீட்டிற்கு வந்து இந்த விஷயத்தை அம்மாவின் காதுகளில் கிசுகிசுத்தபோது, அப்பா அதைத் தெரிந்து கொண்டார். தன் மருமகனின் எதிர் காலத்தில் மண் அள்ளிப் போட்டு விட்டதாக அப்பா கண்ணாடிக்காரனிடம் மன்னிப்புக் கோரியபோது, அப்பாவுக்கு ஏற்பட்ட வலி மிகக் கொடுமையாக இருந்தது. கண்ணீரும் கம்பலையும் நிறைந்த குரலில் அப்பா, 'என் மருமகன்கூட இவ்வாறு புறந்தள்ளப்படுவதற்கு நான் என்ன குற்றம் செய்தேன். உங்களைக் காப்பாற்றுவதற்கு நான் என்ன செய்யப் போகிறேனோ, தெரியவில்லையே' என்று அம்மாவிடம் புலம்பினார்.

தேவைக்கு அதிகமான தூக்க மாத்திரைகளை அப்பா விழுங்கியும், இரவு பகலாக தூக்கமில்லாமல் தவித்து வந்தார். ஏப்ரல் மாதம் 9ஆம் தேதி மாலை அப்பா 'தூக்கம் வருகிறது' என்றார்.

அப்போது அம்மா சமையல் வேலைகள் எல்லாம் முடித்தபின், அப்பா எவ்வளவு நேரம் தூங்க முடிகிறதோ, அவ்வளவு நேரமும் தூங்கட்டும் என்று எண்ணினாள். நீண்டநேரம் கழித்து மாடிக்கு சென்ற அம்மா, அப்பா இன்னும் எழுந்திருக்காததால் அவரை எழுப்பினாள். அப்பா விழித்துப் பார்க்கவில்லை. அப்பாவுக்கு மாரடைப்பு என்று அம்மா உணர்ந்து கொண்டாள். அப்போது தொலைபேசி வசதி இல்லை. ஒரு தெரு தள்ளி இருந்த அரசு மருத்துவமனைக்கு அம்மா ஓடினாள். அம்மருத்துவமனைத் தலைமைப் பொறுப்பாளரான டாக்டர் ஜென் என்பவரைப் பார்த்தாள்.

டாக்டர் ஜென் அபாரத் திறமை கொண்டவர். கலாச்சாரப் புரட்சிக்கு முன்னால் அவர் எங்கள் குடியிருப்பு பகுதியில் இருந்த சிறப்புக் குறியவருக்கான மருத்துவப் பிரிவின் தலைமைப் பொறுப்பில் இருந்தார். அப்போது அவர் எங்கள் வீட்டிற்கு அடிக்கடி வந்து, எங்கள் குடும்பதாரின் நலன்களை அக்கறையோடு விசாரிப்பார். ஆனால், கலாச்சாரப் புரட்சி தொடங்கிய பிறகு, அவர் எங்களைப் பார்ப்பதை தவிர்த்தார். எங்களிடம் பாராபட்சமாக நடந்து கொண்டார். நான் டாக்டர் ஜென் மாதிரி பல மனிதர்களைப் பார்த்திருக்கிறேன். அதுபோன்ற மனிதர்களின் நடவடிக்கைகள் எங்களுக்கு புதிது அல்ல.

அப்போது அந்த மருத்துவமனையில் அம்மா டாக்டர் ஜென்னைப் பார்த்தவுடன் அவர் எரிச்சல்பட்டார் என்று அம்மாவுக்கு தெளிவாகப்

அப்பாவின் மரணம்

புரிந்தது. இப்போது அவர் மேற்கொண்டிருக்கும் வேலையை முடித்து விட்டு வருவதாக அம்மாவிடம் கூறினார். 'ஒரு மாரடைப்பு நோயாளியைக் காக்க வைக்கலாமா?' என்றும் அம்மா கேட்டாள். 'அவசரப்பட்டு என்ன ஆகப் போகிறது' என்ற அர்த்தத்தில் அம்மாவைப் பார்த்துவிட்டுச் சென்றார். ஒரு மணி நேரம் கழித்து, பெரிய மனது வைத்து, ஒரு பணிப்பெண்ணை அழைத்துக் கொண்டு ஜென் எங்கள் வீட்டிற்கு வந்தார். ஆனால், முதல் உதவிப் பெட்டியை எடுக்காமல் வந்து விட்டார். அதை எடுப்பதற்காக அந்தப் பணிப்பெண் மீண்டும் அவ்வளவு தூரம் நடந்து சென்றாள். டாக்டர் ஜென் அப்பாவைப் புரட்டிப் புரட்டிப் பார்த்துவிட்டு, அங்கே அமர்ந்து பணிப்பெண்ணுக்காகக் காத்திருக்கலானார். அடுத்த அரை மணி நேரம் கழித்து பார்த்தபோது, அப்பாவின் உடலில் உயிர் இல்லை.

அன்று இரவு பல்கலைக்கழக விடுதியில் மெழுகுவர்த்தி வெளிச்சத்தில் வேலை செய்து கொண்டிருந்தேன். அப்போது அது ஓர் இருட்டடிப்பு நேரம். போர்க்காலங்களில் பகைவர் கண்ணுக்கு எதையும் பார்க்க முடியாதவாறு அனைத்து விளக்குகளையும் அணைத்து விடும் நேரம். அப்போது அப்பா பணியாற்றிய இலாக்காவிலிருந்து சிலர் வந்தார்கள். வந்தவர்கள் எந்த விபரமும் சொல்லாமல் என்னை வீட்டிற்கு விரட்டி விட்டார்கள்.

விழுந்தடித்து வீட்டிற்கு வந்து பார்த்தபோது அப்பா கட்டிலில் ஒருக்களித்துப் படுத்திருந்தார். நிரந்தரத் தூக்கத்தில் ஆழந்திருப்பதுபோல, வழக்கத்திற்கு மாறாக அவரது முகத்தில் தெய்வீகக் களை வீசியது. வயதான தோற்றம் அவர் முகத்தில் காணப்படவில்லை. இளமையாக, ஐம்பத்து நான்கு வயதிற்கும் இளையவராகத் தோற்றமளித்தார். என் இதயம் சுக்கல் சுக்கலாக நொருங்கிவிடும் போலிருந்தது. பொங்கி வந்த அழுகையை என்னால் கட்டுப்படுத்திக் கொள்ள முடியவில்லை.

மௌனமாக அழுதேன்; நாள் கணக்காக அழுதேன். அப்பாவின் வாழ்க்கையையும், அர்த்தமற்றுப்போன அவரது அர்ப்பணங்களையும், நொறுங்கிய கனவுகளையும் எண்ணிப் பார்த்தேன். அப்பா இறந்திருக்கக் கூடாது. ஆனாலும் அவரது இறப்பு தவிர்க்க முடியாதது. மாவோவின் கட்டுப்பாட்டின்கீழ் இருந்த சீனாவில் அப்பாவுக்கென்று எந்த இடமும் இல்லை. ஏனென்றால், கடைசிவரை அவர் ஒரு நேர்மையான மனிதராகவே இருந்துவிட விரும்பினார். எந்த நோக்கத்திற்காக அப்பா தன் வாழ்நாளை அர்ப்பணித்தாரோ, அந்த நோக்கமே அவருக்கு துரோகம்

852 'இதைப் போய் சொர்க்கம் என்று சொன்னால்,

இழைத்து விட்டது. அந்தத் துரோகமே அவரது உயிரையும் குடித்து விட்டது.

‘டாக்டர் ஜென் தண்டிக்கப்பட வேண்டும்’ என்ற கோரிக்கையை அம்மா முன்னிறுத்தினாள். அவர் மட்டும் அலட்சியப்படுத்தாமல் உரிய நேரத்தில் வந்து சிகிச்சை அளித்திருந்தால், அப்பா இறந்திருக்க மாட்டார். இது ஒரு ‘விதவையின் அங்கலாய்ப்பு’ என்று அம்மாவின் கோரிக்கை நிராகரிக்கப்பட்டது. இதை மேற்கொண்டு கிளப்பாமல் அப்படியே விட்டுவிட அம்மா முடிவு செய்தாள். இன்னும் ஒரு முக்கியமான போராட்டத்தின்மீது கவனம் செலுத்த வேண்டும் என்று அம்மா தீர்மானம் செய்தாள். எல்லாரும் ஏற்றுக் கொள்ளத்தக்க ஓர் உரை - அப்பாவிற்கான ஒரு நினைவேந்தல் உரை நிகழ்த்த வேண்டுமென்று முடிவெடுத்தாள்.

அந்த உரை மிகவும் முக்கியத்துவம் வாய்ந்ததாக இருக்க வேண்டும். ஏனென்றால், அப்பாவின் மதிப்பு கட்சியில் எப்படி இருந்தது என்று ஒவ்வொருவரும் புரிந்து கொள்ளக்கூடியதாக இருக்க வேண்டும். அப்பா இறந்து போனாலும், அவருக்கென்று இருந்த அவரது அலுவலகக் கோப்பில் அது பதியப்பட வேண்டும். அது அவரது குழந்தைகளின் எதிர்காலத்தைத் தீர்மானிக்கக் கூடியதாக இருக்க வேண்டும். இதுபோன்ற உரைக்கென்று சில குறிப்பிட்ட ஒழுங்குமுறைகளும், அந்த உரையைச் செயல்படுத்துவதற்கான நிலையான வரைமுறைகளும் இருந்தன. இறந்துபோன ஒரு அதிகாரிக்காக ஆற்றப்படும் முறையான உரையில் ஏதேனும் சறுக்கல் ஏற்பட்டால், இறந்த மனிதர்மேல் ஏதோ சந்தேகம் இருப்பதாகவும், அல்லது முறைகேடான அந்த மனிதர் வன்மையாகக் கண்டிக்கத்தக்கவர் என்றும் கட்சி அர்த்தம் எடுத்துக் கொள்ளும். ஒரு முன்மாதிரி உரை தயாரிக்கப்பட்டு அம்மாவிடம் காட்டப்பட்டது. அது முற்றிலும் மோசமான முரண்பாடு கொண்டதாக இருந்தது. முரண்பாடுகள் கொண்டிருந்த இந்த உரையை அம்மா நிகழ்த்தினால், எங்கள் குடும்பம் சந்தேகக் கண்களிலிருந்து நிரந்தரமாகத் தப்பிக்க முடியாது என்று அம்மாவுக்கு நன்கு தெரியும். அதிகபட்சமாக கடைசிவரை எந்தப் பாதுகாப்பும் இல்லாமல் நாங்கள் வாழ வேண்டியிருக்கும். தலைமுறை தலைமுறையாக நாங்கள் தள்ளி வைக்கப்பட வேண்டியிருக்கும். எழுதிக் கொடுக்கப்பட்ட பல உரைகளை அம்மா நிராகரித்து விட்டாள்.

எல்லாமே அம்மாவுக்கு எதிராகச் செயல்பட்டன. அப்படியிருந்தும், அப்பாவுக்கு பலரின் அனுதாபங்கள் உண்டு என்று அம்மாவுக்குத் தெரியும். ஒரு சீன நாட்டுக் குடும்பம் உணர்ச்சிப்பூர்வமான மிரட்டல் விடுப்பதற்கு இதுதான் உகந்த நேரமாக இருந்து வந்தது. அப்பாவின்

மரணத்திற்குப் பிறகு அம்மா படுக்கையில் விழுந்து விட்டாள். இருப்பினும், அம்மா நோய்வாய்ப் படுக்கையில் இருந்து கொண்டே தளராத உறுதியுடன் போராடினாள். ஏற்றுக் கொள்ளத்தக்க ஒரு நல்ல பிரிவு உரை தனக்குக் கிடைக்கப்பெறாத பட்சத்தில், நினைவேந்தல் நேரத்தில் எல்லா அதிகாரிகளையும் கண்டனத் தீர்மானத்திற்கு உள்ளாக்கப்போவதாக அம்மா மிரட்டினாள். அப்பாவோடு பணியாற்றிய அனைத்துப் பணியாளர்களையும், அவரது நண்பர்கள் அனைவரையும் அம்மா தனது நோய்வாய்ப் படுக்கைக்கு வரவழைத்தாள். 'இதோ என் குழந்தைகளின் எதிர்காலத்தை உங்கள் கைகளில் ஒப்படைக்கிறேன்' என்று அவர்களிடம் கூறினாள். அப்பாவுக்காக பரிந்து பேசவிருப்பதாக அங்கே அவர்கள் வாக்களித்தார்கள். இறுதியில் அதிகாரிகள் அனைவரும் மனமிரங்கி சம்மதம் தெரிவித்தார்கள். மறுவாழ்வு அளிக்கப்பட்ட மனிதராக அப்பாவை நடத்துவதற்கு யாருக்கும் தைரியம் வராவிட்டாலும், அப்பாவைப் பற்றிய மதிப்பீடு அவரைக் குற்றமற்றவர் என்று குறிப்பிட்டது.

நினைவேந்தல் ஏப்பிரல் மாதம் 21ஆம் நாள் நடைபெற்றது. இதற்கென வரையறுக்கப்பட்ட செயல்பாடுகளின்படி, 'இறுதி ஊர்வலக் குழு' தன் வேலைகளைத் தொடங்கியது. இந்தக் குழுவில் சூவோவைப் போன்று அப்பாவுக்கு தண்டனையளிக்க உதவிகரமாக இருந்த சில மக்கள் உட்பட, அப்பாவின் முன்னாள் பணியாளர்கள் பலர் இடம் பெற்றிருந்தனர். இந்தச் சடங்கு இறுதிவரை மிகக் கவனமாக நடத்தப்பட்டது. சடங்கு விதிமுறைகளின்படி சுமார் 500 பேர் இதில் கலந்து கொண்டார்கள். மாநில அரசுத் துறைகள் சிலவற்றிற்கும், அப்பாவின் இலாக்காவைச் சேர்ந்த அரசு ஊழியர்களுக்கும் இப்பணி பகிர்ந்து அளிக்கப்பட்டது. கெடு மதி கொண்ட திருமதி ஷயூகூட வருகை புரிந்திருந்தாள். ஒவ்வொரு அமைப்பும் மலர் வளையம் வைக்க வேண்டும் என்று ஆணையிடப்பட்டது. அந்த மலர் வளையம் காகிதத்தால் செய்யப்பட்டதாகவும், இந்த அளவுதான் இருக்க வேண்டும் என்றும் வரையறுக்கப்பட்ட ஒன்றாக இருந்தது. 'இந்நிகழ்வு அரசாங்க அலுவலர்களால் நிறைவேற்றப்படும்' என்ற செய்தி எங்கள் குடும்பத்தாருக்கு ஒரு வகையில் மகிழ்ச்சியைக் கொடுத்தது. அப்பா வகித்த பதவி போன்ற ஒரு பதவியில் இருந்து இறந்த ஒருவருக்கான இறுதிச் சடங்குகள், தனியார்கள் நிறைவேற்றியதாக செய்திகள் இல்லை. அவரைக் கௌரவப்படுத்தும் விதமாக கட்சியே இதை எடுத்துச் செய்யும். அங்கு வருகை புரிந்தவர்கள் அனைவரையும் என்னால் தெரிந்துகொள்ள முடியவில்லை. ஆனால், அப்பாவின் மரணச் செய்திகேட்ட என் நண்பர்கள் - நேனா. பிளம்பி, நான்

பணியாற்றிய முன்னாள் தொழிற்சாலையின் மின் ஊழியர்கள் உட்பட என் நெருங்கிய நண்பர்கள் அனைவரும் இறுதிச் சடங்கிற்கு வந்திருந்தார்கள். சிச்சுவான் பல்கலைக்கழக வகுப்புத் தோழர்கள் அனைவரும் வந்திருந்தார்கள். மாணவர்த் தலைவன் மிங் உட்பட எல்லாரும் வருகை தந்தார்கள். பாட்டியின் மரணத்திற்கு பிறகு யாரைப் பார்க்கக்கூடாது என்று மறுத்து வந்தேனோ, அந்த நண்பன் 'பிங்'கும் வந்திருந்தான். ஆறு வருடங்களுக்கு முன்பு அறுந்துபோன எங்கள் நட்பு, உடனடியாக இங்கே தொடங்கியது.

இறந்தவரின் குடும்பத்திலிருந்து ஒருவர் பேச வேண்டும் என்பது சடங்குகளின் ஒரு பகுதி. அந்தப் பணியை என்மீது இறக்கி வைத்தார்கள். அப்பாவின் குணாதிசயங்கள், அவரது நன்னெறிக் கொள்கைகள், கட்சியின் மீது அவர் கொண்டிருந்த ஆழமான விசுவாசம், மக்கள்மீது அவர் காட்டிய ஆழ்ந்த அர்ப்பணிப்பு ஆகிய அனைத்தையும் அவ்வுரையில் நினைவு கூர்ந்தேன். அப்பாவின் மரணம் தந்த சோகம் அங்கு வந்திருந்த அனைவரையும் ஆழமாகச் சிந்திக்க வைக்கும் என்று நான் நம்பிக்கை அடைந்தேன்.

இறுதியாக, ஒவ்வொருவரும் பழைய சம்பவங்களை நினைவுபடுத்தி, கைகுலுக்கிப் பிரிந்தபோது, முன்னாள் புரட்சிப் படையினர் ஒவ்வொருவர் கண்களிலும் கண்ணீர் நிரம்பி இருந்ததைக் கண்டேன். திருமதி ஷ்யூ முகத்தில்கூட சோகம் தெரிந்தது. ஒவ்வொரு சந்தர்ப்பத்திலும், ஒவ்வொரு மனிதரும், ஆளுக்கொரு முகத்திரையோடு வெளியில் தோற்றம் அளித்தார்கள். சில புரட்சிப் படையினர் என் காதில் வந்து, 'உங்கள் தந்தையார் அனுபவித்த தாங்கொனாத இன்னல்களுக்காக நாங்கள் மிகவும் வருத்தப்படுகிறோம்' என்று கிசுகிசுத்தார்கள். அவர்கள் கூறியது உண்மையாகக் கூட இருக்கலாம். ஆனால் அது என்ன மாற்றத்தை ஏற்படுத்தி விடப் போகிறது? அப்பா இறந்தது இறந்ததுதான். அப்பாவைக் கொன்றதில் அவர்கள்தான் அதிக மும்முரம் காட்டியவர்கள். அவர்கள் பங்குதான் அதில் மேலோங்கி நின்றது. அடுத்து ஒரு கலாச்சாரப்புரட்சி வந்து, வேறு யாருக்கேனும் இந்த நிலைமை ஏற்பட்டால், அவர்கள் இதுபோல செய்வார்களா என்பதுதான் என் கேள்வி.

நான் இதுவரை பார்த்திராத ஓர் இளம் பெண் என் தோள்மீது கை வைத்து தேம்பித் தேம்பி அழுதாள். அவள் ஏதோ ஒரு குறிப்பை என் கையில் வைத்து திணித்தது போல்த் தெரிந்தது. பிறகு அதை வாசித்துப் பார்த்தேன்: 'உங்கள் அப்பாவின் நல்லொழுக்கங்கள் கண்டு நான் பலமுறை நெகிழ்ந்திருக்கிறேன். நாம் அவரிடமிருந்து கற்றுக்கொள்ள வேண்டியவை நிறைய இருக்கின்றன. அவர் விட்டுச்

சென்ற பாட்டாளி மக்களின் புரட்சிக் காரணங்களுக்கு, அவருக்கு அடுத்து வரும் நாம் தகுதியானவர்களாக இருக்க வேண்டும்' என்று எழுதப்பட்டிருந்தது. 'என்னுடைய உரை உண்மையில் இந்த அளவு ஒரு கிளர்ச்சியை ஏற்படுத்தி விட்டதா?' என்று வியந்தேன். கம்யூனிஸ்ட் நன்னெறிக் கோட்பாடுகளிலிருந்தும், அதன் உயர்ந்த சிந்தனைகளிலிருந்தும் யாரும் விலகிச் சென்றுவிட முடியாது என்று தெரிந்தது.

அப்பாவின் மரணத்திற்கு சில வாரங்களுக்கு முன்பு, அப்பாவோடு செங்குடு இரயில் நிலையத்தில், அவரது நண்பர் ஒருவரின் வருகைக்காக காத்துக்கொண்டு அங்கே அமர்ந்திருந்தோம். பத்து ஆண்டுகளுக்கு முன்பு, அப்பா விஷயமாக அம்மா மேல் முறையிடு செய்ய பீக்கிங் செல்ல வந்த போது நானும் அம்மாவும் உட்கார்ந்திருந்த அதே இடத்தில்தான் நானும் அப்பாவும் இப்போது அமர்ந்திருந்தோம். அந்த இடம் அவ்வளவாக பெரும் மாற்றம் பெறவில்லை என்றாலும், இப்போது அந்த இடம் குப்பையாகக் காட்சியளித்தது. கூட்டம் அதிகரித்திருந்தது. இரயில் நிலையத்தின் முன்னால் இருந்த பெரிய சதுக்கத்தில் அதிகக் கூட்டம் குழுமியிருந்தது. அதில் சிலர் படுத்து தூங்கிக் கொண்டிருந்தார்கள். சிலர் உட்கார்ந்து கொண்டிருந்தார்கள். சில தாய்மார்கள் தங்கள் குழந்தைகளுக்கு பாலூட்டிக் கொண்டிருந்தார்கள். ஒரு சிலர் பிச்சை எடுத்துக் கொண்டிருந்தார்கள். இவர்கள் வட சீனப் பகுதியிலிருந்து இங்கு வந்த விவசாயிகள். அங்கு ஒருசில இடங்களில் பஞ்சம் ஏற்பட்டது. மோசமான பருவநிலை மாற்றத்தால் உண்டான பஞ்சத்தாலும், திருமதி மாவோவின் ஆட்கள் ஏற்படுத்திய நாசவேலைகளாலும் அந்த விவசாயிகள் இங்கு வந்து பிச்சை எடுத்துக் கொண்டிருந்தார்கள். இரயில் பெட்டிகளின் மேல் அமர்ந்து பயணம் செய்து இங்கு வந்திருக்கிறார்கள். இரயில், சுரங்கங்கள் வழியாக வருகின்ற போது பலர் வீழ்ந்து இறந்த கதையும், பலரின் தலைகள் துண்டிக்கப்பட்ட கதையும் நிறைய உண்டு.

'வருகின்ற கோடையில் நான் யாங்ஸி நதிக்கு செல்லலாமா, அப்பா?' என்று இப்போது இரயில் நிலையத்துக்கு வரும் வழியில் அப்பாவிடம் கேட்டேன். 'என் வாழ்க்கையில் நான் முன்னுரிமை கொடுப்பது இயற்கைக் காட்சிகளை பார்த்து ரசிப்பதற்காகத்தான்' என்று அப்பாவிடம் முன்மொழிந்தேன். அப்பா, 'வேண்டாம்' என்பது போலத் தலையாட்டினார். 'இந்த வயதில் நீ படிப்புக்கும் கடமைக்கும்தான் முன்னுரிமை கொடுக்க வேண்டும்' என்றார்.

மீண்டும் அந்த இரயில் நிலையத்துக்கு என் நினைவுகளைத் திருப்பினேன். ஒரு பெண் தரையைப் பெருக்கி சுத்தம் செய்து

*'இதைப் போய் சொர்க்கம் என்று சொன்னால்,
நரகத்தை என்னவென்று சொல்வது'*

கொண்டிருந்தாள். அப்படி அவள் பெருக்கிக் கொண்டு செல்லும் வழியில், ஒரு வட சீன விவசாயப் பெண் கந்தல் மூட்டைகளை அருகில் பரப்பி வைத்துக் கொண்டு, பரட்டைத் தலையோடு இரண்டு குழந்தைகளை அவளைச் சுற்றி உட்கார வைத்து, அவளது மூன்றாவது குழந்தை பாலுக்காக அவளது மார்பகத்தைச் சப்பிக் கொண்டிருந்தது. அவள் அதை வெட்கமில்லாமல் திறந்த போட்டபடி குழந்தையை சப்பவிட்டுக் கொண்டிருந்தாள். அதுவும், அது கருப்பாக அழுக்குப் பிடித்திருந்தது. அந்த இடத்தில் யாரும் இல்லாமலிருந்தால் எப்படி பெருக்கித் தள்ளுவாளோ, அதுபோல துப்புரவு செய்யும் அந்தப்பெண் அந்த வட சீனப் பெண் மீது பெருக்கித் தள்ளினாள். அந்த வட சீனப் பெண்ணும் கொஞ்சம்கூட அசைந்து கொடுக்கவில்லை.

அப்பா என்னைத் திரும்பிப் பார்த்து, ‘உன்னைச் சுற்றி இப்படிப்பட்ட பஞ்சையும் பராரியுமான நபர்கள் இருக்கின்றபோது, உனக்கு எப்படி இயற்கை காட்சிகளை ரசிக்க மனம் வருகிறது?’ என்று கேட்டார். நான் அமைதியானேன். ‘ஒரு தனிப்பட்ட நபராகிய நான் என்ன செய்துவிட முடியும்? இதற்காக நான் ஒரு பரிதாபகரமான வாழ்க்கையைத்தான் வாழ வேண்டுமா?’ என்று அப்பாவைக் கேட்டேன். இந்த சுயநலச் சிந்தனை அதிர்ச்சி அலைகளாக அப்பாவின் காதுகளில் மோதி இருக்க வேண்டும். ‘தேசத்தின் நலனே, என் நலனாக இருக்க வேண்டும்’ என்ற மரபு வழியில் நான் வளர்க்கப்பட்டிருந்தேன்.

அப்பாவின் மரணத்துக்குப் பிறகு, நான் ஒரு வெறுமையில் இருந்ததால், இதுபோன்ற ஒழுக்கநெறிகளைப் பற்றிக் கேள்வி கேட்கத் தொடங்கினேன். ஒரு ‘மகத்தான பணி’ என்று எதுவும் எனக்கு வேண்டாம். ஒரு எளிய வாழ்க்கை-அமைதியான, விளையாட்டுத்தனமான ஒரு வாழ்க்கை - எனக்கென்று ஒரு வாழ்க்கை வேண்டும். ‘கோடைகாலம் வருகின்றபோது, நான் யாங்ஸி ஆற்றில் படகில் சவாரி செய்ய வேண்டும்’ என்று அம்மாவிடம் கூறினேன்.

அம்மா உடனடியாகத் தலையாட்டினாள். என் சகோதரியும் அதையே சொன்னாள். என் சகோதரியின் கணவன் கண்ணாடிக்காரன் செங்குடுவுக்கு திரும்பி வந்ததிலிருந்து, அவர்கள் இருவரும் எங்கள் குடும்பத்தாருடன்தான் இருந்தார்கள். கண்ணாடிக்காரனுக்கு வீடு கொடுத்து தங்கச் சொல்ல வேண்டிய பொறுப்பில் இருந்த அவனது தொழிற்சாலை, கலாச்சாரப் புரட்சியின்போது எந்த வீட்டையும் கட்ட முடியவில்லை. அப்போது கண்ணாடிக்காரன் போன்ற திருமணம் ஆகாமல் இருந்த பல பணியாளர்கள் விடுதியில், ஓர்

அறைக்கு எட்டுப்பேர் வீதம் தங்கிக் கொண்டார்கள். அவர்கள் எல்லாம் இப்போது, அதாவது பத்து ஆண்டுகள் கழித்து திருமணம் செய்து கொண்டு குழந்தை குட்டிகளோடு இருந்து வருகிறார்கள். அவர்கள் தங்குவதற்கு இடம் இல்லை. ஆகவே அவர்கள் தங்கள் தாய் தந்தையரோடு அல்லது மாமன் மாமியாரோடுதான் தங்கி, வாழ்ந்து வர வேண்டியிருந்தது. மூன்று தலைமுறைகளாக ஓர் அறைதான் அவர்கள் வாழ வேண்டிய பொது இடமாக இருந்து வந்தது.

என் சகோதரிக்கு அரசுப் பணி வழங்கப்படவில்லை. வேலை கிடைக்குமுன் அவளுக்கு திருமணம் ஆகி விட்டதால், வேலை வாய்ப்பிலிருந்து அவள் பெயர் நீக்கப்பட்டது. ஓர் அரசு அலுவலர் பணியில் இருக்கும்போது இறந்து விட்டால், அவரது வேலையை அவரது குழந்தைகளில் யாருக்கேனும் கொடுக்க வேண்டும் என்ற ஓர் அரசு விதி இருந்தது. எனவே அந்த அரசு விதிக்கு நெஞ்சார்ந்த நன்றி. செங்குடு கல்லூரியில் 'சீன மருத்துவப் பிரிவின்' நிர்வாகத் துறையில் என் சகோதரிக்கு ஒரு வேலை கிடைத்தது.

யாங்ஸி நதிக்கரையில் இருந்த ஒரு பெரிய நகரான வூகன் என்னும் இடத்தில் ஜின்-மிங் படித்துக் கொண்டிருந்தான். நானும் அவனும் ஜூலை மாதம் யாங்ஸிக்கு புறப்பட்டோம். பசுமையான சூழலும், அற்புதமான தட்பவெப்பநிலையும் கொண்ட லூஷான் என்னும் மலையடிவாரத்தில் முதன் முதலில் வண்டி நின்றது. மிக முக்கியமான கூட்டங்கள் அந்த இடத்தில்தான் நடத்தப்பட்டு வந்தன. அப்படி 1959 ஆம் ஆண்டு நடத்தப்பட்ட ஒரு கூட்டத்தில்தான் மார்ஷல் பெங் டெகுவை கண்டனத் தீர்ப்புக்கு உள்ளாக்கப்பட்டார். அந்த இடம்தான், 'மக்களுக்கான புரட்சிக் கல்வி' கொடுக்க விருப்பமான இடமாகத் தேர்வு செய்யப்பட்டது. அந்த இடத்திற்கு ஒரு சுற்றுலாச் செல்லலாம் என்று நான் கருத்து கூறியபோது, ஜின்-மிங் நம்பிக்கை இல்லாமல், 'புரட்சிக் கல்வியிலிருந்து உனக்கு விடுபட விருப்பமில்லையா?' என்று கேட்டான்.

அந்த மலையில் நின்று நாங்கள் நிறையப் புகைப்படங்கள் எடுத்துக் கொண்டோம். அந்தப் புகைப்படச் சுருள் முழுவதையும் படம் எடுத்து விட்டோம். ஒரே ஒரு படத்திற்கு மட்டும் அதில் மிச்சம் வைக்கப்பட்டிருந்தது. நாங்கள் மலையிலிருந்து இறங்கி வந்தபோது, அடர்ந்த சீனநாட்டுக் குடை வடிவ மரங்களின் மத்தியில் காணப்பட்ட ஒரு காட்டுப் பங்களாவைக் கடந்து வந்தோம். அந்த பங்களாவானது,கற்கள் கண்டபடி அடுக்கி வைக்கப்பட்டால் எப்படி இருக்குமோ, அதுபோல

858 'இதைப் போய் சொர்க்கம் என்று சொன்னால், நரகத்தை என்னவென்று சொல்வது'

கற்பாறைகளையொட்டி கட்டப்பட்டிருந்தது. நான் இதுவரை பார்த்திராத விசித்திரமான அந்தப் பங்களா என் பார்வையைச் சுண்டி இழுத்தது. புகைப்படச் சுருளில் இருந்த கடைசிப் படத்தை இந்த பங்களாவை எடுத்து முடித்தேன். அந்த மனிதன் எங்கிருந்து வந்தான் என்றே தெரியவில்லை. அவன் எங்கள் புகைப்படக் கருவியை அவனிடம் ஒப்படைக்க வேண்டும் என்று அதிகாரத் தோணையில் கேட்டான். அந்த மனிதன் சீருடைப் பணியாளன் இல்லை என்பது மட்டும் தெரிந்தது. ஆனால், அவனிடம் கைத்துப்பாக்கி இருந்ததைக் கவனித்தேன். என் புகைப்படக் கருவியைத் திறந்து, நாங்கள் எடுத்த புகைப்படங்கள் அனைத்தையும் அழித்து விட்டான். பிறகு அவன் எங்குதான் சென்று மறைந்தானோ தெரியவில்லை. பூமிக்குள் புகுந்து மறைந்தது போல் மறைந்து விட்டான். என்னருகில் நின்ற சுற்றுலாப் பயணிகள் 'இது மாவோவின் காட்டுப் பங்களாக்களில் ஒன்று' என்றார்கள். எனக்கு ஒரு மின்னல் தாக்குதல் ஏற்பட்டதுபோல, மாவோமீது அடுத்து ஓர் வெறுப்பு தோன்றியது. இது அவரது தனிப்பட்ட உரிமை என்பதற்காக அல்ல 'ஒரு சிறிய வசதியான வாழ்க்கைகூட நமக்கு நல்லது அல்ல' என்று சொல்லிக் கொள்ளும் மாவோ, அவர் மட்டும் ஆடம்பரமாக வாழ்ந்து கொள்ளும் ஏமாற்று வேலைக்காக அவர்மீது வெறுப்பு ஏற்பட்டது. மாயமாய் மறைந்த அந்த மனிதன் கூப்பிடும் தூரத்திற்கு அப்பால் சென்று விட்டான் என்று தெரிந்த பிறகு, நான் ஆசை ஆசையாய் எடுத்த 36 படங்களையும் அந்தப் பாவி அழித்து விட்டானே என்று புலம்பினேன். ஜின்-மிங் என்னைப் பார்த்து நக்கலாகச் சிரித்தான். 'இயற்கைக் காட்சிகளை அளவுக்கதிகமாக ரசிக்கும் உன்னுடைய ஆவல், உன்னை எங்கு கொண்டு வந்து விட்டிருக்கிறது, பார்த்தாயா?' என்று கேட்டான்.

லூஷான் என்னும் அந்த அற்புதமான இடத்தைவிட்டு பேருந்தில் புறப்பட்டோம். பேருந்தில் கூட்ட நெருக்கடி அதிகமாக இருந்தது. மூச்சு வாங்கக்கூடக் கழுத்தை வெளியே நீட்டினால்தான் மூச்சு வாங்க முடிந்தது. கலாச்சாரப் புரட்சி தொடங்கியதிலிருந்து ஒரு புதிய பேருந்தைக்கூட இயக்கவில்லை. அந்த நேரத்தில் மட்டும் நகர்ப்புறங்களின் ஜனத்தொகை பல மில்லியன்கள் பெருகிவிட்டது. அடுத்த ஒரு சில நிமிடங்களில் பேருந்து திடீரென நிறுத்தப்பட்டது. முன் கதவு வேக வேகமாகத் திறக்கப்பட்டது. அதிகாரத் தோரணையில் காணப்பட்ட ஒரு மனிதன் (சீருடை அணிந்திருக்கவில்லை) விரைந்து வந்து பேருந்தில் ஏறினான். 'கீழே குனிந்து கொள்ளுங்கள் கீழே குனிந்து கொள்ளுங்கள்' என்று அதட்டினான். என்னவென்று பார்த்தால் சில அமெரிக்க நாட்டு விருந்தினர்கள் அந்தப்பக்கம் வந்து கொண்டிருந்தார்கள். எங்களது

பரட்டைத் தலைகளை அந்த அந்நியர்கள் பார்த்துவிட்டால் எங்கள் தாய்நாட்டின் பெருமைக்கு இழுக்கு வந்து விடுமே! நாங்கள் குனிந்து கொள்ள முயற்சி எடுத்தோம். ஆனால், பேருந்தில் நெரிசலில் அப்படியெல்லாம் குனிய முடியவில்லை. 'தாய் நாட்டின் கௌரவத்தை காப்பது நம் ஒவ்வொருவரின் கடமையாகும். நாகரிகமும் கம்பீரமும் உள்ள தோரணையில் நாம் தோற்றம் அளிக்க வேண்டும். கீழே குனியுங்கள். முழங்கால்களை வளைத்து குனிந்து கொள்ளுங்கள்' என்று அந்த மனிதன் அலறினான்.

'அமெரிக்க ஏகாதிபத்தியத்திற்கு முன்பு, குனிந்து நிற்க வேண்டும் - என்று மாவோ ஒருபோதும் சொல்லவில்லையே' என்று ஜின்-மிங்கின் குரல் திடீரென்று கிண்டலாக ஒலித்தது. ஜின்-மிங் வம்பை விலை கொடுத்து வாங்குவது போலிருந்தது. கிண்டல், கேலி என்பது அங்கு ஒருபோதும் அனுமதிக்கப்படுவதில்லை. நாங்கள் இருந்த திசையை நோக்கி அந்த ஆள் முறைத்துப் பார்த்தான். ஆனால், எதுவும் பேசவில்லை. இன்னொருமுறை பேருந்து முழுவதும் நோட்டம் விட்டான். பிறகு பேருந்திலிருந்து வேகமாக இறங்கிச் சென்றான். அமெரிக்க நாட்டு விருந்தினர்கள் எங்களின் அவலமான ஒரு காட்சியை பார்த்து விடக்கூடாது. அநாகரிகமான அடையாளம் ஏதும் இருப்பின், அது அந்நிய நாட்டினரிடமிருந்து அவசியம் மறைக்கப்பட வேண்டும்.

யாங்ஸி ஆற்றில் பயணம் செய்து எங்கு சென்றாலும், கலாச்சாரப் புரட்சியால் ஏற்பட்ட அழிவு ஒன்றை நாங்கள் பார்ப்பது கட்டாயமாகி விட்டது. கோயில்கள் இடித்து தரைமட்டமாக்கப்பட்டிருந்தன. அதிலிருந்த சிலைகள் தூக்கி எறியப்பட்டிருந்தன. பழங்கால நகரங்கள் அழித்து நாசம் செய்யப்பட்டிருந்தன. பண்டைய சீன நாகரிக அடையாளம் எந்த இடத்திலும் விட்டு வைக்கப்படவில்லை. சீன தேசத்தின் அபூர்வமான விஷயங்கள் மட்டும் அழிக்கப்பட்டிருக்கவில்லை; விலைமதிப்பில்லாத அவைகளின் தொன்மங்களும் அழிக்கப்பட்டிருந்தன. அவைகள் மீண்டும் புதுப்பிக்கப்பட முடியாதவை. பிரமிக்கத்தக்க சீன தேசத்தின் இயற்கை காட்சிகளைத் தவிர்த்துப் பார்த்தால், எஞ்சியுள்ள எல்லாமே அருவருப்பாகத்தான் சீன நாட்டில் தோன்றுகின்றன.

கோடை காலத்தின் இறுதியில் ஒரு நாள் வூகனிலிருந்து நானே ஒரு விசைப் படகை எடுத்துக் கொண்டு யாங்ஸி ஆற்றில் இறங்கி விட்டேன். அந்தப் பயணம் மூன்று நாட்கள் நீடித்தது. அப்படி ஒரு நாள் காலை நான் படகின் ஓரத்தில் சாய்ந்து அமர்ந்து கொண்டிருந்தபோது, பலமாக அடித்த காற்று என் தலை முடியை

அவிழ்த்துப் போட்டு, என் கொண்டை ஊசியையும் பறித்து ஆற்றில் மூழ்கடித்து விட்டது. இதுவரை என்னோடு பேசிக் கொண்டு வந்த நபர், யாங்ஸி ஆற்றுடன் அந்த இடத்தில் கலக்கும் ஒரு கிளை நதியைச் சுட்டிக் காட்டிவிட்டு, ஒரு கதையைச் சொல்லத் தொடங்கினர்.

கி.மு.33-இல் சீனாவை ஆண்டு வந்த ஒரு பேரரசர், வடதிசையில் ஆட்சி செய்து வந்த அண்டை நாட்டு ஹான்ஸ் வம்சத்து பேரரசரை அனுசரித்துப் போக வேண்டும் என்ற எண்ணத்தில், அவரை திருமணம் செய்து கொள்ளும் விதத்தில் சீனாவிலிருந்து ஒரு பெண்ணை அனுப்பி வைத்தார். ஹான்ஸ் வம்சம் கொடுங்கோல் அரசர்களைக் கொண்டிருந்த ஒரு வம்சம். இப்படி ஒரு பெண்ணைத் தேர்ந்தெடுப்பதற்காக, தனது அரச சபையில் இடம் பெற்றிருந்த சுமார் 3000 ஆசைநாயகிகளின் ஓவியங்களை சீனப் பேரரசர் பார்வையிட்டார். இதில் பல ஆசை நாயகிகளைப் பேரரசர் பார்த்தது கூட இல்லை. ஒரு ஆசை நாயகியை கொடுங்கோல் அரசனுக்கு அனுப்ப வேண்டியிருந்ததால், ஓர் அவலட்சனமான ஓவியப் படத்தை தேர்ந்தெடுத்தார். அந்த ஓவியத்திற்குரிய ஆசைநாயகியை அனுப்பி வைக்கும் வைபவத்தின் போது, ‘இந்த ஆசைநாயகி, அவலட்சனமானவள் இல்லை, உண்மையில் மிகச்சிறந்த பேரழகி’ என்று பேரரசர் தெரிந்து கொண்டார். அந்தப் படம் எப்படி அவலட்சனமாக வரையப்பட்டது என்று ஆய்வு செய்கையில், இந்த ஆசை நாயகி, ராஜாங்க ஓவியனுக்கு கையூட்டு கொடுக்கவில்லை என்பது தெரிய வந்தது. பேரரசர் ராஜாங்க ஓவியனின் தலையைக் கொய்து விட்டார். அந்த நேரத்தில் அவள் ஆற்றங்கரையில் அமர்ந்து கொண்டு, தாய் நாட்டை விட்டுப் பிரிந்து சென்று காட்டுமிராண்டி மனிதர்களோடு வாழ வேண்டியதாகி விட்டதே என்று அழுது கொண்டிருந்தாள். அவள் தன் தாய் நாட்டில் ஏதோ ஒன்றை விட்டுச் செல்ல வேண்டும் என்பது போல, பலமாக வீசிய காற்று, அவளது கொண்டை ஊசியை பிடுங்கிக் கொண்டு போய் ஆற்றுத் தண்ணீரில் போட்டு விட்டது. பின் நாட்களில் ஒரு நாள் அவள் தன்னை மாய்த்துக் கொண்டு இறந்து விட்டாள்.

‘அந்தப் பெண்ணின் கொண்டை ஊசி விழுந்த இடத்தில் ஆற்று நீர் மிகத் தெளிந்த நீராக மாறிவிட்டது’ என்று புராணம் சொல்லியது. அதிலிருந்து அந்த ஆறு ‘தெளிந்த நீர் ஆறு’ என்று பெயர் பெற்றது. அப்போது என்னோடு பயணித்த இன்னொருவர்,‘ஓர் உபநதி, யாங்ஸி நதியுடன் சங்கமிக்கும் இடம்தான் அந்த இடம். அதைத்தான் நாம் இப்போது கடந்து வந்தோம்’ என்று கூறினார். அவர் பல்லைக் காட்டிக் கொண்டு எனக்கு ஓர் ஆரூடம் கூறினார்.

'ஐயோ! பாவம். நீ ஒரு காட்டுமிராண்டியை மணந்து கொண்டு ஒரு அந்நிய மண்ணில்தான் வாழ்ந்து முடிக்க வேண்டியிருக்கும்' என்றார். 'மற்ற இனத்தவர்கள் காட்டு மிராண்டிகள்' என்ற சீன மக்களிடம் ஆழமாகக் குடி கொண்டிருந்த கருத்தினை எண்ணி நகைத்தேன். பண்டைக்காலப் பெண்ணான அந்த ஆசை நாயகி, அந்தக் கொடுங்கோல் அரசனைத் திருமணம் செய்து கொண்டிருக்கக் கூடாது. அவள் தன் தாய் நாட்டுக் காட்டுப் புல் வெளிகளையும், தாய் நாட்டுக் குதிரைகளையும், இயற்கையையும் தினந்தோறும் பார்த்து, ரசித்து தொடர்பு கொண்டிருந்திருக்க வேண்டும். அந்த ஆசை நாயகி சீனப் பேரரசனோடு ஆடம்பர வசதிகள் நிறைந்த 'கைதியாக' இருந்திருக்கிறாள். அங்கு ஒரு மரம் கூட இல்லை. ஒரு மரம் இருந்திருந்தால்கூட அதைப் பயன்படுத்தி சுவரேறிக் குதித்துத் தப்பித்திருக்க முடியும். சீன நாட்டுப் புராணக் கதைகளில் வரும் கிணற்றுத் தவளைகள் போல நாம் இருந்திருக்கிறோமே என்று நான் எண்ணிக் கொண்டேன். பரந்து விரிந்து கிடக்கிற வானத்தின் நீள அகலம் தெரியாத கிணற்றுத் தவளை,'வானம் அந்தக் கிணற்றின் வாய் அளவுதான்' என்று எண்ணிக் கொள்ளுமாம். உடனடியாக இந்த உலகை பார்க்க வேண்டும் என்று உந்துதல் என்னில் ஏற்பட்டது.

இரண்டு ஆண்டு காலமாக ஆங்கில மொழி பயின்று வந்த மாணவியாக இருந்தபோதிலும், அப்போது எனக்கு 23 வயது ஆகி இருந்த போதிலும், நான் ஒரு வெளிநாட்டுக்காரரோடு பேசியதில்லை. 1972 ஆம் ஆண்டில் பீக்கிங் நகரில்தான் வெளிநாட்டுக்காரர்களை முதன்முதலில் பார்த்தேன். 'சீன தேசத்து நண்பர்களில்' ஒருவராக இருந்த வெளிநாட்டுக்காரர் ஒருவர் எங்கள் பல்கலைக்கழகத்திற்கு வந்திருந்தார். அப்போது கோடைகாலம். நான் இலேசான ஒரு பகல் தூக்கத்தில் இருந்தேன். சில மாணவர்கள் திடுதிடுவென்று என் அறைக்குள் ஓடி வந்தவர்கள் என்னை எழுப்பி, 'ஒரு வெளிநாட்டுக்காரர் வந்திருக்கிறார். எழுந்து வா - அவரைப் போய்ப் பார்ப்போம்' என்று எல்லாரையும் கிளப்பினார்கள். சில மாணவர்கள் அவர்கள் பின்னால் ஆர்வத்துடன் ஓடினார்கள். ஆனால், நான் இடத்தை விட்டு எழுந்திருக்கவில்லை. என் தூக்கத்தைத் தொடர்ந்தேன். எந்த அர்த்தமும் இல்லாமல் அவர்களை ஓடிச்சென்று பார்ப்பது முட்டாள்தனமானது. அந்த வெளிநாட்டுக்காரர் 'சீன தேசத்தின் நண்பனாக இருந்தும், நாங்கள் அவனிடம் வாயைத் திறக்கக் கூடாது' என்று தடை போட்டால், அவனை ஓடிச் சென்று பார்ப்பதில் என்ன பொருள் இருக்கிறது?

வெளிநாட்டுக்காரர்கள் எங்காவது பேசிக்கூட நான் பார்த்ததில்லை. முதன்முதலில் ஓர் ஒலிக் கருவியின் மூலமாகத்தான் அந்நியர்கள்

பேசக் கேட்டிருந்தேன். ஆங்கில மொழி கற்றுக்கொள்ளத் தொடங்கிய பிறகுதான், இதுபோன்ற ஒலிக் கருவிகளை வாங்கி விண்கல் வீதியில் குடியிருந்தபோது போட்டுக் கேட்டுப் பார்த்தேன். இந்தச் சத்தத்தைக் கேட்டு வீடுகளிலிருந்து வெளியே வந்த குடியிருப்புவாழ் மக்கள் அனைவரும் முற்றத்தில் கூடி, வாயைப் பிளந்தபடி, 'என்ன இந்தச் சத்தம் வினோதமாக இருக்கிறது' என்று ஆச்சரியப்பட்டார்கள். அந்த ஒலிப்பதிவுப் பேச்சை அவர்கள் திரும்பத் திரும்ப போட்டுக் காட்டச் சொன்னார்கள்.

ஒவ்வொரு மாணவருடைய கனவும் ஒரு வெளிநாட்டுக்காரரோடு ஒரு முறையாவது பேசிவிட வேண்டும் என்பதுதான். கடைசியாக அந்த வாய்ப்பு எனக்கு கிட்டியது. யாங்ஸி பயணத்தை முடித்துக்கொண்டு வந்த பிறகு, ஷாங்ஜியாங் என்னும் தென் திசையில் உள்ள ஒரு துறை முகத்திற்கு, அங்குள்ள கப்பல் மாலுமிகளுடன் ஆங்கிலம் பேசிப் பழகும் பொருட்டு, அந்த ஆண்டு மாணவர்கள் அக்டோபர் மாதம் அனுப்பப்படவிருப்பதாக எனக்கு தெரிய வந்தது. எனக்கு மகிழ்ச்சி பிடிபடவில்லை.

ஷாங்ஜியாங் என்ற இடம் செங்குடுவிலிருந்து 750 மைல் தொலைவில் உள்ள ஒரு துறைமுகம். இரண்டு பகலும், இரண்டு இரவும் கொண்ட பயணத் தூரத்தில் உள்ள இடம். தென் திசையின் கடைக்கோடியில் உள்ள அந்த இடம், வியட்நாம் எல்லைக்கு அருகில் உள்ளது. பார்த்தவுடன் அந்த இடம் ஓர் அந்நிய நாடு போல எனக்குப் பட்டது. அங்கிருந்தக் கட்டடங்கள் நூறு ஆண்டுகளுக்கு முந்தைய காலனி ஆதிக்க காலக் கட்டடங்கள் போலத் தெரிந்தன. ரோமானிய வளைவுகள், ரோஸ் மரத்து ஜன்னல்கள், அங்கங்கே வெயிற் காப்புக் குடைகளுடன் கூடிய பெரிய வராந்தா. அனைத்தும் பார்க்க பரவசமூட்டின. அங்கு வாழ்கின்ற மக்கள் 'கேண்டனீஸ்' (தென் சீனாவில் பேசப்படும் சீன மொழியின் ஒரு பகுதி இது. இம்மொழி ஹாங்காங்கிலும் பேசப்படுகிறது.) என்ற ஒரு மொழி பேசினார்கள். இம்மொழி தென் சீனாவில் பேசப்பட்டாலும், இது கிட்டதட்ட ஓர் அந்நிய மொழி போலத்தான் எங்களுக்கு பட்டது. பழக்கமில்லாத கடல் வாசனை காற்றில் கலந்து வந்தது. விதம் விதமான காய்கறிகளை அங்கு கண்டேன். எப்படியோ அது ஒரு புது உலகமாக எங்களுக்கு தெரிந்தது.

நாங்கள் அங்கு சென்று இருந்ததில் எங்களுக்கு எவ்வளவுதான் ஆனந்தம் இருந்தாலும், ஒரு ஏமாற்றம் என்னும் மழை எங்களின் ஆர்வத் தீயை அணைத்து விட்டது. ஓர் அரசியல் மேற்பார்வையாளரும், மூன்று விரிவுரையாளர்களும் எங்களை அங்கு அழைத்து வந்தார்கள். கடலிலிருந்து ஒரு மைல் தூரத்தில்

நாங்கள் தங்க வைக்கப்பட்டிருந்தாலும், அந்த இடத்தை விட்டு வெளியே தலை நீட்டக்கூட எங்களுக்கு அனுமதி மறுக்கப்பட்டது. நாசவேலை எதுவும் நடந்து விடுமோ என்ற அச்சத்தில் வெளி நபர்களுக்கான துறைமுகப் பாதை அடைக்கப்பட்டிருந்தது. இப்படித்தான் கௌன்ஷு என்ற இடத்திலிருந்து இந்தத் துறைமுகத்திற்கு வந்த மாணவன் ஒருவன் எப்படியோ, கப்பலின் சரக்குகள் வைக்கப்பட்டிருந்த அரைக்குள் சென்று விட்டான். தெரியாமல் அவன் உள்ளே வைத்து பூட்டப்பட்டான். அந்த சரக்கு பொருட்கள் வைக்கப்பட்டிருந்த அறை வாரக்கணக்காக பூட்டிக்கிடக்கும். தேவை ஏற்படும்போது மட்டுமே திறக்கப்படும். அப்படி ஒரு வார காலத்திற்கு மேல் அங்கு சென்று திறந்து பார்த்தபோது அந்த மாணவன் அழுகிப் போய் கிடந்தான் என்ற தகவலை எங்களுக்கு எச்சரிக்கையாகத் தெரிவித்தார்கள். எனவே பயமில்லாத பகுதி என்று நிச்சயமாகத் தெரிந்தால் மட்டுமே நாங்கள் அந்த இடங்களுக்கு சென்று வந்தோம்.

இதுபோன்ற கட்டுப்பாடுகள் நாங்கள் வாழ்ந்து வந்த வாழ்க்கையின் ஓர் அங்கம் என்று கூடச் சொல்லலாம். ஆனால், இந்தக் கட்டுப்பாடுகள் ஒருபோதும் என்னை எரிச்சல்படுத்தத் தவறியதில்லை. நான் ‘வெளியே சென்றே தீர வேண்டும்’ என்ற ஓர் ஆழமான உந்துதல் ஒரு நாள் எனக்கு ஏற்பட்டு விட்டது. விளைவு? எனக்கு உடல் நலக் குறைவு என்று ஒரு நாடகம் போட்டேன். நகரின் நடுவில் உள்ள ஒரு மருத்துவமனைக்குச் செல்ல எனக்கு அனுமதியளிக்கப்பட்டது. கடலைப் பார்த்துவிட வேண்டும் என்ற ஆவலில் கடலுக்கு செல்லும் வழி தேடி அங்கிருந்த வீதியெங்கும் அலைந்து திரிந்தேன். கடைசியில் கடலை மட்டும் பார்க்க முடியவில்லை. அந்த உள்ளூர் மக்கள் எனக்கு உதவ விரும்பவில்லை. பொதுவாக கேண்டனீஸ் மொழி பேசாத மக்களை அவர்கள் விரும்புவதில்லை. நான் பேசுவதை அவர்கள் கேட்கவே மறுத்து விட்டார்கள். நாங்கள் சுமார் மூன்று வாரக்காலம் துறைமுகம் அருகில் தங்கி இருந்தோம். ஆனால், ஒரே ஒருமுறை மட்டும் எங்களை ஒரு தீவிற்கு அழைத்துச் சென்று அங்கிருந்து ஆழ்கடலைப் பார்க்க அனுமதித்தார்கள்.

நாங்கள் இங்கு வந்திருப்பதின் நோக்கமே வெளிநாட்டு மாலுமிகளோடு பேசிப் பழக வேண்டும் என்பதுதான். எங்களை சிறு சிறு குழுக்களாகப் பிரித்து, கப்பலில் இரண்டு இடங்களைப் பார்வையிட முறைவைத்து அழைத்துச் சென்றார்கள். முதல் இடம் ஒரு ‘நட்பு பண்டகசாலை.’ அந்தக் கடையில் சீன நாட்டு நாணயம் தாராளமாக ஏற்றுக் கொள்ளப்பட்டது. இன்னொன்று

*‘இதைப் போய் சொர்க்கம் என்று சொன்னால்,
நரகத்தை என்னவென்று சொல்வது’*

'மாலுமிகள் மனமகிழ்மன்றம்.' இங்கு மதுபானக் கடை இருந்தது. விடுதி இருந்தது. பில்லியர்ட்ஸ் ஆட்டத்திற்கான அறையும், டேபிள்-டென்னிஸ் ஆட்டத்திற்கான அறையும் இருந்தன.

மாலுமிகளுடன் எப்படிப் பேச வேண்டும், எவ்வாறு நடந்து கொள்ள வேண்டும் என்று பயங்கரக் கட்டுப்பாடுகள் விதிக்கப்பட்டன. அவர்களோடு தனிமையில் சென்று பேசுவதற்கு அனுமதியில்லை. நட்புப் பண்டக சாலையில் ஏதாவது பொருள் வாங்கிக் கொள்ள நேரிடும்போது அங்கு பணம் பெற்றுக் கொள்ள அமர்ந்திருக்கும் மாலுமிகளிடம் மட்டும் பேசலாம். அவர்கள் எங்களது பெயரையும் முகவரியையும் கேட்டால், எங்களின் உண்மையான பெயர்களையும், முகவரிகளையும் கொடுக்க மாட்டோம். ஆனால், நாங்களோ இல்லாத பெயர்களையும், முகவரியில்லாத முகவரிகளையும் தயாரித்து வைத்துக் கொண்டோம். ஒவ்வொரு உரையாடலின் இறுதியிலும், எங்களிடம் அந்த மாலுமிகள் என்ன பேசினார்களோ அப்படி அவர்கள் பேசியதுதான் எங்களுக்கான முறையான பயிற்சி என்று சொல்லப்பட்டது. அவர்களின் நடத்தை முறைகளைக் கவனித்து நடந்து கொள்ள வேண்டியதின் முக்கியத்துவத்தை திரும்பத் திரும்ப எங்களுக்கு எச்சரித்தார்கள். மீறினால், எங்களுக்கு பிரச்சினைகள் வரும் என்பது மட்டுமல்ல. இனிமேல் இங்கு மாணவர்கள் வருகை புரிவதற்கு தடை விதிக்கப்பட்டு விடும் என்றும் எங்களுக்கு எச்சரிக்கை செய்தார்கள்.

மாலுமிகளுடன் ஆங்கிலம் பேசிப் பழக வேண்டிய வாய்ப்புகள், உண்மையில் மிக மிகக் குறைவாகவே வழங்கப்பட்டன. தினம் தினம் கப்பல்கள் வருவதுமில்லை. அப்படியே வந்தாலும் மாலுமிகள் இறங்கி கரைக்கு வருவதுமில்லை. அப்படியே மாலுமிகள் வந்தாலும் அவர்கள் அனைவரும் ஆங்கிலத்தை தாய் மொழியாகக் கொண்டவர்களும் இல்லை. கிரேக்கம், ஜப்பான், யுக்கோஸ்லாவியா, ஆப்பிரிக்கா, பிலிப்பைன் போன்ற நாடுகளிலிருந்து வரும் மாலுமிகள் ஏதோ ஓர் வார்த்தை மட்டும் ஆங்கிலத்தில் கூறுவார்கள். ஒருமுறை ஸ்காட்லாந்து நாட்டு கப்பல் தலைவனும் அவரது மனைவியும் வந்திருந்தார்கள். அதுபோல ஸ்காண்டிநேவியாவிலிருந்து சிலர் வந்திருந்தார்கள். இவர்கள் பேசிய ஆங்கிலம் மிக நேர்த்தியாக இருந்தது.

எங்களுக்கு முக்கியமாகத் தெரிந்த சில மாலுமிகளுக்காக நாங்கள் காத்திருக்க நேரிடும் பொழுது, அங்குள்ள வராந்தாவில் அமர்ந்து வாசித்துக் கொண்டும், நீல நிற ஆகாயத்தின் அடிவானத்தில் இருண்ட நிழல் வடிவத் தோற்றம் கொண்ட தென்னை மரத்

தோட்டத்தையும், பனை மரக் கூட்டத்தையும் பார்த்து ரசித்துக் கொண்டிருப்பேன். அவர்கள் உள்ளே எப்போது வருவார்கள் என்று பார்த்துக் கொண்டிருந்த நாங்கள், அவர்கள் வந்ததும் எழுந்து ஓடிப்போய், அவர்களைப் பற்றிக் கொள்ளாத அளவு பக்கத்தில் போய் நிற்போம். எங்களால் எவ்வளவு முடியுமோ அவ்வளவு நாகரித்துடன், அவர்களை உரையாடலில் ஈடுபடுத்த ஆவலாக இருப்போம். எங்களை அவர்கள் மது அருந்த அழைத்தபோது, நாங்கள் அதை மறுத்து விடுவதால் அவர்களுக்கு என்னவோ போல் ஆகி விடும். அவர்களோடு மது அருந்தக் கூடாது என்று கண்டிப்பான உத்தரவு எங்களுக்கு வழங்கப்பட்டிருந்தது. நாங்கள் எப்போதும் 'குடிக்கவே கூடாது' என்று நிரந்தர உத்தரவு எங்களுக்கு இருந்தது. அங்கு காட்சிப்படுத்தி வைக்கப்பட்டிருந்த விதவிதமான வெளிநாட்டு மது பாட்டில்களும், டின் மது வகைகளும் கண்டிப்பாக வெளிநாட்டுக்காரர்களுக்காக மட்டுமே வழங்கப்பட்டன. நாங்கள் நான்கு, ஐந்து பேர் தனித்தனியாக அமர்ந்து கொண்டோம். இந்த மாலுமிகளுக்கு மது அருந்துவதில் அப்படி என்ன ஈர்ப்பு இருக்கிறது என்று எனக்குப் புரியவில்லை.

முதன் முதலாகக் கருப்பின மாலுமிகள் வந்தபோது, மாணவிகள் மிகுந்த எச்சரிக்கையோடு இருக்க வேண்டுமென்ற அறிவுரைகளை ஆசிரியர்கள் வழங்கினார்கள். அவர்கள் சரியான முதிர்ச்சி பெறாதவர்கள். அவர்களது உணர்ச்சிகளை அடக்கி ஆளத் தெரியாதவர்கள். வாய்ப்புக் கிடைக்கின்ற போது தங்களின் உணர்ச்சிகளை வெளிக்காட்டிக் கொள்ளத் தயங்காதவர்கள். 'தொட்டுப் பார்ப்பது, கட்டிப் பிடிப்பது, ஏன் முத்தமிடுவது' போன்ற உணர்ச்சிகளை அவர்கள் யோசிக்காமல் காட்டிக் கொள்வார்கள் என்று கூறினார்கள். ஓர் அறை நிறைய அதிர்ச்சியும் பயமும் அப்பியிருந்த முகங்களைக் கொண்ட மாணவியர் இருந்தபோது, "முந்தைய குழுவில் இருந்த ஒரு மாணவி உரையாடலின் நடுவில் பயந்து அலறிவிட்டாள். காரணம், ஒரு கோம்பியன் கருப்பின மாலுமி அவளைக் கட்டி அணைக்க முற்பட்டதுதான்" என்று ஆசிரியர் தெரிவித்தார். "எங்கே அந்தப் பெண் கற்பழிக்கப்பட்டு விடுவாளோ என்று பயந்து (அத்தனை மாணவிகளும் இருந்த அக்கூட்டத்தில்) அவள் அலறியிருக்கிறாள். அதனால் எஞ்சியிருந்த நாட்களில் அவள் எந்த ஒரு வெளிநாட்டுக்காரரிடம் முகம் கொடுத்துப் பேசவில்லை."

ஆண் மாணவர்கள், அதிலும் குறிப்பாக மாணவத் தலைவர்கள், பெண்களுக்கு பாதுகாப்பு கொடுக்க வேண்டிய பொறுப்பை ஏடுத்துக் கொண்டார்கள். எப்பொழுதெல்லாம் ஒரு கருப்பின

866 *'இதைப் போய் சொர்க்கம் என்று சொன்னால், நரகத்தை என்னவென்று சொல்வது'*

மாலுமி எங்கள் மாணவி ஒருத்தியோடு உரையாடத் தொடங்குகிறானோ, அப்பொழுதெல்லாம் எங்கள் மாணவர்கள் அவர்களை உன்னிப்பாகக் கவனித்துக் கொண்டே நிற்பார்கள். தேவைப்பட்டால், எங்களுக்கு பாதுகாப்பு கொடுக்க மாணவிக்கும், மாலுமிக்கும் இடையில் வந்து நின்று கொள்வார்கள். எங்கள் மாணவர்களின் முன்னெச்சரிக்கை நடவடிக்கையை கருப்பின மாலுமிகள் கவனிக்க மாட்டார்கள். 'சீன நாட்டினருக்கும், ஆசியா, ஆப்பிரிக்கா, லத்தீன் அமெரிக்க நாட்டு மக்களுக்குமிடைய உள்ள உறவு எப்படி உள்ளது' என்று எடுத்தவுடன் கேட்க ஆரம்பித்து விடுவார்கள்.

சீனா ஒரு வளர்ந்து வரும் நாடு, அமெரிக்க ஏகாதிபத்தியத்திற்கு எதிராகவும், ரஷ்ய திரிபுவாதிகளுக்கு எதிராகவும் போராட்டம் நடத்திக் கொண்டிருக்கும் ஒடுக்கப்பட்ட, சுரண்டப்பட்ட கீழ்த்தட்டு மக்களுக்காக எப்பொழுதும் தோள் கொடுத்து நிற்பது இந்த நாடு என்று எங்கள் பாடப் புத்தகங்களிலிருந்து படித்ததை இப்போது நிதானமான குரலில் தெளிவாகக் கூறுவார்கள். பெரும்பாலும் கருப்பர்கள் பார்க்கப் பயமூட்டுபவர்கள் போலத்தான் காணப்படுவார்கள். ஆனால், அவர்கள் மிகுந்த நெகிழ்ச்சி உடைய மக்கள். சமயங்களில் அவர்கள் சீனத்து ஆண்களை மகிழ்ச்சியில் கட்டிப் பிடித்துக் கொள்வார்கள். இவர்களும் தோழமை உணர்வுடன் அவர்களையும் கட்டிப் பிடிப்பார்கள்.

மாவோவின் 'உலகப் புகழ் பெற்ற கூற்றுப்படி,' சீனா வளரும் நாடுகளில் ஒன்றாக இருப்பதும், மூன்றாம் உலகின் ஓர் அங்கமாக இருப்பதும் சீனாவைப் பற்றி அரசாங்கம் உருவாக்கிய கருத்து. ஆனால், மாவோ அந்த விஷயம் உண்மை இல்லை என்று ஆணித்தரமாகக் கூறினார். ஆனால், சீன தேசம் தன்னைப் பெருமையுடன் தன் இயல்பு நிலையைவிட தன்னைத் தாழ்த்திக் காண்பித்துக் கொள்கிறது. எங்கள் நாட்டை முன்னெடுத்துக் கொண்டு செல்லவும், அதற்கு பாதுகாப்பு கொடுக்கவும், நாங்கள் மூன்றாம் உலகின் அணியில் சேர்ந்து கொண்டோம் என்றும், உலகில் நாங்கள் வகிக்கும் இடத்தை உன்னதமான இடம் என்று உலக நாடுகள் கருதுகிறது என்றும் மாவோ முழங்கிய முறை எங்களுக்கு எந்தச் சந்தேகத்தையும் விளைவிக்கவில்லை.

எங்கள் நாடு உயர்தரமான நாடு என்று தன்னுடைய சுய பாணியில் மாவோ கூறியது எனக்கு எரிச்சலை ஏற்படுத்தியது. எந்த விஷயத்தில் நம்முடைய நாடு உயர்தரத்தில் விளங்கியது? ஜனத்தொகையிலா? அல்லது பரப்பளவிலா? ஷாங்ஜியாங் என்னும் இந்த இடத்தில், மூன்றாம் உலக மாலுமிகளைப் பார்த்தேன். அவர்கள் அணிந்திருந்த

கண்கவர் கடிகாரங்கள், புகைப்படக் கருவிகள், மதுபான வகைகள் - நாங்கள் இதுவரை பார்த்திராதவை. ஒப்பீட்டளவில் மிக உயர்ந்த வாழ்க்கைத் தரம், ஈடு இணையற்ற சுதந்திரம். இந்த உயர் தரம் அனைத்து சீனர்களுக்கும் கிட்டியுள்ளது என்று சொல்லிவிட முடியாது. ஓரிரு இடங்களில் வாழும் சீன மக்களுக்கு என்று வேண்டுமானால் சொல்லலாம்.

வெளிநாட்டினர் மீது எனக்கு ஓர் வெறித்தனமான ஆர்வம் இருந்தது. உண்மையில் அவர்கள் எப்படி இருப்பார்கள் என்று தெரிந்து கொள்வதில் இருந்த ஆர்வம் பற்றி வார்த்தைகளால் வர்ணிக்க முடியாது. அவர்கள் எந்த வகைகளில் சீன மக்களை ஒத்திருப்பார்கள். எந்த வகைகளில் வேறு படுவார்கள்? அரசியல் என்னும் ஆபத்தில் சிக்கிக் கொள்ளுவதைத் தவிர்த்து, மற்ற விபரங்களைத் தோண்டித் துருவிக் கேட்கும் ஆர்வத்தை நான் குறைத்துக் கொள்ள வேண்டியிருந்தால், என் மதிப்பும் மரியாதையும் அங்கே அவ்வளவாக எடுபடாது என்பது உண்மை. மாவோவின் ஆட்சியின்கீழ் உள்ள சீன மக்கள் ஒவ்வொருவரும், அந்நிய நாட்டினர்முன் தங்கள் மாண்பை தூக்கிப் பிடித்து நிலைநிறுத்திக் கொள்ள வேண்டும் என்பதற்கு முக்கியத்துவம் கொடுக்கப்பட்டிருந்தது. அத்துடன் என் சக மாணவர்கள் எந்தக் கேள்விகளையும் அவர்களிடம் கேட்கவில்லை.

அடக்க முடியாத ஆர்வ மேலீட்டாலோ என்னவோ, அல்லது எனக்கு சரளமாக ஆங்கிலம் பேசத் தெரிந்ததாலோ என்னவோ, என் சக மாணவர்கள் அந்த மாலுமிகளிடம் தாராளமாக ஆங்கிலம் பேசிப் பழக வேண்டும் என்பதற்காக நான் அடக்கி வாசித்துக் கொண்டிருந்தும், அந்த மாலுமிகள் என்னோடு விவாதிப்பதில்தான் அதிக ஆர்வம் காட்டியது போலத் தெரிந்தது. சில மாலுமிகள் என்னைத்தவிர மற்ற மாணவர்களுடன் பேசுவதற்கு மறுத்து விடுவார்கள். அந்த மாலுமிகள் மன்றத்தின் இயக்குநரான 'லாங்' என்ற மனிதனுக்கு என்னையும், எனது ஆங்கிலத்தையும் மிகவும் பிடித்து விட்டது. இந்த நிகழ்வு மிங்கிற்கும் எங்களின் பொறுப்பாளர்கள் சிலருக்கும் எரிச்சலை ஏற்படுத்தியது. 'அந்நிய மாலுமிகளோடு ஏற்படுத்திக் கொண்ட தொடர்பில் கண்ட கட்டுப்பாடுகள் எவ்வாறு கண்டறியப்பட்டது' என்ற தலைப்பில் தேர்வு நடத்துவது அரசியல் கூட்டங்களில் ஓர் அங்கமாக ஆகி விட்டது. அந்நிய மாலுமிகளைக் கண்டதும் என் கண்களை அகல விரித்து ஆச்சரியத்துடன் பார்த்ததாலும், அடிக்கடி அவர்களைப் பார்த்து புன்னகை புரிந்ததாலும், அதுபோன்ற சந்தர்ப்பங்களில் வாயைப் பிளந்துகொண்டு அவர்களைப் பார்த்ததாலும், எங்களுக்கு

விதிக்கப்பட்டிருந்த கட்டுப்பாடுகளை மீறி விட்டதாக என்மீது ஒரு குற்றச்சாட்டு வந்தது. கைகளால் அதிகமாகச் சைகை காட்டியதும் ஒரு குற்றமாகப் பேசப்பட்டது. பெண் மாணவர்களாகிய நாங்கள் எங்கள் கைகளை மேஜைக்கு கீழ், அதுவும் அசைவில்லாமல் வைத்துக் கொள்ள வேண்டும்.

சீனாவில் உள்ள சமுதாயங்களில் பல, தங்களது பெண் மக்கள் அடக்க ஒடுக்கமான கட்டுப்பெட்டிகளாக இருக்க வேண்டும் என்று இன்னும் எதிர்பார்த்து வருகிறார்கள். ஆண்கள் தங்களை நேருக்கு நேர் பார்க்க முடியாத அளவு பெண்கள் தங்களது கண் இமைகளைத் தாழ்த்திக் கொள்ள வேண்டும். புன்னகை புரிவதிலும் ஒரு கட்டுப்பாடு உள்ளது. பறகள் வெளியே தெரிந்து விடாத அளவு உதடுகள் மட்டும் மிக இலேசாக வளைய புன்னகை புரிய வேண்டும். எந்தச் சூழ்நிலையிலும் கைகளால் சைகை காட்டி விடக் கூடாது. இந்த விதிகளில் ஏதேனும் ஒன்றை அவர்கள் மீறினால், அவர்கள் ‘சிற்றின்பப் பிரியர்கள்’ என்று கருதப்படுவார்கள். மாவோவின் ஆட்சியில் வெளி நாட்டினரோடு செய்யப்படும் இதுபோன்ற தவறுகளுக்கு வார்த்தைகளால் விவரிக்க முடியாத குற்றப் பழி வந்து சேர்ந்து விடும்.

என்மீது கூறப்பட்ட அவதூறுகள் என்னை மோசமாகக் காயப்படுத்தின. மிகச்சிறந்த கம்யூனிஸ்ட் பெற்றோர்களின் கரங்களில் மிகச் சுதந்திரமாக வளர்க்கப்பட்டேன். பெண்கள் மீது திணிக்கப்பட்ட கட்டுப்பாடுகளை கம்யூனிஸ்ட் புரட்சி ஒரு முடிவுக்கு கொண்டு வந்து விடும் என்று என் தந்தையும் தாயும் கருதினார்கள். இப்போது பெண்கள் மீதான அடக்குமுறையும், அரசியல் ஒடுக்குமுறையும் இணைந்து கை கோர்த்துக் கொண்டது.

ஒரு நாள் பாகிஸ்தான் கப்பல் ஒன்று வந்தது. பாகிஸ்தான் இராணுவத் தூதர் பீக்கிங்கிலிருந்து வந்திருந்தார். அந்த மன்றக் கட்டிடம் முழுவதையும் ஒன்று விடாமல் துப்புரவு செய்யச் சொல்லி லாங் எங்களுக்கு உத்தரவிட்டார். அப்போது லாங், அவர்களுக்கு ஓர் விருந்து அளிக்கவிருந்தார். அதற்கு அவரது மொழிபெயர்ப்பாளராக என்னைப் பணித்து விட்டார். இதனால் என் சகமாணவர்கள் பொறாமையின் உச்சக் கட்டத்திற்கு சென்று விட்டார்கள். இது நடந்து சில நாட்கள் கழித்து பாகிஸ்தானியர்கள் தங்கள் கப்பலில் ஒரு விருந்து உபச்சார விழா நடத்தினார்கள். அதற்கு என்னையும் அழைத்தார்கள். அந்த இராணுவப் பிரதிநிதி சிச்சுவானில் இருந்திருக்கிறார். அதனால் எனக்கு சிறப்பு சிச்சுவான் விருந்து தயாரித்தார்கள். எனக்கு கொடுக்கப்பட்ட அழைப்பினால் நான் மகிழ்ச்சி அடைந்ததைவிட லாங் மகிழ்ச்சியடைந்தார்.

கப்பல் தலைவன் தனது சொந்த பொறுப்பில் என்னை வரச் சொல்லி வேண்டுகோள் விடுத்தும், நான் இப்போது விருந்துக்கு வரவில்லையென்றால் இனிமேல் எந்த மாணவர்களுக்கும் இங்கு வர அனுமதி இல்லை என்று லாங் மிரட்டுவது போல் பேசியும், 'வெளிநாட்டுக் கப்பலில் யாரும் அடி எடுத்து வைக்கக் கூடாது' என்று எங்கள் ஆசிரியர்கள் கறாராகக் கூறி விட்டார்கள். 'கப்பலில் ஏதேனும் அசம்பாவிதம் ஏற்பட்டு விட்டால், யார் பொறுப்பேற்றுக் கொள்வது' என்று ஆசிரியர்கள் கேட்டார்கள். 'அதிகமான வேலைப் பளுவின் காரணமாக, என்னால் விருந்தில் கலந்து கொள்ள முடியாது' என்று சொல்லிவிடுமாறு ஆசிரியர்கள் என்னைப் பணித்தார்கள். எனக்கு தெரிந்தவரை, கடலில் பயணம் செய்ய எனக்கு கிடைத்த ஒரே ஒரு வாய்ப்பு, அப்புறம் அந்நிய நாட்டினர் அளிக்கும் விருந்து, ஆங்கில மொழியில் மேற்கொள்ளவிருக்கும் அற்புதமான உரையாடல், வெளி உலகில் கிடைக்கவிருந்த ஓர் அனுபவம் ஆகிய அனைத்தையும் நிராகரித்தேன்.

அப்படி நான் விருந்துக்கு போகாமல் இருந்தும் ஊர் வாயை என்னால் மூட முடியவில்லை. மிங், சந்தேகத்திற்கு வாய்ப்பிருப்பது போல, 'இவளை ஏன் வெளிநாட்டினர் அதிகமாக விரும்புகிறார்கள்?' என்று அப்பட்டமாகக் கேட்டான். பயண முடிவில் என்னைப்பற்றி எழுதப்பட்டு கோப்பில் இடப்பட்டிருந்த குறிப்பு: 'அவளது நடத்தை ரீதியில் சந்தேகத்திற்கு இடமளிக்கிறது!.'

இந்த அற்புதமான துறைமுகத்தில் கிடைத்த இதமான வெயில், சுகமான கடற்காற்று, அழகான தென்னந்தோப்பு, என்னை மகிழ்ச்சி வெள்ளத்தில் மூழ்கடித்த தருணங்கள் எல்லாமே சோகத்தில் முடிவடைந்தன. என்னைக் கவலையிலிருந்து மீட்டெடுக்க இந்தக் கூட்டத்தில் ஒரு அன்பான நண்பன் எனக்கு கிடைத்தான். கலாச்சாரப் புரட்சிக் காலங்களில் மேலதிகாரிகளின் காழ்ப்புணர்ச்சிக்கு உட்பட்டு பழிவாங்கப் பட்டவர்களின் துன்ப துயரங்களைவிட எனக்கு ஏற்பட்ட இது மிகச் சாதாரணம். 'இந்த வாய்ப்பு என் வாழ்க்கையின் உச்சமாக வந்தது' என்ற எண்ணம், என்னை இன்னும் துயரத்தில் ஆழ்த்தி விடும் போல இருந்தது.

அப்பாவின் முன்னாள் சக பணியாளர் ஒருவரின் மகன்தான் இங்கு எனக்கு கிடைத்த நண்பன். நகரங்களிலிருந்து வந்த மற்ற மாணவர்களும் என்மீது நட்பு பாராட்டினார்கள். விவசாயப் பின்புலங்களிலிருந்து வந்த மாணவர்களையும், நகர்ப்புற மாணவர்களையும் அடையாளம் கண்டுகொள்வது மிக எளிதாக இருந்தது. விவசாயப் பின்புல மாணவர்களிடமிருந்துதான் அதிகமான மாணவர்த் தலைவர்கள் தேர்ந்தெடுக்கப்பட்டிருந்தார்கள்.

நகர்ப்புற மாணவர்கள் துறைமுக அனுபவங்களை துணிச்சலோடும் நம்பிக்கையோடும் எதிர் கொண்டார்கள். அதனால் விவசாய மாணவர்கள் என்மீது காட்டிய ஆத்திரத்தையும் ஆதங்கத்தையும் நகர்ப்புற மாணவர்கள் காட்டவில்லை. விவசாயப் பின்புல மாணவர்களுக்கு ஷாங்ஜியாங் துறைமுகக் கலாச்சாரம் மாபெரும் அதிர்ச்சியை அளித்தது. அத்துடன் அவர்களிடம் குடிகொண்டிருந்த தாழ்வு மனப்பான்மை உணர்வுகள் சக மனிதர்களின் துன்பங்களுக்கு முக்கியக் காரணமாக அமைந்திருந்தன.

மூன்று வாரக் காலம் முடிந்ததும் மனதில் கொஞ்சம் வேதனையோடும், கொஞ்சம் மகிழ்ச்சியோடும் ஷாங்ஜியாங்கிலிருந்து விடை பெற்று வீட்டிற்கு திரும்பினோம். திரும்பும் வழியில் நானும் சில நண்பர்களும் பழம் பெருமை பெற்ற கிய்லின் என்ற இடத்திற்கு சென்றோம். அங்கே காணப்பட்ட மலைகளும், நீர்த்தேக்கங்களும் பண்டைய சீன ஓவியத்திலிருந்து ஊற்றெடுத்து வந்தது போலக் காட்சியளித்தது. அங்கு வெளி நாட்டு சுற்றுலாப் பயணிகள் பலர் வந்திருந்தார்கள். அதில் ஒரு தம்பதியினர் நின்று கொண்டிருந்தார்கள். அந்த மனிதரின் கையில் ஒரு குழந்தை இருந்தது. நாங்கள் ஒருவரை ஒருவர் பார்த்து புன்னகைத்துக் கொண்டு, 'வணக்கம்,' 'வருகிறோம்' என்று சொல்லிக் கொண்டோம். அந்தத் தம்பதியினர் அவ்விடத்தைவிட்டு அகன்றதும், சீருடை அணிந்திராத காவலர்கள் வந்து, எங்களை நிறுத்தி கேள்வி மேல் கேள்விகளாகக் கேட்டார்கள்.

டிசம்பர் மாதம் நான் செங்குடு திரும்பியபோது, நகரமே மாவோவின் மனைவிக்கு எதிரான கோபத்தில் கொந்தளித்துக் கொண்டிருந்தது. ஷாங்காய் நகரிலிருந்து ஸாங் சுண்கியாவோ, யாவோ வெண்யூவன், வாங் ஹாங்வென் ஆகிய மூவரும் ஒருங்கிணைந்து கலாச்சாரப் புரட்சியின் பொறுப்பைத் தங்கள் கைகளில் எடுத்துக் கொண்டார்கள். 1974 ஆம் ஆண்டு ஜூலை மாதம் 'நான்கு பேர் கொண்ட குழு' தொடங்கக் கூடாது என்று மாவோ உத்தரவிட்டிருந்ததால், இவர்கள் மூவரும் மிகுந்த நெருக்கமாகி மூவர் அணி தொடங்கி விட்டார்கள். இந்த நேரத்தில் இந்த விஷயம் எங்களுக்கு அப்போது தெரிய வரவில்லை. 1975 ஆம் ஆண்டு ஜனவரி மாதம் முதல், அரசாங்கத்தின் அன்றாட அலுவல்களை மேற்பார்வையிட்டுக் கொண்டு வந்த, ஆழ்ந்த அனுபவ அறிவு கொண்டிருந்த, சூ என்லாய்க்கும், அதன்பிறகு டெங் சியோபிங்கிற்கும் 81 வயது நிரம்பிய மாவோ தனது ஆதரவை அதற்குள் அளித்து விட்டார். இடையில் சூ என்லாய் புற்றுநோய் காரணமாக மருத்துவமனையில் படுத்து விட்டார். இந்த மூவர்

அணி தொடர்ந்து அர்த்தமில்லாமல் செய்து கொண்டு வந்த நடவடிக்கைகள் மக்களைப் பொறுமையிழக்கச் செய்தது. மக்களும் வேறு வழி தெரியாமல் புரளிகளைக் கிளப்பி விடுவதின் மூலம் தங்கள் ஆதங்கங்களைத் தீர்த்துக் கொண்டார்கள்.

புழுங்கிக் கொண்டிருந்த மக்களின் ஆத்திரம் மாவோவின் மனைவி பக்கம் திரும்பியது. ஒரு இசை நாடக நடிகர், ஒரு டேபிள் டென்னிஸ் ஆட்டக்காரர், ஒரு நடனக் கலைஞர் ஆகியோருடன் மாவோவின் மனைவி அடிக்கடி காணப்பட்டாள். மாவோவின் மனைவி இவர்கள் அனைவருக்கும் தங்கள் துறைகளின் தலைமைப் பதவிகளை அளித்தார். அவர்கள் அனைவரும் பார்ப்பதற்கு அழகான இளைஞர்களாக இருந்ததால், மாவோவின் மனைவி, அவர்களை 'ஆசை நாயகர்களாக' ஆக்கிக் கொண்டதாக மக்கள் பேசிக் கொண்டார்கள். 'இச்செயலை பெண்கள் ஏன் மேற்கொள்ளக் கூடாது?' என்று மாவோவின் மனைவி வெளிப்படையாகவே பேசி இருக்கிறாள். இது மக்கள் மத்தியில் எடுபடாது என்று ஒவ்வொருவருக்கும் நன்கு தெரிந்திருந்தது. ஆனால், உண்மையில் திருமதி மாவோவின் கட்டுப்பாட்டில் இருந்த கலாச்சாரப் புரட்சியில் சீன மாந்தர்கள் உடல் இச்சைகளைக் கட்டுப்படுத்திக் கொள்வதில் மிகவும் சிரமம் எடுத்து வந்தார்கள். ஊடகத் துறையையும், கலைத் துறையையும் பத்து ஆண்டுகளாக மாவோவின் மனைவி அடக்கி வைத்திருந்ததால், சிருங்கார ரசம் சார்ந்த செய்திகள் கண்ணில் படாமலும், காதில் விழாமலும் இருந்து வந்தன. வியட்நாம் நாட்டு இராணுவ ஆடல் பாடல் கலைக் குழுவினர் சீனா வந்தபோது, அக்குழுவின் அறிவிப்பாளர், 'இப்போது இசைக்கவிருக்கும் இசை இரண்டு தோழர்களிடையே ஏற்படும் தோழமை உணர்வு பற்றிய ஒரு காதல் பாடல்' என்று அறிவித்தது மட்டும்தான் ஒரு சில அதிர்ஷ்டசாலிகளுக்கு காதில் விழுந்த காதல் பற்றிய செய்தி. ஒரு சில ஐரோப்பிய நாட்டு திரைப்படங்கள், அதிலும் குறிப்பாக அல்பேனியா, ருமேனியா நாட்டுத் திரைப்படங்கள் சீனாவில் திரையிட அனுமதிக்கப்பட்டிருந்தன. ஓர் ஆணும் பெண்ணும் அணைத்துக்கொண்டு நிற்பது போன்ற காட்சிகளும், அவர்கள் முத்தமிட்டுக் கொள்வது போன்ற காட்சிகள் அனைத்தும் திரைப்படத்திலிருந்து வெட்டி எடுத்து நீக்கப்பட்டிருக்கும்.

கூட்ட நெரிசல் நிறைந்த பேருந்துகளிலும், இரயில்களிலும், கடைகளிலும் பெண்கள் தங்களிடம் சில்மிஷம் செய்த ஆண்களைத் திட்டித் தீர்த்ததையும், கன்னத்தில் அறைந்ததையும் நான் பல தடவை பார்த்திருக்கிறேன். சில சமயங்களில் சில ஆண்கள் மறுத்துப் பேசிய சத்தத்தையும் கேட்டிருக்கிறேன். ஏகப்பட்ட பாலியல்

'இதைப் போய் சொர்க்கம் என்று சொன்னால், நரகத்தை என்னவென்று சொல்வது'

முயற்சிகள் எனக்கும் தொடுக்கப்பட்டன. இதுபோன்று எனக்கு நடக்கும் பட்சத்தில் நான் அந்த இடத்திலிருந்து நழுவி விடுவேன். அந்த மனிதர்களுக்காக நான் வருத்தப் பட்டிருக்கிறேன். நிறைவான திருமண வாழ்க்கை அமையப் பெறவில்லையென்றால், அவர்களது உடல் இச்சைக்கான வடிகாலே இல்லாத ஓர் உலகத்தில் வாழ்ந்து வந்தார்கள். எங்கள் பல்கலைக்கழகத்தில் இருந்த 'கட்சியின் உதவி செயலாளராக இருந்த வயதான மனிதன், ஒரு பல் பொருள் அங்காடியில் தன் கால் சட்டை வழியாக உயிரணுத்திரவம் வழிந்து கொண்டு வந்தபோது பிடிபட்டார். அந்த மனிதரைக் கொண்டுபோய் காவல் நிலையத்தில் ஒப்படைத்தார்கள். அதன் விளைவாக அவனது பதவி பறி போனது. மிக மோசமான கால கட்டத்தைப் பெண்கள் அனுபவித்தார்கள். ஒவ்வொரு அமைப்புகளிலும், ஒருவரோ அல்லது இருவரோ, தங்களின் தவறான உறவால் 'தேய்ந்துபோன செருப்பு' என்ற பெயரில் தண்டிக்கப்பட்டார்கள்.

ஆட்சியாளர்களுக்கும் இந்த நியதி கொண்டு வரப்பட்டது. 80 வயதைத் தாண்டிய மாவோ அழகான இளம் பெண்களோடு இருந்தது தெரிய வந்தது. மாவோ பற்றிய இரகசியங்கள் இலைமறைக் காயாக இருந்தாலும், மாவோவின் மனைவியையும், அவளது நால்வர் அணி நண்பர்களையும் பற்றிய இரகசியமும் ஊருக்கே தெரிந்த ஒன்று. அதைப்பற்றி அவர்கள் கவலைப்பட்டதாகவும் தெரியவில்லை. 1975 ஆம் ஆண்டு இறுதிக்குள் இதுபோன்ற வதந்திகளால் சீன தேசமே குழம்பிப் போய் கிடந்தது. 'எங்களின் பொதுவுடமைத் தாய்நாடு என்பது ஒரு சொர்க்கம்' என்னும் ஒரு செயல்பாட்டுக் கூட்டத்தில், எட்டு ஆண்டுகளுக்கு முன்பு முதல் முறையாக எனக்கு ஏற்பட்ட சந்தேகத்தை பலர் வெளிப்படையாகக் கேட்டார்கள். 'இதைப்போய் சொர்க்கம் என்று சொன்னால், நரகத்தை என்னவென்று சொல்வது?'

1976 ஆம் ஆண்டு ஜனவரி மாதம் எட்டாம் நாள் சூ என்லாய் இயற்கை எய்தினார். எனக்கும், அதுபோல இன்னும் பல சீனக் குடிமக்களுக்கும் ஒரு நம்பிக்கை நட்சத்திரமாகவும், நாட்டை வளப்படுத்தும் நம்பிக்கையுள்ள அரசாங்கமாகவும் திகழ்ந்தார். கலாச்சாரப் புரட்சி என்னும் இருண்ட காலத்தில் இவரே எங்களுக்கு கலங்கரை விளக்கமாகக் காணப்பட்டார். அவரது மரணம் என்னையும் என் நண்பர்களையும் ஆறாத் துயரத்தில் ஆழ்த்தி விட்டது. இவருக்காக நாங்கள் அனுசரித்த துக்கமும், கலாச்சாரப் புரட்சியின் மீது மாவோவின் மீது நாங்கள் கொண்ட வெறுப்பும், பிரிக்க முடியாத அளவு ஒன்றோடு ஒன்று பின்னிப் பிணைந்திருந்தது.

ஆனால் கலாச்சாரப் புரட்சியின்போது சூ என்லாய் மாவோவுடன் இணைந்து செயல்பட்டார். இவர்தான் லியூ ஷாவ்கியை 'அமெரிக்க நாட்டு உளவாளி' என்று கண்டனப்படுத்தி தண்டனை அளித்தவர். செங்காவலர்களையும், புரட்சிப் படையினரையும் இவர் தினமும் சந்தித்து அவர்களுக்கு ஆலோசனைகளையும் ஆணைகளையும் வழங்கினார். பொலிட்பீரோ உறுப்பினர்களில் பெரும் பகுதியினரும், இராணுவ உயர் மட்ட அதிகாரிகளில் பலரும் 1967 ஆம் ஆண்டு பிப்ரவரி மாதம் கலாச்சாரப் புரட்சியை முடிவுக்கு கொண்டுவர எடுத்த ஒரு முயற்சிக்கு சூ என்லாய் தனது ஒத்துழைப்பை நல்கவில்லை. இவர் மாவோவின் உண்மையான ஊழியராகவே இருந்தார். மாவோவிற்கு வெளிப்படையான சவாலாக விளங்கிய உள்நாட்டுப் போர்கள் போன்ற அழிவுகளுக்கு முற்றுப்புள்ளி வைக்கும் முயற்சியில் இவர் ஈடுபட்டார். சீன நாட்டிற்கு பேரழிவு ஏற்படுத்தக் கூடிய வாய்ப்பை மாவோவுக்கு சூ என்லாய் ஏற்படுத்திக் கொடுத்திருந்தாலும், அழிவின் விளிம்பிற்கு சென்று கொண்டிருந்த சீனாவை மீட்டெடுத்தவர் சூ என்லாய்தான். இவரது தீர்ப்பால் பல மக்கள் மரணத்திலிருந்து பாதுகாக்கப்பட்டனர். ஒரு குறிப்பிட்ட காலத்திற்கு அப்பாவும் காப்பாற்றப்பட்டார். சீனாவின் மிக முக்கியமான கலாச்சாரச் சின்னங்களும் இவரால்தான் பாதுகாக்கப்பட்டன. அதனால் சூ என்லாய் நீதி நேர்மைக்கு பயந்தும் முடிவெடுக்க வேண்டியிருந்தது; தன் உயிருக்கான உத்தரவாதத்திற்கும் முன்னுரிமை கொடுக்க வேண்டி இருந்தது. இறுதிவரை மாவோவைத் தாங்கிப் பிடித்துக்கொண்டு நின்றாலும் தனக்கு அழிவு உறுதி என்பதை சூ என்லாய் தெரிந்து கொண்டிருக்க வேண்டும்.

அந்த வளாகம் முழுவதும் வெள்ளைத்தாள் மலர் வளையங்களும், கண்ணீர் அஞ்சலிச் சுவரொட்டிகளும், மரணக் கவிதைகளும் நிறைந்த கடல் போலக் காட்சியளித்தது பிரமிப்பாக இருந்தது. எல்லாரும் தங்கள் கைகளில் கருப்பு நிறக் கைப்பட்டையும், மார்புகளில் வெள்ளைத்தாள் பூக்களையும், கண்களில் சோகத்தின் சுமைகளைச் சுமந்தபடியும் காணப்பட்டார்கள். அங்கு நடைபெற்ற துக்க நிகழ்வுகளில் சில நிகழ்வுகள் தானாக நடைபெற்றன. சில நிகழ்வுகள் ஏற்பாடு செய்து நடத்தப்பட்டன. ஏனென்றால், சூ என்லாய்க்கு மரணம் சம்பவித்த தருணத்தில், நால்வர் குழுவின் தாக்குதலுக்கு அவர் உள்ளான விஷயம் பொதுவாக அனைவருக்கும் நன்கு தெரியும். அதனால் அவருக்கான இரங்கல் கூட்டங்களை நீர்த்துப் போகச் செய்ய வேண்டும் என்பது நால்வர் குழுவின் ஆணை. அவ்வாறு நடத்தப்படும் இரங்கல் கூட்டங்களில் அவருக்கான அனுதாப அலைகள் அதிகமாக வீசும்

874 *'இதைப் போய் சொர்க்கம் என்று சொன்னால்,
நரகத்தை என்னவென்று சொல்வது'*

பட்சத்தில், பொதுமக்களும், அரசாங்க அதிகாரிகளும் நால்வர் குழுவின்மீது அதிருப்தி காட்டுவது போல் ஆகிவிடும். ஆனாலும் பல்வேறு காரணங்களை முன்னிறுத்தி, சூ என்லாய்க்கான இரங்கல் கூட்டம் அதிகரித்துக் கொண்டே சென்றது. 1956-ல் ஏற்பட்ட 'ஹங்கேரிய கிளர்ச்சியை எதிர்த்து செயல்பட்ட புரட்சியை ஒடுக்குவதற்கு' சூ என்லாய் கையில் எடுத்த தவறான அணுகுமுறையையும், மாவோவை உலகத்தலைவராக உயர்த்தியதில் இவரது பங்களிப்பையும், இறுதிவரை மாவோவின் உண்மையான ஊழியராக இவர் இருந்து வந்ததையும் மிங்கும், இன்னும் பல என் வகுப்பு மாணவர் தலைவர்களும் வானளாவப் புகழ்ந்து தள்ளினார்கள்.

வளாகத்திற்கு வெளியில் அதிருப்திப் பொறி எங்கும் பறப்பது தெரிந்தது. செங்குடுவின் வீதிகள் தோறும் காணப்பட்ட சுவரொட்டியின் ஓரங்களில் எழுதப்பட்டிருந்த அரசியல் நெடி கலந்த வாசகங்களை மக்கள் பெருமளவில் வந்து வாசித்தனர். மிகச்சிறிய எழுத்தாக இருந்ததால் மக்கள் தங்கள் கழுத்தை நீட்டிக்கொண்டே வாசித்த சுவெராட்டிகளில் ஒன்று:

மாபெரும் சுடர் விண்ணிலிருந்து வீழ்ந்து விட்டது

அதனால், வானம் இப்போது இருண்டு விட்டது

இது சுவரொட்டியின் ஓரத்தில் காணப்பட்ட இன்னொரு வாசகம்: 'வானம் எவ்வாறு இருண்டு தோன்றும்? அப்படியானால், சிகப்பு, சிகப்பு சூரியன் என்னவாயிற்று?' (இதில் சிகப்பு சூரியன் என்பது மாவோவைக் குறிக்கிறது) இன்னொரு சுவரொட்டி வாசகம் கூறியது: 'பிரதமர் சூ என்லாயைத் தண்டித்தவர்கள்ளை எண்ணெயில் போட்டு நன்கு வறுத்து எடு.' அதற்கு இன்னொரு வாசகம், "எங்கே வறுத்து எடுப்பது? நீங்கள் மாதம் தோறும் கொடுக்கும் சமையல் எண்ணெய் இரண்டு 'லியாங்,' அதாவது, 3.2 அவுன்ஸ்தானே! இவர்களை எந்த எண்ணெயால் வறுத்து எடுப்பது?'' என்று கேட்டது. பத்து ஆண்டுகளுக்கு பிறகு இப்போதுதான் நக்கலும் நையாண்டியும் பகிரங்கமாக வெளியே வந்தது. இந்த நக்கலும் நையாண்டியும் என்னை எங்கோ சிறகடித்துப் பறக்க வைத்து விட்டது.

ஹுவா குவேஃபெங் என்னும் ஒரு திறமையற்ற மனிதரை சூ என்லாய் இடத்தில் மாவோ நியமனம் செய்தார். டெங் என்பவரைக் கண்டனத்திற்கு உட்படுத்தவும், வலதுசாரிகளுக்குப் பதில் அடி கொடுப்பதற்கும் மாவோ ஒரு திட்டம் தீட்டினார். கண்டனப்படுத்துதலை இலக்காக வைத்து டெங் சியோபிங் உரைகளை நால்வர் குழு வெளியிட்டது. 1975 ஆம் ஆண்டு டெங்

ஆற்றிய உரையில், நாற்பது ஆண்டுகளுக்கு முன்பு நடந்து முடிந்த நெடும் பயணத்திற்கு பிறகு, கம்யூனிஸ்ட் யான் 'ஆன் நகருக்கு வந்ததிலிருந்து அங்கிருந்த விவசாயிகள் இன்னும் மோசமாக ஆகி விட்டார்கள் என்பதை டெங் ஒத்துக் கொண்டார். இன்னொரு உரையில் அவர் 'நீங்கள் முன்னெடுத்துச் செல்லுங்கள்: நான் உங்களைத் தொடர்ந்து வருகிறேன்' என்று கட்சித் தலைவர் தன் திறத் தொழிலாளர்களுக்கு சொல்ல வேண்டும் என்று கூறுகிறார். இன்னும் ஓர் உரையில், வாழ்க்கைத் தரத்தை உயர்த்துவதற்கான திட்டங்களையும், சுதந்திரத்தை இன்னும் கொஞ்சம் தாராளப்படுத்தவும், அரசியல் காழ்ப்புணர்ச்சிகளுக்கு முற்றுப்புள்ளி வைக்கவும் கோடிட்டுக் காட்டினார். இவ்வகையான ஆவணங்களையும், நால்வர் குழுவின் செயல்பாடுகளையும் ஒப்பிட்டுப் பார்க்கையில், இந்த ஆவணங்கள் டெங் சியோபிங்கை 'மக்கள் தலைவர்' ஆக்கி விட்டது. நால்வர் குழு, மக்களின் உச்சக்கட்ட கோபாவேசத்திற்கு உள்ளாக்கி விட்டது. இது நம்பத் தகுந்ததாகத் தெரியவில்லையே என்று எண்ணினேன். மேலும் சீன மக்களை பொம்மைகள் போல் அவர்கள் வைத்துக் கொள்வதால், நாம் டெங் சியோபிங்கைப் போற்றுவதை விடுத்து, அவரது உரைகளை வாசித்து அவர்மீது வெறுப்புக் கொள்வோம் என்று அவர்கள் நினைத்துக் கொண்டார்கள்.

பல்கலைக்கழகத்தில் இடைவிடாத கூட்டங்கள் போட்டு டெங்கை மாபெரும் கண்டனத்திற்கு உள்ளாக்க வேண்டும் என்று எங்களுக்கு உத்தரவு வந்தது. ஆனால், பலர் மௌனமாக எதிர்ப்புத் தெரிவித்தார்கள். பலர் அரங்கைச் சுற்றிச் சுற்றியே வந்தார்கள். சிலர் அரட்டை அடித்தார்கள். சிலர் எதையோ வாசித்துக் கொண்டிருந்தார்கள். சிலர் தூங்கினார்கள். உரை நிகழ்த்துபவர்கள் தாங்கள் எழுதிக் கொண்டு வந்திருந்ததை ஏனோதானோவென்று ஒப்பித்தார்கள். அவர்களின் உரை யாருக்கும் தெளிவாகக் கேட்கவில்லை.

ஏனென்றால், டெங் சிச்சுவானிலிருந்து வந்ததால், மீண்டும் அவர் செங்குடுவுக்கு நாடு கடத்தப்பட்டதாக வதந்திகள் கிளம்பின. அந்த வழியாக அவர் கடந்து செல்லவிருப்பதாகத் தகவல் அறிந்து, வீதிகளில் வந்து கடல் அலையெனக் குவிந்த ஜனங்களை அப்போது அங்கே கண்டேன். சில சமயங்களில் மக்கள் கூட்டம் எண்ணிக்கையிலடங்காதவாறு அங்கே திரண்டு எழுந்தது.

அதேசமயம் ஷாங்காயிலிருந்து வந்த குழு என்று, இன்னொரு பெயர் கொண்ட நால்வர் குழுவுக்கு நாளுக்கு நாள் பொதுமக்களின் வெறுப்பு கூடிக் கொண்டே சென்றது. ஷாங்காயில் தயாரிக்கப்பட்ட

சைக்கிள் மற்றும் சில பொருட்களின் விற்பனை நிறுத்தப்பட்டது. ஷாங்காய் கால்பந்தாட்டக் குழு செங்குடு வந்தபோது அவர்கள்மீது வெறுப்பைக் காட்டினார்கள். விளையாட்டு அரங்கிற்கு வெளியே மக்கள் கூட்டம் சூழ்ந்து கொண்டு அவர்கள்மீது வசை மாரி பொழிந்தது.

சீனாவெங்கும் கிளர்ச்சிகள் வெடித்தன. எதிர்ப்பு அலைகள் எங்கும் வீசின. 1976 ஆம் ஆண்டின் வசந்த காலத்தில் 'சமாதியைத் தூய்மைப்படுத்தும் விழா'வின் சமயத்தில் இதன் வீரியம் உச்சக்கட்டத்தை அடைந்தது. இறந்த ஆன்மாக்களைப் போற்றும் விழாவாக இந்த விழா தொன்று தொட்டு சீனாவில் நடைபெற்று வந்தது. பீக்கிங் நகரில் உள்ள தியானன்மன் சதுக்கத்தில் பல்லாயிரக்கணக்கான குடிமக்கள் ஒன்று சேர்ந்து, இதற்கென்று செய்யப்பட்ட மலர் வளையங்களைத் தாங்கிக் கொண்டும், நெஞ்சை உருக்கும் மரணக் கவிதைகளை வாசித்துக் கொண்டும், மனம் உருகும் இறுதி உரைகளை ஆற்றிக் கொண்டும் காணப்பட்டனர். நால்வர் குழுவின் மீதும், மாவோவின் மீதும், நேரடியாகவும் மறைமுகமாகவும் வெறுப்பைக் கக்கி அவர்கள் ஆற்றிய உரைகளின் பொருள் அனைவருக்கும் புரிந்தது. ஏப்ரல் மாதம் 5ஆம் தேதி மரித்த ஆன்மாக்களுக்கான பெருவிழா நடந்து கொண்டிருந்த அந்த இரவு, காவல் துறையினரால் அந்த போராட்டம் முறியடிக்கப்பட்டு, நூற்றுக்கணக்கானோர் கைது செய்யப்பட்டார்கள். 'ஹங்கேரியன் நாட்டு புரட்சி எதிர்ப்பு கிளர்ச்சி போன்றது' என்று மாவோவும், நால்வர் குழுவும் இதை விவரித்தார்கள். செய்தித் தொடர்பு மறுக்கப்பட்ட டெங் சியோபிங் தான் இந்தக் கிளர்ச்சிக்கு பொறுப்பு என்று குற்றம் சாட்டப்பட்டு, இவர் 'சீனாவின் நாஜி' என்று முத்திரை குத்தப்பட்டார். (நாஜி என்பவர் 1956 ஆம் ஆண்டு ஹங்கேரிய நாட்டு பிரதம மந்திரியாக இருந்தவர்) டெங் சியோபிங்கை மாவோ முறைப்படி பதவி நீக்கம் செய்து, அவர்மீது கடுமையான கண்டன தண்டனைக் கூட்டங்களைக் கூட்டச் சொல்லி முடுக்கி விட்டார்.

இந்தப் புரட்சியை கிளர்ச்சி எதிர்ப்பு அச்சு ஊடகத்துறை கண்டித்து எழுதி இருக்கலாம். ஆனால், இது சீனாவுக்கு தேவையான மாற்றம் என்பதால் அதை விட்டு விட்டது. 1949-இல் இவ்வரசாங்கம் தொடங்கப்பட்டதிலிருந்து இப்போராட்டம் அரசாங்கத்திற்கு எதிராக முதலில் தோன்றிய சவாலான ஒரு மாபெரும் ஆர்ப்பாட்டமாக விளங்கியது.

1976 ஜூன் மாதம், ஒரு மாதக் காலத்திற்கு எங்கள் வகுப்பு மாணவர்கள் அனைவரும் 'தொழிலாளர்களிலிருந்து கற்றுக்

கொள்ள வேண்டும்' என்ற நோக்கில் மலைகளில் நடைபெற்று வந்த தொழிற்சாலைகளுக்கு அனுப்பப்பட்டோம். ஒரு மாத காலப் பயிற்சி முடிவு பெற்றதும், செங்குடுவின் மேற்கில் அமைந்துள்ள 'அழகின் புருவம்' என்று அழைக்கப்பட்ட 'இமை' என்னும் அழகான மலைக்கு நண்பர்களோடு மலையேற்றத்திற்கு சென்றோம். மலையிலிருந்து இறங்கி வரும் வழியில், ஜூலை 28ஆம் நாள், ஒரு சுற்றுலாப் பயணி, தன் கையில் கொண்டு வந்திருந்த வானொலிப் பெட்டி அலறிக் கொண்டிருந்ததைக் கேட்டோம். சிலர் உயிரைவிட மேலாக நேசிக்கிற இந்த விளம்பரச் சாதனம் அலறுவது எனக்கு மிக மிக எரிச்சலைத் தரும். அதுவும் இப்படி ஒரு சுற்றுலாத் தளத்தில் அலறுவது இன்னும் எரிச்சலாக இருக்கும். எங்கு சென்றாலும் அலறிக் கொண்டிருக்கும் ஒலி பெருக்கிச் சாதனங்கள் எங்கள் காதுகளைக் கிழித்தது போதாது என்று, இந்த சுற்றுலாத்தளத்திலும் அது எங்கள் காதுகளைக் கிழித்தது. ஆனால், இதில் ஏதோ ஒன்று என் கவனத்தை ஈர்த்தது. பீக்கிங் நகருக்கருகில் உள்ள டாங்ஷன் என்னும் நிலக்கரி சுரங்க நகரில் ஒரு மாபெரும் நிலநடக்கம் ஏற்பட்டிருக்கிறது. இது ஓர் எதிர்பாராத பேரழிவு என்று நான் உணர்ந்தேன். ஏனென்றால், இதுபோன்ற மோசமான செய்திகளை ஊடகங்கள் இயல்பாக வெளியிடுவதில்லை. இந்த மாபெரும் இயற்கைப் பேரழிவில் 2,42,000 நபர்கள் இறந்ததாகவும் 1,64,000 நபர்கள் படுகாயம் அடைந்ததாகவும் அதிகாரப்பூர்வமான தகவல்கள் வெளியிடப்பட்டன.

பத்திரிகை முழுவதும் இயற்கைச் சீற்றத்தால் பாதிப்புக்குள்ளானவர்கள் பற்றிய வேதனையை வெளியிட்டாலும், நிலநடுக்கச் செய்தியால் மக்கள் திசை மாற்றம் செய்யப்பட்டு விடக் கூடாது என்றும், டெங்கிற்கான கண்டனத் தீர்மானமே மிக மிக முக்கியம் என்றும் நால்வர் குழுவுக்கு அழுத்தம் கொடுக்கப்பட்டது. மாவோவின் மனைவியானவள்,'பல்லாயிரக்கணக்கான உயிர்கள் பறி போயிருக்கின்றன. அதனால் என்ன? டெங் சியோபிங்கை கண்டனத் தண்டனைக்கு உள்ளாக்க வேண்டும் என்பது 800 மில்லியன் மக்களின் அக்கறை' என்று பகிரங்கமாகப் பேசினாள். இது மாவோவின் மனைவிக்கே உண்மைக்குப் புறம்பானதாகப்பட்டது. ஆனாலும் இது அதிகாரப்பூர்வமாக எங்களுக்கு அறிவிக்கப்பட்டது.

செங்குடுவைச் சுற்றியுள்ள பகுதிகளுக்கு நிலநடுக்க முன்னெச்சரிக்கை அறிவிப்புகள் அதிக அளவு வெளியிடப்பட்டன. 'இமை' மலையிலிருந்து, திரும்பி வந்து நானும், அம்மாவும், ஸியாவோ-ஃபாங்கும், பாதுகாப்பான இடமாகக் கருதப்பட்ட சாங்ஸிங்கிற்கு சென்றோம். செங்குடுவில் தங்கி இருந்த என்

சகோதரி, கனமான துணி, மற்றும் மெத்தையால் மூடப்பட்ட தடிமனான ஓக் மர மேஜைக்கு அடியில் தூங்கினாள். அவசரத்திற்கு தற்காலிகமாக சிறு சிறு குடில்கள் கட்டிக்கொள்ள அரசாங்க அலுவலர்கள் மக்களுக்கு ஏற்பாடு செய்து கொடுத்தார்கள். அத்துடன் விபரம் அறிந்த குழுக்கள் பூகம்பங்கள் போன்ற பேரழிவுகள் நிகழவிருப்பதை முன் கூட்டியே உணர்ந்து கொள்ளும் சக்தி கொண்ட சில விலங்குகளை 24 மணி நேரமும் கண்காணித்து விபரம் அறிந்து கொள்ள உத்தரவிடப்பட்டது. ஆனால் நால்வர் அணித் தொண்டர்களோ, 'டெங் சியோபிங் இழைத்த குற்றங்கள் குறித்து எச்சரிக்கையாக இருங்கள். பூகம்பத் தாக்கத்தால் இதை மறந்து விட வேண்டாம்' என்று எழுதப்பட்ட மிகப்பெரிய சுவரொட்டியை வைத்தது மட்டுமல்லாது, முதலாளித்துவ கைக்கூலியான டெங்கை தண்டனைக்கு உட்படுத்த வேண்டும் என்று ஒரு கண்டன ஊர்வலத்தையும் நடத்தியது. ஆனால் அந்த ஊர்வலம் தோல்வியைத் தழுவியது.

செப்டம்பர் மாதத் தொடக்கத்தில் செங்குடுவுக்கு திரும்பி வந்தேன். அதற்குள் நிலநடுக்கம் பயம் சற்று விலகி இருந்தது. செப்டம்பர் மாதம் 9ஆம் தேதி மாலை ஓர் ஆங்கிலப் பாடம் நடத்தப்பட்டதை வகுப்பில் கவனித்துக் கொண்டிருந்தேன். 'மிக முக்கியமான வானொலிச் செய்தி ஒன்று உங்களுக்கு இன்று மாலை 3.00 மணிக்கு அறிவிக்கப்படும்' என்று எங்களுக்கு 2.40 மணி அளவில் தெரிவித்தார்கள். அதனால் நாங்கள் பல்கலைக்கழக வாசலில் ஒன்று கூடினோம். எனக்கு ஏற்பட்ட ஏதோ ஓர் எரிச்சலில் அங்கிருந்து சற்று தூரம் நடந்து சென்றேன். அந்த வசந்தகாலத்தில் செங்குடுவை மேக மூட்டம் சூழ்ந்திருந்தது. மூங்கிற் கிளைச் சருகுகள் காற்றில் சலசலக்கும் சத்தம் கேட்டது. சரியாக 3.00 அடிப்பதற்கு சற்றுமுன்பு ஒலி பெருக்கிகள் தயார் நிலைக்கு கொண்டு வரப்பட்டன. ஆங்கிலத் துறைக்குரிய செயலாளர் அங்கே குழுமியிருந்த எங்கள் முன்னால் வந்து தோன்றினாள்.

அந்தப் பெண்மணியின் முகம் சோகத்தில் மூழ்கியிருந்தது. மிக மிகத் தாழ்ந்த குரலில், துக்கம் தொண்டையை அடைக்க, ஒவ்வொரு வார்த்தையாக, 'நம் நாட்டின் இணையற்ற தலைவர்... மாட்சிமை தங்கிய... பெருந்தலைவர் மாவோ அவர்கள்...'

நான் பட்டென்று புரிந்து கொண்டேன். மாவோ மறைந்து விட்டார்.

28

'பறந்து சென்றுவிட நடத்திய போராட்டம்'
1976-1978

இந்தச் செய்தி என்னை மகிழ்ச்சியில் திக்குமுக்காட வைத்தது. ஒரு நொடிப் பொழுது அப்படியே என்னை மறந்து நின்றேன். என் மனதில் வேரூன்றிப் போயிருந்த சுய பரிசோதனை என்னும் எண்ணம் உடனடியாக வேலை செய்யத் தொடங்கியது. என்னைச் சுற்றியிருந்த அனைவரும் நெஞ்சு வெடிக்குமளவு கதறி அழுது கொண்டிருக்கும் உண்மையை என் மனதில் பதிவு செய்து கொண்டேன். எனக்குள் தோன்றும் சரியான உணர்ச்சிகளை நான் வெளிக்காட்டிக் கொள்ளாமல் மறைத்துக் கொள்ள வேண்டியிருந்தது. மாவோவின் மரணத்தால் நெஞ்சு பொறுக்காமல் எனக்கு முன்னால் கதறி அழுது கொண்டிருந்த எங்கள் மாணவத் தலைவியின் தோள்களைத் தவிர என் உணர்ச்சிகளை மறைத்துக் கொள்ள அங்கே வேறு இடம் கிடைக்கவில்லை. சட்டென்று அவள் தோளில் முகம் புதைத்து குலுங்கிக் குலுங்கி அழுதேன். வேதனையோடு அழுது புலம்பிக் கொண்டிருந்தவள், சுற்றிப் பார்த்து என்னைக் கட்டிப்பிடித்து அழப் போவது போல் தெரிந்தது. அவளுக்கு பின்னால் நின்று கொண்டு, என் உடலின் முழு பாரத்தையும் அவள் மீது சுமத்தி அவளை அதைவிட்டு நகர விடாமல் வைத்துக் கொண்டேன். துயரத்தின் விளிம்பில் நின்று

நான் அழுவது போல ஒரு தோரணையை அவளுக்கு கொடுக்க எண்ணினேன்.

மாவோவின் மரணத்தை ஒட்டி நான் பலவாறு சிந்திக்கத் தொடங்கினேன். மாவோவை அனைவரும் ஒரு தத்துவ ஞானியாகவே பார்த்தார்கள். ஆனால், அவர் கூறும் 'தத்துவம்' உண்மையில் என்னவென்று சிந்திக்க தொடங்கினேன். நிரந்தரப் பிரச்சினைகளுக்கான 'தேவையா, அல்லது அத்தேவையை நிறைவேற்றிக் கொள்ளும் ஆவலா?' என்பதே அவரது தத்துவத்தின் மையப் புள்ளியாக இருந்தது. வரலாற்றின் உந்து சக்தியாக விளங்குவது மானுடப் போராட்டம்தான் என்பதே மாவோ சிந்தனையின் முதன்மைக் கருத்தாகத் தெரிந்தது. வரலாற்றை உருவாக்குவதற்கு ஒட்டுமொத்த 'வர்க்க எதிரிகள்' தொடர்ந்து உருவாக்கப் பட்டுக் கொண்டிருக்க வேண்டும். மக்களைப் பேரழிவுக்கும், கொலைக் களத்திற்கும் இட்டுச் செல்லக்கூடிய தத்துவஞானத்தைப் படைத்த ஞானிகள் வேறு எவரேனும் இருக்கிறார்களா என்று குழம்பினேன். பயங்கர வாதத்திற்கும், அதன் விளைவாக வந்த பரிதாபத்திற்கும் சீன மக்கள் ஆட்படுத்தப்பட்டதை எண்ணிப் பார்த்தேன். எதற்காக?

ஆனால், மாவோவின் கொள்கை என்பது அவரது ஆளுமையின் விரிவாக்கமாகத்தான் இருக்க வேண்டும். உண்மையில் அவர் பிறவியிலேயே கலகப் பிரியராகத்தான் இருந்திருக்க வேண்டும். அதையே பின்னாட்களில் திறம்படச் செய்தும் காட்டியிருக்கிறார். பொறாமை, வெறுப்பு போன்ற குணங்கள் மானுடனத்தின் கேவலமான உணர்வுகள் என்பதை மாவோ புரிந்து கொண்டார். அத்துடன் அம்மக்களின் அவ்வுணர்வுகளைத் தன்னுடைய நலத்திற்காகப் பயன்படுத்திக் கொள்ளும் தனித் திறமையையும் பெற்றிருந்தார். மக்களிடையே ஒருவருக்கொருவர் வெறுப்பை மூட்டி விட்டு, அதன்மூலம் தனது ஆட்சி அதிகாரத்தைச் செலுத்தி வந்தார். சர்வாதிகாரத்தின் கடைசி ஆயுதமாக சீனக் குடிமக்களை மாவோ மாற்றி அமைத்து வைத்திருந்தார். அதனால்தான் சோவியத் யூனியனின் அரசாங்க பாதுகாப்பு காவல் துறையைப் போல, தனக்கு கீழ் எதையும் இவர் வைத்துக் கொண்டதில்லை. அதற்கு அவசியமும் இல்லாமல் பார்த்துக் கொண்டார். மக்களின் மனங்களில் விஷ விதைகளை விதைப்பதற்கான களர் நிலங்களையும், வெறுப்புத் தரிசுகளையும் உருவாக்கினார். ஆனால், சராசரி மாந்தர்கள் எவ்வளவு தனிப்பட்ட பொறுப்புகளைத் தூக்கிச் சுமக்க முடியும் என்பது எனக்கு விளங்கவில்லை.

எனக்கு தெரிந்தவரை மாவோவின் தனித்துவம் என்பது மக்களின் மூடத்தனங்களை ஆட்சி செலுத்தி வந்ததுதான். பெருமளவிலான கல்வி அறிவு இல்லாத மக்களுக்கு அறிவொளி பெற்ற வர்க்கம் எளிமையான இலக்கு என்பதை மாவோ கணக்குப் போட்டு வைத்திருந்ததாலும், கல்வியின் மீதும், கல்வி அறிவு உடையோர் மீதும் மாவோவுக்கு ஒரு ஆழமான வெறுப்பு இருந்து வந்ததாலும், சீனக் கலாச்சாரத்தைக் கேவலமாக மதித்த இவரது மேதாவித் தனத்தினாலும், சீன நாகரிகத்தின் விசாலத்தை அவர் புரிந்து கொள்ளாததால் அவருக்கு ஏற்பட்ட வெறுப்பினாலும், இசை, இலக்கியம், சிற்பக்கலைகள் போன்ற நாட்டின் கலாச்சாரத் தொன்மங்களை மாவோ முற்றிலும் அழித்து ஒழித்தார். சீனாவை அவர் ஒரு காட்டுமிராண்டித்தனமான தேசமாக மட்டும் விட்டுச் சென்றிருக்கவில்லை. அதன் கடந்தகாலப் பாரம்பரியங்களும் அதன் தொன்மங்களும் துடைக்கப்பட்டு ஒரு வெறுமையான தேசமாக விட்டுச் சென்றிருக்கிறார்.

நெஞ்சை உருக்கும் பாணியில் சீன மக்கள் மாவோவுக்கு அஞ்சலி செலுத்தி வந்தார்கள். ஆனால் அதில் எத்தனை பேருடைய கண்ணீர் உண்மையானது என்று எனக்குள் ஒரு குழப்பம் இருந்தது. உண்மையான வருத்தத்தை மிஞ்சும் அளவுக்கு நீலிக் கண்ணீர் வடிக்க அவர்கள் கற்றுக் கொண்டிருக்கிறார்கள். பொதுமக்களின் திட்டமிடப்பட்ட வாழ்க்கையில், மாவோவுக்காக கண்ணீர் வடிப்பது ஒரு திட்டமிடப்பட்ட செயல்.

இருப்பினும், மாவோவின் கொள்கைகளைத் தொடர்ந்து பின்பற்றுவதற்கு மாறாகவே மக்களின் மனநிலை இருந்து வந்தது. மாவோ இறந்து ஒரு மாத காலம் முடிவதற்கு முன்பாகவே மாவோவின் மனைவி கைது செய்யப்பட்டாள். நால்வர் குழு கூட்டமும் அந்த அம்மையாருடன் சேர்ந்து கைது செய்யப்பட்டது. அந்த அம்மையாருக்கு யாரும் ஆதரவு தெரிவிக்கவில்லை. இராணுவம், காவல்துறை, அந்த அம்மையாரின் தனிப்பட்ட காப்பாளர்கள், இப்படி யாரும் உதவிக்கு வரவில்லை. மறைந்து போன மாவோ மட்டுமே அவர்களுக்கு ஆதரவு. அது உண்மையில் மாவோவையும் இணைத்து ஐவர் குழுவாக இருந்ததால்தான் நால்வர் குழுவுக்கு அதிகாரம் இருந்தது.

நால்வர் குழு நீக்கப்பட்டதால் அங்கு நிலவிய சூழல் இதமாக இருந்தது என்று கேள்விப்பட்டேன். ஆனாலும் வேதனை அலைகள் என்னைத் துயரத்தில் மூழ்கடித்துக் கொண்டிருந்தன. மிகச்சிறிய குழுவான இரண்டாம் தரக் கொடுங்கோலர்கள் 900 மில்லியன் மக்களை கடைசிவரை அழிவுக்கு உள்ளாக்கிக் கொண்டிருப்பதா?

'பறந்து சென்றுவிட நடத்திய போராட்டம்'

ஆனாலும் மொத்தத்தில் என் எண்ண ஓட்டங்கள், மகிழ்ச்சி என்னும் மழையில் நனைந்து கொண்டிருந்தன. கலாச்சாரப் புரட்சியில் இருந்த கடைசிக் கொடுங்கோலர்கள் போய்விட்டார்கள். என்னுடைய பேரானந்தத்தை எல்லாரிடமும் பகிர்ந்து கொண்டேன். என் அன்புக்குரிய என் நாட்டு மக்களைப் போல, நானும் என் குடும்பத்தோடு சேர்ந்து இதைக் கொண்டாட வேண்டும் என்ற நோக்கத்தோடு மதுக்கடைக்கு சென்று உயர்ந்த ரக மது வகையைக் கேட்டேன். ஆனால் சரக்கு எல்லாம் விற்றுத் தீர்ந்து விட்டது. மக்கள் எல்லாரும் மகிழ்ச்சியில் திளைத்திருந்தார்கள்.

அலுவலகக் கொண்டாட்டங்களும் நடைபெற்றன. கலாச்சாரப் புரட்சியின் ஊர்வலங்கள் போலவே இந்த ஊர்வலங்களும் நடைபெற்றன. இதைக் கண்டு என் மனம் புழுங்கியது. எனக்கு என்ன ஆத்திரம் என்றால், நான் சார்ந்த ஆங்கிலத் துறை அரசியல் மேற்பார்வையாளரும், மாணவர்த் தலைவர்களும் தங்களை ஒழுக்க சீலர்களாகப் பாவித்துக் கொண்டு இந்த காட்சியை நடத்திக் காட்டினார்கள் என்பதுதான் எனக்கு ஆத்திரமூட்டியது.

புதிய நிர்வாகம் மாவோவால் கைகாட்டப்பட்ட ஹுவா குவோஃபெங் என்பவரின் தலைமையில் நடத்தப்பட்டது. அவருடைய கல்வித் தகுதியோ வெளியில் சொல்லிக் கொள்ளும் அளவுக்கு இல்லை. அவர் முதலில் அறிவித்த அறிவிப்பு - இறந்த மாவோவுக்கு தியானன்மன் சதுக்கத்தில் பெரிய அளவில் ஒரு நினைவுச் சின்னம் எழுப்ப வேண்டும் என்பதுதான். எனக்கு எரிச்சல் பற்றிக் கொண்டு வந்தது. டாங்ஷானில் கோரத் தாண்டவம் ஆடிய நிலநடுக்கம் இலட்சக்கணக்கான மக்களை வீடு வாசல் இழந்து தெருவில் நிற்க வைத்து விட்டது. அவர்களைக் கவனிக்காமல் நினைவுச் சின்னம் எழுப்புவது ஆட்சியாளர்களுக்கு முக்கியமாகப்பட்டது.

அம்மா தன்னுடைய முதிர்ந்த அனுபவத்தால், உடனடியாக ஒரு புதிய சகாப்தம் தொடங்கவிருப்பதாக எண்ணினாள். மாவோவின் மறைவுக்கு அடுத்த நாளே, தன்னுடைய இலாக்காவுக்குச் சென்று, தான் அங்கு பணிபுரியத் தயாராக இருப்பதாக அம்மா தெரிவித்தாள். அம்மா ஐந்து ஆண்டு காலம் வீட்டில் இருந்து விட்டாள். அதனால் மீண்டும் தன் உழைப்பை உபயோகப்படுத்த விரும்பினாள். அவளுடைய இலாக்காவில் ஏழாம் நிலை இயக்குநராக அம்மா பணியமர்த்தப்பட்டாள். கலாச்சாரப் புரட்சிக்கு முன்பு, அம்மா அவளது இலாக்காவில் இயக்குநராக இருந்தாள் என்பது குறிப்பிடத்தக்கது. ஆனால் அம்மா அதைப் பற்றிக் கவலைப்படவில்லை.

என் மனநிலையைப் பொறுத்தவரை எல்லாமே பழைய நிலைமைக்கு திரும்பியது போலத் தெரிந்தது. 1977 ஜனவரியில் என்னுடைய பல்கலைக் கழகப் படிப்பு முற்றுப்பெற்றது. எங்களுக்கு தேர்வும் நடத்தவில்லை; பட்டமும் வழங்கவில்லை. மாவோவும், நால்வர் குழுவும் மறைந்து விட்டாலும், நாங்கள் எங்கே தொடங்கினோமோ, அதே ஆட்சியைத்தான் நாங்கள் மீண்டும் இப்போது தொடர வேண்டியிருந்தது. என்னைப் பொறுத்தவரை இது எந்திரத் தொழிற்சாலை. 'ஒருவர் பெற்ற பல்கலைக்கழகக் கல்வி அவர் மேற்கொள்ளும் பணியை மேம்படுத்த வேண்டும்' என்ற கருத்து மேட்டுக்குடியினர் கற்பித்த பயிற்சி என்று மாவோ கண்டனம் செய்கிறார்.

பழைய தொழிற்சாலைக்கு நான் மீண்டும் அனுப்பப்படுவதைத் தவிர்க்க எதையும் செய்யத் தயாராக இருந்தேன். அவ்வாறு நேரும்பட்சத்தில் என்னுடைய ஆங்கில மொழியைப் பயன்படுத்தும் வாய்ப்பை இழந்து விடுவேன். மொழிபெயர்ப்புக்கான வாய்ப்பு என்பது இல்லாமல் போய்விடும். யாரும் என்னோடு ஆங்கிலத்தில் பேசுவதற்கு அங்கே வாய்ப்பே இருக்காது. எனவே மீண்டும் ஆலோசனை நாடி அம்மாவிடம் ஓடினேன். இதிலிருந்து விடுபட ஒரே ஒரு வழி இருக்கிறது. அந்தத் தொழிற்சாலை என்னை எடுத்துக் கொள்ள மறுக்க வேண்டும். அந்தத் தொழிற்சாலையில் பணியாற்றிய என் நண்பர்கள், அவர்கள் மேலாளருக்கு ஒரு கோரிக்கை வைத்தார்கள். அதாவது, நான் நல்ல உழைப்பாளியாக இருந்தாலும், 'சீன தேசம் எனது ஆங்கிலப் புலமையை பயன்படுத்திக் கொள்ள வேண்டும்' என்ற உயர்ந்த காரணத்திற்காக என்னை பணியமர்த்திக் கொள்ள இயலவில்லை என்று நிர்வாகம் உணர்வதாக ஓர் அறிக்கை தயாரித்து மேலதிகாரிக்கு அனுப்ப வேண்டும் என்று கோரிக்கை வைத்தார்கள். என்னுடைய தாய்நாடு என்னுடைய ஆங்கில வளமையால் பயனுற வேண்டும்.

அலங்காரத் தோரணையில் எழுதப்பட்ட அந்தக் கடிதம் சென்றபிறகு, அம்மா அந்த அரசுத் துறையின் மேலாளர் திரு ஹுய் என்பவரைப் பார்க்க என்னை அனுப்பி வைத்தாள். அவர் அம்மாவோடு பணியாற்றியவர். நான் குழந்தையாக இருந்தபோது அவருக்கு என்னை மிகவும் பிடிக்கும். அவர் இப்போதும் என்மீது அன்பு வைத்திருப்பார் என்று அம்மா நம்பினாள். அவரைப் பார்த்துவிட்டு வந்த அடுத்தநாள், என்னுடைய கோரிக்கையை விவாதிக்கும் நோக்கில் அந்த இலாக்காவில் ஓர் அவசரக் கூட்டம் போடப்பட்டது. அந்தக் குழுவில் 20 இயக்குநர்கள் இடம் பெற்றிருந்தார்கள். மிகச் சாதாரண கோரிக்கையை விவாதிக்க

வேண்டி இருந்தாலும் 20 இயக்குநர்களும் ஒன்று கூடித்தான் முடிவெடுக்க வேண்டும். என்னுடைய ஆங்கில மொழி அறிவு பயனுற வேண்டும் என்று திரு ஹுய் அனைவரையும் ஆமோதிக்க வைத்து, எங்கள் பல்கலைக்கழகத்திற்கு முறையாக ஒரு கடிதம் எழுதினார்.

என்னுடைய ஆங்கிலத் துறை எனக்கு இடையூறு கொடுத்து வந்த போதிலும், அத்துறைக்கு ஆங்கில ஆசிரியர்கள் பற்றாக்குறை இருந்தது. 1977 ஆம் ஆண்டு ஜனவரி மாதம் சிச்சுவான் பல்கலைக் கழக ஆங்கிலத் துறையின் உதவி விரிவுரையாளராகப் பணியேற்றேன். பொறாமை கொண்ட சக பணியாளர்களுடன் அரசியல் மேற்பார்வையாளர்களால் எப்போதும் கண்காணிப்பில் இருக்கக்கூடிய அந்தப் பல்கலைக்கழக வளாகத்திலேயே தங்கி இருக்க வேண்டியிருந்ததால், அங்கே பணியைத் தொடர்வதா, வேண்டாமா என்ற இரு மன நிலையில் இருந்தேன். ஓராண்டு காலத்திற்கு அங்கே போதனாப் பணிக்கு வேலை இல்லை என்று தெரிந்து கொண்டேன். நியமனம் செய்யப்பட்ட ஒரே வாரத்தில், செங்குடுவின் எல்லையோரத்தில் இருந்த ஒரு கிராமத்திற்கு அனுப்பி வைக்கப்பட்டேன். புதிய வழியில் சிந்திக்க வேண்டிய வழிமுறைகளைக் கற்றுக் கொள்ள அங்கு அனுப்பப்பட்டிருந்தேன்.

வயல் காடுகளில் வேலை செய்து வந்தேன். இடைவிடாத கூட்ட நிகழ்ச்சிகளில் நாள் முழுவதும் அமர்ந்திருக்க வேண்டியிருந்தது. 25 வயது நிரம்பியும் எனக்கு மண ஒப்பந்தமாகிறவர் யாரும் வராததால், என் வேலையில் ஏற்பட்ட சலிப்பு, நிறைவின்மை, அழுத்தம் ஆகியவை எல்லாம் சேர்ந்து, இரண்டு ஆண்களோடு விரகதாபம் ஏற்படுத்திக் கொள்ளக்கூடிய சூழலை உண்டாக்கிக் கொடுத்து விட்டன. அதில் ஒருவனை அதற்கு முன்பு நான் பார்த்ததில்லை. ஆனால் அவன் எனக்கு கவர்ச்சியான கடிதங்களை எழுதி வந்தான். ஹோயூ என்ற இன்னொருவன், உண்மையில் புரட்சி இயக்கத் தலைவனாக இருந்தவன். ஒரு வகையான காலத்தின் தயாரிப்பு அவன். மிகக் கெட்டிக்காரன். அதேசமயம் பழிபாவத்துக்கு அஞ்சாதவன். அவன் மீது ஏற்பட்ட கவர்ச்சியில் நான் அப்படியே கரைந்து காணாமல் போனேன்.

நால்வர் குழுத் தொண்டர்களை ஆய்ந்து தெரிந்து கொள்வதற்காக மேற்கொள்ளப்பட்ட ஓர் அரசுத் திட்டத்தின்கீழ், 1977 ஆம் ஆண்டு ஹோயூ அங்கேயே தடுப்புக் காவலில் நிறுத்தி வைக்கப்பட்டிருந்தான். இந்த நால்வர் குழுத் தொண்டர்கள்தான் ‘புரட்சி இயக்கத்தின் தலைமைப் பொறுப்பில் உள்ளவர்கள்’ என்று வரையறுத்துக் கூறப்பட்டது. இவர்களில் கிட்டத்தட்ட

கொடுமைப் படுத்துதல், உயிரைப் பறித்தல், அழி செயல் செய்தல், அரசாங்கச் சொத்துக்களைச் சூறையாடுதல் போன்ற குற்றத்தன்மை உள்ளவர்கள்தான் இந்த புரட்சி இயக்கத் தலைமைப் பொறுப்பில் உள்ளவர்கள். இந்தத் திட்டம் சில மாத காலத்திற்குள் கரைந்து காணாமற் போனது. இதற்கு முக்கியக் காரணம் எதுவென்றால், மாவோவுக்கும் மரியாதை இல்லாமல் போய் விட்டது. கலாச்சாரப் புரட்சிக்கும் அதே கதிதான். அழி செயல்கள் செய்த அத்தனைபேரும் மாவோவின் மீதுள்ள விசுவாசத்தினால் செய்தோம் என்று உரிமை கோரினார்கள். அப்பட்டமாகக் கொடுஞ்செயல் செய்தவர்கள், உயிரைப் பறித்தவர்கள் நீங்கலாக, ஏனைய வன்முறையாளர்களைத் தீர்ப்பிடுவதில் ஒரு தெளிவான முகாந்திரம் தெரியவில்லை. இதில் பலர் வீடுகளைச் சூறையாடுவது, வரலாற்று தடயங்களை அழிப்பது, புராதனச் சின்னங்களை ஒழிப்பது, புத்தகங்களைத் தீயிட்டு எரிப்பது, உட்கட்சி சண்டையில் பங்கெடுப்பது போன்றவைகளில் ஈடுபட்டவர்கள். கலாச்சாரப் புரட்சியின் உச்சக்கட்ட கொடுமை என்னவென்றால், இதன் அடக்குமுறையால் பல்லாயிரக்கணக்கான மக்கள் பைத்தியம் பிடித்து அலைந்திருக்கிறார்கள். பலர் தற்கொலை செய்து கொண்டு இறந்திருக்கிறார்கள். பலர் அநியாயமாகக் கொலையுண்டிருக்கிறார்கள். எல்லாருமே - குழந்தைகள் உட்பட - கொடூரமான கண்டனத் தண்டனைக் கூட்டங்களில் பலி கடா ஆக்கப்பட்டிருக்கிறார்கள். பாதிக்கப்பட்டவர்களைத் தாக்குவதில் பலர் கைகொடுத்திருக்கிறார்கள். இதில் வேடிக்கை என்றால், யாரெல்லாம் பலிகடா ஆக்கப்பட்டவர்களை கொடூரமாகத் தண்டித்தார்களோ, அவர்களே ஒரு நாள் பலிகடா ஆக்கப்பட்டவர்களால் கண்மூடித்தனமாகத் தண்டிக்கப்பட்டார்கள்.

புலனாய்வு மேற்கொள்வதற்கோ, அல்லது நீதி வழங்குவதற்கோ சுதந்திரமான சட்டக் கட்டுப்பாடு அமைப்பு என்பது எதுவும் இல்லை. கட்சிப் பொறுப்பாளர்கள்தான் யாருக்குத் தண்டனை கொடுக்க வேண்டும் - யாரைத் தப்பிக்க விட வேண்டும் என்று முடிவெடுத்தார்கள். அவர்கள் முடிவெடுத்த விஷயங்களில் தங்களின் சொந்த விருப்பு வெறுப்புகளே மேலோங்கி நின்றன. புரட்சி இயக்கத்தைச் சேர்ந்த சிலர் நியாயமான முறையில் தண்டிக்கப்பட்டார்கள். சிலருக்கு பாரபட்சமான முறையில் தண்டனை கொடுக்கப்பட்டது. சிலருக்கு வழங்கப்பட்ட தண்டனை கண்துடைப்பு போலத் தெரிந்தது. அப்பாவைச் சித்திரவதை செய்து அலங்கோலப்படுத்தியவர்களில் சூவோவுக்கு தண்டனை எதுவும் கிடைக்கவில்லை. திருமதி ஷூவுக்கு, ஏதோ ஒரு பெயருக்கு, ஒரு சிறிய மாறுதல் மட்டும் கிடைத்தது.

டிங் தம்பதியினர் 1970-லிருந்து தடுப்புக் காவலில் வைக்கப்பட்டிருந்தார்கள். எதனை அடிப்படையாகக் கொண்டு அவர்களுக்கு தீர்ப்பு வழங்க வேண்டும் என்ற விபரத்தினைக் கட்சி வழங்காததால், அவர்கள் இதுவரை நீதிக்கு முன்பு நிறுத்தப்படவில்லை. தண்டனை இல்லாத விளக்கக் கூட்டங்கள் முழுவதும் அமர்ந்திருந்து, அவர்களால் பாதிக்கப்பட்டவாகள் தங்களுக்கு இழைக்கப்பட்ட அநீதிகளை டிங் தம்பதியினருக்கு எதிராக எடுத்துக் கூறியதை அவர்கள் கேட்டிருக்க வேண்டும். இப்படி நடந்த ஒரு மாபெரும் கூட்டத்தில் எப்படியெல்லாம் அப்பாவை அந்தக் கணவனும் மனைவியும் கொடுமைப்படுத்தினார்கள் என்று விபரமாக எடுத்துக் கூறி அம்மா கதறி அழுதாள். 1982 ஆம் ஆண்டுவரை எந்த விசாரணையும் இல்லாமல் டிங் தம்பதியினர் தடுப்புக் காவலில் இருக்க வேண்டியதாயிற்று. அதன்பிறகு திருவாளர் டிங்கிற்கு 20 ஆண்டுகள் சிறைத் தண்டனையும், திருமதி டிங்கிற்கு 17 ஆண்டுகள் சிறைத் தண்டனையும் வழங்கப்பட்டது.

ஹோயூ தடுப்புக் காவலில் வைக்கப்பட்டிருந்த வேதனையின் விளைவால் நான் என் தூக்கத்தைத் தொலைத்திருந்தேன். பிறகு அவன் ஒரு வழியாக விடுவிக்கப்பட்டான். பழிபாவத்திற்கஞ்சாத அந்த நாட்களில் ஏற்பட்ட கசப்பான உணர்வுகள், நான் அவன்மீது கொண்டிருந்த அபிப்ராயங்களையெல்லாம் அழித்து விட்டது. அவன் எது மாதிரிப் பதவிகளை வகித்து வந்தான் என்பது எனக்கு தெரியாமல் போனாலும், அவன் மாபெரும் செங்காவல் படையின் தலைவன். அந்த காட்டுமிராண்டித்தனம் தலைவிரித்தாடிய காலத்தில் அவன் எந்தத் தவறும் செய்திருக்க மாட்டான் என்று நிச்சயமாகக் கூற முடியாது. அவனை வெறுக்கும் சூழ்நிலைக்கு என்னை நான் உட்படுத்திக் கொள்ளவில்லை. ஆனால் அவனுக்காக தொடர்ந்து நான் வருத்தமடையவில்லை. அவனுக்கு நீதி வழங்கப்படும் என்று நம்பினேன். யார் யாருக்கு என்ன என்ன நீதி வழங்கப்பட வேண்டுமோ, அந்த நீதி வழங்கப்படும்.

அந்த நாள் எப்போது வரும்? சரியான நீதி வழங்கப்படுமா? வேதனையோ, பகைமை உணர்வுகளோ உண்டாக்காத நீதி கிடைக்குமா? உட்குழுக்களில் ஏற்பட்ட பிரிவினைகளால் மோதல் ஏற்பட்டு ஒருவரோடொருவர் வெறித்தனமாக தாக்கிக் கொண்டவர்கள் எல்லாரும் இப்போது ஒரே வீட்டில் வாழ்ந்து வருபவர்களாகத்தான் என்னைச் சுற்றிலும் பார்த்து வருகிறேன். முன்னாள் புரட்சி இயக்கத்தினரால் கண்டனம் செய்யப்பட்டு, கொடுமைப்படுத்தப்பட்ட முதலாளி வர்க்க கைக்கூலிகள் இப்போது

'பறந்து சென்றுவிட நடத்திய போராட்டம்'

அவர்களுடன் இணைந்து வேலை செய்து வந்தார்கள். நாடு இன்னும் பதட்டத்தின் பிடியில் இருந்து வந்தது. மாவோ விளைவித்த கெட்ட கனவு என்னும் பயங்கரத்திலிருந்து நாம் எப்போது மீளப் போகிறோம்?

1977 ஜூலை மாதம் டெங் சியோபிங் மீண்டும் விடுதலை செய்யப்பட்டு, ஹுவோ குவோஃபெங்கிற்கு துணை அலுவலராக நியமிக்கப்பட்டார். டெங் ஆற்றிய ஒவ்வொரு உரையும் ஒரு புதிய உத்வேகத்தைக் கொடுக்கக் கூடியதாக இருந்தது. அரசியல் 'கற்பிதங்கள்' அளவுக்கு அதிகமாக வரி வசூலிக்கப்படும் சூழலுக்கு தள்ளப்பட்டன. அது உடனடியாக நிறுத்தப்பட வேண்டும். கட்சிக் கொள்கைகள் எதார்த்தத்தின் அடிப்படையில் கட்டமைக்கப்பட வேண்டுமே தவிர, நம்பிக்கையின் அடிப்படையில் இருக்கக்கூடாது. இன்னொரு மிக முக்கியமான விஷயம், மாவோவின் கடிதத்தில் காணப்படும் ஒவ்வொரு வார்த்தையையும் அப்படியே பின்பற்றுவது தவறு. சீனாவின் போக்கை டெங் மாற்றிக் கொண்டிருந்தார். அதனால் ஏற்பட்ட ஆர்வம் என்னை அரித்துக் கொண்டிருந்தது. ஆகவே புதிய எதிர்காலம் வராமல் போய் விடுமோ என்ற பயமும் இருந்து கொண்டிருந்தது.

டெங் வருகை ஏற்படுத்திய புதிய எழுச்சியால், 1977 ஆம் ஆண்டு டிசம்பர் மாதம் என்னுடைய தண்டனைக் காலம் முற்றுப் பெற்றது. இது ஒரு ஆண்டு நிறைவடைவதற்கு ஒரு மாத காலத்திற்கு முன்பே நிறைவுக்கு வந்தது. ஒரு மாத காலமே முன்னதாக விடுவிக்கப்பட்டாலும், அது என்னை மிகுந்த வியப்பில் ஆழ்த்தியது. வெறும் ஒரு மாத கால வேறுபாடு என்னை எந்தக் காரணமுமில்லாமல் உணர்ச்சிவசப்பட வைத்தது. நான் மீண்டும் செங்குடு திரும்பியபோது 1966-இலிருந்து முறையாக நடத்தப்படாமலிருந்த நுழைவுத் தேர்வை பல்கலைக்கழகம் முதன்முதலாக 1977 ஆம் ஆண்டு நடத்தவிருப்பதாகத் தெரிந்தது. பல்கலைக்கழகக் கல்வியாளர்களைக் கொண்டு நுழைவுத்தேர்வு நடத்தப்பட வேண்டும். கொள்ளைப்புறக் கதவுகளைத் திறந்து விடக்கூடாது என்று டெங் பகிரங்கமாக வெளிப்படுத்தினார். மாவோவின் கொள்கைகளிலிருந்து மக்களை மாற்ற வேண்டிய அவசியத்தினால் வசந்தகாலப் பருவத்தேர்வு ஒத்தி வைக்கப்பட்டது.

எங்களுடைய ஆங்கிலத் துறைக்கு விண்ணப்பித்திருந்த மாணவர்களை நேர்காணல் நடத்தும் பொருட்டு, வடக்கு சிச்சுவான் மலைப் பகுதிக்கு நான் அனுப்பப்பட்டேன். நானும் விரும்பியே இப்பணியை எடுத்துக் கொண்டேன். வளைந்து நெளிந்து சென்ற அப்பாதையில் செய்த பயணம் மாவட்டம் விட்டு மாவட்டம்

செல்வதாக அமைந்திருந்தது. அப்போது திடீரென்று மின்னல் போல் எனக்குள் ஓர் எண்ணம் பளிச்சிட்டது. 'மேல் நாட்டிற்கு சென்று அங்கு கல்வி பயின்றால், அது எவ்வளவு நன்றாக இருக்கும்!'

ஒரு சில ஆண்டுகளுக்கு முன்பு என் நண்பன் ஒருவன் ஒரு கதை சொன்னான். அவன் 1964 ஆம் ஆண்டு ஹாங்காங்கிலிருந்து முதன்முதலாக 'தாய்நாடு' வந்திருந்தான். ஆனால், 1973 ஆம் ஆண்டு வரை அவன் அங்கிருந்து வெளியில் செல்ல அனுமதிக்கப்படவில்லை. நிக்ஸன் வருகை புரிந்தபோது ஏற்பட்ட வெளிப்படைத்தன்மை காரணமாக அவன் தன் குடும்பத்தினரைச் சென்று பார்க்க அனுமதிக்கப்பட்டான். ஹாங்காங் சென்ற முதல் இரவு அன்று அவனுக்கு ஒரு தொலைபேசி வந்தது. அதில் வார இறுதி நாட்களை ஜப்பானில் கழிப்பதற்காக ஓர் ஏற்பாடு செய்திருப்பதாக அவனது சகோதரியின் மகள் தொலைபேசியில் கூறி இருக்கிறாள். மிக மிகச் சாதாரணமான அவனது கதை, எனக்கு நிரந்தரமான ஒரு சஞ்சலத்தை ஏற்படுத்தி விட்டது. இந்த உலகத்தைக் காணும் சுதந்திரம் - நான் கனவு காண முடியாத சுதந்திரம் - என்னை எப்போதும் நச்சரித்துக் கொண்டு இருந்தது. ஏனென்றால், இது இயலாத ஒன்று. மேல் நாடு செல்ல வேண்டும் என்ற என் கனவு என் ஆழ் மனதில் புதைந்து கிடந்தது. முந்தைய காலங்களில் மேல் நாட்டுப் பல்கலைக்கழகங்களுக்குப் படிக்கச் செல்லும் மாணவர்களுக்கு சில பல்கலைக்கழகங்கள் உதவித்தொகை வழங்கி வந்திருக்கின்றன. அப்படி மேல் நாட்டிற்கு படிக்கச் செல்லும் மாணவர்கள் பல்கலைக்கழக துறை அதிகாரிகளால் பரிந்துரை செய்யப்பட வேண்டும் அல்லது கட்சி உறுப்பினராக இருக்க வேண்டும். நான் கட்சி உறுப்பினராகவும் இல்லை; பல்கலைக்கழகப் பரிந்துரையும் எனக்கு இல்லை. ஆகையால் மேல்நாடு செல்லும் வாய்ப்பு எனக்குக் கிடைக்கவில்லை. வானத்தைப் பிய்த்துக் கொண்டு உதவித் தொகையை எங்கள் பல்கலைக்கழகத்தின்மீது கொட்டினால்கூட எனக்கு மேல் நாட்டு கல்வி என்பது கானல் நீர்தான். ஆனால் இப்போது தேர்வுகள் மீண்டும் வரவிருந்ததாலும், மாவோவின் வன்முறைக் கொள்கைகள் மதிப்பு இழந்து கொண்டிருந்ததாலும், எனக்கு வாய்ப்பு கிடைக்கும் என்ற நம்பிக்கை என் மனதில் அரும்பு விடத் தொடங்கியது. இந்த ஆசையை என் மனதிலிருந்து அழித்து விடுவதை விடுத்து அதைப் பற்றி கொஞ்சம் கொஞ்சமாக கனவு காணத் தொடங்கினேன். அத்துடன் இது கானல் நீராக முடிந்து விடுமோ என்ற கவலையும் என்னைத் தொற்றிக் கொண்டிருந்தது.

'பறந்து சென்றுவிட நடத்திய போராட்டம்'

என்னுடைய பயணம் முடிந்து திரும்பி வந்ததும், இளம் வயதுள்ள ஓர் ஆசிரியருக்கு அல்லது நடுத்தர வயதுள்ள ஓர் ஆசிரியருக்கு எங்கள் துறையில் மேல்நாட்டு படிப்புக்கு உதவித் தொகை ஒதுக்கியுள்ளதாகக் கேள்விப்பட்டேன். அதற்கு வேறு ஒருவரைத் தேர்வு செய்தார்கள்.

பேராசிரியை 'லோ'தான் அந்தத் திடுக்கிடும் செய்தியை எனக்குச் சொன்னவள். எழுபது வயதுகளில் இருந்த அவள் கம்பு ஊன்றிக் கொண்டு சிரமப்பட்டு நடந்தாள். அப்படியிருந்தும் அவள் எல்லாவற்றிலும் சுறுசுறுப்புடன் செயல்பட்டாள். வேகமாக ஆங்கிலம் பேசுவாள். 30 ஆண்டுகள் அமெரிக்க ஐக்கிய நாடுகளில் இருந்தாள். அவளுடைய தந்தையார் கோமிங்டாங் உயர் நீதிமன்ற நீதிபதியாக இருந்தார். மேலை நாட்டுக் கலாச்சாரத்தின்படி தன் மகள் வளர்க்கப்பட வேண்டும் என்று விரும்பினார். அமெரிக்காவில் அவளது பெயர் லூசி. ஓர் அமெரிக்க மாணவனான லூக் என்பவனோடு காதல் வயப்பட்டாள். அவர்கள் இருவரும் திருமணம் செய்து கொள்ள முடிவுக்கு வந்து, லூக்கின் அம்மாவிடம் பேசியபோது, அவள் 'லூசி, உன்னை எனக்கு மிகவும் பிடித்திருக்கிறது. ஆனால் உங்களுக்கு பிறக்கும் குழந்தைகள் எப்படி தோற்றமளிப்பார்கள்? அது எவ்வளவு சிரமம் என்று...'

அரை மனதோடவாவது தன்னை அக்குடும்பத்தில் ஏற்றுக் கொள்வார்கள் என்று பெருமிதம் கொண்டிருந்த லூசி ஏமாற்றமடைந்ததால், அவள் லூக்குடன் உறவை முறித்துக் கொண்டாள். 1950-களின் தொடக்கத்தில், அதாவது கம்யூனிஸ்ட் சீனாவில் ஆட்சி பொறுப்பேற்றபின், மீண்டும் லூசி சீனாவுக்கு வந்தாள். சீன மக்களின் மாண்பு மீண்டும் பழைய நிலைக்கு வந்து விடும் என்று எண்ணி இங்கு வந்தாள். அவளால் லூக்கை முற்றிலும் மறந்துவிட முடியவில்லை. ஓர் ஆங்கிலப் பேராசிரியரை தன் பிற்பட்ட பருவத்தில் திருமணம் செய்து கொண்டாள். அந்தப் பேராசியர்பால் அவளுக்கு அவ்வளவாக ஈடுபாடு இல்லை. அவர்களிடையே சதா சண்டையும் சச்சரவும் இருந்து கொண்டே இருந்தது. கலாச்சாரப் புரட்சியின்போது தங்கள் குடியிருப்பை விட்டு அவர்கள் துறத்தப்பட்டார்கள். அதன்பிறகு பத்துக்கு எட்டு என்ற ஒரு சிறிய அறையில் அவர்கள் குடியேறினார்கள். அந்த அறை முழுவதும் பழைய செய்தித்தாட்களும், தூசு அடைந்த புத்தகங்களுமே நிரம்பிக் கிடந்தன. இவர்களைப் பார்த்தால் நெஞ்சு வெடித்து விடும் போல இருந்தது. தள்ளாத வயதில் கடல் நுரைபோல் நரைத்துவிட்ட தலைகளுடன், ஒருவரையொருவர் பொறுத்துக் கொள்ளாது, ஒருவர் கட்டிலின் ஓரத்தில் ஓர் மூலையில் போய் உட்கார்ந்து கொண்டு - இன்னொருவர் அறையில் ஓர் மூலையில் ஒரு

நாற்காலியில் போய் உட்கார்ந்து கொண்டு - இப்படி அவர்களைப் பார்க்கப் பரிதாபமாக இருக்கும்.

பேராசிரியை லோவுக்கு என்னை மிகவும் பிடித்திருந்தது. தன் இளைமைக் காலங்களில் அவளுக்கிருந்த சுறுசுறுப்பு, வாழ்க்கையில் எப்போதும் மகிழ்ச்சியாகவே இருக்க வேண்டும் என்ற எண்ணம் ஆகிய அனைத்து குணாதிசயங்களும் இப்போது எனக்குள் இருப்பதாக என்னிடம் கூறினாள். அவைகளையெல்லாம் அவளால் அடைய முடியவில்லை என்பதால், அவை எல்லாவற்றையும் நான் அடைய வேண்டும் என்றாள். வெளி நாடுகள் செல்வதற்கு, அதிலும் குறிப்பாக அமெரிக்கா செல்வதற்கு உதவித் தொகை வந்திருக்கிறது என்ற செய்தியை அந்த அம்மையார் கேள்விபட்ட போது அவள் மகிழ்ச்சியின் உச்சிக்கே சென்று விட்டாள். ஆனால், தேர்வுப் பட்டியலில் நான் இல்லாததால், என்னால் அந்த உரிமையைக் கோர முடியாதே என்றும் கவலைப்பட்டாள். அந்த இடம், எனக்கு ஓராண்டு மூத்த மாணவியான செல்வி யீ என்பவளுக்கு போய் விட்டது. இப்போது அவள் கட்சி அதிகாரி ஆகி இருந்தாள். அவளும், எனது துறையில் இருந்த இன்னும் பல இளைய ஆசிரியைகளும், கலாச்சாரப் புரட்சியில் ஆங்கில மொழியில் மேம்பாடு அடையும் பயிற்சி கொடுக்கப்பட்டபோது பட்டப்படிப்பு முடித்தார்கள். அப்போது நான் நாட்டுப்புறங்களுக்கு அனுப்பப்பட்டிருந்தேன். பேராசிரியை லோதான் அவர்களுக்கு ஆசிரியையாக இருந்தாள். பீக்கிங், ஷாங்காய் (சிச்சுவான் இன்னும் வெளி நாட்டவருக்கு அனுமதிக்கப்படாமல் இருந்தது) போன்ற பெரு நகரங்களில் இருந்த நண்பர்களிடம் வாங்கிய புத்தகங்களிலிருந்து சார்படை வார்த்தைகளை ஓரளவு போதித்தாள். நாட்டுப்புறங்களிலிருந்து திரும்பி வந்த பொழுதெல்லாம், நான் அந்த அம்மையாரின் வகுப்புகளில் போய் அமர்ந்து கொள்வேன்.

அன்றைய பாடம் ‘அமெரிக்க ஐக்கிய நாடுகளின் தொழிற்சாலைகளில் அணு சக்தியின் பயன்பாடு’ என்பது பற்றி விவாதிக்கப்பட்டது. போராசிரியை லோ இந்தத் தலைப்பை விவாதித்து முடித்து அமர்ந்தபின், செல்வி யீ கடுகடுப்பான முகத்துடன் எழுந்து, ‘இந்தத் தலைப்பை திறனாய்வு முறையில் படித்துப் புரிந்துகொள்ள வேண்டும். அமெரிக்க ஏகாதிபத்தியம் எவ்வாறு அணு சக்தியை அமைதி வழியில் பயன்படுத்த முடியும்?’ என்று கேட்டாள். பரப்புரை வரிகளை கிளிப்பிள்ளை பேசுவது போல அப்படியே பேசிய செல்வி யீ யின் மீது நான் எரிந்து விழுந்தேன். ‘அவர்களால் அவ்வாறு பயன்படுத்த முடியாது என்று உங்களுக்கு எப்படித் தெரியும்?’ என்று திருப்பிக் கேட்டேன். செல்வி

யீ உட்பட, ஒட்டுமொத்த வகுப்பே என்னை நம்ப முடியாமல் பார்த்தது. அவர்களைப் பொறுத்தவரை இதுபோன்ற கேள்வியை அவர்கள் நினைத்துக்கூடப் பார்த்திருக்க மாட்டார்கள். ஒரு தெய்வ நிந்தனை போன்ற கேள்வியாக அவர்கள் இதைப் பார்த்தார்கள். அப்போது அந்த 'லோ' அம்மையாரின் கண்களில் மின்னல் போன்ற ஒரு மகிழ்ச்சி பளிச்சிட்டதை நான் கவனிக்கத் தவறவில்லை. ஒரு பாராட்டுப் புன்முறுவல் அவளது அதரங்களில் வழிந்ததையும் கண்ணுற்றேன்.

இதற்கிடையில் பேராசிரியை லோ, இன்னும் சில பேராசிரியர் பெருமக்கள் எல்லாரும் சேர்ந்து மேல் நாட்டுப் படிப்புக்கு, செல்வி யீ-யை அல்ல - என்னைத் தேர்வு செய்து விட்டார்கள். நான் அவர்களை ஆராதிக்கத் தொடங்கி விட்டாலும், இந்தச் சூழலில் உதவி என்ற பெயரில் எனக்காக அவர்கள் எதுவும் சொல்லவுமில்லை-செய்யவுமில்லை. யாரேனும் எனக்கு இதில் உதவ முடியும் என்றால், அது அம்மாவாக மட்டும்தான் இருக்க முடியும். அம்மா கூறிய ஆலோசனையின்படி அப்பாவின் சக பணியாளர்கள் சிலரைப் பார்க்கச் சென்றேன். பல்கலைக்கழகப் பொறுப்பிலிருந்த அவர்களைச் சந்தித்து, 'நான் ஒரு புகார் கூற விரும்புகிறேன்' என்றேன்: 'டெங் சியோபிங் அறிவுறுத்தியுள்ளபடி, பல்கலைக்கழகத்திற்கு நுழைவது தகுதியின் அடிப்படையில்தான் இருக்க வேண்டும். கொள்ளைப்புறம் வழியாக நுழைவது கூடாது. மேல் நாட்டுப் படிப்பை மேற்கொள்வதற்கு அவர் கூறிய நேர் வழியைப் பின்பற்றாமல் இருப்பது தவறு. அதற்கு நேர்மையான ஒரு போட்டியை நடத்த வேண்டும் - அதாவது தேர்வு நடத்தப்பட வேண்டும்' என்று கெஞ்சினேன்.

நானும் அம்மாவும் இதற்கான முயற்சியில் ஈடுபட்டுக் கொண்டிருந்த போது ஓர் உத்தரவு பீக்கிங்கிலிருந்து வந்தது. 1949 ஆம் ஆண்டிற்கு பிறகு இப்போதுதான் முதல்முறையாக தேசிய பல்கலைக்கழக தேர்வு நடத்தி, அதன் அடிப்படையில் மேல்நாடு சென்று படிப்பதற்கு கல்வி உதவித்தொகை வழங்கப்படுவதற்கான உத்தரவு அது. அந்தத் தேர்வு மிக விரைவில் பீக்கிங், ஷாங்காய், ஸி'யான் ஆகிய அனைத்து மையங்களிலும் ஒரே நேரத்தில் நடத்தப்பட வேண்டும்.

எங்கள் ஆங்கிலத் துறை மூன்று போட்டியாளர்களை ஸி'யான் நகருக்கு அனுப்ப வேண்டியிருந்தது. இதில் செல்வி யீ -யின் உதவித் தொகை விலக்கிக் கொள்ளப்பட்டு, இரண்டு போட்டியாளர்கள் மட்டும் தேர்வு செய்யப்பட்டார்கள். 40 வயதில் ஆழ்ந்த ஆங்கிலப் புலமையும் போதனாத் திறமையும் உள்ள அப்போட்டியாளர்கள்,

கலாச்சாரப் புரட்சிக் காலத்திலிருந்து பணியாற்றி வந்தவர்கள். திறமையின் அடிப்படையில் விண்ணப்பதாரர்கள் தேர்வு செய்யப்பட வேண்டும் என்று பீக்கிங்கிலிருந்து வந்த உத்தரவினாலும், அம்மாவின் செயல்திட்டங்கள் கொடுத்து வந்த அழுத்தத்தாலும், ஓர் இளைய, மூன்றாவது போட்டியாளர் ஒருவர் தேர்வு செய்யப்பட வேண்டும் என்று பல்கலைக்கழகப் பாடப் பிரிவுத்துறை தீர்மானம் செய்தது. இந்தப் போட்டியாளர் கலாச்சாரப் புரட்சியின் போது பட்டப்படிப்பு முடித்தவராகவும் இருக்க வேண்டும். இவ்வாறு இரண்டு டஜன் நபர்களைத் தேர்வு செய்து, அவர்களுக்கு மார்ச் 18-க்குள் எழுத்துத் தேர்வும், வாய்மொழித் தேர்வும் நடத்தி, அதன்மூலம் தேர்வு செய்யப்பட வேண்டும்.

இரண்டு தேர்வுகளிலும் மிக உயர்ந்த மதிப்பெண்கள் பெற்றேன். தேர்வு செய்யப்படும் நேரத்தில் ஒருவர் மட்டுமே தேர்வு அறைக்குள் செல்ல வேண்டும். தேர்வு நடத்தும் பேராசிரியை லோவும், இன்னொரு மூத்த பேராசிரியையும் அந்த அறையில் அமர்ந்திருந்தார்கள். அவர்கள் இருவருக்கும் முன்பு இருந்த மேஜையில் சில காகித உருண்டைகள் வைக்கப்பட்டிருந்தன. அதில் ஒரு காகித உருண்டையை எடுத்து, அதன்மீது எழுதப்பட்டிருந்த கேள்விக்கு ஆங்கிலத்தில் விடை எழுத வேண்டும். நான் எடுத்த உருண்டையின் மீது எழுதப்பட்டிருந்த கேள்வி: ‘சீனக் கம்யூனிஸ்ட் கட்சியின் 11-ஆவது மாநாட்டு இரண்டாம் கட்ட உறுப்பினர்கள் அமர்வின் அதிகாரப்பூர்வமான பணித்துறை அறிக்கையில் காணப்பட்ட மையக் கருத்து யாது?’ அதற்கான பதில் எனக்கு நிச்சயமாகத் தெரியவில்லை. மக்கு மாதிரி நின்றேன். பேராசிரியை லோ என் முகத்தைக் கூர்ந்து பார்த்துவிட்டு, மேஜை மீது கிடந்த துண்டு காகிதத்தை கையை நீட்டி எடுத்தாள். அந்தக் காகிதத்தைப் பார்த்துவிட்டு, அருகிலிருந்த பேராசிரியையிடம் அதை நீட்டினாள். அதை அவள் அமைதியாக தன் சட்டைப் பையில் வைத்துக் கொண்டு, இன்னொரு காகித உருண்டையைத் தேர்வு செய்யுமாறு கண்ணால் ஜாடை காட்டினாள். இப்போது அதில் வந்த கேள்வி: ‘நமது பொதுவுடைமைத் தாய் நாட்டின் பெருமைக்குரிய நிலை என்ன’ என்று கூறவும்.

எனது பொதுவுடைமைத் தாய்நாட்டின் வளர்ச்சிக்குப் பல ஆண்டுகளாக முயன்றாலும் அதன் பல வகைப் பலவீனங்களையே கடந்த காலத்தில் காண முடிந்தது. ஆனால் இப்போது அதன் பெருமைகளை எடுத்துக் கூறப் பல விஷயங்கள் இருக்கின்றன. 1978-இன் வசந்தத்தை வரவேற்று ஒரு கவிதை எழுதினேன். டெங் சியோங்கின் வலது கரமான ஹூ யாவேபாங் என்பவர்

'கட்சி அமைப்புத்துறையின்' தலைமைப் பொறுப்பேற்றார். பொறுப்பேற்றதும் ஒட்டுமொத்த வர்க்க எதிரிகளையும் ஒழித்துக் கட்டும் வேலையில் இறங்கினார். ஒட்டுமொத்த தேசமே மாவோயிஸத்தை வேண்டாமெனப் புறக்கணித்துக் கொண்டிருந்தது. தொழில்துறை பிரகாசமாகத் தெரிந்தது. கடைகளில் அனைத்துப் பொருட்களும் கிடைக்கப் பெற்றன. பள்ளிக்கூடங்கள், மருத்துவமனைகள் மற்றும் இதர பொதுத்துறை நிறுவனங்கள் சீரிய முறையில் செயல்படுத்தப்பட்டு வந்தன. தடை செய்யப்பட்டிருந்த நூல்கள் அனைத்தும் இப்போது வெளிக் கொணரப்பட்டன. புத்தகத் தட்டுப்பாடு ஏற்பட்டதால், மக்கள் இரண்டு நாட்கள்வரை புத்தகக் கடைக்கு வெளியே காத்து நின்று புத்தகங்களைப் பெற்றுச் சென்றார்கள். வீடுகளிலும் வீதிகளிலும் இப்போது சிரிப்பு சத்தம் கேட்கத் தொடங்கியது.

ஸி'யான் தேர்வுக்கு வெறித்தனமாகத் தயாரிக்கத் தொடங்கினேன். தேர்வுக்கு இன்னும் மூன்று வாரங்கள்கூட முழுமையாக இல்லை. பல பேராசிரியர்ப் பெருமக்கள் எனக்கு உதவி செய்ய முன் வந்தார்கள். எனக்கு ஒரு பட்டியலையே கொடுத்தார்கள். அத்துடன் ஒரு டஜன் ஆங்கிலப் புத்தகங்களையும் கொடுத்தார்கள். ஆனால் அவைகளையெல்லாம் படிப்பதற்கு எனக்கு நேரம் போதாது என்றும் தெரிந்து கொண்டார்கள். அதனால் அம்மையாரின் மேஜைமீது இருந்த குப்பைகளை அப்புறப்படுத்தி விட்டு அங்கு அவள் தட்டச்சுப் பொறியைக் கொண்டு வந்து வைத்தாள். அடுத்த இரண்டு வாரத்தில் அனைத்தையும் கட்டுரைகளாக ஆங்கிலத்தில் அச்சடித்துக் கொடுத்து விட்டாள். குறும்பாக கண் சிமிட்டியபடி, '50 ஆண்டுகளுக்கு முன்பு, நான் தேர்வு எழுதுவதற்கு இப்படித்தான் லூக் எனக்கு தயார் செய்து கொடுத்து உதவினார். நான் பார்ட்டி, டான்ஸ் என்று அலைந்து கொண்டிருந்தேன்' என்று பேராசிரியை சொல்லி நகைத்தாள்.

இரண்டு விரிவுரையாளர்களோடும், கட்சி துணைச் செயலாளர் ஒருவரோடும் சேர்ந்து ஸி'யான் செல்லும் இரயிலைப் பிடித்தோம். ஒரு பகற்பொழுதையும், ஓர் இரவுப் பொழுதையும் கொண்ட பயணம் அது. பேராசிரியை லோ கொடுத்த கட்டுரைகளை வாசிக்கும் முயற்சியில் என் பயணம் முழுவதும் குப்புறப் படுத்து படித்துக் கொண்டே பயணம் செய்தேன். சரியாக எத்தனை உதவித்தொகைகள் வந்திருக்கின்றன என்றோ, எந்த நாட்டிற்கு ஒதுக்கப்படவிருக்கிறோம் என்றோ யாருக்கும் தெரியாது. ஏனென்றால், இந்த தகவல் எல்லாம் சீனாவின் இராஜாங்க ரகசியம். ஸி'யான் சென்று இறங்கியதும் 22 நபர்கள் தேர்வு எழுத வந்திருக்கிறார்கள் என்றும், அதிலும் மேற்கு

சீனாவின் நான்கு மாநிலங்களிலிருந்து மூத்த விரிவுரையாளர்கள் அதிகமாக வந்திருக்கிறார்கள் என்றும் தெரிய வந்தது. முதல் நாளே மூடி முத்திரையிட்ட வினாத்தாட்கள் விமானத்தின் மூலம் வந்து சேர்ந்தன. காலையில் நடத்தப்பட்ட எழுத்துத் தேர்வு மூன்று பகுதிகளாகப் பிரிக்கப் பட்டிருந்தது. மூல மொழியிலிருந்து எடுக்கப்பட்டிருந்த ஒரு நீண்ட பக்கம் சீன மொழியில் மொழி பெயர்க்கப்பட வேண்டும். தேர்வு அறையின் ஜன்னல்களுக்கு அப்பால், வெண்ணிற வில்லோ மலர்கள், மழை பொழிவது போல மரத்திலிருந்து உதிர்ந்து கொண்டிருந்தன. அவை நர்த்தனம் புரிந்து வந்து தரையில் படர்ந்து கிடந்த ஏப்பிரல் மாதக் காட்சி அபூர்வமாகவும், அற்புதமாகவும் இருந்தது. காலைத்தேர்வு முடிந்த உடனேயே, எங்களின் விடைத்தாட்கள் வாங்கி சேகரிக்கப்பட்டு, அவைகளை மூடி அரக்கு முத்திரையிட்டு, மதிப்பீடு செய்யப்படுவதற்கு பீக்கிங்கிற்கு அனுப்பப்பட்டன. அதேபோல ஷாங்காயின் தேர்வு மையத்திலிருந்தும் விடைத்தாட்கள் பீக்கிங்கிற்கு அனுப்பப்பட்டன. அன்று மாலை வாய் மொழித்தேர்வு நடத்தப்பட்டது.

அங்கு நடத்தப்பட்ட இரண்டு தேர்வுகளிலும் நான் முதல் தரத்தில் தேர்ச்சி பெற்றுள்ளேன் என்று மே மாத இறுதியில் தனிப்பட்ட முறையில் எனக்கு தகவல் சொல்லப்பட்டது. இந்தச் செய்தி கேள்விப்பட்ட அடுத்த நொடியே, அம்மா பிரச்சார அலுவலகத்திற்கு ஓடோடிச் சென்று அப்பாவின்மீது குத்தப்பட்டிருந்த கரும்புள்ளியை அழிக்க முயற்சி எடுத்தாள். அப்பா மறைந்து போனாலும், எங்களின் எதிர்காலத்தை நிர்ணயிக்கவிருக்கும் அவரது ஆவணங்கள் அப்படியேதான் இருந்தன. மிக 'ஆபத்தான அரசியல் தவறுகள்' அப்பா இழைத்திருப்பதாக அவருடைய ஆவணங்கள் பறை சாற்றின. என்னதான் சீனா தாராளமயமாக்கத் தொடங்கப்பட்டாலும், நாங்கள் வெளிநாடு செல்வதைத் தகுதியின்மை ஆக்குவதற்கு இது ஒன்றே போதுமானது என்று அம்மாவுக்கு நன்கு தெரியும்.

மீண்டும் மாநில அரசுப் பணிகளுக்கு வந்த அப்பாவின் முன்னாள் சக பணியாளர்களை அம்மா அணுகியபோது, 'மாவோவுக்கு முறையீடு செய்ய அப்பாவுக்கு அதிகாரம் இருந்தது' என்று முன்பு எழுதப்பட்ட சூன் என்லாயின் குறிப்பை அடிப்படையாகக் கொண்டு அம்மாவுக்கு அவர்கள் தங்களது ஆதரவுகளைத் தெரிவித்தார்கள். இந்தக் குறிப்பு ஆணையைப் பாட்டி மிகுந்த புத்திசாலித்தனத்துடன் மறைத்து, அதை அவளது செருப்புக்கு அடியில் வைத்துத் தைத்து விட்டாள். இப்பொழுது, அந்தக் குறிப்பு வழங்கப்பட்டு 11 ஆண்டுகள் கழித்து, மாநிலப் பொறுப்பு அதிகாரிகளிடம் அதைக் கொடுக்க அம்மா முடிவுக்கு வந்தாள்.

அது ஒரு சாதகமான நேரம் - மறுவாழ்வுத் திட்டத்தின் தலைமைப் பொறுப்பில் இருந்த ஹு யாவோபாங் என்பவர் உரிய நேரத்தில் எடுத்த உதவிகரமான நடவடிக்கையால் மாவோவின் மந்திரசக்தி வலுவிழக்கத் தொடங்கியது. ஜூன் மாதம் 12ஆம் நாள் அப்பாவுக்காக கட்சி எழுதிய தீர்ப்பின் நகலை எடுத்துக்கொண்டு மூத்த அதிகாரி ஒருவர் விண்கல் வீதிக்கு வந்தார். அதை அவர் அம்மாவிடம் ஒப்படைத்தார். அந்த மெல்லிசான காகிதத்தில் எழுதப்பட்டிருந்தது: 'அப்பா ஒரு சிறந்த அரசு அதிகாரி. சிறந்த கட்சி உறுப்பினர்.' இதனால் அப்பாவின் மீதிருந்த கலங்கமெல்லாம் துடைத்தெறியப்பட்டது. இதன் பிறகுதான் என்னுடைய கல்வி உதவித்தொகை பீக்கிங்கிலிருந்த கல்வி அமைச்சரகத்தில் ஒப்புதல் அளிக்கப்பட்டது.

முறையாக அதிகாரிகள் தெரியப்படுத்துவதற்கு முன்பாகவே, என் நண்பர்கள் மூலம் எனக்கு வந்த செய்தி: வாழ்த்துகள்! 'நீ மேற்படிப்புக்கு இங்கிலாந்து செல்ல தேர்வு செய்யப்பட்டு விட்டாய்!' என்னை அரைகுறையாகத் தெரிந்து வைத்திருந்த சிலர், இப்போது புரிந்து கொண்டு அளவு கடந்த ஆனந்தமடைந்தார்கள். வாழ்த்து தந்திகளும், தபால்களும் வந்து குவிந்தவண்ணம் இருந்தன. பல விருந்து உபச்சாரங்கள் நடைபெற்றன. விருந்தில் கலந்து கொண்ட பலரின் கண்களில் ஆனந்தக் கண்ணீர் வெளிப்பட்டது. மேல் நாட்டிற்கு படிக்கச் செல்வது ஓர் அசுர சாதனை. சீனாவிற்கான மேலை நாட்டுக் கதவுகள் மூடப்பட்டுக் கிடந்தன. இலட்சிய நோக்கு எதுவுமில்லாமல் சீன மக்களின் முன்னேற்றம் தடைபட்டுக் கிடந்தது. மேல் நாட்டுக் கல்விக்கு அனுமதிக்கப்பட்டு எங்கள் பல்கலைக்கழகத்திலிருந்து அனுப்பப்பட்ட முதல் நபர் நானே. எனக்கு தெரிந்தவரை சிச்சுவான் மாநிலத்திலேயே (90 மில்லியன் மக்கள் தொகை கொண்ட மாநிலம்) முதல் ஆள் நான்தான். என்னுடைய அறிவு, மற்றும் கல்வித் தகுதியால் மட்டுமே எனக்கு இந்த அரிய வாய்ப்பு கிட்டியது. நான் ஒரு கட்சி உறுப்பினர்கூட இல்லை. நம்பிக்கையும், வாய்ப்புகளும் திறந்து கிடக்கின்றன என்பது மக்கள் புரிந்து கொண்ட உண்மை.

நான் அடைந்த ஆனந்தம் என் தலைக்கேறி விடவில்லை. என்னைச் சுற்றியுள்ள மனிதர்களின் கனவும், இலட்சியமுமாகவும் இருந்த இதனை, நான் சாதித்துள்ளேன். இதனால் என் நண்பர்களுக்கு நான் குற்றம் இழைத்து விட்டது போல் தோன்றுகிறது. என்னுள் ஏற்பட்ட மகிழ்ச்சியை வெளிப்படுத்திக் கொள்வது அடுத்தவர்களைக் காயப்படுத்தக் கூடும். ஏன், கொடுமைப்படுத்துவது போல்க் கூடத் தெரியும். ஆனால், இதை எனக்குள்ளே வெளிப்படாமல்

மறைத்துக் கொள்வதும் ஓர் ஏமாற்று வேலையாக எனக்குப் பட்டது. என்னுடைய ஆழ் மன நிலையில், நான் எப்போதும் சற்று மேலோங்கியே இருப்பேன். குறுகிய சிந்தனையும், ஒற்றைக் கொள்கையையும் உடைய சீன தேசத்தில் பலருக்கு வாய்ப்புகள் மறுக்கப்படுகிற போதும், அவர்களுடைய திறமைகள் வெளிவராமல் புதைக்கப்படுகிற போதும் நான் கலங்கியிருக்கிறேன். எங்கள் குடும்பம் எவ்வளவுதான் துன்ப துயரங்களுக்கு உள்ளாகி இருந்திருந்தாலும், ஒரு தனிச்சலுகை பெற்ற குடும்பத்திலிருந்து வந்த நான் ஒரு அதிர்ஷ்டக்காரி என்று எனக்கு தெரியும். இப்பொழுது சீனா ஒரு வெளிப்படையான கொள்கையைக் கொண்ட சீனாவாகவும், நேர்மைத்திறம் கொண்ட சீனாவாகவும் அதன் பாதையில் பயணித்துக் கொண்டிருந்தது. வேகமான மாற்றம் பெற வேண்டும் என்றும், ஒட்டுமொத்த சமுதாயமும் மேம்பட வேண்டும் என்றும் நான் துடித்துக் கொண்டிருக்கிறேன்.

என் சுய சிந்தனைகளிலேயே ஆழ்ந்திருந்த நான், அந்நாட்களில் சீனாவை விட்டு வெளியேறுவது தொடர்பாக, தவிர்க்க இயலாத நீண்ட காலச் செயல்பாடுகளை சிந்தித்துப் பார்த்தேன். வெளிநாடு செல்பவர்களுக்கு கொடுக்கப்படும் பயிற்சி வகுப்புகளில் கலந்து கொள்ள நான் முதலில் பீக்கிங் செல்ல வேண்டியிருந்தது. ஒரு மாத கற்பித்தல் காலமும், சீனாவைச் சுற்றிப் பார்க்கும் ஒரு மாதக் காலமும் எஞ்சி இருந்தது. எங்கள் தாய்நாட்டின் பேரழகை எங்களுக்குச் சுற்றிக் காட்டி, அதன் அழகில் நாங்கள் லயிக்க வைக்கப்பட்டால், எங்கள் நாட்டில் நிகழ்வுறும் எந்தக் குழப்பத்தையும் நாங்கள் சிந்திக்க வேண்டிய சிக்கல் வராது. வெளிநாடு செல்வதற்கான எல்லா ஏற்பாடுகளும் எங்களுக்குச் செய்து கொடுக்கப்பட்டன. உடுப்புகளுக்கான உதவித் தொகையும் வழங்கப்பட்டது. வெளி நாட்டினர் மத்தியில் நாங்கள் மிடுக்காகத் தோற்றமளிக்க வேண்டும்.

பட்டு நதி வளைந்து நெளிந்து வளாகத்தைக் கடந்து ஓடுகிறது. எனக்கிருந்த சில கடைசி மாலைப் பொழுதுகளில், அந்த ஆற்றங்கரையில் என்னை மறந்து நடந்து திரிந்தேன். ஆற்றுநீரின் மேற்பரப்பில் நிலவொளி பட்டுத்தெறித்ததும் அந்த இரவில் தோன்றிய மங்கலான பனி மூட்டமும் அப்போது எனக்கு அவ்வளவு ரம்மியாக இருந்தது.

என்னுடைய 26 ஆண்டு கால வாழ்க்கையை அசை போட்டுப் பார்த்தேன். சலுகைகளையும் அனுபவித்திருக்கிறேன், கண்டனத் தண்டனைகளையும் அனுபவித்திருக்கிறேன். துணிச்சலும் இருந்தது. பயமும் இருந்தது. அன்பையும் ஆழ்ந்த நம்பிக்கையையும் கண்டேன்.

'பறந்து சென்றுவிட நடத்திய போராட்டம்'

அத்துடன் மானுட அவலங்களையும் கண்டேன். துயரம், அழிவு, மரணம் ஆகியவைகளின் மத்தியில், இப்பிரபஞ்சத்தின் பேரன்பைக் கண்டேன், என்றென்றும் ஜீவித்திருக்கும், மகிழ்ச்சியில் நாட்டம் கொண்டிருக்கும் அழிக்க முடியாத மானுட ஆற்றலையும் கண்டேன்.

பல வகையான உணர்வுகள் என்னைக் கடந்து சென்றன. குறிப்பாக அப்பாவை நினைத்துப் பார்த்தபோது, அதுபோல பாட்டியையும் அத்தை ஜன்-யிங்கையும் நினைத்துப் பார்த்தபோது இனம் புரியாத உணர்வுகள் என்னுள் தோன்றி மறைந்தன. அவர்களது மரணம் என்னும் கொடுக்குகள் என்னைக் கொத்திக் கொத்தி ரணப்படுத்திக் கொண்டிருந்ததால், அவர்களைப் பற்றிய நினைவுகளை எழும்ப விடாமல் மனதில் போட்டு புதைத்து வைத்திருந்தேன். அவர்கள் மட்டும் இப்போது இருந்திருந்தால் என்மீது எவ்வளவு பெருமைப்பட்டிருப்பார்கள் என்று கற்பனை செய்து பார்த்துக் கொண்டேன்.

விமானம் மூலம் பீக்கிங் பறந்து சென்றேன். பதின்மூன்று பல்கலைக்கழக ஆசிரியர்கள்- அதில் ஓர் அரசியல் மேற்பார்வையாளர் இவர்களுடன் விமானத்தில் பீக்கிங்கிலிருந்து செல்ல வேண்டும். எங்களது விமானம் 1978 செப்டம்பர் மாதம் 12ஆம் நாள் இரவு எட்டு மணிக்கு புறப்படவிருந்தது. 'எங்கே நான் விமானத்தை நழுவ விட்டு விடுவேனோ?' என்று பயப்படும் அளவுக்கு அவ்வளவு நண்பர்கள் பீக்கிங் விமான நிலையத்திற்கு என்னை வழியனுப்ப வந்தார்கள். அந்தப் பிரிவின் சோகத்தில் எப்படி நான் என் கடிகாரத்தைப் பார்த்து நேரம் தெரிந்து கொள்வது? ஒரு வழியாக அரக்கப்பரக்க விமானத்திற்குள் ஓடி என் இருக்கையில் அமர்ந்த போதுதான் அம்மாவைக் கட்டிப்பிடித்து அணைத்துக் கொள்ளக்கூட முடியாமல் போய்விட்டதே என்று ஆதங்கப்பட்டேன். செங்குடு விமான நிலையத்திற்கு என்னை வழியனுப்ப அம்மா வந்திருந்தாள். மிக இயல்பாக, கண்கள் கலங்காமல், உலகின் பாதி தூரத்தை நான் பயணித்து செல்வது, திருப்பங்கள் நிறைந்த எங்கள் வாழ்க்கையில் இன்னொரு அத்தியாயம் என்பதுபோல வழியனுப்ப வந்து நின்றாள் அம்மா!

சீனாவை விட்டு தூரத்தில் செல்லச் செல்ல, விமானத்தின் வெள்ளி இறக்கைகளுக்கு அப்பால் ஒரு மாபெரும் பிரபஞ்சம் இருப்பதை ஜன்னல் வழியாகக் கண்டேன். என்னுடைய கடந்த கால வாழ்க்கையின்மீது ஒரு கண்ணோட்டம் விட்டேன். அப்படியே என் எதிர் காலத்திற்கு திரும்பி வந்தேன். ஓ! இப்பிரபஞ்சமே! உன்னை நான் கட்டி அணைக்கத் துடிக்கிறேன்.

முடிவுரை

பின், லண்டன் மாநகரை என் இருப்பிடமாக்கிக் கொண்டேன். பத்து ஆண்டு காலமாக நான் விட்டுப் பிரிந்து வந்த சீனாவை நினைத்துப் பார்ப்பதைத் தவிர்த்து வந்தேன். அதன் பிறகு 1988-ஆம் ஆண்டு ஒருநாள் அம்மா என்னைப் பார்க்க இங்கிலாந்து வந்தாள். அப்போதுதான் முதல் முறையாக அம்மாவின் வாழ்க்கை வரலாற்றையும் பாட்டியின் வாழ்க்கை வரலாற்றையும் முழுமையாக என்னிடம் கூறினாள். அம்மா செங்குடு திரும்பிய பிறகு நான் சிந்தித்தபோது, என்னுள் தேங்கிக் கிடந்த எண்ணங்கள் எல்லாம் வெள்ளம் போல் பிரவாகம் எடுத்து வெளியே வரத்தொடங்கியது. தேக்கி வைக்கப்பட்டிருந்த கண்ணீரும் உடைத்துக்கொண்டு வெளியேறியது. 'போர்ப் பறவைகள்' எழுதுவது என்று தீர்மானித்து விட்டேன். கடந்த காலத்தை இப்போது நினைத்துப் பார்த்த போது அது அவ்வளவு ரணமாகத் தெரியவில்லை. காரணம், இப்போது அதில் அன்பையும் நிறைவையும் பார்த்ததால் அது அமைதி சூழ்ந்ததாகவே தெரிந்தது.

நான் சீனாவை விட்டு வந்ததிலிருந்து அந்நாடு முற்றிலும் மாற்றம் பெற்றிருந்தது. 1978 ஆம் ஆண்டின் இறுதி வாக்கில் கம்யூனிஸ்ட் கட்சி மாவோவின் 'வர்க்கப் போராட்டத்தை' கைவிட்டது. சமூகத்தில் ஒதுக்கி வைக்கப்பட்டவர்கள்,

அதாவது என் நூலில் காணப்படுகின்ற 'வர்க்க எதிரிகள்' உட்பட அனைவரும் விடுதலை செய்யப்பட்டார்கள். 1955-இல் மஞ்சூரியாவில் 'புரட்சி எதிர்ப்பாளர்கள்' என்று முத்திரை குத்தப்பட்ட, மஞ்சுரியாவிலிருந்து அம்மாவின் நண்பர்கள் சிலரும் விடுதலை செய்யப்பட்டவர்களில் அடங்குவார்கள். அவர்களுக்கும், அவர்களது குடும்பத்தாருக்கும் எதிராக அரசு அதிகாரிகள் காட்டிய பாரபட்சம் நிறுத்தப்பட்டது. அவர்களுக்கு அளிக்கப்பட்டிருந்த தண்டனையான கடும் உடல் உழைப்பிலிருந்து விடுதலை அளித்து அவர்களின் தகுதிக்கேற்றவாறு சிறந்த வேலைகள் கொடுக்கப்பட்டன. அவர்களில் பலர் கட்சிக்குள் வரவழைக்கப்பட்டு அதிகாரப் பதவிகளும் வழங்கப்பட்டன. என் பாட்டியின் சகோதரனான யூ-லின் 1980-இல் நாட்டுப் புறத்திலிருந்து மீண்டும் ஜிங்குவிற்கு வர அனுமதிக்கப்பட்டார். அங்கு அவருக்கு ஒரு மருந்துக் கம்பெனியில் தலைமைக் கணக்காயர் பதவி கொடுக்கப்பட்டது. அவரது மனைவிக்கும் ஒரு மழலையர் பள்ளியில் தலைமை ஆசிரியை பதவி கொடுக்கப்பட்டது.

பலிகடா ஆக்கப்பட்டவர்கள் அனைவரையும் விடுதலை செய்ய வேண்டுமென்று தீர்ப்புக் கூறி, அந்த ஆவணங்கள் அவைகளின் பதிவேடுகளில் பதிவு செய்யப்பட்டன. அவர்கள் மீது பழி சுமத்திப் பாதுகாக்கப்பட்டு வந்த பழைய பதிவேடுகள் அதிலிருந்து எடுக்கப்பட்டு அவை தீக்கிரையாக்கப்பட்டன. எண்ணிலடங்கா உயிர்களைக் குடித்த, இது போன்ற பழி சுமத்தப்பட்ட ஆவணங்கள் அனைத்தும் அவரவர் கோப்புகளிலிருந்து அகற்றப்பட்டு பெரு நெருப்புக்கு இரையாக்கப்பட்டன. இந்நிகழ்ச்சிகள் ஒட்டுமொத்த சீனாவெங்கும் ஒரே நேரத்தில் அரேங்கேறின.

அம்மா தன் இளம் வயதில் கோமிங்டாங் நபரோடு கொண்டிருந்த தொடர்பு பற்றிய சந்தேகத்தால் உருவாக்கப்பட்டிருந்த மிகப்பெரிய ஆவணங்கள் எல்லாம் கிழித்து நெருப்பில் போடப்பட்டன. அந்த ஆவணங்கள் இருந்த இடத்தில, 'அம்மா பலிகடா ஆக்கப்பட்டது முற்றிலும் தவறு' என்று 1978-ஆம் ஆண்டு, 20-ஆம் தேதி எழுதப்பட்ட இரண்டு பக்கத் தீர்ப்பு இடம் பெற்றது. இன்னும் ஒருபடி மேலே சென்று, அம்மாவின் குடும்ப பின்னணி 'இராணுவத் தளபதி' என்ற கசப்பான நிலையிலிருந்து மாறி இப்போது கௌரவமான 'மருத்துவரின்' வளர்ப்பு என்ற நிலைக்கு வந்து விட்டார்.

1982-ஆம் ஆண்டு, நான் இங்கிலாந்திலேயே தங்கிவிடுவது என்று தீர்மானித்தபோது, அது பொருத்தமில்லாத தீர்வு என்று அப்போதும் எனக்குப்பட்டது. என்னுடைய இங்கிலாந்து வாழ்க்கை, அம்மாவின்

பதவிக்குப் பாதிப்பு ஏற்படுத்திவிடுமோ என்ற குழப்பத்தில் இருந்தேன். ஆனால் அம்மா பணி ஓய்வு கேட்டு முன் கூட்டியே அளித்த விண்ணப்பம் 1983-இல் ஏற்றுக் கொள்ளப்பட்டது. மாவோவின் காலத்தில் இருந்த ஆபத்து போல, மகளின் மேல்நாட்டு வாழ்க்கை அம்மாவுக்கு எந்த விதத்திலும் பாதிப்பு ஏற்படுத்தவில்லை.

சீன நாட்டுக் கதவு தாராளமாகத் திறந்துவிடப்பட்டிருந்தது. என்னுடைய மூன்று இளவல்களும் இப்போது இங்கிலாந்தில்தான் இருக்கிறார்கள். 'திட நிலை - இயற்பியல்' பிரிவில் ஜின்-மிங் இப்போது பன்னாட்டு அங்கீகாரம் பெற்ற விஞ்ஞானியாக இங்கிலாந்து, சௌதாம்ப்ட்டன் பல்கலைக்கழகத்தில் தன்னுடைய அறிவியல் ஆய்வுப் பணியை மேற்கொண்டு வருகிறான். விமானப் படையை விட்டு விலகி வந்த ஸியாவோ - ஹெய் இப்போது இலண்டன் மாநகரில் ஓர் ஊடகத் துறையில் பணியாற்றி வருகிறான். இந்த இரண்டு சகோதரர்களுக்கும் திருமணம் முடிந்து ஆளுக்கொரு குழந்தை இருக்கிறது. பிரான்ஸ் நாட்டு ஸ்ட்ராபோர்க் பல்கலைக்கழகத்தில், ஸியாவோ-பாங் பன்னாட்டு வர்த்தகத் துறையில் பட்டமேற்படிப்புத் தேர்ச்சி பெற்று பிரான்ஸ் நாட்டுக் கம்பெனி ஒன்றின் தொழிலதிபராக இருக்கிறான்.

சீனாவிலேயே தங்கியிருப்பவள் என் சகோதரி ஸியாவோ- ஹாங் மட்டும்தான். இவள் செங்குடு கல்லூரியில் சீன மருத்துவப் பிரிவின் நிர்வாகத் துறையில் பணியாற்றி வருகிறாள். 1980-களில் முதல் முறையாக தனியார் துறை உள்ளே வர அனுமதிக்கப்பட்டபோது இவளது நீண்ட காலக் கனவான ஆடைகள் வடிவமைப்புக் கம்பெனி ஒன்றைத் தொடங்க வேண்டும் என்பதற்கு இவள் இரண்டு ஆண்டுகாலம் விடுப்பு எடுத்துக் கொண்டாள். விடுப்புக் காலம் முடிவுக்கு வந்த போது, அவள் 'தனியார் துறையா? அல்லது அரசுத் துறையா?' என்ற குழப்பத்தில் ஆழ்ந்து, இறுதியில் வாழ்க்கைப் பாதுகாப்பு நிறைந்தது அரசுத் துறையே என்று அதனைத் தேர்வு செய்து கொண்டாள். அவளது கணவன் கண்ணாடிக்காரன் வங்கி ஒன்றின் மேலாண்மைப் பொறுப்பில் இருந்து வருகிறான். வெளி உலகத் தொடர்பு என்பது என் அன்றாட நிகழ்வு என்று ஆகிவிட்டது. செங்குடுவிலிருந்து லண்டனுக்கு வாரம் ஒரு கடிதம் வந்துவிடும். அம்மாவால் ஃபேக்ஸ் தகவலும் தபால் அலுவலகத்திலிருந்து அனுப்ப முடிந்தது. நான் உலகின் எந்த மூலையில் இருந்தாலும் வீட்டுத் தொலைபேசி மூலம் அம்மாவிடம் பேசிவிடுவேன். சீனத் தொலைக்காட்சிகளில் வெளிநாட்டு ஊடகச் செய்திகள் தினமும் ஒலிபரப்பப்பட்டு வருகின்றன. சோவியத் யூனியனிலும்

கிழக்கு ஐரோப்பாவிலும் ஏற்படுகின்ற பெரும் மாற்றங்கள், புரட்சிகள் ஆகியவை உள்ளடங்கிய உலகச் செய்திகள் எப்போதும் வெளியிடப்படுகின்றன.

1983-க்கும் *1989*-க்கும் இருந்த இடைப்பட்ட ஆண்டுகளில், ஆண்டுக்கு ஒருமுறை சென்று அம்மாவை பார்த்து விட்டு வருவேன். நான் அங்கு சென்ற ஒவ்வொரு முறையும், மாவோவின் காலத்து நடைமுறையில் இருந்து வந்த ஒன்று இப்போது இல்லாது போனது பற்றி நான் மட்டற்ற மகிழ்ச்சியடைந்தேன். அதுதான் சீனதேசமெங்கும் மாவோ காலத்தில் நிலவி வந்த, எந்த நேரத்தில் தண்டனைக்குள்ளாக்கப் படுவோமோ என்ற அச்சம்.

இந்நூலுக்கான தரவுகள் தேடி *1989*- ஆம் ஆண்டு சீனா முழுவதும் சுற்றுப்பயணம் செய்தேன். செங்குடுவிலிருந்து தியானன்மன் சதுக்கம் வரை ஆர்ப்பாட்டங்கள் பெருகியிருப்பதைக் கண்டேன். மில்லியன் கணக்கான போராட்டக்காரர்கள் கொலையுண்ட இந்த தேசத்தில், இப்போது பயமென்ற உணர்வே இல்லாமல் போய்விட்டது என்று எனக்குப்பட்டது. இப்பொழுதெல்லாம் இராணுவம் துப்பாக்கிச் சூடு நடத்தினால்கூட, அதை மக்கள் வியப்பாகப் பார்க்கிறார்கள். மீண்டும் லண்டன் வந்து தொலைக்காட்சியில் இடம் பெற்ற கொலைகளைக் கண்ட போது, என் கண்களை என்னால் நம்ப முடியவில்லை. எனக்கும் இன்னும் பல விடுதலைப் போராளிகளுக்கும் வாய்த்த அதே மனிதன் ஆணையிட்டதின் விளைவாக வந்ததுதானா இந்த நிலை?

அச்சம் என்பது அவ்வப்போது தோன்றி மறைவதுபோல இருந்தது. ஆனால் மாவோ காலத்தில் இருந்த அநியாய அக்கிரமங்கள் போல் இப்போது இல்லை. இன்றைக்கு நடைபெற்றுவரும் அரசியல் கூட்டங்களில் கட்சித் தலைவர்கள் பெயரைச் சொல்லிச் சொல்லி வசைபாடுகிறார்கள். சுதந்திரம் என்பது எப்போதும் தவிர்க்க முடியாதது. ஆனால் மாவோவின் முகம் தியானன்மன் சதுக்கத்தில் இன்னும் முறைத்துக் கொண்டுதான் இருக்கிறது.

1980 -இல் கொண்டு வரப்பட்ட பொருளாதாரச் சீர்திருத்தம் மக்களின் வாழ்க்கைத் தரத்தில் மாபெரும் மேம்பாட்டைக் கொண்டு வந்து சேர்த்தது. அதனால் அந்நிய முதலீட்டிற்கும், வர்த்தகத்திற்கும் நன்றி.

சீனாவில் உள்ள ஒவ்வொரு அரசு அதிகாரியும், குடிமக்கள் ஒவ்வொருவரும் வெளிநாட்டு வர்த்தகத்தை பட்டுக் கம்பளம் விரித்து வரவேற்றார்கள். *1988*-இல் ஒருமுறை ஜிங்குவிற்குச் சென்றபோது, ஓர் இருண்ட, சிறிய, அந்தக் காலத்து வீடான யூ-லின் வீட்டில் அம்மா தங்கியிருந்தாள். ஜிங்குவில் அந்த

வீதியில்தான் ஒரு பிரமாண்டமான விடுதி வானுயர உயர்ந்து நின்றது. அங்கு அந்நிய முதலீட்டாளர்களுக்குத் தினம்தோறும் விதவிதமான விருந்து படைக்கப்படும். அப்படி ஒரு நாள், அந்த விருந்தில் கலந்துகொண்ட ஒரு மனிதன் வெளியே வருவதை அம்மா கண்டாள். அந்த மனிதனைச் சுற்றி ஒரு கூட்டம் சூழ்ந்து நின்றது. தாய்வானிலிருந்த அவனது ஆடம்பரக் காரையும் சொகுசு பங்களாவையும் புகைப்படத்தின் மூலம் அந்த மனிதன் கூட்டத்திற்கு காட்டிக் கொண்டிருந்தான். 40 ஆண்டுகளுக்கு முன்பு, அம்மா பயின்ற பள்ளியில் கோமிங்டாங் மேற்பார்வையாளராக இருந்த யவோ - ஹான் என்னும் அந்த மனிதன்தான் அம்மா கைதாவதற்குக் காரணமாக இருந்தவன்.

மே - *1991*

★★★

'முடிவுரை'